सेक्रेड गेम्स

विक्रम चंद्रा यांची पहिली कादंबरी, रेड अर्थ आणि पोअरिंग रेनला पहिल्या उत्तम पुस्तकासाठी कॉमनवेल्थ रायटर्स प्राइझ आणि डेव्हिड हिंगम प्राइझ मिळाले. त्यांच्या लव्ह अँड लाँगिंग इन बॉम्बे या लघुकथा संग्रहाला कॉमनवेल्थ रायटर्स (युरेशिया रिजन)चा उत्तम पुस्तकासाठीचा पुरस्कार मिळाला. सेक्रेड गेम्सला हच क्रॉसवर्ड अॅवॉर्डच्या इंग्लिश फिक्शन आणि सलोन बुक अॅवॉर्डने गौरवण्यात आले. त्यांचे नवीन पुस्तक मिरर्ड माइंड : आय लाइफ इन लेटर्स अँड कोड जे एक न्यू यॉर्क टाइम्स एडिटर्स चॉइस सिलेक्शन नॉन फिक्शन आहे. चंद्रा यांना गगेनहेम फेलोशीप मिळालेली असून, त्यांचे लिखाण एकोणीस भाषांमध्ये अनुवादित झालेले आहे.

पाहा www.vikramchandra.com

सेक्रेड गेम्सबद्दल समीक्षकांची प्रशंसा

‘विक्रम चंद्रा यांच्या सेक्रेड गेम्सला हच क्रॉसवर्डचा इंग्लिश काल्पनिक कादंबरीचा पुरस्कार मिळाला. कारण, लेखनाच्या गर्दीमध्ये खरोखर पहिल्या दर्जाच्या लेखनामुळे, ज्युरीला सर्वानुमते ही या वर्षीची उल्लेखनीय कादंबरी आहे असं वाटलं.’ – अनिता रॉय, मुकुल केसवान, शोमा चौधरी, (परीक्षण, २००६ क्रॉसवर्ड बुक अॅवॉर्ड फॉर फिक्शन)

‘भारतातील महान कादंबरीला अत्यंत मोहक आणि भरघोस छेद देणारे असाधारण काल्पनिक लेखन आहे, जे तुम्हाला तुमच्या वेळेच्या गुंतवणुकीसाठी खूप मोठे बक्षीस देईल… खूप मोठ्या प्रमाणावर अतिक्षुब्ध निवेदन, खूप साधीसरळ भाषा आणि डझनभर किंवा त्याहून अधिक पात्रं, तरीही या सर्व बेलगाम गोष्टी एका गोंधळाच्या तेजस्वी संपूर्णतेमध्ये उत्तम प्रकारे सामावतात, जे चंद्राच्या त्यांच्या जन्मभूमीबद्दलच्या ऐसपैस दृष्टीचे प्रतिबिंब आहे.’
– जेनिफर रीस, एंटरटेनमेंट वीकली, (USA)

‘हा एक अविस्मरणीय क्षण आहे. भारतीय इंग्रजी साहित्याच्या इतिहासातील एक महत्त्वाची घटना आहे. आपण आजपासून काही दशकांनी जर महान समकालीन कादंबऱ्यांच्या यादीकडे वळून पाहिले, तर आपल्या तोंडात सेक्रेड गेम्सचं नाव अतिशय आनंदाने आणि आदराने येईल… यात एक नेपथ्य आहे. हे खरं तर नेपथ्यापेक्षाही खूप अधिक आहे. स्वतः हे पुस्तक एक नेपथ्य आहे. चंद्रा मुंबईच्या गुन्हेगारीने भरलेल्या, ओंगळ आणि डागाळलेल्या सौंदर्याने अत्यंत प्रखर, अत्यंत जिवंत सुरुवात करतात. ही एक महान कादंबरी आहे, कदाचित, मुंबईवर लिहिल्या गेलेल्या पुस्तकांमधील सर्वोत्तम.’ – अशोक बनकर, हिंदुस्तान टाइम्स

‘पूर्वी वर्तमानपत्रातील बढाई असायची, सगळं मानवी आयुष्य इथे आहे आणि ती सेक्रेड गेम्समध्ये आहे, सूक्ष्माकृतींची आवड असलेल्या कुशल व्यक्तीच्या अचूकतेने आणि नाजूकपणाने विपुल चित्र रेखाटले आहे. चंद्रा यांना ही कादंबरी लिहिण्यासाठी सात वर्षं लागली. निरीक्षण आणि

दुमदुमणाऱ्या निवेदनाची अचूकता इतकी आहे की, कोणी ही कादंबरी सात वेळा वाचली, तरी त्याला त्यात पुन्हा नव्याने काही अमूल्य गोष्टी सापडतील; लेखन कौशल्याची काही वाचायची राहून गेलेली भरभराट सापडेल. आपण एपिक आणि क्लासिक या संज्ञा खूप काळजीपूर्वक वापरतो; पण जर वाक्पटूता, आत्मविश्वास, मानवता, औचित्य आणि बारीक निरीक्षण या गोष्टी त्यांच्यासाठी कच्चा माल असतील, तर कदाचित सेक्रेड गेम्स या विशेष व्यक्तिवैशिष्ट्यांना पात्र आहे.' – जेन शिलिंग, द डेली टेलिग्राफ (UK)

'त्यांनी याआधी तीन पुस्तकं लिहिली असतील; पण सेक्रेड गेम्समध्ये चंद्रा यांना त्यांचं उपरोधावरचं प्रभुत्व खरोखरी सापडलं. नेहमीप्रमाणेच ही एक उत्कट पाशवी कथा आहे; पण चंद्रा या संपूर्ण कथेत आपल्याला निवेदनाच्या पलीकडे जाऊन अर्थ शोधण्यासाठी भुरळ पाडतात आणि ते मान्य करून आपल्या चेहऱ्यावर हसू उमटतं...सर्वांत उत्तम गोष्ट म्हणजे ते वाचकाला या अजिबात सरळसोत वगैरे नसलेल्या कथेत सहजपणे ओढून घेतात. कथा ठरवूनच सरळ रेषेत लिहिलेली नाही, प्रकरणात विभागून तिचे मुद्दामच तुकडे करण्यात आलेले आहेत, जे डोनाल्ड बार्थलहेम यांची आठवण करून देते. त्या गद्यप्रवीणाला कदाचित तुलनात्मक कथा लिहिण्यासाठी ३७० पाने लिहावी लागली असतील; पण मुद्दा तो नाही आहे. डॉन दे लीलो यांना कदाचित १५०० पाने लागली असती आणि दोनही बाबतीत हे दोन्ही साहित्यिक महाभाग मुंबईबद्दल इतकी प्रचंड कथा लिहू शकले नसते आणि तेही त्यातील इतक्या सगळ्या बारकाव्यांसह, इतक्या श्वास रोखून धरणाऱ्या पद्धतीने, उपरोधिक, विनोदी आणि हिंसक तऱ्हेने... आजच मुंबईवरील मर्मभेदक विनोदाची ही साहित्यकृती विकत घ्या. विक्रम चंद्रा यांनी मुंबईवरील कादंबऱ्यांच्या बाबतीत खूप उच्च बेंचमार्क तयार केलेला आहे.' – हरी मेनन, तेहलका

'जसा एखादा शिल्पकार दगडात छोट्या, नाजूक खाचा पाडतो, त्याप्रमाणेच चंद्रा एका विशिष्ट गतीने त्यांची पात्रं आणि मुंबईच्या दैनंदिन जीवनातील उत्कृष्ट बारीकसारीक तपशील उभे करतात, तरीही अतिशय काटेकोरपणे त्यांच्या रहस्यकथेवरील लक्ष ढळू देत नाहीत... सेक्रेड गेम्स भूकंपाचे धक्के देते, जणू काही चंद्रा यांना भारताच्या इतिहासातील अस्सल गोष्टींचे भांडार खुले करायचे आहे; एक असा काळ जेव्हा भारत (किंवा किमान त्यातील माध्यमं आणि राजकारणी वर्ग) त्यांच्या तेजस्वी भविष्यामुळे उन्मत्त झाला होता. चंद्रा त्यांच्या निवेदनात वर्तमान आणि भूतकाळाच्या ऐतिहासिक चौकटी अत्यंत चपखलपणे समाविष्ट करतात आणि वाचकांना आठवण करून देतात, जणू काही ते हस्तरेषातज्ज्ञ आहेत आणि भविष्याचा आकार भूतकाळाच्या रेषांमध्ये दडलेला आहे... आपल्याला इथे इतिहासाची गूढ तटबंदी दिसते. गायतोंडेच्या आयुष्यातील अखेरचे काही तास, त्याचा मृत्यू होण्यापूर्वी खून झालेल्या स्त्रीबरोबरचा त्याचा शेवटचा संवाद, त्यांच्यातील शेवटी झालेलं उत्कृष्ट संभाषण... हे सगळं धक्कादायक आहे, त्याचं विचित्र ऊर्ध्वपातन आधीच होऊन गेलेलं आहे. सेक्रेड गेम्सचा वारसा कदाचित चंद्रा यांच्या मेव्हण्याच्या परिंदा सिनेमाशी मिळताजुळता असल्याचा सिद्ध होऊ शकतो : भारतीय साहित्यातील काल्पनिक कादंबरीचे विश्व विस्तारून हे इतरांना त्यांच्या गुन्हेगारी कथा सांगायला प्रवृत्त करतात. या दोन्हींमध्ये चंद्रा यांनी दाखवून दिलं आहे की, ते एक शैली कादंबरीकार आणि एक कादंबरीकार आहेत जे शैलीचे घटक उत्तमरीत्या

वापरू शकतात. गुन्हा शोधून काढणं हे महत्त्वाचं आहे; पण ते आपल्याला शहराची आणि इथल्या नीच रहस्यांची किल्लीच सोपवतात.' – कार्ल ब्रॉम्ले, द नेशन (USA)

'विक्रम चंद्रा यांच्या बरोबर ९०० पानी उत्कृष्ट नवीन कादंबरीची सुरुवात एका पांढऱ्या पॉमेरियनपासून होते. फ्लफी, जेन एका मुंबईच्या उच्चमध्यमवर्गीय वस्तीतील अपार्टमेंटच्या खिडकीतून खाली पडते...त्यांच्या लिखाणात विपुल विनोद आहे, जो एक शहरी उथळपणाच्या शाळकरी सामान्यपणाचे दर्शन घडवता घडवता एका विचित्र, क्रूर महासंकटामध्ये परिवर्तीत होतो. तरीही त्या साधारणपणात एक विनोदी समाविष्टता आहे. चंद्रा यांचं कलात्मक कौशल्य या कादंबरीमध्ये ज्या तऱ्हेने उलगडतं, त्याचा हा एक नमुना झाला... हो, तेच कौशल्य कादंबरीला गंभीरपणे आणि उत्कृष्टपणे बांधून ठेवतं आणि मुंबईतील वास्तवाचं, उत्कृष्टतेचं, खऱ्या आणि अतिवास्तववादी सिनेमाचं गूढ कायम ठेवतं. डॉन क्वीक्सोटसाठी जो शौर्यपूर्ण प्रणय आहे, सेक्रेड गेम्ससाठी बॉलिवूड त्यासमानच आहे– एक जिवंत, चिरस्थायी दंतकथा, प्रतिमांचे आणि अर्थांचे एक झगमगणारे विश्व ज्यात लोक जगतात, मरतात, निर्मिती, पुनर्निर्मिती करतात... स्वतःला आणि ज्या जगात आणि कथांमध्ये ते राहतात त्या जाणून घेतात (किंवा जाणून घेण्याला विरोध करतात).' – अवीक सेन, द टेलिग्राफ

'चंद्रा वाचकाला एका उच्च आणि रोचक खात्रीलायक विश्वात गुरफटवून टाकतात... केस बंद झाल्यानंतरही वाचकाच्या मनात रेंगाळत राहील, अशा एकमेकांत गुंतलेल्या आयुष्यांच्या एका भव्य अविस्मरणीय चित्रामध्ये.' – थॉमस व्हार्टन, द ग्लोब अँड मेल (कॅनडा)

'माझ्या पैशांच्या मोबदल्यात मागच्या दशकात मिळालेलं मुंबईबद्दलचं हे महान पुस्तक आहे. हे तुम्हाला शहराची उपरोधिक भावनिक तीव्रता, पूर्णपणे लोळविली गेलेली लोकशाहीची उत्कंठा दाखवते आणि इथे राहणाऱ्या किंवा जे इथे राहायचे त्यांचा प्रामाणिकपणा किंवा एकनिष्ठता मुंबई का धोक्यात आणते, याचे काही प्रमाणात स्पष्टीकरण देते... आणि किमान वाचकासाठी एक आनंदाची गोष्ट म्हणजे यातील बम्बैया हिंदी, जे इटालिक फॉन्ट न वापरता, स्पष्टीकरण न देता किंवा माफी न मागता यात वापरलं आहे : अपराधी, खबरी, पाकीटमार, भाई, मुलं, गुलेल, घोडा... हे सगळे शब्द जे मुंबईत सर्वसाधारणपणे आढळतात आणि मुंबईच्या गलिच्छ हवेतून सहज उचलता येतात; पण चंद्रांनी त्याहून अधिक काहीतरी केलं आहे. ते हे शब्द अशा बिनचूक आनंदाने वापरतात की, त्या शब्दांना उत्सवी आणि मंत्राचं स्वरूप प्राप्त होतं, जी इथे राहणाऱ्या लोकांसाठी सांकेतिक भाषा नसून, सर्वांसाठी खुलं केलेलं आहे, रेडिओवरील गाण्यासारखं.' – जीत थायील, आउटलुक

'सेक्रेड गेम्स जरी अनेकदा रहस्यमय वाटली, तरी फिल्मी नाही आहे. जरी या कादंबरीचं मूळ एका गुन्हेगारी कथेला धरून आहे आणि यात नक्कीच भरपूर गुन्हे असले, तरी हे पुस्तक म्हणजे समकालीन भारताला पूर्ण सामर्थ्यानिशी आणि अश्लीलतेसह वाहिलेली श्रद्धांजली आहे, असं म्हणता येईल. कारण, ही फक्त एक कौटुंबिक कथा नाही, ही कादंबरी भारतातील साहित्यिक कादंबरीमध्ये जो एक ठोकळेबाजपणा आहे, तो सुदैवाने टाळते.' – लॉरा मिलर, सलोन.कॉम (USA)

'चंद्रा दोन वेगळ्या विश्वाच्या दोन वेगळ्या गोष्टी अतिशय आनंददायक आणि मोहवून टाकणाऱ्या पद्धतीने समोर मांडतात– मुंबई पोलीस आणि मुंबईचे अंडरवर्ल्ड आणि या दोन्हीला इतर अनेक गोष्टींनी सजवतात... असे करताना, ते मुंबईचे अनाकलनीय गूढ एका नवीनच उंचीवर नेतात... हा कादंबरीकार त्याच्या विलक्षण कौशल्याच्या अशा शिखरावर आहे की, त्याकडे तिरस्काराने बघणाऱ्या सर्व तज्ज्ञांना तो महान भारतीय दंतकथेचे निर्माण, पुनर्निर्माण करण्यास भाग पाडणार यात शंकाच नाही... माझ्या माहितीनुसार, चंद्रा यांना ही भव्य आणि उत्कृष्ट कलाकृती लिहिण्यासाठी सात वर्षं लागली. त्यासाठीचे त्यांनी घेतलेले कष्ट सार्थच आहेत. सेक्रेड गेम्स अशक्य शक्य करते. कोणतीही लहानसहान गोष्ट निसटू नये म्हणून एकदा हातात घेतले की, खाली ठेवताच येत नाही.' – विजय नायर, डेक्कन हेराल्ड

'एखाद्या गँगस्टरच्या कथेपेक्षा किंवा भारतीय जीवनाच्या सिनेमॅटिक चित्रणापेक्षा किंवा चांगले आणि वाईट यांच्यातील भव्य लढाईपेक्षा सेक्रेड गेम्सची कथा खूप मोठी आहे... हे लिखाण वाचकाला केवळ त्यात ओढून घेत नाही, तर एका गुन्हेगाराला, जो पूर्णपणे तिरस्करणीय असायला हवा, त्याला एका नायकामध्ये रूपांतरीत करते... यामुळे निर्माण होणारे गुंतागुंतीचे आणि मोठे जाळे, कादंबरीच्या शेवटी अतिशय धक्कादायक आणि अनपेक्षित शेवटात समोर येते. ही एक भव्य कथा आहे जी खूप काळजीपूर्वकपणे आणि रुचीपूर्णतेने सांगितली आहे. गायतोंडेच्या मृत्यूकडे घेऊन जाणारी अखेरची प्रकरणं श्वास रोखून धरायला लावणारी आहेत, तितकंच चंद्रा यांचं पात्रांच्या तपशिलाकडे आणि परिस्थितीकडे असलेलं लक्षही. हे लिखाण इतकं सुंदर आणि सूक्ष्म आहे की, त्याच्या मूल्याला साजेसे आहे.' – रॉबिन विदिमोस, ड डेन्व्हर पोस्ट (USA)

'सेक्रेड गेम्स म्हणजे कथाकथनाचे शिखर आहे. यातील पात्रं पानातून बाहेर उडी मारून येऊन आपल्या आत शिरतात आणि याची कथा वाचकाला पुढील पानावर काय घडेल, या उत्कंठेमध्ये पूर्ण ९०० पानं खिळवून ठेवते... जर तुम्हाला भारतातील इतक्यात लिहिल्या गेलेल्या कोणत्या लिखाणाने भारावून जायला झालं असेल, तर ते सेक्रेड गेम्सच्या दिशेने चालत नाही, तर धाव घेतं. काही अपवाद वगळता, यांपैकी काही कादंबऱ्यांतील कल्पना आणि भाषा आणि लिखाण जे ब्रिटिश राजवटीनंतरच्या काळातील चटकन प्रेमात पडण्याच्या आणि त्यातील ठरवून केलेल्या लग्नाच्या कथेवर आणि पूर्व–पश्चिमेच्या मिलापावर आधारित असेल आणि याबाबतीत खूपच अंदाज येणारे आहे. ही थरारक भव्य कृती भारतीय साहित्याबाबतच्या तुमच्या कल्पनांना छेद देते.' – निरंजन ऐय्यर, एशियन रिव्ह्यू बुक्स

'एक आश्चर्यकारकपणे खिळवून ठेवणारी ग्रंथमाला... सेक्रेड गेम्स जिला आपण सहजपणे साहित्यातील एक उत्कृष्ट कलाकृती असे म्हणू शकतो.' – इंडल्ज मॅगेझिन (USA)

'सेक्रेड गेम्समध्ये आपल्याला रक्तरंजित थराराची स्वतः अनुभवता येणारी उत्कंठा आहे. या भव्य प्रकारातील साहित्यकृतीमध्ये हिंसा, काव्य, आशा, विध्वंस आणि प्रेम हे सर्व एकत्रितपणे आलेले आहे, ज्यामुळे इतिहासाच्या भोवऱ्यात सापडलेल्या शहराचे एक थरारक

चित्र निर्माण होते... तुम्ही कथेमध्ये, त्यात गुंफलेल्या इतर उपकथानकांमध्ये, पात्रांच्या असुरक्षिततेमध्ये, अस्वस्थतेमध्ये गुंतत जाता, जणू काही ती पात्र म्हणजे कैद असलेली भुतं आहेत. यातील भाषा लक्षणीयरीत्या लवचीक आहे, जी कथेला एक खरबरीतपणा देते आणि काव्यमयताही. अखेरीस, सेक्रेड गेम्स ही एक धारदार कंगोरे असलेली कडक रहस्यकथा आहे, जी तुम्हाला अस्वस्थ करणारे प्रश्न विचारते आणि तुम्हाला बांधून ठेवते. ज्या प्रकारे सरताज आणि गायतोंडे दोघांनाही भीती वेढून टाकते, त्यांच्यावर ताबा मिळवते, ते तुमचीही झोप उडवते.' – फर्स्ट सिटी मॅगेझिन

'धाडसी, ताजी आणि मोठी... सर्वोत्तम, सेक्रेड गेम्स केवळ त्याच्या महत्त्वाकांक्षेबद्दल कौतुकास पात्र नाही, तर त्याच्या भयंकर यशासाठीही कौतुकास पात्र आहे... जेव्हा एक वाचक म्हणून तुम्ही सेक्रेड गेम्सचे शेवटचे पान वाचता, तुम्हाला गेले काही आठवडे पुस्तकाच्या माध्यमातून ज्या जगात वावरत होतात, जे तुमचं दुसरं घरच झालं होतं, त्यातून एकदम बाहेर फेकले गेल्याची भावना येते.' – मौरीन कॉरीगन, 'फ्रेश एअर' NPR (USA)

'आश्चर्याचा धक्का देण्यात विक्रम चंद्रा कधीही अपयशी होत नाहीत. एखादा जादूगार ज्याप्रमाणे त्याची नवीनतम युक्ती वापरून काहीतरी चमत्कार दाखवतो, त्याप्रमाणे लेखक चंद्रा यांनी पुन्हा एकदा पुढे जाण्याची आपली क्षमता सिद्ध केली आहे. प्रयोग करण्याची कोणतीही भीती न बाळगता, त्यांनी विविध पात्रं उभी करत कथा आपल्यासमोर आणली आहे... चंद्रांनी अतिशय उत्कृष्टपणे साहित्यकृती निर्माण केली आहे, जी मुंबईच्या पार्श्वभूमीवर घडत असताना आपल्याला स्तिमित करते.' – द हिंदू

'ही कादंबरी दोन मध्यवर्ती पात्रांमध्ये उत्कृष्टपणे हेलकावे खात राहते... चंद्रा मुंबईला घेऊन एक महान कथा सादर करतात – मुंबई जे महानगर एकेकाळी बॉम्बे नावाने ओळखलं जायचं, यातील प्रत्येक घटक ठळक आणि लक्षात राहण्यासारखा... त्यांची वर्णनशैली तर थक्क करणारी आहे... सेक्रेड गेम्समध्ये बुडी मारणं म्हणजे गंगेत बुडी मारण्यासारखे आहे, विस्मय वाटायला लावेल असं.' – करेन लाँग, द प्लेन डीलर (USA)

'प्रचंड धांगडधिंग्यामध्ये, चंद्रा आपल्यासमोर मुंबईचं असं एक चित्र उभं करतात, ज्याबद्दल अनेक तर्क-वितर्क केले गेले. कदाचित, याबद्दल बोललेही गेले; पण कधी मान्य न केल्या गेलेल्या मुंबईचा एक नजारा उभा करतात. चंद्रा यांचं भाषा कौशल्य इतकं जबरदस्त आहे, ते मुंबईतील साधारण आयुष्याबद्दल आपल्या मनात थरार निर्माण करतं आणि तिरस्कारही. कथाकथन करण्याचं त्यांचं कौशल्य इतकं सुंदर आहे की, त्यांच्या पात्रांच्या भावना आणि विचार यांवर त्यांनी प्रचंड संशोधन केलं आहे. सेक्रेड गेम्स म्हणजे अशी अनेक पदरी लक्षणीय कथा आहे की, फारश्या उत्सुक नसलेल्या वाचकालाही इतक्या मोठ्या पात्र योजनेची, त्यांच्या ताकदीची आणि त्यातील कथानक आणि उपकथानकांची भुरळ पडेल. विनोद आणि राग अशा विरळ घटकांची सांगड घालून ही कथा लिहिली आहे. लवकरच आपल्याला दिसेल की, हे पुस्तक लोकप्रिय उत्कृष्ट पुस्तकांच्या रांगेत जाऊन बसेल.'
– सुचित्रा बहल, द हिंदू

'सेक्रेड गेम्स त्यातील नागमोडी कथानकांच्या बेरजेपेक्षा काहीतरी मोठं आहे... काळ आणि ठिकाणं यांच्या खिडकीत कोळ्याचे जाळे असल्यासारखी एक रचना आहे... गायतोंडे त्याच्या तरुणपणी शिकलेला एक धडा आठवताना म्हणतो की, जर तुम्हाला या शहरात राहायचं असेल, तर तुम्हाला तीन वळणं पुढचा विचार करावा लागेल आणि पुढचे सत्य जाणून घेण्यासाठी मागे असत्य सोडावे लागेल आणि त्या सत्यामागे एक असत्य दडलेलं असेल. सेक्रेड गेम्सच्या विपुल सौंदर्याबद्दल खूप काही बोलता येईल. एका साध्य गुन्हेगारी कादंबरीपेक्षा खूप अधिक असलेली ही कादंबरी म्हणजे चंद्रा यांनी घडवलेली सर्वार्थाने महत्त्वाकांक्षेची सफर आहे. साधी सरळ; पण चित्तवेधक भाषा, हिंसाचाराची निर्दय क्षमता आणि गुंतवून ठेवणारी रचना यांमुळे सेक्रेड गेम्स तुम्हाला अशा जगात नेतं की, जिथे जाण्यासाठीचे सर्व प्रयत्न योग्य वाटतील.' – क्लेटन मूर, रॉकी माउंटन न्यूज (USA)

'सेक्रेड गेम्सच्या अनेक सामर्थ्यांपैकी एक ठळक बातम्यांच्याही पलीकडे जाणारं आहे किंवा वर्तमानपत्रात जे लिहून येतं त्याही पलीकडे जाणारं. त्यांचं संशोधन असाधारण आहे, त्यांची अंतःप्रेरणा प्रचंड तल्लख आहे... सेक्रेड गेम्स हे एक उत्तम वाचनीय पुस्तक आहे. ९०० पानांचं हे पुस्तक जाडजूड किंवा लांबड लावलेलं आहे? जेव्हा त्याची भारतीय हार्ड कव्हर आवृत्ती आपण नुसती हातात धरतो, तेव्हा ते जाडजूड वाटतं, थोड्या वेळाने मनगट दुखायला लागतं. एकदा का पुस्तक खाली ठेवलं आणि वाचायला लागलो की, ते अजिबात जाडजूड वाटत नाही... आपली अवस्था यह दिल मांगे मोअर अशी होते.' – देबाशिष मुखर्जी, द वीक

'खूप काटेकोरपणे रचना केलेलं आणि अत्यंत व्यवस्थितपणे सांगितलेली कथा असलेली ही कादंबरी आपण अधाशीपणे वाचतो, पानामागून पानं उलटतो; पण आपण प्रत्येक परिच्छेदावर, वाक्यावर रेंगाळतो. पुस्तकाच्या अखेरीला पोहोचण्याची उत्सुकता असते; पण कथा संपावी, असं अजिबात वाटत नसतं... कथा फक्त त्यातल्या डाव आणि प्रतिडाव यांच्याबद्दल नाही आहे. त्यातील अत्यंत तीव्र भावना, अचानक होणारं नुकसान, एका मित्राचा विश्वासघात करावा लागण्याचे दुःख; पण या गोंधळातही जे शहाणपण देऊ करतं ते हे की, नुकसान आणि विश्वासघात हेदेखील या खेळाचाच एक भाग आहेत. दरम्यान, जसे या समुद्रकिनारी असलेल्या शहरात स्थलांतरित लोक येत राहतात, तशीच इतर अविचारी पात्रं कथेच्या किनाऱ्यावर येत राहतात आणि कादंबरी त्यांनाही एकत्र धरून ठेवण्यात यशस्वी होते. लोकांची आणि त्यांच्या वैयक्तिक इतिहासाची विपुलता असलेलं हे पुस्तक भूत आणि वर्तमान, काळोख आणि उजेड यांच्यामध्ये शहरातून धावणाऱ्या ट्रेन्सच्या गतीने जात-येत राहतं... उल्लेखनीय सहजतेने ही कादंबरी पूर्ण उपखंडाचा इतिहास विचारात घेते आणि तसं करताना, फक्त दुःखच नाही, तर पुढे जात राहण्याचा संथ संघर्षही लक्षात घेते... उत्कृष्ट कादंबरी.' – उमा महादेवन- दासगुप्ता. हिमल साउथ एशियन (नेपाळ)

'उत्तम उपखंडीय गुन्हेगारी कादंबरी... चंद्रा अगदी फाळणीच्या वेळच्या थरारक गोष्टीही दाखवतात. ते त्यांच्या पात्रांमध्ये इतके घुसलेले असतात, कधीही त्यांच्यात डे-लीलोसारखा खरखराट जाणवत नाही... कोणतंही पुस्तक जे एखादं परकीय शहरही चटकन कळेल, असं असतं. जे नैतिक प्रश्नांचा खूप खोलवर जाऊन शोध घेतं आणि जे तुम्हाला थोडी अश्लील हिंदी भाषाही शिकवतं, ते नक्कीच सोबत बाळगण्याजोगं असतं.' – न्यू यॉर्क मॅगेझीन (USA)

'विक्रम चंद्र यांनी जे अशक्य ते शक्य केले आहे. त्यांनी एक परकीय भाषेचे, परंपरांचे आणि पद्धतींचे जग अत्यंत उत्कृष्टपणे उभे केले आहे आणि कोणत्याही दिलगिरीशिवाय किंवा स्पष्टीकरणाशिवाय ते जग कागदावर उतरवलं आहे आणि अशा प्रकारे त्यांनी एक पूर्णपणे विश्वसनीय जग उभं केलं आहे. आता एका कपटी काल्पनिक कथेला जी एक सरळसोट गुन्हेगारी नाट्यमय रूपात समोर आणली आहे, त्यात चंद्रा त्यांची आपली वेगळी शैली दाखवतात. चंद्रा यांना कदाचित फक्त गुन्हेगारी घटकांवर लक्ष केंद्रित करून एक सरळ रक्तरंजित मनोरंजन सादर करता आलं असतं; ज्यात ब्लॅकमेल, डबलक्रॉस, बंदुकीच्या गोळ्या असं घडलं असतं; पण कथेला त्याच्या मऊ उगमापासून वर उचलण्याची क्षमता आणि आवड त्यांच्यात आहे. सेक्रेड गेम्सचा प्रचंड मोठा आवाका घटना आणि व्यक्ती यांच्याबाबत जगाचा खराखुरा डिकेनेशियन दृष्टिकोन समोर आणतो.' – कोरी रेडकॉप, विनिपेग फ्री प्रेस (कॅनडा)

'सेक्रेड गेम्स म्हणजे रहस्यकथांच्या परंपरेबाबत एक फाजील प्रयोग आहे. फिल्म डायरेक्टर गायतोंडेला एक यशस्वी फिल्म करण्यासाठीचा जो फॉर्म्युला सांगतो तो तोडून काढत... सेक्रेड गेम्स एक घामाने निथळत असणारी, रक्ताने माखलेली आणि कोणताही खेद नसलेली सनसनाटी कादंबरी आहे... तिच्यात तिरस्कार आहे... विनोद आहे... शेवटी, हे पुस्तक या शहराबद्दल आहे, जी भारताच्या स्वप्नाची फॅक्टरी आहे, जी प्रत्येकाचं पुनर्निर्माण करते आणि कोणीही जसा दिसतो तसा नाही... समजुतीला वास्तवापासून वेगळं करतानाच्या मधल्या काही इंचांच्या जागेत चंद्रा त्यांच्या पात्रांना एक आश्चर्यकारक आणि रक्त उसळायला लावणारी दोषपात्रता देतात.' – संदीप रॉय, सॅनफ्रान्सिस्को क्रॉनिकल (USA)

'आपण उत्कंठेने वाचतो, आपल्याला पुस्तक खाली ठेववत नाही... एकदा का तुम्ही पुस्तक उघडलं, ते तुमच्यावर कब्जा करतं... या पुस्तकाला फक्त एक गुन्हेगारीवरील कादंबरी म्हणणं म्हणजे क्राइम अँड पनिशमेंटला थरारपट म्हटल्यासारखं आहे... सेक्रेड गेम्स भव्य आहे – एका महत्त्वाकांक्षेइतकं मोठं, यात प्रेम आहे, सहानुभूती आहे आणि हे खुद्द भारताइतकंच भव्यदिव्य आहे.' – एरिका एस्डोर्फर, द कार्बोरो सिटीझन (कॅनडा)

'विक्रम चंद्रा यांच्या या थक्क करणाऱ्या नवीन कादंबरीच्या यशांपैकी एक म्हणजे सेक्रेड गेम्स मुंबईत भिनलेल्या भ्रष्टाचाराबाबत सर्वसमावेशक आहे. सेक्रेड गेम्स हे एक लक्षणीय पुस्तक आहे, एक खूप महत्त्वाकांक्षी कादंबरी तिच्या तुलनेत अमेरिकेतले लेहंस, पेलेकानो, अगदी एलरॉय अशा गुन्हेगारी कादंबरीकारांना तुलनेत फिके वाटतात... ही तितकीच एक बहुभाषिक आणि महत्त्वाकांक्षेने उजळून निघालेली काल्पनिक कथा आहे. ही एक खिळवून ठेवणारी, उच्च दर्जाची रहस्यकथा आहे. यामध्ये, एक कुटुंब आहे, विश्वास, एक प्रेमकथा, शारीरिक आकर्षण, ब्लॅकमेल, विश्वासघात, गोंधळाच्या काठावर असलेलं एक शहर आहे आणि हे सर्व अतिशय काव्यमय आणि सुंदर पद्धतीने कथन केलं आहे. सेक्रेड गेम्स ही इतक्यात आलेल्या ९०० पानी कादंबऱ्यांपैकी एक आहे, जी मी जशी वाचत गेलो, तशी माझी उत्सुकता वाढत गेली.' – ए-जेरोम वीक्स, आर्ट्सजरनल.कॉम (USA)

'सेक्रेड गेम्स ही त्या पुस्तकांपैकी एक आहे, जे तुम्हाला त्यात ओढून घेते, एका परग्रहावरील जगाचा पासपोर्ट देते आणि तुम्ही तिथे कायमचं राहायला जाण्याची कल्पना करता. ही एका जगाची - अंडरवर्ल्डची खरंतर - अशी कल्पना करतं की, जे पूर्णपणे, खात्रीशीरपणे आणि आश्चर्यकारकपणे खरं आहे.' - टॉम बियर, न्यूजडे (USA)

'एक शैली मोडून काढणारे, अनेक पदरी महाकथानक... चंद्रा यांनी विविध सॅटेलाइट पात्रांच्या जीवनात घडणाऱ्या कथानकांमध्ये गुंतलेलं गायतोंडेचं आयुष्य इतक्या सूक्ष्मपणे आणि वेगवानपणे उलगडलं आहे... दरम्यान, सेक्रेड गेम्स आधुनिक भारतासमोर असलेल्या सर्वसमावेशक महत्त्वाच्या समस्यांवर भाष्य करते...त्याच्या पुरुषी भाषेमुळे आणि चंद्राच्या त्यांच्या खूप खोलवर कोरलेल्या पात्रांच्या आवडीमुळे, हे पुस्तक मनोरंजनात्मक नाट्य आहे : एक संपूर्णपणे रहस्यमय कादंबरी आणि त्याहून अधिक उत्तम व्यवहार.'- जेनी फेडमन, एले मॅगेझीन (USA)

'चंद्रा यांच्या पुस्तकाप्रमाणे, सिंगचा तपास आपल्यासमोर जे येतं, त्यात खूप अधिक काही आणतो आणि आपण उत्सुकतेने वाचत जातो.' - फ्रान्सीन प्रोज, 'क्रिटिक्स चॉइस', पीपल मॅगेझीन (USA)

'जा. पुस्तक बंद करा, दिवे घालवा. अगदी त्यानंतरही, गणेश गायतोंडे, सरताज सिंग आणि त्यांचे खूप मित्र आणि शत्रू तुमच्या कानात काहीतरी कुजबुजत राहतील, मुंबईहून खुणावतील आणि ओरडतील आणि आनंदाच्या भरात वेड्यासारखं किंचाळतीलही. तुम्ही नाकारू शकणार नाही, अशा ऑफरबद्दल बोलत आहात.'- एरिक स्पॅनबर्ग, द ख्रिश्चन सायन्स मॉनिटर (USA)

'या कथेच्या समृद्धतेला आणि चेतनेला न्याय देणे कठीण आहे. हा एक पूर्णपणे गुरफटून टाकणारा अनुभव आहे, जणू डिकन्सनी द गॉडफादर लिहिली आणि ती भारतात ठेवली आहे... त्या कथा, शहरातील असंख्य उपगटांचे ओझरते दर्शन आणि ते वैयक्तिक लोक जे या तपासात ओढले गेलेले आहेत, सर्व मिळून या कथेला खूप मोठा अनुनाद आणि खोली प्राप्त करून देतात.' - रिक सलीवन, द ग्रँड रॅपिडस् प्रेस (USA)

'लांबलचक असली तरी सेक्रेड गेम्स वाचलीच पाहिजे, अशी आहे... ही एक आवाजांची कादंबरी आहे, जिचा शेवट अतिशय वैशिष्ट्यपूर्ण आहे. यातील कथामधील पात्रांत संबंध आहे, अगदी गरिबांच्या खोपटापासून ते श्रीमंतांच्या उंच इमारतींपर्यंत, मुंबईचा बीभत्स भाव यातील साध्या सरळ भाषेतूनच येतो. एक शहर उभं करण्यासाठी श्री. चंद्रा यांनी त्याला साजेशीच भाषा वापरली आहे, इथे राहणाऱ्या लोकांना येते तितक्या विविध प्रकारची इंग्लिश भाषा, जी मुंबई इतकीच वैविध्यपूर्ण आहे.'- एरिक ओर्मर्सबी, द न्यू यॉर्क सन (USA)

'महान पुस्तकं त्यांची गरज निर्माण करतात, तरीही जर तुम्ही हे मोठं पुस्तक उचलून तुमच्या शॉपिंग कार्टमध्ये ठेवू शकत असाल, तर ते घरी आणून वाचा. तुम्हाला कदाचित आश्चर्य

वाटेल की, तुम्ही इतके दिवस ते कसं वाचलं नाहीत... ते एक भयानक, उत्तम, जगाला हलवून टाकेल, असं पुस्तक आहे.' – जॉन फ्रीमन, न्यूसिटी शिकागो (USA)

'चंद्रा एखाद्या कठपुतलीवाल्याच्या कौशल्याने धागे हलवतात, प्रत्येक दडलेला किंवा उघडकीस आलेला संबंध किंवा कारस्थान जे यापूर्वी घडलं आहे, यांच्यात काहीतरी संबंध जोडतात आणि अधिक हिंसाचार, दुराचार आणि कारस्थानं यांबद्दलची आपली भूक प्रदीप्त करतात. अत्यंत भव्य कथानक आणि अतिशय बारीक नजरेने अचूक तपशील त्यात बसवणारा लेखक हे संयुग खूप लक्षवेधक आहे... तरीही आपल्याला काय घाबरवतं तर ती यातील पात्रं. सरताजची उद्ध्वस्त एकनिष्ठता आणि गायतोंडेची विकृत अलौकिक बुद्धिमत्ता या कादंबरीवर दोन्ही बाजू धोक्यात टाकल्यागत घिरट्या घालत राहतात आणि त्यांच्या विरोधातही एक नियतीची एक तीव्र होमेरिक काव्यमयता आहे... काही वाचक अजिबात मंत्रमुग्ध होणार नाहीत... या कादंबरीच्या वादळी वेगात कैद होण्यात आणि त्याच्या जाळ्यात सापडण्यात एक विरळा आनंद आहे.' – ब्रूस एलेन, द बॉस्टन ग्लोब (USA)

'चंद्रा एक अफाट बुद्धिमत्ता असलेला शब्दरचनाकार आहे, ज्याला आवड आहे आणि अपरिमित इच्छा आहेत आणि त्याचा येथील हेतू उघड आहे : सेक्रेड गेम्स हे काल्पनिक साहित्यातील एक असाधारण लिखाण आहे आणि उच्च स्तरावरील साहित्यिक सिद्धता आहे – कलात्मक, शैक्षणिक आणि एकमेवाद्वितीय.' – टिम रॉबिन्सन, द हॅमिल्टन स्पेक्टॅटर (USA)

'चंद्रा यांच्या पात्र आणि वातावरण यांवरील प्रभुत्वामुळेच वाचक खिळून राहतो. वाचकावर पात्रांच्या तपशिलाचा पाऊस पडतो; पण सर्व पात्र आणि ती ही डझनाने असलेली, अगदी खरीखुरी वाटतात. ती खरी माणसं बनून समोर येतात आणि वाचक त्यांच्यात खूप गुंतत जातो, अगदी जेव्हा ती कटू असतात तेव्हाही... जर तुम्ही अशी कोणतीतरी कादंबरी शोधत आहात ज्यात तुम्ही या हिवाळ्यात अनेक आठवडे गुंतून राहाल, तर ती हीच आहे.' – बॅरी हॅमॉन्ड, एडमॉन्टन जरनल (कॅनडा)

'सेक्रेड गेम्समध्ये चंद्रा यांनी त्यांच्या अगोदर लिहिलेल्या सर्व पुस्तकांना मागे टाकलं आहे, सौंदर्य आणि आकाराच्या बाबतीत...चंद्रा यांच्या लिखाणाच्या कौशल्याची भव्यता एका वाचकाला ९०० पानं वाचण्यासाठी खिळवून ठेवायला पुरेशी आहे.' – स्की के. मूडी, द सीएटल टाइम्स (USA)

'श्री. चंद्रा खूप उत्कृष्टपणे मुंबईच्या लोकसंख्येचं वैविध्य असलेला एक तुकडा आपल्यासमोर घेऊन येतात. मुंबई, एक शहर जे सेक्रेड गेम्सच्या दोलायमान अनागोंदीतून आपल्यासमोर जिवंत उभं राहतं... कदाचित, चंद्रा यांचं सर्वांत मोठं सामर्थ्य म्हणजे त्यांना इतके कंगोरे असलेल्या त्यांच्या गरजू पात्रांबद्दल असलेली सहानुभूती आणि त्यांना समजून घेणं.' – हेनी सेन्डर, द वॉल स्ट्रीट जरनल (USA)

'जेव्हा मी ९०० पानं वाचून संपवली, मला वियोग झाल्यासारखं वाटलं. सुरुवातीपासून, एका अतिशय विनोदी परिच्छेदापासून (कुत्र्यांवर प्रेम करणाऱ्या लोकांसाठी एक धोक्याची सूचना), ही एक अत्यंत उत्कृष्ट कादंबरी आहे, अगदी तुम्हाला भारतीयांच्या अनैतिकतेच्या कल्पना नसली तरीही.' – ख्रिस पॅटर्न, न्यू स्टेट्समन (UK)

'तुम्हाला असं पुस्तक विरळाच सापडतं, जे तुम्हाला त्यात निर्माण केलेल्या जगात पूर्णपणे शोधून घेतं आणि प्रत्येक वेळी जेव्हा तुम्ही बुकमार्क घालून पुस्तक मिटता, तेव्हा तुम्हाला अजूनही आपण तेच आहोत, याचं आश्चर्य वाटतं. विक्रम चंद्रा यांची सेक्रेड गेम्स ही अशीच गुंतागुंतीची कादंबरी आहे.' – मिरियम वूल्फ, द संडे अर्गोनियन (USA)

'विक्रम चंद्रा यांची मुंबईत घडणारी महाकाय रहस्यमय कादंबरी जी पोलीस आणि ठग, फिल्मस्टार्स आणि फायनान्सर्स ही डिकन्स यांच्या जोमाने उलगडते आणि त्यांच्या कादंबऱ्यांसारखी लांबलचकही आहे; पण तिचा सूक्ष्म निरीक्षण आणि रहस्य यांचा हात क्वचितच सुटतो.' – बॉयड टॉमकिन, 'बेस्ट बुक्स ऑफ द इयर', इंडिपेंडंट (UK)

'चंद्रा तुम्हाला मुंबई पोलिसांच्या विश्वात घेऊन जातात. हे पुस्तक वाचल्यानंतर, तुम्हाला खात्रीशीरपणे कळेल की, एखाद्या नाइट बारच्या मालकाकडून लाच कशी घ्यायची, एका नजरेत पैसे कसे मोजायचे आणि तुमच्या स्विस बँकेच्या खात्यात हा लुटीचा पैसा जमा करेल, अशी व्यक्ती कशी शोधायची... अभावानेच पूर्णपणे प्रामाणिक किंवा संपूर्णपणे किडलेली, चंद्रा यांची मुंबई नैतिकतेच्या संदिग्धतेच्या सावलीत अस्तित्वात आहे म्हणूनच सेक्रेड गेम्स ही खूप वर्षांत भारताबद्दल लिहिल्या गेलेल्या उत्तम कादंबऱ्यांपैकी एक आहे.' – अरविंद अडिगा, '१० बेस्ट एशियन बुक्स ऑफ २००६', टाइम (एशिया एडिशन)

'भारताच्या एका निपुण कथाकथनकाराकडून उदात्त शहर असलेल्या मुंबईच्या गलिच्छ अंडरवर्ल्डचं अस्ताव्यस्त चित्रण. यातील प्रमुख पात्र, सरताज सिंग, याने जगातल्या अनन्यसाधारण काल्पनिक डिटेक्टिव्हमध्ये स्थान मिळवलं आहे. २००६मधील एक खूप आनंददायी पुस्तक.' – 'बुक्स ऑफ द इयर', फायनन्शियल टाइम्स (UK)

'चंद्रा यांनी एक हिंमतबाज, अतिशय गोड, घामट, आश्चर्याचे धक्के देणे आणि व्यसन लागणारी भारताची वैशिष्ट्यं... मुंबईच्या उत्तम आणि वाईट भागांची गुंफण अतिशय भारून टाकणाऱ्या या कादंबरीत केली आहे. जरी माफियाबद्दलच्या कथांना खूप खप असला तरी ही कादंबरी म्हणजे भारताची गॉडफादर यापेक्षा खूप अधिक काहीतरी आहे. चंद्रा यांचं कौशल्य या कादंबरीला उत्तम साहित्यकृतीच्या पातळीवर नेऊन ठेवतं.' – ज्युली वेल्टर, पब्लिशर्स वीकली (USA)

'ही एक अफाट विस्तार असलेली, उत्कृष्ट आणि मती गुंग करणारी कादंबरी आहे. या पुस्तकाच्या हार्डबॅक एडिशनमध्ये ९०० पानं आहेत आणि त्यातील एकही पान वाया गेलेलं नाही. विक्रम चंद्रा यांना ही कादंबरी लिहायला सात वर्षं लागली. मी आशा करतो की, त्यांनी पुढचं पुस्तक लिहायला घेतलं असेल.' – एस्मी चूनारा, द सोशालिस्ट रिव्ह्यू (UK)

'विक्रम चंद्रा यांची सेक्रेड गेम्स ही कादंबरी खूप धाडसी आणि उत्तम प्रकारे लिहिलेली असून, ती त्या शहराला योग्य अशी आहे...ही एक मोठा गोंगाट असलेली, सातत्याने गुंतवून ठेवणारी कादंबरी आहे; जी या शहराप्रमाणेच उलगडत जाते आणि गूढपणे काम करते.'
– निर्पाल धालीवाल. द इव्हिनिंग स्टँडर्ड (UK)

'हे होम्सप्रमाणे दिशा दाखवणारं साधंसरळ धाडस नव्हे किंवा फक्त वाचून मनोरंजन होण्यासाठीचे पुस्तक नव्हे. हे अनेक पातळ्यांवर काम करतं, त्यातील सर्वांत दोलायमान असलेली बाजू म्हणजे ते भारताचं वास्तववादी चित्र उभं करतं आणि जी महत्त्वाची मशिनरी जी हे पुढे सरकण्यासाठी मदत करते, जेव्हा समाजवादाचे नियम सुचवतात की, देश खूप काळाआधीच कोलमडून पडायला हवा होता. यात गुन्हे, राजकारण, धर्म, जातिव्यवस्था, इतिहास, धंदा, सत्तेची मानसिकता, चांगले आणि वाईट यांचा विरोधाभास आणि देशातील सांस्कृतिक एकत्रीकरणाचा परिणाम, या व अशा अनेक गोष्टी विचारात घेतलेल्या आहेत. चंद्रा यांच्या कथांमध्ये कथा अशी गुंफण असते आणि त्या किती उत्कृष्ट मनोरंजन करतात.'
– एलेन पियर्लिओनि, सॅक्रामेंटो बी (USA)

'दोन कथानकांच्या बरोबरच या गोष्टीही शहराबद्दलच्या कॅलिडोस्कोप दृष्टीत भर टाकतात – झगमगतं आणि ओंगळ, ऊर्जेने वाढत असलेलं, भयंकर लोकसंख्या असलेलं, महत्त्वाकांक्षेच्या चंचलशक्तीने चालणारं, निराशा आणि धर्माबाबतची कळकळ. शहर हेच चंद्रा यांच्या पुस्तकातील मुख्य पात्र आहे आणि तो रंगमंचही जिथे हे माणसांचं विनोदी खेळवलं जातं. निष्णात गुन्हेगार आणि पोलीस जे संकट टाळण्याचा प्रयत्न करत आहेत, जे एका व्यक्तीला, किंवा गटाला नाही, तर अख्ख्या कुरकुरणाऱ्या, गोंगाट करणाऱ्या, सुंदर ठिकाणाला धमकावत आहे... यातील प्रत्येक पात्र आणि इतर डझनभरही, चंद्रा विणत असलेल्या या गुंतागुंतीच्या कथेमध्ये काहीतरी भर टाकतात – झगमगाटाचा एखादा लहानसा तुकडा किंवा अंधार... हे खूप महत्त्वाकांक्षी आणि डोळे दिपवणारे जोमदार पुस्तक आहे.' – ल्युसी हगेन्स – हॅलेट, संडे टाइम्स (UK)

'लोकप्रिय प्रकारे आपली कथा कथन करून चंद्रा यांना नवीन भारताला साजेसे वाहन मिळाले आहे – इथला भावनांचा उद्रेक आणि गरिबी, महाकाय स्वप्न आणि असुरक्षितता. गायतोंडेची भूक त्याच्या मानाने मोठी असेल कदाचित; पण त्याच्या महत्त्वाकांक्षा तितक्या मोठ्या नाहीत. वाचकाला त्याच्यात तोच अविचारी प्रयत्नशीलपणा दिसून येतो, जो एका साध्या, नम्र बिहारी झोपडपट्टीत राहणाऱ्या माणसात दिसतो, जो तुम्हाला रुचत नाही.'
– निसिद हजारी, न्यूजवीक इंटरनॅशनल

'एक गोष्ट चंद्रा खूप उत्तम प्रकारे करतात, ती म्हणजे बदलांची जाणीव आणि आधुनिक भारतातील अखंडता... सेक्रेड गेम्स अशी एक मुंबई आपल्यासमोर उभी करते, जी आजपर्यंत आपल्यासमोर आलेल्यापेक्षा खूप वेगळी आहे, मुंबईचं असं चित्र आपल्यासमोर येतं, जे भारतीय समाजात नुकत्याच झालेल्या बदलांना अचूकपणे चित्रित करतं... मला हिंदी शिव्यांचे धडे मिळाले असल्याचे माझ्यावर उपकारच होते. सगळ्या शिव्या चपखलपणे अशा गुंफलेल्या आहेत की, प्रत्येक शिवीचा अर्थ स्पष्ट समजतो, ही खूपच लक्षणीय गोष्ट आहे. अँथोनी

बर्जेसने एकदा ए क्लाँकवर्क ऑरेंजमधील तरुण मुलांच्या शिवीबाबत असंच काम केलं होतं; पण त्याच्या प्रकाशकाने त्याला त्याच्या मताविरुद्ध ग्लॉसरी लिहिण्यासाठी आग्रह केला होता. चंद्रा त्याशिवायच यशस्वी झाले आहेत.' – केविन रशबी, गार्डियन अनलिमिटेड (UK)

'चंद्रा या ९०० पानांमध्ये, दोन नैतिकदृष्ट्या अनेकदा अनाकर्षक वाटणारे दोन पुरुष आणि वाचक यांच्यामध्ये एक जवळीक निर्माण करतात... सेक्रेड गेम्स हे खिळवून ठेवणारं आणि अत्यंत लाजिरवाणं... दोन्हीही आहे.' – रुबी लँकस्टर, टाइम आउट (UK)

सेक्रेड गेम्स

भाग १ व २

विक्रम चंद्रा

अनुवाद : मृणाल काशीकर–खडक्कर

मंजुल पब्लिशिंग हाउस

मंजुल पब्लिशिंग हाउस

पुणे संपादकीय कार्यालय

फ्लॅट नं. 1, पहिला मजला, समर्थ अपार्टमेंट्स,
1031 टिळक रोड, पुणे – 411 002

व्यावसायिक आणि संपादकीय कार्यालय

दुसरा मजला, उषा प्रीत कॉम्प्लेक्स, 42 मालवीय नगर, भोपाळ – 462 003

विक्री आणि विपणन कार्यालय

7/32, अंसारी रोड, दर्यागंज, नवी दिल्ली – 110 002
www.manjulindia.com

वितरण केंद्रे

अहमदाबाद, बंगळुरू, भोपाळ, कोलकाता, चेन्नई,
हैदराबाद, मुंबई, नवी दिल्ली, पुणे

विक्रम चंद्रा लिखित *सेक्रेड गेम्स* या मूळ इंग्लिश पुस्तकाचा मराठी अनुवाद

Sacred Games by *Vikram Chandra* – Marathi Edition

मूळ इंग्लिश आवृत्ती पेंग्विन रँडम हाउस ग्रुपचा इंप्रिंट 'वायकिंग' तर्फे प्रकाशित

प्रस्तुत मराठी आवृत्ती 2021 साली प्रथम प्रकाशित

ISBN : 978-93-90085-86-6

मराठी अनुवाद : मृणाल काशीकर-खडक्कर

मुद्रण व बाइंडिंग : थॉमसन प्रेस (इंडिया) लिमिटेड कंपनी

अनुराधा टंडन
आणि
एस. हुसैन झैदी यांना

अनुक्रमणिका

श्रेयनिर्देश

या पुस्तकासाठीच्या प्रवासाचा काही खर्च जॉर्ज वॉशिंग्टन युनिव्हर्सिटीच्या युनिव्हर्सिटी फॅसिलिटेटिंग फंडातून मिळालेल्या अनुदानातून केला.

माझ्या त्या वेळच्या जॉर्ज वॉशिंग्टन युनिव्हर्सिटीच्या सहकाऱ्यांचा मी त्यांच्या सहकार्यासाठी आणि सहनशीलतेसाठी आभारी आहे, विशेषकरून माझ्या क्रिएटिव्ह रायटिंग विंगमधील मित्रांचा : फाये मॉस्कोविझ, डेव्हिड मॅकएलीवे, जोडी बोल्झ, जेन शोअर, मॅक्सीन क्लेयर.

एस. हुसैन झैदी यांनी त्यांच्या अफाट ज्ञानाबाबत खूप औदार्य दाखवलं, छान मैत्री आणि अमर्यादित मदत केली. मी त्यांचा ऋणी आहे.

मी पुस्तक लिहीत असताना इतर अनेकांनी मला मदत केली, माहिती दिली आणि आदरातिथ्य केलं :

अनुराधा टंडन; अरूप पटनाईक, डीआयजी सीबीआय; एपीआय राजन गुले, सीआयडी; फझल इराणी; अकबर इराणी; एपीआय संजय रांगणेकर; व्हायोलेट मोनिस; इक्बाल खान; इम्तियाज खान; निशा जमवाल; राजीव सामंत; राकेश मारिया, डीआयजी; विरल मुजुमदार; बंदना तिवारी; शेरनाझ दिनशॉ; नोनिता कालरा; ए. डी.सिंग; सबिना सिंग; राजीव सोमाणी; आफताब खान; रसना बहल; आशुतोष सोहनी; श्रुती पंडित; कल्पना म्हात्रे; दीपक जोग, डीसीपी; स्रीला चटर्जी; शेरी झुत्शी; नमिता वायकर; शशी थरूर; ज्युलिया एकर्ट; जयदीप आणि सीमा मेहरोत्रा; डॉ. अशोक गुप्ता; नम्रता शर्मा झकारिया; डॉ. अमिक गझधर; फर्झंद अहमद; मेनका राव; ग्यान प्रकाश.

दिल्ली, पंजाब आणि जम्मू-काश्मीरमध्ये : हरिंदर बावेजा; ए के सहगल, एसपी, गया; एन. सी. धौन्डीयाल, डीआयजी, गया; आर. के. प्रसाद, डीवायएसपी, गया; सुनीत कुमार, आयजीपी, पटना; सुबनाथ झा; बिभूती नाथ झा 'मस्तान'; गोपाल दुबे; सुरेंद्र त्रिवेदी; श. शैवाल.

इतरही अनेक आहेत ज्यांची मी नावं घेऊ शकत नाही. त्यांना ते कोण आहेत, ते माहीत आहे.

नेहमीप्रमाणेच, मी माझ्या आई-वडिलांचा नवीन आणि कामना यांचा ऋणी आहे आणि माझ्या बहिणी तनुजा आणि अनुपमा; माझे मित्र आणि आधार मार्गो ट्रू; एरिक सिमोनॉफ; ज्युलियन लूज; डेव्हिड डेविदार; टेरी कार्टेन आणि विधू विनोद चोप्रा.

आणि मेलनी, जिने सर्व बदलून टाकलं.

'गणेश गायतोंडेचा आत्मशोध' या प्रकरणातील श्लोक ऋग्वेदातील आहेत. मी त्याचे रैमुंडो पाणीकर यांच्या भाषांतराचा आधार घेतला आहे (द वेदिक एकस्पिरीयन्स, मोतीलाल बनारसीदास, २००१).

व्यक्तिरेखा

सरताज सिंग : मुंबईमधील एक शीख पोलीस इन्स्पेक्टर.

काटेकर : पोलीस कॉन्स्टेबल आणि सरताज सिंग यांचा सहकारी.

शालिनी : काटेकर यांची पत्नी.

मोहित आणि रोहित : त्यांची मुले.

मिसेस कमला पांडे : एक विवाहित एअरहोस्टेस, ज्यांचा उमेश नावाचा एअरलाइन पायलट प्रियकर आहे.

कांबळे : महत्त्वाकांक्षी पोलीस सब-इन्स्पेक्टर आणि सरताज सिंग यांचा सहकारी.

परूळकर : डेप्युटी कमिशनर, मुंबई पोलीस.

गणेश गायतोंडे : कुख्यात हिंदू गँगस्टर आणि गुंड, मुंबईतील जी-कंपनीचा मुख्य.

सुलेमान इसा : दहशत असलेला प्रतिस्पर्धी मुस्लीम गँगचा प्रमुख.

परितोष शाह : अत्यंत हुशार आणि गणेश गायतोंडेसारख्या अनेक गँगस्टर्सचा पैसा हाताळणारा.

कांताबाई : एक व्यावसायिक स्त्री जी गणेश गायतोंडे आणि परितोष शाह यांच्याशी व्यवहार करते.

बदरिया : परितोष शाह यांचा अंगरक्षक.

अंजली माथुर : एक सरकारी गुप्तचर अधिकारी जी गणेश गायतोंडेच्या मृत्यूचा तपास करत आहे.

छोटा बदरिया : गणेश गायतोंडेचा अंगरक्षक आणि बदरियाचा लहान भाऊ.

जुलिएट (जोजो) मस्कारेनास : टेलिव्हिजन निर्माती/नट-नट्या आणि मॉडेल्स होण्याची महत्त्वाकांक्षा असणाऱ्या तरुण-तरुणींची एजंट... आणि एक उच्चवर्गीय मॅडम.

मेरी मस्कारेनास : जोजोची बहीण जी हेअरड्रेसर म्हणून काम करते.

वसीम झफर अली अहमद : मुंबईतील गरीब वस्तीत काम करणारा आणि राजकीय महत्त्वाकांक्षा असणारा सामाजिक कार्यकर्ता.

प्रभजोत कौर, 'निक्की' : मूळच्या पंजाबच्या असलेल्या सरताज सिंग यांच्या आई.

नवनीत : त्यांची लाडकी बहीण.

राम परी : निक्कीच्या आईची पंजाबमधील मोलकरीण/ कामवाली बाई.

बंटी : गणेश गायतोंडेचा उजवा हात आणि व्यवस्थापक.

बिपीन भोसले : कट्टरवादी हिंदू राजकीय नेता जो गणेश गायतोंडेच्या मदतीने निवडणुकीत निवडून येतो.

शर्मा (ऊर्फ त्रिवेदी) : बिपीन भोसलेचा मित्र जो स्वामी श्रीधर शुक्ला यांच्यासाठी मध्यस्थ म्हणून काम करतो.

स्वामी श्रीधर शुक्ला, 'गुरुजी' : एक हिंदू गुरू आणि राष्ट्रवादी, आंतरराष्ट्रीय ख्यातीचा आध्यात्मिक सल्लागार, जो गणेश गायतोंडेचा आध्यात्मिक मार्गदर्शक बनतो.

सुभद्रा देवळेकर : गणेश गायतोंडेची पत्नी आणि त्याच्या मुलाची आई.

के. डी. यादव (ऊर्फ मि. कुमार) : अग्रणी गुप्तचर अधिकारी जो गणेश गायतोंडेची केस बघतो आणि अंजली माथुरचा मार्गदर्शक बनतो.

मि. कुलकर्णी : गुप्तचर एजंट जो के. डी. यादव यांच्यानंतर गणेश गायतोंडेचे काम बघतो.

मेजर शाहिद खान : पाकिस्तानी गुप्तहेर जो भारताविरुद्ध नकली चलन कटाचा सूत्रधार आहे.

शंभू शेट्टी : डिलाइट डान्स बारचा मालक.

इफ्फात बीबी : सुलेमान इसाची मावशी जी मुंबईतील त्याच्या मुख्य सूत्रधारांपैकी एक आहे.

माजिद खान : मुंबई पोलीसमधील एक इन्स्पेक्टर आणि सरताज सिंगचा सहकारी.

झोया मिर्झा : अभिनेत्री आणि भारतीय सिनेमा क्षेत्रातील उदयोन्मुख नटी.

आदिल अन्सारी : बिहारमधील एका लहान गावातील सुशिक्षित; पण गरीब माणूस जो तेथील हिंसाचारापासून पळून मुंबईला येतो.

शर्मीन खान : मेजर शाहिद खान यांची शाळकरी मुलगी, शाहिद खान अमेरिकेत वॉशिंग्टन डीसी येथे कामानिमित्त जातो आणि त्यांच्या कुटुंबाला – पत्नी, मुलगी आणि आई यांना सोबत घेऊन जातो.

दादी : शाहिद खान यांची आई, जी मूळची पंजाबची आहे; तिच्या कुटुंबासाठी ती मुस्लीम आहे; पण ती एक गुपित लपवते.

सेक्रेड गेम्स

पोलिसांचा दिवस

पन्ना या नव्याकोऱ्या इमारतीच्या पंधराव्या मजल्यावरील खिडकीतून एक फ्लफी नावाचा पांढरा पॉमेरियन कुत्रा खाली पडतो. या इमारतीच्या रंगकामासाठी उभे केलेले बांबूही अजून तसेच आहेत. खाली पडताना फ्लफी त्याच्या आकाराला शोभेल अशा आवाजात केकाटतो, जशी एखादी लहान पांढरी किटली त्यातील हवा निघून जाताना आवाज करते. तो सिएलोच्या बोनेटवर आपटून सेंट मेरी'ज कॉन्व्हेंटच्या बससाठी थांबलेल्या मुलींच्या जवळ जमिनीवर पडतो. त्याचं रक्त कमी सांडलं; पण त्याचा चेंदामेंदा झालेला मेंदू पाहून कॉन्व्हेंटमध्ये जाणाऱ्या मुलींना मात्र फेफरं आलं आणि दरम्यान ज्या माणसाने फ्लफीला एक पाय धरून वरून भिरकावलं होतं, ते मिराज टेक्स्टाईलचे मि. महेश पांडे खिडकीतून वाकून पाहत हसत होते. मिसेस कमला पांडे, ज्या फ्लफीशी बोलताना स्वतःचा उल्लेख 'मम्मी' असा करत. मिसेस पांडे झोकांड्या खात त्यांच्या किचनकडे धावल्या आणि त्यांनी नाईफ होल्डरमधून नऊ इंच लांबी आणि दोन इंच रुंदीचा सुरा खेचून काढला. जेव्हा सरताज आणि काटेकरने ५०२ नंबर फ्लटचा दरवाजा उघडला, तेव्हा मिसेस पांडे बेडरूमच्या दरवाजाच्या समोर उभ्या होत्या. दरवाजाला साधारण छातीच्या उंचीवर दोन इंचाचे भोक पडले होते. सरताजने पाहिले, तसा त्यांनी उसासा सोडला आणि हात वर करून दरवाजाला पुन्हा एकदा भोसकले. सुरा दरवाजात इतका खोल रुतला होता की, त्यांना तो बाहेर काढायला दोन्ही हातानी पकडून जोर लावावा लागला.

''मिसेस पांडे,'' सरताज म्हणाला.

त्यांनी वळून पहिले, सुरा अजूनही दोन्ही हातांनी घट्ट पकडलेला होता. त्यांचा चेहरा रडून निस्तेज दिसत होता आणि पांढऱ्या नायटीतून त्यांची छोटी पावलं दिसत होती.

''मिसेस पांडे, मी इन्स्पेक्टर सरताज,'' सरताज म्हणाला. ''तुम्ही कृपा करून तो सुरा खाली ठेवा, प्लीज,'' एक पाऊल पुढे टाकून त्याने हात पुढे केला. ''प्लीज,'' तो म्हणाला; पण मिसेस पांडेचे विस्फारलेले डोळे शून्यात गेले होते आणि त्यांचे थरथरणारे हात सोडले, तर बाकी त्या एकदम निश्चल होत्या. ते उभे असलेला हॉलवे अरुंद होता आणि सरताजला मागून पुढे जाऊ इच्छित असलेला काटेकर जाणवत होता. सरताजने हालचाल थांबवली. अजून एक पाऊल... आणि तो सहजपणे सुऱ्याच्या आवाक्यात पोहोचला असता.

''पोलीस?'' बेडरूमच्या दारामागून एक आवाज आला. ''पोलीस?''

मिसेस पांडेना काहीतरी आठवल्याप्रमाणे त्या एकदम चालू लागल्या आणि नंतर म्हणाल्या, ''बास्टर्ड, बास्टर्ड,'' आणि त्यांनी दारावर पुन्हा एकदा वार केला. त्या आता

थकल्या होत्या आणि सुऱ्याचे टोक लाकडावर आपटून अडकले. सरताजने त्यांचे मनगट वाकवले आणि तो सुरा सहजपणे त्यांच्या हातातून काढून घेतला; पण त्यांनी दरवाजावर हातांनी मारायला सुरुवात केली, त्यांच्या बांगड्या फुटल्या आणि त्यांच्या रागाचा पारा ओसरणे खूप कठीण होते. अखेरीस त्यांनी मिसेस पांडेना ड्रॉइंगरूममधील हिरव्या सोफ्यावर बसवले.

''गोळी घाला त्याला,'' त्या म्हणाल्या. ''गोळी घाला.'' नंतर त्यांनी डोकं हातात धरलं. त्यांच्या खांद्यावर हिरवे निळे डाग होते. काटेकर बेडरूमच्या दरवाज्याजवळ काहीतरी पुटपुटत उभा होता.

''कशावरून भांडलात तुम्ही?'' सरताज म्हणाला.

''तो आता मी फ्लाय करू नये असं म्हणतोय.''

''काय?''

''मी एअर होस्टेस आहे. त्याला वाटतं...''

''हो?''

त्यांच्या फिकट तपकिरी डोळ्यांत आश्चर्य होतं आणि त्यांना सरताजच्या प्रश्नाचा राग आला होता. ''त्याला वाटतं की, मी एअरहोस्टेस आहे म्हणून मी मुक्कामाच्या ठिकाणी पायलट्स बरोबर झोपते,'' त्या म्हणाल्या आणि खिडकीकडे पाहू लागल्या.

काटेकर आता मि. पांडे यांना त्यांच्या मानेवर एक हात ठेवून घेऊन येत होता. मि. पांडेनी त्यांचा लाल काळ्या पट्ट्यांच्या नाइट ड्रेसचा पायजमा वर ओढला आणि सरताजकडे पाहून आत्मविश्वासपूर्ण हसले. ते म्हणाले, ''तुम्ही आल्याबद्दल धन्यवाद.''

''मि. पांडे, तुम्हाला तुमच्या पत्नीला मारहाण करायला आवडतं?'' पुढे वाकत सरताज ओरडला. काटेकरने आता त्यांना खांद्याला धरून खाली बसवलं, तेव्हा त्यांचा 'आ' वासलेलाच राहिला. काटेकर सिनियर कॉन्स्टेबल होता आणि जुना सहकारी होता. त्यांनी आतापर्यंत सात वर्षं एकमेकांसोबत काम केलं होतं. ''तुम्हाला त्यांना मारायला आवडतं आणि नंतर तुम्ही एक बिचारं कुत्र्याचं पिल्लू खिडकीतून फेकून देता? आणि मग आम्हाला फोन करून तुम्हाला वाचवायला सांगता?''

''तिने सांगितलं का मी तिला मारलं?''

''मला डोळे आहेत. मी बघू शकतो.''

''मग हे पाहा,'' मि. पांडे त्यांचा जबडा हलवत म्हणाले. ''पाहा, पाहा, हे पाहा.'' आणि त्यांनी नाइट ड्रेसची डावी बाही वर केली. त्यांचे चमकते रुपेरी घड्याळ आणि समान अंतरावर काळेनिळे पडलेले खोलवर असलेले चार ओरखडे दिसले, जे मनगटापासून कोपराकडे वळले होते. ''अजून आहेत,'' मि. पांडे म्हणाले आणि पोटावर झुकले आणि कॉलर खाली केली. सरताज उठला आणि कॉफी टेबलला वळसा घालून जाऊन त्याने पाहिलं की, मि. पांडेंच्या खांद्यावरची लाल त्वचा सुरकुतली होती आणि सरताज ती किती खालपर्यंत गेली होती, ते पाहू शकला नाही.

''हे कशामुळे झालं?'' सरताजने विचारलं.

''तिने माझ्या पाठीवर काश्मिरी वॉकिंग स्टिकने मारलं. इतकी जाड होती ती,'' मि. पांडेंनी त्यांचा अंगठा आणि तर्जनीचा गोल करून दाखवला.

सरताज खिडकीपाशी गेला. खाली त्या मेलेल्या लहान कुत्र्यापाशी युनिफॉर्ममधील मुलांचा घोळका होता आणि ते अजून जवळ जाऊन पाहण्यासाठी एकमेकाला धक्काबुक्की करत होते. सेंट मेरी'जच्या मुली तोंडावर हात धरून ओरडत होत्या आणि मुलांना थांबवण्यासाठी विनंती करत होत्या. ड्रॉइंग रूममध्ये मिसेस पांडे त्यांच्या पतीकडे पाहत होत्या, त्यांची हनुवटी छातीला टेकली होती. ''प्रेम,'' सरताज हळुवारपणे म्हणाला, ''प्रेम हे खुनी गांडू आहे. बिचारा फ्लफी.''

''नमस्कार सरताज साहेब,'' पीएसआय कांबळेनी स्टेशनच्या दुसऱ्या टोकावरून हाक मारली. ''परूळकर साहेब तुमच्याबद्दल विचारत होते.'' ती खोली साधारण पंचवीस फूट लांब असेल, ज्यात चार डेस्क आडवे मांडलेले होते. भिंतीवर साईबाबांचं एक सहा फुटी पोस्टर होतं आणि कांबळेच्या डेस्कवरील काचेखाली एक गणपतीचा फोटो होता. सरताजला समोरच्या भिंतीवर गुरू गोविंद सिंग यांचा फोटो लावणे, त्याच्यातील सर्वधर्मसमभावाने भाग पाडले. पाच कॉन्स्टेबल अचानक आले आणि त्यांच्या नेहमीच्या पांढऱ्या प्लॅस्टिक खुर्च्यांवर स्थिरावले.

''परूळकर साहेब कुठे आहेत?''

''रिपोर्टर्सच्या ग्रुप बरोबर आहेत. चहापाणी सुरू आहे आणि ते त्यांना आपल्या गुन्ह्याविरुद्धच्या मोहिमेबद्दल सांगत आहेत.''

परूळकर झोन १३चे डेप्युटी कमिशनर होते आणि त्यांचे ऑफिस लागूनच असलेल्या बिल्डिंगमध्ये म्हणजे झोनल हेडक्वार्टरमध्ये होते. त्यांना रिपोर्टर्स आवडत आणि ते त्यांच्याबरोबर हसतखेळत, शेरोशायरी करत बोलत, जी आजकालची मुलाखतीत बोलण्याची युक्ती होती. सरताजला काही वेळा आश्चर्य वाटे की, ते रात्री उशिरापर्यंत कवितेची पुस्तकं घेऊन आरशासमोर बसून, सराव तर करत नसतील ना. ''चांगलं आहे,'' सरताज म्हणाला. ''कोणीतरी त्यांना आपल्या ढोर मेहनतीबद्दल सांगायलाच हवं.''

कांबळे हसला.

कांबळेच्या शेजारच्या डेस्कवर सरताज बसला आणि त्याने इंडियन एक्स्प्रेस उघडला. गायतोंडे गँगच्या दोन जणांना फ्लायिंग स्क्वाडने भायंदरमध्ये एन्काउंटरमध्ये उडवलं होतं. मिळालेल्या गुप्त माहितीवर कारवाई करत पोलिसांनी त्याना त्या भागातील एका फॅक्टरी ऑफिसकडे जाताना अडवलं; त्या दोन खंडणीखोरांना पोलिसांनी शरण येण्यास सांगितलं; पण त्यांनी तत्काळ पोलिसांच्या स्क्वाडवर गोळीबार केला म्हणून पोलिसांनी त्याला प्रत्युत्तर दिलं, वगैरे वगैरे. प्लेन कपड्यातील दोन माणसांचा रंगीत फोटो होता, ज्यात त्यांच्याखालून जमिनीवर रक्ताचे ओघळ दिसत होते. दुसऱ्या बातमीत, दोन दरोडे पडले होते. एक अंधेरी इस्टमध्ये आणि एक वरळीमध्ये आणि तिसऱ्या दरोड्याचा अंत एका तरुण जोडप्याला भोसकून मारण्यात झाला होता. सरताज बातमी वाचत असताना त्याला कांबळेच्या डेस्कसमोर बसलेला माणूस झालेल्या मृत्यूबद्दल हळू स्वरात बोलताना ऐकू येत होतं. त्याची ऐंशी वर्षांची मावशी जिन्यावरून पडून तिचा खुबा मोडला होता. त्यांनी शिवसागर पॉलिक्लिनिकमध्ये तिची तपासणी केली होती, जिथे तिच्या वृद्ध हाडांमधील दुखणे तिच्या हाताबाहेर गेले होते, तरी ती सहन करत होती. शेवटी त्याने सांगितलं की, ती गांधीजींबरोबर बेचाळीस साली आंदोलनात सहभागी झाली होती आणि त्या वेळी पोलिसांच्या लाठीमाराने आणि नंतर

जेलमधील उघड्या फरशीमुळे तिला कॉलर बोनला पहिले फ्रॅक्चर झाले होते. तिच्यामध्ये जुन्या पिढीतली ताकद होती, तिने देशासाठी कर्तव्य म्हणून स्वतः त्याग केला होता; पण जेव्हा हात, खांदे आणि पाठीवरील बेडसोअर्स चिघळले, तेव्हा तिला जाणवलं की, आपलं मरण आता जवळ आलं आहे. त्या वयस्क माणसाने तिला असं काही बोलताना कधी ऐकलं नव्हतं; पण आता ती पुटपुटली, 'मला मरायचं आहे.' तिला त्यातून मुक्ती मिळण्यासाठी पुढे बावीस दिवस लागले, मृत्यूचा काळोख दिसण्यापूर्वीचे बावीस दिवस... तो माणूस म्हणाला, ''जर तुम्ही तिला पाहिलं असतं, तर तुम्हालाही रडू आलं असतं.''

कांबळे रजिस्टरमधली पानं चाळत होता. सरताजचा त्या माणसाच्या गोष्टीवर पूर्ण विश्वास बसला आणि त्याला त्याची समस्या लक्षात आली : पोलिसांनी नो ऑब्जेक्शन सर्टिफिकेट दिल्याशिवाय शिवसागर पॉलिक्लिनिकवाले त्याला मृतदेह घेऊन जाऊ देणार नाहीत. बृहन्मुंबई म्युनिसिपल कॉर्पोरेशनच्या कागदावरील हाती लिहिलेल्या मजकुरात असं लिहिलेलं असेल की, 'पोलिसांना हा मृत्यू नैसर्गिक असल्याबद्दल खात्री आहे आणि त्यात काही घातपाताचा संशय नाही म्हणून मृतदेह पुढील विल्हेवाटीसाठी नातेवाइकांच्या ताब्यात देण्यात यावा.' खुनांना प्रतिबंध करण्यासाठी, जसे की हुंडाबळी आणि तत्सम मृत्यू अशा अपघात भासवल्या जाणाऱ्या मृत्यूंच्या विरोधात ही तरतूद होती. पोलीस सबइन्स्पेक्टर कांबळेना अखिल मुंबईच्या या खाकी वर्दीच्या वतीने त्या कागदावर सही करायची होती; पण त्याच्या हाताशी तो कागद असूनही त्याकडे दुर्लक्ष करून तो रजिस्टरमध्ये गंभीरपणे काहीतरी खरडत होता. तो माणूस दोन्ही हात जोडून बसला होता. त्याच्या पांढऱ्या केसांची झुलपं त्याच्या कपाळावर झुकली होती. तो कांबळेकडे तटस्थपणे पाणावलेल्या डोळ्यांनी पाहत म्हणाला, ''प्लीज, सर.''

सरताजला एकूणच ही लक्षात घेण्यासारखी गोष्ट वाटली आणि त्याचं दुःख खरं वाटलं; पण गांधीजींच्या बाबतीत सांगितलेलं आणि मोडलेले कॉलरबोन हे नाट्यमयरीत्या आणि जरा जास्तीचं पुरावा देत होते. तो माणूस आणि कांबळे दोघांनाही चांगलंच माहीत होतं की, सर्टिफिकेटवर सही करण्याआधी पैसे द्यायला लागणार होते. कांबळेला आठशे रुपयांची अपेक्षा होती, तर तो वयस्क माणूस फक्त पाचशे वगैरे देऊ इच्छित होता. मोठ्यांच्या त्यागाच्या गोष्टी सिनेमात दाखवतात आणि कांबळेला मात्र त्याबाबत काही फरक पडत नव्हता. त्याने आता त्याचे लाल रजिस्टर बंद करून हिरवे रजिस्टर उघडले. त्याने ते काळजीपूर्वक वाचले. तो माणूस पुन्हा त्याची कहाणी सांगू लागला, त्याने अगदी जिन्यावरून पडण्यापासून सुरुवात केली. सरताज उठला, त्याने आळस दिला आणि तो स्टेशनच्या मागच्या बाजूला गेला. इमारतीच्या पुढील बाजूस असलेल्या गॅलरीच्या खाली असलेल्या पत्र्याच्या शेड खाली नेहमीची गर्दी होती. दलाल, बघे, आत डांबून ठेवलेल्यांचे नातेवाईक, निरोपे आणि स्थानिक व्यावसायिकांचे प्रतिनिधी, मदत मागणारे आणि इकडेतिकडे दुर्दैवाच्या आणि अचानक आलेल्या आपत्तीच्या फेऱ्यात सापडलेले, आता त्याच्याकडे आशेने आणि कटुतेने पाहत होते.

सरताज त्यांना सर्वांना ओलांडून पुढे गेला. त्या संपूर्ण कॉम्प्लेक्सभोवती आठ फूट उंच भिंत होती, स्टेशन आणि झोनल हेडक्वार्टर सारख्याच लाल-तपकिरी विटांची. दोन्ही इमारती दोन मजली होत्या, एकसारखीच लाल कौलारू छप्परं असलेल्या आणि वर लंबगोलाकार असलेल्या खिडक्या होत्या. त्या गंभीर कमानींमध्ये एक प्रकारचे आश्वासन होते. भिंतींच्या

जाडीमध्ये, दर्शनी भागाच्या विसंगत भारदस्तपणात एक प्रचंड ताकद होती व ती कायदा आणि सुव्यवस्थेची जाणीव करून देत होती. सरताजला जिना चढून वर जाताना एका संत्रीने सलाम केला. कागदपत्रांचे गठ्ठे असलेली केबिन ओलांडून परूळकरांच्या केबिनपर्यंत पोहोचण्याआधीच त्याला केबिनमधून हसण्याचा आवाज आला. सरताजने त्यांच्या केबिनच्या आकर्षक लाकडी दरवाज्यावर टकटक केली आणि तो दार उघडून आत गेला. हसणारे चेहरे लगेच बदलले आणि सरताजने पाहिले की, राष्ट्रीय वृत्तपत्रातही परूळकरांच्या उपक्रमाची बातमी आली होती किंवा किमान त्यांच्या कवितांची तरी. सध्या ते चांगल्या प्रकारे बातम्यांमध्ये होते.

''जेन्टलमन, जेन्टलमन,'' परूळकर अभिमानाने हात उंचावत म्हणाले. ''माझा सर्वांत धडाडीचा ऑफिसर, सरताज सिंग.'' पत्रकारांनी त्यांचे चहाचे कप खाली ठेवले आणि सरताजकडे संशयाने पाहू लागले. परूळकर त्यांचा बेल्ट घट्ट करत डेस्कला वळसा घालून आले. ''एक मिनिट, प्लीज. मी त्याच्याशी जरा बाहेर बोलतो. नंतर तो तुम्हाला आमच्या उपक्रमाविषयी सांगेल.''

परूळकरांनी दरवाजा ओढून घेतला आणि सरताजला केबिनच्या मागील बाजूस घेऊन गेले. तिथे एक छोटे किचन होते, ज्यात आता नवीन चमकता ब्रिटेक्स वॉटर फिल्टर भिंतीवर लावलेला होता. त्यांनी बटण दाबले आणि चकचकीत पाण्याची धार त्यांनी खाली धरलेल्या ग्लासमध्ये पडू लागली.

''याची चव एकदम शुद्ध लागते, सर,'' सरताज म्हणाला, ''खरंच.''

परूळकर स्टीलच्या ग्लासमधून दीर्घ घोट घेत होते. ''मी त्यांना त्याचं सर्वांत उत्तम मॉडेल कोणतं आहे विचारलं,'' ते म्हणाले. ''कारण स्वच्छ पाणी खूप आवश्यक आहे.''

''हो, सर,'' सरताजने एक घोट घेतला. ''सर-धडाडीचा?''

''त्यांना धडाडी आवडते आणि तुला जर या नोकरीत टिकून राहायचं असेल, तर तू धडाडी दाखवायला हवीस.''

परूळकरांचे खांदे उतरलेले होते आणि त्यांची शरीरयष्टी पेअरच्या आकाराची होती. अनेक मोठ्या मोठ्या टेलर्सनीदेखील त्यांच्यासमोर हात टेकले होते आणि त्यांचा युनिफॉर्म आधीच चुरगळलेला होता; पण ते नेहमीचंच होतं. त्यांच्या आवाजात एक दबलेपणा होता आणि तिरक्या कटाक्षातही एक हतबलता होती जी सरताजने कधी पाहिली नव्हती. ''सर, काही बिनसलंय का? त्या उपक्रमात काही गडबड आहे का सर?''

''नाही, नाही, त्या उपक्रमात काही गडबड नाही. त्याच्या संदर्भात काही नाही. काहीतरी दुसरं आहे.''

''काय सर?''

''ते माझ्या मागे लागलेत.''

''कोण सर?''

''कोण असणार?'' परूळकरांनी नेहमीच्या कडवट सुरात म्हटलं. ''सरकार. त्यांना मला इथून काढायचंय. त्यांना वाटतं की, मी खूप वर पोहोचलो आहे.''

परूळकर आता डेप्युटी कमिशनर ऑफ पोलीस होते आणि त्यांनी सुरुवात अगदी खालून म्हणजे सबइन्स्पेक्टर वरून केली होती. महाराष्ट्र पोलीसदलात वर चढत गेले आणि

त्यांनी इंडियन पोलीस दलात अशक्य झेप घेतली. त्यांनी हे एकट्याने शक्य केलं होतं; चांगलं काम, विनोदबुद्धी आणि कामासाठी दिलेला खूप वेळ यांच्या मदतीने. त्याचं करिअर अविश्वसनीय आणि अतुलनीय होतं आणि ते सरताजचे मार्गदर्शक बनले. त्यांनी त्यांचा ग्लास रिकामा केला आणि त्यांच्या नव्या ब्रिटेक्स वॉटर फिल्टरमधून आणखी पाणी घेतलं.

''का सर?'' सरताज म्हणाला. ''का पण?''

''आधीच्या सरकारशी माझी खूप जवळीक होती. त्यांना वाटतं मी काँग्रेसचा माणूस आहे.''

''म्हणून त्यांना तुम्हाला इथून बाहेर घालवायचं असेल. त्याला काही अर्थ नाही. तुमच्या रिटायरमेंटला अजून खूप वर्षं आहेत.''

''तुला धर्मेश माथिजा आठवतो?''

''हो, ज्याने आपल्या स्टेशनची भिंत बांधली तो बिल्डर.'' माथिजा बिल्डर होता, उत्तर उपनगरांतील एक ठळकपणे उठून दिसणारा अतिशय यशस्वी बिल्डर. त्याची महत्त्वाकांक्षा त्याच्या चेहऱ्यावर कपाळावरील घामाइतकीच चेहऱ्यावर उठून दिसत असे. त्याने नुकत्याच भराव टाकलेल्या जमिनीभोवती स्टेशनच्या मागच्या बाजूच्या कंपाउंडची भिंत विक्रमी वेळात बांधून पूर्ण केली होती. आता तिथे एक मारुतीचं देऊळ होतं; एक लहानसं लॉन आणि काही लहान झाडं जी इमारतीच्या मागील भागातील ऑफिस मधून दिसत. सुधारणा करणं ही परूळकरांची आवड होती. त्यांनी अनेक वेळा तसं म्हटलही होतं की, आपण सुधारणा केली पाहिजे. माथिजा एंड सन्स यांनी स्टेशनमध्ये सुधारणा करून दिल्या आणि अर्थातच त्यांनी ते मोफत करून दिलं होतं.

''माथिजाचं काय सर?''

परूळकर तोंडात घोळवत पाण्याचे लहान लहान घोट घेत होते. ''मला काल लवकर डीजी ऑफिसमध्ये बोलावलं होतं.''

''हो सर.''

''डीजीना गृहमंत्र्यांकडून फोनकॉल आला होता. माथिजाने केस दाखल करायची धमकी दिली आहे. तो म्हणाला त्याला माझ्यासाठी काही बांधकाम करण्याची जबरदस्ती केली.''

''हे विचित्र आहे सर. तो स्वतः आला. तो इथे तुम्हाला भेटायला किती वेळा आला. आम्ही पाहिलं आहे ना. त्याने हे स्वखुशीने केलं आहे.''

''इथली भिंत नाही रे. माझ्या घरी.''

''तुमच्या घरी?''

''छपराचं काम तातडीने करायला हवं होतं. तुला माहीतच आहे, ते खूप जुनं घर आहे. आमचं वडिलोपार्जित घर आहे. एक नवीन बाथरूमही आवश्यक होतं. ममता आणि माझ्या नाती राहायला आल्या आहेत, त्यामुळे...''

''आणि?''

''माथिजाने ते काम केलं. त्याने चांगलं काम केलं; पण आता तो म्हणतो की, मी त्याला धमकावत असल्याची टेप आहे त्याच्याकडे.''

''सर?''

''मागच्या पावसाळ्याआधी काम संपवण्यासाठी, मी लवकर काम करण्यासाठी त्याला फोन केल्याचं मला आठवतंय. मी थोडी कठोर भाषा वापरली असेल.''

''पण म्हणून काय झालं सर? त्याला जाऊ दे कोर्टात. काय करायचं ते करू दे. त्याला पाहू दे मग आम्ही इथे त्याच्या आयुष्याचं काय करतो ते. त्याच्या साईट्स, त्याची सर्व ऑफिसेस...''

''सरताज, तो केवळ त्यांचा एक बहाणा आहे. माझ्यावर दबाव आणण्याचा एक मार्ग आहे आणि मला हे जाणवून देण्याचा की, मी इथे नको आहे. माझी फक्त बदली करून त्यांना समाधान मिळणार नाहीये, त्यांना माझ्यापासून सुटका हवी आहे.''

''तुम्ही लढाल सर.''

''हो.'' सरताजला माहीत असलेल्यांपैकी परूळकर हे सर्वांत चांगले राजनैतिक डावपेच खेळणारी व्यक्ती होते. कॉन्टॅक्ट, डबल कॉन्टॅक्ट, सोशल मीडियाचा वापर, मंत्री, नगरसेवकांना राजी करणे, खूश ठेवणे या खेळाचे ते ग्रँडमास्टर होते. व्यावसायिक हितसंबंधांमुळे त्यांना फायदा होत असे, कौतुकाची थाप आणि कमिशनर बरोबरची देवाणघेवाण, सूक्ष्मपणे दिलेले, दाखवलेले आणि लक्षात ठेवलेले उपकार, केलेले आणि विसरलेले व्यवहार- अशा सूक्ष्म खेळात ते माहीर होते. अगदी मास्टर होते. हे जाणवत होतं की, ते खूप दमले होते. त्यांच्या शर्टाची कॉलर पडली होती आणि सुटलेलं पोटही ओघळलं होतं, खेदाने लादलेलं. त्यांनी अजून एक ग्लास पाणी घटाघटा प्यायलं. ''तू लवकर आत जा सरताज. ते तुझी वाट पाहत आहेत.''

''आय एम सॉरी सर.''

''आय नो यू आर.''

''सर,'' सरताजला वाटलं की, त्याने काहीतरी वेगळं बोललं पाहिजे, परूळकर त्याच्यासाठी कोण आहेत, तो त्यांचा किती आदर करतो वगैरे असं काहीसं आभाराचं. इतके वर्षं त्यांच्याबरोबर केलेलं काम, सोडवलेल्या केसेस, सोडून दिलेलं बरंच काही, शिकलेले डावपेच, एक पोलीस म्हणून कसं काम करायचं आणि कसं जगायचं आणि या शहरात कसं टिकून राहायचं... आणि तरीही सरताज केवळ एक ताठ सॅल्यूट करू शकला. परूळकरांनी मान हलवली. सरताजला खात्री होती की, त्यांना त्याच्या भावना समजल्या असाव्यात.

केबिनमध्ये शिरण्यापूर्वी सरताजने आपला इन केलेला शर्ट ठीकठाक केला, पगडीवरून हात फिरवला. नंतर तो केबिनमध्ये गेला आणि पोलिसांच्या नवीन उपक्रमातील गोष्टींबद्दल पत्रकारांना सांगितलं जसं की, अनेक रस्त्यांवर वाढवलेली पोलिसांची संख्या, समाजाबरोबरचा संवाद, कडक सुपरव्हिजन आणि पारदर्शकता, सुधारत असलेली परिस्थिती, वगैरे.

लंचला शेजारच्या उडपी रेस्टॉरंटमधून सरताजने उत्तप्पा मागवला होता. त्यातील मिरचीचा ठसक्यामुळे तरतरी आली; पण उत्तप्पा खाऊन झाल्यावर, त्याला खुर्चीतून उठता येईना. खरंतर उत्तप्पा इतका पण हेवी नव्हता; पण सुस्तीमुळे त्याचं अंग मोडून आलं. तो कसाबसा उठला आणि त्याने भिंतीजवळचा बेंच पुढे ओढला आणि बूट काढून बेंचवर पाठ टेकवून शरीर ताणलं. छातीवर हातांची घडी घातली. एकामागून एक दीर्घ श्वास घेता घेता त्याच्या मांडीच्या मागील भागात टोचणारी बेंचची कड टोचायची कमी झाली आणि डोळ्यावरील

गुंगीत त्याला सगळे तपशील विसरायला झाले. जग एका पांढऱ्या पुसट पडद्यासारखं वाटू लागलं, तरीही त्याला पाठीत अचानक एक तीव्र प्रवाह जाणवला... राग उसळला आणि एका क्षणाने तो का अस्वस्थ आहे, त्याचं कारण त्याला आठवलं. परूळकरांचं यश आता पुसलं जाणार होतं; एका ठरवून केलेल्या मानहानीमुळे सगळं अर्थहीन होणार होतं आणि परूळकर गेले की, सरताजचं काय? त्याचं काय होईल? सरताजला आजकाल वाटू लागलं होतं की, त्याने आयुष्यात काहीच मिळवलं नाहीये. तो अजूनही व्यावसायिक यशासाठी धडपडत असणारा एक चाळिशी पार केलेला, घटस्फोटीत पोलीस ऑफिसर होता. त्याच्या बॅचमधले सगळे पुढे निघून गेले होते, हा मात्र अजून त्याची नोकरी करत रांगत होता. त्याने त्याच्या भविष्यात डोकावून पाहिलं आणि त्याला जाणवलं की, त्याच्या स्वतःच्या वडिलांइतकी कामगिरीही त्याला करता येणार नाहीये आणि परूळकरांइतकी तर नाहीच नाही. 'मी निरुपयोगी आहे,' सरताजच्या मनात विचार आला आणि त्याला फार उदास वाटलं. तो उठून बसला. त्याने चेहऱ्यावरून हात फिरवला, डोक्याला एक हलकासा झटका दिला आणि बूट चढवले. त्याने पुढच्या खोलीत नजर फिरवली; कांबळे पोटावरून हात गोल फिरवत होता, बऱ्यापैकी समाधानी दिसत होता.

''जेवण चांगलं झालेलं दिसतंय?'' सरताज म्हणाला.

''एसटी रोड वरच्या नवीन लझीझ रेस्टॉरंटची एकदम फर्स्टक्लास बिर्याणी,'' कांबळे म्हणाला. ''तुला माहीत आहे, मस्त मातीच्या भांड्यात. आपण कैलासपाड्यात एकदम आलिशान झालो आहे.'' कांबळे उठला, त्याने हातपाय ताणले आणि जवळ झुकून म्हणाला, ''ऐक. काल भायंदरमध्ये फ्लायिंग स्क्वाडने एन्काउंटर केलेले दोन गांडू तुला माहीत आहेत का?''

''हो, गायतोंडे गँग?''

''बरोबर. तुला माहीतच आहे की, गायतोंडे गँग आणि सुलेमान इसा गँग हळूहळू त्यांच्यातलं युद्ध पुन्हा सुरू करत आहेत. बरोबर? तर, मी ऐकलं की, काल उडवलेल्या दोघांची सुपारी एस-कंपनीने दिली होती. मी ऐकलं की, फ्लायिंग स्क्वाडवाल्यांनी वीस लाख कमावले.''

''मग तू त्या स्क्वाडमध्ये जायला पाहिजेस.''

''बॉस, तुला काय वाटलं की, मी कशासाठी सेव्हिंग करतो आहे? मी ऐकलं आहे की, स्क्वाडमध्ये जाण्याचा चालू रेट पंचवीस लाख आहे.''

''खूपच महाग आहे.''

''खूपच,'' कांबळे म्हणाला. त्याच्या चेहऱ्यावर तजेला आला, त्वचेवरील प्रत्येक छिद्र मोकळं आणि प्रकाशित दिसू लागलं; ''पण मित्रा, पैसा सगळं घडवून आणतो आणि पैसा कमावण्यासाठी पैसा खर्चावा पण लागतो.''

सरताजने मान हलवली आणि कांबळे त्याच्या रजिस्टरमध्ये पुन्हा एकदा बुडून गेला. सरताजने एकदा खुनाचा गुन्हा सिद्ध झालेल्या झोपडपट्टीतील दादाकडून महानगरातील आयुष्याचे एक मोठे गुपित ऐकले होते : पैसा फेक, तमाशा देख. अंधेरीमधल्या एका वस्तीतील कॉर्नरपाशी चालता चालता ते एकमेकाला जवळजवळ धडकलेच होते. सरताजने वर्दी घातली नव्हती आणि त्या झोपडपट्टी दादाला नव्यानेच पोट सुटलेलं होतं, तरी त्यांनी एकमेकाला

लगेच ओळखलं. सरताज म्हणाला, ''अरे, बह्झाद हुसेन, अन्वर येडाला मारल्याबद्दल तू पंधरा वर्षं तुरुंगात असायला हवा होतास ना?'' बह्झाद हुसेन अस्वस्थपणे हसून म्हणाला, ''इन्स्पेक्टर साहेब, तुम्हाला माहीत आहे कसं असतं ते. मला पॅरोल मिळाली आणि आता माझ्या रेकॉर्डमध्ये लिहिलंय की, मी बहारीनला पळून गेलो आहे. पैसा फेक, तमाशा देख.'' जे अगदी खरं होतं. जर तुम्ही पैसा फेकू शकत असाल, तर तुम्ही तमाशा पाहू शकता. इकडून तिकडे उड्या मारणारे राजकारणी आणि लाल नाकाच्या शेंड्याचे आनंदी पोलीस यांच्यामध्ये जज आणि मॅजिस्ट्रेट्स आनंदाने झुलत असतात. बह्झाद हुसेनमध्ये शांतपणे पोलीस स्टेशनला येण्याचं तारतम्य आणि औचित्य होतं. त्याला खूप आत्मविश्वास होता. केवळ एक कप चहा हवा होता आणि काही फोनकॉल्स करायचे होते. त्याने विनोद केले आणि खूप हसला. हो, त्याने पैसा फेकला होता आणि तमाशा पाहिला होता. त्याच्या दृष्टीने हे पोलिसांचे झंझट म्हणजे वेळचा अपव्यय होता, दुसरं काही नाही. पैसा फेक, तमाशा देख.

कांबळेसमोर आता एक कुटुंब उभं होतं – आई, वडील आणि एक निळ्या रंगाच्या युनिफॉर्मच्या हाफचड्डीतला मुलगा. वडील घरी विसरलेली कापडं घेण्यासाठी दुपारी लवकर दुकानातून घरी आले होते. त्यांनी शॉर्टकट घेतला असता, त्यांना त्यांचा मुलगा शाळेत जाण्याऐवजी तिथे रस्त्यावरील काही वाह्यात मुलांबरोबर फॅक्ट्रीच्या भिंतीसमोर गोट्या खेळताना दिसला. आता आई बोलत होती, ''साहेब, मी त्याला मारते, वडील ओरडतात; पण काहीच उपयोग होत नाही. शिक्षकांनीही हात टेकलेत. माझा मुलगा आमच्यावरच ओरडतो. त्याला वाटतं तो फार हुशार आहे. त्याला शाळेची गरज नाही. मी कंटाळले आहे हो साहेब. तुम्ही याला ठेवून घ्या. त्याला जेलमध्ये टाका.'' तिने हात हलवले आणि साडीच्या निळ्या पदराच्या टोकाने डोळे पुसले. तिच्या हातांकडे आणि पिळदार स्नायू असलेल्या दंडांकडे पाहून सरताजला खात्री वाटली की, ती कामवाली बाई असणार, शिवा हाउसिंग सोसायटीमधल्या मोठ्या अधिकाऱ्यांच्या बायकांच्याकडे धुणीभांडी करत असणार. मुलगा खाली मान घालून बुटाच्या टोकाने दुसऱ्या बुटाचे टोक खरवडत होता.

सरताजने बोटाने खूण केली, 'इकडे ये.' तो मुलगा बाजूला आला. ''तुझं नाव काय आहे?''

''सैलेश.'' तो अंदाजे तेरा वर्षांचा होता. बऱ्यापैकी हुशार, केसांची स्टायलिश झुलपं आणि चमकदार काळे डोळे.

''हॅलो सैलेश.''

''हॅलो.''

सरताजने टेबलावर मूठ आपटली. खूपच जोरात आपटली आणि सैलेश दचकून मागे सरकला. सरताजने त्याची कॉलर पकडून त्याला टेबलापलीकडे ओढले. ''तुला वाटतं तू खूप चिवट आहेस, सैलेश? इतका निगरगट्ट की, तुला कोणाचीच भीती वाटत नाही? सैलेश, चल तुला दाखवतो, आम्ही तुझ्यासारख्या निगरगट्ट टपोरींबरोबर काय करतो.'' सरताजने त्याला खोलीतून पलीकडे नेलं आणि दरवाजातून पलीकडे कोठडीकडे उचलून नेलं. काटेकर अजून एका कॉन्स्टेबलबरोबर खोलीच्या टोकाला उकिडवे बसलेल्या हातकड्यांनी बांधून घातलेल्या कैद्यांच्या रांगेशेजारी बसला होता.

''काटेकर,'' सरताजने हाक मारली.

''सर.''

''यांच्यापैकी सगळ्यात चिवट कोण आहे?''

''हा सर, त्याला वाटतं तो खूप चिवट आहे. नारायण स्वामी. पाकीटमार.''

सरताजने सैलेशला गदागदा हलवलं, जेणेकरून त्याचं डोकं भिरभिरलं आणि झटका बसला. ''या मोठ्या माणसाला वाटतं की, तो आपल्या सगळ्यांपेक्षा निगरगट्ट आहे. त्याला बघू दे. नारायण स्वामीला जरा दम दे आणि या मोठ्या माणसाला ते पाहू दे.''

काटेकरने दबलेल्या नारायण स्वामीला उठवलं आणि त्याला पुढे वाकवलं. स्वामी धडपडू लागला आणि त्याच्या हातातल्या साखळ्या वाजू लागल्या; पण जेव्हा त्याच्या पाठीवर एक दणका बसला आणि धप्प आवाज झाला, त्याला कल्पना आली. दुसऱ्या दणक्याला तो कळवळला. तिसऱ्या आणि चौथ्या दणक्यानंतर तो रडू लागला. ''प्लीज, प्लीज साहेब. अजून नको.'' सहाव्यानंतर सैलेशच्या डोळ्यांतून घळघळा पाणी वाहत होतं. त्याने त्याचं तोंड फिरवलं आणि सरताजने त्याची हनुवटी धरून वळवली.

''अजून पाहायचंय सैलेश? तुला माहीत आहे आम्ही आता पुढे काय करतो?'' सरताजने छताजवळून जाणाऱ्या भिंतीच्या या टोकापासून त्या टोकापर्यंत असलेल्या जाड पांढऱ्या बारकडे बोट दाखवलं. ''आम्ही स्वामीला त्या घोडीवर बसवतो. आम्ही बारला त्याचे हात आणि पाय बांधतो आणि पट्ट्याने मारतो. काटेकर, त्याला पट्टा दाखव.''

पण सैलेश त्या जाड पट्ट्याकडे बघून पुटपुटला, ''नाही, नका दाखवू.''

''काय?''

''प्लीज नको.''

''तुला इथे यायचंय सैलेश? नारायण स्वामीसारखं?''

''नाही.''

''मग काय?''

''नाही साहेब, प्लीज.''

''तुला माहीत आहे, तू आता ज्या मार्गावर चालला आहेस, त्यामुळे तू इथेच येशील.''

''मी नाही येणार साहेब, मी नाही येणार.''

सरताजने त्याच्या दोन्ही खांद्यांवर हात ठेवून त्याला आपल्याकडे वळवलं आणि दरवाज्याकडे नेलं. नारायण स्वामी अजूनही वाकून उभा होता आणि उलटे पाहत दात काढून हसत होता. बाहेर लोखंडी खुर्चीवर पायात कोकची बाटली घट्ट पकडून सैलेश सरताजचं बोलणं शांतपणे ऐकत होता. तो कोक पीत असताना सरताजने त्याला सांगितलं की, नारायण स्वामीसारखे लोक इथवर कसे येऊन पोहोचतात, कसे मार खातात, वापरले जातात, व्यसनी होतात, जेलमध्ये जात-येत राहतात, आयुष्य वाया घालवतात आणि शेवटी मरतात. हे सर्व शाळेला न गेल्यामुळे आणि आईचं न ऐकल्यामुळे होतं.

''मी जाईन,'' सैलेश म्हणाला.

''प्रॉमिस?''

''प्रॉमिस,'' सैलेश म्हणाला आणि त्याने गळ्याला चिमटा घेतला.

''पाळलंस तर बरं होईल,'' सरताज म्हणाला. ''मला प्रॉमिस मोडणारे लोक आवडत नाहीत. मी तुझ्यावर लक्ष ठेवीन.''

सैलेशने मान डोलावली आणि सरताज त्याला बाहेर घेऊन गेला. स्टेशनच्या गेटजवळ त्याची आई थांबली होती. ती सरताजजवळ आली आणि तिने तिच्या मुठी उघडून हात पुढे केले. उजव्या हातात तिच्या पदराचं घट्ट पकडलेलं टोक होतं आणि डाव्यात एक नीट घडी घातलेली शंभराची नोट होती. ''साहेब,'' ती म्हणाली.

''नाही,'' सरताज म्हणाला. ''नाही.''

तिने केसाला तेल लावलं होतं आणि डोळे लाल झाले होते. ती किंचितशी हसली आणि हात अजून उंचावून त्याच्या पुढे धरले.

''नाही,'' सरताज म्हणाला. तो वळला आणि निघून गेला.

काटेकर ट्रॅफिकमध्ये सहजपणे गाडी चालवत होता. सरताजने त्याची सीट मागे केली आणि काटेकरला गियर बदलताना आणि ट्रक व ऑटोरिक्षांच्या मधून इंच इंच लढवत जिप्सी नागमोडी वळत काढताना पाहत राहिला. सरताजला आराम असा कधी मिळालाच नव्हता. त्याला काही मिनिटांनी गाडी ठोकली जाईल असे वाटे; पण काटेकरकडून तो आपण कोणत्याही गोष्टीची जास्त चिंता करायची नाही हे शिकला होता. सगळा आत्मविश्वासाचा परिणाम होता. तुम्ही पुढे गेलात की, ऐनवेळी नेहमीच कोणीतरी माघार घेतं आणि नेहमी तो गांडू असे. काटेकरने त्याचं गुप्तांग खाजवलं आणि पुटपुटला, ''भेन्चोद'' आणि एका डबलडेकरच्या ड्रायव्हरकडे रोखून पाहिलं, त्याला अगदी गचकून थांबणं भाग पाडलं. ते डावीकडे वळले आणि सरताज त्याच्या जोरदार वळण घेण्यावर हसला. ''मला सांग काटेकर,'' सरताज म्हणाला, ''तुझा आवडता हिरो कोण आहे?''

''फिल्मचा हिरो?''

''नाहीतर काय?''

काटेकर शरमला. ''मी जेव्हा सिनेमे पाहायचो–'' गियरशी धडपडत तो म्हणाला आणि विंडस्क्रीनवरचा धुळीचा कण झटकला. ''जेव्हा टीव्हीवर एखादा सिनेमा असतो, तेव्हाच मला सिनेमा पाहायला मिळतो. मला देव आनंदला बघायला आवडतं.''

''देव आनंद? खरंच?''

''हो सर.''

''तो तर माझाही आवडता आहे.'' सरताजला जुने ब्लॅक ॲन्ड व्हाइट सिनेमे आवडायचे, ज्यात स्क्रीनवर देव आनंद अशक्य अँगलमधून अविश्वसनीय डॅशिंग आणि अतीव सौम्य दिसायचा. त्याच्या त्या मरगळलेल्या चालण्यातसुद्धा एक विचित्र सहजता होती, साधेपणाची ओढ होती, जी सरताजला कधी माहीत नव्हती; पण काटेकर अमिताभ बच्चनचा चाहता असेल, असं त्याला वाटलं होतं किंवा पिळदार शरीराचे हिरो सुनील शेट्टी किंवा अक्षय कुमार आवडत असतील असं वाटलं होतं. जे पोस्टर्सवर नवीन अवाढव्य प्रजाती सारखे दिसतात. ''काटेकर, तुला देवानंदचा कोणता सिनेमा सगळ्यात जास्त आवडतो?''

काटेकर हसला आणि डोकं एका बाजूला झुकवलं. ही अगदी परफेक्ट देवानंद स्टाइल होती. ''का सर, गाईड... सर... अर्थातच.''

सरताजने मान डोलावली, ''अर्थातच.'' गाईड ही साठच्या दशकातली रंगीत अत्यंत रुचीपूर्ण तरल आणि आनंददायी प्रेम जे देव आनंदला वहिदाबद्दल वाटतं आणि अखेरीस होणाऱ्या त्याच्या शोकांतिकेने येणाऱ्या कटुतेची गोष्ट होती. सरताजला नेहमीच असा ओढून

ताणून होणाऱ्या मृत्यूमुळे, त्याच्या एकटेपणामुळे आणि त्याच्या विखुरलेल्या प्रेमामुळे गाईड पाहणे अशक्य व्हायचे; पण इथे तर काटेकरला देवानंदचा प्रचंड पुळका होता. सरताज हसला आणि गाऊ लागला, 'गाता रहे मेरा दिल...' काटेकरने देवानंदसारखी मान हलवली आणि जेव्हा सरताज 'तू ही मेरी मंझिल'च्या पुढचे शब्द विसरला, तेव्हा त्याने अंतऱ्यापर्यंतच्या दोन ओळी गायल्या. आता ते दोघे एकमेकांकडे पाहून हसत होते.

''आता तसे सिनेमे बनवतच नाहीत,'' सरताज म्हणाला.

''नाही बनवत, सर,'' काटेकर म्हणाला. आता ते सरळ रस्त्यावर आले होते, अगदी कारंथ चौकापर्यंत. उजव्या बाजूला एका लांब करड्या भिंतीपलीकडील इमारतींच्या पुंजक्याना ओलांडून ते पुढे जात होते आणि डाव्या बाजूला गचाळ वस्ती होती जिथे घरांचे दरवाजे रस्त्यावरच उघडत होते. काटेकरने खूप वेगात येऊनही सिग्नलला गाडी हळूच थांबवली. स्टेअरिंगची आतली बाजू बोटांनी पुसत तो म्हणाला, ''परूळकर साहेबांबद्दल अफवा ऐकू येतायत.''

''कसल्या अफवा?''

''असंच की, ते आजारी आहेत आणि पोलीस फोर्स सोडायच्या विचारात आहेत.''

''त्यांना काय आजार झालाय?''

''हार्टचा.''

जशाजशा अफवा पसरत गेल्या, तसं सरताजला वाटलं की, ही चांगली अफवा आहे. कदाचित, परूळकर साहेबांनीच या अफवेची सुरुवात केली असेल, तेही अशा तत्त्वाने की, एखादे गुपित फार काळ सांभाळणे अशक्य असते आणि लवकरच सगळ्यांना कळेल. तर मग जे घडणार आहे, त्याला तुम्हीच आकार द्या आणि त्याचा फायदा करून घ्या.

''मला त्यांच्या फोर्स सोडण्याबद्दल काही माहीत नाही,'' सरताज म्हणाला, ''पण ते पर्याय चाचपडून बघतायत.''

''हार्ट प्रॉब्लेमसाठी?''

''तसंच काहीतरी.''

काटेकरने मान हलवली. त्याला फारशी काही काळजी होती, असं वाटलं नाही. सरताजला माहीत होतं की, काटेकर जरी सरताजसमोर त्यांच्याविषयी कधी काही वाईट बोलणार नाही, तरी परूळकर साहेब त्याला फारसे आवडत नसत. तो एकदा म्हणाला होता की, त्याचा परूळकरवर जास्त विश्वास नाही. त्याने त्यासाठी काही कारण दिलं नाही आणि सरताजने त्याचा संशय वाढत्या ब्राह्मणविरोधामुळे असेल असं मानलं होतं. काटेकरचा ब्राह्मणांवर विश्वास नव्हता आणि त्याला मराठेही आवडत नसत. त्याच्या मते, मराठ्यांना सत्ता बळकावण्याची हाव होती आणि क्षत्रिय असण्याची बढाई मारण्याची सवय होती. काटेकरच्या ओबीसी दृष्टिकोनातून पाहिलं, तर त्याच्या या पूर्वग्रहांसाठी पुरेसं समर्थन होत होतं. तो अनेक वेळा म्हणाला होता की, इतिहासामध्ये डोकावून बघा आणि सरताजने नेहमीच, अगदी काही प्रश्न न विचारता मान्य केलं होतं, की अनेक शतकं मागासलेल्या जातींना अत्यंत भयानक वागणूक दिली गेली होती. जरी त्याने काटेकरशी भूतकाळातील आणि आताच्या जातीच्या राजकारणावरून वाद घातला होता आणि त्याच्या निष्कर्षांना आव्हान दिलं होतं, तरीही असे नाजूक विषय त्यांनी नेहमीच शांतपणे सोडून दिलेले होते. अखेरीस, सरताजला केवळ याचा

आनंद होता की, काटेकरच्या इतिहासात कोणत्याच प्रकारे जाट शिखांचा अंतर्भाव नव्हता. ते एकमेकांना खूप काळ ओळखत होते आणि सरताज त्याच्यावर काहीसा अवलंबून होता.

सिंदूर या चांगल्या इंडियन आणि कॉन्टीनेन्टल रेस्टॉरंटसमोरील अरुंद पार्किंगमध्ये त्यांनी गाडी थांबवली. सरताजने मागच्या सीटवरून एक पांढरी एअर इंडिया बॅग घेतली. त्याने पुढे उभ्या असलेल्या प्युजोशेजारून कशीबशी वाट काढली, गेट पासच्या पानवाल्याला ओलांडून पुढे गेला, मग काही पांढऱ्या शर्टमधील एक्झिक्युटीव्हना जाऊ दिलं. तो जिथे उभा होता, तिथून रस्त्याच्या पलीकडच्या बाजूला एक मोठी पांढरी पाटी होती ज्यावर लाल अक्षरात लिहिलं होतं : 'डिलाइट डान्स बार आणि रेस्टॉरंट'. सरताजचा शर्ट घामाने भिजून खांद्यापासून बेल्टपर्यंत पाठीला चिकटला होता. सिंदूरच्या आत एकदम लग्नाच्या शामियान्यासारखीच सजावट होती. अगदी बँडच्या वाद्यांपासून कॅशियर बूथमागेही आणि मेन्यूच्या भोवताली मेंदी रंगाच्या फ्रील्स लावल्या होत्या. चार जणांच्या बूथमध्ये ते दोघे बसले. काटेकर सरताजच्या समोर बसला आणि त्या दोघांनी थेट वरून येणाऱ्या एसीच्या झोताखाली डोकं झुकवलं. वेटरने दोन पेप्सी आणून समोर ठेवल्या आणि ते दोघे भराभर पेप्सीचे घोट घेऊ लागले; पण त्यांचे पेप्सी अर्धे पिऊन होण्याआधीच शंभू शेट्टी आला. तो हळूच सरताजच्या बाजूला बसला. नेहमी सारखाच नीटनेटका, व्यवस्थित ब्ल्यू जीन्स आणि ब्ल्यू डेनिम शर्टमध्ये होता तो.

''नमस्कार साहेब.''

''सगळं ठीक शंभू?''

''हो साहेब,'' शंभूने दोघांबरोबर शेकहँड केलं. सरताजला नेहमीप्रमाणेच शंभूच्या हाताच्या पोलादी पकडीबद्दल, त्याच्या भरदार खांद्यांबद्दल आणि त्याच्या गुळगुळीत चोवीस वर्षीय चेहऱ्याबद्दल एक क्षण असूया वाटली. एकदा, साधारण एक वर्षापूर्वी त्याने बूथमध्ये बसलेले असताना हळूच शर्ट वर करून त्याचे सिक्स पॅक दाखवले होते आणि त्याच्या छातीचे तयार होत असलेले त्रिकोणी स्नायूही. वेटरने शंभूसाठी फ्रेश पायनापल ज्यूस आणला. तो कधीच एरीयेटेड ड्रिंक्स किंवा साखर असलेली पेय घेत नसे.

''ट्रेकिंग करत होतास, शंभू?'' काटेकरने विचारलं.

''पुढच्या आठवड्यात जाणारे मित्रा. पिंडारी ग्लेशियरला.''

सीटच्या लाल रेक्झीनवर सरताज आणि शंभूच्या मध्ये एक ब्राऊन पाकीट होतं. सरताजने ते मांडीवर घेऊन उघडलं. त्यात नेहमीप्रमाणे शंभर रुपयांची दहा बंडलं होती. बँकेने स्टेपल करून रबर लावून दहा-दहा हजारांच्या बंडलात बांधलेली.

''पिंडारी?'' काटेकर म्हणाला.

शंभूला आश्चर्य वाटलं. ''बॉस, तुम्ही कधी मुंबई बाहेर गेला आहात? पिंडारी हिमालयात आहे, नैनितालच्या वर.''

''ओह,'' काटेकर म्हणाला. ''किती दिवसांसाठी जाणारेस?''

''दहा दिवस. काळजी करू नका, पुढच्या वेळेपर्यंत परत येईन.''

सरताजने त्याच्या पायातून एअर इंडियाची बॅग काढली, चेन उघडली आणि त्यात ते पाकीट ठेवलं. स्टेशन आणि डिलाइट डान्स बारचा महिन्याचा करार होता. शंभू आणि तो हे केवळ दोन संस्थांचे प्रतिनिधी होते, देणारे आणि घेणारे. ते पैसे वैयक्तिक नव्हते आणि ते एकमेकांना जवळजवळ वर्षभर भेटत होते. गेल्या सहा महिन्यांपासून शंभू डिलाइटचा मॅनेजर

झाला होता, ते एकमेकाला काहीसे चांगले ओळखू लागले होते. तो चांगला मुलगा होता. कार्यक्षम, साधा आणि अत्यंत तंदुरुस्त. तो काटेकरला ट्रेकिंग करण्यासाठी प्रोत्साहन देत होता.

''त्यामुळे तुम्हाला हलकं वाटेल,'' शंभू म्हणाला. ''तुम्हाला काय वाटतं की, मोठे योगी लोक नेहमी डोंगरावर जाऊन तपस्या का करतात? तिथल्या हवेमुळे, त्यामुळे ध्यान करता येतं, मनःशांती मिळते. आपल्यासाठी चांगलं असतं.''

काटेकरने त्याचा रिकामा ग्लास उचलला आणि म्हणाला, ''माझी तपस्या ही आहे भावा. मला रोज रात्री इथेच ज्ञानप्राप्ती होते.''

शंभू हसला आणि त्याने काटेकरच्या ग्लासला ग्लास लावला. ''देवा, तुमच्या इतक्या साधेपणाने आम्हाला जळवू नका. तुमचे चित्तभंग करण्यासाठी मला अप्सरा पाठवाव्या लागतील.''

ते दोघेही खळखळून हसले. काटेकर मृगजीनावर मांडी घालून बसला आहे, ऊर्जेचे दिव्यकिरण त्याच्यातून बाहेर पडत आहेत, अशा कल्पनेने सरताजच्या चेहऱ्यावरही हसू उमटलं. त्याने बॅगची चेन बंद केली आणि शंभूला कोपराने ढोसलं. ''ऐका, शंभू मुनी,'' सरताज म्हणाला. ''आम्हाला एक रेड टाकायची आहे.''

''काय? परत? आपण पाच आठवड्यांपूर्वीच तर टाकली आहे.''

''मला वाटतं, बहुतेक सात. ऑलमोस्ट दोन महिने झाले; पण शंभू, आता सरकार बदललं आहे. गोष्टी बदलल्या आहेत.''

गोष्टी खरंच बदलल्या आहेत. राज्यात आता रक्षकांचं नवीन सरकार होतं. पूर्वी जो एक डावा ताकदवान पक्ष होता, ज्यांना त्यांच्या शिस्तीचा आणि कार्यकर्त्यांचा अभिमान होता, ते आता राज्यकर्ता पक्ष बनू पाहत होते. राज्यमंत्री म्हणून केबिनेट सेक्रेटरी म्हणून त्यांनी त्यांचा राष्ट्रवाद मवाळ केला होता; पण पाश्चिमात्य भ्रष्टाचार आणि सांस्कृतिक अधोगतीला असलेला त्यांचा विरोध ते कधीच मवाळ होऊ देणार नव्हते. ''त्यांही शहराचा कायापालट करण्याचं वचन दिलंय.''

''हो,'' शंभू म्हणाला. ''तो बिपीन भोसले हरामखोर आहे. मंत्री झाल्यापासून जी काय भाषणं देतोय भ्रष्टाचार निपटून काढायची आणि आता काय, भारतीय संस्कृती जपण्याच्या घोषणा? आपण भारतीय नाही? आपण आपल्या संस्कृतीचं रक्षण करत नाहीये? मुली भारतीय नृत्य करत नाहीयेत?''

डिस्कोलाइटच्या उजेडात फिल्मी गाण्यांवर त्या आधी तेच करत होत्या, साडी आणि चोळीत किमान अंग झाकून नाचत होत्या. जेव्हा त्यांचे चाहते वीस आणि पन्नासच्या नोटा त्यांनी येऊन घ्याव्या म्हणून धरून उभे राहत; पण डिलाइट डान्स बारचे संस्कृतीचे मंदिर म्हणून उदाहरण देण्याचा उद्धटपणा पाहून सरताज आणि काटेकरची बोलतीच बंद झाली. ते दोघे एकदम म्हणाले, ''शंभू'' आणि तो हात वर करून म्हणाला, ''ओके, ओके, कधी?''

''पुढच्या आठवड्यात,'' सरताज उत्तरला.

''मी मुंबईहून निघण्यापूर्वी करा.''

''ठीक आहे. मध्यरात्री.'' नवीन नियमानुसार बार आता रात्री साडेअकराला बंद होत.

''ओ साहेब. तुम्ही तर गरीब मुलींच्या तोंडचा घास काढून घेताय. हे फार लवकर होत नाहीये का?''

''साडेबारा.''

''प्लीज, किमान एक. काहीतरी दया करा. तसंही, अर्ध्या रात्रीची कमाई तर गेलीच आहे.''

''ठीक आहे मग एक; पण आम्ही येऊ तेव्हा थोड्या मुली तरी असू देत. आम्हाला काहींना अटक करावी लागेल.''

''तो भोसले हरामी आहे. एक वेळ बार बंद करा; पण मुलीना अटक करायची ही कोणती नवीन शिक्षा? का? कशासाठी? त्या फक्त जगण्याचा प्रयत्न करतायत.''

''नवीन कायदा म्हणजे निर्दय कायदा आणि प्रामाणिकपणा, शंभू. व्हॅनमध्ये पाच मुली. पाहिजे तर वॉलेंटियर शोधून ठेव. त्यांना काय पाहिजे ती नावं सांगू शकतात त्या आणि हे अगदी थोडा वेळ. तीन-साडेतीनला घरी. आम्ही सोडू त्यांना.''

शंभूने मान हलवली. त्याला त्या मुली खरंच आवडायच्या आणि मुलींनाही तो आवडायचा. सरताजने जे ऐकलं होतं, त्याप्रमाणे तरी शंभू मुलींना मिळालेल्या टीप्समधून ठरलेल्या साठ टक्क्यांपेक्षा जास्त घेण्यासाठी कधी त्रास द्यायचा नाही. अगदी लोकप्रिय असलेल्या मुलींकडूनही तो चाळीस टक्के घ्यायचा. तो एकदा सरताजला म्हणाला होता की, मुली जर समाधानी असतील, तर चांगले पैसे कमावतात. शंभू चांगला बिझनेसमन होता. सरताजला त्याच्याकडून खूप अपेक्षा होत्या.

''ओके बॉस,'' शंभू म्हणाला. ''व्यवस्था होईल. नो प्रॉब्लेम.'' बाहेर ते हसत हसत ट्रॅफिकमध्ये गाडी घेत असताना तो जिप्सीसमोर आला.

''काय?'' सरताजने विचारलं.

''साहेब, तुम्हाला माहिती आहे; जर मी मुलींना सांगितलं की, रेड टाकायला तुम्ही येताय, तर तुम्हाला आपणहून किमान दहा तरी मुली वॉलेंटियर म्हणून मिळतील.''

''ऐक, चुतीया,'' सरताज म्हणाला.

''बाराही मिळतील, जर व्हॅनमध्ये तुम्ही त्यांना स्वतः घेऊन जाणार असाल तर,'' शंभू म्हणाला. ''ती मनिका सारखी तुमच्याबद्दल विचारत असते. सरताज साहेब किती तडफदार आहेत, किती हँडसम आहेत.''

काटेकर खूप गंभीर होता. ''मला माहीत आहे ती. घरादाराची आवड असणारी मुलगी आहे ती.''

''उजळ रंगाची,'' शंभू म्हणाला, ''स्वयंपाक, भरतकाम चांगलं येतं.''

''हरामखोर,'' सरताज म्हणाला. ''भेन्चोद. चल काटेकर, गाडी चालव. आपल्याला उशीर झालाय.''

त्यालाही शंभू सारखंच हसायला येत होतं, ते न लपवता काटेकर गाडी चालवू लागला. जिप्सीवर चिमण्यांचा एक थवा आकाशातून अचानक खाली आला. संध्याकाळच झाली होती.

स्टेशनमध्ये एक खून त्यांची वाट पाहत होता. ड्युटीवर असलेला सिनियर इन्स्पेक्टर माजिद खान म्हणाला, ''बेंगालीबुरा नवनगरहून कॉल येऊन अर्धा तास झाला. तो घ्यायला इथे दुसरं कोणी नाहीये,'' तो म्हणाला, ''सरताज तुझ्यावर आहे ड्युटी.''

सरताजने मान डोलावली. शिफ्ट संपायच्या आधी तीन तास मर्डर केस येणं म्हणजे इतर ऑफिसर्सना ते चुकवण्यातच आनंद, अर्थात ती काही इंटरेस्टिंग नसेल तर. नवनगरमधील बेंगालीबुरा खूप गरीब वस्ती. इथल्या डेड बॉडी म्हणजे निव्वळ डेड बॉडी. त्यातून काही व्यावसायिक यश, कौतुक, प्रेस किंवा पैसा याची सुतराम शक्यता नाही.

''सरताज, चहा घे कपभर,'' माजिद म्हणाला. त्याने डिलाइटमधून आलेल्या बंडलांवर एक हात फिरवला आणि डेस्कच्या उजव्या बाजूच्या ड्रॉवरमध्ये ठेवून दिले. तो नंतर ते पैसे त्याच्या डेस्कच्या मागे असलेल्या गोदरेजच्या कपाटात ठेवेल, जिथे स्टेशनच्या चालू बजेटचे बहुतेक पैसे ठेवले जात. ती सर्व कॅश होती. त्यात सरकारी फंड नव्हता, जो पंचनामा लिहिण्यासाठी लागणारे कागद किंवा ऑफिसर्सच्या गाड्या किंवा त्यासाठी लागणारे पेट्रोल किंवा दररोज येणाऱ्या हजार लोकांना पाजल्या जाणाऱ्या चहासाठी पुरेसा नव्हता. डिलाइटमधले काही पैसे माजिद सिनियर इन्स्पेक्टर असल्याबद्दल ठेवून घेईल आणि त्यातील काही वरती पोहोचवले जातील.

''नाही, चहा नको,'' सरताज म्हणाला. ''मी तिकडे गेलो तर जास्त बरं. जितका लवकर जाईन, तितकं लवकर घरी जाऊन झोपू शकेन.''

माजिद त्याच्या मिशीवर ताव मारत होता. त्याची मिशीही त्याच्या आर्मीतल्या वडिलांच्या मिशीसारखीच पिळदार होती. त्याने ती विशेष प्रयत्नाने टिकवली होती; चेष्टा केली तरीही त्यासाठी परदेशी क्रीम आणि हलके ट्रीमिंग करत असे. ''तुझी वहिनी आठवण काढते आहे तुझी,'' तो म्हणाला. ''जेवायला कधी येतो आहेस?''

सरताज उभा राहिला. ''त्यांना थँक्स सांग, माजिद आणि पुढच्या आठवड्यात चालेल? बुधवारी? खिमा?'' माजिदची बायको खरंतर सुगरण वगैरे नव्हती; पण खिमा बरा करायची आणि सरताजला तिच्या हातचा खिमा आवडू लागला होता. त्याच्या डिव्होर्सनंतर त्याच्या सहकारी ऑफिसर्सच्या बायका त्याला नियमितपणे खाऊ घालू लागल्या होत्या आणि त्याला संशय होता की, त्यात काहीतरी गुप्त कट होता. ''मी येतो,'' सरताज म्हणाला.

''ओके,'' माजिद म्हणाला. ''बुधवारी. मी जनरलशी बोलतो आणि तुला सांगतो.''

जीपमध्ये सरताजच्या मनात विचार आला की, माजिद आणि रेहाना हे सुखी दाम्पत्य होते. त्यांच्या घरी टेबलाशी बसून जेवताना त्याला त्यांच्या हालचालींवरून जाणवलं की, प्रत्येक छोट्या छोट्या वाक्यातही किती वर्षांच्या सहवासाचा इतिहास होता. सोळा वर्षांची फरहा आणि तिचं आपल्या तेरा वर्षांच्या उतावळ्या; पण स्वतःबद्दल ठाम विश्वास असणाऱ्या भावाला इम्तियाजला चिडवणं सरताज बघत असे आणि नंतर या सर्वांबरोबर कार्पेटवर लोळत एखादा गेम शो पाहणे... या सर्वांचा सरताज एक भागच झाला होता. त्यांना तो घरी यावा, असं वाटत असे आणि त्यालाही गेल्यावर तिथून निघू नये असं वाटे. दरवेळी तो खूप अधीरपणे जाई, त्याला असं घरी, कुटुंबात जाणं आवडे; पण त्यांचा आनंद पाहून त्याच्या हृदयात कुठेतरी खोलवर एक कळ उठत असे. त्याला वाटत होतं की, त्याला आता एकटं राहायची सवय झाली होती, झाली पाहिजे; पण त्याला हेही माहीत होतं की, त्याला ते कधीही जमणार नाही. मी राक्षसी आहे, त्याच्या मनात आलं, हे नको, ते नको. त्याने अपराधीपणे जिप्सीच्या मागच्या भागात नजर टाकली जिथे चार कॉन्स्टेबल अगदी एकसारख्या पोझमध्ये त्यांच्या दोन रायफल आणि दोन लाठ्या छातीशी धरून बसले होते.

नजरा सहजपणे इकडे तिकडे वळवत, ते सगळे जिप्सीच्या घाणेरड्या मेटल फ्लोअरिंगकडे पाहत होते. मागे निळ्या छटांच्या रेघा असणारं पिवळं आकाश दिसत होतं.

मृत माणसाचे वडील नवनगरच्या टोकाला नाल्याच्या उतारावर एका घाणेरड्या खोपटापाशी त्यांची वाट पाहत उभे होते. ते लहानखुरे आणि सहज लक्षात येणार नाहीत असे होते... एक अशी व्यक्ती जिने आपलं सगळं आयुष्य आपलं अस्तित्व पुसून टाकण्यात घालवलं असावं. सरताज त्यांच्यामागून त्या वेड्यावाकड्या गल्ल्यांमधून चालत गेला. जरी ते चढावर जात होते, तरी सरताजला मात्र उतरंडीला लागल्यासारखं वाटत होतं. सगळं हळूहळू अरुंद होत होतं; कार्डबोर्डच्या, कापडाच्या आणि लाकडी भिंतींमधून जाणाऱ्या अरुंद गल्ल्या, प्लॅस्टिक घातलेली छपरं. ते आता बंगाली बुरामध्ये पोहोचले होते, जो नवनगरचा अत्यंत दरिद्री भाग होता. बहुतेक झोपड्या एक माणूस जेमतेम उभा राहू शकेल इतक्या उंचीच्या होत्या आणि बंगाली बुरामधले लोक त्यांच्या झोपड्यांच्या दारात बसले होते, फाटके, अस्वस्थ. अनवाणी लहान मुलं पोलिसांच्या पुढे धावत होती. आपल्या झोपड्यांच्या दारात दोन दोन फूट कचऱ्याचे आणि घाणीचे ढीग साठू देणाऱ्या आणि जिथे आपली मुलं खेळतात तिथेच मुलींना संडासला बसवणाऱ्या झोपडपट्टीतील लोकांच्या बद्दलचा राग काटेकरच्या चेहऱ्यावर स्पष्ट दिसत होता. हे लोक मुंबईचा सत्यानाश करत आहेत; तो नेहमी सरताजला म्हणत असे की, हे गावठी लोक जे बिहार किंवा आंध्र किंवा मादरचोद बांगलादेशमधून येतात आणि इथे जनावरांसारखे राहतात. जरी त्यांच्याकडे ते बंगाली असल्याची आणि प्रत्येक जण भारतीय नागरिक असल्याची कागदपत्रं होती, तरी सरताजला वाटलं की, हे लोक नक्कीच मादरचोद बांगलादेशी आहेत. त्यांना परत पाठवणं शक्य नव्हतं. कारण, त्यांच्या मालकीची अर्धा गुंठा जमीनही नव्हती जिथे ते राहतील. हजारोंच्या संख्येने ते आले आणि नोकरी म्हणून रस्त्यावर, बांधकामांच्या साईटवर काम करू लागले. आता त्यांच्यातलाच एक जण इथे मरून पडला होता.

तो एका दारात पडला होता, धड आत आणि पाय बाहेर पसरलेले. तो लहानच होता, टीन एजमध्येच असावा. त्याने महागडे शूज, चांगली जीन्स आणि निळा कॉलरलेस शर्ट घातला होता. दंडावर खोल वार होते, हाडापर्यंत. जेव्हा बळी पडणारा हातांनी वार चुकवायचा प्रयत्न करतो, तेव्हा हे खूप कॉमन असतं. वार स्पष्ट होते आणि एका टोकापेक्षा दुसऱ्या टोकाला खोलवर गेलेले होते. डाव्या हाताच्या करंगळीच्या ठिकाणी एक थोटूक दिसत होतं आणि सरताजला माहीत होतं की, त्याकडे पाहण्यात काही अर्थ नाही. आजूबाजूला उंदीर फिरत होते. झोपडीच्या आतलं दिसणं अशक्य होतं. कारण, आत मिट्ट अंधार होता. काटेकरने एव्हरेडी टॉर्च लावला आणि त्याच्या झोतात सरताजने माशांच्या झुंडी हाकलण्याचा प्रयत्न केला. मृताच्या छातीवर, कपाळावरही जखमा होत्या आणि एक जबरदस्त वार मानेच्या आरपारही गेलेला दिसत होता. तो इतर वारांमुळे आधीच मृत झाला असेल; पण तरी त्याला या शेवटच्या वाराने धारातीर्थी पाडलं असणार. जमीन काळीकुट्ट आणि ओलसर होती.

''नाव?'' सरताजने विचारलं.

''याचं का साब?'' वडिलांनी विचारलं. ते दरवाज्याकडे पाठ करून उभे होते, मुलाकडे पाहण्याचे टाळत होते.

''हो.''

''शमसुल शाह.''

''तुमचं?''

''नुरुल, साहेब.''

''त्यांनी चॉपर वापरले?''

''हो साब.''

''किती जण होते?''

''दोन, साब.''

''तुम्ही ओळखता का त्यांना?''

''बाझील चौधरी आणि फराज अली, साहेब. इथे जवळच राहतात. माझ्या मुलाचे मित्र आहेत.''

काटेकर नोटबुकमध्ये काहीतरी खरडत होता, त्याचे ओठ अनोळखी नावांच्या उच्चारांनी हलताना दिसत होते.

''तुम्ही कुठले आहात?'' सरताज म्हणाला.

''दुईपारा गाव, चपरा ब्लॉक, जिल्हा नादिया, पश्चिम बंगाल साब.''

हे तपशील इतक्या जलदपणे आले, जणू काही रात्रभर त्याने मुंबईला येताना सोबत आणलेल्या कागदपत्रांवरून ते पाठ केले असावेत. बांगलादेशींचा खून म्हणजे थोडं असाधारण होतं. कारण, ते नेहमी माना खाली घालून वावरत, काम करत आणि पैसे मिळवण्याचा प्रयत्न करत आणि त्यांच्याकडे कोणाचं लक्ष जाऊ नये म्हणून खबरदारी घेत.

''आणि इतर? ते पण तिकडचेच आहेत का?''

''त्यांचे आई-बाप चपराचे आहेत.''

''गाव एकच का?''

''हो, साब.'' सरताज आता त्याच्या उर्दू लहेजातील उच्चारांवरून बांगलादेशी आहे हे ओळखायला शिकला होता. तो त्याच्या देशाबद्दल, गावाबद्दल जे सांगत होता, ते खोटं होतं. बाकी सगळं खरं होतं. मृताचे आणि हल्लेखोरांचे बाप बहुदा एकत्र लहानाचे मोठे झाले असावेत, एकाच वातावरणात.

''तुमच्याशी नातं आहे का त्या दोघांचं?''

''नाही, साब.''

''तुम्ही पाहिलं का हे?''

''नाही साब. काही लोकांनी हाका मारून बोलावलं मला.''

''कोण लोक?''

''मला माहीत नाही, साब.'' त्या गल्लीत आता कुजबुज ऐकू येत होती, आवाज वरखाली होत होते; पण कोणी दिसत नव्हतं. कोणाही शेजाऱ्यांना पोलिसांच्या लफड्यात अडकायचं नव्हतं.

''हे कोणाचं घर आहे?''

''अहसान नईम, साब; पण तो इथे नव्हता. फक्त त्याची आई होती घरी, ती आता शेजारी बसली आहे.''

''तिने पाहिलं का हे?''

नुरुल शाहने खांदे उडवले. कोणालाच साक्षीदार व्हायचं नव्हतं; पण ती म्हातारी बाई आता ते टाळू शकणार नव्हती. कदाचित, ती अधू दृष्टीचं कारण देईल.

''तुमचा मुलगा पळत होता?''

''हो, साब, तिकडून. ते फराजच्या घरी बसले होते.''

म्हणजे तो मृत मुलगा आपल्या घरी जाण्याचा प्रयत्न करत होता. तो दमला असेल आणि कोणत्या तरी घरात घुसण्याचा प्रयत्न केला असेल. घराचा दरवाजा म्हणजे बांबूला तीन वायरनी लटकवलेला पत्र्याचा तुकडा होता. सरताज मृतदेहाजवळून उठला. रक्ताच्या आणि ओल्या चिखलाच्या वासापासून दूर गेला. ''त्यांनी का केलं असं? काय झालं?''

''ते एकत्र बसून पीत होते साब. त्याचं भांडण झालं.''

''कशावरून?''

''मला माहीत नाही. साब, तुम्ही त्यांना पकडाल ना?''

''आम्ही लिहून घेतो,'' सरताज म्हणाला.

रात्री अकरा वाजता चेहऱ्यावर पाण्याचा फवारा घेत सरताज थंड पाण्याच्या धारेखाली उभा होता. नळाच्या पाइपला प्रेशर चांगलं होतं, त्यामुळे पाण्याच्या धारा एका खांद्यावरून दुसऱ्या खांद्यावर घेत तो शॉवरखाली थोडा रेंगाळला. त्याच्या आणि कानातील पाण्याच्या आवाजाशिवायही त्याच्या मनात कांबळे आणि पैसा यांचे विचार सुरू होते. जेव्हा सरताज विवाहित होता, त्याला आपण पैसे खात नाही याचा एक विशेष अभिमान होता; पण डिव्होर्सनंतर त्याला जाणवलं की, मेघाच्या पैशांनी जगापासून आणि राहणीमानाच्या गरजांपासून त्याचा किती बचाव केला होता. महिना केवळ नऊशे रुपयांचा जाण्या-येण्याचा भत्ता त्याच्या बुलेटला फारतर तीन दिवस पेट्रोल पाजू शकत होता आणि दररोज खबऱ्यांच्या हातात ज्या शंभराच्या नोटा कोंबाव्या लागत, त्यातल्या एक-दोनच नोटा खबरी अलाउन्समधून येत. नवनगरमधल्या तरुणाच्या हत्येचा तपास करण्यासाठी त्यातून काहीच उरत नव्हतं म्हणून आता सरताज कॅश घेत असे आणि त्याबद्दल त्याला कृतज्ञताही वाटायची. साला सरदार आता श्रीमंत हरामखोरांचा साला नव्हता म्हणून तो आता खडबडून जागा झाला होता. त्याला माहीत होतं की, ऑफिसर्स आणि आजूबाजूचे लोक हे समाधानाने म्हणत आणि त्याचं बरोबरच होतं. तो जागा झाला होता. त्याने एक दीर्घ श्वास घेतला आणि पाण्याच्या मुख्य धारेखाली डोकं धरलं जेणेकरून ती धार त्याच्या डोळ्यांच्या मध्ये पडेल. पाण्याचा आवाज त्याच्या मनात भरून राहिला.

बाहेर, त्याच्या ड्रॉइंगरूममध्ये खूप शांतता होती. कितीही दमला असला आणि झोप हवीशी वाटत असली तरी अजून झोपेचा पत्ता नव्हता. तो सोफ्यावर आडवा झाला. रॉयल चॅलेंज व्हिस्कीची बाटली आणि ग्लास शेजारीच टेबलवर होता. त्याने व्हिस्कीचे छोटे छोटे घोट घेतले. कामाच्या दिवशी तो स्वतःला दोन मोठे ग्लास भरून व्हिस्की पिण्याची परवानगी देत असे. तीन ग्लास पिण्याची इच्छा होई; पण मनाला आवर घातला जाई. बाहेर शहरातल्या दिव्यांनी अजूनही उजळत असलेलं आकाश दिसावं म्हणून तो खिडकीकडे तोंड करून आडवा झाला होता. शेजारी डावीकडे लांब करड्या चंदेरी रंगाची इमारत होती; खिडकीतून ती लहान

होत गेलेली दिसत होती आणि उजवीकडे काळोख भरून राहिला होता... आकारहीन आणि निर्दय काळोख... डोळ्याखाली पिवळ्या उजेडात नाहीसा होत गेलेला काळोख. सरताजला माहीत होतं की, तो कुठून येत होता, कसा तयार झाला; पण नेहमीप्रमाणेच त्याला या गोष्टीचं कुतूहल वाटलं. त्याला दादरच्या रस्त्यावर क्रिकेट खेळल्याची आठवण झाली. टेनिस बॉलचा वेग, मित्रांचे चेहरे आणि अख्खं शहर हृदयात सामावून घेण्याची भावना... अगदी कुलाबा ते बांद्रा. आता ते खूप वाढलं आहे, त्याच्या हातून निसटल्यासारखं. प्रत्येक कुटुंब अजून अजून वाढत आहे. जोवर शहराला ती छान आणि अपार चमक येत नाही, जी समजणं अशक्य होतं आणि तिच्यापासून दूर जाणंही. ती छोटी गल्ली खरंच अस्तित्वात होती का, जिथे लहान मुलं क्रिकेट, डब्बा-ऐसपैस आणि खापर-पाणी खेळायची; का ती त्याने कोणत्या तरी कृष्णधवल फिल्ममधून चोरून आणली होती? स्वतःलाच एका आनंदी जागेच्या आठवणींची भेट म्हणून?

सरताज उठला. खिडकीला रेलून उभं राहत त्याने ग्लासातील व्हिस्की संपवली, अगदी शेवटच्या थेंबापर्यंत. खिडकीतून बाहेर वाकून हवेची झुळूक घेण्याचा प्रयत्न करू लागला. क्षितिजावर खूप दिवे चमकत होते. ते धूसर आणि खूप दूर होते. त्याने खाली पाहिलं आणि खाली पार्क केलेल्या कारची काच चमकली. काचेचा एक तुकडा. त्याला अचानक वाटलं, असं खाली वाकून पाहत राहणं किती सोपं आहे, जोवर त्याच्या वजनाने तोल जात नाही. तो आता कल्पनेत स्वतःला खाली पडताना पाहू लागला, फडफडत जाणारा पांढरा कुडता, उघडी छाती, पोट, पायजम्याची लोंबणारी नाडी, एक पांढरी-निळी बाथरूम स्लीपर, गरगरत असलेले पाय आणि ते वर्तुळ पूर्ण होण्याआधी खाली आपटून झालेली डोक्याची शकलं... एका झटक्यात झालेली शकलं आणि नंतर पूर्ण शांतता.

सरताज खिडकीतून बाजूला झाला. त्याने अत्यंत काळजीपूर्वकपणे ग्लास कॉफीटेबलवर ठेवला. ते कुठून आलं? तो मोठ्याने म्हणाला, ''कुठून आलं ते?'' मग खाली फरशीवर बसला आणि त्याला लक्षात आलं की, आपल्याला गुडघे वाकवायला त्रास होतोय. त्याच्या मांड्या खूप दुखत होत्या. त्याने हात टेबलावर ठेवले, तळवे टेबलवर टेकवले आणि समोरच्या पांढऱ्या भिंतीकडे पाहत राहिला. तो गप्प होता.

काटेकर रविवारचं उरलेलं मटण खात होता. त्याच्या पाठीतला एक स्नायू, उजव्या बाजूस खाली खूप ठणकत होता; पण ते बटाटा आणि भाताबरोबरचं साधं चविष्ट मटण आणि हिरव्या मिरचीच्या लोणच्याचा झणझणीत स्वाद यामुळे त्याचे ओठ झणझणत होते आणि त्यामुळे तो पाठीतला ठणका विसरून गेला, किमान त्याकडे दुर्लक्ष तरी करू शकत होता.

''अजून वाढू?'' शालिनी म्हणाली.

त्याने मान हलवली आणि खुर्चीत मागे टेकत एक ढेकर दिली. ''तू पण घे ना थोडं,'' तो म्हणाला.

शालिनीने मान डोलवत म्हटलं, ''मी जेवले.'' तिला रात्री उशिरा मटण खाण्याचा मोह आवरता येत होता, त्यामुळेच की काय ती अजूनही लग्नात होती तशीच बारीक होती. काटेकर पाहत होता, तिने एका झटक्यात गॅस बंद केला. पद्धतशीरपणे भांडी आवरून घासायला टाकली. तिच्या हालचालींमध्ये एक प्रकारची अचूकता होती; त्या छोट्याश्या

घरात आटोपशीरपणे राहताना आलेली कामातील सहजता होती ती. शालिनी एक साधीसुधी स्त्री होती, आतून बाहेरून साधी आणि ती त्याची भूक भागवत होती.

''ये, शालू,'' तोंड पुसत तो म्हणाला. ''खूप उशीर झालाय. ये झोपू या.''

तो तिला टेबल पुसताना बघत होता, तिच्या बांगड्या किणकिणत होत्या. खोली लहान होती; पण आतून खूप स्वच्छ होती. तिचं टेबल पुसून झाल्यावर तिने टेबलाचे फोल्डिंग पाय काढून टेबल भिंतीला टेकवलं. दोन्ही खुर्च्या कोपऱ्यात गेल्या. तिचं किचन आवरून झाल्यावर त्याने खुर्च्यांच्या जागी आता दोन चटया अंथरल्या. तिच्यासाठी गादी घातली आणि उशी ठेवली. आपल्यासाठी चटईवर उशी ठेवली. कारण, त्याच्या पाठीला फक्त कठीण पृष्ठभाग सहन होई आणि अशा प्रकारे त्यांची अंथरुणं घालून झाली. त्याने माठातून एक ग्लास पाणी घेतलं आणि माकडछाप टूथपावडरचा डबा घेतला आणि हलक्या पावलांनी बाहेर गेला. गल्लीत खोल्यांची दाटी होती, बहुतेक पक्क्या खोल्या होत्या, जिकडे तिकडे छतावर आणि दारांवर विजेच्या तारा लोंबकळत होत्या. अर्थातच या वेळी म्युनिसिपालिटीच्या नळाला पाणी नव्हतं; पण नळाला लागून असलेल्या विटेच्या भिंतीमागे पाण्याचं डबकं साचलं होतं. काटेकर भिंतीला टेकून उभा राहिला, हातावर थोडी पावडर घेतली आणि बोटाने दात घासू लागला. तो पाणी अगदी काळजीपूर्वक वापरत होता जेणेकरून शेवटची चूळ भरण्यासाठी पुरेसं पाणी असेल.

तो खोलीत परत आला, तेव्हा शालिनी कुशीवर आडवी झाली होती. ''तुम्ही जाऊन आलात का?'' कूस न बदलताच तिने विचारलं. त्याने हातातला ग्लास किचनच्या सेल्फात ठेवला. ''जा,'' शालिनी म्हणाली, ''नाहीतर एका तासात परत उठाल.''

गल्लीच्या त्या टोकाला एक वळण होतं, मग अजून एक आणि नंतर अचानक एक उतार होता, तो हायवेला लागत असे. जमिनीतून एक उग्र दर्प येत होता. काटेकर उकिडवा बसला आणि त्याला इतक्या जोराने आलेल्या धारेचं आश्चर्य वाटलं. खाली दिसणारे, अदृश्य होणारे दिवे पाहत त्याने निःश्वास सोडला. खोलीवर परत आला आणि त्याने दिवा घालवला. त्याने बनियन आणि पॅन्ट काढली आणि चटईवर अंग टेकलं. पाठीवर उताणा झोपत त्याने उजवा पाय एकीकडे पसरला आणि डावा पाय व हात शालिनीच्या अंथरुणात पसरला. क्षणभराने ती त्याच्याकडे सरकली आणि त्याला बिलगून झोपली. त्याला तिचा खांदा त्याच्या छातीवर जाणवला आणि तिचे नितंब त्याच्या पोटाला चिकटले होते. ती त्याच्यावर रेलली आणि तो शांत होता. आता त्याला त्याच्या आणि आजूबाजूच्या शांततेत, खोलीला विभागणाऱ्या काळ्या पडद्याच्या पलीकडे त्याच्या मुलांचे श्वास एकसारख्या लयीत ऐकू येत होते. मोहित आणि रोहित नऊ आणि पंधरा वर्षांचे होते. काटेकर रात्रीच्या गडद अंधारातही त्याचं कुटुंब पाहू शकत होता, त्याला खोलीचा आकार दिसत होता. पडद्याच्या या बाजूला सेल्फवर एक छोटा रंगीत टीव्ही होता आणि त्याच्या आई-वडिलांच्या हार घातलेल्या फोटोंच्या बाजूला, त्याच्या मुलांचा झूमध्ये काढलेला एक मोठ्या सोनेरी फ्रेममधला फोटो होता. लक्स साबणाच्या कॅलेंडरवर मधुबाला आणि जूनचा महिना दिसत होता. त्याच्याखाली डायलला कुलूप लावलेला हिरव्या रंगाचा फोन. चटईच्या पायाशी, एक घरघरणारा टेबलफॅन होता. त्याच्या डोक्यामागे, एक टू-इन-वन होता आणि त्याचा जुन्या मराठी गाण्यांचा संग्रह असलेल्या कॅसेट्स. एकावर एक ठेवलेल्या दोन काळ्या ट्रंका. हुकला टांगलेले कपडे, हँगरवर त्याचे शर्ट पॅन्ट. शालिनीच्या सेल्फमध्ये अंबाबाई

आणि भवानीची पितळी मूर्ती आणि साईबाबांचा एक हार घातलेला फोटो. किचनमध्ये, जमिनीपासून छतापर्यंत असलेल्या सेल्फांमध्ये चकचकीत स्टीलच्या भांड्यांच्या रांगाच रांगा. काळ्या पडद्याच्या त्या बाजूला, पुस्तकांची सेल्फ, सचिन तेंडूलकरची बॅटिंग करतानाचे दोन पोस्टर्स आणि जुनी मासिकं, वह्या, पेनांनी गच्च भरलेलं एक छोटं डेस्क. एकसारखे दोन कप्पे असलेलं एक लोखंडी कपाट.

काटेकर हसला. त्याला डोळ्यावर झोपेची झापडं आलेली असताना असं आपल्या घरातील चीजवस्तूंचं निरीक्षण करणं खूप आवडायचं. संधिप्रकाशाच्या किनाऱ्यावर तो शांत पडून होता, झोप अजूनही खूप दूर होती. पाठीतली उसण त्याला तिथे जाणवत होती; पण ती त्याच्या शरीरावर भार देऊन झोपलेल्या शालिनीपर्यंत पोहोचू शकत नव्हती. त्याने आयुष्यात जे कमावलं ते सगळं त्याच्या आवतीभोवती होतं आणि तो शांत होता. त्याला त्याचे जड झालेले हातपाय हलके होत आहेत आणि तो हवेत तरंगतो आहे, असं वाटू लागलं, त्याचे डोळे मिटले. त्याला झोप लागली.

सरताज हातातल्या छोट्या गुळगुळीत रिमोटने झपाझप चॅनेल बदलत होता. डेट्रॉइटमधल्या कार रेसवरून एका महिला डिटेक्टिव्हवरच्या अमेरिकन शोवर, मग एका संथ वाहणाऱ्या व नंतर पुढे मोठ्या होत गेलेल्या नदीवर आणि नंतर एका फिल्मी काउंटडाऊन शोवर. दोन हिरॉइन लाल रंगाचे मिनीस्कर्ट घालून स्मितहास्य करत त्यांचे उभार दाखवत होत्या. दोघींचंही वय अठरा वर्षांच्या वर नसेल, त्या वेलींनी लपेटलेल्या एका राजवाड्याच्या भग्न अवशेषांच्या वर नाचत होत्या. सरताजने पुन्हा क्लिक केलं. न्यूज क्लिप्सच्या भराभर सरकणाऱ्या पार्श्वभूमीवर एक ब्लाँड व्हीजे लंडनमधल्या एका भांगडा गायकाबद्दल आणि त्याच्या नवीन अल्बमबद्दल भराभर काहीतरी बोलत होती. ती व्हीजे इंडियन होती; पण तिचं नाव कीट होतं आणि तिचे चमचमते ब्लाँड केस तिच्या उघड्या खांद्यांवर रुळत होते. आता तिने एक हात कॅमेराच्या दिशेने पुढे केला आणि आता अचानक ती एका आरसेच आरसे लावलेल्या मोठ्या खोलीत होती आणि तिथल्या डान्सर्सबरोबर खुशीत नाचत होती. कीट हसली आणि कॅमेरा तिच्या चेहऱ्याजवळ गेला. सरताजने तिच्या चेहऱ्यावरील सुंदर अँगल्स पाहिले आणि तिच्या सुंदर निमुळत्या पायांकडे पाहत सुख घेतले. त्याने टीव्ही बंद केला आणि तो उठला.

तो ताठरपणे चालत खिडकीजवळ गेला. शेजारच्या इमारतीच्या कंपाउंडमधील धूसर पिवळ्या दिव्यांच्या पलीकडे, समुद्राचा काळा अंधार होता आणि त्याच्या खूप पुढे चकमकते निळे-केशरी दिवे दिसत होते. ते बांद्रा होतं. चांगली दुर्बीण असेल, तर तुम्ही इथून नरीमन पॉइंट पाहू शकत होतात, जो समुद्रातून फारसा दूर नव्हता; पण रात्रीच्या निर्मनुष्य रस्त्यांवरून तिथे जायला किमान एक तास लागला असता. तो झोन १३पासून खूप खूप दूर होता. सरताजला छातीत अचानक एक कळ जाणवली, जसे दोन धारदार दगड एकमेकांवर घासले असावेत, त्याच्यातून ठिणगी नाही पडली; पण ती जणू एक मंद, स्थिर जाळ आला असावा, एक अशांत, कायम असणारी, तीव्र इच्छा असावी. ती त्याच्या घशाशी आवंढा बनून आली आणि त्याचा निर्णय झाला होता.

बारा मिनिटांच्या फास्ट ड्रायव्हिंगनंतर तो अंडरपासखालून हायवेला लागला. मोकळा रस्ता आणि बोटांमधून अलगद फिरणाऱ्या स्टेअरिंग व्हीलमुळे त्याला आनंद झाला आणि त्याच्या वेगाचं त्याला हसू आलं; पण ताडदेवमध्ये अचानक दुकानांच्या दिव्यांच्या

झगमगाटात ट्रॅफिक वाढलं आणि सरताजला एकदम स्वतःचा राग आला. त्याला वळून परत जावंसं वाटू लागलं. डॅशबोर्डवर त्याच्या बोटांनी ताल धरताच त्याच्या मनात प्रश्न आला : तू काय करतो आहेस? काय करतो आहेस तू?? तुझ्या सोडून गेलेल्या बायकोने तुझ्यावर दया येऊन तुझ्यासाठी सोडलेल्या या कारमधून तू कुठे जातो आहेस? रस्त्यांवरच्या खड्ड्यांमुळे कारचे तुकडे पडतील; पण आता खूप उशीर झाला होता. जरी सुरुवातीची गती आता कमी झाली होती, निम्मा प्रवास झाला होता आणि तो गाडी चालवतच राहिला. त्याने गाडी थांबवून पार्क केली आणि तो 'केव्ह'पाशी चालत जाईपर्यंत एक वाजला होता. त्याला अजूनही मागील दरवाज्याभोवती गर्दी दिसत होती. बंद करण्याच्या साडेअकराच्या टायमिंग नंतरही बार उघडा होता.

दरवाज्यातील गर्दी बाजूला झाली आणि त्याला मधून जाऊ दिलं. तो त्यांच्या मानाने मोठा होता, कदाचित खूपच मोठा; पण जसजसा तो पुढे गेला, तसं कुतूहलमिश्रित नजरा आणि कुजबुज येण्याचं काही कारण नव्हतं. त्यांनी ढगळ चकमकीत शट्‌र्स, छोटे स्कर्ट्‌स घातले होते आणि त्यांच्यामुळे त्याला खूप बेचैन वाटलं. तो दरवाज्यापाशी जरा अडखळला आणि एका खालच्या ओठामध्ये चांदीची रिंग घातलेल्या मुलीने पुढे होऊन त्याच्यासाठी दार उघडून धरलं. तिला धन्यवाद म्हटलं पाहिजे हे त्याच्या ध्यानात येईपर्यंत तो आत पोहोचला होता आणि दार बंद होत होतं. त्याने हाताची घडी घालत एक कोपरा शोधला. हातात एक ड्रॉट बिअर घेऊन काहीतरी करायचं म्हणून तो खोलीकडे तोंड करून बसला. तो अगदी कोपऱ्यात होता आणि काही फुटांपलीकडचं काही दिसणं अशक्य होतं. तिथे असलेले सगळे पुढे झुकून एकमेकांशी आनंदाने काहीतरी बोलत होते आणि संगीताच्या तालावर चीत्कारत होते. त्याने शांतपणे त्याची बिअर संपवली, जसं काही त्याला फक्त बिअरमध्येच रस होता. नंतर त्याने अजून एक बिअर ऑर्डर केली. सर्व बाजूंना स्त्रिया होत्या आणि तो प्रत्येकीकडे आळीपाळीने पाहत तिच्याबरोबर स्वतःची कल्पना करत होता. नाही, ती फार पुढची गोष्ट झाली. तो केवळ त्यांच्याशी काय बोलेल, याचा विचार करत होता. 'हॅलो. नाही, हाय. हाय, मी सरताज,' तो स्वतःला सांगत होता की, तू इंग्लिशमध्येच बोलण्याचा प्रयत्न कर आणि हसून बोल. मग काय? त्याच्या डावीकडे सुरू असलेले संभाषण ऐकण्याचा प्रयत्न करू लागला. ते संगीताबद्दल बोलत होते, एक त्याने कधीही न ऐकलेल्या अमेरिकन बँडबद्दल; पण ते अपेक्षितच होतं आणि त्याच्याकडे पाठ करून बसलेली एक मुलगी म्हणाली, ''लास्ट कट खूप स्लो होता,'' आणि तिच्यासमोरचा पोनीटेल घातलेला मुलगा त्यावर काय म्हणाला ते सरताजला ऐकू आलं नाही; पण छोटं अपरं नाक असलेली अजून एक मुलगी म्हणाली, ''इट वॉज कूल, बिच.'' सरताजने मग तोंडाला लावून ग्लास रिकामा केला आणि तोंड पुसलं. जी इच्छा त्याला शहराच्या त्या टोकापासून इथे घेऊन आली, ती अचानक मरून गेली आणि एक कडवटपणा उरला. खूप उशीर झाला होता आणि त्याचंही पिऊन झालं होतं.

पटकन पैसे देऊन तो निघाला. दरवाज्याजवळ आता दुसराच घोळका उभा होता आणि पुन्हा तीच शांतता, त्याच नजरा आणि मण्यांच्या माळा, पिअर्सिंग आणि सरावाने विस्कटलेले कपडे. त्याला लक्षात आलं की, त्याच्या रुबाबदार निळ्या ट्राउझरमुळे तो तिथला वाटतच नव्हता. गल्लीच्या टोकाला पोहोचेपर्यंत, त्याच्या कॉलरचं बटण उघडे असलेल्या पांढऱ्या शर्टात काही आत्मविश्वास उरला नव्हता. मेनरोडवर काळजीपूर्वक उजवीकडे वळत, क्रॉसरोड मॉल ओलांडून त्याने जिथे कार पार्क केली होती तिथे तो पोहोचला. शटर्स बंद असलेल्या

दुकानांच्या बाजूने जाणाऱ्या फूटपाथवर त्याची पावलं असंबद्ध वाजत होती. त्याच्या मनात आलं की, दोन बिअर पिऊनही मला इतकी चढू शकत नाही; पण रस्त्यावरचे दिवे खूप लांब दिसत होते आणि त्याला डोळे मिटावेसे वाटत होते.

सरताज घरी गेला. त्याच्या बेडवर पडला. आता तो झोपू शकणार होता. झोप त्याच्या खांद्यांवर कोसळली. त्यानंतर लगेचच सकाळ झाली आणि फोनचा आवाज त्याच्या कानात घुमला. त्याने फोन घेतला.

''सरताज सिंग?'' तो आवाज एका माणसाचा होता, निर्णायक आणि हुकमी.

''हो?''

''तुला गणेश गायतोंडे हवा आहे का?''

कैलासपाड्याला वेढा

तीन तास दरवाजा उघडण्याचा प्रयत्न केल्यानंतर स्पीकरवर गायतोंडेचा आवाज आला, ''तुम्ही इथे आत कधीही येऊ शकणार नाही.'' त्यांनी आधी कुलपावर छिन्नी-हातोडा मारून पाहिला; पण काही फुटांवरून जे लाकूड वाटत होतं, तो एक प्रकारचा रंगवलेला धातू होता आणि ते पात्याखाली आतून पांढरं आहे, असं वाटलं, तरी ते कापण्याचा आवाज देवळातील कर्कश्य घंटेसारखा येत होता. दरवाजा तुटायची काही चिन्हं दिसत नव्हती. नंतर ते रस्त्याचे काम करणाऱ्यांकडून मागून आणलेल्या हत्यारांकडे वळले. त्या कामगारांनी प्रयत्न सुरू केले आणि परजलेल्या लांब हातोड्याने जोरजोरात घण घालायला सुरुवात केली, तेव्हाच दरवाज्याला लागून असलेल्या सोनी स्पीकरमधून हसण्याचा आवाज आला. ''तुम्हाला खूप उशीर झाला आहे, सरताज साहेब,'' गायतोंडेच्या हसण्याचा आवाज आला.

''मी जर आत येऊ शकत नसेन, तर तूही बाहेर येणार नाहीयेस,'' सरताज म्हणाला.

''काय? मला ऐकू येत नाही आहे.''

सरताज दरवाज्याजवळ गेला. ती इमारत एखाद्या क्यूबसारखी होती, पांढरा रंग, हिरव्या खिडक्या. कैलासपाड्यातल्या एका मोठ्या प्लॉटवर उभी होती. कैलासपाडा म्हणजे झोन १३च्या उत्तरेचा अजून विकसित होत असलेला भाग होता. मुंबईचा अजून पुढे विस्तार करण्यासाठी इथे दलदलीत धडपडणाऱ्या इतक्या जड अवाढव्य मशिन्सच्यामध्ये सरताज ग्रेट गायतोंडेला अटक करण्यासाठी आला होता. गायतोंडे... गँगस्टर, जी-कंपनीचा बॉस आणि कावेबाज, धूर्त; पण नेहमीच बचावत असलेला गायतोंडे!

''गायतोंडे, तू आत किती वेळ बसून राहणार आहेस?'' मान वर करून पाहत सरताज म्हणाला. दरवाजावरील कॅमेराचा खोलवर असलेल्या गोल व्हिडिओ लेन्स आजूबाजूला फिरला आणि आता त्याच्यावर स्थिरावला.

''सरदारजी, तुम्ही दमलेले दिसता,'' गायतोंडे म्हणाला.

''हो, मी दमलोय,'' सरताज उत्तरला.

''आज खूप गर्मी आहे,'' गायतोंडे सहानुभूतीने म्हणाला. ''मला कळत नाही तुम्ही सरदार लोक कसं त्या पगड्या सहन करता.''

मुंबई पोलीसमध्ये दोन शीख कमिशनर होते; पण अख्ख्या शहरात शीख इन्स्पेक्टर म्हणाल, तर सरताज एकटाच होता, त्यामुळे लोक त्याला त्याच्या पगडी आणि दाढीवरून ओळखायचे आणि त्याला त्याची सवय होती. तो त्याच्या पॅन्टच्या कटसाठीही प्रसिद्ध

होता, त्याच्या पॅन्ट तो बांद्रातील एका खूप फिल्मी बुटिकमधून शिवून घेत असे आणि तो त्याच्या मॉडर्न वूमन मॅगेझीनमध्ये छापून आलेल्या त्याच्या प्रोफाईलसाठीही प्रसिद्ध होता. त्या मॅगेझीननुसार तो 'शहरातील बेस्ट लुकिंग बॅचलर' होता. काटेकरला मात्र चांगलंच पोट सुटलं होतं, जे त्याच्या बेल्टवर एखादी सुटकेस ठेवल्यासारखं वाटे. त्याचा चेहरा चौकोनी होता आणि हात जाडजूड होते. आता काटेकर त्या इमारतीच्या कोपऱ्यावर आला आणि पाय रोवून खिशात हात घालून उभा राहिला. त्याने मान हलवली.

''सरदारजी, तुम्ही कुठे निघालात?'' गायतोंडेने विचारलं.

''काही गोष्टींकडे जरा लक्ष द्यायचं आहे,'' सरताज म्हणाला. तो आणि काटेकर कोपऱ्याकडे चालत गेले आणि आता सरताजला वर व्हेंटिलेटरच्या दिशेने जाणारी शिडी दिसू शकत होती.

काटेकर म्हणाला, ''तो व्हेंटिलेटर नाहीये. जरी तो तसा दिसत असला तरी. त्याच्यामागे काँक्रीट आहे फक्त. सगळ्या खिडक्या तशाच आहेत. ही जागा काय आहे सर?''

''मला माहीत नाही,'' सरताज म्हणाला; पण काटेकर मुंबईचाच रहिवासी होता आणि भुलेश्वरमध्ये जोपासल्या गेलेल्या उपहासीवृत्तीचा माणूस होता. त्यालाही आता कैलासपाड्यात अचानक उगवलेल्या या पांढऱ्या क्यूबसारख्या दिसणाऱ्या आणि दरवाजावर सोनी कॅमेरा लावलेल्या इमारतीचं कुतूहल वाटू लागलं होतं, याचं त्याला समाधान वाटलं. ''मला माहीत नाही. तो फार विचित्र वाटतोय. अगदी उदास.''

''मी त्याच्याबद्दल जे ऐकलं आहे, त्यानुसार तरी तो आयुष्य खूप एन्जॉय करतो. चांगलं खाणपिणं, खूप बायका.''

''आज तो उदास आहे.''

''पण तो इथे कैलासपाड्यामध्ये काय करतोय?''

सरताजने खांदे उडवले. त्यांनी ज्या गायतोंडेबद्दल पोलीस रिपोर्ट्समध्ये आणि पेपरमध्ये वाचलं होतं, तो गायतोंडे हिऱ्यांनी लगडलेल्या नट्या, त्याला पैसे पुरवणारे पॉलिटिशियन यांच्या गराड्यात असायचा आणि त्यांची खरेदी-विक्री करायचा. असं म्हणत की, त्याच्या मुंबईमधल्या रोजच्या धंद्यांमधून होणारी कमाई एखाद्या कॉर्पोरेट कंपनीच्या वार्षिक कमाईपेक्षा जास्त असायची. त्याच्या नावाने भलेभले बेडर लोकही घाबरत. 'गायतोंडे भाईनी म्हटलं आहे,' असं म्हणायचा अवकाश की, आडमुठे लोकही सुतासारखे सरळ येत आणि सगळं सोपं होत असे; पण तो गेले काही वर्षं हद्दपार होता. इंडोनेशियाच्या किनाऱ्यावर एखाद्या बोटीवर राहायचा अशी अफवा होती. दूर असला तरी एका फोनच्या अंतरावर होता. याचाच अर्थ, तो जवळच कुठेतरी होता आणि ते तसंच झालं. तो अचानकपणे इथे कैलासपाड्यात होता. पहाटे त्याने फोन केला आणि अचानक ठेवला आणि सरताज उठला. त्याने कपडे चढवता चढवता स्टेशनला फोन केला आणि पोलीस पार्टी रायफल्ससहित घाईने कैलासपाड्यात दाखल झाली.

''मला माहीत नाही; पण आता तो इथे आहे, नक्कीच,'' सरताज म्हणाला.

काटेकर म्हणाला, ''हो सर, तो म्हणजे लॉटरी आहे.'' त्याच्या चेहऱ्यावर शिष्ठ भाव होते, जे त्याला सरताज खूप भाबडा आहे, असं जाणवल्यावर नेहमी येत. ''तुम्हाला त्याला नक्की स्वतः पकडायचं आहे? कोणी सिनियर येईपर्यंत थांबलो तर?'

''त्यांना इथे पोहोचायला खूप वेळ लागेल. त्यांना इतर कामं आहेत.'' सरताज मनातल्या मनात आशा करत होता की, इथे येऊन कोणी कमिशनर त्याची ही लॉटरी काढून घेणार नाही. ''आणि तसंही, गायतोंडे माझा आहे, फक्त त्याला ते माहीत नाहीये.'' तो दरवाजाकडे जाण्यासाठी वळत म्हणाला, ''ठीक आहे. त्याचा पावर सप्लाय बंद करा.''

''सरदारजी,'' गायतोंडे म्हणाला, ''तुमचं लग्न झालंय का?''

''नाही.''

''माझं कधीकाळी झालं होतं...'' आणि त्याचा आवाज एकदम तलवारीने घाव करून तुकडा पाडावा तसा बंद झाला.

सरताज दरवाज्यापासून बाजूला झाला. आता फक्त वाट पाहायची होती. जूनच्या असह्य उकाड्यामध्ये जेव्हा त्या इमारतीचं व्हेंटीलेशन बंद होईल आणि आत भट्टी तयार होईल तेव्हा अनेक जेल, फूटपाथ आणि झोपडपट्ट्यांमध्ये राहिलेल्या गायतोंडेलाही त्या नरकात असह्य होईल. नंतर तो इतका यशस्वी झाला होता आणि सुखासीन आयुष्यामुळे थोडा नरमला होता, त्यामुळे आता एखादा तासच लागला असता बहुदा; पण सरताजने दोन पावलंच टाकली असतील, तेव्हा त्याला त्याच्या बोटांत आणि गुडघ्यातून कळा जाणवल्या आणि गायतोंडे परत आला.

''तुम्हाला काय वाटलं, ते इतकं सोपं आहे?'' गायतोंडे म्हणाला. ''फक्त पॉवर बंद केली की झालं? तुम्हाला काय मी मूर्ख वाटलो का?''

म्हणजे त्या क्यूबमध्ये कुठेतरी जनरेटर होता. गायतोंडे हा कोणत्याही शहरातील जेलमधला कदाचित, अख्ख्या मुंबईमधला पहिला माणूस असेल ज्याच्याकडे प्रथम सेलफोन आला असेल. सेलफोनच्या मदतीने, त्याने जेलमधून त्याचे महत्त्वाचे धंदे जसे की ड्रग्स, मटका, स्मगलिंग आणि बांधकाम हे सुरू ठेवले. ''मला तू मूर्ख आहेस, असं वाटत नाही,'' सरताज म्हणाला. ''ही बिल्डिंग खूपच इम्प्रेसिव्ह आहे. कोणी डिझाईन केली?''

''सरदारजी, कोणी का डिझाईन केली असेना. प्रश्न हा आहे की, तुम्ही आत कसे येणार?''

''तूच का बाहेर येत नाहीस? त्यामुळे आमचा खूप वेळ वाचेल. इथे बाहेर खूप उकडतंय आणि आता माझं डोकं दुखायला लागलं आहे.''

एक प्रकारची शांतता पसरली. फक्त गल्लीच्या टोकाला जमलेल्या बघ्यांची कुजबुज ऐकू येत होती.

''मी बाहेर येऊ शकत नाही.''

''का नाही?''

''मी एकटा आहे. मी फक्त माझा मी आहे.''

''गायतोंडे, मला वाटलं तुझे मित्र सगळीकडे आहेत. प्रत्येक जण प्रत्येक ठिकाणी गायतोंडे भाईचा मित्र आहे, नाही का? सरकारमध्ये, प्रेसमध्ये, अगदी पोलीस फोर्समध्येही? मग कसा काय तू एकटा?''

''सरदारजी, तुम्हाला माहीत आहे? माझ्याकडे अर्ज येतात. तुम्हा चुतीया पोलिसांपेक्षा जास्त अर्ज येतात कदाचित माझ्याकडे. तुझा विश्वास बसत नाही? थांब, मी तुला एक अर्ज वाचून दाखवतो. थांब. हा अर्ज वर्ध्याहून आलाय. असा आहे तो.''

''गायतोंडे!''

''आदरणीय, श्री. गायतोंडे. ऐकलंत का सरदारजी? आदरणीय! मग... मी एक बावीस वर्षांचा तरुण आहे आणि वर्धा, महाराष्ट्रामध्ये राहतो. सध्या मी एम. कॉम करत आहे. बी. कॉमला मला एकाहत्तर टक्के मार्क होते. मी माझ्या कॉलेजमध्ये उत्तम ॲथलिट म्हणूनही प्रसिद्ध आहे. आमच्या क्रिकेट टीमचा कॅप्टनसुद्धा आहे. नंतर तो कसा ताकदवान आहे, धीट आहे, गावात कसे सगळे त्याला वचकून असतात, वगैरे खूप बकवास लिहिली आहे. ओके. मग तो म्हणतो, 'मला खात्री आहे की, मी नक्की तुमच्या उपयोगाचा आहे. मी खूप वर्षं तुमच्या धाडसाबद्दल पेपरमध्ये वाचत आलो आहे. पेपर तुमच्या पॉवरबद्दल आणि तुमच्या पॉवरफुल पॉलिटिक्सबद्दल खूप गोष्टी छापतात. तुम्ही मुंबईमधले सगळ्यात मोठी व्यक्ती आहात. आम्ही मित्र जमलो की, अनेकदा तुमच्या प्रसिद्ध धाडसांबद्दल बोलतो. श्री गायतोंडे, मी अत्यंत विनम्रपणे माझी माहिती तुम्हाला सादर करत आहे आणि माझ्याबद्दलची काही कात्रणं पाठवत आहे. तुम्ही म्हणाल ते काम मी करेन. श्री गायतोंडे, मी खूप गरीब आहे. मला खात्री आहे की, तुमच्याकडे काम केल्याने मला माझं आयुष्य घडवता येईल. तुमचा विश्वसनीय, अमित शिवराज पाटील. ऐकलं का सरदारजी?''

''हो गायतोंडे,'' सरताज म्हणाला. ''ऐकलं. चांगला उमेदवार वाटतो.''

''सरदारजी तो एखादा लोडू वाटतो,'' गायतोंडे म्हणाला. ''मी असल्या माणसाला माझी गाडी पुसायलाही ठेवणार नाही; पण तो चांगला पोलीसवाला होईल.''

''मला आता याचा कंटाळा येऊ लागलाय गायतोंडे,'' सरताज वैतागून म्हणाला. काटेकरच्या खांद्यावर ताण दिसत होता. तो सरताजकडे पाहत होता. त्याला वाटत होतं की, सरताजने गायतोंडेला सणसणीत शिव्या द्याव्यात आणि सांगावं की, तो किती भेन्चोद आहे आणि ते त्याला बांधून त्याच्या गांडीत लाठी घालणार आहेत; पण सरताजला मात्र तसं करणं काही क्षणांसाठी चांगलं वाटलं, तरी त्या अगम्य क्यूबमध्ये बसलेल्या त्या माणसाला शिव्या देऊन काही उपयोग नाही, असं वाटत होतं.

गायतोंडे कडवटपणे हसला, ''तुम्हाला लागलं का सरदारजी? मी जरा अधिक आदराने बोलायला हवं का? तुम्हाला मी पोलिसांच्या अजून काही कहाण्या सांगू का की, ते आपल्या फायद्याचा विचार न करता कसे जीवावर उदार होऊन कामं करतात?''

''गायतोंडे?''

''काय?''

''मी जरा जाऊन येतो. मला काहीतरी थंड हवं आहे. इथे फार उकडतंय.''

''तुमच्यासाठीही आणू का? थम्सअप?''

''चिकण्या, इथे आत फ्रीज आहे माझ्याकडे. तू फार गोरा आहेस आणि हिरोसारखा दिसतोस म्हणून जास्त शहाणपणा करू नको. तू तुझ्यासाठी कोल्ड्रिंक आण जा.''

''आणतो. मी जाऊन येतो.''

''तू दुसरं काय करशील सरदारजी? जा जा.''

रस्त्यावर चालता चालता काटेकरपण त्याच्या जोडीने चालू लागला. रस्त्यावरचं काळं डांबर उन्हात चकाकत होतं. रस्ता आता रिकामा होता. काहीतरी गोळीबार होईल, धमाके होतील, या अपेक्षेने आलेले लोक आता कंटाळून जेवायला निघून गेले होते. भगवान टेलर्स

आणि त्रिमूर्ती म्युझिकच्या बरोबर मध्ये अगदी सरळसाधे नाव असलेली बेस्ट कॅफे नावाची टपरी दिसली, जिथे एका कडूनिंबाच्या झाडाखाली टेबलं टाकली होती आणि काळे पंखे जमिनीवर ठेवले होते. सरताजने घाईने कोकची बाटली उघडली आणि काटेकरने किंचित गोड फ्रेश लिंबू सोडा मागवला. तो वजन कमी करण्याचा प्रयत्न करत होता. ते जिथे बसले होते, तिथून गायतोंडेचा पांढरा बंकर दिसत होता. गायतोंडे शहरात परत येऊन काय करत होता? त्याला सरताजची माहिती कोणी सांगितली असेल? या प्रश्नांची उकल नंतर, आधी त्याला अटक करा आणि मग काळजी करा– कसं, कधी आणि केव्हा, त्याच्या मनात विचार सुरू होते. त्याने कोकचा अजून एक घोट घेतला.

''उडवून देऊ या,'' काटेकर म्हणाला.

''कशाने?'' सरताज म्हणाला. ''पण त्यामुळे तो नक्की मरेल.''

काटेकर हसला. ''हो सर. मग काय झालं सर?''

''मग गुप्तचरवाले लोक काय म्हणतील?''

''साहेब; पण ते गुप्तचरवाले बिनकामाचे भडवे लोक आहेत. तो जेव्हा ही बिल्डिंग बांधत होता, तेव्हा त्यांना कळालं नाही?''

''आता ते खूप हुशारीने केलं गेलं असेल, नाही का?'' सरताज म्हणाला. तो खुर्चीत टेकून बसला आणि त्याने हातपाय ताणले. ''आपल्याला एखादा बुलडोझर मिळेल असं वाटतं का?''

सरताजने आता बंकरसमोर एक पत्र्याची खुर्ची ठेवली होती आणि तो त्यावर बसून ओल्या रुमालाने चेहरा टिपत होता. त्याला झोप येऊ लागली होती. व्हिडिओ कॅमेरा स्थिर आणि शांत होता.

''ए गायतोंडे!'' सरताज म्हणाला. ''आहेस का?''

कॅमेराच्या हलण्याचा हलका आवाज झाला आणि तो सरताजवर फोकस झाला. ''मी आहे,'' गायतोंडे म्हणाला. ''तुम्ही कोल्डड्रिंक घेतलं का? मी फोन करून तुमच्यासाठी काही खायला मागवू का?''

सरताजने अचानक विचार केला की, असं भारदस्त आवाजात बोलणं याने सिनेमे पाहून शिकलं असणार, जसं पृथ्वीराज कपूर जॅकेट घालून धुरांच्या वलयात खालच्या पट्टीत बोलायचे. ''मी ठीक आहे. तू तुझ्यासाठी काही का ऑर्डर करत नाहीस?''

''मला खायला नको आहे.''

''तू उपाशीच राहणार?''' सरताज गायतोंडेला कसं उपाशी ठेवता येईल, याचा विचार करत होता; पण त्याला आठवलं की, गांधीजी अनेक आठवडे अन्नाशिवाय केवळ पाणी आणि ज्यूसवर राहिले होते. बुलडोझर यायला जास्तीत जास्त तास दीड तास लागणार होता.

''इथे आत रगड खाणंपिणं आहे, महिनोंमहिने पुरेल इतकं आणि मी यापूर्वी उपाशी राहिलो आहे.'' गायतोंडे म्हणाला. ''तुम्ही कल्पना केली असेल, त्यापेक्षा अधिक उपाशी.''

''ऐक, इथे बाहेर खूप गर्मी आहे,'' सरताज म्हणाला. ''बाहेर ये आणि स्टेशनमध्ये बसून मग मला सांग की, तू किती उपाशी होतास वगैरे.''

''मी बाहेर येऊ शकत नाही.''

''मी तुझी काळजी घेईन गायतोंडे. अनेक प्रकारचे लोक तुला मारण्यासाठी मागे लागले आहेत, ते माहीत आहे मला; पण मी प्रॉमिस करतो, तुला काही धोका होणार नाही. यातून एन्काउंटर होणार नाही. तू बाहेर ये आणि आपण सहा मिनिटांत स्टेशनला पोहोचू. तू अगदी पूर्णपणे सेफ असशील. मग तिथून तू तुझ्या मित्रांना फोन कर. सेफ. एकदम सेफ. मी प्रॉमिस करतो.''

पण गायतोंडेला त्याच्या प्रॉमिसमध्ये रस नव्हता. ''मी जेव्हा खूप तरुण होतो, तेव्हा मी पहिल्यांदा देशाबाहेर गेलो. तुला माहिती आहे? बोटीने गेलेलो मी. त्याकाळी, तेच करत : बोट पकडा दुबईला जा, बहारीनला जा आणि सोन्याची बिस्किटं घेऊन या. मला खूप उत्साह वाटत होता. कारण, मी आजवर देशाबाहेर कधीच गेलो नव्हतो, अगदी नेपाळलाही नाही. ओके सरदारजी, तर मी काय सांगत होतो, एक लहान बोट होती. त्यावर आम्ही पाच जण होतो. खाली समुद्र, वर ऊन आणि तसलं चुत्मारी वातावरण. सलीम काका आमचा लीडर होता. लांब दाढी असलेला सहा फूट पठाण, तलवार बाळगायचा तो; पण चांगला माणूस होता आणि मथू होता. मथू म्हणजे किडकिडीत आणि जिथे तिथे नाक खुपसणारा. खूप चिवट होता तो. मी एकोणीस वर्षांचा होतो, मला काहीही माहीत नव्हतं. आणखी एक जण होता, गॅस्टन. तो बोटीचा मालक होता आणि पास्कल म्हणून त्याचा असिस्टंट होता. ते दोघे दक्षिणेतून कुठूनतरी आलेले दोघे बुटके काळे असे होते. तो सगळा सलीम काकाचा व्यवहार होता, त्याच्या तिथल्या ओळखी, त्याच्या पैशाने घेतलेली बोट आणि कधी बाहेर जायचं, कधी यायचं, सगळा त्याचा अनुभव होता. मथू आणि मी त्याच्यासाठी काम करणारी मुलं होतो. नेहमी त्याच्यामागे असणारी. कळलं?''

काटेकरने डोळे फिरवले. सरताज म्हणाला, ''हो कळलं, सलीम काका तुमचा लीडर होता आणि तू आणि मथू त्याची माणसं आणि गॅस्टन आणि पास्कल बोट चालवायचे.''

काटेकर दरवाज्याला भिंतीला टेकला आणि त्याने हातावर पान मसाला काढला. तो मेटॅलिक सिल्व्हरचा स्पीकर चांगला मजबूत दिसत होता. सरताजने डोळे मिटून घेतले.

गायतोंडे पुढे बोलत राहिला. ''मी इतकं मोठं आकाश कधी बघितलंच नव्हतं. जांभळं, सोनेरी... जांभळं. मथू त्याचे केस पुन्हा पुन्हा देव आनंदच्या केसासारखा कोंबडा काढण्यासाठी विंचरत होता. सलीम काका आमच्याबरोबर डेकवर बसला होता. त्याची पावलं खूप मोठी आणि चौकोनी होती, लाकडी वाटावीत अशी आणि दाढी मऊ रेशमी लाल रंगाची एखाद्या ज्वाळेसारखी. त्या रात्री त्याने आम्हाला आमच्या पहिल्या कामाबद्दल सांगितलं. सुरतहून मुंबईला पैसे घेऊन जाणाऱ्या एका अंगडियाला लुटण्याचं काम. अंगडिया बसमधून उतरताच त्यांनी त्याला पकडलं, ॲम्बेसिडरच्या मागच्या बाजूला कोंबलं आणि गाडी सुसाट विक्रोळीच्या इंडस्ट्रीयल इस्टेटमधील रिकाम्या गोडाऊनच्या दिशेने गेली. गोडाऊनमध्ये त्यांनी त्याचे सगळे कपडे उतरवले आणि पँटच्या आतल्या बाजूला मांडीपाशी खिसे करून शिवलेल्या साडेचार लाख रुपयांच्या पाचशेच्या नोटा सापडल्या. त्याच्या बेल्टमध्येही सोळा हजार निघाले. तो तसाच लहानमुलासारखा नागडा उभा होता, पोट थुलथुल हलत होतं आणि आम्ही निघताना आपली इज्जत हातांनी झाकत होता. समजलं?''

सरताजने डोळे उघडले. ''एक कुरियर, त्यांनी त्याला पकडलं, पैसे काढून घेतले. मग काय?''

''गोष्ट अजून संपली नाहीये स्मार्ट सरदारजी. सलीम काका दार बंद करत होता; पण तो वळला आणि परत आला. त्याने त्या मुलाची गचांडी धरली आणि त्याच्या पायामध्ये एक लाथ मारली. 'चला सलीम काका,' मागून कोणीतरी ओरडलं, 'कोणा मुलाची गांड मारायची वेळ नाहीये आता' आणि सलीम काकांनी त्याचे ढुंगण पकडले होते, ते म्हणाले, 'कधी कधी असं ढुंगण धरलं की, तुम्हाला जगातली सगळी सिक्रेट कळतात' आणि त्यांनी अंगडियाने गोट्यांखाली चिकटवलेले एक सिल्कचे पाकीट काढले. त्यात उच्च प्रतीचे एक डझनभर चमकते हिरे होते. ते त्यांनी पुढच्या आठवड्यात पन्नास टक्क्याला जरी विकले असते, तरी सलीम काकाचा एकट्याचा वाटासुद्धा एक लाख रुपये आला आणि हे कधी, तर जेव्हा एक लाखाला खूप किंमत होती तेव्हा! पण सलीम काका म्हणाला, 'लाख म्हणजे काहीच नाही, पैसे हे पैसे असतात;' पण त्यानंतर सलीम काका एक तेज बुद्धीचा माणूस म्हणून ओळखला जाऊ लागला. 'तुला सफरचंदासारखा दाबून टाकेन,' तो त्याची जाड भुवई उंचावून म्हणत असे आणि ज्यांना लुबाडलं जायचं ते लोक रोकड, कोकेन, सिक्रेट्स काहीही धडाधड ओकत.

''अंगडियाकडे अजून काही आहे हे कसं कळलं सलीम काका?'' मी विचारलं आणि तो म्हणाला, ''खूप सोपं आहे. मी दरवाज्यातून त्याच्याकडे पाहिलं, तरी तो घाबरलेलाच होता. जेव्हा मी सुरा त्याच्या गळ्याला लावला, तेव्हा तो लहान मुलासारखा रडत म्हणाला, मला प्लीज मारू नका. मी त्याला मारलं नव्हतं, तो अजून जिवंत होता आणि त्याचं गुप्तांग पकडून उभा होता. पैसे गेलेच होते, ते त्याचे नव्हतेच, आपणही निघालो होतो, मग तरी तो का घाबरत होता? जो मनुष्य घाबरतो, त्याच्याकडे गमावण्यासारखं अजून काहीतरी असतं.''''

''वाह, इम्प्रेसिव्ह,'' सरताज म्हणाला. तो खुर्चीत बसल्या बसल्या वळला आणि त्याला लगेच त्याचा पश्चात्ताप झाला. कारण, उन्हाने तापलेलं खुर्चीचं लोखंड खांद्याला लागून त्याला चटका बसला. त्याने त्याची पगडी सारखी केली आणि शांतपणे एकसारखा श्वास घेण्याचा प्रयत्न केला. काटेकर पेपरच्या घडीने वारा घेत होता, स्पीकरमधून येणारा गायतोंडेचा थंड आवाज ऐकता ऐकता त्याचे डोळे शून्यात हरवले होते आणि कपाळावर आठी होती.

''मी त्यापुढे खूप काळजीपूर्वक निरीक्षण करायचं ठरवलं. कारण, मी महत्त्वाकांक्षी होतो. त्या रात्री मी नळाखाली वाकलो आणि जितक्या जवळून पाणी अंगावर घेता येईल तितकं घेण्याचा प्रयत्न करत होतो आणि मी स्वप्नं पाहिलं. मी तुम्हाला सांगितलं का की, मी एकोणीस वर्षांचा होतो आणि माझ्याबद्दल स्वतः गाड्या, मोठं घर आणि मी पार्टीत जातोय आणि दिवे चमकतायत, अशी स्वप्नं पाहायचो ते?

मथू आला आणि माझ्या जवळ बसला. त्याने स्वतःसाठी एक सिगारेट शिलगावली आणि एक मला दिली. मी त्याच्यासारखाच मोठा झुरका घेतला. अंधारात मला त्याचा केसांचा कोंबडा, त्याचे उतरलेले खांदे दिसत होते आणि मी त्याचा चेहरा आठवण्याचा प्रयत्न करत होतो, जो देव आनंदच्या आसपासही जाणार नाही, असा हाडकुळा होता; पण तरी तो रोज टाल्कम पावडर लावून त्याच्यासारखं दिसण्याचा प्रयत्न करत असे. मला अचानक त्याच्याबद्दल माया वाटली. ''किती छान आहे ना हे?'' तो हसला. ''छान? आम्ही वाहून जाऊ,'' तो म्हणाला ''आणि कोणाला कळणारही नाही की, आपल्याला काय झालं. आपण

गायब होऊ, फटदिशी.'' त्याची सिगारेट अंधारात धुराची वर्तुळं सोडत होती. ''तुला काय म्हणायचंय?'' मी विचारलं. ''अरे गरीब बिचाऱ्या खेडवळ माणसा,'' तो म्हणाला. ''तुला माहीत नाही; कोणालाही माहीत नाहीये आपण इथे आहोत म्हणून.'' मी म्हणालो, ''पण सलीम काकाला माहीत आहे, त्याच्या बॉसला माहीत आहे.'' मला तो माझ्यावर हसतो आहे, असं वाटत होतं, त्याचे गुडघे माझ्या खांद्यांना टोचत होते. ''नाही, त्यांना माहीत नाहीये.'' तो माझ्याजवळ वाकत कुजबुजला. मला त्याच्या बनियनचा वास येत होता आणि त्याच्या डोळ्यांतला विखार दिसत होता. ''कोणाला माहीत नाहीये, त्याने त्याच्या बॉसला सांगितलं नाहीये. तुला कळत नाहीये का? हा आपला व्यवहार आहे. तुला आपण त्याच्या त्या खटारा बोटीवर आहोत, असं का वाटतंय, जहाजावर आहोत असं का वाटत नाही? तुला आपण अंगाला मातकट वास येणारे अडाणी खेडवळ आहोत, असं का वाटतंय आणि त्याच्या कंपनीतले अगदी ज्युनियर असल्यासारखं? आं? का?? हे सलीम काकाचं स्वतःचं छोटं काम आहे. त्याला स्वतंत्र व्हायचं आहे आणि स्वतंत्र काम करण्यासाठी भांडवल लागतं. तेच तर. म्हणूनच आपण या छोट्या कोंदट पत्र्याच्या खोपटात जगतोय... मोठ्या माशांपासून एका हाकेच्या अंतरावर. त्याला वाटतंय तो आता स्वतः एक नवीन कोरीकरकरीत सुरुवात करणार आहे. भांडवल, भांडवल. कळलं का तुला?''

मी उठून बसलो. त्याने माझ्या खांद्यावर हात ठेवला आणि उठला. ''गांडू,'' तो म्हणाला, ''जर तुला या शहरात राहायचं असेल, तर चार पावलं पुढचा विचार करायला पाहिजे आणि खोट्याच्या पलीकडे काय खरं आहे ते पाहायला पाहिजे आणि खऱ्याच्या मागे काय खोटं आहे ते पाहायला पाहिजे, तर आणि तरच जर तुला चांगलं जगायचं असेल, तर तुला पैसा पाहिजे. विचार कर.'' मथूने माझ्या पाठीवर थाप मारली आणि मागे सरकला. जेव्हा तो खोपटात वाकला, तसा मी मंद प्रकाशात एक सेकंद त्याचा चेहरा पाहिला आणि मी त्याच्याबद्दल विचार केला.''

स्पीकरखाली काटेकर भिंतीला टेकून उभा होता. त्याने मान मोडली उजवीकडे, डावीकडे आणि सरताजला त्याच्या मानेतल्या हाडांचा हलका कट कट आवाज ऐकू आला. ''मला आठवतो हा सलीम काका,'' काटेकर हळूच म्हणाला. ''मी त्याला अंधेरीत बघितल्याचं आठवतं, लाल लुंगी आणि सिल्क कुडता घालून. कुडते वेगवेगळ्या रंगाचे असत; पण लुंगी नेहमी लालच. तो हाजी सलमानच्या गँगमध्ये काम करायचा आणि त्याने अंधेरीत एक बाई ठेवली होती, मला ऐकलेलं आठवतंय.''

सरताज मानेनेच हो म्हणाला. काटेकरचा चेहरा सुजमट होता, जसा काही तो आताच झोपेतून उठला असावा. ''तिच्यावर प्रेम होतं?'' सरताज म्हणाला.

काटेकर हसला. ''त्याच्या त्या सिल्कच्या कुडत्यांकडे पाहून कदाचित तसंही असू शकेल,'' तो म्हणाला. ''किंवा केवळ ती सतरा वर्षांची होती म्हणून असेल, तिची कंबर एखाद्या बागडणाऱ्या हरिणीसारखी होती. मला वाटतं, ती एका मेकॅनिकची मुलगी होती.''

''काटेकर, तुझा प्रेमावर विश्वास नाहीये?''

''साहेब, मी सिल्कवर विश्वास ठेवतो आणि जे जे मऊशार आहे त्यातही आणि इतर सगळं जे कठीण आहेत त्यातही; पण...''

त्यांच्या डोक्यावरच्या स्पीकरमधून आवाज आला, ''कशाबद्दल कुजबुजताय सरदारजी?''

''काही नाही, किरकोळ सूचना. तू पुढे बोल, बोल,'' सरताज म्हणाला.

''तर ऐक. दुसऱ्या दिवशी दुपारी आम्हाला पाण्यात झाडांच्या फांद्या, जुन्या क्रेट्सचे तुकडे, वरखाली तरंगणाऱ्या बाटल्या, टायर्स, दिसू लागले. एकदा तर उलट्या तरंगणाऱ्या घराचं अख्खं लाकडी छप्पर दिसलं. गॅस्टन डेकवरच होता बराच वेळ. दुर्बिणीने उजवीकडे डावीकडे बघत, एक हात मास्टवर टाकून, सतत न्याहाळत होता. मी मथूला विचारलं, ''आपण जवळ आलोय का?'' त्याने खांदे उडवले. सलीम काका नवीन कुडता घालून आला. तो बाकापाशी उत्तरेच्या दिशेला बघत उभा होता. त्याची बोटं गळ्यातल्या चांदीच्या ताईताशी चाळा करत होती. मला आपण कुठे आहोत, असं त्याला विचारावंसं वाटलं; पण त्याच्या चेहऱ्यावरचे गंभीर भाव बघून मी गप्प बसलो.''

सरताजला गायतोंडेचे फोटो आठवले. मध्यम आकाराचे शरीर, मध्यम चेहरा, कुरूपही नाही आणि हँडसमही नाही. त्याच्या भडक निळ्या आणि लाल काश्मिरी स्वेटर व्यतिरिक्त बाकी सगळं एकदम साधारण, लगेच विसर पडेल असं; पण आता हा त्याचा आवाज, शांत आणि काहीशी निकड असल्यासारखा. सरताजने स्पीकरकडे मान वळवली.

''जशी रात्र झाली, तसा अखेरीस उत्तरेकडे दूर एका बिंदूवर लुकलुकता दिवा दिसू लागला. आम्ही सुकाणू टाकलं आणि नंतर एका डिंगीतून पुढे गेलो. मथू वल्हवत होता आणि सलीम काका आमच्याकडे पाहत समोर बसला होता, मी मध्ये होतो. मला गेट वे ऑफ इंडिया जवळ आहे, तशी भिंत असेल, असं वाटत होतं; पण त्याऐवजी खूप मोठ्या लाटा येत होत्या, आमच्या डोक्यावरून जातील इतक्या. आम्ही फेसाळलेल्या किनाऱ्याकडे ढकलले जात होतो, ज्याचा खुसफुसल्यासारखा आवाज येत होता. जरी मला सांगितलं नव्हतं, तरी माझा घोडा माझ्या हातात होता, भरलेला आणि तयार. नंतर माझ्या पायाखालचं लाकूड जाऊन आता घट्ट जमीन लागली. हातात फ्लॅशलाइट घेऊन सलीम काका आम्हाला बेटावर घेऊन गेला. ते बेटच होतं, मऊ दलदली सारखं वर आलेलं. उगवत्या चंद्राच्या प्रकाशात सलीम काकाच्या मागून आम्ही खूप वेळ चालत होतो, कदाचित, अर्धा तास. त्याच्या खांद्यावर एक ब्राऊन कॅनव्हासची बॅग होती, एखाद्या गव्हाच्या पोत्यासारखी. तेव्हा मी पुन्हा एक दिवा पाहिला, कशाच्या तरी वर. ती एका खांबाला बांधलेली मशाल होती. मला जळणाऱ्या चरबीचा वास येत होता; त्याच्या ज्वाळा दोन फूट वर जात होत्या. त्याच्या खाली तीन माणसं बसली होती. त्यांनी शहरातल्या लोकांसारखे कपडे घातले होते आणि त्या उजेडात मी त्यांचे गोरे चेहरे, काळ्या जाड भुवया, मोठी नाकं पाहू शकत होतो. तुर्की? इराणी? अरब? मला अजूनही माहीत नाही; पण त्यांच्यातल्या दोघांकडे रायफल्स होत्या, त्यांच्या रोखलेल्या नळ्या आमच्यापासून काही अंतरावरच होत्या. माझ्या घामेजल्या बोटाखाली ट्रिगर गार पडला होता. माझ्या मनात विचार आला, हे आम्हा सगळ्यांना गोळ्या घालून संपवून टाकतील. मी एक श्वास घेतला, मनगट वळवलं. माझ्या अंगठ्याखाली पिस्तुलाचा मागचा भाग जाणवत होता आणि मी त्यांच्याकडे बघत होतो. सलीम काका आणि त्यांच्यातला एक जण डोके एकमेकाजवळ आणून बोलत होते. आता ते पोतं किंवा बॅग दिली गेली आणि त्याच्याबदल्यात एक सूटकेस मिळाली. मला पिवळा उजेड दिसला आणि कुलपं बंद झाल्याचा आवाज आला. माझ्या हातात कळ उठली.

सलीम काका मागे सरले आणि आम्ही फॉरेनर्सपासून बाजूला झालो. माझ्या मानेला ओलसर देठाचा स्पर्श झाला आणि मला रस्ता सापडेना. शेतात वाढलेल्या पिकाचं आणि

भीतीचं दडपण होतं. सलीम काका अचानक वळले आणि झुडपात घुसले. त्यांच्या हातातील टॉर्चच्या झोतात रस्ता दिसत होता आणि त्यांच्यामागे मथू. मी सगळ्यात शेवटी होतो. माझा रिव्हॉल्वरवर असलेला हात खाली होता, मान ताठ. मला अजूनही त्या तिघांची आमच्यावर रोखलेली नजर जाणवत होती. त्यांच्या रायफलची चकाकती नाकं आणि त्यांचे गॉगल लावलेले डोळे. आम्ही भराभर चालत होतो. मला आम्ही उडत असल्यासारखंच वाटत होतं आणि अंगावर येणारं उंच गवत आता मला सहजपणे वाट करून देत होतं. सलीम काकांनी मागे वळून पाहिलं, आता त्यांच्या चेहऱ्यावर एक वेडसर हसू होतं. आम्ही खूश होतो, पळत होतो.

सलीम काका एका छोट्या झऱ्याच्या काठावर थांबले जिथे पाणी तीन किंवा चार फूट होतं आणि त्यांनी पाण्यात उजवा पाय टाकून रोवला. मथूने माझ्याकडे बघितलं, त्याचा चेहऱ्यावर चांदणं आणि सावलीचे तुकडे होते आणि मी त्याच्याकडे बघितलं. सलीम काकांनी त्याचं पुढचं पाऊल टाकण्यापूर्वीच मला लक्षात आलं की, आम्ही कुठे निघालो आहे. रिव्हॉल्वरच्या खटक्याच्या आवाजाने पाणी माझ्या पोटापर्यंत उसळलं. मला माहीत होतं की, रिव्हॉल्वरच्या दांड्यामुळे माझा अंगठा जखमी झाला होता. माझ्या डोळ्यांना जाळ दिसेपर्यंत माझ्या पोटात गोळा उठला होता आणि त्या डोक्याच्या तळाशी सलीम काकाचे पाय पुढे पुढे जात होते, जसं काही ते बोटीपर्यंत जायचा रस्ता शोधत होते. पाणी खवळलं, उसळलं. ''मथू, फायर,'' मी जोरात ओरडलो, ''फायर कर मादरचोद.'' आम्ही किनाऱ्यावर आल्यापासून मी पहिल्यांदाच बोललो होतो. माझा आवाज ठाम आणि अनोळखी होता, परग्रहावरून आल्यासारखा. मथूने मान तिरकी करून नेम धरला. पुन्हा अंधारात गवतात जाळ दिसला, तरी ते पाय धडपडत कुठेतरी पुढे जात होते. मी माझ्या रिव्हॉल्वरने नेम धरला, चीड उसळली आणि पहिल्याच निशाण्यात सगळी हालचाल थांबली; पण मी खात्री करण्यासाठी अजून एक गोळी झाडली. ''चल,'' मी म्हणालो, ''चल, घरी जाऊ.'' मथूने मान डोलावली, जणू काही मी इनचार्ज होतो आणि त्याने खड्ड्यात उडी मारली. तो सुटकेस शोधू लागला. पाण्याखाली अजूनही टॉर्चचा उजेड चकचकीत बुडबुड्यासारखा दिसत होता. सलीम काकाच्या डोक्याच्या आकाराच्या बरोबर अर्धा. मी टॉर्च उचलला आणि मी परत धावत धावत डिंगीच्या दिशेने गेलो. चांदणं पडलं होतं आणि आम्ही त्यात सुरक्षितपणे जात होतो.''

सरताज आणि काटेकरला गायतोंडे काही पीत असल्याचा आवाज आला. ग्लास रिकामा होईपर्यंत त्याचा प्रत्येक दीर्घ घोट त्यांना स्पष्ट ऐकू येत होता. ''व्हिस्की?'' सरताज पुटपुटला. ''बिअर?''

काटेकरने मान हलवली, ''नाही, तो पीत नाही. सिगारेटही ओढत नाही. खूप हेल्थ कॉन्शस डॉन आहे तो. दररोज व्यायाम करतो. तो पाणी पितोय. बिसलरीमध्ये लिंबू पिळून.''

गायतोंडे आता घाईने पुढे बोलू लागला. ''जेव्हा दुसऱ्या दिवशी सूर्य उगवला, आम्ही बोटीतच होतो. मी आणि मथू जागेच होतो. आम्ही अखखी रात्र केबिनमध्ये एकमेकांशेजारी बसून काढली होती, सुटकेस मथूच्या बुडाखाली होती, तरी दिसत होती. माझं रिव्हॉल्वर माझ्या मांडीवर होतं आणि मथूने त्याचं मांडीखाली ठेवलेलं दिसत होतं. आमच्या डोक्यावरच्या छतावर पावलं वाजली. आम्ही गॅस्टन आणि पास्कलला सांगितलं होतं की, आम्हाला पोलिसांनी पकडलं होतं; आम्ही ज्या कोणत्या देशात होतो त्या देशातल्या पोलिसांनी. पास्कल रडला होता आणि आता आमच्या दुःखाचा आदर म्हणून थोडा मऊपणे वागत होता. मथूच्या डोक्यामागे डार्क ब्राऊन रंगाचं लाकूड होतं आणि लाटांच्या वाऱ्याने त्याचा पांढरा

बनियन फुगून फडफडत होता. आमच्या दोघांमध्ये बरच अंतर होतं आणि तो काय विचार करतोय हे मला माहीत होतं म्हणून मी निर्णय घेतला. मी माझं रिव्हॉल्वर उशीवर ठेवलं आणि बंकवर पाय वर घेतले. ''मी आता झोपतो आहे,'' मी म्हटलं, ''तुला आराम करायचा असेल तेव्हा मला तीन तासांनी उठव.'' मी भिंतीकडे तोंड केलं आणि मथूकडे पाठ करून डोळे मिटले. माझ्या पाठीवर मला एक थंड साधं वर्तुळ जाणवलं जे आकसून सरपटत गेलं. मला गोळी सुटेल, अशी अपेक्षा होती. मला शांत राहता येईना; पण मी माझा श्वासोच्छ्वास संथपणे सुरू ठेवला, माझी बोटं ओठांवर दाबून. काही गोष्टींवर तुमचं नियंत्रण नसतं.

जेव्हा मला जाग आली, तेव्हा संध्याकाळ झाली होती. केबिनच्या फटींतून केशरी रंग आत पसरला होता, त्यामुळे लाकूड जाळासारखं दिसत होतं. माझी जीभ टाळ्याला चिकटली होती आणि मी हलण्याचा प्रयत्न केला, तेव्हा माझे हात जड होऊन गेले होते. मला असं वाटलं की, गोळीने माझा वेध घेतला होता किंवा मी तरी गोळीचा; पण मी एक झटका दिला आणि उठून बसलो, तेव्हा माझ्या हृदयात धडधड होत होती. माझं पोट घामाने ओलं झालं होतं. मथू उशीवर चेहरा ठेवून झोपला होता. मी माझं रिव्हॉल्वर कमरेला अडकवलं आणि वर गेलो. पास्कलच्या काळ्या चेहऱ्यावर हसू उमटलं. आकाशात आमच्या डोक्यावर ढग भरून आले होते. खूप मोठमोठे आणि उंच उंच त्या केशरी लाल आभाळात. ही बोट पाण्यावर एखाद्या काडीसारखी तरंगत होती. माझे पाय लटपटले आणि मी खाली बसलो. मी थरथरू लागलो आणि थांबलो आणि पुन्हा थरथरू लागलो. जेव्हा अंधार पडला, तेव्हा मी पास्कलकडे दोन मजबूत पिशव्या मागितल्या. त्याने मला कॅनव्हासच्या दोन पांढऱ्या बॅग दिल्या.

मी खाली जाऊन मथूच्या बंकला लाथ मारली आणि त्याला हाक मारली, ''ऊठ.'' तो धडपडत उठला आणि रिव्हॉल्वर घेतले जे मी त्याकडे बोट दाखवेपर्यंत त्याला सापडलं नाही. ते गादी आणि भिंतीच्या मध्ये पडलं होतं. ''शांत हो. धीर धर. आपल्याला शेअर करायचं आहे.'' तो म्हणाला, ''पुन्हा असं करू नको.'' तो गुरगुरत होता, त्याचे खांदे एखाद्या पंख उभारलेल्या कोंबड्यासारखे ताणलेले होते. मी त्याच्याकडे पाहून हसलो. ''ऐक,'' मी म्हणालो, ''कुंभकर्णाची झोपाळू अवलाद, तुला त्यातला अर्धा हिस्सा हवाय का काय?'' त्याने एक क्षण हिशेब केला, अजूनही रागाने फुगलेला होता; पण मग त्याने हसून सोडून दिलं आणि म्हणाला, ''हो, हो. अर्धं अर्धं.''

सोन्याचं चांगलं असतं. ते हातात घेतलं की, तुमच्या बोटांमधून अगदी सहजपणे निसटतं. जेव्हा ते अगदी शुद्ध असतं, तेव्हा त्याच्यावर एक लालसर छटा असते, सफरचंदासारख्या गालांची आठवण होते; पण त्या दिवशी दुपारी, आम्ही जसे सोन्याचे एकेक बार सुटकेसमधून बॅग्समध्ये घालत होतो, मला काय आवडलं असेल, तर त्याचं वजन. ते बार तसे लहान होते, माझ्या तळहातापेक्षा थोडे लांब, माझ्या अपेक्षेपेक्षा खूपच लहान; पण ते इतके जड होते आणि भरीव होते की, कसाबसा एकेक बार बॅगमध्ये घालू शकत होतो. माझा चेहरा गरम झाला होता आणि छाती भरून आली होती. मला माहीत होतं की मी बरोबर केलं आहे. जेव्हा आम्ही शेवटचा बार बॅगमध्ये भरला, जो माझा होता, तो मी माझ्या पँटच्या डाव्या खिशात घातला. तो मला सारखा अंगाला जाणवत होता. नंतर दुसऱ्या बाजूला बेल्टमागे रिव्हॉल्वर खोचलं. मथूने मान डोलावली. ''पोहोचलोच आहोत,'' तो म्हणाला. ''हे कितीचं असेल?'' लटपटत हसत त्याने विचारलं. त्याने नाक चिमटीत पकडलं. तो कधीही नर्व्हस असला की, नाक चिमटीत धरत असे आणि ते नेहमीच होई. मी त्याच्याकडे पाहिलं आणि

मला समाधान वाटलं. मला अगदी खात्रीशीर चांगलं माहीत होतं की, तो नेहमीच असा टपोरी राहणार, अगदी हाताखाली दहा बारा लोकं असली तरी घाबरट लोकल गुंड. त्याहून जास्त नाही. लोकल गुंड जो शर्टाच्या आत गन किंवा चॉपर ठेवून थोड्याश्या मारामारीनेही घाबरून जाणारा. तेवढंच. जर तुम्ही रुपयात विचार केला, तर तुम्ही कचरा गोळा करणारे भंगी आहे. त्याहून अधिक नाही. कारण, लाख म्हणजे माती आणि करोड म्हणजे घाण. मी विचार केला, माझ्या खिशात सोनं होतं, माझ्या भविष्याची संधी होती आणि भविष्याची अमर्याद शक्यता म्हणून मी ती बॅग माझ्या गादी खाली ठेवली आणि त्यातला शेवटचा बार बुटात खोचला. मथू डोळे फाडून बघत होता. मी स्वतःशीच हसत हसत त्याच्याकडे पाठ करून डेकवर चढलो. मी आता घाबरत नव्हतो. मी त्याला आता चांगला ओळखत होतो. त्या रात्री मी एखाद्या लहान मुलासारखा झोपलो.''

काटेकरने नाक फुरफुरलं आणि मान झटकली. ''आणि त्यानंतर प्रत्येक रात्री तो शांत झोपला, जेव्हा मुडदे डावी उजवीकडे पडलेले असायचे.'' सरताजने हात वर केला, काटेकरने कपाळावरचा घाम पुसला आणि पुटपुटला, ''ते सगळे एकजात जंगली पशू आहेत, मादरचोद, लोचट, हरामी. प्रॉब्लेम हा आहे की जेव्हा एक मरतो, तेव्हा त्याच्या जागी पाच जण उभे राहतात.''

''गप्प राहा,'' सरताज म्हणाला, ''मला त्याचं बोलणं ऐकायचंय.''

स्पीकरमधून पुन्हा आवाज आला. ''त्याच्या पुढच्या दिवशी, मला पाण्यात दूर एक डोंगर दिसला. 'ते काय आहे?' मी गॅस्टनला विचारलं. 'घर,' तो म्हणाला. क्षितिजाकडे जाणाऱ्या एका मोठ्या बोटीला पाहून तो ओरडला, 'आ-हूऽऽऽ' आणि त्याची ती आरोळी आणि त्याच्या प्रतिध्वनीने मला वेढून टाकलं. आम्ही घरी, आपल्या जमिनीवर पोहोचलो होतो.

आम्ही बोट किनाऱ्याला आणायला मदत केली आणि पास्कल आणि गॅस्टनचा निरोप घेतला. मथू त्यांना धमकी दिल्यासारखं पुटपुटत होता; पण मी त्याला बाजूला घेतलं, जरा जोरातच म्हटलं, ''ऐका, हे कोणाला बोलू नका. आपण पुन्हा बिझनेस करू या.'' मी त्यांना दोघांनाही एकेक सोन्याचा बार दिला आणि ते हसले. आता ते माझे जन्मभराचे दोस्त झाले होते. मथू आणि मी आमच्या पाठीवर आमच्या पांढऱ्या बॅग्स घेऊन रस्त्यावर बसस्टॉपपर्यंत थोडं चालत गेलो. मी एका रिक्षाला हात केला आणि मथूला मानेने इशारा केला. त्याला सोडून मी रिक्षात बसलो, तो थकल्यासारखा नाकाला बोट लावून तिथेच उभा होता. त्याला माझ्याबरोबर यायचं आहे, हे मला कळत होतं; पण त्याने त्या वेळी माझ्यापेक्षा स्वतःचा विचार केला आणि त्याला माहीत होतं की, त्याने मला त्याला ठार मारायला भाग पाडलं असतं, आता नाहीतर नंतर. माझ्याकडे त्याच्यासाठी वेळ नव्हता. मी मुंबईला निघालो होतो.''

स्पीकर आता शांत झाला. सरताज उठून उभा राहिला आणि त्याने वळून रस्त्याकडे पाहिलं. ''गायतोंडे?'' तो म्हणाला.

एक क्षण गेला आणि उत्तर आलं, ''बोला सरताज सिंग?''

''बुलडोझर आलाय.''

बुलडोझर पोहोचलाच होता, त्याचं काळं अजस्त्र धूड गल्लीच्या त्या टोकावरून धडधडत येत होतं. त्या आवाजाने परत गर्दी जमा झाली. त्या अजस्त्र यंत्राचा आपलाच एक दरारा होता. बुलडोझरच्या ड्रायव्हरने एखाद्या स्पेशापषस्टने घालावी तशी टोपी घातली होती.

''त्या लोकांना रस्त्यावरून हटवा,'' सरताज काटेकरला म्हणाला. ''बुलडोझर इथे उभा करा. इकडे तोंड करून.''

''मला आता आवाज ऐकू येतोय,'' गायतोंडे म्हणाला. व्हिडिओ लेन्स घाईघाईने त्या दिशेला फिरली.

''तू लवकरच बघशील,'' सरताज म्हणाला. व्हॅनजवळ उभ्या असलेल्या पोलिसांनी आपापली शस्त्र सरसारवली. ''ऐक, गायतोंडे, मला हा जो फार्स चालू आहे तो बिलकूल आवडत नाहीये. आपण कधी भेटलो नाहीये; पण तरीही पूर्ण दुपारभर आपण बोलतो आहे. जरा शहाण्या माणसांसारखं वागू या. हे सगळं करण्याची काहीही गरज नाहीये. तू फक्त बाहेर ये, मग आपण स्टेशनला जाऊ.''

''मी ते करू शकत नाही,'' गायतोंडे उत्तरला.

''स्टॉप इट,'' सरताज म्हणाला, ''सिनेमातल्या व्हिलनसारखं वागायचं बंद कर. तू त्यापेक्षा बराच बरा आहेस. हा काय शाळेतल्या मुलांचा खेळ नाहीये.''

''मित्रा, हा खेळच आहे. हा एक खेळच आहे, लीला आहे,'' गायतोंडे म्हणाला.

सरताज आता दरवाज्यापासून थोडा दूर गेला. त्याला चहाची तल्लफ आली होती. ''ठीक आहे,'' सरताज म्हणाला. त्याने त्या प्रचंड ट्रॅकला टेकून उभ्या असलेल्या बुलडोझरच्या ड्रायव्हरला विचारलं, ''तुझं नाव काय आहे?''

''बशीर अली.''

''तुला माहिती आहे ना काय करायचं?''

बशीर अलीने हातातली निळी कॅप दुमडली.

''ती माझी जबाबदारी आहे बशीर अली. मी एक पोलीस इन्स्पेक्टर म्हणून तुला ऑर्डर देतोय, त्यामुळे तुला काळजी करण्याचं काही कारण नाही. चल, तो दरवाजा पाडू या.''

बशीर अलीने घसा खाकरला आणि म्हणाला, ''पण तो गायतोंडे आत आहे ना इन्स्पेक्टर साहेब.'''

सरताजने बशीर अलीला कोपराला धरून दरवाजाकडे नेले.

''गायतोंडे?''

''बोला सरदारजी,''

''हा बशीर अली आहे, बुलडोझरचा ड्रायव्हर. त्याला आम्हाला मदत करायला भीती वाटते आहे. तो तुम्हाला घाबरतोय.''

''बशीर अली,'' गायतोंडे म्हणाला. त्याच्या आवाजात एखाद्या राजासारखी जरब होती, जणू त्याला त्याच्या अनुरूपतेची आणि दानत्वाची खात्री असल्यासारखी.

बशीर अली दरवाज्याच्या मधोमध पाहत होता. सरताजने वर असलेल्या व्हिडिओ कॅमेराकडे बोट करून दाखवलं आणि अलीने तिकडे पाहिलं आणि म्हणाला, ''जी, गायतोंडे भाई?''

''काळजी करू नको. मी तुला माफ करणार नाही...'' बशीर अली दचकला. ''कारण, माफ करण्यासारखं काही नाहीये. आपण दोघंही अडकलोय, तू दरवाज्याच्या त्या बाजूला, तर मी या बाजूला. तुला ते जे करायला सांगतायत ते कर आणि काम संपवून घरी मुलाबाळांकडे

जा. तुला काहीही होणार नाही. आताही नाही आणि नंतरही नाही. मी तुला शब्द देतो,'' एक क्षण थांबून तो म्हणाला, ''गणेश गायतोंडेचा शब्द आहे.''

बशीर अली बुलडोझरवर चढून त्याच्या सीटवर बसेपर्यंत त्याला या परिस्थितीत त्याची भूमिका काय आहे, हे चांगलं समजलं होतं. त्याने कॅप डोक्यावर ठेवली आणि हलकेच गोल फिरवून उलटी घातली. इंजिन घरघरलं आणि आता एकसारखं थडथडायला लागलं. सरताज स्पीकरच्या जवळ गेला. भयानक उकाडा आणि घाम यामुळे त्याचं डोकं मानेपासून कपाळापर्यंत ठणकत होतं.

''गायतोंडे?''

''बोला सरदारजी, मी ऐकतोय.''

''हा दरवाजा उघड.''

''तुम्हाला मी हा दरवाजा उघडायला हवाय? मला माहीत आहे, सरदारजी. माहीत आहे.''

''काय माहीत आहे?''

''तुला काय हवंय ते माहीत आहे. तुला मी हा दरवाजा उघडायला हवाय. मग तू मला अटक करशील आणि पोलीस स्टेशनला घेऊन जाशील. तुला न्यूजपेपरमध्ये हिरो म्हणून झळकायचं आहे. तुला प्रमोशन हवंय. दोन प्रमोशन्स. मनातून तुला अजून काहीतरी हवंय. तुला श्रीमंत व्हायचंय. तुला ऑल इंडिया हिरो बनायचं आहे आणि तुला २६ जानेवारीला राष्ट्रपतींच्या हस्ते मेडल हवंय. ते मेडल घेताना टीव्हीवर दाखवलं जायला हवंय. फिल्मस्टार्स बरोबर दिसायचं आहे तुला.''

''गायतोंडे...''

''तुला माहीत आहे, मी ते सगळं केलंय आणि मी तुला हरवेनही. अगदी या शेवटच्या डावात पण तुला हरवेन.''

''कसं? तुझ्याबरोबर आत तुझी माणसं आहेत का?''

''नाही, एकही नाही. मी तुला सांगितलं की, मी एकटा आहे.''

''मग? आत एखादा बोगदा आहे किंवा हेलिकॉप्टर?''

गायतोंडे चकचकला... ''नाही, नाही.''

''मग कसं? तुझ्याकडे बोफोर्स तोफा आहेत का?''

''नाही; पण मी तुला हरवेन.''

बुलडोझर त्या काळ्या रोडवर चकाकत होता आणि पोलिसांच्या डोळ्यात उग्रपणा दिसत होता. त्यांच्यापुढील पर्याय आता कमी कमी होत चालले होते आणि आता तो दरवाजा तोडण्याशिवाय पर्याय नव्हता. काहीशा अपरिहार्यपणे, घाबरत पण निश्चयाने त्यांनी निर्णय घेतला.

''गायतोंडे,'' सरताज डोळे चोळत म्हणाला. ''शेवटचा चान्स. बाहेर ये यार, किती मूर्खपणा सुरू आहे.''

''मी ते करू शकत नाही.''

''ठीक आहे. मग दरवाज्यापासून दूर उभा राहा आणि हात वर कर.''

गायतोंडे म्हणाला, ''काळजी करू नकोस, माझ्यापासून तुला धोका नाही.''

सरताज ताठ उभा राहिला, त्याची पाठ दरवाज्याकडे होती. त्याने रिव्हॉल्वर चेक केलं, त्याचा सिलेंडर गोल फिरवला आणि पिवळ्या गोल जाड गोळ्या भोकांमध्ये फिट बसल्या होत्या. त्याच्या बुटांच्या सोलमधून उष्णता तळव्यांना लागत होती.

अचानक स्पीकरमधून पुन्हा आवाज आला.

''सरताज, तू मला यार म्हणालास म्हणून मी तुला काहीतरी सांगतो. घर लहान बांधा किंवा मोठं. कोणतंच घर पूर्ण सुरक्षित नसतं. सगळं काही हरणं म्हणजे जिंकणं आणि डाव नेहमी जिंकतो.''

स्पीकरच्या आवाजामुळे त्याला त्याच्या छातीत किंचित धडधड जाणवली. त्याच्या समोर उभ्या असलेल्या मशीनच्या हॉर्नमुळे तो दरवाज्याकडे ढकलला गेला आणि ते पुरेसं होतं. त्याने तळव्याने सिलेंडर रिव्हॉल्वरमध्ये बसवला आणि पोर्चमधून बाजूला झाला. ''ठीक आहे,'' तो ओरडला. ''चला चला, चला.'' त्याने हातातल्या रिव्हॉल्वरने दरवाज्याकडे इशारा केला. स्पीकरमधून पुन्हा आवाज येऊ लागला; पण आता सरताज तो ऐकत नव्हता. दरवाज्यासमोरून बाजूला होताना, बुलडोझरच्या धडधडाटात त्याला पुसट ऐकू आलं, ''सरदारजी, तुमचा देवावर विश्वास आहे का?''

सरताजने हाक मारली, ''चल बशीर अली, मूव्ह.'' बशीर अलीने हात वर केला आणि सरताजने बोट करून म्हटलं, ''ते हलू दे.''

बशीर अली त्याच्या सीटवर सरसावून बसला आणि सरताजला ओलांडून ते धूड पुढे निघालं आणि इमारतीला धडकलं. प्लास्टर निखळल्याचा आवाज आला; पण एक क्षणाने त्याने बुलडोझर मागे घेतला आणि तरीही ती इमारत जशीच्या तशी उभी होती. दरवाज्याला साधा पोचाही आला नव्हता. फक्त तो व्हिडिओ कॅमेरा निखळला होता आणि लोंबकळत होता. रस्त्यावर जमलेल्या बघ्यांच्या गर्दीतून हुर्यो आला. जेव्हा बशीर अलीने इंजिन बंद केलं, तेव्हा लोकांचा आवाज अजूनच वाढला.

जेव्हा बशीर अली खाली उतरून बुलडोझरच्या सावलीत आला, तेव्हा सरताजने विचारलं, ''काय झालं?''

''जेव्हा तुम्ही मला माझ्या पद्धतीने करू देणार नाही, तेव्हा काय होणार?''

ते दोघेही त्यांच्या नाकावरून प्लास्टरची धूळ झटकत होते. बुलडोझरच्या पलीकडे उन्हात लोक ओरडत होते, 'जय गायतोंडे.'

''तुला माहीत आहे काय करायचं?''

बशीर अलीने खांदे उडवले. ''मला कल्पना आहे.''

''ठीक आहे,'' सरताज म्हणाला. ''ठीक. तू तुला कसं हवं तसं कर.''

''मग माझ्या रस्त्यातून बाजूला व्हा आणि तुमच्या माणसांना इमारतीपासून लांब जायला सांगा.''

बशीर अलीने जसं मशीनचा हात उचलला, सरताजला जाणवलं की, तो त्याच्या कामात एक्स्पर्ट आहे. मशीनच्या ड्रायव्हिंग स्टिक्स हलवत तो हातातल्या गियर्सला पूर्ण सहानुभूती दाखवत मशीन वळेल, त्या दिशेला हलकेच झुकत होता. त्याने बुलडोझरचं पातं वर-खाली केलं आणि योग्य पोझिशन घेतली आणि त्याची पुढे आलेली बाजू दरवाज्याच्या पातळीत खाली

घेतली. तो दहा फूट मागे आला, वीस, तीस ...आणि त्याचा हात रिव्हर्स घेताना सीटवर मागे मुडपला होता. तो इमारतीच्या बरोबर तिरका उभा राहिला आणि मागे गेला. या वेळी धातूचा खणखणाट झाला आणि जेव्हा बुलडोझरचा थडथडाट थांबला, तेव्हा सरताजने पाहिलं की, दरवाजा आतल्या बाजूला वाकला होता. दगडी बांधकामात तीन फुटांची भेग पडली होती.

''मागे जा!'' सरताज ओरडला. तो पुढे पळत होता, रिव्हॉल्वर पुढे ताणलेलं होतं. ''मागे जा, मागे जा.'' बशीर अली मागे गेला आणि सरताज दरवाज्याच्या एका बाजूला टेकला होता, तर काटेकर दुसऱ्या बाजूला. दरवाज्याला पडलेल्या भेगेतून एक बर्फासारखा थंड हवेचा झोत आला आणि सरताजला त्याच्या चेहऱ्यावरचा आणि हातांवरचा घाम वाळत असलेला जाणवला. अचानक, त्याला गायतोंडेची असूया वाटली, इतकं एअरकंडिशनिंग करून त्याने बाहेरच्या हवामानावर मात केली होती आणि एक क्षण, कुठेतरी पाठीच्या तळातून एक अनाहूत, किळसवाणी शिरशिरी आली, हलकी लाळ गळाल्यासारखी... गायतोंडेबद्दल वाटणाऱ्या कौतुकाचा बुडबुडा होता तो. त्याने एक खोल श्वास घेतला आणि म्हणाला, ''तुला वाटतं ही इमारत तग धरेल?''

काटेकरने होकारार्थी मान डोलावली. तो, दरवाज्यातून आत वाकून बघत होता आणि त्याचा चेहरा रागाने काळा पडला होता. सरताजने जिभेचं टोक वरच्या ओठाला लावलं, त्याला कोरडेपणा जाणवला. ते आत गेले. सरताज पुढे गेला आणि आतल्या पहिल्या दरवाज्यातून काटेकर त्याच्याबरोबर गेला. त्यांच्यामागून इतर जण धावत गेले. सरताज त्याच्या हृदयातील धडधडीच्या वर काही ऐकण्याचा प्रयत्न करत होता. त्याने यापूर्वी अशा प्रकारे प्रवेश केला होता; पण इतका चांगला प्रवेश कधीच झाला नव्हता. इमारतीच्या आत खूप थंड होतं. आत मंद आणि विलासी दिवे लागले होते. त्यांच्या पायाखाली कार्पेट होतं. तिथे चार चौकोनी खोल्या होत्या, सगळ्या पांढऱ्या आणि सगळ्या रिकाम्या आणि इमारतीच्या बरोबर मध्यावर एक अतिशय उभा लोखंडी जिना जमिनीतून सरळ खाली जात होता. त्याने काटेकरकडे पाहिलं आणि तो खाली गेला. खाली गेल्यावर तळातील लोखंडी दार सहज उघडलं; पण ते खूप जड होतं. अखेरीस काटेकरने ते उघडून धरलं तेव्हा सरताजला दिसलं की ते एखाद्या बँक व्हॉल्टसारखं होतं. आतमध्ये अंधार होता. सरताज खूप कुडकुडत होता. तो काटेकरच्या बाजूला गेला आणि त्याला डावीकडे निळसर मंद उजेड दिसला. आता काटेकर त्याच्यामागून पुढे गेला आणि ते धडपडत पुढे गेले, दोघांनीही आपले रिव्हॉल्वर समोर ताणून धरले होते. अजून एक पाऊल पुढे टाकलं आणि आता सरताजला एका नवीन कोनातून एक आकृती दिसली; धुरकट टीव्ही मॉनिटर्सच्या समोर, खांदे आणि ब्लॅक पॅनेलवरच्या कंट्रोल्सजवळ एक ब्राऊन हात.

''गायतोंडे!'' सरताज मोठ्याने म्हणाला, त्याच्या आवाजात काहीसा ठामपणा होता... आणि आता त्याने आवाज एकदम खाली आणला. ''गायतोंडे, हात हळूहळू वर कर.'' त्या अंधारातल्या आकृतीची काही हालचाल होत नव्हती. सरताजने ट्रिगरवरचं बोट घट्ट आवळलं आणि पुन्हा पुन्हा गोळ्या झाडण्याची ऊर्मी दाबली. ''गायतोंडे. गायतोंडे?''

सरताजच्या उजव्या बाजूने, जिथे काटेकर उभा होता, एक हलकासा खटक्याचा आवाज आला आणि सरताजने मान वळवून पाहेपर्यंत खोलीत पांढरा निऑन लाइट पसरला. उदार, वेढून टाकणारा स्वच्छ प्रकाश आणि त्या प्रकाशात गायतोंडे बसला होता, डाव्या हातात काळे पिस्तूल आणि त्याचं अर्धं डोकं उडालं होतं.

गायतोंडेचा उजवा डोळा रक्ताच्या गुठळीने वेड्यासारखा बाहेर आला होता. सरताजला त्याच्या डोळ्यातल्या ताणलेल्या गुलाबी नसा, काळे बुब्बुळ आणि आतल्या कोपऱ्यातून येणारी धार दिसत होती, जी त्याला अश्रूप्रमाणे वाटली; पण ते अश्रू नव्हते. ती शरीराने गोळी झाडल्यामुळे झालेल्या धमाक्याला दिलेली प्रतिक्रिया होती, ज्या धमाक्यामुळे इकडच्या बाजूच्या गालापासून नाकाच्या पार कपाळापर्यंत सगळं काही विच्छिन्न झालं होतं आणि त्याचेच गुलाबी शिंतोडे वर छतावर उडाले होते. जिथे गायतोंडेने ओठ घट्ट मिटून घेतले होते आणि त्याचं हसू कायमचं थांबलं होतं, तिथे एक दात मोत्यासारखा चमकला. अख्खा आणि जसाच्या तसा...

''सर,'' काटेकर म्हणाला. सरताज दचकला आणि काटेकरने त्याच्या रिव्हॉल्वरने खूण केली, त्या दिशेला पांढऱ्या भिंतीत असलेल्या दरवाजाकडे नजर वळवली. प्रखर उजेड आणि अंधार यांच्या सीमारेषेच्या सावलीमध्ये दोन लहान अनवाणी पाय दिसत होते ज्यांची बोटं वर छताकडे होती. सरताज उठला आणि त्याला तो मृतदेह नीटसा दिसला नाही. फक्त पांढऱ्या पँटचे कोपरे दिसत होते; पण कमरेच्या आडवेपणावरून त्याला वाटलं की, ती नक्कीच कोणी बाई होती. काटेकरला पुन्हा एक स्वीच सापडला आणि ती दिसली. ती एक बाईच होती. पांढरी टाइट पँट घातलेली, जी लो वेस्ट होती. सरताजला माहीत होते की, त्या पँटला हिपस्टर्स म्हणतात. तिने गुलाबी रंगाचा टॉप घातला होता, जो उच्च अभिरुचीचा होता. त्यातून तिचे पोट दिसत होते, तिला बहुदा तिच्या सडपातळ पोटाचा आणि तिच्या सुंदर बेंबीचा अभिमान असावा आणि तिच्या छातीवर अगदी तिच्या गळ्याखाली जिथे टॉपची किनार होती, तिथे एक भोक दिसत होते.

''त्याने गोळी घातली तिला,'' सरताज म्हणाला.

''हो, ती दरवाजात उभी असणार,'' काटेकर म्हणाला.

तिचा चेहरा डावीकडे वळला होता आणि तिचे लांब केस तिच्या गालांवर पसरले होते.

''बाकीचे चेक कर,'' सरताज म्हणाला. त्या चौकोनी खोलीत जिथे ती मुलगी पडली होती, तिथे तीन रिकामे पलंग होते, पांढरे नाइट स्टँड असलेले. एकाला लागून एक. एखाद्या डॉर्मिटरीसारखे. भिंतीला लागून एक व्यायामाची सायकल आणि एका रॅकवर ओळीने वेट्स ठेवली होती. जुन्या ब्लॅक अँड व्हाइट सिनेमांच्या डीव्हीडी होत्या. एक स्टीलची कॅबिनेट होती, ज्यात ओळीने एके-५६ रायफल्स आणि त्याखाली पिस्तुलं ठेवलेली होती. एका बाथरूममध्ये शॉवर आणि वेस्टर्न स्टाइलची टॉयलेट्स होती आणि पुरुषांच्या कपड्यांनी आणि शूज, बुट्सने खचाखच भरलेली तीन कपाटे होती. मधल्या खोलीत काटेकरने त्याची पाहणी पूर्ण केली होती आणि ते दोघेही आता गायतोंडे समोर उभे होते.

सरताजच्या मागे हत्यारबंद पोलिसांची एक तुकडी खांद्याला खांदा लावून उभी होती. ते जसे पुढे वाकले तसे रायफल्सचे खटके ताणले गेले आणि त्यांना गायतोंडे आणि त्याची मरून पडलेली गर्लफ्रेंड दृष्टीस पडली. ''पुरे,'' सरताज म्हणाला. ''हे काय सुरू आहे? फुकटचा तमाशा आहे का? का सिनेमा आहे? मला सगळे जण इथून बाहेर आणि वर जायला हवेत;'' पण त्याला माहीत होतं की, त्याच्या आवाजात सुटका आणि तणाव कमी झालेला जाणवत होता. ते त्याच्याकडे पाहून किंचित हसले आणि निघून गेले. त्याने लांब टेबलाच्या कडेला धरून स्वतःला उठवलं आणि गुडघ्यातील विचित्र ताण कमी होण्याची वाट पाहिली. गायतोंडेच्या खुर्चीच्या मागच्या बाजूने एक संथ धार जमिनीवर ठिबकत होती.

काटेकर मधल्या खोलीत ओळीने असलेली पांढरी कपाटं उघडून पाहून बंद करत होता. त्याने बोटांना निळा रुमाल गुंडाळला होता. तो गोळीबार झालेला असेल तर फारच पद्धतशीरपणे काम करायचा. सरताजला आता त्याच्या खांद्याच्या रुंदपणात व दृढपणात आणि त्याच्या गंभीर जबड्यामध्ये एक प्रकारची सहजता जाणवली.

''इथे काही नाहीये सर,'' काटेकर म्हणाला. ''काहीही नाही.''

सरताजच्या पायाच्या बाजूलाच टेबलाला एक ड्रॉवर होता. सरताजने आपल्या रुमालाने त्याचे हँड्ल खेचले. ड्रॉवरच्या अगदी तळाशी बरोबर मध्यावर एक छोटे काळे पुस्तक होते, ज्याच्या कडा ड्रॉवरच्या बाजूंशी सुसंगत अशा होत्या.

''डायरी?'' काटेकर प्रश्नार्थकपणे म्हणाला.

तो अल्बम होता, काळ्या पानांवर चिकट कागद आणि त्याच्यामागे फोटो चिकटवलेले होते. सरताजने एकेक करत सगळी पाने उलटून पाहिली. स्त्रिया, काही खूप तरुण, स्टुडिओमध्ये काढलेले फोटो, खांद्यांवरून पाहताना आणि त्यांचे चेहरे हातात धरून किंवा त्यांच्या नितंबांना धरून. सगळे सभ्य; पण आकर्षक कपडे.

सरताज म्हणाला, ''या सगळ्या बायका.''

''सगळ्या त्याच्या रंडी,'' काटेकर म्हणाला. त्याने त्याचा निळा रुमाल आता बोटाला गुंडाळला आणि टेबलाच्या दुसऱ्या टोकाशी असलेले कमरेच्या उंचीचे कपाट उघडले. ''सर,'' सरताजला काटेकरच्या दबक्या आवाजाबरोबरच त्याचा श्वासही ऐकू आला.

ते फाइल्सचे कपाट नोटांनी भरलेले होते. सगळ्या नवीन नोटा होत्या, पाचशे रुपयांच्या नोटांच्या छोट्या छोट्या कोऱ्या बंडलांना सेंट्रल बँक ऑफ इंडियाचे रॅपर्स आणि रबरबँडही अजून तसेच होते आणि त्या बंडलांचे पाच पाचचे गठ्ठे प्लॅस्टिकमध्ये गुंडाळले होते. काटेकरने सगळ्यात वरचा थर मधल्या फटींमध्ये सरकवला. त्याच्या खाली अजून खूप होते.

''किती?'' सरताजने विचारले.

काटेकरने कपाटाच्या बाजूला विचारपूर्वक एक हलका ठोसा मारला. ''हे तळापर्यंत पूर्ण भरलेलं आहे. हे खूपच पैसे आहेत. पन्नास लाख? किंवा त्याहून जास्त.''

त्या दोघांनीही एका ठिकाणी एकत्र कधी पाहिले होते, त्यापेक्षा ही रक्कम खूपच जास्त होती. आता निर्णय घेणं आवश्यक होतं. त्यांनी मोकळेपणाने एकमेकांकडे पाहिलं आणि सरताजने निर्णय घेतला. त्याने गुडघ्याने कपाटाचे दार बंद केलं आणि म्हणाला, ''खूप जास्त पैसे आहेत.''

काटेकरने सुस्कारा सोडला. त्याला एक क्षण पश्चात्ताप वाटला; पण तो तेवढ्यापुरताच. त्यानेच सरताजला अस्तित्व टिकवण्याचा धडा शिकवला होता की, पुरेशी माहिती नसताना मोठी घबाड मिळवण्याचा प्रयत्न म्हणजे संकट ओढवून घेण्यासारखे असते. त्या पैशांच्या मोहातून मुक्त झाल्यासारखा त्याने एक सुस्कारा सोडला आणि त्याच्या चेहऱ्यावर हसू उमटलं. ''मोठे लोक गायतोंडेच्या पैशांची काळजी घेतील,'' तो म्हणाला. ''आता आपण थांबू या?''

''आपण थांबू या.''

बंकर आता लॅब टेक्निशियन्स, फोटोग्राफर्स आणि तीन झोन आणि क्राइम ब्रँचचे सिनियर ऑफिसर्स यांनी भरून गेला होता. गायतोंडे मध्यावर बसला होता, लखख उजेडात आणि

काहीसा आकसलेला. परूळकरनी गायतोंडेच्या जवळ जाऊन त्याच्याकडे वाकून पाहिलं आणि दुसऱ्या झोनल कमिशनरना काहीतरी खूण करून दाखवलं ते सरताजने पाहिलं. परूळकर त्यांच्या तंद्रीत यशस्वी मोहीम कशी पार पडली, हे त्याच्याशी संबंधित व्यक्तींना सांगत होते आणि सरताज त्यांचा आभारी होता. त्याला खात्री होती की, परूळकर या घटनेला चांगली धार आणून, त्यात सुधारणा करून सांगतील आणि त्याला त्याच्या योग्यतेपेक्षा जास्त सन्मान देतील. हीच परूळकरांची हुशारी होती. सरताज यासाठी त्यांच्यावर विसंबून होता.

जिन्यावरून तीन माणसं घाईघाईत खाली आली. सरताजने त्यांना यापूर्वी कधीही पाहिलं नव्हतं. त्यांच्यातील सर्वांत पुढे असलेल्या माणसाने केस इतके बारीक कापले होते की, त्याच्या पांढऱ्या केसांतून त्याची कातडी दिसत होती. तो परूळकरांशी बोलला आणि त्याने आपले आयडी कार्ड दाखवले. परूळकरनी ऐकून घेतलं आणि त्यांनी चेहऱ्यावर काही दर्शवले नाही, तरी सरताजला जाणवलं की, ते एकदम स्तब्ध झालेत. त्यांनी मान हलवली आणि त्या चपट्या डोक्याच्या आणि इतर दोघांना सरताजकडे घेऊन आले.

''हाच तो ऑफिसर आहे,'' परूळकर त्या चपट्या डोक्याच्या माणसाला म्हणाले. ''इन्स्पेक्टर सरताज सिंग.''

''मी एस. पी. माकंद, सीबीआय'' चपट्या डोक्याचा माणूस तुटकपणे म्हणाला. ''तुम्हाला काही सापडलं?''

''पैसे,'' सरताज म्हणाला. ''एक अल्बम. आम्ही अजून त्याचे खिसे तपासले नाहीयेत, आम्ही थांबलो होतो जोवर...''

''छान,'' माकंद म्हणाले. ''आता आम्ही ताबा घेतो.''

''आम्ही काही करू शकतो का?''

''नको. आपण संपर्कात राहू. तुमच्या माणसांनी लोकेशन क्लियर केलंय का?'' माकंदचे दोन सहकारी आधीच खोलीत फिरून टेक्निशियन्सना आवरायला सांगत होते.

सरताजने होकारार्थी मान डोलावली. गायतोंडे त्याच्या हातातून काढून घेतला जाईल, हे त्याला अपेक्षितच होतं. गायतोंडे अचानकपणे झोन १३मध्ये अवतरणं आणि त्याच्या करियरला कैलासपाड्यामध्ये अचानक विराम मिळणं, हे परिपूर्ण व्यावसायिक वरदान होतं, जे सरताजच्या एकट्याच्या वाट्याला येण्यासारखं नव्हतं. आयुष्याला असे निर्भेळ परमानंद मंजूर नसतात; पण माकंद कितीही मोठ्या सेंट्रल एजन्सीचा अधिकारी असला, तरी त्याच्यासारख्या माणसाकडून असे तुसडेपणाने वगळले जाणे खूपच तुसडेपणाचे होते आणि तरीही परूळकर लोण्याच्या गोळ्यासारखे उभे होते, काहीही प्रतिकार न करता किंवा ऑब्जेक्शन न घेता म्हणून सरताजने त्याला सांगितल्याप्रमाणे केले, त्याने काटेकरला बोलावले आणि तो निघून गेला.

संध्याकाळ झाली होती. सरताज त्या लोखंडी दरवाज्याच्या बाजूला अंधारात उभा होता आणि पोलीस जीपच्या रांगेच्या पलीकडे थांबलेले रिपोर्टर्स दिसत होते. परूळकर त्याच्या शेजारीच उभे होते. रिपोर्टर्ससमोर जाण्यासाठी स्वतःला ठीकठाक करत होते. ''सर,'' सरताज म्हणाला. ''त्यांनी आपल्याला लाथ मारून बाहेर का काढलं? सीबीआयला आता स्थानिक मदत नको आहे का?''

परूळकरनी त्यांचा शर्ट सरळ करून बेल्टमध्ये नीट खोचला. ''त्यांच्यावर खूप ताण आहे, असं दिसतंय. मला असं वाटत होतं की, तिथे आत असलेले काहीतरी उघड होईल, याची त्यांना भीती होती.''

''ते काहीतरी झाकण्याचा प्रयत्न करतायत?''

परूळकरनी मान तिरकी केली आणि थोडे धूर्तभाव चेहऱ्यावर आणले. ''बेटा,'' ते म्हणाले, ''जेव्हा कोणीतरी आपल्याशी इतक्या तुसडेपणाने वागत आहे, त्याचा साधारणपणे अर्थ असतो की, ते काहीतरी लपवत आहेत. चल, आपण जाऊन आपल्या प्रेस मधल्या मित्रांना सांगू की, तू कसं गणेश गायतोंडेला पकडलंस.''

सरताज कॅमेरांच्या फ्लॅशच्या चकमकाटासमोर गेला आणि पत्रकारांना त्याच्या या यशस्वी चकमकीबद्दल सांगितलं. त्याने सांगितलं की, दरवाज़ा तोडण्याअगोदर तो गणेश गायतोंडेशी बोलला होता आणि गायतोंडे निर्भीड आणि विचारी वाटत होता. त्याने गायतोंडेने सांगितलेल्या सोन्याच्या गोष्टीबद्दल त्यांना सांगितले नाही. त्याने काटेकरला किंवा परूळकरनाही गायतोंडेने शेवटी विचारलेल्या प्रश्नाबद्दल सांगितले नाही. त्यालाही तसंही ते ऐकल्याचं नीटसं आठवत नव्हतं म्हणून त्याने त्याला सकाळी मिळालेल्या निनावी टीपबद्दल सांगितलं आणि त्यानंतर काय झालं ते सांगितलं. तो म्हणाला की, एखादा माफिया डॉन स्वतःला का मारेल, या गोष्टीची त्याला काहीही कल्पना नव्हती.

पण नंतर, त्या रात्री घरी त्याला गायतोंडेचा भारदस्त आवाज, त्याचे घाईने बोलणे आणि त्याचा उदासपणा आठवला. तो गणेश गायतोंडेला कधीही भेटला नव्हता. आता त्यांची आयुष्यं एकमेकाला छेदून गेली होती आणि तो मेला होता. झोपेच्या अधीन होता होता सरताजला त्याने गायतोंडेबद्दल ऐकलेलं, त्याच्याबद्दल पेपरमध्ये छापून आलेलं, अफवा आणि दंतकथा, गुप्तचर रिपोर्ट्स आणि बातम्या-मासिकातील मुलाखती सगळं आठवलं. त्या प्रसिद्ध गँगस्टरची प्रतिमा त्याने ऐकलेल्या आवाजाशी जुळवून पाहण्याचा प्रयत्न केला आणि आज तो दुपारी दिसला होता; पण यातल्या कशाला काही अर्थ होता? गायतोंडे मेला होता. सरताज वळला, उशा झटकल्या आणि नीट ठेवल्या. त्याच्यावर डोकं ठेवून झोपून गेला.

गायतोंडे सोने विकतो

''मग सरदारजी, तुम्ही ऐकताय का अजून? तुम्ही माझ्याबरोबर माझ्या या जगात आहात का? मला तुम्ही असल्याचं जाणवतंय. पुढे काय झालं, ते तुम्हाला जाणून घ्यायचंय. मी माझ्या पाठीवर सोन्याने भरलेली बॅग घेऊन शहराच्या दिशेने चालत होतो. आभाळ ढगांनी भरलं होतं. मी एकोणीस वर्षांचा होतो आणि माझ्या पाठीवरच्या पिशवीत सोनं होतं. मी, गणेश गायतोंडे, मळका निळा शर्ट, ब्राऊन पँट घातली होती, फाटके रबरी बूट घातले होते, ज्यात मोजेही नव्हते. माझ्या खिशात सत्तेचाळीस रुपये होते, बेल्टला रिव्हॉल्वर होतं आणि पाठीवर सोनं! मला जायला आता ठिकाण नव्हतं. कारण, मी दादरला ज्या हॉटेलच्या स्टोरेज रूम बाहेर मसाल्यांच्या वासात झोपत असे, तिथे जाऊ शकत नव्हतो. जर सलीम काकाच्या लोकांनी मला शोधलं, तर मी मेलोच समजा. मला असं सहजासहजी त्यांच्या हाती लागून कुत्र्यासारखं मरायचं नव्हतं. मला आता इतकं सोनं सापडल्यामुळे, कोणावरही विश्वास नव्हता. आता मला श्रीमंत लोकांसारखे प्रॉब्लेम होते. मी विचार केला की, आता या क्षणी माझ्याकडे खिशात फक्त सत्तेचाळीस रुपये, कमरेला रिव्हॉल्वर आणि हे इतकं सोनं आहे. सोनं स्वतःजवळ बाळगणं बरोबर नाही, ते विकलं पाहिजे. ते विकल्याशिवाय त्याचा परिणाम कसा मिळेल; पण हे इतकं सोनं विकायचं कसं? कुठे विकायचं? ते जोवर मी विकत नाही, तोवर मी एक गरीब माणूस आहे. श्रीमंत माणसांचे प्रॉब्लेम असलेला एक गरीब माणूस!

मला हसू आलं... मी मोठमोठ्याने हसलो. आता या सोन्यासाठी एखादी सुरक्षित जागा शोधणं गरजेचं होतं, लवकरात लवकर; पण परिस्थिती खूप गमतीशीर होती. मी अचानक गाणं म्हणू लागलो, मेरे देश की धरती सोना उगले, उगले हिरे मोती; पण सकाळी साडेदहा ही बोरीवलीच्या बाजूला भरलेला घोडा आणि पाठीवर इतकं सोनं घेऊन दमल्याभागल्या अवस्थेत फिरण्याची वेळ नव्हती. तिथे लांब लांब वर शेतं होती, खूप दाट झाडी होती आणि घरं विखुरल्यासारखी होती. एखाद्या खेडेगावाप्रमाणे; पण आता नाही तर नंतर कोणी ना कोणी मला पाहिलं असतं, चौकशी केली असती. माझ्या रिव्हॉल्वरमध्ये आता तीनच गोळ्या शिल्लक होत्या. जर माझ्याकडे काय आहे हे कोणाला कळलं असतं, तर तीस किंवा तीनशे असत्या तरी फरक पडला नसता.

उजवीकडे झाडांच्या भोवताली एक तारेचं कुंपण होतं. मी पुढे मागे पाहिलं आणि माझा निर्णय झाला. मी सगळ्यात खालच्या तारेखालून आत सरकलो, माझी पिशवी ओढून घेतली आणि भराभर चालू लागलो; नाही, त्या झाडांच्या दिशेने पळू लागलो. झाडांच्या सावलीत खाली बसलो आणि दम घेतला. ती जड पिशवी धरून हाताला रग लागली होती.

हात मोकळे केले. जर काही झालंच, तर आताच होईल. अचानक माझ्या आवतीभोवती उडणारे किडे आले. मला ते चावले असते तरी चाललं असतं; पण ते थव्याने माझ्या खांद्याभोवती फिरू लागले. त्यांच्या त्या चमकत्या वर्तुळात मला खिडकीतून दिसणारा डोंगर उतार दिसला, फडफडणारं शाळेचं दप्तर आणि शेजारच्या खोलीत अखंड रडणारी माझी आई. बास! मी चेहऱ्यापुढून हात हलवला आणि त्या किड्यांच्या थव्यातून बाहेर आलो. मी वाकून पुढे सरकत होतो, झुडपांच्या अंधारात आणि आता मला पाणी दिसत होतं. एक बशीच्या आकाराचं छोटं डबकं, आजूबाजूला पिवळ्या पडत चाललेल्या गवताचा गोल बांध असलेलं डबकं. मी पिशवी पुढ्यात ठेवत खाली बसलो. डबक्याच्या आजूबाजूला असलेल्या ओलसर चिखलात पायाचे काही ठसे वगैरे दिसत नव्हते किंवा गवतातून काही पायवाटही दिसत नव्हती म्हणजे त्या तारेच्या कुंपणापलीकडून किंवा रस्त्यावरून या डबक्याच्या बाजूला कोणी आलं नव्हतं; पण मला अजून अर्धा एक तास जाऊ द्यायचा होता. मी माझ्या खिशातल्या गुळगुळीत सोन्याच्या आयताकृती तुकड्याला स्पर्श केला आणि खोल श्वास घेत सोडत राहिलो. डबक्यातल्या पाण्यावर मधूनच टोळ झेपावत होते. आता पुन्हा तोल जाऊ द्यायचा नाही, भूतकाळाच्या गर्तेत पुन्हा सापडायचं नाही, असं मनाशी ठरवलं. माझं एक आयुष्य होतं आणि आता मी ते मागे सोडून आलो होतो. गणेश गायतोंडेसाठी आता फक्त आजचा दिवस होता, आजची रात्र आणि यानंतरचा प्रत्येक दिवस.

जेव्हा अर्धा एक तास गेला, तसा मी मागे सरकलो. झाडांच्या अगदी दाट सावलीत गेलो. मी एक झाड निवडलं आणि त्याच्या खाली खोदायला सुरुवात केली. माती ठिसूळ होती; पण कोरडी होती. मी हळूहळू खोदत होतो, माझी बोटं दुखून गेली. मी आधी खोदण्यासाठी काहीतरी शोधायला हवं होतं, एखादा पत्र्याचा तुकडा किंवा तसंच काहीतरी. नीट विचार न केल्याचा परिणाम; पण आता सुरुवात केली होती आणि मी खोदत होतो, मुठींनी माती बाजूला करत होतो. जेव्हा वरच्या ठिसूळ मातीखाली थोडा कठीण थर लागला, तेव्हा मी बसलो आणि टाचेने ती घट्ट माती रेटून मोकळी केली. मी घामाने पार डबडबून गेलो होतो. मी खोदायचा थांबलो, तेव्हा बुंध्याखाली एक खोल खड्डा तयार झाला होता. मी आता दमलो होतो, भूकही लागली होती. माझी छाती धपापत होती. मला तो खड्डा पुरेसा खोल झालाय असं वाटलं. मी पिशवी उघडून दोन सोन्याची बिस्किटं काढली आणि सावलीत चकाकणारी ती बिस्किटं हातात धरून बघता बघता एक दोन मिनिटं गेली असतील. मग पिशवी खड्ड्यात ठेवून वरून पुन्हा माती घातली. आता ते एखाद्या टेंगळासारखं दिसत होतं. त्याच्यावर पसरायला दगड, गवत, काटक्या वगैरे शोधल्या आणि त्यावर पसरल्या. मी उभा राहून त्या बुजवलेल्या खड्ड्याकडे पाहिलं. आता झाडाखाली चुकून झालेला उंचवटा वाटत होता तो. जर कोणी त्यावर बसला असता तर, थोडा दबला गेला असता; पण इथे कोण कशाला येईल, कशाला फिरकेल किंवा बसेल? हे बऱ्यापैकी सुरक्षित होतं. मला खात्री वाटली; पण मी त्या कुंपणापर्यंत जाऊन परत आलो. कारण, मला तिथे यायला पुन्हा रस्ता सापडेल का याची खात्री करून घेतली. मग मी कुंपणाखालून वाकून बाहेर रस्त्याच्या दिशेने गेलो आणि कोपरा पकडून चालू लागलो. माझ्या पोटात खड्डा पडला होता, इतका की मी दोन्ही हातांनी पोट धरून चालत होतो. जोखीम ही जोखीम असते आणि ती घेतली तरच नफा होतो. जर एखादी गोष्ट हातची गेली, तर कायमची गेली म्हणून तुम्हाला एकदाच काय तो निर्णय घ्यावा लागतो - जोखीम घ्यायचा!

माझ्या डोक्यात केवळ एकच नाव होतं– परितोष शाह. मी ते एकदोन वेळा ऐकलं होतं. एकदा आझम शेख नावाच्या माणसाकडून. आझम शेख चार वर्षांची चोरीची शिक्षा भोगून आला होता. तो तुरुंगातून बाहेर आला आणि त्याने दोन दिवसांत अजून एक चोरी केली. भरदिवसा सांताक्रूझमधील नवीन लग्न झालेल्या जोडप्याचे घर फोडून ऐवज लांबवला. ''ती नवीन नवरी नवऱ्यासाठी छान स्वयंपाक करण्यासाठी भाजी घ्यायला बाजारात गेली होती,'' आझम म्हणाला, ''आणि आम्ही तिचे मंगळसूत्र सोडून सोन्याचे गळ्यातले, बांगड्या आणि कानातले, नथ सगळं घेतलं. परितोषने त्यासाठी चांगली किंमत दिली.'' मी ज्या हॉटेलात वेटर म्हणून कामाला होतो, तिथे कामातून वेळ काढून पडद्यामागे उभे राहून आझमचे बोलणे ऐकत होतो. तेवढ्यात त्याने पडद्यामागे माझे पाय पाहिले आणि मला एक शिवी हासडून तो गप्प झाला. मी तिथून गेलो. नंतर, एक तासानंतर आणि अर्धे तंगडी कबाब आणि शमी कबाब खाऊन बिअर प्यायल्यावर, त्याच्या वेटरने मला सांगितले की, आझमने माझ्यासाठी तीन रुपये टीप दिली आहे; पण एक महिन्यातच आझम शेख पुन्हा तुरुंगात गेला आहे, हे कळल्यावर मला हायसं वाटलं. त्याने सांताक्रूझला अजून एक चोरी केली होती, जिथे झोपलेला नोकर जागा होऊन ओरडल्याने आझम शेख पकडला गेला. शेजाऱ्यांनी त्याला पकडून त्याची चांगलीच धुलाई केली. आझम शेख आता काहीतरी विनोदीपणे लंगडत चालायचा. मला एकाच गोष्टीचं समाधान होतं आणि ते म्हणजे त्याच्या तोंडून परितोष शाह याचं नाव ऐकल्याचं.

जेव्हा मी सलीम काकाच्या हाताखाली काम करत होतो आणि त्यांचा विश्वास संपादन केला होता, त्या वेळी मी ते नाव पुन्हा ऐकलं. आम्ही बोरिवलीला गेलो होतो. मथू, सलीम काका आणि मी शूटिंगचा सराव करण्यासाठी गेलो होतो. जंगलात आम्ही म्हणजेच मथूने आणि मी – दोघांनी तीन तीन शॉट्स झाडले होते आणि सलीम काकाने आम्हाला पकड, पोझ दाखवली होती. मी न बघता गोळी झाडता येण्याइतका सराव करेपर्यंत रिव्हॉल्वर लोड अनलोड केलं होतं, त्यामुळे सलीम काका खूश झाला आणि त्याने माझ्या खांद्यावर थोपटलं. त्याने आम्हाला दोघांना प्रत्येकी अजून दोन गोळ्या झाडू दिल्या. गोळ्या झाडलेल्याचा धक्का माझ्या हातातून, खांद्यातून आला, माझ्या कल्पनेपेक्षा खूप जास्त. माझ्या पाठीच्या कण्यातून गेला. मला खूप आनंद झाला आणि गोळीच्या आवाजाने पक्षी वर उडाले. ''तुझं सामान घट्ट धरू नकोस, हळुवार धर, पकड भक्कम ठेव आणि प्रेमाने धर,'' सलीम काका म्हणाला. झाडाच्या खोडावर खडूने टारगेट केलं होतं आणि मी त्याच्या मध्यावर मारून झाडाच्या ढलप्या उडवल्या. ''प्रेमाने,'' मी म्हणालो आणि सलीम काका हसला. जंगलातून बाहेर येताना बरेच चाललो, तपकिरी पानं झडलेल्या फांद्यांखालून, काटेरी झुडपातून जाताना सलीम काकाने आम्हाला बिबट्याच्या गोष्टी सांगून घाबरवलं. या जंगलात दहा दिवसांपूर्वी एक मुलगी सरपण गोळा करत असताना बिबट्याने मारली होती. तो म्हणाला, ''बिबट्या इतका वेगात येतो की, तुम्हाला तो दिसतही नाही, तुम्हाला फक्त गळ्याला त्याचे दात लागलेले जाणवतात.'' मी हातातलं रिव्हॉल्वर फिरवत म्हटलं, ''मी त्याचे डोळे बाहेर काढेन.'' मथू म्हणाला, ''अर्थात, मादरचोद, तू तर गोल्ड मेडलवाला शूटर आहेस.'' मी थुंकलो आणि म्हणालो, ''बिबट्याच्या कातडीपासून पैसे मिळतील. मी त्या भेन्चोदला सोलून त्याची कातडी विकेन.'' ''कोणाला विकशील चुतीया?'' मथू आणि सलीम काका दोघांनी एकदम विचारलं. मी काकाकडे बोट दाखवलं, ''काकाच्या माणसाला.'' ''नाही,'' सलीम काका म्हणाला. ''त्याला फक्त दागिने, हिरे, सोनं आणि महागड्या इलेक्ट्रॉनिक वस्तू यांतच इंटरेस्ट

आहे.'' ''तुझ्या बिबट्याच्या कातडीत नाही,'' मथू म्हणाला आणि हसला. नंतर मथू हायवेवर उभा राहिला आणि हात दाखवत रिक्षाची वाट पाहू लागला. सलीम काका आणि मी भिंतीकडे तोंड करून उकिडवे बसलो आणि मुतलो. मी त्या भिंतीकडे टक लावून बघत होतो. आता घरी जाऊन झोपण्यासाठी खूप वेळ लागेल. ट्रेन, मग बस आणि नंतर चालत पोहोचावे लागेल, या विचाराने अचानक काहीसा अस्वस्थ झालो. ''काय झालं यार?'' सलीम काकाने विचारलं. ''अजून बिबट्याच्या कातडीचा विचार करतो आहेस?'' सलीम काकाचे तंबाखूमुळे लालसर झालेले, तरीही मजबूत असलेले दात दिसले. ''काळजी करू नकोस, तू कातडी परितोष शाहकडे नेऊ शकतोस, तो काहीही घेतो असं ऐकलं आहे.'' ''कोण?'' मी विचारलं. ''कोणीतरी नवीन खरेदीदार आहे गोरेगावमध्ये. खूप महत्त्वाकांक्षी आहे,'' सलीम काका म्हणाला. नंतर मथूने एक रिक्षा थांबवली आणि सलीम काका आणि मी उठलो, पँटची झिप लावली. सलीम काका माझ्याकडे पाहून हसला आणि आम्ही दोघे रिक्षाकडे गेलो. अडखळत, धक्के खात जाणाऱ्या रिक्षामध्ये आम्ही कोंबून बसलो होतो आणि सलीम काका आमच्यामध्ये ती रिव्हॉल्वर असलेली काळी बॅग घट्ट धरून बसला होता. ती रिव्हॉल्वर त्याची होती, त्याच्या मालकीची. त्याने बॅग छातीशी घट्ट आवळून धरली होती.

आता मी गोरेगावला गेलो, जे त्यामानाने सोपे होते; पण परितोष शाह तिथल्या लाखो लोकांपैकी एक होता, ज्याची जाहिरात सेक्स डॉक्टर किंवा रियल इस्टेट एजंट, सिमेंट डीलर्स यांच्यासारखी स्टेशनवर कुठे दिसणार नव्हती. मी एक न्यूजपेपर विकत घेतला. स्टेशनबाहेर एका वडापाववाल्याकडे वडापाव विकत घेतला आणि खाताखाता माझ्या प्रॉब्लेमवर विचार करू लागलो. शेजारच्या चहावाल्याकडून चहा पिता पिता मला माझ्या प्रॉब्लेमवर एक तोडगा दिसू लागला. ''भिडू,'' मी त्या चहावाल्याला म्हणालो, ''इथे पोलीस स्टेशन कुठे आहे?''

मी दोन्ही बाजूनी छोट्या छोट्या दुकानांनी भरलेल्या अरुंद गल्लीतून पोलीस स्टेशनला गेलो. गर्दीतून अंग मोडत वाट काढत मी झपाझप स्टेशनकडे चालू लागलो. चहामुळे जरा तरतरी आली होती आणि पुढे काय होईल, याची उत्सुकताही होती. मला स्टेशन सापडलं. स्टेशन बाहेर मी एका लाम्बुळक्या ब्राऊन गाडीच्या बोनेटला टेकून उभा राहिलो, तिथूनही मला स्टेशनच्या आतील सगळं दिसत होतं. पुढच्या दारातून रिसिव्हिंग रूमचे लांबच लांब डेस्क आणि त्यापलीकडे काय आहे हे मला माहीत होतं. गजबजलेली ऑफिसं, रांगेत बसलेले कैदी आणि त्यांच्यामागे असलेल्या मोकळ्या कोठड्या. पुढे असलेला एक घोळका बाजूला झाला आणि इकडे तिकडे फिरून पुन्हा तिथे जमा झाला. मी हातातल्या पेपरमध्ये पाहत तिकडे लक्ष ठेवून होतो. साध्या कपड्यातले पोलीसही मला ओळखू येत होते. त्यांच्या मानेची ठेवण आणि किंचित पुढे झुकलेले, जसे की, एखादा नाग आपला फणा काढून आपला अधिकार आणि ताकद दाखवत उभा आहे तसे. त्यांच्या डोळ्यांत एक वेगळी चमक होती; पण मी दुसरंच काहीतरी शोधत होतो.

तिथे उभ्या उभ्या अडीच वाजले आणि मला माझा खबरी मिळेपर्यंत दोन वेळा निघता निघता थांबलो. एक बारीक कमरेचा माणूस गेटच्या बाजूने अंग चोरून बाहेर आला आणि रस्त्याला लागला. त्याच्या चेहऱ्यावरून तो आतल्या गाठीचा वाटत होता, अगदी जन्मजात पाकीटमार असल्यासारखा वाटला. मी अर्धा मैल त्याच्या मागे चालत होतो आणि शेवटी त्याच्या लांब, किडकिडीत अधाशी कुत्र्याच्या लोंबणाऱ्या जिभेप्रमाणे लोंबत असणाऱ्या हातांमुळे मला विश्वास वाटेना. मी पुन्हा स्टेशनजवळ आलो आणि पाहू लागलो. एक जरा

वयस्क, साधारण पन्नास-पंचावन्नच्या आसपास असलेला माणूस पुढच्या दारातून बाहेर पडून गेटबाहेर आला आणि खिशातून सिगारेटचे पाकीट बाहेर काढून अंगठ्याने ते उघडलं. त्याने सिगारेट काढून पाकिटावर तीन वेळा हलकेच आपटली, नेमकी आणि अलगद. नंतर अगदी त्याच सहज आत्मविश्वासाने ती शिलगावली आणि ओढली. मी त्याच्या मागे चालत गेलो. मला त्याच्या पांढऱ्या केसांचे मागच्या बाजूला मानेवर नीट काढलेले वळण आवडले आणि त्याचा फारसा उठून न दिसणारा राखाडी बुशशर्टही; पण रस्ता क्रॉस करताना जेव्हा मी त्याच्या जवळ गेलो आणि सिगारेट आहे का विचारलं, त्या माणसाने माझ्याकडे खूप मोकळेपणाने आणि आपुलकीने पाहिलं. त्याच्या नजरेत संशय अजिबात नव्हता आणि मी ओळखलं की, तो खूप भला माणूस असावा. तो एक साधा ऑफिसात काम करणारा माणूस होता जो हरवलेली सायकल, किंवा गोंगाट करणारे शेजारी यांच्याबद्दल तक्रार करण्यासाठी पोलीस स्टेशनला आला असावा. त्याला परितोष शाह कोण याची कल्पना असण्याची सुतराम शक्यता नव्हती. मी त्याच्याकडून सिगारेट घेतली आणि त्याचे आभार मानून पुन्हा माझ्या जागी जाऊन उभा राहिलो.

मी जेव्हा सिगारेटचे थोटूक टाचेखाली चिरडत होतो, तेव्हा मी तिचा आवाज ऐकला. खोल, नक्कीच कोणा स्त्रीचा आवाज होता; पण त्यात थोडा पुरुषी खर्ज होता, काहीसा घुमणारा. ती रिक्षावाल्याबरोबर हुज्जत घालत होती. तिच्यामते ती दर आठवड्याला इथे रिक्षाने यायची आणि किती पैसे होतात हे तिला चांगलं माहीत होतं. त्याच्या रिक्षाचा मीटर बंद पडलेला असताना, त्याने एखाद्या उत्तर प्रदेशमधून आलेल्या चुतीयाकडून सव्वीस रुपये घेतले, तर ठीक, तिच्याकडून घ्यायचे नाहीत. रिक्षाच्या मागून ती फारशी दिसत नव्हती; पण तिचे जाड दंड आणि घट्ट पिवळा ब्लाऊज दिसत होता. जेव्हा रिक्षावाला नऊ रुपये घेऊन गेला, तेव्हा मला तिची डार्क लाल साडी, गुबगुबीत पाठ आणि सुटलेलं पोट दिसलं. तिला एका नजरेत उभं आडवं पाहिलं आणि मला लक्षात आलं, ती कोणत्याच अँगलमधून आदर वाटावा, अशी बाई नव्हती. आता मी उतावीळ झालो. आता आत येणाऱ्या जाणाऱ्या कोणाचं निरीक्षण करण्याची मला गरज वाटत नव्हती. मी तिची वाट बघत होतो. जेव्हा पंचेचाळीस मिनिटांनी ती बाहेर आली, तेव्हा मी काय बोलायचं याचा सराव करून एकदम तयार होतो.

स्टेशनमधून बाहेर पडल्यावर रस्ता ओलांडून ती पलीकडच्या बाजूला रिक्षासाठी थांबली. तिचा एक जाडाजुडा हात कमरेवर आणि दुसरा हात येणाऱ्या प्रत्येक रिक्षासाठी हलत होता. मी एक खोल श्वास घेतला आणि जरा जवळ गेलो आणि तिचे मेंदी लावलेले केस, जाडसर भुवया, गोबरे गाल, कमळाच्या आकाराच्या मोठ्या कुड्या, सगळं दिसलं. ती वयस्क होती, वयाच्या खुणा दिसत होत्या, चाळीस किंवा पन्नास असेल. तरुण नव्हती. मला तिची काहीशी पुढे वाकून, पाय जरासे फाकवून ठामपणे उभं राहण्याची ढब आवडली. तिचा पदर तिच्या खांद्यावरून लोंबत होता, ते फारसं काही सभ्य वगैरे वाटत नव्हतं.

''या वेळी रिक्षा भरूनच येतात,'' मी म्हटलं.

''जा रे मुला, मी काय रंडी नाहीये,'' ती गुरगुरली. ''तुझ्याकडे पाहून तुला एखादी परवडेल, असंही वाटत नाही म्हणा.''

अद्यापही तिने माझ्याकडे पाहिलं आहे, असं मला वाटत नव्हतं. ''मी रंडी शोधत नाहीये.''

''मग बोल,'' आता तिने तिचा चेहरा माझ्याकडे वळवला आणि तिचे डोळे काहीसे बाहेर आलेले वाटले. ते कुरूप नव्हते; पण जरा वेगळे होते, त्यामुळे तिचा चेहरा उग्र वाटत होता, जणू काही आता ती जगावर तुटून पडेल. ती गुरगुरत म्हणाली, ''तुला काय पाहिजे मग?''

''मला एक प्रश्न विचारायचा आहे.''

''मी का उत्तर देईन?''

''मला मदत हवी आहे.''

''तुला बघून कळतंय ते. तुला तुझी चड्डी उघडता येत नाहीये आणि मी ते करावं असं तुला वाटतंय. मी कशाला माझे हात खराब करू? मी काय तुला आई वाटले का?''

मी हसलो. मला लक्षात आलं की माझे दात दिसले. ''नाही, तू आई नाही वाटत. जराही नाही; पण तरीही तू मदत करू शकतेस.''

दुसऱ्या बाजूने जाणाऱ्या एका रिक्षाने वेग कमी केला आणि वळून आमच्या बाजूला आली. मीटर पडण्याआधीच रिक्षाचा बार पकडून ती आत घुसली आणि रिक्षावाल्याला म्हणाली, ''चल.''

''परितोष शाह,'' रिक्षामध्ये जरासा वाकून मी म्हणालो. आता माझ्याकडे तिचं लक्ष गेलं.

''त्याचं काय?''

''मला त्याला शोधायचं आहे.''

''तुला शोधायचं आहे?''

''हो.''

ती सीटवर थोडी पुढे सरकली आणि तिच्या नजरेतून मला जरब देत म्हणाली, ''तू खबरी आहेस म्हणावं, तर त्यामानाने घाणेरडा दिसतोस. ते साफसुथरे आणि विश्वासू दिसायचा प्रयत्न करतात.''

''मी खबरी नाहीये, मला कोणाला खबर द्यायची ते माहीतही नाहीये,'' मी म्हणालो.

''आत बस,'' ती म्हणाली. रिक्षाच्या त्या जीर्ण लाल रेक्झीनवर सरकून तिने मला जागा करून दिली आणि रिक्षावाल्याला कुठे जायचं सांगितलं. आता आम्ही अनोळखी गल्ल्यांमधून जात होतो. इमारती एकमेकांच्या इतक्या जवळजवळ होत्या, अगदी भिंतीला खेटून दुसरी भिंत आणि रस्ते लोकांनी इतके भरलेले होते की, रिक्षाला जाण्यासाठी वाट करून द्यावी लागत होती. मी डावीकडून वाकून पाहत होतो आणि रिक्षाच्या मागच्या लांबड्या खिडकीतून.

''शांत बस,'' ती बाई म्हणाली. ''तू सुरक्षित आहेस. मला जर तुला इजा करायची असेल, तर तुझ्या कमरेचा तो घोडाही तुला वाचवू शकणार नाही.''

मी खाली पाहिलं. मी निळ्या मळकट कपड्यात गुंडाळलेलं रिव्हॉल्वर घट्ट पकडून ठेवलेलं होतं. मी ते सोडलं. दोन्ही हात एकमेकावर चोळले. ''मी इकडे कधी आलो नाहीये,'' मी म्हणालो.

''मला माहीत आहे,'' ती म्हणाली. ''तुझं नाव?'' तिने माझ्याकडे झुकत विचारलं.

''माझं नाव गणेश आणि तुमचं?''

''कांताबाई. तुझ्याकडे परितोष शाहसाठी काय आहे?''

तिच्या कानाजवळ जाऊन मी कुजबुजलो, ''माझ्याकडे सोनं आहे. सोन्याची बिस्किटं.''

''आपण रिक्षातून उतरेपर्यंत गप्प बस गणेश,'' तिने हुकूम सोडला.

होलसेल कपड्यांची दुकानं असलेल्या एका गजबलेल्या बाजारपेठेत रिक्षा थांबली. तिने मला छोट्या छोट्या गल्लीबोळातून वळणं घेत घेत आत नेलं. लोक तिला इथे चांगलं ओळखत होते, तिला नाव घेऊन सलाम करत होते; पण ती न थांबता पुढे जात होती. गल्लीच्या टोकाला एक भिंत होती. त्यात एक भोक केल्यासारखं दिसत होतं आणि पलीकडल्या बाजूस वस्ती होती. मी माझ्या पायांकडे पाहत तिच्या मागून झपझप चालत होतो. आता झोपड्या जवळ येऊ लागल्या. काही ठिकाणी पक्की घरं होती, तीदेखील रस्त्याच्या इतकी जवळ होती की, जणू काही बोगद्यातून चालत आहोत असं वाटावं. बाया, बाप्ये, मुलं जाताना बाजूला होऊन कांताबाईला वाट करून देत होती. मुलं, तरुण कट्ट्यावर किंवा दरवाज्यात बसलेली होती आणि मला त्यांचे डोळे माझ्यावर रोखल्याचा भास होत होता. मी माझी पाठ ताठ ठेवून कांताबाईच्या जवळून चालत होतो.

मला आधी गुळाचा उग्र वास आला आणि नंतर एक प्रकारचा दर्प. आम्ही उजवीकडे वळलो आणि एका लहान दरवाज्यातून आत गेलो. मला लोखंडी टेबलं दिसली आणि त्याभोवती बसून माणसं दारू पीत होती. एका मुलाने प्लेटमध्ये दोन उकडलेली अंडी दरवाज्याजवळच्या टेबलवर ठेवली आणि त्या टेबलावर बसलेल्या गिऱ्हाइकाने ग्लासातले शेवटचे दोन थेंब जिभेवर ओतले. कांताबाई इमारतीच्या बाजूने गेली आणि मी गडद अंधारात एकटाच उरलो. खोलीत अंधार होता आणि छतापर्यंत गुळाच्या गोण्या भरल्या होत्या. ''इथे थांब,'' ती म्हणाली आणि म्हणून मी तिथेच उभा राहिलो. माझ्या अंगाखांद्यावर एक उबदार गुळचट वास भरून राहिला. मोटरच्या घरघराटातही मला पुढच्या खोलीतून म्हणजेच बारमधून रेडिओचा तार स्वर ऐकू येत होता. त्या गाण्याचे काही शब्द माझ्या कानावर फेसासारखे आदळत होते आणि कांताबाई कोणत्या प्रकारची दारू तयार करत असेल, याचा मी विचार करत होतो. तिथे पुरेशी गिऱ्हाइके होती, कामाच्या दिवशी दुपारी वीस एक गिऱ्हाइकं म्हणजे भरपूर झाली. तिथे मागच्या बाजूलाच बनवलेली आठ आणि दहा रुपयांच्या साधी आणि सतरंगीचे संथपणे घोट घेत लोक बसले होते. हा चांगला बिझनेस होता, कच्चा माल स्वस्तात आणि कायदेशीरपणे उपलब्ध होता, खर्चही कमी होता. त्या गल्लीत वळणाऱ्या पावलांच्या संख्येकडे पाहता, देशी दारूला चांगली आणि कायम मागणी असावी. मी थोडेसे पुढे वाकून पाहिले असता कांताबाईच्या कामगारांची अनवाणी पावलं आणि ते ओढत असलेल्या गोण्यांची टोकं दाराच्या पडद्याखालून दिसत होती आणि क्वचित बाटल्यांचे गोल चमकताना दिसत होते. मी तिची साडी ओळखली आणि म्हणूनच तिने पडदा बाजूला केला तेव्हा एकदम बाजूला होऊन खोलीच्या दुसऱ्या टोकाला जाऊन उभा राहिलो. तिचे डोळे त्या गुळाच्या गोण्यांच्या आजूबाजूच्या निर्जीव अंधारातही पांढरे आणि चकाकत असल्यासारखे वाटले. मला भीती वाटली.

''मी परितोष शाहशी फोनवर बोलले,'' ती म्हणाली.

मी तिथे सोन्यासह एकटा असण्याच्या भीतीने काही बोलूच शकत नव्हतो. मी मान हलवली आणि त्याच सहजतेने दरवाज्याच्या दिशेला माझा खांदा झुकवला. कमरेवर हात ठेवून पुन्हा मान डोलावली.

कांताबाईला काहीसे आश्चर्य वाटले असावे. तिच्या चेहऱ्यावर किंचित आनंदाची रेघ उमटली आणि ती म्हणाली, ''तुझं सोनं बघू.''

मी होकारार्थी मान हलवली. मला अजूनही असुरक्षित वाटत होतं, आत काहीसं अस्वस्थ वाटत होतं; पण तिला सोनं दाखवणं आवश्यक होतं. मी उजव्या खिशात हात घातला आणि सोन्याची दोन बिस्किटं काढून डाव्या तळहातात धरली.

कांताबाईने ती बिस्किटं हातात घेतली, त्याचं वजन तोलल्यासारखं केलं आणि माझ्याकडे परत दिली. तिचे डोळे माझ्या चेहऱ्यावर रोखलेले होते. ''तो तुला आता भेटेल. माझा एक पोरगा तुला तिकडे घेऊन जाईल.''

''छान,'' मी म्हटलं. आता कुठे मला माझा आत्मविश्वास आणि आवाज सापडल्यासारखा वाटत होता. बिस्किट्स माझ्या खिशात ठेवली आणि मी नोटांची एक पातळ गुंडाळी बाहेर काढली आणि तिच्यासमोर धरली.

''तू मला पैसे देऊ शकणार नाहीस.''

''काय?''

''तुझ्याकडे किती आहेत?''

मी माझा हात बाजूला उजेडात घेऊन म्हणालो, ''एकोणचाळीस रुपये.''

आता ती गदगदून हसू लागली आणि हसताना तिचे गाल फुगलेले आणि डोळे काहीसे मिटल्यासारखे दिसत होते. ''बच्चा, जा आणि परितोष शाहला भेट. त्याने मला बरंच देणं लागतं. एकोणचाळीस रुपयांनी तू काय मुंबईचा राजा भोज होत नाहीस.''

''जर सगळं नीट झालं, तर मी पण तुमचं देणं लागतो,'' मी म्हणालो.

''हुशार आहेस,'' ती म्हणाली. ''कदाचित, तू खूप चांगला मुलगा आहेस.''

परितोष शाह हा एकदम फॅमिली मॅन होता. मी त्याची वाट बघत दुसऱ्या मजल्यावर जिन्याजवळ व्हरांड्यात उभा होतो. तिथे मध्येच मुतारीचा उग्र दर्प येत होता. ती सहा मजली बिल्डिंग जुनी दिसत होती. बहुदा बिल्डिंग डळमळीत झाल्याने त्याला बाहेरून बांबूचा सांगाडा उभा करून बाल्कन्यांमध्ये बांबू खोवून आधार दिलेला दिसत होता. कांताबाईच्या पोरग्याने मला जिन्यातून वर सोडलं होतं. दुसऱ्या मजल्यावर सगळे पुरुष शहा लोक होते आणि ते एकमेकाला चाचू, मामू आणि भाई अशा नावांनी हाका मारत होते आणि त्यांनी माझ्याकडे साफ दुर्लक्ष केलं. ते माझ्या आजूबाजूने जाताना माझ्या मळक्या शर्ट आणि झिजलेल्या पँटकडे एक ओझरती नजर टाकून पुढे जात होते. ते सगळे पांढऱ्या सफारी सुटात होते आणि त्यांनी हातात भरपूर सोन्याच्या अंगठ्या घातल्या होत्या. दरवाज्यातल्या युनिफॉर्म घातलेल्या गार्डच्या जवळ वेड्यावाकड्या ओळीने लावून ठेवलेल्या त्यांच्या पांढऱ्या चपला, शूज मी पाहत होतो. आत कुठेतरी स्टूलावर लांब नळीची बंदूक घेऊन बसलेल्या मुच्छड गार्डच्या मागे परितोष शाह बसला असावा. त्या गार्डने निळा युनिफॉर्म घातला होता, त्याला खांद्यावर पिवळी वेणी होती. त्याच्या मिश्या खूपच मोठ्या आणि पिळदार होत्या. वीसेक मिनिटं शहा लोकांची ये-जा बघितल्यानंतर, मला तिथे तसं उभं राहणं अपमानित केल्यासारखं वाटत होतं आणि माझी ही चीड बहुदा माझ्या त्या गार्डच्या छातीवरील चामड्याच्या बेल्टवर रोखली गेली होती. त्या पट्ट्यावर बंदुकीच्या तीन लाल निमुळत्या गोळ्या होत्या. मी माझे

रिव्हॉल्वर काढून त्या गार्डच्या सुटलेल्या पोटावर बेल्टला मधोमध भोक पाडल्याची कल्पना केली. तो खरंच खूप विचित्र विचार होता; पण मला त्या विचाराने समाधान वाटलं.

दहा मिनिटं गेली आणि वाटलं आता पुरे. आता भेट झालीच पाहिजे, नाहीतर त्या गार्डच्या छातीत गोळी घालावी. माझ्या डोक्यात घण पडत होते. ''ऐक मामू,'' मी त्या गार्डला म्हटलं, तो आता त्याच्या डाव्या कानात पेन्सिल घालून खाजवत होता. ''परितोष शाहला सांग मी धंदा करायला आलो होतो, इथे उभा राहून त्याची मुतारी हुंगायला नाही.''

''काय?'' त्याने कानातली पेन्सिल बाहेर काढली. ''काय?''

''परितोष शाहला सांग मी गेलो. दुसरीकडे गेलो. त्याचं नुकसान.''

''थांब, थांब.'' तो वयस्क माणूस मागे रेलला आणि त्याच्या मिश्या दारातून आत सरकल्या. ''बदरिया, हा माणूस काय म्हणतो आहे ते बघ.''

बदरिया बाहेर आला. तो या माणसापेक्षा खूपच तरुण होता. खूप उंच होता आणि बॉडी बिल्डर होता, त्याची अनवाणी पावलंही मजबूत दिसत होती. तो दरवाजात उभा राहिला. त्याचे हात बाजूला लटकत होते आणि मला खात्री होती की, त्याच्या काळ्या शर्टात, कमरेच्या मागच्या बाजूला काहीतरी शस्त्र असणार. ''काही प्रॉब्लेम आहे?''

तो कोऱ्या आणि दगटी कठोर चेहऱ्याचा माणूस हे आव्हान होतं, त्यात काही वादच नव्हता; पण मी आता त्या क्षणी घोड्यावर बसल्यासारखा झालो होतो. दिवसभराची दगदग आणि राग उफाळून आला होता. ''हो, आहे प्रॉब्लेम,'' मी म्हणालो. ''मी तुझ्या त्या मादरचोद परितोष शाहची वाट बघून बघून कंटाळलो आहे.''

त्या म्हाताऱ्या गार्डचे केस ताठ उभे राहिले आणि तो स्टुलावरून उतरू लागला; पण बदरिया शांतपणे म्हणाला, ''ते बिझी असतात.''

''मीही असतो.''

''खरंच तू बिझी असतोस?''

''हो.''

आणि त्यामुळे व्हायचं तेच झालं. गार्डच्या खांद्यांमध्ये काहीशी अस्वस्थता दिसली. त्याची बंदुकीवरची पकड थोडी ढिली होती. एक पाय जमिनीवर आणि एक पाय स्टुलाच्या आडव्या दांड्यावर असल्याने तो चुकीच्या आणि असंतुलित प्रकारे बसला होता. मी त्याच्याकडे आणि बदरियाकडे पाहिलं. अशा अंधाऱ्या कॉरिडोरमध्ये अचानक एका क्षणात मृत्यूच्या जवळ उभे असणं जरा विचित्र होतं. खिशात पैसे होतेही आणि नव्हतेही. अशा परिस्थितीत गणेश गायतोंडे असणं खूप हास्यास्पद होतं, शहरातील एक गरीब माणूस, आणि नेहमी बाजूला उभा राहणारा, आता त्यात काही अर्थ नव्हता आणि आता माझ्या आत एक प्रकारची उत्सुकता, आनंद आणि वेडसर संताप होता. इथे. आता. मी इथे आहे. मग काय?

बदरियाने त्याचा डावा हात हळू वर करत म्हटलं, ''ठीक आहे. मी जाऊन बघतो, ते आता फ्री आहेत का.''

मी खांदे उडवले. ''ओके.'' मला तो इंग्लिश शब्द आवडला. मला माहीत असलेल्या अगदी थोड्या शब्दांपैकी तो एक शब्द होता. ''ओके, मी वाट बघतो.'' मी पुढची काही मिनिटं त्या मुच्छड गार्डकडे पाहून हसत होतो, त्या म्हाताऱ्याला अधिकाधिक घाबरवत होतो, त्याचे थरथरणारे हात पुन्हा पुन्हा बंदुकीवर जात होते. बदरिया परत आला तोवर मला खात्री

झाली होती की, मी त्या म्हाताऱ्या माजी सैनिकाला आणि त्याच्या त्या मिश्यांना हार्ट अॅटॅक आणू शकतो; पण मला तसं करायचं काही कारण नव्हतं. मी त्यासाठी इथे आलेलो नव्हतो.

''ये,'' बदरिया म्हणाला आणि मी माझे शूज घालून त्याच्या मागोमाग गेलो. त्या कॉरिडोरच्या शेवटून पुढे एकसारखे काळे दरवाजे असलेल्या अनेक खोल्या ओलांडून गेलो. ''तुझे हात वर कर,'' बदरिया म्हणाला. मी मान डोलावली आणि माझा शर्ट वर केला आणि पोट हलकेच आत खेचलं, जेणेकरून बदरिया माझं रिव्हॉल्वर काढून घेऊ शकेल. बदरियाने रिव्हॉल्वर हातात घेऊन सराईतपणे त्याचा दांडा पुढे मागे केला आणि त्याच्या बॅरलमध्ये पाहिलं. त्याने ते त्याच्या नाकाजवळ नेलं. त्याची छाती आणि मानही भरदार होती. ''बरेच दिवस रिव्हॉल्वर वापरलं नाहीये,'' तो म्हणाला.

''हो,'' मी उत्तरलो.

बदरियाने रिव्हॉल्वर हातातल्या हातात फिरवलं, कसं ते मी सांगू शकणार नाही; पण एकदम स्टायलिशपणे केलं त्याने ते. ''वळ,'' तो म्हणाला. माझ्या काखेत आणि मांड्यांवर अनेकदा हात ठेवून पाहात त्याने माझ्या पाठीवरून खालपर्यंत हात फिरवून चाचपलं. माझ्या खिशातील बार्सवर हलकासा थांबला. त्याने अतिशय सराईतपणे तपासणी केली, काही वैर नसल्यासारखी आणि मला वाटलं की, परितोष शाहच्या टीममध्ये बदरिया आहे हे चांगलंच होतं. ''डावीकडचा शेवटचा दरवाजा,'' चाचपणी संपताना बदरिया म्हणाला.

पांढऱ्या गादीवर गोल तक्क्याला टेकून परितोष शाह एका कुशीवर कलंडला होता. खोली तशी बऱ्यापैकी मोकळी होती, लाकडी पट्ट्यांच्या ब्राऊन भिंती, एकदम गुळगुळीत आणि चमकदार, वर सिलिंगजवळ फ्रोस्टेड पांढरी काच. एअरकंडिशनरचा गारवा मला बोचू लागला. त्याच्या गादीजवळ रांगेत तीन काळे फोन ठेवलेले होते. परितोष शाह आरामात दिसत होता. त्याने त्याचा सुस्तावलेला हात वर करून एका स्टुलाकडे खुणावत म्हटलं, ''बस.''

''अच्छा, तू आहेस तो मुलगा,'' परितोष शाह म्हणाला. तो स्वतः काही वयाने विशेष मोठा नव्हता. कदाचित सहा, सात, जास्तीत जास्त दहा वर्षांनी मोठा असेल माझ्यापेक्षा; पण त्याच्यात पैशांचा थक्क करणारा प्रचंड आत्मविश्वास होता. ''नाव?'' त्याने विचारले आणि मऊ गादीवर कलंडलेल्या त्याच्या शरीरात, एका खाली एक दबलेल्या पायातून, त्याच्या निश्चलतेतून, एक प्रकारची सूचना होती की, मला फसवायचा प्रयत्न करू नकोस मुला.

''गणेश.''

''तू फार अविचारी मुलगा आहेस गणेश, गणेश काय?''

''गणेश गायतोंडे.''

''तू मूळचा मुंबईचा नाहीयेस. गणेश गायतोंडे कुठला आहेस तू?''

''काही फरक पडत नाही.'' मी थोडा मागे झालो आणि खिशातून ती दोन बिस्किटं बाहेर काढली. मी ती परितोषच्या गादीच्या टोकाला एकाच्या बाजूला एक ठेवली.

''तू हे एखाद्या मारवाडी ज्वेलरला विकू शकला असतास. माझ्याकडे कशाला आलास?''

''मला चांगली किंमत हवी आहे आणि मी तुम्हाला अजून देऊ शकतो.''

''अजून किती?''

''खूप. जर मला यासाठी चांगली किंमत मिळाली तर.''

परितोष शाह झुकला आणि लहान मुलांच्या खेळातल्या शीशातल्या बाहुलीसारखा अचानक उठून बसला. मी नंतर पाहिलं की, त्याचे दंड, खांदे तसे बारीक होते; पण त्याच्या पोटाचा घेर चांगलाच मोठा होता. त्याने त्याच्या त्या घेरावर हाताची घडी घातली होती. ''पन्नास ग्रॅमची बिस्किटं आहेत. प्रत्येकी सात हजार रुपयाचे एक.''

''पन्नास ग्रॅमची बाजारातली किंमत पंधरा हजार रुपये आहे.''

''ती बाजारातली किंमत आहे म्हणूनच तर सोन्याचं स्मगलिंग होतं.''

''निम्म्यापेक्षा कमी म्हणजे खूपच कमी किंमत देताय. तेरा हजार.''

''दहा. मी जास्तीत जास्त तेवढेच देऊ शकतो.''

''बारा.''

''अकरा.''

''डन,'' मी मान डोलावली.

परितोष शाह त्याच्या काळ्या फोनमध्ये काहीतरी कुजबुजला आणि त्याच्या रिकाम्या असलेल्या हाताने त्याने चांदीचा डबा पुढे केला, ज्यात चांदीचा वर्ख लावलेली पानं, इलायची आणि सुपारी होती. मी मानेनेच नाही म्हटलं. मला पैसे हवे होते. हातात धरायला आणि माझ्या खिशात कोंबायला. मला नोटांचं जाडजूड बंडल हवं होतं, अशा जाडीचं की त्यात चांदीचा डबे, मऊ गाद्या आणि लाल रंगाच्या चादरी, रेकॉर्ड प्लेयर्स आणि स्वच्छ बाथरूम्स आणि प्रेम सगळं मिळेल. या सगळ्यासाठी पुरेशा करकरीत नोटा हव्या होत्या, आत्मविश्वास वाटण्यासाठी, सुरक्षितता आणि जगण्यासाठी. माझं तोंड कोरडं पडलं होतं. मी माझे हातही एकमेकांवर गच्च दाबून धरले होते. तितक्यात दरवाज्यावर टकटक झाली आणि दरवाजा उघडला गेला. बदरियाने एक लहान वजनकाटा आणि नोटांच्या दोन थप्प्या आणून ठेवल्या, एक जाडजूड आणि एक लहान.

''जस्ट चेक करतो,'' असं म्हणत परितोष शाहने सोन्याचं बिस्कीट बोटाच्या चिमटीत धरून एकेक करून उचललं आणि वजनकाट्यावर ठेवलं. दुसऱ्या बाजूला हलकी वजनं ठेवली होती. ''ठीक आहे,'' तो हसला. ''खूप छान.'' तो माझ्याकडे अपेक्षेने बघत होता. पैसे गादीवर पडलेले होते आणि मी स्प्रिंगसारखा कापत होतो. मी स्वतःला स्थिर केलं आणि जोवर परितोषने त्याच्या निमुळत्या बोटांनी त्या गड्ड्या दोन इंच पुढे सरकवल्या नाहीत, तोवर मी त्याकडे पाहिलं आहे, असं अजिबात दाखवलं नाही. मग मी किंचित थरथरणाऱ्या हातांनी ते पैसे घेतले.

मी उभा राहिलो. खोली फिरल्यासारखी वाटली. पांढऱ्या लाइटचे झोत डोळ्यावर आले आणि डोळ्यांसमोर एकदम पांढरं आकाश चमकलं, ज्याला क्षितिज नव्हतं.

नंतर परितोष शाह म्हणाला, ''तू फारसा बोलत नाहीस.''

''मी पुढच्या वेळी जास्त बोलेन.'' बदरियाने दरवाजा उघडून धरला आणि मी त्या लांबच लांब कॉरिडोरमध्ये आलो, माझ्या खिशात आता कॅश होती आणि गरगरणे आता कमी झाले होते. मी माझे शूज घालण्यासाठी थोडा पुढे वाकलो आणि जेव्हा परत वर उठलो, तेव्हा एकोणचाळीस रुपयांची गुंडाळी माझ्या डाव्या हातात होती. मी ती त्या गार्डच्या गोळ्यांच्या पट्ट्यामागे हळूच खोचली आणि त्याच्या पट्ट्यावर पॉलिश केल्यासारखं घासलं.

"घे मामू," मी म्हणालो, "आणि पुढच्या वेळी जेव्हा मी येईन, मला बाहेर उभं करून ठेवू नकोस."

तो गडबडला आणि बदरिया मोठ्याने हसला. त्याने माझं रिव्हॉल्वर पुढे केलं आणि एक भुवई उंचावली. "तू एक सोन्याचं बिस्कीट परत ठेवलंस."

मी माझे खिसे तातडीने चाचपले. "ते विकण्यासाठी नाहीये," मी म्हटलं.

"का?"

मी रिव्हॉल्वर घेतलं आणि निरोपासाठी हात हलवला आणि म्हणालो, "प्रत्येक गोष्ट विकण्यासाठी नसते." बाहेर रस्त्यावर मी अजूनही सावध होतो. मी एका बाटाच्या दुकानासमोर उभा राहिलो आणि शूज डिस्प्लेच्या काचेतून आत लपण्यासाठी जागा बघू लागलो. माझा पाठलाग होत असेल, अशी मला शंका होती. परितोष शाहने काहीतरी हिशेब करून माझ्यामागे कोणाला पाठवलं असेल. कदाचित, बदरियाला; पाठलाग करून मी सोनं कुठे ठेवलं आहे ते शोधून काढायला, अजून सोनं मिळवायला. त्याने असं करणं बऱ्यापैकी तर्काला धरून होतं; पण पाठलाग होत असल्याची काही लक्षणं दिसली नाहीत आणि मी काचेसमोरून बाजूला झालो आणि भटकत राहिलो. रमतगमत हिंडत आणि अनेकदा कोपऱ्यावर थांबून येणारे-जाणारे चेहरे पाहत होतो. मी तयारीत होतो; पण या शहरातल्या रस्त्यांवर घरी असल्याप्रमाणे आरामात होतो, असा आरामात आधी कधीही नव्हतो. मला आता मी ज्या छोट्या छोट्या सुंदर बंगल्यांच्या समोरून जात होतो, ते संधिप्रकाशात उजळून निघाले होते आणि त्यामधून आनंदी श्रीमंत लहान मुलं आतबाहेर करत होती. आता त्यापैकी कोणी मला परकीय वाटत नव्हतं. मी सुखाच्या भावनेला प्रयत्नपूर्वक आवर घातला. कारण, मला अशा फायदेशीर व्यवहारामुळे झालेल्या अत्यानंदातून आणि मी फेकलेल्या सोंगटीने पडलेल्या यशाच्या दानाचा परमानंद यामुळे आलेल्या अविश्वासाची धार कायम ठेवायची होती. निष्काळजीपणा करू नको. लक्ष ठेव. दान बरोबर पडतंय; पण फासे अजून पडायचेत. आता जे पांढरं आहे ते काळं होईल. जितकी उंच चढाई कराल, तितके मोठे मोठे साप तुमची वाट अडवतील. आपण फक्त (सापशिडीचा) खेळ खेळायचा.

मी एका देवळासमोर उभा राहिलो. डावी-उजवीकडे पाहिलं. मला काही कल्पना नव्हती की, मी तिथे कसा पोहोचलो होतो. रस्त्याच्या एका बाजूला अपार्टमेंटच्या बिल्डिंग्स होत्या आणि दुसऱ्या बाजूला मिल कामगारांची, शिपिंगमधले क्लार्कस, पोस्टमन वगैरेंची कमी उंचीची, कौलारू घरं होती. देऊळ एका कोपऱ्यावर उभं होतं. कदाचित, त्या देवळातील घंटेच्या आवाजाने मला देवळाच्या मंडपात, त्याच्या केशरी छताखाली खेचून आणलं होतं. मी एका खांबाला टेकून उभा राहिलो. ऑटोरिक्षा आणि ॲम्बेसिडर्सच्या गर्दीत काही जीवघेण्या सावल्या माझा पाठलाग करत नाहीत ना हे पुन्हा एकदा पाहिलं. मी जर तिथे बाहेर असतो आणि मला लोभ किंवा द्वेषाचा वास जरी आला असता, तर त्यांना बाहेर ताटकळत ठेवण्यासाठी देऊळ चांगली जागा होती. देवळांना माझा काही उपयोग नव्हता. मला धुपाच्या वासाचा, सोयीस्कररीत्या बोलल्या जाणाऱ्या खोट्याचा आणि भक्तीचा तिरस्कार होता. माझा देवदेवतांवर विश्वास नव्हता; पण इथे स्वर्ग असल्यासारखा वाटत होता. मी शूज काढले आणि आत गेलो. त्या लांबच लांब हॉलमध्ये गुळगुळीत फरशीवर भक्त जथ्थ्याने बसले होते. पांढऱ्या शुभ्र भिंती ट्यूबलाइट्सच्या प्रकाशाने उजळून निघाल्या होत्या; पण हातावर

पर्वत लीलया पेललेल्या हनुमानाच्या केशरी मूर्तीसमोर गडद रंगाच्या जांभळ्या, चकचकीत हिरव्या, निळ्या, लाल रंगाच्या साड्यांच्या गर्दीत काळी डोकी डोलताना दिसत होती. मी मागच्या भिंतीजवळ एक जागा पकडली आणि मांडी घालून बसलो. एक माणूस भगवे कपडे घालून हनुमानाच्या समोर बसला होता आणि त्याचं बोलणं खूप सहजपणे माझ्यापर्यंत येत होतं. बाली आणि सुग्रीवाबद्दलची जुनी गोष्ट, वाद, आव्हान, द्वंद्व आणि जंगलात वाट बघत असलेले देव. मला त्या गोष्टीतील सर्व वळणं आणि युक्त्या माहीत होत्या आणि मी त्या गोष्टीच्या तालावर मान डोलावू लागलो. जेव्हा त्या महंतांनी त्यांचे दोन्ही हात वर करून दोहे गायला सुरुवात केली, तेव्हा बसलेल्या लोकांनीही त्यांच्या मागे गायला सुरुवात केली आणि स्त्रियांचे आवाज हॉलमध्ये अगदी टिपेला पोहोचले. बाण सुटला आणि बाली तळमळत जमिनीवर पडला. त्याच्या टाचा जंगलाच्या जमिनीला घासत होत्या आणि मी माझे पाय जवळ घेऊन गुडघ्यावर डोकं ठेवलं. मला आता थोडं बरं वाटत होतं.

जेव्हा त्या भगव्या कपड्यातील महंतांनी मला हलवून उठवलं तेव्हा मला जाग आली. ''बेटा,'' ते म्हणाले, ''आता घरी जायची वेळ झाली.'' त्यांचे केस पांढरे होते आणि चेहऱ्यावर खट्याळपणा होता. ''इथे कुलूप लावायचंय. हनुमानजींना झोपायचंय.''

माझी आखडलेली मान झटकून सरळ केली. ''हो, मी जातो.'' हॉलमध्ये मीच एकटा उरलो होतो.

''हनुमानजींना समजतं. तू दमला होतास. खूप काम केलं असशील. ते सगळं बघत असतात.''

''नक्कीच,'' मी म्हटलं आणि विचार केला की, म्हातारे आणि दुबळे लोक एकमेकांना छान छान गोष्टी काय सांगत बसतात. मी पाय सरळ केले, उभा राहिलो आणि हनुमानासमोरच्या कुलूप असलेल्या दानपेटीजवळ अडखळलो. खिशातल्या पातळ गड्डीतून एक पाचशेची नोट काढताना मला आठवलं की, परितोष शाहने मला पैसे देताना ते मी मोजून घेतले नव्हते. मी फारच नवखेपणा केला होता. मी स्वतःला बजावलं की, आपण पुन्हा असं नाही केलं पाहिजे. मी ती पाचशेची नोट दानपेटीच्या फटीत सरकवली. पुजारी माझ्या उजव्या बाजूला प्रसादाने भरलेली थाळी घेऊन उभेच होते. मी माझ्या हाताची ओंजळ पुढे केली आणि त्यांनी दिलेला गोड पेढा खात बाहेर आलो. पेढ्यामुळे माझ्या तोंडात खूप लाळ सुटली आणि मला बरं वाटलं. माझं आयुष्य गोड झालं होतं.

आता कोणा मारेकऱ्यापासून लपायचं नव्हतं. रस्त्यावर झपझप चालताना, माझ्याच बुटांच्या आवाजात मला आता सुरक्षित वाटत होतं. त्या लांब पट्ट्यात रस्त्यावरच्या दिव्यांमुळे अंधार नव्हता आणि मी पूर्णपणे एकटाच होतो. मी एका रिक्षाला हात केला आणि पाच मिनिटं व तीन वळणं घेऊन मी स्टेशनला पोहोचलो. मी रिक्षाचे पैसे दिले आणि तिकीट खिडकीपाशी जाणार तेव्हाच लोखंडी कुंपणाला टेकून उभ्या असलेल्या माणसाने मान वर करून मला विचारलं, ''काय पाहिजे?'' मी एक दीर्घ क्षण त्याच्याकडे पाहिलं; पण पुढे जात राहिलो. आता तो माणूस माझ्या बाजूने चालत होता आणि आनंदी पण खोचक टोनमध्ये कुजबुजत होता, ''काय पाहिजे बॉस? तुला मजा करायची आहे का? चरस, कांपोज, सगळं आहे माझ्याकडे. तुला बाई पाहिजे? तिकडे त्या रिक्षाकडे बघ. सगळं रेडी आहे तुझ्यासाठी.'' रस्त्याच्या त्या बाजूला एका बंद दुकानाच्या समोर खेटून एक रिक्षा पार्क

केलेली होती. ड्रायव्हर रेलून उभा होता. मला त्याच्या बिडीचं जळत टोक दिसत होतं आणि मला माहीत होतं की, तो रिक्षावाला थेट माझ्याकडेच बघत होता. बिडी हलली आणि तो ड्रायव्हर रिक्षाच्या मागच्या खिडकीपाशी गेला. त्याने खिडकीवर टकटक केलं आणि आत एक आकृती हलली आणि डाव्या बाजूने दिव्याच्या उजेडात एका बाईचं डोकं बाहेर डोकावलं. मला केवळ तिचे चकाकणारे काळे केस आणि भडक पिवळी साडी दिसत होती; पण स्टेशनवर रिक्षाच्या मागच्या बाजूला बसून कोण रंडी धंदा करतात हे जाणून घ्यायला मला तिच्याकडे अजून पाहण्याची गरज नव्हती. मी हसलो आणि तिकिटाचे पैसे दिले.

पण तो दलाल माझ्या बरोबरच होता. ''ओके बॉस,'' प्लॅटफॉर्म गेटच्या दिशेने जाता जाता तो कुजबुजला. ''मी तुम्हाला चुकीचं समजलो साहेब. तुम्ही चांगल्या दर्जाची आवड असलेले आहात. माझी चूक झाली. तुम्ही जरासे तसे दिसता... पण माझ्याकडे तुमच्यासाठी एक मुलगी आहे बॉस.'' त्याने त्याच्या बोटांचा चुम्मा घेतला. ''तिचा नवरा बँकेत नोकरी करायचा, मोठा साहेब होता, गरीब बिचारा. त्याचा एक्सिडेंट झाला. एकदम पांगळा झाला. काम करू शकत नाही म्हणून तिला दोघांसाठी कमवावं लागतं. काय करणार? खूपच भारीतली. खास जेन्टलमन लोकांसाठी. तुम्ही तिच्या अपार्टमेंटमध्येच भेटा. मी तुम्हाला स्ट्रेट तिकडेच घेऊन जातो. तुम्ही बघा बॉस काय हाय क्लास चीज आहे ती. एकदम कॉन्व्हेंट एज्युकेटेड.''

मी थांबलो, ''ती गोरी आहे का?''

''हेमा मालिनीसारखी, भिडू. तुम्ही तिच्या स्किनला हात लावाल तर एकदम करंट बसेल. एकदम फ्रेश मलईसारखी.''

''किती?''

''पाच हजार.''

''मी टुरिस्ट नाहीये. एक हजार.''

''दोन हजार. काही बोलू नका. तुम्ही मुलगी बघा साहेब आणि जर तुम्हाला ती त्या किमतीची नाही वाटली, तर तुम्ही तुम्हाला जे वाटेल ते द्या. मी शांतपणे निघून जाईन, एक शब्दही बोलणार नाही. विश्वास ठेवा, जर तुम्ही तिला तिच्या नवऱ्याच्या बँकेच्या बाहेर पाहिलंत, तर तिला असं करावं लागत असेल, यावर विश्वासपण बसणार नाही. बिचारी. एखादम फटाकडी मेमसाहेब दिसते.''

''तुझं नाव काय?''

''राजा.''

मी ट्रेनचं तिकीट मागच्या खिशात कोंबलं. ''ठीक आहे राजा,'' मी म्हणालो. ''फक्त मला राग येऊ देऊ नकोस.''

राजा हसला, ''नाही साहेब, नाही. या, या.''

ती गोरी होती, प्रश्नच नाही. तिने दरवाजा उघडला आणि लिफ्टच्या अंधुक उजेडातही मला दिसलं की, ती गोरी होती. अगदी हेमा मालिनीसारखी नाही; पण उजळ होती. ती तपकिरी रंगाच्या सोफ्यावर बसली होती. राजाने त्याचे दोन हजार मोजून घेतले आणि बाहेर गेला. तिने फिकट हिरव्या रंगाची सोनेरी बॉर्डरची साडी नेसली होती आणि गोल सोनेरी कानातले घातले होते. ती अतिशय अदबशीरपणे बसली होती, ताठ खांदे आणि हात मांडीवर ठेवलेले होते.

''तुझं नाव काय?'' मी विचारलं.

''सीमा,'' ती माझ्या नजरेला नजर न देता म्हणाली.

''सीमा,'' मी दरवाज्यापासून एक पाऊल सरकून म्हणालो. पुढे काय करावं, याचा अंदाज नव्हता. मला अनुभव होता ठीक आहे; पण वेगळ्या परिस्थितीत. चमकणारं काचेचं टेबल, त्याच्यावर फ्लॉवरपॉट, भिंतीवर नुसते रंग उडवलेल्यासारखं पेंटिंग आणि छोटं ब्राऊन कार्पेट, या सगळ्यांनी मला रोखून धरलं होतं; पण ती उभी राहिली आणि आत गेली. मी तिच्यामागोमाग मर्दासारखा ताठ चालत होतो. तिच्या पाठीच्या कण्याच्या नदीसारख्या बाकावर घट्ट बसलेला ब्लाऊज, पॅसेजमधला कोनाड्यातला पांढरा फोन, सगळं बघत होतो. तिने बेडरूममधला दिवा लावला आणि जेव्हा तिने बेडवरची चादर काढली. मला जाणवलं हे एकदम प्रोफेशनल होतं. मी अशीच चादरीची घडी, असाच टॉवेल कुठेतरी पाहिला होता.

''जरा थांब,'' मी म्हणालो आणि मी पॅसेजकडे परत गेलो. बाथरूम स्वच्छ होती. मी वेस्टर्न स्टाइल कमोडमध्ये मुतलो; मला एक समाधान मिळालं; पण नंतर मी पाहिलं की, तिथे नळाशेजारी साबण नव्हता, बादली नव्हती. किचनमधली कपाटं रिकामी होती, एक प्लेट, भांडं किंवा गॅसही नव्हता. फक्त बेसिनजवळ दोन ग्लास पालथे घातलेले होते. आता मला खात्री झाली की, मला फसवलं होतं. हे अपार्टमेंट कोणाचं घर नव्हतं, कोणा बँकेच्या साहेबाचं, किंवा चांगल्या गृहिणीचं. इथे कोणी पांगळा माणूस नव्हता किंवा कोणी मेमसाहेब नव्हती. फक्त एक रंडी पावडर लावून बसली होती. ती बेडवर नागडी झोपली होती. अंगावर फक्त कानातले होते. तिच्या छोट्या स्तनांवर तिने हाताची घडी घातली होती, तिच्या कमरेच्या हाडांच्या हलक्या सावलीत तिचं पोट वरखाली होत होतं आणि घोट्यावर घोटा ठेवून ती उताणी झोपली होती. मी तिच्यावर उभा राहिलो. तोंडाने श्वास घेत म्हणालो, ''इंग्लिश बोल.''

''काय?''

तिच्या डोळ्यांत आश्चर्य होतं. मी अजूनच रागावलो. ''मी तुला इंग्लिश बोलायला सांगितलं.''

तिचं नाक छोटंसं पण धारदार होतं आणि मागे वळणारी हनुवटी होती. ती अजून एक क्षण गोंधळलेली होती आणि मग हसली, अगदी थोडं, आश्चर्य वाटल्यासारखं. ''मी बोलू?'' तिने विचारलं. नंतर ती इंग्लिशमध्ये बोलत होती आणि तिचे शब्द माझ्या डोक्यात घुटमळत होते. मला कळत होतं की, ते खरंखुरं इंग्लिश होतं. त्यातल्या सुसंगतीवरून मला ते कळत होतं. तिने विचारलं, ''बास?''

''नाही,'' मी म्हणालो. मी आता हार्ड झालो होतो, अगदी मुळापासून. ''थांबू नकोस.'' ती इंग्लिश बोलत होती, तेव्हा मी कपडे काढले. तिला रिव्हॉल्वर दिसू नये म्हणून मी पँट काढताना वळलो. मी परत वळलो, तेव्हा ती छताकडे बघत इंग्लिश बोलत होती. मी तिचे घोटे धरून बाजूला केले. ''थांबू नकोस,'' मी म्हणालो. मी तिच्यावर चढलो आणि ती मान वळवून बोलत राहिली. मी वर सरकलो आणि तिचा गळा लॅंपशेडच्या उजेडात वाळूसारखा चमकत होता. मी तिचे शब्द ऐकू शकत होतो. मला त्यातलं काही कळलं नाही; पण तिच्या आवाजाने माझ्या डोक्यात गरमी उसळत होती. नंतर मला तिचं बोलणं खूप दुरून आल्यासारखं वाटत होतं, खूप खोलवरून आणि मी निपचित पडलो.

मी खूप दमलो होतो सरदारजी. मी चालतानाही पुढे झुकून चालत होतो. मी पुन्हा माझ्या सोन्याच्या बिस्किटांकडे निघालो होतो. प्रत्येक पावलागणिक खाली कोसळेन, असं वाटत होतं आणि त्यामुळेच मी चालत होतो; पण माझ्या गुडघ्यातून येणाऱ्या कळा मला घाबरवून टाकत होत्या. मी आता सोन्याच्या खूप जवळ आलो होतो आणि मला तिथल्या बिल्डिंग्सच्या आणि झाडाझुडपांच्या सगळ्या खुणा ओळखीच्या वाटू लागल्या. त्या रात्री चांदणं नव्हतं; पण मला अंधारातही त्या मोकळ्या मैदानात रस्त्याची काळी दिशा आणि मैलाच्या दगडाचा पांढरा रंग स्पष्ट दिसत होता. सोनं गेलं होतं. कोणीतरी नेलं होतं. माझ्या छातीत खोल खड्डा पडल्यासारखं वाटलं. ते गेलं होतं माझ्या आयुष्यातून. कायमचं. मी आता सोडून दिलं पाहिजे. मला रस्त्यावर एखादा गवताचा तुकडा शोधणं आणि त्यावर झोपणं सोपं होतं. थांबू नकोस गणेश गायतोंडे... चालत राहा. तू आज प्रत्येक डाव जिंकला आहेस. तुला पुन्हा जिंकायचं आहे. तुला बरोबर माहीत आहे तू कुठे आहेस... मी स्वतःला सांगत होतो.

काटेरी तारेच्या भागाचा अचूक अंदाज घेण्याचा प्रॉब्लेम नव्हता. मी खांब मोजले, रस्त्याच्या वरच्या आणि खालच्या बाजूला पाहिलं आणि त्याखालून आत सरकलो. झाडांखालून पुढे जाताना मी मिट्ट काळोखात शिरलो आणि हरवलो. एक हात पसरून मी तरंगल्यासारखा पुढे जात होतो, धडपडत. आता अंतराचा अंदाज येत नव्हता; पण मला वाटलं की, मी पोहोचलो आहे आणि योग्य क्षणी थांबलो आणि उजवीकडे वळलो. एक पाऊल... आणि ते तिथेच ते झाड होतं. मी झाडाच्या बुंध्यावरून हात खाली आणला आणि खालची जमीन एकदम सपाट होती. मी पूर्ण बुंध्याच्या भोवती दोन्ही हातांनी चाचपडत होतो. दोन फेऱ्या, बहुतेक तीन फेऱ्या आणि मी खांदा टेकवून एक दीर्घ क्षीण आक्रोश केला. गणेश गायतोंडे... गणेश गायतोंडे... गणेश गायतोंडे. मी चाचपडत पुढच्या झाडाकडे गेलो आणि जेव्हा माझं डोकं त्यावर आपटलं तेव्हा थांबलो. त्याच्या भोवती शोधलं. मग त्याच्या पुढच्या. अजून पुढच्या. त्या झाडांच्या राईत मिट्ट अंधारात माझा आक्रोश आता मोठा झाला. मी चाचपडता चाचपडता हाताला अर्धा गोल तर सपाटच लागला. मी अचानक थांबलो. कारण, माझ्या हातांना काहीतरी जाडसर लागले. जमिनीतून काहीतरी फुगवटा वर आला होता आणि माझ्या तळहातांना लागत होता. मी हळुवार त्यावर हात फिरवला, त्याच्यापासून झाडापर्यंत आणि त्या उंचवट्याच्या खालपासून वरपर्यंत, त्याचा आकारावरून हात फिरवला. माझ्या बोटात कळा येत असल्या तरी मी आनंदाने कण्हलो. आधी फडकं हाताला लागलं आणि नंतर तो आयताकृतीचा स्वर्गीय स्पर्श जाणवला. माझे खांदे थरथरले आणि मी त्यावरून हात फिरवला. सगळं जसंच्या तसं जागेवर होतं... सगळं तसंच होतं आणि माझं होतं. माझे हात दंडापर्यंत जमिनीत गेले होते, मी खाली वाकून गवताचा वास घेतला... माझ्या श्वासात माझ्याच काखांचा, माझ्या शरीराचा वास भरून गेला आणि मला माहीत होतं की, आता सगळं जग माझं होतं. पहाट होऊ लागली तसं मी त्या उंचवट्याला लपेटून घेतलं आणि माझं रिव्हॉल्वर छातीशी ठेवून झोपून गेलो.''

घराच्या वाटेवर

सरताजला एका रिपोर्टरने झोपेतून उठवलं. त्याला हे जाणून घ्यायचं होतं की, सरताजला गणेश गायतोंडेच्या राजकारण्यांचा वापर करून घेण्याबद्दल, न्यायव्यवस्थेतील भ्रष्टाचाराबद्दल आणि पोलीस खात्यात नुकत्याच झालेल्या घोटाळ्यांबाबत काय वाटतं. सरताजने त्याच्या प्रश्नांची सरबत्ती 'नो कॉमेंट्स' म्हणून थांबवली आणि फोन आदळला. तो वळला, त्याने उशीत तोंड खुपसलं; पण तरीही उजेड त्याच्या पापण्यांमध्ये झिरपत होता आणि त्याचं मन अस्वस्थ होतं. एक उसासा सोडून तो उठला. केवळ तीन दिवसांत तो सेलिब्रिटी झाला होता. त्याला कळत होतं की, सेलिब्रिटी होणं इतकं सोपं नव्हतं. तो त्याच्या बेडभोवती फेऱ्या मारत होता. डोळे अर्धे मिटलेले होते. गणेश गायतोंडेला इंटरव्ह्यू द्यायला कसं आवडायचं ते आठवत होता. त्या हरामखोराला बोलायला आवडायचं. सरताजने विचार करता करता बाथरूमचं दार उघडलं.

ब्रेकफास्टला सरताजने बटर सोबत तीन टोस्ट आणि एक मऊ पडलेलं संत्रं खाल्लं. चहा गॅसवर खूप वेळ राहिला. इंडियन एक्स्प्रेसमध्ये पहिल्या पानावर गायतोंडेची बातमी होती, खूप मोठी तीन कॉलमची बातमी होती. सरताजने संपूर्ण वाचली. अचानक कसा त्याचा उदय झाला, बेफाट ताकद, गुंतागुंतीचे आपसातील हाडवैर, मर्डर आणि हल्ले, सगळं. पोलीस पार्टीचे निर्भय नेतृत्व म्हणून सरताजचा सिंगचा अर्थातच उल्लेख होता; पण त्यात ज्या बाईचा खूण झाला होता, तिच्याबद्दल काहीच उल्लेख नव्हता, एक शब्दही नाही. जगाला इतकंच माहीत होतं की, गायतोंडे एकटाच मेला होता.

सरताजचा फोन वाजला. त्याच्या पाठीमागून येणारी कर्कश्य घंटा ऐकत त्याने तो तसाच वाजू दिला. त्याला खात्री होती की, नक्कीच कोणी पत्रकार असणार; पण शेवटी तो उठला आणि त्याने रिसिव्हर उचलला.

''इन्स्पेक्टर सिंग?''

फोनवर परूळकरांचा पीए सरदेसाई होता, तो त्याच्या टिपिकल नाकात बोलायच्या स्टाइलने कुजबुजला.

''सरदेसाई साहेब,'' सरताज म्हणाला. ''सगळं ठीक आहे ना?'' साधारणपणे परूळकर साहेबांच्या ऑफिसमधून येणारे कॉल्स त्यांच्या केबिनच्या बाहेरून ऑपरेटरकडून जोडलेले असायचे. सरदेसाई तेव्हाच कॉल करत जेव्हा काहीतरी अर्जंट किंवा खाजगी काम करायचं असे किंवा खात्यातलं काहीतरी लबाडीचं काम असे.

''हो, सगळं ठीक. काही प्रॉब्लेम नाही; पण परूळकर साहेबांनी तुम्हाला शक्य तितक्या लवकर त्यांच्या ऑफिसमध्ये बोलावलं आहे.''

''आता?''

''आत्ता.''

सरदेसाईकडून फोनवर यापेक्षा जास्त काही माहिती कळू शकली नसती. प्रत्यक्षातही तो गुप्तता बाळगण्यासाठी प्रसिद्ध होता, जे एका पर्सनल असिस्टंटला शोभणारंच होतं. सरताजने फोन ठेवला आणि घाईने अंघोळीला गेला. तो परूळकरना खूप वर्षं ओळखत होता. त्याला माहीत होतं की, ते कारण नसताना आपल्या हाताखालच्या माणसांना असं ताबडतोब कधीही बोलावत नाहीत. तसं करणारे बाकीचे ऑफिसर्स होते जे त्यांच्या ज्युनियरना नोकरासारखं वागवत; पण परूळकरांमध्ये तो उद्दामपणा नव्हता. त्यांना त्यांच्या माणसांनी केलेल्या कामाचा योग्य तो अभिमान होता म्हणूनच त्यांनी इतकी प्रगती केली होती म्हणून जेव्हा परूळकरांनी बोलावलं आहे, असा फोन आला, तेव्हा सरताज लवकरात लवकर गेला.

काटेकरचे मुलगे त्याच्या शेजारीच उभे होते. त्याने डोळे उघडले आणि ते वाकले, खुदखुदत हसत होते आणि त्यांनी त्याची बोटं पकडली. त्या दोघांनी इस्त्री केलेल्या ग्रे शॉर्ट्स, पांढरे शर्ट आणि निळ्या लाल रंगाच्या रेघांचे टाय घातले होते. दोघांचेही एकसारखे डावीकडे कडक भांग पाडले होते, अगदी सरळ.

''तुमची आई कुठे आहे?'' काटेकर पुटपुटला. त्याच्या तोंडात अजूनही कांद्याची चव होती आणि वासही येत होता.

''भाजी आणायला गेली आहे,'' रोहित म्हणाला.

''बरोबर पाच मिनिटांत बाहेर पडा.''

बापाला असं गुरगुरत उठलेलं पाहून, दोघांनाही ओरड बसेल या भीतीने ते दोघेही बाहेरच्या खोलीत पळाले. काटेकरने उठून किचनमध्ये जाऊन तोंडावर पाणी मारलं. ते दोघे बाहेर 'विश्राम'सारखे पायात अंतर ठेवून हात मागे बांधून त्याची वाट पाहत होते. काटेकर आल्यावर त्यांनी 'सावधान' केलं. काटेकरने त्यांचे बूट, शर्ट, दप्तरातील पुस्तकं वगैरे नीट आहे ना पाहिलं. जेव्हा त्याने दोघांना प्रत्येकी दहा रुपये दिले, तेव्हा तपासणी सोहळा पूर्ण झाला. काटेकरने तपासणी पूर्ण केल्यावर ते दोघे गल्लीतून त्याच्या पुढे पुढे चालू लागले. मोहित त्याला मिळालेल्या दहा रुपयांवर खूश होता; पण काटेकरला माहीत होतं की, रोहितने 'हे काय फक्त दहा रुपये' अशा नजरेने पाहिलं होतं आणि त्याच्या नजरेत दहा रुपयांत न येणाऱ्या जगातल्या सगळ्या गोष्टी होत्या. कोपऱ्यावरून एक स्कूटर वळली आणि ते दोघे भाऊ त्याला साईड देण्यासाठी बाजूला झाले. मोहितच्या चेहऱ्यावर कोवळ्या उन्हाचा कवडसा पडला. काटेकरने झटकन दुसरीकडे पाहिलं. भविष्याचं ओझं त्याच्या हृदयावर अचानक जड वाटू लागलं.

''पप्पा?''

''फास्ट, फास्ट. नाहीतर बस चुकेल आपली.'' तो म्हणाला.

त्यांना १८० नंबरच्या बसमध्ये बसवून दिल्यावर बस ट्रॅफिकमध्ये पुढे जाताना पाहून, काटेकरने लोकसत्ता विकत घेतला आणि त्याची गुंडाळी काखेत धरली. कार्पोरेशनच्या

संडासाच्या लाइनमध्ये पायात पाण्याने भरलेला डालडाचा डबा धरूनच उभ्या उभ्या त्याने पेपर वाचला. 'सीमारेषेवर चकमक', 'इस्राइलमध्ये बॉम्बस्फोट, चार मृत', 'श्रीनगरमध्ये तणाव', 'घाटकोपरमध्ये एका बाईने गृहिणींचे दागिने लुबाडले', 'काँग्रेस पार्टीच्या अध्यक्षांनी अंतर्गत वादाच्या अफवा फेटाळल्या'. गायतोंडेची बातमी पहिल्या पानावर होती, त्याच्या दीर्घकाळच्या गुन्हेगारी करियरबद्दल आणि थोडक्यात निसटण्याबद्दल. गायतोंडेने स्वतःला का मारलं, रिपोर्टरने विचारलं आणि त्याबाबत काही अंदाज बांधता आला नाही. काटेकरचे शेजारीपाजारी चर्चा करत होते, हसत होते; पण प्रत्येकाला माहीत होतं की, तो प्रश्न त्यांच्या हातातल्या पेपरवरच सोडून दिला पाहिजे. जसजशी संडासाची लाइन पुढे पुढे सरकत होती तसतसा काटेकर पेपरातून डोकं वर न काढता पायातला पाण्याचा डबा पुढे सरकवत होता.

संडासातून परत आल्यावर, माणसांच्या रांगेला ओलांडून परत येताना त्याला खूप हलकं वाटत होतं. त्याने सगळ्यांना ओळख दिली; पण चर्चा करायला न थांबता जाणीवपूर्वक घरी वेळेत पोहोचला. तो कॉर्नरवर पोहोचला, तेव्हा शालिनी कुलूपच काढत होती. काटेकरने आत आल्या आल्या दार बंद केलं आणि लॅच लावलं. त्याने कुर्ता काढून भिंतीवर डावीकडच्या हुकला टांगला, जी त्याची नेहमीचीच जागा होती. ''तुमच्या अंघोळीसाठी पुरेसं पाणी आहे,'' किचनमधून शालिनी म्हणाली. तिने त्याच्या हातात हिरवा टॉवेल दिला; पण जशी ती किचनमध्ये परत गेली, तसं तिला मानेवर, खांद्याच्या कमानीवर त्याचा स्पर्श जाणवला. ती शहारली आणि हसली. ''नको,'' ती म्हणाली; पण जेव्हा तो त्याच्या चटईवर आडवा झाला, ती येऊन त्याला घट्ट बिलगली. त्याने तिचा बांगड्यांनी भरलेला हात आपल्या पायांमध्ये घेतला. तिचं डोकं त्याच्या छातीवर होतं. इतक्या वर्षांनंतरही ती त्याच्याकडे पाहत नसे. त्याला माहीत होतं की, ती त्याला तिचा चेहरा त्याच्याकडे वळवूही देत नाही अजूनही. बांगड्यांची किणकिण वाढली तसा तो हळूहळू उच्छ्वास सोडू लागला, जणू ताल पकडल्यासारखा. शालिनीने एका झटक्यात तिची साडी वर केली आणि ते दोघे एकमेकांशी झटू लागले, जोपर्यंत एकमेकांना तृप्त करत नाहीत. त्याने तिच्या कमरेवर हात ठेवले आणि डोळे मिटले. नंतर त्याला त्याच्या हनुवटीशी तिची जिवणी सापडली, लहान, नाजूक.

शालिनीने पद्मावती देवीच्या देवळातला मूठभर प्रसाद देऊन त्याला पाठवलं. काटेकरने त्यातले खोबऱ्याचे कोवळे तुकडे मजेत खाल्ले. देवधर्म हे स्त्रियांचं काम होतं आणि देशाला मिळालेला शापही; पण काही असो, ते कोवळे खोबऱ्याचे तुकडे फारच छान लागत होते. चालता चालता त्याच्या अंगावर शहारे आले.

ती गल्ली खूपच अरुंद होती. काही ठिकाणी तर इतकी अरुंद होती की, काटेकरने हात पसरले असते तर दोन्ही बाजूच्या घरांना हात लावता आला असता. हवा येण्यासाठी बहुतेक घरांची दारं उघडी होती. एक आजी त्यांच्या काळ्यासावळ्या तेलकट आणि नागड्या नातवाला मांडीवर घेऊन दारातच बसल्या होत्या. त्याच्या बोळक्या तोंडावरचं हसू बघत होत्या. काटेकर एका वळणावर आला आणि एका सिगारेट्स, शॅम्पू वगैरे विकणाऱ्या किरकोळ दुकानापाशी गल्लीतून जाणाऱ्या तरुण मुलींच्या घोळक्याला वाट करून देण्यासाठी थांबला. मुली छान पावडर लावून, सलवार कमीज घालून दुकानात किंवा ऑफिसात काम करायला निघाल्या होत्या. त्या गटाराच्या कडेवरून अलगद चालत होत्या. काटेकरचं त्यांच्या लाल-पिवळ्या कपड्याच्या स्टाइलकडे लक्ष गेलं. त्याचा एक पाय गल्लीतून भिंतीच्या कडेने

जाणाऱ्या दोन इंची पाइपवर होता. गेल्या वर्षी मोहल्ला कमिटीने ही पाइपलाइन घालण्यासाठी पैसे जमवले होते; पण जोवर मेनरोडवरच्या कॉर्पोरेशनच्या पाइपला प्रेशर असे, तोवरच त्याचा उपयोग होता. आता ते पंपासाठी पैसे गोळा करत होते.

मगनचंद रोडवर ठेलेवाल्यांनी आधीच ठेल्यावर फळांच्या राशी लावल्या होत्या आणि मासे विकणारे बांगडे, बोंबील आणि पापलेट मांडून बसले होते. गर्दीची वेळ असल्यामुळे गाड्यांची गर्दी होती. काटेकर उभा होता तो बसस्टॉप तुरळक वस्ती असलेल्या जागेपासून थोडा दूर होता. त्याने पेपर उघडला आणि संपादकीय वाचू लागला; ते पाकिस्तानच्या नागरी सेवांच्या पराभवाबाबत होतं. जेव्हा डबलडेकर आली, काटेकरने लोकांचा लोंढा आत जाऊ दिला. कंडक्टरने शेवटी लोक आत घ्यायचे थांबवले आणि बेल मारली. बस पुढे निघाली आणि काटेकरने हात दाखवला. कंडक्टरने त्याच्यासाठी पटकन बाजूला होऊन पायरीवर जागा केली आणि मानेनेच सलाम केला. काटेकरने जेव्हापासून या बाजूला खोली घेतली, तेव्हापासून आठ वर्षं तो या बसने येत-जात होता. या रूटवरचे सगळे कंडक्टर त्याला पोलीसवाला म्हणून ओळखत असत. या कंडक्टरचं नाव पावले होतं, तो काटेकरला ओलांडून तिकीट काढत काढत बसच्या मागच्या टोकापर्यंत गेला आणि परत आला. काटेकर सुट्ट्या नाण्यांचा आवाज ऐकत होता. लोकांना सकाळच्या ट्रॅफिकबद्दल तक्रारीचा सूर लावायला आवडतं. ट्रॅफिक दरवर्षी वाढतच असतं; पण काटेकरला लाखो लोकांचे लोंढे एकाचवेळी कामाला निघत, लोकल ट्रेन्समधली गर्दी, दरवाज्यातही एकमेकांना खेटून उभे असलेली गर्दी, चर्चगेट स्टेशनच्या आतल्या हॉलमध्ये लोकांच्या बुटांचे आवाज आणि गजबज हे सगळं खूप आवडे. त्याला जिवंत असल्यासारखं वाटे. अगतिकपणे वाजणाऱ्या हॉर्न्सचा आवाज त्याच्या अंगावर आदळत होता. तो लोखंडी बारला धरून उभा होता, तसाच बारवर वजन देऊन किंचित बसच्या बाहेर झुकला. कॉलेजच्या मुलींचा एक ग्रुप घाईने आला आणि गाड्यांच्या मधून वाट काढत एकमेकीना हाका मारत आणि हसत निघाला. काटेकरने बसच्या पत्र्यावर बोटांनी ताल धरला आणि गुणगुणू लागला, लटपट लटपट तुझं चालणं मोठ्या नखऱ्याचं...

परूळकरांच्या केबिनमध्ये एक बाई होत्या. माकंद, ज्या सीबीआयच्या अधिकाऱ्याने गायतोंडेच्या बंकरचा ताबा घेतला होता, तोदेखील परूळकरांच्या डेस्कसमोर बसला होता. त्याचं डोकं ग्रे स्टीलसारखं तुळतुळीत होतं. परूळकर बस म्हणेपर्यंत सरताज शांतपणे अटेन्शनमध्ये उभा राहिला.

परूळकर म्हणाले, ''सरताज, गायतोंडे मॅटरमध्ये एका बाबतीत त्यांना तुझी मदत हवी आहे.''

''सर,'' सरताज त्याची पाठ ताठ ठेवून म्हणाला.

''त्यांना काय हवं आहे ते तुला सांगतील.''

सरताजने मान डोलावली, ''हो सर.'' त्याने आपली खुर्ची किंचित माकंद यांच्या बाजूला सरकवली आणि सावधपणे योग्य अंतर ठेवून तो पुढे झुकला; पण माकंदऐवजी ती बाईच बोलली.

''आम्हाला तुझ्याशी गायतोंडेच्या मृत्यूबाबत बोलायचं होतं.'' तिचा आवाज कोरडा आणि कणखर होता. त्याचे अंदाज लक्षात घेऊन, ती अचूकपणे म्हणाली.

''येस,'' सरताज म्हणाला, ''येस मॅडम.''

''या आहेत डीसीपी माथूर,'' परूळकर म्हणाले, ''डीसीपी अंजली माथूर. त्या तपासाच्या इनचार्ज आहेत.'' सरताजने पाहिलं की, परूळकरना तिच्या आणि त्याच्याबद्दल आश्चर्य वाटत होतं आणि ते जगत असलेल्या या नवीन जगाच्या उपरोधाबद्दलही.

अंजली माथूरने मान हलवली आणि परूळकरांकडे न बघता ती म्हणाली, ''तुला काल एक कॉल आला आणि जिथे तुला गायतोंडे सापडला तिथे तुला बोलावलं?''

''येस मॅडम.''

''तुम्हालाच का, इन्स्पेक्टर?''

''मॅडम?''

''तुम्हालाच कॉल का आला असेल, असं वाटतं?''

''मला माहीत नाही मॅडम.''

''तुम्ही गायतोंडेला आधीपासून ओळखता?''

''नाही मॅडम.''

''कधीही भेटला नाहीत? तुम्ही त्याचा फोनवरचा आवाज ओळखलात?''

''नाही मॅडम.''

''तुम्ही त्या घरात घुसण्यापूर्वी त्याच्याशी बराच वेळ फोनवर बोलत होतात.''

''आम्ही बुलडोझरची वाट बघत होतो मॅडम.''

''तुम्ही कशाबद्दल बोलत होतात?''

''तो बोलत होता मॅडम. त्याने मला खूप मोठी स्टोरी सांगितली की, त्याने त्याचा धंदा कसा सुरू केला.''

''हो. त्याचा धंदा. मी तुमचा रिपोर्ट वाचला. तो मुंबईमध्ये का आलाय हे त्याने सांगितलं?''

''नाही मॅडम.''

''आर यू श्युअर?''

''हो मॅडम.''

''त्याने त्याच्या हेतूबद्दल अजून काही सांगितलं? त्या घराबद्दल किंवा अजून कशाबद्दल काही?''

''नाही मॅडम. मला खात्री आहे.''

डीसीपी अंजली माथूरला गायतोंडेमध्ये इंटरेस्ट होता आणि ती अजून तपशील मिळवायला बघत होती; पण सरताजने तिला काही सांगितलं नाही. तो तिच्याकडे कोऱ्या नजरेने बघत होता.

शेवटी ती म्हणाली, ''त्या मेलेल्या बाईचं काय? तुम्ही ओळखता का तिला?''

''नाही मॅडम. मला ती कोण आहे काही माहीत नाही. मी रिपोर्टमध्ये अनोळखी स्त्री असं लिहिलं आहे.''

''तुम्हाला काही कल्पना आहे?''

काटेकरची फिल्मी रंडींबद्दल एक नेहमीची थियरी होती; पण त्या मेलेल्या बाईच्या कपड्यांव्यतिरिक्त त्यात काही तथ्य नव्हतं. सरताजने सेम तसेच कपडे शहरातील श्रीमंत मुलींच्या अंगावर पाहिले होते. ती बाई रंडी होती, असं उगीच गृहीत धरण्यात काही अर्थ नव्हता.

''नाही मॅडम.''

''तुम्हाला खात्री आहे?''

''हो मॅडम.'' संथपणे त्याच्या बोलण्याचं परीक्षण करताना तिला थोडा संशय आल्यासारखा वाटत होता; पण तिच्या प्रश्नामध्ये समानता होती. ती आता काहीतरी निर्णयाप्रत येत असल्याचं त्याला जाणवलं.

''इन्स्पेक्टर, तुम्ही आमच्यासाठी काही काम करावं, अशी माझी इच्छा आहे; पण त्याआधी तुम्हाला हे माहीत हवं की, आम्ही सीबीआयचे लोक नाही. आम्ही RAW बरोबर काम करतो; पण ही माहिती फक्त तुमच्यासाठी आहे. बाकी कोणाला माहीत असण्याची गरज नाही. क्लियर?''

RAW, प्रसिद्ध रिसर्च अँड ॲनालिसीस विंग, त्यांच्या गुप्त, गूढ आणि विलक्षण नावलौकिकाला न जुमानता ते इथे परूळकरांच्या ऑफिसमध्ये बसून काय करत आहेत, हे अजिबातच न समजण्यासारखं होतं. गणेश गायतोंडे खूप मोठा गुन्हेगार होता. हो, त्यामुळे सीबीआयने त्याचा तपास केला असता तर त्यात काही अर्थ होता; पण RAW चं काम होतं की, भारताच्या सीमेबाहेरच्या शत्रूंशी लढणे. मग ते इथे कैलासपाड्यात का इंटरेस्ट घेत होते? आणि ही अंजली माथूर इंटरनॅशनल एजंटसारखी दिसत नव्हती; पण कदाचित तोच मुद्दा होता. तिचा चेहरा गोल, गुळगुळीत होता आणि ती गोरी होती. तिच्या केसात सिंदूर नव्हता; पण आजकाल स्त्रिया त्याचं लग्न झालंय हे दाखवत नाहीत. सरताजची पूर्व पत्नीसुद्धा दाखवत नसे. सरताजला काहीसं अस्वस्थ वाटू लागलं; संपूर्णपणे अनोळखी प्रवाहात हळूहळू ओढलं जात असल्यासारखं आणि म्हणून त्याने परूळकरांचं सरकारी चापलुसीचं तत्त्व अवलंबलं.

''येस मॅडम, व्हेरी क्लियर,'' तो म्हणाला.

''छान, शोध. शोध ती बाई कोण होती,'' ती म्हणाली.

''येस मॅडम.''

''तुला लोकल माहिती असेल, त्यामुळे शोध; पण आम्हाला हे एकदम गुप्त ठेवण्यात इंटरेस्ट आहे. आम्हाला तू आमच्याबरोबर या गोष्टीवर काम करावंस असं वाटतं. तू आणि तो कॉन्स्टेबल काटेकर. फक्त तुम्ही दोघंच आणि फक्त तुम्हा दोघांना या असाइन्मेंटबद्दल माहिती आहे. स्टेशनमध्ये इतर कोणाला काही कळायला नको. खूप उच्च दर्जाची सुरक्षितता समाविष्ट आहे. कळलं?''

''येस मॅडम.''

''तपास जितका गुप्तपणे करता येईल तितका करा. सगळ्यात आधी प्राधान्याने तुम्हाला हे शोधायचं आहे की, ती बाई कोण होती, तिचं गायतोंडेशी काय नातं होतं, ती त्याच्या घरात काय करत होती? दुसरं, आम्हाला हे माहीत करून घ्यायचं आहे की, गायतोंडे मुंबईत काय करत होता? तो इथे का आला होता? किती काळ इथे होता आणि तो इथे असताना त्याने काय काय केलं?''

''येस मॅडम.''

''त्याच्याबरोबर काम केलेला कोणीही शोधून काढा; पण दक्षतेने पुढे जा. आपल्याला याबाबत काही गाजावाजा झाला, तर परवडणार नाही. जे काही कराल ते चुपचाप करा. तुला गायतोंडे सापडला म्हणून त्याच्यात इंटरेस्ट असणं स्वाभाविक आहे म्हणून जर कोणी विचारलं, तर इतकंच सांग की, तू काही राहिलेले धागेदोरे शोधत आहेस. क्लियर?''

''येस मॅडम.''

तिने डेस्कवर एक जाड पाकीट सरकवलं. ते स्वच्छ पांढरं होतं आणि त्यावर बारीक काळ्या अक्षरात एक फोन नंबर लिहिलेला होता. ''तू मला रिपोर्ट कर आणि फक्त मला. या पाकिटात आम्हाला गायतोंडेच्या डेस्कमध्ये सापडलेल्या अल्बममधल्या काही फोटोंच्या कॉपी आहेत आणि त्या मृत बाईचे फोटो. त्यात त्या मृत बाईच्या खिशात सापडलेल्या चाव्याही आहेत. एक दरवाज्याची चावी आहे असं वाटतं, दुसरी मारुती कारची चावी आहे. तिसरी चावी, माहीत नाही ती कशाची आहे.'' चाव्या की स्टीलच्या रिंगला होत्या.

''येस मॅडम.''

''काही शंका?''

''नाही मॅडम.''

''काही शंका असल्यास किंवा माहिती सांगायची असेल, तर मला त्या पाकिटावरच्या नंबरवर फोन कर. परूळकर साहेबांनी मला सांगितलंय की, तू त्यांच्या विश्वसनीय अधिकाऱ्यांपैकी आहेस. मला खात्री आहे की, तू चांगलं काम करशील.''

''परूळकर साहेब खूप चांगले आहेत. मी पूर्ण प्रयत्न करेन.''

बऱ्यापैकी कोऱ्या चेहऱ्याने परूळकर साहेब म्हणाले, ''शाबास, तू जाऊ शकतोस.''

सरताज उभा राहिला, त्याने सॅल्युट केलं, टेबलवरचं पाकीट उचललं आणि स्मार्टपणे बाहेर पडला. बाहेर सकाळच्या लख्ख उजेडात तो एक क्षण ते जड पाकीट हातात खेळवत रेलिंगपाशी उभा राहिला म्हणजे गायतोंडे एपिसोड अजून संपला नव्हता. कदाचित, त्यात अजून काही चाल खेळली जायची होती आणि बहुमान मिळायचा होता. कदाचित, ग्रेट गणेश गायतोंडेलाच सरताजला अजून काहीतरी बक्षीस द्यायचं असेल. ते सगळं ठीक होतं की, राष्ट्रीय सुरक्षिततेच्या कारणास्तव हा सगळा तपास गुप्तपणे करायचा होता; पण सरताज अस्वस्थ होता. अंजली माथूरच्या तातडीने काम करण्याच्या गरजेमुळे त्याला भीतीचा वास येत होता. गायतोंडे मेला होता; पण त्याची दहशत जिवंत होती.

सरताजने आळस दिला, खांदे दोन्ही बाजूंना ताणले आणि त्याच्या चेहऱ्याजवळ आलेली माशी हाताने हाकलवली. तो घाईत जिना उतरून कामाला गेला.

*

माजिद खानचं ऑफिस स्थानिक व्यापाऱ्यांच्या असोसिएशनच्या प्रतिनिधींनी गच्च भरलं होतं. ते गेल्या काही महिन्यांत त्यांच्या सभासदांना आलेल्या खंडणीच्या फोन कॉल्सवर पोलिसांनी आश्चर्यकारकपणे काही कारवाई न केल्याबद्दल निदर्शनं करत होते. सरताजने खोलीत मागच्या बाजूला एक खुर्ची घेतली आणि माजिद त्यांना शांत करायचा प्रयत्न करून त्याचे सहकार्य मागत होता ते बघत बसला. ''जर तुम्ही आम्हाला यात इन्व्हॉल्व्ह केलं नाहीत आणि हार

मानून त्यांना पैसे दिलेत तर आम्ही यात काहीही करू शकत नाही.'' पंधरा मिनिटांनंतर ते सगळे व्यापारी त्यांची पोटं सावरत उठले आणि निघून गेले; पण त्यांचा अध्यक्ष, जो एक पान खाणारा टाइप होता, त्याने जाण्यापूर्वी सांगितलं की, सततच्या भीतीशिवाय त्याला पुढच्या महिन्यात होणाऱ्या त्याच्या मुलीच्या लग्नाचे भरमसाठ खर्चाचे ओझेही होते. या कठीण काळातही, लग्न बऱ्यापैकी खर्चिकपणे होणार होतं, आजकाल लोकांच्या खूप अपेक्षा असतात आणि का असू नये, आमदार साहेब येणार होते, रानडे साहेब येणार होते. माजिदशी हात मिळवल्यावर तो व्यापारी असोसिएशनचा अध्यक्ष काहीसा झुकला; पण त्यापेक्षाही त्याने त्याची आमदार साहेबांशी त्याची जवळीक असल्याची बाब लक्षात आणून दिली होती आणि म्हणूनच पोलिसांची बदली दूरच्या ठिकाणी करण्याची त्याची ताकदही.

''हरामखोर,'' सगळे व्यापारी निघून गेल्यावर माजिद म्हणाला.

''हरामखोर,'' सरताज मागच्या खुर्चीवरून उठून माजिदच्या टेबलासमोरच्या खुर्चीत बसता बसता म्हणाला. खुर्चीत बसलेला माणूस उठून गेला, तरी खुर्ची अजूनही गरम होती आणि तो अस्वस्थपणे खुर्चीत वळवळला.

''तर मी असं ऐकलं की, सकाळी सकाळी तुझी सीबीआयच्या लोकांशी काहीतरी महत्त्वाची मीटिंग झाली.''

''हो, हो,''' माजिदला मीटिंगबद्दल माहीत होतं यात काही नवल नव्हतं; पण सरताजला ही बातमी इतक्या वेगाने स्टेशनभर पसरली त्याचं आश्चर्य वाटलं. ''मला हेच तुझ्याशी बोलायचं होतं. इथे.'' सरताजने माजिदच्या टेबलावर गायतोंडेच्या अल्बममधले फोटो पसरले. ''तू यातल्या कोणा बाईला ओळखतोस?''

माजिदने दोन्ही हातांनी त्याच्या मिशीला पीळ दिला आणि तिचा ताव नीट आहे ना पाहिलं. ''नट्या? मॉडेल्स?''

''हो किंवा तसंच काहीतरी.''

माजिदने फोटो चाळले. ''गायतोंडे बरोबर?''

''हो. मला थोडी उत्सुकता आहे.''

''तू काहीतरी लपवण्याचा प्रयत्न करतो आहेस मित्रा; पण मला सांगू नकोस. मला माहीतही करून घ्यायचं नाही.'' माजिदने डोकं हलवलं. ''एक किंवा दोन ओळखीच्या वाटतात; पण मी तुला नावं सांगू शकत नाहीत. मुंबई अशा मुलींनी खचाखच भरलेली आहे. एक दुसरीसारखी दिसते. त्या येतात आणि जातात.''

''आणि ही?'' हा त्या मृत बाईचा क्लोजअप फोटो होता. तिचे निळे पडलेले ओठ, उघडे खांदे आणि कॅमेराकडे शून्यात पाहिल्यासारख्या नजरेवरून ती मेलेली आहे हे कळत होतंच.

''ही ती गायतोंडेच्या घरात सापडलेली बाई आहे?'' माजिद हळूच म्हणाला. ''ते न्यूजवाल्यांपासून कोणाला तरी वाचवतायत?''

''हो.''

माजिदने सगळे फोटो गोळा केले आणि सरताजकडे सरकवले. तो खुर्चीत टेकून बसला आणि हाताची घडी घालून म्हणाला, ''नाही बाबा, मला माहीत नाही. मला काही माहीत नाही आणि तूसुद्धा काळजी घे सरदारजी. जास्त धाडस करू नको. परूळकर साहेब तुला

प्रोटेक्ट करतील; पण ते स्वतःच अडचणीत आहेत. बिचारे, रक्षकांसाठी ते काही फारसे चांगले हिंदू नाहीत.''

''त्याचा तुझ्या-माझ्याशी काय संबंध?'' सरताजने विचारलं. ''मीही काही फारसा चांगला हिंदू नाहीये.''

माजिद हसला. त्याच्या त्या रुंद आणि दात दाखवणाऱ्या हसण्यामुळे तो एखाद्या मुलासारखा वाटला, अगदी त्याच्या भारदस्त मिश्या असूनही. ''सरताज,'' तो म्हणाला, ''तू एक चांगला शीखही नाहीयेस.''

सरताज उठला. ''मला कशात तरी काहीतरी चांगलं केलं पाहिजे; पण ते नक्की काय हे मला अजून माहीत नाही.''

यावर माजिद खळखळून हसला. ''अरे, सरताज, तुझं बायकांशी चांगलं जमतं, त्यामुळे जर तुला या बाईबद्दल माहीत नसेल, तर इतर बायकांना विचार.''

सरताजने त्याचा हात हलवून निरोप घेतला आणि निघाला; पण तो हे नाकारू शकला नाही की, बायकांबद्दल बायकांनाच विचारणं ही चांगली आयडिया या ओंडक्यासारखे मोठे मोठे पाय असणाऱ्या पठाणाने दिली होती. त्या दिवशी त्याला ही आयडिया लवकर मिळाली, तरी त्या बायकांना आणि राष्ट्रीय सुरक्षेला थोडी वाट पाहावी लागणार होती. सरताजला आधी एका खुनाचा तपास करायचा होता.

''या सगळ्या एरियातच घाण वास मारतो,'' काटेकर दोन ट्रकच्या मध्ये जिप्सी पार्क करता करता म्हणाला.

तिथे खरंच खूप दुर्गंधी पसरली होती. त्याला आणि सरताजला त्या रस्त्यावरून चालताना ती सहन करावी लागली; पण सरताजने विचार केला की, काटेकरला एकट्याला या एरियात जा म्हणणं, तेही इतकी दुर्गंधी असलेल्या एरियात, बरोबर नव्हतं. या अख्ख्या शहरालाच दुर्गंधी यायची, कधी ना कधी आणि नवनगरच्या लोकांनाही त्यांचा कचरा इतरत्र कुठेतरी टाकावा लागायचाच. म्युनिसिपालिटीचे ट्रक्स कचरा गोळा करायला पंधरा दिवसांतून एकदा यायचे यात त्यांची काही चूक नव्हती. ''पेशन्स, महाराज,'' सरताज म्हणाला. ''आपण या दुर्गंधीतून लवकरच बाहेर पडू.''

काटेकरने त्याची कटुता सोडून देण्यास नकार दिला. सरताज समजला की, काटेकरला या दुर्गंधीची चीड नाहीये, तर त्याला या नवनगरमध्ये येणंच आवडलं नाहीये. एका बांगलादेशी मुलाचा त्याच्या मित्रांकडून खून झाला होता; पण मग काय? ही एक छोटी केस होती, ज्यात फार कमी शक्यता होत्या आणि तिचा कागदोपत्री तपास होऊ शकला असता, जशा म्युनिसिपालिटीच्या लॉटऱ्या दररोज वेळेवर सकाळी पेपरवर चालवल्या जातात. कोणालाही इथे दुर्गंधी आणि या परदेशी लोकांचा किळसवाणेपणा सहन करण्यापेक्षा ही केस तशीच राहिली असती तरी चाललं असतं आणि म्हणूनच इथे येणं वेडेपणाचं होतं; पण सरताजला तपास करायचा होता. त्याने स्वतःला बजावलं की, केसेसचा तपास करून पुढे जाणं ही एका चांगल्या ऑफिसरची महत्त्वाकांक्षा असली पाहिजे, अगदी थोडीशीच असली तरी त्याला माहीत होतं की, हा त्याचा अट्टाहास होता. त्याच्या क्षेत्रात लोकांचे असे खून पडलेले त्याला आवडत नसत आणि खून करून लोक मोकाट फिरतात या कल्पनेनेच त्याला चीड येत असे. सरताज काही

वेळा केवळ त्याच्या आदर्शवादापोटीही काही केसेसमध्ये घुसतो हे काटेकरला माहीत होतं, याची सरताजला कल्पना होती. त्याच्यामध्ये तो किडा होता. ते अशा परिस्थितीतून अनेक वेळा गेले होते. सरताज एखादा लीड मिळाला की, निग्रहाने तपास करायचा आणि काटेकर त्याला नापसंती दर्शवायचा; पण तरीही त्याच्यामागे सावलीसारखा असायचा. सरताजला कधी कधी आश्चर्य वाटायचं की, काटेकर त्याला अन्य कोणाबरोबर काम करायचं आहे, असं का म्हणत नाही किंवा इतर अजून चांगल्या विभागात बदली का मागत नाही? त्याला पैशांची नक्कीच गरज होती आणि तरीही काटेकर नेहमी नाखुशीनेसुद्धा त्याच्या बरोबर यायचाच. आता सरताज मेन रस्त्यावरून खाली उतरून उताराला लागला आणि त्याला माहीत होतं की, काटेकर त्याच्या डाव्या बाजूने किंचित मागून चालतो आहे.

सकाळची वेळ असल्याने नवनगरला त्यामानाने कमी गर्दी होती; पण सरताज जसजसा गल्ल्यांमधून पुढे जात होता, त्याला तरीही आजूबाजूच्या खोल्या त्याच्या अंगावर आल्यासारख्या वाटत होत्या. लोक त्यांचा युनिफॉर्म पाहून बाजूला सरकत होते आणि भिंतीना रेलून त्याला वाट करून देत होते आणि तरीही त्याला कोणाला धक्का लागू नये म्हणून किंचित तिरकं होऊन जावं लागत होतं. या शहरात श्रीमंतांना थोडी जागा होती आणि मध्यमवर्गीयांना त्याहून थोडी कमी आणि गरिबांना अजिबात नव्हती म्हणूनच पापाजीनी पुण्याला रिटायरमेंट घेतली. ते म्हणायचे की, उठल्यावर किमान बाहेर पाहिलं तर लांबवर पाहता जगात थोडीतरी मोकळी जागा शिल्लक राहिली आहे, असं वाटलं पाहिजे. पापाजीनी घराभोवती छोटंसं का होईना लॉन केलं होतं आणि घरामागे भाज्या लावल्या होत्या; पण सरताजला शंका होती की कधी कधी त्यांना मुंबईच्या झोपडपट्ट्यांमधल्या गल्ल्यांची आठवण येत असणार. या झोपड्या दरवर्षी पुढे पुढे सरकतातच आहेत आणि जमिनीवर कब्जा करत एक एक खोली वाढवत पसरत आहेत. पापाजी जुन्या आठवणींना कधीतरी उजाळा नक्कीच देत असणार.

पापाजींनी नवनगरबद्दल त्याला कधी काही सांगितलं नव्हतं. कदाचित, इथे काही तसं विशेष प्रेक्षणीय किंवा विलक्षण घडलं नसावं; पण त्यांनी सरताजला सांगितलं होतं की, एका अपराध्याचा मार्ग हा त्याच्या कुटुंबातूनच सुरू होतो. ते म्हणाले होते की, आई बापाचा शोध घे, तुला चोर, खूनी, फसवेगिरी करणारे सापडतील म्हणून ज्यांनी शमसुल शाह या आपल्या मित्राचा खून केला होता, त्या बाझील चौधरी आणि फराज अलीच्या नातेवाइकांना शोधायला सरताज आणि काटेकर नवनगरमध्ये आले होते. अपेक्षेप्रमाणे, त्या दोघांच्याही घरातले लोक फरार होते. जितकं काही सामान घेऊन जाता येईल, तितकं घेऊन खोलीला कुलूप लावून ते खून झाला त्याच दिवशी घरं सोडून निघून गेले होते. सरताज आणि काटेकरनी कुलपं तोडली आणि खोलीत जुन्या गाद्या, रिकामी पोती आणि बाझील चौधरीच्या कुटुंबाचा एक जुना फोटो सापडला. त्या फोटोत, बाझील चौधरी साधारण दहा वर्षांचा मुलगा दिसत होता. भडक लाल शर्ट घातलेला; पण सरताजला माहीत होतं की, त्याचे आई–वडील कसे दिसत असतील. त्याला खात्री होती की, तो त्यांना शोधून काढेल. आता नाहीतर नंतर. ते गरीब होते, त्यांना ही खोली विकावी लागेल आणि जगण्यासाठी नवनगरमधल्या त्यांच्या ओळखींचा आधार घ्यावाच लागेल. गायब होणं प्रत्यक्षात लोकांना वाटतं त्यापेक्षा खूप अवघड असतं. पोलिसांचं काम हे असतं की, त्यांच्या जगण्याचे धागेधोरे शोधून त्यांचा माग काढायचा.

नवनगरमधल्या लोकांच्या चौकशीत जी काही माहिती मिळाली. त्या माहितीचा केस सोडवण्यासाठी उपयोग होईल अशी ती नव्हती; पण बरीचशी कामाची होती. मृत मुलाचे

बांगलादेशी शेजारी खूपच उदास आणि लपवाछपवी करणारे होते. त्यांनी आम्हाला काही माहीत नाही, असं जाहीर करून टाकलं. काटेकरने जरा दबाव टाकल्यावर आणि सरताजने पोलीस ठाण्यात न्यायची आणि बांगलादेशला परत पाठवायची धमकी दिल्यावर त्यांनी थोडी माहिती असल्याचं कबूल केलं. अगदीच थोडी. शमसुल, जो मृत मुलगा होता, तो आणि बाझील हे दोघं कुरियरमध्ये कामाला होते, तर फराज इकडे तिकडे काहीतरी तात्पुरत्या नोकऱ्या करायचा, तरीही गेल्या काही महिन्यांत त्या तिघांकडे भरपूर पैसा आला होता आणि कोणालाच तो कसा आणि कुठून आला माहीत नव्हतं. त्या रिकाम्या खोल्यांमध्ये सरताज आणि काटेकरनी शोधाशोध केली; पण तिथे पैशांचा काही पुरावा मिळाला नाही. आरोपींच्या कुटुंबीयांनी पैशांच्या सगळ्या खुणा त्यांच्यासोबत नेल्या होत्या; पण मृत मुलाच्या घरात एक नवीन कोरा करकरीत टीव्ही होता आणि स्वयंपाकघराच्या जागेत एक नवीन मोठी गॅस शेगडी, नवीन चकचकीत स्टीलची भांडी होती. त्याच्या वडिलांनी कबूल केलं की, त्यांच्या मुलाने काही दिवसांपूर्वीच एक नवीन खोली घेतली होती.

''तो चांगला मुलगा होता हो,'' नुरुल शाह म्हणाला.

ही खोली खूपच लहान होती, त्यातही एक लाल विटका पडदा टाकून दोन भाग केलेले होते. पडद्यामागे बायका खुसपूस करत काहीतरी कुजबुजत असलेल्या ऐकू येत होत्या. त्यांना अजून जागेची गरज होती आणि त्यांच्या चांगल्या मुलाने त्यांच्यासाठी नवीन खोली घेतली होती. ते कुटुंब आता नवीन खोलीत शिफ्ट होणार होतं आणि त्याचवेळी त्यांच्या मुलाचा त्याच्या मित्रांनी निर्दयपणे खून केला होता. सरताज म्हणाला, ''पण; मोठी नवीन खोली घ्यायला खूप जास्त पैसे लागले असतील.''

नुरुल शाहने मान खाली घातली आणि तो जमिनीकडे पाहू लागला. त्याचे पांढरे केस खूप विरळ झाले होते आणि आयुष्यभराच्या मेहनतीने खांदे पिळदार झाले होते.

''तुमचे शेजारी म्हणतात की, तुमचं कुटुंब अचानक श्रीमंत झालं म्हणून,'' सरताज म्हणाला. ''ते म्हणतात तुमचा मुलगा बहिणींना चांगलं वागवायचा, त्याने आईसाठी नवीन चष्मा आणला होता.''

नुरुल शाहचे हात एकमेकांत गुंफले होते आणि आता दबावामुळे त्याची बोटं पांढरी पडू लागली. तो मूकपणे रडू लागला.

''मला वाटतं, जर पडद्यामागे पाहिलं, तर अजून काही महागड्या वस्तू सापडतील. तुमच्या मुलाकडे इतके पैसे कुठून आले?'' सरताजने विचारलं.

''ए,'' काटेकर गुरगुरला, ''इन्स्पेक्टर साहेबांनी तुला प्रश्न विचारलाय. उत्तर दे.''

सरताजने नुरुल शाहच्या खांद्यावर हात ठेवला आणि भीतीने एकदम नुरुल शाह कापायला लागला. ''ऐक,'' सरताज एकदम हळुवारपणे म्हणाला. ''तुला किंवा तुझ्या कुटुंबाला काही होणार नाही. मला तुम्हाला त्रास देण्यात काही रस नाहीये; पण तुझाच मुलगा मेलाय. जर तू मला सगळं सांगितलं नाहीस, मी तुला कशी मदत करू शकेन? तू काही बोलला नाहीस, तर ज्यांनी हे केलं त्या हरामखोरांना मी पकडू शकत नाही.''

त्या माणसाला घरात आलेल्या पोलिसांमुळे जे झालं किंवा जे होईल त्याची भीती वाटत होती; पण तो बोलण्यासाठी धीर एकवटत होता.

''तुझा मुलगा काही धंदा करत होता, काहीतरी हेराफेरी. जर तू मला सगळं सांगितलंस तर मी त्यांना शोधू शकतो. नाहीतर ते पळून जातील,'' सरताजने खांदे उडवले आणि तो उठून उभा राहिला.

''मला माहीत नाही साहेब,'' नुरुल शाह म्हणाला. ''मला माहीत नाही.'' तो थरथर कापत होता आणि पुढे झुकला. ''मी शमसुलला विचारलं होतं की तो नक्की काय करतोय; पण त्याने मला कधीच काही सांगितलं नाही.''

''तो आणि ते दोघं, बाझील आणि फराज मिळून काहीतरी करत होते का?''

''हो साहेब.''

''त्याच्याबरोबर अजून कोणी होतं का?''

''रेयाझ भाई होते.''

''त्यांचा अजून एक मित्र?''

''ते मोठे होते.''

''पूर्ण नाव?''

''मला एवढच माहीत आहे. रेयाझ भाई.''

''ते कसे दिसतात?''

''मी त्यांना कधी भेटलो नाहीये.''

''ते कुठे राहतात?''

''चार गल्ल्या सोडून. मेनरोडच्या बाजूला.''

''ते नवनगरमध्ये राहतात, इथे बंगाली बुरामध्ये आणि तू त्याना कधी भेटला नाहीयेस?''

''नाही साहेब. ते त्यांच्या घरातून फारसे बाहेर येत नाहीत.''

''का?''

''ते बिहारी आहेत साहेब,'' नुरुल म्हणाला, जसं काही ते त्यांनी घराबाहेर न पडण्याचं स्पष्टीकरण होतं.

पण, तो बिहारीही त्याची खोली सोडून गेला होता आणि तिथे नवीन कुटुंब राहायलाही आलं होतं. सरताज आणि काटेकरने त्या खोलीचा मालक शोधून काढला, जो एक तामीळ माणूस होता आणि तो नवनगरच्या दुसऱ्या बाजूला राहायचा. त्याला खून झाला त्या दिवशी खोली रिकामी आढळून आली म्हणून त्याने लगेचच ती साफ करून दुसऱ्या दिवशीपासून भाड्याने दिली. त्यालाही रेयाझबद्दल इतकंच माहीत होतं की, रेयाझने ॲडव्हान्स पैसे दिले होते आणि त्याचा काही त्रास नव्हता. रेयाझ कसा दिसायचा? उंच, बारीक, तरुण चेहरा पण सगळे केस पांढरे होते. हो, संपूर्ण पांढरे. तो कदाचित चाळीस-पन्नाशीचा असेल. खूप हळुवार बोलायचा आणि नक्कीच शिकलेला असावा. त्याने खोलीत काही पुस्तकं वगळता काही सामान सोडलं नव्हतं. ती पुस्तकं मालकाने लगेच रद्दीच्या दुकानात विकली होती. कसली पुस्तकं होती, त्याला काही माहिती नाही.

सरताज आणि काटेकर नवनगरच्या टोकाला उभे होते. तिथून खाली एक लहान जग वसलं होतं. ''ठीक आहे,'' खाली उतरत गेलेल्या गलिच्छ छपरांकडे पाहत सरताज म्हणाला. ''तर हा बिहारी त्यांचा बॉस आहे.''

''तो सगळं प्लॅन करतो. हे तिघं, त्याचे पोरगे आहेत,'' काटेकरने मोठ्या निळ्या रुमालाने आधी चेहरा पुसला, नंतर मान आणि हातही. तो म्हणाला, ''ते पैसा कमावतायत.''

''काय करून? लबाडी? दरोडेखोरी? किंवा ते कोणत्या तरी गँगसाठी शूटर म्हणून काम करतात?''

''कदाचित; पण मी बांगलादेशी लोक कोणत्या गँगमध्ये असल्याचं ऐकलं नाहीये.''

''ती मुलं इथेच लहानाची मोठी झाली. कदाचित, ती जास्त भारतीय असतील; पण हा बिहारी मेन आहे. तो मोठा आहे. प्रोफेशनल आहे. तो शांतपणे राहतो, त्याचा पैसा दाखवत नाही आणि जेव्हा धोका जाणवतो, तेव्हा लवकर सगळं गुंडाळतो. तो जो कुठे असेल तिथेच ही मुलंही असतील.''

''हो साहेब,'' काटेकर म्हणाला. त्याने त्याचा रुमाल खिशात ठेवला. ''म्हणून आपल्याला त्या बिहाऱ्याला शोधावं लागेल.''

''त्या बिहाऱ्याला शोधू.''

सरताजला काही कामं पूर्ण करेपर्यंत बिहाऱ्याला शोधणं थोडं बाजूला ठेवायला लागलं. पोलिसांचं काम बऱ्यापैकी विखुरलेलं असतं, एक काम करेपर्यंत दुसरं बाजूला ठेवायला लागतं. आता सरताजला जे करायचं होतं, ते पूर्णपणे अनऑफिशियल होतं आणि त्याचा या केसशी काहीही संबंध नव्हता. त्याला ते एकट्यालाच करायचं होतं. त्याने काटेकरला पोलीस स्टेशनवर सोडलं आणि तो साउथला सांताक्रूझच्या दिशेने निघाला. त्याला लिंकिंग रोडला स्वराज आइस्क्रीमजवळ एका नवीन चकचकीत बिल्डिंगमध्ये परूळकरना भेटायचं होतं. सरताजने बिल्डिंगच्या मागच्या बाजूला गाडी पार्क केली. लॉबीमधला हिरवा मार्बल आणि सुंदर स्टीलच्या लिफ्टकडे पाहून त्याला आश्चर्य वाटलं. परूळकर जिथे वाट बघत होते, ते त्यांच्या भाचीचं अपार्टमेंट होतं. ही भाची एका बँकेत काम करायची आणि तिचा नवरा इम्पोर्ट एक्स्पोर्ट मध्ये होता; पण ते दोघेही त्यांच्या विशीतच होते आणि त्यांचं घर मात्र खूप मोठं आणि महागडं होतं. त्या नेमप्लेटवर सोनेरी अक्षरात 'नामजोशी' असं लिहिलं होतं; पण सरताजला खात्री होती की, हा तीन बेडरूमचा फ्लॅट परूळकरांचा होता. ते ज्या सहजतेने ड्रॉइंग रूममधल्या मोठ्या सोफ्यावर पायावर पाय टाकून बसले होते, एखाद्या भारदस्त खाकी वेशातील ज्ञानी पुरुषासारखे, त्यावरून एखादा महान ज्ञानी पुरुष आपली महत्त्वाची संपत्ती आणि नशीब ताब्यात घेऊन बसली असावी, असं वाटत होतं.

''ये ये सरताज,'' परूळकर म्हणाले. ''आपल्याला थोडी घाई केली पाहिजे.''

''सॉरी सर, ट्रॅफीक खूप वाईट आहे.''

''ट्रॅफीक नेहमीच वाईट असतं;'' पण परूळकर सरताजला रागवत नव्हते. वडिलांसारखे शांत आणि त्यांच्या स्वतःच्या भरगच्च शेड्युलचा विचार करून बोलत होते. त्यांनी टेबलावरच्या पाण्याच्या ग्लासकडे निर्देश केला. सरताजने ग्लासवरचं रुपेरी झाकण बाजूला केलं आणि पाणी प्यायला. मग तो ड्रॉइंग रूम ओलांडून परूळकरांच्या मागे बेडरूममध्ये गेला.

परूळकरांनी आत गेल्यावर दरवाजा बंद केला आणि मोठ्या गुबगुबीत पांढऱ्या बेडला वळसा घालून खोलीच्या पलीकडच्या बाजूला गेले. त्यांनी एक कपाट उघडलं आणि एक काळी बॅग बाहेर काढली. ''आज चाळीस आहेत.''

''येस, सर,'' सरताज म्हणाला. परूळकरांना म्हणायचं होतं, चाळीस लाख. हा परूळकरांचा नुकताच कमावलेला अनऑफिशियल पैसा होता, जो सरताज वरळीला परूळकरांच्या कन्सल्टंटकडे, होमी मेहताकडे पोहोचवणार होता. होमी मेहता तो पैसा एका स्विस अकाउंटला अगदी रास्त कमिशन घेऊन वळवणार होते. सरताज दर काही आठवड्यांनी परूळकरांचे पैसे घेऊन जात असे आणि आता त्या रकमा ऐकून त्याला आश्चर्य वाटेनासं झालं होतं. काहीही झालं, तरी परूळकर एका खूप श्रीमंत झोनचे कमिशनर होते. ती खूपच पैसा देणारी पोस्ट होती आणि परूळकर पैश्याच्या झऱ्यातून भरपूर पाणी पीत होते. ते प्रचंड कमावत; पण ते अधाशीपणा करत नसत. त्यांचा पैसा मार्गी लावण्याबाबत ते खूप काळजीपूर्वक काम करत. त्यांचे पर्सनल असिस्टंट सरदेसाई सगळा पैसा हाताळत; पण सरदेसाईना एकदा पैसे परूळकरांना दिले की, त्याचं पुढे काय होतं याची कल्पनाही नव्हती. परूळकर तो पैसा सरताजला देत आणि सरताज तो पैसा मेहतांकडे पोहोचवत असे. सरताजला तोपर्यंत इतकंच माहीत होतं की, काहीतरी करून तो पैसा भारतातून गायब होई आणि परदेशात पुन्हा अवतरीत होई, जिथे तो सुरक्षित राहून नकद रूपात व्याज देत असे.

परूळकरांनी बेडवर कॅश ओतली आणि बॅग सरताजला दिली. ''पाचशे रुपयांची ऐंशी बंडल आहेत,'' ते म्हणाले. ते एकमेकांकडे तोंड करून उभे राहिले. हा त्यांचा नेहमीचाच शिरस्ता होता, जेव्हा सरताज पैसे कन्सल्टंटकडे पोहोचवत असे. सरताजने पैशांच्या जड जड गड्ड्या उचलल्या आणि बॅगेत भरल्या. परूळकरांच्या देखरेखीखाली तो हे आठ वेळा करत असे आणि नंतर ते मोजलेल्या आकड्यावर एकमत होत.

''तू या गायतोंडेच्या कामाबद्दल काय करणार आहेस?'' परूळकरांनी सरताजच्या हातांकडे बघत विचारलं.

''मी तुम्हाला त्याबद्दल विचारणारच होतो, सर.''

परूळकर आता बेडवर पाय वर घेऊन त्यांच्या ध्यानाच्या पोझमध्ये बसले. ''मला त्या गायतोंडे कंपनीबद्दल फारसं माहीत नाही. त्याचा एक माणूस होता, बंटी म्हणून तो त्याचा मुंबईतला धंदा बघायचा. स्मार्ट मुलगा होता, सुलेमान इसाच्या मुलांनी गोळ्या झाडल्या आणि व्हीलचेअरमध्येच बसवलं त्याला; पण तो गायतोंडेचा विश्वासातला माणूस होता. तो त्याच्या व्हीलचेअरवरून सगळं कंट्रोल करायचा. असा एक काळ होता, जेव्हा तुम्ही गोपाळमठला जाऊन सहज बंटीला भेटू शकायचात; पण नंतर त्याच्यावर गोळ्या झाडल्या आणि तो गायब झाला. मेहताकडे या बंटीचा नंबर माग, त्याच्याकडे असेल.'' मेहता मनी मॅनेजर म्हणून या गँगमध्ये न्यूट्रल असे. सर्व जण निःपक्षपातीपणे त्याच्याकडून काम करून घेत आणि सर्वांच्या दृष्टीने त्याला समान महत्त्व होतं.

''हो, सर.''

''पण अर्थातच गायतोंडेबाबत सर्वांत उत्तम माहिती तुला त्याच्या शत्रूंकडून मिळेल. मला एक दोन फोन कॉल्स करू दे आणि मी तुझा कोणाशी तरी संपर्क करून देईन. कोणतरी असा ज्याला खूप माहिती आहे.''

''थँक यू सर.'' परूळकरांच्या बोलण्याचा अर्थ हा होता की, ते त्यांच्या लिंक वापरून सुलेमान इसाच्या आतल्या गोटातल्या कोणाशी तरी सरताजचं बोलणं करवून देतील. परूळकरांचे त्या कंपनीशी असलेले संबंध अनेक दशकं जुने होते, त्यामुळे सरताजला ते

ज्याच्याशी संपर्क करवून देतील, तो माणूस नक्कीच मोठा असेल. परूळकरांच्या अनेक उपकारांत या अजून एका मोठ्या उपकाराची भर पडली. ''चाळीस, सर,'' शेवटची गड्डी ठेवता ठेवता सरताज म्हणाला, ''सर, हे सगळं काय आहे? गायतोंडे मेलाय, मग या लोकांना आता त्याच्याबद्दल का माहिती करून घ्यायचंय?''

''मला माहीत नाही सरताज; पण काळजी घे. मला माझ्या सूत्रांकडून जे समजलं त्यावरून हे जॉइंट ऑपरेशन आहे. IB यातले तपशील RAWला हाताळू देत आहेत म्हणून RAW तुझ्या-माझ्याशी बोलत आहे. जेव्हा एखाद्या केसमध्ये मोठ्या एजन्सी लक्ष घालतात, तेव्हा पोलिसांना फक्त बघत बसावं लागतं. तू तुझं काम कर; पण त्यांच्यासमोर हिरो बनायला जाऊ नको.''

सरताजने बॅगची झिप लावली. अच्छा, तर गायतोंडेच्या मृत्यूमध्ये इंटरनॅशनल एजंट्सना रस होता तर. गुप्तचर खातं त्यांच्या देशातील प्रती- गुप्तचर क्षेत्राबाबतही चौकस होतं. हे सगळं ऐकून सरताजला आपण एकदम लहान असल्याची जाणीव झाली. ''अर्थातच नाही सर. मी हिरो कधीच नाहीये. माझी तेवढी उंची नाही.''

परूळकर हसू लागले. ''आजकाल बुटके लोकही हिरो होतात सरताज. जग बदललं आहे.''

सरताजला एक क्षण वाटलं की, आता परूळकर एखादा शेर म्हणतील; पण परूळकर घाईत होते. त्यांनी वाक्य तिथेच सोडलं आणि त्यांची कॅश आणि सरताज दोघांना त्यांच्या मार्गाला लावलं. ते म्हणाले, ''भाभीजीना माझा नमस्कार सांग,'' आणि हात वर केला, तेवढंच.

सरताज वरळीच्या दिशेने ड्राइव्ह करताना त्याच्या मनात पापाजींचा विचार आला. बहुतेक लोकांना सरताजचे वडील एक उंच माणूस म्हणून आठवत; पण ते फक्त पाच फूट सात इंच उंच होते. त्यांची ताठ ठेवण, पिळदार दंड, भरदार मिश्या आणि त्याबरोबरच अत्यंत परफेक्ट पगडी या सगळ्यांमुळे ते सगळ्यांच्या लक्षात होते. सरताज, त्यांचा मुलगा, त्यांच्याहून एक इंच उंच होता; पण त्याला माहीत होतं की, त्याची छाप पापाजींच्या जवळपासही जाणारी नव्हती, व्यक्तिमत्त्वात किंवा कामगिरीतही! पापाजी प्रामाणिक होते. त्यांचा नेहमी कडक सूट आणि कडक पगडी बांधण्याचा आग्रह असे. त्यांनी त्यांची स्टाइल त्यांच्या पगारात भागवली.

तोच दहा वर्षं जुना डबल ब्रेस्टचा निळा ब्लेझर सगळ्या लग्नाकार्यात घातला. त्यांच्या मृत्यूनंतर सरताजला तो ब्लेझर एका ट्रंकमध्ये नीट घडी करून कागदात गुंडाळून ठेवलेला मिळाला आणि आता, त्यांच्या मृत्यूनंतर खूप काळाने त्याला अनोळखी लोकही सरताजला म्हणत, ''ओह, तू सरदार साहेबांचा मुलगा आहेस? तो खूप भला माणूस होता.'' एक वर्षापूर्वी, क्रॉफर्ड मार्केटमध्ये एका हिरे व्यापाऱ्याने सरताजच्या खांद्यावर खेदाने थोपटलं आणि म्हणाला, ''बेटा, तुझे वडील मी ओळखत असलेल्या पोलिसांमध्ये एकटेच प्रामाणिक पोलीसवाले होते.'' सरताजने मान हलवली आणि पुटपुटला, ''हो, ते खूपच चांगले होते,'' आणि तसाच ताठपणे निघून गेला.

आता सरताज सरळ समुद्राकडे निघाला आणि त्याने एका बसच्या समोर यू टर्न घेतला आणि फूटपाथपाशी करकचून गाडी थांबवली. त्याच्या उजव्या बाजूला असलेल्या प्रोव्हिजन स्टोअर्समध्ये युनिफॉर्म घातलेल्या मुलांची आइस्क्रीम घेण्यासाठी गर्दी दिसत होती. तिसरी किंवा चौथीमधली मुलं वाटत होती; पण त्यांची दप्तरं खूप मोठी आणि जड वाटत होती.

मेडिकल कॉलेजच्या सीट्स विकल्या जातात आणि मॅनेजमेंटच्या प्रवेश परीक्षांचे पेपर जे विकत घेऊ शकतात त्यांच्यासाठी फुटतात, हे वास्तव कळायला ती अजून लहान होती. सरताजने परूळकरांची बॅग मागच्या सीटवरून घेतली आणि हळूहळू मुलांमधून वाट काढत चालू लागला. तो जेव्हा त्यांच्या वयाचा होता, तो परूळकरना ओळखत होता, एखाद वर्ष. परूळकर तेव्हा तरुण होते, शिडशिडीत. सब-इन्स्पेक्टर आणि पापाजींचे आवडते चेले. पापाजींना परूळकर आवडायचे, त्यांना ते हुशार, मेहनती आणि निष्ठावान वाटायचे. त्यानी अनेकदा परूळकरना घरी जेवायला आणलं होतं. ते म्हणायचे, ''या मुलाचं लग्न व्हायचंय. त्याला कधीतरी घरचं चांगलं जेवायला मिळायला पाहिजे;'' पण माँला परूळकर कधीच विशेष आवडले नाहीत. ती दाखवायची नाही; पण तिला सुरवातीपासूनच त्यांच्यावर विश्वास वाटायचा नाही. ''तो तुमच्या गोष्टी न कंटाळता ऐकत बसतो म्हणून तुम्हाला तो तुमचा भक्त वगैरे आहे असं वाटतं,'' ती पापाजींना म्हणायची. ''पण मी तुम्हाला सांगते, हे मराठे फार शहाणे असतात.'' तिला हे सांगण्यात काहीही अर्थ नव्हता की, परूळकर मराठा नव्हते, ब्राह्मण होते. ती म्हणाली, ''तो कोणीही असो, तो फार हुशार आहे.'' परूळकरांनी जसं रँकमध्ये भराभर वर चढता चढता पापाजींनाही मागे टाकलं, तसतशी तिची परूळकरांबद्दलची नावड वाढत गेली आणि तिने परूळकरांबद्दल बोलणंच बंद केलं. ती त्यांचा उल्लेख 'तो माणूस' असा करत असे. जेव्हा पापाजी माणसाच्या नशिबाबद्दल बोलत आणि वाहेगुरूंनी आपल्याला जे जे दिलंय त्याबद्दल आपण कसं समाधानी असलं पाहिजे, असं म्हणत, तेव्हा ती त्यांच्याशी वादही घालत नसे.

त्या जनरल प्रोव्हिजन स्टोअरच्या बाजूचा अरुंद गोल जिना चढून सरताज वर मेहतांच्या छोट्याश्या ऑफिसमध्ये गेला. मेहतांनी या छोट्या चार क्युबिकलमध्ये आयुष्यभर काम केलं होतं. ते जवळच राहत. एका मोठ्या प्रशस्त; पण साध्याच सी फेसिंग अपार्टमेंटमध्ये. ते अतिशय नीट, सुज्ञ, सभ्य पारसी गृहस्थ होते. आताही नेहमीसारखे पांढऱ्या कपड्यात होते. ''अरे सरताज, ये ये,'' टेबलापलीकडून आपला नाजूक हात हस्तांदोलनासाठी पुढे करत ते म्हणाले. ते बारीक होते; पण खूप भारदस्त होते आणि सरताजला त्यांचा पांढऱ्या केसांचा कट खूप आवडत असे. होमी मेहतांना पाहून त्याला टीव्हीवर नेहमी रविवारी दुपारी लागणाऱ्या ब्लॅक अँड व्हाइट सिनेमांची आठवण होई; काळ्या व्हिक्टोरियातून समुद्रकिनारी उतरताना इमॅजिन करणं खूप सोपं होतं.

''हे साहेबांकडून,'' सरताज म्हणाला आणि त्याने ती डमरू बॅग त्यांच्या टेबलावर ठेवली.

''हो, हो,'' मेहता म्हणाले. ''पण तू मला तुझी स्वतःची कॅश कधी आणून देणार आहेस यंग मॅन? तुला भविष्यासाठी सेव्हिंग केलं पाहिजे.''

''मी गरीब माणूस आहे अंकल,'' सरताज म्हणाला. ''जेव्हा जगण्यासाठी कसंबसं पुरतंय, तेव्हा काय सेव्हिंग करणार?''

सरताज जेव्हा जेव्हा मेहतांकडे यायचा, तेव्हा त्याचं आणि मेहतांचं नेहमी हेच संभाषण व्हायचं; पण आज मेहता इतक्या सहजासहजी बोलणं इथेच सोडून देणार नव्हते. ''अरे, तू काय सांगतो आहेस मला? ज्या माणसाने गणेश गायतोंडेला पकडलं, त्याला जराही पैसे मिळाले नाहीत?''

''त्यासाठी काही बक्षीस नव्हतं.''

''काही लोक बोलत आहेत की, गणेश गायतोंडेच्या डोक्यात गोळी घालायला तुला दुबईहून चांगले पैसे मिळालेत.''

''अंकल, मी गणेश गायतोंडेला नाही मारलं. त्याने स्वतःला गोळी घातली आणि मला कोणी पैसे नाही दिले.''

''ठीक आहे बाबा. मी काही म्हणालो नाही. लोक, तुला माहीत आहे, लोक बोलतायत.''

मेहता परूळकरांचे पैसे मोजत होते आणि टेबलावर उजव्या बाजूला रांगेत बंडलांच्या थप्प्या लावत होते. ते तपशिलाबद्दल खूप दक्ष होते आणि अत्यंत आवडीने पैसे मोजायचं काम करत होते. बऱ्याच काळापूर्वी जेव्हा सरताज त्यांना पहिल्यांदा भेटला, तेव्हा त्यांनी सरताजला सांगितलं होतं, ''फसवेपणाने भरलेल्या जगात, मी अतिशय प्रामाणिक व्यावसायिक आहे.'' ते त्यांनी अजिबात अभिमान वगैरे न बाळगता सांगितलं होतं, अगदी एखादी सत्य गोष्ट सांगितल्यासारखं. त्यांनी सरताजला समजावून सांगितलं होतं की, पैसा देशातून आत बाहेर जाणं-येणं कसं कन्सल्टंटच्यावर अवलंबून असतं. त्यांना 'मॅनेजर्स' पण म्हणत, दिल्लीत त्यांना 'हेडमास्टर्स' म्हणत; पण त्यांना काहीही नाव दिलं असलं, तरी सगळं त्यांच्या प्रामाणिकपणावर अवलंबून होतं. पैसा गुप्त व्यवहार, लाचलुचपत, अपहार, खंडणी आणि खून यातून येई आणि मॅनेजर्स अत्यंत गुप्तपणे आणि एकनिष्ठतेने तो मार्गी लावत. ते तो गायब करत आणि पुन्हा आणत. जणू काही मॅनेजर्स गुप्त जादूगार होते जे सगळ्या व्यवसायात खूप महत्त्वाचे होते आणि म्हणूनच ते सगळ्यांना ओळखायचे.

''अंकल, मला एक मदत हवी होती,'' सरताज म्हणाला.

''बोल ना.''

''परूळकर साहेब म्हणाले की, तुम्ही मला गायतोंडेच्या कोणा माणसाशी कॉन्टॅक्ट करून द्याल.''

''कोणाशी?''

''बंटी.''

त्यांनी लगेच प्रतिसाद दिला नाही. त्यांनी आपली बोटं टिश्यू पेपरला पुसली आणि ते दुसरी गड्डी मोजू लागले. ''मला त्याला विचारावं लागेल,'' ते म्हणाले. ''मी त्याला काय सांगू?''

''मला फक्त त्याच्याशी बोलायचं आहे. मला गायतोंडेबद्दल त्याला काही प्रश्न विचारायचे आहेत.''

''तुला त्याला गायतोंडेबद्दल काही प्रश्न विचारायचे आहेत.'' मेहतांनी मान डोलावली आणि शेवटची थप्पी नीट रचली. ''ओके. तुझ्याकडे नवीन मोबाईल आहे, नंबर त्यातच लिहून घे.''

सरताजच्या चेहऱ्यावर हसू उमटलं आणि त्याने नंबर कागदावर लिहून घेतला. मेहतांचं बारीक लक्ष होतं, अगदी त्याच्या शर्टाच्या खिशातील छोट्या फुगवट्याकडेही. सरताजने अखेरीस हट्ट सोडला आणि मोबाईल फोन घेतला होता. अनेक वर्षं मोबाईल फोन खूप महाग असतात आणि कॉल रेट खूप जास्त असतात, असं म्हणत त्याने नवीन हँडसेट घ्यायचं टाळलं होतं. त्याने तरीही शेवटी त्या स्टायलिश चंदेरी छोट्या मोटोरोला हँडसेटसाठी बरेच पैसे मोजले होते. फोन अजूनही तसाच नवाकोरा आणि विशेष वापरलेला नव्हता. त्याने अजून कोणाला नंबरही दिलेला नव्हता; पण होमी मेहता हे जुनेजाणते होते आणि त्यांची नजर खूप बारीक होती.

''ठीक आहे अंकल, थँक यू,'' सरताज म्हणाला.

''ओके. एकूण चाळीस,'' मेहता त्या नोटांच्या थप्प्यांवर थोपटत म्हणाले.

सरताज उठून उभा राहिला. ''ठीक आहे, पुढच्या वेळी भेटू.''

''पुढच्या वेळी, तुझ्यासाठी सेव्हिंग करण्यासाठी काहीतरी आण. तुझ्या म्हातारपणाचा विचार कर.''

सरताजने त्याच्याकडे पाहून हात हलवला व मेहता आणि परूळकरांचे पैसे दोघांना निरोप दिला. कधीकाळी जेव्हा सरताजचं मेघाशी लग्न झालेलं होतं, मेहता नेहमी त्याला त्यांच्या मुलांच्या भवितव्यासाठी पैसे साठवण्यासाठी सांगायचे. डिव्होर्सनंतर मेहतांनी तसं सांगणं बंद केलं आणि वयाची, हातातून निसटणाऱ्या वेळाची आठवण करून देऊ लागले. सरताजला वाटलं की, नक्कीच त्याचं वय दिसायला लागलं असणार.

आता त्या दुकानात मुलांचा नवीन घोळका होता. थोडी मोठी मुलं होती, आधीच्या मुलांपेक्षा जास्त सभ्य आणि स्वतःबाबत अधिक जागरूक. ती पेप्सी आणि कोक पीत होती आणि एकमेकांशी कुजबुजत बोलत होती. सरताज जीपच्या दिशेने अर्धा रस्ता गेलाच होता, तो परत दुकानात गेला आणि त्याने एक चोकोबार घेतला. आजकाल अजून फॅन्सी आइस्क्रीम मिळतात; पण सरताजला त्या जुन्या क्वालिटी चोकोबारची चव आवडायची... किंचित ऑयली चॉकलेट आणि त्याखाली व्हॅनिला. सरताज हसत चालू लागला आणि जोवर तो जीपपाशी पोहोचला, तोवर तो आइस्क्रीम संपवून त्याची दांडी चोखत होता. त्याने ती काडी त्याच्या दातात धरली होती आणि नेहमीप्रमाणेच त्याने ती तोंडातूनच उडवली आणि निघाला.

रस्त्यावर आता गर्दी वाढू लागली होती आणि वाहनांची दाटी होऊ लागली होती. सरताजने आता बराच वेळ लागणार यासाठी मनाची तयारी केली. हवेत गाड्यांची टपं चकचकत होती आणि ट्रॅफिक जाम कमी व्हायची वाट बघत लोकांनी गाड्यांचे इंजिन बंद केल्याने आता बाहेरचा आवाज कमी झाला होता. सरताजने सीटवरून त्याचा स्वेटर बाजूला केला आणि स्टीयरिंगवर डोकं ठेवून मान खाली घालून त्याच्या मळलेल्या शूजकडे पाहू लागला. ऊन चांगलं तापलं होतं, त्याच्या मानेला, खांद्याला चटके बसत होते; पण आता यापासून सुटका नव्हती. बसच्या खिडकीतून ड्रायव्हर त्याच्याकडे पाहत होता आणि जेव्हा सरताजचं त्याच्याकडे लक्ष गेलं, तशी त्याने नजर वळवली आणि त्याच्या सीटमध्ये सरकून बसला. त्याच्या पलीकडे, दुकानाच्या काचेतून एक मॅनीक्वीन त्याच्याकडे कंबर झुकवून उभी होती. सरताज त्या दुकानाच्या काचांकडे बघत होता. त्या काचा प्रकाशाच्या तिरीपेत दिसेनाश्या झाल्या आणि त्याने या बेटाच्या प्रचंड पसाऱ्याची लांबी किती असेल याचा अंदाज केला. संध्याकाळच्या या ट्रॅफिक जामने आणि मुंगीच्या पावलांनी सरकणाऱ्या, धक्के खात पुढे जाणाऱ्या गर्दीने ती लांबी भरून गेली होती. त्याने एक निःश्वास सोडला आणि खिशातून फोन काढून नंबर डायल केला.

''माँ?'' तो म्हणाला.

''सरताज.''

''पेरी पोना, माँ.''

''जीते रहो बेटा. मी पेपरमध्ये तुझ्याबद्दल वाचलं.''

''हो, माँ.'' आजूबाजूच्या गाड्यांच्या इंजिनांची घरघर सुरू झाली आणि सरताजनेही गाडी स्टार्ट केली.

''तू इतका मोठा गुन्हेगार पकडला आहेस, तर मग तुझा फोटो का नाही पेपरला?''

''माँ, काम करणं महत्त्वाचं आहे,'' सरताजला तिचं आणि स्वतःच्या अभिमानाचं आश्चर्य वाटलं. ''पेपरला फोटो येणं नाही.'' तिचं काहीतरी प्रत्युत्तर येईल म्हणून तो असं बोलून किंचित थांबला; पण ती पुढे वळली.

''तू कुठून बोलतो आहेस?''

''कुठून? मुंबईतून माँ.''

''नाही म्हणजे मुंबईतून कुठून?''

ती खूप तीक्ष्ण होती, तिच्या नजरेतून काही सुटायचं नाही. ती शेवटी पोलिसाचीच बायको होती. सरताज म्हणाला, ''मी वरळीहून परत निघालो आहे.''

''ओह, तू शेवटी मोबाईल घेतलास.''

''हो, माँ.'' तिला स्वतःला तंत्रज्ञान किती पुढे गेलं आहे, याच्याशी काही घेणं नव्हतं. तिला व्हीसीआरही कसा वापरायचा ते कळणार नाही म्हणून नको होता; पण सरताजने मोबाईल घ्यावा म्हणून ती खूप दिवस मागे लागली होती.

''नंबर काय आहे?'' तिने विचारलं.

सरताजने तिला नंबर दिला आणि म्हणाला, ''ड्युटीच्या वेळात फोन कॉल्स करू नकोस.''

ती हसली. ''तू जन्मण्याआधीपासून मी ड्युटी करत आहे आणि नेहमी, तूच मला ड्युटीवर असताना फोन करतोस, आता केला आहेस तसा.''

''हो, हो.'' ती घराच्या लहान लिव्हिंग रूममध्ये कानाला फोनचा रिसिव्हर लावून, सोफ्यावर पाय वर घेऊन बसली असेल. त्याला कळत होती ती हसत असणार. गेल्या वर्षभरात तिचं वजन कमी झालं होतं. चेहऱ्यावरच्या सुरकुत्या आणि पांढरे केस वाढले असले, तरी सरताजला मात्र ती कधी कधी जुन्या फोटोतील बारीक सुंदर तरुणी वाटायची.

''पण आता मुंबईमध्ये राहणं अशक्य आहे. खूप महाग झाली आहे आणि लोकांची गर्दी.''

हे खरं होतं; पण मग कुठे जायचं? कदाचित, अजून काही वर्षांनंतर सरताजसाठी अजून कुठेतरी एखादं छोटं घर असेल; पण आता या गजबजलेल्या, अशक्य शहरापासून कायमचं दूर जाण्याची तो कल्पनाही करू शकत नव्हता. सरताजला अध्येमध्ये एखाद्या छोट्या सुट्टीची गरज होती. ''माँ, मी या शनिवारी पुण्याला येतो.''

''छान. मी तुला किती महिने झाले पाहिलंही नाहीये.''

खरं तर तो चार आठवड्यांपूर्वीच पुण्याला गेला होता; पण त्याला माहीत होतं की, वाद घालण्यापेक्षा हो म्हणणं बरं होतं. ''तुला इकडून काही हवं आहे का?''

तिला स्वतःसाठी काहीही नको होतं; पण मावश्या, काका, भाचे, पुतण्या यांच्यासाठी तिच्याकडे मोठी लिस्ट होती. तिला हे सांगून उपयोग नव्हता की, आता पुण्यासारख्या शहरात या सगळ्या गोष्टी नक्कीच मिळत असतील; पण तिला वर्षानुवर्ष मुंबईतल्या माहितीच्या दुकानांची आणि तिच्या ओळखीच्या दुकानदारांना ठरावीक सूचना द्यायची सवय होती. सरताज नेहमी पुण्याला येताना त्याच्या कपड्यांच्या बॅग बरोबर लहान मुलांच्या साईझचे कपडे, मिठाई, नमकीन, माँसाठी तिच्या जवळच्या कोणाकोणाला देण्यासाठी शॅम्पू वगैरेनी भरलेली एक मोठी

सुटकेस घेऊन येत असे. ती तिच्या कुटुंबीयांजवळ पुण्याला राहत असे आणि सरताजला खात्री होती की, ती तिथे राहूनही त्याला दूरवर पंजाब आणि त्याही पलीकडे पसरलेल्या सर्व नातेवाइकांची खबरबात त्याला पोहोचवेल. त्याला ती तिच्या त्या कुटुंबात हरवून गेलेली वाटे; जेव्हा त्याने स्वतःला या सगळ्यांपासून खूप दूर नेलं होतं, जसं एखादा ग्रह सूर्यमालेच्या बाहेर भरकटत दूर जाईल. त्याला जोवर ती त्यांच्यात ओढत नाही आणि त्यांच्यात सहभागी करत नाही, तोवर तिच्या या नातेवाइकांच्या गोष्टी, जुन्या कहाण्या ऐकायला आवडायचं. सरताजला आणायला सांगितलेल्या एका नर्सरी ऱ्हाइम्सच्या पुस्तकाची आठवण झाली आणि तिने आता त्याला त्याच्या एका काकांची गोष्ट सांगायला सुरुवात केली, ज्यांना तो इंग्लिश बोलेल का नाही असं वाटे. सरताजने आजवर ही गोष्ट अनेकदा ऐकली होती; पण त्याला ती पुन्हा ऐकायला आवडे आणि तो ठरलेल्या ठिकाणी पुन्हा पुन्हा हसत असे.

सिद्धिविनायकापाशी पोहोचल्यावर त्याने मॉंला निरोप दिला आणि तो हसत हसत गाडीत बसला. पुन्हा एकदा पुण्याला जायची वाट पाहणे छान होते. सिद्धिविनायक मंदिराच्या गल्लीत देवाला प्रार्थना करायला, नवस फेडायला येणाऱ्या भाविकांचा घोळका शिरला. आकाशाला भिडणाऱ्या त्याच्या मोठ्या प्रमाणबद्धतेत देवळाचा सोन्याचा कळस उंच उभा होता. सरताजच्या मनात आलं की, गणेश गायतोंडे या शहरातून कधी कोणत्या जागी किंवा त्याच्या मूळ गावाला गेला असेल का? काटेकरला विचारलं पाहिजे.

गणेश गायतोंडेने देवाबद्दल आणि त्याच्यावरील विश्वासाबद्दल शेवटी काहीतरी म्हटलं होतं. आतापर्यंत गायतोंडेला नक्कीच समजलं असेल की, विश्वास ठेवायला देव असतो का नाही ते. सरताजला गायतोंडेच्या आत्म्याची काही काळजी नव्हती; पण त्याला माहीत होतं की, त्याच्या आणि तिथे मरून पडलेल्या त्या बाईच्या डेड बॉडीकडे जाऊन पाहायची वेळ आली होती. तो ते टाळत होता; पण आता त्याला जावं लागेल. सरताजने गायतोंडेला एक शिवी हासडली आणि तो गाडी चालवू लागला.

दुसऱ्या दिवशी सकाळी, अपेक्षेप्रमाणे, काटेकरने गायतोंडेकडे जायला कुरकुर केली. काटेकर म्हणाला, ''तो माणूस मेला आता आणि तो आणि ती बाई मेलेलेच राहणार आहेत, त्यामुळे त्यांना जवळ जाऊन पाहण्याची गरज नाही.''

''तू बाहेर थांबू शकतोस,'' सरताजने त्याला सांगितलं. ''पण आतापर्यंत तुला डेड बॉडीजची सवय व्हायला हवी होती.''

शवागार एका जुन्या डागाळलेल्या व काहीशा पडझड झालेल्या दगडी बिल्डिंगमध्ये होतं, तरीही ती बिल्डिंग अजूनही तिच्या उंच मनोऱ्यांमुळे आणि नक्षीदार कोरीवकामामुळे सुंदर दिसत होती. केडी हॉस्पिटलजवळ मोठ्या वडाच्या झाडाच्या हिरव्यागार सावलीत ती बिल्डिंग उभी होती. सरताजने काटेकरला गेटजवळ उतरवलं आणि त्याने गाडी बिल्डिंगला वळसा घालून पानाच्या पिचकाऱ्यांनी लाल झालेल्या भिंतीजवळ, पार्किंगमध्ये नेली. त्याच्या तर्कानुसार, काटेकरला शवागाराची, तिथले डॉक्टर, अटेंडंट्स आणि वडाच्या झाडातून झिरपणाऱ्या हिरव्या उजेडाची भीती होती. तो म्हणायचा, ''त्या सगळ्या जागेला वास येतो, जो त्याला हॉस्पिटलच्या कंपाउंडपलीकडूनही यायचा. त्याच्या मते तिथे एक पिवळट रोगटपणा असतो जो तुमच्या कपड्यात आणि खिशांमध्ये शिरतो आणि तसाच राहतो. सरताजला भारदस्त शरीराच्या गणपतराव पोपट काटेकरांमधली या अनपेक्षितपणे उद्भवणाऱ्या

अंधश्रद्धेची गंमत वाटायची, त्यामुळे जेव्हा काटेकर सरताजच्या विविध कविकल्पनांना नाक मुरडायचा, तेव्हा त्याला चिडवायला हे कारण मिळायचं.

सरताज चौकशी खिडकीपाशी उभ्या असलेल्या हरवलेल्या नातेवाईक किंवा मित्रांबद्दल चौकशी करायला आलेल्या लोकांना ओलांडून पलीकडे गेला. तो एका अंधाऱ्या कॉरिडोरमधून जात एका डबल काचेच्या दरवाज्यापाशी आला, ज्याच्यावर 'नो एन्ट्रन्स' असं लिहिलं होतं. आत पकपकणाऱ्या ट्यूबलाइटच्या उजेडात एका चरे पडलेल्या लोखंडी डेस्कवर एक खाकी चड्डी आणि शर्टमधला शिपाई बसला होता. सरताजला बघून त्याने सलाम केला. एक दीर्घ श्वास घेऊन त्याने डोळे बंद केले. आता सरताज अजून एक हिरव्या रंगाचा हलता लाकडी दरवाजा उघडून आत गेला. खोलीची दुसरी बाजू खूप मोठी होती, एखाद्या लग्नाच्या हॉलसारखी मोठी. दोन चौकोनी झरोके आणि ट्यूबलाइट्सच्या दोन रांगांमुळे खोलीत चांगला उजेड होता. तपकिरी रंगाच्या दगडाची फरशी गुळगुळीत होती आणि एका चौकोनी मोरीच्या दिशेने उतार होता. तिथे डाव्या बाजूच्या दगडी टेबलांवर दोन सावळ्या रंगाचे दोन मृतदेह होते. दोन्ही पुरुषांचे होते. एकाच्या कवटीचा वरचा बरोबर गोल भाग कापून काढलेला होता आणि त्यामुळे त्याचा चेहरा डोक्याला भोक केलेल्या एखाद्या कार्टूनसारखा दिसत होता. त्याचा मेंदू त्याच्या कोपराजवळ एका ट्रेमध्ये ठेवलेला होता आणि उजवीकडे, डॉ. चोप्रा त्या कवटीच्या भोकातून आत डोकावून अतिशय सराईतपणे काम करत होते. ते आता आतडी काढून एका मोठ्या ट्रेमध्ये ठेवत होते. सरताजने मान फिरवली...

''डॉ. चोप्रा?''

''ओह, सरताज. थांब. थांब.''

सरताज भिंतीवरील राखाडी रंगाच्या प्लास्टरला पडलेले छतापर्यंत गेलेले तडे पाहत होता आणि नंतर त्याची नजर बंद असलेल्या खिडकीच्या गंजलेल्या गजांकडे गेली. त्याने मनातल्या मनात ते गज मोजले आणि त्यांची जाडी किती असेल याचा अंदाज घेतला. दरम्यान, त्याच्या उजव्या बाजूला काहीतरी शोषल्यासारखा आणि काहीतरी ओले वाटल्यासारखा आवाज आला. सरताज डॉ. चोप्रांच्या या डिसेक्शन रूममध्ये अनेक वेळा आला होता. त्याने स्वतःला एका सामान्य नियमाची आठवण करून दिली की, एका पोलिसाला कोणत्याही गोष्टीकडे आणि कशाहीकडे स्थिर नजरेने पाहता आले पाहिजे, जग खरे कशाचे बनले आहे ते तुम्ही न कचरता जाणून घेतलं पाहिजे, कोणतीही किळस किंवा आकर्षण न वाटता म्हणून त्याने डॉ. चोप्रांना डिसेक्शन करताना पाहिलं होतं. त्यात डोकावून पाहू शकला होता आणि ते तितकंसं भयानकही नव्हतं. ते फक्त शरीराचं आतलं गुंतागुंतीचं घड्याळ होतं आणि अतिशय किचकट; पण अतिशय एकोप्याने वाहणारी द्रव्य संस्था होती; पण मृतदेहांचे पृष्ठभाग त्याच्या मनात राहत आणि झोपेतही दिसत. मूठ वळलेल्या हाताच्या बोटाची घडी, बाईच्या हनुवटीवरील आदिवासी गोंदण, खालच्या ओठावरचं पुसट झालेलं; पण लाल रंगाचं लिपस्टिक. मेलेल्यांचे तुकडे, त्यांच्या आयुष्याच्या छोट्या छोट्या आठवणी, ज्याचं ओझं वाहताना त्याला त्रास होत होता. त्याला केसेसचे असे काम करायला वाटेल, असा अभिमान वाटत नव्हता म्हणून आता तो डिसेक्शन पाहत नसे.

''झालं,'' डॉ. चोप्रा म्हणाले.

सरताजला रबरी ग्लोव्हज काढल्याचा आवाज आला आणि तो मान ताठ ठेवून वळला. त्याला त्या मृतदेहाचा चेहरा दिसला आणि त्याने त्याच्याकडे एक क्षण रोखून पाहिलं. नंतर त्याला डॉ. चोप्रांच्या केसांचं दाट झुलूप दिसलं. सरताजला आजवर भेटलेल्या माणसांत

डॉक्टर साहेब सगळ्यात जास्त केसाळ व्यक्ती होते. आता अजून बाराच वाजून गेले होते आणि डॉ. चोप्रांचे गाल आणि जबडा आधीच काळवंडले होते. त्यांच्या छातीवरच्या केसांचा पुंजका त्यांच्या मानेपर्यंत आला होता. ते बेसिनपाशी हात धुवत होते.

''डॉक्टर साहेब, मला गायतोंडे आणि त्याच्या त्या मैत्रिणीला बघायचं आहे.''

''ठीक आहे,'' डॉ. चोप्रा म्हणाले. ''ते कोल्डरूममध्ये आहेत.''

''पोस्टमार्टेम झालं?''

''अरे, गायतोंडे मोठा भाई होता, बरोबर? तो आणि त्याची मैत्रीण क्यूमध्ये उडी मारून पुढे आले.'' डॉ. चोप्रा हसले आणि हे बरंचसं प्रामाणिक हसू होतं, आनंदाचं. ''मी तुला त्याना कोल्डरूममधून बाहेर काढून द्यायला हवं आहे का? आपण तिथे गेलो तर लवकर होईल.''

त्यांच्या बोलण्यात, त्यांची केसाळ भुवई उंचावण्यात एक प्रकारचं आव्हान होतं, जर तुम्हाला जमत असेल तर मि. पोलीसमन. काटेकरला कोल्डरूमचा तर बिलकूल तिटकारा होता. तो एकदाच आत गेला होता, जेव्हा सरताज आणि काटेकर एका खबरीची बॉडी शोधत होते. काटेकरने कोल्डरूममध्ये पाऊल टाकलं आणि तोंडावर हात ठेवून तो परत फिरला आणि बाहेर पार वडाच्या झाडापाशी गेला. सरताजने मात्र आत थांबून खबरीची बॉडी शोधली. सरताजने हे काम पूर्वीही केलं होतं व तो आताही करू शकत असे. त्याने खांदे किंचित उचलले आणि म्हणाला, ''कोल्डरूममध्ये? ठीक आहे.''

दुपारच्या झगझगीत उजेडाचा मागमूसही नसणारा एक अंधारा रस्ता कोल्डरूमकडे जात होता. सरताज डोळे ताणून पाहत चालत होता आणि आता त्या वासापासून सुटकेचा मार्गच नव्हता. ते एका दरवाज्यातून आत एका मोठ्या अंधाऱ्या पॅसेजमध्ये गेले. अंधार अंगावर आल्यासारखा वाटत होता. खिडक्या बंद होत्या, बाहेरच्या उष्णतेला आत यायला मज्जाव होता. आतली हवा भिंतीलगत रॅकमध्ये दोन ओळींत रचलेल्या मृतदेहांच्या रक्ताच्या वासाने भरलेली होती. मृतदेह कापडात गुंडाळून ठेवलेले होते. ती कापडं ओलसर होती आणि रॅकच्या खालची जमीन चिकट आणि गुळगुळीत होती.

कॉरिडोरच्या टोकाला टेबलापाशी बसलेल्या अटेंडंटकडे पाहून मान हलवली. त्याला त्याच्या घशात आवंढा आल्याचं जाणवलं आणि त्याला त्यामुळे तोंड उघडायचं नव्हतं.

''इन्स्पेक्टर साहेब, खूप दिवसांनी,'' एक अटेंडंट उठत म्हणाला. तो एक हिंदी कादंबरी वाचत होता आणि त्याचा मित्र पत्र लिहीत होता. दोघेही उठून उभे राहिले.

सरताज टेबल ओलांडून पलीकडे जाताना काळजीपूर्वकपणे म्हणाला, ''मागच्या वेळेपेक्षा जास्त वास येतोय.''

''अरे साहेब,'' कादंबरी वाचणारा अटेंडंट म्हणाला, ''एअर कंडिशनर नादुरुस्त होईपर्यंत थांबा. मग तुम्हाला खरा वास येईल.''

''पाऊस सुरू होईपर्यंत थांबा आणि भिंतीतून ओल यायला लागेल,'' दुसरा अटेंडंट अजून समाधानाने म्हणाला. ''नंतर खरी गंमत येते.''

सरताजला वाटलं की, आपण अजून किती वाईट होईल, याचा विचार करण्यात आनंद मानतो आणि नंतर अजून किती भयानक होईल, याची कल्पना करण्यात आणि तरीही आपण तग धरतो, शहर पुढे धावतच राहतं. कदाचित, एक दिवस सगळं विखरून जाईल...त्या विचारातही एक प्रकारचं समाधान होतं. फुटून जाऊ दे मादरचोद शहर एक दिवस.

डॉ. चोप्रांनी त्यांच्या अटेंडंट्सकडे पाहून मान हलवली. कोल्डरूमचा दरवाजा चकचकीत स्टीलचा होता, अतिशय तुकतुकीत, नवीन आणि उच्च तंत्रज्ञानाचा आणि निर्जंतुक. कादंबरी वाचणाऱ्या अटेंडंटने त्या मजबूत दरवाज्याच्या हँडलला स्पर्श केला, गळ्याला हात लावून मंत्र म्हटला. त्याने हँडल धरलं, मागे सरकला आणि दरवाजा उघडला. ''ये,'' डॉ. चोप्रा म्हणाले.

सरताजला आठवत होतं की, आत मृतदेहांच्या रांगाच रांगा होत्या. जमिनीवर एकमेकाला खेटून उघड्या ठेवलेल्या मृतदेहांच्या रांगा. प्रत्येक मृतदेह पुढे शिवलेला होता, पोस्टमार्टेमचा कट दिलेल्या ठिकाणी मोठ्या काळ्या दोऱ्यांच्या गाठी मारलेल्या दिसत होत्या. मातकट, काळी त्वचा, चिखलासारखी, काट्यांसारखे उभे राहिलेले गुप्तांगावरचे केस. सरताज विचार करत होता की, वाटतं तितकं थंड नाही इथे आत, तरी ते याला कोल्डरूम का म्हणतात? यापेक्षा थंड असणारी हॉटेल्स आहेत. डिलाइट डान्स बारच्या वरच्या मजल्यावरसुद्धा याहून थंड आहे. आता फक्त संथपणे चालणाऱ्या एअर कंडिशनरचा आवाज ऐकू येत होता.

''लेडीजच्या बॉडीज इकडे आहेत,'' डॉ. चोप्रा म्हणाले.

या मृत्यूचे वास्तव असलेल्या घरातही, कातडीच्या पलीकडे जाऊनही इथे सभ्यता जपण्यात आली होती. बायकांचे मृतदेह एकावर एक डाव्या बाजूच्या केबिनसारख्या खोलीत रचून ठेवलेले होते. त्याला वेगळं लोखंडी दार होतं. अटेंडंट्स आत गेले आणि त्यांनी मृतदेह इकडून तिकडे हलवले, रचले, ओढले आणि दरवाज्यावर थाप मारली आणि आनंदाने बाहेर आले. सरताजचं लक्ष त्या अटेंडंट्सच्या हातांकडे होतं. ते मृतदेह हाताळण्याचं काम हातात ग्लोव्हज न घालता करत होते. त्याने ते नंतर हात धुवत असतील अशी आशा केली.

''साहेब,'' पत्र लिहिणारा अटेंडंट म्हणाला. त्यांना ती बाई सापडली होती.

सरताज मागे सरकला. त्याचे शूज जमिनीला चिकटत होते.

तिच्या मृतदेहावर पुढच्या बाजूस एक असाधारणपणे मोठा छेद दिलेला दिसत होता. तिचे ओठ जळलेल्या मेणबत्तीसारखे निळे पडले होते आणि तिच्या वरच्या दातांपासून मागे गेलेले होते. फाइलमधला तिच्या ऑटोप्सीच्या फोटोत तिचे गाल चपटे दिसत होते आणि तिचं धारदार नाक दिसत नव्हतं; पण तिचं नाक कधीतरी मोडलं असावं. नाकावर किंचित खड्डा दिसत होता. मेल्यावर ती एकदम साधी दिसत होती; पण तिच्या खांद्यावर स्नायू होते आणि तिच्या बगलेतही. सरताजने तिला डान्सरच्या पोजमध्ये कल्पना केली, झगमगणारी आणि तिच्या बांध्याचा अभिमान असलेली.

''अनोळखी मृत महिला,'' डॉ. चोप्रा एका लांब शीट वरची माहिती वाचत म्हणाले, ''उंची पाच फूट साडेतीन इंच, एकशे दहा पाउंड, खांद्यापर्यंत लांब केस, डोळे काळे, उजव्या गुडघ्यावर चार इंचाचा व्रण, मृत्यूपूर्वी आठ तास आधी खाल्ले होते, मृत्यूचे कारण छातीत मारलेली एक गोळी, गोळी बरगड्यांमध्ये घुसून वरच्या दिशेने टी४मधून बाहेर पडली, ज्यामुळे फुफ्फुसांना, मणक्यांना इजा झाली. मृत्यू तत्काळ झाला.''

तत्काळ मृत्यू. सरताजला आश्चर्य वाटलं की, तिला रिव्हॉल्वरचे उंचावलेले बॅरल, गायतोंडेचे लाल डोळे आणि तिचा मृत्यू येताना दिसला असेल का? सरताजने डॉ. चोप्रांना विचारलं, ''त्या व्रणाशिवाय अन्य काही ठळक खुणा नाहीत?''

''नाहीत.''

''ठीक आहे,'' सरताज म्हणाला. कधी कधी मृताचे शरीर तुम्हाला आधी माहीत नसलेल्या गोष्टी सांगते; पण हा खूपच छोटा इतिहास होता. मुळात तिला आयुष्याने काही खुणा दिल्या नव्हत्या.

''आणि गायतोंडे?'' वळत डॉ. चोप्रांनी विचारलं.

''हो, गायतोंडे.'

सरताज डॉ. चोप्रांच्या मागून मृतदेहांच्या एका लहान ओळीत गेला. जमिनीवर द्रवांचे ओघळ होते, हलक्या रंगाचे अल्बूमीन आणि काळसर डिस्चार्ज. सरताज काळजीपूर्वक पावलं टाकत होता. एका ओळीच्या मध्यावर गायतोंडे पडला होता. त्याच्या डोक्याची स्थिती सोडली, तर इतरांच्यात आणि त्याच्यात काहीच फरक दिसत नव्हता. त्याच्या डोक्यातून बाहेर आलेलं मांस आता काळं पडलं होतं. ''पाच फूट सहा, १५१ पाउंड, त्याने दोन गोळ्या झेलल्या आहेत.'' डॉ चोप्रांनी खूण केली. ''आणि इंटरेस्टिंग म्हणजे त्यातली एक त्याच्या ढुंगणात होती. द ग्रेट गायतोंडे पळत असणार ती गोळी झाडली गेली तेव्हा. दुसरी जखम त्याच्या डाव्या खांद्यावर होती, इथे.''

सरताज खाली वाकला, त्याने पाहिलं की गायतोंडे दिसायला रेखीव होता, भुवया चांगल्या होत्या. सरताजच्या मनात आले, तो राजा होण्यासाठी जन्माला आला असणार किंवा एखादा साधू. त्याने कधी आरशात पाहून विचार केला असेल की त्याने काय बनावं?

डॉ. चोप्रा त्यांच्या उजव्या हातावरचे केस कुरवाळत होते. एअर कंडिशनर धीम्या आवाजात सुरू होता आणि गायतोंडे आणि इतर मृतदेहांचा एक कुबट दुर्गंध उफाळून आला. ''थँक्स डॉक्टर साहेब,'' सरताज म्हणाला आणि त्याला आता पुरे झालं होतं. तो सरळ उभा राहिला आणि भराभर निघाला. अटेंडंट्सना ओलांडून पुढे जाण्यासाठी तो किंचित बाजूला सरकला, जे मृत बाईला उचलून पुन्हा केबिनमध्ये ठेवत होते. तो त्यांना ओलांडून पुढे गेला. मुख्य दरवाजाच्या कडांमधून उजेडाच्या तिरीपा येत होत्या आणि त्या उजेडात सरताजने जमिनीवर काळ्या मांसाचा तुकडा पाहिला, तो तीन दातांना चिकटलेला जबड्याचा छोटा तुकडा होता. त्याच्यावरून उडी मारून त्याने सूर्यप्रकाशात धाव घेतली.

''तू ठीक आहेस का?'' डॉ. चोप्रांनी विचारलं.

सरताज वडाच्या झाडापाशी उभा होता, एक हात खडबडीत सालीवर ठेवून, श्वास घेत. ''तुम्ही ही गांडू जागा थंड का ठेवू शकत नाही? का?'

''एअर कंडिशनर बंद पडतात, वायरिंग जुनं झालय, फ्युज उडतात आणि लोकसंख्याही किती वाढली आहे. त्यामानाने शवागार खूपच छोटं आहे.''

होय, डॉ. चोप्रा चांगले होते, त्यांना यासाठी दोष देणं चूक होतं. यात त्यांची काहीच चूक नव्हती आणि त्यांच्याकडे पुरेसे पैसेही नव्हते, वीजही तुटपुंजी होती, खूप लहान जागा आणि खूप मृतदेह. ''सॉरी डॉक्टर,'' सरताज म्हणाला. त्याने हवेत हात उडवले, काहीशी अस्वस्थता दर्शवणारी हालचाल जी सर्व काही सांगून गेली. डॉ. चोप्रांनी हलकेच मान हलवली आणि ते हसले. ''थँक्स,'' पुन्हा एकदा सरताज म्हणाला.

''आशा आहे की, बॉडीज पाहण्याचा तुला काही उपयोग झाला असेल.''

''हो, हो, खूपच,'' सरताज असं म्हणाला; पण तो जीपच्या दिशेने चालत जात होता, तेव्हा त्याला याची खात्री नव्हती. काही वेळापूर्वी त्या डेडबॉडीज बघण्याची इच्छा

थोडी सुसंगत वाटत होती, तो आता मूर्खपणा वाटू लागला. त्यातून काय निष्पन्न झालं, ते सरताजलाही माहीत नव्हतं. वेळ वायाच गेला होता. त्याला आता पोलीस स्टेशनला परत जायची घाई होती; पण जीपपाशी गेल्यावर त्याला आत बसावंसं वाटेना. तिथे बागेच्या टोकाला लाल विटांचं कुंपण सारखं केलं होतं, त्याच्यावर चढला आणि बुटाला चिखल लागला होता, तो गवतावर घासून काढला. त्याच्या हृदयातली धडधडही हळूहळू कमी झाली.

काटेकर घरी गेला, तेव्हा शालिनी स्वयंपाक करत होती. ती सात बंगल्याला एका डॉक्टरांच्या घरी साफसफाईचं काम करत असे. इतर बायकांसारखी तीन तीन झाडू पोछाची कामं न करता, तिला डॉक्टरांकडचं एकच काम बरं वाटे. मुलं शाळेतून यायच्या वेळेला तिने घरी असायचं, असं त्यांनी ठरवलं होतं म्हणजे त्यांना आई घरात मिळेल आणि तिचं लक्षही राहील; पण पैसे मिळाले तर हवेच होते आणि एक चांगले डॉक्टर ज्यांचं क्लिनिकही आहे, ते अडीनडीला उपयोगीही पडणार होते. शालिनी स्वयंपाक करत होती. काटेकरला तिच्या लयबद्ध हालचाली पाहायला आवडत असे. चमच्यांचा आवाज, भाजी चिरताना होणारा सुरीचा आवाज, स्टोव्हवर रटरट शिजताना येणारा बुडबुड्यांचा आवाज आणि ती भाजीला मसाला घालायची तेव्हा येणारा खाट... या सगळ्यांमुळे काटेकर हरवून जायचा. टेबलावरच्या पंख्याच्या कमी स्पीडमध्ये येणाऱ्या वाऱ्यातही त्याला सुख वाटायचं. तो उंट कसा पाठीवर पाणी साठवून ठेवतो, तसं तो झोप साठवायचा आणि दिवसा कधीही वेळ मिळेल, तेव्हा डुलकी काढायचा. एका पोलीस कॉन्स्टेबलच्या आयुष्यात हे फार आवश्यक असतं. त्याने एक सुस्कारा सोडला.

जेव्हा त्याला जाग आली, तेव्हा खोलीत अंधार होता आणि बाहेर गल्लीत गजबज सुरू होती. त्याने मनगटावर घड्याळ पाहिलं, साडेसहा झाले होते. ''मुलं कुठे आहेत?'' त्याने विचारलं. शालिनी दरवाजात बसली आहे, हे त्याला मान वळवून न पाहताही कळलं.

''खेळतायत,'' ती म्हणाली.

तो डोळे चोळत उठून बसला. तिने स्टोव्हला पंप केला, तसा त्याची भुरभुर सुरू झाली. स्टोव्हच्या जाळाच्या उजेडात त्याला तिचा चेहरा दिसला. ''ते भांडतायत,'' तो म्हणाला. त्याचा मुलांशी संदर्भ नव्हता.

''हो.'' अमृतराव पवार आणि त्यांची बायको काटेकरच्या पलीकडे दोन खोल्या सोडून राहत होते आणि ते सतत भांडत असायचे. गेली अकरा वर्षं शेजाऱ्यांना त्यांच्या भांडणाची सवय होती. त्यांच्या लग्नाला चार वर्षं झाल्यावर पवारांनी दुसरी बाई ठेवली होती. अर्पणा घर सोडून तिच्या माहेरी गेली होती. आता दुसऱ्या बाईचा नाद सोडून दिला आहे, अशी समजूत घालून पवारांनी तिला परत आणलं होतं; पण ते काही खरं नव्हतं. ती परत आली खरी; पण त्या दुसऱ्या बाईला मूल झालं आणि आता पवारांनी दोन घरोबे केले होते. ते आणि अर्पणा, दोघेही ना एकमेकाला सोडायला तयार होते, ना जमवून घ्यायला. ते सतत भांडत असायचे. अर्पणाच्या शेजाऱ्यांच्या लेखी, ती दुसरी बाई म्हणजे 'ठेवलेली बाईच' होती. अर्पणाने अकरा वर्षांत कधी तिचा नावाने उल्लेख केला नव्हता आणि पवारही कधी तिच्याविषयी बोलत नसत.

काटेकर आणि शालिनी एकमेकांसमोर बसून चहा प्यायले. तिने त्याला आवडतात म्हणून कांदेपोहे केले होते. ''मी काल भारतीशी बोलले.''

भारती तिची धाकटी बहीण होती. तिचं लग्न कुर्ल्यातल्या एका भंगारवाल्याशी झालं होतं. भंगारविक्रीमध्ये बहुदा जास्त पैसा असावा. कारण, भारती कधीही भेटायला आली की नवीन साडी, नवीन ठसठशीत जाडजूड सोन्याच्या बांगड्या घालून येई. येताना मुलांसाठी नुसते बत्तासे नाही, तर पुरणपोळ्या, चिरोटे घेऊन येई. काटेकरने मुलांना ते खाऊन बोटं चाटताना पाहिलं होतं आणि तिने ते डबे देताना आणि शालिनीला नवी साडी दिल्यावरचा शालिनीचा ओशाळलेला चेहराही पाहिला होता. त्याला आश्चर्य वाटलं होतं की, औदार्यसुद्धा किती सौम्यपणे एखाद्या शस्त्राचं काम करतं आणि विशेषकरून बहिणीबहिणींमध्ये म्हणून आता चहाचा घोट घेता घेता त्याने विचारलं, ''हो?''

''ते शेजारची खोलीपण घेतायत,'' शालिनी म्हणाली.

''चाळीत?''

''नाहीतर कुठे?''

उत्तर पटकन आणि तीक्ष्णपणे आलं. ती त्याच्या प्रश्नार्थक नजरेला नजर देऊन पाहत होती म्हणजे आता तिची बहीण आणि मेव्हणा भिंती पाडून, खोल्या जोडणार आणि घर त्यांना पुरेसं मोठं करून घेणार. ''त्यांना तीन मुलं आहेत,'' काटेकर म्हणाला. ''त्यांना जागा लागते.''

शालिनीने त्याच्याकडे एक कटाक्ष टाकला आणि बिस्किटांची प्लेट उचलली. ''काय, त्या छोट्या टपोरी पोरांना जागा लागते?'' ती उठली आणि प्लेट, चमचे उचलू लागली. ''भारती एवढी एवढी होती, तेव्हापासून ती उधळतेच आहे. ते दोघं भविष्याचा काही विचारच करत नाहीत. त्यांची मुलं बिघडणार आहेत. तुम्ही बघत राहा.''

तिला तिची भाचे आवडत. त्यांना भेटल्यावर ती त्यांना कुशीत घेत असे आणि आपल्या मुलांपेक्षा जास्त लाड करत असे. काटेकरला हे माहीत होतं. त्याने शर्ट-पँट चढवली. तिने तोवर भांडी विसळून जागेला लावलीही होती. काटेकर तिच्याकडे पाहून हसला. ''मी एक जोक ऐकला काल,'' तो म्हणाला.

''काय?''

''एकदा लालू प्रसाद यादव बिहारला आलेल्या एका जपानी बिझनेसमनला भेटले. तो जपानी बिझनेसमन त्यांना म्हणाला, 'मुख्यमंत्री साहेब, तुमच्या राज्यात खूप साधनसंपत्ती आहे. आम्हाला तीन वर्षं मोकळीक द्या आणि आम्ही बिहारचा जपान करू.' लालूने आश्चर्याने पाहिलं. म्हणाला, 'तुम्ही जपानी लोक कामात तरबेज असायला हवं. तीन वर्षं? मला तीन दिवस द्या, मी जपानचा बिहार करून दाखवतो.'''

''काय विनोद आहे यात?'' पण ती हसत होती.

''अरे, तुझ्या खानदानात विनोद कळतच नाहीत कोणाला,'' काटेकर म्हणाला.

त्यांनी इतके वर्षांत ही गोष्ट शोधून काढली होती. त्याच्या घरचे थोडे दिखाऊ पण विनोद आवडणारे होते आणि तिच्या घरचे कंजूष आणि कंटाळवाणे. हा फरक मुलांच्यातही दिसून यायचा. रोहित काटेकरवर गेला होता, तर मोहित शालिनीवर. आता शालिनी तिच्या मुलांबद्दल विचार करत होती. ''तुमचं लवकर आवरलं तर पाटलांकडे जायला वेळ मिळेल का?''

पाटील म्हणजे त्यांचा शिंपी. दोन गल्ल्या सोडून एका चिंचोळ्या बिल्डिंगमध्ये त्याचं दुकान होतं. ती बिल्डिंग म्हणजे एका गटारावर पडक्या भिंतीला धरून बांधलेली होती. पाटीलने ते गटार बुजवून, मागची बाजू भिंत घालून बंद केली होती आणि छप्पर चढवलं

होतं. आता त्याने तिथे दोन टेलर ठेवून दुकान थाटलं होतं. तो मुलांचे युनिफॉर्म शिवायचा. चांगले शिवायचा, इतके मजबूत की, रोहितला लहान झालेले मोहितपण घालू शकेल. ''आज नाही,'' काटेकर म्हणाला. ''मी उद्या घेतो. एक हाफ पँट आणि एक शर्ट. बरोबर?''

''हो,'' शालिनी म्हणाली. तिचा राग आता निवळला होता. त्याला युनिफॉर्म घ्यायचं लक्षात आहे हे बघून तिला बरं वाटलं होतं. त्याला ते दिसत होतं.

बाहेर, आकाशात केशरी रंग पसरला होता. पावसाळ्याला अजून वेळ होता; पण पाऊस जवळ आल्याचं जाणवलं. आकाश इतकं सुंदर दिसत होतं; पण ते बघायला कोणालाही वेळ नव्हता. काटेकर भराभर पावलं टाकत मैदानातल्या रस्त्याने बसस्टॉपकडे निघाला. त्याच्या डोक्यात सेक्सचा विचार सुरू होता. त्याचं आणि शालिनीचं लग्न झालेल्या सुरुवातीच्या वर्षात, रोहितचा जन्म होण्याआधी तो तिच्याशी एकनिष्ठ नव्हता. आता मागे वळून पाहिलं, तर त्याला त्याचं ते डान्सबारमध्ये जाणं, तिथल्या मुलींवर पैसे उडवणं, अंधाऱ्या खोल्या, लेट नाइट टॅक्सी यावर उधळलेले पैसे हा सगळं वेडेपणा वाटला. शालिनी तेव्हा मुलगेलीशीच होती; पण त्याने आसुसलेपणाने तिच्या मानेच्या कमानीवर आपलं डोकं ठेवल्यावर प्रतिसाद म्हणून त्याच्या पाठीवर येणारी तिची घट्ट पकड शांतपणे तिची भूक जाणवून देत असे, तरीही तो इतर बायकांकडे जात होता. त्याला काही कारण नव्हतं; पण झिरझिरीत नायलॉनखालून दिसणाऱ्या अनोळखी कंबरा त्याला त्यांच्याकडे ओढून घेत असत. हा साधारणपणे जगातल्या सर्व पुरुषांना जाणवणारा वेडेपणा होता आणि त्या काळातही सुरक्षित सेक्स करण्यासाठी कंडोम वापरण्याची त्याची खबरदारी पाहून त्या मुलीनाही आश्चर्य वाटत असे. रोहितचा जन्म झाल्यावर, काटेकरने त्याचं नुकतंच जन्मलेलं मुटकुळं छातीशी कवटाळलं आणि आता त्याला त्याचा कष्टाचा पैसा अन्य कुठे खर्च करणं अशक्य वाटू लागलं. आता शाळेचे युनिफॉर्म, पुस्तकं, शूज, हेअर ऑइल, क्रिकेट बॅट, चौपाटीला फिरायला जाणं अशा नवनवीन गरजा ओढू बघत होत्या, तरीही वीस रुपयांच्या नोटेत येणाऱ्या दोन कुल्फी खात सूर्यास्ताच्या वेळी समुद्रकिनारी बसण्यातला आनंद कळल्यावरही आणि दोन मुलं झाल्यावरही तो वेश्यांकडे जात होता. शालिनी कधी कधी म्हणायची की, पुरुषांना ते वेड असतं. तो नेहमी गप्प बसायचा; पण त्याला म्हणावसं वाटायचं की, ते वेड त्यांच्या मनात किंवा डोक्यात नसतं, तर ते रक्तातच असतं. नेहमी तर्क उपयोगी पडत नाहीत. कधी कधी त्यांची हार होते आणि त्यांना शरण जावंसं वाटतं; पण तरी मी तुझ्यासाठी इतकी धडपड करतो.

मैदानात डझनभर तरी क्रिकेटचे डाव एकमेकाला खेटून सुरू होते आणि रंगात आले होते. वेगवेगळ्या डावातले फिल्डर्स एकमेकाला क्रॉस करून पळत होते. त्या गलिच्छ नाला आणि म्युनिसिपल स्मशानाची भिंत यांच्यामधल्या या निमुळत्या पिवळ्या मातीच्या मैदानावर दीड दोनशे तरी मुलं मैदानावर इकडून तिकडे पळत होती. काटेकर भिंतीच्या कडेने चालत होता, त्याचा खांदा भिंतीवरच्या फाटक्या पोस्टर आणि रंगकामाला घासत होता. स्मशानात जळणाऱ्या प्रेतांपासून फक्त एक भिंत पलीकडे खेळणाऱ्या मुलांची कधी कधी त्याला काळजी वाटे. कारण, चितांची राख उडून इकडे क्रिकेट पिच वर येत असे; पण तुम्हाला अंत्यसंस्कार करण्यासाठीही जागा पाहिजे आणि म्हणून मग वस्तीच्या कडेला खेळण्याचा पर्याय म्हणजे वाहत्या रस्त्याच्या कडेला असलेल्या मोकळ्या जागेत खेळायचं. तरी आज चिता जळत नव्हती आणि धूरही नव्हता. आज कोणाचा मृत्यू झाला नव्हता. मोहित चपलांच्या ढिगाशेजारी एका मातीच्या उंचवट्यावर बसला होता. तो समुद्राकडे पाहताना स्वप्नाळू आणि आनंदी

दिसत होता. काटेकरच्या छातीत खोलवर एक कळ उठली. तो अगदी त्याच्यावर गेला होता. तो आत्मविश्वासू आणि व्यवहारी होता, अनेकदा विनोदही करायचा; पण मोहितच्या अंतर्मुखी स्वभावाची मात्र काटेकरला काळजी वाटायची. रोहितची महत्त्वाकांक्षा आणि त्याचा राग यामुळे तो अडचणीत येऊ शकतो; पण मोहितच्या संवेदनशील स्वभावाचे काय? अशा हळवेपणाचं काय होईल? काटेकर त्याच्याशेजारी बसला.

''खेळत नाहीस?'' काटेकरने विचारलं.

''पप्पा,'' मोहितने खांदे उडवले. तो दुसरीकडे पाहू लागला आणि त्याचा खालचा ओठ चावू लागला. तो बेचैन असला की, असा ओठ चावे.

''ठीक आहे,'' त्याच्या पाठीवर थोपटत काटेकर म्हणाला. त्याने अनेकदा त्याच्या मुलांना सांगितलं होतं की, खेळण्यामुळे चरित्र घडतं. ''तुला खेळावंसं नाही वाटत आहे?''

मोहितने मानेनेच नाही म्हटलं. मग आता कसला विचार करतो आहेस, असं विचारायचं काटेकरच्या मनात आलं की, तू बिल्डिंग्सच्या मधून दूर दिसणाऱ्या चंदेरी पाण्याच्या क्षितिजामध्ये काय पाहतो आहेस; पण तो हसला आणि मोहितच्या डोक्यावरून हात फिरवला. ''तुझा भाऊ कुठे आहे?''

''तिथे.''

रोहित बॉलिंग करत होता. त्याने फास्ट बॉल टाकला होता. थोडा वाइड होता; पण स्पीड चांगला होता. बॅटिंग करणाऱ्याला तो दिसलाच नाही, बॉल अलगद सरळ विकेटकीपरच्या हातात गेला आणि त्याने तो पुन्हा रोहितकडे टाकला. रोहित विकेटकडे धावत गेला, अगदी सहजपणे पुढच्या बॉलचा विचार करत. तो चांगला खेळायचा. काटेकर त्याच्या सहज हालचालींवरून, आत्मविश्वासावरून आणि तो ज्या पद्धतीने फिल्डर्सना उजवी डावीकडे उभं राहायला सांगत होता, त्यावरून सांगू शकत होता. काटेकरने पाहिलं की, आपले बाबा आपल्याकडे बघत आहेत, म्हटल्यावर त्याच्या खेळण्यात व्यत्यय आल्याने कपाळावर एक आठी उमटली. नंतर तो हसला आणि पुढे जाऊ लागला. काटेकरने त्याला हातानेच खूण केली बॉलिंग कर म्हणून. रोहित त्याच्या जागेवर गेला आणि धावत येऊन त्याने बॉल टाकला; पण तो वाइड होता.

काटेकर उठला. ''मोहित,'' तो म्हणाला, ''घरी जायला उशीर करू नका. अभ्यास करा. उद्या भेटू.''

''हो पप्पा,'' मोहित उत्तरला.

काटेकरने हलकेच मोहितचा खांदा दाबला आणि तो भरभर चालू लागला. त्याला रोहितला खेळताना बघायची इच्छा झाली; पण तो मागे वळून न बघता चालत राहिला.

डिलाइट डान्स बारवर रेड टाकायला पीएसआय कांबळे बरोबर आला. तो म्हणाला, ''मी तुमचा अंडरकव्हर माणूस असेन.'' आणि आपल्याच जोकवर तो मोठ्याने हसला. कारण, डिलाइटवाले त्यांच्या काही डान्सर्सपेक्षाही जास्त कांबळेला ओळखत होते. तो नेहमी डान्स फ्लोअर समोरच्या मेन बूथमध्ये बसत असे आणि बिलात त्याला नेहमी विशेष डिस्काउंट असे. डिलाइटकडे निघालेल्या व्हॅनमध्ये, तो एकदम छान मूडमध्ये सगळ्यांना जोक्स सांगत होता. ''तुम्ही मारुती ८००मध्ये तीस मारवाडी कसे मावाल? तुम्ही मारुतीमध्ये एक शंभर रुपयांची नोट टाका.'' व्हॅनमध्ये मागे बसलेले कॉन्स्टेबल्स, ज्यात लेडीजही होत्या, सगळे हसले.

सरताजने विचारलं, ''कांबळे, आज इतके खूश? आज काय स्कोअर झाला?''

कांबळेनी मान हलवली आणि गप्प झाला. नंतर पुन्हा हसवू लागला. त्यांच्या हसण्याच्या आवाजात त्यांचा प्रवास सुरू होता. डिलाइटमध्ये व्हॅन पार्क केल्यावर त्यांची नियोजित वेळ होईपर्यंत ते थांबले होते. कांबळे बिल्डिंगमधून व्हिस्की आणि पाणी घेऊन बाहेर आला. त्यांने सरताजला इतर कॉन्स्टेबल्सपासून थोडं बाजूला घेतलं आणि रस्त्यावर थोडं दूर नेलं. त्यांने बेनिटनचा पांढरा आणि बाह्यांवर हिरवे पट्टे असलेला टी शर्ट घातला होता आणि ब्ल्यू जीन्समध्ये इन केला होता. आफ्टरशेव्ह लोशनचा उग्र वास येत होता. ते मागे सरकले आणि एकेक पाय पुढे करून रंगीबेरंगी शूज दाखवत विचारलं, ''एकदम मस्त शूज आहेत ना?''

''खूपच मस्त. फॉरेनचे?''

''येस बॉस, नाइकी.''

''खूप महागडे.''

''महागडे वगैरे ठीक आहे. जेव्हा तुमच्या खिशात पैसे असतात, खर्च वगैरे काही वाटत नाही. पैसे नसतील, तर खर्च मोठे वाटतात.''

''तुमच्या खिशात पैसे आलेत?'

कांबळेनी एक क्षण सरताजकडे पाहिलं आणि आपल्या हातातल्या ग्लासकडे बघत म्हणाला, ''समजा, एका तरुण हुशार पोलीस ऑफिसरचा एक खबरी असेल, जो कधीतरी खूपच कामाची माहिती देतो; पण जेव्हा देतो, तेव्हा एकदम सॉलिड खबर.''

''कोण खबरी आहे हा?''

''खबरी कोण आहे ते जाऊ दे. ते महत्त्वाचं नाही. महत्त्वाचं हे आहे की, त्या हुशार तरुण ऑफिसरला आज सकाळी टिप मिळाली की, अजय मोटा या लोकल छोट्या-मोठ्या चोराकडे त्याच्या खोलीत चोरलेले मोबाईल फोन आहेत. ते नवे कोरे फोन आहेत. तीन दिवसांपूर्वी कुर्ल्यातलं एक दुकान फोडून चोरलेले.''

''वाह खूपच छान, तर हा हुशार ऑफिसर जातो आणि अजय मोटाला अटक करतो?''

''नाही, नाही. हे खूप सरळ आहे बॉस. नाही, त्या खबरीला माहीत आहे की, अजय मोटा कुठे राहतो; पण त्या ऑफिसरला अजून ते माहीत नसतं. मग, तो साध्या कपड्यात खबरीबरोबर अजय मोटाच्या वस्तीबाहेर थांबतो आणि तो खबरी अजय मोटा खांद्याला बॅग अडकवून बाहेर येताना त्याच्याकडे बोट दाखवेपर्यंत वाट पाहतो. त्यात रिस्क असते, जर अजय मोटा दुसऱ्या दिशेने पळाला तर? पण तो जात नाही, तर तो ऑफिसर खबरीला मागे ठेवून अजय मोटाचा पाठलाग करतो. त्याला इतक्या ट्रॅफिकमध्ये फॉलो करायचं ही अजून एक रिस्क. ते सोपं नाही; पण ऑफिसरकडे मोटार सायकल असते आणि अजय मोटा रिक्षामध्ये असतो, त्यामुळे अपराध्याची रिक्षा एक दहा मिनिटं जाते. नंतर अपराधी उतरतो आणि एका दुकानात जातो. वीस मिनिटांनंतर बाहेर येतो, त्याची बॅग खांद्यालाच असते. मग आता तो ऑफिसर त्याला धरतो, खटाखट त्याची कॉलर पकडतो, त्याला रिव्हॉल्वर दाखवतो, दोन कानाखाली वाजवतो, 'तुला अटक केली आहे, भेन्चोद, तुला कोऑपरेट करायचं आहे का,' असं विचारतो. नंतर, वेळ न घालवता, ऑफिसर त्याला दुकानात आत नेतो, मागच्या बाजूला तो दुकानदार चोरलेल्या फोनसह असतो. मग, ऑफिसर दोघांना अरेस्ट करतो, चोरलेला माल जप्त होतो आणि अजय मोटाच्या बॅगमध्ये चाळीस हजार रुपये असतात.''

''फक्त चाळीस हजार रुपये? किती फोन होते?''

कांबळे हसला आणि त्याने ग्लास रिकामा केला आणि जीभ बाहेर काढून शेवटचे थेंब त्यावर झेलले. तो खूप खुशीत होता. ''किती फोन होते वगैरे सोडा सरताज साहेब,'' ताठ उभं राहत हात हलवत कांबळे म्हणाला, ''महत्त्वाची गोष्ट ही आहे की, वाईट माणसं पकडली गेली.'' स्वतःशीच गुणगुणत जात म्हणाला, ''मला माझा ग्लास भरला पाहिजे बॉस, पुन्हा एकदा.''

रेड टाकत असतानाही सरताज कांबळेच्या या विजयाचा विचार करत होता. कांबळेचं बरोबर होतं, वाईट माणसांना अटक झाली होती. कांबळेने स्वतः कॅश उचलली होती. कदाचित, बॅगमध्ये असलेल्यातली निम्मी आणि कदाचित एक दोन फोनही. ते पैसे म्हणजे त्याच्या चांगल्या कामाचं बक्षीस होतं. त्याच्या सावधगिरीचं आणि रिस्क घेण्याचं. त्याने आज चांगलं काम केलं होतं आणि म्हणून तो सेलिब्रेट करत होता. सेलिब्रेशनसाठी पात्र होता तो.

डिलाइटची रेड खूपच शिस्तीत पार पडली. शंभूने त्याच्या ऑफिसमध्ये पाच मुली अटक करण्यासाठी थांबवून ठेवल्या होत्या. त्या पाया खात खात, पोलीस आणि त्यांचे दंडुके यावर जोक्स करत होत्या, तर बाकीच्या मुली त्यांच्या ठरलेल्या कॅबमधून घरी जाण्यासाठी बाहेर गेल्या. त्या मुली एकदम झगमगत होत्या, बहुतेक तरुण होत्या. त्यांच्यातल्या काही जणी मेकअपमध्ये सुंदर दिसत होत्या आणि त्यांना त्यांच्या कमनीय बांध्याचा अभिमान दिसत होता.

शंभू आता सरताजच्या दिशेने चालत आला. कांबळेपासून त्याच्या मागे येत काही अंतरावर उभा राहिला. ते मित्र होते. एकाच वयाचे, दोघेही बॉडी बिल्डर; पण जिथे शंभू बारीक आणि पिळदार होता, तिथे कांबळेची बॉडी मात्र भरदार आणि पिळदार होती.

''ठीक आहे साहेब,'' शंभू म्हणाला, ''करा अटक.''

एक लेडी कॉन्स्टेबल व्हॅनपाशी उभी राहिली आणि दुसरीने डिलाइटचा दरवाजा उघडून हाक मारली. अटक केलेल्या मुली बाहेर रस्त्यावर आल्या आणि व्हॅनच्या मागच्या बाजूला चढून बसल्या. डिलाइटच्या निऑन साईनच्या उजेडात त्यांच्या हील्स चमकल्या.

''अजून पण जातोयस का ते चालायला?'' काटेकरने विचारलं.

''मोहीम,'' शंभू म्हणाला. ''चालायला म्हणजे तुम्ही कॉर्नरच्या पानवाल्याकडे जाता त्याला म्हणतात.''

''मोहीम. हो. जातो आहेस?''

''उद्या.''

''डोंगरावरून पडू नकोस.''

''इथल्यापेक्षा तिकडे सुरक्षित आहे बॉस.''

सरताज कांबळेकडे पाहत होता, जो अजूनही गुणगुणत होता. तो पाय रुंद फाकवून, खांदे मागे झुकवून कोपरे बाहेर काढून उभा होता. सरताज त्याच्याकडे गेला. ''त्या तरुण ऑफिसरला सांग खूप छान काम केलं, असं मी म्हणालो आहे ते.''

कांबळे हसला. ''सांगेन,'' तो म्हणाला. तो पुन्हा गुणगुणू लागला आणि या वेळी सरताजला तो गुणगुणत असलेलं गाणं ओळखता आलं, 'क्या से क्या हो गया, देखते देखते.'

कांबळेनी त्याचे हात वर केले, डोक्याला लावले आणि दोन स्टेप नाचला, 'तुम पे दिल आ गया, देखते देखते.'

''आम्ही जातोय,'' सरताज म्हणाला, ''तू येतो आहेस का?''

''नाही,'' कांबळे म्हणाला. त्याने मान एका खांद्यावर हलकेच झुकवली आणि तो डिलाइटच्या दिशेने जात म्हणाला, ''माझी अपॉइंटमेंट आहे.''

डिलाइटमधल्या सगळ्या मुलींना अटक केलेली नव्हती किंवा त्या सगळ्या घरी गेलेल्या नव्हत्या.

''ऐश कर,'' सरताज म्हणाला.

''बॉस, मी नेहमीच करतो,'' कांबळे म्हणाला.

सरताजने व्हॅनच्या साईडला हाताने ठोकलं आणि ते निघाले. ''सरताज साहेब,'' त्याला शंभू हाक मारत असलेलं ऐकू आलं. ''तुम्हीही ऐश करू शकता, कधीतरी केली पाहिजे. मजा करणं चांगलं असतं,'' कांबळे हसत होता. सरताजला ऐकू आलं.

ते स्टेशनला परत आल्यावर त्यांच्या लक्षात आलं की, त्यांनी पाच नव्हे तर सहा डान्सरना अटक केली होती. मुली डिटेक्शन रूममध्ये ओळीत बाकड्यावर बसल्या होत्या, तेव्हा सरताजच्या लक्षात आलं की, त्या सहा जणी होत्या आणि ती सहावी मनिका होती. तिने मान खाली घातली आणि डोक्यावर ओढणी घेऊन त्याच्याकडे बघत होती. तिचे डोळे काळेभोर आणि लाजाळू होते. इतर मुली हसायला लागल्या. सरताजने एक दीर्घ श्वास घेतला आणि रूममधून बाहेर गेला.

''ही शंभू आणि कांबळेची आयडिया असणार ऐश करायची,'' तो काटेकरला म्हणाला.

''मला त्यातलं काही माहीत नाही सर,'' काटेकर म्हणाला.

काटेकरचा चेहरा एकदम गंभीर होता आणि सरताजने त्याच्यावर विश्वास ठेवला. तो म्हणाला, ''त्यांना एकेक करून पाठव. मी तिथे बसतो.''

''येस सर, एकेक करून.''

काटेकर दरवाजात उभा राहिला आणि लेडी कॉन्स्टेबलनी मुलींना एकेक करून आणलं आणि त्याही दरवाज्यात थांबल्या. सरताजने त्यांची नावं लिहून घेतली – सुनीता सिंग, अनिता पवार, रेखा कुमार, नीता सानू, शिल्पा चावला. त्यांनी आपापली नावं तयारच ठेवली होती आणि त्या एकदम आरामात होत्या. त्यांना सरताजची भीती वगैरे वाटत नव्हती. नंतर जेव्हा त्याने गायतोंडेच्या अल्बममधून एकेक करून फोटो दाखवले, तेव्हा त्या थोड्या संकोचल्या. नंतर प्रत्येकीने निश्चय केल्याप्रमाणे, कोऱ्या चेहऱ्याने मान हलवली. 'नाही, नाही,' शिल्पा चावलाने मंद उजेडात हसत पोझ घेतलेल्या मुलींचे फोटो पाहताना म्हटलं.

''तू नाही म्हणायच्या आधी त्या फोटोंकडे बघ तरी,'' सरताज म्हणाला. त्याने एका निळी टोपी घातलेल्या तरुण मुलीच्या फोटोवर बोट ठेवत म्हटलं, ''हिच्याकडे पाहा.''

''मी तिला ओळखत नाही,'' शिल्पा चावला म्हणाली. तिचा जबडा घट्ट आवळला होता. त्याने जेव्हा तिला त्या मृत बाईचा फोटो दाखवला, जो त्याने सर्वांत शेवटी ठेवला होता, तेव्हा शिल्पा चावला खुर्चीत मागे सरकून बसली आणि तिने हातांची घडी घातली.

''तुम्ही मला का विचारताय? मला का फोटो दाखवताय? मी नाही ओळखत ही कोण आहे,'' शिल्पा चावला, खोटं नाव घेतलेली ती मुलगी वैतागली होती, घाबरली होती आणि सरताजकडे ती खोटं बोलत होती, याचा काही पुरावाही नव्हता.

''ठीक आहे. मनिकाला पाठव,'' तो काटेकरला म्हणाला.

ती इतर मुलींपेक्षा वयाने थोडी मोठी होती... कदाचित, तिशीत असावी आणि जरी खूप जवळून पाहिलं तरी तिचं वय ओळखणं शक्य नव्हतं. वय जाणवायचं ते केवळ तिच्यातल्या आत्मविश्वासामुळे. तिचा आत्मविश्वास ताठ चालीमुळे आणि त्याच्याकडे रोखून बघण्यातून जाणवत होता. दरवाजात काटेकर आणि लेडी कॉन्स्टेबल एकमेकांकडे पाहून हसत होते आणि ते मनिकाचं बोलणं ऐकू जाणार नाहीत, इतक्या दूर उभे आहेत, याचं सरताजला हायसं वाटलं.

''हाऊ आर यू?'' तिने इंग्लिशमध्ये विचारलं.

''मला तुम्हाला काही प्रश्न विचारायचे आहेत मॅडम,'' सरताजने त्याच्या अस्खलित हिंदीत उत्तर दिलं.

''विचारा,'' ती म्हणाली. ती सावळी, शिडशिडीत आणि खूप उंच होती, कदाचित पाच आठ असेल आणि प्रत्यक्षात खूप सुंदर वगैरे नव्हती; पण तिला गालाला खळ्या पडत आणि तिची हनुवटी ठसठशीत होती आणि डोळे खूप बोलके होते. तिच्या सौंदर्यामुळे सरताजला अस्वस्थ झालं.

''तुला या स्त्रिया माहिती आहेत का?''

तिने एकेक फोटो बारकाईने बघत फोटोग्राफ्स चाळले. तिसऱ्या फोटोशी थांबत ती म्हणाली, ''ओह, किती घाणेरडा ब्लाऊज आहे हा! स्लीव्हज वरचे ते फ्रील्स बघा, ती जोकरसारखी दिसते आहे. दिसायला चांगली आहे; पण तिला कोणीतरी कपडे कसे घालावे हे शिकवायला हवं.''

''तू तिला ओळखतेस?''

''नाही,'' मनिका म्हणाली आणि तिने त्याच्या हातातून उरलेले फोटो घेतले आणि खुर्चीत टेकून बसली. तिने काळ्या रंगाची चंदेरी डिझाईनची चनियाचोली घातली होती. तिच्या चोलीवर पुढे खूप जाड अस्तर होतं, जसं लढायच्या हेल्मेटला हनुवटीवर असतं तसं. डान्सफ्लोअर वरच्या ड्रेसमध्ये आलेली ती एकटीच होती. ''या बायका कोण आहेत इन्स्पेक्टर साहेब?'' आता ती पुन्हा गंभीर झाली. ''तुम्हाला या मुलींशी मैत्री करायची आहे का?''

''तू यातल्या कोणाला ओळखतेस का?''

ती गप्प होती आणि तिच्या हातांची हालचाल थांबली. सरताजला कळत होतं की, ती त्यातल्या मृत स्त्रीच्या फोटोकडे पाहत होती. ''तू तिला ओळखतेस का?'' तिने मान हलवली. ''तू जर तिला ओळखत असलीस, तर ते मला सांगणं खूप महत्त्वाचं आहे.''

''नाही, मी तिला ओळखत नाहीये. तिला काय झालं?''

''तिचा खून झालाय.''

''खून झाला?''

''गोळी झाडली.''

''पुरुषाने?''

''हो, पुरुषाने.''

तिने आता ते फोटो टेबलवर पालथे ठेवले. ''अर्थातच, कोणा पुरुषाने. कधी कधी मला कळत नाही की, आम्ही तुम्हा पुरुषांची काळजी का घेतो. खरंच मला माहीत नाही.''

सरताजला कॉरिडोरमधल्या ट्यूबलाइटची पकपक ऐकू येत होती आणि स्टेशनबाहेरच्या रस्त्यावरून जाणाऱ्या येणाऱ्यांची पावलंदेखील. ''तुझं बरोबर आहे,' तो म्हणाला. ''बहुतेक वेळा ते मलाही कळत नाही.''

तिची भुवई उंचावली गेली, त्यात किंचित उपहासच होता, काहीसा अविश्वास. ''मी जाऊ शकते का आता?' तिने हळूच विचारलं.

''हो. तुझं नाव काय लिहू मी?''

''तुम्हाला जे वाटेल ते.''

तो लिहू लागला; पण ती उठली तसा थांबला. ती वळली तेव्हा तिच्या खांद्यावरून ओढणी घसरली आणि त्याला तिच्या चोळीची पाठ दिसली. काळ्या नाड्या मागे आवळून बांधलेल्या होत्या आणि त्यातून तिच्या खांद्याचा बांधेसूदपणा आणि सावळा पाठीचा कणा दिसत होता. त्याच्या मनात आलं, डान्स फ्लोअरवर ती छान गिरक्या घेत असणार आणि खांद्यावरून मान तिरकी करून बूथमध्ये बसून तिच्याकडे एकटक पाहणाऱ्या पुरुषांच्या नजरेला नजर देत असणार.

''मी तुम्हाला सांगेन,'' ती दरवाज्यातून म्हणाली. खुर्चीतून उठून दरवाज्याकडे जाताना चार पावलं चालता चालता तिचं ते खट्याळ हसू परत आलं होतं.

''काय सांगेन?''

ती त्याच्या टेबलाजवळ परत आली. तिने पालथे ठेवलेले फोटो पुन्हा सरळ केले. आपल्या लाल नेलपॉलिश लावलेल्या बोटाने त्या मृत स्त्रीच्या फोटोपाशी गेली आणि तो बाजूला केला. तिने दुसऱ्या हाताने ओढणी जवळ धरली होती. ''हिच्याबद्दल,'' ती म्हणाली.

''हिच्याबद्दल काय?''

''तुम्हाला माझ्याशी चांगलं वागावं लागेल,'' ती म्हणाली. ''तिचं नाव कविता आहे किंवा ती जेव्हा प्रीतममध्ये नाचायची, तेव्हा स्वतःचं हेच नाव सांगायची. तिला काही व्हिडिओमध्ये काम मिळालं आणि तिने नाचायचं थांबवल. नंतर मी ऐकलं की, तिला कोणत्या तरी सिरीयलमध्ये काम मिळालं आहे. सिरीयल मिळाल्यानंतर ती अंधेरीला पीजीमध्ये राहायला गेली. ती, कविता, नेहमीच लकी होती. आमच्यासारख्या मुली इतक्या पुढे जात नाहीत. हजारात एखादीपण नाही. दहा हजारांत एखादी.''

''कविता. तुला खात्री आहे की, ही तीच आहे? हे तिचं खरं नाव आहे?''

''अर्थात मला खात्री आहे आणि तिचं खरं नाव तेच आहे का ते तुम्हाला तिलाच विचारावं लागेल. तुम्ही माझ्याशी चांगलं वागणार आहात का?''

''हो, अर्थातच मी चांगलं वागतोय.''

''तुम्ही खोटं बोलताय; पण तुम्ही पुरुष आहात म्हणून मी तुम्हाला माफ करेन. तुम्हाला माहितेय, मी तुम्हाला हे का सांगितलं?''

''नाही.''

''ज्या माणसाने हे केलं, तो राक्षस आहे आणि फार खूश होऊ नका, तुम्हीही राक्षसच आहात; पण कदाचित तुम्ही त्या राक्षसाला पकडाल आणि त्याला शिक्षा कराल.''

''कदाचित,'' सरताज म्हणाला. ज्या माणसाने हे कृत्य केलं त्याला पकडलं होतं आणि तरी तो निसटला होता. सरताजला शिक्षेबद्दल कधीच खात्री नव्हती. कारण, ती कितीही केली असती तरी कमीच वाटली असती. मी त्यांना पकडतो कारण मी तेच काम करतो आणि ते निसटतात कारण ते तेच करतात. जग बदलत राहते; पण मनिकाला याबाबत काही स्पष्टीकरण देण्यासारखं नव्हतं आणि म्हणून तो फक्त 'थँक्स' म्हणाला.

ती गेल्यावर आणि त्या सगळ्या मुलींना व्हॅनमध्ये घालून घरी पाठवल्यावर सरताजने काटेकरला श्रीराम रोडला कॉर्नरवर सोडलं. तिथून काटेकरचं घर चालायच्या अंतरावर होतं. काटेकरने हात छातीशी घेऊन सल्युट केला आणि वळला. सरताजने विचारलं, ''राक्षस कसे दिसतात?''

काटेकर खिडकीपाशी झुकला. ''मला माहीत नाही सर. टीव्हीवर दाखवतात त्यात त्यांचे केस लांब असतात, शिंगं असतात आणि टोकदार सुळे असतात.''

''आणि ते लोकांना खातात?''

''मला वाटतं, त्याचं मुख्य काम तेच असावं सर.''

ते दोघेही हसले. दोघांनीही दिवसभर काम केलं होतं आणि त्यांच्या तपासात थोडी प्रगती केली होती म्हणून दोघेही खूश होते. ''तपासात तसं असेल तर मस्त होईल,'' सरताज म्हणाला, ''शिंगं, आणि लांडग्यासारखे सुळे वगैरे.''

पण घरी जाताना सरताजला जाणवलं की, त्याने आतापर्यंत चौकशी केलेल्यांपैकी अनेक लोक त्यालाच मोठे सुळे असतील या भीतीने अगोदरच घाबरलेले होते. लोक त्या युनिफॉर्मला घाबरत. अनेक पिढ्या पोलिसांनी केलेल्या क्रूरपणाच्या गोष्टी आठवत. अगदी ज्यांना तपासात मदत करायची असेल, असे लोकही पोलिसांजवळ बोलायला कचरत आणि जे कधी मदत करत नाहीत, त्यांनी कधी मदत केलीच तर ते इतरांपेक्षा उगाच अति मैत्रीने वागत; पण परूळकरांनी एकदा सरताजला सांगितलं होतं, ''आपण चांगली माणसं आहोत. ज्यांना अतिवाईट माणसांना कंट्रोलमध्ये ठेवण्यासाठी थोडं वाईट वागावं लागतं. आपण नसू, तर जगात काही उरणार नाही. फक्त जंगल असेल.''

सरताज गाडी चालवत होता, तेव्हा बिल्डिंगसच्या मागून एक फिकट पिवळा झोत वर आला. रस्ते अगदी सामसूम होते. सरताजने कल्पना केली की, लाखो लोक त्यांच्या घरात सुरक्षितपणे झोपले असतील, अजून एक रात्र. कल्पनेतल्या त्या चित्राने त्याला समाधान वाटलं; पण आधी वाटायचं तितकं नाही. तो हे सांगू शकला नसता की, हे त्याच्या अधिक राक्षसासारखे होण्यामुळे झालं का कमी. तरीही, ते त्याचं काम होतं आणि तो ते करत होता. आता त्याला झोप अत्यावश्यक होती. तो घरी गेला.

गणेश गायतोंडेचे जागा संपादन

''मी एनसी रोड आणि त्याच्या समोरची टेकडी यांच्यामधली जागा घेतली. एनसी रोडपासून जी टेकडीपर्यंत चार मैल पसरली आहे, सिंध चौकापासून ते जीटी जंक्शनपर्यंत, ती गोपाळमठ वस्ती माहीत आहे का तुला? ती सगळी मोकळी जागा होती त्या वेळी. काहीही नव्हतं तिथे, नुसतं गवत आणि झाडंझुडपं होती त्या म्युनिसिपालिटीच्या जागेवर. सरकारची मालकी होती आणि इतर कोणीही मालक नव्हता. मी ती जागा घेतली.

तुला माहितीये सरताज, हे कसं करतात. खूप सोपं आहे. म्युनिसिपालिटीमधल्या तीन चुतीयांना पैसे द्या, त्यांना नीट तेलपाणी करा आणि ज्या लोकल दादाला वाटतं की, त्याला त्यात पर्सेंटेज मिळणं हा त्याचा जन्मसिद्ध हक्क आहे, त्याला मारायचं. झालं! मग ती जमीन तुमचीच होते. मी ती घेतली आणि ती माझी झाली.

मी माझं सोनं विकलं, त्यामुळे माझ्याकडे पैसे होते. परितोष शाह, जाडा गुजराती माणूस. त्याने मला सांगितलं की, मी माझी कॅश बिझनेसमध्ये घालायला पाहिजे. हे विकत घे, ते विक. ''मी तुझा पैसा एक वर्षात दुप्पट करून देईन,'' तो म्हणाला. ''तिप्पट कर.'' त्यानेच माझ्याकडून सगळं सोनं विकत घेतलं होतं, त्यामुळे माझ्याकडे नक्की किती पैसा आहे, हे त्याला माहिती होतं.

परितोष शाह गादीवर बसताना एक तकिया त्याच्या खांद्याखाली आणि एक गुडघ्याखाली ठेवून बसत असे. तिथे बसून तो मला जे सांगे, ते मी ऐकलं. मी त्यावर विचार केला; पण मला पक्कं माहीत होतं की, जर तुमच्याकडे जमीन नसेल, तर तुम्हाला किंमत नसते. तुम्ही प्रेमासाठी, मैत्रीसाठी, पैशांसाठी जीव देऊ शकता; पण जगात खरी गोष्ट काय असेल तर ती असते जमीन! तुम्ही जमिनीवर अवलंबून राहू शकता. मी परितोष शाहला म्हटलं, ''परितोष भाई, माझा तुमच्यावर विश्वास आहे; पण मला माझा रस्ता निवडू दे.'' त्याला वाटलं मी मूर्ख आहे; पण मी आधीच जागा बघितलेली होती आणि तिथे जाऊन आलो होतो. मला माहीत होतं की, ती योग्य जागा आहे. रस्त्याजवळ आणि रेल्वे स्टेशनपासूनही फार लांब नाही म्हणून मी म्युनिसिपालिटीमध्ये एका क्लार्कला आणि दोन ऑफिसर्सना पैसे चारले आणि त्यावर बांधकाम करण्यासाठी जागा माझी झाली.

पण नंतर अनिल कुरूपचा प्रॉब्लेम झाला. आम्ही तिथला राडारोडा साफ केला आणि माझ्या कॉन्ट्रॅक्टरची माणसं खोल्या बांधण्यासाठी पाया खोदायला लागली. आम्ही सिमेंटच्या ट्रकची वाट पाहत होतो आणि अनिल कुरूपच्या माणसांनी ट्रक मेनरोडवर अडवून गोपाळमठ

गावात नेला, जे रस्त्यापासून एक मैल पलीकडे होतं. आम्हाला ते सिमेंट पुढे कधी नजरेला पडलं नाही आणि त्याऐवजी एक चिठ्ठी आली ज्यावर एक फोन नंबर लिहिलेला होता. मी त्या नंबरला फोन केला, तेव्हा अनिल कुरूप माझ्यावर ओरडला, ''बच्चा कुठून आलायस? आणि तुला वाटतं की, तू मला न कळू देता माझ्या गावात येशील. तुझं ट्रकभर सिमेंट तुझ्या गांडीत घालून ज्या गटारातून आलायस तिथेच पाठवून देईन.'' मी शांत राहिलो आणि विचार करण्यासाठी एक दिवस मागितला. त्याने मला अजून शिव्या घातल्या; पण एक दिवसाने फोन करायला सांगितलं. त्याचं अर्थातच बरोबर होतं. तो गोपाळमठमध्येच लहानाचा मोठा झाला होता आणि तो एरिया त्याचा होता त्यात काही वादच नव्हता. त्याचं तिथे एखाद्या राजासारखं राज्य होतं. त्याच्या त्या राज्यात काही विशेष नव्हतं, फक्त काही छोटीमोठी दुकानं, एखाद दुसरं गॅरेज, बास; पण ते 'त्याचं' होतं.

चार दिवसांनी मी त्याला भेटायला गोपाळमठला गेलो. मी सोबत छोटा बदरियाला घेऊन गेलो होतो. सरदारजी, तुला तो परितोष शाहचा बॉडीगार्ड असलेला बॉडीबिल्डर आठवतो का? हा छोटा बदरिया त्याचाच धाकटा भाऊ. त्याचं नाव खरं तर बद्रूल अहमद आणि त्याच्या मोठ्या भावाचं नाव बद्रुद्दीन. त्यांच्या बापाला कोणी सुफी पीराने सांगितलं होतं की, तुझ्या सगळ्या मुलांची नाव 'ब' अक्षरावरून ठेव, त्यामुळे त्यांना यश मिळेल आणि सुखी होतील म्हणून त्यांची मोठी मोठी अशी नावं ठेवली होती; पण आमच्यासाठी ते फक्त बदरिया आणि छोटा बदरिया होते. मी कधीही परितोष शाहना भेटायला गेलो की, बदरिया आणि मी एकमेकांना भेटत असू आणि आम्ही एकमेकांना आवडलो होतो. मी जेव्हा माझा प्रोजेक्ट सुरू केला, तेव्हा त्याने मला त्याच्या धाकट्या भावाला माझ्याबरोबर घेण्यासाठी विचारलं, जेणेकरून तो मार्गी लागला असता. हा छोटा बदरिया प्रत्यक्षात त्याच्या भावापेक्षाही मोठा होता, एखाद्या पहाडासारखा. चांगला मुलगा होता, वेल मॅनर्ड आणि सांगितलेलं ऐकणारा, त्यामुळे मला त्याला माझ्याबरोबर घेतल्याचा आनंदच झाला. मी त्याच्या भावाला म्हटलंही, ''तू मागितलं, मी दिलं.''

त्या दिवशी दुपारी, मी माझं होतं ते सांभाळण्याचा किंवा राखण्याचा प्रयत्न करत होतो. छोटा बदरिया आणि मी गोपाळमठमध्ये चालत गेलो. एक छोटी कचरा डम्पिंगची जागा होती ती, एक कच्चा रोड आणि आजूबाजूनी नारळाची झाडं आणि शेतं असलेली झोपड्यांची वस्ती होती आणि मेनरोडला काही दुकानं. झालं. अनिल कुरूप मेनरोड जवळ एका धाब्याच्या मागच्या बाजूला आमची वाट बघत होता. तो धाबा म्हणजे त्या वेळी गोपाळमठमध्ये फोन असलेली एकमेव जागा होती.

त्याच्या मुलांनी आमची झडती घेतली, आमचे घोडे काढून घेतले. त्यांना अपेक्षा नव्हती की, आम्ही रिव्हॉल्वर घेऊन जाऊ, त्यामुळे त्यांच्यावर चांगलीच छाप पडली. ते पाच जण होते. ते एका पॅसेजमधून आम्हाला मागच्या एका खोलीत घेऊन गेले, अगदी भटारखान्याच्याही पलीकडे. अनिल कुरूप एका टेबलापाशी बिअर पीत बसला होता. भर दुपारी दोन वाजताही त्या हरामखोराचे डोळे लाल होते आणि ढेकर देत होता. त्याचे ओठ जाडजूड होते, केस कपाळावर आलेले आणि पायात पांढऱ्या चपला. मी त्याच्यासमोर टेबलावर न्यूजपेपरच्या पुडक्यात गुंडाळलेले वीस हजार रुपये ठेवले.

''एवढे पुरेसे नाहीत,'' तो म्हणाला.

''भाई,'' मी म्हणालो, ''मी उरलेले लवकरच देतो, पुढच्या आठवड्यात. प्रॉमिस. मी हे अगोदरच दिले असते; पण मला कल्पना नव्हती.''

''काय बिनडोक भेन्चोद आहेस रे तू?'' तो म्हणाला, ''तू एखाद्या एरियाबद्दल माहीत करून न घेताच तिथे खोदकाम चालू करतोस?''

''सॉरी,'' काहीसं असाहाय्यपणे मी म्हटलं.

तो हसला आणि टेबलावर बिअर थुंकून म्हणाला, ''बस. दोघेही बसा. थोडी बिअर घ्या.''

''अनिल भाई, फक्त थोडा चहा,'' मी म्हणालो.

''जर मी ऑफर करतोय, तर बिअर घ्यायची.''

''हो अनिल भाई.'' आणि तो पुन्हा हसला आणि त्याचे खोलीत असलेले तीन पोरगेही हसले. त्यांनी आमच्यासाठी प्रत्येकी एक बाटली बिअर आणि ग्लास आणले आणि आम्ही प्यायलो.

''कुठला आहेस तू बच्चा?'' त्याने विचारलं.

''नाशिक,''

''तुला मुंबई कशी चालते हे कळायला, इथेच लहानाचं मोठं व्हायला हवं,'' तो म्हणाला. ''तू असंच इथे येऊन चुतीयासारखा वागशील, तर एक दिवस मेंदू रस्त्यावर पडलेला असेल.''

''हो, अनिल भाई,'' मी म्हटलं. ''ते बरोबर बोलतायत बदरिया, आपल्याला त्यांचं ऐकलं पाहिजे.''

आता अनिल कुरूप एखाद्या बेडकासारखा फुगला होता. ''अरे जा, आमच्यासाठी भजी घेऊन ये रे आणि अंडीपण आण.'' त्याने ऑर्डर सोडली.

त्याची दोन पोरं एकदम पुढे होऊन भजी आणि अंडी आणायला गेली. आता त्यातला एक पोरगा उरला, माझ्या उजव्या बाजूच्या भिंतीला रेलून उभा होता.

''भाई, मला तुमच्याकडून एक सल्ला हवा होता,'' मी म्हटलं.

''विचार विचार.''

''ते म्युनिसिपालिटी आणि पाण्याबद्दल होतं,'' असं म्हणत मी माझं नाक खाजवलं.

आणि त्याच वेळी, छोटा बदरियाने त्याची बिअरची बाटली टेबलावरून ढकलली. तो म्हणाला, ''मादरचोद,'' आणि खाली वाकला. तो पटकन वर उठला, उभा राहिला आणि एका सेकंदात पुढे झुकला आणि त्याचा हात इतक्या झटकन पुढे झाला की, अनिल कुरूप आता त्याच्या खुर्चीत पडला होता आणि एक लाकडी दांडा त्याच्या उजव्या डोळ्यातून बाहेर आला होता.

माझ्या हातात एक बाटली होती, ती मी माझ्या उजवीकडे उभ्या असलेल्या पोराच्या तोंडावर मारली आणि त्याला धरलं. त्याच्या पलीकडे जाऊन मी दार लावलं, बोल्ट लावला आणि खांद्याने दार दाबून धरलं. मला माहीत होतं की, अनिल कुरूपच्या कोणत्याही पोराजवळ गन नाहीयेत आणि आमचे घोडे अनलोड केलेले होते, त्यामुळे दरवाजातून गोळी येण्याचा धोका नव्हता. फक्त अनिल कुरूपची पोरं ओरडत होती आणि दारावर धक्के देत होती.

''थांबा,'' मी ओरडलो. ''थांबा! प्रशांत. विनोद. अमर. तो मेलाय. अनिल कुरूप मेलाय. माझी पोरं बाहेर आहेत आणि ती कदाचित तुम्हाला प्रत्येकाला ठार मारतील. मला तुमची नावं माहीत आहेत. मला तुम्हा सगळ्यांची नावं माहीत आहेत आणि माझ्या पोरांना तुम्ही कोण आहात ते माहीत आहे. तुम्ही आम्हाला पकडाल; पण ती तुम्हाला ठार मारतील. अमर, एक पाऊल मागे हो आणि विचार कर. तो मेलाय.''

अनिल कुरूप मेला होता, त्याच्या गालावरून रक्ताचे ओघळ वाहत होते. जेव्हा त्यांनी आमची पिस्तुलं घेतली, तेव्हा त्यापुढे त्यांनी आमची झडती घेतली नव्हती. छोटा बदरियाच्या पँटमध्ये उभी धारदार सळी होती जी बर्फ फोडायला वापरतात. त्याचं हँडल तिरकं चिकटपट्टी लावून पायाशी चिकटवलं होतं. तो खूप स्ट्रॉन्ग होता, त्यामुळे छोटा बदरियाने पूर्ण ताकदीने ती अनिल कुरूपच्या डोळ्यात खुपसली. त्याने हे इतक्या झटकन केलं की, कोणी काही करू शकलं नाही. नंतरच, जेव्हा तो मेला, तेव्हा ते आम्हाला मारायचा प्रयत्न करू शकले; पण मी त्यांच्याशी बोललो. मी त्यांना सांगितलं की, मी त्यांना श्रीमंत बनवेन. अनिल कुरूप एक मूर्ख हरामखोर माणूस होता की, त्याने त्यांना अनेक वर्षं वेड्यात काढून लुटलं होतं, फसवलं होतं आणि आता तोच मेला होता, त्यामुळे त्याच्यासाठी जीव धोक्यात घालणं हा मूर्खपणा होता. जर त्यांनी आम्हाला काही इजा करण्याचा प्रयत्न केला, तर ते मरणार हे नक्की. माझ्या पोरांनी मला संरक्षण द्यायची शपथ घेतली होती. मी त्यांना बाहेर बघून खात्री करून घ्यायला सांगितलं. बाहेर रस्त्याच्या पलीकडे माझी सहा पोरं उभी होती.

छोटा बदरिया आणि मी, तिथून जिवंत बाहेर पडलो. आमची पिस्तुलं आमच्या शर्टाच्या आत होती. ''काय भाषण दिलंत तुम्ही गणेश भाई,'' आम्ही जेव्हा गोपाळमठच्या बाहेर पडलो तेव्हा छोटा बदरिया म्हणाला आणि नंतर तो हसायला लागला, इतका की चालता चालता मध्येच थांबून खाली वाकून गुडघ्यावर हात ठेवून डोकं खाली घालून हसत सुटला. मी त्याच्या पाठीवर थाप मारली आणि हसलो. आम्ही काम केलं होतं. आम्ही खरंच ते केलं होतं, सरदारजी. कोणालाही गणेश गायतोंडेची स्टोरी विचारा, ते तिथूनच सांगायला सुरू करतील, गोपाळमठमधल्या धाब्यापासून. मला माहिती आहे की, मी अनिल कुरूपला कसं मारलं, हे इतके वेळा सांगितलं गेलंय की, ते आता खरंही वाटत नाही. त्यांनी आजवर पाच सिनेमात ते दाखवलंय आणि शेवटच्या सिनेमात ते मी करताना दाखवलं आहे म्हणजे माझ्यावर बेतलेल्या कॅरेक्टरने करताना दाखवलं आहे. एक छोटं पिस्तूल जे त्याने त्याच्या बुटापाशी लपवलेलं असतं त्याने; पण प्रत्यक्षात ते असं घडलं आणि ते खरंच असं घडलं. खूप वेळा सांगितल्यामुळे खोटं वाटत असलं तरीही.

माझ्या अनिल कुरूपवरच्या विजयाची बातमी आजूबाजूच्या वस्त्यांमध्ये पसरली. लोक आता माझ्याकडे त्यांचे मॅटर सेटल करण्यासाठी, जॉब लावण्यासाठी, संरक्षण मागण्यासाठी किंवा पोलीस आणि स्थानिक सरकारशी व्यवहार करण्यात मदत मागण्यासाठी येऊ लागले. माझं अनिल कुरूप बरोबरचं युद्ध अगदी छोटं आणि निर्णायक होतं आणि ते संपल्यावर मला जाणवलं की, ते मला फक्त जागेसाठी करावं लागलं नव्हतं, तर माझा हक्क निर्माण करण्यासाठी करावं लागलं होतं. आता मी गोपाळमठचा गणेश गायतोंडे म्हणून ओळखला जाऊ लागलो होतो आणि आता या शहरात राहण्याच्या माझ्या हक्काला कोणी आव्हान देऊ शकत नव्हतं. मी एकापेक्षा जास्त वेळा यशस्वी झालो होतो.

पण मी का यशस्वी झालो? मी जिंकलो. कारण, मी अनिल कुरूपच्या खोलीत जाण्याआधी मला त्याच्याबद्दल सगळं माहीत होतं. मला त्याचा एरिया माहीत होता, त्याची ताकद, शस्त्र, त्याची माणसं कोण कोण आहेत आणि त्याच्या बरोबर कधीपासून आहेत हे सगळं माहीत होतं. मी त्याची माहिती काढण्यासाठी वेळ घेतला, त्याचा स्टडी केला; पण त्या उर्मट गांडूला माझ्याबद्दल काहीच माहीत नव्हतं म्हणून मी जिंकलो होतो; पण छोटा बदरिया मृत्यूच्या तोंडात माझ्या मागे का आला होता? तो मला फारसा ओळखतही नव्हता आणि त्याला माझ्या या प्लॅनमधली वेडेपणाची रिस्कही चांगलीच माहीत होती, तरीही तो माझ्याबरोबर आला. मी तुम्हाला सांगतो, तो माझ्याबरोबर आला कारण 'मी' त्याला यायला सांगितलं. बहुतेक लोकांना त्यांना कोणीतरी ऑर्डर दिलेली आवडते; पण काहीच असतात त्यांना ऑर्डर सोडणं जमतं. मी निर्णय घेतला आणि म्हणून छोटा बदरिया व इतर लोक मला फॉलो करतात. जे निर्णय घेऊ शकत नाहीत, ते दुसऱ्यांच्या हातातलं खेळणं बनून राहतात. मी माझ्या मुलांना घेऊन त्यांना माझं शस्त्र बनवलं आणि गोपाळमठची वस्ती उभी केली. मी मटेरियल किंवा बिल्डिंगमध्ये आखडता हात घेतला नाही. आम्ही प्लॅनप्रमाणे भक्कम, मोठ्या आणि पक्क्या खोल्या उभ्या केल्या. तुम्ही त्यांकडे पाहूनच सांगू शकता की, पक्क्या विटा आणि प्लास्टर वापरून केलेल्या त्या खोल्या टिकणार. या गल्ल्या अगदी धुवाधार पावसातही उभ्या राहतील, इथे पाणी भरणार नाही. सगळीकडे बातमी पसरली - गणेश गायतोंडे सिमेंटमध्ये वाळू मिसळून भेसळ करत नाही. तो पैशाला साजेशी चांगली क्वालिटी देतो.

गोपाळमठ लवकरच भरलं. आमच्या सगळ्या खोल्या बांधून होण्याआधीच, अगदी सगळी जमीन साफ करून घेण्याआधी आणि खोल्या कशा दिसतील याची कल्पना करण्याआधीच लोकांच्या रांगा लागल्या होत्या. रोडच्या वरच्या आणि खालच्या बाजूला वस्ती पसरली आणि अगदी टेकडीवरही गेली. रोज वस्ती वाढते आहे, असं वाटत होतं. सुरुवातीपासूनच, आमच्या वस्तीत दलित, ओबीसी, मराठे, तमिळ, ब्राह्मण आणि मुस्लीम समाजातलेही लोक होते. गल्ल्यागल्ल्यांमध्ये त्या त्या समाजाचे लोक एकवटले होते. लोकांना त्यांच्या ओळखीच्या आणि आवडीच्या लोकांबरोबर राहायला आवडतं. अगदी शहराच्या करोडोंच्या गर्दीतही जेव्हा माणसाचं अस्तित्व मुंगीसारखं लहान होतं, तेव्हाही तो त्याच्यासारखे लोक शोधतो आणि त्या ओंगळपणातही अभिमानाने त्यांच्याबरोबर राहतो. मी हे पाहिलं, मला ते विचित्र वाटलं की, हजारात एकाही माणसात एकटा राहायचा दम नव्हता; पण ते चांगलंच होतं की, ते एकत्र आले आणि त्यांच्यातून मी मला हवी तशी मुलं निवडली, गायतोंडे कंपनीसाठी. गायतोंडे कंपनी लवकरच 'जी-कंपनी' म्हणून फेमस झाली. आम्ही न्यूजपेपरमध्ये नाही; पण मुंबईच्या उत्तर आणि दक्षिण वस्त्यांमध्ये राहणाऱ्यांमध्ये, पोलिसांमध्ये आणि इतर कंपन्यांमध्ये फेमस झालो.

त्या वेळी मुलांच्या आया माझ्याकडे यायच्या, 'माझ्या मुलाला पोस्टात नोकरी लावा', 'गणेश भाई त्याला कुठेतरी सेटल करा', 'तुम्हाला काय चांगलं ते कळतं' असं म्हणत. त्यांना नोकऱ्या हव्या होत्या, न्याय हवा होता आणि डोक्यावर हात हवा होता. मी त्यांना ते सगळं दिलं आणि जवळच्या मेनरोडवरून खेचून घेऊन पाणी, वीजही दिली. मी गोपाळमठच्या टेकडीच्या पायथ्याशी पक्क्या खोलीत राहत होतो. आम्ही दोन बेडरूम्स आणि मोठा हॉल बांधला होता आणि बाहेरच्या पायऱ्यांवर दररोज सकाळी लोक गोळा होत. काहीतरी मागायला, काही द्यायला आणि हो भक्तही. ते काहीतरी मागायला आणि डोकं टेकवायला

येत. कोणी म्हणत, 'आम्हाला फक्त तुम्हाला बघायचं होतं, गणेश भाई' आणि म्हणून मी त्यांना दर्शन द्यायचो. ते हात जोडून बघायचे. भविष्यातल्या अडचणींवर मात करता यावी म्हणून आशीर्वाद घ्यायचे आणि मला दुवा द्यायचे. एरियातल्या दुकानदार, व्यापारी, गॅरेजवाले, धाबावाले यांच्याकडून कॅश, पैसे मिळायचे आणि आम्ही त्यांचे धंदे सुरक्षित ठेवायचो. वादात सापडलेले बिझनेसमन तणतणत माझ्याकडे यायचे आणि मी दोघांची बाजू ऐकून घेऊन योग्य आणि झटपट निर्णय द्यायचो जो माझी मुलं अमलात आणायची. गरज पडली तर धाकदपटशा दाखवून. या मांडवलीसाठी आणि कोर्टाची कटकट टाळण्यासाठी, सगळ्या केसेसमध्ये वादाच्या किमतीच्या काही टक्के रक्कम मला फी म्हणून मिळायची. पैसा येत होता आणि जात होता. आठ महिन्यांत मी सदतीस लोकांचा पोशिंदा झालो होतो. यात माझ्यासाठी डोकी फोडायची कामं करणारी मुलंही होती. इतकंच नाही, तर माझी मुलं पोलीसवाले, म्युनिसिपालिटीवाले, इलेक्ट्रिसिटीवाले सगळ्यांना मॅनेज करण्यासाठी धावपळ करायची. मला एकच कळून चुकलं की, परितोष शाहला मला हे शिकवावं लागलं नाही की पैसा मिळवण्यासाठी पैसा खर्चावा लागतो. जीटी स्टेशनपासूनचा एरिया ताब्यात असलेल्या इन्स्पेक्टरशी माझे चांगले संबंध होते. सामंत नाव होतं त्याचं. दर आठवड्याला त्याच्या सब-इन्स्पेक्टरना भेटून आम्ही पाकीट देत होतो. आम्ही त्यांना हजारो रुपये दिले; पण तो निव्वळ पैसा होता. मी मोठ्या मनाने पैसा खर्चला आणि त्याहून जास्त पैसा आला.

त्या वर्षी आम्ही दिवाळीला, सगळ्या मेन गल्ल्यांमध्ये लायटिंग केलं, मुख्य चौकात मांडव टाकून भजन ठेवलं, मिठाई वाटली आणि शेवटी अंधार पडल्यावर, मी माझ्या घराच्या दारात उभा राहून वस्तीतल्या मुलांना टोपली भरून फटाके, रॉकेट, फुलबाज्या वाटल्या. गोपाळमठावरचं आकाश चमचमत होतं आणि फटाक्यांच्या आवाजाने मृत्यूवर पुण्याचा आणि वाइटावर चांगल्याचा विजय साजरा होत होता. माझ्या घराभोवती दिव्यांचा लखलखाट होता, मला भिंती दिसत नव्हत्या; पण शेकडो पणत्या सांगत होत्या की, मला माझी म्हणून एक जागा आहे, विश्व आहे, मी घरी आहे! परितोष शाह, कांताबाई, बडा बदरिया आले आणि मला बाहेर उभा पाहून घरात घेऊन गेले. परितोष शाह म्हणाला, ''चल, लक्ष्मीचं स्वागत करूया.''

आम्ही दोन गाद्या जोडून बसलो आणि पत्ते खेळलो. ''मला यात फारशी गती नाही,'' मी म्हटलं.

कांताबाई हसली आणि म्हणाली, ''गणेश गायतोंडे, मला आजवर भेटलेल्यांमध्ये सगळ्यात मोठा जुगारी तूच आहेस आणि तुला तीन पत्ती खेळता येत नाही? असं कसं शक्य आहे? पण मी तुला शिकवेन.'' ती मांडी घालून त्यावर उशी घेऊन बसली होती. उशीवर हाताची कोपरं टेकवून पत्ते भराभर पिसत होती. पत्त्यांचा फरफर आवाज येत होता. ''पण परितोष भाई, काहीतरी चांगला माल काढा,'' ती म्हणाली. नंतर आम्ही मुलांना बर्फ आणायला पाठवलं आणि तीन मुलं व्यास बाजारला गेली जिथे त्यांनी पार्थिव हाउसहोल्ड गुड्सच्या मालकाला जेवताना उठवून दुकान उघडायला लावलं. कारण, परितोष शाह स्टीलच्या ग्लासमधून जॉनी वॉकर पिणार नाही आणि माझ्याकडे तर स्टीलचेच ग्लास होते. माझ्या मुलांनी आणलेल्यातला काचेचा चकचकीत ग्लास जेव्हा मी हातात धरला आणि त्यांच्या धारदार कडांवरून हात फिरवला, मला त्यांचं वजन जाणवलं आणि मी मान्य केलं की, त्यातून पिण्यात खरंच वेगळेपण आहे. मला आता कळलं होतं की, चांगली दारू पिणं म्हणजे तुम्ही ती काचेच्या ग्लासमधून पिणं! परितोष शाहने त्याचा ग्लास उंचावला आणि

हलकेच हलवला. तो स्मितहास्य करत म्हणाला, ''ऐक बॉस, ऐक.'' मी माझा ग्लास माझ्या कानाजवळ नेला, हलवला आणि त्यात हलणाऱ्या बर्फाचा नाजूक किणकिण आवाज ऐकला. ''चीअर्स,'' परितोष शाह म्हणाला. मी संकोचलो, मी हा इंग्लिश शब्द अनेकदा ऐकला होता; पण कधी बोललो नव्हतो. ''ची-अर्स'' परितोष शाह म्हणाला.

''चीअर्स,'' मी म्हणालो. कांताबाई हसली आणि तिने टाळी दिली. मी जॉनी वॉकर पीत होतो. मला त्याची चव आवडत होती, माझ्या दाताखाली येणारा बर्फ, थंड, माझ्या ओठाखाली ग्लासचा गुळगुळीत स्पर्श. ''चीअर्स'' मी पुन्हा म्हटलं आणि मला समजलं की, जॉनी वॉकर पिण्यासाठी तुम्हाला एक वेगळंच घर पाहिजे, पूर्णपणे नवीन.

आम्ही पत्ते खेळलो. पूर्ण रात्रभर मी हरलो. नोटा माझ्याकडून त्यांच्याकडे जात होत्या; पण मी आनंदात होतो. मला माहीत होतं की, ते पैसे परत माझ्याकडे येणार. लक्ष्मीला आनंदाने जाऊ दे, ती तुम्हाला कुशीत घेते, अगदी आपल्या मुलासारखं कवटाळते. लक्ष्मीच्या या जाण्या-येण्यातही आनंद असतो म्हणून आम्ही जसे जसे पत्ते टाकत होतो, लक्ष्मी जात होती; पण मी समाधानी होतो. ती दुप्पट चौपट होऊन परत येणार होती. परितोष शाहच्या बिझनेसमधून, त्याच्या त्या एरियातल्या बिझनेसमनच्या माहितीतून जे माझ्या एरियामध्ये गडगंज होत होते, खात पीत होते आणि मला धन्यवाद देत होते. ती येणार होती, कांताबाई आणि तिच्या सतरंगी देशी दारूतून आणि ती पिणाऱ्या शेकडो लोकांकडून आणि मी जर तिला मदत केली तर ती दारू हजारो लोक पिणार होते. ती दिवाळीची रात्र सोनेरी होती. कोणीतरी गाणं लावलं होतं, 'जब तक है जान, जान-ए-जहान' आणि बाहेर खूप वेळ फटाक्यांचा आवाज येत होता. बॉम्ब, लड्या धडाडत होत्या. आम्ही खेळत होतो आणि खेळणाऱ्यांची संख्या वाढत होती, परितोष शाह जोक्स सांगत होता. नंतर इन्स्पेक्टर सामंत आले, तेही आमच्यात खेळायला बसले. त्यांनी आम्हाला पपलू कसा खेळायचा ते दाखवलं. खेळता खेळता कांताबाईचा पदर तिच्या खांद्यावरून घसरला आणि तिच्या भरदार छातीवर नजर जाताच छोटा बदरियाने लाजून तोंड वळवलं. पत्ते पडत होते आणि मी रात्रभर हरत होतो.

मला जाग आली, तेव्हा गादीवरची चादर तोंडावर ओढलेली होती. रात्री मीच झोपेत जोरात फिरणाऱ्या टेबलफॅनच्या आवाजाला वैतागून ती तोंडावर ओढून घेतली असावी. खोली रिकामी होती, सगळीकडे कचरा पडला होता. सिगारेटची थोटकं, खाल्लेल्या प्लेट्स, रिकामे ग्लास वगैरे. मी उठलो, मानेत आणि पाठीत कळ उठली आणि डोक्यापर्यंत गेली. त्याकडे दुर्लक्ष करून अनवाणी पायाने तसाच बाहेर गेलो. छोटा बदरिया दरवाजाबाहेर झोपला होता, त्याच्या शर्टावर ओकारी झालेली तशीच होती. त्या वासाने मला मळमळलं आणि मी गेटकडे धावत जाऊन ओकलो. मला थोडीच उलटी झाली; पण ती गरम आणि कडूजहर होती. अजून पहाट होत होती आणि रस्ता पूर्ण रिकामा होता. अशा वेळी कोणीही गोपाळमठमध्ये येऊन माझ्या घरात घुसून मला ठार मारू शकलं असतं. ते खूप सोपं झालं असतं. मी वळून आत गेलो, जिना चढून गच्चीवर गेलो. तिथे पाण्याच्या टाकीवर बसलो आणि दिवस उजाडायची वाट पाहू लागलो. मला तहान लागली होती; पण मी पाणी पिणार नव्हतो. मला ती वेदना आणि शिसारी लक्षात ठेवायची होती.

मी जे विश्व उभं केलं होतं, ते अंधारातून हळूहळू आता आकार घेऊ लागलं. आम्ही वापरलेल्या सिमेंटला आता डाग पडले होते, ते आता मातकट दिसू लागलं होतं आणि खोल्यांमध्ये राहायला आलेल्या लोकांनी त्यांचे हिरवे निळे कपडे बाहेर वाळत घातल्याने ते

रंगीबेरंगी दिसत होतं. छतांवर घातलेलं पांढरं प्लॅस्टिक, भिंतीवर लाल रंगांच्या जाहिराती आणि पोस्टर्समधल्या भडक कपड्यातल्या बायका, एकमेकाला चिकटून असलेल्या खोल्या, त्यांच्यावर विजेच्या तारांचं इकडून तिकडून घेतलेल्या कनेक्शन्सचं पसरलेलं जाळं. हे सगळं जग माझं होतं.

छोटा बदरियाचं डोकं छतावर डोकावलं. ''भाई?'' त्याने हाक मारली.

''इकडे.''

तो वर आला आणि मी पाहिलं, त्याचे ओले केस मागे वळवलेले होते. त्याने अंघोळ करून नवीन शर्ट घातला होता. चांगला मुलगा होता तो.

''आपण दारू विकू,'' मी म्हटलं, ''पण आपण या घरात यापुढे एक थेंबही दारू प्यायची नाही.''

''भाई?''

''सतरंगी नाही, नारिंगी नाही, जॉनी वॉकर नाही... कोणतीच नाही.''

''हो भाई.''

''आता जा आणि चहा कर. काही खायला आहे का बघ.''

धंदा वाढला. माझ्याकडे गोपाळमठमधल्या दुकानदारांकडून आणि बिझनेसमनकडून हप्ता गोळा करायला मुलं होती; माझ्या एरियाच्या टोकाला पार गायकवाड रोडपर्यंत हप्ता गोळा करत जो माझ्या आणि कोब्रा गँगच्या एरियाचा मधला भाग होता. मी गंमत नाही करत, त्यांना खरंच कोब्रा गँग म्हणत. त्यांच्याकडे सगळा पूर्वेचा एरिया होता. पार मालाडच्या खाडीपर्यंतचा आणि त्यामुळे ते स्मगलिंगपण करायचे. सगळे एकदम तगडे होते, खूप ताकदवान, आमच्यापेक्षा मोठे आणि प्रचंड पैसा असलेले. मी त्यांच्या म्होरक्याला, राजेश परबला कधी पाहिलं नव्हतं. तो वयाने मोठा होता, हाजी मस्तान बरोबर आला होता आणि आता नक्की पन्नास साठ वयाचा असेल; पण मी त्याची मुलं रस्त्यावर पाहिली होती. सतत या ना त्या बारमध्ये दिसायची. मी प्यायला जायचो नाही. मी पहिल्यांदा जॉनी वॉकर घेतल्यानंतर परत दारू प्यायलो नाही; पण मी तिथे बायकांसाठी जायचो, वेट्रेसेस आणि डान्सर्ससाठी. माझी मुलं याबाबतीत माझ्या पावलावर पाऊल टाकून चालत होती. मी कधी नियम असा केला नाही; पण मी प्यायचा थांबलो आणि छोटा बदरियाने सोडली आणि मग हळूहळू सगळ्यांनी ते पाळलं. मला याचा आनंद होता की, कशाचा तरी त्याग केल्याने ते सगळे एकत्र जवळ आले. त्यांची टीम तयार झाली. मी जेव्हा दारू प्यायचं सोडलं, तेव्हा या गोष्टीचा विचार केला नव्हता; पण मला आता स्पष्ट दिसत होतं की, त्याचा उपयोग होतोय आणि म्हणून मी त्यांना प्रोत्साहन दिलं. मी सांगितलं, जी-कंपनीच्या माणसाचं कधी डोकं सटकत नाही, तो शांत राहतो. झोपेतही तो जागा असतो. बाया करा, तो पुरुषांचा आनंद आहे. एका शूटरसाठी असा विरंगुळा योग्य आहे, पाच, दहा हव्या तितक्या बायका भोगा; पण तुमच्या घशात जहर ओतून स्वतःला मूर्ख आणि मंद बनवू नका. तो मादरचोद लोकांचा खेळ आहे, तो कोब्रा गँगला खेळू देत.

मला माहीत होतं की, युद्ध होणार आहे. ते अपरिहार्य होतं. माझ्या आणि त्यांच्या मुलांमध्ये किरकोळ खटके उडाले होते, रस्त्यावर जाताना नजरेला नजर भिडणे, सिनेमा

थिएटरच्या लॉबीमध्ये खांद्याला खांदा लागणे, शिवीगाळ, वगैरे; पण आम्ही शांत होतो. मी त्या रात्री गच्चीवर बसलो असताना, माझ्या डोक्यात भविष्याची उलथापालथ सुरू होती, टेस्टिंग करत होतो. मी कोणताही रस्ता निवडला आणि त्यानंतर अजून कोणताही घेतला, तरी त्याची दिशा भांडणं आणि मारामाऱ्यांकडेच जात होती. ते मोठे होते, आम्ही लहान होतो. आम्ही शांतता एकाच प्रकारे राखू शकलो असतो की, त्यांना मोठं राहू देऊन आपण लहानच राहायचं. त्यांच्या उष्ट्यावर जगायचं. आज, उद्या आणि पुढेही. असमानता स्थिर ठेवली असती तर हे शक्य होतं; पण त्यात मी होतो. छोटं असण्यासाठी माझा जन्म झाला नव्हता. जी-कंपनी म्हणजे मी होतो आणि मी स्वतःमध्ये डोकावून पाहिलं आणि मला लक्षात आलं की, फसवणूक आणि दयेशिवाय मी कधीही लहान नसेन. मी जन्मलो तेव्हापेक्षा आता मोठा झालो होतो, या शहरात आलो तेव्हापेक्षाही आणि अजूनही मोठा होऊ शकत होतो म्हणून युद्ध होणारच होतं. मी विचार केला की, युद्ध होणार ही गोष्ट मान्य करू या आणि त्यासाठी तयारी करू या. जेव्हा तो दिवस उगवेल, त्या दिवशी राग, द्वेष न करता लढू. आपण त्यांना पुरून उरू.

''माझ्यासाठी नावं, चेहरे शोध,'' मी छोटा बदरियाला सांगितलं. ''मला ते सगळे कोण आहेत याची माहिती हवी आहे.'' त्यासाठी आम्ही पैसा खर्च केला, छोट्या छोट्या मार्गांनी छोट्या लोकांना मदत केली आणि कोब्रा गँगच्या एरियात खोलवर आमच्या खबरींचं जाळं विणलं. राजेश परब नाबरगल्लीमध्ये तीन मजली अपार्टमेंटमध्ये सर्वांत वरच्या मजल्यावर राहायचा, त्या गल्लीच्या तोंडावर एक पानवाला होता. तो रोज त्यांना येताना जाताना बघायचा आणि जेव्हा तो घरी जायचा तेव्हा आमच्यातला एक मुलगा त्याच्या बरोबर दहा मिनिटं चालत जायचा, त्यामुळे आम्हाला त्यांचा दैनंदिन कार्यक्रम माहीत होता. आम्ही त्या पानवाल्याला पैसे दिले; पण त्याने केवळ पैशांसाठी हे काम केलं नाही. सहा वर्षांपूर्वी, थंडीच्या दिवसात एका रात्री उशिरा राजेश परब खूप दारू पिऊन त्याच्या नवीन टोयोटामधून आला आणि त्याने पान मागितलं. त्याने या पानवाल्याला म्हटलं की, तुझं मलई पान जिभेवर विटेसारखं चिकटून बसतं, तू उत्तर प्रदेशात परत जा आणि पान कसं लावतात ते नीट शिकून ये. त्याच्या दुसऱ्या दिवशी दुपारी पुन्हा राजेश परब तिथे थांबला आणि त्याने नेहमीप्रमाणे हसत खेळत पान घेतलं. तो बहुदा आदल्या रात्रीचं विसरला असावा. कारण, त्या वेळी तो त्याच्या जपानी घोड्यावर स्वार होता; पण अपमान माणसाच्या मनात खोलवर रुतून बसतो. एखाद्या सुईच्या टोकाएवढ्या जंतूसारखा आणि जोवर त्याच्या आतड्याला पूर्णपणे वेढून टाकत नाही, तोवर तो हळूहळू मोठा होत राहतो. तसाच त्या पानवाल्याला त्याचा अपमान लक्षात होता म्हणून त्याने आणि इतर लोकांनीही आम्हाला मदत केली.

राजेश परबच्या हाताखाली मुलांच्या चार जोड्या होत्या, प्रत्येक जण त्याच्या धंद्यातले वेगवेगळे भाग सांभाळायचे. मला त्यांची नावं माहीत होती आणि त्यांची घरंही. मी एका काळ्या डायरीमध्ये पानं भरभरून टोळ्या, त्यांची मुलं, ते कोण होते, त्यांची हिस्ट्री, सगळं लिहिलं होतं. राजेश परब बरोबर धंदा करणारे, त्याला पैसा पुरवणारे, त्याच्याशी संबंधित बिल्डर्स, सगळी माहिती होती. मी या काळ्या डायरीची पारायणं केली. तेही इतकी की, माझी मुलं मला हळूच हसत एकमेकांत कुजबुजत, ''भाई त्यांची गीता वाचतायत.'' मला काही राग वगैरे यायचा नाही. मी आत घुसायला वाव मिळायची वाट बघत होतो, जिथून घुसून मी कोब्रा गँगचे तुकडे तुकडे करून टाकेन. माझ्या डायरीत एक नाव होतं जे मला

समजत नव्हतं, ते माझ्याकडे असलेल्या माहितीत फिट बसत नव्हतं. विलास रानडे नावाचा माणूस राजेश परब बरोबर खूप काळ होता आणि तरीही हा विलास रानडे राजेश परबसाठी काहीच करायचा नाही. तो काही धंदा सांभाळत नव्हता किंवा स्मगलिंग करत नव्हता, हप्ता नव्हता किंवा बिल्डर्स बरोबर काही डीलिंग करत नव्हता आणि अनेकदा तो आठवडे आठवडे राजेश परबच्या घराकडे फिरकतानाही दिसायचा नाही. तो कुठे राहायचा हे कोणालाच माहीत नव्हतं. त्याचं लग्न झालंय का, मुलंबाळं आहेत का किंवा त्याला जुगाराचा नाद आहे का काहीच माहिती कोणी सांगू शकत नव्हतं, तरीही तो जेव्हा यायचा, तेव्हा थेट राजेश परबच्या अपार्टमेंटमध्ये जायचा. त्याला कोणी अडवायचे नाही. राजेश परब जरी कोणत्या एमएलए बरोबर खास चर्चेत असला, तरी उठून बाहेर येऊन या विलास रानडेला भेटायचा. विलास रानडे कधी जेलमध्येही गेला नव्हता. फक्त दोन वेळा त्याचं नाव पेपरमध्ये छापून आलं होतं. शेवटी मी छोटा बदरियाला म्हटलं, ''मला हा हरामखोर दिसतो कसा ते बघायचं आहे, त्याचा फोटो आण.''

दरम्यान, एक शस्त्रांचं लफडं झालं. मला माझं रक्षण करण्यासाठी देशी पिस्तुलांवर भरवसा नव्हता. त्या दिवसांमध्ये चायनीज स्टार पिस्तुलाची किंमत दहा-बारा हजार होती. मला अर्थातच ग्लॉक्स परवडणारे नव्हते; पण आम्ही घरी एक ९ एमएमची काडतुसं आणि स्टार पिस्तुलं माझ्या घरात लपवली होती, गोपाळमठमधल्या डझनभर खोल्यांमध्ये आणि गोपाळमठ मंदिरामध्ये. ते मंदिर त्या वेळी अगदी लहानसं देऊळ होतं आणि लागून पुजाऱ्याची खोली होती. हे सगळं हळूहळू उभं करायला आठवडे, महिने लागले आणि खूप विचार करावा लागला की, शस्त्रांवर किती पैसा खर्च करायचा, मुलांना किती द्यायचा, वस्तीमध्ये सुधारणा करण्यासाठी किती खर्चायचा जेणेकरून राहणारे लोक खूश असतील. अशा प्रकारे आम्ही युद्धाची तयारी केली.

एक दिवस संध्याकाळी छोटा बदरिया मला सांगायला आला की, आम्ही काडतुसांचा एक लॉट चांगल्यारीतीने निगोशिएट करून घेतला आहे. मी त्या वेळी जोगेश्वरीला लिंक रोडला महल नावाच्या बारमध्ये माझ्या चार मुलांबरोबर बसलो होतो. मला स्पष्ट आठवतंय, ते चौघे म्हणजे मोहन सुर्वे, प्रदीप पेडणेकर, कृष्णा गायकवाड आणि कारीझ शेख. छोटा बदरिया बारमध्ये आला, थेट आमच्यापाशी आला. आम्ही आमच्या नेहमीच्या टेबलापाशी बसलो होतो. बूथचा कॉर्नर पकडत हसत छोटा बदरिया म्हणाला, ''गुड डील भाई, तीनशे कांचा. सगळे एकदम भारी आणि गॅरंटीचे.'' आता ही आमची भाषा होती. कांचा आणि गुलेल म्हणजे काडतुसं आणि पिस्तुलं. कोब्रा गँग आणि इतर कंपन्या काडतुसांना दाणे आणि पिस्तुलांना सामान म्हणत; पण आम्ही कांचे आणि गुलेल म्हणत असू. हेही मीच सुरू केलं, त्यामुळे आम्ही बाकीच्यांपेक्षा जरा वेगळे वाटत असू आणि खास भाषा वापरल्यामुळे एकमेकांशी जास्त जवळीक निर्माण झाली. कंपनीत येण्यासाठी, आमच्यातला एक होण्यासाठी आधी तुम्हाला ही भाषा शिकावी लागेल आणि ती शिकता शिकता तुम्ही बदलून जाल. ही नवीन मुलं मेहनत घेत होती, गल्लीत टपोरी म्हणून हिंडण्यापेक्षा जास्त काहीतरी करू पाहत होती, इज्जतदार भाई बनू पाहत होती. ती ही भाषा शिकले, ऐटीत चालायला शिकले आणि कोणीतरी असल्यासारखं वागू लागले आणि नंतर कंपनीची मेंबर झालीत. अमेरिकन डॉलर्सला आम्ही चॉकलेट म्हणत असू, बाकीचे त्याला डालडा म्हणत. ब्रिटिश पाउंडला लालटेन, बाकीचे पितळ म्हणत आणि हेरोईन व ब्राऊन शुगरला गुलाल म्हणत असू, बाकीचे आटा

म्हणत. पोलिसांना आम्ही इफ्तेकार नाव ठेवलं होतं, बाकीचे नऊ नंबर म्हणत, बिघडलेलं काम म्हणजे घंटा, फाच्चड नव्हे. एखादी गच्च वयात आलेली मुलगी पाहून अगदी राहवणार नाही, तिला आम्ही चाबी नव्हे, तर छुरी म्हणत असू.

तर आम्ही महल बारमध्ये बसलो होतो आणि छोटा बदरियासाठी मँगो लस्सी मागवली. आता कारीझ शेख बोलायला लागला. आम्ही हाजी मस्तान आणि युसुफ पटेल यांच्यात फार पूर्वी कशी पार्टनरशिप होती; पण मग जेव्हा धोका दिला तेव्हा कसं धंद्यात शत्रुत्व आलं आणि त्यामुळे युद्ध झालं, हाजी मस्तानने कसं त्याच्या मित्राला संपवायचं ठरवलं यावर चर्चा करत होतो. कारीझ शेखने या सगळ्या स्टोरी त्याच्या बापाकडून ऐकल्या होत्या. ''हाजी मस्तानने युसुफ पटेलची सुपारी करीम लालाला दिली.'' तो म्हणाला. ''पण युसुफ पटेल हल्ल्यातून वाचला.''

मोहन सुर्वे म्हणाला, ''मी एकदा करीम लालाला बघितलं आहे. दोन वर्षांपूर्वी. ग्रांट रोड स्टेशनजवळ.''

''हो?'' मी विचारलं. ''तो कसा दिसत होता?''

''मोठा पठाण हरामखोर,'' मोहन सुर्वे म्हणाला. ''खरंच उंच आणि मोठा. त्याचे हात मोठे मोठे होते. तो आता रिटायर झाला. तिकडेच राहतो; पण आता या वयातही बादशहासारखा चालतो. त्याच्या तरुणपणात कसला खतरनाक असेल तो.''

मी करीम लाला आणि त्याचं तोऱ्यात चालणं, 'जंजीर'मध्ये प्राणचा होता तसा त्याचा पठाणांचा एक्सेंट, त्याची कल्पना करत होतो. मी या रक्तपाताच्या गोष्टी आधीही ऐकल्या होत्या; पण आता मी अधीरपणे लक्ष देऊन ऐकत होतो. मी त्यातून काहीतरी शिकायला बघत होतो, हार जीत याची तत्त्वं, अजूनही जिवंत असलेल्यांनी वापरलेल्या युक्त्या वगैरे. जे त्या काळातही तरले जेव्हा हाजी मस्तान आणि युसुफ पटेल एकमेकांना मोहमद अली रोड आणि डोंगरीमध्ये शोधत असत, त्या काळातल्या गोष्टी. मी कारीझ शेखचं बोलणं ऐकत होतो; पण मी अस्वस्थ होतो. नुसतं बसून ऐकणं, विचार करणं पुरेसं नव्हतं. मला गोपाळमठमध्ये परत जायचं होतं, त्या गल्ल्यांमध्ये. मी उठलो.

''चला,'' मी म्हटलं.

''आधीच, भाई?'' मोहन सुर्वे म्हणाला, ''अजून अकराच वाजतायत.''

छोटा बदरियाने त्याचा लस्सीचा ग्लास तोंडाला लावला आणि शांतपणे लस्सी संपवली.

''मला इथे कंटाळा आलाय,'' मी म्हटलं, ''जाऊ या.''

मी झपाझप दरवाज्याकडे चालत गेलो. बाहेर रस्ता हाय-वेच्या दिशेने उताराला लागला होता. आम्ही उजवीकडे दिव्याच्या खांबाच्या पलीकडे गाडी पार्क केली होती. ती एक जुनी मोडकळीला आलेली ॲम्बेसिडर होती, जी कारीझ शेखचे वडील त्यांच्या काळात चालवत असत. मला चांगली कार हवी होती; पण आमच्याकडे फक्त गन्ससाठी पैसे होते. लवकरच एक दिवस कारही घेऊ, मी विचार केला. मी रस्त्यावरून दिव्याच्या उजेडात चालायला लागलो. माझ्यामागे मुलं येत होती. मी हलकेच मान वळवून पाहिलं, छोटा बदरिया त्याच्या खिशात रुमाल कोंबत होता आणि बाकीचे त्याच्या मागून येत होते. त्यांची हालचाल होत होती, ते चालत होते आणि चालताना त्यांचे खांदे हलत होते. त्यांच्या मधल्या फटीतून मला मोहन सुर्वे दिसला, निऑन साईनच्या उजेडात. तो अजूनही दरवाज्याजवळच होता, भिंतीकडे

पाठ करून उभा होता, काही हालचाल न करता आणि नंतर, त्या क्षणी, मी एकदम बाजूला अंधारात उडी मारली. मला माझ्या खांद्यावर एक जबरदस्त फटका जाणवला, ज्याने मला खाली जमिनीच्या दिशेने ढकललं; पण मी तोल सावरला आणि मी बिल्डिंगच्या बाजूने पळत होतो. मला कळत होतं की, माझ्यावर हल्ला झालाय; पण मला गोळ्या झाडल्याचा आवाज आला नाही. मी कॉर्नरला भिंतीला धरून थांबलो, वळलो आणि मला पॅसेजमध्ये हालचाल दिसली. मी वळून पुन्हा धावलो आणि माझं पिस्तूल बाहेर काढलं. आता मला गोळ्या झाडल्याचे आवाज आले. मी तरीही वळून पाहायची रिस्क घेतली, तो छोटा बदरिया होता. कॉर्नरच्या दुसऱ्या बाजूवर कशावरतरी गोळ्या झाडत होता.

मी ओरडलो, ''बदरिया, ये.''

आम्ही बिल्डिंगच्या कम्पाउंडमधून एका भिंतीपाशी गेलो आणि गेटबाहेर पडून रस्त्याला लागलो. दोन वळणं अजून घेतली आणि मला थांबावं लागलं. मी खाली वाकलो आणि रस्त्यावर उलटी केली. माझा डावा खांदा वेदनेने ठणकत होता. ''तुला लागलंय का?'' मी छोटा बदरियाला विचारलं.

''नाही. अजिबात नाही, मी ठीक आहे,'' पुसटसं हसत तो म्हणाला.

''चांगल आहे. मला माहीत आहे तो तू नाहीस,'' मी त्याच्याकडे मान वळवून पाहत म्हणालो.

''काय मी नाही?''

''ज्याने आपल्याला त्यांना विकलं. कारण, जर तो तू असतास, तर आता माझ्यामागे इथे आला नसतास आणि जर तू तो असशील, तर तू आताही मला मारू शकतोस.'' त्याच्या पिस्तुलचं बॅरल माझ्या डोक्यापासून फक्त सहा इंचावर होतं... माझ्या मृत्यूपासून एक क्षणावर उभा होतो मी.

तो म्हणाला, ''भाई, खरंच भाई,'' त्याला धक्का बसला होता. मला त्या स्थितीतही तो आवडला. अगदी माझ्या लहान भावासारखा वाटला.

''तुझं तोंड पूस नीट, मँगो लस्सी लागली आहे अजून तोंडाला आणि मला डॉक्टरकडे घेऊन चल.''

डॉक्टर माझ्या खांद्याला टाके घालता घालताच मी त्यांच्या टेबलवरूनच फोन कॉल्स केले. त्यांना माझ्या खांद्याची काळजी वाटत होती. मी परितोष शाहला फोन केला, कांताबाई व अजून काही जणांना आणि त्यांना तयार राहायला सांगितलं. परितोष शाह म्हणाला की, पोलीस अगोदरच त्या बार पाशी पोहोचले आहेत आणि माझी तीन मुलं मेली आहेत. प्रदीप पेडणेकर, कृष्णा गायकवाड आणि कारीझ शेख मारले गेले होते. प्रदीप पेडणेकरला मागून कमरेत गोळी लागली होती आणि नंतर पुन्हा जवळून डोक्यावर मारली होती. मोहन सुर्वेचा काही पत्ता नव्हता आणि मी... बचावलो होतो.

हल्ला होऊन गोळी लागणे हा एक वेगळा अनुभव असतो. जेव्हा पहिल्यांदा असं झालं, तेव्हा मला जाणवलं नाही. मी पळून जाण्याच्या नादात होतो आणि मला कळलंच नाही की, जे माझ्या त्वचेत आणि स्नायूत जाणवलं होतं, ती आत घुसलेली गोळी होती. मला त्याची वेदना तोवर जाणवली नाही, जोवर जगण्याची आशा आवंढा बनून घशाशी आली

नाही. आता माझा खांदा आणि छाती थंड पडली होती, जशी कोणी माझी हाडं गोठवून टाकली होती आणि बर्फाच्या सुरीने मला भोसकलं होतं. मी छोटा बदरियाला म्हटलं, ''मला गोपाळमठला घेऊन चल.''

आमच्या तीन मुलांनी डॉक्टरच्या इथे कार आणली होती. त्यांनी आणि छोटा बदरियाने मिळून, माझ्या भोवती कोंडाळं करत आणि मला संपूर्णपणे कव्हर करत मला कारमध्ये बसवलं. ते माझ्या मागोमाग आले. कधीकाळी आम्ही एकमेकांना ओळखत नव्हतो; पण आज आम्ही घट्ट बांधले गेलो होतो. आमच्यावर हल्ला झाला होता, आम्ही बचावलो होतो आणि म्हणून त्यांना माझ्याबद्दल माया वाटत होती. त्यांनी मला विचारलं, ''भाई, तुम्ही ठीक आहे का? तुम्हाला बरं वाटतंय का?'' आम्ही रात्रीच्या सुनसान रस्त्यावरून गोपाळमठकडे निघालो होतो. मी एक गती निर्माण केली होती आणि आता ते त्या गतीत सामील होऊन माझ्या मागे येत होते. मी एकटा मृत्यींच्या दारातून परत आलो होतो आणि ते मला बिलगले होते.

''आता आपण काय करायचं?'' छोटा बदरियाने विचारलं.

''मोहन सुर्वेला शोधा,'' मी म्हणालो.

गोपाळमठमधलं माझं घर एकदम सुरक्षित होतं, माझ्या मुलांनी दोन वेळा पूर्ण झडती घेऊन सगळं ठीक आहे ना पाहिलं होतं. मी सुरक्षितपणे घरी गेलो आणि माझ्या खोलीत माझ्या गादीवर बसलो. काही हल्ला झाला तर म्हणून मी मुलांना गोपाळमठच्या बॉर्डरला पाठवलं; पण मला माहीत होतं की, मी आता सुरक्षित होतो, किमान आत्ता तरी. गोपाळमठच्या गजबजलेल्या गल्ल्या माझ्या ढाली होत्या, त्या रस्त्यांवरून पळणारी मुलं आणि दारात बसलेल्या बायका हे माझं संरक्षण होतं. ते सगळे एकमेकांना वरपासून खालपर्यंत ओळखत होते. शत्रूला त्यांना ओलांडून माझ्यापर्यंत पोहोचणं शक्य नव्हतं. किमान काही नुकसान झाल्याशिवाय नक्कीच नाही.

''तुम्ही झोपा,'' छोटा बदरिया म्हणाला. सकाळच झाली होती.

मी 'हो' म्हटलं. मला माहीत होतं, मला विश्रांती घेतली पाहिजे. उगाच स्वतःला थकवून उपयोग नाही. ''तू पण झोप; पण बाहेर पहाऱ्यात काही गडबड नाही ना ते नीट बघ.''

मी माझ्या बेडवर माझ्या पांघरुणाखाली थरथर कापत होतो. माझ्या पोटात थरथर जाणवू लागली, हळूहळू ती माझ्या छातीपर्यंत पोहोचली आणि नंतर माझ्या घशामध्ये. माझ्या शरीराची डावी बाजू ठणकत होती; पण मी त्या वेदनेमुळे जागा होतो असे नाही. मला माझाच राग आला होता, माझ्या मूर्खापणाचा राग आला होता. आता मागे वळून पाहिलं, तर लक्षात येत होतं की, हे स्वाभाविकच होतं. तुम्ही कोणावर लक्ष ठेवत असाल, तर त्यांच्या आजूबाजूच्या जगात बदल होणे आलेच आणि जर ते सावध असतील, तर त्यांना ते बदल जाणवणारच. तुमच्या नजरेची, चौकशीची चाहूल त्यांना लागणारच आणि त्याबदल्यात तेही तुमच्यावर नजर ठेवणार. त्यांनीही नजर ठेवली होती, मी ज्या निष्कर्षांवर पोहोचलो होतो, त्याच निष्कर्षांवर तेही पोहोचले होते. त्यांनी माझ्या मनातलं ओळखलं होतं, शक्यता जाणल्या होत्या आणि मग माझी गांड मारली होती. त्यांनी बरोबर वेळ, ठिकाण आणि पद्धत हे सगळं अचूक हेरलं आणि युद्ध पुकारलं होतं. संधी साधली असे नाही म्हटले तरी या ना त्या फटीमधून गोळीने माझा वेध घेतला... जर मी महल बार समोर मरून पडलो असतो तर... तर... मी कोणीच उरलो नसतो...एक क्षुद्र माणूस अजूनच क्षुद्र झाला असता.

युद्ध सुरू झाल्या झाल्या संपलं असतं. हेच मला सहन झालं नाही. माझा मूर्खपणा, माझा आंधळेपणा नडला.

अखेरीस, मी भूतकाळ बाजूला ठेवला. तो आता मी बदलू शकत नव्हतो. झालेला प्रसंग सुरीने माझ्यापासून कापून काढल्यासारखा बाजूला केला. माझ्या मनात विचार आला, जे घडणार आहे तो तुझा भविष्यकाळ असेल. तू भविष्य आहेस. मी मनामध्ये काही योजना केली आणि झोपी गेलो.

दुसऱ्या दिवशी, मी त्यांच्याबरोबर युद्ध सुरू ठेवलं. त्यांना माहीत होतं की, आम्ही त्यांच्यावर पाळत ठेवली आहे; पण ते आमच्यापासून काहीही लपवू शकले नाहीत. आम्हाला किमान ते काय धंदे करतात, कुठे जातात हे तरी माहीत होतं. दुसऱ्या दिवशी आम्ही त्यांची पाच माणसं मारली. दोन वेगवेगळे हल्ले केले आणि त्यातला एक मी केला. मला हलणंसुद्धा मुश्कील होतं, माझा हात उचलला जात नव्हता; पण मुलं मला बघत होती आणि ही अटीतटीची वेळ होती म्हणून मी पुढच्या सीटवर छोटा बदरियाच्या बाजूला बसलो होतो, तो गाडी चालवत होता. मागच्या सीटवर अजून तीन मुलं बसली होती. आम्ही कामतच्या हॉटेल बाहेर शत्रूची वाट बघत थांबलो. कारण, तिथे ते एका बिल्डरला कॅश घ्यायला भेटणार होते, अशी खबर होती. संध्याकाळचे सहा वाजले होते आणि रस्त्यावर कामावरून परत जाणाऱ्या लोकांची गर्दी होती. संध्याकाळच्या लांब लांब सावल्या पडल्या होत्या. मी एक क्षण डोळे मिटले आणि मला धगधगणारा सूर्य जाणवला, माझ्या डोक्यात आग ओकत होता.

''ते आले,'' छोटा बदरिया म्हणाला.

ते तिघे होते. तरुण, पांढरे शर्ट आणि चांगल्या कडक इस्त्रीच्या पँट घातल्या होत्या. बिझनेसमनच वाटत होते. त्यांच्यातल्या मधल्या मुलाच्या डाव्या हातात एक प्लॅस्टिकची शॉपिंग बॅग होती.

''त्यांना पास करून जा,'' मी म्हटलं.

आम्ही कार पार्कमध्ये आलो, उजवीकडे वळलो. ते हॉटेलसमोरच्या जिन्याच्या पायऱ्यांपाशी पोहोचले आणि गुणगुणत आमच्या अगदी समोरून गेले. मी त्यांना अजून दोन पावलं पुढे जाऊ दिलं आणि माझ्या साईडचं दार डाव्या हाताने उघडलं, माझ्या मांडीतून पिस्तूल उचललं. आम्ही सगळे एकदम एका झटक्यात बाहेर आलो. छोटा बदरियाने पहिली गोळी झाडली आणि नंतर गोळ्यांचे आवाज येतच राहिले. त्यांनी मागे वळून पाहिलंच नाही. माझा हात थरथरत होता आणि मला वाटत नाही की, मी झाडलेल्या गोळ्या लागल्याच असतील; पण मला चांगलं आठवतंय की, त्या माणसाच्या डोक्यातून रक्ताच्या चिळकांड्या उडाल्या, त्याला तो खाली पडण्याआधी त्याचं डोकं डोळ्यांसमोर लटकताना दिसलं असेल. हे सगळं खूप पटकन झालं आणि खूप सोपं होतं. छोटा बदरिया कारमध्ये बसला.

''पैसे घे ते,'' मी त्याला म्हटलं.

दोन मिनिटांनी आम्ही सुरक्षितपणे एस. व्ही. रोडला लागलो होतो. त्या शॉपिंग बॅगमध्ये तीन लाख रुपये होते आणि एक हॅलोची एन्टी डँड्रफ शाम्पूची बाटली होती.

''भाई, ती माझ्यासाठी हं,'' छोटा बदरियाचा चेहरा एकदम खुलला.

''घे,'' मी म्हटलं आणि ती बाटली त्याच्याकडे टाकली. ''तुला कोंडा आहे का?''

''नाही,'' तो म्हणाला, ''मी आता वापरणार नाही, जपून ठेवेन.''

मी त्यावर हसलो. ''तू एक वेडा चुतीया आहेस.''

''मला केस वाढवावेसे वाटतायत,'' तो म्हणाला, ''केस वाढवले, तर मला चांगले दिसतील.''

''हो, हो, तू एकदम भेन्चोद टारझनच दिसशील,'' मी म्हटलं. मी गोपाळमठला परत जाताना एक डुलकी काढली आणि जेव्हा घरी पोहोचलो, तेव्हा अजून एक गेम झाल्याची बातमी मिळाली. त्यांच्यातली काही मुलं नेहमी अंधेरी स्टेशनजवळच्या कॅरम क्लबमध्ये यायची, त्यांना उडवलं होतं. आम्हाला अजून दोन विकेट मिळाल्या, आम्ही आता तरी त्यांच्या पुढे होतो; पण डाव संपला नव्हता, आता तर सुरू झाला होता. त्यानंतर, जे सुरू झालं, त्यात आम्ही त्यांच्या पुढे होतो; पण थोडेसेच. महिन्याच्या शेवटी, त्यांनी बारा लोक गमावले होते आणि आम्ही अकरा. त्यांच्यासाठी बारा म्हणजे फारसं नुकसान नव्हतं, त्यांच्याकडे अनेक मुलं त्या बदल्यात तयार होती; पण आमची मात्र अर्धी मुलं गेली होती, गोपाळमठमधून नाहीशी झाली होती कायमची. इन्स्पेक्टर सामंत फोनवर मला अनेकदा हसले, ''गायतोंडे, ते तुझा बाजा वाजवतायत, तू कुठेतरी पळून जा आणि लप. नाहीतर खल्लास होशील.''

तेरावा गेम झाल्यावर दुसऱ्या दिवशी आमच्यातील तीन मुलं सकाळच्या हजेरीला आलीच नाहीत. मला माहीत होतं की, ती मारली गेली नाहीयेत; पण हरण्यापेक्षा त्यांनी डाव सोडून जाणं पत्करलं. मला त्यात लॉजिक दिसलं. आम्ही खरं तर सगळे भाऊबंद होतो आणि या युद्धामुळे खरंतर तसे जवळ आलो होतो; पण पराभव निश्चित होता, जेव्हा तुम्ही लपता, दमलेले असता आणि आशा दिसत नाही आणि शत्रू तुमची कंबर मोडायला तुमच्यावर चालून येतो, तेव्हा काही लोक तुम्हाला सोडून जाणार हे निश्चित असतं. हा खरंतर अजून एक अंतर्गत पराभव होता. मी तो पचवला आणि जे अजूनही माझ्याबरोबर उभे होते त्याच्याकडे पाहिलं. आम्ही चालत राहिलो, आमचा धंदा सुरू ठेवला, रोजचं जगणं सुरू ठेवलं. मुलं आता दोन-दोन तीन-तीनच्या ग्रुपमध्येच फिरत होती. आमच्या शर्टाखाली असलेल्या घोड्यांना नियमित तेलपाणी होत होतं आणि काळजी घेतली जात होती. माझ्या मुलांपैकी एक सनी म्हणून होता, तो बाहेर जाताना घोडा डोक्याला लावून काहीतरी मंत्र पुटपुटत असे. ते बघून मी विचारलं की, तू रोज सकाळी याची दिवा लावून पूजासुद्धा करतोस का. मला हसू आलं. तो मान हलवून हसला; पण आम्हाला आता दुवा खूप आवश्यक होती आणि जर त्यामुळे काही मदत झाली असती, तर मी क्षणाचाही विचार न करता, माझ्या 'टोकारेव' पिस्तुलाला हार घालून त्याच्यासमोर लोटांगण घातलं असतं.

अखेरीस एका बाईने मला मार्ग दाखवला! मी, कांताबाई आणि मुलांच्याबरोबर सिद्धिविनायकाला गेलो होतो आणि देवळाच्या पायऱ्यांना वळसा घालून आलेल्या लांब लाइनमध्ये उभा होतो. मला हे प्रार्थना करणे, करुणा भाकणे वगैरे हा सगळा मूर्खपणा वाटत होता; पण मुलांचा यावर विश्वास होता आणि त्यांना जायचं होतं. देवळात गेल्याने त्यांचा उत्साह वाढला असता म्हणून मीही बरोबर गेलो. बाकी कितीही रानटी, असभ्य किंवा भावनाशून्य असली, तरी कांताबाई खूप मोठी भक्त होती. तिने हातात पूजेची थाळी धरली होती आणि डोक्यावर अगदी भक्तिभावाने पदर घेतला होता. आमच्या मागे पुढे मुलं होती, अगदी खांद्याला खांदा लावून. तिथे अगदी टिपिकल देवळात येणारा गोडसर फुलांचा आणि अगरबत्त्यांचा वास येत होता, तो माझ्या डोक्यात भरून राहिला आणि मला सुरक्षित वाटलं. कांताबाई म्हणाली, ''मला माहीत आहे, तू देवाजवळ काय मागणार आहेस.''

''सरळ आहे. अगदी, त्यालासुद्धा ते अगोदरच माहीत असेल, जर तो अस्तित्वात असेल आणि काही माहीत असेल तर,'' मी पायऱ्यांपाशी गणपती सगळं जाणतच असणार, अशा भावनेने गणपतीच्या दिशेने मानेने हलकेच खूण करत म्हटलं.

तिने मान हलवली. ''तुला तुझ्या हातांनी जे मिळवायचं आहे, ते तो देऊ शकत नाही.''

''तुला काय म्हणायचंय?''

ती मान खाली घालून हातातल्या पूजेच्या थाळीकडे पाहत होती आणि त्यातले तांदूळ, कुंकू, फुलं वगैरे नीट करत होती. तिच्या मानेला खूप वळ्या होत्या. ती तशीच मान खाली घालून म्हणाली, ''ते तुला मारणार आहेत. तू मरणार आहेस.''

आम्ही हळूहळू जिन्यातून वर चढू लागलो. पॅसेजच्या दुसऱ्या बाजूनेही भक्तांची रांग येत होती आणि घाईने पायऱ्या उतरत होती. आता ते सगळे आशेने भारलेले दिसत होते; देवाला भेटून आल्यावर, दर्शन घेतल्यावर आणि अगदी निर्लज्जपणे आपल्या मागण्या आणि दुःख देवापाशी मांडल्यावर त्यांच्या चेहऱ्यांवर आशा दिसत होती. मी तिला विचारलं, ''का पण?''

''कारण, तू मूर्खासारखा लढतो आहेस. ही तुझी हिरोगिरी, इकडे तिकडे शूटिंग करणं, यामुळे तू जिंकणार नाहीयेस. ते जिंकतील. ते आधीच जिंकले आहेत. तुला वाटतं, युद्ध म्हणजे त्यांना तुझा लवडा मोठा आहे हे दाखवणं.''

माझं पिस्तूल माझ्या कमरेला होतं, त्याचं वजन मला पोटापाशी जाणवत होतं. ती हे बोलत असताना मी तिच्याकडे पाहिलं, ती माझ्याकडे बघत नव्हती. मला त्याक्षणी पिस्तूल बाहेर काढून तिला गोळी घालावीशी वाटली. मी ते सहज करू शकलो असतो, मी ते करतोय असं मला स्पष्ट दिसू शकत होतं. मला राग अनावर झाला. माझ्या डोक्यात घण पडू लागले आणि माझ्या डोळ्यांत अश्रू बनून उतरले. मी डोळे पुसले आणि विचारलं, ''मग कसं?''

''जिंकण्यासाठी लढ. कोण जास्त माणसं मारतंय याला महत्त्व नाही. अख्ख्या मुंबईला जरी तू हरतो आहेस, असं वाटलं तरी फरक पडत नाही. जिंकणं हे जास्त महत्त्वाचं आहे.''

''पण कसं जिंकायचं?''

''त्यांचं डोकं छाट.''

''राजेश परबला उडवू?''

''हो; पण तो खरंतर एक मूर्ख म्हातारा आहे. तो बॉस आहे, पण तो त्याच्या पद्धतीने काम करतो.''

''मग विलास रानडे असणार. तोच आहे.''

''हो, जर तुला विलास रानडे मिळाला, तर तू त्यांना मुकंबहिरं आणि आंधळं करून सोडशील,'' ती म्हणाली.

अच्छा, तर विलास रानडे होता. तो राजेश परबचा सेनापती होता. त्याने आम्हाला चकवलं, आमचा नाश केला. जेव्हा आम्ही त्याला मागे टाकू, असं आम्हाला वाटत होतं, तेव्हा तो पुढे गेला आणि त्याने आम्हाला मारलं. मला आता समजलं की, त्यानेच त्यांना युद्ध सुरू करायला लावलं; पण मला अजूनही त्याच्याविषयी काहीही माहीत नव्हतं, त्याला बायका मुलं होती का नाही, तो कसा दिसतो, कुठे जातो, काहीच माहीत नव्हतं. त्याच्या काही सवयी, अड्डा नव्हता किंवा काही नजरेत येतील, अशा इच्छा नव्हत्या. मला हे समजेना

की, जो माणूस युद्धासाठी जगतो, त्याचा माग कसा काढायचा. ''माझ्याकडे त्याचा फोटोही नाहीये,'' मी म्हणालो.

''ते त्याला शहराबाहेर ठेवतात,'' ती म्हणाली. ''पुणे, नाशिक, असं कुठेतरी. जेव्हा काही अडचण असते, तेव्हाच त्याला आणतात.''

''म्हणजे जोवर त्याला जागं करण्याची वेळ येत नाही, तोवर तो झोपतो?''

''तुम्ही एखादा चांगला शूटर म्युनिसिपालिटीमध्ये खेपा घालण्यासाठी वाया घालवत नाही. ते रिस्की असतं आणि तो उत्तम शूटर आहे. तो बरेच वर्षं आहे त्यांच्याबरोबर. दहा-वीस वर्षं.''

''तू त्याला पाहिलं आहेस?''

''कधीच नाही.''

आम्ही रांगेतून पार गणपतीपाशी पोहोचेपर्यंत मी गप्प होतो. देवासमोर पोहोचल्यावर मी त्याच्याकडे काही मागितलं नाही. मी फक्त त्याला पाहत होतो, त्याची सोंड, कपाळ, तुटलेला सुळा, लाडू आणि मला आश्चर्य वाटलं की तो त्याच्या गणांचं सैन्य कसं पराभवातून बाहेर काढत असेल? अडचणींवर मात करणाऱ्या देवाला ज्या न दिसणाऱ्या अडचणी येत असतील, त्या कशा शोधून त्यावर मात करत असेल? मागून येणाऱ्या भक्तांच्या रेटण्यामुळे आम्हाला जास्त वेळ थांबता आलं नाही, पुढे जावं लागलं; पण मी सिद्धिविनायकाची मूर्ती मनात साठवली, अगदी घरी जातानाही. आम्ही जुहूमध्ये भयानक ट्रॅफिक जाममध्ये अडकलो. कांताबाई माझ्या शेजारी बसल्या बसल्या झोपली होती, तिने देवळात मिळालेला प्रसाद हातात घट्ट धरून ठेवला होता. मी तिचं घोरणं ऐकता ऐकता विचार करत होतो. माझा खांदा ठणकत होता, आगीच्या ठिणग्या पडल्यासारखी वेदना होत होती; पण माझ्या डोक्यात जे विचारांचं थैमान सुरू होतं, ते जास्त वेदनादायी होतं. मला आता त्या डावातले खेळाडू दिसत होते, गल्ल्या आणि ते जिथे जायचे यायचे त्या बिल्डिंग दिसत होत्या, गोपाळमठ, नाबरगल्ली, सगळं माझ्या डोळ्यासमोर उभं राहिलं. मी डोळे गच्च मिटून घेतले आणि त्या गल्ल्यांमध्ये कुठे काही वाव दिसतो का, हे सगळं तोडून नव्याने उभं करण्यासाठी काही मार्ग दिसतो का हे बघत होतो. बाहेर ट्रॅफिक तसंच जाम होतं आणि आम्ही इथे कारमध्ये आत बसलो होतो, अजूनही जिवंत होतो, श्वास घेत होतो.

''मला उतरू दे,'' मी म्हटलं आणि दार उघडून कारच्या बाहेर पडलो. छोटा बदरिया स्टीयरिंगच्या बाजूने पटकन बाहेर आला. ''नको नको, तू आत जा.''

''पण; भाई...''

''ऐक माझं. आत बस. मला थोडं चालायचं आहे.''

त्याला भीती वाटत होती की, योगायोगाने समोरून कोणी आलं तर म्हणजे रस्त्यावर चालणारे, भेळपुरी खाणारे यांच्यातून. हे शक्य होतं; पण मला अचानक एकटं राहावंसं वाटत होतं. मी हात केला. तो कदाचित माझ्या चेहऱ्यावरचे भाव बघून घाबरला असावा. कारण, तो लगेच आत बसला.

मी वळसा घालून बीचकडे जाणाऱ्या रस्त्यावर चालत होतो, चाटचे स्टॉल्स, वाळू सगळं ओलांडून. माझ्याबरोबर काही कुटुंब चालत होती, उत्साहात उड्या मारत हसणारी मुलं, पाण्याच्या कडेने रपेट मारणारे घोडे, खेळणी विक्रेते आणि त्यांचं ओरडणं, फुगे,

कुल्फीवाले. इथे कोणतंही युद्ध नव्हतं. इथे शांतता होती. मी फिरायला आलेल्या म्हाताऱ्या जोडप्यांच्या मधून आणि घाईघाईने जाणाऱ्या तरुणांमधून शांतपणे चालत होतो. समुद्राच्या लाटा संथपणे किनाऱ्याला लागत होत्या आणि शेवटी एका अर्धवट बांधलेल्या कट्ट्यावर समुद्राकडे तोंड करून बसलो. माझ्या डावीकडे काहीतरी हालचाल होत होती. मी वळून बघितलं, तर कचऱ्याच्या ढिगामध्ये, नारळाच्या साली, ओले कागद यांच्यामध्ये, काहीतरी हलत होतं, अगदी जलद हालचाल आणि मग एकदम सावध स्तब्धता. त्या ढिगात अजूनही काही सावल्या जलद हालचाल करत होत्या, भुकेच्या अधीरतेने. एक छोटा पांढरा बॉक्स मला हलताना दिसला. मी उठून तिकडे गेलो आणि त्या बॉक्सवर पाय देऊन उभा राहिलो आणि कुजक्या वासाचा भपकारा आला. आता तिथली हालचाल थांबली होती. मी हसलो, ''उंदीर साले. मला माहीत आहे तुम्ही इथे आहात,'' मी म्हटलं, ''मला माहीत आहे तुम्हीच आहात;'' पण ते माझ्यापेक्षा खूप हुशार होते. ते शांत पडून राहिले आणि जर मला त्यांना मारायचं असतं, तर मी नक्कीच मारू शकलो असतो; पण ते वाचले असते.

''भाई!'' बीचवरून लांबून हाक ऐकू आली.

मी हात केला आणि ओरडलो, ''इकडे,'' छोटा बदरिया आणि दोघे जण होते.

''तुम्ही ठीक आहात ना?'' त्याने विचारलं.

''मी ठीक आहे,'' मी म्हटलं. मी खरंच ठीक होतो. माझ्या आतमध्ये काहीतरी खळबळ सुरू होती, जी मला दिसत नव्हती. मला माहीत होतं, ती वर येण्यासाठी मला वाट बघावी लागेल. ''चला घरी जाऊ या.''

मी दुसऱ्या दिवशी इन्स्पेक्टर सामंतांबरोबर मीटिंग फिक्स केली. आम्ही साकीनाक्याला एका हॉटेलमध्ये भेटलो. मी म्हणालो, ''मला विलास रानडेची विकेट पाहिजे. दहा पेटी देतो.''

सामंत माझ्याकडे पाहून दात काढून हसले. त्यांच्या मिश्या जाडजूड होत्या, डोक्यावर फारसे केस नव्हते आणि दात मोठे मोठे होते. त्यांचा शर्ट घामाने भिजला होता, त्याचे ओलसर डाग दिसत होते. ''दहा लाख!'' ते म्हणाले, ''विलास रानडेसाठी? तुम्हाला फारच आशा दिसते!''

''मग पंधरा.''

''तुम्हाला माहीत आहे का, तुम्ही कोणाबद्दल बोलताय? तुम्ही दूधपित्या वयाचे होतात, तेव्हापासून तो इथे आहे.''

''खरं आहे; पण तुम्ही करू शकता का?'' मी विचारलं.

''होऊ शकतं.''

''तुम्हाला काहीतरी माहिती आहे. काय माहीत आहे?''

त्यांची नजर स्थिर होती, आरपार. त्यांचं म्हणणं बरोबर होतं, माझाच प्रश्न फार मूर्खपणाचा होता. त्यांना काय माहीत होतं, ते त्यांनी मला सांगण्याचं काही कारण नव्हतं. मी उतावळा झालो होतो, काहीसा नर्व्हस. ते म्हणाले, ''मी ते का करावं?''

''सामंत साहेब, तो गेल्यावर मी असेन इथे, खूप वर्षं. तुम्हाला माहीत आहे ते. तुम्ही माझी प्रगती बघितली आहे. जर आपण एकत्र काम करू शकलो, तर भविष्यात काय काय होऊ शकतं, याचा विचार करा. त्या कोब्रा गँगच्या चुतीयांना काही भविष्य नाहीये, काही

दूरदृष्टी नाहीये. ते काय करतात ते करतात; पण ते नवीन काही करणार नाहीत. भविष्यात कॅशपेक्षा जास्त काहीतरी असणार आहे.''

ते ऐकत होते. त्यांनी रुमालाने आपल्या टकलावरचा घाम पुसला आणि म्हणाले, ''तीस.''

''मी वीस करू शकतो साहेब आणि एकदा हे सगळं संपलं की, त्यानंतर खूप काही असेल.''

''पंचवीस! आणि मला सगळे ॲडव्हान्समध्ये पाहिजेत.''

हे अनपेक्षित होतं आणि वेडेपणाचंही; पण तरीही मी म्हणालो, ''हो साहेब, मी तीन दिवसांत तुम्हाला आणून देईन.''

त्यांनी मान डोलावली आणि टेबलावर मधोमध ठेवलेल्या डिशमधून बडीशेप उचलली. बिल माझ्यासाठी ठेवलं होतं.

''आणि तीन दिवसांनी, तुम्ही मला अरेस्ट केलेलं असेल तर बरं होईल.''

माझ्याकडे काही वीस-पंचवीस लाखाची कॅश नव्हती. माझ्याकडे पाच लाख होते. जर मी गोपाळमठमध्ये लोकांना औषधपाणी, मुलींच्या लग्नासाठी म्हणून उधार दिलेले परत मागून घेतले, तर फारतर फार सहा, साडेसहा झाले असते. मी ते करू शकलो नसतो आणि म्हणूनच मला परितोष शाहकडे मोठं कर्ज मागायला लागणार होतं. तो पक्का बिझनेसमन होता. माझी परिस्थिती सध्या बरी नव्हती; पण तरी तो मला नकार देऊ शकला नसता, त्याला ते अवघड गेलं असतं, त्यामुळे आमच्यात वितुष्ट आलं असतं म्हणून मी त्याच्याकडे कर्ज मागितलं नाही; पण त्याला मोठा स्कोअर मागितला. ''टारगेट?'' त्याने विचारलं. ''पंचवीस लाखांचं? तीन दिवसांत?'' मला माहीत होतं की, मी खूप जास्त मागत होतो; पण त्याला माझी निकड समजली.

''रिस्कचं मनावर घेऊ नका,'' मी म्हणालो, ''त्यातून काय बक्षीस मिळणारे ते बघा.'' त्याला त्यावर फारसा विचार करावा लागला नाही. ''अडवाणी रोडवर महाजन ज्वेलर्स.'' मला आनंद झाला की, ते दुकान कोब्रा गँगच्या एरियाच्या मधोमध होतं, राजेश परबच्या घरापासून दीड एक मैलाच्या अंतरावर. आम्ही महाजन ज्वेलर्सवर एक दिवस आणि एक रात्र पाळत ठेवली आणि नंतर ठरवलं की, आपण हे काम दिवसाच करायचं. रात्री करणं सेफ असलं असतं; पण मग त्या पुढच्या ग्रीलच्या जाड दरवाजाची तीन कुलुपं तोडून, नंतर बंद शटर तोडून आणि मग काचेचा दरवाजा तोडून आत जावं लागलं असतं. त्यापेक्षा आम्ही चार जण दुपारी सरळ उघड्या दरवाजातून आत गेलो. बाहेर एक वॉचमन होता, नेहमीची एका नळीची रायफल घेऊन बसला होता. जेव्हा त्याने आम्हाला सात पिस्तुलं आणि चॉपर घेऊन येताना पाहिलं, त्याने आपली रायफल खाली टाकली. बाहेर पडताना त्याने आमच्यासाठी दरवाजा उघडून धरला. बाहेर दोन चोरीच्या कार आमची वाट बघत थांबल्या होत्या आणि तिथून निसटणं खूप सोपं झालं. काही प्रॉब्लेम आला नाही.

तर आता आमच्याकडे पैसे होते. मिळालेला माल पुरेसा नव्हता. परितोष शाहने आम्ही चोरलेल्या मालाचे आम्हाला पंधरा लाख दिले आणि बाकीचे लोन म्हणून दिले. मी त्याला मला पैसे देऊ दिले. मला पुन्हा आत्मविश्वास वाटत होता, मला माझा मार्ग दिसत होता

आणि मला माहीत होतं की, त्यालाही ते जाणवलं होतं. तो आता जी मदत करत होता, ती माझ्यावर उपकार म्हणून नव्हे, तर त्याच्या दृष्टीने ती भविष्यातल्या कमाईमधली गुंतवणूक होती. माझ्याकडे आता सगळं होतं आणि तो त्यात भर घालत होता. त्याच्यासाठी मी कॅश देण्यालायक होतो. तर आता माझ्याकडे पैसे होते आणि मी ठरल्याच्या एक दिवस आधीच सामंतांना फोन केला आणि पैसे दिले. त्यांनी मला अटक केली.

आम्ही, मी आणि माझी तीन मुलं लॉकअपमध्ये गेलो. आमच्यावर महाजन ज्वेलर्सवर दरोडा टाकल्याचा संशय होता आणि म्हणून आम्हाला कस्टडीत ठेवलं होतं, असं न्यूजपेपरमध्ये छापून आलं होतं. बाहेर माझी मुलं रस्त्यावरून गायब झाली, गोपाळमठमधून गायब झाली आणि कोब्रा गँगने जल्लोष केला. 'जी-कंपनी संपली, सगळं आटोपलं, खूपच लवकर आणि काही त्रास न होता,' असं म्हणत होते ते. मी माझ्या सेलमध्ये बसलो होतो आणि भिंतीकडे बघत होतो. माझी मुलं दुसऱ्या भिंतीला टेकून बसली होती आणि तीही समोरच्या भिंतीकडे बघत होती. मला त्या चिंचोळ्या जागेत, गर्मीतदेखील काही वाटलं नाही. मी त्या कडक रोट्या आणि पातळ डाळ खाल्ली; पण त्याच्या बदल्यात जे एकाजागी बसणं आणि काही न करणं होतं, ते मात्र मला सहन होईना. ती स्थिरता माझ्या नसानसात पसरली आणि मला फाडून बाहेर येते की काय असं वाटलं. मी भिंतीकडे बघत होतो, भिंतही शून्यपणे मला बघत आहे, असं वाटलं. तिला मला संपवायचं होतं. ती ते करू शकते, मला माहीत होतं. मी शांतपणे वाट पाहत होतो.

तो दिवस यायला नऊ दिवस वाट बघावी लागली. जेव्हा कॉन्स्टेबल्स आम्हाला घ्यायला आले, तेव्हा माझी मुलं उभी राहिली आणि मी त्या भिंतीवर मुतलो. ते माझ्याकडे बघत होते आणि मी भिंतीवर मुताचे ओघळ उमटवत होतो. ते मला घेऊन गेले. सिनियर इन्स्पेक्टरच्या खोलीत एक वकील सगळी कागदपत्रं तयार करून बसला होता आणि तो आम्हाला स्टेशनबाहेर घेऊन गेला. आम्हाला जामीन मिळाला होता. बाहेर अंधार होता, चांदणं पडलं होतं आणि ढगाळ वातावरण होतं. छोटा बदरिया बाहेर गाडी घेऊन वाट बघत उभा होता. तो खूप थकलेला दिसत होता आणि त्याने मुली लावतात तसला हेअरबँड लावून केस मागे बांधले होते.

''तुझ्या केसाला काय बांधलं आहेस चुतीया?'' मी विचारलं.

''ते असंच भाई,'' तो एखाद्या मुलीसारखा लाजत मान खाली घालत म्हणाला. तो हसला. त्याच्या हसण्यावरून मला लक्षात आलं की सगळं आलबेल होतं.

तो आम्हाला शहराच्या गर्दीतून घाईने बाहेर काढत हाय-वेला लागला, पार गोरेगावच्या पुढे आणि मला गर्दी पाहून हायसं वाटलं. गाड्यांच्या, ट्रक्सच्या रांगा आणि रस्त्याच्या कडेला बॉलमागे धावणारी लहान मुलं आणि यांचा अविरत गोंगाट. मी गप्प बसलो होतो; पण टक्क जागा होतो, एखाद्या सापासारखा सावध होतो. छोटा बदरिया बोलत नव्हता आणि मला त्याला काही प्रश्नसुद्धा विचारायचे नव्हते. किमान अजून तरी. माझं वचन हवेत विरून गेलं होतं; पण काही माहीत नसल्याची, अंदाजाची गुळणी तोंडात धरून ठेवली होती, चांगलं वाटत होतं. आम्ही हाय-वे सोडून खाली उतरलो आणि झोपडपट्टी ओलांडून अंधारात शिरलो. आमच्या गाडीच्या दिव्यांच्या झोतात मातीचा कच्चा रोड, झाडं मागे पळत होती आणि पुन्हा एखाद्या बोगद्यात शिरल्यासारखं वाटलं. मी उत्सुकतेने पाहत होतो. नंतर आम्ही डावीकडे एक तीव्र वळण घेतलं आणि रस्ता बदलला. आमच्या गाडीने मातीत करकचून

ब्रेक लावला. गल्लीच्या टोकाला एक कार पार्क केलेली होती आणि झाडाच्या फांद्यांमधून एका बिल्डिंगची मागची काळसर बाजू दिसत होती. आम्ही कारमधून उतरलो आणि त्या बिल्डिंगकडे चालू लागलो, एका कॉर्नरवरून वळलो. दरवाजावर एक बल्ब टांगलेला होता आणि दरवाजाच्या बाजूला एका क्रेटवर सामंत बसले होते, अंधारात त्यांची सिगारेट जळताना दिसत होती.

''खूप वेळ लागला, उशीर झाला तुम्हाला,'' सामंत म्हणाले.

''ते वकील आणि बाकीचं,'' छोटा बदरिया म्हणाला.

सामंतनी दरवाजा उघडला, जो खूप करकर आवाज करत उघडला. आत जमिनीवर एक माणूस तोंड खाली करून पडला होता. निळा शर्ट आणि काळी पँट आणि त्याचं ढुंगण वरच्या दिशेला, असा एकदम ताठ पडला होता.

''विलास रानडे,'' सामंत ओळख करून दिल्यासारखी हाताची किंचित हालचाल करून म्हणाले.

''तुम्ही एकट्याने केलंत?'' मी विचारलं.

''तो ब्राऊन शुगर ओढतो,'' सामंत म्हणाले. ''स्टूपिड भेन्चोद. त्याला वाटलं ते कोणाला माहीत नाहीये. स्वतः आणायला जायचा. त्याला कोण डीलर ते देतो तो मला माहीत होता.''

''जेव्हा विलास रानडे ब्राऊन शुगर विकत घ्यायला गेला तेव्हा त्या डीलरने तुम्हाला सांगितलं का?''

''त्याला सांगावंच लागलं, त्याला धंदा सुरू ठेवायचा असेल तर...''

''तुम्हाला खात्री आहे की हा विलास रानडेच आहे?''

''मी मुलुंडला पोस्टिंग असताना स्टेशनजवळ दोनदा त्याला बघितला होता. त्याचे मित्र होते तिकडे.''

''मला त्याचं तोंड बघायचंय.''

छोटा बदरिया त्याच्या शरीरावर वाकला आणि त्याने विलास रानडेचा खांदा पकडला. विलास रानडेचा शर्ट पुढच्या बाजूला काळ्या रंगाचा होता, भिजला होता. बदरियाने त्याला बकोट धरून उठून बसवलं आणि उजेडात तो दिसला. विलास रानडे पेंगत होता, डोळे अर्धे मिटलेले होते. मला वाटलं, मी त्याला ओळखत होतो. तो माझ्यासारखाच दिसत होता. मी त्याच्या समोर उकिडवा बसलो, थोडा पुढे वाकलो. हो, तो एकदम माझा डुप्लिकेट होता. दुसरं कोणीतरी हेच म्हणेल याची मी वाट बघत होतो; पण कोणीच म्हणालं नाही.

''काय झालं भाई? त्याचं थोबाड आवडलं नाही?'' छोटा बदरियाने विचारलं.

''नाही, मला वाटतं या हरामखोराचं थोबाड एकदम कुरूप आहे.'' मी विलास रानडेला हलकेच हलवलं आणि उठून उभा राहिलो. ''सामंत साहेब, काय गेम खेळलात तुम्ही,'' मी सामंतांचा हात हातात घेऊन जोरात हलवत म्हटलं. मी त्यांच्या खांद्यावर थोपटलं आणि हसलो. सगळेच, अगदी सगळेच माझ्याबरोबर हसू लागले; पण मला माहीत होतं की, मी नाटक करतोय. मी मोठे हातवारे करत होतो, डरकाळ्या फोडत होतो आणि सेलिब्रेट करत होतो; पण आतमध्ये मी पार घाबरून गेलो होतो की, विलास रानडे आणि मी एकसारखे दिसतो? आणि इतर कोणाला ते कसं लक्षात आलं नाही?? याचा काय अर्थ होतो की, त्याने

आणि मी एकमेकांना भुतं शोधतात तसं आरशात पाहिलं आणि मारून टाकलं? हा योगायोग मला काय दाखवू इच्छित होता, मला कुठे नेत होता?

आम्ही कारमध्ये बसलो तरी मी गोंधळलेलोच होतो. पुन्हा आम्ही त्या लांबलचक, अंधाऱ्या रस्त्याने निघालो आणि आम्ही हायवेला पोहोचेपर्यंत मी हे कोडं सोडवलं होतं. मला वाटतं की, तो सगळा प्रकाशाचा खेळ होता. जर तो माझ्यासारखा दिसत असता, तर छोटा बदरियाला ते लक्षात आलं असतं. सामंत पण काहीतरी नक्कीच बोलले असते. मी लॉक अपमध्ये इतके दिवस काढल्यामुळे प्रचंड थकलेला होतो. मला झोपेची, आरामाची आणि चांगल्या खाण्यापिण्याची गरज होती. काळजी करायचं काहीही कारण नव्हतं.

''शूटर विलास रानडे एन्काउंटरमध्ये मारला गेला,' दुसऱ्या दिवशीच्या काही न्यूजपेपरमध्ये बातमी होती. परब गँगचा योद्धा एन्काउंटरमध्ये मृत! नंतर आम्ही कोब्रा गँग संपवली. आम्ही त्यांच्या मुलांवर हल्ला केला, त्यांचे पैसे घेतले, त्यांच्या बिझनेसमनना धमकावलं आणि त्यांच्या रस्त्यांवरून फिरू लागलो. आमची चार अजून मुलं गमावली आणि त्यांच्यातला एक माझा सनी होता. त्याचं पिस्तुलांचं पूजा प्रेम इतकं वाढलं होतं की, आता त्याच्याकडे दोन पिस्तुलं होती. त्याच्यावर मागून झाडलेल्या गोळीने त्याची पाठ मोडली आणि रस्त्यावरच त्याचे प्राण गेले; पण आम्ही कोब्रा गँगचे तुकडे केले आणि त्यांचा एरिया घेतला. आम्ही अजूनही लहान होतो; पण आता तोच फायदा असल्यासारखा वाटत होता. आम्ही मारायचो आणि पळून जायचो आणि नंतर पुन्हा एकत्र येऊन मारायचो. ते गोंधळलेले आणि म्हातारे होते, त्यांच्या राजेश परबसारखे. त्याने मोठ्या कंपनीजकडूनही मदत घ्यायचा प्रयत्न केला. अगदी दुबईतूनही आणि प्रत्येकाने त्याला भरवसा दिला, प्रॉमिस दिलं, बाकी काही नाही. आम्ही विजयी टोळी होतो आणि आमच्याभोवती एक वलय होतं. ज्यांनी हे युद्ध बघितलं होतं, त्यांनी शर्ती लावल्या होत्या. त्यांना वास्तवाचा धडा मिळाला होता : लहान योद्ध्यांची टोळी जी कष्टाने आणि भाऊबंदकीच्या प्रेमाने बांधलेली असते ती ज्याचं धैर्य खचलं आहे आणि विश्वास नाहीसा झाला आहे, अशा मोठ्या, बोजड टोळीला सहज हरवू शकते!

सहा आठवड्यांनी राजेश परब हार्ट अॅटॅक येऊन मेला, त्याच्या अंथरुणातच, रात्री झोपेत गेला. परितोष शाह म्हणाला, ''त्याला तू त्याच्या दरवाज्यातून येतोयस असं स्वप्न पडलं असेल;'' पण मला बरं वाटलं की, मला त्याला मारायची वेळ आली नाही. त्याला मारावं लागलं असतं, तर मला एखाद्या कुत्रे पकडणाऱ्याने असाहाय्य म्हाताऱ्या कुत्र्याला पकडतात तसं वाटलं असतं. त्या विचारतही काही मजा नव्हती.

त्या हिवाळ्यात मला ताप आला. माझ्या डोक्यात कोरडी, भयभीत शीळ वाजल्यासारखी वाटे आणि घामाने डबडबून मी माझ्या बेडमध्ये या कुशीवरून त्या कुशीवर होत राही. मला सिनेमे पाहून, किंवा गाणी ऐकून किंवा छोटा बदरियाने आणलेल्या मुलींमुळेही शांत वाटेना. तोंडातला कडवटपणा घालवण्यासाठी मी एकसारखं थुंकत होतो. मी गोळ्या गिळल्या, खारट पाणी प्यायलो आणि नुसता पांढरा भात जेवलो, तरीही ताप उतरत नव्हता.

सकाळी छोटा बदरियाने दरवाजा वाजवून म्हणला की, मोहन सुर्वे आम्हाला सापडला.

''तू त्याला इकडे आणलं आहेस?''

''बाहेर कारमध्ये आहे.''

''आत घेऊन ये.''

मी उठून कपडे घातले. आम्हाला दगा दिल्यामुळे मोहन सुर्वे मुंबईतून गायब झाला होता. त्या रात्री महल बारपाशी निऑन साईनच्या उजेडात त्याचा चेहरा पाहिला, तो शेवटचा. त्यानंतर तो गेला. गायब झाला. एकदा गोळ्यांच्या फैरी झाडायला लागल्यावर कोणीच त्याला पाहिलं नव्हतं, अगदी मुंबईत नाही किंवा वडगावला त्याची बहीण तिच्या नवऱ्या मुलांबरोबर राहायची, तिकडेही नाही.

छोटा बदरिया आत आला आणि मला शूज घालायला मदत केली. ''आम्ही त्याच्या बहिणीवर लक्ष ठेवलं,'' तो म्हणाला. ''पोस्टमन आम्हाला तिची पत्रं दाखवायचा.''

''गुड. मग?''

''आणि नंतर विशेष काही नाही. सुर्वेला वाटलं तो फार स्मार्ट आहे. पुण्याहून दर महिन्याला मनमोहन पानसरेच्या नावाने मनीऑर्डर्स येत होत्या. कोणत्या पोस्ट ऑफिसमधून मनी ऑर्डर्स येत होत्या हे शोधून काढणं सोपं होतं. नंतर आम्ही फक्त त्या पोस्ट ऑफिसवर लक्ष ठेवलं. त्याने दाढी वाढवली होती.''

मोहन सुर्वेची दाढी एकदम मऊ आणि विरळ होती, त्यामुळे तो फारसा ओळखता येणार नाही वगैरे असं नव्हतं. त्याचे गाल अजूनही जाड होते आणि डोळे खारी सारखे. मी त्याला पन्नास फुटांवरून ओळखलं नसतं. मला बघतच तो बडबडायला लागला.

''भाई, गोळ्यांच्या आवाजाने मी घाबरलो, पळून गेलो आणि लपलो,'' तो म्हणाला. ''मला या सगळ्यात पडायचं नव्हतं. मला झेपत नाही, मी भित्रा आहे, मला माफ करा; पण मी तसाच आहे, मला माफ करा. सॉरी भाई, सॉरी.''

तो पुन्हा पुन्हा इंग्लिश शब्द 'सॉरी सॉरी' म्हणत होता आणि मला त्याच्या सॉरीने वैताग आला. त्याने आधीच जे केलं होतं त्यामुळे मी संतापलो होतो, त्यात भरच पडली.

मी मोहन सुर्वेकडे पाहिलं. ''प्रयत्न करू नकोस, मोहन. अजिबात प्रयत्न करू नकोस.'' माझा आवाज एकदम शांत आणि कुजबुजल्या सारखा होता. मलाही त्याचं आश्चर्य वाटलं.

नंतर तो कोसळला, त्याने जमिनीवर अंग टाकून दिलं आणि माझे पाय धरले आणि सैलावला. मला त्याच्या लघवीचा वास आला. छोटा बदरियाने हिरव्या इलेक्ट्रिक वायरने त्याची मनगटं बांधली होती आणि आता जसा तो वळवळत होता, त्याची कातडी हुळहुळत होती आणि वायरवर रक्त येत होतं. मोहन सुर्वे बोलतच होता : आधी कोब्रा गँग त्याच्याकडे आली आणि तो नाही म्हणाला होता; पण त्यांनी त्याच्या बहिणीला आणि तिच्या फॅमिलीला मारायची धमकी दिली होती. विलास रानडेने त्याला स्वतः तलवारीच्या टोकावर धमकावलं होतं म्हणून त्याने त्यांना मी त्या रात्री महल बारला असेन हे सांगितलं आणि त्यांनी हल्ल्याची तयारी केली.

छोटा बदरियाने त्याला माझ्या पायापासून दूर केलं आणि नंतर मी माझ्या खोलीत परत गेलो. मी माझ्या बेडवर बसलो. मोहन सुर्वेच्या कहाण्या ऐकून, माझ्या मनात माझी जी मुलं सगळ्यात आधी गेली, कृष्ण गायकवाड, प्रदीप पेडणेकर आणि कारीझ शेख त्यांचा विचार आला. मला आठवलं की, त्या बिल्डिंगच्या बाजूने पळत जाताना कसं वाटलं होतं, माझ्याकडे धावत येणाऱ्या मृत्यूच्या सावल्यांपासून दूर पळत होतो, माझ्या छातीतून रक्त उसळत होतं. मोहन सुर्वे पलीकडच्या खोलीत रडत होता. त्याच्या रडण्यात किंचाळण्याचा

जोर होता; पण मोठमोठ्याने नाही, तरीही भिंतीपलीकडून मला त्याचं विव्हळणं ऐकू येत होतं. मी छोटा बदरियाला आत बोलावलं आणि म्हटलं, ''त्याला गप्प कर. मला त्याने आवाज करायला नकोय. त्याला शांत कर. काहीतरी दे, व्हिस्की वगैरे आणि सगळ्या मुलांना एकत्र कर. जो कोणी आसपास असेल आणि मोकळा असेल, त्या सगळ्यांना अर्ध्या तासात इथे यायला सांग.''

छोटा बदरियाने मोहन सुर्वेचे हात मोकळे केले आणि त्याला तीन काम्पोजच्या गोळ्या घालून लिंबू पाणी दिलं. तोपर्यंत सगळी मुलं जमली होती. मोहन सुर्वे जमिनीवर मुटकुळं करून पडला होता, त्याचा एक हात डोक्यावर होता. मुलांनी त्याला हातापायाला धरून उचललं आणि त्याचं डोकं मागे लटकलं. त्याचे डोळे फिरले, एकदम चकचकीत, काळे आणि हलत होते. मी घरातून बाहेर पडलो आणि मुलं माझ्या मागे आली. चौघांनी मोहन सुर्वेला चारी बाजूंनी धरलं होतं आणि त्याला माझ्यामागे घेऊन आली. आम्ही त्याला घरं मागे टाकून रिकाम्या गल्ल्यांमधून जात जात गोपाळमठच्या टेकडीवर घेऊन गेलो. माझ्याकडे एक मोठा एव्हरेडीचा टॉर्च होता, त्याच्या उजेडात आम्ही चालत होतो. आम्ही जेव्हा वर पोहोचलो, तेव्हाच मी मागे वळून पाहिलं. ते सगळे एका रांगेत वर येताना दिसत होते. मी दिव्यांच्या अंधुक उजेडाकडे बघत होतो. माझ्या तापाच्या ग्लानीमुळे मला दिव्यांचे चौकोन पुसट गोलांप्रमाणे दिसत होते आणि त्या प्रकाशाच्या थव्यामध्ये क्षितिज तरंगत होतं, या शहराचा श्वास हेलकावत होता.

''आपण सगळे इकडे पोहोचलोय,'' छोटा बदरिया म्हणाला.

मी त्यांच्याकडे वळलो आणि म्हटलं, ''त्याला सरळ करा'' आणि त्यांनी केलं. ज्या चौघांनी त्याला धरून आणलं होतं, ते चौघे बसले आणि त्याला क्रॉससारखा पसरला. मोहन सुर्वे थंड पडून होता, त्याच्यावर इलेक्ट्रिक टॉर्चचे झोत पडले होते. ''तुम्हाला माहीत आहे त्याने काय केलं?'' मी कंपनीला उद्देशून म्हणालो. ''याच्यामुळे आपल्यातले किती तरी जण मेले.'' मी छोटा बदरियाच्या दिशेने हात पुढे केला, त्याने माझ्या हातात तलवारीची थंड मूठ सोपवली. मी मोहन सुर्वेभोवती फिरून त्याच्या डोक्यावर उभा राहिलो. शहराच्या तरंगणाऱ्या दिव्यांच्या उजेडाच्या दिशेने तोंड करून आणि माझ्या हातातलं पातं उचललं. इतकं बारीक असलं तरी ते बऱ्यापैकी जड होतं. लोखंड चांगलं जड होतं. माझ्या खांद्यावर व्रण अजूनही होता जो मला माझ्या हृदयात खोल जाणवायचा; पण आता माझ्या हातांमध्ये ताकद परत आली होती. मी पायात जरा अंतर ठेवून उभा राहिलो आणि तलवार वर उचलली, अगदी माझ्या डोक्याच्याही वर. दीर्घ श्वास घेतला आणि एका झटक्यात ती खाली आणली... मोहन सुर्वेच्या उजव्या हातावर, बरोबर खांद्याच्या खाली. आता त्याने एकदम डोकं वर केलं आणि त्याने डोळे गरागरा फिरवून आजूबाजूला पाहिलं. आता मी पुन्हा तलवार वर उचलून घाव घातला आणि त्याचा उजवा हात खांद्यापासून अलग केला. जो मुलगा त्याचा उजवा हात धरून बसला होता, तो तोल जाऊन मागे पडला. आता त्या अंधुक उजेडात काळपट रक्ताच्या धारा वाहू लागल्या. कंपनीच्या तोंडून उसासे बाहेर पडल्यासारखा आवाज आला आणि मोहन सुर्वे अचानक बोलायला लागला. त्याच्या तोंडून गोंधळलेले शब्द बाहेर पडले ज्याला काही अर्थ नव्हता. छोटा बदरियाने त्याचा डावा हात तोडला तरीही मोहन सुर्वेची निरर्थक बडबड सुरू होती. बदरियाने एकाच वारात त्याचा डावा हात छाटला. त्याचा घाव इतका जबरदस्त होता की, तलवार खालच्या दगडावर आपटल्यावर त्यातून ठिणग्या बाहेर पडल्या आणि खण्ण

आवाज झाला. सुर्वेचा आवाज आता मोठा झाला आणि त्याचं डोकं अजूनही कोणीतरी पुढे होऊन तलवार हातात घेतली की वर होत होतं. नंतर तो किंचाळत होता; पण जेव्हा त्याचा उजवा पाय तोडला, तेव्हा तो शांत झाला होता आणि त्याचं तोंड एका बाजूला वळलं होतं. मला वाटतं, तो आधीच मेला होता.

''तुकडे जमा करून कुठेतरी फेकून द्या आणि मला त्याचं नाव परत ऐकायचं नाहीये,'' मी म्हणालो.

नंतर मी टेकडी उतरून वस्तीमध्ये माझ्या घरी गेलो. दरवाज्यातून आत गेल्यावर लगेचच उजव्या बाजूला असलेल्या आरशात दिसलं की, माझा शर्ट खराब झाला होता. त्यावर सगळीकडे रक्ताचे शिंतोडे उडाले होते. मी शर्ट काढला, पँटही पुढच्या बाजूला ओली वाटत होती, ती काढली आणि माझे ओलसर झालेले शूजही. मी थोडी साबुदाण्याची खिचडी खाल्ली आणि एक ग्लास बदाम घातलेलं दूध प्यायलो. मग मी झोपलो.''

बायकांचा तपास

दुसऱ्या दिवशी पहाटे, सरताज परूळकरांबरोबर मॉर्निंग वॉकला गेला. त्यांनी ब्रॅडफोर्ड पार्कला गोल चकरा मारल्या. ब्रॅडफोर्ड पार्क म्हणजे परूळकरांच्या घराजवळ असलेलं सात रस्त्याच्या मधलं एक छोटं सर्कल होतं. सकाळचे साडेपाच वाजले होते आणि पार्कमधलं गवत किंचित ओलसर होतं. परूळकरांनी त्यांच्या सफेद पायजम्याखाली लाल स्पोर्ट्स शूज घातले होते आणि इतर फिरणाऱ्या लोकांना मागे टाकत झपाझप चालत होते. सरताजला त्यांच्या वेगाने चालण्यासाठी प्रयत्न करावा लागत होता.

''मला समजत नाही की, या नव्या शाळांमध्ये आजकाल काय शिकवतात,'' परूळकर म्हणाले. ''अजय पाच वर्षांचा आहे आणि अजून त्याला वाचता येत नाही म्हणजे काय? ते स्वतःला मुंबईतली बेस्ट शाळा म्हणवतात. तुला माहितीये, त्याला तिथे ॲडमिशन मिळवण्यासाठी मला एक डझनभर तरी कॉन्टॅक्ट वापरावे लागले.''

अजय म्हणजे परूळकरांचा नातू, जो नवीनच आणि एकदम मॉडर्न असलेल्या दालमिया स्कूलमध्ये केजीमध्ये होता. ''ही शिकवायची नवीन पद्धत आहे सर. त्यांना मुलांवर प्रेशर टाकायचं नसतं.''

''हो, हो; पण किमान त्यांना कॅट, बॅट इतपत तरी वाचायला शिकवायला हवं एव्हाना आणि तुला मला प्रेशर होतं, मग काय आपण शिकलो नाही का?''

ते आता परूळकरांच्या बॉडीगार्ड्सना ओलांडून पुढे गेले आणि अजून एक चक्कर मारली. ''मी त्या प्रेशरखाली चांगला अभ्यास करू शकलो नाही सर. मला परीक्षांची भीती वाटायची.''

''अरे, तू इतकापण वाईट नाहीस. केवळ तुझ्या डोक्यात अभ्यासाव्यतिरिक्त इतर गोष्टीही असायच्या, क्रिकेट, सिनेमे वगैरे आणि नंतर मुली वगैरे.'' परूळकर हसले. ''तुला आठवतं, तू अभ्यास करताना मी तुझ्यावर नजर ठेवून उभा राहायचो ते?''

सरताज तेव्हा पंधरा वर्षांचा होता. अभ्यास करताना तो खिडकीतून उडी मारून बाहेर पळून जायचा म्हणूनच त्याच्या गणिताच्या परीक्षेच्या आधी परूळकरांनी स्वतःहून त्याच्यावर नजर ठेवायची जबाबदारी घेतली होती. तसा त्यांचा वेळ छान जायचा, मध्ये मध्ये नेसकॉफी, संत्री, केळी खात अभ्यास चालायचा. परूळकरांनी अवघड प्रॉब्लेम्स सोपे सोपे करून शिकवले होते. सरताजला त्या वर्षी गणितात अठ्ठावन्न टक्के मार्क मिळाले होते, जे त्याच्या आजवरच्या मार्कांमध्ये सगळ्यात जास्त होते. ''हो सर, आणि आपण चौकीदार झोपलेला असायचा ते बघायचो.''

त्यांनी पेंगणाऱ्या चौकीदारावर संत्र्याच्या साली फेकलेल्या आठवून ते दोघेही हसले, तेव्हा हसायचे तसे.

''आता बिझनेस सरताज.''

''येस सर.'' त्याचा अर्थ आता फिरणं संपत आलं होतं आणि कामाचं बोलायला हरकत नव्हती.

''माझ्याकडे तुझ्यासाठी एस-कंपनीकडून एक कॉन्टॅक्ट आहे. तिचं नाव इफ्तार बीबी आहे. ती सुलेमान इसाची मावशी आहे. बराच काळ ती त्याच्या मुंबईतल्या मेन कंट्रोलर्सपैकी एक आहे, असं तिने सांगितलं; पण त्यावर जाऊ नको. ती फार हुशार आहे, अगदी कठोर आणि ती त्याच्या खास लोकांपैकी एक आहे.''

''हो सर.''

''तू या नंबरवर तिच्याशी संपर्क करू शकतोस,'' परूळकरांनी एक घडी घातलेला कागद त्याच्या हातात सरकवला. ''ती नेहमी दुपारी या नंबरवर असते. ती तुझ्या फोनकॉलची वाट बघेल.''

''थँक यू सर. हे मोठं कनेक्शन आहे, सर.''

परूळकरांनी खांदे उडवले आणि नकारार्थी हात हलवून म्हणाले, ''सावध रहा. ती तुला जी काही माहिती देईल, ती फ्री नसेल. आज ना उद्या ती त्याची किंमत वसूल करेल, त्यामुळे तू जे देऊ शकणार नाहीस, असं काहीही प्रॉमिस करू नकोस.''

''हो सर.''

''इंटरेस्टिंग बाई आहे. एक काळ होता, जेव्हा तिच्यासाठी लोकांचे जीव जायचे, असं मी ऐकलं होतं; पण जेव्हा मी तिला पहिल्यांदा भेटलो, तेव्हा ती म्हातारी झाली होती आणि तुला माहितीये, मला तेव्हा वाटलं की, ती एकेकाळी खूप सुंदर असली पाहिजे; पण ती कोणा एकाची अमानत नव्हती. जर तिच्यासाठी कोणाचा जीव गेलाच, तर तो तिने घडवून आणलेला असे. त्याबद्दल शंकाच नाही. अजिबात शंका नाही.''

''मी काळजी घेईन सर.''

परूळकरांचा वॉक संपला होता; पण ते त्याच झपाट्याने कारच्या दिशेने गेले आणि सरताज त्यांना जाताना बघत राहिला. त्याने विचार केला की, जे परूळकरांनी दिलं त्याबदल्यात त्याने खरंच कधी परतफेड केली नव्हती. 'आयुष्यात काही फुकट मिळत नसतं,' हा परूळकरांनी दिलेला पहिला धडा होता; पण सरताजला कधी असं वाटलंच नाही की, त्याने पुरेशी परतफेड केली आहे. कदाचित, एखाद दिवस सगळं एकदम देण्याची वेळ येईल.

त्या सकाळी, सरताज आणि काटेकर मनिकाने दिलेला लीड घेऊन त्या कविताच्या फोटोचा माग काढत होते. कविता एकेकाळी प्रीतम बारला डान्सर होती; पण तिने शो बिझनेसमध्ये अतिशय असामान्य अशी उडी मारली होती. तिचं नाव नयना अगरवाल होतं आणि ती रायबरेलीची होती. प्रीतम डान्स बारच्या मालकाने तो फोटो बघून सांगितलं की, ती ४७ ब्रीच कॅन्डी नावाच्या सिरीयलमध्ये काम करत होती. तो ते दर गुरुवारी बघत असे आणि जरी तिने डान्स बार सोडून टीव्हीवर काम करायला सुरुवात केल्यानंतर त्याला कधी फोन केला नसला, तरीही त्याला तिचा अभिमान वाटायचा. ४७ ब्रीच कॅन्डी सिरीयलचा निर्माता

असलेल्या जाझ फिल्म्सच्या मालकाने सरताजला तिचा फोन नंबर आणि पत्ता दिला. तो म्हणाला की, आमचा शो बघा सर, खूप हाय टीआरपी आहे आणि चांगला चालू आहे, रिव्ह्यूजपण चांगले आहेत. तो शो एका अमेरिकन शोवर आधारित होता; पण पूर्णपणे भारतीय टच आणि आपल्या संस्कृतीला धरून होता. नयना अगरवाल अंधेरी ईस्टला नाही, तर लोखंडवालामध्ये तीन अजून टीव्हीवर काम करणाऱ्या मुलींबरोबर राहत होती. ती बुटकी होती, तिच्या फोटोपेक्षा सुंदर होती आणि सरताजने तिला ती कुठली आहे, वडील काय करतात, भाऊ बहिणी किती असे प्रश्न विचारल्यावर ती रडायला लागली. तिचा मस्कारा ओघळून गालांवर आला. सरताज म्हणाला, ''आम्हाला माहीत आहे की तू कोणत्या तरी वाईट कामात गुंतली आहेस; पण आम्ही इथे तुला त्रास द्यायला नाही आलोय. जर तू आम्हाला मदत केलीस तर बरं होईल.''

तिने तोंडावर हात धरत घाईघाईने मान डोलावली. तिला त्यांची खूपच भीती वाटत होती. पैसे कमावण्यासाठी ती इथे राहत होती, त्याच खोलीत ती तिच्या बेडवर आकसून बसली. तिच्या बेडच्या वरच्या बाजूला भिंतीवर एक सेल्फ होतं. त्यात रायबरेलीच्या लोकांचे भडक शर्ट घातलेल्या लोकांचे फोटो खचाखच भरले होते. सरताजने स्कूल प्रिन्सिपल असलेले तिचे वडील त्यातून ओळखले. ती खूप चांगल्या घरातली होती आणि तिने बारमध्ये फक्त दोन महिने डान्स केला होता. ती मुंबईला आली त्यानंतर तिच्या अपेक्षेपेक्षा लवकर हातातले पैसे संपले होते. ती इतक्या घाईघाईने प्रश्नांना मान डोलावत उत्तरं देत होती की, तिला पोलिसांना तिथून घालवण्याची घाई झाली असावी. पोलिसांच्या येण्यामुळे तिच्या रूममेट्स किंवा शेजाऱ्यांना तिच्याबद्दल शंका येण्याआधी आणि ती कधीकाळी डान्स बारमध्ये नाचत होती, हे कळण्याआधी पोलिसांना तिथून घालवणं आवश्यक होतं.

''हे बघ,'' सरताज म्हणाला. त्याने त्या मृत बाईचा फोटो नयनाशेजारी ठेवला. ''तू तिला ओळखतेस?'' ती आता खूपच घाबरली होती; पण तिची नजर फोटोवरून निघतही नव्हती. ''ठीक आहे. फक्त आम्हाला तिचं नाव सांग.''

खूप आवंढे गिळून अत्यंत चाचरत तिच्या तोंडून अखेरीस नाव बाहेर पडलं, ''जो... जो.''

''जोजो? जोजो?''

''हो. तिला काय झालं?''

''ती मेली.''

नयनाने आता तिचे पाय आकसून पोटाजवळ घेतले आणि ती आता अजूनच लहान दिसू लागली. ती ज्या सिरीयलमध्ये काम करत होती, त्यात खूपच गुप्त प्रेमसंबंध, विवाहबाह्य संबंध आणि खून वगैरे होते; पण तरीही जोजोचा मृत्यू कसा झाला हे विचारण्याचं तिचं धाडस होत नव्हतं. ते सरताजच्या लक्षात आलं.

''काळजी करू नको,'' सरताज म्हणाला. ''जर तू आम्हाला खरं सांगितलंस, तर आम्ही तुला यात अजिबात गुंतवणार नाही. तिचं आडनाव काय होतं?''

''मस्कारेनास.''

''जोजो मस्कारेनास आणि तू तिच्यासाठी काम करायचीस?''

''हो.''

''कसं?''

तिची गुडघ्यात खुपसलेली मान वर न करताच नयनाने काहीसे खांदे उडवले. ''ती मॉडेल को-ऑर्डिनेटर आणि प्रोड्युसर होती. तिने मला एजन्सीना रेकमेंड केलं आणि व्हिडिओ मिळवून दिले.''

सरताज आता अतिशय हळू आणि मृदूपणे म्हणाला, ''पण हे सगळं इतकंच?''

काटेकर दरवाजाला टेकून उभा होता आणि सरताजला प्रश्न विचारू देत होता. त्याला आणि सरताजला वर्षानुवर्षांच्या अनुभवाने आता एक गोष्ट कळून चुकली होती की, अशा परिस्थितीमध्ये, सरताजचा जपणारा आणि काळजी घेणारा पवित्रा कठोर शब्दांपेक्षा, आरडाओरडा करण्यापेक्षा जास्त कामाला येतो. ते दोघे एकमेकांची ही कौशल्यं हातातली केस आणि संदर्भ पाहून वापरून घेत असत, त्यामुळे काटेकर दरवाज्यात अंग चोरून एकदम शांत उभा होता.

''नयनाजी, ही खूप सिरीयस गोष्ट आहे. खून झालाय; पण जर तुम्ही आम्हाला प्रामाणिकपणे सांगितलं नाहीत, तर आम्ही तुम्हाला संरक्षण देऊ शकत नाही. काळजी करू नका. मी प्रॉमिस करतो की, मी तुम्हाला यात अजिबात ओढणार नाही. तुमचं नाव कधी पुढे येणार नाही. मी फक्त या जोजोबद्दल माहिती करून घ्यायचा प्रयत्न करतोय. मला तुमच्यात काहीही इंटरेस्ट नाही, तुम्हाला अजिबात धोका नाही म्हणून प्लीज, मला सांगा.''

''ती माझ्यासाठी क्लाइंट्स शोधायची.''

''क्लाइंट्स.''

ती आता गदगदत रडू लागली. दहा मिनिटांनंतर सरताज आणि काटेकर जोजो मस्कारेनासचा फोन नंबर आणि तिच्या ऑफिसचा पत्ता आणि अजून काही माहिती घेऊन तिथून बाहेर पडले. जोजो एक मॉडेल को-ऑर्डिनेटर होती आणि तिची एक प्रोडक्शन कंपनीही होती. ती प्रोग्रॅम प्रोड्युस करायची आणि जर काही प्रोडक्शन सुरू नसेल, रोल किंवा कॅम्पेन्स नसतील, तर ती या सुंदर आणि गरजू मुलींना श्रीमंत आणि गरजवंत लोकांकडे पाठवायची. हे सगळं खूप सोपं होतं, एक-दोन फोटो आणि काही फोन कॉल्स केले की झालं. जोजो यात तरबेज होती आणि प्रत्येकाला जे हवं ते मिळत होतं.

सरताज आणि काटेकर त्या अंधाऱ्या पॅसेजमध्ये लिफ्टची वाट बघत उभे होते. ''तर त्या रडक्या नयनाला डान्सिंग नंतर सिरीयल मिळाली,'' काटेकर म्हणाला.

''हो,'' सरताज म्हणाला, ''पण जर सिरीयल फ्लॉप झाली तर?''

''रायबरेलीला परत.''

अंधारी लिफ्ट आली आणि ते लिफ्टमध्ये शिरले, काटेकरने तीन-तीनदा आपटून लिफ्टचं दार बंद केलं. लिफ्ट खाली जाऊ लागली तसे दिव्यांचे झोत वर वर जाऊ लागले. ''कोणीही रायबरेलीला परत जात नाही,'' सरताज म्हणाला. सरताजच्या मनात आलं, जरी ती गेली, तरी रायबरेली तिला परत घेणार आहे का? ती इतक्या दूर पोहोचली होती, लोखंडवाला, ४७ ब्रीच कॅन्डी आणि जोजोकडे आणि जोजो तिला इतर ठिकाणी पाठवत होती.

''दिल्लीवालीला फोन करायची वेळ झाली का सर?'' काटेकरने विचारलं. त्याच्या चेहऱ्यावरून अंधाराचे पट्टे वर सरकत होते.

''अजून तरी नाही,'' सरताज म्हणाला. ''मला ही जोजो कोण हे माहीत करून घेतलं पाहिजे.''

जोजो मस्कारेनास टापटीप बाई होती. तिचा खून होऊन पाच दिवस झाले होते; पण तिचं अपार्टमेंट एकदम स्वच्छ होतं, अजूनही एकदम चकचकीत होतं, पॉलिश केल्यासारखं. किचनच्या भिंतीवर स्टीलच्या चकचकीत डावांची एक रांग उतरत्या क्रमाने स्टीलच्या हूक्सना टांगलेली होती. डायनिंग टेबल जवळच्या काउंटरवर दोन फोन आणि एक आन्सरिंग मशीन नीट मांडून ठेवलं होतं आणि बाथरूम आणि हॉलमधल्या पॅसेजच्या टाइल्स डार्क निळ्या रंगात चमचमत होत्या.

''या बाईने पैसा चांगला मिळवला आहे,'' काटेकर म्हणाला.

पण त्याबाबत तिने काळजी घेतली होती. ऑफिसचा पत्ता म्हणून जो दिला होता, यारी रोडवर 'नजारा' बिल्डिंगमध्ये तिसऱ्या मजल्यावर, तिथे तिचं घर/अपार्टमेंट निघालं. तिने पैसा मिळवला होता; पण तिने काटकसरही केली होती : हॉलच्या पॅसेजच्या उजव्या हाताला असलेली पहिली लहान बेडरूम म्हणजे तिचं प्रोडक्शन ऑफिस होतं, त्यात भरपूर फाइल्स, तीन डेस्क आणि एक कॉम्प्युटर, दोन फोन्स आणि एक फॅक्स मशीन; ती जे काम करत होती, त्यासाठी जे जे सगळं तिला आवश्यक होतं, ते सगळं उच्च अभिरुचीचं सामान दिसत होतं. तिची बेडरूमसुद्धा फारशी खर्चिक नव्हती, फक्त एक कमी उंचीचा डबलबेड, त्याला हेडबोर्डही नव्हता. भिंतीवर एक उंच आरसा होता, त्याच्यासमोर एक टेबल होतं, ज्यावर ओळीने कॉस्मेटिक्स ठेवलेले होते आणि समोर एक काळं स्टूल होतं. लेदरचे सोफे नव्हते, काचेची झुंबरं नव्हती, सोन्याचे पुतळे नव्हते. जे लोक अशा इमेज आणि देहांच्या धंद्यात असतात त्यांच्याकडे अपेक्षित असा कोणताही अवास्तव खर्चिकपणा तिथे नव्हता. जेव्हा त्याने खिशातली चावी कुलपात सरकवली, ती सहजपणे फिरली. त्याला वाटलं होतं की, लाल भडक वेश्यागृह किंवा गलिच्छ काहीतरी नजरेला पडेल; पण हा तर बऱ्यापैकी सोबर असा स्वर्ग होता. शांत घर आणि ऑफिस. त्याला आश्चर्य वाटलं.

''ठीक आहे,'' सरताज म्हणाला. ''सर्च घेऊ.''

''आपण काय शोधतोय सर?'' काटेकरने विचारलं.

''ही बाई नक्की काय होती ते.''

काटेकर कामाला लागला; पण त्याला फारसं पटलं नव्हतं, तो अस्वस्थ पण शांत होता. सरताजला माहीत होतं की, त्याला नेहमीच्या मर्डर केसेससारखा तपास असेल, ज्यात एक मृतदेह असेल, माहीत नसलेला किंवा नसलेले खुनी असतील आणि तुम्ही त्यांचा उद्देश शोधत असाल. इथे दोन लोक मेलेले होते, त्यातल्या एकाने दुसऱ्याला मारलं होतं आणि त्यांच्यात काय संबंध होता हे शोधायचं होतं. तुम्हाला कसं कळणार? तुम्हाला काय पडलंय? एक गँगस्टर आणि एक दलाल असलेली बाई, त्याचं कोणाला काय पडलं होतं? काटेकर शांत होता; पण सरताजला माहीत होतं की, तो मनातल्या मनात शिव्या देतोय. सरताजला खात्री होती की, काटेकरच्या मते ही केस म्हणजे 'आयझवण्या केस होती आणि ती आयझावडी दिल्लीची बाई, ही सगळी झवडेगिरी होती.' सरताजच्या डोक्यात 'झव-झव-झव' शब्द घुमत होते. त्याने आधी बेडरूममध्ये शोधलं कारण ते सोपं होतं. काही कामाचं मिळालंच तर ते ऑफिसमध्येच मिळालं असतं; पण बेडरूममध्ये शोधणंसुद्धा आवश्यक होतंच म्हणून त्याने आधी तिथे शोध घेतला. भिंतीत एक कपाट होतं, पूर्ण खोलीच्या लांबीचं. त्यात दोन रकाने भरून साड्या, ब्लाऊज, घागरे, ट्राउझर्स, जीन्स, टीशर्ट्स टांगलेले होते. त्या कपड्यांच्या मांडणीत एक प्रकारचा नीटनेटकेपणा होता, एखाद्या बाईचा आणि

अगदी खासगी असा. सरताजला त्यातलं विशेष काही समजलं नाही; पण त्याला त्यामुळे त्याच्या कपाटात वेगवेगळ्या रंगाचे शर्ट्स अगदी लाल ते निळे ठेवायचा त्याची आठवण झाली. जोजोच्या कपाटामुळे ती त्याला काहीशी आवडली. त्याला तिचं शूजबद्दलचं प्रेम, लेदर बाबतची काळजी, वेगवेगळ्या फंक्शन्ससाठी वेगवेगळ्या चप्पल्स वापरण्यातली तिची समज आवडली. स्नीकर्सचे तीन तीन जोड का आवश्यक होते, साध्यापासून ते अगदी सुपर टेक्नोलॉजिकल असे; तिने ते सँडल्स, बूट्स, चप्पल्स आणि उंच टाचाच्या चपलांनी भरलेल्या तीन रांगामधल्या सगळ्यात खालच्या ओळीत सगळ्यात उजवीकडे ठेवले होते; तेही त्याला आवडलं. जोजोचं अपार्टमेंट एकदम साधं होतं, बहुतेक मोकळंच; पण कपडे एकदम दिखाऊ आणि शोभिवंत होते. सरताजला कौतुक वाटलं.

पण अपेक्षेप्रमाणे, बेडरूममध्ये विशेष काही सापडलं नाही. गुलाबी रंगाच्या बाथरूममध्ये अनेक प्रकारचे शॅम्पू, साबण होते आणि रॉडवर ब्रेसियर आणि पँटीचे दोन जोड वाळत होते. कपड्यांच्या कपाटाच्या वरच्या बाजूला अजून काही कपडे, काही भांडी आणि जुने दिवे वगैरे होते. ड्रेसिंग टेबलच्या खणांमध्ये मेकअपचं सामान, वेगवेगळ्या प्रकारचे दोरे, सुया होत्या आणि बेडच्या पलीकडे फेमिना, कॉस्मोपॉलिटिन, स्टारडस्ट आणि एले मासिकांची थप्पी होती. सरताज बाहेर आला, तेव्हा काटेकर ड्रॉइंग रूमची झडती घेणं संपवत होता.

''किचन काउंटरच्या मागे तिची मोठी पर्स होती, जमिनीवर तशीच होती,'' काटेकर म्हणाला.

''काही मिळालं का त्यात?'' सरताजने विचारलं.

''लिपस्टिक वगैरे. बाकी काही नाही. ड्रायव्हिंग लायसन्स नाही; पण एक वोटिंग कार्ड आणि पॅन कार्ड आहे.''

त्याने ती कार्ड्स पुढे केली. जुलिएट मस्कारेनास, दोन्हीवर तेच नाव होतं; पण सरताजच्या लक्षात आलं की, या दोन्ही फोटोंत प्रथमच तो तिला हसताना पाहत होता. दोन्ही फोटोंत ती अगदी जिवंत वाटत होती, कॅमेराकडे पाहून काहीशी आळसाने पाहत, तिला तुमच्याबद्दल काहीतरी माहीत असल्याचा आत्मविश्वास तिच्या चेहऱ्यावर दिसत होता.

''अजून काही?'' सरताजने विचारलं.

''काही नाही; पण एकही फोटो नाहीये.''

''फोटो?''

''फोटो. अख्ख्या घरात एकही फोटो नाहीये. मला अशी एकही बाई माहीत नाही जी घरात कुठे एखादा फोटो लावणार नाही.''

काटेकरचं बरोबर होतं. जेव्हा मेघा त्याला सोडून गेली होती, तिने तिच्याबरोबर बरेच फोटो नेले होते आणि तरीही सरताज एका रविवारी अख्खी दुपारभर भिंतीवरून फोटो काढून शू बॉक्समध्ये गोळा करत होता. माँकडे तर भिंती भरभरून फोटो होते, अख्ख्या खानदानाचे, आजोबा-पणजोबांपासून आतापर्यंत सगळ्यांचे फोटो होते. ''कदाचित, ही जोजो फोटो तिच्या फाइल्समध्ये ठेवत असेल,'' सरताज म्हणाला आणि ते दोघे तिच्या ऑफिसकडे वळले. चार खण उंच अशा एका काळ्या रंगाच्या फायलिंग कॅबिनेटमध्ये सगळ्या फाइल्स लावलेल्या होत्या. त्यांना व्यवस्थित लेबलं लावलेली होती, 'डीसूझा शू एड', 'शर्मिला रेस्टॉरंट कॅम्पेन'. सगळ्यात खालचा खण एकदम गच्च भरला होता, फाइल्स बाहेर येत होत्या.

''ॲक्टर्स?'' काटेकर म्हणाला.

''हो आणि ॲक्ट्रेसेस.'' उजव्या बाजूला पुरुषांच्या आणि डावीकडे बायकांच्या फाइल्स होत्या. अल्फाबेटीकल ऑर्डरमध्ये फोटोंच्या लाइन होत्या, त्याला मागे त्यांचे बायोडेटा स्टेपल केलेले होते. अनुपमा, अनुराधा, अपर्णा. अजून या मुली ॲक्ट्रेसेस बनल्या नव्हत्या; पण तरुण आणि आशाळू... खूपच आशा असलेल्या असाव्या. तिथे त्यांचा खूपच भरणा होता, अगदी खूप. त्यातल्या अनेक जणींना यश मिळालेलं नसलं, तरी अजून अजून खूप आशेने या सोनेरी शहरात येत होत्या. याच अतिरिक्ततेतून आणि भुकेतून जोजोच्या धंद्याचं गणित उभं राहिलं होतं. ते दोघं शोधत होते, ड्रॉवर्स उघडून पाहत होते, फाइल्स चाळत होते. तिथे एक लोखंडी कपाट होतं, जे जोजोच्या चाव्यांच्या गुच्छातल्या तिसऱ्या चावीने उघडलं आणि त्यात त्यांना तिची बँकेची पासबुक, चेक बुक, बँक स्टेटमेंट आणि एका लोखंडी बॉक्समध्ये दागिने सापडले : दोन सोन्याचे नेकलेस, वेगवेगळ्या डिझाइन्सच्या सोन्याच्या बांगड्यांच्या तीन जोड्या, मोत्यांची माळ, हिऱ्यांचे कानातले आणि चांदीच्या एकमेकांत गुंतलेल्या चेन्स.

''तिची कॅश कुठे आहे?'' काटेकर म्हणाला, ''ती तिची कॅश कुठे ठेवते?''

काही ठरावीक मालासाठी क्लायंट्स कॅश मध्येच पैसे मोजतात. जोजोच्या कायदेशीर टेलिव्हिजन बिझनेसमध्ये काहीतरी काळा पैसा असणार; पण तो ती प्रामाणिकपणे चेकने देत घेत होती. तिचा मुली पुरवण्याचा जो साईड बिझनेस होता त्यातून फक्त कॅशच मिळत असणार हे तर नक्की होतं; पण ती कॅश त्या लोखंडी कपाटात नव्हती. तुम्ही ती बँकेतही ठेवू शकत नाही. मग ती कुठे होती? सरताज पुन्हा पॅसेजमध्ये गेला, किचन आणि ड्रॉइंगरूमला चक्कर मारून आला. त्याने भिंतीवर टांगलेली एक फ्रेम उचलली. एक जंगलाचा फोटो होता; पण त्याच्या खाली केवळ भिंतच होती. तो बाथरूममधल्या टबच्या टोकाला उभा राहिला आणि सिलिंगच्या टाइल्सवर मारून पाहिलं. सगळ्या एकदम घट्ट, कुठे पोकळी जाणवत नव्हती किंवा पाण्याच्या टाकीमागे एखादा छुपा कप्पा वगैरे नव्हता. त्याने पाहिलं की, काटेकरने ऑफिसमधली टेबल, कपाट सगळं भिंतीपासून बाजूला केलं होतं आणि तो जमिनीचे कोपरे ठोकून बघत होता. मागे एकदा त्यांना अशाच ठिकाणी पैसे लपवलेले सापडले होते. पद्धतशीर कोनाडे करून ठेवलेले. या शहरात पैसे लपवण्यात लोक तरबेज होते आणि बिल्डर्सनी तर त्यात मास्टरी मिळवली होती. भिंतीत अशा प्रकारे शेल्फ आणि हेडबोर्ड करत की, गुप्त बटण दाबताच ते सरकतील आणि आत पैसे साठवलेले दिसतील. एकदा त्यांना लाल जरीच्या पडद्यांच्या तळातील शिवणीत सोन्याचे बार सापडले होते; पण सरताजला ते काळबेरंच वाटलं होतं, बेकायदेशीर आणि योजनापूर्वक; पण कायदेशीरपणे कर भरलेला होता आणि तरीही असं लपवलं होतं म्हणून त्याने खूप शोध घेतला; पण ज्यांनी ते तसं ठेवलं होतं, त्यांच्याविरुद्ध त्याला काही मिळालं नाही; पण जोजो तरुण मुली लोकांच्या शरीराच्या गरजा भागवण्यासाठी विकून त्यातून कॅश मिळवत होती आणि म्हणूनच जरी तिच्या राहण्यात टापटीप आणि सफाई असली, तरी तिचा पैसा काळ्याहून काळा होता. मग तो पैसा कुठे होता, हॉटेलच्या घामट चादरींचा वास असलेल्या कागदांमधून येणारा पैसा कुठे होता? कुठे? गुलाबी बाथरूममध्ये नाही, तिच्या सिल्की लाल आणि गडद हिरव्या चादरींच्या खालच्या गाद्यांमध्ये नाही. त्याने कपाटांच्या भिंती ठोकून पाहिल्या, हाताने दाबून पाहिल्या आणि तिचा वास, तिच्या देहाचा वास आणि तिच्या परफ्युम्सचा वास त्याच्या श्वासात भिनला. तो कपाटाच्या छतावर हात टेकून एक क्षण उभा राहिला आणि नंतर जाऊन बेडवर ब्लाऊज

आणि स्कर्ट्सच्या ढिगाला टेकून बसला आणि म्हणाला, ''कुठे लपवून ठेवला आहेस? कुठे?'' सगळ्यात संभाव्य जागा म्हणजे बाथरूम. कारण, तिथल्या टाइल्सच्या मागे लपवणं सोपं असतं; पण ती इतकी जुनी ट्रिक होती : हेमा मालिनी आणि मीना कुमारी आणि अजून अर्धा डझन तरी हिरॉइन्सच्या बाथरूम्समध्ये अशा प्रकारे लपवलेली कॅश पकडली गेली होती आणि जोजो त्यांच्याहून गुंतागुंतीची बाई होती. सरताजला तशी खात्री होती.

मागे टेकून बसत, तो तिच्या शूजची आवड निरखू लागला. कपाटाच्या खालच्या भागात तीन पायऱ्या बनवण्यात आल्या होत्या शूज ठेवण्यासाठी, त्याच प्रकारच्या लाकडात आणि पूर्ण रुंदीच्या. सगळ्यात खालच्या पायरीवर अगदी उजवीकडे अगदी इनफॉर्मल शूज, स्नीकर्स आणि भडक बाटा चप्पल्स आणि नंतर कोल्हापुरी चपलांची खूप व्हरायटी. दुसऱ्या पायरीवर कम्फर्टेबल, रोजच्या वापरातले, प्रोफेशनल पण टिकाऊ आणि दिवसभर कामात वापरायला सोपे असतील असे शूज; पण डाव्या बाजूला बूट्स, अगदी फॅशनेबल लांब लेस असलेले व दिखाऊ आणि उजव्या वरच्या खणात काळ्या बुटांच्या जोड्या अगदी उंच टाचांच्या. ते हील्स एकदम नाजूक पण डेंजरस असे आणि त्यांचे वरचे पट्टे एकदम पातळ आणि बारीक असे. सरताजने पाहिलं की, सगळ्यात डावीकडे आणि शेल्फच्या वरच्या बाजूला झिरझिरीत लाल रंगाचे, ज्याला शूज म्हणता येणार नाही असे, सुरीच्या टोकासारखे हील्स असलेले आणि अगदी साधे डायगोनल पट्टे असलेले शूज होते, ज्यातून जोजोचे पाय ते घालूनही उघडे दिसले असते. ''छान जोजो, याला म्हणतात शूज,'' सरताज म्हणाला.

तो उठला, त्याने मधल्या शेल्फमधले शूज काढले आणि त्याची फळी काढली. त्याने वाकून पाहिलं असता, त्याला शेल्फ खालची कपाटाची मागची बाजू दिसली. वरच्या रांगेत बुटांपासून सुरुवात होऊन उंच टाचाच्या शूजपर्यंत ठेवलेले होते. सरताज म्हणाला, ''तू उजवीकडून डावीकडे जातेस जोजो.'' तो अजून खाली वाकला, त्याने हात पसरले आणि वरच्या शेल्फच्या दोन्ही बाजूला धरलं आणि फळी ओढली. अजूनही भरीव भिंत होती आणि अचानक त्याची बोटं थोडी घसरली आणि त्याला दोन्ही बाजूला एखाददुसरा कप्पा असावा असं जाणवलं. ते प्रत्येक शेल्फच्या बाजूला होते, अगदी वरच्या शेल्फपर्यंत, एक बोटभर जाडीचे आणि काही इंच लांब. जोजोच्या काळ्या हील्सपासून सरताजचं नाक इंचभरच दूर होतं आणि त्याचे ठोके आता जलद पडत होते. 'सापडलीस! सापडलीस!!' त्याने हँडल्स धरून खेचलं. काही झालं नाही. शेल्फ तरीही भक्कम होतं; पण उजव्या हँडलच्या वरच्या भागात काहीशी हालचाल झाली, त्याच्या बोटांत कळ आली. त्याने तळव्याने शेल्फचा वरचा भाग दाबून धरला, जसं काही तो मोटारसायकलचा ब्रेक करकचून लावतो आहे आणि हो... काहीतरी हालचाल झाली. त्याने तसं दोन्ही बाजूला केलं आणि ती फळी मागे ओढली, अख्खीच्या अख्खी आणि शूजचे तीनही शेल्फ कपाटापासून अलगद बाहेर निघून आले. तो मागे सरला, हसत हसत, चप्पल, बूट बाजूला सरकवत त्याने हाक मारली, ''ए काटेकर, काटेकर,'' तो ओरडला.

दोघांनी मिळून ते दोन फूट खोल कम्पार्टमेंट ओढून काढलं ज्यात जोजोने तिचं गुपित लपवून ठेवलं होतं. अर्थातच तिथे कॅश लपवलेली होती : शंभर आणि पाचशेची बंडलं नीट रचून, डावीकडे अगदी आतपर्यंत सरकवून ठेवलेली होती. काटेकर सराईतपणे डाव्या हाताच्या अंगठ्यात आणि बोटात धरून ती मोजत होता. ''जास्त नाहीये,'' तो म्हणाला. ''पाच किंवा सहा लाख असतील. यातले काही गायतोंडेकडे सापडले तसे बंडल वाटतायत.''

ती पाचशे रुपयांची बंडलं एकदम नवी कोरी होती, त्याला सेंट्रल बँक ऑफ इंडियाचे लेबल होते आणि प्लॅस्टिकमध्ये पद्धतशीरपणे गुंडाळून ठेवलेली होती.

''गायतोंडेने तिला दिले असतील,'' सरताज म्हणाला.

''तिच्या रंडी कामासाठी,'' काटेकर म्हणाला.

उजवीकडे, कप्प्याच्या मागच्या बाजूला तीन काळे फोटो अल्बम एकमेकांवर ठेवलेले होते; पण सरताजला ते लगेच काढायची आणि उघडून जोजोच्या आयुष्यात डोकवायची निकड वाटली नाही. त्याचं पैशांवर लक्ष होतं आणि त्याला माहीत होतं की, काटेकरचंही लक्ष पैशांवर आहे. काटेकरच्या उकिडवा बसून पैसे मोजतानाच्या संथ श्वासोच्छ्वासातून त्याला ते जाणवत होतं. कॅश सापडणं थोडं अडचणीचं होतं : मृत बाईच्या घरात सहा लाखांचा काळा पैसा सापडणं म्हणजे पोलिसांसाठी फुकटचं गिफ्ट होतं. सगळं नाही; पण किमान पाच लाख तरी फुकटचे मिळाले असते. एक लाख पंचनाम्यात गेले असते म्हणून सरकारी तिजोरीत जमा झाले असते आणि तेवढे पुरे होते. कोणी मेलेल्या बाईच्या घरी सापडलेल्या काळ्या पैशाबद्दल अडचणीत आणणारे प्रश्न विचारले नसते. रक्कम जरी कमी असली, तरी कोणाच्या नजरेत येण्याइतकी नव्हती आणि त्यामुळे काटेकरचे शहाणपणाचे नियमही मोडले गेले नसते. जोजोने जर रेकॉर्ड्स ठेवले नसतील किंवा तिने जर या कॅशबद्दल कोणाला सांगितलं नसेल, तर कोणाच्याही लक्षात येणार नव्हतं. ते थोडं अशक्य होतं; पण काही सांगता येत नाही. अतिशय दबाव असलेली दिल्लीची रॉ या केसमध्ये इन्व्हॉल्व्ह होती, हीच काय ती मोठी रिस्क होती. त्यांच्या नजरेत जरी आलं, तरी काम तमाम झालं असतं.

''अल्बम्स,'' सरताज पुटपुटला आणि त्याने ते बाहेर काढले. पहिल्या अल्बममधला पहिला फोटो तरुणपणच्या जोजोचा होता. आतापेक्षा खूप तरुण आणि अननुभवी. तिने लाल ड्रेस घातला होता, लहान मुलीसारखा फ्रॉकच जवळजवळ, चौकोनी गळा असलेला आणि हाय वेस्ट असलेला. ती सोळा वर्षांची असावी. ती काळ्या कोचवर बसली होती, तिच्या शेजारी तसंच रुंद हसणाऱ्या एका तरुण मुलीच्या हातात तिने हात गुंफले होते. पुढची काही पानं त्या दोन मुलींचेच फोटो होते, बेडवर बसून हसताना, समुद्र किनारी, मुंबईच्या उंच बिल्डिंगमध्ये बाल्कनीत उभे राहून वगैरे.

''बहिणी,'' काटेकर म्हणाला.

''बरोबर; पण हे फोटो कोणी काढले?'' सरताज पुढच्या पानांवरचे आनंदी हसरे फोटो पाहताना म्हणाला; पण पुढे एक कोरं पान होतं, पूर्ण पांढरं; पण आधी तिथे एक फोटो असणार, त्याला प्लॅस्टिक खाली त्या फोटोचा ठसा असावा असं वाटलं. पुढच्या पानावर त्या दोन बहिणी हँगिंग गार्डनमध्ये होत्या; पण दर दोनेक पानांनंतर एखादा फोटो काढलेला होता आणि अर्धा अल्बम झाल्यावर त्या दोन बहिणी वाढदिवस सेलिब्रेट करत होत्या. पार्टी अशी नव्हती, फक्त त्या दोघी, डायनिंग टेबलवर काही गिफ्ट्स आणि खूप पांढरं आयसिंग असलेला गुलाबी केक ठेवलेला होता.

''सतरावा,''' काटेकर म्हणाला. त्याने एका झटक्यात केकवर लावलेल्या मेणबत्या मोजून आकडा सांगितला.

सरताजने ते पान उलटलं आणि पुन्हा एक कोरं पान होतं; पण या वेळी तिथे फोटो असल्याची काही खूण नव्हती. बाकीचा अल्बम कोरा होता. अचानक फोटोग्राफी थांबली

होती. सरताजने तो अल्बम बाजूला ठेवला आणि दुसऱ्या अल्बमकडे वळला. हा अल्बम अजून लहानपणीचा होता. त्या दोघी बहिणी शाळेच्या पांढऱ्या शर्ट आणि डार्क स्कर्टमध्ये दिसत होत्या. नंतर त्या दोघी एका मोठ्या दगडी घराच्या समोर जाडजूड लाकडी दरवाज्यात अनवाणी उभ्या होत्या. अंगणात सूर्यप्रकाश दिसत होता. दोघींचे एकसारखे पोनीटेल पंख फुटल्यासारखे दिसत होते. ''गावात,'' सरताज म्हणाला. ''पण कुठे?''

''दक्षिणेला,'' काटेकर म्हणाला, ''कुठेतरी दक्षिणेला. कोकणात.''

आता त्या एका स्टुडिओमध्ये होत्या. एकसारखे निळे फुग्याच्या बाह्यांचे फ्रॉक घालून आणि गळ्याशी लेसचे गुच्छ होते. त्यांची आईही त्यांच्याबरोबर होती. तिने सौम्य काळ्या रंगाचा, मनगटापर्यंत येणाऱ्या लांब बाह्यांचा ड्रेस घातला होता. तिच्या डोक्यावर डोकावणारे पांढरे केस चकाकत होते आणि तिच्या गळ्यातल्या क्रूसावर लाइट पडल्यामुळे तोही चकाकत होता. ती हसत होती; पण काळजीपूर्वक. ''वडील नाहीत,'' सरताज म्हणाला.

''वडील नाहीतच,'' काटेकर म्हणाला, ''हे काय आहे, शेत आहे?''

त्या बहिणी आता झाडांखाली खेळत होत्या, हिरव्या प्रकाशाच्या तिरीपांमधून रुंद पानांच्या रोपांच्या लांब रांगांमधून पळत होत्या. त्या रोपांची पानं टोकाकडे वळलेली होती. ''मला माहीत नाही,'' सरताज म्हणाला. त्याला झाडांमधलं किंवा शेतांमधलं फारसं काही कळत नव्हतं. ते वेगळच जग होतं.

शेवटचा अल्बम एकदम जुन्या पद्धतीचा होता, जो आता कोणी तसा बनवत नसे, जाड काळी पानं असलेला. पहिला फोटो छोट्या काळ्या कॉर्नर्समध्ये अडकवलेला होता, छोटे लहान टॅब्स. सरताजला आठवेना त्यांना काय म्हणतात ते. ''वडील,'' तो आणि काटेकर एकदमच म्हणाले. वडील जुन्या काळातल्या स्त्री-पुरुषांमध्ये कॅमेरासमोर बसताना एक प्रकारचा ताठपणा असायचा तशा पद्धतीने बसले होते. तसे फोटो काढणे म्हणजे अगदी तुरळक प्रसंगी होणारी गोष्ट असे. त्यांनी पांढरा युनिफॉर्म घातला होता. त्यांचे खांदे ताठ आणि मागे ताणलेले होते, त्यांचा उजवा हात मूठ करून मांडीवर ठेवलेला होता.

''नेव्ही?'' काटेकर म्हणाला.

''मर्चंट नेव्ही.''

वडिलांचे डोळे मुलींसारखेच मोठे आणि आरपार होते. खरंतर, पुढच्या काही पानांवर त्यांना एकच मुलगी असलेलं दिसत होतं, जी त्यांच्या आणि त्यांच्या बायकोच्या मध्ये दोघांचे हात धरून उभी राहिलेली दिसत होती. नंतर, अचानक पुढच्या पानावर नवीन एंट्री झालेली दिसत होती. दोन्ही हात आणि पाय कॅमेराच्या दिशेने पुढे करून, तोंडात अजून दात आलेले नसतानाचे हसू, सुंदर केस आणि गोल चेहरा असलेली मुलगी होती. ती फोटोच्या वरच्या बाजूला काळ्या कागदावर पांढऱ्या शाईने हाताने कोरलेल्या नावाकडे झेप घेत होती, कागदाच्या कडांना सजावट केली होती, त्यावर लिहिलं होतं : जुलिएट!

''जुलिएट?'' काटेकर म्हणाला.

''हो, रोमिओसारखं,'' सरताज उद्‌गारला.

काटेकर आता लांबलचक मोठ्याने हसला. ''म्हणजे जुलिएटची जोजो झाली? आणि गायतोंडे तिचा रोमिओ होता?'' त्याने 'रोम्यो' असा उच्चार केला. सरताजला त्याचा हा आनंद अन्याय्य आणि किळसवाणा वाटला. त्याचं हसणं सरताजच्या डोक्यात गेलं आणि

त्या क्षणी त्याला वाटलं की, काटेकरचं वागणं आता अगदी रांगडं, गावठी आणि लो-क्लास होतं; पण त्याने काटेकरला टोकलं नाही. सरताजला जोजो, जी आधी जुलिएट म्हणून अस्तित्वात होती, तिची काळजी करावीशी वाटत होती. त्या अल्बम्समधल्या पानांमध्ये ती तिच्या बहिणीच्या आणि आईच्या छत्राखाली वाढत होती. जुलिएट चालायला लागल्यानंतर, तिची आई दोन्ही मुलींना एकसारखे कपडे घालू लागली, एकसारखे फ्रॉक्स, एकसारखे केस आणि एकसारखे हेअर बँड. हा पहिला फोटो, ज्यात त्या बहिणी एकसारखे फ्रॉक घालून उभ्या होत्या, तो स्टुडिओमध्ये काढलेला होता, मागे आयफेल टॉवरचा पडदा होता. त्या एकमेकींचे हात धरून डौलदार कमानीखाली लाल आकाशाकडे पाहत उभ्या होत्या आणि आता त्या फोटोखाली पांढऱ्या अक्षरात दोन नावं लिहिलेली होती, 'मेरी' आणि 'जुलिएट' ज्यांच्यामध्ये छान नक्षी काढली होती.

''मेरी मस्कारेनास,'' सरताज म्हणाला. ती तिची बहीण होती.

त्या अल्बममधल्या शेवटच्या फोटोंवरून दिसत होतं की, जुलिएट दहा किंवा अकरा वर्षांची झाल्यावर त्यांचं एकसारखे फ्रॉक घालणं बंद झालं. त्या वाढदिवसाच्या फोटोमध्ये, तिने केस अगदी बारीक कापून बॉबकट केला होता, मेरीच्या केसांपेक्षा खूपच लहान आणि गळ्यात लाल रंगाच्या खड्यांचा भडक नेकलेस घातला होता. फ्रॉक बहिणीसारखाच होता; पण थोडा वेगळा होता. तिला तो जास्त छान दिसत होता. जुलिएटला आपण कोण आहोत याची जाणीव होऊ लागली होती आणि ती आईला विरोध करू लागली होती. सरताजला तिचं ते काहीसं बेदरकारपणे उभं राहणं आवडलं. आणि मग तिथे मेरी होती, अगदी गंभीर उभी असलेली.

जोजोच्या जाडजूड ॲड्रेस बुकमध्ये, 'म' अक्षराखाली सरताजला 'मेरी' सापडली. कामाचा आणि घरचा असे फोन नंबरही सापडले आणि कोलाबाचा पत्ताही; पण तो नंबर जुना होता. सरताजला माहीत होतं की, कोलाबा एक्स्चेंज आता डिजिटल होऊनही सात-आठ वर्षं झाली होती. जोजो मेरीशी आठ वर्षं बोलली नव्हती? सरताज विचार करत होता आणि त्यांनी सगळ्या गोष्टी पुन्हा जागच्या जागी लावल्या, फक्त बेडरूममधलं कपाट सोडून. नंतर सरताजने दिल्लीवालीला फोन केला.

ते जोजोच्या ऑफिसमध्ये बसून वाट पाहत होते. सरताज जोजोच्या खुर्चीत हलकेच गिरकी घेत होता आणि त्या बहिणींच्याबद्दल आणि त्यांच्यात होणारी भांडणं याबद्दल विचार करत होता. माँ तिच्या मोठ्या बहिणीबद्दल, मनी-मावशीबद्दल आणि तिच्या हट्टीपणाबद्दल नेहमी सांगायची. अगदी कशी ती चक्कर येऊन जिन्यात वगैरे पडायची, तिला मी किती वेळा इकडे ये आणि माझ्याबरोबर राहा म्हटलं; पण ती खूप हट्टी आहे. आजारपणात थकलेली असतानाही कोणाची मदत घेतली नाही, वगैरे. सरताज कधीही माँला हे सांगू शकला नाही, की माँ लहान बहीण होती, ती तरी कुठे स्वतःच्या मर्जी विरुद्ध वागायची, तिलाही तिचं स्वातंत्र्य प्रिय होतं, तिलाही स्वतः बांधलेल्या घराबद्दल, त्याच्या उंच भिंतींबद्दल, गुळगुळीत फरशांबद्दल, तिच्या सवयीच्या दिव्यांबद्दल, कॉरिडोअर्स आणि त्या शांततेविषयी किती ओढ होती.

जोजोनेदेखील स्वतःसाठी एक घर बांधलं होतं आणि ते फार कष्टातून मिळवलं होतं. किचन सिंकच्या बाजूला जमिनीच्या लेव्हलला एक लहान कपाट होतं. त्यात त्यांना एक टूल बॉक्स, आणि वेगवेगळ्या रंगांच्या कॅन्स दोन ओळीत मांडून ठेवलेले दिसले. तिने स्वतः घराला रंग दिला असावा. फ्रीजमध्ये, प्लॅस्टिकच्या डब्यांमध्ये बरंच शिल्लक राहिलेलं अन्न

दिसत होतं. जोजो काही फेकून देत नव्हती. तिच्या शूजमधल्या दिखाऊपणा व्यतिरिक्त ती काटकसरी होती. तुम्हाला ते तिच्या फोटोंमध्येही दिसत होतं. ती जे करत होती, त्यात ती निपुण असावी.

दिल्लीवाली लगेच आली. ती तिथे काळ्या ॲम्बेसिडरमधून वीस मिनिटांत किंवा त्या आधीच पोहोचली. सरताज आणि काटेकरनी जोजोच्या ड्रॉइंगरूमच्या खिडकीतून गाडी बिल्डिंगच्या कम्पाउंडमध्ये थांबलेली पाहिली. कारचे दरवाजे धडधड बंद झालेले ऐकू आले आणि दोन मिनिटांतच दरवाज्यावर टकटक झाली.

अंजली माथुरला धाप लागली होती, तिने तिच्या लोकांना आत जाऊ दिलं. आज तिने डार्क ब्राऊन रंगाचा सलवार कमीज घातला होता. तिच्या मागोमाग उभा असलेला माणूस म्हणजे 'माकंद' होता. त्यानेच सरताजला गायतोंडेच्या बंकरमधून बाहेर काढलं होतं. अंजली माथुरने विचारलं, ''बेडरूम?''

सरताजने खूण केली. फोनवर त्याने अगोदरच जोजोचं नाव आणि धंदा किंवा धंदे याबद्दल सांगितलं होतं; तिच्या कपाटात एक गुप्त कप्पा आहे आणि तिच्या बहिणीचं नाव मेरी आहे, हेदेखील. त्याने ज्या नंबरला फोन केला, तो लँडलाइन नंबर होता; पण तो फोनकॉल बहुदा तिच्या डाव्या हातात असलेल्या मोबाईलवर फॉरवर्ड झाला असावा.

''तुम्ही जरा बाहेर थांबाल का?'' तिने खोलीत फिरता फिरता म्हटलं. तिच्या बारीक केस कापलेल्या एका माणसाने आधीच दाराचा नॉब धरला होता आणि काटेकर जेमतेम बाहेर आला असेल, तेवढ्यात दरवाजा धाडकन बंद झाला. तो आणि सरताज कॉरिडोरमध्ये थांबले. दोघांनाही राग आला होता.

त्यांना आता वाट बघण्याशिवाय काही करण्यासारखं नव्हतं म्हणून ते वाट बघत उभे राहिले. ''तिच्या बरोबरचे ते चुतीये तेच होते,'' काटेकर म्हणाला, ''गायतोंडेकडे आलेले.''

सरताजने मान हलवली. अंजली माथुर बरोबर आलेले तीन लोक गायतोंडेच्या बंकरमध्येही आलेले होते आणि त्या सगळ्यांचा हेअरकट आणि शूज एकसारखे होते. तिने तिच्या ब्राऊन सलवारकमीजवर कोणते शूज घातले होते? त्याचं लक्ष गेलं नव्हतं, हे सगळं इतक्या झटापट झालं. तिने नक्कीच चांगले सेन्सिबल शूज घातले असणार, फ्लॅट आणि मजबूत असे. ती तशा प्रकारची होती, तिचे केस मागे आवळून घट्ट बांधलेले असत आणि दुपट्टा व्यवस्थित घेतलेला असे आणि तिची ती स्ट्रॉन्ग पट्टे असलेली चौकोनी लेदर बॅग; एखाद्या इंटरनॅशनल एजंटला जे जे त्यांच्या मिशनवर घेऊन जाणं आवश्यक असेल, ते ते सगळं त्यात मावेल अशी. लिफ्टसमोरची हवा एकदम कुबट आणि गरम होती. सरताजला त्याच्या हातांवर घाम आलेला जाणवला. तो मोठे मोठे श्वास घेऊ लागला. श्वासाचा हा रिदम त्याने पोलिसांच्या हजारो गुप्त देखरेखीमध्ये विकसित केला होता. त्याला तसा श्वास घेणं जमलं, तर हा उकाडा, घाम सगळं कमी होईल आणि वेळ सगळं स्तब्ध होईपर्यंत थांबून जाईल. तो त्या जगात असूनही त्यात नसल्यासारखा होता; पण ते त्याला बरोबर जमलं पाहिजे. तो श्वास घेत होता आणि त्याला काटेकर दरवाज्याच्या पलीकडच्या बाजूला त्या शांततेतही विश्रांती घ्यायचा प्रयत्न करत उभा असलेला ऐकू येत होता. त्या दोघांनीही एकत्र श्वास सोडला आणि नंतर ते एकत्र श्वासोच्छ्वास करू लागले. सरताज तरंगत होता, त्याच्या बालपणीच्या आठवणींच्या खोल्यांमध्ये विविध दिशांना फिरत होता, जिथे त्याने सकाळी

पीटीला जाण्यासाठी शूजना मन लावून पांढरं पॉलिश केलं आणि ते पापाजींना दाखवलं. ते परफेक्ट पांढऱ्या रंगाचे भोक्ते होते, अगदी शाळेतल्या मॉनिटरपेक्षाही त्याचं बारीक लक्ष असायचं. त्यांनी त्यांच्या मुलाच्या मनावर ठसवलं होतं की, उत्तम ड्रेस घातला तरी जर शूज गबाळे असतील, तर त्यावर पाणी फिरतं आणि जर ड्रेस अगदी साधा असेल; पण शूज चांगले व्यवस्थित ब्राऊन चकचकीत पॉलिश केलेले असतील, तर ड्रेसही उठून दिसतो. माँनी पापाजींच्या शूजचं काय केलं असेल? त्यांचे काळ्या आणि ब्राऊन रंगांचे शूज नेहमी नीट ठेवलेले असत. कपड्यांच्या कपाटाच्या बाजूला एक छोटं अरुंद, वेगळ शूजचं कपाट होतं. त्यांच्या सूट्सचं काय केलं, जे रेशमी रंगाच्या लोकरीचे आणि पहाडांच्या पावसाळी हवेच्या वासाचे असत? देऊन टाकले असतील? त्यांच्या एका मित्राने मनिलावरून आणलेला एक पांढरा फिलिपिनो शर्टही हरवला आता. तो शर्ट अगदी उत्साहाने त्यांनी त्यांच्या सदुसष्टाव्या वाढदिवसाला घातला होता आणि ग्रे ट्राउझर्स आणि वर काळी पगडी. त्यांच्या पांढऱ्या मिश्या आणि पांढरी पुढे आलेली दाढी त्या शर्टवर खुलून दिसत होती. सरताजने जेव्हा त्यांच्या घरासमोरच्या दगडी रस्त्यावर चालत येताना पाहिलं, तेव्हा तो कौतुकाने हसत सुटला होता; पण त्याच संध्याकाळी, रेस्टॉरंटमधून परत येताना, ते नवीन शॉपिंग मॉलचे तीन जिने चढताना, पापाजींना दुसऱ्या जिन्यावर थांबावं लागलं होतं. त्यांना श्वास लागला होता. सरताजने नजर दुसरीकडे वळवली, खिडकीतून बाहेर दिसणाऱ्या निऑन साइन्सकडे पाहू लागला आणि ते अस्पष्ट, एकामागोमाग येणारे, स्पंदनांचे त्याने ऐकलेले आवाज आठवून त्याला एकदम भीती वाटली.

''इन्स्पेक्टर सिंग?'' माकंदचं पांढऱ्या केसांचं डोकं कॉरिडोरमध्ये डोकावलं. ''कम इन, प्लीज.'' ते बोलावणं फक्त सरताजसाठी होतं.

आतमध्ये, अंजली माथुर डायनिंग टेबलजवळ बसली होती. तिने टेबलावरच्या थंड पाण्याच्या बाटलीकडे आणि ग्लासकडे बोट केलं. ''तुम्हाला बाहेर ठेवल्याबद्दल सॉरी. ही केसच अशी आहे की, आम्हाला खूप काळजी घेणं आवश्यक आहे.''

तिच्या उर्वरित छोट्या आर्मीतले लोक ड्रॉइंग रूममध्ये नव्हते. ते कदाचित बेडरूममध्ये सर्च करत असतील. सरताजने स्वतःला एक ग्लास पाणी ओतून घेतलं आणि प्यायला. पाणी चांगलं गार होतं. त्याला पाणी पिवून छान वाटलं आणि तो गप्प बसला. कारण, ही केस नक्की कसली आहे हे त्याला माहीत नव्हतं. अंजली माथुरचे डोळे थेट भिडणारे होते, अगदी पाणीदार आणि आता ती त्याने काहीतरी बोलावं याची वाट पाहत होती. त्याने अजून एक ग्लास पाणी ओतून घेतलं आणि या वेळी अगदी संथपणे प्यायला, एक एक घोट. जर ही केस अशीच होती, कोणत्याही प्रकारची असो, त्याला बोलूनही काही फायदा होणार नव्हता. तो पाणी पिता पिता तिच्याकडे बघत होता, तिच्या नजरेला नजर देऊन नाही; पण अगदी सहज पाणी पिता पिता असं आणि तरीही नजर ढळू न देता.

ती जागची किंचित हलली आणि तिच्या चेहऱ्यावर एक पुसटसं हसू आलं. ''तुला माहीत करून घ्यायचं आहे का की ही कोणत्या प्रकारची केस आहे?''

''मला आवश्यक असेल तेवढं तुम्ही मला सांगाल,'' सरताज म्हणाला.

''मी तुला जास्त काही सांगू शकत नाही; पण इतकंच सांगेन की, ही खूप मोठी केस आहे.''

''हो.''

''तुला त्याबद्दल काय वाटतं?''

''मला भीती वाटते.''

''एका मोठ्या केसमध्ये काम करण्यासाठी तुझी निवड केली आहे म्हणून तुला उत्साह नाही वाटत?''

सरताज मान किंचित मागे टाकून हसला. ''उत्साह ही एक गोष्ट झाली; पण मोठ्या केसेस लहान इन्स्पेक्टर्सना खाऊन टाकतात.''

तिचं हसू आता रुंदावलं, ''पण तू यात काम करशील?''

''मला जे सांगितलं आहे ते मी करीन.''

''येस, आय एम सॉरी, मी तुला याबद्दल फारसं काही सांगू शकत नाही; पण असं म्हणू की, यात राष्ट्राच्या सुरक्षेचा प्रश्न आहे, राष्ट्राच्या सुरक्षेला खूप मोठा धोका आहे.'' अजूनही ती तो काहीतरी बोलेल, अशा अपेक्षेने त्याच्याकडे पाहत होती. ''तुला कळतंय मी काय म्हणतेय?''

सरताजने खांदे किंचित वर केले. ''त्या तशा गोष्टी मला नेहमी फिल्मी वाटतात. साधारणपणे, आमच्यासाठी सगळ्यात उत्साहाची गोष्ट म्हणजे लोकल टपोरी लोकांना खंडणीच्या केसमध्ये अटक करायची. इकडे तिकडे एखादा खून वगैरे.''

''हे खरं आहे.''

''ओके.''

''आणि खूप मोठंही.''

''मला समजलं.'' सरताजला विशेष काही समजलं नव्हतं; पण जर ही खरंच चांगल्या प्रकारची मोठी केस असेल, तर त्यात जोडलेलं असणं वाईट नव्हतं. उलट कदाचित मोठ्या केसमध्ये छोट्या छोट्या गोष्टी करण्यामुळे क्रेडिट आणि कौतुकही वाट्याला येऊ शकलं असतं.

''हे जोजो आणि गायतोंडे मिळून काय करत होते, याबाबत आपल्याला अधिक माहिती पाहिजे. त्यांचे एकत्र मिळून कोणते धंदे होते ते.''

''येस.''

''तू या जोजोबद्दल लवकरात लवकर शोधून काढलंस. शाब्बास; पण आपल्याला अजून माहिती पाहिजे. गायतोंडेच्या बाजूने तपास कर. त्याचे पार्टनर, त्याच्याकडे कामाला असलेले लोक आणि तुला मिळतील त्या लोकांचा फॉलोअप कर. ते काय म्हणतात बघ.''

''हो, मी करतो.''

''मी कोलाबा स्टेशनमधल्या कोणाकडून तरी तिच्या बहिणीचा फोन नंबर तपासून बघते आणि आपण तिच्यावर नजर ठेवू. तू जाऊन तिच्याशी बोल आणि ती जोजोबद्दल काय म्हणते बघ.''

''मी तिच्या बहिणीशी बोलू?''

''हो.''

तुम्ही जो तपास करता, त्यात थोडा बदल केल्याशिवाय तपास अशक्य असतो. लोकांना सावध न होऊ देता तपास करावा लागतो आणि अंजली माथुर, कारण सांगणार

नव्हती; पण तिला तिच्या संशयितांना असं भासवायचं होतं की, हा स्थानिक तपास सुरू आहे. सरताजने विचार केला की, तिचा चेहरा एखाद्या उत्तम तपास अधिकाऱ्याला साजेसा होता; उत्सुक पण निराकार, काही जाणवू न देणारा. ''ओके मॅडम, मी तिची बहीण कुठे मेली हे तिला सांगू शकतो का?'' सरताजने विचारलं.

''हो. तिला तिच्या बहिणीच्या व गायतोंडेच्या व्यवहारांबद्दल काही माहिती आहे का ते बघ आणि हो, आधी सारखंच मला डायरेक्ट रिपोर्टिंग कर. फक्त मला. त्या फोन नंबर वर.''

अंजली माथुरकडून सूचना आणि स्पष्टीकरण मिळून इतकंच होतं. सरताजने टेबलावरून पाण्याची बाटली आणि ग्लास उचलला आणि कॉरिडोरमध्ये उभ्या असलेल्या काटेकरसाठी घेऊन गेला, जो एव्हाना घामाने बऱ्यापैकी भिजला होता. त्याला सरताजइतका गर्मीचं विशेष काही त्रास वाटत नसे. त्याला मे महिन्यातही भर दुपारी दोन मैल चालायला काही वाटायचं नाही; पण त्याला घाम खूप येत असे. सरताजने त्याच्या या उकाडा रोधक तब्येतीचं कारण शोधून काढलं होतं : काटेकर पंख्याविनाच लहानाचा मोठा झाला होता आणि त्यामुळे त्याला उन्हाळ्याचा त्रास होत नसे. तुम्हाला कशाची सवय झालेली असते, यावर सगळं अवलंबून असतं. काटेकर ग्लासभर पाणी प्यायला. त्याने मान किंचित डावीकडे अपार्टमेंट, जोजो आणि अंजली माथुरच्या दिशेने करत विचारलं, ''आपलं इथलं काम झालंय का?''

''अजून तरी नाही,'' सरताज म्हणाला.

काटेकर काहीच बोलला नाही.

''पाणी पिऊन टाक, आपल्याला खूप काम करायचं आहे. आपल्यावर राष्ट्राची सुरक्षितता अवलंबून आहे,'' सरताज हसत म्हणाला.

सरताज बरोबर राष्ट्रीय सुरक्षिततेविषयी बोलायचं असलेली एजून एक व्यक्ती स्टेशनमध्ये होती. त्याचं नाव होतं, वासिम झफर अली अहमद, ते त्याच्या कार्डवर हिंदी, उर्दू आणि इंग्लिशमध्ये छापलेलं होतं. त्याने आपलं कार्ड सरताजच्या हातात दिलं. त्या नावाखाली फक्त 'सोशल वर्कर' इतकच लिहिलेलं होतं आणि दोन फोन नंबर्स होते.

''मला आश्चर्य वाटलं, इन्स्पेक्टर साहेब, जेव्हा मी ऐकलं की, तुम्ही दोन वेळा नवनगरला येऊन गेलात आणि मला संपर्क केला नाहीत,'' तो म्हणाला. ''मला वाटलं की, मला शोधणं तुम्हाला कठीण गेलं असावं. मी माझ्या घरी नसतो. मी कामासाठी खूप फिरतो.''

सरताजने कार्ड त्याच्या बोटांमध्ये फिरवलं आणि खाली ठेवलं. ''मी बंगाली बुराला गेलो होतो.'' ते दोघं आता सरताजच्या टेबलापाशी एकमेकांसमोर बसले होते.

''ते बऱ्यापैकी नवनगरमध्येच येतं. मी तिकडे खूप काम करतो.'' तो कदाचित तिशीचा असावा, त्याचं ते लांबलचक नाव, थोडा स्थूल, थोडा उंच आणि खूपच आत्मविश्वास होता. तो स्टेशनसमोर सरताजची बराच वेळ वाट बघत होता आणि सरताज आल्या आल्या त्याच्या मागोमाग आत गेला. त्याने लगेच कार्ड पुढे केलं. त्याने बाह्यांवर बारीक पांढरी इम्ब्रॉयडरी केलेला काळा शर्ट घातला होता, शुभ्र पांढरी पँट आणि चेहऱ्यावर निर्धाराचे भाव होते.

''जो मुलगा मारला गेला त्याला ओळखता का?'' सरताजने विचारलं.

''हो. मी त्याला काही वेळा बघितलं आहे.''

सरताजनेदेखील अहमदला पाहिलेलं होतं, त्याला खात्री वाटत होती. त्याचा चेहरा ओळखीचा वाटत होता आणि इतर सोशल वर्कर्ससारखा तोही स्टेशनला जात येत असणार. ''तुम्ही नवनगरमध्ये राहता?''

''हो. हायवेच्या बाजूला. तिथे राहायला गेलेलं आमचं पहिलंच कुटुंब आहे. त्या वेळी तिथे जास्त करून यूपी, तामिळनाडूचे लोक होते. हे बांगलादेशी नंतर आले. खूप आलेत; पण तुम्ही काय करणार? म्हणून मी त्यांच्याबरोबर काम करतो.''

''आणि तुला ते अपराधी माहीत होते? आणि हा त्यांचा बॉस असलेला हा बिहारी माणूस?''

''फक्त चेहऱ्याने ओळखतो इन्स्पेक्टर साहेब. हाय हॅलो करण्याइतकं पण ओळखत नाही; पण त्यांना ओळखणारे लोक मला माहीत आहेत. आता त्यांनी हा मर्डर करून ठेवलाय. खूपच वाईट. ते बाहेरून येतात आणि आपल्या देशात अशा गोष्टी करतात. इथे राहणाऱ्या चांगल्या लोकांचं नाव खराब करतात.''

त्याला भारतीय मुस्लीम असं म्हणायचं होतं, ज्यांना कट्टर हिंदुत्ववादी लोकांच्या रोषाला सामोरं जावं लागतं. सरताज खुर्चीत मागे टेकून बसला आणि त्याने दाढी खाजवली. वासिम झफर अली अहमद नक्कीच इंटरेस्टिंग माणूस होता. इतर सोशल वर्कर्सप्रमाणे त्यालाही पुढे जायचं होतं आणि एरियातला मोठा माणूस बनायचं होतं; असा माणूस ज्याचे खूप कनेक्शन असतील, जो गिऱ्हाइकांना आकर्षित करू शकेल आणि जो स्थानिक संघटक, कार्यकर्ता म्हणून आणि अखेरीस राजकीय उमेदवार म्हणून राजकीय पक्षांच्या नजरेत येईल. असे सोशल वर्कर्स आमदार किंवा अगदी खासदारही झालेले आहेत, त्याला खूप काळ जावा लागतो; पण अनेक वेळा हे प्रत्यक्षात आलं आहे. अहमदला एखाद्या राजकीय नेत्यासारखं तीच वापरून गुळगुळीत झालेली वाक्यं हास्यास्पद न वाटू देता बोलायचं वरदान लाभलेलं होतं. तो पुरेसा शहाणा दिसत होता आणि कदाचित त्याच्यात ती इच्छा आणि तो बेदरकारपणाही होता. ''मग,'' सरताज म्हणाला, ''तुम्हाला देशासाठी आणि चांगल्या नागरिकांसाठी या केसमध्ये मला मदत करायची आहे का?''

''अर्थातच इन्स्पेक्टर साहेब, अर्थातच,'' अहमदला काय म्हणायचं आहे हे समजून घेतल्यामुळे त्याचा आनंद अगदी गगनात मावेना. त्याने डेस्कवर आपली कोपरं ठेवली आणि सरताजकडे पुढे झुकला. ''मी नवनगरमधल्या सगळ्यांना ओळखतो आणि बंगाली बुरामध्येही माझी खूप कनेक्शन आहेत. मी त्यांच्याबरोबर काम करतो, मी त्यांना ओळखतो म्हणून त्यांना मी गुपचूप विचारू शकतो. लोक काय बोलत आहेत, लोकांना काय माहिती आहे, वगैरे.''

''आणि तुम्हाला आता या क्षणी काय माहिती आहे? काही माहीत आहे का?''

अहमद एकदम गडबडला, ''अरे नाही नाही इन्स्पेक्टर साहेब; पण मला खात्री आहे की इकडून तिकडून मी नक्कीच काहीतरी शोधू शकेन, थोडं तरी.'' आणि तो मागे सरकून बसला, स्थूल आणि स्वतःमध्येच रमणारा माणूस.

सरताजने सोडून दिलं. अहमदही चांगल्या टिप्स असंच सहज देऊन टाकेल इतका मूर्ख नव्हता. ''छान, जर मला काही मदत करू शकलात तर आभारी असेन आणि मी तुमच्यासाठी काही करू शकतो का?'' सरताजने विचारलं.

आता दोघांनाही एकमेकांचा अंदाज आला. ''हो साहेब, खरं तर एक गोष्ट आहे.'' अहमदने आता त्याचा चांगुलपणा बाजूला ठेवला आणि त्याच्या अपेक्षा स्पष्ट बोलून दाखवल्या. ''नवनगरमध्ये दोन भाऊ आहेत. तरुण आहेत, एक एकोणीस आणि दुसरा वीसचा. दररोज मुली कामाला निघाल्या की, ते त्यांची छेड काढतात, त्रास देतात, काही ना काहीतरी बोलतात. मी त्यांना समजावलं असं करू नका म्हणून; पण त्यांनी मलाच धमकी दिली. सगळ्यांदेखत म्हणाले की, माझे हात-पाय तोडतील म्हणून. मी स्वतःच त्यांच्याविरुद्ध कारवाई करू शकतो; पण स्वतःला जरा आवर घातला; पण जेव्हा पाणी गळ्याशी येतं ना इन्स्पेक्टर साहेब...''

''नावं? वय? मला कुठे सापडतील?''

अहमदने आधीच सगळे तपशील नीट त्याच्या डायरीमध्ये लिहून ठेवलेले होते आणि त्याने ते पान फाडून अगदी काळजीपूर्वक सरताजच्या हातात दिलं. त्याने त्यांच्या कुटुंबाचं वर्णन आणि तपशीलही सांगितले आणि नंतर त्याने निघायची परवानगी घेतली. ''मी तुमचा बराच वेळ घेतला साहेब; पण तुम्हाला काही लागलं तर मला कधीही फोन करा, दिवसा, रात्री कधीही.''

''मी त्या दोघांना भेटलो की, मग तुम्हाला फोन करतो,'' सरताज म्हणाला.

''नवनगरच्या लोकांना खूप आनंद होईल साहेब, जर तुम्ही त्यांच्या आयाबहिणींना या रोजच्या त्रासातून वाचवलंत तर.''

एवढं बोलून, वासिम झफर अली अहमदने उठून छातीवर हात ठेवून नमस्कार केला आणि गेला. त्याने नवनगरच्या लोकांना उचकवलं असेल; पण त्याला आणि सरताजला माहीत होतं की, त्या दोन भावांना शिस्त लावणं जरुरीचं होतं. कारण, अहमदची तशी इच्छा होती. त्यांच्या सौद्यातली हीच देवाण-घेवाण होती, बाकी सगळं विश्वासावर आणि गुडविलवर. सरताज त्या दोन रोडसाईड रोमिओंना उचलून आणेल. कारण, त्यांचा मूळ गुन्हा नक्कीच मुलींची छेड काढणं नसून, अहमदचा योग्य आदर न करणे हा होता. सरताजने जरा त्यांच्याकडे पाहून घेतलं की, अहमद त्याला काहीतरी माहिती देईल. मग वस्तीतले लोक त्याचे पोलिसांशीसुद्धा कनेक्शन आहेत म्हणून अहमदकडे अजून आदराने बघतील आणि त्याचं नाव ऐकून अजून अजून लोक त्याच्या दारात मदत मागायला येतील. मग त्याचा प्रभाव आपोआप वाढेल. जर सगळं काही व्यवस्थित मार्गी लागलं, तर कदाचित काही वर्षांनी सरताज त्याला 'साहेब' म्हणत असेल; पण घोडा मैदान अजून खूप लांब होतं आणि तातडीने करण्यासारखी छोटीशी गोष्ट म्हणजे त्या छेड काढणाऱ्या मुलांना वठणीवर आणणे. अनेक मोठ्या कारकिर्दी अशाच छोट्या मोठ्या गोष्टींची देवाण-घेवाण करतच सुरू होतात आणि टिकाव धरतात. जगाचं रहाटगाडगं असंच एकमेकांच्या फायद्याचं वंगण घालून सुरू असतं आणि सरताज त्याचा उपयोग गुन्हेगारांना पकडण्यासाठी करणार होता. जशी पूर्वी एखादी केस ओपन होतेय असे दिसताच त्याच्या हातापायात बळ संचारत असे, तशीच शिरशिरी त्याला आता जाणवली. चांगलं आहे, खरंच चांगलं आहे. यशाची अपेक्षा करणं वेडेपणा आहे; पण सरताजला त्याची कल्पना करण्याचा मोह आवरला नाही. तो खुन्यांना नक्कीच शोधून काढेल, त्यांना पकडेल आणि जिंकेल : विजयाच्या विचाराने त्याच्या छातीत बारीकशी कळ उठली आणि त्याला दिवसभरासाठी ऊर्जा मिळाली.

त्या संध्याकाळी, स्कॉच पिता पिता त्याने माजिद खानला त्याच्या या नवीन लांबलचक नावाच्या सोर्सबद्दल सांगितलं. माजिद दारू प्यायचा नाही; पण त्याने सरताजसाठी एक जॉनी वॉकरची ब्लॅकची एक बाटली आणून ठेवली होती. सरताज जेव्हा कधी त्याच्याकडे जेवायला जाई, तेव्हा त्यातली दारू पीत असे. आज संध्याकाळी तो जॉनी वॉकरवर थोडा जास्तच अवलंबून होता, अधाशाप्रमाणे घोट घेत होता. तो माजिदला वासिम झफर अली अहमदबद्दल सांगत होता जेव्हा माजिदची मुलं टेबलावर प्लेट्स मांडत होती आणि त्यांची आई किचनमध्ये चमचे शोधत होती.

''हो, मी ओळखतो या अहमदला,'' माजिद म्हणाला. ''खरंतर, मी त्याच्या वडिलांना ओळखतो.''

''कसं?''

''मला ते दंगलींच्या दरम्यान सापडले होते, बांद्रा जवळच्या हायवेला. मी माहीमला चार कॉन्स्टेबलना घेऊन निघालो होतो. लांबूनच मी तिघांना कशावर तरी उभं राहिलेलं पाहिलं. रस्ते पूर्णपणे मोकळे होते, तुला माहीत आहे, पूर्ण मोकळा रस्ता आणि हे तिघे म्हणून, मी ड्रायव्हरला सांगितलं, जा जा म्हणून आणि आम्ही स्पीड घेतला. जसं त्यांनी जीप त्यांच्या दिशेने येताना पाहिली, पळून गेले चुतीये आणि मला एक माणूस रस्त्यावर पडलेला दिसला. पांढरी दाढी, स्वच्छ पांढरा कुर्ता, पांढरी टोपी, अगदी एखादा सज्जन मुसलमान. त्यानी पळून जायचा प्रयत्न केला असेल; पण त्या तिघांनी त्याना धरून खाली पाडलं. ते खूप घाबरलेले होते; पण त्याना लागलं नव्हतं.''

''ते... तुम्ही वाचवलं नसतंत तर... मेले असते.''

''अरे, मी त्यांना नाही वाचवलं. आम्ही फक्त तिकडून जात होतो.'' माजिद उगाच खोटा विनम्रपणा दाखवत नव्हता, फक्त वास्तवात काय घडलं ते सांगत होता. त्याने छातीवर खाजवलं आणि त्याच्या ग्लासमधलं लिंबू पाणी प्यायला. ''एनीवे, आम्ही त्याना जीपच्या मागच्या बाजूला बसवलं आणि बरोबर घेऊन गेलो. ते एक तास काही बोलले नाहीत; पण तेव्हापासून प्रत्येक बकरी ईदला माझ्या ऑफिसमध्ये येतात आणि थोडा गोश्त आणतात. मी त्याला केवळ हात लावून परत पाठवतो; पण ते न चुकता येतात. चांगला म्हातारा माणूस आहे.''

ते दोघं आता माजिदच्या आठव्या मजल्यावरच्या अपार्टमेंटच्या बाल्कनीत कठड्याला टेकून उभे होते. समोर खाडीच्या अंधाऱ्या पाण्यावर, पत्र्याची छपरं असलेल्या खोल्यांच्या रांगांवर आणि पलीकडे दिसणाऱ्या समुद्रावर गोल चंद्र लटकलेला दिसत होता. सरताजला आठवेना की, त्याने सर्वांत शेवटचा इतका छान गोल चंद्र कधी बघितला होता. कदाचित, तो बघण्यासाठी तुम्हाला इतक्या उंचीवर यायला पाहिजे, रस्त्यांच्या कैक पट उंचीवर.

''त्या म्हाताऱ्या माणसाबरोबर त्याचा मुलगा कधी आला नाही? तुला धन्यवाद द्यायला किंवा मदत मागायला?''

''नाही.''

''हुशार आहे,'' अहमदचे वडील आणि माजिद यांच्यामध्ये जो एक उपकाराचा धागा निर्माण झाला होता, त्यापासून लांब राहून अहमद आपली हुशारी दाखवत होता. तो योग्य पद्धतीने पुढे जात होता. सरताजच्या, एका स्थानिक इन्स्पेक्टरच्या माध्यमातून पुढे जात होता. जर अहमद सरताज आणि कॉन्स्टेबलना खूश करू शकला, तर ते माजिदकडे त्याच्यासाठी

रतबदली करतील, जो कदाचित अहमदला प्रभाव प्रस्थापित करण्यासाठी मदत करेल, तसंच इतर कायद्याचे प्रश्नचिन्ह असलेल्या गोष्टी करायला, समृद्धी मिळवायला आणि पुढे जायला मदत करेल.

''हो,'' माजिद म्हणाला. ''तो त्याच्या वडिलांसारखा भोळा नाहीये.''

''निरागस, भोळ्या लोकांचं नशीब कधी कधी चांगलं असतं, नाही का?''

''कधी कधीच. त्याचे वडील म्हणाले, दंगलीमध्ये त्यांचा कोणी नातेवाईक मारला गेला. चुलत भाऊ.''

''जवळचा चुलत भाऊ?''

''फारसा जवळचा नाही; पण तसं वाटलं. तो म्हातारा माणूस जेव्हा पहिल्यांदा माझ्याकडे आला, तेव्हा त्याचा खूपच गाजावाजा करत होता. मी त्यांना सांगितलं की, तुम्ही नशीबवान आहात. कारण, तो तुमचा लांबचा चुलत भाऊ होता. या देशात, जर तुम्ही कोणत्याची घरात डोकावून पाहिलंत, तर तुम्हाला दिसेल की, प्रत्येकाच्या लांबच्या चुलत भावाचं नशीब खराब आहे. जर या दंगलीत नाही, तर अन्य कोणत्या तरी.''

हे मात्र खरं होतं. सरताजने त्याच्या स्वतःच्या कुटुंबाबद्दलच्या कहाण्या ऐकल्या होत्या, लोक मध्यरात्री घरं सोडून निघून गेले होते.

''तुम्ही दोघं जेवायला या,'' रेहानाने आतून हाक मारली. तिच्या हातात ओळखीचं प्लॅस्टिक बाउल होतं, त्याला घट्ट बसणारं झाकण होतं आणि त्यावर लाल गुलाबांची नक्षी होती. ती किचनमध्ये पोळ्या करत होती. तिने खिमा संध्याकाळीच केला असेल, तिच्या सगळं घरकाम करणाऱ्या बाईच्या मदतीने. त्या दोघी मिळून स्वयंपाक एकतर उत्तम तरी करतील नाहीतर सत्यानाश! ते नेहमीच लॉटरीसारखं असायचं आणि सरताजने व्हिस्की प्यायल्याच्या खुशीत डायनिंग टेबलाची खुर्ची ओढली. इम्तियाज आणि फराह एकमेकांना कोपराने ढुशा देत होते. सरताज त्यांना ते दोघं अगदी लहान असल्यापासून ओळखत होता आणि आता ते दोघे इतके मोठे झाले होते की हे लहान अपार्टमेंट अजूनच लहान वाटावं.

इम्तियाजने त्याच्याकडे बाउल पास केलं. ''अंकल, तुम्ही CIAची वेबसाईट पाहिलीये?'' त्याने विचारलं.

''CIA, अमेरिकन?'' सरताज म्हणाला.

''हो, त्यांची साईट आहे आणि ते तुम्हाला त्यांचे सिक्रेट डॉक्युमेंट्स बघू देतात.''

फराह सरताजसाठी वाटीत रायता वाढत होती. ''जर ते तुला वाचू देतात, तर ते सिक्रेट नाहीये इडियट. अंकल, तो इंटरनेटवर तासन्‌तास काहीतरी विचित्र आर्टिकल वाचण्यात आणि मुलींशी चॅट करण्यात घालवतो.''

''तू गप्प बस,'' इम्तियाज म्हणाला. ''तुझ्याशी कोणी बोलत नाहीये.''

माजिद हसत होता. ''या सगळ्यासाठी मी हजारो रुपये खर्च करतो, माझ्या मुलाला अमेरिकेतल्या मुलींशी बोलता यावं म्हणून.''

''युरोप,'' फराह म्हणाली. ''त्याची एक गर्लफ्रेंड बेल्जियममध्ये आहे आणि दुसरी फ्रान्समध्ये.''

''तुला गर्लफ्रेंड्स आहेत?'' सरताजने विचारलं. ''तुझं वय किती आहे?''

''चौदा.''

''चौदा,'' फराह हसत होती, ''मला खात्री आहे त्याने आपलं वय त्यांना अठरा सांगितलं असेल.''

''किमान मी अठरा वाटतो तरी. काही लोकांसारखं नाही जे अजूनही अकरा वर्षांचे असल्यासारखे वागतात.''

फराह टेबलाखाली वाकली आणि इम्तियाजने डोळा मारला. त्याने हात वर केला, ''मुलीची नखं,'' तो स्वतःवर खूश होत म्हणाला, ''मुलांच्या नखांपेक्षा खतरनाक असतात.''

''अरे तुम्ही दोघं थांबा,'' त्यांची आई म्हणाली. ''अंकलना जेऊ दे.''

सरताज खाऊ लागला आणि त्याला हायसं वाटलं की, त्या संध्याकाळी काहीतरी भयानक खावं लागलं नाही. त्याने फराहला विचारलं, ''नवीन हेअरकट?''

''हो! तुम्ही या जगातले एकमेव व्यक्ती आहात ज्यांच्या लक्षात येईल. माझ्या पापांनासुद्धा तीन दिवस लक्षात आलं नाही की, मी वेगळी का दिसतेय.''

''खूप छान,'' सरताज म्हणाला. ती गुबगुबीत छान दिसत होती आणि सरताजच्या मनात विचार आला की, तिचाही बेल्जियमला बॉयफ्रेंड असेल का किंवा बांद्र्याला? पण त्याने तो प्रश्न मनातच ठेवला. त्याला माहीत होतं की, माजिद तसा लिबरल होता; पण अशा रोमान्सच्या गोष्टी स्वतःच्या मुलीच्या बाबतीत त्याला कदाचित आवडल्या नसत्या. तो एकवेळ त्याचा कष्टाचा पैसा त्याच्या मुलांसाठी कॉम्प्युटरवर खर्च करेल, त्याच्या मुलासाठी; पण त्याच्या पिळदार मिश्या म्हणजे नुसता तोरा नव्हता. फराहच्या नवीन लूकने भारावून गेलेली मुलं कदाचित तिच्या या महालाचे आठ मजले चढून वर येतील. ती आता आनंदी दिसत होती आणि सरताजला खात्री होती की, तिच्या चेहऱ्यावरच्या तेजामुळे काही मुलांच्या मनातली भीती नक्कीच पळून गेली असणार. त्यानेही काही वर्षांपूर्वी असे भिंतींवरून चढण्याचे प्रताप केले होते आणि सुंदर मुलींच्या वडिलांचा सामनाही केला होता.

जेवणानंतर, रेहानाने सरताजसाठी चहा आणला आणि सोफ्यावर त्याच्याशेजारी बसली. तिच्या गालांची ठेवण अगदी तिच्या मुलांसारखीच रुंद अशी होती आणि तिच्यात एक सहज असा भारदस्तपणा होता. भिंतीवरच्या सोनेरी फ्रेममधल्या फोटोमध्ये ती बारीक दिसत होती, घुंगट घेतलेली वधू; पण तरीही त्या फोटोत तिने मान खाली घातली असली तरी, तिचे डोळे असेच तेजस्वी होते. ''मग सरताज, गर्लफ्रेंड मिळाली का?''

''हो हो,'' सरताज म्हणाला.

''कोण? मला तरी सांग.''

''एक मुलगी आहे.''

''मग गर्लफ्रेंड म्हणजे मुलगीच असणार, नाहीतर काय अननस? सरताज, एक पोलीस असूनही तुला खोटं बोलता येत नाही.''

''भाभी, तो बोअरिंग टॉपिक आहे.''

''माझ्या मुलाला तसं वाटत नाही.'' तिचा मुलगा बाबा आणि बहिणीबरोबर कॉर्नरवरच्या दुकानात आइस्क्रीम आणायला गेला होता. ''सरताज, तुझं इतकं पण वय झालं नाहीये. तू असंच कसं आयुष्य काढणार? तुझं घर, कुटुंब असलं पाहिजे.''

''तुम्ही अगदी माझ्या आईसारखं बोलताय.''

''कारण, आम्ही दोघी बरोबरच आहोत. आम्हाला दोघींनाही तू आनंदी असावंस असं वाटतं.''

''मी आहे.''

''काय?''

''आनंदी.''

''सरताज तुझ्याकडे पाहिलं तर कोणीही सांगू शकेल की, तू नक्की किती आनंदी आहेस.''

सरताजच्या मनात आलं की, तिला स्वर्ग सुखात पाहूनही कोणीही तिच्याबद्दल हेच म्हणेल. त्याला आता त्याच्या शरीराचा घामाचा, कुबट वास आला. तो व्हिस्कीचा परिणाम होता. त्याला आता चीड आली की, दिवसभराची प्रोफेशनल गती संध्याकाळी अचानक आनंदी रेहाना बरोबर असल्या निरर्थक चर्चेमुळे खालावली. दरवाज्यावर थाप पडली आणि आनंदाच्या पुढच्या तपासातून त्याची सुटका झाली. ''आइस्क्रीम, आइस्क्रीम,'' तो म्हणाला.

त्याने एक वाटी आइस्क्रीम खाल्लं आणि तो पळाला.

फोनच्या खणखणाटामुळे परदेशी तरुणींना भेटायला समुद्रावरून तरंगत जात असल्याच्या स्वप्नातून सरताज जागा झाला. लक्ष देऊन पाहत असणाऱ्या आया आणि वेगाने जाणाऱ्या जीप वगैरे त्याला स्वप्नात दिसत होत्या; पण जसे त्याचे डोळे उघडले, तसं सगळं गायब झालं. तो कसाबसा उठून बसला, गोंधळलेला आणि त्याला आवाज कुठून येतोय हेच कळेना. एक क्षणासाठी त्याला वाटलं की, डोअरबेलच बिघडली आहे; पण मग त्याला मोबाईल फोनची आठवण झाली. त्याने बेड शेजारच्या टेबलवरून मोबाईल घेतला आणि तो बाजूला पडला आणि त्याने चार्जिंगची वायर धरून मोबाईल खेचला आणि शेवटी एकदाचा कोणाचा फोन आहे म्हणून उघडून पाहिला.

''सरताज साहेब?''

''कोण आहे?'' सरताज गुरगुरला.

''मी बंटी, साहेब. कोणीतरी मला सांगितलं की, तुम्हाला माझ्याशी बोलायचं होतं.''

''बंटी, हो, हो. बरं झालं तू फोन केलास.'' सरताज आता उभा राहिला आणि त्याने स्वतःचा तोल सावरण्याचा प्रयत्न केला. गायतोंडेच्या माणसाशी बोलण्याचा पवित्रा काय घ्यायचा ते आठवू लागला; पण त्याला आठवेना की, त्याने तसं काही ठरवलं होतं का आणि शेवटी तो म्हणाला, ''मला तुम्हाला भेटायचं आहे.''

''अफवा अशी आहे की, तुम्ही भाईवर गोळी झाडलीत.''

''मी गायतोंडेला मारलं नाही. अफवांचं सोड. तुला काय वाटतं बंटी?''

''मला अशी खबर आहे की, तुम्ही आत गेलात तेव्हा भाई मेले होते.''

''तुला बरोबर खबर आहे बंटी. ते सगळं विचित्र होतं. एखादा माणूस स्वतःवर का गोळी झाडेल?''

''तुम्हाला हे बोलायचं आहे?''

''ते आणि इतर गोष्टी. मी तुला भेटेन तेव्हा सांगेन.''

''त्यांनी स्वतःला का मारलं याबद्दल मला काय माहीत असणार?''

''ऐक, बंटी. मला फक्त तुझ्याशी बोलायचं आहे. जर तू मला मदत केलीस, तर मी कदाचित तुला मदत करू शकेन. गायतोंडे मेला आहे, सुलेमान ईसाची मुलं आता तुला शोधत असतील. मी असं ऐकलं आहे की, तुमच्यातलीच काही मुलं फुटली आहेत.''

''तो खेळ मी अनेक वर्षं खेळतो आहे.''

''खरंय; पण आता? एकट्याने? किती पळशील??''

''म्हणजे माझ्या व्हीलचेअरमध्ये असं तुम्हाला म्हणायचं आहे का साहेब?'' बंटीचा आवाज प्रत्येक श्वासागणिक गंभीर होत गेला. कदाचित, त्याला तसं बसावं लागत असेल, फुप्फुसांच्या आकुंचनामुळे; पण तो दुःखी नव्हता, त्याला आश्चर्य वाटत असावं. ''बहुतेक लोक पळतात, त्यापेक्षा मी या खुर्चीत बसून जास्त वेगाने जाऊ शकतो.''

सरताज बसला. त्याला आता थोडं मैत्रीपूर्ण औत्सुक्य दाखवण्याची संधी मिळाली होती. ''खरं? मी तशी व्हीलचेअर आजवर कधी पाहिली नाहीये.''

''ही फॉरेनची आहे साहेब. ही जिनेही चढते उतरते. ती सगळ्या प्रकारच्या गोष्टी करू शकते.''

''हे मस्तच आहे. खूप महागडी असेल.''

''भाईंनी दिली मला. त्यांना तशाच गोष्टी आवडत, अप टू डेट.''

''ते मॉडर्न मॅन होते तर?''

''हो, एकदम मॉडर्न; पण तुम्हाला माहिती आहे का, ही खुर्ची चालती ठेवणं खूप कठीण आहे. इथे ती कशी रिपेअर करायची ते कोणाला माहीत नाहीये आणि त्याचे स्पेअरपार्ट्स वगैरे सगळं विलायतेतून आणावं लागतं. खूपच बिघडते ती.''

''इंडियन कंडिशन्ससाठी बनलेली नाही ती.''

''हो. त्या नवीन कार्ससारखं. त्या दिसतात चांगल्या; पण शेवटी तुम्हाला पाहिजे, त्या खेडेगावात तुम्हाला ॲम्बेसिडरच घेऊन जाऊ शकते.''

''मला भेट बंटी. कदाचित, मी तुला तुझ्या गावाला सुरक्षितपणे पोहोचवू शकेन.''

''मी इथे मुंबईतच जन्मलो आहे साहेब, GTB नगरमध्ये आणि तुम्हाला मला भेटायची खूप घाई आहे. कदाचित, सुलेमान इसाने तुम्हाला मला घरी पाठवायला सांगितलं आहे.''

''बंटी, तू कोणालाही विचार. माझं सुलेमान इसा किंवा त्याच्या माणसांशी कोणतंही कनेक्शन नाहीये.''

''तुम्ही परूळकर साहेबांच्या जवळचे आहात.''

''ते असेल; पण मी त्यांच्यासाठी असली कामं करत नाही बंटी. तुला माहिती आहे ते. मी एक साधा माणूस आहे,'' सरताज उठून उभा राहिला आणि बेडच्या पायथ्याशी फेऱ्या मारू लागला. तो एका वेगाने जाणाऱ्या व्हीलचेअरवर बसलेल्या माणसाबाबत थोडा कठोर होत होता. ''ऐक, तुला मला भेटायचं नसेल, तर ठीक आहे. नो प्रॉब्लेम. फक्त यावर विचार कर, ओके?''

''हो साहेब. मला काळजी घ्यायला पाहिजे, विशेषकरून आता.''

''हो.''

''साहेब; पण मी तुम्हाला फोनवरून मदत करू शकतो. तुम्हाला काय माहिती हवी होती?''

जर कधी पुढे त्याला मदत लागलीच तर म्हणून बंटी सरताजसोबतचे त्याचे पर्याय मोकळे ठेवू इच्छित होता. त्याला शेवटी स्वतःचेही काही प्रॉब्लेम होते, प्रत्येकालाच जिवंत राहायचं असतं. सरताज थोडा निवांत झाला, त्याने खांदे सैल सोडले आणि मान ताठ केली. आता त्यांच्यात काही नातं तयार होण्याची शक्यता होती. ''मला सांग, तुला खरंच माहिती आहे का की गायतोंडेने स्वतःची विकेट का घेतली ते?''

''नाही साहेब, मला माहीत नाही. खरंच मला माहीत नाही.''

''तुला तो मुंबईत परत आलाय हे माहीत होतं?''

''मला माहीत होतं; पण मी अनेक आठवडे त्यांना भेटलो नव्हतो. आम्ही फक्त फोनवर बोलायचो. ते त्यात लपले होते.'

''त्या घरात?''

''हो. ते बाहेर यायचे नाहीत.''

''का?''

''मला माहीत नाही. ते नेहमीच काळजी घ्यायचे.'

''ते फोनवर कसे वाटले?''

''कसे वाटले म्हणजे? भाईंसारखे.''

''हो पण ते दुःखी होते? आनंदी?''

''ते जरा खिसकले होते; पण ते नेहमीच तसे असायचे.''

''खिसकलेले म्हणजे कसे?'

''जसं त्यांच्या डोक्यात खूप गोष्टी भरल्या आहेत. कधी कधी ते माझ्याशी फोनवर तासभरही बोलायचे, ज्याचा धंद्याशी काही संबंध नसायचा, फक्त बोलणं. गप्पा.''

''जसं की?''

''मला माहीत नाही. एक दिवस जुन्या काळातल्या कॉम्प्युटरबद्दल बोलले. ते म्हणाले की, महाभारतात कॉम्प्युटर आणि सुपर वेपन्स होती. मग ते पुढे अश्वत्थाम्याबद्दल सांगत होते. मी ऐकलं नाही. आधीही, जेव्हा ते त्यांच्या बोटीवर असत, तेव्हाही त्यांना फोनवर खूप बोलायला आवडायचं. ते म्हणजे पैशांची मोठी नासाडी होती; पण ते भाई होते, त्यामुळे तुम्ही फक्त 'हां हां' म्हणायचं आणि ते पुढे बोलत राहात.''

''त्यांच्याबरोबर ती बाई कोण होती?''

''जोजो. ती त्यांच्याकडे आयटम्स पाठवायची.''

''पाठवायची?''

''हो. भाईंसाठी एकदम फर्स्टक्लास आयटम्स. ते त्यांच्यासाठी थायलंडहूनही आणायचे किंवा जिथे कुठे असायचे. जोजो सप्लायर होती.''

''इथून व्हर्जिन्स तिकडे?''

''हो, त्यांना इंडियन व्हर्जिन्स आवडायच्या.''

''किती?''

''मला माहीत नाही. कदाचित महिन्याला एखादी.''

''आणि जोजो पण त्यांची बाई होती?''

''ती भडवी होती. त्यांनी तिलाही घेतलं असेल. त्यांचा तो छंदच होता.''

''बंटी, ते मुंबईला का परत आले?''

''मला माहीत नाही.''

''तू त्यांचा मुंबईतला मेन बॉस होतास ना बंटी. अर्थातच तुला माहीत आहे.''

''मी फक्त त्यांच्या नंबर दोनमधला एक जण होतो.''

''मला सांगितलं गेलं की, तू त्यांच्या सगळ्यात जवळचा होतास.''

''मी त्यांच्याबरोबर राहिलो.''

''आणि बाकीचे त्याला सोडून गेले? का?''

लाइनवर किंचित खरखर आली, सेलफोन आणि कार्डबोर्डची. बंटी त्याची सिगारेट शिलगावेपर्यंत सरताज थांबून राहिला आणि बंटीने आता एक झुरका घेतला.

''काही गेले. धंदा डाऊन होता साहेब,'' बंटी म्हणाला.

''का?''

''आता त्याने काही फरक पडत नाही.''

सगळ्या गोष्टींचा मथितार्थ हाच होता. बंटीच्या सांगण्यासाठी टाळाटाळ करण्यावरून आणि त्याच्या ठरवून आणलेल्या सहजतेतून ते सरताजच्या लक्षात आलं होतं. अगदी काळजीपूर्वक, सावकाशपणे सरताज म्हणाला, ''तुझं बरोबर आहे बंटी. आता त्याने काही फरक पडत नाही म्हणूनच मला सांग.''

बंटीने सिगारेटचे झुरके घेतले. तोंडातला धूर जाऊ दिला, काहीसा ठसका लागला. सरताज वाट बघत होता.

''साहेब, सगळ्यांसाठीच बिझनेस डाऊन आहे.''

''पण गायतोंडे कंपनीसाठी इतरांपेक्षा जास्त. बंटी, चुतीया सारखा बोलू नको. जर तू माझ्याशी प्रामाणिकपणे बोलशील, तर मी सरळ वागेन. सांग.''

''भाई धंद्यावर लक्ष देत नव्हते. ते आम्हाला इकडे तिकडे पळवत होते.''

''कशाच्या मागे?''

बंटी अचानक हसला. ''ते आम्हाला एका साधूचा पाठलाग करायला लावत होते. ते म्हणाले की, आपल्याला एक बुद्धिमान माणूस शोधला पाहिजे.''

''कसला साधू? कुठे पाठलाग करत होतात?''

''तीन साधू होते आणि एक लीडर होता. खरंच साहेब, मी तुम्हाला जास्त सांगू शकत नाही.''

''का नाही?''

''मला यापेक्षा जास्त माहीत नाही.''

''तुला जे माहीत आहे ते सांग.''

''असं नाही साहेब.''

''मग भेटू या.''

''साहेब, तुम्ही परूळकर साहेबांशी बोला.''

''कशाबद्दल?''

''मला सरेंडर करायचं आहे साहेब; पण ते माझं एन्काउंटर करतील साहेब.''

यात काहीतरी तथ्य होतं की, बंटीला आत जायचं होतं. तो कस्टडीमध्ये जास्त सुरक्षित असणार होता आणि जेलमुळे त्याला त्याच्या अनेक शत्रूंपासून संरक्षण मिळणार होतं; पण त्याला भीती होती की, अरेस्ट रोस्टरवर त्याचं नाव लिहिलं जायच्या आधीच त्याला मारलं गेलं असतं. सरताज म्हणाला, ''जर तुझ्याकडे आमच्यासाठी काही चांगलं असेल, तर मला खात्री आहे की, परूळकर साहेब तुझी काळजी घेतील.''

''माझ्याकडे सगळं आहे साहेब. मी भाईंबरोबर खूप वर्षं होतो.''

''ओके. मी बोलतो परूळकर साहेबांशी. नंतर मला जाणून घ्यायचं आहे की, हा साधू कोण होता, लीडर कोण होता.''

''एकदा मी सेफ झालो ना साहेब की, मी मला माहीत असलेलं सगळं तुम्हाला सांगेन. मी तुम्हाला त्याचं नाव देईन. मी एकटाच आहे ज्याला ते माहिती आहे.''

''ठीक आहे. मी परूळकर साहेबांशी बोलतो आणि तुला ते काय म्हणतात ते सांगतो. मला फोन नंबर दे.''

''मी एका पीसीओवरून बोलतोय साहेब. आणि मी मुंबईत नाहीये. मी तुम्हाला फोन करेन.''

''ठीक आहे.'' बंटी चांगलाच घाबरलेला असणार इतका की, तो स्वतःसाठी आसरा शोधतो आहे. ''तू परत कधी येशील?''

''सोमवारी, साहेब.''

''मला सोमवारी संध्याकाळी फोन कर आणि मी तुला सांगतो परूळकर साहेब काय म्हणतात ते.''

''हो साहेब. मी आता फोन ठेवतो.''

बंटीने फोन ठेवला. सरताजने चहा केला आणि तो गँगस्टर्सच्या आयुष्यात काय काय लहरी असतात, त्याचा विचार करू लागला. मृत्यू अचानक येणार हे तर नक्की असतं; पण सरताजला काय खटकलं तर बंटी परूळकरांवर विश्वास ठेवायचा प्रयत्न करत होता, जे त्याचे सगळ्यात खतरनाक शत्रू होते. परूळकरांनी गेल्या अनेक वर्षात जी-कंपनीची अनेक माणसं उडवली होती. त्यांनी त्यांचं सगळं गुप्तहेर खातं वापरून गायतोंडेसाठी काम करणारे शोधले होते आणि त्यांच्या टीम्स पाठवून त्यांना ट्रॅप करून मारलं होतं. मेलेले जर कुख्यात शूटर्स किंवा दोन नंबरचा काळा धंदा करणारे नसतील, तर पेपर अशा बातम्या मागच्या पानावर तळाशी एका पॅराग्राफमध्ये उरकून टाकतात. बंटीचं नाव कदाचित पहिल्या पानावर येईल किंवा सिटी सेक्शनमध्ये. त्याच्या मृत्यूसाठी नाही तरी कदाचित त्याच्या व्हीलचेअरसाठी.

सरताजने चहा पिऊन संपवला आणि नंतर दिल्लीवालीला गायतोंडेच्या शोधाबद्दल सांगायला फोन केला.

''एक साधू या ग्रुपचा लीडर होता?'' अंजली माथुर म्हणाली.

''हो मॅडम.''

''कसला साधू? काही नाव होतं त्याला?''

''नाही मॅडम. सोर्सने बाकीची इन्फोर्मेशन आता द्यायला नकार दिला. मला अजून काही दिवसांत कळेल.''

''ठीक आहे. हे खूप विचित्र आहे. आम्हाला हे माहीत होतं की, गायतोंडे खूप धार्मिक आहे आणि बऱ्याचदा पूजा करतो; पण त्याच्या कनेक्शनमधल्या कोणा साधूबद्दल आम्हाला माहीत नाही आणि तो कशाला त्याला शोधत असेल?''

''मला माहीत नाही मॅडम.''

''येस.''

ती बोलायची थांबली. सरताजला आता तिच्या अशा संथ बोलण्याची सवय होत होती.

''माझ्याकडे तुझ्यासाठी एक पत्ता आहे. लिहून घे,'' ती म्हणाली.

''बहिणीचा?''

''हो, बहिणीचा. तिने जागा बदलली आहे. ती आता बांद्र्याला आहे.''

त्या बहिणीला बांद्र्याला भेटायला जाण्यापूर्वी, सरताजने स्टेशनवर एक स्टॉप घेतला. त्याला एक फोन कॉल करायचा होता. परूळकरांनी दिलेल्या कागदाच्या चिटोऱ्यावर एस-कंपनीच्या कॉन्टॅक्टचा फक्त फोन नंबर होता, नाव नव्हतं. सरताजला ते नाव आठवण्यासाठी कष्ट घ्यावे लागले. इफ्फात बीबी. हो, तीच. इफ्फात बीबी, जी सुलेमानची मावशी होती आणि त्याची गुन्ह्यातली साथीदारही. सरताजने तिचा नंबर डायल केला तरी त्याला तिचा चेहरा डोळ्यासमोर उभा करता आला नाही; पण जेव्हा तिने फोन उचलला आणि त्याने तिचा आवाज ऐकला, त्याला लगेच बेगम अख्तरची आठवण झाली. त्या आवाजात काहीसा खर्ज असला तरी गोडवा होता, जुन्या काळातल्या प्रेमभंग झालेल्या फाटक्या तुटक्या अल्बमसारखा, ज्यात दर्द आहे; पण अवधी खंजिरासारखी धारही आहे.

''तर तुम्ही परूळकर साहेबांचा माणूस आहात?'' ती म्हणाली.

''हो, मॅडम.''

''अरे, मला ते मॅडम वगैरे म्हणू नको, तू माझ्याबरोबर इतका फॉर्मल बोलू नकोस. शेवटी, तू सरदार साहेबांचा मुलगा आहेस.''

''तुम्ही ओळखायचात त्यांना?''

''कधीपासून!!'' इफ्फात बीबी म्हणाली. ''मी त्यांना तेव्हापासून ओळखायचे, जेव्हा ते अगदी नवीन रिक्रूट होते. ते इतके देखणे होते, बापरे.''

पापाजींनी सरताजला कधी इफ्फात बीबीबद्दल सांगितलं नव्हतं; पण कदाचित ती अशी बाई असेल की, जिच्याबद्दल कोणी बाप आपल्या मुलाशी बोलणार नाही. ''हो, ते त्यांच्या कपड्यांच्या बाबतीत एकदम परफेक्ट होते.''

इफ्फात बीबी म्हणाली, ''तुझ्या वडिलांना आमच्या मालकीच्या आशियानामधले रेशमी कबाब खूप आवडायचे; पण आता ते रेस्टॉरंट अस्तित्वात नाहीये.''

सरताजला ते कबाब खाल्लेले आठवत होते; पण त्याला हे माहीत नव्हतं की, त्याच्याशी इफ्फात बीबीचा काही संबंध असेल म्हणून. इफ्फात बीबीला सरदार साहेबांबद्दल अजून कहाण्या सांगायच्या होत्या. ती म्हणाली, ''त्यांना एकदा व्हीटी स्टेशनजवळ एक बारा वर्षांचा खूप गरीब मुलगा भटकताना आढळला होता आणि सरदार साहेबांनी स्वतःच्या पैशातून त्याला खायला घालून, पंजाबला परत जायला ट्रेनचं तिकीट काढून दिलं होतं. सरदार साहेब भला माणूस होते,'' ती म्हणाली. ''खूप सरळ आणि साधे.''

सरताजने त्याच्या हातातल्या स्टीलच्या कड्याकडे आणि वर्षानुवर्ष घातल्याने त्याचा जो वळ उठला होता त्याच्याकडे पाहिलं. त्याने मान डोलावली आणि म्हणाला, ''हो.'' आणि वाट बघत राहिला.

''तू कधीतरी येऊन आम्हाला भेटायला हवंस. मी तुला आशियानापेक्षा चांगले रेशमी कबाब खायला घालीन.''

''हो इफ्फात बीबी. मी येईन कधीतरी.''

इफ्फात बिबीने आता प्राधान्य ओळखलं आणि ती आता कामाचं बोलायला तयार होती. ''मी तुझ्यासाठी काय करू शकते?''

''मला गायतोंडेबद्दल माहिती हवी आहे.''

''तो मादरचोद?'' गाणं गाऊ शकेल असं वाटणाऱ्या आवाजातून आता शिवी ऐकणं म्हणजे धक्काच होता. आता सरताजला समजलं की, ती एका भाईची सल्लागार आणि मदतनीस होती; आग्रहाने खाऊ घालणारी एक आजी नव्हती. ''अनेक वर्षं त्याने आम्हाला त्रास दिला. बरं झालं शेवटी तू त्याची खबर घेतलीस ते.''

''मी नाही, बीबी,'' सरताज म्हणाला. ''पण मला त्याच्याबद्दल सांगा. तो कशा प्रकारचा माणूस होता?''

ती म्हणाली, ''तो एकदम कारस्थानी, भित्रट माणूस होता. तो भांडणापासून दूर पळायचा आणि त्याने स्वतःच्याच माणसांना फसवलं. तो एक पापी लीचड होता जो तरुण मुलींना नासवायचा.''

''पण बीबी त्याने मोठी कंपनी चालवली.''

तो एक चांगला मॅनेजर होता, या गोष्टीला तिने हरकत घेतली नाही आणि त्याने त्याच्या दिवसात चांगले पैसेही कमावले. तिला तो आता मुंबईत परत येऊन काय करत होता ते माहीत नव्हतं. तो हरामखोर जेव्हा थायलंड का इंडोनेशियाला पळून गेला होता, तेव्हा तिने त्याच्याबद्दल शेवटचं ऐकलं होतं. तिने गायतोंडेबद्दल बऱ्याच गोष्टी सांगितल्या, त्याच्या खोटेपणाच्या आणि फसवेगिरीच्या. त्याने सुलेमान इसाचे मित्र आहेत, असं म्हणून निष्पाप लोक मारले. तो एक किडा होता.

''बीबी, तुम्हाला त्याच्या कनेक्शनमधला कोणी साधू माहीत आहे?''

''साधू? नाही. त्याचं ते सगळं प्रार्थना, करुणा, सगळं एक ढोंग होतं. त्याने त्याच्या आयुष्यात कधी कोणाचं चांगलं केलं नाही. जळू देत तो.''

सरताजने तिचे आभार मानले आणि म्हणाला, ''मला आता जायला हवं बीबी.''

''तू गायतोंडेच्या बाजूच्या कोणाशी बोलतो आहेस?''

''थोडं इथे तिथे, बीबी.''

ती हसली. ''ठीक आहे. बेटा, सांगायचं नसेल तर नको सांगूस मला; पण जर तुला काही प्रॉब्लेम आला, तर माझ्याकडे ये. शेवटी, तू सरदार साहेबांचा मुलगा आहेस.''

''हो, बीबी.''

''कधीतरी फोन कर मला. मी एक म्हातारी बाई आहे; पण संपर्कात राहा. माझा काहीतरी उपयोग होईल. माझा पर्सनल नंबर देते, लिहून घे.''

सरताजने तिचा नंबर आणि नाव आपल्या डायरीत लिहून घेतलं; पण त्याने विचार केला की, या बडबड्या म्हातारीचा फारसा उपयोग होणार नाही. त्याला देण्यासारखी उपयुक्त काही माहिती तिच्याकडे नव्हती किंवा कदाचित तिला वाटलं नसेल की, याला माहिती देऊन काही उपयोग होईल. त्याने फोन ठेवला आणि काटेकरला बघायला स्टेशनबाहेर गेला. आता त्यांना अजून एका बाईला भेटायला जायचं होतं.

मेरी मस्कारेनास तिच्या बेडवर बसली होती आणि थरथरत होती. तिने पोटाभोवती हातांची घट्ट घडी घातली होती आणि मान खाली घालून हलवत होती. सरताजने वाट बघितली. कदाचित, तिचं जोजोशी भांडण झालं असेल किंवा कदाचित तिने आपली बहीण मरून जाऊ दे, अशी इच्छा केली असेल; पण आता ते झालं होतं; तिच्या आयुष्याचा एक भाग निखळून पडला होता आणि ती त्या दुःखाने तळमळत होती. तिचं दुःख कमी झाल्याशिवाय तिच्याशी बोलून उपयोग नव्हता म्हणून सरताज आणि काटेकर वाट बघत तिच्या छोट्याशा अपार्टमेंटवर नजर फिरवत होते. ते एक छोटं वन रूम किचन अपार्टमेंट होतं आणि एक बाथरूमचं कपाट असल्यासारखं. तिच्या सिंगल बेडवर हिरव्या आणि काळ्या रंगाची चादर घातलेली होती, खिडकीच्या कट्ट्यावर काही छोटी झाडं, एक जुन्या काळातला फोन, भिंतीवर दोन पेंटिंग आणि फरशीवर एक राखाडी डिझाईनची दरी. बेडच्या टोकाला असलेल्या एकमेव लाकडी खुर्चीत बसून सरताज तिने स्वतःसाठी उभा केलेला छोटासा स्वर्ग न्याहाळत होता. भिंती फिकट हिरव्या रंगाच्या होत्या आणि त्याला खात्री होती की, त्या तिने स्वतः रंगवल्या असणार. भिंतींचा फिकट हिरवा रंग मोठ्या खुबीने झाडांच्या आणि पेंटिंगमधल्या जंगलाच्या पाचूला कॉम्प्लिमेंट करत होता. पेंटिंगमधली घरं भरपूर पानांच्यामध्ये लपलेली होती आणि झाडांच्या शेंड्यांवर पोपट उडताना दिसत होते. आता मुंबईचं प्रखर ऊन पांढऱ्या पडद्यांमधून आत येत होतं आणि मेरी मस्कारेनासने स्वतःसाठी सजवलेल्या रंगांना उजळून टाकत होतं. तिच्या तुकतुकीत आणि हलणाऱ्या केसांमुळे तिचा चेहरा झाकला गेला होता.

काटेकरने डोळे फिरवले. तो किचनमध्ये गेला आणि सरताजने पाहिलं तो मान वळवून इकडे तिकडे पाहत होता. तो कसलीशी मोजदाद करत होता. तो आता बाथरूममध्ये जाईल आणि किती बादल्या, टूथब्रश, फेस क्रीम्स आहेत याचीही काळजीपूर्व नोंद करेल. ही एक गोष्ट त्या दोघांमध्ये सामायिक होती आणि ती म्हणजे त्यांचा तपशिलांवर विश्वास होता. बरेच वर्षांपूर्वी, काटेकरने अगदी पहिल्यांदा जेव्हा सरताजला चर्चगेट ते अंधेरी लाइनवर पाकीटमारी करणाऱ्याचं रिपोर्टिंग केलं होतं त्या प्रसंगाची आठवण झाली. काटेकरने त्याचं नाव, वय, उंची सांगितली आणि नंतर त्या हरामखोराने तीन वेळा लग्न केलं होतं, हेदेखील सांगितलं होतं. इतकंच नाही, तर जिथे तो लहानाचा मोठा झाला, त्या वस्तीमध्ये त्याला पापडीचाट आणि फालुदा खूप आवडतो हे सगळ्यांना माहीत आहे हेदेखील. त्यांनी नंतर तीन आठवड्यांनी त्या पाकीटमाराला सांताक्रूझ स्टेशनजवळ मथुरा डेअरी फार्मजवळ पकडलं होतं. तिथे तो

दिवसभर चांगला धंदा झाल्याच्या आनंदात त्याच्या तिरळ्या डोळ्यांच्या गर्लफ्रेंड बरोबर बसून मान खाली घालून भेळपुरी खात होता. ती बहुदा बायको नंबर चार होण्याच्या मार्गावर होती. खूप बारीक निरीक्षण केल्याने नेहमीच अरेस्ट करता येईल किंवा यश मिळेल असं नाही; पण सरताजला कशाचं कौतुक वाटलं तर काटेकरला माणसाचं विविध प्रकारे वर्णन करता येतं, याची चांगली समज होती. एखादा माणूस हिंदू होता, गरीब होता, गुन्हेगार होता, यामुळे काही पकड येत नाही. जेव्हा तुम्हाला हे माहीत असतं की, त्याला कोणता शॅम्पू आवडतो, तो कोणती गाणी ऐकतो, त्याला कोणाला आणि कसं चोदायला आवडतं, तो कोणतं पान खातो; फक्त तेव्हाच तुम्ही जरी त्याला प्रत्यक्षात अटक केली नसली तरी त्याला पकडलेलं असतं म्हणून आता काटेकर मेरीच्या बाथरूममध्ये गेला होता. सरताजला खात्री होती की, तो तिच्या साबणाचा वास घेत असेल.

"का?" तिने अचानक विचारलं. तिने चेहऱ्यावर आलेले केस मागे केले आणि चिडून मागे बांधले. "का?"

तिच्या गालाच्या हाडांची ठेवण तिच्या बहिणीसारखीच होती आणि जबडा गोल गुबगुबीत होता. आता तिच्या दुःखामुळे सगळं धूसर झालं होतं. ती रडत नव्हती; पण तरी थरथरत होती. तिचं रडू गिळून टाकण्याचा प्रयत्न करत होती, जोवर सरताजला ते तिच्या नखांवर आणि तिच्या गालांवर दिसलं नाही.

"मिस मस्कारेनास माफिया डॉन गायतोंडेबरोबर अत्यंत नीच कामांमध्ये गुंतलेल्या होत्या, त्याचा परिणाम म्हणून..." तो म्हणाला.

"मी ऐकलं ते, पण का?" तिने विचारलं.

सगळं का? तिला माहीत करून घ्यायचं होतं. छातीत गोळी का झाडली, कॉंक्रीट फ्लोअरवर का, गणेश गायतोंडे का? सरताजने खांदे उडवले, तो म्हणाला, "मला माहीत नाही." पुरुष बायकांना का मारतात? ते एकमेकांना का मारतात? हे प्रश्न त्यालाही सतावायचे काही वेळा; पण तो त्यांना व्हिस्कीमध्ये बुडवून टाकत असे. नाहीतर का विचारायचं नाही, आयुष्य का आहे म्हणून? अशा प्रश्नांमुळे एक मोठं भगदाड पडल्यासारखं वाटायचं, खूप उंचावरून उडी मारावीशी वाटायची. त्यापेक्षा आपलं काम करणं बरं आणि जेव्हा शक्य तेव्हा एखाद्या अपराध्याला जेलमध्ये टाकणं बरं. काटेकर आता बाथरूमच्या दरवाज्यात उभा होता, त्याचे डोळे सूर्यप्रकाशाने चमकत होते. "मला माहीत नाही मिस," सरताजने उत्तरादाखल म्हटलं.

"तुम्हाला माहीत नाही," ती म्हणाली. तिने जोरात मान हलवली जसं काही तिच्या संशयावर शिक्कामोर्तब केल्यासारखी. "मला ती हवी आहे," मेरी म्हणाली.

"मिस?"

"मला ती हवी आहे," मेरी अतिशय सावकाश आणि खूप संयमाने म्हणाली, "दफनासाठी."

"हो, अर्थातच. जेव्हा तपास अद्याप सुरू असतो, तेव्हा बॉडी देणं थोडं अवघड असतं, तुम्ही समजू शकता, तरीही आम्ही बॉडी द्यायची व्यवस्था करू; पण मला तुम्हाला काही प्रश्न विचारायचे आहेत."

"मला आता या क्षणी कोणत्याच प्रश्नांची उत्तरं द्यायची नाहीत."

''पण हे प्रश्न तुमच्या बहिणीबद्दल आहेत. तुम्ही आताच म्हणालात की, तिला काय झालं हे तुम्हाला जाणून घ्यायचंय.''

तिने चेहरा पुसला आणि किंचित पुढे वाकून बसली. आता अचानक तिची नजर सरताजचं निरीक्षण करू लागली. तिचे डोळे आधी वाटले, त्यापेक्षा फिकट तपकिरी होते आणि एका क्षणातच त्याला त्यात संशयाचे ढग दिसू लागले. तो आता अस्वस्थ झाला, तिचं निरीक्षण खूप निर्लज्जपणाचं, थेट आणि दीर्घकाळ होतं. त्याला किमान त्याच्या पदाचं संरक्षण तरी मिळायला हवं होतं, तिच्या या अनपेक्षित थेट नजरेपासून; पण त्यानेही आपली नजर ढळू दिली नाही. शेवटी ती म्हणाली, ''तुम्ही तुमचं नाव काय म्हणालात?''

''इन्स्पेक्टर सरताज सिंग.''

''सरताज सिंग, तुमची कधी बहीण गेली आहे का?'' तिचा आवाज चढला. ''तुमच्या बहिणीचा कधी खून झालाय का?''

तिच्या या अशा निर्भीड असण्याची त्याला चीड आली. नागरिक आणि विशेषकरून स्त्रिया नेहमी पोलिसांशी बोलताना नरमाईने, काळजीपूर्वक, थोडं भिऊन आणि औपचारिकपणे बोलायच्या. मेरी मस्कारेनास नको तितकी अनौपचारिक होती; पण तिची बहीण गेली होती म्हणून त्याने एक दीर्घ श्वास घेऊन त्याचा राग आवरला. ''मिस, तुम्हाला अशा वेळी हे प्रश्न विचारतो आहे, त्याबद्दल आय एम सॉरी...''

''मग नका विचारू.''

''हा खूप महत्त्वाचा मॅटर आहे. या केसमध्ये देशाच्या सुरक्षिततेचा प्रश्न आहे,'' सरताज म्हणाला. त्याला यानंतर अजून काही बोलायला सुचलं नाही. त्याला काहीतरी चुकलं असल्यासारखं वाटलं आणि म्हणूनच राग आला होता. मेरी मस्कारेनास अजिबात घाबरलेली वाटत नव्हती; पण ती धीटही नव्हती. तिला दुःख झालं होतं, ती दमली होती आणि त्याच्याकडून अजून दुःख मिळण्याव्यतिरिक्त तिला कसलीही आशा नव्हती. ती आता फक्त हट्टीपणा करणार होती आणि तिच्यावर ओरडून काही होणार नव्हतं. त्याने एक खोल श्वास घेतला. ''राष्ट्रीय सुरक्षितता. तुम्हाला याचा अर्थ समजतो?''

''तुम्ही मला मारणार आहात का?''

''काय?''

''तुम्ही माझी हाडं मोडणार आहात का? तुम्ही तेच करता ना?''

''नाही, आम्ही नाही करत.'' सरताजने तिच्याकडे एक कटाक्ष टाकला. त्याने अवसान गोळा केलं, थोडा स्थिरस्थावर झाला आणि हात वर केला. ''मिस, आम्ही बॉडी देण्याची व्यवस्था करू आणि तिच्या काही वस्तू होत्या, त्या सध्या तपासासाठी जप्त केलेल्या आहेत; पण त्याही दिल्या जातील. मी जेव्हा सगळी व्यवस्था होईल, तेव्हा तुम्हाला फोन करेन. हा स्टेशनचा नंबर आहे, यावर तुम्ही माझ्याशी संपर्क करू शकता.'' त्याने काळजीपूर्वक त्याचं कार्ड बेडच्या कडेला ठेवलं, अगदी कडेला आणि तो वळला.

जिना उतरताना, काटेकरने मागे वळून बघत सरताजला म्हटलं, ''ती बोलेल सर.''

''तू कुजबुजतोयस का?'' साधारणपणे काटेकर म्हणजे रांगडा माणूस, थप्पड, दणके आणि लाथा मारण्याची खात्री असलेला आणि सरताज एका समजूतदार मित्राच्या भूमिकेत असायचा; अधिकाराचा अनपेक्षित कनवाळू चेहरा असल्यासारखा. स्त्रियांबरोबर तो नेहमीच

असा असायचा; पण मेरी मस्कारेनास विश्वासार्ह नव्हती आणि सरताजची चिडचिड झाली होती. त्याने अंगणातून थोड्या अंतरावरून तिच्या घराकडे पाहिलं, त्याला दार बंद होताना दिसलं. तिला पेइंग गेस्ट म्हणून चांगली जागा मिळाली होती. शांत रेसिडेन्शियल रोडवर, दोन जुन्या झाडांच्या सावलीत असलेल्या एका बंगल्याच्या मागच्या बाजूला. जुनं राखाडी रंगाचं, उतरत्या छपराचं, लोखंडी बाल्कन्या आणि पांढरे खिडक्या दरवाजे असलेलं ते घर म्हणजे बांद्र्यातल्या अनपेक्षित खजिन्यासारखं होतं आणि तरीही अद्याप टिकून होतं. बंगल्याच्या आवारात पालापाचोळ्याचा खच पडला होता आणि पायांखाली त्याचा आवाज होत होता. सगळं इतकं सुंदर आणि तरीही त्रासदायक.

पण काटेकरचं बरोबर होतं, ती बोलेल. सरताज रस्त्यावर चालत गेला. ती तिच्या रागाला खतपाणी घालेल, सरदार इन्स्पेक्टर किती राक्षसी आहे, कसा हरामखोर आहे हे स्वतःला पुन्हा पुन्हा सांगेल; पण शेवटी तिच्या पदरी अपराधीपणाच उरेल आणि तिला काय घडलं होतं, मेरी आणि जुलिएट मस्कारेनासचं काय झालं ते सांगावंसं वाटेल. ती त्याच्यापाशी ते कबूल करेल. कारण, तिला त्याला ते समजावून सांगावं लागेल. मागे उरलेल्यांनी माफ करण्याची गरज नव्हती. आता त्याला खूप उशीर झाला होता. त्यांना काय हवं होतं, तर कोणीतरी युनिफॉर्ममधलं, खांद्यावर तीन सिंह असलेलं येऊन सांगावं की, हो, ते कसं झालं ते मी पाहिलं, आधी हे घडलं, मग ते आणि म्हणून तुम्ही हे केलंत आणि ते केलंत. मग ती बोलेल; पण आता तिला एकटीला राहू देण्याची वेळ होती. आता ती बॉडी कुजू न देता सांभाळून ठेवण्याची गरज होती, जेणेकरून मेरी मस्कारेनास तिच्या बहिणीचं दफन करू शकेल. लोक छोट्या छोट्या सन्मानांना आणि मिथकांना अवाजवी महत्त्व देतात. मेरी मस्कारेनासला ती कोल्डरूम कधी बघावी लागणार नाही, तो तिला मृत बहिणीचं काय होतं, हे बघावं लागण्यापासून वाचवेल. तिला जोजोचं दफन करू देत. नंतर ती बोलेल.

सरताजने डोळ्यावर हात धरून समुद्राकडे पाहिलं. झाडांमधून आणि दोन बिल्डिंगसच्या पलीकडे असणाऱ्या समुद्राचं लकलकणारं पाणी दिसत होतं. आता त्याला खूप उशीर झाला होता. घरी, आपल्या कुटुंबात जायची वेळ झाली होती.

प्रभजोत कौर त्यांच्या बेडरूममध्ये आरामखुर्चीत बसल्या होत्या आणि त्यांच्या घराची चाहूल घेत होत्या. घरात अंधार होता. रात्री ते घर अजूनच मोठं वाटायचं. घरातले ओळखीचे असणारे कानेकोपरे अंधारात मागे सरकल्यासारखे वाटायचे, उजेडाचा अभाव भिंतींच्या चंदेरी रंगामुळे अजूनच जिवंत व्हायचा. प्रभजोत कौरना सरताज झोपला असल्याची चाहूल होत होती. तो तिकडे दूर, हॉलच्या पलीकडच्या खोलीत झोपला होता; पण या वेळी त्यांना बऱ्याच गोष्टींची चाहूल लागत असे : जुन्या डायनिंग टेबलाचं संथ झोपी जाणं, स्तब्ध नळ, शेजाऱ्यांच्या नळातून थेंब थेंब गळणारं पाणी, घराच्या समोरच्या कुंपणात लहान प्राण्यांची सळसळ, रात्रीची स्वतःची गुणगुण, त्या मंद आणि जिवंत स्पंदनांमुळे इतर आवाज अजूनच मोठे वाटायचे. त्यांना हे सगळं ऐकू येत होतं आणि त्याहून त्यांच्या मुलाच्या श्वासोच्छ्वासाचा आवाज मोठा येत होता. तो कसा झोपला असेल हे त्यांना माहीत होतं, उताणा, डोकं एका बाजूला वळवून आणि उशी छातीशी घेऊन झोपला असेल. तो उशिरा आला होता, नेहमीसारख्याच दोन खचाखच भरलेल्या बॅगा घेऊन, ट्रेनच्या प्रवासाने दमून आला होता. त्यांनाही ते दिसत होतं. आल्यावर त्याने पटकन अंघोळ केली आणि माँनी तयारच ठेवलेला

राजमा-चावल खाल्ला होता. तो शांतपणे, मुक्तपणे जेवला. त्या टेबलावर त्याच्या समोर बसल्या होत्या आणि त्याच्या पद्धतशीरपणे भात खाण्याकडे, उजवीकडून, मग डावीकडून, अगदी पद्धतशीरपणे आणि हातातल्या काट्याने अन्नाला थोपटल्यासारखं करत, नीट करत जेवण्याच्या सवयीमुळे त्यांना छान वाटलं. तो लहान असल्यापासून तसं जेवायचा, त्याच्या लहान मुठीत काटा धरून. राजमा-चावल म्हणजे त्याचा आवडता पदार्थ, रविवारची ठरलेली मेजवानी असायची. राजम्यासोबत त्याला भातात खूप सारा तळलेला कांदा घातलेला आवडायचा.

त्या त्याला सारखे प्रश्न विचारत होत्या की, मुंबईतल्या घराच्या बाथरूमच्या भिंतीला येणारी ओल दुरुस्त केली का, त्याने त्याच्या दिल्लीच्या काकांना पत्र लिहिलं का? त्यांना सरताज काय उत्तर देतो यापेक्षा त्याचा आवाज ऐकायचा होता. जेव्हा त्याचं जेवण झालं, तो खुर्चीत टेकून बसला, स्तब्ध, त्याचे दोन्ही हात खुर्चीच्या बाजूंना सैल सोडलेले होते आणि तो डोळ्यांची मंद हालचाल करत होता. त्यांनी त्याची प्लेट उचलली आणि म्हणाल्या, ''जा बेटा, झोप जा.''

प्रभजोत कौर आता ज्या आरामखुर्चीत बसल्या होत्या, ती आता जुनी झाली होती, घरातल्या सगळ्या फर्निचरपैकी सर्वांत जुनी होती. तिला ठिगळं लावली होती, ती पुन्हा विणून घेतली होती, त्याचं कापड बदलून झालं होतं, दुरुस्त करून, त्यांच्यासाठी सांभाळून ठेवली होती. सरताजचे वडील एके संध्याकाळी ती खुर्ची घरी घेऊन आले होते. त्यांनी टेम्पोतून अलगद ती उतरवून घेतली आणि त्यांच्या ''हे काय आहे? तुम्ही यावर किती पैसे खर्च केलेत?'' अशा प्रश्नार्थक नजरेला उत्तरादाखल फक्त मोकळं हसले होते. त्यांनी त्यात बसावं म्हणून त्याच्या वडिलांना एक तास त्यांची मनधरणी करावी लागली होती आणि त्या म्हणाल्या की, ती फारशी आरामदायक नव्हती. त्यांनी मिळून घेतलेली अशी ती पहिलीच मोठी वस्तू होती; त्या घरातली अशी पहिलीच वस्तू जी हुंड्यात मिळालेली नव्हती. आता रात्र एखाद्या अनोळखी ठिकाणासारखी वाटत होती, जिथे त्या एकट्याच फिरत होत्या; असं एक पठार जिथे क्षितिजं दूर लोटली गेली होती आणि त्यांनी तसंच आपल्या आरामखुर्चीत बसून, ते सहन करणं पसंत केलं. कारण, त्यांना झोप येत नसताना अंथरुणावर पडून राहायचं नव्हतं; पण नाही. हे खरं नव्हतं. हे दुःख झेलणं, सहन करणं नव्हतं. कधी कधी एकटेपणा त्यांना खायला उठत असे, त्यांच्या पोटात गोळा येई. तरी अजून काहीतरी अशी गोष्ट होती जी त्यांना त्यांच्या मुलाबरोबर राहण्यापासून, हाकेच्या अंतरावर असलेल्या भावाच्या घरी राहायला जाण्यापासून रोखत होती. भावाच्या घरी त्यांची भाचरं होती, त्यांचा आरडाओरडा, भांडणं, कुल्फीने बरबटलेली तोंडं या सगळ्यांची ऊब होती, तरीही त्यांना तिथे जावंसं वाटत नव्हतं. काहीतरी अमानवी होतं, जे त्यांनी स्वतःच्या मनात दडवून ठेवलं होतं; पण त्यांना ते जाणवत होतं, रात्री उशिरा, त्यांच्या चेहऱ्यावरच्या सुरकुत्यांखाली...त्या त्यांना स्पर्श करून पाहात आणि त्यांना आपण एखादा मुखवटा चढवला आहे, असं वाटे. त्या एकट्या, संथपणे त्यांच्या एकांताचा आनंद घेत.

त्यांनी आता त्यांच्या या आनंदाचा राग आल्याप्रमाणे जोरजोरात मान हलवली. आरामखुर्चीतून उठण्यासाठी त्यांना तब्बल एक मिनिट लागला... हात, कंबर आणि पायांच्या चार वेगवेगळ्या हालचाली. हॉलच्या पॅसेजमधून पलीकडे जाण्यासाठी दिवा लावण्याची आवश्यकता नव्हती. त्यांच्या डाव्या बाजूला कपाट होतं, चांगल्या डिशेस पहिल्या कप्प्यात

तर महागड्याचवाल्या लिलीच्या फुलांचं डिझाईन असलेल्या डिशेस दुसऱ्या कप्प्यात. त्यावरची फिकट निळी वर्तुळं त्यांना खूप आवडायची. त्यांच्या उजव्या खांद्याला फोटो चकाकत होते, जे त्यांना अगदी तोंडपाठ होते. लग्नातला जाड प्लॅस्टिकने लॅमिनेट केलेला फोटो, त्यांची लाल साडी आता काळपट दिसत होती. त्यांना तो फोटो घेणाऱ्या फोटोग्राफरचे दोन रंगाचे शूज आणि काळ्या कापडाखाली लपलेलं त्याचं डोकं अजूनही आठवत होतं. त्यांचा लाल रंगाचा टाय घातलेला आणि गोड हसणारा दीर म्हणाला होता, ''कम ऑन भाभीजी, ते तुमचं गोड हसू कुठे गेलं?'' नंतर प्रकाशाचा एक झोत आल्यासारखा झाला आणि त्या कशाबशा हसल्या होत्या. ते हसू अजूनही रेंगाळत होतं, सगळ्या ऱ्हासानंतरही आणि मग तिथे सरताजचा एक फोटो होता, तो दहा वर्षांचा असतानाचा. निळी पगडी त्याच्या डोक्याच्या मानाने खूपच मोठी होती आणि चकचकीत ब्रासच्या बटणांचा निळा ब्लेझर घातलेला फोटो. त्या फोटोत काय दिसत नव्हतं, तर त्याच्या फ्लॅनेल ट्राऊझरमध्ये लपलेला डावा गुडघा! त्या दिवशी सकाळीच त्याला कुंपणाची तार लागून गुडघ्याला जखम झाली होती. त्यांनी त्याला शंभर वेळा सांगितलं होतं की, स्कूल बस पकडायला शॉर्ट कट म्हणून त्या मोकळ्या प्लॉटच्या कुंपणातून वाकून जाऊ नकोस म्हणून. नंतर मग त्याला टीटॅनसचं इंजेक्शन दिलं होतं आणि मग त्याचे बाबा त्याला आवडतं म्हणून अख्खा क्वालिटी व्हॅनिलाचा पॅकच घेऊन आले होते. बापलेकांच्या आवडीनिवडी अगदी सारख्याच होत्या, बुटांना आरशासारखं लख्ख पॉलिश, दरवर्षी एक नवीन जॅकेट. कॉरिडोरच्या शेवटी ते... म्हणजे त्याचे बाबा एका स्टुडिओमध्ये राखाडी पडद्यापुढे हिरव्या आणि काळ्या रंगात विणलेला लोकरीचा जाड सूट, पांढरा शर्ट, सिल्कचा हिरवा स्कार्फ आणि त्यांचं शेवटचं जॅकेट घालून उभे होते. त्यांची दाढी आता पांढरी आणि मऊशार झाली होती. त्यांनी आता डाय लावायचं सोडून दिलं होतं. प्रभजोत कौरनी त्यांचा विश्वास बसेपर्यंत त्यांना अनेक महिने दिवसातून दोनदा तरी सांगितलं असेल की, पांढरी दाढी पूर्णपणे उठून दिसते. आता त्या फोटोला मागे टाकून प्रभजोत कौर पुढे हॉलमध्ये आल्या. सरताज झोपला होता, त्याचा श्वासोच्छ्वास जलद होत होता.

तो काहीतरी बोलला, त्याच्या डोक्याशी गोळा झालेल्या चादरीत काहीतरी पुटपुटला. त्याच्या पलंगाच्या पायथ्याशी त्या हळू वाकल्या आणि जमिनीवर त्याचा शर्ट, पँट आणि अंडरवियर पडलेली दिसली. सरताज काहीतरी बोलत होता, त्यांना त्यातला 'बोट' हा शब्द अगदी स्पष्ट ऐकू आला. त्यांनी झटकन दार ओढून घेतलं. कारण, त्याला उशिरापर्यंत झोपायचं असेल आणि नोकरचाकर लवकर येत. बाथरूमकडे जाताना त्यांनी त्याच्या कपड्यांचे खिसे उलटे केले, त्यात एक रुमाल होता, तोही त्यांनी आता धुवायच्या कपड्यांच्या बादलीत टाकला.

त्यांच्या आरामखुर्चीत बसून त्या वॉचमनच्या काठी आपटण्याचा आवाज ऐकत होत्या, तो प्रत्येक वळणावर काठी आपटत असे. आता या वेळी तो दर तासाला, घरांच्या कोंडाळ्याभोवती एक गोल फेरी मारत असे. तो आवाज ऐकता ऐकता, त्यांना त्यांच्या हाडांमधली अगदी सूक्ष्म कुरकुरही ऐकू येत होती, जी आजवरच्या आनंदाच्या गोंगाटात क्वचितच ऐकू आली असेल. आयुष्यात दुःख नव्हतं असं नाही; पण आयुष्य छान गेलं होतं : घर, नवरा, मुलगा आणि त्या! असं जमिनीवर कपडे टाकणं अयोग्य आहे हे वर्षानुवर्ष सांगूनही, त्या पुरुषांचं वागणं काबूत आणू शकल्या नव्हत्या. नेहमी, अगदी नेहमी

आपल्याला या पुरुषांच्या मागून काम करावं लागतं या गोष्टीचा त्यांना राग आला. हो, हे अयोग्य आहे. विशेषतः जेव्हा सरताज इतका दमलेला आहे आणि तो त्यांच्याकडे थोडा आराम मिळावा म्हणून आला आहे, तरीही. त्यांना ते माहीत होतं. तो म्हणाला होता की, त्याला या घरात अगदी गाढ झोप लागते, चांगलं झोपतो तो इथे. खूप वर्षांपूर्वी म्हणजे तो सहा वर्षांचा असताना, पहिल्यांदा तो त्याच्या स्वतंत्र बेडरूममध्ये अगदी न घाबरता झोपला होता; कदाचित सहापेक्षा थोडा मोठा असेल, जेव्हा त्यांनी अखेरीस स्वतःचं घर घेतलं ज्यात त्याला स्वतंत्र खोली होती आणि छोटा व्हरांडा होता. त्या व्हरांड्यातून छोटी बाग दिसत असे ज्यात त्यांनी गुलाबाची झाडं लावली होती आणि ओळीने युनिफॉर्म, साड्या वगैरे वाळत घालत असत. सुरुवातीच्या दिवसांत त्यांनी किती कपडे धुतले असतील, निळ्या रिनच्या किती वड्या आणि फाटलेल्या निळ्या शॉर्ट्स आणि मॅचिंग सॉक्स. कधी कधी त्यांना या कामाचा वैताग यायचा; पण प्रेमाच्या उमाळ्यांखाली त्या तो वैताग खोल पुरून टाकायच्या. प्रभजोतनी विचार मागे सारले, त्यांचे हात त्या जुन्या आरामखुर्चीच्या दांड्यांवर ठेवले आणि पकड घट्ट करून खुर्ची पुढे मागे हलवू लागल्या. आता त्या सुट्टीत पहाडांमध्ये फिरायला गेलेल्याच्या आठवणीत रमल्या. त्या, करमजीत आणि त्यांचा मुलगा वारा सुटलेल्या पहाडाच्या कडेने चालत होते; पण त्यांना त्याऐवजी शहरातले एक घर दिसत होते. खूप दूरच्या शहरातले, अंतर मोजता येणार नाही इतक्या दूर. आता ते नवीन बॉर्डरच्या पलीकडे होतं आणि मध्ये विजेच्या जिवंत तारांचं कुंपण होतं. त्या घराचे खिडक्या दरवाजे हिरव्या रंगाने रंगवेलेले दिसत होते आणि पुढे एक मोठी बैठक होती, ज्यात सगळं फर्निचर ठेवलं होतं. एका अंधाऱ्या पॅसेजमधून बाहेरून आत गेल्यावर, लाल विटांनी बांधलेला एक चौक होता, ज्याच्या भोवताली कमानी आणि खोल्या होत्या. या चौकात प्रभजोतचे आई, वडील, त्यांचे दोन मोठे भाऊ आणि दोन बहिणी होत्या. त्यातली एक बहीण होती नवनीत, जी त्यांची सगळ्यात लाडकी आणि खूप चांगली होती; पण आता ती त्यांच्यात नव्हती. गेली. नवनीत बहनजी गेल्या. दोन्ही हातांनी प्रभजोत कौरनी त्यांचं कपाळ, चेहरा पुसला. या गोष्टी आठवण्यात अर्थ नाही. इतिहास आधीच लिहिला गेलेला होता आणि जे व्हायचं ते झालं होतं. जिवंत असणं, आपलं कुटुंब असणं, या सगळ्याबरोबर दुःखही अपरिहार्यपणे येतंच. आयुष्यापासून पळता येत नाही आणि दुःख वाट्याला येऊ नये, असं म्हटलं की, ते अधिक जिवंत होऊन समोर उभं ठाकतं. त्यांनी एक दीर्घ श्वास घेतला : सहन कर. सगळं ओझं वाहा. अगदी रोज पदरी येणारं लहानात लहान असमाधान आणि पूर्वी घडून गेलेल्या मोठ्या दुःखद घटना... सगळं वाहेगुरूंच्या मदतीने आणि त्यांच्याच कृपेने तुझ्याबरोबर ने. ज्यांच्यावर तू प्रेम करतेस त्यांच्यासाठी हे ओझं सहन कर. प्रभजोत कौरनी पुन्हा एक दीर्घ श्वास घेतला आणि त्या उद्या करायच्या कामांचा विचार करू लागल्या.

त्यांचा श्वास आता नियमित आणि मंद होता. बाहेरच्या बागेतून आता टपटप आवाज येत होता, दगडांवर पाण्याचे थेंब पडल्याचा आवाज.

घराच्या चौकटीत : दूरच्या शहरातलं घर

दररोज धुतल्या जाणाऱ्या अंगणात, हँडपंपाखाली प्रभजोत राख घेऊन कढई घासत बसल्या होत्या. तिघी बहिणींमधल्या सगळ्यात धाकट्या आणि चांगल्या होत्या : नवनीत, मनिंदर आणि प्रभजोत किंवा खरंतर नवनीत बहनजी, मनी आणि नंतर प्रभजोत किंवा निक्की. कारण, त्या सगळ्यात लहान होत्या. प्रभजोतना त्यांच्या माताजींना मदत करायला आवडायचं. माताजी नेहमी म्हणायच्या, ''निक्कीकडे बघा, ही प्रभजोत कौर फक्त दहा वर्षांची आहे आणि मला तुम्ही सगळे मिळून करता त्यापेक्षा जास्त मदत करते.'' माताजींनी असं म्हटलं की, निक्कीला मनीकडून एक चिमटा बसायचा. मनीला दंडाच्या आतल्या बाजूला जिथे मांसल भाग असतो, तिथे चिमटा काढायला आवडायचं. ती तो बोटात धरून पिरगाळायची आणि हळूच म्हणायची, ''छोटी चिचुंद्री, तुला दाखवतेच थांब.'' निक्की तिला लागलं तरी सहन करायची आणि तिला तरीही मनीबद्दल दया वाटायची. कारण, मनीचे कान मोठे होते आणि चौदाव्या वर्षी एकदम तीन इंच उंची वाढल्यावर, ती गावठी बुजगावण्यासारखी दिसायची. मनी इकडे तिकडे भटकायची, ओरडत किंचाळत, अवघडल्यासारखी आणि सतत रागावलेली असायची. ती अभ्यासात फारशी बरी नव्हती आणि तीन बहिणींच्या मध्ये अशी अडकली होती की, सुटकाही नव्हती, त्यामुळे तिला वय किंवा मोठेपणा यांचाही फायदा नव्हता. ना इकडची, ना तिकडची, तर दुसरीकडे, निक्की इक्बाल वीरजी, आणि अलोक वीरजी या दोन्ही भावांची लाडकी होती. ते दोघे अठरा आणि सतरा वर्षांचे होते आणि नवनीत बहनजीपेक्षा लहान होते; पण क्रिकेट खेळण्यामुळे त्यांच्या तब्येती चांगल्या मजबूत होत्या म्हणून ते त्यांच्यापेक्षा मोठे वाटायचे. त्यांच्या वडिलांना निक्कीच्या वह्या बघायला आवडायच्या. ती तिच्या वह्यांना ब्राऊन पेपरची कडक कव्हरं घालायच्या आणि त्यावर व्यवस्थितपणे हिरव्या शाईने मोठ्या अक्षरात आपलं नाव लिहायच्या. विशेषकरून प्रभजोत आणि कौरमधलं पहिलं अक्षर मोठं आणि वळणदारपणे लिहिलेलं असायचं. तिचे पंजाबी आणि उर्दूचे शिक्षक तिच्या अक्षराचं आणि लिखाणाचं कौतुक करत. त्यांना आशा होती की, तिला वार्षिक सर सय्यद अताउल्ला खान पुरस्कृत निबंध स्पर्धेत बक्षीस मिळेल. 'माझं घर नवीन आहे', तिने हिरव्या फडफडत्या कागदांवर काळजीपूर्वक लिहिलं, एकही चूक न होता किंवा शाईचा डाग न पडू देता. कारण, आलेफाची चूक झाली तर ती संपूर्ण पान रद्द करत असे. तिला सगळे जण एक चांगली, गंभीर आणि आज्ञाधारक मुलगी म्हणून ओळखत. तिच्या नवीन घरातल्या स्वयंपाकघरात माताजींना मदत करायला तिला आवडत असे.

''तुझं झालं का निक्की?'' माताजींनी स्वयंपाकघरातून विचारलं.

''आले माताजी,'' प्रभजोत कौरने उत्तर दिलं आणि ती पंपाच्या दांड्यावर आपलं सगळं वजन टाकून पाणी उपसू लागली. प्रत्येक हापशागणिक पाणी उसळत बाहेर येत होतं आणि उन्हात चमकत होतं. स्वयंपाकघरात, माताजी हातावर पराठे थापत होत्या आणि त्या आवाजाचं एक मधुर संगीत तयार होतं. त्या पराठे हातावर थापून मनगटानी एक गोल फिरकी घेऊन गरम तव्यावर टाकत होत्या. प्रभजोत कौरने कढई काळजीपूर्वक खाली ठेवली. माताजींनी त्यांच्या दुपट्ट्याच्या टोकाने तिच्या गालावरचे थेंब हलकेच पुसले आणि प्रभजोत कौर माताजींचा लाल गुलाबी चेहरा आणि त्यांचं अपरं नाक कौतुकाने न्याहाळत होती. त्यांच्या अपऱ्या नाकावरून ते सगळे तिला चिडवत.

''हे आत ने,'' माताजी एक अगदी गोल पराठा चार पराठ्यांच्या चवडीवर ठेवत म्हणाल्या, ''आणि तूही जेवायला बस.'' प्रभजोत कौर नेहमी शेवटून दुसरी जेवायला बसे. तिचे दोन्ही भाऊ अधाशासारखे खात होते, त्यांनी डझनभर पराठे आणि वाटीभर तूप फस्त केलं. मनी त्यांच्या शेजारीच एक पाय पोटाशी घेऊन, हनुवटी गुडघ्यावर ठेवून बसली होती. ती ताटातल्या भेंडीच्या राशीकडे बघत ती गोल रचत होती. तिने प्रभजोत कौरकडे बिलकुल लक्ष दिलं नाही, अगदी एक कटाक्षसुद्धा नाही. ती मन लावून इक्बाल वीरजी आणि अलोक वीरजींच्या क्रिकेटच्या गप्पा ऐकत होती. प्रभजोतने खाली बसून चटईवर पसरलेल्या ताटल्यांमधून आपल्याला वाढून घेतलं आणि शांतपणे जेऊ लागली. त्या दिवशी रविवार होता आणि तिचे वडील घरी नव्हते. ते गाडीभर विटा आणण्यासाठी गेले होते. त्यांना आता या नवीन घरात राहायला येऊन एक वर्ष झालं होतं; पण घराची मागची बाजू अजूनही बांधून पूर्ण झाली नव्हती. तिथे एक स्टोअर रूम आणि नोकरांसाठी एक वेगळं एक खोलीचं घर बांधायचं होतं. असं वाटत होतं की, या घराचं बांधकाम कायमच सुरू आहे. प्रभजोत कौरला जितकं आठवतं आहे, तेव्हापासून या आदमपूरच्या घरासाठी तिचे वडील संध्याकाळी कामावरून आल्यावर गायब होत. तिच्या भावांनीही अनेक आठवडे सुट्टीच्या दिवशी घराच्या बांधकामावर देखरेख केली होती आणि ते घर नेहमी असं दूर असल्यासारखं भासे. त्यांना घरात राहायला जायला तीन दिवस लागले होते आणि त्यांनी नवीन घरातली पहिली रात्र अंगणातल्या नव्या चारपाईवर बसून साजरी केली होती. पहाटेचं तांबडं फुटेपर्यंत कोणीही झोपलं नव्हतं. दुसऱ्या दिवशी सकाळी, प्रभजोत कौरला तिच्या पांढऱ्या शुभ्र चादरीत, स्वप्नांच्या दुलईमध्ये तिची आई छतावरून हसत असल्याचं ऐकू आलं होतं. त्या आवाजात एक प्रकारचा सहजपणा, मोकळेपणा होता, थोडासा बेदरकारपणा होता जे खूप अस्वाभाविक होतं आणि म्हणून प्रभजोत कौरला ते लक्षात राहिलं. तिचं हसणं या नवीन घरात रेंगाळलं, कानेकोपरे उजळून निघाले आणि ताज्या गिलाव्याच्या वासात मिसळून गेलं. माताजी आता प्रभजोत कौर शेजारी येऊन बसल्या. बसताना नेहमी त्या गुडघ्यात वाकल्या की, कण्हत आणि सकाळच्या कामाने त्या थकलेल्याही असत; पण तरीही त्यांच्याबाबत काहीतरी वेगळेपणा होता, एक प्रकारचं समाधान होतं, जे पूर्वी ते सगळे नरिंदर धनोवा यांच्याकडे दोन खोल्यांच्या घरात भाड्याने राहात असताना कधी नव्हतं. माताजी आता खाली झुकून, पूर्ण चित्त एकाग्र करून जेवत होत्या, प्रत्येक घासागणिक मिटक्या मारत जेवायच्या त्या. मनी मध्येच उठून ताडमाड उभी राहिली आणि स्वयंपाकघरात गेली.

''मग, सेठानी जी, तुमची नोकराणी कधीपासून काम सुरू करणार आहे?'' आलोक वीरजी आपल्या आईच्या खांद्यावर हात ठेवत म्हणाले.

''मी विचार करतेय की, मला एकटीला जमेल. नाहीतर मी वेळ कसा घालवू?'' माताजी म्हणाल्या.

आलोक वीरजी हसता हसता माताजींच्या खांद्यावर कोसळले.

''आपण तिला उद्यापासून यायला सांगू या, नाहीतर तू एकटी हे सगळं अजून दहा वर्षं करत राहशील.'' एखाद्या मोठ्या मुलाने अधिकाराने आईला सांगावं तसं आलोक वीरजी म्हणाले.

''बरोबर, बरोबर,'' इक्बाल वीरजीनी त्यांची री ओढली. ''नाहीतर आपली जगातली सगळ्यात कंजूष व्यक्ती कधी नोकराणीला घराच्या आसपासही फिरकू देणार नाही.''

''जेव्हा मी कमवायला लागेन, मी तुझ्यासाठी मोटार घेईन पुढे दोन झेंडे लावलेली.'' आलोक वीरजी म्हणाले.

''अरे लाट साहेब, निघाले थेट मोटार घ्यायला. त्यांना एकवीस वर्षं लागली हे घर बांधायला,'' माताजी म्हणाल्या.

प्रभजोत कौरने विचार केला, एकवीस वर्षं? आणि अजूनही विटा येतच होत्या; पण तरीही आलोक वीरजी लाट साहेब बनून मोटारमध्ये बसलेत, अशा विचाराने माताजी खूश झालेल्या दिसल्या. त्यांच्या चेहऱ्यावर स्मितहास्य फुललं. त्या दिवशी दुपारी, जेव्हा प्रभजोत कौर चटईच्या एका कोपऱ्यात आडवी झाली होती, नेहमीप्रमाणे तिच्या आवडत्या उशीखाली हात ठेवून त्यावर डोकं टेकवून ती गाढ झोपली होती. तिच्या मनात त्या गूढ नोकराणीचे विचार सुरू होते, जिला शोधून कामाला बोलावलं पाहिजे, जिने सगळं काम केलं पाहिजे, घर आतून बाहेरून झाडून घेतलं पाहिजे. सगळ्या खोल्या आणि बाहेरच्या बाजूलाही पोछा लावला पाहिजे, सगळ्या फरशा चमकल्या पाहिजेत. तिने सगळे कपडे धुतले पाहिजेत आणि मागच्या अंगणात वाळत घातले पाहिजेत, गहू दळले पाहिजेत, भाजी विकत आणली पाहिजे आणि तिने... आणि तिने... प्रभजोत कौरना वाटलं की, हे सगळं जी बाई करू शकेल ती नक्कीच खूप ताकदवान असली पाहिजे.

पण तीन दिवसांनंतर जेव्हा नोकराणी आली, ती एक लहानखुरी राम परी नावाची बाई होती, जिने विचित्र लाल रंगाचा सलवार कमीज घातला होता आणि त्यावर फाटका दुपट्टा ओढला होता. तिची भाषा रांगडी आणि गावाकडची होती. प्रभजोत कौरला तिची भाषा समजत नसे, उलट त्यामुळे हसूच येई. राम परीने माताजींना 'बिबीजी' म्हणून हाक मारली आणि अंगणात तिची मजुरी ठरवण्यासाठी बसली. आठवड्याला पाच रुपये ठरवून ती जेव्हा उठली, तेव्हा प्रभजोत कौर जाऊन तिच्या शेजारी उभी राहिली आणि खरंच ती राम परीच्या खांद्याइतकी उंच होती; पण तिच्या जवळ उभं राहिल्यावर, प्रभजोत कौरला एक प्रकारचा उग्र वास आला. ती पटकन मागे सरली. तो तितकासा वाईट वास नव्हता; पण उग्र होता, ओल्या मातीसारखा किंवा हलवायाच्या दुकानात मागच्या बाजूला येतो तसा, जिथे तुम्हाला सगळे दुधाचे वास येऊन मळमळ वाटते तसा काहीसा. प्रभजोत कौर तिच्यापासून लांब जाऊन नवनीत बहनजी जवळ जाऊन बसली. नवनीत बहनजीनी नेहमीप्रमाणे मोठ्या पुस्तकात डोकं खुपसलेलं होतं. प्रभजोत कौरने तिच्या गुबगुबीत खांद्यावर डोकं टेकलं आणि ती वाचत असलेल्या पानावरचं शीर्षक मोठ्याने वाचलं, 'वड्‌र्सवर्थ.' तिच्या स्वच्छ धुतलेल्या कपड्यांच्या मऊ स्पर्शाखाली साबणाचा आणि तिच्या त्वचेचा गोडसर गंध रेंगाळत होता.

हा गंध प्रभजोत कौरला जन्मापासून ओळखीचा होता आणि तिने आता आपलं नाक तिच्या कपड्यांमध्ये खुपसून तो गंध घेतला आणि नाकाने फुरफुर आवाज केले. ''तू काय करतेयस खाली?'' नवनीत बहनजीने विचारलं आणि तिच्या त्या नाकाचा चिमटा घेतला. प्रभजोत कौरला असं करणं वेड्यासारखं वाटत नसे, अगदी वेडेपणाच्या जवळपासही नाही; पण तरीही तिला असं का करावंसं वाटे याचं कारण सांगणं तिला कठीण गेलं असतं. तिने आता नवनीत बहनजीच्या हातावर आपलं डोकं टेकलं आणि तशीच बसून राहिली. राम परी आता अंगणातून गेली होती आणि आता माताजी हातात मूंगफलीने भरलेलं ताट घेऊन येत होत्या. त्या जवळ बसल्या आणि एकेक करून शेंगा फोडत दाणे अंगठ्याने ताटात टाकू लागल्या. टप-टप-टप असा त्या शेंगा फोडून पडणाऱ्या दाण्यांचा आवाज एखादं गाणं गुणगुणल्यासारखा येत होता. माताजींचं लक्ष त्या दाण्यांवर होतं आणि नवनीत बहनजीने तिचं पुस्तक उंच गुडघ्यावर धरलं होतं. आजकाल त्या दोघींचं खूप छान पटायचं; पण प्रभजोत कौरला आठवतं की, एक वर्षापूर्वी त्यांचं खूप मोठं भांडण झालं होतं, जेव्हा नवनीत बहनजीला फर्स्ट इयर झाल्यावर पुढे बीए करण्यासाठी कॉलेजला जायचं होतं. माताजींनी तिला तिच्या बहीण-भावांचा विचार करायला सांगितला होता, ज्यांची लग्नं तिच्या शिकायच्या स्वार्थापोटी राहून जात होती. जेव्हा नवनीत बहनजीने तिच्या भाऊ-बहिणींच्या लग्नाला अजून खूप वर्षं आहेत या गोष्टीकडे बोट दाखवलं, तेव्हा माताजी तिच्या अंगावर ओरडल्या होत्या. घरातल्यांवर असं ओरडणं काहीसं विचित्र होतं आणि मग पुढे दोन दिवस त्यांनी जेवायला नकार दिला होता. शेवटी, पापाजींनी मोठ्या माणसासारखी मध्यस्थी केली. जर नवनीतला बीए करायचं असेल, तर ती करेल आणि घरात पापाजींचा शब्द अखेरचा होता; पण माताजींकडे काहीतरी गूढ शक्ती होत्या. त्या पुन्हा त्यांच्या खोलीत गेल्या आणि पापाजी डोळे फिरवत त्यांच्यामागून खोलीत गेले. जेव्हा ते दुसऱ्या दिवशी सकाळी बाहेर आले, तेव्हा असं ठरलं होतं की, लग्नाला उशीर चालेल; पण लग्न करायचं नाही असं नाही म्हणून आता नवनीत बहनजीचा साखरपुडा प्रीतम सिंग हंसरा यांच्याशी झाला होता, ते पीडब्ल्यूडीमध्ये ज्युनियर इंजिनियर होते आणि गुजरानवालाला त्यांची पोस्टिंग होती. साखरपुडा झाल्यावर पापाजींनी हलकेच त्यांची ओठांपाशी थोडीशी पांढरी होऊ लागलेली दाढी कुरवाळली आणि म्हणाले होते की, रास्त विचार केला तर आनंद पाठोपाठ येतो. माताजी गप्प बसल्या होत्या आणि प्रभजोत कौरला पापाजींनी घरातल्या गोष्टींवर नियंत्रण ठेवण्याचं कौतुक वाटलं होतं. नवनीत बहनजीसाठी मुलगा शोधला, त्यांच्यासाठी घर बांधलं आणि तिला कधीही समजलं नाही की, ते सगळं तेवढंच नव्हतं.

राम परी दररोज घरी येत होती आणि माताजी सतत तिच्याशी हुज्जत घालण्यात व्यस्त असत. तिला भांडी अगदी स्वच्छ, नीटपणे कशी घासायची ते शिकवत. ही शिकवणी तीन दिवस सुरू होती आणि त्यात अनेकदा प्रात्यक्षिकं झाली, टीकाही झाली. राम परी उलट उत्तर न करता, माताजींचं बोलणं मनावर न घेता दोन चार भांडी नीट घासून पुन्हा तिच्या मूळ वळणावर जाई. तिचं पटापटा केर काढण्याचं तंत्र, जे खूप कार्यक्षम होतं; पण त्यामुळे अनेकदा कोपऱ्यात आणि कपाटांच्या खाली केर राहून जात असे आणि माताजींच्या रागाचा पारा पुन्हा चढत असे. दरम्यान, प्रभजोत कौरचे दोन्ही भाऊ तिला 'बदबू परी' म्हणत मिस्कील हसत. प्रभजोत कौर त्यांच्याबाजूनेच आहे असं दाखवण्यासाठी त्यांच्या हसण्यात सामील होई; पण तिला स्वतःला मात्र तो वास 'बदबू' होता, असं अजिबात वाटत नव्हतं, उलट तो

उग्र वाटायचा. राम परी लहानखुरी होती, तिच्या पोटावर स्नायूंचं जाळं होतं. ती जेव्हा तिचं तोंड पुसण्यासाठी कमीज वर करे, तेव्हा प्रभजोत कौरने ते पाहिलं होतं. कधी कधी ती तसं करत असे, दुपारी उशिरा, डोक्यावरून दुपट्टा काढून चेहरा पुसण्यासाठी ती कमीज वर करे आणि प्रभजोत कौरला वाटायचं ती वारा घेण्यासाठी म्हणून तसं करते; पण त्यामुळे उलट एक भपकाराच येई, चुलीसमोर बसल्यावर जसं उडणाऱ्या ठिणग्यांपासून सुटका नाही, तसं तिचं त्या वासाबाबत होई. प्रभजोत कौर त्या वासापासून झटकन माघार घ्यायची; पण तिने त्या विशिष्ट वासाचा डंख पुन्हा पुन्हा अनुभवता यावा म्हणून ही गोष्ट कोणाला सांगितली नाही, गुपितच ठेवली. ती पुन्हा तो डंख बसण्याची वाट पाहात असायची, तिला त्याची लाजही वाटायची; पण तिने हे गुपित सांभाळलं. हे प्रभजोत कौरचं एकदम खास गुपित होतं. तिला एकदा पापाजींचं एक रुपयाचं नाणं पुढच्या खोलीत सोफ्याच्या उशीखाली सापडलं होतं. ते पापाजींचं आहे हे माहीत असूनही तिने ते घेतलं होतं आणि दुसऱ्या दिवशी तिच्या कंपॉस बॉक्समधून शाळेत नेलं होतं. त्या एक रुपयात पुढे आठवडाभर तिने केसर कुल्फी खाल्ली होती, फक्त स्वतःच नाही तर तिच्या दोन जिवलग मैत्रिणी मनजित आणि आशा यांनीही! त्या एक रुपयाच्या गुपितापेक्षाही हे वासाच्या डंखाचं गुपित अधिक मोठं होतं. राम परीच्या वासाबद्दलच्या या दुविधात्मक आकर्षणाबद्दल तिने कोणालाही सांगितलं नाही, अगदी मैत्रिणींच्या त्या तिकडीमध्येही नाही; त्या तिघीही अगदी एकसारख्या घट्ट दोन वेण्या घालणाऱ्या, पहिलीत असल्यापासूनच्या मैत्रिणी होत्या आणि वर्गात दुसऱ्या रांगेत एकत्र बसायच्या, तरीही.

एप्रिल महिना सुरू होता. एक दिवस त्या तिघी दरक अलीच्या टांग्यात मागे बसून झुलत होत्या. मनजित नेहमीप्रमाणे मध्ये बसली होती. मनजितपेक्षा या दोघींना जास्त चांगले मार्क पडायचे, दोघींच्या वडिलांच्या नोकऱ्याही तिच्या वडिलांपेक्षा जास्त चांगल्या होत्या, तरीही ती त्यांची लीडर होती. मनजितचे वडील एका हॉटेलमध्ये मॅनेजर होते; पण मनजित उंच, शिडशिडीत होती आणि तिच्या व्यक्तिमत्त्वात एक पुरुषीपणा होता, सरळसाधेपणा होता, जो या दोघींना खूप आवडायचा. आपल्याला असं जमेल का, असंही त्यांना वाटत राहायचं. मनजितच्या या काहीशा जोखमीच्या असलेल्या व्यक्तिमत्त्वाच्या सावलीत असण्यात त्या दोघी समाधानी होत्या.

''चाचा, भरभर चला,'' मनजित एक हात मागे ठेवून वळून दरक अलीला म्हणाली. ''लवकर चला, नाहीतर इथे लार्कीन रोडवरच आमचा जळून कोळसा होईल. आम्ही या जळकट वासात भाजून निघू आणि नाहीशा होऊ. भरभर चला.''

दुपारचे साडेतीन वाजून गेले होते आणि प्रभजोत कौरला आठवत होतं त्यापेक्षा खूपच जास्त ऊन होतं. टांग्याच्या मागच्या बाजूला ऊन थेट त्यांच्या अंगावर येत होतं. अजून खूप लांब जायचं होतं आणि दरक अली शहरातला सगळ्यांत संथ टांगा चालक होता. तो रोज सकाळी तिघींनाही त्यांच्या घरून घेऊन शाळेला सोडायचा आणि मग तीन वाजेपर्यंत थांबून या परतीच्या उन्हातल्या पोळत्या न संपणाऱ्या प्रवासाला सुरुवात व्हायची. त्याने मागे वळून पाहिलं, त्याची मेंदी लावलेली दाढी त्याच्या खांद्यावर रुळत होती आणि तो नेहमी जे म्हणायचा तेच म्हणाला, ''बीबी, ती दिवसभर उन्हात राबते आहे. बघा, किती दमली आहे ती. मी तिला जोरात धावायला सांगतो, ती पण प्रयत्न करेल; पण अशाने तिला वाईट वाटेल.'' आणि मग लगाम उसळून त्या तपकिरी बरगड्यांवर आपटला जायचा, 'ओ

शगुफ्ता, भरभर, भरभर चल. शगुफ्ता या मोठ्या मेमसाहेब या पोळत्या उन्हात वितळून जातील म्हणून चल भराभर.'

''चाचा, तुमची ही घोडी तुमच्यापेक्षाही जुनी झाली आहे,'' मनजीत म्हणाली. ''तिला कसायाला विकून दुसरा चांगला तरुण घोडा घ्या.''

''पण ती किती प्रयत्न करते आहे बघा, कशी पळतेय. तुम्ही असं कसं बोलू शकता बीबी? असं बोललं तर तिला वाईट वाटेल,'' दरक अली म्हणाला.

तोंडावर येणारं ऊन टाळायला, मनजितने फुरफुरत आपलं दप्तर तोंडासमोर धरलं. ''हो हो, आपण किती वेगाने जातोय आता. इतकी मस्त शर्यत लागली आहे की जीव धोक्यात आहे आमचा. मला फार फार भीती वाटतेय.''

मनजितच्या बोलण्यावर प्रभजोत कौर खिदळली आणि तिला अचानक घरी माताजी भरून ठेवायच्या त्या सुरईतलं थंडगार पाणी प्यावसं वाटलं. तिने सुरई हलकेच तिरकी करून, तिची मातीची मान हातात धरून ग्लासमध्ये अलगद पडणाऱ्या पाण्याच्या धारेची कल्पना केली. तिने खाली वाकून पाहिलं, तर तिच्या बुटांमधून घोड्याच्या टापांच्या तालावर काळा रस्ता पळत होता. शगुफ्ताच्या टापांचा टप टप आवाज तिच्या डोक्यात घुमत होता. तिने डोळे बंद करून घेतले. तरी तिला कळत होतं की, आता ते टाबीकडच्या बायकांच्या पंप शूजचं उंच टोकाचं झाड असणारं कालरा शू एम्पोरियम ओलांडून जात आहेत. मग मनोहरलाल मदनलाल हलवाई, ज्यांच्या दुकानात मागे फॅमिलीला बसायला बाकं होती आणि तिथल्या मोठ्या आरशावर झऱ्याच्या काठी बसलेल्या पगडीवाल्या माणसाचं आणि बाईचं चित्र कोरलेलं होतं. नंतर कियानी फाइन फर्निचरचं दुकान लागायचं, ज्यात पुढच्या खिडकीत एक लांबच्या लांब लाल सोफा ठेवला होता आणि 'तुमच्या सेवेत पन्नास वर्षं' असं लिहिलेलं होतं. अर्थात, पन्नास वर्षं त्या सोफ्यासाठी नाही, तर म्हातारे मिस्टर कियानी आणि त्यांच्या तीन मुलांसाठी म्हटलं होतं. प्रभजोतने स्वतःशीच पैज लावली की, आता ते तारापोर बेकरीच्या समोर असतील... आणि खरंच तिने डोळे उघडले त्या वेळी ते तिथेच होते. तारापोर बेकरी म्हणजे केक आणि कोल्डड्रिंक मिळायचं उत्तम ठिकाण होतं. प्रभजोत कौर आजवर फक्त एकदा, तिच्या नवव्या वाढदिवसाला तिथे गेली होती. तिला आठवलं की, पापाजींनी हाताच्या तळव्याने स्ट्रॉबेरी सोड्याच्या बाटलीच्या तोंडावर मारल्यावर कशी काचेची गोटी बाटलीत पडली होती आणि कसा मोठा आवाज झाला होता. प्रभजोत कौरचे गालांचे कोपरे दुखायला लागले. खरंतर, त्या गुलाबी फेसाळणाऱ्या सोड्याच्या चवीची आठवण जिभेवर रेंगाळत असतानाच शगुफ्ता त्यांना ओढत तारापोर बेकरीच्या पुढे घेऊन गेली आणि तितक्यात प्रभजोत कौरला राम परी दिसली. ती रस्त्याच्या कडेने चालत होती, तिचा दुपट्टा तिच्यामागे उडत होता आणि हात अंगाच्या बाजूला अगदी ताठ ठेवून ती चालली होती. प्रभजोत कौर एकदम चापट मारल्यासारखी तिच्या जागी बसली आणि तिला खूप शरम वाटली. त्या रुंद रस्त्यावर दोन गोऱ्या बायका अतिशय सुंदर फॉरेनमधल्या कोणत्या तरी प्रांतातून आणलेले परेरा'ज लेडीज वियरमधले ड्रेस, सुंदर लेस लावलेल्या पांढऱ्या हॅट आणि चमकदार पांढऱ्या पट्ट्यांचे बूट घालून निघाल्या होत्या...त्यांच्या बाजूने फताडी पावलं टाकत चालणाऱ्या राम परीला बघून तिला आता आपण ओळखतो हे दाखवू नये, असं प्रभजोत कौरला वाटलं म्हणून तिने तोंड वळवलं, जसं काही ती रस्त्यावर लांब दुसरीकडे कुठेतरी बघत होती; पण तसं केल्याने तिच्या मानेला चटके बसतायत असं तिला वाटलं; उन्हाचे नव्हेत तर राम परीच्या नजरेचे आणि म्हणूनच तिला मागे

वळून पाहिल्याशिवाय राहवलं नाही. शगुफ्ता आता राम परीपासून हळूहळू दूर जात होती. राम परी जरी थेट प्रभजोत कौरकडेच पाहत होती, तरी गरम उन्हाच्या झळा झेलणाऱ्या पत्र्यासारखी ताठ दिसत होती आणि तिचे डोळे दिसत नव्हते. रागावल्यामुळे खांद्याला बाक आल्यासारखं चालणारी राम परी हळूहळू दिसेनाशी होत गेली आणि शेवटी जेव्हा फुलबाग गल्ली आणि चौबे मोहल्ल्याकडे जायला टांगा डावीकडे वळण्यापूर्वी प्रभजोतला ती दिसेनाशी झाली. आता मनजितने टांग्यातून उडी मारली आणि तिच्या घराकडे पळत सुटली. तिच्या जाड दोन वेण्या तिच्यामागे उड्या मारत होत्या.

जेव्हा प्रभजोत कौर घरी पोहोचली, तेव्हा पापाजी त्यांच्या मित्राबरोबर, खुदाबक्ष शफी यांच्याबरोबर बैठकीत बसले होते. ते त्यांच्यासाठी खास वेगळ्या ठेवलेल्या कपातून चहा पीत होते. प्रभजोत कौरला नेहमी तो मुसलमानांचा चहाचा कप आहे असं वाटे. पापाजी जेव्हा नेहमी तो कप उचलून आत आणून स्वतः हँडपंपाखाली धुवत, तेव्हा माताजी नेहमी किरकिर करत. माताजी नेहमी तोंड वाकडे करत आणि त्यांनी तसं केलं की, नवनीत बहनजी आणि मनी, दोघीही डोळे मोठ्ठे करत की, किती हा वेडेपणा. प्रभजोत कौरला खुदाबक्ष शफी आवडत. त्यांच्या मिश्या अगदी सरळ होत्या आणि ते नेहमी काही ना काहीतरी भेट आणत. आज त्यांनी बास्केटभर लिची आणल्या होत्या. ते हसून म्हणाले, ''खास तुझ्यासाठी आणल्या आहेत बेटा. जेवल्यावर खा आणि आत जे दोघे दांडगट आहेत, त्यांना तुला फसवू देऊ नको.'' तिचे दोघं भाऊ आत चारपाईवर बसले होते. त्यांचे क्रिकेटचे पांढरे कपडे अजून तसेच होते आणि दोघं मोठे पितळी ग्लास भरून खारी लस्सी पीत होते. इक्बाल वीरजी उठले आणि त्यांनी आपली बॅट उचलली. ते रोज आपल्या बॅटला खास तेल लावून तिची मशागत करत. बॅट उचलून आज त्यांनी कसे शहीदुल अल्मासूरच्या एकाच ओव्हरमध्ये तीन सिक्स मारले ते तिला दाखवलं. शहीदुल स्वतःला त्या भागातला सर्वांत उत्तम बॉलर समजायचा. प्रभजोत कौर अंगठ्यांवर पुढे मागे झुलत त्यांच्या बोलण्यात रस घेण्याचा प्रयत्न करत होती; पण तितक्यात ती माताजींच्या खोलीच्या दारावर रेलली आणि तिने दरवाजा ढकलला. दार उघडून एक प्रकाशाचा त्रिकोण फरशीवर उमटला. ती आत गेली आणि पलंगावर पापाजी झोपायचे त्या बाजूला उडी मारून बसली. पलंग उंच होता, त्यामुळे तिला दोन्ही हातांवर जोर देऊन उडी मारावी लागायची. माताजी झोपल्या त्या बाजूला अंधार होता. टेबल फॅन गोल फिरत होता.

''काय आहे?'' माताजी तोंड न वळवताच म्हणाल्या.

''राम परीला काही त्रास आहे का?''

माताजींनी एक सुस्कारा सोडला. ''हे लोक म्हणजे...''

''तिने काही केलं का माताजी?''

''नाही, नाही. तिचा नवरा.''

''तिला नवरा आहे?''

''बेटा, तिला नऊ मुलं आहेत. तो दीड वर्षात घरी आला नाहीये. तिला खात्री होती की, त्याने दुसरी बायको केली आहे आणि काल अचानक तो घरी परत आला. एखाद्या लाट साहेबासारखा घरी तंगड्या पसरून बसला आणि जेवायला दे म्हणून तिच्यावर ओरडला. तो म्हणाला, हे माझं घर आहे.''

''त्याचं घर आहे?''

''त्याने आयुष्यात कधी दहा रुपये कमावले नाहीयेत.''

असं बोलून माताजींनी विषय संपवला. माताजी आता कुशीवर वळल्या आणि प्रभजोत कौर हळूच खाली उतरली, तिच्या गालातून झिणझिण्या येत होत्या. राम परी अजूनही कुठेतरी पाय ओढत चालत असेल, तिच्या नशिबासारखीच एका सरळ रेषेत; पण प्रभजोत कौरच्या मनात अजून हाच विचार सुरू होता की, तिने स्वतःही कधी एक रुपया कमावला नव्हता. हां, एकदा चोरला होता. ती अंगणाच्या कडेला नक्षीदार खांबाला टेकून तिच्या भावांना बघत उभी राहिली. त्यांच्या पँटना क्रिकेटच्या बॉलमुळे लाल डाग पडले होते, ते दमले होते. तिच्या मनात विचार आला की, हे घर तिचं आहे का? संध्याकाळपर्यंत तो विचार तिच्या मनात रेंगाळत होता. हे घर तिला नेहमीच आपलं वाटत आलं होतं, अगदी पहिल्या दिवशी तिने या घराचा पाया घातलेला पाहिला होता तेव्हापासून. ऊन आता अंगणाच्या खांबांवर आलं आणि तिने अंगणात सडा टाकला. संध्याकाळ आता मातीच्या सुगंधाने भरून गेली, तरी तिचं मन लागेना. ती आडवी झाली, तिला डुलकी आली. या कुशीवरून त्या कुशीवर होत तिला स्वप्नात सभवाल सिटीतल्या पांढऱ्या छतांच्या घरांवरून वारा वाहत असल्याचं स्वप्न पडलं, जिथे तिचा जन्म झाला होता.

तिला भांडणाच्या आवाजामुळे जाग आली. मनी भांडत होती की, राम परीला इथे राहू दिलं पाहिजे. ''तिला जायला दुसरी जागा नाहीये,'' ती म्हणाली आणि प्रभजोत कौरला जाणवलं की, तिला तिचा आवाज हळू ठेवायला कष्ट घ्यावे लागत होते, तिचा गळा दाटून आला होता.

''हे सगळं फार दुःखद आहे,'' माताजी म्हणाल्या. ''पण ती गाझी गाबशी कधीपासून झाली की, मी तिची काळजी घ्यायला पाहिजे? तिला तिच्या नातेवाइकांकडे जाऊ दे.''

''माताजी, मी तुम्हाला आधीच सांगितलं की, इथे तिचं कोणी नाहीये. तिचा नवरा तिला गावाकडून घेऊन आला होता. तिने तिच्या मुलांबरोबर रस्त्यावर झोपावं असं तुम्हाला वाटतं का?''

''मी कधी काही म्हटलं की तिने काही करावं?'' माताजी स्वयंपाकघराजवळ मांडी घालून बसल्या होत्या आणि त्यांच्या मांडीवर भल्या मोठ्या ताटात गहू होते. त्यांची बोटं अखंड गहू निवडत होती आणि शेजारी जमिनीवर काळे खडे, तुसं आणि गवताच्या छोट्या काड्यांचा छोटा ढीग होता. ''मला तिने काहीच करायला नको आहे.''

प्रभजोत अंगणातून बाहेरच्या गेटकडे पळत गेली. राम परी तिथे बसली होती, तिची मनगटं गुंडाळून ठेवलेल्या निळ्या गादीवर टेकली होती. तिच्या आजूबाजूला मुलं होती, घोळकाच खरं तर. एक लहान नागडं, कमरेला काळा दोरा बांधलेलं मूल रांगत होतं आणि त्याचे गुटगुटीत पाय वेगात हलत होते. जेव्हा ते सगळ्यांना ओलांडून बाहेर आलं, तेव्हा प्रभजोत कौरच्या वयाच्या एका मुलीने त्याचा हात पकडून त्याला मागे ओढलं.

''काय झालं राम परी?'' प्रभजोत कौरने विचारलं.

''काय बोलू निक्की?'' राम परी म्हणाली. ''काय बोलायचं? माझा नवरा परत आलाय,'' ती हात पसरून म्हणाली, जणू काही ती तिची मुलं, प्रभजोत कौर आणि सगळ्या जगाला कवेत घेत होती.

''पण तो तुला घराबाहेर नाही काढू शकत. ते बरोबर नाही.'' आता राम परी गप्प बसली आणि ते सगळे आता आपल्याकडे बघतायत या जाणिवेने प्रभजोत कौर अस्वस्थ झाली. अगदी ते लहान बाळही तिच्याकडे पाहत होतं, सगळ्यांचे डोळे तिच्याकडे लागले होते, त्यात काही भावना नव्हत्या; पण तरीही तिला अस्वस्थ वाटून तिथून दुसरीकडे जावं असं वाटलं. ती मागे सरकली आणि वळून धावत पुन्हा घरात आली. तिच्या छातीत भीतीचा डोंगर दाटून आला, तोंडात सडलेलं सफरचंद खाल्ल्यासारखी कडू चव घोळू लागली. तिने धावत येऊन स्वतःला माताजींच्या खांद्यांवर झोकून दिलं. त्यांच्या केसात डोकं खुपसून ती म्हणाली, ''माताजी, तिला राहू दे ना.''

माताजी डोळे फिरवत म्हणाल्या, ''तू पण? माझ्या मुली संत समाजसेवक झाल्यात.''

नवनीत बहनजी हसल्या. त्या हॉलमधल्या टेबलवर समोर छोट्या वाटीत तेल घेऊन बसल्या होत्या. त्या त्यांचे लांब केस विंचरत होत्या. केसांच्या लांब लांब बटा अलगद कंगव्याने वर उचलून पुन्हा खाली सोडत होत्या, जणू काही लाटा उसळत आहेत. प्रकाशात त्यांना तिचा गोल चेहरा चमकत असल्यासारखा भासला आणि त्यांचे लाल ओठ... प्रभजोत कौरला त्या इतक्या सुंदर कधी वाटल्या नव्हत्या.

प्रभजोत कौरला अगदी रडू आलं, ''नवनीत बहनजी, माताजीना सांगा ना तिला राहू दे.''

''या लोकांच्या भांडणात पडलं तर आपल्यालाच त्रास होईल,'' माताजी म्हणाल्या. ''तुम्हाला तो माणूस रोज या गल्लीतून यायला जायला हवा आहे का आणि या घरात यायला जायला हवाय? आणि तिची ती घाणेरडी पिलावळ...''

''माताजी, तुम्ही त्या सगळ्यांना दिवसातून तीनदा अंघोळ घालू शकता,'' नवनीत बहनजी म्हणाल्या.

''नवनीत, आता तूही सुरू करू नकोस आणि तुम्ही दोघी, जा शाळेला जायचे कपडे घाला,'' माताजी ओरडल्या.

तिचा फुगलेला चेहरा बघूनही माताजी ढिम्म हलल्या नाहीत. प्रभजोत कौरने कापऱ्या हातानी युनिफॉर्मची बटणं लावली. दिवसभर शाळेतही राम परी काट्याकुट्यानी भरलेल्या ओसाड जमिनीवरून चालत जात आहे आणि तिची मुलं भुकेली, तहानलेली, तिच्यामागून चालता चालता, एक एक करून कोसळत आहेत, असं चित्र तिच्या डोळ्यांसमोर तरळत राहिलं. प्रभजोत कौर नोट्स लिहून घेतानाही अडखळत होती, ते बघून मनजित आणि आशाला हसू येत होतं. मधल्या सुट्टीत प्रभजोतने त्यांना राम परीबद्दल सांगितलं; पण त्या दोघींना विशेष काही वाटलं नाही किंवा जर झालंच असेल, तर तिला जितकं दुःख झालं, त्याच्या अर्धं किंवा पाव त्यांना वाटलं असावं. ''हे लोक असेच भांडत राहतात,'' आशा म्हणाली. प्रभजोत कौरने ते शब्द ऐकले आणि पाहिलं की, आशाच्या ओठांना किंचित मुरड पडली होती. तिने मुश्किलीने आपले अश्रू रोखून धरले. मनजितने नुसते खांदे उडवले. नंतर त्या दोघी अजून महत्त्वाच्या गोष्टीकडे वळल्या की, मनजितच्या बाबांनी पुढच्या आठवड्याच्या शेवटी कुठेतरी बाहेर फिरायला नेण्यासाठी त्यांच्या मागे लागायचं का? त्या अगदी जवळ जवळ उभ्या होत्या, तिला त्यांच्या काळ्या वेण्या आणि त्यांचे स्वच्छ पांढरे दुपट्टे दिसत होते. तिला काहीतरी बोलायचा होतं; पण राम परीबद्दलच्या तिच्या भावना आत खोल कुठेतरी दडलेल्या होत्या आणि तिला त्या खेचून बाहेरच्या

लख्ख उजेडात आणणं अशक्य होतं म्हणून तिने एक खोल श्वास घेतला आणि ती गप्प बसली. ती दिवसभर गप्पगप्पच होती, अगदी घरी जाताना दरक अलीच्या टांग्यातही गप्प बसली होती.

ती मुलं अजूनही बाहेरच होती. अंगणातून येणाऱ्या आणि निमुळत्या होत जाणाऱ्या सावलीच्या तुकड्यात बसली होती. राम परी घरात होती, उरलेली काही भांडी घासत होती. नवनीत बहनजी पोटावर पुस्तक ठेवून पेंगत होती आणि आळसावून हाताने वारा घेत होती. तिचे डोळे न उघडताच तिने प्रभजोत कौरला दिवसभराची कहाणी सांगितली. राम परी न विचारताच आत आली आणि तिने नेहमीसारखंच अंगण झाडायला सुरू केलं. ती तिची कामं करत होती आणि माताजी तिच्याकडे बघत होत्या. त्या दोघीही एकमेकी शेजारून गेल्या तरी गप्प होत्या. दिवसभरात एकमेकींशी एक शब्दही बोलल्या नव्हत्या. प्रभजोत कौरने पाहिलं की, अगदी आताही, माताजी चुल्ह्याच्या बाजूने हातात ओले कपडे घेऊन आल्या आणि राम परीला ओलांडून जिन्याने छताकडे गेल्या; पण दोघींनीही एकमेकीला नजर देणं टाळलं, जसं काही दोघींनाही कपडे आणि भांडी यातून अजिबात फुरसत नाही.

''तिने तिच्याकडे बघितलंही नाही, बरोबर?'' नवनीत बहनजीनी डोळे मिटूनच विचारलं.

''कोणी?''

''माताजी. त्यांनी राम परीकडे बघितलंही नाही ना?''

''नाही बघितलं.''

''त्या दिवसभर तेच करत आहेत. उफ, निक्की, मला त्यांचा राग येतो. त्यांचा तो अर्थपूर्ण अबोला आणि बाकीच्या सगळ्यांनी आपलं आपण समजून घ्यायचं की, त्यांना काय म्हणायचं आहे आणि त्याप्रमाणे वागायचं. त्या असं करण्यात एक नंबर आहेत. त्यांना जे हवं असतं, तसंच प्रत्येकाला करायला लावतात.''

प्रभजोत कौर आता स्वतःच गप्प झाली होती. आता तिला ती स्वतः आईवर रागावली होती ते क्षण आठवले. तिला शाळेच्या पिकनिकला जाऊ दिलं नव्हतं, तिच्या भावांपेक्षा कमी खीर दिली होती आणि तीसुद्धा सगळ्यात शेवटी; पण हे सगळे छोटे छोटे रुसवे रोज झाले तरी आईच्या मायेत, तिच्या मिठीत निघूनही जात. ती मेन गेटातून आत आल्या आल्या, पांढऱ्या दगडांनी आखलेल्या रस्त्यावरून चालताना, बैठकीतल्या टेबलांवरच्या लेसच्या टेबलक्लॉथमधून तिला त्या मिठीची ऊब जाणवत असे; पण नवनीत बहनजीच्या आवाजातली ही धार तिला अनोळखी होती, ज्यामुळे तिला आता अचानक आई आणि मुलीमध्ये अंतर जाणवू लागलं, ज्याची तिने कधी कल्पनाही केली नव्हती. तिला त्यामुळे खूप उदास आणि एकटं वाटू लागलं.

नवनीत बहनजीनी आता डोळे उघडले. त्यांनी प्रभजोत कौरच्या चेहऱ्याकडे पाहिलं. त्यांचे डोळे अजूनही झोपाळलेले आणि आजूबाजूला काय सुरू आहे, याचा पत्ता नसल्यासारखे दिसत होते. त्यांनी दोन वेळा डोळे मिचकावले आणि म्हणाल्या, ''अरे, तू असा काय दिसतो आहेस बच्चा? काळजी करू नको. त्या रागावल्या असतील; पण तूही एक दिवस या घरापासून दूर जाणारेस.''

प्रभजोत कौरला काही बोलण्याआधी आवंढा गिळावा लागला. ''दूर?''

''हो,'' नवनीत बहनजी म्हणाल्या आणि त्यांनी तिला जवळ घेतलं. त्यांच्या हातावर तिचं डोकं कुरवाळत त्या तिच्या केसात पुटपुटल्या, ''तू ऐकलं नाहीस का? मुलगी एका घरात जन्मली, तरी तिचं घर दुसरीकडे कुठेतरी असतं. हे घर तुझं नाहीये. तुझं घर दुसरीकडे कुठेतरी आहे.''

असं म्हणत त्या पुन्हा आडव्या झाल्या आणि मोठा उसासा सोडला. प्रभजोत कौरला तिच्या केसात फिरणाऱ्या बहिणीच्या बोटांतून तिच्या बहिणीचा आनंद, तिच्या भविष्याबद्दलची आतुरता, इथून जाण्याचा आनंद सगळं जाणवत होतं आणि तरीही ते प्रभजोत कौरला कधी न भरून येणारं नुकसानाचं चिन्ह असल्यासारखं वाटलं.

तिने नवनीत बहनजींच्या दुपट्ट्याने आपलं तोंड झाकून घेतलं आणि झोपायचा प्रयत्न केला. जेव्हा एक दीड तासाने मनी आली आणि तिने आपलं पुस्तकांनी भरलेलं दप्तर जमिनीवर टाकलं, तेव्हा प्रभजोत कौरला लक्षात आलं की, तिने राम परी आणि तिच्या मुलांना पाहिलं असणार, जी अजूनही गेटपाशीच ठाण मांडून बसली होती. मनी आता चिडून भांडायच्या पवित्र्यात होती; पण माताजींनी तिच्याकडे असं काही डोळे वटारून पाहिलं की, तीसुद्धा घाबरली आणि शांतपणे येऊन प्रभजोत कौरच्या शेजारी बसली. रागाने पायाचं नख घासत म्हणाली, ''आपल्याला आता पापाजी यायची वाट बघावी लागेल.''

पण पापाजी वाद घालण्याच्या मूड मध्ये नव्हते. ते दमले होते आणि आल्यावर ते लोडाला टेकून बसले आणि दाढीतून बोटं फिरवू लागले. प्रभजोत कौरने पाहिलं की, मनीने तिची बाजू अगदी थोडक्या शब्दांत पापाजींच्या समोर चांगल्या रीतीने मांडली होती, तरी ते दुसऱ्याच विचारत गढलेले होते. ''अवघड आहे,'' ते म्हणाले. आणि नंतर त्यांनी डोळ्यांवर हात ठेवला. मनी बोटात बोटं गुंफवून पुढे वाकली होती. ते पुन्हा म्हणाले, ''अवघड आहे,'' आणि उठले. ते त्यांच्या खोलीकडे गेले आणि तोवर ते राम परी आणि तिच्या अडचणी यांबद्दल विसरूनही गेले होते, हे स्पष्ट दिसत होतं. मनीने पराभव झाल्याप्रमाणे वैतागून हात हवेत वर केले. प्रभजोत कौर हलकेच तिच्या टाचा जमिनीवर आपटत होती. काय करावं? काय करावं बरं? घरात शांतता अजूनच गडद झाली. रात्री जेवायच्या वेळी राम परी फुलके करण्यासाठी घरात आली आणि तेव्हा फक्त फुलके लाटताना होणारा काय तो आवाज प्रभजोत कौरला ऐकू येत होता. तिचे भाऊ घरी आले होते; पण तेही शांतपणे जेवले. प्रत्येक जण चिंतेत दिसत होता, अपवाद फक्त नवनीत बहनजी होत्या. अखेरीस, जेव्हा भांडी आवरून झाली, तेव्हा माताजी डाव्या हाताच्या बोटांच्या चिमटीत धरून गुळाचा खडा चाटत होत्या. राम परी आली आणि भिंतीला टेकून उभी राहिली. एक हात कमरेच्या मागे आणि पायावर पाय ठेवून ती उभी होती. ती म्हणाली, ''बिबिजी, मी जाते.''

''जा,'' माताजी म्हणाल्या आणि प्रभजोत कौरला तिच्या छातीत अगदी मध्यभागी पीळ पडल्यासारखं वाटलं.

राम परी अर्धं अंगण ओलांडून गेली नसेल, तितक्यात माताजी पुन्हा म्हणाल्या, ''कुठे जाणार तू?''

प्रभजोत कौरने पाहिलं की, राम परी अगदी स्तब्ध झाली. तिचे खांदे अगदी बारीक होते, मागच्या चांदणं पडलेल्या गच्चीला लागून असलेल्या पांढऱ्या भिंतीवर काळा चौकोन चिकटवल्यासारखे दिसत होते. ती काहीच बोलली नाही.

माताजी त्यांच्या हातात उरलेल्या गुळाच्या छोट्या खड्याकडे बघत होत्या, जसं काही त्या अजूनही त्याचं वजन किती आहे बघतायत. ''ठीक आहे, तू घराच्या मागे, एक रात्र राहू शकतेस,'' त्या म्हणाल्या.

''हो बिबीजी.''

''पण फक्त एकच रात्र. मी काय म्हणतेय ऐकलंस ना?''

''हो बिबीजी, एक रात्र.''

राम परी झटकन निघून गेली. प्रभजोत कौरला माहीत होतं की, अजून काही कानावर पडण्यापूर्वीच निघून जावं म्हणून ती घाई करत असणार. ती अजून काही ऐकण्याचा विचारही करू शकत नसावी. तिला अचानक थकल्यासारखं, गळून गेल्यासारखं वाटलं जणू ती शाळेपर्यंत चालत जाऊन चालत आली आहे, तेही पाठीवर दप्तराचं ओझं घेऊन. ती पुढे वाकून एक क्षण माताजींच्या गुडघ्यांना टेकून बसली आणि नंतर अगदी न सांगता उठून झोपायला गेली; पण इतकी झोप आलेली असताना आणि पाय अगदी लडबडत असतानाही ती मनी आणि तिच्या झोपायच्या त्या खोलीत आली. खोलीच्या कोपऱ्यात ठेवलेल्या स्टुलावर चढून तिने खिडकीतून बाहेर वाकून पाहिलं, जेणे करून तिला घराच्या मागच्या बाजूला हलणाऱ्या काळ्या आकृत्या दिसतील. दोन खिडक्यांतून अगदी किंचित उजेडाची तिरीप येत होती; पण त्यातही प्रभजोत कौरने पाहिलं, की राम परी आणि तिची मुलं आसरा तयार करत होती. त्यांच्याकडे गाठोडी होती, जी तिला दिवसभरात पाहिलेली आठवली नाहीत; पण आता त्यांनी त्या गाठोड्यांमधून चादरी, चिंध्या, पट्ट्या, फाटके तुकडे बाहेर काढले आणि जमिनीवर गोल अंथरले जणू त्यातून एक घर तयार केलं. प्रभजोत कौरने पाहिलं की, कसा एका भिंतीचाही आडोसा तयार होतो. तिला नव्याने कळलेल्या या गोष्टीसह ती झोपायला गेली. तिने आजवर 'माझं घर' म्हणून काढलेली सगळी चित्रं तिला आठवत होती आणि आता तिला कळल होतं की, तिने चितारलेली ती ठोकळ्यासारखी घरं म्हणजे एक असत्य होतं. तिला आता आपण किती वेडे होतो याचं हसू आलं.

दुसऱ्या दिवशी दुपारी जेव्हा प्रभजोत कौर शाळेतून घरी आली, ती तडक घराला वळसा घालून मागच्या बाजूला गेली. आता तिथे दोन जाड चादरीना भिंतीत खिळे ठोकलेले दिसत होते आणि त्यांची दुसरी टोकं विटांच्या तुकड्यांनी खाली ताणून धरली होती. आता जणू त्रिकोणी तंबू तयार झाल्यासारखा दिसत होता, त्याच्याखाली ते बाळ झोपलं होतं. बाकीची मुलं बागेत खेळत होती. त्या जागेला बाग म्हणता आलं नसतं. कारण, तिथे फक्त दोन दुर्लक्षित झाडं आणि बाकीची मातीच होती आणि लांब एक भिंत होती. प्रभजोत कौर त्या तंबू वजा झोपडी जवळ गेली आणि तिने आत डोकावून पाहिलं. भिंतीवरून बाहेर आलेल्या दोन विटांचं सेल्फ सारखा वापर करून त्यावर वाघावर बसलेल्या शेरोवाली मातेचा फोटो ठेवला होता. एका खिळ्याला एक पिशवी टांगली होती, ज्यात कपडे होते. अजून दोन खिळ्यांना एक गोणपाटाची पिशवी टांगली होती, ज्यात धान्य वगैरे होतं. अजून पुढे, त्या तंबूच्या सगळ्यात शेवटी जिथे अगदी अंधार होता, तिथे पिशव्या, बोचकी यांचा एक ढीग होता आणि त्याच्यासमोर ते बाळ झोपलं होतं. त्या चादरीच्या हिरव्या कापडाच्या पलीकडचं हे छोटं जग पाहून प्रभजोत कौरला भयानक कौतुक वाटलं. तिच्या हाता-पायांतून उत्साह संचारला. इतक्या छोट्याशा जागेत किती कुशलपणे घर उभं केलं, याचं तिला खूप कौतुक वाटलं. सगळं खरंच किती धाडसाचं होतं! तिने त्या झोपलेल्या बाळाकडे पाहिलं. त्याच्या

उजव्या हातात एक पातळ कडं होतं आणि डाव्या हाताला काळ्या दोऱ्यात एक तावीज बांधलेला होता. त्या नागड्या बाळाचं लिंग अगदी छोटंसं आणि खाली तोंड केलेल्या नळासारखं होतं. प्रभजोत कौरला त्या बाळाला उचलून कडेवर घ्यावसं वाटलं; पण तिने स्वतःला आवरलं आणि ती मागे फिरली. फूटभर अंतरावरून त्यातली सगळ्यात मोठी मुलगी तिला आणि तिच्या पाठीमागे धरलेल्या हातांना न्याहाळत होती. तिची वेणी खांद्याच्या खाली येईल इतकी लांब आणि घाणेरडी होती, ती तिच्या छातीवर पुढे रुळत होती. तिचे डोळे काळेभोर आणि सावध होते आणि एक डावीकडचा दात थोडा बाहेर आलेला होता. प्रभजोत कौरला वाटलं, ती चौदा वर्षांची वर्षांची असावी; पण बघताक्षणी ती तिच्याहून वयाने मोठीच वाटली. तिने विचारलं, ''तुझं नाव काय मुली?''

''निम्मो,'' ती मुलगी उत्तरली.

''तुला वाचता येतं का निम्मो?''

निम्मोने नकारार्थी मान हलवली. पुढच्या अर्ध्या तासात प्रभजोत कौरला सर्वांची नावं अगदी ओळीने पाठ झाली होती- निम्मो, नटवर, यशपाल, बलराज, रामश्री, मीता, बिमला, निर्मला, गुरनाम आणि त्यांच्यातल्या कोणालाच लिहा-वाचायला येत नव्हतं. अगदी मुलग्यांनासुद्धा नाही, ना त्यांनी कोणी कधी शाळेत पाऊल ठेवलं होतं. प्रभजोत कौरला खूपच आश्चर्य वाटलं. कारण, इथे प्रत्यक्ष त्यांच्या घराच्या मागच्या बाजूला देशातली असुशिक्षितता अस्तित्वात होती; पण तिला मनातल्या मनात आनंदही झाला. कारण, आता तिला एक दिशा मिळाली, एक मोठं काम मिळालं. तिला माहीत होतं, आता तिला काय करायचंय ते. ती आता या मुलांना शिकवणार होती; पण त्यांना इथे किती काळ राहायची परवानगी मिळेल, हे माहीत नव्हतं. माताजी किंवा पापाजी त्यांच्या एकाच रात्र इथे राहायचं या निर्णयावर ठाम राहतील का निर्दयपणे त्यांना इथून जायला सांगतील, याची कल्पना नव्हती. घरात आतमध्ये राम परी कांदा चिरत होती आणि माताजी पिठात हात बुडवून कढईमध्ये भजी सोडत होत्या. त्या चार घरं पलीकडे राहणाऱ्या विधवा शेजारणीबद्दल बोलत होत्या, जिचा मुलगा दारू प्यायचा आणि वाईट मार्गाला लागला होता. दोघी गप्पा मारताना बऱ्यापैकी समाधानी दिसत होत्या. प्रभजोत कौर संध्याकाळभर इकडे तिकडे करत राहिली, तिला माताजीना राम परीला एक रात्र राहू देण्याबद्दल विचारायची मनातून भीती वाटत होती आणि ती गोष्ट विसरताही येत नव्हती; पण जेव्हा झोपायची वेळ झाली, तिने खिडकीतून डोकावून पाहिलं. राम परीचं कुटुंब अजूनही तिथे होतं, अंधारात त्यांची गोल करून बसलेली डोकी दिसत होती. ती गोंधळून गेली. झोप लागेपर्यंत प्रभजोत कौरच्या मनात विचार सुरू होते, तिच्या डोक्यात काय योजना सुरू होत्या. लोक काय काय पवित्रे घेतात, उघडपणे मतं मांडतात, किती मोठ्याने बोलतात; पण निर्णय मात्र अगदी थंडपणे शांततेत घेतात. तिच्या मनात आलं, लोक जितक्या गंभीरपणे बोलतात, तितक्या गंभीरपणे वागत नाहीत. जग दिवसेंदिवस किती अवघड होत चाललंय.

दुसऱ्या दिवशी, शुक्रवारी दुपारी प्रभजोत कौरने घराच्या मागच्या बाजूला सगळ्या मुलांना तीन-तीनच्या तीन रांगांमध्ये बसवलं. पुढे सगळी लहान आणि मागे मोठी मुलं आणि तिने त्यांना पंजाबी मुळाक्षरं शिकवायला सुरुवात केली. 'ऊदा, ऐदा' ती त्यांच्याकडून म्हणवून घेत होती. तिने त्यांना शिकवण्यासाठी फळा म्हणून जुन्या मोडक्या कॅरम बोर्डच्या खालचा भाग वापरला. तिने कॅरमबोर्ड वरच्या पुसट रेघांवर नेहमीप्रमाणेच अतिशय सुवाच्य

अक्षरं काढली आणि सुंदरही. तिला लगेच लक्षात आलं की, त्यांच्यातल्या लहानग्यांना शिकवणं सोपं होतं. मीता आणि बिमला अगदी उत्सुकतेने अक्षरं शिकत होत्या आणि माना खाली घालून जीभ ओठांच्या मध्ये वळवून त्यांच्या हातातल्या कागदाच्या तुकड्यांवर थोडी वेडीवाकडी पण बरोबर अक्षरं काढत होत्या, तर निम्मो मात्र एक हात जमिनीवर टेकवून, डोकं त्या खांद्यावर ठेवून कुठेतरी दूर टक लावून बघत बसली होती. तिने काढलेली अक्षरं प्रभजोत कौरच्या अपेक्षेप्रमाणे डौलदार, सुबक सुंदर नव्हती तर ती बऱ्यापैकी फाटक्या पतंगासारखी किंवा गवताच्या पुंजक्यासारखी दिसत होती. पुढची दोन अक्षरं शिकेपर्यंत निम्मो पहिलं अक्षर विसरून जायची आणि जेव्हा प्रभजोत कौर तिला पुन्हा प्रयत्न करण्याचा आग्रह करायची, 'ऊदा, ऐदा, निम्मो... ऊदा, ऐदा,' की निम्मो बावळट चेहरा करून दात काढून हसायची. ते बघून प्रभजोत कौरला तिचा संयम संपल्यासारखा वाटला. तिला वाटलं की, शाळेत जसं चित्रकलेच्या मिस खाडकन एक कानाखाली ठेवून देतात, तसं हिला देता आलं, तर किती बरं होईल; पण निम्मोमध्ये काही फरक पडला नाही, ती तशीच मठ्ठ राहिली आणि नटवरही दिसेनासा झाला. त्या पहिल्याच शुक्रवारी, जेव्हा प्रभजोत कौरने आपल्या जुन्या कॅरम बोर्डचा फळा करून शिकवायला सुरुवात केली, त्याच दिवशी, तिच्या त्या तीन ओळीत बसलेल्या मागच्या रांगेतला एक विद्यार्थी दिसत नव्हता. ती पटकन बिल्डिंगच्या कॉर्नरला पळत गेली; पण जोरात धूम ठोकून तो आधीच गेटबाहेर गेला होता. तिने हाक मारली तरी त्याने वळून पाहिले नाही. तो तिच्या त्या शाळेत शिकायला कधीच बसला नाही, तो शाळा संपली की परत येत असे.

''नटवरचं वागणं मनाला लावून घेऊ नको. तो त्याच्या बापावर गेलाय,'' राम परी म्हणाली. ''तू थोडी तरी अक्कल त्यांच्या डोक्यात घाल.'' राम परी दररोज दुपारची भांडी घासून झाल्यावर उगवायची. चहाला अजून वेळ असायचा आणि मग ती भिंतीला टेकून मांडी घालून मुलांची शिकवणी बघत बसायची. प्रभजोत कौर तिला असं बघताना पाहायची; पण राम परी तिच्या या शिकवणीबद्दल फारशी कृतज्ञ नाही, असं तिच्या लक्षात आलं. राम परी आपल्या मुलांवर ओरडायची, ''काही तरी शिका रे अडाण्यानो;'' पण जेव्हाही तिला माताजींनी सांगितलेल्या एखाद्या कामात मदत हवी असायची, तेव्हा ती ते छोटं बाळ सोडून बाकी सगळ्यांना उठवून न्यायची. जसं, काही सतरंज्या झटकून वाळत घालणं हे शिकण्यापेक्षा खूप जास्त महत्त्वाचं होतं. प्रभजोत कौरच्या भावांनी सुरुवातीला तिचं खूप कौतुक केलं; पण जेव्हा ते तिला 'मास्तरीण बाई' म्हणून हाक मारायला लागले, तेव्हा तिला लक्षात आलं की, ते चेष्टा करतायत आणि तिने त्यांच्याकडे दुर्लक्ष करायला सुरुवात केली. नवनीत बहनजीना त्यांच्या स्वप्नांमधून फुरसत नव्हती आणि परीक्षा जवळ आल्यामुळे मनीकडे याबद्दल बोलायला वेळ नव्हता. फक्त पापाजींना त्याचं महत्त्व कळत होतं. जेव्हा प्रभजोत कौरची त्या नऊ जणांची शिकवणी घेऊन व्हायची, तेव्हा ते तिची शाळा दिसेल, अशा रीतीने बागेकडे तोंड करून उंच पाठीच्या खुर्चीत बसून संध्याकाळचा चहा पीत असायचे. त्या बागेत लवकरच झाडं असणार होती.

''तू चांगलं काम करतेयस बेटा,'' एक दिवस पापाजी तिला म्हणाले. ती त्यांच्या हातावर रेलून ते कपातून बशीत कसा चहा ओततात ते बघत उभी होती. ते सगळ्या गोष्टी अशा जलद रीतीने करत, अगदी क्षणभरही वेळ वाया न घालवता. जणू काही त्यांच्या हालचाली करण्यात कंजूषी असे. त्यांच्या मिश्या आणि हनुवटीवरचे केस पांढरे झाले होते;

पण त्यांच्या गालावर मात्र अजूनही मऊ काळी दाढी होती. प्रभजोत कौरला पांढऱ्याकडून काळे होत गेलेले ते केस फार आवडत. ते बशी वाकडी करून चहा पीत होते आणि तरीही त्यांच्या मिश्यांना अजिबात चहा लागू देत नव्हते. ते एका ब्रिटिश कंपनीमध्ये काम करत आणि प्रभजोत कौरला ते काय करतात त्याला इंग्लिशमध्ये 'असिस्टंट रिजनल मॅनेजर' म्हणतात हे माहीत होतं. ते एका औषधं पुरवठा करण्याऱ्या कंपनीत काम करत आणि सेल्समनपासून वर चढत चढत ते आता मॅनेजर झाले होते; पण मॅनेजर म्हणजे नक्की काय हे तिला माहीत नव्हतं. तिला माहीत होतं की, खेंची नावाच्या एका अत्यंत झोपाळू वाटणाऱ्या गावात त्यांची वाडवडिलोर्जित जमीन होती आणि गावाचं नाव जरी खेंची असलं, तरी त्या जमिनीत अकरा क्विंटल गहू निघायचे. त्यांच्यासाठी हे वाडवडिलार्जित जमिनीतून येणारं उत्पन्न म्हणजेही खूप मोठी मदत वाटायची. एक क्विंटल गहू कसे दिसतात ते तिला माहीत होतं. तिला आठवतंय तेव्हापासून ती दरवर्षी हिवाळ्यात एकदा खेंचीला जायची, खेंचीमधल्या हिरव्यागार शेतात मधोमध असलेल्या पिवळसर मोडकळीला आलेल्या घरी. त्या जुन्या पिवळ्या घरापासून आताचं हे नवीन घर म्हणजे प्रगती आहे आणि हे सगळं शिक्षणामुळे शक्य झालं हेदेखील तिला माहीत होतं. कारण, पापाजी हे त्यांच्या गावातले इंटर होऊन कॉलेजला गेलेले एकमेव व्यक्ती होते.

''अजून सहा महिन्यांत मी त्यांना पहिलीपर्यंतचं शिकवेन आणि एक वर्षात दुसरीचं,'' ती म्हणाली.

त्यांनी त्यांच्या पांढऱ्या होऊ लागलेल्या भुवयांखालून पाहत विचारलं, ''एक वर्ष?''

''हो.''

त्यांनी कप बशीत ठेवला आणि जरी त्यात थोडा चहा होता, तरी तिच्या हातात दिला. ते भिंतीला लगटून त्यांच्या प्लॉटला गोल गोल चकरा मारत असताना ती बघत उभी राहिली. जेव्हा माताजींनी प्रभजोत कौरला आत बोलावलं, तेव्हाही ते मान खाली घालून फेऱ्या मारत होते.

मोठे लोक उदास का असतात? प्रभजोत कौरला काही कल्पना नव्हती. माताजींचं मावश्या, काकू आणि त्यांचे चुलत भावंडं, शेजारीपाजारी यांच्याबरोबर हाडवैर होतं. कधी कधी ती त्यांच्याबद्दल पुटपुटत असे आणि दिवसभर कधीतरी पूर्वी कसं त्यांनी फसवलं याबद्दल अखंड बोलत राही; पण इतर दिवशी, काही कारण नसतानाही ती उगाच सुस्कारे सोडत असे आणि तिचा चेहरा लटकलेला असे. अगदी नवनीत बहनजीदेखील कधी कधी तिचा साखरपुडा झाला असूनही आणि तिला येणाऱ्या पत्रांमुळे ती सुंदर आणि सुस्त दिसे तरीही खिन्नपणे बसलेली दिसे, त्यामुळे प्रभजोत कौरने पापाजींच्या मूडबद्दल अधिक विचार केला नाही. ती निघतच होती, तितक्यात तिने पाहिलं की, घराच्या मागच्या बाजूला कामगार आले होते. तिला दिसलं की, ते खिडक्यांना लाकडी दरवाजे आणि गज लावण्यासाठी आले होते. जेव्हा ती घरी आली, तेव्हा अजून काही तसेच बार, खिडकीच्या मापाचे चौकोनी लोखंडी बार उभे आडवे लागलेले होते. ''काम पूर्ण झालं की त्यांना हिरवा रंग देतील, दरवाज्यांसारखा.'' पापाजी म्हणाले; पण आता प्रभजोत कौरची खिडकी आधीसारखी पूर्ण उघडत नव्हती आणि राम परीचं घर आता तिच्यापासून लपलं गेलं होतं. तिने ही गोष्ट पापाजींना बोलून दाखवली की, असं कसं केलं त्या लोकांनी; पण ते त्यावर इतकंच म्हणाले, ''आता ते दुरुस्त करायला वेळ नाही बेटा आणि खिडकी उघडतेय की.'' हे तेच पापाजी होते,

जे चार गाड्या विटा सप्लायरकडे परत घेऊन गेले होते. कारण, ज्यासाठी पैसे दिले त्याप्रमाणे त्या नव्हत्या म्हणून. दुसऱ्या दिवशी मनजित आणि आशाशी याबद्दल बोलायचं, असं प्रभजोत कौरने ठरवलं; पण जेव्हा ती टांग्यात बसली, तेव्हा तिने पाहिलं की, इक्बाल वीरजीसुद्धा उडी मारून टांग्यात पुढच्या बाजूला बसले. त्यांनी क्रिकेटची बॅट पायात ठेवली होती आणि हँडल दोन्ही मुठीत धरलं होतं. तिन्ही मुली तोंडं फिरवून बसल्या होत्या आणि टांग्यात कोणीच काही बोललं नाही. जेव्हा त्या शाळेच्या गेटमधून आत गेल्या, तेव्हा मनजितने मानेनेच खूण केली आणि त्यांनी एक कोपरा शोधला आणि त्या कोंडाळं करून उभ्या राहिल्या. मनजित खुसपुसली, ''मीनापूरमध्ये काल रात्री तीन खून झाले. तीन हिंदूंना मारलं.'' ती कापत होती, प्रभजोत कौरच्या कोपराला तिची थरथर जाणवत होती. ''त्यातली एक मुलगी होती.''

दिवसभर प्रभजोत कौरचं लक्ष अभ्यासात लागलं नाही. तिने तिच्या वहीत एक शब्दही लिहिला नाही आणि दुपारच्या सुट्टीतही मुली घोळक्या घोळक्यात उभ्या होत्या. कोणीही किडीकाडाचा खेळ खेळलं नाही. जेव्हा शाळा सुटायची घंटा झाली आणि त्या सगळ्या गेटपाशी आल्या, तेव्हा प्रभजोत कौरने पाहिलं की, इक्बाल वीरजी टांग्यापाशी उभे आहेत. ती धावतच त्यांच्यापाशी गेली आणि एक पाऊल दूर उभी राहिली. तिच्या डोळ्यांत पाणी दाटून आलं होतं. त्यांनी तिच्या डोक्यावर हात ठेवला आणि तिला मागे तिच्या जागेवर बसवलं. आता पुन्हा शांतता पसरली, जीव कासावीस होईल, अशी शांतता. दरक अलीही शगुफ्ताला काही बोलत नव्हता, त्यामुळे तर प्रभजोत कौर अजूनच घाबरून गेली. रोजच्यापेक्षा आज रस्त्यांवर गर्दी कमी होती आणि एरवीसारखे आज लोक कोपऱ्यांवर किंवा दुकानाच्या दारात गप्पा मारत रेंगाळताना दिसत नव्हते. जेव्हा टांगा कोपऱ्यावर वळला आणि तिला गेटची ओळखीची चौकट दिसली, तेव्हा सुरक्षितपणे पोहोचल्याबद्दल प्रभजोत कौरने एक मोठा निःश्वास सोडला आणि त्या उबेने तिला एकदम हायसं वाटलं. ती धावत घरात गेली आणि तिने नवनीत बहनजींना घट्ट मिठी मारली. त्यांच्या शेजारी बसून तिने नेहमीप्रमाणे कुरकुर न करता दुधाचा मोठा ग्लास घटाघट पिऊन संपवला. दुधाचा शेवटचा थेंब संपवताना तिचं लक्ष गेलं की, इक्बाल वीरजी पुन्हा जाऊन टांग्यात बसले आहेत. ते आता आशाला आणायला निघाले होते. त्या रात्री तिला खिडक्यांना गज लावून घेतल्याचा आनंद वाटला. जरी त्यामुळे भीती कमी नाही झाली, तरी किमान त्या गजांमुळे संकट लांब राहणार होतं. आपल्याला बाहेर झोपावं लागत नसल्याने आपण नशीबवान आहोत, असं तिला वाटलं.

चेहऱ्यावर प्रकाशाचा झोत आला आणि ती जागी झाली. बाहेर लख्ख उजेड पसरला होता. तिला लक्षात आलं की, सकाळ झाली आहे आणि आपल्याला उठायला उशीर झाला आहे. जेव्हा तिने घड्याळ पाहिलं, तिच्या हृदयाचा ठोका चुकला. दहा मिनिटांत तिच्या शाळेची असेम्ब्लीची घंटा झाली असती. ती धडपडत अंथरुणात उठली आणि पळत बाहेर गेली. ''तुम्ही मला उठवलं का नाही? किती उशीर झालाय,'' ती माताजींना म्हणाली.

माताजींनी हात पुढे करून तिला जवळ घेतलं. ''ठीक आहे बेटा, आज शाळा नाहीये किंवा कॉलेजही. सगळं बंद आहे,'' त्या अतिशय मृदूपणे म्हणाल्या.

''का?''

''गावात काहीतरी झालं आहे. जा तू तोंड धू आणि नंतर खा.'' त्यांनी तिचा हात धरला आणि म्हणाल्या, ''जा बेटा.''

प्रभजोत कौरला आजवर मिळालेल्या सुट्ट्यांमधली ही सगळ्यात शांत सुट्टी होती. ती सकाळपासून तिच्या खोलीतच होती. तिने पुस्तकं आवरली, शाळेचं दप्तर साफ केलं; पण अकरा वाजून गेल्यावर तिला राहवेना. ती घरात इकडे तिकडे दबक्या पावलाने फिरली आणि हळूच बाहेरच्या दरवाजातून सटकली. गेटपाशी उभी राहिल्यावर तिला जाणवलं की, रस्त्यांवर अजिबात रहदारी नाही, जसं काही सगळे ठरवून गाव सोडूनच गेले आहेत. ती गेटमधून मागच्या बाजूला गेली आणि तिने घराभोवती चक्कर मारली. घराच्या मागच्या बाजूला राम परीचं खोपटही आवरून ठेवलेलं दिसलं. एरवी चिखलाच्या घाणेरड्या पायाने इकडे तिकडे पळणारा नटवरही अगदी चुपचाप बसला होता.

''आत जा निक्की,'' राम परी म्हणाली. ''तू बाहेर नको येऊस. घरात बस.''

''का?''

''निक्की बाहेर काहीतरी वाईट घडतंय.'' राम परी थेट मागच्या बागेच्या भिंतीकडे पाहत होती आणि प्रभजोत कौरने पाहिलं की, मागे एकदम गलिच्छ दिसणारी गल्ली होती, जिथे चिखल, कागद, केरकचरा पडलेला असे. ती गल्ली आता दिवसाच्या लख्ख उजेडातही अंधारी दिसत होती. तिथून काहीही धोका येऊ शकला असता. प्रभजोत कौरने भिंतीच्या वरच्या बाजूला निरखून पाहिलं आणि ती भिंत पुरेशी उंच आहे का याचा अंदाज घेतला. तिला भिंतीशी जाऊन तिची उंची किती आहे आणि त्यामुळे किती संरक्षण होईल हे बघायचं होतं; पण आता बाहेर एक विचित्र भयाणता होती आणि तिला पुढे पाऊल टाकवेना. राम परीच्या बोलण्याला मानेनेच हो म्हणत ती परत घरात गेली. तिच्या खोलीत जाऊन तिच्या पलंगावर मांडी घालून बसली. तिला माहीत नाही ती आता कशाची वाट बघत होती.

त्या दिवशी दुपारचं जेवणही गुपचूप पार पडलं. सगळे जण हळू आवाजात कुजबुजत होते आणि नवनीत बहनजी तर एक शब्दही बोलत नव्हत्या. पापाजी आणि तिचे दोन्ही भाऊ जवळजवळ गोल करून बसले होते आणि आपसात काहीतरी कुजबुजत होते. नंतर, प्रभजोत कौर पुन्हा खोलीत तिच्या पलंगावर बसली, मग थोड्या वेळाने पालथी पडून पाय हलवत टाचा चादरीवर आपटत पडून राहिली. ''तू ते टाचा आपटणं बंद करशील का?'' मनी ओरडली. ''मला वेड लागेल तुझ्या तसं करण्याने.'' प्रभजोत कौरला असाच वेडेपणा तिला खेचतो आहे, असं वाटत राहिलं. दुपार अगदी मुंगीच्या पावलांनी पुढे सरकत होती. जेव्हा पुढच्या गेटची कडी वाजली, तो आवाज सबंध घरात घुमला. अगदी प्रभजोत कौरच्या कानातही घुमला आणि भीतीने तिच्या पोटात गोळा आला; पण तिला हायसंही वाटलं. मनी तिच्या हातांवर हनुवटी टेकून लोळत होती, तिचा आ वासला होता आणि मानेभोवती तिच्या पातळ वेण्यांचा विळखा होता. प्रभजोत कौरने पलंगावरून उडी मारली आणि पळाली. ती दरवाज्यापाशी गेली आणि एक हात बाहेर भिंतीला टेकवून उभी राहिली. इक्बाल वीरजी आणि आलोक वीरजी गेटमधून बाहेर जात होते आणि पापाजीही बाहेर पडत होते. तिने पळत पुढे जाऊन पाहिलं तर पापाजी गल्लीच्या टोकाला मान वाकवून पाहत होते. काही लोक पळत होते आणि कुजबुज ऐकू येत होती. आता तिच्या बाजूला जलद हालचाल झाली, तिने पाहिलं तर तो नटवर होता. ते दोघेही गेटला टेकून उभे होते. त्याचे डोळे काळेभोर एखाद्या रत्नाप्रमाणे चकाकत होते. तो तिच्या मागून सटकला आणि बाहेर गल्लीत गेला. एक क्षणाचाही विलंब न करता, ती त्याच्यामागे गेली आणि लगेच पळत जाणाऱ्या माणसांच्या घोळक्यात शिरली. ती त्याच्यावर नजर ठेवून होती आणि तो त्या गर्दीतही अचानक इकडे तिकडे वळला, तरी ती

त्याच्यामागे जात होती. आता ते सगळे अचानक थांबले, एक मोठा जमाव झाला. नटवरने पटकन मागे वळून न बघता तिला खेचलं, तिचं डोकं लोकांच्या कंबरांना आणि कुल्ल्याना आपटलं. ती त्या गर्दीतून बाहेर पडली, तिचं नाक नटवरच्या खांद्याला घासत होतं. ते पुढे गेले आणि पुढे रस्ता मोकळा होता. एक टांगा उभा होता. तो असा वाकडा होऊन कलला होता की, तिने असं आजवर पाहिलं नव्हतं. घोडा त्या टांग्याखाली असा अडकला होता की जणू मान पुढे करून जमिनीवर पुढे सरकण्याचा प्रयत्न करत होता. ती शगुफ्ता होती. प्रभजोत कौरने तिला स्पष्ट ओळखलं. शगुफ्ताचे ओठ फाकले होते, तिचे मोठे मोठे दात दिसत होते. तिचे पुढचे पाय एकत्र वळले होते आणि मागचे पाय पसरले होते आणि त्यातून आणि त्यांवरही पोटातून निळ्या जाड गुंडाळ्या बाहेर आल्या होत्या. प्रभजोत कौर शगुफ्ताला पाहू शकत होती, तिच्या पोटाला पिकलेल्या जांभळाच्या रंगाचं भगदाड पडलं होतं. आतला भाग खूप जोरात बाहेर आल्यासारखा वाटत होता आणि जरी त्याची हालचाल होत नव्हती, तरी तो अजूनही बाहेर पडायचा प्रयत्न करतोय, तेलकट लाटा उसळत असल्यासारखं भासत होतं. टांग्याच्या खालची जमीन काळी आणि ओलसर होती. टांग्याच्या दुसऱ्या बाजूला, बऱ्याच अंतरावर प्रभजोत कौरला माणसांचा एक घोळका दिसला. ते सगळे मुसलमान होते. तिला ते आपोआप लक्षात आलं, नुसतं त्यांच्या कपड्यांवरून असं नाही; पण तिला त्याच्यासमोर दरक अली उभा असलेला दिसला. तो काहीतरी ओरडत होता आणि तिला त्याचे दातही दिसत होते. त्या सगळ्यांची तोंडं उघडी होती आणि तिला सगळ्यांचे पांढरे दात दिसत होते. तो जमाव हळूहळू पुढे येत होता आणि मागे सरकत होता. प्रभजोत कौरला पाठीमागून धक्का लागला आणि ती पुढे ढकलली गेली. तिने बघितलं की शगुफ्ताचे डोळे मोठे झाले होते आणि ओलसर दिसत होते. तिला आता वाटलं की, शगुफ्ता अजून जिवंत होती आणि ती तिच्या जवळ जाणार इतक्यात तिचा हात धरून कोणीतरी तिला उचललं, तिचा हात पिरगाळला गेला, ती कळवळली. ते पापाजी होते. ते तिला धरून त्या गर्दीतून पळत निघाले. ते पळतच होते. गल्लीतून येताना तिला त्यांच्या बोटांची पकड रुतत होती. गेटमधून अंगणात आणि अंगणातून घरात ते तिला खांद्याला धरून घेऊन आले आणि त्यांनी तिला गदागदा हलवलं. त्यांचं डोकंही पुढे मागे होत होतं, त्यांचा चेहरा घामाने डबडबला होता. त्यांच्या रागापुढे तिला काही दिसलं नाही. ''तू बाहेर का गेलीस?'' असं म्हणत त्यांनी तिला एक थप्पड मारली. ''का गेलीस तू बाहेर? हां? कशाला?'' त्यांनी पुन्हा तिला थप्पड मारली.

''सोडा तिला,'' नवनीत बहनजी म्हणाल्या आणि त्या प्रभजोत कौरला त्यांच्या पलंगापाशी घेऊन गेल्या. त्या पलंगावर बसल्या आणि त्यांनी तिचं डोकं मांडीवर घेतलं. त्या प्रभजोत कौरच्या डोक्यावरून, चेहऱ्यावरून हात फिरवत होत्या आणि तिला त्यांचं धडधडणारं हृदय जाणवत होतं. मनी खाली जमिनीवर भिंतीला टेकून पाय पोटाशी घेऊन बसली होती. माताजी आत आल्या आणि त्यांनी झटकन दार बंद करून कडी लावली. त्या पलंगावर बसल्या। त्यांचं डोकं दुपट्ट्याने झाकलेलं होतं. दूरवरून फटाके उडाल्यासारखा काहीतरी गोंधळ आणि आरडाओरडा ऐकू येत होता. ''वाहेगुरू, वाहेगुरू,'' माताजी म्हणाल्या. त्या सर्व जणी अंधार होईपर्यंत तशाच बसून होत्या आणि नंतर सर्वत्र शांतता पसरली.

त्या रात्रीनंतर घरातल्या कोणीही बायका बाहेर पडल्या नाहीत. प्रभजोत कौर अभावानेच तिच्या पलंगावरून उठली. ती बाहेर येऊन जेवायची खायची आणि परत आत पळायची.

माताजींनी हाक मारली तर बाहेर जायची; पण नंतर शक्य तितक्या लवकर आत निघून जायची. पापाजी आले आणि तकिया मांडीवर घेऊन बसले. त्यांनी तिला चिडवलं, तिच्या पायांना गुदगुल्या केल्या, तिला हसवायचा प्रयत्न केला. तिला लक्षात आलं की, ते त्यांनी रागावलेल्याबद्दल माफी मागण्याचा प्रयत्न करत आहेत. ते तिचा हात धरून तिला बाहेर बागेत घेऊन गेले; पण तरीही तिला एक अनामिक भीती वाटत होती. तिच्या छातीवर दगड ठेवल्यासारखं वाटत होतं आणि श्वास जड झाल्यासारखा वाटत होता. ती घाईने तिच्या खोलीत परत आली. घरातल्या पांढऱ्या भिंतींमुळे आणि गजांमुळे तिला थोडं हायसं वाटलं. तिने मध्ये मध्ये खिडकीतून बाहेर डोकावून पाहिलं की, राम परी आणि तिची मुलं खाली मुटकुळं करून बसली आहेत ना म्हणून; पण तिला नजर वर करून बागेकडून बघण्याचा धीर झाला नाही. तिने वळून पाहिलं, ती तिच्या खोलीत सुरक्षित होती, रात्रभर तिच्या पलंगावर झोपून होती.

बाहेर, दररोज रात्रंदिवस बायापुरुषांची कत्तल होत होती आणि प्रभजोत कौरला नवीनच कळलं होतं की, त्याला 'खून' असं म्हणतात. प्रभजोत कौरने तो शब्द उच्चारल्यावर तिला तो जिभेवर एखादे मध्ये भोक असलेले लोखंडी अवजार ठेवल्यासारखं वाटलं, ज्यातून चिकट द्रव गळत आहे आणि ज्याच्या कडा खूप धारदार आहेत. मनजितने एकदा तिला हे हत्यार इतिहासाच्या पुस्तकात दाखवलं होतं, मृत्यूचं अवजार आणि आता ते हत्यार प्रभजोत कौरकडे चालून येत होतं. खून! पापाजी आणि तिचे भाऊ घरी परत येत ते मृत्युमुखी पडलेल्या लोकांच्या नावांची यादी घेऊनच. एका जसजित सिंग अहलुवालिया नावाच्या सरदाराला, तारापोर बेकरीजवळ, जिथे पाकमारा स्ट्रीट कॅम्पबेल स्ट्रीटला मिळायची तिथे कॉर्नरवर माणसांनी तलवारीने भोकसून त्याचे तुकडे केले. रमेश कृपलानी, नावाचा सोळा वर्षांचा मुलगा गळा चिरलेल्या अवस्थेत सापडला. त्याचं डोकं गटारात लोंबत होतं, जेणेकरून जफर रोडवर रक्ताचा एक थेंबही सांडू नये. आलोक वीरजी म्हणाले, ''लोक म्हणतात की, कार्सागंजच्या खाटिकाने केलं ते. त्याला त्याच्या चाचांच्या घरून परत येताना पडकलं.'' खून. असे अजून खूप होते. माताजी आणि त्यांच्या मुली या मारुतीच्या शेपटासारख्या वाढत जाणाऱ्या यादीतली नावं चुपचाप ऐकत असत. ज्या दिवशी, वार्षिक परीक्षा सुरू झाल्या असत्या, त्या दिवशी राम परीच्या नवऱ्याला मारलं. सकाळी सहा वाजता पळून जाणाऱ्या ज्या तीन लुटेऱ्यांना पोलिसांनी गोळ्या घातल्या, त्यातला तो एक होता. प्रभजोत कौरने त्याबद्दल दुसऱ्या दिवशी सकाळी ऐकलं. आधी ती अफवा वाटली, मग खात्री झाली. घरामागे एकच रडारड सुरू झाली, जी एकत्रित सुरू होई, मग थांबे. प्रभजोत कौरची आता त्यापासून सुटका नव्हती. तिने त्या दिवशी प्रथम त्याचं नाव ऐकलं– कुलदिश. दिवसभर ते कुलदिशसाठी रडत होते, त्या वाईट माणसासाठी जो राम परीला धमकावायला कधी आला नाही आणि त्याच्यासाठीचा हा आक्रोश ऐकून प्रभजोत कौरच्या अंगावर काटा आला.

त्या संध्याकाळी माताजींनी प्रभजोतच्या भावांना घरीच थांबायला सांगितलं, रस्त्यावर जायचं नाही, असं बजावलं. त्यावर इक्बाल वीरजी हसले आणि त्याच्या हसण्याचा आवाज खोलीत लोखंडाच्या घणांसारखा घुमला. भाऊ तरीही गेलेच आणि आलोक वीरजींनी दरवाजा बंद करताना मागे एक नजर टाकली. त्यांनी प्रभजोत कौर, त्यांच्या बहिणी, आई यांच्याकडे पाहिलं आणि प्रभजोत कौरला त्या नजरेत खूप क्रोध दिसला, खूप काहीतरी

मोठा गुन्हा केल्यासारखा. माताजी मुसलमानांना शिव्या देऊ लागल्या. ''या लोकांबरोबर कधी कोणी राहू शकत नाही. त्यांना कोणाच्याही बरोबर शांततेत राहणं जमत नाही,'' त्या म्हणाल्या. त्यांचा चेहरा रागाने लालेलाल झाला होता, जणू काही रक्त दाटून आलं होतं. त्या म्हणाल्या, ''घाणेरडे खोटारडे लोक.'' प्रभजोत कौरने ती ओळखत असलेल्या मुसलमान लोकांची तिच्या मनात यादी केली. अर्थातच दरक अली, पापाजींचे मित्र खुदाबक्ष शफी, जे त्यांच्याकडे नेहमी स्ट्रॉबेरी, सफरचंद किंवा आंब्याच्या करंड्या घेऊन येत असत आणि त्यांचे सगळे मुलगे मुली, आणि नातवंडे; परवीना आणि शौकत शाह, जे एक्सलंट स्टोअरचे मालक होते. त्यांच्या दुकानातून प्रभजोत कौर आणि तिच्या सगळ्या भावंडांचे शाळेचे युनिफॉर्म, शूज नेहमी घेत आले होते. तसंच, शाळेतल्या सगळ्या मुसलमान मुली, विशेष करून निखात आझमी नावाची गोल चेहऱ्याची मुलगी होती आणि जेव्हाही प्रभजोत कौर मनजितकडे खेळायला जायची, तेव्हा या तिघी एकत्र खेळायच्या. यादी वाढतच होती, प्रभजोत कौरने मोजायला सुरू केल्यावर तिला रात्री उशिरा झोप लागेपर्यंत एकेक करत लोक आठवतच गेले; पण माताजी शिव्याशाप देतच होत्या आणि प्रीतम सिंग हंसरा पापाजींना पत्र लिहीतच होते. त्यांनी नवनीत बहनजीना पत्र लिहायचं थांबवलं होतं आणि त्याऐवजी, ते सगळे पापाजींनी सगळ्या कुटुंबाला घेऊन, विशेषकरून नवनीत बहनजीना घेऊन अमृतसरला यावं म्हणून विनंती करत होते. ते एक दीड महिन्यापासून अमृतसरलाच होते. त्यांनी लिहिलं होतं, 'जे सुरू आहे, ते तुम्हाला माहीतच आहे आणि ते अजून वाईट होत जाणार आहे.'

पण पापाजीना जणू पक्षाघात झाला होता. सकाळी पेपरमधल्या जाळपोळीच्या, खुनांच्या आणि निर्वासितांनी भरलेल्या ट्रेनचा नाश केलेल्या बातम्या वाचून ते थिजून गेले आणि दुपारी एकदम निश्चल झाले. अंगणातील आरामखुर्चीत ते पायावर पाय टाकून बसले होते, त्यांच्या जागेवरून एक इंचही हलत नव्हते, जणूकाही त्यांना खुर्चीला घट्ट दोरखंडांनी बांधून ठेवलं होतं आणि त्यामुळे त्यांचा श्वासही मंदावला होता. त्यांनंतर त्यांनी कपडे बदलणंही सोडून दिलं. ते दिवस दिवस त्याच बनियन आणि पायजाम्यात बसून असत. त्यांचे केस पटक्याखाली मोकळे सोडलेले असत आणि अनवाणी पाय विटेवर टेकलेले असत. प्रभजोत कौरला माहीत होतं की, ते कशाची तरी वाट बघत आहेत. त्यांच्यातला सगळा उत्साह एखाद्या भरलेल्या बादलीतलं पाणी सांडून जावं तसा सांडून गेला होता. तिला आठवलं, जेव्हा घराचा पाय खोदला जात होता, तेव्हा ते कसे एका बाजूने खोदत खोदत दुसऱ्या बाजूपर्यंत गेले होते. त्यांना त्यांचे हात मातीने भरले असले तरी पर्वा नसायची. ते त्या खड्ड्यातून माती काढून तिला मातीचा ओलावा दाखवत असत आणि ती आनंदाने उड्या मारत असे. नंतर ते त्या ढेकळाना बाजूला करून हात एकमेकांवर आपटून माती झटकत असत. त्यांच्या हालचालीत आता काहीच दम उरला नव्हता, अगदी त्यांच्या पापण्यांची हालचालदेखील मंद गतीने होत असे, मरगळल्यासारखी. प्रभजोत त्यांच्या पापण्या वरखाली होताना बघत बसे. तिला वाटे, एक दिवस मी बाहेर येईन तेव्हा हेदेखील बंद झालेलं असेल, संपलेलं असेल, अगदी स्तब्ध. असा विचार न करण्याचा तिने प्रयत्न केला; पण तो विचार पुन्हा पुन्हा तिच्या मनात डोकावत राहिला आणि नंतर त्याची भुणभुण वाढतच जायची, जोवर ती तळहाताने कपाळावर मारून नाही घ्यायची. तिला वाटलं, 'मला वेड लागेल, मी वेडी होईन.'

शेवटी, माताजींनी सूत्रं हातात घेतली. आता उन्हाळा संपला होता आणि त्यांच्या ओळखीचे बहुतेक सगळे निघून गेले होते. मनजित आणि आशाची कुटुंबंही गेली होती. एके दिवशी संध्याकाळी एक पठाण पोलीसवाला गेटपाशी खुडबुडत होता. जेव्हा इक्बाल वीरजींनी दार किलकिलं करून पाहिलं, गेटची साखळी अजूनही जागेवर होती. त्या पोलीसवाल्याने एक लिफाफा आत फेकला, जो आलोक वीरजींच्या पायाशी येऊन पडला. 'उत्तर नेण्यासाठी मी अर्ध्या तासात येतो,' तो पोलीसवाला खुसफुसला आणि गल्लीत निघून गेला. त्या लिफाफ्यात एक सही नसलेलं पत्र होतं :

> *'सरदार साब, मी माझं नाव लिहिलं नाहीये; पण हे पत्र तुम्ही कदाचित वाचाल; पण तुम्हाला माहीत आहे मी कोण आहे. मी तुमचा पहाडातली फळं आणणारा मित्र आहे. तुम्ही गेलं पाहिजे. तुमच्याबद्दल लोक बोलत आहेत आणि आज ना उद्या तुमच्या घरावर हल्ला होईल. मी काय म्हणतोय ते समजून घ्या. विशेषतः तुमचं घर. तुमच्या मुलांना ओळखतात आणि त्यांनी काय केलं आहे, याबद्दल चर्चा होते आहे. त्यांना धोका आहे, खूप खूप धोका आहे. मी व्यवस्था करेन. आपण एकमेकांना तीस वर्षं ओळखत आहोत आणि आपण एकमेकांच्या घरी आलो-गेलो आहे. माझ्या मित्रा, तू गेलंच पाहिजेस. मी तुमच्या घराची काळजी घेईन.'*

इक्बाल वीरजी हे वाचून दाखवत होते आणि पापाजी ऐकत होते. त्यांचा चेहरा एकदम एखाद्या मऊ, मातीच्या बसलेल्या गोळ्यासारखा दिसत होता. माताजींनी ते पत्र त्यांच्या मुलाच्या हातातून काढून घेतलं आणि दुपट्टा डोक्यावरून ओढून चेहऱ्याभोवती गुंडाळला. त्या गेटकडे पाहत वाट बघत होत्या आणि जेव्हा दरवाज्यावर हलकीशी थाप आली, त्या दरवाज्यापाशी तोंड नेऊन म्हणाल्या, ''त्यांना सांगा, आम्ही जाऊ.''

''उद्या रात्री नऊ वाजता तयार राहा,'' तो पोलीसवाला म्हणाला. ''एक टेम्पो येईल. प्रत्येकी एक हजार रुपये पडतील. त्याहून जास्त नाही आणि कमीही नाही. समजलं?''

''हो, समजलं,'' माताजी म्हणाल्या.

त्यांनी रात्रभर आणि दुसऱ्या दिवशी सगळी बांधाबांध केली. प्रभजोत कौरला आश्चर्य वाटलं की, घरात किती सामान होतं. कागद, कपडे, पुस्तकं, चांदीची भांडी, फोटो, खुर्च्या, अजून कपडे, गाड्या, महागडे कंगवे, शूज, प्रत्येकाच्या ढीगभर वस्तू होत्या, ज्यांच्याशी ते आठवणींच्या धाग्याने बांधले गेले होते. प्रत्येकाजवळ असं जड गाठोडं होतं, जे मागे सोडून जाणं शक्य नव्हतं. प्रभजोत कौरने ती आता खेळत नसलेल्या अनेक बाहुल्यांकडे एक नजर टाकली, ज्यांच्या डोक्यावर तिने अनेक दिवसांत हात फिरवला नव्हता; पण तिने त्या जड मनाने सगळ्या एका कागदी पिशवीत कोंबायचा प्रयत्न केला. शेवटी ती कागदी पिशवी टरकन फाटली. दुपारी उशिरापर्यंत अंगण चादरींमध्ये बांधलेल्या गाठोड्यांनी, सूटकेसेस, लोखंडी ट्रंकानी भरून गेलं होतं. त्यादेखील अशा ट्रंका की, ज्या उचलायला चार चार माणसं लागायची. प्रभजोत कौर कोणती पुस्तकं न्यायची याचा विचार करत असतानाच माताजी घाईने आत आल्या. ''धर, हे घाल.'' निळ्या रंगाचा चौकोनी छपाईचा जाड कॉटनचा सलवार कमीज होता तो, जो प्रभजोत कौरने तीन महिन्यांपूर्वीच आता दररोज हा घरी घालावा असं ठरवलं होतं; पण माताजी खूप अधीर झाल्या होत्या, ''घे, घे.'' प्रभजोत कौरने तो

घेतला आणि तिला तो जड वाटला. माताजी एव्हाना दरवाजातून बाहेर गेल्याही होत्या. तिला जाणवलं की, सलवार जड आहे. प्रभजोत कौरने ती उलटी करून पाहिलं आणि तिला कमरेला नाड्याच्या खाली छोटे छोटे कपडे लावून खिसे केलेले दिसले. त्या खिशांमध्ये सोनं होतं. तिला नेकलेस, बांगड्या यांचा गुळगुळीत मऊ स्पर्श जाणवला. कपडे बदलून ती जेव्हा अंगणात गेली, तिने पाहिलं, की माताजींनी आणि तिच्या सर्व बहिणींनी तसेच ढगळ आणि जाडेभरडे कपडे घातले होते. ते सगळे एका अनोळखी, विचित्र प्रवासाला जायला तयार झाले होते आणि सगळे एक प्रकारच्या अवघडलेपणाने चालत होते, जणू काही त्यांना त्यांच्या शरीराच्या कडा माहीतच नाहीयेत. मनी अगदी हळू पावलं टाकत प्रभजोत कौरच्या बाजूने चालत गेली, तरीही प्रभजोतला तिच्या आवाज न करण्याच्या प्रयत्नांचं आश्चर्य वाटलं नाही. आता कोणीच काही बोलत नव्हतं. सूर्य अस्ताला गेला होता. प्रभजोत कौर एका ट्रंकेवर बसली होती आणि तिच्या घराचे कोपरे अंधारात बुडताना पाहत होती. इक्बाल वीरजी आत आले, त्यांचे हात मातीने माखले होते. त्यांनी हँडपंपाखाली हात धुतले. खाली जमिनीवर पडणाऱ्या पाण्याचा आवाज घुमला आणि प्रभजोत दचकली. नंतर पुन्हा शांतता पसरली.

''बिबीजी,'' राम परी हाक मारत होती. ''बिबीजी,'' ती कुजबुजत होती. माताजी काहीच बोलल्या नाहीत. राम परी आत आली आणि त्यांच्याशेजारी चारपाईजवळ उकिडवी बसली. ''आम्ही काय करायचं?'' ती म्हणाली, ''आम्ही काय करायचं?'' माताजी म्हणाल्या, ''घे, मी तुला थोडे पैसे देते.''

प्रभजोत कौरला अंधार पडला होता ते बरंच झालं असं वाटलं, किमान तिचा चेहरा दिसत नव्हता. तिने दोन्ही हात तोंडावर धरले होते. अनेक दिवस, दिवसच कशाला, अनेक आठवडे तिने त्यांच्याबद्दल विचार केला नव्हता. तिने राम परी, नटवर किंवा निम्मो किंवा अन्य कोणाचा, त्या खिडकीबाहेर असलेल्या कुटुंबाचा विचारच केला नव्हता. ती मुलं म्हणजे तिचे विद्यार्थी होते आणि ती त्यांना पूर्णपणे विसरून गेली होती. ती फक्त तिच्या अंथरुणात हरवली होती आणि त्यांना विसरली होती.

''बिबीजी, आम्ही कुठे जायचं? कसं?''

''मला माहीत नाही राम परी. तू हे घे.''

प्रभजोत कौरला माताजींच्या पुढे केलेल्या हाताचा लांब आकार दिसला. चारपाईच्या पलीकडे एक पुंजका दिसत होता, ती राम परी होती.

''घे,'' माताजी म्हणाल्या.

ते आकार तसेच राहिले, एकमेकांपासून थोडे दूर सरकले, त्यांच्यातलं अंतर तसंच राहिलं. प्रभजोत कौरच्या घशात एक आवंढा आला आणि आत चिरत गेला. आता पुन्हा आपलं विश्व असं कधीच असणार नाही हे जाणवल्यावर तिच्या हृदयात खोलवर एक कळ उठली. तिला काहीतरी बोलायचं होतं; पण बोलण्यासारखं काहीच नव्हतं.

''तुम्ही आम्हाला सोडून जाणार बिबीजी,'' राम परी म्हणाली, ''आम्ही मरून जाऊ.''

''वाहेगुरू आपल्या सगळ्यांची काळजी घेतील,'' माताजी हात पुढे करून हलवत म्हणाल्या. राम परी अजूनच अंग आकसून बसून राहिली. प्रभजोत कौरला वाटलं की, ते सगळे तिथे कायमचे बसून राहतील, त्या स्तब्ध मोठ्या आभाळाखाली. नंतर आलोक वीरजी त्यांच्या खोलीतून बाहेर आले, ते त्या सगळ्यांपेक्षा उंच दिसत होते.

''घे,'' त्यांनी माताजींच्या हातातून पैसे घेतले आणि राम परीला खांद्याला धरून उभं केलं आणि तिला प्रभजोत कौरच्या समोरून घेऊन गेले. ''आजपासून दोन दिवसांनी एक काफिला निघणार आहे. त्यात हजारो लोक चालत असतील. तू त्यांच्याबरोबर जाऊ शकतेस.'' प्रभजोत कौर ट्रंकवरून उतरली आणि आलोक वीरजींच्या मागून चालू लागली. तिला वाटलं की, त्यांनी राम परीच्या हातात पैसे कोंबले, ते तिला दिसले नाहीत. ''आम्ही आता काही करू शकत नाही. जा तू.'' त्यांनी तिला दरवाजातून बाहेर ढकललं आणि ते त्यांची तयारी करायला निघून गेले. राम परी अंगण आणि बाहेर यांच्या मधल्या जागेत भिंतीला खेटून उभी होती. प्रभजोत कौरने एक पाऊल पुढे टाकलं आणि राम परीच्या दोन्ही बाजूंना हात पसरले, तिच्या वर रेलली आणि तिला घट्ट मिठी मारली. राम परीच्या कपड्यांचा स्पर्श तिच्या चेहऱ्याला, डोळ्यांना जाणवत होता आणि तिचा श्वास, घामट, तीक्ष्ण, कडवट असा वास... प्रभजोत कौरने तो नाकात भरून घेतला. नंतर राम परीने तिची मिठी सोडवली आणि ती निघून गेली. तिची सावली भिंतीजवळून जात होती आणि प्रभजोत कौर तिला जाताना पाहत राहिली.

टेम्पो तासभर उशिरा आला. त्यांना अपेक्षित असल्याप्रमाणे तो ट्रक नव्हता. ती एक छोटी काळी कार होती. ड्रायव्हर एक लहानखुरा टक्कल असलेला माणूस होता आणि त्याच्यासोबत तो दुपारी आलेला पोलीसवाला होता. ''लवकर, लवकर'' तो पोलीसवाला म्हणाला. ''घाई करा.''' इक्बाल वीरजी आणि आलोक वीरजीनी सामान गाडीच्या टपावर चढवलं आणि दोऱ्यांनी बांधलं. गाडीच्या टपावर दोन ट्रंका आणि काही गाठोडी होती आणि आतही सीट्स भोवताली गाठोडीच गाठोडी होती. गाडी आता एकदम गच्च भरली होती.

''या,'' इक्बाल वीरजी म्हणाले. ते जसे बैठकीच्या खोलीतून पुढे गेले, तसं प्रभजोत कौरला अंधारात काही आकृत्या डावीकडील कोपऱ्यात जमा झालेल्या दिसल्या. तिला चेहरे दिसले नाहीत; पण तिला माहीत होतं की ती राम परी, निम्मो, नटवर आणि इतर मुलं होती. त्यांनी मागे सोडलेल्या गाठोड्यांना अडखळत ती गेटपर्यंत पोहोचली. कारचं इंजिन अगोदरच धडधडत होतं. पापाजी मागच्या सीटवर उजवीकडे बसले होते, त्यांच्या शेजारी माताजी, नवनीत बहनजी, मनी आणि नंतर इक्बाल वीरजी. प्रभजोत कौर पुढे तो टकलू ड्रायव्हर आणि आलोक वीरजी यांच्यामध्ये बसली होती. पोलीसवाल्याने कारच्या बोनेटवर हात आपटत म्हटलं, ''चला, जा, पटकन जा.''

ते निघाले तशी प्रभजोत कौर तिच्या सीटवर वळून गुडघ्यावर उभी राहिली, तिला आता मागे फक्त गेटपाशी उभा असलेला पोलीसवाला दिसत होता. माताजी, नवनीत बहनजी आणि मनी माना खाली घालून जसं लहान मुलं लांबच्या प्रवासात पेंगतात, अशा बसल्या होत्या. ''खाली बस,'' असं म्हणत आलोक वीरजीनी तिला मानगुटीला पकडून खाली खेचलं. त्यांचा कापरा आवाज ऐकून प्रभजोत कौरला आणखीनच भीती वाटली. तिचा चेहरा सीटच्या दिशेने होता; पण तिचे डोळे टक्क उघडे होते. तिला ड्रायव्हरच्या कोपरापलीकडे काचेतून मागे जाणाऱ्या घरांच्या, दुकानांच्या आकृत्या, पांढरे बोर्ड दिसत होतं. जसे ते मोकळ्या रस्त्यावर आले, तसा अचानक अंधार झाला. ते परत परत वळत होते आणि इंजिनच्या घरघराटात प्रभजोत कौरला कळेना की, ते आता नक्की कुठे आले आहेत. नंतर तिने कारच्या मळक्या काचेतून पाहिलं, अचानक हवेत काही आवाज झाले, जणू कोणा लहान मुलांनी फुगे फोडले असावेत आणि नंतर अजून आवाज येत राहिले.

त्या आनंदाच्या आरोळ्या होत्या; पण कार गचके देत देत वळली आणि थांबली; प्रभजोत कौर पुढे ढकलली गेली आणि आता कार मागे मागे जाऊ लागली. कार इतक्या वेगाने मागे जात होती की, प्रभजोत कौरने आलोक वीरजींचा शर्ट घट्ट पकडून ठेवला होता आणि आता ती रडू लागली. तिला आता आरडाओरडा करणाऱ्या लोकांचे आवाज ऐकू येत होते. इक्बाल वीरजी म्हणाले, ''इकडे डावीकडे घ्या आणि नंतर रवी रोड.'' आता कार वेगाने पुढे जाऊ लागली, डावीकडे वळली आणि प्रभजोत कौरला पुन्हा गचका बसला. आता ते खूप वेगाने जात होते, तिला कारची थरथर सबंध शरीरात जाणवत होती. कारमध्ये सर्वत्र आता केशरी उजेड भरून गेला, तिला कीचेनला लटकणारा चांदीचा रुपया अगदी लख्ख दिसत होता. त्यावरच्या राजाच्या चेहऱ्याचे बारीक तपशीलही दिसत होते. जेव्हा अचानक खूप मोठा आवाज झाला, तशा आजूबाजूच्या ज्वाळा उंच गेलेल्या दिसू लागल्या. एक क्षण कारच्या पुढच्या काचा, खिडक्या सगळ्यावर ज्वाळा दिसल्या आणि तिने गपकन डोळे मिटून घेतले. गाडीने अजून एक वळण घेतलं, या वेळी डाव्या बाजूला आणि काचेला कुठेतरी तडा गेला. तो आवाज इतका जवळून आणि मोठा आला होता की, प्रभजोत कौरला समजलं की, तो गोळीबाराचा आवाज होता. कार वेड्यासारखी या बाजूने त्या बाजूला होत जात होती, त्या आवाजाने प्रभजोत कौरचं डोकं भणाणून गेलं आणि आतल्या आत तो आवाज घुमत राहिला. ती आता एका कुशीवर वळून बसली होती आणि तिला लोकांच्या बोलण्याचा आवाज येत होता. जवळूनच सतत आरडाओरडा ऐकू येत होता. जोवर स्टियरिंग व्हीलचा दांडा वळला नाही, तोवर तिला आपण कुठे आहोत ते कळलं नाही. पुन्हा एक मोठा धमाका झाला, अगदी तिच्या डोक्यावरच, या वेळी तिला त्याचा उजेड दिसला आणि तिने वळून स्वतःला स्टियरिंगच्या चाकाखालच्या अंधारात ढकलून दिलं. नंतर पुन्हा गोळी झाडल्याचा आवाज आला आणि तिने गपकन डोळे मिटून घेतले.

तिला माताजींच्या रडण्याचा आवाज ऐकू येत होता. त्यांच्या त्या घशातल्या घशात रडण्याच्या आवाजाव्यतिरिक्त सगळीकडे शांतता होती. प्रभजोत कौरने तिचे थरथरत असलेले गुडघे स्थिर करण्याचा प्रयत्न केला; पण आता तिच्या पोटात खळबळ होऊ लागली. तिला वाटलं आता आपण यातून वाचणार नाही. ती उजवा हात उजव्या मांडीवर घट्ट दाबून धरला. लोखंड फाटलं आणि तिला माहीत होतं की ते गाडीचं दार होतं. ती त्याच्याशी धडपडत राहिली. ''निक्की, निक्की,'' हे इक्बाल वीरजी होते. त्यांनी तिला हळूच बाहेर काढलं आणि ती त्यांच्या मिठीत रडू लागली. त्यांनी तिला कारमधून बाहेर काढलं आणि तिने त्यांना गच्च मिठी मारली. ते म्हणाले, ''ठीक आहे बेटा, ठीक आहे;'' पण माताजी फतकल मारून रस्त्यावर बसल्या होत्या आणि मनी त्यांना धीर देण्याचा प्रयत्न करत होती. पापाजी कारच्या मागच्या बाजूला टेकलेले होते, त्याचं डोकं वाकलेलं होतं, हात गुडघ्यांवर होते आणि त्यांच्या तोंडातून लाळ गळत होती. आलोक वीरजी रस्त्यावर पडले होते, त्यांनी वळून कोपऱ्यावर पाहण्याचा प्रयत्न केला. त्यांच्या मागेच एक कपड्यांचं गाठोडं पडलं होतं आणि त्यातलं सामान इतस्ततः विखुरलं होतं. एका माणसाचं शरीर पडलं होतं. एक डोकं आणि एक हात. तो ड्रायव्हर होता.

आलोक वीरजी वळले, म्हणाले, ''आपल्याला इथून निघालं पाहिजे.''

''मला गाडी चालवायला येत नाही,'' इक्बाल वीरजी म्हणाले.

ते दोघेही बुचकळ्यात पडल्यासारखे दिसत होते, जणू ही एक गोष्ट शिकायची राहून गेली होती आणि आज अचानक तिचं प्रचंड महत्त्व लक्षात आलं होतं.

आता माताजी रडायच्या थांबल्या आणि म्हणाल्या, ''मारा त्यांना.''

त्या एक सारख्या इतक्या मोठ्याने रडत होत्या की, आता त्या रडायच्या थांबल्यावर प्रभजोत कौरला त्या गदारोळानंतर सगळं एकदम किती शांत झालं आहे, असं भासलं. आता बरं वाटत होतं; पण त्या कोणाबद्दल बोलत होत्या? माताजी आता त्यांच्या नवऱ्याकडे पाहत होत्या आणि एकदा या मुलाकडे, एकदा त्या मुलाकडे.

''त्यांनाही घेऊन जाण्याआधी मारून टाका त्यांना.''

प्रभजोत कौरने कारच्या दिशेने पाहिलं आणि नंतर रस्त्याकडे. नवनीत बहनजी नव्हत्या. प्रभजोत कौरला आतापर्यंत ही गोष्ट लक्षात आली नव्हती; पण आता त्या सत्यापासून सुटका नव्हती. नवनीत बहनजींना उचलून नेलं होतं.

आलोक वीरजी माताजींकडे आले आणि प्रभजोत कौरला त्यांच्या उजव्या हातातलं पिस्तूल दिसलं आणि डाव्या हातात काहीतरी लांब बाकदार होतं. त्यांच्या शर्टचा पुढचा भाग डाव्या बाजूने पुढे लोंबत होता आणि त्यातून त्यांच्या छातीचा बाक दिसत होता. त्यांच्या मानेवर रक्त दिसत होतं. काळपट. ते वाहत होतं, तिला दिसत होतं. तिच्या चेहऱ्यापासून काही अंतरावरच इक्बाल वीरजींच्या हातात काहीतरी तळपत होतं. ते कृपाण नव्हतं तर ती तलवार होती.

''मारा त्यांना,'' माताजी पुन्हा म्हणाल्या. प्रभजोत कौरला अंधारात मनीचा चेहरा दिसत नव्हता. तिला फक्त तिचे बारीक हात आणि खांदे दिसत होते, तिने माताजींना घट्ट पकडून ठेवलं होतं. प्रभजोत कौर इक्बाल वीरजींपासून बाजूला झाली आणि तिने मान वर करून पाहिलं. त्यांची पगडी सुटून आली होती, केस मोकळे होऊन काही बटा कपाळावर आल्या होत्या. त्यांचे ओठ थरथरत होते. ते तिच्याकडे पाहत होते आणि तिला दिसलं की, ते त्यांच्यावर काबू मिळवण्याचा प्रयत्न करत आहेत... त्यांनी ओठांची थरथर थांबवण्यासाठी खालचा ओठ गच्च दाबून धरला होता. आता तिला वेगळीच भीती वाटत होती. एखाद्या उंच कड्यावरून खाली पडत असल्यासारखी; पण तितक्या उंचीवरून खाली पडत असतानाही तिला तिच्या भावाबद्दल ओशाळल्यासारखं वाटलं. ती मान खाली घालून वाट बघत राहिली. ती मृत्यूची वाट बघत होती... तिच्या आईने हुकूम सोडलेल्या खुनाची!

''मी चालवतो,'' तिने पापाजींचा आवाज ऐकला. ''मी चालवू शकतो.''

अर्थातच, प्रभजोत कौरला वाटलं. ते सेल्समन होते. कार पहिल्या झटक्यातच सुरू झाली; पण तिचं पुढचं चाक गटारात गेलं होतं, ते त्यांना मागे ढकलून काढावं लागलं. प्रभजोत कौर गोल गोल वळून त्या अंधाऱ्या रस्त्यावर सभोवताली पाहत होती. तिला तिच्या मागे काय धोका उभा आहे हे कळतच नव्हतं. नंतर ते सगळे आत बसले आणि आता प्रभजोत कौर गाडीच्या पुढच्या भागात सीटच्या खाली बसली. तिने कपड्यांचं गाठोडं तिच्या पायांपाशी ढकललं व त्याच्या आणि सीटच्या मध्ये तयार झालेल्या जागेत स्वतःला कोंबलं. आपल्याला त्या गाठोड्याखाली घुसता आलं तर बरं होईल, असं तिला वाटलं. त्या सीट खाली एखादी गुप्त जागा असती, तर त्यात बसता आलं असतं असंही वाटलं. तिला वाटलं, इथे एक छोटं लोखंडी भोक असायला हवं होतं, ज्यात कोणालाही आत येता येणार नाही, जिथे ती माताजींच्या

सततच्या भयानक रडण्यापासून लपून बसली असती; त्यांच्या 'वाहेगुरू-वाहेगुरू'च्या जपापासून आणि गाडीभर विखुरलेल्या जपमाळेच्या मण्यांपासून...तिच्या स्वतःच्या श्वासाच्या गोंगाटापासून... प्रभजोत कौरने आपले हात कानांवर घट्ट दाबून धरले.

तिला काहीही दिसत नव्हतं. तिने डोळे मिटले होते; पण आता रस्त्याच्या आवाजात बदल झाला होता. तिच्या मिटलेल्या डोळ्यानाही अंधारातला फरक जाणवत होता आणि तिला कळत होतं की, त्यांनी आता शहर मागे सोडलं आहे. पहाटेच्या सुमारास त्यांना जवानांनी भरलेले दोन ट्रक एका विहिरीजवळ थांबलेले दिसले. आलोक वीरजी घाबरले होते; पण पापाजी म्हणाले की, काही पर्याय नव्हता. ते हळूहळू त्यांच्यापाशी गेले आणि कार थांबणार इतक्यात प्रभजोत कौरने डोळे उघडले. आकाशात करडी छटा पसरली होती, काळ्या आणि पांढऱ्याच्या मधलीच. प्रभजोत आजवर कधीच रात्रभर जागी राहिली नव्हती.

''ते मुसलमान आहेत,'' तिने माताजीना बोलताना ऐकलं. ते मुसलमानच होते आणि त्यांचा लीडर साजिद फारूक नावाचा माणूस होता. प्रभजोत कौरने गावाकडच्या चारपाईवर बसता बसता त्याचं नाव त्याच्या छातीवरच्या नेमप्लेटवर वाचलं. ती थरथरत होती. साजिद फारूकने त्यांची कार जवानांच्या ट्रक्सच्या मध्ये घेतली आणि दुपारपर्यंत त्याच्या काफिल्यात एकतीस वाहने सामील झाली होती. दुसऱ्या दिवशी सकाळी प्रभजोत कौरने एक लांबच लांब रांग पाहिली, माणसांची नदीच जणू... क्षितिजाच्या दिशेने चालत जाणाऱ्या माणसांची नदी. मुलं, बाया, पुरुष एकामागोमाग शांतपणे चालत होते, साजिद फारूकचे ट्रक आणि इतर वाहने चालली होती त्या दिशेनेच. ते खूप हळूहळू चालत होते. ट्रक आणि इतर वाहनं त्यांना सहजपणे ओलांडून पुढे जात होती; पण त्या माणसांच्या काफिल्याला ओलांडून जायला तीन तास लागले. त्या संध्याकाळी त्यांना तसेच अजून जवान भेटले. तसेच युनिफॉर्म, तसेच ट्रक; पण हे जवान हिंदू होते आणि मुसलमानांच्या काफिल्याना नेत होते. आलोक वीरजी म्हणाले की, ते जवान मद्रासी होते. गेल्या दोन दिवसांत तिने पहिल्यांदाच आलोक वीरजीना काही बोलताना ऐकलं. त्यांचे डोळे लाल झाले होते आणि मध्ये मध्ये डोळ्यातून अश्रू टपकत होते. त्यांचं त्याकडे लक्षही नव्हतं. साजिद फारूकने त्या मद्रासी जवानांनी आणलेला माणसांच्या आणि गाड्यांच्या तांड्याचा ताबा घेतला; आपले जवान त्यांच्यापुढे आणि मागे ठेवून तो निघून गेला. प्रभजोत कौर त्या मुसलमान जवानांना जाताना बघत होती, ते पाकिस्तानच्या दिशेने निघाले होते. नंतर ते मद्रासी जवान शीख आणि हिंदू लोकांना भारतात घेऊन गेले. या प्रवासात फारसं काही घडलं नाही. दोन दिवसांनी ते अमृतसरला पोहोचले.

इथे ते एका तीन हजार तंबू असलेल्या शहरात राहत होते. शहरातून लोक निर्वासितांना देण्यासाठी कपडे, अन्न घेऊन येत आणि एक राजकीय नेता त्या हजारो माणसांनी तंबूंच्या मधून चालून चालून चिखल झालेल्या रस्त्यावरून चालत आला. प्रभजोत कौर त्या काँग्रेसमन बरोबर आलेल्या फोटोग्राफरना पाहून त्यांच्या तंबूत लपून बसली. तिला शरम वाटली, तिच्या अंगाखांद्यांची लाही होऊ लागली. तिला तीच शरम पापाजींच्या चेहऱ्यावर दिसली जेव्हा त्यांनी शहरातून बैलगाडीतून अन्न घेऊन आलेल्या एका बनियाच्या गाडीतून गव्हाचं अर्धं पोतं उतरवलं. तिला माताजींच्या चेहऱ्यावरही तीच शरम दिसली जेव्हा त्या दुपट्टा तोंडावर ओढून तोंड झाकून बसत आणि तिला तीच शरम मनीच्या खूप खूप वेळ झोपून राहण्यातही वाटे, जेव्हा ती सूर्य आग ओकू लागला तरी तोंड वळवून एका कुशीवर होऊन झोपत असे.

तंबूच्या भिंती गरम होत, जमिनीतून उष्णता बाहेर पडतेय असे वाटे, तरी ती निग्रहाने झोपून राहत असे. त्या सर्वांनाच शरम वाटत होती. प्रभजोत कौर जेव्हा माताजींकडे पाही, तेव्हा तिला सर्वांत जास्त लाज वाटे. त्यांचा चेहरा, नाक, त्यांचं तोंड, त्यांचं कपाळ याकडे पाहिलं की, तिला शरम वाटे म्हणून ती त्यांच्याकडे पाहतच नसे. ती नजर इकडे तिकडे करे किंवा तिच्या हातांकडे पाही किंवा जाताना एक डोळा बंद करून घेई म्हणजे त्यांचा चेहरा दिसायलाच नको. तिला या शरमेमुळे माताजींकडे पाहणं असह्य झालं होतं; पण ती शरम सर्वांमध्येच होती, एखाद्या घाणेरड्या वासाप्रमाणे त्यांच्याभोवती रेंगाळत होती. तीच शरम आलोक वीरजींच्या गळ्यात दाटून यायची आणि त्यांना एक शब्द बोलणंही मुश्कील व्हायचं, एक शब्द बोलायलाही खूप कष्ट पडायचे.

''तो एक हल्ला होता. तो खुदाबक्ष. त्याने सगळं योजना करून घडवलं,'' आलोक वीरजी म्हणत होते.

प्रभजोत कौर तंबूच्या बाहेर ओल्या कपड्यांचे पिळे डोक्यावर घेऊन उभी होती.

''म्हणजे घरासाठी असं म्हणायचंय का तुला? त्याला ते घर हवं होतं म्हणून त्याने आपल्याला घाबरवून बाहेर काढलं?'' इक्बाल वीरजीनी विचारलं.

''हो,'' आलोक वीरजी म्हणाले, ''ते घर आणि बाकीचं सगळं.''

प्रभजोत कौरच्या डोक्यातील नसातून रक्त जोराने वाहू लागलं. 'बाकीचं सगळं' याविषयी ते आजवर कधीच बोलले नव्हते. कधीच कोणी बोललं नव्हतं, एक शब्दही. त्यांच्या जगातून एक नाव नाहीसं झालं होतं, एक अख्खं आयुष्य घेऊन. कायमचं.

''माझा नाही विश्वास बसत, अजिबात नाही,'' इक्बाल वीरजी म्हणाले.

''विश्वास ठेव,'' आलोक वीरजी म्हणाले. ''त्यांनी घर बळकावलं, आपली जमीन घेतली; पण त्यांचं तेवढ्यावर समाधान झालं नाही. त्यांनी ते सगळं ठरवून केलेलं होतं. ड्रायव्हर आपल्याला मुद्दाम हल्ल्याच्या ठिकाणी घेऊन गेला, जिथे ते सगळे वाटच बघत होते. तिथे पुरेसे लोकं थांबले होते... त्यांना जे न्यायचं होतं ते नेण्यासाठी; पण त्यांना अपेक्षित नव्हतं की, आपल्याकडे हत्यारं असतील म्हणून त्यांनी त्यांना जे हवं ते घेतलं; पण त्यांना आपल्या सगळ्यांना ठार मारता आलं नाही आणि म्हणून ते पळून गेले. त्या लोकांच्या बाबतीत हेच सत्य आहे. मला वाटतं मी अजून काही करू शकलो असतो तर. तीन घरं जाळण्याऐवजी हजार जाळली असती आणि त्यांचे एक लाख लोक कापून काढले असते, तर बरं झालं असतं.''

''आलोक, शांत राहा.''

''का? का शांत राहू? मी हे मोठ्याने ओरडून सांगेन. हे मुसलमान मादरचोद आणि भेन्चोद असतात. जर त्यांच्या सगळ्या बायका माझ्यासमोर उभ्या केल्या, तर एकेकीला टांगून बकरीसारखा कापून काढेन मी. माझ्या हाताने त्यांचे कोथळे बाहेर काढेन आणि हे सगळं आनंदाने करेन. भेन्चोद, मादरचोद.''

प्रभजोत कौर पळाली. तिने कपडे टाकले आणि ती पळून गेली. तिच्या आईचे शब्द तिचा पाठलाग करत होते : 'त्यांना मारून टाका.' ती धावता धावता दहा ठिकाणी तंबूच्या दोरांना अडखळून पडली, तिचे हात सोलवटले. ती रस्त्यात लाकडाच्या तुकड्याला लाथा मारत खेळणाऱ्या मुलांना, तंबूच्या दारात जुने शर्ट शिवत बसलेल्या बायकांना ओलांडून,

बाहेर तात्पुरत्या सहा विटा मांडून केलेल्या चुलींवर रटरटणाऱ्या पातेल्याना मागे टाकून, सगळं सगळं मागे टाकून, सगळी वस्ती संपते त्या टोकाला जाऊन थांबली. आता पलीकडे तांबडा रस्ता होता आणि त्याच्या पलीकडच्या बाजूला पडीक जमिनीवर दगडधोंडे होते. त्याही पलीकडे खूप शेतं होती, हिरवीगार आणि दाट शेतं. ती थांबली आणि खाली वाकून गुडघ्यांवर हात टेकून उभी राहिली. तिच्या कपाळावरून घामाचे थेंब ओघळून थेट जमिनीवर पडत होते आणि त्याची काळी वर्तुळं तयार होत होती. ती आता सरळ उभी राहिली. तिला कुठेतरी निघून जावंसं वाटत होतं. तिला जाण्यासाठी एक ठिकाण हवं होतं, कुठेतरी दूर, तिच्या कुटुंबापासून शेकडो मैल दूर, सगळ्यांपासून हजारो मैल दूर असं. तू ऐकलं नाहीयेस? मुलगी एका घरात जन्मते; पण तिचं घर दुसरीकडे कुठेतरी असतं. हे घर तुझं नाहीये. तुझं घर दुसरीकडे कुठेतरी आहे. तिने विचार केला, मी अशीच चालत राहिले तर?? पण तिला स्वतःचं भूगोलाचं ज्ञान माहिती होतं. त्या तिघी मैत्रिणींनी मिळून भूगोलाच्या धड्यांचा अभ्यास केला होता. तिने तो ब्राऊन पेपरचे कव्हर घातलेल्या वहीत सुंदर अक्षरात लिहून काढला होता आणि आता? आता तिला त्याहून जास्त माहिती होती. एका बाजूला आड तर दुसरीकडे विहीर. जायला जागाच नव्हती. सगळीकडे भीतीचं सावट दाटलं होतं. तिचं मन म्हणालं की, कुठेतरी जाण्यासाठी तुला या भीतीवर मात करावी लागेल. समोरचं मैदान स्तब्ध होतं आणि शेतं शांतपणे वाट बघत होती. नंतर ती मागे वळली आणि तिच्या आई वडिलांकडे, भावंडांकडे परत गेली.

अखेरीस त्यांनी कशीबशी दिल्ली गाठली. त्यांनी आणलेल्यांपैकी काही दागिने माताजींनी कपड्यांखालून बाहेर काढले आणि या वेळी ते ट्रेनने गेले. दोन्ही भावांनी उर्वरित कुटुंबीयांना गुंजन सिंग परवाना यांच्या घरी सोडलं. ते खरं तर नातेवाईक नव्हते; पण गुंजनसिंग यांचे वडील खेंची गावचे होते. फार पूर्वी त्यांच्या पोलिसात नोकरी असलेल्या वडिलांना नोकरीवरून काढून टाकलेलं असताना, बेरोजगार असताना पापाजींनी मदत केली होती आणि म्हणून त्यांनी आता यांना आसरा दिला. त्यांच्या दोन लहान लहान खोल्या होत्या आणि घरामागे एक व्हरांडा होता. नंतर ते दोघं भाऊ आता जी बॉर्डर होती तिकडे गेले... त्यापलीकडे आता एक परका देश होता. त्यांना जायचं नव्हतं; पण आता माताजी प्रथमच म्हणाल्या, ''जा आणि माझ्या मुलीला शोधा.'' प्रभजोत कौर झोपेचं नाटक करून पडून राहिली होती, तेव्हा तिने हे ऐकलं. आजकाल घरातल्या मोठ्या माणसांमध्ये खूप चर्चा होत असे ज्यातून तिला आणि मनीला वगळलं जात असे. मनीला खरंच झोप लागली होती आणि ती झोपेत काहीसे हुंदकेही देत होती; पण प्रभजोत कौर रोज रात्री स्वतःला जागं ठेवत असे. तिला माहीत करून घ्यायचं होतं. काय सुरू आहे हे तिला कळलंच पाहिजे होतं. जागं राहणं आता हळूहळू सोपं होत गेलं. काही ठरावीक सवयी तुम्हाला तुमच्या आत घसरू देत नाहीत, इतर पोकळीत अलगद तरंगत जाऊ देतात. जसं की, तुम्ही तपशिलांकडे लक्ष देता, तुम्ही मन सतत गुंतवून ठेवता आणि ऐकलेलं पडताळून पाहता. प्रभजोत कौरने माताजींचा आवाज ऐकला. अतिशय हळू, बसका; पण उग्र : 'जा आणि माझ्या मुलीला शोधा.' इतर बोलणं अगदी कुजबुजल्यासारखं होतं आणि ऐकू येत नव्हतं; पण प्रभजोत कौरने ती आज्ञा ऐकली : 'जा आणि माझ्या मुलीला शोधा.' त्यावर कोणताही प्रतिकार आला नाही म्हणून ते गेले; पण प्रभजोत कौरला हे समजू शकलं नाही की, ते जाण्यासाठी अनुत्सुक का होते. अर्थातच त्यांनी गेलं पाहिजे, असं तिलाही वाटलं. त्यांना का जायचं नाहीये? तिला अचानक

पोटात खड्डा पडल्यासारखं वाटलं आणि तो हळूहळू वर तिच्या हृदयाकडे सरकत होता. तिच्या हृदयात कळ उठली आणि तिला वाटलं की, खूप मोठ्याने रडावं; पण ती गप्प होती, गप्प आणि जागी, रात्रींमागून रात्री आणि ती वाट पाहत राहिली.

ते साधारण एक दीड महिन्याने परतले. अचूकपणे सांगायचं झालं तर चाळीस दिवस आणि एकेचाळीस रात्रींनंतर. प्रभजोत कौर जी आता काळाचा अगदी कडक हिशेब ठेवत होती, ती झोपेतून दचकून जागी झाली आणि तिला खात्री होती की, तिचं वय काही मिनिटांनीच वाढलं होतं आणि ते परत आले होते. माताजींच्या खोलीचं दार बंद होतं आणि आवाज अगदी हळू येत होते; पण तरीही तिने त्यांचं बोलणं ऐकलं आणि तिची खात्री झाली. ती उठली आणि दरवाज्याजवळ एक मिनिट उभी राहिली. तिने त्या जुनाट करड्या लाकडावर डोकं टेकवलं आणि ते आवाज तिच्या डोक्यात भिनले. तिला काही आशा नव्हती. रात्रींमागून रात्री तिने याच कल्पनेत काढल्या होत्या की, तो आनंदाचा क्षण येईल. जमिनीवर सलवारची खालची बाजू घासल्याचे परिचित आवाज येतील, ते आवाज तिच्या खूप ओळखीचे होते. तिचं डोकं कुशीत ठेवून ती कशी नवनीत बहनजीना बिलगायची आणि घराच्या सुखाच्या छायेत तिने धरलेल्या त्यांच्या हातांच्या नसातून वाहणारं रक्त मंजुळ गाणी गात असायचं. ती वळली आणि व्हरांड्यामध्ये गेली. तिथे एक तारेचं कुंपण होतं आणि त्याच्यापलीकडे एक गुलमोहराच्या झाडांची रांग होती आणि काही अंतरावर उंच डोंगर होते. तिला माहीत असलेली दिल्ली इतकीच होती. त्या कुंपणापलीकडे एक बाई वाकून बसली होती आणि प्रभजोत कौरने लगेच ओळखलं ती कोण होती... राम परी. तिला ते उकिडवं बसणं परिचित होतं, ज्या सहजतेने ती जमिनीवर बसायची आणि त्याच स्थितीत ती तासन्‌तास बसू शकायची.

''ती राम परी आहे का?'' मनी बाहेर व्हरांड्यात आली आणि कुंपणापाशी पळत गेली. ती राम परीच्या जवळ झुकली आणि प्रभजोत कौरने राम परीचा वर केलेला चेहरा पाहिला. ती एक म्हातारी बाई होती. तिच्या गालांची त्वचा शिथिलपणे लोंबत होती. तिने खांद्याभोवती लाल रंगाचा दुपट्टा गुंडाळून घेतला होता आणि प्रभजोत कौरला तो दुपट्टा चांगलाच आठवणीत होता. आता तो जीर्ण झाला होता आणि विटून तपकिरी रंगाचा झाला होता. ''तू कुठून आलीस?'' मनीने राम परीला विचारलं.

''इक्बाल वीरजी... मी त्यांना बस स्टेशनवर पाहिलं,'' राम परी म्हणाली. तिचा तो परिचित गावाकडची बोली बोलणारा घोगरा आवाज ऐकून प्रभजोत कौरला एकदम धक्काच बसला. ''आम्ही बॉर्डर पार करून आलो. चालत.''

''आणि... आणि बाकीचे सगळे कुठे आहेत?''

प्रभजोत कौरला मनीवर खूप जोरात ओरडावस वाटलं. तो फार असह्य प्रश्न होता आणि तिला तो ऐकण्याची इच्छा नव्हती किंवा त्याच्या उत्तराची वाट बघण्याचीही; पण ती अगदी निश्चल उभी होती, जणू तिला हलताच येत नव्हतं.

राम परीने मान हलवली, अगदी सावकाश. तिने मान हलवली. एकदा या बाजूला, एकदा त्या बाजूला.

दरवाजा करकरला. पापाजी आले आणि पाठोपाठ तिचे भाऊही. ते तीन पुरुष व्हरांड्यात उभे होते, गोंधळल्यासारखे, जणू काही ते आता काय करायचं, कुठे जायचं

याचा विचार करत होते. मनीचा हात राम परीच्या खांद्यावर होता. प्रभजोत कौर महत्प्रयासाने वळली आणि घरात गेली. उजवीकडच्या त्या छोट्याशा कोंदट खोलीत तिची आई रडत होती. ती चारपाईजवळ जमिनीवर बसली होती, तिचे हात पांघरुणावर पसरले होते आणि मान खाली घालून ती मुसमुसत होती. तिच्या रडण्याचा आवाज अगदी हळू, लहान मुलासारखा येत होता. रागावलेला किंवा त्रासलेला नव्हे, तर आश्चर्यचकित. प्रभजोत कौर आत गेली आणि माताजींजवळ उभी राहिली. तिच्या गुडघ्यांना पलंगाची हलकी थरथर जाणवत होती. तिला स्वतःमध्ये रागाच्या झळा जाणवल्या, ती त्या रागाने फुलून गेली. दगडासारखी घट्ट झाली आणि एखाद्या करुणेच्या नदीसारखी धारदार, अगतिकपणे उचंबळून वाहणारी. तिच्या आईच्या डोक्यावरचे केस पिकले होते, कोरडे ठाक, विस्कटलेले कसेतरीच आणि मागे टक्कल पडू लागलं होतं. त्याखाली त्वचा एखाद्या लहान मुलासारखी नाजूक आणि मऊ होती. प्रभजोत कौरने एक क्षण डोळे मिटले आणि नंतर ती पुढे झाली. तिने आईच्या डोक्यावर हात ठेवला. माताजींचं शरीर वाकलं आणि त्या प्रभजोत कौरला एखाद्या आंधळ्या चाचपडणाऱ्या प्राण्यासारख्या बिलगल्या. त्यांनी तिच्या कमरेला दोन्ही हातांनी विळखा घातला आणि तिच्यावर झोकून दिलं. प्रभजोत कौरने स्वतःचा तोल सावरला आणि आईच्या खांद्यावर, मानेवर हलकेच थोपटलं. तिने दुःखात असलेल्या त्या स्त्रीला आधार देण्याचा प्रयत्न केला.

मृतांचे दफन

सरताज सात वाजता उठला. माँ अगोदरच डायनिंग टेबलापाशी तिचा जाड चष्मा लावून पेपर वाचत बसल्या होत्या. त्यांची अंघोळ झालेली दिसत होती, पांढरा स्वच्छ सलवार कमीज घालून, केस नीट विंचरलेले होते. त्याला आयुष्यात कधी माँच्या आधी उठणं जमलं नव्हतं आणि कधी कधी त्याला वाटायचं की, त्या झोपतात तरी का नाही.

''बस,'' त्या म्हणाल्या. त्यांनी एक कप आणि प्लेट आणली. त्याने न्यूजपेपर वाचला : बॉर्डरवर शांतता प्रस्थापित करायच्या प्रक्रियेला वेग येत होता; पण राजौरीला काश्मिरी आतंकवाद्यांनी किंवा कदाचित परदेशी भाडोत्री मारेकऱ्यानी बावीस माणसं मारली. आतंकवाद्यांनी मेन रोडवर एक स्टेट ट्रान्सपोर्टची बस थांबवली आणि हिंदू पुरुषांना एक रांगेत बाजूला उभं करून त्यांच्यावर एके ४७ चालवल्या. एक प्रवासी वाचला, त्या प्रेतांखाली; पण त्याला गुप्तांगात गोळी लागली होती. एका रांगेत ठेवलेल्या मृतदेहांचा फोटो होता. सरताजला अंड्यांचा वास आला. त्याच्या मनात विचार आला की, आपण नेहमी मृतदेह एका रांगेत का ठेवतो? त्यांना गोल आकारात का नाही ठेवत? किंवा व्ही शेपमध्ये? किंवा असंच इथे तिथे? जेव्हा खूप लोक बळी पडलेले असतात, तेव्हा साधारणपणे तुम्ही हेच करता की, मृतदेह एका ओळीत ठेवता, जसं काही त्यांना असं ठेवल्यामुळे तुम्ही झालेल्या घटनेवर आणि जिवंत माणसांना उडवणाऱ्या स्फोटावर नियंत्रण मिळवता. सरताजने स्वतः अनेकदा असे मृतदेह एका ओळीत आणून ठेवले होते आणि त्याला त्यामुळे बरं वाटलं होतं.

''हे मुसलमान कधी आपल्याला सुखाने जगू देणार नाहीत,'' माँ त्याच्या प्लेटमध्ये ऑम्लेट वाढता वाढता म्हणाल्या. त्याला असंच ऑम्लेट आवडायचं, खूप लुसलुशीत आणि कांदा न घालता फक्त खूप मिरची घातलेलं.

''माँ,'' सरताज म्हणाला, ''हे युद्ध आहे. असं नाही की सगळे मुसलमान राक्षस असतात.''

''मी तसं म्हटलं नाही; पण तुला माहीत नाही.'' तिने आता चष्मा काढला होता आणि ती तो दुपट्ट्याने पुसत होती. जेव्हा तिने त्याच्याकडे वर मान करून पाहिलं, तिचा चेहरा अगदी कोरा होता, जणू खिडकीचे लोखंडी दार बंद असावं तसा. ''तुला हे लोक माहीत नाहीत. ते आपल्यापेक्षा वेगळे असतात. आपणही त्यांना कधी सुखाने जगू द्यायचं नाही.''

सरताज त्याच्या पुढ्यातल्या ऑम्लेटकडे वळला. त्याला त्यांच्याशी वाद घालायचा नव्हता, त्यांचे विचार ठाम होते आणि अखेरीस त्या गोष्टी अशा ठामपणे सांगत की, त्यावर

प्रश्न विचारता येणार नाही आणि त्यावर अगदी ठाम राहत. माँशी वाद घालणे म्हणजे डोकेदुखीचं काम होतं आणि त्यामुळे त्यांचंच ब्लड प्रेशर वाढे. सरताजने पेपरचं पान उलटलं आणि एक पानवाला आणि त्याच्या मोठ्या मिश्यांबद्दल लांबलचक बातमी वाचली.

गुरुद्वाऱ्यात गर्दी असली तरीही शांतता होती. त्या गर्दीत त्याने आपल्या आईला बघितलं. ती पाय पोटाशी घेऊन त्याभोवती हाताचा विळखा घालून बसली होती. त्याला तिचं तसं बसणं एकदम लहान मुलीसारखं वाटलं. कीर्तनात जसा लोकांचा आवाज वाढत गेला, तशी ती तिच्या आठवणीत हरवली. त्याला तिच्या नजरेवरून ते समजलं. तिचे ते हळुवार, अर्धे मिटलेले डोळे कुठेतरी शून्यात दूर पाहत असलेले आणि आपल्यामध्येच हरवलेले. माँ खूप लहानखुरी, नाजूक होती आणि तिच्या अगदी रोडलेल्या मनगटाकडे लक्ष गेल्यावर त्याला प्रकर्षाने वाटलं की, तिला आपल्याबरोबर राहण्यासाठी मुंबईला नेलं पाहिजे. आपले आई-वडील किती वर्षं असतात आपल्याजवळ? किती? पण ती खूप हट्टी होती आणि ती एखाद्या युद्धात लढणाऱ्या सैनिकाप्रमाणे तिच्या घराला चिकटून राहायची. मागच्या वेळी त्यांचा यावरून वाद झाला होता, तेव्हा ती म्हणाली की, हे माझं घर आहे. मी जेव्हा काळ येईल तेव्हाच एकदा हे घर सोडेन. त्याला तिचं ते बोलणं ऐकून एकदम जाणीव झाली की, काळ जेव्हा आई-वडिलांना तुमच्यापासून हिरावून नेतो, तेव्हा तुम्ही या इतक्या मोठ्या जगात किती एकटे पडता. तो एकदम गडबडून म्हणाला होता की, असं बोलू नकोस.

'तराई गुन माया मोही आई कहाँ बायदन काही,' भजन सुरू होतं. सरताजच्या मनात विचार आला की, आपण फक्त या प्रवासात चालत असतो आणि आपण एकेक करून गळत जातो. माँच्या पलीकडच्या बाजूला तिचे सगळ्यात मोठे भाऊ, इक्बाल मामा बसले होते. ते अगदी कमरेपासून डोलत होते. ते खूप धार्मिक होते, त्या गुरुद्वाराचे ट्रस्टी होते. अतिशय चांगल्या कामांमध्ये आणि धर्मार्थात गुंतलेले असायचे. सरताजला ते आवडायचे; पण त्यांच्या या अति पवित्रतेमुळे त्याचा कोंडमारा व्हायचा. अजून एक मामा होते, आलोकमामा. जे सगळ्या मुलांना यांच्याहून जास्त आवडायचे. सरताजला अजून आठवतं की, ते भारदस्त सरदार किती खायचे, ब्रेकफास्टला रोस्टेड चिकन, जेवायला रोगन जोश आणि नंतर ताज्या जिलब्या आणि रात्रीचं जेवण म्हणजे मारामारीच. त्यात स्कॉच व्हिस्की घेऊन त्यांचा चेहरा लालबुंद झालेला असायचा. सगळी लहान मुलं, सरताजची भावंडं नेहमी विनोद करायची की, त्यांच्या पोटात एक दरवाजा आहे जो एका गुहेत उघडतो आणि तिकडे सगळं अन्न नाहीसं होतं. एखाद्या माणसाने इतकं जेवावं म्हणजे कमालच होती. एका खोलीतून दुसऱ्या खोलीत जातानाही त्यांना धाप लागायची. एके दिवशी सकाळी त्यांच्या पत्नीला ते बाथरूममध्ये पडलेले आढळले, नळाचं पाणी तसंच त्यांच्या तोंडावर पडत होतं. सरताज त्या वेळी चौदा वर्षांचा होता.

इक्बाल मामा खूपच धार्मिक होते आणि मनी मावशी अजिबातच नाही. जेव्हा ती इक्बाल मामांच्या इतक्या भक्तिभावाने पूजा करण्याबद्दल उपहासाने काहीतरी बोले, तेव्हा त्यांच्यात नेहमी वादावादी होई. माँ नेहमी बहीण-भावांचा वाद होऊ नये म्हणून मनी मावशीची समजूत काढत असे; पण कधी कधी जेव्हा मनी मावशीचा मूड जागेवर नसे, तेव्हा तिच्याशी कोणी पंगा घेऊ नये. तिचा घटस्फोट, तिची वादग्रस्त राजकीय मतं आणि तिचा नास्तिकपणा यामुळे ती त्या कुटुंबातली एक वादग्रस्त बाई होती. सरताजला आजकाल तो स्वतःही देवावर किती विश्वास ठेवतो हे माहीत नव्हतं. अर्थातच, त्याने दाढी ठेवली होती,

केस वाढवले होते, तो कडं घालायचा; पण त्याने स्वतःसाठी अशी प्रार्थना किती वर्षांत केली नव्हती. त्याच्या घरात गुरूंच्या तसबिरी होत्या; पण तो आता त्यांच्याकडे सल्ला मागत नसे किंवा त्यांच्याकडून कोणत्या चमत्कारांची अपेक्षा ठेवत नसे किंवा अगदी दिवस बरा जाऊ दे, असंही मागत नसे. त्याला त्या तसबिरीमधले रंग आजकाल खूप भडक आहेत, असं वाटे. प्रत्यक्ष जीवनापेक्षा वाहेगुरूंच्या पगडीचा शुभ्र रंग अगदी विरोधाभासी होता. तरीही, सरताजच्या मनात आलं की, माँबरोबर या ठिकाणी येण्याने चांगलं वाटतं. तिथे स्वच्छ प्रकाश होता आणि भक्तांच्या एका रांगेत डुलणाऱ्या खांद्यांमध्ये किती सुख होतं.

माँनी बसल्या बसल्या त्यांची सलवार पायांवर सारखी केली आणि सरताजला गायतोंडेच्या बंकरमधल्या बाईची आठवण झाली. तिचे स्टायलिश पँटमधले लांब शिडशिडीत पाय आठवले. त्यांना तिच्या अपार्टमेंटमध्ये तिच्या धर्माची एकही खूण किंवा पुरावा आढळला नव्हता. क्रॉस नाही, बायबल किंवा रोझरी नाही म्हणून कदाचित ती नास्तिक असावी, असं त्याला वाटलं किंवा तिला काही फरक पडत नसावा; पण तिने गायतोंडेशी संधान बांधलं होतं, ज्याचा पूजाअर्चा आणि दानधर्म खूप मोठा होता. नव्वदच्या दशकात एक काळ असा होता की, त्याने सुलेमान इसाच्या राष्ट्रविरोधी कारवायांचा कडाडून प्रतिरोध करणारा हिंदू डॉन अशी स्वतःची प्रतिमा मीडियामध्ये तयार केली होती. सरताजला मिड-डेमधली एक मुलाखत आठवली ज्यात गायतोंडेने सुलेमान इसा लवकरच मरणार आहे, असं भाकीत केलं होतं. गायतोंडे म्हणाला होता, ''आमच्या टीम्स पाकिस्तानात सक्रिय आहेत आणि त्याला शोधत आहेत.'' त्या बातमीच्या वरच्या बाजूला गणेश गायतोंडेचा अगदी तरुणपणातला, लाल स्वेटशर्ट आणि गॉगल घातलेला फोटोदेखील होता. सरताज त्याच्या त्या छबीमुळे प्रभावित झाला होता. गणेश गायतोंडेची आपली एक वेगळी स्टाइल होती; पण अखेरीस तोच मेला होता, त्याच्या जुन्या शत्रूकडून बहुदा काही हस्तक्षेप न होता! का? हे खूपच इंटरेस्टिंग गूढ होतं, त्यावर विचार करण्यासाठी खूप छान होतं आणि सरताजने उरलेली सकाळ त्यावर चिंतन करण्यात घालवली.

जेव्हा दुपारी उशिरा तो आणि माँ घरी पोहोचले, तेव्हाही तो त्याच विचारत गढला होता. गुरुद्वाऱ्यातून निघाल्यावर त्यांनी इक्बाल मामांकडे भाचरांच्या आवतीभोवतीच्या गोंधळात दोन तास घालवले होते. सरताज एकुलता एक होता आणि त्यामुळे त्याला अध्ये मध्ये एकत्र कुटुंबातले असे गोंधळाचे क्षण खूप आवडत. आता तो दमला असला, तरी त्याच्या मनात अजूनही गणेश गायतोंडेच्या गोष्टी रेंगाळत होत्या. तो पडदे बंद करून पलंगावर पहुडला होता आणि विचार करत होता की, गणेश गायतोंडे आणि जोजो मस्कारेनास मध्ये असफल प्रेमसंबंध असावेत, काहीतरी वासना आणि फसवणुकीची कहाणी ज्यामुळे त्याने खून आणि आत्महत्या केली असावी. त्याला वाटलं की, या गोष्टीची शक्यता होती. पुरुष आणि स्त्रिया एकमेकांच्या बाबतीत अशा गोष्टी करतात.

''सरताज, मला अमृतसरला जायचं आहे.''

''काय?'' म्हणत सरताज झटक्यासरशी उठून बसला. माँ दरवाज्यात उभी होती.

''मला अमृतसरला जायचं आहे.''

''आता?'' सरताज डोळे चोळत पाय जमिनीवर ठेवत म्हणाला.

''अरे आता नाही बेटा; पण लवकरच.''

सरताजने पडदे उघडले आणि खोलीत उजेड येऊ दिला. ''अचानक का?''

माँने बेडशीट सारखं केलं. ''अचानक नाही. मी बरेच दिवस त्याबद्दल विचार करत आहे.''

''तुला चाचा आणि त्या सगळ्यांना भेटायला जायचं आहे का?''

''मला मरण्याआधी अजून एकदा हरमंदिर साहिबला जायचं आहे.''

सरताज थबकला, त्याचा हात भिंतीवर तसाच होता. ''माँ, तसं बोलू नको. तू खूप वेळा जाशील.''

''तू मला फक्त एकदा घेऊन चल.''

सरताजच्या छातीवर दगड ठेवल्यासारखं झालं, त्याचा आवाज फुटेना. तो माँ जवळ आला. त्याने त्याची रिकामी सुटकेस उचलली आणि बिचकत तिच्या खांद्याला स्पर्श करून म्हणाला, ''मी बघतो मला कधी रजा मिळते ते. मग आपण जाऊ.'' काहीसा खोकत म्हणाला.

सरताज बॅग भरत असताना, माँने धुऊन इस्त्री केलेले कपडे आणले. ती पलंगावर बसून त्याच्याकडे पाहत होती. आजवर शेकडो वेळा तो घरून निघाला होता; पण तिने असं कधीही केलं नव्हतं. त्याला तिच्या नजरेमुळे त्याचा बॅग भरण्याचा वेग मंदावत असल्यासारखा वाटला. तो नेहमीच बॅग नीटनेटकी भरत असे; पण आता त्याने सॉक्स कसेतरी शर्ट आणि पँटच्या मधल्या आडव्या जागेत कोंबले. माँ अमृतसरच्या नातेवाइकांच्या गोष्टी सांगत होती आणि सरताजची बॅग भरून होईपर्यंत त्याच्या लक्षात आलं की, स्टेशनला निघायला त्याला उशीर झाला आहे, तरीही तो पुढच्या दरवाज्यात जरा घोटाळला आणि माँला पुन्हा पुन्हा नमस्कार केला आणि मागच्या वेळी पापाजींना याच दरवाज्यात निरोप दिला होता, त्याची आठवण न करायचा प्रयत्न केला.

सरताजने ट्रेन गाठली; पण जेमतेमच पोहोचला आणि दादर स्टेशन येईपर्यंत त्याला नेहमीसारखी झोप आली नाही. तो ट्रेनच्या मळक्या काचांतून नेहमीच्या अंधाऱ्या कडा बघत बसला. काचांमध्ये त्याला त्याचं प्रतिबिंब दिसत होतं. त्याने हा प्रवास अनेक वेळा केला होता आणि त्याला आवडायचादेखील. मंकी हिलपासून नागनाथपर्यंतच्या बोगद्यात त्याला लहानपणी खूप गंमत वाटायची, चढ आणि डोंगरातली वळणं वळणं आणि डोंगरांआडून मध्येच समोर येणाऱ्या हिरव्या दऱ्या सगळं पाहून त्याचं मन आनंदाने भरून यायचं की, आपण कुठेतरी निघालो आहोत. त्याला अजूनही आतून उत्साह वाटला; पण त्यात आता कुठेतरी काहीतरी हरवल्याची भावनाही होती. कदाचित म्हणूनच लोक मुलांना जन्म देत असावेत म्हणजे जेव्हा तुम्हाला आता स्वतःच्या आई-वडिलांबरोबर प्रवास करता येत नाही, तेव्हा तुमच्या मुलांबरोबर तुम्ही नव्याने ट्रेनच्या प्रवासाची गंमत अनुभवू शकता. आता तुम्हाला मुंबईचे दिवे दिसू लागतात आणि तुम्ही पुन्हा घरी आल्याचा आनंद होतो.

''हो, बंटीला घेऊन ये,'' परूळकर म्हणाले. ''बाय ऑल मीन्स, त्याला नक्की घेऊन ये.''

''ते मी करू का सर? तुमच्या माणसांपैकी कोणी नाही?'' सरताजला म्हणायचं होतं की, अशा गँग बरोबर डील करणाऱ्या त्याच्या माणसांपैकी कोणी ते करणार नाही का.

''नाही. बंटीचा बहुतेक तुझ्यावर जास्त विश्वास आहे. जर मी माझ्या एखाद्या इन्स्पेक्टरला पाठवलं, तर तो घाबरेल.''

''राइट सर.'' ते हाजी अलीला परूळकरांच्या कारमध्ये बसले होते. परूळकर हेडक्वार्टर्सला निघाले होते आणि त्यांनी सरताजला वाटेत भेटायला बोलावलं होतं. सरताजला वाटलं ते फारसे खूश नाहीयेत, ते दमल्यासारखेही दिसत होते. ''तुम्हाला अजून मीटिंग आहे का सर?''

''हो. मला आजकाल फक्त मीटिंग्सच असतात.''

''डीआयजी साहेबांबरोबर?''

''केवळ तेच नव्हेत, तर इतरही शक्य त्या प्रत्येकाबरोबर. सरताज, सरकार मला काहीतरी करून झुकावायलाच बसलं आहे म्हणून मग मला जो जो कोणी मदत करू शकेल, त्याला भेटावं लागतं म्हणून मी इकडे तिकडे पळतो आहे.''

''सर, तुम्ही हे निभावून न्याल. तुम्ही नेहमीच सांभाळून घेतलं आहेत.''

''मला खात्री नाही वाटत. या वेळी, माझी पैसा खर्च करण्याची तयारी आहे तरी काही फरक पडत नाहीये. खूप जुना इतिहास आहे. ते माझा वैयक्तिकरीत्या तिरस्कार करतात. त्यांना वाटतं की, मी मुसलमानांच्या बाजूने आहे.''

''सुलेमान इसामुळे?''

परूळकरांनी खांदे उडवले. ''ते आणि इतर गोष्टी; पण मुख्य म्हणजे त्यांना वाटतं की, मी सुलेमान इसाला मदत करतो. ते वेडे आहेत. त्यांना हे कळत नाही की, त्या गँगच्या विरुद्ध यशस्वीपणे कारवाई करण्यासाठी, तुम्हाला त्याच्याबरोबरही माहिती द्यावी घ्यावी लागते. त्यांना फक्त हे माहीत आहे की, त्यांना कोणाचा तिरस्कार वाटतो. ते पॉलिटिशियन्स आहेत आणि स्वतः गँगस्टर्सपण आहेत; पण ते या नजरेतून जगाकडे बघतात. स्टुपिड.''

''म्हणूनच तुम्ही त्यांच्यावर मात कराल, सर.''

''इतकी पण खात्री वाटू दे नको सरताज,'' परूळकर म्हणाले. इमारतींच्या कमानीकडे हात करत म्हणाले, ''आजकाल, मूर्खपणाचाच विजय होतो इथे.'' त्यांच्यामागे समुद्र अथांग आणि शांत पसरला होता. त्यांचा ड्रायव्हर आणि बॉडीगार्ड डोळ्यावर ऊन येत होतं म्हणून हाताचा आडोसा करत जवळच उभे होते. ''काळ बदलला आहे.''

या साध्यासरळ सत्याबद्दल काही वादच नव्हता. काळ खरंच बदलला होता. ''जर मी काही करण्यासारखं असेल, तर प्लीज मला सांगा सर.''

सरताज त्या वयस्क माणसाला त्याच्या बाजूने इतकाच काय तो आधार देऊ शकत होता. परूळकरांच्या तीन गाड्यांचा ताफा जाताना सरताज बघत होता, त्याच्या मनात विचार आला की, ही कदाचित पहिलीच वेळ असेल की, सरताजने परूळकरांचा एक वयस्क माणूस म्हणून विचार केला असेल. त्यांचं वय कधी लक्षात येतच नसे. कारण, त्यांना त्यांच्या कामाबद्दल प्रचंड आस्था होती, ते नेहमी पोलिसवाल्यांच्या आयुष्यातील विचित्रपणाबद्दलही आनंदी असत. त्यांचा उत्साह, जोम आणि त्यांचं सातत्य आणि त्यांची प्रगती, यांमुळे त्यांचं वय लक्षातच यायचं नाही कधी. कदाचित, ते इतक्या उंचीवर पोहोचले होते की, त्या उंचीवर त्यांच्या मोठ्या महत्त्वाकांक्षांमुळे त्यांची फसगत झाली होती. हो, त्या महत्त्वाकांक्षेमुळेच ते मोडले होते, वाकले होते आणि त्यांचा आत्मविश्वास डळमळीत झाला होता, आनंद नाहीसा झाला होता. कदाचित, पापाजींच्या सारखं आदरसन्मानाच्या मधल्या पातळीवरच्या पदावर राहणं हेच बरं होतं. आपलं काम चांगलं करायचं आणि घरी जाऊन शांतपणे झोपायचं.

पण नाही; आताच्या बदलत्या काळात तुमच्यात जर करियर करण्याची महत्त्वाकांक्षा नसेल तर ते वैगुण्य समजलं जातं आणि त्या वेळी अशा गोष्टींवर विश्वास ठेवणं अशक्य आहे. सरताजने मोटारसायकलवर टांग टाकली आणि किक मारली. तो कॉजवेमधून वळला आणि शिवसागर इस्टेटच्या एंट्रन्सवरून पुढे गेला... कोणे एकेकाळी इथे हर्षद मेहताच्या मालकीची सात का आठ अपार्टमेंट्स होती. सरताज फार पूर्वी खूप मोठ्या सीबीआयच्या टीमला मदत म्हणून इथे आला होता. त्यांनी पुरावे म्हणून त्याची ही करोडोंची मालमत्ता धुंडाळली होती. हर्षद मेहताच्या अटकेमधलं सरताजचं कॉन्ट्रिब्युशन म्हणजे गर्दीवर नियंत्रण ठेवणे. अचानक वाढत गेलेल्या बघ्यांच्या आणि मीडिया रिपोर्टर्सच्या गर्दीवर त्याने नियंत्रण ठेवलं होतं. त्या रात्री आणि दुसऱ्या दिवशीही, जो कोणी त्याला भेटेल, पोलिसवाले, मित्र, मेघा, सगळ्यांनी त्याला त्याला उत्सुकतेने विचारलं होतं, ''तू हर्षद मेहताचं घर आतून पाहिलंस का? कसं होतं? खूप छान असेल ना?'' सुरुवातीला सरताजला त्याने बिल्डिंग फक्त बाहेरूनच बघितली हे सांगायला काही वाटलं नाही; पण त्याच्या या उत्तराने सगळ्यांचा अपेक्षाभंग होत असल्याने त्याला शेवटी हर्षद मेहताची राहणी कशी विलासी होती, याबद्दल काहीतरी स्टोरी तयार करून सगळ्यांना सांगणं भाग पडलं. त्याने तयार करून सांगितलेल्या त्या गोष्टीतही काही थोडंफार सत्य होतं, जे त्याला आत जाऊन आलेल्या कॉन्स्टेबल्सनी सांगितलं होतं; पण बहुतेक करून त्याने टीव्हीवर आणि सिनेमात पाहिलेल्या चित्रांच्या आधारे हर्षद मेहताच्या घराचं चित्र उभं केलं होतं की, कशा तिथे दुमजली ड्रॉइंग रूम्स होत्या आणि कसे त्यातून वर जाणारे जिने वरती जात, भिंतीतून सरकणारे दरवाजे, एखाद्या साधारण अपार्टमेंट इतके मोठे बेडरूम्स, सगळीकडे इटालियन मार्बल आणि घरभर इंटरकॉम, वगैरे. सरताज म्हणाला होता, ''तीस हजार फूट! कल्पना करू शकता का की, तो तीस हजार फुटांच्या घरात राहत होता?'' आणि हे ऐकून जे पाचशे फुटांचं घर घेऊ शकत होते, त्यांच्या डोळ्यात तर पाणीच तरळलं होतं. त्यांना काय आणि किती कौतुक वाटत असेल याची सरताजला कल्पना होती. कारण, त्याला स्वतःलाही ते जाणवलं होतं. हर्षद मेहता हा एक चोर होता; पण त्याने खूप मोठं स्वप्न पाहिलं होतं आणि ऐषआरामात राहत होता. त्याला वारंवार अटक झाली आणि तो हार्ट ॲटॅक येऊन गेला; पण एक काळ होता जेव्हा तो हिरो होता.

सरताजने गाडीचा स्पीड वाढवला आणि त्याला इंजिनचा होणारा आवाज सुखद वाटला. हर्षद मेहताच्या काळात महत्त्वाकांक्षा एखाद्या अपरिहार्य व्हायरससारखी पसरली होती आणि तेव्हापासूनच स्टॉक मार्केट कोसळणे, बुडबुडे फुटणे या सगळ्यांची सुरुवात झाली होती; पण तोवर त्या संसर्गाची लागण झाली होती. आता या अचाट महत्त्वाकांक्षा वैश्विक झाल्या होत्या. कदाचित, त्यांना गती देणे, बढावा देणे हे आवश्यकच झालं होतं. त्याने काही काळापूर्वी पेपरमध्ये एक एडिटोरियल वाचलं होतं, ज्यात म्हटलं होतं की, अखेरीस भारतीय क्रिकेट टीमने थोडी महत्त्वाकांक्षा आणि जिंकण्याची जिद्द दाखवली होती. हो, त्यांनी पैसा आणि जिद्द दोन्ही मिळवलं होतं. अगदी बरोबर. सरताजने गाडीचा स्पीड अजून वाढवला. आता जाऊन त्या रोडरोमिओचा शोध घ्यायची वेळ झाली होती.

वासिम झफर अली अहमद या लांबलचक नावाच्या आणि राजकीय महत्त्वाकांक्षा असणाऱ्या माणसाने सरताजला त्या टपोरी भावांचा ठावठिकाणा दिला होता. सरताज आणि काटेकर त्यांना भेटायला गेले. ते दोघं घरात सापडतील, अशी आशाच नव्हती; पण त्यांना

जरा भीती दाखवणे आणि घरातल्यांना थोडा दम भरणे हाच उद्देश होता, जेणेकरून त्या दोघा भावांना आपले उद्योग बंद करावे लागतील म्हणून ते खूप आरडाओरडा करत त्यांच्या खोलीवर गेले. सरताजने लाथेने दार उघडलं आणि ओरडला, ''कुठे आहेत ते दोघं गांडू? कुठे आहेत?''

काटेकरने त्या झोपडीतल्या तीन खोल्यांमधून घरातल्या लोकांना गोळा केलं, त्यात एक म्हातारा, एक बाई आणि एक अकरा बारा वर्षांची मुलगी होती. ती मुलगी सरताजला शिव्या देऊ लागली, तेवढ्यात त्या बाईने तिच्या तोंडावर हात धरला.

''त्यांनी काय केलंय?'' त्या थरथरणाऱ्या म्हाताऱ्या आजोबांनी विचारलं.

सरताज त्या बाईला म्हणाला, ''तुम्ही कुशल आणि संजीवच्या आई आहात का?''

''हो.''

''ते कुठे आहेत?''

''मला माहीत नाही.''

''तुम्ही त्यांच्या आई आहात आणि तुम्हाला माहीत नाही ते कुठे आहेत?''

''नाही, मला नाही माहीत.''

ती खंबीर बाई होती, बुटकी होती; पण तिचे खांदे रुंद होते आणि ढुंगण जाड होतं. तिने भडक लाल साडी नेसली होती आणि पदर खांद्यावरून घट्ट गुंडाळून घेऊन, त्याचं एक टोक एका हाताने धरलं होतं आणि दुसऱ्या हाताने मुलीला धरलं होतं.

''तुमचं नाव काय?'' सरताजने विचारलं.

''कौशल्या.''

''हे तुमचे वडील आहेत?''

''नाही, त्यांचे.'' म्हणजे तिच्या नवऱ्याचे असं तिला म्हणायचं होतं.

''ते कुठे आहेत?''

''त्यांच्या फॅक्टरीत.''

''कसली फॅक्टरी?''

''ते मिठाई बनवतात.''

''जवळच आहे का?''

तिने डावी हनुवटी खांद्याच्या दिशेने वळवत म्हटलं, ''बस डेपोच्या पुढे.''

सरताजने आता त्या मुलीकडे इशारा करत विचारलं, ''तिचं नाव काय आहे?'' आईने तोंडावर हात ठेवलेलं असल्याने आता तिने पुटपुटणं बंद केलं होतं आणि ती सरताजकडे टक लावून बघत होती.

''सुषमा.''

''सुषमा, जा तुझ्या वडिलाना घेऊन ये.'' कौशल्याने तिच्या तोंडावरचा हात काढला; पण ती मुलगी जागची हलली नाही. लोकांना पोलीस आवडत नाहीत, या गोष्टीची सरताजला सवय होती; पण त्या लहान मुलीचा तिरस्कार त्याला खुपला. तो गुरगुरला, ''जा.''

''साहेबांचं ऐक,'' कौशल्या आपल्या मुलीला म्हणाली आणि ती मुलगी दरवाज्यातून बाहेर पळत गेली.

सरताज आता दरवाज्याजवळच्या खुर्चीवर बसला. त्याने गुडघ्यात अंतर ठेवून आपले पाय जमिनीवर घट्ट रोवले. काटेकर डावीकडे असलेल्या छोट्याशा स्वयंपाकघराकडे वळला आणि भांडीकुंडी हलवत शोध घेऊ लागला. त्याने सेल्फातून एक बाटली काढली आणि त्याचा मोठ्याने वास घेतला. कौशल्या आणि ते म्हातारे आजोबा दुसऱ्या खोलीत गेले. सरताजला त्यांची कुजबुज ऐकू येत होती.

अपराध्यांना शोधणं म्हणजे कारने पाठलाग करणं, गर्दीने तुडुंब भरलेल्या रस्त्यांवरून उड्या मारणं आणि बॅकग्राउंड म्युझिकच्या तालावर हालचाली करणं असायला हवं. सरताजला तसं हवं होतं; पण प्रत्यक्षात शोध घेणे म्हणजे बाया, म्हातारी माणसं यांची त्यांच्या घरात घुसून चौकशी करणं असायचं. हे पोलिसांचं ठरलेलं आणि लागू पडणारं तंत्र होतं की, जोवर माहिती असणारी व्यक्ती घडाघडा बोलत नाही, तोवर घरातल्या लोकांना जाऊन थोडा त्रास द्यायचा म्हणजे मग गुन्हेगार पकडीत सापडतो आणि निष्पाप असतात ते कबुली देतात. काटेकर एका भडक निळे कव्हर असलेल्या सोफ्यावर बसला आणि सरताजने कौशल्याला हाक मारून चहा आणि बिस्कीट द्यायला सांगितलं. ती भिंतीआडून धुसफुसली; पण बाहेर गेली आणि शेजाऱ्याला कोपऱ्यावरच्या धाब्यावर पाठवलं. ती परत आत आली आणि खालमानेने त्यांच्या समोरून मागच्या खोलीत निघून गेली.

त्यांच्या खोलीच्या भिंती स्वच्छ पांढऱ्या होत्या; पण एका फळीवर फोटोग्राफ ठेवलेले होते. कौशल्याचं लग्न आणि तीन मुलं असल्याचे पुरावे असल्यासारखे. एका गुलाबी रंगाच्या फ्रेममधल्या फोटोत सुषमा मनमोकळं हसत होती. सरताजने भिंतीला डोकं टेकवलं आणि डोळे मिटले; पण तो अस्वस्थ होता, डुलकी वगैरे काढण्याइतका रिलॅक्स नव्हता. तो सरसावून बसला आणि त्याने पाहिलं की, काटेकर फिल्मी कहानियांची जुनी कॉपी अगदी मन लावून वाचत होता. कव्हरच्या डाव्या पानावर बिपाशा बासूने तिच्या छातीच्या गोलाईवर हात धरले होते, त्यामुळे अचानक जाग्या झालेल्या वासनेकडे सरताजने दुर्लक्ष केलं. तो ताठ बसला आणि त्याची ही अवस्था लपवण्यासाठी त्याला थोडं पुढे झुकून बसावं लागलं. हेल विथ यू बिपाशा! त्याने मनातल्या मनात तिला एक शिवी दिली. सरताजने सेक्स केल्याला आठ महिने झाले होते, ती एका मराठी सायंदैनिकाची बातमीदार होती. त्याच्याकडे ती सुरुवातीला एखादी मोठी स्टोरी करण्यासाठी डान्स बार आणि बार गर्ल्सबद्दल अगदी कठीण प्रश्न घेऊन आली होती. तिचे रुंद खांदे, सैल हिरवी जीन्स, तिचा उपरोध आणि तिची कार्यक्षमता यामुळे तो भारावून गेला होता. ते तीनदा भेटले होते, तीन वेगवेगळ्या रेस्टॉरंटमध्ये. तिसऱ्या वेळी चहा पिता पिता तिच्याकडचे बारबालांबद्दलचे प्रश्न संपून गेले आणि दुसरं काहीतरी घडणार हे आता अपेक्षितच होतं. त्यांनी अवघडून एकमेकांना बाय केलं आणि या वेळी तिने भक्कम हँडशेक करण्यासाठी हात पुढे केला नाही. तिने दहा दिवसांनंतर फोन केला आणि या वेळी ते चौपाटीवर फिरायला गेले... त्याला ती अगदी काही सुंदर वगैरे वाटली नव्हती; पण तिच्या सफेद पांढऱ्या फुल शर्टच्या खाली तिच्या पाठीवर हात ठेवण्यापासून तो स्वतःला थांबवूही शकला नाही. पुढे चार महिने ते दर आठवड्याला अंधेरीला पीएसआय कांबळेच्या रूमवर सेक्स करत असत. कांबळे म्हणायचा की, घोची करा बॉस. सेक्स केला, प्रणय केला, घोची केली, त्याला जे म्हणायचं ते म्हणा; पण त्यामुळे सरताजला खूपच एकटेपणा वाटू लागला. त्याच्या घशात कधी न विरघळणारा आवंढा आला. तिच्या देहाचे स्पर्श अनुभवणं त्याला आवडायचं. तिचे आवेग तिच्या निमुळत्या लांब देहातून लहरत आणि ती तशी विशेष

डिमांडिंग नव्हती. ती मिळतंय त्यात सुख मानणारी होती आणि तरीही सरताजला तिच्याबद्दल विशेष ओढ वाटत नव्हती, जी कधीकाळी त्याला मेघासाठी वाटे. याच गोष्टीमुळे जेव्हा तो कांबळेच्या फुलाफुलांच्या चादरीवर दम खात पडलेला असे तेव्हा त्याची विचित्र तगमग होई. त्याला आपल्याच देहात कमीपणा आणि कुठेतरी खोल हरवून गेल्यासारखं वाटे. अखेरीस त्याने या सगळ्याला विराम दिला. यामुळे ती दुखावली गेली; पण तिने ते झटकून टाकलं : मर्द साले असेच असतात.

हो, पुरुष असेच असतात. तिच्या आधी इतर स्त्रिया होत्या. एक कॉल गर्ल होती, त्याच्या डिव्होर्सला एक वर्ष झाले त्या दिवशी कांबळेने त्याला गिफ्ट दिलं होतं : ''एकदम मस्त हाय क्लास आयटम आहे बॉस, एकदम ॲक्ट्रेस मटेरियल,'' तो म्हणाला होता. सरताजला काही करणं जमलं नव्हतं, तर त्या एक्ट्रेस मटेरियलने त्यांच्या खांद्यावर थोपटलं आणि नंतर मग मेघाची एक विवाहित मैत्रीण होती, जी फोन करण्यासाठी त्यांचा डिव्होर्स होईपर्यंत थांबली होती. जेव्हा डिव्होर्सची डीक्री झाली, तेव्हा मग आता तिच्या दृष्टीने त्यात काही अनैतिक उरलं नाही. सेक्स केल्यावर तिला मर्डर, अंधाऱ्या रस्त्यांवरचे गोळीबार, उतावळे आणि हिंसक पुरुष यांबद्दलच्या गोष्टी ऐकायला आवडायचं. सरताजच्या शेजारी पडल्या पडल्या, तिचं गुबगुबीत आणि सोनेरी शरीर, तिच्या डोळ्यांतली चमक एक प्रकारचं गारुड टाकायची. नंतर एक फिरंगीसुद्धा होती. एक ऑस्ट्रियन बाई, लोकल ट्रेनमध्ये तिचं पाकीट मारलं म्हणून तक्रार नोंदवायला आली होती. त्याला तिचा शार्प ॲक्सेंट तत्काळ आवडला. तिचं किणकिणल्या सारखं बोलणं, अचानक मध्येच पॉज घेणं आणि तिचे गूढ निळे डोळे... त्याला ते सगळं आवडलं; पण ती त्याच्या खूपच आवाक्याबाहेरची होती आणि म्हणूनच त्याला कळेना की, पुढे काय करावं. अगदी, ती पुढे दोन दिवस येत होती तरीही. त्याने शेवटी तिच्यापाशी कबूल केलं की, चोराला शोधण्यात काहीही प्रगती होत नाहीये आणि त्याला भारतीय लोकांच्या अकार्यक्षमतेबद्दल लाज वाटली. ऑस्ट्रियामध्ये एव्हाना तो चोर पकडला जाऊन त्याला शिक्षाही झाली असती. त्या वेळी तिने त्याला कॉफी घ्यायला आवडेल का असं विचारलं. तीन दिवस कॉफी प्यायल्यानंतर त्याने तिला विचारलं की, तिला त्याचं घर बघायला आवडेल का? त्याच्या अपार्टमेंटमध्ये गेल्यावर तिने त्याला त्याची पगडी काढायला सांगितली. ''मला तुझे मोकळे केस बघायचे आहेत,'' ती म्हणाली. ''तू अमिताभ बच्चन,'' पीएसआय कांबळेने याबद्दल ऐकल्यावर सरताजचा हात दाबत तो म्हणाला, ''तू तर सरदारांचा राजेश खन्नाच आहेस.'' कांबळेला वाटणाऱ्या प्रचंड उत्साहामध्ये सरताजलादेखील स्वतःला थोडासा आनंद गवसला होता जेव्हा तिचे ऑस्ट्रियन लहान स्तन पाहिले आणि सफेद पँटीखाली सोनेरी केस गवसले, तेव्हा त्याच्या अंगातही आनंदाची शिरशिरी उठली होती. जेव्हा त्याने स्वतःला तिच्या आत झोकून दिलं, तेव्हा त्याला हजार ब्ल्यू फिल्म्समध्ये प्रवेश केल्यासारखं वाटलं... त्याच्या आत त्याच्या तारुण्यात पाहिलेल्या अनेक सुंदऱ्यांच्या चकचकीत पोस्टरमधला उत्साह संचारला होता. त्यांचं झाल्यावर ती शांत होती आणि त्याला तिच्या अशा गप्प बसण्याचा अर्थ कळेना आणि हा तारुण्याचा बादशाह त्याला हाडांमध्ये जाणवणारी पांढरी पोकळी अनुभवत तोंडाचा आ वासून तिच्या शेजारी झोपला होता.

सरताजने डोकं झटकलं आणि तो उठला. कौशल्याच्या नवऱ्याला फोटो काढून घेणं आवडत असावं. प्रत्येक फोटोत तो मधोमध बसला होता आणि आजूबाजूला बायको,

मुलं होती. सरताज भिंतीजवळ उभा राहिला आणि त्या फोटोंचं बारकाईने निरीक्षण करू लागला. काटेकरकडे त्याची पाठ होती. त्या फोटोत दोन त्रास देणाऱ्या मुलांचा बाप होता. बायकोशिवाय त्याच्या कोणी बायका ठेवल्या असतील का? सगळ्यात मोठ्या फोटोमध्ये त्याच्या पांढऱ्या कुडत्यामधून दिसणारं पोट बघता सरताजला त्या गोष्टीची खात्री वाटली. तो एक पुरुष होता आणि म्हणून त्याच्या बायका असणार. सरताज बायकांचा लाडका पोलीसवाला म्हणून ओळखला जायचा; पण त्याने कोणाला सांगितलं नव्हतं की, त्याने सेक्स करणं सोडलं होतं. काटेकर, कांबळे आणि स्टेशनमधले इतर सगळे घोचीबद्दल खूप बोलत असत. चूत, खड्डा, टोप, दाणा, हत्यार, मोसंबी... हो, तिची मोसंबी अशी गोल होती की, बघतच राहाल तुम्ही. मोसंबी, बॉम्ब, दुधाची टाकी, नारळ आणि हो, माल, चाबी, चावी, असल्या गोष्टींवर त्यांच्या खूप गप्पा होत. सरताजला वाटलं की, कदाचित मीच एकटा असेन ज्याच्याकडे अतिशय शांतपणे घडणाऱ्या सेक्सच्या, खूप काळाने घडणाऱ्या सेक्सच्या, हव्याहव्याशा सेक्सच्या, डल, दुर्दैवी, थांबलेला, अनावश्यक सेक्स, दुःखदायक कडवट सेक्स अशा वेगवेगळ्या सेक्सच्या गोष्टी असतील. सेक्स. काय शब्द आहे! काय चीज आहे!

चहा आणि त्या दोन मुलांचे वडील एकत्रच आले. कौशल्याचा नवरा चहा घेऊन आलेल्या पोऱ्याच्या पाठोपाठच आत आला. त्याने चहाचे ग्लास तारेच्या बास्केटमधून आणले होते. त्या पोऱ्याने सरताजकडे पाहून भुवई उंचावली आणि त्याने मान डोलावताच त्याने चहा झटकन हातात दिला... खूपच कलात्मक आणि व्यावसायिकपणे. त्या पोऱ्याने विचारलं, ''बिस्कुट?'' आणि पारले ग्लुकोजचा पुडा पुढे केला. सरताजने पैसे दिले आणि त्याला पैसे देताना पाच रुपयाचं नाणं खाली पडलं. त्या मुलाने ते पायाच्या बोटानेच उचललं आणि तसं करताना त्याने असा अलगद पाय उचलला आणि नाणं डाव्या हातात घेतलं. त्यासाठी सरताजने त्याला टीप म्हणून अजून पाच रुपये दिले. तो पोऱ्या हसला आणि निघून गेला.

कौशल्या आणि तिच्या पाठोपाठ तो म्हातारा माणूस बाहेर आले होते. सरताज तिच्या आणि तिच्या नवऱ्याच्या मध्ये उभा राहत चहाचा घोट घेत म्हणाला, ''तुमचं नाव काय?''

''बिरेंद्र प्रसाद.''

''तुम्ही मिठाई बनवता?''

''हो साहेब. चमचम, बर्फी आणि पेढे. आम्ही दुकानं आणि रेस्टॉरंटना पुरवतो.''

''फॅक्ट्री तुमची स्वतःची आहे?''

''हो साहेब.''

''आणि तुमचे मुलगे तुमच्याबरोबर काम करतात?''

''कधी कधी करतात साहेब. ते अजून शिकतायत.''

''चांगलंय.''

''हो साहेब. मला त्यांनी पुढे जायला हवं आहे. आजच्या जगात तुम्हाला शिकल्याशिवाय पर्याय नाही.''

बिरेंद्र प्रसादने जग पाहिलं होतं, त्यात वादच नाही. आज त्याने चंदेरी कुडता घातला नव्हता. त्याने हिरवा शर्ट आणि काळी पँट घातली होती आणि त्याच्या स्थूलपणामुळे त्याच्या बायकोला तो शोभून दिसत होता. तो खमका आणि निर्धारी वाटत होता आणि त्याला घरी पोलीस आलेले आवडले नव्हते; पण तरीही तो शांत आणि विनम्र राहण्याचा प्रयत्न करत

होता. त्याची मुलगी त्याच्या शर्टाचं मागचं टोक धरून उभी होती आणि सरताजकडे टक लावून बघत होती. त्या छोट्याशा खोलीत आता खूप लोक उपस्थित होते आणि सरताजला बिरेंद्र प्रसादच्या मानेवरून ओघळणारा घाम दिसत होता. सरताज दात दाखवत हसला आणि त्याने चहाचा घोट घेतला.

''साहेब,'' बिरेंद्र प्रसाद म्हणाला.

काटेकर प्रसादच्या आजूबाजूला घुटमळत होता, त्याच्या डावीकडे, मागे वगैरे, त्यामुळे तो मिठाईवाला अस्वस्थ झालेला दिसत होता. त्याचे डोळे मागे, डावीकडे फिरवत होता. ''तू कधी जेलमध्ये गेला आहेस का बिरेंद्र प्रसाद?'' त्याने विचारलं.

''हो, खूप वर्षांपूर्वी.''

''काय चार्ज होता?''

''काही नाही साहेब. फक्त गैरसमज होता...''

''तू असाच जेलमध्ये गेलास?''

काटेकर त्याच्या अजून जवळ जाऊन अगदी हळू म्हणाला, ''साहेबांनी काहीतरी विचारलंय तुला.''

ती मुलगी आता रडायला लागली.

''एक वर्षासाठी गेलेलो. चोरीसाठी,'' तिचे वडील म्हणाले.

सरताजने चहाचा ग्लास खुर्चीवर ठेवला आणि तो बिरेंद्र प्रसादच्या जवळ गेला. ''तुझे मुलगेही जेलमध्ये जाणार आहेत.''

''नाही साहेब. कशासाठी?''

''तुला माहिती आहे ते इकडे काय करत आहेत? तुला माहीत आहे ते मुलीबाळींशी कसे वागतात?''

''साहेब, ते खरं नाहीये.''

काटेकरने त्याला खांद्यावर हात ठेवून एक हलका धक्का दिला. ''तुला असं म्हणायचं आहे का की साहेब खरं बोलत नाहीयेत?''

''लोक अशा सगळ्या अफवा पसरवतात आणि ते अजून लहान आहेत... पण...''

''तू तुझ्या मुलांना उद्या मला भेटायला स्टेशनवर पाठव,'' सरताज म्हणाला. ''चार वाजता किंवा मी इथे पुन्हा तुझ्या घरच्यांना भेटायला येतो आणि तुझ्या फॅक्ट्रीत येतो. मी तुझ्या मुलांना जेलमध्ये टाकेन.''

''साहेब, मला माहीत आहे हे कोण करतंय.''

सरताज त्याच्या जवळ झुकला आणि त्यांच्या कानापाशी म्हणाला, ''माझ्याशी वाद घालू नकोस गांडू. तुला मी तुझ्या घरच्यांच्या समोर तुझी इज्जत काढायला हवी आहे का? तुझ्या मुलीच्या समोर?''

यावर बिरेंद्र प्रसादकडे उत्तर नव्हतं.

काटेकरने त्याचा खांदा दाबला आणि तो बाजूला झाला. सरताज सुषमाला वळसा घालून बाहेर पडला. तो आणि काटेकर उन्हात त्या गल्लीतून चालत होते. त्यांना बघून समोरून येणारा मुलांचा घोळका पांगला.

''तो वासिम झफर जरा झोल आहे साहेब,'' काटेकर म्हणाला. ''त्याची चाल जेवढी बापाविरुद्ध आहे, तेवढीच त्याच्या मुलांच्या विरुद्ध.''

''हो, हा बिरेंद्र प्रसाद त्याच्यासाठी प्रॉब्लेम असणार,'' सरताज म्हणाला. ''त्याने आपल्याला सांगायला हवं होतं, हरामखोर.'' कारण, बिरेंद्र प्रसादचे आपले कनेक्शन असण्याची शक्यता होती; पण सरताजला जास्त चिंता नव्हती. अटक केलेला किंवा नुसतं हात लावलेला प्रत्येक पुरुष किंवा बाई कोणत्या न कोणत्या जाळ्याचे भाग असतातच आणि तुम्ही ते कोणत्या नेटवर्कचा भाग आहेत, याची चिंता करण्यात तुमचं व्यावसायिक आयुष्य खर्ची घालू शकत नाही. तुम्ही थोडीशी काळजी घेतलीत, तर त्यामुळे पुढे काही प्रॉब्लेम आलाच, तर त्याला तोंड देता येतं, तरीही वासिम झफर अली अहमदने त्यांना ही गोष्ट सांगायला हवी होती. ''हे घे,'' तो म्हणाला आणि त्याने बिस्कीटचा पुडा काटेकरकडे दिला. त्याने आपल्या मोबाईलवर एक नंबर डायल केला आणि वासिम झफरने दुसऱ्याच रिंगला फोन उचलला.

''हॅलो, कोण बोलतंय?'' तो अगदी घाईत म्हणाला.

''तुझा बाप,'' सरताज म्हणाला.

''साहेब? काय झालं?''

''तू कुठे आहेस?''

''मी स्टेशनजवळ आहे साहेब. मी इकडे काही कामासाठी आलो होतो. मी तुमच्यासाठी काय करू शकतो?''

''तू आम्हाला खरं सांगू शकतोस. तू आम्हाला का सांगितलं नाहीस की, तुझं बिरेंद्र प्रसादच्या विरुद्ध काहीतरी सुरू आहे?''

''त्यांचे वडील? साहेब, खरंच, त्याचा असा काही त्रास नाहीये; पण तो त्याच्या मुलांना बिघडवतो आहे आणि त्यांच्याबद्दल कोणी काही बोललं की, त्याला राग येतो. तेच त्याला उचकवतात. तो खूप साधा माणूस आहे, खरंतर अगदी खेडवळ. त्या हरामजाद्यांना वाटतं की, ते फार शहाणे आहेत. एकदा त्या मुलांना थोडंसं दाबलं आणि ते शांत झाले की हाही गप्प बसेल.''

''तू सगळा हिशेब केला आहेस, बरोबर?''

''साहेब, मी काही लपवायचा प्रयत्न करत नव्हतो.''

''पण तू आम्हाला सगळी माहितीही दिली नाहीस.''

''माझी चूक साहेब, साहेब तुम्ही कुठे आहात?''

''तुझ्या राज्यात.''

''साहेब, नवनगरमध्ये कुठे? मी पाच मिनिटांत तिथे येतो.''

''दहा मिनिटांत ये. मी तुला शमसुल शाहच्या घरी बंगाली बुरामध्ये भेटतो.''

''हो साहेब. त्यांच्या नवीन खोलीवर?''

''हो, त्यांच्या नवीन खोलीवर.''

''ओके साहेब, मी ठेवतो साहेब.''

काटेकर बिस्कीट खात होता. ''आपल्याला भेटायला पळत येतोय?''

''हो. त्याने न्यायाला वाहून घेतलं आहे.''

काटेकर रागाने फुरफुरला. सरताजने काटेकरच्या हातातल्या पुड्यातून एक बिस्कीट घेतलं आणि ते त्या वस्तीमधून चालत बंगाली बुराकडे निघाले. वासिम झफर अली अहमद आपण पोलिसांबरोबर दिसावं म्हणून खूपच उत्सुक होता, त्यामुळे त्याला माझी किती पोहोच आहे, मी कामं करवून घेऊ शकतो, हे लोकांना दाखवण्याची संधी मिळणार होती. त्याने कदाचित हेही दाखवलं असतं की, त्यानेच पोलिसांना बोलावलं आहे. त्यानेच शमसुल शाहच्या खुनाच्या तपासाची आठवण करून दिली आणि अगदी कठोरपणे तपास करायला सांगितलं म्हणून. त्याच्या मते, तो अगदी काळजीवाहू समाज कार्यकर्ता होता, जो पोलिसांकडून कारवाई करून घेत होता. जो माणूस स्वतःला एक पटाईत राजकीय नेता असल्याचं दाखवत होता, तो त्याच्या धाकाला न जुमानता बिरेंद्र प्रसाद त्याला का नडतोय, ते सांगायला तयार नव्हता.

सरताज चौकात थांबला. समोरची चिंचोळी गल्ली डायरेक्ट बंगाली बुराकडे जात होती आणि उजवीकडची थोडी रुंद गल्ली मेन रोडकडे. त्याने हाताला लागलेला बिस्कीटचा चुरा झटकला आणि काटेकरला म्हणाला, ''चल, आधी जाऊन देवाला भेटू.''

नवनगरमध्ये सरताजचा एक जुना कॉन्टॅक्ट होता, एक तामिळ माणूस, देवा. सरताज त्याला नऊ वर्षांपूर्वी भेटला होता, जेव्हा त्याने ॲन्टॉप हिलला चार टायर चोरांची टोळी पकडली होती. देवा त्या चोरांच्या बरोबर त्यांच्या खोलीच्या छोट्याशा पोर्चमध्ये राहत होता. त्याने तो निर्दोष असल्याचं सांगितलं होतं. तो तिथे फक्त भाडेकरू म्हणून राहत होता आणि त्यांच्या चोऱ्यांशी त्याचा काहीही संबंध नव्हता. तो केवळ त्यांच्या गावाकडचा होता आणि शहरात नवीन होता म्हणून घरात टायर ठेवणे इकडे सगळेच करत असतील, असं त्याला वाटलं होतं. त्याच्या खांबांसारख्या किडकिडीत पायांवर कितीही फटके मारले तरी तो एकोणीस वर्षांचा मुलगा धीर सोडत नव्हता. सरताजला त्याचा आनंदी स्वभाव, त्याचं ती विचित्र तमिळ गाणी गुणगुणणं आवडलं होतं म्हणून सरताजने त्याच्यावर विश्वास ठेवायचं ठरवलं आणि त्याची काळजी घेतली. त्याने त्याचं नाव एफआयआरमध्ये घातलं नाही आणि एक दोन लोकांशी त्याच्या नोकरीसाठी बोलला होता. आता देवा एक स्थिरस्थावर, लग्न झालेला आदरणीय माणूस होता. त्याला एक मुलगाही होता आणि अजून एक मूल होण्याच्या मार्गावर होतं. त्याने आता छोटी मिशी वाढवली होती आणि त्याला पोटही सुटलं होतं. तो नवनगरमध्ये लोखंडाची कामं करत असे. त्याच्या वर्कशॉपमध्ये बरेच तमिळ लोक घाम गाळत हँडलूम मिलसाठी लागणारी लोखंडी चाकं, कुंपण आणि फिटिंग्ज वगैरे सर्व प्रकारच्या स्पेशल ऑर्डर्सची कामं करत.

त्याला भेटायचं म्हणून सरताज उजवीकडे वळला आणि त्याने त्यांना उशीर होईल हे सांगायला चालता चालता वासिम झफर अली अहमदला फोन केला. रस्त्याचं नुकतंच डांबरीकरण झालं होतं आणि रस्त्यावर सायकली, स्कूटर्सची सतत ये-जा होती. नवनगरच्या या भागातली घरं जुनी आणि चांगल्या प्रकारे बांधलेली होती. सगळ्या घरांना विजेची आणि पाण्याची कनेक्शन्स होती. त्यातली बरीच घरं दोन किंवा तीन मजली होती, ज्यात तळमजल्यावर रस्त्याच्या बाजूला दुकानं आणि वर्कशॉप्स होते. दाटीवाटीने असलेल्या छपरांच्या मागून अचानक मोठे, लखलखते तपकिरी डोळे चमकले आणि गेले, खिडक्यांच्याही पेक्षा मोठ्या आकाराचे आणि भुवया निळ्या प्रकाशात न्हाऊन निघत होत्या, अर्धवट उघडे

ओठ आणि उडणारे केस. सगळं कसं हलकं आणि स्वर्गीय वाटावं असं. सरताजला माहीत होतं की, ती मेन रोडवरच्या बिलबोर्डवरची मॉडेल आहे; पण तरी तिची नजर आपल्यावरच खिळली आहे, असं वाटणं थोडं विचलित करणारं होतं. त्याने नजर खाली वळवली आणि तो पुढे गेला.

देवाने त्यांना पाहिल्या पाहिल्या कोल्ड्रिंक आणायला सांगितलं आणि तो कितीही नाही म्हटलं, तरी ऐकणार नव्हता. कॉर्नरवरून एक मुलगा दोन लिम्का घेऊन आला. सरताज आणि काटेकर वर्कशॉपच्या दारातच बाहेर उभ्या उभ्या लिम्का प्यायले. वर्कशॉपमध्ये लाइट नव्हते, छपरातून दोन सूर्यप्रकाशाचे झोत येत होते. त्या उजेडात खाली वितळलेलं लोखंड मोल्डमध्ये घालत, उघड्या अंगाने काम करणारे कामगार दिसत होते. ते पायांनी मोल्ड वर-खाली करत होते.

''बरेच दिवस माझी आठवण नाही आली साहेब,'' देवा म्हणाला.

''तमिळ लोक नीट वागतायत देवा,'' सरताज म्हणाला.

देवा मोठ्याने हसला. त्याने दरवाजातून वाकून आत कामगारांना सरताजच्या बोलण्याचं भाषांतर करून सांगितलं. आतून लोखंडाच्या ठिणग्यांच्या बरोबरीने हसण्याचा आवाज आला. नवनगरमध्ये राहून इतर कोणतीही भाषा न बोलता फक्त तमिळ बोलणं शक्य होतं. आतल्या ठणठणाटातून उत्तर ऐकू आलं. देवा म्हणाला, ''तो म्हणतोय, आम्ही इतकं चांगलं वागतो की आता रक्षकपण आमच्यावर प्रेम करतात.''

एक काळ होता, जेव्हा रक्षकांनी मुंबईतल्या स्थानिक अभिमानापोटी तमिळ लोकांना हाकलून लावलं होतं. सरताजने लिम्काची रिकामी बाटली खाली वाकून दरवाजापाशी ठेवली. ''नक्कीच. ते आता इतर लोकांच्या मागे लागलेत.'' देशप्रेमाच्या बळावर अजूनही मतं मिळवता येतात; पण तुम्हाला शत्रू कोण हे ठरवताना थोडा धूर्तपणे विचार करावा लागतो म्हणून आता रक्षक बांगलादेशी धमक्यांना विरोध करून 'देशद्रोही' मुसलमानांना देश सोडून जायला सांगत होते. गेम तोच, फक्त टार्गेट वेगळे. दरवाज्यातून येणाऱ्या गरम झळांपासून दूर होत सरताजने देवाला गल्लीत बाजूला नेलं. ते गटार ओलांडून पुढे गेले. काटेकर मागोमाग आला.

''तुम्ही त्या मर्डरचा तपास करताय ना ज्या मुलाला त्याच्या मित्रांनी मारलं आहे,'' देवा म्हणाला.

''हो. काही माहिती आहे त्याबाबत?''

''नाही. मी त्यातल्या कोणालाच ओळखत नाही.''

''कधी सोशल वर्कर वासिम झफर अली अहमदचं नाव ऐकलं आहेस?''

''हो हो. तो हरामखोर. फार शहाणा आहे.''

''किती शहाणा? त्यांचे धंदे काय आहेत?''

''त्याचे वडील लोकल खाटीक आहेत. मला वाटतं, मुलगा जास्त करून सोशल वर्क करतो; पण त्याची बरीच चुलत भावंडं आहेत आणि त्यांची गॅरेज आहेत. दोन इथे आणि एक भांडूपमध्ये कुठेतरी. सगळे एकदम वेल सेटल आहेत.''

''आणि ही गॅरेज, काय गडबड आहे का सरळ आहेत?''

''मीडियम साहेब. मी ऐकलंय की, ते सेकंड हँड पार्ट्सचा धंदा करतात.'' देवाचं हसू खूप असामान्य होतं, तो हसताना त्याचा जबडा पुढे येई, त्याचे डोळे बारीक होत आणि

त्याचे चमकणारे शुभ्र दात तोंडभर पसरत. सेकंड हँड पार्ट्स कुठूनही येऊ शकतात, कायदेशीर सोर्सकडून किंवा मूर्खांच्या गाड्यांमधूनही. ''त्याचे एक का दोन भाऊ थोडे अडचणीत सापडले होते. कधी अटक नाही झाली साहेब; पण इकडे तिकडे काहीतरी केलं.''

''तुला त्या भावांची नावं माहिती आहेत का?''

''नाही; पण बघू.'' देवा सरताज आणि काटेकरला कॉर्नरवर एका बेकरीपाशी घेऊन गेला. ती बेकरी म्हणजे एक पत्र्याचे छप्पर असलेले शेड होते, ज्यात एकावर एक ओव्हन होते आणि बरीच माणसं पीठ मळत होती. अगदी टोकाला एक छोटं क्युबिकल होतं, ज्यात मालक जेमतेम मावत होता. तो मालक आपली लुंगी गुंडाळून भलं मोठं पोट सावरत त्याच्या कामगारांना ओलांडून आला, तोवर देवा फोनवर बोलत होता. सरताज त्याची दाक्षिणात्य भाषेत नाकात बोलण्याची ढब ऐकत होता, त्याला त्यामुळे नेहमीच मेहमूदची आणि लहानपणच्या हसण्याची आठवण होई. त्याने निःश्वास टाकायचं टाळलं. ब्रेडच्या ताज्या लाद्यांचा खूप छान वास येत होता; पण त्या गर्मीत तो वास फारच उग्र, उच्च वाटत होता. देवाने दोन फोन कॉल केले आणि सरताजला लक्षात आलं की, तो नवनगरमधल्या त्याच्या तमिळ कनेक्शनना संपर्क करत होता, त्यांना बोलतं करत होता आणि काय माहिती येतेय ती ऐकून घेत होता. हे तमिळ लोक सुरुवातीला नवीन असल्याने घाबरत असत. ते जमीन आणि स्थानिकांच्या नोकऱ्या बळकावतात म्हणून रक्षक त्यांना उघडपणे दोष देत आणि धमक्या देत. आता ते मुंबईकर झाले होते.

देवा पुन्हा त्याच्या जागेवर खुर्चीत बसला. त्याने मुठीचा कोन केला आणि विचारलं, ''रेडी साहेब? घ्या लिहून.''

त्याने सरताजला पाच नावं सांगितली आणि त्यांची वंशावळ सांगितली की, ते वासिम झफर अली अहमदशी कसे संबंधित होते, त्यांची त्यांच्या कायदेशीर, बेकायदेशीर कामात कशी इन्व्होल्व्हमेंट होती. ही खूपच महत्त्वाची माहिती होती.

''चांगलं काम केलंस देवा,'' सरताज म्हणाला. काटेकरनेही मानेने होकार भरला. सरताजने देवाच्या समोर त्याच्या टेबलावर दोन पाचशेच्या नोटा ठेवल्या. ते जुने मित्र होते; पण भविष्याचा विचार करता त्यांनी आपलं काम व्यावसायिकपणे केलेलं चांगलं असणार होतं. दोन्ही बाजूंनी राग अथवा चीड उत्पन्न होईपर्यंत तुम्ही एकमेकांना मदत करत राहता. माहितीच्या बदल्यात पैसे दिल्याने पुढेही माहिती येत राहणार होती.

सरताज आणि काटेकर देवाच्या इथून निघाले आणि बंगाली बुराच्या दिशेने चालू लागले. ते जसे उतारावर लागले, तसं सरताजने हलकेच खांद्यावरून मागे एक नजर टाकली. उतारावर या टोकापासून त्या टोकापर्यंत नवनगरची अगणित मातकट आणि पांढरी छपरं दिसत होती. सरताजला त्या भव्य लालसर पठारासारख्या जागेचं नेहमी कुतूहल वाटायचं की, असं काही खरोखरी अस्तित्वात आहे. तो वळला. त्याने बघितलं की, काटेकरच्या हातात एका मोठ्या कागदी पिशवीत ताजे पाव होते, जे तो आणि त्याच्या घरातले लोक पुढचे काही दिवस खाणार होते. काटेकर किंवा इतर लोक जे बरंचसं खायचे ते नवनगरमधून किंवा नवनगरमार्फत आणि तत्सम नगरांमधून यायचं. नवनगरमध्ये कपडे, प्लॅस्टिक, पेपर आणि चपला बनत. नवनगर म्हणजे शहराला ऊर्जा देणारं इंजिन होतं, असं म्हणता येईल.

वासिम झफर अली अहमद शमशुल शहाच्या खोलीजवळ वाट बघत होता. त्याच्या आजूबाजूला बरेच लोक मदत मागण्यासाठी कोंडाळं करून उभे होते. त्याने सरताज आणि काटेकरला बघून हात हलवला, तसा त्याच्या हातातला मोबाईल चकाकला. एका बाईने त्याचं कोपर धरलं होतं आणि तो तिच्याशी घाईघाईत बंगालीमध्ये बोलत कशाची तरी खात्री दिल्यासारखं करत होता.

''साहेब,'' तो म्हणाला, ''सॉरी, हे लोक... एकदा मला चिकटले की, मला जाऊच देत नाहीत.''

''तुम्ही बंगाली बोलता?'

''थोडं थोडं. त्यांच्या बंगालीत खूप उर्दू शब्द असतात.''

''आणि अजून कोणत्या भाषा बोलता तुम्ही?''

''गुजराती, साहेब. मराठी, थोडी सिंधी. तुम्ही मुंबईत लहानाचे मोठे झालात की, सगळ्यातलं थोडं थोडं येतंच. मी माझं इंग्लिश सुधारायचा प्रयत्न करतोय.'' त्याने हातातलं फिल्मफेअर वर केलं. ''मी दररोज एक इंग्लिश मासिक वाचायचा प्रयत्न करतो.''

''क्या बात है अहमद साहेब.''

''अरे सर, मी तुमच्याहून लहान आहे. मला प्लीज वासिम म्हणा, प्लीज.''

''ठीक आहे, वासिम. तू शमशुल शाहच्या घरच्यांशी बोलला आहेस का?''

''नाही नाही सर. मला वाटलं की, ते तुम्हालाच बोलायचं असेल; पण त्यांच्यातला एक जण म्हणाला की, वडील घरी नाहीयेत, ते कामाला गेलेत. आई आहे.''

''आत?''

''हो.''

''मी त्यांच्याशी बोलेपर्यंत या लोकांना लांब ठेव.''

त्या मृत मुलाने त्याच्या घरच्या लोकांसाठी चांगलं घर घेतलं होतं आणि ते गल्लीतून घराच्या दर्शनी भागावरूनच लक्षात येत होतं. सरताजने दारावर टकटक केली. सरताजला दरवाज्यात उभ्या उभ्याही घरात चार खोल्या असल्याचं दिसत होतं. वेगळं किचन आणि फोरमायका लावलेली कपाटं होती. मृत मुलाच्या आईने बहिणींना आतल्या खोल्यांमध्ये पाठवलं आणि अगदी ताठ उभी राहून सरताजच्या बोलण्याची वाट बघत राहिली.

''मोईना खातून तुम्हीच का?'' सरताजने विचारलं. ''शमशुल शाहच्या आई?''

''हो.''

मोईना खातूनच्या मुलींना पडद्यात ठेवलं होतं; पण त्या त्यांच्या वयामुळे थोड्या आरामात दिसत होत्या. किमान त्या त्यांच्या घराच्या दरवाजात उभ्या होत्या. सरताजने विचार केला की, मोईना खातूनचं वय साठच्या आसपास असेल किंवा त्यांचं खरं वय त्याहून दहा वर्षं कमीच असेल. त्यांनी निळा सलवार कमीज घातला होता आणि डोक्यावरून पांढरा दुपट्टा घेतला होता.

''तुमच्या मुलाने तुमच्यासाठी चांगली खोली घेतली आहे.'' मोईना खातूनचा अगम्यपणा हा तिचा स्वभाव होता की तिची खेळी होती, ते सरताजला कळेना. त्याला तिचा काहीच अंदाज बांधता येईना. ''तो खरं चांगला मुलगा होता, कसं काय त्या इतर दोघांच्या नादी लागला?''

तिने मान एका बाजूला वळवली. तिला त्या प्रश्नाचं उत्तर माहीत नव्हतं.

''तुम्हाला त्यांचा तो बिहारी मित्र रेयाझ भाई माहीत होता का?''

मोईना खातूनने पुन्हा एकदा सावकाश मान हलवली.

गल्लीत शांतता होती आणि त्या शांततेत खूप काहीतरी हरवल्याचा भाव होता. सरताजला जाणवलं की, तो अडखळत आहे आणि आता पुढे काय करायचं हे त्याला लक्षात येईना. नक्की कुठे दबाव आणायचा, दबाव आणणं योग्य होतं का.? त्या शांततेत काटेकर बोलला.

''एखाद्या मुलाचा मृत्यू आई-वडिलांच्या आधी होणं, हे निसर्गाच्या विरुद्ध आहे. मान्य करणं अशक्य आहे; पण हो'' आणि काटेकरने वर बोट केलं, ''त्याला पाहिजे ते देतो आणि घेतो, तो आपलं नशीब लिहितो.''

मोईना खातून रडू लागली. तिने डोळे पुसले आणि तिचे खांदे पडले. ''आपण स्वीकारलं पाहिजे,'' ती हलकेच म्हणाली. ''आपण स्वीकारलं पाहिजे.''

काटेकरने त्याचे हात एकमेकात गुंफवून समोर धरले होते आणि आता तो कमरेतून थोडा झुकला, अगदी काळजीपोटी, कोणत्याही प्रकारे घाबरवण्यासाठी नव्हे. ''हो, किती वर्षांचा होता शमशुल?''

''फक्त अठरा. पुढच्या महिन्यात एकोणीस झाला असता.''

''तो दिसायला छान होता. त्याला लवकर लग्न करायचं होतं का?''

''त्याच्यासाठी आधीच स्थळ सांगून येत होती,'' मोईना खातूनला आता जुन्या वादांची आठवण होऊन तिच्या डोळ्यांतून अश्रू ओघळत असले तरी तिच्यात थोडा जिवंतपणा आला. ''पण त्याला आधी सगळ्या बहिणींची लग्नं करायची होती. मी त्याला सांगितलं, की लहान मुलगी नऊ वर्षांची आहे, तिचं माला बडोल होईपर्यंत तुझं वय होईल; पण शम्मू, तो म्हणाला की, खूप लहान वयात लग्न करून आपण मूर्खपणा करतो. मला आधी सेटल होऊ दे, छान घर घेऊ दे. लग्न करून पण आई-बापाच्या घरातच पडून राहण्यात काय अर्थ आहे. आई आणि बायको यांच्यात भांडणं होणार. तो आमचं ऐकायचा नाही. आधी बहिणींचं लग्न मग माझं, तो नेहमी म्हणायचा.''

''तो चांगला मुलगा होता. तुमच्यासाठी चांगली खोली बांधली.''

''हो. तो खूप मेहनत करायचा.''

''तुम्हाला तुमचा मुलगा काय काम करायचा माहीत होतं का?''

''तो पार्सल घेणाऱ्या कंपनीसाठी काम करायचा.''

''हो; पण तो बाझील आणि फराज बरोबरपण काहीतरी काम करायचा ना?''

''मला त्याबद्दल काही माहीत नाही.''

सरताजला दिसत होतं की, मोईना खातून काही लपवण्याचा प्रयत्न करत नव्हती. तिला खरंच तिच्या मुलाच्या खुनाबद्दल काही माहीत नव्हतं. त्यात तथ्यही होतं. कारण, एखादा मुलगा आपल्या आईशी तो करत असलेल्या गुन्हेगारी कामांबद्दल कशाला बोलेल; पण काटेकरने अजून प्रयत्न सोडले नव्हते.

''चांगले मित्र होते, ते तिघे जण. या वस्तीतच एकत्र लहानाचे मोठे झाले ना?''

''हो.''

''मग त्यांचं भांडण कशावरून झालं?''

''त्या फराजला नेहमी माझ्या मुलाचा हेवा वाटायचा. त्याला नोकरी नव्हती ना काही कामधंदा होता. जेव्हा ते लहान होते तेव्हाही तो शम्मूशी भांडायचा.'' तिचा चेहरा काळवंडला, तिने मूठ हलवली आणि ती बंगालीत काहीतरी बोलली. रागाने हातवारे करण्याच्या नादात तिचा दुपट्टा डोक्यावरून घसरला, तिचा आवाज वाढला आणि चिरका झाला. आता ती ओरडत होती. तिच्या दुःखामुळे सरताजच्या घशात आवंढा आला आणि तो मागे सरकून वासिमला शोधू लागला.

''ती फराज आणि त्याच्या घरच्यांना शिव्याशाप देतेय, साहेब,'' वासिम म्हणाला. ''ती म्हणतेय की, ते राक्षस आहेत. तसच काहीतरी.''

मोईना खातूनचा चेहरा आता काहीतरी वेगळाच दिसत होता आणि सरताजला थेट तिच्याकडे बघणं अवघड जात होतं. त्याने घसा खाकरला. ''काही उपयोगाची माहिती नाही?''

''नाही,'' वासिम म्हणाला.

''ठीक आहे. चला निघू या.''

तो निघून चालू लागला. काटेकरने त्या बाईकडे पाहून हात हलवला आणि तोही पाठोपाठ येऊ लागला. ते कॉर्नरपर्यंतच गेले असतील, एवढ्यात ती हिंदीमध्ये ओरडली, ''त्यांना जाऊ देऊ नका साहेब, पकडा त्यांना. त्यांना सोडू नका.''

सरताजने तिच्याकडे वळून पाहिलं आणि पुढे गेला. ते जसजसे मेन रोडच्या जवळ जाऊ लागले, तसतशी गल्ली रुंद होऊ लागली. काटेकर मागून येतो आहे, हे सरताजला जाणवत होतं. काटेकरला बरोबर येऊ दे म्हणून सरताजने चालण्याचा वेग कमी केला आणि त्याला मानेने इशारा केला. ते मेन रोडला त्यांच्या जिप्सीच्या जवळ आले.

''वासिम,'' सरताज म्हणाला.

''हो साहेब,'' वासिम त्यांच्या जवळ सरकत एकदम सिन्सियरपणे म्हणाला.

''ओके, ऐक हरामखोर,'' सरताज म्हणाला, ''त्या बिरेंद्र प्रसादबद्दल...''

''साहेब, खरंच, तो काही प्रॉब्लेम करणार नाही. मी तुम्हाला सांगितलं ना, त्याचे दोन मुलगे त्याला प्रॉब्लेम करतात.''

त्यांच्या डाव्या बाजूला भिंतीवर सिमेंट आणि फेस पावडरच्या जाहिराती रंगवलेल्या होत्या. सरताज त्या भिंतीपाशी गेला आणि त्याने पँटची चेन खोलली. ''ऐक, तू म्हणालास मी तुझ्यापेक्षा मोठा आहे म्हणून तुला एक छोटासा सल्ला देतो. तुला ज्या लोकांच्या बरोबर काम करायचं आहे, त्यांच्यापेक्षा तू जास्त स्मार्ट आहेस, असं समजू नकोस. त्यांना माहीत व्हाव्यात, अशा गोष्टी लपवून ठेवू नकोस.'' सरताजने भिंतीच्या पायाशी एक जोरदार धार सोडली आणि त्याचे त्यालाच जाणवलं की, तो किती काळ लघवी अडवून होता. ''मला काही सरप्राइझ देऊ नकोस. जरी तुला एखादी गोष्ट महत्त्वाची नाही, असं वाटलं तरी ती मला सांग. कमी माहिती मिळण्यापेक्षा जास्त माहिती कधीही चांगलीच. समजलं?''

''साहेब, खरंच, मी तुम्हाला उल्लू बनवत नव्हतो.''

''जर तुला वाटत असेल की, मी मूर्ख आहे, तर कदाचित मग त्या प्रकारचा मूर्ख आहे ज्याला या एरियामध्ये काय काय बिझनेस चालतात, त्यात लक्ष घालावं लागेल, काही

लोकांचा तपास करावा लागेल. बघू, त्यांची नावं काय होती, तुझ्या कझिन्सची? सलीम अहमद, शकील अहमद, नसीर अली अमीर...''

''साहेब, मला समजलं. परत असं करणार नाही.''

''गुड. तसं झालं तर आपल्यात दीर्घकाळ संबंध राहतील.''

''साहेब, मला अगदी हेच हवं आहे. दीर्घकाळचे संबंध.''

सरताजने लघवी केल्यावर पुन्हा झिप लावली. ''तुला राजकारण करायचं आहे ते इतरत्र कर. आमच्याबरोबर नाही.''

''अर्थातच साहेब.''

सरताजने खिशात हात घालून रुमाल काढला आणि वळला, तर वासिम हातातली फिल्मफेअरची कॉपी पुढे करत म्हणाला, ''घ्या साहेब.''

''काय?''

''या मासिकात चांगली माहिती आहे साहेब.''

वासिमच्या चेहऱ्यावरचं किंचित हसू खूप लबाड वाटत होतं. सरताजने फिल्मफेअर घेतलं आणि उघडलं. पानं आपोआप उघडली तिथे देव आनंदचा ब्लॅक अँड व्हाइट फोटो होता, हजार रुपयांच्या नोटांच्या खाली थोडासा झाकला गेला होता.

''हा एक छोटासा नजराणा आहे साहेब. भविष्यात आपली मैत्री राहील अशी आशा आहे.''

''ते बघू आपण,'' सरताज म्हणाला. त्याने मासिक बंद करून सुरळी केली आणि काखेत धरली. ''मी बिरेंद्र प्रसादला उद्या त्याच्या मुलांना पोलीस स्टेशनला घेऊन यायला सांगितलं आहे. जर त्याने नाही आणलं, तर उद्या त्या मुलांवर लक्ष ठेव म्हणजे जर गरज पडली तर त्यांना गाठता येईल.''

''नो प्रॉब्लेम साहेब आणि साहेब, जर तुम्हाला माजिद खान साहेबांना माझं नाव सांगता आलं तर बघा आणि माझा सलाम सांगा...''

''सांगेन,'' सरताज म्हणाला. ''पण चार हजार रुपयांमुळे, स्टेशनचा माननीय पाहुणा होशील, असं समजू नको. ही एकदम चिल्लर आहे.''

''नाही नाही साहेब. मी म्हणालो ना, हा एकदम छोटासा नजराणा आहे.''

वासिमला तिथेच सोडून ते निघाले आणि सरताजला एका गोष्टीचा आनंद वाटला की, त्या माणसाला त्यांच्या संबंधाचं खरं स्वरूप लक्षात आलं. जिप्सीमध्ये बसल्या बसल्या त्याने फिल्मफेअरची सुरळी सरळ केली आणि एक नोट घेऊन काटेकरच्या शर्टाच्या खिशात कोंबली. सरताज त्यातले काही माजिदलाही देणार होता. यासारख्या लहान रकमेतला काही भाग वर पोहोचवलाच पाहिजे, असं काही बंधन नव्हतं. एक लाखाच्या वर रक्कम असल्यास द्यायचं असा फिल्डचा नियम होता आणि जर सन्मानाने घेण्यायोग्य रक्कम असेल तरच सिनियर इन्स्पेक्टर आणि डीसीपीज त्यातला कट घ्यायचे, तरीही वासिम झफर अली अहमदकडून सलाम म्हणून त्यातले एक हजार तो माजिदला देणार होता, ज्यावर माजिद नक्कीच हसला असता. ते एकमेकाला बरेच वर्षं ओळखत होते आणि माजिदसाठी एक हजार किंवा अगदी चार हजार म्हणजेही चिल्लर होती.

''साहेब,'' काटेकर म्हणाला, ''आज संध्याकाळचं?''

''मी विसरलो नाहीये.'' काटेकरने आज संध्याकाळची सुट्टी मागितली होती. त्याला बायको मुलांना घेऊन बाहेर फिरायला जायचं होतं. ''जुहूला घे गाडी, मी तुला ड्रॉप करून जातो.''

''सर, कशाला? नको.''

''अरे ठीक आहे. तू चल.''

काटेकरबद्दल सरताजच्या मनात एकदम माया दाटून आली. तो फारशा भावना न दाटणारा पण विश्वासार्ह होता. मेघा म्हणायची की, काटेकर आणि तो म्हणजे एखाद्या खूप वर्षं विवाहित असलेल्या जोडप्यासारखे होते आणि कदाचित ते तसे होतेही; पण काटेकर अजूनही कधी कधी आश्चर्याचे धक्के द्यायचा. सरताज म्हणाला, ''मला वाटलेलं की, तुला ते बांगलादेशी आवडत नाहीत.''

''मला बांगलादेशात राहणारे बांगलादेशी आवडतात.''

''पण ती बाई? मोईना खातून?''

''तिचा मुलगा गेला ना साहेब. आपलं मूल गमावणं म्हणजे खूप कठीण गोष्ट आहे. अगदी जरी तो चोर असला तरी. शोलेमधला तो डायलॉग काय होता साहेब? हंगलचा? एखादा माणूस सगळ्यात जड गोष्ट जर खांद्यावर उचलू शकत असेल, तर त्याच्या मुलाची अर्थी असते.''

''खरंय.'' त्या फिल्मी लॉजिक प्रमाणेच, या बंगाली मुलाने त्याच्या गरीब बहिणींची लग्न करून देण्यासाठी दरोडा घातला होता. ते एका फ्लायओव्हर वरून जात होते, खालून ट्रेन जात होती. दुपार असली तरी गर्दी दरवाज्यांतून बाहेर फुगून आली होती. त्या मृत मुलाला बहिणींच्या लग्नापेक्षा अजून काहीतरी हवं होतं; एक टीव्ही, गॅस स्टोव्ह, प्रेशर कुकर आणि एक मोठं घर. त्याने नक्कीच एखाद्या महागड्या कारचं स्वप्नंही पाहिलं असणार, त्यांना आता ओव्हरटेक करत असलेल्या सिल्व्हर कलरच्या टोयोटा कॅमरीसारख्या कारचं. त्याने पाहिलेलं स्वप्न अशक्य नव्हतं. सुलेमान इसा, गणेश गायतोंडे यांसारखे लोक होते ज्यांनी अगदी लहानसहान चोऱ्यांपासून सुरुवात केली होती आणि आता त्यांचे स्वतःच्या ओपेल व्हेक्ट्रा आणि होंडा अकोर्डचे ताफे होते. अजूनही खेडेगावातून मुलं-मुली येतच होते, झगमगत्या होर्डिंगखाली उभं राहत, जी सुंदर होती; पण खरी नव्हती. ते होऊ शकत होतं. झालंही होतं आणि म्हणूनच लोक प्रयत्न करत होते. ते घडलं. ते स्वप्न होतं, एक मोठं स्वप्नं... मुंबई शहराचं. ''ते गाणं कोणतं होतं?'' सरताजने विचारलं. ''ते गाणं, ज्यात शाहरुख खान गातो, मला तो पिक्चर आठवत नाहीये. बस ख्वाब इतना सा है...'' काटेकरने मान डोलावली आणि सरताजला माहीत होतं की, तो ते गाणं का आठवतोय हे काटेकरला कळलं होतं. त्यांनी दोघांनी इतका काळ एकत्र घालवला होता, या शहरात इकडून तिकडे ड्राइव्ह करत जाताना की, त्यांना आता एकमेकांच्या मनात काय सुरू आहे हे बरोबर कळायचं.

''हो, हो,'' काटेकर म्हणाला. तो आता ती धून गुणगुणायला लागला आणि अंगठ्याने स्टियरिंगवर ताल धरला. ''बस इतना सा ख्वाब है... शान से रहु सदा... लालालाला लालालाला, नंतर?''

''हो, हो... बस इतना सा ख्वाब है... हसीनाये भी दिल हो खोती, दिल का ये कमल खिले...''

आता ते दोघे मिळून गायला लागले... ''सोने का महल मिले, बरसने लगे हिरे मोती... बस इतना सा ख्वाब है।''

सरताजने आळस दिला आणि म्हणाला, ''हा शमशुल शाह, हो त्याचंसुद्धा मोठं स्वप्न होतं.''

काटेकरने एक कटाक्ष टाकला आणि म्हणाला, ''करेक्ट साहेब; पण त्या मोठ्या स्वप्नानेच त्याची गांड मारली.''

ते दोघे खळखळून हसले. सरताजच्या उजव्या बाजूला असलेल्या रिक्षातील बायकांनी चमकून पाहिलं आणि त्या आपला चेहरा दिसू नये म्हणून रिक्षात मागे टेकून बसल्या. यामुळे सरताज अजून मोठ्याने हसला. त्याला माहीत होतं की, अशाने इतर लोक घाबरतात, जिप्सीमध्ये बसलेल्या रागीट चेहऱ्याच्या पोलिसांचं असं हसणं पाहून घाबरणारच; पण त्यामुळेच तर ते इतकं विनोदी वाटतं. मेघा म्हणायची, ''तू अशा पोलिसांच्या हॉरिबल स्टोरी सांगतोस आणि नंतर तू एखाद्या भुताप्रमाणे हसतोस, खूप भीती वाटते.'' तिच्यासाठी म्हणून असं हसू नये म्हणून त्याने प्रयत्न केला होता; पण त्याला कधी फारसं जमलं नाही ते. आता त्याला काटेकर बरोबर असं सिटीमधून जाताना बरं वाटत होतं, मोठ्याने हसत आणि स्वतःला थांबवण्याचं कोणतंच बंधन नव्हतं म्हणून त्याला अजूनच हसू आलं.

जुहू चौपाटीच्या वळणावर गाडी वळली, तेव्हा ते दोघेही एकदम गप्प होते. गर्दीची वेळ होती. सरताज उतरून गाडीच्या पुढच्या बाजूने ड्रायव्हिंग सीटकडे येताना त्याच्या अंगावर समुद्रावरून येणाऱ्या वाऱ्याची एक छान झुळूक आली. भेळ-पाणीपुरीच्या गाड्यांवर निऑन लाइट लागलेच होते आणि रस्त्यावरून गिऱ्हाईक मोठ्या संख्येने तिकडे वळत होते. ''मुलांना मी सलाम केलाय असं सांग,'' सरताज म्हणाला.

काटेकर हसला. ''हो साहेब.'' त्याने एक क्षण त्याचा हात छातीवर ठेवला आणि नंतर बीचच्या दिशेने चालू लागला.

सरताज त्याला जाताना बघत होता, त्याचं ते आत्मविश्वासपूर्ण चालणं आणि खांद्याच्या संथ रुबाबदार हालचाली, चपटे बसवलेले केस... अनुभवी माणसाने एका नजरेत त्याला तो पोलीसमन असल्याचं ओळखलं असतं; पण त्याच्याकडे ते लपवण्याची कला होती आणि त्यांनी दोघांनी मिळून अशा प्रकारे अनेक लोकांना अटक केली होती. विले पार्लेमधून जाताना सरताज गुणगुणत होता, 'मान जा ए खुदा, इतनी सी है दुवा;' पण त्याला ओळीचा शेवट आठवेना. त्याला माहीत होतं की, आता या गाण्याची धून दिवसभर डोक्यात रेंगाळणार आणि शेवटची ओळ अगदी उशिरा आठवेल, कधीतरी रात्री झोपताना. तो गात राहिला, 'मान जा ए खुदा.'

ठरल्याप्रमाणे शालिनी आणि मुलं ग्रेट इंटरनॅशनल चाट हाउसच्या स्टॉलजवळ वाट बघत उभी होती. त्याने मोहितच्या डोक्यावर हात फिरवला आणि पोटात हलकेच ठोसा लावला. मोहित फिदीफिदी हसला, त्यामुळे रोहित आणि शालिनीलाही हसू आलं.

''त्यांना पुन्हा उशीर झाला?'' काटेकरने विचारलं.

शालिनीने तोंड वाकडं केलं. काटेकरला तिची ती मुद्रा माहीत होती, जे बदलता येणार नाही, ते सहन करायचं. भारती आणि तिचा नवरा नेहमी उशीर करत.

''आपण जाऊन बसू या ना,'' रोहित म्हणाला. ''त्यांना माहीत आहे आपण कुठे बसतो.''

काटेकरने स्टॉल्सच्या रांगेवर एक नजर फिरवली आणि रस्त्याच्या पलीकडेही. समोर एकामागोमाग एक दोन बस थांबल्या होत्या, त्यामुळे पलीकडच दिसत नव्हतं. ''रोहित जा बघ, कदाचित ते क्रॉस करत असतील.''

रोहितला हे आवडलं नाही; पण तरीही रागाने पाय आपटत तो गेला. उंची वाढल्याने तो बारीक दिसत होता; पण काटेकरला खात्री होती की, एकदा का विशीत गेला, लग्न झालं, सेटल झाला की रोहित अंगाने भरेल. घरातले सगळे लोक तब्येतीने तगडे होते. रुंद खांदे आणि दंड अगदी कोणाला भीती वाटेल असे आणि थोडं पोटही सुटलेलं होतं. रोहित वळला आणि त्याने मान नकारार्थी हलवली.

''पप्पा, मला शेव-पुरी हवी,'' मोहित काटेकरचा शर्ट ओढत म्हणाला.

''चला ना, जाऊन बसू या,'' शालिनी म्हणाली. ''ते शोधतील आपल्याला.''

रोहित फारसा लांब गेलेला नव्हता; पण काटेकरला शालिनीने अजून काही म्हणायला नको होतं. भारती तिची बहीण होती आणि जर शालिनीला वाटत होतं की, त्यांनी जाऊन बसावं, तर काटेकर जाऊन बसणार होता.

त्यांनी अगदी उजव्या बाजूला दोन चटया शोधल्या आणि ते बसले. काटेकरने त्याचे शूज काढले आणि मांडी घालून बसला. त्याने एक निःश्वास सोडला. सूर्य अजूनही बराच वर होता आणि त्याच्या गुडघ्याला ऊन लागत होतं; पण त्याच्या छातीवर वाऱ्याच्या झुळका येत होत्या. त्याने शर्टाची बटणं काढली आणि मानेला रुमालाने वारा घातला. ज्या मुलाने त्यांना बसायला जागा दाखवली होती, तो शालिनी आणि मुलांच्या ऑर्डर घेत होता. काटेकर ते ऐकत होता. काटेकरला अजून भूक लागली नव्हती. त्याला स्टॉलजवळ एकमेकांना खेटून उभं राहायला लागत नसल्याचा आणि असं निवांत बसण्याचा आनंद घ्यायचा होता.

तो मुलगा घाईने परत आला. येताना हातात अगदी सफाईदारपणे सगळ्या प्लेट गर्दीतून चालत येताना सांभाळून आणल्या. ''ए तंबी, मला एक नारळ पाणी आण.''

''हो शेठ,'' तो मुलगा म्हणाला आणि गेलाही.

''नारळ पाणी?'' शालिनीने भुवया उंचावत विचारलं.

त्याने मागच्या महिन्यात दुपारच्या पेपरमध्ये वाचलेल्या एका आर्टिकलबद्दल सांगितलं होतं की, नारळात खूप हानिकारक फॅट असतात. तिने पेपरमध्ये आजकाल छापून येणाऱ्या असल्या गोष्टींवर तिचा अजिबात विश्वास नाही, असं सांगितलं होतं. नारळ पाणी पिऊन कोण कधी आजारी पडलं आहे? पण ती कधीच काही विसरत नसे आणि ती आता त्याने सांगितलेल्या शास्त्रापासून त्याला मागे हटू देणार नव्हती. त्याने मान एका खांद्यावर टेकवली आणि हसून म्हणाला, ''फक्त आजच.''

तीही हसली आणि तिने प्या म्हटलं. म्हणून काटेकर बसला आणि आणि त्याने शहाळ प्यायलं. मोहित मन लावून शेवपुरी खात होता आणि रोहित जाणाऱ्या-येणाऱ्या मुलींकडे बघत होता. क्षितिजावर एक जहाज दिसत होतं. काटेकर त्या जहाजाकडे बघत होता, त्याला माहीत होतं की, ते पुढे जातंय पण ते जागचं हलताना दिसत नव्हतं.

''दादा!''

काटेकर वळला आणि त्याला विष्णू घोडके हात हलवताना दिसला. वाट काढत तो, त्याच्या मागे भारती आणि मुलं आली. नेहमीप्रमाणे एकमेकांना भेटल्यावरचे सोपस्कार झाले, सरकून जागा दिली आणि आता सगळे जण चटईवर मावले. शालिनी व भारती शेजारी शेजारी बसल्या होत्या आणि विष्णू काटेकर शेजारी बसला. भारती आणि विष्णूच्या मध्ये मुलांना बसवलं होतं. दोन्ही मुलींना छानसे फ्रॉक घातले होते; पण त्या दोघींच्या पाठीवर नवसाने झालेला मुलगा मात्र कुठेतरी लग्नाला निघाल्यासारखा झकपक कपडे घालून आला होता. त्याने छोटा निळ्या रंगाचा बो टाय घातला होता आणि हातात मोठं प्लॅस्टिकचं घड्याळ होतं जे तो सारखं घालत काढत होता. मोहित आणि रोहित त्याच्यावर रेलून त्याला ढकलू बघत होते आणि त्या लहान मुलाच्या काळजीपूर्वक दिखाव्याला हाणून पाडणाऱ्या आपल्या दोन मुलांबद्दल त्याला अचानक प्रेम दाटून आलं. त्याने त्याच्या त्या दोन गोड भाच्यांचा गालगुच्चा घेतला. भारती आणि शालिनी दोघीही भेटल्या भेटल्या त्यांच्या कुठल्याशा नातेवाइकांच्या घरातल्या प्रॉब्लेममध्ये गढून गेल्या. काटेकरला त्याची सगळ्यात मोठी भाची खूप आवडायची. तिने आपल्या धाकट्या भावाला हळूहळू आपल्या आईबाबांच्या गळ्यातला ताईत होताना बघितलं होतं; पण ती समजूतदार होती आणि त्या गोष्टीकडे दुर्लक्ष करायची.

''सुधा, तू किती उंच झाली आहेस इतक्यात?'' तो म्हणाला.

''ती एखाद्या घोडीसारखं खाते,'' तिच्या डोक्यावर हात ठेवत तिचे बाबा म्हणाले.

बाबांच्या बोलण्यामुळे ती रागावली आणि बहिणीच्या कानात काहीतरी पुटपुटली. विष्णूचा आवाज म्हणजे त्याला लाउडस्पीकरची गरजच नाही असा होता. काटेकर म्हणाला, ''तिला माझ्या सारखं उंच व्हायचं आहे. सुधा, तू इकडे ये आणि माझ्याजवळ बस. मला पण खूप भूक लागली आहे. अरे तंबी.''

मग सुधा काटेकर जवळ येऊन बसली आणि ते दोघे मिळून मेनूकार्ड बघू लागले. त्या प्रचंड डाग पडलेल्या कागदावर नजर फिरवून शेवटी त्यांनी भेळपुरी, पापडी चाट आणि सुधाची आवडती पाव भाजी मागवली. त्यांनी एकत्रच खाल्लं. काटेकरला जिभेवर आंबट गोड चवीचे मिश्रण एकदम आवडलं. जेवण, खाणं म्हणजे जगातलं सगळ्यात मोठं सुख आणि तेदेखील चौपाटीवर बायको मुलांसह बसून खाणं म्हणजे अपरिमित आनंद. तो खाता खाता भारतीचं बोलणंसुद्धा ऐकत होता. तिने चकचकीत हिरवी साडी नेसली होती. काटेकरला वाटलं ही साडी नवीन असावी. त्याने जेव्हा तिला पहिल्यांदा पाहिलं, तेव्हा ती एक परकरी मुलगी होती, त्याच्याशी बोलायलाही लाजायची. काही वर्षांतच विष्णूने तिला एक खूप मोठं मंगळसूत्र घातलं, जे काटेकरच्या आठवणीत त्या खानदानातल्या कोणत्या लग्नात घातलं गेलं नसेल. त्यानंतर भारती बोलती झाली आणि बोलतच राहिली. तिने ते मंगळसूत्र आताही घातलं होतं आणि त्याबरोबरच गळ्यात दोन पदरी सोन्याची चेनही होती.

''तो बिपीन भोसले इतका हरामखोर आहे,'' ती म्हणाली. ''इलेक्शनच्या आधी आम्हाला म्हणाला होता की, आमच्या कॉलनीला नवीन पाइपलाइन टाकून देईल; पण जुनी पाइपलाइनही आता दर दोन आठवड्याने गळत असते. तीन तीन मुलं आणि पाणी नाही. शक्यच नाही.''

''पुढच्या इलेक्शनला त्याला मत देऊ नका,'' काटेकर म्हणाला.

''ते अशक्य आहे दादा,'' विष्णू म्हणाला. ''त्याचे खूप धंदे आहेत आणि खूप कनेक्शन आहेत. इतर पार्ट्यांचे त्या विभागातले उमेदवार अगदी गाढव आहेत. त्यांच्यातला कोणी निवडून येऊ शकत नाही. अन्य कोणाला मत देणं म्हणजे मत वाया घालवणंच आहे.''

''मग एक चांगला उमेदवार शोधा.''

''अरे दादा, त्या भोसलेच्या विरुद्ध कोण उभा राहणार? आणि आजकाल चांगले उमेदवार मिळतात कुठे? तुम्हाला कोणीतरी जबरदस्त हवा, जो भाषण चांगलं करेल, लोकांना आकर्षित करेल. आता तसे उमेदवारच नाहीत. तुम्हाला एकच कोणीतरी मोठा हवा; पण आजकाल सगळी लहान लहान गटांची गर्दी आहे.''

शालिनी बाजूला वळली आणि तिने हात झटकले नंतर गुडघ्यावर साडी नीटनेटकी केली आणि म्हणाली, ''तुम्ही सगळीकडे शोधताय पण योग्य ठिकाणी शोधत नाहीये.''

विष्णूला आश्चर्य वाटलं. ''तुम्ही कोणाला ओळखता का?''

शालिनीने दोन्ही हातांनी भारतीकडे इशारा करत म्हटलं, ''इथे, इथे.''

''काय?'' विष्णू म्हणाला.

काटेकर हसता हसता पुढे मागे झुलत होता. विष्णूच्या चेहऱ्यावर आश्चर्य होतंच; पण भारती कोणीतरी बडी व्यक्ती होईल, या गोष्टीची त्याला शालिनीच्या जोकपेक्षा जास्त भीती वाटली असावी; पण मुलांनी लगेच ही गोष्ट उचलून धरली आणि गलका केला.

''बघा, माझी बहीण भारती धाडसी आहे, ती तिच्या स्टाइलने कोणालाही इम्प्रेस करू शकते आणि तिच्यासारखं भाषण कोणी देऊ शकत नाही. तुम्ही तिला मंत्री केलं पाहिजे,'' शालिनी म्हणाली.

विष्णूला आतापर्यंत हा सगळा विनोदाचा भाग आहे, हे लक्षात आलं होतं आणि आता तोही हसत होता. ''हो, हो ताई, ती खरंतर चांगली मुख्यमंत्रीच बनू शकते. ती सगळ्यांना धाकात ठेवेल.''

भारती दोन्ही हात चेहऱ्यावर धरून म्हणाली, ''देवा, देवा, मला हे असलं काहीही नको. ताई तू काय बोलतेस? माझे हात आधीच या मुलांनी बांधले आहेत. मला पन्नास हजार लोकांच्या डोक्यावर नाही बसायचं बाई.''

काटेकरला बोलायचं होतं की, तिच्या वजनाने पन्नास हजार लोक चिरडले जातील; पण तो गप्प बसला. त्याने फक्त तिच्या ठोश्यांनी विष्णूचा चेहरा चपटा झालाय अशी कल्पना केली. विष्णूचा गोंधळ उडाला होता आणि मग सगळेच हसायला लागले.

काटेकरचं खाऊन झाल्यावर, तो आणि विष्णू दोघे पाण्यातून चालू लागले. काटेकरने पँट वर केली होती आणि शूज शालिनी बसली होती तिथेच सोडले होते. त्याला ओल्या वाळूत अनवाणी पायांनी चालायला खूप आवडायचं. समुद्रामुळे वाळू अगदी गुळगुळीत झालेली असते, तिचा मऊ स्पर्श तळव्यांना खूप छान वाटायचा. विष्णू चांगला पाच फूट अंतर ठेवून चालत होता, त्याचे सँडल भिजू नयेत म्हणून काळजी घेत होता. अचानक आलेली लाट पायांवर येऊ नये म्हणून त्याने अजून पलीकडे उडी मारली. ''दादा,'' तो म्हणाला, ''कधीतरी मला पैसे देऊ द्या ना. नाहीतर आम्हाला पुन्हा यायला चांगलं नाही वाटणार.''

''विष्णू, आता पुन्हा ते सुरू करू नको. मी मोठा आहे म्हणून मी पैसे देणार.'' काटेकरच्या पोटात एक तिडीक आली. हा मूर्खपणा होता, विष्णूने पैसे दिले, तर जेवायला

नाही म्हणण्याचा अभिमान वगैरे; पण त्याला विष्णूची अशी स्वतःच्या यशाची आत्मसंतुष्टी काही पचायची नाही.

''हो, हो दादा. सॉरी,'' विष्णू म्हणाला. ''तुमचं सगळं ठीक सुरू आहे आजकाल?''

''मी जुळवून घेतोय,'' काटेकर म्हणाला. विष्णूने अर्थातच काटेकरने वेटरला दिलेली हजाराची नोट बघितली होती. त्याच्या नजरेतून कधी काही सुटायचं नाही. खूप बारीक लक्ष असायचं त्याचं.

नारळाच्या वाहत आलेल्या एका झावळीवर काळजीपूर्वक पाय टाकत विष्णू म्हणाला, ''दादा, या वयात, तुम्ही अजून पुढे जायला हवं होतं.''

''या वयात?''

''तुमची मुलं मोठी होतायत. त्यांचं शिक्षण, कपडालत्ता, सगळं लागेल.''

''आणि तुला वाटतं की, मी त्यांना ते देऊ शकणार नाही?''

''दादा, तुम्ही परत रागावताय. मी आता बोलतच नाही.''

''नाही, मग सांग तुला काय म्हणायचं आहे.''

''मी लहानशीच गोष्ट बोलतो दादा, तुमच्या या चुतीया सरदार इन्स्पेक्टरमुळे फारशी चांगली कमाई होणार नाही.''

''मला जे लागतंय ते आहे माझ्याकडे विष्णू.''

विष्णूने मान खाली घातली आणि एकदम गप्प झाला. ''ठीक आहे दादा; पण मला एक कळत नाही की, तुम्ही नेहमी त्याच्यासोबत का असता? इतरही इन्स्पेक्टर आहेत ज्यांच्या बरोबर तुम्हाला सहज ड्युटी मिळेल.''

काटेकरने यावर उत्तर दिलं नाही. तो वळला आणि शालिनी वगैरे बसले होते तिकडे परत गेला; पण त्या रात्री जेव्हा शालिनी त्याच्याशेजारी झोपली होती, त्याच्या मनात सरताज सिंगचा विचार आला. त्यांनी आजवर खूप वर्षं एकत्र काम केलं होतं. ते मित्र असे नव्हते, ते एकमेकांकडे जात येत नसत किंवा सुट्ट्या एकत्र घालवत नसत; पण ते एकमेकांच्या कुटुंबाला ओळखत होते आणि ते एकमेकांना ओळखत होते. सरताजच्या मनात क्षणोक्षणी काय विचार सुरू असेल हे काटेकरला समजायचं, त्याला त्याची विचारसरणी माहीत होती आणि त्याला कशात आनंद वाटतो हेही. त्याला सरताजच्या इंस्टिंक्टवर भरवसा होता. त्यांनी एकत्र मिळून खूप चांगला तपास केला होता आणि जेव्हाही त्यांना अपयश आलं, काटेकरला पूर्णपणे माहीत होतं की, त्यांनी खरंच किती कठोर प्रयत्न केले होते. हो, इतर कुठे मिळाला असता एवढा पैसा नव्हता; पण कामाचं समाधान होतं, जे विष्णूला कधी समजलंही नसतं. त्याच्यासारखे लोक हे कधीही समजू शकत नाहीत की, कोणी पैसा सोडून अन्य कारणांसाठीही पोलिसात भरती होतात. पैसा हवा होता, अर्थातच; पण लोकांची म्हणजेच समाजाची सेवा करणे ही भावनाही होती. सद्रक्षणाय खलुनिग्रहाय. काटेकर पक्कं जाणून होता की, त्याची ही इच्छा तो कधी कोणाला बोलून दाखवू शकला नसता, विष्णूला तर नाहीच. कारण, चांगल्याचे रक्षण, वाईट गोष्टींचा नाश, सेवा आणि सर्व्हिस असल्या गोष्टी बोलल्या तर केवळ हसंच होणार होतं. अगदी त्याच्या सहकाऱ्यांमध्येही, याबद्दल कोणीही बोलत नसे; पण ते होतं, उपहासाच्या तळाशी कुठेतरी ते गाडलं गेलेलं होतं. काटेकरला कधी कधी सरताज सिंगमध्ये हा अर्थहीन आणि लाजीरवाणा आदर्शवाद

दिसायचा. अर्थातच, त्यांच्यापैकी कोणीच कधी एकमेकांच्या भोगवादावर टीका केली नाही. कदाचित म्हणूनच त्यांची ही भागीदारी इतकी टिकली होती. एकदाच, जेव्हा त्यांनी एका दहा वर्षांच्या मुलीला किडनॅपर्सच्या तावडीतून विक्रोळीच्या एका शेडमधून सोडवलं होतं, सरताज सिंग त्याची दाढी खाजवत पुटपुटला होता, ''आज आपण चांगलं काम केलं.'' तेवढच पुरेसं होतं.

ते अजूनही पुरेसं होतं. काटेकरने एक सुस्कारा सोडला, डोकं वळवून मान सरळ केली आणि झोपून गेला.

सरताजने सगळ्यात आधी लोकांचा जमाव बघितला. लोकांचा एक मोठा घोळका एका उंच काचेच्या खिडकीला धडकत होता. ती बिल्डिंग म्हणजे नव्याने बांधलेला एक कमर्शियल कॉम्प्लेक्स होता. खूप सुंदर राखाडी दगडांचे काम आणि पॉलिश केलेलं स्टीलचं काम होतं. सरताज त्याच्या बँकेच्या नवीन ऑफिसमध्ये आईच्या खात्यात काही डीव्हीडन्टचे चेक जमा करायला गेला होता. नवीन चकचकीत काउंटर आणि बँकेच्या क्लार्क्सचा अवाजवी उत्साह पाहून तो गोंधळून गेला. आता त्याने घोळक्यातल्या डोक्यांवरून डोकावून पाहिलं, तर त्याला लाल भडक रंग दिसला.

''साहेब, आत येऊन बघा,'' एक निळ्या युनिफॉर्ममधला सिक्युरिटी गार्ड डाव्या बाजूने येऊन त्याला म्हणत होता.

''गंगा,'' सरताज म्हणाला आणि गंगा म्हणजे तो सिक्युरिटी गार्ड जो दरवाजा सांभाळत होता, त्या दरवाजातून आत गेले. सरताज गंगाला बँकेच्या जुन्या बिल्डिंगमध्ये असल्यापासून ओळखत होता. तिथे तो एका दागिन्यांच्या दुकानात रखवाली करायचा. त्याच्याजवळ एक लांब नळीची बंदूक होती आणि त्याची नजर एकदम तीक्ष्ण होती. ''तुझा मालक पण इकडे शिफ्ट झाला का?''

''नाही साहेब, मी आता एका नवीन कंपनीसाठी काम करतो,'' असं म्हणत त्याने त्याच्या खांद्याकडे बोट केलं. आता खांद्यावर एका निळ्या आणि पांढऱ्या पॅचवर त्याच्या नवीन कंपनीचं नाव लिहिलं होतं, इगल सिक्युरिटी सिस्टिम.

''चांगली कंपनी?''

''पगार बरा आहे साहेब.'' आता खूप नवीन सिक्युरिटी कंपन्या होत्या आणि गंगासारख्या माजी सैनिकांना खूप मागणी होती. त्याने सरताज आत आल्यावर दरवाजा लावला आणि खिडकीकडे वळला. ''तिबेटीयन साधू, साहेब,'' तो मोठ्या अभिमानाने म्हणाला.

सगळे मिळून पाच जण होते, पाच स्वतः मध्ये मग्न, शांत पुरुष ज्यांनी केस अगदी बारीक कापलेले होते आणि त्यांनी लालभडक पायघोळ कपडे घातले होते. ते एका मोठ्या लाकडी प्लॅटफॉर्म भोवती काहीतरी करत होते, ज्याच्यावर चौकोनात एक वर्तुळ आणि त्यात पुन्हा वर्तुळ अशा रंगीत रेषा दिसत होत्या.

''ते काय करतायत?''

''ते मंडल बनवतायत साहेब. काल टीव्हीवर याबद्दल रिपोर्टमध्ये सांगितलं. तुम्ही पाहिलं नाहीत का?''

सरताजने पाहिलं नव्हतं; पण त्याला आता चौकोनाच्या प्रत्येक बाजूला काहीतरी आकार दिसत होते आणि त्यांच्यातला एक साधू गडद हिरव्या रंगाने सर्वांत आतल्या

वर्तुळाचा भाग भरून काढत होता. दुसरा एक साधू त्या हिरव्या पार्श्वभूमीवर देवीसारखी दिसणारी छोटी आकृती काढत होता. ''ते काय वापरतायत, पावडर?''

''नाही साहेब, वाळू, रंगीत वाळू.''

साधूंच्या हातातून सहज पडणारी ती वाळू बघणं खूप सुखकारक होतं, त्यांच्या हालचाली अगदी खात्रीपूर्वक आणि दिमाखदार होत्या. थोड्या वेळाने मंडलाचे एक साधारण चित्र त्या अंधुक पांढऱ्या बाह्यरेषेवरून दिसू लागले. शेवटच्या वर्तुळात खूप स्वतंत्र भाग, लंबगोल होते, प्रत्येकाचं आपलं असं एक चित्र होतं, माणसं, प्राणी आणि देव. त्या लंबगोलांमध्ये अगदी आतल्या वर्तुळात चाकासारखा काहीतरी आकार होता. सरताजला तो काय म्हणून कळला नाही. बाहेर, हे लंबगोल म्हणजे त्या चौकोनाच्या आतल्या भिंती होत्या आणि चौकोनाच्या बाहेर अजून एक वर्तुळ होतं आणि अजून आकृत्या होत्या. नंतर एक चाक होतं त्याच प्रकारचं, सगळं एकूणच खूप गुंतागुंतीचं होतं; पण तरीही बघायला छान वाटत होतं. सरताज ते बघताना हरवून गेला होता.

''जेव्हा त्याचं हे काढून होतं ना साहेब, ते पुसून टाकतात.''

''इतकं सगळं काढलेलं? का?'' सरताजने विचारलं.

गंगाने खांदे उडवले. ''मला वाटतं हे बायकांच्या रांगोळीसारखं असावं. जरी हे वाळूने काढलं असलं, तरी ते टिकणार नाहीच.''

सरताजच्या मनात विचार आला की, तरीही इतकी मोठी निर्मिती करून ती अचानक पुसून टाकणं क्रूरपणाचं होतं; पण ते साधू खूप आनंदात दिसत होते. त्यांच्यापैकी एका, वयाने मोठ्या आणि केस पिकू लागलेल्या साधूचं लक्ष सरताजकडे गेलं आणि तो हसला. सरताजला काय करावं कळलं नाही म्हणून त्याने मान झुकवली आणि छातीला हात लावून वंदन केलं आणि त्या साधूकडे पाहून स्मितहास्य केलं. त्याने त्यांना अजून थोडा वेळ काम करताना पाहिलं आणि नंतर निघून गेला.

''उद्या संध्याकाळी परत या, तोवर मंडल काढून झालेलं असेल,'' गंगा म्हणाला.

सरताजचा पूर्ण दिवस कोर्टात गेला. एका जुन्या खुनाच्या केसमध्ये पुरावे देण्याची वाट बघत बघत. तो मागच्या दोन तारखांना येऊ शकला नव्हता आणि त्यामुळे आरोपीच्या वकिलांनी बराच आरडाओरडा केला होता; पण आज जज स्वतःच उशिरा आले होते म्हणून केस मधले बरेच पक्षकार शांतपणे वाट बघत होते. सरताजने आफ्टरनूनमध्ये तिबेटीयन्सबद्दल वाचलं, ज्यात त्यांना भिक्खू असं म्हटलं होतं आणि ते विश्वशांतीसाठी ती मंडलं काढत होते, असं म्हटल होतं. अखेरीस जेवणानंतर जज आले. सरताजने पुरावा दिला आणि स्टेशनला परत गेला. बिरेंद्र प्रसाद आणि त्याचे दोन मुलगे पोर्चमध्ये त्याची वाट बघत होते.

''तुम्ही इथेच थांबा,'' सरताज बिरेंद्र प्रसादला म्हणाला. ''तुम्ही दोघं माझ्याबरोबर या.''

''साहेब?'' बिरेंद्र प्रसादने विचारलं.

''चूप. चला रे.''

मुलं त्याच्यामागून आत गेली. सरताजने त्या दोघांना पुढच्या रूम्स ओलांडून आपल्या टेबलापाशी नेलं. तो दमला होता आणि त्याला एक कप चहाची नितांत गरज होती; पण हे दोघं हरामखोर समोर होते. ते दोघं दिसायला बरे, स्मार्ट तरुण होते. दोघांनीही गडद टी शर्ट्स घातले होते. ''कुशल कोण, संजीव कोण?''

कुशल म्हणजे त्यातला मोठा मुलगा होता. तो त्याचा ओठ चावत होता. तो घाबरला नव्हता; पण त्याला थोडं टेन्शन आलं होतं. त्याला अजूनही स्वतःवर आणि त्याच्या बापावर विश्वास होता.

''तर तू या जन्मात खूप मिठाई खाल्ली आहेस ना कुशल?''

''नाही साहेब.''

''म्हणूनच तू असा मोठ्या मिश्या असलेला हिरो झाला आहेस...''

''साहेब...''

सरताजने त्याच्या एक कानशिलात लावली. ''हरामखोर, चूप बस आणि ऐक मी काय बोलतो ते.'' कुशलचे डोळे एकदम मोठे झाले. ''मला माहीत आहे की, तुम्ही दोघेही तुमच्या एरियात मुलींची छेड काढता आहात. मला माहीत आहे, तुम्ही गल्लीच्या टोकाला उभं राहता आणि जे दिसेल त्याचे राजे असल्यासारखं वाटतं तुम्हाला; पण तुम्ही भाई लोक नाही आहात, तुम्ही तर टपोरीही नाही आहात. छोटे किडे आहात तुम्ही. तू काय बघतोस भेन्चोद, इकडे ये.'' संजीव कचरत पुढे झाला. सरताजने त्याच्या पोटात एक गुद्दा लगावला. फार जोरात नाही; पण संजीव वाकला आणि बाजूला वळला. सरताजने त्याच्या पाठीत एक गुद्दा हाणला.

हिंसा आणि धाक याचं हे जुनंच गणित होतं, जे सरताजने आपोआप केलं. जर काटेकर तिथे असता, तर त्या दोघांनी मिळून हा सोपस्कार अतिशय सुंदरपणे पार पाडला असता; पण सरताज वैतागला होता आणि दमला होता म्हणून त्याने हा सोपस्कार गुंडाळला. त्याला हे लवकर आटपायचं होतं. ती मुलं तशी नवखी होती आणि त्यांना फारशा काही कौशल्याने हाताळण्याची गरज नव्हती. दहा मिनिटांतच त्यांना धाप लागली आणि ते घाबरून ततपप करू लागले. संजीवच्या पँटला पुढे डाग दिसू लागला.

''जर मला तुम्ही दोघांनी परत कोणाला त्रास दिलाय, असं ऐकू आलं, तर मी स्वतः तिथे येऊन तुम्हाला पकडेन आणि मग खरं खुरं धुवेन. समजतंय का? कदाचित, तुमच्या बापालासुद्धा आत घेईन. कदाचित, त्याला लटकवेनही.''

कुशल आणि संजीव घाबरून गेले, त्यांना काय बोलावं ते कळेना.

''गेट आउट,'' सरताज ओरडला. ''जा!''

ते दोघं गेले आणि सरताज खुर्चीत टेकून बसला. त्याने रुमाल काढला; पण तो आधीच ओलसर लागत होता. त्याला खूप कसंतरी वाटलं; पण तरीही त्याने घाम पुसला आणि डोळे मिटून बसला.

त्याचा मोबाईल फोन वाजला.

''सरताज साहेब?''

''कोण बोलतंय?'' जरी त्याला त्या आवाजातला खरबरीतपणा ओळखीचा वाटला तरीही त्याने विचारलं. ही परूळकर साहेबांची जुनी बाई होती, एस-कंपनीतला हाय कॉन्टॅक्ट, जिच्याशी तो काही दिवसांपूर्वी बोलला होता.

''तुमची हितचिंतक. इफ्तार बीबी. सलाम.''

''सलाम बीबी. बोला.''

''मी ऐकलं की, तुम्हाला बंटी नावाच्या चुतीयामध्ये इंटरेस्ट आहे?''

''कदाचित.''

''जर तू अजून काही ठरवलं नसशील बेटा, तर आता उशीर झालाय. बंटी मेला. लुडकला. संपला.''

''तुम्ही लोकांनी अरेंज केलं का हे?''

'माझ्या लोकांचं याच्याशी काही घेणंदेणं नाही,'' ती अगदी ठामपणे म्हणाली. ''तो तसाही बिनकामाचा होता. लंगडा, लुळा.''

''कुठे?''

''तुमच्या पोलीस वायरलेसवर काही मिनिटांतच येईल. गोरेगाव. तिथे एक एव्हरग्रीन व्हॅली नावाचा कॉम्प्लेक्स आहे, त्याच्या कंपाउंडमध्ये.''

''मला ती जागा माहीत आहे. ठीक आहे. इफ्फात बीबी, मी जातोय.''

''हो आणि पुढच्या वेळी काही हवं असेल, काहीतरी, कोणीतरी, कोणीही, तर माझ्याशी आधी बोल.''

''हो हो. मी तुमच्याकडेच धाव घेईन.''

त्याच्या उपहासाचं तिला हसू आलं आणि ती म्हणाली, ''मी आता फोन ठेवते,'' आणि फोन कट झाला. सरताजने वेगात गाडी चालवली. गल्ली बोळातून, चौकातून आणि गर्दीने भरलेल्या रस्त्यांतून. एव्हरग्रीन व्हॅलीच्या दारात आधीच एक पोलीस व्हॅन उभी होती आणि मागच्या बाजूच्या कार पार्किंगमध्ये साध्या कपड्यातल्या ऑफिसर्सचा घोळका उभा होता. सरताजला अनेक ओळखीचे चेहरे दिसले जे फ्लाइंग स्क्वाडमध्ये असल्याचं त्याला माहीत होतं. तो जसा बॉडीजवळ चालत गेला, तसे त्याला त्याचे बॉस दिसले सिनियर इन्स्पेक्टर सामंत आणि त्याला खात्रीच पटली की, बंटीला उडवलं होतं.

''अरे, सरताज, काय खबर?'' सामंत म्हणाले.

''बस सर, फक्त काम.'' सरताजने त्या डावीकडे वळलेल्या खाली तोंड करून पडलेल्या मुडद्याकडे इशारा केला. व्हीलचेअर पलटी होऊन तीन फुटांवर पडली होती.

''तू या मादरचोदला ओळखतोस?'' सामंतांनी भुवई उंचावली. ''काय म्हणतोस, परूळकर साहेबांना याच्यात इंटरेस्ट होता?''

''हा बंटी आहे?''

''हो.''

''मला त्याच्यात इंटरेस्ट होता,'' सरताज खाली उकिडवा बसला. बंटीच्या चेहऱ्याची ठेवण खूपच इंटरेस्टिंग होती. खूपच चढउतार असलेली आणि वेगळी, त्याचं नाक अगदी सरळ होतं. त्याच्या डोक्याचा मागचा भाग खलास झाला होता. मेंदू आणि रक्ताचे फवारे उडाले होते. त्याचा चेक्सचा शर्टही मागच्या बाजूला भिजलेला होता. ''एक डोक्यात आणि दोन पाठीत?''

''हो, मला वाटतं, पाठीत आधी आणि नंतर डोक्यात. मला माहीत नव्हतं की, तू संघटित गुन्हेगारांवर काम करतो आहेस.''

''नाही, जनरली नाही; पण बंटीशी माझा कॉन्टॅक्ट होता.'' सरताज उठून उभा राहिला.

''मला वाटलं की, तुला गणेश गायतोंडे मिळाल्यावर तू परूळकर साहेबांसाठी काही विशेष डीटेलच्या मागे असशील.''

सामंतना टक्कल होतं. ते बुटके, लठ्ठ होते आणि श्रीमंत होते. ते खूप तिखट नजरेने सरताजकडे बघत होते. त्यांनी अशा एन्काउंटरमध्ये स्वतःही किमान शंभर माणसं मारली होती, असं म्हटलं जायचं आणि सरताजला त्यावर अविश्वास ठेवण्यासारखं काही नव्हतं. ''नाही, तसं नाही,'' सरताज म्हणाला. ''या बंटीचा धंदा दुसऱ्या एका केसमधला एक भाग होता.''

''बंटीचा धंदा संपला आहे,'' सामंत मोठ्याने हसले. ''मादरचोदने पळण्याचा खूप प्रयत्न केला. ती व्हीलचेअर एखाद्या कारपेक्षाही वेगाने पळाली असेल.'' त्यांनी कार पार्कमध्ये बंटीच्या बॉडीपर्यंत दिसणाऱ्या काळ्या स्किड मार्ककडे इशारा केला.

''तुम्ही ठोकलं त्याला?''

''नाही नाही. ते फार छान झालं असतं. मी खूप काळ या हरामखोराच्या मागे होतो; पण त्याच्याच मुलांनी त्याला संपवला. या क्षणी तरी आमची थियरी तीच आहे. अर्थातच, ते घडताना कोणीही पाहिलं नाहीये.''

''त्याचीच मुलं असं का करतील?''

''अरे यार, गायतोंडे मेलाय, त्यामुळे या गरीब बिचाऱ्या बंटीची पोहोचही गरीब बिचारी आहे. त्याच्या एकट्याच्या बळावर तो फारसा मोठा नव्हता. कदाचित, त्याची मुलं दुसऱ्या पार्टीला मिळाली असतील. त्यांनी त्यांना सुपारी दिली असेल.''

''सुलेमान इसा?''

''हो किंवा आणखी कोणीतरी.''

म्हणजे बंटी सुरक्षिततेमध्ये आलेला नव्हता तर. सरताज त्या व्हीलचेअरपाशी चालत गेला. व्हीलचेअर खूपच शानदार होती. जाडी चाकं एखाद्या रेसिंग कारच्या चाकांसारखी दिसत होती. तिचं मशीन सॉलिड असणार. सगळं एकदम मॉडर्न, मजबूत आणि खास स्टीलचं. सीटखाली काळ्या रंगाच्या कुशनमध्ये इंजिन आणि बॅटरी बसवलेली होती. उजव्या हातात एक जॉय स्टिक आणि अजून काही कंट्रोल्स होते, त्यांच्या मदतीने चेअर चालवता येत असावी. त्याच्यानेच जिन्यावरून चढण्या-उतरण्यासाठी चासिस त्याच्या हायड्रोलिक सस्पेन्शनवर उचलून वर करता येत असावे आणि इतरही काही शानदार गोष्टी ही गाडी करू शकत असेल. या सगळ्या फॉरेन ट्रिक्स वापरूनही बंटीला त्याच्या खुनी मित्रांपासून दूर पळता आलं नाही आणि आता तर मिस अंजली माथुरचा तपास डेड एंडला पोहोचला होता. सरताज उभा राहिला. ही खरंतर त्याची केस नव्हतीच. ''व्हीलचेअरचं काही नुकसान झालेलं दिसत नाहीये,'' तो म्हणाला.

''हो. आम्ही आलो तेव्हा अजूनही तिची चाकं फिरत होती. ती बंद करण्यासाठी तिथे एक बटण आहे. आम्ही ती ठेवू. लवकरच यांच्यातला एक गुंडाला ठोकलं की, तो लुळा लंगडा होणार आहे.'' इथे सामंतांनी काहीसा आळशी भाव चेहऱ्यावर आणत हात सैल सोडले. ''आणि आम्ही त्याला या खुर्चीतून कोर्टात नेऊ.''

''व्हेरी स्मार्ट,'' सरताज त्याच्या कपाळाला हात लावत म्हणाला. ''बंटी इथे काय करत होता?'' एव्हरग्रीन व्हॅली म्हणजे आयताकृती कंपाउंडमध्ये तीन भव्य बिल्डिंग होत्या

आणि त्याच्या बाजूला दुमजली घरं होती. तिथे हिरवळ म्हणजे फक्त दोन बिल्डिंग्सच्या मधल्या जागेवर वाढलेली खुरटी झाडं होती.

''आम्हाला अजून ते माहीत नाही. कदाचित, ते इथे आले असतील. कदाचित, इथे त्याचं घर असेल.''

''तुम्हाला काही कळलं तर मला प्लीज सांगाल सर.''

''हो, हो,'' सामंत सरताजच्या बरोबर गेटच्या दिशेने चालत गेले. ''सरताज, तुला जर याच्या कंपनीचे सगळे धंदे माहीत करून घ्यायचे असतील, तर आपण एकत्र काम करू शकतो. ते फार चांगलं होईल, प्रोफेशनली आणि अदरवाईजसुद्धा. आपण एकमेकांना माहिती देऊ-घेऊ शकतो,'' सामंतांनी सरताजला एक कार्ड दिलं.

''ऑफकोर्स.'' सामंतांना काय अपेक्षित होतं, तर पुढच्या वेळी जेव्हा सरताजला गायतोंडेसारखी मोठी टीप मिळेल, तेव्हा त्याने सामंतांना फोन करावा. सामंत एन्काउंटर स्पेशालिस्ट होते. व्यावसायिक कौतुक आणि पेपरमधल्या बातम्यांव्यतिरिक्त एखाद्या मोठ्या कंपनीच्या भाईला गोळी घालून तुम्ही भरपूर पैसे कमवू शकता. चांगल्या पार पडलेल्या कामाचे इतर कंपन्या तुम्हाला चांगले पैसे देतात. सामंतांनी एकट्याच्या बळावर त्यांच्या रत्नागिरीमधल्या गावात मोठं हॉस्पिटल बांधलं होतं, असं म्हणतात.

''मला काही समजलं, तर नक्कीच तुम्हाला फोन करेन.''

''माझा पर्सनल मोबाईल नंबर आहे त्यावर. कधीही फोन कर. दिवसा, रात्री, कधीही.''

एव्हरग्रीन व्हॅली, सामंत आणि ती व्हीलचेअर तिथेच सोडून सरताज बाहेर पडला आणि स्टेशनला गेला. त्याच्या टेबलापाशी बसल्या बसल्या त्याने सामंतांनी त्याला दिलेलं कार्ड पाहिलं. कार्डवरच्या सोनेरी अक्षरात लिहिलेल्या नावाप्रमाणे सामंत हे खरंतर 'डॉ. प्रकाश व्ही. सामंत' होते. त्यांच्या पोलीस दलातील कामगिरी व्यतिरिक्त, ज्यात विशेष कामगिरीबद्दल एक पोलीस मेडलचा समावेश होता; ते एक 'सर्टिफाईड होमिओपॅथ'ही होते. सरताजने स्वतःचं करियर किती सामान्य आहे, याचा विचार केला आणि एक निःश्वास सोडला. त्याने आता अंजली माथुरला फोन केला आणि तिला त्याच्या या सोर्सच्या दुर्दैवी मृत्यूची खबर दिली.

''तर आपल्याला फक्त हे माहीत आहे की, गायतोंडे कोणा साधूच्या शोधात होता.''

''येस मॅडम.''

''ते इंटरेस्टिंग आहे; पण पुरेसं नाही.''

''येस मॅडम.''

''अशा गोष्टी होतात. त्या बहिणीबरोबर फॉलोअप करत राहा. तुला काहीतरी बॅकग्राउंड मिळेल.''

''येस मॅडम.''

''शाब्बास,'' ती म्हणाली आणि तिने फोन ठेवला.

सरताजला आनंद वाटला की, अशा गोष्टी घडतात हे तिने समजून घेतलं. तुम्ही एखाद्या सोर्सवर कधीही पूर्णपणे अवलंबून राहू शकत नाही. जेव्हा सरताज आणि बंटी बोलत होते, तेव्हाही माहिती अपूर्णच मिळत होती. काय झालं असेल, याबाबत अंदाज लावण्यासाठी तुम्ही माहितीचे काही तुकडे तेवढे एकत्र करू शकता. जर तुमचा सोर्स म्हणजे धंद्यातले

अडथळे दूर करण्यात गुंतलेला एखादा भाई असेल, तर हे स्वाभाविकच असतं की, एखाद्या दिवशी त्याच्या डोक्यात गोळी घालून त्याचा खेळ संपणार असतो. तुम्ही काही करू शकत नाही किंवा तोही काही करू शकत नाही. ती गोळी एखादा पोलीसवाला झाडेल किंवा शत्रू किंवा मित्रही. त्याच्या डोक्याची शकलं होईपर्यंत जर तुम्हाला हवी असलेली माहिती त्याने तुम्हाला दिलेली नसेल, तर तुमचं नशीब वाईट. बास. बंटी संपला. तुमची केस संपली.

पण सरताजला माहीत होतं की, अशा गोष्टी घडतात असं म्हणत तो स्वतःची समजूत घालण्याचा प्रयत्न करतो आहे. सत्य हेच होतं की, अशा हिंसात्मक मृत्यूची त्याला सवय झालेली नव्हती. तो बंटीला फारसे ओळखतही नव्हता. तो त्याच्याशी काही मिनिटंच बोलला होता; पण आता बंटीला गोळ्या घालून मारण्यात आलं होतं, त्यामुळे तो पुढचे काही दिवस त्याच्या डोक्यात घर करून राहणार होता. काही रात्री तरी तो त्याचं नाक उडवत सरताज समोर येऊन त्याला रात्री-बेरात्री त्याला उठवणार होता. सरताजने आजवर या त्याच्या वीकनेसवर मात करण्याचा खूप प्रयत्न केला होता आणि त्यामुळेच सामंतांसारखे लोक ज्या संधी पुढे होऊन घेतात त्यापासून तो दूर राहिला होता. सरताजने त्याच्या करियरमध्ये आजवर फक्त दोन माणसं मारली होती आणि त्याला चांगलंच माहीत होतं की, तो शंभर वगैरे मारू शकणार नाही किंवा अगदी पन्नासही. त्याच्यात तेवढं धैर्य आणि साहस नव्हतं. त्याला ते स्वतःला ठाऊक होतं.

सरताज खुर्चीत टेकून बसला, त्याने पाय टेबलावर ठेवले आणि इफ्फात बीबीचा नंबर डायल केला.

''तर मग बंटीचं दर्शन घेतलंस का?'' तिने विचारलं.

सरताज हसला. त्याला तिचे विचित्र उच्चार ऐकताना आता मजा येऊ लागली होती. ''हो, बघितलं त्याला. फारसा आनंदात दिसला नाही.''

''कदाचित, सडला असेल आणि त्याची वंशावळही. तो आयुष्यभर एक भित्रा हरामखोर माणूस होता आणि तसाच मेला, पळता पळता.''

''म्हणजे तुम्हाला तेदेखील माहीत होतं, बीबी? तुमची नक्की खात्री आहे का की, तुमच्या माणसांनी हे केलं नाहीये?''

''अरे, मी सांगितलं ना. नाही सांगितलं का?''

''एक थियरी अशी आहे की, बंटीच्याच मुलांनी हे केलंय.''

''तुला त्या मूर्ख सामंतने सांगितलं का हे?''

''सामंत खूप यशस्वी माणूस आहे बीबी.''

''सामंत एक कुत्रा आहे जो दुसऱ्यांच्या तुकड्यावर जगतो. तू बघ, तो ते एन्काउंटर त्यानेच केलं आहे, असं क्लेम करेल आणि त्या चुतीयाला हेही माहीत नाहीये की बंटीची मुलं त्याला दोन दिवसांपूर्वीच सोडून गेली आहेत. त्याची कमाई पुरेशी होत नव्हती म्हणून ते इतर कामांकडे वळले.''

''तुम्हाला सगळं माहीत आहे बीबी?''

''मी खूप आयुष्य काढलंय. काळजी करू नकोस, आपल्याला लवकरच कळेल बंटीची विकेट कोणी घेतली ते.''

''मला माहीत करून घ्यायला आवडेल.''

''खूप छान, बेटा. तुला जेव्हा माहीत करून घ्यायचं असेल, तेव्हा विचार.''

सरताज मोठ्याने हसू लागला. ''ठीक आहे बीबी. मी हे लक्षात ठेवेन.''

सरताजने फोन ठेवला आणि त्याने बंटी त्याच्या व्हीलचेअरमधून शहरातून लपतछपत पळतो आहे, अशी कल्पना केली. तो खूप एकटा पडला असणार. त्याचे बॉडीगार्डही बरोबर नव्हते आणि नक्कीच त्याला कोणीतरी ओव्हरटेक करून गाठलं असणार. सरताजला त्याच्या पाठीतून एक शिरशिरी जाणवली. बंटीबद्दल त्याला थोडी सहानुभूती वाटली. तो चिडला आणि जोरात पाय खाली आपटत उभा राहिला. बंटीने त्याच्या काळात पुरेसा उच्छाद मांडला होता आणि त्या गांडूची जी लायकी होती ते त्याला मिळालं होतं. ज्याने कोणी त्याला मारलं होतं, त्याला बक्षीस द्यायलाच हवं, किमान एखादं मेडल वगैरे. त्यांनी त्याची चांगली खबरदारी घेतली असेल, अशी त्याला आशा होती.

त्या रात्री घरी येताना सरताज त्या साधूंनी मंडल किती पूर्ण केलं ते पाहण्यासाठी गेला. आता सकाळ इतकी गर्दी नव्हती; पण साधू अजूनही मोठ्या दिव्याच्या उजेडात त्या रेतीत त्यांचं काम करत होते. सरताज खिडकीपाशी उभा राहिला आणि सकाळी ज्या वयस्क साधूने त्याला पाहिलं होतं, तो दिसल्यावर त्याला नमस्ते केलं. तोही उत्तरादाखल हसला. त्याचं आतल्या पॅनेलवर काम चालू होतं. एका हरिणाच्या अंगावर सोनेरी रंग भरत होता. त्या हरिणाचे डोळे काळेभोर होते आणि हरीण हिरव्यागार जंगलातल्या मोकळ्या जागेवर बसलं होतं. सरताज त्या साधूच्या हातातून पडणाऱ्या सोनेरी वाळूकडे पाहत होता. ते वर्तुळ आता अर्धं पूर्ण झालं होतं. त्यात आता अनेक लहान-मोठे प्राणी, पक्षी राहायला आलेले होते आणि आता या नव्याने उदयास येणाऱ्या जगात सामावले गेले होते. सरताजला त्यातलं काही कळलं नाही; पण ते मंडल असं जिवंत होत जाताना पाहणं हा खूप छान अनुभव होता म्हणून तो खूप वेळ पाहत राहिला.

गणेश गायतोंडे इलेक्शन जिंकतो

‘‘फेब्रुवारीमधल्या एका शुक्रवारी कांताबाई गेली. त्याआधी फक्त चार दिवसांपूर्वी म्हणजे मंगळवारी सकाळी ती उठली तीच तापाने फणफणून. तिला डॉक्टरकडे जायला आवडत नसे आणि तिला त्या गोष्टीचा अभिमानही होता. तिने मला सांगितलं होतं की, आजारी पडण्यापेक्षा त्यावर उपचार घेण्यासाठी हॉस्पिटलमध्ये गेल्यानेच जास्त लोक मरतात, त्यामुळे ती नुसता मोसंबीचा ज्यूस पीत राहिली आणि नेहमीसारखी तिच्या गुत्त्यावर जात राहिली. तिच्या कामगारांना भेटली, माल बाहेर पाठवला. दुपारी घरी आली तेव्हा खूप थकली होती म्हणून झोपली. तिला रात्री अकरा वाजता जाग आली, तिला हुडहुडी भरली होती, हातापायात ठणका पडला होता आणि हगवण लागली, तरीही तिला, त्या मूर्ख बाईला वाटत होतं की, ती हे दुखणं निभावून नेईल. तिने डॉक्टरला बोलावू दिलं नाही. तिने थोडा दहीभात खाल्ला, दोन लोपामाईडच्या गोळ्या घेतल्या आणि झोपली. तिच्या लोकांना पाठवून दिलं. सकाळी तिच्या बहिणीने पाहिलं की, कांताबाईचे डोळे फिरले होते, पोटाला पीळ पडला होता आणि कडक झालं होतं. मला हे सकाळी नऊ वाजता कळलं. त्यांनी त्यानंतर तिला अंधेरीला एका खासगी हॉस्पिटलमध्ये नेलं होतं. डॉक्टर म्हणाले की, तिला मलेरिया झाला होता. मी तिला जसलोक हॉस्पिटलमध्ये हलवलं आणि डॉक्टरना सांगितलं की, तिला फॉरेनची औषधं द्यायला हवी असतील तरी द्या; पण आवश्यक असलेली सगळी ट्रीटमेंट द्या; पण शुक्रवारी दुपारी ती गेली.

आम्ही तिला मरीन लाइन्सच्या विद्युत दहनभूमीला नेलं. जेव्हा तिला त्या अग्नीत आत सरकवलं, तेव्हा तिचे गाल ओघळले होते, चेहरा चपटा दिसत होता, जणू काही या तिच्या अचानक झालेल्या आजाराने तिला खाऊन टाकलं होतं. तिची कातडी पूर्वीसारखी सावळी लालसर नव्हती, आजाराने ती पांढरी फटक पडली होती. मी त्या विद्युत वाहिनीचे लोखंडी दरवाजे आमच्यासाठी कायमचे बंद होताना बघण्यासाठी स्वतःला भाग पाडलं आणि नंतर त्यांनी तिच्या बहिणीजवळ तिच्या अस्थी देईपर्यंत थांबलो. मी आता काहीच करू शकत नव्हतो. मी तिच्या बहिणीजवळ अस्थी मिळण्याची वाट बघत बसलो होतो आणि नंतर तिला घरी सोडू शकत होतो.

कांताबाईला वाचवण्यासाठी मी काहीच केलं नव्हतं, या विचाराने त्या दिवशी आणि नंतर अनेक रात्री मला पोखरून टाकलं. मी आता मुलांना त्यांच्या तब्येतीकडे लक्ष द्यायला सांगितलं आणि जराही आजारी पडतोय, असं वाटल्यास डॉक्टरकडे जायला सांगितलं. माझं काम सांभाळणाऱ्या सगळ्यांची मोफत आरोग्य तपासणी करवली आणि वस्तीमध्ये मलेरिया

होऊ नये म्हणून मोहीम राबवली. गटारं साफ करून घेतली, साठलेलं पाणी काढून सफाई केली; पण मी हा सगळा दिखावा करत होतो. मला आत जाणीव होती, माहीत होतं की, माझा पराभव झाला होता!

नेमकं याचवेळी ते माझ्याकडे आले. मला हे तुला सांगायचं आहे सरताज सिंग. मी कधीही राजकारणी लोकांकडे गेलो नाही, ते माझ्याकडे आले. माझ्याकडे गोपाळमठ होता, आता कोब्रा गँगचा सगळा एरियाही माझ्याकडे होता. माझे हात अनेक धंद्यांत गुंतलेले होते, त्यातून पैसा येत होता आणि कांताबाई गेली हा मॅटर सोडला तर मी आनंदात होतो. नगरसेवकांशी माझे व्यवहार नेहमीच सुरू असायचे, विशेष करून जेव्हा गोपाळमठसाठी नियमित पाणीपुरवठा हवा असायचा तेव्हा; पण मला त्या जमातीविषयी कधीच प्रेम नव्हतं. ते जन्मजात खोटारडे असतात, असं माझं ठाम मत होतं. मला राजकारणी लोकांविषयी अजिबात प्रेम नव्हतं म्हणून मी कधी आमदार किंवा खासदार लोकांना जास्त थारा दिला नाही; पण परितोष शाह त्यांच्यातल्या एकाला माझ्याकडे घेऊन आला. तो म्हणाला, ''भाई, हा बिपीन भोसले. तो पुढच्या महिन्यात विधानसभेला उभा राहतोय. त्याला तुमची मदत हवी आहे.'' हा बिपीन भोसले एकदम झकपक स्मार्ट कपडे घातलेला माणूस होता. निळी पँट, प्रिंटेड शर्ट, गॉगल... नेहमी खादी कुर्ता आणि नेहरू टोपी घालणाऱ्या हरामखोरांसारखा दिसत नव्हता. बिपीन भोसले तरुण होता, माझ्याच वयाचा, आदर वाटेल असा.

तो म्हणाला, ''नमस्कार गणेश भाऊ. मी तुमच्याबद्दल खूप ऐकलं आहे.''

''हा जाडा माणूस तुला सांगत होता का?'' बसायला खुर्चीकडे बोट करत मी विचारलं. मी परितोष शाहचा हात हातात घेऊन त्याला दिवाणावर माझ्या शेजारी बसवलं. मी जेवढी वर्षं त्याला ओळखतो आहे, तो वाढतच चालला होता. मी सुरुवातीला ज्या परितोष शाहला भेटलो होतो, तो त्याच्या वाढणाऱ्या चरबीखाली हरवत चालला होता. ''त्याला किती धाप लागली आहे बघ. मला त्याच्या हार्टची काळजी वाटतेय.'' दोन मजले चढून आल्यामुळे परितोष शाहला खूप दम लागला होता.

परितोष शाहने माझ्या खांद्यावर थोपटत म्हटलं, ''भाई, मी आयुर्वेदिक औषध घेतोय. काळजी करू नका.''

त्याने मला त्याच्या नवीन आयुर्वेदिक डॉक्टरबद्दल सांगितलं होतं. त्या डॉक्टरच्या एअर कंडिशन क्लिनिकमध्ये पाच कॉम्प्युटर होते. ''त्यापेक्षा तू रोज थोडं पळायला जा ना,'' मी म्हटलं. त्याने हाताने पळण्याची ॲक्शन करत हात वर-खाली केले. तो इतका मजेशीर दिसत होता, त्याची थुलथुलीत छाती आणि सुटलेलं पोट हलत होतं. मला प्रचंड हसू आलं आणि नंतर तोही हसायला लागला; पण बिपीन भोसलेने फक्त स्मितहास्य केलं, तितकंच. मला आवडलं ते, चांगले मॅनर्स होते त्याला. दरम्यान, एका मुलाने चहा-बिस्किटं आणली. आम्ही चहा पिता पिता बोलत होतो. त्याचं काम तसं सोपं साधं होतं असं वाटलं. बिपीन भोसले मोरवाडा मतदारसंघाचा रक्षक उमेदवार होता, जी गोपाळमठच्या उत्तरेला लागून होती. त्याच्या एरियामधले निम्म्याहून कमी मतदार पांढरपेशे मराठे होते जे तिथे फार पूर्वीपासून राहत होते. अगदी बिल्डर लोकांनी उपनगरात पॉश बिल्डिंग बांधायचा सपाटा लावण्याच्या आधीपासून. बिपीन भोसले या मराठा लोकांपैकीच होता. सरकारी नोकरीत क्लास टू ऑफिसर आणि क्लार्क असलेल्या कुटुंबांपैकी असावा. फक्त त्याच्याकडे इकडेतिकडे पसरलेल्या गुजराती, मारवाडी दुकानदार आणि व्यापाऱ्यांसारखा पैसा होता. त्याचा प्रॉब्लेम उरलेल्या निम्म्या

मतदारसंघाबद्दल होता. ते काँग्रेसचे आणि आरपीआयचे कट्टर मतदार होते. नारायण हाउसिंग सोसायटी आणि सत्यासागर इस्टेट्सच्या आसपास गांधीनगर व लालघरमधल्या वस्त्यांमध्ये राहत होते. रक्षकांना आजवर मोरवाडामध्ये या हरामखोरांमुळेच जिंकणं शक्य झालं नव्हतं, ज्यात सगळ्या प्रकारचे लोक होते, सेठ, व्यावसायिक, एअरलाइन क्रू आणि रिटायर्ड लोक; पण बिपीन भोसलेला लालघरमध्ये झोपड्यांमध्ये राहणाऱ्या गरीब चुतीया लोकांबद्दलच खात्री नव्हती. ''भेन्चोद लांडे'' तो म्हणाला. ''तिथून आम्हाला एकही मत मिळणार नाही. तुम्ही त्यांच्याकडे मैत्रीचा हात पुढे करा, ते पळून जातात.'' लालघर ही मुस्लीम वस्ती होती, त्यामुळे तिथून रक्षकांना एकही मत मिळणार नव्हतं. ज्यांचा तिरस्कार करायची तुमची पॉलिसि आहे, त्यांच्याकडून मतांची अपेक्षा करणंच चुकीचं होतं आणि तेही टिपिकल रक्षकांनी; पण मी हे बोललो नाही, बिपीन भोसलेकडे पाहून फक्त हसलो.

''मग, भोसले साहेब, मी तुमच्यासाठी काय करू शकतो?'' मी विचारलं.

त्याने हातातला चहाचा कप खाली ठेवला आणि उत्साहाने खुर्चीत पुढे सरकून बसला. ''भाई, आधी तर आम्हाला प्रचारासाठी तुमची मदत हवी आहे. आपली मुलं जेव्हा प्रचाराला जातात तेव्हा ते त्यांना दम देतात. कालच त्यांनी ढकलाढकली करून आपले पोस्टर वगैरे काढून घेतले. त्यांनी दोनशे पन्नास पोस्टर घेतले. नंतर कानावर आलं की, त्यांनी त्याची होळी केली.''

''आणि तुम्ही रक्षक लोक इतके हेल्पलेस आहात? तुम्हाला कधी कोणाची मदत घ्यायची वेळ आलेलं मी आजवर ऐकलं नाहीये. तुमच्याकडे तुमची स्वतःची मुलं आहेत, शस्त्र आहेत.''

त्याने माझं बोलणं ऐकून घेतलं; पण त्याला ते आवडलं नाही; पण तरीही तो खूप शांत आणि नम्रपणे म्हणाला, ''भाई, आम्ही कोणाला घाबरत नाही; पण मी आमच्या पक्षात खूप नवीन आहे. ही माझी पहिलीच इलेक्शन आहे आणि तसंही हा मतदारसंघ फारसा महत्त्वाचा समजला जात नाही. पक्षाचं बळ इतरत्र लावलं जाणार. त्या काँग्रेस आणि आरपीआयवाल्या हरामखोरांनी भरपूर जोर लावला आहे, हे मला माहीत आहे. ते समाजवादी पक्षवाले तर तिकडे जोर लावायचं प्लॅनिंग करतायत असं ऐकलं.''

''ठीक आहे, मग?''

''एकदा का प्रचार संपला की, मतदानाच्या दिवसापर्यंतचे दिवस खूप महत्त्वाचे असतात. आम्हाला काही लोकांनी मतदान करायला नको आहे.''

मी हसलो. ''ठीक आहे. तुम्हाला वाटतंय की, ही इलेक्शन तुम्ही जिंकावी.''

तो जराही न ओशाळता हसून म्हणाला, ''हो भाई.''

''मला वाटलं होतं की, रक्षकांना देशातला भ्रष्टाचार निपटून काढायचा आहे.''

''भाई, सगळं जगच जिथे बरबटलेलं आहे, तर ते साफ करण्यासाठी आपल्यालाही थोडा घाणीत हात घालावा लागतो. आम्ही त्यांच्या पैशाला काहीतरी युक्ती केल्याशिवाय तोंड देऊ शकत नाही. एकदा का आम्ही सत्तेत आलो की, मग गोष्टी वेगळ्या असतील. आम्ही सगळं बदलून टाकू.''

''तेव्हा मला विसरू नका. सगळी साफसफाई करता करता मलाही साफ करून टाकू नका.'

त्याने त्याचे दोन्ही हात पुढे केले, ''तुम्हाला भाई? नाही नाही. तुम्ही आमचे मित्र आहात. आमच्यातलेच एक आहात.''

त्याला तुम्हीही हिंदू आणि महाराष्ट्रीयन आहात, असं म्हणायचं होतं. मला असल्या गोष्टींची फिकीर नव्हती. किमान जिथे धंद्याचा सवाल होता, तिथे तर नाहीच; पण त्याला विश्वास होता की, मी गणेश गायतोंडे आहे. मी त्याच्याशी हात मिळवला आणि म्हणालो, ''आपण एक दोन दिवसांत भेटू. किती पैसा लागणार आहे, त्याबद्दल बोलू मग.''

''भाई, पैसा मॅनेज होईल. तुम्ही याबाबत विचार करा आणि फक्त आम्हाला सांगा तुम्हाला काय काय लागेल ते. मला वाटतं की, आपल्याला पन्नास-साठ मुलं तरी लागतील.'' तो हात जोडून उभा राहिला. ''मी कधी भेटायला येऊ ते मला सांगा.''

तो गेल्यावर मी परितोष शाहला म्हटलं, ''हा बिपीन भोसले एक थंड डोक्याचा चुतीया आहे.''

''तो इतर रक्षकांसारखा थोडा सर्किट पण आहे.''

परितोष शाहचा नफ्यावर विश्वास होता आणि काही फायदा होणं म्हणजे त्याच्यासाठी देव, त्यामुळे कोणी पैसा कमवण्याच्या धंद्यात धार्मिक लुडबुड केली, तर त्याच्यासाठी ते मूर्खपणाचं होतं. रक्षकांचा सोनेरी भूतकाळ, आपली माती वगैरे गोष्टींवर विश्वास होता. परितोष शाहच्या दृष्टीने या गोष्टींना महत्त्व नव्हतं. मी म्हटलं, ''इतकाही सर्किट नाहीये तो. तो आपली मदत घ्यायला आला आहे. कारण, त्याला त्याच्या विरोधकाला आपण मदत करायला नकोय.''

''हे खरं आहे. मी तो मूर्ख आहे असं म्हटलं नाही. हे मराठे थोडे चक्रम आणि कावेबाज असतात. तुम्हाला माहीत आहे ते.''

''तू कुठला आहेस? मुंबईचा?'' मी विचारलं.

''माझा जन्म मुंबईत झाला. माझे पणजोबा अहमदाबादहून इकडे आले. आमचे बरेच नातेबाईक अजून तिकडेच आहेत,'' तो कोड्यात पडला. आम्ही इतकी वर्षं एकमेकांना ओळखत होतो; पण मी त्याला असे प्रश्न कधीच विचारले नव्हते; पण आता आज मी विचारलेच होते म्हणून त्यानेही विचारलं, ''तुम्ही कुठले आहात?''

मी हात हवेत फिरवत म्हणालो, ''कुठला तरी.'' मी उठलो. ''आपण एका इलेक्शनसाठी त्यांच्याकडून किती घ्यायचे?'' आणि मग आम्ही पैशाबद्दल बोललो. मला असं वाटलं, एखाद्याला इलेक्शन जिंकवून देणे म्हणजे त्याला राजा बनवण्यासारखंच होतं, त्यामुळे आमच्या मदतीची किंमत मोठी होती; पण हा इलेक्शन जिंकवून देण्या-घेण्याचा धंदा खूप जुना होता आणि बाजारात त्याचे रेट ठरलेले होते. फार जास्त किंमत येणार नव्हती. प्रत्येक मुलाला पंचवीस हजार, कदाचित कंट्रोल करणाऱ्या मुलांना पन्नास हजार म्हणजे आम्हाला फक्त पंचवीस-तीस लाख रुपये देऊन बिपीन भोसले विधानसभेचा मेंबर होणार होता. ''तुम्हाला इतक्या पैशात लोकशाही विकत घेता येते?'' मी परितोष शाहला विचारलं.

''आता तुम्हाला स्वतःला राजकारणात उतरायचं दिसतंय.''

''ते फुकट सीट वाटत असले तरी नको रे बाबा.''

''का?'' परितोष शाह आता जाणीवपूर्वक हसत होता.

मी खांदे उडवले. जुन्या आठवणीचा कढ आणि संताप गिळण्याचा प्रयत्न करता करता माझ्या घशात आवंढा आला होता. माझ्या तोंडातून शब्द निघेल, याची मला खात्री नव्हती म्हणून मी खिडकीतून बाहेर थुंकलो आणि तो विषय संपवून टाकला. खोट्या आश्वासनांची पोस्टर, तीच ती भाषणं आणि उगाच मानवतेचे ढोंग. तो मला चांगलंच ओळखत होता म्हणून त्याने पुढे काही विचारलं नाही, तरीही धंद्याचं बोललो, त्यामुळे तो खुशीत होता.

तो गेल्यावर मी माझ्या इंग्लिशच्या पुस्तकांकडे वळलो. मी लहान मुलांची पुस्तकं, न्यूजपेपर आणि एक डिक्शनरी घेऊन माझं मीच इंग्लिश शिकत होतो. हे फक्त छोटा बदरियाला माहीत होतं. कारण, त्यानेच मला ती पुस्तकं आणि डिक्शनरी आणून दिली होती. इंग्लिश शिकताना मी दरवाजा बंद करायचो. कारण, मी जमिनीवर मांडी घालून बसलो आहे, एकेका अक्षरावर बोट ठेवून खूप प्रयत्नाने ओठांची हालचाल करत हळूहळू शब्द उच्चारत आहे, हे कोणी बघावं, अशी माझी अजिबात इच्छा नव्हती. 'पा-र-ल-में-ट.' हे लाजिरवाणं होतं; पण त्याची गरज होती. मला माहीत होतं की, देशाचा बहुतांश कारभार इंग्लिशमध्ये चालतो. माझ्यासारखे, माझ्या मुलांसारखे लोक इंग्लिशमधले काही शब्द कोणतीही भीड न बाळगता अगदी सराईतपणे आमच्या बोलण्यात वापरायचो. जसं की, 'बोले तो वो एकदम डेंजर आदमी है!' आणि 'यार, अभी एक मॅटर को सेटल करना है' आणि 'उस साईड से वायर दे चुतीया.' पण जोवर तुम्ही पूर्ण वाक्य न अडखळता बोलत नाही आणि पुन्हा पुन्हा मागे जाऊन ती दुरुस्त करत नाही किंवा जोवर तुम्ही जोक्स करू शकत नाही, तुमच्या आयुष्यातला खूप मोठा भाग तुम्ही पाहिलेलाच नसतो, तो निसटून गेलेला असतो. तुम्ही मराठी मुलखात किंवा हिंदी कॉलनी किंवा तमिळ गल्लीत राहू शकता; पण शहरभर लावलेली होर्डिंग काय सांगतायत, तुमचं घरही झाकोळून टाकणाऱ्या साईन बोर्डवरचे मेसेज काय सांगतायत ते कसं कळणार? तुम्ही एखादा 'अमेरिकन तंत्राने' बनवलेला महागडा शाम्पू विकत आणल्यावर त्याच्या लाल लेबलवर काय लिहिलं आहे, हे कसं वाचणार? गुबगुबीत कुशन्स असणाऱ्या पजेरोमध्ये बसलेले लोक का हसत आहेत? इंग्लिशचा गंधही नसलेले माझ्यासारखे खूप लोक होते, जे अज्ञानातच सुखी होते. त्यातले बहुतेक लोक आळशी होते, कसं, का, काय हे विचारायला खूप घाबरत होते म्हणून मी इंग्लिश शिकायला लागलो. स्वतःशी खूप कुस्ती केली; पण तुकड्या तुकड्यात शिकायचा प्रयत्न करत होतो. खूप कठीण होतं; पण मी चिकाटीने प्रयत्न करत होतो.

दुपारी चार वाजता, मी माझी पुस्तकं बंद केली आणि जमिनीवरच आडवा होऊन एक डुलकी काढली. खरंतर माझ्याकडे चांगला बेड, मऊ उश्या होत्या; पण आजकाल मला रात्री झोपच लागत नसे. जरा डोळा लागला की, हातपाय असह्य दुखू लागत. मग मी दुपारी एखाद तास झोपायचा प्रयत्न करे; पण आज माझं डोकं भणभणत होतं. खूप सारे प्लॅन्स, भविष्याचे कंगोरे, कंपनी मोठी करायचा विचार, या माणसाचा संशय आणि अचानक त्याबद्दल मनात येणारे विचार असं सगळं डोक्यात फिरत होतं. मी माझ्या जगाचा राजा होतो; पण माझं मन स्थिर होईना. फरशीचा थंड स्पर्श, कठीणपणा आणि टोच यामुळे माझं चित्त विचारांमधून थोडं बाहेर आलं आणि डोळ्यावर झापड आली. पाच वाजता जेव्हा एका मुलाने दारावर टकटक केली, मी एकदम दचकून उठलो. तोंड धुतलं, मोठा श्वास घेतला आणि बाहेर गेलो. दिवसातून एकदा, वेगवेगळ्या वेळेला; पण रोज एकदा मी माझ्या मुलांना घेऊन माझ्या एरियातून एक चक्कर मारत असे. आम्ही वेगवेगळ्या रस्त्याने जायचो. मी वेडा नव्हतो; पण

मला स्वतःला इतरांना दाखवायचं होतं, त्यांनी मला बघावं अशी इच्छा होती. माझ्यात भीती नव्हतीच असं मी म्हणणार नाही; पण मी बेफिकिरीचा आव आणून ती भीती गाडायला शिकलो होतो. जेव्हा ती गोळी माझ्या शरीरात घुसली होती, तेव्हाच मृत्यू काय असतो हे मला समजलं होतं. माझ्या काही कल्पना नव्हत्या. मी पाहिलं होतं की, एक बाई आज जिवंत असते, मटण खाते, हसते बोलते आणि दुसऱ्याच दिवशी हॉस्पिटलच्या बेडवर ती 'आ' वासून बेशुद्ध पडलेली असते. मला माहीत होतं की, एक न एक दिवस मी मरणार आहे, मला मारलं जाणार आहे. माझी त्यातून सुटका नव्हती. मला काही भविष्य नव्हतं, आयुष्य नव्हतं, रिटायरमेंट नव्हती आणि म्हातारपणही आरामात जाणार नव्हतं. यातल्या कशाचीही कल्पना करणं म्हणजे भ्याडपणा होता. गोळी सर्वांत प्रथम माझा वेध घेणार होती; पण तरीही मी राजासारखा राहायचो. आपल्याला मरणाच्या दारात नेऊन सोडणाऱ्या या आयुष्याशी मी लढणार होतो, त्याला खाऊन टाकणार होतो... दररोज त्याचा प्रत्येक क्षण खर्च करणार होतो म्हणून मी माझ्या गोपाळमठच्या रस्त्यांवर एखाद्या मानवजातीच्या राजासारखा फिरायचो, माझी मुलं माझ्या मागे मागे असायची.

म्हणूनच मी माझी पकड ठेवू शकलो, माझं राज्य टिकवू शकलो. भीती म्हणजे या सगळ्याचा एक भाग होता. जेव्हा दुकानदार माझ्याकडे घाबरून बघायचे, आम्हाला जायला रस्ता देण्यासाठी बायका एक पाऊल मागे सरकायच्या; पण ते म्हणजे सगळं काही नव्हतं. अजिबात नाही. आपली ताकद दाखवण्यामध्ये एक प्रकारची मजा असते; पण त्याबदल्यात त्यांना सुरक्षितता हवी असते. मी तुम्हाला सांगतो, हे अगदी सत्य आहे. मला ते जाणवलं, जेव्हा मला त्यांनी चिकन टिक्का आणि भाकरी दिली, चहा घेणार का कोल्ड्रिंक असं विचारलं, तेव्हा मला बसायला त्या खुर्च्यांमधली सगळ्यात बेस्ट खुर्ची आपल्या पदराने झटकून देताना त्यांच्या डोळ्यांत मला ते दिसलं. सत्य हे आहे की, माणसांना त्यांच्यावर सत्ता गाजवलेली आवडते. ते स्वातंत्र्याविषयी बोलत राहतील; पण त्यांना त्या स्वातंत्र्याची भीती वाटते. माझ्या अंकुशाखाली ते सुरक्षित होते आणि आनंदात होते. माझी भीती वाटण्यामुळे ते जगायला शिकले, त्या भीतीने त्यांना एक कुंपण दिलं. त्या कुंपणाच्या आत त्यांचं घर होतं. मी त्यांच्यासाठी चांगलाच होतो. मी चुकीचा वागत नव्हतो, त्यांना त्रास होईल इतके पैसे मागत नव्हतो आणि मी माझ्या मुलांना संयम शिकवला होता. त्याहूनही पुढची गोष्ट म्हणजे मी उदार होतो. टिपिंग लोडरच्या खाली येऊन एका कामगाराचा पाय मोडला होता. मी सहा महिने त्याच्या कुटुंबाची काळजी घेतली. एका म्हाताऱ्या आजीच्या ऑपरेशन करून तिच्या हृदयातल्या नसा मोकळ्या करण्याची आवश्यकता होती, तिचं हृदय त्यामुळे वाचणार होतं. मी तिला तिच्या नातवंडांशी खेळण्याची संधी दिली. एकेदिवशी दुपारी एक प्रिंटर मला म्हणाला, ''गणेश भाई, मला तुमचं एक फर्स्ट क्लास बिझनेस कार्ड बनवू द्या.'' पण मला कार्डची गरजच नव्हती. माझ्या राज्यात माझं नाव माहिती होतं आणि अनेक जण त्या नावाला दुवाही देत होते.

त्या संध्याकाळी, माझं बिपीन भोसले बरोबर बोलणं झाल्यानंतर आणि माझी चक्कर लावून झाल्यानंतर, मी परितोष शाहच्या घरी गेलो. त्याच्या सगळ्यात मोठ्या मुलीचं, चौघीतल्या मोठीचं सात दिवसांनी लग्न होतं. घर अगोदरच लखलखत होतं. तीन मजल्यांना लाल, हिरव्या, निळ्या रंगांच्या माळा लावलेल्या होत्या, त्या मजेत लुकलुकत होत्या. त्याचं हे घर खूप मोठं होतं. गेल्या वर्षीच त्याने आणि त्याच्या तीन भावांनी मिळून ते बांधलं होतं. ते सगळे त्यात आनंदाने एकत्र राहत होते; बायका, भावंड आणि अगणित मामा काका येत जात असायचे.

मोठा गुजराती गोतावळा होता. लग्नाआधीच्या दांडियाचा कार्यक्रम हटके असणार होता. धंद्यात कितीही नावीन्य आणलं तरी परितोष शाह मात्र पक्का परंपरा जपणारा होता, त्यामुळे तिथे अंगणात तरुण मुलींचे उत्साही घोळके दिसत होते, सिल्कचे घागरे घुमत होते. ते माझ्यासाठी डान्स करायचे थांबले होते. मी आरामखुर्चीत बसलो आणि सगळे बायका-पुरुष फेर धरून चार वर्तुळांत नाचायला लागले. आतल्या दोन वर्तुळांत लहान मुलं होती. गाणाऱ्याने हात वर करून खूण केली आणि तो गायला लागला, 'राधा गमे के गमे मीरा' आणि ती वर्तुळं हळूहळू फेर धरू लागली आणि नंतर त्यांची गती वाढली. तालावर वाजणाऱ्या टाळ्यांचा आवाज ऐकायला खूप छान वाटत होतं. जेव्हा त्यांनी दांडिया हातात घेतल्या, तेव्हा मीही उठून उभा राहिलो आणि माझ्यासाठीसुद्धा एक जोड दांडिया मागितल्या. मी कसातरी दांडिया खेळत होतो; मला एकमेकांभोवती फिरणाऱ्या वर्तुळात बरोबर त्या वेळेत फिरणं, दांडियाचा ठेका पकडणं जमत नव्हतं. ते पाहून ते हसत होते. मला वाटतं, सगळ्यात आधी इतर नाचणाऱ्यांचीही तितकीच चूक होती. विशेषकरून पुरुष, जे माझ्याबरोबर नाचायला घाबरत होते. माझ्यामुळे त्यांचा रुबाब कमी झाला होता. माझ्या दांडियांना जोराने दांडी मारायला त्यांना भीती वाटत होती, मी दांडी मारली की ते आकसत होते; पण जेव्हा मीच माझ्या नाचण्यावर हसत आहे आणि माझी मुलं, जी खांबांना टेकून हसत माना डोलवत होती, हे त्यांनी पाहिलं तेव्हा ते थोडे रिलॅक्स झाले. डिस्को दांडिया गाणं मजेत सुरू झालं. मला जाणवलं की, माझी कंबर हलकी होते आहे, खांदे सहज हलत आहेत, मी तरंगत आहे आणि माझे पाय ठेक्यावर विनासायास पडत आहेत. दांडिया वर-खाली ठेका धरत आहेत, इकडे वळून टिक, एक गिरकी घेऊन टिक, माझ्या भोवती एक फेर धरला गेला होता आणि मी नाचत होतो.

घरी छोटा बदरियाने आणलेली एक बाई माझी वाट बघत होती. मी नाचत, गुणगुणत, डुलत घरी आलो; पण तिने मला लगेच जमिनीवर आणलं. एखाद्या निराश रंडीपेक्षा निराश गोष्ट कोणतीच नाही. ती छान गुबगुबीत होती, छोटंसं गोल नाक होतं; पण ती बटाटा वड्यासारखा चेहरा फुलवून बसली होती. तिला थोडं हसवण्यासाठी मी तिला काही चावे घेतले, चिमटे घेतले; पण तिने तोंड वाकडं केलं म्हणून मी तिचे केस पकडून तिला बाहेर हाकलून दिलं. नंतर मी दूध घेतलं आणि बाजूला उशी घेऊन झोपायचा प्रयत्न केला; पण झोप माझ्यापासून दूर गेली होती आणि माझ्या डोक्यात तो दांडिया, परितोष शाह, त्याच्या घराला केलेली झगमगणारी लायटिंग हेच फिरत होतं. मी कूस बदलली आणि मी ज्यांना मारलं आहे त्या लोकांचा विचार करू लागलो. मी त्यांना एका रांगेत उभं केलं आणि त्यांच्यातल्या ज्यांच्यापेक्षा माझं चरित्र आणि ताकद जास्त आहे, असं मला वाटत होतं, त्यांच्याशी तुलना करू लागलो. नंतर माझ्या घरात यायचे मार्ग चेक करून टेस्टिंग करण्यासही काय करता येईल, गरज पडली तर गल्लीच्या टोकाशी जास्त मुलं ठेवायची का, याचा विचार करू लागलो. आता खूप उशीर झाला होता. खूप उशीर आणि इतक्या महिन्यात पहिल्यांदा मी माझ्या हाताचा वापर केला. आजवर मी भोगलेल्या सगळ्या बायका आल्या आणि माझ्यावर झोपल्या, अगदी मलईसारखी स्कीन असलेली रती अग्निहोत्रीसुद्धा! जेव्हा माझं झालं, तेव्हा मी परत दुसऱ्या कुशीवर वळलो, थोडा आराम वाटेल, अशा पोझिशनमध्ये झोपलो आणि नेहमीसारखा दीर्घ श्वास घेऊ लागलो. तीन पंचेचाळीस. तीन पंचेचाळीसला मी काहीही पिऊन तर्र झालेला असू शकलो असतो, एखादी बॉटल व्हिस्की किंवा रम; पण घरात काहीच दारू नव्हती. माझ्याकडे मुलं होती ज्यांना मी आणायला पिटाळू शकत होतो; पण त्यांना काय

वाटेल आणि तरी ती बोलणार नाहीत याची माझीच मला शरम वाटली. मी पाठीवर उताणा झोपलो आणि तसंच पडून राहायचं ठरवलं. मी रोज सहाला उठायचो आणि माझ्या दिवसाची सुरुवात लवकर व्हायची. मी पंखा फिरताना पाहत होतो आणि अचानक डोळे उघडले तर सकाळ झाली होती. रस्त्यावर खूप वर्दळ सुरू झालेली ऐकू येत होती. दुपार झाली होती. मी जवळजवळ सहा-सात तास झोपलो होतो; पण तरीही मी दमलो होतो.

आम्ही इलेक्शन लढवत होतो आणि जसंजसे दिवस जात होते, तसतसा माझा थकवा वाढत गेला. माझी मुलं रक्षकांबरोबर जात होती. आम्ही त्यांचा प्रचार प्रत्येक कोपऱ्यावर हाणून पाडला. त्यांची पोस्टर मैलभर अंतरावरूनही मतदारांना आवेशात काहीतरी सांगत होती. पिस्तूल घेतलेली माझी दोन मुलं आणि रक्षकांचा एक ग्रुप मिळून शांतता राखायला आणि त्यांना जे करायचं आहे ते शांतपणे आणि काही भानगड न करता करू द्यायला पुरेशी होती. निर्दयी असण्याच्या ख्यातीमुळे शांतता राखली जाते. आमच्यासाठी हा आरामात मिळणारा पैसा होता. दरम्यान, आता परितोष शाहकडच्या लग्नाचा दिवस अगदी जवळ आला होता. त्या सोहळ्याआधीही मी परितोष शाहच्या घरी मेंदी पार्टीसाठी गेलो होतो. मला दिसलं की, मी त्यांच्या आनंदात, दुःखात सहभागी होत होतो ते त्यांना आवडत होतं. ते खूश होते. परितोष शाहला जेवणाची व्यवस्था, भेटवस्तू आणि नवऱ्या मुलाच्या नातेवाइकांसाठी हॉटेलची सोय करणे अशी हजार कामं होती, तरीही त्या धांदलीत त्याला माझं झोकांड्या खाणं, मी कशीबशी झोप आवरत होतो ते लक्षात आलं. ''तुझ्या दोषांचं संतुलन बिघडलं आहे. मी तुझ्यासाठी माझ्या आयुर्वेदवाल्याकडे अपॉइंटमेंट घेतो,'' तो म्हणाला.

''मी स्वतःला त्या चुतीयाच्या हातात देणार नाही. मला उगीच थोडासा झोपेचा त्रास आहे. जाईल तो,'' मी म्हटलं.

''कोणतीच गोष्ट उगीच काहीतरी नसते. तुझं शरीर तुला सांगतंय; पण तू ऐकणार नाहीस.''

मग त्याला जायला लागलं, घरातल्या बायका आणि ज्वेलर्सबरोबर बसायचं होतं. हुंड्यामध्ये द्यायच्या मोठ्या नेकलेसमध्ये, बांगड्यांमध्ये आणि कानातल्यांमध्ये किती तोळे सोनं घालायचं, घडणावळ किती द्यायची असलं काहीतरी होतं. मी त्याला तो अलगदपणे हळूहळू पायऱ्या उतरून अंगणात गेला, तेव्हा त्याचं शरीर त्याला काय सांगत असेल याचा विचार करत होतो. त्याच्या अंगावर जाडीचे किती थर आहेत हे कोण सांगू शकेल आणि त्याखाली त्याचा हाडांचा सांगाडा आहे? मी डोळे चोळले. तो माझ्याशी खूप चांगलं वागायचा. पैशाबाबत तो माझ्याशी कधीही खोटं बोलला नव्हता. कधी स्वतःचा फायदा बाजूला ठेवतो आहे, असं खोटं खोटं दाखवलं नव्हतं, त्याने मला शक्य तितका पाठिंबा दिला होता, तोदेखील स्वतःच्या जिवाला धोका पत्करून. तोच होता ज्याने मला या जगात जिथे भाईगिरी आणि राजकारण एकत्र येतं, तिथे एका गोष्टीचा दुसऱ्या गोष्टीशी कसा संबंध असतो हे शिकवलं होतं. अशा प्रकारे आम्ही मित्र होतो. तो त्याला शक्य तितकं चांगलं वागायचा. तो एक चांगला माणूस होता. त्याने त्याची जाडी फार मेहनतीने कमावली होती, त्यामुळे त्याचं वजन हेच त्याचं पुण्य होतं म्हणूनच त्याचा जाडेपणा त्याला त्रास देत नसावा.

संपूर्ण घरात जेवणाचा घमघमाट सुटला होता. मला भूक लागली होती; पण मी खूप थकलो होतो. जेवण्याने मी अजून थकणार होतो म्हणून मी एक थाळी घेतली, थोडं जेवलो

आणि निघालो. मुलांना हात केला आणि परितोष शाहला त्याच्या पाहुण्यांकडे लक्ष द्यायला सांगितलं, तरीही तो मला दरवाजापर्यंत सोडायला आला. थोडासा वाद झाला आणि आम्ही निघालो. पुढच्या दरवाजात चपलांच्या ढिगात मी माझे शूज शोधत होतो, तेव्हा दीपिका माझ्याकडे आली. दीपिका परितोष शाहची शेवटून दुसरी मुलगी होती, गंभीर चेहऱ्याची, शांत आणि मोठे मोठे डोळे असलेली. तिने पुऱ्या असलेली थाळी समोर धरली आणि एक ग्लासही. ती म्हणाली, ''पण तुम्ही काहीच खाल्लं नाहीत गणेश भाई.'' मी जेवलो होतो; पण तिच्या थाळीतून एक अजून पुरी घ्यायला मी तयार होतो. कारण, ती खूपच विनम्र होती. मी जसा हात पुढे केला, ती मान खाली घालून पुटपुटली, ''गणेश भाई, मी तुमच्याशी थोडं बोलू शकते का?'' थाळीच्या कडेवर तिची बोटं पांढरी फटक पडली होती.

म्हणून मग तिला, तिच्या हातातली थाळी आणि ग्लास सगळ्यांना घेऊन बाहेर कारपाशी गेलो आणि आम्ही बोललो. ''ते अगोदरच माझ्या लग्नाविषयी बोलू लागलेत,'' ती कडवटपणे म्हणाली. ''आणि माझ्या बाकीच्या बहिणींची लग्नही अजून झालेली नाहीत.''

''ते तुझे आई-बाप आहेत. अर्थातच ते बोलणार आणि तुला आनंद होईल, लग्न म्हणजे चांगली गोष्ट असते,'' मी म्हटलं. मला माहीत होतं की, ती कॉलेजला जाते आणि तिच्या मनात मॉडर्न फॅशनेबल मुलींसारखा लग्नाला विरोध असणार, काहीतरी नोकरी, करियर वगैरे. कोणत्यातरी वेडपट मासिकातून डोक्यात घेतलं असणार म्हणून मी तिला तिचं कर्तव्य, खरं आयुष्य काय असतं यावर लेक्चर द्यायला लागलो. ती चुळबुळत होती, तिच्या लाल हिरव्या घागऱ्याशी आणि सोनेरी ओढणीशी चाळा करत होती.

''पण... गणेश भाई,'' ती म्हणाली.

''उगाच पण, हे आणि ते करत बसू नको. तुझे आई-बाप बरोबर आहेत,'' मी म्हटलं.

''पण गणेश भाई,'' ती रडवेल्या आवाजात म्हणाली, ''पण मला लग्न करायचं आहे.''

आणि तेव्हाच तिच्या कपाळावरच्या दुःखाच्या आठ्या बघून मला लक्षात आलं की, हे करियर वगैरे असल्या मुलींच्या स्वप्नापेक्षा काहीतरी भयानक आहे. ''काय? तुझ्या मनात कोणी आहे का?'' मी तिला विचारलं.

''हो.''

''कुठे भेटला तो तुला? कॉलेजमध्ये?''

तिने मान हलवली. ''एनएन कॉलेज फक्त मुलींचं कॉलेज आहे. त्याची बहीण माझी मैत्रीण आहे. ती एनएनला आहे.''

''त्याचं नाव काय?''

तिला किमान लाज वाटावी इतपत तरी बरी होती ती. दोन प्रयत्नांनंतर खूप लाजत तिच्या तोंडून नाव बाहेर पडलं, ''प्रशांत.''

''मग प्रॉब्लेम काय आहे? तो गुजराती नाहीये का?''

''नाही गणेश भाई.''

''मग कोण? मराठा आहे?''

तिने घाईत नकारार्थी मान डोलावली आणि आता तिची थाळीवरची पकड पुन्हा डळमळीत झाली.

''मग कोण आहे?''

तिने मान अगदी खाली घातली आणि म्हणाली, ''दलित... आणि तो गरीब आहे.''

तिचा प्रॉब्लेम फार मोठा होता. तिच्या बापासारखा अवाढव्य. मला गुजराती लोक नेहमीच पुढारलेले, इतर समाजापेक्षा जास्त सहिष्णू असतात, असं वाटायचं; पण यामुळे तिच्या वडिलांची काहीतरी भलतीच समजूत झाली असती. तो कोणाबरोबरही धंदा करेल; पण लग्न ही फार वेगळी गोष्ट होती. त्याने तिला कॉलेजला पाठवलं; पण ते यासाठी नाही की तिने कोणत्या तरी जातीबाहेरच्या आणि तेदेखील गरीब मुलाशी लग्न करावं. कदाचित, तो श्रीमंत असता तर चाललाही असता; पण मी परितोष शाहला आधीच हे बोलताना ऐकू शकत होतो, 'तुला या घराण्यात लग्न करायचं आहे?' तिची आई आणि मावश्या काकू याहून अधिक कठोरपणे आणि रागाने त्यांचा नकार देतील. तरुण मुलीने स्वतःला मोठ्या संकटात टाकलं होतं. ''तुला तुझ्या कुटुंबाशी असं का वागायचं आहे?'' मी म्हटलं. ''ही काही फिल्म नाहीये. तुझे वडील त्या प्रशांतचे तुकडे तुकडे करतील.''

तिने आता थेट माझ्याकडे पाहिलं. ती चिडली असली तरी तिचा पाठीचा कणा आणि मान ताठ होती. ''मला माहीत आहे की, ही फिल्म नाहीये. मी मरेन गणेश भाई. प्रशांतला काही झालं तर मी स्वतःला संपवेन.''

या लहान मुलीच्या दृष्टीने जिवाला किती कमी किंमत आहे. त्यांनी अजून मृत्यू पाहिलाय कुठे? त्यांना वाटतं, मृत्यू म्हणजे एखाद्या नाटकातला पॉज आहे आणि ते अशी कल्पना करतात की, आई-बापांनी मुलांचा जीव गेला की, छाती पिटत रडावं. स्वतःच्या सुखात ते बाकीचं सगळं विसरून जातात, पराभव आणि स्वतःचं अस्तित्व संपत जातं तेही. मी हे दीपिकाला बोललो, तर ती हसली. ''मी काही लहान मुलगी नाहीये,'' ती म्हणाली. ती या प्रशांत बरोबर किती पुढे गेली आहे हे मला स्पष्ट दिसलं. एखाद्या तरुण मुलीने अशा वेळी कोणत्या सुखांची देवाण-घेवाण केली असेल, ते दिसलं.

''मी काय करावं अशी तुझी अपेक्षा आहे दीपिका?''

''पापांशी बोला. ते तुमचं ऐकतील.'' तिने माझा हात हातात घेऊन तिच्या डोक्यावर ठेवला. ''मी लहान होते तेव्हापासून तुम्ही माझ्याशी खूप छान वागला आहात आणि मला माहीत आहे की, तुम्ही जुन्या काळातल्या लोकांसारखा विचार करत नाही.''

तिला असं म्हणायचं होतं की, माझ्या कंपनीमध्ये ब्राह्मण, मराठे, मुसलमान, ओबीसी आणि दलित सगळे कोणत्याही मतभेद किंवा किंतु न बाळगता एकत्र काम करत होते. आमच्याकडे ओबीसी कंट्रोलर होते आणि ब्राह्मण त्यांच्या हाताखाली काम करत होते. कोणी या गोष्टीचा कधी विचारच केला नव्हता. मुसलमान आणि हिंदू हे यार होते आणि एकमेकांसाठी दररोज, दररात्री आपला जीव तळहातावर घेऊन फिरत होते; पण ही गोष्ट माझ्याच कंपनीच्या बाबतीत विशेष नव्हती, इतरही अनेक कंपन्यांमध्ये होती. आम्ही जे भाई होतो, ते सगळे भावासारखे होतो, आम्ही कायद्याच्या चौकटीबाहेर जगत होतो आणि म्हणून एकमेकांशी बांधील होतो. आम्ही अविचारी लोक होतो आणि म्हणूनच स्वतंत्र होतो; पण कंपनी ही कंपनी असते आणि लग्न, विशेषकरून तिच्यासारख्या एकत्र कुटुंबात राहणाऱ्या लोकांसाठी लग्न ही वेगळी गोष्ट असते; पण आता या मुलीला कसं सांगायचं जिने माझा हात तिच्या दोन्ही हातात घट्ट धरून ठेवला होता. कसं सांगायचं?

''तू आत जा. काही करू नकोस. कोणाला अजून काही बोलू नकोस. कोणालाही. मला यावर थोडा विचार करू दे.'' मी तिला म्हटलं.

आता तिच्या गालांवरून अश्रू ओघळायला लागले होते. मी तिच्याच ओढणीने तिचा चेहरा पुसला आणि तिला ती थाळी घेऊन परत घरात पाठवलं. मी छोटा बदरियाला म्हणालो की, आपल्याला गोरेगाव फिल्मसिटीला जायचंय.

''भाई आत्ता?'' तो म्हणाला.

''नाही, पुढच्या आठवड्यात चुतीया. बस कारमध्ये,'' मी म्हणालो. तो एक गमतीशीर मुलगा होता, एखाद्या ट्रकसारखा मजबूत, ज्याला तलवारीचीही भीती वाटायची नाही आणि बंदुकीतून सुटलेल्या गोळीशीही खेळायला तयार असायचा; पण आता अंधारात फिल्मसिटीमध्ये जायला घाबरत होता. कारण, त्याला कोणीतरी सांगितलं होतं की, तिथे रात्री जंगलातून बिबटे बाहेर पडतात. तो ड्रायव्हरशेजारी बसला आणि एक हात आडवा सीट मागे ताणून बोटांनी अस्वस्थपणे कसातरी ताल देत होता. शेवटी मी त्याच्या हातावर थोपटलं आणि म्हटलं, ''इतकं थरथरणं बंद कर. तू कार मध्येच बसलास तरी चालेल.''

त्याने आनंदाने मान डोलावली. ''हो भाई. मी कारवर लक्ष ठेवेन.''

कारमधले सगळे खो-खो हसत सुटले. मी त्याच्या डोक्यात एक टपली मारली, ''भडव्या, नीट लक्ष दे, काय? मच्छर गाडी चोरून नेणार नाहीत ना लक्ष ठेव आणि जर मोठं झुरळ आलंच, तर तुझ्या गुलेलने त्याचे तुकडे तुकडे कर.''

आम्ही फिल्मसिटीला पोहोचेपर्यंत सगळे हसत होतो. गेटपाशी गार्ड होते तिथे जरा गाडी हळू घेतली आणि नंतर अचानक अंधारात चढावर झाडीतून जायला लागलो. पहाट होत आली होती आणि रस्ता एकदम क्लियर होता. झाडांच्या फांद्यांच्या सावल्या हलत होत्या आणि अचानक समोर एक अस्पष्ट किल्ला, उंच मनोरे आणि चांदण्यात फडफडणारे झेंडे दिसत होते. तो लाकूड आणि कॅनव्हासचा बनवलेला होता, अर्थातच; पण या उजेडात तो एकदम खरा वाटत होता. आम्ही पूर्ण गावाचा चौक ओलांडून गेलो, वाटेत एक चर्च लागलं ज्याच्यावर मोठा क्रूस होता आणि मच्छिमारांचा धक्का होता जिथे बोटी रांगेत झोपलेल्या होत्या. इथे, फिल्मसिटीमध्ये ते परफेक्ट प्रेमाची स्वप्नं उभी करतात, गाण्यांची शूटिंग करतात आणि तीच गाणी दीपिका आणि तिच्या बॉयफ्रेंडने एकमेकांसाठी गायली असतील. रस्त्याला एक मोठं वळण होतं आणि मग आम्ही चढ चढत वर वर गेलो, अगदी हेलीपॅडपर्यंत. चंद्र अगदी मंद आणि खाली उतरल्यासारखा दिसत होता, डोंगराच्या माथ्याला अगदी टेकला होता. दऱ्या खोल होत्या आणि मंद उजेडात त्या चंदेरी काळ्या दिसत होत्या. वाऱ्याची खूप छान झुळूक माझ्या मानेवर आली. मला अशीच शांतता हवी असायची, शहराच्या गोंगाटापासून दूर आणि त्यासाठीच मी पुन्हा पुन्हा इथे यायचो. मी हेलीपॅडच्या टोकाला गाडीतून उतरलो. मुलांनी मला उतरू दिलं, ते काही अंतरावर उभे राहिले आणि मला एकटं सोडलं. मी त्या पठाराच्या टोकाला बसून खाली एखादा बिबट्या दिसतो का पाहू लागलो. मी त्या मुलीला प्रॉमिस केलं होतं, की मी मदत करेन; पण कशी? ती हुशार होती, सर्वांत आधी मला विचारून स्वतःच्या बाजूने वळवून घेतलं होतं तिने मला. नाहीतर तिच्या वडिलांना जर ही गोष्ट सर्वांत आधी समजली असती आणि त्यांनी मला सांगितलं असतं, तर मी तिच्या त्या दलित बॉयफ्रेंडला उचलून दरीत फेकलं असतं. अगदी सहज; पण आता काय? मुलीने दयेची भीक मागितली होती आणि मी गणेश गायतोंडे होतो; पण तिचा बाप माझा मित्र होता.

चंद्र आकाशात दिसेनासा होईपर्यंत मी बसून राहिलो आणि बिबट्या काही आला नाही, ना मला काही उत्तरं सापडली. कोणाला तरी मारल्याशिवाय हा प्रश्न सुटणार नव्हता आणि पैशाने शांतता विकत घेता येत नाही. बाप आणि मुलीतही प्रेमाचं नातं होतं आणि अशाने ते एकमेकांचा अधिकच द्वेष करू लागतील, एकमेकांना दुखावतील, हाताच्या नसा कापून घेतील. मी उठलो आणि कारच्या दिशेने चालू लागलो. मुलं पेंगत बसली होती. मी कारपाशी आलो तसे सगळे झटक्यात उठले. छोटा बदरियाला गाढ झोप लागली होती, त्याचं तोंड खिडकीच्या काचेला टेकलं होतं, गाल चपटे झाल्यासारखे, ओठ फुगलेले दिसत होते. मी काचेवर त्याच्या नाकापाशी टकटक केलं आणि तो जागा झाला. जाग येताक्षणी तो घाबरला. मला ती भीती जाणवली. आम्ही सगळे घाबरलो होतो. घरातून बाहेर पडताना, शहरातल्या रस्त्यावर फिरताना, हवेत गोळीबाराचे आवाज घुमत असताना; पण पुढच्याच क्षणी ती भीती दूर सारून चंद्र दिसेनासा झाला की त्या दरीत भीती फेकून द्यायचो; पण तरीही भीती होती, जगत होती आणि जगवत होती... एखाद्या रात्रीच्या श्वापदासारखी. छोटा बदरियाला मुली आवडायच्या, अगदी तरुण मुली. त्याला वयाने मोठ्या पण चणीने लहान असलेल्या बायकाही आवडायच्या, ज्या अगदी सपाट असायच्या आणि त्याच्यासाठी पोनीटेल घालून त्याच्या मांडीवर बसायच्या, बाहुल्यांच्या गप्पा मारायच्या, खिदळायच्या. कधी कधी तो त्यांच्याबरोबर सेक्स करायचाही; पण मला वाटतं ते बहुदा फक्त यासाठी की इतर मुलं त्याला हसली असती. त्याला स्वतःला म्हणाल, तर फक्त त्यांना कवटाळून बसण्यातही आनंद वाटायचा आणि भविष्याची चिंता नसलेलं बालपण जगायला आवडायचं. आता तो घसा खाकरत थुंकण्यासाठी खिडकीची काच खाली करत होता.

''हरामखोर, काय चांगला गार्ड आहेस तू?'' मी म्हणालो.

''सॉरी भाई, मला सगळीकडे बिबटेच बिबटे दिसत होते म्हणून मला वाटलं की, मला झोप येणार नाही; पण बहुतेक अचानक डोळा लागला.''

''तू झोपला होतास चुतीया, एखाद्या लहान बाळासारखा,'' असं म्हटलं तरी मी त्याच्या डोक्यावर हात फिरवत होतो. तो चांगला मुलगा होता. धाडसी आणि सावध, माझ्यासाठी सावध आणि हुशार. त्याला गोष्टी लक्षात यायच्या, लोकांच्या चेहऱ्यावरून, नाही त्या ठिकाणी पार्क केलेल्या कार्सवरून आणि त्यातून त्याला इशारा मिळायचा; पण तो आता याक्षणी मला मदत करू शकत नव्हता. माझ्या या नाजूक कोड्यामध्ये मदत करणं अवघड होतं, ज्यात हृदय आणि डोकी दोन्ही फुटण्याचा संभव होता. यातले कोणीच मला मदत करू शकणार नव्हते. मला या गोष्टीचा राग आला... असं अचानक एखाद्या कुटुंबाच्या लफड्यात ओढलं गेल्याचा. मी यापासून दूर गेलो होतो, सगळं मागे सोडून दिलं होतं. एकटा होतो; पण आता सुटका नव्हती. गाडी रस्त्याला लागली आणि आम्ही घरी गेलो.

दुसऱ्या दिवशी आम्ही इलेक्शनची शेवटची लढाई लढलो. बिपीन भोसले पुन्हा पुन्हा फोन करत होता, आमच्या पहिल्या भेटीत जितका विनम्र होता, तितक्याच विनम्रतेने बोलत होता; पण तो धास्तावलेला होता आणि त्याला आम्ही त्याची सीट जिंकून देऊ याची खातरजमा करत होता. कॉंग्रेसचा उमेदवार वस्त्यांमध्ये फिरत होता, शंभर रुपयाच्या नोटा आणि रमच्या बाटल्या, अखखा बोकड वाटत होता. चांगलं ताजं मटण हे अनेकांच्या राजकीय करियरचा पाया होतं. मला हे कानावर आलं. त्यात तथ्य होतं. गरीब माणूस त्याचं पोट भरतो, जेवणाचा आनंद घेतो, दोन पेग मारतो, कदाचित तीनही. त्याहून जास्त

नाही. कारण, त्याच्या डोक्यात इतर गोष्टी असतात, तो त्याच्या बायकोवर चढतो. सकाळी ते दोघेही खुशीत वोटिंग बूथ वर जातात. त्या तारेत त्यांना एकदम हलकं हलकं वाटतं आणि ते त्या खादीचे कपडे घातलेल्या भेन्चोदने कसं अनेक वर्षं आपल्यासाठी काही केलं नाहीये, कसं त्याने लुबाडलं आहे, खून केले आहेत, हे सगळं विसरून जातात. सगळं पुसलं गेलेलं असतं आणि ते आनंदाने मतदान करतात. लोकांचा सेवक परत निवडला गेलेला असतो, त्यांच्यासाठी रोटी, कपडा, मकानची सोय करायला. उपाशी, नागडे, डोक्यावर छप्पर नसलेल्या लोकांना मटण खाल्ल्यावर मागचं काही आठवत नाही म्हणून त्यांना मटण खायला घालून तुम्हाला हवं त्या दिशेला वळवा... खाटिकखान्याच्या दिशेला. खूप साधी गोष्ट आहे ही.

पण माझ्याकडे माझ्या स्कीम्स तयार होत्या. दोन दिवस मी अफवा पसरवल्या. माझी मुलं काँग्रेस आणि आरपीआयच्या एरियातल्या मार्केटमध्ये, हॉटेलांमध्ये गेली आणि कुजबुजली. ''गुंड इलेक्शनच्या दिवशी येणार आहेत, ठग लोक बोलावलेत.'' कुठेही, अफवा हे सर्वांत स्वस्तात उपलब्ध असलेलं शस्त्र आहे. तुम्ही उगाच सुरुवात करून द्या आणि मग ते फोफावत जातं, त्याची मोडतोड होते, नवीन गोष्टी निर्माण होतात. सकाळी एखाद्या दुकानदाराच्या कानात एक किडा सोडून दिला की, संध्याकाळपर्यंत त्यातून अवाढव्य घटोत्कच जन्म घेऊन हल्ला करायला तयार असतो म्हणून मी विरोधी मतदारांना व्यवस्थित तयार केलेल्या भीतीच्या सावटात ठेवलं. आता ठिणगीला हवा द्यायची वेळ होती. माझ्याकडे तीस मोटारसायकल रेडी होत्या, त्यांच्या नंबरप्लेट्स काढलेल्या होत्या. प्रत्येक मोटारसायकलवर दोन मुलं बसवली, त्यांची तोंडं स्कार्फने दरोडेखोरांसारखी झाकलेली होती आणि मागे बसलेल्या प्रत्येकाजवळ सोड्याच्या बाटल्यांचा एक एक क्रेट दिला होता. ते गल्ल्यांमधून आरडाओरडा करत फिरत होते. शत्रूच्या एरियातपण ते ओरडत गेले. त्यांनी बाटल्या फेकून रस्ते क्लियर केले. अजूनही जे रस्त्यावर फिरायची हिंमत करत होते, त्यांच्यावर बाटली हलवून फेकली. बाटली वेगाने जाते; पण खरी ट्रिक त्यातल्या सोड्यामुळे होते. लोक घाबरून आपापल्या घरात पळाले. मुलांना मजा आली, त्यांची सकाळी सकाळी बॉलिंगची प्रॅक्टिस झाली. छोटा बदरिया हसून हसून लाल झाला होता, तो गुणगुणत आला. त्याने रस्त्यावरूनच ओरडून विचारलं, ''अजून आहेत का भाई?'' मी छतावर पाण्याच्या टाकीवर बसलो होतो. ''अजून काय करायचं आहे का?'' तो विचारत होता. मला वाटतं तेवढं पुरेसं होतं.

''बास बदरिया बास. शांत हो. तेवढं पुरे आहे. आता पोलीस येतील.''

''भाई, बाटल्या फटाक, फचाक फुटल्या.''

''मला माहीत आहे.''

''खूप मजा आली भाई.''

''मला माहीत आहे. आता शांत बसा आणि कदाचित आपण हेच पुढच्या वर्षी पण करू.''

पोलीस आलेच. त्या त्या एरियात लगेच पोलीस आले. ते रायफल, लाठ्या घेऊनच आले होते. इन्स्पेक्टर सामंतनी कोपऱ्यात जाऊन मला फोन लावला. ''एसीपी साहेब आणि डीसीपीसाहेब आलेत इथे, भाई. तुम्ही सगळ्यांना हलवा. आम्ही रस्त्यावर गस्त घालतोय. गडबड होऊ नये म्हणून,'' ते म्हणाले.

"छान, छान," मी म्हटलं. बिपीन भोसलेने पोलिसांनाही पैसे चारले होते, अगदी वरपर्यंत. ते योग्य ती शांतता राखतील. "अजून काही गडबड होता कामा नये; पण तुम्हाला कोणी रस्त्यावर दिसतंय का?"

"एकही पुरुष नाही, एकही बाई नाही. मला फक्त तीन कुत्रे दिसतायत."

"छान. टिपिकल कॉंग्रेसचे मतदार. आम्ही जाऊ देऊ त्यांना," मी म्हणालो.

मी हसत हसत फोन ठेवला. शत्रूला घरी बसवण्यासाठी आणि मैदान मारण्यासाठी इतकंच पुरेसं होतं. बूथ कॅप्चरिंग नाही, मतपत्रिका घुसवणे नाही. फक्त इतकंच. दरम्यान, मुलं आमच्या एरियात जाऊन मतदारांना बूथपर्यंत न्यायचं काम करत होती. आम्ही 'फेअर इलेक्शन कमिटी'चे लोक आहोत, असं सांगून त्यांनी आमच्या मतदारांना दहा, वीसच्या गटांत बाहेर काढलं आणि केंद्रावर नेलं. 'सगळं शांत आहे, तुम्ही चला' त्यांनी लोकांना सांगितलं आणि मतदार आले, त्यांना सुरक्षितपणे आणलं गेलं. बिपीन भोसलेची माणसं छान पिवळे बॅज लावून मतदान केंद्राच्या बाहेर उभं राहून त्यांचं हसून स्वागत करत होती. मतदार येत होते, त्यांना एकट्याना आत सोडलं जात होतं आणि ते मतपत्रिकेवर काळा शिक्का मारत होते. घडी घातलेल्या मतपत्रिका लाकडी बॉक्समध्ये पडत होत्या. रांगा वेगाने पुढे सरकत होत्या आणि दिवस संपला. अशा प्रकारे आमच्या थोड्याशा मदतीने लोकशाहीची यंत्रणा चालली.

गोपाळमठमध्ये, मी गच्चीवर बसून माझा रोजचा उद्योग करत होतो. मागच्या अंगणात आणि रस्त्यावर नेहमीप्रमाणेच याचक जमले. पैसे आणले आणि वाटले गेले. माझ्याकडे लोक आयुष्य घेऊन येत होते, मी त्याला हवा तो आकार दिला. मी न्याय केला. मी राज्य केलं. सूर्य मावळला आणि रोजच्यासारखा लयाला गेला. मी जेवलो आणि झोपलो. तो दिवस इतर कोणत्याही दिवसासारखा अगदी सामान्य सरला.

बिपीन भोसले सहा हजार तीनशे त्रेचाळीस मतांनी जिंकला.

मी लग्नाला जायचं टाळत होतो. अर्थातच मला जावं लागलं; पण मला कळत नव्हतं की, दीपिकाला कसं सामोरं जावं, तिला हवं असलेलं मिळवून देण्यासाठी माझ्याकडे जादूची छडी नाहीये, हे तिला कसं सांगावं. मला या असाहाय्यतेची आणि अनिच्छेची चीड आली. तिचा प्रॉब्लेम माझ्या मनातच घर करून राहिला... त्याच्या अनंत छोट्या दातांनी माझं मन कुरतडत. मी दीपिकावर चिडलो होतो. कोण होती ती? माझा तिचा काय संबंध की मी तिच्यासाठी हे करावं? एक लहान मुलगी माझ्या आणि माझ्या मित्राच्या मध्ये येते आहे आणि मला तिच्या मोठ्या डोळ्यांनी टक लावून बघते आहे. ती विशेष सुंदर नव्हती, मग मी तिला तिचा तो कसलासा बॉयफ्रेंड घेऊन नरकात जा असं सांगू शकलो असतो; पण मला नाही जमलं. तिने माझ्याकडे भीक मागितली होती आणि मी तिला प्रॉमिस केलं होतं. त्यात काही तथ्य नव्हतं; पण हे खरं होतं आणि मी तिला प्रॉमिस केलं हे माझ्या हातून घडलं होतं. त्यामुळे आता मला काहीतरी करावं लागणार होतं; पण मला अजूनही कळत नव्हतं की, मी हे कसं करणार होतो.

लग्नाच्या दिवशी, मी माझे गिफ्ट्स - सोन्याच्या बांगड्या, कानातले आणि नेकलेस घेऊन परितोष शाहच्या घरी गेलो. मी अजून शूज काढलेही नव्हते, तितक्यात दीपिका दरवाजात धावत आली, पडता पडता तिने चौकटीला धरून स्वतःला सावरलं. ती तिची

सोन्याची साडी नेसून तिथेच उभी राहिली. मला जाणवत होतं की, माझ्या मुलांचे डोळे तिच्यावर खिळले आहेत. मला माहीत होतं की, ते विचार करत असतील की आता भाई काय करतायत? इतकंच जरी बोललं गेलं असतं, तरी गावभर गोष्टी पसरायला वेळ लागला नसता. तिच्या डोक्यावर थोपटत मी म्हणालो, ''बेटी,'' आणि नंतर तिच्या खांद्याला धरून तिला आत नेलं. आम्ही कॉरिडोअरमध्ये उभे असताना आजूबाजूने तिच्या काक्या, माम्या जात येत होत्या म्हणून मी तिला खिशातून काहीतरी काढून देतोय, असं भासवलं. ''शांत राहा मूर्ख मुली. जर तू अशी वेड्यासारखी वागलीस तर मी तुझ्यासाठी काहीही करणार नाही. जरा भान ठेव. मला तुला काही सांगायचं असेल, तेव्हा मी ते सांगेन.''

''पण... पण...'' ती म्हणाली.

''गप्प राहा. जर तुला इतकी मोठी गोष्ट करायची असेल, तर जरा धीट हो. स्वतःवर कंट्रोल ठेव. कंट्रोल ठेवायला शिक. भीती सोड. माझ्याकडे बघ, माझ्याकडून शिक. तू लहान नाहीयेस, असं तूच मला सांगितलंस ना, मग आता मोठ्यांसारखं वाग. एखाद्या बाई सारखं वागशील?''

तिने डोळे पुसले आणि पदराने नाक पुसलं. मग तिने मान डोलावली.

''छान, आता जा आणि तुझ्या बहिणीच्या आनंदात सामील हो. खूश राहा, लोकांचं लक्ष जाईल.'' ती अजूनही हुंदके देत होती आणि तिच्या गळ्यात आणि गालावर त्याच्या खुणा दिसत होत्या. ''मी काय सांगतो ते ऐक, मी गणेश गायतोंडे आहे आणि मी तुला सांगतोय की, सगळं ठीक होईल. गणेश गायतोंडे सांगतोय तुला. तुझा त्याच्यावर विश्वास आहे ना?''

''हो,'' ती म्हणाली आणि आता तिचा विश्वास बसू लागला आहे, असं तिने सांगितलं.

''जा मग आता.''

ती गेली, जाता जाता अंगणाच्या कोपऱ्यात असलेल्या दोन लहान मुलींना घेऊन गिरक्या घेत गेली. त्याच्या हसण्यात खिदळण्यात तिचा आनंद दिसत होता, भिंतींवर, दरवाजांवर टांगलेल्या फुलांच्या सुगंधा इतकाच नाजूक. ती आनंदात होती आणि तो मी तिला दिला होता; पण मला तो द्यावा लागलाच नाही. कारण, तो कुठे कसा मिळतो हे मला स्वतःलाच माहीत नव्हतं. नंतर मंडपात परितोष शाहच्या शेजारी बसलो असताना, जेव्हा मंगलाष्टकं म्हटली गेली आणि होमाचा धूर वर जाऊ लागला, तेव्हा खऱ्या अर्थाने सगळ्यात मोठ्या मुलीचा आनंद प्रत्यक्षात उतरला. त्या धाकट्या मुलीच्या बाबतीत मी असाहाय्य होतो. हो, दीपिका आता आनंदात होती, तिच्या आईच्या खांद्यावर रेलून बहिणीच्या मागे बसली होती आणि धुरामुळे डोळ्यातून येणारं पाणी पुसत होती. तिच्याकडे पाहून मला वाटलं, एखाद्या स्त्रीला इतकं कैदी कोण बनवतं, का? एखादा माणूस दलित आणि गरीब असतो, दुसरा का नाही? असं का होतं आणि तसं का होत नाही? हीच बाई मेली, दुसरी का नाही? आपण सगळे स्वतंत्र का नाही आहोत? संस्कृतमधले मंत्र माझ्या आतपर्यंत जाणवत होते आणि माझा आत्मा हलवून टाकत होते. मला प्रश्न पडला की, गणेश गायतोंडे कोण आहे?

सगळा समारंभ झाल्यानंतर जेवण, पिणं आणि निरोपाचे सोपस्कार झाल्यावर मी परितोष शाह, त्याची बायको, आई-वडील आणि सगळ्या गुजराती खानदानाचा निरोप घेतला. त्या गडबडीतही मला गाडीपर्यंत सोडायला येत असतानाही, माझी अस्वस्थता त्याने

हेरली आणि मला विचारलं, ''काय मॅटर आहे भाई? तुम्ही थकलेले दिसताय. अजून झोप येत नाही का?''

''हो, मी खूप थकलोय,'' मी उत्तरलो.

''मग माझं ऐका. तुम्ही असंच ओढत राहू नका. एक काम्पोजची गोळी घ्या आणि उद्या आपण तुमच्या तब्येतीचं बघू या.''

''उद्या मी तुझ्याकडे एक मदत मागणार आहे.''

''मदत? काय? मला आता सांगा,'' तो माझ्याकडे झुकला आणि माझ्या खांद्यावर हात ठेवत म्हणाला. त्याच्या कपाळावर मोठा लाल टीका लावलेला होता आणि त्याच्यावरच्या पांढऱ्या अक्षता मला दिसत होत्या. ''मला सांगा,'' तो म्हणाला.

''नाही. उद्या. आज नाही.''

''ठीक आहे. उद्या तर उद्या,'' त्याने मला जवळ घेऊन त्याच्या गुबगुबीत मिठीत घेतलं आणि पाठीवर थोपटलं. ''मी सकाळी तुमच्या घरी येईन.''

''नको, मी तुमच्याकडे येईन,'' मी त्याच्या खांद्यावर हलकेच दाबत म्हटलं, ''येऊ देत मला.''

''ठीक आहे. जसं तुम्ही म्हणाल तसं बॉस. जेव्हाही तुम्ही तयार असाल. मी उद्या दिवसभर घरीच आहे;'' पण तो बुचकळ्यात पडला होता. त्याला या अशा गणेश गायतोंडेची सवय नव्हती. खरंतर, या गणेश गायतोंडेला मीही नीटसा ओळखत नव्हतो. आजकाल मी झोप लागावी म्हणून तडफडत होतो; पण आता मी हलक्याशा धक्क्याने, एका मुलीमुळे, कोणत्या तरी अनोळखी उसळत्या प्रवाहात ढकलला गेलो होतो; तिला मी फारसा ओळखतही नव्हतो, काही देणं लागत नव्हतो.

''उद्या,'' मी म्हणालो आणि हात वर करून निरोप घेऊन घरी गेलो. त्या रात्री मला थकल्यासारखं वाटल्याचं काही वाटत नव्हतं; पण मला स्वतःवरच चिडचिड होत होती. मी एक कॉम्पोज घेतली आणि झोपलो. मला काळा समुद्र माझ्या अंगावर येत असल्याचं स्वप्न पडलं होतं. जणू काही आजूबाजूला कोणी जिवंत नव्हतं, त्या पांढऱ्या आभाळाखाली कोणी राहत नव्हतं... मी एकटा राहत होतो.

दुसऱ्या दिवशी सकाळी बिपीन भोसले गिफ्ट्स घेऊन आला. त्याने मला ठरलेली कॅश दिली, ती त्याने चार प्लॅस्टिकच्या पिशव्यांमधून आणली होती; पण त्याने माझ्यासाठी एक कोरा करकरीत सोनीचा व्हिडिओ प्लेयर आणि चार टेप्स आणल्या होत्या, सगळ्या अमेरिकन सिनेमांच्या होत्या आणि चार मोठे बॉक्स भरून मिठाई आणली होती. तो म्हणाला, ''माझे वडील म्हणाले, त्यांच्यासाठी चांगली स्कॉच घेऊन जा; पण मी त्यांना सांगितलं, गणेश भाई असल्या गोष्टींना हातही लावत नाहीत आणि मला दिसतंय ते का म्हणून. म्हणूनच ते इतके कार्यक्षम आहेत.'' तो खुर्चीच्या टोकालाच बसला होता, अगदी गंभीर आणि उत्साही असा. ''तुम्हाला माहीत आहे गणेश भाई? मी ठरवलं आहे, आजपासून मीसुद्धा दारूला हात लावणार नाही. मी तुमच्याकडून शिकेन. आता आपण जिंकलो आहे, खूप काही करायचं आहे. आता दारूबिरू प्यायला वेळ नाही. आपल्याला आता जिंकत राहायचं आहे.''

''हो,'' मी म्हटलं. आज मला उठताना एरवीपेक्षा जास्त थकवा जाणवत होता. माझे पाय जड झाले होते, अगदी जड, जणूकाही रक्त गोठून पायात साकळलं होतं; पण त्याच्या

उत्साहाला उत्तर म्हणून मी म्हटलं, ''छान, बिपीन छान. विचारी माणूस नेहमी फोकस्ड असतो, जागा असतो आणि सावध असतो. हे व्हिस्की, रम वगैरे सगळ्याची गरज नाही. आयुष्य पुरेसं आहे.''

मी हीच भाषणं याआधी अनेक वेळा दिलं होतं; पण बिपीन भोसलेसाठी हे नवीन होतं. ''बरोबर, गणेश भाई, अर्थातच. आयुष्य पुरेसं आहे; पण प्लीज, एन्जॉय करा.'' त्याने त्या टेप्स पुढे केल्या. ''प्रत्येक सिनेमा इंटरनॅशनल हिट आहे गणेश भाई. ॲक्शन पॅक्ड. तुम्हाला आवडेल.'' तो इतके आभार मानत होता की, त्याला बाहेर काढायला एक तास लागला आणि तेव्हाच मी त्याला सांगितलं की, मला परितोष शाहच्या घरी मीटिंगला जायला आधीच उशीर झालाय. तो गेला; पण मोठमोठ्याने तो किती प्रामाणिक आहे, काही लागलं तर मला सांगा आणि अर्थातच तो लहान माणूस आहे; पण जर मला काही हवं असेल तर मी त्यालाच फोन केला पाहिजे आणि इंटरनॅशनल सुखांच्या बाबतीत तो एक्स्पर्ट होता, वगैरे सांगत गेला. ''हॉट टेप्स, इलेक्ट्रोनिक्स, सिगार्स, काहीही... गणेश भाई, काहीही,'' तो जिना उतरतानाही बोलत होता. त्याने फुलाफुलांच्या डिझाईनचा केशरी शर्ट घातला होता आणि ब्राऊन ट्राउझर्स आणि लालसर तपकिरी रंगाचे शूज, त्यांची सोनेरी बक्कल चमकत होती. जेव्हा गेटातून वळून त्याने हात केला, तेव्हा उन्हामुळे त्याच्या गळ्यातली चेन लखलखली. एकूणच तो झगमगीत माणूस होता.

आम्ही घाईने परितोष शाहकडे गेलो. मी हळूहळूही जाऊ शकलो असतो, माझा अजूनही काही प्लॅन नव्हता, कसं त्याला राजी करायचं काही ठरलं नव्हतं; पण मी ते छोटा बदरियाला सांगू शकत नव्हतो की, हळू चल, जाऊ नको, कधीच जाऊ या नको कारण, मी असाहाय्य आहे. शेवटी काहीही झालं तरी मी गणेश गायतोंडे होतो. मी आता भूमिका घेतली होती, आता मला ती निभावायलाच हवी होती म्हणून एखाद्या हिरोसारखा मी कारमधून उतरलो आणि परितोष शाहच्या दरवाज्यापर्यंत चालत गेलो. घर अजूनही फुलांनी सजलेलं, प्रसन्न वाटत होतं. मी शूज काढून अंगणात पोहोचेपर्यंत माझी सगळी स्टाइल, रुबाब पार गेला होता. मी अगदी नम्रपणे परितोष शाहच्या ऑफिसमध्ये गेलो.

तो फोनवर बोलत होता, कोणत्या तरी व्यवहारात पैसे इकडून तिकडे फिरवण्याच्या डीलिंगबाबत बोलत होता. नोटा एकमेकांना देऊन, धंद्यात एकदम सूक्ष्म लक्ष ठेवून करण्याचा व्यवहार होता. पैसा त्याच्याकडे आला म्हणून तो खूश होता. त्याने फोनच्या माउथपीसवर हात ठेवून मला हात केला. मी त्याला हातानेच इशारा केला की, तू बोल. मी बसलो आणि त्याला पाहत होतो. त्याच्यामागे, कृष्णाची हातात बासरी घेतलेल्या पेंटिंगची सोन्याची फ्रेम होती. परितोष शाहच्या टेबलाचा टॉप सोन्याचा होता आणि त्याच्यावर पाच फोन ठेवलेले होते. भिंती थोड्या गडद सोनेरी होत्या. मी कृष्णाकडे बघत होतो, त्याची ती सहज वळलेली नजर आणि त्याचं तिरपं हसू. मला त्याचा राग आला. तू उद्धट आहेस देवा. मी दुसरीकडे बसलो, तरी कृष्णाचे डोळे माझा पाठलाग करत होते. मी त्यांच्यापासून दूर जाऊ शकत नव्हतो.

परितोष शाहने फोन ठेवला. त्याचा चेहरा खूप पैसा आल्याच्या आनंदात उजळून निघाला होता. ''नमस्कार मित्रा,'' तो म्हणाला. त्याने हात चोळले आणि खुर्चीत रेलून बसला. तो जगातला सगळ्यात आनंदी माणूस दिसत होता. कृष्ण अजूनही त्याच्या मागून माझ्याकडे पाहून हसत होता.

परितोष शाहला एव्हाना आमचं कालचं बोलणं आठवलं होतं. ''मग भाई, काय मॅटर आहे? मी तुमच्यासाठी काय करू शकतो?''

त्या क्षणी मला जाणवलं की, कृष्ण कशावर हसत होता ते. मला माझ्या ताकदीच्या मर्यादा लक्षात आल्या आणि मी परितोष शाहला दीपिका आणि तिच्या लव्हरबद्दल मला जे जे सगळं माहीत झालं होतं, ते सांगितलं. त्या मुलाचं नाव प्रशांत हरळकर होतं, त्याचे वडील सॅनिटेशन डिपार्टमेंटमध्ये नोकरी करायचे, त्याच्या आईने मुलांसह त्याच्या दारुड्या बापाला वीस वर्षांपूर्वीच सोडलं होतं. हेही सांगितलं की, प्रशांत हरळकर एक चांगला विद्यार्थी होता, त्याने रस्त्यावरच्या दिव्यांच्या खाली बसून अभ्यास केला होता आणि तो नाइट कॉलेजला जायचा. आता त्याला बीएमसीमध्ये पर्मनंट जॉब होता, तो आता चेंबूरला बऱ्यापैकी घरामध्ये राहत होता आणि आईला व बहिणींना सांभाळत होता.

परितोष शाहने दोन्ही हातांनी त्याचा चेहरा झाकून घेतला.

मी टेबल ओलांडून पलीकडे गेलो आणि त्याच्या जवळ बसलो. माझा हात त्याच्या गुडघ्यावर ठेवला आणि हलकेच थोपटलं. त्याने माझ्या स्पर्शाने अंग आकसून घेतलं. ''माझ्या मुलांशी कोण लग्न करेल?'' तो हुंदके देत होता.

माझ्याकडे याचं उत्तर नव्हतं. मी दीपिकाला तिचा आनंद मिळवून देईन, असं प्रॉमिस केलं होतं; पण परितोष शाहच्या उरलेल्या दोन मुली आणि दोन मुलांचं काय? त्यांनी काय करायचं होतं? जर माझ्या आनंदाचा प्रश्न असेल, तर मी इलेक्शन जिंकू शकतो, लोकांना यशाच्या पायऱ्या चढवू शकतो आणि पुढच्याच क्षणी त्यांचा जीवही घेऊ शकतो. मी घरं जाळू शकतो, जमिनी ताब्यात घेऊ शकतो आणि बंद पुकारून अर्धं शहर जागच्या जागी उभं करू शकतो; पण परितोष शाहच्या मुलीच्या लग्नात औपचारिकपणे, घुंगट घेऊन बसलेल्या बायकांशी कोण वाद घालणार? त्यांच्या लठ्ठ नवऱ्यांच्या डोक्यात कोण उजेड पाडणार? परितोष शाहने यापुढे त्याच्या नातेवाइकांना कधी कोणत्या समारंभाला बोलावलं, तर ते बिझी आहेत, असं सांगून यायचं टाळतील आणि त्यांच्या घरातल्या समारंभांचं आमंत्रण द्यायचं विसरतील. त्यांच्या मुलामुलींचे साखरपुडे होऊन दुसरीकडे लग्नंही होतील. परितोष शाहला रस्त्यात कोणी ओळखीचे दिसले, तर त्याला लाज वाटेल. मी परितोष शाहच्या शेजारी बसलो होतो; पण त्याच्या डोळ्यातलं पाणी बघून त्याचा चेहरा बघवत नव्हता. मला माहीत होतं की, मी खूप असाहाय्य होतो. मी त्याच्या नातेवाइकांना मारलं असतं, एकेकाला माझ्या जोड्याने बडवलं असतं, त्यांची हाडं मोडली असती, डोकी फोडली असती... जर यातल्या कोणत्या गोष्टीने फरक पडला असता; पण बायका पुरुषांमध्ये चालीरीती आड येतात, त्या एका पिढीकडून दुसऱ्या पिढीकडे जातात, वाढतात, नाहीशा होतात. तुम्ही फक्त परिणाम भोगू शकता.

''तुम्ही त्या हरामखोर मादरचोदला भेटला आहात का?'' परितोष शाहने विचारलं. तो आता संतापला होता.

''नाही भेटलो. ऐक, मी तुझ्याकडे त्याच्यासाठी नाही आलोय. मला लेखी त्याची किंमत एका मुंगी इतकी आहे; पण दीपिकाने मला विचारलं.''

''मारा त्याला. मारून टाका,'' तो म्हणाला.

''सहज करता येईल. मी आताच ऑर्डर देतो. एक तासात तो वर गेलेला असेल. त्याच्या बॉडीचा एक तुकडा पण मिळणार नाही, नखसुद्धा; पण मग काय? तो जाईल आणि

मग ती आयुष्यभर त्याच्यावर प्रेम करत बसेल आणि सगळं आयुष्य तुझा तिरस्कार करेल,'' मी म्हटलं.

''ती लहान आहे. हा सगळा मूर्खपणा आहे. ती एखादा आठवडा रडेल आणि नंतर त्याला विसरून जाईल.''

''तू तुझ्या मुलीला इतकंच ओळखतोस?'' त्याचे गाल रडून लाल झाले होते आणि दुःखामुळे तो तोंड उघडत होता, मिटत होता... त्याला होणाऱ्या यातना त्याच्या डोळ्यांत आणि कपाळावर उमटत होत्या. ''तिने मला सांगितलं की, ती जीव देईल आणि मला ती तसं करेल याचा विश्वास वाटतो. तुला कळतंय का? मी तिच्यावर विश्वास ठेवला. आपण त्या मुलाला काही केलं, तर तुला ती मेलेली दिसेल.''

''मग काय?''

तो आता लहान लहान येरझाऱ्या घालत होता. ''तिला त्याच्याशी लग्न करू दे,'' मी म्हटलं. ''गुपचूपपणे त्यांचं लग्न लावून दे आणि त्यांना कुठेतरी पाठवून दे. मद्रास, कलकत्ता कुठेही सेटल करून दे. तुला वाटलं तर ॲमस्टरडॅम.''

तो म्हणाला, ''त्याच्यामुळे काही बदलणार नाही आहे. सगळ्यांना तरीही कळेल. जर ती अचानक गेली, गायब झाली, तर ते प्रश्न विचारतील, काहीतरी स्टोरी बनवतील. सगळ्यांना नेहमी माहीत असतच. अशा गोष्टी तुम्ही कायम गुपित ठेवू शकत नाही. मला खूप लोक ओळखतात.'' ते तर होतंच. ''भाई, आपण काय करायचं भाई?''

''तू तिचं या मुलाशी लग्न लावून देणार नाहीस?''

''नाही. मी नाही करू शकत ते. तुम्हाला माहीत आहे.''

तर आता आम्ही मुद्द्यावर आलो होतो. तो कचाट्यात सापडला होता आणि मी काही करू शकत नव्हतो. ''मग आजच तिचं लग्न दुसऱ्या कोणाशी तरी लावून दे. आता लग्न कर तिचं. एखादा मुलगा शोध, पंडित बोलाव आणि लग्न करून टाक तिचं आणि त्यांना दूर पाठवून दे. कुठेतरी. कदाचित, ती स्वतःला संपवणार नाही. कदाचित, ती तसं करेलही, कदाचित, नाहीसुद्धा,'' मी म्हटलं.

तो हुंदके देत होता. त्याने 'हो' म्हटलं आणि फोन उचलला.

मी घराच्या मागच्या दरवाजाने निघून गेलो. मी दीपिकाला फसवलं होतं आणि तिला सामोरा जाऊ शकलो नाही. त्यांनी त्या दुपारीच अहमदाबादहून आणलेल्या एका मुलाशी तिचं लग्न लावून दिलं. दीपिका आणि तिचा नवरा दुसऱ्या दिवशी सकाळच्या फ्लाइटने अहमदाबादला गेले. तिच्या सासरच्या लोकांनी काही दिवसांनी सांगितलं की, ती बऱ्यापैकी ॲडजेस्ट झाली आहे, हसू लागली आहे. परितोष शाहला समाधान वाटलं की, लग्नामुळे तिच्या डोक्यातली प्रेमाची वेडपट स्वप्नं गेली होती. त्या मुलाच्या आई-वडिलांनी परितोष शाहला फोनवर सांगितलं की, दीपिका कुटुंबातल्या बऱ्याच लहान मुलींशी बोलते, तिच्या नवऱ्याबरोबर आणि दीर-जावांबरोबर दोन वेळा सिनेमाला गेली होती म्हणून दोन महिन्यांनी दीपिका आणि तिच्या नवऱ्याला स्वित्झर्लंडला हनिमूनसाठी पाठवण्यात आलं. हनिमूनच्या पाचव्या रात्री, बर्नमध्ये, मध्यरात्री जेव्हा तिचा नवरा झोपला होता, तेव्हा तिने हॉटेल सोडलं. ती लॉबीतून बाहेर गेली, मग गेटमधून आणि मग रस्त्यावर. एका वळणावर जोरात आलेल्या कारने तिला उडवलं. ड्रायव्हरने नंतर सांगितलं की, ती रस्त्याच्या बरोबर मधून चालत होती,

पेंट केलेल्या ड्रायव्हिंग लाइनवरून. त्याला गाडी वळवायला चान्सच मिळाला नाही. जेव्हा त्याने ब्रेक लावून गाडी थांबवली आणि मागे घेतली, तेव्हा त्याला लक्षात आलं की, ती गाडी खाली आली आहे. तिचा नवरा म्हणाला की, ती खूश दिसत होती आणि त्यांचे संबंध एखाद्या नव्या नवरा-बायकोप्रमाणे छान चालले होते. स्विस रेकॉर्ड्र्समध्ये त्यांनी या घटनेची नोंद अपघात म्हणून केली.

दीपिकाच्या मृत्यनंतर तीन महिन्यांनी, मी बिपीन भोसलेने दिलेला एक अमेरिकन सिनेमा बघत होतो, तेव्हा परितोष शाह माझ्याकडे आला. मी पूर्ण रात्र जागा होतो, इतका टक्क जागा होतो की, मला वाशांची कुरकुर, काँक्रीटच्या रस्त्यावरून जाणाऱ्या कुत्र्यांची पावलंही ऐकू येत होती. माझ्या बेड शेजारच्या घड्याळाचा लाल सेकंद काटा गोल गोल फिरताना बघत होतो आणि माझ्या डोक्यात काहीतरी फाटत आहे, असं वाटत होतं म्हणून मी बिपीन भोसलेने दिलेल्या टेपमधली एक टेप लावली. टीव्ही सुरू करून बटणं दाबली आणि काळ्या पडद्यावर एक सिंह आला, त्याचा जबडा वासत आणि पिवळे दात दाखवत. मी बघत होतो. आधी मला जास्त काही कळलं नाही; पण मी रिवाइंड बटण वापरलं आणि सकाळपर्यंत मला ती स्टोरी कळली की, कोणाला काय हवं होतं, कोण मध्ये येत होतं आणि कोणाला मारायला हवं होतं. चांगली स्टोरी होती. मला त्यातल्या शब्दांमुळे जास्त छान वाटलं. मी एकच सीन पुढे मागे करून बघत होतो आणि तो हिरो पांढऱ्या रेघांच्या मागे धावत होता, अडखळत, एखाद्या विदूषकासारखा. त्याचं तोंड वाकडं झालं होतं आणि त्याच्या शब्दांतून संताप व्यक्त होत होता. मी तो परत मागे नेला, पुढे... मागे... उच्चार माझ्या कानांवर टपटप पडत होते आणि अचानक त्यांची सुसंगती लागली आणि मला ते भाव कळले. तो विचारत होता, 'तो कुठे गेला?' त्याचं पिस्तूल रेडी होतं आणि तो विचारत होता, 'कुठे गेला तो?' त्या क्षणी मला इतका आनंद झाला की, माझ्या शरीरात आनंदाच्या लहरी उठल्या. 'देअर,' मी त्या हिरोकडे बघून ओरडलो, 'ही वेन्ट देअर.'

जेव्हा तो सिनेमा संपला, मी दुसरा लावला आणि शिकलो. परितोष शाह नऊ वाजता आला आणि माझ्या पलंगावर बसून माझ्याबरोबर सिनेमा पाहत बसला. अजून एक हिरो आणि त्याची माणसं तोंडाला काळा रंग फासून छातीपर्यंत पाणी असलेल्या जंगलातल्या नदीतून जातात. ''हे कमांडोज आहेत,'' मी म्हटलं. ''त्यांच्या देशाचं सिक्रेट मिसाईल एका हरामखोराने चोरलं आहे म्हणून ते जंगलातल्या त्याच्या अड्ड्यावर ते परत आणायला चाललेत.''

परितोष शाह हसला. ''जंगलातला अड्डा? तिथे सामान पुरवणं आणि मेंटेन करणं खूप महाग पडत असेल. मला नेहमी याचंच आश्चर्य वाटतं. ते इतक्या लोकांसाठी तेल, आटा, कांदे, बटाटे कसे आणत असतील?''

मी टेप बंद केली. ''तू एकदम पक्का बनिया आहेस. चांगल्या स्टोरीला चांगलंसुद्धा म्हणणार नाहीस,'' मी म्हटलं.

''मला या फॉरेनच्या फिल्म्स कळतच नाहीत.''

''मला दिसतंय ते. घरी सगळं ठीक आहे?''

दीपिकाच्या मृत्यूनंतर, त्याच्या बायकोला पाल्पिटेशनचा त्रास सुरू होऊन तिने अंथरूण धरलं. तिला अजूनही अशक्तपणा होता आणि रडत असायची. ''चाललं आहे, आणि तुम्ही? झोप लागते का?''

त्याला माहीत होतं की, मी रात्रभर जागा असायचो, पहाटेपर्यंत टीव्ही बघायचो, कारमधून इकडे तिकडे जाताना मला झोप लागायची. मी मानेनेच 'हो' म्हटलं. ''मी आज रात्री गोळी घेईन.''

आमच्या मधून हवेत हात फिरवत तो म्हणाला, जणू खिडकीची काच पुसत होता, ''मला तुमच्याशी त्याचबद्दल बोलायचं आहे.''

''झोपेच्या गोळ्यांबद्दल? का तुझ्या वेद महाराजांकडे काही नवीन काढे तयार आहेत?'' मी त्याने दिलेल्या धन्वंतरी गोळ्या ट्राय केल्या होत्या; पण माझं पोट बिघडलं, गॅस झाले आणि झोप आलीच नाही म्हणून मी पुन्हा ॲलोपॅथिक डॉक्टरकडे गेलो आणि स्ट्राँग औषधं घेतली.

''नाही. ते नाही,'' तो गंभीर होत म्हणाला. ''ऐका, भाई, मला वाटतं तुम्ही लग्न करावं.''

''मी?''

''स्वतःकडे बघा. तुम्ही आनंदी नाही आहात. तुम्हाला झोप लागत नाही. तुमचं लक्ष लागत नाही, तुम्ही हे ते करत बसता, काहीच उपयोगी पडत नाही आहे. तुम्ही बेचैन आहात. माणसाला सेटल होण्याची गरज असते. तुमच्याकडे आता सगळं आहे, तुम्ही आता गृहस्थ व्हा, संसार करा, सगळ्या गोष्टींची आपापली एक वेळ आणि महत्त्व असतं.''

''लग्नाने सगळ्यांना आनंद मिळतोच असं नाही.''

''तुम्हाला दीपिकाबद्दल म्हणायचं आहे. भाई, ती माझी मुलगी होती. तिचं लग्न केलं हे चूक नव्हतं. ती वेगळी गोष्ट होती. एकदा ती सगळ्या मर्यादा ओलांडून पुढे गेली होती, मग आनंदाचा चान्स कुठे होता? पण तुम्ही लग्न केलं पाहिजे. सगळ्या वेदांत सांगितलं आहे की, आयुष्याचे टप्पे असतात. आधी तुम्ही एक विद्यार्थी असता, मग संसारी; पण तुम्ही, तुम्ही सगळ्याचा मोह अगोदरच सोडून दिला आहे, असं जगताय. हेच बघा.'' त्याला माझ्या खोलीबद्दल म्हणायचं होतं, त्या बोडक्या भिंती, पांढऱ्या चादरी, जेवणाचं ताट जमिनीवर तसंच होतं. ''छोटा बदरिया आणि मुलं वगैरे सगळं ठीक आहे; पण ते म्हणजे तुमचं आयुष्य होत नाही ना? तुम्हाला एका स्त्रीची गरज आहे, जी तुमच्यासाठी या चार भिंतीत घर बनवेल.''

''माझ्याशी कोण लग्न करणार परितोष भाई? कोणती चांगली मुलगी माझ्याशी लग्न करेल?''

''तुम्ही फार काळजी करता भाई,'' तो म्हणाला. ''आपल्याकडे पैसा आहे. सगळं शक्य आहे.''

सगळं शक्य आहे. हो, त्याने आणि मी शक्यता निर्माण केल्या होत्या. आम्ही हवेतली स्वप्नं खेचून आणून प्रत्यक्षात उतरवली होती. सगळं शक्य होतं आणि तरीही कांताबाई व दीपिका मेल्या होत्या. परितोष शाहकडे बघताना मला त्याच्या ऑफिसमध्ये बसलो असताना त्याच्या मागून हसणाऱ्या देवाची आठवण झाली, त्या निळ्या देवाची, ज्याने गला अर्धवट मिटल्या डोळ्यांनी घाबरवलं होतं. त्यालाही कुटुंब होतं, अनेक कुटुंबं होती. आता तो मला जाळ्यात पकडायला बघत होता. हो, मला आता कळलं की, काही ठरावीक गोष्टी अशक्य होत्या, अगदी माझ्यासाठीही. पैशामुळे लग्न शक्य होतं हे खरं होतं... आमच्या बहुतेक मुलांच्या चाव्या होत्या आणि त्यातल्या काही त्यांच्या बायकाही झाल्या. कधी कधी

आई-बापानी हरकत घेतली, त्यांच्या कमाईचा बाऊ केला; पण शेवटी मान्य केलं. अखेर, तो मुलगा कमावत होता आणि चांगला पैसा कमावत होता. ''हो, पैशामुळे नवरी मिळेल. किमान तो तेवढं तरी करू शकतो,'' मी म्हणालो.

''कोणाशी लव्ह मॅरेज करावं अशी कोणी आहे?'' परितोष शाहने विचारलं. त्याच्या विचारण्यात एखादा खेळाडू भराभर त्याच्या चेकमेटकडे जात असल्याचा आनंद होता.

''नाही.'' मी खूप बायका भोगल्या, बारगर्ल्स, वेश्या, भावी नट्या; पण त्यांच्यामध्ये लग्न करण्यासारखी कोणी नव्हती.

''मग मला नाही म्हणू नका भाई,'' तो म्हणाला. ''तुम्ही त्या दिवशी माझ्याकडे आलात आणि काहीतरी मागितलंत. मी तुम्हाला हवं होतं ते देऊ शकलो नाही; पण मला आज नाही म्हणू नका. मी तुमच्याकडे काहीतरी मागतोय. हो म्हणा भाई.''

मला त्या क्षणी माहीत होतं की, आपण अशा नात्यात अडकलो आहोत जे आपल्याला डोक्यापासून पायापर्यंत बांधून टाकेल. ते गुरुत्वाकर्षणासारखंच होतं; पण अदृश्य होतं आणि तितकंच पावरफुल. या जाळ्यातून आता सुटका नव्हती. मी या शहरात एकटा आलो होतो, एकटा राहण्यासाठी; पण माझा एकांत हा भ्रम होता, माझ्यात ताकद आहे ही समजूत घालण्यासाठी मी तसं स्वतःला सांगितलं होतं. मला कुटुंब सापडलं होतं, एका कुटुंबाला मी सापडलो होतो. परितोष शाह माझा मित्र होता आणि तोच माझं कुटुंब होता. बाकीचे सगळे... छोटा बदरिया, कांता बाई आणि माझी मुलं तेही माझं कुटुंब होतं. मी या कुटुंबाचा एक भाग होतो आणि त्यांना मी लग्न करावं असं वाटत होतं. मी त्यांच्याशी झगडू शकलो नाही. मी हरलो होतो. मी मान डोलावत म्हटलं, ''ठीक आहे. तुम्हाला जसं हवं आहे तसं मी करेन.''

आम्ही मुलगी शोधत होतो, तर आमच्यात युद्ध पेटलं. परितोष शाहला माझी जन्मकुंडली हवी होती, त्याला माझे आई बाप, माझं गोत्र, माझं गाव याची माहिती हवी होती. ''एखाद्याचा फक्त भूतकाळ माहीत असल्याने तुम्ही त्याचं भविष्य घडवू शकता का?'' तो म्हणाला आणि मी म्हणालो, ''ते सगळं विसर. माझ्याकडे ते काही नाही. माझ्याकडे पैसा आहे. भूतकाळ गेला. भविष्य भविष्य असतं म्हणून माझ्यासाठी तू ते घडव.'' मला त्या वेळी पटलं की, माणसाला जे बनायचं असतं, ते तो बनू शकतो. मला ते खरं व्हायला हवं होतं. भूतकाळ नाही, फक्त भविष्यकाळ; पण परितोष शाह, तो जाडा हरामखोर, गुळगुळीत गुजराती पक्का बनिया, माझा विश्वासू मित्र माझ्याकडे मी वेडा आहे, अशा प्रकारे बघत होता. नंतर त्याने माझ्या भूतकाळाची कल्पना केली. त्याने जन्मकुंडली पैदा केली...ती म्हणजे एक लांब रोल होती, जो खोलीभर पसरला, ज्याच्यावर ग्रह मांडले होते, गुप्त गोष्टी लिहिल्या होत्या, संस्कृतमध्ये काहीतरी लिहिलं होतं आणि सगळं चांगलं लिहिलं होतं. ''पण अगदी परफेक्ट नाहीये. नाहीतर कोणा मुलीच्या बापाचा विश्वास बसणार नाही,'' तो म्हणाला म्हणून परितोष शाहच्या मते, माझ्या लहानपणी वाईट काळ होता, गरिबी, धोका, मृत्यू योग वगैरे होतं. मग शनीची शांती केल्यामुळे या सगळ्या वाईट गोष्टींतून मी बाहेर आलो. मी केवळ इच्छाशक्ती आणि कृष्ण महाराजांची भक्ती यांच्या बळावर नशिबाचा सामना केला होता, अपरंपार भक्तीने मिळालेल्या शक्तीने मी माझं नशीब पालटलं होतं. हे सगळे शोध त्यानेच लावले होते, हे माझा देवावर विश्वास असल्याने रोज पूजा करणं, मंदिरं बांधणं, माझं कृष्णावरचं प्रेम, वगैरे. ''ही चांगली पब्लिसिटी आहे भाई म्हणून देव नसतो वगैरे सोडा. ते तसलं कोणाला आवडत

नाही. लोकांना तुम्ही कम्युनिस्ट आहात असं वाटतं आणि तसंही तुमच्या मुलांना देवाला घाबरून असलेलं घर मिळायला हवं.'' त्याने स्पेशल तयार करून घेतलेल्या कुंडलीनुसार मला बरेच मुलगे होणार होते आणि एक किंवा दोन मुली आणि एक खूप दीर्घ आयुष्य ज्यात माझी पॉवर वाढत जाणार होती, स्थैर्य होतं आणि मानसन्मानही होता. एखाद दोन आजारपणं येतील, अशी शक्यता होती, जसे की सुंदर चेहऱ्यावर डाग आणि हेसुद्धा योग्य रत्न, खडे वगैरे घालून टाळता येणार होतं. परितोष शाहने ती जन्मकुंडली बोटांच्या चिमटीने सराईतपणे गुंडाळली, तेव्हा त्याचे दंड थुलथुल हलत होते. तो माझ्याकडे पाहून हसला. ''तुम्ही खूप योग्य नवरदेव आहात. तुम्ही बघा, तुमच्याकडे मुलींची रांग लागेल.''

मला जरा शंकाच होती. आम्ही ग्रह तारे अशा पद्धतीने हलवले होते की, माझ्या भविष्यावर सोनेरी उजेड पडेल; पण हेही सत्य होतंच की माझ्या हातून माणसं मेली होती. न्यूजपेपर माझा उल्लेख 'गँगलॉर्ड गायतोंडे' असा करायचे. लोक माझा तिरस्कार करायचे, मला घाबरायचे. मला हे माहीत होतं आणि तरीही मुलींचे फोटोग्राफ्स आले. वडिलांनी मध्यस्थांमार्फत, लग्न-जुळवणाऱ्या लोकांमार्फत त्यांच्या मुलींचे फोटो पाठवले होते. परितोष शाहने त्याच्या सोन्याच्या टेबलावर पत्त्यांची पानं मांडावी, तसे सगळे फोटो मांडले होते. ''निवडा,'' तो म्हणाला.

मी पहिला फोटो उचलला. ती हिरव्या रंगाची आणि जरीचा पदर असलेली सिल्कची साडी नेसून लाल पडद्यापुढे बसली होती. तिचे केस कपाळावरून मागे ओढून गच्च बांधले होते. तिचं कपाळ मोठं होतं. ''ही एखाद्या शाळेतल्या शिक्षिकेसारखी दिसते,'' मी म्हटलं.

''मग ती सिलेक्ट नका करू. आधी शॉर्टलिस्ट करू. नंतर, घरची बॅकग्राउंड, शिक्षण, मुलीचा स्वभाव, कुंडली वगैरे सगळं पाहून मग पुढे जाऊ.''

''पुढे जाऊ?''

''मुली बघायला, अर्थातच.''

''आपण तिच्या घरी जायचं? आणि तिचे आई-बाप बघत असताना ती चहा घेऊन येणार?''

''अर्थातच, नाहीतर काय?''

मी तो फोटो हळूच इतर फोटोंमध्ये मागे सरकवला आणि म्हणालो, ''हा सगळा वेडेपणा आहे.''

''काय? लग्न वेडेपणा आहे? भाई, अख्खं जग करतं. पंतप्रधान करतात, देव करतात. मला म्हणायचं आहे की, तुम्ही तुमच्या आयुष्याचं काय करणार आहात? माणूस कशासाठी जन्माला आलेला असतो?''

माणूस कशासाठी जन्माला आलेला असतो? माझ्याकडे याचं उत्तर नव्हतं आणि म्हणून मी ते फोटो घरी नेले आणि माझ्या खोलीत जमिनीवर दहा दहाच्या रांगेत मांडले. एसीच्या हवेने ते थरथरत होते, सगळे चेहरे पावडर लावून गुळगुळीत दिसत होते आणि चेहऱ्यावर एक आशा होती. एप्रिल महिना सुरू होता, गरम झोत येत नसताना, पंखा फुल स्पीडवर सुरू असतानाही मला इतका घाम यायचा की, गादीला, खुर्चीला घामाचे डाग पडायचे. माझं रक्त गरम होतं आणि मला थंड हवेची आवश्यकता होती, या शहरात कधी असू शकेल त्यापेक्षाही थंड. बाहेर उन्हात गेलं की, घामाने माझी पँट मांड्याना चिकटून बसायची,

शूजमुळे घोट्याभोवती लाल व्रण उठायचे. अशा मूडमध्ये मी खूप चिडायचो आणि बेफिकीर वागायचो म्हणून मुलांनी स्पेशल केबल घातल्या, माझ्या खोलीच्या भिंतीत मशीनसाठी एक नवीन खिडकी पाडली आणि म्हणून मला थंडावा मिळाला. आता मी आरामात होतो, शांत होतो आणि तरीही जमिनीवर मांडलेल्या फोटोमधले सगळे चेहरे मला एकसारखेच वाटत होते. प्रत्येक चेहरा पुढच्या चेहऱ्याच्या मानाने चांगला किंवा वाईट होता. त्या सगळ्या सुंदर होत्या, फटाकडीसारख्या सुंदर नव्हे, कोणाला तशी सुंदर बाई बायको म्हणून हवी असेल? पण छान होत्या, आकर्षक, लाजाळू. त्या पुरेशा शिकलेल्या होत्या, चांगले संस्कार होते, प्रत्येकीला स्वयंपाक, भरतकाम येत असणार यात शंकाच नाही. त्या सगळ्याच लायक होत्या, मग ही का निवडू, ती का नको असं झालं होतं. मला त्यांच्यातल्या कोणाकडून काही संकेत मिळायची वाट बघत होतो... जसं की, त्या थंड हवेत फोटो फडफडत असताना कोणाचा डोळा लवला वगैरे असा. मी गणेश गायतोंडे, माझ्या कंपनीचा लीडर, हजारो आयुष्याचा मास्टर, मरण देणारा आणि उदार माणूस....ज्याला अजिबात काही निर्णय घेता येत नव्हता.

''भाई, जरा प्रॉब्लेम आहे,'' छोटा बदरिया घाईने दार वाजवत होता. मी त्याला आत बोलावलं. तो पुन्हा तेच म्हणाला, ''भाई, खूप मोठा प्रॉब्लेम झालाय.''

''काय?''

''आज रात्रीची शिपमेंट भाई. पोलिसांनी पकडली. ते गोलघाटला वाटच बघत होते. ते बीचच्या वरच्या बाजूला झाडीच्या मागे होते. सगळा माल उतरवून ट्रकमध्ये चढवेपर्यंत ते थांबले आणि नंतर बाहेर येऊन सगळ्यांना अटक केली आणि सगळा माल घेऊन गेले.''

कॉम्प्युटर चिप्स, व्हिडिओ कॅमेरे आणि बी-कॉम्प्लेक्सच्या गोळ्या असं सगळं मिळून चाळीस लाखांचा माल होता. माल बंदरापलीकडच्या गोलाघाट गावात शंभर फुटी जहाजातून आणला होता आणि नंतर व्यवस्थित मच्छीमार बोटीत ठेवून बीचवर आणला गेला होता. बीचवर ट्रकमध्ये प्लॅस्टिक शीट्स अंथरून माझ्या या मौल्यवान कार्गोची वाट पाहत होते; पण आता पोलिसांनी ताब्यात घेतलं होतं.

''त्यांना माहीत होतं,'' मी म्हटलं, ''त्यांना खबर होती?''

''हो,'' छोटा बदरिया म्हणाला.

''फक्त पोलीसवाले होते की कस्टमसुद्धा?''

''हो, फक्त पोलीस.''

''कोण होतं?''

''झोन १३चे ऑफिसर्स. कामथ, भाटीया, माजिद खान हे लोक. परूळकरांची माणसं.''

आम्हाला दोघांनाही त्याचा अर्थ माहीत होता. पोलिसांचे आपले खबरे असतील ज्यांनी टीप दिली असेल किंवा मग आमच्या विरोधकांनी त्यांना माझा माल दिला असणार, अशा दोन शक्यता होत्या. त्या वेळी, मुंबईमध्ये अजून चार मोठ्या कंपन्या होत्या, ग्रांट रोडला पठाण कंपनी, डोंगरी, जोगेश्वरी आणि दुबईला सुलेमान इसा, प्रकाश ब्रदर्स आणि त्यांची कंपनी उत्तर पूर्व उपनगरात आणि भायखळ्यात अहिर कंपनी. त्या चौघांपैकी कोणी, नाही, पाचांपैकी...जर रक्षकही त्यात धरले तर पाच, त्यांना आम्ही सहज पकडले जाऊ अशी छोटी मछली वाटत असणार. हे काम पठाणांचं नसणार, त्यांचं सुलेमान इसाशी आधीपासून युद्ध सुरू असल्याने ते कमजोर झाले होते. ते आधीच कसेबसे तग धरून होते. इतर

कोणत्याही कंपनीला आम्ही फारच नवीन असल्याने पटकन गळाला लागणारे मासे वाटले असू, सगळ्यात कमी अनुभवी, जास्त कनेक्शन नसलेले, कमी पैसा आणि कमी शस्त्र. कोण होतं मग खबर देणारं?

परूळकर झोन १३मध्ये नुकतेच असिस्टंट कमिशनर म्हणून आले होते आणि ते सुलेमान इसाच्या जवळचे आहेत, असं मानलं जायचं. सुलेमान इसा आणि त्याच्या भाऊबंदांचं जोरदार पॉलिटिकल कनेक्शन होतं, चांगली शस्त्रं होती आणि मुंबईमध्ये आजवर पाहिलेली सगळ्यात मोठी गँग होती ती. कदाचित, त्यांना आमचा धोका वाढत आहे, असं वाटलं असेल आणि म्हणून ते आम्हाला गिळून टाकायला बघत होते.

''आपल्याला एवढीच माहिती आहे?'' मी विचारलं.

''एवढीच भाई.''

मला इतका संताप आला की, माझ्या सांध्यांतून कळा येतायत असं वाटलं. पोटात गोळा उठला. मला प्रकर्षाने कोणाला तरी संपवावं असं वाटत होतं; पण हळूहळू. सुलेमान इसा मोठा होता. मला खात्रीशीर माहिती हवी होती. ''सामंतला फोन लाव. जिथे कुठे असेल त्याला शोधून काढ. मला त्याच्याशी बोललं पाहिजे.''

आमच्या मागावर कोण होतं? सामंतने डिपार्टमेंटमध्ये तपास केला, काहीतरी अफवा पसरवल्या, इकडेतिकडे थोडे पैसे चारले, एखादी ब्लॅक लेबलची बाटली वगैरे. त्याचे मित्र सगळीकडे होते, कॉन्स्टेबल्स, क्लार्क, शिपाई आणि अशांकडूनच अखेरीस सिक्रेट बाहेर येणार होतं; पण खूप वेळ लागत होता. माझ्या कंपनीत एक खबरी होता, माझ्या जवळचा कोणीतरी, कोणीतरी चुतीया होता ज्याने माझ्या शिपमेंटची खबर पैश्याच्या बदल्यात दिली होती. सरणाऱ्या प्रत्येक मिनिटागणिक माझ्यावरचा धोका वाढत होता, एखाद्या कोसळत्या पहाडासारखा. मला तो पहाड अडवायला हवा होता, नाहीतर तो माझ्यावर कोसळून मी चिरडला गेलो असतो. मी त्या पहाडाचा भार पेलू शकत होतो, याची मला खात्री होती; पण सगळ्यात आधी मला घरातला साप शोधून त्याचं डोकं ठेचायला हवं होतं. कुठे लपला होता तो? त्याला बाहेर कसं काढायचं? माझ्या एअर कंडिशन खोलीत मी मुलींचे फोटो वेगवेगळ्या आकारांत मांडत होतो आणि विचार करत होतो. मे महिन्याच्या शेवटच्या दिवशी, मी परितोष भाईकडे गेलो. ''मला काहीतरी करायचं आहे,'' मी त्याच्यावर जवळजवळ ओरडलोच, ''मी इथे चुतीयासारखा बसलो आहे आणि बाकीचे भेन्चोद माझ्यावर हसतायत. माझी स्वतःची मुलंही मला हसातायत.''

''कोणीही तुझ्यावर हसत नाहीये. शांत राहा. हा खूप मोठा मॅटर आहे आणि इतकं मोठं काही एका दिवसात होत नसतं.''

मी आता पुन्हा त्याच्यापुढे हार मानणारच होतो; पण तितक्यात दरवाजा पुन्हा वाजला. बडा बदरिया आत डोकावला आणि त्याने खोलीत एक नजर फिरवली. परितोष भाई नवीन सफारी सूटसाठी मापं देत होते. टेलरने त्यांच्या पोटाभोवती टेप गुंडाळली होती आणि नेहमीप्रमाणे त्याच्या कॉर्डलेस फोनवर अखंड फोन सुरू होते. मी बसून बघत होतो. परितोष भाई आजकाल खूप बिझी झाला होता, तो त्याची एअरलाइन सुरू करत होता. माझ्या या जाड्या मित्राला आता हवेत उडायचं होतं. त्याचे डझनभर बिझनेस होते, कन्स्ट्रक्शन कंपन्या होत्या, रेस्टॉरंट्स होती, जागा भाड्याने दिलेल्या होत्या, प्लॅस्टिकच्या फॅक्टऱ्या होत्या,

अहमदाबाद जवळ त्याची गारमेंटची फॅक्टरी होती; पण त्याची स्वप्नं आता जमिनीवरून वर उडू लागली होती आणि म्हणून आजकाल तो सगळ्या न्यूज पेपर्समध्ये झळकत होता. सुंदर, चकचकीत केस, ते त्याच्या गळ्यातलं सोन्याच्या चेनमधलं कृष्णाचं लॉकेट उठून दिसत होतं आणि रोलेक्सच्या घड्याळापुढे बोटांतली सगळी रत्नं झाकोळून गेली होती. मुंबईच्या उंचच उंच बिल्डिंग्सवरून, वस्त्यांच्या मातकट छतांवरून एखाद्या फुग्याप्रमाणे तो उंच हवेत उडतो आहे, या कल्पनेने मी सुखावलो. त्याच्या निळ्या सफारी सूटच्या निळाईपुढे शहरावर पसरलेल्या आकाशाच्या निळ्या छटाही फिकट वाटल्या असत्या. कदाचित, एकेदिवशी त्याची सावली दिल्लीत पडेल, नाहीतर पूर्वेला, उत्तरेला पडेल किंवा त्याही पलीकडे. तो बुद्धिमान होता, महत्त्वाकांक्षी होता आणि त्याच्याकडे दूरदृष्टी होती; पण आता सध्या त्याच्या एअरलाइनची सर्व्हिस मुंबई, अहमदाबाद आणि बडोद्याला असणार होती. तो पहिल्या उड्डाणाच्या सेलिब्रेशन आणि फॉर्मलिटी यांची तयारी करत होता.

''ऐक. फक्त ऐक,'' तो बोलत होता, ''मला ती रंडी तेव्हापासून माहिती आहे, जेव्हा एका रात्रीसाठी पाच हजार घ्यायची. आता ती इतकी मोठी स्टार झाली आहे, तर तिला एक तास विमानात बसायला तीन लाख रुपये हवेत? फक्त एक रिबीन कापायला? जरा सिरीयसली घे.'' तो सोनम भंडारीच्या सेक्रेटरीशी तिच्या पर्सनल अपिअरन्सबाबत बोलणी करत होता. त्याने ऐकून घेतलं आणि नंतर त्याच्या निगोशिएट करायच्या आवाजात म्हणाला, ''मी एक लाख देऊ शकतो. मी एअरलाइन सुरू करतोय, कारकीर्द संपली आहे अशा स्टार लोकांसाठी पैसे वाटप नाही! एक लाख.'' टेलर आता कंबरेपासून पायापर्यंतचं माप घेत होता. ''किती? ओके. दीड. डन. मी आज पन्नास हजार पाठवतो. ओके.'' त्याने फोन ठेवला. ''डन,'' तो माझ्याकडे बघून म्हणाला. ''पहिल्या फ्लाइटसाठी फिल्मस्टार येईल. आपण टीव्हीवर दिसू.''

''तू दिस टीव्हीवर. मी तुझ्या फ्लाइटच्या जवळपासही फिरकणार नाही.''

''सोनम भंडारी फ्लाइटमध्ये असली तरी?'' तो म्हणाला, ''तिचे हलते डुलते नारळ पाहिलेस, तर तू तुझ्या शिपमेंटबद्दलसुद्धा विसरून जाशील.''

''माझी शिपमेंट विसरायला लावतील असे नारळ कोणत्याच बाईकडे नाहीत.''

टेलरने त्याचं मापं लिहिणं आणि सॅम्पलवगैरे संपवेपर्यंत तो गप्प होता. ''तुला जे करणं शक्य होतं, ते तू केलं आहेस. आता आपल्याला फक्त वाट बघितली पाहिजे.''

वाट... वाट... वाट... वाट बघणं माझ्यासाठी शिक्षा होती. मी म्हटलं, ''ऐक, मला वाट बघायची नाही आहे. आपल्याला काहीतरी केलं पाहिजे.''

''अशा वेळी आपल्याला मदत लागते,'' तो गंभीर होत म्हणाला. ''आपण एक पूजा करू.''

''ठीक आहे.''

''काय? खरंच? नक्की का?'' त्याला आश्चर्य वाटणं स्वाभाविक होतं. कारण, इतक्या वर्षांत, मी ना कधी प्रार्थना केली, ना कधी देवाकडे मागणं मागितलं, प्रसादही नाष्ट्यासारखा खायचो; पण आता अचानक माझा होकार मिळाल्याने त्याला माझी असं करण्याला काय कारणं होती यात रस नव्हता. त्याने अगोदरच त्याचा एक फोन उचलला होता. ''आपण सत्यानारायण करू. मला पंडित माहीत आहे. तू बघशील, सत्यनारायणाच्या सर्व कथांचं फळ मिळतंच. चिंताच नको. पापणी लवायच्या आत आपण परिस्थितीतून वर आलेले असू.''

तो माझ्याकडे पाहून अत्यंत प्रेमळपणे हसत होता. मला दिसत होतं की, त्याच्या डोक्यात तो मला सत्यनारायण कथा ऐक असं मोठ्याने कानात सांगत होता. तो मुलांनाही सांगणार होता की, बघा, भाई घरी आले आहेत. भाई देवाकडे आले आहेत. देवाच्या दयेने त्यांना जाग आली आहे आणि हृदयात भक्तीची ज्योत जागृत झाली आहे. सत्य हे होतं की, मला काही विशेष असं साक्षात्कार वगैरे झाल्यासारखं वाटत नव्हतं. मला हळूहळू आपण बुडत आहोत, अशी जाणीव होत होती आणि जेव्हा पाणी गळ्यापाशी आलं, तेव्हा मदतीसाठी हात वर केल्यावर जे काही हाताला लागलं, ते पकडलं. ही पूजा म्हणजे हाताला लागलेली एक तरंगती फांदी होती आणि मी ती पकडली होती, इतकंच.

अथांग समुद्रात चमचमत्या पाण्यात एक मोठी बोट स्तब्ध उभी राहिलेली दिसत होती. परितोष शाहने पूजेसाठी एक भय्या पुजारी बोलावला होता, त्यामुळे मला हिंदीतली कथाही फारसा त्रास न होता समजली. हा पंडित कथा नाट्यमयपणे सांगणारा होता. कथा सांगताना त्याच्या चेहऱ्यावर वेगवेगळे भाव उमटत होते, आवाजात चढ-उतार करत होता आणि आता आम्ही कथेच्या त्या गोष्टीपाशी येऊन पोहोचलो, जिथे व्यापारी आणि त्याचा जावई दोघे भरपूर पैसा आणि सोनं, मोती, हस्तिदंत, अत्तरं यांनी भरलेली बोट घेऊन घरी यायला निघालेले असतात. आता अचानक तीरावर एक दंडी स्वामी येतात, ते म्हणजे खुद्द सत्यनारायणच रूप बदलून आलेले असतात. ते अगदी साधा प्रश्न विचारतात, 'बच्चा, या बोटीत काय आहे?' दूरदृष्टी नसलेला, अप्पलपोटी व्यापारी आपल्याला काहीतरी द्यावं लागेल म्हणून घाबरून खोटं सांगतो, ''ओह, काही नाही स्वामीजी. फक्त काही लता पता.'' स्वामी मान डोलावून 'तथास्तु' म्हणतात आणि बोट अचानक हलकी होते आणि वाळलेलं गवत आणि पानांनी भरून जाते. दंडी स्वामी आता समाधी लावतात आणि अगदी त्याच क्षणी त्या व्यापाऱ्याला पश्चात्ताप आणि उपरती होण्याआधी छोटा बदरिया आला आणि त्याने माझ्या खांद्याला हात लावून कानात म्हणाला, ''भाई, येता का?''

खोलीच्या बाहेर त्याने मला फोन दिला. मी परितोष शाह, छोटा बदरिया आणि त्याचा भाऊ सगळे बघत असताना तो फोनकॉल घेतला. आदल्या रात्री, आमच्या गोलघाटमध्ये माल उतरवणाऱ्या एका एजंटने सिम्की नावाच्या मुलीसोबत रात्र घालवली होती. हा अशोक खोत नावाचा कोकणी एजंट आमच्याकडे चार वर्षं कामाला होता. काल संध्याकाळी तो बायकोला तिच्या भावाच्या लग्नाला जाण्यासाठी दिल्लीच्या ट्रेनमध्ये बसवायला स्टेशनवर आला होता. ती चेअरकारमध्ये आपल्या दोन मुलांसह आरामात बसून दिल्लीला गेली आणि खोतने जीवाची मुंबई करायची ठरवली. त्याने स्टेशनवरूनच या सिम्कीला बोलावून घेतलं आणि रिगल जवळच्या लिडो बार जवळून पिकअप केलं. त्याने पडदे लावलेली एअर कंडिशन टॅक्सी बोलावली होती आणि तिला घेऊन तो खैबरमध्ये जेवायला गेला आणि नंतर मरीन ड्राइवला गेला. जेवणाबरोबर त्याने जॉनी वॉकर ब्लॅक घेतली. तो टॅक्सीमध्ये तिच्याशी लगट करता करता त्याने कोणाला कसं फसवलं आणि पैसा मिळवला, मोठमोठ्या ऑफिसर लोकांना कसं बरबाद केलं वगैरे बाता मारत होता. त्याच्या न संपणाऱ्या जोक्सवर हसत होता. चांदीच्या फ्लास्कला साखळीने बांधलेल्या चांदीच्या ग्लासमधून दारूचे घुटके घेत होता. ती आडवी पडून ऐकत होती आणि कॅसेटप्लेयरवर चालू असलेल्या गाण्यांवर गुणगुणत होती. त्यांनी चौपाटीवर कुल्फी खाल्ली. त्याने पाण्यात लडबडत गाणंही म्हटलं आणि नंतर समुद्रात उतरला. मी किती मर्द आहे हे दाखवण्यासाठी तो नंतर अजून एक पेग प्यायला. घरी जाताना त्याने

ड्रायव्हरला मखमली अंधेरा करायला सांगितला आणि तिची चोळी खोलून तिच्याशी चाळे करत होता. टॅक्सीत सुरू असलेलं म्युझिक आणि त्याच्या लाडिक बडबडीतही तिला ऐकू आलं, ''साली, तू माझ्याशी चांगलं वागशील तर बरं होईल. तुला माहीत आहे मी कोण आहे? या शहरात माझ्याकडे वाकड्या नजरेने कोणी बघू शकत नाही. मसूद मीठा स्वतः माझ्या घरी येतो.'' कुलाब्यातल्या हॉटेलमध्ये, खोत मंद नजरेने तिच्याकडे बघत होता, तिच्या स्कर्टमध्ये हात घालता घालता तो आडवा झाला आणि झोपला. सिम्कीने त्याचे शूज, सॉक्स काढले, त्याची जॉकी अंडरवेअर आणि पँट चढवली. तिला त्याच्या पँटच्या खिशांमध्ये पाचशेच्या चोवीस नोटा मिळाल्या, ज्यातले तिने मोजून पाच हजार घेतले आणि तिच्या लाल पर्समध्ये ठेवले. तिच्या पर्समधून तिने एक कागदाची पुडी काळजीपूर्वक बाहेर काढली आणि त्यातली चिमूटभर ब्राऊन शुगर नाकपुडीशी नेऊन हुंगली. तिच्या छातीतून शिरशिरी उठली. नंतर ती झोपून गेली. सकाळी उठल्यावर खोत जागा झाला तरी ती तशीच पडून राहिली. त्याच्या तोंडाला अतिशय घाण वास येत होता. जेव्हा तो तिच्यावर चढायला लागला, तेव्हा तिने मान वळवली आणि डोळा मारून म्हणाली, ''राजा, तू रात्री मला खूप त्रास दिला आहेस, आता खरंच मला नाही जमणार.'' तो अभिमानाने हसला आणि तिला जाऊ दिलं. दुसऱ्या दिवशी ती आमच्यातल्या एका मुलाबरोबर, जीटीबी नगरमधल्या बंटी अरोराबरोबर दुपारी जेवायला गेली होती. जेव्हा सिम्की चंडीगडहून पहिल्यांदा मुंबईला आली होती, बंटीने तिची काळजी घेतली होती. ती त्याची चावी होती. आता तो तिला हातही लावत नसे, तिला ब्राऊन शुगरची लत लागली होती; पण तरीही जुना माशुक असल्याची भावना होती म्हणून तो कधी त्या बाजूला गेला, तर तिला भेटत असे. आता, बंटीच होता ज्याने खोत आणि सिम्कीची गाठ घालून दिली होती. तिने बंटीला खोत बरोबर रात्री काय काय झालं ते सगळं सांगितलं म्हणून तो म्हणाला, ''तो बेवडा हरामखोर, जेव्हा दारू प्यायला लागतो तेव्हा डोक्यात जातो.'' ती म्हणाली, ''तो इतकी बडबड करत राहतो, संपतच नाही! मी असा आहे की कोणी माझ्याकडे नजर वर करून पाहत नाही, मसूद मीठा माझ्या घरी येतो. मला तर त्याच्या डोक्यात क्रिकेटची बॅटच घालावीशी वाटत होती.'' तिने तिचे केस मागे उडवले आणि त्याक्षणी ती अगदी जुनी सिम्की असल्यासारखं वाटलं. नंतर ती तिचा आवडता गोल्डन फालुदा खात गुणगुणत होती. आमच्या बंटीने चेहऱ्यावर काही भाव न दाखवता, गप्पा सुरू ठेवल्या. तो फिल्म्स, स्टार्स, हे ते काहीबाही बोलत राहिला. जेव्हा त्याचं जेवण झालं, तिला बाय करून तो लगेच जवळच्या पीसीओवर गेला आणि मला फोन केला. अगदी दंडी स्वामी 'तथास्तु' म्हणत होते तसंच!!

असं होतं तर. मसूद मीठा म्हणजे जेव्हापासून सुलेमान इसा दुबईला गेला होता, तेव्हापासून सुलेमान इसाचा मुंबईतला एक नंबरचा माणूस होता. ज्या शत्रूने आमचा माल चोरला होता, तो सुलेमान इसा होता. तो आणि त्याचे हरामखोर भाऊ. मी फोन खाली ठेवला आणि परितोष शाह, छोटा बदरिया आणि बदरियाला सांगितलं, ''तो सुलेमान आहे.''

''तुम्हाला खात्री आहे?'' छोटा बदरियाने विचारलं.

''अर्थातच मला खात्री आहे. मला आधीही खात्री होती; पण आता पुरावासुद्धा आहे. तो भेन्चोद परूळकर आणि सुलेमान इसा यांची वर्षानुवर्षं जवळीक आहे.'' हे तर सगळ्यांनाच माहीत होतं आणि ते छोटा बदरियाच्या चेहऱ्यावर दिसत होतं, तो शांतपणे मान खाली घालून उभा होता. परूळकर आणि सुलेमान एकत्रच मोठे झाले किंवा किमान समांतर तरी. परूळकरांच्या अनेक गाजलेल्या अटका, एन्काउंटर वगैरे सुलेमान इसाने दिलेल्या

माहितीवरच आधारित होत्या आणि त्यामुळे जे जेलमध्ये गेले किंवा मुंबईच्या कुठल्या तरी गल्लीत जीव सोडला ते सुलेमानचे स्पर्धक/विरोधकच होते किंवा त्यांच्याकडे स्पर्धक म्हणून पाहावं इतके मोठे झाले होते. त्याने आणि त्याच्या टोळीने या शहरातल्या अनेकांना खाऊन टाकलं होतं. या दैनंदिन खुराकीवरच ते मोठे झाले होते आणि रस्त्यांतून रुबाबाने चालायचे. सुलेमान इसा आणि त्याचे अनेक भाऊ मुंबईचे नवाबच होते. ''मी त्या सगळ्यांना खलास करणार आहे,'' मी म्हणालो.

आमच्या डोक्यावर गरगर फिरणाऱ्या पंख्याची अधेमध्ये होणारी कुरकुर इतकाच काय तो आवाज होता. ते खूपच गंभीर होतं. पठाणांनी सुलेमान इसाच्या विरुद्ध युद्ध करून काही त्याचे भाऊ आणि स्वतःची अनेक मुलं गमावली होती; पण त्यामुळे त्यांना खूपच झटका बसला आणि ते दुबळे पडले. अखेरीस एक करार झाला आणि फायरिंग बंद झाली, आता रेस्टॉरंटमध्ये पिस्तुलं आणि पेट्रोल पंपावर एके ४७ दिसणार नाहीत; पण यामुळे पठाण जेरीस आले. सुलेमानच्या मनात काय आहे किंवा त्याचा मेंदू किंवा त्याची मालमत्ता किंवा पोलीस आणि मंत्रालयातले त्याचे कॉन्टॅक्ट यावर शंका घेणं म्हणजे मूर्खपणा झाला असता म्हणूनच माझे मित्र गप्प होते. शेवटी परितोष शाह म्हणाला, ''आता दुसरा काही पर्याय नाही.''

युद्ध करणं भाग होतं. आम्ही युद्धाच्या दिशेने वाटचाल करत होतो. तुम्ही ते टाळायचा प्रयत्न करता; पण शेवटी तुम्ही जो मार्ग निवडता, तो रक्ताचे पाट वाहतील अशा दिशेनेच जातो. ''गुड, चला सुरुवात करू या,'' मी म्हणालो.

सुरुवातीला आम्हाला विजय मिळत होता. आश्चर्याचा धक्का दिल्याचा फायदा मिळाला होता. पहिल्याच दिवशी मी खोतला उचललं. त्याची बायको अजूनही दिल्लीतच होती, त्यामुळे काही मुलं त्याच्या घरी गेली आणि त्याला उचलून माझ्याकडे घेऊन आली. मला तो माझ्या घरात नको होता म्हणून आम्ही घरामागे बाहेरच त्याचा समाचार घेतला. सुरुवातीला तो मला सांगायला बघत होता की, सुलेमान इसाबद्दल त्याला काही माहीत नाही, असलं वेडेपणाचं आणि फालतू काम तो का करेल, सगळ्यांना माहीत होतं की, तो गणेश भाईशी वर्षानुवर्षं किती प्रामाणिक होता, त्याने त्याच्या मुलांची शपथ घेतली. शेवटी त्याने धर्माचा आडोसा घ्यायचा प्रयत्न केला, ''मी त्या कट्टर हरामखोर लोकांच्या बरोबर कशाला जाईन? गणेश भाई, विचार करा ना. तुमच्यासारखा मीही देवाला भिणारा माणूस आहे. दर आठवड्यात मी देवळात जातो. आपली मैत्री तोडण्यासाठी मुस्लीम लोकांनी काहीतरी कट रचला आहे.''

मी त्याला इतका जोरात हाणला की, माझ्या बोटाचं सालपट निघालं. ''हरामखोर, ऐक,'' मी म्हणालो आणि नंतर मला प्रचंड संताप आला. मला वाटत होतं की, माझं रक्त उसळून डोळ्यातून बाहेर येईल. ''मारा त्याला,'' इतकंच काय ते मी बोलू शकलो आणि निघून गेलो.

तो खोकल्याचे, कळवळल्याचे आवाज येत होते, त्याच्या वडिलांना हाका मारत होता, ''पापा, पापा'' आणि रडत होता. हे थोडं इंटरेस्टिंग होतं. बहुतेक लोकांना वेदनेने आईची आठवण येते. कदाचित, खोतला आई नसावी. मी परत गेलो आणि हात चोळत बघत होतो. मी जेव्हा माझ्या उजव्या हाताच्या दुसरं बोट दाबलं, तेव्हा एक कळ उठली. मी अजून जोरात दाबलं. आता हालचाली थंड, जलद होत होत्या आणि माझ्या मनगटाच्या बाजूला खुपत होतं. लाथा बुक्क्यांचा पाउस पडला, खोत जमिनीवर आचके देत होता. मी बोट अजून जोरात दाबलं. त्याने हार मानली.

त्याने आम्हाला सगळं सांगितलं. सांगण्यासारखं फारसं काही नव्हतंच. तो आणि मसूद मीठा एकमेकांना तरुण असल्यापासून ओळखत होते. दोघांच्या कुटुंबांची मूळ गावं जवळजवळ होती, कुठेतरी किनाऱ्याजवळ. मसूदने त्याला एक दीड वर्षापूर्वीच मुंबईत कॉन्टॅक्ट केला होता आणि त्याला चहा बिस्कीट खायला त्याच्या डोंगरीमधल्या ऑफिसमध्ये बोलावलं होतं. खोतने डोंगरीमध्ये भेटायला नकार दिला म्हणून त्यांनी घाटकोपरला एका स्वस्त हॉटेलात चहा घेतला. पहिल्या भेटीत ते फक्त कोंकणातली गावं, जेवणखाण, जुन्या ओळखीच्या एकाचे वडील पोस्टमन होते त्यांचं काय झालं, वगैरे यांबद्दलच बोलले. नंतर एक महिन्याने रात्री उशिरा मसूद सहजच पण अचानक गोलघाटला खोतच्या घरी गेला. तो तिकडे जवळच आला होता. खोतने त्याला जेवायला थांबवलं आणि त्याची बायको जे जे कोकणी पदार्थ करू शकत होती, ते केले. त्याला वहिनींच्या हातचं जेवून आईच्या हातची चव आठवली. जेवण झाल्यावर त्यांचे फोनकॉल सुरू राहिले, व्हिस्कीच्या बाटल्या, घड्याळ वगैरे भेटी येत होत्या; पण ते समोरासमोर भेटी होत नव्हत्या. खोत निरपराधी मुळीच नव्हता. मसूद मीठाच्या चहाच्या पहिल्या घोटापासून त्याला कल्पना होती की, हा सगळा काय गेम आहे. नाहीतर अचानक इतके वर्षांनी मसूद मीठाला याची आठवण कशी काय झाली? जेव्हा माझ्या शिपमेंटची सोय करायची वेळ आली... माझी चाळीस लाखांची शिपमेंट... खोतने मसूदला फोन लावला, ''भाई, आपण जेवायला जाउया का?'' त्याने रडत रडत आम्हाला हे सगळं सांगितलं.

''ठोका त्याला,'' मी म्हणालो. मी वळून चालायला लागलो आणि मी मागील दाराच्या पायऱ्यांपाशी पोहोचण्याआधीच काम झालं होतं. दोन थड थड आवाज आले आणि खोतचं काम तमाम झालं होतं. छोटा बदरिया माझ्या मागे मागे आत आला आणि त्याने पिस्तूल शर्टखाली कमरेला लावण्याआधी सेफ्टी लॉक केल्याचा आवाज ऐकू आला. ''बॉडीची विल्हेवाट इतक्यात लावू नका. आपण उद्या ती सुलेमान इसाकडे पाठवू. नंतर.''

''नंतर.'' तो म्हणाला आणि हसला. मग आम्ही कामाला लागलो. आम्ही तयारी करत होतो. आमच्याकडे आमच्या लिस्ट होत्या, हातांनी काढलेले नकाशे होते, माहिती होती म्हणून आम्ही आमची फिल्डिंग लावली. दुसऱ्या दिवशी, सकाळी आठ ते दुपारी चारच्या मध्ये आम्ही विनय शुक्ला, सलीम शेख, सयीद मुनीर, मुन्ना, झाहेद मेकॅनिक आणि प्रफुल बिडये यांना उडवलं. त्याच रात्री सामंतांनी आझम लंबू आणि पंकज कामतचा एन्काउंटर केला. त्या कामामुळे त्यांच्याबद्दल पेपरला खूप स्टोऱ्या छापून आल्या की, 'एन्काउंटर किंगने सुलेमानच्या टॉप शूटर्सना गोळ्या घातल्या' आणि माझ्याकडून त्यांना तीन लाख मिळाले. त्याच रात्री, खरंतर पहाटे साडेचारला, डोंगरीमधल्या इम्पिरियल हॉटेलजवळ एक कार थांबली आणि त्यातून खोतची बॉडी फूटपाथवर घसरली. त्याचं डोकं एका जुन्या टॉवेलमध्ये गुंडाळलेलं होतं. आम्ही त्यांना सांगितलं की, आम्ही कोण आहोत. आम्ही आमचं उत्तर रक्ताने लिहिलं.

मला सुलेमानचं डोकं हवं होतं, एखाद्या फुटबॉलसारखं लाथा मारायला; पण तो दुबईमध्ये सुरक्षित होता. पठाणांनी त्याच्या भावाला मारल्यानंतर आणि त्याने पठाणांचे बरेच लोक उडवल्यानंतर तो दुबईला गेला होता. मुंबई त्याच्यासाठी आता सुरक्षित नव्हती आणि म्हणूनच तो गेला भडवा; पण तो तिथून मसूद मीठा आणि इतरांच्या माध्यमातून इथले काम चालवत होता. त्यांच्यावरच्या हल्ल्यामुळे आम्हाला थोडी बळकटी आली आणि

काही दिवस आम्ही गप्प बसलो आणि नंतर ते अंगाशी आलंच. त्यांनी आमच्या तीन मुलांवर ते मालाडमधल्या नातेवाइकांच्या घरून निघत असताना अचानक हल्ला केला. तिघेही पिस्तुलाला हात घालण्याअगोदरच गेले. अजय कांबळे, नोबेल लोबो आणि अमित केकडा. दुसऱ्याच दिवशी आम्ही आमचा आठवड्याचा हप्ता घ्यायला दर्या महल बाजारमध्ये गेलो. तिथल्या दुकानदारांनी पैसे तयारच ठेवले होते. त्या वेळी परूळकरचे इन्स्पेक्टर आमच्यावर हल्ला करायला टपूनच बसले होते. मुच्छड माजिद खान आणि पोलीस पार्टी मजुरांच्या वेशात होते. त्यांनी काहीही इशारा न देता चौतीस गोळ्या झाडल्या. विनय करमरकर, शैलेंद्र पवार, झियाउद्दीन कझालबक्ष गेले.

म्हणून आम्ही सुलेमान इसाशी संपूर्ण उन्हाळाभर, पावसातल्या पुरातही लढत होतो. जेव्हा आम्ही आमच्या मुलांच्या बॉडी शवागारातून घेतल्या, आम्ही त्यांना कोसळत्या पावसात घरी नेलं, जणू काही आम्ही कायम लढतच होतो आणि युद्ध कायम सुरू होतं. त्यांनी आम्हाला इजा केली होती; पण ते आम्हाला मारू शकले नाहीत. आम्ही त्यांना खाऊन टाकत होतो. दररोज थोडं थोडं घायाळ करत होतो. दरम्यान, परितोष शाहची राजहंस एअरलाइन सुरू झाली आणि त्याने हेअर इम्प्लांट केलं. कारण, त्याला वाटत होतं की, तो टीव्हीवर फार म्हातारा दिसायचा. त्याच्या दंडी स्वामींच्या शक्तीबाबत आम्हाला रोज लेक्चर द्यायचा. ''तुम्ही पाहिलंत ना, त्यांनी तुमच्या हाकेला ओ दिली. तुम्ही मागितलंत आणि त्यांनी दिलं. आता तुम्ही कशी श्रद्धा ठेवत नाही?'' मला श्रद्धा ठेवायची इच्छा होत होती; पण माझ्या आधीच्या जीवनात मी पाहिलं होतं की, श्रद्धा कशी माणसाला आतल्याआत कुरतडतून पोखरून टाकते आणि त्याला हिजडा बनवते. मला माहीत होतं की, श्रद्धा म्हणजे भित्र्या आणि दुबळ्या लोकांसाठी एक सोयीस्कर कुबडी होती. नाही... मला असला आजार माझ्यात नको होता.

म्हणून मी स्वतःला आवरलं. हा योगायोग आहे, असा माझ्याशीच वाद घातला. पूजेच्या दरम्यानच आम्हाला माहिती हाती आली होती, हा निव्वळ जाता जाता एकमेकांना भेटणं इतका साधा योगायोग होता, असंच माझं मत होतं. अनेक कण एकमेकांना धडकतात आणि तुम्हाला त्यातून काहीतरी आकार दिसतो तसं. मग त्या शेकडो क्षणांचं काय जिथे काही कनेक्शन नव्हतं, एका घटनेतून दुसरी घटना घडण्याचे धागे नव्हते? परितोष शाहला प्रत्येक क्षणाला दंडी स्वामी दिसायचे. तो त्यांना काहीतरी गुप्त मंत्र म्हणून विनंती करत असे आणि कधी वेळप्रसंगी भांडतही असे. नंतर तो त्यांची माफी मागून त्यांच्या आशीर्वादाचे पंख लावून पुन्हा उडायला मोकळा. त्याला पक्की खात्री होती की, मी माझा हट्ट सोडेन आणि लग्न करेन, मग आपोआप माझा विश्वास बसेल. ''एकदा का तुम्ही छान सेटल झालात की, हा सगळा वेडेपणासुद्धा आपोआप सेटल होईल,'' तो म्हणाला आणि त्याने कडकड बोटं मोडली, एक दोन करत. दररोज तो मला मुली शॉर्टलिस्ट केल्या का म्हणून विचारायचा.

तर वर्ष सरत आलं. सप्टेंबर, ऑक्टोबर, नोव्हेंबरच्या सुरुवातीला सामंतांनी फोन केला. आम्ही या सगळ्या संघर्षाच्या काळात एकत्र काम करत होतो आणि आम्हाला दोघांनाही फायदा झाला होता. त्याला कॅशमध्ये, मला डेड बॉडीजमध्ये; पण आता आम्हा दोघांबद्दलही न्यूज पेपरमध्ये लिहिलं जात असल्याने आम्हाला समोरासमोर भेटणं मुश्कील झालं होतं. आम्हाला प्रसिद्धी मिळाली होती. फक्त मुंबईतच नव्हे तर भारतात; पण त्यामुळे

आम्हाला फार सावध राहायला हवं होतं म्हणून आम्ही फोनवर बोलायचो. ते नंबर आम्ही दर आठवड्याला बदलायचो.

सामंतांना जे सांगायचं होतं, ते अगदी साधं होतं. माझ्या शिपमेंटच्या जप्तीनंतर एक महिन्याने, सरकारने सगळ्या ऑफिसर्सना शिपमेंटच्या किमतीच्या एक चतुर्थांश इतका पैसा वाटला होता आणि एका निनावी खबऱ्यालाही दिला होता. आम्हाला माहीत होतं की, हा निनावी खबऱ्या खोत किंवा त्याचे वारस नक्कीच नव्हते. आम्ही त्यांच्यावर बारीक नजर ठेवून होतो. मग तो कोण गांडू होता, ज्याने जे माझं होतं ते हिरावून घेतलं होतं? आता सामंतांनी एक नाव सांगितलं, ''किशोरीलाल गणपत.'' मला ते नाव माहिती होतं. अख्ख्या मुंबईला माहिती होतं. तो एक बिल्डर होता. गेल्या दहा वर्षांत त्याने त्याचा कन्स्ट्रक्शनचा पसारा शहराच्या पूर्व भागात वाढवला होता. हायवेवरून तुम्हाला त्याच्या बिल्डिंग शेतातून डोकं वर काढून उभ्या असलेल्या दिसत, गावांच्या आणि जुन्या कॉलन्यांच्याही पेक्षा उंच. तो मोठा होता. त्याचे सुलेमान बरोबर व्यवहार असल्याचं बोललं जायचं; पण त्याच्यातलं बोलणंचालणं एकदम सामान्य होतं, गरजेपुरतं, जे कोणीही बिल्डर सुलेमान इसाला नॉर्मली भेटला तर बोलेल ते. फारशी जवळीक नाही, काही विशेष नाही. आम्हीही किशोरीलाल गणपतशी बोललो होतो, तेव्हा त्याला अंधेरीतल्या चार प्लॉटमधल्या झोपडपट्ट्या खाली करून हव्या होत्या; पण जर त्याने माझा पैसा घेतला होता, माझ्याकडून चोरून घेतला होता, तर नक्कीच सुलेमान इसाशी त्याची कोणाला वाटणारही नाही इतकी जवळीक होती. याचा अर्थ, सुलेमान इसासाठी तो बँकर होता आणि तो मादरचोद त्याच्याच थाळीत जेवायचा.

मी सामंतचे आभार मानले आणि फोन ठेवला. त्याचं बक्षीस त्याला नंतर मिळेलच आणि आमच्याकडे दुसरं काही बोलण्यासारखं नव्हतंच. माझ्याकडे दोन पर्याय होते, एक म्हणजे ही बातमी शांतपणे गिळून टाकायची आणि मी ती ऐकली हे विसरून जायचं; दुसरा पर्याय म्हणजे कृती करायची. मी ती माहिती माझ्याकडेच ठेवली, पोटात, अगदी सांभाळून. मला त्यावर खूप काळजीपूर्वक विचार करायचा होता.

पहाट होण्याआधी पुन्हा फोन वाजला. आमच्यातला अजून एक जण मेला होता. हा मुलगा गोपाळमठमधलाच होता, ज्याला मीच बांधलेल्या गल्ल्यांमध्ये लहानाचा मोठा होताना पाहिलं होतं. त्याचं नाव रवी राथोरे आणि तो औरंगाबादहून बसने नुकताच परत आला होता. तिकडे त्याचे नातेवाईक होते. सुलेमान इसाच्या कुत्र्यांनी त्याला दादरला बस स्टेशनवरून उचललं होतं. एका आइस्क्रीमवाल्याने काहीतरी धक्काबुक्की झालेलं पाहिलं. जवळच एक काळी व्हॅन पार्क केलेली होती. रात्री एक वाजता कोणाला तरी गोरेगाव इस्टला कचऱ्याच्या ढिगात एक बॉडी दिसली आणि त्याने पोलिसांना निनावी फोन केला. रवी राथोरेच्या दोन्ही मांड्यांमध्ये गोळी झाडलेली होती आणि एक त्याच्या कपाळावर. दुपारी उशिरा आम्ही त्याची बॉडी खोलीवर आणली. त्याचे कोणी नातेवाईक मुंबईमध्ये नव्हते म्हणून मीच त्याला अग्नी दिला. पांढऱ्या कापडात गुंडाळलेलं त्याचं शरीर त्या धडधडणाऱ्या चितेत अगदी लहान दिसत होतं. तो खूप काटकुळा होता. छातीला आतल्या बाजूस पोक आलेला आणि त्याचा आवडता सिल्व्हर बकलाच्या बेल्टचे त्याच्या कमरेभोवती दोन फेरे बसायचे, इतका बारीक. जेव्हा टेकडीजवळच्या उतारावर मुलं रविवारी सकाळी क्रिकेट खेळायची, रन्स काढताना रवी राथोरे धापा टाकत असायचा. आता तो गेला होता. आम्ही त्याला जाळलं आणि घरी आलो. आम्ही ज्या दरीत जगतो आणि मरतो, तिथे प्रकाशाचा आणि काळोखाचा खेळ

असतो. आम्ही त्यात आत बाहेर, आत बाहेर करत असतो. रवी राथोरेने किती सहजपणे आपलं त्या खेळातलं छोटस स्थान सोडलं होतं. मी चहा, जेवण काहीच नको म्हटलं. मला खूप वर्षांपूर्वीचा एक पावसाळा आठवला, जेव्हा रवी राथोरेचे शॉर्ट्‌समधले किडकिडीत पाय दोन गल्ल्यांच्या वळणावर साचलेल्या पाण्यात उड्या मारत होते. मला तोच रवी राथोरे माहीत होता... त्याचा बेल्ट आणि धापा टाकत क्रिकेट खेळायचा त्याचा उत्साह.

''तुम्ही कसला विचार करताय भाई?'' छोटा बदरिया म्हणाला. तो गच्चीच्या टोकाला जमिनीवर बसला होता.

''बच्चा, त्या बोटीत काय आहे?''

''काय?''

''मी दंडी स्वामींचा विचार करतोय.''

छोटा बदरियाने मान खाली घातली आणि त्याचे घोटे चोळू लागला. बहुतेक माझा मूड कसा आहे हे ओळखायचा प्रयत्न करत होता. अजून काहीतरी प्रश्न अंगावर येईल ही रिस्कही होतीच. तो जमीन खरवडत होता आणि त्याने नखाने एक खपली काढली.

''माझ्या घराला एकटं सोडू या,'' मी म्हटलं, ''आपण हेच करणार आहोत. आपण एक बोट बुडवणार आहोत.''

किशोरीलाल गणपत शिवभक्त होता. रोज सकाळी तो त्याने लोकांना फसवून कमावलेल्या करोडो रुपयांबद्दल, दिलेल्या लाचेबद्दल, वाळूमिश्रित सिमेंट वापरल्याबद्दल, भिंतींमधून बाहेर येणाऱ्या हलक्या दर्जाच्या वायरिंगबद्दल, अनधिकृत आणि विनापरवाना बांधलेल्या इमारतींबद्दल, अतिक्रमणाबद्दल, एफएसआयच्या मर्यादेबाहेर बांधलेल्या मजल्यांबद्दल, घरासाठी आसुसलेल्या मध्यमवर्गीय लोकांकडून पैसा उकळल्याबद्दल, उपाशी मजुरांबद्दल, झोपडपट्ट्या आणि सुलेमान इसाच्या तगड्या, हातात तलवारी नाचावणाऱ्या मुलांबद्दल... सगळ्याबद्दल त्याच्या भोलेनाथाचे आभार मानायचा. संकटकाळात किशोरीलाल गणपत खूप सावध होता. त्याने दोन धट्टेकट्टे बॉडीगार्ड ठेवले होते जे असे छाती काढून त्यांचे मसल्स दाखवत मोठ्या ढांगा टाकत चालायचे जणू कोणी त्यांच्या पायात मध्ये रबरबँडच बांधला होता. किशोरीलालला असं ऐटबाज दिसण्याची आवड होती म्हणून त्याने त्याच्या मर्सिडिजच्या ड्रायव्हरलाही पांढरा युनिफॉर्म, टोपी दिली होती आणि त्याच्या बॉडीगार्डना ग्रे रंगाचे सफारी सूट. किशोरीलालला वेळेची बचत करायचाही शौक होता. शॉर्टकट घेऊन सिटीमधल्या इतक्या भयानक ट्रॅफिकमधूनही दोन-तीन मिनिटं वाचवायचा. तो त्याच्या नोकरांना जपानी लोकांच्या वेळेबाबतच्या काटेकोरपणावरून भाषण द्यायचा. तो सत्याग्रही जमुनानाथ लेनमधल्या शिव मंदिरात दर मंगळवारी सकाळी साडेआठला न चुकता यायचा. अगदी 'डॉट साडेआठ म्हणजे साडेआठ,' आणि त्याला तसं कोणी बोलून दाखवलं तर फार आवडायचं. या सगळ्यामुळे आमच्यासाठी गेम अगदी लहानमुलांसारखा सोपा झाला. आम्ही आमची फिल्डिंग लावली. सहा मुलं, सहा स्टार पिस्तुलं. आम्हाला माहीत होतं की, शिवा कुठे बसतो, त्याच्या बैठकीवर आणि आम्हाला दोन्ही बाजूंनी घरं आणि विक्रेते असलेल्या गल्लीच्या पायऱ्या चांगल्या माहीत होत्या, त्याची मर्सिडिज कुठे थांबते, बॉडीगार्ड्‌स कुठे असतात... आम्हाला सगळं माहीत होतं. हे सगळं अगदी तेल लावलेला लवडा ओल्या चूतमध्ये जाईल तितक्या सहजपणे

झालं. किशोरीलाल गणपत खास चांदीच्या ताटात प्रसाद घेऊन पायऱ्यांवरून खाली आला. त्याने त्याचे शूज पायरीकडे तोंड करून काढले होते आणि त्यात सराईतपणे पाय घातले, अगदी दोन-तीन सेकंद सहज वाचवले. बॉडीगार्ड्स त्यांच्या मालकाच्या मागेच आपले सँडल घालण्यासाठी थोडे खाली वाकले होते आणि किशोरीलाल गणपतने रस्त्यावरचा एक खड्डा ओलांडण्यासाठी मोठी ढांग टाकली, तेवढ्यात माझा बंटी त्याच्या बाजूने समोर आला. किशोरीलाल गणपतने मान वळवून पाहिलं, तितक्यात बंटीने उजवा हात वर केला आणि त्याच्या डाव्या डोळ्यात गोळी झाडली. त्याच्या एका बॉडीगार्डने हात शर्ट खाली नेला; पण त्याच्या हातावर गोळी झाडली गेली. दुसरा बॉडीगार्ड हे बघून देवळाच्या पायऱ्यांवर मटकन खाली बसला आणि त्याने पायऱ्या हाताने गच्च पकडून ठेवल्या होत्या. दरम्यान, किशोरीलाल गणपत अडखळत, धडपडत गल्लीच्या टोकाला या दरवाज्यापासून त्या दरवाज्यापर्यंत कुठे बाहेर जायला रस्ता मिळतो का ते पाहत गेला. बंटी त्याच्या मागून चालत गेला, त्याच्या पाठीवर आणि ढुंगणावर गोळ्या झाडत. अखेरीस किशोरीलाल गणपत एका केशरी दारासमोर खाली वाकला, त्या दारावर ओम लिहिलं होतं. त्याचं डोकं खाली आणि गांड वर आकाशाच्या दिशेने होती आणि कपडे रक्ताने माखले होते. तो मेला होता.

बंटी आणि बाकीची मुलं तिथून बाहेर पडली, अगदी संथही नाही; पण अगदी घाईतही नाही. जसं हे काम सोपं होतं, तसं तिथून बाहेर पडणंदेखील सोपं होतं. ते दोन कारमध्ये बसले आणि निघून गेले. दोन वळणांनंतर मालाडला एका कॉर्नरला त्यांनी कार सोडल्या आणि एका व्हॅनमध्ये बसले आणि आम्ही जे मागे उरलो ते एकदम सावध झालो. आम्हाला माहीत होतं की, आमचा पाठलाग होणार, त्यामुळे आमची तयारी होतीच. मी आता तीन वेगवेगळ्या घरांमध्ये राहत होतो आणि अनियमितपणे जागा बदलत होतो. परितोष शाह आर्मर प्लेट लावलेल्या आणि जाड काचांच्या रखडत जाणाऱ्या मर्सिडिजमधून उडायची स्वप्नं बघत होता. छोटा बदरियाने आमच्या हितासाठी दूरपर्यंतच्या गल्ल्यांमध्ये मुलांची गस्त ठेवली होती. किशोरीलाल गणपतच्या मृत्यूची बातमी पेपरच्या पहिल्या पानावरून मागच्या पानावरच्या छोट्या चौकटीपर्यंत गेली आणि नंतर गायब झाली. परूळकरच्या माणसांनी केलेल्या दोन एन्काउंटरमध्ये आमची तीन मुलं गेली होती. त्या व्यतिरिक्त आयुष्य पहिल्यासारखं सुरळीत झालं. मी दररोज माझ्या मुलांना सांगत होतो, आत्मसंतुष्ट बनू नका. झोपून जाऊ नका. ते नक्कीच झोपलेले नाहीत, ते काहीतरी प्लॅन करत आहेत. ते अंगावर येईल : कुऱ्हाड, गोळी, नक्कीच. यायला पाहिजे. आपण सुलेमान इसाबरोबर युद्ध करतोय. सुलेमान इसाबरोबर!

'गणेश गायतोंडे' या नावातच एक भारदस्तपणा होता, एक मजबूतपणा. ते नाव ताठ उभं राहिलं, कधी झुकलं नाही, ते एक ताकदवान नाव होतं. ते छापल्यावरसुद्धा त्यात एक प्रमाणबद्ध कठीणता होती आणि ते कानालासुद्धा नगाऱ्यावर दोन ठोके घातल्यासारखं ऐकू यायचं. लोकांचा या नावावर विश्वास होता आणि ते याला घाबरायचेही, तरीही 'सुलेमान इसा' या नावात दोन 'स' फुत्कारल्यासारखे वाटायचे. त्यातून कपट, स्वार्थीपणा, पीळ आणि उंदराच्या कातडीसारखा कपटीपणाच जाणवायचा. अखेर नोव्हेंबरच्या एका सकाळी त्याने आम्हाला गाठलंच. मला ते झाल्यावर काही मिनिटांतच फोन आला. परितोष शाह राजहंस एअरलाइनच्या ऑफिसमधून त्याच्या मर्सिडिजमधून बाहेर पडला. सिक्युरिटी गार्ड्सनी कार बाहेर पडल्यावर डबल गेट बंद केलं आणि गाडीने गल्लीत वेग घेतला. पुढच्या सीटवर त्याचा जुना विश्वासू ड्रायव्हर आणि एक पाटकर नावाचा बॉडीगार्ड होता. बडा बदरिया नव्हता.

कारण, तो त्या आठवड्यात सुट्टीवर त्याच्या उत्तर प्रदेशातल्या गावी गेला होता. परितोष शाह मागे मागे बसला होता. तो त्याने खास सिंगापूरहून मागवलेल्या इलेक्ट्रोनिक डायरीत नावं टाइप करत होता. त्याला आता कारमध्ये बसल्या बसल्याच बिझनेस करून अजून पैसा मिळवायचा होता. राजहंसची गल्ली पुढे आंबेडकर रोडला लागायची. जशी मर्सिडिज त्या क्रॉसपाशी आली, तशी मागून एक व्हॅन आली आणि अगदी जवळ थांबली. गल्लीतून एक ट्रक आला आणि त्याने गल्लीतून वळायचा रस्ता ब्लॉक केला. आता मर्सिडिज ट्रक आणि व्हॅन याच्यामध्ये सापडली होती. व्हॅनने मर्सिडिजच्या मागच्या डम्परला धडक दिली आणि ट्रकच्या दिशेने ढकललं. मागच्या टायरमध्ये गोळ्या झाडल्या गेल्या. नंतर दोन माणसं हातोडे घेऊन मागची काच फोडायला लागली. काचा बुलेटप्रूफ असल्याने त्या हातोड्याच्या घणामुळे वाकल्या, दुमडल्या गेल्या. बॉडीगार्डने त्याचं पिस्तूल बाहेर काढलं होतं; पण एक माणूस त्याच्यावर खिडकीतून एके ४७ रोखून उभा होता. परितोष शाहला प्रोटेक्ट करण्यासाठी पाटकरला खिडकी खाली करणं भाग होतं, ज्यामुळे एके ४७ आत घुसणार होती. दरम्यान, हातोडे घेतलेल्या लोकांनी मागच्या काचेचा चुराडा केला होता. परितोष शाह मागच्या सीटवर घाबरून उडाला आणि त्याने आपल्या कारफोनवर नंबर टाइप करायची धडपड केली. तेवढ्यात मागच्या काचेला एक छोटं भोक पडलं, एक रुपयाइतकं, ज्यातून दुसऱ्या एके ४७ची नळी आत घुसवायला ते पुरेसं होतं. एक संपूर्ण मॅगेझीन कारमध्ये झाडलं गेलं. बॉडीगार्डने त्या एके ४७च्या दिशेने गोळ्या झाडायचा प्रयत्न केला; पण त्याचा काही उपयोग झाला नाही, त्या कुठेतरी आतच उडून आपटल्या असाव्यात.

माझ्या मुलांनी मला तिथे, माझ्या मित्रापाशी जाण्यापासून रोखलं. मी त्यांना आत ढकलून स्वतः ड्राइव्ह करून गेलो. पोलीस आल्याच्या काही मिनिटांतच मी तिथे पोहोचलो, त्यांनी किमान मला थांबवायचा प्रयत्न तरी केला नाही. मर्सिडिजची मागच्या आणि बाजूच्या खिडकीच्या काचा कोळ्याच्या जाळ्यासारख्या दिसत होत्या, त्या आतल्या बाजूला जेलीसारख्या वाकल्या होत्या. पुढचा डावा दरवाजा उघडा होता. ड्रायव्हर वाचला होता आणि मेलेल्या बॉडीगार्डच्या खाली सरपटत गेला आणि फायरिंग थांबल्यावर बाहेर पडला होता. मी कारमध्ये वाकून पाहिलं, पुढच्या सीटच्या सॅटिनसारखं लेदर असलेल्या हेडरेस्टवर हात ठेवून आत वाकलो आणि मागच्या सीटच्या पायात पाहिलं. तिथे परितोष शाह नव्हता. चिंधड्या उडालेला मांसाचा गोळा होता, पंक्चर झालेला, भोकं पडलेला आणि फाटलेला. त्याचा चेहरा उरलाच नव्हता. रुंद कपाळाखाली कच्च्या मांसाचे तुकडे आणि पांढऱ्या हाडाची टोकं दिसत होती. परितोष शाह उरलाच नव्हता. तो त्या कारमधल्या मागच्या छोट्या जागेत मावलाच नसता, तो परितोष शाह नव्हताच, माझा जाडा परितोष शाह नव्हता तो; पण एक हात होता, खूप अंगठ्या असलेला, त्यात चकाकणारे खडे होते. एक पाय होता, बरगंडी रंगाच्या लोफरमध्ये अजूनही अडकून होता. तो शब्द त्यानेच मला सांगितला होता, खूप पेशन्स ठेवून, 'लाल नाही भाई, त्याला बरगंडी म्हणतात. बर-गंडी.' काळ्या केसांचा एक पुंजका दिरात होता; पण परितोष शाह कुठे होता? इथे नव्हताच तो.

मी त्याच्या घरी गेलो, जिथे कोणी बायका माझ्याशी काही बोलल्या नाहीत, तरीही मला त्यांचा तिरस्कार जाणवत होता. तो माझ्यामुळे मेला होता. माझ्यासाठी मेला होता तो. मी त्याला मारलं होतं. हे बोलायची कोणी हिंमत केली नाही; पण ते बोलायची गरजही नव्हती.

जेव्हा त्याची बॉडी अंगणात पांढऱ्या कपड्यात गुंडाळून ठेवली होती, त्याच्या मुली रडत होत्या, तेव्हाही कोणी हे बोललं नाही. त्याच्या चितेच्या अग्नीजवळही कोणी हे बोललं नाही. मी कोणी हे बोललेलं ऐकल्याशिवायच गोपाळमठला परत गेलो आणि तरीही ते प्रत्येक श्वासागणिक, हृदयाच्या प्रत्येक ठोक्यागणिक माझ्या कानात घुमत होतं. मी व्हिस्की प्यायलो. मी मुलांना सांगितलं की, मला काहीतरी आणून द्या, काहीही, आत्ताच्या आत्ता. व्हिस्कीने माझा गळा जळत होता आणि मी मला स्वतःला मरताना पाहिलं. मला भोसकलं होतं, तलवारीने वार केले होते, गोळ्या झाडल्या होत्या, फाशीवर दिलं होतं. माझं शरीर पडलं आणि ते पुन्हा पडलं. बंदुकीच्या गोळ्यांनी माझी कोपरं वेगळी केली, माझ्या पोटाचे दोन तुकडे केले. मी प्रत्येक घाव आनंदाने सोसत होतो. मृत्यू कुठे होता? माझं डोकं आयुष्याच्या घणांच्या आवाजात कैद झालं होतं. परितोष शाहचं स्थूल शरीर, रक्त, हवा वाहून गेल्यावर उरलेलं मांस. कसं आयुष्य संपतं? कसं जातं? ते जाताना आवाज होतो का? का फक्त गोळ्या झाडल्याचा आवाज होतो? मी हात डोळ्याजवळ आणला आणि माझा चेहरा हातावरच्या केसांच्या पुंजक्यांमध्ये खुपसला, मला जिवंत असल्याची जाणीव झाली. त्वचेचं प्रत्येक रंध्र जिवंत होतं. माझ्या दुसऱ्या हाताच्या मनगटाचा धक्का लागून बेडच्या डोक्याशी ठेवलेला व्हिस्कीचा ग्लास पडला आणि फुटला. अर्धचंद्राच्या आकाराच्या एका तुकड्याने मी गच्च आवळून धरलेल्या मुठीच्या खालची नस कापली. माझ्या हातावरच्या दाट केसांमधून काच आरपार गेली आणि रक्त मूकपणे गळू लागलं. मी हात फिरवला आणि मनगटावर नाडी थडथड उडत होती. कापायला, कायमची थांबवायला किती सोपी होती. किती सोपी.

नंतर मला माझी घृणा आली. परितोष शाह जगला होता. त्याने आयुष्याचा पुरेपूर आनंद उपभोगला होता, त्याच्या स्त्रियांना, मुलांना, शेकडो कामगारांना पोसलं होतं. त्याने जगाला पोसलं होतं आणि जरी तो मेला असला, तरी मरताना त्याने काहीतरी बोलण्यासाठी फोन डायल करायचा प्रयत्न केला होता. त्याने मला फोन करायचा प्रयत्न केला होता. मला खात्री होती. त्याच्या बायकोला किंवा मुलांना नाही, तर मला. त्याने अचानक हल्ला झालेल्या त्या क्षणी तितक्या अंतरावरून मला काय सांगितलं असतं? मृत्यूने त्याला गाठलंच होतं. मी त्याला वाचवूही शकलो नसतो. त्यालाही ते माहीत असावं. अखेरच्या क्षणी तो काय बोलला असता? मला...त्याच्या मित्राला? मी काचेच्या तुकड्याकडे पाहिलं, माझ्या रक्ताने तो माखला होता आणि मला कळलं होतं. मी बेडच्या दुसऱ्या बाजूला सरकत गेलो आणि फोटोग्राफ्सचा गठ्ठा शोधला. त्या गठ्ठ्यातून, न बघता, फक्त स्पर्शाने ओळखून, एक फोटो बाहेर काढला आणि माझ्या मुलांना हाका मारल्या.

''ही मला हवी आहे,'' मी छोटा बदरियाला म्हणालो. तो बाहेर इतर मुलांच्या बरोबर त्याचं पिस्तूल साफ करत बसला होता. ते सगळे कोड्यात पडले. त्यांना मी वॉर मीटिंग करण्यासाठी बोलावलं असं वाटलं. जेव्हाही आमच्यापैकी कोणी मारलं जायचं, आम्ही त्याच्या अंत्यसंस्कारानंतर नेहमी एकत्र जमून दुसऱ्या दिवशी, पुढच्या आठवड्यात कोणाला मारायचं हे ठरवायचो. कोणाला मारायचं, कसं, आम्ही तेच बोलत असू; पण आता मला एक बाई हवी होती.

छोटा बदरियाने टेबलावरून फोटो उचलला. ''आत्ता भाई?''

''नाही नाही, तसं नाही.'' मला लक्षात आलं की, मला मध्यरात्री माझं टेन्शन घालवायला कोणी बाई हवी आहे, असा त्याचा समज झाला होता; पण फोटोतली मुलगी

तर बऱ्यापैकी चांगल्या घरातली दिसत होती आणि म्हणूनच तो गोंधळून गेला. मी त्याच्या खांद्यावर हलकेच थोपटत म्हणालो, ''तसं नाही ढक्कन. परितोष भाईला हेच हवं होतं... आणि दंडी स्वामींनाही. मला तिच्याशी लग्न करायचं आहे.''

तिचं नाव सुभद्रा देवळेकर होतं आणि मी चार दिवसांनंतर तिच्याशी लग्न केलं. पहिल्यांदा तिच्या वडिलांना मी माझ्या मित्राच्या मृत्यूनंतर इतक्या लगेच लग्न करतो आहे, हे थोडं विचित्र वाटलं. कदाचित, माझ्या बऱ्याच मुलांनाही तसं वाटलं असेल; पण मी समजावून सांगितलं की, माझ्या मित्राची हीच शेवटची इच्छा होती. मग त्यांना परितोष भाईची सगळी लेक्चर आठवली, त्याने शॉर्ट लिस्ट केलेल्या मुली आठवल्या आणि माझ्या मागे लागायचा तेही आठवलं. कुठून तरी एक अफवा पसरली आणि लोकांचा त्यावर विश्वासही बसला की, हातोड्याचे घाव पडायला लागल्यावर, त्याने मर्सिडिजमधून मला फोन केला होता आणि कसंबसं मला सांगितलं, 'तू लग्न केलंच पाहिजेस.' म्हणून जेव्हा आम्ही अग्नीसमोर फेरे घेत होतो, आमचं लग्न म्हणजे मित्राच्या शेवटच्या इच्छेची पूर्तता आहे, असं वाटत होतं. डझनावारी मुलं बाहेर पडली, आली, सगळ्या शहरभरातून आली आणि पाणावल्या डोळ्यांनी गोपाळमठच्या देवळात सुरू असलेला आमचा लग्नसमारंभ बघत होती. प्रचंड प्रामाणिकपणाने त्यांची पिस्तुलं कमरेला रेडी होती.

समारंभ संपल्यानंतर आम्ही घराच्या पुढच्या बाजूला बसलो आणि गोपाळमठचे लोक मानपान करण्यासाठी आले. सुभद्राचे वडील भेटपाकिटं स्वीकारत होते. ते बस कंडक्टर होते आणि ५२३ नंबर रूटवरून रिटायर झाले होते. त्यांना चार मुली होत्या. जेव्हा पहिल्यांदा छोटा बदरियाने त्यांना फोन केला, तेव्हा ते थोडे संकोचत होते. पेपरमध्ये अजूनही 'मृत्यूचा सापळा' बनलेल्या मर्सिडिजचे फोटो छापून येत होते; पण पाचशे रुपयांची एक गड्डी त्यांच्या चहाच्या ट्रेमध्ये ठेवल्यावर ते कबूल झाले. मुलींची जबाबदारी आणि काळजी असते. आता हा बस कंडक्टर माझ्या उजवीकडे उभा होता आणि रांगेने येणाऱ्या शुभचिंतकांकडून भेटपाकिटं घेत होता. बडा बदरिया एक जाड लाल पाकीट घेऊन पुढे आला. आम्ही त्याला संपर्क केल्या केल्या तो त्याच्या गावाहून परत आला होता. त्याला आपल्या बॉसला आपण आपल्या संरक्षणापासून वंचित ठेवल्याची शरम वाटत होती. मला ते दिसू शकत होतं; पण तो पाच वर्षं त्याच्या गावाकडे गेला नव्हता आणि जे झालं, ती त्याची चूक नव्हती. मी त्याला तसं सांगितलं आणि मिठी मारली.

आणि नंतर... मी गुलाबाच्या पाकळ्यांनी सजवलेल्या बेडवर बसलो होतो. कुठेतरी गाणं वाजत होतं, त्यात बासरीची धून होती. बेडच्या एका कॉर्नरला लाल साडीच्या घेराखाली एक बारीक स्त्री थरथरत होती. माझी बायको. माझं लग्न झालं होतं. माझं डोकं हलकं वाटू लागलं, जणू काही मी आताच एका दीर्घ स्वप्नातून जागा झालो आहे. मी विचारलं, 'हे कसं झालं?' त्याला उत्तर नव्हतं.''

जुनं दुःख

मेरी मस्कारेनास आता बोलायला तयार होती. पाली हिल पार्लरच्या समोर रस्त्यापलीकडे सरताज तिची वाट बघत होता, एकटाच उभा होता. ती तिथे काम करत होती. उतार असलेल्या त्या रस्त्यावर महागडे कपडे घातलेल्या तरुण मुला-मुलींची गर्दी होती. मुलं, त्यांच्या श्रीमंत वडिलांनी दिलेल्या कारमधून उतरत होती, मुली तीन-चारच्या घोळक्यांनी उभ्या होत्या. सरताज एका सिगारेट स्टॉलच्या बाजूला उभा होता, जिथे नोकरचाकर आणि ड्रायव्हर संध्याकाळी सिगारेट प्यायला व गप्पा मारायला जमले होते. सरताजने त्या दिवशी सकाळी मेरीला फोन केला होता आणि तिला सांगितलं होतं की, त्याला तिच्याशी काही बोलायचं आहे. 'कामानंतर', तिने सांगितलं होतं. तिच्या आवाजात आता राग जाणवत नव्हता, फक्त निमूटपणे सहन केल्याचा भाव होता म्हणून सरताजला आत्मविश्वास होता की, त्याला काहीतरी उपयुक्त माहिती मिळेल. तिला आता थोडं सविस्तर सांगावं लागेल, तिच्याबद्दल, काय झालं आणि का? तो थोडा लवकरच आला होता आणि आता आजूबाजूला उभे असलेले ड्रायव्हर लोक शेअर्सच्या किमतीबाबत आणि कंपन्यांच्या भवितव्याबाबत बोलत होते. ड्रायव्हर्सना इतरांपेक्षा जास्त माहिती होती. कारण, ते कारमध्ये साहेब आणि मेमसाहेबच्या संभाषणातून ऐकत असत. ते त्यांचे डॉक्युमेंट आणि कॅश घेऊन जायचं काम करत, त्यामुळे त्यांना साहेब-मेमसाहेबांच्या हालचाली माहिती असत. एकीकडे सरताज मुला-मुलींचं फ्लर्ट करणं बघत होता आणि दुसरीकडे त्याचा काटेकरसाठी शेअर्सबाबतच्या गप्पांकडेही कान होता. काटेकर जुगार खेळायचा नाही; पण तो नेहमी म्हणायचा की, मार्केटमध्ये पैसा गुंतवण्यात लॉजिक आहे, फक्त तुम्हाला त्याचे रुल्स माहिती पाहिजेत. जर तुम्हाला मार्केटमधले चढ-उतार लक्षात यायला लागले, तर तुम्ही राजा बनू शकता. त्यासाठी तुम्हाला त्याची माहिती आणि शिक्षण हवं, त्यामुळे सरताज ऐकत होता; पण ड्रायव्हर्सना त्याच्यापेक्षा खूपच जास्त माहिती होतं आणि त्यांचे वादविवाद त्याला फारसे समजत नव्हते. त्यांच्या चकचकीत मेमसाहेब पार्लरमधून बाहेर आल्या आणि ड्रायव्हर्सचा एक छोटा घोळका विखुरला; पण त्यांची चेष्टामस्करी सुरूच होती. ते सिगारेट ओढत होते आणि छोट्या पाकिटातून चणे खात होते. या ड्रायव्हर्सना चांगला पगार असावा आणि त्यांना त्यांच्या मालकांच्या स्टेट्सप्रमाणे राहणं छान जमत होतं.

मेरी सलॉनच्या निळ्या काचेच्या दरवाजातून बाहेर आली, तेव्हा सात वाजून गेले होते. तिने काळा टी शर्ट, गुडघ्यापर्यंत येणारा काळा स्लिम स्कर्ट घातला होता आणि काळ्याच सपाता. तिचे केस मागे आवळून पोनीटेल घातला होता आणि सरताजला अचानक तिचा

रुबाब जाणवला. तिला तिथे आजूबाजूला फिरणाऱ्या मुलींबरोबर एका रांगेत उभं केलं असतं, तर कोणी तिला ओळखलंही नसतं. किमान तिच्या ताठ पाठीच्या कण्याकडे, सरळ रेषेत असलेल्या खांद्यांकडे आणि काळ्या पर्सवर ठेवलेल्या दोन्ही हातांकडे विशेष लक्ष देऊन पाहिलं नसतं, तर नाहीच नाही. तिने सरताजला पाहिलं आणि हात केला.

तो रस्त्याच्या त्या बाजूला गेला जिथे गर्ल्स, इमोशन्स, एक्स्प्रेशन्स अशी महागडी दुकानं होती. ''सॉरी, मला उशीर झालाय,'' मेरी म्हणाली. ''आज ताजला काहीतरी मोठी पार्टी आहे, त्यामुळे मला तीन अपॉइंटमेंट जास्त होत्या.''

''ताजच्या पार्टीला नक्कीच छान हेअरस्टाइल करून गेलं पाहिजे.''

''मी कधी गेली नाहीये, त्यामुळे मला माहीत नाही; पण मी छान हेअरस्टाइल करून देऊ शकते.''

तिच्या हिंदीला एक वेगळा एक्सेंट होता, कामचलाऊ टाइप. ते सुधारलेलं होतं, तरी ती स्त्रीलिंग आणि काळ यात आत्मविश्वासाने चुका करत होती. सरताजला खात्री होती की, तिचं इंग्लिश नक्की चांगलं असणार; पण त्याचं स्वतःचं इंग्लिश आता बिघडलं होतं. मुंबईच्या वातावरणात भाषेची खूप सरमिसळ झाली होती. त्याने विचार केला की, आपण ही खिचडी भाषा बोलतो आहे तेच ठीक आहे. तो म्हणाला, ''माझी कार तिथे आहे.'' तिला तो तिच्या कामाच्या ठिकाणी यायला नको होता आणि फोनवर त्याने तसं तिला कबूल केलं होतं की, तो युनिफॉर्ममध्ये नसेल, पोलीस जीप आणणार नाही आणि तो एकटा येईल. त्याने कार रिव्हर्स करून रस्त्यावर घेतली. तिथे उभे असलेले ड्रायव्हर्स बघत होते. मेरी कारमध्ये बसेपर्यंत तो थांबला आणि म्हणाला, ''आपण कार्टर रोडला जाऊ या.'' तिला तिच्या शेजाऱ्यानाही उगाच पोलीस का येतायत किंवा तिच्याकडे हा कोण अनोळखी शीख माणूस येतोय, असा विचार करायला नको होतं.

समुद्राला लागून असलेल्या कट्ट्याच्या कोपऱ्यावर तो थांबला, जिथे त्यामानाने फेरीवाले, प्रेमी युगुलं किंवा भिकारी येत-जात नव्हते. ''ते जहाज अगदी कामातून गेलं आहे. जराही शिल्लक नाही. त्याचं नाव काय होतं?'' सरताज म्हणाला.

तिथे एक परदेशी मालवाहू जहाज पावसाळी वादळात त्याचं इंजिन बंद पडल्यामुळे उभं होतं. पाण्याच्या अगदी बाहेर आणून उभं केल्याने काही दिवस लोकांना त्याचं कुतूहल वाटत होतं. एकदा रात्री उशिरा सरताज तिथल्या बेंचवर त्या जहाजाकडे तोंड करून बसला होता आणि त्याने मेघाचं चुंबन घेतलं होतं. त्यानंतर काही काळातच ते वेगळे झाले होते.

''त्याचं नाव, झेन डॉन होतं,'' मेरी म्हणाली. ''त्यांनी ते भंगारासाठी तोडलं. ते अनेक वर्षांपूर्वीच कामातून गेलं आहे.''

''मला वाटलं, ते त्याचं रूपांतर किनाऱ्यावरच्या हॉटेलात करणार आहेत.''

''त्या जहाजातल्या भंगाराची किंमत जास्त होती.'' दोन दिवसांपासून आभाळ करड्या रंगाचंच होतं आणि त्याखाली ते विचित्र आकाराचं जहाज क्षितिजाकडे पाहत उभं होतं. मेरीने सरताजकडे मान वळवली. ''मी न्यूजपेपर्समध्ये असं वाचलं होतं की, एखाद्या स्त्रीची चौकशी करताना लेडी पोलीस बरोबर असायला हवी.''

''मी चौकशी करत नाहीये,'' सरताज म्हणाला. ''तुम्ही संशयित नाही आहात. कोणीच संशयित नाहीये. मी फक्त काय झालं, तुमची बहीण त्या ठिकाणी का होती, हे समजून

घेण्याचा प्रयत्न करतो आहे. मला नाही वाटत की, तुम्हाला खूप लोकांच्या समोर हे सगळं बोलायला आवडेल. हे फक्त एक खासगी संभाषण आहे. तुम्ही जे काही मला सांगाल, ते माझ्या पुरतच राहील.''

''तुम्हाला सांगण्यासारखं माझ्याकडे काहीच नाहीये.''

''तुम्हाला तुमच्या बहिणीबद्दल काहीच सांगायचं नाहीये?''

''मी तिला खूप वर्षं भेटले नाहीये. तिच्याशी बोललेही नाहीये.''

''का? तुमचं भांडण झालं होतं का?''

''आमचं भांडण झालं होतं.''

''कशाबद्दल?''

''ते तुम्हाला का जाणून घ्यायचं आहे?''

''मला त्यामुळे कळेल की, ती काय प्रकारची बाई होती.''

''त्यामुळे तुम्हाला हे कळेल की, ती त्या ठिकाणी का गेली होती?''

''कदाचित.''

''ती वाईट मुलगी नव्हती.''

ती कारच्या निळ्या सीटवर सरताजपासून जितकं दूर बसता येईल, तितकी आकसून बसली होती. तिने तिची काळी पर्स त्या दोघांच्या मध्ये ठेवली होती आणि ती आपल्या पर्सकडे बघत होती. सरताजला जाणवलं की, तिला त्याची भीती वाटत होती. ती कदाचित समुद्राच्या भिंतीजवळच्या पार्किंगची आणि तो तिच्याकडे काय मागणी करेल, याचा विचार करत असावी म्हणूनच तिने सोबत लेडी पोलीस असण्याबद्दल विचारलं. त्याच्या युनिफॉर्मला लोक घाबरत या गोष्टीची त्याला सवय होती; पण तो तिच्यावर जबरदस्ती करेल, असा विचार ती करत आहे, या कल्पनेनेच त्याला कसंतरी वाटलं. त्याने गाडी चालू केली आणि खडखड आवाज करत गियर्स बदलले. त्याने कार फास्ट नेली आणि जिथे संध्याकाळचं फिरायला आलेले लोक होते तिथे एका आइस्क्रीम खात असलेल्या मुलांच्या घोळक्याजवळ उभी केली. मेरी त्याच्याकडे डोळे फाडून बघत होती.

''मला नारळपाणी हवं आहे,'' तो म्हणाला. ''आणि लक्षात घे, मी तुला काहीही इजा करणार नाहीये. मला फक्त तुझ्याशी बोलायचं आहे. समजलं?''

तिने मान डोलावली आणि लगेच त्याने उतरून एका फेरीवाल्याकडे जाऊन दोन नारळाचे पैसे देताना त्याला पाहिलं. तिने तिचं नारळ पाणी दोन्ही हातांत नारळ धरून घटाघट प्यायलं, अगदी संपेपर्यंत. सरताजने त्याचा नारळ पुढे केला. ''अजून हवंय?''

''नको,'' ती म्हणाली आणि आता तिला हायसं वाटलं. खूप नाही; पण किमान आता ती त्याच्यापासून आकसून बसली नव्हती.

सरताज नारळपाणी पिता पिता तिच्याकडे बघत होता.

''माझी बहीण जेव्हा पहिल्यांदा मुंबईला आली, तेव्हा पंधरा वर्षांची होती,'' मेरी म्हणाली. ती खिडकीतून बाहेर समुद्राच्या संथ लाटा बघत बोलत होती. ''मी कुलाब्याला माझ्या नवऱ्याबरोबर राहत होते. ती आमच्याकडे राहायला आली. आम्ही मंगलोरच्या बाहेर आमच्या आईच्या फार्मवर लहानाच्या मोठ्या झालो. मी अकरा वर्षांची होते, तेव्हा आमचे

वडील गेले. माझं लग्न झालं, मी मुंबईला आले म्हणून जोजो आमच्याबरोबर म्हणजे माझ्या आणि जॉनच्या बरोबर राहायला आली. ती लहान होती; पण ती म्हणाली की, तिला नर्स व्हायचं होतं आणि आमच्या गावात जी शाळा होती, ती अगदी खेड्यातली शाळा होती. तिला दहावीला फर्स्ट क्लास होता. तिला इंग्लिश शिकायचं होतं आणि नर्स व्हायचं होतं. आमचं घर अगदी लहान होतं; पण ती सोफ्यावर झोपायची आणि शेवटी काही झालं तरी ती माझी लहान बहीणच होती. त्याकाळी ती इतकी बारीक आणि लहानशी होती. ती लहान पोनी घालायची. मला वाटतं, ती खूप टीव्ही बघायची, मी जॉनला तसं म्हटलंही. ती दिवसरात्र टीव्हीसमोर मांडी घालून बसलेली असायची; पण तो म्हणाला की, तिच्यासाठी ते चांगलंच आहे. तिने इंग्लिश आणि हिंदी शिकायला हवंच होतं. तो तिला खूप चिडवायचा, हसवायचा. तिला म्हणायचा की, तुला फक्त जिंगल्स येतात, विको-वज्रदंती! तिला फक्त दात आणि केस यांबद्दलच बोलता येतं. हळूहळू ती सगळं शिकली. काही दिवसांनी तिला बाहेर जाऊन एकटीने सगळी खरेदी करायला भीती वाटत नव्हती. मला एका लेदरच्या वस्तूंच्या दुकानात फुल टाइम सेल्सची नोकरी होती, त्यामुळे तिच्या घरी असण्याने मला खूप मदत व्हायची. तिचा आत्मविश्वास अचानक वाढला. तिने आता ते प्रिंटेड स्कर्ट घालणं बंद केलं, तिचे केस बदलले, चालणं बदललं. सहा महिन्यांतच ती कोणीतरी वेगळीच झाली. मुंबईची मुलगी एकदम. नंतर एक दिवस ती ॲक्टिंगबद्दल बोलू लागली. ती सिनेमातल्या आणि टीव्हीतल्या सिरियल्समधल्या हिरोइन्स आणि व्हीजेंची नक्कल करत असे. ती म्हणाली की, मी ते करू शकते. सुरुवातीला मी हसून सोडून दिलं. नंतर ती पुन्हा पुन्हा तेच म्हणू लागली. जॉनने तिच्या बोलण्याकडे लक्ष दिलं. तो म्हणाला की, तिचं बरोबर आहे. तिच्याकडे पाहा. ती त्या नट्यांच्या इतकीच चांगली आहे, उलट जास्त चांगली आहे. ती का करू शकणार नाही? त्याचं बरोबर होतं. ती छान दिसत होती. मी ते पाहिलंच नव्हतं कधी. ती माझी लहान बहीण होती; पण तिच्या पोनीटेल गेल्यावर ती एकदम स्टार दिसत होती. कपाटाच्या आरशासमोर उभी राहून, अपार्टमेंटच्या खिडकीच्या काचांमध्ये स्वतःला बघत राही. आता माझं लक्ष गेलं की, जेव्हा ती सकाळी खाली उतरून जाऊन ब्रेड आणते तेव्हा शेजारीपाजारीही तिच्याकडे पाहत राहतात. संध्याकाळी तिला फक्त जवळून जाताना बघण्यासाठी गल्लीतली मुलं वाट बघत. मलाही आता तसं वाटू लागलं. शेवटी प्रत्येक हिरोईन ही कुठून ना कुठून तरी आलेली असते. कोणीच चेहऱ्यावर तेज घेऊन जन्माला येत नाहीत. त्यांच्यातल्या काही तर अगदी साधारण कुटुंबातल्या असतात. आता त्यांच्याकडे पैसा आहे, प्रसिद्धी आहे. मग जोजो का नाही? माझी बहीण का करू शकणार नाही? आम्ही सगळेच त्या स्वप्नात गुरफटले गेलो होतो. आम्ही इतर मुलींच्या बाबतीत हे स्वप्न खरं होताना पाहिलं होतं. मग जोजोचं स्वप्न का नको? जॉनचा एक मित्र एमटीव्हीमध्ये कामाला होता म्हणजे अकाउंटंट म्हणूनच होता; पण त्या अकाउंटंटच्या चॅनेलमधल्या लोकांशी ओळखी होत्या म्हणून एक दिवस जॉनने दुपारी सुट्टी घेतली आणि तो जोजोला अंधेरी वेस्टला एम टीव्हीमधल्या लोकांना भेटायला घेऊन गेला. त्यांनी ट्रेन पकडली, नंतर रिक्षा केली. ते खूप उत्साहात परत आले. एम टीव्हीचा एक्झिक्युटिव्ह एक इंग्रज माणूस होता. तो म्हणाला होता की, जोजो खूप सुंदर आणि मोहक आहे. तुम्ही कल्पना करा, तिला तिथे काम मिळालं नाही; पण इतक्या कोणा महत्त्वाच्या माणसाशी भेट होणं, हेच खूप थ्रिलिंग होतं. आमच्या छोट्याशा अपार्टमेंटपासून एम टीव्हीपर्यंतचं इतकं मोठं अंतर होतं, ते त्यांनी एका दुपारमध्येच ओलांडलं होतं. अशक्य गोष्ट आता शक्य होती म्हणून तो उन्हाळा संपल्यावर

जोजो एका शाळेत जाऊ लागली; पण ती शाळा तितकी महत्त्वाची वाटत नव्हती. ती डान्स क्लास, ॲक्टिंगचे क्लास करायची. प्रोड्युसर्स, डायरेक्टर्स वगैरेंशी बोलायची. जॉन अनेकदा तिला अशा मीटिंग्स करता, बांद्रा, जुहू, फिल्मसिटीला घेऊन गेला. त्याच्या कामाच्या ठिकाणी लोकांना त्याच्याबाबत काळजी वाटत होती, मग ते त्याच्यावर नाराज झाले. मलाही काळजी वाटत होती; पण तो म्हणाला की, मोठं काहीतरी मिळवण्यासाठी मोठ्या रिस्कही घ्याव्या लागतात. आपल्याला फार पुढचा विचार करायला हवा, काळजी करण्याचं काही कारण नाही. घाबरू नकोस आणि मी प्रयत्न केला की, काळजी करायची नाही; पण मी घाबरलेली होते. मला जोजोची भीती वाटत होती. मला दिसत होतं की, तिच्या भविष्यावर तिचा किती विश्वास होता. ती म्हणायची की, प्रत्येकाला झगडावं लागतं. तुम्हाला स्ट्रगल करावाच लागतो. ऐश्वर्याने केला, मधुबालानेही केला म्हणून मलाही स्ट्रगल करावा लागेल. जोजो म्हणायची की, बघ, अखेरीस मी जिंकेन. मीच जिंकेन.''

समुद्रावरून एक सुखद वाऱ्याची झुळूक आली आणि रस्त्यावरून जाणाऱ्या एका बाईची साडी वाऱ्यामुळे फुगून जांभळा फुगा असल्यासारखी झाली. वाऱ्याने मेरीची बट तिच्या डोळ्यांवर आली; पण मेरी तिथे नव्हतीच, ती त्याच्याशी नाही तर स्वतःशी बोलत होती.

''आम्ही सगळेच त्या स्ट्रगलमध्ये सापडलो होतो. मी जोजोच्या क्लासेससाठी पैसे साठवत होते. जॉनसारखा त्याच्या एम टीव्हीवाल्या मित्रासारख्या इतर लोकांना फोन करून त्यांच्या संपर्कात असायचा. तोसुद्धा बदलला होता, एक नवीन जॉन झाला होता. मला खूप महिन्यांत त्याच्यात असा उत्साह दिसला नव्हता. मी जॉन आणि जोजो बरोबर एक दोन अशा फिल्मी आणि टेलिव्हिजन पार्ट्यांनाही गेले. टेलिव्हिजन वरच्या फेमस चेहऱ्यांबरोबर पार्ट्या, इकडे अर्चना पुरण सिंग, तिकडे विजयेंद्र घाटगे. मी पाहत होते, जॉन कसा हात मिळवतो, हसतो, तो कसा मिठी मारतो, पाठीवर थोपटतो. त्या रात्री त्याने मला जवळ घेतलं आणि मला समजावून सांगितलं की, या बिझनेसमध्ये हे सगळं असंच चालतं. तुम्हाला अशीच कामं मिळतात. हा सगळा तुमच्या कॉन्टक्ट्स आणि गुडविलचा खेळ आहे. हे असंच चालतं. काहीतरी मोठं होईल, याची वाट बघत असंच आम्ही एक वर्ष काढलं म्हणजे ते तसं होईल, असं वाटत होतं. जोजोला एक मॉडेलिंगचं काम मिळालं, मग अजून एक. पहिली एक छोटीशी टेलिव्हिजनवरची शूजची जाहिरात होती, ज्यात जोजो इतर दोन मुलींबरोबर हायवेच्या मधल्या डिव्हायडरवर नाचत होती. आम्ही मंगळवारी रात्री नऊ वाजता, टीव्हीवर ती जाहिरात येईल म्हणून टीव्ही लावून बसलो होतो. जेव्हा अचानक ती टीव्हीवर दिसली, तेव्हा आम्ही किती नाचलो, ओरडलो. आम्ही डान्स केला आणि जॉनने त्याच्या अकाउंटंट मित्राकडून एक छोटी एअरलाइन शॅम्पेनची बॉटल आणली होती. त्याने ती उघडली आणि आम्ही सगळे डायरेक्ट बाटलीतूनच प्यायलो. हायवे वरच्या त्या डान्सनंतर आम्हाला खात्री झाली होती की, आता कोणी आम्हाला थांबवू शकत नाही. फक्त थोडं थांबायचा अवकाश होता. जॉन सतत तेच म्हणायचा, फक्त थोडं थांब; पण काही काम आलं नाही. जोजो सततच्या मीटिंग्समुळे निराश झाली होती. 'आम्हाला पुन्हा येऊन भेटा, आम्ही अजून विचार करतोय,' असं म्हणत आणि नंतर काहीतरी व्हायचं आणि दुसरी मुलगी निवडलेली असायची. ती याबाबत सारखा विचार करायची, बोलत राहायची, मी का नाही सिलेक्ट झाले? ती आणि जॉन कपडे, मेकअप, ॲटिट्यूड यांबद्दल बोलायचे. आपण पुढच्या वेळी असं करू, पुढच्या वेळी हे असं असेल, वगैरे. ते प्लॅन करतच होते. पुढच्या वेळी... पुढच्या वेळी... आणि नंतर मी त्यांना पकडलं.''

ती अचानक थांबली आणि तिने चेहऱ्यावरचे केस बाजूला केले. ती त्याच्याकडे पाहत नव्हती; पण ती आता इथे परत आली होती, आता तिच्या आठवणीतून बाहेर आली होती.

''पकडलं?'' सरताजने खूप शांतपणे विचारलं.

तिने घसा खाकरला. ''मी कामावर होते. मला अचानक बरं नाहीसं वाटू लागलं. त्या वेळी व्हायरल फिव्हरची साथ होती. प्रत्येकालाच झाला होता. मला ताप आलेला जाणवत होता म्हणून दुकानाचे मालक म्हणाले की, तू घरी जा म्हणून मी घरी गेले. ते दोघं माझ्या बेडमध्ये होते.''

ज्या गोष्टीमुळे तिचा किंवा त्याचा अपमान समोर आला, तोच क्षण जास्त धोकादायक होता. अगदी सहानुभूती म्हणूनही स्पर्श केला, तर तिला गमावून बसशील. कारण, ती तिची उघडी पडलेली वेदना लपेटून बसली होती, तिला कोंडून आणि सगळे महत्त्वाचे तपशील झाकून टाकले होते.

''मी समजू शकतो,'' सरताज म्हणाला.

तिला किंचित आश्चर्य वाटलं. ती काहीशी दचकली की, त्याला तिच्या बुबुळातली चमक कशी काय दिसली. ''हो,'' ती म्हणाली. ''मला वाटतं की, त्याची अशी कल्पना होती की, आम्ही सगळे आनंदाने एकत्र राहू शकतो. मी त्यांच्यासाठी नोकरी करत राहीन, दोघांच्या छानछोकीसाठी पैसे पुरवत राहीन आणि त्यांना त्यांच्या मीटिंग्ससाठी पाठवत राहीन.''

''आणि तिला?''

''ती... ती माझ्यावरच रागावली होती. जसं काही मीच चुकीचं वागले होते. ती म्हणाली की, माझं त्याच्यावर प्रेम आहे. ती तिचं त्याच्यावर प्रेम आहे हेच शेवटपर्यंत म्हणत होती. जसं काही माझं प्रेम नव्हतंच. मी शेवटी तसं बोलले ,की तो माझा नवरा आहे आणि ती म्हणाली की, तू त्याच्यावर प्रेम करत नाहीस. तू करू शकत नाहीस. ती किंचाळत होती. माझीच बहीण मला हे बोलतेय हे बघून मला खूप राग आला होता. माझी बहीण आणि माझा नवरा यांनी मिळून काय केलं आहे हे पाहून संताप आला होता. मी तिला जायला सांगितलं. इथून निघून जा.''

''मग?''

''तो तिच्याबरोबर गेला. दोन दिवसांनी तो त्यांचे कपडे नेण्यासाठी परत आला होता.''

''हो.''

''मग आमचा डिव्होर्स झाला. सगळं खूप अवघड होतं. मी भाडंसुद्धा देऊ शकत नव्हते. मी लेडीज हॉस्टेलमध्ये जायचा प्रयत्न केला; पण त्यांच्याकडे जागा नव्हती. काही काळ मी वायएमसीएमध्ये राहिले. नंतर मला बांद्रा ईस्टला झोपडपट्टीत राहावं लागलं. मी सगळ्या प्रकारची ठिकाणं पाहिली आहेत.''

''तुला घरी परत जायचं नव्हतं?''

''माझ्या आईकडे? जिथे मी जोजोबरोबर मोठी झाले? नाही, मी तिथे राहू शकत नव्हते. मी परत जाऊ शकत नव्हते.''

म्हणजे जे घर मेरी सोडून आली होती, त्यापेक्षा तिला अगदी झोपडपट्टीत राहणंही बरं वाटलं होतं तर. ''आता तू चांगल्या ठिकाणी राहते आहेस,'' सरताज म्हणाला.

''इथे येईपर्यंत खूप वेळ लागला. मी या सलॉनमध्ये जमिनीवरचे केस झाडणे, कंगवे, कात्र्या धुणे यांपासून सुरुवात केली आहे.''

''तू तिला परत भेटलीस का?''

''दोन-तीन वेळा. डिव्होर्स देण्याआधी जज तुम्हाला काउन्सलिंग घ्यायला लावतात. ती त्यानंतर तिथे त्याला भेटायला आली होती. मी तिच्याशी बोलले नाही. नंतर जेव्हा जजनी डिव्होर्स दिला, तेव्हा मी तिला पाहिलं.''

''आणि त्यानंतर?''

''मी एकदा दोनदा नातेवाईक आणि मित्रमैत्रिणींकडून त्यांच्याबद्दल ऐकलं. ते गोरेगावमध्ये राहायचे, अजूनही तिला पिक्चरमध्ये काम मिळावं म्हणून प्रयत्न करत होते वगैरे. मी एकदा तिला टीव्हीवर पाहिलं, कोणतीतरी साड्यांची जाहिरात होती. बास, तेवढंच.''

''तू परत तिच्याशी कधी बोलली नाहीस?''

''नाही. माझी आई तिच्यावर खूप रागावली होती. आई आजारी होती आणि जोजोने तिच्याशी संपर्क साधायचा प्रयत्न केला; पण आई नाही म्हणाली, तिला त्या पापी आणि निर्लज्ज मुलीशी बोलायचं नव्हतं. ती जोजोशी न बोलताच मेली. मलाही जोजोबद्दल काही जाणून घ्यायचं नव्हतं.''

''म्हणजे कुठूनही एखादी छोटी बातमीही नाही तिच्याबद्दल?''

तिने मान हलवली. ''एकदा. कदाचित दोन किंवा तीन वर्षांआधी. माझी एक आंटी बंगलोरला असते. आईची बहिण. तिने सांगितलं, की तिने जोजोला एअरपोर्टवर पाहिलं.''

''तुझी आंटी तिच्याशी बोलली का?''

''नाही. तिला माहीत होतं, जोजोने काय केलं आहे ते.''

''जोजो प्लेनमध्ये चढत होती का?''

''हो, बहुतेक तिने भरपूर पैसा मिळवला असावा. कसा ते मला माहिती नाही. पुढे तिच्याबरोबर काय झालं मला काहीच माहिती नाही.''

तिच्याबरोबर काय झालं?? एक महत्त्वाकांक्षी, प्रेमवेडी तरुण मुलगी देहव्यापारात कशी आली, मृत्यूने कसा तिचा अंत केला, एका आत्महत्या केलेल्या भाईने कसा तिचा खून केला. त्याला माहीत नव्हतं कसं; पण फिल्मी पार्ट्यांमध्ये कसा अंडरवर्ल्डशी संपर्क येतो, याची तो कल्पना करू शकत होता. ''तिच्याबद्दल आमच्याकडेही खूप थोडी माहिती आहे. ती टेलिव्हिजनमध्ये काम करत होती, काही शो प्रोड्यूस केले होते. इतरही काही ॲक्टिव्हिटीज होत्या.'' सरताज म्हणाला.

''ॲक्टिव्हिटीज?''

''आम्ही तपास करतोय. जेव्हा आम्हाला अजून काही समजेल, मी तुला सांगेन. जर तुला काही कानावर आलं, अगदी काहीही, तर प्लीज मला फोन कर.'' सरताजला वाटलं, ती करेल. तिला आता त्याच्यात काहीतरी आशेचा किरण दिसत होता. या छोट्या छोट्या तुकड्यांच्या आधाराने कदाचित तिला तिच्या बहिणीच्या अस्तित्वाला पुन्हा आकार देता येईल, त्यामुळे तिला आणि स्वतःला माफ करता येईल. तो म्हणाला, ''तू माझ्याशी बोललीस याचा मला आनंद वाटला.''

''ती खूप गोड मुलगी होती,'' मेरी म्हणाली. ''जेव्हा आम्ही लहान होतो, तेव्हा तिला गडगडाटाची भीती वाटायची. ती रात्री उशिरा माझ्या अंथरुणात माझ्याशेजारी सरकून पोटात डोकं खुपसून झोपायची.''

सरताजने मान डोलावली. हो. जोजो तशी घाबरून बहिणीला धरून बसणारी मुलगीही होती. चांगली गोष्ट होती. त्याने मेरीला घरी सोडलं. कारमध्ये बसून, तिला तिच्या खोलीच्या पायऱ्या चढताना तो बघत होता. आतला दिवा लागला आणि मग त्याने गाडी रिव्हर्स करून मेनरोडवर घेतली. घरी जाताना, जसा तो जुहू चौपाटीला डावीकडे वळला, पाऊस सुरू झाला.

सरताजने जवळच्या सरदार्स ग्रीलमधून अफगाण चिकन आणि तंदुरी रोटी मागवली होती. त्याचं जेवण होता होता इफ्फात बीबीचा फोन आला. ''साहेब, माझ्याकडे उत्तर आहे.''

''माझ्या प्रश्नाचं?''

''हो. बंटीला दोन फ्रीलान्स शूटर्सनी ठोकलं आहे.''

''कोणासाठी काम करत होते ते?''

''कोणासाठी नाही. हे पर्सनल होतं. बंटीने त्यांच्यापेकी एकाची पोरगी तीन-चार वर्षांपूर्वी घेतली होती.''

''घेतली?''

''ती त्या फ्रीलान्सरपेक्षा बंटीच्या पैशांवर अधिक भाळली. हा येडा फ्रीलान्सर तिच्या प्रेमात पडला होता.''

म्हणजे बंटी एका बाईच्या नादात मेला होता तर. जमीन, सोनं नाही किंवा गणेश गायतोंडेबाबत काही नव्हतं. ''ओके,'' सरताज म्हणाला. बंटीने एका प्रेमिकाला दुखावलं होतं आणि त्या प्रेमिकाने बंटीचा वाईट काळ सुरू होईपर्यंत वाट पाहिली होती, त्याच्या रागाला आवर घातला होता. ''ओके.''

''तुम्हाला ते हवे आहेत का?''

''कोण?''

''ते फ्रीलान्सर. ते आता याक्षणी नक्की कुठे आहेत, रात्र कुठे घालवणार आहेत, उद्या कुठे असतील, हे आम्हाला माहीत आहे.''

''तुम्हाला त्यांना मला द्यायचं आहे?''

''हो.''

''का?''

''दोन नवीन दोस्तांमधला हा एक तोहफा आहे, असं समज.'' तिचं उर्दू खूप परफेक्ट होतं आणि उर्दू शब्द वापरताना तिचा आवाज खूप मऊ मुलायम होई.

सरताज उठला, हातपाय ताणले आणि बाल्कनीमध्ये गेला. तो रेलिंगवर टेकून उभा राहिला आणि वाऱ्याने हलणारे झाडांचे शेंडे पाहू लागला. दिव्यांमुळे झाडाच्या पानांच्या सावल्या खाली उभ्या असलेल्या कारवर पडल्या होत्या.

''साहेब?''

''इफ्फात बीबी, मी अशा तोहफ्याच्या लायक नाही. परूळकर साहेबांबरोबर तुमचे जुने संबंध आहेत. तुम्ही त्यांना का नाही देत? मी हे भाई आणि कंपनी, शूटर्स असले मॅटर नाही पाहत.''

''खरं का? का तुम्हाला असं वाटतंय की, तुम्हाला काही देण्यालायक नाहीये?''

''अरे, नाही बीबी, नाही. मला फक्त भीती वाटते की, जेव्हा वेळ येईल आणि तुम्हाला त्या बरोबरीचं काही परत द्यायला माझ्याकडे काही असेल का नाही. मी एक फार छोटा माणूस आहे.''

तिने रागाने एक सुस्कारा सोडला. ती म्हणाली, ''जसा बाप, तसा मुलगा. ठीक आहे, ठीक आहे.''

''बीबी, मला तुम्हाला दुखवायचं नव्हतं.''

''मला माहीत आहे; पण खरंच, मी हे सरदार साहेबांनाही म्हणायचे की, तुम्ही जर मोठी कामं केली नाहीत, तर पुढे कसे जाल? आणि ते नेहमी म्हणायचे की, इफ्फात बीबी, मी जितकं उंच उडू शकत होतो, तितकं उडालो आहे. आता माझ्या मुलाला भरारी घेऊ दे.''

''ते असं म्हणाले?''

''हो, ते नेहमी तुझ्याबद्दल बोलायचे. मला आठवतं, जेव्हा तू बारावी पास झाला होतास, त्यांनी मिठाई वाटली होती. पेढे आणि बर्फी.''

सरताजला त्या पेढ्यांची आठवण झाली, त्यांची ती केशराची चव ज्यात त्याचं सगळं भविष्य सामावलं होतं. ''हो, कदाचित मीही त्यांच्यासारखाच आहे. परूळकर साहेब पुढे गेले.''

''हो, ते कायम सरदार साहेबांची मदत घेत पुढे गेले. परूळकर सुरुवातीपासूनच हुशार होता. नेहमी विचार करत असायचा. ती दरोड्याची केस होती ना, डॉकवरच्या.''

तिने त्याला त्या गँगविषयी सांगितलं, ज्यांनी डॉकच्या आत आणि बाहेरच्या बाजूला लोक उभे केले होते. अर्थातच त्यांनी माल तर चोरलाच; पण ते मशीन आणि फ्युएलपण घेऊन गेले, जे काही थोडे फार पैसे मिळवण्यालायक होतं ते ते सगळं घेऊन गेले. परूळकरांनी ती केस सोडवण्यासाठी सरदार साहेबांची खूप मदत घेतली होती. सरदार साहेबांचे कॉन्टॅक्ट, सोर्सेस, सगळं सरदार साहेबांनी खुशीने देऊ केलं; पण जेव्हा अटक करायची वेळ आली, तेव्हा परूळकरने दुसऱ्याच सिनियर इन्स्पेक्टरला ते अपराधी पकडू दिले आणि सगळं क्रेडिट घेऊ दिलं. ''परूळकरसाठी ती खूप मोठी केस ठरली असती; पण त्याने पुढचा विचार केला. आता काही मोठ्या अरेस्ट सोडून द्या; पण नंतर फायदा घ्या.''

''ते तसेच फास्ट आहेत.''

''किती फास्ट ते तुला माहीतही नाही. तूदेखील त्यांच्याकडून फारसं काही शिकला नाहीस.''

''काय करायचं बीबी? आपण जसं आहोत तसं आहोत.''

''बरोबर, आपण जसं असतो, ते अल्लानेच बनवलेलं असतं.''

त्यांनी एकमेकांचा निरोप घेतला आणि सरताजने पुन्हा जाऊन चिकनचा घास घेतला. त्याला पेढ्याच्या आठवणीमुळे आता पेढा खावासा वाटत होता; पण आता खूप उशीर झाला होता आणि तोही खूप दमला होता. त्याने त्याऐवजी एक व्हिस्कीचा शॉट घेतला आणि

दुसऱ्या दिवशी स्वतःला दुपारच्या जेवणाच्या वेळी दोन पेढे द्यायचं प्रॉमिस केलं. त्याला खात्री होती, उद्याचा दिवस चांगला जाणार होता.

दुसऱ्या दिवशी सकाळपर्यंत पाऊस अगदी पावसाळ्यात पडतो तसा पडायला लागला होता, जणू आभाळाला पाण्याचं ओझं झेपेना म्हणून ते कोसळत होतं. सरताज कारपासून स्टेशनपर्यंत पळत गेला, तरीही आडोश्याखाली जाईपर्यंत त्याचे खांदे भिजलेच होते. त्याला बुटात पाणी शिरल्यासारखंही वाटत होतं.

''सरताज साहेब, तुमची गर्लफ्रेंड वाट बघतेय,'' कांबळे पहिल्या मजल्यावरच्या कठड्याशी उभा होता. तो पुढे वाकून उभा होता, डोकं अगदी छतावरून पडणाऱ्या पाण्याच्या धारांना टेकलं होतं आणि त्याच्या एका हातात सिगारेट होती.

''कांबळे, माय फ्रेंड, तुला खूप वाईट सवयी आणि वाईट समजुती आहेत,'' पाण्याच्या आवाजात त्याला ऐकू जावं म्हणून सरताज काहीसा ओरडूनच म्हणाला. कांबळे त्याच्याकडे पाहून हसला, त्याला त्याच्या या वाईट खोडींचं काही वाटत नव्हतं. सरताज जिना चढून वर जाईपर्यंत कांबळेने दुसरी सिगारेट शिलगावली होती आणि त्याचं उत्तरही तयार होतं.

''या जगात जेवढं वाईट काम करायचं आहे, त्यासाठी कधी कधी तुम्हाला माझ्यासारख्या वाईट माणसाचीसुद्धा गरज आहे सरताज साहेब,'' कांबळे म्हणाला.

''चुतीया, तू कधीपासून फिलोसॉफर झालास? तुला आजवर कधी कारणं सांगायची गरज पडली नाही म्हणून आता जगाला दोष देऊ नको. कोण वाट बघतंय?''

''अरे, तुमची सीबीआयवाली गर्लफ्रेंड, बॉस. तुमच्या इतक्या गर्लफ्रेंड आहेत की, कोण भेटायला येणार आहे हेच नाही माहीत?''

अंजली माथुर स्टेशनला आली होती. ''कुठे आहे?'' सरताज म्हणाला.

''परूळकर साहेबांच्या ऑफिसमध्ये.''

''आणि परूळकर साहेब आहे तिथे?''

''नाही, त्यांना फोन आला, जुहू सेंटोरला सीएम साहेबांबरोबर मीटिंगसाठी जावं लागलं.''

''सीएम साहेबांबरोबर... व्हेरी इम्प्रेसिव्ह.''

''आपले परूळकर साहेब खूपच इम्प्रेसिव्ह आहेत; पण तुझी छावी त्यांना फारशी आवडते, असं मला वाटत नाही. मला त्यांच्या नजरेतच दिसतं ते. कदाचित, त्यांना तीही हवी असेल.''

सरताजने कांबळेच्या खांद्यावर थापट मारली. ''तुझं मन खूप घाणेरडं आहे. चल, मला जाऊन पाहू दे ती कशाला आली आहे.'' सरताज कॉरिडोअरमधून चालत पुढे गेला. कांबळे खरंच घाणेरडा होता; पण कदाचित सगळेच चिखलात लोळत होते म्हणून चिखलाची जास्त गंमत वाटत असावी. त्याला स्टेशन मधलं राजकारण समजत होतं आणि त्यात काय काय चालायचं हेही. सरताजने परूळकरांचे पीए सरदेसाईंना मानेनेच नमस्कार केला. त्यांनी परूळकर साहेबांच्या ऑफिसकडे हात दाखवला. सरताजने दारावर टकटक केली आणि आत गेला. अंजली माथुर खोलीत मागच्या बाजूला परूळकरांच्या टेबलाच्या पलीकडे असलेल्या सोफ्यावर एकटीच बसली होती.

''नमस्ते, मॅडम,'' सरताज म्हणाला.

''नमस्ते,'' ती म्हणाली, ''प्लीज सीट,''

सरताज बसला आणि त्याने मेरीकडून जी काही थोडीच माहिती मिळाली ती सांगितली. नेहमीप्रमाणे, तिने बातमी ऐकली, जशी होती तशी आणि नंतर अगदी स्तब्ध बसली. ती असं मुद्दाम करत होती. आज तिने डार्क लाल रंगाचा सलवार कमीज घातला होता. सरताजच्या मनात आलं की, हा खरंतर वाइन कलर आहे. तिच्या सावळ्या रंगावर हा रंग छान दिसत होता; पण ड्रेस लूज होता आणि तिला बऱ्यापैकी झाकणारा होता. काही कट नव्हता, काही व्यक्तिमत्त्व नव्हतं. ती अगदी असाच चेहरा कायम ठेवत असे, अगदी कुलूपबंद. अविश्वासू नव्हे; पण खबरदारी म्हणून बंद.

''शाब्बास,'' ती म्हणाली. ''प्रत्येक लहानसहान गोष्ट महत्त्वाची असते. तुला माहीतच आहे म्हणा ते. एखादी केस कशामुळे ओपन होईल ते तुम्ही सांगू शकत नाही. आता, मला तुला दोन गोष्टी सांगायच्या आहेत. एक, दिल्लीने ठरवलं आहे की, हा तपास थांबवायचा. आम्हाला गणेश गायतोंडे मुंबईला का परत आला आहे, त्याची काय कारणं आहेत, त्याला इथे काय हवं होतं, यात इंटरेस्ट होता; पण आम्हाला आतापर्यंत जे समजलं आहे, त्यावरून दिल्लीला असं वाटत नाही की, पुढची चौकशी करण्यासाठी ते पुरेसं नाही. अगदी मोकळेपणाने सांगायचं झालं, तर कोणाला फिकीर नाही आहे. ते म्हणतात की, गायतोंडे मेला, तो संपलाय.''

''पण तुम्हाला वाटत नाही तो संपला आहे.''

''मला हे समजत नाहीये की, तो इथे का आला होता, त्याने स्वतःला का मारलं, तो काय शोधत होता. तो कोणाला शोधत होता; पण मला दिल्लीला परत बोलावलं आहे. असं वाटतं की, यापेक्षा जास्त महत्त्वाची कामं आहेत करण्यासारखी.''

''नॅशनल लेव्हलवर.''

''हो. नॅशनल लेव्हलवर; पण मला आवडेल, जर तू या मॅटरमध्ये थोडंफार लक्ष घालत राहिलास तर. मला तुझ्या मेहनतीचं खरंच कौतुक वाटतं. जर तू तपास सुरू ठेवलास, तर कदाचित आपल्याला आपल्या काही प्रश्नांची उत्तरं मिळतील.''

''तुम्हाला गणेश गायतोंडेमध्ये इतका का इंटरेस्ट आहे? तो एक साधारण गँगस्टर होता. आता तो मेलाय.''

तिने एक क्षण विचार केला, तिच्यासमोर असलेल्या पर्यायांचा विचार केला. ''तुला जास्त काही सांगायची मला परवानगी नाही आहे; पण मी त्याच्यात इंटरेस्टेड आहे. कारण, तो काही खूप महत्त्वाच्या लोकांशी कनेक्टेड होता, नॅशनल लेव्हलवरच्या काही घटनांमध्ये.''

सरताजला वाटलं की, तुला त्या मोठ्या लोकांसमोर माझा बळी द्यायचा आहे का? त्या धडधडत येणाऱ्या मोठ्या चाकांसमोर मी माझ्या गोट्या पसरून बसू का? तुला मला रिसर्च आणि ॲनालायसीस विंगच्या मॅटर्समध्ये गुंतवायचं आहे? आंतरराष्ट्रीय कारस्थानं, विदेशी मुलुख, जेम्स बाँड वगैरे सारखं? त्याला माहीत होतं की, ती एजन्सी कुठेतरी अस्तित्वात आहे, त्याला हे सांगितलं गेलं होतं की, रॉ अस्तित्वात आहे; पण हे सगळं त्याच्या खूप सामान्य आणि छान आयुष्यापासून लांब होतं. त्याला ते खरं आहे असं कधी वाटलं नाही, ते गुप्तहेर असतात वगैरे गोष्टी. तरीही इथे एक गंभीर, लहानखुरी अंजली माथुर, डार्क लाल सलवार कमीज घालून त्याच्यापासून काही फुटांवर सोफ्यावर बसलेली होती आणि तिला गणेश गायतोंडेच्या जीवन-मृत्यूमध्ये इंटरेस्ट होता.

पुढचा प्रश्न अगदी स्वाभाविक होता; पण सरताजने तो विचारण्यापासून स्वतःला रोखलं, रॉला आपल्या गणेश गायतोंडे या मित्रात इतका इंटरेस्ट का आहे? कदाचित, गायतोंडे ज्या महत्त्वाच्या लोकांशी कनेक्टेड होता, त्यांच्या बाबतची काहीतरी माहिती रॉकडे होती. कदाचित, एजन्सी आणि गायतोंडे यांच्यात काहीतरी साट्यालोट्याचे व्यवहार झाले असावेत; पण सरताजला ते जाणून घ्यायचं नव्हतं. त्याला अंजली माथुर बरोबर आता या खोलीतही थांबायचं नव्हतं, त्याला त्याच्या स्वतःच्या साधारण आयुष्यात परतायचं होतं. तो म्हणाला, ''हो, खरंय.'' तो गप्प बसला. रॉ वगैरेच्या गोष्टी त्याच्यापासून खूप लांब घडल्या होत्या, जशा घडायला हव्यात तशा. त्याला कोणतेही प्रश्न विचारायचे नव्हते, कोणतीही उत्तरं नको होती. त्याचं काम झालं होतं.

''मला दिल्लीला परत जायचंय,'' अखेर अंजली माथुर म्हणाली; ''पण तू जर या केसमध्ये तपास करत राहिलास, तर मला आवडेल. तुझ्यासाठी ते करणं एकदम लॉजिकल असेल, अपेक्षित असेल. जर तुला काही कळलं, तर हा माझा दिल्लीतला नंबर. प्लीज मला फोन कर.''

त्याने कार्ड घेतलं आणि उभा राहिला. तो म्हणाला, ''मी करेन.''

तिने मान डोलावली; पण तिला त्याची अस्वस्थता जाणवली, या खोलीतून बाहेर पडण्यासाठी, दूर जाण्यासाठीची. बाहेर, कांबळे व्हिजिटर्सच्या सोफ्यावर पायावर पाय ठेवून बसला होता. ''मग बॉस, काय झालं?'' त्याने त्याच्या नेहमीच्या टोनमध्ये विचारलं.

''काही नाही,'' सरताज म्हणाला. ''अगदी काही नाही. काही झालं नाही. काही होणारही नाही.''

सामान्य आयुष्यात जेवणाचा आनंद वेगळाच असतो. सरताज कांबळे सोबत गरमागरम चिकन हैदराबादी खात होता, तेवढ्यात त्याचा फोन वाजला आणि टेबलावर थरथरत हळूहळू सरकू लागला. सरताजने तो उलट्या हाताने धरला आणि पाहिलं तर वासिम झफर अली अहमदचा फोन होता. ''अरे, टिश्यू, टिश्यू पेपर,'' त्याने वेटरला हाक मारली आणि अंगठ्याने फोन घेतला. ''होल्ड कर,'' फोन घेऊन बाहेर जाईपर्यंत त्याला ठसका लागला.

सरताजने पुन्हा फोन कानाला लावला तोवर वासिम झफर अली अहमद मायेने म्हणाला, ''साहेब, एक घोट पाणी प्या.''

''तुला काय हवंय?''

''तुम्ही जेवताय साहेब. माझ्याकडे तुमच्यासाठी स्वीट डिश आहे.''

''तो बिहारी आणि ती मुलं?''

''हो.''

''कुठे? कधी?''

''ते आज मध्यरात्रीनंतर एका रिसिव्हरकडून पैसे घ्यायला येणार आहेत.''

''मध्यरात्रीनंतर कधी?''

''मला त्यांची मीटिंग मध्यरात्रीनंतर आहे इतकंच माहीत आहे साहेब. कदाचित, ते सावधगिरी बाळगत असतील; पण माझ्याकडे अचूक पत्ता आहे.''

सरताजने रिसिव्हरचे नाव, रस्त्याचे नाव, जवळच्या खुणा वगैरे लिहून घेतलं. वासिम खरंच अचूक सांगत होता. ''साहेब, ट्रॅकच्या बाजूच्या रस्त्याला खूप खोल्या आहेत आणि

तिथे आजूबाजूला नेहमी लोक जात-येत असतात. अगदी रात्री उशिरासुद्धा, त्यामुळे तुम्ही खूप काळजीपूर्वक जा, नाहीतर काहीतरी गोंधळ होईल.''

''चुतीया, आम्ही अशा हजार अरेस्ट केल्या आहेत. ही अरेस्ट काही विशेष असणार नाहीये.''

''हो, हो साहेब. अर्थातच तुम्ही असल्या मॅटर्समधले मास्टर आहात. मला तसं म्हणायचं नव्हतं...''

''महत्त्वाचं काय आहे तर माहिती बरोबर असली पाहिजे. माहिती बरोबर आहे का?''

''साहेब, एकदम सॉलिड आहे. तुम्हाला कल्पना नाही, ही माहिती मिळवायला मला काय काय करावं लागलं ते.''

''मला सांगूही नकोस. आज रात्री तुझा मोबाईल चालू ठेव.''

''हो साहेब.''

सरताजने फोन ठेवला. त्याने तंदुरी रोटी आणि चिकनचा मोठा घास घेतला, चिकन खूपच स्वादिष्ट होतं. ''तू आज रात्री काय करतो आहेस?'' त्याने कांबळेला विचारलं.

सरताज आणि काटेकर वाट बघत होते. त्या दोघांनी वेषांतर केलं होतं, त्यांनी फाटके बनियन, मळक्या पँट आणि रबरी चप्पल घातल्या होत्या. सरताजने एक जुना कपडा सैलसरपणे त्याच्या केसांवर बांधला होता आणि त्याची टोकं कानामागे बांधली होती. त्याला वाटलं की, तो एकदम सभ्य, चलाख ठेल्यावाल्यासारखा दिसतो आहे. ते रेल्वे ट्रॅकला लागून असलेल्या लोखंडी कुंपणापलीकडे रस्त्याच्या दुसऱ्या बाजूला, फूटपाथला टेकून ठेवलेल्या एका ठेल्याला टेकून बसले होते. काटेकर गर्दी, ट्रेन्स याबद्दल किरकिर करत होता. ''हा देशच होपलेस आहे,'' तो म्हणाला. ''इतकी मुलं पाठोपाठ जन्माला घालतात, यापेक्षा जास्त विचार तर रस्त्यावरची भटकी कुत्री पिल्लं घालतानाही करत असतील म्हणूनच कशाचा उपयोग होत नाही, सगळा विकास ही नव्याने जन्माला आलेली तोंडंच खाऊन टाकतात. मग विकास कसा काय होणार?'' ही त्याच्या आवडीच्या गोष्टीपैकी एक होती. कोणत्याही क्षणी तो आता तानाशाही कशी असायला पाहिजे, सगळ्यांना एकसारखी नोंदणी, ओळखपत्र असायला पाहिजे आणि लोकसंख्या नियंत्रणाबाबत एकदम कडक धोरण कसं असायला पाहिजे, हे सांगायला लागेल. जवळून एक ट्रेन धडधडत गेली म्हणून आम्ही गप्प बसलो. ट्रेन बहुतेक रिकामीच होती. दिवसा माणसांचे लोंढे दरवाजात लटकत असतात, गर्दीच्या मार्गांवर ट्रेन फुगून वाहत असतात. लोक अगदी हातापायांच्या बोटांनी धरून लटकलेले असतात. ''मागची ट्रेन जाऊन एक तास झाला,'' काटेकर म्हणाला. अडीच वाजले होते. ''तुम्ही बघा, एक जोराचा पाऊस येऊ दे आणि सगळ्या ट्रेन थांबतील. या चुतीया सेंट्रल लाइनवर जर दहा शाळकरी मुलं जरी एका रांगेत उभी राहून मुतली, तरी भेन्चोद सर्व्हिस बंद होईल.''

सरताजने मान डोलावली. हे सगळं खरं होतं; पण असं एखाद्या ठेल्याच्या खाली आरामात बसून तक्रारी करण्यात मजा होती. त्यांनी आधीच म्युनिसिपालिटी, कॉर्पोरेशन, प्रामाणिक पोलिसांच्या आणि सरकारी नोकरांच्या बदल्या, महाग झालेले आंबे, ट्रॅफिक, अति बांधकाम, कोसळणाऱ्या बिल्डिंग, तुंबलेली गटारं, बेलगाम बेशिस्त पार्लमेंट, रक्षकांकडून होणारी खंडणी वसुली, वाईट सिनेमे, टीव्हीवर बघण्यासारखं काहीच नसतं, उपखंडातल्या

गोष्टींमध्ये अमेरिकेचा हस्तक्षेप, सॉफ्ट ड्रिंक्सच्या स्टॅण्डवरून गायब झालेलं रिमझिम, नदीच्या पाण्यावरून राज्यांमध्ये होणारे वाद, ज्या पालकांकडे उदंड पैसा नाही त्यांच्या मुलांसाठी चांगल्या इंग्लिश शाळांचा तुडवडा, पोलिसांचं सिनेमात दाखवलं जाणारं चित्र, बिनपैशाची खूप जास्त तास करावी लागणारी नोकरी आणि ही नोकरी, कामाच्या तासांचा हिशेब नाही, त्यातला एकसुरीपणा, राजकीय गुंतागुंती, लोकांची कृतघ्नता, दमणूक... या सगळ्यांबद्दल किरकिर करून झाली होती.

सरताजने जांभई दिली. लोखंडी कुंपणाजवळ, पत्र्याचं छत असलेल्या खोल्यांची एक रांग होती. त्यातल्या काही खोल्या दोन मजली होत्या आणि त्यांना बाहेरून शिड्या लटकल्या होत्या. शिड्या म्हणजे खुंट्या मारलेले खांब होते वर जाण्यायेण्यासाठी. त्या रांगेत खालच्या बाजूला अर्ध्या रस्त्याच्या पुढे मजबूत दिसणारं एक पक्कं घर होतं, तसं नवीनच दिसत होतं, बांधकाम पूर्ण झालं नव्हतं. या घरांच्या वरच्या मजल्यावर एका खोलीत खिडकीला न्यूजपेपर लावलेला होता, त्याच्या मागे दिवा जळत होता. तीच खोली होती जिथे अपराधी आज रात्री येणं अपेक्षित होतं. खिडकीतल्या दिव्यापासून काही अंतरावर, खोल्यांच्या रांगेच्या टोकाला, दमलेले मजूर गाढ झोपल्यासारखे वाटावेत, अशा प्रयत्नात पीएसआय कांबळे आणि चार कॉन्स्टेबल चादरी ओढून फूटपाथवर झोपले होते. सरताजला पक्की खात्री होती की, ते सगळे किरकिरत असणार. खोल्यांच्या त्या बाजूला एका भिंतीला लागून एक पुरुषभर उंचीचा कचऱ्याचा ढीग होता. मागच्या अनेक वर्षांत सरताज नेहमी त्या ढिगासमोरून गेला होता. तरी तो ढीग तिथेच होता. आताही सरताजला इतक्या दुरून अंधारातही निऑनच्या रंगाच्या निळ्या, हिरव्या, पिवळ्या प्लॅस्टिकच्या पिशव्या त्या ढिगात फडफडताना दिसत होत्या. या ऑपरेशनमधला सिनियर ऑफिसर म्हणून सरताजला तो कचऱ्याचा ढीग टाळण्याची मुभा मिळाली होती म्हणून कांबळे आणि बाकीचे सहकारी त्या कचऱ्याच्या वासातच झोपले होते आणि सरताजला माहीत होतं की, ते त्याला मनातून खूप शिव्या देत असणार. कांबळेने सेंट लावलेला रुमाल नाकापाशी धरला असेल, अशा विचारानेही सरताजला हसू आलं.

आता काटेकर किरकिर करता करता थांबला. दोन पुरुष एकमेकांच्या खांद्यावर हात टाकून येत होते. ''दारुडे,'' काटेकर म्हणाला आणि ते बरोबर होतं. हे फक्त दोघेच होते आणि ते खरे अपराधी असतील अशी शक्यता नव्हती. कारण, कोण अशा रिसिव्हरकडे पैसे आणायला जाताना दारू पिऊन जाईल. ते दारुडे खिदळत होते. रस्त्याच्या खालच्या बाजूला आणि तीन गल्ल्या सोडून एक देशी दारूचा गुत्ता आणि मटक्याचा अड्डा होता. लोक एकीकडून दुसरीकडे जात आणि मग घरी जात. हे दोघं खूश दिसत होते म्हणजे नक्कीच उद्या सकाळी जागे झाल्यावर लक्षात येईल की, रात्री जुगारात किती लुटले गेले आहेत. सरताज त्या दोघांना जाताना बघत होता आणि पुढचा विचार करून त्याच्या अंगावर एक गोड शिरशिरी जाणवली. तो आज रात्री अपराध्यांना पकडणार होता. तो त्या हरामखोरांना आत टाकल्यावर मग झोपणार होता. त्याने वासिम झफर अली अहमदसाठी चांगलं काहीतरी केलं होतं आणि आता त्याचा फायदा घेण्याची याची पाळी होती.

त्याक्षणी काटेकरजवळ आता तक्रार करण्यासाठी काही कारण उरलं नव्हतं म्हणून तो आता पोलीस स्टोरी सांगत होता. तो म्हणाला, ''खूप पूर्वी म्हणजे अगदी त्याची सर्व्हिस सुरू झाली होती त्या काळात, त्याला एक पांढऱ्या केसांचा तळपदे नावाचा म्हातारा इन्स्पेक्टर माहीत होता. हा तळपदे तोंडाने सू सू आवाज करायचा, अंगावर गाठी असलेला आणि सतत

पान खाऊन अंगावर डागही पडलेले असायचे. त्याच्यावर लाच खाल्ल्याच्या चार केसेसही झाल्या होत्या, ज्या लढून तो त्यातून सुटलाही होता. लोक असं म्हणायचे आणि लोकांचा असा एक विश्वास होता की, त्याने त्याच्या करियरमध्ये एक डझनाहून जास्त निरपराध लोकांना मारलं होतं म्हणजे दंगली आणि एन्काउंटरमध्ये गोळ्या घातल्या होत्या. त्याने एकदा अपराध्याला लॉकअपमध्ये इतकं मारलं की, तो मेलाच, त्यामुळे त्याला अकरा महिन्यांसाठी निलंबित केलं होतं; पण त्याने तोवर स्वतःला त्या राड्यातून सोडवलं, अगदी वरपर्यंत सगळ्यांना इतके पैसे चारले की, त्याचे प्रशंसक आणि शत्रू सगळ्यांनाच आश्चर्य वाटलं.

त्याच्या रिटायरमेंटच्या आधी दोन वर्षं तळपदे एका डान्सरच्या प्रेमात पडला. त्या वयातही प्रेमात पडला म्हणजे त्या माणसाचं कौतुकच केलं पाहिजे. अर्थात तो हास्यास्पदच होता. त्याने नवीन कपडे शिवून घेतले, मेंदी लावलेले केस आता अचानक काळे केले, त्याचे दात आता पांढरेस्वच्छ असायला लागले; पण प्रेमावर असलेल्या त्याच्या या भक्तीला, एकनिष्ठतेला मानलं बाबा. तो रोज रात्री त्याच्या देवीची पूजा करायला तिच्या देवळात जात असे. त्याने तिला ती ज्या बारमध्ये काम करत होती तिथून घरी आणलं, तिच्या चाहत्यांचे निरोप दिले. हो, तिचे अजूनही प्रेमिक होते, याच्यापेक्षा तरुण आणि हँडसम; पण तळपदेने तिच्या जवळ राहता यावं म्हणून हे दुःखही सहन केलं आणि तो अगदी निमूटपणे ते सोसत होता. त्याच्यात प्रचंड बदल झाला. त्याच्या चेहऱ्यावरच्या सुरकुत्यांखाली आता नवीन रक्त वाहत होतं आणि त्याच्याबरोबर एक मिनिट जरी घालवला, तरी हे सगळं त्या आनंदामुळे आहे हे अगदी कळून यायचं.

सगळा पोलीसफोर्स त्याला हसायचा; पण त्यासाठी त्याची म्हातारी कोंबड्यासारखी चाल किंवा नवीन गॉगल हे कारण नव्हतं. प्रॉब्लेम हा होता की, त्याचं कुकू वर (कुकू जुन्या काळातल्या नटी सारखी होती अगदी) प्रेम होतं. तळपदे सगळ्यांना सांगायचा आणि तेही अगदी थांबून ऐकायचे, कुकू अगदी काश्मिरी सफरचंदासारखी सुंदर होती आणि कोणी तिचा नाजूकपणा आणि मादक सौंदर्य, नखरे पाहून ही गोष्ट नाकारलीही नसती; पण ती एक पुरुष होती. ती म्हणायची की, ती एकोणीस वर्षांची होती; पण तिने वेगवेगळ्या बारमध्ये मिळून पाच वर्षं डान्स केलेला होता, त्यामुळे ती पंचवीस वर्षांची किंवा अगदी किमान बावीस वर्षांची तरी होतीच. तिचे केस अगदी सरळ आणि मानेपर्यंत लांब होते, तिने ते हलके सोनेरी केले होते. तिच्या कमरेला एक आश्चर्यचकित करणारी गोलाई होती आणि तिचे रसरशीत ओठ... त्यासाठी एक वेगळी कविताच केली पाहिजे; पण यात काहीही शंका नव्हती की, कुकू एक पुरुष होती. तिने कधीही हे लपवायचा प्रयत्न केला नाही. तिची छाती अगदी सपाट आणि लांब होती आणि आवाज किंचित घोगरा होता; पण तरीही तिचे इतके चाहते होते की, ती या बारमधून त्या बारमध्ये गेली, तरी प्रत्येक वेळी तिची कमाई वाढतच गेली.

मग तळपदे तिच्यासाठी इतका मजनू का झाला होता? लग्नाला इतकी वर्षं होऊन, तीन मुलं असूनही तिच्या प्रेमात पडायला तो काय खरंच गांडू होता? फोर्समधल्या बहुतेक सगळ्यांना तसंच वाटायचं; पण त्याचे मित्र आणि कुकूच्या जवळचे जे लोक होते, त्यांना माहीत होतं की, तळपदेने कुकूला कधी हातही लावला नव्हता. असं नव्हतं की, तिने नकार दिला होता; पण नाही, याने कधी तिला स्पर्शही केला नाही. अर्थात, एखाद्या पुरुषाला कुठवर छेडायचं याची तिला उत्तम जाण आली होती आणि ती प्रॅक्टिकल होती. तिला कधी लाजायचं आणि कधी पुढाकार घ्यायचा हे चांगलं माहीत होतं. तळपदेला तिला मिठी मारावी,

चिवळावं आणि घ्यावं असं वाटायचं नाही. त्याला फक्त त्याच्या नेहमीच्या डान्सफ्लोअरच्या डावीकडच्या टेबलावर बसून, तिच्याकडे बघत बसायला आवडायचं. चमचमत्या डान्स फ्लोअरवर, ती जेव्हा गिरक्या घ्यायची तेव्हा अगदी कमळासारख्या फुललेल्या तिच्या घागऱ्यावर तरंगत आहे, असं वाटायचं. तिची पातळ कंबर एखाद्या पाण्याच्या धारेसारखी उसळायची. तिच्यात काहीतरी होतं, ज्यामुळे तिच्याकडे बघत बसावं, असं वाटायचं. त्या लाल पिवळ्या दिव्यांमध्ये ती बारमधल्या इतर कोणत्याही मुलीपेक्षा सुंदर दिसायची, इतकंच काय तर बाहेर रस्त्यावरच्या इतर बायकांपेक्षाही रुबाबदार दिसायची. तळपदे बसून ओल्ड मॉन्क प्यायचा आणि तिला बघायचा. तो तिला अगदी निघताना पैसे द्यायचा. त्याने इतर लोकांसारखं तिला पैसे घ्यायला टेबलाजवळ बोलावलं नाही, तिच्याकडून कसली अपेक्षा केली नाही. त्याला फक्त तिने एखादवेळी त्याच्याकडे पाहणं, हसणं इतकं पुरेसं होतं. क्लबमध्ये येणाऱ्या इतर मित्रांबरोबर बोलून तो खूश असायचा, वेटर्स बरोबर गमतीजमती करायचा. त्याचं कुकूकडे बघणं असं एक टक किंवा भीती वाटेल असं पछाडलेलंही नव्हतं; पण हे अगदी स्पष्ट होतं की, त्याला फक्त तिच्याशी मतलब होता.

त्याचा खास मित्र, डेव्हिड एकदा रात्री खूप प्यायला आणि तळपदेचा हात धरून म्हणाला, ''हरामखोर, ये, एकदा तिच्या मांड्यांमध्ये हात लावून बघ, मग तुला कळेल ती काय आहे.''

तळपदे म्हणाला, ''मला माहीत आहे की, ती बाई नाहीये.''

''मग?''

''मला तिच्याकडे पाहायला आवडतं.''

''का ते सांग मला.'

''मला खूप छान वाटतं.''

आणि तो नेहमी हेच म्हणायचा. डेव्हिडने तळपदेला खूप शिव्या घातल्या की, लोकांचं फुकट हसं ओढवून घेतलं, पैसे उडवले आणि बदल्यात काहीच मिळवलं नाही, सगळा मूर्खपणा आहे म्हणून. तळपदे हसला आणि कुकूला बघायला गेला.

दोन महिन्यांनी कुकूने डेव्हिडला फोन केला. तिने त्याला सांगितलं की, तळपदे तिच्याकडे बघताना रडत असतो. तो गेले तीन रात्री असं रडतोय. तिच्याकडे तासन्‌तास बघतो आणि नंतर, काही आवाज न करता, डोळ्यांतून पाणी काढतो; पण तो दुःखी आहे, असं त्याच्या चेहऱ्यावरून अजिबात वाटत नाही. ''आता खरंच त्याला वेड लागलं आहे,'' कुकू म्हणाली. तिला डेव्हिडने येऊन तळपदेला तिच्यापासून दूर घेऊन जायला हवं होतं. त्याच्या पाणावलेल्या डोळ्यांमुळे तिला निराश वाटत होतं आणि इतर गिऱ्हाइकांनाही त्रास होत होता जे मजा करायला यायचे, रडायला नाही.

या वेळी डेव्हिडने तळपदेला अगदी हळुवारपणे विचारलं, ''का?'' आणि तो म्हणाला, ''ती मला माझ्या लहानपणाची आठवण करून देते.''

ते त्याला बारमधून घरी घेऊन गेले, झोपवलं. घरच्या लोकांनी डॉक्टरला बोलावलं, त्याच्यावर नीट लक्ष ठेवलं, त्याची काळजी घेतली आणि त्याला आवश्यक तेवढी विश्रांती घ्यायला लावली. दोन आठवड्यांनी तो परत कामावर गेला आणि त्याच रात्री तो कुकू आता जिथे नाचायची त्या गोल्डन पॅलेस बारमध्ये गेला. या वेळी, जेव्हा त्याने नेहमीचा तमाशा

सुरू केला, तेव्हा तिने बाउन्सरना सांगून त्याला बाहेर काढायला लावलं. त्यांच्यामागे तीही रस्त्यावर गेली आणि तळपदेवर ओरडली, ''माझ्यामागे येऊ नको.'' एकदा ती म्हणाली होती की, तिला त्याची भीती वाटते; पण आता तिचाही इलाज नव्हता, ''हरामखोर, उगाच येऊन ड्रामा करतो. मला तुझं थोबाड परत बघायचं नाहीये.''

तळपदेने तिचं ऐकलं. तो परत कधी तिला बघायला तिकडे गेला नाही. त्याचं आयुष्य सुरू होतं; पण आता तो निर्जीव झाला होता, त्याची सगळी ताकद आणि शक्ती हरवली होती. चार महिन्यांनी तो गेला, झोपेतच, अगदी शांतपणे.''

सरताजने सुस्कारा सोडला. स्टोरीचा शेवट झाला होता. काटेकरला जशा इतर पोलीस स्टोऱ्या सांगायला आवडायचं, तशीच ही स्टोरी अचानक संपली, अगम्यपणे आणि काही तात्पर्य न निघता. सरताजने ही गोष्ट इतर लोकांकडून ऐकली होती आणि त्याला ती खरी वाटली. अर्थात, अनेक लोकांनी एकमेकांना सांगताना त्यात थोडेफार बदल झाले होते.

''हे तेच आहेत,'' सरताज म्हणाला. फूटपाथवरच्या सावल्यांतून खूप दुरून तीन आकृत्या येत होत्या. खूप दूर असल्यातरी सरताजला खात्री होती की, ते तिघे पुरुष होते आणि ते तेच खुनी होते. त्याला ते रोमारोमात जाणवलं. तो ताठ बसलेला होता म्हणून आता तो एकदम मागे झुकला, अगदी झोपल्यासारखा. वाट बघत.

''त्यांची नावं काय आहेत?'' सरताज कुजबुजला.

''बाझिल चौधरी, फराज अली आणि रेयाझ भाई.''

दूर फियाट वळत असल्यासारखा आवाज आला आणि हेडलाइटचा झोत फिरला आणि गाडीची खडखड. त्या शांततेत तो आवाज अगदी स्पष्ट ऐकू आला. ते तिघं कांबळेच्या पोझिशनच्या पुढे चालत गेले आणि त्या दिवा चालू असलेल्या खिडकीच्याही पुढे. काटेकरने श्वास सोडला. ते तिघे थांबले आणि परत गेले. एक जण वर चढून दुसऱ्या मजल्यावरच्या दरवाजाशी धडपडला. ''ओके,'' सरताज म्हणाला. काटेकर हातगाडीखालून बाहेर आला, उजवीकडे गेला. सरताज डावीकडे गेला.

''पोलीस,'' सरताज ओरडला. ''हात वर करा. हलू नका.'' कांबळेचे लोक सरताजच्या नजरेच्या कडेने त्याच्या डाव्या बाजूला जात होते. ते तिघं अपराधी एकदम वळले, थिजून एखाद्या कार्टूनसारखे उभे राहिले आणि नंतर ते डावी-उजवीकडे पळाले. एक जण रस्त्याच्या वरच्या बाजूला पळत गेला आणि सरताजने त्याला जाऊ दिलं, अगदी नजरेच्या टप्प्यातून बाहेर. तो मधल्यावर लक्ष ठेवून होता, जो पुढे पळत आला होता आणि परत मागे गेला. तो हातात काहीतर धारदार वस्तू घेऊन पुढे मागे करत होता. ''खाली टाक, खाली टाक ते मादरचोद. सोड. हँड्स अप, नाहीतर डोकं उडवेन तुझं.'' काहीतरी खाली रस्त्यावर पडलं आणि हात वर गेले. सरताजने त्याच्या उजव्या बाजूला नजर टाकायची रिस्क घेतली. काटेकर झोपड्यांच्या मधून कुंपणाकडे जाणाऱ्या वाटेकडे जात होता.

''आउट, भेन्चोद,'' काटेकर म्हणाला. ''फेक ते.''

एक चौकोनी पातं बाहेर आलं. चॉपर, सरताजला वाटलं. ते मूर्ख हरामजादे अजूनही चॉपर्स घेऊन फिरत होते. आपण जिंकलोच आहोत, अशी त्याची भावना होती, तितक्यात एक काळी आकृती अंधाऱ्या फटीतून बाहेर आली आणि काटेकरवर आदळली. सरताजने एक सप्प असा आवाज ऐकला आणि काटेकर खाली बसला. अपराधी पळत होते. सरताज

दोन पावलं मागे सरकला, त्याने हात स्थिर केला, नजरेने अंदाज घेऊन पुढे मागे पाहिलं, पळत जाणाऱ्या अपराधींवर नजर रोखली आणि गोळ्या झाडल्या... दोन... तीन...चार वेळा. अपराधी जमिनीवर पडले. सरताजच्या डोळ्यांसमोर हळूहळू पुन्हा अंधार झाला. काटेकर अजूनही बसलेला होता.

सरताज त्याच्याजवळ वाकला. काटेकरच्या गळ्यातून गडद रंगाचा द्रव संथपणे बाहेर येत होता.

''आर्टरी,'' सरताजच्या डोक्यावरून वाकत कांबळे म्हणाला.

''जिप्सी, जिप्सी काढा,'' सरताज ओरडला. त्याने खिशात हात घालत रुमाल शोधला आणि काटेकरच्या मानेवर धरला, रक्त हळुवारपणे सरताजच्या बोटांमधून वाहत, पसरत होतं आणि त्याच्या मनगटावरून खाली गळत होतं.

''इथे,'' काटेकर शांतपणे म्हणाला, ''इथे.''

त्यांच्यातल्या तिघांनी मिळून काटेकरला उचलून जिप्सीमध्ये ठेवलं. सरताज कसाबसा उभा राहिला आणि कांबळे त्याच्या कानाजवळ वाकून कुजबुजला, इतक्या जवळून की, सरताजला त्याचे ओठ आपल्या दाढीला स्पर्श करतायत असं वाटलं, ''तीनही अपराधी एन्काउंटरमध्ये मारले गेले. हो ना?''

सरताजला त्याच्या हृदयाचे वाढलेले ठोकेही ऐकू येत होते. त्याने मान हलवली आणि पळत जाऊन तो कारमध्ये बसला. कांबळेने दार लावलं. कारच्या हेडलाइटमुळे त्याच्या चेहऱ्यावर काळे, पिवळे त्रिकोण उमटले. ''तिघेही,'' तो म्हणाला. ''तिघेही संपले.''

आता बोलायला वेळ नव्हता. ते आता वेगाने रेल्वे लाइनच्या कुंपणाला मागे टाकून जात होते आणि सरताज काटेकरच्या जखमेवर हात ठेवून त्याला स्थिर धरायचा प्रयत्न करत होता. कांबळे काय म्हणाला, ते आता सरताजच्या ध्यानात आलं. जीपने डावीकडे एक मोठं वळण घेतलं आणि त्याला अजून गोळ्या झाडल्याचे आवाज आले, एकापाठोपाठ एक, जलद.

पहाटे दोन वाजून चाळीस मिनिटांनी, जीवनानी नर्सिंग होममध्ये गणपतराव पोपटराव काटेकरना आणताक्षणी मृत घोषित केलं गेलं.

सरताजला अचानक वयस्क असल्याचं वाटू लागलं. कागदपत्रावरून त्याला समजलं होतं आणि त्याला पुन्हा आठवलं की, काटेकर त्याच्यापेक्षा पाच वर्षांनी मोठा होता; पण त्याला तो नेहमीच त्याच्यापेक्षा लहान आणि तरुण वाटायचा. दिवसाच्या प्रत्येक तासाला काटेकरची काहीतरी तक्रार असायची, त्याच्याकडे मराठी जुनी गाणी होती, विचित्र सायंटिफिक गोष्टी माहीत होत्या, अगदी कणखर म्हणावं अशा माणसांच्या अल्पायुषाच्या अनंत कहाण्या होत्या. त्याला या शहराच्या जुन्या मुरलेल्या पापांच्या गोष्टी, इथल्या कांडांची आवड होती, कडवट बिघाड, शिळा बुरसट अन्याय अशा गोष्टी पचवायची आवड होती. शहराच्या झगमगाटात तो अशा गोष्टींचं सडक्या मांसाबरोबर कालवण करून खात असे. त्याने संथपणे, काळजीपूर्वक घोटून अक्षरं लिहिली, अगदी पूर्णविरामापर्यंत. त्याचे हात आता कापू लागले. त्याच्या कोपरातून कळा येऊ लागल्या आणि हळूहळू थेट तळहातात पसरल्या. सरताजने हात टेबलाखाली घेतले, मांडीवर ठेवले आणि कंप कमी होईपर्यंत थांबला. त्याने मुठी आवळून पुन्हा सैल सोडल्या. आता थरथर थांबली आणि पुन्हा सुरू झाली. त्याने वर पाहिलं. दोन कॉन्स्टेबल दरवाज्या बाहेर बसले होते, त्याला त्यांचे शूज दिसत होते. ड्युटीवर असलेला

इन्स्पेक्टर आपटे ऑफिसमध्येच होता; पण हॉलमध्ये पलीकडे डाव्या बाजूला बसला होता. त्याने सरताजला काळजीपोटी, सहानुभूती म्हणून थोडी प्रायव्हसी दिली होती. सरताजने खोल श्वास घेतला आणि खुर्ची मागे सरकवली. खुर्चीच्या हातावरच्या पांढऱ्या मळलेल्या कापडावर त्याचे हात आता थरथरत होते. तोच शब्द बरोबर होता, थरथर. हात आखडले नव्हते, कापत नव्हते; पण त्वचेतून आतून एक थरथर जाणवत होती. किती भावनाक्षोभक आहे हे सगळं, त्याच्या मनात आलं. त्याने तो शब्द इंग्लिशमध्ये म्हटला, 'मेलोड्रामाटिक.' त्याने लक्षात ठेवला. त्याने खूप प्रयत्न केला आणि ती थरथर थांबली. अतिशय हळुवारपणे त्याने फॉर्म पुढे घेतला, पुन्हा हातात पेन घेतलं आणि एक क्षण थांबून निब खाली टेकवलं. हात ही किती विचित्र गोष्ट असते. मांसल गाद्या असलेले कंदासारखे आकार, त्यांच्या पाठीवर मऊशार केसांची वेलबुट्टी. सरताजने एक बोट टेबलावर वाकवलं आणि खांद्यापासून त्यावर जोर दिला. त्याला माहीत होतं, की, असं केल्याने बोट मोडेल. त्याच्या गोंधळलेल्या चेहऱ्यावर वेदनेची एक रेषा स्पष्ट उमटली, धुक्यात एखादा निळा दिवा चमकावा तशीच. बोट मोडल्यावर कसा आवाज येतो हे सरताजला ऐकून माहिती होतं. त्याने काटेकरला एकदा अपराध्याचं बोट मोडताना ऐकलं होतं. एक किडनॅपर होता, ज्याने एका बिझनेसमनच्या मुलीला, तिच्या नर्सरी शाळेतून उचलून नेलं होतं. काटेकरने त्या किडनॅपरची उजव्या हाताची करंगळी मोडली होती. त्यांनी त्या छोट्या मुलीला भांडूपच्या एका हॉटेलमधून सोडवून परत आणलं होतं. बोट मोडल्याचा फारसा आवाज येत नाही, एखादा अगदी लहान फटाका वाजल्या इतकाच; पण तो आपल्या अपेक्षेपेक्षा खूप कोरडा आणि तीव्र असतो. काटेकरने केलं होतं. सरताजने त्याला करायला लावलं होतं, त्या मुलीसाठी. सरताजला त्याची आठवण झाली, त्याने आपल्या बोटावरचा भार काढला आणि उभा राहिला. हे सगळे स्वतःचे लाड होते, त्या आठवणी, बोटावर भार टाकणं, तो फॉर्म वगैरे सगळं. त्याला याच्या पुढे जी गोष्ट करावी लागणार आहे हे माहीत होतं, ती तो टाळत होता, जे त्याने सकाळ होईपर्यंत टाळलं आणि ते म्हणजे काटेकरच्या कुटुंबाला भेटणं! तो आपटेला म्हणाला होता की, त्यांना झोपू दे. मध्यरात्री त्यांना कशाला उठवायचं?

पण दिवस उगवणारच होता आणि आता परत युनिफॉर्म चढवायची वेळ झाली होती.

काटेकरच्या बायकोने दरवाजा उघडताक्षणी तिला कळलं. सरताजला ते तिच्या चेहऱ्यावर दिसलं. त्याने दरवाज्यावर अगदी वरच्या बाजूला हलकेच टकटक केली होती आणि तिने धडपडत मिचमिच्या डोळ्यांनी दार उघडलं होतं. सरताजने त्या वाक्याची तयारी करून ठेवली होती, "भाभी, प्लीज मला माफ करा." पण आता त्याला स्वतःच्या जबाबदारीची जाणीव झाली आणि ते वाक्य कुठेतरी हरवून गेलं. तिने बाहेर येऊन तिच्यामागे दार ओढून घेतलं आणि गाऊनच्या पुढे लावलेल्या लेसवर हाताची घडी टेकवली. तिच्या गाऊनवर गुलाबाच्या फुलांचं डिझाईन होतं, अगदी हिरवे देठ, काटेही होते. सरताजने आजवर तिला अगदी अगदी औपचारिक समारंभामध्ये हलक्याशा जरीच्या साड्यांमध्येच पाहिलं होतं. इतक्या वर्षांत कदाचित तीन-चार वेळा. तिने खूप वेळ डोळे बंद केले आणि मग उघडले. अचानक तिच्यात बदल झाला होता. तिने तिचा हाडकुळा चेहरा झुकवला आणि पुढे होऊन त्याच्या कपाळावर हात लावून बघितला. आता त्याला जाणवलं की, तो परत थरथरत होता.

"काय झालं?" ती म्हणाली.

त्यांनी दुसऱ्या दिवशी दुपारी दोन वाजता बॉडी घरी आणली. त्यांनी काटेकरला त्याच्या पलंगावर झोपवलं आणि पोस्टमॉर्टेमनंतर त्याला ज्या चादरीत गुंडाळून आणलं होतं, ती चादर काढली. मग त्यांनी त्याला खुर्चीवर बसवलं आणि अंघोळ घातली. त्याच्या मानेवर डाव्या बाजूला असलेली जखम आता शिवून बंद केली होती. एखाद्या भरदार खांदे असलेल्या आणि पोट सुटलेल्या माणसाला मारण्यासाठी ती जखम अगदी लहान आणि किरकोळ वाटत होती. पोस्टमॉर्टेमचा कटसुद्धा काळ्या दोऱ्याने शिवून बंद केलेला होता. काटेकरची कातडी आता एखाद्या पावसात भिजून लवकरच वाळलेल्या पुठ्ठ्याच्या रंगाची आणि पोताची झाली होती. सरताजने त्याच्याकडे न बघण्याचा प्रयत्न केला. सरताज एका कोपऱ्यात सरकला आणि दरवाज्यातून आत येणाऱ्या बायका-पुरुषांपासून नजर फिरवली. तो कॅसेट प्लेयरच्या बाजूला रचून ठेवलेल्या कॅसेटवरची नावं वाचायचा प्रयत्न करू लागला. काटेकरची बायको कोणातरी नातेवाइकाशी किती गोवऱ्या लागतील, किती लाकडं लागतील याबद्दल बोलताना सरताजने ऐकलं. आता ते त्याला नवे कपडे घालत होते. त्याचं मोठं जड घड्याळ त्याच्या मनगटावर बांधलं. त्याची बायको खाली वाकली आणि तिने त्याच्या चप्पल त्याच्या पायात सरकवल्या. तिला त्या पायात चढवायला खूपच कसरत करायला लागली, तिने काटेकरची टाच धरून पुढून चप्पल आत सरकवली आणि हळूहळू त्याची बोटं बाजूला करून अंगठा चामड्याच्या हुकमध्ये सरकवला. तिने त्याच्या कपाळावर गुलाल लावला, लाल टिळा लावला. तिने तिची मान किंचित मागे झुकवली, ती खूप गंभीर आणि एकाग्र दिसत होती. अजून एका बाईने तिच्या हातात स्टीलचं ताट आणून दिलं आणि एक काडी ओढली. हवेत एक धुराचा गोल उठला. सरताजला आता अगरबत्तीचा आणि तेल जळल्याचा वास आला. तिने ते ताट हळूहळू काटेकरच्या खांद्यांवरून, डोक्यावरून गोल फिरवलं. ती रडत होती.

ते आता स्मशानाकडे निघाले होते. एका माणसाने, अजून एक कॉन्स्टेबलने पाण्याने भरलेला मटका धरला होता. तो चालताना मटक्यात डुचमळणाऱ्या पाण्याचा तालबद्ध आवाज येत होता. फुलांनी आणि गुलालाने भरलेली थाळी हातात घेऊन अजून एक कॉन्स्टेबल मागून चालत होता. एका मोठ्या लोखंडी गेटमधून ते स्मशानात शिरले. उंच पत्र्याच्या उघड्या शेडखाली उभं असताना सरताजला स्मशानाच्या त्या उंच भिंतींपलीकडून जाणाऱ्या ट्रॅफिकचा आवाज येत होता. त्याला आवाज ऐकू येत होते, शाळकरी मुलं ओरडत होती, भाजीवाला जोरात ओरडत होता. भिंतीच्या वर टेकलेल्या फांद्यांमधून त्याला पलीकडच्या रस्त्यावरचं थोडं फार दिसत होतं. एक उंच कमर्शियल बिल्डिंग होती. काटेकरला आता चितेवर झोपवलं. एक माणूस पुढे झाला. सरताजने त्याला ओळखलं. तो सिनियर कॉन्स्टेबल पोटदुखे होता, मागच्याच वर्षी रिटायर झाला होता. पोटदुखेच्या हातात एक ब्लेड होतं. त्याने झरकन कापड खांद्यापासून हातापर्यंत कापलं. त्या इतक्या इतर आवाजांतूनही ब्लेडचा आवाज एकदम त्याच्या अंगावर आला, त्याचे खांदे आकसले. त्याने एक आवंढा गिळला आणि घट्ट उभं राहायचा प्रयत्न केला. पोटदुखेने आता दुसरी बाही कापली, काटेकरच्या पँटची बटण उघडली. आत्म्याला कशाचे बंधन नसावे म्हणून.

दूर गाड्या थांबल्याचा आवाज आला आणि एक क्षणाने परूळकर स्मशानात आले. ते थेट काटेकरपाशी चालत गेले, एक क्षण त्याच्यासमोर उभे राहिले आणि नंतर मागे आले. ते सरताजच्या बाजूला उभे राहिले आणि त्यांनी एका हाताने त्याचं मनगट हलकेच दाबलं. नंतर ते वाट बघू लागले.

बायका थोड्या अंतरावर, दूर आवाराच्या दुसऱ्या बाजूला भिंतीजवळ बसल्या होत्या. युनिफॉर्म घातलेल्या पोलिसांची एक तुकडी आली, त्यांनी संचलन केलं, रायफल त्यांच्या खांद्यावर उचलून उंच नेम धरला, कुठेतरी खूप उंचावर. काटेकरचे मुलगे अजूनही बायकांबरोबर बसले होते, ते गोळ्यांच्या आवाजाने दचकले. नंतर त्यांना चितेच्या आजूबाजूला उभ्या असलेल्या पुरुषांच्या गर्दीतून पुढे आणण्यात आलं. पोटदुखेने त्यातल्या मोठ्या मुलाच्या खांद्यावर हात ठेवला आणि त्याला त्याच्या वडिलांजवळ नेलं, एक गोल फेरी मारली. मुलाचं नाव काय होतं बरं? त्याचं नाव? सरताजला नाव आठवेना. तो मुलगा आता खांद्यावर पाण्याने भरलेला मटका घेऊन त्यातल्या भोकातून थेंब थेंब पाणी सांडत चितेभोवती फिरला. आता, तिथल्या धोतर नेसलेल्या भटजीनी एक लाकडाचा तुकडा त्याच्या हातात दिला. तो एका बाजूला पेटवलेला होता. सरताजला अचानक आता काटेकरचा चेहरा बघावासा वाटत होता. तो डावीकडे सरकला; पण चिता इतकी उंच रचली होती, की त्याला फक्त पांढऱ्या कापडाची गुंडाळी, हनुवटी आणि वर आलेलं नाक तेवढं दिसलं. काटेकरच्या डोक्याच्या या बाजूने त्याचा चेहरा दिसतच नव्हता, फक्त काही अंशच दिसत होता म्हणून सरताज उजवीकडे सरकला, काटेकरला पूर्ण बघणं खूप महत्त्वाचं होतं; पण आता उशीर झाला होता, त्या भटजींनी काटेकरच्या मुलाच्या हाताला धरून त्याच्या वडिलांच्या डोक्यावर कसं मारायचं ते दाखवलं. एक हलकाच दणका, प्रतीकात्मक. नंतर आता खरा दणका भटजीनी मारला आणि कवटी फुटली. सरताजने आवंढा गिळला. त्याला नेहमी अंत्यसंस्कारातल्या या क्षणाला कसंतरी व्हायचं; पण हे आवश्यक असतं, त्याने स्वतःला समजावलं, नाहीतर अग्नीत कवटीचा स्फोट होतो; पण त्याला आता पोटात ढवळायला लागलं. कोणीतरी त्याच्या खांद्यावर हात ठेवला, ते परूळकर होते आणि इतर माणसांबरोबर तो चार-पाच पावलं मागे सरकला, तरीही सरताजला काटेकरची कवटी फुटल्याचा आवाज आला. आता काटेकर आकाशात जायला मुक्त होता. संपूर्णपणे मोकळा. त्याचा मुलगा हातात जळते लाकूड घेऊन पुढे वाकला. चितेच्या आत काहीतरी हालचाल जाणवली, खूप छोट्या, जलद आणि उसळणाऱ्या ज्वाळा वर आल्या. हाच तो क्षण होता आणि आता तुपाचा मंद वास आला, जो लहानपणी लग्न आणि इतर कार्यांमध्ये येत असे. नंतर धगधगणाऱ्या ज्वाळांनी सगळं पोटात घेतलं, ती लाकडं, शरीर आणि काटेकरलाही. आता ज्वाळा खूप वर वर येत होत्या आणि सरताजच्या चेहऱ्याला त्यांची धग जाणवली. तो चिता जळताना एकटक बघत राहिला.

मित्रपरिवार आणि नातेवाईक निघून गेल्यावर, जेव्हा चिता थंड झाली, त्यांनी अस्थी गोळा केल्या. अस्थी घरी नेऊन एका मडक्यात घालून दरवाज्याशी टांगल्या. हे सगळं झाल्यावर सरताज घरी गेला. घरी व्हिस्कीची बाटली होती. सरताजने ती बाहेर काढली आणि कॉफी टेबलवर ठेवली. त्याने पाण्याची बाटली आणली आणि एक ड्रिंक बनवलं, त्या वासानेच त्याला भडभडून आलं. त्याने डोळे मिटले आणि तो सोफ्यावर आडवा झाला. काटेकर मेला होता, खुनी मेला होता, त्या खुन्याचे मित्रही मेले होते. सगळं संपलं होतं. काही करायचं बाकी राहिलं नव्हतं, कोणाचा पाठलाग करायचा नव्हता. काटेकरचा मृत्यू हा एक खून होता, एक अपघात, एक नशिबाचा खेळ! कांबळे आणि इतर जण जेव्हा बाकीच्या लोकांना सांगतील तेव्हा ती एक साधी गोष्ट असेल, तीन अपराध्यांना कॉर्नर केलं होतं, आम्ही प्रथम गोळी झाडायला हवी होती आणि त्यांचं एन्काउंटर करायला हवं होतं; पण हे सिंग साहेबांचं

ऑपरेशन होतं, काटेकर फार जवळ गेला आणि त्याने गोळी झाडली नाही म्हणून तो मेला. केस क्लोज्ड. अशा गोष्टी घडतात. हे काम आहे; पण तरीही या सगळ्यानंतर, या गोष्टींमुळे सरताजची अस्वस्थता कमी झाली नाही. त्याला त्यातले बारकावे, गती आणि अंत यांनी घेरलेलं होतं. त्याला अनेक प्रश्न पडले होते, कुठे बांगलादेश, तो काय देश? कुठे भारत? तीन लोक हजारो किलोमीटर प्रवास करून एका शहरात येतात, एका विशिष्ट रस्त्याला आणि एक कॉन्स्टेबल ठेल्याच्या खाली त्यांची वाट पाहत असतो? त्याच्या मनात विचार आला की, आपण सगळेच एक अवशेषांचा ढिगारा आहोत. कोणालाही कसंही फेकलं जातं आणि एकमेकांवर जाऊन आदळतो; एकमेकांची आयुष्य उद्ध्वस्त करून टाकतो. सरताजने डोळे उघडले आणि खोली तशीच, पूर्वीसारखीच जुनी दिसत होती. बाहेर हलणाऱ्या सावल्या त्याच्या ओळखीच्या होत्या, किमान हजार रात्री तरी त्याने त्या सावल्या हलताना पाहिल्या होत्या. जगाचा हा कोपरा त्याच्या परिचयाचा आणि सुरक्षित होता. आणि तरीही... एक प्रश्न त्याच्या मानगुटीवर बसला होता, काटेकर का मेला? हे सगळं कसं काय झालं?

चौकटीत : द ग्रेट गेम

'नमुन्यांची पारख हेच गुप्तचर यंत्रणेचे उद्दिष्ट असतं, त्याचा अर्थ, हेतू असतो आणि कार्यपद्धती असते.' विद्यार्थी आतुरतेने अशा ईश्वरी ज्ञानाची वाट पाहत आहेत, ज्यामुळे त्यांना समजूत येईल, त्यांना त्यांच्या सज्जतेला धार लावता येईल आणि त्यांना जिवंत राहून विजयी होता येईल. ''पद्धत, शिस्तबद्धता, रचना समजण्याची क्षमता हे सर्व म्हणजे एका गुप्तचर अधिकाऱ्याची सगळ्यात मोठी बुद्धिमत्ता असते,'' के. डी. यादव खोलीच्या मागच्या बाजूला बघत जाहीर करतात. ''एक जुनी म्हण आहे, 'एकदा घडते ती घटना, दोनदा घडणं म्हणजे योगायोग आणि तीनदा घडणे म्हणजे शत्रूची कारवाई.' लक्षात ठेवा. जर तुम्हाला मिळालेल्या माहितीच्या तुकड्यांमध्ये काही दुवा शोधता आला, तर तो काय आकार घेतो ते बघा, तुमच्याकडची माहिती तुम्हाला काय गोष्ट सांगते आहे ते पाहा. ते तुम्हाला समजलं, तर तुम्ही जिंकाल. गस्त घालणाऱ्याला काराकोरम पर्वतरांगेवर बुटांचे ठसे दिसतात. पोस्टिंगवर असलेला ब्रसेल्समधला फिल्ड ऑफिसर रिपोर्ट लिहितो की, मजबूत कम्युनिकेशन केबल्सची मैलोन्‌मैल विक्री झाली आहे. ज्याला यात काही अर्थ समजला, तो जिंकला.'' के.डी. 'तो' असं म्हणतात; पण पहिल्या रांगेत एक मुलगी बसलेली असते. ते तिला अनेक वर्षं ओळखतात, त्यांनी तिचं लहान मुलीतून एका गंभीर तरुणीमध्ये रूपांतर होताना पाहिलं आहे. त्यांच्या आयुष्यातला सर्वांत मोठा आनंद म्हणजे बाबागाडीतून थेट त्यांच्याकडे रोखून बघणाऱ्या या वेगळ्या व्यक्तिमत्त्वाच्या मुलीचं ती मोठी होत असताना निरीक्षण करणं. तीच लहान मुलगी, आता शांतचित्ताची आणि स्वतंत्र स्त्री झाली होती. ती आता विद्यार्थी बनून त्यांच्या समोर बसली होती. तिच्या मोठं होण्यात, तिच्या धीरोदात्तपणाला खतपाणी घालण्याशी त्यांचा काहीतरी संबंध आहे, हा विचारही त्यांना सुखावून जातो; पण तिचं नाव काय आहे? त्यांना तिचं नाव कसं माहीत नाही? त्यांनी वर्षानुवर्षं ते नाव उच्चारलं आहे, तरी ते कसं काय तिचं नाव विसरू शकतात?

आणि मग त्यांना समजतं... त्यांना समजतं की, ते कसं काय विसरून गेले. त्या सफदरजंगमधल्या घराच्या खोलीतल्या त्या मुलीचं नाव ते विसरले नाहीयेत; पण आता क्लासरूममध्ये ते त्यांनी एका वर्णन करता येणार नाही, अशा बंगल्यात लपवून ठेवलं आहे. ते आता ज्या हॉस्पिटलच्या खोलीत पडून आहेत, तिथे ते नाव त्यांना आठवत नाहीये. मी इथे आहे, कर्पूरी द्वारकानाथ यादव, ज्याला सगळे के.डी. म्हणून ओळखतात, तो इथे आहे. मी एका छोट्या पडदे बंद असलेल्या खोलीत पांढऱ्या लोखंडी कॉटवर पडून आहे. मी शिकवत नाहीये, लेक्चर देत नाहीये. मी आजारी आहे म्हणूनच मी तिचं नाव विसरलो

आहे. अनेक वर्षांपूर्वी, खऱ्या क्लासरूममध्ये मला ते माहीत होतं; पण आता ते नाव मला माहीत नाही.

ती आता हॉस्पिटलमध्ये त्यांच्यासमोर बसली आहे. ती पुस्तक वाचत आहे. त्यांना आठवतं की, लहान असतानाही सतत वाचत असायची. ती एका खोलीतून दुसऱ्या खोलीत जाताना, जेवणाच्या टेबलावरही पुस्तक घेऊन जायची आणि तिची आई तिला ते बाजूला ठेवायला सांगायची. के.डी. तिला पुस्तकं देत. त्यांना तिच्यात त्यांच्या स्वतःची लहानपणीची वाचनाची भूक दिसायची आणि ते तिच्या अकाली प्रौढत्वाकडे आकर्षित व्हायचे. त्यांनी तिला क्लासिक इलस्ट्रेटेड कॉमिक्स, एनिड ब्लायटन आणि नंतर पी. जी. वूडहाउस दिले. ती अजूनही त्याच एकाग्रतेने पुस्तक दोन्ही हातांत धरून त्यावर वाकून वाचते. त्यांना तिची गंभीर मुद्रा, ती स्थिती आठवते, जणू काही तिला ते शब्द खाऊन टाकायचे होते. ''तू आता काय वाचते आहेस?''

ती वर बघते, त्या प्रश्नाचा तिला आनंद वाटतो, ते बोलतात या गोष्टीचा तिला आनंद होतो. ''या पुस्तकाचं नाव आहे, अ सर्च इन सिक्रेट इंडिया.''

''पॉल ब्रन्टन.''

''असं काही आहे जे तुम्ही वाचलं नाहीये?''

''मी ते खूप वर्षांपूर्वी वाचलं होतं.'' त्यांना आठवतं की, त्यांनी नक्की कधी ते पुस्तक वाचलं होतं. १९७०च्या जूनमध्ये सिलीगुडीच्या आर्मी मेसमध्ये. ते पुस्तक लेदर कव्हर असलेली कॉपी होती, त्यावरची अक्षरं पुसट झाली होती आणि पुस्तकाच्या बाइंडिंगला कडेला तीन तडे गेले होते. त्यांना अजूनही त्या पुस्तकाचा स्पर्श आठवतो. त्यांना ते पेकिंगला सक्तीच्या मोहिमेवर गेलेले असताना मिंग व्हाजेसच्या वर एका काचेच्या शेल्फमध्ये सापडलं होतं. मेसच्या बाहेर एक व्हरांडा आहे, जिथे एक लान्स नायक सफाई करतो आहे. एक तारेचं कुंपण आहे. एक मोठा भेगाळलेला रस्ता आणि शेतं आहेत; पण अजूनही त्यांना या हॉस्पिटलच्या पिवळट खोलीत बसलेल्या त्या मुलीचं नाव आठवत नव्हतं. ''त्यांनी आता ते रीप्रिंट केलं असेल. तुला कसं वाटलं पुस्तक?''

''मला हा पौर्वात्य अभ्यासकांचा मूर्खपणा वाटतो. गोरे लोक एका गूढ अंधाऱ्या प्रदेशात साधू आणि ज्ञानप्राप्तीच्या शोधात असतात. सेम ओल्ड फँटसी.''

के.डी. हसतात. ''कोणाची तरी कल्पना आहे म्हणून ती खरी नसेल असं नाही.'' हा त्यांच्यातला जुनाच वादविवाद होता. ते नेहमी तिला सांगतात की, तिने तिच्या जेएनयूमधून जन्मलेल्या जागतिक नागरिकत्व, साम्राज्यशाहीचा विरोध आणि शाश्वत आनंद वगैरे यांसारख्या कल्पनांपासून दूर राहायला पाहिजे. ती नेहमी त्यांना सांगते की, त्यांचा वास्तववाद हीसुद्धा एक कल्पनाच आहे; पण हा वादविवाद म्हणजे त्याचा वर्षानुवर्षांचा एक औपचारिक विधी असल्यासारखा होता. जो भांडण असल्यासारखा वाटायचा; पण मुळात त्यातून प्रेमच दिसायचं आणि त्यांना कल्पना आहे की, यात त्यांचाच फायदा आहे. शेवटी, त्यांनीच तर तिला या संस्थेत नियुक्त केलं होतं. ती आता आपल्यातली एक आहे, एक शॅडो सोल्जर. तिला वास्तववादी असण्याशिवाय पर्याय नाहीये. मी तिला प्रशिक्षण दिलंय, मी तिला व्यावसायिक बारकावे, विश्लेषण, ओळख, कारवाई शिकवली आहे. मी तिला या गुप्त जगात घेऊन आलो, आमच्या समस्यांमध्ये, आमच्या गुप्त ध्येयांच्या जाळ्यात.

ते तिच्याकडे पाहून मंद हसतात. ''तुला असं म्हणायचं आहे का की, साधू अस्तित्वात नसतात? किंवा ज्ञानप्राप्ती?''

ती आता पुस्तक हातातून खाली ठेवते, खुर्ची त्यांच्या कॉटजवळ ओढून घेते. ''मला खात्री आहे की साधू असतात.''

''नक्कीच असतात. खरेही आणि खोटेही. दोन्ही उपयुक्त असतात.'' ती होकारार्थी मान हलवते आणि त्यांना खात्री आहे की, तिला त्याचं म्हणणं समजलं आहे. तिला शिकवलेलं ती विसरली नाहीये. त्यांचा आग्रह होता की, संस्थेचा इतिहास माहिती असावा. मणी सिंग रावत, शरत चंद्र दास आणि इतर लोकांबद्दल, लहान मोठ्या गुणगौरव न झालेल्या लोकांबद्दल माहिती हवी; जे एक शतकाआधी तीर्थाटन करणारे बनून उत्तरेच्या प्रतिबंधित क्षेत्रात गेले, ज्यांनी उत्तर आणि पश्चिम हिमालय पायांखाली तुडवला आणि हजारो मैलांचा रस्ता केवळ स्वतःच्या पावलांच्या मोजणीने मोजला. त्यांच्या हातातल्या प्रार्थना चक्रात कंपास लपवलेले असायचे, चालणाऱ्या लोकांच्या अंगावर थर्मामीटर लपवलेले असायचे. या चालणाऱ्या लोकांनी मोजलेल्या अंतरातूनच या जंगली भागांचे पहिले सर्व्हेचे नकाशे तयार झाले होते. नकाशा मिळणे म्हणजे पहिला विजय असतो. ती पुढच्या सर्व विजयांची नांदी असते. के.डी. त्यांच्या विद्यार्थ्यांना सांगायचे की, ती प्रार्थना चक्र लक्षात ठेवा, एका ज्ञानात दुसरं ज्ञान लपवलेलं असू शकतं. माहितीच्या आतच माहिती लपवलेली असते. सगळं काही बघा, सगळं ऐका. निरर्थकात उपयुक्त आणि खोट्यामध्ये खरं दडलेलं असतं म्हणून ही मुलगी, त्यांची विद्यार्थिनी, आता एका इंग्रजी माणसाच्या शांततेच्या शोधाबद्दल वाचते आहे, जे तिला मूर्खपणाचं वाटतंय. चांगलं आहे. ती चांगली विद्यार्थिनी आहे. ती चांगली वाचक आहे. तिने आता त्यांचा हात हातात घेतला आहे. के.डी. म्हणतात, ''तू ब्रन्टन का वाचते आहेस?''

''अंकल, मला मदत हवी आहे. मला गायतोंडेबद्दल माहिती करून घेण्याची गरज आहे. मला अजून जाणून घ्यायची गरज आहे. मला हे जाणून घ्यायचं आहे की, त्याला साधूंमध्ये का रस असेल?'' ती शांतपणे म्हणाली.

गणेश गायतोंडे वाईट माणूस आहे; पण एकेकाळी तो चांगल्या माणसांच्या संगतीत होता. के.डी.नी त्याला रिक्रूटही केलं होतं. संस्थेला कधी कधी काही विशिष्ट कामांसाठी, काही विशिष्ट भागांसाठी वाईट माणसांचीही आवश्यकता भासते म्हणून के.डी.नी या गणेश गायतोंडेला एका जेलमधून शोधून रिक्रूट केलं होतं. गायतोंडे एक चांगला सोर्स होता, त्याची माहिती तपासून पाहिलेली, एकत्रित केलेली आणि पडताळून पाहिलेली असायची; ती महत्त्वाची सिद्ध झाली होती, खूप उपयोगी पडली होती. त्याने काही कामगिऱ्याही पार पाडल्या होत्या, त्याने त्याचं काम चोख आणि तारतम्याने पार पाडलं होतं; पण शेवटी त्याने आपला पक्ष बदलला, कामाशी विश्वासघात केला. माहितीचा आणि साधनांचा दुरुपयोग स्वतःचं साम्राज्य वाढवण्यासाठी केला; पण आधी गणेश गायतोंडे हा चांगल्या बाजूला असलेला वाईट माणूस होता आणि के.डी. त्याला हाताळायचे. तुमचा डाव नीट खेळला जावा म्हणून तुम्हाला वाईट माणसांना नीट हाताळावं लागतं. तुमच्याकडे अशी माणसंही असावी लागतात, जी वाईट काम करतील जे अखेरीस चांगलं काम ठरतं. ते गरजेचं होतं. फक्त जे लोक कधी खऱ्या रणांगणावर गेलेले नाहीत, तेच पाप विरहित पुण्य आणि त्यांच्यावर

ठपका येणार नाही, अशी कामं मागतात. प्रत्यक्षात युद्धामध्ये, सगळ्या कृती तात्पुरत्या नैतिक असतात आणि खेळ शाश्वत असतो म्हणून गणेश गायतोंडे एक वाईट माणूस होता? नेहरू हे वाईट माणूस होते?

एक मिनिट थांबा, स्पष्टता सोडू नका. नेहरूंचा विचार करू नका, ते विचलन आहे. तुमचं मन भरकटतंय, घसरतंय. तुम्ही आजारी आहात. आता के.डी. त्यांच्या मुठी आवळतात आणि डोकं वर उचलतात. ती मुलगी पुस्तकात पूर्ण गुंगून गेली आहे, तिच्या कपाळावर हलकीशी आठी आहे. अगदी तिच्या वडिलांसारखी. तिच्या वडिलांचं नाव जगदीप माथुर. त्यांची आणि के.डी.ची भेट एका हिवाळ्याच्या संध्याकाळी लखनौ युनिव्हर्सिटीच्या आवारात एका कॉन्फरन्स रूममध्ये झाली होती. कॉन्फरन्स टेबल हिरव्या रंगाचं होतं आणि चारही भिंतींच्या बाजूंनी दिसण्यासारखं होतं. भिंतींवर मोठ्या युरोपियन लोकांची ॲकॅडमिक गाऊन घातलेली पेंटिंग होती. टेबलाभोवती सतरा लोक बसलेले आहेत, सगळे त्यांच्या विशीत असलेले आणि तीक्ष्ण नजरेचे, बुद्धिमान, सुशिक्षित असे. के.डी.नी त्यातल्या कोणाला आजवर कधी पाहिलेलं नव्हतं. प्रत्येकाला या रूममध्ये सकाळी बरोबर ९ वाजता रिपोर्टिंग करायला सांगितलं होतं. ते एकमेकांशी न बोलता वाट बघत आहेत, ते सगळे तारतम्याचा सराव करत आहेत. कारण, त्यांना माहीत आहे की त्यांना एका गुप्त कामासाठी एका एजन्सीमध्ये नेमण्यात आलेलं आहे. त्या एजन्सीचं नाव अद्याप त्यांना सांगण्यात आलेलं नव्हतं आणि तिच्याबद्दल बहुतेकांनी कधी ऐकलेलंही नव्हतं. पटना युनिव्हर्सिटीच्या व्हाइस चान्सलरनी गुपचूप संपर्क केला होता. त्यानंतर, के.डी.ची आधीच दोन वेळा मुलाखत झालेली होती. त्यांना वाटतं की, त्याचं कारण त्यांना माहीत आहे : त्यांनी इतिहासात बी.ए. (ऑनर्स) आणि एल.एल.बी. केलं होतं, त्यांच्याकडे एन.सी.सी.चं सी सर्टिफिकेट होतं आणि एक खेळाडू म्हणून ते राज्यभरात नावाजलेले होते. ते एकदम ताठ, नीटनेटके आहेत आणि त्यांनी खूप महत्त्वाकांक्षेने शिक्षण घेतलेलं आहे. ते मुख्य करून कायद्यामध्ये करियर करण्याचा विचार करत आहेत; पण आता त्यांना या गुप्त मुलाखतींमध्ये, तातडीच्या आणि खूप महत्त्वाच्या कामाचं आश्वासन देणाऱ्या एकदम वेगळ्याच अशा जगामध्ये खूपच रस निर्माण झाला आहे म्हणून ते टेबलापाशी इतर लोकांबरोबर वाट बघतात. हे सगळे जण अगदी त्यांचं प्रतिबिंब असल्यासारखे वाटतात आणि त्यांच्या दंडांच्या ठेवणीवरून आणि सावध नजरेवरून त्यांना ते खेळाडू व हुशार लोक वाटतात. हॉलच्या शेवटी असलेला दोन दारांचा दरवाजा उघडतो आणि दोन मिलिटरी हेअरकट असलेले दोन जण आत येतात. त्यातला वयस्क दिसणाऱ्या माणसाने राखाडी जॅकेट घातलं आहे, त्याच्या जाड काचेच्या आणि बारीक काडीच्या चष्म्यावरून तो कदाचित प्रोफेसर असावा असं वाटतं. तो प्रोफेसर टेबलाच्या दिशेने चालत येतो आणि पुन्हा दरवाज्याकडे वळतो, त्याची मान अपेक्षेने थोडी पुढे झुकलेली आहे आणि नेहरू आत येतात! के.डी.च्या चेहऱ्यावर हास्य उमटतं. यावर विश्वास बसत नाही; पण ते नक्कीच जवाहरलाल नेहरू आहेत. ''जंटलमन,'' नेहरू म्हणतात आणि त्यांचा आवाज एकदम उंचावतो, अगदी फाटल्यागत. सगळे तरुण एकदम उभे राहतात. लाकडाचा, शूजचा एकदम खडखड आवाज होतो आणि ते त्यांना घाईघाईने हात हलवून बसायला सांगतात. कोणताही समारंभ न होता ते स्थानापन्न होतात, पुढे झुकून आपली कोपरं टेबलावर ठेवतात. त्यांचे हात गोरे आहेत आणि के.डी.ना त्यांची नखं किती स्वच्छ आहेत ते दिसू शकत आहे; पण हे नेहरू खूप थकलेले वाटतात. त्यांच्या डोळ्यांत पिवळसर झाक आली आहे आणि गाल सुजमट वाटत आहेत.

आज १८ फेब्रुवारी १९६३ आहे. ''जंटलमन, भारत नुकताच कोणत्या संकटांतून गेला आहे हे तुम्हा सर्वांनीच अनुभवलं आहे. आपण धोक्याच्या सावटाखाली जगत आहोत आणि संकटकाळातून जात आहोत. आपल्या सीमांवर आक्रमण झालं आहे आणि आपला विश्वास डळमळीत झाला आहे. आक्रमण, तेदेखील चीनकडून, ज्यांना आपण आपले मित्र समजत होतो. अशा गोष्टी पुन्हा कधीच होणार नाहीत, याची आपण खबरदारी घेतली पाहिजे म्हणूनच देशाला आज उत्तमोत्तम आणि बुद्धिमान तरुणांची गरज आहे. जेव्हा मी तुमच्या चेहऱ्याकडे पाहतो आहे, मला तुमच्या चेहऱ्यावर पुरातन भूतकाळाचं आशीर्वादात्मक तेज दिसत आहे म्हणून मला पुन्हा आत्मविश्वास वाटू लागला आहे. मी तुमच्याकडे खूप काही मागेन. तुमच्या कामामध्ये, तुमचा देश तुमच्याकडून अशक्य गोष्टींची मागणी करेन; पण तुम्ही टिकून राहिलं पाहिजे. आपलं, देशाचं भवितव्य तुमच्या खांद्यांवर आहे. मला तुमच्या ताकदीवर आणि या कर्तव्याप्रती तुमच्या अटल समर्पणावर विश्वास आहे. जय हिंद!'' ते अचानक उठातात आणि त्यांच्या डाव्या बाजूला असलेल्या माणसाशी हस्तांदोलन करतात. त्यानंतर, पुढचा उमेदवार के.डी. याच्याशी हस्तांदोलन करेपर्यंत त्याला त्यांना न्याहाळण्याची संधी असते. त्याला लक्षात येतं की, आपल्याला धाप लागली आहे, जणू काही तो मैलभर पळून आला आहे. जेव्हा त्याची पाळी येते, तेव्हा हात पुढे करून काहीतरी म्हणतात. के.डी. आश्चर्यचकित झाले आहेत. ''सर?'' तोपर्यंत नेहरू पुढच्या माणसाच्या दिशेने हात पुढे करतात आणि के.डी.कडे न बघताच म्हणतात, ''उत्तम कामगिरी कर मुला.'' पुन्हा पुन्हा तेच बोलावं लागत असल्याने त्यांच्या आवाजात एक प्रकारची घाई आहे; पण के.डी. ते शब्द त्यांच्याजवळ जपून ठेवतात. नेहरूंना अगदी बारीक लक्ष देऊन बघत असतात; पण नेहरू इतर कोणाशीही एक शब्दही बोलत नाहीत, अगदी त्या प्रोफेसरशीसुद्धा नाही. नेहरू जातात, दरवाजा बंद होतो. नेहरू फक्त के.डी.शी बोलले आहेत, फक्त के.डी.शी!

प्रोफेसर हातानेच त्यांना आपापल्या खुर्च्यांमध्ये बसण्याचा इशारा करतात. ते म्हणतात, ''जंटलमन, जसं पंतप्रधानांनी सांगितलं, तुम्ही सर्वोत्तम आहात म्हणूनच तुम्हाला निवडण्यात आलं आहे. या संस्थेमध्ये तुमचं स्वागत आहे.'' नंतर लक्षात येतं की, ते प्रोफेसर अजिबात प्रोफेसर वगैरे नाही आहेत, तर ते गुप्तचर खात्याचे ॲडिशनल कमिशनर आहेत. ते स्वतःच सांगतात की, ही संस्था म्हणजे जगातली सर्वांत जुनी गुप्तचर संस्था आहे आणि जर त्यांनी त्यांच्या नेमणुकीच्या कागदपत्रांवर सह्या केल्या, तर ते या असुरक्षित संस्थेचे सभासद, नोकर, सैनिक होतील. सर्व जण घाईने सह्या करतात. ते सर्व जण नेहरूंमुळे स्तिमित झाले आहेत.

नंतर त्या सकाळी, त्यांच्यातले पाच जण चौक बाजारात 'युसुफ'मध्ये आनंद साजरा करतात. त्यांना जगदीप माथुरने तिथे नेलं आहे, तो लखनौमध्येच लहानाचा मोठा झाला आहे. तो त्यांना सांगतो की, लखनौचे काकोरी कबाब उत्तम असतात म्हणून ते खातात आणि ते मध्ये मध्ये नेहरूंच्या जादुई दर्शनाबद्दल चर्चा करतात. माथुर नुकत्याच झालेल्या हिमालयातील पाडावाबद्दल नेहरूंना दोष देतो आणि सर्व मृतांसाठी व पराभवासाठीही. के.डी. सहमत होण्याशिवाय काही करू शकत नाही; पण तो त्या वयस्क माणसाच्या आदर्शवादाची, शांततेवर असलेल्या त्यांच्या विश्वासाची आणि सारासार विवेकाची बाजू घेतो. माथुर म्हणतो, ''के.डी. यार, तू अगदी माझ्या आईसारखा आहेस, ती नेहमी बोलत असते की, ब्लडी पंडितजी दिसायला किती छान आहेत, ते कसे चांगले आहेत, गांधीजी कसे त्यांच्यावर मुलासारखं प्रेम करतात, नेहरू किती चांगला माणूस आहे.'' मी म्हणतो की, चांगला माणूस

आपला पंतप्रधान कधीच नसावा. चांगली माणसं सामान्यतः मूर्ख असतात. चांगली माणसं लोकांना मारतात. जेव्हा आपण ब्लडी चायनीज, ब्लडी अमेरिकन आणि ब्लडी पाकिस्तानी लोक आहेत, अशा जगात राहतो, आपल्याला चांगले लोक भेटणारच नाहीत. आपल्याला अशा लोकांची गरज आहे जे काकोरी कबाब खातील आणि मोठ्या काठ्या बाळगतील. के.डी. मान डोलावतो आणि म्हणतो, ''मोठ्या लाठ्या खरंतर.'' माथुर हसतो. त्याचा चेहरा अगदी परफेक्ट चौकोनी आहे, मोठा आणि रेखीव जबडा असलेला; पण तो त्याच्या गोऱ्या रंगामुळे आणि फिक्या तपकिरी डोळ्यांमुळे खूप उठून दिसतो. के.डी.ला वाटतं, तो लखनौच्या कायस्थ लोकांसारखा दिसतो आणि त्याला जाणीव आहे की, माथुरने त्याचं स्वतःचं आडनाव उच्चारताक्षणी लक्षात ठेवलेलं आहे. कदाचित, त्याने ते त्याच्या डोक्यात यादव आणि इतर मागास जातीय लोकांसाठी आधीच आरक्षित असलेल्या कप्प्यात फाइलही केलं असेल. असं त्याच्या इतर प्रत्येक सहकाऱ्याने आधीच केलं असेल. के.डी.ने पाहिलं की, ही संस्था जुनी आहे आणि इतर जुन्या संस्थाप्रमाणे हीदेखील ब्राह्मणवादी आहे. बहुतेक सगळे कायस्थ आणि राजपूत आहेत, तरीदेखील माथुरचं हसू अगदी अकृत्रिम आहे आणि एक क्षणाचाही संकोच न बाळगता तो टेबलाला वळसा घालून येतो आणि के.डी.च्या खांद्यावर थोपटून गालातल्या गालात हसतो. ''ब्लडी मोठ्या लाठ्या,'' तो म्हणतो. ''अगदी बरोबर. ब्लडी मोठ्या लाठ्या. तू लठैत आहेस का के.डी.?'' तो विचारतो. के.डी. म्हणतो, ''हो, मी आहे. मी खूप वर्षं शाखेत जातोय.'' हे खरं आहे, त्याने अनेक संध्याकाळी दिवे लावून प्रकाशित केलेल्या वाळूच्या आखाड्यात, खाकी घातलेल्या प्रशिक्षकांकडून खांद्यावर लाठी फिरवत, वार प्रतिकार शिकत घालवलेल्या आहेत. के.डी.ला दिसतंय की, माथुरला ते पटलं आहे. त्याने एक प्रकारची टेस्टच पास केली आहे, माथुरला तो आवडला.

त्या काकोरी सकाळनंतर, माथुरला आता त्याचे सगळे सहकारी प्रेमाने 'ब्लडी माथुर' म्हणून ओळखू लागतात, ते अगदी दोन दशकांनंतर तो नाहीसा होईपर्यंत. अमृतसरपासून उत्तरेला साठ मैलांवर, एक पांढरी ॲम्बेसिडर, एक मृत ड्रायव्हर, एक मृत बॉडीगार्ड आणि हरभजन सिंग नावाचा एक मृत खबरी, या सगळ्यांना तिथेच सोडून ब्लडी माथुर नाहीसा होतो. या सगळ्यांना जवळच्या अंतरावरून किमान तीन एके ४७ने गोळ्या झाडून मारलेलं असतं. त्या दिवशी के.डी. खूप दूर, जगाच्या दुसऱ्या टोकाला, लंडनमध्ये आहे. त्याला माथुरच्या गायब होण्याबद्दल दिल्लीतल्या युरोप डेस्ककडून कळवलं जातं. तो फोन खाली ठेवतो आणि खिडकीतून बाहेर बघतो. इंग्लिश स्क्वेअरमधल्या जिन्यांमध्येही एक रिदम दिसतो, शिशिराच्या ढगाळल्या आभाळाखाली पांढऱ्या करड्या रंगाच्या घरांच्या रांगा पसरलेल्या असतात. चौकाच्या एका बाजूला एक सहाशे वर्षं जुनं हॉस्पिटल असतं आणि दुसऱ्या बाजूला एक म्युझियम. के.डी.ला पंधरा मिनिटांनी तीन चौक पलीकडच्या एका पबमध्ये एक मीटिंग असते. तो ज्या शीख दहशतवाद्याशी गेले सहा महिने संधान बांधायचा प्रयत्न करत असतो, त्याला भेटायचं असतं. त्याने खूप सावध आणि काळजीपूर्वक राहायला हवं आहे. कारण, एक पाकिस्तानी आयएसआयचा ऑफिसर शाहिद खानही त्याला सल्ला देत असतो. ब्लडी माथुरबद्दल समजल्यावर आता त्याच्या डोक्यात फक्त अंजलीचा विचार येतो, छोट्या अंजलीचा.

अंजली, तिचं नाव अंजली आहे. ती ब्लडी माथुरची मुलगी आहे. ती आता या सेक्टर ५, रोहिणी, नवी दिल्लीमधल्या हॉस्पिटलमध्ये माझ्या समोर बसली आहे. मी लखनौमध्ये

नाही, मी लंडनमध्येही नाही आहे. मी इथे आहे. अंजली समोर बसली आहे. के.डी.... थांब. काळ, तारखा आणि ठिकाणांचा गोंधळ करू नको. क्रमाने जा. तू लखनौमध्ये माथुरला भेटलास आणि पंजाबमध्ये तो नाहीसा झाला; पण त्या दोन्हीमध्ये अनेक दशकं लोटली आहेत. NEFA होती, नक्षलबारी, केरळ, बांगलादेश, लंडन, दिल्ली, मुंबई. रचना आठव, अंतर आणि त्या आकारातील बिंदूमधले संबंध आठव. तो आकार हाच अर्थ आहे. माझ्या आयुष्याच्या आकारातही काहीतरी अर्थ असणार. कोणता आकार आहे? घटनांचं विश्लेषण कर, काही साम्य, संबंध, वारंवारता, साधर्म्य शोध, त्या गती मागील प्रेरणा, क्रियेच्या दुसऱ्या बाजूचा हेतू काय असेल ते शोधून काढ. गुप्तचर खात्याचं हेच काम आहे. के. डी. यादवला सफदरजंग मधल्या घराच्या खोलीत हे शिकवलेलं आठवतं. ही मुलगी पहिल्या रांगेत बसलेली होती. अंजली.

''अंजली,'' के.डी. म्हणतात. ''अंजली.'' त्यांचा आवाज मोकळा; पण दुखण्याने भरडून निघाल्यासारखा येतो आणि त्यांनाच आश्चर्य वाटतं की, ते किती काळ बोलले नसावेत. ''तू कुठे होतीस?'' असे विचारतात.

''अंकल, मला गायतोंडेबाबत तुमची मदत हवी आहे.''

''गायतोंडे मेलाय.'' गायतोंडे मेला होता. के.डी.ना ते माहीत आहे; पण त्यांना हे माहीत नाही की, हे त्यांना कसं समजलं? त्यांना वाटतं, माझं चित्त थाऱ्यावर नाही. त्यांची सर्वांत मोठी, अगदी गुप्त आणि चिरकालीन अभिमानाची गोष्ट म्हणजे त्यांची स्मृती, प्रचंड तपशील टिपणारी नजर, धारदार तर्क, विश्लेषणाची क्षमता, जलद आणि प्रखर बुद्धिमत्ता. त्यांच्या प्रसिद्ध स्मृतीमुळे ते नेहरूंच्या रॉयल गार्डन्समध्ये, ब्राह्मणांच्या बरोबरीने अत्यंत अभिमानाने गेले होते. मग माझं सुस्थितीत असलेलं मन कसं होतं? NEFA बरोबर होतं का लंडन? त्यांच्या कार्यक्षमतेच्या ऱ्हासामध्ये, त्यांच्या शक्तिपातानंतर त्यांच्या कामापासून दूर जाण्यात एक प्रकारचा रिक्तपणा दडलेला होता. एक मोठी पोकळी, एक निव्वळ अभाव आणि के.डी. त्यापासून माघार घेतात, तरीही त्यांना पराभव वाटतो, ही शंका वाटते की, त्यांचं संपूर्ण आयुष्यच निरर्थक ठरलं. ते त्यांच्या या लहान मुलीला, अंजलीला म्हणतात, ''सीझर्सच्या राजवाड्यात कोळी जाळं विणतो; अफ्रासियाबच्या मिनारांमधल्या घड्याळातली घुबडं ओरडतात.''

तिच्या कपाळाला आठ्या पडतात. ''सुलतान मेहमेतचा गायतोंडेशी काय संबंध?''

त्यांना आनंद झालाय, त्यांनी हसलं पाहिजे. काय डोकं आहे तिला! तिने इतिहासात डॉक्टरेट केली आहे. तिला त्यांचे अगदी अगम्य, अप्रत्यक्ष उल्लेखही लक्षात येतात. तिने अत्यंत गुप्त आणि निरुपयोगी मजकूरही वाचले आहेत. तिला त्यांची तितकीच गरज आहे जितकी त्यांना तिची आहे. ती त्यांची वारस आहे, ती ब्लडी माथुर इतकीच त्यांचीही मुलगी आहे. फक्त तिलाच एका सेकंदात आठवेल की, सुलतान मेहमतने त्याचे सैन्य बायझान्टियमच्या तटांवर पाठवल्यानंतर, त्याने आणि त्याच्या माणसांनी १,१२३ वर्षं आणि १८ दिवस (तपशील माहिती करून घ्या! वैशिष्ट्य लक्षात ठेवा!) चाललेल्या साम्राज्याचा संतापजनक अंत केला. त्यानंतर, कत्तल, कैद, बलात्कार आणि लुटीच्या एक दिवसानंतर, बायझान्टियमनंतर सुलतान सम्राटाच्या राजवाड्यात गेला, जिथे बायझान्टाइन राज्यांनी विलासाचं आणि कटकारस्थाने करत आयुष्य व्यतीत केलं होतं. तो जिंकला होता. बखरकार आपल्याला सांगतात की, त्या विजयी क्षणाला, संधिप्रकाश पसरलेल्या आकाशाकडे वर

पाहत सुलतान मेहमत स्वतःशीच काहीतरी पुटपुटला : 'सीझर्सच्या राजवाड्यात कोळी जाळं विणतो; अफ्रासियाबच्या मिनारांमधल्या घड्याळातली घुबडं ओरडतात.' पण के. डी. स्वतःवर ताबा ठेव, काहीतरी शिस्त बाळग. अंजलीला तुझी गरज आहे. गायतोंडेचा मेहमतशी काय संबंध? काय संबंध आहे? नक्कीच आहे. ''सॉरी,'' के.डी. म्हणतात, ''आय एम सॉरी गायतोंडे.''

''हो, गायतोंडे.'' ती म्हणते.

''तुझा प्रश्न काय होता?''

''मला नुकतंच कळलं आहे की, गायतोंडे, त्याच्या मृत्यूपूर्वी मुंबईत तीन साधूंना शोधत होता. का? साधूंना का शोधत होता? त्यांचा काय संबंध आहे?''

''मी जेव्हा गायतोंडेला रिक्रूट केलं, तेव्हा तो जेलमध्ये योग शिकत होता. कोणत्यातरी योगशाळेचे शिक्षक होते.''

''अभिज्ञान योग. ते फार जुने, खूप प्रस्थापित आणि खूप आदरणीय लोक आहेत. मी ते चेक केलं. आम्हाला जेवढं माहीत आहे त्यानुसार, गायतोंडेचा त्यांच्याशी जेलमधून बाहेर पडल्यानंतर काही संपर्क नव्हता.''

पांढरे कपडे घातलेले योग शिक्षक जेलच्या मधल्या पटांगणात योग शिकवायचे. गुन्हेगारांना मनःशांती मिळावी, त्यांनी चांगले नागरिक व्हावं, यासाठी योग शिकवला जायचा. योग याहून चांगले गुन्हेगार, अधिक आत्मकेंद्री लोक, शांत स्वभावाचे ठग का निर्माण करू शकत नाही, जे त्यांच्या गुन्हेगारी कामात अधिक तरबेज असतील? खलनायकांचा बादशाह असलेला दुर्योधन नक्कीच योगी होता. ते सगळे दुष्ट योद्धे नक्कीच योगी होते. गायतोंडे सुपरिटेंडंटच्या खोलीत यायचा, तेव्हा त्याच्या कैद्याच्या पांढऱ्या कपड्यांमध्ये तो खूप शांत आणि तेजस्वी दिसला होता. तो वाईट माणूस होता. दुर्योधन वाईट होता का? त्याला युक्तीने मारण्यात आलं होतं आणि तो योद्ध्यांच्या स्वर्गात गेला होता. के. डी. यादवसाठी एखादा सैनिकांचा स्वर्ग वाट पाहत असेल का? मी माझ्यापरीने खूप प्रयत्न केला नेहरूजी, पंडितजी, सर. नाही, नाही. विचार कर... विचार कर. गायतोंडे. तो साधूंना का शोधत होता? अंजलीला मदत कर. मदत कर तिला. ''गायतोंडे धार्मिक होता,'' के.डी. म्हणाले. ''तो नेहमी पूजा, मंदिरांना दानधर्म करत असायचा. त्याने सगळ्या मठांना पैसे दिले, आमच्याकडे त्याचे धर्मप्रतिनिधींबरोबरचे फोटो आहेत. तो काही साधूंना ओळखत होता, नक्कीच, खूप साधूंना. मग या तिघांच्या बाबतीतच काय विशेष आहे?''

''ते आम्हाला माहीत नाही. तीन साधू इतकंच माहीत आहे. त्याने त्याचं कवच भेदून भारतात परत यावं इतके नक्कीच ते महत्त्वाचे होते. त्याला माहीत होतं की, आम्ही त्याच्यावर नाराज आहोत. त्याला भीती वाटत असणार की, आम्ही त्याला शिक्षा करू. त्याला मारलं जाण्याची भीती वाटत असणार, तरीही तो परत आला! का?? तुम्हाला काही माहिती आहे? तुम्हाला काही आठवतं आहे का अंकल?''

हो, त्याला आठवू शकतं. ती काहीतरी तपशील, काही वीण, किंवा असे एक-दोन तपशील मिळतात का बघते आहे, जे एकत्र आले तर तिच्या समोरचं कोडं सुटेल. गायतोंडे, त्याचं आयुष्य आणि त्याचा मृत्यू या सगळ्याचा अर्थ लागेल. के. डी. यादवनी तिला तेच

शिकवलं होतं. के. डी. यादवांची स्मृती शाबूत होती; पण त्यात सुसूत्रता नव्हती. त्यांना गोष्टी आठवत होत्या; पण त्यातल्या काळाचा संबंध लागत नव्हता. त्याच्यासाठी आता भूतकाळ आणि वर्तमान हे दोन्ही वेगळं उरलं नव्हतं, दोन्हीच्या सीमा नाहीशा झाल्या होत्या. सगळं समान होतं, सगळ्या गोष्टी संबंधित होत्या आणि आता इथे आहेत, असं जाणवत होतं. का? मला काय झालं आहे? के.डी.ना आठवत नाही आहे; पण ते आठवू शकतात. ते चॉपरमधून एका दरीच्या वरून उडत आहेत. के.डी. हसतायत, गालातल्या गालात हसतायत. कारण, त्यांना हसू येणं स्वाभाविक आहे. त्यांनी आजवर जमीन सोडून हवेत कधी उड्डाण केलेलं नाही आणि आता ते वळणं घेत घनदाट झाडीवरून उडत आहेत. त्यांच्या चॉपरची काळी सावली खाली पर्वतरांगेवर पडत आहे. प्रखर प्रकाश पसरला आहे, पहाटेचा सोनेरी प्रकाश चॉपरच्या खिडक्यांमधून आत येतो आहे. आकाशात विविध रंगांच्या अशा स्पष्ट छटा पसरल्या आहेत, ज्या के.डी.नी आजवर कधी पाहिल्याही नाहीत. ते रंग आता त्यांच्या चेहऱ्यावरून सरकत आहेत, त्यांना निळा रंग अंगभर पसरल्याचं जाणवत आहे. ते गालातल्या गालात हसत आहेत. एक पायलट मागे वळून पाहतो आणि मोठ्याने हसतो. ही पासीघाटच्या आर्मी बेसवरची मुलं आहेत. पायलट खालच्या दिशेने खूण करून दाखवतो आहे. पाण्याच्या कडेला एक मातकट पट्टा आहे, झऱ्यांच्या जवळ. के.डी.ना आता दगडांच्या पलीकडे पाणी खळाळताना दिसतं. नंतर, ती नदी नागमोडी होत जाते आणि ते आता जमिनीवर उतरले आहेत. के.डी. उतरल्या उतरल्या चॉपर पुन्हा हवेत उडतं आणि एका क्षणात त्याचा घरघराट सोबत घेऊन निघून जातं, अदृश्य होतं. आता के.डी.ना अजून एक आवाज ऐकू येतो, लहान पण चिवचिवाटासारखा. त्यांना खात्री आहे की, या पक्ष्याचा आवाज त्यांनी कधी ऐकला नाहीये. आता अजून एक आवाज येतो, जो पत्र्याच्या डब्यात छोटे खडे घालून हलवले तर कसा आवाज येईल, तसा आणि मग अजून एक आवाज. के.डी.ना खात्री नसते की, हा पक्ष्याचाच आवाज आहे. एक आरोळी आणि शेवटी एक क्लिक ऐकू येते. फोटो काढल्यासारखी. मैदानाच्या पलीकडच्या बाजूला झाडांच्या बुंध्यांमधून आत खोल कुठेतरी निळा-हिरवा उजेड दिसतो, एक असं संदिग्ध जग, ज्याच्याबद्दल के.डी.ना काहीही माहिती नाही : NEFA. ते एकटेच नॉर्थ इस्टर्न फ्रंटियर एजन्सीमध्ये उभे आहेत. हातात एक हिरवी आर्मी बॅग, अंगावर पिवळा बुश-शर्ट आणि स्वस्तातल्या बाटाचे रबरी शूज. ते अचानक घाबरलेले आहेत, संपूर्णपणे घाबरले आहेत. दोन महिन्याचं ट्रेनिंग झालंय; पण आता त्यांना वाटतंय, फक्त दोन महिने? आणि त्यांनी या गोष्टीसाठी मला ट्रेन केलंच नाही, हे जंगल आणि डोक्यावर अनोळखी आकाश, या सगळ्यासाठी मला ट्रेन केलेलंच नाही.

दोन तासांनी आसाम रायफलच्या दोन पलटणी येतात आणि स्पष्टीकरण देतात की, त्यांना तीन किलोमीटरवर दरड कोसळल्यामुळे उशीर झाला, त्यांना वळसा घालून यावं लागलं. के.डी. सुभेदारचं विचित्र हिंदी अगदी लक्ष देऊन ऐकतात आणि विचारतात की, आपण किती दूर जाणार आहोत? तो सुभेदार हसतो आणि काहीच बोलत नाही. त्याच्याकडे के.डी.साठी एक बुटांचा जोड आहे. ते बूट खूप मोठे आहेत; पण खूप लहान असण्यापेक्षा मोठे असणं बरं. के.डी. तीन जोडी सॉक्स घालतात आणि मग बूट चढवून चालू लागतात. ते एकवीस दिवस चालतात. तिसऱ्या दिवशी सकाळी त्यांच्या पायात इतके गोळे येतात की, ते विश्रांती घेण्यासाठी म्हणून बसूही शकत नाहीत आणि ते एका झाडाला टेकून उभे राहतात, त्यांना रडू येतं. ते ओकाचं झाड आहे, त्यांना ते माहीत आहे आणि ते ओळखू आल्याने

त्यांना बरं वाटतं. ते या पर्वतरांगात येणार आहेत हे जेव्हा त्यांना समजलं, तेव्हा त्यांनी वनस्पती व झाडांबद्दलचं एक पुस्तक विकत आणलं आणि फावल्या वेळात वाचून काढलं म्हणून त्यांना माहीत आहे की, ही मॅग्नोलिया, विखुरलेली सूचिपर्णी झाडं आणि चेस्टनटची झाडं आहेत. ते नदीचा काठ पकडून चालत होते, रस्ता वळणं घेत घेत जंगलाच्या आत; पण अजूनच वरवर जात होता. ते चालत होते त्या पहिल्या आठवड्यात, त्यांना वाटेत उतरत्या छपराच्या घरांच्या जोड्या किंवा गट लागले, ज्यांच्या आजूबाजूला शेतीचे तुकडे होते. भात, नाचणीच्या शेतांच्या आजूबाजूला अजूनही वणव्यात जळालेल्या जंगलाची राख दिसत होती. बायका घराच्या बाहेर बसून विणकाम करत होत्या आणि सैनिक त्यांच्या नाकातल्या दागिन्याविषयी काहीतरी उपहासात्मक बोलत होते. सर्व स्थानिक पुरुष कमरेभोवती विचित्र पाती अडकवतात आणि सुभेदार त्यांना सांगतो की, ते अनेक वर्षांपूर्वी या हत्याराचा उपयोग मुंडकी छाटायला करायचे. हे पुरुष ती पाती हवेत फिरवून हात-पाय छाटू शकतील, असे दणकट दिसत दिसतात; पण त्याना यांची भीती वाटत नव्हती, त्यांच्या बांबूच्या त्रिकोनी टोप्यांखालून तिरप्या उपऱ्या नजरेचीही नाही. नाही. त्यांना जंगलाचा जो वास होता, त्याची भीती वाटते. जेनिपरखाली वाढणाऱ्या बांबूच्या करकर आवाजाची भीती वाटते. कॅनॉपी खाली असणाऱ्या लांब निळ्या दिव्याबरोबरच घंटेचा आणि घुमल्यासारखा आवाज येत होता. जंगल स्वतःशीच बोलतं, हाका मारतं आणि उत्तरही देतं याचं के.डी.ला आश्चर्य वाटतं, त्याला धक्का देतं आणि घाबरवतं. जेव्हा डोक्यावरून काहीतरी किंचाळत जातं म्हणून तो दचकतो, तेव्हा सैनिक त्याला हसतात. ''फक्त माकड आहे,'' त्यांच्यातला सगळ्यात तरुण सैनिक खांद्यावरची रायफल सावरत म्हणतो. त्याने तुच्छ लेखलं तरी के.डी.ला ते गैर आहे, असं वाटत नाही. त्याला माहीत आहे की, ते फक्त एक माकड आहे आणि तरीही प्रत्येक रात्री तो त्याचं ब्लँकेट डोक्यावरून ओढून घेऊन त्यात गुरफटून झोपतो. रोज सकाळी तो उठतो, तेव्हा आदल्या दिवसापेक्षा अधिक थकलेला असतो. सकाळी पर्वत अजूनच मोठे, उंचावर असल्यासारखे, काळे, जाड कव्हरमध्ये गुंडाळल्यासारखे, गुलाबी होत जाणाऱ्या आकाशाला टेकल्यासारखे दिसतात.

ते एक पर्वतरांग पार करून उतरतात आणि दुसऱ्या एका दोरीसारख्या दिसणाऱ्या नदीच्या दिशेने खाली जातात, जिचा प्रवाह नंतर खूप मोठा होतो. ते कसेतरी नदी पार करतात आणि पलीकडच्या तीरावर जाऊन दुपारचं जेवण घेतात. जेवण म्हणजे काय तर सुभेदाराने दोन दिवसांपूर्वी मारलेल्या हरिणाचे मांस. दोन्ही बाजूंचे डोंगर अगदी भिंतींसारखे कठीण आहेत आणि आकाश नदीचे प्रतिबिंब असल्यासारखे, एखाद्या बारीक निळ्या प्रवाहासारखे दिसत आहे. नंतर ते पुन्हा चालू लागतात. ते चढण चढतात, के.डी.ला लक्षात येतं की, ते आता अजून उंचावर जात आहेत. निळ्या पाईन वृक्षांच्या जंगलातून ते पाठीवरच्या सामानाच्या वजनाने पोक आल्यासारखे, माना खाली घालून चालत राहतात. के.डी.ला आता गवतात उगवलेल्या पांढऱ्या ऑर्किड्सचंही नवल वाटत नाहीये, त्याच्या डोळ्यांतही घाम आला आहे. लांबच लांब, शीळ घालणाऱ्या हिरव्यागार बांबूच्या जंगलात पक्षी त्यांच्या डोक्यावर फडफडत आहेत. आता ते पॉपलर्सच्या शेवटच्या समूहातून जात आहेत आणि अरुंद अर्धगोलाकार जागेत अचानक एक कुरण दिसू लागतं. के.डी.ला आता ते ज्या डोंगररांगा पार करून आले, त्या आणि अजून डझनभर इतर डोंगर भव्य लाल आभाळाखाली दिसत आहेत. त्या रात्री ते त्या कुरणात मुक्काम करतात आणि के.डी. उतारावर झोपतो. त्याला

पडल्या पडल्या झोप लागते. दुसऱ्या दिवशी ते थंड नाश्ता करतात आणि चालत राहतात. आता ते डोंगरात एका मोठ्या व्ही आकारासारख्या दिसणाऱ्या खाचेशी पोहोचतात. या शेवटच्या उताराला पोहोचण्यासाठी त्यांना दोन दिवस लागले. ते आता एका रांगेत के.डी.ला बरोबर मध्ये ठेवून चालू लागतात. तो आता मोठ्या खडकांच्या तटबंदीवरून खडकातल्या भेगांवर पडणारी पावलं बघत चालत असतो. त्याची नजर वर जाते आणि तो धडपडतो. दरीच्या पलीकडे अजून कुरणं आहेत; पण त्या उतारांच्या वरच्या बाजूला, पलीकडे पांढरी टोकं ढगातून डोकं वर काढत आभाळाच्या दिशेने जात असतात. ती चंदेरी शिखरं अजून खूप दूर आहेत, तरीही के.डी.ला त्यांचा रुद्रपणा, तटस्थपणा तत्काळ जाणवतो. तो त्याचा श्वास स्थिर करण्याचा प्रयत्न करतो आणि त्याला श्वास सोडताना त्याच्या घशात पक्ष्याची नखं टोचल्यासारखं वाटतं. रांगेतील त्याच्या मागचा माणूस त्याला अगदी अलगद धरतो. ''तुम्ही काय बघता आहात राजा साब? ते तिकडे दिसतंय ते तिबेट आहे.''

''चीन,'' मागे वळून न बघताच सुभेदार खालून ओरडतो. ''चीन.'' सुभेदार एकोणचाळीस वर्षांचा आहे, नुकत्याच आसपास चीनबरोबर झालेल्या युद्धांचा त्याला अनुभव होता. त्याची कातडी जुन्या ऑइल पेपरच्या रंगाची आणि तशीच जाड आहे. त्याचं नाव लालबियाका मराक आहे. हे नाव के.डी.ने आजवर कधीही ऐकलं नव्हतं. इतर जवानांमध्ये दास आणि गौरी बहादूर राय म्हणून आहेत; पण बाकी सगळ्यांची नावं वैपेही, अओ, लुशाय अशी आहेत आणि एक अगदी परदेशी वाटणारं नाव म्हणजे थांग्रीखुमा. के.डी.ला शंकाच नव्हती की, त्या सगळ्यांनाही तो तितकाच उपरा वाटत असणार. त्याला माहीत नाही का; पण त्यांनी त्याला राजा साब म्हणायला सुरुवात केली आहे. त्याला काय विशेष राजसी वगैरे असल्यासारखं वाटत नाही, विशेषकरून वाढलेले दाढीचे खुंट, फुटलेले ओठ, फोड येऊन सुजलेले पाय यासह तर नाहीच. त्या मोठ्या भयंकर प्रदेशाच्या उंबरठ्यावर तो या लोकांच्या बरोबर उभा आहे, जे त्याचे देशबांधव आहेत, तरीही के. डी. यादवला पूर्णपणे एकटं वाटतं. जिंझानांग डोवारा त्याच्या अगदी मागे खेटून उभा आहे आणि के.डी.ला त्याच्या घामाचा वास येतो आहे. के.डी. आपली पॅक खांद्यावर ओढून घेऊन मान खाली घालून चालायला लागतो आणि एकवीस दिवस चालल्यानंतर ते त्यांच्या बेसवर पोहोचतात.

लाकडी केबिन आणि टेंटने बनलेल्या या छोट्याशा वसाहतीमध्ये एकशे साठ लोक राहतात, ते सगळे आसाम रायफल्सचे आहेत. आर्मीचे दोन लेफ्टनंट्स आणि एक डेप्युटेशनवर आलेला कॅप्टन आहे. ''आमच्याकडे सध्या ऑफिसर्स कमी आहेत,'' तो कॅप्टन के.डी.ला म्हणतो. ''पण सध्या दिवस कठीण आहेत.'' त्या कॅप्टनचं नाव खंदारी आहे आणि तो गढवालच्या पर्वतांमध्ये लहानाचा मोठा झाला आहे; पण त्याला हे डोंगर आवडत नाहीत. तो म्हणतो, ''गढवालमध्ये त्या पर्वतांमध्येही एक आत्मा आहे. इथे हे पर्वतही जंगली आहेत.'' के.डी.ला हसू येतं, तो म्हणतो की, हे तेच पर्वत आहेत, त्याच पर्वतरांगेच्या साखळीतून उपखंडावरून पूर्वेकडून पश्चिमेला जाणारे; पण तरीही खंदारी ते मान्य करत नाही. के.डी.ला समजतंय की, कॅप्टनला नक्की काय म्हणायचं आहे. त्यांच्या पायाखाली असलेल्या दऱ्या या काही प्रमाणात परदेशच आहेत. त्याला माहीत असलेल्या ठिकाणांपासून त्या खूपच दूर आहेत. कॅप्टन खंदारीने नुकत्याच झालेल्या युद्धातील अगदी उत्तरेला लडाखच्या बाजूला झालेली लढाई पाहिली आहे. तो नेहरूंचा प्रचंड तिरस्कार करतो. त्याच्या मते, सगळी माणसं जी युद्धात मारली गेली, ती दारूगोळा नसल्याने, पाठिंबा नसल्याने आणि काही आशाही

नसल्याने मेली. कॅप्टन खंदारी दररोज संध्याकाळी आर्मीतून मिळालेली भरपूर रम पितो, नंतर तो आणि दोन लेफ्टनंट, रस्तोगी आणि डाकुन्हा मिळून कॅप्टनच्या हटमध्ये पत्ते खेळतात. के.डी. त्यांच्यात सहभागी होतो; पण त्यांच्या जुगारात आणि पत्ते फेकण्यात सहभागी होण्यास नकार देतो; पण त्यांच्या मद्यपानात महाभागी होतो. पर्वतांमुळे आणि अभेद्य अंधारामुळे जगापासून तोडले गेल्याची भावना येते, जे एकटेपण येतं, ते रममुळे नाहीसं होतं. शेकोटी पेटवलेल्या केबिनमध्ये बसलं की, उबदार, उत्साहपूर्ण वाटतं आणि गप्पा माराव्याशा वाटतात. चार रात्रींच्या सहवासातच, के.डी. त्याच्या सगळ्या नवीन मित्रांना ओळखू लागतो. त्याच्या जवळच्या मित्रांपैकी डाकुन्हाचं अभिनेत्री साधनाबद्दलचं वेड, तिच्या मोठ्या पार्श्वभागाचं आकर्षण त्याला माहीत आहे. रस्तोगीला विचित्र गणिती माहिती, कोडी आणि युक्त्या माहीत आहेत. त्याने रात्री खूप उशिरा खंदारीचं बरळणं ऐकलं आहे आणि मुश्किलीने समजतील अशा ओसाड उंच पठारांवरच्या भीतिदायक माघार घेतल्याच्या कहाण्या ऐकल्या आहेत. जेव्हा के.डी. जायला उठतो आणि अडखळत त्याच्या स्वतःच्या कपाटासारख्या हटकडे निघतो, त्याला परेड ग्राउंडच्या कडेने विझत आलेल्या शेकोट्या आणि रांगेने असलेल्या टेंटच्या सावल्या दिसतात; त्या त्यांच्या मागे, काळ्याकभिन्न खडकाच्या भिंती थंड आणि चांदण्याने भरलेल्या आकाशाखाली उभ्या असतात.

पाचव्या दुपारी, के.डी.ला या कमांड टेंटपर्यंत पोहोचण्यासाठी जी लांबचलांब पायपीट करावी लागली, त्यामुळे आलेला थकवा गेल्यासारखा वाटला. इथे येऊन त्याला त्याच्या नोकरीतल्या अशक्यातांना तोंड द्यायचं होतं. त्याला या भागातल्या चीनच्या अस्तित्वाचा तपास करण्याचं प्राथमिक काम देण्यात आलं आहे आणि इथे खबऱ्यांचं जाळं तयार करून माहिती गोळा करायची आहे, खात्री करायची आहे की, चीनी सैन्याने इथून माघार घेतली आहे आणि ते अजून काही मोहिमा करत नाही आहेत, तसंच त्याला चीनचा भविष्यातला हेतू काय असेल आणि या संवेदनशील भागातील इतर छोट्या-मोठ्यांचे हेतू काय आहेत हे बघायचे आहे. के.डी.ला चीनी लोकांचा काही गंध नाही किंवा त्यांची भाषा, इतिहास किंवा राजकारण या कशाची माहिती नाही. त्याला या भागाचा, इथल्या लोकांचा किंवा इथल्या भूगोलाचा कसला अनुभव किंवा माहिती नाही. तो खूप गोंधळलेला आहे; पण तो कॅप्टन खंदारीकडे जातो. त्याला पक्की खात्री आहे की, कॅप्टन खंदारी त्याला कुठून सुरुवात करायची ते सांगू शकेल; पण कॅप्टन नशेत आहे आणि चिडखोर आहे. अखेरीस के.डी.ला इतकं समजतं की, दर आठवड्याला एक गस्तीची तुकडी पाठवली जाते, ते उत्तरपूर्व दिशेने त्याच रस्त्याने चार किलोमीटर जातात. तिथे लहान टेकाडावर एक रिकामा बंकर आहे, त्यात जातात. या भागात युनिटचं अस्तित्व उभं करण्यासाठी आणि गुप्तचर माहिती गोळा करण्यासाठी संपूर्ण युनिटचे इतकेच काय ते प्रयत्न होते. के.डी.च्या चेहऱ्यावर या गोष्टीचा धक्का बसलेला स्पष्ट दिसत होता; पण कॅप्टन खंदारी खांदे उडवून इतकंच म्हणतो, ''तिकडे कोणीही नाही आहे. अगदी कोणीही नाही. चीनी लोक गेले आहेत. भेन्चोद सगळं रिकामं आहे.'' के.डी. शांत आहे. तो काहीतरी बोलण्यासाठी धीर गोळा करत आहे. शेवटी खंदारी मान वर करतो आणि म्हणतो, ''तर तुला काय करायचं आहे?''

तीन दिवसांनी दोन गस्तीच्या तुकड्या के.डी.ने त्याच्या एक इंचाच्या नकाशावरून ठरवलेल्या दोन मार्गांनी जायला बाहेर पडतात. आता के.डी.ला त्या लोकांचा विरोध जाणवतो. त्याच्यामुळे त्यांच्या आरामात व्यत्यय आलेला असतो. तो शांत राहतो. अगदी, त्याचा

मित्र, सुभेदार मराक त्याच्याशी आवश्यकतेपुरते एक दोन शब्द बोलतो. के.डी.ला त्याच्या बेडखाली मेलेला उंदीर सापडतो. रस्तोगी आणि डाकुन्हा दोन्ही गस्तींना सात दिवसांऐवजी तीन दिवसांनीच परत बोलावून घेतात. अर्थातच, ते त्यांना काही आढळलं नाही, असा रिपोर्ट देतात आणि के.डी.ला खात्री असते की, ते पुढच्या डोंगरावर जाऊन तिथे राहिले असतील आणि आराम करून परत आले असतील. एक आठवड्याने तो डाकुन्हा, मराक आणि एक तुकडी यांची एकत्र गस्त ठरवतो आणि स्वतः त्यांच्याबरोबर चालू लागतो. पहिला एक मैलभर त्याचे पाय खूप दुखतात; पण आता त्याच्याकडे चांगले शूज आहेत आणि थोडावेळ चालून सवय झाल्यावर त्याला मजा वाटते. त्याचं वजन कमी झालं आहे आणि त्याला ताकद आल्यासारखं वाटतं आहे. नव्याने शिकलेलं नकाशे वाचायचं कौशल्य वापरात आणता आल्यामुळे तो खूश आहे आणि प्रत्येक थांब्यावर तो त्याच्या दुर्बिणीतून दूरच्या पर्वतरांगा न्याहाळतो आहे. ते लोक त्याला दुर्बिणीतून बघताना त्याच्याकडे कौतुकाने बघत आहेत. डाकुन्हा विशेष सभ्य नाही. के.डी. शांतपणे ते सहन करतो. तो त्याचं काम करतो आहे आणि त्याला त्याचं काम चांगलं करायची इच्छा आहे. त्यांच्या गस्तीच्या चौथ्या दिवशी ते एका दगडी भिंतीच्या आडोशाला मुक्काम करतात. ती भिंत उन्हात चमकत आहे. के.डी. त्याची बॅगपॅक उघडतो आणि एक पुस्तक बाहेर काढतो. त्याला घाई आहे कारण आता अजून सूर्यप्रकाश थोडाच वेळ असेल. तो पुस्तकं किंवा काहीतरी वाचायला मिळावं म्हणून तळमळत होता. त्याने द रिडल ऑफ द सँड्स कधीच वाचून संपवलं आहे, जे NEFAला येताना तो सोबत घेऊन आला होता आणि आता त्याचं वाचन फक्त औषधाच्या बाटल्यांची लेबल्स, आर्मीच्या रेक्विझिशन फॉर्मच्या तळातली छोटी अक्षरं वाचण्यापुरतंच उरलं होतं. आता तेही संपल्यामुळे त्याला भीती वाटू लागली होती जणू काही तो हळूहळू बुडतो आहे. ते गस्तीला निघण्याआधी, त्या कमांड टेंटच्या कोपऱ्यात अन्नपदार्थांच्या आणि सप्लाय फाइल्सच्या ढिगामागे दोन पुस्तकं सापडतात. फार पूर्वी इथून गेलेल्या कोणा ऑफिसरची असावीत, तो ऑफिसरही आता एव्हाना मेला असण्याची शक्यता आहे म्हणून तो आता जिथून तिबेट दिसत आहे, तिथे समोर बसून द बेनहॅम बुक ऑफ पामेस्ट्री : ए प्रॅक्टिकल ट्रीटाइज ऑन द लॉज ऑफ सायंटीफिक हँड रीडिंग हे पुस्तक वाचत आहे. तो प्रत्येक वाक्य समजून घेत अगदी सावकाश वाचतो आहे. कारण, ते त्याच्या लक्षात राहिलं पाहिजे म्हणून प्रत्येक पानावरच्या मूर्खपणावर रेंगाळतो आहे, ज्यात भूतकाळाच्या रेषांमध्ये भविष्याचा आकार शोधून हातावरील मांसल उंचवट्यांचा अर्थ लावता येतो. हे लक्षात राहिलं पाहिजे. कारण, त्याच्या बॅगपॅकमध्ये अजून एक पुस्तक असतं, पामेस्ट्री : द लँग्वेज ऑफ द हँड हे किरोने लिहिलेलं पुस्तक असतं. ते एक इंचाहून कमी जाडीचं आहे आणि मग वाचायला काही उरलं नाही, तर या डोंगरांना तोंड देणं मुश्कील आहे.

मराक अचानक त्याच्यावर वाकतो, त्याच्यावर सावली पडते. मराक पुस्तकाच्या उघड्या पानांमध्ये वाकून बघत आहे ज्यात बेनहॅम हातावरील विविध उंचवटे आणि बोटं यातल्या अंतराबाबत समजावून सांगत आहे. मराक अवाक होतो. तो उकिडवा बसतो, त्याचे हात त्याच्या गुडघ्यांवर ठेवलेले आहेत आणि के.डी.कडे तोंड करून म्हणतो, ‘‘तुम्हाला भविष्य बघता येतं?’’

‘‘हो,’’ के.डी. पटकन म्हणतो. ‘‘हो, येतं ना.’’

मराक त्याचा हात के.डी.च्या चेहऱ्यासमोर धरतो आणि म्हणतो, ‘‘वाच.’’

के.डी. मराकचा खूप उंचवटे असलेल्या हात त्याच्या दोन्ही हातात धरतो आणि त्याच्या भविष्याची कहाणी सांगतो. खरंतर हे अजिबात अवघड नाही आहे. तो बेनहॅमचेच काही विचित्र आदेश वापरतो; पण जास्त करून तो मराकलाच त्याच्या बायकोची तब्येत, भावांबरोबरचे शेतीचे वाद यांबद्दलच्या काळजीबाबत बोलू देतो आणि मग यावरूनच अंदाज बांधून आणि तर्क लावून सांगतो. ''तुझे वडील खूप कष्टाळू होते. मरेपर्यंत ते रोज सकाळ ते संध्याकाळ ते काम करत होते.'' के.डी. मराकला सांगतो. मराक आता त्याच्याकडे आदराने बघत असतो. के.डी.ने हे अगदी संपूर्णपणे ठोकलेलं होतं, यात कोणत्याही बेनहॅमच्या तंत्राचा वापर केलेला नव्हता. मराकने त्याला भविष्यात आनंद मिळेल ना, काही नुकसान होऊ नये म्हणून काही तोडगा मिळावा या उत्सुकतेपोटी विचारलेल्या प्रश्नांमधून काहीतरी दुवे दिलेले होते, त्यावरून फक्त साधा निष्कर्ष काढला होता. के.डी. त्याला हळूहळू विचारत पुढे नेत असतो आणि त्याला जाणीव होते की, इतकंच सांगावं जेणेकरून त्या विषयाची उत्सुकता वाटावी, समाधान आणि खात्री वाटावी; पण तृप्ती वाटू नये. ''आजसाठी पुरे झालं,'' तो अधिकाराने म्हणतो. ''मी आता दमलो आहे.''

''हो सर. मी तुमच्यासाठी चहा आणतो,'' मराक म्हणतो.

आणि तो खरंच चहा घेऊन येतो. दरम्यान, के.डी. त्याच्या समोरच्या डोंगरावर नाट्यमयरीत्या पडणाऱ्या उजेडाचा, लाल आणि काळ्या पट्ट्यांचा अभ्यास करत असतो. चहाचा मग घेऊन तो म्हणतो, ''आपल्याला चायनीज दिसतील.'' तो असं का म्हणतो हे त्याला पक्कं माहिती नाही. तो भविष्य सांगत असतो आणि त्याला चायनीज दिसतील अशी आशा वाटत असते याखेरीज काही कारण नसतं. असं नाही की, तो सामोरा जायला उत्सुक आहे. त्याला त्याच्या शारीरिक धैर्याची अजिबात खात्री नाही आणि त्याच्या पिस्तुलाबद्दलच्या तीन जुजबी ट्रेनिंग सेशन वरून त्याला हे चांगलंच ठाऊक आहे की, त्याचा नेम वाईट आहे; पण चायनीज लोक दिसले तर त्याचं ट्रेनिंग अर्थपूर्ण ठरेल, त्याला शिकवलेलं प्रत्यक्षात आणता येईल आणि शत्रू खरा असेल म्हणूनच तो आजकाल अनेक दिवस कोणाशीही बोलला नव्हता; पण आता त्याच्या तोंडून गेलं, 'आपल्याला चायनीज दिसतील' आणि ते दिसतात. दुसऱ्याच दिवशी दुपारी तीननंतर, थांग्रीखुमा, जो पॉइंट वर आहे, तो आवाज देतो, ''दुश्मन.'' ते पर्वतरांगेच्या कडेला जातात आणि कोरड्या दरीच्या पलीकडे वाकून पाहतात. एका करड्या खडकावर करडे ठिपके विखुरताना दिसतात. थांग्रीखुमाची नजर खूप तीक्ष्ण आहे. के.डी.ला दुश्मन दिसत नाही; पण त्याच्या दुर्बिणीतून त्याला माणसं आहेत इतपत ओळखू येतं. चीनी सैनिकांची एक तुकडीच हळूहळू पश्चिमेला सरकत असते. ते सगळे के.डी. बरोबर उठतात आणि एकमेकांजवळ बसून पाहतात. डाकुन्हा गडबडीने नकाशात बघून म्हणतो, ''ते त्यांच्या बाजूला आहेत. मला वाटतं.'' त्यांची बाजू आपल्या बाजूपासून वेगळी ओळखू येणार नाही : या जागी काही खुणा नाहीत, कुंपण नाही; पण ते तिथे आहेत आणि आपण इथे आहोत.

पुढचे दोन दिवस के.डी. आणि त्याची माणसं पर्वतरांगेवरून चीनी लोकांना समांतर जातात. त्यांच्या नजरेला पडू नये म्हणून ते काळजी घेत आहेत आणि चीनी लोक त्यांना अगदी स्पष्टपणे नव्याने बांधलेल्या चौकीपर्यंत नेतात. खिंडीवर नजर ठेवता येईल अशा प्रकारे तीन बंकर बांधलेले आहेत आणि मोठ्या तोफेसाठी खड्डाही खणलेला आहे. ही खूपच चांगली माहिती हाती लागली; पण त्याच्यावर के.डी.च्या भविष्य सांगण्याची जास्त छाप

पडली आहे, याचं श्रेय ते त्याच्या चातुर्याला किंवा प्रशिक्षणाला किंवा रणनीतीच्या ज्ञानाला देत नाहीत, तर त्याच्या गूढ अंतर्ज्ञानाला देतात. त्यांच्यातला प्रत्येक जण त्याच्याबरोबर येतो आणि लवकरच त्याची त्यांच्या आयुष्याशी जवळीक निर्माण होते; जसे ते त्याच्या जवळ येऊ लागतात, तसे फक्त त्यांच्या बाह्य जीवनाशी जवळीक होत नाही, तर त्यांच्यातल्या भीती, वारंवार येणारे विचारही तो आता समजू शकतो. अगदी डाकुन्हाही शरण येतो म्हणून मग जेव्हा ते बेसवर परत येतात, तेव्हा त्याला डाकुन्हाच्या मतिमंद बहिणीबद्दल आणि त्याच्यासाठी पणजीमध्ये वाट बघणाऱ्या व्हायोलेटबद्दल माहिती असतं. ते बेसवर येण्याआधी शेवटच्या मुक्कामी जेव्हा गाशा गुंडाळत असतात, तेव्हा मराक के.डी.ला त्याच्या स्लीपिंग बॅगची घडी करायला मदत करतो आणि विश्वासाने स्मितहास्य करतो. तो म्हणतो, ''साब, पहिल्या दिवशी खूप मोठी चर्चा झाली होती. सगळ्यांचं असं मत पडलं होतं की, तुम्हाला कड्यावरून ढकलून देणं खूप सोपं आहे. नवीन ऑफिसर पडला, तो अननुभवी होता, आम्ही काय करू शकत होतो?'' मराक बॅगचे पट्टे घट्ट आवळताना म्हणतो. के.डी. त्याच्याकडे पाहून हसतो; पण तो प्रचंड घाबरला आहे आणि तो अख्खा दिवस दरीच्या कडेपासून लांब चालतो, इतका कडेने की, त्याचा डावा खांदा दगडांना आणि डोंगराच्या खडबडीत भागाला घासतो. त्याच्या स्वतःच्या मृत्यूची शक्यता त्याच्या कधी ध्यानीमनीही आली नव्हती. त्याने स्वतःच्या शरीराचे तुकडे तुकडे होतील, अशी कधी कल्पनाही केली नव्हती. स्वतःच्या यशाच्या कहाण्या सांगताना के.डी म्हणतो की, तो नेहमी जिंकतो, कधी कधी जखमी होतो; पण अद्याप जिवंत आहे; पण इथे या खऱ्या परक्या लोकांनी त्याच्या मृत्यूवर चिंतन केलं होतं. त्यांच्यातल्या काहींनी आधी मारलं आहे आणि पुन्हा मारतील. त्यांच्यासाठी त्याचा मृत्यू ही काही फारशी मोठी गोष्ट असणार नाही. एक धक्का आणि तो मेला असता. तो त्या रात्री त्याच्या केबिनमध्ये अंथरुणात पडतो आणि भीतीने कापू लागतो. त्याला डोळे मिटायलाही भीती वाटते आहे.

त्याला अंधारात जाग येते. तो हात वर करतो; पण तिथे घड्याळ नाही आहे, चमकणारे आकडे नाही आहेत. त्याने उठायला हवं, दाढी, अंघोळ उरकायची आहे, त्याचा रिपोर्ट लिहायचा आहे, कॅप्टन खंदारीला त्याच्या हँगओव्हरमधून जागं करून, त्याला रेडिओवर रिपोर्ट वरच्या अधिकाऱ्यांना सांगायला लावला पाहिजे. किती वाजले आहेत? खूप कामं आहेत. के.डी. पांघरूण बाजूला करतो आणि उठतो. त्याचं डोकं नॉशियाने गरगरतं आणि तो तोंड दाबतो. तो इतका अशक्त का झाला आहे? आदल्या रात्री तो इतकाही दमला नव्हता की, त्याच्या छातीचे स्नायू आखडावेत, या थरथरण्यामुळे तो पुन्हा खाली उशीवर डोकं टेकतो. पांढरं छत त्याला पुन्हा वर्तमानात ढकलतं आणि त्याला त्याच्या कण्हण्यामुळे लक्षात येतं की, तो त्याच्या तारुण्यात नाहीये, उत्तरेला मोकळ्या शिखरांवर कामगिरी छान पार पाडल्याच्या आनंदात नाहीये, तर तो दिल्लीच्या हॉस्पिटलमध्ये कॉटवर पडला आहे. त्याचं चित्त थाऱ्यावर नाहीये.

तो चित्त थाऱ्यावर नसणे हा वाक्प्रचार लक्षात घेतो. जर तुमचं मन हरवलं तर काय उरेल? जर मनच नसलं तरी आपण असू का? त्याला ती गोष्ट आठवते, स्वतःला समजून घेण्यासाठी 'दुसरा मी' असला पाहिजे. जगातल्या मधावर ताव मारणारे पक्षी एक डोळा तुमच्यावर ठेवून बघत असतो; पण जर तुम्ही मनाची रचना, भाषेचे देखावे, तर्काचे आधार, कारण आणि परिणाम यांच्या गोष्टी काढून टाकल्या, तरीही कोणी लक्ष ठेवणारा असेल का?

परमानंद किंवा संवेदनशून्यता? अस्तित्व किंवा अनुपस्थिती? 'सीझर्सच्या राजवाड्यात कोळी जाळं विणतो; अफ्रासियाबच्या मिनारांमधल्या घड्याळातली घुबडं ओरडतात.' त्याच्याबरोबर केलेल्या हिंसेबद्दल त्याला खूप संताप येतो, चीड येते आणि त्याला अचानक धडधडू लागतं. मी माझं काम उत्तम केलं. मला जे सांगितलं होतं, ते मी केलं. स्नायू घट्ट आवळल्याने त्यांचा गोळा होतो आणि तो एक क्षण झटका देतो, त्याच्या नाडीचे ठोके त्याच्या कानात मिश्मी ढोलासारखे वाजत आहेत. तो त्याला बुडवणाऱ्या अंधारात चाचपडतो. मी सुसंबद्ध आहे. मी माझं आयुष्य आठवू शकतो, मी इतिहासातल्या गोष्टी आठवू शकतो. मी माझं काम NEFAमध्ये शिकलो. शून्यातून गुप्तचरांचं जाळं विणलं, सोर्सेस, सेल्स आणि मार्ग निर्माण केले. माझ्या इतर कोणत्याही सहकाऱ्यापेक्षा मी उत्तम काम केलं, मी अधिक मेहनत केली आणि जोखीम उचलली आणि इतर कोणाहीपेक्षा अधिक मनापासून काम केलं. कारण, मी यादव होतो आणि मी तसं करणार नाही, असं त्यांना वाटत होतं. त्यांच्यातल्या काहींना माझ्याबद्दल तसं वाटलं, ते मला माहिती आहेत. ते ब्राह्मण होते आणि ओबीसी लोकांबद्दल त्याची आपली ठाम मतं होती. मी हे कोणाजवळ कधी बोललो नाही, अगदी ब्लडी माथुरलासुद्धा. मी फक्त काम केलं. NEFAनंतर नक्षलबारीमधली भाताची शेतं होती, जिथे मी एक व्यापारी म्हणून गेलो आणि पोलिस, न्यायाधीश, जिल्हाधिकारी यांचे मारेकरी शोधून काढले. तिथे मी भ्रामक कल्पनांच्या आहारी जाऊन जी मुलं कोलकत्यातील त्यांची सुखासीन मध्यमवर्गीय घरं मागे सोडून इथे बंड करायला आली होती, त्यांचा पाठलाग केला. मी त्यांच्यातल्या एकाला मारलंदेखील. हा भावी माओवादी मला ठार मारण्याचा प्रयत्न करत होता. मला अजूनही त्याचं नाव आठवतं, चंदर घोष आणि मी जेव्हा त्याच्या कपाळावर गोळी झाडली, तेव्हा त्याच्या कानातून उसळणारं रक्तही आठवतं. मी अगदी जसेच्या तसे केरळमधलं ऑपरेशन आठवू शकतो. कम्युनिस्ट पक्षाच्या विरुद्ध, त्यांच्या निवडणुकीत मतं मिळवण्यासाठी केलेल्या कामाविरुद्ध, त्यांचा प्रसार, कारस्थानं आणि एकूणच त्यांच्या पायाभूत रचनेच्या विरुद्धचं ऑपरेशन. नेहरूंच्या मुलीसाठी आम्ही हे केलं, बऱ्यापैकी बेकायदेशीर होतं; पण आम्ही आनंदाने केलं. कारण, आम्हाला माहीत होतं की, या पक्षांना त्यांची विचारधारा आणि मार्गदर्शन कुठून मिळतं आणि या पेकिंग, मॉस्कोतून चालवल्या जाणाऱ्या टोळ्यांना परतवून लावत आम्ही तटबंदीसारखे उभे होतो. नंतर मी पूर्व पाकिस्तानमध्ये होतो, पंजाबी स्वामित्वाला सोडून पळून गेलेल्या बंगाली सैनिकांची चौकशी करत होतो. मी जी माहिती जमवली, त्यामुळे संपूर्ण विमानतळ बॉम्ब हल्ल्यात उद्ध्वस्त झालं. बांगलादेश नंतर मी दिल्लीला परत आलो. परदेशी राजदूतांबरोबर डावपेच, दूतावासातल्या कर्मचाऱ्यांबरोबर जेवणं खाणं, हळूहळू विकसित केलेले संबंध आणि अखेरीस त्यामुळे हाती लागलेली असंबद्ध माहिती. नंतर लंडन, पंजाब आणि मुंबई. सततची दीर्घ लढाई आणि त्यातले छुपे व लक्षातही न येणारे विजय. माझं आयुष्य या धकाधकीतच गेलं. मी काम केलं. मला प्रत्येक वेळी दिलेले पैसे, प्रत्येक सोर्स आणि दुश्मनांनी केलेला प्रत्येक हल्ला आठवतो. मी प्रत्येक वेळी प्रतिकार केला म्हणून हा भारत आजही उभा आहे.

के.डी. अंधारात श्वास घेण्यासाठी धडपडतो. त्याने लग्न केलं नव्हतं. त्याचे सहकारी म्हणत, 'के.डी.चं नोकरीशीच लग्न झालंय.' त्यांच्यातल्या बहुतेकांची लग्नं झाली होती. त्यांची परिवार, मुलंबाळं, नातवंडं होती. तो एकटा होता, एकटा आहे. त्याने स्त्रिया उपभोगल्या, अनेक भल्याबुऱ्या स्त्रिया त्याला माहिती आहेत. तो प्रेमातही पडला आहे आणि

त्याने सेक्ससाठी पैसेही मोजले आहेत. त्याची मित्रांच्या नातेवाइकांशी लग्नाच्या स्पष्ट उद्देशाने ओळखही करून दिली जायची. त्याला लग्न म्हणजे चांगली गोष्ट आहे, असं वाटतं आणि तो त्याच्या फायद्यांविषयी वाद घालू शकत नाही. ब्लडी माथुर एकदा संतापून आणि कळकळीची विनंती करत म्हणाला, ''आपण नाहीतर कशासाठी काम करतोय? जर आपल्या मुलांसाठी किंवा त्यांच्या भविष्यासाठी नाही, तर कशासाठी?'' यावर के.डी. काही बोलू शकला नाही. त्याच्या मित्राला समाधानाचं पोट सुटलं आहे, त्याची बायको हलकेच कुजबुजते, त्याची पाच वर्षांची मुलगी अंजली कार्पेटवर पऱ्यांच्या गोष्टीच्या पुस्तकात डोकं खुपसून बसलेली असते, या सगळ्याशी तो असहमत नव्हताच. तरीही त्याचे मित्र त्याच्यासाठी जी स्थळं आणत, त्यांना तो हो म्हणू शकत नव्हता किंवा काही समाधानकारक स्पष्टीकरण देऊ शकत नव्हता. त्याला नक्की काय हवं आहे, याचं कल्पनात्मक वर्णन करू शकत नव्हता. माथुर विचारतो, ''तुला काय हवं आहे? काय? काय?? तू कोणत्या हिरोईनची वाट बघतो आहेस?'' के.डी. त्या स्त्रीचं नाव सांगू शकत नाही किंवा तिच्यात काय दहा गुण हवेत ते सांगू शकत नाही की, ज्यामुळे त्याच्या आतून हा नकार आपोआपच बाहेर पडतो.

के.डी. त्यांच्या हॉस्पिटलमधल्या बेडवर पडून आहे आणि त्यांना आश्चर्य वाटतं की, ते खरंच कशाची वाट बघत होते. आता खूप उशीर झालाय, आता मी एकटाच मरणार. त्यांच्या वडिलांनीही जोडीदार असण्याच्या सुखाबद्दल त्यांना सांगितलं होतं; पण माँ खरंच त्यांची जोडीदार होती? माँचा साधेपणा, लाजाळूपणा, सततचा घुंगट, तिचा अबोलपणा आणि न संपणारं घरकाम. तिने तिच्या नवऱ्याला गरिबीतून वर येण्यासाठी धडपडताना मदत केली. ती तिच्या नातेवाइकांना मोठ्या अभिमानाने नवऱ्याच्या पीटी मास्तरच्या नोकरीबद्दल सांगायची. त्यांच्यासाठी रोज घरून अगदी फुटबॉल ग्राउंडच्या शेजारी असलेल्या छोट्या ऑफिसमध्ये स्वतः गरम जेवण घेऊन जायची. त्यांच्या आवडीचे पदार्थ पाच कप्प्यांच्या डब्यात भरलेले असायचे; पण तिला त्यांच्यासोबत इंग्लिश भाषेच्या परकीय प्रांतात जाता आलं नाही आणि तिच्या आयुष्याच्या शेवटपर्यंत ती फोन आणि रिमोट कंट्रोल, परदेशांमधली खरीखुरी अंतरं, जगाचा आकार यांच्यामध्ये गोंधळतच राहिली. भविष्यातल्या खेळाडूंचा प्रशिक्षक राजिंदर प्रेम यादव आणि साधीसरळ स्नेहलता यांचं लग्न लहान वयातच झालं होतं आणि ते के.डी.च्या वैशिष्ट्यपूर्ण आयुष्याचे दोन भाग झाले होते. वडिलांचे त्यांच्या पांढऱ्या बनियनमधून दिसणारे सावळे तुकतुकीत खांदे, घामाने निथळत असणाऱ्या मुलांना ओरडत सूचना देणारा त्यांचा आवाज, त्यांचं अवघडून कचरत बोललेलं इंग्लिश, त्यांचा कडकपणा, रशियातल्या खेळाडू प्रशिक्षणाबाबत त्यांना वाटणारं द्वेषयुक्त आकर्षण आणि माँ... तिचे हात बेसनाने माखलेले, तिचे अनेक सणवार, उपासतापास आणि एकापाठोपाठ सुरू असलेले समारंभ, तिच्या पदरामागून तिचं भुरळ पाडणारं हसू आणि त्या अडाणी बाईला तिच्या मुलाच्या शैक्षणिक कामगिरीबद्दल वाटणारा अभिमान. पापा आणि माँ अनेक दशकं एकत्र होते. त्यांनी त्यांच्या सहचर्याच्या काळात एकमेकांशी त्यांच्या बेडरूममध्ये रात्री उशिरा काय गप्पा मारल्या असतील? ते एकमेकाला दिवसाच्या उजेडापासून आणि रात्रीच्या अंधारापासून वाचवू शकले का? के.डी. शहारतो आणि त्याला आठवतं, एकदा दुसऱ्या शाळेच्या दोन मुलांबरोबर मारामारी झाल्यावर, दुखरा जबडा आणि खिशापाशी फाटलेल्या सेंट झेव्हियर्सच्या शर्टानिशी पळत पळत घरी गेला. माँने त्याला जवळ घेतलं आणि त्याने अगदी नको नको म्हणत तिला दूर लोटेपर्यंत हळदीचं पोल्टीस लावलं. पापा अगदी पहाडासारखे ताठ उभे राहिले आणि

त्यांनी के.डी.ला त्या मुलांना शोधून ठोकायला सांगितलं. ते म्हणाले, ''पुढच्या टर्मपासून आपण शाळेत खेळ म्हणून बॉक्सिंगही सुरू करू. तुला स्वतःचं रक्षण करता आलं पाहिजे.'' त्या रात्री माँ त्याच्यासाठी ओव्हलटीनचा ग्लास घेऊन आली होती आणि त्याला त्या सरकारी शाळेतल्या आडदांड आणि हूड मुलांकडे दुर्लक्ष करायला सांगितलं होतं. ''तू इतक्या चांगल्या शाळेत जातोस म्हणून ते तुझ्यावर जळतात. त्यांच्याकडे लक्ष देऊ नको. बेटा, मेहनत कर आणि तू खूप पुढे जाशील. असल्या मूर्खपणामध्ये पडू नको.'' ती म्हणाली होती. माँला वाटायचं की, के.डी.ने वर्गात नेहमी पहिलं यावं. ते जरी शेतकरी कुटुंबातले होते, तरी तिला तो खूप शिकेल, अशी आशा होती आणि त्याच्या भविष्यावर विश्वास होता.

आणि के.डी. आज त्या भविष्यात आहे, कशाचाही आत्मविश्वास नसलेला, मानेत किंवा डोक्यात होणाऱ्या वेदनेबाबतही खात्री नसलेला, त्या वेदनेने पोखरून गेलेला; पण हे सगळं आता वर्तमानात होत आहे का भूतकाळातल्या आठवणीत याची पुसटशीही कल्पना नसलेला आणि आता त्याच्या शारीरिक व्याधीनंतर, के.डी.ला समजलं आहे की, त्याने आजवर जे पाहिलं, तो वेताळ होता. एखाद्याच्या सशक्त हातात धरलेला दगड म्हणजे कवटीमध्ये घातलेलं भूत असतं, ते भास म्हणजेच वास्तव असतं. भविष्य म्हणजेही आभास असतो; पण वर्तमान हा हातातून निसटणारा सगळ्यात मोठा आभास असतो.

के.डी. भिंतीवर सरकणाऱ्या सूर्याकडे पाहत राहतो. तो त्या केशरी लालसर रंगांबद्दल विचार करतो. आता तो वरवर जाताना रंग फिकट पिवळा होत चालला आहे. रंग अशी काही गोष्ट नसते. जगाभोवती आणि त्याच्या डोळ्यांच्या पातळ पटलाच्या आत आणि आरपार फोटॉन्स फिरत असतात. आकाशातल्या ताऱ्यांप्रमाणे इलेक्ट्रीकल आणि केमिकल घटना घडतात; पण रंग वगैरे असं काही नसतं. एक नर्स खोलीत येते, त्याला टोचते आणि त्याच्याशी बोलते; पण तो लक्ष देत नाही. तिच्याकडे दुर्लक्ष करणं खूप सोपं आहे आणि तिने त्याच्या दंडात खुपसलेली बारीक सुई म्हणजे निव्वळ सुटी माहिती आहे जी त्याच्या जाणिवेच्या जाळ्यातून जाते आहे; ती प्लास्टरवरच्या रंगाइतकीच खोटी आहे. ती आता विशिष्ट केरळच्या पपईच्या देठाभोवतीच्या रंगाची आहे. ही तीच पपई आहे जी के.डी.ने जून १९७७मध्ये इदुक्कीला एका डाक बंगल्यात खाली होती. ती पपई त्याला भेट म्हणून दिलेली आहे, काहीशा उग्र वासाची आणि त्याचा गर हातातून गळत आहे. ती या भिंती इतकीच खरी आहे, ही पांढरी भिंत आता मळकट दिसू लागली आहे. नंतर त्याला दिसतं की, त्या भिंतीचा खालचा भाग गडद आहे.

हा गडदपणा किंवा अंधार रात्रीचा अंधार नाहीये, त्याच्या दृष्टीचा अभाव आहे. भिंतीचा खालचा भाग दिसत नाहीये, जणू काही के.डी.च्या डोळ्यांना खालच्या बाजूला पट्टी बांधली आहे. त्याने जर डोकं मागे पुढे केलं, तर त्याला भिंतीच्या दिसणाऱ्या आणि न दिसणाऱ्या भागाची सीमा वर-खाली करता येते आहे; पण जर तो खिडकीकडे किंवा अन्य कोणत्या दिशेला कॉरिडोअरकडे जाणाऱ्या दरवाजाकडे वळला, तर मात्र त्याची अर्धी दृष्टी नसणं तसंच राहत आहे. त्याला खिडकी किंवा दरवाजा अर्धाच दिसत आहे. हा विषुववृत्तीय अक्षांशानुसार दृष्टिदोष आहे. जगाच्या खालची बाजू दिसत नाही आहे.

जेव्हा तो या नवीन लक्षणाबद्दल नर्सला सांगतो, तेव्हा सगळा स्टाफ कामाला लागतो. त्याला चाकाच्या खुर्चीतून खोलीबाहेर नेलं जातं, तपासलं जातं, टोचलं जातं, मशीनने स्कॅन केलं जातं. त्या दिवशी नंतर डॉ. खरास थोडक्यात सत्य सांगतात. ''तुमचा सिटी स्कॅन अजून

एक व्रण दाखवतो आहे, छोटासा, इथे. आम्हाला वाटतं की, व्हिज्युअल कॉर्टेक्सला इजा झाली आहे.'' ती मानवी मेंदू कापून त्याच्या भागांना ठळक करून नावं दिलेल्या आकृतीकडे खूण करत म्हणते. ते रंग खूप छान आहेत, सेरेब्रल कॉर्टेक्सला आकाशी, थॅलॅमसला गडद लाल. ''ट्युमरमुळे होणाऱ्या इजेमुळे स्कोटोमा होतो आहे. तुमच्या दृष्टीचा काही भाग अंधारा होतो आहे. तुम्हाला मी इतकंच सांगू शकते. तुम्हाला काल रात्री काही जाणवलं का? मळमळ? वेदना?''

के.डी.ला तिला सांगायचं आहे की, डॉक्टर, जसं मी डोंगरावर चढायची धडपड केली, तसं थंड हवेने माझा गळा कापला जातो आहे, असं वाटलं. बुटांमध्ये माझ्या पायावरचे फोड फुटत आहेत, असं वाटलं; पण के.डी. म्हणाला, ''नाही. काहीच नाही.''

तिने मान डोलावली आणि ती तिच्या नोटपॅडवर काहीतरी लिहिते. ही डॉ. अनाइता खरास अडतीस वर्षांची आहे. ती विवाहित आहे. तिला दोन मुलं आहेत. डॉ. खरास आणि तिचा नवरा, दोघंही दिल्लीतच जन्मले आणि लहानाचे मोठे झाले. अंजलीने थोडी तिची पार्श्वभूमी तपासली होती. त्या दोघी, अंजली आणि अनाइता, एकमेकींपासून सावध आहेत, चटकन रागावणाऱ्या; पण के.डी.ला दिसतंय, त्या दोघींमध्ये किती साम्य आहे, त्याची कार्यक्षमता, कपड्यांची जाणीव, त्या जिथे जातील तिथे असणारा त्यांचा आग्रहीपणा आणि स्त्रिया म्हणून त्यांची प्रतिष्ठा आणि स्वातंत्र्य राखण्यासाठी दररोज पुरुषांच्या टीकेला, आक्रमतेला तोंड देत जे काम करावं लागतं त्यातलं साम्य. ''तुमच्या हालचाली होण्यात जो अडथळा आहे, त्याबाबत आम्ही फारसं काही करू शकत नाही, याचा आम्हाला खेद आहे,'' डॉ. खरास म्हणते. ''अशी कोणतीही सर्जरी किंवा ट्रीटमेंट नाही, ज्यामुळे हे बदलू शकेल. या रचनेतल्या बऱ्याच गोष्टी आम्हाला समजत नाही आहेत.''

''मला समजतंय,'' के.डी. म्हणतात. ''पण हे अजून त्रासदायक होईल का?''

''ते सांगणं अवघड आहे. सर्व ट्युमर्समध्ये, ग्लिकोमाबाबत खूप कमी सांगता येतं. कधी कधी आपोआप कमी झाल्याच्या नोंदी आहेत. आम्ही आमच्या परीने खूप प्रत्यत्न करू, त्यामुळे तुम्ही काळजी करू नका.''

पण त्यांना सहानुभूती किंवा आराम नको आहे. त्यांचा प्रवास कोणत्या दिशेने सुरू आहे, हे त्यांना माहीत आहे. त्यांना टक्केवारी, आकडे माहिती करून घायचे होते. हे मन किती काळ चालेल, किती लवकर बंद पडेल? तिच्याकडे याचं उत्तर नाही. ती त्यांना आराम करण्याबाबत, निराश न होण्याबाबत आणि उभारी न सोडण्याबद्दल थोडं स्पष्टपणे लेक्चर देते. ते तिच्यासाठी हसतात. ती त्यांना आवडते. जेव्हा ते संस्थेत रुजू झाले, तेव्हा तिथे एकच पारसी होता. मुसलमान नव्हते. अजिबात नव्हते, अगदी एकही नाही. ते या गोष्टीचा विरोध करायचे, एका असहिष्णू संस्थेने एका सहिष्णू देशाचं रक्षण करावं, यापेक्षा काय मोठा उपरोध असू शकतो आणि सामाजिक दर्जाबाबत अयोग्यपणा असल्याबद्दल बोलून दाखवायचे; पण वरच्या वयस्क लोकांना यात खूप मोठी जोखीम वाटायची. हिताचा प्रश्न होता, त्यामुळे ही जोखीम अजिबात न्याय्य नव्हती. के.डी. नेहमी म्हणत की, विचार करा की, आपण कोणाशी लढतो आहोत. दुश्मन. शत्रूशी. ते तिथे होते आणि आपण इथे आहोत. ते आणि आपण.

डॉ. अनाइता आणि तिच्यामागून इंटर्न आणि नर्सेसचा ताफा जातो. के.डी. बेडमध्ये उठून बसतात आणि त्यांच्या हाताला टोचलेल्या नळीतून मोत्यासारखा एकेक थेंब गळताना

पाहत राहतात. त्यांना आता अंजलीचा प्रश्न आठवतो, 'तीन साधू का? गायतोंडे त्यांना शोधायचा प्रयत्न का करत होता?' के.डी. त्यांच्या संस्थेबरोबरचे गायतोंडेचे संबंध आठवत जातात. जेलमध्ये पहिल्यांदा संपर्क, संभाषणं, झालेलं मतैक्य आणि नंतर त्याला दिलेली कामं आणि मदतीचा व्यापार. तो आवश्यक होता. गुन्हेगारीच्या मार्फत जगाचा नाश होतो आहे, कोड्यात पडलं आहे आणि सडून गेलं आहे. पाकिस्तानी आणि अफगाणी वीस कोटी डॉलर्सचा हेरोईनचा व्यापार करतात, ज्यातला काही भारतामधून होतो; दिल्ली आणि मुंबईतून टर्की, युरोप आणि अमेरिकेला. आयएसआय आणि जनरल्स त्या व्यापाराच्या बळावर गब्बर होतात. शस्त्र आणि मुजाहिदीन योद्धे खरेदी करतात. गुन्हेगार त्यांना दळणवळणासाठी मदत करतात, माणसं, पैसा आणि शस्त्रास्त्र बॉर्डरपार नेतात-आणतात. राजकारणी लोक गुन्हेगारांना संरक्षण देतात, गुन्हेगार त्यांना बळ आणि पैसा पुरवतात, हे अशा प्रकारे चालतं. दुश्मन अशा असंतुष्ट भारतीय गुन्हेगाराला, सुलेमान इसाला त्याचा जन्म झाला त्याच शहरात बॉम्ब पेरण्यासाठी नेमतात. तो आता या युद्धातला एक मोठा खेळाडू असतो. त्यांच्या गुन्हेगारांशी लढण्यासाठी आपल्याला आपल्या स्वतःच्या गुन्हेगारांची गरज असते. लोहा लोहे को काटता है! गुन्हेगारांना त्यांच्या शत्रूंची चांगली माहिती असते आणि म्हणून गायतोंडे पांढरा टी-शर्ट, पांढरा पायजमा आणि निळ्या बाथरूम स्लीपर घालून जेल सुपरीटेंडंटच्या ऑफिसमध्ये होता. के.डी. ती घटना पुन्हा जगण्यासाठी स्वतः भूतकाळात असल्याची कल्पना करण्याचा प्रयत्न करतो. तो स्वतःचे डोळे बंद करतो आणि त्या दुपारमध्ये जाण्याचा प्रयत्न करतो... त्या काळ्या फाइल्सनी भरलेले शेल्फ असलेल्या आणि काळ्या फ्रेमचा नेहरूंचा फोटो असलेल्या खोलीत. त्याला कळत नाही की, त्याचा श्वासोच्छ्वास जलद का होतो आहे. शांत हो. शांत. नाहीतर तू स्वतःला जास्त इजा करून घेशील. विचार कर. तीन साधू का? के.डी.ला धर्माचा उपयोग वाटत नाही. त्याला गायतोंडेचा धार्मिकपणा म्हणजे एखादा आपल्याला मारेल या कल्पनेने अति घाबरलेल्या माणसाने घेतलेल्या कुबड्या वाटतं. खूप ताकदवान माणसं, कठोर माणसं, जे कंपन्यांचे बॉस असतात, त्याना मृत्यूचा सामना करता येत नाही. मृत्यू म्हणजे जाणिवेच्या नाजूक धाग्याला कात्रीने दिलेला छेद. तो असह्य आहे आणि म्हणूनच अगदी गायतोंडेही, रक्ताळलेला दैत्य, मृत्यूपश्चात जीवनाची स्वप्नं बघायचा. आपल्याला हा अंधकार सहन होत नाही. के.डी. त्याच्या स्कोटोमाचं निरीक्षण करण्याचा प्रयत्न करतो, त्याच्याकडे लक्ष देण्यासाठी; पण तो नाही आहे. अगदी अंधार आहे. माझ्या पापण्यांखाली, उडणाऱ्या माझ्या लाल नाडी खाली हे जे नुकसान झालंय, ते किती अंधारमय आहे.

''हो, ते डॅडींचं हस्ताक्षर आहे,'' अंजलीची आई तिला सांगते. अंजलीला तिच्या बाबांचं एक जुनं युनिव्हर्सिटीमधलं इतिहासाचं पुस्तक सापडलं आहे आणि ती पुस्तकाच्या समासात बारीक अक्षरातल्या निळ्या पेनाने लिहिलेल्या नोट्स आणि शब्दांखाली मारलेल्या रेघांकडे बघत आहे. ब्लडी माथुरला जाऊन जवळपास एक वर्ष झालं; पण त्याच्या मुलीसाठी तो रोज तिथेच तिच्याजवळ असतो, तो दूर असल्यामुळे त्याची प्रतिमा मोठी भासते. तिचे अतिशय गूढ वडील, जे इथे नाही आहेत. तिला सांगण्यात आलंय की, ते 'काही काळासाठी गेले आहेत,' ते 'टूरवर आहेत.' संस्थेमध्ये, असं मानलं जातंय की, त्याला ज्यांना तो रिक्रूट करण्याचा प्रयत्न करत होता, त्याच शीख अतिरेक्यांनी पळवून नेलं. अतिरेक्यांनी त्याच्यावर हुशारीने मात करून हल्ला केला होता आणि कदाचित त्याचा छळ करण्यात आला आणि नंतर ठार मारण्यात आलं. काही लोकांना असं वाटतं की, त्याला फितवलं आणि तो हल्ला वगैरे

सगळं एक नाटक त्याने स्वतःसाठी घडवून आणलं; तो एव्हाना बॉर्डर पार गेला आहे; पण अंजलीशिवाय कोणीही त्याच्या परत येण्याची अपेक्षा करत नाही. तिला असं सांगितलं गेलंय की, 'तो कामासाठी बाहेर गेला आहे.' के.डी.ला हे खोटं बोलणं अजिबात आवडत नाही. कारण, प्रत्येक वेळी घरी फोनची रिंग वाजली की, अंजलीच्या डोळ्यांत त्याला एक अपेक्षा दिसते... जेव्हा कधी पोस्टमन गेटपाशी खुडबुड करतो, तेव्हा ती इतकी झटक्यात उडी मारून उठते; पण ती अकरा वर्षांची आहे आणि तिच्या आईला वाटतं की, तिचे वडील बाहेर गेले आहेत, इतपतच तिला समजू शकेल, सहन होऊ शकेल. के.डी.ला माहीत आहे की, लहान मुलांना भीतीचा रोजच सामना करावा लागतो. मोठे लोक ज्या गोष्टींपासून दूर पळतात, ज्यांना नकार देतात, अशा अनेक गोष्टींमधून ती मुलं रोजच जात असतात. वडील परत येतील या अपेक्षेपेक्षा, त्यांची अशी वाट बघण्यापेक्षा अजून भीतिदायक ते काय असणार? पण त्याला इथे काही बोलायचा अधिकार नाही. त्याने खूप काळजी घेतली पाहिजे. रेखा त्याच्यासाठी चहा ओतत आहे. मृत नवऱ्याचा जो मित्र लंडनहून परत आला आहे, त्याचं आदरातिथ्य ती अतिशय औपचारिकपणे करते; पण के.डी.ला माहीत आहे की, आता इथे प्रेम, माया काही उरलं नाहीये. ती नेहमीच नम्रपणे वागत आली आहे; पण एक अंतर ठेवून. तिच्या चांगल्या शिष्टाचाराच्या मागे जातीची मोठी ढाल असण्याची खूप दाट शक्यता आहे. जर तो काही चुकीचे बोलला, तर त्याला इथून हद्दपार करण्यात येईल, अंजलीपासून खूप दूर आणि कायमचं. त्याला हेही माहीत आहे की, ही शिक्षा तो सहन करू शकणार नाही. के.डी.चे आता जगात काही बंध उरलेले नाहीयेत. त्याचे पापा, माँ या जगात नाहीत आणि त्याचा बिहारमधल्या त्याच्या नातेवाइकांशी फारसा संपर्कही नाही. त्याला कोणीच नाही; पण ब्लडी माथुरने नेहमी त्याचं आपल्या घरी स्वागत केलं आणि के.डी.ने अंजलीला ती अगदी लहान असल्यापासून तिला मोठं होताना बघितलं आहे. तीही त्याला ओळखते, तिच्या आयुष्यात नेहमीच त्याचं अस्तित्व राहिलं आहे. के.डी.ला हे समजतंय की, ही छोटी मुलगी ब्लडी माथुर आणि रेखाच्या पोटी जन्माला आली आहे; पण आता ती त्याचीही मुलगी झाली आहे. कसा का होईना तो आता बाप झाला आहे. त्याचा तिच्यावर अधिकार नाही; पण प्रचंड माया आहे. ही युनिफॉर्मचा निळा स्कर्ट घातलेली छोटी मुलगीच आपलं या जगात असण्याचं आकर्षण आहे, हे त्याला माहीत आहे. ती त्याच्याकडे टक लावून बघते आणि तो सावरतो. हे कसं आणि केव्हा झालं, हे त्याला माहीत नाही; पण ते खरं आहे. आता ती त्याने लंडनहून तिच्यासाठी आणलेली इंग्लिश बाहुली हातात घेऊन त्याच्या गुडघ्यांवर रेलते.

''अंकल, ती बोलत नाहीये.''

तिने हातात निळ्या डोळ्यांची, फिकट पिवळ्या केसांची स्ट्रॉबेरीसारखं लालचुटूक हसू आणि लहान आवाजाची बाहुली धरली आहे. के.डी.ला लक्षात येतं की, तिने गेली काही मिनिटे 'ममा' म्हटलं नाहीये. तो ती बाहुली उलटी करतो आणि तिच्या गुलाबी ड्रेसखाली पाठीवर असलेलं एक पॅनेल सैल झालं आहे. तो नखाने ते उघडतो. आतल्या वायर बॅटरीभोवती गुंडाळल्या गेल्या आहेत आणि एक हिरवी चिप लोंबकळताना दिसते. तो विचारतो, ''तू काय केलंस?''

''मला ती कशी चालते ते बघायचं होतं,'' अंजली म्हणते.

के.डी.ला तिच्या मायेपोटी आनंदाने हसू येतं. त्याला एक आंतरिक समाधान, परिपूर्ण असल्याची भावना येते. आजवरच्या कोणाशीही साधलेल्या संवादापेक्षा मुक्त आणि काहीही

राखून न ठेवल्याची अनुभूती येते. ती खुदुखुदु हसते. ''अंकल, तशीही आता मी बाहुल्यांशी खेळण्यासाठी खूप मोठी झाले आहे,'' ती लाडाने म्हणते. ''मी बाहुल्यांशी खेळायचं कधीच बंद केलं आहे. तुम्हाला ना मुलींबद्दल काही माहीतच नाही. मला आता वाचायला आवडतं. तुम्ही मला पुस्तकं आणा.'' आता ते दोघं बरोबरच हसू लागतात, एकमेकांचं हसणं पाहून त्यांना अजूनच हसू येतं. अंजलीची आई काहीशा संशयाने बघते; पण किमान त्या क्षणी तरी के.डी.ला पर्वा नाही आणि तो अंजलीची ही माया दुसऱ्या दिवशीही सोबत नेतो, त्याच्या इस्लामिक फंडामेंटालीझमच्या ऑफिसमध्ये. या बंद, खिडक्या नसलेल्या केबिनमध्ये, तो जगभरातले रिपोर्ट्स एकत्रित करतो, त्यांची संगती लावतो, चाळणी करतो, विश्लेषण करतो. स्त्री-पुरुषांचे समज आणि तिरस्कार असे तुकड्या तुकड्यांमध्ये त्याच्या समोर येतात आणि तो ते तुकडे जोडायचं काम करतो. नंतर तो त्याचा रिपोर्ट लिहितो, पांढऱ्या करकरीत कागदांवर ते टाइप करून घेतो. त्यातून ॲडिशनल कमिशनर, मग कमिशनरना आणि कदाचित पंतप्रधानांनाही ती माहिती पोहोचते. माहिती वर पोहोचते आणि ऑर्डर्स खाली पोहोचतात. कारवाई होते आणि त्यामुळे जी निष्पत्ती होते त्यातून अजून काही अनौपचारिक माहिती मिळते. के.डी.ला नेहमी वाटतं की, तो कोळ्याच्या जाळ्याच्या अशा बिंदूला बसला आहे, जिथून जगाला अनपेक्षित असलेल्या ऊर्जेच्या लहरी एकमेकाला छेदत असतात, फिरत असतात आणि आकार बदलत असतात. त्याने इथे एक तार छेडली, तर दहा हजार मैलांवर एखादा माणूस दरवाजात धपकन कोसळेल. तो एखादा परिच्छेद टाइप करेल आणि दोन आठवड्यांनी तेच शब्द वेगळ्या रूपात गृहमंत्र्यांच्या भाषणात ऐकू येतील. या मळकट दिसणाऱ्या खोलीतून तो सूत्र हलवतो आणि लाखो लोकांचं आयुष्य बदलतं.

पण ब्लडी माथुरला ज्या लोकांनी नेलं, ते काही हाती लागले नाहीत. के.डी.कडे पोलीस रिपोर्ट्स, संस्थेच्या तपास अधिकाऱ्यांनी जागेवर केलेल्या परीक्षणाच्या रिपोर्ट्सनी भरलेली जाडजूड फाइल आहे. संस्थेच्या तपास अधिकाऱ्यांच्या टीम्स त्या घटनेचं परीक्षण करतात आणि पंजाब पोलिसांनी केलेल्या तपासाचेही. माहिती अत्यंत थोडी; पण स्पष्ट आहे : ब्लडी माथुर हरभजन सिंग नावाच्या माणसाला तयार करत होता. हरभजन सिंग दोन वर्षं कॉलेजला गेला होता, त्याला नोकरी नव्हती आणि किरकोळ चोरी केल्याबद्दल त्याला दोन वेळा अटक झाली होती. हरभजन सिंग एका मामुली शेतकऱ्याचा मुलगा होता आणि त्याच्या पंजाब लिबरेशन आर्मी नावाच्या दहशतवादी गटामध्ये ओळखी होत्या. ब्लडी माथुरने अनेक महिने हरभजन सिंगला पैसे चारले, त्याने ते त्याच्या एका जवळच्या मित्राला चारले जो त्या दहशतवाद्यांकडे गेला होता. खूप चांगली माहिती, अगदी खात्रीशीर माहिती हाती लागली होती; पण ती काहीच उपयोगाची नव्हती. पंजाब लिबरेशन आर्मीमधल्या सोर्सने समोरासमोर भेटीसाठी विचारणा केली होती आणि अजून एका असंतुष्ट मित्राला घेऊन येईन, असे सांगितले होते. ब्लडी माथुरने दुपारी जेवण केलं, तो गेला आणि कायमचाच गेला... एक कललेली, उद्ध्वस्त झालेली ॲम्बेसिडर आणि तीन मृत माणसं मागे ठेवून! आता शोध थांबतो, बंद होतो. ब्लडी माथुर गायब झाला आहे, बास.

पण के.डी. तसं होऊ देणार नाही, तो या गोष्टीला पूर्णविराम द्यायला नकार देतो. तो हरभजन सिंग, त्याचं कुटुंब, मित्र यांचा माग काढतो, त्यासाठी काही व्यवहारही करतो. ब्लडी माथुर म्हणायचा, 'जर पैसा नाही, तर लालसा. जर तेही नसेल, तर सुरक्षितता, कुटुंबाबाबतची भीती. कोणीही आणि प्रत्येक माणूस विकत घेतला जाऊ शकतो. तुम्हाला

फक्त त्याची किंमत काय आहे हे शोधता आलं पाहिजे.' म्हणून ब्लडी माथुरने हरभजन सिंगबरोबर रस्त्यावरच्या धाब्यावर तंदुरी चिकन खाल्लं. कारण, शत्रूच्या पंजाबमध्ये कारवाया वाढलेल्या होत्या, पंजाब म्हणजे त्यांची घडामोडींची जागा होती, त्यांच्यासाठी स्वर्ग होता आणि भारतात प्रवेश करण्याचा खूप सोपा मार्गही. अशा प्रकारे ब्लडी माथुर गायब झाला. आता के.डी. त्याच्या फिल्ड ऑफिसर्सच्या मागे लागतो, तो हरभजन सिंगच्या भावाचा पाठलाग करवतो, त्याच्यावर नजर ठेवतो. त्याच्या ओळखीच्या लोकांची माहिती काढायला सांगतो आणि त्यांच्या बँक खात्यांची यादी मागवतो. माणसं, साधनं आणि पैसा वापरून डावपेच आखतो. कारण, आता ते रणांगणात आहेत, के.डी. लढतो. तो ब्लडी माथुरला विसरणार नाही म्हणून हा ग्रेट गेम... मोठा डाव, पंजाबच्या गल्लीबोळात आणि शेतात खेळला जातो.

डाव सुरूच राहतो, तो शाश्वत आहे, तो थांबवला जाऊ शकत नाही. हा डाव स्वतःच एका नव्या डावाला जन्म देत राहतो. के.डी. खेळतो, चांगल्या प्रकारे खेळतो. त्याची स्मृती विशाल आहे आणि तपशिलांबाबत त्याला ऐंद्रिय भावना आहे. फ्रँकफर्टमधल्या प्रवचनकर्त्यांच्या अंधुक फोटोमध्ये दिसलेला काळ्या काचांचा चष्मा सहा वर्षं त्याच्या लक्षात राहतो आणि म्हणूनच तो त्याच माणसाला, पेशावरमध्ये, जगाच्या दुसऱ्या कोपऱ्यात घेतलेल्या फोटोमध्येही ओळखू शकतो, जो फोटो तालिबानी कमांडर एका आयएसआयच्या मेजरबरोबर मीटिंगमधून बाहेर पडताना घेतलेला असतो. के.डी.च्या या संगती जुळवण्याच्या, नावं लक्षात ठेवण्याच्या आणि त्यातून अर्थबोध करण्याच्या अफाट कौशल्यामुळेच संस्थेत आज तो या पदावर आहे. त्याची प्रगती होते. तो आता असिस्टंट कमिशनर आहे, ज्युनियरच; पण त्याचं भविष्य उज्ज्वल आहे. तो पुढे पुढे जातो आहे. चार वर्षांनंतर तो आता बर्लिनमध्ये आहे. या विभाजन झालेल्या शहरात तो इराणी विद्यार्थ्यांना व्हिसा देतो, त्यांच्यासाठी शिष्यवृत्तीची सोय करतो, अफगाणी डॉक्टरांची सहानुभूतीपूर्वक गळाभेट घेतो आणि त्यांना जेवणाचे निमंत्रण देतो. तो तिथूनही अंजलीला पार्सल पाठवतो. ती आता शाळेत झपाट्याने सगळ्या मुलांना मागे टाकून पुढे जाते आहे, अशक्य वाटतील असे मार्क मिळवत आहे. ती बर्लिनबद्दल वाचते आणि तिला दिल्लीत मिळत नसलेलं हिटलरचं आत्मचरित्र आणि इतरही जड जड नावांची पुस्तकं आणायला सांगते.

''पेशंटच्या मेंदूच्या पुढच्या भागात जखमा आहेत,'' डॉ. खरास के.डी.पाशी उभी आहे, नेहमीप्रमाणेच तिच्या भोवती लक्ष देऊन ऐकणाऱ्या इंटर्न्सचा गराडा आहे. ''ग्लिकोमाचे परिणाम मजेशीर आहेत. पेशंटला पुन्हा पुन्हा स्मृतिभ्रंश होतो, ज्यादरम्यान तो अक्षरशः इतरत्र कुठेतरी असतो. सामान्यतः अशा प्रकारचा स्मृतिभ्रंश झालेले पेशंट ते स्वतः घरी असल्याची कल्पना करतात किंवा त्यांना आवडणाऱ्या ठिकाणी. हा पेशंट मात्र तो त्याच्या आयुष्यात ज्या ठिकाणी गेला आहे, तिथे असल्याची कल्पना करतो, जगभरातल्या कोणत्याही प्रकारच्या ठिकाणी.''

त्याला कारण म्हणजे मला कधी घर नव्हतंच डॉ. अनाइता. माझं घर म्हणजे माझ्या कल्पनेतली जागा होती, सुंदर आणि समृद्ध जागा, जी अस्तित्वातच नाही. माझ्या आजवरच्या सर्व प्रवासांत, मी त्याच ठिकाणी जात होतो, भविष्यातल्या त्या शांततापूर्ण देशामध्ये.

''या प्रकारचे पेशंट ज्यांची स्मृती नाहीशी झाली आहे, ते सामान्यतः काल्पनिक आठवणी सांगून विस्मरणाची उणीव भरून काढतात म्हणजे ते आठवणीतल्या अनुभवांच्या संदर्भातील

प्रश्नांना ते चुकीची उत्तरं देतात. अगदी क्षुल्लक बाबतीतले प्रश्न, जसे की, आधीच्या नोकरीचे तपशील, तारखा, ठिकाणं, सुसंगत वाटतील अशी उत्तरं; पण ती चमत्कारिक असतात. पेशंट अशक्य धाडसी आणि भीषण अनुभव वर्णन करतात. मि. यादव? मि. यादव?''

डॉ. अनाइताला तिच्या विद्यार्थ्यांना काही लक्षणांचं प्रात्यक्षिक द्यायचं आहे. के.डी. मानेने खूण करतात. के.डी. तिला ते प्रात्यक्षिक देतील, तिला जे काही हवं असेल ते देतील. ते तिचं देणं लागतात, तिच्या उत्कट कुतूहलामुळे, तिचं कौशल्य, तिच्या कामावरच्या तिच्या प्रेमामुळे ते तिला देणं लागतात. कारण, ती त्यांना आशा देते. त्यांच्या स्वतःच्या जगण्यासाठी आशा नव्हे, तर ते चांगलं जीवन जगले आहेत, त्यांनी आजवर ज्या काही वाईट गोष्टी केल्या त्यांच्यामुळे काहीतरी चांगलं होणार आहे, ही आशा. तिच्यावर त्यांची उमेद आहे.

''मि. यादव, तुम्ही तुमची जन्मतारीख सांगू शकता का?''

त्यांना आठवत नाही. नसू दे; पण त्यांनी तिला नाराज नाही केलं पाहिजे. ते कुठून तरी हवेतून एक आकडा घेतात आणि म्हणतात, ''९ जुलै, १९६८.'' इंटर्न्समध्ये अचानक एक उत्साहाची लहर येते, त्यांच्या डोळ्यात ती दिसते. त्यांना लक्षणं आवडतात, लक्षणं बिघडलेल्या मशीनच्या अंतर्गत कामाचे प्रात्यक्षिक देतात. अवयवातील असाधारणता उलट; पण निर्दोष तर्काने त्याच्या साधारण कार्यपद्धतीबद्दल काही सत्य सांगते. के.डी.ना लक्षात येतं की, १९६८ म्हणजे खूप उशिराची तारीख सांगितली आहे, ते त्याहून खूप मोठे आहेत; पण ९ जुलैला काय घडलं? ती तारीख त्यांच्या मनात घट्ट चिकटून बसते आणि तिच्या धारदार कडांनी मनाला खरवडून काढते. मग त्यांना आठवतं. त्यांना दिसतं. त्यांना नव्याने उद्भवलेल्या अर्धवट दिसण्याने जे अर्धं जग दिसतंय, त्यात के.डी.ना एक गाव जळताना दिसतं. ते आठवणीतल्या कोणत्या तरी अस्पष्ट, अंधुक गावासारखं नाही, तो भासही नाही. ते खरं गाव आहे आणि ते त्यांना दिसत आहे. त्यांना झोपड्यांच्या लाकडी जमिनीखालून ज्वाळा उठताना दिसत आहेत, नवलकोलाच्या हिरव्यागार बागेत एक लाल डोळ्यांची डुकरीण वेदनेने कण्हत आहे, त्यांना बांबूंचा तडतडण्याचा आवाज येतो आहे. आगीमुळे रंग एकदम प्रखर आणि गडद वाटत आहेत, अगदी खऱ्या रंगांसारखे. इतकंच नाही, तर डोक्यात गोळी झाडून मारलेल्या एका काळ्या कुत्र्याच्या तोंडातून गळणारी लाळ आणि त्याच्या मागच्या पायावरचे केसही दिसत आहेत. हे जळून खाक होत असलेलं गाव अगदी खरं आहे. ते या गावाला कधी गेले नाहीयेत; पण हे नक्की काय आहे हे त्यांना माहीत आहे. हे चेझुमी सोंग नावाचं नागालँडमधल्या मोन जिल्ह्यातलं गाव आहे. ९ जुलै १९६८ला आसाम रायफल्सचं एक युनिट कॅप्टन रस्तोगीच्या, दक्षेश रस्तोगीच्या म्हणजे के.डी.चा त्याच्या पहिल्या फिल्ड पोस्टिंगवरचा गणिताची आवड असलेला मित्र, त्याच्या नेतृत्वाखाली इथे आलं होतं. रस्तोगी लेफ्टनंटपासून चढत चढत आता कॅप्टन झाला आहे, थोडा जाड झाला आहे; पण एक चांगला माणूस झाला आहे. त्याला हे माहीत नाही की, तो ज्या माहितीच्या आधारे ती कारवाई करत आहे, ती के.डी.नेच गोळा केली आणि एकत्रित करून वरच्या अधिकाऱ्यांना पाठवली. तो एल. के. लुथुई आणि एम. एसाऊ या दोन नागा बंडखोर नेत्यांच्या मागावर आहे. ते या भागात असल्याची माहिती आहे आणि या गावात त्यांचे नातेवाईक आहेत. रस्तोगीच्या युनिटने मागच्या महिन्यात गोळीबारामुळे आणि जमिनीतील स्फोटकांमुळे सहा माणसं गमावली आहेत. ते हल्ले घडवून आणण्याच्या मागे याच दोन नागांचा हात आहे. गावाची झडती घेतली जाते आणि गावातल्या लोकांची चौकशी केली जाते. कॅप्टन रस्तोगी

दबाव आणतात. गावच्या सरपंचाला इतर मुख्य लोकांच्या बरोबरीने रायफलच्या दट्ट्याने मारलं जातं. ते सगळे या दोघांबद्दल काही माहिती नसल्याचं सांगतात. अधिक दबाव आणला जातो. सरपंचांच्या तीन मुलींना केसाला धरून घराबाहेर ओढत आणतात. त्यांची नावं रोझ, ग्रेस आणि लिली असतात. त्यांच्यावर बलात्कार केला जातो. बावीस स्त्रियांवर अत्याचार होतो आणि गाव जाळलं जातं. तीन गावकऱ्यांना गोळ्या घालण्यात येतात आणि कॅप्टन रस्तोगीच्या रिपोर्टनुसार तीन दहशतवाद्यांना कोंडीत पकडून गोळीबारात मारलं आहे आणि त्या गोळीबारामुळे गावाला आग लागून चेझुमी सोंग गाव उद्ध्वस्त झालं आहे. ते दोन नागा बंडखोर, तीन दिवसांनी आठ मैलांवर जंगलात लपलेले असताना पकडून मारले जातात. कॅप्टन रस्तोगीला शिफारस मिळते आणि तो नंतर मोठा माणूस होतो. के.डी.ला ऑफिशियल रिपोर्टमध्ये काय आहे आणि प्रत्यक्षात काय झालं, ते पक्कं माहिती आहे. काहीही झालं, तरी तो गुप्तचर खात्याचा माणूस आहे. जंगल्यातल्या लपलेल्या ठिकाणाची टीप लुइंगमला नावाच्या मुलीने दिलेली असते, हे त्याला माहीत असतं. तिच्या वडिलांच्या डोक्याला रस्तोगीने पिस्तूल लावल्यावर ती त्या ठिकाणाबद्दल सांगून टाकते. हे सर्व तपशील माहिती असणं हेच त्याचं काम आहे. तो तिथे नव्हता; पण त्याला सगळं माहिती आहे. त्याला चेझुमी सोंग गाव दिसतं आहे, अगदी स्पष्टपणे. ते आगीने वेढलेलं आहे; पण लोक कुठं आहेत? त्याला कोणी नागा लोक दिसत नाहीत आणि कोणी सैनिकही. त्याला किंकाळ्या ऐकू येतात. पक्षी त्याच्या डोक्यात कर्कश्य आवाज करत आहेत. आता, एक गोळी झाडल्याचा आवाज, त्याला माहीत आहे की, ही वेबली-स्कॉट.३८ आहे. कॅप्टन रस्तोगी त्या दिवशी तीच बंदूक घेऊन गेला होता; पण या खऱ्या गावात लोक नाही आहेत.

''ते गाव जळतंय,'' के.डी. पुटपुटतो.

इंटर्न्स आता जवळ झुकतात. डॉ. खरास लक्ष देऊन ऐकते आहे. ''कोणतं गाव?'' ती विचारते. ''कोणतं गाव?''

के.डी. काही बोलत नाहीत. ते काय बोलणार की, ते गाव तुम्हाला कधी माहितीही नव्हतं? तुम्ही कोणीही जन्मायच्या अगोदर ते गाव नष्टही झालं? ते संपलं आहे; पण ते अजून जळतंय. ते पुन्हा म्हणतात, ''ते गाव जळतंय.'' डॉ. खरास इंटर्न्सना काहीतरी कुजबुजत सांगतात आणि शेवटी ते जातात. ते गाव अजूनही जळत आहे; पण त्यातल्या गावकऱ्यांशिवाय आणि घुसखोरांशिवाय. के.डी. त्या वणव्याचा आवाज, किंकाळ्या, गोळीबार ऐकतात. दुपारी त्यांना झोप लागते किंवा झोपेचं स्वप्न पडतं. ते थकवा वाटल्यामुळे जागे होतात, उठतात, त्यांचे सांधे दुखतात. एका हाताने भिंतीला धरून ते बाथरूमकडे जातात. चेझुमी सोंग त्यांच्या विस्मृतीत किंवा अर्धवट अंधाऱ्या दृष्टीत नाहीये; पण त्यांना लघवी करताना एक बुद्धिबळाचा पट दिसतो. तो पट लघवीच्या भांड्यात काय करत आहेत हे बघण्यासाठी ते डोकं थोडं पुढे वाकवतात; पण चौकोनी टाइल्स असलेल्या बाथरूमची फरशी जिथे संपते, तिथे त्यांना बुद्धिबळाचा पट दिसतो. त्यांना तो ओळखतो, खरं तर तो बर्लिनमधल्या एका पार्कमधल्या दगडी टेबलाचा टॉप आहे. एका शुक्रवारी दुपारी, ते इथे अब्दुल खत्ताक नावाच्या अफगाणी इंजिनियरिंगच्या विद्यार्थ्याला भेटतात. हा खत्ताक खूप गरीब आहे, त्याला चार भाऊ आणि तीन बहिणी आहेत. सगळे न्यूकोलमध्ये एका छोट्या अपार्टमेंटमध्ये राहतात, त्यामुळे त्याला के.डी. जे जेवण देऊ करतात, ती मदतही त्याच्यासाठी चांगलीच असते. जेव्हा केव्हा तो काम करतो, तेव्हा त्याला पैसेही मिळतात.

कट्टरवादी धर्मोपदेशक आणि त्यांची माहिती, योजना यांची माहिती दिली की, के.डी. त्याला पातळ पाकिटं देतात. युरोप आणि अफगाणमधल्या कट्टरवाद विरोधकांची नावं, तर कधी कधी ओळखी करून दिल्यावर अजून पाकिटं देतात. के.डी. आणि खत्ताकमध्ये त्याच्या भावांसाठी भारतीय व्हिसा मिळण्याबाबत आणि कदाचित भारतीय विद्यापीठांमध्ये, तंत्रज्ञान संस्थांमध्ये शिष्यवृत्ती मिळण्याच्या शक्यतेबाबत बोलणं झालं आहे. हे सगळं के.डी.ला अधिक माहिती मिळावी म्हणूनच; पण अब्दुल खत्ताक कुठे आहे? तो पार्क मधल्या हिरव्या ओकच्या झाडांच्या कमानीखाली बेंचवर नाहीये. के.डी.ला बुद्धिबळ पटावरचे चौकोन दिसू शकत आहेत, जे पांढऱ्या आणि हिरव्या टाइल्स सिमेंटमध्ये बसवून तयार केले आहेत. खत्ताकला इथे होणाऱ्या भेटीगाठी आवडतात. कारण, त्याला बुद्धिबळ आवडतं. आंतरराष्ट्रीय बुद्धिबळ स्पर्धांमध्ये काय होत आहे, याकडे त्याचं लक्ष असतं. तो स्वतःला विरंगुळा म्हणून ते करतो. कारण, एरवी तो त्याचे क्लास, लाँड्रीमधली नोकरी आणि त्याची भावंडं यांतच गुरफटलेला असतो. जरी पार्कमधल्या बेंचखाली शॉपिंग बॅगमध्ये चिठ्ठ्या ठेवणं, दिव्याच्या खांबापाठी चिठ्ठी चिकटवणं जास्त सुरक्षित असलं, तरी त्याला न भेटता माहिती देणं आवडत नाही. त्याला बोलायला आवडतं. दोन-तीन वेळा असं चिठ्ठी वगैरे सोडल्यावर तो भेटण्यासाठी आग्रह करतो. हा खत्ताक आहे कुठे? इथे मार्च महिन्यातल्या वसंताची चाहूल देणाऱ्या आभाळाखाली पार्कमध्ये तो का नाहीये? के.डी. पुन्हा त्यांच्या अंथरुणाशी येतात. त्यांचे हात पसरलेले आहेत. कारण त्यांना माहीत आहे की, खत्ताक मेला आहे. एका फर्निचरच्या दुकानामागे, रिकाम्या खोक्यांच्या मधल्या फटीत तो पडला आहे. त्याचे हात मागे बांधले आहेत, गालावर आणि छातीवर मारहाणीच्या जखमा आहेत आणि त्याचा गळा चिरण्यात आला आहे. त्याचे मारेकरी कधीही सापडले नाहीत, पोलिसांना कधी काही सुगावा लागला नाही आणि के.डी. काही लागूही देणार नाही. खत्ताक मेला आहे; पण त्याने दिलेली माहिती चांगली होती, अजूनही ती जिवंत आहे. के.डी. त्या माहितीचा वापर करतात, त्यांना विद्यार्थ्यांच्या नेटवर्कमध्ये शिरकाव मिळतो, जो काबुलपर्यंत जातो. त्याना जलालाबादमध्ये एक सोर्स मिळतो, जो एका मुल्लाचा सेक्रेटरी असतो. तो मुल्ला राजकीय महत्त्व मिळवण्याच्या प्रयत्नात असतो आणि आता दिल्लीच्या या हॉस्पिटलच्या खोलीत, स्वतःच्या अर्धवट दृष्टीने त्याना तो बुद्धिबळ पट दिसत आहे, उन्हाचे किरण पडले आहेत आणि प्याद्यांची आणि कोणीतरी खेळायला येण्याची वाट बघत आहेत. के.डी. अंथरुणात आडवे होतात आणि खत्ताकच्या भाऊ-बहिणींचं काय झालं असेल, असा विचार करतात. अर्थातच, ते जिवंत आहेत. तग धरू शकणारे जिवंत राहतात, ते तेच करतात. इथे हा बुद्धिबळ पट आहे, हिरवा आणि पांढरा... या अंधारात चकाकतो आहे.

''पंतप्रधान कोण आहेत?'' हा डॉ. खरासचा आवाज आहे. त्यांच्याजवळ वाकून, डोळ्याच्या जवळ एक प्रखर दिवा धरून त्या उभ्या आहेत. ''मि. यादव, सध्याचे पंतप्रधान कोण आहेत?'' बाहेर रात्र झाली आहे आणि के.डी.ना समजलंही नाही की सकाळपासून रात्र कधी झाली. अंजली त्यांच्या बेडच्या पायाशी उभी आहे, तिने हाताने मेटलचा पांढरा बार घट्ट धरला आहे.

के.डी. तिच्याकडे पाहून मंद हसतात. ''माझी शॉर्ट मेमरी काम करत नाहीये,'' ते म्हणतात. ते अंजलीला बरं वाटावं म्हणून प्रयत्न करत आहेत. शेवटी, तुम्ही निकामी होत जाताय हे समजणं म्हणजेच काहीतरी असणं; पण त्यांना दिसतंय की, त्यांच्या उत्तरामुळे

तिला बरं वाटलेलं नाही. त्यांना पंतप्रधान कोण आहेत, याची कल्पना नाहीये, हे तिला माहिती आहे. नेहरूंनी जे एचएमटीचं स्मृती म्हणून दिलेलं घड्याळ घातलं होतं, ते छोट्या काळ्या आकड्यांचं घड्याळ आणि नेहरूंच्या मनगटावरची लव, ते सगळं त्यांना स्पष्ट आठवतंय; पण सध्या कोण पंतप्रधान आहेत हे माहीत नाहीये. ते त्यांच्या स्मृतीतून गेलं आहे. अगदी पूर्णपणे.

''तुम्हाला आता काही भास होत आहेत का?'' डॉ. खरास विचारतात.

त्यांनी दिवसभरात कधीतरी तिला सांगितलं असावं. त्यांना ते तिला सांगायचं नव्हतं की, अंजलीला सांगू नको म्हणून. त्यांना आता लाज वाटते. ज्या गोष्टी नाहीत त्यांची स्वप्नं पडणं, जे आहे किंवा नाही त्यावरची पकड सैल होणं, ही लाजिरवाणीच गोष्ट आहे. अंजलीला त्यांची कणव वाटताना, ते आता किती निकामी झालेत हे बघताना त्यांना पाहवत नाही. त्यांनी आजवर कधीही थोडीही सक्षमता गमावली नव्हती; पण नाही, ती त्यांच्यावर दया नाही दाखवणार... ती इतक्या खालच्या पातळीवर नाही उतरणार. त्यांना ते दिसत होतं. ते अजूनही त्या उद्ध्वस्त ढिगात थोडे शिल्लक आहेत, ते तिला दिसतंय. ते, के. डी. यादव अजूनही इथे आहेत... विचार करत, हिशेब करत, समजून घेत. ते अंजलीकडे बघतात; पण डॉ. खरासना स्वतःच म्हणतात, ''आता भास नाही होत. मला का दिसतायेत ते?''

डॉ. खरास मागे टेकून बसत म्हणते, ''तो मानवी मेंदू आहे.'' ती आता तिचे दोन्ही हात मांड्यांवर ठेवते, जणू एखादा धर्मगुरू प्रवचनच देत आहे. ''मानवी मेंदूला रिकामी जागा आवडत नाही. तो रिकाम्या जागा सहन करू शकत नाही. तुमच्या रचनेला दृष्टिपथाच्या ठिकाणी इजा झाल्यामुळे तुम्हाला जे दिसतं, त्यात अंतर आहे म्हणून मेंदू या स्कोटोमामध्ये ती रिकामी जागा भरून काढतो, तुम्हाला फसवतो. त्यासाठी तो जे मटेरियल शोधतो आहे, ते तुमच्या स्मृतीतून, तुमच्या साठवलेल्या भावना, कल्पना यांतून शोधून घेतो आहे. तेच मटेरियल तो त्या रिकाम्या जागांमध्ये फेकतो, असं सतत होतं. खरंतर, सामान्य बाबतीतही. जेव्हा माहिती जे अगोदरपासून तिथे आहे त्याबरोबर एकत्रित केली जाते, तेव्हा सगळं मिक्स होऊन जातं, बदलतं, रूपांतरित होतं आणि एक समज तयार होतो. आपण अशा प्रकारेच गोष्टींचा अनुभव घेत असतो.'' त्यांना कळतंय का, समजतंय का हे बघण्यासाठी ती क्षणभर थांबते. तिला स्पष्ट आणि ज्ञानी डॉ. खरास व्हायचं आहे. ते मान डोलावतात आणि ती पुढे बोलू लागते, ''बाहेरून येणारी माहिती आणि स्मृतीमधली माहिती, यातून मेंदू एक गोष्ट तयार करतो आणि ती गोष्ट म्हणजेच वास्तव आहे, असं आपण समजतो. आता याकडे लक्ष द्यायला हवं आहे. कारण, तुमच्या दृष्टिपथातून बाहेरची माहिती अर्धवटच येते आहे आणि मेंदू ते नुकसान भरून काढतो आहे. नाहीतर, तुमचा मेंदू जे करतो आहे ते अगदी सामान्य आहे. आपली रचनाच तशी आहे.''

''आपली रचनाच तशी आहे,'' के.डी. म्हणतात आणि हसू लागतात. हे गमतीशीर आहे, अगदी जरी अंजली आणि ती डॉक्टर हसत नसली; नाही, त्या दोघीही हसत नाही आहेत, त्याचं त्यांना आश्चर्य वाटत आहे. आपली रचनाच तशी आहे, भूतकाळ बघण्यासाठी, या हाडांच्या सांगाड्यात बाहेरच्या जगाचं दृश्य सामावण्यासाठी, या स्वप्नात जगण्यासाठी आणि त्यामुळेच मृत्यू येण्याच्या भीतीने मरण्यासाठी आपली रचनाच तशी आहे आणि या प्रतिमांमुळे जे दुःस्वप्न तयार होतं आहे, जणू तेच खरं आहे या गोष्टीचा त्रास होण्यासाठी. उंदराला जे वास्तव दिसतं, ते तुमच्या माझ्या इतकंच खरं आहे; पण आपण या स्वप्नातल्या

भयानक आकृत्यांच्या प्रतिबिंबामध्ये जगतो, मरतो. हे सगळं मरणप्राय आहे किंवा अगदी हास्यास्पद. के.डी. हे सांगू शकत नाहीत आणि हसायचेही थांबू शकत नाहीत. ते हसतच राहतात. शेवटी, ते अंजलीला जवळ बोलावतात, तिला आपल्याजवळ बसायला सांगतात, जेणेकरून तिचा हात हातात घेता येईल. ते म्हणतात, ''उदास होऊ नको, किमान ही खूप इंटरेस्टिंग अवस्था आहे. खूप शिकवते आहे.''

डॉ. खरास म्हणतात, ''या अवस्थेला एक नाव आहे.'' त्यांना काहीतरी माहिती दिल्याचं समाधान होतं. डॉ. खरास पेशंटना ज्ञानातून बळकट करण्यामध्ये विश्वास ठेवतात. ''त्याला चार्ल्स बॉनर सिंड्रोम म्हणतात, हे नाव ज्याने सगळ्यात पहिल्यांदा याचं निरीक्षण केलं, त्याच्यावरून ठेवलं आहे. ज्यांची दृष्टी जात आहे, त्या लोकांमध्ये हे खूप सामान्य आहे. बऱ्याचदा ज्या म्हाताऱ्या लोकांना मोतीबिंदू झालेला असतो, ते लोक अशी माणसं, वस्तू, भुतं दिसल्याचं सांगतात.''

माणसं, वस्तू, भुतं... के.डी.ना माणसं आणि वस्तू दिसतात; पण त्यांना आता ते स्वतःच एक भूत असल्यासारखं वाटू लागलं आहे; एक असं विद्युत लहरींचं लुकलुकणारं जाळं, जे या गळक्या, कुरकुरणाऱ्या मांसाच्या यंत्रात बंद केलं आहे. त्यांना स्वतः मरून जिवंत झाल्यासारखं वाटतं, प्रत्येक श्वासागणिक त्यांचा 'स्व' आत-बाहेर करतो आहे. हे डॉ. खरासना दिसतं? हा 'मी'सुद्धा एक भास आहे आणि एक नमुने शोधणारा मेंदू रिकामी जागा भरून काढतो आहे, हे दिसतं? के.डी.ना स्वतःचीच दया येते व डॉ. खरासची आणि अंजलीचीही. हे असं भुतासारखं फरपटत जाण्याचं अपरिहार्य नशीब असणं किती दुःखद आणि वेदनादायक आहे. जन्मापासून मृत्यूपर्यंत जो वेदनेचा फेरा कळला पाहिजे आणि त्यातून टिकून राहिलं पाहिजे, ते यासाठी? हे सगळं भोगण्यासाठी?? अंजली अजूनही उदास आहे आणि ते तिच्या मनगटावर थोपटतात. ते म्हणतात, ''काळजी करू नको, हे काहीच नाही आहे,'' पण ती गोंधळून गेली आहे आणि त्यांना माहिती आहे की, त्यांनी तिला त्यांच्यासाठी शोक करू नको हे सांगणं निरर्थक आहे. जो कोणीतरी कधी कोणीच नव्हता, त्याच्यासाठी दुःख करण्यात अर्थ नाही. ती तरुण आहे, तिचं रक्त सळसळतंय, ती तिच्या लढायांमध्ये व्यस्त आहे, तिला अजून जगण्याची ओढ आहे. त्यानी तिला हे सर्व पाहायला लावू नये. कदाचित, जे पूर्णपणे मोडून पडण्याच्या सीमेवर असतील, तेच सर्व समजू शकतील. 'सीझर्सच्या राजवाड्यात कोळी जाळ्याचे पडदे विणतो; घुबड अफ्रासियाबच्या मनोऱ्यातल्या घड्याळांचे काटे बघतं;' पण ती त्यांना काहीतरी सांगण्यासाठी थांबली आहे. डॉ. खरासनी त्यांच्या सूचना देऊन निरोप घेईपर्यंत अंजली थांबते आणि मग दरवाजा लावण्यासाठी उठते. ती परत येऊन के.डी. जवळ बसते.

''तुम्हाला गायतोंडेबद्दल काही आठवलं का अंकल?''

''नाही. नवीन काही नाही. तुला जे आधी सांगितलं आहे तेच.'' गायतोंडे त्यांचा रिक्रूट होता, त्यांचा क्लाएंट होता. के.डी. रिटायर झाल्यावर अंजलीला त्याला हाताळायचं होतं. संस्थेत त्याचा विरोध झाला होता : ती खूप तरुण आहे, खूपच अननुभवी आहे. अखेरीस आणि सगळ्यात महत्त्वाचं म्हणजे ती एक स्त्री आहे. एक स्त्री ऑफिसर कोणत्या प्रकारचा गँगस्टर हाताळू शकते? किंवा कोणती स्त्री गायतोंडेसारख्या भीतिदायक गँगस्टरला, निर्दय राक्षस असलेल्या, स्त्रीलंपट आणि स्त्रियांबद्दल अजिबात आदर नसलेल्या माणसाला हाताळू शकते? स्त्रियांना फिल्डमधलं पद देता येणार नाही, कारण, दररोज गुप्त माहिती

देणाऱ्या, आणणाऱ्या गुन्हेगारी घटकांशी व्यवहार करणं, बॉर्डर पार करून येणारे घामट स्मगलर्स, बॉर्डर पार करणारे किरकोळ गुन्हेगार, ड्रग्स वाहतूक करणारे, अडाणी, असभ्य आणि आसुसलेल्या लोकांना सूचना देणं स्त्रियांना जमणार नाही, ही संस्थेतली खूप जुनी आणि सर्वमान्य सबब होती, त्यामुळे स्त्रिया टेबलावरचं काम चांगलं करू शकतात, त्यांना तिथेच ठेवा आणि त्यासाठी त्या खूप चांगल्या विश्लेषक असतात, असं कारण दिलं जाई. मात्र अंजलीने अनेक टेबलं घासली होती आणि या जुनाट कारणांविरुद्ध झगडली होती. तिला जेव्हा फिल्डमध्ये परदेशात लंडन आणि फ्रँकफर्टला पोस्टिंग देण्यात आलं, तेव्हा तिने स्वतःला सिद्ध केलं होतं. ती खूप चांगली विश्लेषक होती आणि स्त्री आणि पुरुषांना चांगलं हाताळू शकत असे. विशेषकरून तिने मार्सेलिसमधला पाकिस्तानातून आलेला एक विशिष्ट स्मगलर होता, त्याला चांगलं हाताळलं होतं. तो मुच्छड होता, अत्यंत निर्दय पठाण होता. तो तिला बहेनजी म्हणायचा. त्याने तिला अफगाणी हेरोईन पोहोचवणाऱ्या, पेशावर आणि इस्लामाबादमध्ये पोहोच असलेल्या महत्त्वाच्या लोकांशी भेट घालून दिली होती, त्यामुळे स्त्रिया काही विशिष्ट प्रकारे पुरुषांना नक्कीच हाताळू शकतात; पण संस्थेने गायतोंडेच्या बाबतीतली अंजलीची विनंती मात्र धुडकावून लावली होती. त्यांनी आनंद कुलकर्णी नावाच्या ऑफिसरकडे गायतोंडेला सोपवलं. हा कुलकर्णी खूप हट्टाकट्टा आणि खूप कठोर होता. शेवटी गायतोंडे अविश्वासार्हच ठरला आणि कुलकर्णीवर त्याला नीट हाताळता आले नाही म्हणून संस्थेत खूप टीका झाली; पण के.डी.नी त्या हरामखोराला रिक्रूट केलं होतं. गायतोंडे वाईट होता, ही जर कोणाची चूक असेल, तर ती त्यांची होती. के.डी. विचारतात, ''ते इतकं का महत्त्वाचं आहे? गायतोंडे मेला आहे.''

''हो, तो मेलाय.''

''मग? त्याचा एरिया बळकावण्यासाठी आता संघर्ष होईल. कदाचित, त्याची कंपनी उरणार नाही. कदाचित, ते एकमेकांना मारतील. मग काय?''

ती के.डी.चं बोलणं समजण्याचा प्रयत्न करते आहे, त्यांना काही सांगायचं का नाही, याचा विचार करते आहे. त्यांना समजतंय की, ते स्वतः एक जोखीम आहेत. त्यांना काही गुप्त माहिती सांगणं विश्वासार्ह नाही. ते आता जुने के.डी. उरलेच नाही आहेत. ते कोणालाही गुप्त माहिती सांगू शकतात, डॉ. खरासना, नर्सला, कॉरिडोअरमधून जाणाऱ्या-येणाऱ्यांनाही आणि तरीही त्यांना जाणून घ्यायचं आहे. ते म्हणतात, ''मला सांग. जर तू मला सांगितलंस, तर कदाचित मी मदत करू शकेन. कदाचित, तू मला सांगितलंस तर मला आठवायला मदत होईल.'' एकेकाळी ज्या स्मृतीची ते बढाई मारायचे, त्या स्मृतीचे अवशेष आता छोट्या सूचना, काळजीपूर्ण मार्गदर्शन आणि नेम साधून पुरेशी निष्पत्ती होऊ शकेल का, त्यातून काही निष्कर्ष काढू शकतील का, याची त्यांना स्वतःलाच खात्री नव्हती; पण तिला ही जोखीम घ्यायलाच हवी. हेतुपूर्वक धोका पत्करणे हे तर या डावातलं रोजचंच काम आहे. के.डी.नी अंजलीला धोक्यातल्या या छोट्या छोट्या पायऱ्या शिकवल्या होत्या. जसं, अगदी त्या शेवटच्या क्षणी जेव्हा तुम्ही ड्रॉप पॉइंटच्या दिशेने चालत असता, तुम्हाला खात्री नसते की, तुमच्यावर नजर ठेवली जाते आहे का नाही... तेव्हा तुम्ही चालत राहता का बॅग उचलता? तुम्हाला समजलं आहे की, तुमच्या ऑफिसर्सपैकी एक जण शत्रूला किंवा अनेक शत्रूंना माहिती विकत आहे, त्यामुळे तुमच्या

सोर्सेसशी तडजोड झाली आहे आणि तुमचा इस्लामाबाद डिफेन्स रिसर्च इस्टॅब्लिशमेंटमध्ये एक माणूस आहे, तो फिजिसिस्ट आहे, तर तुम्ही त्याला बोलवाल का नाही? काय फायदा होईल आणि जर अपयश आलं तर काय शिक्षा लादली जाईल? या दोन्ही गोष्टींचा हिशेब करा आणि निर्णय घ्या.

तिने निर्णय घेतला आहे. ती हळू आवाजात; पण घाईघाईने बोलते, ''आम्हाला गायतोंडे मुंबईत एका घरात सापडला. ते घर एखाद्या खोल बंकरसारखं बांधलं होतं आणि भिंती अगदी जाड होत्या. आम्ही ज्या बिल्डर आणि आर्किटेक्टने गायतोंडेला ते बांधून दिलं त्यांना शोधलं. त्यांनी आम्हाला सांगितलं की, गायतोंडेने फॅक्स केलेल्या प्लॅननुसार त्यांनी ते दहा दिवसांत बांधलं होतं. त्यांना सांगितलं गेलं होतं की, पैशांची काळजी करू नका, फक्त बांधून पूर्ण करा. त्यांनी केलं. आमच्याकडे त्या प्लॅन्सची कॉपी आहे. त्याचं वरचं पान आणि ओळखीची लेबल्स काढून किंवा खोडून टाकण्यात आली होती; पण त्यावर जे काही लिखाण शिल्लक होतं, ते त्या सोर्सपर्यंत पोहोचण्यासाठी पुरेसं होतं. ते प्लॅन एका नॉर्थ अमेरिकन सर्व्हाइव्हलिस्टच्या हाऊ यू कॅन सर्व्हाइव्ह डूम्सडे नावाच्या वेबसाईटवरून डाऊनलोड केलेलं होतं. आम्ही मुंबईतल्या त्या बांधकामाचा अभ्यास केला. गायतोंडेने अणुस्फोट झाला तरी काही होणार नाही, असं घर बांधलं होतं.''

तिचे डोळे चंदेरी काळेभोर आहेत, ते चमकतायेत आणि घाबरलेले आहेत. बाहेर रात्र झाली आहे. खाली शहरातल्या ट्रॅफीकची गर्दी अजूनही आहे. के.डी.ना वाटतं, या अणुस्फोटाच्या भीतीमागे एक विशिष्ट अनिश्चित कारण आहे. एक पांढराशुभ्र रिक्तपणा येतो, ज्यामुळे सगळे विचार, सगळी हालचाल थांबते. अंजली या पलीकडे विचार करू शकत नाही आहे, त्यांना ते दिसू शकतं. ते तिला म्हणतात, ''मग गायतोंडेने हार मानली? तो पळाला?''

''हो, तो मुंबईला परत आला. तो तीन साधूंना शोधत होता. स्वतःच झाडलेल्या गोळीने मरून पडलेला सापडला, त्या बंकरसारख्या घरामध्ये.''

''त्या घरात काय होतं? तुला काही सापडलं?''

''तिथे अजून एक बॉडी होती, एका बाईची. जोजो मस्कारेनास नावाची बाई, एक मॅडम जी त्याला बायका पुरवायची. गायतोंडेने ज्या पिस्तुलाने स्वतःवर गोळी झाडली, त्याच पिस्तूलने तिला मारलं.''

के.डी.ला गायतोंडे बायका, मुली भोगायचा आणि त्याच्याकडे त्यांचा स्थिर पुरवठा असायचा ते माहिती होतं. त्या कुठून येतात ते विचारायची त्याने कधी तसदी घेतली नाही. आता त्याला कळलं. ''आणि अजून काय?''

''या मुलींच्या फोटोंचा एक अल्बम होता आणि पैसे. एक करोड एकवीस लाख रुपये. सेंट्रल बँकेच्या नव्याकोऱ्या नोटा.''

''तुम्ही त्या बाईचा माग काढला?''

''हो, आम्ही तिचं अपार्टमेंट शोधलं, झडती घेतली. काही विशेष असं सापडलं नाही. थोडी कॅश होती. त्यातली थोडी गायतोंडेने दिली असणार, नव्या नोटांची तीच सिरीज होती, प्लॅस्टिकमध्ये गुंडाळलेली. ती टेलिव्हिजन आणि फिल्म इंडस्ट्रीच्या बुरख्याआडून काम करत होती. त्या बिझनेसमध्ये खूप काळा पैसा आहे. काही टेप्स, नट्यांचे फोटो होते तिथे. बाकी काही नाही.''

ती थांबते. तिला थोडी आशा वाटते; पण के.डी.कडे तिला सांगण्यासारखं काही नाही आहे. त्यांच्या उडालेल्या गोंधळातून काही स्पष्टीकरण निघालं नाही किंवा त्यांच्या भूतकाळाच्या वाहणाऱ्या तुकड्यांमधून काही निष्कर्ष निघाला नाही. ते म्हणतात, ''मला याबद्दल विचार करू दे. मला याबद्दल विचार करावा लागेल.''

ती त्यांच्याबरोबर जेवते. स्टीलच्या कप्प्याकप्प्याच्या ताटात. ते खिचडीचा घास घेता घेता विचार करतात. आपल्या उपखंडावर अणुस्फोटाचा धोका तर अनेक दशकांपासून आहे आणि त्यांनी त्याची व्यवस्था केली आहे. संस्थेने तंत्रज्ञान, तत्त्वप्रणाली, डावपेच, ठिकाणं यांबाबत माहिती काढण्यासाठी अनेक मोहिमा केल्या आणि त्यातल्या काही यशस्वीही झाल्या. त्यांच्याकडे माहिती आहे. त्यांना पाकिस्तान, चीन, अमेरिकेचे हेतू आणि क्षमता माहिती आहे. के.डी.नी त्यांपैकी काही विश्लेषणाचे रिपोर्ट्स, कागद पाहिले आहेत आणि लालसर रंगाचे उपग्रहावरून काढलेले फोटोही ज्यातून मिसाईल कॉम्प्लेक्स, एअर बेसेस आणि त्याच्या शहरांवर, त्याच्यावर निशाणा रोखून खरी शस्त्र कुठे तयार आहेत, हे कळतं. तरीही त्याला गलिच्छ रात्रीच्या धंद्यांपासून दूर कुठेतरी पाकिस्तानी खबऱ्यासाठी थंडीने गारठलेल्या झोपडीत वाट बघणं आणि तुटक्या क्रेटवर साप आणि विंचवांपासून वाचण्यासाठी पाय वर घेऊन बसणं, यातुलनेत अणुस्फोटांचं वास्तव नेहमीच खोटं वाटत आलं आहे. एखाद्या माणसाला पाकिस्तानी रेंजर्सच्या रात्री निशाणा साधतील अशा बंदुकींच्या निशाण्याखाली, दुहेरी तारेच्या कुंपणाखालून, सळसळत्या गव्हाच्या शेतातून, झोपलेल्या गुराढोरातून पाठवणे, हे कौशल्य होतं, मेहनत होती आणि तोच पेशा होता. चांगला माहीत असलेला आणि चांगला जमणारा; पण अणुहानी वगैरे थरारांच्या पुस्तकात असणाऱ्या गोष्टीत असायची. के.डी. तशी पुस्तकं लांबच्या प्रवासात किंवा झोपताना वाचायचे, अजूनही वाचतात. त्यांच्या बेडच्या शेजारी असलेल्या पुस्तकांच्या थप्पीत रोमन इतिहास, CIAची आत्मचरित्रं होती आणि ते मजा म्हणून वाचायचे त्या काल्पनिक कादंबऱ्याही होत्या. त्यात ते काहीही अचाट परिस्थिती निर्माण करतात, लाखो लोक मरतात, भ्याड कथानकं आणि धाडसी, निःस्वार्थी नायक असायचे, के.डी.ना त्याचं खूप हसू यायचं. या आणि फक्त याच पुस्तकांमध्ये धुराचा परिणाम असतो, पक्ष्यांच्या विना एकदम शांतता असते; पण अशी पुस्तकं तुम्ही वाचून झाली की ठेवून देता, घोटभर पाणी पिऊन झोपून जाता. मुंबईच्या मध्यावर असे छोटे मजबूत बंकर वगैरे बांधायची गरज नसते, गँगस्टरना त्यांची परदेशातली सुरक्षित ठिकाणं सोडून धोक्यात यायची आवश्यकता नसते, तीन साधूंचा शोध घ्यायची गरज नसते. अजिबात गरज नाही; पण गायतोंडे मेला आहे. का?

के.डी.ना माहीत नाही; पण ते विचार करत आहेत. अंजली ताटं, ग्लास, चमचे आवरत आहे. ती दमलेली दिसते आहे. ''तू घरी जा, वॉर्ड बॉय करेल ती आवराआवर,'' ते तिला म्हणतात.

''ठीक आहे, मला काही वाटत नाही. खरंतर, मी त्यांना इथे राहता येईल का विचारलं होतं. ते म्हणाले की, ते एक कॉट आणून देतील.''

''अंजली, त्याची आवश्यकता नाही आहे. खरंच. तुला विश्रांतीची गरज आहे.''

''मी इथे विश्रांती घेऊ शकते. मला फक्त झोपेची गरज आहे आणि त्यांच्या कॉटवर येईल आरामात झोप.''

त्यांना समजतंय की, तिला त्यांची काळजी वाटते आहे; पण तिला त्याच्या मोहिमेचीही काळजी आहे, ते तिचं जग आहे आणि त्याला धोका आहे, असं तिला वाटतंय. तिला त्यांच्याजवळ राहायचं आहे, त्यांच्या हरवत चाललेल्या स्मृतीजवळ, मनाजवळ. जर त्यांनी काही नाव घेतलं, एखादं ठिकाण, शब्द, तर तिला गायतोंडेच्या गत आयुष्याबद्दल काहीतरी कळेल. तिचं तिच्या अंकलवर प्रेम आहे मान्य; पण ती तिचं काम करत आहे. तिला मिळालेलं प्रशिक्षण आणि तिच्या अंतःप्रेरणा या दोन्हींचा ती वापर करते आहे. ती चांगली विद्यार्थिनी आहे. के.डी.ना माहीत आहे ते मृत्यूकडे वाटचाल करत आहेत. तिलाही ते माहिती आहे. बहुतेक हे मरण तिला मृतांच्या देशात घेऊन जाईल; पण ती काळजी घेते आहे. कदाचित, के.डी. तिला जाण्यापूर्वी काहीतरी उपयुक्त असं देऊन जातील. ते तिच्याकडे पाहून हसतात आणि म्हणतात, ''तुला ठीक वाटतंय ना, मग राहा.''

''मी तर माझा टूथब्रशसुद्धा घेऊन आले आहे,'' ती हातातला टूथब्रश दाखवत म्हणते. ती आता पुन्हा लहान मुलगी झाली आहे, जिला ते पूर्वी ओळखायचे अगदी तशीच. ते दोघं एकमेकांकडे पाहून हसतात. खोलीत कोणीतरी असणं, बाथरूममध्ये पाण्याचा आवाज करणं, छान वाटतं. अंजली कॉटवर आडवी होते. ते एकमेकांना 'गुडनाइट' म्हणतात आणि के.डी. त्यांच्या बेडच्या वर असलेला दिवा बंद करतात. ते तिच्याकडे पाहतात, तिच्या खांद्याच्या आकाराकडे. ती आज घरी येणार नाही हे सांगण्यासाठी तिला कोणीही नाही आहे. तिला कधीकाळी नवरा होता; एक कानडी मुलगा ज्याच्याशी तिने आई-वडिलांच्या इच्छेविरुद्ध लग्न केलं होतं. दिल्लीतल्या अगदी आदर्श; पण दुःखद प्रेम कहाणीप्रमाणे. तिचा नवरा झाकिर हुसेन कॉलेजमधून अर्थशास्त्र शिकला होता आणि त्याने आयएएसमध्ये करियर केलं. लग्नानंतर चार वर्षांनी त्याने तिचं अखंड प्रवास करणं, तिचं करियरसाठीचं झपाटलेपण यामुळे तिला सोडून दिलं. तिला त्यानंतर कोणी भेटलं का नाही ते के.डी.ना माहीत नाही. ती कधी त्याबद्दल बोलत नाही, तिच्या आयुष्यात कोणीतरी असावं या इच्छेबद्दलही. के.डी.प्रमाणे तीदेखील स्वतःसाठी एकांत शोधण्यासाठी आली आहे का? त्यांनी स्वतःला कधी कधी हा प्रश्न विचारला होता, कंटाळा किंवा फसवणूक यांच्यापेक्षा एकांत बरा असतो का? फसवणूक म्हणजे सगळ्या आनंदी प्रेमकथा आणि सुखी लग्नांचा अपरिहार्य अंत असतो. लोक भीतीपोटी एकमेकांना धरून राहतात. के.डी.नी एकटे राहण्याच्या एकनिष्ठेला प्राधान्य दिलं.

त्यांच्या दृष्टिपथाच्या वरच्या भागातली त्यांची दृष्टी संवेदनशील आणि अगदी बारीक होती. ते अंजलीच्या केसांची सावली समोरच्या भिंतीवर पडलेली पाहू शकतात. खालच्या भागात पलाश नावाचा माणूस भाताच्या शेतांच्या मधल्या बांधावरून चालत आहे. त्याने एक फाटका बनियन आणि धोतर नेसलं आहे. त्याच्या मानेवरची त्वचा काळी आहे आणि सुरकुत्या पडल्या आहेत. के.डी.नी दहा मैलांवरून मानेवरून घाम गळताना पाहिला आहे; पण त्या दिवशी दुपारी पाहिलेल्यापेक्षा तो आता या वर्तमानात, या हॉस्पिटलच्या खोलीत जास्त खरा वाटत आहे. प्रखर उन्हाच्या किरणांमुळे, चमकदार चॉकलेटच्या रंगाच्या कातडीवर पांढऱ्या केसांची झुलुपं अगदी ठळकपणे उठून दिसत आहेत. रस्ता त्या बांधावरून खाली उतरतो आणि दूरवर अगदी सरळ जातो. शेतांत पाणी भरलं आहे. त्या पाण्यात लहान रोपांचं हिरवं प्रतिबिंब पडलं आहे. एक पक्षी शिकार करण्यासाठी पंख पसरून वर गोल घिरट्या घालत आहे. के.डी.ना त्या पक्ष्याचं मातकट सोनेरी सुंदर पोट,

पांढरी छाती आणि डोकं दिसत आहे. ती ब्राह्मणी घार आहे. त्यांना तो पक्षी माहीत आहे, हा दिवस माहीत आहे. पुढे आता गोळीबार होणार आहे. पहाटेपर्यंत पलाश, रामतोला नावाच्या गावा बाहेरच्या झोपडीशी पोहोचेल. तिथे चंदर घोष नावाच्या माणसाने रात्रीचा मुक्काम केला आहे. चंदर घोष आपलं नाव स्वपन असल्याचं सांगेल; पण के.डी. त्याला जादवपूर युनिव्हर्सिटीतल्या फोटोंवरून आणि त्याच्या केडल रोडवरच्या वाढदिवसाच्या फोटोंवरून बरोबर ओळखतील. तो गोबऱ्या गालांचा मुलगा जाऊन आता सडपातळ बंडखोर मुलगा मांडी घालून बसला आहे, तो चंदर घोष आहे. घोष के.डी.ला खूप प्रश्न विचारेल, के.डी.चा बुरखा फाडायचा प्रयत्न करेल; पण के.डी.चा बुरखा लवचीक आणि अभेद्य आहे : के.डी.ने संजीव झा नाव धारण केलं आहे. तो ज्यूटचा व्यापारी आणि नक्षलवाद्यांना सहानुभूती देणारा आहे. नक्षलवाद्यांच्या या लढाईत ज्या अजून मोठ्या आणि भांडवलदार ज्यूट व्यापाऱ्यांना संपवलं पाहिजे, त्यांची माहिती देणारा आहे. के.डी. पटनाबद्दल आणि ज्यूटच्या व्हरायटीबद्दलच्या सर्व प्रश्नांना उत्तरं देतील. पलाशच्या श्वासोच्छ्वासामुळे कंदील फडफडेल. के.डी.ना उजव्या पायाला टाचेला काहीतरी किडा चावल्याने ते टाच चोळतील, तिथे गांध उठली आहे. चंदर घोषला अनेक चावे, अनेक प्रकारचे ताप यांची माहिती आहे; पण तो आता के.डी.च्या टाचेकडे फक्त एक नजर टाकेल आणि प्रश्न पुढे सुरू राहतील. प्रश्नोत्तरं खूप वेळ सुरू राहतील. के.डी. लघवीसाठी जायला उठतील. ते उठताना त्यांची निळी खांद्याची पिशवी घेतील, त्याची झडती घेतलेली आहे. त्यात फक्त एक थर्मास, एक शर्ट, एक शेंगदाण्याचं पाकीट, दोन वर्तमानपत्रं आणि एक हजार सहाशे रुपये आहेत. बाहेर जाऊन, के.डी. खरंच लघवी करतात. पोटात कळा येत असल्या तरी ते करतील. ते आता एक मोठा श्वास घेऊन पिशवीत हात घालतील आणि तळाशी ठेवलेलं कापड काढतील. त्याचा हलकासा फाटल्यासारखा आवाज होईल. त्यांना आता एक चोर कप्पा आहे आणि एक पोलिश.३२ ॲटोमॅटिक, भरलेली बंदूक हाती लागेल. ते आता त्या झोपडीकडे परत जातील, हात अंगाबाजूलाच असेल आणि पुढे ब्रिफकेस समोर धरलेली असेल. तो चंदर घोषला उजव्या डोळ्यात गोळी घालेल आणि पलाशला छातीत आणि डोक्यात मागच्या बाजूने गोळी घालेल. झोपडीची घाईने झडती घेताना त्याला फक्त एक जुनी कोल्ट.३८ रिव्हॉल्वर सापडेल, जे चंदर घोषने उजव्या मुठीत मांडीखाली धरलेलं असेल. के.डी. ते घेतील आणि पळून जातील; पण जे घडायचं ते पुढेच आहे. आता के.डी.ला दिसतं की, पलाश त्याच्या पुढे चालत आहे, भाताच्या हिरव्या शेतातून, घार आता खाली झेप घेत आहे.

पहाटेच्या जांभळ्या आकाशात, जगाच्या त्या टोकाला पुढे अजून काय वाढून ठेवलं होतं? दोन वेगवेगळ्या दिशांकडून के.डी. आणि चंदर घोष त्या उतरत्या छपराच्या आणि मातीच्या तडे गेलेल्या झोपडीच्याच दिशेने जात आहेत. एक जण अजूनही नेहरूंसाठी त्याचे पूर्ण प्रयत्न करत आहे आणि दुसरा त्याच क्लब, कॉन्व्हेंट आणि थिएटर ग्रुपचं सुखासीन आयुष्य सोडून अजून एका तितक्याच मोठ्या आणि धोकादायक उद्दिष्टामागे जातो आहे. दोघांनाही विश्वास वाटतो की, झोपडीच्या पलीकडे, क्षितिजाच्या पल्याड आनंद आहे... फक्त आनंद; पण के.डी.ना त्यांच्या आजारामुळे आता स्पष्ट दिसतं की, त्या दोघांचीही फसवणूक झाली आहे, त्यांचा प्रवास सुरू होण्यापूर्वीच ते फसवले गेले आहेत. आपल्या तब्येतीवर विश्वास असलेल्या आणि मनापासून आपल्या स्वप्नांच्या मागे जाणाऱ्या तरुण लोकांबद्दल

के.डी.च्या छातीत एक अपराधाची कळ उठते. किती वेडे. किती अभिमानी. त्यांच्यापैकी कोणी अजून काय केलं असतं, ज्यामुळे अजून खून, अजून नुकसान आणि अजून आजारपण आलं नसतं? 'सीझर्सच्या राजवाड्यात कोळी जाळं विणतो; घुबड अफ्रासिबच्या मनोऱ्यावरच्या घड्याळातले काटे मोजतं.' आणि तरीही आम्ही गुप्त योजना केल्या, एकमेकांवर तुटून पडलो आणि एकमेकांचा जीव घेतला. आम्ही ते करतच आहोत, आम्ही कधीही थांबणार नाही. के.डी.ची खूप चिडचिड होते, सर्व मानवजातीविषयी राग येतो, त्यांनी आजवर जे जे केलं आहे, त्या सगळ्या गोष्टींचा राग येतो. त्यांना वाटतं, हे आयुष्य म्हणजेच एक आजारपण आहे. हे संपून जाऊ दे. याचा अंत होऊ दे. गायतोंडेला पांढऱ्या उजेडाच्या झोताची खूप भीती वाटायची. स्फोट किंवा वादळामुळे त्याने दलदलीच्या जमिनीवर जे काही उभं केलं होतं, ते सगळं उन्मळून पडेल, याची भीती वाटायची. के. डी. यादव आता अंथरुणात उताणे होतात आणि एक मोठा स्फोट, अचानक मृत्यू आणि नंतर सर्वत्र शांतता पसरते, अशी कल्पना करतात. शेवटी सगळं शांत होईल, एखाद्या विझवलेल्या मेणबत्तीसारखं. ते असा विचार करतात आणि त्यांना शांत वाटतं, अशा अंताची गरज आहे, असं वाटतं. ते मंद हसतात आणि झोपी जातात.

जेव्हा त्यांना जाग येते, तेव्हा अंजली आवरून तयार होऊन त्यांच्या शेजारी बेडवर बसलेली दिसते. ती हसते. ''तुम्हाला काही आठवलं?''

''नाही. काही नाही. अगदी काही नाही,'' ते म्हणतात.

ती मान हलवते. तिच्या मागे एक तरुण माणूस उभा आहे, चलाख आणि कोल्ह्यासारखे डोळे असलेला आणि मिश्या कापलेला. ''हा अमित सरकार आहे. तो आताच संस्थेत रुजू झालाय, माझा ट्रेनी आहे. आज तुमच्याबरोबर तो थांबेल,'' अंजली म्हणते.

''गुड मॉर्निंग सर,'' अमित सरकारमध्ये नव्यानेच रुजू झाल्यावर एका महान व्यक्तीच्या समोर उभं असल्याचा उत्साह सळसळत आहे.

अंजली तिचं लक्ष ठेवायचं काम करत आहे आणि तिच्या अंतःप्रेरणेनुसार वागत आहे. के.डी.ची हरकत नाही. त्याचं हे सगळं करून झालं आहे. ''ठीक आहे,'' असं म्हणून ते आपलं डोकं पुन्हा उशीवर टेकवतात. त्यांना आराम करायचा आहे, तरंगत दूर जायचं आहे; पण त्यांच्या डोक्यात काहीतरी सुरू आहे. गायतोंडेचा पैसा. गायतोंडेच्या त्या पैशाबद्दल काहीतरी खटकतंय. त्याचं चित्र त्यांच्या डोक्यात फिरतंय, एक करोड वीस लाख रुपयांच्या सेंट्रल बँकेच्या गड्ड्या. के.डी. त्या पैशाची आठवण झटकून टाकतात, त्यांना त्यातलं काही नको आहे. ते भिंतीकडे एक टक पाहतात, पंखा फिरत असल्याने उजेडाच्या तरंगांकडे पाहतात. त्यांना गुंगी येते, हलकीशी जाणीव त्यांची स्मृती, प्रतिमा आणि विचारांना सोडून निसटते. त्यांना मन हलकं वाटतं, काही गुरुत्वाकर्षण नसल्यासारखं. के.डी.च्या दृष्टीच्या खालच्या भागात अजूनही भूतकाळातली भुतं, खूप काळापूर्वी मरण पावलेले सैनिक, खबरे, एजंट्स आणि बळी पडलेले लोक दिसतात. वरच्या भागात, त्यांना लोक भेटायला येतात, जातात, जुने सहकारी आणि त्यांची नातवंडं. डॉ. खरास आणि तिचे इंटर्न्स, नर्सेस आणि अटेंडंट. शेवटी, संध्याकाळी अंजली येते, अमित सरकारला मोकळं करते. त्यांच्यात काहीतरी कुजबुज होते आणि नंतर ती के.डी.जवळ बसायला येते. के.डी. जेवतात. कारण, ती आग्रह करते म्हणून आणि त्यांना काही उगाच गोंधळ नको असतो म्हणूनही किंवा ते काही गोंधळ न करताही अन्नाकडे पाठ फिरवू शकतात. रात्र सरते

आणि मग दिवस. ते सर्व पाहत असतात, आयुष्य आणि त्यांच्या डोळ्यांत दिसत असलेलं आयुष्य. ते सगळेच कमी महत्त्वाचे संबंध आहेत, डॉ. खरास आणि तिच्या टोचणाऱ्या सुया, निदानं, अंजली, पाकिस्तानी एअरफिल्डमध्ये भरारी घेणारी मिग विमानं, भाताच्या शेतातून चालणारी दोन माणसं. हे सगळे भास आहेत, खोटे पुरुष, खोट्या बायका आणि ते सगळे भासात जगतात आणि त्यामुळेच मरतात. उद्या हे सगळं संपू दे... पांढऱ्या प्रकाशाच्या झोतात दिसणारी ही निरर्थक भुतावळ. उद्या हे संपेल. के.डी.ना या विचाराने समाधान वाटतं आणि आराम वाटतो.

ते स्वप्न बघतात. त्यांना माहिती आहे की, ते झोपलेत आणि ते स्वप्न बघत आहेत. त्यांच्या झोपेवर नजर ठेवण्यासाठी ते जागे आहेत आणि तरीही त्यांच्या पळणाऱ्या पायांखाली बुटांच्या जाड तळांची थडथड त्यांना जाणवते. त्यांनी डोंगराच्या वरच्या बाजूला सपाट करून घेतलेल्या मैदानावर ते फुटबॉल खेळत आहेत. सगळे तिथे आहेत : खंदारीने त्याचा धागे निघालेला हिरवा गढवाली स्वेटर घातला आहे, रस्तोगी अगदी डावीकडे आहे, डाकुन्हा अखंडपणे 'पास कर, पास कर, मॅन' म्हणत आहे आणि गीन्झानांग डोवारा, जो पास करायचा प्रयत्न करतो आहे, नेहमीच बॉल त्याच्याकडून जातो. आज रविवार आहे आणि आज ज्यांची ड्युटी नाही, अशा चाळीस-चाळीस लोकांच्या दोन टीम केल्या आहेत. ते जगातल्या सगळ्यात उंचावर आहे, असं वाटणाऱ्या ग्राउंडवर फुटबॉल खेळतात. दोन महिने इतक्या उंचीवर घाम गाळून त्यांनी नैसर्गिक उतार होता तो रुंद करून तिथे डोंगरात बनवलंल हे मैदान आहे. अनेक वैयक्तिक विनंत्या आणि उपकारांती हा बॉल कलकत्त्याहून आलेला आहे म्हणून आता ते फुटबॉल खेळतात. बॉल थांग्रीखुमाकडे आहे, तो लहानखुरा आहे आणि खूप चपळही. पुढे झुकून आणि बाजूला जात तो अर्धा डझन डिफेंडरना पास करून जातो, इतक्या चपळाईने की, सिनेमातला सीन बघत असल्यासारखं वाटावं. के.डी. मोठ्याने ओरडून त्याला शाबासकी देतात आणि त्याचा पाठलाग करतात. थांग्रीखुमा खूप वेगवान आहे. खूप वेगवान. त्याला माहीत आहे की, के.डी. त्याच्याकडे येत आहेत; पण त्याला फिकीर नाही, तो दात काढून हसतो आहे. के.डी. खूप जोरात पळतात. पलीकडे असलेली दरी हिरव्या-करड्या रंगाची आहे आणि डोक्यावर कापसासारखे पांढरे ढग. थांग्रीखुमा पळतो आहे. सुभेदार मराकने आपली जागा घेतली आहे, तो गोलकीपरच्या जवळ उभा आहे. लाकडाचे दोन ओबडधोबड खांब म्हणजे गोलपोस्ट आहे. मराक वयस्क आहे आणि मंद आहे. तो नेहमी गोलच्या बाजूलाच राहतो आणि नंतर अटीतटीच्या वेळी स्वतः पुढे होतो. तो अनुभवी आहे, तो वाट बघतो. थांग्रीखुमा त्याला चकवत चकवत, आमिष दाखवतो आहे. मराक आता हल्ला करतो, थांग्रीखुमा बाजूला सरकतो. आमचा कावेबाज मराक... थांग्रीखुमा निसटतो; पण त्याचा हात पडताना जर्सीला लागून जर्सी हातात येते आणि थांग्रीखुमा खाली पडतो. फाउल... फाउल! पण हा मर्दांचा खेळ आहे आणि आता फाउल ओरडण्यासाठी उशीर झाला आहे. आता बॉल के.डी.कडे आहे आणि तो पुन्हा बॉल शत्रूच्या बाजूला नेतो आहे. त्याचे सहकारी त्याच्या बरोबर आहेत आणि डिफेंडरना बाजूला सारत आहेत. के.डी.ने इतका वेग घेतला आहे की, बॉल उसळी मारून पुन्हा बरोबर त्याच्या पायाच्या पकडीत आल्यावर तो हसतो. त्याचं बॉलवर योग्य नियंत्रण आहे, तो बॉल रस्तोगीला पास करून नेतो आणि आता तो मुक्तपणे धावतो आहे. त्याला डिकुन्हा त्याच्या डावीकडे असल्याचं ऐकू येतं, गीन्झानांग डोवारा उजवीकडून खूप चांगल्या प्रकारे कव्हर करतो आहे आणि बॉल उसळी

मारताना काळा पांढरा चमकतो आहे. के.डी.च्या छातीत कळ येते आणि त्याला आनंद झाला आहे. त्याच्या घशात थंड हवा जाणवते आणि गोल समोरच आहे.

के.डी. जागे होतात आणि ते रडत आहेत. त्यांच्या टाचेची आग होते आहे. फार पूर्वी, चंदर घोष बरोबर ते मातीच्या जमिनीवर खाली बूट काढून मांडी घालून बसले होते आणि त्या वेळी त्यांच्या डाव्या टाचेला काहीतरी किडा चावला होता. त्यांना आठवतं. त्यांना आठवतं की, त्यांनी तो लाल चट्टा हाताने चोळला होता आणि त्या वेळी चंदर घोष एक क्षण प्रश्न विचारायचा थांबून कुतूहलाने त्याने वाकून पाहिलं होतं. के.डी.ना आठवतं आणि एक हुंदका आल्यासारखा जाणवतो. अंजली तिच्या बेडमध्ये चुळबुळते आणि के.डी. त्यांचा आचका दाबून धरण्याचा, थांबवण्याचा प्रयत्न करतात. ज्या स्त्री-पुरुषांसाठी ते रडत आहेत, ते बहुतेक जण आता मेलेले आहेत; पण ते त्यांच्या आयुष्यांसाठी, त्यांच्या धाडसी संघर्षासाठी, त्यांच्या छोट्या-मोठ्या सुख-दुःखांसाठी रडत आहेत. त्यांच्या इच्छा, आकांक्षा क्षणात जळून गेल्या, त्यामुळे होणाऱ्या बोचऱ्या वेदनेसाठी ते रडत आहेत.

''अंकल, काय झालं? मी नर्सला बोलावू का? तुम्हाला दुखतंय का?''

इलेक्ट्रिक बल्बच्या उजेडात अंजली त्यांच्याजवळ झुकून पाहत होती. ते मान हलवतात आणि तिचा हात हातात घेतात. ते बोलू शकत नाहीत; पण ते मान हलवत हलवत तिच्याकडे पाहून हसण्याचा प्रयत्न करतात. ती त्यांना जवळ घेते. त्यांच्या शेजारी बेडवर बसून त्यांचं डोकं मांडीवर घेते.

''काय झालं? घाबरू नका,'' ती म्हणते.

के.डी.ना भीती वाटत नाहीये. त्यांना कसलच भय नाहीये, किमान स्वतःसाठी तरी नाही; पण ज्या कणवेने त्यांचं हे ऱ्हास होत चाललेला आभासी सांगाडा, उरलेलं शरीर पोळून निघतं, ते त्यांना शब्दात सांगता येत नाही. त्यांच्या झुरणाऱ्या मनात अंजलीसाठी, त्यांना आता कवटाळून बसलेल्या या तरुण, कणखर मुलीतून जे आयुष्य सळसळतं आहे, त्यासाठी भीती वाटते आहे. तिच्यासाठी तिचं आयुष्य महत्त्वाचं आहे, ती त्याला घट्ट पकडून धरते, जसे तिचे सहकारी, मित्र आणि कुटुंबीयही करतात. मी तिला मदत केलीच पाहिजे. केलीच पाहिजे. के.डी. त्यांच्या गत आयुष्यातलं जे काही त्यांना माहिती आहे, आठवतं आहे, त्यात डोकावून पाहतात. आता ते विचार करत आहेत की, त्यांच्याकडे आता कारण आहे. आता मनन करण्यात आनंद आहे आणि एकमेकात गुंफलेले माहितीचे झरे वाहू लागतात, भडक रंग, प्रतिमा आणि वास असलेले. ते वाहत आहेत आणि के.डी. त्यात डुंबत आहेत आणि त्यांचे विविध आकार करून पाहतात. त्यांना कॅलिडोस्कोपमधून पाहिल्यासारखं वाटतं. यात एक जुनाच आनंद आहे. बाहेर आकाशात राखाडी रंग पसरतो, ते हालचाल करतात. के.डी. म्हणतात, ''गायतोंडेच्या बंकरमधले पैसे.''

अंजली कॉटच्या पाठीला टेकून बसली आहे आणि हे शब्द ऐकून अचानक तिच्या तंद्रीतून बाहेर येते. ''काय?''

''गायतोंडेच्या बंकरमध्ये पैसे होते. तू ते गुंडाळलेले होते, असं काहीतरी म्हणाली होतीस.''

''बंडलं पारदर्शक पातळ प्लॅस्टिकमध्ये गुंडाळलेली होती. जशी खेळणी गुंडाळलेली असतात किंवा चॉकलेट गुंडाळतात, तशी.''

''पाच बंडलं एकत्र होती? एक अशी थप्पी?''

ती त्यांच्या हातांनी ते जो आकार दाखवतायेत त्याकडे पाहते. तिचे डोळे सकाळच्या उजेडाने किलकिले झाले आहेत. ''हो,'' ती उत्तरते.

''मला ते पैसे बघायचे आहेत,'' के.डी. म्हणतात.

ती धावतच तिच्या मोबाईलपाशी जाते आणि तिच्या फोनवर नंबर पटापट डायल होत असताना, के.डी. उठून बसतात. ती गडबडीत काहीतरी ऑर्डर्स देते आणि त्यांच्याजवळ परत येते. ''ते पैसे येत आहेत.''

पण त्या दोघांनाही माहीत आहे, संस्थेच्या लालफितीच्या कारभारातून, लोकांना जागं करून, परवानग्या घेऊन आणि तिजोरी उघडून पैसे इथे पोहोचायला वेळ लागेल. के.डी.कडे वेळ नसेल, ते कदाचित विसरतील म्हणून ते जोवर त्यांना गोष्टी आठवत आहेत तोवर तिला सांगावं म्हणून तिला बोलावून त्यांच्याजवळ बसायला सांगतात. त्यांना जे माहीत आहे, जे आठवतं आहे, ते सगळं तिला सांगतात. ''भारतात वापरलं जाणारं चलन बहुतेक सगळं सोव्हिएत रशियामध्ये प्रिंट होतं. जेव्हा, सोव्हिएत युनियन भंग झाली आणि सगळं विक्रीस निघालं त्यानंतर पाकींनी कारवाई केली. जर त्यांना त्या प्लेट्स मिळाल्या असतील, तर ते खोट्या नोटा छापायची मोहीम सुरू करतील, ज्यामुळे अगदी खऱ्या वाटणाऱ्या नोटा छापल्या जातील. अगदी हुबेहूब चलन; पण आपल्याला त्याचा वास लागला आणि आपण त्या प्लेट्स कारखान्यातून मिळवल्या. आपण त्यांची ती मोहीम हाणून पाडली; पण पाकिस्तानने एक फार महत्त्वाची गोष्ट मिळवली आणि ती म्हणजे मूळ चलनी कागद. ते त्यांना मिळू नये म्हणून थांबवायला आपल्याला खूप उशीर झाला. तो कागद वापरून त्यांनी भारतीय चलनात मोठ्या रकमेच्या खोट्या नोटांच्या खूप सिरीज तयार केल्या. त्यांच्याकडे खूप हुशार तंत्रज्ञ आहेत. फोर्जरी उत्तम केली आहे. मी जम्मू-काश्मीरमध्ये जप्त केलेल्या त्यातल्या काही नोटा पाहिल्या आहेत. त्या अगदी हुबेहूब आहेत. त्या अशाच गड्ड्यांमध्ये प्लॅस्टिकमध्ये गुंडाळलेल्या होत्या.'

अंजली घाईने मान डोलावते. ''सगळ्या परिस्थितीमध्ये वाहून न्यायला सोप्या.''

''हो आणि कोणत्याही हवामानात. रशियामधली मोहीम शाहिद खान नावाच्या माणसाने पार पाडली होती, त्या वेळी तो मेजर होता. तो चांगला आहे. मी त्याला आधीपासून ओळखायचो, अगदी जेव्हा तो त्यांच्या लंडनमधल्या दूतावासात होता तेव्हापासून.''

''शाहिद खान,'' अंजली स्वतःशीच म्हणते.

''शाहिद खान. खूप धार्मिक माणूस आहे. कष्टाळू. त्यांच्यातल्या उत्तम लोकांपैकी एक. शाहिद खानने तो कागद मिळवला,'' के.डी. म्हणतात.

ती घाईघाईत एका पॅडवर काहीतरी लिहिते. त्यांना तिच्या पेनाची खरखर ऐकू येत असते आणि जेव्हा तिचं लिहून पूर्ण होतं, तेव्हा ती त्यांनी अजून काहीतरी सांगावं म्हणून वाट बघते; पण त्यांच्याकडे सांगण्यासारखं इतकंच आहे.

ते दोघेही पैसे येण्याची वाट बघतात. एक वाजल्यावर अमित सरकार येतो. त्याने हातात एक ब्रिफकेस घट्ट धरलेली असते. अंजली ती गड्डी के.डी.नी पाहावी म्हणून उचलून त्यांच्यासमोर धरते. ''हो,'' ते म्हणतात. ''हो.'' ते मंद हसत असल्याचं त्यांचं त्यांनाही जाणवतं. डाव. डाव सुरू आहे. ते अंजलीच्या हातातून पेन घेतात आणि त्याचं टोक प्लॅस्टिकमध्ये खुपसून

ओढतात. ते बंडलमधून एक नोट बाहेर काढतात आणि खिडकीच्या दिशेने उजेडात धरतात. ''हो, हो. हा त्यांचाच पैसा आहे.'' अंजलीला याचा अर्थ काय कळला किंवा काही अर्थ कळला का, याची त्यांना कल्पना नाही; पण हे काहीतरी नक्की आहे.

अंजली ते पैसे घेते, पॅड उचलते आणि के.डी.ना मिठी मारून घाईने जाते. तिला जायलाच हवं; पण ती अमित सरकारला के.डी.च्या बरोबर थांबायला सांगते, त्यांनी काही सांगितलं, तर ऐकायला, त्यांच्यावर लक्ष ठेवायला. संस्थेला अजूनही त्यांनी काम करावं, अशी इच्छा आहे; पण आता खूप उशीर झाला आहे. के.डी. त्यांच्या बेड वर आडवे होतात. त्यांचे हात पसरलेले आहेत. त्यांच्या उशा खूप मऊ आहेत, त्यांचा स्पर्श गालाला खूप छान वाटतो. ते थकले आहेत. आता आराम करायची वेळ आहे. ते डोळे बंद करून मोठा श्वास घेतात आणि झोपतात.

पैसा

काटेकरचे सर्व्हिस बेनिफिट्स, प्रोव्हिडंड फंड आणि छोटी मोठी बचत असं सगळं मिळून सदुसष्ठ हजार सात रुपये आणि चौऱ्याहत्तर पैसे झाले. राज्य सरकार ताबडतोब त्याच्या उघड्यावर आलेल्या कुटुंबासाठी दोन लाखांची मदत जाहीर करतं; पण प्रत्यक्षात मंत्रालयाच्या गोल चक्रातून आणि अनेक डिपार्टमेंटच्या क्लार्क्सच्या चाळणीतून तो चेक बाहेर पडायला तब्बल साडेनऊ महिने लागतात. तो चेक शालिनीने जमा करून पैसे खात्यात जमा होईपर्यंत, तिच्या नवऱ्याच्या मृत्यूला जवळजवळ एक वर्ष उलटलेलं असतं. तिचा दिवस आता सहा घरी कामाला जाण्यात संपतो. ती त्या सहा घरांत धुणीभांडी, केर-फरशी करते. या कामासाठी तिला प्रत्येक घरी हजार रुपये मिळतात. दोन मोठी होणारी मुलं असताना, हे पैसे पुरेसे नाहीत. तिचा नवरा असताना पैशांची जाड पाकिटं घरी आणायचा, त्यामानाने परिस्थिती आता खूपच खालावली होती. आता, शेवटी फक्त दोन लाख रुपये तिच्या खात्यात होते आणि दोन लाख जरी बघायला एकदम मोठी रक्कम वाटली, तरी शालिनीला माहीत होतं की, अशी अचानक मिळालेली मोठी रक्कम सुखाचा आभास निर्माण करते. ती आता तिच्या बहिणीला हेच समजावून सांगायचा प्रयत्न करत होती.

ती म्हणाली, ''भारती, दोन लाख ऐकायला खूप मोठे वाटतात; पण आयुष्य किती मोठं आहे. हे दोन लाख किती दिवस पुरणार? तीन जन्म? माझी मुलं लहान आहेत. त्यांच्या शाळेची फी, पुस्तकं हा सगळा खर्च आहे आणि कधीही काहीही होऊ शकतं. आपल्याला पैसे कधीपण लागू शकतात.''

भारती मांडीवर उशी ठेवून, टेबल फॅन पूर्ण तिच्याकडे वळवून वारा घेत बसली होती. तिने पदराने तोंड पुसलं आणि वैतागून डोकं हलवलं. ''ताई, जर तुला ते पैसे खर्चायचे नसतील, तर बँकेत पाडून ठेवण्यात काय फायदा? आम्हाला आता पैशांची गरज आहे आणि हे म्हणतात की, ते बँकेपेक्षा जास्त व्याज तुला देतील.'' भारतीचा नवरा, विष्णू घोडकेचे दोन मित्र होते जे ट्रॅव्हल एजन्सी सुरू करणार होते. तो अगदी सगळ्यात लहान भागीदार असणार होता; पण त्यासाठीसुद्धा त्याला पाच लाखांची गरज होती आणि त्याच्याकडे तीन लाखही नव्हते. शालिनीला अचानक दोन लाखांहून जास्त पैसा मिळाला होता म्हणून एका गुरुवारी संध्याकाळी रागावून तावातावाने भारती इथे आली होती. ''ते म्हणतात हा खात्रीशीर धंदा आहे. लोक आजकाल खूप प्रवास करतात आणि त्यांच्या दोन्ही पार्टनर्सच्या बहारीन आणि सौदीमध्ये खूप ओळखी आहेत. हजारो लोकांना तिकडे जायचं असतं. हज्जारो.''

शालिनीने मान हलवली आणि म्हणाली, ''भारती, जरी करोडो लोकांना सौदीला जायचं असेल, तरी मी हे पैसे देऊ शकत नाही. मी एकटी आहे गं. मी एकटी आहे. मला माझ्या मुलांकडे पाहिलं पाहिजे.''

भारतीचं तोंड आता कडवट झालं. ''आमचं काय? आम्ही आहोत ना तुला. तुझा आमच्यावर विश्वास नाही आहे का?''

''हा विश्वास असण्या नसण्याचा प्रश्न नाहीये गं.''

''मग?''

''भारती, काहीही होऊ शकतं. काहीही.'' एक आयुष्यच असतं, ज्याच्यावर तुम्ही विश्वास ठेवू शकत नाही. हेच आयुष्य तुमच्या पायाखालची वाळू सरकवून नेतं आणि तुम्ही पडता, हरता.

''पण तू सुरक्षित आहेस ताई. ते तुला दर महिन्याला हप्ते देतील म्हणजे पैसा येतच राहील. त्याबरोबरच तूही कमावते आहेस ना. तुला काही भाडं वगैरे द्यायचं नाहीये. इतकी काही वाईट वेळ येणार नाही तुझ्यावर.''

सात वर्षांपूर्वी या डोक्यावरच्या छतासाठी काटेकर आणि शालिनीने सहा लाख रुपये मोजले होते. त्यांनी ते चार हप्त्यांत मोठ्या मुश्किलीने दिले होते. सगळे रोख. घासलेल्या हजारो भांड्यांमधून आणि धुतलेल्या कपड्यांतून साठवलेले, अगदी अनेक छोट्या-मोठ्या पन्नास शंभर रुपयांच्या लाचेतून साठवलेले म्हणून आता तिला आणि तिच्या मुलांना डोक्यावर छप्पर तरी होतं. दोन खोल्या आणि एक किचन, हे त्यांचं स्वतःचं होतं. त्याला तसंच हवं होतं की, आपलं स्वतःचं घर असावं, जमिनीचा तुकडा असावा, जी सरकारी जागा किंवा जमीनदाराची जहागिरी नसावी. त्याला घराची सुरक्षितता हवी होती आणि त्याने ती त्यांना दिली होती. आता तोच या जगात नव्हता. त्याच्या जाण्याची बातमी कळली, तेव्हा शालिनीच्या अंगावर शहारा आला, पोटात गोळा आला, जसा आताही आला. तिने एक दीर्घ श्वास घेतला आणि मग दुसरा. ''मी तसं नाही करू शकत,'' ती म्हणाली. ''भारती, मी पैशांची जोखीम नाही घेऊ शकत. जरा विचार कर.''

''तूच एकटी नेहमी विचार करतेस, ताई. विचार विचार, नुसता विचार; पण आम्ही लोक, आम्ही आमच्या मनाचं ऐकतो म्हणून आम्हाला वाटलं की, तुला विचारावं. आम्हाला वाटलं, तू समजून घेशील.'' भारती आता उठून पर्स घेऊन साडी सारखी करू लागली.

''भारती...''

''नाही, नाही, नेहमी तूच शहाणी आहेस. नेहमी दोन पावलं पुढचा विचार करावा. तुम्ही विचार करता म्हणून तुम्हाला हवं असतं ते नेहमी मिळतं; पण आम्ही तसे नाही आहोत.''

शालिनीला माहीत होतं की, पैसे द्यायला नकार दिल्याने तिच्या आईने भारतीला न देता तिला दिलेल्या सोन्याच्या नेकलेसचा, नात्यातल्याच लग्नात साड्यांचा आहेर देण्यावरून त्यांच्यात वाद झाला होता. त्याचप्रमाणे, शालिनीच्या लग्नात किती खर्च झाला होता आणि भारतीच्या लग्नात किती हेही विषय लगेचच निघणार आणि त्यावर लांबच लांब कडवट चर्चा होणार. त्यांना दोघींनाही या वादविवादांचे कंगोरे चांगलेच माहीत होते आणि तरीही भारती शेवटी या दुःखाने जळून रडते. तिचा रडका गोल चेहरा अगदी लहान मुलासारखा दिसतो

म्हणून शालिनी शांतपणे भारती वाकून तिच्या फॅन्सी हिरव्या सँडल्सचे बंद लावत असताना बघत उभी होती. नंतर ती अगदी हळुवारपणे म्हणाली, ''किमान मुलं घरी येईपर्यंत तरी थांब.''

''मी मुलांना मावशीकडे ठेवून आले आहे. खूप वेळ झालाय.''

मावशी म्हणजे विष्णू घोडकेची मावशी, जी त्यांच्या घरापासून तीन बिल्डिंग सोडून राहत असे. तिच्यावर विसंबून राहता यायचं; पण ती फार तापट होती आणि मुलांना तिच्या कडक शिस्तीच्या बडग्यात जास्त वेळ सोडता येत नसे. शालिनीला वाटलं की, तिच्या मुलाला थोडे अजून धपाटे आणि चिमटे काढायला मिळाले असते; पण भारतीच्या मुलाला काही बोलण्याची ही वेळ नव्हती. भारती जसं दरवाज्यातून बाहेर पडली, तसं शालिनीने तिच्या दंडाला हात लावला, अगदी हळू थोपटल्यासारखा. ती तिची नेहमीची बहिणीला निरोप देण्याची पद्धत होती; पण भारती तरातरा खाली उतरून रस्त्यावर गेली, तिची मान अगदी ताठ होती. शालिनी आता मान खाली घालून दरवाज्यात उभी राहिली. तिने स्वतःला पाच मिनिटं सुस्तावू दिलं, थकलेल्या जीवाला पूर्ण आराम दिला. ती जाणाऱ्या-येणाऱ्यांकडे बघत राहिली. संध्याकाळचे साडेसात वाजत आले होते आणि घरी जाणाऱ्यांची गर्दी होऊ लागली होती. दिवस लहान होऊ लागल्यामुळे सावल्या लांब पडायला लागल्या होत्या. लवकरच रात्री थंडी जास्त पडू लागेल आणि जास्तीची चादर, ब्लँकेट घ्यायला लागेल. ऋतू बदलत होता. रस्त्यावरून जाणारे भान हरपून एका लयीत चालत होते, त्यांच्या हातापायाच्या हालचाली कात्री चालवल्यासारख्या होत होत्या आणि हातातल्या कांदे, बटाटे, आटा, साबण, खोबरेल तेल असलेल्या पिशव्या त्याच तालावर डुलत होत्या. त्यातले काही स्मार्ट तरुण लोक हातात ऑफिसच्या ब्रिफकेस घेऊन भराभर पावलं टाकत होते, दृढनिश्चय केल्यासारखे सगळ्या दिशांना जात-येत होते. ते सगळे गेले.

पाच मिनिटं. शालिनीला माहीत होतं की, पाच मिनिटं कधीच होऊन गेली आहेत. तिला आठवतंय तेव्हापासून, तिला वेळेचं अचूक भान होतं. ती अगदी किती मिनिटं झाली हेसुद्धा घड्याळात न बघता बरोबर सांगायची. ती नेहमी गजर न लावताच उठायची आणि दररोज ट्रेन यायच्या आधी सहा मिनिटं स्टेशनच्या दारात पोहोचलेली असायची. तिला समजत होतं की, तिचा आराम झालाय आणि म्हणून ती उठली. एखादाच क्षण असायचा, अगदी छातीचे एक दोन ठोके पडल्या इतका, जेव्हा तिचं शरीर त्याची विश्रांती आटोपून झोपेतून उठायला तयार नसायचं. शालिनीने स्वतःला सावरलं आणि ती उभी राहिली. ती सेल्फातल्या तिच्या देवीकडे बघून हळूच म्हणाली, ''अंबाबाई, ऊठ, जागी हो. आपल्याला कामं आहेत.''

मुलं घरी आली, तेव्हा तिचा स्वयंपाक झालेला होता. रोहित अर्धी बादली पाणी घेऊन त्याच्या धाकट्या भावाला बाहेर घेऊन गेला. शालिनीला पाण्याच्या आवाजात त्या दोघांचं कुजबुजणं ऐकू येत होतं. खेळून आल्यानंतर हातपाय धुतल्याशिवाय घरात यायचं नाही, ही सवय त्यांना त्यांच्या बाबांनी लावली होती. बाबा असताना, ते दोघंही हातपाय धुवायला कुरकुर करायचे, बाबा किती मोठं ओझं लादत आहेत, असं वाटायचं. विशेषकरून रोहितला. तो बाबा घरी नसतील तर हातपाय धुवायला नाही म्हणायचा. आता त्यांचे बाबा खरंच गेले होते, तर रोहित संध्याकाळी हातपाय धुणं अगदी गंभीरपणे पूजा केल्यासारखं करायचा आणि त्याच्या धाकट्या भावालाही पोलिसांच्या शिस्तीप्रमाणे कठोरपणे ते करायला लावायचा. रोहित खूप गंभीर झाला होता. तो शालिनीशी रोज सकाळी घरी काय हवं आहे

का विचारायचा आणि दुपारी शाळा सुटल्यावर बाजारात जायचा. सुट्टे पैसे बरोबर आणायचा आणि खर्चासाठी केलेल्या वहीत सगळे हिशेब लिहिलेले आईला दाखवायचा. त्याच्याकडे आता घराची किल्लीसुद्धा होती आणि त्याने ती लाल दोऱ्यात बांधून गळ्यात घातली होती. रात्री झोपताना फक्त किल्ली गळ्यातून काढून ठेवायचा. आता ती किल्ली त्याच्या उजव्या खांद्यावरून पाठीवर लोंबत होती.

''सगळा होमवर्क झाला का मोहित?'' शालिनीने विचारलं.

मोहितची लहान बोटं खूप भराभर चालायची. तो त्याचं ताट मांडीवर घेऊन पटापट जेवत होता. 'अंम अंम'.

''आई, शुक्रवारी त्याची गणिताची परीक्षा आहे,'' रोहित म्हणाला. ''त्याने अजून परीक्षेचा अभ्यास सुरूसुद्धा केला नाहीये.''

''शुक्रवारी,'' दोन घासांच्या मध्ये कसबसं मोहित म्हणाला.

त्याच्या वरच्या ओठाला वरण लागलं होतं. त्याला म्हणायचं होतं की, शुक्रवारला अजून तीन दिवस आहेत आणि ते शालिनीला समजलं. या आधीच्या परीक्षेत त्याला खूप वाईट मार्क मिळाले होते; पण वडिलांच्या अंत्यसंस्काराला जाऊन आलेल्या एखाद्या लहान मुलाकडून काय अपेक्षा करणार. शालिनीने आणि त्याला ओळखणाऱ्या सगळ्यांनी असं गृहीत धरलं होतं की, तो वडील नसण्याच्या गोष्टीशी तडजोड करेल, प्रयत्न करेल, थोडं विसरेल आणि मग नेहमीसारखा शांत होईल; पण मोहित अजूनही त्याचं काम अर्धवट टाकून कोणाला न सांगता निघून जायचा, जणू काही आयुष्यातल्या कोणत्या तरी गुप्त कामगिरीवर निघाला आहे. तो त्याच्या पलंगामागे लपायचा, कॉमिक्सनी भरलेल्या कोपऱ्यात. त्या कॉमिक्सच्या सुंदर कव्हरांवर मुच्छाडांची बंदूक घेतलेल्या धाडसाची चित्र असायची. तो त्याच्या वहीच्या समासातही रायफलचं आणि पिळदार शरीराचे हिरो मोठ्या बंदुकांमधून गोळ्या झाडतानाची चित्र काढायचा. त्याचं आता एक खासगी आयुष्यही होतं, अगदी आतलं, जिथे शालिनी किंवा अन्य कोणी पोहोचू शकणार नाही. हे मुलांच्या बाबतीत होतं, विशेषकरून मुलग्यांच्या बाबतीत; पण इतक्या लवकर नाही. तिने हाताचं पीठ झटकलं आणि त्याच्या डोक्यावर दंडाने टपली मारली. ''उद्या अभ्यासाला सुरुवात कर, काय?'' ती म्हणाली.

''हो.'' मोहित म्हणाला.

''भात हवाय?''

''हो,'' तो म्हणाला.

शालिनीने त्यांना जेवायला वाढलं, भांडी घासली आणि भिंतीवरच्या रॅकमध्ये लावली. कढई, तवे आणि चमचे त्यांच्या त्यांच्या जागेला छताला टांगले. तिने टूथ पावडर, ग्लासात पाणी घेतलं आणि दारात बसली. गल्लीत आता अगदी तुरळक लोक जात येत होते, जे प्रत्येक दारातून बाहेर पडणाऱ्या उजेडातून जात होते. काटेकर पूर्वी एकदा म्हणाला होता की, दुसऱ्या गल्लीत पुन्हा पुन्हा पडणारा उजेड धबधब्यासारखा दिसतो. तेव्हा त्यांचं नवीनच लग्न झालं होतं. 'हो,' ती म्हणाली होती, कार्ल्यातल्या धबधब्यासारखं. तेव्हा त्यांची परिस्थिती चांगली नव्हती आणि त्यामुळे लग्नानंतर एक वर्षाने कार्ला आणि तिथली लेणी बघायला जाणं म्हणजे काहीतरी खास होतं. तो गुफांमध्ये आत गेला, छताला जे कोरीवकाम केलं होतं ते लाकडी तुळया असल्यासारखं वाटत होतं. त्याला खूप आश्चर्य वाटलं होतं. कितीही नास्तिक

असला, तरी जेव्हा स्तूपासमोर उभा राहिला, तेव्हा गंभीर झाला होता. काटेकर तेव्हाही असाच नास्तिक होता. आता, या गल्लीत प्रत्येक जण 'सबसे बडा पैसा' पाहत आहेत आणि टीव्हीच्या पडद्यावर बदलणाऱ्या रंगाचं प्रतिबिंब बाहेरच्या चिखलात पडत आहे. तिला ऐकू येतंय, घराघरातून त्या कार्यक्रमाच्या सूत्रसंचालक खूप पैसे जिंकण्याच्या संधीबद्दल बोलत आहे. तिच्या घरात टीव्ही होता आणि साधारणपणे सुट्टी नसलेल्या दिवशी इतक्या उशिरापर्यंत बघितला जात नसे. तसाच नियम होता. तो त्याच्या मुलांना सांगायचा, खूप अभ्यास करा. जेव्हा तुमचं स्वतःचं घर घ्याल, तेव्हा हवा तितका वेळ पाहिजे तेव्हा टीव्ही बघा. तरी त्याने 'कौन बनेगा करोडपती'च्या बाबतीत मात्र थोडी सूट दिली होती. कारण, तो काहीतरी ज्ञान मिळेल असा कार्यक्रम होता. प्रश्नांची बरोबर उत्तरं द्या आणि तुम्ही जिंकू शकता, तुम्हाला एक करोड रुपये मिळू शकतात. जर तुम्हाला पुरेशी माहिती असेल तर तुम्ही श्रीमंत होऊ शकता. शिका शिका, तो मुलांना म्हणायचा आणि ते सगळे एका रांगेत मांडी घालून कार्यक्रम पाहायला बसायचे. ते मोठ्याने ओरडून उत्तरं सांगायचे. ती त्याना तीन माकडं म्हणायची आणि ते तिला वेडावून दाखवायचे. आता रोहित मन लावून 'सबसे बडा पैसा' बघत होता आणि त्यातले हिरवे निळे रंग त्याच्या चेहऱ्यावर हलत होते. मोहित त्याच्या गुप्त गोष्टी पुटपुटत पुस्तकात गुंगला होता. वडिलांचे अंत्यसंस्कार झाल्यापासून त्याचा या कार्यक्रमातला रसच गेला होता. शालिनी अजून दरवाजातच बसून होती. टीव्हीवर सूत्रसंचालकाने विचारलं की, भारतातल्या आजवर बांधलेल्या सर्वांत मोठ्या सिंचन योजनेचं नाव काय?

''अरे शालू.''

ही अर्पणा होती, तिची शेजारीण. तिचा नवरा, अमृतराव पवार बरोबर छान कपडे घालून घरी परतत होती. आज त्या दोघांमध्ये बऱ्यापैकी सलोखा दिसत होता म्हणजे बहुदा त्यांच्या युद्धातलं शांतता पर्व सध्या सुरू असणार. शालिनीने अर्पणाला पायरीवर जागा करून दिली. ''इतक्या उशिरा बाहेर?'' तिने विचारलं.

''माझ्या भाचीचं केळवण होतं. मालाडला.''

''सुधीरची मुलगी?''

''हो. ते लग्न त्यांच्या खोलीजवळच लावणार आहेत.''

अर्पणाला दोन लहान भाऊ होते आणि त्यातल्या धाकट्या भावाशी तिचं जास्त जमायचं. मधल्याशी हाडवैर असल्यासारखंच होतं. शालिनी इथे नवीन नवीन राहायला आल्यावर जेव्हा तिची या चिडखोर बाईशी ओळख झाली, तेव्हा तिने सगळी कहाणी ऐकली होती; पण आता तिला फारसं काही आठवत नव्हतं. ती अर्पणाला बरेच वर्षं ओळखत होती आणि तिला अमृतराव पवारशी भांडताना पाहिलं होतं. त्याने दुसरी बाई ठेवून घरोबा केला होता. प्रथम शालिनीने त्याला सोडून दे, बाहेर काढ असा सल्ला दिला होता. नंतर तिने पाहिलं होतं की, ते भांडून पुन्हा आयुष्यभराच्या शपथा घेऊन, महागडी गिफ्ट देऊन एक होत असत. एकदा पावसाळ्यात जेव्हा शालिनी स्वतःच गरोदर होती, तेव्हा ती अर्पणाकडे दोन कांदे मागायला गेली होती आणि दाराबाहेर उभ्या उभ्या तिने आतून येणाऱ्या आवाजांवरून ओळखलं की, त्यांनी सलोखा केला होता आणि एकमेकांना माफ केलं होतं. तिला नंतर समजलं की, रस्त्यावरच्या बायका अर्पणाने नवऱ्याच्या बेपर्वाईबद्दल, त्रासाबद्दल तक्रार केली की का हसतात ते. तो आता त्याच्यासमोर खिशात हात घालून उभा होता आणि त्याच्या

चेहऱ्यावर समाधानाचं हसू होतं. शालिनीला त्याने तिच्याकडे असं पाहिलेलं आवडलं नाही. त्याला त्याची अर्पणा लखलाभ. तिने तिरकी होत त्याच्याकडे थोडी पाठ केली आणि अर्पणाला विचारलं, ''नवरामुलगा कसा आहे?''

''खूपच बारीक,'' अर्पणा म्हणाली. ''एखाद्या पाइपसारखा दिसत होता, फक्त तितकासा काळा नाहीये; पण लोक चांगले आहेत. त्याला एअरपोर्टवर नोकरी आहे,'' तिने पाय चोळता चोळता अमृतराव पवारकडे बघत म्हटलं, ''तुम्ही इथे दिव्याच्या खांबासारखे काय उभे राहिला आहात?''

शालिनीला भीती वाटली की, आता हे तिच्या घरासमोर भांडण सुरू करतात का काय. काही वेळा एक कटाक्षही पुरेसा असतो; पण अमृतराव पवार आज खूश होते आणि ते फक्त हसले. ''तुझी वाट बघतो आहे राणी; पण मी घरी जाऊन वाट बघतो.''

त्या दोघींनी त्याला गेलेलं पाहिलं आणि अर्पणा फुरफुरली, ''ते तिथे घरामागे बसून पीत होते. यांना वाटतं की, मला कळत नाही.'' पुरुषांच्या मूर्खापणाबद्दल दोघींनी सहमत होत मान डोलावली आणि नंतर अर्पणाने आत वाकून म्हटलं, ''आज भारती आली होती का?''

''हो. तुला कसं माहीत?''

''ती चित्रा आमच्या बसमध्ये होती.'' चित्रा म्हणजे अजून एक शेजारीण, ती उजवीकडे दोन घरं सोडून राहायची. ''ती म्हणाली की, तिने भारतीला बस स्टॉपवर पाहिलं.''

बाकीच्या शेजाऱ्यांनी तिला गल्लीतून जाताना वळणावर पाहिलं असेल, घरात पाहिलं असेल, तिचे हावभाव बघितले असतील आणि लोकांनी त्यांचे निष्कर्ष काढले असणार. शालिनी म्हणाली, ''हो, ती आली होती.''

''अशी मध्येच? काही झालं का?''

''काही नाही. काहीतरी पैशांचा प्रॉब्लेम.''

अर्पणाला फारसं पटलेलं दिसलं नाही किंवा तेवढ्या उत्तराने समाधान झालेलं दिसलं नाही; पण शालिनीही हार मानायला तयार नव्हती. तिने आता विषय अमृतराव पवारांकडे वळवला. अर्पणाला आता मोह आवरला नाही. तिने लगेच त्यांच्या नुकत्या केलेल्या पापांचा पाढा वाचायला सुरुवात केली की, ते त्या रंडीला आणि तिच्या अख्ख्या खानदानाला, अगदी तिच्या काकूसकट सगळ्यांना घेऊन महाबळेश्वरला गेले होते आणि तिथे दोन महिन्यांच्या कमाईपेक्षा जास्त पैसे उधळून आले. जेव्हा अर्पणाने त्यांना बोलून दाखवलं की, तुम्हाला काही महत्त्वाकांक्षा नाही, काही जोखीम घ्यायला नको, तुम्ही मूर्खासारखे तुमच्या शिपायाच्या नोकरीला चिकटून बसा, तेव्हा ते तिच्याशी भांडले.

''नोकऱ्या रस्त्यावर पडल्या नाहीयेत,'' शालिनी म्हणाली. ''त्यांना किमान त्यांची नोकरी तरी करू दे.''

''अगं, काही कमाईच नाहीये,'' अर्पणा म्हणाली. तिला त्यांच्या पगाराशिवाय काही कमाई नाही, असं म्हणायचं होतं. ''आणि ते काय कधी त्याचं प्रमोशन करत नाहीत, का पगार वाढवत नाहीत. शेवटी ते मुसलमानच गं.''

''मला वाटलं की, त्यांचा साहेब ब्राह्मण होता? कोणीतरी बाजपेयी, नाही?''

''हो, हो; पण कंपनीचे मालक मुसलमान आहेत आणि तुला माहिती आहे ते कसे असतात,'' अर्पणा म्हणाली.

शालिनीने फक्त मान हलवली. यावर तिला काही वाद घालायचा नव्हता; पण अमृतराव पवारला प्रमोशन देण्यासारखं काही त्याच्यात होतं का याबद्दल तिलाही शंकाच होती. अर्पणा पुन्हा तिच्या भजनाच्या पोजमध्ये बसली. तिचे खांदे राकट आणि भरदार होते आणि मान जाड होती. ती सुंदर म्हणण्याच्या जवळपासही नव्हती आणि गेल्या दहा वर्षांत तिचे गालही ओघळू लागले होते; पण तरीही ती आणि अमृतराव पवार पुन्हा पुन्हा एकमेकांकडे परत येत असत आणि चवताळून प्रेमाने एकमेकांवर तुटून पडत. दुःख इतकच होतं की, अर्पणाला मूलबाळ नव्हतं म्हणूनच ती कधी अमृतराव पवारला पूर्णपणे दोषी ठरवू शकली नाही आणि त्यामुळेच त्यांनी दुसरा घरोबा केला होता. एकमेकांना असलेली गरज, सगळा रागरुसवा आणि पदरी मुलं नव्हती. अंबाबाईच्या आपल्याच तऱ्हा असतात, कोणाला न कळणाऱ्या. ''चल, आता मुलांना झोपवायची वेळ झाली,'' शालिनी म्हणाली.

''हो, ती ठीक आहेत ना?''

गल्लीतल्या बायका मुलांवर लक्ष ठेवायच्या आणि विशेषकरून अर्पणाला त्यांच्याबद्दल जास्त वाटायचं, ती मोहित दुपारी शाळेतून आला की, त्याच्याबरोबर बसायची. ''हो, बरी आहेत मुलं,'' शालिनी म्हणाली.

त्या दोघी उठल्या आणि आपापल्या कामाला गेल्या. शालिनीने थोडं आवरलं आणि मुलांना झोपायला सांगितलं. तिने अंथरूण घातलं आणि आडवी झाली. दिवसभरातली हीच वेळ असायची जेव्हा तिला ती तिचं डोकं त्याच्या पोटावर ठेवून झोपायची याची आठवण यायची, जेव्हा तिची हाडं त्याच्या अंगाला घासायची. झोपेची वाट बघता बघता, तिचं मन अगदी अनपेक्षितपणे क्षणार्धात भरकटलं. त्याचे विनोद, त्याचं हसणं, तिच्या लहानपणीचे कडू गोड क्षण आठवून सगळ्याची सरमिसळ झाली, अगदी भडक आणि बोचरी. त्याची एक देव आनंद आणि मुमताजबद्दलची घाणेरडी कविता होती, शालिनीला हसू आलं. त्याने ती कविता तिला हजार वेळा तरी त्याच उत्साहाने ऐकवली होती. तिने एक दीर्घ श्वास घेतला आणि दुःख उसळून आलं. तिने चेहरा पुसला. किमान तिच्याजवळ त्याची मुलं होती. तिचे मुलगे तिच्या जवळच झोपले होते. ती आता भरकटत होती. मुसलमान लोक असेच असतात. त्यांनी माझ्या नवऱ्याला ठार मारलं. त्यांच्यातल्या एकाने मारलं आणि ज्याने मारलं तोही आता जिवंत नव्हता. कधी कधी तिला वाटायचं की, तो खुनी आता जिवंत असायला हवा होता म्हणजे तिने त्याला पुन्हा मारलं असतं; पण सरताज सिंगने त्या बिहारीला गोळ्या घातल्या होत्या. सरताज सिंगही खुनी होता, ते सगळे खुनी होते आणि त्यांनी मिळून तिच्या नवऱ्याला मारलं होतं. तिला इतका संताप आला होता की, घशात काहीतरी अडकल्यासारखं वाटत होतं आणि शेवटी तिच्या इच्छेविरुद्ध ते हळू आक्रोशावाटे बाहेर पडलंच. तिचा आक्रोश भिंतीना घासत गेला आणि शालिनी घाबरून गेली. तिने पाहिलं की, मुलं आधीच खूप गाढ झोपी गेली आहेत आणि दरवाज्याबाहेर दूर कोणीतरी बोलल्याचा आवाज येत होता.

शालिनी उठून बसली. तिने ग्लासभर पाणी घेऊन आवाज न करता हातपाय आणि तोंड धुतलं. नंतर ती अंबाबाई आणि भवानी समोर मांडी घालून बसली. 'तू जागी आहेस का अंबाबाई? भवानी, आता तुझा अजून कोप नको गं. आता कोणाला शिक्षा द्यायची राहिली आहे? माझ्यावर कृपा कर. मला शांती दे. तू त्याला अपयश दिलंस भवानी. तो सुरक्षित परत यावा म्हणून मी दररोज तुझ्याकडे भीक मागत होते आणि तू त्याला जाऊ दिलंस. मी तुला यापुढे नावं ठेवणार नाही, का म्हणून विचारणार नाही. तू मला कारणं देऊ नकोस. मी

तुझं गप्प बसणं मान्य करेन; पण मला थोडीशी तरी शांती दे, दुःखाच्या गोंगाटातून थोडी तरी सुटका दे. माझ्या मुलांसाठी मी शांत राहायला हवं. अंबाई, तू ऐकते आहेस का? मला एवढं दान दे. मला त्याच्या जाण्याचं दुःख आहे; पण मला शक्ती दे. भवानी म्हणजे डोळे दिपवणारा निळा प्रकाश. तिची कृपासुद्धा चांदण्यासारखी शीतल असते; पण अंबाई, तू तर पाण्याचा खळाळता झरा आहेस, चंदन आहेस, बाळांचा श्वास आहेस आणि फुललेलं कमळ आहेस. तू माझी आई आहेस, मला या दुःखातून परत आण, मला पुन्हा तुझ्या छत्रछायेखाली जगू देत. तो चांगला माणूस होता. मी त्याला वारीला जा म्हणाले, तेव्हा जरी पांडुरंगाच्या कृपेने त्याची पाठ बरी होईल, यावर त्याचा विश्वास नव्हता, तरी तो पायी चालत पंढरपूरला गेला. तो वेदनेत जगला, मी पाहिलं आहे की, दिवस संपताना कसा एक हात कमरेवर घेऊन का होईना तो ताठ उभा असायचा; पण त्याने आमची काळजी घेतली आणि त्याची नोकरी केली. तो कडक होता; पण कठोर नाही. रोहित आणि मोहितला कधीही त्याची भीती वाटली नाही. त्याचं पहिलं प्रमोशन झालं, तेव्हा त्याने माझ्या गळ्यात सोन्याची चेन घातली आणि आमच्या पडत्या काळातही ती तशीच राहू दिली. मला कधी त्याने पैशाचा हिशेब मागितला नाही. आम्ही कधी भांडलो तरी त्याने कधीच माझ्यावर हात उचलला नाही. फक्त एकदाच रागाने माझं कोपर पकडलं होतं आणि मुरगळलं होतं. आम्ही लहान होतो अंबाई, त्याने कोपर फिटकरीने शेकलं, हळद गरम करून लावली आणि त्याला वाईट वाटलं. त्याच्या अंगाला खोबऱ्याचं तेल आणि शिवाजी बिड्यांचा वास यायचा; पण नंतर आमच्यासाठी त्याने तंबाखू पूर्ण सोडली. नंतर तो बायांच्या नादी लागला. मला तेदेखील माहीत होतं. मी त्याच्याशी भांडले, तेव्हा तो म्हणाला की, आता तो जाणार नाही; पण मला माहीत आहे कधी त्याने खऱ्या अर्थाने बाईचा नाद सोडला ते; जेव्हा त्याला बाबा होण्याचा खरा अर्थ कळला तेव्हा त्याने नाद बंद केला. त्याने मला आणि मी त्याला दुखावलं अंबाई. मला माहीत आहे, मी माझ्या गप्प बसण्याने त्याला त्रास दिला; पण मी बायको म्हणून माझं कर्तव्य केलं, पुरुषांना जेव्हा मिठीत घेण्याची गरज असते, तेव्हा घेतलंही. मी त्याला जेऊ घातलं, त्याने मला जगवलं. आम्ही सहचारी होतो, मित्र होतो, भांडणं व्हायची; पण वैर नव्हतं. आई, मी पैसे मिळवते आहे, दिवस ढकलते; पण रात्री माझ्या पोटात गोळा येतो, मी अंथरुणात त्याच्या बाजूला वळते आणि मग मला सगळं आठवतं. तो मला अंथरुणात खोकताना दिसतो, त्याला ताप आहे, मी त्याला पेपर आणून देते, तो घेतो. त्याचा हात गरम लागतो आणि माझ्या पोटात धस्स होतं. नंतर तो खोलीवर येत असतो, मोहित रांगत आहे, त्याची चड्डी भिजली आहे. तो मांडी घालून बसून पैसे मोजतो आहे. मी कांदे चिरते आहे आणि दुसऱ्या दिवशी शयनी एकादशी आहे. अंबाई, तू कुठे आहेस? भवानी तू आहेस का? मला तू जवळ असल्याचा भास होतो; पण मी एकटी आहे. मला हात दे अंबाबाई. मी एकटी आहे.'

''आई?''

रोहित तिच्या मागेच उभा होता. शालिनीने त्याला तिला झोपवू दिलं, तिची समजून काढू दिली आणि त्याला स्वतःची समजूत काढत झोपू दिलं. तिला पुन्हा आठवणी येत होत्या. त्या रात्री जेव्हा ती अर्पणाच्या घरी कांदे मागायला गेली होती, तेव्हा पावसाची झड येत होती म्हणून दाराला खेटून उभी होती. आतून अर्पणा जे हुंकार देत होती, कुठेतरी कढू गोडाच्या मधले होते ते, ती ते ऐकत होती. महत्प्रयासाने शालिनीने मन दुसरीकडे वळवलं, त्या गोष्टीचा

विचार करू नये, कशाचाच विचार करू नये म्हणून प्रयत्न केला; पण तरीही श्वासागणिक एक हलकीशी वेदना होत होती. तिने ते सहन केलं आणि अंबाबाईचं नाव घेत राहिली.

अंजली माथुर पैशाचा माग काढत होती. दिवसभरात सकाळी लवकर किंवा रात्री कधी तिला फावला वेळ मिळेल, तेव्हा ती ते करत होती. या मंगळवारी, तिने ऑफिसला लवकर पोहोचायचा प्रयत्न केला आणि म्हणून ती आता जुन्या फाइल्स चाळत होती. पाकिस्तानने खूप मोठ्या प्रमाणावर छापलेल्या खोट्या चलनाची तिने माहिती काढली. अगदी अपघातानेच थांबलेल्या १ जानेवारी १९८७ या तारखेपर्यंतच्या रेकॉर्ड्समध्ये तिला अशा घटनांची यादी, रिपोर्ट्समध्ये लिहिलेली माहिती सापडली जी चौऱ्याहत्तर पानं होती म्हणून तिने मागील चार महिन्यांत मूळ रिपोर्ट्स एकेक करून चाळायला सुरुवात केली होती. ते खूप किचकट होतं आणि कदाचित वेळाचा अपव्ययही म्हणून तिने कोणालाही या शोधाबद्दल सांगितलं नव्हतं. तपशिलांव्यतिरिक्त, त्यातल्या नमुन्यांव्यतिरिक्त ती नक्की कशाचा शोध घेत आहे, याची तिलाही कल्पना नव्हती. भूगोल आणि काळाच्या पलीकडे जाऊन एक संबंध आपोआप दिसेल, घटनांची एक मालिका उलगडत पाठीमागे जाईल आणि सुरुवात कुठे झाली ते दाखवेल. अगदी सुरुवात नाही; पण ज्या वळणावर अनेक गोष्टी एकत्र आल्या त्या वळणापर्यंत नेईल आणि कसातरी गणेश गायतोंडेचा मृत्यू या घटनांच्या माळेत बरोबर बसेल. अंजलीला स्पष्टीकरण नको होतं, तिचा त्यावर विश्वास नव्हता. कोणतंही स्पष्टीकरण, कोणतंही उत्तर सगळं काही सांगत नाही, बऱ्याच गोष्टी त्यातून सुटलेल्या असतात; पण लोकांचं एकत्र येणं, परस्परसंबंध, त्यांच्यातली एक लय आणि काळवेळाचं गणित या गोष्टींवर तिचा विश्वास होता. के. डी. यादवनी त्यांना हेच शिकवायचा प्रयत्न केला होता. शत्रूच्या हेतूचे बारकावे समजून घ्यायचा प्रयत्न करा, तेच तुम्हाला पुढे काय होईल हे सांगू शकतात म्हणूनच सगळं विश्लेषण केल्यानंतर, संदर्भ तपासून घेतल्यानंतर, कॉम्प्युटर आणि गणित केल्यावर, ती आता हे जुने रिपोर्ट्स एकेक करून चाळत होती. शेवटी हे सगळं अंतःप्रेरणेवर अवलंबून होतं. तिच्या या अंतःप्रेरणेनुसार तिला गायतोंडेचं भारतात परत येणं, त्याचा मृत्यू, कैलासपाड्याच्या मधोमध उभा असलेला त्याचा तो बंकर आणि त्या मृत स्त्रीबद्दल प्रश्न पडले होते. यातली कोणतीच गोष्ट एकमेकांशी जुळत नव्हती, कोणतीच गोष्ट तिला समजेल, अशी भाषा बोलत नव्हती.

ती खूप पूर्वी रिपोर्ट्समधल्या विशिष्ट भाषेचा अर्थ लावायला शिकली होती. विचित्र संदेशातून ती घटना काय असेल, याची कल्पना करणं. ती आता एक संदेश वाचत होती जो अगदी साध्या कागदावर होता.

टॉप सिक्रेट

सोर्सचा कोड नंबर......९१०-०२-७५ पी ....जम्मू अल्फा युनिटचा.

रिपोर्ट क्र. .....२/९७ .....तारीख २७.१.९७

सोर्सचे तपशील : सोर्स रहमत सानी शेतकरी, स्मगलर असून बॉर्डरच्या दोन्ही बाजूस त्याचे कुटुंब आहे. माहिती पाक आर्मीतील त्याचा चुलत भाऊ यासीन हाफीजकडून गोळा केली आहे.

संपर्काचे माध्यम : वैयक्तिक भेट
विश्वासार्हता : II

सोर्सने १३.१.९७ला भान्नी गावातील चुलत भावाची भेट घेतली. चुलतभाऊ १३ बटालियन, पंजाब रेजिमेंटमध्ये मंदी चाप्पर येथे हवालदार आहे. त्याच्या तुकडीला एक तीन टनी ट्रकला १४२ शाह करनाम रोड (रिपोर्ट ४७/९६ पाहा) एका अनोळखी प्रिंटिंग प्रेसपासून लष्कर-ए-आजादीच्या हाफिजगंज बेसपर्यंत संरक्षण द्यायला सांगितले होते. ४′ x ४′ x ४′च्या चार क्रेट्सचे हस्तांतरण लष्कर डेप्युटी कमांडर रशिद खान यांना केले. सोर्सला पुढील माहिती नाही. अति संवेदनशील घटक हे मध्यम परिमाणाच्या चलनी नोटा असून, त्या आक्षेपार्हपणे खोऱ्यात किंवा अन्यत्र वापरायच्या आहेत. सोर्सला नजर ठेवण्यास सांगितले आहे.

हा रिपोर्ट ज्याने लिहिला त्याला अंजली ओळखत होती. तो ट्रेनिंगमध्ये तिच्या बरोबरच होता. त्याचं नाव होतं गौरव शर्मा. सव्विसाव्या वर्षीच त्याला पूर्ण टक्कल पडलं होतं. १९९७मध्ये त्याला जम्मूला पोस्टिंग होतं आणि त्या 'अति संवेदनशील'मध्ये त्याची थोडी झलक दिसत होती. ट्रेनिंगच्या दिवसात तो खूप गोंधळलेला असायचा आणि त्याने त्याच्या बरोबरच्या ट्रेनी लोकांशी चहा, सामोसे घेता घेता ब्रेकमध्ये आकृतिभंग आणि विचित्र आकर्षण याबाबत बोलण्याचा प्रयत्न केला होता. या रिपोर्टमध्ये, जसं त्यांना प्रशिक्षण दिलं होतं, त्याप्रमाणे त्याने स्वतःला भाषेपासून अलिप्त करून, रिपोर्ट व्यक्तिनिरपेक्ष आणि वस्तुनिष्ठ करण्याचा प्रयत्न केला होता. माहिती वरपर्यंत पोहोचवताना हे अशाच प्रकारे केलं जातं. यात काही शंका नाही की, सोर्स एक घाम गाळणारा खलनायक, बॉर्डरवरचा गुन्हेगार, स्मगलर आणि खुनी होता; त्याच्यामध्ये हा क्रूरपणा आर्मीने गेली पन्नास वर्षं त्यांच्या डोक्यावरून झाडलेल्या, त्यांच्या गावात आणि शेतात पडणाऱ्या तोफगोळ्यांमुळे मरणाऱ्या त्याच्या नातेवाइकांमुळे आला होता. त्याला अमावास्येच्या दिवशी बॉर्डर कशी पार करायची हे माहीत होतं. नो मॅन्स लँडमध्ये तोफगोळ्यांचा धोका असताना तो कशाचाही विचार न करता पार करायचा. त्याला तपासणी किंवा मशीन गन्सचा मारा होत असताना शेतात तासन्‌तास निपचित कसं पडायचं, केव्हा सरपटत जायचं, केव्हा थांबायचं हे माहीत होतं. त्यानेच त्याच्या पाक आर्मीमधल्या भावाने माहिती द्यावी म्हणून लग्नकार्यासाठी व ट्रॅक्टर घेण्यासाठी सहज कर्ज मिळवून देण्याचं आमिष दाखवलं होतं, यात शंकाच नाही आणि नंतर त्याला पैसे दिले होते. त्याने दोन्हींकडून पैसे मिळवले, त्याच्या भावाकडून आणि त्याला हाताळणाऱ्या ऑफिसरकडूनही. त्याला हाताळणाऱ्या ऑफिसरने त्याला स्वस्त रमच्या बाटल्या दिल्या असणार ज्या त्याने एका वेळी तीन याप्रमाणे बॉर्डर पार करून पाकिस्तानी हद्दीत नेल्या असणार. त्याला हाताळणारा ऑफिसर त्याला १९९७मध्ये जानेवारीच्या शेवटी भेटला होता. बहुदा एखाद्या झोपडीत, कोणत्या तरी देशी दारूचा घमघमाट असलेल्या धाब्यावर भेटून, त्याला पैसे दिले होते आणि नंतर त्याच्या जम्मूतल्या सुपरवायझरी ऑफिसला रिपोर्ट केला होता. तिथे गौरव शर्माने दिल्लीतल्या कन्झ्युमर डेस्कसाठी रिपोर्ट तयार केला होता. मिळालेल्या माहितीच्या आधारे रिपोर्ट बनवून वरती पाठवले गेले होते आणि शेवटी चीफ सेक्रेटरींना शत्रू वसंत ऋतूच्या सुरुवातीलाच काहीतरी आक्षेपार्ह करणार असल्याची जाणीव करून दिली होती. कदाचित,

पंतप्रधानांनी फंड्स दिले असतील, बजेटमध्ये बदल करायला सांगितले असतील. शिडीच्या प्रत्येक वरच्या पायरीवर माहिती संकुचित होत जाते. तपशील गाळले जातात. इथे, दिल्लीमध्ये कन्झ्युमर डेस्कला, नावं, ठिकाणं, ट्रक्स, क्रेट्स, रहमत आणि रशिद यांचे तपशील होते. वर कोणाला हे कसं केलं हे जाणून घेण्यात रस नव्हता. के. डी. यादव म्हणाले होते की, तुमचं काम हेच असतं की, वरच्या लोकांना फार जास्त माहिती होऊ देऊ नये. त्यांना कळता कामा नये. त्यांना त्यावर कारवाई करता येणं आवश्यक असतं, त्यांनी तपशिलात जायचं नसतं. त्यांना सत्यता नाकारता आली पाहिजे म्हणून फार लिहू नका. त्यांना जितकं माहिती असायला हवं, तितकच सांगा. बास.

अंजलीने रिपोर्ट बाजूला ठेवला आणि ती तिच्या रोजच्या कामाकडे वळली. संस्थेमध्ये, दिल्लीतल्या तिच्या व्यावसायिक वर्तुळात, तिची मुंबईची ट्रीप शेवटी निरुपयोगी मानली गेली होती. गायतोंडेने लोकांना उडवण्याच्या त्याच्या दीर्घ कारकिर्दीनंतर आता स्वतःला उडवलं होतं. मग काय? त्याच्यासारखे ठग मुळातच अस्थिर असतात आणि गायतोंडेला तर दारू, बायका आणि इतर गोष्टींचा खूप मोठा इतिहास होता. हे माहीतच होतं, त्यामुळे त्याने स्वतःसाठी मुंबईत एक सुरक्षित घर बांधलं. मग काय? तो माणूस स्वतःच्या हातांनी मेला होता, इतकीच गोष्ट त्यातून घेण्यासारखी होती, त्यामुळे तपशील शोधायची काय गरज होती आणि काय जास्तीचे तपशील मिळाले होते? काहीच नाही. संस्थेतले म्हातारे पुरुष तिला म्हणाले की, आम्ही तुला सांगितलं होतं, यामुळेच तुम्ही फिल्डमध्ये बायकांवर विश्वास ठेवू शकत नाही. मुळात याच कारणामुळे, सुरुवातीलाच गायतोंडेला हाताळायचं काम कुलकर्णीला दिलं होतं. त्याने त्याचं व्यावसायिक प्रशिक्षण पंजाबमध्ये घेतलं होतं आणि काश्मिरमध्ये कारवाया केल्या होत्या. तो पुरेसा कठोर आहे आणि गायतोंडेसारख्या शिवराळ गँगस्टरला हाताळण्यासाठी पुरेसा महाराष्ट्रीयन आहे, हे ठरवलं गेलं होतं. त्याने खूप दया येऊन अंजलीला त्याचे रिपोर्ट्स वाचायला द्यायचे उपकार केले होते. ''मला माहीत आहे तुला या माणसात इंटरेस्ट आहे आणि एक चांगला विश्लेषक नेहमीच मदत करू शकतो,'' तो काहीसे दात विचकत म्हणाला म्हणून तिने गायतोंडेचा त्यापुढचा इतिहास, संस्थेने केलेला त्याचा वापर, त्याने संस्थेचा केलेला वापर, त्याच्यावरच्या हल्ल्यातून झालेला त्याचा बचाव, त्याचा वाढता मानसिक आजार, त्याला हाताळणाऱ्यांशी खोटं बोलणं, अस्थिरता आणि त्याचं अचानक गायब होणं इथपर्यंतचा माग घेतला. जेव्हा तो प्रेत बनून त्याच्या जुन्या वस्तीत अचानक प्रकटला होता, तेव्हा कुलकर्णीने चांगुलपणाने तिला जाऊन तपास करू दिला होता.

तिला फार उपयोगाचं असं काही हाती लागलं नाही आणि म्हणून आता ती परत तिच्या विश्लेषणाकडे वळली. तिचं डेस्क इस्लामिक कट्टरवाद्यांचं होतं आणि तिला अख्ख्या जगाचा बीट घ्यायचा होता. आज ती एका स्कॉट्समनचा माग काढत होती. त्याचं नाव माल्कम मौराद ब्रूस होतं आणि १९६४ साली तो एडिनबर्गमध्ये एका स्कॉटिश सुतार आणि हॉटेलमध्ये काम करणाऱ्या आल्जेरीयन बाईच्या पोटी जन्माला आला होता. माल्कम सात वर्षांचा असताना त्याचे वडील सोडून गेले, त्यामुळे आईला तिचा भाऊ आणि त्याच्या कुटुंबाबरोबर राहण्यासाठी बर्मिंगहॅमला जावं लागलं. माल्कम मौराद ब्रूस आता माल्कम मौराद चेकर झाला होता. साधी राहणी आवडणारा, लाल केसांचा मुलगा स्थानिक लोकांमध्ये छोट्या वयाचा प्रवचनकार म्हणून प्रसिद्ध झाला होता. बाविसाव्या वर्षी तो अफगाणिस्तानमध्ये उगवला होता, त्याने सोव्हिएतच्या लोकांशी संघर्ष केला होता आणि तो सात वेळा जखमी

झाला होता. चार वर्षांनंतर, रिपोर्ट्सनुसार लाल केसांचा मौराद GIAसाठी अल्जेरियामध्ये लढत होता. पत्रकार, सरकारी अधिकारी, आर्मी ऑफिसर आणि सामान्य जनतेला मारत होता. त्याला सुन्नी मुस्लिमांच्या कट्टरपंथीय समूहात सर्वांत जास्त कट्टरवादी म्हणून प्रसिद्धी मिळाली, जो त्याच्या समूहातल्या मवाळ झारीस्ट लोकांशीही बोलायला नकार द्यायचा. संतापी मौरादचे जहाल विचार त्याच्या डोळ्यांत दिसायचे आणि त्यांच्या ज्वाळा त्याच्या लाल केसांमध्ये दिसायच्या. त्याला जागतिक इस्लामी क्रांतीपेक्षा अन्य काही मान्य नव्हतं. १९९९मध्ये, भारतीय गुप्तहेर खात्याने काश्मीर खोऱ्यात एक नवीन दहशतवादी गट लाल केसाच्या मौरादच्या नेतृत्वाखाली सक्रिय असल्याचं सांगितलं होतं. हा तोच माणूस होता; पण त्याचं खोऱ्यात दिसणं म्हणजे GIA आता खोऱ्यात सक्रियपणे लढत होती आणि ते पैसा, शस्त्रास्त्र आणि माणसं पाठवणार होते, असा त्याचा अर्थ होता का? मौराद त्याच्या बळावर अजून एक युद्ध, अजून एक मोहीम करत होता का? हा प्रश्न होता म्हणूनच अंजली सकाळपासून संध्याकाळपर्यंत काही संबंध सापडतात का, त्या स्त्री-पुरुषांची पार्श्वभूमी, त्यांचे विचार, त्यांनी स्थापन केलेल्या संस्था, त्यांचे बॉर्डर ओलांडून केलेले प्रवास याबद्दल वाचत होती. तिने संस्थेचे खोऱ्याबद्दलचे अंतर्गत रिपोर्ट वाचले. वॉशिंग्टनमधल्या विचारवंतांचे पेपर, CIAकडून आलेली गुप्त माहिती, सक्रिय गटांची माहिती, अल्जेरियन लोकांच्या समस्यांवर जर्मन लेखकाने लिहिलेल्या पुस्तकाची तीन प्रकरणं, अल्जेरियन मासिकं आणि वर्तमानपत्रांतील लेखांच्या झेरॉक्स कॉपी, मृतांचे फोटो आणि दोन-तीन वर्षांचे मोरोक्को, इजिप्त आणि अल्जेरिया इथे सक्रिय असलेल्या संस्थांचे फिल्ड रिपोर्ट ती वाचत होती. ती एखाद्या पाणबुड्याने खोल समुद्रात बुडी घ्यावी त्याप्रमाणे तिच्या वाचनात एकचित्त झाली होती. ऑफिसमध्ये आजूबाजूला काय घडतं आहे, बाहेरच्या कॉरिडोअरमधली गडबड, खिडकीतून येणारे सूर्याचे किरण आणि आत येऊन तिच्याकडे बघणारं कबूतर या कशाचंही तिला भान नव्हतं. मध्येमध्ये ती बाजूची पाण्याची बाटली गालावर टेकवून, मग तिच्या वाचनाच्या वेगाप्रमाणे घटाघट पाणी पीत होती. कॉलेजमध्ये तिला नोट्स लिहिण्याचं कौशल्य प्राप्त झालं होतं, त्यामुळे तिला कागदाकडे फारशी नजर न टाकताही स्पष्ट, स्वच्छ लिहिता येत असे. दिवस सरत होता. दुपारी दीड वाजता दारावर हलकीशी टकटक झाली आणि अमित सरकार आत डोकावला.

''ये, तू आत येऊ शकतोस अमित,'' अंजली म्हणाली.

''मॅडम, जेवण?''

अमित सरकारचं नुकतच लग्न झालं होतं आणि त्याच्या बायकोने केलेल्या स्वयंपाकामुळे आठवड्याचा प्रत्येक दिवस छान वाटत होता. प्रशिक्षणाच्या सुरुवातीच्या दिवसात जसा तो बारीक होता, तसा आता उरला नव्हता. आता तो शेअर करण्यासाठी तीन कप्प्यांचा टिफिन आणायचा. तो खूपच विनम्र होता; पण त्याला तिच्या जेवणाच्या वाईट सवयी आवडत नाहीत आणि तिच्या डिव्होर्सी असल्याने एकटीने आयुष्य काढण्याविषयीची तळमळ हे दोन्ही तिला जाणवलं. ती कधी कधी त्याच्या गृहीतकांमुळे त्याच्याकडे वैतागून कटाक्ष टाकत असे; पण आज त्याने व्यत्यय आणला त्याचा तिला आनंदच झाला. कुरापतीपासून ते प्रतिसादापर्यंत सतत धोक्याच्या, प्रतिहल्ल्याच्या सावलीत राहणं गुदमरून टाकणारं होतं. अमित सरकारने आणलेल्या डाळ-भातामुळे तिला सामान्य आयुष्याची, घरपणाची आणि किचनची एक फुंकर मारल्यासारखी वाटायची. ''आज डब्यात काय आहे?''

''चिंगरी माछेर करी मॅम. मैथिलीची खासियत आहे.''

मैथिली बुटकी आणि गोलमटोल होती, हसताना जिवणी फाकवून हसत असल्यामुळे तिचे डोळे दिसायचे नाहीत. अंजली तिला दोन वेळा भेटली होती आणि तिला ती बऱ्यापैकी पारंपरिक आणि अबोल वाटली होती; पण तिने केलेली कोळंबीची करी खूपच छान होती. जेवता जेवता अमित तिच्याशी त्याच्या सध्याच्या प्रोजेक्टबद्दल बोलत होता. तिने त्याला मुख्यत्वे सौदी आणि सुदानमधून पुरोगामी इस्लामिक संस्थांना येणाऱ्या परदेशी पैशांचा माग घ्यायला सांगितला होता. दोन दिवसांपूर्वीच त्याने त्रिवेंद्रममधील एक विद्यार्थ्यांचा गट आणि नागपूरमधील एक सेमिनरी यांच्यातली लिंक शोधून काढली होती, ज्यात विद्यार्थ्यांचा म्होरक्या, मध्यस्थ व्यापारी आणि एक जहाल मुल्ला असे लोक होते. अमितने चांगलं काम केलं होतं आणि आता तो त्याची गोष्ट विकसित करत होता. त्या विद्यार्थ्यांच्या म्होरक्याचा एक भाऊ दुबईला काम करत होता आणि तो भाऊच पैसे, माहिती आणि विचारसरणी पुरवत असावा. अंजली जेवता जेवता ऐकत होती. कदाचित, अमित चांगला विश्लेषक होऊ शकतो. तो तपशिलाबाबत उत्साही होता आणि ते जुळले की, त्याला आनंद व्हायचा. त्याला त्याच्या अशा विश्लेषण करून केलेल्या गोष्टी प्रत्यक्षात घडाव्यात, असं गृहीत धरायची सवय होती, इतकी की, तो त्याच्या कल्पकतेला गोष्टीची वीण आणि गंभीरता ठरवू देई; पण त्याला त्यानुसार काही जमत नव्हतं आणि त्याला काल्पनिकतेपासून दूर नेणं हे तिचं काम होतं; पण त्याच्यामध्ये खूप तळमळ होती म्हणून तिने त्याला त्याचं बोलणं संपवू दिलं. नंतर, ती त्याला मुळाशी घेऊन गेली, सत्याच्या पायापाशी : तो भाऊ, दुबई आणि रोजचे फोन कॉल्स. इतकंच होतं. ''चांगलं आहे; पण खूप गृहीत धरण्यासाठी पुरेसं नाही.'' ती म्हणाली, ''आपल्याला अजून माहिती लागेल.''

''आपण कारवाईसाठी विनंती करू शकतो का?''

अंजली बळच हसली. त्याच्यामध्ये एखाद्या कुत्र्याच्या छोट्या पिल्लाला त्याने पहिली शिकार केल्यावर जसा उत्साह वाटतो, तसा उत्साह होता. ती म्हणाली, ''आपण विनंती करू शकतो; पण आपल्याला मिळणार नाही. याच्यापेक्षा जास्त प्राधान्य असलेल्या गोष्टी आहेत.'' त्याने शहाण्या मुलासारखी मान डोलावली; पण त्याने जरी त्याला काही वाटलं नाही, असा समजूतदारपणा दाखवला, तरी किंचित नाराजीचा रुसवा तिला लक्षात आला. प्रत्येक ट्रेनीची अशी विलक्षण कल्पना असते की, त्यांच्या हातातली केस विश्लेषणाकडून कारवाईकडे न्यावी आणि असे दुवे शोधावे ज्यातून अतिशय धोकादायक कट उघड होईल, जो असफल करण्यासाठी घाईने पावलं उचलावी लागतील, धाडसी माणसं आणि अंधारात गोळीबार करावे लागतील. ट्रेनी असाच विचार करून आलेले असतात आणि त्याचप्रकारे त्यांची नियुक्ती झालेली असते; पण प्रत्यक्षात मात्र काम म्हणजे वाचन, वाचन, गोष्टींचे तुकडे तुकडे शोधणे आणि जीवघेणे धोके शोधणे आणि तरीही त्यासाठी साधनसामग्री देण्याची आवश्यकता नाही हे समजून घेणे. तुम्हाला काही गोष्टी बघून सोडून द्याव्या लागतात म्हणून तिने त्याला थोडा दिलासा देण्याचा प्रयत्न केला. ''पण माहीत नाही. आपण त्यांना नजर ठेवण्याच्या यादीत ठेवू या. त्यांना कदाचित महत्त्वाकांक्षा वाटून ते काही करण्याचा प्रयत्न करतील.''

अमितचं काही विशेष समाधान झालेलं दिसलं नाही; पण त्याने ते चेहऱ्यावर न दाखवता आपला टिफिन बंद केला. अंजलीने त्याला जेवणासाठी धन्यवाद दिले आणि ती पुन्हा तिच्या कागदांच्या गराड्यात हरवून गेली. कागदांना आता हळद आणि आल्याचा वास

येत होता. तिच्या मनात आलं की, अजून काही वर्षांनी दुसऱ्या कोणा विश्लेशकाला तो वास येऊन अचानक घरची आठवण येईल का? ती वाचत राहिली; पण अमितच्या कपाळावरची आठी तिच्या मनात राहिली. तो दिल्ली डेस्कवरती कैद झालेल्या केसेस उगाळत बसला, त्याला काहीतरी करण्याची सुरसुरी आली होती. ठीक आहे, त्याला लवकरच काहीतरी कारवाई करायला मिळेल. कोणीतरी, कोणी शत्रू नेहमीच महत्त्वाकांक्षी व्हायचे आणि कोणीतरी काहीतरी करायचा प्रयत्न करायचे. एमईएच्या छोट्या खोलीत बसून दिवसभर रिपोर्ट वाचण्यावर मानवतेच्या सततच्या चळवळी, अखंड चालू असणाऱ्या मागण्या, मत्सर आणि तिरस्कार या गोष्टींनी थप्पड मारायला हवी होती. असं वाटलं की, कोणीच, अगदी एकही स्त्री किंवा पुरुष कधी समाधानाच्या आडोशाला स्वस्थ बसलेला नाही. सतत त्यांना कुठे ना कुठेतरी जायचं असतं, कोणाचा तरी पराभव करायचा असतो, काहीतरी मिळवायचं असतं, त्यामुळेच तरी तिला काम मिळालं आणि आयुष्याला एक दिशा मिळाली. ती वाचू लागली.

सहा वाजता तिने आपली ब्रिफकेस आणि पर्स उचलली, तिजोरी आणि फाइलींच्या कपाटाला कुलूप लावलं. कारच्या चाव्या पर्सच्या बाहेरच्या कप्प्यात ठेवल्या आणि भरभर खाली गॅरेजकडे गेली. गॅरेजच्या गेटवर ड्युटीला असलेले दोन मुच्छड दिल्ली पोलीस कॉन्स्टेबल ती त्यांच्यासमोरून कारमधून जाताना टक लावून बघत होते. दिल्लीमध्ये एकट्या राहणाऱ्या स्त्रीला अशा आरपार जाणाऱ्या त्रासिक नजरांचं ओझं झेलणं नेहमीचंच होतं. त्यांना ती एक स्त्री होती, त्यातून ती एकटी होती, तिच्याकडे स्वतःची कार होती आणि ती कमावती होती हे आवडलं नव्हतं. एक काळ होता जेव्हा ती तरुण होती आणि असं पाहणाऱ्यांना मागे वळून 'काय बघताय?' असं विचारायची. तिने अनेक बिझनेसमन, बस ड्रायव्हर, विद्यार्थी, कामगार आणि पोलिसांचा सामना केला होता. पोलिसवाले सगळ्यात वाईट होते, त्यांच्याकडे अधिकार असल्यामुळे रोज दारू पिवून दमदाटी, बळजबरी करायचे; पण तिने त्यानाही तोंड दिलं होतं. तिला त्यावरूनच तिच्या वडिलांची आठवण झाली, जे तिच्या अशा दांडगटपणा, धाडसीपणाला आणि कधी हार न मानण्याच्या स्वभावाकडे पाहून कौतुकाने हसले होते. ती अजूनही खूप प्रयत्न करत होती; पण का माहीत नाही; पण तिला आता असा सामना करून करून थकून गेल्यासारखं वाटत होतं. तिच्या कामाच्या वेगामुळे नव्हे, तर तिला आत खोलवर कुठेतरी जाणीव होत होती की, तिचा उत्साह संपला आहे. तरुणांना या कॉलेजच्या आवारात कमी कपडे घालून, हातात मोबाईल फोन घेऊन पायपीट करणाऱ्या मुलींच्या संरक्षणाचं काम करू दे. टक्केटोणपे खाऊन तावून सुलाखून निघालेल्यांना इतर लढाया लढायच्या आहेत.

अंजलीने हमरस्त्यावरून एक मोठं वळण घेतलं. तिच्या डोळ्यांवर सूर्यास्ताचे किरण आले आणि ती स्वतःशीच हसली. तिच्या या मध्यम वयाने किती परिणाम केला होता, तिचा सुरुवातीचा बंडखोर उत्साह गंजून गेला होता. कशामुळे? खूप काम, खर्च, ही कर्कश्य आवाज करणारी वाहतुकीची गर्दी, का ज्याचे काळे थर हाता-तोंडावर जमतात अशा जीवघेण्या प्रदूषणामुळे? आणि व्यावसायिक अपयश, घटस्फोट आणि प्रेम अचानक नाहीसं झाल्याने, का भविष्य म्हणजे अमर्याद कुरण नसून, एक अंधाराने वेढलेली निमुळती दरी आहे या भयानक जाणिवेमुळे? तिच्या आईचं संधिवातामुळे अडखळत चालणं, तिची सुरकुतलेली कातडी बघून अंजलीला चांगलं वागण्याचं दडपण आलं. तिच्या आईला मृत्यू येईल, के. डी. यादवही लवकरच जातील. फक्त तिचे वडील अमर होते, बेपत्ता होण्यामुळे कुठेतरी अजूनही

त्यांच्या तारुण्यात लटकत होते. कायद्याच्या नजरेत ते मृत होते; पण ते अजून जिवंत होते. अंजलीला रोज पहाटे साखरझोपेतून जागी होताना त्यांचं अस्तित्व जाणवायचं. त्या वेळी ते तिच्या जवळ यायचे, किंचित घामाचा, ब्रीलक्रीमचा वास येत असायचा आणि खिडकीच्या कोपऱ्यातून येणारं ऊन तिच्या तोंडावर पडू नये म्हणून आपला हात आडवा धरायचे. मग ते परत निघून जायचे.

अंजलीच्या कारच्या खिडकीजवळ एक चंदेरी रंगाची लेक्सस येऊन थांबली आणि ते सगळे वाहतूक पुढे सरकण्याची वाट पाहत होते. लेक्ससच्या काळ्या काचांच्या पलीकडे एक तरुण मुलगी संथपणे च्युइंगगम खात होती. ती उजवीकडून डावीकडे भरभर पानं पालटत एक चकचकीत मासिक चाळत होती. ती सुंदर होती, काहीशी कंटाळलेली दिसत होती. तिचे वडील कोणीतरी मंत्री, बडी आसामी, प्रसिद्ध डॉक्टर किंवा दिल्लीच्या अवाढव्य जगात व्यवहार घडवून आणणारे कोणी असावेत. ती लेक्ससच्या वातावरणात राहत होती, अंजलीपासून खूप दूर, वसंत विहारच्या भागात, सेन्सो, फार्म हाउस पार्ट्या आणि तिच्या वयाला साजेसे कपडे घालत. तिला अंजलीची नजर आपल्याकडे आहे हे जाणवलं, तिने पाहिलं आणि ती बेपर्वाईने पुन्हा हातातल्या मासिकात मग्न झाली. लेक्ससच्या काचेत अंजलीला आपलं प्रतिबिंब दिसत होतं. घामजलेला चेहरा, अगदी मध्यमवर्गीय वाटणारा तपकिरी लाल सलवार कमीज आणि लाल ओढणी; एक अगदी मध्यमवर्गीय बाई जिला कारचा बिघडलेला एसी दुरुस्त करणंही शक्य नाही. वाहतूक सुरू झाली आणि लेक्सस निघून गेली. अंजलीने हनुवटी चोळली. तिच्या मनात विचार आला, एखाद्याचा राग येणं किती सोपं असतं आणि अशी इच्छा करणंही की, दोन चिडलेल्या पोलिसांनी लेक्सस थांबवून लायसन्स मागावं, काळ्या काचा, गाडीचा धूर यांबद्दल दंड करावा. अंजलीने तो विचार दूर सारला आणि स्वतःला तिच्या वास्तवात परत आणलं की, तिने काय करायला हवं होतं जे लागू पडलं असतं. राग करण्याचा उपयोग नव्हता आणि त्यात अर्थही नव्हता. कारण, आडकाठी करणारे, दुर्मुखलेले पोलीस शेवटी दोनशे-तीनशे रुपये घेऊन सोडून देतील.

क्लिनिकमध्ये अंजलीने हाता-तोंडावर पाणी मारलं. जेव्हा ती बाथरूममधून बाहेर आली, तेव्हा के.डी. अंकल ती जाताना ज्या कोनात मान ठेवून झोपले होते, तसेच आताही झोपलेले होते. उजेडात त्यांचा चेहरा काळवंडलेला वाटत होता. कपाळाचा उंचवटा, टक्कल आणि नाकाचा तो बाक. पाच आठवडे झाले, ते एक शब्दही बोलले नव्हते. ते इतके लवचीक आणि हलके झाले होते की, तुम्ही त्यांचा हात धरला तरी ते चालतील, हलकासा धक्का दिला तरी खुर्चीत खाली बसतील. ते खूप सावकाश जेवत, तेसुद्धा जर तुम्ही त्यांना तुमच्या हातांनी भरवलं तर. त्यांच्या आवडत्या पदार्थांची त्यांना आता काही आवड उरली नव्हती, ते निरिच्छ झाले होते, त्यांना कशाचा फरक पडत नव्हता. ते दूर गेले होते. अंजलीला हे समजत होतं, ती जेव्हा त्यांच्यासमोर बसून त्यांच्याशी बोलली, तेव्हाच तिला हे लक्षात आलं होतं. पापण्यांच्या मंद उघडझाप होण्यामध्ये ना आनंद होता ना दुःख. ते तिथे नव्हतेच. ते तिरस्कार, इच्छा या सगळ्यांच्या खूप पुढे गेले होते आणि म्हणूनच ते आता माया करू शकत नव्हते, तरीही अंजली तिला शक्य तितक्या जास्त वेळा येऊन त्यांच्याजवळ बसत असे. नर्स त्यांना दिवसा उठवून बाथरूमला नेऊन आणत, बागेत घेऊन जात; पण अंजलीला त्यांना खिडकीकडे सूर्यास्ताच्या दिशेला तोंड करून बसवायला आवडायचं. तिने लहानपणी पाहिलं होतं की, त्यांना बदलते रंग बघायला खूप आवडायचं. त्यांना डोंगर आवडायचा,

बर्फ आवडायचा. तिला त्यांनी हिमालयातील शिखरं सूर्योदय आणि सूर्यास्ताच्या वेळी कशी लक्ख सोनेरी दिसत, त्याबद्दल सांगितलं होतं.

डॉक्टरांनी आता ते दोन किंवा तीन महिने जगतील, असं सांगितलं होतं. अंजलीने पाहिलं होतं, की जेव्हा तिने त्यांना खोट्या चलनाविषयी सांगितलं, तेव्हा त्यांनी तिच्याकडे परत येण्याचा खूप प्रयत्न केला होता आणि त्या क्षणिक परतण्याबरोबरच तिने आता त्यांचं जाणं स्वीकारलं. जे उरले होते, ते के. डी. यादव नव्हते, तरीही ती सकाळ-संध्याकाळ येऊन त्यांच्याजवळ बसत होती. काहीही झालं, तरी ती त्यांना सोडून देणार नव्हती.

ती बेडजवळच्या खुर्चीत बसली आणि तिने तिचा कागदांचा गठ्ठा उघडून खूण केलेला कागद काढला. ती आता 'भारतीय इतिहासातले संन्यासी योद्धे' नावाच्या लेखाची झेरॉक्स प्रत वाचत होती. गायतोंडे साधूंना शोधत होता, त्या माहितीने काहीच दिशा मिळत नव्हती आणि अगदी अंजलीलाही आता वाटलं की, त्याने चुकीचं सांगितलं असावं किंवा विनोद किंवा अन्य कशाचा तरी भास झाला असावा किंवा मग धडधडीत खोटं असावं; पण तिने सुरुवातीला साधूंच्या बाबतीत वाचल्यानंतर तिला आता तो नादच लागला. ती त्यांना तिचे 'प्रोजेक्ट' म्हणायची; पण तिचा नवरा अरुण मात्र त्याला मानसिक आजार म्हणायचा. तिला एखाद्या अस्पष्ट बाबीचंही कुतूहल वाटायचं, जगातल्या वीस लोकांना फिकीर आहे असली काहीतरी घाणेरडी प्रक्रिया वगैरे आणि नंतर तिला त्या गोष्टीबाबत सगळं माहीत करून घ्यायचं असायचं. तिच्या प्रोजेक्ट्समध्ये लाल मुंग्यांचं जीवनचक्र आणि सामाजिक एकोपा, उपखंडातील टेराकोटा शिल्पांचा इतिहास, सोव्हिएत कामगारांच्या छावण्यांची आर्थिक व्यवस्था आणि संघटन, वाफेच्या इंजिनाचा आणि रेल्वेचा इतिहास अशा गोष्टींचा समावेश असायचा. तिने एकदा ज्युलियस सीझरच्या मोहिमांबद्दल वाचण्यासाठी चार महिने घालवले. वेळ मिळेल तेव्हा ती वाचायची. यातल्या कशाचा तिला वास्तवात उपयोग नव्हता. तिने अरुणला समजावून सांगायचा प्रयत्न केला की, तिला छोट्या छोट्या तपशिलांमध्ये, गोष्टी कशा चालतात, त्यांचे घटक कसे एकत्र जुळवले जातात याबद्दल कुतूहल होतं. जेव्हा त्यांच्या प्रेमाची सुरुवात होती, तेव्हा त्याला या प्रोजेक्ट्सबद्दल, त्यातल्या विक्षिप्तपणाबद्दल कुतूहल वाटायचं. तो तिच्या स्मृतीचं आणि कुतूहलाचं कौतुक करायचा; पण त्यांचं लग्न झाल्यानंतर अरुणला तिच्या या सतत वाचनाचा आणि तिला पडणाऱ्या प्रश्नांचा कंटाळा आला. त्यांच्या एका भांडणादरम्यान त्याने तिला सांगितलं की, आता ती त्याला कंटाळवाणी वाटते. अर्थातच, त्या दोघांनाही माहिती होतं, ते वेगळे आहेत; पण एकेकाळी असं वाटलं की, त्याचा समाजप्रिय स्वभाव आणि तिचा शांतपणा हे एकमेकाला संतुलित करतील. नंतर त्याला त्याच्या वाढत्या मित्रपरिवाराशी भेटीगाठी करायला आवडत असे, स्कॉच प्यायला आवडे आणि फॉर्म्युला वन रेसिंग बघायला आवडे. ते तो कधीही चुकवत नसे, अगदी जेव्हा तो मध्य प्रदेशात प्रोबेशनर म्हणून गेला होता तेव्हाही. त्याने मोठा टीव्ही आणण्यासाठी एका कोळश्याच्या ट्रकमध्ये लिफ्ट मागितली होती आणि नंतर काही वर्षांनी असंच एका रात्री फॉर्म्युला वन रेस बघताना त्याने ठरवलं होतं की, अंजली कंटाळवाणी होती. तिला अजूनही वाटत होतं, जर ती आपलं करियर सोडून त्याच्या बरोबर त्याच्या प्रत्येक नवीन पोस्टिंगच्या ठिकाणी गेली असती, तर त्याला ती तितकी कंटाळवाणी वाटली नसती; पण अखेर सगळं संपलं होतं. अंजली पुन्हा लेखाकडे वळली आणि संन्यासी बंडखोरांविषयी वाचू लागली.

तिचं चित्त विचलित झालं होतं. के.डी. अंकलशी चर्चा केल्याशिवाय, वादविवाद केल्याशिवाय, विवेचन केल्याशिवाय, प्रश्न विचारल्याशिवाय वाचणं कठीण होतं. ते अगदी जगाच्या दुसऱ्या टोकाला प्रवास करत असतील, तरी तिने नेहमीच त्यांच्याशी ती जे वाचत असायची, त्याची चर्चा केली होती. आता त्यांची अनुपस्थिती बेपर्वाईनेच काही प्रतिसाद द्यायची. या शांततेमुळे तिच्या आत एक विवर तयार झालं, एक अशी पोकळी ज्यामुळे तिच्या वडिलांच्या जाण्यामुळे जी दरी निर्माण झाली होती, ती उघडी पडली असती. तिच्या पोटात एकदम भीतीने गोळा उठला. एकटी असणं कठीण होतं, अशक्य होतं. ती उठली, काळजीतच चालू लागली, दरवाज्यापाशी जाऊन पुन्हा खिडकीजवळ गेली. ती एकटी नव्हती. तिची काळजी घ्यायला माँ होती, खूप मित्रमैत्रिणी होते, चांगले सहकारी आणि मुख्य म्हणजे करण्यासाठी महत्त्वाची कामं होती. तिची गरज होती आणि एक माणूस होता, कदाचित पुरुष, सोशियॉलॉजीचा प्रोफेसर, तिच्यापेक्षा थोडा वयाने लहान; पण खूप हळुवार. ती अजूनही प्रेम मिळण्याची आशा करू शकत होती किंवा किमान सोबतीची आणि दयेची; बिचाऱ्या के.डी. अंकलसारखं नव्हे, जे खरोखर एखाद्या फकिरासारखे जगले. तिने खांदे ताठ केले, स्वतःला हास्यास्पद विचार न करण्याबाबत बजावलं. के.डी. अंकलचं जाणं खूप दुःखद होतं; पण त्यांच्यातला काही भाग अजून तरी इथे होता. त्यांनी तिला जो शांतपणा आणि शिस्त शिकवली होती, त्याचे ऋण तिच्यावर होते. ती त्यांच्याजवळ बसली, त्यांचं मनगट किंचित दाबलं आणि ते हातात धरूनच ती परत वाचू लागली.

केसांचं काम करण्याने मेरी मस्कारेनासला आनंदाची क्षणभंगुरता शिकवली. कधीतरी आता आणि तेव्हा क्लाएंट बरोबर असताना तिला अचानक परिपूर्णतेचा एक तेजस्वी क्षण गवसत असे ज्यात आता चालू असलेली स्टाइल, महत्त्वाकांक्षा आणि शरीरशास्त्र एकत्र येऊन चित्तवेधक नितळ सौंदर्य निर्माण होई. अशा क्षणामध्ये जेव्हा गुंडाळ्यांतून, आवरणातून आणि उष्णतेतून केस बाहेर निघत, जेव्हा क्लाएंट समोर लावलेल्या आरशांमध्ये बघत, तेव्हा एक आनंद, समाधान वाटे. ते प्रेमाइतकंच, मातृत्वाइतकंच किंवा देशप्रेमाइतकंच खरं असे; पण काळ सरला. स्टाइल बदलल्या, क्लाएंटचं वय वाढत गेलं, त्या म्हाताऱ्या झाल्या आणि केस जसे वाढत होते तसे वाढले. त्यांची लांबी वाढली, बदल झाला, त्यांच्या पोतामध्ये आणि कुरळेपणामध्ये बदल झाला, ते गळले, पांढरे झाले आणि पातळ झाले. आनंद नेहमी निसटून गेला. आता नाहीतर नंतर कधी, आनंदी क्लाएंट आरशामध्ये पाहून अस्वस्थ होत आणि नवीन केशरचना हवी असे. केसांचे कट आले गेले, कपाळावरच्या बटा एकेवर्षी खाली होत्या, पुढची चार वर्षं वर गेल्या आणि नंतर परत खाली आल्या. या सिझनला जे असेल ते पुढच्या सिझनला नसे. ब्लॉन्ड आले गेले आणि लहान केसांची जागा नंतर लांब केसांनी घेतली. मेरीला खात्री होती की, ज्या दिवशी या सर्वांत जुन्या व्यवसायाचा शोध लागला, दुसऱ्या क्षणी लोक स्टाइलिस्ट शोधायला बाहेर पडले. पाली हिल सलॉनमधल्या क्लाएंट्समध्ये ती प्रसिद्ध होती आणि म्हणूनच तिची नोकरी सुरक्षित होती. कमिशनमधून चांगली कमाई होत होती. क्लाएंटना बोलायला आवडायचं म्हणून खूप माहितीही मिळायची.

मेरी, कॉमिला मारवाहचे केस कात्री आणि कंगवा घेऊन कापत असताना ती बोलत होती. कॉमिला कुजबुजली, ''तुला माहीत नाही मेरी, ती बाई कशी राजीवच्या मागे लागली. तिच्या त्या भयानक नवऱ्याबरोबर लग्न झाल्यामुळे तिचे किती हाल होत होते, याचं इतकं

नाटक केलं तिने आणि हे सगळं तिने राजीवला इंडिगोमध्ये छोटे छोटे काळे ड्रेस घालून सांगितलं. अर्थातच म्हणून काहीतरी सुरू झालं. ती ओबेरॉयला जायची आणि ड्रायव्हरला सांगायची की, ती शॉपिंगला जात आहे, ड्रायव्हरजी तुम्ही जाऊन जेवा. मला दोन-तीन तास लागतील. नंतर ती हॉटेलमध्ये आत जायची आणि दुसऱ्या दरवाजाने बाहेर पडायची, टॅक्सी करून थेट राजीवच्या बिल्डिंगमध्ये. तिथे साईटच्या गेटमधून आत जाऊन त्याच्या अपार्टमेंटमध्ये जायची. दुपार मस्त घालवल्यावर, परत एक टॅक्सी करून ओबेरॉयमध्ये आणि हातात काहीतरी बॅग्स दिसाव्यात म्हणून दहा मिनिटं शॉपिंग करून एखाद्या सती-सावित्रीप्रमाणे घरी. राजीवला सांगायची की, तिच्या हातून खूप मोठी चूक झाली आहे, तिने त्याला लंडनमध्ये सोडून यायला नको होतं वगैरे. दरम्यान, तिला कमल भेटतो, जो खूप मोठ्या इंडस्ट्रियलिस्टसारखा श्रीमंत आहे...''

कॉमिलाला आता थांबावं लागलं, स्टाइलिस्टला शेजारी दुसऱ्या क्लाएंटला घ्यायचं होतं. मुंबईत जागा इतकी महाग होती की, बेस्ट सलॉनमध्ये नेहमी खूप खुर्च्या कोंबलेल्या असत, खूप बिझनेस होई. दररोज सलॉन भरलेलं असे. या शहरात खूप पैसा होता आणि कॉमिलाकडेही त्यातला थोडा बहुत होता. तिला कोणाकडे किती पैसा आहे हे बरोबर माहीत होतं. ती पुढे बोलतच होती, ''पण नंतर तिला कमल भेटला. तिचं राजीव बरोबर सुरू होतं, तेव्हाच हेही म्हणजे त्या भयानक नवऱ्याच्या बरोबर. कमल गडगंज श्रीमंत आहे, त्याचे सोशल कनेक्शनही खूप आहेत, तो अगदी मध्यावर आहे. हे मान्य करायला हवं की, ती खूप आकर्षक आहे म्हणून नंतर ती कमलला साईड द्यायला लागली. हे सगळं तिच्या त्या नवऱ्याच्या नाकाखाली सुरू होतं. ते एकाच सर्कलमध्ये असतात सगळेच; पण पुन्हा तीच स्टोरी, दुःख, असमाधान, हाय हाय, मी किती दुःखी आहे. पुरुषांना मोह आवरत नाही. किती मूर्खपणा. तिचं आता कमल आणि राजीव दोघांबरोबर सुरू आहे. तुझा विश्वास बसेल का मेरी?''

मेरीचा सहज विश्वास बसला. तिने कॉमिला मारवाहच्या स्वतःच्या अफेयर्सबद्दलच्या बातम्यांवरही विश्वास ठेवला होता. जी अफेयर्स एकाच वेळी नाही; पण एकामागोमाग झाली हे मान्य केलं पाहिजे. मेरीने अगदी धक्का बसल्यासारखा चेहरा केला आणि अगदी गुदगुल्या झाल्यासारखं म्हणाली, ''आणि नंतर?''

''नंतर काय? तो कमल तिच्यासाठी पार वेडा झाला. तुला माहीतच आहे की, तिचा चेहरा अगदी स्वीट स्वीट, निरागस आहे आणि राजीवच्या मते ती एकदम मस्त ब्लो-जॉब देते. आता कमलने आपल्या बायकोला आणि तीन मुलांना सोडून दिलं आणि तिच्याशी एंगेजमेंट केली. अर्थातच तिच्या बिचाऱ्या नवऱ्याला धक्काच बसला; पण कल्पना कर त्या गरीब बिचाऱ्या राजीवचं काय झालं असेल. एक मिनिट तो तिचा हिरो आहे जो तिला तिच्या भयानक लग्नातून बाहेर काढणार आहे आणि दुसऱ्या मिनिटाला तिने त्याला लाथ मारली.''

''लग्न कधी आहे?''

''पुढच्या आठवड्यात.''

''राजीवला कोणीतरी दिलासा द्यावा लागेल, असं वाटतं.''

''हो,'' कॉमिला म्हणाली. ती दमट झालेल्या आरशामध्ये स्वतःला लहरीपणाने न्याहाळत होती. ''खरं आहे.''

मेरीने तिच्या खांद्यावर थोपटलं. ''तुमचं वजन कमी झालंय. जिमला जाताय का?''

''आठवड्याला पाच दिवस सकाळी,'' कॉमिला म्हणाली; पण या कौतुकानेही ती स्वतःला न्याहाळण्यातून बाहेर आली नाही. ''आणि हे सगळं कशासाठी? तर पुरुषांसाठी. पुरुष मूर्ख असतात. या सगळ्या स्टोरीचा निष्कर्ष काय, तिच्यासाठी, राजीवसाठी आणि कमलवगैरेसाठी?''

''सांगा ना.''

''जर तुम्ही अगदी संत असल्याचा भाव चेहऱ्यावर आणून रंडीसारखा ब्लो-जॉब दिलात, तर पुरुष तुमच्यासाठी त्यांच्या बायकांना सोडून येतील!'' आणि ती इतक्या मोठ्याने हसायला लागली की, मेरीही तिच्याबरोबर हसू लागली. कॉमिला तिच्या खुर्चीत बसून जोरात हसत होती आणि मेरी कात्री खाली ठेवून टेबलाला टेकून उभी होती. कॉमिलाच्या विचित्र हसण्यामुळे थोड्या वेळाने अख्खं सलॉन त्यांच्या बरोबर हसायला लागलं. कॉमिलाचा मूड आता एकदम छान झाला होता आणि तिने मेरीला दीडशे रुपये टीप दिली. मेरीने तिचा हेअरकट चांगला केला होता, अगदी बारीक केस कापले होते आणि तिची निमुळती मान उठून दिसत होती. ती खूप छान दिसत होती; पण शंभर वर्षांत अगदी हजार वेळा केस कापले असते तरी ती संत वगैरे वाटली नसती. ती एखाद्या तिशी संपत आलेल्या सडपातळ बाईसारखी दिसत होती, विनोदी, अनुभवी, खूप उत्सुक आणि छान कपडे घातलेली. तिच्या चेहऱ्यावरची चमक केवळ पैशानेच विकत घेता येण्यासारखी होती. मेरीला तिच्याबद्दल खूप जास्त माहिती होती. कारण, तिला तिच्या अनेक क्लाएंटबद्दल खूप माहिती होती. उदाहरण द्यायचं तर मेरीला हे माहीत होतं की, खूप पूर्वी कॉमिला जेव्हा तिच्या विशीत होती, तेव्हा तिच्या पैसेवाल्या मारवाडी बॉयफ्रेंडने त्याच्या आई-वडिलांनी निवडलेल्या दुसऱ्या एका पैसेवाल्या मारवाडी मुलीसाठी हिला डच्चू दिला होता. तिचा हा बॉयफ्रेंड कॉमिलाला पुढे अनेक वीकेंड्सना गोव्यामध्ये भेटत होता. अगदी दोन मुलं झाली तरी सगळ्यांसमक्ष तिच्यावरच्या प्रेमाची कबुली देईन आणि त्याला त्याच्या जाड आणि बोअरिंग बायकोची अजिबात पर्वा नाही, असं म्हणायचा. त्याने दरवेळी तिला प्रॉमिस केलं की, तो पुढच्या उन्हाळ्यात त्याच्या बायकोला सोडेल. अर्थातच त्याने ते कधी केलं नाही. कॉमिलाने शेवटी स्वतःला तिच्या या दर्दभऱ्या प्रेमापासून तोडून टाकलं; पण ती तिशीत एकटी पडली. चांगला पगार असलेली प्रोफेशनल; पण अतिशय एकटी. मुंबईमध्ये तिच्यासारख्या अनेक जणी होत्या, अगदी खूप जणी. तिने दोन वर्षं कशीतरी काढली आणि मग तिला आताचा नवरा मिळाला, जो तिच्यापेक्षा एकोणीस वर्षांनी मोठा, विधुर होता. तो सुखवस्तू होता. त्याचा रियल इस्टेट आणि ट्रॅव्हलचा बिझनेस होता आणि तो तिच्या सौंदर्यावर, स्टाइलवर फिदा होता. त्याने तिच्याशी लग्न केलं, दोन मुलं झाली आणि कॉमिलाला आता स्थैर्य मिळालं, सुरक्षित संसार आणि त्याचबरोबर काही असमाधानसुद्धा. मुलं झाल्यानंतर, तिने दोन प्रेमी केले. हे सगळं मेरीला माहिती होतं.

मेरीला संधिप्रकाशाची वेळ आवडायची आणि ती बऱ्याच वेळा काम संपल्यावर जायची तशी आजही चालत कार्टर रोडला समुद्राला लागून असलेल्या भिंतीजवळ गेली. जॉगिंग करणारे, तरुण मुला-मुलींचे घोळके, स्पोर्ट्स शूज घालून भरभर चालणारे आजी-आजोबा यांच्यामधून हळूहळू फिरत होती. त्या संध्याकाळी, आकाशात हिरवी छटा होती. अगदी उंचावर मोरपंखी रंग सुरू होऊन क्षितिजापाशी पाण्यात मिसळला होता. मेरीला दिवस

मावळताना अशी रंगांची मिसळण व्हायची ती खूप आवडायची. या रंगाच्या मिश्रणात, शहरात एकटी असणं म्हणजे हजार अनोळखी लोकांमध्ये सोबती शोधण्यासारखं होतं. अर्थातच, तिला मित्र-मैत्रिणी होते आणि ते कधी कधी समुद्रावर एकत्र फिरायला जात; पण बऱ्याच वेळा तिला एकटेपणा आणि स्वातंत्र्य मुंबईकडून भेट म्हणून हवं होतं. अनेक रात्री भीती, जुन्या आठवणींमध्ये जागून काढल्यावर आता ती एकटीने कसं राहायचं हे शिकली होती. आता तिला तिचं स्वातंत्र्य प्रिय होतं. एकटं असण्यातही एक सुखद शांतता होती.

तरीही कॅमिलासारख्या बायका होत्या, ज्या त्यांच्याकडे सर्व फायदे असूनही, अन्य प्रकारच्या सुरक्षिततेसाठी मोलभाव करत होत्या. अशा गोष्टीसाठी जी असत्य, तमाशा आणि अर्धवट समजलेल्या आणि अर्धवट बोललेल्या तडजोडींनी भरलेली होती. कॅमिलाच्या नवऱ्याला तिची अफेयर्स माहीत होती? नक्कीच अर्ध्या जगाला माहीत होतं किंवा किमान जे जग सलॉनमध्ये येत-जात होतं त्या जगाला तरी माहीत होतं. खूप बायका आपापसात आणि मेरी जवळ कॅमिलाच्या एकेका कारनाम्याविषयी बोलायच्या. कदाचित, त्याला माहीत असेल. कदाचित, त्याला माहीत असेल; पण त्याने दुर्लक्ष केलं असेल, कदाचित समजून घेतलं असेल. मेरीला वाटलं, तिला यातलं फार कळत नव्हतं; पण तिने कधी याचा अर्थ मैत्री असा मुळीच घेतला नाही. कॅमिलाने तिला हरतऱ्हेच्या गोष्टी सांगितल्या; पण मेरीला माहीत होतं की, ती खुर्चीत टेकून बसते आणि तिचं डोकं मेरीच्या हवाली करते म्हणून बोलते. मेरीची कात्री चालू लागली की, ती कात्रीच या दोघींना काही क्षणांसाठी जवळ आणत असे, एक मर्यादित जवळीक जिथे कन्फेशन बॉक्ससारखा अंधार असण्याची गरज नसे; पण मेरी जे पस्तीस किंवा चाळीस हजार रुपये कमावत होती, त्यामुळे ती कॅमिलाच्या सोशल सर्कलचा एक भाग नव्हती. अजिबातच नाही, अगदी तिने ब्रिफकेसवाल्या पांढरपेशा नोकरदारापेक्षा जास्त कमावले असते तरीही नाही. मेरीची काही स्वप्नं नव्हती, ती कोण होती आणि ती कोण होऊ शकते याबद्दल अजिबात काही छान स्वप्नं नव्हती. तिने तिची जागा शोधली होती आणि तिथे ती सुखी होती.

तीन भिकारी मुली मेरी जवळून त्यांचे अनवाणी पाय फूटपाथवर आपटत गेल्या. पुढे दहा फुटांवर चालणाऱ्या एका गोऱ्या फॉरेनरला त्यांनी गराडा घातला. मेरी त्यांना ओलांडून पुढे गेली, तिला त्यांचं तळहात त्याच्या तोंडाजवळ नेऊन त्याच्याकडे भीक मागण्याच्या बडबडीचं हसू आलं. ''हाऊ आर यू? अंकल. अंकल. प्लीज अंकल. हाऊ आर यू? अंकल. हंग्री. हंग्री. अंकल. फूड.'' त्या त्याच्या चोचीसारख्या नाकापर्यंत उड्या मारत होत्या. तो दचकलेला दिसत होता. तो इतक्या दूर भारतात आला होता आणि आता तो गोष्टीत ऐकलेल्या गरिबीला सामोरा जात होता, अशी गरिबी जी इंग्लिश शिकलेली होती. तो फॉरेनर 'नाही, नाही' म्हणत मान हलवत होता; पण तो थांबला होता. मेरीला खात्री होती की, काही क्षणांत तो त्याच्या पाकिटात हात घालेल. आता भीक मागणाऱ्या छोट्या मुलांचा घोळकाच मेरी जवळून त्या फॉरेनरच्या दिशेने गेला. तो जोवर टॅक्सी पकडून पळून जात नाही, तोवर ही मुलं त्याच्या डोक्यावर बसतील. त्याच्या गोऱ्या कातडीमुळे आणि पैशामुळे त्याच्यामागे ही छोटी भिकारी पिलावळ लागली होती. समुद्रालगतच्या भिंतीवर बसलेली भिकारी मुलं तरुण आणि नेहमीची होती; पण ती खूप पूर्वीच मेरीकडे दुर्लक्ष करायला शिकली होती. ती त्यांच्याशी बोलायची; पण पैसे द्यायची नाही आणि ती मुलं व्यावसायिक होती. हे त्यांचं काम होतं आणि त्यांना संध्याकाळच्या मोक्याच्या वेळी उगाच गप्पा मारायला वेळ नव्हता.

वीस मिनिटं चालल्यावर ती रस्त्याच्या पार दुसऱ्या टोकाला गेली, अगदी ऑटर्स क्लब बस स्टॉपपर्यंत. अंधार पडताना आता ओहोटीमुळे लाटा किनाऱ्यापासून दूर गेल्या होत्या, मागे दगड आणि कचरा उरला होता. त्यावर, पाण्याकडे तोंड करून सरताज सिंग बसला होता. मेरीने तोंड फिरवलं आणि मान डावीकडे केली. तिने पटकन एक नजर टाकली आणि अजून त्याने तिला पाहिलेलं नव्हतं. तो क्षितिजाकडे एकटक पाहत बसला होता. ती पुढे बस स्टॉपपाशी गेली. बस येतच होती. ती काही मीटर पळत गेली आणि जेव्हा बसमध्ये चढली, तेव्हाच तिने मागच्या खिडकीतून वळून पाहिलं. तिला अजूनही तो दिसत होता. फूटपाथच्या टोकाला बसलेला, त्याचे पाय दगडांवर सोडलेले होते. तिने सीट पकडली आणि तिची राखाडी पर्स मांडीवर घट्ट पकडली. तिच्या छातीचे ठोके जलद पडत होते आणि तिला माहीत होतं की, ते धावत आल्यामुळे होत नव्हतं. तिला त्याच्याशी बोलणं इतकं टाळावं असं का वाटलं? तिने काही गुन्हा केला नव्हता; पण तो पोलीसवाला होता आणि पोलिसवाले त्यांच्याबरोबर दुःख घेऊनच येतात, एखाद्या इन्फेक्शनसारखं. त्यांच्यापासून दूर राहिलेलंच बरं.

कोणत्यातरी भयानक वादळी, अंधाऱ्या गोष्टीपासून आपण निसटलो आहोत, असं वाटत असल्याने ती घरापर्यंत मोकळेपणाने गेली. तिला तो जरी ओझरता दिसला असला, तरी तिला त्याच्याभोवती असलेलं दुःखाचं वेटोळं जाणवलं होतं. तो समुद्राकडे आणि आकाशाकडे प्रश्नार्थक मुद्रेने एकटक बघत होता. त्याच्या पाठीवर आणि मानेवर दुःखाचं ओझं होतं, जणू काही त्याला उत्तराची अपेक्षा होती. अशा माणसापासून दूर पळून गेलेलंच बरं.

मेरीने खोलीत येऊन दार बंद केलं, कडीकुलूप लावलं. तिने भिंतीजवळचा कमी उजेडाचा एकच दिवा लावला जेणेकरून तिच्या आजूबाजूला मेणबत्तीच्या प्रकाशातल्या सावल्यांसारख्या सावल्या होत्या. काल रात्रीची फिश करी उरली होती आणि तिने पटकन एक बाउल भात केला. ती तिच्या बेडवर खात बसली आणि बाजूच्या टेबलावर ठेवलेल्या ग्लासातून पाण्याचे घोट घेत होती. तिला डिस्कव्हरी चॅनेलवरचे प्राण्यांचे कार्यक्रम आवडायचे. जन्म, स्थलांतर आणि मृत्यू असं शाश्वत चक्र. आफ्रिकेच्या उंच आकाशाखाली सिंहांनी हरीण किंवा झेब्रे मारले तरी ते बरोबर वाटायचं, समतोल साधण्याच्या प्रचंड मोठ्या चक्रातली महत्त्वाची साखळी वाटायची. मेरीची मैत्रीण जाना, तिला रात्रीची तीन पिढ्यांचं कुटुंब, भटकलेला नवरा यांच्याबद्दलची टीव्ही सिरीयल बघण्याचं व्यसन होतं. ती मेरीला विकृत आणि विचित्र म्हणायची. ती जेव्हाही मेरीकडे यायची, तिला चॅनेल बदलायला लावायची; पण मेरीला सिरीयलमधलं अखंड प्रेम आणि फसवणूक बघून चीड यायची, तिला अस्वस्थ वाटायचं, निराश वाटायचं आणि संताप यायचा. शार्क मासे किमान त्यांच्या भुकेच्या बाबतीत प्रामाणिक होते आणि सुंदरही होते.

तिने तिचं ताट, भांडी घासली आणि फ्रीजमध्ये मागच्या बाजूला ठेवलेलं तिचं चॉकलेट काढलं. तिने कोलाबामधल्या रुस्तममधून अर्धा बॉक्स रम बॉल्स आणले होते, जे सुंदर सोनेरी कागदात गुंडाळलेले होते. ती रोज रात्रीचं जेवण झाल्यावर एक चॉकलेट खायची आणि फक्त तिलाच माहीत होतं की, अख्खा बॉक्स एका दिवशी न संपवता रोज एक खाणे यातच स्वतःवर नियंत्रण ठेवण्याचं मोठ्ठ काम केल्यासारखं होतं. तिने बॉक्समधला सगळ्यात डावीकडचा बॉल घेतला आणि बेडकडे गेली. स्क्रीनवर बिबट्या झुडपातून पुढे सरकत असताना तिने टीव्हीचा आवाज वाढवला. तिने चॉकलेटचा कागद अगदी हळुवार काढला, त्याचा अगदी नाजूक कुरकुर आवाज झाला. नंतर, कोकोचा सोनेरी दरवळ आला, तिने

चॉकलेट नाकाशी नेऊन तो वास नाकात भरून घेतला आणि हलकेच मान मागे घेऊन मग पुन्हा चॉकलेटकडे नव्याने पाहिलं. तिने एक अगदी छोटा चावा घेतला आणि तिच्या टाळूला त्या गरम चवीने झिणझिण्या आल्या आणि तिच्या जबड्याच्या मागे दुखू लागलं. तिचा पहिला आनंद थोडा ओसरल्यानंतरच तिने मोठा तुकडा तोडला. ते स्वर्गीय होतं. रमची चव तिच्या जिभेवर पसरली आणि तिने बिबट्याकडे बघत एक आनंदाचा चीत्कार केला.

आता ती झोपायला तयार होती. तिने मेकअप केला नव्हता, कधीच करायची नाही, त्यामुळे झोपायला जाताना तिचं काम अगदी सोपं होतं : नीम साबणाने चेहरा धुवायचा आणि मिसवाक पेस्टने दात स्वच्छ घासायचे. तिने एक विटका निळा कफ्तान घातला जो आता धुऊन धुऊन मऊ झाला होता आणि ती हात अंगाच्या बाजूला ठेवून आडवी झाली. त्या जेव्हा लहान होत्या, तेव्हा जोजो तिला तिच्या अशा झोपण्यावरून चिडवायची की, ती मेलेल्या माणसासारखी निश्चल झोपते; पण जोजो झोपेतही वाऱ्यासारखी गिरक्या घ्यायची आणि बऱ्याच वेळा उठताना तिचे पाय उशीकडे असायचे. ती लाथा मारायची, ढुशा द्यायची; पण तिला मेरीच्या जवळच झोपायचं असायचं. मग नाश्ता करताना मेरी झोपमोड होते म्हणून कुरकुर करायची.

मेरी उठून बसली, बाथरूमला जाऊन आली आणि पुन्हा आडवी झाली. तिने संथपणे दीर्घ श्वास घेण्याचा प्रयत्न केला; पण तिचं मन तळमळत होतं. झोप आता, आज खूप काम होतं, ती पुटपुटली, आणि... आणि... जोजोला रुस्तमचे रम बॉल्स खूप आवडायचे; पण तेव्हा त्यांना महिन्यातून एकदाच खायला परवडायचे. आज सरताज सिंग एखाद्या टोळासारखा तिच्या समुद्राच्या कट्ट्यावर बसला होता. मागच्या वेळी जेव्हा ती त्याच्या कारमध्ये बसून त्याच्याशी बोलली होती, तिने त्याला जॉन आणि जोजोबद्दल सांगितलं होतं. तो जेव्हा जोजो गेल्याची बातमी घेऊन तिच्याकडे आला, त्यानंतर ती झोपूच शकली नव्हती. एक महिनाभर ती जड अंतःकरणाने, बधिर झालेल्या डोक्याने वावरत होती. अखेरीस जेव्हा ती बातमी येऊन काही दिवस होऊन गेले, तेव्हा ती गोष्ट तिच्या या नवीन आयुष्याचा एक भाग बनून गेली की, तुझी बहीण या जगात नाही. ती मेली आहे. जेव्हा तुम्ही कोणत्यातरी अशक्य गोष्टीचा सामना करता – तुमचा नवरा तुमच्या बहिणीबरोबर झोपतो – सुरुवातीला एकदम मळमळतं आणि मग गरगरतं. तुमचं स्वतःचं घरच आता विरोधी झालं आहे आणि मग एक दिवस तुम्हाला जाणवतं की, ही सडकी जागा, भपकेदार परका उजेड हे कधीकाळी तुमचं घर होतं. तुम्हाला संयम ठेवावा लागतो, तेव्हा कुठे तुम्ही तो धक्का पचवू शकता.

मेरी उठून बसली. तिने उशी भिंतीला टेकून ठेवली आणि टीव्ही लावला. टीव्हीवर अवकाशातल्या ठिकाणाची आणि ताऱ्यांची डॉक्युमेंटरी लागली होती. तिने आवाज हळू केला आणि ताऱ्यांभोवती फिरणारे कोळ्यासारखे पांढरे विचित्र आकार पाहिले. ते मनुष्य निर्मित होते; पण छान वाटत होते. जोजो धार्मिक होती, ती अकरा वाजता तिच्या उशीखाली क्रॉस ठेवून झोपायची आणि चर्चमधल्या आल्टरकडे बघताना तिच्या डोळ्यांत चमक यायची. नंतर तिला सेलिब्रिटींबद्दल तसंच प्रेम वाटू लागलं आणि तिने तितक्याच श्रद्धेने त्यासाठी प्रयत्न केले. जेव्हा एरी जंगली श्वापदं दरीतून गुरगुरत जाताना पहायची किंवा माणसं नसलेल्या अवकाशयानाने काढलेले गुरूच्या वलयांचे फोटो पाहायची, तेव्हा जोजोने तिला हे सांगितलं होतं आणि त्यामुळे ती भारावून गेली होती. तेव्हापासून ती गेली तीन वर्षं आणि पाच महिने आफ्रिकन सफारीला जाण्यासाठी पैसे साठवत होती.

''चुतीया, जर तू जे तुझं आहे ते हक्काने मागितलंस, तर तू उद्याही आफ्रिकेला जाऊ शकतेस,'' जाना म्हणाली होती. तिने आजवर कधी न पाहिलेल्या जोजोच्या इतक्या मोठ्या फ्लॅटच्या लालसेने ती पेटून उठली होती. ''तो यारी रोड वरचा फ्लॅट ज्याच्याबद्दल आपण बोलतो आहे, तो काय छोटी खोली नाही.''

''तो माझा नाही.''

''काय? मग काय तो माझा आहे का? धन्यवाद,'' जाना झुकून पुन्हा एकदा म्हणाली, ''थँक यू.''

''तू घेऊ शकतेस.''

''जसं काय ते मला देणार आहेत. ऐक गांडू, हे सत्य आहे की, ती तुझी बहीण होती. ती मेली आहे. दुसरे कोणी जवळचे जिवंत नातेवाईक नाहीत, त्यामुळे तो तुझ्याकडेच येणार. सगळं, फ्लॅट, बँक बॅलन्स आणि जे काही असेल ते.''

जानाकडे प्रत्येक प्रसंगासाठी आणि प्रत्येक वाक्यानंतर एक शिवी होती. ती खूप छान मॅनिक्युअर करायची, नखं सुंदर करण्यात एक्स्पर्ट होती. तिला मेरीच्या मनातल्या शंकांबद्दल एक प्रकारची चीड होती. ''ऐक, तुझी बहीण रंडी होती. ओके, त्यामुळे काही पैसा त्यातूनच आला. तिने टीव्हीवर प्रोग्रॅमही केले ना? त्यामुळे तो पैसा तू टीव्ही प्रोग्रॅममधून आला आहे, असं समजून घे. त्यात काय बिघडलं? शेवटी तिने तुझा नवरा घेतला ना?''

जानाच्या मते हा न्याय होता : नवऱ्याच्या बदल्यात भरपूर पैसा... हे योग्य होतं. तिला हे समजावण्यात अर्थ नव्हता की हेच, अशी किंमत मोजणंच तर मेरीला नको होतं. तिला जोजोचा घाणेरडा पैसा नको होता, तिला तिच्या नवऱ्याच्या, सुखाच्या आणि त्यांच्या लहानपणाच्या बदल्यात पैसा नको होता. कदाचित, मेरीचा स्वर्गावर मनापासून विश्वास नव्हता, तिला पृथ्वीवरचं आयुष्यच बरं वाटायचं. तिचं भविष्य म्हणजे नवरा, मुलं, नातवंड अशी मोठी लांबलचक कहाणी असणार होती, ज्यात फक्त किरकोळ ताप, गुडघेदुखी यांमुळे थोडा त्रास होणार होता; पण प्रेमामुळे आनंदी असणार होती. तिच्या वडिलांचा अकाली मृत्यू झाला तरी तिचा यावर विश्वास होता की, तिच्या आईसारखंच समाधान तिच्या वाट्याला येणार होतं. जोजोने तिला या निरागसतेतून कायमचं हाकलून दिलं, जिथे परत येण्याची शक्यताही नव्हती. जोजोने तिचं जगच बदलून टाकलं होतं. त्यासाठी, कोणतीही माफी नव्हती आणि तिला त्या बदल्यात कोणतेही उपभोग विकत घ्यायचे नव्हते. मेरीला ते निश्चित ठाऊक होतं.

मेरीने ती अवकाशयाने बंद केली आणि ती आडवी झाली. तिने एक दीर्घ श्वास घेऊन तो हळू सोडला आणि एक संथ लय पकडण्याचा प्रयत्न केला; पण जोजो तिच्या विचारांमध्ये परत परत डोकावत होती, त्रास देत होती, तिची झोप उडवत होती; जशी ती लहानपणी लाथा झाडून उडवत असे. अगदी जोजोच्या मृत्यूचा धक्का बसलेल्या पहिल्या आठवड्यातही ती अशी तळमळत जागी राहिली नव्हती. आजकाल, जसे दिवस पुढे सरकत होते, तसा तिने जोजोचा विचार करणं बंद केलं होतं. मेरीला आता विश्वास वाटू लागला होता, अखेर तिच्यापासून सुटका झाली; पण फ्लॅट आणि पैसा हे अद्याप बाकी होतं. मेरीला असे शेवट आवडायचे नाहीत, काही झालं तरी ती नेहमीच एक जबाबदार बहीण होती म्हणूनच ती एक खूप चांगली आई होऊ शकली असती. पुन्हा तिचा राग उफाळून आला. जाऊ दे, विसर. श्वास घे... श्वास घे... जाऊ दे. सोडून दे.

दुसऱ्या दिवशी गजर झाल्यावर मेरी उठली; पण तिचं डोकं शिणलं होतं. तिने जसे पाय जमिनीवर ठेवले, तसा तिला थकवा जाणवला. तिच्या रोजच्या नऊ तासांच्या झोपेच्या मानाने चार किंवा पाच तासांची झोप अजिबात पुरेशी नव्हती, तरीही आजचा दिवस ढकलावा लागणार होता, कामं करायला लागणार होती म्हणून ती गेली. जानाच्या लक्षात आलं. दोन क्लाएंटच्या मधल्या ब्रेकमध्ये ती मेरीजवळ सरकत कुजबुजली, ''झोपाळू मुली, शेवटी बॉयफ्रेंड मिळाला तर?''

मेरीने मान हलवली; पण जाना दात विचकत हसली आणि तिच्या नितंबांनी पुढे मागे करत इशारा केला. मेरीने चटकन दुसरीकडे बघितलं आणि जानाने अजून काहीतरी करण्याआधी ती तिच्या क्लाएंटकडे सरकली. हेही एक आश्चर्य होतं की, तिला अजून काढून टाकलं नव्हतं. त्या सलॉन बाहेर टिफिन खायच्या, त्या वेळी मेरीने जानाला समजावण्याचा प्रयत्न केला की, तिला फक्त रात्री झोप लागली नव्हती. जानाला ते पटण्यासारखं नव्हतं.

''तू शेजारी कोणी बिल्डिंग पाडत असतील तरी ढाराढूर झोपतेस, त्यामुळे दुसऱ्या कोणाला तरी मामू बनव. काहीतरी सुरू आहे.''

काहीतरी नक्की सुरू होतं; पण मेरी जानाला सांगणार नव्हती की, जोजोचे विचार परत परत डोक्यात येत होते. तिला या विषयावरचं जानाचं मत चांगलंच माहीत होतं आणि तिला ते पुन्हा ऐकायचं नव्हतं. मेरी म्हणाली, ''जाना, फक्त एक वाईट रात्र होती. काही विशेष नाही. मग नरेश-सुरेश कसे आहेत?'' नरेश म्हणजे जानाचा दोन वर्षांचा मुलगा आणि सुरेश म्हणजे तिचा नवरा. जानाने आणि त्याने दोघांच्याही घरून विरोध असतानाही लग्न केलं होतं. ती तिच्या मुलाला आणि नवऱ्याला, 'माझे बच्चे' म्हणत असे आणि तिला तिची सहनशीलता, स्त्री म्हणून तिची हुशारी आणि आईचा खंबीरपणा यांच्या लंब्याचौड्या गोष्टी सांगायला आवडायचं. सुरेश तिच्याहून पाचेक वर्षांनी तरी नक्कीच लहान होता; पण मेरीला नेहमीच वाटायचं, की जानाचा स्वभाव बघता त्याचं निमूटपणे सहन करणं खरंच कौतुकास्पद होतं. त्यांची जोडी छान जमली होती, एक शांत होता, तर एक बडबडी.

''जास्त स्मार्ट बनू नको,'' जाना बोटाने मेरीच्या स्कर्टला लोणचं लावायचं मुद्दाम नाटक करत म्हणाली. ''मला सांग.''

''सांगायला काही नाहीये इडियट,'' मेरी जानाचा लोणचं लावायचा प्रयत्न रोखत म्हणाली. ''काहीही नाही आहे. गॉड प्रॉमिस.''

पण आठवड्याच्या शेवटी मेरीला झोप लागली. रोज सकाळी उठताना तिला अजूनच थकल्यासारखं वाटायचं. शुक्रवारी, तिने मुलींच्या बरोबर सिनेमाला आणि जेवायला जायला नाही म्हटलं. ती घरी गेली आणि एक कॉम्पोजची गोळी घेतली. सुरुवातीला तिला झोप येत असल्याचा आनंद झाला आणि तिने डोकं उशीवर टेकवलं; पण नंतर तिच्या खांद्यांखाली घाम आला आणि तिला उठून पंखा चालू करावा लागला. ती फिरणाऱ्या पंख्याखाली आडवी झाली आणि वेळ सरत होता. तिने चांगल्या गोष्टींचा विचार करायचा प्रयत्न केला, जसं की पावसातलं माथेरान, 'कहो ना प्यार है' सिनेमा आणि त्यातलं ते बोटीवरचं गाणं, समाधानी क्लाएंट, असं काहीबाही. तिने वळून घड्याळात बघितलं. एक तास उलटून गेला होता. तिने टेबलावर चाचपडत कॉम्पोजचं पाकीट शोधलं आणि आणखीन एक गोळी घेतली. आता तिला नक्की झोप येईल. कारण, तिने कधी गोळ्या घेतल्या नव्हत्या. ती स्वतःची काळजी घ्यायची. ती पुन्हा झोपेची वाट पाहत होती. मेनरोडवर एका रिक्षाचा आवाज आला आणि

ती गल्लीत वळली. तिला रिक्षाचे गियर बदललेले ऐकू येत होते, अगदी खूप मोठ्याने. आता तो आवाज थांबला, अगदी जवळ आणि तिला मीटर वर टाकल्याचा आवाज आला. नंतर इंजिन परत फुरफुरलं आणि रिक्षा वळून गेली. मागे उरलेल्या त्या शांततेत, एअरकंडिशनरची घरघर ऐकू येत होती. मेरीने आजवर रात्रीच्या वेळचे हे सगळे आवाज कधी ऐकले नव्हते. ती कुशीवर वळली आणि तिने उशी डोक्यावर दाबून धरली. तिला तिचा राग पोटात जमा होऊन खूप ओझं वाटू लागलं. थांब, तुझं ब्लड प्रेशर वाढवू नको. शांत हो... पण तरीही साचलेल्या रागाचं गुरुत्वाकर्षण होतंच.

मेरीने कशीबशी रात्र काढली. सकाळी दिवस उजाडल्या उजाडल्या ती घामाने थबथबलेल्या अवस्थेतच जागी झाली. तिने अंघोळ केली; पण तिच्या डोक्यात गजबज चालूच होती. एक लहान, अगदी छोटा आवाज तिचा चहा टोस्ट खाऊन झाल्यावरही येत होता. तिने साडेनऊपर्यंत वाट पाहिली आणि मग सरताज सिंगचा नंबर डायल केला, जो त्याने तिला बऱ्याच महिन्यांआधी दिला होता.

''इथे नाहीत,'' एक कॉन्स्टेबल म्हणाला.

''त्यांची शिफ्ट सुरू झाली?''

''शिफ्ट आठलाच सुरू होते. बोला ना, ते इथे नाही आहेत.''

दहा वाजले तरी सिंग अजून स्टेशनला आले नव्हते, अकरा वाजले तरी आले नाहीत. ''ते काहीतरी कामासाठी बाहेर गेले आहेत,'' दुसऱ्या एका कॉन्स्टेबलने अगदी तशाच आक्रमक आणि कंटाळवाण्या सुरात तिला सांगितलं. तिला तिचं नाव अगदी सावकाश सांगावं लागलं; पण तिला वाटलं की, त्याने तो कागद लगेच एखाद्या कचऱ्याच्या डब्यात टाकला असणार.

अर्थातच तिला उलटा फोन आला नाही, दुपारी नाही आणि एक वाजेपर्यंतही नाही. या देशातले पोलीस कसे काय गुन्ह्यांचा तपास करतात? दोन वाजेपर्यंत मेरी खूप चिडली. तिला आता आनंद झाला, पुन्हा उत्साह आला. तिने जानाला फोन केला आणि ती तिला सांताक्रूझ स्टेशनला खरेदी करण्यासाठी भेटली. जानाने तिच्या मुलासाठी छोटी निळी शॉर्ट्स आणि एम्ब्रॉयडरी केलेला निळा शर्ट घेतला आणि तीन लहान लहान टी-शर्ट्‌सुद्धा घेतले. स्वतःसाठी स्लीपर्स घेतल्या. मेरीचं खरेदीतून अचानक लक्ष उडालं आणि तिला खूप थकवा आला. जाना ठेलेवाल्यांशी एकेक रुपयासाठी खूप तावातावाने बार्गेनिंग करत होती. मेरीने जानाच्या हातात हात घालून तिला त्या वाहणाऱ्या गर्दीतून तिच्या बरोबर ओढत नेलं. जानाने तिच्याकडे नेहमीप्रमाणे एक तिरपा कटाक्ष टाकला. ''तुला माहीत आहे तुला काय हवं आहे?'' ती म्हणाली.

''जाना, ते बॉयफ्रेंड वगैरे पुन्हा सुरू करू नकोस.''

''काय यार, तुला काय वाटतं, माझ्या डोक्यात मुलांच्या शिवाय दुसरं काही नाही का? मी म्हणणार होते की, तुला थोडे दिवस इथून बाहेर जाण्याची गरज आहे. जेव्हा तू तुझ्या आईला भेटायला जायचीस, तेव्हा परत येताना छान आराम करून आलेली फ्रेश दिसायचीस. ही जागाच अशी आहे की, इथे जास्त काळ राहिलं तर तुम्ही विटून जाता.''

मेरीने जानाचा हात घट्ट धरून ठेवला आणि मान हलवली. ''तुझी जी कोंडी झाली आहे ती या रस्त्यांमुळे, या दुकानांमुळे, या गोंगाटामुळे, या हवेमुळे झाली आहे.'' रस्त्यावरची

घाईगर्दी, चालणाऱ्यांना चुकवत आजूबाजूने सुळकन निघणाऱ्या कार यांच्यामुळे मैत्रिणीबरोबर शॉपिंगला जाणं म्हणजे दमणूकच झाली. प्रत्येक मिनिटाला तुम्ही विषारी श्वास घेता; पण आता आई नव्हती आणि जाण्यासाठी फार्महही नव्हतं. तिला माहीत होतं, काहीही झालं तरी तिची या झोपडपट्ट्या, घरं आणि रस्त्यांच्या जंजाळाच्या चक्रव्यूहातून सुटका नाही. ती तिकडेच राहण्यासाठी परत जाऊ शकली नाही, त्यामुळे आई गेल्यावर तिने घर आणि फार्म विकलं, फार्ममधली मशीन, अवजारं, फर्निचर सगळं विकून टाकलं. ते विकून आलेल्या पैशात या शहरात एक खोली विकत घेतली आणि उरलेले पैसे बँकेत ठेवले. तिच्या आईने मृत्युपत्रात सगळं मेरीच्याच नावाने ठेवलेलं होतं आणि नावाने स्पष्ट उल्लेख करून दुसऱ्या मुलीला घरातून आणि वारसाहक्कातून काढून टाकलेलं होतं. ''कुठे जाऊ या?'' मेरी म्हणाली. ''तुला माथेरानला जायचंय का उटी?''

''उटीला चालेल, नाही का?'' जाना खूप आशेने म्हणाली. ''ब्ल्यू हिल्स.''

''चल, जाऊ या.''

पण एक सेकंदातच जानाने हार पत्करली. ''नाही यार, कसं जाणार?'' जानाला खूप गरजांसाठी पैसे साठवायचे होते. त्या दोघींनाही ते माहीत होतं, त्यावर पुढे चर्चा करण्याचीही आवश्यकता नव्हती; पण ब्ल्यू हिल्सचा विचार छान होता.

रिक्षातून घरी पोहोचेपर्यंत दक्षिणेतल्या त्या टेकड्या मेरीच्या मनात घुटमळत होत्या. आईच्या फार्मवरही टेकड्या होत्या, ब्ल्यू हिल्स इतक्या उंच नव्हत्या; पण होत्या. त्यांच्या प्रॉपर्टीच्या मागे, पश्चिमेला ऑल्विन रॉड्रीग्सच्या फार्मवर धबधबा होता. तो काही खूप मोठा धबधबा नव्हता, चार फूट उंचीच्या काळ्या दगडावरून एक बारीक पाण्याची धार पडत असे; पण सूर्यप्रकाशात ती छान दिसत असे आणि एक काळ होता जेव्हा मेरी आणि जोजो त्याच्या खाली नाचू शकत. अगदी नंतरही, नवशिक्या असतानाही त्या दोघी काठावर पाय धारेखाली सोडून बसत आणि पाण्याच्या मुलायम स्पर्शाखाली तसं पाय सोडून बसण्यात खूप सुख होतं. नंतर त्यांना ते गाव म्हणजे लहान, गुदमरून टाकणारी भयानक जागा वाटे. ऑल्विन रॉड्रीग्स आणि त्याचे सततचे हाडवैर, ऑल इंडिया रेडियो ऐकू येईनासा झाला की, न सरणारी, अंगावर येणारी दुपार आणि करण्यासारखं अगदी काहीही नाही. मेरीने रिक्षातून येताना वाऱ्याने केस उडू नयेत आणि गरम वाफा लागू नयेत म्हणून ओढणी डोक्याला घट्ट गुंडाळली होती आणि रिक्षात कोपऱ्यात सरकून बसली होती.

रिक्षा मेरीच्या घराजवळच्या शेवटच्या वळणापाशी आली. सरताज सिंग तिच्या घराच्या पायऱ्यांवर बसला होता, जसा त्या समुद्रावरच्या कट्ट्यावर पुढे वाकून मांडी घालून बसला होता तसाच. मेरी रिक्षातून उतरली आणि रिक्षाचं भाडं दिलं. तिची बोटं आता कापत होती, त्याच नादात एक दहा रुपयांची नोट तिच्या हातातून निसटून खाली पडली. तिला ती उचलण्यासाठी वाकावं लागलं. ती खूप वैतागली होती. तिने फक्त त्याला फोनवर संपर्क करण्याचा प्रयत्न केला होता आणि हा सरळ असा तिच्या घरी कसा येऊ शकतो? हे लोक पोलीस आहेत म्हणून त्यांना वाटतं की, ते काहीही करू शकतात? तिने सुट्टे पैसे घेतले आणि त्याच्याशी अगदी कडकपणे बोलायचं ठरवून ती वळली. त्याला सांगायचं की, तिच्या पैशांतूनच त्याला पगार मिळतो आणि तिला तिचे हक्क बरोबर माहिती आहेत. तो आता उठून उभा राहिला. तो वयस्क वाटत होता. वरच्या बल्बच्या उजेडाच्या तिरिपीमध्ये, मेरीला त्याच्या दाढीमधली पांढरी झाक दिसत होती. तो हँडसम असणार; पण आता त्याला

सगळीकडून ठेच लागल्यासारखा दिसत होता. एकेकाळी त्याच्यात खूप आत्मविश्वास होता; पण आता त्याची सगळी धार बोथट झाली होती आणि तो थकलेला वाटत होता. त्याच्या निळ्या पँटला एकही सुरकुती नव्हती. त्याचं वजन वाढलं होतं.

''हॅलो मिस मेरी,'' सरताज म्हणाला.

''तुम्ही इथे कधीपासून थांबला आहात?'' मेरीने हनुवटी पायरीच्या दिशेने वर करत विचारलं.

''एक तास,'' तो म्हणाला.

त्याचा आवाजही वेगळा वाटत होता. तो खूप घामेजला होता. ''माझे शेजारीपाजारी,'' काहीशा तुटकपणे मेरी म्हणाली. ''तुम्ही मला फोन करू शकला असतात.''

''मी केला होता. तुम्ही इथे नव्हतात.''

''तरीही.''

''हो, सॉरी; पण मला वाटलं काहीतरी अर्जंट असेल. तुमच्या बहिणीबद्दल. सॉरी.''

वाद होऊ नये म्हणून तो खूपच काळजी घेत होता. मेरीने केवळ मान डोलावली आणि म्हणाली, ''या.'' तिच्या खोलीत आल्यावर तिने खुर्चीकडे बोट दाखवेपर्यंत तो दरवाजातच उभा राहिला. तिला आता त्याची भीती वाटत नव्हती, त्याच्या अधिकाराची किंवा हेतूचीही; पण तरीही तिने दरवाजा सताड उघडा ठेवला. तो बसला आणि तिला जाणवलं की, त्याच्यामध्ये अजूनही पोलिसांचं स्पष्ट आणि निर्लज्ज कुतूहल होतं. त्याने डावीकडून उजवीकडे पाहत पद्धतशीरपणे खोली न्याहाळली आणि मग तिच्याकडे वळला. तिने विचारलं, ''पाणी?''

''हो.''

''थंड?''

''हो.''

तिने फ्रीज उघडला, पाणी ओतलं आणि ग्लास त्याच्या हातात नेऊन दिला. तो तिला त्याच मोकळेपणाने चालताना बघत होता आणि तिला ते दिसत होतं. तो जरी आता वेगळा वाटत असला, कदाचित थकलेला आणि कसातरी वाकलेला दिसत असला, तरीही तो अजूनही एक पोलीसच होता. जेव्हा ती ग्लास त्याच्या हातात देण्यासाठी पुढे झुकली, तिला त्याच्या दिवसभराच्या घामाचा, ट्रेन्सचा, गर्दीचा आणि उन्हाचा असा आंबट वास आला.

''थँक यू,'' तो म्हणाला आणि पाणी प्यायला. त्याने ग्लास पूर्ण रिकामा केला आणि नंतर ग्लासमध्ये शून्यात बघत म्हणाला, ''मला खूप तहान लागली होती.''

''मला तुमची मदत हवी आहे,'' मेरी म्हणाली. तिच्या अपेक्षेपेक्षा थोड्या मोठ्यानेच म्हणाली. तिला मदत मागायची सवय नव्हती.

''हो, बोला,'' तो म्हणाला.

''माझ्या बहिणीची प्रॉपर्टी... तुम्ही म्हणाला होतात की, तुम्ही मला मदत कराल.''

''तुम्हाला ताबा घ्यायचा आहे?''

''हो.''

''अजून कोणी जवळचे जिवंत नातेवाईक नाहीत?''

''नाही.''

''मग फार कठीण नसायला हवं. तुम्हाला कोर्टात सिद्ध करावं लागेल की, तुम्हीच तिची बहीण आहात. ते तितकं अवघड नाही, अगदी जरी तुमचा इतक्यात संपर्क नसला तरी. आम्ही पोलिसांच्या वतीने एक ना-हरकत प्रमाणपत्र देऊ की, यामुळे आमच्या केसवर काही परिणाम होणार नाही. बास, झालं. त्याला कदाचित थोडा वेळ लागेल. कारण, शेवटी ती कायदेशीर प्रक्रिया आहे. तुम्हाला कागदपत्रांसाठी वकील लागेल.''

''मी एका वकिलांना ओळखते.''

''तुमच्या डिव्होर्सवाल्या?''

''हो.''

''तुम्हाला माहिती आहे, मुंबईत असं म्हणतात की, तुमच्या मित्रपरिवारात एक राजकारणी, एक वकील आणि एक पोलीसवाला असायला हवा.''

''माझी वकील, माझी मैत्रीणच झाली आहे; पण मी कोणाला राजकारणी माणसाला किंवा पोलीसवाल्याला ओळखत नाही.''

''तुम्ही आता मला ओळखता.''

तो मंद हसत होता. मेरीला माहीत होतं की, तिने गोड बोलून विरोध करायला हवा होता, तुम्ही माझे मित्र नाही वगैरे आणि मग तो त्यावर वाद करेल की, अर्थातच तो मित्र आहे. ''मी माझ्या वकिलांना कागदपत्रं तयार करायला सांगते,'' ती म्हणाली. ''मी तुमच्याकडे स्टेटमेंट घेण्यासाठी कधी येऊ?''

आता त्याचं हसू मावळलं. ''तुम्ही येण्याची आवश्यकता नाही, मी आणून देईन. नो प्रॉब्लेम,'' तो म्हणाला.

''मला यायला काही हरकत नाही.''

''स्टेशनला? गरज नाही.''

पोलीस स्टेशन ही बायकांनी जाण्याची जागा नाही, असंही त्याला सुचवायचं होतं. ''ऐका,'' मेरी म्हणाली, ''मी या शहरात इकडून तिकडे जाते. मी तुमच्या पोलीस स्टेशनला येऊ शकते. मला फक्त कधी यायचं ते सांगा.''

''ओके,'' तो एक क्षण गप्प होता, काहीसा गंभीर. ''आणि...तुमच्या बहिणीबद्दल अजून काही माहिती?''

''मी तुम्हाला सगळं सांगितलं आहे.''

''हो, पण; इतक्या महिन्यांत काहीतरी नवीन आठवलं असेल. काहीतरी घडलं असेल.''

''नाही, काही नाही.''

''काहीतरी अगदी थोडं पण; ते कदाचित महत्त्वाचं वाटणार नाही; पण त्याच्यामुळे आमची केस ओपन होईल. प्लीज विचार करा.''

ती इतके आठवडे, महिने विचारच करत होती. किती लहान गोष्ट असेल? जोजोला जाड्या ऋषी कपूरवर आणि त्याच्या बुटक्या चवढ्यावर नाचण्याच्या स्टाइलवर प्रचंड प्रेम होतं, यामुळे केस ओपन व्हायला काय मदत होणार? तसं सांगण्यासाठी खूप काही होतं

आणि काहीही नव्हतंही. ''जर माझ्याकडे सांगण्यासारखं असेल, तर मी सांगेन. मला हेदेखील माहिती नाही की, तुम्हाला नक्की काय जाणून घ्यायचं आहे.''

त्याने मान एका बाजूला झुकवली आणि तो काहीतरी निर्णयाप्रत आला असं वाटलं. ''अडचण ही आहे की, आम्हालाही माहिती नाही की आम्ही नक्की काय शोधतो आहे. आम्ही अजूनही गणेश गायतोंडेच्या मृत्यूचा तपास करत आहोत. हे राष्ट्रीय सुरक्षेचं प्रकरण आहे आणि आम्हाला तो भारतात का परत आला, याबाबत फारसं काही माहीत नाही. आम्हाला माहीत आहे की, तुमची बहीण त्याच्या खूप जवळची होती. आम्हाला हे माहीत आहे की, ती त्याला मुली पुरवायची. खूप मुली, खूप काळ, बँकॉक, सिंगापूर अशा ठिकाणी, त्यामुळे आम्हाला जर काही माहीत असेल, तर ते म्हणजे तुमच्या बहिणीच्या हालचालींबद्दल, तिचे कोणाकोणाशी संबंध होते, कदाचित त्यातून आम्हाला गायतोंडेबद्दल माहिती मिळेल म्हणूनच मी विचारत असतो.''

''हो, ठीक आहे,'' मेरी म्हणाली.

तो आता उठला. तिला दिसत होतं की, त्याला त्यासाठी प्रयत्न करावा लागला. ''ठीक आहे,'' तो म्हणाला, ''मी तुम्हाला फोन करेन.''

मेरीला अचानक जाणीव झाली की, ती खूप तुटक वागली होती. ''थँक यू,'' तो बाहेर पडताना ती म्हणाली. ''थँक्स.''

''डोन्ट मेन्शन,'' त्याने बाहेर जाताना दरवाजा हळू ओढून घेतला आणि त्याने पायऱ्या उतरलेलं मेरीला ऐकू आलं.

डोन्ट मेन्शन. जेव्हा मेरी पहिल्यांदा इंग्लिश शिकली होती, ती ''मेन्शन नॉट'' म्हणाली होती. जोजोने तिला दुरुस्ती सांगेपर्यंत अनेक वर्षं ती ''मेन्शन नॉट'' म्हणत होती. जोजो खूप वेगाने इंग्लिश शिकली होती आणि तिचं इंग्लिश बोलणंही घाईत, जास्त नैसर्गिक आणि जास्त अचूक होतं आणि अनेक बाबतीत चुकीचं. ती त्याबाबतीत चांगली होती. सरताज सिंगचं इंग्लिश महत्त्वाकांक्षी होतं; पण अर्धवट यशस्वी होतं, ते सारखं अडखळायचं. त्याच्यात अजूनही बराच उर्मटपणा शिल्लक होता.

मेरीने खांदे उडवले आणि हे सगळं मनातून झटकून टाकलं. तिने खूप वेळ अंघोळ केली. पाण्याच्या धारेखाली उभी राहिली आणि पाठीवर पाणी पडू दिलं. तिला थंड पाणी आवडायचं, त्यातली मजा आवडायची, अगदी हिवाळ्यातही. जेव्हा जॉनला याचं आश्चर्य वाटलं होतं, तेव्हा तिने सांगितलं होतं की, मी खेड्यात लहानाची मोठी झाले आहे. शहरातल्या लोकांसारखं आमच्याकडे नळाला गरम पाणी येत नाही आणि जर तुम्हाला हवं असेल, तर ते तुम्हाला उचलून न्यावं लागतं.

आठवणी आल्या; पण त्याचं ओझं वाटलं नाही, आज रात्री तरी नाही. ती अंथरुणात आडवी झाली आणि आठवणींना उडू दिलं. आता सरताज सिंगशी बोलल्यानंतर तिला हलकं वाटत होतं. तिने एक निर्णय घेतला होता. ती जोजोला अजूनही जे देणं लागत होती, ते ते ती करेल. हो. तिला आता आफ्रिकन हत्तींबद्दलचा एक कार्यक्रम तिने पाहिला होता, तो आठवला आणि हत्तीची छोटी पिल्लं त्यांच्या आयांच्या मागे मागे अडखळत जातात त्याचा विचार करत ती झोपी गेली.

गणेश गायतोंडे रिक्रूट झाला

''माझ्या हनिमूनच्या प्रत्येक दिवशी आणि प्रत्येक रात्री मी नपुंसक होतो. आमच्या खालची जमीन तिरकी झाली, तसा मी माझ्या बायकोवर कुबड काढल्यासारखा वाकलो, माझे प्रयत्न करत होतो, तिला शिव्या देत होतो, समुद्राला सडकी वेश्या असल्याबद्दल शिव्या देत होतो; पण माझ्या इतक्या प्रयत्नांनंतरही मी अपरिहार्यपणे, आश्चर्यकारकरीत्या ढिला पडलो होतो. आम्ही पेशवा नावाच्या बोटीत होतो, गोव्याच्या दिशेने निघालो होतो. माझ्या मुलांनी मला हनिमूनला जायचा आग्रह केला होता. परितोष शाहच्या मृत्यूनंतर, आम्ही ताबडतोब बदला घेण्यासाठी सुलेमान इसाची सात माणसं मारली. त्यात फुलसिंगचाही समावेश होता. फुलसिंग त्यांच्या टॉप शूटर्सपैकी एक होता आणि त्याला त्यांनी उत्तर प्रदेशातून इकडे आणलं होतं. त्यांनी नंतर आमची दोन मुलं मारली; पण त्यांचा प्रतिसाद पूर्ण जोरानिशी येत नाहीये, असं वाटत होतं. मला खात्री होती की, अजून काहीतरी येणार. दरम्यान, माझ्या लग्नानंतर जसजसे दिवस पुढे जात होते, तसतसं छोटा बदरियाला मला हनिमूनमध्ये रस नाही, या गोष्टीमुळे धडकी भरली होती. ''तुम्ही इथे या घाणेरड्या बिळात तुमची सुहागरात आणि दुसऱ्या दिवशीच्या सुंदर सकाळी कसे काय राहू शकता? तुम्हाला कोणत्या तरी सुंदर ठिकाणी गेलं पाहिजे. सगळं कसं सुंदर सुरू झालं पाहिजे. स्वित्झर्लंड!'' जोवर मी त्याला धमकी दिली नाही की, माझ्या आधी त्याच्या गोट्या स्वित्झर्लंडला पाठवेन, त्याची ही स्वित्झर्लंड टेप सुरूच होती. युद्धात मध्येच सोडून कुठे जाणं मला मूर्खपणाचं वाटत होतं आणि तरीही रोज छोटा बदरियाचं सुरूच होतं की, गुलाब अंथरलेल्या रात्री आणि सुंदर दिवसांचा हळूहळू प्रभाव दिसतो. हा आधुनिक काळ सुरू आहे. तो म्हणाला, ''तुम्ही फोनवरून सतत टचमध्ये राहाल. शेवटी, सुलेमानही त्याची कामं दुबईमध्ये बसून रिमोट कंट्रोलनेच करतो आणि तुम्हाला तर थोडेच दिवस जायचं आहे.'' त्याशिवाय, परितोष शाह रीतीरिवाज पाळणारा माणूस होता. त्याला वाटायचं की, एखाद्या गोष्टीची सुरुवात जशी काल, परवा केली जात होती, तशीच ती आजही झाली पाहिजे. त्याला माणसाच्या जन्मापासून, मृत्यूनंतर घालायच्या जेवणापर्यंतचे सगळे रिवाज माहीत होते. त्याच्या मृत्यूनंतर, आम्ही सगळ्या गोष्टी अगदी सांगितल्याप्रमाणे बारीकसारीक तपशिलांसह केल्या होत्या. आम्ही शंभर ब्राह्मण जेऊ घातले, जिथे एक डझनभर घालून चालले असते. आता छोटा बदरिया म्हणत होता की, जर मी परितोष शाहची इच्छा म्हणून लग्न केलं आहे, तर परितोष शाहसाठीच माझा हनिमूनही चांगला झाला पाहिजे. त्याने मला विमानाने सिंगापूरला पाठवायचा प्रयत्न केला आणि मी बोटीवरून गोव्याला जायचं मान्य केलं. तो म्हणाला, ''बोटीवर खूपच रोमँटिक आणि एखाद्या

बोअरिंग हॉटेलपेक्षा बरं.'' ''हो,'' मी म्हणालो. मला हा प्लॅन अजिबात आवडला नव्हता. कारण, ट्रीप खूपच छोटी होती आणि जर गरज पडली, तर मी लगेचच किनाऱ्याला येऊन परत जाऊ शकत होतो. तीन दिवस तिथे जायला, दोन दिवस अग्वाडा फोर्टमध्ये, तीन दिवस परत यायला, हनिमून संपला. हे निराळं की, मी हनिमूनमध्ये काही करत नव्हतो.

मी शेजारच्या केबिनमध्ये असलेल्या मुलांशी बोलू शकत नव्हतो. अर्थातच, मी त्यांच्याशी बोलू शकलो नाही. दुसऱ्या रात्री पुन्हा स्पष्ट झालं की, काही घडत नाहीये. माझं सगळं स्वतःला खेचणं, झटके देणं, मी आजवर ज्या ज्या मुलीच्या, बाईच्या, वेश्येच्या खोलीत गेलो ते आठवणं आणि माझ्या स्वप्नात ज्या ज्या फिल्मी नटीचे कपडे उतरवले होते, त्यांची आठवण करणं, याने माझ्या थंड अवयवाला काहीही फरक पडणार नव्हता. माझ्या चोळण्यामुळे हुळहुळा झालेला तो अवयव माझ्या मांडीवर बेशरमासारखी मान टाकून पडला होता. मी केबिनच्या भिंतीशी गेलो. अखेरीस मी मनातलं अस्वस्थपणा बाहेर काढला, ''असं आजवर कधी झालं नाहीये. बोटीमुळे होतंय बहुतेक. हे सारखं वर-खाली वर-खाली जत्रेतल्या पाळण्यासारखं, मला त्रास होतो.''

ती गप्प होती. ती माझ्याकडे पाठ करून झोपली होती. तिच्या खांद्याचा उभार चांदण्याने उजळून निघालेल्या खिडकीत वर दिसत होता. तिचं नाव सुभद्रा होतं. मला तिच्याबद्दल तितकंच माहीत होतं. मी तिच्या हाताकडे बघितलं. तिच्या खांद्यातून निघालेला हाडकुळा हात आणि तिने माझ्याकडे वळून बघितलं, तर तिच्या नजरेत तुच्छता, गंमत हे भाव असणार याची मला खात्री होती. मी उठून बसलो आणि इतक्या रागाने मी आवंढा गिळला की, मी खोल श्वास घेतल्यावर माझ्या बरगड्यांमध्ये टोचलं. जेव्हा मी माझं डोकं पूर्ण तिच्याकडे वळवलं, तेव्हा मला माझ्या स्नायूंना खूप ताण द्यावा लागला, इतके ते संतापामुळे आखडले होते. मला तिला म्हणायचं होतं, ''तू, लुकडी चूत आणि तुझ्या भुकेल्या कुत्रीसारख्या बरगड्या.'' मला तिची मान पकडून गदागदा हलवावं, असं वाटत होतं. जोवर डोकं मागेपुढे हलत नाही आणि ती ओरडत नाही की, तुला तो उभा का करता येत नाहीये? मी तिला मारून टाकलं असतं, कुठेतरी दूर पाण्यात फेकून दिलं असतं आणि लग्नाबद्दल कायमचं विसरून गेलो असतो, मग मित्र आणि लोक काहीही म्हणोत किंवा त्यांना काहीही हवे असो. माझ्या शरीराला खून हवा होता, माझ्या मणक्यांमध्ये दबाव होता जो खेचला जात होता, धडधड करत होता आणि मला तिचे दोन तुकडे करावेसे वाटत होते. मी तिला मारूनच टाकलं असतं; पण मग ती बोलली.

''तुम्ही यापूर्वी बोटीतून कधी गेला आहात?''

हो, मी बोटीवर गेलो होतो. मी पाण्यात खोल लाटांमध्ये डुगडुगणाऱ्या बोटीतून उडी घेतली होती. मी एका माणसाला, मित्राला, ठार मारलं होतं. मी त्याचं सोनं घेतलं होतं. मला एकदाच तिला माझ्या समुद्रातल्या प्रवासाबद्दल सांगून टाकायचं होतं. ''हो, मी गेलो आहे,'' मी म्हणालो. ''खूप पूर्वी, जेव्हा मी लहान मुलगा होतो आणि मी पहिल्यांदा मुंबईला आलो. मी ट्रीपला गेलो होतो.'' ती आता माझ्याकडे तोंड करून वळली. मी तिच्याशी गेल्या तीन दिवसांत एक डझनभर वाक्यंही बोललो नव्हतो आणि आता मी ज्या उत्सुकतेने बोललो त्याचं तिला आश्चर्य वाटलं असावं. ''ती माझी बोटीवरची पहिलीच वेळ होती आणि पहिल्यांदाच देशाबाहेर जाण्याची,'' मी म्हटलं. मी तिला सलीम काका, मथू यांच्याबद्दल सांगितलं; पण आता ती ऐकत होती, दोन्ही हात दुमडून त्यावर हनुवटी टेकवून ऐकत होती. मला लक्षात

आलं की, मी तिला त्या गोष्टीचा शेवट सांगू शकलो नाही, मी अंधारात झाडलेल्या गोळ्या, सलीम काकाचे पाण्यात तडफडत असलेले पाय आणि गोष्टीचा खरा अंत; जो अंत म्हणजे माझ्यासाठी सगळ्याची नवीन सुरुवात होती त्याबद्दल तिला सांगू शकलो नाही. मी कोणालाच सांगितलं नव्हतं आणि मी तिलाही सांगू शकलो नाही; छोट्याशा सुभद्राला, जी माझ्या धाडसामुळे अचंबित झाली होती. मी तिला गोष्टीचा पर्यायी शेवट सांगितला, जो लोकांना माहीत होता : आम्ही घरी जायला निघालो, आपल्या मातीच्या वासाची आणि सुरक्षिततेची ओढ लागली होती आणि वाटेत आमच्यावर त्या देशाच्या पोलिसांनी हल्ला केला. त्यांना अर्थातच सुलेमान इसाने टीप दिली होती. सलीम काका त्या हल्ल्यात गेला, मशीनगनच्या माऱ्यामुळे त्याच्या छातीची चाळणी झाली होती; पण आम्ही त्या हल्लेखोरांना मागे टाकून खूप पुढे आलो आणि घरी पोहोचलो. सोन्यासकट. जेव्हा माझं बोलून संपलं, तेव्हा तिने एक सुस्कारा टाकला. तिच्या तोंडून मी तो पहिला समाधानाचा छोटासा आवाज ऐकला होता. मी तिच्या खांद्याला स्पर्श केला आणि ती एकदम आकसल्याचं जाणवलं. तिला वाटलं की, मी आता पुन्हा माझं खेचणं, दाबणं तिच्याबरोबर सुरू करेन; पण मला आता हिंमत नव्हती. माझ्यात अजून एकदा प्रयत्न करण्याचा धीर नव्हता. मी तिच्या खांद्यावर हात ठेवला आणि आम्ही पाण्याच्या एका मोठ्या लाटेमुळे एकदम वर जाऊन एकत्र खाली आलो. तिला हळूहळू माझ्या तळहाताखाली सुरक्षित आणि आरामशीर वाटत होतं. ''तुझं काय?'' मी म्हणालो, ''तू कधी समुद्रावर गेली आहेस का?''

तिने ती लहानपणी एलिफंटाला गेली होती, तिला बोटीवर मळमळ वाटली त्याबद्दल सांगितलं आणि बोटीच्या कडेला जाण्याच्या नादात तिचा नवीन पिवळा फ्रॉक फाटला होता, पाण्यात किती उकडत होतं, पाणी संथ चमचमणाऱ्या आरशाप्रमाणे स्तब्ध होतं आणि डोळ्याला त्रास झाला, परत येताना तिच्या बाबांचं पाकीट कसं मारलं गेलं याबद्दलही सांगितलं; पण मला समुद्रामुळे फायदा झाला होता. कदाचित, समुद्र नशीब आणि दुर्घटना दोन्ही देऊ शकतो. मी ते तिला म्हटलं आणि तिने हळूच 'हो' म्हटलेलं ऐकलं आणि मग आम्ही झोपलो.

एकदा का ती बोलायला लागली की, ती बोलतच होती. ती उठल्यापासून बोलतच होती आणि थांबलीच नाही. ती कशाबद्दल बोलली, ते समजणं अवघड होतं. कारण, ती सगळ्याबद्दल बोलली. तिच्या बहिणीच्या पोटदुखीबद्दल, इंदिरा गांधी, विमानं उडताना आणि उतरताना बघायला विमानतळावर जाणं, कटी पतंग, तिचे वडील कुरकुरणारा टेबल फॅन टाकत नव्हते, पावसाळ्यात मलेरियाचा किती धोका असतो, जुहू चौपाटीवरचा बेस्ट पाणीपुरीवाला, दुथडी भरून वाहणाऱ्या नदीत उलटणाऱ्या बोटी. ती एका विषयाकडून दुसऱ्या विषयाकडे अशा प्रकारे वळत होती की, ऐकणाऱ्याला अगदी योग्य वाटावं; पण पाच मिनिटांनंतर ते वेड्यासारखं असंबद्ध आणि आठवायला अशक्य वाटावं. तिच्या बडबडीमध्ये तासन्‌तास गेले. मला ते बरं वाटलं. आम्ही निळ्या आणि पांढऱ्या पट्ट्या असलेल्या शामियान्याखाली डेकवर बसलो. दोघांनीही गॉगल लावले होते आणि तिने अजूनही नव्या नवरीचे चकमकीत दागिने घातलेले होते. मी बोटीवर आदळणाऱ्या लाटांचं संगीत ऐकत होतो आणि ती बोलत होती. तो सुखद आवाज ऐकून माझं मन मोकळं झालं आणि रात्रीचा खजीलपणा सुरक्षित अंतरावर ठेवला. मुलं हाकेच्या अंतरात; पण नजरेआड होती, त्यांनी योग्य अंतर राखलं होतं.

मी स्वतःला सांगितलं की, मी विचार करत होतो, योजना करत होतो, विश्लेषण करत होतो आणि जे तास यामध्ये चालले होते, ते सुलेमान इसा नावाच्या प्रॉब्लेमवर काहीतरी तोडगा काढण्यासाठी, कंपनी वाढवण्यासाठी, भविष्यात काय करायचं यासाठी घालवत होतो; पण खरंतर मी जागेपणी स्वतःला झोपवत होतो. मी पूर्ण आरामात होतो. निश्चल होतो.

गोव्याला पोहोचायला अर्धा दिवस उरला आणि माझी बधिर ध्यानधारणा छोटा बदरियामुळे भंग झाली. तो लोखंडी जिना झपझप चढत आला, त्याच्या त्या चढण्याच्या खणखण आवाजात भीती होती, मला ती जाणवली. मी त्याला जिन्यातच खालून तिसऱ्या पायरीवर भेटलो.

''काय?'' मी विचारलं.

''कॅप्टन म्हणतो की त्यांनी आताच बातमी ऐकली. वाईट आहे, भाई.''

''काय आहे?''

''मस्जिद काल दुपारी पाडली.''

कोणती मशीद ते त्याला सांगावं लागलं नाही. गेले अनेक महिने एकाच मशिदीबद्दल चर्चा होती, एक पुरातन काळातल्या इमारतीचा अवशेष जो पुरातन काळातल्या चुकीची निशाणी होता आणि आता राजकीय पक्षांना उड्या मारण्यासाठी, हजारो लोकांच्या मिरवणुकांसाठी मुख्य कारण बनला होता. मला ते सगळं मूर्खपणाचं वाटलं होतं. तो अख्खा प्रश्न आणि वाद हे काही नव्हे, तर राजकीय क्लृप्त्या होत्या; पण जर आता ती पाडली असेल, तर त्यामुळे आपल्या सगळ्यांना परिणाम भोगावे लागतील. एवढं तरी स्पष्ट होतं.
''आणि?'' मी विचारलं.

''भाई, मुंबईत राडा सुरू आहे. दंगल,'' छोटा बदरिया म्हणाला.

गोव्याला आम्ही डॉकवरून सरळ एअरपोर्टला गेलो आणि विमामाने त्याच दिवशी दुपारी मुंबईला परत आलो. गोव्याला एअरपोर्टला पोहोचल्यापासून मी आमच्या मुंबईतल्या कंट्रोलरना संपर्क करण्याचा प्रयत्न करत होतो; पण मी जितकेही डझनभर नंबर डायल केले, ते सगळे डेड होते. ''पोलिसांनी फोन बंद केले असतील,'' छोटा बदरिया म्हणाला. असं असण्याची शक्यता होती. ते काही वेळा गोंधळ सुरू झाला, तर फोन बंद करतात. एअरपोर्टवर असताना घरं, बसेस जाळल्या, छतावरून शूटर्सनी नेम धरून खालच्या लोकांना गोळ्या घातल्या, गल्लीबोळातून बायका पुरुषांना शोधून मारण्यात आलं, अशा अफवा कानावर आल्या. मला सुलेमान इसाने या सगळ्याचा फायदा घेण्याआधी मुंबईला पोहोचायचं होतं. या सगळ्या गोंधळाच्या बुरख्याखाली त्यांनी येऊन आमच्या विरुद्ध काही करण्याआधी मला जायचं होतं. दंगलींच्या दरम्यान, आमच्यातलं युद्ध उघड्यावर येऊ शकतं आणि जेव्हा एखादा मरतो किंवा घर जळतं, तेव्हा कोणीच जबाबदार नसतो. दंगल म्हणजे कोणाला ठार मारण्याची मोफत संधी. माझ्या कंपनीला असं सुकाणू नसल्यासारखं, शीर नसल्यासारखं मी सोडू शकत नव्हतो म्हणून आम्ही विमानाने लगेच परत आलो. जेव्हा आम्ही विमानात पाय टाकला, तेव्हा मला जाणवलं की, माझ्या गोट्यांना घाम फुटला आहे. सगळ्या सीट रिकाम्या होत्या. लोकांनी तिकिटं रद्द केली होती, फक्त आम्हीच होतो, ज्यांना दंगल सुरू असलेल्या मुंबईला जायचं होतं. मी माझ्या सीटवर थरथर कापत होतो, माझ्या पायांमध्ये घाम आला होता की, कधी

ही पंख असलेली बस उडेल, कधी हे कुरकुरणारं विचित्र धूड आकाशात उडेल; पण आम्ही उड्डाण केलं. आम्ही आकाशातून वेगाने मुंबईच्या आणि माझ्या जबाबदाऱ्यांच्या दिशेने जात होतो. आम्ही धडधडत, हलत खाली उतरायला लागलो आणि मी सुभद्राला म्हटलं, ''बोल, बोल.'' ती माझ्याकडे घाबरून कसंतरी तोंड करत बोलायला लागली आणि तिची ती अवस्था हवेतून खाली उतरल्यामुळे नाही, तर मला घामाने पूर्ण डबडबलेला पाहून झाली होती. तिचा रावणासारखा नवरा एक उलट्या करणारा, शेंबूड गळणारा हिजडा झाला होता. मी कागदाच्या पिशवीत तोंड घालून ओकारी काढू लागलो आणि ती तिच्या सीटमध्ये एकदम ताठ बसली. तिने माझ्या पाठीवर हात ठेवला. मला माहीत होतं की, नवऱ्याला भीतीने सुटलेला चिकट, थंड घाम तिला आवडला नसणार. नवरा तरी कोण, तिने रात्री अंथरुणात शिरताना ज्याची कल्पना केली होती तसा भीतिदायक राक्षस किंवा ज्याच्या ख्यातीमुळे तिचं मन बदललं होतं, ती भारावून गेली होती तो राजा नव्हे, तर एक नपुंसक विदूषक; पण ती कर्तव्यदक्ष होती. ती बोलायला लागली.

जेव्हा विमान मुंबईवर कललं, ती बोलायची थांबली. मी तिच्यावर रेललो आणि आम्ही दोघांनी चेहरे खिडकीला चिकटवले आणि चिखलाने माखलेल्या किनारपट्टीतून आता विखुरलेली बेटं दिसायला लागली. नंतर मला रस्ते, बिल्डिंग्स, कॉलन्यांचे आकार आणि पसरलेल्या वस्त्यांचे तपकिरी पट्टे दिसत होते. आमच्या मागे बसलेल्या मुलांमध्ये वाद सुरू होता, ''नाही, ते अंधेरी आहे.'' ''मादरजात, अंधेरी कुठली? ते मढ आयलंड आहे दिसत नाही का तुला?'' मग ते सगळे शांत झाले. किनारपट्टीवरच्या वस्तीतून एक मोठा धुराचा लोट मोठा मोठा होत वर येत होता, वर वळून तो दुसऱ्या आगीच्या डोम्बाच्या दिशेने वळला. शहर जळत होतं.

खाली उतरेपर्यंत कोणीही एक शब्द बोललं नाही. बिल्डिंग्स आमच्या दिशेने खूप वेगाने येत होत्या; पण मी घाबरलो नव्हतो. काय उद्ध्वस्त केलं आहे, कुठे आग लागली आहे ते पाहत होतो. आम्ही सगळे शांत होतो. एअरपोर्टवर प्रवाशांची गर्दी होती. लोक खाली जागा मिळेल तिथे बसले होते, बॅगा, सुटकेसेसवर डोकं ठेवून झोपले होते. टॅक्सी, रिक्षा सगळं बंद होतं. फोन अजूनही डेड होते, त्यामुळे आम्ही गोपाळमठमध्ये कोणाला फोन करू शकत नव्हतो. काही क्षणांसाठी असं वाटलं की, आता गोपाळमठला जाता येणार नाही; पण छोटा बदरिया बाहेर रस्त्यावर गेला आणि उभ्या असलेल्या टॅक्सीच्या रांगेतून फिरला. त्याला पोलीस चौकीजवळ सगळे ड्रायव्हर एकत्र बसलेले दिसले. तासभर मागे लागल्यानंतर आणि हजाराच्या नोटा दाखवल्यानंतर, त्यांच्यातल्या एकाला मोह झाल्यासारखा वाटला. छोटा बदरियाने त्याला बाजूला घेऊन सांगितलं की, त्याला घाबरायचं कारण नाही, तो गणेश गायतोंडेला घेऊन जाणार आहे. हे सांगितल्यावर ड्रायव्हरला हायसं वाटलं आणि मग आम्ही सहा जणांनी स्वतःला त्या टॅक्सीमध्ये कोंबलं आणि बाहेरच्या त्या भयाण शांततेत निघालो. इंजिनवर ताण पडून खूप आवाज येत होता आणि मी ड्रायव्हरला 'लवकर चल, लवकर, अजून लवकर' असं म्हटल्याने मला जाणवलं की, मी कुजबुजत होतो. त्या दिवशी, सगळ्या रस्त्यांवर कोणीही नव्हतं, अगदी एकही माणूस नाही. एअरपोर्ट जवळच्या वस्त्या, रस्ते अगदी शांत होते. हाय-वेवरची हॉटेल्स शांत होती. अपार्टमेंट, बिल्डिंग्समधल्या घरांच्या खिडक्या बंद होत्या. मी घाबरलो होतो, आम्ही सगळेच घाबरलो होतो. फक्त, टॅक्सीचा ड्रायव्हर माझ्या संरक्षणाखाली जसं जसं एक एक वळण घेत होता, तसतसा त्याचा

आत्मविश्वास वाढत होता; पण मला माहीत होतं की, आमच्याकडे शस्त्र नाही आहेत आणि जर शेकडो लोकांचा जमाव आमच्यावर चाकू, काठ्या, लाठ्या घेऊन चालून आला, तर आम्ही सगळे मेलो असतो. त्या भयाण शांततेत मारलं जायच्या भीतीने मी जरी ओरडून माझं नाव सांगितलं असतं, तरी जमावाने माझा गळा कापला असता. त्या रक्ताला आसुसलेल्या संतापापासून रक्षण करेल, असं कोणतंच नाव नव्हतं. गोपाळमठ जवळ आम्ही प्रेतं... हो, दोन प्रेतं पाहिली. रस्त्याच्या कडेला, चप्पलच्या दुकानाजवळ ते पडले होते. लोखंडी शटरवर, खांबावर दगडावर रक्त उडालं होतं.

''मेंदूत गोळ्या घातल्या आहेत,'' छोटा बदरिया म्हणाला.

त्याचं बरोबर होतं. दोघांनाही डोक्यात गोळ्या घातल्या होत्या. मी ते दोघे मुसलमान होते का असा विचार करत होतो. खांबावर बोर्ड होता – झुलेखा शू एम्पोरियम. रस्त्यात काचा, चपला, काठ्यांचा खच पडला होता, आम्ही त्यावरूनच जात होतो. मला एका लहान मुलाची, ओळी असलेली वही पडलेली दिसली. त्या वहीची पानं फडफडत होती. सुभाद्राने तिचे डोळे घट्ट मिटून घेतले. आता आम्ही डावीकडे आमच्या वस्तीकडे जाणारं ओळखीचं वळण घेतलं. हा रस्ता गुळगुळीत होता. मी दोन महिन्यांपूर्वीच पुन्हा बांधून डांबरीकरण करून घेतलं होतं. आता त्यावर दगड, मोठे दगड, विटा पडल्या होत्या. इथे कोणीतरी युद्ध लढलं होतं. एका दिव्याच्या खांबासमोर जळून खाक झालेल्या कारचा सांगाडा उभा होता. आमच्या डाव्या बाजून एक आरोळी ऐकू आली आणि गोपाळमठच्या घरांच्या पहिल्या रांगेतून एक माणूस आमच्याकडे बोट दाखवत आला. त्याच्या दुसऱ्या हातात तलवार होती, तिचं पातं चमकत होतं.

''ए, बंटी,'' छोटा बदरियाने हाक मारली. बंटीने आश्चर्याने डोक्याला एक झटका दिला आणि तो आमच्या गाडीजवळ पळत आला, त्याच्यामागून गोपाळमठची मुलं आली. 'भाई, भाई' ते ओरडले. त्या सगळ्यांकडे शस्त्र होती, तलवारी, लाठ्या, खिळे, रॉड, सुरे आणि पिस्तुलं. मी विचारलं, ''इथे काय झालं?'' ''लांडे आलेले, भाई. तिकडे त्या जनपुरा वस्तीतून,'' ते म्हणाले, ''आपल्या एक मुलाने त्यांच्या मुलाला भोसकला आहे आणि ते दोघं नाईक रोडच्या वळणावर होते, तर भाई, पोलिसांनीच धाडधाड दोन गोळ्या सरळ डोक्यात घातल्या.'' अगदी पोलिसांनाही या वेळेला काय चूक, काय बरोबर ते कळतं आणि ते एकमेकांना खांद्यावर थोपटत होते. सगळे ढकलत, पडत आणि हसत होते जणू काही त्यांनी एखादी मॅच जिंकली होती. त्यांचे सगळ्यांचे चेहरे घामाने, जोशाने आणि विजयामुळे अगदी जिवंत दिसत होते. मी विचारलं, ''आपल्या गोपाळमठमधल्या मुसलमान लोकांचं काय, त्यांचं काय झालं? ते ठीक आहेत का?'' वस्तीच्या पूर्वेला आमच्याकडे साधारण साठ मुसलमान कुटुंबं होती, बहुतेक शिंपी आणि कारखान्यातले कामगार, काहींची मुलं माझ्यासाठी काम करायची; पण जेव्हा मी त्यांच्याबद्दल विचारलं, तेव्हा मुलांनी खांदे उडवले. ''काय,'' मी पुन्हा विचारलं, ''ते ठीक आहेत का?'' मुलं म्हणाली, ''ते गेले, भाई.''

''कुठे? कुठे गेले ते?'' मी विचारलं.

''कोणालाही माहीत नाही, भाई. ते गेलेत. ते पळून गेले. फुर्र झाले.''

''कोणी त्यांना काही केलं का? काय झालं?''

''ते फक्त इथून निघून गेले, भाई.''

''आणि त्यांची घरं?''

''घेतली, भाई. इतर लोक त्या घरांमध्ये राहत आहेत.''

''कोण? तुमच्यापैकी कोणी?''

''हो, आमच्यातले काही, भाई.''

छोटा बदरियाचा चेहरा आता ताठरला. आमच्या कंपनीमध्ये त्याचा खूप आदर करायचे आणि आजवर त्याच्या धर्माने काही फरक पडला नव्हता. मी त्याचा हात धरून लांब घेऊन गेलो. ''या मूर्खांचं काही ऐकू नकोस,'' मी त्याला म्हणालो. ''अजिबात मनावर घेऊ नकोस. ते लहान आहेत आणि त्यांची या सगळ्यामुळे डोकी फिरली आहेत. त्यांना कळत नाहीये ते काय बोलतायत.''

पण त्याचे डोळे भरून आले होते. तो म्हणाला, ''त्यांच्या कोणाहीसाठी मी माझा जीव दिला असता; पण आता मी त्यांच्यासाठी फक्त एक लांड्या उरलो आहे? हरामखोर. ते माझंही घर मागतील का?''

''बदरिया, ही वेळ वाईट आहे. रागावू नको. तुझं डोकं शाबूत ठेव. शांत राहा. माझं ऐक. फक्त माझं ऐक. फक्त माझं,'' मी त्याला म्हणालो.

माझे हात त्याच्या खांद्यावर होते आणि शेवटी त्याने मला त्याला मिठी मारू दिली. मी त्याला माझ्या चार उत्तम मुलांच्याबरोबर त्याच्या घरी आणि कुटुंबाकडे पाठवलं. सगळ्यांकडे शस्त्र होती आणि त्यांना सांगितलं की, जर छोटा बदरियाला किंवा त्याच्या घरातल्या कोणाला काही झालं, तर मी स्वतः त्यांना गोळ्या घालेन.

नंतर, मी गोपाळमठमधल्या घरांवर एक नजर टाकली. एका वादळादरम्यान मी माझं घर सोडून गेलो होतो आणि आता, अजून मोठ्या संघर्षाच्या रणभूमीत परत आलो होतो. कोणीतरी माझ्या देशात सीमा आखल्या होत्या. माझे शेजारी आता निर्वासित होते, ते म्यानातून बाहेर आलेल्या तलवारींना घाबरून, डोक्यात गोळ्या घातलेल्या प्रेतांना घाबरून पळून गेले होते. हा माझा गोपाळमठ होता, माझं मन इथे राहायचं, जे गाव मी वसवलं होतं, याची वीट अन् वीट माझी होती. जेव्हा मी माझ्या मित्रांबरोबर खांद्यावर शस्त्र घेऊन चालत होतो, पाण्यात गजरा टाकल्यासारखा वास हवेत भरून राहायचा, जिथे मला माझं पौरुषत्व सापडलं, माझं आयुष्य होतं इथे. घरांच्या गडद छपरांची रजई, दरीतून वर डोंगरापर्यंत पसरली होती, तपकिरी, निळे आणि लाल जिवंत रंग पसरले होते आणि वळणं, छोट्या छोट्या गल्ल्या यांनी विणले गेले होते. इथे असंख्य टीव्ही अॅन्टेनाचे काटकोन होते, उन्हात त्यांच्या प्रखर लहरी पकडत उभे होते. आता सगळं उजाड झालं होतं. क्षितिजाच्या अगदी कडेला, दक्षिणेला, एक धुराचा लोट होता. त्या असह्य काळोख्या आभाळाखाली, मी माझ्या नवरीला घरी घेऊन गेलो.

दंगली तीन दिवसांनंतर थांबल्या. माझं नपुंसकत्व सुरूच होतं. आम्ही रस्ते साफ केले, जखमींना गोळा केलं, मी जे हॉस्पिटलमध्ये होते, त्यांच्या कुटुंबीयांना पैसे दिले आणि दरम्यान सुभद्रा माझ्या घरात स्थिरस्थावर झाली आणि माझ्या मुलांची 'मम्मी' झाली. काही दिवसांतच ती त्यांच्यासाठी जिवलग, सहानुभूती देणारी, गुज करणारी आणि त्यांच्या अडचणी माझ्याकडे घेऊन येणारी झाली. जर मी चिडलो असेन तर मध्यस्थही झाली. घर अचानक स्वच्छ झालं आणि प्रत्येक खोलीत देवी-देवता प्रकट झाले आणि मी जे जेवत होतो, त्यामुळे माझं पोट एकदम हलकं आणि खूश झालं. माझे सगळे शर्ट इस्त्री करून कपाटात एका रांगेत आले आणि तरीही मी पूर्ण वेळ घाबरलेला होतो. जेव्हा मी तिचा आवाज शेजारच्या खोलीत

ऐकला, अगदी मायाळू आणि सहजपणे एका लयीत, घंटा किणकिणल्यासारखा, मला भीती वाटली की, ती कोणाला तरी मी किती निकम्मा आहे, मी कसा तिच्याजवळ गेलो नाही, मी कसा बेडमध्ये माझ्या बाजूला डोक्यावर हात ठेवून झोपतो, कसं मी मला झोप लागेपर्यंत तिला बोलत राहायला सांगितलं, हे सांगत असणार. नाही, ती नाही सांगणार; पण कदाचित ते तिच्या तोंडून निसटून जाईल, काही वस्तीतल्या बायका काहीतरी बोलतील, सुभद्राच्या आनंदाविषयी, काहीतरी खट्याळपणा असलेला विनोद करतील. लग्न, बेड, रात्री, रानटी पुरुष आणि अंग दुखणे अशांबाबत आणि सुभद्रा हसेल, ती अगदी निरागस होती आणि ती बरळेल की, आम्ही ते तसलं करत नाही. तो करणार नाही, करू शकत नाही. तो करू शकत नाही. मी तिच्या आवाजापासून पळून गेलो, 'करू शकत नाही'पासून, धोक्यापासून आणि भेटीगाठी करण्यात सगळा दिवस घालवला. मी चांगल्या-वाईट रेस्टॉरंट्समध्ये जेवलो, डान्स बारमध्ये बसलो आणि मुलींना गिरक्या घेताना पाहिलं; पण मला त्यांच्या कोणामुळे काही झालं नाही.

हे छोटा बदरियाच्या लक्षात आलं. तो गप्प गप्प होता, जे झालं त्यामुळे नाराज होता. मस्जिद आणि त्यानंतरचे दिवस यामुळे. मला ते दिसत होतं म्हणून मी त्याला जवळच ठेवलं, मी त्याला सगळीकडे घेऊन गेलो आणि मला दिसत होतं की, तो माझी काळजी घ्यायचा प्रयत्न करत होता. ''भाई, या डान्स करणाऱ्या मुली शेवटी दोन नंबरच असतात. माझ्याकडे तुमच्यासाठी जास्त चांगली आहे.''

''जास्त चांगली? कुठे?''

''नट्या, भाई. स्टार्स.''

''चुतीया, यांच्यातल्या प्रत्येकीला स्टार व्हायचं आहे.''

''नाही नाही भाई. खऱ्या नट्या. प्रॉमिस.'' त्या दिवसांमध्ये प्रत्येकच जण टीव्हीचा प्रोड्युसर बनत होता. तेलाचे व्यापारी आणि टॅक्स्यांचे मालक अचानक सिरीयल तयार करत होते. त्यांच्यातला एक छोटा बदरियाचा चुलतभाऊ होता आणि त्याने छोटा बदरियाला एका बाईबद्दल सांगितलं होतं, जी मॉडेल होती आणि नट्यांची को-ओर्डिनेटर होती. तीही टेलिव्हिजन प्रोड्युसर बनण्याचा प्रयत्न करत होती. नैसर्गिकपणे, ही बाई अनेक तरुण मुलींच्या संपर्कात होती, सगळ्या सुंदर, फ्रेश, तरुण आणि शहरात नव्या असलेल्या, त्यांचं भवितव्य घडवण्यासाठी स्ट्रगल करत असलेल्या.

''म्हणून ती त्यांना पुरुषांशी स्ट्रगल करायला थोडीशी मदत करते. त्यातून त्यांच्यासाठी आणि स्वतःसाठी थोडे पैसे कमावते?'' मी म्हणालो.

''बरोबर, भाई. नाहीतर तुम्हाला माहीत आहे, या शहरात राहणं किती अवघड आहे. एक तरुण, एकटी नटी या शहरात कशी टिकणार? ती त्यांना मदत करते भाई, मदत!!''

''ठीक आहे, मग आपणही त्यांना मदत केली पाहिजे. त्या संतिणीचं नाव काय आहे?''

''जोजो.''

जोजो. जरा विचित्र नाव होतं; पण ती ज्या मुली पाठवायची, त्या साधारण वेश्यांपेक्षा वरच्या दर्जाच्या होत्या. त्या शिकलेल्या होत्या आणि त्यांच्यातल्या काही इंग्लिश बोलणाऱ्या होत्या. त्यांच्याबरोबर मी यशस्वी झालो. त्यांच्याबरोबर मी सहज ताठ होत होतो आणि

अगदी सक्षम. त्यांच्याबरोबर मी कोलांट्या उड्या मारल्या, हवेत उचललं आणि लढलो, जोवर त्या थकून पडल्या नाहीत; पण घरी मी कोणीच नव्हतो. मी माझ्या बायकोचं जवळून निरीक्षण केलं. तिचं किंचित कपटी हसू, भुवयांच्या सरळ रेघा, हलकासा पावडर आणि टूथपेस्टचा गंध... आणि ती मला आवडली. मला ती हवी होती; पण मी तिला घेऊ शकत नव्हतो. मी जेव्हा माझ्या घरच्या बेडच्या सुरक्षित कक्षेत होतो, तेव्हा माझी शक्ती नाहीशीच व्हायची. माझा नाइलाज होता. मी खांबांवर लावलेल्या किंवा मासिकातल्या मागच्या पानांवर असलेल्या क्लिनिक्सच्या जाहिराती बघितल्या. गोळ्या किंवा तेलं लावून ताकद येण्याच्या; पण मी कोणाला सांगू शकत नव्हतो, अगदी छोटा बदरियालासुद्धा नाही. मला शरम वाटत होती. मी फोन उचलला आणि एका क्लिनिकचा नंबर फिरवला. फोनवर वैद्यांशी बोलायचं आहे म्हणून सांगितलं; पण त्यांना पैसे हवे होते आणि माझं नाव जाणून घ्यायचं होतं. फोनवर बोलत असलेली बाई खूप घाईत आणि तुटकपणे बोलत होती म्हणून मी तिला गांडू म्हणालो आणि फोन आदळला. सुभद्रा दुधाचा ग्लास घेऊन आली आणि मी दूध प्यायलो. माझ्या मनात आलं, त्या फोनवर बोलणाऱ्या रंडीला मी घेऊ शकलो असतो; पण माझ्या बायकोच्या बाबतीत मात्र तिच्या हातून दूध पिण्याव्यतिरिक्त मी काहीही करू शकत नाही म्हणून मी जोजोच्या मुलींकडे जात गेलो, एकामागून एक.

पण मला लक्षात आलं की, जेव्हा मी सुभद्रापासून दूर असायचो, तिचं बोलणं ऐकता यायचं नाही, तेव्हा मला जास्त भीती वाटायची. कदाचित, मी घरी असणंच जास्त चांगलं होतं. कदाचित, माझ्या आजूबाजूला असण्याने तिच्यावर बंधन येईल, माझ्या अपयशाबद्दल ती कोणाला सांगू शकणार नाही म्हणून मी परत घरी गेलो; पण ती तिच्या घरात आनंदात होती, असं दिसलं. तेच सत्य होतं, ती आनंदात होती. ती सुखी होती. तिचं लग्न म्हणजे एक विनोद होता, त्यात काही अर्थ नव्हता; पण ती पदराला चाव्या बांधून इकडे-तिकडे वावरत होती, किचनमध्ये भांड्यांची खुडबुड करत होती, नोकरांना हुकूम देत होती आणि व्यवस्थित जेवण्याखाण्यासाठी माझ्या मागे लागत होती. ती समाधानी दिसत होती. आम्ही मशीद उद्ध्वस्त होण्याबद्दल बोलत होतो, न्यूजपेपरमध्ये पुरातन कटू इतिहास उलगडला आणि राजकारणी लोकांची भडकवणारी भाषणं या सगळ्याबरोबरच ती मोहरली. मासिकं देशाच्या नकाशात ठिकठिकाणी स्फोटांमध्ये झालेली वाढ दाखवणाऱ्या कार्टून्सनी भरली होती. प्रत्येक छोटी आकृती दंगल, प्रेतं, विटा, तलवारी दर्शवत होती. त्यादरम्यान मी दुःखी होतो आणि ती आनंदात होती. एका रात्री ती आमच्या बेडरूममध्ये गडबडीने आली आणि माझ्या शेजारी बसली.

''मी तुमच्या मित्राबद्दल खूप ऐकलं आहे,'' सुभद्रा म्हणाली.

''कोण मित्र?''

''तुमचे मित्र, परितोष शाह,'' ती माझ्या शेजारी बसली होती, माझ्या कुर्त्याची बाही धरून. ''सगळी मुलं मला सांगत असतात की, त्यांनी कसं तुम्हाला लग्न करायला लावलं, त्यांचा तुमच्यावर कसा चांगला प्रभाव होता. मला त्यांच्याबद्दल सांगा ना.''

म्हणून मग मी तिला परितोष शाहकडे सोनं घेऊन गेलो त्याबद्दल, त्याच्या सुटलेल्या पोटाबद्दल, पूजाअर्चा, सणवार साजरे करण्यात त्याला आनंद मिळायचा आणि त्याला उंच भरारी घ्यायची होती त्याबद्दल सांगितलं. ती माझं बोलणं ऐकत होती, तिचा हात अजूनही माझ्या बाहीवर होता. तिची मान झुकलेली होती; पण माझ्याकडे डोळे मिचकावून बघताना ते चमकत होते. तिच्या केसांच्या बटा मागून येणाऱ्या दिव्याच्या उजेडामुळे चकाकत होत्या,

प्रत्येक केस उजळून निघाला होता आणि तिच्या डोक्यामागे प्रकाशाचं एक वर्तुळ तयार झालं होतं. ''आणि तो माझा मोटू मित्र,'' मी तिला म्हणालो, ''तो प्रार्थना केल्याशिवाय एकही गोष्ट करत नसे. त्याला कोलाब्याहून वरळीला जायचं असेल, तरी तो प्रार्थना करायचा. त्याला एखाद कोटी वाचवायचे किंवा चोरायचे असतील, तरी तो प्रार्थना करायचा. नंतर त्यांनी त्याला ठार मारलं.''

''तुम्ही त्यांना मारलंत?''

''कोणाला मारलं?''

''ज्यांनी तुमच्या मित्राला मारलं!''

ही छोटीशी अजून कुमारिका असलेली मुलगी, ती माणसं मारायच्या गोष्टी करत होती! जणू काही ती कोंबड्या कापण्याबद्दल बोलत होती. ''आम्ही त्यांच्यापैकी काही जणांना मारलं.''

''नाही; पण ज्यांनी प्रत्यक्षात त्यांना मारलं त्यांना.''

नक्की कोणी ट्रिगर दाबला आणि कोणी हातोडा मारला हे शोधून काढणं सोपं नव्हतं, हे तिला कसं समजावून सांगायचं? माहिती गोळा करणे, सुरक्षित जागा, दोन-तीन खोटे आभास करायचे, फिल्डिंग लावायची आणि माणसांना लुडकवायचं यातलं तिला काय कळणार? तिने एक साधा प्रश्न विचारला होता, तुम्ही ज्या माणसांनी हे प्रत्यक्षात केलं त्यांना शिक्षा दिली का? त्याला सरळ साधं उत्तर नव्हतं. नंतर, तिच्या भांगातला सिंदूर आणि तिच्या डोळ्यात असलेला पूर्ण विश्वास पाहून ते माझ्या लक्षात आलं की, तिने एकच प्रश्न विचारला होता, ज्याचं उत्तर देण्यासारखं होतं. मी परितोष शाहला अपयश दिलं होतं. सुलेमान इसाची काही माणसं मारून मी बदला घेतला असं मला वाटत होतं; पण असं कोणालाही पकडून त्यांना मारणं म्हणजे बदला घेणं नव्हे. परितोष शाहला माझी काळजी होती, त्याचं माझ्यावर प्रेम होतं. त्याने माझं लग्न लावून मला स्थिरस्थावर करून दिलं होतं आणि मी त्याची आठवण पुसून टाकली, जी शिक्षा शत्रूला दिली होती, त्याबद्दल त्याच्या आत्म्याची माफी मागितली, जेव्हा त्याचे खरे खुनी तर मोकाट फिरत होते. त्याने माझ्यासाठी ठरवलेल्या लग्नात मी याच गोष्टीला शिव्या देत होतो. त्याच्या आत्म्याला शांती मिळाली नव्हती, तो मुक्तीसाठी धडपडत होता म्हणूनच मीही लग्नाचं सुख देऊ शकत नव्हतो. माझी अपूर्णता हे याचं थेट प्रतिबिंब होती. मी हसलो. सुभद्राला ही गोष्ट मला दाखवून द्यावी लागली होती. परितोष शाहची ज्या देवावर भक्ती होती, त्याच्या बहिणीचं नावही सुभद्राच होतं. मला त्यात तथ्य वाटलं, खरंच होतं ते. मी एकदम उडीच मारली. पुढे वाकून माझ्या बायकोचं चुंबन घेतलं. मी पुनरुज्जीवित झालो होतो. मी मीटिंग रूम्सबाहेर पळत गेलो आणि माझ्या मुलांना बोलावलं, छोटा बदरियाला झोपेतून उठवलं.

''आपण परितोष शाहला मारायला कोणते शूटर्स आले होते त्यांना शोधण्यासाठी इतक्यात काय केलं? आपण पैसा दिला? किती? आपण कोणाला विचारलं? आपण कोणाला पकडलं?''

एका तासात मी नवीन योजना बनवली, नवीन सूत्रं हलवली, माणसांच्या जिभा सैल करण्यासाठी दुप्पट तिप्पट पैसा ओतला, पोलिसांशी, कंपन्यांच्या लोकांशी, शूटर्सशी आणि खबऱ्यांशी बोललो. नावं गोळा केली, अर्धा डझन नावं गोळा केली आणि संशयित नावं,

पत्ते, असमाधानाच्या आणि गुप्त कारस्थानांच्या अफवा. आता घर गुणगुणत होतं, गात होतं आणि मला माझी ताकद मुंबईभर विजेसारखी पसरत असल्यासारखं वाटलं. कारण, माझ्यामुळे बायका-पुरुष बोलत होते, धावत होते, मी सांगितल्याप्रमाणे हालचाल करत होते. मी माझं जाळं दूरवर पसरलं होतं आणि त्यात मारेकरी अडकणार होते. मी त्यांना पकडणार होतो. ते निसटू शकणार नव्हते. बघ, परितोष भाई, मोटू, बघ. तुला मला पहिल्यासारखं करावंच लागेल. मी तुला तुझे मारेकरी देईन आणि तू मला माझी सुभद्रा, माझं लग्न आणि मी, गणेश गायतोंडे, सगळं मला परत देशील.

त्यानंतर, पुन्हा दंगली झाल्या. जुन्या दंगलींच्या जखमांमुळे अजूनही तळमळणाऱ्या गल्लीबोळातून, शोकाकुल रस्त्यांवरून नवीन खून पाडल्याच्या बातम्या आमच्यापर्यंत आल्या : मुसलमानाला इथे भोसकलं, हिंदूला तिथे मारलं आणि माथाडी कामगारांना भोसकून मारलं, एका कुटुंबाला जिवंत जाळून मारलं आणि त्या वादळाने आम्हाला पुन्हा घेरलं. रस्ते पुन्हा ओस पडले, दुपारी भयाण शांतता, रस्त्यावरून पळणाऱ्या लोकांच्या पायांचा आवाज, डोक्यावरून सरकत असलेला सूर्य, छोट्या-मोठ्या खणखणाटानंतर आमच्या खिडक्यांवर आदळणाऱ्या किंचाळ्या, बायका, पुरुष आणि मुलांनाही पेट्रोल ओतून जिवंत जाळल्याच्या बातम्या येत होत्या. सुभद्रा एका कोपऱ्यात मुटकुळं करून बसली आणि रात्री बेरात्री अचानक गोळीबाराचे आवाज येत होते. मी माझ्या मुलांना गोपाळमठच्या सीमेवर पाळीपाळीने ठेवलं आणि त्यांना सांगितलं, लक्ष ठेवण्यासाठी, पहारा देण्यासाठी बसा. तीन दिवसांनी बंटी माझ्याकडे तक्रारी घेऊन आला. ''मी मुलांना आवरू शकत नाही, भाई. त्यांना काहीतरी करायचं आहे,'' तो म्हणाला.

''काय करायचं आहे?'' मी त्याच्याकडे पाहिलं. ''जाऊन म्हाताऱ्या कोताऱ्या बायकांना मारायचं आहे? कशासाठी? जुन्या बिल्डिंग रिकाम्या व्हाव्या म्हणून?'' मी विचारलं.

त्याने मान खाली घातली. ''ते आपल्याला मारत आहेत.''

''आणि?''

''भाई?''

''तुझ्याकडे बघून वाटतंय की, तुला अजून काहीतरी बोलायचं आहे.''

''मुलं म्हणत आहेत... त्यांच्यातली काही विचारत आहेत की भाई नक्की आपल्याबरोबर आहेत का मुसलमानांबरोबर?''

त्यामुळे अपरिहार्यपणे हे असं होतं : 'आपण' का 'ते'. मी 'आपण'मध्ये होतो का 'ते'मध्ये? ''मी पैशाच्या बरोबर आहे,'' मी म्हणालो. ''आणि या सगळ्यातून काही प्रॉफिट नाहीये. सांग जा त्यांना.''

आणि तरीही त्या कापाकापीच्या दिवसांमध्ये तो प्रश्न माझ्या मनात राहिला. 'आपण' का 'ते'? मी कोण होतो, ज्याला मशिदीवर हल्ला करणारे आणि प्रतिकार करणारेही नेहमी तितकेच मूर्ख वाटत होते? आता मशीद तर पडली होती आणि प्रत्येक जण आता हल्लेखोर आणि त्याचा प्रतिकार करणारा बनला होता. तुम्हाला ठरवायचं होतं की तुम्ही 'आपण' का 'ते'? पण, मी कोण होतो? मी त्याबद्दल विचार केला, परितोष शाहने मला काहीतरी सांगावं म्हणून वाट पाहिली आणि त्या रक्तपातापासून दूर राहिलो. दरम्यान, माझी काही मुलं मला

सोडून गेली. त्यांना माझ्या अशा थंड राहण्याने नैराश्य आलं होतं. जळती दुकानं, गटारात पडलेले मृतदेह यांमुळे संतापाने त्यांचं रक्त उसळत होतं आणि ते तलवारी, पिस्तुलं घेऊन बाहेर पडले. त्यांनी कारमधून लोकांना बाहेर काढून भोसकलं, कापून काढलं, भीतीने लपून बसलेल्या बायकांना शोधून काढून त्यांच्यावर बलात्कार केले आणि नंतर त्यांचे गळे कापले. अनोळखी लोकांनाही केरोसीन ओतून जाळून मारलं आणि लहान मुलानाही गोळ्या घातल्या, त्यामुळे त्या हिवाळ्यात 'आपण' का 'ते' या कत्तलीत मी माझे काही एकनिष्ठ सैनिक गमावले. ही कापाकापी म्हणजे युद्ध नव्हतं, फक्त कत्तल होती. ते मला सोडून गेले आणि मी यातून नामानिराळा राहिलो म्हणून त्यांना माझा तिरस्कार वाटला. मला बंटीने हे सांगण्याची गरज नव्हती. मला ते कळत होतं. माझी इज्जत कमी होत होती, ताकद कमी होत होती, जी कंपनी मी उभी करून अनेक शिकाऱ्यांशी लढलो, ती कंपनी हरवत होती.

बिपीन भोसलेने मला यातून मार्ग काढण्याचा प्रस्ताव दिला. एका रविवारी, तो केशरी झेंड्यानी खचाखच भरलेल्या जीपमधून माझ्याकडे आला. त्याच्या मागोमाग दोन ॲम्बेसिडर आल्या, त्याही त्याच्या रक्षक लोकांनी खच्चून भरल्या होत्या. त्या सगळ्यांच्या हातात शस्त्र होती. बिपीन भोसले स्वतः उघडपणे तलवार घेऊन आला होता, माझ्या बैठकीत आल्यावर त्याने ती तलवार त्याच्या खुर्चीच्या बाजूला उभी करून ठेवली होती.

''एक शस्त्र घेतलेला आमदार उघडपणे रस्त्यावर,'' मी म्हटलं. ''जग कसं बदललं आहे.''

''आज आम्ही ते पुन्हा बदलणार आहोत, भाई,'' तो म्हणाला. तो सुजमट दिसत होता, थकलेला आणि त्याला दुर्गंधी येत होती. त्याचा जांभळा शर्ट चुरगळला होता, त्याला डाग पडले होते, पुढून बाहेर आला होता आणि मला त्याच्या पोटाच्या घामेजलेल्या वळ्या दिसत होत्या. ''बास झालं. आम्ही आता या हरामखोर लांड्याना दाखवून देणार आहे.''

मी थांबलो; पण त्याची हनुवटी छातीला टेकलेली पाहून तो जागेपणीच झोपला होता, असं वाटत होतं. विस्कटलेले केस घामाने कपाळावर चिकटले होते, त्याची नेहमीची कोंबडा काढलेली हेअरस्टाइल पार विस्कटली होती. तो मुसलमानांना काय दाखवून देणार होता, ते अजून सांगितलं नव्हतं. शेवटी मीच म्हणालो, ''बिपीन साहेब?''

तो अगदी पुतळ्यासारखा बसला होता, अजिबात न हलता, पापणीही न लवता म्हणाला, ''वरून सांगितलं आहे : त्या मादरचोदांना दाखवून द्या म्हणून आम्ही त्यांना दाखवलं.''

''वरून ऑर्डर आली?''

''अगदी वरून.'' त्याने जांभई दिली. ''मी एक मुंडकं छाटलं. म्हणजे अगदी साफ... सटाक! मला तलवार दोन्ही हातांनी धरावी लागली. डोकं दोन वेळा हवेत उडालं. सगळ्यात गमतीची गोष्ट म्हणजे रक्त. ते खूप लांब उडतं. एखाद्या पिचकारी सारखं, सगळीकडे. मुलं ते रक्त अंगावर उडू नये म्हणून दूर पळाली. त्या उडलेल्या डोक्यावर काही आश्चर्य किंवा काही नव्हतं, काही भाव नव्हते.''

''तुम्ही त्याला दाखवलं.''

'हो; पण गणेश भाई, तुम्ही इथे बसला आहात. तुमच्या घरात. सुरक्षित.''

''मला माझ्या वरच्याने सांगितलं नाही, बिपीन साहेब.''

''त्या लांड्यानी परितोष शाहला मारलं आणि तरीही तुम्हाला काही करायचं नाही आहे.''

मी त्याला दाखवून देऊ शकलो असतो की, सुलेमान इसा जरी मुसलमान असला, तरी खूप हिंदू लोक त्याच्यासाठी काम करत होते. सुलेमान इसाचा या हाय-वेजवळ राहणाऱ्या मुसलमान कुटुंबांशी काही संबंध नव्हता आणि त्यांची डोकी छाटल्याने त्याला काही फरक पडत नव्हता; पण मी सरळपणे म्हणालो, ''मला हे सगळं करण्यात काही फायदा नाही आहे.''

त्याने त्याचे लालबुंद डोळे मिचकावत माझ्याकडे बघितलं. ''मी तुम्हाला फायदा आणून देईन. मला खूप काही करायचं आहे, म्हणून मी तुमच्याशी पटकन एक डील करतो. अबर्वामध्ये एक मुसलमान वस्ती आहे, माहीत आहे?''

''पांढऱ्या लाइफ इन्शुरन्स बिल्डिंगच्या मागे? हो.''

''ती ज्या जागेवर आहे ती माझ्या एका सहकाऱ्याची आहे. त्याने ती तीन वर्षांपूर्वी विकत घेतली. चांगली किंमत, डेव्हलप करायला चांगला एरिया आहे; पण त्याला ते मादरचोद झोपडपट्टीवाले तिथून हाकलता येत नाही आहेत. पाण्याचं कनेक्शन, वीज, सगळं आहे त्यांच्याकडे. ते म्हणतात की, आम्ही इथे वर्षानुवर्षं राहतोय. तोच सगळा भेन्चोद मूर्खपणा म्हणून त्यांना तिथून काढा. आम्ही वीस लाख देतो.''

''बिपीन साहेब, ती जागा चार करोड रुपयांची आहे.''

''पंचवीस, मग.''

''मला खूप मुलं लागतील.''

''तुमच्या मुलांना जे हाती लागेल, ते त्यांना ठेऊ दे.''

''त्यांच्या डोक्यावर आग लागलेली असताना दरिद्री झोपडीत काय सापडणार?''

''तीस.''

''एक करोड.''

तो हसला. ''मी तुम्हाला साठ लाख देईन.''

''डन.''

''कधी?''

''उद्या.''

''ठीक आहे. लवकर करा. आम्हाला हे सगळं जेवढा काळ सुरू ठेवता येईल तेवढं ठेवू; पण एक वेळ येईल आणि ते आर्मीला नुसते कवायती नाही तर फायरिंग करायला सांगतील. मग गोष्टी अवघड होतील.'' गुडघ्यावर हात ठेवून त्याने जोर दिला, एक क्षण पाठ धरून तसाच वाकलेला होता. ''तुम्ही मला काय चहापाणी विचारणार नाही का?''

''बिपीन साहेब, मी विचारायला हवं होतं,'' मी बाहेर कॉरिडोअरमध्ये हाक मारली, ''अरे, पाणी, चहा, काहीतरी थंड आणा.''

बिपीन भोसले दात काढून हसला. ''मी व्हिस्कीचा विचार करत होतो किंवा रम; पण तुम्ही अजून तसेच आहात भाई. सारखं पाणी, पाणी.''

''त्यामुळे सावध असतो मी.''

''व्हिस्कीने मला जोर येतो,'' बिपीन भोसले म्हणाला आणि त्याने त्याची तलवार उचलली. ''माझ्या हार्टसाठी पाणी चांगलं नाही आहे,'' त्याने तलवार उचलून टोक माझ्या दिशेला करून म्हटलं, ''बरं आहे, तुम्ही आमच्या बाजूने आहात.'' त्याबरोबरच तो उड्या मारत पायऱ्या उतरून गेला, त्याच्या टाचा प्रत्येक पायरीवर खणखणत होत्या. जीप आवाज करत गोल वळली आणि ते गेले. आता मी 'आपण'मध्ये आलो होतो, 'त्यांच्या'विरुद्ध!

एखादी वस्ती जाळायचा हा राजमार्ग आहे. हे काम रात्री करा, एक डझनभर कार मुलांनी खचाखच भरून पूर्वेला वस्तीच्या अगदी टोकाला लाइफ इन्श्युरन्स बिल्डिंगच्या बाजूला पाठवा आणि तिथे मोठा हल्ला करा. वस्तीतले जे प्रतिकार करण्यासाठी त्यांच्या बिळातून बाहेर येतील, त्यांच्यावर तुमची मुलं पिस्तुलं चालवतील, वस्तीतल्या लोकांवर तलवारी चालवतील. कारच्या हेडलाइट्सच्या रांगेत त्यांची तोंडं वेड लागल्यासारखी दिसतील. दरम्यान, वस्तीच्या अगदी दक्षिण पश्चिम टोकाला तुमच्या मुलांचा अजून एक गट झोपड्या आणि घरांच्या समूहाजवळ आहे. ती तुमची मुलं, अगदी धूर्तपणे गुपचूप अगदी जवळ जातात. त्यांना लाइफ इन्शुरन्स बिल्डिंगच्या बाजूने आरडाओरडा, शिव्याशाप ऐकू येतात. आता ती मुलं पेट्रोलने भरलेल्या बाटल्या, पेट्रोलमध्ये भिजवलेले बोळे फेकतात. काचा फुटल्याचा आवाज येतो आणि आगीच्या ज्वाळा हळूहळू नदीसारख्या छपरांवर, भिंतींवर, खिडक्यांमध्ये पसरायला लागतात. आता आग धडधडू लागते, जसजसं ती गिळू लागते, तसतसा तिचा आवाज होतो. आता आग थांबत नाही. तिथे काही फोन नाहीत, फायर ब्रिगेड नाही, ना पोलीस. इतका वेळ प्रतिकार करणारे लोक आता प्रतिकार न करता पळू लागतात, आगीने वेढलेल्या छपरांखाली उजळून निघालेल्या अंधाऱ्या कोपऱ्यांमध्ये लपायला बघतात, तुमची मुलं त्यांचा पाठलाग करतात, त्यातल्या काहींना मारतात, बाकीचे त्यांच्या किंचाळणाऱ्या बायकामुलांकडे धाव घेतात आणि आगीपासून दूर जातात. पळताना अडखळतात, पडतात, परत उठून पळू लागतात आणि नंतर नाहीसे होतात. ते आता गेलेले आहेत. आगीच्या ज्वाळा एका घरावरून दुसऱ्यावर सहज पसरतात आणि आमचं काम पूर्ण झालेलं असतं.

सकाळी, लाइफ इन्शुरन्स बिल्डिंगच्या पश्चिमेची बाजू आगीमुळे काळपट झालेली असते आणि जिथे बस्ती होती, तिथे आता अर्धवट जळलेल्या, इकडे तिकडे विखुरलेल्या अवशेषांचा ढीग असतो, काळे पडलेले दरवाजे, मोडलेले पाइप, वगैरे.

दोन दिवसांनी मला माझं पेमेंट पूर्णपणे मिळालं. करकरीत नोटांच्या गड्ड्या प्लॅस्टिकमध्ये गुंडाळलेली होत्या. मी त्या गड्ड्या सोडवून मुलांमध्ये वाटल्या. आतापर्यंत, बहुतेक सगळे माझ्याकडे परत आले होते. पुढच्या चार दिवसांत आम्ही अजून दोन जमिनी रिकाम्या केल्या. आम्ही सगळे समाधानी होतो, मी, माझी मुलं, बिपीन भोसले. दंगलींचा सर्व तऱ्हेने उपयोग होतो, सर्व प्रकारच्या लोकांना!

पोलिसांच्या, आर्मीच्या गोळीबाराने, बिपीन भोसलेच्या बॉस लोकांच्या आणि त्यांच्या बॉस लोकांच्या आदेशाने अखेरीस जानेवारीच्या तिसऱ्या आठवड्यात ही सगळी जाळपोळ, कापाकापी थांबली. शेवटी शेवटी प्रेतांचे ढीग लागले होते आणि सगळ्या गदारोळाचा आवाज बधिर करणारा होता म्हणून हे सगळं थांबलं. शहर थरारलं होतं; पण आता सगळं झटकून राडारोडा साफ करण्यास सुरुवात झाली. बुलडोझरनी मैदानं रिकामी करून खड्डे खणले. मृतदेह गटारांतून, कचऱ्याच्या ढिगातून उचलले गेले. आता गल्लीबोळातून वाहतूक पुन्हा सुरू झाली.

आम्हीही हळूहळू परत पूर्वपदावर आलो आणि माझी ताकद परत आली. हो, मी आता करू शकत होतो. दंगलीच्या वेळी केलेल्या कामांचे अजून थोडे पैसे त्याच्याकडून वसूल करायचे होते, नवीन कामांबद्दल बोलायचं होतं म्हणून मी बिपीन भोसलेला भेटायला गेलो होतो. मी रात्री उशिरा घरी आलो, शूज काढले आणि माझ्या बेडवर, सुभद्राने भरतकाम केलेल्या नवीन उशांना टेकून बसलो. त्या लाल गडद रंगाच्या होत्या. तिने खोलीतलं फर्निचर थोडं हलवून वेगळ्या प्रकारे लावलं होतं, जेणेकरून आम्ही बेडवर झोपलो की, दोन खिडक्यांतून बाहेरचं दिसत असे. मला अंधारी वस्ती आणि त्यावर पसरलेलं चांदणं दिसत असे. सुभद्रा माझ्यासाठी दूध घेऊन आली आणि समोर मांडी घालून मला दूध पिताना बघत बसली. मी घोट घेत होतो आणि ती हातांवर हनुवटी टेकवून गुणगुणत होती.

''कोणतं गाणं आहे ते?'' मी हळू विचारलं. ती रात्र खूप शांत होती, अगदी नाजूक, थंड, अंधारलेली. मी फक्त कुजबुजू शकलो.

''काय साली, कोणतं गाणं आहे?''

ती हसली, अगदी थोडंसं, खट्याळ आणि तिने मला जीभ काढून दाखवली आणि परत गुणगुणू लागली.

मी मस्करीत तिचा हात पकडला; पण ती नाटकीपणाने हळूच ओरडत दूर झाली. ''जाऊ दे, सोडा. मला दुखतं,'' ती म्हणाली.

''जास्त नाटक करू नको,'' मी तिचा हात सोडत म्हणालो. ''मी तुला हातसुद्धा लावला नाहीये.''

ती म्हणाली, ''नाही, तुमच्यात खूप जोर आहे. बघा, मला वळ उठला.''

''मला नाही दिसत वळ.''

''मुलंसुद्धा म्हणतात.''

''काय म्हणतात?''

''मुलं म्हणतात की, तुम्हाला माहीत नाही तुमच्यात किती ताकद आहे ते. काल ती म्हणत होती की, भाई आता खरी ताकद दाखवत आहेत. आता आम्हाला वाटलं की, ते खरे हिंदू नेते आहेत.''

''हिंदू?''

''हो.'' ती तिच्या अशक्त हाताकडे बघत होती, जिथे माझ्या बोटांमुळे कातडीवर हलकासा वळ उठला होता. ''मुलं म्हणाली की, आता ते त्या हरामखोरांना दाखवतायत की, एक हिंदू भाई काय करू शकतो.''

आकाशात प्रकाशाचा एक झोत होता. त्याच्यावर आकाश होतं आणि खाली आम्ही. हिंदू होते, मुसलमान होते. सगळे जोडीने, विरोधात बसतात. इतकं क्रूर आणि सुंदरही.

''दरवाजा लाव,'' मी म्हणालो.

आता ती म्हणाली, ''काय?''

''तू ऐकलंस.''

मला त्या वेळी काय झालं? तोपर्यंत माझं आयुष्य मला भुतासारखं वाटत होतं. हजारो भुतं माझ्या आवतीभोवती, माझ्या शरीरात फिरत होती. प्रत्येक भूत संभव होतं आणि दुसऱ्या भुतापेक्षा जास्त हरलेलं होतं. मी कुठूनतरी आलो आणि मुंबईत माझं नाव तयार केलं; पण

मला नेहमीच वाटत आलं होतं की, मी एक भूमिका करत होतो, अनेक भूमिका. मी एका भूमिकेतून दुसऱ्या भूमिकेत या नावावरून दुसऱ्या नावाने सहज जाऊ शकत होतो. आज मी गणेश गायतोंडे होतो, उद्या मी सुलेमान इसा बनू शकतो आणि नंतर मी मारलेल्या माणसांतला कोणीही. मला राग, दुःख, आसक्ती सगळं वाटलं होतं; पण मी नेहमीच हे सगळे तुकडे माझ्या आत एक आकार घेईपर्यंत वाट पाहिली, स्वतःला रोखून धरलं. गणेश गायतोंडे या नावावर विश्वास असलेली माणसं तयार केली होती आणि मी नेहमीच त्यांना माझ्यावर विश्वास ठेवल्याबद्दल तुच्छ लेखलं. कारण, मी कोणीच नव्हतो. माझा कशावरही विश्वास नव्हता. मी कोणाशीच बांधील नव्हतो आणि म्हणूनच मी एक वेताळ होतो जो इतक्या वेश्यांच्या बरोबर वेडापिसा व्हायचो, त्यांच्या आत शिरून मी स्वतः कोणीतरी असल्याचं दाखवत होतो; पण मी लग्न करायला लायक नव्हतो. लग्न म्हणजे एक विश्वास असतो. एक श्रद्धा असते, पूर्णत्व असतं. मला आता दिसत होतं, मी लग्नासाठी सक्षम नव्हतो, मी अपूर्ण होतो, योग्य नव्हतो आणि म्हणून नपुंसक होतो; पण आता मी जो प्रवास केला होता, एकट्यानेच विचार करत करत, त्या सगळ्या वाटा मला अपरिहार्यपणे कोणाचा तरी असण्याकडे, मी कोणीतरी बनण्याच्या निश्चितीकडे, कोणतरी एक बनण्याकडे घेऊन आल्या होत्या. मी वस्त्या जाळल्या होत्या आणि म्हणून माझी निवड झाली होती, मला युद्धभूमीची एक बाजू निवडण्याची सक्ती करण्यात आली होती. काही झालं तरी धूर्त परितोष शाहचे काही त्याचे आपले मार्ग होते. मी आता स्थिर उभा होतो. मला मी कोण आहे, हे समजलं होतं. मी एक हिंदू भाई होतो म्हणून मी माझ्या बायकोवर हळूच झुकलो, माझी बायको. मला माझ्या पूर्ण शरीरात माझ्या आत्मविश्वासपूर्ण नाडीचे ठोके जाणवत होते. मी तिच्या आत गेलो. तिची किंकाळी माझ्या खांद्यांवर थरारली. नंतर तिथे रक्त होतं, चादरीवर, माझ्या मांड्यांवर. मी तृप्त होतो. मी परितोष शाहला म्हटलं की, मी तुला विसरलो नाहीये. मी तुझे मारेकरी शोधून काढेन. मी रात्री उशिरा माझ्या विजयाच्या पुराव्यात शिरून खूप गाढ झोपलो.

मी जागा झालो होतो आणि मला जागं करण्यासाठी मला बक्षीस मिळालं होतं. हे बक्षीस एक शाप घेऊनच आलं. ती एक व्हिडिओ टेप होती, त्यामध्ये ज्या माणसाने परितोष शाहला फसवलं आणि शत्रूच्या स्वाधीन केलं त्याची एक क्षणिक झलक होती. ती व्हिडिओ टेप मला माझ्या दुबईमधल्या सोर्सकडून आली होती. त्याचं नाव शंकर होतं आणि तो मीना टेलिव्हिजन अॅन्ड अप्लायन्सेसमध्ये काम करत होता. शंकरच्या बॉसचा म्हणजे या मीना टेलिव्हिजनच्या मालकाचा एक साईड बिझनेस होता. तो एंगेजमेंट, लग्न आणि पार्ट्यांचं व्हिडिओ शूटिंग करायचा. नोव्हेंबरमध्ये त्याला एम्बसी हॉटेलच्या वर असलेल्या फिरत्या रेस्टॉरंटमधल्या एका वाढदिवसाच्या शानदार पार्टीचं शूटिंग करण्यासाठी बोलावलं होतं. पार्टी तुलनेने लहान होती; पण खूप खर्च केला होता, अगदी डान्स करण्यासाठी गोविंदाला मुंबईहून बोलावलं होतं. मीना टेलिव्हिजनच्या मालकाने घाईने शूटिंग केलं, छोट्या छोट्या अर्धगोलात उभे राहून शँपेन पिणारे, चकाकत्या सुटाबुटातले लोक, हातात स्कॉचने भरलेले ग्लास, सोफ्याभोवती घोळक्याने बसलेल्या बायका, त्यांचे चमकते हिरे, हे सगळं त्याने कॅमेऱ्याच्या लेन्समध्ये कैद केलं. गोविंदा नाचत होता, त्याचे लटके झटके, त्याचे पांढरे शूज काळ्या संगमरवरी फरशीवर उठून दिसत होते आणि ज्याचा वाढदिवस होता तो मुलगा अन्वर...सुलेमान इसाचा तिसरा भाऊ. सुलेमान इसा, हो, तो हरामखोर

स्वतःसुद्धा गोविंदाच्या तालावर झुलत होता; पण त्याच्या चेहऱ्यावर काही भाव नव्हते, जिवंतपणा नव्हता. मीना टेलिव्हिजनवाल्याने व्हिडिओ टेप करून दुकानात शंकरकडे दिला आणि त्याला त्याच्या कॉपी करायला सांगितल्या. शंकरने चार कॉपी केल्या. त्याने एक स्वतःकडे ठेवली आणि फेब्रुवारीच्या सुरुवातीला मुंबईला आला, तेव्हा ती बरोबर घेऊन आला. त्याने ती बंटीला दिली आणि बंटीने त्याला त्याचे पैसे दिले. ती टेप, आता इथे होती, माझ्या टेलिव्हिजनवर, माझ्या ऑफिसमध्ये.

सुलेमान इसाचा चेहरा चपटा आणि रुंद होता. त्याच्या जबड्यावर विरळ दाढी होती आणि अगदी पेन्सिलसारख्या बारीक मिश्या होत्या. टेपमध्ये त्याने गोल कॉलर असलेला पांढरा शर्ट घातला होता आणि बाह्यांवर भरतकाम केलेला राखाडी रंगाचा सूट घातला होता. तो काय पीत होता हे मी सांगू नाही; पण तो टेबलाच्या कडेला ओळीने काड्यांना लावून ठेवलेले कबाब खात होता. अगदी व्यवस्थित, पद्धतशीर. मी ती टेप रात्री उशिरा पाहिली, सुलेमान इसाचा भाग पुढे मागे करत पुन्हा पुन्हा पाहिली. छोटा बदरिया माझ्याबरोबर बसून बघत होता आणि आम्ही त्या पार्टीत त्याचे चार भाऊ असलेले मोजले. आम्हाला त्यांचे चेहरे पोलिसांच्या फाइलमधल्या फोटोंवरून माहिती होते. शेवटी, छोटा बदरिया मिनिटा मिनिटाला जांभया द्यायला लागला म्हणून मी त्याला घरी झोपायला पाठवलं. मी सुलेमान इसाला परत परत बघितलं, त्याने छोट्या पितळी बाउलमध्ये त्याच्या बोटांची टोकं कशी धुतली, नॅपकीनवर हलकेच कशी टिपली. आता टेपमधल्या पार्टीत खूप उशीर झाला होता. गोविंदा कधीच गेला होता आणि सुलेमान इसाही गेला होता, तरीही कॅमेरा फिरत होता. सोफ्यावर बसलेले पुरुष, त्यांचे शूज काढलेले होते, टाय सैल केलेले होते. त्यांच्यातल्या एकाने कॅमेरा बघितला आणि तो उठला. त्याला उठण्यासाठी तीन प्रयत्न करावे लागले. त्याने हात वर केले, गोविंदासारखे गोल फिरवले आणि पडला, त्याच्या पायांचा टेबलला धक्का लागला. एक ग्लास जमिनीवर पडला. खूप हास्य. हे फुटेज मी आधी बघितलेलं नव्हतं, आम्ही पुन्हा पुन्हा सुलेमान इसा आणि त्याच्या भावांना बघत होतो; पण आता मी पाहिलं. कारण, मला झोपण्यापूर्वी एकदा सगळी टेप बघायची होती. त्या दारू प्यायलेला माणसाला, त्याच्या दोन मित्रांनी जमिनीवरून उठवलं आणि आता तिघेही चालायला लागले, डावी-उजवीकडे-डावीकडे झुलत झुलत, त्यांचे हात एकमेकांच्या खांद्यावर होते. कॅमेरा त्यांच्याबरोबर डाव्या बाजूला सरकला. एक माणूस एका कोपऱ्यात खुर्चीवर बसलेला होता. तो खुर्चीतून उठला, कॅमेराच्या फ्रेममधून बाहेर गेला, त्याचा डावा खांदा वर झाला आणि त्याने चेहरा कॅमेराच्या लेन्सपासून, माझ्यापासून दूर फिरवला. कॅमेरा आता पुन्हा उजवीकडे वळला आणि ते तीन झुलत-डुलत जाणारे दिसले.

पण मी टेप मागे नेला. रिमोट घेतला आणि बटणं दाबली. त्या माणसाच्या रुंद खांद्याबाबत काहीतरी होतं, तो झटकन बाजूला सरकला, तेव्हा त्याच्या शरीरात एक प्रकारची सहजता होती, खूप आत्मविश्वास होता. तो घाबरला नव्हता, आरामात होता; पण कॅमेरात दिसू नये म्हणून काळजी घेत होता. अगदी एखाद सेकंद अंधुक दिसला, दिसत होता; पण तितकासा चांगला नाही, पुरेसा नाही. त्याच्यामागे, काळसर काच होती, एक उंच खिडकी आणि बाहेर अंधार, त्या खिडकीच्या एका कोपऱ्यातून मला खालचे रस्त्यावरचे दिवे दिसत होते; पण त्यांच्या चकमकाटात मला एक चेहरा दिसला, धारदार नाक, निमुळती हनुवटी, भरदार मान आणि गळ्यात लोंबणाऱ्या सोन्याच्या चेनमध्ये चकाकत असलेलं लॉकेट-

तो बडा बदरिया होता! आमच्या छोट्या बदरियाचा मोठा भाऊ, परितोष शाहचा विश्वासू बॉडीगार्ड. तो तोच होता. तोच होता तो! इतक्या झटकन झलक दिसली त्याची; पण मला खात्री होती की, तो बडा बदरियाच होता आणि मला खात्री वाटेना. मी जेव्हा टेप स्लो मोशनमध्ये चालवत, एकेक फ्रेम पुढे सरकवत, पुढे नेत पाहिलं, चेहरा पुसट होऊन चौकोनी तुकड्यात विभागला, चंदेरी काळे तुकडे. माझ्या ताणलेल्या डोळ्यांना त्याचा आकार दिसेना. मी स्क्रीन बंद केला. प्रकाशाचा झोत पडल्यामुळे तसं वाटलं का खरंच तो होता? टेप थांबवला की, चित्र असं पुसट होत होतं, बाकी काहीच नाही; पण जेव्हा वेगाने टेप पुढे नेला, तेव्हा तो होता. बडा बदरिया, मला खात्री होती.

मी सकाळपर्यंत थांबलो, सुभद्रा झोपेत हाका मारत होती त्याकडे दुर्लक्ष केलं. त्या टेपमधल्या क्षणात जात येत राहिलो, त्या खुर्चीतून किंवा कॅमेराच्या मागून, जोवर मला त्याची हालचाल माझ्या खांद्यामध्ये, कमरेमध्ये जाणवेल. मला माहीत होतं की, खुर्चीतून इतक्या सहजपणे तो का उठला असेल. खुर्चीतून उठणे ही प्रतिक्षिप्त क्रिया होती, जी काहीतरी धोका जवळ येत असलेला जाणवल्यामुळे झाली. कॅमेरा लेन्स किंवा बंदुकीची नळी असं काही. इतक्या चपळाईने, सहजतेने आणि भारदस्तपणे त्याच्या स्नायूंची हालचाल झाली, मी त्याच्या जागी स्वतःला ठेवून पाहिलं... आणि मला समजलं, त्याने तसं का केलं. पैशांसाठी, प्रगतीसाठी, कायम बॉडीगार्ड राहण्याच्या चिडेपोटी, तो ज्याचं संरक्षण करत होता त्याच्याबद्दल असलेल्या तिरस्कारापोटी, स्वतः किती ताकदवान आहे, याची कल्पना असल्यामुळे किंवा अजून काही चांगलं मिळण्याची त्याची लायकी आहे, असं त्याला वाटत असल्यामुळे. सुलेमान इसाने त्याला पैसे दिले होते आणि अजून जास्त देण्याचा वायदा केला असेल. सुलेमान इसाने बडा बदरियाला त्याला एक नवीन, मोठं आणि याहून चांगलं आयुष्य देण्याची ऑफर दिली होती म्हणूनच परितोष शाह मेला होता. त्या टेपवरून मला हे समजलं.

मी ती टेप बाहेर काढली. लाइट बंद केला आणि हॉलमधून माझ्या बेडरूमकडे गेलो. अर्ध्या वाटेत थांबलो, थबकून उभा राहिलो, टेप माझ्या छातीशी घट्ट धरून ठेवली होती. बडा बदरियाचं काय करायचं हे मला चांगलंच माहीत होतं, अगदी सोपं होतं. ते झाल्यातच जमा होतं; पण धाकट्याचं काय. त्याचा धाकटा भाऊ, छोटा बदरिया, माझा छोटा बदरिया? जो मला रोज भाई भाई म्हणून हाक मारायचा, त्याचं काय? या क्षणी जो माझ्या घरापासून फारतर पंधरा फुटांवर असलेल्या त्याच्या घरात गाढ झोपला होता आणि ते घर आम्ही मिळूनच बांधलं होतं. माझा त्याच्यावर विश्वास होता, मी कधी एक सेकंदासाठीही त्याच्यावर अविश्वास दाखवला नव्हता. जो माझ्याशी एकनिष्ठ होता त्याचं काय करायचं? जेव्हा त्याचा भाऊ मरेल, मी त्याच्या भावाला मारलेलं असेल, त्याला ते समजेलच. जरी बडा बदरिया कुठेतरी लांब, ठाण्यात किंवा मादरचोद दिल्लीत जरी एखाद्या खड्ड्यात मरून पडलेला सापडला, अगदी मी जरी त्याला हे सुलेमान इसाने केलं आहे, असं सांगितलं, तरी तो शेवटी गोंधळून जाऊन माझ्या चेहऱ्याकडे बघेल आणि माझ्यावर संशय घेईल. सुलेमान इसा त्याला निरोप देईल, बडा बदरिया त्याच्याबरोबर दुबईमध्ये होता त्याचे व्हिडिओ टेप, फोटो पाठवेल. मग छोटा बदरियाला परितोष शाह आणि माझी आठवण होईल, तो माझ्याकडे बघेल आणि त्याच्या लक्षात येईल की, मला काही पर्याय नव्हता. मला ते करावच लागलं आणि तो माझ्यावर नाराज होईल. कदाचित, तो हे मान्य करेल की, त्याच्या भावाने चूक केली होती; पण त्यानंतर कायम तो माझ्या बाजूला उभा राहील, माझ्या मागे, आजूबाजूला? तसं नाही

होणार. भावाचं नातं असंच असतं. एकाच गर्भातून जन्मलेलं, वाढलेलं, न टाळता येणारं. मी जर त्याच्या भावाला सोडून दिलं, तर तो माझ्याशी एकनिष्ठ राहील का? मी जर माफ केलं, विसरून गेलो, तर तो माझ्याबरोबर राहील?

मी बेडरूमचा दरवाजा बंद केला. सुभद्रा झोपेतच म्हणाली, ''तुम्ही आहात का?'' मी वैतागून म्हणालो, ''नाहीतर कोण असणार आहे, बावळट? सुलेमान इसा?'' मी तिच्याशेजारी तसंच ताठरपणे आडवा झालो, मला माझा रागाने उफाळलेला श्वास लपवता येत नव्हता. ती घाबरली, तिने धीर गोळा केला. मी ती व्हिडिओ टेप अजूनही माझ्या हातात धरलेली होती, गोविंदाचे तालावर पडणारे पाय आणि मला माहीत होतं, माझ्या रक्तातला हुंकार मला सांगत होता की, सगळ्या भेट मिळालेल्या गोष्टी म्हणजे फसवणूक असते. आपल्याला काहीतरी त्याहून मोठं काढून घेतल्याशिवाय कोणतीही गोष्ट दिली जात नाही. गणेश गायतोंडे, हिंदू भाई बनणे हेच मुळात खून केल्यासारखं होतं, तो हजारेक इतर लोकांचा खून केल्यासारखा होता. माझे डोळे डबडबले आणि माझ्या घशातून एक छोटा हुंदका आला.

''काय बिनसलं आहे?'' माझी बायको पुटपुटली.

मी तिच्याकडे वळलो. तिच्यावर चढलो, तिचा नाइटगाऊन ओढून काढला. बटणांचा तटतट तुटल्याचा आणि कापड फाटल्याचा आवाज झाला, मी जबरदस्तीने तिच्यात शिरलो. तिचे श्वास, ओरडणं सगळं माझ्या वेड्यापिश्या रागात आणि माझ्यातल्या कडवटपणातून येणाऱ्या गुरगुरल्यासारख्या रेकण्यात हरवून गेलं.

दुसऱ्या दिवशी मी बडा बदरियाला माझ्याकडे घेऊन यायला सांगितलं. माझ्या मुलांनी त्याला त्याच्या ठाण्यातल्या नव्या पेट्रोल पंपावरून उचललं. बडा बदरिया काही गोष्टींसाठी प्रसिद्ध होता, त्याचे खांदे, खुर्चीत बसलेल्या माणसासकट खुर्ची उचलून डोक्यावर उचलणे, त्यामुळे त्याला उचलण्यासाठी सहा मुलं गेली. मी त्यांना सांगितलं, जर त्याने गडबड केली, तर सरळ त्याच्या पायात गोळी घाला; पण माझ्याकडे जिवंत घेऊन या. माझी मुलं पेट्रोल पंपाजवळच्या एका छोट्या धाब्यावर त्याची वाट बघत होती आणि तो खरंच त्यांच्या बाजूने चालत त्याच्या कारच्या दिशेने गेला. त्याच्या बाजूला एक बॉडीगार्ड होता. तो आता एक बिझनेसमन झाला होता, बॉडीगार्ड असलेल्याला आता बॉडीगार्ड होता. बडा बदरिया गाडीत शिरण्यासाठी झुकला तितक्यात माझ्या मुलांनी त्याच्या बॉडीगार्डला खाली पाडलं आणि एका तीन फुटी पाइपने आडवं केलं. मग सगळ्यांनी त्यांची पिस्तुलं बडा बदरियावर रोखली, त्याच्या पायांवर. जर तो हलला असता, तर मेला असता, डझनभर गोळ्यांनी त्याच्या मांड्यांची चाळण झाली असती. ते सगळे घाबरून कापत होते; पण तो थिजला. जेव्हा मुलं त्याला माझ्याकडे घेऊन आली, तेव्हा सगळी फाजील आत्मविश्वासाने आणि तिरस्काराने भरलेली होती. त्यांना गोळ्या झेलाव्या लागल्या नाहीत म्हणून हायसं वाटलेलं होतं. बंटीने त्यांचं नेतृत्व केलं होतं, त्याने त्याची गन टेबलावर ठेवली आणि त्याच्या पंजाबी स्टाइलमध्ये म्हणाला, ''भाई, त्याच्याकडे ग्लॉक होती; पण तो त्याला हातपण लावू शकला नाही आणि चोदू स्वतःला बॉडीगार्ड म्हणवतो. गपचूप आला.''

तो, बडा बदरिया अजूनही गप्प होता. स्टोरेज रूममध्ये मुलांनी ज्या खुर्चीवर त्याला बसवलं होतं, तिथे बसून होता. मी खोलीत गेलो, तसा तो उठला आणि मला त्याच्याकडे नाइलाजाने पाहावं लागलं.

''का केलंस तू हे?'' मी विचारलं.

''काय केलं?'' माझ्याकडे हात वर उचलून तो म्हणाला.

त्या क्षणापर्यंत माझा नक्की असा काही प्लॅन नव्हता. मला फक्त बडा बदरियाच्या डोळ्यात डोळे घालून बघायचं होतं आणि आता माझ्याकडे बघताना त्याने तोंडावर जो निरागसपणाचा आव आणला होता, जे भयानक नाटक करायचा प्रयत्न करत होता, ते पाहून माझ्या तळपायाची आग मस्तकात गेली. माझ्या पोटात, बरगड्यांमध्ये संतापाचे लोळ उठले आणि मी ओरडलो, मी गरजलो, ''मी पाहिलं तुला. मी पाहिलं तुला मादरचोद. मी तुला नाचताना पाहिलं.''

''नाचताना? काय, कुठे?''

मला आता सहन होईना, त्याची रुंद छाती, त्याचं बॉडीबिल्डर सारखं आयुष्य, त्याचा लहान मुलासारखा चेहरा. ''मार त्याला. बंटी, मारून टाक.''

आणि बंटीने मारलं.

छोटा बदरिया अलिबागमध्ये माझी वाट बघत होता. आदल्या रात्री मीच त्याला आमच्या एका कंट्रोलरकडून चार लाखांची रोकड आणायला तिकडे पाठवलं होतं. त्या कंट्रोलरने आमच्यासाठी ती कॅश घेतली होती. जा आणि पैसे आण, मी त्याला सांगितलं आणि त्या कंट्रोलरला बघ जरा. त्याच्याबद्दल काहीतरी संशय आहे. माझा त्याच्यावर विश्वास नाही, मला त्याच्यावर जरा डाऊट आहे. मी छोटा बदरियाला अलिबागमध्येच राहायला सांगितलं. माझा अलिबागला बीचवर बंगला होता, तिथे येऊन मी त्याला भेटेन, असं त्याला सांगितलं होतं. मला छोटा बदरिया वाटेत नको होता, संपर्कातही नको होता. कोणी त्याला फोन करून सांगायला नको होतं की, तुझ्या भावाला उचललं आहे. मी छोटा बदरियाला सांगितलं की, तिथेच बंगल्यात राहा, आराम कर, मीही येतो. तो म्हणाला, ''हो भाई, या, तुम्हालासुद्धा आरामाची गरज आहे.''

म्हणून मी बंटी आणि तीन मुलांना घेऊन बंगल्यावर गेलो. आम्ही दुपारच्या गर्दीतून, धुळीतून तीन तास गाडी चालवत गेलो. आम्ही कैलासपाडा सोडल्यावर काही वेळातच माझे डोळे मिटले. जेव्हा डोळे उघडले, तेव्हा आजूबाजूला शेतं उजाड झाली होती आणि नवीन बांधकामं झाली होती. माझ्या उजवीकडे धुळीतून पलीकडे डोंगर सरकत होता. आम्ही पूर्वेला हाय-वेला वळलो आणि मग परत दक्षिणेला. मी झोपलो. नंतर आमच्यासमोर समुद्र चकाकू लागला, भव्य, दूरवर पसरलेला, सूर्यामुळे चकाकत असलेला.

छोटा बदरियाने बंगल्याच्या बाल्कनीतून आम्हाला हाक मारली. मी कारमधून उतरलो, आळस दिला आणि त्याच्याकडे बघून हसलो. त्याने स्वीमिंगची लाल रंगाची चड्डी घातली होती, बंगल्याच्या पांढऱ्या भिंतींवर ती अगदी उठून दिसत होती. त्याचं पोट हलकं इलॅस्टिकच्या पुढे आलं होतं. हा जाड कधी झाला होता? कधी, मागच्या दहा वर्षांत? आम्ही एकमेकांना इतक्या वेळा आणि जवळून भेटायचो की, मी त्याच्याकडे निरखून पाहणं सोडून दिलं होतं. तुझ्या उजवीकडे असलेली चमडी तू खरंच बघतो आहेस? पण आता मी त्याचे छोटे केस, त्याचं पोट, त्याचं लग्न, मुलं, त्याचं सिनेमावरचं प्रेम, चांगल्या कपड्यांची आवड, माझ्यावरची एकनिष्ठता... सगळं पाहिलं.

वरच्या मजल्यावर, त्याने सगळी रोकड पलंगावर पसरून ठेवली होती. ''काही प्रॉब्लेम नाही भाई,'' तो म्हणाला. ''सगळी रोकड आहे. मला त्या माणसाबाबत काही प्रॉब्लेम आहे, असं नाही वाटत.''

''ते बरं झालं,'' मी म्हणालो. ''मला लघवी करायची आहे.''

''तिकडे,'' त्याने बाथरूमकडे बोट दाखवलं आणि मी बाथरूममध्ये गेलो. ''तुम्हाला चहा वगैरे हवा आहे का?''

''हो,'' मी म्हटलं आणि दार लावलं. त्याने खाली कोणाला तरी हाका मारून 'दोन चहा आणि खायला काहीतरी आण, पटकन पटकन,' असं सांगितलेलं ऐकलं. वॉशबेसिन वरचा आरसा फुटला होता. त्याचा अर्धा तुकडा गेला होता आणि खालचं लाकूड दिसत होतं. मी लघवी करायचा प्रयत्न केला; पण झाली नाही. तीन तास बसून आल्यावरही मला लघवी झालीच नाही, तरीही मी पाणी ओतलं. मी स्वतःला बजावलं, नॉर्मल राहा. त्याला भीती वाटेल, असं काही करू नको. तू त्याचं तेवढं देणं लागतोस. मी माझं पिस्तूल चेक केलं आणि परत माझ्या शर्टखाली कमरेला मागे ठेवून दिलं. मी बंदूक वापरून आता खूप वर्षं झाली होती. मला रिव्हॉल्वर, स्वस्तातली रिव्हॉल्वर वापरून अनुभव होता, आता माझ्याकडे असलेल्या ऑस्ट्रियन ऑटोमेटिक गनसारखी नाही. बंटीला मला शिकवावं लागलं : अशी कॅसेट आत जाते भाई आणि मग तुम्ही चाप मागे ओढता. तो माझ्याकडे सहानुभूतीने पाहत म्हणाला होता की, तुम्हाला करावं नाही लागणार भाई, तुम्हाला माहीत आहे मी करू शकतो आणि मी त्याला नको म्हणालो होतो.

मी दरवाजा उघडला. छोटा बदरिया पलंगावर बसला होता, पसरलेले पैसे उचलून नीट निळ्या ट्रॅव्हल बॅगमध्ये लावत होता. ''सगळं ठीक आहे भाई?''

''ठीक?''

''तुम्ही थोडेसे... दमल्यासारखे दिसताय. पोटाचा प्रॉब्लेम?''

''हो, बिघडलंय.''

''आपल्या या हवेत ना भाई, आपल्याला खूप काळजी घ्यायला लागते. सगळीकडे इतके जंतू आहेत, चांगलं अन्नसुद्धा खराब होतं. तुम्हाला माहीतच आहे, आपण खूप खातो, बाहेरचं, तेलकट जेवण. जर तुम्ही घरचं जेवलात, थोडं हलकं, तर तुमच्या पोटासाठी चांगलं होईल.''

''तुझं ते सगळं हलकं, डाएट वगैरे अजून सुरू आहे का?'' मी त्याच्या पोटाकडे खूण करत म्हणालो.

तो डोकं मागे करत खूप मोठ्याने हसला आणि दोन्ही हातांनी पोटाच्या वळ्या धरून उचलल्या. ''हो भाई,'' हसत हसत म्हणाला. ''ते सुटलंच. काय करायचं? आपण श्रीमंत झालो.''

''आपलं वय झालं.''

''आपण अजून तरुण आहे भाई,'' तो म्हणाला आणि तो अजून काहीतरी बोलणारच होता, इतक्यात दरवाजाशी खुडबुड झाली आणि बंटी एक ट्रे घेऊन आत आला. त्याने ट्रे पलंगावर ठेवला, मला चहाचा कप हातात दिला आणि त्याने माझ्याकडे डोळे बारीक करून प्रश्नार्थक नजरेने पाहिलं. मी काहीच बोललो नाही आणि त्याने जाताना दरवाजा हळू

ओढून घेतला. बंटीच्या अवघडल्यासारख्या चालण्यामुळे खोलीत आता थोडा तणाव जाणवत होता किंवा ते मला माझ्या रक्तातल्या उसळ्यांमुळे जाणवत असावं. छोटा बदरिया अजूनही दरवाजाकडे बघत होता.

''तू काय म्हणत होतास?'' मी विचारलं. माझा आवाज खूपच मोठा होता.

त्याने माझ्याकडे पाहिलं आणि तो विचार करताना त्याचा चेहरा एकदम लहान आणि गंभीर दिसत होता. नंतर, तो दात काढत हसला आणि म्हणाला, ''मी पूर्णपणे विसरलो भाई.''

''बावळट, चहा पी.''

चहा पिता पिता त्याने प्लेटमधून भज्यांच्या राशीतलं एक भजं उचललं आणि म्हणाला, ''आता ही तर खूपच वजन वाढवणारी आहेत, भाई. आपल्या बॉडीला वर्षभरात जितकं लागतं, त्याच्याहून जास्त तेल यात आहे.'' त्याने भजं परत प्लेटमध्ये ठेवलं आणि चहाचा मोठा घोट घेतला.

''खा ते.''

''काय?''

''ते खा,'' मी म्हणालो.

त्याला त्या भज्यांबद्दल एक तिटकारा होता, त्यांच्याबद्दल खूनशी आकर्षण होतं. कारण, त्याला माहीत होतं, त्याच्यावर त्यांचा किती प्रभाव होता. त्याने हळूच प्लेट दूर सरकवली. ''माझ्यासाठी चांगलं नाही ते, भाई. मी जाड झालोय.''

''खा ती. खा. मी तुला परमिशन देतोय,'' मी म्हणालो.

''हो?''

''हो.''

त्याने एक भजं उचललं, उजेडात धरून भज्याचे तपकिरी काटे बघितले. हलकेच एक घास घेतला आणि क्षणभर डोळे बंद केले.

''अमम्म्म,'' तो म्हणाला, ''एक घ्या भाई.''

''नको. तू खा. तू अख्खी प्लेट खाऊ शकतोस?''

''ही सगळी?''

''सगळी.''

''सोपं आहे. ती काय इतकी जास्त नाहीयेत.''

''संपव मग ती.''

''नाही, सगळी?'' तो त्या वेळी त्याच्या ओठांवरच्या तुकतुकीमुळे, आश्चर्यचकित भाव आणि आ वासलेलं तोंड यामुळे खरंच छोटा वाटला.

''ही ऑर्डर आहे.''

तो आता पलंगावर मांडी घालून बसला आणि भजी खायला लागला. त्याने एका बाटलीतून लाल रंगाचा सॉस भज्यांवर घातला आणि नंतर प्लेट छातीशी धरून मान खाली घालून खायला लागला. माझ्या मनात आलं, आता; पण पिस्तूल कुठेतरी माझ्या मागे लटकत होतं, मला मणक्यांवर स्पर्श जाणवत होता. मला उठावं लागेल, ते काढावं लागेल. नको नको. त्याचं खाऊन होऊ दे. जेव्हा संपेल तेव्हा. आता नको.

आतापर्यंत त्याची अर्धीअधिक भजी खाऊन झाली होती. मी उठलो आणि खिडकीपाशी गेलो. माझ्या कारच्या पांढऱ्या टपावरून येणारा उन्हाचा कवडसा माझ्या डोळ्यात गेला आणि वळलो, डोळे मिचकावले. सूर्य आता मावळलायला लागला होता आणि काळा समुद्रकिनारा डावी उजवीकडे पसरला होता, दगड, वर आलेले कडे पसरले होते. झाडं अगदी स्तब्ध होती, एक पानही हलत नव्हतं. या वेळी कुठेतरी दुसऱ्या देशांमध्ये लोक झोपलेले असतील. मला ते एकमेकांच्या जवळ कुशीत झोपलेले दिसले, नग्न, शांत चेहऱ्याने. माझ्या मागच्या बाजूला छोटा बदरिया खात बसला होता. मी मागे वळायला हवं होतं. कदाचित, त्याचं अजून खाऊन झालं नसेल; पण जर झालं असेल, तर तो वर मान करून बघेल, माझ्याकडे बघत असेल. मी स्वतःला सावरलं, दीर्घ श्वास घेतला, मग अजून एक आणि समुद्राच्या फिकट लाटा जवळ आल्या. मी वळलो. तो अजूनही खात होता, दोन भजी शिल्लक होत्या. त्याचे गाल फुगले होते आणि तो खात होता. आता एकच भजं राहिलं होतं. पिस्तूल सहज हातात आलं. ते वर उडालं. मी ते वर उडवलं आणि मी सावध होतो, अगदी औपचारिक आणि बरोबर. बॅलेन्स बरोबर साध. निशाणा बरोबर धर. फक्त टारगेट बघ, दुसरं काही नको. कानाच्या वरची तपकिरी कातडी, अगदी कानावर, जिथून केस सुरू होतात तिथे.

त्याच्या रक्ताची चिळकांडी उडाली. गोळी झाडल्याचा आवाज झाला असणार; पण मला लांबून निशाणा धरलेला असल्याने काही ऐकू आलं नाही. पुढच्याच क्षणी मला समजलं की, आताच ठिकऱ्या झालेल्या कवटीतून रक्त उडताना आवाज आला असणार. अगदी लहानसा, पटकन, फुस्स. अगदी एखादा क्षण.

बंटी हळूच दार ढकलून आत आला, त्याने हातात गन पुढे धरली होती. त्याने आता हात खाली घेतला. आता दुसरी गोळी झाडण्याची गरज नव्हती.

मी खूश होतो. मला आता समजत होतं की, परितोष शाहने मला 'तू सेटल हो,' असं म्हटलं, तेव्हा त्याला नक्की काय म्हणायचं होतं. लग्नाच्या फायद्यांची तो इतकी स्तुती का करायचा ते कळलं. मी सेटल झालो होतो. मला आता स्थिरस्थावर झाल्यासारखं, मुळं रुजल्यासारखं, माझ्या मातीशी जोडलं गेल्यासारखं वाटत होतं. जे मला याआधी कधीही वाटलं नव्हतं. मी कोण होतो ते मला माहीत होतं. आता मी क्षणाक्षणाला गणेश गायतोंडे बनायचा प्रयत्न करत होतो. गणेश गायतोंडेचे कंगोरे शोधायचा प्रयत्न करत होतो, असं मला आता अजिबात वाटत नव्हतं. सुभद्रा माझ्या बाजूला होती आणि मी हिंदू भाई आहे हे मी मान्य केलं होतं, मी एक प्रकारचा हिंदू होतो, मला मी खरा वाटत होतो. मी बायकोचं ऐकणारा, वैतागलेला नवरा नव्हतो, जोजो अजूनही माझ्याकडे मुली पाठवत होती. मी आता देवी-देवतांचा पुजारी राहिलो नव्हतो; पण मुलांनी आता मला समजून घेतलं होतं. ती माझ्या आवतीभोवती येत आणि त्यांना चांगलं वाटायचं. मी त्यांना त्यांचा लीडर वाटत होतो. आमची ताकद परत आली होती. आयुष्यात पहिल्यांदा मी समाधान अनुभवलं. माझ्या हृदयात सुरू असलेली ही मायेची कालवाकालव बघून सुरुवातीला मला आश्चर्य वाटलं. हो, सुभद्रा बायको म्हणून ज्या गोष्टी करायला लागतात, त्या करताना खूप खूश होती. ती किचनमध्ये भांडी वेगवेगळ्या प्रकारे लावायची, चकाकणारी भांडी रांगेत छान मांडून ठेवायची. सकाळी माझे कपडे बघून देणे, यासाठी माझ्या मागे पुढे करत असायची आणि संध्याकाळी तेच कपडे मी जमिनीवर फेकले, तरी आनंदाने उचलायची. घरात ती कर्त्या बाईसारखी वावरायची, तिच्या पदराला लटकणाऱ्या किल्ल्या किणकिणत असायच्या. ती सडपातळ होती, अगदी सुंदर म्हणता येणार नाही; पण

छान दिसायची. काही रंडी त्यांच्याकडे पाहिलं की, जी एक वासना जागी करायच्या, तशी वासना सुभद्राकडे पाहिल्यावर वाटायची नाही. मला तिच्याबरोबर बसायचं होतं, आमच्या बाल्कनीतून संध्याकाळ पाहायची होती, घावन खात खात चहा प्यावा, असं वाटायचं. बाहेर, आमचे संघर्ष, युद्ध आधीसारखंच सुरू होतं; पण मी आता त्यात आधीसारखा बुडून जायचो नाही. आम्ही जिंकायचो, कधी हरायचो; पण तरीही आम्ही मजबूत होतो आणि वाढत होतो म्हणूनच मी खूश होतो, आनंदी होतो.

पण मला आता तब्येतीच्या तक्रारी त्रास देऊ लागल्या होत्या. माझं पोट बरं नसायचं. बऱ्याच वेळा माझ्या पोटात दुपारी खूप कळा यायच्या, खालच्या पोटात काहीतरी अडकल्यासारखं आणि नंतर मोठं होत जायचं; जणू काही तरी बाहेर पडण्याचा प्रयत्न करत होतं. डॉक्टरनी सांगितलं तुम्हाला गॅसचा त्रास आहे आणि त्यांनी गोळ्या लिहून दिल्या आणि हलकं जेवायला सांगितलं; पण फक्त स्कॉचमुळे मला आराम वाटायचा, माझ्या पेशी शांत व्हायच्या, जे पोट फाडून बाहेर येईल, असं वाटायचं, ते स्कॉचमुळे नाहीसं व्हायचं. मी दारू पिताना मुलांनी पाहायला नको होतं म्हणून बंटीने माझ्यासाठी अजून एका बंगल्याची सोय केली. हा बंगला जुहूला अगदी सहज जाता येण्यासारखा होता, हॉलिडे इनच्या गल्लीत. मी समुद्राकाठच्या त्या स्वर्गीय बंगल्यात रोज जायचो, जिथे बंटीने एक जॉनी वॉकरची बाटली कुलूपबंद कपाटात ठेवली होती आणि सोडा फ्रीजमध्ये. मी गच्चीत सूर्यास्ताच्या वेळी एकटा बसून प्यायचो. मी स्वतःला फक्त दोन लहान पेगची परवानगी दिली होती. ड्रिंकमुळे मला शांत वाटायचं; पण त्यामुळे जुन्या आठवणींचे कढ यायचे. सुरुवातीच्या दिवसात मी परितोष शाहजवळ रडलो होतो, जेव्हा मी लहान होतो आणि आम्ही गरीब होतो, जेव्हा आम्ही प्रचंड अडचणींना तोंड दिलं आणि अगदी राक्षसी, ताकदवान लोकांना तोंड दिलं होतं. चांगल्या गोष्टीसाठी लढायला म्हणून शस्त्र उचलायचो, त्या सकाळी, ते दिवस कुठे गेले? त्या आनंदाच्या संध्याकाळचे आमचे मित्र कुठे गेले? आमच्या उमेदीच्या काळातली ती गाणी कुठे होती? मी प्यायचो, जुनी गाणी ऐकायचो आणि आठवायचो. 'चला जाता हूँ, किसीकी धुन में, धडकते दिल के तराने लिये...'

दरम्यान, बंटीने त्याला आमचे गुंतागुंतीचे व्यवहार सांभाळण्यासाठी जे जे आवश्यक होतं, ते ते सगळं शिकून घेण्याचा प्रयत्न केला. त्याने आमच्याबरोबर शूटर म्हणून सुरुवात केली होती, आमच्या सुलेमान इसा बरोबरच्या युद्धात तो लवकरच माझ्या नजरेत आला होता. आता तो माझा सगळ्यात विश्वासू आणि मुख्य कंट्रोलर होता. त्याच्यात आत्मविश्वास आणि जोम ठासून भरलेला होता. ''तुम्ही काय केलं आहे ते सगळ्यांना माहिती आहे, भाई. माटुंगा ते दुबई, सगळ्यांनी ऐकलं आहे. त्यांना माहीत आहे की, तुम्ही सुलेमान इसाच्या हरामखोरांना शोधून काढलंत आणि लोळवलंत. तुमच्या पार्टनरचा हिसाब चुकता केलात. तुम्ही हेही जिंकलात.'' मी कारमध्ये जेव्हा खूप वेळ गप्प बसायचो, तेव्हा मला उत्साह वाटावा म्हणून तो हे म्हणायचा. मला माहीत होतं की, मी जिंकलो होतो आणि मला हेही माहीत होतं की, या जगात कोणतंही यश, त्याहून मोठं नुकसान सोबत घेऊन येतं. आमच्या विजयामध्ये आम्हालाही अशा काही आरिष्टांनी गाठलं होतं. मला कळत होतं की, काहीतरी मोठं संकट येत आहे. सुलेमान इसा येतो आहे. मी मुलांना काळजी घ्यायला सांगितली, गोपाळमठमधली आतली सुरक्षा वाढवली. मी सुभद्राला घरातून बाहेर जायला मनाई केली. मी तिला अगदी देवळातही जायचं नाही, तू घरीच राहायचं असं सांगितलं. ती नाराज दिसली; पण तिने माझं ऐकलं.

छोटा बदरियाच्या मृत्यूनंतर एकवीस दिवसांनी, एका शुक्रवारी, दुपार होण्याच्या वेळी बॉम्बस्फोट झाला. पहिला स्फोट झाल्यापासून काही मिनिटांतच मला समजलं. आमच्यातल्या एका मुलाचा फोन आला, त्याने शहरातून रडत रडत फोन केला, ''भाई, फूटपाथवर एक पाय पडला होता. एक मोठा आवाज झाला, खूप मोठा आणि मला कळलं नाही तो कसला होता. लोक पळत होते आणि कोणालाच कळत नव्हतं काय झालं. मीही त्याच्याबरोबर पळालो आणि तिथे हा पाय फूटपाथवर पडला होता. भाई, असाच पडला होता, कापून काढल्यासारखा, काही रक्त नव्हतं आणि नंतर कोणीतरी कॉर्नरकडे बोट दाखवलं. मी पाहिलं तर स्टॉक एक्सचेंज गेलं होतं. स्टॉक एक्सचेंज उडवलं भाई. बॉम्बस्फोट झाला भाई, बॉम्ब... बॉम्ब.''

मी त्याला शांत केलं, त्याला घरी जायला सांगितलं. नंतर अजून बॉम्बस्फोट झाले, मस्जिद बंदर, धान्य बाजार, नरीमन पॉइंट आणि मी बंटीला गोरेगाव पोलीस स्टेशनशी, पोलीस हेडक्वार्टरशी फोनवर बोलताना ऐकलं. मी नंबर डायल करत होतो; पण सगळे नंबर एंगेज होते, पुन्हा पुन्हा फोन लावायचा प्रयत्न केला; पण एंगेजच होते आणि नंतर लाइन्स डेड झाल्या, तरीही बातम्या येत होत्या, रक्षक मुख्यालयाजवळ स्फोट झाला होता. आता अचानक रस्त्यावर खूप आरडाओरडा सुरू झाला, आयाबाया आपापल्या मुलांना घाईने गोळा करत होत्या, मुलं रस्त्यावरून इकडून तिकडे पळत होती, लोक पळत जात असल्याचा आवाज येत होता. अचानक एक कार थांबली आणि बंटी अजून बातम्या घेऊन आला की, माहीमला कोळी लोकांवर हल्ला होऊन काही जण मेले होते. आकाशातून बॉम्ब पडले होते आणि किनाऱ्यावरून मशीनगनने फायरिंग केली होती. मी सगळ्यांना आत जाऊन, दारं बंद करायला सांगितली. माझ्या मुलांना पहाऱ्यावर लावलं, त्यांना शस्त्र देऊन त्यांना गोपाळमठच्या चहुबाजूंनी उभं केलं. संध्याकाळपर्यंत आम्हाला काय झालं होतं त्याचा अंदाज आला : समुद्रातून कोणी हल्लेखोर आलेले नव्हते; पण कोळ्यांच्या वस्तीवर बॉम्ब टाकण्यात आले होते. पूर्ण शहरातून बारा बॉम्बनी अनेक बिल्डिंग्स उद्ध्वस्त केल्या होत्या. दोन तासांत बारा स्फोट! प्रलयाची नांदी होती जी पुरुष, स्त्रिया आणि मुलांचे जीव घेऊन गेली होती. शेकडो मेले होते, अनेकांचे हात-पाय तुटले होते. टीव्हीवर अनेक कोसळलेल्या बिल्डिंग्स अर्थहीनपणे उभ्या होत्या, आतले खांब, लोखंड वाकलेलं होतं. मंत्री आणि पोलीस म्हणाले की, तपास सुरू होता. ते पुन्हा पुन्हा हेच सांगत होते; पण गोपाळमठमध्ये माझी बायको घाबरून मला बिलगली होती, तिला कृतज्ञता वाटत होती आणि मला माहीत होतं, बाहेर रस्त्यावर काय कुजबुज सुरू होती... भाईंना माहीत होतं, काहीतरी होणार आहे. हो, मला माहीत होतं. हो, या युद्धाच्या तालाचे, समेचे अर्थ मी समजू शकत होतो. कारण, मी अनेक वर्षं या युद्धभूमीवर होतो. आम्हीही त्या लाटांमध्ये ओढले गेलो होतो. अनेक मेले आणि मी जिवंत राहिलो. मी अनेकांसाठी कबरी खोदल्या होत्या; पण मी टिकलो. कारण, मला भूगर्भातल्या हालचाली जाणवत, मला आतमध्ये कुठेतरी समजत असे की, आता पुढची वीज कुठे कोसळणार आहे. मी जागा होतो. मी हा खेळ खेळत होतो.

जेव्हा पोलीस तपासातून जाहीर केलं गेलं की, सुलेमान इसा आणि त्याच्या लोकांनी हे बॉम्बस्फोट योजना करून घडवून आणले होते, तेव्हा सगळ्याचा बरोबर उलगडा झाला. अर्थातच, अर्थातच! टीव्हीवर जाहीरपणे सांगण्याअगोदरच मला पाळलेल्या पोलीसवाल्यांकडून हे समजलं होतं. मशीद पाडल्यामुळे धुमसत असलेल्या संतापामुळे, दंगलीनंतर मुंबईतली तरुण

मुसलमान मुलं दुबईला गेली होती आणि नंतर पाकिस्तानला. त्यांना पाकिस्तानने प्रशिक्षण दिलं होतं, आरडीएक्सचे खोके सुलेमान इसाच्या सराईत स्मगलर्सनी समुद्रामार्गे आणले होते आणि प्रशिक्षित मुलांनी त्याचे टाइम बॉम्ब तयार करून, कार आणि दुचाक्यांमध्ये ठेवले. नंतर, ही वाहनं शहरातल्या भरगर्दीच्या आणि मोक्याच्या ठिकाणी पाठवण्यात आली आणि त्यानंतर हे हत्याकांड घडलं. हा त्यांनी दंगलींमध्ये मेलेल्या अनेक मुसलमान लोकांसाठी घेतलेला बदला होता.

सुलेमान इसा आणि माझ्यामध्ये एक लहान युद्ध झालं होतं, अपरिहार्य युद्ध. आमच्या कंपन्यांमध्ये. ही लढाई खूप काळ सुरू होती, सुरू राहणार होती. आता याची मुळं एका मोठ्या युद्धाशी जोडली गेलेली उघड झाली. या खेळाची पाळंमुळं खोल गेलेली होती, कोळ्याच्या जाळ्यासारखा पसरलेला होता, भुरळ पाडणारा आणि तितकाच धोकादायक होता. सुलेमान इसाने बॉम्ब पाठवलेले ऐकल्यावर मी हसलो आणि म्हणालो की, अर्थातच. मी स्वतःला विचारलं की, आता मी पुढे काय करायचं? पुढची खेळी काय आहे? माझ्यावर काय कोसळणार आहे?

त्याला थोडा वेळ लागला, बरेच महिने; पण ते संकट आलं, खात्रीशीरपणे. माझ्या मुलाचा जन्म झाला, त्याच्या एक दिवसानंतर आलं. गोपाळमठमध्ये मला मुलगा झाला म्हणून खूप उत्साह, गडबड सुरू होती आणि आमचं घर येणाऱ्या-जाणाऱ्यानी गच्च भरलं होतं. मीही थोडा थरथरतच होतो, माझ्या पोटातून आनंदाचे वेगळेच धुमारे फुटत होते. अशा भावना, ज्या मी कधी अनुभवल्या नव्हत्या आणि आता माझ्या मुलाच्या छोट्याशा सुरकुतलेल्या चेहऱ्याकडे पाहिल्यावर माझ्या आतून उचंबळून आल्या होत्या.

या सगळ्या गोंधळाच्या मध्येच बिपीन भोसलेचा फोन आला आणि त्याने मीटिंगसाठी विचारलं. तो आता फक्त आमदार नव्हता, तर पार्टीचा नेता होता आणि म्हणून आम्हाला भेटताना खूप काळजी घ्यावी लागत असे. आम्ही मढ आयलंडमधल्या एका रिझॉर्टमध्ये भेटलो. त्यांनी इतर केबिन्सपासून दूर असलेला एक खासगी बंगला भाड्याने घेतला होता आणि आम्ही संध्याकाळी तिथे पोहोचलो तेव्हा ते वाट बघत होते. आम्ही नारळाच्या झाडांखाली चांदण्यांनी भरलेल्या आभाळाखाली बसलो होतो. बिपीन भोसले बिअर प्यायला, मी मला नको म्हटलं. त्याच्या बरोबर एक माणूस होता, ज्याची त्याने मिस्टर शर्मा म्हणून ओळख करून दिली. हा शर्मा उत्तर प्रदेशातल्या गोऱ्या गोऱ्या ब्राह्मणांपैकी होता, अगदी मृदू बोलणारा, ऑल इंडिया रेडिओसारखं हिंदी बोलणारा. त्याने लांब तपकिरी कुर्ता घातला होता आणि त्याच्या खुर्चीत मांडी घालून बसला होता. अगदी स्वस्थ, जणूकाही तो योग करत होता.

''शर्माजी म्हणजे आमचे दिल्लीतले सहकारी आहेत,'' बिपीन भोसले काजू तोंडात टाकत बिअर पिता पिता म्हणाला. काही मिनिटं तो सध्या सुरू असलेल्या राजकीय संघर्षाबद्दल बोलत होता, त्याने कोणा कोणा विरोधकांना नमवलं होतं, कसा फायदा करून घेतला होता, इ. नंतर त्याने मागे अंधारात उभ्या असलेल्या त्याच्या मुलांना हात केला आणि त्याची कुरकुरणारी ॲल्युमिनियमची खुर्ची माझ्या बाजूला सरकवत माझ्याकडे झुकला. त्याच्या चकचकीत शर्टाच्या आत गुबगुबीत छाती फुलून आलेली दिसत होती.

''शर्माजींना तुमची मदत हवी आहे भाई,'' तो म्हणाला. ''ते माझे खूप जवळचे मित्र आहेत. अर्थातच आमच्या पार्टीतले नाहीत; पण आम्ही एकमेकांना चांगलं समजून घेतो.''

''काय प्रकारची मदत?''

''तुम्हाला माहीतच आहे, हे मुसलमान लोक.''

''हो, त्यांचं काय?'' मी विचारलं.

''हे युद्ध अजून संपलेलं नाही भाई,'' तो म्हणाला. ''ते इथे आहेत. ते वाढतायत. ते पुन्हा आपल्या विरोधात जातील.''

''किंवा तुम्ही त्यांच्या विरोधात जाल.''

''त्या हरामखोर सुलेमान इसाने जे काही केलंय, त्यानंतर आम्हाला त्यांना चिरडून टाकावंच लागेल. ते इथे राहतात; पण मनातून ते मादरचोद पाकिस्तानी आहेत. हेच सत्य आहे.''

''तुम्हाला माझ्याकडून काय हवं आहे?''

आता शर्माजी बोलले, ''आम्हाला शस्त्र हवी आहेत.''

''पठाण कच्छ आणि अहमदाबादमधून शस्त्रास्त्रांची ने-आण करतात. ते तुम्हाला जे पाहिजे आहे ते विकतील.''

''भाई साहब, ते पठाण आहेत,'' शर्माजी त्यांच्या मऊ आवाजात म्हणाले, तरी त्यात लोखंडाचा कणखरपणा जाणवत होता. ''आम्ही त्यांच्यावर विश्वास ठेवू शकत नाही. आम्हाला आमची स्वतःची पाइपलाइन हवी आहे. आम्हाला भक्कम पुरवठा पाहिजे.''

''उत्तरेत कंपन्या असतील ना.''

''तुमच्यासारखी कोणाची कंपनी नाही. आम्हाला माल समुद्रातून आणायचा आहे. आम्हाला शस्त्रास्त्र आत आणण्यासाठी कोणीतरी पाहिजे. त्यांच्याकडे सुलेमान इसा आहे.''

''आणि तुम्हाला मी पाहिजे आहे?''

''बरोबर.''

मी खुर्चीत टेकून बसलो, आळस दिला. सुलेमान इसा मुसलमान डॉन होता आणि म्हणून मी हिंदू भाई होतो. ते गरजेचं होतं. चंद्र अगदी खाली उतरल्यासारखा मोठा, मंद दिसत होता. मी खोल श्वास घेतला आणि मोगऱ्याच्या फुलांचा वास आला. इतका सुंदर सुवास. माझ्या मनात आलं की, हे जग इतकं भयानक आणि परिपूर्ण आहे.

''भाई, यात खूप पैसा आहे,'' बिपीन भोसले म्हणाला. ''आणि तुम्हाला माहिती आहे का, तुम्ही आमच्याबरोबर असलं पाहिजे. आपल्याला हिंदू धर्माचं रक्षण करायचं आहे. आपल्याला केलंच पाहिजे.''

''रिलॅक्स, मी करेन. मी तुमचाच आहे,'' मी म्हणालो.''

दुःखी स्त्री

मंगळवारी सकाळी मिसेस कमला पांडेचे पाच निरोप सरताजची वाट पाहत होते. सरताजने डोळे मिटले आणि त्याच्या ठणकणाऱ्या डोक्याला ताण देत त्याने ही कमला पांडे कोण हे आठवायचा प्रयत्न केला. हे डोकं दुखणं व्हिस्कीमुळे होतं, अगदी एकसारखं, बारीक बारीक आणि सतत दुखत होतं. स्टेशनवरच्या सकाळच्या गडबड गोंधळामुळे सरताजच्या डोक्यात घण पडत होते, बाहेरच्या कॉरिडोअरमध्ये कॉन्स्टेबल वाद घालत होते, फरशीवर पाणी टाकून खराट्याने धुतल्याचा आवाज, कावळ्यांची कावकाव, चौकशीसाठी आत घेतलेल्या कैद्याला मारल्यामुळे त्याचं कण्हणं.

''कमला पांडेने कशाला फोन केला होता काही सांगितलं का?'' सरताजने कांबळेला विचारलं.

कांबळे उतावळेपणाने टेबलाच्या ड्रॉवर्समध्ये काहीतरी शोधत होता. त्या दिवशी सकाळी तो फ्लाइंग स्क्वॉडमधल्या त्याच्या कॉन्टॅक्टशी फ्लाइंग स्क्वॉडमधल्या भरतीबद्दल बोलला होता आणि आता या छोट्याशा उपनगरातल्या स्टेशनमधलं काम आणि किरकोळ गोंधळ त्याच्यासाठी विशेष नसल्यासारखाच वागत होता. ''नाही, तिने नाही सांगितलं. मी विचारलं. ती म्हणाली की, पर्सनल आहे आणि तिने एक मोबाईल नंबर दिलाय.'' आता दात काढून हसत त्याने वर बघितलं. कांबळेकडे असल्या चहाटळ गोष्टींसाठी नेहमी वेळ असायचा. ''ती एखाद्या एकदम हॉट आयटमसारखी वाटली, बॉस. टिप-टॉप कॉन्व्हेंटचे उच्चार. तुझी गर्लफ्रेंड आहे का काय?''

''नाही; पण मला तिचं नाव कुठेतरी ऐकल्यासारखं वाटतंय.''

कांबळेने धाडकन ड्रॉवर बंद केले. ''बॉस, नक्कीच तिकडे काहीतरी प्रॉब्लेम असणार,'' तो म्हणाला आणि टेबलाच्या मागे असलेल्या शेल्फमध्ये शोधाशोध करायला लागला. ''एक बाई एका दिवसात पाच वेळा फोन करते म्हणजे एकतर ती तुझ्या प्रेमात पडली असणार किंवा कोणत्यातरी घोटाळ्यात अडकली असणार. मी विचारलं की, मी काही मदत करू का? पण ती आग्रहाने सरताज सिंगच हवेत, असं म्हणाली.'' आता कांबळे वळला, त्याला तो जे काही शोधत होता ते मिळालं होतं. ''हा मादरचोद सेक्शन एखाद्या भेन्चोद कचऱ्याच्या ढिगासारखा आहे,'' कांबळे म्हणाला. त्याचं हसणं आनंदाचं होतं.

''पण तू इतक्या लवकर आम्हाला सोडून चाललास?'' सरताज म्हणाला.

''अगदी चाललो, लवकरच,'' कांबळे उत्तरला.

''उशीर कशाने होतोय?''

''किंमत वाढली आहे. माझ्याकडे कमी आहेत म्हणजे खूप नाही; पण बऱ्यापैकी कमी आहेत.''

''मला खात्री आहे, तू यासाठी मेहनत घेतो आहेस.''

कांबळे हातातली फाइल हलवत म्हणाला, ''थोडं इकडे, थोडं तिकडे. मी कोर्टात चाललो आहे.'' त्याने फाइल तपकिरी रंगाच्या रेक्झीनच्या ब्रिफकेसमध्ये घातली. ''आज रात्री माझ्याबरोबर बाहेर चल बॉस. एक दोन चांगल्या मुलींशी ओळख करून देतो.''

''माझी अपॉइंटमेंट आहे. तू जा.'' कांबळे त्याच्या रात्री बार गर्ल्सबरोबर घालवायचा. त्यात नेहमीच कोणीतरी खूप म्हातारी होत असायची, एखादी तिच्या ऐन भरात असायची आणि एखादी लहान असायची जिला तो धंद्यात यायला मदत करत असायचा. ''ऐश कर, काळजी घे,'' सरताज म्हणाला; पण त्याला माहीत होतं, कांबळे काही काळजी वगैरे घेणार नव्हता. तो फ्लाइंग स्क्वाडमध्ये जाण्यासाठी पैसे जमवत असण्याच्या उत्साहात, आत्मविश्वासात आणि समाधानात उड्या मारत होता आणि ढीगभर कारवाया करून ढीगभर पैसे मिळायची वाट बघत होता. तो तरुण होता, त्यामुळे कमरेला पिस्तूल असल्यावर त्याला एकदम ताकदवान असल्यासारखं वाटायचं. त्याला माहीत होतं की, तो आयुष्याला त्याच्या मर्जीप्रमाणे लगाम घालू शकतो.

''सरदारजी, आज तुम्ही तुमची काळजी घ्या,'' कांबळे म्हणाला. तो त्याचा नव्या लाल रेघांच्या शर्ट आणि काळ्या जीन्समध्ये भारदस्त दिसत होता. ''तुमचा विचार बदलला किंवा काही मदत लागली तर मला फोन करा,'' असं म्हणून ब्रिफकेस काखोटीला मारून तो गेला.

सरताज त्याच्या खुर्चीत बसला. त्याला आता कोणी आदब दाखवली तरी नवल वाटायचं नाही. तो आता करियरच्या अशा टप्प्यावर पोहोचला होता की, तिथून पुढे त्याची प्रगती त्याच्या वडिलांच्या रँकच्या पलीकडे होणार नाही, या विचाराची त्याला सवय झाली होती. त्याला आता माहिती होतं की, तो आता कोणत्या सिनेमाचा हिरो होणार नव्हता, अगदी त्याच्या आयुष्यावरचा सिनेमा असला तरी. एकेकाळी तो एक तरुण, उमदा, होतकरू आणि प्रगतीसाठी धडपडणारा होता. अगदी मराठ्यांनी भरलेल्या डिपार्टमेंटमध्ये तो एकटाच शीख होता, या गोष्टीचा त्याला फायदाही व्हायचा आणि दडपणही वाटायचं. ते त्याचं वेगळेपण होतं. तो सगळ्यांच्यात उठून दिसायचा आणि सर्वदूर माहीत होता. पत्रकारांनासुद्धा या तरुण देखण्या इन्स्पेक्टरबद्दल लिहायला खूप आवडायचं. त्याला त्याची दुःखं होती आणि त्याने दिवस ढकलले. कदाचित, त्याच्या बरोबरच हळूहळू त्याच्या स्मृतीलाही अपयश येत होतं. हे खरं होतं. हे सत्य कांबळेला नक्कीच दिसलं होतं, जो स्वतः वरवर चढत होता. गेल्या तीन महिन्यांत त्यांनी सुलेमान इसाच्या माणसांना भराभर उडवलं होतं आणि तेही लहानसहान टपोरी नव्हेत. फ्लाइंग स्क्वाडच्या गोळ्यांना एकेक करून बळी पडणाऱ्या महत्त्वाच्या शूटर्स आणि कंट्रोलर्सच्या आयुष्याबद्दल न्यूजपेपरही छापत होते. एक आठवडा आधीच मुख्यमंत्र्यांनी अभिमानाने जाहीर केलं की, सुलेमान इसा आता माघार घेत आहे. कांबळेसाठी फ्लाइंग स्क्वाड म्हणजे खूप खळबळजनक कामाचं ठिकाण असणार होतं आणि तो त्यात शिरणार याची त्याला खात्री होती.

पण एक सरताजचं आयुष्य होतं, जे तो अपरिहार्यपणे ओढत होता. त्याला या रोजच्या कोर्टकेस, स्टेशनमधला पसारा याशिवाय जायला दुसरं ठिकाणच नव्हतं, तरीही खूप काम होतं. त्याच्या रोजच्या तपास डायरीमध्ये त्याच्याकडे तीन घरफोड्या, दोन हरवलेली तरुण मुलं, एक खंडणी आणि एक घरगुती खुनाची केस होती. सगळी नेहमीचीच उदासीन कामं आणि आता मिसेस कमला पांडे फोन करत होत्या. कोण होत्या त्या?

त्याने मोबाईल नंबर फिरवला. तिने पहिल्याच रिंगला फोन उचलला आणि ती घाबरलेली होती. ''हॅलो?'' ती घाबरत म्हणाली.

''हॅलो?''

''मिसेस पांडे?''

''हो, कोण बोलतंय?''

''इन्स्पेक्टर सरताज...''

''हो, हो. मला तुम्हाला भेटायचंय.''

''काही झालं आहे का?''

''ऐका. प्लीज...'' तिने आवरतं घेतलं. ''मला तुम्हाला भेटणं गरजेचं आहे.''

तिला तिचं म्हणणं खरं करायची सवय होती. आता सरताजला ती कोण म्हणून आठवली. तिच्या नवऱ्याने कुत्र्याचं पिल्लू खिडकीतून खाली फेकून दिलं होतं. सरताजला तो कुत्रा आठवला, बिचारा छोटा पांढरा जीव, त्याचं डोकं रस्त्यावर आपटून फुटलं होतं. मिस्टर पांडेना मिसेस पांडेच्या चारित्र्यावर संशय होता म्हणून त्यांनी तिच्या कुत्र्याचा जीव घेतला. मिसेस पांडेनी नवऱ्याच्या विरोधात तक्रार दाखल करायला नकार दिला होता आणि तिच्या नवऱ्यानेही तिने काठी आणि चाकूने केलेल्या हल्ल्याची तक्रार द्यायला नकार दिला होता. सरताजला ते दोघेही जण आवडले नव्हते आणि काटेकरला तर अजिबात नाही. त्याला या श्रीमंत आणि बिघडलेल्या लोकांना दम देण्यासाठी आणि जरासं घाबरवण्यासाठी, त्या दोघांना एखादं दोन दिवस आत टाकायचं होतं किंवा त्यांच्यातला एक जण नक्की मरेल, काटेकर म्हणाला होता. कदाचित म्हणूनच मिसेस कमला पांडे आता फोन करत असाव्यात. कदाचित, त्यांचा नवरा आधीच मेला असेल आणि त्याला बेडरूममधल्या कपाटात कोंबून ठेवलं असेल. असं यापूर्वी झालं होतं. ''कशा संदर्भात मिसेस पांडे? काय अडचण आहे?'' सरताज फोनवर म्हणाला.

''फोनवर नाही सांगता येणार.''

''काही अडचण आहे का?''

तिला थोडा संकोच वाटला. ''हो,'' ती म्हणाली, ''मी पोलीस स्टेशनला येऊ शकत नाही.''

''ठीक आहे. तुम्हाला सिंदूर रेस्टॉरंट माहीत आहे?'' सरताजने विचारलं.

स्टेशनकडून अंडरपासकडे जाताना सरताजला परूळकरांनी हात केला. ते त्यांच्या नव्याकोऱ्या ऑफिशियल कारने त्यांच्या ताफ्यासोबत विरुद्ध दिशेने निघाले होते. सरताजने यू-टर्न घेतला आणि तो परूळकरांच्या मागून जाऊ लागला. त्यांनी पुढे गाडी हळू केली आणि अगदी तुरळक माणसं असलेल्या ठिकाणी थांबले. परूळकरांचे बॉडीगार्ड सावधपणे त्यांच्या जीप्समधून बाहेर आले आणि त्यांनी त्यांच्याभोवती सुरक्षेचं कडं तयार केलं,

त्यांच्या हातातल्या ऑटोमॅटिक रायफल सज्ज ठेवल्या. गेल्या दोन-तीन महिन्यांत जेव्हापासून परूळकरांनी त्यांचा टिकाव लागण्यासाठी त्यांची आश्चर्यकारक करामत केली होती, तेव्हापासून त्यांच्या बॉडीगार्ड्सच्या संख्येत वाढ झाली होती. जेव्हाही रक्षक सरकारबरोबर काही प्रॉब्लेम होत असे, काही अडचण येत असे, तेव्हा ती दूर केली जात होती. अचानक, परूळकर त्यांचा खूप खास माणूस झाले होते. मुख्यमंत्री आणि गृहमंत्री दर दोन दिवसांनी त्यांचा सल्ला घेत असत. शत्रू आता मित्र झाले होते आणि दोन्ही बाजूंना फायदा होत होता. संघटित गुन्हेगारी कमी होत होती. भाई, कंट्रोलर, शूटर्स अशा वेगाने मारले जात होते की, आता लवकरच मारण्यासाठी कोणी उरणारच नाही, किमान त्यांची पुढची पिढी तयार होईपर्यंत तरी! परूळकरांच्या जगात सगळं चांगलं होतं. त्यांनी ते तसं केलं आणि पुन्हा एकदा दाखवून दिलं की, ते खरोखर लक्षणीय आहेत. अफवा अशी होती की, त्यांनी मुख्यमंत्र्यांना एकट्याला वीस कोटी रुपये दिले होते आणि बाकीच्या अधिकाऱ्यांना वेगळे. काहीही असो, परूळकर परत आले होते, तेजस्वी आणि आनंदी.

''ये, ये, पटकन,'' त्यांनी हाक मारली.

सरताज गाडीत त्यांच्या बाजूला शिरला. कारमध्ये नवीन, खूप मंद असा सुवास दरवळत होता.

''तुला आवडला?'' परूळकर म्हणाले. ''याला रिफ्रेशिंग नेक्टर म्हणतात. बघ, तिथून येतोय.''

डॅशबोर्डवर एक छोटी बारीक ॲल्युमिनियमची पंख असलेली ट्यूब ठेवलेली होती, त्यात लाल दिवा पकपकत होता, जो बहुदा रेफ्रेशिंग नेक्टरचा वास येत असल्याची खूण असावा.

''अमेरिकेचा आहे का, सर?''

''हो, हो. तू ठीक आहेस का सरताज?''

परूळकर नुकतेच दोन आठवडे बफेलोला जाऊन आले होते, तिथल्या युनिव्हर्सिटीत त्यांची मुलगी संशोधक होती. ते छान आराम करून आलेले, समाधानी आणि उत्साहात दिसत होते. अगदी जुन्या परूळकरांच्यासारखे.

''तुमची तब्येत खूप छान वाटते आहे सर.''

''तिकडच्या स्वच्छ हवेचा परिणाम आहे हा. तिकडे मॉर्निंग वॉक घेतला की, तुम्ही अगदी फ्रेश होता. तू कल्पनाच करू शकत नाहीस.''

''हो, सर, नाहीच करू शकत.''

''मी तुझ्यासाठीही काहीतरी आणलंय. पोर्टेबल डीव्हीडी प्लेयर. तो इतका लहान आहे,'' त्यांनी अंगठे चार इंचावर धरत आकार दाखवला. ''आणि पिक्चर इतकं शार्प आहे, एकदम शार्प. तू तुझ्याबरोबर तो कुठेही घेऊन जाऊ शकतोस आणि फिल्म्स पाहू शकतोस. एका पोलीसवाल्यासाठी खूपच चांगला.''

''फारच छान सर; पण खरंच आवश्यकता नव्हती...''

''अरे, आवश्यकतेचं मला काही सांगू नको. मला माहीत आहे तुला काय आवश्यक आहे. तू उद्या परवा घरी ये आणि मग आपण बोलू या. प्लेयर घरीच आहे.''

''हो, सर. थँक यू सर.''

परूळकरांनी सरताजच्या खांद्यावर थोपटलं आणि त्याला पाठवून दिलं. सरताजने नवीन डीव्हीडी प्लेयरचा विचार केला आणि तो काळजीत पडला. आता त्याला डीव्हीडी विकत किंवा भाड्याने तरी आणाव्या लागतील मग तो बघू शकेल. परूळकर त्याने फिल्म पाहिली का नाही म्हणून नक्की विचारतील; पण ते चाललं असतं. कदाचित, परूळकरांना त्याच्यापेक्षा जास्त चांगलं माहिती होतं की, त्याला काय आवश्यक आहे. काहीतरी करमणुकीमुळे त्याला एकदम छान वाटेल आणि बफेलोमधल्या मॉर्निंग वॉकसारखं फ्रेश वाटेल. अमेरिकेत बफेलो कुठे होतं? आणि त्याचं नाव बफेलो का होतं? सरताजला काहीही कल्पना नव्हती. आयुष्यातल्या अनेक गूढ गोष्टींपैकी हे अजून एक.

सरताज सिंदूर रेस्टॉरंटमधल्या त्याच्या नेहमीच्या टेबलावर बसला होता आणि कोक पीत होता. सिंदूर रेस्टॉरंटचं नुकतंच नूतनीकरण झालं होतं. भारीतली नवीन लाल टेबलं आणि नवीन मेन्यू आला होता, ज्यात बंगाली आणि आंध्राचे पदार्थही होते. शंभू शेट्टी आला तेव्हा सरताज बंगाली डेझर्ट्सवर नजर फिरवत होता. ''हॅलो, साहेब,'' शंभू म्हणाला आणि बसला. एक आठवड्यापूर्वी जेव्हा सरताज नेहमीप्रमाणे डिलाइट डान्स बारचा स्टेशनचा हप्ता घ्यायला आला होता. शंभूने नेहमीसारखीच रेडची गरज आणि वाढणाऱ्या किमती याबद्दल तक्रार केली. त्याच्या अरुणाचल प्रदेशमधल्या जंगलातल्या ड्रीम ट्रेकबद्दल सांगितलं. आता शंभूकडे चांगली बातमी होती. त्याचा साखरपुडा झाला होता. त्याच्या बारमध्ये रोज समोर येणाऱ्या सुंदर मुलींपैकी त्याने काही चाखून पाहिल्या होत्या; पण, तो म्हणाला की, त्याला आता सेटल व्हायचं होतं. ''ते ट्रेलर होते बॉस,'' तो सरताजला म्हणाला. ''ही मेन फिल्म आहे.'' शंभूच्या आयुष्याच्या फिल्मची हिरॉइन म्हणजे त्याच्या आई-वडिलांनी शोधलेली एक छानशी मुलगी होती, अर्थातच शेट्टी समाजातली. त्या दोन कुटुंबांना ओळखणारे पुण्याला काही मित्रपरिवार होते आणि एकमेकांना अनेक वर्षं वरवर ओळखत होते. मुलीने बी.एड. केलं होतं; पण लग्नानंतर नोकरी करायची नव्हती. ती व्हर्जिन होती, हे तर गृहीतच होतं, सांगायची किंवा विचारायची गरज नव्हती.

''छान केलंस शंभू,'' सरताज म्हणाला. ''तारीख कधी मग?''

''मे. या महिन्याच्या शेवटी कार्ड्स छापून होतील. मी तुम्हाला पाठवेन.''

दुपारचे साडेचार वाजले होते आणि रेस्टॉरंट बहुतेक रिकामंच होतं. टेबलाच्या त्याच बाजूला कॉलेजमधलं एक प्रेमी जोडपं बसलं होतं, कोक पीत पीत आणि एकमेकांच्या मांडीला मांडी खेटत. शंभू निवांत दिसत होता; पण उत्साहाने सळसळत होता. त्याला लग्न करायचं होतं आणि बोरीवली इस्टला अजून एक बार सुरू करायचा होता. या नवीन बारला फिल्मी थीम असणार होती. सगळीकडे फिल्मस्टार्सचे पोस्टर असणार होते. डान्सर्ससाठी वेगवेगळे हॉल असणार होते, प्रत्येकाला वेगळी सजावट असलेले. तिथे एक मुघल-ए-आझम रूम, एक डीडीएलजे रूम असणार होती. ''तुम्ही पैसा लावला पाहिजे,'' शंभू म्हणाला. ''आपली गॅरेंटी आहे, चांगले पैसे येतील. तुमच्या भविष्यासाठी गुंतवा.''

''मी एक गरीब माणूस आहे शंभू. मला खात्री आहे की, तुला पाचशे रुपये घेऊन येणाऱ्या गुंतवणूकदारांमध्ये इंटरेस्ट नसेल,'' सरताज म्हणाला.

''गरीब आणि तुम्ही? त्या गायतोंडेला ठोकल्यानंतरही?''

''त्याला ठोकलं नाही शंभू, त्याने स्वतःवरच गोळी झाडली.''

''हो, हो.'' शंभू हसत होता. पोलिसांचं बरं असतं. ''आणि तुम्हाला कसं कळलं?''

''निनावी फोन आला होता. टीप मिळाली.''

''जर तुम्हाला कधी कॅशची टीप मिळाली, तर साहेब सरळ माझ्याकडे या. पैसे गुंतवायसाठी चांगली वेळ आहे.'' शंभू टेबलवरून उठला. त्याच्या चेहऱ्याला हनुवटीकडे उतार होता आणि डोळे अगदी खोबणीला चिकटलेले होते; पण तो छान वावरायचा. तो अगदी आरामात होता. ''मला बिअर डिलिव्हरी घ्यायची आहे,'' तो म्हणाला.

शंभूने सरताजशी हात मिळवला आणि भरभर चालत दरवाज्याकडे गेला. दरवाजातून आत येणाऱ्या मिसेस पांडेना वाट देण्यासाठी तो जरा बाजूला सरकला. तिने एक क्षण थांबून गॉगल काढला आणि ती सरळ सरताजच्या दिशेने गेली.

''हॅलो,'' तो म्हणाला. सरताज उभा राहिला आणि त्याने किचनच्या दरवाजा जवळच्या टेबलाला पार्टिशन होतं, तिकडे बोट केलं. तिथे त्यांना एकमेकांबरोबर खासगी बोलता आलं असतं.

ती टिश्यू पेपरने नाक पुसत होती आणि सरताजला दिसलं की, ती खूप थकलेली, तणावाखाली होती; पण छान तयार होऊन आली होती. तिचे खांद्यावरून खाली रुळणारे केस चकाकत होते आणि तिने पांढरी जीन्स, छोट्या बाह्यांचा पांढरा टॉप घातला होता आणि त्याच्या कटमधून तिचं सुगठीत शरीर दिसत होतं. त्याला आठवत होती, त्यापेक्षा ती लहानखुरी होती; पण तिची छाती अगदी भरदार होती आणि त्या पांढऱ्या टॉपमधून अगदी उठून दिसत होती. एखाद्या उपनगरातल्या मध्यमवर्गीय रेस्टॉरंटमध्ये एखाद्या पोलीसवाल्याला खासगी भेटायला जाण्यासाठी सरताजला तिचे कपडे योग्य वाटले नाहीत; पण बायकांना त्यांची त्यांची कारणं असतात. कदाचित, असं झटकमटक केल्यामुळे तिला आत्मविश्वास वाटत असावा. कदाचित, तिला पुरुष नेहमी तिच्याकडे बघतात, ते आवडत असावं.

शेवटी तिच्या तोंडून शब्द फुटले, ''मला भेटल्याबद्दल थँक्स,' ती म्हणाली. तिच्या हिंदी बोलण्यात एक प्रकारचा अवघडलेपणा होता, जो बहुतेक आयुष्य इंग्रजीत जगण्यामुळे येत असावा. ''पाणी,'' तिथे आलेल्या वेटरला ती मोठ्याने म्हणाली, ''बिसलरी.''

सरताजने वेटरने पाणी ओतून जाईपर्यंत वाट पाहिली. मिसेस पांडेची बोटांवर जशी तुकतुकी होती, तशी कधी कधी मेघाच्या बोटांवर दिसायची. मेघाने तिला कदाचित 'हॉट' म्हटलं असतं आणि सरताजला तिच्यापासून दूर ठेवलं असतं; पण सरताजला आता काही इच्छा वाटत नव्हती, त्याला फक्त कुतूहल होतं. ''माझं कामच आहे,'' तो म्हणाला. ''पण काय प्रॉब्लेम आहे?''

ती मान हलवत म्हणाली, ''प्रॉब्लेम.'' तिचे डोळे सगळ्यात सुंदर होते, मोठे, बदामाच्या आकाराचे आणि स्कॉचच्या ग्लासमध्ये बर्फ वितळलेल्या रंगाचे. मेघा म्हणाली असती की, ती काही जातीची सुंदर वगैरे नव्हती; पण स्वतःला हॉट ठेवण्यासाठी मेहनत घेऊन घासलं पुसलं होतं. ती आता बहुदा खूप मोठ्या प्रॉब्लेममध्ये होती आणि तिला त्याबद्दल बोलणं कठीण वाटत होतं.

''तुम्ही एअरहोस्टेस आहात ना,'' सरताज म्हणाला.

''हो.''

''कुठे?''

''लुफ्तांझामध्ये.''

''चांगली एअरलाइन आहे ती.''

''हो.''

''चांगला पगार देतात ते.''

''हो.''

''तुमच्या नवऱ्याला काही झालं आहे का?''

''नाही, नाही,'' अचानक आलेल्या प्रश्नाने तिला अवघडल्यासारखं झालं, तिने हातांची पोटाशी घडी घातली. ''तसं काही नाही.''

पण तिच्या नवऱ्या संदर्भातच काहीतरी होतं. सरताजला खात्री होती. ''मग काय प्रॉब्लेम आहे?'' त्याने हळूच विचारलं. तो आता गप्प होता आणि त्याच्या ग्लासमधलं घोट घोट पाणी पीत होता. ती बोलेपर्यंत तो थांबायला तयार होता.

तिने धीर गोळा केला आणि बोलून टाकलं : ''मला कोणीतरी ब्लॅकमेल करतंय.''

''कोणीतरी. तुम्हाला माहीत नाही कोण ते?''

''नाही.''

''ते तुमच्याशी कसं बोलतात?''

''ते माझ्या मोबाईलवर फोन करतात.''

''नेहमी एकच माणूस असतो?''

''हो; पण तो कधी कधी दुसऱ्या कोणाशीतरी बोलतानासुद्धा ऐकू येतं.''

''दुसऱ्या पुरुषाशी?''

''हो.''

''ते तुम्हाला कशाबद्दल ब्लॅकमेल करतायत?''

तिने हनुवटी वर केली. तिने मनाशी काहीतरी ठरवलं होतं आणि ती कोणालाही घाबरणार नव्हती किंवा लाजणार नव्हती. ''एका पुरुषावरून,'' ती म्हणाली.

''जो तुमचा नवरा नाहीये?''

''हो.''

''सांगा मला,'' सरताज म्हणाला. तिला आता काहीतरी पटवून देण्यासाठी असं स्पष्टीकरण द्यायला आवडत नसावं.

''मॅडम,'' सरताज म्हणाला, ''जर मी तुम्हाला मदत करणार आहे, तर मला बारीकसारीक कळायला हवं. सगळं.'' त्याने तिच्या ग्लासमध्ये अजून थोडं पाणी ओतलं. ''मी बरीच वर्षं पोलिसात काम केलंय. सगळं पाहिलंय. तुम्ही जे काही सांगाल, त्यामुळे मला धक्का वगैरे बसणार नाही. आपल्या देशात आपण सगळं न बोलता करतो; पण तुम्हाला मला सांगावं लागेल.''

म्हणून शेवटी तिने त्याला सांगितलं. तिच्या आयुष्यात एक पुरुष होता म्हणजे तिच्या नवऱ्याचा संशय अगदीच खोटा नव्हता तर. खरंतर, त्याचं बरोबरच होतं. तो पुरुष पायलटच होता. फक्त तो लुफ्तांझामध्ये नव्हता आणि त्यांनी लंडनमध्ये असताना काही मजा केली नव्हती. कमला पांडेचा पायलट सहारामध्ये काम करत होता आणि त्याचं नाव उमेश बिंदल

होतं. तो अविवाहित होता, तीन वर्षांपूर्वी वर्सोव्याला एका पार्टीत तिची आणि त्याची भेट झाली होती. त्यांच्या पहिल्या भेटीनंतर एक वर्षाने त्यांचं अफेअर सुरू झालं होतं आणि सहा महिन्यांपूर्वीच तिने सर्व संबंध तोडून टाकले होते. त्यांच्या भेटीगाठी सगळ्या मुंबई, पुणे आणि खंडाळ्याला झाल्या होत्या. ब्लॅकमेल करणाऱ्यांनी दीड महिन्यापूर्वी पहिल्यांदा तिला फोन केला होता.

''त्यांच्याकडे काय आहे?'' सरताजने विचारलं.

''त्यांना खूप डीटेल्स माहीत आहेत, एका हॉटेलचे आणि जेव्हा मी त्याच्या घरी गेले होते तेव्हाचे.''

''ते पुरेसं नाहीये. त्यांच्याकडे अजून काहीतरी असलं पाहिजे.''

तिला जे सांगायचं होतं, त्यापासून ती थोडी कच खात होती. ''व्हिडिओ.''

''कशाचे?''

''आमचे. आमच्या रूमच्या बाहेरचे,'' असं वाटत होतं की, ते व्हिडिओ खंडाळ्यातल्या एका गेस्ट हाउसमध्ये छुप्या कॅमेराने घेतलेले होते. हे प्रेमी जोडपं या गेस्ट हाउसला अनेक वेळा, नियमितपणे आलं होतं आणि तिथल्या स्टाफला वाटलं होतं की, त्याचं लग्न झालेलं होतं आणि त्यांना जवळच्या हिल स्टेशनला छोट्या छोट्या सुट्ट्या घालवायला आवडायचं. व्हिडिओमध्ये ते रूममध्ये जाताना आणि बाहेर पडताना दिसत होते, तसंच हॉटेलच्या परिसरातून जाता येताना एकमेकांचे हात धरलेले, चुंबन घेताना, मिठ्या मारताना दिसत होते. ब्लॅकमेल करणाऱ्यांनी ती टेप एका ब्राऊन पाकिटात तिच्या कारच्या सीटवर ठेवली होती. नंतर त्यांनी तिला फोन केला होता.

''तुम्ही त्यांना किती पैसे दिलेत?'' सरताजने विचारलं.

तिच्या चेहऱ्यावर आता आश्चर्य उमटलं. सरताज हसला. ''हे इतकंही असाधारण नाहीये मॅडम. सगळे आधी पैसे देतात. ब्लॅकमेलर व्हिडिओ किंवा फोटो किंवा काय ते पाठवतात. नंतर एक महिन्यांनी ते पुन्हा नवीन व्हिडिओ वगैरे घेऊन येतात. मग तुम्ही त्यांना किती पैसे दिलेत?''

''दीड लाख. त्यांना दोन लाख हवे होते; पण उमेशने मला त्यांच्याशी निगोशिएट करायला सांगितलं. आता त्यांनी नवीन टेप पाठवली आहे.''

''आता त्यांना किती हवे आहेत?''

''दोन लाख.''

''आणि ती टेप कुठे आहे?''

''मी ती जाळून टाकली.''

''दोन्ही व्हिडिओ? त्यांनी पाठवलेलं सगळं?''

''हो.''

''मॅडम, ते तसं करणं बरोबर नाही. आम्हाला त्या टेप्समधून किंवा त्या पाकिटावरून काहीतरी समजलं असतं.''

तिने मान डोलावली. व्हिडिओ ठेवणं तिला भीतिदायक वाटलं असावं. त्यांचा उल्लेख केला तरी तिच्या डोळ्यांत पाणी आलं, त्यांच्या चकाकीखाली किंचित भीती जाणवली; पण आता ती सावरली, थोडी धीट झाली. तिने तिच्या चंदेरी पर्समध्ये हात घातला आणि एक

कागदाची चिठ्ठी काढली. तिने ती टेबलावर ठेवून हाताने सरळ केली. ''मी त्यांच्या नंबरची यादी ठेवली आहे,'' ती म्हणाली. ''प्रत्येक वेळी त्यांनी फोन केला तेव्हा मी नंबर लिहून घेतला. त्या त्या वेळेसह.''

''हे चांगलं केलंत,'' सरताज म्हणाला. ''खूपच चांगलं झालं आणि आता जर ते तुम्हाला काही पाठवतील, तर ते ठेवा. त्याला जास्त स्पर्श करू नका.''

''बोटांचे ठसे?''

''हो. बोटांचे ठसे. आम्ही तुम्हाला मदत करण्यासाठी, तुम्हालाही आम्हाला मदत करावी लागेल. उमेश आज कुठे आहे?''

''तो फ्लाय करतो आहे. तो माझ्या बरोबर आला असता; पण तुम्ही माझ्या फोनला आजवर उत्तर दिलं नाहीत.''

''मला त्याच्याशी बोलायचं आहे.''

''मी तुम्हाला त्याचे नंबर देते,'' तिने कागदावर नंबर लिहिले. ''त्याला पहिल्यांदाच त्यांनी फोन केला तेव्हा पोलिसात जायचं होतं. मलाच यायचं नव्हतं.''

''तुम्हाला ते संपायला हवं होतं.''

''हो.''

''ते कधीच थांबत नाहीत. जोवर आम्ही त्यांना थांबवत नाही.''

''उमेश तेच म्हणाला; पण मला तेव्हा कोणाला सांगायचं नव्हतं.''

''तुम्ही उमेशबरोबर ब्रेकअप का केलंत?''

''कारण, मला लक्षात आलं की, त्याला माझ्यात खरोखरी इंटरेस्ट नव्हता. तो चांगला माणूस आहे; पण त्याच्या खूप गर्लफ्रेंड्स आहेत. त्याला फक्त मजा हवी होती आणि ती मी त्याला देत होते; पण माझ्यासाठी त्यात मजा उरली नव्हती.''

''म्हणजे तो खूप हँडसम आहे का, हिरोसारखा?''

''खूप.'' त्याच्या हँडसम दिसण्यामुळे तिच्यात अजूनही उत्साह संचारत होता, त्याला दुःखाची झालर होती. ''खूपच.''

''तुम्हाला ब्लॅकमेलरनी सगळ्यात शेवटी कधी फोन केला होता?''

''काल.''

''ते तुम्हाला आज फोन करतील. त्यांचं बोलणं काळजीपूर्वक ऐकायला सुरुवात करा. मला ते काय बोलतात हे शब्दशः कळायला हवंय. लिहून घ्या ते काय बोलतात ते. आजूबाजूला काय आवाज येतात ते ऐका. अगदी काहीही, कोणतेही आवाज. तुम्हाला एखाद्या पोलीसवाल्यासारखा विचार करावा लागेल. सॉरी, पोलीसवालीसारखा.''

सरताजच्या या बोलण्याचं तिला थोडं आश्चर्य वाटलं की, कधी अशी पोलीसवाली बनू शकते. ''पोलीसवाली. मी प्रयत्न करेन,'' ती म्हणाली.

''त्यांना सांगा की, तुम्हाला पैशांची जमवाजमव करण्यासाठी थोडा वेळ पाहिजे आणि तुम्ही ते जमवताय. मागच्या वेळी पैसे कसे दिले होते त्यांना?''

''मला ते एका शॉपिंग बॅगमध्ये ठेवावे लागले आणि संध्याकाळी सहा वाजता गोरेगावला अप्सरा सिनेमापाशी जावं लागलं. दुपारचा शो संपतच होता आणि तिथे खूप गर्दी

होती. मला गेट समोरच्या रस्त्यावर थांबायला सांगितलं होतं. नंतर त्यांनी मला फोन केला. त्यांनी सांगितलं की, एक लाल टीशर्ट घातलेला मुलगा माझ्याकडे येणार आहे आणि एक सेकंदाने तो मुलगा माझ्या कारच्या खिडकीवर टकटक करत होता. मी काच खाली केली, त्याने पाकीट मागितलं आणि पैसे घेऊन त्या गर्दीत नाहीसा झाला. बस इतकंच.''

गर्दीचा एरिया, रस्त्यावरच्या मुलाला पैसे घ्यायला पाठवलं...एखाद्या साधारण ब्लॅकमेलरची स्टँडर्ड पद्धत. ''उमेश तुमच्याबरोबर पैसे द्यायला आला नव्हता?''

''नाही. त्याला हे सगळं माहीत आहे ते त्यांना माहिती नाही. त्यांनी मला कोणाला सांगू नकोस, असं बजावलं होतं, अगदी कोणालाही नाही. ते म्हणाले की, ते मला इजा करतील.''

हे जरा नेहमीपेक्षा थोडं वेगळं होतं की, ब्लॅकमेलर इजा करण्याची धमकी देईल. जर तुमच्याकडे फोटो आणि व्हिडिओ असतील, तर इजा करण्याची काहीच गरज नाही. ''आणि तो छोकरा, तो कसा दिसत होता?''

कमला पांडे गोंधळली होती. ''मुलगा? मला नाही माहीत. तो असाच रस्त्यावरचा कोणीतरी होता.''

त्याने लाल टीशर्ट घातला असला तरी रस्त्यावरच्या इतर कोणत्याही अनवाणी भटक्या मुलासारखा होता. अशी मुलं मुंबईच्या हरेक गल्लीच्या टोकाला मिळतील.

''प्रत्यत्न करा, मॅडम. तुम्हाला त्याच्याबद्दल काहीतरी आठवतंय का? खूप महत्त्वाचं आहे हे.''

''हो, हो...'' ती एक क्षण थांबली. ''त्याचा टीशर्ट. तो गोल गळ्याचा DKNYचा टीशर्ट होता. त्याच्यावर लोगो होता.''

''DKNY, जीन्स?'' सरताजने त्याच्या वहीत लिहून घेतलं.

''नाही.'' एखाद्या अशिक्षित माणसाशी बोलत असल्याप्रमाणे थोड्या आश्चर्यमिश्रित उतावळेपणाने ती म्हणाली. ''D, K, N, Y अशी अक्षरं आणि मग जीन्स. सगळी कॅपिटल अक्षरं, एका शब्दात. अशी,'' तिने त्याचं पेन घेऊन मोठ्या अक्षरात लिहून दाखवलं : DKNY JEANS. ''टीशर्टवरची ती अक्षरं खूप विटली होती.''

साक्षीदाराला थोडं आठवल्याबद्दल त्याचं कौतुक करावं लागलं आणि पुढच्या शोधाकडे वळावं लागलं. ''हे खूपच छान मॅडम,'' सरताज म्हणाला. ''याच्यामुळे खूप मदत होईल. अजून काही? आठवायचा प्रयत्न करा प्लीज. लहानात लहान गोष्टीमुळे; पण केस सोडवता येते.''

तिने आता ओठांचा चंबू केला आणि उजव्या सुळ्याच्या मागच्या दुसऱ्या दाताला हात लावला. ''त्याचा दात, हा दात. तो एकदम घाणेरडा दिसत होता. पांढऱ्याऐवजी काळा, राखाडी रंगाचा.''

''फारच छान. त्या बाजूचा?''

''हो.''

''ठीक आहे,'' सरताज म्हणाला. ''तुम्ही ज्यांनी फोन केले त्या माणसांचे नंबर लिहून घेतले हे फार बरं केलं. हे बहुतेक पीसीओचे नंबर आहेत. एकदा का तुम्ही कम्प्लेंटवर सही केली की, आम्ही यातल्या काही नंबरवर नजर ठेवू.''

''मी नाही करू शकत.''

''तुम्ही काय नाही करू शकत?''

''मी कम्प्लेंटवर सही नाही करू शकत.''

''मॅडम, कम्प्लेंट केल्याशिवाय, FIRशिवाय, मी कसं शोधणार?''

''प्लीज, समजून घ्या. जर यातलं काहीही लेखी झालं, तर लोकांना कळेल. लोकांना समजेल.''

''मॅडम, मला समजतंय की, तुम्हाला नवऱ्याला समजेल याची भीती वाटतेय; पण तुम्ही प्लीज हे समजून घ्याल का की, पोलिसांना कम्प्लेंट नसेल, तर काही अधिकार नसतो, आम्हाला हस्तक्षेप करण्याचं काही कारणच नाही. आम्ही कारवाई कशाच्या आधारावर करणार?''

''प्लीज.''

दोन्ही हात गालांवर धरून ती टेबलवर झुकली होती. ही एक मुरलेली कलाकार होती. ''मॅडम, मी काही करू शकत नाही,'' सरताज म्हणाला. त्याने मान ताठ केली, इतका वेळ आखडून असलेले खांदे सैल सोडले. त्याला तिचा राग आला होता, खरंच राग आला होता आता. त्याच्या आतून गरम वाफा जाणवत होत्या. त्याला कळेना का म्हणून.

''प्लीज,'' ती म्हणाली. ''तुम्हीच विचार करा ना. मी सगळं गमावून बसेन.''

''तुम्ही त्याचा विचार फार पूर्वीच करायला हवा होता, नाही का?''

''हो.'' तिचं बोलणं खुंटलं होतं. तिला ब्रेक लागला होता. ''हो.''

तिने डोळे झाकून घेतले आणि जेव्हा तिने हात बाजूला केले, तिचे डोळे पाणावलेले होते. एक मिनिट असाच गेला, मग दोन मिनिटं. तिने तिचे डोळे पुसले. सरताजला खात्री होती की, डोळ्यांवर हात सराईतपणे दाबून धरल्यामुळेच डोळ्यांत पाणी आलं होतं; पण आता ती खरंच उदास दिसत होती. अनेक वर्षं जपलेलं काहीतरी गमावण्याचा थकवा त्याला तिच्या चेहऱ्यावर जाणवत होता. तुमच्याकडे जे होतं, त्याला तुम्ही फार कमी किंमत दिली, इतकी कमी की कदाचित अतिपरिचयात अवज्ञा झाली, तरीही तुम्हाला नंतर या गोष्टीची आपोआप जाणीव होते, हे संबंध, या सगळ्याचा एक पातळ पापुद्रा तुमच्या आत पसरलेला आहे, अगदी आतपर्यंत मुरलेला आहे.

कमला पांडेने पुन्हा स्वतःला सावरलं. डायरेक्ट हल्ला करण्यापेक्षा, तिने खांदे सरळ रेषेत आणले आणि थोडीशी ताठ झाली. सरताजला आठवलं, तिने नवऱ्याच्या पाठीत चालायची काठी मारली होती आणि त्याला वाटलं की, जर मिस्टर पांडे जर तिचे हे पवित्रे ओळखायला शिकले असते, तर स्वतःचं रक्षण करू शकले असते.

''हे बघा,'' ती म्हणाली, ''मी तुम्हाला पैसे देईन.''

सरताज काहीच बोलला नाही. तिने पर्समध्ये हात घातला, अगदी आत आणि एक लांब पांढरं पाकिट बाहेर काढलं. ती त्याच्या प्रतिक्रियेची वाट बघत होती. सरताज काहीच बोलला नाही. तिने ते पाकीट टेबलवर सरकवलं, त्याच्या पाण्याच्या ग्लासजवळ, अगदी त्याच्या हाताला लागून राहू दिलं.

सरताजने त्याचं बोट पुढे केलं आणि बोटानेच पाकिटाची कड उचलून आत डोकावून पाहिलं. शंभर रुपयांच्या नोटा, दोन गड्ड्या. वीस हजार रुपये.

आता तो खरंच खूप चिडला होता. त्याने ते पाकीट बोट दाबून बंद केलं. इतकं की त्याचं बोट लाल पांढरं दिसू लागलं. ''ऐका, हे पुरेसे नाहीत.''

''हो, हो. मला माहीत आहे. हे फक्त टोकन आहे. त्यांना पैसे देण्याऐवजी मी तुम्हाला देईन. फक्त मला मदत करा. हे घडायचं थांबवा.''

''तुमच्याकडे स्वतःचे इतके पैसे आहेत?''

''मी काम करते. माझे आई-वडील मला सारखी मदत करत असतात.''

तिने वेगळा बँक अकाउंट ठेवला होता आणि तिचे आई-वडील तिचे खूप लाड करायचे. ''तुमचे आई-वडील मुंबईत राहतात?''

''जुहूला.''

''भाऊ, बहीण?''

''नाहीत.''

ती एकटीच होती. श्रीमंत आई-वडिलांची बिघडलेली मुलगी, जी अचानक खूप अडचणीत आली होती. तिचा असा गाढ विश्वास होता की, हे अहोभाग्य तिच्या मालकीचंच आहे. तिच्याकडून तिचा पैसा घेण्यात आनंद होता; पण सरताज खूप चिडला होता. ''मॅडम, मी तुम्ही कम्प्लेंट केल्याशिवाय तुम्हाला मदत करू शकत नाही.''

''तुम्हाला किती हवेत?''

त्याने ते पाकीट तिच्या दिशेने सरकवलं. ''मी तुम्हाला आता या क्षणीही अटक करू शकतो, एका पोलीस इन्स्पेक्टरला लाच देऊ केल्याबद्दल.''

आता ती गप्प झाली. ती तोंडावर हात धरून रडू लागली. या वेळी सरताजला तिचं रडणं खरं वाटलं. तो उठला आणि चालू लागला.

त्याला तिचा राग का आला? पैसे हे एकमेव कारण नव्हतं. त्याला पैसे घेण्याची, विकत घेतलं जाण्याची सवय होती. या शहरात वस्तू आणि माणसं रोज विकली आणि विकत घेतली जायची. काटेकरच्या घराच्या खड्डेमय गल्लीत सरताजला दणका बसला, तरी तो मोटारसायकल रस्त्याच्या मधोमध ठेवून चालवायचा प्रयत्न करत होता. गटारं तुंबली होती आणि काही ठिकाणी तर रस्त्यातले खड्डे कचऱ्यामुळे बुजले होते. या अंधाऱ्या पट्ट्यात खड्डे इतके होते की, एखादा माणूस त्यात पडायचाच. अजूनही सरताजचा राग ओसरला नव्हता. त्या वाया गेलेल्या, वैतागवाण्या लहान मुलीसारख्या बाईशी या रागाचा संबंध नव्हता. तिने फक्त विश्वासघात केला होता आणि एखाद्या स्त्रीने करू नये, अशी गोष्ट केली होती? सरताजला माहीत होतं, पुरुषांनी हे नेहमीच केलं होतं. इंडस्ट्रियालिस्ट लोकानी केलं होतं आणि कामगारांनीही आणि कधी कधी बायकांनीही केलं होतं. त्याला याची कल्पना होती. त्याने नेहमी पाहिलं होतं, जसं आज पाहिलं व त्याचे पुढचे परिणामही. त्याने लग्न मोडलेली पाहिली होती आणि हाडं मोडलेलीही, मारहाणीचे हुंदके आणि किंचाळ्याही ऐकल्या होत्या. त्याच्यासाठी हे काही नवीन नव्हतं, या नोकरीत त्याने सगळं पाहिलं होतं. मग तरी त्याला राग का आला होता?

सरताज काटेकरच्या घराजवळच्या कॉर्नरपाशी पोहोचला होता. काटेकरचं घर एका चिंचोळ्या होत जाणाऱ्या गल्लीत होतं आणि गल्ली पुढे डावीकडे वळत होती. सरताजने गाडी कॉर्नरला पार्क केली आणि डिक्कीतून सामान काढण्यासाठी मागची सीट वर उचलली. मागच्या

डिक्कीत एक प्लॅस्टिकची पिशवीही कोंबून ठेवलेली होती. त्याने राग झटकला आणि राग का आला हा प्रश्नही. तो गल्लीत चालू लागला, तो आजूबाजूने जाणाऱ्यांना धक्का लागू नये म्हणून खांदे तिरके करत होता. त्यांच्यातल्या काही लोकांनी त्यांला मानेनेच सलाम केला. तो गेल्या काही महिन्यांत इथे नियमित येत होता आणि ते त्याला ओळखू लागले होते. त्याला माहीत होतं की, त्यांच्यातल्या काही लोकांना अजूनही असं वाटत असेल की, सरताजमुळेच काटेकरचा मृत्यू ओढवला; पण त्यांच्यातले बरेच लोक आता सलोख्याने वागत होते.

काटेकरचे मुलगे त्यांच्या घराच्या दारातच अभ्यास करत बसले होते. आतल्या ट्यूबलाइटमुळे त्यांच्या सावल्या रस्त्यावर पडल्या होत्या आणि सरताजने त्यांना बघण्याआधी त्यांच्या सावल्यांवरूनच त्यांना ओळखलं. रोहित नेहमी दरवाज्यात डाव्या बाजूला बसायचा, त्याची पाठ भिंतीला टेकलेली असायची आणि पुस्तक पुढ्यात धरलेलं असायचं. मोहित नेहमी चुळबुळ करत असायचा, तो लिहायचा, तेव्हा त्याचं डोकं वर खाली हलत असायचं. सरताज आला, तसा मोहित मांडी सोडून पुढे त्याच्या वहीवर वाकला. तो पानावर निळ्या शाईने गिरबिट करत होता.

''हॅलो रोहित, मोहित,'' सरताज म्हणाला.

''हॅलो,'' रोहित हसत म्हणाला. मोहितची मान खालीच होती, तो आवेशाने चित्रांच्या खाली वहीच्या दोन्ही पानांवर आडवं काहीतरी लिहीत होता. सरताज दरवाज्यात वाकला आणि खांबाला पाठ टेकवून बसला. ''तुमची आई कुठे आहे?''

''आई तिच्या मीटिंगला गेली आहे.''

''कसली मीटिंग?''

''एक परिवार कल्याण गट आहे. ती स्वयंसेवक आहे म्हणून तिला आठवड्यातून एकदा जावं लागतं.''

हे नवीनच होतं. त्याला येऊन दोन आठवड्यांहून जास्त दिवस झाले होते आणि आता शालिनीचं नवीन रुटीन होतं. आयुष्य पुढे सरकत राहतं. ''कशासाठी स्वयंसेवक?''

''ते माहिती देतात. आई जाते आणि तिथल्या बायकांशी बोलते.''

''आरोग्याबद्दल?''

''हो आणि मला वाटतं बचत करण्याबद्दलही आणि स्वच्छता. ते गल्ल्या साफ करायचं ठरवतायेत. तुम्हाला बघायचं असेल तर काही पत्रकं आहेत.''

''नको, नको.'' सरताजला असे गट आणि एनजीओ माहीत होते, जे बहुतेक सरकारी किंवा वर्ल्ड बँकेच्या आर्थिक मदतीने अशा गटांबरोबर काम करतात. हे गट म्हणजे कोणा ना कोणासाठी एक रॅकेट असतात, एनजीओ, सरकार किंवा बँक; पण त्यांनी कधी कधी चांगलं काम केलं आहे. काटेकरला स्वच्छतेचं भयानक वेड होतं, त्यामुळे शालिनीचं काम म्हणजे अगदी योग्य श्रद्धांजली होती. ''हे घ्या,'' असं म्हणत त्याने मुलांना त्याने आणलेल्या पिशव्या दिल्या.

''थँक यू,'' रोहित म्हणाला. तो आजकाल इंग्लिश सुधारावं म्हणून खूप प्रयत्न करत होता आणि परीक्षा झाल्यावर लगेच एखाद महिन्याचा कॉम्प्युटर कोर्स करायचा, असं म्हणत होता. सरताजने त्या भागातला चांगला क्लास म्हणून ओळखल्या जाणाऱ्या प्रभात कॉम्प्युटर क्लासेसमध्ये त्याच्यासाठी प्रवेश राखून ठेवला होता. 'कॉम्प्युटर आणि इंटरनेट शिका फक्त

९९९ रुपयांत,' अशी त्यांची रंगीबेरंगी जाहिरात जागोजागी भिंतीवर लावलेली दिसत होती. रोहित सरताजने आणलेल्या पिशव्या उघडून बघत, डाळ, आटा आणि तांदळाचे पुडे काढून ठेवत होता. ''ए टपोरी,'' असं म्हणत त्याने दोन कॉमिक्स मोहितकडे टाकले, ''लेटेस्ट स्पायडरमॅन,'' रोहित म्हणाला. ''थँक यू म्हण.''

मोहितला कॉमिक्सचा मोह आवरला नाही; पण तो 'थँक यू' म्हणाला नाही. सरताजच्या मनात आलं की, त्याच्या शेजाऱ्यापाजाऱ्यांनी त्यांच्या वडिलांच्या मृत्यूबद्दल त्यांना काय सांगितलं असेल, तो कोणाला दोष द्यायला शिकला असेल. तो जरा विचित्र मुलगा होता. आता तो एक चिडखोर कुत्र्यासारखा, मनातलं न कळू देणारा आणि अचानक आतून उसळून अंगावर येणारा झाला होता. सरताज म्हणाला, ''आमचा मोहित स्पायडरमॅन आहे; पण तो देशप्रेमी भारतीय आहे. त्याला अमेरिकन लोकांसारखं सारखं थँक यू वगैरे म्हणायला आवडत नाही.''

रोहित हसला. ''हो, उद्धटपणा हा आमचा जन्मसिद्ध हक्क आहे.'' त्याने मोहितचं नाक ओढलं आणि मोहित 'थू थू' म्हणत पार्टिशनच्या पलीकडे आतल्या खोलीत गेला. ''त्याला खरंच स्पायडरमॅन व्हायचं आहे. दोन दिवस आता तो त्या पुस्तकांबरोबर झोपेल. कर्तीया साला.'' रोहितने स्वतःच्या कपाळावर हात मारला.

सरताजने शर्टाच्या वरच्या खिशातून एक पाकीट काढलं. ''दहा हजार,'' तो म्हणाला. त्याने ते रोहितच्या हातात दिलं आणि दाढी खाजवली. खूप उकडायला लागलं होतं, अगदी झाडाचं पानही हलत नव्हतं, इतकं स्तब्ध वातावरण होतं. पावसाळ्याच्या आधीचे काही महिने असेच उदासीन असतात. त्याची कॉलर घामाने भिजली होती.

या वेळेस रोहित थँक यू म्हणाला नाही. तो ते पाकीट छातीशी धरून उठला आणि नंतर सरताजला लोखंडी कपाट उघडल्याचा आणि बंद केल्याचा खडखड आवाज आला. रोहित पाण्याचा ग्लास घेऊन आला. सरताज पाणी प्यायला. रोहित चांगला मुलगा होता आणि तो पैसे नीट उचलून कपाटात ठेवणं, लहान भावाला कसं वाढवायचं याचा विचार करणं या गोष्टींसाठी खूपच लहान होता; पण कोलाब्याच्या प्रत्येक कॉर्नरला सहा वर्षांची मुलं काम करून जगत होती.

ते थोडा वेळ कॉम्प्युटर, मिडल इस्ट आणि काजोलने अजून फिल्म्समध्ये काम केलं पाहिजे का वगैरे गप्पा मारत बसले. रोहितच्या मते मधुबालानंतर काजोल ही उत्तम होती. सरताजने खूप दिवसांत सिनेमा पाहिला नव्हता; पण तरी त्याने आनंदाने रोहितच्या होमध्ये हो मिसळला. जेव्हा रोहित काजोलबद्दल बोलत होता, तो एकदम गंभीर आणि खूश झाला होता. तिचं गुणगान करताना अगदी हातवारे करून बोलत होता की, काजोल नुसती मोठी अभिनेत्रीच नसून, ती एक चांगली बायको आणि आईसुद्धा आहे. सरताजला हसू आलं, त्याला आता रोहितचं बोलणं ऐकायला आणि 'हो हो' म्हणायला मजा येत होती. संध्याकाळ सरली होती.

दुसऱ्या दिवशी सकाळी सरताज मेरीला तिच्या बहिणीच्या अपार्टमेंटमध्ये भेटला. त्याच्या अपेक्षेप्रमाणे, जोजोचं अपार्टमेंट मेरीला, तिच्या एकुलत्या एक नातेवाईक असलेलीला हस्तांतरित करायला खूप आठवडे लागले होते; पण आता त्याला फोनवर मेरीला ते सांगताना आनंद झाला की, त्याच्याकडे किल्ली होती आणि सगळं तयार होतं. मंगळवारी मेरीला सुट्टी होती आणि त्याने सकाळी स्टेशनला जाण्याआधी तिला भेटायचं कबूल केलं होतं म्हणून

तो लवकर उठला होता, कशीबशी अंघोळ केली होती आणि जोजोचं अपार्टमेंट असलेल्या बिल्डिंगपाशी बरोबर साडेसहा वाजता पोहोचला. ती ठरल्याप्रमाणे लिफ्टजवळ त्याची वाटच बघत होती. तिच्या बरोबर एक खूप उंच, अगदी किडकिडीत बाई होती, जी सरताजकडे काहीशा आश्चर्याने बघत होती.

''ही माझी मैत्रीण जाना,'' मेरी म्हणाली.

सरताजला तिच्याबरोबर कोणी मैत्रीण येईल, अशी अपेक्षा नव्हती; पण मेरी मैत्रिणीला घेऊन आली हे बरोबरच वाटण्यासारखं होतं. तो म्हणाला, ''नमस्कार जाना-जी.''

जानाने त्याचं उपरोधिक बोलणं सहजपणे घेतलं आणि तिला आता अजूनच कुतूहल वाटू लागलं. ''नमस्कार सरताज-जी,'' ती म्हणाली.

सरताज हसला आणि अगदी अनपेक्षितपणे मेरीही हसली. हसताना तिचा जबडा किंचित पुढे आला आणि डोळे बारीक झाले. तिच्यातला गंभीरपणा कमी झाला, नाहीसाच झाला. सरताजला कळलं नाही की, तिला यात नक्की काय गंमत वाटली; पण तिचं मन दुसऱ्या गोष्टीकडे वळवता आलं याचं त्याला हायसं वाटलं. ''जाऊ या?'' तो लिफ्टकडे हात करत म्हणाला.

''हो, हो. जाना माझी काळजी घ्यायला आली आहे,'' मेरी म्हणाली.

लिफ्टमध्ये त्या दोघींच्या अगदी जवळ उभं असताना, सरताजला जाना खूपच कामाची असल्याचं वाटलं. तिने तिच्या भांगात सिंदूरचा टीका लावला होता आणि काळ्या सलवारवर लाल रंगाचा कुडता घातला होता. तिचे शूज ठीकठाक होते आणि तिच्या खांद्याला एक चौकोनी रुंद पट्ट्याची बॅग होती. त्यात तिने प्लॅस्टिकची बाटली आणली होती, नक्कीच त्यात उकळलेलं पाणी होतं. तिची बॅग एखाद्या आईची बॅग असल्यासारखी वाटत होती, छानशी; पण भरपूर सामान मावेल अशी आणि दणकट. त्यात लंच, चॉकलेट्स, औषधं, भाजी आणि शाळेची पुस्तकंसुद्धा राहू शकतील. एक अगदी विसंबता येईल, अशी बॅग होती ती.

जोजोचं अपार्टमेंट जाड्याभरड्या कॅनव्हासने सील केलेलं होतं, ज्यात लॅच पण झाकलं गेलं होतं आणि मुंबई पोलिसांचा शिक्का असलेल्या लाल मेणाच्या सीलने त्याचे पापुद्रे घट्ट चिकटले होते. सरताजने किल्ली मेरीकडे दिली आणि त्याच्या जिमच्या बॅगमधून मोठी काळी कात्री बाहेर काढली. तो तयारीनेच आला होता. एका झटक्यात सील निघून आलं आणि नंतर मेरी जाम झालेल्या लॅचमध्ये किल्ली घालून कसरत करताना दिसली. ''मला करू दे,'' तो म्हणाला आणि मेरीने घाईने मान हलवत 'नको' म्हटलं आणि ती पुन्हा खुडबुड करू लागली. जानाने 'ती अशीच आहे, जे करतेय ते करू दे' अशा अर्थाने सरताजकडे पाहिलं. ते वाट बघत राहिले. नंतर, एक कर्कश्य आवाज करून कुलूप उघडलं गेलं आणि ते आत गेले.

जानाने घाईने सगळ्या खिडक्या उघडल्या आणि बाहेरची खोली विभागलेली दिसली. मेरी अजूनही दरवाजातच उभी होती. सरताज तिच्या मागून पुढे झाला आणि त्याने स्वीचबोर्डवर बटणं शोधली. लाइट नाही, इलेक्ट्रिसिटी नाही. ''यार, ही खूपच मस्त जागा आहे,'' जाना किचनमधून म्हणाली. तिच्या आवाजात आश्चर्य आणि पराकोटीची ईर्ष्या यांचं मिश्रण होतं.

सरताजच्या मनात विचार आला की, जेव्हा वाईट ठरलेल्या बायका खूप पैसा मिळवतात, अभिरुची जपतात, थोडासा आनंद उपभोगतात, तेव्हा बाकीच्या बायकांना अशीच ईर्ष्या वाटते; पण मेरीच्या मनात काय सुरू आहे हे अजिबात कळत नव्हतं. ती

अपार्टमेंटमध्ये फिरली, प्रत्येक खोलीत थांबून तिने पाहिलं आणि खूप गप्प होती. जानाची कॉमेंट्री सुरूच होती. बेडरूममध्ये जोजोचं आलिशान शूज व चप्पल्सचं कलेक्शन पाहून ती एक क्षण अवाक झाली आणि नंतर दोन मिनिटं तिला जयललिता आणि इमेल्डा मार्कोसची आठवण झाली असावी. मग तिने परिश्रमाने जमवलेली पुस्तकं, फर्निचर पाहूनही ती शांतपणे उभी होती. मेरी दरवाजात हात अंगासरशी घेऊन उभी होती.

सरताजने खिडकी उघडली. ''इथे काही फोटो अल्बम होते,'' तो म्हणाला. ''ते इथेच कुठेतरी असतील.'' खोलीत खूप पसारा होता आणि खाली इतस्तः पसरलेल्या कपडे, चपला आणि मासिकांवर धुळीचा थर होता. ''हां, तिथे,'' असं म्हणून सरताज बेडच्या पलीकडच्या कपाटाशी गेला. त्याने वरचा अल्बम उचलला आणि झटकला. कव्हर वरून धूळ उडाली आणि सरताजला अचानक त्याचा आवाज खूप मोठा आल्याची जाणीव झाली, काहीतरी जिंकल्यासारखा. खिडकीतून येणारा उजेड मेरीपर्यंत थेट पोहोचत नव्हता आणि त्याला तिचा चेहरा दिसला नाही. ''तुम्ही बीसीईएस ऑफिसला जाऊन इलेक्ट्रीसिटी चालू करून घ्यायला पाहिजे.'' त्याने तो अल्बम कपाटावर ठेवला. ''काही बिलं भरायची राहिली असतील. ठीक आहे मग, मी निघायला हवं.'' त्याने मान हलवली आणि एक पाऊल जाऊन थांबला.

मेरी त्याला जाऊ देण्यासाठी कॉरिडोअरमध्ये थोडी मागे सरकली. सरताजने जानाला हात केला आणि तिने मान डोलावली; पण ती मेरीकडे बघत होती. सरताज कॉरिडोअर ओलांडून गेलाच होता आणि मेरीचा आवाज आला, ''थँक यू.''

''येस, येस, डोंट मेन्शन,'' सरताज म्हणाला.

''मी विसरले नाहीये.''

''काय?''

''गणेश गायतोंडेच्या तपासाबद्दल. मी जोजोबद्दल काही आठवतं का म्हणून विचार केला.''

''थँक यू.''

ती पुन्हा हसली आणि या वेळी ते अचानक आलं, अनपेक्षित. तिने डावा हात त्याच्या दिशेने पुढे करत हलकेच मनगटातूनच हलवला. सरताजने मानेनेच त्याची दखल घेतली आणि दरवाजा बंद केला.

तास-दीड तास अंथरुणात या कुशीवरून त्या कुशीवर वळत सरताज थकून गेला होता; पण आता तो झोपायला गेला, तेव्हापेक्षा टक्क जागा होता. तो खूप वेळ शॉवर घेऊन, खूप उशीर झालाय, असं वाटताना मध्यरात्रीनंतरच आडवा झाला होता; पण आता त्याला खूप अस्वस्थता वाटत होती. त्याने तीन पेग व्हिस्की पाणी घालून घेतली होती, तरीही अजून झोपेचा पत्ता नव्हता. तो उठून बसला. खिडकीच्या काचांवर तारांच्या सावल्या हलत होत्या. त्याला कुत्र्याचं नाव आठवेना. कमला पांडेच्या नवऱ्याने खिडकीतून खाली फेकून दिलेल्या छोट्या पांढऱ्या कुत्र्याचं नाव. सरताजला तो पाय ताठ करून कार पार्कमध्ये पडल्याचं आठवलं; पण त्याला त्याचं नाव आठवेना. त्याच्याकडे अजूनही तिचा नंबर होता. तो कमला पांडेला फोन करून तू गलिच्छ खेळ खेळत असल्याने तुझ्या नवऱ्याने, खरंतर तुम्ही दोघांनी मिळून मारलेल्या त्या कुत्र्याचं नाव काय म्हणून विचारू शकत होता.

सरताजने पाय जमिनीवर ठेवले आणि डोळे चोळले. तो तिला तसा फोन करू शकत नव्हता. कारण, मग तो पोलिसांनी केलेला छळ, जाच वगैरे काहीतरी झाला असता; पण त्याला आता पहाटे दोन वाजता कोण जागं असेल ते माहीत होतं. त्याने थरथरत्या बोटांनी मोबाईलच्या की पॅडवर नंबर दाबला. त्याने रिंग ऐकली आणि तो वाट बघत होता. त्याला खूप ताण आला होता. त्याच्या मनात विचार आला की, त्याने ब्लडप्रेशरची टेस्ट करून घेतली पाहिजे. त्यांच्या कुटुंबात तसा इतिहास होताच : सरताजच्या वडिलांना आयुष्यभर बिपी आणि कोलेस्टेरॉलचा त्रास होता. त्यांना एक हार्ट अ‍ॅटॅकही येऊन गेला होता आणि त्यानंतर नऊ वर्षांनी ते झोपेतच गेले. डॉक्टरनी ते अगदी नैसर्गिकरीत्या गेल्याचं सांगितलं.

''पेरी पौना, माँ'' सरताज म्हणाला.

''जीते रहो बेटा,'' त्या म्हणाल्या. ''तू आताच घरी आलास का?''

''हो, केस होती.'' इतक्या उशिरा फोन करण्यासाठी कामाचं कारण समजण्यासारखं होतं. झोप येत नाही म्हटलं तर त्याच्या खाण्याच्या सवयी, दारू आणि तब्येतीच्या चौकश्यांना आमंत्रण दिल्यासारखं होतं. त्याने आधीच काळजी घेतली. ''माँ, तुझा आवाज बसल्यासारखा येतोय. तुला सर्दी झाली आहे का?''

''सर्दी? मला? मला कधी सर्दी होत नाही. तुझ्या बाबांनाच नेहमी सर्दी व्हायची. त्यांचं मुंबईचं पातळ रक्त होतं. आम्ही एकदम स्वच्छ वातावरणात वाढलो, आम्हाला खूप थंडीची सवय होती.'' हे तिचं एक नेहमीचं टुमणं होतं की, उत्तरेतले सरदार मुंबईच्या सरदारांपेक्षा चिवट होते. बहिणी सगळ्यात चिवट होत्या आणि नवनीत बहनजी सगळ्यात मोठ्या आणि बहिणींमध्ये सगळ्यात दणकट होत्या. झाली, सगळ्यात दणकट आणि खूप पूर्वी हरवलेल्या मावशीची गोष्ट सुरू झाली. ''नवनीत बहनजी जानेवारीतसुद्धा थंड पाण्याने अंघोळ करायच्या. तेही सकाळी साडेसहाला. कारण, त्यांना कॉलेजमध्ये लवकर तास असायचे. पापाजीसुद्धा त्यांना सांगायचे की, थोडं तरी गरम पाणी घे; पण त्यांनी कधी ऐकलं नाही आणि जर तू त्यांच्याकडे बघशील, तर तुला वाटेल की, किती नाजूक, सुंदर आहे... होत्या... भाषा शाखेची विद्यार्थिनी आणि अशा दिसायच्या की, एखाद्या राजवाड्यात शोभल्या असत्या; पण त्या एखाद्या शेतकऱ्यासारख्या काटक होत्या. तुला माहीत आहे, त्या चित्रही खूप सुरेख काढायच्या. खेडेगावातली शेतं, घरं, गायी. त्यांनी आमच्या नवीन घराचं एक चित्र काढलं होतं, खूप सुंदर होतं, अगदी तंतोतंत.''

आता एक पॉज आला. माँना त्यांच्या बहिणीच्या आठवणीने वाईट वाटत असेल, त्यामुळे येणारा हा पॉजसुद्धा सरताजच्या ओळखीचा होता. नवनीत मौसीला फाळणीदरम्यान ठार मारण्यात आलं होतं; पण सरताजला आठवतंय तेव्हापासून माँ तिच्याबद्दल बोलत असत. ती मेली होती; पण सरताजच्या आयुष्यात ती नेहमीच अस्तित्वात होती. घरातल्या सगळ्या मुलांना, नातवंडांना या 'नसलेल्या' मावशीबद्दल चांगलं माहीत होतं. ते तिच्या बरोबरच राहिले होते, तिच्या गोष्टींबरोबर राहिले होते आणि तिच्याबद्दल बोलल्यावर घरातल्या मोठ्या माणसांच्या चेहऱ्यावर एक प्रकारची गंभीरता यायची. सरताजने आता या भूतकाळातल्या गोष्टींमुळे येणारा ताण, त्या रक्ताळलेल्या दिवसांमध्ये नक्की काय घडलं आणि त्याबद्दलच्या गोठवणाऱ्या भावना हे सगळं मागे सोडून द्या, असं सांगायचा प्रयत्न केला होता. त्यावर माँ इतकंच म्हणायच्या, ''ते खूप वाईट दिवस होते, खूप वाईट दिवस.'' आणि सगळे

तेच म्हणायचे, सगळे मामा, मावश्या, आजी-आजोबा. कधीतरी मुसलमानांना शिव्याशाप द्यायचे, 'बेटा, तुला माहीत नाही, ते वाईट लोक आहेत, खूप वाईट लोक.'

पण आज रात्री माँला जुन्या जखमांमुळे राग किंवा कडवटपणा आला नव्हता, ती फक्त गप्प झाली म्हणून शेवटी सरताज म्हणाला, ''मला कळत नाही, तुला इतक्या जुन्या गोष्टी कशा काय आठवतात. तंतोतंत चित्रं आणि तसल्या गोष्टी. मला एखाद्या कुत्र्याचं नावही आठवत नाही.''

''कोणता कुत्रा?''

म्हणून सरताजने तिला सगळी कहाणी सांगितली : नवरा, बायको, खिडकीतून खाली फेकलेला कुत्रा.

''किती भयंकर माणूस!'' माँ म्हणाल्या. त्यांना कुत्रे आवडत आणि कुत्र्यानाही त्या आवडत. ''तू त्याला अटक केलीस?''

''नाही.''

''का?''

''बायको तक्रारच दाखल करत नाही.''

''अरे, काय त्या बिचाऱ्या प्राण्याचा छळ.''

''ती हेही म्हणायला तयार नाही की, त्याने कुत्र्याला खिडकीतून खाली फेकलं.''

''अरे,कदाचित तिला त्याची भीती वाटत असेल.''

''ती काही फार निरागस नाही.''

''का? तू तिला पुन्हा भेटला होतास का?'' माँने एका पोलीसवाल्याबरोबर अनेक दशकं घालवली होती, एक नाही दोन पोलीसवाल्यांबरोबर, त्यामुळे सूक्ष्म गोष्टी तिला बरोबर कळत. ''का तिचं काय झालं?''

रात्री इतक्या उशिरा आईला सांगण्यासारखी ती फारशी चांगली गोष्ट नव्हती; पण तरी त्याने सांगितली. त्याने थोडक्यात ती बायको, पायलट आणि कॅमेरा, ब्लॅकमेल हे सगळं सांगितलं. फक्त त्या बाईने देऊ केलेली लाच आणि तिचा छोटा पांढरा टॉप याबद्दल तिने सांगितलं नाही. निर्लज्जपणाबाबत माँची मतं एकदम कडक होती आणि त्याला उगाच आता रात्री कमला पांडेबाबत पूर्वग्रह करून द्यायचा नव्हता. चुकीचं वागणाऱ्या त्या बाईला कोणत्याही परिस्थितीत शिक्षा होणारच होती. ''अर्थातच मी तिला सांगितलं की, काही झालं तरी मी तिने तक्रार दाखल केल्याशिवाय तिचं काम करू शकत नाही. ती मूर्ख आहे,'' तो म्हणाला. ''एक अशी मूर्ख बाई जिला वाटतं की, तिला जे काही पाहिजे ते मिळेल आणि जे पाहिजे ते करता येईल.''

''हो, तिच्या वडिलांनी नेहमी त्यांच्या लहान मुलीला हवं तसंच केलं असेल आणि काही शिस्त लावली नसेल. लोक आजकाल त्यांच्या मुलांना पार बिघडवतात,'' माँ म्हणाल्या.

सरताज मोठ्याने हसला. त्याने याच कारणासाठी इतक्या मध्यरात्री त्याच्या आईला फोन केला होता, या अशा एकदम निष्कर्षावर उड्या घेण्यासाठी आणि स्वतःचीच मतं तिच्याकडून बरोबर असल्याचं वदवून घेण्यासाठी. ती कधी कधी खूप आश्चर्यकारक वागायची. ''हो, ती वाया गेलेली आहे. खूपच चीड येईल अशी,'' तो आता अंथरुणात उठून बसला आणि त्याने

पाण्याचा एक मोठा घोट घेतला. त्याला आईचा आवाज ऐकून, तिचे श्वास ऐकून बरं वाटू लागलं होतं. ''तू आणि पापाजी कधी अशा केसेसबद्दल बोललात?''

''नाही, नाही. त्यांना कामाबद्दल माझ्याशी बोलायला आवडायचं नाही. ते म्हणायचे की, एका पोलीसवाल्याचं आयुष्य म्हणजे तुम्हाला मध्यरात्र होऊन गेली तरी कामापासून सुटका नसते. नंतर शेवटी घरी जायचं आणि कामाचाच विचार करायचा, तेच बोलायचं अशाने वेड लागेल म्हणून आम्ही इतर गोष्टींबद्दल बोलायचो आणि त्यामुळे त्यांना बरं वाटायचं असं म्हणायचे ते.'' तिला आता थोडं आश्चर्य वाटत असावं, असं त्याला वाटलं. माँच्या हनुवटीचा बाक, खाली झुकलेली नजर, माँची अशी छबी त्याच्या डोळ्यासमोर उभी राहिली. ''सत्य हे आहे की, ते जुन्या विचारांचे होते. त्यांना वाटायचं की, त्यांना हे खून आणि इतर वाईट गोष्टींचा तपास करावा लागतो त्याची मला भीती वाटेल. बायकांना असल्या गोष्टी कळायला नकोत, असं त्यांना वाटायचं.''

''आणि तू ते तसंच चालू दिलंस?'' तिला खरंतर मारामारीचे सिनेमे आवडायचे आणि अलीकडच्या काही वर्षांत तिला खरोखरच वाईट, रक्तपात असलेल्या, चांदणं, किंचाळ्या असं सगळं असलेल्या हॉरर टीव्ही सिरीयल आवडायला लागल्या होत्या. ती रोज सकाळी पेपरमधले गुन्हेगारीवरचे कॉलम वाचायची, ज्यात सगळं रंगवून सांगितलेलं असायचं आणि एक सततचं निरीक्षणही की, जग अत्यंत वाईट आहे आणि अजूनच वाईट होत चाललं आहे.

''बेटा, तू ॲडजेस्ट कर. ॲडजेस्ट. त्यांना कामाबद्दल बोलायला आवडायचं नाही म्हणून मी बोलले नाही. असंच आपण एकत्र राहतो. तेच या नवीन पिढीला कळत नाही.''

त्यांना म्हणायचं होतं की, सरताज आणि मेघाच्या पिढीला कळत नाही. मेघाचं लग्न झालं होतं, ती आता सरताजच्या संपर्काच्या अगदी पलीकडे गेली होती, हेही त्यांना माहीत होतं; पण कधीतरी त्या काय झालं, काय व्हायला हवं होतं, सरताजने काय करायला हवं होतं, या गोष्टींचा विचार करत बसत. सरताजने याबाबत वाद घालायचं किंवा काही बोलायचं कधीच सोडून दिलं होतं, तो फार तर फार कधी 'हो' इतकच म्हणत असे. तो आताही अंथरुणात आडवा होऊन फक्त ऐकत होता. काहीही झालं, तरी ती त्याची आई होती, तो सहन करायचा.

''अच्छा, तू झोप आता, नाहीतर उद्याच्या शिफ्टला जाताना थकलेला असशील,'' त्या म्हणाल्या.

''हो माँ,'' सरताज म्हणाला. त्यांनी एकमेकांचा निरोप घेतला आणि तो वारा लागावा म्हणून खिडकीकडे तोंड करून झोपला. त्याला अगदी सहज झोप लागली आणि स्वप्नं पडली. त्याला खूप मोठं विमान, अगदी निरभ्र आकाश आणि खूप लोक चालत आहेत, असं स्वप्न पडलं. फोनच्या आवाजाने त्याला अचानक जाग आली.

त्याला डोळे न उघडताही कळलं की, अजून सात वाजायचे होते. बाहेर खूप शांत होतं आणि एक पक्षी चिवचिवत होता. त्याने वाट पाहिली; पण फोन वाजायचा थांबेना. त्याने फोन घेतला.

''सरताज,'' फोनवर त्याची माँ होती, ''तू त्या मुलीला मदत करायला हवीस.''

''काय?''

''काल रात्री तू जिच्याबद्दल मला सांगितलंस ती. तू तिला मदत करायला पाहिजेस.''

''माँ, तू झोपेत आहेस?''

''ती कुठे जाईल? ती काय करेल? ती एकटी आहे रे.''

''माँ, माँ तू माझं ऐक. तू ठीक आहेस का?''

''अर्थातच मी ठीक आहे. मला काय होणार आहे?''

''बरं; पण त्या वेडपट बाईबद्दल आता हे सगळं काय मग?''

''मी आता सकाळी त्याबद्दल विचार करत होते, तेव्हा वाटलं की, तू तिला मदत करायला पाहिजेस.''

सरताज डोळे चोळत बाहेर चिवचिवणाऱ्या पक्ष्याचा आवाज ऐकत होता. बायका खरंच गूढ असतात आणि आया तर त्याहून गूढ! माँ आता बोलत नव्हती; पण तिचं गप्प बसणंच अधिक गंभीर होतं. त्याने काही प्रत्युत्तर दिलं नाही किंवा नकार दिला नाही, हे बरं होतं. त्याला पुन्हा झोपायचं होतं. तो म्हणाला, ''हो, ठीक आहे ओके.''

''सरताज, मी सिरीयसली बोलते आहे.''

''मीसुद्धा. खरंच, मी करेन मदत.''

''ती अगदी एकटी आहे.''

जगातला प्रत्येक जणच एकटा आहे, असं त्याला म्हणावंसं वाटलं; पण तो ते बोलू शकला नाही. ''मला कळतंय माँ, प्रॉमिस, मी तिला मदत करेन.''

''मी आता गुरुद्वारामध्ये जाते आहे.''

त्याला काही कळलं नाही की, अचानक फोन करून त्याला झोपेतून उठवण्यासारखं काय होतं; पण तो पुटपुटला, ''हो, माँ,'' आणि त्याने फोन ठेवला. सरताजचा बेड त्याची वाट बघत होता, पक्ष्याचा आवाजही फार मोठा नव्हता, पंखा मंद फिरत होता आणि पहाटेचा गारवाही होता; पण त्याची झोप उडाली होती. त्याने कमला पांडेला एक शिवी हासडली. 'साली कमला पांडे, कुत्री,' तो त्या बाहेर ओरडणाऱ्या पक्ष्याला उद्देशून म्हणाला, 'ब्लडी रांड' आणि उठला.

काहीतरी अनावश्यक छोट्या मोठ्या चोऱ्यांचे रिपोर्ट लिहिण्यात त्याने सकाळ घालवली, त्यांचा तपास खरंतर वरकरणी केला जातो आणि त्या कधी सोडवल्या जात नाहीत. नंतर दोन मॅजिस्ट्रेट आणि तीन केसेस यात दुपार गेली. पाच वाजता कोर्टासमोरच रस्त्याच्या पलीकडे असलेल्या रेस्टॉरंटमध्ये तो चहा प्यायला आणि एक तेलकट ऑम्लेट त्याने खाल्लं. त्या रेस्टॉरंटचं नाव शिराज होतं आणि गॉसिप करत असलेल्या वकिलांनी ते गच्च भरलं होतं. सरताज पहिल्या मजल्यावरच्या एअरकंडिशन भागाच्या मागच्या टोकाला बसला होता आणि वॉशबेसिनपाशी हात धुवायला येणाऱ्या वकिलांच्या नजरा टाळायचा प्रयत्न करत होता. त्याने एक मोठा ग्लास भरून ताक प्यायलं आणि मिशी पुसली. आता त्याला थोडं बरं वाटलं. कोणाशी बोलावं लागू नये, अशा प्रकारे उठून खाली उतरला; पण दरवाजापाशी पोहोचेपर्यंत अर्ध्या रस्त्यातच एक देवीचे व्रण असलेला चेहरा समोर आला.

''तुम्ही सरताज सिंग का?''

हा कोणी वकील नव्हता. त्याच्या राखाडी शर्टाला घामाचे डाग पडले होते आणि येणाऱ्या-जाणाऱ्या लोकांकडे तो लबाड, हलकट नजरेने बघत होता; पण त्याचा आवाज त्याच्या शरीराला शोभेसा होता, खोल आणि ठोक्याच्या भांड्यासारखा.

सरताजने विचारलं, ''तुम्ही कोण?''

''तुम्हाला आठवत नाही बहुदा. मी तुम्हाला अंत्यसंस्काराच्या वेळी भेटलो होतो आणि त्या आधी दोन-तीन वेळा.''

अर्थातच. हा आवाज ऐकलेला होता. ''तुम्ही काटेकरचे...शालिनी वहिनींच्या बहिणीचे मिस्टर.''

''विष्णू घोडके, साहेब.''

''विष्णू घोडके, होहो. बरोबर,'' सरताजला त्याला अंत्यसंस्काराच्या वेळी भेटलेलं आठवलं; पण त्याआधी कधी भेटल्याचं आठवेना. अंत्यसंस्काराच्या वेळी तो सगळी तयारी करण्यात, लोकांची व्यवस्था करण्यात, गुरुजींना सूचना देण्यात बिझी होता. ''सगळं ठीक ना विष्णू?''

विष्णू घोडके छातीला हात लावत म्हणाला, ''तुमचे आशीर्वाद आहेत साहेब. जरी...''

सरताज मान हलवत म्हणाला, ''हो. काटेकर खूप चांगला माणूस होता.'' तो घोडकेने वाटेतून बाजूला व्हावं म्हणून वाट बघत होता. ''आपण पुन्हा कधीतरी भेटू.''

घोडके मात्र सरताजला जाऊ द्यायला तयार नव्हता. तो सरताजला जाऊ देण्यासाठी बाजूला झाला; पण त्याच्या मागेमागे बाहेर फूटपाथवर गेला. ''तुम्ही दादाच्या मुलांना भेटलात?'' तो अगदी सरताजच्या जवळ उभा होता.

सरताजला अचानक जाणीव झाली की, त्याला हा विष्णू घोडके फारसा आवडला नव्हता. विष्णू घोडके जरा अतिच होता. सरताजला नक्की माहीत नव्हतं का ते; पण त्याला त्या क्षणी घोडकेच्या तोंडावर हात ठेवून त्याला मागे भिंतीत गाडावं असं वाटलं; पण तो म्हणाला ''हो, मी काल संध्याकाळीच भेटलो. ते ठीक आहेत ना?''

''हो हो, अर्थातच साहेब. नाही, तसं काही नाहीये.''

''मग कसं आहे?''

''त्यांची आई घरी होती का?''

''नाही, ती बाहेर गेली होती.''

विष्णू घोडकेने आता मान वळवली आणि कोर्टाच्या बाजूला उभ्या असलेल्या गाड्यांच्या गर्दीकडे पाहू लागला. त्याच्या डोक्यावर बरोबर शिराज रेस्टॉरंटचा बोर्ड होता, अगदी नाजूकपणे चार भाषांमध्ये नाव लिहिलेला. ''हेच का साहेब?'' विष्णू पुन्हा सरताजकडे मान वळवत म्हणाला, ''हे काय आहे? बाईने घरी असायला हवं. तिच्या पोराबाळांबरोबर.''

''तिला काम करावं लागतं, विष्णू.''

''पण हे काय काम नव्हे ना, संध्याकाळी असं मुलांना भुकेलं सोडून इकडे तिकडे फिरणं म्हणजे.'' विष्णू रस्त्याकडे आणि कोर्टाकडे हातवारे करत म्हणाला. जशी काय शालिनी इथे काळ्या कोटांच्या गर्दीत आणि कमानींमधून सैरावैरा धावतच होती.

सरताजचे बाहू फुरफुरले, त्याचे हात शिवशिवत आहेत, असं त्याला जाणवलं. 'मादरचोद. या हरामखोराला आताच, आजच इथे यायचं होतं का?' ''ती मुलं नीट जेवता, खातात आणि आनंदात आहेत,'' सरताज म्हणाला. ''त्यांचं घरही नीटनेटकं आहे. तुझ्या गांडीत काय किडे वळवळ करतायत?'' विष्णू घोडके आता एकदम मागे सरकला, त्याच्या मागे भिंतच होती. ''आं? सांग मला.''

''साहेब, मी फक्त म्हणत होतो...''

''काय म्हणत होतास?''

विष्णू घोडके कसाबसा सावरत आवाज सामान्य ठेवत म्हणाला, ''ती त्या मीटिंग्सना जाते.'' विष्णूला एक पुरुष दुसऱ्या पुरुषाशी बोलतो तसं ठीक ठीक बोलायचं होतं.

''ते आरोग्याबद्दल बोलतात. मग?''

''साहेब, आरोग्य ही एक गोष्ट झाली; पण ते त्यांना या, या असल्या घाणेरड्या गोष्टी सांगतात. एखाद्या सभ्य बाईला सांगणं बरोबर नाही अशा गोष्टी. इतकंच नव्हे तर त्यांना जाऊन तरुण मुलींशी बोलायला सांगतात आणि समाजात पसरवतात. एखाद्या तरुण, लग्न न झालेल्या मुलीला गरोदरपण, निरोध वगैरेबद्दल कशाला कळायला हवं? मलाही लहान मुली आहेत, मीसुद्धा बाप आहे आणि मी तुम्हाला सांगतो हे सगळं अवघड होत चाललं आहे. असंही, टीव्हीवर अगदी भरदिवसाही काय दाखवतील तुम्हाला माहीत नाही. आजकाल घरातल्या सगळ्यांनी एकत्र बसून टीव्ही बघणंच अवघड झालं आहे आणि त्यात भर म्हणून हे असले लोक, शिकलेले लोक शालिनीसारख्या बायकांना गाठून त्यांची डोकी फिरवतात.''

सरताजला या संस्कृतीच्या रक्षणाच्या गप्पा मारणाऱ्या माणसाच्या दोन्ही गालांवर सणकन एकेक ठेवून द्यावीशी वाटली; पण त्यामुळे त्याच्या डोक्यात काही प्रकाश पडणार नव्हतां. उलट तो त्याच्या मुलींच्या बाबतीत जास्तच कडक झाला असता. सरताज म्हणाला, ''तू शालिनीच्या डोक्याबद्दल काळजी करू नकोस आणि ती तुझ्या मुलींशी बोलायला येत नाहीये. जर ती तुला आवडणार नाही, असं काही बोलली, तर तिला बोलू नकोस म्हणून सांग.''

''ती बाई कोणाचं ऐकतच नाही, साहेब. तिचा नवरा गेलाय, म्हणून तिला वाटतं ती तिला पाहिजे ते करू शकते.''

''म्हणजे ती तुझं ऐकत नाहीये म्हणून तुला राग आला आहे का?'

विष्णूने त्याच्या खांद्याला भिंतीच्या प्लास्टरची धूळ लागली होती, ती झटकली. इतका वेळ बोलून त्याचा आत्मविश्वास वाढला होता आणि भीती थोडी कमी झाली होती. ''साहेब, माझं काही नाही हो. मी मुलांचा विचार करतो आणि त्या घराचा. त्या घराचं नुकसान होईल. आमच्यात एक म्हण आहे, घराला पाया आणि राष्ट्राला बाया.''

सरताजने पुढे होऊन विष्णूच्या खांद्यावर हात ठेवला. तो हसला. रस्त्यावरून येणाऱ्या-जाणाऱ्या लोकांसाठी ते दोन मित्र एकमेकांशी बोलत असल्यासारखं वाटत होतं; पण विष्णूच्या खांद्याच्या हाडावरच्या सरताजच्या अंगठ्याच्या दाबामुळे तो आधीच गडबडला होता. ''म्हणजे आता तुला देशाचीसुद्धा काळजी लागली आहे का?'' सरताज म्हणाला. ''मी काय सांगतो ते ऐक, विष्णू. मला तू हे जे काही तिच्याबद्दल इकडेतिकडे बोलत फिरतो आहेस आणि तिला त्रास देतो आहेस, ते काय आवडलेलं नाही. तुला काय वाटलं तू भेन्चोद संत आहेस का? तू हरामखोरासारखा इकडेतिकडे खोटं बोलत फिरतो आहेस.''

''पण हे सगळं खरं आहे साहेब.''

सरताजने खांदा जोरात दाबला. आता विष्णू खरंच घाबरला. ''हे खरं आहे की, ती तिच्या मुलांची काळजी घ्यायचा प्रयत्न करते आहे आणि काहीतरी चांगलं कामही. तू एक छोटा माणूस आहेस विष्णू. तुझा मेंदू लहान आहे, मन लहान आहे, त्यामुळे तू लोकांबद्दल

असा विचार करतोस. तू एक छोटा, हलकट माणूस आहेस, विष्णू. मला तू अजिबात आवडत नाहीस, त्यामुळे गप्प बस. तोंड बंद ठेव. समजलं?''

विष्णूच्या डोळ्यात आता पाणी चमकू लागलं होतं. त्याने हाताने सरताजचं मनगट बाजूला करायचा प्रयत्न केला; पण त्यांच्या खांद्यातली कळ कमी होईना.

''समजलं?''

''हो,'' विष्णू म्हणाला; पण हा विष्णू, एखाद्या उंदरासारखा चिवट होता. तो दुसरीकडे बघत पुटपुटला, ''पण मी काय एकटा हे बोलत नाहीये. इतर लोकही बोलतायत.''

सरताजने त्याचा खांदा सोडला आणि त्याच्या अगदी जवळ जाऊन म्हणाला, ''बरोबर, तुझ्यासारखे इतर मादरचोद नेहमीच एकट्या असलेल्या बाईबद्दल बोलायला तयारच असतात. खासकरून जेव्हा तुझ्यासारखा सभ्य मेव्हणा स्वतःच अफवा पसरवतो. तू गप्प बसलास तर बरं होईल.'' विष्णूने नजर न उचलताच मान डोलावली. अर्थातच, तो गप्प बसणार नव्हताच. तो बोलतच राहणार होता, अजून तिखटमीठ लावून; पण आता त्याला लक्षात आलं की, अशाने काहीतरी परिणाम होतील. ''जर मला तू शालिनी वहिनींना काही त्रास देतो आहेस, असं कळलं, तर मी येईन आणि तुझ्याकडे बघेन. तिला तुझ्या मदतीची गरज आहे. एखाद्या घरातल्या माणसाने जसं तिच्याबरोबर असायला हवं, तसा राहा विष्णू. तिला ते घर खंबीर करायला मदत कर, तुझ्या या थोबाडाने त्याची वाट लावू नकोस.''

विष्णू दात खात होता; पण त्याची मान खाली होती आणि सरताजने सांगितल्याप्रमाणे तोंड बंद होतं. सरताजला खात्री होती की, त्याचा धाक कमी झाला की तो परत तोंड उघडेल. सरताजने त्याच्या गालावर हलकेच थोपटत म्हटलं, ''मी तुझ्यावर लक्ष ठेवेन,'' आणि तो निघून गेला.

घराला पाया आणि राष्ट्राला बाया म्हणजे एखाद्या घराचं स्थैर्य आणि उत्कर्ष त्याच्या पायावर अवलंबून असतो, त्याप्रमाणे देशाचं त्यातल्या स्त्रियांवर. सरताज त्या चिकण्या आणि अजिबात विश्वासार्ह नसलेल्या कमला पांडेचं काय करणार होता? त्याला माँकडून अगदी स्पष्ट सूचना होत्या आणि इतक्या दूर असली तरी व तो वयाने मोठा असला तरी, तिला जे हवं त्याप्रमाणेच सरताज वागणार होता. जितकं होईल तितकं; पण ती भावनाप्रधान होती, ज्या बायका अडचणीत आहेत त्यांना मदत करावीशी वाटणारी. ती वेगळ्या पिढीतली होती आणि तिला कमला पांडे कोणत्या अडचणीत होती, याची कल्पनाही नव्हती. तिला अजिबात कळलं नसतं की, सरताजला कमला पांडेचा किती राग आला होता. एखाद्या मुलीला मदत कर, असं म्हणणं सोपं आहे. तसल्या बाईला सहन करणं फार अवघड होतं.

सरताजने तीन दिवस जाऊ दिले. त्याने त्याची कामं सुरू ठेवली, तपास, अटक, रिपोर्ट लिहिले, प्यायला आणि झोपला. कमला पांडे त्याच्या डोक्यातून गेली नव्हती आणि ती अडचणीत आहे, तिच्या फोनवर घाणेरडे शब्द ऐकल्यामुळे आणि तिचे पैसे काढून घेतले जात असल्यामुळे ती घाबरली आहे, या विचाराने त्याला आनंद होत होता. हो, तिला कळलं पाहिजे, जग तिच्या उपभोगासाठी बनलेलं नाही आहे. हो, तिला हेही कळलं पाहिजे की, तिला जे पाहिजे ते तिला मिळणार नाही आहे. चौथ्या दिवशी, त्याचा हा आनंद ओसरला होता आणि आता त्याची जागा जबाबदारीने घेतली होती.

''सरताज काय झालं आहे?'' माजिद खानने विचारलं.

ते जेवायला बोलावण्याची वाट बघत माजिदच्या बाल्कनीत उभे होते. सरताजचा ब्लॅक लेबलचा दुसरा ग्लास सुरू होता. माजिदने लाल रंगाची शॉर्ट्स घातली होती आणि तो फ्रेश मोसंबी ज्यूस पीत होता. माजिद वयाने मोठ्या मित्राच्या हक्काने बोलत होता. त्याला बरोबर ओळखू यायचं की, सरताज नेहमीपेक्षा जास्त चिडचिडा कधी वाटतो. सरताजने मनातलं सांगेपर्यंत तो त्याचा पिच्छा पुरवायचा. माजिद मागे लागल्यामुळे शेवटी सरताजने त्याला कमला पांडेचं सगळं पुराण सांगितलं. ''ती एक मजेशीर आयटेम आहे. पैशाचा खूप दिखावा करते म्हणून काही लोक त्यातला काही पैसा घेत आहेत,'' सरताज म्हणाला.

माजिदने त्याच्या मिशीला पीळ देत ती वरच्या बाजूला केली. तो जेव्हा गहन विचार करायचा, तेव्हा त्याचा अंगठा आणि तर्जनी मिशीवर आडवी फिरवायचा. माजिद म्हणाला, ''खूपच इंटरेस्टिंग आहे. मला त्या केसमध्ये काही प्रॉब्लेम आहे, असं वाटत नाही.'' त्याच्या म्हणण्याचा अर्थ होता की, स्टेशनमध्ये तक्रार नोंदवली नाही तरी विशेष काही अडचण येणार नव्हती. चांगले पैसे मिळण्याची संधी होती, ज्यामुळे असं ठरवणं शक्य होतं. माजिदने ग्लास वर करत म्हटलं, ''आणि सरताज, जर ती इतकी नमकीन आहे, तर तिचा तपास करण्यातही मजा येईल.''

''अरे, माजिद, मला तिच्यात अजिबात इंटरेस्ट नाहीये.''

आता माजिद जरा ताठ उभा राहून सरताजकडे वळला. ''यार, तूच म्हणालास की, ती सेक्सी आहे. ती सगळीकडे तोंड मारत फिरते आहे. तिला त्याची चटक आहे. मग इंटरेस्ट असणं किंवा नसणं हा प्रश्नच कुठे येतो? तूही घे थोडी मजा.''

माजिदच्या बोलण्यात खूपच तथ्य होतं. जर एखाद्या स्त्रीने एकदा एकनिष्ठता सोडली, तर ती नक्कीच उपलब्ध असते. ब्लॅकमेलर कधी कधी अशा माहितीचा उपयोग करून स्वतः ही मजा घेतात, जे इतराना दिलं जात असतं, ते आपणही उपभोगतात. कमला पांडेच्या ब्लॅकमेलरनी अजून तसं करण्याचा प्रयत्न केला नव्हता; पण कदाचित तिच्याकडचे पैसे संपले तर ते करतीलही. अशा प्रकारेच अर्थव्यवस्था चालते. हिशेब चुकता करण्याचे अनेक मार्ग असतात. सरताज रेलिंगवरून खाली थुंकला आणि म्हणाला, ''माँ म्हणाली, मी तिला मदत केली पाहिजे.''

''अर्थातच ती तसं म्हणणार.''

''पण...''

''तुला तिच्या पैशात इंटरेस्ट नाही, तुला तिच्यात इंटरेस्ट नाही. तर मग नको मदत करूस,'' माजिद म्हणाला.

''हो; पण मग त्या हरामखोर ब्लॅकमेलरचं काय?''

ते दोघं एकमेकांकडे बघत हसले. ते एकमेकांना चांगलं ओळखत होते. त्याच्या मनात काहीही असो; पण सरताजला त्या ब्लॅकमेलरबद्दल चीड होती हे नक्की. त्याला त्यांनी त्याच्या झोनमध्ये, एरियामध्ये, मोहल्ल्यामध्ये असं काही केलेलं अजिबात आवडलं नव्हतं. मादरचोद, भेन्चोद... त्याला त्यांच्या गोट्या दाबून मग ते ओरडतात का रडतात ते बघायची इच्छा होत होती. माजिद शॉर्ट्स खाली त्याची मांडी खाजवत होता, त्यालाही असंच वाटत होतं. सरताजला ते दिसत होतं. माजिदची एक थियरी होती की, सगळ्या चांगल्या पोलिसांच्या आया खूप खंबीर असतात. तो सरताजच्या आईला भेटला होता. त्याची स्वतःची अम्मी पण

एक चिडचिडी म्हातारी होती, जिचा तिच्या सुनांनाही धाक होता आणि ती अजूनही आपल्या नातवंडांची लग्न कोणाला न विचारता ठरवायची. माजिदच्या मते, जी आई घराला शिस्त लावते, स्वच्छता ठेवते, जिचे काय चूक आणि काय बरोबर याबाबतचे विचार स्पष्ट असतात, तीच आपल्या मुलांना चांगला पोलीसवाला होण्यासाठी छान प्रशिक्षण देऊ शकते. त्याला डिपार्टमेंटमधल्या ज्या लोकांचं कौतुक वाटायचं, त्यांची यादीच तो सांगू शकला असता आणि त्यांच्या आयांच्या बद्दलही. सरताजला माजिदच्या या थियरीत काहीतरी गम्य आहे असं वाटलं. उदाहरणार्थ, काटेकरची आई, कणखर होती आणि कुटुंबातली कर्ती बाई होती. तिच्या मृत्यूनंतरही अनेक वर्षं काटेकर तिच्या संतापाबद्दल घाबरून बोलायचा.

माजिद पुढे झुकून सरताजच्या ग्लासला ग्लास टेकवत म्हणाला, ''मला वाटतं, इन्स्पेक्टर सरताज की, जर तुमची माँ तुम्हाला सांगत असेल, तर तुम्ही त्या ब्लॅकमेलर लोकांचा समाचार घेतला पाहिजे.''

सरताजला हे मान्य करावं लागलं. ''मी जेवण झाल्यावर त्या पांडे बाईला फोन करतो,'' तो म्हणाला.

जेवता जेवता सरताजने पाहिलं की, माजिद आणि रेहाना एकमेकांशी वाद घालत होते, ते एकमेकांच्या आई-वडिलांबद्दल किंवा दोघांपैकी कोणाचे आई-वडील जास्त विक्षिप्त होते यावर. त्यांची मुलं हसत होती. माजिदने रेहानाच्या आईच्या कहाण्या सांगितल्या, ज्या सरताजने यापूर्वीही ऐकल्या होत्या; पण तरीही तो हसला. रेहाना तिच्या मुलांशी, फराह आणि इम्तियाजशी खूप मायेने वागायची. सरताजला वाटलं की, या दोघांपैकी कोणीही चांगले पोलीसवाले होणार नाहीत; पण ती पूर्वीच्या आयांच्या सारखं सतत मुलांच्या आयुष्यात डोकावायची नाही, जसं माजिद सांगत होता. उलट ती त्यांच्या मैत्रिणीसारखी होती. तसंही ती मुलं पोलीस फोर्समध्ये करियर करण्याच्या बाबतीत फारशी उत्सुकही नव्हती, ज्यामुळे त्यांच्या वडिलांच्या सरदार मित्रासारखे निकम्मे लोक पैदा होतात.

सरताज घरी निघाला. त्याला वाटेत खूपच ढेकर येत होते. त्याला जाणीव होती की, आपण दारू प्यायलो आहोत, त्यामुळे त्याने कार हळू चालवली. रस्त्यावर पुढच्या आठवड्यात रिलीज होत असलेल्या शाहरुख खानच्या लव्हस्टोरी असलेल्या फिल्मचे मोठे मोठे होर्डिंग लागलेले होते. त्यांच्या मधून गोल चंद्र डोकावत होता. ट्रॅफिक सर्कलच्या पुढे गेल्यावर सरताजने किंचित वाकून पाहिलं आणि त्याला जाणवलं की, त्याच्या लहानपणी जसे हाती रंगवेलेले सिनेमांचे पोस्टर असायचे, त्यापेक्षा आताची पोस्टर खूप चकमकीत असतात. जुन्या पोस्टर्समध्ये धर्मेंद्र एखाद्या परग्रहावरून आलेल्या मोठ्या डोक्याच्या माणसासारखा दिसायचा. प्रेमातही आजकाल जास्त चकमकाट होता किंवा तो तसा वाटायचा तरी. प्रेमाला किती काजळी चढू शकते, ते कमला पांडे शोधत होती. हॉटेलच्या बोडक्या अंधाऱ्या खोल्या कॅमेराच्या लेन्समधून कशा दिसतात ते बघत होती. सरताज एका ट्रॅफिक सिग्नलला शाहरुख खानच्या पोस्टर खाली थांबला, त्याच्या मनात आलं की, तिच्याकडून त्याला काय फायदा होऊ शकतो : त्याला कमला पांडेचं शरीर हवं होतं? तो ते घेईल? सरताजला तसं नको होतं. ती खूप किरकिरी, आत्मकेंद्री आणि वाया गेलेली बाई होती आणि तसंही तिच्याशी सेक्स करणे फारच नाटकी असेल. त्यासाठी इच्छाशक्ती ताणावी लागेल आणि बळ आणावं लागेल. आनंद तर काही मिळणार नाही, उलट थकवा येईल. नाही, जर त्याने तिला मदत केली, तर ती पैशासाठीच असेल, बाकी कशासाठी नाहीच.

सरताज घरी पोहोचला, त्याने शूज आणि सॉक्स काढले आणि कमला पांडेचा नंबर डायल केला. तिने पहिल्याच रिंगला फोन उचलला आणि सरताजला तिच्या 'हॅलो' म्हणण्यातही भीती जाणवली.

''मी इन्स्पेक्टर सरताज सिंग,'' तो म्हणाला. त्याला तिने एक निःश्वास सोडलेला ऐकू आला, जणू काही तिला कोणी छातीत ठोसा लगावला असेल.

''येस,'' ती म्हणाली, ''येस.'' तिच्या आवाजाबरोबरच काहीतरी संभाषण ऐकू येत होतं, संगीत ऐकू येत होतं. तिच्या अगदी जवळच एक माणूस बोलत होता. ते यशस्वी जोडपं एका रेस्टॉरंटमध्ये होतं.

''मला तुम्हाला पुन्हा भेटायचं आहे. त्याच ठिकाणी. चार वाजता.'' ती काहीच बोलली नाही. ''माझं बोलणं ऐकू येतंय का?''

''हो.''

''काळजी करू नका. मी तुम्हाला मदत करणार आहे.''

''ओके. थँक यू,'' ती अगदी सहजपणे बोलल्यासारखं वाटावं म्हणून खूप प्रयत्न करत होती, जसं काही ती तिच्या मैत्रिणीशी पार्लरच्या अपॉइंटमेंटबद्दलच बोलत होती.

''त्यांनी तुम्हाला परत फोन केला होता? फक्त हो किंवा नाही म्हणा.''

''हो.''

''आपण त्याबद्दल उद्या बोलू. रिलॅक्स. त्यांच्या फोन नंबरची लिस्ट आणा सोबत. चार वाजता. त्याच ठिकाणी.''

''ओके, ठीक आहे.''

सरताजने फोन ठेवला. त्याने पाय कॉफी टेबलवर ठेवले आणि कमरेचा बेल्ट सैल केला. त्याने विचार केला की, जेव्हा त्याला या कामाचे पैसे मिळतील, तेव्हा माँला अमृतसरला घेऊन जाईन. तो तिला हरमंदिर साहेबला घेऊन जाईल आणि तिला प्रार्थना करताना पाहील. ती ज्या श्रद्धेने प्रार्थना करायची, ते पाहूनही खूप बरं वाटायचं, मायेची ऊब जाणवायची. कदाचित, तो तिची प्रार्थना करणं कानावर पडतच लहानाचा मोठा झाला होता म्हणून असं असू शकेल किंवा कदाचित त्याच्यामध्येच एक श्रद्धा असावी, कुठेतरी आत खोलवर, विसरली गेलेली आणि जेव्हा ती गुणगुणायची किंवा प्रार्थना गायची तेव्हा आतून प्रतिध्वनी यायचा. काही असलं तरी तो तिला अमृतसरला घेऊन जाईल आणि हा तिचा शेवटचा प्रवास आहे वगैरे म्हणाली, तरी त्याकडे दुर्लक्ष करेल. जर माँला वाटत असेल की, त्याने तिरस्करणीय कमला पांडेला मदत करावी, तर त्या कामातून तिला फायदाही होऊ दे. हेच योग्य झालं असतं, अगदी योग्य.

कमला पांडेने दुसऱ्या दिवशी सिंदूर रेस्टॉरंटला येताना काळा ड्रेस घातला होता. सरताज जेव्हा चार वाजून काही मिनिटांनी पोहोचला, तेव्हा ती किचन जवळच्या टेबलापाशी बसली होती. तिच्या समोर मिनरल वॉटरची बाटली दिसत होती आणि एक अगदी अशक्य लहान आकाराचा मोबाईल फोन. तिने केस आवळून मागे उंचावर पोनीटेल घातला होता आणि सरताजला माहीत होतं की, तिचा काळा ब्लाऊज नक्कीच कॅज्युअल होता; पण ती अजूनही टेलिव्हिजन किंवा एखाद्या म्युझिक चॅनेलवर शोभेल अशी बारीक दिसत होती.

''हॅलो,'' ती म्हणाली, ''आणि थँक्स.'' हसताना मान खाली झुकावायची तिची एक स्टाइल होती, जेणेकरून ती तिच्या मोठ्या मोठ्या डोळ्यांनी तुमच्याकडे वर बघत असेल.

''तुम्ही पैसे आणलेत?'' सरताजने विचारलं. त्याला तिच्याशी फार बोलायचं नव्हतं, अगदी गरजेपुरतं आणि कामासाठी आवश्यक तितकंच. तिने तिच्या बॅगमध्ये हात घातला. या वेळी तिची बॅग चंदेरी नव्हती, जी तिने मागच्या वेळी आणली होती. ही काळी त्रिकोणी होती आणि काहीतरी चकाकणाऱ्या मटेरियलची बनलेली होती. ''आणि फोन नंबर्स?''

''कालच्यापेक्षा पैसे जास्त आहेत,'' ती म्हणाली.

पाकिटात तीस हजार रुपये होते. सरताजने मान डोलवली. ''त्यांनी काल दुपारी फोन केला?''

''हो. एक वाजून पंचवीस मिनिटांनी. तुम्ही जे मला बोलायला सांगितलं होतं, तेच मी त्यांना सांगितलं की, मला पैशांची जमवाजमव करायला थोडा वेळ पाहिजे. ते चांगले लोक नाहीयेत.''

''त्यांनी तुम्हाला शिव्या दिल्या?''

''ते खूप घाणेरडं बोलत होते.''

तिच्या हस्ताक्षरात खूप गोलाई, आडव्या रेघा आणि फराटे होते; पण तिने काटेकोरपणे प्रत्येक फोनकॉलची तारीख, वेळ आणि नंबर सगळं कॉलम करून त्याला वर टायटल देऊन नीट टिपून घेतलं होतं. ''तुम्ही पहिलं पेमेंट कधी केलं?'' सरताजने विचारलं आणि कागदावर लिहून घेतलं. ''आणि जेव्हा त्यांनी फोन केला, तेव्हा तुम्हाला काहीतरी वेगळं ऐकू आलं? काहीही?''

''नाही. मी प्रयत्न केला. कार किंवा एखादी स्कूटर सारखी जात येत होती; पण बाकी काही नाही.''

''प्रयत्न करत राहा. ते खूप घाणेरडं बोलतील, धमक्या देतील. फक्त उशीर करा. मला यात लक्ष घालायला थोडा वेळ पाहिजे. मी तुम्हाला लवकरच फोन करेन.'' सरताजने कागद आणि पाकीट उचललं आणि खुर्ची मागे सारली.

''थांबा!'' तिने पटकन हात पुढे केला आणि नंतर सरताजने तिच्याकडे पाहिल्यावर हात खाली घेतला. ''प्लीज. तुम्ही म्हणाला होतात की, तुम्हाला उमेशला भेटायचं आहे. तो येतोय.''

''इथे?''

''हो. तो इथे चार वाजताच यायला हवा होता. सॉरी,'' ती आता जरा मर्यादेत आल्यासारखी आणि नरम वाटत होती.

''ओके,'' सरताज म्हणाला. त्याने त्याच्या घड्याळावर नजर टाकली आणि ते पुन्हा खाली बसले. सरताजला आता तिच्याशी बोलण्यासारखं काही नव्हतं. ती तिच्या फोनशी खेळत होती, बटणं दाबत, टेक्स्ट मेसेज वाचत होती. नंतर तिने फोन खाली ठेवला आणि तिच्या बॅगमध्ये पाहू लागली. तिने सरताजकडे हळूच नजर टाकली, जो अगदी तटस्थ होता. ती पुन्हा बॅगमध्ये काहीतरी शोधू लागली. ती आता खूप काळजीत पडली होती आणि अस्वस्थ झाली होती. तिच्या आजूबाजूच्या पुरुषांनी शांत बसण्याची तिला सवय नसावी. सरताजला आता मजा येऊ लागली होती. हे थोडं क्रूर होतं; पण तो अगदी गप्प बसला आणि मिनिटं पुढे सरकत होती.

जेव्हा कमला पांडेचे खांदे पडल्यासारखे वाटू लागले आणि ती दुःखी वाटू लागली, तेव्हा सरताजला तिची दया आली. तिला असं खचून गेलेलं बघणं म्हणजे जरा अतिच होत होतं. सरताज म्हणाला, ''उमेशला नेहमीच उशीर होतो का?''

या एका वाक्यानेही तिला टवटवी आली. ''तो त्याच्या फ्लाइटसाठी नेहमी वेळेवर जातो; पण बाकी सगळ्यासाठी नेहमी उशीर करतो. त्याला तयार व्हायला माझ्यापेक्षाही जास्त वेळ लागतो. तुम्ही त्याचं बाथरूम बघायला पाहिजे, एखाद्या केमिस्टच्या दुकानासारखं दिसतं. त्याच्याकडे माझ्यापेक्षा, तुमच्या बायकोपेक्षा आणि पाच बायकांचे एकत्र केले, तर होतील त्यापेक्षा जास्त शॅम्पू आणि कंडिशनर आहेत आणि सेंटही.''

बायकोचा उल्लेख आल्यावर एक क्षण त्याला मोह वाटला; पण त्याने विचार सोडून दिला. तो म्हणाला, ''आणि तो नेहमी फोन करून म्हणतो की, तो वाटेतच आहे, कार मध्ये आहे, लवकर येतोय, पंधरा मिनिटांतच पोहोचेल?''

''हो, हो. नंतर दोन तासांनी उगवतो, काहीतरी स्टोरी तयारच असते उशीर झाल्याबद्दल. मला तर वेड लागायचं.''

ती थोडी उदास झाली; पण तिला भावनांना आवर घालणं जमलं नाही. सरताजला सहानुभूती वाटत होती : नाटकीपणा आणि वेडेपणा दोन्हीचा त्रास होतो; पण एखाद्याला तो वेडेपणा अन्न आणि पाण्याइतकाच आवश्यक असतो. जोवर तुम्ही अपेक्षा करणं सोडत नाही, तोवर अपेक्षाभंग होत राहतो; पण कमला पांडेला अजूनही तिच्या जुन्या प्रियकराच्या वाईट खोडींबद्दल बोलण्यात मजा येत होती, तिला त्यामुळे उत्साह आल्यासारखं वाटत होतं. सरताज म्हणाला, ''कदाचित, त्याला वाटेत कुठे थांबावं लागलं असेल?''

ती खळखळून हसली. ''उमेशकडे नेहमी दोन-तीन उल्लू असतातच. तो फारसं काही लपवतही नाही. तो तुम्हाला असं जाणवून देतो की, अजून योग्य व्यक्ती त्याला भेटलीच नाहीये, कदाचित तुम्हीच ती व्यक्ती आहात जिथे त्याचा शोध संपला आहे. तो पुरेशा प्रामाणिकपणाने हे सांगतो, त्यामुळे तुमचा विश्वास बसतो.''

''शेवटी तुम्हाला सत्य काय ते दिसलंच.''

''खूप उशिरा.''

आणि इतकं सगळं कळूनही तिची त्याच्यासाठीची ओढ कमी होत नव्हती. सरताजला ते उमेश रेस्टॉरंटमध्ये आल्या आल्या लक्षात आलं. उमेशने अत्यंत आत्मविश्वासाने सरताजशी हस्तांदोलन केलं आणि कमला पांडेला तिच्या उघड्या दंडावर स्पर्श केला. ती अगदी दगडासारखी, कठोर राहिली. सरताजला अचानक आठवलं की, कसं त्याच्यापासून दुरावलेल्या मेघाने त्याच्या मनगटाला हलकासा स्पर्श केल्यावर त्याच्या हातातून शिरशिरी आली होती आणि ती त्याच्याकडे झुकली होती. त्याला तिच्याकडे न झुकण्यासाठी खूप प्रयत्न करावा लागला होता आणि आता त्याला या भरकटलेल्या, कोणाची तरी बायको असलेल्या स्त्रीला पाहून सहानुभूतीने त्याच्या घशात आवंढा आला.

''हॅलो,'' उमेश म्हणाला. ''मी ट्रॅफिकमध्ये अडकलो यासाठी काहीतरी कारण द्यायला हवं; पण खरं सांगायचं तर आज सकाळी सकाळी खूपच गोष्टी माझ्या मागे लागल्या. सॉरी.''

तो नक्कीच देखणा होता. त्याने गडद लाल रंगाची जीन्स घातली होती आणि घट्ट पांढरा टीशर्ट. त्यातून त्याचे भरदार खांदे उठून दिसत होते. जीन्स जरा गमतीशीर होती; पण त्याला

चांगली दिसत होती. त्याच्या त्वचेवर एक सोनेरी चमक होती, त्याच्या लांब हातांपासून ते त्याच्या हलक्या तपकिरी डोळ्यांपर्यंत. त्याचे डोळे कमला पांडेच्या डोळ्यांसारखेच होते. तिने नक्कीच त्याच्या डोळ्यांत डोळे घालून पाहताना आपलं प्रतिबिंब पाहिलं असणार. ''बस,'' सरताज म्हणाला. त्या माणसात उघड उघड भुरळ पडण्यासारखं काहीतरी होतं; पण सरताज त्याला बळी पडणार नव्हता.

''मी जस्ट बाथरूमला जाऊन येतो. खूप वेळ लागला मला इथे पोहोचायला,'' उमेश म्हणाला. त्याने त्याचा फोन आणि किल्ल्या टेबलावर ठेवल्या आणि तो घाईने उठला. फोनचं मॉडेल अगदी कमला पांडेच्या फोन सारखंच होतं, सॅटिनी आणि लहान. त्याच्या किल्ल्या कारचं मॉडेल असलेल्या कीचेनमध्ये लावलेल्या होत्या, कोणतीतरी बुटकी आणि फास्ट कार.

''ही पोर्शे आहे. उमेशला कार खूप आवडतात,'' कमला पांडेने माहिती पुरवली.

''हो आणि तो गाडी चालवतो; पण खूप फास्ट?'' सरताजने विचारलं. तिने मानेनेच होकार दिला. सरताजच्या मनात आलं की, ते असेच वेगात त्या गेस्ट हाउसला गेले असणार. ट्रॅफिकमधून वळणं घेत घेत, वेगाच्या नशेत. ''तो कोणती गाडी चालवतो?''

''सिएलो.''

''लाल रंगाची?''

''नाही, नाही. त्याची पँट फक्त लाल आहे. मी त्याला सांगितलं, लाल रंग तुला नाही चांगला दिसत; पण त्याला असं चारचौघात उठून दिसायला आवडतं.''

उमेश परत आला आणि सरताजच्या समोरच्या खुर्चीत अलगद शिरला. तो उंच होता, सहा फूट आणि एक दोन इंच असावा. त्याची कंबर अगदी लहान होती. सरताजने बऱ्याच दिवसांत कोणाची इतकी लहान कंबर पाहिली नव्हती. खांद्यापासून कमरेकडे अगदी उलटा त्रिकोन ठेवल्यासारखा आकार आणि जिममुळे खांदे आडवे झाले होते, पोट अगदी सपाट होतं. जरी कमला पांडेला हा सुपरहिरो आवडत होता, तरी सरताजला तो एखाद्या कार्टूनसारखा वाटला. तिला आता पुन्हा टेन्शन आलं होतं.

''इन्स्पेक्टर साहेब, आता मी तुमच्या समोर हजर आहे, अगदी पूर्णपणे,'' उमेश म्हणाला.

''मला मुख्य कथानक माहीत आहे; पण मला जरा त्या गेस्ट हाउसबद्दल माहिती हवी आहे. त्याचं नाव काय आहे?'' सरताजने विचारलं.

''कोझी नूक गेस्ट हाउस. फ्रीन्चली हिल वर आहे, त्या भव्य फरियास रीझोर्टजवळ. कोझी तसं लहान आहे, खूप गर्दी नसते, व्ह्यू छान आहे. खरंतर, ते एक कॉटेज आहे, त्याचे मालक ते भाड्याने देतात. को-झेड-इ.''

उमेश सरताजच्या नोटबुकमध्ये पाहत होता, ज्यात त्याने आता 'कोझी नूक गेस्ट हाउस' लिहून घेतलं होतं. त्याच्या चेहऱ्यावर हसू होतं आणि त्याचा जोक दुर्बोध इंग्लिशबद्दल होता, त्यामुळे त्याच्यावर रागावणंही शक्य नाही. तो एकूणच खूप छान होता; पण तो चांगला मुलगा होता. सरताजला दिसत होतं की, तो बायकांवर कशी भुरळ पाडत असणार. तो त्यांच्यासमोर त्याच्या सगळ्या चुका कबूल करत असणार आणि त्याच्या भुऱ्या डोळ्यांनी अगदी मन लावून त्यांच्याकडे लक्ष देणार आणि मग हसणार. तुम्हाला भुरळ पडलीच पाहिजे!! ''हो,'' सरताज म्हणाला. ''तुम्हाला कसं वाटलं?''

''माझ्या एका मित्राचा बंगला होता तिथे शेजारी. आम्हाला जाताना नेहमी कोझी वाटेत लागत असे. ते खूप जुनं आहे.''

''तुम्हाला कोणी नवीन वेटर वगैरे दिसले का? स्टाफमध्ये काही बदल झालेला?''

''नाही. मी काही इतकं बारकाईने पाहिलं नाही कधी; पण मला वाटतं की, ते जुनेच लोक आहेत.''

''ते व्हिडिओ कोणी घेतले असतील याची काही कल्पना?''

''नाही सर. तिथे स्टाफ आहे; पण इतर गेस्टही असतात. मला असं विशेष कोणी आठवत नाही.''

''तुम्हाला इतर गेस्टपैकी कोणी ओळखीचं वाटलं नाही?''

''नाही, नाही. कधीच नाही. जर तसं झालं असतं, तर मला नक्की आठवलं असतं.''

''ते व्हिडिओ कोणत्या तारखेला घेतले आहेत ते माहिती आहे का?''

''नाही, तसं सांगता नाही येणार... आणि आम्ही तिथे कधी कधी गेलो त्या तारखा काय मी लिहून ठेवलेल्या नाहीत.''

''तुम्ही या कोझी नूकला किती वेळा गेलात?''

''त्या इतक्या महिन्यांमध्ये? मला माहीत नाही, कदाचित सहा सात वेळा?''

''जास्तच असेल, कदाचित अकरा किंवा बारा वेळा,'' कमला म्हणाली. ''शेवटचं मे महिन्याच्या सुरुवातीला गेलेलो.''

''मला वाटलं, तुमचं सहा महिन्यांपूर्वी ब्रेकअप झालं,'' सरताज म्हणाला.

''हो झालं.''

तर म्हणजे ते इतक्या लांब कोझी नूकला ब्रोकनअप सेक्स करण्यासाठी गेले होते! ते कदाचित तिथे जाईपर्यंत भांडत गेले असतील आणि येताना गप्प बसून आले असतील. कमलाचं आताचं बोलणं पाहता, आता कदाचित त्यांच्यात वाद होईल. कदाचित, अजून ब्रोकन सेक्स; पण कमलाचा विचार केल्यावर त्याला वाटलं, नको व्हायला. अशा व्यवहारांमधून थोडासा आराम मिळू शकतो, विशेषकरून जेव्हा त्यात उमेशसारखा माणूस गुंतलेला असतो. चांगला आहे; पण कणखर नाहीये. मिस्टर पांडे दिसायला चांगला नसला, तरी किमान विसंबता येण्यासारखा होता.

आता सरताजने मिसेस पांडेना विचारलं, ''तुमचा द्वेष कोण करतं?''

''काय?'' कमलाचे खांदे उंचावले आणि तिने त्यांची अशी कमान करून थोडी उमेशकडे वळली.

''तुमचे शत्रू कोण आहेत?'' सरताजने अगदी शांतपणे विचारलं.

''कमला खूप चांगली व्यक्ती आहे,'' उमेश म्हणाला. आता त्याने आपला हात कमलाभोवती टाकला होता, त्याची बोटं तिच्या खांद्यावर टेकली होती. ''मला नाही वाटत, तिला कोणी शत्रू असतील.''

''हो म्हणजे माझी भांडणं झाली आहेत लोकांशी; पण शत्रू?'' कमला म्हणाली.

''प्रत्येकाला शत्रू असतात. ते कोण आहेत हे माहिती असणं चांगलं असतं,'' सरताज म्हणाला.

त्याने असं म्हटल्यावर ते काही क्षण गप्प झाले, जसं काही ते त्यांच्या कोणत्या मित्राने किंवा ओळखीच्या माणसाला अशी सिक्रेट्स माहिती होती की त्याला शत्रू म्हणावं. ''म्हणजे हे पर्सनल असेल, असं वाटतंय तुम्हाला?'' उमेशने विचारलं.

''ब्लॅकमेल साधारणपणे कॅशसाठी केलं जातं; पण कदाचित मित्र आणि शत्रू यांच्याबद्दल विचार करणंही बरं असू शकतं. कोणीही अशी व्यक्ती जिला माहिती असू शकते आणि जिला तुमच्याबद्दल राग आहे किंवा पैशांची अगदी निकड आहे.''

उमेशला जरा धक्काच बसला. ''म्हणजे माझ्याशी कनेक्टेड असलेलं कोणीही पण असू शकतं? ते मग माझ्याकडेही आले असते?''

''तुमचं लग्न झालेलं नाही. त्यातून तुम्ही पुरुष आहात.''

''मी माझ्या आई-वडिलांना आणि बहिणीला आर्थिक आधार देतो. माझ्याकडे फारशी कॅश नाही म्हणून ते जे सोपं टार्गेट आहे तिच्याकडे जातील?''

''तर मग कोण असेल ते?''

दोघं जण आता कमलाकडे बघत होते. तिचे गाल काहीसे उतरले होते, लाल झाले होते आणि सरताजला वाटलं की, ती रडेल. त्या वेळी त्याला ते खरं वाटेल कदाचित; पण तिने स्वतःला सावरलं आणि तिच्या शत्रूचं नाव सांगितलं, ''माझी रसेल म्हणून एक मैत्रीण होती.''

''मग तुम्ही भांडलात?'' सरताज म्हणाला.

''हो.''

''कशाबद्दल?''

कमला त्याच्या या मंदपणावर हसली. फारच घाणेरडे. ''तुम्हाला काय वाटतं?''

अर्थातच, त्या उमेशवरून भांडल्या होत्या. कधी काळी त्यांच्यात खूपच माया होती. कदाचित, अनेक वर्षं आणि नंतर हा देखणा पुरुष त्यांच्यामध्ये आला. ''रसेल तुमची खास मैत्रीण होती?''

''हो.''

''मग?''

''आम्ही दोघी उमेशला एकत्रच भेटलो. एका पार्टीत.''

''आणि रसेलला तो आवडला?''

''अरे, बॉस,'' उमेशमध्ये बोलला, एक हात टेबलवर पसरून. ''मी त्या बाईबरोबर कधी काही केलं नाही. मी तिला काही वेळा कमलाच्या बरोबरच भेटलो आणि माहीत नाही तिने काय समज करून घेतला.''

त्या परिस्थितीत उमेशला काय वाटलं, याने काही फरक पडत नव्हता. ''रसेलला काय वाटत होतं?'' सरताजने कमलाला विचारलं.

''तिला तो आवडला होता.''

''सुरुवातीपासून?''

''हो. आम्ही पार्टीमध्ये पहिल्यांदा त्याला भेटलो, त्यानंतर त्याच्याबद्दल बोललो. तो किती परफेक्ट पुरुष आहे, असंच म्हणत होती ती. मस्क्युलीन तरी सेन्सिटिव्ह.'' ते शेवटचं बोलताना तिने डोळे गोल फिरवले.

''आणि मग?''

''जे व्हायचं, ते झालं.''

''तू रसेलला कधी सांगितलंस?''

तिला नक्की कधी सांगितलं तेसुद्धा आठवत होतं. ''दोन महिन्यांनी, एका रविवारी मी फ्लाइटवरून परत आले आणि सरळ तिच्या घरी गेले. मला आता ते सहन होत नव्हतं.''

''आणि?''

''तिने मला निघून जायला सांगितलं. ती पुन्हा कधीच माझ्याशी बोलली नाही.''

''ती इतकी रागावली होती का?''

''तिचा दोन वर्षांपूर्वी डिव्होर्स झाला होता आणि तिला कोणी कधी आवडलं नव्हतं.''

''उमेश भेटेपर्यंत.''

''हो, उमेश भेटेपर्यंत.''

उमेशला त्याच्या मोहिनीने स्त्रियांना एकमेकीचा तिरस्कार करावासा वाटावा, या गोष्टीने त्याला आत्मसंतुष्टी वगैरे झाली नाही. तो उत्सुक होता, त्याचा विश्वास बसत नव्हता. तो म्हणाला, ''तरीही, रसेल इतक्या खालच्या पातळीवर उतरेल याच्यावर विश्वास ठेवणं कठीण आहे म्हणजे ब्लॅकमेलसारखं काही...''

''ती एकटीच आहे, जिला आमच्याबद्दल माहीत आहे,'' कमला खिन्नपणे म्हणाली.

हो, कमलाला रसेलच्या रागाची चांगलीच कल्पना होती आणि मैत्रीचे तुटलेले धागे अजूनही जपून कपाटात मागे ठेवले असतील. जुने फोटो, एकमेकींना भेट दिलेले शर्ट्स, सिंगापूरला हिवाळ्याची सुट्टी घालवून येताना आठवणीने आणलेल्या भेटवस्तू, सगळं कटुतेच्या धगीत दिवस-रात्र जळत होतं, त्यामुळे शेवटी ब्लॅकमेल हाच शेवटचा उपाय उरला होता. त्याच्यामुळे पैसे मिळतील म्हणून नव्हे; पण त्यामुळे दुःख, अपमान होईल म्हणून. पैसा होताच; पण दुःखावर फुंकर आणि मनःशांती दुसऱ्या कशामुळे तरी मिळणार होती. हो, कमलाला समजलं. रसेलकडे हेतू होता आणि संधीही. तिच्यावर केस करण्यासाठी पुरेसं नव्हतं; पण तपास करण्यासाठी नक्कीच पुरेसं होतं.

''मला रसेलची थोडी माहिती द्या प्लीज.''

कमलाने तिच्या सुंदर अक्षरात पटकन आठवून सगळं लिहिलं.'

''ठीक आहे, मी तपास करतो. मिस्टर उमेश, तुमचा मोबाईल नंबर?'' सरताज म्हणाला.

''इतकंच?''

''आतासाठी पुरेसं आहे.''

''मला वाटलं, तुम्हाला खूप गोष्टी जाणून घ्यायच्या असतील.''

''मला काही विचारायचं असेल, तर मी तुम्हाला फोन करेन. नंबर?'' सरताजने उमेशचा नंबर लिहून घेतला आणि त्याची नोटबुक बंद केली. तो कमलाला म्हणाला, ''मी काय सांगितलं ते आठवतं आहे ना? ऐका. फक्त ऐका आणि त्यांना घाबरू नका. ते दाखवतील की, ते कठोर आहेत; पण त्यांना तुमची गरज आहे. मी संपर्कात राहीन.''

''म्हणजे तुम्ही आता त्यांच्या फोनकॉल्सचा तपास करणार?'' उमेश म्हणाला. ''ते ज्या नंबरवरून फोन करतात, त्यांचा मागोवा घेणार?'' जरी तो या सगळ्यात थेट गुंतलेला

होता, तरी तो तपासाची प्रक्रिया आणि आता पुढे गोष्टीत काय मजा येऊ शकते, या विचाराने थरारून गेला.

''तसंच काहीतरी,'' सरताज म्हणाला. ''तुम्हाला डिटेक्टीव्ह सिनेमे आवडतात?''

''फक्त हॉलिवूडचे. इंडियन सिनेमे इतके वाईट बनवलेले असतात.''

यावर नाही म्हणण्यासारखं काही नव्हतंच. ''खरंय,'' सरताज म्हणाला, ''पण कधी कधी इंडियन सिनेमे बरोबरच असतात.''

उमेशचा यावर अजिबात विश्वास नव्हता; पण त्याने सोडून दिलं. ''तुम्ही कमलाला त्यांना का सांगू देत नाही की, ती पैसे देणार आहे आणि नंतर जेव्हा ते पैसे घ्यायला येतील, तेव्हा त्यांना अटक करा.''

''कारण, त्यांना ते अपेक्षित असतं आणि ते तसं होऊ नये म्हणून आधीच काळजी घेत असतात म्हणूनच त्यांनी तिच्याकडून पहिल्यांदा पैसे घेण्यासाठी त्या छोकऱ्याला पाठवलं होतं. हे लोक काळजी घेतायत. खूप रिस्की आहे हे. त्यांना असं सावध कशाला करायचं?''

''ते तेवढे चलाख आहेत?''

''आहेत; पण तितकेही नाहीत,'' सरताज म्हणाला. ''आपण पकडू त्यांना. त्याच्यावर काम करू जरा.''

उमेशच्या चेहऱ्यावर थोडी संशयाची झाक आली. सरताजने उठून बाय केलं आणि त्या दोघांना तिथे एकत्र, अस्वस्थ पण एकमेकांना साजेसे, सोडून निघून गेला. बाहेर, कलत्या दुपारचं ऊन होतं. त्याने आपला गॉगल चढवला. त्याला अचानक जाणवलं की, आपला गॉगल तसा जुन्या फॅशनचा झालाय, दोन वर्षं झाली याला, कदाचित जास्तच. बहुतेक आता नवीन गॉगल घ्यायची वेळ झाली होती; पण त्याला या जुन्या, चरे पडलेल्या काळ्या गॉगलबद्दल फार प्रेम वाटायचं. त्याच्या मनात संमिश्र भावना होत्या आणि जुन्या, सवयीच्या आणि छान बसणाऱ्या गॉगलबद्दल बोलण्यासारखं नक्कीच काहीतरी होतं. स्टाइल करायची तर मेहनत घ्यायला हवी आणि परत महाग पडणार, ते करण्याचं आता त्याचं वय उरलं नव्हतं आणि तेवढे पैसेही नव्हते. सरताज स्वतःशीच हसला, 'काय बोअरिंग आणि बुद्धासारखा वयस्क झालोय मी,' असं म्हणत त्याने गाडी स्टार्ट केली. कमला पांडेला तपशिलांच्या बाबतीत डोकं चांगलं होतं; पण त्या ब्लॅकमेलरनी चांगलीच काळजी घेतली होती. तिला येणारे फोनकॉल्स उत्तरेकडील उपनगरांत पसरलेले होते, पूर्व-पश्चिम दोन्ही भागांत. प्रत्येक नंबरवरून फक्त एक फोन करण्यात आला होता. सरताजला त्या फोनकॉल्सवरून एक लक्षात आलं की, सगळे कॉल्स एकतर सकाळी लवकर आलेले होते, सकाळी आठ ते दहामध्ये नाहीतर संध्याकाळी सहानंतर. याचाच अर्थ ते ब्लॅकमेल करणारे लोक नोकरी करणारे होते. या बरोबरच आपल्या रोजीरोटीची काळजीही घेत होते ते.

''हे सगळे पीसीओ आहेत, मला खात्री आहे,'' कांबळे म्हणाला.

''हं, मला माहीत आहे,'' सरताज म्हणाला. त्याने त्या संध्याकाळी कांबळेला तपासासाठी लावलं होतं. कांबळे या कामात सहभागी व्हायला लगेच तयार होता. कारण, यातून जे पैसे मिळतील त्यात सरताज त्याला चाळीस टक्के देणार होता; पण कांबळे बरोबर काम करायचं म्हणजे डिलाइट डान्स बारमध्ये दारू प्यायची आणि त्याच्या गर्लफ्रेंड्सपासून तो कुठे जातो हे लपवायचा प्रयत्न करायचा. आधीच सांगितल्याप्रमाणे, सरताज कांबळे

त्या संध्याकाळी कुठे होता, याबद्दल त्यातल्या दोन मुलींशी खोटं बोलला होता. सरताज आता त्याला म्हणाला, ''प्रत्येक ठिकाणाहून फक्त एकेक फोनकॉल आलाय म्हणजे त्या ब्लॅकमेलर्सना नक्की कोणी कुठून फोन केला, ते आठवत असण्याची शक्यता कमी आहे; पण आपण ते सगळे पीसीओ बघू, सुरुवात अगदी शेवटी केलेल्या कॉलपासून करू या. तुला पश्चिम पाहिजे का पूर्व?''

''पश्चिम, बॉस,'' कांबळे आता डान्स फ्लोअरवर 'आजा गुफ़ाओ में आ'च्या तालावर गिरक्या घेणाऱ्या तीन डान्सर्सकडे अधाशासारखा बघत होता. त्यांच्या घागऱ्यांचे चमचमणारे निळे, गुलाबी आणि हिरवे रंग बघायला छान वाटत होतं, सरताजला ते मान्य करावं लागलं. त्या अगदी तरुण होत्या; पण अजून रात्र सुरूच झाली नव्हती. डिलाइट डान्स बार जवळजवळ रिकामाच होता आणि त्यांच्या अदा दाखवण्यात फारसा उत्साह दिसत नव्हता. कांबळेकडे पाहून त्याला त्यांच्यात उत्साह भरावा, असं वाटत होतं, हे दिसत होतं, अगदी काहीही करून आणि त्याने ते नक्की केलंच असतं, यात शंका नव्हती.

''ठीक आहे, मी पूर्व घेतो. उद्या भेटू,'' सरताज म्हणाला.

''अरे, थांबा,'' कांबळेच्या दृष्टीने अजून रात्र झाली नव्हती.

''उद्या लवकर उठावं लागेल. जास्तीचं काम करायचं आहे ना.''

''जास्तीचं काम दररोज असतं. माझ्याबरोबर अजून एक ड्रिंक घ्या.''

''माझी लिमिट झाली,'' सरताज उठला.

''तुम्हाला तुमच्या आयुष्यात थोडा सेक्स केला पाहिजे.''

''कोणा बरोबर?''

''यांच्यातल्या कोणाही बरोबर.''

''काही चान्स नाही.''

''काय, तुम्हाला काय वाटलं की, त्यांना तुम्ही आवडणार नाही? बॉस, काळजी नको. त्या तुम्हाला खाऊन टाकतील.''

''तेच तर.''

''खूप सोपं हवंय? मग ज्यांना तुम्ही नको आहे अशी निवडा; पण तुम्हाला या खेळात परत उतरावंच लागेल, मिस्टर सिंग.''

''मी? का?''

''मग दुसरं आहे काय?''

खरंय. दुसरं काय आहे? रिटायरमेंट किंवा माघार. मॉंकडे तिचा धर्म होता; पण ते पापाजींच्या बरोबर पूर्ण आयुष्य काढल्यानंतर. तुम्ही या खेळातून इतक्या लहान वयात बाहेर पडू शकता? एखाद्या संन्यास्याप्रमाणे सगळं सोडून देऊन पर्वतावर जायचं? नाही, सरताजला माहीत होतं, तो हे करू शकणार नाही; पण तो आता डिलाइटमधून बाहेर पडणार होता. तो खूप दमला होता आणि त्याला आता घरी जायचं होतं. त्याने ग्लास वर केला, संपवला. ''थँक्स, उद्या भेटू मग,'' तो म्हणाला.

कांबळेला फारसा आनंद झाला नाही; पण त्याने तसं दाखवलं नाही. तो नेहमीसारखा दात दाखवत हसला. ''उद्या. आपण उद्या बघू,'' कांबळे म्हणाला.

सरताजने त्या रात्री झोपण्याआधी इफ्फात बीबीला फोन केला. तिने त्याला काटेकर गेल्यानंतर लगेच सांत्वनपर फोन केला होता. तिला माहिती होतं की, ते दोघे खूप वर्षं एकत्र काम करत होते; पण तिला कसं कोण जाणे काटेकरच्या लहान मुलांबद्दलही समजलं होतं आणि तिने बऱ्यापैकी मध्यम रक्कम मदत म्हणून देऊ केली होती. सरताजने पुन्हा तिला नकार दिला होता; पण त्यानंतर ते बऱ्याच वेळा फोनवर बोलत होते. ती कपटी, गमतीशीर होती आणि तिच्याकडे भूतकाळातल्या अपराधी आणि पोलिसांबद्दलच्या खूप कहाण्या होत्या. तिने त्याला अनेकदा थोडी फार गुप्त माहिती, अफवा, ठिकाणं, नाव देऊ केलं होतं आणि त्याबदल्यात काही न मागता, फक्त तिच्या कंपनीची जी मुलं सरताजच्या लॉक अपमध्ये असतील त्यांना त्यांच्या घरच्या लोकांना भेटण्यात थोडी सूट द्यायला सांगितली होती. तिने दिलेली माहिती अगदी अचूक आणि उपयोगाची होती; पण कधीही मोठ्या केसेस किंवा अगदी नाठाळ अपराध्यांबद्दल नव्हती. अगदी सहज सोपेपणाने जी देता येईल, ती माहिती होती. सरताजला त्यांचा हा व्यवहार योग्य होता, असं वाटलं, ज्यात दोन्ही बाजूंना विशेष काही उपकारांचं ओझं नव्हतं. काही झालं तरी, ती पापाजींबद्दल बोलायची ते ऐकायला छान वाटायचं. असं वाटलं की, पापाजी तिच्याशी त्यांच्या सगळ्या केसेसबद्दल बोलले होते आणि सरताजला आता हळूहळू त्याच्या वयस्क वडिलांची प्रतिमा सापडत असल्यासारखं वाटलं, जी आता कुठेही सापडणार नव्हती. सरताजला लक्षात आलं की, पापाजींची डबल ब्रेस्ट कोट आणि खास बनवून घेतलेल्या शूजची हौस पाहून ते थोडे हौशी आहेत, असं वाटायचं, तसं नव्हतं. ते थोडे गर्विष्ठ होते; पण त्यांना त्यांच्या कामाच्या बाबतीत कोणताही इगो नव्हता. त्यांना त्याचं कार्यक्षेत्र माहीत होतं, अपराधी आणि बळी पडलेला, दोघेही या पुढे काय पाऊल उचलतील हे त्यांना अंतःप्रेरणेने समजायचं. त्यांनी केलेल्या अटकांचा गाजावाजा व्हायचा नाही; पण त्यांचं प्रमाण खूप होतं, त्यात सातत्य होतं आणि खरेपणा होता; छोटीमोठी कामं साचवून वार्षिक अहवाल भरण्यासाठी केलेलं काम नसायचं. त्यांना कपड्यांचा शौक होता; पण तरी लोक त्यांचा आदर करायचे. त्यांच्या स्वतःबाबतच्या बढाईमुळे ते प्रामाणिक राहिले, अगदी त्यांच्या करियरमध्ये त्यामुळे खूप फरक पडेल इतके. त्यांना ही कल्पनाच सहन व्हायची नाही की, सरदार तेजपाल सिंगना कोणी एखाद्या दुकानात जाऊन पाव किंवा सिगारेटचं पाकीट विकत घेतल्यासारखं विकत घेईल. त्यांच्या या अभिमानामुळे त्यांनी कधी वरिष्ठांची हांजी हांजी केली नाही. ते कधीतरी एखादी छोटीशी मदत मागायचे; पण तेवढंच, त्याहून पुढे जास्त काही नाही. त्यांना कोणाचा पिच्छा पुरवणं, खुशामत करणं, पैसे खाणं हे जमलंच नाही.

''इतके हट्टी होते,'' इफ्फात बीबी आता म्हणाली, ''पण त्यांनी नेहमी आपली मान ताठ ठेवली, त्यामुळे त्यांचं काही फार चांगलं झालं असंही नाही.''

''ठीक आहे ना बीबी, प्रत्येकालाच तुमच्या भावासारखा टर्नओव्हर करायचा नसतो. किती आहे त्याचा टर्न ओव्हर?''

''काल काही न्यूजपेपरमध्ये आलं होतं, आठ हजार करोड म्हणून.''

''ते न्यूजपेपरमधलं झालं. तुम्हाला काय वाटतं?''

ती किंचित फुरफुरली. ''बच्चा, मी पडले म्हातारी बाई, मला पैशांचे हिशेब माहीत नाहीत; पण पुरेसा आहे.''

''पुरेसा कशासाठी? कोणी आठ हजार करोड घेऊन काय करणार आहे?''

''प्रत्येकाला थोडं जास्त हवं असतं. तुम्हाला गरजेच्या असतात त्या गोष्टींसाठीच असं नाही; पण हव्याहव्याशा असणाऱ्या गोष्टींसाठी लागतं. अगदी तुझे सरदार साहेब.''

''तुम्हाला काय म्हणायचं आहे?''

''अरे, काही नाही, मी असंच म्हणत होते.''

सरताजच्या पाठीत अस्वस्थतेची शिरशिरी गेली. तो उठून बसला. ''नाही, तुम्ही असंच म्हणत नव्हतात. तुम्हाला नक्की काय म्हणायचं आहे ते मला सांगा.''

''काहीही नाही.''

''नाही, मला सांगा. इफ्फात बीबी, मला वेडा बनवायचा प्रयत्न करू नका. काय आहे?''

''बेटा, तू राईचा पहाड करतो आहेस. मी त्यांना वचन दिलेलं की, मी ती गोष्ट कोणाला सांगणार नाही म्हणून.''

''काय आहे ते? कोणी बाई? बायका?''

''अरे, काय भलते सलते विचार करतोस तू? तसं काही नाही!''

''मग काय? मला सांगा.''

''तू खरंच राईचा पहाड करतो आहेस.''

''काय?''

''त्यांना जुगार खेळायला आवडायचा.''

''जुगार?''

''हो. त्यांना घोडे आवडायचे. ते घोड्यांच्या शर्यतीवर पैसे लावायचे.''

''ते रेस कोर्सला जायचे?''

''नाही, कधीच नाही. ते गेले असते तर कोणीतरी पाहून तुझ्या आईला सांगितलं असतं. माझा एक मुलगा होता, तो त्यांच्यासाठी पैसे लावायचा.''

हो, माँने तिच्या निर्वासितांच्या काटकसरी पायी, तिच्या घरात जुगाराला थारा दिला नसता. ती लॉटरीची तिकिटं विकत घ्यायलाही नाही म्हणायची. कारण, तिच्या मते तो पैशांचा पूर्ण अपव्यय होता आणि जर कोणाला वाटत असेल की, एक रुपया देऊन एक करोड मिळतील, तर तो झल्ला होता आणि एक पापाजी होते, जे जुगारात नियमित पैसे उडवायचे; पण त्यांना घोडे आवडायचे. त्यांना ते घोडेस्वारी शिकले नाहीत, या गोष्टीचं नेहमी वाईट वाटायचं. नाश्त्याच्या वेळी, टेबलावर न्यूजपेपर अलगद उलगडून ते खेळाच्या पानावरचा घोड्याचा फोटो दाखवून म्हणायचे, ''बघ, किती सुंदर आहे!'' आणि माँ, सरताज त्यावर कधीच काही बोलायचे नाहीत किंवा लक्ष द्यायचे नाहीत. कारण, पापाजी हे असं वर्षानुवर्षं म्हणत आले होते म्हणूनच घराच्या बाहेर त्यांचं एक गुप्त आयुष्य होतं किंवा किमान एक गुप्त बाजू तरी. सरताजने घसा खाकरला आणि विचारलं, ''ते खूप हरायचे का जुगारात?''

''हरायचे? नाही, त्यांनी सुरुवातीपासूनच इतके पैसे कधीच लावले नाहीत. त्यांचं पन्नास रुपयांचं लिमिट होतं आणि नंतर त्यांनी ते वाढवून शंभर केलं; पण त्यांना रेसिंगमधलं कळायचं. हरले त्यापेक्षा जास्त जिंकले त्यांनी पैसे. खरंतर, खूप जास्त जिंकले.''

पापाजी जिंकले तर त्यांचं आपलंच एक जग होतं, तिथे त्यांचेच नियम आणि तंत्र होती, विशिष्ट इतिहास, हार-जीत होती आणि ते त्यात विजयी झाले होते. त्यांनी संधीचा

फायदा घेतला होता आणि डाव नेस्तनाबूत केला होता. सरताजला माया, जुन्या आठवणी आणि रुखरुख या सगळ्या गोष्टीचं एकत्र भरतं आलं. त्याचे डोळे भरून आले आणि त्याने फोन एक क्षण दूर धरला, जेणेकरून त्याच्या भावनांचा कढ इफ्फात बीबीला जाणवू नये.

''सरताज?''

''हो, बीबी. मी फक्त विचार करत होतो, हा म्हातारा माणूस एक नमुनाच होता.''

''संपूर्ण नमूना! पण ऐक, हे तुझ्या आईला सांगू नको, ठीक आहे?''

''मी नाही सांगणार.''

त्या रात्री नंतर सरताजला वाटलं की, माँला अगोदरच माहीत असेल का. ती आणि पापाजी यांच्यात आपले आपले वाद होते, रुसवे फुगवे होते, ज्यांचा सरताजला कधी उलगडा झाला नाही. त्याने कधी कधी बंद दरवाजामागे त्यांचे आवाज वाढलेले ऐकले होते आणि त्यांच्यातलं एक भांडण तर तीन दिवस टिकलं होतं; पण सरताजला समजलं नाही की, ते सुरू का झालं होतं आणि कसं संपलं तेही. हे कोणत्याही नवरा-बायकोच्या बाबतीत अगदी सामान्य होतं आणि त्यांनी एकमेकांबरोबर चाळीस वर्षं संसार केला होता. कदाचित, पापाजींना त्यांच्या घोड्यांचं प्रेम होतं व त्याबद्दल त्यांनी मौन बाळगलं किंवा ते माँला माहिती होतं; पण तिला माहिती करून घ्यायचं नव्हतं. कदाचित, असेच ते एकमेकांबरोबर आनंदी होते; पण जेव्हा सरताजच्या वाढदिवसाला पापाजींनी सगळ्यात मोठा आणि सगळ्यात महाग मेकॅनो सेट आणला होता, तेव्हा तिला आश्चर्य नाही वाटलं? इतका मोठा मेकॅनो कोणीही पाहिला नव्हता. पापाजींनी सरताजला त्यांच्या खांद्यावर उचलून घेतलं होतं आणि पापाजी सगळ्यांना हॅलो-जी करत होते, तेव्हा तो त्यांच्यासारखंच हॅलो-जी म्हणत होता. सगळे खूप हसले होते आणि आनंदात होते. बहुतेक पापाजींचे बरेच घोडे त्या दिवशी जिंकले असावेत. सरताज आणि पापाजी दोघे त्या रात्री उशिरापर्यंत जागून लाल-हिरव्या रंगाचं एक घर आणि त्याच्याभोवती मोठी भिंत बनवत होते. माँ त्यांच्या जवळच बसली होती आणि अंगण कुठे असायला हवं, गेट कुठे असायला हवं ते सांगत होती. पापाजींना छतावर ध्वजाचा खांब लावायचा होता; पण माँ म्हणाली की, त्यामुळे ते घर एखाद्या सरकारी इमारतीसारखं वाटेल. पापाजी आणि सरताजने खूप मेहनत केली, शेवटचा हात फिरवला, एक खरंच उघडझाप होणारं गेट, चौकीदारासाठी एक छोटी शेड केली होती. माँने सरताजला झोपायला नेईपर्यंत सगळं पूर्ण करू दिलं होतं.

दुसऱ्या दिवशी सकाळी सरताजसाठी स्टेशनवर एक निरोप वाट बघत होता. निरोप मेरीकडून होता : 'उद्या संध्याकाळी यारी रोडच्या अपार्टमेंटला या.' बास इतकाच. सरताजने निरोप लिहिलेला कागद उलटून पाहिला, तो कोड्यातच पडला. मग त्याने त्या चिठ्ठीची नीट घडी घालून खिशात ठेवली. कांबळेने पाहिलं नाही या गोष्टीचं त्याला बरं वाटलं, नाहीतर उरलेला दिवस कांबळेचे घोची, मेरी आणि खासगी भेटी यांच्यावरचे जोक सहन करावे लागले असते.

सरताज दुपारभर या पीसीओवरून त्या पीसीओवर हिंडत होता आणि सगळीकडे त्याला कोऱ्या आणि गोंधळलेल्या नजरांना सामोरं जावं लागलं. फिल्मसिटी जवळच्या एका दुकानाच्या साठीतल्या, तांबडे केस असलेल्या एका मालकिणीने पान तोंडात टाकत

स्पष्टच सांगितलं, ''बाबा, मला माहीत आहे की, तो कॉल परवाच केलाय; पण तूच पाहा ना, दिवसभरात किती लोक इथून फोन करतात. मी त्यांच्या तोंडाकडे बघत बसत नाही. ते येतात, फोन करतात आणि मला पैसे देतात. बास. मला आज कोण कोण आलं हेसुद्धा आठवत नाही.'' तिने तिच्या पुढ्यातल्या इलेक्ट्रोनिक मीटरमध्ये वाकून पाहिलं आणि म्हणाली, ''आज एव्हाना एकशे तीस फोन कॉल झालेत आणि संध्याकाळी सगळ्यात जास्त गर्दीची वेळ असते.'' तिच्या केसांचा रंग खोटं बोलत असला, तरी ती खोटं बोलत नव्हती.

''तुमचा धंदा चांगला होतो,'' सरताज म्हणाला.

''प्रत्येकाला घरी फोन करायचा असतो,'' ती म्हणाली.

तिच्या दोन फोनच्या समोर सुतारांची छोटीशी रांग लागली होती आणि त्यांचं पोलिसांच्या प्रश्नोत्तारांकडे लक्ष नव्हतं. ते पंजाबी होते, सावळे, दाढीचे खुंट वाढलेले. तीन दुकानं पलीकडे ते शेल्फ बनवत होते, तिथून आले होते. त्यांना मुंबईमध्ये शीख पोलीस इन्स्पेक्टर पाहून कुतूहल वाटत होतं; पण पोलीस इन्स्पेक्टरशी बोलायला त्यांना खूप भीती वाटत होती. त्यांची कुटुंबं बहुदा गुरदासपूर किंवा अमृतसरला होती आणि ते काळजी घ्यायला शिकले होते.

सरताज पुढच्या पीसीओवर गेला. तो एकूण एकोणीस पीसीओवर गेला आणि सगळीकडे तसेच बायका-पुरुष शहरभर, देशभरात फोन करताना दिसले. कोणत्याच दुकानदाराला किंवा कॅशियरला इतक्या हजार लोकांमधले ते दोन जण आठवले नाहीत. सात वाजता सरताजने काम थांबवलं आणि तो यारी रोडला गेला. ट्रॅफिक खूप होतं. सरताज सबवे ओलांडून गेला, तोवर संधिप्रकाशाच्या केशरी छटा हळूहळू नाहीशा होत होत्या. लिफ्टमधला बल्ब लागत नव्हता, त्यामुळे सरताजला बटणांशी खुडबुड करावी लागली; पण मेरीकडे दिवे होते. तिने दार उघडलं तेव्हा ड्रॉइंग रूममध्ये लख्ख उजेड होता आणि ती सरताजकडे पाहून हसली. तिच्या एका हातात झाडू होता आणि तिने ओढणी डोक्याभोवती घट्ट गुंडाळली होती. या अवतारात ती त्याला झाशीच्या राणी सारखीच वाटली. ''हॅलो, हॅलो,'' मेरीने हसत म्हटलं, ''आणि सत श्री अकाल. आत या.''

''हॅलो,'' सरताज म्हणाला. ड्रॉइंग रूममध्ये सगळीकडे बॉक्स पसरले होते; पण ती एकदम साफसूफ केली होती. मेरीने दिवसरात्र खपून सफाई केली होती; पण आता ती जरा आरामात, आनंदी दिसत होती. ''तुमच्याकडे इलेक्ट्रीसिटी आहे.''

''जानाची एक मैत्रीण बीएसईएसमध्ये आहे. मी जुनी सगळी बिलं भरली आणि तिच्या मैत्रिणीने सगळं परत चालू करून दिलं.''

जाना अशी प्रॅक्टिकल बाई होती की, अर्थातच तिची अशी कोणी मैत्रीण असणार जी काही आठवडे किंवा काही महिन्यांऐवजी काही दिवसांतच बीएसईएसमधून कनेक्शन पुन्हा चालू करून देईल. बेडरूममधून खूप मोठ्याने सिनेमाची गाणी ऐकू येत होती. ''जाना शूज आवरते आहे का?''

मेरीने डोळे मिचकावले आणि मानेनेच 'हो' म्हटलं, ''आणि कपडेही. ती दर दोन मिनिटांनी नाराज होतेय. कारण, जोजो तिच्यापेक्षा खूप बारीक होती, तिचे कपडे हिला बसतच नाहीयेत. या ना...'' तिने पुढे होऊन जानाला हाक मारली. ''जाना! जाना!''

जानाने पण ओढणी कानामागे बांधली होती, एकदम कामात व्यस्त असलेल्या बाईसारखी दिसत होती. तिने मानेला हलका झटका देत सरताजला 'हॅलो' म्हटलं आणि त्याला स्टडीमध्ये घेऊन गेली. ''आम्ही इथूनच सफाईला सुरुवात केली,'' जाना म्हणाली. ''कारण, बहुतेक आम्ही हे सगळे कागद आणि फाइल्स वगैरे फेकूनच देणार होतो.''

''आम्ही फेकतच होतो तितक्यात जानाला एक गोष्ट दिसली,'' मेरी म्हणाली.

त्या दोघींना स्वतःच्या कामगिरीचा आनंद झाला होता आणि त्यांनी काय पाहिलं, ते सरताजला सांगण्यातही; पण त्यांना ती गोष्ट शोधून काढल्याचा, समजल्याचा जास्त आनंद होता. सरताजने अगदी तितक्याच उत्सुकतेने विचारलं, ''तिने काय पाहिलं?''

फाइल्सच्या कपाटावरून जानाने एक पाकीट काढलं. त्यातून तिने एक फोटो बाहेर काढला आणि अगदी कौतुकाने दाखवला, ''हे! हे सापडलं आणि हे पण,'' असं म्हणून तिने दुसरा फोटो बाहेर काढला.

तिने हातात धरलेला फोटो नीट बघण्यासाठी सरताजने हात पुढे केला. एक मुलगी. मॉडेलच्या पोझमध्ये एक मुलगी, तिच्या खांद्यांवरून पाहत होती. ती खास आकर्षक नव्हती.

''हा फोटो बेडरूममधल्या टेबलाच्या ड्रॉवरमध्ये होता. काही बिलांच्या वगैरे खाली,'' मेरी म्हणाली.

''हं.'' सरताज आठवण्याचा प्रयत्न करत होता की, जेव्हा त्याने आणि काटेकरने इकडे सर्च घेतला, तेव्हा हे फोटो पाहिले होते का. त्या फोटोंमध्ये विशेष असं काही नव्हतं, आठवणीत राहण्यासारखं. ''मग?''

जानाला खूप आश्चर्य वाटलं. ''तुम्ही तिला ओळखलं नाहीत?'' असं म्हणत तिने दुसरा फोटो वर केला.

सरताजने तो फोटो तिच्या हातातून घेतला. हा पोर्ट्रेट फोटो होता, तिचे केस खांद्यावरून पुढे आलेले आणि मादक भाव असलेला. त्याने तो पलटून पाहिला. त्याच्यावर चांगल्या अक्षरात नाव लिहिलेलं होतं, ''जामिला मिर्झा.'' सरताजला त्यातून काही कळलं नाही. ''ही कोण आहे?''

आता जाना आणि मेरी दोघीही, पुरुषांच्या मूर्खपणाला सामोरं गेल्यास ज्या सहनशीलपणे आणि संयमाने बघतील, त्याच नजरेने त्याच्याकडे बघत होत्या. जानाने अजून एक पेपर पुढे केला. ''ही पैशांची यादी आहे. मला वाटतं, ही पेमेंट असावीत आणि ती अनेक महिने, वर्षं केलेली दिसतायत. पासपोर्टच्या पानांच्या झेरॉक्स, बघा... तीच मुलगी. विमानाच्या तिकिटांच्या कॉपीज, सिंगापूरच्या. ती खूप वेळा गेली आहे, बघा... कधी कधी दर महिन्याला. हे काय असंच नाहीये. ती रेग्युलर गर्लफ्रेंड होती.''

''पण, जोजो गायतोंडेकडे मुली पाठवायची हे आम्हाला माहिती आहे. ही मुलगी त्यांच्यातलीच एक आहे.''

''पण तुम्हाला ही कोण आहे माहीत आहे का?'' जाना म्हणाली.

''जामिला मिर्झा?''

''ती ते होती. नंतर ती झोया मिर्झा झाली.''

''मिस इंडिया? ती नटी?''

''हो. तीच ती.''

सरताजला आता थोडं साम्य वाटलं; पण त्याला अजूनही खात्री नव्हती. त्याने जामिला मिर्झाच्या कमरेकडे बोट दाखवलं आणि म्हणाला, ''ही खूप जाड आहे.''

''लायपोसक्शन,'' जाना म्हणाली. ''कदाचित, शेवटच्या बरगड्या काढल्या आहेत.''

मेरीने त्या फोटोवर बोटाने दाखवत म्हटलं, ''नक्कीच नाकही बदललं आहे आणि कपाळ मोठं केलं आहे.''

''तिची हनुवटीही बदलली आहे,'' जाना म्हणाली, ''बघा, इथे थोडी लांब आहे आणि जबडे अरुंद केलेत म्हणजे आता आपल्याला ही आधीची झोया मिळाली आहे, आम्ही तिला तुमच्याकडे देतो. तुम्ही तिचं काय होतं ते आम्हाला सांगायचं, ओके? तुम्हाला जे काही सापडेल, तुम्ही आम्हाला सांगायला हवं. प्रॉमिस?'' जाना, नक्कीच स्टारडस्टची खूप जुनी आणि नियमित वाचक असणार. तिला अशा स्टार लोकांच्या गोष्टींची खूप उत्सुकता होती.

''पण तुम्हाला खात्री आहे की हीच ती आहे?''

''हो,'' दोघी एकदमच बोलल्या.

दोघी अगदी एक्स्पर्ट असल्यासारख्या खात्रीने बोलत होत्या आणि त्यांना खात्री होती. हे त्यांचं काम होतं. सरताजला त्यांच्यावर विश्वास ठेवावाच लागला. ''फारच छान, मला हे कधीच दिसलं नसतं,'' तो म्हणाला.

मेरी खळखळून हसली आणि तिने त्याच्या हाताला स्पर्श केला, मनगटापाशी. ती म्हणाली, ''ते ठीक आहे. पुरुषांना कधीच दिसत नाही.''

गणेश गायतोंडेला पुन्हा रिक्रूट केले

''एका गुरुवारच्या दुपारी मला अटक झाली. ते मला अटक करायला माझ्या गोपाळमठमधल्या घरी आले. माझ्या दरबारात पोलीसवाले नेहमी येत. त्यांना माझा पत्ता बरोबर माहीत होता की, मी कुठे राहतो. मी तसंही कधी लपून बसलो नव्हतो. ते कधी कधी माझ्या मुलांपैकी कोणाला तरी शोधत येत असत, कधी कधी मला प्रश्न विचारत, कधी गुपचूपपणे माझ्याकडे एखादी मदत मागत. मी नेहमी त्यांचं स्वागतच केलं, चहापाणी केलं आणि त्यांच्या प्रश्नांना उत्तरं देऊन त्यांना वाटेला लावलं. या वेळी तो मुच्छड माजिद खान आणि माझ्या ओळखीचे नसलेले तीन सब इन्स्पेक्टर होते. त्यांच्याबरोबर दहा कॉन्स्टेबलही होते. सगळे साध्या कपड्यातले पोलीस. ''बसा, बसा,'' मी म्हणालो. ''अरे, जरा कोल्डड्रिंक्स आणा,'' मी माझ्या मुलांना हाक मारली.

पण माजिद खान बसला नाही. त्याच्या बरोबरचे पोलीस खोलीभर पसरले आणि माजिद खान म्हणाला, ''परूळकर साहेबांनी आज सकाळी वॉरंट काढलंय. मला तुम्हाला अटक करावी लागेल.''

''तुमचे परूळकर साहेब वेडे आहेत, मादरजात. त्यांच्याकडे माझ्याविरुद्ध एकसुद्धा पुरावा नाहीये. एकही साक्षीदार नाही,'' मी म्हटलं.

''आता त्यांच्याकडे पुरावा आहे,'' माजिद खान म्हणाला. ''आम्ही त्या चुतीया नीलेश ढालेला मागच्या आठवड्यातच मालाडहून उचललं आहे. त्याच्याकडे अंगावर एक पिस्तुल होतं आणि एक त्याच्या सुटकेसमध्ये सापडलं म्हणून परूळकर साहेबांनी तुम्हाला गुन्हेगारांना थारा दिल्याबद्दल, त्यांच्या गुन्ह्यांमध्ये सहभाग असल्याबद्दल आणि अवैध हत्यारं बाळगल्याप्रकरणी अटक करायला सांगितलं आहे. त्याच्याकडे सुटकेसमध्ये पिस्तूल सापडलं म्हणजे त्याची वाहतूक केली जात होती, त्यामुळे हत्यारांची वाहतूक आणि विक्री केल्याबद्दलही. यामुळे तो देश-विरोधी कारवायांमध्ये सक्रिय होईल. त्याला अजून काय हवं? दोन कानाखाली लावल्यावर ढाले पोपटासारखा बोलायला लागलाय. उद्यापर्यंत परूळकर साहेबांनी तुम्हाला महात्मा गांधींच्या खुनाचा कट रचल्याप्रकरणी गोवलेलं असेल.''

''मी त्या हरामखोर ढालेला कोणतंही पिस्तूल दिलेलं नाही, नाही का? या असल्या फालतू कारणासाठी तू मला अटक करणार आहेस का? परूळकरना यातलं काही सिद्ध करता येणार नाही.''

''यातलं काही सिद्ध करण्याची गरजच नाही, हे तुम्हाला माहीत आहे. त्यांनी काय करायला हवं आहे, तर तुम्हाला थोडे दिवस आत टाकायला हवंय. तुम्हाला चांगलं माहीत आहे ते.''

मला ते चांगलंच माहिती होतं : मला टाडा लावला होता आणि टाडाखाली थोडे दिवस म्हणजे दहा एक वर्षं लागू शकतात. या कायद्याखाली ते मला संपूर्ण खटल्यादरम्यान जेलमध्ये ठेवू शकतात, जामीन नाही काही नाही, अगदी खटल्याला सहा किंवा दहा वर्षं लागली तरी. खटला संपेल त्या वेळी शेवटी तुम्ही अगदी निर्दोष जरी सुटलात, तरी तुमची अनेक वर्षं गजाआड गेलेली असतात म्हणूनच या टाडाच्या भीतीपोटी आणि खोट्या एन्काउंटरच्या भीतीपोटी सुलेमान इसा आणि त्याचे मुख्य शिलेदार परदेशी पळून गेले होते. माजिद खान माझा बऱ्यापैकी आदर करणारा होता; पण तो एक लहान इन्स्पेक्टर होता. त्याला माझे रक्षकांबरोबरचे संबंध माहिती होते. रक्षक पुढच्या वर्षीच्या निवडणुकांमध्ये सत्तेत आलेच असते; पण आता राज्यात काँग्रेसचं सरकार होतं आणि त्याचे परूळकर साहेब त्यांचे खास होते आणि म्हणून मला आत जायला हवं होतं.

''चुपचाप चला,'' माजिद खान भिन्नतेने म्हणाला. ''माझे साध्या कपड्यातले दहा लोक अजून बाहेर आहेत. सगळे सशस्त्र आहेत. कॉर्नरजवळ दोन मिनिटांच्या अंतरावर अजून दोन व्हॅन उभ्या आहेत. जरासाही गोंधळ झाला, तरी आपल्याला दोघांनाही नको असणारं युद्ध होईल.''

बंटी आणि अजून दोन मुलं दारात पोलिसांना सामोरी उभी होती म्हणून तो हे बोलत होता. माझ्या चेहऱ्यावरच्या भावांतून त्यांना लक्षात आलं की, काहीतरी गडबड होती. मला बाहेरून गोंधळ गडबड आणि पळापळीचा आवाज ऐकू येत होता. बंटी आणि मुलं विरोध करू शकली असती; पण मी मेलो असतो. माजिद खानकडे पाहून ते मला समजून चुकलं होतं. तो त्याच्या भविष्याची काळजी म्हणून थोडी काळजी घेत होता; पण जर वेळ पडलीच, तर तो त्याच्या बॉसचा माणूस होता आणि त्याने आपलं पिस्तूल उगारलं असतं. जर त्याने मला गोळ्या घातल्या असत्या, तर बऱ्याच लोकांना आनंद झाला असता : सुलेमान इसा, परूळकर आणि त्याचे पोलिसातले मित्र, इसाच्या लोकांनी भरलेलं काँग्रेस सरकार, आम्हाला महिनोंमहिने पैसे देणारे किमान डझनभर तरी इंडस्ट्रियालिस्ट असे अनेक लोक खूश झाले असते. नाही, विरोध करणं ही मोठी चूक ठरली असती आणि या जन्मात मी ज्या धंद्याशी लग्न केलं होतं, त्यामुळे जेल हीच माझी सासुरवाडी होती. मी यातूनही सहज तरून जाणार होतो. कारण, मी गणेश गायतोंडे होतो म्हणून मी बंटीला शांत राहायला सांगितलं आणि परिस्थिती काळजीपूर्वकपणे हाताळायला सांगितली. मी माझ्या बायकोचा आणि मुलाचा पटकन निरोप घेतला आणि त्यांच्यासोबत गेलो.

पोलिसांकडे चौदा दिवसांची रिमांड ऑर्डर होती आणि त्यांनी ती सहा वेळा पुन्हा पुन्हा वाढवून घेतली. अठ्ठेचाळीस दिवस मी कैलाशपाड्याजवळ सावराच्या पोलीस लॉक-अपमध्ये होतो. त्यात एक दहा बाय दहाची खोली, एक घाणेरडी चटई होती, घाणेरड्या पाण्याचा एक डेरा, एक बादली, मुतण्यासाठी जमिनीत एक वास मारणारं भोक आणि मी होतो. परूळकरनी माझी इतर मुलं जी लॉक-अपमधून आता जेलमध्ये निघाली होती, त्यांच्यापासून मला दूर एकट्याला ठेवलं. माझ्या मित्रांपासून आणि शत्रूंपासूनही दूर. ते मला हातापायात बेड्या आणि डोक्यावर बुरखा घालून मला कोर्टात नेत. जीपमध्ये पाच रायफलधारी पोलीस आणि मी एकटाच असे. परूळकर मला म्हणाले, ''तू आमचा विशेष पाहुणा आहेस. आमचा व्हीआयपी पाहुणा.'' कोर्टात जायचो त्या वेळीच फक्त मला सूर्यप्रकाश जाणवायचा, तरीही कोर्टाच्या या खेपांच्या दरम्यान ते माझं एन्काउंटर करतील याची मला भीती असायची. बातमी

अशी आली असती : गणेश गायतोंडेच्या लोकांनी त्याची सुटका करण्याचा प्रयत्न केला, गणेश गायतोंडेने पळून जाण्याचा प्रयत्न केला म्हणून आम्हाला त्याला गोळ्या घालाव्या लागल्या. अनेक वर्षं मी माझ्या मुलांच्या गराड्यात असायचो, मला त्यांच्या शस्त्रांचं संरक्षण असायचं आणि आता मला पूर्णपणे एकटा असणे म्हणजे काय असतं, हे पुन्हा नव्याने समजत होतं. दररोज मी माझ्या कोठडीबाहेरच्या ट्यूबलाइटच्या पकपकण्याच्या आवाजाने जागा व्हायचो आणि मृत्यूची अपेक्षा करायचो. खूप काळ मृत्यू माझ्या जवळपास होता; पण मला आता त्याची प्रकर्षाने जाणीव होत होती. मी एकेक पाऊल त्याच्या दिशेने चालतो आहे, असं वाटत होतं. परूळकरच्या एखाद्या माणसाचं माझ्याकडे लक्ष जायचा अवकाश होता; अंधार आणि उजेडाच्या मधली ही पुसट रेषाही नाहीशी झाली असती. प्रत्येक रात्री मला झोपायची भीती वाटायची. कारण, दुसऱ्या दिवशी मला जाग येईल का, हेच मला माहिती नसायचं.

आणि दररोज, ते माझी चौकशी करत होते. दिवसा माजिद खान आणि इतर कोणी इन्स्पेक्टर असायचा. चौकशी लवकर आटोपून जायची. त्यांच्या अनेक चहाच्या फेऱ्या होत. मी मेलेल्या शूटर्सबद्दल काहीतरी कहाण्या रचून सांगे. ते माझ्यावर दबाव आणायचे, मला भराभर प्रश्न विचारायचे आणि माझी जराजरी छोटीशी चूक होतेय असं वाटलं की, मला कचाट्यात पकडायचे. ''पण काल तर तू म्हणालास की, संदीप अगरवालने बडा बदरियाकडून जूनमध्ये पैसे घेतले, मग त्याने एप्रिलमध्ये कसं त्याचं कर्ज फेडलं असेल?'' ते हुशार होते; पण माझ्या इतके नाही. मी त्यांना अशा गोष्टी रचून सांगायचो, मला मजा यायची. माझी स्मृती एकदम चांगली होती, मला मी रचलेल्या सगळ्या गोष्टींमधले संबंध लक्षात होते आणि म्हणून माझ्या सांगण्यात सातत्य होतं. मी त्यांना चीड आणली, चक्रावून टाकलं. कोठडीत कोंदट हवेत गुदमरण्यापेक्षा चौकशीच्या खोलीत बरं वाटायचं, खिडक्या उघड्या असायच्या आणि बाहेरच्या झाडांचे बोडके दिसायचे, मोकळी हवा मिळायची. मात्र त्यांच्या त्या पोलिसी कुतूहलामुळे आणि माझ्याकडून मला माहिती असलेली प्रत्येक गोष्टी वदवून घेण्यासाठी त्यांनी माझ्यावर कधी हात उचलला नाही. त्यांना त्यांच्या आयुष्याची, करियरची काळजी पडली होती. जर माझे रक्षक मित्र उद्या मंत्री झाले आणि मी या पोलीसवाल्यांची दुष्ट वागणूक लक्षात ठेवली, तर त्यांची उद्याच्या उद्याच औरंगाबादला बदली झाली असती म्हणून आम्ही एकत्र होतो. ते माझ्यासाठी रस्त्यापलीकडच्या हॉटेलमधून चांगलं जेवण, पान, धुतलेले चांगले कपडे सगळं आणवून द्यायचे. लॉक-अपमधल्या पहिल्या रात्रीच माझी पोटदुखी सुरू झाली होती. त्यासाठी पुदिनाच्या गोळ्या आणि जलजीरा मागवून द्यायचे.

पण जेव्हा परूळकर चौकशी करत, त्या वेळी वेगळाच डाव असायचा. ते नेहमी रात्री चौकशी करत. ते एका हाताच्या खुर्चीत बसत, त्यांचे शूज काढलेले असत आणि अगदी आरामात असत. ते मला खोलीच्या मध्यभागी टांगलेल्या दिव्याच्या खाली उभं करत. त्यांचे दोन इन्स्पेक्टर नेहमी माझ्या मागे उभे राहत. एखाद्या मित्राने पुढच्या शनिवारी आपल्याला लोणावळ्याला जाण्याविषयी प्रश्न विचारावेत तितक्या सहजपणे, शांतपणे ते प्रश्न विचारत; पण नंतर, फटके पडत. अचानक माझ्या पोटऱ्यांवर दणके बसत, ज्यामुळे मी तोल जाऊन पुढे ढकलला जाई. माझ्या पाठीवर थडाथड फटके बसत आणि माझा श्वास कोंडल्यासारखा होई. मी पुन्हा पुन्हा गुडघ्यांवर बसत होतो, धाप लागून जमिनीवर पडत होतो. मला त्याचा खूप राग येत होता, तिरस्कार वाटू लागला होता. त्यांनी प्रत्येक वेळी मला जमिनीवरून उचललं आणि ते पुन्हा सुरू झाले. प्रश्न, प्रश्न!! परूळकरचा चेहरा प्रकाशाच्या वर्तुळांमागे दिसत नव्हता,

त्याचं पोट माझ्या दिशेने होतं. मी तग धरून होतो. माझ्या डोक्यामागे खणखणाऱ्या बेड्यांचा आवाज मला ऐकूही येत नव्हता. मला बसणाऱ्या फटक्यांमुळे डोळ्यातून पाणी घळघळा वाहत होतं, डोळ्यातून आगीचे लोळ उठत होते. जेव्हा एकदा माजिद खान परूळकरांच्या सेशनदरम्यान उपस्थित होता, तेव्हा माझ्या पाठीवर पडणाऱ्या लहान लहान गुद्यांमधून माझ्याबद्दलचा त्याचा तिरस्कार जाणवत होता, त्याचा सगळा राग तो केवळ त्याचं अस्तित्व टिकून राहावं म्हणून लपवत होता. जेव्हा त्याला परूळकरांनी त्याला मोकळीक दिली, तेव्हा त्याने खूप जोरात मारलं. पाचव्या चौकशी सत्रामध्ये हरामखोर परूळकर माझ्यावर हसू लागला, ''बघा, महान श्री. गणेश गायतोंडे एखाद्या लहान मुलीसारखा रडतोय, त्याला रडताना बघा...'' मी रडत नव्हतो. मी माझ्या गालावरून ओघळणारे अश्रू पुसत होतो; पण ते अश्रू माझ्या कानाखाली होणाऱ्या कडकड आवाजामुळे येत होते, शरीराची अगदी सहजपणे येणारी प्रतिक्रिया होती ती. डोळ्यांत कोळशाचे कण गेले, तर डोळ्यांतून पाणी येईलच ना, त्याचप्रमाणे आताही येत होतं आणि त्याचा रडण्याशी काही संबंध नव्हता; पण त्या मादरचोद परूळकरला मात्र खात्रीच होती की मी रडत होतो. तो माझ्यावर हसण्यासाठी त्याच्या खुर्चीत पुढे झुकला. त्याचं डुकरासारखं नाक, छोटे छोटे दात बघून मला वाटलं की, तो मला ठार मारणार होता. तो सुलेमान इसाचा माणूस होता आणि तो त्याच्या राजकीय मालकांचा गुलाम होता, त्यांना बांधील होता. त्याच्या हाताखालच्या लोकांना मला इजा करायला भीती वाटत होती; पण याची मला इजा करण्याची तयारी होती, तो माझी हाडं मोडत होता. फक्त कानाखाली थप्पड मारून किंवा पट्ट्याने मारून त्याचं समाधान होत नव्हतं, तर तो माझ्या तळव्यांवर लाठीने मारायचा आणि माझ्या गोट्यांना इलेक्ट्रिक शॉक द्यायचा. माझी कणभरही भीती वाटू नये, इतका तो त्याच्या मित्रपक्षाबरोबर पुढे निघून गेलेला होता. त्याच्यात आणि माझ्यात कोणताही समझोता होणार नव्हता आणि तो मला त्रास देणारच होता.

म्हणून मी त्याला बरं वाटावं म्हणून रडायचं ठरवलं. तो फार जुना मुरलेला खेळाडू होता आणि म्हणून मी अगदी योग्यप्रकारे खेळायचं ठरवलं. त्याने आजवर हजारो लोकांची चौकशी केली होती, प्रत्येकाची हाडं मोडली होती, त्याला बोलतं केलं होतं. तो इतक्या रँकवर चढत गेला होता. कारण, तो लोचटपणाने त्याच्या चाणाक्ष नजरेच्या साहाय्याने सगळ्या डावांतून अगदी सहजपणे निसटला होता. जर मी खूप रडलो किंवा अगदी सहजपणे रडलो, तर त्याला ते खोटं आहे, फसवं आहे हे कळलं असतं म्हणून मी बरोबर त्याच्या विरुद्ध केलं. मला लाज वाटत होती, मी ते लपवण्याचा प्रयत्न करत होतो आणि धीर एकवटण्याचा प्रयत्न करत होतो, असं दाखवलं. मला पडणाऱ्या रट्ट्यामुळे मी दबलो होतो, त्यामुळे खचत होतो असं दाखवलं. मी त्याला त्याचा विजय मिळू दिला; सहजपणेच पण त्याने त्यासाठी मेहनतही केलेलीच होती. जेव्हा अखेरीस मी दयेची भीक मागितली, तेव्हा तो अभिमानाने, समाधानाने फुलून गेला. ''मला काहीतरी दे मग,'' तो म्हणाला. ''तू मला काहीतरी दे तर मी तुला तुझ्या कोठडीत पाठवतो. उद्या तुला डॉक्टरकडेही जाता येईल आणि पोटासाठी औषधही मिळेल. तुझं जे जे दुखतंय ते ते दाखव डॉक्टरला,'' परूळकर म्हणाला. मी त्याला हवं ते दिलं. दोन शूटर्स, तीन हजार रुपयांना ज्यांना भाड्याने घेऊ शकतो, असे गुंड दिले. ते सगळ्यांसाठीच काम करायचे, सुलेमान इसासाठी, आमच्यासाठी, कोणासाठीही, ते विकले जाऊ शकत होते. परूळकरला थोडी शांती मिळावी म्हणून मला माझ्या कोठडीत रेडिओ मिळावा, डॉक्टरकडे जायला मिळावं म्हणून मी त्यांची नावं सांगितली. जेव्हा ते लोक कुठे झोपतात ती तीन

ठिकाणं त्याला सांगितली, तेव्हा तर तो खूप खूश झाला. जेव्हा, त्यांनी त्यांना त्याच रात्री उचललं आणि सूर्य उगवण्यापूर्वीच त्यांचं एन्काउंटर केलं, तेव्हा तर तो अजूनच खूश झाला. त्यांनी संध्याकाळीच रिपोर्टर्सना टीप दिलेली असणार. कारण, दुसऱ्या दिवशीच्या दुपारच्या पेपरला बातमी आलेली होती, अगदी एन्काउंटरमध्ये मारल्या गेलेल्यांच्या फोटो सकट!

आता त्याला त्याच्या माझ्यावरच्या त्याच्या ताकदीबाबत आत्मविश्वास वाटू लागला. दुसऱ्याच दिवशी दुपारी, त्यांनी मला डॉक्टरला दाखवलं. एक डॉक्टर स्टेशनला आला आणि मला परूळकरच्या ऑफिस शेजारच्या खोलीत भेटला. त्याने माझं पोट तपासलं, काही औषधं लिहून दिली आणि तुम्हाला खूप ताणतणाव आहे, असं म्हणून निघून गेला. ज्या कॉन्स्टेबलने मला त्या खोलीत नेल होतं आणि माझ्या तपासणीदरम्यान तिथे थांबला होता, त्याच्याकडे मी त्या औषधाच्या चिठ्ठ्या दिल्या. त्याचं नाव साळवे होतं. मी साळवेशी बोललो. मी त्याला माझी औषधं आणायला सांगितली आणि माझा वकील त्याला पैसे देईल, असं सांगितलं आणि असंही म्हणालो की, त्याला अजूनही काही मदत लागली तर साळवे माझ्यावर विसंबू शकतो, आम्ही मित्र होऊ शकतो. ज्या कलियुगात आपण राहतो आहे, त्या जगात मित्र असणं चांगली गोष्ट असते; पण साळवे घाबरलेला होता, तरी त्याने ऐकून घेतलं. माझ्या वकिलाने त्याला औषधांचे पैसे दिले आणि टीप म्हणून त्याच्या दसपट रक्कमही दिली. त्याने साळवेला सांगितलं की, हे भाईकडून भेट असं समज. साळवेसारखा माणूस, ज्याला तीन मुलं आहेत, बायको, आई, रिटायर बाप आणि मोठं कुटुंब आहे, विधवा बहीण आहे, तिची मुलं आहेत, अशा माणसाला त्या पैशाची गरज असते. त्याला ते लागतातच म्हणून साळवेने पैसे घेतले आणि मला बाहेर माझ्या मुलांशी संपर्क साधण्यासाठी एक दुवा मिळाला. माझ्या वकिलानेही यापूर्वी खबरी, बातम्या आणल्या होत्या; पण आता साळवे होता हे चांगलंच होतं. तो रोज लॉक-अपमध्ये यायचा. मला इकडून तिकडे घेऊन जायचा, माझ्यासाठी जेवण-पाणी, रेडिओसाठी सेल, कंपनीच्या खबरी, प्रश्न, विनंत्या सगळं पोहोचवायचा. आम्ही आधी त्याचा वापर करताना जरा सावध होतो; पण जसे जसे त्याने आमच्याकडून अजून पैसे घेतले, तो आमचाच झाला. माझ्या रिमांडच्या शेवटी शेवटी तर मला असं वाटायला लागलं की, मी साळवे आणि माझा वकील यांच्या माध्यमातून माझी कंपनी पुन्हा चालवत होतो. मी पुन्हा जोडला गेलो होतो.

पण संपर्काच्या या देवाणघेवाणीमुळे, माझ्या कोठडीच्या चार भिंतीतून काय सुटका झाली नाही. रात्रीच्या शांततेत दूर पायऱ्यांवर होणारे बुटांचे आवाज माझ्या कवटीतून आत शिरत आणि मला अस्वस्थ होई, मी झोपू शकत नसे. दुपारी, मी फरशीवर झोपत असे, जेणेकरून माझ्या अंगाला थोडा गारवा लागेल. एकटं राहायचं विसरूनच गेलो होतो मी. इतकी वर्षं मी माझी मुलं, माझी बायको, माझा मुलगा यांच्याबरोबर, त्यांच्या खूप जवळ राहिलो होतो की, आता या कोठडीत मला मी अंधाराच्या पोकळीत खोलवर पडत असल्याचा भास होई. त्यांनी मला अंधाऱ्या कोपऱ्याच्या पलीकडच्या कोठडीत, मुख्य दारापासून दूर आणि इतर कैद्यांच्यापासून दूर ठेवलं होतं. मी एकटा होतो. रेडिओ खरखर करायचा, आवाज यायचा नाही. मी किमान हजार वेळा तरी त्याचा अँटेना ॲडजेस्ट करायचा प्रयत्न केला असेल, मी रेडिओ भिंतीला चिकटून ठेवायचो, मग आवाज थोडा मोठा यायचा. नंतर, जेव्हा एखादं गाणं ऐकू यायचं, मी जुन्या आठवणींच्या भोवऱ्यात ओढला जायचो. साठच्या दशकातली सुंदर गाणी ऐकून, मी माझेच दहा वर्षांपूर्वीचे, एक महिन्यापूर्वीचे

दिवस पुन्हा जगायचो. जेव्हा ते गाणं संपायचं, माझ्या डोक्यात प्रश्नांचं मोहोळ उठायचं, बांडगुळासारखे प्रश्न डोक्यात चिकटून राहायचे : भविष्यात काय होणार आहे? भूतकाळात काय चुकलं, ज्यामुळे मी इथे पोहोचलो? मी सुलेमान इसापेक्षा जास्त ताकदवान आणि प्रसिद्ध का नव्हतो? माझी कंपनी ताकद आणि प्रामुख्याच्या बाबतीत तीन किंवा चार नंबरला का होती? शस्त्रास्त्रांच्या तस्करीमुळे मला जास्त ताकदवान होता येईल का? जेव्हापासून मी बिपीन भोसले आणि शर्जाजींच्या बरोबर काम करायला लागलो होतो, मला वाटू लागलं होतं की, मी खूप मोठ्या डावात ओढला गेलो होतो, इतक्या मोठ्या डावात की त्यापुढे माझी आतापर्यंत इतकी प्रगती होऊनही मला खुजं वाटू लागलं होतं. मी पुन्हा लहान झालो होतो, असं वाटत होतं, त्याच वेळी ते फार भीतिदायक, थरारकही होतं. या भव्य वादळी युद्धात, भोसले आणि शर्माजी माझे मित्र होते. मी त्यांच्याशी संधान बांधलं होतं, त्यांनी मला निवडलं तशी मी त्यांची निवड केली होती. ते माझ्या बाजूने होते, माझ्या टीममध्ये होते; पण या सगळ्याचा उद्देश काय होता? याचा अंत काय असणार होता? का? का? हा 'का' माझ्या डोक्यात भुंग्यासारखा रुंजी घालत होता, एखादा पिंजऱ्यात सापडलेला उंदीर धडपड करावा तसा. का? आणि याच 'का'च्या करवती दातांमुळे डोक्याला शतं पडली होती, डोक्यातली पोकळी अगदी तीव्र आणि दुखरी झाली होती. या पोकळीला भरून काढेल, अशी एकच गोष्ट होती आणि ती म्हणजे प्रेम, त्यावर दुसऱ्या दिवशी सकाळपर्यंत थोडा आराम मिळत असे.

दर आठवड्याला सुभद्रा माझ्या मुलाला घेऊन स्टेशनला येत असे. ती तर रोजही आली असती; पण परूळकरने तिच्या भेटींचा वापर तरफेसारखा केला. मी त्याला माहिती देऊ लागल्यानंतर त्याने आठवड्याच्या या भेटी देऊ केल्या आणि म्हणाला की, मी जर त्याला पूर्ण सहकार्य केलं, तर तो मला माझ्या बायकोला आणि मुलाला नेहमी नेहमी भेटू देईल; पण मी त्याला जास्त माहितीही देत नव्हतो, त्याला वाटलं की, मी नखरे करत होतो; पण मी त्याचा बाप होतो म्हणून आम्ही, मी आणि परूळकर, आमचा खेळ खेळत होतो आणि मी सोमवार ते सोमवार माझ्या घरच्या लोकांची वाट बघायचो.

माझं माझ्या मुलावर खूप प्रेम होतं. त्याचं नाव अभिजय होतं आणि त्याच्यामुळे मी अगदी असाहाय्य व्हायचो. मला यापूर्वी अनेक लोकांवर प्रेम केलं आहे असं वाटायचं; पण आता मला लक्षात आलं की, मला एकतर त्यांची गरज होती किंवा मी त्यांच्यावर विसंबून होतो, बास इतकंच. प्रेम काय असतं, हे मला आजवर माहितीच नव्हतं. जेव्हा सिनेमात प्रेम वगैरे दाखवलं जायचं, खरं प्रेम असेल तर तुम्ही फक्त दुसऱ्याच्या आनंदाचा विचार करता. मी आजवर असल्या सगळ्या गोष्टींची वल्गना केली होती की, कमजोर स्त्रिया आणि पुरुषांच्या या सगळ्या कविकल्पना आहेत म्हणून; पण आता, माझ्या कुशीत त्या छोट्या जीवाला घेतलं की, मला ते सगळं खरं वाटत होतं. तो एक वर्षाचा होता, अगदी छान आत्मविश्वास असलेला. तो माझ्या चेहऱ्यापर्यंत येऊन गालांवर वाढलेल्या दाढीच्या खुंटावर हात घासायचा आणि खुदुखुदु हसायचा. मला माझ्या छातीतून अगदी हलके उमाळे येत असल्यासारखे वाटायचे, ते माझ्या पाठीच्या कण्यातूनही जाणवायचे. माणसाचं त्याच्या रक्ताशी इतकं घट्ट बंधन असतं, अगदी खोलवर, मुळापर्यंत. मी अनवधानाने बाप झालो होतो; पण त्या छोट्याशा मुलामुळे मला जाणीव झाली की, बाप होणं ही इतकी मुळापर्यंत स्पर्श करणारी संवेदना असते. मी त्याला माझ्याशी काहीही करू द्यायचो आणि मीही त्याच्याशी काहीही

खेळायचो. त्याच्याबरोबर असताना मला कोणतीही जहागिरी राखायची नव्हती की माझा अधिकार दाखवायचा नव्हता.

पण मी सुभद्राला सांगितलं की, तिने या पोलिसांच्या गलिच्छ साम्राज्यात येताना स्वतःची आब राखली पाहिजे, कणखर व्हायला शिकलं पाहिजे, कंपनीतल्या मुलांची आई झालं पाहिजे. आमच्या अभिजयच्या व्यतिरिक्त तिचे इतरही शेकडो मुलगे होते, ते आमच्या कंपनीची ताकद होती. मी तिला सांगितलं की, तिला माझी इज्जत लॉक-अपच्या आत आणि बाहेर, दोन्हीकडे सांभाळायला लागेल, तिला कणखर व्हावं लागेल. ती आता अजूनच परिपक्व दिसत होती, वयस्क नाही; पण आता तिच्या चेहऱ्यावरचा बालिशपणा जाऊन थोडी अनुभवाची झाक उमटली होती. ती आता वेगळीच सुभद्रा दिसत होती, अल्लडपणा कमी झाला होता आणि एक समजूतदार, कणखर सुभद्रा दिसत होती. ही नवी सुभद्रा शांतपणे ऐकून घ्यायची, चांगला सल्ला द्यायची आणि बाहेर जाऊन मुलांना काय करायला हवं ते बरोबर सांगायची. बंटी माझा मुख्य आधार होता; पण सुभद्राही माझ्यासाठी तितकाच महत्त्वाचा आधार होती, ते सगळ्यांना माहिती होतं. कंपनीतल्या मुलांनी ही गोष्ट स्वाभाविक असल्याप्रमाणे स्वीकारली; पण तिने मात्र मला आश्चर्याचा धक्का दिला. मला मात्र या गोष्टीचा अभिमानच वाटत होता की, ज्या गायतोंडेला कधी असा आश्चर्याचा धक्काही बसला नव्हता, त्या गायतोंडेची या दोन नाजूक जीवांनी विकेट घेतलेली होती.

ते दोघं आता खेळ खेळत होते. सुभद्रा तिचा चेहरा हातामागे लपवत होती आणि मग हात बाजूला करत होती आणि अभी प्रत्येक वेळी ते पाहून हसत होता. त्यांना पाहून मला समाधान वाटत होतं. ''तुमचं पोट कसं आहे आता?'' सुभद्राने तिच्या हातांच्या आडूनच विचारलं. ती खूप चांगली मुलगी होती. ती माझ्यासाठी भरपूर आलुबुखारे घेऊन आली होती, तिच्या मते ते खाऊन माझी पोटदुखी कमी झाली असती. मी तिच्याबरोबर गप्पा मारल्या, माझ्या मुलाला खेळवलं आणि मी आनंदात होतो.

आणि जेव्हा माझी बायको आणि मुलगा गेले होते, जेव्हा परूळकरने माझ्यावरचं लक्ष काढून घेतलं होतं, जेव्हा माजिद खानने त्याचा विषारी विनम्रपणा बाजूला ठेवला होता, जेव्हा साळवे आणि त्याचा आज्ञाधारकपणा गेले होते, जेव्हा आता मी माझ्या त्या दहा फुटांच्या कोठडीत एकटाच उरलो होतो, तेव्हा आता त्या हरामखोर सलीम काकाचं भूत माझ्या मानगुटीवर बसलं होतं. तोच सलीम काका जो मला एकदा सोनं आणायला बोटीवर घेऊन गेला होता. मी त्याला फार पूर्वीच ठार मारलं होतं आणि त्याबद्दल कधी काही वाटलंही नव्हतं; पण आता मात्र मला तो विचार छळत होता. तो तिथे माझ्या कोठडीत होता, माझ्या जवळून लांब ढांगा टाकत चालत होता, त्याची ती लाल लुंगी नेसून. मी त्याला गोळी घातली होती. हो, आणि त्याचं सोनं घेऊन एक नवीन सुरुवात केली होती; पण कशाची? माझ्याबद्दल फारसं काही माहिती नसताना, माझ्यावर संपूर्ण विश्वास नसताना मला सोबत घेऊन जाणं हा त्याचा मूर्खपणा होता. त्याने माझ्यात त्याच्याबद्दल भीती, निष्ठा काही नीट रुजवलंच नव्हतं, जे मी माझ्या मुलांमध्ये रुजवलं. तो निष्काळजी होता आणि म्हणूनच मेला. मला त्याची आता का आठवण होत होती? मला कळत नव्हतं; पण मला त्याने कसं शूट करायला शिकवलं, त्याचे घाणेरडे विनोद, त्याचं अचानक पैसे देणं हे सगळं का आठवत होतं. ''हे शंभर रुपये घे बच्चा, जा आणि पिक्चर बघ, एखादी बाई घे,'' तो म्हणायचा आणि मी तसं करायचोदेखील; पण आता मला सलीम काकाकडून पैसे नको होते, तरीही तो तिथे आला होता.

नंतर अखेरीस, पोलिसांनी मला जाऊ दिलं आणि मी जेलमध्ये गेलो. मला ते लांबलचक चार्जशीट तयार करत होते – खून, गुन्हेगारांना आश्रय देणं, खंडणी, धमक्या देणं, त्याची फारशी काळजी वाटत नव्हती; पण मी मुलांना आता भेटू शकत होतो. मला एकांतवासात टाकल्यामुळेच जुन्या फालतू आठवणी माझ्यावर हल्ला करत होत्या, असं माझ्या लक्षात आलं. कारण, मी माझ्या घरापासून दूर गेलो होतो, माझ्या पूर्ण जिव्हाळ्याच्या जाळ्यापासून दूर. मी सलीम काकाच्या संगतीत ओढला गेलो होतो. आता मला न्यायालयीन कोठडी मिळाली होती आणि कोर्टातूनच मला थेट जेलमध्ये नेलं गेलं. इतर शेकडो कैद्यांना जसं कार पार्किंगमध्ये वाट बघत ठेवायचे, तसं त्यानी मला तिष्ठत ठेवलं नाही. माझ्यासाठी खास वेगळी गाडी आणली होती. या सगळ्यातही मला सलीम काकाचं स्वप्न येतच होतं. जेलकडे जाताना त्या गाडीत मी माझ्या वेडेपणावर हसतच होतो. माजिद खान आणि इतर कॉन्स्टेबल्स कोड्यात पडले. ''इतकाही खूश होऊ नकोस. तू काही फार लवकर बाहेर पडणार नाहीयेस,'' तो मुच्छड म्हणाला. त्याचा सगळा सावधपणा कुठच्या कुठे नाहीसा झाला होता. त्याला हे समजत नव्हतं की, मी बाहेर पडत होतो... माझ्या स्वतःतून बाहेर पडत होतो. एकांतवासात मला स्वतःमध्ये कैद असणं काय असतं हे कळून चुकलं होतं. आता मला माझ्या मुलांच्या जवळपास राहता येणार होतं, त्यांच्या मायेच्या कक्षेत. जेलर आणि माजिद खान मला जेलच्या मोठ्या लाल दुहेरी दरवाजाला असलेल्या छोट्या दारातून आत घेऊन गेले. मला सही करून आत प्रवेश देण्यात आला आणि सुपरीटेंडंट येईपर्यंत त्याच्या ऑफिसमध्ये खूप वेळ वाट बघावी लागली. तो अडवाणी नावाचा एक जुना वयस्क बंदीकूट होता ज्याने मला सर्वांबरोबर मिळून मिसळून, सहकार्याने राहण्यावर भलंमोठं लेक्चर दिलं. त्याने मला सांगितलं की, माझी मुलं चार नंबर बराकीत होती आणि सुलेमान इसाचे लोक दोन नंबर बराकीत होते. शांतता राखली जावी म्हणून तो माझ्यावर भरोसा ठेवून होता, असं तो म्हणाला. आधी खूपच भांडणं, मारामाऱ्या झाल्या असल्याने त्याला या जुन्या शत्रूंना जितकं वेगळं ठेवणं शक्य होतं, तितकं त्याने ठेवलं होतं. तो म्हणाला की, असलेल्या परिस्थितीत त्यातल्या त्यात जितकं चांगलं राहणं शक्य आहे तितकं आम्ही राहायला हवं आणि म्हणूनच शांततेत राहणं हाच उत्तम मार्ग होता म्हणूनच तो माझ्यावर विसंबून होता.

मी शांतपणे ऐकून घेतलं. तो जे जे म्हणाला त्या सगळ्याला सहमती दर्शवली. मी जेलबद्दल खूप काही गोष्टी ऐकल्या होत्या, तरीही माझ्यासाठी हे जग नवीन होतं आणि जोपर्यंत मला या नवीन जगाची ओळख आणि सवय होत नाही, तोपर्यंत मी शांत राहायला तयार होतो. अडवाणीला स्वतःच्या बोलण्याचं समाधान वाटलं होतं. त्या हरामखोर टकल्याचा असा समज झाला होता की, गणेश गायतोंडेवर त्याच्या व्यक्तिमत्त्वाचा आणि त्याच्या बोलण्याचा प्रभाव पडला होता. तो म्हणाला, ''जर तुला काही अडचण आली, तर माझ्याकडे यायला अजिबात घाबरू नकोस.''

''हो सुपरीटेंडंट साहेब, अर्थातच,'' मी म्हणालो. अर्थातच त्याच्या कानावर आलेलं होतं की, परूळकरने महान गणेश गायतोंडेला बोलतं केलं होतं आणि भीतिदायक असलेला डॉन आता रस्त्यावरच्या कुत्र्यासारखा भित्रा, गलिच्छ, जखमी झाला होता जो आल्या आल्या एखाद्या अडचणीत सापडणार होता. मी त्याचा हा गैरसमज सहन केला, नजर खाली वळवून उभा राहिलो. वॉर्डर्स मला बाहेर जेलमध्ये घेऊन गेले. आम्ही तीन लोखंडी दरवाजांच्या मधून गेलो आणि नंतर एका मोठ्या लांबलचक पटांगणात, जिथे पांढऱ्या भिंतीच्या बराकी दिसत

होत्या. सुपरीटेंडंट साहेबांनी नुकतंच रंगकाम करवून घेतलं होतं आणि ते स्वच्छतेबाबत खूप काटेकोर होते, असं त्यातला एक वॉर्डर म्हणाला. रस्त्याच्या कडेने पांढरे दगड ओळीने लावलेले होते आणि कॉर्नरवर फुलझाडं होती. दुपारच्या वेळी आता सगळे कैदी बराकीत बंद होते आणि म्हणूनच रस्त्यावर, पटांगणात कोणीही नव्हतं ना तिथे ओळीने असलेल्या आठ झाडांखाली कोणी होतं; पण जेव्हा मी दोन नंबरच्या बराकीजवळून चालत गेलो, तिथून खूप आरडाओरडा, विनोद एकू आले. ''प्लीज परूळकर साहेब प्लीज, माझी चड्डी ओली करू नका,'' ते ओरडत होते. ''माझी चड्डी ओली करू नका परूळकर साहेब,'' हे ओरडणारे इसाचे नालायक लोक होते. मला काही फरक पडला नाही, मी तसाच पुढे गेलो.

चार नंबरच्या बराकीत माझी मुलं माझी वाट बघत होती. त्यांनी गुलमोहराची फुलं आणि कडुनिंबाची पानं जमवून त्याचा हार तयार केला होता. मी त्यांना तो हार मला घालू दिला, सगळ्यांची गळाभेट घेतली आणि नंतर त्यांना कामाला लावलं. मी त्यांना ती जागा स्वच्छ करायला लावली, किती गलिच्छ राहताय, असं म्हणालो. ते सगळे दात काढून हसायला लागले आणि कामाला लागले. मुलं म्हणाली की, भाईना घाण अजिबात आवडत नाही. त्यांना माझं ऑर्डर देणं आवडत होतं. त्या शंभर लोकांसाठी बनवलेल्या बराकीत एकूण तीनशे नऊ लोक कोंबलेले होते, त्यात माझी एकूण अठ्ठावन्न मुलं होती. ती बराक लहानच होती. बराकीत माझ्या मुलांचं राज्य होतं. त्यांनी सर्वांत जास्त जागा व्यापली होती, सगळ्यांत चांगल्या सतरंज्या पटकावल्या होत्या आणि काय आत येईल काय बाहेर जाईल यावर त्यांचं नियंत्रण होतं. कंपनीतल्या तुलनेने लहान गट असलेले; पण एकमेकांशी प्रामाणिक असलेले लोक नेहमी मोठ्या आणि विस्कळित समुदायावर राज्य करतात. आता तर तिथे मीदेखील होतो, त्यामुळे त्यांची ताकद दहा पटीने वाढली होती. भित्र्या लोकांना दाबणं खूप सोपं असतं आणि मोठ्या जमावातले बहुतांश लोक भित्रेच असतात. माझी मुलं साफ सफाई करायला लागली, आवराआवर करायला लागली आणि सगळ्या बराकीने न सांगता त्यांचा कित्ता गिरवला. लवकरच ती लांबलचक खोली साफसूफ करून निळ्या सतरंज्यांच्या दोन ओळी भिंतीलगत लागल्या. दोऱ्यांवर लोंबकळणारे शर्ट, भिंतीलगत वाळत पडलेल्या अंडरवेअर्स, रद्दी आणि मासिकांच्या गठ्ठ्यांच्या बाबतीत आम्ही फारसं काही करू शकत नव्हतो; पण तरीही आता ती जागा मी राहण्यालायक झाली होती, त्या जागेवर आता माझी छाप उमटली होती. मुलांनी बराकीच्या अगदी शेवटी आणि मुख्य दारापासून दूर अशा ठिकाणी माझ्यासाठी अंथरूण लावलं, ती जागा सगळ्यात जास्त सुरक्षित होती. त्यांनी माझ्या सगळ्या बाजूंना आपली अंथरुणं घातली, मला एका सुरक्षित रिंगणात ठेवल्यासारखं आणि एकावर एक तीन सतरंज्या घालून माझ्यासाठी चांगली गादी-उशी तयार केली. जेलच्या वर्कशॉपमधून प्लायवूडचे तुकडे आणून माझ्यासाठी एक सेल्फसुद्धा तयार केलं. खूप चांगली मुलं होती ती.

त्यांचे म्होरके होते राजेंद्र दाते आणि कतारुका, त्या दोघांनाही मीं बाहेर असल्यापासून ओळखत होतो. दोघंही सिनियर शूटर होते आणि जरी मी त्यांच्या कंट्रोलरच्या कामापासून थोडा दूर होतो, तरी मी यापूर्वी त्या दोघांशी फोनवर बोललो होतो आणि त्यांना बक्षीसही दिलं होतं. दोघंही आता खुनाची शिक्षा भोगत होते आणि म्हणूनच जेलमधले अनुभवी होते. दातेची पाच वर्षं झाली होती आणि कतारुकाची सात झाली होती; पण दोघेही अभेद्य होते, त्यांनी त्यांच्या कंट्रोलरची किंवा अन्य कोणाचीही नावं सांगितली नव्हती. ते त्यांचं कर्तव्य

अभिमानाने पार पाडत होते म्हणून आम्हीही बाहेर त्यांच्या कुटुंबाना दरमहा पगार आणि बोनसची पाकिटं पोहोचवत होतो, दवाखाना, लग्नकार्यासाठी, कर्जफेड यांसाठी पैसे पुरवत होतो. आता ते माझ्याबरोबर मांडीला मांडी लावून बसले आणि त्यांनी मला जेलमधल्या रोजच्या दैनंदिन कार्यक्रमाविषयी सांगितलं.

बहुतेक सगळं दाते बोलत होता आणि कतारुका मध्ये मध्ये हुंकार देत त्याच्या बोलण्याला माना डोलावत होता. ''भाई, जेलच्या आतमध्ये, मोठ्या भिंतीच्या आत आठ बराकी आहेत. प्रत्येक बराकीला छोटी भिंत आहे. पहिली बराक नवीन कैद्यांसाठी आहे, ज्यातून तुम्हाला वगळलं आहे. त्या बराकीत सगळ्यात जास्त गर्दी आहे, कदाचित सात-आठशे लोक आहेत. तिथून ते कैद्यांना इतर बराकीत हलवतात. दोन नंबरची बराक आहे ना भाई, ती सुलेमान कंपनीची आहे. तिसरी बाबा लोकांची आहे, सगळे तरुण पोरं, मुलं. चौथी आपली. पाचव्यात बुड्ढे लोक आहेत, पांढरे केसवाले. तिथे एक चौऱ्यांशी वर्षांचा म्हातारा आहे, त्याने अचानक त्याच्या बायकोचं घोरणं सहन होईना म्हणून तिचा खून केला होता. सहाव्या आणि सातव्या बराकीत सगळे साधारण कैदी आहेत. तिकडे तारेच्या कुंपणाच्या पलीकडे आठ नंबर बराक, बायका आणि मुलींची. अगदी जवळ आहे; पण इकडून तिकडे कुणी जात नाही.'' त्याने दात विचकले. ''फक्त ते मादरजात जेलर आणि इन्स्पेक्टर नासवतात, सामान्य लोक नाही; पण इथे आपल्या बराकीत, आपलं इतर बाकी सगळ्या गोष्टींसाठी सेटिंग आहे. आपल्याला वॉर्डर मार्फत तेल, चहा, मसाला आणि सगळ्या प्रकारचं खायला मिळतं. आम्ही तुमच्यासाठी घरचा डबा मिळायची आधीच सेटिंग करून ठेवली आहे. भाई, तुम्हाला जेलमधलं बेकार जेवण जेवायची गरज नाही. एक दोन दिवसांत डबा सुरू होईल; पण जर तुम्हाला भूक लागली, तर टीनच्या कॅनची हंडी करून, खोबरेल तेल जाळून खायला करू शकतो; पण जर जाळ दिसला तर ते हरामखोर इन्स्पेक्टर ओरडायला लागतात आणि कधी कधी ते कैद्यांना हातकड्या घालतात; पण भाई, ते आपल्याला त्रास देत नाहीत. आम्ही तुम्हाला कधीही चहा करून देऊ शकतो. तुम्हाला काहीही हवं असेल, तर आम्हाला सांगा. या बराकीतले सगळे वॉर्डर आपलेच आहेत, सगळ्यांना जन्मठेपेची शिक्षा आहे आणि वकिलांच्या मार्फत आमची बऱ्याच सेशन्स जज बरोबर सेटिंग आहे. आपल्याला हव्या तशा कोर्टाच्या तारखा बदलून मिळतात. कधी कधी जर जजला पुरेसे पैसे दिले असतील, तर आपल्याला जामिनाची अर्जंट डीक्रीही मिळू शकते; पण तुमच्यासाठी नाही भाई.'' माझी केस खूपच भारीतली होती, खूपच बातमीत होती. सगळ्यांना ते माहिती होतं. ''इथे उन्हाळ्यात खूप उकडतं भाई आणि हिवाळ्यात थंडी वाजते. एक नंबरच्या बराकीजवळ एक हॉस्पिटल आहे. तिथे खरे बेड आणि खऱ्या गाद्या आहेत, पंखेसुद्धा आहेत. आपली डॉक्टर बरोबर सेटिंग आहे. थोडे पैसे दिले की, ॲडमिट होता येतं. तिथे जेवणही बरं असतं. जर तुम्हाला पाहिजे, तर तुम्ही सुट्टी म्हणून हॉस्पिटलला जाऊ शकता. ते सोपं आहे.''

मला सुट्टी नको होती. मला सुलेमान इसा हवा होता किंवा त्याचे काही लोक तरी. ''मला त्या दोन नंबर बराकीतल्या हरामखोरांना मारायचं आहे,'' मी म्हणालो. 'मी इथे आलो म्हणून त्यांना खूप आनंद झालाय. त्यांना आनंद म्हणजे काय ते दाखवून देऊ या.''

''भाई, ते इतकं सोपं नाहीये. ते आपल्याला आणि त्यांना बाहेर मोकळ्या जागेत वेगवेगळ्या वेळांनाच जाऊ देतात. जेव्हा आपण कुलपात असतो, तेव्हा ते बाहेर असतात. मागच्या वर्षी दंगल झाली, तेव्हापासून त्यांनी असं सुरू केलंय. हा जेलचाच नियम आहे,

वॉर्डर त्याच्या विरुद्ध जाऊ शकत नाहीत किंवा स्टाफसुद्धा त्याविरुद्ध वागू शकत नाही. नाहीतर आम्ही अगोदरच केलं असतं ना.''

दाते आणि कतारुका या दोघांनाही मला संतापलेलं पाहून आनंद झाला होता. अर्थातच, मी परूळकरच्या दबावाखाली झुकलो अशा अफवा त्यांनीही ऐकल्या होत्या. ती माझी माणसं होती, माझ्या कंपनीचे आधारस्तंभ होते; पण मला खात्री होती की, त्यांच्या विश्वासाला थोडा धक्का लागलाच होता. आता गोष्टी पुन्हा सुरळीत करण्याची आणि माझं जग पुन्हा ताळ्यावर आणण्याची वेळ होती. मी त्यांना जेलमधल्या पद्धती, रीती यांबद्दल अजून काही प्रश्न विचारले आणि नंतर मला आता झोपायचं आहे, असं सांगितलं. अजून संध्याकाळच होती आणि आठ वाजता लाइट बंद व्हायचे त्यालाही अजून वेळ होता; पण दाते आणि कतारुका बराकीत परत गेले आणि मी माझ्या सतरंज्यांवर आडवा झालो. उजव्या कुशीवर वळून हात डोक्यावर ठेवताक्षणी मला गाढ झोप लागली. अनेक आठवड्यांनंतर मी विश्रांती घेण्याचा प्रयत्न करत होतो. वरवर डुलक्या घेण्यातून माझी सुटका झाली होती. मी खूप वेळ गाढ झोपलो.

सकाळी पाच वाजता शिट्टी वाजल्यावर मला जाग आली आणि आता माझी लढाई लढण्यासाठी मी ताजातवाना झालो होतो. मुलांना माझी साफसफाईची आवड माहिती होती म्हणून मुलांनी संडास स्वच्छ केले होते आणि बाथरूममध्ये पाण्याच्या बादल्या भरून तयार होत्या. मी चटकन आवरलं आणि नंतर कतारुका मला घ्यायला आला. ''मामू आलेत,'' दाते म्हणाला. कॉन्स्टेबल बाहेर दारापाशी वाट बघत होते, ते आम्हाला दोन दोनच्या रांगेत बाहेर मोजणी करण्यासाठी घेऊन गेले. राखाडी आभाळाखाली त्यांनी फेऱ्या मारत मोजणी केली आणि जेव्हा त्यांची मोजणी सुरू होती, तेव्हा मी माझ्या दोन कंट्रोलर्स बरोबर माझ्या योजनेची चर्चा केली. माझ्याकडे योजना आणि योजनेची सुरुवात तयारच होती. गिनती आणि नाश्ता करताना आम्ही त्याबद्दल चर्चा केली. बारकावे ठरवले आणि आता मला योजना अमलात येताना दिसू लागली. नाश्ता झाल्यावर हवालदार आम्हाला परत बराकीत घेऊन गेले. तिथे आता इतर कैदी अंघोळ, कपडे धुणे यांसाठी रांगा लावून वादावादी करत होते. छतांच्या खाली आता खूप गजबज ऐकू येत होती, खूप लोकांच्या बोलण्याच्या, पत्ते खेळताना बोलण्याचा, प्रार्थना करण्याचा, गप्पा मारण्याचा, वाद घालण्याचा आवाज येत होता. बराकींच्या उत्तरेला एक तात्पुरते देऊळ उभे केलेले होते, जिथे राम-लक्ष्मण, सीता यांचे भडक रंगाचे फोटो भिंतीवर चिकटवलेले होते आणि किडे तिथे रांगेत बसून भजन म्हणत होते. दक्षिणेला, स्वच्छ पांढऱ्या भिंतीकडे तोंड करून मुसलमान लोक नमाज पढत होते. आणि त्या लांबलचक बराकीत जेवणाची वेळ होईपर्यंत लोक छोटे छोटे गट करून एकमेकांची तोंडं बघत बसलेले होते. वॉर्डर आणि त्यांचे चार सहायक मोठ्या आवाजात रेडिओ लावून निवांत बसलेले होते. गाण्याचा आवाज बराकीत घुमत होता : 'मेरे सपनोंकी रानी कब आयेगी तू, आयी ऋत मस्तानी कब आयेगी तू...'

तीन आठवड्यांत मी माझी योजना अमलात आणण्यात यशस्वी झालो. त्या तीन आठवड्यांत मी या नवीन आयुष्याचा ताल आत्मसात केला होता : पहाटे पाचला शिट्टी होई, गिनतीसाठी बाहेर पेंगणाऱ्या रांगा उभ्या असत; ॲल्युमिनियमच्या ताटल्यांचा, वाट्यांचा खडबड आवाज, डाळीतल्या तरीचा आवाज. त्या तरीसाठी तुम्ही जास्तीचे पैसे देता. सकाळचा न जाणारा वेळ नंतर बिस्सीमधून येणारा घमघमाट. तिथे ते पायाने कणिक मळायचे आणि मोठ्या पातेल्यांमध्ये सडक्या भाज्या टाकायचे. दहा वाजता दुपारचं जेवण

झाल्यावर, कुजबुजाटाचा, घोरण्याचा आवाज घुमायचा आणि शेकडो लोकांच्या घामाचा वास भरून राहिलेला असायचा. चरस घेणाऱ्यांच्या लहान चरसाच्या गोळ्या, त्यांचा तो गोळ्या मळण्याचा, चुरण्याचा आणि पेटवण्याचा मोठा कार्यक्रम, बुद्धिबळ, तीनपत्ती, लुडोचे डाव; सोंगट्यांचा आवाज, शिवीगाळ, माझी मुलं मात्र बराकीतल्या दोन कॅरम बोर्डांच्या भोवती जमलेली असत. त्यांनी त्यांच्या या आवडीसाठी कॅरमची स्पर्धा लावलेली होती, फळ्यावर एकेरी आणि दुहेरी लढतीच्या याद्या लिहिलेल्या होत्या. स्पर्धा झाल्यानंतर अचानक उद्‌भणारे शत्रुत्व जे त्या बराकीतल्या सतरंज्यांच्या रांगांमध्ये वणव्यासारखं पसरायचं, हजारो नजरा एकमेकांसमोर बसलेल्या दोघा स्पर्धकांवर रोखलेल्या असायच्या, प्रत्येकाच्या मनात हरण्याची भीती आणि शरम दाटलेली असायची, नायजेरियाचे काळे पटांगणात पन्नास पन्नास रुपयांची ब्राऊन शुगरची पाकिटं विकत असायचे आणि त्यांची गिऱ्हाइकं एकमेकांना खेटून गोलाकार बसून ब्राऊन शुगर ओढायचे. त्यांच्या डोळ्यांत स्वर्ग पाहून आल्याचे भाव तरळत असायचे. संध्याकाळचे पाच कधी वाजतील आणि रोज तीच ती पातळ डाळ, भाताची ढेकळं, रबरासारख्या चपात्या मिळतील याची वाट बघायची आणि आठ वाजता झोपायचं.

आम्ही हे आयुष्य जगताना बाहेरच्या जगाची स्वप्न बघायचो; पण आम्हाला हेच आयुष्य जगावं लागत होतं म्हणून मी दाते आणि कतारुकाला माझ्या योजनेतला थोडा भाग सांगितला आणि दोन नवीन माणसं तयार ठेवायला सांगितली ज्यांचा आमच्या कंपनीशी काही संबंध नसेल; पण ते दोघं एकदम कडक असायला हवे होते, ज्यांना काम करता येईल असे; आधी बढाया मारून मग रक्त बघून हात-पाय गाळतील असे नव्हे. दाते आणि कतारुका दोघांनी कुरकुर केली की, ज्या लोकांची आपण काही परीक्षा घेतलेली नाही, ज्यांनी आपल्यासाठी काही काम केलेलं नाही, अशा लोकांवर भरवसा ठेवणं अवघड होतं. ते म्हणाले की, म्हणूनच तर आपण कंपनीत आत येणं इतकं कठीण ठेवतो, जेणेकरून ज्याला आपल्यात यायचं आहे, त्याच्यात दम आहे का नाही ते कळलं पाहिजे म्हणूनच आपण सुरुवातीला त्यांना इतर कामं देतो म्हणजे मग त्यांना ते आत यायला लायक आहेत हे सिद्ध करता येईल; पण मी या गोष्टीवर भर दिला की, मला नवीन मुलंच हवी होती. अशी मुलं की, ज्यांचा आपल्याशी आधी कधी संबंध आलेला नाही.

म्हणून त्यांनी माझ्यासाठी दोन मुलं शोधून काढली : दीपू आणि मीनू. हे दोघे जण उत्तरेकडचे भाऊ भाऊ होते. ते दोघंही गोरखपूरच्या कोणत्यातरी गांडू कॉलेजमधल्या डिग्र्या घेऊन मुंबईला आले होते. ते शेतकरी बापाचे एकवीस आणि बावीस वर्षांचे मुलगे होते. मुंबईला आल्यावर कोणत्यातरी टॅक्सी चालवणाऱ्या भैयांबरोबर राहत त्यांनी अनेक छोट्या-मोठ्या नोकऱ्या केल्या होत्या. दीपू दारोदार कपडे धुवायचा साबण विकायचा तर मीनू एका बाथरूम फिटिंग्जच्या दुकानात सेल्समन होता. दोघेही अगदी उत्साही होते आणि लोकलला लटकत मुंबईत सगळीकडे फिरलेले होते. जेव्हा थोडी झळ लागली, तेव्हा त्यांच्या लक्षात आलं की, या मुंबईत त्यांची सगळी स्वप्नं खरी होत नाहीयेत. उत्तर प्रदेशातून येणारा प्रत्येक जण इथे शाहरुख खान बनत नाही. त्यांना त्यांच्या लखनौच्या एका चुलत भावाचा फोन आला. त्याच्याकडे एक स्कीम होती. तो लखनौमध्ये एक धंदा सुरू करणार होता आणि त्यासाठी मुंबईमध्ये काही खरेदी-विक्रीचं काम करायचं होतं. त्यासाठी त्याला मुंबईमध्ये बँकेत खातं उघडायचं होतं जेणेकरून मुंबईत थोडी रक्कम आवश्यक पडल्यास तयार असेल म्हणून दीपू आणि मीनूने एक जॉइंट खातं उघडलं. त्यांचा चुलत भाऊ त्यांना त्या

खात्यात भरण्यासाठी पैसे पाठवायचा आणि कोणाला ते पैसे पुढे द्यायचे वगैरे सूचना द्यायचा. एक आठवड्यानंतर कुरियरने दीड लाखाचा एक ड्राफ्ट आला. ड्राफ्ट खात्यात भरला आणि त्यांनी चाळीस हजार रुपये खर्चासाठी म्हणून काढले. पुढच्या आठवड्यात अजून एक ड्राफ्ट आला, या वेळी दोन लाखांचा होता. बँक मॅनेजरने त्यांना सांगितलं की, पैसे जमा होण्यासाठी एक दिवस लागेल. रोख रक्कम दुसऱ्या दिवशी सकाळी काढता येईल म्हणून दुसऱ्या दिवशी सकाळी दोघं भाऊ बँकेत गेले, हसत हसत काउंटरवर गेले; पण दुसऱ्याच क्षणी ते जमिनीवर आले. त्यांच्यावर पोलिसांनी पिस्तुलं रोखली होती.

''निनावी जीप्सचे पैसे होते ते. ते ड्राफ्ट चोरलेले होते, आम्ही जाळ्यात बरोबर अडकलो होतो. आमच्याच भावाने आम्हाला फसवलं होतं,'' ते दोघं मला त्यांची स्टोरी सांगत होते.

''ऐक भेन्चोद, तुम्ही हा निरागसपणा जजसमोर दाखवा. माझ्यासमोर खोटं बोलू नका. मी गांड सोलून काढेन. मला तुम्ही हे सांगताय का की, तुम्ही भोळेपणाने एक खातं उघडलं आणि त्यात ड्राफ्ट भरत होतात म्हणून? काय धंदा होता तो?''

त्याने आवंढा गिळला, ''मला माहीत नाही भाई.''

''तुला माहीत नव्हतं आणि तरी तू तुझ्या चुलतभावाचं निमूटपणे ऐकलंस? चांगले कपडे घालून बँकेत जाऊन पैसे भरण्या काढण्यासाठी तुम्हाला चाळीस हजार मिळत होते? मादरचोद, माझ्याशी खोटं बोलू नका. तुम्हाला चांगलं माहीत होतं, ते चोरलेले ड्राफ्ट आहेत म्हणून.''

त्या दोघांचा चेहरा अगदी एकसारखा चपटा होता. त्याने डोळे मिचकावले आणि म्हणाला, ''हो भाई. आम्हाला वाटलं, अजून एक ड्राफ्टने काही फरक पडणार नाही.''

त्या दोघांना असं वाटत होतं की, आपण फार शहाणे आहोत आणि म्हणूनच खूप सहजपणे पोलिसांच्या हाताला लागले. दीपूने मला उरलेली स्टोरी सांगितली. पोलिसांनी त्यांना मारून झोडून त्यांच्या चुलत भावाचं नाव वदवून घेतलं; पण अर्थातच त्यांच्या चुलत भावाने लखनौमधून त्याचा गाशा गुंडाळला होता म्हणून पोलिसांनी त्यांना अजून कुटलं. तळपायावर पट्ट्याने मारलं, हातावर छड्या मारल्या, पोटात गुद्दे मारले, एन्काउंटर करण्याची धमकी दिली आणि सांगितलं की, ते त्यांना समुद्राच्या बाजूला नेऊन डोक्यात गोळ्या घालणार आहेत. पोलिसांनी असंही सांगितलं की, ते उत्तर प्रदेशच्या पोलिसांना त्यांच्या वडिलांच्या शेतावर पाठवतील, घरात घुसतील. इन्स्पेक्टर म्हणाले, ''बता रे;'' पण या दोघांकडे अजून सांगण्यासारखं काही नव्हतं. चुलत भाऊ तर फरार झाला होता म्हणून शेवटी तपास बंद करण्यात आला आणि दीपू-मीनू जेलमध्ये दाखल झाले. आता खटला चालण्याची वाट बघत होते. केसचा तपास करणाऱ्या इन्स्पेक्टरने त्यांना सांगितलं होतं की, जर त्यांनी एक लाख रुपये दिले, तर तो त्यांना कोर्टात जामीन मिळण्यासाठी हरकत घेणार नाही, ते जामिनावर बाहेर जाऊ शकतील. जर पन्नास हजार अजून दिले, तर सरकारी वकीलसुद्धा गप्प बसेल आणि त्यांच्या वकिलाची नोटीस कोर्टातून तरून जाईल आणि जामीन मिळेल. त्या दोघांना फक्त कलम ४२० खाली आत टाकलेलं नव्हतं, तर फोर्जरीसाठी ४६७ आणि ४६८ सारखी अजूनही जास्त गंभीर कलमंही होती; पण तरीही इन्स्पेक्टरने त्यांच्यासाठी जामीन मिळू दिला असता. याहून जास्त किंमत दिल्यास अख्खी केसच मॅनेज करता आली असती; पण दीपू-मीनूने अगोदरच त्यांच्याकडे असलेले चाळीस हजार वकिलावर खर्च करून झालेले होते आणि

त्यांच्या वडिलांनी अजून जी काही किरकोळ रक्कम आणून दिली होती, तीही खर्च झाली होती, त्यामुळे ते अद्याप न्यायालयीन कोठडीमध्ये होते आणि त्यांची केस सुरू होण्याची वाट बघत होते. आता त्यांना आत येऊनही सहा महिने झालेले होते. जेलमध्ये वर्षभर केस सुरू होण्याची वाट बघणारेही काही जण होते. असेही काही नग होते की, तीन-तीन, चार-चार वर्षं झाले तरी केस उभी राहिलेली नव्हती, काहींची तर सात वर्षांत केस उभीच राहिलेली नाही, असंही माझ्या कानावर आलं म्हणूनच दीपू-मीनू वेड्यासारखे वागायचे; पण त्यांच्यात शिकण्याची क्षमता होती, त्यांनी माझ्या मुलांना संपर्क केला आणि आता इतक्या उशिरा रात्री या क्षणी ते दोघं माझ्याशी बराक नंबर चारच्या बाथरूममध्ये बोलत होते.

मी त्यांना सामावून घेतलं. त्यांनी मला सांगितलं की, ते काहीही काम करू शकतात. गोरखपूरमध्ये लहानाचे मोठे झाल्यामुळे ते चांगले तयार झाले होते. विद्यार्थी संघटनांचे राजकारण करताना हातात सुरे, लाठ्या घेतलेल्या होत्या आणि त्यांच्या जिल्ह्यात अनेक कुप्रसिद्ध डाकू होऊन गेले होते. अशी कामं करणं त्यांच्या रक्तातच होतं. मला त्यांची परीक्षा घेण्याची संधी मिळालेली नव्हती. कारण, त्यांच्याकडे कोणाचं लक्ष जाऊ नये म्हणून त्यांना शांत राहणं आणि माझ्या कंपनीपासून दूर राहणं भाग होतं; पण आता ते दोघं माझी मुलं होती.

दर आठवड्याला मी माझ्या जामिनाच्या सुनावणीसाठी स्पेशल कोर्टात जात होतो. जेलर नेहमी माझ्याबरोबरच ज्या इतर कैद्यांची त्या दिवशी सुनावणी असायची, त्यांना एका गाडीत घालायचे, त्यामुळे दीपू-मीनूही माझ्याबरोबर त्याच गाडीतून कोर्टात जायचे. आम्ही ते तसं आमच्या वकिलांच्या आणि जजच्या मदतीने करवून घेतलं होतं. मी, ते दोघं भाऊ आणि दाते किंवा कतारुका. शेवटचे दोघं आलटून पालटून असत, त्यामुळे त्यांच्यातला जो कोणी असेल तो माझ्या डावीकडे बेंचवर बसे. खाली माझ्या पायाशी इतर कैद्यांच्या बरोबर दीपू-मीनू बसत. माझ्या समोरच्या बेंचवर इतर कंपन्यांचे लोक बसत. या व्हॅनमध्ये नेहमी हे असं असे : भाई लोक बेंचवर बसत आणि बाकीचे कैदी खाली बसत. दाते आणि कतारुकाला आम्हाला जे काय करायचं होतं, ते करण्याच्या वेळी मी तिथे अजिबात उपस्थित नसतो, तर चालणार होतं. मला कोणत्याही धोक्याला सामोरं जावं लागू नये, अशी त्यांची इच्छा होती. त्यांनी मला बरीच गळ घालून पाहिली की, मी हे काम त्यांच्यावर सोडावं; पण मी त्यांना सांगितलं की, माझं तिथे असणं आवश्यक होतं आणि माझ्याशिवाय त्या प्लॅनला काही अर्थ नव्हता, त्यामुळे मी त्यांना गप्प बसायला सांगितलं आणि आम्ही व्हॅनमध्ये योग्य वेळ येण्याची वाट बघू लागलो.

पहिले दोन आठवडे, माझ्या समोरच्या बेंचवर सुलेमान इसा सोडून इतर कंपन्यांचे लोक होते. तिसऱ्या आठवड्यात जेव्हा मी आणि कतारुका आमच्या बेंचवर सरकून बसत होतो, तेव्हा सुलेमान इसाच्या कंपनीचे लोक आत शिरले. मी त्यांच्यातल्या कोणालाही ओळखत नव्हतो. कतारुका माझ्या डावीकडे बसला आणि आमच्या मनगटातल्या दोरावर ताण आला. आम्ही जनावरं बांधल्याप्रमाणे एकामागोमाग एक कोर्टात जायचो; पण आम्हाला जे करायचं होतं, त्यासाठी पुरेसा दोर होता. सुलेमान इसाचे लोक सरसावून बसले आणि माझ्याकडे बघून दात काढत होते. त्यांना आश्चर्य वाटत होतं आणि त्यांना भीतीही वाटत नव्हती.

''कशाला हसताय बे मादरचोद?'' कतारुका म्हणाला. कतारुका खूप गोरा होता; पण त्याच्या चेहऱ्यावर देवीचे व्रण होते. खूप वेळ गप्प होता; पण शेवटी तो बोललाच.

''टेन्शनचं काम नाही,'' मी त्याला म्हणालो. मी स्वतः खूप आरामात होतो. मला माझ्या रक्तात एक प्रकारचं संगीत ऐकू येत होतं; पण मी शांत होतो. सुलेमान इसाचे लोकही खूप आरामात होते. कारण ते चौघे होते आणि आम्ही दोघंच. त्यांनी हेही ऐकलं होतं की, मी खूप भित्रा आहे.

''तुझी गांड अजूनही जळते आहे का?'' त्यातल्या एकाने मला विचारलं. ''आम्ही ऐकलं की, परूळकरने अनेक महिने रोज रात्री तुझी गांड मारली. परूळकर म्हणाला की, तुझी चढायला तुझी गांड खूप छान आहे आणि तू एखाद्या मुलीसारखा आवाज काढतोस.''

मी त्याच्याकडे बघून हसलो. ''परूळकर खूप प्रामाणिक पोलीसवाला आहे,'' मी म्हटलं. ''तो जे म्हणतोय, ते खरं असेल.'' मी बेंचवर मागे सरकून बसलो, माझा गुडघा उचलला आणि बेंचवर पाय ठेवून माझा घोटा खाजवला.

ते सगळे हसत होते, अगदी सगळे. व्हॅनचे पुढचे दरवाजे बंद केल्याचा आवाज आला आणि इंजिन सुरू केल्यावर थरथरत व्हॅन सुरू झाली. त्या आवाजात त्याचं हसणं विरून गेलं. व्हॅन एक गचका देऊन पुढे निघाली आणि मी शांतपणे म्हटलं, 'दीपू.'

हा दीपू खूपच जलद होता. मी त्याचा हात हलताना पाहिलं असेल नसेल आणि उजव्या बाजूला बसलेल्या सुलेमान इसाच्या माणसाला त्याला कापला आहे, हे कळलंही नाही. तो नुसता बसला होता आणि नंतर व्हॅनभर रक्त उडालं. मग आम्ही त्यांच्यावर तुटून पडलो, कापून काढलं. आम्ही ब्लेडचा वापर केला. दाढीच्या नव्हे, तर कारखान्यातील जड ब्लेड्सचा जे कार्डबोर्ड किंवा टेप्स कापायला वापरतात त्या ब्लेड्सचा. आम्ही ती ब्लेड्स जेलच्या वर्कशॉपमधून मिळवली होती. आम्ही प्रत्येक ब्लेड अर्धं कापलं आणि टोकाला रबर वितळवून लावून मूठ केल्यासारखं बनवलं होतं. हे ब्लेड्स आम्ही आमच्या किट्टो चप्पलच्या बाजूने टाचेखाली आत सरकवले होते. हळूच बोट फिरवल्यावर ब्लेड शोधायला आणि ते बाहेर काढायला एक सेकंदही पुरेसा होता. आता आम्ही त्यांच्यावर तुटून पडलो होतो, कापून काढत होतो.

प्रतिकार करण्यासाठी कोणी हात वर उचलण्याआधीच सगळ्यांवर वार झालेला होता. त्यांना दोन लोकच आहोत असं वाटलं; पण आम्ही चौघांच्या बरोबरीचे होतो. एखाद्याचं रक्त काढलं की, त्याचं निम्मं अवसान गळून पडतं. मी माझ्या मुलांना सांगितलं होतं की, त्यांचे डोळे फोडा. रेझरच्या ब्लेडमुळे माणूस मरणार नाही; पण डोळे नक्कीच निकामी होऊ शकतात. त्यांच्यातल्या दोघानीच खरंतर प्रतिकार केला आणि उरलेले दोघं आरडाओरडा करत होते आणि उरलेल्या कैद्यांमध्ये हरवून जायचा प्रयत्न करत होते. मी शांत होतो. मी एकेका वाराची वाट बघत होतो. तुम्हाला कल्पनाही करता येणार नाही इतका रक्तदाब असतो पुरुषांच्या डोक्यात. हृदयाच्या ठोक्यागणिक रक्ताच्या चिळकांड्या उडतात. आमचा हल्ला फार तर फार एक मिनिट वगैरेच चालला असेल; पण त्या वार करण्यात आणि कापून काढण्याच्या आनंदात ते एक मिनिट म्हणजे संधीचा सुकाळ वाटला. मी गोंधळातही दूरचे पाहू शकतो, एखादी संधी येण्याआधीच तिचं अस्तित्व ओळखू शकतो. मी थांबलो, वाट पाहिली आणि योग्य वेळ येताच कापून काढलं. माझ्या त्या शांत अवस्थेतही व्हॅन थांबलेली आणि हवालदार व इन्स्पेक्टर मागचा दरवाजा उघडण्याची खटपट करत असलेलं कळलं. मी सुरू असलेल्या झटापटीतून थोडा मागे बेंचच्या दिशेने सरकलो आणि नीट बसलो. मी मीनूला म्हणालो, ''मला ती लंबी दे.''

माझ्याकडे एक नजर टाकत त्याने झटकन ते माझ्या हातात दिलं. लंबी म्हणजे बराकीच्या आत असलेल्या बाथरूमच्या दरवाजाची कडी होती. ती त्याने त्याच्या कागदपत्रांच्या निळ्या फाइलच्या गुंडाळीत ठेवली होती. बराकीच्या दरवाजाची कडी अगदी काळजी पूर्वक काढून तिला घासून दगडाने धार केली होती आणि इलेक्ट्रिक वायर गुंडाळून तिला हँडल केलं होतं. हातात ती लंबी धरून मी गुडघ्यावर रांगत पुढे गेलो. मला जो हवा होता त्याचा चेहरा मी लक्षात ठेवला होता, रक्ताने काळवंडलेला. मी त्याच्या दिशेने सरकलो तसं त्याने त्याचे बांधलेले हात वर केले. खांदा वळवून एकच झटका दिला आणि ती त्याच्या मानेत खुपसली. नंतर पोलीस आमच्यावर तुटून पडले.

त्यांनी खूप आरडाओरडा आणि शिवीगाळ करत आम्हाला ओढून बाहेर काढलं. अनेक डझन पोलीस असावेत. आम्ही एकमेकांकडे बघून दात विचकत होतो. दीपूच्या डाव्या हाताला कापलं होतं. ''मी कापून घेतलं भाई,'' तो म्हणाला. ''पण मी त्यांना जास्त कापलं.''

''चुतीया,'' मी हसत म्हणालो.

नंतर त्यांनी आम्हाला ओढत अंडा सेलच्या दिशेने नेलं. आम्ही एका उंच टाकीच्या आकाराच्या इमारतीमध्ये गेलो आणि मग आतील अंधाऱ्या कोठड्यांमध्ये. बाकीच्याना ते दोघा दोघांना ओढत घेऊन गेले; पण मला एकट्याला त्यानी अजून एक मजला खाली नेलं आणि वाकवून आत ढकललं. आता मी एकटाच होतो. तिथे अंधार होता, अगदी मिट्ट अंधार. अखेरीस, मला त्या गोल आकाराच्या खोलीत समोरासमोर दोन काँक्रीटची बाकं आणि त्यांच्या मध्ये जमिनीवर एक भोक असलेलं दिसलं म्हणजे दोन बेड आणि एक संडास. मी घामाने डबडबलो होतो. मी त्या गोलाकार भिंतीना जितक्या उंचवर हात लावून पाहता आलं तितकं पाहिलं. खिडकी नव्हतीच, एखादे शेल्फ किंवा स्वीचही नव्हता, फक्त अगदी गुळगुळीत काँक्रीट होतं. मी खूप वेळ एका बाजूच्या बेडवर बसून होतो. मी अंगातला शर्ट काढून गुंडाळला आणि त्याची उशी करून आडवा झालो. मग मला खूप हसायला येऊ लागलं.

त्यांनी मला दोन आठवडे अंडा सेलमध्ये ठेवलं. जेवणपाणी दरवाजातून आत सरकवलं जाई, बाकी मी त्या दुर्गंधीने भरलेल्या नरकात एकटाच राहत होतो. अंधार... काळोख... अगदी छाती चिरून जाणारा काळोख... मेंदूलाही भेदून जातो. मला त्या अंधारात दिवस-रात्र समजण्यासारखं नव्हतं; पण मी तासांचा हिशेब ठेवत होतो. मी खोलीत त्या अंधारातही गोल गोल जलद चकरा मारत होतो. कारण, मला तब्येत चांगली ठेवायची होती. मी झोपायचा प्रयत्न करायचो आणि दिवस असेल असा अंदाज वाटायचा त्या वेळी जागं राहायचो; पण लवकरच हा हिशेब माझ्याकडून चुकत गेला. मला आता दिवस-रात्र कळेनासं झालं. मी जेवण यायच्या वेळांवरून तासांचा अंदाज लावायचा प्रयत्न करत होतो; पण जेवण नेहमीच थंडगार आणि गोठलेलं असे. मला खात्री आहे की, अखेरीस माझ्या सेलचा दरवाजा उघडण्यापूर्वी नक्कीच अनेक दिवस आणि रात्री उलटलेल्या होत्या. अनेक युगं तिथे माझाच श्वासोच्छ्वास भरून राहिला आहे, असं वाटत होतं. मी डोळे मिटून उघडले तरी मला एखादे मिनिट होऊन गेल्यासारखं वाटायचं, तरीही मी शाश्वततेच्या किनाऱ्याला धरून चालतच होतो. मग अजून एक मिनिट सरायचं, मग अजून एक दीर्घ युग. मी भिंतीवर घड्याळ असल्याची कल्पना करत होतो. जणू मीच भिंतीत एक खिळा ठोकला आणि त्याला एक सोनेरी घड्याळ अडकवलं आहे. मोठे हलणारे लोलक असलेलं घड्याळ. मला वाटलं, हे घड्याळ माझ्यासाठी वेळाचा मागोवा घेण्यास मदत करेल; पण माझं हे काल्पनिक घड्याळ

कधी दिसेनासं व्हायचं, अदृश्य होऊन जायचं आणि त्याचे काटे वाकलेले असायचे. मी अंडा सेलची ख्याती ऐकून होतो की, त्यात माणसाला वेड लागतं आणि ही अंधारी खोली खरंच माझी परीक्षा बघत होती.

त्या अंधारात, अनेक बायका माझ्याकडे आल्या. त्यांच्या पैंजणाचा मंजुळ आवाज यायचा. मी उताणा फरशीवर झोपलेलो असताना, त्या माझ्या छातीवरून तरंगत जायच्या. त्यांची निमुळती, लालसर पावलं, घोट्याचे खळगे मला स्पष्ट दिसायचे. त्यांच्या घागऱ्याची किनार माझ्या गालांना स्पर्शत जायची आणि मला त्यांची पावलं माझ्या छातीवर जाणवायची, अगदी अलगद चालत जाणारी पावलं. माझ्या या पुसट स्वप्नांमध्ये, त्यांच्या अलगद स्पर्शाने मी माझ्या त्या कैदेतून मुक्त व्हायचो. त्या एकमेकीत काहीतरी कुजबुजत असायच्या आणि ते फक्त मला समजायचं. त्यांची ती कुजबुज एखाद्या मंजुळ गाण्यासारखी भासायची. मी तरंगायचो. तिथे नसायचोच.

जेव्हा त्यांनी मला अंडा सेलमधून बाहेर काढलं, मध्ये किती काळ लोटला याचा मला अंदाजही नव्हता... दोन दिवस की दोन हजार वर्षं. मी अंधारातून बाहेर आल्यावर एकदम डोळ्यावर उजेड आल्यामुळे डोळे झाकून घेतले आणि जेलच्या स्टाफकडून किंवा पोलिसांकडून काहीही मागितलं नाही. परूळकर तिथे होताच, शिवीगाळ करत, त्याच्या नेहमीच्या स्टाइलमध्ये उभा होता. त्याच्या देखरेखीखाली, आम्हाला सगळ्यांना त्यांनी बाहेर काढलं आणि कंपाउंडमध्ये सुपरीटेंडंट साहेबांच्या ऑफिसमध्ये नेलं. त्यानंतर अर्थातच शिव्यांच्या लाखोल्या, धमक्या यांची अजून पारायणं झाली आणि अजून काही कलमं ठोकण्याची आणि शिक्षेत वाढ करण्याची वॉर्निंग दिली गेली; पण हा सगळा पोकळ तमाशा होता. प्रत्यक्षात त्यांना आणि आम्हाला माहीत होतं की, आम्ही जिंकलो होतो. एक लहानसाच डाव; पण आम्ही तो जिंकला होता आणि आमचा विजय कितीही लहान असला, तरी त्यामुळे मला आणि माझ्या मुलांना त्यामुळे खूप फरक पडला होता. कधी कधी हे असंच असतं म्हणून तो तमाशा सुरू असतानाही मी जेलर आणि परूळकर यांच्यासमोर मान खाली घालून ताठ उभा होतो. माझं लक्ष कॅलेंडरकडे गेलं, तारीख होती २८ डिसेंबर म्हणजे त्यांनी मला तेरा दिवस आणि एक रात्र अंडा सेलमध्ये ठेवलं होतं. माझ्या आवतीभोवती काळ फेर धरून नाचू लागला, घण पडत होते. मी तरीही ताठ उभा राहिलो. शांत राहिलो. त्यांचे जे काही प्रयत्न सुरू होते, त्यावरून असं दिसत होतं की, माझ्या नैतिक विजयापासून ते मला परावृत्त करू पाहत होते. मला चांगलंच माहीत होतं की, बराकीतल्या माझ्या मुलांना आणि बाहेर असलेल्या सगळ्यांना आमच्या या युद्धाबद्दल माहिती होतं आणि आता त्यांना पुन्हा जोम चढला होता. मी शांत राहिलो. मला समाधान वाटत होतं.

मी जेव्हा बराकीत परत गेलो, तेव्हा मला मुलांकडून आमच्या या विजयाबद्दलचे तपशील कळले. मी ज्या हरामखोराची मान कापली होती, तो सुलेमान इसाचा एकदम टॉपचा कंट्रोलर होता. तो दुबईतल्या इसाच्या मुलांना थेट रिपोर्टिंग करायचा. त्याच्या मानेला खूप टाके पडले होते आणि तो अजूनही हॉस्पिटलमध्येच होता; पण त्या मादरचोदचा जीव आश्चर्यकारकपणे वाचला होता. डॉक्टरांच्या म्हणण्यानुसार त्याला आयुष्यभराचे 'नर्व्ह डॅमेज' झालं होतं. बाकीचे लोक बराकीत परत आलेले होते; पण त्यांची डोकी तासलेली होती आणि डोक्याला हाताला बँडेज होती. त्यांच्या बराकीजवळून जाताना माझी मुलं त्यांना ऐकू जाईल अशा प्रकारे, 'कोणाचं डोकं दुखत आहे का? कोणाला चंपी करून हवी आहे का?' असं

मोठ्याने म्हणत, तेव्हा खूपच मजा येई. आमच्या जखमा किरकोळच होत्या. दीपूला छोटी जखम झाली होती आणि कतारुकाच्या उजव्या पोटरीवर एक वार होता. बहुदा, तो दीपू किंवा मीनू यांच्याच कडून चुकून झालेला होता; पण ते सगळे अंडा सेलमध्ये राहिल्याने गोंधळल्या सारखे दिसत होते. दुपारच्या प्रचंड उकाड्यातही मीनू थरथरत होता आणि तरीही शांत राहण्याचा प्रयत्न करत होता. मला परिस्थितीचा ताबा घ्यावा लागला. मुलांनी माझ्या भोवती घोळका केला होता. मी त्यांना म्हणालो, ''ठीक आहे, आपण नंतर सेलिब्रेट करू. आम्हाला थोडा चहा द्या. मग सगळ्यांनी अंघोळ करू आणि विश्रांती घेऊ. पाण्याची सोय करा.''

सगळी सोय केली गेली. अखेरीस आम्ही सगळं आवरून एका वर्तुळात आडवे झालो. आमचे पाय आतल्या बाजूला केलेले होते, जसे एखाद्या चाकाचे स्पोक आणि बाकीची मुलं आळीपाळीने आम्हाला वारा घालत होती. गप्पा मारायला, छताच्या फटींतून येणाऱ्या उजेडाकडे बघायला आणि दिवस पुढे सरकताना बघायला खूप छान वाटत होतं. दीपू आणि मीनू बायकांबद्दल बोलत होते. इथून बाहेर पडल्यानंतर कसा उपभोग घ्यायचा याबद्दल. कतारुका त्यांना हसत होता. तो म्हणाला, ''खेडवळ कुठले. तुम्हाला काय वाटलं, त्या लॅमिन्गटन रोड वरच्या वेश्या म्हणजे काय बायका आहेत? जनावरांपेक्षा बत्तर आहेत त्या. कचऱ्याचा ढीग हुंगत असणाऱ्या एखाद्या कुत्रीला चोदाल तरी परवडलं. एखाद्या बाईला जोवर तुम्ही नादावत नाही, जोवर ती तुमच्या प्रेमात पडत नाही आणि स्वतःहून समर्पित होत नाही, तोवर तिची खरी मजा तुम्हाला कळणार नाही. एखादी कॉन्व्हेंटमध्ये शिकून लहानाची मोठी झालेली मुलगी, जी जरा लाजाळू असते, थोडी हातचं राखून वागते, तीच खरी पुरुषाची आवड म्हणता येईल; पण तुम्हा दोघांना मी हे का सांगतोय, तुम्ही आयुष्यात कधी अशा मुलींच्या जवळपासही फिरकू शकणार नाही.'' कतारुकाने असं म्हटल्यावर ते दोघं डाकू बंधू त्यांना मार्गदर्शन करण्यासाठी मला विनवू लागले. मीही कतारुकाचं ज्ञानदान कान लावून ऐकू लागलो. त्या संध्याकाळी त्याने मुलींना कसं मोहवायचं त्याचं गुपित सांगितलं. 'जेव्हा तुम्ही तिच्याशी प्रेमालाप करत असता, तेव्हा तुम्ही किशोर कुमार असलं पाहिजे. याचा अर्थ असा नव्हे की, तुम्ही फक्त किशोर कुमारची गाणी म्हटली पाहिजेत. तुमच्यामधून किशोरचा आवाज सळसळत असला पाहिजे, तुमच्यात आत्मविश्वास यायला हवा, त्याचा तो आनंदी, विनोदी आणि लहरीपणा यायला हवा. हे जर तुम्हाला करता आलं, तर बॉस, ती तुमचीच होणार. नंतर एकदा का ती तुमची झाली, तुम्हाला मिळाली की, नंतर तुम्ही मोहम्मद रफी, फक्त आणि फक्त रफी गायला हवा.''

''का?'' मीनूने जांभई देत विचारलं. ''जर ती तुम्हाला मिळालीच आहे, तर आता कशाला गाणी गायची?''

कतारुका आता उठून बसला आणि त्याने पुढे वाकून मीनूच्या डोक्यावर टपली मारली. ''ऐक गांडू, नीट ऐक. रफीची गाणी म्हटली नाही, तर ती परत कधी तुम्हाला मिळणार नाही. रफी म्हणजे तिच्या चूतकडे पुन्हा जाण्याचा राजमार्ग.'' आता तो माझ्याकडे वळला. मी हसत होतो. ''या दोन शेतकऱ्यांचं तुम्ही काय करणार भाई?'' तो मला म्हणाला.

मी मान हलवली. ''आणि रफी नंतर, मग काय गायचं आपण पुढे?'' मी त्याला विचारलं.

''ओह, इथे एक जण आहे ज्याला आयुष्याची जाण आहे,'' कतारुका म्हणाला. तो आता परत आडवा झाला, अंग ताणत म्हणाला, ''जेव्हा ते होईल, ती तुम्हाला सोडून जाईल किंवा तुम्ही तिला सोडून जाल, ऐकताय का रे चुतीयानो? जेव्हा तुम्हाला तुमचं

हृदय कंठातून बाहेर ओढून काढल्यासारखं वाटेल, तेव्हा मुकेशची गाणी म्हणायची. यातून बाहेर पडण्याचा एकच मार्ग म्हणजे मुकेश. मुकेशची गाणी म्हटली, तरच तुम्ही आयुष्यात पुन्हा बहार येण्याची वाट बघू शकता. तो तुमच्या दुःखावर फुंकर घालेल आणि मग तुम्ही पुन्हा किशोर कुमारची गाणी गाऊ लागाल. तुम्हाला आता पुन्हा एक संधी आहे. समजलं? किशोर, रफी आणि मुकेश.''

मीनू आणि दीपूने माना डोलावल्या; पण त्यांना फारसं काही कळलेलं नव्हतं. रफी किती आणि मुकेश किती हे कळायला ते अजून लहान होते. तरी ते दोघं दात काढत होते. मी म्हटलं, ''चला जरा किशोर ऐकू या.'' ती तशीच आनंदी संध्याकाळ होती. आम्ही सगळेच आनंदात होतो.

गायला सुरुवात झाल्यावर समजलं की, दातेचा आवाज मस्त होता. 'ख्वाब हो तुम या कोई हकीकत, कौन हो तुम बतालावो,' तो गात होता. नंतर, 'खिलते है गुल यहां, खिलके बिछड्ने को, मिलते है दिल यहां, मिलके बिछड्ने को.' सगळी बराक एकदम स्तब्ध झाली होती आणि आम्ही त्याचं गाणं ऐकत होतो. प्रत्येक वेळी त्याने गाणं संपवलं की, अजून गाण्यासाठी आग्रह होत होता आणि आवडत्या गाण्यासाठी विनंत्या होत होत्या, हसण्याच्या लकेरी उठत होत्या. त्याला आता कोरस देण्यासाठी एक टीम तयार झाली आणि दोन तबला वाजवणारेही, जे रिकामे डालडाचे डबे घेऊन ताल धरत होते. जेव्हा दाते गात होता, त्याने एखाद्या व्यावसायिक गायकासारखा हात कानावर धरला होता. त्याच्या गाण्याच्या दरम्यानच मला समजलं की, दाते लहान असताना गाणं शिकला होता आणि त्याच्या घरात गाणं होतंच. त्याचे वडील लग्नात बँडमध्ये ट्रम्पेट वाजवायचे, अगदी त्यांच्या छातीचा भाता खराब होईपर्यंत. दातेचं स्वप्न होतं पार्श्वगायक होण्याचं. तो गात होता, 'पग घुंगरू बांध मीरा नाची थी' आणि 'ये दिल न होता बेचारा'. मग जेवायची वेळ झाली.

नंतर रात्री दाते माझ्याकडे आला आणि खांद्याला हात लावून म्हणाला, ''भाई.'' मी या कुशीवरून त्या कुशीवर वळत होतो; पण मला आरामशीरपणे अंग ताणता येत नव्हतं. मी लांब श्वास घ्यायचा प्रयत्न करत होतो. ''भाई, झोप येत नाहीये?'' त्याने विचारलं.

''काय किशोर कुमार?'' मी म्हणालो.

''प्रॉब्लेम हा आहे की, आपल्याला बाई हवी आहे भाई.''

''अर्थातच आपल्याला हवी आहे साला. तू आणणार आहेस माझ्यासाठी बाई? त्यांच्या बराकीतून?''

''नाही, नाही भाई, अशक्य आहे ते. जेलर ही रिस्क घेणार नाहीत, खूपच रिस्की आहे ते. वॉर्डरलासुद्धा तिकडे प्रवेश नाही. कोणत्याही जेलमध्ये. एकदा असं झालं होतं. तुम्हाला ती कमार्दून खान नावाची बाई आठवते का?''

''ड्रग स्मगलर, बरोबर?''

''हो. ती ब्राऊन शुगरचा धंदा करायची आपला आपण. ती आर्थर रोड जेलमध्ये होती आणि तिचा बॉयफ्रेंड करण प्रधान पुरुषांच्या बराकीत.''

''नेवलेकर कंपनीत होता तो?''

''हो, तोच करण. भाई, ही कमरदून खाण करण प्रधानच्या खूप प्रेमात होती म्हणून ती बराकीची नऊ फूट उंच भिंत चढून मेन कम्पाउंडमध्ये उडी मारायची. ती सेंट्री आणि वॉर्डर

लोकांना चिरीमिरी द्यायची आणि मग पुरुषांच्या बराकीत जाऊन तिच्या छाव्याबरोबर रात्र घालवायची. अशा तिने दर आठवड्यातल्या अनेक रात्री घालवल्या.''

''ही खरी बाई.''

''कोणी कोणी म्हणतात की, फक्त करण प्रधानला भेटता यावं म्हणून ती सेंट्रीना पण थोडी चव घेऊ द्यायची.''

''याला म्हणतात प्रेम!''

''काही दिवसांनी ते बाहेर पडले, तिने त्याला कार भेट दिली. ब्रँड न्यू कॉन्टेसा.''

''तो नाहीये ना आता?''

''दुबईच्या लोकांनी उडवलं त्याला, त्याच्या गॅरेजमध्येच. त्यांनी त्याला त्या कॉन्टेसामध्येच ठोकलं.''

''आणि ती?''

''तिला वेडच लागलं. ती सुलेमान इसाशी फाइट करायचा प्रयत्न करायला लागली. ती गन चालवायला शिकली, एका पोलीस इन्स्पेक्टर बरोबर लफडं केलं. तिला वाटलं की, तिचा बदला घ्यायला तो इन्स्पेक्टर तिला मदत करेल.''

''मग?''

''दुबईच्या लोकांनी तिला भोसकून मारलं. काही लोक म्हणतात की, इन्स्पेक्टरनेच तिला एस-कंपनीला विकलं, ती कुठे सापडेल ते सांगितलं.''

''ट्रॅजेडी आहे.''

त्याने एक सुस्कारा सोडला. एक क्षणासाठी मला वाटलं की, तो आता मुकेशचं गाणं म्हणेल; पण त्याने स्वतःला सावरलं आणि म्हणाला, ''या स्टोरीमध्ये ड्रामा आहे, इमोशन आहे, ट्रॅजेडी आहे.'' आणि आम्ही खळखळून हसलो. बाकीचे आमच्या हसण्यात सामील होईपर्यंत आम्ही हसतच होतो.

''तर नेवलेकर कंपनीची मुलं इतकी देखणी आणि डेअरिंगबाज असतात की, बायका त्यांच्यासाठी भिंतीही चढून जातात. माझी मुलं माझ्यासाठी काय करणार आहेत?''

''मी तुमच्यासाठी बाई नाही आणू शकणार; पण तिकडे ती बराक आहे,'' दाते म्हणाला.

त्याला काय म्हणायचं होतं, ते अर्थातच माझ्या लक्षात आलं. ''बाबा लोकांची रूम?''

''तिकडे एक मुलगा आहे भाई,'' दाते म्हणाला, ''तुमचा विश्वास बसणार नाही; पण त्याची गांड पाहिलीत, तर मुमताजची गांड आठवेल.''

''किती?'' मी विचारलं.

''वॉर्डरचे तीनशे, सेंट्रीचे पाचशे. गादीसाठी शंभर वगैरे.''

''ठीक आहे. पाच गाद्या.''

''पाच भाई, तुमच्यासाठी एक आणि कतारुका आणि मी?''

''आणि हिरो भावांसाठी एकेक.''

''पण भाई, मुमताज तुमचीच. तुम्ही फक्त बघत राहा.''

एकदा मी पैसे मोजले आणि त्यांना इकडे आणायला फारतर फार अर्धा तास लागला. आता अंधारात खूप उसासे येत होते. माझ्या बोटांना गादीचा स्पर्शही मुमताजसारखा भासत होता. मी या शहरात नवीन होतो आणि जेव्हा फूटपाथवर राहत होतो, सिमेंटवर झोपलो होतो, मी मुलं घेतली होती; पण आता मला बायकांबद्दल अधिक माहिती झालं होतं आणि म्हणून मी डोळे बंद करून मुमताजला बघायचा प्रयत्न करू लागलो. ती माझ्याखाली उसासे टाकत होती. नंतरच मला खूप हलकं वाटलं आणि मी मस्त झोपलो.

दुसऱ्या दिवशी सकाळी, माझ्या टिफिनमध्ये प्लॅस्टिकमध्ये गुंडाळून एक फोन भातात लपवलेला होता. तो एखाद्या लहान विटेसारखा होता; पण एकदम कडक आणि जड होता. त्याला स्वतःचा एक प्लग होता. मी त्याच्यावरचं प्लॅस्टिक काढत असताना दाते आणि कतारुका माझ्याशेजारीच बसले होते. फोनला एक पेपरची छोटी सुरळी रबर बँडने गुंडाळलेली होती. 'पीडब्ल्यूआर बटणाने चालू होतो. ०२२ डायल करून माझा नंबर डायल करा आणि ओकेचे बटण दाबा,' असं त्यात लिहिलं होतं. ते बंटीचं अक्षर होतं. आम्ही तसं केलं आणि त्याने पहिल्या रिंगला फोन उचलला. तो म्हणाला, ''कोण आहे?''

''तुझा बाप.''

''भाई!!''

''कुठे मिळाला तुला हा?''

''आताच बोटीवरून उतरलाय माल, भाई आणि खूप महाग आहे; पण चांगला आहे ना भाई?''

''खूपच चांगला आहे.''

''या शहरात हा फोन असणारे तुम्हीच पहिले आहात भाई.''

''खरंच?''

''ठीक आहे, कदाचित दुसरे किंवा तिसरे.''

तो अर्थातच अतिशयोक्ती करत होता. शहरात कदाचित काही डझन श्रीमंत हरामखोर असतील ज्यांनी अगोदरच हा फोन घेतला असेल, तेदेखील खूप दिवस आधी; पण कंपन्यांचं म्हणाल, तर असा फोन वापरणारी आमचीच पहिली होती. तेदेखील जेलमध्ये, आमची कंपनी पहिली होती. मी बंटीवर खूप खूश होतो आणि त्याला तसं सांगितलंही. तो मला आवडायचा. नेहमी पुढचा विचार करणार, काळाबरोबर चालणारा. आम्ही बिझनेसबद्दल बोललो. बोलण्यासारखं खूप काही होतं. आमचा नेहमीचा धंदा सांभाळायचा होता ज्यात वेगवेगळ्या इंडस्ट्री, बिझनेस यांच्याकडून हप्ते गोळा करायचे असत, आमचा रियल इस्टेटचा धंदा, इलेक्ट्रॉनिक्स आणि कॉम्प्युटर पार्टस इम्पोर्ट करायचा धंदा, एंटरटेनमेंट इंडस्ट्रीमधली आमची रोख गुंतवणूक, असं बरंच काही. शिवाय आमचा वेगळा शस्त्रास्त्र स्मगल करण्याचा धंदा होता, ज्यात खूप काळजी घ्यायला लागायची. आम्हाला एकदम फुलप्रूफ प्लॅन करायला लागायचं. बारीक बारीक गोष्टींवर खूप लक्ष द्यावं लागायचं. आम्ही दर सहा महिन्यांत एकच शिपमेंट आणायचो; पण प्रत्येक बोटीची किंमत कित्येक करोड असायची. जे सामान आणायचो, ते मुळातच खूप जड आणि लपवायला खूप अवघड असं असायचं. आम्ही आतापर्यंत, यात खूप यशस्वी झालो होतो आणि आमचे क्लाएंट खूप खूशही होते. आम्ही माझे जुने मित्र गॅस्टन आणि पास्कल यांना सामील केलं. फक्त त्यांची बोट आणि अगदी

मोजकी माणसं वापरली, त्यामुळे माझ्या कंपनीकडे अधिक चांगल्या सोयीसुविधा होत्या. आम्हाला आमच्या ताकदीवर पूर्ण विश्वास होता. बंटी आणि मी याबाबत मध्ये मध्ये बोलत असू; पण बोलताना आम्ही खूप काळजी घेत असू. एके-४७ म्हणजे झाडू आणि काडतुसं म्हणजे मिठाई, ट्रॉलर म्हणजे बस असे सांकेतिक शब्द वापरत असू. आमच्या या शस्त्रास्त्रांच्या व्यवहारांमध्ये, आमचा एकच क्लाएंट होता, ते म्हणजे शर्माजी, जे नेहमी वेळ पाळत, पैसे एकदम वेळेवर देत आणि नेहमी परफेक्ट शुभ्र पांढरी धोती नेसत. बंटी त्यांच्यावर खूश होता आणि मीही होतो. नंतर, किरकोळ छोट्या कंपन्यांना मुंबईतून युरोप आणि त्याही पलीकडे ड्रग पोहोचवण्याचा मॅटर होता, तेही बोलायचं होतं. मागे एकदा ड्रगच्या धंद्यात डायरेक्ट आम्ही उतरण्याबाबतीत बंटीने वाद घातला होता. कारण, या धंद्यात पैसा पुष्कळ होता आणि पठाण लोकांचं वर्चस्व वाढलं होतं; पण मी नेहमी त्याला विरोध केला होता. इथे स्थानिक उत्पादन नव्हतं आणि पैसा इतकाही जास्त नव्हता की, त्यासाठी 'आम्ही ड्रग्स ना हातही लावत नाही' ही आमची प्रतिष्ठा आम्ही धुळीला मिळवावी. विरोधासाठी विरोध करणं म्हणजे मूर्खपणा झाला असता. कंपनीचा इतक्या झपाट्याने आणि इतका जास्त विस्तार करणं हे कंपनीसाठी चांगलं नाही, हे समजण्याइतका मी मोठा होतो. मी बंटीला नेहमी सांगायचो की, आधी बळकटी आण म्हणून आता मी त्याला यासाठी होकार दिला आणि ड्रग व्यावसायिकांना आवश्यक ती सुविधा पुरव असं सांगितलं; पण मी त्याला सावध राहायला आणि योग्य अंतर ठेवायला सांगितलं.

''हो भाई. भाई, तुमच्या फोनची बॅटरी लवकरच संपणार आहे,'' तो म्हणाला, ''अजून काही?''

''मला इथे एक टीव्ही हवाय आणि एक व्यवस्थित मंदिरही.'' मी म्हटलं.

''प्रॉब्लेम नाही भाई. आज दुपारपर्यंत तुम्हाला हवं ते तिकडे मिळून जाईल; पण परमिशन घ्यायला कदाचित थोडा वेळ लागेल.''

''तू त्याची चिंता करू नकोस. मेनगेटला सामान पाठवून दे,'' मी त्याला म्हणालो. मी तो छोटा फोन बंद केला. त्याच्या निमुळत्या आकारावर मी खूश होतो. त्यातली छोटी रेघ सिग्नल किती आहे ते दाखवत होती. मी दातेला म्हटलं, ''हा चार्ज कर आणि सेंट्रीला सांग की, मला आज सुपरीटेंडंट साहेबांना भेटायचं आहे. दुपारीच भेटायचं आहे, उशीर नको.''

जेवण झाल्यावर मी थोडा वेळ आडवा झालो होतो आणि बंटीचा विचार करत होतो. तो तसा साधा होता, अगदी आदर्श वगैरे नाही; पण हुशार होता. एखाद्या संकटाच्या काळात अतिशय थंड डोक्याने काम करू शकेल असा. बंटी माझ्याबरोबर असण्याला बराच काळ झाला होता आणि हळूहळू तो माझ्या कंपनीतला माझ्या अगदी जवळचा झाला होता. त्याने ही प्रगती खूप झपाट्याने केली होती; पण मला त्यामुळे काही असुरक्षित वगैरे वाटलं नाही. तो खूप महत्त्वाकांक्षी आहे हे मला माहीत होतं; पण मला हेही माहीत होतं की, त्याची ही महत्त्वाकांक्षा केवळ छानछोकीने राहावं, सगळ्यांनी त्याचा आदर करावा इतपतच होती. त्यापलीकडे जाऊन आपल्या कंपनीवर आपली हुकूमत चालावी वगैरे काही नव्हतं. तो माझी जागा घेईल किंवा माझ्यापासून फुटून आपली कंपनी सुरू करेल, अशी भीती मला अजिबात नव्हती. बंटी असा का होता? त्याला अधिकारात नेहमी दुसऱ्या क्रमांकावर राहणं का मान्य होतं, जे मला तर नेहमी पहिल्या क्रमांकावर असायला आवडायचं? मी शारीरिकदृष्ट्या ताकदवान नव्हतो, दिसायलाही चांगला देखणा वगैरे नव्हतो किंवा खूप दुष्टही नव्हतो.

बायकांबद्दलची त्याची आसक्ती माझ्या इतकीच होती, ना कमी ना जास्त. तो विधवा आई, दोन भाऊ आणि एक बहीण त्यांच्यासोबत लहानाचा मोठा झाला होता. एका अशा कुटुंबात, जे नेहमी दारिद्र्यरेषेच्या उंबरठ्यावर राहिलं होतं; पण मीदेखील खिशात दमडी नसताना दिवस काढले होते. अनेक बाबतीत आमच्यात साम्यच होतं, तरीही तो माझा विश्वासू शिलेदार होता आणि मी त्याचा सेनापती. रोज सकाळी तो माझ्याकडून सूचना मिळण्यासाठी वाट बघत असायचा आणि त्या घेण्यात त्याला आनंद असायचा. का? मी बंटीचा चेहरा डोळ्यांसमोर आणला. त्याचं ते पंजाबी नाक आणि कपाळावरचे केस, त्याचा घोगरा आवाज आणि त्याची पुढे झुकून बोलण्याची स्टाइल. मला माझ्या प्रश्नाचं एकच उत्तर मिळालं आणि ते म्हणजे काही लोक महान बनण्यासाठीच जन्मलेले असतात आणि बाकीचे त्यांचा मार्ग मोकळा करण्यासाठी. 'बंटी' असण्यात काही शरमेची बाब नव्हती. तो एक चांगला माणूस होता, ज्याला आपली जागा व्यवस्थित माहिती होती. माझ्यासाठी हा निष्कर्ष समाधानकारक होता आणि म्हणूनच मी निवांत एक डुलकी घेतली; पण मग नंतर मला गाढ झोप लागली आणि झोपेत पापण्यांमागे त्या गडद काळोखात स्मृतींचा प्रवास सुरू झाला. त्या काळोखात अनेक आवाज बोलत होते. तापाने फणफणलेलं एक मूल, मीच, उबदार अंथरुणात झोपलं होतं, एका स्त्रीने माझ्याकडे पाहून स्मितहास्य केलं आणि ब्लँकेट माझ्या हनुवटीपर्यंत ओढलं. तिने माझ्या कपाळाला हात लावला आणि माझे पाय गुडघ्यात वाकवून तिच्या बाजूला वळवले.

मी जागा झालो. उठून बसलो. मी एक अत्यंत व्यग्र माणूस होतो, दिवसा अशा स्वप्नांवर खर्च करण्यासाठी माझ्याकडे वेळ नव्हता. मी माझ्या मुलांना बोलावलं आणि येत्या आठवड्यातील योजनांबद्दल चर्चा केली. बराकीतील परिस्थिती सुधारण्यासाठी त्यांच्याकडून सूचना मागवल्या. वकील आणि जज यांच्याबद्दल त्यांच्या काय काय तक्रारी होत्या त्या ऐकून घेतल्या.

त्या दिवशी दुपारी तीन वाजता मी सुपरीटेंडंट अडवाणींना त्यांच्या ऑफिसमध्ये भेटलो. ते नेहरूंच्या तसबिरीखाली बसले होते आणि त्यांनी त्यांच्या अस्खलित हिंदीमध्ये मला लेक्चर दिलं. ''ती फारच दुर्दैवी घटना होती,'' ते म्हणाले. ''आपल्याला भविष्यात अशा घटना होऊ नयेत म्हणून एकत्र येऊन प्रयत्न केले पाहिजेत. अशा घटनांचे परिणाम आपल्या दोघांसाठीही घातक असतात.'' मी फक्त त्यांच्याकडे पाहिलं. ते बोलत होते, बोलता बोलता त्यांची आणि माझी नजरानजर झाली. काही वेळाने ते अस्वस्थ झाले आणि दुसरीकडे पाहून बोलू लागले; पण मी मात्र माझी नजर त्यांच्या छोट्या दिसणाऱ्या खोपडीवर टिकवली होती. त्यांचा बोलण्याचा वेग कमी झाला आणि घसा किंचित खाकरून आता ते बोलायचे थांबले. आमच्या डोक्यावरचा पंखा टिकटिकत होता. अडवाणींनी आता माझ्याकडे मान वर करून पाहिलं; पण त्यांना माझ्या नजरेला नजर मिळताच तो नाद सोडून दिला आणि हार मानली. त्यांना घाम फुटला होता.

''मी तुमच्यासाठी काही करू शकतो का अडवाणी साहेब?'' मी अतिशय सौम्यपणे विचारलं. ''तुमच्या घरच्यांसाठी काही करू शकतो का?''

त्यांनी मान हळू नकारार्थी हलवली आणि खोकले. ते फक्त इतकंच बोलू शकले, ''मी तुमच्यासाठी काय करू शकतो भाई?''

''मला आनंद वाटतो की आपण, काय ते सहकार्य का काय ते करतो आहोत. मला काय हवं आहे ते सांगतो. बराकीतले लोक कंटाळले आहेत. त्यांना माहिती मिळायला हवी,

थोडं मनोरंजन व्हायला हवं म्हणून एक टीव्ही येतो आहे, आज दुपारी. आम्हाला त्याच्यासाठी नवीन इलेक्ट्रिक कनेक्शन आणि केबलचं कनेक्शन हवं आहे आणि हो, एक देऊळ.''

''वाह, हे खूपच छान. अध्यात्म आणि माहिती, दोन्ही बरोबरच. दोन्हींमुळे चांगले नागरिक तयार होतात. परवानगी अर्थातच मिळेल. चांगला विचार आहे हा.''

अडवाणी माझं कौतुक करण्यापेक्षा स्वतःची समजूत काढत होते. त्यांच्या टेबलावरचे त्यांचे लांब हात बघून, त्यांचं पाणीदार हसू बघून मला तिटकारा आला. माणसं किती दुबळी असतात आणि कीव येण्याजोगीही. हा माणूस सुपरीटेंडंट कसा काय झाला? नक्कीच याचा कोणीतरी काका, मामा सरकारी नोकरीत असणार आणि एखादा चुलत मामेभाऊ कोणत्यातरी आमदाराचा खास असणार. अशा दुबळ्या लोकांनी पब्लिक सर्व्हिस खच्चून भरली आहे. जगात आमच्या हातून काम व्हावं म्हणून हे असे लोक देवाने पाठवलेले आहेत. मी त्याला म्हणालो, ''हे तुमचे चांगले विचार आहेत. तुम्हीच मला तीन आठवड्यांपूर्वी सुचवलं की, तुम्हाला तुरुंगात कैद्यांच्यासाठी सुधारणा करायच्या आहेत. मी फक्त पुरवणारा आहे.''

त्याला माझं बोलणं समजायला अर्धा मिनिट लागला. तो एक मादरजात गाढवच होता. तो म्हणाला, ''ओह, हो हो, धन्यवाद भाई.''

''अडवाणी, मी तुमच्यासाठी अजून काही करू शकतो का?'' मी अगदी स्पष्टपणे विचारलं, ''सांगा मला.''

''नाही भाई, खरंच.''

''पैसे?''

मी असं म्हणाल्यामुळे तो एकदम घाबरला. त्याने ऑफिसात एक नजर फिरवली, जणू काही कोणी कपाटामागे लपून बसलं आहे आणि आमचं बोलणं ऐकत आहे; पण ते स्वाभाविकच होतं आणि मी थेट मुद्द्यालाच हात घातला होता. सगळ्यांना पैसा हवा असतो. अडवाणी पैसे घेईलही; पण मी बदनाम होतो आणि त्यामुळे माझ्याशी संबंध ठेवणं त्याच्या करियरसाठी घातक होतं. त्याला त्यावर विचार करावा लागणार होता.

''अजून काही? तुमच्या बॉसकडे शिफारीस वगैरे? तुमच्या मुलीला चांगल्या शाळेत ॲडमिशन वगैरे? घरी अजून एखादे फोनचे कनेक्शन?''

''काही नको. या जेलमध्ये सगळं सुरळीत चालावं म्हणून मी सहकार्य करायला तयार आहे.''

आता त्याने त्याचे हात मांडीवर ठेवले होते आणि 'काही नको' असं म्हटल्यामुळे तो शक्य तितका ताठ बसण्याचा प्रयत्न करत होता; पण त्याच्या डोळ्यांत मात्र दुःखाची एक झाक होती, जी अचानक कोणीतरी त्याची सुप्त इच्छा बोलून तर दाखवली; पण मान्य करता येत नसल्यामुळे उठली असावी. मी याधीही अशी झाक पाहिली होती, काहीतरी हवं असण्याची लालसा, इच्छा होण्याच्या आधीचा संकोच. मी स्त्री-पुरुषांना जे हवं आहे ते देऊ शकत होतो. अगदी त्यांच्या अंतरात डोकावून जे काही एखादं त्यांचं गलिच्छ स्वप्न असेल तेसुद्धा बाहेर ओढून काढून पूर्ण करू शकत होतो. त्यांना याची भीती वाटायची. मी अशाही लोकांना मदत केली होती, ज्यांनी मला त्यांच्या वडिलांना मारण्याची इच्छा असल्याचं सांगितलं होतं, काही स्त्रिया ज्यांना त्यांची मालमत्ता हडप करणाऱ्या भावांना चोप द्यायचा होता म्हणून मला काय करायचं हे माहिती होतं. ''मला तुमच्याबद्दल सांगा अडवाणी साहेब. तुमचा जन्म कुठे झाला?'' मी म्हणालो.

स्वतःवर ताबा ठेवण्याची त्याची सुरू असलेली धडपड आता संपली आणि तो सुटकेचा निःश्वास सोडत हसला. ''मी, मी मुंबईमध्येच जन्मलो. खारला; पण माझे वडील कराचीचे होते. फाळणीच्या वेळी त्यांचं सगळं गेलं.'' आणि मग तो मला त्याची आईसुद्धा कराचीची होती आणि कशी ती फाळणीच्या वेळी जळत्या ट्रेनमध्ये वडिलांपासून दुरावली आणि त्यांची कशी दिल्लीच्या रेल्वे प्लाटफॉर्मवर पुन्हा भेट झाली ते सांगू लागला. ''हे सगळं एखाद्या सिनेमासारखं होतं,'' तो म्हणाला. ''ते दोघं वेगवेगळ्या प्लाटफॉर्म्सवर होते, तीन आणि चार नंबरच्या. अमृतसर मेल सुटली आणि मग ते एकमेकांना दिसले. पापाजी रूळांवरून धावत पलीकडे गेले.'' मग ते कसे मुंबईमध्ये स्थायिक झाले, दोन मुलं आणि तीन मुलींचा जन्म कसा झाला आणि त्याची स्वतःची नॅशनल कॉलेजमधली वर्षं याबद्दल बोलत राहिला. अगदी पूर्ण स्थिरस्थावर होईपर्यंतचा त्याचा संघर्ष. दरम्यान, मी त्याच्या ऑफिसमध्ये फिरत होतो, कपाटांमध्ये डोकावत, त्याच्या फाइल्स वरखाली करत; पण कुठेही त्याच्या कुटुंबाचा फोटो नव्हता; पण त्याचा स्वतःचा राज कपूर बरोबरचा एक फोटो होता. तो त्याच्या मुलांबद्दल बोलत होता, त्याच्या मुलीचं अमेरिकेतल्या मुलाशी लग्न झालं वगैरे; पण आता तो पुन्हा स्वतःला त्याच्या बापाकडे घेऊन आला. ''पापाजी कराचीत असताना प्राण साहेबांना ओळखायचे. ते एकत्र क्रिकेट खेळले होते,'' तो म्हणाला. म्हणजे आता प्राण पापाजींचा लंगोटी यार होता आणि अख्खं कुटुंब सिनेमाच्या सेटवर अनेकदा गेलेलं होतं. ते अनेक सिनेस्टार्सना भेटले होते.

''तुम्ही कधी मुमताजला भेटले आहात?'' मी विचारलं.

''हो, मी भेटलो आहे. दोनदा,'' तो म्हणाला. ''अरे, ती खूप सुंदर होती; पण या काही फिल्मी लोकांचं कसं असतं माहीत आहे, सगळी लाइट आणि मेकअपची कमाल असते. ते स्क्रीनवर सगळे गोरे आणि सुंदर दिसतात; पण जेव्हा तुम्ही त्यांना बाहेर बघता, तुम्हाला लक्षात येतं की, हे सगळं खोटं आहे. जर ते प्रसिद्ध नसते, तर तुम्ही त्यांना लोकल ट्रेनमध्ये दिसल्यावर ओळखलंही नसतं; पण मुमताजचं तसं नव्हतं. ती खरंच सुंदर होती, एकदम रसगुल्ल्यासारखी गोरी, काय रंग होता आणि सफरचंदासारखी रसरशीत.'' आता बोलताना त्याच्या हातांनी हवेत गोल गोल आकार दाखवले.

मला सापडलं. मी त्याच्या टेबलावर झुकलो आणि कुजबुजत म्हणालो, ''अडवाणी साहेब, तुम्ही तसलं सफरचंद कधी खाल्लं आहे का?'' तो हसला, नकारार्थी मान हलवत हात वर उडवत त्याने ते उडवून लावलं. ''नाही, खरंच, मी खरंच म्हणतोय, असे अनेक स्टार्स आहेत जे अरेंज केले जाऊ शकतात.''

''नाही,'' तो म्हणाला, ''नको नको, माझा अशा गोष्टीवर विश्वास नाही. सगळे अशा गोष्टी बोलतात.''

''मी खोटं बोलतोय, असं म्हणायचं आहे का तुम्हाला?''

''नाही नाही; पण..''

''काळजी करू नका अडवाणी साहेब. तुम्ही फक्त बघा. मी तुमच्यासाठी सफरचंद आणवतो.''

तो 'नको नको' म्हणत विरोध करत होता, जसं एखादा पाहुणा आग्रह केल्यावर 'नको नको' म्हणतो; पण मला खात्री होती. मी त्याला सोडून बराकीत गेलो. मी बंटीला फोन केला

आणि जेलरसाठी एक फिल्मस्टार हवी आहे, असं सांगितलं. ''पण; भाई,'' तो म्हणाला, ''मला फिल्मस्टार कुठे मिळेल?''

''हरामखोर, तू मुंबईचा राजा आहेस आणि तुला एक फिल्मस्टार मिळवता येत नाही? चुतीया. त्या बाईला फोन कर.''

''कोण बाई?''

''छोटा बदरिया तिच्याकडून मुली आणायचा. त्याच्या डायरीत बघ, तुला तिचा नंबर मिळेल. जर तिथे नसेल, तर त्याने तो कुठेतरी लिहून ठेवलेला असेल. तिला शोध. कोणीतरी जोजो का जुजु असल्या नावाची बाई आहे.''

''हो भाई, अजून काही भाई?''

मी शांत होतो. अजून काहीतरी होतं, काहीतरी चिकट, एखाद्या गोट्यासारखं, जे माझ्या मेंदूत उसळी घेत होतं. मी अशा अर्धवट लक्ष गेलेल्या गोष्टींकडे लक्ष द्यायला शिकलो होतो. मी ते तरंगत वर येऊ दिलं. ''ठीक आहे बंटी. अजून काहीतरी आहे. हे शर्माजी, जेव्हा आपल्याला पैसे देतात, डिलिव्हरी घेतात, तेव्हा त्यांच्यासोबत कोणी येतं का?''

''ट्रक, व्हॅनचे ड्रायव्हर, दोनेक गार्ड्स, गाडीसोबत असणारे लोक.''

''आपल्याला त्याच्याबद्दल आणखी काही माहिती आहे का?''

''नाही भाई.''

''आपल्याला अजून माहिती हवी. आपल्याला ज्यांच्याबद्दल फारशी काही माहिती नाही, त्यांच्याबरोबर व्यवहार करणं मला काय फारसं आवडत नाही. शोध जरा.''

''हो भाई.''

''पण काळजी घे. त्यांना पत्ता लागू देऊ नको. तुला आवश्यक तितका वेळ घे. मला फिकीर नाही. सावकाश जा; पण माहिती काढ.''

''समजलं भाई.''

मी माझी दुपारची डुलकी काढली. मी उठल्यानंतर काही वेळातच माझ्या मुलांनी देव्हारा आणि टीव्ही आणला. तो देव्हारा उचलून आणायला आठ जण लागले. तो मार्बलचा देव्हारा होता आणि त्याला ग्रॅनाईटचा खास तळ होता ज्यावर वजन तोललं जात होतं. त्यात कृष्णाची सुंदर मूर्ती होती. बासरी वाजविणारी, सोनेरी कद नेसलेली. तो पायाच्या चवढ्यावर उभा होता, एक पाय मागे घेऊन उभी अशी. तो नृत्य करत होता. मुलांनी तो देव्हारा मांडला आणि सगळे कैदी गजबज करत होते. मग, आम्ही सगळे पहिली पूजा करण्यासाठी बसलो. मीनू आणि दीपूने भजन गायलं. दातेने माझ्या कपाळावर एक मोठा तिलक लावला. मी हार घेऊन तो कृष्णाच्या गळ्यात घातला.

नंतर आम्ही टीव्ही सुरू केला. टीव्हीच्या मोठ्या स्क्रीनसमोर मला मानाची जागा मिळाली होती, अगदी खोलीच्या मधोमध. सगळी बराक माझ्यामागे अर्ध गोलाकार वर्तुळात बसली होती आणि माझी मुलं त्यात पहिल्या रांगेत बसली होती. आम्ही टीव्ही सुरू केला आणि काय टायमिंग होतं; झीवर 'दीवार' सिनेमा नुकताच सुरू झाला होता. काहीही वादविवाद न होता आम्ही बघू लागलो. बराकीतल्या प्रत्येकाने हा सिनेमा पाहिलेला होता; पण सिनेमा सुरू असताना एक शब्दही कोणी बोललं नाही, फक्त जेव्हा सिनेमातल्या कलाकारांचे गाजलेले संवाद येत, तेव्हा टाळ्यांचा कडकडाट होई. आम्ही सगळे अमिताभच्या बाजूने होतो, त्याच्या शिखरापर्यंत

पोहोचण्याच्या प्रवासात बरोबर होतो; पण जेव्हा इन्स्पेक्टर भाऊ म्हणाला, ''माझ्याजवळ आई आहे,'' सगळी बराक त्याच्या बरोबर तो संवाद म्हणाली. तो सिनेमा जेवणाच्या वेळेपर्यंत चालला; पण माझ्या नव्याने झालेल्या मित्राबरोबर मी थोडी चर्चा केल्यावर त्या दिवसापुरती जेवणाची वेळ थोडी पुढे ढकलण्यात आली. त्या दिवशी आम्ही सगळे एकत्र होतो, सोबत.

अशा प्रकारे माझे दिवस जात होते, बरोबरच्या लोकांसाठी परिस्थिती सुधारण्यात, आतून कंपनीचे काम चालवण्यात दिवस जात होते. गांडू स्पेशल कोर्ट माझा जामीन नामंजूर करत होतं आणि माझे वकील जामिनाचे अर्ज करतच होते. मी टाडाच्या राज्यात प्रवेश केला आणि माझी फरफट सुरूच राहिली. दररोज मी बंटीशी बोलत होतो. तुम्हाला कल्पनाही येणार नाही की, एखादी कंपनी चालवायची म्हणजे किती काम असतं. त्यासाठी कोणकोणत्या गोष्टींचा विचार करावा लागतो : पैसा, हिशेब, कायदेशीर खटले, पेन्शन, वाटप, प्रसिद्धी, सोयीसुविधा, फायदे, हत्यारं, वाहतूक, आवक-जावक, शिस्तीबाबतच्या समस्या आणि काय काय; पण मला काम करणं भाग होतं. माझं माझ्या कंपनीकडे व्यवस्थित लक्ष होतं, त्यामुळे मला रात्री छान झोप लागत होती. सकाळी आम्ही उठल्या उठल्या बराकीत टीव्ही सुरू होत असे. मुलं नेहमी उठल्यावर भजनाचा कार्यक्रम लावत आणि मी थोडा वेळ बसून भजनं ऐकत असे. नंतर आम्ही बातम्या लावत असू. एक दिवस सकाळी दाते माझ्याकडे आला. थोडा नाराज दिसत होता.

''हे हरामखोर लांडे,'' तो म्हणाला.

''काय?''

''मी ऐकलं की, ते देऊळ आणि टीव्ही यांबद्दल तक्रार करत आहेत.''

''तक्रार? कशी काय?''

''ते म्हणतात की, तुम्ही शेवटी हिंदू डॉन आहात. देवळं उभी करता, भजनं ऐकण्यासाठी टीव्ही आणता.''

''काल रात्री 'दीवार' बघताना तक्रार करताना ऐकलं नाही मी त्यांना,'' चॅनेलने तोच सिनेमा आता परत लावला होता.

''खरंतर त्यांच्यातल्या काहींनी केली. त्यांना सिनेमा आणि अमिताभ आवडतो; पण ते म्हणतात की, सिनेमाची स्टोरी खरंतर हाजी मस्तानबद्दल आहे; पण त्याला विजय नाव दिलं आहे. कारण, या इंडस्ट्रीमध्ये मुस्लीम डॉन दाखवता येत नाही.''

''म्हणजे ज्या स्टार्समध्ये पैसा गुंतवायला लागतो, त्यांच्याबद्दल काळजी करणे ही प्रोड्युसरची चूक झाली? जेव्हा पैसा परत मिळणार नाही, तेव्हा हे हरामखोर काय त्यांच्या खिशातून पैसा देणार आहे का?''

''ते त्याच लायकीचे आहेत भाई. कृतघ्न लेकाचे आणि जर तुम्ही हिंदूसाठी काही केलंत, तर त्याचा अर्थ त्यांच्याविरुद्ध केलं असा घेतात.''

मला राग आला होता; पण मी विचार करत होतो. तुम्ही लोकांना मारझोड करून ते काय विचार करतात तो बदलू शकत नाही आणि हा तर श्रद्धेचा प्रश्न होता. बॉम्बस्फोट आणि नंतर दंगली झाल्यानंतरही माझ्याकडे मुसलमान मुलं कामाला होती. शेवटी, एक सहिष्णू डॉन म्हणून प्रसिद्धी होती. दाते तोंडातल्या तोंडात शिव्या देत होता. ''त्यांना काय हवं आहे याचा शोध घे. कुराणच्या प्रती वगैरे हव्या असतील तर बघ. त्यांच्यासाठीही काहीतरी करू या.''

''मी सांगतो तुम्हाला भाई, ते लोक बदलणार नाहीत. सतत किरकिर किरकिर करणार.''

''तू सांगितलं तेवढं कर फक्त.''

तो गेला, एखाद्या बैलासारखे ताठ खांदे आणि मान खाली पाडून; पण या गोष्टीचं वैषम्य माझ्या मनात राहिलं. साडेनऊ वाजता बंटीने अजूनच वैतागून फोन केला. तो जोजोबाबत जरा वैतागलेला होता.

''भाई, या जोजोला जरा धडा शिकवायला पाहिजे,'' तो म्हणाला.

''आता तिने काय केलं?''

''ती अनेक आठवडे मला त्रास देतेय. ती अडवाणीसाठी कोणा मुलीला जेलमध्ये पाठवणार नाही म्हणते आणि ती दरसुद्धा कमी करत नाहीये; पण हा सगळा तिचा अटिट्यूड आहे भाई. जशी काही ती कोणी बिग बॉस आहे, कोणाची भीती म्हणून नाही तिला. ती मला म्हणाली की, तुला जर बिझनेस करायचा नसेल, तर नको करूस. मी तिला विचारलं की, तुला माहीत आहे का तू कोणाशी बोलते आहेस ते, तर म्हणाली की, हो, गायतोंडेचा छोटासा बंटी आहेस तू. असं बोलली ती भाई. मी तिला शिव्या दिल्या तर हसायला लागली. ती वेडी आहे भाई. मला तर जाऊन तिच्या गांडीत दोन गोळ्या घालाव्याश्या वाटल्या भाई.''

''पण त्याऐवजी तू मला फोन केलास. ते चांगलं केलंस बंटी. नेहमी स्वतःवर कंट्रोल ठेव.''

''केवळ तुम्ही म्हणालात की, तिच्याशी डील करायचं आहे म्हणून भाई. मला माहिती नाही बदरिया कसं काय तिच्याशी जमवून घ्यायचा. मी तिला तुमचं नाव जरा आदराने घ्यायला सांगितलं तर म्हणाली की, नाहीतर काय? तो मारणार आहे मला?''

''ती म्हणाली असं? मग तू काय म्हणालास?''

''मी तिला सांगितलं की, ती स्क्रू ढिला असलेली रंडी आहे आणि मग मी तुम्हाला फोन केला. मला तिला जरा अक्कल शिकवू दे भाई. जरा दोन हाणतो तिला भाई.''

''तिचा नंबर काय आहे?''

''तुम्ही तिच्याशी बोलणार आहे का?''

''नाही. मी बराकीतल्या सगळ्यांना तिच्याबरोबर गाणं म्हणायला लावणार आहे. तू नंबर दे मला.''

म्हणून मग मी जोजोला फोन केला. तिने दुसऱ्या रिंगला फोन उचलला. ''हां? टेल मी,'' अर्धं हिंदी आणि अर्धं इंग्लिशमध्ये बोलत ती म्हणाली.

मी तिला हिंदीतच म्हणालो, ''हिंदीत तू असं हॅलो म्हणतेस का?''

''कोण आहे?''

''तुझा बाप.''

''तो बऱ्याच वर्षांपूर्वी मेला, दुबळा हरामखोर.''

''तुला कशाबद्दलच आदर नाही का?''

''पुरुष कुत्र्यांपेक्षा बेकार असतात. विशेषकरून जे पुरुष माझा वेळ फुकट घालवतात. तुझ्यासारखे.''

''तू मी काय म्हणतो ते ऐकलंस तर बरं होईल.''

''का?''

''जे लोक मला राग आणतात त्यांना खूप त्रास होतो.''

ती जोरात हसू लागली आणि ती नाटक करत नव्हती. तिचं हसू अगदी जंगली आणि खरं होतं. ते ऐकून मलाही थोडं हसू आलं.

''माझा विश्वासच बसत नाहीये. इतके मोठे मोठे डायलॉग. मला माहीत आहे कोण आहे हे. द बिगशॉट गायतोंडे स्वतः मला फोन करतो आहे,'' ती म्हणाली.

''ऐक साली, तुला खड्ड्यात जायचंय का? मी तुला स्वतःचा खड्डा स्वतः खोदायला लावेन तुला त्यात ढकलण्याआधी.''

''हे एकदम ढासू वाक्य आहे,'' ती म्हणाली आणि पुन्हा हसायला लागली. नंतर एकदम शांत झाली आणि म्हणाली, ''गायतोंडे, तुला मला मारायचं आहे का?''

''ते सोपं असेल.''

''ठीक आहे. ये मग.''

आणि तिने फोन ठेवला.

मी फोन फेकून द्यायला हात वर केला; पण मग हळू खाली आणला. मी री-डायलचं बटण दाबलं आणि वाट पाहू लागलो.

''येस? टेल मी,'' ती म्हणाली. आता ती शांत होती.

''तू पूर्णपणे वेडी आहेस का?''

''अनेक लोकांना तसं वाटतं.''

''नशीबवान आहेस की, अजून जिवंत आहेस.''

''मी रोज सकाळी तोच विचार करते.''

मला आवडली ती. त्या पहिल्या संभाषणापासून आवडली, अगदी पहिल्यांदा तिचा आवाज ऐकला तेव्हापासून. तिचा आवाज एखाद्या पुरुषासारखा घोगरा होता, मला आवडली ती. ती मला हसली आणि मला ती आवडली; पण मी माझ्या आवाजात थोडा कठोरपणा आणत म्हटलं, ''तू नेहमीच अशी ऑफ असतेस? का जन्मतःच वेडी आहेस?''

''नाही नाही गायतोंडे. मला वेडी होण्यासाठी खूप कठोर मेहनत घ्यायला लागली. तुझ्याबद्दल काय गायतोंडे? तुझे स्क्रू कसे काय ढिले झाले?''

''साली, तोंडावर कंट्रोल ठेव जरा,'' हे जरा विचित्र होतं, मला तिचा राग आला होता; पण काहीसा आनंदही होता. ''माझे स्क्रू ठीक आहेत.''

''हो, हो म्हणूनच तू जेलमध्ये बसला आहेस आणि सगळ्या बाजूने लोकांना मारत सुटला आहेस. हिटलरसारखा वागतो आहेस.''

''तुझं नशीब की, तू इथे माझ्या समोर नाहीयेस.''

''मला खात्री आहे की, तू तसंही मला मारून टाकू शकला असता, बिग बॉस,'' आणि असं म्हणून ती पुन्हा खिदळून हसू लागली, तिचं ते मनापासून खळखळून हसणं.

''माझा वेळ आणि बॅटरी वाया घालवू नकोस,'' मी म्हणालो. ''बंटी म्हणाला की, तू प्रॉब्लेम करते आहेस.''

''बंटी चुतीया आहे. मी कोणाही मुलीला जेलमध्ये पाठवणार नाही. मुळात तुला हवी असलेल्या प्रकारची कोणतीही बाई जेलमध्ये यायला तयार होणार नाही.''

''बंटी हुशार मुलगा आहे आणि त्याने तुझं ऐकून घेतलं असतं जर तू त्याच्याशी एखाद्या....सारखं बोलली नसतीस.''

''कशासारखं?''

''आम्हाला हवी तशी बाई तू देऊ शकतेस? फिल्मस्टार?''

''कदाचित, एखादी टीव्ही वरची देऊ शकते; पण जेलमध्ये नाही.''

''मादरचोद जेल विसर.''

''पैसे लागतील.''

''सगळ्या गोष्टींना पैसे लागतात. थोडं रिझनेबल राहा आणि आमचा गैरफायदा घ्यायचा प्रयत्न करू नकोस.''

''मी प्रामाणिकपणे बिझनेस करते.''

''माझ्याबरोबर चांगला बिझनेस कर, तुला अजून खूप बिझनेस मिळेल.''

''गुड.''

''आणि मला पुन्हा हिटलर म्हणू नकोस. तुला माहीत नाही मी किती काम करतो...''

''हो हो, मला माहीत आहे की, तू गरिबांसाठी खूप काम करतोस. एखाद्या राजासारखी दानत आहे तुझी. ऐक, मला जायचं आहे आता. मला कामं आहेत. मी तुझ्या बंटीला कॉन्टॅक्ट करेन तुझ्या अरेंजमेंटबद्दल.''

आणि तिने फोन बंद केला. वेडी आणि वेड लावणारी; पण ती एक चांगली बिझनेस करणारी होती. तिने आम्हाला एक टीव्हीवरची अभिनेत्री दिली किंवा एक अभिनेत्री जी टीव्हीवर अध्येमध्ये दिसत होती. तिचं नाव अप्सरा होतं. ही अप्सरा एक फिल्मस्टारही होती. जेव्हा वयाचा परिणाम म्हणून राजेश खन्ना एखाद्या जाड्या गुरख्यासारखा दिसायला लागला, त्या वेळी तिने त्याच्या सरत्या काळात त्याच्याबरोबर एक-दोन सिनेमात खलनायिकेची भूमिका केली होती. अप्सरा नेहमीच प्रेक्षकांच्या डोळ्यांसमोर होती, एक असा चेहरा जो प्रसिद्ध होता; पण तिचं नाव झटकन आठवणार नाही. ''तिच्यासाठी तू मला पन्नास हजार द्यायला लावते आहेस?'' मी जोजोला विचारलं. तिने बंटीबरोबर व्यवहार ठरवला होता; पण मी दराच्या बाबतीत बोलण्यासाठी तिला फोन केला होता. खरंतर, हा एक बहाणा होता, मी मान्य करतो. मला तिच्याशी बोलायचं होतं. मी तिला सांगितलं, ''किमान त्या काळातली एखादी स्टार तरी दे, झीनत अमान किंवा कोणीतरी.''

''गायतोंडे, तुम्हा पुरुषांच्या बरोबर हाच तर प्रॉब्लेम आहे. तुम्हाला प्रत्येक प्रसिद्ध बाई विक्रीसाठी आहे, असं स्वप्नातही वाटत असतं. त्या काळातली हवी आहे तुला? मग इंदिरा गांधी का नको?''

''काय? तू हे मला बोलते आहेस? तू माझ्याबरोबर या बाईचा सौदा करते आहेस आणि तूच मला म्हणतेस की, मी स्वप्नं बघतो?''

''सौदा होतो आहे. कारण, पुरुष स्वप्नं बघतात. बिचारी अप्सरा. तिला पैशांची गरज आहे.''

ही बिचारी अप्सरा एक बेवडी निघाली; पण ती आनंदाने प्यायली होती. आम्ही व्यवस्था केली. पुढच्या रविवारी दुपारी अडवाणी जुहूच्या सेण्टॉर हॉटेलमध्ये आमच्या एका मुलाला भेटायला आला, ज्याने तिथे मेहबूब खान नावाने खोली बुक करून ठेवली होती.

अडवाणीने सूटमध्ये आल्यावर एक ड्रिंक घेतलं. माझ्या मुलाने त्याला पाच लाख रुपये असलेलं एक ब्राऊन पाकीट दिलं आणि मग त्याला एकांत दिला. दरवाजा उघडला. अप्सरा तरंगत आत आली, तिने पांढऱ्या रंगाचा घागरा घातला होता. अगदी मीना कुमारीसारखी दिसत होती. ती जरा अंगाने स्थूल झाली होती; पण तिची त्वचा अजूनही सुंदर आणि तुकतुकीत होती. अडवाणीला नक्कीच स्वर्गात असल्यासारखा भास झाला असणार. तिने त्याला ड्रिंक बनवायला सांगितलं आणि त्याच्यासाठी गाणी गायली. त्याने तिला सांगितलं की, तो तिचा खूपच चाहता होता. तिने त्याच्यासाठी सिनेमातले सीन्स करून दाखवले. 'फूलों की रानी' ज्यात तिने कोट्यधीश मित्रावरील प्रेमाखातर गोळी झेलली होती. त्या सीनमध्ये त्याने राजेश खन्नाचा रोल केला. अडवाणीला त्या डायलॉगची ओळ न ओळ पाठ होती.

मला दुसऱ्या दिवशी हे सगळ जोजोकडून कळलं. मला हसू आवरेना. ''म्हणजे त्या दोघांनी एकमेकांसाठी अभिनय केला?'' मी विचारलं. ''आणि मग? त्याने प्रत्यक्षात काही केलं का नाही?''

''तो म्हातारा जरी बारीक असला, तरी त्याच्यात खूप दम आहे, अप्सरा तरी तेच म्हणत होती. मला वाटतं, तिला तो आवडला.''

''तिला वाटलं असेल की, तो राजेश खन्ना आहे, साली बेवडी म्हैस. बायका वेड्या असतात.''

''पुरुष जितके वेडे असतात तितक्याच!''

आणि आम्ही दोघंही हसत होतो. आतापर्यंत आम्ही दररोज बोलायला लागलो होतो. काही कारणाने हे आता एक रुटीनच झालं होतं. सुरुवातीला मी तिला फोन करत असे, शक्यतो सकाळी जेव्हा माझा बंटीला फोन करून होई त्यानंतर; पण ज्या दिवशी मला कोर्टात जावं लागलं, त्या दिवशी मी तिला फोन केला नाही. जेव्हा मी परत येऊन बराकीत झोपलो होतो, तेव्हा तिच्या फोनमुळेच मला जाग आली. ''कुठे होतास तू गायतोंडे?'' ही जोजोच होती म्हणून मग आम्ही बोललो. त्या अप्साराच्या व्यवहारानंतर, आम्ही अजून थोडा बिझनेस केला. अडवाणीला अजून थोडी सफरचंद हवी होती, तशीच काही वकील, पोलिसवाले आणि जजनादेखील; पण जोजो आणि मी बोलत होतो. बिझनेस हा त्यातला एक छोटासा भाग होता. आम्ही सगळ्याबद्दल बोलायचो.

तेरा महिने गेले.

तेरा महिने असेच सरले. दिवस भराभर संपत होते. मी कोर्टात जात होतो, माझी कंपनी सांभाळत होतो. गोष्टी बदलल्या, काही गोष्टी तशाच राहिल्या. आम्ही दीपू आणि मीनूवरचे आरोप काढून टाकले. दाते उरलेली शिक्षा भोगण्यासाठी नाशिकच्या जेलमध्ये गेला, कतारुकाची सुटका झाली. बंटीला अटक झाली आणि तो बराकीत आला. मुलांच्या बराकीतले बाबालोक बदलले आणि आता माझ्यासाठी एक नवीन मुमताज आलेली होती. बंटी सुटला. सुलेमान इसा बरोबरचं आमचं युद्ध सुरूच राहिलं. महाराष्ट्रातलं सरकार बदललं आणि दिल्लीतलं सरकारही बदललं. मी जेलमधले वाद मध्यस्थीने सोडवत होतो. आमच्या बराकीत मला टीव्हीवर कोणते कार्यक्रम कधी बघायचे यासाठी एक कमिटीच नेमावी लागली. कारण, संडे रविवार सकाळ 'रामायण', 'महाभारत' यामुळे पॅक असायची आणि त्यामुळे मुसलमान, ख्रिश्चन लोकांना टीव्हीवर त्यांचे कार्यक्रम पाहायला मिळायचे नाहीत. तमिळ आणि मल्याळी

मुलांना त्यांची हॉट गाणी रात्री उशिरा बघायची असायची आणि मराठी मुलांना नेहमी सिनेमे बघायचे असायचे. आम्ही मुसलमान कैद्यांना त्यांच्या सणांच्या दिवसांमध्ये अख्खे बोकड दिले आणि त्यांच्या उपवासाच्या दिवसांमध्ये खास सोयी करवून दिल्या आणि त्यामध्ये जेलचा स्टाफ काही हस्तक्षेप करणार नाही, याची काळजी घेतली, त्यामुळे सगळे खूश होते. जेलच्या बाहेर आम्ही अडवाणीला त्याची सफरचंद खाऊ घालत होतो आणि आतमध्ये तो आमच्याबरोबर तडजोड करत होता. माझा मुलगा मोठा झाला, चालायला लागला. दर आठवड्याला आम्ही अडवाणीच्या ऑफिसमध्ये भेटत असू, खेळत असू. मी त्याला उचलून घेई, त्याच्या डोक्याला येणारा तेलाचा वास घेई आणि तो सुटण्यासाठी धडपड करत खिदळत असे. आम्ही दोघं त्याच्या विविध अगम्य भाषांमध्ये बोलत असू, ज्या मला अजिबात कळत नसत. जेलच्या आतमध्ये राहून मीसुद्धा बदललो. कदाचित, माझ्याकडे वेळ होता म्हणून असेल, मी अधिक शांत झालो, प्रतिक्रिया सौम्य झाल्या आणि जगाबद्दल अधिक रस उत्पन्न झाला. मी नियमितपणे न्यूजपेपर वाचायचो, टीव्हीवरचे सर्व बातम्यांचे कार्यक्रम बघायचो आणि रविवारी असणारे राजकीय वादविवादही बघायचो. टीव्हीवरचे इंग्लिश सिनेमेसुद्धा बघायचो. टीव्हीमुळेच मला इतिहास समजला. जेलमध्ये मी स्वतःला शिकवलं, माझ्या स्वतःच्या भूतकाळाबद्दल जागरूक झालो आणि माझ्या देशाची लांबलचक कहाणी समजली; पण इतका विचार करूनही, कदाचित त्यामुळेच मला अतिशय ओशाळवाणा रोग जडला; मला मूळव्याध झाला. खरंतर हा काही आजार नव्हे; पण किरकोळ त्रास होताच आणि मी तो भोगत होतो. मी रोज संडासातून थरथरत, वेदनेने तळमळत उठत असे. मला रक्त पाहून मळमळ होई, चक्कर आल्यासारखी वाटे. मी डॉक्टरना दाखवलं, माझं जेवणखाण बदललं, आयुर्वेदिक औषधं घेतली; पण नाही. मी तो त्रास भोगत होतो, वेदनेने तळमळत होतो.

''तुम्हाला खूपच टेन्शन आहे,'' जोजो म्हणाली. ''तुमचं आयुष्य म्हणजेच टेन्शन आहे आणि तुमचा प्रॉब्लेम म्हणजे की, ते सगळं टेन्शन तुम्ही गांडीवर घेता. तुम्ही आराम केला पाहिजे.''

''ऐक, माझी गुरूमैया, मी डॉन आहे. मी जेलमध्ये आहे, लोक मला इथेच ठेवण्याचा प्रयत्न करत आहेत आणि बाकीचे लोक मला ठार मारण्याच्या प्रयत्नात आहेत. तुला मी आराम करू असं वाटतं? मी कसा आराम करणार?''

''तुम्हाला वाटतं की, तुमचं आयुष्य अवघड आहे.''

''पुन्हा वाद घालायला सुरुवात करू नकोस. समजा, जर मी तुझ्या म्हणण्याशी सहमत झालो की, ठीक आहे मी आराम केला पाहिजे. मी कसा आराम करू सांग?''

म्हणून तिने मला रोज व्यायाम करायला सांगितला आणि दोन आठवड्यांनंतर आम्ही जेलमध्ये योग सुरू केला. अडवाणीला या कल्पनेमुळे खूपच आनंद झाला. त्याने ही बातमी रंगीत फोटोसहित बॉम्बे टाइम्सला छापून आणली. फोटोखाली लिहिलं होतं, 'या काळातील सर्वांत सुधारणावादी जेलर.' बंटी आणि माझ्या मुलांना खूपच आनंद झाला. कारण, योग शिकवायला येणाऱ्या दोन्ही स्त्री शिक्षिका होत्या. मुलं त्यांना तासभर विविध आसनं करताना बघत बसायची; पण मी त्यांना हटकायचो आणि योगाभ्यासावर लक्ष द्यायला सांगायचो आणि सूचनेप्रमाणे व्यायाम करायला सांगायचो. मला योगावर विश्वास ठेवायलाच हवा होता. कारण, माझ्या गांडीला आग लागलेली होती आणि तुम्हाला सांगतो, त्याचा फायदा झाला. मला बरं वाटलं आणि थोडा आराम पडला. फक्त स्नायूंमध्ये शिथिलता आली नाही, तर खोलवर

आतपर्यंत शांत वाटू लागलं. माझा मूळव्याध बराच बरा झाला. मी खोटं बोलणार नाही की, मी पूर्ण बरं झालो; पण मला सत्तर टक्के आराम पडला.

मी हे जेव्हा जोजोला सांगितलं, तेव्हा ती म्हणाली, ''बघ, नेहमीच माझं ऐकत जा. सत्तर टक्के म्हणजे खूप आहे.''

''हो म्हणून कधी कधीच मला माझ्या संडासातून मोठी रेझर ब्लेड जातायत असं वाटतं.''

''गायतोंडे, एखाद्या कठोर पुरुषाच्या मानाने तू खूपच तक्रारी करतोस. तुला कल्पना आहे का की, एखाद्या बाळाला जन्म देणे म्हणजे किती यातना असतात?'' आणि मग ती गप्पच होऊन गेली. तिचं हे नेहमीचं होतं की, जगाला त्रास यातना आहेत; पण त्यात स्त्रियांना सर्वांत जास्त यातना भोगाव्या लागतात आणि त्यांच्या यातना कोणाच्या लक्षातही येत नाहीत, दुर्लक्षित राहतात. ''हरामखोर पुरुष स्त्रियांच्या यातना म्हणजे त्यांचं काम आहे, असंच समजतात,'' ती म्हणाली. ''सिनेमातल्या सर्व आयांना त्रास असतो आणि बायकाही चुतीया असतात तो सहन करायला.'' आमच्या मैत्रीच्या सुरुवातीला, मी तिच्याशी वाद घालायचा प्रयत्न केला होता. मी तिला म्हणालो होतो की, तुला असं वाटतं का की, पुरुषांना काही त्रास नसतो? तर मी तुला आयुष्यभर तुटपुंज्या पगारावर प्रचंड हालअपेष्टा काढलेल्या आणि कुत्र्याने जेवण्याच्या लायकीचं जेवण जेवून दिवस काढलेल्या पुरुषांच्या काही कहाण्या सांगतो; पण तिच्याकडे नेहमी मी एक गोष्ट सांगितली, तर त्यावर चार गोष्टी तयार असत. तिचं बोलणं ऐकण्यात मला आता मजा वाटू लागली होती. त्या दुःखद कहाण्यांमध्ये कुठेतरी तिच्याबद्दलची चटकदार माहिती मिळे. ती एका खेडेगावात लहानाची मोठी झाली आहे आणि तिच्या आईने एकटीने तिला वाढवलं आहे, हे मला आतापर्यंत माहिती झालं होतं. तिला एक बहीण होती, जिच्याशी ही कधी बोलत नसे. वडील लवकर वारले होते. जेव्हा तरुण वयात ती मुंबईला आली, तिला फक्त कोकणी, तुळू आणि कन्नड बोलता येत होतं. हिंदी आणि इंग्लिशचा गंधही नव्हता. जोजोच्या बहिणीचा नवरा तिला घेऊन हे सांगून पळवून घेऊन गेला होता की, तो तिला फिल्मस्टार बनवेल; पण महिनोंमहिने जेव्हा त्यांनी प्रोड्यूसर्सकडे चकरा मारल्या, तेव्हा त्यातल्याच एकाकडे त्याने तिला शरीरसुख देण्यासाठी पाठवलं. त्याने तिला सांगितलं होतं की, सगळ्या मुलींना ही तडजोड करावी लागते; प्रसिद्धी अशीच मिळत नाही आणि हा या व्यवसायाचा भागच आहे, सगळेच करतात. तिला तोपर्यंत हे समजून चुकलं होतं म्हणून तिने केलंही; पण ती फिल्म कधी मिळालीच नाही. नंतर मग अजून एक प्रोड्युसर, अजून एक मग अजून एक. तो तिला मारहाण करू लागला. तिला आता हिंदी चांगल्या प्रकारे बोलता येऊ लागलं होतं आणि थोडं थोडं इंग्लिशही म्हणून ती पळून गेली; पण तिच्या बहिणीच्या नवऱ्याने तिला शोधून काढलं आणि पुन्हा मारलं. तिने बत्ता मारून त्याचा जबडा मोडला, त्यामुळे त्याने त्यानंतर मात्र तिला एकटं सोडलं; पण तरीही चरितार्थाचा प्रश्न होताच म्हणून तिने खूप संघर्ष केला. त्यापैकी एका प्रोड्युसरकडे ती परत गेली, तिने तडजोड केली आणि मग अजून एका बरोबर. आता, तिने मिळालेला पैसा स्वतःसाठी ठेवला आणि साठवला. ती डान्सर युनियनमध्ये सामील झाली आणि काही सिनेमांमधून तिने काम केलं जेणेकरून काही दिवसांनी ती एक अभिनेत्री बनेल. जशी मुमताजने आपली कारकीर्द कोरस डान्सरपासून सुरू करून ती एक दिवस स्टार झाली होती; पण आता या गोष्टीतून काही साध्य होईल, यावर विश्वास ठेवण्याइतकी ती बावळट उरली

नव्हती. डिमांड आणि सप्लायचं गणित समजण्याइतकी स्मार्ट ती निश्चितच झाली होती. ती आता श्रीमंत पुरुषांना ओळखत होती आणि या शहरात येऊन टिकाव धरण्यासाठी मार्ग शोधत असलेल्या तरुण मुलींनाही ओळखत होती म्हणून तिने तिचा धंदा किंवा बिझनेस सुरू केला; पण तिचा बिझनेस म्हणजे फक्त सेक्स नव्हता. तिने काही मुलींना ॲक्टिंगची कामंही मिळवून दिली आणि अखेर तीच प्रोड्युसर झाली. थोडा तिचा पैसा, थोडा माझा पैसा लावून त्या वर्षी तिने टीव्ही सिरीयल काढली, ज्यात दोन मुली शाळेत कशा मैत्रिणी होतात, त्यातली एक श्रीमंत आणि शिक्षकांची लाडकी आणि दुसरी गरीब असते. नंतर दोघी शहरात येतात आणि कसे हाल काढतात वगैरे स्टोरी होती. जोजोचं आमच्या पार्टनरशिपबद्दलचं मत अगदी स्पष्ट होतं. ''ऐक, गायतोंडे, हा धंद्यातला व्यवहार आहे, बाकी काहीही नाही. मला पांढरा पैसा हवा आहे, चेकच्या रूपाने आणि हा काही गमतीशीर धंदा नाहीये. मी जर तुला काही देणं लागत असेन तर तो म्हणजे फक्त पैसा. अन्य काही नाही. तू देऊ केलास, मी मागायला आले नव्हते,'' ती म्हणाली.

''अच्छा बाबा, तू मला इतर काही देणं लागत नाहीस. हा फक्त बिझनेस आहे,'' मी म्हणालो. तिने मला पायलट एपिसोडचं स्क्रिप्ट पाठवलं आणि मी ते वाचलंही. त्यानंतर मी कधीही तिचे स्क्रिप्ट वाचले नाहीत. बंटीचं म्हणणं बरोबर होतं. तो म्हणाला होता की, बायका फालतू गोष्टींवरून रडत असलेल्या पुरुष पाहू शकतात आणि मग मिठ्या मारतात? मी जोजोला सांगितलं की, मला तिचं स्क्रिप्ट आवडलं. जर ती अशा रडक्या सिरीयल बनवणार असेल आणि जर बायकांना तेच बघायला आवडत असेल, तर त्यांना ते पाहू दे. तिचा हा हसरा खेळकरपणा, शिव्या देणं वगैरे असलं तरी काही दिवस असे असत जेव्हा ती अंथरुणातून उठतही नसे, कोणाशी बोलू शकत नसे. तिला अशा वेळी सगळं जग म्हणजे राखेचं जंगल भासे आणि चालणारी प्रेतं स्मशानात हिंडत आहेत असे भास होत. कधी कधी ती अशा काळोखाने घेरली जाई आणि त्यातून तरून जाताना मृत्यूला जवळ करण्याचं वचन देई. एका सकाळी तिनेच ही गोष्ट मला सांगितली होती.

''मी स्वतःला सांगते, जर गोष्टी फारच बिघडल्या, तर मी स्वतःला संपवेन आणि माझ्याकडे गोळ्या तयारच आहेत. मग, मी आयुष्यात ज्या चांगल्या गोष्टी झाल्या, त्या मोजते. दुःख तरीही बोचतंच; पण मला माहिती आहे की, ते कायमस्वरूपी नाही. कारण, माझ्याकडे गोळ्या आहेत. मग, मी अजून एक दिवस ढकलते, मग अजून एक.''

तिने मला घाबरवूनच टाकलं. मी तिला एखाद्या पाद्र्याला, किंवा जादूगार किंवा एखाद्या डॉक्टरला भेटवण्याचा प्रयत्न केला. मी टीव्ही शोमध्ये डिप्रेशनबद्दल पाहिलेलं होतं. तिने मला आपल्या कामाशी काम ठेवायला सांगितलं. ''माझ्या सिरीयलची स्क्रिप्ट वाच. कदाचित, तुला बायकांच्याबद्दल थोडंफार समजेल गायतोंडे.'' ती म्हणाली.

मी त्यानंतर एकही स्क्रिप्ट वाचलं नाही; पण मी तिच्याशी बोलत राहिलो. अगदी सुरुवातीपासून, तिने मला जेलमध्ये भेटायला यायला नकार दिला. ''आपण असं बोलू शकतो, याचं कारण हेच आहे की, आपण अजून भेटलो नाहीये गायतोंडे. तुला हे समजत नाही का?'' मला माहिती होतं की, तिला पुरुष किंवा सेक्स या गोष्टींबद्दल लाज वाटत नव्हती. ती यापेक्षा वेगळीच होती. ती पुरुषांना घ्यायची, त्यांची निवड करून घ्यायची. ''नेहमी पुरुषांनीच का निवड करावी आणि सुख घ्यावं? मी माझा पैसा स्वतः मिळवते. माझी मी काळजी घेते, मला स्वतःला हवी तशी मजा करायची आहे. मला काय हवं आहे,

त्याची मला लाज वाटत नाही.'' त्यामुळे कधी कधी ती पुरुषांची निवड करायची आणि त्यांच्याबरोबर झोपायची. आम्ही अगदी मन मोकळे मित्र झालो, तेव्हा ही गोष्ट तिनेच मला सांगितली, अगदी न घाबरता, न लाजता. जेव्हा तिने हे मला सांगितलं, तेव्हा माझ्या घशात आवंढा आला जसा काही मी अंधारात एखाद्या छपराच्या कडेवरून धावत होतो. ''हे किती किळसवाणं आहे, जोजो,'' मी घाईघाईने फोनमध्ये पुटपुटलो. तिने लगेच विचारलं, ''का? तू तुझ्या जेलमधल्या मुलांना चोदतोस कारण, तू पुरुष आहेस आणि तुला आराम हवा म्हणून? आणि ते किळसवाण नाहीये? पण माझं वागणं आहे? तुझ्या बोलण्याने मला हसूच येतं.'' अर्थातच, मी तिला म्हणालो की, माझी गोष्ट निराळी होती आणि ती एक बाई होती. ती म्हणाली, ''हो, मी बाई आहे आणि एका बाईलाही पुरुषाइतकंच दहापट सुख मिळू शकतं. तुला ते माहिती नाही का?'' ते मात्र खरं होतं. सगळ्यांनाच ते माहिती होतं. मी म्हणालो, ''म्हणूनच साल्या रंडी बायांना डांबून ठेवलं पाहिजे, त्या रंडीच असतात.'' आता ती हसायला लागली आणि म्हणाली, ''पण मेरे भाई, तुला डांबून ठेवलं आहे. मी मोकळीच आहे.'' ती मुक्त होती. ती पुरुष सुख घ्यायची आणि त्यांना तिचे ठोकू म्हणायची. तिच्या त्यांच्याबद्दलच्या कहाण्यांमुळे मला खूप हसायला यायचं की, ती सोडून गेली की ते कसे रडायचे, त्यांच्या अवयवांचे आकारमान, त्यांच्या फुशारक्या, वगैरे. तरीही तिने मला भेटायला नकार दिला. ''आता नाही आणि नंतरही नाही. मी तुझ्या ठोकूंपैकी एक होणार नाही आणि तुला माझ्या ठोकूंपैकी एक व्हायचं नाहीये. आपण भिडू आहोत, भिडू!'' ती म्हणाली. ते खरंच होतं, आम्ही मित्र होतो.

मे महिन्यात टाडा रद्द झाला, तरी मी जेलमध्येच होतो. कायदा इतर नागरिकांसाठी रद्द झाला होता; पण माझ्यावर त्या कायद्यांतर्गत आरोप असल्यामुळे मी अजूनही त्यात भरडला जात होतो. माझ्या केसचा या कायद्याखाली अजून निवाडा झाला नव्हता, जो कायदा नव्हता तर अमर्यादित हुकूम होता. मला वाटलं, आपण हुकूमशाहीत जगतो आहोत का? मला एक नागरिक म्हणून काही हक्क नाहीत? तुम्ही कोण आहात, प्रतिष्ठित वकील का भंगी? मी तुम्हाला इतका खोऱ्याने पैसा का देतो आहे?

अखेरीस एकदाची माझी केस मुंबई हाय कोर्टासमोर उभी राहिली आणि आम्ही खूप झगडून ती जिंकलोही. जजनी मला एका अटीवर बाहेर सोडायचं मान्य केलं की, मी माझ्या विरुद्ध पेंडिंग असलेल्या इतर केसेसमधील कोणत्याही सरकारी साक्षीदारांना धमकी देणार नाही किंवा तसा प्रयत्नही करणार नाही. अजूनही काही अटी होत्या की, मी शहर सोडून जायचे नाही, वगैरे वगैरे. मी म्हणालो की, मान्य आहे, तुम्ही जे जे म्हणाल ते मान्य आहे युवर ऑनर. मी सकाळी कोर्टात होतो आणि हे सगळं संपल्यावर दुपारी कारमधून हायवेवरून माझ्या घरी निघालो होतो. इतकं सरळ साधं सोपं होतं ते. अचानक मी माझ्या बेडरूममध्ये बसलेलो होतो. माझ्या डावीकडे सुभद्रा बसली होती आणि माझा मुलगा आमच्या बेडभोवती पळत होता. सगळीकडे अचानक स्तब्धता पसरली. खोल्या मला आठवत होत्या त्यापेक्षा खूप मोठ्या वाटत होत्या. मला भेटायला लोक येत होते; पण कतारुकाने त्यांना थोपवून धरलं होतं. तो माझा जुना सहकारी होता, जो जेलमध्ये आत-बाहेर करत होता. पार्टी करणं किंवा भेटायला येणाऱ्या इतक्या लोकांचा गोंगाट हे बरोबर असणार नाही यावर तो आग्रही होतं. मलाही ते ठीक वाटलं. मलाही एक शांत निवांत संध्याकाळ हवी होती. सुभद्राने मला जेवायला वाढलं आणि मी अभीला झोपवलं. जेव्हा कतारुकाला आणि इतरांना निरोप देऊन

दरवाजा बंद केला, तेव्हा मी सुभद्राजवळ गेलो. ती अगदी आज्ञाधारकपणे माझ्याजवळ आली आणि खऱ्या अर्थाने मी आता घरी होतो.

तिला झोप लागल्यानंतर, मी उठलो. कुर्ता चढवला आणि दरवाजा उघडून बाहेर गेलो. मी छतावर माझ्या नेहमीच्या जुन्या आवडत्या ठिकाणी गेलो. रात्र दाटून आलेली होती, आकाशात चांदणंही नव्हतं, होता तो केवळ शहरातल्या विखुरलेल्या दिव्यांचा मंद उजेड. मी सत्तावीस वर्षांचा होतो आणि आज मी पुन्हा घरी आलो होतो. इथे तोच जुना परिचित वास होता, तेलकट आणि कचरा जळत असल्याचा. काहीसा नाकाला झोंबणारा असला, तरी त्यामुळे जिवंतपणा होता. मी तो वास नाकात भरून घेतला आणि जोजोला फोन केला.

तिने पहिल्या रिंगला फोन उचलला. ''गायतोंडे?''

''मी बाहेर आलो.''

''मला माहीत आहे.''

''तू मला भेटशील?''

''नाही. सुभद्रा कशी आहे?''

''ती छान आहे. तिच्याबद्दल बोलू नकोस.''

''ठीक आहे. आपण तिच्याबद्दल नको बोलू या.''

''तर तू मला भेटायला नकार देते आहेस?''

''पूर्णपणे नकार.''

''मी तुला उचलून माझ्याकडे आणवू शकलो असतो.''

''तू करू शकतोस. करशील?''

''ठीक आहे. नाही करणार.''

''गुड. मी तुला सांगू का गायतोंडे, मी तुझ्यासाठी एक मुलगी पाठवते.''

''तू काय करतेस?''

''माझ्यासमोर लाजू नकोस गायतोंडे. मला माहीत आहे तुला कशाची गरज आहे. तुलाही आवडेल. दाम जरा जास्त आहे; पण तुझ्यासाठी एकदम छान आहे.''

''तुला माहीत आहे मला कशाची गरज आहे?''

''बघ, मला माहिती आहे का नाही?''

मी पाहिलंच ते. दुसऱ्या दिवशी सकाळी तिने माझ्यासाठी मुलगी पाठवली. तिचं नाव सूझी होतं. ती म्हणाली की, तिचं वय अठरा होतं. ती कोलकात्याची होती. ती अर्धी कोलकाता चायनीज आणि अर्धी बंगाली ब्राह्मण होती. तिचे केस काळेभोर आणि लांबसडक होते आणि त्वचा अगदी शुभ्र संगमरवरासारखी तुकतुकीत होती. मी जेव्हा तिच्या आत प्रवेश केला, तेव्हा तिचा चेहरा खाली झुकवला आणि तिच्या मानेचं चुंबन घेतलं. ती कण्हली आणि माझ्यावर तुटून पडली.

नंतर, कारमधून मी जोजोला फोन केला. ''मी तुला काय म्हटलं होतं गायतोंडे? तिच्यात काहीतरी आहे का नाही?'' ती म्हणाली.

''हो, हो. तू बरोबरच म्हणाली होतीस.''

''दोन वर्षांत ती एम टीव्हीवर शो करेल, बघच तू.''

''कदाचित; पण मी तिच्यावर असताना तुझा विचार करत होतो.''

''तू एका अठरा वर्षांच्या मुलीवर असताना, माझ्यासारख्या म्हातार्‍या बाईचा विचार करत होतास? गायतोंडे, तू वेडपट आहेस, जगातल्या इतर सगळ्या पुरुषांसारखा.''

मला तिच्या बोलण्याचं हसू आलं. मी सहारजवळ एका छोट्या हॉटेलमध्ये सूझीसाठी थांबलो होतो आणि आता आम्ही हायवेला लागलो होतो. आता घरी निघालो होतो. ट्रॅफिक खूप जलद गतीने पुढे सरकत होतं आणि सूर्य डोक्यावर तळपत होता. मी मुक्त होतो. ''मला छान वाटतं आहे,'' मी जोजोला म्हणालो.

''एन्जॉय,'' ती म्हणाली, ''एन्जॉय एन्जॉय.''

आम्ही घरी पोहोचलो, तेव्हा अकरा वाजले होते. मी जेलमध्ये असताना मला लवकर उठायची सवय झाली होती म्हणून मी आधीच उठून माझा योग, नाश्ता केला होता आणि सूझीला भेटूनही झालं होतं. मला आता हलकं वाटत होतं; पण माझी काही मुलं अजून जांभया देत होती. मी त्यांना कामाला लावलं. मी थोडावेळ अभीशी खेळलो, जो माझ्याशी त्याच्या बोबड्या बोलीत काहीतरी अगम्य बोलत होता आणि माझा चेहरा हातात धरून मला काहीतरी सांगायचा प्रयत्न करत होता. त्याच्या त्या बोबड्या बोलीत व्याकरण नव्हतं, ना भूतकाळ भविष्यकाळाचा गंध होता आणि तरीही मी खूप कौतुकाने त्याचं बोलणं ऐकत होतो. माझा ऊर भरून येत होता. दुपारी मी जेव्हा काही गार्‍हाणी घेऊन आलेल्या लोकांच्या बरोबर हॉलमध्ये बसलो होतो, तेव्हा कतारुका आला. माझ्या जवळ झुकून तो कानाशी कुजबुजला, ''ते नऊ नंबरी इथे आलेत. ते म्हणतात की, त्यांना तुम्हाला स्टेशनला घेऊन जायचं आहे. दुसर्‍या केसची चौकशी करायची आहे.''

''कोण आहे? पुन्हा माजिद खान आला आहे का?''

''नाही, मी या चुतीयांना ओळखत नाही. ते म्हणतात ते परूळकरबरोबर आलेत.''

''हरामखोर. त्यांना सांग जा, म्हणावं काय प्रश्न असतील ते माझ्या वकिलाकडे पाठवा.''

''मी सांगितलं भाई. त्यांच्याकडे मॅजिस्ट्रेटची ऑर्डर आहे.''

''हो आणि तो मॅजिस्ट्रेट रोज रात्री त्यांच्या आईची घेतो ना. थांबायला सांग जा त्यांना. म्हणावं, मला वेळ असेल तेव्हा मी येईन आणि वकिलांना इकडे बोलावून घे.''

''हो भाई,'' कतारुका आता हसत होता. ''या मादरचोद लोकांना काही मॅनर्स नाही आहेत. मला त्यांना चहासुद्धा विचारावा असं वाटत नाही आहे.''

''मॅनर्स नाहीत?''

''त्यांनी त्यांची गाडी अगदी आपल्या दारात पार्क केली आहे आणि हलवा म्हटलं तर नाही म्हणाले. खूप गुर्मीत आहेत ते भाई. 'इथे घेऊन ये त्याला' असं म्हणत आहेत. ते काहीतरी स्पेशल कमांडोसारखे आहेत, त्यातल्या दोघांकडे कार्बाईन आहे आणि एकाकडे झाडू. स्वतःला हिरो समजत आहेत.''

आणि तो गाणं गुणगुणत गेला. मी पुन्हा माझ्याकडे काहीतरी गार्‍हाणी घेऊन आलेल्या लोकांकडे वळलो; असे पालक की ज्यांना त्यांच्या मुलाला नोकरी लावून हवी होती; पण मी विचलित झालो होतो आणि या नवीन डोकेदुखीचा विचार करत होतो. कमांडो, स्टेनगन आणि एके ४७ म्हणजे हा कदाचित नवीन टास्क फोर्स असावा. सरकारची काहीतरी

नवीन मोहीम जेणेकरून ते संघटित गुन्हेगारीच्या बाबतीत खूप गंभीर आहेत, असं वाटावं. याचा पुढे दूरगामी परिणाम काही होणार नाही; पण मध्ये मध्ये त्रास होणार. मी समोर बसलेल्या लोकांना काय पाहिजे होतं, त्याबाबत आश्वासन दिलं आणि एक आठवड्याने येऊन भेटायला सांगितलं. जेव्हा त्यांना जाण्यासाठी एका मुलाने दरवाजा उघडला, आम्हाला बाहेरचे रागाने बोलणारे आवाज आणि कतारुका त्यांना देत असलेली उत्तरं ऐकू आली. तो मोठ्याने गुरगुरल्यासारखा बोलत होता. भेन्चोद पोलीस ते माझ्या घरात येऊन गुरगुरत होते. मादरचोद लेकाचे. मी उठलो आणि अद्याप बाहेर जाणाऱ्या लोकांना ओलांडून त्या मोठ्या कॉरिडोरमधून पुढे गेलो. त्या क्षणी रागाच्या भरात असलो, तरी मला माझ्या घराचा गंध जाणवत होता. तो कांदा हळदीचा, तेलाचा वास जो सुभद्रा माझ्यासाठी बनवत असलेल्या जेवणाचा होता. मी तो वास खोलवर नाकात भरून घेतला. 'गायतोंडेला इकडे घेऊन ये आताच्या आता' एक पोलीस ओरडला. त्याच्या आणि माझ्यामध्ये अनेक जण होते. माझी मुलं, भेटायला आलेले लोक, सगळे त्या वादाकडे बघत होते. तरी त्या घोळक्यातून मला त्या पोलिसाचे खांदे आणि चेहरा अगदी स्पष्ट दिसत होता. त्याच्या मागे अजून एक जण होता आणि एके ४७ची लांब नळी दिसत होती. ''ते तयार होतील, तेव्हा येतील आणि तुम्हाला भेटतील,'' कतारुका तितक्याच मोठ्याने डोळे वटारून उत्तरला. मी त्या गर्दीतून वाट काढत होतो. मला स्वतः जाऊन त्यांच्यावर ओरडावं असं वाटत होतं. मला दोनच पोलीस दिसत होते, त्याहून जास्त दिसत नव्हते. माझ्यासमोर दीपू होता, जो आता आमच्याबरोबर काम करून करून आणि नवीन हेअरकटमुळे खेडवळपणा जाऊन आता अगदी शहरी झाला होता.

मी दीपूला विचारलं, ''किती जण आलेत रे?''

तो माझ्या कानात क़ुजबुजला, ''चार, भाई.''

मला आता तिसरा पोलीस दिसत होता जो डावीकडे उभा होता. त्याची मशीनगन खांद्यावर लटकत होती आणि अगदी रेडी होती, त्याचं बोट ट्रिगरवर होतं. चालता चालता अचानक माझ्या डोक्यात चमकलं, चारच पोलीस, फक्त चार आणि तेही अगदी अत्याधुनिक शस्त्र घेऊन एका व्हॅनमधून गणेश गायतोंडेला आणण्यासाठी पाठवले आहेत? यात काही तथ्य नव्हतं. ओरडणारा पोलीस कतारुकाच्या अजूनच जवळ सरकला आणि त्याच हालचालीदरम्यान त्याने मला पाहिलं. आमची नजरानजर झाली. मी वळलो आणि पळत सुटलो.

गोळीबार चुकवत खाली झुकून मी पळालो, कॉरिडोरमध्ये पडलेल्या मृतदेहांच्या खचातून आणि किंचाळ्यांमधून मी पळत होतो. नंतर मी माझ्या बेडरूममध्ये होतो, धडपडत कसातरी माझ्या बेडच्या हेडबोर्डमध्ये पिस्तूल शोधत होतो. मी दरवाजा लावून घेतला होता; पण तरीही गोळ्या भिंतीवर आदळत होत्या, प्लास्टरचे टवके उडत होते. माझ्याकडे वेळ खूपच कमी होता. मी बेडच्या उजव्या बाजूच्या खिडकीतून बाहेर उडी मारली. मी घराची भिंत आणि कंपाउंड यांच्या मध्ये पडलो आणि मला जाणीव झाली की, माझ्या खांद्यात काहीतरी मोडलं आहे, तरीही मी पळत सुटलो. मी मागच्या गेटातून पळालो आणि आता माझ्याबरोबर माझी दोन मुलं होती. ती मला जवळच्या गल्ल्यांमध्ये घेऊन गेली. आम्ही दोन वेळा वळलो आणि नंतर एका घरात घुसलो. दरवाजा बंद करून आम्ही तिघेही जमिनीवर कोसळलो. आमच्यात त्राण नव्हते, जणू काही आम्ही दहा किलोमीटर पळून आलो होतो.

जवळपासच गोळीबाराचा आवाज येत होता; पण आता एके ४७ आणि मशीनगन दोन्ही धडधडत होत्या, त्यांच्या प्रतिकारार्थ एकेक गोळी झाडल्याचे आवाज येत होते. नंतर

अचानक, सगळं शांत झालं. काही आवाज नाही, आता फक्त किंकाळ्या ऐकू येत होत्या. वस्तीवर प्रचंड आरडाओरड सुरू होती. मी जिवंत होतो.

मी आता दंड पकडत त्या गल्लीच्या बाहेर आलो. आता, केवळ आताच, जेव्हा मी चालायला सुरुवात केली, तेव्हा मला पाठीत खालच्या बाजूला एक कळ जाणवली, जणू काही कोणी माझ्या पार्श्वभागात तार खुपसली आहे. ''भाई, रक्त येतंय,'' कोणीतरी मला म्हणालं. ''आम्ही त्यांच्यातल्या एकाला मारलं आहे,'' आणखी एक मुलगा म्हणाला. आम्ही एकाला मारलं होतं, तो पुढच्या गेटात पडला होता. त्याचा एक पाय अंगाखाली मुडपला होता. घरात, पुढच्या हॉलमध्ये छतावर रक्त उडालं होतं, भिंतीवर मांसाचे तुकडे उडाले होते. दीपू गेला होता आणि कतारुकाही.

त्या दिवशी माझ्या घरात सतरा पुरुष आणि चार बायका मृत्युमुखी पडल्या आणि एक लहान मूलही; पण त्या वेळी आम्हाला किती गेलेत, याचा काही अंदाज नव्हता. तिथे फक्त प्रेतांचे ढीग होते. जेव्हा आम्ही त्यांना उचलून बाहेर न्यायला सुरुवात केली, तेव्हा आम्हाला कॉरिडोरच्या त्या टोकाला किचनमध्ये सुभद्रा आणि अभी सापडले. सुभद्राच्या निळ्या साडीच्या पदरामध्ये गुरफटलेले. ते दोघेही एकाच एके ४७च्या गोळ्यांनी गेले होते, जी दरवाजातून आत रोखलेली होती. ते मेले होते. माझी बायको मेली होती. माझा मुलगा मेलेला होता.

मी पुन्हा जेलमध्ये गेलो. माझ्या मोडलेल्या मनगटाला प्लास्टर घातलं आणि माझ्या पाठीवरील जखम शिवल्यानंतर, आम्ही आमच्या मृत माणसाचं दहन केल्यावर आमच्यासमोर काय पर्याय होते, याकडे पाहू लागलो. आम्हाला माहिती होतं की, जे पोलीस म्हणून आलेले होते, ते पोलीस नव्हते; पण ती सुलेमान इसाची माणसं होती. त्यांचे युनिफॉर्म मगनलाल ड्रेसवाल्याकडून भाड्याने आणलेले होते. ती व्हॅन झोन १३च्या हेडक्वार्टर्समधून चोरलेली होती, असं खरे पोलीस म्हणाले. आम्हाला खात्रीशीर माहिती होतं की, या आत्मघातकी हल्ल्यासाठी दोन करोडची सुपारी दिली गेलेली होती, जेणेकरून ते चार मादरचोद माझ्या घरी प्रत्येकी पन्नास लाख रुपये घेऊन आलेले होते; पण त्यांच्या पैकी दोघांना परत जाता आलं नाही. एक तिथे अंगणातच मरून पडला आणि दुसऱ्याला व्हॅनमध्ये रक्ताच्या उलट्या झाल्या, तो त्याच दिवशी गेला; पण तरीही माझ्या शत्रूला नेमकं जे हवं होतं, ते मिळालं होतं. ते त्यांनी गणेश गायतोंडेला त्याच्याच वस्तीमध्ये, त्याच्याच घरात जाऊन मारलं असं म्हणू शकले नाहीत, तरी त्यांनी माझं कवच भेदलं होतं, मी त्यांच्यापासून पळालो होतो. मी गांडीला जखम झालेला एक भित्रा इसम होतो. त्यांना शरम वाटत होती. कारण, त्यांनी कंपनीतल्या कोणाच्या घरच्या लोकांना इजा करण्याचा अलिखित नियम मोडला होता; पण ते म्हणू शकत होते की, तो एक अपघात होता आणि तरीही त्यांनी माझी गांड मारलीच होती.

पण मी जिवंत होतो. तेच तर महत्त्वाचं होतं. जग काहीही म्हणू दे, मी जिवंत होतो आणि अखेरीस तेच महत्त्वाचं आहे. पुरुष अभिमान आणि गौरव या दोन गोष्टींच्या जीवावर जगतात आणि त्यासाठी मारतीलदेखील; पण माझ्या मुलांना ते समजलं होतं. त्यांच्यासाठीही मी जिवंत होतो ही गोष्ट चांगली होती. मी अजूनही त्यांच्याबरोबर होतो, पुन्हा उभा राहण्यासाठी, योजना करण्यासाठी आणि बदला घेण्यासाठी. मला जिवंत राहावं लागणार होतं म्हणून मी जेलमध्ये परत गेलो. ते तसं अ‍ॅरेंज करणं खूप सोपं होतं. मी माझ्या काही मुलांच्या बरोबर कारमध्ये बसलो आणि मुलुंडपर्यंत गेलो. आम्ही मुलुंड चेकपोस्टला गेलो

आणि माझ्या मुलांनी तिथल्या कॉन्स्टेबल बरोबर भांडण उकरून काढलं. मीही कारमधून बाहेर पडून आरडाओरड केली. त्यातल्या एक जण हात दाखवून समजेल अशा प्रकारे मुद्दाम मोठ्याने माझा उल्लेख 'गणेशभाई' असा करत होता, त्यामुळे बावळट मामू लोकांना मी कोण आहे ते समजलं. नंतर आम्ही सगळे जण कारमध्ये बसून पुढे निघून शहराच्या बाहेर गेलो.

जेणेकरून मी माझ्या जामिनाच्या अटींचं उल्लंघन केलं होतं आणि त्यामुळे माझ्यासाठी सुरक्षित असलेला स्वर्ग म्हणजे जेलमध्ये पुन्हा डांबण्यासाठी पात्र झालो होतो. मला या वेळी समजलं होतं की, ते पोलीस खोटे होते; पण पुढच्या वेळी कदाचित खरे असतील आणि मला काळ्या व्हॅनमधून फिरायला घेऊन जातील आणि त्या कारमधल्या फेरफटक्याचा अंत माझ्या डोक्यात एक बुलेट घालून होईल. शहराच्या प्रत्येक घराच्या दरवाजामागे एक खुनी लपला होता, दररोज युद्ध होत होतं. मला जिवंत सोडू नये इतका मी त्यांच्या दृष्टीने मोठा झालो होतो म्हणूनच माझ्यासाठी जेल हा अभेद्य किल्ला होता जिथल्या भिंती, कायदे, नियम माझ्यासाठी एक उबदार घर तयार करणार होते. जिथे मला काही इजा होऊ नये, याची जबाबदारी जेलर लोकांवर होती आणि जिथे मी कोणत्याही अडथळ्याशिवाय माझा धंदा करू शकणार होतो.

मी माझ्या जुन्याच रुटीनमध्ये आता रुळलो. बराकीत आता नवीन चेहरे होते; पण अजूनही तिथे रातरंज्यांचा घोळका गाद्याभोवती करून झोपणं होतं. ते माझ्या सुरक्षेसाठी होतं. आयुष्य पुन्हा पूर्वीसारखं सुरू झालं; पण मी एकटा होतो, खूपच एकाकी. माझी मुलंच आता माझं कुटुंब होती आणि ती नेहमीसारखीच प्रेमळ होती, माझं जे नुकसान झालं होतं, ज्या इजा झाल्या होत्या ते लक्षात ठेवून वागायची. त्यांनी माझी काळजी घेतली आणि मी धंदा केला; पण माझ्या मनात आत मी पार एकटा होतो. किती जण गेले होते, केवळ या मागच्या हल्ल्यात नाही; तर माझ्या आजवरच्या प्रवासात, सगळ्या युद्धात. तरीही मी जिवंत होतो. का? कशासाठी? मी उत्तराची वाट बघत होतो. मी सकाळी योग करत असे आणि दुपारी प्राणायाम; पण इतक्या महात्प्रयासाने मिळवलेली शांतता माझ्या अभीच्या हसण्याने नाहीशी होई. त्याचं ते हसणं, खिदळणं दुपारच्या उन्हाच्या तीरीपांमधून तरंगत असे. रात्री मी अधीरपणे माझ्या उशीवर डोकं टेकत असे. कारण, मला माहीत होतं की, तो झोपेतही माझ्याजवळ येणार. त्याची अशी अधीरपणे वाट पाहण्याने माझी झोप उडून जाई. माझं डोकं हल्लक झालं होतं. मी जगातून एखादा माणूस स्वप्नामध्ये वजनरहितपणे तरंगत जावा तसा जगात वावरत होतो.

''हे इतकं विचित्र वाटतं,'' मी एका रात्री खूप उशिरा जोजोशी फोनवर बोलताना म्हटलं. ''मला वाटतं, मी भूतच आहे. जणू काही दुसऱ्याची गोष्ट आहे. जणू एक प्रोजेक्टर सुरू आहे कुठेतरी आणि मी त्या स्क्रीनवर फिरतो आहे.''

''हे दिवस जातील गायतोंडे,'' जोजो म्हणाली, ''दुःख जातं, नेहमी नाहीसं होतं.''

ती खूप जवळ असल्याचा भास होत होता, जणू काही ती माझ्या शेजारच्या अंथरुणात होती. मी तिला एक नवीन फोन घ्यायला लावला होता आणि माझ्यासाठी एक नवीन मोबाईल घेतला होता. आम्ही या नवीन कनेक्शन्सवरून एकमेकांशी रोज रात्री बोलत असू. माझ्याकडे धंद्यासाठी अजून दोन वेगळे फोन होते. माझ्या शत्रूंना माझ्या कुटुंबाला ठार मारायचं नव्हतं, हे मला माहीत होतं; पण तरीही आता मला जोजोची काळजी वाटत होती. मी तिला आमची ओळख जगासमोर न येऊ देण्याबद्दल सांगितलं. कारण, तिच्या मीडिया इंडस्ट्रीच्या प्रतिमेसाठी आमची मैत्री आहे, हे जगजाहीर होणं चांगलं नव्हतं. हे तिला समजलं

आणि ती नेहमीपेक्षा अधिकच काळजी घेऊ लागली. आम्ही रात्री उशिरा बोलायचो, तेही आमच्या स्पेशल फोनवर.

''गायतोंडे?'' ती म्हणाली, ''हॅलो?''

''आहे, आहे मी.'' पण मला खात्री नव्हती की, खरंच अजूनही होतो. मुलाच्या जन्माने बापाची मुळं जगात घट्ट रुजतात. तो संबंध काढून टाकला, तर तुम्ही त्याला खिळखिळा करता. ''मी काय मिस करतो आहे माहिती आहे? अंघोळीनंतर त्याच्या केसांचा जो सुंदर वास यायचा ना, तो मिस करतोय.''

''मला माहिती आहे. तू सुभाद्राच्या बाबतीत काय मिस करतोस?''

मला तिचा चेहरा आठवयलाही त्रास पडला की, ती कशी दिसत होती; पण अर्थातच मी जोजोला ते बोललो नाही. ''ती रात्री माझ्यासाठी दूध घेऊन यायची,'' मी म्हटलं; पण मला जाणवलं की, मी घाईघाईने हे बोललो आहे हे जोजोच्या लक्षात आलं आहे. ती गप्प होती, तरीही तिने मला नेहमीसारखं स्त्री-पुरुष यावर लेक्चर दिलं नाही.

''गायतोंडे, तू तुझ्या आई-वडिलांच्याबद्दल कधीच बोलत नाहीस.''

''नाही बोलत मी.''

''तुझी आई... कोण होती?''

''एक बाई. अजून कोण?''

''अजून काय? ती कशी होती?''

''ती माझी आई होती. जाऊ दे ते. या सगळ्या मादरचोद गप्पा.''

अर्थातच तिला माझ्या आवाजातली गुरगुर समजली, त्यामुळे ती गप्प झाली. मला तिला असं गप्प करायचं नव्हतं आणि मला तिने गप्प बसायलाही नको होतं. मला ते सहन झालं नसतं. ''तू मला तुझ्या आई आणि बाबांच्याबद्दल सांग,'' मी तिला म्हणालो. मला तिचे श्वास ऐकू येत होते. ''जोजो?''

''मी तुला शिव्या न द्यायचा प्रयत्न करतेय. कारण, तुला आधीच खूप टेन्शन आहे.''

''जर मला टेन्शन नसतं, तर तू मला शिव्या दिल्या असत्यास?''

''माझ्याशी जो कोणी अशा प्रकारे बोलतो, त्याला मी शिव्याच देते.''

मी बराकीच्या टोकाला, कोपऱ्यात जमिनीवर आडवा झालो होतो. मला पाठीला आणि मानेला तो काँक्रीटचा थंड स्पर्श बरा वाटे. खिडकीतून मला मागील बाजूची काळी भिंत दिसे आणि त्यावर बसवलेल्या काचेच्या तुकड्यांवर चांदणं पडून त्या चमकत. मला थोडं हसावं लागलं. जोजोची धुसफूस, तिचा राग यामुळे मला हसू आलं. मला वाटतं, मी खऱ्या आयुष्यात तिचा तिरस्कारच केला असता; पण फोनवर मी इथे, ती तिथे आणि मी चक्क हसत होतो. ''ऐका मॅडम, मला टेन्शन आहेच म्हणून मला माफ करा. मला तुमच्या आईबद्दल सांगा,'' मी म्हटलं.

जोजोने तिच्या वडिलांबद्दल मला सांगितलं, ते एक समुद्रावरचे कॅप्टन होते. ते एका मोठ्या कंपनीसाठी लहान लहान बोटी चालवायचे आणि एकदा गेले की, घरापासून अनेक महिने लांब असायचे. जेव्हा ते घरी येत, तेव्हा त्यांना घरात एकदम शांतता हवी असायची. घरामागच्या बागेतील पोपट ओरडायचे, त्यामुळे त्यांना प्रचंड संताप यायचा. ते फटाके पेटवून झाडांच्या शेंड्याच्या दिशेने भिरकावायचे. अखेर त्यांनी एक शॉटगन आणली.

कोकिळा, पोपटसारख्या पक्ष्यांना मारून टाकल्यामुळे पक्ष्यांचा नायनाट तर होणार नव्हता. आता पक्षी त्यांच्या बुजगावण्यावर बसत, त्यांच्या पोटात घरटं बांधत. शेवटी, त्यांनी आता बेडरूममधल्या त्यांच्या आरामखुर्चीत बसायला सुरुवात केली. कानात लाल इयर प्लग आणि डोळ्यावर काळा स्कार्फ घालून ते आरामखुर्चीत बसत. त्यांच्या मुलीही त्यांच्या भोवती अगदी हलक्या पावलांनी वावरत, इतकंच नाही तर त्यांच्या आणि आईच्या मध्ये काय संभाषण होतं, ते ऐकण्यासाठी रात्री उशिरापर्यंत जाग्या राहत. त्यांना तसं कधीच काही वेगळं ऐकायला मिळालं नाही, ज्यातून काही अर्थबोध होईल, अगदी जेवतानासुद्धा. ते बोलत तेव्हा जेवणात फिश करीमध्ये खूप जास्त मीठ पडलं आहे, इस्त्रीवाल्याला कपडे घेण्यासाठी पैसे नाहीयेत असंच काहीतरी बोलत, त्यामुळेच ते पुन्हा काही महिन्यांसाठी जाईपर्यंत हे असंच संभाषण असे. जेव्हा जोजो अकरा वर्षांची होती, तिचे हे मोठी दाढी असणारे वडील अरबी समुद्रात वारले. त्यांच्या मृत्यूच्या दिवशी, खूप पाऊस पडत होता आणि ते त्यांच्या कॅप्टनच्या खुर्चीत बसलेले होते. त्यांच्या हाताखालच्या लोकांना वाटलं की, ते झोपलेले आहेत. कारण, त्यांनी डोळ्यांवर त्यांचा काळा स्कार्फ घेतलेला होता. अखेर ते गप्प झाले कायमचे, जोजोच्या मनात आलं; पण त्यांच्या जाण्याने कोणतीही शांतता नांदली नाही. जेव्हा प्रश्न त्यांच्या पेन्शनचा होता, तेव्हा लक्षात आलं की, ती काही फारशी बरी रक्कम नव्हती. ते आता गरीब होते; पण जोजोच्या आईने असं गरीब असणं, घाबरून जाणं मान्य केलं नाही. ती म्हणाली की, माझी जमीन आहे. नवरा देवाकडे गेला म्हणून मी रडतखडत जगणार नाही म्हणून तिने एकटीने त्यांना मोठं केलं. त्यासाठी खूप कष्ट घेतले, कडक शिस्तीत ठेवलं. 'तुम्हाला जगात तुमचा भाकर तुकडा स्वतःच मिळवावा लागतो हे लक्षात ठेवा,' ती म्हणायची.''

''मी तिला एकदा त्यांच्याबद्दल विचारलं होतं. ते एक नवरा आणि ही एक बायको म्हणून आणि त्यांचं एकत्रित आयुष्य याबद्दल.'' जोजो म्हणाली, ''इतके वर्षं तिने त्यांना कसं काय सहन केलं, त्या शांततेत. कशाला?''

''आणि ती काय म्हणाली?''

''ती काहीच बोलली नाही. ती अनेकदा हे करायची, मौन धरायची. जराशी वैतागली आहे, असं दाखवायची आणि गप्प बसून टाकायची. नंतर ती तिच्या कामात गढून जायची. ती सतत काम करत असायची.''

''ती कधी गेली?''

''जेव्हा माझ्या बहिणीबरोबर माझं वाजलं, त्यानंतर. मला ती गेल्यावर एक वर्ष होऊन गेलं, तरी कळलं नव्हतं.''

प्रॉब्लेम खरं तर बहिणीच्या नवऱ्याबरोबर होता; पण मी ते विचारलं नाही. जेव्हा बायका त्यांच्या प्रॉब्लेम्सबद्दल बोलतात, तेव्हा काही गोष्टी सोडून देणंच योग्य असतं, असं माझ्या लक्षात आलं होतं. हे मी आजवरच्या माझ्या जोजोबरोबरच्या बोलण्यातून शिकलो होतो, ती बायकांच्यामधली चॅम्पियन होती म्हणायला हरकत नाही. तुम्ही वाद घालाल, आरडाओरडा होईल आणि मग एकदम शांतता पसरेल आणि मला जोजोने बोलायला हवं होतं. मला तिने माझ्याशी बोलण्याची गरज होती. रात्री उशिरा का होईना ती माझ्याशी बोलायची आणि त्यामुळे मी वाचलो होतो.

सकाळी मी पेपर वाचण्यापासून सुरुवात करायचो. आधी मराठी पेपर, मग हिंदी आणि शेवटी इंग्लिश. माझी इंग्लिश वाचायची गती थोडी मंद होती, मी थांबत थांबत वाचायचो

आणि अनेकदा मला वाक्यरचना किंवा अर्थ समजून घेण्यासाठी मध्येच मुलांना विचारावं लागायचं. माझी इंग्लिश-मराठी डिक्शनरी होती; पण तरीही ती वापरणे म्हणजे एक व्यापच होता. अनेकदा डिक्शनरी वापरता वापरता शेवटी मी वैतागून जात असे. 'नुकसानाची भरपाई करण्यासाठी गायतोंडेची धडपड', टाइम्स ऑफ इंडियामध्ये म्हटलं होतं आणि लेखाच्या शेवटी मी कोणा खास निनावी बातमीदाराला मारू इच्छित होतो. त्या लेखात प्रत्येक वाक्यात केवळ चुकाच नव्हत्या, तर ती बातमी अत्यंत वाईटरीत्या दिली गेलेली होती. बातमीचा टोन असा होता, जणू काही त्या बातमीदाराला सर्व काही माहिती होती, इतकी की, अगदी गायतोंडेच्या डोक्यात काय सुरू आहे तेदेखील! 'गायतोंडे त्याच्या पत्नीच्या जाण्याच्या दुःखात आहे आणि त्याच्या कोठडीत आपल्या जखमा कुरवाळत आहे. त्याचवेळी, सुलेमान इसा ताकद एकवटत आहे.' हे इंग्लिशवाले नेहमी शहाणे असतात, जणू काही ते माझ्या बराकीपलीकडेच राहत आहेत किंवा माझ्या घराशेजारी रस्त्यापलीकडे वगैरे. जेव्हा मी संतापलो, तेव्हा मुलं हसायला लागली आणि म्हणाली की, जर तुम्हाला असल्या बकवास गोष्टी वाचून संताप येतो, तर कशाला वाचता भाई?

मी त्यांना सांगितलं नाही की, मला हे सर्व वाचून मी जिवंत आहे असं वाटतं. गायतोंडेची ही जी छबी उभी केली जाते आहे, जी वर्तमानपत्रातील कॉलम आणि बातम्यांच्यामध्ये अडकली आहे, त्यामुळे मला काही पोटात खड्डा वगैरे पडत नव्हता. त्यात उभा केलेला गायतोंडे हा स्पष्ट, आत्मविश्वासू, जखमी; पण निर्दयी असा होता आणि तो परत येण्याची तयारी करत होता. त्याच्याकडे पाहून मला स्वतःचा अभिमान वाटत होता. हा खरा तो माणूस म्हणून मी कोणाही रिपोर्टरला मारलं नाही उलट मुलाखती देत राहिलो. मी त्यांच्यासाठी स्कॉचच्या बाटल्या पाठवत राहिलो, मोठ्या आत्मविश्वासाने त्यांचं कौतुक करत राहिलो. सर्वांनाच माझ्या आयुष्यात रस होता आणि मी त्यांना गोष्टी सांगत राहिलो. त्यांनी त्या सर्व छापल्या. आमचं उत्पन्न वाढलं आणि माझ्याबरोबर काम करण्यासाठी मुलांची रीघ लागली.

माझ्या भारतभर प्रसिद्ध होत असण्याच्या त्याच काळात एक वॉर्डर माझ्याकडे आला. तो म्हणाला, ''भाई, पाच नंबर बराकीत एक येडा चुतीया आहे जो सारखा म्हणत असतो की, तुम्ही गणेश गायतोंडे बनण्याआधीपासून तो तुम्हाला ओळखतो.''

''मला वेगळं नाव कधी होतं? मला दुसरं नाव कधीच नव्हतं. मी कायम गणेश गायतोंडेच होतो आणि आहे.''

''त्याला काय म्हणायचं आहे ते मला माहीत नाही भाई, तो वेडा आहे; पण तो हे बोलत राहतो सारखं.''

''विसर मग. मला कशाला सांगतो आहेस तू हे?''

''सॉरी, भाई.'' तो वळला आणि मान खाली घालून थोडा हसला आणि म्हणाला, ''सॉरी. तो जरा वेडाच आहे भाई. तो स्वतःला देव आनंद समजतो; पण सारखा असं नाकात बोट घालत असतो. येडपट हरामखोर.''

''थांब, थांब. हा जो कोणी आहे, तो त्या बुढाऊ लोकांबरोबर आहे ना? तो स्वतःही म्हातारा आहे ना?''

''हो भाई. तो तितकासुद्धा म्हातारा नाहीये; पण त्याचे सगळे केस पांढरे झालेत. तो त्या पांढऱ्या केसांचा देव आनंदसारखा कोंबडा काढतो.''

मी आ वासला आणि मिटला. मी शांतपणे म्हणालो, ''त्याला माझ्याकडे घेऊन ये.''

''मी त्याला सांगेन की, भाई तुला पेपर देणार आहेत, मग तर तो तुमच्याकडे पळत येईल भाई.''

''पेपर?''

''तो चित्र काढतो भाई.''

''चित्र काढतो? ठीक आहे. जा आणि त्याला घेऊन ये. जा जा, लगेच जा.''

एक दहा मिनिटं झाली असतील, विविध गार्ड्सना काय करायचं याच्या सूचना दिल्या गेल्या; पण नंतर तो तिथे आला. मी तो बराकीच्या दरवाजातून आत आल्या आल्या दुरूनच इतक्या शंभर एक लोकांमध्ये त्याला ओळखलं. त्याला पोक आला होता आणि तो आधीपेक्षा अजून बारीकही झाला होता. हो, तो मथू होता. माझ्याबरोबर पूर्वी असलेला सहकारी शूटर, ज्याने त्या ट्रोलरवर माझ्याबरोबर खोल समुद्रात सोनं आणण्यासाठी प्रवास केला होता आणि सलीम काकाला संपवण्यात ज्याचा अर्धा हिस्सा होता, तोच मथू. तो हळूहळू माझ्याकडे आला, माझ्या बाजूला उभ्या दोन मुलांच्या मधून आपल्या कृश नजरेने माझ्याकडे वाकून पाहत होता. तो थोडा तोतरा होता आणि त्याचं नीटनेटकं राहणीमान पार गेलं होतं. आता त्याच्या त्या मोठ्या नाकावर तो टाल्कम पावडर लावत नसे; पण त्याची हेअर स्टाइल मात्र देव आनंदसारखी होती, त्याने अजूनही केसाचा तसाच कोंबडा काढला होता. केस मात्र सगळे पिकले होते, अगदी एकूण एक. त्याच्या उघड्या गुडघ्यांवर, घोट्यांवर मातीचे थर होते आणि जेव्हा तो माझ्या जवळ आला, तेव्हा मीही त्याच्या त्या म्हातारपणाच्या, घामाच्या आणि नैराश्याच्या दर्पाने एक क्षण मागे सरलो.

''मथू,'' मी मुलांना हाताने दूर सरकायची खूण करत म्हणालो.

त्याने हातात पेपरची एक गुंडाळी धरली होती, त्याने मान इकडून तिकडे हलवली आणि म्हणाला, ''हो, हा गणेशच आहे.'' नंतर तो शांत होता आणि अगदी स्तब्ध. तो अजूनही माझ्याकडे बघत होता जणू काही माझी लांबी रुंदी मोजत असावा. तो अजिबात अविश्वासू किंवा घाबरलेला नव्हता. तो फक्त माझ्याकडे कौतुकाने पाहत होता. नंतर त्याला काहीसं समाधान झाल्याचं वाटलं आणि नंतर त्याचा माझ्यातला इंटरेस्ट संपला. त्याने नाक शिंकरलं आणि हिरवा शेंबूड बाजूला फेकून बराकीत इकडे तिकडे नजर फिरवली आणि त्याच्या हातात आणलेल्या कागदाच्या बाडात वरखाली काहीतरी शोधू लागला.

''मथू, हरामखोरा, कुठे होतास तू? तुला काय झालं आहे हे?'' मी म्हटलं. मला आजवर त्याचा राग यायचा; पण आता माझ्या मनात त्याच्याबद्दल माया, कुतूहल, काळजी दाटून आली. मी उठलो आणि त्याच्या पाठीवर थोपटलं. मी तसं करून थबकलो. कारण, त्याच्या पाठीची हाडं माझ्या हाताला टोचली. तो भुकेला होता आणि तो थरथरत होता. ''मथू, तुला काही खायला हवं आहे का?''

आता त्याचं लक्ष गेलं, ''हो गणेश.''

म्हणून मग आम्ही त्याच्यासाठी काही खायला आणवलं. भाकरी आणि लसूण चटणीवर तो तुटून पडला आणि खाऊ लागला. त्याचे पेपर अजूनही त्याच्या उजव्या मांडीखाली काळजीपूर्वक दाबून धरलेले होते. मी त्या वॉर्डरला बोलावून मथूबद्दल प्रश्न विचारले. ''तो इथे बराच काळ आहे, जेव्हापासून मी आहे तेव्हापासून आहे तो, भाई.'' वॉर्डर म्हणाला.

''म्हणजे आता पाच वर्षं झाली असतील. मी त्याला इथे येण्याआधीपासून ओळखतो. त्याला आर्थर रोड वरून इथे शिफ्ट केलं आहे, जेव्हा तिथे तो किमान एक वर्ष तरी होता.''

''का?''

''मला जेवढं माहिती आहे भाई, त्यावरून तरी त्याने त्याच्या भावाचा खून केला आहे.''

''मग त्याची केस उभी राहिली नाही का?''

''त्याच्या घरचे म्हणतात की, तो केस उभी राहायला लायक नाहीये. त्याच्या डोक्यावर परिणाम झाला आहे. त्यांनी तसं डॉक्टरकडून लिहून घेतलं आहे म्हणून ते त्याला या जेलमधून त्या जेलमध्ये हलवत राहतात.''

ते केस उभी करायचे टाळत असणार आणि मथूला शक्य तितकं तुरुंगातच राहायला लावणार म्हणजे त्याला जी काही शिक्षा होईल त्याहूनही जास्त काळ तो आतच राहील. ''कोण आहेत हे लोक ज्यांनी त्याला आत टाकलंय?''

''त्याला अजून एक भाऊ आहे आणि एक बहीण. हे सगळं प्रॉपर्टीवरून झालेलं आहे.''

असं कळलं की, मथू सगळं सोनं घेऊन वसईला त्याच्या घरी गेला. त्याने त्याच्या बहीण आणि भावांना सांगितलं की, तो दुबईला गेला होता आणि तिथे त्याला मटका लागला. आता तो सगळ्यांचं क्षेमकुशल बघण्यासाठी परत आला आहे म्हणून अर्थातच घरात सगळ्यांनी जरी तो लहान होता, तरीही त्याला मोठ्याचा मान दिला. या गांडूने त्यांच्यावर आपला सगळा पैसा खर्च केला आणि त्यांनी एकत्र मिळून एक बिझनेस सुरू केला. त्यांनी त्याचं लग्न करून दिलं. नंतर अर्थातच सगळे नणंद, भावजया भांडू लागले. जमीन, रोकड आणि धंद्यातून येणाऱ्या नफ्यात कोणाचा किती हिस्सा यावरून त्यांच्यात भांडणं होऊ लागली. अखेरीस असं ठरलं की, धंद्याची विभागणी करायची आणि सगळी प्रॉपर्टीही विभागून टाकायची. मथूला तसं नको होतं, त्याला त्याचं सगळं सोनं असं विखुरलं जाताना, वाटणी होताना दिसत होतं; पण त्याने भावांच्या नावाने काही कागद वगैरे केलेला नव्हता आणि धंद्यात अनेक भागीदार होते. इतरांनी गटबाजी करून एकमेकांच्या विरुद्ध कपट केलं आणि मथू एका बाजूने दुसऱ्या बाजूला जात राहिला. तो त्यांना राग सोडून द्यायला, एकमेकांशी चांगलं वागायला आणि आई-वडिलांची आठवण ठेवायला सांगत होता; पण भांडणं विकोपाला गेली आणि शेवटी मोठ्या भावाचा खून झाला. एके दिवशी सकाळी तो त्यांच्याच ऑफिसमध्ये गळ्याभोवती दिव्याची वायर आवळलेल्या स्थितीत आढळून आला. वायर इतकी आवळलेली होती की, जखम होऊन मांस बाहेर आलं होतं आणि शरीरावर बत्तीस वार केलेले होते. काहीही चोरीला गेलं नव्हतं, काही अस्ताव्यस्त नव्हतं. खोलीला असलेला एकमेव दरवाजा बंद अवस्थेत होता. तपास करणाऱ्या पोलीस अधिकाऱ्यांनी असा निष्कर्ष काढला की, ज्याने हा खून केला, ती व्यक्ती मृताच्या ओळखीचीच असणार. मथूच्या घराच्या मागे रक्ताने माखलेला चाकू सापडला. त्या रात्री तो अन्य कोणत्या ठिकाणी होता, असं सिद्ध करणारा कोणताही साक्षीदारही त्याच्याकडे नव्हता. त्याची बायको तिच्या माहेरी गेलेली होती. त्याचे सगळे नातेवाईक म्हणाले की, त्याला इतक्यातच वेडाचा झटका आला होता. त्याचदरम्यान त्याने मृत भावाला शिवीगाळ केली होती आणि जीवे मारण्याची धमकीही दिली होती, त्यामुळे मथूला रिमांड मिळाली आणि नंतर तो केस उभी राहण्याची वाट पाहत जेलमध्येच होता, तो अजूनही वाटच पाहत होता. त्याच्याकडे आता पैसा शिल्लक नव्हता आणि तसंही त्याने कोणताही वकील घेतला नसता. तो वेडाच होता.

''मथू, त्या पेपरवर काय आहे?'' मी विचारलं.

त्याने तो पेपर चुरगाळून घडी घातली आणि अजूनच गुंडाळी करायला लागला.

''त्याला भीती वाटते आहे की, तुम्ही तो पेपर त्याच्याकडून काढून घ्याल. जनरल बराकीत, बाकीचे कैदी त्याची चेष्टा करत. त्याचे पेपर, पेन्सिल, पेन पळवत म्हणूनच आम्ही त्याला म्हाताऱ्या कैद्यांच्या बरोबर ठेवलं. तो दिवसभर बसून चित्र काढत असतो.''

''काय, मथू, तू काय काढतोस?'' मी त्याच्या खांद्यावर हात फिरवला. ''अरे, तुला मी आठवतो. आपण एकत्र बोटीवर गेलो होतो. बघ, तूच म्हणालास तू मला ओळखतोस. तू ओळखतोस मला. मी गणेश गायतोंडे आहे.''

आता तो माझ्याकडे वळला आणि त्याला सरळ उभा करून त्याच्याकडून त्याच्या पायाखाली दाबून ठेवलेले पेपर काढून घेतले. ते पेपरचे अनेक तुकडे होते, जुने न्यूजपेपर, फाडून उलगडून सरळ केलेली पाकिटं, बिलांचे तुकडे आणि काही जेलचे कागदपत्र. या तुकड्यांवरची जिथे कुठे म्हणून रिकामी जागा होती, त्यावर माणसं, प्राणी, इमारती यांची छोटी छोटी चित्र काढलेली होती. आमचा मथू एक छान कलाकार होता. एका माणसाला काय भावना असतील किंवा प्राणी का घाबरला असेल हे तुम्ही त्याची चित्र पाहून सांगू शकला असतात. जोराच्या वाऱ्याने झाडं झुकलेली होती आणि अंधाऱ्या गल्ल्यांमध्ये रस्त्यावरचे दिवे पेटलेले होते. लोक छोट्या फुग्यांमध्ये बसून एकमेकांशी बोलत होते; पण ती चित्र इतक्या कमी जागेत मावली होती की, तुम्हाला त्या चित्रात नक्की काय दाखवायचा प्रयत्न केलाय, हे सांगणं फार अवघड होतं; अगदी तुम्ही ते कागद डोळ्यापासून एक इंचावर धरून पाहिलेत तरी अवघड होतं. ते एखाद्या गांडू कॉमिक्ससारखं होतं. पेपरवर वरपासून खालपर्यंत आणि एका पेपरवरून दुसऱ्या पेपरवर पसरलेली ती चित्र पाहताना तुम्हाला चक्कर आल्यासारखं वाटलं असतं. पेपरचा प्रत्येक इंच काही ना काही संभाषणाने भरलेला होता, काहीतरी चर्चा किंवा भांडण किंवा प्रेम; पण तरीही तुम्हाला हे नक्की सांगता आलं असतं की, त्या सर्व चित्रांमध्ये एक धागा होता, ती एकमेकांशी संबंधित होती आणि त्यात कुठेतरी काहीतरी अर्थ होता.

''खूप छान आहेत ही चित्रं मथू. तू हे काय काढतो आहेस?''

मी त्याला विचारल्यामुळे त्याला खूप उत्साह आला. एक मिनिटासाठी मला तोच मथीं दिसला, जो अमिताभ बच्चनच्या युगातही त्याच्या आवडत्या देव आनंदशी प्रामाणिक होता, जो संक्रांतीच्या दिवसांत सकाळपासून संध्याकाळपर्यंत पतंग उडवत असायचा, ज्याला नेव्ही ब्ल्यू रंगाचा शर्ट घालायला आवडायचा. कारण, एकदा त्याच्या बहिणीच्या मित्राने त्याला नेव्ही ब्ल्यू शर्टमध्ये तू हँडसम दिसतोस, असं सांगितलं होतं. मथू अगदी तोंडभरून हसला, त्याच्या पिवळ्या दातातल्या फटी दाखवत आणि म्हणाला, ''गणेश, माझं आयुष्य काढतोय मी.''

मी ते समजून घेतलं. आता त्याने ते सांगितल्यावर, मला त्यात एक पाच-सहा वर्षांचा लहान मुलगा दिसू लागला, ज्याने हाफचड्डी आणि चपला घातल्या होत्या, जो त्या पाकिटाच्या फाटक्या किनारीवरून शाळेचं दप्तर वागवत चालत होता. ''हा तू आहेस?''

''हो.''

''आणि तू तुझं असं अख्खं आयुष्य काढणार आहेस?''

''हो, हो.''

''का?''

या प्रश्नामुळे तो गप्प झाला. त्याच्याकडे याचं उत्तर नव्हतं. त्याने मान खाली घातली आणि थोड्या वेळाने तो रडू लागला. मी त्याला मिठीत घेतलं आणि माझ्या एका मुलाला आम्ही वापरत असलेलं एक नोट पॅड आणायला सांगितलं. ''हे घे मथू, यात खूप कागद आहेत. तुला अजून हवेत का?''

''हो,'' त्याचं नाक वाहत होतं, शेंबूड नोट पॅड वर गळत होता. त्या आखीव कागदांकडे बघत तो म्हणाला, ''आणि पेनसुद्धा. वेगवेगळ्या रंगांची.''

''मी तुला सगळं देईन. काळजी करू नकोस.''

त्याने आनंदाने मान डोलावली आणि त्याच्या त्या हावभावात मला लहान मथू सिनेमाला जायला किंवा फालुदा खायला, बाहेर फिरायला जायला कसा आनंदाने 'हो' म्हणेल, तो आनंदी लहान चेहरा दिसला. मी त्याला स्वच्छ करवून घेतलं आणि माझ्या दोन मुलांच्या बरोबर त्याच्या बराकीत कागद देऊन पाठवलं. माझ्या अंगावर काटा आला. मला हुडहुडी भरली, मी पाय जवळ ओढून घेतले आणि विचार करू लागलो. मी त्याला इथून अर्थातच बाहेरच्या जगात पाठवू शकत होतो; पण वॉर्डरने मला सांगितलं होतं की, त्याला जेलमध्येही कोणाच्या मदतीशिवाय जमत नाही. जो कोणी त्याला पेन देईल, त्याला तो त्याचं जेवण आनंदाने देऊन टाकत असे आणि जेव्हा त्याच्याजवळ जेवण असे, तेव्हा तो जेवायलाही विसरून जात असे. त्याला फक्त त्याचं आयुष्य चित्रबद्ध करायचं होतं. त्याचं आता जसं चाललं होतं, त्या वेगाने जर त्याने चित्र काढली, तर सात-आठ वर्षांनी तो पहिलीच्या वर्गात पोहोचला असता. सलीम काका बरोबरच्या आमच्या मोहिमेपर्यंत पोहोचायला त्याला वीस किंवा तीस वर्षं लागली असती. मला त्याच्यापासून काही धोका नव्हता म्हणून दुसऱ्या दिवशी सकाळी मी ऑर्डर दिल्या आणि जो वॉर्डर त्याला माझ्याकडे घेऊन आला होता, त्याला नेहमी मथूची काळजी घ्यायला सांगितली. मी मथूला महिना खर्चासाठी पैसे मिळायची सोय केली, ज्यात त्याचा राहण्याचा खर्च निघाला असता आणि त्याच्या कागद-पेनांचा खर्चही भागला असता. त्याला जेवू घालायचं, कपडे द्यायचे आणि महिन्यातून एकदा हॉस्पिटलमध्ये घेऊन जायचं आणि जो कोणी त्याच्या चित्रकलेत व्यत्यय आणेल, त्याला मला तोंड द्यायला लागलं असतं.

तर मथू त्याच्या आयुष्याचं चित्रण करत होता. मला स्वतःबाबत विचार करायला जेलमध्ये खूप वेळ होता. माझ्या आयुष्यात जे काही दुःखद प्रसंग आले, तरीही माझं आयुष्य बऱ्यापैकी चांगलं होतं. मला ते दिसत होतं. माझं नाव होतं, माझ्याकडे सत्ता किंवा ताकद होती आणि मी अजूनही मोठा होत होतो. मला अपयश आलं होतं; पण मला त्यातून बाहेर कसं पडायचं, त्यावर मात कशी करायची हे पक्कं माहिती होतं. मी माझ्या चुकांमधून शिकलो होतो. मी पुढे जात होतो; पण कुठे? मी कुठे जात होतो? जर मला असं माझ्या आयुष्याचं चित्रण करायचं झालं, तर मी आता मथूची जी भेट झाली, त्यानंतर कोणतं चित्र काढलं असतं?

नंतर, माझ्या या मानसिक गोंधळादरम्यानच बंटी माझ्याकडे एक रिपोर्ट घेऊन आला. त्याला तो मला फोनवर सांगायचा नव्हता आणि लेखीही काही पाठवायचं नव्हतं. बंटीविरुद्ध खूप केसेस पेंडिंग होत्या; पण तरीही तो वॉर्डनच्या ऑफिसमध्ये आला. त्याने दरवाजे बंद केले आणि खुर्ची माझ्याजवळ सरकवत म्हणाला, ''भाई, हे शर्माजींच्याबद्दल आहे.''

''तर ते नक्की कोणाबरोबर काम करतात ते तुला समजलं तर?''

''आधी आम्ही त्यांना शोधलं भाई. इकडे तिकडे थोडे पैसे, थोडी चौकशी... शर्माजींचं नाव खरंतर त्रिवेदी आहे. मेरठमध्ये त्यांचे पेट्रोल पंप आहेत आणि तिथल्या सगळ्या राजकीय नेत्यांच्या बरोबर त्यांचे जुने संबंध आहेत. ते आधी जनसंघी होते; पण ऐंशीच्या दशकात त्यांनी पार्टी सोडली. त्यांचा एक चुलत भाऊ आणि अजून काही लोक मिळून त्यांनी एक नवीन पार्टी सुरू केली, अखंड भारत. ती पार्टी अजूनही आहे; पण त्यांना आजवर फक्त थोड्या फार म्युनिसिपल सीट्स मिळाल्या आहेत. विधानसभा किंवा विधान परिषदेच्या निवडणुकांमध्ये कधीच काही मिळालेलं नाही.''

''आणि?''

''ते मस्त राहतात, भाई. त्यांचं जानकी कुटीर नावाचं तीन मजली घर आहे, एखाद्या सिनेमा थिएटर इतकं मोठं. सगळं पांढऱ्या मार्बलमध्ये. ही अखंड भारत पार्टी अजूनही सुरू आहे, त्यांच्या आकाराच्या मानाने ते जरा जास्तच पैसे खर्च करतात. तो सगळा पैसा काय पेट्रोल पंपमधून येत नाही आणि आपल्या शिपमेंटसाठी पेमेंट करायलाही तेवढा पुरेसा नाही म्हणून मी जरा जास्त खोलात गेलो. आम्ही दोन एक महिने त्यांच्यावर पाळत ठेवली. काही हाती लागलं नाही. ते एकदम रुटीन आयुष्य जगतात. नऊ मुलं, अनेक नातवंडं, खूप मोठं एकत्र कुटुंब. त्यांचं ऑफिस घरातच आहे, तिथेच असतात संध्याकाळी.''

''मग?''

''आम्ही टेलिफोन डिपार्टमेंटमध्ये एक ओळख काढली. जास्त पैसा नाही खर्च करायला लागला; पण आम्हाला त्यांच्या ऑफिसच्या नंबरवरून जाणाऱ्या सर्व फोन कॉल्सच्या याद्या मिळाल्या. आम्ही त्यात पुन्हा पुन्हा येणारे नंबर सगळे तपासले; पण त्यात एक दर शनिवारी एक मोबाईल नंबर असायचा. आपल्या मागच्या शिपमेंटच्या वेळी त्यावर दररोज फोन जात होता म्हणून मग आम्ही मोबाईल कंपनीत आमचा माणूस शोधला. त्याला जरा जास्त वेळ लागला, थोडे पैसेही जास्त लागले.''

''शेवटी?''

''शेवटी, शेवटी असं कळलं की, तो मोबाईल नंबर कोणा भाटियाचा आहे. जसपाल भाटिया, जो दिल्लीत राहतो, साउथ एक्स्टेंशनमध्ये. या भाटियाचासुद्धा बंगला एकदम भारी आहे. त्याचं एकमेव काम म्हणजे तो मदन भंडारीचा पर्सनल सेक्रेटरी आहे.''

''भंडारी कोण?''

''भंडारी कोणीही नाही तसा. फक्त एक बिझनेसमन, त्याचा इंटरेस्ट प्लॅस्टिक, टेक्स्टाइल यात आहे. वीस-तीस कोटींचा टर्न ओव्हर असेल. त्याला यात केवळ एकाच गोष्टीमुळे इंटरेस्ट आहे आणि तो म्हणजे त्याच्या कारखान्याव्यतिरिक्त आणि बायको-मुलांच्या व्यतिरिक्त त्याच्या आयुष्यात काय महत्त्वाचं असेल किंवा त्याचं कशावर प्रेम असेल तर ते म्हणजे श्रीधर शुक्ला.''

''श्रीधर शुक्ला, ते स्वामी?''

''तेच. तो त्यांचा बॉस आहे. सगळ्यात वरती तोच आहे. मला खात्री आहे.''

या सगळ्यामुळे आता चित्र पालटलं. स्वामी श्रीधर शुक्ला म्हणजे एक आंतरराष्ट्रीय स्वामी, तो देशोदेशींच्या पंतप्रधानांच्या राष्ट्रपतींच्या बरोबर जेवतो खातो आणि त्याने मंत्री, फिल्मस्टार्स अशा डझनाने त्याच्या दर्शनाला येणाऱ्यांना त्यांचं भविष्य सांगितलेलं होतं. मी

त्याला नेहमी टीव्हीवर पाहिलेलं आहे, एका व्हील चेअरवर बसलेला असतो, हसत. त्याचं हिंदी बोलणं एखाद्या टिपिकल उत्तरेतल्या ब्राह्मणासारखं होतं आणि इंग्लिश एकदम फास्ट. खूपच छाप पडणारा माणूस. खूप ओळखी, कनेक्शन्स.

''मादरचोद,'' मी म्हटलं, ''मादरचोद.''

बंटीने मान डोलावली. त्याला आमचा प्रॉब्लेम दिसला, ज्याची आम्हाला किंचितही कल्पना नव्हती की, आमचा प्रॉब्लेम काय होता. आम्ही कोणत्या समुद्रात बुड्या मारतोय, याची आम्हाला पुसटशी कल्पनाही नव्हती. मी उठलो. उठून खोलीत एक चक्कर मारली. नेहरू भिंतीवरून माझ्याकडे खाली बघत होते. मी त्यांच्याकडे नजर रोखून बघितलं. मी तुमच्याबद्दल ऐकत होतो, शिकत होतो की देशासाठी तुम्ही काय तितके ग्रेट वगैरे नव्हतात. ''आम्ही थेट काम करतो,'' मी म्हणालो, ''तू त्या फोनवर थेट फोन कर, कोणाचा आहे तो फोन... काय नाव त्याचं?''

''त्रिवेदी.''

''हो, त्रिवेदी. तू त्याला सांग, मला या शुक्लाशी बोलायचं आहे. आता नाही, उद्या संध्याकाळी वगैरे. यावर काहीही वाद वगैरे नाही, हे नाही का ते नाही. मी शुक्लाशी थेट बोलणार, नाहीतर आपण गोत्यात येऊ.''

मी त्याला मिठी मारली. त्याने खरंच खूप चांगलं काम केलं होतं. मी बराकीत परत गेलो आणि त्या रात्री मी खूप अस्वस्थ होतो, माझी चिडचिड होत होती. जोजोच्या ते बरोबर लक्षात आलं. ''तू आज नेहमीसारखा नाही आहेस,'' ती म्हणाली. ''तुझ्याशी आज बोलणं मुश्कील आहे. तू मनाने जागेवर नाहीयेस इथे. आज तू काहीतरी वेगळा वाटतो आहेस.''

''मी आडवा पडलेलो नाही.'' मी बराकीत आडव्या बाजूला चालत होतो. या टोकापासून त्या टोकापर्यंत; पण ढिगाने वाटेत झोपलेल्या कैद्यांच्यापासून दूर.

''तसं नाही आहे. हे वेगळं आहे. तू रागावला वगैरे आहेस.''

तो खरंतर राग असा नव्हता; पण काहीतरी होतं. मी खूप उत्तेजित झालो होतो, जणू काही मी एखाद्या मोठ्या दरवाजातून जाणार होतो. मी जोजोशी बोललो, नंतर जरा झोप लागली. दुसऱ्या दिवशी सकाळी सहा वाजता माझा फोन वाजला आणि मी पहिल्याच रिंगला उचलला.

''गणेश,'' एक आवाज बोलला.

मी गप्प होतो. मी तो आवाज ओळखला; पण मला नक्की आठवेना.

''गणेश,'' तो पुन्हा म्हणाला. तो अत्यंत सौम्य, गंभीर आणि खोल आवाज होता. अतिशय महाग, विशाल आवाज आणि दयेने ओतप्रोत.

''स्वामीजी,'' मी म्हणालो. मला 'जी' लावायचं नव्हतं; पण तोंडातून सहज गेलं.

''माझं नाव फोनवर घेऊ नकोस बेटा.''

''माझ्या मित्राने तुम्हाला माझा नंबर दिला का?''

''हो, तो माझ्यापर्यंत पोहोचवण्यात आला.''

''आपल्याला बोलणं आवश्यक आहे.''

''मान्य आहे; पण असं नाही. समोरासमोर.''

''ते इतक्यात शक्य नाही.''

''काळजी करू नकोस. मी तुझी पत्रिका पाहिली आहे. तुझ्या नशिबात भविष्यात आता स्वातंत्र्य आहे. लवकरच.''

''कसं?''

''मला तपशील माहीत नाहीत, बेटा. मी याबाबत नेहमी प्रामाणिक असतो; पण मला दिसतंय. तू लवकरच या जेलमधून बाहेर असशील. नंतर आपण भेटू या.''

''तुमच्याकडे माझी पत्रिका आहे?''

''मी तुझं निरीक्षण करत आहे. मी तुझी वाट बघत होतो आणि आता तू मला शोधलं आहेस.''

''तुम्ही वाट बघत होतात?''

''हो, आता तू तयार आहेस. आयुष्याने तुला पुष्कळ धडे शिकवले आहेत, तुझी जाणीव अजून खोल करण्याचा योग आता आला आहे. नंतर तू तयार झालास म्हणून तू माझ्याकडे आला आहेस.''

त्यांच्याबरोबर वाद घालणं अशक्य होतं. त्यांच्या आवाजाच्या हळुवार प्रवाहात एक आकर्षक अशी ताकद होती. माझ्या घशात आवंढा दाटून आला आणि डोळ्यांच्या कडांवर जमलेले पाण्याचे थेंब पापण्या हलवून झटकले. मी फक्त 'हो' म्हणालो.

''काळजी करू नकोस गणेश,'' ते म्हणाले, ''शांत राहा. गप्प राहा. योग करत राहा. वेळ बदलेल, वेगळं वळण घेईल. वेळ बदलेल आणि सगळं बदलेल. कळ काढ.''

आणि इतकं बोलून त्यांनी फोन ठेवला. मी त्या दिवशी दुपारी त्यांना टीव्हीवर पाहिलं. ते एका मंचावर मांडी घालून बसले होते, मागे एक मोठा पांढरा तक्क्या होता, त्याला टेकून असे आणि रुपेरी माईकवर बोलत होते. माझं लक्ष, त्यांच्या मागे असलेल्या त्यांच्या चाकाच्या खुर्चीचे स्पोक चमकत होते, त्याकडे गेलं. मी आजवर ते दिसायला इतके देखणे आहेत याकडे लक्षच नव्हतं दिलं. गुळगुळीत दाढी केलेला त्यांचा जबडा, पांढरे शुभ्र केस जे काही खूप लांब नव्हते; पण मागे वळवलेले होते. त्यांचं वय किती असेल हे मला सांगता आलं नसतं. त्यांचे शिष्य शिस्तीत रांगेत बसलेले होते, पुरुष एका बाजूला आणि स्त्रिया एका बाजूला. त्या दिवशी त्यांचं प्रवचन 'यश' या विषयावर होतं. त्यांनी विचारलं की, अपयशामुळे आपण इतके मोडून का जातो? आणि मग जेव्हा कधी कधी यश आपल्याला सोडून जातं, तेव्हा आपल्याला पुन्हा असमाधानी का वाटू लागतं? जेव्हा आपण यशाची खूप काळ वाट पाहिलेली असते, स्वप्न पाहिलेलं असतं, कष्ट घेतलेले असतात, तरी मग काही वेळ ते मिळालं तरी तेव्हा आपल्याला आनंद का होत नाही? दोन्ही बाबतीत उत्तर हे आहे की, आपण स्वतःच्याच भ्रमावर विश्वास ठेवत असतो. शुक्लाजी म्हणाले की, मी कर्ता आहे, असं आपल्याला वाटत असत. आपण हेच जगाला ओरडून सांगत असतो की, मी हे करतो आहे, मी ते करतो आहे, मी, मी, मी!! या सगळ्या निसरड्या भ्रमांमध्ये विश्वास ठेवल्यामुळे, आपल्याला वाटतं की, आपलं अपयश म्हणजे आपलीच चूक आहे. अपयशाच्या एकूण रंगावरून आपल्याला तसं वाटतं. आपलं यश हा आपला विजय असतो, असा आपला समज असतो आणि तरीही, जेव्हा आपल्याला यश मिळत, आपल्याला हा स्वतःबद्दलचा भ्रम आहे याचा शोध लागतो. आपण एकतर भविष्यात जगू शकतो किंवा भूतकाळात. या गोष्टी वर्तमानापासून वेगळ्या केलेल्या आहेत आणि जोवर आपण त्या भ्रमात जगतो, आपलंच

नुकसान आहे म्हणून जेव्हा आपण या भ्रमातून बाहेर पडतो आणि त्याकडे पाहून हसतो, तेव्हाच आपल्याला त्या क्षणाचा आनंद लक्षात येतो. आपण हसतो कारण, तेव्हा तुम्ही खऱ्या अर्थाने जिवंत असता. स्वामीजी म्हणाले की, माझ्या मुलांनो, तुमच्या कृतीकडे लक्ष देऊ नका. त्या सोडून द्या आणि तुमचं मूळ खरं अस्तित्व शोधा. स्वतःला जाणा.

मला टेलिव्हिजनपासून आता दूर जावं लागलं. जणू काही ते फक्त माझ्याशी बोलत होते आणि तरीही मला स्वतःच्या वागण्यावर नियंत्रण ठेवावं लागलं, जेव्हा स्वामी, गुरू यांच्याबद्दल जोक्स सुरू होते. मी त्या लोकांबरोबर जास्त काळ बसू शकलो नाही. आमचं एक गुप्त नातं होतं, ते आणि मी आणि त्याचमुळे मी लोकांसमोर ते उघडपणे दाखवू शकत नव्हतो. तसं करणं खूप धोकादायक होतं, खूपच धोकादायक. केवळ माझ्यासाठी नाही, तर त्यांच्यासाठीही. मी स्वतः उठलो आणि दूर गेलो. मी उठल्यावर मुलांनी चॅनेल बदलून सिनेमाच्या गाण्यांचा काऊटडाऊन प्रोग्रॅम लावला.

मी त्यांना त्यांची गाणी ऐकू दिली; पण मी मात्र स्वामीजींचा सल्ला ऐकून त्यावर विचार करत होतो. मी माझ्या ध्यान करण्यात वाढ केली, अधिक वेळ करू लागलो आणि जास्त लक्षपूर्वकही. माझ्या स्वभावात अधिक शांतपणा आला होता, स्मृती जास्त तीक्ष्ण झाली होती आणि मी अधिक प्रेमळ झालो होतो, त्यामुळे मुलं एकदम प्रभावित झाली होती. मी त्यांच्या कुटुंबीयांची चौकशी करत होतो, त्यांच्या मुलाबाळांची, चाव्यांची नावं लक्षात ठेवत होतो, मुलांची चौकशी करत होतो. आम्ही दातेला नाशिकच्या जेलमधून इकडे परत आणण्याची सोय करून घेतली होती. जेणेकरून माझ्याबरोबर बराकीत तो असेल. जेव्हा त्याने आल्यावर मला पाहिलं, त्याने मला मिठीच मारली, अगदी खूप वेळ बिलगला होता. नंतर, जर काही म्हणाला असेल, तर ते म्हणजे ''भाई, तुम्ही अजूनच तरुण दिसत आहात. तुम्ही एखाद्या मुलासारखे ताजेतवाने दिसत आहात.''

मला इतकं छान वाटलं, एखाद जुनं शेत नांगरल्यावर कसं छान वाटतं तसं; पण त्याने जे पाहिलं, ते म्हणजे त्या शेतात अंकुर फुटलेले पाहिले. बाहेर, पाऊस नुकताच सुरू झाला होता आणि आम्ही खिडकीत बसून बाहेर छपरावर पडणारा पाऊस बघत बसू. धंदा चांगला सुरू होता. पैसा येत होता, जात होता आणि अजून जास्त पैसा येत होता. आमचं सुलेमान इसा बरोबरचं युद्ध सुरूच होतं. मला माहिती होतं की, माझ्या मुलांना मी आमच्या शत्रूंवर काहीतरी निर्णायक वार करणं अपेक्षित होतं. मी त्यांना थोडी कळ काढायला सांगितलं. जेव्हा पीक तयार होईल, तेव्हा ते कापायचं. थांबा, जरा थांबा आणि म्हणूनच मी वाट बघत होतो. मी शांत होतो.

जुलैअखेरीस मला अडवाणीच्या ऑफिसमधून समन्स आला. ''साहेबांनी तुम्हाला त्यांच्या ऑफिस मध्ये भेटायला बोलावलं आहे. खूप अर्जंट आहे,'' वॉर्डर म्हणाला.

सकाळची वेळ होती, अजून माझी पूजा प्रार्थना सुरू होती. मला काहीतरी वेगळं असण्याची जाणीव झाली. अडवाणी मला या वेळेला अन्यथा डिस्टर्ब करणार नाही. नक्कीच काहीतर वाईट घडलेलं असणार त्याच्या बाबतीत म्हणूनच त्याने बोलावलं असणार. मी चप्पल घातल्या आणि आवारातल्या दगडांवर पाय देत देत पाण्यातून वाट काढत गेलो. आवारात पावसाच्या पाण्याने तलावच झाला होता. आभाळात काळे ढग भरून आले होते आणि वातावरण एकदम कुंद, स्तब्ध होतं. सगळं जग पावसाने भारून गेलेलं होतं. अडवाणीच्या ऑफिसच्या बाजूला पांढऱ्या शर्टातली तीन माणसं एका रांगेत उभी होती. मी

त्यांना ओलांडून पुढे गेलो आणि अडवाणी त्याच्या टेबलावरच बसला होता, अगदी ताठ पाठीने आणि अगदी ऑफिशियल. तो उठला नाही. ''साहेब,'' मी अगदी नम्रपणे म्हणालो. जेव्हा माझ्या हाताखाली काम करणाऱ्या माणसांना पाहिजे असे, त्या वेळी मी एक अगदी चांगला अभिनेता होतो.

अडवाणीच्या उजव्या बाजूला बसलेला एक माणूस एकटक माझ्याकडे बघत होता. मला अंधारात आधी काय दिसलं, तर त्याचं अंडाकृती डोकं, बऱ्यापैकी टक्कल असलेलं आणि नंतर त्याचे डोळे, माझ्यावर रोखलेले.

''हे मिस्टर कुमार आहेत,'' अडवाणी म्हणाला, ''त्यांना तुमच्याशी बोलायचं आहे.''

अडवाणी उठला आणि माझ्याकडे न बघता निघून गेला म्हणजे हा मिस्टर कुमार कोणीतरी पॉवरफुल माणूस होता तर. एखादा वरिष्ठ अधिकारी असावा कदाचित. ''बस,'' तो म्हणाला.

मी बसलो.

''मी सरकारच्या एका विशिष्ट विभागासाठी काम करतो, केंद्र सरकारच्या,'' तो म्हणाला, ''मी तुझं आणि सुलेमान इसाचं युद्ध बारकाईने बघतो आहे.''

मी गप्प बसलो होतो. मी मानही हलवली नाही. त्याला काय ते उलगडून सांगू दे. तो खूप बारीक होता, नाक अगदी उठून दिसत होतं आणि भुकेलेल्या बुद्धाच्या एखाद्या पुतळ्यासारखा दिसत होता. जो मी एकदा टीव्हीवर बघितला होता; पण त्याच्यात ताकद होती, एक प्रकारची निश्चितता होती. इथे समोर बसलेल्या या माणसाला मी कोण होतो, ते चांगलंच माहिती होतं.

''सध्या तुला काय अडचणी आहेत, याची मला कल्पना आहे; पण तरीही तू सुलेमान इसा आणि त्याच्या पाकिस्तानी मित्रांशी लढत आहेस, त्याबद्दल तुझं कौतुकच केलं पाहिजे.''

मी काहीतरी बोलावं म्हणून तो वाट बघत होता. मी त्याला प्रतिसाद दिला, ''हो साहेब. तो हरामखोर देशद्रोही आहे. तो असा कुत्रा आहे, जो पाकिस्तानच्या उष्ट्यावर जगतो.'' त्याने मान डोलावली. ''तो देशद्रोही आहे,'' मी म्हणालो.

''आणि तू, गणेश गायतोंडे? तू काय देशभक्त आहेस का?''

''हो मी आहे,'' मी म्हणालो.

मी आहे. ते खरंच होतं. त्या क्षणी, मला जाणीव झाली की, मी देशभक्त होतो. एकेकाळी मी या सगळ्याकडे दुर्लक्ष करणारा होतो, मला फक्त पैशात रस होता, माझ्या प्रसिद्धी आणि ऐशआरामात रस होता; पण त्यानंतर मी खूप शिकलो, मला खूप काही उमजलं. या जगत असा कोणी माणूस नाही, जो एकट्याच्या बळावर उभा राहील आणि म्हणेल की, मी हा एकटा, एकटा उभा आहे. मी देशभक्त होतो. या मिस्टर कुमार यांच्याकडे बघताना मला जाणीव झाली की, मी देशभक्त होतो आणि मला ते माहितीही होतं.

''मी तुला मदत करू शकतो,'' ते म्हणाले, ''जर तू आम्हाला मदत केलीस तर...''

''मी तुम्हाला कशी मदत करू?''

''जर तू भारतात राहिलास, तर तुझ्यावर असेच हिंसक हल्ले होत राहणार. शिवाय कायद्याची झंझट वेगळीच. आता टाडा नाहीये; पण तुझ्यासाठी कायम टाडा अस्तित्वात असणार आहे. एक दिवस तू बाहेर पडशील; पण पुन्हा आता येशील. कदाचित, ते याहून भयानक, कडक असा एखादा कायदा तयार करतील आणि तो तुझ्यावरही ठोकतील.''

''हो, शंकाच नाही.''

''म्हणून बाहेर जा.''

''मी त्याचा विचार केला आहे; पण माझा तळ इथे आहे. बाहेर माझी काही कनेक्शन आणि सोयीसुविधा आहेत; पण ते पुरेसं नाही साहेब. त्यासाठी खूप पैसा आणि मेहनत लागेल. बाहेर कुठेही धंदा उभा करायला खूप वेळही लागेल.''

''त्यातच आम्ही तुझी मदत करू शकू. आम्ही तुला माहिती, मदत, सुरुवातीच्या अरेंजमेंट पुरवू शकतो आणि अर्थातच यायची जायची सोयही. कदाचित पैसाही.''

हा माणूस खूप काही देऊ करत होता आणि असं देऊ करत होता, जसं काही त्याची तो जे काही सांगतो आहे ते देऊ करण्याची क्षमता होती; पण मला त्याला थोडं थांबवायला हवं होतं. ''आणि साहेब, तुम्हाला माझ्याकडून काय हवं आहे?''

''तुझं सहकार्य. तू आम्हाला देशविरोधी कारवायांबद्दल माहिती देशील. ते काय करत आहेत, काय योजना करत आहेत. कधी कधी आमच्याकडे काही कामं असतील, जी तू पूर्ण करावीस, अशी आमची इच्छा असेल. आम्हाला एक असा भागीदार हवा आहे, जो सर्व प्रकारची कामं करू शकेल.''

हो, सर्व प्रकारची कामं. अर्थातच त्यांना असं कोणीतरी हवं होतं, जे त्यांना कायद्यानुसार जी कामं करता येणार नाहीत, ती करू शकेल. त्यांना एक मजबूत हात हवा होता; पण असा की ज्याच्याशी त्यांचा काही संबंध नाही, असं ते जनतेसमोर दाखवू शकतील. आता वेळ आली होती की, त्यांना जाणवून द्यायला हवं होतं की, ते एखाद्या मूर्खाला मदत देऊ करत नव्हते. मी थोडा पुढे झुकलो आणि म्हणालो, ''पण कुमार साहेब, तुमच्याकडे अगोदरपासून छोटा माधव आहे जो तुमच्याबरोबर काम करतो आहे.'' छोटा माधव हा सुलेमान इसाचा मुलगा होता; पण तो त्याच्यापासून फुटला होता आणि आता त्याने बॉम्बस्फोटांच्या नंतर आपली वेगळी कंपनी सुरू केली होती. आता तो इंडोनेशियामधून धंदा चालवत होता आणि सुलेमान इसाच्या विरुद्ध लढत होता. तो माझ्या शत्रूचा शत्रू असल्याने आम्ही ठीकठाक संबंध ठेवले होते. आमच्यात द्वेषही नव्हता आणि मैत्रीही नव्हती. आम्हाला माहिती होती की, त्याचे रॉ नावाच्या संस्थेशी काहीतरी संबंध आहेत. मला मिस्टर कुमारना हेच जाणवून द्यायचं होतं की, ते कोण आहेत हे कळायला मला फारसा वेळ लागला नव्हता.

मिस्टर कुमार आश्चर्यचकित झाले. त्याचं फिकट हसू एखाद्या हलक्या लाटेसारखं त्यांच्या कपाळावरून कवटीकडे सरकलं. ''तो आमच्यासाठी काम करतो आहे का?''

''हो तो करतो आहे. जसा सुलेमान इसा आयएसआयसाठी काम करतो आहे.''

''कदाचित, माधव आमच्यासाठी काम करत असेल; पण हा काळ खूप धोक्याचा आहे. आम्हाला अजून खूप देशभक्तांची गरज आहे.''

मी मान डोलवली. ''साहेब, मी काय करावं अशी तुमची इच्छा आहे?''

त्यांनी मला सांगितलं. बाहेर पाऊस कोसळतच होता. आम्ही आमच्या योजना तयार केल्या आणि त्यामुळे आता मी माझ्या देशासाठी आणि माझ्या लोकांसाठी लढणारा एक लढवैया झालो.''

सौंदर्याची भेट

झोया मिर्झा एक कठोर बाई होती. तिला शोधणं मुश्कील होतं, तिच्याशी फोनवर बोलणं आणि भेटणंदेखील मुश्कील होतं. सरताजने हे अंजली माथुरला सांगायचा खूप प्रयत्न केला. तिला असं वाटत होतं की, कायद्याचा अधिकार आणि काही आक्षेपार्ह फोटोग्राफ जवळ असलेल्या एका पोलीस इन्स्पेक्टरला एका फिल्मस्टारच्या ग्लॅमरने आणि प्रवासाने भरगच्च अशा आयुष्यात ढवळाढवळ करून तिची चौकशी करता आलीच पाहिजे. ''कदाचित मी ते करू शकतो,'' सरताज म्हणाला, ''जर यातलं काही ऑफिशियल असतं तर. आपण हे ऑफिशियली करतो आहे का?''

''नाही, माझ्या बॉसकडे हे प्रकरण न्यावं, असं ठोस अजून माझ्या हातात काहीही नाहीये,'' अंजली म्हणाली. ''त्या गँगस्टर आणि त्या फिल्मस्टारमध्ये काहीतरी कनेक्शन असण्याची फक्त एक शक्यता आहे. ऑफिशियल काही नाही.''

सरताज यावर तिच्याशी काही वाद घालू शकला नाही. हे फिल्मी लोक नेहमी भाई लोकांशी संबंध ठेवून असतात हे कुठल्या खेड्यातल्या गल्लीतली मुलंही सांगू शकतील. ही काय बातमी नव्हती. या असल्या प्रकरणात तिचे काही अनैतिक संबंध वगैरे असल्याची माहिती बाहेर आली, तर त्यामुळे झोया मिर्झाच्या प्रतिष्ठेला खूप मोठा धक्का पोहोचेल आणि कदाचित त्यामुळे तिच्या करियरची चढती कमान धोक्यात येईल; पण तरीही गणेश गायतोंडे मुंबईला का परत आला होता, याचं काही स्पष्टीकरण मिळत नव्हतं. त्याने कैलासपाड्यासारख्या ठिकाणी एक काँक्रीट क्यूब उभा का केला असेल, त्याने जोजोला गोळी का घातली असेल आणि नंतर स्वतःच्या डोक्यात गोळी का घातली असेल याची पुसट शक्यताही येत नव्हती. ''तुम्हाला तरीही मी या सगळ्याचा गुपचूपपणे तपास करायला हवा आहे, त्यामुळे मी माझ्या बॉसला तिला पोलीस स्टेशनला बोलावायला सांगू शकत नाही. तुम्हाला मी जाऊन तिच्याशी खासगीत बोलायला हवं आहे, केवळ जायचं आणि तिला त्रास द्यायचा. हे फिल्मस्टार्स टाइप लोकांचे कनेक्शन खूप वरपर्यंत असतात,'' सरताज म्हणाला. ''जर तिने कोण मंत्र्याला फोन केला आणि मला निलंबित केलं, तर तुम्ही ही गोष्ट तुमच्या बॉसपर्यंतही घेऊन जाऊ शकणार नाही.''

''ती नाही करणार तसं. तुझ्याकडे ते फोटो आहेत.''

''यात रिस्क आहे.''

''लहानशी.''

हा तपास करण्यातून मला होणाऱ्या फायद्यापेक्षा ही रिस्क जरा मोठीच आहे, असं सरताजला म्हणायचं होतं. त्याने अंजली माथुरला तिने दिलेल्या दिल्लीच्या नंबरला फोन केला होता आणि तिने तो नेहमीप्रमाणेच पहिल्या रिंगला उचलला होता. ती फोनवर घाईत बोलायची आणि तिने त्याचा रिपोर्ट ऐकून घेऊन त्याने झोया मिर्झाशी बोलावं, असं सुचवलं होतं. अगदी साधं सोपं आणि कर्तृत्ववानपणे. सरताजने एक खोल श्वास घेतला आणि सोडला. ''कदाचित, दिल्लीत बसून सगळं छोटं वाटतं मिस अंजली; पण मी खरंच एक लहान माणूस आहे आणि अगदी लहान रिस्कही माझ्यासाठी मोठ्या आहेत.''

ती एक क्षण गप्प झाली. ती तशीही एक खूप शांत बाई होती, तिच्या वागण्यातून, तिच्या दिसण्यातून; पण आता सरताजला जाणवू लागलं की, ती काहीतरी निर्णयाप्रत येते आहे आणि जेव्हा ती बोलली, तिच्या आवाजात एक प्रकारची घाई होती. ''मी समजू शकते; पण तुला याची काहीतरी पार्श्वभूमी आहे ती माहिती असायला हवी.''

''मला ती सगळी पार्श्वभूमी माहिती हवी. मला काहीच सांगण्यात आलेलं नाही आहे.''

''मी तुला ते आता सांगते आहे. ऐक. तुला ज्या घरात गायतोंडे सापडला, ते एक न्यूक्लीयर शेल्टर होतं.''

''काय होतं?''

''बॉम्बपासून वाचवेल असं शेल्टर. ॲटोमिक बॉम्बपासून. ती बिल्डिंग एका सुप्रसिद्ध आर्किटेक्चरल मॉडेल वरून बनवण्यात आली होती, जे मॉडेल पुस्तकांमध्ये आहे आणि तुला ते इंटरनेटवरही सापडेल.''

''तो ते तसं का करेल? इथे?''

''तेच तर मला जाणून घ्यायचं आहे.''

सरताजला त्याचा मोबाईल कानापाशी गरम लागला. तो आता कैलासपाडामधल्या मुख्य मार्केट रोडवरील एका छोट्या कॅफेमध्ये बसला होता आणि सकाळची रहदारी सुरू होती. शाळेची एक बस येऊन उजवीकडे फूटपाथजवळ करकचून ब्रेक लावत थांबली आणि निळा युनिफॉर्म घातलेल्या मुलींच्या रांगेला त्यांच्या जड दप्तरांसकट चढवून घेतलं. बसच्या मागोमाग एक रिक्षा फूटपाथजवळ येऊन थांबली. अगदी सामान्य सकाळ, सामान्य जीवन सुरू होतं. सरताजने गायतोंडेच्या त्या क्यूबबद्दल विचार केला, जो इथून दोन गल्ल्या आणि तीन वळणं पलीकडे होता. त्याच्या छातीत एकदम कळ उठली आणि थंड पाण्याची धार लागल्यासारखं वाटलं. त्याने घसा खाकरला आणि म्हणाला, ''काही धोका असल्याची घंटा आहे का ही? तुम्हाला माहीत आहे का?''

''एक सर्वसाधारण धोका असल्याचा समज होता की, कोणतातरी दहशतवादी गट शहरी भागात एक पोर्टेबल शस्त्र वापरणार आहे. काश्मीरच्या गटांपैकी एक किंवा पूर्वेच्या गटांपैकी कोणी; पण नाही, तशी विशिष्ट माहिती अशी नाही. विशेष धमकी नाही.''

एक सिनेमा होता यावर. तो सरताजने पाहिला नव्हता; पण त्याने त्याची जाहिरात पाहिली होती. एक दहशतवादी गट असतो, ज्यांनी दिल्लीत एक अणुबॉम्ब पेरलेला असतो. सिनेमातील हिरो काही क्षणांच्या अंतरावर बॉम्बचा हिरव्या रंगाचा टायमर बंद करतो जो अगदी शून्याला टेकतच असतो. तो सिनेमा होता; पण गायतोंडेचा हा क्यूब खरा होता. सरताजने प्रत्यक्ष त्या क्यूबला स्पर्श केला होता. तो आता ताठ बसला, खांदे सरळ केले.

त्याने विचार करायचा प्रयत्न केला आणि म्हणाला, ''मॅडम, जर गायतोंडेला अशा कोणत्या धमकीबद्दल माहिती होतं, तर त्याने ते तुमच्या डिपार्टमेंटला का सांगितलं नाही? आमचा असा समज होता की, तुमचं काही कनेक्शन होतं.''

''काही कनेक्शन नव्हतं,'' ती अत्यंत तुटकपणे आणि पटकन म्हणाली. सरताजला लक्षात आलं की, त्याने डिपार्टमेंटच्या मर्यादा ओलांडल्या आहेत आणि ती गायतोंडेशी तिच्या डिपार्टमेंटचं कनेक्शन होतं किंवा ते लोक त्याला हाताळत होते, ही गोष्ट मान्य करणार नव्हती, विशेषकरून असं फोनवर बोलताना तर नाहीच नाही. ''आम्ही त्याच्या हालचालींवर लक्ष ठेवून होतो,'' ती म्हणाली, ''आम्हाला लक्षात आलं की, तो देशात शस्त्रास्त्र आणत आहे. नंतर आमचं लक्ष जरा ढळलं. मग नंतर तो मुंबईत दिसला.''

''त्या घरात?''

''हो. तुझ्याशी बोलताना. कदाचित तो तुला त्या धमकीबद्दल काहीतरी सांगण्याचा प्रयत्न करत असेल, तू तिथे जाण्याआधी.''

तर कदाचित त्याच्या शहरात एखादा बॉम्ब असेल, तर तो जबाबदार होता. एका खऱ्या शहरात खराखुरा बॉम्ब! जेव्हा सरताज बुलडोझर त्याच्या घरावर चालवण्यासाठी बाजूला झाला, तेव्हा गायतोंडे सगळ्यात शेवटी त्याला तेच तर सांगायचा प्रयत्न करत नव्हता? सरताजने गायतोंडेचं बोलणं मध्येच तोडलं होतं आणि गायतोंडे त्या स्टीलच्या दरवाजा पलीकडून खूपच उर्मटपणे बोलत होता. ''पण खूप महिने झालेत,'' सरताज म्हणाला. ''काहीच झालं नाही. तुम्ही म्हणालात की, काहीच झालं नाही आहे. तुम्ही म्हणत आहात की, एखादी विशिष्ट धमकी नव्हती म्हणून.''

''हो; पण तरी मला जाणून घ्यायचं आहे की, तो तिथे काय करत होता. त्याने ते घर का बांधलं असेल.''

सरताजला आता अचानक थंडी वाजू लागली होती. ''मी झोया मिर्झाशी बोलेन. मी प्रयत्न करतो,'' तो म्हणाला.

''छान, मला खात्री आहे की, तू ते करू शकशील. अजून एक मजेशीर गोष्ट आहे.''

''हो?''

''तुला जोजोच्या घरात जी रोकड सापडली, ती नकली आहे.''

''त्या नोटा? सगळ्या?''

''हो. त्या खूप चांगल्या प्रतीच्या खोट्या नोटा आहेत. त्या पाकिस्तानमध्ये तयार करण्यात आलेल्या आहेत. मागच्या आठ, दहा वर्षांत त्या नोटा खूप मोठ्या प्रमाणावर देशात वापरात आणल्या गेल्या आहेत. त्यांचे लोक इथे ज्या कारवाया करतात, त्यांना आर्थिक मदत करण्यासाठी म्हणून त्या नोटा वापरल्या जातात आणि त्या खूप मोठ्या प्रमाणावर वापरात आहेत.''

''जोजोकडे त्या खूप होत्या. न फोडलेल्या पाकिटांमध्ये.''

''बरोबर, मुळातच खूप इंटरेस्टिंग आहे हे; पण आम्ही तपासलं तेव्हा लक्षात आलं की, आताच्या नुकत्याच आलेल्या नोटांवरची शाई खूप चांगल्या प्रतीची आहे. जोजोच्याकडे सापडलेल्या नोटा या इतक्यात छापून आलेल्या नोटांच्या मधल्या नवीन बॅचमधल्या होत्या, ज्या अजून तितक्या कॉमन झालेल्या नाहीत. अशा नोटा इतक्या मोठ्या प्रमाणावर जर कुठे

उचलल्या गेल्या असतील, तर त्या मेरठ पोलिसांनी शस्त्रास्त्र स्मगल करण्याच्या धंद्यातल्या काही लोकांवर धाड टाकली गेली, त्यात सापडल्या होत्या. झालं काय होतं, तर मेरठच्या बाहेर एका मेटॅडोरला स्टेट ट्रान्सपोर्टच्या बसची धडक बसली. त्या मेटॅडोरचा चालक धडकेत मृत्यू पावला. स्थानिक पोलिसांना एक अन्य प्रवासी जिवंत असलेला आढळला आणि मागच्या बाजूला फ्लोअर बोर्डखाली तेवीस असोल्ट रायफल सापडल्या. त्या प्रवाशाची दुसऱ्या दिवशी कसून चौकशी करण्यात आली. त्याने सांगितलं की, तो कोणासाठी काम करतो हे त्याला माहिती नव्हतं. त्याला फक्त ती मेटॅडोर दिल्लीतून घेऊन मेरठला घेऊन यायचं इतकंच माहिती होतं. त्याला त्याहून जास्त काही माहिती नव्हतं; पण ज्याने त्याला दिल्लीमध्ये काम दिलं, त्या माणसाचा ठावठिकाणा तो देऊ शकत होता म्हणून पोलिसांनी त्या माहितीवर आधारित दिल्लीत एका घरावर धाड टाकली. त्यांना अजून तीन लोक, एकशे एकोणतीस एके ४७ रायफल, चाळीस पिस्तुलं आणि जवळ जवळ अठरा हजार राउंड काडतुसं आणि दहा लाखांची रोकड सापडली.

सगळ्या अपराध्यांच्या तपासात त्यांची नावं, इतर कनेक्शन यांचे धागेदोरे मिळाले. नंतर जेव्हा खूप खोलवर जाऊन त्या धाग्यादोऱ्यांचा तपास केला, तेव्हा असं आढळलं की, मुंबईत सापडलेल्या या शस्त्रास्त्रांचा मूळ गायतोंडे होता. अशा प्रकारे त्या केसमुळे आम्ही गायतोंडेच्या शस्त्रास्त्र स्मगलिंगपर्यंत जाऊन पोहोचलो. त्याच्या मृत्यूनंतर, माझ्या तपासात मी केस फाइल वाचत होते. मला वाटलं की, त्या जप्त केलेल्या रोकडीकडे पुन्हा एक नजर टाकावी आणि हो, सर्वच्या सर्व दहा लाख रुपयांच्या नोटा या नवीन पाकिस्तानी नोटा आहेत.''

''आणि ते दिल्लीत अटक झालेले लोक कोण होते?''

''ते कल्की सेना नावाच्या एका भूमिगत हिंदू संघटनेचे लोक होते. आम्ही त्या संघटनेचं नाव कधी ऐकलंही नव्हतं. त्यांनी त्यांच्या जबाबात सांगितलं की, ते एका युद्धासाठी तयार होत आहेत. धाड टाकली त्या वेळी सापडलेल्या कागदपत्रांवर मी एक नजर टाकली. युद्धानंतर, जे कलियुगाचा अंत करणारे एक भयानक युद्ध असणार होते, त्यानंतर एक परिपूर्ण देश तयार होईल आणि पुरातन हिंदू तत्त्वांनुसार चालवला जाईल.''

''रामराज्य?''

''हो, रामराज्य.''

''आणि हे युद्ध, हे कोणाच्या विरुद्ध होणार आहे?''

''मुसलमान, कम्युनिस्ट, ख्रिश्चन, शीख. ज्या कोणाला हे परिपूर्ण राष्ट्राप्रती निष्ठा नाही, त्यांच्या विरुद्ध. अगदी दहशतवादी दलितही. त्या रायफल बिहारला कोणत्या तरी उजव्या विचारसरणीच्या खासगी आर्मी चालवणाऱ्याकडे जमीनदाराकडे चालल्या होत्या.''

''तुम्हाला काय वाटतं, गायतोंडेसुद्धा या आर्मीचा एक भाग असेल? पण तो नेहमी स्वतःला एक धर्मनिरपेक्ष डॉनच म्हणवतो.''

''हो. कदाचित, तो या कल्की सेनेशी फक्त धंदा करत असेल, बाकी काही नाही; त्याचा त्यांच्या राजकारणात काही सहभाग नसेल. दिल्लीतले अपराधी आम्हाला याहून जास्त काही सांगू शकले नाहीत. ते फक्त एका सेलचे लोक होते, विशिष्ट कामासाठी नेमलेले. जो कोणी या सगळ्याचा कर्ता करविता आहे, तो सगळं उत्तम करतो आहे. अनेक फाटे फोडतो आहे, त्यामुळे गायतोंडे कदाचित यामध्ये वैचारिक पातळीवर सहभागी असेल किंवा कदाचित

नसेल. मला ते माहीत करून घ्यायचं आहे आणि मला ते न्यूक्लीयर शेल्टर का तिथे बांधलं, हेही माहीत करून घ्यायचं आहे.''

''हो, मी त्या अभिनेत्रीशी बोलेन,'' सरताजला आता माहिती करून घ्यायची होती आणि आता त्याला या प्रश्नांची उत्तरंही जाणून घ्यायची होती. जर कोणीतरी त्याच्या विरुद्ध आणि त्याच्या कुटुंबाविरुद्ध आणि लोकांच्याविरुद्ध युद्ध पुकारलं असेल, तर त्याला ते कोण हरामखोर आहेत; त्यांचा गणेश गायतोंडेशी काय संबंध आहे, हे आता जाणून घ्यायचं होतं.

''छान.''

सरताजने पटकन, ''ओके, बाय'' म्हणून फोन ठेवला आणि बाहेर उन्हात गेला. सकाळी सकाळी उबदार वाटत होतं; पण तरी ही गैरसोय परवडली. जिवंत असणं किती चांगलं होतं. त्याला एक क्षण हातात कॅल्क्युलेटर घेऊन हिशेब करणाऱ्या दुकानदारांचा हेवा वाटला, त्यांच्या दुकानातील गणपतीचे देव्हारे त्यांच्या वस्तू आणि सेवांच्या याद्यांचे बोर्ड, उत्साहाने कामाला जाणाऱ्या-येणाऱ्या तगड्या मराठी स्त्रिया, लाल रबरी बॉल आणि एक फळकुट घेऊन क्रिकेट खेळणारी तीन मुलं रस्त्यावर दिसत होती. सरताजने डोळे बारीक केले आणि जर अणुबॉम्बचा स्फोट झाला, तर या बाजाराची अवस्था काय होईल, याची कल्पना करण्याचा प्रयत्न केला. त्याला ती करता आली नाही. बॉम्बस्फोटाची भीती असलेल्या सिनेमामधील दृश्य आठवली. त्यांनी एक तपकिरी रंगाचा मोठा ढग दाखवला होता आणि तो भयाण वारा; पण तरी ते असं प्रत्यक्षात करणं अवघड असेल, तेही या रस्त्यावर. कल्पना करणं अवघड होतं आणि विश्वास ठेवणं अशक्य वाटत होतं, तरीही ती धमकी अस्तित्वात होती. इथे... या कैलासपाड्यात.

राजगीर रोडवरच्या त्या मार्केटमधील दुकानं नवरात्रीसाठी कपडे खरेदीला आलेल्या तरुण स्त्रियांनी ओसंडून वाहत होती. सरताजने वेग कमी केला आणि मोटारसायकल डावीकडे घेऊन तो रस्त्याच्या कडेने जाऊ लागला. दुकांनामध्ये जाणाऱ्या-येणाऱ्या मुलींच्या ओसंडून वाहणाऱ्या उत्साहाची मजा घेत घेत जाऊ लागला. तरुण मुलींच्या त्या उत्साहाकडे आणि त्यांच्या आनंदाकडे पाहून त्याला छान वाटलं. कोणी हसत खिदळत होत्या आणि तो आवाज एखाद्या गाण्यासारखा भासत रहदारीच्या गजबजाटातूनही तरंगत त्याच्यापर्यंत येत होता. ते खिदळणं बघण्यासाठी तो वळला आणि अचानक एका कारच्या खिडकी प्रतिबिंब दिसणाऱ्या त्याच्याकडे रोखलेल्या काळ्याभोर डोळ्यांकडे त्याची नजर गेली. तितक्यात त्याची मोटारसायकल बंद पडली. तो सुरक्षितपणे थांबला; पण रस्त्याच्या त्या बाजूला आता फक्त बसची लांबलचक लाल बाजू दिसत होती. त्याच्या डावीकडे एक मोठा बिलबोर्ड साठ फूट वर गेलेला होता. त्यावर एका निळ्या रंगात उजळून निघालेल्या मॉडेलचा चेहरा दिसत होता. तो एक क्षण थांबला, त्याच्या स्वतःच्याच बावळटपणावर हसत. त्याच्या हृदयाचा ठोका एक क्षण चुकला. बिलबोर्डला आधार देणाऱ्या एका पत्र्याचा तुकडा अजून एका खांबावरून त्याच्या दिशेने लटकलेला होता. त्याला त्याचं डोकं एका दुकानाच्या खिडकीत दिसलं. 'ओय सरदारजी,' तो स्वतःशीच म्हणाला, 'कंट्रोल यार. आज तुला झालंय काय?'

सरताजने गाडीला किक मारली आणि तो पुढे निघाला. आता त्याने अगदी व्यावसायिकपणे, शांतपणे आणि लॉजिकली विचार करायचं ठरवलं. तो रसेल मथियाला भेटायला निघाला होता. तीच रसेल जी कमला आणि तिचा एक्स बॉयफ्रेंडची शत्रू होती. जिच्याकडे खूप बुद्धिमत्ता होती. त्याने अजून त्या मीटिंगमध्ये काय कसं बोलायचं याचा विचार

केलेला नव्हता. इथे काही कायदेशीर केस झालेली नव्हती आणि रसेलला दोष देण्यासाठी किंवा आरोप करण्यासाठी त्याच्याकडे काही पुरावाही नव्हता, त्यामुळे या भेटीचा हेतू केवळ माहिती मिळवणे इतकाच होता आणि कदाचित जरा पाणी गढूळ करून काय बुडबुडे वर येतात, हे बघणं हादेखील. तो आक्रमक पोलीसवालाही बनू शकला असता किंवा एखादा हितचिंतक मित्र जो रसेलचं हित पाहण्याचा प्रयत्न करेल, कमलाचे हित नाही. तपासात नेहमी अनेक गोष्टी असतात, अनेक भूमिका वठवाव्या लागतात; कधी कधी एकाचवेळी. जर तुम्ही तुमच्या संशयिताच्या पूर्वग्रहात बसलात, स्वतःला तिच्या समस्येचं उत्तर या स्वरूपात सादर करू शकलात, तर ती बोलेल. सरताजने हे अनेकदा केलेलं होतं, त्यामुळे त्याला विशेष तयारी करण्याची गरज नव्हती किंवा त्यावर आधी जास्त विचार करण्याचीही गरज नव्हती. त्याने केसमधल्या आवश्यक बाबींची पटकन उजळणी केली : दोन मैत्रिणी, एक विवाहित, दुसरी खूप एकाकी, एक पुरुष आणि भांडणं. इतकं सोपं होतं; पण सरताजला माहिती होतं की, स्त्रियांची भांडणं कधीच वाटतात तितकी साधी सोपी नसतात. कदाचित, देखणा उमेश हा या प्रकरणाच्या गाभ्यातला एक भाग असेल, ज्यामुळे हे भांडण किंवा युद्ध सुरू झालं असेल. यापूर्वी अनेक वर्षांपासून त्या दोघींमधलं टेन्शन हळूहळू वाढत असेल. कदाचित, प्रत्यक्षात गोष्ट काही निराळीच असेल. काहीच गृहीत धरू नकोस, त्याने स्वतःला बजावलं आणि गाडी पार्क केली. सावध राहा, नवरात्रीबद्दल विचार करणं बंद कर आणि दुर्गा, लक्ष्मी आणि सरस्वती यांच्याबद्दलही.

पण या देवी खूप छान पद्धतीने रसेल मथिअसच्या ड्रोइंग रूममध्ये अवतरल्या होत्या, जी अगदी महागड्या आर्ट पीसेस आणि अँटिक पीसेसनी भरलेली होती. शिल्पं, भिंतीवरची पेंटिंग्स वगैरे. खिडकीतून पुढचा एक भलामोठा लाकडी दरवाजा दिसत होता, जो बहुदा कुठल्या हवेलीतून आणला असावा. तो भिंतीला टेकवून ठेवला होता; पण तरीही त्या कोनातून तो खूपच सुंदर दिसत होता, त्याचे निळे, पिवळे, लाल रंग आणि त्याच्या लोखंडी बिजागऱ्या आणि मोठे खिळे. सरताजला भिंतीवरचे एकूण एक पेंटिंग ओळखीचे होते. अगदी मॉडर्न असलेलीही, ज्यांची किंमत त्याच्या वार्षिक उत्पन्नापेक्षाही जास्त होती. मेघाला तो कलाकारही ओळखू आला असता, तोच कशाला सर्वच ओळखू आले असते; पण सरताज जर कोणते ओळखू शकला असेल, तर ते म्हणजे राजा रवी वर्माचे लक्ष्मीचे पेंटिंग, खूपच भारदस्त आणि विलासी. खूप वर्षांपूर्वी त्यांच्या एका डेटला मेघाने त्याला एका कला प्रदर्शनाला नेलं होतं, तेव्हा त्याला राजा आणि त्याच्या पेंटिंगविषयी सांगितलं होतं, तेव्हापासूनच सरताजला लक्ष्मी आवडू लागली होती.

आता हे तर स्पष्टच होतं की, लक्ष्मीचा या घरावर, जुहूमधल्या या डुप्लेक्सवर आशीर्वाद होता. यामुळे सरताजला त्याने कसा पवित्रा घेतला पाहिजे, याचा अंदाज आला. जेव्हा रसेल मथिअस अवतरली, तेव्हा सरताजने स्वतःची ओळख करून दिली. तो शांतपणे म्हणाला, ''आम्ही ज्यांच्याकडे त्यांच्या उत्पन्नाच्या व्यस्त प्रमाणात संपत्ती आहे, त्यांची चौकशी करत आहोत.''

''काळा पैसा, असं म्हणायचं आहे का तुम्हाला? टॅक्सबाबतीत?''

रसेल अंगाने भरलेली होती; पण तिला पाहून ती आळशी असावी किंवा बेशिस्त असावी, असं काही वाटत नव्हतं. उलट ती तिच्या छोट्या, सुंदर केसांमुळे, छान निगा राखलेल्या केसांमुळे आकर्षक दिसत होती. ती संथपणे सरताजकडे बघत होती, अगदी

ठामपणे. हो, ती स्वतःवर पूर्ण ताबा असलेली स्त्री होती; पण खूप भावनिक, जिला आपला अपमान अगदी खोलवर जाणवू शकतो आणि नंतर त्याचा ती बदला घेऊ शकते. ''हो, मॅडम, ही खूप प्राथमिक पायरी आहे. आम्ही लोकांना त्यांची बाजू स्पष्ट करायची एक संधी देतो,'' तो म्हणाला.

''तुम्हाला असं म्हणायचं आहे की, माझ्याकडे खूप जास्त संपत्ती आहे? किंवा मी खूप जास्त पैसे उधळते?''

हाताने आजूबाजूला इशारा करत सरताज उठला आणि म्हणाला, ''हे अपार्टमेंट मॅडम. ही सगळी पेंटिंग, वस्तू. तुमची लाइफस्टाइल.''

''माझी लाइफस्टाइल? माझा एक्स हसबंड तुम्हाला या सगळ्याच्या मागे लावतो आहे, बरोबर? तो अजूनही मला त्रास देऊ बघतो आहे. कारण, त्याला हे अपार्टमेंट हवं आहे. मला आणि याच्या दोन मुलांना एका वीस वर्षाच्या रंडीसाठी सोडून दिल्यानंतरही त्याला वाटतंय की मी रोज रात्री घरी बसावं?''

''मॅडम...''

''नाही, तुम्ही माझं म्हणणं ऐकून घ्या. तो त्याच्या मुलांना आवश्यक आहे त्याच्या पावभरसुद्धा आम्हाला देत नाही. जो जो पैसा मी खर्च करते, तो मी कमावते. हे सगळं फर्निचर, आर्ट वगैरे तुम्ही जे बघत आहात, ते माझ्या बिझनेस करता आहे. मी खूप कष्ट करते.''

''इंटिरियर डेकोरेशन?''

''हो आणि आता मी अजून दोन भागीदारांच्या बरोबर एक कलादालन उघडणार आहे.''

''खूपच छान; पण तरीही खूप अधिक पैसा असल्याची बाब उरतेच, कदाचित. प्रश्न उभा केलेला आहेच.''

''कुठे? ऐका, आम्ही सगळा व्यवसाय व्हाइटमध्ये करतो. माझ्या अकाउंटला प्रत्येक गोष्टीची पावती आहे, प्रत्येक क्लाएंटकडून आलेल्या चेकची कॉपी आहे. आम्ही तुम्हाला जे हवं असेल ते दाखवू शकतो.''

रसेलने लिननचा पांढरा सैलसर शर्ट घातला होता आणि राखाडी रंगाची पँट. या कपड्यांच्यामुळे तिच्या त्वचेचा गव्हाळ रंग आणि तिच्या डोळ्यांचा गडद रंग अजूनच खुलून दिसत होता. तिने तिचे हात अतिशय आकर्षकपणे तिच्या गुडघ्यांवर ठेवले होते; पण आता तिला चिंता वाटू लागलेली दिसत होती. सरताजने अजून थोडा दबाव आणला, ''मॅडम, असा कोणताच बिझनेस नाही जो पूर्णपणे व्हाइटमध्ये केला जातो. विशेष करून इंटिरियर डेकोरेशन. ही सगळी केवळ प्रोपोर्शनची गोष्ट आहे. जर आम्हाला असं वाटलं की, पुरेसं साहाय्य नाही तुमच्या बाजूने, तर अर्थातच आम्हाला व्यवस्थित तपास करावा लागेल.''

''तुम्हाला काय हवं आहे?''

''तुमच्याकडे एखादा व्हिडिओ कॅमेरा आहे का?'' सरताजने हातपाय थोडे सैलावत अगदी सहजपणे विचारलं.

''काय?''

''व्हिडिओ कॅमेरा मॅडम... जो आपण व्हिडिओ काढायला वापरतो ना, लग्नाचे, बक्षीस समारंभाचे, इव्हेंट्स, पार्ट्या, वगैरे..तुम्हाला माहीत असेलच,'' त्याने शूटिंग करण्याची कृती करून दाखवत म्हटलं. ''आजकाल खूप कॉमन आहे.''

''हो. आमच्याकडे दोन आहेत. एक जुना आहे आणि एक नवीन आहे; पण त्याचं काय...''

आता ती बरीच गोंधळली होती आणि सरताजला ती थोडी घाबरलेली वाटली. आता जुनीच पोलिसांची लाठी बाहेर काढायची वेळ होती. तो पुढे झुकला आणि तिच्याकडे एकटक बघू लागला. अशाने थोडा वेळाने ती तिच्या मुघल टाइप दिवाणावर बसल्या बसल्या अस्वस्थ होऊन चुळबुळ करायला लागली. त्याच्या डोळ्यातला अविश्वास तेव्हाच प्रकट होई, जेव्हा तो चुकीचं वागणाऱ्या लोकांच्या आणि कायद्याचे उल्लंघन करणाऱ्यांच्याकडे असे रोखून बघत असे आणि त्याला माहीत होतं की, त्याने जरा खांदे आवळून घेतले आणि त्याचे गाल रागाने लाल होत, तेव्हा त्यातूनही हे दिसून येत. ''दोन व्हिडिओ कॅमेरे कशासाठी मॅडम? तुम्हाला इतके कॅमेरे कशाला लागतात?''

''मी नवीन कॅमेराचे पैसे क्रेडिट कार्डने दिले आहेत, तुम्ही पाहू शकता...''

''मी ते विचारलं नाही आहे. तुम्ही ते कॅमेरे कशासाठी वापरता?''

''तुम्ही म्हणालात ना तसं सेलिब्रेशन वगैरे. जेव्हा आम्ही सुट्टीवर जातो तेव्हा.''

''तुम्ही तुमचा कॅमेरा आणखी कोणाला दिला आहेत का? वापरायला?''

''नाही; पण तुम्ही का विचारता आहात?''

''मी एका ब्लॅकमेलच्या केसचा तपास करतो आहे. त्यात एका व्हिडिओ कॅमेराचा वापर केला गेला आहे.'' तो तिला काळजीपूर्वक न्याहाळत होता. आता त्याला खात्री झाली होती की, त्याने तिला चांगलीच घाबरवली आहे. ती आता चुळबुळत दिवाणाच्या कडेवर बसली होती, पडेल हे विसरून गेली होती. ''असे काही संकेत आहेत की, तुमचा या केसशी संबंध असू शकतो.''

''मी? कशी काय? तुम्ही कशाबद्दल बोलताय?''

सरताजने डोकं हलवलं. ''मॅडम, आता तुम्हीच बोललात, तर बरं होईल.''

रसेलला बोलायचं होतं, त्याला ते दिसत होतं; पण तिने आता हातावर हात ठेवला आणि आवंढा गिळला. अखेर ती म्हणाली, ''मला काही बोलायचं नाही आहे.''

त्याला खात्री होती की, तिने ते वाक्य कोणत्या तरी टीव्ही सिरीयलमध्ये ऐकलं होतं. तो उठला. एखाद्या संशयिताच्या नुसतं घरी जाऊन त्याला संपूर्ण कबुली जबाब मिळणार नव्हता. ते आज न उद्या मिळणार होतं; पण असं नाही. त्यांना अजून थोडं प्रेशर लावावं लागणार होतं. कदाचित, अन्यत्र कुठून मिळवलेला एखादा पुरावा दाखवावा लागणार होता. दरम्यान, रसेल मथिअसची भीतीने पार गाळण उडाली होती. ''जसं तुम्ही म्हणाल तसं,'' सरताज म्हणाला. ''हे माझं कार्ड. तुमचं मन बदललं, तर मला फोन करा.''

दरवाजाकडे जाताना सरताजने पाहिलं की, एका संगमरवरी टेबलावर दोन तरुण लहान मुलांचा हिरव्या डोंगरांच्या पार्श्वभूमीवरचा एक हसरा फोटो ठेवलेला होतं. तो म्हणाला, ''तुमचे मुलगे का? छान आहेत दिसायला.''

पण त्याच्या या बोलण्याने रसेल अजूनच घाबरली. तिने कच खाल्ली. सरताजला आता मजा वाटत होती. ''आणि फ्रेमही वाईट नाहीये,'' तो म्हणाला. ''चांदीची आणि बऱ्यापैकी जड आहे. अँटिक, बरोबर ना? आणि जरी नसली, तरी खूप महागडी आहे.'' त्याने बोलता बोलता, त्या फ्रेमच्या कडांवरून गेलेल्या वेलीच्या पानावरून बोट फिरवलं आणि नंतर इतकंच म्हणून निघाला, ''आम्ही तुमच्या घरावर लक्ष ठेवतो आहोत.''

लिफ्टमध्ये खाली जाताना त्याला बऱ्यापैकी विजयी झाल्यासारखं वाटलं. ही संशयित बाई खूपच इंटरेस्टिंग होती, जिने नवऱ्याने सोडून दिल्यानंतरही स्वतःला पुन्हा उभं केलं होतं आणि एक नवीन आयुष्य उभारलं होतं. कमलाला फोन करत असलेले हिचे साथीदार कोण असतील? तिने त्यांना कसं शोधलं असेल, कसं कामाला लावलं असेल? हे शोधून काढणं खूप इंटरेस्टिंग असणार होतं.

सरताज आणि कांबळे दोघं अगदी गर्दीच्या वेळी अप्सरा सिनेमाच्या समोरच्या बाजूच्या रस्त्यावरून चालत होते. ते कमला पांडेने सांगितलेल्या त्या मुलाला शोधत होते, ज्याचं वय माहिती नव्हतं आणि त्याने लाल रंगाचा DKNY JEANS असं लिहिलेला टी शर्ट घातला होता. त्याच मुलाने दीड महिन्यापूर्वी तिच्याकडून ब्लॅकमेलची रोकड घेतली होती आणि त्याच्या तोंडात एक काळा दात होता. सहा वाजत आलेले होते. गर्दी आता फूटपाथवर जमा झाली होती. कारचे हॉर्न वाजत होते, त्यामुळे सरताजच्या छातीत धडधड वाढली. अप्सराला 'प्यार का दिया' नावाचा सिनेमा लागलेला होता आणि तो चांगला गाजत होता. सरताजला ते उत्साहाने आत जाणाऱ्या आणि सिनेमा पाहून बाहेर पडणाऱ्या लोकांच्या निवांत आनंदी चेहऱ्यांवरून दिसून येत होतं. या अप्सरामध्ये, आता संध्याकाळी किमान प्रेमाची ज्योत जिवंत आहे. सरताजने बाजूला सरकून एकदम तेज दिसणाऱ्या कॉलेजच्या घोळक्याला वाट करून दिली, जे त्यांच्या मोबाईल फोन्सवर घाईने डायल करत होते. 'झक्कास सिनेमा,' त्यांच्यातला एक जण फोनवर बोलताना म्हणाला.

त्या गर्दीत भीक मागणारी मुलं-मुलीही आपलं काम करत होती, हात वर करून भीक मागत होती, 'नमस्ते आंटी, काहीतरी द्या ना, एक रुपया द्या ना फक्त, आंटी एक रुपया आंटी. मला खूप भूक लागली आहे आंटी. प्लीज आंटी.' त्या छोकऱ्यांनी वेगवेगळ्या रंगांचे जुनाट टी शर्ट्स, बनियन घातले होते; पण लाल टी शर्ट कोणीही घातलेला नव्हता. सरताज गर्दी ओलांडून रस्त्यावर गेला, अगदी कोपऱ्यापर्यंत. त्याला ब्लॅक मार्केटिंग करणाऱ्या लोकांचे चेहरे चांगलेच माहिती झालेले होते, जे फूटपाथवर खालच्या स्वरात, 'बोलो, बाल्कनी पंचवीस, स्टॉल पचास,' असं म्हणत चकरा मारत होते.

कांबळे कारमधून वाट काढत रस्त्याच्या त्या बाजूला आला. त्याने आज पूर्ण काळे कपडे घातलेले होते, त्यात नव्याने घेतलेल्या काळ्या शूजचाही समावेश होता. त्या शूजना टाचेला काहीतरी चंदेरी लायनिंग होतं. त्याने सरताजकडे पाहून हनुवटी वर केली आणि सरताजने खांदे उडवले. ''नाही?'' कांबळे म्हणाला. ''मी तीन लाल टी शर्ट पाहिले; पण कोणा छोकऱ्याच्या अंगावर नाही. एक लहान गोलमटोल आयटम होती, केस गांडीपर्यंत लांब होते तिचे आणि हे...'' त्याने हाताने गोल आकार करून त्याच्या छातीशी धरले. ''मस्त. तू काळ्या बायका पाहिल्या आहेस?''

''हो.''

''त्या बाजूला एक पाकीटमारांची टोळी आहे. बघ तो निळी पँट घातलेला चुतीया दिसतोय का? हा बोलण्यात गुंतवणारा आहे. आणि तिकडे डावीकडे, तो म्हातारा पेपर वाचणारा माणूस? नाही, नाही, तिकडे. तो उचलणारा आहे.'' तिकडे एक वयस्क छान दाढी वगैरे केलेला चांगला सभ्य दिसणारा, पांढऱ्या घडीच्या शर्टातला माणूस अगदी सहजपणे

फिरत होता. ''नंतर, तिकडे, तो हातचलाखी करणारा माणूस.'' हा जरा तरुण होता, सडपातळ होता आणि हिरव्या रंगाचा गॉगलमध्ये एकदम डॅशिंग दिसत होता. त्याने सैल राखाडी शर्ट घातला होता. ''आह, ते बघ ते काय करतायत.''

निळी पँट घातलेला एका कुटुंबाच्या जवळ गेला. आई, एक्झिक्युटिव्ह वडील आणि दोन मुलं होती. तो त्या वडिलांशी बोलायला लागला. त्यांना पत्ता विचारल्यासारखं वाटलं. ते वडील रस्त्याकडे बोट दाखवून उजवीकडे जा, डावीकडे जा असं काहीतरी हातवारे करत होते. निळ्या पँटवाल्याने त्यांना खांद्यावर हात लावून धन्यवाद म्हटलं आणि याच क्षणी आजोबांनी आपली चाल चालली, ते वडिलांना ओलांडून पलीकडे त्यांच्या मागे गेले.

''दिसलं,'' कांबळे म्हणाला. ''तू पाहिलंस का? त्याने पाकीट घेतलं,'' त्याच्या आवाजात जरा कौतुक होतं.

सरताजने आजोबांच्या हाताची त्यांच्या शरीरांच्या मध्ये झालेली हालचाल पाहिली होती. तो म्हणाला, ''म्हातारा चांगला तरबेज आहे, वडिलांना अजून लक्षात आलेलं नाही.''

''त्याला आइस्क्रीमचे पैसे द्यायला जाणार नाही, तोवर ते कळणारही नाही. मला वाटतं त्याची सिनेमाची तिकिटं त्याच्या पाकिटात नसावीत. आह... काय हात मारलाय.'' आजोबा आणि गॉगल घातलेला मनुष्य एकमेकांना ओलांडून पलीकडे गेले. त्यांचे खांदे एकमेकांना घासले. गॉगलवाला चालत पलीकडे गेला, पाकीट अगोदरच त्याच्या शर्ट खाली गेलेलं होतं. ''आपण जायचं?'' कांबळे म्हणाला, ''चल त्या हरामखोरांना पकडू.''

''नको, सोड. आपल्याला काय कामं कमी आहेत का?'' एखाद दुसरी अटक कधीही स्वागतार्हच होती; पण सरताजला त्या छोकऱ्यांच्या समोर काही तमाशा करायचा नव्हता. त्यांच्यातला कोणीही छोकरा तो लाल टी शर्टवाला असू शकत होता. त्याला शोधल्याशिवाय आपण पोलीसवाले आहोत हे सरताजला कळू द्यायचं नव्हतं.

''आपण त्या लाल टी शर्टवाल्यापर्यंत असे नाही पोचणार. चल, त्याचे एक दोन मित्र पकडू या. इथे असे खूप छोकरे दिसत आहेत. दोन मिनिटांत दोन झापड लावले की, ते बरोबर बोलतील.''

''कदाचित, बोलणारसुद्धा नाही. कोणत्याही परिस्थितीत तू त्यांना नाशिकलाच पाठवणार. थोडी कळ काढ मित्रा. तो एक खूप लहान आणि गरीब मुलगा आहे जो इथे रस्त्यावर राहतो. त्याने आज लाल टी शर्ट नसेल घातला तर उद्या नक्की घालेल.''

''कदाचित, किंवा कदाचित त्याने नवीन निळा टी शर्ट विकत घेतला असेल. त्याला अपराध्यांनी दिलेल्या पैशातून; पण आपण किती वेळ थांबायचं?''

''गर्दी कमी होत नाही तोवर. अजून अर्धा तास. जेव्हा लोक जातील, आपणही जायचं.''

''ठीक आहे.''

''एक मिनिट थांब,'' असं म्हणत सरताजने आपल्या खिशात हात घातला आणि फोन काढला जो आता जरा जुनाट दिसत होता. त्याने लहान लहान बटणं दाबली. ''हॅलो, साहेब?''

''सरताज. कसा आहेस?'' परूळकर म्हणाले.

''मी छान आहे,'' सरताज म्हणाला, ''मी एका तपासाच्या मागे आहे सर आणि मला काही मदत लागेल.''

''हो.''

''मी गोरेगावमध्ये आहे सर. एका सिनेमा थिएटरसमोर. इथे एक पाकीटमारांची टोळी गर्दीत सक्रिय आहे सर, एक म्हातारा आणि दोन तरुण मुलं. उचलणारा म्हातारा आहे. कदाचित पासष्ट, सत्तरीचा असेल. खूप चांगला आहे.''

परूळकर एक क्षण गप्प होते. त्यांच्या बुद्धिमत्तेच्या अनेक वैशिष्ट्यांपैकी एक म्हणजे त्यांची स्मरणशक्ती एकदम तीव्र होती, यमाच्या साहाय्यकासारखी. ते कधीही कोणताही गुन्हा विसरत नसत, अगदी लहानसहानसुद्धा. त्यांना चाळीस वर्षांपूर्वीचे अपराधीही लक्षात असत, ते त्यांच्या कुटुंबाचा इतिहासही सांगू शकत. एकदा एका मुलाने गंमत म्हणून सायकल चोरलेली होती, ती गोष्ट परूळकरांच्या स्मृतीत इतकी कोरली गेली की, जेव्हा तो मुलगा आजोबा झाला, तेव्हाही त्यांना ते आठवत होतं. ''हा पाकीटमार, तो टकला आहे का? जरा थोडा स्थूल?'' परूळकर म्हणाले.

''नाही सर. पांढरे केस, छान नीटनेटका हेअरकट आहे. अगदी सभ्य वाटण्यासारखा.''

''ओह, बरोबर. पाच सात किंवा पाच आठ आहे? किंचित पुढे झुकून चालतो, जणू काही खाली पडेल असा.''

''हो सर, तो अगदी निरुपद्रवी दिसतो.''

''तो जयनाथ आहे. के. आर. जयनाथ. त्याच्या हातात खूप चलाखी आहे. आम्ही त्याला दोन वेळा पकडलं होतं, एकोणऐंशी आणि ब्याऐंशी साली. तो धारावीत राहायचा तेव्हा आणि वेस्टर्न लाइनच्या ट्रेन्समध्ये फर्स्ट क्लासचा पास काढून काम करायचा. तो खूप गंभीर दिसेल, असा चष्मा लावायचा. त्याच्या हातात ब्रीफकेस असायची. त्याने मुलाला अमेरिकेला पाठवलं, मेक्सिकोमार्गे बहुतेक. मुलगा टॅक्सी ड्रायव्हर म्हणून काम करत होता, आता त्याला ग्रीन कार्ड मिळालं. जयनाथ म्हणाला होता की, तो दरवर्षी ऐंशी हजार डॉलर्स कमावतो, टॅक्सी ड्रायव्हरचं काम करून. त्याने मला सांगितलं की, तो आता रिटायर होतोय. हे अठ्ठ्याऐंशी एकोणनव्वद साली. मी त्याला त्यानंतर पाहिलेलं नाहीये.''

''तो आता पुन्हा काम करतो आहे सर.''

परूळकर गालातल्या गालात हसले. ''तुला माहितीये सरताज, रिटायरमेंट नंतर घरी बसणं अवघड असतं. हा जयनाथ आहे ना, त्याच्याकडे खूप हुन्नर आहे. त्याच्यासारखे आजकाल कोणी उरले नाहीयेत. आता सगळ्यांना घाई असते आणि हात मारायचा असतो. आता ती निष्ठा कोणाकडे उरली नाहीये.''

''खरंय सर.''

सरताजने परूळकरांचे आभार मानले आणि फोन ठेवला. कांबळेने जे काय अर्धवट संभाषण ऐकलं, त्यावरून त्याने परूळकरांनी दिलेली थोडीफार माहिती ओळखली होती आणि सरताजने उरलेली माहिती सांगून ती पूर्ण केली. ''मादरचोद, हा परूळकर फारच भारी आहे,'' कांबळे म्हणाला.

''हो, ते बेस्ट आहेत.''

''आणि पुन्हा वर चढायला लागलेत. ते एखाद्या सर्कसमधल्या झमुऱ्यासारखे आहेत. तुम्ही त्यांना धक्का देऊन खाली पाडा, ते पुन्हा उभे राहतात.''

''ते खूप कौशल्यवान आहेत कांबळे. खूप अनुभवी आणि खूप कपटी.''

''अर्थातच ते कपटी आहेत मित्रा, ते ब्राह्मण आहेत. ते ब्राह्मण आहेत आणि कपटी आहेत, त्यांच्याकडे साधनं आहेत आणि घरदार सुस्थितीत आहे.''

सरताज हसला. ''आणि तू काय एकदम साधा गावाकडचा मुलगा आहेस का?'' कांबळे एक दलित होता आणि तो ते कधी बोलायचा नाही; पण कधी कधी ओबीसी, मराठा आणि ब्राह्मण लोकांच्याबद्दल मात्र बोलत असे.

''मी शिकतोय सरदारजी, परूळकरसारख्या लोकांच्याकडून शिकतो आहे,'' कांबळे आता हसत होता. ''असं बोललं जातंय की, त्यांनी आता सुलेमान इसा कंपनीपासून थोडं अंतर ठेवलं आहे आणि रक्षकांच्या बरोबर संधान बांधलं आहे. इतकी वर्षं एस कंपनीबरोबर राहिल्यानंतर, आता त्यांनी दुसऱ्या बाजूला पूर्णपणे दोष द्यायला सुरुवात केली आहे म्हणूनच आता अचानक रक्षकांना त्यांच्यावर इतकं प्रेम ऊतू आलं आहे. हे खरं आहे का?''

सरताजनेदेखील ही अफवा ऐकली होती. त्याने खांदे वर केले. ''तुला ते त्यांनाच विचारावं लागेल.''

''बॉस, विचारायची गरज नाही. त्यांनी मला अगोदरच खूप काही शिकवलंय. मी आधीच शिकलो आहे की, तुम्ही पैसा घ्या, कनेक्शन बनवा, प्रगती करा, तुम्ही पैसा कमवा, अधिक कनेक्शन करा, त्यानंतर तुम्हाला खरी सत्ता मिळते, नंतर तुम्ही अजून पैसा कमवा आणि मग अजून...''

''समजलं मला, समजलं गुरू,'' सरताज म्हणाला.

''नाही नाही, मी कोणाचा गुरू नाही; पण परूळकरसाहेब माझे गुरू आहेत, अगदी ते त्यांनाही माहिती नाही. मी ना एकलव्यासारखा आहे. फरक इतकाच की, मी माझा अंगठा आणि लवडा, बाकीच्या गोष्टी ठेवून घेणार आहे.'' कांबळेचं हसणं आता खूपच रुंद आणि अधिक उग्र झालं.

सरताजला आता हसल्याशिवाय राहवलं नाही. कांबळेची एकाच वेळी खूप गंभीर आणि खूप विनोदी बोलण्याची एक स्टाइल होती. तो एक स्वघोषित बदमाश होता; पण खूप गोड होता. ''चल आता कामाकडे वळू या.''

पण कांबळेने त्याचे अंगठे बेल्टच्या हुकमध्ये अडकवले आणि टाचेवर पुढे मागे झुलत राहिला. तो त्याच्या सायंटिफिक शूजकडे मान खाली घालून पाहत होता. अखेर तो म्हणाला, ''बॉस, तुला खरंच वाटतं का की, शहरात बॉम्ब आहे?''

अप्सराला जाता जाता सरताजने कांबळेला गायतोंडेच्या न्यूक्लीयर शेल्टरबाबत सांगितलं होतं. त्याला खूप भीती वाटली होती, त्या दुपारच्या उतरत्या उन्हामध्येही. त्याला ते कोणाला तरी सांगावंसं वाटलं होतं. काटेकर आता मेला होता. ''मला माहिती नाही,'' तो म्हणाला. ''कदाचित, गायतोंडेला वाटलं असेल की, त्याला बॉम्बपासून धोका आहे.''

''पण त्याला बरेच महिने झाले. जर त्यांना उडवायचाच असता, तर त्यांनी महिन्यांपूर्वीच उडवला असता. एक दिवस, फटाक, असंच. आपण अजूनही इथे आहोत, म्हणजे त्याचा अर्थ बॉम्ब नाहीये.''

''हम्म, यात तथ्य वाटतं.'' यात खरंच तथ्य होतं. कदाचित, गायतोंडेला तातडीची काही धोक्याची जाणीव झाली असेल; पण आता बराच काळ लोटला होता आणि गायतोंडे

मेला होता. धमकीही प्रत्यक्षात आली नव्हती, त्यामुळे कदाचित, त्याला फसवलं असेल. कदाचित, त्याला वेड लागलं असेल. ''बॉम्ब नाहीये, यार.''

''विचित्र कल्पना.''

कांबळेने सरताजच्या म्हणण्याला मान डोलावली आणि सरताजनेही त्याला दुजोरा दिला. नंतर कांबळे रस्त्याच्या दुसऱ्या बाजूला गेला. सरताजने फूटपाथवर भिंतीच्या काटकोनात अजून एक चक्कर लावली आणि नंतर पुन्हा रस्त्याकडे चालू लागला. त्याला माहिती होतं की, ते दोघं एकमेकांना माना हलवून खात्री देत होते आणि त्याला हेही माहिती होतं की, ते दोघंही घाबरले होते. ते दोघं पोलीसवाले होते. त्यांना हेदेखील माहिती होतं की, संकट कधी आधी सांगून येत नाही आणि समजेल अशा तऱ्हेने येत नाही, जसं की सिनेमात दाखवतात. एक बाई होती, जी तिच्या कुटुंबाबरोबर मौजमस्ती करायला बांद्रा रिक्लमेशनला गेली. तिच्या मुलाना जायंट व्हीलमध्ये बसायचं होतं म्हणून आई-वडीलही बरोबर गेले. आई एकदम तरुण, सुंदर होती आणि तिला तिच्या लांबसडक, काळ्याभोर, चमकणाऱ्या केसांचा अभिमान होता. रविवारी केस धुतल्याने तिने केस मोकळेच सोडले होते, जे तिच्या कमरेपर्यंत येत होते, एखाद्या सुंदर सुवासिक कारंज्यासारखे दिसत होते. जायंट व्हील त्यांना हवेत वर घेऊन गेलं, त्याने वेग घेतला आणि त्यामुळे आईचे केस हवेत उडू लागले. तिचे उडणारे केस व्हीलच्या स्पोकमध्ये अडकले आणि तिची अख्खी टाळू उचकटून आली किंवा तुम्ही जर रिटायरमेंटजवळ आलेले वडील असाल, तर तुम्ही तुमचं काम म्हणून गुपचूप भाजी आणि चॉकलेट आणायला जाता, तेव्हा इलेक्ट्रिशियनची शिडी नव्याने बनलेल्या इमारतीच्या सतराव्या मजल्यावरून दोन गटांगळ्या खात खाली येते आणि तुमच्या डोक्यात पडते. तुमच्या कवटीचे दोन तुकडे होतात. हे वरळीला झालं होतं, जेव्हा सरताज सबइन्स्पेक्टर होऊन दोनच महिने झाले होते. बॉम्ब अचानक नाहीसे झाले, तुम्हाला त्यांचं अस्तित्व ते फुटल्याशिवाय जाणवत नाही. ते तुम्हाला टिचकी मारून सांगत नाहीत की त्यांचा वास येत नाही. १९९३ साली शुक्रवारी, असाच एक दिवस होता; जेव्हा वरळी स्टेशनला फोन वाजायला सुरू झाले. सरताज त्याची मोटारसायकल घेऊन बाहेर पडला, त्याच्यामागे एक व्हॅनही बाहेर पडली. त्यांनी तुंबलेल्या ट्राफिकमधून वाट काढण्यासाठी फूटपाथवरूनसुद्धा गाडी चालवली आणि पासपोर्ट ऑफिसच्या दिशेने गेले. स्त्रिया, पुरुष चालत होते, पळत होते आणि पुढे एक मोठा जाड धुराचा लोट दिसत होता, प्राणिपक्षी अगदी चिडीचूप झाले होते. सरताजने बाईक उभी केली आणि रस्त्यावरून एका हिरव्या रंगाच्या फियाटला ओलांडून पळत गेला, जी अशी फाटून उलगडली होती, जसा एखादा खेकडा सोलला असावा. नंतर त्याचे पाय लटपटायला लागले आणि त्याने खाली पाहिलं, तर तो रक्तावरून चालत होता, ते चिखलासारखं उडत होतं.

थांबवा. थांबवा हे. सरताजने बोटं मोडली आणि त्या कटकट आवाजांनी तो जुन्या आठवणीतून परत इथे या फूटपाथवर परत आला, अप्सरा आणि 'प्यार का दिया', त्याची पोस्टर्स, ज्यात आघाडीची नायक-नायिकेची जोडी राज-नर्गिसच्या 'आवारा' मधल्या पोजमध्ये त्यांना श्रद्धांजली वाहत होती. 'हातातल्या प्रॉब्लेमवर लक्ष दे,' सरताजने स्वतःला बजावलं. 'काम कर. गर्दीकडे लक्ष दे, चेहरे जवळून नीट बघ.' सरताजने ते केलं; पण त्याला इतस्तः विखुरलेल्या मानवी अवयवांच्या जुन्या आठवणीतून पूर्णपणे बाहेर येणं अशक्य होतं. एक हात, एक पाय. हो, बॉम्ब फुटला होता. स्फोट झाले होते... सरताज त्याच्या ठरलेल्या ठिकाणच्या कडेपर्यंत गेला आणि परत आला.

अर्धा तास झाला असेल नसेल, कांबळे रस्त्याच्या त्याच्या बाजूने परत आला होता. गर्दी आता बहुतांशपणे अप्सराच्या आत ओढली गेलेली होती; पण काही छोकरे अजूनही इकडेतिकडे फिरत होते. सरताजने कांबळेला डिव्हायडर वरून ओलांडून येताना पाहिलं आणि त्याला त्याच्या उतावीळपणाची काळजी वाटली. ताकद असणं कधीही चांगलं, धाडस कधी कधी आवश्यक असतं; पण या कामाची मुख्य निकड म्हणजे अगणित तास छोटी छोटी माहिती जमवण्यात घालवू शकण्याची तयारी असणे, जे कधी कधी बिनकामाचंसुद्धा वाटू शकतं. काटेकर जर असता, तर त्याने आता अप्सरा सोडण्याची इतकी घाई केलीच नसती; पण तो मेला होता.

''तुला वाटतं की, काडतूसने केलं असेल?'' कांबळे म्हणाला.

''काय?''

''तो बॉम्ब. जर शहरात बॉम्ब असेल, तर तो मुसलमान लोकांनीच आणलेला असणार.''

''हो, ते खरं आहे. ते मुसलमानच असतील.''

''चल तर मग, झोया कुत्रीशी बोलू या. कदाचित, तिला काहीतरी माहिती असेल. जर आपण थेट तिच्या घरी गेलो, तर ती आपल्याला हाकलून देऊ शकत नाही. शेवटी आपण पोलीस आहोत.''

शेवटी... हे खरं होतं. ''शांत हो. अशी घाई करून काही उपयोग नाही. आपल्याकडे वेळ आहे. तूच म्हणालास की, आता खूप महिने झालेत. जर एखादा बॉम्ब असता, तर तो अजून गेलेला नाही. आज रात्री काय तो उडणार नाहीये किंवा उद्या सकाळी.''

कांबळे गटारात थुंकला. त्याने त्याचे खांदे मागच्या बाजूला ताणले. ''अर्थातच. मी तसं म्हणत नाहीये; पण आपण जाऊन त्या रंडीशी बोलू तर शकतो. ती एखाद्या मोठ्या फिल्मस्टारसारखी ॲक्टिंग करत असली म्हणून काय झालं? ती तेच आहे, एक रंडी. असो, तू मला सांग आपण केव्हा ॲक्शन घ्यायची आहे ते.''

''सांगेन. आपण तिला स्टेशनला तर बोलावू शकत नाही, आपल्याला मर्यादा आहेत म्हणून आपण तिला कसं भेटायचं हे ठरवायला हवं. आपल्याला तिला घाबरवायचं नाहीये.''

''ठीक आहे, ठीक आहे. आपलं इथलं काम झालंय का? मी जरा माझ्यासाठी एखादी बाई शोधतो. बॉम्बच टेन्शन खूप झालं भाईसाहब.''

''फक्त एक मिनिट अजून. मला एक आयडिया सुचली आहे.'' सरताज बघत होता, रस्त्याच्या पलीकडे के. आर. जयनाथ, अट्टल पाकीटमार बसस्टॉपच्या दिशेने जात होता. बहुदा, त्याला काम झाल्यावर स्वतःला काहीतरी बक्षीस द्यायचं होतं. ''चल.''

सरताज डिव्हायडर पलीकडे गेला आणि तो जयनाथच्या उजव्या बाजूला आला. त्याने जयनाथच्या बरोबर पावलं टाकायला सुरू केली आणि त्याच्या अगदी जवळून चालायला लागला, एखादा मित्र संध्याकाळी हवा खायला चालत जावा तसा. जयनाथ शांत राहिला. सरताजला हे बघून आनंद वाटला. तो एक म्हातारा माणूस होता आणि त्यामुळे तो असाच असणार होता. जयनाथ किंचित डावीकडे गेला आणि त्याच्या कोनात चालत राहिला; पण आता कांबळे त्याच्या दुसऱ्या बाजूला आला आणि त्याला मध्ये घेतला.

''नमस्ते अंकल,'' सरताज म्हणाला.

जयनाथने मान हलवली. ''तुम्ही पोलीस आहात,'' तो म्हणाला.

सरताजला हसू आलं, एखाद्या सराईत व्यावसायिकाला भेटून यावं तसं. ''हो,'' तो म्हणाला. ''आज चांगली कमाई केली ना?''

जयनाथने हातातल्या आइस्क्रीम कोनमधून एक घास घेतला. ''तुम्ही कशाबद्दल बोलताय मला माहिती नाही.''

सरताजने एक हात त्याच्या खांद्यावर टाकला. ''अरे अंकल, आम्ही तुमचं काम अख्खी संध्याकाळ बघतो आहे. त्या दोन मुलांच्या बरोबर. तुम्ही फार छान आहात.''

''कोणती मुलं?''

''तो निळा शर्ट पँट घातलेला, एक काळा/हिरवा गॉगल घातलेला कम ऑन जयनाथ अंकल, मला आता राग येऊ देऊ नका. तुम्ही रिटायरमेंटमधून बाहेर पडला आहात. तुम्ही खूप मेहनत करताय. त्यात काही गैर नाही.''

''माझं नाव जयनाथ नाहीये.''

सरताजने जयनाथच्या तोंडावर एक हात मारला. ती एक छोटीशी थप्पड होती, जो हात जयनाथच्या खांद्यावर होता, त्याच हाताने मारलेली; पण त्यात दम होता आणि त्यामुळे जयनाथ मागे ढकलला गेला. कांबळे आता वैतागून त्याच्या उजव्या पायाकडे बघत होता, त्याच्या शूजवर पुढे आइस्क्रीमचा भलामोठा ओघळ आला होता.

तो म्हणाला, ''चल या हरामखोराला स्टेशनला घेऊन जाऊ. तो कोण आहे ते त्याला तिथे बरोबर आठवेल.''

त्या गर्दीच्या रस्त्यावर, फक्त एका बाईने ती थप्पड मारलेली पाहिली होती. ती आता त्यांच्यापासून घाईने दूर जात होती. वळून वळून सरताजकडे विचित्र घाबरलेल्या नजरेने पाहत होती. तिच्या हातात नेटची भाजीची पिशवी होती आणि तिने भांगात भडक सिंदूर भरला होता. सरताजने तिला काय झालं हे सांगायचा मोह आवरला की, आम्ही ही अशीच भाषा बोलतो, या म्हाताऱ्याला काही विशेष इजा होणार नाही. तो परत जयनाथकडे वळला. ''तर अंकल, तुम्हाला आमच्या बरोबर परत स्टेशनला यायचं आहे का?''

''ठीक आहे, मी जयनाथ आहे. मी तुम्हाला ओळखत नाही.'' तो म्हणाला.

''सरताज सिंग.''

''तुम्ही या झोनमध्ये काम करत नाही. तुम्हाला किती हवेत?''

''तुमची लोकल ऑफिसर्सबरोबर सेटिंग आहे का?''

जयनाथने खांदे उडवले. अर्थातच, त्याची लोकल ऑफिसर लोकांच्या बरोबर सेटिंग होती; पण तो ती माहिती सांगणार नव्हता. ''आम्ही तुम्हाला त्रास देऊ इच्छित नाही,'' सरताज म्हणाला. ''किंवा अटकही करू इच्छित नाही. अजिबात नाही; पण आम्हाला तुम्ही आमच्यासाठी काहीतरी काम करायला हवं आहे.''

''मी एक म्हातारा माणूस आहे.''

''हो अंकल; पण तुम्हाला काम असं करायचं नाहीये. फक्त तुमचे डोळे उघडे ठेवा.'' सरताजने त्यांना सांगितलं की, लाल टी-शर्टमधला असा असा लोगो असलेला, एक काळा दात असलेला, आणि त्याला त्या छोकऱ्याचं नाव शोधून काढायचं होतं. शक्य झालंच तर

तो कुठे राहतो तेही. त्याने त्या लाल टी-शर्टवाल्याला सावध करायचं नव्हतं किंवा कोणी मोठे, कुरूप, हिंसक पोलीसवाले त्याच्या मागावर आहेत, अशी हिंटही द्यायची नव्हती. त्याने फक्त त्या मुलाला पाहिलं रे पाहिलं की, सरताज किंवा कांबळेला या या नंबरला फोन करायचा होता.

''मी त्या मुलाच्या तोंडात बघत फिरू शकत नाही,'' जयनाथ म्हणाला. ''त्यांना वाटेल मी कोणी विकृत आहे का, ते फार स्मार्ट मुलं आहेत.''

''मला माहीत आहे अंकल. तुम्ही फक्त त्या लाल टी-शर्टवाल्याला शोधा. नंतर तुम्ही त्याच्याशी बोला. धीर धरा. घाई करू नका. तुम्ही तुमचं नेहमीचं काम करा आणि डोळे उघडे ठेवा.''

''ठीक आहे,'' जयनाथ म्हणाला.

''तो इथे येईलच,'' कांबळे म्हणाला.

''अर्थातच,'' जयनाथ जरा चिडखोरपणे म्हणाला. रस्त्यावरची मुलं बऱ्यापैकी आपला एरिया धरून असतात, त्यांचे कॉर्नर आणि एरिया ठरलेले असतात, अगदी रस्त्याच्या मध्यापर्यंत आणि ते अगदी तावातावाने आपले भाग धरून ठेवतात, त्यासाठी लढतात हे सगळ्यांना माहीत होतं. ''पण तुम्हाला वाटतं का की, तो तोच ती-शर्ट घालून येईल?'' आणि नंतर कांबळेला म्हणाला, ''तुम्ही काय करताय?''

कांबळेने जयनाथची पँट पकडून खिसा उघडला होता आणि त्यात हात घालत होता. ''काळजी करू नकोस,'' तो म्हणाला. ''मी तुझं पाकीट मारत नाहीये आणि त्या छोकऱ्याचीही काळजी करू नकोस. तू फक्त सावध राहा, बघत राहा. तो येईल.'' त्याने एक तपकिरी रंगाचं लेदरचं पाकीट वर काढलं. ''तुम्ही जास्त पैसे ठेवत नाही, अंकल.''

जयनाथने अजिबात शब्द खाली पडू न देता म्हटलं, ''आजकाल रस्त्यावर खूप गुन्हे होतात ना.''

कांबळे गालातल्या गालात हसला आणि त्याला कौतुक वाटलं. ''सहाशे रुपये आणि एक ...चा फोटो. कोणता देव आहे हा?''

''मुरुगन.''

''काही आयकार्ड नाही, अजिबात काही नाही.''

दुसऱ्या बाजूला, जयनाथच्या दुसऱ्या खिशात, सरताजच्या हाताखाली काहीतरी वाजलं. सरताजने बोटाने चाचपलं आणि त्याने एक आंतरदेशीय पत्र बाहेर काढलं, त्याच्या दोन घड्या घातलेल्या होत्या.

''मालाड.'' सरताज म्हणाला. ते पत्र कोणत्या तरी अनाकलनीय दाक्षिणात्य भाषेत होतं; पण त्यावरचा पत्ता इंग्लिशमध्ये होता. ''तुम्ही घराच्या अगदी जवळ काम करत आहात अंकल.''

''मी एक म्हातारा माणूस आहे. फार लांबचा प्रवास करू शकत नाही.''

कांबळेने त्याला त्याचं पाकीट परत केलं. ''तुम्ही तसंही धारावीतून बाहेर पडलात. मला खात्री आहे, मालाडमधलं हे छान अपार्टमेंट असणार. तुमच्यासारखा म्हातारा माणूस चांगले पैसे कमावत असणार. जरी तुम्ही ते तुमच्यासोबत बाळगले नाहीत तरी.'' जयनाथ कांबळेच्या नजरेला नजर देऊ शकला नाही आणि त्याने आपली नजर खाली वळवली.

सरताजने पत्ता लिहून घेतला. ''तुम्ही आता इकडे बाहेर का आहात अंकल, तेही या वयात? तुमचा अमेरिकावाला मुलगा तुम्हाला आजकाल मदत करत नाही का?''

जयनाथने मान या बाजूने त्या बाजूला वळवली आणि एखाद्या फिल्मी वडिलांसारखा चेहरा केला, जसं काही घरात खूप कलह आहेत आणि नाराजी, संकटांचा सामना करावा लागत आहे. ''त्याला आता त्याची मुलंबाळ आहेत. त्याच्या जबाबदाऱ्या आहेत,'' तो म्हणाला.

''त्याने अमेरिकन बाईशी लग्न केलं आहे का?''

''हो.''

सरताजने जयनाथच्या खांद्यावर थोपटलं, त्याच्याशी कामाबद्दल पुन्हा एकदा बोलला आणि नंतर त्याला त्याच्या मार्गाने पाठवून दिलं. कांबळे चांगलाच नाराज दिसत होता आणि सरताजला माहिती होतं की, तो जयनाथच्या पाकिटातल्या सहाशे रुपयांबद्दल विचार करत होता. ''बाई?'' सरताजने विचारलं.

''काय?''

''मला वाटलं, तू एक आयटम शोधणार आहेस. बॉम्बचं टेन्शन आलं आहे म्हणून.''

''हो, हो. आजकाल खूपच टेन्शन आहे. अगदी अपराधीसुद्धा त्यांच्या टेन्शनच्या स्टोऱ्या तुम्हाला सांगतात.''

''मग कदाचित, तू दोन बाया घेतल्या पाहिजेस. डबल टेन्शन आहे ना तुला.''

कांबळेने खांदे मागे टाकून हात मागे कमरेवर ठेवले, अगदी कोणी नेताजी सभेत पोडियमच्या मागे उभं राहून घेतात तसे. ''तुझं बरोबर आहे, मित्रा,'' तो म्हणाला, ''मी आज दोन नाही, तर तीन घेईन. ट्रिपल टेन्शन आहे म्हणून.''

सरताजने त्याला जाताना पाहिलं, संध्याकाळी खरेदी करणाऱ्या लोकांना जबरदस्तीने बाजूला करत, एखाद्या राजाप्रमाणे त्याने वाट काढली. कदाचित, जेव्हा तो थोडा वयस्क होईल, थोडा अपयशी होईल, तेव्हा कदाचित चांगला पोलीसवाला होईल. आता, तो कॉकी होता आणि आज जो नवीन धोका कळला होता, त्याबाबत खूपच घाबरलेला होता. सरताजलाही भीती वाटत होती; पण त्याने खूप काळ या भीतीबरोबर घालवला असल्याने त्याला त्यापासून काही सुटका मिळण्याची अपेक्षाही नव्हती. अगदी जलद अशी काही निर्णायक कृती कदाचित आरामाचे स्वप्नं दखवू शकेल; पण ते अगदी तात्पुरते असेल. तुम्हाला तुमच्या भयांबरोबर राहता आलं पाहिजे, भयाची लाल जीभ बाहेर लटकणारी मुंडकी गळ्यात घालून! सरताज डावीकडे वळला आणि फूटपाथवर एक फेरफटका मारला. तो ड्युटीवर होता आणि तो अजूनही अर्धा तास असणार होता. बॉम्ब थांबू शकतो.

सरताजने लहानपणी, त्याच्या स्वतःच्याच घरात सायन्स आणि आर्ट ॲप्रोच यांबद्दल शिकलेलं होतं. लोक त्याच्या इन्स्पेक्टर वडिलांना जेव्हा अडचणीत असत, तेव्हा मदतीसाठी भेटायला येत, त्यामुळे ते मित्र, नातेवाईक, सहकारी आणि राजकीय कनेक्शन यांच्यामार्फत भेटायला येत. एकदा एक बाई सरताजच्या माध्यमिक शाळेच्या प्रिन्सिपलच्या मार्फत आल्या होत्या, ज्यांना त्यांच्या नवऱ्याने धमक्या दिलेल्या होत्या. तुम्हाला कशासाठी मदत मागायची आहे, त्या हिशेबाने तुम्ही मध्यस्थ शोधता. नंतर या कनेक्शनच्या मार्फत तुमचे ऋण आणि उपकार यांची परतफेड करता, जेणेकरून ज्याला तुम्ही संपर्क केला आहे, त्याला तुम्हाला

मदत करणे भाग आहे किंवा किमान ऐकून घेतलं पाहिजे, असं वाटलं पाहिजे. आयुष्य कसं चालतं आणि या जालातून अनेक मार्गांतून तुम्ही कसा मार्ग काढून चालता, यावर तुमचा पवित्रा ठरतो.

एखादी गोष्ट कशी हाताळायची हे सरताजचं कौशल्य होतं; पण त्यात एक समस्या अशी होती की, त्याने आजवर कोणा फिल्मस्टारला संपर्क केला नव्हता, ना हाताळलं होतं. सरताज एकाला ओळखत होता, जो कधी कधी फिल्म शूटिंगला जेवण पुरवत असे. ज्याचे दोन ग्रेड ए एक्स्ट्रा आणि एक लांबचा भाऊ एका फिल्म प्रोड्युसरचे चांगले मित्र होते; पण यातलं कोणतंही कनेक्शन त्याला झोया मिर्झाला नाराज न करता तिच्यापर्यंत पोहोचवणारं नव्हतं. हेच त्याने त्या रात्री गरबा डान्सर्सने भरलेल्या मैदानावर भडक लाइट्सच्या झोतात मेरी आणि जानाला सांगितलं. त्याला स्टेशनवरून रात्री उशिरापर्यंत बाहेर पडता येणार नव्हतं; पण त्या दोघींनी त्याला झोया मिर्झाच्या बाबत स्वतः रिपोर्ट सांगावा, असा आग्रह केला होता म्हणून तो त्यांना जुहूला गुरुजी पत्ता मित्रमंडळाच्या ग्रँड नवरात्री सेलिब्रेशन्सच्या ठिकाणी भेटला. कार्यक्रमाच्या पोस्टर्सवर लिहिलेलं होतं, 'आजवरचा सर्वांत मोठा रास दांडिया.' सरताजला जरी ते खरोखर असेल असं वाटत नव्हतं, तरी त्याला वाटलं त्या मैदानावर किमान तीन हजार तरी डान्सर असतील. एकदा तो त्या ठिकाणी गेल्यावर, त्याने मोबाईलवर जानाच्या नवऱ्याला फोन केला आणि तरीही त्याला कोका कोलाच्या स्टँडजवळ उभ्या असलेल्या त्यांना शोधायला पंधरा मिनिटं लागली. सरताज त्या लाल, निळ्या आणि हिरव्या रंगाच्या चमचमणाऱ्या घागऱ्यांच्या समुद्रात पार हरवून गेला होता. डान्सर एका मोठ्या वर्तुळात दांडिया घेऊन नाचत होते आणि सरताजला त्या दांडियांचा आवाज, खिदळणं, तिथे गाणाऱ्या गायिकेचं 'पंखीडा तू उडी जाजे' या गाण्यामुळे आणि परफ्यूममुळे डोकं खूप हलकं वाटत होतं. तो मेरीच्या शेजारी जाऊन उभा राहीपर्यंत त्याला मेरी दिसली नाही आणि जेव्हा त्याने पाहिलं, तेव्हाही त्याने तिला खूप वेळ पाहिल्याशिवाय पटकन ओळखलं नाही. जेव्हा ती हसली आणि 'हॅलो' म्हणाली, तेव्हा त्याला ती ओळखू आली.

जाना हसत होती. ''ती खरंच एखाद्या गुजराती बेनसारखी दिसते, नाही का?''

''हो,'' सरताज म्हणाला. मेरीने निळ्या रंगाचा घागरा घातला होता आणि गडद निळी ओढणी घेतली होती ज्यावर चंदेरी टिकल्या होत्या. तिच्या केसांना मोती असलेल्या पिना लावल्या होत्या. तिचे ओठ गडद लाल होते. ''मी तुला ओळखलंच नाही.''

''मला माहीत आहे, तुम्ही नाही ओळखलंत; पण वेश बदलणं इतकंही अवघड नाही.''

सरताजला हे शब्द जरा डोक्यावरून गेले; पण त्याने मान हलवली आणि जानाचा नवरा सुरेश याच्याशी हस्तांदोलन केलं. तोही लाल रंगाचा कुर्ता घालून त्यावर जरीचं हाफ जाकीट घालून आला होता. सुरेशने छोट्या नरेशला उचलून घेतलं होतं, नरेशने अगदी सुरेश सारखाच ड्रेस घातला होता. सरताजने त्याच्या डोक्यावर थोपटल्यासारखं केलं, त्याला समजत होतं की, मेरी त्याच्याकडे बघत आहे.

''हे घे,'' जानाने सरताजला कोक हातात दिलं आणि नंतर डावीकडे खुर्च्या होत्या, तिकडे नेलं. तिने सुरेशला नरेशला घेऊन पाठवून दिलं आणि स्वतः आरामात बसली. तिने मेरीला स्वतःजवळ ओढून बसवलं आणि सरताजकडे वळून म्हणाली, ''आता बोला.''

त्या दोघींना फारसा आनंद झाला नाही, जेव्हा त्यांना कळलं की, सरताजकडे झोया मिर्झाबद्दल सांगण्यासारखं काही नाहीये. ''तुम्ही पोलीस लोक नेहमी असेच स्लो असता का?'' मेरी म्हणाली. तिने तिची पाठ ताठ ठेवली होती आणि तिचे हात गुडघ्यांवर होते, एखाद्या शाळेतल्या शिक्षिकेप्रमाणे.

''अर्थातच हे असतात,'' जाना म्हणाली. ''तू कधी स्टेशनला काही रिपोर्ट करायचा प्रयत्न केला आहेस?''

त्या दोघीही त्याला थोडंसं चिडवत होत्या आणि सरताजने ती टीका हसत हसत घेतली. त्याने हात पुढे हवेत पसरत म्हटलं, ''हे जर ऑफिशियल असेल, तर मला काळजी घ्यायला हवी.''

''अर्थातच, आम्ही हेदेखील तुमच्यासाठी करू,'' मेरी म्हणाली. ''जाना, ती स्टेफनी जी नलिनी आणि यास्मिनकडे काम करायची, तिची बहीण काजोलचा मेकअप करायची ना?''

''हो, हो... पण ती आजकाल कुठे काम करते?''

सरताज मागे टेकून बसला आणि जानाने एका कानावर हात धरून दुसऱ्या हातात मोबाईल कानाला लावला होता, त्याकडे कौतुकाने बघत होता. आता तिकडे लाउडस्पीकरवर 'छैया छैया'चं गरबा व्हर्जन सुरू झालं होतं आणि त्या आवाजातच जाना स्टेफनीचा पत्ता काढत होती. तिने मेरीला फोन दिला जिने एकदोन लीड दिले... सरताज त्याना पाहून खूश होत होता, त्या त्यांचा तपास खूप छान करत होत्या. त्यांच्या गप्पातून, प्रश्नांतून त्या स्टेफनीच्या दिशेने सरकत होत्या; पण अजून तिच्यापर्यंत पोहोचल्या नव्हत्या. जाना आणि मेरी दोघी जणी स्टेफनीच्या एका जुन्या खास मैत्रिणीचे बोलणे लक्षात घेत होत्या, जीदेखील नलिनी आणि यास्मिनकडे काम करत होती. त्या दोघी त्या मैत्रिणीच्या बॉयफ्रेंडबद्दल बोलत होत्या; 'एकदा ती गोरेगावच्या नवीन मॉलमध्ये शॉपिंगला गेली होती आणि हिवाळ्यात गोव्याची ट्रीप कशी प्लॅन केली होती.' सरताजच्या मते, या गोष्टींचा झोया मिर्झाशी काही एक संबंध नव्हता; पण जाना आणि मेरी दोघी एकमेकींच्या जवळ सरकून गप्पात रंगल्या होत्या. अनेक फोनकॉल्स केल्यावर त्यांना इतर स्त्रिया आणि त्यांचं आयुष्य म्हणजे जॉब, लग्न, मुलं यांबद्दल समजलं. मेरीने फोन ठेवला आणि सरताजला म्हणाली, ''आता रात्र झाली असून, खूप उशीर झाला आहे. सगळे झोपायला गेले असतील; पण आम्ही या झोया मिर्झाशी उद्या कनेक्शन काढू.''

''मेकअप कनेक्शन,'' सरताज म्हणाला.

''तुम्ही आमची चेष्टा करत आहात का?'' मेरीने विचारलं. ''आम्ही इथे तुम्हाला मदत करायचा प्रयत्न करतो आहे आणि तुम्ही आमचीच चेष्टा करताय?''

''नाही, नाही नाही, चेष्टा नाही. मी तुम्हा दोघींचं कौतुक करतो आहे, खरंतर. तुम्ही खूपच प्रभावी आहात, गोष्टी कशा काय शोधून काढत आहात.''

''सुरेश नेहमीच म्हणतो की, मी खूप बोलते,'' जाना म्हणाली, ''तो म्हणतो की, मी काही संबंध नसलेलं बोलतच जाते... बोलतच जाते... जर मला 'ए'कडून 'सी'कडे जायचं असेल, तर मी 'एम', 'एल', 'झेड' यांच्याबद्दल बोलायची गरजच नाही.''

मेरीने स्वतःला सुरेशच्या पावित्र्यात आणलं आणि अगदी त्याच्याप्रमाणे म्हणाली, ''तुम्ही बायका चर्चगेटकडून बांद्र्याला जाण्यासाठी ठाण्याला जाता.''

सरताज आणि जाना आता हसू लागले. तिने अगदी हुबेहूब सुरेशची नक्कल केली होती, अगदी त्याच्यासारखं बसणं, पटकन बोलण्याची लकब. सुरेशशी दोन मिनिटं बोलल्यावरदेखील सरताजला त्या गोष्टी लक्षात आल्या होत्या. तितक्यात सुरेश गर्दीतून वाट काढत आला आणि म्हणाला, ''मी नरेशला मॉंकडे सोडून आलो.'' मेरी, सरताज आणि जाना, तिघं गदगदून हसत सुटल्यावर तो कोड्यातच पडला.

जाना उभी राहिली आणि तिने सुरेशच्या खांद्यावर हात ठेवत म्हटलं, ''आम्ही डान्स करायला जातोय, येताय?''

मेरीने जेव्हा मान नकारार्थी हलवली, तेव्हा सरताजच्या जीवात जीव आला. त्याने दांडिया खेळून खूप वर्षं झाली होती आणि त्याला खात्री होती की, या उत्तम खेळणाऱ्या लोकांच्या गर्दीत त्याला जायचं नव्हतं.

''तुम्ही जा, मी थोडी दमले आहे,'' मेरी जानाला म्हणाली.

जाना आणि सुरेश त्या गरब्याच्या गर्दीत हरवून गेले, आता एकात एक चार वर्तुळ होती.

''खूपच सुंदर,'' सरताज म्हणाला. ब्राँझ स्पॉट लाइट्सच्या उजेडात ही वर्तुळ चमचमत होती.

''ते दोघं इथेच भेटले,'' मेरी म्हणाली. ''जाना आणि सुरेश. त्याचे वडील संयोजकांपैकी एक आहेत.''

सरताजला आठवलं की, तो मेघाला गरब्याच्या रात्री भेटत असे, खूप वर्षांपूर्वी... तो आता इतिहासच झाला होता. त्या वेळी संगीत इतकं डिस्कोप्रमाणे नसायचं. ''तूसुद्धा खूप वर्षं येत आहेस का?''

''हो, जानाला भेटल्यापासून, चार वर्षं झाली. खूप मजा असते. मला असं ड्रेसअप होऊन बाहेर यायला आवडतं.''

तिच्या चेहऱ्यावरचं हसू पाहून त्याला तिच्याकडे पाहून हसणं भाग होतं. ''गुजरात्यांच्यामध्ये मिक्स होऊन जायला.''

''ते चांगले लोक असतात.''

''फक्त जेव्हा ते मुसलमान लोकांना मारत नसतात.''

''ते सगळ्यांच्याच बाबतीत खरं आहे, नाही का? अगदी जेव्हा मुसलमान लोक इतरांचा खून करतात, तेव्हा. ख्रिश्चनसुद्धा करतात.''

''हो. मला तसं म्हणायचं नव्हतं... सॉरी. सुरेश चांगला माणूस वाटतो.''

''इट्स ओके.'' ती तिच्या खुर्चीत किंचित वळली जेणेकरून सरताजकडे थेट बघता येईल. ''तुम्हाला सगळे लोक खुनी आहेत, असं वाटतं का?''

''कोणीही काहीही होऊ शकत. सॉरी सॉरी. गरब्याच्या ठिकाणी असलं बोलत नाहीत नाही का. पोलीसवाले असंच बघतात दुनियेकडे.''

मेरी जराही विचलित वाटली नाही, अजिबात नाही. ''मग, तुम्ही गरब्याच्या ठिकाणी अजून काय बघता? सांगा मला.''

''नवरात्री या पाकिटमार, साखळी चोर वगैरे लोकांसाठी चांगल्या असतात आणि तुम्हाला माहिती आहे का, खूप रोकडीचे व्यवहार होतात. काही ठिकाणी पाचशे रुपयाला

एक तिकीट आहे, तर काही ठिकाणी खूप महाग आहे. लोकांना मोह होतो, विशेषकरून जे रोकड हाताळतात त्यांना.''

''आयुष्य मोहाने भरलेलं आहे.''

''खरंय, ती एक गोष्ट झाली. मुलं-मुली ही एक गोष्ट आहे. अगदी खूप ऑर्थोडोक्स कुटुंबातले लोकही अविवाहित मुलींना गरब्याला आणतात. एकदा त्या गरब्यात गेल्या की, मग त्या कशाकशात जातात, तुम्हाला सांगता येत नाही. मग मुलं त्यांना शोधून काढतात. तुम्हाला माहिती आहे, दरवर्षी, नवरात्रीनंतर महिना दोन महिन्यांत शहरातल्या क्लिनिक्समध्ये गर्भपाताच्या संख्येत लक्षणीय वाढ होते.''

''खरंच?''

''खरंच. खरंच आम्हा पोलिसांना त्या गोष्टीचीसुद्धा काळजी घ्यायला लागते.''

''तुम्हाला पोलिसांनी गरब्यात मुला-मुलींवर लक्ष ठेवायला हवंय?''

''जर पुरेसे पोलीस असते, तर कदाचित ही तितकीशी वाईट कल्पना नाही. हे खूपच वाईट होत चाललं आहे.''

''कदाचित, मुला-मुलींना हे चांगलं होतंय असं वाटत असेल.''

ती जरा अतीच गंभीर होत होती आणि सरताजला अचानक लक्षात आलं की, ती त्याची फिरकी घेत होती. ''नाही, तुमचं बरोबर आहे.'' तो खाली पाहत, मान चोळत म्हणाला. ''आजकाल जुन्या फॅशनचं होणं खूप सोपं आहे. मी माझ्या वडिलांच्या सारखंच बोलतो आहे. तेही पोलीसवालेच होते.''

''इथे मुंबईत?''

''हो, इथे. खरंतर, तुम्हाला माहीत आहे का, सुरेशला त्याच्याबद्दल बोललेलं आवडलं नसतं. तोसुद्धा त्याच लोकांपैकी होता जे ठाण्याला गेल्याशिवाय बांद्र्याला जाऊ शकत नाहीत.''

''मला वाटलं होतं की, पोलीसवाले खूप कमी बोलतात.''

''ओह, ते कमी बोलू शकायचे; पण ते नेहमी सांगत की, फायनल केस रिपोर्टमध्ये काय लिहायचं राहून गेलं आहे म्हणून ते तुम्हाला चेंबूरमधल्या दरोड्याविषयी सांगत आणि अचानक तुम्ही अमृतसरमध्ये असत. माझी आई त्यांना खूप हसायची.''

''आता कुठे आहे तुमची आई?''

सरताजने तिला त्यांचं पुण्यातलं घर आणि आईचे कुटुंब, गुरुद्वारा यांच्या आसपास राहण्याचे फायदे सांगितले. नंतर त्याने तिला पापाजींची एक खूप इंटरेस्टिंग मर्डर केस सांगितली जी कुलाब्याला सुरू होऊन हैदराबादला संपली होती. कदाचित, अमृतसर इतकी दूर नाही; पण त्याला वाटलं की, तिला मुद्दा कळला असावा. ती जास्त काही बोलली नाही; पण तिने विचारलेले दोन प्रश्न गोष्टीच्या अगदी मुळाशी गेले. जेव्हा जाना आणि सुरेश झोपलेल्या नरेशला खांद्यावर घेऊन परत आले, तेव्हा सरताजला लक्षात आलं की, एक तासाहून जास्त वेळ झाला आहे. मध्यरात्र उलटून खूप वेळ झाला होता. सरताज त्यांना घेऊन बाहेर आला, त्यांना रिक्षा बघून दिली आणि निरोप घेतला. फुलांनी सजवलेल्या गरब्याच्या गेटकडे पाठ करून तो उभा होता, त्याचे हात त्याच्या कमरेवर होते आणि तो मेरी मस्कारेनासचा विचार करत होता. ती शांत होती; पण तशी समजायला किचकट होती आणि

आश्चर्य म्हणजे बोलायला एकदम सहज होती. ती बुद्धिमान होती आणि तिला ते दाखवायला आवडत नसे. तिला तिची मतं होती, ती हट्टी होती, लहान, गोंडस; पण काही असलं तरी ती त्रास होती किंवा किमान त्रास देत होती. ती धोकादायक होती. तिची नजर तीक्ष्ण होती.

दुसऱ्या दिवशी चहा पिता पिता सरताजने ठरवलं की, सगळा बॉम्बचा सीन अगदी हास्यास्पद होता. त्याला स्वतःला भीती वाटली, गुप्तहेर खात्याच्या एका भोळसट बाईने कल्पना केली होती आणि आपण त्यावर विश्वास ठेवला या गोष्टीची शरम वाटली. हे गुप्तहेर लोक कोणत्यातरी मनोरुग्ण जमातीचे असतात, ज्यांना वाटतं की, ते गुप्त सैनिक आहेत आणि त्यांना प्रत्येक गुन्ह्यामध्ये परराष्ट्राचा हात दिसतो आणि प्रत्येक कोपऱ्यामागे एक दहशतवादी लपलेला दिसतो. सरताजचा चहा पिऊन झाला होता आणि त्याला आता भीती वाटत नव्हती. सप्टेंबरच्या मानाने आज सकाळी जरा जास्तच गारठा होता. त्याला खूप उत्साही आणि आनंदी वाटत होतं. चहाचा दुसरा कप पिताना तो खिडकीत बसून दैनिक जागरण चाळत होता आणि बाहेर उजेडात भिरभिरणारे पक्षी पाहत होता. पेपरमध्ये नेहमीप्रमाणेच बातम्या वाईट होत्या. बॉर्डरवर टेन्शन होतं, जम्मूमध्ये एक ग्रेनेड हल्ला झाला होता, केंद्र सरकारमधील सत्ताधारी गटबंधन पुन्हा एकदा डळमळीत झालं होतं आणि सपोर्ट काढून घ्यायचं म्हणत होते. गोष्टी मनासारख्या घडत नव्हत्या; पण सरताज शॉवरखाली उभा राहिला. त्याने छातीला साबण लावत खालच्या अपार्टमेंटमध्ये रेडिओवर लागलेलं 'भुमरो भुमरो' गाणं गुणगुणायला सुरुवात केली. त्याला बिल्डिंगमधल्या मुलांच्या आरडाओरड्याचा, खिदळण्याचा आणि गाण्याचासुद्धा आवाज येत होता. एकूणच ती सकाळ खूप छान होती.

तो बाहेरचं दार लावतच होता, तेवढ्यात त्याचा फोन वाजला. आज त्याला आत्मविश्वास वाटत होता. त्याला मेरीची खात्री वाटत होती, स्टेशनवरच्या कोणाची नाही. त्याने फोन घेतला आणि ''हॅलो हॅलो'' म्हणाला.

''हॅलो,'' मेरी म्हणाली आणि सरताज मोठ्याने हसला. ''तुम्ही आज खूप खूश दिसताय,'' ती म्हणाली.

''हॅलो मेरीजी,'' सरताज म्हणाला. ''सॉरी सॉरी, मी आताच रेडिओवर एक गाणं ऐकलं जे बिल्डिंगमधली मुलंही म्हणत होती.''

''त्यामुळे तुम्हाला हसू आलं?''

त्याला तीही हसत आहे हे जाणवलं. ''हो, खूपच वेड्यासारखं आहे मला माहिती आहे. तुम्हाला माहिती आहे, ते सरदारांच्याबद्दल काय म्हणतात?''

आता ती खुदुखुदु हसू लागली, नंतर तिने स्वतःला आवरलं. ''अजून बारा वाजले नाहीयेत तरी.''

''मग तुम्ही त्या वेळी मला भेटायला पाहिजे.''

''मी तुम्हाला दिवसाच्या मध्यान्हाला भेटले आहे; पण तुम्ही अजिबात खूश नव्हतात त्या वेळी. तुमची भीती वाटली उलट.''

''मी तपास करत होतो, तसा चेहरा ठेवावा लागतो.''

''झोया मिर्झासाठी जरा वेगळा चेहरा ठेवा बरं का? नाहीतर ती पळून जाईल.''

''झोया? तुम्हाला कनेक्शन सापडलं का?''

''अर्थातच, आणि जिथे ती आज आणि उद्या शूट करते आहे तिथेच. लिहून घ्या सगळं.'' सरताजने त्याच्या डायरीत लिहून घेतलं, झोया मिर्झाच्या मेकअपमनचं नाव, त्याचा पेजर नंबर, प्रोडक्शन इनचार्जचं नाव आणि मोबाईल नंबर. ''हा मेकअप-बॉय आहे ना विवेक, तो तुमचा मेन कॉन्टक्ट आहे. त्याला तुम्ही येणार आहे हे माहिती आहे आणि त्याने प्रोडक्शन इनचार्जशी बोलून ठेवलं आहे. त्या सगळ्यांना माहिती आहे की, तुम्ही पोलीसवाले आहात आणि तुम्ही झोया मिर्झाचे खूप मोठे फॅन आहात, इतके की, तुम्हाला तिला भेटायचंच आहे.''

''हे खरं आहे.''

''तुम्ही खरंच तिचे फॅन आहात?''

''हो.''

''तुम्ही आणि प्रत्येक भारतीय पुरुष. तुम्ही फक्त हे लक्षात ठेवा की, झोया मिर्झाला भेटणं कोणी शक्य करवलं ते, त्यामुळे तुमची तिच्याबरोबर मीटिंग झाली की, लगेच आम्हाला फोन करा. आजच, उद्या नाही. विसरू नका.''

''नाही विसरणार. धन्यवाद. असं दिसतंय की, तुम्हीही तिच्या फॅन आहात.''

''आम्हाला फक्त माहिती करून घ्यायचंय. सगळं.''

''काळजी करू नका, मी तुम्हाला फोन करेन.''

''मी वाट बघेन.''

अर्धा तासानंतर, अंधेरीला एका सिग्नलला शेजारी उभ्या बसच्या गरम हवेमुळे सरताज वैतागलेला असला, तरी तो मेरीचा विचार करत होता. फिल्मस्टार्सच्या आयुष्याबद्दल जाणून घेण्यास ती खूपच उत्सुक होती. सगळ्यांना स्टार्सबद्दल जाणून घ्यायचं असतं की, ते काय करतात काय नाही. जरी त्यांना फिल्म्स आवडत नसल्या आणि फिल्मी लोक आवडत नसले, तरी हे फिल्म्सच्या विरोधातले लोक त्यांच्यावर टीका करताना उलट त्यांच्या वर्तमान आणि भूतकाळाचं जास्त ज्ञान द्यायचे. मेरीला तर वैयक्तिक उत्सुकता होती. तिची बहीण गेली होती आणि कदाचित झोया मिर्झा जोजोबद्दल काहीतरी महत्त्वाचं आणि खास सांगू शकेल, असं तिला वाटत होतं म्हणून मेरीला त्याच्या फोनची वाट पाहण्यासाठी बरीच कारणं होती; पण त्याला आज खूप काम होतं. झोया मिर्झाकडे जाण्याआधी त्याला चोऱ्यामाऱ्या, बंदोबस्त बघायचे होते. त्याला स्वतःलाही तिला काही प्रश्न विचारायचे होते. त्याला माहिती हवी होती; पण फिल्मस्टार्स आणि मेरी सगळ्यांना थोडी वाट बघावी लागणार होती. सरताज आता घामाने डबडबला होता आणि आता त्याला बॉम्बवर थोडंफार विश्वास वाटू लागला. आता तो विचार पुन्हा त्याच्या मनात डोकावू लागला, जशी एखादी चिचुंद्री दाट गवतात इकडेतिकडे फिरते, तसा तो विचार हळूहळू त्याच्याकडे येत होता. तो जवळ आलेलं त्याला जाणवत होतं, त्याला ते त्याच्या दंडावर आणि मानेच्या खाली जाणवत होतं. त्याने कचकचून एक शिवी हासडली आणि तो कामाला लागला.

त्या दिवशी सरताज आणि कांबळे या दोघांना फिल्मसिटीमध्ये जायला संध्याकाळी वेळ मिळाला. झोयाची दुपारची शिफ्ट संपायच्या थोडं अगोदर. ते दोघं ॲडलॅब्स ओलांडून पुढे गेले आणि चढावरून वर गेल्यावर एक मोठा महाल लागला. झोया त्या मल्टिस्टार ऐतिहासिक सिनेमात आघाडीची नायिका होती. तो सिनेमा म्हणजे तलवारींचं युद्ध आणि

मोठे मोठे शांडेलियर वगैरे असं असलेला अनेक दशकांतला तसा पहिला सर्वांत मोठा सिनेमा होता. विवेक, जो मेकअपमन होता, त्याने या दोघांना त्या महालाच्या मागे फोल्डिंग खुर्च्या दिल्या आणि त्यांच्यासाठी कटिंग चहा मागवला. त्यांना थोडक्यात सिनेमाबद्दल सांगितलं की, 'हा खूप वेगळा सिनेमा आहे. हा 'धरमवीर'सारखा आहे, फक्त हा फुल अप टू डेट आणि मॉडर्न आहे. खूप मोठे मोठे स्पेशल इफेक्ट्स आहेत. हा सगळा महाल हवेत उचलला जाणार आहे आणि नंतर एका तळ्याच्या मध्यावर उभा दिसणार आहे. खूप मोठे युद्धभूमीवरचे सीन्स आहेत. ते कॉम्प्युटरवर करणार आहेत. हिरोची शंभर डोकीवाल्या नागाशी लढाई असणार आहे.'

''आणि झोया मिर्झा काय करते आहे त्यात?'' सरताजने विचारलं.

''त्या राजकन्या आहेत,'' विवेक म्हणाला; ''पण त्यांचे आई-वडील, महाराज आणि महाराणी यांचा त्या लहान असताना खून होतो आणि त्या जंगलात लहानाच्या मोठ्या होतात. तेही एका सरदाराच्या घरी. कोणालाच माहिती नसतं, त्या कोण आहेत.''

''जंगली राजकन्या? छानच. तिने काय कपडे घातले आहेत?'' चहाचा घोट घेता घेता कांबळेने विचारलं.

विवेक या प्रश्नामुळे काहीसा बावचळला आणि किंचित गंभीर झाला. कांबळेच्या सततच्या कामोत्सुक नजरेने आता तो अस्वस्थ झाला. अर्थातच, तो कोणा पोलीसवाल्याला हे सांगू शकला नसता की, तो किती घाणेरडा गांडू माणूस आहे म्हणून त्याने थोडं आवरत घेतलं आणि म्हणाला, ''त्यांचे कॉस्च्युम्स खूप छान आहेत. मनीष मल्होत्रा ड्रेस डिझाईन करत आहेत.''

सरताजने विवेकच्या हातावर थोपटलं. ''मनीष मल्होत्रा बेस्ट आहेत. मला खात्री आहे मॅडम खूप छान दिसतील. त्यांच्यासाठी काम करण्याचा अनुभव कसा आहे?''

''त्या खूप चांगल्या आहेत.''

''हो का? त्या वाटतातच चांगल्या,'' सरताज म्हणाला. विवेकने त्याच्या स्टाइलिश निळ्या फ्रेमच्या चष्म्यातून आदर व्यक्त केला आणि सरताज त्याच्याकडे पाहून खूप निरागसपणे हसला. ''अर्थातच त्या खूप सुंदर आहेत; पण मला त्यांचे रोल बघून, असं वाटलं की, त्या खूप चांगल्या आहेत.''

विवेकची अस्वस्थता आता जरा कमी झाली आणि तो नीट सरसावून बसला. ''हो, तुम्हाला माहिती आहे, त्या खूप उदार आहेत.''

''त्यांनी तुला मदत केली?''

''त्यांनी मला एक चान्स दिला. आम्ही त्या एक जाहिरात करत होत्या, तेव्हा भेटलो होतो. जेव्हा त्या स्टार झाल्या, तेव्हा त्या मला विसरल्या नाहीत.''

''तुम्ही त्यांच्याबरोबर खूप काळ असाल ना?''

''हो.''

''मस्त काम आहे तुमचं, सगळ्या जगभर हिंडायलाही मिळतं फिल्मस्टार बरोबर. मी कधी देशाच्या बाहेर गेलो नाहीये.''

''आतापर्यंत बत्तीस देशांत जाऊन आलोय मी,'' विवेक म्हणाला. आता तो खूप उत्साहात आणि उत्सुक होता. ''पुढच्या आठवड्यात आम्ही साउथ आफ्रिकेला जातोय.''

कांबळे अगदी सौम्यपणे म्हणाला, ''तुम्ही सिंगापूरला पण खूप काळ घालवला ना?''

''हो, हो मॅडमनी तिकडे खूप शूटिंग केलं आहे.'' त्या प्रश्नामुळे कोणतीही भीती किंवा चिंता विवेकच्या बोलण्यात किंवा त्याच्या लाडक्या मॅडमबद्दल उद्‌भवली नाही. ''सिंगापूर खरंच खूप सुंदर आहे. आम्ही तिकडे खूप फॅशन शूट्स केले. मॅडमना सिंगापूर खूप आवडलं. एकदम स्वच्छ आणि नीटनेटकं. आम्ही तिथे कधी कधी सुट्टीसाठीही राहिलो आहोत.''

सरताजचा चहा संपला होता आणि त्याने जरा हात-पाय ताणले. ''त्यांचे तिथे फ्रेंड्स असतील ना?''

विवेक थोडा बुचकळ्यात पडला. ''मला माहिती नाही. त्या आणि मी सेम हॉटेलमध्ये राहिलो नव्हतो. तुम्हाला काय म्हणायचं आहे?''

सरताजने त्याच्या गुडघ्यावर थोपटत म्हटलं, ''काही नाही यार. मी काही वेळा पुण्याला जातो म्हणून तिकडे माझे फ्रेंड्स आहेत. तुला काय वाटतं, त्या आम्हाला आता भेटतील?''

''मला वाटतं, त्यांचा इंटरव्ह्यू अजून सुरू आहे; पण शॉट ऑलमोस्ट रेडी आहे. मी जातो आणि बघतो.''

सरताजने त्याचे भाव अगदी खूप उत्साही आणि आभारी असल्यासारखे ठेवले, जोवर विवेक त्या महालाचा कोपरा ओलांडून पलीकडे गेला नाही. तीन मजूर त्या महालाची भिंत सोनेरी रंगाने रंगवत होते. एक डझनभर माणसं जवळच गवतावर पसरली होती, पुढे एका मोठ्या व्हॅनच्या सावलीत काही बायका गोलाकार करून बसल्या होत्या. सरताजला समजलं नाही की, शॉटची तयारी होती की अजून काय.

''तो चश्मू हरामखोर... त्याला काही माहिती नाही,'' कांबळे म्हणाला. ''सिंगापूरबद्दल किती सहजपणे बोलला.''

''हो, ते दोघं किती आनंदात असतील... गायतोंडे आणि ती.''

कांबळेने छातीला ताण दिला. त्याच्या मनगटात कॉपरच ब्रेसलेट होतं. ''गायतोंडे हिंदू डॉन,'' कांबळे म्हणाला. ''अर्थातच त्याला त्याच्या या मुसलमान गर्लफ्रेंडबाबत जरा काळजी घ्यावी लागली असेल. खोटारडा मादरचोद.''

''मुसलमान मुलगी घेतली, तर तुमच्या रेप्युटेशनला काही त्रास होत नाही आणि सुलेमान इसा, तो हिंदूच काय सगळ्या धर्मांच्या घेतो. ते काय या मुलींशी लग्न करत नाहीत, बरोबर? त्यामुळे कदाचित गायतोंडे झोयाचं रक्षण करण्याचा प्रयत्न करत असेल. जर तुमचा बॉयफ्रेंड भाई असेल, तर तुम्ही मिस इंडिया बनू शकत नाही.''

''हे सगळे ना चुतीया खोटारडे आहेत, इकडे लपव तिकडे लपव,'' कांबळे म्हणाला. ''तुला माहिती आहे, माझी एक मुसलमान चावी होती दोन वर्षांपूर्वी. आम्ही कोणापासून काहीही लपवलं नाही. यार, ती इतकी सुंदर होती. मी तिच्याशी लग्नच केलं असतं.''

''काय झालं?''

''लग्न करायला पैसे नव्हते माझ्याकडे. तिच्यासारख्या मुलीला, घर, चांगले कपडे, चांगलं आयुष्य... सगळं हवं. तिच्या घरातल्यांनी तिच्यासाठी बहारीनमध्ये कंपनीत काम करणारा मुलगा शोधला. ती आता तिकडे असते. एक मुलगी आहे तिला.''

''ती खूश आहे?''

''हो.'' कांबळे पुढे झुकला आणि कोपर गुडघ्यांवर टेकवत म्हणाला. त्याची नजर समोर छोट्या दरीतून दिसणाऱ्या उंच डोंगरांकडे होती. तो अचानक गोंधळून गेला होता त्या मुलीच्या आठवणीत.

''ए देवदास, तू तिच्याशी तसंही लग्न केलं नसतंस. तुला अजून शंभर चाव्या करायच्या होत्या ना,'' सरताज म्हणाला.

पण कांबळे हसला नाही आणि सरताजला वाटलं की, या क्षणी तो कदाचित तिच्या आठवणीत एखादं रडकं गाणं म्हणेल का काय. त्या ठिकाणी जर ते सुतार, रंगारी काम करत नसते, त्या बायका गप्पा मारत नसत्या, तर ती जागा एखाद्या गाण्यासाठी नक्कीच योग्य होती, सूर्यास्ताच्या हलक्या केशरी रंगात रंगलेली. तिथे गवत होतं, झाडं होती, डोंगर होते जे हिमालयाला सध्यातरी पर्याय म्हणून उपलब्ध होते. सरताज कांबळेला साजेल असं एखादं दुःखद गाणं आठवायचा प्रयत्न करत होता; पण त्याला केवळ देव आनंदचं गाणं आठवलं : 'मैं जिंदगी का साथ निभाता चला गया.' त्याला पुन्हा एकदा बॉम्बची आठवण झाली आणि भीतीचा गोळा आला. कदाचित, फिल्मसिटीमध्ये आल्यामुळे ही चिंता अधिक वाटू लागली होती. कारण, इथल्या बिबट्यांच्या हल्ल्यात अनेक मोठी माणसं, मुलं मारली गेली होती. ते खरे खरे बिबटे होते, फिल्मी नाही. कदाचित, म्हणूनच त्याला भीती वाटली असावी; पण तो आज खूपच आनंदात होता. आनंदात म्हणण्यापेक्षा खूप उत्सुक होता.

''या, या प्लीज या,'' विवेक त्यांना गेटमधून हात करून बोलावत होता. ''मॅडम दहा मिनिटांत सेटवर येतील. तुम्हाला शूटिंग बघायचं आहे का?''

महालाच्या आत, खूपच गडबड सुरू होती. व्हॉल्ट आणि उंच कमानीच्या खिडक्यांच्या खाली, लोक नवीन सुतारकाम करत होते. सरताज वायरींचं जाळं आणि लोखंडी स्टँड्स ओलांडून पुढे गेला. त्याला एका कॅनव्हासच्या शीटखालून वाकून जावं लागलं आणि लाउडस्पीकरवर आवाज आला, 'फुल लाइट्स,' आणि सरताज एका सोनेरी हिरव्या हॉलमध्ये आला, जिथे बरेच लोक होते. तिथे मोठ्या मोठ्या योद्ध्यांचे पुतळे होते आणि अर्ध छत चमचमणाऱ्या खड्यांनी उजळून निघालं होतं. तिथे दोन खूप मोठे झुंबर होते, सिल्कचे कपडे घातलेले दरबारी आणि एक सिंहासनही होतं. सरताजने वाट बदलली आणि तो अजून एका गर्दीच्या घोळक्याकडे गेला, जिथे एक फोल्डिंग खुर्च्यांची रांग दिसत होती आणि विवेकने त्याला हात केला. थांबा.

''ते जॉनी सिंग आहेत,'' कांबळे म्हणाला.

''कोण?''

''डायरेक्टर.'' एक माणूस तिथे त्यातल्या एका खुर्चीत बसून मॉनिटरमध्ये डोकं खुपसून बसला होता. ''आणि तो सिनेमॅटोग्राफर अशीम दासगुप्ता.''

''तू तर सिनेमाचा एक्स्पर्ट आहेस,'' सरताज म्हणाला.

''अरे मुलींना फिल्म्समध्ये जायचं असतं ना, खूप जणींना.''

हो, कांबळेच्या बारबाला होत्या, ज्यांना अनेकांना झोया मिर्झा बनायचं असतं. त्यांनी त्यासाठी काहीही केलं असतं, कोणताही धोका पत्करला असता. आता त्या लाइट्सच्या झोतामुळे त्याचे डोळे बारीक झाले. सरताजला दिसलं की, ते पुतळे रंगवलेले होते, ते प्लास्टरचे होते, दगडी नव्हते. त्यावर दिलेला सोनेरी रंग खूप दाट होता. छताचे खडे म्हणजे

बहुतेक स्वस्तातल्या काचेचे किंवा काचेचे तुकडे होते. त्यावर, कॅट वॉकचे लाइट्स चमकत होते, ते सुंदर पाय होते किंवा चेहरे... आणि तरीही, स्क्रीनवर या सगळ्याचा एकत्रित परिणाम खूपच सुंदर दिसणार आणि हा एक सुंदर महाल दिसणार. सरताजने विचार केला की, आज जर काटेकर असता, तर त्याला हे नक्कीच आवडलं असतं, त्याला ही अस्वच्छ फरशी, आणि दरबारी लोकांच्या पगडीतले स्वस्त दिसणारे खडे, हे सगळं आवडलं असतं.

'सायलेन्स, सायलेन्स' लाउडस्पीकरमधून आवाज आला आणि अचानक झोया मिर्झा सेटवर अवतरली. ती खरंतर डावीकडून वरून खाली आली; पण ती जणू काही सतरंगी स्वर्गातून, सुगंधी पावसातून खाली उतरल्यासारखी आली. ती खूप उंच होती, बारीक होती आणि तगडी होती; पण चमचम करणाऱ्या डोक्याला बांधलेल्या स्कार्फमधून तिचे केस मोकळे, लांब सुंदर दिसत होते. ते मानेवर रुळणारे केस पाहून सरताजचा श्वास रोखला गेला.

''बापरे, माई रे,'' कांबळे म्हणाला.

हो. सरताजला पुन्हा सिनेमाच्या मंत्रात तथ्य आहे, असं वाटू लागलं. ते झोयाला डायरेक्टर आणि त्यांच्या दोन असिस्टंटशी बोलताना बघत होते. विवेक तिच्या केसांना आणि चेहऱ्याला टचअप करत होता. एक बाई खाली वाकून झोयाच्या स्कर्टची खालची बाजू सारखी करत होती, जी जेगतेग तिच्या गुडघ्यापर्यंत पोहोचली होती. अजून दोन अभिनेते आले, जे वयस्क जोडपं होतं आणि त्यांनी राजेशाही कपडे घातलेले होते. डायरेक्टर त्यांच्याशी आणि झोयाशी कोनात हातवारे करत बोलला. कांबळे त्यांची नावं पुटपुटत होता, अभिनेत्यांची नावं, त्यांची खानदानं, त्यांचं काम, यश, इ. नंतर झोयाने तिच्या खांद्यावरची शाल काढली आणि कांबळेही थिजून गेला. तो एखाद्या जंगली राजकुमारीसारखा ड्रेस होता, जो सरताजला त्याच्या लहानपणी कॅलेंडरमध्ये पाहिल्यासारखा आठवला. ज्यात कातडीचा बिकिनी टॉप ज्याला मागे केवळ नाड्यांनी बांधलं आहे आणि त्याला साजेसा स्कर्ट जो तिच्या बेंबीच्या खाली आणि मागे नितंबांवर घट्ट बसला होता. महाराज आणि महाराणी सिंहासनावर बसले. झोया त्यांच्याकडे वळली आणि चालू लागली. तिच्या कमरेची गोलाई पाहून सरताजच्या घशात आवंढाच आला. हो, तो सेट खोटा असला, तरी झोया मिर्झा खरी होती. अर्थातच, मेरी आणि जाना दोघींचं बरोबर होतं की, अनेक प्रक्रिया आणि तंत्रज्ञानाच्या जादूने तिला इतकं सौंदर्य दिलं होतं; पण सरताजला त्याची पर्वा नव्हती. झोया मिर्झा खोटी होती आणि तिचा हा खोटारडेपणा नैसर्गिक सौंदर्यापेक्षा अधिक खरा दिसत होता. ती खरी होती.

तर सीन असा होता : राजकन्या तिच्या खानदानाविषयी अनभिज्ञ होती, ती या राजधानीमध्ये आली होती आणि तिच्या जंगलातील परिचित दऱ्याखोऱ्यातून तिच्यावर जादू करून नंतर गायब झालेल्या एका गूढ योद्ध्याला शोधत होती. आज ती इथे दरबारात उभी होती, अशा राजासमोर, जो खरा कोण आहे हे तिला माहिती नव्हतं आणि तो तिच्या आई-वडिलांचा खुनी होता. फक्त दोन ओळींचा डायलॉग होताः 'तू कोण आहेस कन्या?' आणि 'मी सरदार माथोची मुलगी आहे, जो तुमच्या सीमेच्या पश्चिमेच्या जंगलात राज्य करतो.' दुसरी ओळ आधी शूट केली, त्याला आठ रिटेक घ्यावे लागले आणि पंचेचाळीस मिनिटं लागली. झोयाने ती ओळ सिंहासनाच्या दिशेने जाणाऱ्या उथळ पायऱ्यांच्या दिशेने पुढे होत म्हटली. ती खूप धाडसी दिसत होती. नंतर कॅमेरा इकडून तिकडे हलवेपर्यंत वीस-पंचवीस मिनिटांचा वेळ गेला. विवेकने पुन्हा चहा-बिस्कीट ऑफर केली. मॅडमना अजूनही डिस्टर्ब केलेलं नको होतं. ती कामात होती.

''ही स्टोरी एखाद्या टीव्हीवरच्या शोसारखी आहे,'' कांबळे म्हणाला. ''काय होतं ते? सगळे राजे, राण्या, डबल-क्रोसेस आणि हेर?''

''चंद्रकांता,'' सरताज म्हणाला. ''चांगला शो होता.''

''हे चंद्रकांतापेक्षा मोठं आहे,'' विवेक अभिमानाने म्हणाला. चंद्रकांतामधले स्पेशल इफेक्ट्स खूप चीप दिसत. आम्ही दोन हॉलिवूडचे एक्स्पर्ट बोलावले आहेत, क्लायमॅक्सचे सीन करण्यासाठी. तसंही, लेखकांनी मला सांगितलं की, त्यांनी बंकिम चंद्रांकडून खूपसं घेतलं आहे.''

''कोण?''

''तेच, जुने बंगाली लेखक. ज्यांनी आनंद मठ कादंबरी लिहिली.''

''मला वाटतं, त्यांनी त्याची आधीच बंगाली फिल्म केली आहे,'' कांबळे म्हणाला. तो कोकोनट बिस्कीट खाता खाता म्हणाला.

''ऐकलं नाही कधी त्याबद्दल,'' सरताज म्हणाला. फिल्म सेटवर थांबण्यात, शॉटबद्दल, डायलॉगबद्दल आणि जुन्या बंगाली कादंबरीबद्दल चर्चा करण्यात एक वेगळाच आनंद होता. आता कांबळेसुद्धा घाईत नव्हता. झोया मिर्झाकडे आता टाइमपासपेक्षा अधिक काहीतरी असं बघताना आत कुठेतरी खूप छान वाटत होतं.

आता महाराजांवर रिव्हर्स अँगलने शॉट घेताना दोन रीटेक घ्यायला लागले. आता पुन्हा सगळीकडे खूप आरडाओरड, गडबड सुरू झाली. लाइट्स आणि रिफ्लेक्टर्स हलवण्यात आले. विवेक आता तिच्या मागे सेट बाहेर गेला आणि दहा मिनिटांनी घाईघाईत परत आला. ''या, मॅडम आता तुम्हाला भेटतील,'' तो म्हणाला.

क्लोजअपमध्ये ती असामान्य दिसत होती. मेकअप थोडा जास्त वाटत होता; पण सरताजला लक्षात आलं की, तो लाइट्समुळे तसा असावा. तिच्या गालाची हाडं आणि सुंदर फुगीर ओठ यांमध्ये एक प्रकारची आतुरता होती, त्यात एक प्रकारचं परिपूर्ण अंतर होतं, ज्याला मेकअपची गरज नव्हती. सरताज आणि कांबळे झोयाच्या ट्रेलरमध्ये भिंतीत असलेल्या लेदर कोचावर शेजारी शेजारी बसले. ती तिच्या प्रायव्हेट ड्रेसिंग रूममधून बाहेर आली होती, तिने एक पांढरा गाऊन ओढून घेतला होता आणि ती खुर्चीत बसली. विवेक जिन्याच्या बाजूला उभा राहिला. त्याच्या चेहऱ्यावर मॅडमबद्दलचं कौतुक दिसून येत होतं.

''जंगली स्कर्टमधला लुक एकदम सुंदर,'' त्याने तिला सांगितलं; पण त्याचा एक डोळा सरताजवर होता.

''हो खूपच सुंदर,'' सरताज म्हणाला.

''दीदी, ते तुमचे खूप मोठे चाहते आहेत,'' विवेक म्हणाला. ''ते स्टेफनीमार्फत माझ्याकडे आले, तुम्हाला आठवते का ती? केवळ त्यांना तुम्हाला भेटायचं होतं म्हणून.''

झोयाने आता असं हसू चेहऱ्यावर परिधान केलं, जे साधारणपणे ज्या लोकांना अटेन्शन आणि सत्तेची सवय असते, ते लोक विनम्र दिसण्यासाठी परिधान करतात. सरताजने हे हसू अनेक राजकारणी लोकांच्या चेहऱ्यावर पाहिलं होतं. ''पुढच्या वर्षी मी पोलीस ऑफिसरचा रोल करणार आहे,'' ती म्हणाली, ''घई साहेबांच्या नवीन मूव्हीमध्ये. मी पोलिसांचीही फॅन आहे. मी पोलीसमन्स असोसिएशनच्या चॅरिटी प्रिमियरमध्येही आले होते, जेव्हा मी मिस इंडिया झाले.''

''मला आठवतंय. आम्हाला पुन्हा तुमची मदत हवी आहे.''

''अर्थातच, मला शक्य असेल त्या परीने मी तुम्हाला मदत करेन; पण मी पुढचे सहा महिने खूप बिझी आहे...''

''आम्ही इथे पर्सनल अपिअरन्ससाठी विचारायला नाही आलो आहोत,'' कांबळे पटकन म्हणाला. तो जराही हलला नाही, त्याचे खांदे जरासे फुगले असल्यासारखे वाटले आणि तो अचानक धोकादायक वाटू लागला. हे सगळं त्याच्या डोळ्यांत दिसत होतं आणि त्याच्या घट्ट जबड्यामध्ये. ''किंवा डोनेशनसाठीही नाही.''

झोयाने मूडमध्ये अचानक झालेला हा बदल टिपला; पण विवेक हसला, ''त्यांना फक्त ऑटोग्राफ पाहिजे दीदी.''

सरताजने उठत त्याच्या खांद्यावर हात ठेवत म्हटलं, ''आम्हाला फक्त एक दोन प्रश्न विचारायचे आहेत,'' तो झोयाला तिच्या दिशेने एक पाऊल उचलत म्हणाला. तिला तो जवळ आलेलं आवडलं नाही; पण तिने अंग आक्रसून घेणं टाळलं. तो तिच्या कानात कुजबुजला, ''गणेश गायतोंडेबद्दल.''

''विवेक, बाहेर थांब,'' ती चटकन म्हणाली.

''दीदी?''

''थांब बाहेर आणि मला डिस्टर्ब करायला नको आहे कोणी.''

सरताजने विवेकला दाराबाहेर सोडलं आणि त्याच्या डोळे विस्फारलेल्या चेहऱ्यावर आतल्या खिडकीचा लाल पडदा घट्ट लावला. झोयाला आतापर्यंत लक्षात आलं होतं की, तिला आता रागावलं पाहिजे म्हणून ती उठली. तिने खांदे किंचित मागे केले आणि अगदी ताठ उभी राहिली; पण तिला डोकं थोडं झुकवावं लागलं. ट्रेलरचं छत थोडं स्लोप असलेलं होतं. सरताजला वाटलं यामुळे इफेक्ट थोडा कमी झाला.

''तुम्ही मला अशा एखाद्या माणसाविषयी प्रश्न का विचाराल? याचा अर्थ काय?'' ती म्हणाली.

''जास्त विचार करू नका,'' कांबळे म्हणाला. त्याचे हात त्याच्या मांडीवर होते. पाय जमिनीवर रोवलेले होते आणि त्यात तो अंतर ठेवून बसला होता. ''आम्हाला सगळं माहिती आहे. आम्हाला जोजोबद्दल माहिती आहे. आम्हाला माहीत आहे की, गायतोंडे तुम्हाला वेगवेगळ्या ठिकाणी नेत असे.''

''मॅडम,'' सरताज म्हणाला, ''आम्हाला तुमच्याकडून फक्त थोडं सहकार्य हवं आहे.''

''ऐका, मी मॉडेल होते आणि मी खूप लोकांना भेटायचे...''

कांबळेची तिरकी नजर भारी होती. तो सरताजकडे उपहासाने बघत होता. तो गुरगुरल्यासारखा हसला; सरताजच्या खांद्यावर आदळला आणि त्याने झोयाकडे बोट केलं, ''तू ऐक,'' कांबळे म्हणाला, ''तुला वाटत असेल की, तू मोठी फिल्मस्टार आहेस आणि तू काहीही केलंस तरी चालेल. आम्हाला तुला पोलीस स्टेशनला बोलावून बेइज्जत करायचं नव्हतं म्हणून आम्हीच इकडे आलो आहे; पण अशी कल्पनाही करू नकोस की तू सुटशील. आम्हाला मूर्ख समजू नकोस. आम्ही संजय दत्तलाही जेलमध्ये पाठवलं आहे, तूही तिथे जाऊ शकतेस. सहा महिने या एसी वगैरे शिवाय त्या छोट्याशा कोठडीत गेले की, तुझी सगळी चरबी उतरून जाईल.''

''बास बास, पुरे,'' सरताज कांबळेला म्हणाला. झोयासाठी, त्याने आपला नरम आणि समजुतीचा चेहरा ठेवला होता. ''मॅडम, मला माहिती आहे की, तुम्ही घाबरल्या आहात. तुम्हाला तुमचं आयुष्य खासगी ठेवायचं आहे. तो तुमचा हक्क आहे; पण त्याचंसुद्धा बरोबर आहे. आम्हाला गायतोंडेशी तुमच्या लिंकबद्दल खूपच माहिती आहे, तुम्ही काही लपवू नका. आमच्याकडे रेकॉर्ड आहेत की, त्याने तुमच्या प्रवासासाठी पैसे दिले आहेत, हे सिद्ध करतील. आमच्याकडे तुमच्या जुन्या पासपोर्टच्या, जमिला मिर्झा नावाने असलेल्या पासपोर्टच्या कॉपी आहेत. आमच्याकडे फ्लाइट तिकिटांच्या कॉपी आहेत.''

कांबळेने एका ब्राऊन पाकिटातून खूप साऱ्या कॉपी बाहेर काढल्या आणि तिच्यासमोर नाचवल्या. ''आम्हाला सिंगापूरबद्दल सगळं माहीत आहे,'' तो म्हणाला, ''इथे इथे...''

तिने ते कागद घेतले. ती अजूनही खंबीर होती, तिच्या त्या सरळ चेहऱ्यामागे एक खंबीर इच्छाशक्ती होती. सरताजला ती जाणवली. त्याला जाणवलं की, मघाशी पाहिलेली जंगली राजकुमारीची जी राजेशाही चाल होती, तीही झोयाचीच होती; पण तिचा स्वतःवरचा संयम, तिचं अभिनयाचं कौशल्य हे सगळं असलं, तरी तिचा राग आणि भीती हे तिच्या डोळ्यांतून व्यक्त होत होतं. सिंगापूरमध्ये नक्कीच काहीतरी झालेलं होतं. कांबळेने चांगलाच सिक्सर मारला होता. आता तिला सहानुभूती देण्याची वेळ होती. ''मॅडम, माझ्यावर विश्वास ठेवा, आम्हाला तुमच्याकडून माहिती व्यतिरिक्त काहीही नको आहे. तुमच्या विरुद्ध कोणतीही केस नाही, काही आरोप नाही आहे. तुम्ही बसा प्लीज.'' ती तरीही शांतपणे उभीच राहिली. ''आमच्या डिपार्टमेंटच्या याच्याशिवाय कोणत्याही ऑफिसरला तुमच्या आणि गायतोंडेच्या कनेक्शनबद्दल काहीही माहीत नाही. आम्ही कोणाला काही सांगणार नाही. आम्हाला फक्त तुम्ही त्याच्याबद्दल थोडी माहिती सांगायला हवी आहे, तुम्हाला त्याच्याबद्दल जे काही माहिती असेल तर त्याचे मित्र, कनेक्शन्स आणि बिझनेस. आम्हाला तुमच्याबद्दल माहीत करून घ्यायची गरज नाही आहे.''

''जोवर तुम्ही आम्हाला त्रास देत नाही तोपर्यंत...'' कांबळे म्हणाला.

''गायतोंडेच्या कारवायांविषयी माहिती शोधून काढायचा आमच्यावर दबाव आहे. जर आम्हाला काही हाती लागलं नाही, तर आम्हाला आमच्या वरिष्ठांना तुमच्या त्याच्याशी असलेल्या कनेक्शनबद्दल सांगावं लागेल. ते तुमच्यासाठी खूपच ओशाळवाणं होईल,'' सरताज म्हणाला. त्याने एक खोल श्वास घेतला आणि म्हणाला, ''एक व्हिडिओ टेपसुद्धा आहे मॅडम.''

''व्हिडिओटेप?'' ती अगदी खालच्या आवाजात म्हणाली.

''गायतोंडेने त्याची कामं रेकॉर्ड केली आहेत,'' सरताजला कांबळेची नजर तिच्यावर रोखलेली असताना त्याच्या मानेवरून थेट जाताना जाणवत होती. ''तुमची व्हिडिओटेप आहे. त्यांच्याबरोबर. ते सगळं करताना.''

ती बसली, खुर्चीत खोलवर रुतली. काही संयम किंवा रुबाब नव्हता तिच्या बसण्यात. तिचे गुढघे अचानक रबरासारखे दुमडले आणि ती बसली. ती कोसळली होती, त्यांना सापडली होती. सरताजच्या तोंडात जुन्या गोंदासारखी चव आलेली, त्याने गिळली आणि तोही कांबळेच्या शेजारी कोचाच्या टोकाला बसला. झोयाची नजर खाली झुकलेली होती, पायाचे घोटे मुडपलेले होते. सरताज पुढे झुकला आणि म्हणाला, ''ती अगदी स्पष्ट उघड

टेप आहे. असं वाटतं की, तुम्हाला ती टेप घेतली जात असलेली माहीत नसावं. ती छुप्या कॅमेराने घेतली असावी. त्यात सगळं आहे... अगदी सगळं.''

आता ती तिचा राग लपवू शकली नाही. ''कसली टेप?'' ती म्हणाली, ''मी तुम्हाला त्यासाठी पैसे देईन. तुम्हाला किती पाहिजेत?'' तिचा राग फक्त तिच्या विश्वासघातकी बॉयफ्रेंडबद्दल नव्हता, तर या दोन पोलीसमनबद्दलही होता, जे तिने स्वतःसाठी उभं केलेल्या आयुष्याला धमकावत होते.

''तुम्हाला माहीत आहे की, आम्हाला पैसे नको आहेत,'' सरताज म्हणाला. ''फक्त माहिती.''

''मग तुम्ही ती टेप मला द्याल? आणि बाकी सगळंही?''

''हो. सगळं मॅडम. आमचा तुमच्याशी पंगा नाही आहे. आमची इच्छा आहे की, तुम्हाला शांती मिळावी आणि खूप फिल्म्स मिळाव्यात. आम्ही तुमचे फॅन आहोत.''

झोयाला या बोलण्याने फारशी तसल्ली मिळाली नाही. तिने त्यांच्याकडे एक नजर पाहिलं आणि स्वतःला सावरून घेतलं. ती पुन्हा फिल्मस्टार झाली. ''इथे नाही,'' ती म्हणाली. ''माझा कॉस्च्युम डिझायनर इथे एक मिनिटात पोहोचेल.''

''हो मॅडम. इथे खूप लोक आहेत.'' सरताज उभा राहिला. ''आम्हाला सांगा, कुठे भेटायचं.''

''माझी शिफ्ट साडेअकराला संपते. बाराला या.'' तिने त्यांना एक पत्ता, मोबाईल नंबर दिला आणि नंतर त्यांना पाठवून दिलं. ''ओके, आता प्लीज जा.'' तिने त्यांच्या मागे दरवाजा अगदी ठामपणे लावला.

''रंडी,'' कांबळे म्हणाला. ''कुत्री. आपण तिच्याकडून थोडा पैसा उकळला पाहिजे.''

सरताजने हात-पाय ताणले. आता त्या महालाचा कोन आधार दिलेल्या भिंतींसारखा दिसत होता. आता ते बांधकाम अर्धवट उजेडात खूपच सुंदर दिसत होतं, जसं काही डोंगर उतारावर एखादं खूप मोठं कॅक्टसचं झाड नेऊन लावलं असावं. ''हावरटपणा करू नकोस. असं करणं डेंजरस पण असू शकतं, अशा वेळी. आपण आता इथून गेलं पाहिजे.''

विवेक कुठे दिसत नव्हता म्हणून ते सेटमधून, रिकाम्या बसलेल्या कामगारांना ओलांडून गेले. ते त्यांच्या मोटारसायकल घेऊन बाहेर पडेपर्यंत कांबळे थांबला होता. ''हे अजून डेंजरस होणार आहे...जेव्हा तिला कळेल की, कोणताही व्हिडिओ नाहीये?''

''नाही. तिने काहीतरी व्हिडिओ असू शकतो, हे मान्य करून आधीच बऱ्यापैकी तडजोड केली आहे.''

''खरंय. ती चांगली आयडिया होती,'' कांबळेने त्याचं हिरवं हेल्मेट घातलं. ''म्हणजे हे सगळं संपल्यावर जेव्हा काही धोका उरलेला नसेल, तेव्हा आपण तिच्याकडून काही पैसा उकळू शकतो का?''

सरताजने स्टार्टर दाबला आणि इंजिन रेज केलं. ''ही गणेश गायतोंडेला पुरून उरली. तू खूप बायकांना ओळखतोस; पण मी तुझ्याहून मोठा आहे. ऐक माझं. जर हिच्यावर हल्ला केला, तर ती उलट हल्ला करू शकते. तुझा पैसा दुसऱ्या कुठून तरी काढ,'' सरताज कांबळेला म्हणाला.

''ठीक आहे, ठीक आहे, तू तिच्याशी मैत्री कर. दया दाखव.'' कांबळेचं हसू खूप लबाड होतं. ''मला पैसे मिळणार नाहीत. कदाचित, तुला तिच्याकडून अजून काहीतरी मिळू शकेल. मी तुला स्टेशनवर भेटतो.''

सरताजकडे वळूनही न बघता तो पुढे निघून गेला. सरताजही वळून रस्त्याला लागला आणि त्याच्या मागे जाऊ लागला. तिला दोष देण्यात काही मतलब नव्हता. कारण, झोया अप्रतिम सुंदर होती आणि सरताजला तिचं सौंदर्य जाणवलं होतं. अगदी खास व्यक्तिनिरपेक्षपणे. त्याच्या आनंदात काही आशा नव्हती आणि काही दुःखही. यातल्या कशातही इच्छा नव्हती; पण तो तिचा लवचीकपणा, तिची ताकद, दोन अविश्वासू पोलिसांशी तिने कसा सामना केला आणि तिच्या करियरला धोकादायक ठरेल, अशा अनपेक्षित संकटाला ती कशी हाताळते आहे, यामुळे सरताज प्रभावित झाला. ती झुंजत होती. हे खूपच प्रभावित करणारं होतं, खूपच. झोया मिर्झा एक समस्या सोडवणारी होती, तिने समस्या पाहिली, ती त्या पुढे झुकली आणि तिने त्यावर तोडगा शोधला. जेव्हा तुम्ही स्वतःच एक समस्या असता, तेव्हा स्वतःच्या बाबतीत सावध राहणं, हेच कधीही उत्तम असतं.

सरताज हाय-वेच्या दिशेने गेला. कांबळे ट्रक आणि संध्याकाळच्या ऑटोरिक्षाच्या गर्दीत अगोदरच दृष्टिआड झाला होता. कदाचित, त्याच्यासाठी एखादी मुलगी किंवा दोन मुली वाट पाहत असतील. तो सौंदर्याचा अगदी भोक्ता होता, जसा सरताज एकेकाळी होता. सरताजच्या मनात आलं की, जेव्हा झोया मिर्झा तुम्हाला भुरळ पाडू शकत नाही, तुमच्यामध्ये लालसा जागृत करू शकत नाही, तेव्हा नक्कीच तुमचं वय झालं आहे. म्हाताऱ्या माणसा... थकलेल्या माणसा... पण त्याला काही विशेष वाईट वाटलं नाही, उलट काहीसं निश्चिंत वाटलं. काळाने त्याला द्यायचे आघात दिले होते, खाली पाडलं होतं; पण त्याला असं मोडकळीला आलेल्याची भावना आवडली. त्यात शांतता होती. तो हाय-वेला लागला आणि संध्याकाळच्या संधिप्रकाशात गाणं गुणगुणू लागला, 'वहां कौन है तेरा मुसाफिर, जायेगा कहां?'

स्टेशनला पोहोचल्यावर सरताज अगदी शांतपणे कोर्टाच्या कागदपत्रांवर काम करत होता; फोन कॉल आणि रिपोर्ट्सवरही. अकरा वाजून गेल्यावर कमला पांडेने फोन केला. तिला आता ब्लॅकमेलरकडून फोन आलेले नव्हते; पण तरीही तिला सरताजने काय प्रगती केली आहे हे जाणून घ्यायचं होतं.

''आम्ही त्यावर काम करतो आहे मॅडम. डोंट वरी,'' तो म्हणाला.

''पण तुम्ही काय करत आहात?''

''आम्ही त्यातले दुवे शोधतो आहोत. काही तपासाचा माग काढतो आहोत. आम्ही आमचे खबरे लावले आहेत,'' सरताज दरोड्याच्या केसचा फॉर्म भरता भरता अगदी हळुवारपणे म्हणाला. ही अगदी ठरलेली वाक्यं होती आणि ही त्याने आजवर हजार वेळा तरी म्हटली असतील; पण कमला पांडेचं काय यावरून समाधान झालेलं वाटलं नाही. मागे काहीतरी कुजबुज ऐकू आली; पण आता ती परत सरताजला म्हणाली, ''पण कोण? तुम्हाला काही छडा लागला का?''

''छडा?'' सरताज आता मागे टेकून बसला. ''तुम्ही कोणाशी बोलताय?''

''कुठे?''

''तुम्ही कोणाशी तरी बोलताय मॅडम. कोण आहे ते? तुम्ही लोकांना या केसबद्दल सांगता कामा नये.''

''मी या केसबद्दल कोणाला नाही सांगत आहे. मी फ्रेंड्स बरोबर एका रेस्टॉरंटमध्ये आहे, त्यांच्यातील एक बाहेर आली आणि मला काहीतरी विचारलं. ती गेली आता. तुम्ही आता मला तुमचा तपशील सांगू शकता.''

''मॅडम, मी चालू तपासातले तपशील तुम्हाला सांगू शकत नाही,'' सरताज अगदी तिखटपणे म्हणाला. ''खात्री बाळगा की, आम्ही खूप कठोर मेहनत घेत आहोत. उलट मी आत्ता तुमच्याच केसवर काम करतो आहे,'' हे अगदीच काही खरं नव्हतं; पण त्याला नक्कीच त्या मॅटरवर काही तास खर्चावे लागले होते. तो खरंच दमला होता, त्यामुळे त्याची चिडचिड होत होती.

रिसिव्हरवर पुन्हा काहीतरी कुजबुज होती; पण कमला पांडेला आता अजून खेचायच नव्हतं म्हणून ती म्हणाली, ''सॉरी, मी जरा नर्व्हस आहे.''

''नर्व्हस असायचं काही कारण नाही,'' सरताज म्हणाला. ''मला काही कळता क्षणी मी तुम्हाला फोन करून सांगेन. मॅडम, मला तुमचा एक फोटो लागेल, ज्यांनी पैशाची देवाण घेवाण पाहिली आहे, अशा साक्षीदाराला दाखवायला. काळजी करू नका. तो अगदी गुप्त राहील. मी कोणालाही तुम्ही कोण हे सांगणार नाही. तुम्ही शक्य असेल, तर माझ्या घरच्या पत्त्यावर लगेच कुरियर करा, आज शक्य असेल, तर आज नाही तर जास्तीत जास्त उद्या.'' कमला पांडे थोडी संकोचत आहे, असं वाटलं; पण सरताज ठाम होता. त्याने तिला त्याचा पत्ता दिला, फोन ठेवला आणि तो त्याच्या हातातल्या फॉर्मकडे वळला.

जेव्हा कमला पांडेच्या फोनबद्दल सरताजने कांबळेला सांगितलं, तेव्हा त्याला विश्वास बसला नाही. ते साडेबाराला झोया मिर्झाच्या लोखंडवालामधल्या घरासमोरच्या रस्त्यावर ठरल्याप्रमाणे भेटले होते. झोयाच्या अपार्टमेंटमध्ये वर जाण्यापूर्वी कांबळेने झटकन एक बिअर प्यायली. ते सकाळी गेले त्यानंतर तो एकाच वेळी दोन केसवर काम करत होता आणि त्यामुळे खूप दमला होता. पुन्हा काम करायला जाण्याआधी एक बिअर हवीच, असा त्याने आग्रह केला म्हणून ते झोयाच्या गेट बाहेर असलेल्या रस्त्याच्या बुटक्या बाउंड्री वॉलला टेकून बसले होते आणि अंधारात फक्त दोन मित्र थोडा आराम करत होते. ''म्हणजे ही फॅन्सी कुत्री सगळ्या गावभर रेस्टॉरंट आणि बारमध्ये हिंडत फिरत आहे,'' कांबळे कमला पांडेविषयी म्हणाला. ''शंका नाही की, ती लवकरच एक नवीन माशूक शोधेल. ते सगळेच तसले आहेत, श्रीमंत आणि फास्ट लोक. ते हे फ्रीमध्ये देत फिरतात. एकदा द्यायला लागले की, तुला माहीत आहे, तुम्ही थांबू शकत नाही.''

''मला वाटतं की, तिचं उमेशवर प्रेम आहे.''

कांबळेने एक मोठा घोट घेतला. ''तिचं त्याच्यावर प्रेम आहे, मग काय?''

''तुम्ही ज्यांच्या प्रेमात पडता, ते नेहमीच तुम्हाला आवडतील असं नाही.''

''हे खरं आहे हं, खरं आहे.'' कांबळेच्या रुंद जबड्यावर चांदणं पडलं होतं आणि ज्या पामच्या झाडाखाली ते बसले होते त्याची सावलीही. ''ती एक मुलगी होती, एक दोन वेळा मला वाटलं की, ती माझ्या हातून मरणारच होती.''

''डान्सर मुलींच्या पैकी?''

''हो, ती डान्सर होती, मूळची रायबरेलीची होती. तिने माझा सत्यानाशच केला होता. मी एखाद्या वेड्याप्रमाणे होतो. तुला सांगतो, ती एखाद्या देवीसारखी निरागस दिसायची. गाल एकदम ताज्या मलईसारखे.''

''मग तू तिला मारलं नाहीस?''

''नाही, तिला सोडून दिलं आणि तेही तिने सात महिने माझ्या कमाईचा एकेक रुपया खर्च केल्यानंतर. ती आणि तिची भेंचोद फॅमिली. ते माझे पैसे काढून घेण्यात पटाईत होते. यातल्या काही मुलींच्या तर असे पैसे कमवायचं कसब रक्तातच असतं. जशी ही झोया. मी चेक केलं, तिचं घर ज्या फ्लोअरवर आहे तिथल्या घराची किंमत एक करोड ऐंशी लाख आहे.''

''त्यातला थोडा गायतोंडेचा पैसा असेल.''

''अर्थातच, पण तरीही... एक-ऐंशी. ती फिल्म्समध्ये किती वर्षं आहे... तीन-चार वर्षं? हे लोक भारी असतात.''

''कोण लोक? ॲक्टर्स?''

''अरे... नाही बॉस, मुसलमान लोक. मुघल शासन तर गेलं आहे. पाकिस्तान त्यांच्यासाठी बनवलाय; पण ते इथेच राजासारखे राहतात.''

''कांबळे, साल्या तू इतक्यात बंगाली बुरामध्ये गेला आहेस का? किंवा बेहरामपाडा? ते गरीब गांडू लोक महालात नाही राहत.''

''ते इथे राहतात ना? आणि ते रोज अजून अजून जमीन घेत आहेत, त्यांची लोकसंख्या वाढतच राहते. सिनेमात बघ, किती खान आहेत ते, सगळे एकदम टॉपचे हिरो.''

''कारण, हे खान लोक दिसायला देखणे आहेत? सगळे चांगेल अभिनेते आहेत?''

''हो, बाबा, ते दिसायला देखणे आहेत. ही झोया खरी चाबी आहे.''

''आणि तुझी मुसलमान गर्लफ्रेंड?''

''ती, एकदम फटाकडी होती. हो. मी असं नाही म्हणत की, ते दिसायला चांगले नाहीत किंवा ते चांगले लोक असू शकत नाहीत. मला तुझा मित्र माजिद खान माहीत आहे. तो चांगला माणूस आहे; पण तू समजून घे, लोक म्हणून...''

''काय?''

''ते कोणाबरोबर शांततेत राहू शकत नाहीत. ते खूपच आक्रमक असतात आणि खूप धोकादायक. सरदार म्हणून तू त्यांच्याशी मऊ वागतोस.''

सरताज दमला होता. आता खूप उशीर झाला होता आणि तो सकाळी सहापासून उठलेला होता. त्याने हे वादविवाद पूर्ण आयुष्यभर ऐकले होते. ''मला वाटतं की, तू वेडा आहेस आणि स्वतः खूप आक्रमक आहेस,'' तो म्हणाला. ''आणि मी सगळ्यांशीच मऊ वागतो.''

''पोलीसवाला म्हणून खूपच मऊ,'' कांबळे त्याच्या बोलण्याशी आनंदाने सहमत झाला. त्याने बाटली तोंडाला लावून रिकामी केली आणि नंतर झुडपात फेकून दिली. ''आता मी झोयाकडे जायला एकदम फिट आहे.''

ते रस्ता ओलांडून गेले आणि नंतर हेवनहिलच्या काळ्या सोनेरी गेटच्या आत गेले. वॉचमन त्यांच्या येण्याच्या अपेक्षेतच होता आणि त्याने त्यांना हात केला. ती इमारत हलक्या गुलाबी रंगाची तीसएक मजली होती आणि आजूबाजूच्या बंगल्यांच्या मध्ये उठून दिसत होती. हेवनहिल नव्यानेच बांधलेली होती, अगदी त्या बंगल्यांपेक्षा नवीन असावी, जे गेल्या दहा वर्षांत उभे राहिलेले होते. चढती करियर असलेल्या एका फिल्मस्टारसाठी हेवनहिल राहण्यासाठी एकदम योग्य जागा होती; गुहेसारखी इटालियन मार्बल लॉबी आणि चकचकीत स्टीलच्या लिफ्ट्स. सरताज आणि कांबळे अत्याधुनिक तंत्रज्ञानाच्या मदतीने झूमकन वर गेले आणि जसे ते लिफ्टमधून बाहेर पडले, तसं त्यांना एका बाईचा सुमधुर आवाज आला की, हा छत्तीसावा मजला होता. झोयाच्या घराचं दार अगदी साधं होतं, फक्त प्लेन काळा लाकडी दरवाजा आणि पुढे काळे ग्रील; पण आत ड्रॉइंग रूम खूपच मोठी होती. दोन मोठे झुंबर दोन वेगळ्या सीटिंग एरियावर टांगलेले होते आणि एका लांब चकचकीत डायनिंग टेबल होतं, ज्यावर पांढरी फुलं ठेवलेली होती. ज्या वृद्ध माणसाने त्यांना आत घेतलं, त्याने तो झोयाचा बाप, काका का अन्य कोणी हे सांगितलं नाही. त्याने त्यांना एका पांढऱ्या सोफ्यावर बसायला सांगितलं आणि तो गायब झाला. खोलीचे तलम जाळीदार पडदेसुद्धा पांढरे होते. झोयाची आवडती रंगसंगती पांढरी असावी, असं वाटलं.

ती आली. ती अनवाणीच होती; पण आता ती अजिबात जंगली राजकुमारी दिसत नव्हती. तिने आता एक सैल, स्वच्छ पांढरा टॉप घातला होता आणि पांढरीच झुळझुळीत पँट. तिचे केस आता मागे बांधलेले होते. चेहऱ्यावर अजिबात मेकअपचा लवलेशही नव्हता, तरीही ती खूप सुंदर, रुबाबदार दिसत होती, याशिवाय दुसरा शब्दच नव्हता. सरताजला कांबळेला टेन्शन आल्याचं जाणवलं. जेव्हाही तुम्ही एखाद्या लोकांच्या गटाबाबत विचार करत असता, तेव्हा तुम्ही त्यांच्या अशा वैयक्तिक प्रभावापासून वाचू शकत नाही. विशेषकरून जर तुम्ही तरुण असाल, गर्विष्ठ असाल आणि तुमच्यात पुरुषी अहंकार असेल.

''या,'' ती म्हणाली. तिने त्यांना अजून एका पांढऱ्या खोलीत नेलं. या खोलीच्या दोन भिंती काचेच्या होत्या ज्या छतापासून जमिनीपर्यंत काचेच्याच होत्या. सरताज एका अत्यंत आरामदायी स्टीलच्या खुर्चीत बसला. त्याला असं वाटलं की, तो खाली चमकणाऱ्या दिव्यांच्या आणि दूर दिसणाऱ्या समुद्राच्या खूप वर तरंगतो आहे. कांबळे खूपच शांत आणि नरम पडला होता. सरताजने विचार केला, 'हो, साला हे आहे श्रीमंती आयुष्य!' एक नोकर ट्रेमध्ये पाण्याचे ग्लास घेऊन आली. ती एक तरुण बाई होती आणि नंतर दरवाजा बंद झाला. झोया बसली. अगदी व्यवस्थित, संतुलित आणि तेजस्वी अशी. ती म्हणाली, ''मला वाटतं, काही व्हिडिओटेप नाहीये.''

सरताजने स्वतःला अगदी शांत ठेवलं. त्याने नजर तिच्यावरच ठेवली; पण त्याला कांबळेची चलबिचल झाल्याचं जाणवलं. ''ऐका,'' तो म्हणाला, या वेळी तो अत्यंत कठोरपणे म्हणाला, ''तुम्हाला काय वाटतं की, आम्ही तुम्हाला मूर्ख बनवतो आहे?''

झोयाला काही फरक पडला नाही. तिने तिच्या झुळझुळीत पँटचा फॉलसारखा केला. ''नाही, मला वाटतं की, तुम्ही खूप गंभीर आहात; पण मी यावर विचार केला. जर तुमच्याकडे टेप असती, तर तुम्ही त्यातली थोडी का होईना मला दाखवली असती, किमान फोटो. त्याने आमच्या व्हिडिओटेप्स वगैरे बनवण्यामध्ये कधी इंटरेस्ट दाखवला नाही. त्याला काय आवडायचं ते मला माहीत आहे. तो माझ्याबरोबर कधी लाजला नाही, त्याला जर टेप

करायची असती, तर त्याने तसं सांगितलं असतं. त्याने ती छुप्या कॅमेराने केली नसती, त्यामुळे कोणतीही व्हिडिओटेप नाही आहे. हं, आता तुम्ही करत नसाल तर. तुम्ही करताय का?''

''नाही,'' सरताजने उजवीकडे कांबळेच्या दिशेने बघत म्हटलं. कांबळे थक्क झाला होता. झोया मिर्झामुळे अखेर तो प्रभावित झालेला होता.

''छुपे कॅमेरे नाहीत?'' झोयाने विचारलं. ''तेहलका स्टाइल? तुम्हाला माहीत आहे, तुम्ही मला सांगितलं पाहिजे.''

''नाही, आम्ही काहीही रेकॉर्डिंग करत नाही आहे,'' सरताज म्हणाला. ''तुम्ही करताय का?''

ती हसली आणि ते हसू खरं होतं, अगदी मनमोकळ आनंदाचं. ''मी अशी वेडी नाही आहे. मला तुमचं आधी आश्चर्य वाटलं होतं. मी आधी त्या माणसाशी कनेक्शन असल्याचं मान्य करून चूक केली आहे; पण यातलं काहीही मला माझ्यापर्यंत यायला नको आहे आणि मला तुमच्याशीही वैर घ्यायचं नाही. तुम्हाला काय हवं आहे? पैसा? किती?''

शेवटी कांबळे बोलला. ''नाही मॅडम,'' तो अगदी मऊपणे म्हणाला. ''आम्हाला पैसे नको आहेत. फक्त माहिती हवी आहे. गँग्सच्या तपासासाठी. त्याचा तुमच्याशी काहीही संबंध नाही.''

सरताजने विचार केला, स्मार्ट आहे. शांतता कधीही युद्धापेक्षा चांगलीच असते. जेव्हा तुमचा विरोधी पक्ष अनपेक्षित साधनं समोर आणतो. ''मॅडम, आम्ही तुम्हाला कोणत्याही अडचणीच्या परिस्थितीत टाकू इच्छित नाही; पण आमचा जो प्रॉब्लेम आहे, त्यात तुमची मदत हवी आहे.''

तिच्या डोळ्यांत आता एक हलकी अपराधीपणाची झाक दिसली. ''इतकंही नम्र होऊ नका. तुम्ही अजूनही पोलीसवालेच आहात आणि माझ्याकडे कोणताही पर्याय नाही. जर मी तुमच्याशी बोलले, तर तुमच्याकडे जे काही मटेरियल आहे, ते मला द्याल?''

''हो.''

''आणखी अजून काही नाहीये?''

''नाही.''

तिचा त्यांच्यावर विश्वास बसला नाही आणि तिला ते त्यांना जाणवून द्यायचं होतं; पण ती आता बोलायला तयार होती. तिने पोटावर हातांची घडी घातली आणि मागे टेकून बसली. ''तुम्हाला काय हवं आहे?''

''तुम्ही गणेश गायतोंडेला कधी भेटलात आणि कशा?''

''खूप अगोदर. आठ किंवा नऊ वर्षं आधी. एका मैत्रिणीच्या माध्यमातून.''

''कोणती मैत्रीण?''

''तुम्हाला माहीत नाही?''

''मला कदाचित माहीत असेल. मला तुमच्याकडून ऐकायचं आहे.''

पुढे बोलण्याआधी तिने त्याच्याकडे एक थंड कटाक्ष टाकला आणि म्हणाली, ''जोजो.''

''ठीक आहे. मग तुमच्या गायतोंडेबरोबरच्या संबंधांचं स्वरूप काय होतं?'' सरताजने विचारलं.

तिला हा मूर्खपणाचा प्रश्न होता, असं स्पष्टपणे वाटलं; पण तिला लक्षात आलं की, अगदी सहज असलेली उत्तरंदेखील तिने द्यायची अपेक्षा आहे. ''त्याने मला आधार दिला. मी मुंबईमध्ये एकटी होते.''

''जोजोचा त्यात कट होता?''

''त्यांची आपसात समजूत होती. त्याने मला जे काही दिलं, ते माझ्यात आणि त्याच्यात होतं.''

''तुम्ही त्याला कशा भेटलात? कुठे? किती वेळा?''

झोयाची स्मृती अगदी तंतोतंत होती आणि आता तिने चांगला रिपोर्ट दिला : सुरुवातीला ती त्याला महिन्यातून एकदा भेटत होती, नेहमी सिंगापूरमध्ये. ती नेहमी त्याच हॉटेलमध्ये राहत होती. हॉटेलच्या गॅरेजमध्ये जाण्याचा संकेत म्हणून तिला रात्री उशिरा एक फोनकॉल येत असे. तो आला की, ती जात असे आणि तिथे एक लिमोझिन तिची वाट बघत असे. तिने नेहमी गायतोंडेबरोबर त्याच्या एका सहकाऱ्याचा, अरविंदचा फ्लॅट तिथे वेळ घालवला. तिथे फक्त अरविंदची बायको सुहासिनी होती. अन्य कोणी नव्हतं. अगदी नोकरही नव्हते. ती गायतोंडेला कधीही मुंबईमध्ये भेटली नाही किंवा भारतात इतरत्र कुठेही नाही. फ्लॅट खूप मोठा होता. गायतोंडे आणि ती नेहमी वरच्या भागात पेंटहाउसमध्ये राहिले. गायतोंडेच्या सहकाऱ्यांपैकी ती अरविंद, जोजो यांनाच ओळखते. ती मिस इंडिया झाल्यावर, ती खूप बिझी झाली आणि नंतर त्यांच्या भेटींची वारंवारता कमी झाली; पण ती त्यानंतरही त्याला काही वेळा भेटली. जेव्हा तिने तिची पहिली फिल्म केली, त्या वेळी ते अनेकदा फोनवर बोलत असत. त्यांनी त्यांचे संबंध कधी तोडले नाहीत, त्यांच्यात काही भांडण नव्हतं किंवा वादविवाद नव्हते; पण हळूहळू काहीतरी संपुष्टात यावं असं काहीसं होतं. शेवटी शेवटी गायतोंडे खूप बिझी होता. नंतर अचानक गायबच झाला होता. जोवर तो मुंबईत मृत आढळला, तेही मृत जोजोसोबत. बास तितकंच.

सरताजने तिला गायतोंडेच्या मार्फत ती ज्या ज्या लोकांना भेटली, त्याची आठवण करून दिली आणि तिला खात्री होती की, त्यात फक्त – जोजो, अरविंद आणि सुहासिनी यांचा समावेश होता. तिने कधीही लिमोझिनच्या ड्रायव्हरलासुद्धा पाहिलं नव्हतं. गायतोंडेने नेहमी काळजी घेतली की, तिला नेण्या-आणण्याचं काम अगदी सुरळीत, बरोबर वेळच्या वेळी होईल. ''आम्हाला ते खासगी ठेवायचं होतं,'' झोया म्हणाली. ''आणि तो सुरक्षेच्या बाबतीत फार चांगला होता.''

''तो कशाबद्दल बोलायचा? त्याने कधीतरी काहीतरी नावांचा उल्लेख केला असेल.''

''तो माझ्याशी कधी बोलला नाही.''

''ते कसं शक्य आहे? तुम्ही इतका वेळ एकत्र घालवलात. तुम्ही त्याची सिक्रेट गर्लफ्रेंड होतात. त्यांना तुम्ही आवडायचात. तो तुम्हाला काय म्हणाला?''

''मी तुम्हाला सांगितलं की, जास्त काही नाही. मी बहुतेक वेळा बोललेच नाही. पहिल्यांदा मी काहीच बोलायचे नाही. कारण, मला त्याची भीती वाटायची. नंतर मला जाणवलं की, त्याला मी शांत असलेली, गप्प असलेली आवडते. त्याला तसंच आवडायचं म्हणून मी गप्प बसायचे.''

''मग तुम्ही ऐकलं खूप असेल. तो कशाबद्दल बोलायचा?''

''माझ्याशी? विशेष नाही. मेकअप, माझं करियर, फिल्म आणि फिल्म बिझनेस. मी पुढे काय करायला हवं.'' ती तिच्या हातांकडे खाली पाहत होती आणि मागून येणाऱ्या उजेडात तिच्या चेहऱ्यावर सोनेरी मुखवटा असल्यासारखा वाटत होता. ''त्याला वाटायचं की, त्याला सगळं माहीत होतं. मी फक्त खूपदा 'हो' म्हणायचे आणि मान डोलवायचे.''

''हा गायतोंडे कसा होता?''

''तुम्हाला काय अपेक्षित आहे? तो गणेश गायतोंडे होता. तो अगदी त्याच्याप्रमाणेच होता.''

''मॅडम; पण तुम्ही त्याला ओळखत होतात. खरंच. तुम्हाला थोडं तरी काही माहीत असेल जे इतरांना माहीत नाही. काही तपशील.''

''तो एकटा असला, तरी तो गणेश गायतोंडे असल्यासारखा वागायचा. मला वाटतं, जेव्हा तो माझ्यासोबत एकटा असायचा, तेव्हाही तो तसाच वागायचा, जसा तो त्याच्या मुलांच्या बरोबर त्याच्या दरबारात वागायचा. तो आवाज, असं बसणं.'' ती खुर्चीत थोडीशी पुढे सरकली, खांदे थोडे वर आले आणि सरताजकडे हात थोडा आक्रमकपणे वर करून दाखवला, जणू काही तिला त्याच्या गोट्या दाबायच्या होत्या. ''ए सरदारजी, तुला काय वाटतं की, तू माझ्या बोटीवर येशील आणि मला धक्का मारशील, शाणे? तुला माहीत आहे मी कोण आहे? मी गणेश गायतोंडे आहे.''

सरताजच्या नावाच्या उच्चाराबरोबरच सरताज आणि कांबळे हसत सुटले. तिने त्याचा आवाज अगदी तंतोतंत काढला होता. सरताजने तो आवाज खूप पूर्वी एका दुपारी ऐकला होता, स्वतःला महत्त्व देणारा, अगदी त्या स्पीकरवरसुद्धा. ''मॅडम, तुम्ही फारच छान केलंत,'' सरताज म्हणाला.

झोयाने किंचित मान झुकवून त्याने केलेलं कौतुक स्वीकारलं. जरी ती अजूनही गणेश गायतोंडेच होती. ''अरे, बंटी! मादरचोद! तू मुंबईत बसून सगळी मलई खाऊन जाडा होतो आहेस आणि जे काम करायला एक आठवडा लागायला हवा त्यासाठी सहा महिने लावतो आहेस. किलाचंदकडून या आठवड्यात जो खोका येणार होता, त्याचं काय झालं?''

सरताजने तिच्याकडे पाहून कौतुकाचं हास्य दिलं. ''मॅडम, तर मुंबईत तुम्ही बंटीशी बोलायचात?''

''खूपदा.''

''तुम्हाला काही तपशील आठवत आहेत का?''

''कशाचे?''

''ते कशाबद्दल बोलत वगैरे?''

''नाही. मी कधी काही ऐकायचा प्रयत्न नाही केला. त्याचं नेहमी खोका, पेटी आणि याला भेट, त्याला कॉल कर हेच असायचं. बहुतेक वेळा ते त्यांचा बिझनेस अरविंदच्या फ्लॅटवर किंवा खाली करत; पण रात्री जेव्हा मी झोपलेली असायचे, तेव्हा कधी कधी गायतोंडे उठून बाल्कनीत बसून फोनवर बोलत असायचा. मी थोडंफार ऐकलं, इकडेतिकडे; पण बहुतेक वेळा ते बोअरिंग असायचं. मला तपशील आठवत नाहीत. मी असं दाखवायचे की, मी खूप झोपते; पण मी फक्त डोळे मिटून पडायचे आणि माझ्या करियरबद्दल विचार करायचे. तो त्याच्या फोनवर बोलत असायचा तेव्हा.''

गायतोंडे नक्कीच खून, हिंसाचार आणि अपहरण याची योजना करत असणार; पण एका सुंदर तरुणीसाठी जी तिच्या स्टारडमच्या कल्पना करत होती, तिला हे सगळ बोअरिंगच वाटणार. सरताज तिला बरं वाटावं, असं हसला. ''म्हणजे तो बंटीशी बोलत असावा आणि कोण? प्लीज विचार करा, आम्हाला कशाचीही मदत होऊ शकते. कोणत्याही नावाची.''

झोया सरसावून बसली. आता ती गायतोंडेच्या रूपातून बाहेर आली. तिने एक हात हनुवटीवर ठेवून विचार करत असल्याची पोझ घेतली. ''मला खरंच काही आठवत नाही. त्याच्याकडे तीन-चार फोन होते. त्यातला एक बंटीसाठी होता. एक कुमार म्हणून कोणीतरी वेगळ्या फोनवर, कुमार साहेब किंवा मिस्टर कुमार.''

''फारच छान मॅडम,'' सरताज म्हणाला. कांबळे एका छोट्या नोट पॅडवर लिहीत होता. ''हे खूपच चांगलं आहे. मिस्टर कुमार.''

''मला वाटतं, इतर लोक मुंबईमध्ये होते, नाशिकमध्ये होते. अर्थातच तो जोजोशी खूपदा बोलायचा. कधी कधी त्याने मलाही तिच्याशी 'हाय, हॅलो' करवून दिलं होतं. नंतर कोणीतरी लंडनमध्ये, कोणी त्रिवेदीजी का कोणीतरी होतं आणि मग एक फोन त्यांच्या गुरूसाठी होता.''

''गायतोंडेला गुरू होता?''

''हो, तो जोजो इतकंच त्याच्या गुरूशीही बोलायचा, असं मला वाटतं.''

''हा गुरू कोण होता?''

''मला माहीत नाही. तो त्यांना गुरुजी म्हणायचा.''

''हा गुरू कुठून फोन करायचा?''

''मला माहीत नाही. मला वाटतं, कुठूनही. मला आठवतंय, एकदा गायतोंडे त्यांना डिस्नीलँडला जायला सांगत होता.''

''डिस्नीलँड?''

''डिस्नीलँड, डिस्नी वर्ल्ड. यातलं काहीतरी आणि अजून एकदा हे गुरुजी जर्मनीमध्ये होते.''

''ते कशाबद्दल बोलायचे?''

''आध्यात्मिक गोष्टींबद्दल. भूतकाळ, भविष्यकाळ, देव वगैरे. मला वाटतं की, गायतोंडे या गुरूंचा शगुन, मुहूर्त यांबाबत आणि कधी प्रोजेक्ट सुरू करायचा, तसंलच काहीतरी याबाबत सल्ला घ्यायचा.''

अच्छा, तर गायतोंडेला गुरू होता. तो त्याचा दयाळूपणा आणि चार तास पूजा करणं, मंदिरांना आणि धार्मिक उत्सवांना देणग्या देणं यांबद्दल प्रसिद्ध होता, त्यामुळे त्याचा कोणी गुरू होता, हे ठीक वाटलं, त्यात तथ्य वाटलं. अर्थातच त्याचा गुरू होता.

सरताजने झोयाला पुन्हा सुरुवातीकडे नेत तिची जोजो बरोबरची पहिली मीटिंग; नंतर गायतोंडे आणि नंतरचे त्याच्याबरोबरचे दिवस आणि रात्री, जेव्हा ती झोपल्याचं नाटक करत असे, तेव्हा तो फोन करत असे, अशा गोष्टींची उजळणी केली. सगळ्या तपशिलात सुसंगतता होती आणि तीच नावं पुन्हा समोर आली. अरविंद, सुहासिनी, बंटी. असं स्पष्ट दिसत होतं की, झोयाने गणेश गायतोंडेशी जे कनेक्शन बनवलं होतं, ते केवळ सिंगापूरमधल्या अरविंदच्या फ्लॅटमध्ये झालेल्या भेटींमधून आणि फोनकॉल्समधून बनवलं होतं. त्याने तिला मॉडेल म्हणून

वर येण्यासाठी आर्थिक मदत केली होती आणि नंतर तिच्या पहिल्या फिल्मसाठी. जसजसा सरताजने तिचा संकोच दूर केला, तसतसा तिला तिच्या फॉरेन ट्रिप्समधून नक्की कितपत फायदा झाला, हे हळूहळू समोर आलं. तिच्या फिल्म इंडस्ट्रीमधल्या कलिग्सबद्दल बोलताना ती अतिशय मितभाषी होती; पण सरताज जसा नम्रपणे बोलत होता, तसा तो कठोरही होऊ शकत होता. ती एक लायक प्रतिस्पर्धी होती आणि त्याचा एक विक पॉइंट होता, जे म्हणजे तिचं घर आणि म्हणूनच ते पुढे-मागे जात येत होते; पण शेवटी त्याला सर्व स्टोरी ऐकून ते योग्य वाटलं. त्यांनी एकमेकांकडे पाहिलं. झोया आणि तो, दोघंही थकले होते.

''अजून काही नाही मॅडम? गणेश गायतोंडेबद्दल अजून काही?'' त्याने विचारलं.

''अजून काय आहे सांगण्यासारखं?''

''गणेश गायतोंडेबद्दल काही नाही? तो कसा होता वगैरे?''

''ग्रेट होता?'' तिने किंचित खांदे उडवले. ''तो एक बुटका माणूस होता आणि कोणीतरी मोठा हिरो असल्यासारखं वागायचा.''

आपण सगळेच असतो तसे, वाहेगुरू आमच्या गर्लफ्रेंड्सच्या जजमेंटमधून आम्हाला वाचवोत. ''ओके, थँक यू मॅडम.''

''तुमच्याकडे ते पेपर्स आहेत?''

कांबळे उभा राहिला आणि त्याने एक पाकीट पुढे केलं आणि झोयाकडे कौतुकाने बघत राहिला, जेव्हा ती त्या पाकिटातून कागद आणि फोटोग्राफ्स काढून ते चाळत होती.

''तुम्ही खरंच खूप उंच आहात,'' तो म्हणाला.

तिने सरताजला विचारलं, ''हे सगळे ओरीजनल आहेत का?''

''हे सगळे आम्हाला जोजोच्या अपार्टमेंटमध्ये सापडले आहेत, सगळे.''

हे खोटं होतं आणि ते तिलाही माहीत होतं; पण आता सरताजही उभा राहिला. त्याचं उभं राहणं सहज किंवा मऊपणाचं नव्हतं आणि आता त्याच्याकडून अजून काही मिळेल याची शक्यता नसल्याने त्याच्याशी पंगा घेण्याची ही वेळ नव्हती. झोयाने ते पाकीट समोरच्या छोट्या काचेच्या टेबलावर ठेवलं आणि तिचे हात पाठीमागे नेले. अचानक ती थकल्यासारखी आणि काहीशी मुलीसारखी वाटली. ''मी तुम्हाला काहीतरी सांगते,'' ती म्हणाली, ''मी खरंतर सहा फूट उंच नाही आहे.''

''अरे, खरंच?'' कांबळे म्हणाला. ''तुम्ही आहात. मला खात्री आहे.''

''नाही,'' ती त्यांच्या मागे मागे दरवाजातून हॉलमध्ये जात म्हणाली, ''मी खरंतर फक्त पाच फूट आणि साडेदहा इंच उंच आहे; पण जोजोने सगळ्यांना सहा फूट सांगितलं आणि त्यांनी विश्वास ठेवला. सगळ्या मीडियाने याबाबत इतका गोंधळ केला की, आता माझी त्यातून सुटका होत नाही आहे, या सहा फुटांतून.''

सरताजने पाहिलं की, कांबळे स्वतःला तिच्या खांद्याबरोबर मापून पाहत होता. कांबळे म्हणाला, ''तुम्हाला का व्हायचं असेल?''

''काही काही हिरो, तुम्हाला माहीतच आहे, त्यांना एखाद्या उंच मुलीबरोबर कास्ट व्हायचं नसतं, त्यामुळे ते लहान दिसतात.''

''नाही,'' कांबळे अगदी आग मस्तकात गेल्यासारखा म्हणाला.

सरताजला हॉलमधून पलीकडे किचनचा दरवाजा दिसत होता, ज्या म्हाताऱ्या माणसाने दरवाजा उघडला होता, तो तिथे उभा होता. तो एक चांदीची डिश पॉलिश करता करता त्यांच्याकडे बघत होता.

''खरं आहे,'' झोया म्हणाली. ''मला माहीत आहे की, मी खूप चांगले चांगले रोल यामुळेच गमावलेत. हे पुरुष घाबरतात आणि ते तरीही इंडस्ट्रीवर अधिकार गाजवतात.'' तिने तिचे खांदे वर उचलले आणि एकदम सैल सोडले.

''आपण फार दयनीय काळात राहतो,'' सरताज म्हणाला.

''खरंखुरं कलियुग,'' कांबळे म्हणाला.

झोयाला आश्चर्य वाटलं. ''तो हे सारखं म्हणायचा.''

''कोण, गायतोंडे?'' कांबळेने विचारलं.

''हो. तो आणि त्याचे गुरुजी सारखे कलियुगाबद्दल चर्चा करत असायचे. त्याबद्दल आणि जगाच्या अंताबद्दल.''

सरताजने खूप काळजीपूर्वक तो क्षण जाऊ दिला, जेणेकरून फारसा उत्सुक दिसणार नाही. ''अजून काय म्हणायचे ते याबद्दल?'' तो अगदी हळुवारपणे म्हणाला.

''मला माहीत नाही. ते त्यासाठी एक हिंदी शब्द वापरायचे, काय आहे तो? कयामतसाठी?''

''प्रलय?'' कांबळे म्हणाला.

''हा, प्रलय. ते त्याबद्दल बोलत.''

''काय म्हणत?'' कांबळेही अगदी सहजपणे बोलत होता; पण झोयाला आता जाणीव झाली की, तिच्यावर यांचं लक्ष केंद्रित झालं आहे.

''का? काय आहे ते?''

''प्लीज मॅडम,'' सरताज म्हणाला. ''आम्ही केवळ गायतोंडे काय बोलायचा किंवा करायचा यात इंटरेस्टेड आहोत. आम्हाला सांगा.''

''मला नक्की आठवत नाही. मी झोपलेली असायचे आणि हे सगळं बोअरिंग होतं. मी एवढं काही ऐकलं नाही.''

''तरीही,'' सरताज म्हणाला. ''तुम्ही काहीतरी ऐकलं आहे. प्रलयबद्दल.''

''मला माहीत नाही. मला वाटतं की, ते तो येणार आहे, असं बोलत असत.

गायतोंडे विचारायचा की, प्रलय येणार आहे का आणि मला वाटतं की, गुरुजी तो येणार आहे असं म्हणायचे. काहीतरी त्याच्या खुणा सगळीकडे असल्याबद्दल.''

''ते प्रलय कसा येणार याबद्दल बोलत... काय होत्या त्या खुणा?''

सरताजने वाट पाहिली, झोयाने मान हलवली.

''ठीक आहे मॅडम, तुमचा वेळ दिल्याबद्दल धन्यवाद,'' सरताज म्हणाला. ''आणि जर तुम्हाला अजून काही याबद्दल आठवलं किंवा इतर काही जे गणेश गायतोंडेशी संबंधित असेल, तर प्लीज मला फोन करा. ते खूप महत्त्वाचं आहे आणि जर आम्ही काही सेवा करू शकत असू, तरी फोन करा. काही प्रॉब्लेम, काहीही. आम्हाला प्लीज फोन करा.''

झोयाने त्याचं कार्ड घेतलं; पण तिला त्रास झाला असावा. ''तुम्ही का या सगळ्याबद्दल इतकी काळजी करत आहात? तुम्हाला गायतोंडेबद्दल कशाला माहीत करून घ्यायचं आहे. तो मेला आहे.''

''आम्ही फक्त गँगच्या कारवायांच्याबाबत तपास करत आहोत मॅडम. काळजी करण्याचं काही कारण नाही. तो मेला आहे, होय.''

तिच्या मेलेल्या गायतोंडेबद्दल काळजी करत तिला तिथेच सोडून ते दोघे गेले. लिफ्टमध्ये दोघंही गप्प होते. अचानक झोया मिर्झाच्या पांढऱ्या अपार्टमेंटमधल्या त्या थंड हवेतून बाहेर पडल्यावर दोघंही घामाने डबडबले होते. तिची मीडियामधली इमेज खरंच खूप चांगली होती, अफेयर्स नाहीत, स्कॅन्डल नाहीत आणि जेव्हा इतर हिरोईन तिच्याबद्दल मासिकांमध्ये कुजके बोलायच्या, तेव्हा झोयाने तिच्याबद्दल बोलणाऱ्याला कधी उत्तर दिलं नाही. सरताजच्या मनात आलं की, हे सगळं तिने गणेश गायतोंडेने तयार केलेल्या पायावर उभं होतं. गेटमध्ये गार्ड्स पेंगत होते, चंद्र आता दिसेनासा झाला होता आणि आता फक्त रस्त्यावरच्या दिव्यांची केशरी वर्तुळं उरली होती. मोटारसायकलजवळ गेल्यावर अखेर कांबळे बोलला, ''आपल्याकडे खरंच काही सत्यस्थिती नाही.''

''फक्त गायतोंडेचा एक गुरू होता, ही एकच नवीन गोष्ट आहे. दिल्लीला सांगण्यासारखं काही नाही. मी सकाळी फोन करेन.''

''काळजी करण्यासारखं काही नाही.''

''मला माहीत नव्हतं की, तू एक धार्मिक माणूस आहेस कांबळे.''

''काय?''

''ते सगळं कलियुग वगैरे...''

''तुला वाटतं की, आपण राहतो तो ते जग कलियुग नाहीतर काय आहे? सगळं वरखाली झालं आहे बॉस. बायका वरती गेल्यात, त्या इतक्या मोठ्या अपार्टमेंटमध्ये एकट्या राहतात. तिच्याकडे दोन पोलीसवाले येतात आणि ती त्यांना मध्यरात्री एकटी भेटते. तिला वडील, भाऊ कोणीही नाहीत.''

''मला वाटतं की, ती स्वतःची काळजी स्वतः घेऊ शकते.''

''तोच तर माझा पॉइंट आहे भाई आणि हो... मी आहे.''

''काय?''

''धार्मिक.''

''बुद्धिस्ट?''

''तू तसं का गृहीत धरतोस? नाही, मी हट्टी आहे. मी काहीही सोडणार नाही. मी आदर घेणार आणि इतरही जे हवं ते घेणार त्या मनुवादी हरामखोरांकडून. ते कोण आहेत? माणूस कोण आहे हे ठरवणारे? हिंदू म्हणजे कोण आहे हे ठरवणारे? भेंचोद. माझे वडील तसे आहेत. त्यासाठी आमच्या समाजातील काही लोक त्यांच्याशी भांडले.''

एकमेकांना हात करून त्यांनी निरोप घेतला आणि ते निघाले. गोरेगावमधल्या रिकाम्या रस्त्यावर गाडी भरधाव नेत असताना सरताज प्रलय या गोष्टीबद्दल विचार करत होता. त्याने कल्पना केली की, दुकानाच्या पायऱ्यांवर आणि फूटपाथवर झोपलेल्या माणसांना आगीचे लोट पोटात घेत आहेत, प्रचंड भयानक वारा इमारतींना चिरडून टाकत आहे, त्यांचा चुरा

करत आहे. ती चित्रं त्याच्या डोळ्यांसमोर टिकत नव्हती, त्याची भीती बाहेर येत होती. सगळीकडे जीवन दिसत होतं. अगदी भरपूर आणि तरीही सरताजला अंथरुणात पडून दीड तास झाला, तरी झोप येत नव्हती. तो अस्वस्थपणे अंथरुणात तळमळत होता. गायतोंडेचा गुरू होता. सरताजच्या मनात काहीतरी खुपत होतं, काहीतरी होतं, ते त्याला जाणवत होतं; पण तो तिथपर्यंत पोहोचू शकत नव्हता. त्याने थोडं पाणी प्यायलं, आळस दिला आणि डाव्या बाजूला वळला, खिडकीपासून दूर. प्रलयाचा विचार थोडा मागे पडला होता; पण तो जाताना मागे एक भोवरा सोडून गेला, ज्यात त्याला त्याच्या भूतकाळाचे तुकडे एकमेकांचा पाठलाग करताना दिसत होते. मनात एक प्रकारचं रितेपण भरून राहिलं. त्या अंधुक उजेडातून एक चेहरा त्याच्यासमोर तरळत राहिला आणि सरताज सहजपणे त्या चेहऱ्याला धरून राहिला... मेरी मस्कारेनास... आणि तो झोपेच्या अधीन झाला.

सरताजने दुसऱ्या दिवशी सकाळी लवकर दोन फोन कॉल्स केले. पहिला दिल्लीला अंजली माथुरला. अंजली माथुरने त्याचा झोया, गायतोंडेचा गुरू आणि प्रलय यांबाबतचा रिपोर्ट ऐकून घेतला. ती काही उत्साहवर्धक शब्द बोलली आणि काहीसं धन्यवादही. तिने त्याला तपास सुरू ठेवायला सांगितलं आणि फोन ठेवला. सकाळच्या कोवळ्या चकचकीत उन्हात प्रलयाची कल्पना काहीशी विचित्र वाटली आणि सरताजला संभ्रमात पडलेला गायतोंडे आणि तसाच असलेला त्याचा गुरू या दोघांचाही तिरस्कार वाटला.

सरताज त्याच्या खुर्चीत बसला आणि त्याने हाताची बोटं मोडली आणि पुढचा फोन कॉल करण्यासाठी सज्ज झाला. तो अगदी नर्व्हस असा नव्हता. त्याला मेरीला कॉल करायचा होता आणि त्याला अचानक एक मोठं अस्वल त्याच्या दीर्घ झोपेतून जागं होऊन त्या शुभ्र उन्हा बाहेर येत असल्याचा भास झाला. एकेकाळी तो खूप सभ्य आणि गोड होता. क्षणात बायकांशी फ्लर्ट करायचा आणि हुक्की आली की, त्यांना बाहेर नेण्याची त्याची क्षमता होती. आता तो त्याच्या घरी कॉफी टेबलपाशी बसला होता. मेरीशी काय बोलायचं याचं स्क्रिप्ट तयार करत. काही ओळी लिहाव्यात असा विचार आला; पण दुसऱ्या क्षणी तो म्हणाला, 'सरताज, किती लल्लू झाला आहेस तू. फोन उचल आणि बोल, त्यात काय;' पण तो ते करू शकला नाही. तो उठला, एक ग्लास पाणी पिऊन परत खाली बसला. आता त्याला मान्य करावंच लागलं की, तो जरी नर्व्हस नव्हता, तरी थोडा घाबरला होता, जसा वयाच्या तेराव्या वर्षी असे. तो कशाला घाबरला होता? शक्य संकट... नकाराचं किंवा दुःखद विश्वासघाताचं; पण चांगुलपणाचंही. तो मेरीच्या अचानक उमलणाऱ्या हसूला, तिच्या हाताच्या स्पर्शाला घाबरत होता. त्याला वाटे की, एखाद्या गुहेत राहिलेलं बरं, कोंडून घेतलेलं आणि आरामदायक असं.

'गांडू भित्रट, तुला तुझी लाज वाटली पाहिजे.' त्याने खांद्यापासून बोटापर्यंत हात झटकले, फोन उचलला आणि नंबर डायल केला. मेरीने फोन उचलला आणि त्याने तिला धाईधाईत सांगितलं की, तो उद्या म्हणजे दुसऱ्या दिवशी एका तपासासाठी खंडाळ्याला जाणार आहे आणि त्याला तिला झोया मिर्झा बरोबरच्या भेटीबद्दल सांगायचं होतं. त्याला वाटत होतं की, तिलाही खंडाळ्याला यायला आवडेल. कारण, उद्या सोमवार होता आणि त्याला माहीत होतं की, तिला सोमवारी सुट्टी असते. ते शहराच्या बाहेर पिकनिकसारखं जातील आणि तोंडी लावायला झोयाचा चटकदार विषयही असेल. जरी तो हे सगळं बोलत होता, तरी त्याला

लक्षात आलं की, तो हे सगळं खूप विस्तारून सांगत आहे. खरंतर त्याला कळत होतं की, झोयाबद्दल तिला जे सांगायचं होतं, त्यासाठी पिकनिकला जाण्याची, लाँग ड्राइव्ह आणि डोंगरातल्या कॅफेमध्ये जेवायची गरज नाही आहे. त्याने स्वतःल थांबवलं. त्याला अपेक्षित होतं की, ती 'नाही' म्हणेल किंवा तिला अजून आग्रह करावा लागेल; पण खूपच सरळपणे ती कबूल झाली. तो किती वाजता तिला पिकअप करेल, असं तिने विचारलं.

गेले दोन महिने सरताजने कार चालवली नव्हती म्हणून त्या दिवशी दुपारी, त्याने जरा गाडीवर पटकन एक हात फिरवला आणि चालू केली. मग जोवर त्याची जुनी खटारा चालते आहे, याची त्याला खात्री झाली नाही, तोवर त्याने त्याच्याच एरियात अर्धा तास कार चालवली. त्याने बाहेरून कार स्वच्छ केली. ऑइल आणि बॅटरी चेक केली आणि दुसऱ्या दिवशी सकाळी त्याला अगदी पूर्ण तयारी झाली असल्यासारखं वाटलं. ते सकाळी साडेसातला निघाले. मेरीने काळी जीन्स आणि पांढरा टी-शर्ट घातला होता. सरताजला तिचा हात बाजूच्या सीटवर असल्याची पूर्ण जाणीव होती, हात फारसा दूरही नव्हता. तिच्या केसांच्या शाम्पूचा सुवास... ते सायनमार्गे बाहेर पडले आणि लवकरची वेळ असल्याने त्यामानाने गर्दी कमी होती. देवनारला, बिल्डिंग्सची गर्दी कमी झाली आणि अचानक मोकळं आभाळ समोर आलं, भव्य आणि राखाडी रंगाचं. समोर डोंगरांची रांग दिसत होती. त्याला वाटलं की, लहानपणासारखंच पोटात गुदगुल्या होत आहेत आणि त्याला म्हणावंसं वाटलं की, 'आम्ही चाललो सुट्टीला, आम्ही चाललो सुट्टीला;' पण नाही. मेरीला तो वेडा आहे का काय असं वाटलं असतं. तो तसंही मंद हसत होता आणि मेरीने त्याच्याकडे पाहिलं. तिनेही स्मितहास्य केलं. ते समुद्राचं गढूळ पाणी मागे टाकत निघाले आणि आता ब्रिजवरून गेले. नंतर अपार्टमेंटच्या घोळक्यामधून गेले आणि नंतर सरताजने हलक्या रंगाच्या बिल्डिंग्स पुढे पाहिल्या, उंच आणि खूप नवीन आणि त्याला लक्षात आलं की, आपण आता एक्स्प्रेस-वेला आलो आहोत.

''त्या केकसारख्या दिसतात,'' मेरी म्हणाली. ''बिल्डिंग अशी दिसली पाहिजे की, त्यात कोणीतरी राहतात, केकसारखी नाही.''

''ही मॉडर्न स्टाइल आहे,'' सरताज म्हणाला. ''तुला भूक लागली आहे का? मॅक डोनाल्डला काही खायचं का?''

''नको नको, मी ठीक आहे. आपण जाऊ या.''

जेव्हा गाडी वर घाटात जात होती, तेव्हा तिने एक उसासा टाकला. सरताजला लक्षात आलं की, तिलाही तितकंच डोंगरात जायचं होतं जितकं त्याला. ''ठीक आहे.'' त्याने टोल भरला आणि ते मार्गाला लागले.

एक्स्प्रेस-वेवरचं ट्रॅफिक तसं कमी होतं आणि वाऱ्यातून रुंद रस्त्यावर गाडी चालवणं छान वाटत होतं. अनपेक्षितपणे फॉरेनसारख्या गुळगुळीत रुंद रस्त्यावर, घाटातून जाणं खटाऱ्यालाही बहुतेक ते आवडत होतं. कार किंचित थरथरत पुढे जात होती. सरताजने तिला जाऊ दिलं जसं हवं तसं.

''ही किती जुनी आहे?'' मेरीने विचारलं.

''वर्षानुवर्षं; पण ती चालते अजूनही.'' त्याने वेग कमी करून लेन बदलली. इथे लेन बदलण्यातही आनंद होता. इथे आल्यावर ड्रायव्हरसुद्धा थोडेसे सभ्य होतात आणि इथे खूप लेन्स होत्या, सगळ्या अगदी रुंद आणि परफेक्ट.

पण जेव्हा ते उताराला लागले, तेव्हा कार लेनमधून ट्रक्सच्या मागे धावत होत्या. ट्रॅफिक तरीही पुढे सरकत होतं आणि जसं ते जिथे जाम झालं होतं, तिथे पोहोचले, तेव्हा दिसलं की एका ट्रकचा मागचा भाग वाकून फाटला होता आणि त्यातून संत्री रस्त्यावर सांडून पूर आला होता. एक क्षण कारची चाकं रस्त्याला घासली आणि नंतर ते ओलांडून पुढे गेले.

''मागच्या वेळी जेव्हा मी एक्स्प्रेस-वेवर आले होते, तेव्हा मी पाच अपघात पाहिले,'' मेरी म्हणाली.

''या मूर्खांनी कधी त्याच्या आयुष्यात एक्स्प्रेस-वे पाहिला नाहीये. त्यांनी फक्त भारतीय रस्त्यावर गाड्या चालवल्या आहेत म्हणून त्यांनी मोठा रोड पाहिला की, ते उत्साहाच्या भरात खूप वेगात जातात. त्यांना कळत नाही त्याच्या गाड्या कशा हाताळायच्या. बास संपलं. खेळ खलास.''

''किमान या अपघातामुळे संपूर्ण रस्ता बंद नाही झाला.''

हेच ते. मेरी मस्कारेनास खूप आशावादी होती किंवा किमान ती निराशावादी नव्हती. सरताजला एक क्षण स्वतःला तो तिच्या शेजारी बसला होता ते खूप छान वाटलं. हो, रस्ता अजूनही सुरू होता. आता ते फारसे बोलले नाहीत; पण तरी रस्त्याच्या कडेने जाणारा उंटांचा कळप, शेताच्या बांधावरून जाणारी एक जाड मुलगी हे मेरीला दाखवताना त्याला आनंद होत होता. ते बोगद्यांमधून गेले, नंतर खूप सुरेख उन्ह पडलं होतं आणि आता इंजिनची स्मूथ घरघर होती आणि आजूबाजूने जाणाऱ्या गाड्यांचा आवाज.

कोझी नूकला ते साडेनऊ वाजता पोहोचले. नूक म्हणजे सुरुवातीला एका हाउसिंग डेव्हलपमेंटच्या कडेला पाच कॉटेजचा एक समूह होता, ज्याचं ऑफिस म्हणजे काँक्रीट आणि भडक पिंक रंगाचं एक घर होतं. आता कोझी नूकच्या दोन्ही बाजूंनी उतारावर नवनवीन घरं झाली होती, त्यामुळे ते तितकंसं कोझी उरलं नव्हतं. यात शंका नव्हती की, ते तितक्या सोयी देत होते. एका इलेक्ट्रिकल वायरने विभागणी झालेले आणि सुंदर नदीचा देखावा असलेले होते; पण आता खंडाळ्यात नवीन बांधकामं खूप मोठ्या प्रमाणावर झाली होती. कॉलेजच्या गर्लफ्रेंड्सना सरताज घेऊन यायचा तो खंडाळा आता उरलाच नव्हता, जो हिरवा स्वर्ग असे; पण आता किमान कानावर केस असलेला, टक्कल पडू लागलेला रिसेप्शनिस्ट तरी त्याच्या बोअर चेहऱ्याने आणि उद्धटपणामुळे ओळखीचा वाटत होता.

''नाव लिहा,'' काउंटरवर रजिस्टर पुढे फेकत तो खेकसला.

सरताज मेरीकडे पाहून हसला आणि त्याने सांगितलं की, तो पोलीसवाला असून, त्याला खोली नको होती. त्याला काही प्रश्न विचारायचे होते. तो रिसेप्शनिस्ट मेरीकडे पाहून गोंधळला होता. ''माझी असिस्टंट,'' सरताज म्हणाला. ''आता तुमची रजिस्टरं काढा.''

तपासासाठी अर्धा तास लागला. सरताजने सहजपणे उमेश बिंदलचं नाव शोधून काढलं, त्याने खूप मोठी सही करून त्याखाली कर्व्ह देऊन दोन टिंब दिले होते. त्या दिवशीची इतर नावं बऱ्यापैकी न वाचता येण्यासारखी होती; पण सरताजला खात्री होती, की ती बनावट होती. 'एस. खान'ने त्याचा पत्ता, 'बांद्रा, मुंबई' असा दिला होता. इतर काही माहिती दिलेली नव्हती. जर तो कॅमेरावाला माणूस असेल आणि उमेश-कमलाला त्यांच्या पाथवेवरील परीतृप्त करणाऱ्या चालीत पाहत असेल, तर त्याचा काही पत्ता लागेल असं वाटत नव्हतं. सरताजने त्या टकलूला रजिस्टर बाजूला ठेवून कॉटेजेसच्या आजूबाजूला फिरवून आणायला सांगितलं. मेरी शांतपणे त्यांच्या मागे गेली.

जेव्हा ते बाहेर येऊन कारमध्ये बसले आणि डोंगराच्या दिशेने जाऊ लागले, तेव्हा ती बोलली. ''तुम्हाला जे हवं होतं, ते तुम्ही शोधलंत का?'' त्याने एक शार्प वळण घेतल्यामुळे तिचा दंड त्याच्या दंडाला घासत होता.

त्याने मान हलवली आणि दरीच्या टोकाला एका रेस्टॉरंटमध्ये जाऊन बसेपर्यंत तो गप्प होता. दरीतून वाऱ्याचे झोत येत होते आणि सरताजला खूप छान आराम वाटला आणि भूकही लागली. ''मला काही मिळण्याची अपेक्षाच नव्हती,'' तो म्हणाला. नंतर त्याने तिला त्या तपासाबद्दल सांगितलं, त्याला एकट्याला कसा मार्ग शोधायचा होता, तो चाचपडत कसा रस्ता शोधत होता आणि अर्धवट समजलेले क्लू, पुरावा जो पुराव्याचं काम करणार नाही; पण तुम्हाला माहीत असतं की, ते सत्य असतं. ''फिल्म्समध्ये असतं, तसं नसतं,'' तो म्हणाला. ''खरं तर, अर्धा तपास हा अपघाताने होतो. जस की, झोयाचे हरवलेले फोटो आणि तुम्हाला ते नक्की काय आहेत ते समजणं.''

''म्हणून तुम्ही अशाच कोणातरी बायांवर अवलंबून राहता का गँगस्टरना अपघाताने शोधायला? हे गरीब लोकांसाठी फारसं चांगलं नाही.'' तिच्या डोळ्यांत गंमतीचे भाव दिसत होते.

''अह; पण मला अशा कोणातरी बायकांच्या बाबतीत ओपन राहावं लागतं. तुम्हाला ऐकता आलं पाहिजे, बघता आलं पाहिजे.''

''मला दिसतंय की, तुम्ही बराच वेळ बायकांना ऐकण्यात घालवताय.''

त्याला दिसलं की, ती आता त्याला चिडवत आहे; पण तरी तो विरोध करण्यापासून स्वतःला थांबवू शकला नाही. ''नाही नाही, तसं अजिबात काही नाही.''

ती खुदुखुदु हसायला लागली आणि तिचं हसणं वेगळंच होतं. त्यांनी मोठे नीर डोसे आणि तिखट सांबार खाल्लं. सरताजने त्याची डिश एकदम स्वच्छ केली आणि तो निवांत बसला. त्याला खूप समाधान वाटत होतं, जगाशी झगडा नसल्याप्रमाणे. गायतोंडे मेला होता आणि खूप दूर होता. जर बॉम्ब असेल, तर तो जड असणार आणि मुळात तो हॉरर स्टोरीचं सामान असणार. सरताजने हिरवे उतार आणि पर्वतांच्या शिखरातील अंतर याकडे नजर फिरवली आणि म्हणाला, ''शहराच्या बाहेर पडण्यात किती आनंद असतो नाही? तुम्हाला माहीत आहे, एखाद्या खेड्यात राहण्यात किती आनंद असेल. मातीशी जवळीक, स्वच्छ हवा. ताण खूप कमी असेल.''

मेरी एका बाजूला झुकून त्याचं बोलणं ऐकत होती, तिने हनुवटी एका हातावर टेकवली होती. ''तुम्ही आणि खेड्यात? हे बघण्यासारखं असेल.''

''का का? मी चांगला शेतकरी होऊ शकेन.''

तिने हळुवार मान हलवत म्हटलं, ''मी हे तुम्हाला असंच म्हणत नाही आहे. मी खेड्यात लहानाची मोठी झाले आहे आणि तरी मला परत जाववत नाही. तुम्हाला माहीत आहे, ते खरं कसं असतं?'' नंतर तिने त्याला लाल विटांनी बांधलेल्या घरात जागं होणं कसं असतं, सकाळी पोपट किती किलबिलाट करतात, अर्ध्या मिटल्या डोळ्यांनी घराच्या मागे गोठ्याच्या दिशेने धडपडत जायचं हे सांगितलं. बाथरूम म्हणजे गोठ्याला लागून एक दरवाजा नसलेलं खोपट, ज्यात भिंतीला लागून ठेवलेल्या चुलीवरच्या तांब्याच्या कळशीत पाणी भरून ठेवलेलं असे. तिथे टॉयलेट नव्हतं, शेतं होती. गोठ्याच्या मागच्या बाजूला

विहीरही होती आणि त्या पलीकडे रांगेने नारळाची झाडं आणि भाताची शेती. बाजूने समुद्राच्या दिशेने जाणारी नदी आणि मोगऱ्यांचा वास. आठ वाजता कॉफी आणि अप्पम आणि पाय दहा वाजता. शाळेतले दिवस, कोंकणी कन्नड आणि तुळूतल्या गप्पा मारत धुळीने भरलेल्या रस्त्यातून चालणं. दुपारचं जेवण, दुपारची शांतता, घरासमोरच्या लाल प्लाटफॉर्मवर जोजो बरोबर दोरीच्या उड्या. त्यांच्या आईच्या हातातली रोझरी, तासभर चालणारी प्रार्थना, मोठ्यांकडून मिळणारे आशीर्वाद, सारवलेल्या जमिनीवर बसून केलेलं जेवण, ताटावर खाली वाकून जेवणारी आई. जेव्हा कंदील विझवले जायचे, तेव्हा पूर्णपणे पसरणारा अंधार. नऊ वाजता झोपणं आणि झोप.

''वीज नाही, टीव्ही नाही, मला नाही आठवत आमच्याकडे मी चौदा किंवा पंधरा वर्षांची होईपर्यंत रेडिओ होता.''

''बरोबर आहे, ते खूप शांततामय वाटतं ऐकायला; पण मला नाही वाटत मी तिथे राहू शकलो असतो,'' सरताज म्हणाला.

''तुम्ही नसता राहू शकलात,'' मेरी म्हणाली, ''ते खेडेगाव आता तिथे नाही, परत जायला. ते आता पूर्णपणे बदलेलं आहे.''

सरताजने हात डोक्याशी नेऊन गाठीला ताण दिला आणि एक मुस्कारा सोडला. ''उशीर झालाय. मला स्टेशनला थोडं काम करायचं आहे, आपण निघू या.'' तो म्हणाला. ''बॅक टू मुंबई.''

''तुम्ही मला झोया मिर्झाबद्दल सांगितलं नाहीत. जाना रागावेल जर मी काही बातमी न घेता गेले तर.''

म्हणून मग त्याने ते परत जाताना तिला झोया मिर्झाबरोबर झालेल्या भेटीबद्दल सांगितलं. ते वेगात जात नव्हते, घाईदेखील नव्हती. शहर आता जागं होतं, नाट्यमय नाही, फक्त अपरिहार्य. विखुरलेली घरं, झोपड्या एकत्रित येऊन आता त्यांची घनदाट वस्ती झाली होती. सरताजला एका मोठ्या गुरुत्वाकर्षणात ओढले जात असल्याची भावना येत होती आणि त्याला त्याचा आनंद होता. हेच घर होतं. मेरी अगदी आरामशीर बसली होती. तिने गुडघे थोडे वर घेतले होते; पण आधी इतके सीटच्यावर येतील असे नाही.

तिच्या घरी ते एकमेकांच्या समोर उभे राहिले आणि अचानक असहज असे. सरताजचा एक हात कार वर होता आणि दुसरा अगदी असहजपणे दुसऱ्या बाजूला.

''झोया, खूप सुंदर आहे का?'' मेरीने विचारलं.

सरताजने खांदे उचलले, ''ती ठीक आहे. इतकीही सुंदर नाही.''

मेरीने त्याच्या दंडाला हात लावत म्हटलं, ''तू दाखवतोस त्यापेक्षा तू बायकांच्या बाबतीत हुशार आहेस; पण खरंच, ती खूप सुंदर आहे ना, नाही का?''

''अरे, मी तसं नाही म्हणत. ती ठीक आहे, बास. उंच वगैरे; पण फक्त ठीक आहे. तुला माहिती आहे, ती खरंतर सहा फूट उंच नाही आहे. जोजोने ते बनवलं. ती पाच दहापेक्षा थोडीशी जास्त आहे.''

''ओह,'' मेरी म्हणाली. त्या तपशिलामुळे ती फारच खूश झाली होती. ''जोजोला असल्या गोष्टी करायला आवडायचं.''

त्यांनी एकमेकांच्या पलीकडे पाहिलं आणि शांतता पसरली.

''मी निघायला हवं,'' सरताज म्हणाला.

''ओके,'' मेरी म्हणाली. ''मला... मला ड्राइव्ह आवडली.''

''हो, मलासुद्धा.''

''ओके, बाय.''

''बाय.''

तिने त्याच्या दिशेने एक पाऊल उचललं. तो एक क्षण थबकल्यासारखा झाला आणि नंतर त्याने हात पुढे केला. ती हसली आणि तिने हातात हात देऊन हलवला. सरताजच्या मनात विचार आला की, मी तिच्या गालावर चुंबन घेतलं पाहिजे; पण तोवर ती वळली होती. त्याच्यापासून लांब गेली होती. ती तिच्या घराच्या पायऱ्या चढताना तो तिला पाहत होता. मग हात हलवून बाय करून, स्वतःशीच हसत निघाला. सगळं माधुर्य कुठे गेलं, ते जुने सरताज सिंग-पवित्रे कुठे गेले? पूर्णपणे गेले, त्याला अगदी भोंदू बनवून सोडून गेले. माझं वयदेखील नीट होत नाहीये, त्याच्या मनात आलं; पण तो खूप आनंदात होता आणि स्टेशनला पोहोचेपर्यंत 'मेहेबूबा ओ मेहेबूबा' गाणं गुणगुणत गेला.

त्या रात्री अकरा वाजता अंजली माथुरने त्याला फोन केला. सरताज अजूनही स्टेशनवर काम करत होता. ''आमच्या गायतोंडेच्या फाइल्समध्ये गुरूबद्दल काहीही उल्लेख नाही आहे,'' ती म्हणाली. ''त्या बाईला त्याची खात्री होती का?''

''हो, तिने अनेक संभाषणांचा उल्लेख केला.''

''विचित्र. त्याने ते लपवून ठेवलं असावं.''

''खूपच लपवून. त्याने झोयालासुद्धा लपवून ठेवलं. त्याने बऱ्याच गोष्टी लपवून ठेवल्या असाव्यात. त्याला ते चांगलं जमत होतं.''

''हो. मी आमच्या डेटाबेसमध्ये प्रलय शब्द टाकून खूप शोधलं. मला काही सापडलं नाही म्हणून मी कयामतसाठी शोधलं. मला ते तीन वेळा सापडलं, सगळं एकाच प्रकारच्या साहित्यिक रूपात. हा एक दहशतवादी गट आहे, ज्याचं नाव हिजाबुद्दिन आहे. ते खूपच भ्रामक लोक आहेत, आम्ही त्यांच्या माणसांना कधीही पकडलेलं किंवा ठार केलेलं नाही. आम्हाला त्यांचा तळ कुठे आहे, ते कुठून काम करतात तेदेखील माहीत नाही; पण आम्हाला काश्मीर खोऱ्यात, पंजाब आणि बांगलादेशाच्या सीमेवरील उत्तर -पूर्व भागामधल्या इतर इस्लामिक गटांवर घातलेल्या धाडींमध्ये त्यांचं साहित्य सापडलं आहे. या हिजाबुद्दिनने या गटांना पैसा आणि शस्त्रास्त्र पुरवले आहेत. यापलीकडे आम्हाला त्यांच्याबद्दल काही माहीत नाही. कारगिल युद्धाच्या वेळी प्रथम ते नाव वर आलं. आता त्यांच्या साहित्यात विशेषकरून कयामतचे वचन दिलेलं आढळून येतं आणि अखेरच्या दिवसांच्या काही खुणांबद्दल बोललं गेलं आहे. ते कुराणातील संदर्भ देतात : माणसं जितकी जवळ जवळ येतात, तितकी ते काळजी घेत नाहीत आणि ते दूर जातात. आता, हे खूप इंटरेस्टिंग झालं आहे. प्रत्येक पॅम्प्लेटमध्ये विशेषकरून मुंबईचा उल्लेख आहे.''

बोलता बोलता ती काही कागद चाळते आहे, हे सरताजला आवाजावरून समजत होतं. उघड्या दरवाजातून त्याला एका बेंचचं टोक दिसत होतं, एक रिकामा हॉल आणि एका भिंतीलगत एक खुरटी बाग दिसत होती.

''इथे आहे की, ते म्हणतात, 'विश्वास न ठेवणाऱ्यांना एक मोठी आग पोटात घेईल आणि त्याची सुरुवात मुंबईमध्ये होईल.' ही ओळ थोडाफार बदल करून इतर पॅम्प्लेटमध्येही पुन्हा लिहिलेली आहे. 'मुंबईमध्ये आगीची सुरुवात होईल आणि ती पूर्ण देशभरात पसरेल;' पण नेहमी मुंबईचा उल्लेख आहे.''

सरताज आता चिडला. ''कोण हरामखोर आहेत, ज्यांना मुंबईचा इतका राग आहे? ते इतर शहरांचा उल्लेख करत नाहीत का?''

''नाही. ते फक्त भारताचा उल्लेख दर-उल-हार्ब असा करतात आणि त्याच्या येणाऱ्या विनाशाचा उल्लेख करतात. ते विनाश करण्याचा आग्रह धरतात. त्या गटाचे नाव 'हिजबुल'वरून येते, याचा अर्थ 'चे सैन्य' आणि डीन, जे मला वाटतं अखेरचा निकाल या अर्थाने वापरलं आहे. त्या शब्दाचा अर्थ धर्म किंवा वर्तणूक असाही असू शकतो; पण या केसमध्ये त्याचा संदर्भ कुराणाच्या पहिल्या प्रकरणाशी आहे म्हणून 'हिजाबुद्दिन म्हणजे शेवटच्या दिवसाचे सैन्य. काही असो, या सगळ्यामुळे एक छोटंसं कनेक्शन मिळतं आहे. मी आमचे बॉर्डर पलीकडून येणाऱ्या खोट्या चलनाचे रेकॉर्ड तपासत होते आणि मी डेटाबेसमध्ये जाऊनही तपास केला. खूप मोठ्या प्रमाणावर खोट्या चलनाचा स्रोत म्हणून पाच वेळा हिजाबुद्दिनचा उल्लेख आहे. या घटनांमधून जे नमुने मिळाले, ते कल्की सेनाकडून मिळालेल्या नमुन्याशी, जोजोच्या अपार्टमेंटमधून मिळालेल्या नमुन्यांच्या आणि गायतोंडेच्या बंकरमधून मिळालेल्या नमुन्यांसारखेच आहेत.''

आता सरताजचं डोकं ठणकायला लागलं होतं. जोजो आणि संपूर्ण विनाशाचे आश्वासन देणाऱ्या विवेकहीन जहालमतवादी लोकांमध्ये काय संबंध? गायतोंडे आणि या मुस्लीम दहशतवादी गटांमध्ये? कदाचित, त्यात काहीच कनेक्शन नाही. त्याने डोक्यावर त्याची बोटं गच्च दाबून धरली आणि तो म्हणाला, ''हे सगळं अजूनही खूप अस्पष्ट आहे.''

''मी मान्य करते. या पैशामुळे काही कनेक्शन असेल असा निष्कर्ष काढायचं काही कारण नाही. आपल्याकडे फक्त शक्यता आहेत. दोन्हीचा संबंध जोडण्यासारखं अजून तरी काही नाही. फक्त अजून काही प्रश्न बाकी आहेत. हा गुरू कोण आहे? गायतोंडेचा त्याच्याशी काय संबंध होता?''

''मी याच्यावर काम करतो.''

''हो. मी इथे बघते.''

त्यांना यावर काम करत राहावं लागणार होतं. सरताजने स्टेशनवर अजून एक तास काम केलं आणि नंतर घरी गेला. त्याने कॉफी टेबलवर पाय ठेवले आणि व्हिस्की प्यायला. आज एकच ग्लास. तोदेखील हलका. त्याला जाणीव होती की, तो अजून काम करत होता; गायतोंडे आणि जोजोबद्दल, त्या पैशाच्या थप्प्यांबद्दल विचार करत होता. मेघाला याच गोष्टीचा राग यायचा की, त्याच्यातील काम करणं थांबायचं नाही. तो चहा घेईल, नातेवाइकांच्याबद्दल बोलेल, सिनेमा बघेल आणि तरी त्याच्या आत कुठेतरी कोणत्या तरी खुनाचे तुकडे एकमेकांशी सांधायचा प्रयत्न करत असत. त्याने तिला हे अनेक वेळा सांगायचा प्रयत्न केला की, हे तो स्वतःहून करत नव्हता, त्याला जर शक्य असतं, तर त्याने ते थांबवलं असतं; पण मेघासाठी ते काहीतरी करून बिघडतच गेलं. ती प्रेरणा होती का अंतःप्रेरणा; पण त्याला माहीत होतं की, अंतःप्रेरणेने त्याला अटळ गोष्टी शिकवल्या होत्या. तो त्यावर विश्वास ठेवायला शिकला

होता. आता अंतःप्रेरणा त्याला सांगत होती की, हे सगळे तुकडे मिळून काहीतरी एकसंध तयार होणार आहे. तुम्हाला कधी कधी माहीत असतं, सत्य तुमच्या जिभेवर असतं; पण तुमच्या हातात काही पुरावा नसतो. कधी कधी तुम्ही या ज्ञानाच्या आधारावर कृती करता, पुरावा तयार केलेला असतो, काही सत्यघटक सोडून एफआरआय दाखल करतो आणि बाकीच्या गोष्टी त्यात लिहितो. काही वेळा जाणीवपूर्वक आंधळे राहून न्याय योग्य रीतीने हाताळावा लागतो.

या गायतोंडेच्या प्रकरणात काही न्याय असणार नव्हता, काही परत आणायचे नव्हते किंवा वचन पूर्ण करायचे नव्हते. काय घडलं असेल, याचं किमान अंशतः स्पष्टीकरण मिळण्याची आशा होती आणि ही सरपटणारी भीती. आता सरताजला भीती वाटत होती, तो खरंच घाबरला होता. आता तो जरा निवांत असल्याने भीतीने पुन्हा तोंड वर काढलं होतं, त्याला इंग्लिश सिनेमातील विनाश, स्पेशल इफेक्ट दिलेल्या आगीच्या लोळात गिळंकृत झालेली अख्खीच्या अख्खी शहरं यांची चित्र डोळ्यांसमोर येत होती. काम, त्याने स्वतःला बजावलं, त्यावर काम कर. तुझं काम कर म्हणून सरताजने डोळे बंद केले आणि हे माहितीचे छोटे मोठे तुकडे त्याच्या डोक्यात आणि शरीरात पाझरू दिले. त्याला कोणतीही जबरदस्ती करता आली नाही, कोणतंही उत्तर देण्याची सक्ती करता आली नाही. जर तो पुरेसा सहज असेल, निर्भीड असेल, जर त्याने त्याचं मन, हृदय आणि पोट उघडलं, तर एक आकार तयार होईल. त्याला फक्त संयम बाळगायला हवा होता.

गणेश गायतोंडेचा आत्मशोध

''बोटीवर आम्ही खूप सिनेमे बघायचो. ती बोट एकशे तीन फुटी बोट होती (त्यांना मला या बोटीला यॉट म्हणायचं असतं हे शिकवावं लागलं), ज्यात तीन डेक्स होते आणि वेगळी पुरेशी मोठी ड्रॉइंग रूम होती. त्या खोलीत मी मोठा टीव्ही लावला होता आणि मूव्ही प्लेयर्सचा एक ढीग आणि रिसिव्हर होता. त्या खोलीत आम्ही सिनेमे बघायचो, शेकडो व्हिडिओ, लेझर डिस्क्स आणि डीव्हीडीही. आम्हाला काम करायचं नव्हतं, असं नाही. मी रोज सकाळी सहाला उठायचो, व्यायाम करायचो, माझा योग करायचो, पूजा करायचो आणि साडेसातला फोनपाशी यायचो. नाश्ता करता करता मी फोन कॉल घ्यायचो. दूर अंतरावरून माझी कंपनी चालवणं ही फार अवघड गोष्ट शिकलो मी. मला अनेक गोष्टी सोडून द्यायला लागल्या, बारीक बारीक तपशिलांच्या बाबतीत चिंता करणं बंद करावं लागलं, इतरांना जबाबदारी देणं आणि त्यांना काम कसं करायचं हे न सांगणं हे सगळं शिकलो. मला देव असल्यासारखं वाटायचं. जगापासून दूर; पण वरून सर्व नियंत्रित करत असल्याप्रमाणे. साडेदहा किंवा अकरापर्यंत माझं जे काही तातडीचं काम असे ते झालेलं असे आणि थोड्या वेळाने मुंबईहून बंटीचा फोन येई. त्यात तो आदल्या दिवशीचे कलेक्शनचे आकडे आणि त्याबद्दलची खबरबात सांगत असे. दुपारी मी मुलांच्या बरोबर अगदी हलके जेवत असे आणि नंतर अर्धा तास झोप काढत असे. आम्ही कुठे आहोत, यावर अवलंबून म्हणजे कोणत्या सोयीस्कर किनाऱ्याजवळ आहोत, त्याप्रमाणे कधी कधी दुपारच्या डुलकीतून जागं करण्यासाठी मी एखादी मुलगी मागवत असे. इंडोनेशियन किंवा चायनीज किंवा थाई; पण जर मला दोनपर्यंत जाग आलेली असेल, तर माझ्यापुढे दिवस आ वासून उभा असे.

आम्ही खूप सिनेमे बघायचो. 'हम आपके है कौन' आणि 'दिलवाले दुल्हनिया ले जायेंगे', 'शोले', 'दिल तो पागल है', 'हिरो नंबर १', 'औजार', 'मदर इंडिया', 'अनारकली', 'सुजाता' आणि हजारो सिनेमे ज्यांची नावंही मला माहिती नव्हती. जसं की, 'बहु बेगम', 'अंजाम', 'हलाकू'. मला इंग्लिश सिनेमे बघायलाही आवडायचे. केवळ मुलांना आवडायचे तसे 'बँग बँग' सिनेमे नाहीत, तर ज्यात जास्त संवाद आहेत असे सिनेमे, जेणेकरून माझं इंग्लिश सुधारेल; पण मुलं असे सिनेमे बघून लवकरच बोअर होत; गावठी हरामखोर लेकाचे आणि मला कोणत्या तरी बंडल मादरचोद सिनेमासाठी विनंती करत, ज्यात त्यांना रविना टंडन झटके मारून तिची कंबर हलवताना दिसे. जणू काही ती एखादी वेडी मशीन होती म्हणून आम्ही खूप भारतीय सिनेमेही पाहत असू. अगदी पंजाबी आणि तमिळ सिनेमेसुद्धा. मुकुंद, आमच्यातला एक मुलगा तमिळ होता आणि त्याने 'नायकन' आम्हाला पूर्ण भाषांतर करून

सांगितला होता. तमिळमधला कमल हसनचा 'नायकन' हा अनेक पट चांगला होता, हे अगदी खरं आहे. 'बॉम्बे' सिनेमा तमिळमध्ये बघणं खूपच वेगळं होतं. जरी तमिळ असला तरी त्या सिनेमात दम होता. तो अगदी आपल्या आयुष्यासारखा खरा होता. आम्ही वरदराजनचं आयुष्य अगदी पूर्ण शांततेत पाहिलं, त्याच्या झोपडपट्टीमधून झालेल्या सुरुवातीपासून ते पैसा आणि प्रसिद्धी मिळाली तिथपर्यंत. जेव्हा त्याचा मुलगा मारला जातो, जेव्हा कमल हसनच्या तोंडून जो हंबरडा बाहेर पडतो, तो पाहून आम्हाला खूप दुःख झालं. जणू काही ते आम्हीच होतो. आम्हीही आमची लाडकी माणसं गमावली होती. माझ्या गालांवरून अश्रू गळत होते. आमच्या सगळ्यांच्याच.

दुसऱ्या दिवशी मी बंटीला सांगितलं की, कमल हसन आणि मनी रत्नम यांना फुलांचे गुच्छ पाठव. त्यावर नाव नको घालूस, फक्त कार्ड लिही, ''नायकन'च्या चाहत्याकडून' आणि त्या रात्री जेव्हा जोजोने मला फोन केला, तेव्हा मी तिला आम्हाला सगळ्यांना तो सिनेमा किती आवडला ते सांगितलं.

ती हसत सुटली, ''म्हणजे तुम्ही सगळे भाई लोक मिळून बसून रडत होतात?''

''कुत्ती, काय सुरेख काम केलंय आणि स्टोरी एकदम भारी आहे.''

'''नायकन'च्या दहनाचा शेवटचा सीन पाहिला का? मला खात्री आहे तुम्ही सगळ्यांनी तिथपर्यंत सिनेमा बघितला असणार आणि रडले असणार.''

''त्याच्या अंत्ययात्रेला हजारो लोक आले होते. अर्थातच मी रडलो. खूपच भावूक होतं ते.''

ती पुन्हा एकदम गप्प झाली. जेव्हा तिने स्वतःच्या भावनांवर ताबा मिळवला, ती म्हणाली, ''उफ म्हणजे तुला म्हणायचं आहे की, तू असा भावनात्मक वगैरे आहेस. काळजी करू नको, तुझ्या अंत्ययात्रेलासुद्धा हजारो लोक असतील.''

''रंडी, तू माझ्या अंत्ययात्रेची काळजी करू नकोस. जेव्हाही आणि जिथेही ते होणार आहे, ते परमात्म्याने आधीच लिहून ठेवलं आहे. ते लिहून झालं आहे; पण आपण केवळ काळाच्या भुलाव्याला भुलतो. त्याच्या आपल्या आपल्या योजना आहेत. आपण फक्त त्याच्या नाटकातले कलाकार आहोत.''

''वाह. नाटकातले कलाकार.''

''हो. आपण त्याच्या लीलेवर सतत नाचत असतो. जन्म, आयुष्य, मृत्यू, सगळ्याला एक आकार आहे, जो आपल्याला दिसत नाही.''

''गणेश गायतोंडे, आज तू काय फिलोसॉफर झाला आहेस. तू बदलला आहेस, तू सतत नशीब, कर्म यांबद्दल बोलतोस आणि असलीच काहीतरी गांडूगिरी. तुला झालंय काय?''

''काही नाही, फक्त मला विश्वाचं सत्य थोडं थोडं समजायला सुरुवात झाली आहे.'' माझ्या गुरुजींच्या बरोबरच्या संवादाची बंटी सोडून कोणालाही कल्पना नव्हती. मला माझ्या आयुष्याचे हे कप्पे खूप वेगवेगळे ठेवावे लागत होते. गुरुजींपासून जोजोचा, जोजोपासून गुरुजींचा कप्पा वेगळा, गुरुजींपासून मिस्टर कुमारचा वेगळा आणि माझे काही कप्पे सर्वांपासून वेगळे.

''चुतीया, तू एकदम तो धार्मिक हिंदू झाला आहेस.'' तिने थुंकल्यासारखा आवाज केला. जणू काही ती कोणत्यातरी घाण गोष्टीवर थुंकत होती.

''जोजो, तूसुद्धा या सगळ्या प्रश्नांचा विचार करायला हवास. तुझ्या चर्चला जा. कदाचित, तुला तिथे थोडी शांतता मिळेल.''

''गायतोंडे आता तू माझी आई व्हायला लागलास. आपण काय संमिश्र काळात जगतो नाही?''

''अगदी बरोबर म्हणूनच आध्यात्मिक शोध...''

''अरे मादरचोद, तुला मी चर्चमध्ये यासाठी जायला हवी आहे का की, कोणा घाणेरडा वास येणाऱ्या प्रीस्टने माझ्या अगदी माझ्या कानापाशी येऊन सांगावं की, मी किती वाईट बाई आहे आणि मला शिक्षा द्यावी? आणि त्याचा किंवा तुझा देव मला काय देणार? शांती? मला नको आहे शांती. मला पैसा हवा आहे, फ्लॅट हवा आहे, मला माझा बिझनेस वाढायला हवाय. तू दररोज दुपारी ज्या मुलींना ठोकतोस, त्यांना थोडी शांती का देत नाहीस रे आध्यात्मिक गुरू?''

इतकं बोलून ती तिच्या बेडवर लोळून हसायला लागली. मीही थोडं हसत होतो. नंतर ती अचानक थांबली. ''तू त्यांना आध्यात्मिक धडेही देतोस?''

''अरे, नाही.''

''गायतोंडे, मला खरं सांग.''

''साली, जर त्यांना हिंदी येतंच नाही, तर मी त्यांना आध्यात्मिक धडे कुठून देणारे?''

''आणि त्यांना तुझं टपोरी इंग्लिश समजत नसेल.''

''माझं इंग्लिश दिवसेंदिवस सुधारत आहे.''

''विषय बदलू नकोस गायतोंडे. तू काय ते मोख म्हणतोस, त्या रस्त्यावर चालायला सांगितलं आहे ना त्यांना.''

''मोक्ष.''

''तू सांगितलं आहेस?''

''नाही.''

''कम ऑन गायतोंडे. खरं काय ते सांग. इतरांना खोटं सांगितलं तरी मला खरं सांगायला हवंस तू.''

मी गप्प होतो. मी तिला माझ्याबद्दलच्या गोष्टी सांगत होतो हे पुरेसं होतं, माझ्या जाणिवा, माझी भयं, माझ्या चिंता, जे मी तर कोणालाही सांगत नव्हतो.

''गायतोंडे.''

''ठीक आहे, फक्त एकदा.''

''उद्या मिड-डेची हेडलाइन : आंतरराष्ट्रीय डॉन गणेश गायतोंडे बनतो वेश्यांचा महागुरू!'' पुढची पाच मिनिटं तिला बोलता येईना इतकी ती हसत होती. नंतर शेवटी, ती तिच्या वाक्यावर परत आली, ''बघ, मी तुला सांगितलं होतं, तुला काहीतरी झालेलं आहे.''

''ते फक्त झालं कारण... ऐक, एक थाई मुलगी होती. तिच्या पर्समध्ये बुद्धाची एक छोटीशी मूर्ती होती म्हणून मी तिच्याशी निर्वाणाच्या बाबतीत बोलायचा प्रयत्न केला. तिला निर्वाण हा शब्द कळला; पण बाकी काही नाही कळलं.''

ती आधीच खूप हसली होती म्हणून या वेळी ती फक्त एखादा मिनिट खुदखुदली असेल. नंतर ती म्हणाली, ''मी तुला जगातल्या इतर कोणाहीपेक्षा जास्त ओळखते. मान्य कर.''

''मान्य, यार.'' मी आता हसत होतो. जेव्हा ती चांगल्या मूडमध्ये असायची, तेव्हा तिच्यामुळे मलाही हलकं वाटायचं. बाकी कोणाला नसेल इतका आनंद व्हायचा. ''जर तू मला इतकं चांगलं ओळखतेस, तर ये आणि मला अजून थोडं ओळखून घे. यॉटवर सुट्टीसाठी ये.''

''गायतोंडे, पुन्हा ते सुरू करू नकोस. मी तुला माझ्याजवळ फिरकू देत नाही म्हणूनच तू मला इतकं स्वतःला ओळखू दिलंस.''

''जोजो, मी तुला हातही लावणार नाही. मी तुला वचन देतो. शप्पथ. कसम.''

''स्पर्श करणं हा भागच नाही गायतोंडे. तुला माहिती आहे, जर आपण भेटलो, तर स्पर्श करण्याचा भाग येणारच आहे आपल्यामध्ये. ठीक आहे, ते फक्त तुझ्या बाजूने नाही, तर माझ्याही बाजूने आणि त्यामुळे आपली ही यारी नष्ट होईल रे. मी तुला सांगते ना.''

''बायका आणि पुरुषांना स्पर्श करण्याचा विचार न येताही मैत्री करता येत नसते का?''

''कदाचित, काही बायका-पुरुषांना, अन्य कुठल्या तरी उपखंडावरच्या; पण तू आणि मी नाही.''

''हरामजादी, हे खरं नाहीये.''

''हे खरं आहे आणि तुला ते माहिती आहे.'' आता मी सांगू शकत होतो की, ती मंद हसत होती. ''ते तुझ्या परमात्माने लिहिलं आहे, तो त्याच्या योजनेचा भाग आहे.''

''तू माझी दररोजची डोकेदुखी आहेस. मला माहीत नाही मी तुला का फोन करतो.'' मी जरी असं म्हणालो, तरी तीदेखील सांगू शकली असती की, मी आता हसत होतो.

''आणि मी तुला इतर कोणी गर्लफ्रेंड देणार नाही, त्याहून जास्त ठोकून देते.''

''खरंय.'' प्रत्येक महिन्याला ती माझ्यासाठी मुंबईहून मुली पाठवायची. त्या मुली एखाद्या गाण्याच्या किंवा डान्स ग्रुपच्या सदस्य म्हणून परफॉर्मिंग आर्टिस्ट व्हिसावर सिंगापूर किंवा जकार्तावरून विमानाने आणल्या जायच्या. त्यांच्यातल्या बहुतेक जणी खरोखरच्या डान्सर होत्या किंवा तत्सम काही. त्यांचे शोज झाले की, त्या वेळी जिकडे माझी बोट असेल, तिकडे त्यांना आणलं जायचं. काही माझ्या मुलांसाठी असत आणि त्यातल्या उत्तम माझ्यासाठी राखीव. जोजोला आतापर्यंत माझी टेस्ट कळली होती.

''ते खरं आहे. तू अशी गर्लफ्रेंड आहेस की, जी दर महिन्याला नवीन प्रकार पाठवते. सगळ्यात उदार चावी आहेस तू,'' मी म्हणालो.

''गायतोंडे, पुरुषांच्या इतिहासातली सर्वांत परफेक्ट चावी आहे मी आणि या खास मेजवानीनंतर मी तुला पुढे असं काही पाठवणार आहे की, तू रोज तुझ्या परमात्म्याला प्रार्थना करताना माझी आठवण करशील.''

''काय मेजवानी?''

''आधी धन्यवाद तर म्हण.''

''कशासाठी?''

''मी तुझ्यासाठी जे केलंय, त्यासाठी तू मला रोज धन्यवाद द्यायला पाहिजेस; पण आता मी जे करणार आहे, त्यासाठी आज जरा विशेषकरून द्यायला हवेस.''

''मुलगी?''

''फक्त मुलगी नाही. ही... ही एकदम मस्त आहे गायतोंडे.''

''मग सांग.''

''सर्वांत पहिले म्हणजे ती कुमारिका आहे.''

''हो, हो, मुंबईतल्या प्रत्येक रंडीसारखी कुमारिका.''

''खरंच. तुला पाहिजे तर तू डॉक्टर बोलाव चेक करायला. ती लखनौमधल्या एकदम ऑर्थोडोक्स कुटुंबातली आहे.''

''जर ती इतकी ऑर्थोडोक्स आहे, तर ती तुझ्यासारखीबरोबर काय करते आहे?''

''अरे बाबा, तिला ॲक्ट्रेस व्हायचं आहे.''

''अर्थात.''

''अर्थातच. ती सहा फूट उंच आहे, गायतोंडे.''

''साली, तू मला कुतुब मिनारला पाठवते आहेस का?''

''तू मोठा भाई आहेस, तुला उंच बाईच हवी. तू त्या फॉरेनच्या मॉडेल्स पाहिल्या नाहीस का? सहा फूट काहीच नाही.''

''ती मॉडेलसारखी सुंदर आहे.''

''ती असणार.''

''गादरचोद, ती आता सुंदर नाही आहे का? आणि यासाठी तू मला धन्यवाद, धन्यवाद म्हणायला सांगते आहेस का?''

''गायतोंडे, बहुतेक पुरुष मूर्ख असतात; पण तू असायला हवास असं नाही. माझं ऐक. यावर विचार कर. ही मुलगी लखनौच्या एकदम साधारण कुटुंबातून आली आहे. वडिलांचे एक छोटेसे फॅमिली रेस्टॉरंट आहे, एक आई आहे. आजी सोबत राहते. भाऊ आहेत लहान-मोठे. आई-वडिलांनी सर्व मुलांना इंग्लिश मीडियमला घालायचं जमवलं आहे.''

''हं, मग?''

''त्या मुलीची कल्पना कर, तिच्यासाठी लखनौ म्हणजे काय जग असेल? ती फक्त मुलींच्या एका शाळेत जाते, घरी येते तर आई, आजी असतात. ती कोणा मुलांशी बोलत नाही, अगदी सहावीत असल्यापासून तिची उंची पाच फूट सहा इंच म्हणून रस्त्यातही तिची चेष्टामस्करी होते; पण ही खूपच हुशार मुलगी आहे. ती वाचन करते, बघते. हे सगळं केलं, तरीही हे आपल्यासाठी पुरेसं नाही याची तिच्या मनात खात्री झालेली आहे. लखनौ आणि अठराव्या वर्षी लग्न हे दोन्ही तिला नको आहे.''

''पूर्ण भारतभर असे तिच्यासारखे मूर्ख भरलेले आहेत. सिनेमांचा आणि टीव्हीचा वाईट प्रभाव,'' मी असं म्हटल्यावर जोजो हसू लागली आणि काही सेकंद तिचं भाषण थांबलं आणि तीही माझ्याबरोबर हसण्यात सामील झाली.

''जरा गप्प बस गायतोंडे म्हणून ती हा निर्णय घेते. ती तिच्या मनाची तयारी करते. अठराव्या वर्षी. काहीतरी करून ती घर सोडते. काहीतरी करून ती बाहेरच्या जगात

तिच्यासाठी मार्ग तयार करते आणि माझ्या दारात येऊन उभी राहते. तुला माहीत आहे का की, हिरॉईन होण्यासाठी काय करायला लागतं?''

''हो. ती हिरॉईन आहे. मी तिला मुंबईच्या मुलांची इनचार्ज म्हणून ठेवायला पाहिजे.''

''गायतोंडे, तू पुरुष आहेस शेवटी. सर्व गोष्टींच्या विरोधात जायला काय धडाडी लागते हे तुला कळणार नाही. एक स्त्री असणं आणि विरोधात उभं राहून इथवर येणं... तुम्ही जगू शकता, स्वप्नं बघू शकता, यासाठी खूप धाडस लागतं.''

''ठीक आहे, तर झाशीची राणी आहे. मग?''

''मग हे समजून घे. या मुलीला सगळं हवं आहे आणि तिच्यात ती ताकद आणि धाडस आहे ते सगळं मिळवण्याची. ती आता वाईट अजिबात दिसत नाहीये; पण तिची इच्छा आहे, त्यामुळे ती सुंदर दिसेल. तिला एक मॉडेल व्हायचं आहे, ॲक्ट्रेस व्हायचं आहे आणि ती होईल. मी तुला सांगते. मी अपयशी झाले, मी ते करू शकले नाही; पण ती करेल.''

''तुला इतकी कशी खात्री आहे?''

''मला खात्री आहे. कारण, तिच्यामुळे मला तुझी आठवण होते.''

''हरामजादी, एका बाईमुळे तुला माझी आठवण येते?''

''गायतोंडे, ही कॉम्प्लिमेंट आहे. मी काय म्हणते आहे ते तुला कळेल. तिच्यामुळे तुझी आठवण होते. कारण, ती पण थोडीशी भीतिदायक आहे.''

''मला वाटलं तुला कशाचीच भीती वाटत नाही, माझीही नाही.''

''अरे, मला तुझी नाही भीती वाटत. तुला माहिती आहे ते चुतीया. मला काय म्हणायचं आहे की, ती इतकी मोठी आहे आणि एका पॉइंटला ती रामायण सिरीयलमधल्या त्या राक्षस बायकांसारखी वाटते. तूच एकटा आहेस, जो तिला हाताळू शकतोस. मी तुला ही कॉम्प्लिमेंट देते आहे.''

''तुला असं म्हणायचं आहे का की, मीच एकटा आहे, जो या भव्य राक्षसी कुमारिकेसाठी पैसा मोजू शकतो? किती?''

''खूप.''

''अर्थातच खूप. मला किंमत सांग.''

''पण तिला तितकी रोकड नको आहे खरंतर.''

''मग?''

''जेव्हा ती माझ्याशी पहिल्यांदा बोलली, मलाही ते समजायला थोडा वेळ लागला. तिला पुरुष नको आहे. तिला गुंतवणूकदार हवा आहे.''

''गुंतवणूकदार, कशात?''

''तिच्यात. तिच्या भविष्यात.''

त्या क्षणी मला जोजोच्या या निर्मितीमध्ये खूप रस निर्माण झाला, त्यामुळे माझ्यात हलकी खळबळ जाणवली. कदाचित, ती जोजो म्हणाली तितकी चाणाक्ष असेल. ''ती म्हणाली का तसं?''

''हो, ती म्हणाली. गायतोंडे, तिला हे समजतं की, या मॉडेलिंग ॲक्टिंग या क्षेत्रात करियर अचानक कुठून तरी होऊ शकत नाही. जर तुमचे आई-बाप श्रीमंत असतील,

कदाचित ते तुमच्या कपड्यांसाठी, ॲक्टिंग क्लास, डान्स क्लास, जिम यांसाठी पैसे देऊ शकतात. अंधेरीला एक घर, कार, मोबाईल देऊ शकतात. जर तुम्ही फक्त लखनौहून आलेली एक मुलगी असाल, हातात काही रोकड नसेल, तर तुम्ही त्या हजारो मुलींपैकी एक व्हाल, ज्या ऑटोरिक्षाने जाऊन जाऊन प्रोड्युसर्सचे उंबरठे झिजवतात आणि जो जो फोटोग्राफर तुमचे फोटो काढेल, तो एका फोटोसाठीही त्याच्या स्टुडिओमधल्या वरच्या मजल्यावर असलेल्या लॉफ्टमधल्या बेडकडे तुम्हाला घेऊन जाईल आणि जेव्हा तुम्ही या सर्वांतून बाहेर पडाल, तेव्हा इतकं सगळं झेलून तुम्हाला फक्त एखाद दुसऱ्या व्हिडिओमध्ये डान्स वगैरे पदरी पडेल. बास!! पण जर तुम्हाला स्टार व्हायचं असेल, तर प्रथम तुमच्याकडे 'नाही' म्हणायची क्षमता असायला हवी आणि नंतर मग तग धरण्यासाठी पैसा हवा आणि तुम्हाला या भेन्चोद इंडस्ट्रीमधल्या पुरुषांच्या समोर तुम्हाला जसं पाहिजे त्या आदर वाटेल, अशा रूपात पेश करता यायला हवं म्हणूनच या इंडस्ट्रीवर स्टार्स लोकांच्या मुलांचं वर्चस्व आहे. कारण, त्यांच्याकडे फक्त कनेक्शन्स नसतात, त्यांच्याकडे साधनंसुद्धा असतात.''

''म्हणून तिला नफा कमावता येण्यासाठी साधनं हवी आहेत. तिला हे समजतंय, हे चांगलं आहे.''

''हो; पण गायतोंडे, तिला याहूनही अधिक साधनं हवी आहेत. तिला बरंच काम स्वतःचं स्वतः करायचं आहे, जे फार खर्चिक आहे.''

''काम?''

''प्लास्टिक सर्जरी. मला तिने तिचा प्लान दाखवला. तिने त्यावर संशोधन केलं आहे. तिच्याकडे तिच्या शरीराचा एक छोटासा चार्ट आहे आणि तिने त्यावर खूप साऱ्या खुणा केल्या आहेत. प्रत्येक अवयवासमोर त्याची किंमत लिहिली आहे. तिला हे पक्कं ठाऊक आहे की, कोणता डॉक्टर, काय प्रक्रिया वगैरे. तिच्याकडे इतर ॲक्ट्रेस आणि मॉडेल्सचे फोटोग्राफ्स आहेत आणि कोणी कोणी काय काय केलं आहे, ते तिला चांगलं माहिती आहे गायतोंडे. गायतोंडे, तुला विश्वासही बसणार नाही की, या फेमस लोकांनी काय काय ऑपरेशन्स केली आहेत, जितकं या मुलीला माहिती आहे. हे नाक चांगलं आहे, ती म्हणते; पण ते अजून चांगलं आहे. ती एकदम एक्स्पर्ट आहे. तिने बॉडी नावाच्या एका फाइलमध्ये हे सगळं नीट ठेवलं आहे.''

मला हे खूपच इंटरेस्टिंग वाटलं. इतकं पद्धतशीर डोकं असलेली एक बाई. ''ठीक आहे,'' मी म्हटलं. ''मला हे आश्चर्य पाहू दे. किती?''

''गायतोंडे, हिच्याबरोबर काहीतरी विनोदी करू नको. जर तिला असं वाटलं की, तू तिला हूल द्यायचा प्रयत्न करतो आहेस, तर तू काही करण्याआधी ती स्वतःला संपवेल.''

''हो, हो, किती?''

''भेटीसाठी काही नाही. तू तिला भेट आणि बघ. मी तिच्या विमानाच्या तिकिटांसाठी पैसे देईन.''

हे खरंच आश्चर्यकारक होतं. ''जोजो, असं वाटतंय की, तू तिच्या प्रेमात पडली आहेस. तुझ्या वयात आता तू एक चूत चाटणारी सहासष्ट झाली आहेस. भिडू, तुझ्यासाठी म्हणून मी पैसे देईन. तिला आण, घे तिला.''

''गायतोंडे, मूर्खासारखं बोलायचं बंद कर. जर मला मुली आवडत असत्या, तर मी तुला सांगितलं असतं. मी काय करते आहे तर मीसुद्धा तिच्यात गुंतवणूक करते आहे. फक्त

तुझ्या मागे नाही लागले आहे. मला त्या मुलीमध्ये विश्वास वाटतो आहे. ती स्वतःला सेल करू शकते.'' जोजोने बोलताना इंग्लिशमधला 'सेल' हा शब्द वापरला. त्यात sss हा आवाज तिच्या वाणीतून किती सेक्सी होता, त्या दुसऱ्या सेक्सी शब्दासारखा.

''तू तिचे शेअर्स आधीच विकत घेतलेस? आयपीओच्याही आधीच?''

''गायतोंडे, तूसुद्धा विकत घेतोस. जर तू स्मार्ट असशील, तर तूही घेशील; पण अजून एक गोष्ट आहे.''

''काय?''

''तू जितका मला सांगतोस तितका धर्मनिरपेक्ष आहेस का?''

''मी तुझ्याशी जमवून घेतो ना, नाही घेत का? त्यामुळे मी धर्मनिरपेक्ष आणि सहिष्णू, दोन्हीही आहे.''

''ही मुलगी मुस्लीम आहे. तिचं नाव जमिला मिर्झा आहे.''

''जोजो, माझ्याकडे भारतात अजूनही मुस्लीम मुलं काम करत आहेत आणि मला मुस्लीम मुली घ्यायला कधी प्रॉब्लेम होता?'' मी सर्व शेप, साईझ आणि वंशाच्या मुली घ्यायचो. मी अगदी निःपक्षपाती होतो.

''हे वेगळं आहे गायतोंडे. त्याबाबतीत तर तुझा मित्र सुलेमान इसासुद्धा निःपक्षपाती आहे. त्यालाही हिंदू किंवा जैन, ख्रिश्चन मुली घ्यायला प्रॉब्लेम नाही. सगळे पुरुष कमरेखाली धर्मनिरपेक्षच असतात. हे वेगळं आहे. मी तुला सांगते आहे, तिच्यात गुंतवणूक करायची म्हणजे तिला खरोखरी प्रत्यक्ष मदत करायची. तू तिच्याशी जोडला गेला आहेस. एक दोन दिवस किंवा बोटीवर एक आठवडा नव्हे, तर भविष्यातही.''

''खरं आहे. मला कळलं. मला त्याबाबत विचार करू दे. ती कधी जन्मली आहे.''

''तू आता पुन्हा भविष्य वगैरे पाहणार आहेस का?''

''हो.''

''तू वेडा आहेस.''

''मला तारीख आणि वेळ सांग.''

तिने मला त्या मुलीच्या जन्माचे तपशील दिले. मी ते लिहून घेतले. मी पूर्वी कसा या बाबतीत कट्टर टीका करायचो, तशी ती होती; पण गुरुजींनी माझी सगळी समर्थनं खोडून काढली. आता मी स्वतःला पुन्हा उभारत होतो.

''मुलांचं काय?'' जोजोने विचारलं.

आम्ही एक दोन मिनिटं माझ्या मुलांसाठी मुली पाठवायचं बोललो. नंतर जोजोला एका प्रोडक्शन मीटिंगसाठी जायचं होतं आणि मी डेकवर गेलो. मुलं निळ्या कॅनोपीखाली बसून पत्ते खेळत होती. माझ्याजवळ तिथे बोटीवर सहा मुलं होती, ज्यांच्या बरोबर एक अकाउंटंट आणि एक कॉम्प्युटरवाला, एक महाराष्ट्रीयन कूक, पाच गोवन कूक (यात पूर्वी नेव्हीमध्ये असलेली तीन मुलं होती) होते. मुलांनी शिफ्ट वाटून घेतल्या होत्या आणि नेहमी तिघं जण जागे आणि पहाऱ्यावर असत. याचा अर्थ सतत तीन पट्टीचे डाव खेळणं, जसं ते आता खेळत होते. अरविंद नेहमीसारखाच त्याची पानं घ्यायला दहा मिनिटं लावत होता आणि रमेश व मुन्ना त्याला शिव्या देत होते. सगळं नेहमी सारखंच सुरू होतं. आम्ही पतोंग बीचवरच्या भडक रंगाच्या छत्र्या दिसण्याच्या अंतरात नांगर टाकला होता.

मी त्यांच्यापाशी गेलो, तशी मुलं उठून उभी राहिली. ''भाई,'' ते सगळे म्हणाले आणि माझ्या पायाला हात लावला.

''कोण जिंकतंय?''

''हा रांगणारा गांडू आहे ना इथे. त्याच्यामुळे एक डाव वर्षभर चालतो.''

हेही अगदी नेहमीसारखं होतं, तो अरविंद जिंकला. तो अगदी संथ आणि स्थिर होता; पण आज सकाळी त्यांचा मूड जरा ठीक नव्हता. मला ते दिसत होतं. जेव्हा ते मुंबईमध्ये होते, तेव्हा सगळे जण फॉरेनला यायचं म्हणून विनवण्या करत होते. त्यांना फॉरेनच्या जीन्स, फॉरेनच्या मुली आणि फॉरेनच्या चलनात पगार हवा होता. माझ्या बोटीवर, माझ्या फॉरेनमधल्या कामात येण्यासाठी, थायलंडला येण्यासाठी त्यांनी एकमेकांशी कडवी टक्कर दिली होती, आपला उत्साह आणि आपण वचनबद्ध आहोत हे सतत सिद्ध केलं होतं; पण परदेशी समुद्रात आल्यावर एक, दोन किंवा पाच महिने झाले की, ते नेहमीच असे कंटाळत. ते खिन्न होत. त्यांच्या शरीरांना मुंबईची आठवण येई. मला माहीत होतं. कारण, इतकी वर्षं मुंबईपासून लांब राहून मलाही अधूनमधून असे झटके येत. मलासुद्धा मुंबईच्या गर्दीने गजबजलेल्या रस्त्यांची आठवण येई. उठताना नाकाला तो सडका आणि जळणाऱ्या कचऱ्याचा वास येई. हॉटेलच्या उंच गच्चीवरून मला खाली रस्त्यावर तुंबणाऱ्या ट्रॅफिकचा आवाज ऐकू येई, त्या गोंगाटामुळे तुम्हाला एकदम एखादा राजा वगैरे असल्यासारखं वाटे. जेव्हा तुम्ही ट्रॅफिकजामपासून, झोपडपट्टीच्या गर्दीपासून, लोकांच्या लोंढ्यापासून, रेल्वे लाइन्सपासून आणि बाजारातल्या रेडिओच्या आवाजापासून दूर असता, तेव्हा तुम्हाला शहराची आठवण येऊ शकते. कधी कधी दुपारच्या वेळी मला असं वाटे की, मी आत कणाकणाने मरतो आहे. परदेशी आभाळाखाली माझा आत्मा कुठेतरी तुकडे तुकडे होऊन विखुरतो आहे. मला एक प्रकारचं एकटेपण आलं, ज्याची मी कधी कल्पनाही केली नव्हती किंवा ते तसं अस्तित्वात असतं, हेही मला माहिती नव्हतं. फक्त भारतापासून दूर आल्यानंतर मला जाणवलं की, माझ्या घरी मी कधी एकटा असा नव्हतोच. मी माझ्या कुटुंबाच्या, कंपनी आणि मुलांच्या जाळ्यात एकदम सुरक्षितपणे वेढला गेलो होतो. जेव्हा मी एकटा असायचो, तेव्हाही मी त्यांच्याशी जोडला गेलेला होतो, अगदी पूर्णपणे. जेव्हा त्यांनी मला अंडा सेलमध्ये टाकलं होतं, तेव्हाही मी या अदृश्य जाळ्याचा एक भाग होतो, मनाने सर्वांशी जोडलेला होतो. भारतीय भूमीवर तुम्ही कधी एकाकी असू शकत नाही, अगदी जेव्हा तुम्ही अगदी लहान थडग्यात कोंबले गेला असलात तरीही. फक्त या परदेशी समुद्रात आल्यानंतर मला खऱ्या अर्थाने एका शब्दाचा अर्थ कळला होता आणि तो शब्द म्हणजे : एकटा.

मी या मुलांना म्हणून बाहेर पाठवायचो आणि या मुलांसाठी भारतीय मुली, भारतीय सिनेमे, भारतीय संगीत यांची सोय करायचो आणि त्यांना आठवड्यातून दोनदा भारतात फोन करायला द्यायचो. बहुतेक वेळा त्यांच्या पहिल्या महिन्यातच नवीन मुलं त्यांना मिळेल त्या चिकण्या मुलीवर चढायला उत्सुक असायचीत. ते त्यांची सर्व रोकड थाई, इंडोनेशियन आणि चायनीज मुलींच्यावर उधळायची आणि जर्मन ब्लाँड किनाऱ्यावर त्यांचे आंबे दाखवताना दिसल्या की, पागल व्हायचीत; पण एकदा का त्यांची उत्सुकता शमली की, ते भुकेल्यागत भारतीय मुलींची वाट बघायचे, पूरग्रस्त बिहारी जसे सरकारी जेवणाच्या पाकिटांची वाट बघतात, तसे वाट बघायचे.एखाद्या लठ्ठ घाटी मुलीला चोदणं खूप सोपं होतं, एखाद्या खुदुखुदु हसणाऱ्या पंजाबी मुलीसाठी किशोर कुमारचं गाणं गुणगुणणं खूप सोपं होतं आणि तिला

समजून घेणं, कोणतेही प्रयत्न न करता समजून घेणं खूप सोपं होतं, त्यामुळे घरी गेल्यासारखं वाटायचं. मी माझ्या तीनही पत्ते खेळणाऱ्या मुलाना सांगितलं की, दोन आठवड्यांत भारतातून मुली येत आहेत आणि त्यांचे चेहरे बऱ्यापैकी उजळले. आता कशाची तरी वाट बघावी असं काहीतरी होतं. ''त्यांच्यासाठी वेडे होऊ नका,'' मी म्हणालो. ''मूर्ख बनू नका. त्या मुलींना पुरुषांकडून पैसे कसे काढायचे हे चांगलं माहिती आहे. एखादी छप्पन छुरी म्हणेल की, मला काही साड्या घे, कोणी म्हणेल तो सोन्याचा नेकलेस मला किती छान दिसेल आणि तुम्ही कोणी मोठा भाई असल्यासारखं वागायला जाल. त्या घरी जातील तोवर तुमच्या खिशात काही नसेल. मजा करा; पण जरा डोकं थंड ठेवा.''

''हो भाई,'' शाळेतली मुलं टीचरला कसं म्हणतात, तसं ते सगळे म्हणाले.

''चुतीया, मी कितीही वेळा हे सांगितलं, तरी पुरेसं नाही. बघू आजपासून चार आठवड्यांनी तुम्ही किती स्मार्ट वागता ते.''

आणि चार आठवड्यांनंतर, संथ आणि स्थिरपणे अरविंदचं लग्न झालं. या वेळी आलेल्या मुलींमध्ये सुहासिनी नावाची मुलगी होती, जी थोडी सोनाली बेंद्रेसारखी दिसायची म्हणून ती स्टेजवर सोनाली नावानेच जायची आणि त्यामुळे थोडी स्टार होती. आम्ही फुकेत एअरपोर्टवरून मुलींना घेतलं. जेव्हा गाडी ऑर्किड सीसाईड हॉटेलला आली, तेव्हा आमचा अरविंद या सोनाली-सुहासिनीला चिकटला. मुलांसाठी हे खूपच कॉमन होतं की, या सुट्टीच्या ट्रीपसारख्या अँरेंजमेंटमध्ये अर्थातच त्यांच्या जोड्या जुळत. ही मुकुंदची मुलगी, ती मुन्नाची. रमेश नेहमी सर्वांना मदत करायला तयार असायचा; पण तरीही त्याने या गोष्टीला नेहमीच दुजोरा दिला की, एका मुलाने एकीच्यावरच फिदा व्हायचं म्हणून किमान काही दिवस मुकुंद आणि मुन्नाने असं दाखवलं की, त्यांची ती खरंच चावी होती आणि त्यांना सुरक्षित वाटायचं म्हणून आम्ही तसे असायचो; पण आम्ही अरविंद आणि त्या मुलीसारखं कधीच नव्हतं पाहिलं. नक्कीच, तिची स्कीन एकदम छान होती, नाक मोठ आणि बाकदार होतं. एका विशिष्ट कोनातून ती सोनाली बेंद्रे दिसायची; पण शेवटी ती एक घाटकोपरची मुलगी होती आणि मुख्य म्हणजे ती एक रंडी होती. असलं काही करण्यात पॉइंट नव्हता. अरविंदला हे सगळं माहिती होतं. शेवटी तो त्याचा लवडा रोज रात्री हलका करून घेत होता.

जेव्हा तो आणि ती मुलगी माझ्याकडे लग्नासाठी आशीर्वाद घेण्यासाठी आले, तेव्हा बाकीच्या सर्व मुलाचं हेच म्हणणं होतं की, ती बोलायला एकदम स्मार्ट होती आणि अरविंद एकदम, पूर्ण, अख्खा बावळट होता. ती सकाळ, संध्याकाळ या छोट्या भाईला अंघोळ घालायची आणि त्यामुळे त्याच्या छोट्या डोक्यात शॉर्टसर्किट होत होतं. मी त्यांना शांत केलं, त्यांना गप्प बसायला सांगितलं आणि भांडणं लावू नका, असं सांगितलं. अरविंदचं रक्त खवळलं होतं. एकदा का जर तो खवळला, तर धोकादायक होता म्हणूनच आम्ही त्याला घेतलं होतं. मी त्याला एकट्याला बसवून त्याला सांगितलं, ''यावर विचार कर. दोन प्रकारच्या मुली असतात. एक प्रकार म्हणजे मौज-मजा आणि दुसऱ्या लग्नासाठी. एखाद्या मुलीसाठी एक दोन आठवड्यांसाठी पागल होणं, ही एक गोष्ट झाली. अशा गोष्टी पुरुषाबाबत होतच असतात आणि सत्य हे आहे की, जेव्हा तू सकाळ-संध्याकाळ ओला होतो आहेस, तेव्हा तुझ्या मेंदूवर तुझ्या लवड्याचा प्रभाव आहे; पण लग्न ही फार मोठी गोष्ट आहे. तुला थंड डोक्याने, शांत डोक्याने त्याबद्दल विचार करायला हवा. तुझ्या आई-वडिलांचा विचार कर, समाजाचा विचार कर.तुला आणि तुझ्या आई-वडिलांना शेवटी समाज आणि नातेवाईक

यांच्यासोबत राहायचं आहे. तू ती कोण आहे, काय करते अशा गोष्टी कायमच्या गुप्त ठेवू शकत नाहीस. ती सोनाली बेंद्रेसारखी दिसते, या गोष्टीने वाहवत जाऊ नकोस. तुझी तुझी ऐश कर आणि तिला परत जाऊ दे.''

''भाई, मला सोनाली बेंद्रेशी काही घेणं नाही. माझ्यासाठी ती सुहासिनीसारखी दिसते आणि मी त्याबद्दल विचार केला आहे. मला हीच योग्य गोष्ट आहे, असं वाटतं आहे.''

''कशी?''

''मला फक्त ते माहिती आहे भाई. मला ते इथे जाणवतं आहे.'' त्याने त्याचा हात छातीवर धरला होता, एक प्रेमात पडलेला तरुण आणि प्रेमातले नाट्यमय हावभाव. त्याला हे माहितीही नव्हतं की, तो किती विनोदी दिसत असेल. जरी त्याला माहिती असतं, तर मला नाही वाटत की, त्याला काही पर्वा होती.

''फक्त दहा दिवसांनंतर, तुला काय जाणवतंय?''

जेव्हा तुम्हाला (प्रेम) जाणवतं, ते बस जाणवतं.

त्याला अभिमान वाटत होता. ज्यांना जाणवतं अशा खास निवडक लोकांमधला तो एक होता. त्याने आता स्वतःला मजनू, फरहाद आणि रोमिओ यांच्या पंक्तीत नेऊन बसवलं होतं. तो शांत होता. ''ठीक आहे,'' मी म्हटलं. ''मला याबद्दल विचार करू दे. तिचे तपशील काय आहेत?''

तो आता मोकळं, रुंद हसला आणि त्याने शर्टाच्या खिशातून एक कागद बाहेर काढला. ''मला माहिती होतं भाई, हे घ्या. तिची सगळी माहिती आहे, तिची आणि माझी.''

मी तो कागद घेतला आणि त्याला पाठवून दिलं. गुरुजींचा चेला असल्याने मला स्वतःला भविष्यातलं थोडंफार ज्ञान प्राप्त झालं होतं. अर्थातच, मी त्यांच्या एक हजारावा भागही नव्हतो; पण मी थोडं इथे तिथे शिकलो होतो. गुरुजींनी स्वतः मला सांगितलं होतं की, 'तू खूप लवकर शिकतोस. तुझ्यामध्ये शास्त्राबद्दल एक ओढ आहे, तुझ्या आत एक ज्ञान आहे. तुझ्यामार्फत मी ते पुन्हा शोधून काढत आहे.' त्यांनी मला सांगितलं की, केवळ याचमुळे मी इतका काळ टिकून राहिलो होतो, जेव्हा इतर अनेक जण हे जग सोडून गेले होते. मला भविष्याबाबत काही भावना होत्या, मला त्या काळाच्या चक्रातून पाहत होतो आणि म्हणूनच मला कधी धोका येत आहे हे जाणवत असे म्हणूनच मी जगलो होतो. मी आता हे ज्ञान नियंत्रित करायला शिकत होतो आणि गुरुजींना मला जे ज्ञान देणं योग्य वाटेल, त्याची त्यात भर घालत होतो. मी मुलांवर त्याचा सराव करत होतो आणि त्यांचा माझ्यावर विश्वास होता. अरविंद आणि सुहासिनीच्या जन्म तारखा, वेळा आणि ठिकाणं यांकडे पाहताना मला असं दिसलं की, ते जुळत आहे. त्यांचे ग्रह एकमेकांना पूरक आहेत आणि जिथे आवश्यक आहेत तिथे ते जुळत आहेत. त्या दोघांनीही जगाच्या अथांग सागरातून उसळी घेतली होती, त्यांच्या नियतीला खेचून आणत एकमेकांना इथे माझ्या बोटीवर शोधलं होतं. कोण म्हणेल की, एखादे परिपूर्ण जोडपे माझ्या बोटीवर भेटले आहे, जे शेवटी एक लकी चान्स होते? मला अरविंद आणि सुहासिनीसाठी छान वाटलं आणि त्यांचं लग्न होणं खूप चांगली, शुभ गोष्ट होती; पण मी अर्थातच गुरुजींना विचारल्याशिवाय परवानगी देऊ शकत नव्हतो. बंटी सोडून कोणालाच गुरुजी माहिती नव्हते; पण त्यांना या सगळ्यांबद्दल माहिती होतं. हे माझ्या आतल्या वर्तुळातले लोक होते आणि ते माझ्या खूप जवळचे होते म्हणून गुरुजींनी त्यांच्याकडे पाहणं महत्त्वाचं होतं. या छोट्याशा गोष्टीमुळे माझं आयुष्य कधीतरी वाचणार होतं.

साधारणपणे, मी संध्याकाळी पाच वाजायच्या दरम्यान माझ्या ऑफिसमध्ये गुरुजींचा फोनकॉल यायची वाट पाहत असे आणि ते फोन करत, जेव्हा त्यांना शक्य असे. माझ्याकडे खासकरून एक सॅटेलाइट फोन होता जो त्यांच्यासाठीच होता, ज्यात एक बिल्ट इन स्क्रंबलर होता. त्यांच्याकडेही एक स्क्रंबलर होता, ज्यासह ते प्रवास करत, त्यामुळे आम्ही दोघेही अत्यंत सुरक्षित होतो. मी या सगळ्या अत्याधुनिक तांत्रिक गोष्टी माझा नवा टकलू मित्र आणि रॉ अधिकारी मिस्टर कुमार याच्याकडून शिकलो होतो. त्याने मला एक सुरक्षित सॅटेलाइट फोन दिला होता. माझ्याच माणसांच्या मदतीने मी अजून दोन मिळवले होते, एक गुरुजींसाठी आणि एक जोजोसाठी, त्यामुळे मी तीन बाजूंनी सुरक्षित होतो : माझ्या देशप्रेमात, माझ्या अध्यात्मात आणि सेक्सच्या बाबतीतही. लकी चान्ससुद्धा सुरक्षित असेल याची सोय केलेली होती. माझे जुने मित्र गस्टन आणि पास्कल यांनी आखातातल्या एका शेखाचा हा जुना खटारा मला शोधून दिला होता. तो एक जुना भ्रष्ट माणूस होता, ज्याला आम्ही स्कॉच आणि तरुण मुलं पुरवायचो, त्यामुळे त्याला माझ्याशी बोटीच्या किमतीबाबत वाद घालून बोअर झालं आणि त्याने मला अत्यंत कमी किमतीत म्हणजे सात करोड रुपयांना मला ही बोट देऊन टाकली. गस्टन आणि पास्कल यांनी अगदी सौम्य दिसणाऱ्या मिस्टर कुमार यांच्या सल्ल्यानुसार ही बोट कोचीनमधल्या शिपयार्डमध्ये घेऊन त्याला गन लॉकर, सिक्युरिटी डोअर, विशेष जवळच्या टप्प्यातला रडार वगैरे सगळं बसवून घेतलं. मुंबईमध्ये सगळे म्हणत होते की, गणेश गायतोंडेला बोट हवी आहे. कारण, छोटा माधवकडे बऱ्याच वर्षांपासून आहे, जे ते पूर्णपणे खरं होतं. मला बोटीवर राहायचं होतं. कारण, ते सुरक्षित वाटायचं. बोटीवर मला समजायचं कोण कधी येतंय ते. बोट सुरक्षित ठेवण्यासाठी मोजकी माणसं पुरेशी होती. गुरुजींनीही मला सांगितलं होतं की, पाण्यात मी सुरक्षित असेन. माझं नशीब पाण्यातच मोठं होणार होतं आणि उलगडणार होतं.

त्याशिवाय, छोटा माधवकडे एक साधी नऊ फुटी बोट होती, जी मलेशियन समुद्रात पॅडलने फिरवता येण्यासारखी होती. मी अत्यंत सशस्त्र अशी लकी चान्स घेतली, जी मला हवं तिथे नेता यायची; अगदी इंडोनेशियन समुद्रातही जर आम्हाला जाण्याची गरज पडली तर आणि दोन वेळा आम्ही समुद्री चाचांच्या स्पीड बोटींना हेवी मशीनगन फायर करून उडवलं होतं. त्या वेड्यांना वाटलं आम्हाला ते अंधारात येत आहेत, हे समजलं नाही. जोवर माझ्यासोबत तंत्रज्ञान आणि गुरुजी होते, तोवर मला पाण्यात काहीही स्पर्श करू शकणार नव्हतं म्हणून मी गुरुजींच्या फोनकॉलची वाट बघत होतो.

नेहमीप्रमाणे जेव्हा मी वाट बघत असे, तेव्हा मी माझ्या अकाउंटंटबरोबर वेळ घालवत असे. तो एक सीए होता. पार्था मुखर्जी नावाचा एक चांगला बंगाली मुलगा, जो बांद्रा इस्टमध्ये लहानाचं मोठा झाला होता. माझ्याबरोबर त्याची भरभराट झाली होती, त्याने त्याचे आई-वडील आणि बहिणीला आता लोखंडवालामधल्या फ्लॅटमध्ये हलवलं होतं आणि बहिणीसाठी एक मुलगाही शोधला होता. ते लग्न नोव्हेंबरमध्ये होतं आणि एक फाइव्ह स्टार रिसेप्शनसुद्धा होतं. मी पार्था मुखर्जीला चांगला पगार देत होतो, अगदी डबल बोनससुद्धा; पण तोदेखील माझ्यासाठी तितकाच महत्त्वाचा होता. माझ्या कंपनीचा वार्षिक टर्नओव्हर तीनशे करोड रुपये होता आणि त्या पैशाचा माग ठेवणे, इकडून तिकडे फिरवणे, त्यात गुंतवणूक करणे आणि त्याचा विस्तार करणे हे खरंतर दीडपट काम होतं. अर्थातच आम्ही तरीही जुन्या पारंपरिक मार्गांनीच पैसे मिळवत होतो. बिझनेसमन, सिनेमा निर्माते यांच्यावर कर लादून, चांगल्या मिडल क्लास लोकांना त्यांनी रिटायरमेंटसाठी घेतलेले फ्लॅट त्यांच्या

चिवट भाडेकरूकडून घरं खाली करून देणे, वस्तू, सामान बॉर्डरच्या अलीकडे पलीकडे पोहोचते करणे, बुकीज आणि दलाल यांच्याकडून कमिशन इ.; पण आमच्या कायदेशीर गुंतवणुकी मुंबईपासून भारतभर होत्या. आमचा पैसा रियल इस्टेट, स्टार्ट अप कंपन्या आणि शेअर मार्केटमध्ये होता. हे सगळं पार्था मुखर्जी त्याच्या कॉम्प्युटरच्या आणि आशियातील वेगवेगळ्या शहरांत विखुरलेल्या त्याच्या साहाय्यकांच्या मदतीने सांभाळायचा. माझा पैसा कसा सर्व देशांमध्ये कसा फिरतो आहे, हे समजून घेण्यासाठी मी दररोज त्याला अर्धा तास द्यायचो. तो मला ते थोडक्यात सांगायचा, चार्ट्स दाखवायचा, हाताने काढलेल्या नकाशावर बाण काढायचा आणि पैसा क्वालालंपूर ते बँकॉक ते मुंबई कसा जातो आहे हे समजावून सांगायचा. मी समजायचो आणि त्याच्या प्रवाहित होण्यासाठी सूचना द्यायचो. लठ्ठ आणि म्हातारा परितोष शाह असता, तर आज त्याला माझा अभिमान वाटला असता.

जेव्हा गुरुजींचा फोन यायचा, तेव्हा मी नेहमी पार्था मुखर्जीला खोलीबाहेर पाठवायचो; पण त्या दिवशी त्याचा फोन वाजला नव्हता, तर त्या शेजारी ठेवलेला सिक्युअर फोन वाजला होता. मुखर्जी काही न सांगता आपोआप उठला, त्याचे पेपर गोळा केले आणि बाहेर गेला. सर्व मुलांना माहिती होतं की, राखाडी रंगाचे फोन वाजले की, मला एकटा सोडायचं. दरवाजा खटाखट आवाज होऊन बंद झाला आणि मी स्क्रंबलर सुरू करण्यासाठी माझा कोड फोनमध्ये टाकला. फोन दोन्ही बाजूंनी सुरक्षित होते.

''गणेश,'' हे मिस्टर कुमार बोलत होते, नेहमीप्रमाणेच गुपचूप बोलल्यासारखे आणि सौम्य.

''कुमार साहेब.''

''भावनगरची माहिती चांगली होती. आम्ही त्यातले चार जण घेतले.''

''लोकल कॉन्टॅक्ट सकट? सगळे गेले?''

''हो. शाब्बास गणेश.''

''हा माझा एकमेव धर्म आहे सर.'' आणि यासाठी माझी किंवा कुमार साहेबांची कोणतीही प्रसिद्धी होणार नव्हती. कदाचित, स्थानिक भावनगर पोलीस जाहीर करतील की, त्यांनी आयएसआय एजंट्सची एक सेल मोडून काढली होती आणि हत्यारांचा साठा जप्त केला होता; पण आमच्यासाठी ज्यांनी हे संपूर्ण ऑपरेशन तयार केलं, त्यांच्यासाठी फक्त एकमेकांत असं गुपचूपपणे खासगी फोनवर शाबासकी देणं होतं. सिक्रेट एजंट्स किंवा गुप्तहेर असंच काम करतात. मिस्टर कुमारनी मला हे समजावून सांगितलं होतं की, जेव्हा आपण आपलं काम व्यवस्थित करतो, कोणाला कळत नाही. जेव्हा आपल्याला अपयश येतं, सगळ्यांना समजतं. हे ऑपरेशन यशस्वी झालं होतं, आता त्यांच्याकडे नवीन ऑपरेशनची योजना होती.

ते म्हणाले, ''आम्ही आता मौलाना महमूद घौसला दणका देणार आहे.''

''साहेब, ती खूप गोठी विकेट आहे,'' महमूद घौस हा एक पाकिस्तानी मुल्ला होता, एक धर्मगुरू, जो काश्मीर खोऱ्यात खूपच सक्रिय होता. त्याने त्याच्या हाताने किती काफिर मारले होते, हे उघडपणे सांगितलं होते, तेव्हा काही काळ सर्व टीव्ही चॅनेल्सवाले तो मुलतानमध्ये जिहादी नमाजाला गेलेल्याची एक अंधुक क्लिप दाखवत होते. त्यात त्याने मृत भारतीय जवानाचे सडत आलेलं डोकं केसांनी उचलून धरलं होतं, ते दाखवलं गेलं.

''हो, तो मोठा आहे,'' मिस्टर कुमार म्हणाले. ''आणि तो अजूनच मोठा होत चालला आहे. तो निवडणुकीला उभा राहतो आहे. अचानक तो राजकारणी झाला आहे आणि तो म्हणतो आहे की, मुलतानच्या व्हिडिओमधील तो माणूस हा नाहीच.''

''त्यावर कोण विश्वास ठेवेल?''

''ब्रिटिश सरकार. तो एक इलेक्ट्रिकल इंजिनियर असून, कॉम्प्युटर वापरतो. तो एक मॉडर्न मुल्ला आहे, या गोष्टीमुळे ते भारावून गेले आहेत. त्यांनी त्याला व्हिसा दिला आहे.''

''मादरचोद.''

''तो तिथे एक आठवडा असणार आहे. तो लोकांच्या सभा घेणार आहे, ब्रिटिश राजकीय व्यक्तींना भेटणार आहे.''

''त्याला कोणी भेटणार नाही साहेब.''

''कदाचित, कदाचित नाहीसुद्धा; पण तो आता सरळ बाहेर पाऊल टाकतो आहे. त्याला वाटतं आहे की, तो येताना थैली भरून पाउंड्स घेऊन येईल आणि चेल्यांची नवीन बॅच व स्वतःला एक आंतरराष्ट्रीय प्रोफाईल. आम्ही त्याला आंतरदेशीय बातमी बनवणार आहोत. तू एक दोन टीम्स लंडनमध्ये लाव.''

''टाइमटेबल काय आहे?''

''आम्हाला वाटतं, तो आजपासून चार आठवड्यांनी लंडनला येईल.''

''चार आठवडे. सोपं आहे.'' आमचा केन्समध्ये बेस होता आणि युरोपमधून अगदी नेहमी बिझनेस सुरू होता. आम्ही नुकतेच स्लोव्हेनिया आणि बाल्टिकमध्ये रुची घेतली होती. आम्ही शिकत होतो, विस्तारत होतो.

''आम्हाला जशी माहिती मिळेल, तशी आम्ही तुला ती देऊ.''

''आम्ही तयार असू साहेब; पण आता काय साहेब?''

''हा निरोप आहे. या लोकांना वाटतं की, टीव्हीवर फक्त त्यांनाच तीर मारता येतात. बस.''

''आणि हा निरोप कोणाकडून आहे?''

''हा सध्यातरी निनावी आहे; पण बघू ऑपरेशन कसं होतं ते. कदाचित, आपण तो तुझ्या पत्त्यावरून पाठवू शकतो.''

''अर्थातच साहेब.''

''बाय, गणेश.''

''सलाम साहेब.''

मिस्टर कुमार नेहमीच मुद्द्याला धरून मोजकं बोलायचे. जितकं आवश्यक तितकंच, जास्त नाही. आमचं संभाषण अनेक महिने सुरू होतं, तरी आम्ही मित्र नव्हतो; पण आजची ही ऑर्डर म्हणजे विश्वासावर शिक्कामोर्तब होतं. मी आजवर जे काही केलं असेल, ते याच्या पुढे खूपच छोटं-मोठं होतं आणि मला त्याचा आनंद होता. मला संवेदनशील कामं देण्यात आली होती म्हणजे मी त्या बदल्यात अजून काही मागू शकणार नाही, असं नव्हतं; पण मला या युद्धात अगदी मनापासून रस होता. आता मी मोठ्या पातळीवर लढत होतो. छोटा माधवच्या लोकांनी काही वर्षांपूर्वी एका नेपाळी राजकारणी माणसाला ठोकलं होतं, जो पाकिस्तानचा नेपाळमधला मुख्य सपोर्ट होता; पण ते फक्त काठमांडूमध्ये घडलं होतं. मला

हे काम युरोपच्या मध्यावर करायचं होतं, विलायती लंडनमध्ये. मी अपयशी होणार नाही. मी त्याच्या बॉडीगार्ड्सची फौज असली तरी आणि अख्खा स्कॉटलंड यार्ड सोबत असला तरी करणार होतो. मी आता त्यासाठीची तयारी करायला लागलो.

मी माझा कॉम्प्युटरवाला, अर्जुन रेड्डीला फोन केला आणि त्याने सुरक्षित ई-मेल वरून माझ्या सूचना पाठवल्या. त्याने मला खात्री दिली, जे तो दर आठवड्यालाच करायचा की, आपण सर्वांत अत्याधुनिक अँक्रिप्शन टेक्नोलॉजी वापरत आहोत आणि आम्ही आमचे सायफर दर आठवड्याला बदलत आहोत; त्यामुळे जरी सीआयए आणि पूर्ण अमेरिका सरकारने कोटी डॉलर्स खर्चले आणि संपूर्ण कॉम्प्युटर नेटवर्क आमच्या एका ई-मेलच्या मागे कामाला लावलं, तरी आमचे कोड ब्रेक करायला त्यांना दोनशे वर्षं मागे जावं लागेल; पण ई-मेल तरीही मला नर्व्हस करायचा. रेड्डीने मला कितीही खात्री दिली असली, तरी मला माझे शब्द या ग्रहावरच्या अनेक कॉम्प्युटर्समधून तरंगत जात असल्याचे चित्र दिसायचे; पण काही झालं तरी मी केन्समधल्या माझ्या लोकांना लिहिलं, 'लंडन में फिल्डिंग लगाओ। दो टीम भेजो, सचिन और सौरव दोनो. रेडी रहना, इंस्ट्रक्शन्स बाद में।' ऑपरेशन चार आठवड्यांनंतर होतं; पण मी अनुभवातून शिकलो होतो की, त्यासाठी आवश्यक घटक आधीपासूनच तयार ठेवायचे. कधी कधी कार्यक्रम वेग घेतात आणि कोणत्याही परिस्थितीत तुमच्या मुलांनी हल्ल्याच्या ठिकाणाचा नीट अभ्यास केला असलेला, भाषा, बस, शेजारीपाजारी आणि शेजारीपाजाऱ्यांना त्यांची सवय होणं, हे सगळं केलेलं चांगलंच असतं.

एकदा हे गंभीर काम झाल्यावर रेड्डीने माझ्या सूचना कॉम्प्युटर्समध्ये पाठवणं सुरूच ठेवलं. मला आता विंडोज वापरता येत होतं. एखाद्या स्प्रेड शीटमधून आणि त्यातल्या लेयर्समधून कसं बघायचं; पण तरी मला नेहमी हरवायला व्हायचं. कधी कधी मला हवं असलेलं डॉक्युमेंट मला सापडायचं नाही आणि कधी मी स्क्रीनवरच्या कोणत्यातरी बॉक्समध्ये अडकून पडायचो आणि त्यातून बाहेर पडताच यायचं नाही काही केल्या. फक्त इंग्लिशमुळे मी गोंधळून जात नव्हतो, तर त्या स्क्रीनच्या आतमध्ये जे सगळं विश्व सामावलेलं होतं, त्यामुळे जास्त गोंधळायचो. मला कळायचंच नाही की, यातली जमीन कुठे आणि आकाश कुठे. रेड्डी पेपरवर आकृत्या काढायचा; पण मला त्यातला भूगोल कळायचा नाही. मला अजूनच वेड लागायचं जेव्हा तो त्याच्या तेवीस वर्षीय तरुण बोटाच्या टोकाने टिकटिक करून इंटरनेट वापरायचा आणि त्या मशीनला जगभरात काम करायला लावायचा, अगदी त्याला हवं असेल ते काम. मी कॉम्प्युटरवर दोनेक वेळा हातातल्या वस्तू फेकून मारल्या, कॉफीचा कप, डिशेस वगैरे; पण तरीही मी नंतर शांत झालो आणि पुन्हा कॉम्प्युटरकडेच आलो. हा छोटा बॉक्स आता सगळं काही चालवायचा, मी ते बघू शकत होतो. मला ते समजून घेणं भाग होतं. मला रेड्डीला हाताशी घ्यावं लागलं होतं आणि गरज पडली तर असे शेकडो जण अजून घ्यावे लागले असते.

त्या दिवशी संध्याकाळी मी रेड्डीला गप्प बसायला सांगितलं आणि मी मशीन सुरू केलं आणि माझा पासवर्ड टाइप केला. नेट कनेक्ट केलं आणि दोनेक वेबसाईट उघडल्या. तो अगदी गप्प बसला होता; पण माझं अतिशय हळूहळू क्लिक करणं आणि कष्टाने एका बोटाने की-बोर्डवर अक्षरं शोधण्याचा उपद्व्याप पाहून त्याला भयानक अस्वस्थ होत होतं. दररोज एका नवीन नटी किंवा मॉडेलचा फोटो प्रकाशित करणाऱ्या www.myindianbeauties.com वरून नजर हलू न देता मी त्याला म्हटलं, ''ठीक आहे चुतीया. तू मला नर्व्हस करतो आहेस. बाहेर हो.''

''सॉरी भाई.''

''जास्त लांब जाऊ नको. मला गरज पडली, तर तुला बोलावेन.''

''अर्थातच भाई.''

तो उठून गेला. त्याच्या महत्त्वाकांक्षा खूप मोठ्या होत्या आणि तो माझ्याशी त्याच्या आणि त्याच्या भावाबरोबर एका वेबसाईटमध्ये गुंतवणूक करण्याविषयी बोलण्याचा प्रयत्न करत होता. त्यातून मला पैसे कसे मिळतील हे त्याने अजून दाखवलं नव्हतं. कारण, मी अजून एकदाही इंडियन ब्यूटीसाठी वेबसाईटवर पैसे दिलेले नव्हते; पण तो बोलत राहायचा आणि दर दोन दिवसांनी नवीन कल्पना घेऊन यायचा. एकदा दरवाजा उघडून परत बंद झाला. मी मागे झुकून तो आतून बंद केला. नंतर मी गुरुजींच्या वेबसाईटवर गेलो, www.eternalsacredwisdom.com

गुरुजींनी जगभर प्रवास केलेला होता, ते सतत प्रवास करत असायचे. त्यांची एकशे बेचाळीस देशांमध्ये केंद्रं होती आणि अजून बारा देशांत विकसित होत होती; पण ते जगात कुठेही असोत, काहीही करत असतो, दर तीन दिवसांनी त्यांच्या वेबसाईटवर एक नवीन प्रवचन असे. तुम्ही ते शंभरपेक्षाही जास्त भाषांमध्ये वाचू शकत. ज्यात मराठी आणि हिंदीचा अर्थातच समावेश होता; पण मी आजकाल इतक्यातच गुरुजींची प्रवचनं इंग्लिशमध्ये वाचायला लागलो होतो, त्याला ते 'डिस्कोर्स' म्हणत. मला थोडा वेळ लागे, थोडा त्रास होई; पण मी नेहमीच शेवटपर्यंत वाचलं. मी दुसऱ्या विंडोमध्ये मला संदर्भ लागावा म्हणून मराठीतलं प्रवचन उघडून ठेवत असे; पण जास्त करून इंग्लिशच वाचत असे. फक्त त्यातलं ज्ञानच नव्हे, तर भाषाही समजून घेत असे. गुरुजींनी मला माझ्या सावधगिरीबद्दल शाबासकी दिली होती आणि त्यांच्या एका वेळाच्या व्यवस्थापनाच्या उन्हाळी प्रवचनात माझ्या नावाचा उल्लेखही केला होता. 'यशस्वी माणूस तो असतो, जो कधी शिकायचे थांबत नाही,' ते म्हणाले होते. 'माझा एक भक्त आहे जो यशस्वी आहे, ज्याची पैशावर हुकूमत आहे आणि सर्वत्र आदर केला जातो; पण तरीही त्याच्या या सर्व कामगिरी व्यतिरिक्त तो उर्मट नाही आहे. त्याला माहीत आहे की, तो सर्व जाणत नाही. एक सद्पुरुष मागे म्हणून गेले की, कोणी अनभिज्ञ आहे हीच ज्ञानाची सुरुवात आहे.' आणि नंतर त्यांनी माझं प्रभुत्व नसलेल्या भाषेत मी प्रवचन वाचण्याची गोष्ट सांगितली होती.

आजचा 'डिस्कोर्स' सेक्सबद्दल होता. गुरुजींना वादग्रस्त विषयांची कधीही भीती नाही वाटायची आणि केवळ विरोध होईल म्हणून अशा विषयावर बोलायचं ते कधीही टाळत नसत. ते निर्भीड होते. मी वाचू लागलो. 'सर्व धर्मांच्या परंपरांमध्ये (celibacy) कौमार्यावस्था ही आदर्श मानली जाते.' मला celibacy शब्दाचा अर्थ समजण्यासाठी मराठी डिक्शनरी बघावी लागली. 'पण तिथपर्यंत पोहोचण्यासाठी जेव्हा कोणी तयार नाही, तर ती चूक आहे. जेव्हा तुम्ही तयार असाल, तेव्हा कौमार्यावस्था तुमच्याकडे येईल. तुम्ही स्वतःवर जी कौमार्यावस्था लादता, तीच खरी कामुकावस्थेचा एक प्रकार आहे. तुमच्या शरीराबरोबरचा संघर्ष एक आवड बनेल आणि इच्छा स्वतः व्यक्त होतील, तुम्ही त्या दाबू शकत नाही, त्यांना कोंडू शकत नाही, तुम्ही त्यांना मारू शकत नाही. तुमच्या कौमार्यावस्थेच्या कल्पनादेखील एखाद्या ललनेच्या नितंबासारख्या सुंदर असतील आणि कौमार्यावस्थेसाठी तुम्ही जे गाणं म्हणाल, ते एखाद्या प्रियकराच्या चुंबनासारखं असेल.'

ही वाक्यं वाचायला मला तब्बल पंधरा मिनिटं लागली आणि ते फक्त इंग्लिशमुळे नाही. मी थांबून समजून घेत होतो, प्रशंसा करत होतो. त्यांनी गोष्टी इतक्या सोप्या करून सांगितल्या, थेट, प्रभावी भाषेत आणि तरीही ते शब्द इतके खोलवर गेले. मला ते माझ्या हृदयात जाणवले, पोटात जाणवले. माझ्या मनात विचार आला की, आपण इच्छांबरोबर किती खेचाखेचीचा खेळ खेळतो. किती खेचलं पाहिजे, किती ढकललं पाहिजे, काय सतावतं किंवा काय यातना होतात आणि आपल्या यातनांमध्ये काय आनंद असतो.

आणि हो, हे माझ्यासाठी, गणेश गायतोंडेसाठीही खूप विचित्र होतं. ज्याने एकेकाळी सर्व देवांचा उल्लेख करणंही सोडून दिलं होतं आणि धर्माबद्दल बोलणं म्हणजे दुबळेपणा असं समजत होतो, आता एका गुरूचा अगदी समर्पित शिष्य होतो. हे कसं झालं? हे झालं. कारण, मी आणि गुरुजी बोलू लागलो. आमच्या पहिल्या संभाषणानंतर जेव्हा मी त्यांना मला जेलमध्ये फोन करायला लावला होता, त्यानंतर त्यांच्याशी कधी बोलणं होईल, अशी आशाच नव्हती. त्यांना शेवटी त्यांची लोकप्रतिमा जपायची होती आणि त्यांचं जगभरात पसरलेलं कार्यही; पण मी जेलमधून आणि देशातून बाहेर गेल्यावर दहा दिवसांनी त्यांनी मला फोन केला. त्यांनी त्यांच्या लोकांना बंटीकडून माझा नंबर घेण्यास सांगितला होता आणि अचानक माझ्या फोनमध्ये त्यांचा आवाज ऐकू आला, स्वतः श्रीधर शुक्ला, त्यांच्या त्या धीर गंभीर आवाजासह आणि त्यांच्या उत्कृष्ट विरामचिन्हासह. लाखो लोक या माणसाच्या मागे लागले होते आणि तरीही त्याने मला फोन करण्यासाठी, माझं क्षेमकुशल विचारण्यासाठी वेळ काढला. मी थोडा उपहासात्मकच होतो, त्यांनी मला काहीतरी विचारावं म्हणून मी वाट पाहत होतो, जसं मला फोन करणाऱ्या प्रत्येकाने विचारलं होतं; पण त्यांना काही मॅटर सेटल करायचं नव्हतं, पैशांची किंवा कोणाचा बदला घेण्याची आवश्यकता नव्हती, त्यांना केवळ माझ्याशी बोलायचं होतं.

''मला कळलं की, तुम्हाला माझ्याशी बोलायचं आहे,'' मी म्हणालो. ''तुम्हाला माझ्याशी कशाच्या संदर्भात बोलायचं आहे?''

त्यांनी माझ्या आवाजातली धार नक्कीच टिपली; पण त्यांनी अत्यंत शांतपणे उत्तर दिलं, ''तुझ्या मनात जे काही आहे त्याबद्दल.''

''ठीक आहे. मला तुम्हाला एक प्रश्न विचारायचा आहे.''

''विचार.''

''तुम्ही खरे गुरू आहात, यावर माझा विश्वास नाही.''

ते हसले. ''तो प्रश्न नाही आहे; पण तरी ठीक आहे. तू माझ्याबद्दल कशातच विश्वास ठेवण्याची आवश्यकता नाही.''

नंतर ते गप्प होते. त्यांना राग आला नाही, हे माझ्यासाठी चीड निर्माण करणारं होतं. मी वाट पाहिली आणि फोन आदळायचा विचार केला आणि मग अखेरीस ते बोलले. कारण, मी उत्सुक होतो. ''तू खरा गुरू असू शकत नाहीस. कारण, मी तुझ्यासाठी करण्यासारखं काय आहे.'' मला म्हणायचं होतं की, त्यांच्यासाठी मी जी अनंत शस्त्रं या देशात आणत होतो. ''लोक जे खरेखुरे आध्यात्मिक असतात, ते शांत असतात. ते हिंसेच्या विरोधात असतात.''

''हे तुला कोणी सांगितलं?''

''सगळ्याना माहिती आहे ते.''

''म्हणजे तुला असं वाटतं की, तुझी आध्यात्मिकदृष्ट्या अजिबात प्रगती झालेली नाही?''

मी हसलो आणि उठून बसलो. ''आपण तुमच्याबद्दल बोलतोय.''

''ठीक आहे गणेश, ठीक आहे; पण मला उत्सुकता होती की, तुला ही आध्यात्मिक प्रगतीबद्दलची कल्पना कोणी सांगितली आणि सगळे शांत म्हणजे नक्की कशाला म्हणतात? आजकाल हे सर्वत्र आहे, सर्व जण त्याचा पुनारुच्चार करतात; पण कोणी हे सांगू शकत नाही की, ते त्यावर का विश्वास ठेवतात.''

''ते स्वाभाविक आहे, नाही का?''

''नाही.''

मग पुन्हा ते गप्प होते. ''ऐका,'' मी म्हणालो, ''माझ्याशी खेळ खेळू नका. मला फक्त सांगा. मी विचारेन, ठीक आहे? तर सांगा मला, तुम्ही जे करत आहात ते करत असूनही तुम्ही खरे गुरू कसे काय?''

''तुला माहिति आहे का मी काय करतो आहे?''

''मला थोडं माहिती आहे. मला माझा भाग माहिती आहे आणि तो शांततामय नाही आहे.''

''हो, तुला तुझा भाग माहिती आहे. तुला जेवढं दिसतं तेवढंच तुला माहिती आहे. तुला कोणीतरी सांगितलेलं आहे की, महात्मा असलेल्याने हिंसेच्या विरोधात असलं पाहिजे, त्याचा जो काही अर्थ आहे तो; पण गणेश, तू संपूर्ण चित्राची कल्पना करू शकतोस का?''

''अर्थातच मला माहीत नाही की, तुमची योजना काय आहे.''

''पण त्याहूनही मोठ्या चित्राची कल्पना कर. खुद्द आयुष्याची कल्पना कर. तुला त्यात हिंसा दिसत नाही? जीव जीवावर जगतो गणेश आणि आयुष्याची सुरुवातच हिंसेने होते. तुला माहिती आहे, आपल्याला जी ऊर्जा मिळते ती कुठून येते? सूर्याचंच घे ना. सगळं त्या सूर्यावर अवलंबून असतं. आपण सूर्यामुळे जिवंत आहोत; पण सूर्य कोणत्या शांततामय ठिकाणी नाही. ती जागा अविश्वसनीय हिंसाचाराची आहे. तो एक मोठा स्फोट आहे, स्फोटांची मालिकाच. जेव्हा हिंसा संपते, सूर्य मृत्यू पावेल आणि आपणही मरू.''

''ते वेगळं आहे. ते माणसाला मारण्यासारखं नाही किंवा अनेक माणसांना.''

''सर्व माणसं मरतात.''

''पण तुम्ही त्यांच्या डोक्यात गोळ्या घालता म्हणून त्यांनी मेलं पाहिजे, असं नाही.'

''तुला मारून शांतता मिळत नाही का?''

मला माहिती होतं की, ते खरं नव्हतं. मला त्यांना विरोध करायचा होता; पण मला माहिती होतं की, अहिंसेनेही कधी शांतता मिळत नाही. जर काही उघडपणे खरं होतं, तर ते हेच. हा गुरू, अतिशय वैतागवाणा, हरामखोर होता. ''ते वेगळं आहे,'' मी म्हणालो, ''आम्ही कलियुगात राहतो म्हणून आम्हाला संघर्ष करणे आवश्यक आहे; पण तुम्ही एक पवित्र माणूस आहात, त्यामुळे तुम्ही आम्हाला न लढण्याबद्दल सांगितलं पाहिजे.''

''का गणेश? का? तू एक अतिशय हुशार माणूस आहेस; पण तरीही तू या जाळ्यात सापडला आहेस. तूसुद्धा; पण ही तुझी चूक नाहीये, हा आमच्या काळापासून सुरू असलेला

मतप्रचार आहे, अगदी सर्व जगभरात; पण तुझ्याच इतिहासाचा विचार करून बघ गणेश. आधी कधी पवित्र माणसं लढत नव्हती का? त्यांनी कधी लढवय्याना लढायला सांगितलं नाही का? आध्यात्मिक प्रगतीचा अर्थ असा आहे का की, जर दुर्जनांशी सामना झाला तरी हातात शस्त्र घ्यायचं नाही?''

त्यांनी मग मला परशुरामाची आठवण करून दिली. ते महान ऋषी ज्यांनी पृथ्वी साफ करण्यासाठी हातात त्यांचा परशु उचलला होता आणि राम, राम स्वतः पुरुषोत्तम, त्यांनी धनुष्य बाण उचलला आणि सर्व दुर्जनांशी लढले. ''आणि कृष्णाने अर्जुनाला युद्धभूमीवर दिलेल्या सल्ल्याचे काय?'' हे विचित्र गुरू मला म्हणाले. ''अर्जुनाला शांती हवी होती. त्याला जगातून निवृत्त व्हायचे होते. त्याने जायला हवं होतं का? कृष्णाने त्याला जाऊ द्यायला हवं होतं?''

मला त्यांच्याशी सहमत व्हावंच लागलं. नाही, कृष्ण बरोबर होता, हे स्पष्ट होतं. मी तसं म्हटलंही. नंतर गुरुजींनी मला महान शंकराचार्यांच्याबद्दल सांगितलं आणि त्यांच्या क्रकाका कापालिका सेनेच्या पराभवाबद्दल सांगितलं. तसंच संन्यासी बंडखोर, जेव्हा साधू आणि फकीर इस्ट इंडिया कंपनीच्या विरोधात लढले. ''आपण अशा शांततेचा निषेध केला पाहिजे, जी आध्यात्मिकतेचे खच्चीकरण करते, दुर्बल बनवते गणेश,'' ते म्हणाले. ''आपण मोठं चित्र पाहायला हवं. शांतता नांदण्यासाठी आपण कोणाशी लढलं पाहिजे, हे आपण पाहिलं पाहिजे. आपण आपला विश्वास दृढ ठेवला पाहिजे. आपला संपूर्ण इतिहास, शेकडो वर्षांचा इतिहास, आपल्याला याचं उदाहरण देतो आणि जर मी पवित्र माणूस असेन गणेश, तर तूही आहेस.''

''मी?''

''हो, तू.''

मी आता खूप गोंधळून गेलो होतो आणि थकलो होतो. या संभाषणाने मला दमवलं होतं. त्यांना हे सांगण्याच्या प्रयत्नाने की, मी कोणत्याच गोष्टीत विश्वास करत नव्हतो, अध्यात्मातही नाही. मी फोन ठेवला आणि काम करण्याचा प्रयत्न केला; पण मी पूर्ण दिवस या कोड्यात पडलेलो होतो की, मी पवित्र माणूस कसा काय, मी महात्मा कसा? त्या रात्री माझ्या स्वप्नात अंगाला राख फासलेल्या नागा साधूंचा आखाडा आला, जे कुंभमेळ्याच्या दरम्यान नाशिकला आले होते. त्यांच्या राख फासलेली शरीरं, तपकिरी जाड जटा ज्या त्यांच्या खांद्यावरून खाली रुळत होत्या, त्यांची त्रिशूळं आणि तलवारी, सगळं स्वप्नात आलं. मी मोठ्या आरोळीने जागा झालो आणि नागा साधूंच्या जथ्थ्याकडे धावत गेलो जे पाण्यात उतरून स्नान करत होते आणि मला साधूंच्या डोळ्यांतला अंगार दिसला जेव्हा ते त्वेषाने धावत होते. मी एक लहान माणूस पाहिला, शांत माणूस, त्या महान आणि चांगल्या साधूंच्या मध्ये आणि मला त्याच्यासाठी किंचित वाईट वाटलं. माझ्या छातीत धडधड होत होती आणि मी जागा झालो. मी माझं मन नाशिकपासून जरा दूर वळवलं; पण तरी पूर्ण रात्री माझ्या मनात याच प्रश्नाचं कोडं पडलं होतं की, मग पवित्र म्हणजे नक्की काय? पुण्यवान कोण आहे?

पुढच्या वेळी जेव्हा गुरुजींनी फोन केला, तेव्हा आम्ही देवाबद्दल बोललो. मी त्यांना सांगितलं की, माझा अशा गोष्टीत विश्वास नाहीये आणि असा विश्वास असण्याची काही

गरजही नाहीये. मी तसं म्हणालो कारण, राजकारणी लोकांचं धर्म हे एक हत्यार होतं, जे त्यांच्या मतदारावर ते वापरत आणि त्यांना कळपातून कत्तलखान्याकडे नेत. मी म्हटलं की, ज्यांचा स्वतःवर विश्वास नसतो त्यांच्यासाठी हा विश्वास वगैरे असतो. त्यांनी माझ्याशी वाद घातला नाही. त्यांनी शांतपणे ऐकून घेतलं आणि म्हणाले, ''हे योग्य वादविवाद नाहीत. तू तुझ्या विचार करण्यात योग्य आहेस.''

तेवढं बोलूनच त्यांनी मला थांबवलं. मला अपेक्षा होती की, ते माझ्याशी वाद घालतील, भांडतील कदाचित मला शिवीगाळ करतील किंवा शाप देतील. कारण, मी नीच माणूस होतो; पण त्यांनी यातलं काहीही केलं नाही. त्यांनी शांतपणे माझं ऐकून घेतलं आणि माझा आदरच केला. नंतर ते म्हणाले, ''पण गणेश, जगातल्या त्या सर्व प्रमाणबद्धतेबाबत काय म्हणशील?''

ते कशाबद्दल बोलत आहेत, याची मला कल्पनाच नव्हती; पण मग त्यांनी मला ते समजावून सांगितलं. त्यांनी मला दाखवून दिलं की, कसं प्रत्येक अग्नीसाठी जल आहे, प्रत्येक श्वापदासाठी त्याचं भक्ष्य आहे, प्रत्येक प्रेमासाठी तिरस्कार आहे. ते इलेक्ट्रोन आणि त्यांची ऊर्जा, त्यांच्यातील विचित्र आकर्षण आणि अपकर्षण यांच्याबद्दल बोलले. ते जे बोलत होते त्यातील काही तुकडे माझ्यापर्यंत पोहोचत होते, एखाद्या अंगाईसारखे; पण मला लगेच समजलं की, ते कशाबद्दल बोलत आहेत. हो, प्रत्येक गणेश गायतोंडेसाठी एक सुलेमान इसा आहे. प्रत्येक विजयासाठी एक पराजय आहे. ''हो,'' मी त्यांना म्हणालो, ''मला समजतंय. सगळं नेहमी जोडीने येतं किंवा दोन किंवा अधिकची पुनरावृत्ती होते. सर्वांची टक्कर होते. ते वेगळे होतात आणि जुळून परत एक होतात.''

''अर्थातच, गणेश अर्थातच,'' ते म्हणाले. त्यांचं समाधान त्यांच्या आवाजातून जाणवत होतं. ''पाहा, तुझ्याकडे ते आधीपासूनच आहे. मला ते समजावूनही सांगावं लागलं नाही. तुला आधीच माहिती आहे. तू आधीच त्या मार्गावर आहेस.''

''तुमच्या या देवाच्या मार्गावर? नाही, मला तसं वाटत नाही.''

''तू असा विचार नको करू की, मी विष्णूसाठी वादविवाद करतो आहे किंवा इतर निर्मात्याबद्दल, गणेश. तुला माहिती आहे मी तितका साधा नाही. माझं ऐक : या प्रमाणबद्धतांमधून तुला स्वतःला अजून वर उचल. तुला जगाचे, विश्वाचे प्रकार दिसत आहेत का? तुझ्या खाली असलेल्या लाटा, बोटीखाली असलेल्या लाटा, त्या तुला गोंधळलेल्या वाटतील; पण त्या आहेत का? नाही, अगदी थोड्याफार. आपण कधी काही पाहतो, काही हरतो यात काही सुसंबद्धता नसते; पण ती आहे आणि पृथ्वी ती टिकवून ठेवते. स्थानिक आणि लगेच समोर दिसणाऱ्या गोष्टींच्या मागे प्रचंड सुसंबद्धता आहे. गणेश, किनाऱ्यावर जा आणि गवताचं शेत बघ. बघ कसा सूर्य त्या गवताला जेऊ घालतो आणि पृथ्वी त्याला टिकवून धरते. निरीक्षण कर, तुला दिसेल की, ते गवत इतर जीवांना निवारा देतं आणि त्यांना जेऊ घालतं. तुला दिसतंय की, कशा सर्व गोष्टी एकमेकांत जुळून गेलेल्या आहेत? अखेर सर्वांनंतर गणेश तुला सौंदर्य दिसतं का?''

मी तुम्हाला सांगतो की, एव्हाना माझं डोकं भणभणायला लागलं होतं. त्यांना काय म्हणायचं आहे हे मला समजतंय, असं वाटेपर्यंत निसटून जात होतं. त्यांना हे माहीत होतं. त्यांनी मला काळजी करू नकोस असं सांगितलं; पण फक्त पुढच्या आठवड्यात या सगळ्याचं निरीक्षण करायला सांगितलं. ''सगळ्या गोष्टींशी अगदी सामान्यपणे सामना कर;

पण त्याचं वेळी, त्यापलीकडेही पाहायचा प्रयत्न कर. पुढच्या आठवड्यात मला तू काय पाहिलंस ते सांग. अगदी जसं दिसलं तसं किंवा आकार, गोंधळ किंवा सुसंगत.''

पाच मिनिटांनी मी फोन ठेवला आणि स्वतःशीच हसत सुटलो होतो. मी विचार केला की, अरे दुर्बळ आणि त्या म्हाताऱ्या माणसाची बडबड ऐकणाऱ्या माणसा; पण त्यांनी माझ्यात काहीतरी रुजवलं होतं. मला नको होतं; पण मला जाणवलं की, मी आता गोष्टींमधील संबंध आणि प्रतिमा यांकडे पाहायला लागलो होतो... आणि मला त्या मिळाल्या. स्त्री आणि पुरुष यांची एकमेकांना कशा प्रकारे गरज असते आणि मनुष्यजाती इतके झगडे आणि हृदयभंग असूनही कशी पुढे गेली यावर मी विचार केला. जर तुम्ही या गोष्टींपासून एक मिनिट बाजूला झालात, तर ते स्वाभाविकच होतं; पण त्यामुळे मला गोष्टींचा उगम आणि जन्म, एक छोटीशी सुईच्या टोकाइतकं डोकं असलेली अळी कोशातून बाहेर येण्यासाठी कसा संघर्ष करते आणि एक दिवस त्यातून कसा एक नवीनच जीव जन्माला येतो आणि पुन्हा त्याचं सारखे अनेक जीव जन्माला घालू शकतो हे दिसलं. इतकं सामान्य; पण किती गुंतागुंतीचं आणि सुंदर. मला स्वतःचंच आश्चर्य वाटलं की, माझ्या मेंदूवर काय थर बसले आहेत, ज्यामुळे मला त्याखालचं इतकं सुंदर जग दिसत नव्हतं; पण मी शांत राहिलो आणि बघत राहिलो जसं मला त्यांनी सांगितलं होतं. आठवड्याच्या शेवटी शेवटी माझं मन गोष्टींमधल्या सुसंगतीकडे वळलं. मी टीव्हीवर कार्यक्रम पाहिले होते, त्यात डायनोसॉर आणि त्यांची लुप्तता, स्तन्य प्राण्यांचा उदय होताना पाहिला (जेव्हा मुलांनी अगदी हात जोडून दुसरा टीव्ही सेट मागितला, जेणेकरून ते त्यांच्या बागडणाऱ्या हिरॉईन्सकडे जाऊ शकतील), मी खूप आधी मोठे केसाळ एप्स आफ्रिकन जमिनीवर त्यांची पहिली कौशल्यं शिकताना पाहिले होते. आपल्या या ग्रहावरील जीवनाचा हा आलेख होता, अगदी मनुष्यापर्यंत, माझ्यापर्यंत. या आलेखाला दिशा आणि गती दोन्ही होतं आणि तो वरवर जात होता, चंद्राकडे आणि नंतर चांदण्यांकडे; पण मग माझं आयुष्यही होतं. त्याला आकार होता? जर तुम्ही स्वतःला किंचित त्यापासून वेगळं केलं, तर त्याच्या प्रगतीमध्ये सौंदर्य होतं का? मी याबद्दल विचार केला आणि मला चिंता वाटू लागली. असं असू शकेल का की मी विविध घटनांच्या उसळणाऱ्या लाटांमध्ये कसाही फेकला जात होतो? एक दिवस दुसऱ्या दिवसानंतर उगवत होता. कारण, तो तसा उगवायला हवा होता, उगीच विनाकारण? मी हे मान्य करू शकत नव्हतो. या गोंधळामुळे मला त्रास होऊ लागला म्हणजे माझ्या पोटात मुरडा पडला, डोकं दुखायला लागलं आणि पुन्हा मला मूळव्याध उपटला. मी बाथरूममध्ये अतिशय कापत आणि चक्कर येत उभा राहत होतो. माझं शरीर या होकाराचा विरोध करत होतं की, माझ्या आयुष्याला काही अर्थ नाही. नाही, माझ्या आयुष्याला आकार होता. मी गरिबीतून सुरुवात केली होती. तीही एकट्याने, मी संघर्ष केला होता, मी जिंकलो होतो, वर चढत होतो, मला घर सापडलं होतं आणि माझ्यावर प्रेम करणारे लोकही. तरीही मी शिकत होतो, प्रगती करत होतो, माझ्याजवळ माझ्या देशासाठी एक ध्येय होतं, एक शिक्षक होता, मी कुठेतरी जात होतो. माझी म्हणून एक गोष्ट होती.

पुढच्या वेळी मी गुरुजींशी बोललो, तेव्हा त्यांना हे सांगितलं आणि त्यांनी माझं कौतुक केलं. ''तुझी जाणीव इतकी अचूक आहे गणेश, आत्मा विश्वाचे गुणधर्म जाणतो. त्यातले नाजूक संबंध अगदी लहानापासून मोठ्यापर्यंत जाणतो. आत्म्याला माहिती आहे. कारण, तो विश्व आहे; पण मन लुडबुड करतं. ज्याला आपण शास्त्रीय कारणभाव म्हणतो, तो आपली

दृष्टी झाकून टाकतो आणि विरोधाभास निर्माण करून आपल्याला अनभिज्ञ ठेवतो. नाहीतर, तुम्ही संबंधांचे इतके मोठे जाळे कसे बघू शकाल आणि याचा एक निर्माता आहे, यावर कसा विश्वास ठेवत नाही?''

''तुम्हाला देव असं म्हणायचं आहे का, गुरुजी?''

''मला म्हणायचं आहे देहभान.''

इथूनच आम्ही सुरुवात केली आणि यामुळे मला माझ्या ज्ञानाच्या प्रवासात खूप मदत झाली. नाही, त्यांनी माझी निवड केली होती आणि मला ज्ञानाच्या उंच शिखरावर नेलं होतं. त्यांनी माझं वजन लीलया पेललं आणि आम्ही जसं वरवर जात होतो, तसं त्यांनी मला अजून जन्माला न आलेलं सत्य, या शाश्वत गोष्टी सांगितल्या. इतिहासाच्या चक्रांकडे माझं लक्ष वेधलं आणि ती त्यातील अपरिहार्य सांगतेकडे हळूहळू जात होती, विश्वाचा विस्तार होत होता आणि नंतर एका विशिष्ट बिंदूला पुन्हा विस्फोट होण्यासाठी उसळी घेत होतं.

नंतर, आम्ही बोलायला सुरुवात केल्याच्या अनेक महिन्यांनतर, ज्या शक्तीमुळे त्यांना हे सर्व अंतर्ज्ञान प्राप्त झालं होतं, त्याबद्दल सांगितलं. त्यांनी मला माझं भविष्य सांगितलं. मी त्यांच्या बेवसाईटवर अनेक लोकांचे अभिप्राय पाहिले होते की, ते हे करू शकतात आणि त्यांनी हे त्यांच्यासाठी केलं होतं. मी त्यातील काही पानं वाचली होती, ज्यात मनुष्याला खात्री आणि सुखकारकता यांची आत्यंतिक गरज असते. अभिप्राय खूपच तपशीलवार दिलेले होते. त्यात लोकांची नावं, ठिकाणं आणि परिस्थिती दिलेली होती : सिलिगुडीचे एक डॉक्टर होते. त्यांच्या मुलीला ल्युकोडर्मा झाला होता आणि ती अविवाहित राहिली होती. गुरुजींनी त्याला काळजी न करण्याबद्दल सांगितलं आणि त्या वर्षीच्या शेवटच्या दोन–तीन महिन्यांत या समस्येवर मार्ग नक्की निघेल, असं सांगितलं. त्यांना खात्री होती की, त्या हिवाळ्यात एक जर्मन इंजिनियर त्यांच्या अडकलेल्या शेतीच्या प्रोजेक्टमध्ये काम करण्यासाठी येईल आणि त्यांच्या मुलीच्या सौंदर्याने आणि रंगाने मोहित होईल. तिला ड्युसेडोर्फला घेऊन जाईल. यानंतर असे स्क्रीनवर स्क्रीन भरून माहिती होती आणि केवळ आनंद सांगितला नव्हता, तर गुरुजी वाईट काळाबद्दल, पाण्याशी संबंधित अपघाताबद्दल, घटस्फोट, व्यावसायिक तालमी यांबद्दलही मोकळेपणाने सांगत. मी ठरवलं की, हे सर्व म्हणजे छोट्या लोकांचे वेड असते, ज्या लोकांना साधनांबद्दल आसक्ती असते, आंत्रांगातील किंवा बहुस्वरूप, जेणेकरून ते जीवनाशी लढा देऊ शकतील आणि जिंकू शाकतील; पण नंतर एका संध्याकाळी गुरुजींनी मला सांगितलं, ''थाई लोकांकडे लक्ष ठेव.''

''का?''

''मला दिसतंय की तू थाई लोकांच्या बरोबर पुढील काही दिवसांत एक व्यवहार करतो आहेस. काळजी घे. त्यांच्यावर विश्वास ठेवू नकोस. त्यांच्यापासून तुला धोका आहे.''

आता हे खरं होतं की, आम्ही क्राबी प्रोव्हिन्समधल्या काही लोकांच्या बरोबर विक्रीसाठी संधान बांधणार होतो. आम्ही त्यांच्यासाठी चार लाख 'मेटामार्फिन'च्या गोळ्या आणल्या होत्या; पण गुरुजींनी मला फक्त काही व्यवहार होणार आहे, असं जरी ओळखलं होतं. कोणत्याही क्षणी आम्ही तो व्यवहार करणार होतो किंवा अन्य कोणत्या थाई ग्रुप बरोबर, यात काही अंतर्ज्ञान वगैरे नव्हतं म्हणून मी त्यांचं म्हणणं गंभीरपणे घेतलं नाही. त्यांना विनम्रपणे धन्यवाद म्हणून त्याबद्दल ज्या दिवशी व्यवहार झाला त्या सकाळपर्यंत विसरूनही

गेलो. नंतर गुरुजींच्या भविष्यामुळे थोडा अस्वस्थ झालेला असल्याने मी जागा झालो आणि जी दोन मुलं त्यासाठी बाहेर पडली होती, त्यांना फोन केला. त्यांना सावध राहायला सांगितलं आणि एक शूटर रिझर्व्ह ठेवायला सांगितला. ते थाई, मूर्ख लोक, त्यांनी अगदी बोअरिंग अशी हिसकवा-हिसकवी केली आणि असे काही पळून गेले जे आम्ही पंधरा वर्षांत पाहिलं नव्हतं. त्यांनी काही जास्तीची माणसं आणली होती. त्यांना बीचवरच्या एका घरात लपवून ठेवलं होतं, त्यामुळे त्यांना ते आमच्या अधिक मोठ्या टीमला हरवतील, असं वाटलं. अर्थातच आम्ही त्यांना कापून काढलं आणि ते जेव्हा सूचना दिल्यावर धडपडत घरातून बाहेर पडले, तेव्हा आमच्या रिझर्व्ह शूटरने त्यांना टिपलं आणि खेळ खलास.

तर ते घडलं, गुरुजींच्या भाकिताचा प्रश्न पूर्णपणे हवेत लटकत ठेवून, सगळं माझ्या डोक्यावर एखादा बॉम्ब लटकत असल्यासारखं वाटलं. मला हे मान्य करायला अवघड जात होतं, तो बॉम्ब खाली येऊन माझ्या डोक्यावर फुटेल, याची भीती वाटत होती. निर्मिती आणि विध्वंस यांची दीर्घ चक्रं असतात हे ठीक आहे; पण मादरचोद, हा माणूस भविष्यात कसं डोकावून बघत होता? हे अशक्य होतं. वेळ निघून जात होता आणि काय येऊ घातलं आहे, त्यात तुम्ही स्वतःला शारीरिकरीत्या झोकून देऊ शकत नव्हता.

गुरुजींनी शांतपणे माझं म्हणणं ऐकून घेतलं. मग ते म्हणाले, ''तर तुला काळ काय असतो हे कळतं?''

''गुरुजी, त्यात माहिती असण्यासारखं काय आहे? काळ हा काळ आहे. तो इथून तिथे जातो आणि आपण त्यात जगतो. रस्ता निदर्शित केला आहे आणि तुम्ही यू-टर्न घेऊ शकत नाही.''

''पण तुला माहिती आहे गणेश, शास्त्रज्ञांनी शोध लावला आहे की, अणू काळाच्या मागेही प्रवास करतात ते? आणि तुला माहिती आहे का की, काळ हा स्थिर नाही, तो वाकतो, ताणला जातो आणि दाबला ही जातो? जर तुझ्या डोक्यावरून जेट विमान जात असेल, खूप वेगात, तर त्या विमानाच्या पायलटचे वय तुझ्यापेक्षा कमी वेगाने पुढे सरकत आहे? त्याच्यासाठी तुझ्यापेक्षा कमी वेगाने काळ पुढे सरकत आहे.''

''नाही, असं नाही असू शकत.''

''पण ते आहे. शास्त्रज्ञांनाही ते शंभर वर्षांपासून माहिती आहे. त्यांनी प्रकाशकण उलटा प्रवास करतात, हे मान्य केलं आहे, जे करोडो वर्षांपूवी बिंग बँगच्या वेळी जन्माला आले होते. त्यांचं वय अजून एक सेकंदानेही वाढलं नाहीये म्हणून गणेश, तू जर प्रकाशाच्या वेगाने प्रवास करू शकलास, तर तू आयुष्यभर तरुण राहू शकशील.''

मला यातलं काहीही कळलं नाही. त्यांनी मला जे लेख ई-मेल केले तेही मला कळले नाहीत किंवा जे व्हिडिओ मला पाहण्यासाठी पाठवले होते, तेही ज्यामध्ये आइन्स्टाईन, रिलेटीव्हीटी, ब्लॅक होल आणि स्वतःभोवती फिरत असलेले विश्व असे काय काय होते. या सगळ्यामुळे मला मी एखाद्या लहान मुलाला सूर्याकडे पाहून कशी चक्कर येईल, तसे झाले; पण त्यांनी मला हे पटवून दिलं की, माझी विश्वाबद्दलची समजूत अगदी वरवरची उथळ प्रतिमा होती. गोष्टी जशा दिसत आणि भासत होत्या ते एक स्वप्न होतं, पूर्णपणे विसंगत नाही; पण भरीवही नाही. त्यांनी मला हेही पटवून दिलं की, काही लोक, काही स्त्रिया, काही पुरुष, अगदी काही मुलंही या काळाच्या चक्रातून पाहू शकतात. ''ती जन्मजात क्षमता असते,''

ते मला म्हणाले. ''ज्योतिष, हस्तरेषा, हे सगळे ही क्षमता वाढवतात, तिला जागी करतात आणि ऊर्जा देतात. जर तुझ्याकडे ती क्षमता आहे आणि तू जर ती प्रशिक्षित केलीस, शिस्त लावलीस, सराव केलास, लवचीक आणि मजबूत बनवलीस, तर तू विश्वाचे कथन वाचू शकशील. कधी कधी ती कथा कुठे जात आहे, भविष्यात काय होणार आहे, याची झलक पाहू शकतोस. कारण, हे भविष्य अगोदरपासूनच अस्तित्वात आहे. जर तू खरा मास्टर असशील, तर तुझ्यापासून काहीही लपलेलं नाही. मी, माझ्याकडे एक साधी भेट आहे. जर तुला एका ज्योतिषाकडे लक्ष देणे, अस्वस्थ करत असेल, जर तू कोणत्या वाईट लबाडीच्या कचाट्यात आहेस असे वाटत असेल, तर एक मित्र म्हणून माझा फक्त विचार कर जो तुला नेहमी चांगल्या इच्छेने सल्ला देत असतो. मला फार गंभीरपणे घेऊ नकोस. मी कधी चूकही असू शकतो. मला दिसणाऱ्या विखुरलेल्या प्रतिमा, येणारे अंतर्ज्ञान चूक सांगू शकतो म्हणून जे योग्य आहे ते घे गणेश. कदाचित, ती माहिती तुझ्यासाठी उपयुक्त असू शकते. पुष्टीशिवाय त्यावर विश्वास ठेवू नको, तुला मिळणाऱ्या कोणत्याही गुप्त माहितीसारखंच त्याकडे पाहा.''

हेच ते म्हणाले आणि नंतर पुढे काय येऊ घातलं आहे, त्याचे काही तुकडे त्यांनी माझ्या समोर टाकले. ते असं रोज करत नसत आणि नेहमीच माझ्यासाठी त्यांच्याकडे खूप महत्त्वाची, जीवरक्षक माहिती नसे. त्यांनी मला रॉटरडॅमहून येणारी; पण उशीर झालेली शिपमेंट अमुक अमुक तारखेला येतील, असं सांगितलं आणि ती आलीही किंवा त्यांनी मला सांगितलं की, जुलैअखेरीस माझ्या एका मुलाला तब्येतीचा त्रास होणार आहे आणि अर्थातच एका घाणेरड्या मूर्खाला पायाच्या बोटांमध्ये फंगल इन्फेक्शन झालं, ज्यामुळे त्याला चालताही येत नव्हतं. गुरुजी चुकाही करत. दोन वेळा त्यांनी सांगितलं होतं ते घडलं नाही; पण इतर बावन्न वेळा घडलं. हो, मी मोजलं. मी डायरीत नोंद ठेवत होतो. आकड्यांनी मला शिकवलं की, काय खरं होणार होतं आणि ते खोटं बोलले नव्हते. त्यांच्यात ही बुद्धिमत्ता होती. तुम्ही विश्वास ठेवा अगर नका ठेवू, जशी तुमची मर्जी; पण मी शक्य तितकं स्वतःला रोखलं. आता माझा विश्वास बसला.

आता गुरुजींचा फोन वाजला. मी माझे हात पँटला पुसले आणि फोन घेतला. मी माझा अठरा आकडी अँक्रिप्शन कोड घातला आणि ते माझ्याशी बोलू लागले.

''गणेश, मी जेव्हा आजचं प्रवचन लिहिलं, तेव्हा मी तुझ्याबद्दल विचार करत होतो.''

''प्रणाम गुरुजी. मी ते वाचत होतो.''

''मला माहिती आहे.''

ते काही वेळा तसं करत. त्यांना माहिती असे की, तुम्ही काय करत होतात, काय विचार करत होतात, तुम्हाला काय हवं होतं; पण तुम्हाला ते मान्य करायला भीती वाटत होती. एकदा खूप दिवसांपूर्वी, जेव्हा मी संशयाचा धनी झालो होतो, तेव्हा माझे सर्व निग्रही अविश्वास त्यांच्या अंतर्ज्ञानाने पूर्ण नाहीसे झाले होते. त्यांना तुमच्यापेक्षा जास्त माहिती असे, ते तुमच्या आयुष्यात डोकावत, त्यांना तुमचं भविष्य माहिती होतं आणि तुमचा भूतकाळही. ते कधीही मतं बनवत नसत. गुरुजींच्याबद्दल ती सर्वांत छान गोष्ट होती की, ते स्वतः इतके सात्त्विक पुरुष होते, बुद्धापेक्षाही आयुष्यात कशाचाही मोह नसलेले; पण ते कधीही जो मोहाच्या जाळ्यात फसलेला आहे, त्याला कमी लेखत नसत. मी त्यांना एकदा विचारलं होतं की, माझ्या धंद्यामुळे किंवा मी जगण्यासाठी म्हणून जे जे काही करतो, त्यामुळे त्यांना राग येतो का? मी त्यांना विचारलं की, ते मला या सगळ्या गुन्हेगारी मानल्या जाणाऱ्या गोष्टी

सोडायला का सांगत नाहीत. ते म्हणाले, ''एक वाघ हा वाघ म्हणूनच छान असतो, जो वाघ शाकाहारी शेळी बनायला जातो, तो अगदी बापुडवाणा होतो आणि त्याचा तिरस्कार वाटतो.'' ते म्हणाले, ''कलियुगात अशा साध्या गोष्टी नसतात आणि मोक्षाकडे जाणारा मार्ग इतका सोपा नसतो.'' ''तर गुरुजी,'' मी म्हणालो, आता मी हसत होतो. ''तुम्ही माझ्याबद्दल विचार करत होतात. तुम्हाला काय वाटतं? मी कौमार्यावस्थेसाठी तयार आहे का?''

नेहमीप्रमाणेच ते एखाद्या लहान मुलाप्रमाणे खुदखुदत हसले, जसं लहान बाळ आईच्या कुशीत खुदुखुदु हसत असतं. ते म्हणाले, ''बेटा, तू एक लढवय्या आहेस. तू माझा अर्जुन आहेस. तुला केवळ तुझ्या द्रौपदीचीच नाही, तर तू जगाच्या पाठीवर जिथे जिथे जाशील तिथल्या भेटींची गरज आहे. तुझा मूळ स्वभाव दाबणे म्हणजे गुन्हा होईल आणि तू जे काम केलं पाहिजेस त्यासाठी तू अकार्यक्षम होशील.''

मी हे त्यांच्याकडून पूर्वीही ऐकलं होतं; पण त्यांचं बोलणं ऐकायला मला आवडायचं. त्यांच्या आवाजात काहीतरी जादू होती. एक प्रकारचा गोडवा होता, काहीतरी खूप खोल आणि ते माझ्या हृदयात झिरपायला लागलं आणि मला त्यामुळे खूपच छान, सुखकारक वाटू लागलं. त्यांचं बोलणं ऐकून मी शांत झालो म्हणून मी त्यांना कधी कधी प्रश्न विचारायचो, जेणेकरून ते बोलतील आणि मी ऐकत राहीन; पण आज माझ्यासमोर एक खरा प्रश्न होता. ''गुरुजी, तुम्ही ते कागद बघितले का?'' कागद म्हणजे सहा फूट उंच असलेल्या जमिलाची कुंडली आणि बायोडेटा असं मला म्हणायचं होतं, जे मी गुरुजींना डेन्मार्कला फॅक्स केले होते. त्यांना ती मुस्लीम असण्याबाबत अर्थातच काही समस्या नव्हती; पण त्यांना तिचे ग्रह आणि भविष्य बघायचं होतं.

मला जाणवलं की, ते मंद हसत आहेत. ''तू खूप उतावळा आहेस गणेश.''

''नाही, नाही गुरुजी. मला माहिती आहे, तुम्ही किती व्यग्र आहात ते. काही घाई नाही आहे.''

''गणेश, मी समजू शकतो. जरा उशीर झाला आहे. बराच.''

मी एखादी स्त्री उपभोगली याला बराच काळ लोटला होता. अर्थातच मुलांच्यासाठी मागवलेल्या कॉमन मुलींचा मी उपभोग घेत नसे. जोजो माझ्यासाठी खास मुली पाठवत असे आणि अर्थातच त्यासाठी गुरुजींचं शिक्कामोर्तब घेत असे; पण मी इतकाही दुबळा नव्हतो की, मी त्यासाठी त्यांना उतावळा झालेला दाखवे. ''गुरुजी, असं काही नाही. ही नेहमीपेक्षा थोडी जास्त इंटरेस्टिंग आहे, इतकंच.''

''मी सहमत आहे गणेश. तिचे ग्रह, चिन्ह आणि रेषा खरंच इंटरेस्टिंग आहेत. ही स्त्री खूप पुढे जाणार. तिच्यात बुद्धिमत्ता आहे; पण त्याहून जास्त ती लकी आहे. प्रत्येक वेळी जेव्हा तिला काही हवं असतं, कोणीतरी तिच्या आयुष्यात येईल जे ते तिला देऊ शकेल. तिचा मार्ग अगदी सुरळीत आणि तिच्यासाठीच बनवलेला असेल.''

''पण ती माझ्यासाठी लकी आहे का?''

''त्याबाबत मला अजून निश्चित माहिती नाही. मी तिच्या पत्रिकेकडे पाहत आहे आणि साधारणपणे ते ठीक वाटत आहे; पण मला अजून त्यावरून काही निश्चित चित्र मिळत नाही आहे. काहीतरी घडण्याची वाट पाहतं आहे.''

''काही घाई नाही, गुरुजी, नो प्रॉब्लेम,'' मी म्हणालो.

त्यांच्याकडे पंतप्रधान, सीईओ लोक सल्ल्यासाठी रांग लावून असत; पण ते माझ्यासाठी वेळ काढत. ते माझ्याबद्दल विचार करत, त्यांना माझी काळजी होती. कधी कधी या जाणिवेने माझा कंठ दाटून यायचा, जसा आता आला होता. त्यांना माझ्या घशातला आवंढा लक्षात आला आणि ते अगदी हळुवारपणे म्हणाले, ''मग काय खबर आहे?'' खबर म्हणजे त्यांना मुलांच्या आयुष्यात काय सुरू आहे असं म्हणायचं होतं. त्यांना त्यांच्याबद्दल ऐकून मजा वाटत असे, त्यांची मौज, आवडी आणि अगदी त्यांच्या आई-बहिणींच्या समस्यादेखील; अगदी त्यांच्या कोणी काकाने त्यांच्या विरुद्ध दाखल केलेला दावादेखील. ते एक सर्व जाणणारे गुरू होते; पण त्यांना या सर्वांत रुची होती, त्यांच्या समस्यांमधल्या सामान्य साधारणपणामध्ये. मी नेहमी त्यांना त्यांच्या गोष्टी सांगत असे आणि ते निवांतपणे ऐकत असत आणि त्यावर टिप्पणी करत, काही सुचवत असत. ''गुरुजी, आज माझ्याकडे एक सॉलिड खबर आहे. माझा हळू बोलणारा गाढव अरविंद याने ठरवलं आहे की, तो एका रंडीच्या प्रेमात आहे. त्याला लग्न करायचं आहे.''

''खरंच? आणि तुला काय वाटतं?''

''मी त्यांच्या पत्रिका पाहिल्या आहेत. काही मोठ्या समस्या नाहीत.''

''मला सांग.''

मी त्यांना जन्मवेळ, ठिकाण आणि तारखा सांगितल्या आणि मी त्यांना ते सांगून होईपर्यंत, त्यांच्या पत्रिका पाहूनही झाल्या होत्या. ''ही मुलगी खूप डायनामिक आहे,'' ते म्हणाले. ''अरविंदकडे ताकद आणि बुद्धी आहे; पण तो खूप शांत आहे. खूप तामसी व्यक्तिमत्त्व आहे. ही मुलगी त्याच्याबरोबर हिंडेल, त्याला गतीमध्ये आणेल. तुझं बरोबर आहे, काही मोठ्या समस्या नाहीत; पण त्यांना केवळ मुली होतील आणि त्याचं यकृत त्याला त्रास देणार आहे. नाहीतर पत्रिका छान जुळतात. त्यांना करू दे गणेश. इतर मुलं खूप चेष्टा करतील; पण लीडर म्हणून आपण पुढे पाहिलं पाहिजे. या मुलीने तिच्या मागच्या जन्मीचे ऋण फेडले आहेत म्हणूनच ती आता त्या आयुष्यातून बाहेर पडते आहे, जे या जन्मीचे स्वतःचा विक्रय करणे आहे. तिचा हा सर्व अनुभव तिला पुढे नेणाराच आहे, खालून वरच्या दिशेने आणि हे आपलं कर्तव्य आहे की, आपण तिच्या या परिवर्तनात तिला मदत केली पाहिजे. लग्न म्हणजे एक पवित्र प्रसंग आसतो आणि हे एक चांगलं लग्न असेल.''

एकदा त्यांनी सांगितलं की, मग ते अर्थातच आणि लखलखीत सत्य असे. मी अगदी हेच वाक्य मुलांपर्यंत पोहोचवलं. त्याच संध्याकाळी गुरुजींचा निरोप घेतल्यानंतर मी अरविंद आणि त्याच्या सुहासिनीला आत बोलावलं आणि त्यांना परवानगी दिली. त्यांच्याशी थोडं बोललोदेखील. मी त्यांना सांगितलं की, ते एका मोठ्या प्रवासाला निघाले आहेत आणि दोघांनाही दुप्पट मजबूत झालं पाहिजे आणि थोडं अलिप्तदेखील. कारण, आता त्यांच्याबद्दल गॉसिप त्यांच्या मागे मागे येणारच होतं. मी विशेषकरून तिच्या पत्नी म्हणून पतीला प्रभावित करण्याच्या कर्तव्याबद्दल आणि तो किती मोठं काम करत आहे त्याबद्दल बोललो. या सुहासिनीला सोनाली बेंद्रेचा सडपातळपणा आणि उंची होती, पाय लांब होते ठीकच होतं; पण तिचे नाक, डोळे जास्त रेखीव आणि गडद होते. ती नजर खाली वळवून ऐकत होती; पण मला गुरुजी तिच्यातल्या ज्या ऊर्जेबद्दल बोलले होते, ती महान ऊर्जा दिसत होती. इथे ठीकठाक हालचाल होती.

त्यामुळे सर्व काही ठरवलं गेलं. एक आठवडा होता होता, त्याचं लग्न झालेलं होतं. अर्थातच मी लग्न होण्याआधी जोजोला फोन केला होता आणि तिला मी काय ठरवलं होतं, ते सांगितलं. ती म्हणाली, ''गायतोंडे, तुझ्या आयुष्यात तू एकदाच काय ते इतकी चांगली गोष्ट करत आहेस. तिने तिचेही आशीर्वाद दिले आणि त्या जोडप्यासाठी एक भेटसुद्धा पाठवली. दोघांसाठी हिऱ्याच्या अंगठ्या पाठवल्या, ज्यात बऱ्यापैकी आकाराचे खडे पांढऱ्या सोन्यात जडवलेले होते. आम्ही एका हॉलची व्यवस्था केली आणि बँकॉकहून एक भटजी आणला गेला. मी मुलांना चांगलंच लेक्चर दिलेलं होतं की, या प्रसंगाचं पावित्र्य राखा; पण मला दिसत होतं की, मंत्रोच्चारांमुळे ते सगळे शांत झाले होते. जसे ते बंधनात बांधले गेले, तसा अरविंद आणि सुहासिनीचा एकमेकांप्रतीचा ठाम गंभीरपणा अधिकच गहिरा झाला. अगदी दारू प्यायलेल्या रमेशचासुद्धा. ते एक लहान गोल करून मांडी घालून बसले होते आणि कार्यक्रम पाहत होते. माझी विषण्णता वाढत होती. मी भूतकाळाच्या आठवणीत गेलो. अभीसाठी माझ्या हृदयात कळ उठली आणि मला आठवलं की, तो कसे त्याच्या छोट्याशा मुठींनी माझ्या गालावर मारत असे आणि जेव्हा मी त्याला विनवत असे तेव्हा कशी माझी पापी घेत असे.

आम्ही नवीन जोडप्याला कोह सामू येथे एका कॉटेजमध्ये हनिमूनला पाठवलं, तरी माझा हा मूड तसाच होता. त्या संध्याकाळी मी ध्यान केल, माझा श्वास पोटात गोलाकार फिरवला आणि तरीही पश्चात्तापाची काटेरी भावना माझा पिच्छा सोडत नव्हती. मी टीव्ही लावला आणि भारतीय चॅनेल शोधलं. एक ब्लोंड व्हीजे परदेशी उच्चाराचे हिंदी बोलत होती आणि जलद गाणी सादर करत होती. मी टीव्ही बंद केला. मी माझ्या बेडमध्ये विचार करत पडलो होतो की, जरी माझी मुलं माझ्याजवळ राहत होती, तरी मी एकटा होतो. ती काही फूट अंतरावर होती. माझ्यापासून फक्त लोखंड आणि लाकूड यांच्यामुळे किंचित अंतरावर, तरीही मी एकटा होतो. माझ्या मुलांच्या बरोबर असल्यावर मला एकदम ताकदवान वाटत असे, त्यांचा बाप असण्याची भावना, दूर असण्यामुळे आणि ताकदवान आणि कधी क्रोधित. ज्यांना मी माझ्या असमाधानाच्या आणि काही हवं असण्याच्या गोष्टी सांगू शकत असे, ते सगळे खूप दूर होते. मी शब्दांत फक्त त्यांच्याजवळ होतो, ब्रॉडकास्ट आणि विजेच्या माध्यमातून. मी गुरुजी आणि जोजो यांच्यापासूनही खूप दूर होतो.

त्यांनी नंतर फोन केला. माझ्या गुरुजींनी फोन केला. मी अंथरुणातून उडी मारून उठलो, दुसऱ्याच रिंगला फोन घेतला, ''गुरुजी?''

''मला भेट,'' ते म्हणाले.

''काय?''

''तू एक चांगला शिष्य आहेस बेटा. मी त्यावर ध्यान केलं आहे आणि मला वाटतं की, तू आता अधिक ज्ञान प्राप्त करण्यासाठी तयार आहेस; पण तुला या मार्गावर पुढे नेण्यासाठी, परमात्म्याचे गुपित सांगण्यासाठी मला तुला जागृत करावं लागेल. मी पुढील आठवड्यापासून गणेश चतुर्थीसाठी मुंबईत आहे. मी तिथे दोन आठवडे असेन. मी इथे एक खूप मोठा यज्ञ करतो आहे, खूप महत्त्वाचा. खरंतर, माझ्या आयुष्यातला सर्वांत महत्त्वाचा यज्ञ; पण त्यानंतर मी एक आठवडा सिंगापूरमध्ये असेन. ये आणि मला सिंगापूरमध्ये भेट.''

आमच्या पहिल्या संभाषणापासून, मागील इतक्या महिन्यांमध्ये मी त्यांना कधीही भेटलो नव्हतो. मी त्यांच्याशी बोललो होतो, कदाचित त्यांच्या इतर साधारण शिष्यांच्यापेक्षा खूप

जास्त वेळा आणि त्यांना टीव्हीवर पाहिलं होतं; पण मी त्यांच्याबरोबर कधी बसलो नव्हतो असा समोरासमोर. आता ते मला बोलावत होते आणि मी रागावलो होतो. त्यांच्यावर नाही, तर माझ्या आयुष्यावर, स्वतःवर. जर ते मुंबईमध्ये त्यांच्या आयुष्यातला सगळ्यात मोठा यज्ञ करत असतील; तेही गणपतीच्या सणादरम्यान तर मी त्यांना तिकडे का नाही भेटायचं? सिंगापूरच का, जिथे अति स्वच्छतेमुळे मला जगातल्या इतर कोणत्याही ठिकाणापेक्षा अधिक बोअर व्हायचं? मुंबई माझी कर्मभूमी होती, जिच्यासाठी माझा जीव तरसत होता आणि आता ती माझ्यासाठी धोकादायक होती; पण ते माझं कुरुक्षेत्रही होतं आणि ते माझे गुरुजी होते.

''गणेश,'' गुरुजी शांतपणे म्हणाले, ''तू येऊ शकशील?''

आणि त्या क्षणी मी समजलो, ती गोष्ट माझ्या पोटात गोळी घुसावी, तशी ध्यानात आली. सत्य माझ्यात एकदम उफाळून आलं आणि माझ्या तोंडून हसण्याच्या रूपात बाहेर पडलं. ते माझी परीक्षा घेत होते. ही शेवटची परीक्षा होती. मी हसलो आणि म्हणालो, ''गुरुजी, अर्थातच. मी तुम्हाला भेटेन. मी व्यवस्था करतो. सिंगापूरमध्ये.''

''सिंगापूरमध्ये, मी तुझी वाट पाहत असेन,'' ते म्हणाले.

''प्रणाम गुरुजी.''

मी फोन ठेवला. अरविंदला त्याच्या हनिमून बेडमधून जागा केला आणि योजना करू लागलो. फक्त अरविंद आणि मुंबईमध्ये बंटी यांना माहिती होतं की, मी कुठे जातो आहे. उरलेल्या मुलांना वाटलं की, मी काहीतरी तातडीच्या कामासाठी जाकार्ताला जातो आहे. गुरुजींना वाटलं की, मी त्यांना भेटायला सिंगापूरमध्ये आलो आहे; पण मी माझ्या मनाची तयारी केली होती. मी मुंबईला जात होतो, त्यांच्या यज्ञात सहभागी होण्यासाठी. मी सर्व योजना अगदी काटेकोरपणे तयार केली. मला खात्री होती की, मिस्टर कुमार, माझे हितचिंतक मिस्टर कुमार यांचे लोक माझ्यावर नजर ठेवून असतील. मला भारतात यायला मनाई होती. मी मिस्टर कुमार यांच्या संस्थेसाठी खूप महत्त्वाचा झालो होतो आणि देशात माझ्यासाठी सुलेमान इसा आणि इतरांपासून मला खूप धोका होता. जर मी भारतात पकडला गेलो असतो, तर मी कदाचित पोलिसांच्या दबावाखाली बोलेन आणि मिस्टर कुमार यांच्यासाठी मी काय काय केलं ते सर्वांना सांगेन, त्यामुळे मिस्टर कुमारनासुद्धा त्यांच्या लोकांपासून धोका होता. मला या हजार संकटांची कल्पना होती आणि म्हणूनच मी खूप काळजीपूर्वक योजना केली; पण तरीही जसं मी केलं, तसं तसं मला गुरुजींच्या मला भेटण्याच्या इच्छेबद्दल त्यांचं खूप कौतुक वाटू लागलं. मला फक्त माझा जीव द्यायला लागला असतं. ते त्यांच्या मोठ्या दर्जाच्या कामांच्या बाबतीत, त्यांची जगभरातील पत, त्यांची लहान-मोठी कनेक्शन याबाबत मोठा धोका पत्करत होते. जर मी पकडला गेलो असतो, जर त्यांचे माझ्याबरोबरचे संबंध उघड झाले असते, तर त्यांचं चांगलं नाव, त्यांची अकलंकित विनोदबुद्धी सर्व संपुष्टात आलं असतं. मी एक गँगस्टर होतो आणि ते एक साधू होते, तरीही ते माझ्यासाठी हे सर्व धोक्यात घालत होते. माझ्या अत्यंत दुःखद, सरपटणाऱ्या किड्यासारख्या आयुष्यासाठी का?? मला आश्चर्य वाटलं आणि त्याला एकच उत्तर होतं, ते म्हणजे त्यांचं माझ्यावर प्रेम होतं म्हणूनच अरविंद आणि बंटीदेखील यातल्या धोक्याबाबत गडबडले. पोलीस, माझे शत्रू, इमिग्रेशनचे ऑफिसर्स, बंदुकीच्या गोळ्या यांबद्दल विसर पडला. माझं मन हलकं होतं. मला आत्मविश्वास होता. माझ्या गुरुजींच्या प्रेमात मी भीती विसरून गेलो होतो. तीन दिवसांनी मी फ्रँकफर्टवरून लुफ्तांझाच्या विमानाने मुंबईला गेलो. मी पूर्ण टक्कल केलं होतं, किंचित

वाढलेली दाढी आणि स्टीलची फ्रेम असलेला चष्मा, एक नवीन पासपोर्ट आणि सुटकेस भरून अस्तित्वात नसलेल्या भाचीसाठी बाळाचे कपडे. माझ्याकडे व्यवसायाचे कागदपत्रं, बिल्स होते. अशा प्रकारे माझं कव्हर पूर्ण झालं होतं आणि त्यांनी मला न थांबवता किंवा प्रश्न न विचारता इमिग्रेशनमध्ये शिक्का मारून जाऊ दिलं. मी मुंबईत आलो आहे, यावर माझा विश्वास बसण्यापूर्वीच मी बाहेर फूटपाथवर पाय टाकला होता. नातेवाइकांना घ्यायला आलेल्या लोकांच्या गर्दीत उभ्या असलेल्या बंटीच्या दिशेने मी हात केला आणि त्यानंतर त्याने मला ओळखलं. कार एअरपोर्टच्या पार्किंगमधून बाहेर पडून आजूबाजूच्या हॉटेलांना ओलांडून पुढे जाईपर्यंत आम्ही दोघंही एकमेकांशी एक शब्दही बोललो नाही.

''हे वेड्यासारखं आहे, भाई. आज रात्री नाकाबंदी आहे. मी इकडे येतानाही माझ्याकडे अगदी जवळून निरखून पाहिलं,'' बंटी म्हणाला.

मी त्याच्या खांद्यावर हात ठेवला आणि म्हणालो, ''आधी मला हॅलो तरी म्हण.''

खजील होऊन हसल्यासारखा काहीतरी आवाज करत त्याने माझा हात धरला आणि म्हणाला, ''सॉरी भाई. तुम्ही परत आला आहात आणि तेही असे यावर माझा विश्वासच बसत नाहीये.''

''नाहीतर मी कसा परत यायला पाहिजे रे चुतीया? जादूच्या गालिच्यावर बसून?''

त्याने मान हलवली. ''हे खूपच सोपं होतं.''

त्याला त्याचे बॉडीगार्ड्स बरोबर नसल्याने कसंतरी वाटत होतं. मी त्याला निःशस्त्र आणि एकटा यायला सांगितलं होतं. ''साधंसोपंच उत्तम असतं. नाकाबंदी कशासाठी आहे?''

''गेल्या दोन दिवसांत दोन मोठे दरोडे पडले आहेत दुकानांवर. मला कळलं आहे की, त्यांच्याकडे दरोडेखोरांबद्दल काही माहिती आहे, जुने नोकर वगैरे. छोटंमोठं आहे भाई.''

त्यामुळे आमच्याशी काही संबंध नव्हता, तरीही काही चौकांमध्ये पोलिसांचे घोळके उभे होते. आम्ही हाय-वेला लागेपर्यंत आम्हाला दोन तपासण्या ओलांडाव्या लागल्या. कमी गतीने जाणाऱ्या कारमध्ये ते डोकावून बघत आणि दुसऱ्या तपास नाक्यावर पोलिसाने टॉर्च चक्क माझ्या तोंडावरच मारला. त्याने आम्हाला हात केला. बंटीला श्वास वरचा वर खालचा खाली झाला.

''शांत हो, बंटी. ते मला ओळखणार नाहीत. कारण, त्या सगळ्यांना चांगलच माहिती आहे की मी खूप लांब आहे.''

''भाई, तुमचं वजन कमी झालं आहे, तरी पण...''

बोटीवर माझा आहार एकदम उत्तम होता आणि व्यायामही नियमित करत होतो. मी माझ्या शरीर शुद्धीसाठी स्वतःचं एक वेळापत्रक आखून घेतलं होतं म्हणूनच जेल आणि लग्न या दोन गोष्टींमुळे वाढलेलं वजन कमी झालं होतं. ''आणि तुझं वजन वाढलं आहे,'' मी त्याला सांगितलं. त्याचं वाढल होतंच. आम्ही पाच फुटी गणेशमूर्ती गादीवर ठेवून ओढत नेणाऱ्या एका मिरवणुकीला ओलांडून गेलो. ते सगळे, बायका-पुरुष गणपती समोर नाचत होते. ते सगळे आनंदात होते. मला त्या डोक्यात जाणाऱ्या दोन ढोलांचा आवाज माझ्या मानेत, खांद्यांमध्ये जाणवत होता. मी म्हणालो, ''आता झोपडपट्ट्या वाढल्या आहेत. ही बघ.'' हाय-वेला छोट्या छोट्या झोपड्यांच्या रांगा उभ्या राहिल्या होत्या, जिथे मला आठवत होतं त्याप्रमाणे तर काहीही नव्हतं.

''खरंच भाई? मला तर तसंच वाटतंय.''

मी आता दोन वर्षांपेक्षा जास्त काळ बाहेर होतो. मला काहीच पूर्वीसारखं वाटलं नाही. रस्त्यावरच्या दिव्यांच्या केशरी उजेडात त्या झोपडपट्ट्या गुरफटून झोपल्या होत्या. मला आठवत होत्या, त्यापेक्षा अधिकच जास्त आणि अधिक गडद तपकिरी. आम्ही लाल आणि हिरव्या रंगवलेल्या ट्रकांची एक रांग ओलांडली आणि मग भाजी मंडईमधून गेलो. ज्याच्या पलीकडे सडणाऱ्या भाजीपाल्याचा डोंगर होता. तो कचरा नेहमीच तिथे असत असणार; पण माझं आता त्याकडे लक्ष गेलं. तिथे आता खूप नवीन बांधकाम झालं होतं, उंच इमारती, एक पांढरी खूपच मोठी काँक्रीट खांब असलेली आधीच चार मजले असलेल्या इमारतीवर अजून तीन मजले बांधण्यासाठी आधार म्हणून बांधलेली इमारत.

''हे नवीन जास्तीच्या एफएसआयचं बांधकाम भाई,'' बंटी म्हणाला.

काही इमारतींनी नोकरशहा लोकांना मस्का मारून एफएसआयच्या नियमांमध्ये पळवाट शोधली होती, त्यामुळे अख्ख्या शहरभर अचानक अशी बाहेरून आधार टाकून वाढीव बांधकामं होताना दिसत होती. ''तीन मोठे नवीन मजले,'' मी म्हणालो, ''खूपच पैसा आहे हा.''

''हा मालक आपल्या ओळखीचा आहे,'' बंटी हसत म्हणाला. ''आता तो आपला मित्र झाला आहे.''

या एफएसआय खरेदी करणाऱ्याने माझ्या टर्न ओव्हरमध्ये सहभाग दिलेला होता, तरीही मला हा नवीन ट्रेंड विशेष रुचला नव्हता. ''मला असल्या इमारतीच्या तळमजल्यावर राहायला आवडणार नाही. ते खांब काडेपेटीच्या काडीसारखे दिसत आहेत.'' मी बंटीला म्हणालो.

तो मोठ्याने हसला. ''जर ती पडली ना भाई,'' तो म्हणाला, ''तर फारच छान होईल. तुम्हाला नवीन बांधता येईल. खाली ती जुनीही इमारत असणार नाही. मला वाटतं आपण तशीच व्यवस्था करावी. तो आपल्यासाठी आताच्या दुप्पट किमतीला बांधेल, आपल्यासाठी बरंच आहे.''

''चुतीया,'' मी म्हटलं, तरी मी हसत होतो. रस्त्यावरचे जाहिरातीचे बोर्ड इंटरनेट कंपन्यांच्या आणि वेबसाईट्सच्या जाहिराती करत होते, ज्यांचं तिरप्या अक्षरात लिहिलेला मजकूर कनेक्शनच्या गतीचं वचन देत होता. ऑटोरिक्षांचे घोळके अगदी किडामुंगीसारखे चिकटून उभे होते. मी हा विचार करतानाच एकदम किडे असं मनात आलं आणि लक्षात आलं की, मी खूप काळ लांब होतो.

''इथे,'' बंटी म्हणाला.

त्याने सांताक्रूझमध्ये एका घराच्या मागच्या बाजूला आमच्यासाठी एका खोलीची व्यवस्था केलेली होती. तो रस्ता शांत होता आणि घरमालक फर्निचर विक्रेता होता. त्याला दोन शाळकरी मुली होत्या, खूप ऑर्थोडोक्स आणि खूपच आदर कराव्या अशा. आम्हाला दोन सिंगल बेड, एक कॉफी टेबल आणि एक स्वच्छ बाथरूम अशी खोली मिळाली. बंटीने नाक मुरडत म्हटलं, ''ठीक आहे भाई?'' असं दाखवत की, त्याला माझी खूप काळजी आहे; पण त्याच्या रुची बदलल्या होत्या, उच्च झाल्या होत्या. अर्थातच वाढत्या उत्पन्नामुळे आणि नवीन पत आल्यामुळे.

''माझ्यासाठी ठीक आहे,'' मी म्हणालो, ''झोपू या.''

''मी दुसऱ्या दिवशी सहा वाजता त्याला उठवलं. त्याने घड्याळ पाहिलं, तेव्हा किंचित गुरगुरला; पण मी निष्ठुर होतो. मी त्याला उठवलं, बाहेर गेलो आणि चालत रस्त्यावरच्या एका रेस्टॉरंटमध्ये गेलो. त्यांची अजून सुरुवातच होती, आम्ही पहिल्या किटलीतला चहा प्यायलो आणि इडल्या खाल्ल्या. बस स्टॉप्सवर बसेस आणि कार्समुळे उडणाऱ्या धुळीत नोकरीला जाणाऱ्या लोकांच्या रांगा लागल्या होत्या. शाळेला जाणारी मुलं पाठीवर दप्तरं झुलवत आम्हाला ओलांडून पुढे गेली. मला हे चित्र पाहून खूप समाधान वाटत होतं, ते माझ्यासाठी एखाद्या उत्सवासारखं होतं; पण साडेआठला मी बंटीला माझ्यासाठी एक स्कूटर आणायला पाठवलं. त्याने विरोध केला, ''अरे, का भाई?'' तो म्हणाला, ''मी तुम्हाला कारने सोडेन ना.''

''तू मला सोडणार नाहीयेस,'' मी त्याला सांगितलं. ''मला स्कूटर हवी आहे.''

त्याला माझ्याशी वाद घालायचा होता; पण मी त्याच्याकडे असं काही पाहिलं की, तो गप्प बसला. तो गेला. अर्थातच त्याला त्याच्या रोजीरोटीची आणि भविष्याची काळजी होती, जी नक्कीच बऱ्यापैकी सत्यात आली असती, जर मी पुन्हा जेलमध्ये गेलो असतो किंवा मारला गेलो असतो; पण त्याचं माझ्यावर प्रेमही होतं. आम्ही आजवर अनेक लढायांमध्ये एकत्र चाललो होतो. मी त्याला एक सेटल झालेला माणूस बनवलं होतं, ज्याला एक बायको, दोन मुलं, जबाबदाऱ्या, गुंतवणुकी आणि पैसा होता. त्याला इथे गोरेगावमध्ये एका छोट्याशा खोलीत बॉडीगार्ड किंवा बंदूकसुद्धा न घेता राहायला लावल्याबद्दल त्याला माझा थोडा तिरस्कार वाटत असावा; पण साडेनऊ वाजेपर्यंत तो माझ्यासाठी रूमवर एक हिरव्या रंगाची व्हेस्पा स्कूटर घेऊन आला, ज्याला दोन सिल्व्हर कलरचे आरसे लावलेले होते. ''मला कोणाकडून तरी उसनी मागून आणावी लागली,'' तो माफीच्या सुरात म्हणाला.

''मामू लोक मला त्या आरशांमुळे थांबवतील,'' मी म्हटलं. ''तुझ्या मित्राला काय वाटलं तो मोटारसायकल रेसिंग करतो का?'' पण व्हेस्पा चालवणंसुद्धा माझ्यासाठी थोडं अवघड गेलं, मी स्कूटर चालवून जमाना झाला होता. मी गाडी स्टार्ट केली, तेव्हा मी घसरलोही आणि बंटीला मी हात करून सांगेपर्यंत माझ्यामागे तो पळत आला. पहिली दहा मिनिटं खूपच भीतिदायक होती; पण तरीही त्या भीतीकडे पाहून हसलो आणि दातावर येणारा वारा प्यायलो. मी मोठ्या मोठ्या गणपतीच्या मूर्ती असलेले तीन मंडप ओलांडून गेलो, त्या सर्व मूर्ती भडक, केशरी रंगाच्या होत्या. मी जुहूला गेलो तोवर मला ठीक वाटू लागलं. मी कार्सच्यामधून आत्मविश्वासाने, सुलभपणे गियर बदलत वाट काढत होतो. मी बारीक होतो. मी स्वतःला आरशात बघितलं आणि मी एक उद्दिष्ट असलेला माणूस सकाळी सकाळी चांगला वेळ घालवताना दिसत होतो. मी मुंबईत होतो आणि मला भीती वाटत नव्हती. मी माझ्या गुरुजींच्याकडे निघालो होतो.

पण एकदा मी अंधेरीला यज्ञाच्या ठिकाणी पोहोचलो आणि मी अडकलो. त्यांनी तिथे दोनशे फुटांवर पोलीस बंदोबस्त ठेवला होता आणि ते कोणालाही स्कूटर घेऊन जाऊ देत नव्हते, अगदी टकलू लोकांनाही. मला स्कूटर पार्क करावी लागली आणि काही शे भक्त त्या भव्य महालाकडे चालत निघाले होते, त्यांच्याबरोबर चालत जावं लागलं. हा महाल किंवा मोठा बंगला गुरुजींचे भक्त म्हणवणाऱ्या एका फिल्म प्रोड्युसरचा होता, ज्याचे राजकीय संबंधही चांगले होते आणि मुंबईत अनेक प्रॉपर्टी होत्या. बंगल्याच्या पुढची मोकळी जागा कुंपण घालून बंद करण्यात आली होती. सर्व मोकळ्या बाजू शामियाने घालून झाकल्या

होत्या. व्यवस्था अगदी चोख होती, शामियान्यांच्या मध्ये जायला-यायला मोकळी जागा, साधू भक्तांना योग्य जागी बसण्यासाठी मार्गदर्शन करत होते. शामियान्यांमध्ये सर्वत्र टीव्ही सेट लावलेले होते आणि चांगले लाउडस्पीकरही, जेणेकरून तुम्ही मध्यवर्ती स्टेजपासून कितीही लांब बसला असाल, जसा मी बसलो होतो, तरी तुम्हाला गुरुजी दिसू शकतील आणि ते काय करत आहेत हेदेखील स्पष्टपणे दिसू शकेल; पण ते अजून तिथे आले नव्हते, फक्त त्यांच्या साधूंपैकी काही जण यज्ञाच्या सामानाची तयारी करत होते. त्यांनी स्टेजकडे जायला एक रॅम्पसारखा रस्ता बांधला होता. साधारण अकरा वाजता, चाकाच्या खुर्चीतून गुरुजी, काही साधूंच्या गटाबरोबर तिथे प्रकट झाले. इतर भक्तांच्या बरोबरीने मीही उभा राहिलो होतो, नाचत होतो, 'जय गुरुदेव' असं ओरडत होतो. त्यांनी आम्हाला श्लोक म्हणायला लावले आणि नंतर त्यांनी हात वर केला. आम्ही शांत झालो. ''बसा'' त्यांनी माईकवर सांगितलं. त्याचे हात मजबूत होते, मी पाहू शकत होतो.

त्यांनी त्यागाबद्दल, होमकुंडाबद्दल सांगितलं. होमकुंडाचे मोजमाप हे जो त्याग करतो त्याच्यावर आधारित असाव लागतं : मधल्या बोटाच्या पेरापर्यंत लांबी असेल, तर एक अंगुळ आणि एकशे वीस अंगुळ्या म्हणजे एक पुरुष. साधूंना एक चौकोन कुंड तयार करावं लागलं, ज्याची लांबी दोन पुरुष किंवा दोनशे चाळीस अंगुळ्या होती; पण त्याग करणारा कोण होता? गुरुजींनी विचारलं, ''त्याग करणारा कोण असेल? आम्ही फक्त पुजारी आहोत; पण यजमान कोण असेल?'' ते थांबले. नंतर स्वतःच्याच प्रश्नांची उत्तरं दिली. ''जुन्या काळी, चक्रवर्ती सम्राट आम्ही आता जो त्याग करतो आहे, तो करत; पण सम्राटांचे दिवस आता गेले. आज कोण सम्राट आहे? कोणाकडे ताकद आहे, कोण नेतृत्व करतो? तुम्ही. तुम्ही, जनता. सत्ता, ताकद तुमच्याकडून वाहते म्हणून आज तुम्ही सगळे त्यागी आहात, यजमान आहात. लोकच यजमान आहेत. तुमच्यापैकी प्रत्येक जण यजमान आहे म्हणून आपण एक शास्त्रीय सरासरी काढली आहे. भारतभरातील दोनशे भारतीय पुरुषांचं व्यवस्थित मोजमाप घेतलं आहे, त्यात प्रत्येक राज्यातील पुरुषांचा समावेश आहे. आम्ही ती मोजमापं आमची अंगुळ म्हणून वापरतो. तुम्ही, माझ्या मित्रांनो, आमचे पुरुष आहात.''

दोऱ्या आणि गज घेऊन पूर्व दिशेने ते पुजारी त्यांचे चौकोन आखत होते आणि त्याच्या बाह्य सीमा आणि मधली वर्तुळं काढत होते. दरम्यान, गुरुजी आमच्याशी त्याग या विषयावर बोलत होते. त्यांनी सांगितलं की, कसं देवाने त्यागातून विश्व निर्माण केलं, कसं देवाने त्याच्या शरीरातून पुरुषाचा त्याग केला आणि त्याच्या अवयवातून आणि मांसातून पहिली निर्मिती केली. जे जे सर्व अस्तित्वात आहे, जे जे आजवर त्यागातून निर्माण करण्यात आलं आहे किंवा झालं आहे, ते ते सर्व त्याग करणारा स्वतःला देतो. कोणत्याही त्यागामध्ये त्याग करणारा स्वतःशी स्पर्धा करतो, देण्याची, त्यासाठी बळी जातो. त्याग करणारा जेव्हा या विरुद्ध करतो, तेव्हा तो या विश्वात टिकाव धरतो. गुरुजी म्हणाले, ''त्यागामध्ये त्याग करणारा पुरुष ठरतो. तोच मूळ जीव ठरतो, जो इतर जीवांच्या निर्मितीसाठी स्वतःला विभागतो. हे असे असल्याने जर बोलायचं झालं, तर सर्वांत शेवटी यजमानाने स्वतःचा बळी दिला पाहिजे. जर तो पुरुष असेल, तर जीव देण्यासाठी त्याने मृत्यू स्वीकारायला हवा; पण आम्ही हे तुम्हाला करायला सांगणार नाही आणि गेली अनेक वर्षे अशा प्रकारे त्याग केलाही जात नाही आहे. स्वतःऐवजी, आपण त्या पवित्र अग्नीमध्ये काही विशिष्ट गोष्टी टाकतो, ज्या त्यात टाकण्यायोग्य असतात. मानवाऐवजी एकेकाळी गाई, घोडे, बकरा आणि मेंढा यांचा

त्याग केला जायचा. आपण काही विशिष्ट धान्य, विशिष्ट फुलं, विशिष्ट गवत यांचा उपयोग करू; पण लक्षात ठेवा, जेव्हा आपण हे त्या अग्नीत टाकू, त्या वेळी जर कशाचा त्याग होत असेल, तर तो तुमचा होत असतो. जर तुम्ही यजमान असाल, तर तुम्ही पूर्ण, जे स्वतःचा त्याग करता, तुमची शरीरं, तुम्ही याचा त्याग करत आहात. आपण जे अग्नीत टाकतो, ते फक्त बदली वस्तू आहेत, ज्यांचा देव स्वीकार करतो. प्रत्यक्षात कशाचा त्याग केला जात असतो, तर तुमचा. तुम्ही पुरुष आहात. तुम्ही मेलं पाहिजे, जेणेकरून हे विश्व टिकेल.''

दरम्यान, गुरुजींच्या भडजींनी यज्ञकुंड बांधले. आम्ही त्यांना टीव्हीवर पाहत होतो. जमिनीवर एका विशिष्ट मोजूनमापून ठरवलेल्या बिंदूवर त्यांनी एक कमळ ठेवलं. त्यावर त्यांनी सोनेरी ताट ठेवलं. हे म्हणजे प्रथम जल आणि सूर्य होते. यावर त्यांनी हलकेच एक सोन्याची प्रतिमा ठेवली, जो पुरुष होता, जो यजमान होता म्हणजे जो आम्ही होतो. त्या पुरुषावर त्यांनी विटांचे पाच थर लावून यज्ञकुंड बांधलं. ''एका गरुडाने पवित्र सोम स्वर्गातून पृथ्वीवर आणलं,'' गुरुजींनी आम्हाला सांगितलं. ''आणि म्हणूनच त्यागाच्या मार्फत आपण ते दैवी पेय पुन्हा प्राशन करायचं. या त्यागातून, आपण ज्ञानामृताची चव घेऊ शकतो. आपण स्वतःला जाणून घेऊ आणि विश्वाला जाणून घेऊ.''

टेंटच्या रंगीत कॅनव्हासच्या खाली पांढरा स्पष्ट उजेड होता. त्या दिवशी आभाळ आलेलं होतं, पावसाळ्यातील शेवटचे दिवस होते, हवा थंड होती. जमलेल्या भक्तांमध्ये शांतता होती. लोक आले आणि बसले, एकमेकांच्या भोवती जाता-येताना खांद्यावर हात ठेवून प्रेमाने वागत होते, जेव्हा त्यांना जायचं होतं, तेव्हा निघून जात होते. गुरुजींच्या शांत गंभीर आवाजाने आम्हाला बांधून ठेवलं होतं. त्यांचा आवाज समुद्रासारखा खोल आणि श्लोकांचे संथ उच्चारण, शाश्वत, स्थिर आणि दिगंत. गुरुजींनी त्यातले काही श्लोक आम्हाला भाषांतरित करून सांगितले.

'त्याग हा एक विणायचा माग आहे
त्यावरील अनेक धागे म्हणजे हे संस्कार आहेत
वडील मागाजवळ बसतात
आणि वस्त्र विणतात
ते ओरडतात : 'आडवे! उभे!'

हा माणूस धागा उलगडतो आणि मागावर जोडतो,
तो तो स्वर्गाच्या पट्ट्याला जोडतो
आणि त्याचे टोक या यज्ञकुंडाला बांधले आहे.
या आकाशाला वेढून टाकणाऱ्या मागावर,
जो धोटा पुढे मागे होतो आहे ती भजनं आहेत,
पुढे मागे होणारी.'

''प्रत्येक देवाने स्वतःला एका कवित्वात बांधले आहे,'' गुरुजी म्हणाले, ''आणि हे कवित्व हीच त्यागाच्या मागील ताकद बनते. गायत्री मंत्राच्या उच्चाराने अग्नी प्रदीप्त झाला आणि

सवितर उस्निः मंत्राने, त्रिष्टुभ मंत्राने इंद्राची ऊर्जा मिळते. जगती स्तोत्रात सर्व देवांचा उल्लेख आहे म्हणून त्या मंत्रावरून त्यागाद्वारे, या विणीतून, ही भूमिती, हा आकार, हे पद्य, यातून हे विश्व निर्माण झालं.'' जमिनीवर मांडी घालून बसलेला, निनावी आणि एकटा, मी पाहू शकत होतो, माझ्या मनातील सिनेमाच्या पडद्यावर, तो निर्मितीचा क्षण, ती तूप आणि चंदन एकमेकांच्या बाजूला असल्यासारखी भजनं, मंत्रांचे चढे उच्चार, विश्वाच्या जन्म घेणाऱ्या ज्वाळा. ''जेव्हा आपण त्याग करतो,'' गुरुजी म्हणाले, ''जेव्हा आपण मंत्र म्हणतो, जेव्हा आपण त्या मंत्रोच्चाराला आपल्या शरीरातून जाऊ देतो, तेव्हा आपण विश्वाची वीण घालत असतो. आपण निर्माते आहोत. आपण सर्व काही टिकवून ठेवतो, धरून ठेवतो, बनवतो. आपण विश्व आहोत.''

आमच्या खोलीवर बंटीने माझ्यासाठी रात्रीच्या जेवणाची चांगली तयारी करून ठेवली होती. त्याने ते घरून त्याच्या बायकोच्या हातचे बनवून आणले होते. मी जेवता जेवता धंद्याचे बोलत होतो. मी त्याला सूचना दिल्या, त्याच्या शंकांचे निरसन केले. आतापर्यंत बोटीवरच्या मुलांनी ओळखलं होतं की, मी जकार्तामध्ये नव्हतो आणि तिथल्या फोनवर उपलब्ध नव्हतो; पण कोणीही याची कल्पना केली नसेल की, मी इथे होतो, अंधेरीला एका यज्ञाच्या ठिकाणी बसलो होतो किंवा सांताक्रूझला पराठे खात होतो. त्यांनी मला रिपोर्ट पाठवले आणि बंटीने माझ्या ऑर्डर घेऊन पुन्हा त्यांना पाठवल्या. मिस्टर कुमार यांचं जे काम आम्ही करायचं होतं, त्यासाठी आमची मुलं अगोदरच लंडनमध्ये पोहोचली होती. ती एका सुरक्षित घरात होती आणि मुलाची वाट बघत होती. मला शस्त्र आणि त्यांच्या जायच्या यायच्या व्यवस्थेबाबत अजून माहिती हवी होती म्हणून मी बंटीला आमचं संभाषण सुरक्षित करायला सांगितलं. मी खूप गाढ झोपलो, एखाद्या मस्त जेवून झोपलेल्या मुलासारखा. इतक्या आत्मविश्वासाने आणि आनंदाने, खूप माया केलेलं आणि पोट भरलेलं मूल कसं झोपेल, ज्याला माहिती असतं की, तो उठला तरी त्याच्यावर माया केली जाणार, त्याची काळजी केली जाणार आणि तो हसत उठणार. मी उठलो तेव्हाही मी हसतच होतो.

मी पुन्हा गुरुजींकडे गेलो. दुसऱ्या दिवशी मी थोडा लवकरच गेलो. पोलीस, स्वयंसेवक यांच्याशिवाय मैदानावर आलेल्या सुरुवातीच्या काही लोकांपैकी एक होतो मी. मी तडक पहिल्या शामियान्याकडे गेलो आणि माझ्यासाठी व्हीआयपी सेक्शनच्या मागची जागा निवडली, जी यज्ञकुंडाच्या अगदी जवळ होती. कुंडातील अग्नी अजूनही प्रज्वलित होता आणि तो अजून बारा दिवस असाच राहणार होता. साधू लोक अग्नीजवळ बसलेले होते. यज्ञ रात्रभर सुरूच होता, वेगवेगळ्या साधूंच्या टीम्स त्यासाठी केलेल्या होत्या; पण आता सकाळी त्यांनी नुकतेच लाउडस्पीकर सुरू केले होते. अकरा वाजता... बरोबर अकराला, गुरुजी आले. आता मी त्यांना जवळून पाहू शकत होतो. कधी कधी जेव्हा ते टीव्हीवर कार्यक्रमात येत, तेव्हा ते नेहरू सूट घालत, जे खासकरून शिवून घेतलेले असत. त्यावर लिनन आणि सिल्कचे जाकीट असे; पण आज त्यांनी पांढरी धोती घातलेली होती आणि खांद्यावर एक पांढरा कपडा ओढलेला होता. दुसरा खांदा उघडाच होता. त्यांचे केस मागे वळवलेले होते. ते देखणे होते. ते सेहेचाळीस वर्षांचे होते; पण त्यांची त्वचा अगदी सुव्यवस्थित आणि साफ होती, त्यांचे डोळे अगदी सावध आणि जिवंत होते.

''हा तो त्याग आहे, ज्यात प्रत्येक प्रकारच्या व्यक्तीचा समावेश आहे,'' त्यांनी त्या दिवशी सांगितलं. ''हा याग केवळ ऋषिमुनी किंवा राजे-महाराजे यांच्याकरताचा याग

नाही आहे. तुम्ही समाजातील उच्च वर्गातील असा किंवा खालच्या वर्गातील असा, तुम्ही आमच्या सर्वमेध यागात सहभागी होऊ शकता. आम्ही तुम्हा सर्वांना आमंत्रित करत आहोत. तुम्ही यजमान आहात; पण तुम्ही दिलं पाहिजे. सर्वमेध यागाचा तोच तर अर्थ आहे. तुम्ही सर्वकाही दिलं पाहिजे. सर्वमेध हा वैश्विक याग आहे, हा सर्वत्याग आहे. जुन्या काळी, या यागादरम्यान प्रत्येक प्रकारचा प्राणी देवांना दिला जायचा आणि सर्व प्रकारचे लोक, प्रत्येक व्यवसायातले लोक, या पवित्र अग्नीला समर्पण करायचे. जे सर्वमेध यागादरम्यान मृत्यू पावले, त्यांना आशीर्वाद लाभायचा. ते सुखी झाले. पूर्वी ब्राह्मण आणि शिंपी, धोबी, क्षत्रिय, सर्व जण सर्वमेध यागाच्या अग्नीत समर्पित व्हायचे. या यागाच्या यजमानांना हे सर्व व्यवासाय त्यांची फी म्हणून दिले जायचे, जे त्यांच्या मालकीचे असेल ते ते. जेव्हा नचिकेतांच्या वडिलांनी सर्वकाही देण्यासाठी संकोच केला, नचिकेतांनी स्वतः त्यांना आठवण करून दिली की, नचिकेत हे त्यांच्या मालकीची सर्वांत शेवटची गोष्ट आहेत. त्यांनी स्वतः मृत्यूला कवटाळलं आणि त्यांच्या वडिलांसाठी स्वर्गप्राप्ती केली आणि त्यांच्या मृत्यूच्या माध्यमातून आपल्याला मृत्यू, मृत्यूची गुपिते आणि जीवन यांची ओळख करून दिली. जे स्वतःला जाळू शकतात आणि ते खरे कोण आहेत याचा शोध घेऊ शकतात, त्यांनाच ज्ञान प्राप्त होते.'' आम्ही ऐकत असताना ,शामियान्यांमध्ये अगदी टाचणी पडली तरी ऐकू येईल, अशी शांतता होती आणि गुरुजी हसले. ते म्हणाले, ''काळजी करू नका, मी तुम्हाला तुमची मुलं द्यायला नाही सांगणार आणि मी तुम्हालाही या अग्नीत उडी मारायला नाही सांगणार.'' यज्ञकुंडातील अग्नीच्या ज्वाळा आता साधूंच्या डोक्याच्याही वरपर्यंत निघत होत्या. ''आता काळ बदलला आहे. आपण सर्वमेध यज्ञपूर्ती करू आणि आपण प्राणी आणि मनुष्य दोन्हीही समर्पित करू; पण आपण ते प्रतीकात्मकदृष्ट्या करू. आपण त्याच्या बदली अन्य काही अर्पण करू. तुम्ही जळाल; पण तुमच्या प्रतीकाच्या रूपात. जसं की हे.''

त्यांनी हात वर केला, त्यांचा पंजा उघडून हातातील मनुष्याची लहान मूर्ती दाखवली. त्यांचा हात हलला, त्या वेळी मी त्या ज्वालांच्या पलीकडे आणि त्या येण्याच्या मार्गावर, एक पोलीसवाला पाहिला. मी त्याला नक्कीच पूर्वी पाहिलेलं असणार, टेंटमधील बंदोबस्तात किंवा बाहेरच्या बंदोबस्तात; पण आता त्याने माझं लक्ष वेधून घेतलं. तो एक सरदार होता, उंच खाकी पगडी घातलेला ज्याच्या खाली हिरवा पटका बांधलेला होता. त्याने नुकतेच कोणाला तरी व्हीआयपी सेक्शनमध्ये नेऊन बसवलं होतं आणि तो आता परत जात होता; पण तो गुरुजींना ऐकण्यासाठी परत वळला. एक क्षणासाठी, अगदी विजेच्या वेगाने आमची नजरानजर झाली आणि नंतर आम्ही दोघेही गुरुजींच्या बोलण्याकडे वळलो.

यज्ञ करणारे साधू मंत्र म्हणत असताना गुरुजींनी त्यांच्या हातातली ती छोटी मनुष्याकृती यज्ञात अर्पण केली, त्यामुळे त्या दिवशी आणि नंतर दिवसभर यज्ञात गाई, बैल, स्त्री-पुरुष यांच्या लहान लहान प्रतिमा अर्पण झाल्या. त्या साखरेच्या किंवा चुन्याच्या बनवलेल्या होत्या. अग्नीचा आवाज इतका मोठा होता, मी जवळ बसल्याने मला ऐकू येत होता. त्याला एक स्थिर ताल होता, संगीताप्रमाणे.

त्या संध्याकाळी गुरुजींना भेटण्यासाठी मी लांब रांगेत उभा राहिलो. अकरा वाजता, ते यज्ञाच्या ठिकाणाहून उठले आणि रात्री विश्रांती घेण्यासाठी फिल्म निर्मात्याच्या घरी गेले. अकरा ते मध्यरात्रीपर्यंत ते खासगीरीत्या लोकांना भेटले. घराच्या गेटपासून सुरू होत मैदानाला

दोन वळसे घेत मोठी रांग होती. मी त्या रांगेत कुठेतरी मध्ये होतो. मध्यरात्री मैदानातून पोलीस आले आणि आम्हाला सांगितलं की, आता गुरुजींना झोपायचं आहे, तुम्ही घरी जा. एक मोठा सुस्कारा ऐकू आला; पण लोक लागलीच पांगले, काहीही विरोध न करता. आम्ही कल्पना करू शकत होतो की, गुरुजी किती दमलेले असतील, अख्खा दिवस आमच्याशी बोलण्यासाठी त्यांच्यात किती ताकद होती. पोलिसवाले थोडे सैलावलेले दिसले. ते स्वतःदेखील दमलेले होते आणि त्यांना गणेशोत्सवातील ओसंडून वाहणाऱ्या उत्साहाला आवरून सवय होती, जिथे हजारो तरुण मुलं शॉर्ट्स आणि बनियन घालून गणपतीपुढे बिअर आणि भांगेच्या नशेत नाचत असत; पण आम्ही शिस्तीत घरी गेलो, गुरुजींचे शिष्य असलेले अगदी सगळे जण.

बंटी खोलीवर जेवण आणि मोबाईल फोन्स घेऊन माझी वाट बघत होता. ''भाई, माझ्या बायकोला वाटतंय की, मी दुसरी बाई केली आहे,'' जेव्हा सगळे फोन कॉल करून झाले तेव्हा बंटी म्हणाला. ''मी तिला सांगत असतो की, सध्या जरा बिझी राहायचा टाइम आहे, खास रात्रीची कामं असतात; पण मी तिने केलेलं खास आल्याचं लोणचं तुमच्यासाठी आणताना बघितलं आणि आता तिला खात्रीच झाली की, मी तिच्या किचनमधलं जेवण दुसऱ्या बाईला खाऊ घालतो आहे.''

तो हसत होता; पण मी त्याच्या बायकोला, प्रियाला भेटलो होतो. जी एक गोल मटोल पंजाबी मुलगी होती जी कॉन्व्हेंटमध्ये शिकलेली होती. तिचा एकूण अवतार रणगाड्यासारखा होता. अर्थातच, बंटीच्या बाहेर बायका होत्या; पण अगदी गुप्तपणे. त्याला माझी काळजी घ्यावी लागत असल्याने चिडणारी प्रिया म्हणजे त्याच्या पूर्ण निष्ठेचा पुरावाच होता. ''मला तुला दिवाळीला डबल बोनस द्यावा लागेल बेटा. तिच्यासाठी बांगड्या घे,'' मी त्याला म्हणालो.

''ट्रिपल बोनस,'' तो म्हणाला. ''ती आज संध्याकाळी अगदी बघण्यासारख्या अवतारात होती भाई, अगदी लाल किल्ल्याच्या मध्यावर उभी राहून आणि ती गप्पच बसेना. मला तिला गप्प करण्यासाठी एक कानाखाली द्यावी लागली.''

या वर्षी गणेशोत्सवासाठी आम्ही एक-दीड करोड खर्च केले होते, लाल किल्ल्याची हुबेहूब प्रतिकृती केली होती. अगदी मधोमध मोराचे सिंहासनही केले होते, ज्यावर गणपती विराजमान झाले होते. आम्ही एका फोटोग्राफमध्ये पाहून जमिनीसाठी खरा संगमरवर वापरला होता आणि कलाकुसरसुद्धा अगदी तशीच केली होती. लोक सगळ्या मुंबईतून गोपाळमठाला येत होते, आमचा लाल किल्ला बघण्यासाठी. शहरातल्या कोणत्याही गणेश मंडळाच्या देखाव्यापेक्षा तो एकदम हिट झाला होता. बंटी आणि प्रिया दोघं त्या देखाव्याच्या दरबार हॉलच्या मधोमध उभे राहून भांडताना कल्पना करणं म्हणजे अगदी मजेशीरच होतं. ''तुझ्या प्रियाने मुघलांनाही त्यांच्या कबरीत लोळवलं असेल. आपण तिला पाकिस्तानला परत पाठवायला पाहिजे, ती तिकडे एस कंपनीच्या सगळ्या हरामखोरांना खतम करेल.''

प्रिया बॉर्डरवर चार जणांना लोळवत आहे, या कल्पनेने बंटी पोटावर हात धरून हसला. जेव्हा त्याचं हसून झाल्यावर आम्ही बोललो, तेव्हा तो म्हणाला, ''गोपाळमठमध्ये सगळे तुमची आठवण काढतात भाई. मुलांना वाटतं, तुम्ही कुठेतरी युरोपमध्ये आहे भाई; पण त्या सगळ्यांना तुम्हाला एकदा तरी 'थँक यू' म्हणायचं आहे, किमान फोनवर तरी.''

मी मान हलवली. ''त्यांना सांग मी ही त्यांची आठवण काढतो; पण बाहेरचे कॉन्टक्ट नाहीत बंटी. या वेळी माझा वेळ फक्त गुरुजींच्यासाठी आहे.''

ते खरंच होतं. मी जोजोला एकदाही फोन केलेला नव्हता आणि मला माहीत होतं की, तिला काळजी वाटत असेल. तिला माहीत होतं की, मी कुठे ट्रीपवर गेलो होतो; पण माझ्या सर्व ट्रीप्सवरून मी तिला फोन केलेला होता. या वेळीच मी तिला फोन केला नव्हता. त्याला नाइलाज होता. मला स्वतःला शुद्ध करण्यासाठी लक्ष केंद्रित करणं आवश्यक होतं म्हणूनच माझे दिवस प्रार्थना आणि चिंतन यात गेले. दररोज मी लवकर मैदानात गेलो, जेणेकरून मला चांगली जागा मिळेल. रोज रात्री मी उशिरापर्यंत तिथे थांबलो, मला गुरुजींचे पर्सनल दर्शन मिळावे म्हणून इतरांप्रमाने रांगेत उभा राहिलो; पण तिथे खूपच गर्दी होती, खूप म्हणजे खूपच आणि मध्यरात्रीपर्यंत आम्हाला आत सोडावं इतका वेळच पुरत नव्हता; पण मी तरीही संयम बाळगून होतो आणि दुसऱ्या दिवशी परत येत होतो. गुरुजींनी आम्हाला त्यागाची कल्पना सांगितली. माझे दिवस त्यांना ऐकण्यात, त्यांच्या वेदाबद्दल आणि ब्राह्मणाबद्दल स्पष्टीकरण ऐकण्यात संपत होते. मला माहिती होतं की, मी रोज नवीन गोष्टी शिकत होतो आणि दररोज मला माझ्या शरीरात हलकेपणा वाटत होता, जणूकाही मोठे मोठे गाळाचे तुकडे निखळून धुऊन जात होते किंवा जसं गुरुजी त्यांच्या प्रवचनात सांगत असत, त्याप्रमाणे माझ्या कर्माचा काही भाग त्या यागात जळत होता.

अकराव्या दिवशी मला बंटीने सांगितलं, ''तुम्हाला अजून चांगला वास यायला लागेल.''

''म्हणजे मला आधी दुर्गंध यायचा असं म्हणायचं आहे का तुला हरामखोर?'' मी हसत होतो. मला स्वतःतील सुधारणा दिसत होती. कदाचित, हा त्या यागात जळणाऱ्या आहुतीच्या सामग्रीचा वास असावा, जो माझ्या शरीरात भिनला होता किंवा कदाचित एखादा न जळलेला आत्म्याचा असाच वास येत असावा. मी त्याला मिठी मारली आणि स्कूटरला किक मारून निघालो. मी सिनेमाचं गाणं गुणगुणत होतो, एक कोळीगीत होतं, 'वल्हव रे नाखवा हो, वल्हव रे रामा.' मैदानावर, मी माझ्या ठरावीक ठिकाणी बसलो. या वेळी सकाळी सकाळी जेव्हा टेंट रिकामे असत, लाउडस्पीकर आणि टीव्ही बंद असत, तेव्हा मला खरंच यजमान असल्यासारखं वाटत होतं, जणू हे सगळं माझ्यासाठी सुरू होतं.

''तुम्ही आज अजूनच लवकर आला आहात.''

हा तो सरदार इन्स्पेक्टर होता. तो अगदी माझ्या मागेच उभा होता, तो अंगठ्याने बेल्टमध्ये शर्ट नीट खोचत होता. आणि हो, अर्थातच तो तू होतास सरताज! तो तूच होतास, एकदम कडक खाकी युनिफॉर्म आणि उंच पगडी... तू मंद हसत होतास; पण मी तर एकाच सरदार इन्स्पेक्टरला ओळखत होतो. हसरा, मैत्रीपूर्ण होता हा इन्स्पेक्टर.

''मला लवकर यायला लागतं,'' मी म्हणालो, ''नाहीतर मला पार मागे बसावं लागतं.'' मी माझा आवाज अगदी सौम्य ठेवत म्हणालो.

''जर तुम्ही लांब बसला असाल, तर तुम्ही या टीव्हीवर बघू शकता,'' तो म्हणाला. ''इतकं जवळून दिसतं की, तुम्हाला त्यांच्या नाकपुडीतले केससुद्धा दिसतात.'' त्याने हनुवटीने यज्ञापाशी बसलेल्या साधूंकडे इशारा करत म्हटलं. तो एक देखणा सरदार होता आणि त्याचा निळा पटका आणि निळेच सॉक्स घालून खूपच स्टायलिश दिसत होता.

''पण त्याला जवळून पाहिल्याची सर येणार नाही ना,'' मी म्हणालो आणि जरी मी ते म्हणालो तरी मला जाणवलं की, मी खूप तीक्ष्ण आणि काहीसं चिडून बोललो होतो. जेव्हा पोलिसांशी आमोरासमोर येतो, तेव्हा मला थोडं वेगळं वागायला हवं होतं, एखाद्या साधारण जनतेतल्या माणसासारखं. मला एखाद्या इन्स्पेक्टरची भीती वाटली, असं त्याला आता खूप काळ झाला होता; पण मला तसं वागायला हवं होतं. ''म्हणजे मला काय म्हणायचं आहे सरदार साहेब की, आजकाल लोकांना वाटतं की दर्शन त्यांना टीव्हीवर किंवा फोनवरसुद्धा मिळू शकतं; पण तुम्हाला दर्शनाचे सर्व फायदे तेव्हाच मिळतात, जेव्हा तुम्ही आमोरासमोर, डोळ्याला डोळा भिडवून बघता. गुरुजींची नजर तुमच्या आत खोलवर गेली पाहिजे, त्यांचा आवाज तुमच्या आत भिनला पाहिजे. मी त्यांना कधी पाहिलं नाहीये आणि मी तुम्हाला सांगू शकतो की, त्यांना पाहिल्यावर मी गेल्या काही दिवसांत खूप बदललो आहे. मी आजवर जे टीव्हीवर दर्शन घ्यायचो, त्याला खऱ्या दर्शनाची एक कणही सर नाही आहे. सुवर्ण मंदिर फोटोमध्ये बघणं ही एक गोष्ट झाली आणि प्रत्यक्षात अमृतसरला जाऊन दर्शन घेणं ही अगदी वेगळी गोष्ट झाली.''

''तुम्ही मुंबईचे नाही आहात?'' त्याच्याकडे पोलिसांसारखी अचानक वेगळा प्रश्न विचारण्याची युक्ती होती आणि त्याची ती हिशेबी नजर... आणि त्याच्या त्या चिकण्या फिल्मस्टारसारख्या सौंदर्याखाली अगणित तपासांती आलेली क्रूरता दडलेली होती.

''मूळचा नाही; पण मी काही वर्षांपूर्वी इथे आलो.''

''तुम्ही काय करता?''

''मी एका इम्पोर्ट एक्स्पोर्ट कंपनीसाठी काम करतो.'' त्याने आता संभाषण एखाद्या प्रश्नोत्तर तासाकडे वळवलं होतं, संशयी हरामखोर कुठला. अगदी टिपिकल पोलीसवाला. मी हळूच यज्ञाकडे वळून पाहिलं; पण तो तसंच सोडून देणार नव्हता.

''मी तुम्हाला या पूर्वीही कुठेतरी पाहिलं आहे, तुमचा चेहरा ओळखीचा वाटतो,'' तो म्हणाला.

मी अगदी स्थिर राहिलो, स्वतःला जराही ताण येऊ न देता. मी खांद्यावरून डोळे वर करून त्याच्याकडे पाहिलं आणि हसलो. ''माझा चेहरा अगदी ओळखीचा वाटावा असाच आहे साहेब,'' मी म्हणालो. मी माझं टक्कल अगदी तसच ठेवलं होतं आणि माझी दाढी मात्र वाढू दिली होती. मी एखाद्या अफगाणी मुल्ल्यासारखा दिसत होतो. माझ्या आरशात मी स्वतःला अनोळखी वाटत होतो; पण या मादरचोदची नजर एकदम चांगली होती. ''लोक मला नेहमी सांगतात की, मला पाहून त्यांना कोणाची तरी आठवण होते. माझी बायको यावर हसायची.''

''ती हसायची? आता नाही हसत?''

या चिकण्या इन्स्पेक्टरचं खूप बारीक लक्ष होतं आणि तो विनोदात असतो तसा बिनडोक सरदार नव्हता. त्याच्याबरोबर तुम्हाला पूर्ण सावधपणे राहायला हवं होतं. ''ती गेली,'' मी अगदी शांतपणे म्हणालो. ''ती एका अपघातामध्ये गेली.'' त्याने मान हलवली आणि दुसरीकडे नजर वळवली. जेव्हा त्याची नजर परत माझ्याकडे वळली, तेव्हा पुन्हा तो तोच मादरचोद इन्स्पेक्टर होता; पण मी त्याच्या नजरेतली किंचितशी सहानुभूती टिपली होती. मी पुन्हा तेज होऊ शकलो असतो. माझ्या आयुष्यात मी माणसं वाचायलाही शिकलो होतो. ''तूही कोणालातरी गमावलं आहेस,'' मी म्हणालो, ''कोण, तुझी पत्नी?''

त्याने माझ्याकडे एक तिखट कटाक्ष टाकला. अखेर तो एक अभिमानी माणूस होता आणि युनिफॉर्ममध्ये होता. तो मला काहीही सांगणार नव्हता. ''सर्वांचंच कोणी ना कोणी गमावलेलं असतं,'' तो म्हणाला. ''त्यालाच आयुष्य म्हणतात.''

''तुम्ही जर गुरुजींच्या रक्षा कवचामध्ये आलात, तर हे सगळं दुःख नाहीसं होईल.''

''तू तुझे गुरुजी ठेव तुझ्याकडे,'' तो म्हणाला; पण पुन्हा किंचित हसत पहिल्यासारखा मैत्रीपूर्ण वाटला. त्याने त्याचा हात वर केला आणि टेंटच्या मागच्या बाजूला त्याच्या ड्युटीला निघून गेला. गुरुजी त्यांच्या ठरलेल्या वेळेला आले आणि आज त्यांनी आम्हाला त्यागाच्या अंताकडे नेलं आणि ते म्हणजे परिपूर्ती.

''आपण एका मोठ्या प्रवासाला एकत्र आलो आहोत,'' गुरुजी म्हणाले, ''इतके दिवस तुम्ही माझ्यासोबत चालत आहात. या महान यज्ञात सहभागी होऊन, तुम्ही तुमच्या शेकडो गतायुष्यातील जडत्व जाळून भस्म केले आहे. या यागाचे यजमान म्हणून तुम्हाला याचे फायदे आणि शक्ती प्राप्त होतील; पण मी सर्वमेधबद्दल तुम्हाला जे सांगितलं, ते लक्षात ठेवा : यजमानाने सर्वकाही देऊन टाकले आहे. स्वतःला समर्पित करण्यासाठी, तुम्हाला तुमचे मोह, बंध यांचा त्याग करावा लागेल म्हणून आज द्या. स्वतःचा त्याग करा.''

सर्वमेधाचा शेवटचा दिवस होता आणि आज खूप उकाडा होता. इतक्या दिवसांनतर सूर्य आता आग ओकत होता आणि त्या उन्हाचे चटके आम्हाला टेंटमधून आत आमच्या पायावर, डोक्यावर येत होते. यागाचा धूर सर्वत्र दाटपणे भरून राहिला होता आणि श्लोक आमच्या कानावरून आत झिरपत होते. गुरुजींचा आवाज माझ्या अंतरंगात भरून राहिला होता आणि आज खूप गर्दी होती. माझ्या खांद्यांवरून घाम ओघळत होता, अनेक लोक रडत होते. हो, मीही रडत होतो. मी खिन्न नव्हतो, दुःखी नव्हतो. मी आनंदी होतो आणि मी मुसमुसत होतो. मी दिलं, माझ्याजवळ जे काही होतं, ते सर्व दिलं, माझं पैशाचं पाकीट, घड्याळ. पूर्ण दिवस त्यागाचा होता आणि भक्तांनी खूप देणग्याही दिल्या, आजूबाजूला असलेल्या देणगी काउंटरवर लोकांनी पैसे, मौल्यवान वस्तू दिल्या, स्त्रियांनी त्यांचे दागिने दिले, मंगळसूत्रं दिली आणि पुरुषांची खरे यजमान होण्यासाठीची धडपड सुरू होती. त्यांना सर्वमेधाची ताकद जाणवत होती.

नंतर त्याची सांगता झाली. दहा वाजता गुरुजींनी दोन्ही हात जोडून आम्हाला वाकून प्रणाम केला. नंतर ते त्या घरात परत गेले. आज रात्री, मी त्या दर्शनाच्या रांगेत खूप जवळ आलेलो होतो. मी योजलं होतं आणि त्याप्रमाणे खातरजमाही केली होती, तरीही मला त्यानंतर एक तास थांबल्यावर लक्षात आलं की, मला दर्शन होऊ शकत नाही. आज सर्व व्हीआयपी लोक आलेले होते, होम मिनिस्टर, दोन नट, तीन नट्या, मोठे मोठे बिझनेसमन, टीव्हीवर बातम्या देणारे निवेदक, फिल्म प्रोड्युसर्स आणि असेच कोणी कोणी. त्यांच्या कार एकामागोमाग येत होत्या. त्यांचा चकाकता ताफा त्या घराच्या बाहेर दिसत होता आणि आमची रांग मात्र जराही पुढे सरकत नव्हती. साधारण लोकांसाठी दर्शन खूपच संथ गतीने होत होतं आणि आज रात्री मी अगदी साधारण लोकांच्या मध्ये उभा होतो. मी थांबलो. आता मध्यरात्र होतंच आली होती.

''तुम्हाला तुमचे गुरुजी अजून भेटले नाहीत?'' हा सरदार इन्स्पेक्टरचा आवाज होता. तो उंच होता, माझ्याहून बराच उंच होता. त्याच्या छातीवरच्या काळ्या पट्टीवरून त्याचं नाव 'सरताज सिंग' असल्याचं मला कळलं.

''नाही, आज खूप मोठे मोठे लोक आलेले आहेत,'' मी म्हणालो.

मी खांदे उडवले. मी शांत होतो; पण मी खूप दमलो होतो. माझे पाय अगदी डळमळीत झाले होते आणि मला काहीसं चक्कर आल्यासारखं वाटत होतं. हा इन्स्पेक्टरही स्वतः दमल्यासारखा दिसत होता. त्याच्या शर्टावर घामाचे डाग पडले होते. ट्युबलाइटच्या पांढऱ्या उजेडात आता तो चिकणा वगैरे वाटत नव्हता. फक्त वाळलेला, लंबू आणि थकलेला वाटत होता. मग तो म्हणाला, ''ये.''

त्याने मला त्या रांगेतून पुढे नेलं, पार्क केलेल्या टोयोटा आणि बीएमडब्ल्यू गाड्यांच्या मधून वाट काढत आणि खूप साऱ्या पोलिसांच्या, खासगी सुरक्षारक्षकांच्या मधून आम्ही पुढे गेलो. त्या प्रोड्युसरच्या घराच्या उंच दुहेरी दरवाजापाशी उभ्या असलेल्या एका इन्स्पेक्टरला त्याने मानेने खूण केली आणि नंतर आम्ही गच्च भरलेल्या ड्रॉइंग रूममधून वाट काढत एका संगमरवरी कॉरिडोरपाशी गेलो. सरताज सिंग एका कॉन्स्टेबलशी बोलला आणि नंतर आम्ही वळून दुसऱ्या एका कॉरिडोरमध्ये गेलो जिथे खूप साधू आणि भक्त होते, तिथून बाहेर बागेत गेलो. आम्ही तिथे रांगेच्या पुढे गेलो. तिथे तीन साधू होते, जे भक्तांना एकेक करून सोडत होते. त्यांच्यामागे बागेच्या मधोमध, मी अचूकपणे ओळखलं, गुरुजी त्यांच्या व्हीलचेअरमध्ये बसले होते, कोणा स्त्रीशी बोलत होते.

''ओके,'' सरताज सिंग माझ्या कानाशी लागत म्हणाला, ''मी तुला इथवर आणलं आहे. आता तुझं तू बघ.'' तो त्या साधूंच्या अंगावर ओरडला, ''आता याचा नंबर आहे.''

मला पाठीवर त्याची थाप जाणवली; पण मी वळून त्याला धन्यवाद म्हणेपर्यंत तो गेलाही होता. आता माझी मी काळजी घेणार होतो. हो. मी शांतपणे गुरुजींच्या मदतनिसांकडे बघत होतो. मी एक पाऊल उजवीकडे झालो आणि बरोबर त्यांच्यासमोर आलो. आता माझा नंबर होता. एक उंच, पिवळ्या रंगाच्या केसांचा साधू होता, जो तिथला बॉस वाटत होता. मी त्याच्याकडे पाहून मंद हसलो आणि जोवर त्याने माझ्याकडे पाहून स्मितहास्य केलं नाही, तोवर त्याच्या नजरेला नजर देऊन बघत होतो. मी गुरुजींच्या दर्शनासाठी रांगेत उभा असेन; पण मला माझं काम येतं हे छोट्या-मोठ्या लोकांना दाखवून देणं मला चांगलं जमतं.

इतक्या दिवसांच्या प्रतीक्षेनंतर आता एकदोन मिनिटंच वाट बघावी लागणार होती. गुरुजींच्या समोर बसलेली बाई उठली, वळली आणि त्या फिरंगी साधूने मला पुढे केलं. मी क्षणातच गुरुजींच्या समोर होतो, अखेर मी एकटा त्यांच्यासोबत होतो. मी त्यांच्यापुढे वाकलो, त्यांच्या पाया पडलो, माझं डोकं त्यांच्या पायावर ठेवलं.

''जीते रहो बेटा,'' ते म्हणाले आणि माझ्या डोक्यावर हात ठेवला. ''ये, ये,''

त्यांनी मला उठवलं, खुर्ची किंचित हलवून जागा केली, मी बसलो. मला माहीत होतं की, मी एखाद्या लहान मुलासारखा हसत होतो, एखाद्या उत्साही, वेड्यासारखा. मी माझे हात मांडीवर ठेवून, त्यांच्याकडे बघत बसलो.

''तुला काय हवं आहे मला सांग,'' ते म्हणाले, ''तुला कशाची गरज आहे.''

मी हसायला लागलो. ''मला आता काही नको गुरुजी, मला फक्त तुमच्याबरोबर असायचं होतं.''

त्यांनी मला तत्काळ ओळखलं. आम्ही फोनवर अनेक तास बोललो होतो आणि त्यांना माझा आवाज खूप चांगला ओळखीचा होता आणि मला त्यांचा. त्यांनी खूप संयम

दाखवला. जराही आश्चर्य वाटू दिलं नाही, अगदी किंचितही नाही, त्यांनी पापणीही लवू दिली नाही. फक्त एक दीर्घ क्षण ते माझ्याकडे बघत होते. मला त्यांची नजर माझ्या आरपार जात असलेली जाणवली आणि मी त्यांच्याकडे पाहिलं. ते एका बाजूला झुकले, मला उजेडात नीट बघण्यासाठी त्यांनी आपली व्हीलचेअर किंचित वळवली आणि मी माझा चेहरा वर केला, जेणेकरून त्यांना मी नीट दिसेन.

''गणेश,'' ते म्हणाले, ''गणेश.''

''मी आलो, गुरुजी,'' मी म्हणालो; पण आता मला जरा नर्व्हस वाटत होतं. तोवर ते अगदी नितळ होते, अगदी पूर्ण स्थिर, एखाद्या वादळासारखे कठीण. मी हे सांगू शकत नाही की, त्यांना आनंद झाला होता आणि मला भीती वाटत होती की, ते कदाचित चिडतील. मी स्वतःला धोक्यात टाकलं होतं, अर्थातच; पण मी त्यांनाही धोक्यात टाकलं होतं. मी सर्व काही पणाला लावलं होतं. ''मी आलो. कारण, मला तुमच्या यज्ञात सहभागी व्हायचं होतं.''

''आणि तू सगळे दिवस इथे आहेस?''

''रोज. सुरुवातीपासून शेवटपर्यंत.''

नंतर त्यांचे भाव बदलले. ते थोडे नरम झाले, अचानक सूर्य उगवल्यावर कशी ऊब येते, तसे. त्यांच्यावर याचा अजिबात परिणाम झालेला नव्हतं आणि तरीही मला वाटलं की, मी गुंडाळला गेलो होतो. ''तू मूर्ख आहेस गणेश,'' ते कुजबुजले. ''पण चांगला मूर्ख.''

''तुम्ही म्हणालात की, हा तुमच्या आयुष्यातील सर्वांत महत्त्वाचा यज्ञ आहे म्हणून मला यावंच लागलं, गुरुजी,'' मी म्हणालो.

त्यांनी हात पुढे केला आणि हलकेच माझ्या गालावर थप्पड मारली. ''बच्चा, तू आलास कारण मी तुला बोलावलं.''

''हो.''

''हा सर्वमेध म्हणजे तुझ्यासाठी एक सुरुवात होती.''

''हो.''

''गणेश, तू आलास म्हणून मला आनंद आहे; पण आता तू इथून बाहेर पडलं पाहिजेस, देशाबाहेर. खूप धोका आहे.''

''हो.''

''पण तू जाण्यापूर्वी, मला तुला एक प्रश्न विचारायचा आहे.'

''विचारावं गुरुजी. मी उत्तर देईन.''

''तुझ्या वडिलांना काय झालं?''

त्यांचे शब्द निर्वाणीचे होते, जे माझ्या आत खोलवर रुतले. त्याची लाल ज्वाळा वाढत गेली आणि तिचा स्फोट झाला, तो माझ्या नजरेतून बाहेर आला. मी अचानक रिता झालो. काहीही शिल्लक राहिलं नाही, त्या यज्ञातून नेण्यासाठी काही भस्मही शिल्लक उरलं नाही. माझा केवळ स्फोट झाला होता आणि जिथे मी होतो, तिथे एक विवर उरलं होत. गणेश गायतोंडे उरलाच नव्हता. मी कुठेतरी आत खोलवर अगदी सुरक्षितपणे, अभेद्य गजांच्या आड लपवलेला होतो. मीही विसरून गेलो होतो की, गणेश गायतोंडे तिथे आहे. माझ्यासमोर बसलेल्या या माणसाने कसं काय माझं रक्त, मांस भेदून आत लपवून ठेवलेलं माझं वर्तुळ

भेदलं, ज्यात एखाद्या स्फोटक बॉम्बसारखी ऊर्जा होती? त्या क्षणात, माझ्या मनात काहीही काम नव्हतं किंवा उत्तर नव्हतं; पण मला माहीत होतं की, इथे लपवलेला गणेश गायतोंडे उद्ध्वस्त झाला होता. तो आता अस्तित्वात नाही. मी तिथे माझ्या वडिलांना लपवून ठेवलं होतं, मला स्वतःलाही आणि माझ्या आईला मी विसरून गेलो होतो; पण आता गुरुजी मला विचारत होते, जे त्यांना घडलेलं माहीत होतं. माझं नेहमीचं उत्तर, 'वडील गेले, आई गेली' आता अशक्य होतं. त्यांनी माझं आतलं कवच भेदलं होतं आणि आता त्याला बंद करण्याचा काही मार्ग नव्हता म्हणून मी गप्प बसलो.

त्यांनी मला त्यांच्याजवळ ओढलं. मी लुळा पडलो होतो. माझ्यात विरोध करण्याची ताकद उरली नव्हती. मी जमिनीवर बसलो, त्यांच्या गुडघ्यांवर माझे खांदे टेकले. त्यांनी माझ्या टक्कल केलेल्या डोक्यावर हात ठेवला आणि त्यांचा तळवा मला जोजवतो, आहे असं वाटलं.

''मला एक पिवळी भिंत दिसती आहे. रक्त दिसतं आहे, रक्ताचा एक बारीक ओघळ भिंतीवरून वाहतो आहे आणि जमिनीवर टपकत आहे,'' ते म्हणाले.

मी रडत होतो. त्यांना माहिती होतं. गुरुजींना काही तरी करून ते माहिती होतं आणि मी त्यांच्यापासून लपवू शकलो नाही.

''पण ते तितकंच मला दिसतं आहे गणेश, मला सांग. काय झालं?''

मग मी त्यांना माझ्या वडिलांच्याबद्दल राघवेंद्र गायतोंडेंच्याबद्दल सांगितलं. जे कारवारमधल्या एका देवळाच्या गरीब पुजाऱ्याचा मुलगा होते. स्वतः गरीब ब्राह्मण असलेल्या राघवेंद्रचं लग्न सुमंगलाशी झालं होतं. मला त्या असाहाय्य माणसाबद्दल किंवा त्या दगलबाज बाईबद्दल जास्त बोलायचं नव्हत म्हणून मी त्यांना ती काळी कुट्ट गोष्ट पटकन घाईत सांगितली. राघवेंद्र कारवारमध्ये उपाशीपोटी जगत होता. तो देवळात लग्नं लावायचा, पूजा करायचा; पण त्याला फारशी संधी मिळायची नाही. कारण, तो एकतर खूप तरुण होता आणि खूप सौम्य होता. त्याचा विशेष प्रभाव पडायचा नाही म्हणून तो सूर्यकांत शेणोय नावाच्या त्याच्या मामेभावाने त्याला बोलावलं म्हणून त्याच्याकडे नाशिकला गेला. या सूर्यकांतची थोडी शेतजमीन होती. तो थोडे बांधकामाचे कामही करायचा आणि स्थानिक राजकारणातही होता. स्थानिक काँग्रेसचा जिल्हा सचिव म्हणूनही त्याने काही काळ काम केलं होतं. त्याने इतक्यातच दिगध नावाच्या गावात एका सरकारी शाळेच्या इमारतीचं बांधकाम पूर्ण केलं होतं. जेव्हा त्याचं हे काम पूर्ण झालं, तेव्हा त्याने तिथल्याच नवीन लक्ष्मी–नारायण मंदिराला बऱ्यापैकी रक्कम दान दिली होती, त्यामुळे राघवेंद्राला या देवळात पुजारी म्हणून ठेवलं गेलं आणि एक लहान; पण नीटनेटकं घर राहायला देण्यात आलं. लहान असलं, तरी पक्कं घर होतं ते. हे सगळं त्याच्या त्या भावामुळे झालं होतं. आता तो काही अगदी श्रीमंत झाला नव्हता; पण जगायला पुरेसं होतं आणि आता सुमंगलाही समाधानी होती. एका जलसिंचन योजनेमुळे गावातल्या लोकांची स्थिती हळूहळू सुधारली. ती योजना सूर्यकांत शेणोयने मंजूर केली होती. राघवेंद्र आणि सुमंगला या दोघांनाही थोडा आराम मिळाला. कारण, देवळात देणगी वाढली होती. शिवाय सूर्यकांत शेणोय नेहमी भेटायला येत असे, येताना पिशवी भरून भाजी, दूध तूप, तांदूळ असे आणत असे. त्याने त्या गावात आणि आजूबाजूला खूप काम केलं होतं आणि त्याला त्याच्या भावाला भेटून आनंद होई. त्याला येण्यासाठी काही औपचारिकता नव्हती. कारण, मदत करणे ही त्याची जबाबदारी होती. त्याच्या आशीर्वादाने आयुष्य

सुरळीत सुरू होतं आणि दीड वर्षानंतर, त्या घरात एका मुलाचा जन्म झाला. अर्थातच खूप आनंद झालं आणि साजराही केला गेला. सूर्यकांत या सर्वांचा एक भाग होताच. सूर्यकांतने सुचवल्याप्रमाणे त्या मुलाचं नाव किरण ठेवलं गेलं. किरण खूप हुशार आणि चपळ होता. तो आठ महिने एक आठवड्याचा असतानाच चालायला लागला, दोन वर्षांचा असताना बोलायला लागला आणि चौथ्या वर्षी तो वाचायला लागला होता. फक्त वडिलांच्या मांडीवर बसून एकेक अक्षर वाचत नव्हता, तर पूर्ण शब्द वाचायला लागला होता; पण त्याच वर्षी या मुलाचा नैसर्गिक आनंद हिरावला गेला, तो अंतर्मुख झाला आणि सावध झाला. त्याच्या वडिलांकडे बाहेरच्या जगातले लोक कशा नजरेने बघतात, हे समजण्याइतका तो मोठा होता. त्याच्या मित्रांच्यामध्ये आणि त्यांच्या आई-वडिलांमध्ये तो एक विनोद बनून गेला होता. एका अतिशय गरीब, असाहाय्य, बावळट आणि दुबळ्या पूजाऱ्याचा मुलगा, ज्याच्याबद्दल लोकांना सहानुभूतीही वाटायची नाही, तर त्याची कीव यायची. किरणकडे या सगळ्याबद्दल काही शब्दच नव्हते; पण त्याला हे माहिती होतं की, त्याची आई सुंदर मानली जाते. त्याच वर्षी नाशिकला बारा वर्षांनी पुन्हा एकदा कुंभमेळा होता. किरण अर्थातच त्याची आई, सूर्यकांत काका आणि शेजारीपाजारी यांच्याबरोबर पवित्र गोदावरी नदीत डुबकी लावायला गेला होता. तिथे अगणित लोक, भक्त पवित्र कुंभ स्नानासाठी आलेले होते. तिथे रुद्राक्षाच्या माळा विकणाऱ्या भटक्या बायकांच्याबद्दल त्याला खूप कुतूहल वाटलं. सूर्यकांत काकाने त्याला आइस्क्रीम घेऊन दिलं आणि या अनपेक्षित खाऊमुळे किरणला खूप आनंद झाला. तो सूर्यकांत काकाच्या रुंद मनगटाला लोंबकळत होता. शेवटी, ते राम कुंडाला पोहोचले, जिथे श्रीराम रोज स्नान करायचे, असं म्हणतात. लोकांच्या गर्दीतून त्याला तिथे त्याचे वडील उभे दिसले. त्यांच्या हातात एक थाळी होती, ज्यात पांढरे भस्म होते. ते पाण्यामध्ये जाणाऱ्या एका ओलसर निसरड्या दगडावर उभे होते आणि लोकांना कुंकू लावायचा आग्रह करत होते, जसं त्यांच्या कपाळावर होतं. एक यात्रेकरू थांबला. किरणच्या वडिलांनी त्याच्या कपाळावर नाम लावला. त्याने पाहिलं की, ते किती बारीक होते, त्यांच्या हाताची कातडी लोंबत होती, ते कसे अदबीने पुढे वाकून उभे होते. ते सर्व पाहून किरणच्या मनात चीड उत्पन्न झाली. त्या यात्रेकरूने राघवेंद्राच्या थाळीत काही नाणी टाकली. त्या क्षणी किरणच्या घशात कडवट आवंढा आला आणि वडिलांच्याबद्दल तिरस्कार. हा माणूस एक अत्यंत दुबळा माणूस होता, ज्याच्यात काही क्षमता नव्हती. आता किरणला लक्षात आलं की, का आजूबाजूचे लोक त्याच्या वडिलांना हसत, का ते त्यांना 'ए पंडित' अशी हाक मारत होते. त्याला या जाणिवेने भडभडून आलं. त्याने नदीच्या दिशेने अजून पुढे जायला नकार दिला आणि कोणी काही म्हटलं, तरी सगळ्यांना असं वाटलं की, किरणला पाण्याची भीती वाटते. ही गोष्ट तशीच राहिली आणि किरणच्या मनातला कडवटपणादेखील राहिला. एक दिवस दुपारी किरण शाळेतून लवकर घरी आला आणि त्याच्या घराभोवती लोकांची गर्दी दिसली. काहीतरी झालं होतं. त्याला कोणीतरी हाताला धरलं; पण त्याने हात सोडवून घेतला आणि लाथ मारून दाराच्या दिशेने धावत सुटला. कोणीतरी तिकडे बोट केलं. भिंतीवरून रक्ताचा ओघळ खाली सांडत होता आणि जमिनीवर रक्ताचं थारोळ झालं होतं. तो किंचाळला, जिना चढून वर गेला. दरवाजात एक जण उभा होता, त्याला ठोसे मारून बाजूला केलं आणि गच्चीवर धावला. छतावर कोण मरून पडलं होतं, तर ते किरणचे वडील नव्हते; पण सूर्यकांत काका होते. ते एका खाटेवर पालथे झोपलेले होते, कमरेपर्यंत उघडे होते. किरणला त्यांची रुंद पाठ

आणि भरीव खांदे ओळखीचे होते; पण त्यांच्या डोक्याची मागची बाजू मात्र आता लगदा झाली होती आणि काळा, लाल आणि पांढरा रंग त्यातून डोकावत होता. किरणने पाहिलं की, सूर्यकांत काका पुढून व्यवस्थित होते. ते खाटेवर खाली मान घालून झोपले होते, असं वाटत होतं, जणू काही खाली पडलेल्या विटेकडे ते अर्थपूर्ण नजरेने पाहत आहेत. त्यात संपूर्ण जगाचा अर्थ सामावलेला आहे. सूर्यकांत काकांनी किरणला ताऱ्यांची नावं, ग्रहांचे आकार वगैरे सांगितले होते. आता ते स्वतःच अर्धे नाश पावले होते.

एका शेजाऱ्याने किरणला खांद्याला धरून बाजूला केलं आणि त्याला तिथून बाजूला न्यायचा प्रयत्न केला. हा माणूस कोण आहे? किरणला त्याचा वास परिचित होता. त्याचा पिवळा शर्ट, हे लांब लांब हात; पण त्याला त्याचं नाव आठवेना. ''कोणी केलं हे?'' किरण म्हणाला. जरी त्याला का कोणास ठाऊक आधीच माहिती होतं. त्या माणसाने मान हलवली आणि त्याला तिथून न्यायचा प्रयत्न केला. किरण ओरडला, हात सोडवून घेतले आणि पुन्हा विचारलं, ''कोणी? कोणी? कोणी?'' एक दुःखात असलेला आवाज म्हणाला, ''सांगा त्याला,'' आणि तरीही तिथे एक क्षण शांतता पसरली. नंतर ज्याने किरणचा खांदा धरून ठेवला होता, तो माणूस म्हणाला, ''तुझे वडील. ते निघून गेले.'' आणि नंतर काहीतरी आठवल्यासारखा तो म्हणाला, ''तुझी आई खाली आहे, बायकांच्यात बसली आहे.''

पोलीस आले आणि त्या बायकाही गेल्या, पुरुषही गेले. नंतर कोणालाच नेल नाही. आता किरण त्याच्या आईबरोबर एकटाच होता. ती झोपायच्या खोलीत एका लाकडी कपाटाला टेकून अंगाचं मुटकुळं करून बसली होती. तिचे केस तिच्या चेहऱ्यावर पसरले होते.

''तर,'' गायतोंडेने गुरुजींना सांगितलं, ''माझ्या वडिलांनी सूर्यकांत काकाला मारलं आणि ते गेले. कोणीही त्यांना पुन्हा पाहिलं नाही. मला माहीत नाहीत ते कुठे आहेत.''

''आणि तुझी आई?''

''मी बारा वर्षांचा होईपर्यंत तिथे राहिलो. नंतर मी घर सोडून पळून गेलो. मी मुंबईला आलो.''

''तुला ती कुठे आहे ते माहिती नाही?''

''नाही.''

त्यांना त्या गावातून हाकलून देण्यात आलं होतं. हाकलून म्हणजे जे पुरुष येऊन सुमंगलाला तुला काही काळजी करण्याचं कारण नाही असं सांगत, जेणेकरून तिला आरामाचं आयुष्य घालवता येईल, याची काळजी करायचे, ते सोडून इतरांनी हाकलून दिलं होतं. हे लोक तिच्यासाठी भाजी, साड्या, पैसे घेऊन येत. ती माहेरी परत जाऊ शकत नव्हती. कारण, तिच्या आई-वडिलांनी तिला घरात घेतलं नसतं म्हणून ती त्याच घरात राहिली, ज्याला तिच्या दोन-तीन गिऱ्हाइकांनी पांढऱ्या चुन्याचा हात मारून दिला. ते लोक तेच होते... गिऱ्हाईक! आणि आता किरणला सगळ्या गावाच्या रोषाचं कारण समजलं. ते त्याला तोंडावर हरामी म्हणत आणि मोठी मुलं त्याच्या आईबद्दल, तिच्या शरीराबद्दल, तिच्या सवयींबद्दल आणि मुळातच तिची प्रवृत्ती अशी आहे, याबद्दल खूप घाणेरडे विनोद करत. असा एकही दिवस नव्हता, ज्या दिवशी किरणच्या अंगावर मारहाणीच्या खुणा नसत. काही नवीन तर कानी जुन्या खुणा असतच. प्रत्येक मारामारीत तो मार खाई; पण एकदा त्याने मोठा दगड उचलून त्याला चिडवणाऱ्याच्या अंगावर भिरकावला. त्याला त्यांना मारायचं आहे, असं म्हणत ते त्याच्या

अंगावर ओरडत असत; पण त्याने आता सुरा बाळगायला सुरुवात केली, तेव्हा त्याला सगळे वेडा म्हणायला लागले. त्याने वाट पाहिली आणि जेव्हा अनोळखी मोठ्या ठिकाणांची भीती त्याच्या मनातून कमी झाली, त्या दिवशी त्याने सुरा शर्टाखाली लपवला आणि तडक आठ किलोमीटरवर असलेलं रेल्वे स्टेशन गाठलं. तो ट्रेनची वाट बघत होता. त्याला ट्रेनच नाव आधीपासूनच माहिती होतं, ती कुठे जाते, तिची वेळ सगळं माहिती होतं. ट्रेन आली आणि त्याने स्वतःला एका गर्दीने खचाखच भरलेल्या डब्यात कोंबून दिलं. कोणीही त्याच्याकडे लक्ष दिलं नाही. डब्यात बसायला कुठेच जागा नव्हती म्हणून तो कॉरिडोरमध्ये एका स्टीलच्या ट्रंकाच्या ढिगाला टेकून उभा राहिला. ट्रंकांच्या कडा त्याच्या अंगाला टोचत होत्या; पण हे दुःख चांगलं होतं. तो दूर जात होता. प्रत्येक स्टेशनला तो विचारे, ''ही मुंबई आहे का?'' जेव्हा एका माणसाने ''हो'' म्हटलं, तेव्हा त्याने बाहेर उडी मारली; पण त्या माणसाने त्याला फसवलं होतं. त्याला त्या माणसाला भोसकावं असं वाटत होतं; पण ट्रेन आधीच सुटून गेली होती. किरण दुसऱ्या ट्रेनची वाट बघत थांबला. जेव्हा मोठ्या मोठ्या इमारती दिसू लागल्या, रस्ते जवळजवळ आलेले दिसले, आणि रस्त्यावर कारची गर्दी दिसायला लागली, तेव्हा त्याला कळलं की, अखेर तो मुंबईत येऊन पोहोचला आहे. जेव्हा त्याला खात्री झाली, तेव्हा तो खाली उतरला.

''आणि तू जेव्हा गणेश झालास, तेव्हा तू घरी होतास?'' गुरुजींनी अत्यंत हळुवारपणे विचारलं.

''जेव्हा पहिल्यांदा कोणीतरी मला माझं नाव विचारलं, तेव्हा का कोण जाणे, मी गणेश म्हटलं.''

''गणेश म्हणजे आपत्तीतून वाचणारा. तो कायम जगतो, काहीही होवो. तो त्यावर मात करतो.''

नंतर मी खूप वेळ बसलो. शांत बसलो. गुरुजींचा हात माझ्या डोक्यावर होता. मी थकलो होतो, जणूकाही मी एखादा मोठा डोंगर चढून दुसऱ्या बाजूने खाली उतरलो होतो; पण मला शांत वाटत होतं. माझ्या हृदयाच्या प्रत्येक ठोक्यागणिक मी आता मजबूत होत होतो.

''गणेश बेटा, तू आता गेलं पाहिजेस. नाहीतर माझ्या मदतनिसांना आश्चर्य वाटेल.''

''हो, गुरुजी,''

''तू फार मोठा धोका पत्करला आहेस; पण मला आनंद वाटतो की तू आलास. आपण जसं ठरवलं आहे, त्याप्रमाणे मला सिंगापूरमध्ये भेट.''

''हो गुरुजी.''

त्यांनी मला जवळ घेऊन आलिंगन दिलं. माझं टक्कल केलेलं डोकं त्यांच्या हनुवटीजवळ धरलं. नंतर त्यांनी मला पाठवून दिलं; पण मी केवळ त्यांच्या शरीरापासून दूर गेलो, त्यांच्या हाडा मांसापासून. त्यांनी माझ्याकडे पाहिलं, अगदी आत आरपार. त्यांनी मला दर्शन दिलं होतं आणि त्यांनी माझंही दर्शन केलं होतं. आता ते माझ्यात होते. माझ्या हृदयात धडकत होते. मी त्यांची महान ताकद आता माझ्यामध्ये घेऊन चाललो होतो आणि माझ्या हातापायात ती मला जाणवत होती, अगदी माझं रक्त सळसळत होतं, तितकीच खरी. ओळखीची ठिकाणं ओलांडत आणि उशिराच्या ट्रॅफिकचे पुंजके ओलांडत ओलांडत अगदी सहजपणे मी शहरातून जात होतो. मी पाहू शकत होतो की, कार आणि रिक्षावाले एकमेकांच्या जवळ येत होते,

ते दूर जातील का आणि त्यांच्या वाहतुकीतील भूमिती सांगू शकत होतो. मला माहीत होतं, ते कुठे निघाले आहेत, त्यांच्या एकमेकांना भिडणाऱ्या हेडलाइट्सचं भवितव्य मला माहिती होतं. कारण, मी घाबरत नव्हतो. माझ्या शरीराला या नदीचा प्रवाह माहीत होता. मी त्यातूनच जात होतो.

मी घरी आलो. बंटीबरोबर जेवलो आणि त्याला सिंगापूरसाठी पहिली फ्लाइट बुक करायला सांगितली. नंतर मला अजून एक छोटा प्रवास करायचा होता. मी पुन्हा स्कूटरवर बसलो आणि बंटीच्या एखाद्या हाउसवाईफ प्रमाणेच्या गुरगुरण्याला बाजूला सारून निघालो. पुन्हा मला गुळगुळीत रस्ते, हिरवे सिग्नल लागले आणि मी पंचवीस मिनिटांत यारी रोडला आलो. तिथे पोहोचण्यासाठी मला दोन टॅक्सीवाल्यांना पत्ता विचारावा लागला; पण मी एकदा कॉर्नरला वळलो, जिथे सिगारेटचे दुकान होते, मग मला रस्ता माहिती होता. मला जोजोने या खाणाखुणा डझनभर वेळा तरी विस्तारून सांगितल्या होत्या, त्यामुळे मी त्या रस्त्यांची कल्पना करू शकत होतो, तिच्या घराची कल्पना करू शकत होतो. मी डावीकडे वळलो आणि तिच्या गेटपाशी स्कूटर पार्क केली. तिची निळ्या रंगाची होंडा उजवीकडील दुसऱ्या पार्किंग लॉटमध्ये पार्क केलेली होती. त्याचा नंबर ३६ ए होता. मी कितवा मजला आहे ते आठवलं; पहिला, दुसरा, तिसरा आणि कोपऱ्यातलं अपार्टमेंट शोधलं. तिच्या घरातले दिवे सुरू होते. मी तिला फोन केला.

''गणेश?'' ती म्हणाली, ''गणेश?''

''या फोनवर दुसरा कोण असणार आहे?''

''जास्त स्मार्ट बनू नको. कुठे होतास तू?''

''मी थोडा प्रवासात होतो.''

''प्रवासात म्हणजे तू सांगू शकत नाहीस? तुला काय झालं आहे?''

''सगळं ठीक आहे जोजो. तू इतकी रागावली का आहेस?''

''कारण, तू एक निष्काळजी मूर्ख आहेस.''

मला हसू आलं. या जगात माझ्याशी कोणीही असं बोलत नव्हतं. ''मला वाटतं, तुला मी आवडतो जोजो.''

''खूपच कमी आणि तेही मला समजत नाही का? मी वेडी असेन.''

दुसऱ्या खिडकीतून एक सावली इकडून तिकडे गेली. मी तिची कल्पना करू शकत होतो. पाय आपटत चालत असणार आणि मोकळ्या हाताने दूर वर बसलेल्या मूर्खाला थापट्या मारत असणार ती. ''जर तुला मी थोडा आवडतो, जोजो, तर माझं एक म्हणणं होतं.''

''काय?''

''आपण भेटू या.''

''गायतोंडे, आपण यावर खूपदा बोललो आहे.''

''हे वेगळं आहे.''

''का?''

''कारण, आता मी वेगळा आहे.''

''कसा?''

''तू फक्त मला भेट आणि बघ. नाहीतर तुला कधीच कळणार नाही.''

तिने याबद्दल विचार केला. खिडकीतून सावली पुन्हा इकडून तिकडे गेली. ती म्हणाली, ''गायतोंडे, मी अजूनही तशीच आहे.''

''म्हणजे तुला भेटायचं नाही आहे?''

''मला भेटायचं नाही आहे.''

''शेवटचा चान्स.''

''माझ्याशी वाद घालू नकोस गायतोंडे. मी खूप दमले आहे.''

मी तिच्याशी वाद घातला नाही. मी तिच्याशी अजून दहा मिनिटं, तिचं काम, तिच्या नवीन ठोकू, तिच्या मुली यांबद्दल बोललो. तिच्याशी बोलून छान वाटलं, तुमच्या जुन्या आठवणीत रमून आणि आमच्या मैत्रीमुळे.

''तू खूप खूश वाटतो आहेस.''

''मी आहे, मी आहेच,'' मी म्हणालो. मी बिल्डिंगच्या वॉचमनकडे पाहून हात वर केला. दोघं जण होते जे अखेर इतक्या वेळानंतर मी तिथे आहे, हे लक्षात आल्यावर त्यांच्या आरामाच्या खुर्च्या सोडून उठून माझ्या दिशेने येत होते. ''मला निघावं लागेल, जोजो,'' मी म्हणालो आणि फोन ठेवला.

''काय हिरो?'' त्यांच्यातला एक वॉचमन गेटच्या आतून म्हणाला. ''तू आमच्या गेटसमोर उभा आहेस.''

मी खरंतर काय त्यांचं गेट झाकून वगैरे उभा नव्हतो आणि तरी ते जरा त्रास देण्याच्या मूडमध्ये होते; पण मी प्रेमाने घेतलं. ''मी निघालो आहे,'' मी शांतपणे म्हटलं. मी स्कूटरची चावी इग्निशनमध्ये फिरवली आणि हेडलाइट सुरू केला. ती तिच्या खिडकीत आली, जोजो आली. तिने अंधारात पिवळ्या दिव्याचा बारीक झोत पाहिला असणार. ती मला दिसली, तिच्या डोक्यावर आणि खांद्यावर प्रकाश पसरला होता; पण मला खात्री आहे की, तिने मला पाहिलं नव्हतं.

आम्ही जेव्हा लंडनमध्ये मुल्लाला ठोकलं, तेव्हा मी सिंगापूरमध्ये होतो. 'मौलाना महमूद घौस यांची लंडन येथे हत्या,' पहिल्या पानाच्या तळाशी स्ट्रेट्स टाइम्समध्ये बातमी आलेली होती. बीबीसी वर्ल्ड रिपोर्टर यांनी या हत्येवर एक पूर्ण सत्र केलं आणि दोन कॉर्पोरेटर, दोन रिपोर्टर आणि एक प्रोफेसर मिळून चर्चासत्र घेतलं. ते या हत्येचे काय परिणाम होतील, यावर बोलत होते आणि कोणी मारलं असेल, याच्या शक्यता पडताळून बघत होते : पाकिस्तानातील प्रतिस्पर्धी दहशतवादी गट, बंडखोर अफगाणी गट, विविध गुप्तहेर संस्था, इस्रायली, भारतीय, अमेरिकन्स इ.बद्दल चर्चा केली; पण सगळ्यांचं बहुमत इस्रायली हत्यारे असणार यावर झालं.

मुल्लाच्या लंडन भेटीची तारीख अलीकडे घेण्यात आली होती आणि मिस्टर कुमार यांनीही ऑपरेशनची तारीख अलीकडे घेतली होती. मुल्लाच्या लंडनमधल्या पहिल्या दिवशी ''जर तुम्हाला शक्य असेल, तर त्याने मीडियासमोर तोंड उघडण्यापूर्वीच त्याला उडवा,'' ते म्हणाले होते आणि आम्ही उडवलं होतं. इतक्या घाईघाईने करूनही आम्ही एकदम सफाईदार काम केलं होतं. ते अवघड होतं. त्याच्या सुरक्षेचे दोन थर होते. त्याचे स्वतःचे लोक आणि

ब्रिटिश पोलीस. आम्हाला मोठा बॉम्ब न वापरण्याबद्दल सांगण्यात आलं होतं. कारण, त्या राजधानीत काही गोंधळ उडवून नागरिकांना त्रास द्यायचा नव्हता म्हणून आम्ही लहान बॉम्बने आमचं काम केलं. त्याची हॉटेलची खोली उडवली होती आणि तो वापरत असलेली कारदेखील. सगळं एकदम टाइट होतं. मिस्टर कुमारना खूप आधीपासून ज्या छोट्याशा खास हॉटेलमध्ये तो राहणार होता, त्याचं नावदेखील माहीत होतं आणि हेदेखील माहिती होतं की, या हॉटेलमध्ये सर्वांत वरच्या मजल्यावर फक्त दोन सूट्स आहेत. मिस्टर कुमार यांनी पाठवलेल्या तपशिलात या गोष्टीवर भर दिलेला होता की, मुल्ला एक इलेक्ट्रीकल इंजिनियर होता आणि जगभरातील वर्तमानपत्र वाचण्यासाठी लॅपटॉप घेऊन फिरतो. कदाचित, त्याच्या लोकांबरोबर काही इनक्रीप्टेड ई-मेल्स करत असावा. मिस्टर कुमार यांच्या फाइलमधून आम्हाला कळलं की, त्याला ते रात्री त्याच्या बेडमध्ये करायला आवडायचं जेव्हा तो पिस्ते खात असायचा म्हणून आम्ही आमची बेडच्या दोन्ही बाजूंची जागा दोन्ही सूट्समध्ये सुसज्ज करून ठेवली होती. सिक्युरिटी टीम्सनी ढेकूण आणि बॉम्ब्स यासाठी बेडच्या दोन्ही बाजूंची तपासणी केली. आमच्या बॅग्स तपासल्या; पण बाहेर जायच्या जागा मात्र नजरेतून निसटल्या. त्याच्या हॉटेल वरच्या पहिल्या रात्री मुल्लाने त्याच्या लॅपटॉपची वायर प्लगमध्ये घातली आणि त्याचा पॉवर सप्लाय आणि मशीन दोन्ही जळून गेलं. त्याने शिव्या दिल्या, आरडाओरडा केला आणि त्याच्या लोकांना रिसेप्शनमध्ये फोन करायला लावला. रिसेप्शनवरच्या बाईने माफी मागितली आणि खाली असलेलं बिझनेस सेंटर उघडून देण्याची तयारी दाखवली. त्याचे सुरक्षारक्षक त्याच्या खोलीकडे गेले; पण तो खोलीच्या बाहेर चिडून रागारागाने बोलत होता. मुल्लाने भरपूर शिव्या हासडल्या; पण नंतर आपला पिस्त्यांचा बाउल उचलला आणि तणतणत खाली बिझनेस सेंटरकडे गेला. आतील कॉम्प्युटर सुरू होता आणि मुल्लाला तातडीने इंटरनेटचे कनेक्शन हवे होते. तो उतावळा झाला होता. तो आत गेला आणि मशीनजवळ बसला. दहा मिनिटं त्याने वेगवेगळे न्यूजपेपर चाळले आणि जमिनीवर पिस्त्याच्या सालांचा कचरा केला. लॉबीमध्ये बसलेला एक माणूस जो गोरा युरोपियन होता, त्याने आपल्या फोनवरून एक फोन केला. नंतर अजून एक माणूस जो भारतीय होता, जो हॉटेल बाहेर पार्क केलेल्या कारमध्ये बसलेला होता. त्याने त्याच्या खिशातील काहीतरी बटण दाबलं आणि मुल्लाच्या हाताखाली असलेल्या की-बोर्डचा धमाका झाला. मुल्लाचे कोपराखालचे दोन्ही हात उडाले आणि इंग्लिश अक्षरं लिहिलेल्या छोट्या छोट्या प्लॅस्टिक कीचे तुकडे त्याच्या मेंदूत घुसले.

आमचं हे ऑपरेशन एकदम नम्र आणि मोठं हुशारीचं होतं. मिस्टर कुमारसुद्धा तसं म्हणाले. ''कोणाला कधी विश्वासही बसणार नाही की, हे भारतीय ऑपरेशन आहे,'' ते म्हणाले.

''काय, त्यांना काय वाटलं की, माझी मुलं असं काही करण्याइतकी स्मार्ट नाही आहेत का? आम्ही इतकं गावंढळ आहोत का कॉम्प्युटरचं काही न जमायला?''

''फक्त तू नाही गणेश,'' मिस्टर कुमार म्हणाले. ''अख्खं जग, अगदी आपले रिकामटेकडे पत्रकारसुद्धा मान्य करणार नाहीत हे आपण केलं आहे म्हणून.''

''साहेब, मी तुम्हाला सकारात्मक पुरावा देऊ शकतो.''

''असू दे गणेश. त्यांना वाटू दे की, हे काम इस्रायली लोकांनी केलं आहे. त्यांना आपल्याला कमी लेखू देत. गोंधळलेला शत्रू हा प्रभावित झालेल्या आणि सावध शत्रूपेक्षा कधीही बरा असतो. असू दे. मी तुला सांगितलं, आपण अदृश शिपाई आहोत, आपल्याला मेडल मिळत नाहीत.''

ते असू दे, जाऊ दे. इतक्या मोठ्या कामाचे श्रेय मिळू नये किंवा मागता येऊ नये, हे थोडं वाईट वाटणारं होतं; पण मिस्टर कुमार यांच्या बोलण्यात तथ्य होतं. त्यांनी विजायाचं श्रेय न घेता अख्खं आयुष्यभर काम केलं होतं; पण आमच्यासाठी हे थोडं अवघड होतं, हे मी सांगू शकतो. या ऑपरेशनमध्ये सामील असणाऱ्या सगळ्यांना मी ट्रिपल बोनस दिला आणि त्यांना सुट्टीसाठी बाली इथे पाठवलं. अर्थातच, मी या ऑपरेशनविषयी गुरुजींशी बोलायचं टाळलं. ते या घटनेमुळे खूपच प्रभावित झालेले होते. ''हे इस्रायली लोक टार्गेटच्या मानसिकतेच खूप चांगल्या प्रकारे निरीक्षण करतात.'' कधी कधी मला वाटतं की, त्यांची सृष्टीआड पाहण्याची दृष्टी अगदी शंभर टक्के नव्हती; पण गुरुजींनी त्यांना शोधत असलेल्या हिंसक गटाला मात्र पाहिलं, त्यामुळे त्यांनी स्वतःची सुरक्षितता मात्र खूप वाढवली. मी त्यांना काय आवश्यक आहे, याबाबत सल्ला दिला. कारण, काही झालं, तरी मुंबईमध्ये मी त्यांच्या इतक्या जवळ गेलो होतो, तेही कोणत्याही तपासाविना.

मला अजून गुरुजींची मानसिकता कळायला सुरुवातही झाली नव्हती; पण मला त्यांच्याबद्दल एक माहिती होतं : त्यांचा जन्म १४ फेब्रुवारी १९३४ला सियालकोट येथे झाला होता. सकाळी नऊ वाजून बेचाळीस मिनिटांनी. ते त्यांच्या एअरक्राफ्ट टेक्निशियन वडिलांच्या बरोबर पश्चिम पंजाबमध्ये एका एअरबेसमधून दुसऱ्या एअरबेसमध्ये बदली होत होत लहानाचे मोठे झालेले होते. फाळणीमुळे ते पूर्व पंजाबकडे फेकले गेले होते; पण त्यामुळे त्यांचा प्रवास सुरक्षित झाला. नंतर ते आधी जोधपूर आणि नंतर पठाणकोटला आले. गुरुजी लवकरच एक प्रसिद्ध खेळाडू झाले, आठवी इयत्तेपासून ज्या ज्या क्रिकेट टीममध्ये खेळले, टीमचे कॅप्टन म्हणून खेळले. त्यांना आशा आणि अपेक्षा होत्या की, एक दिवस ते देशासाठी खेळतील. पठाणकोटमध्ये त्यांच्या अठराव्या वाढदिवसाच्या आधी त्यांनी त्यांच्या वडिलांची मोटारसायकल मित्रांच्याबरोबर सिनेमाला जाण्यासाठी मागून घेतली. आर्मी कॅंटोन्मेंटचा मुख्य प्रवेशद्वार ओलांडून ते बाहेर गेले आणि एका जप्त केलेल्या पाकिस्तानी रणगाड्याजवळून जात होते. रस्त्यावर पाणी किंवा तेल काहीही सांडलेलं नव्हतं. त्या दिवशी छान ऊन पडलं होतं, तरी त्यांचा अपघात झाला होता. कोणाला कधीही कळलं नाही की, त्या दिवशी नेमकं काय झालं? मिलिटरी पोलिसांनी त्यांना उचलून जवळच्या मिलिटरी हॉस्पिटलमध्ये नेलं, तिथे त्यांच्यावर लगेच उपचार करण्यात आले; पण त्यांच्या पाठीच्या कण्याला मार लागला होता. त्यांच्या शरीराच्या खालच्या भागाने काम करणं बंद केलं होतं. त्यांनी मला सिंगापूरमध्ये सांगितलं की, मी पहिल्या दिवशी एक पुरुष म्हणून जागा झालो, ते हे समजण्यासाठी की मी एक अर्धा पुरुषच होतो; पण नंतर गणेश, ती दुसरी गोष्ट झाली.

दुसरी गोष्ट म्हणजे त्यांची दृष्टी. अपघातापूर्वी ते एक साधारण पंजाबी मुलगा होते. ज्याला क्रिकेट, मोटारसायकल्स वेगाने चालवणे, चांगले खाणे पिणे, मित्र, परीक्षा यांत रुची होती. निर्भीड अशा हनुमानावर त्याचा खूप गाढ विश्वास होता, तो त्याच्या आईबरोबर हनुमानाच्या देवळात जात असे. लग्नकार्यात जेव्हा भटजी मंत्र म्हणत, तेव्हा गप्पा मारत असे. त्याची आध्यात्मिकता इतकीच होती; पण त्याच्या अपघातानंतर त्याला दृष्टांत होऊ लागले. त्याला भूतकाळ आणि भविष्यकाळ दिसू लागला. या स्वप्नवत प्रतिमा नव्हत्या की गोंधळलेल्या आणि अस्पष्टही नव्हत्या. त्याला तपशील दिसले, माणसांच्या जिभेचा रंग, एखाद्या स्त्रीच्या रुमालावरील विणकाम असे तपशील. त्याला खाण्याच्या तेलाचे वास येत, विटांवर आदळणारे पाण्याचे फटकारे ऐकू येत. शुद्ध आल्यानंतर दोन दिवसांनी त्याने

एका नर्सला सांगितलं, ''तो... फिलीप नावाचा माणूस? ज्याने तुला सोन्याचा नेकलेस दिला, तो अजूनही तुझ्याबद्दल विचार करतो आहे.'' हॉस्पिटलच्या स्टाफला अशा पेशंटना सांभाळून सवय असते; पण ही नर्स तिच्याहून वयाने मोठ्या आणि विवाहित असलेल्या तिच्या एका भावाच्या प्रेमात होती आणि त्यांनी ती गोष्ट कोणालाही सांगितली नव्हती. तिने या अपघात झालेल्या मुलाला तर नक्कीच सांगितलेलं नव्हतं. त्या क्षणापासून त्याची प्रसिद्धी गावा-शहराच्या पलीकडे सर्वदूर पसरली; आणि त्याच क्षणापासून त्याचा अंतरीचा महान प्रवास सुरू झाला. स्वतःला समजून घेण्याचा, काळाला आणि विश्वाला समजून घेण्याचा महान प्रवास! ''मला स्वतःला काय होतं आहे, हे समजून घेण्यासाठी प्रयत्न करावा लागला, गणेश,'' ते म्हणाले. हॉस्पिटलमधल्या बेडपासून, त्यांनी ध्यानाला, वाचनाला सुरुवात केली. त्यांनी विचारवंत, साधू, तांत्रिक आणि पंडित यांना भेटायला सुरुवात केली. हा एक खूप मोठा शोधाचा प्रवास होता. ''माझ्या दुखण्यातच मला माझा शोध लागला,'' गुरुजी म्हणाले. ''बाह्यजगातून मी अंतर्जगात आणला गेलो.''

याचा अर्थ असा नव्हता की, त्यांना बाह्यजगात काही रस नव्हता. त्यांना विज्ञानाची आवड होती, आज जे जे नवीन ज्ञान आहे, त्या ज्ञानाची आवड होती. त्यांनी प्रत्येक विशेष मासिक वाचून काढलं होतं आणि मानवाच्या पृथ्वीवरील अस्तित्वाआधी जीवन कसे होते, आणि भविष्यात अवकाशात काय उडू शकेल, याबद्दलची जाड जाड पुस्तकं वाचली होती. सर्व नवीन शोध आणि कॉम्प्युटरमधले नावीन्य यांचा मागोवा ठेवला होता. ते माझ्याशी औषधं, लेझर आणि क्लोनिंग यांबद्दलही बोलले होते. त्यांच्याकडे अशी व्हीलचेअर होती जी आपली आपण पायऱ्याही चढू शकेल, दोन चाकांवर वळणही घेऊ शकेल आणि एका चाकावर तोल सांभाळू शकेल. ते जेव्हा गायरॉस्कोप, सॉफ्टबेअर आणि प्रदूषणरहित ऊर्जानिर्मिती विषयी बोलत, तेव्हा त्यांच्या डोळ्यांत अंगार दिसत असे. ते तीन विद्यापीठांच्या बोर्डावर होते. ते एक धर्मनिरपेक्ष व्यक्ती होते. त्यांच्या मनात विनाकारण मुसलमान लोकांच्याबद्दल तिरस्कार नव्हता, जो मला भारतात आणि भारताबाहेरही आढळून आला; बुरख्यांच्याबद्दल, गोमांस खाण्याबद्दल आणि गलिच्छ वैयक्तिक सवयींच्याबद्दलचा तिरस्कार. गुरुजी त्यांना त्यांच्या प्रवचनांना आमंत्रित करायचे आणि त्यांना शिष्यगण म्हणून आनंदाने स्वीकारायचे. त्यांना काय आवडायचं नाही, तर ते म्हणजे मुसलमान लोकांची विस्तार करायची, सर्वकाही ओढून घ्यायची आणि सतत सत्ता गाजवायची जी प्रवृत्ती होती, ती त्यांना आवडायची नाही. त्यांनी हे बोलूनही दाखवलं होतं की, ज्या कोणत्याही देशात त्यांनी वास्तव्य केले होते, त्या त्या ठिकाणी सामाजिक समस्यांमुळे ते काळाच्या मागेच होते, अर्थातच त्यांनी हे मला खासगीत सांगितलं. त्यांच्या लोकांसमोरच्या भाषणांमध्ये ते बोलताना खूप काळजी घेत; पण जेव्हा आम्ही एकटे असायचो, तेव्हा त्यांनी मला सांगितलं की, मशीद पडल्यानंतर आणि दंगली झाल्यानंतर, ते शस्त्र आयात करत आहेत गणेश.' हे सत्य होतं. मी माझ्या सूत्रांकडूनही याची खातरजमा करून घेतली होती. ऑटोमेटिक रायफल्स आणि दारूगोळ्याची खूप मोठी मोठी शिपमेंट्स आली होती. रणगाड्याला टक्कर देतील, अशा शस्त्रांच्याबद्दल आणि सिंगल मिसाईलबद्दल मी गोष्टी ऐकल्या होत्या. गुरुजी म्हणाले, ''ते जर आपल्या संस्कृतीला सहकार्य करत राहिले, तर त्यांना त्यांची योग्य जागा माहिती असेल आणि त्यांनी मिळून मिसळून जाण्याचा प्रयत्न केला, तर काही समस्या असणार नाही; पण त्यांच्या धर्मात धोकादायक बनण्याची प्रवृत्ती आहे म्हणूनच आपणसुद्धा तयारीत असलं पाहिजे. आपण स्वतःला सशस्त्र

केलं पाहिजे, आपले राजकारणी नेते जरी घाबरत असले तरीही.'' म्हणून आम्ही तयारी केली, आम्ही सशस्त्र झालो आणि त्यांनी या कामासाठी गुप्तपणे पैसा आणि माहिती देणे आणि येणाऱ्या कलियुगाचा अंत असणाऱ्या प्रलयाला तोंड देण्यासाठी जगाला तयार करण्याचे काम हे सर्वकाही केलं.

जेव्हा सिंगापूरमध्ये आम्ही छतावर बसलो होतो, तेव्हा त्यांनी मला त्यांच्या विद्यापीठातील कामाबद्दल, भविष्यासाठी त्यांच्या शिक्षणाकडून असलेल्या आशा-आकांक्षांबद्दल सांगितलं. हे सिंगापूर होतं, त्यामुळे मी कठड्यावरून खाली रस्त्यावर जाणाऱ्या-येणाऱ्या शिस्तबद्ध सिंगापुरी लोकांवर थुंकण्याचा मोह वारंवार आवरत होतो; पण गुरुजींना ही जागा आवडायची. त्यांना स्वच्छता, सफाई, नियम, शिस्त आणि सिंगापुरी लोक हे सर्व आवडायचं म्हणून ते नेहमी त्यांच्या प्रवासात या शहरात थांबा घेत. त्यांचा इथेही एक खूप श्रीमंत भक्त होता, जो एक प्रॉपर्टी डीलर होता आणि गुरुजी टँग्लीन रोडवर एका आलिशान पेंट हाउसमध्ये राहत. या पेंट हाउसला बऱ्यापैकी मोठी बाल्कनी होती, ज्यात मोठ्या आकाराची झाडं आणि टर्फचे एक जाड कार्पेट होते. त्याच बाल्कनीमधून आम्ही बाहेरचं लखलखतं अवकाश बघत होतो. गुरुजींना हा उंचावर असलेला बगिचा खूप आवडायचा. ''जर आपल्या देशाचं व्यवस्थापन खूप चांगल्या प्रकारे केलं असतं ना गणेश, तर आपल्याकडेही हे सर्व असलं असतं. आपल्याकडे काय नाही आहे? आपल्याकडे सगळी साधनं आहेत आणि आपल्याकडे पुरेशी बुद्धिमत्ता आहे; पण आपल्याकडे राजकीय इच्छाशक्ती नाहीये आणि योग्य रचना नाही. आपल्याकडे शिस्त नाही, बाहेरही आणि आतही.''

''गुरुजी, तुम्ही आम्हाला रामराज्य आणून द्याल.''

''गणेश तू माझी स्तुती करतो आहेस का?''

ते गाजराचे तुकडे खाता खाता माझ्याकडे नजर ठेवून म्हणाले. ''अर्थातच, मी नाही करत आहे गुरुजी.'' मी त्यांच्या शेजारी एका आराम खुर्चीत, माझे अनवाणी पाय वर घेऊन बसलो होतो. मी भारतातून बाहेर पडण्यासाठी दिल्लीतून निघताना वेगळं नाव आणि वेगळा पासपोर्ट वापरला होता. मी माझी दाढी काढून टाकली होती. मी रोज संध्याकाळी गुरुजींच्याकडे येत होतो, एक बिझनेस सल्लागार म्हणून आणि आम्ही त्या बगिच्यात बसून जेवण घ्यायचो. आम्ही सर्व गोष्टींबद्दल बोलायचो - जगाबद्दल, माझ्या आयुष्याबद्दल. मी त्यांना सुरुवातीच्या आमच्या गोपाळमठमधील दिवसांबद्दल सांगितलं, माझ्या मुलाच्या मृत्यूबद्दल सांगितलं. मला आजवर कोणी ओळखलं नसेल, तितकं ते आता ओळखत होते.

''तू उतावीळ होतो आहेस का?'' त्यांनी विचारलं.

''उतावीळ, मी?''

''पाच दिवस झाले. तुला सुरुवात करायची आहे. घरी जाऊन काम कर.''

''नाही गुरुजी, तसे नाही. माझं काम नेहमीच सुरू असतं आणि तसंही ते सगळं फोनवरूनच सुरू असतं. माझा इथला तुमच्यासोबतचा वेळ मला खूप शांतता देतो आहे, जी मला कधीच मिळाली नाही; पण मला काळजी आहे.''

''कशाबद्दल?''

''सुरक्षा. जितका अधिक मी इथे राहीन, तितकं ते धोक्याचं आहे. माझ्यासाठी, तुमच्यासाठी. जर कोणी मला ओळखलं तर...''

''हो.''

''आणि लोक नेहमीच माझ्यामागे असतात.''

''तुझे शत्रू.''

''मला तुम्हाला धोक्याला सामोरं न्यायचं नाहीये गुरुजी.''

''मी समजू शकतो आणि मला ते मान्य आहे; पण हे आवश्यक आहे.'' त्यांनी अजून एक गाजराचा तुकडा खाल्ला. ''गणेश, तुला सुरुवात करणे म्हणजे काय याची कल्पना आहे का? आपण काय करू याची?''

''काहीतरी प्रकारची पूजा. काही गुप्त मंत्र. काही विधी.''

ते माझ्याकडे बघून पुन्हा हसत होते. ''काही विधी ज्यामध्ये मनुष्याचा त्याग करायचा? यज्ञ कुंडात एखाद्या मुलाची मुक्या देवासाठी आहुती द्यायची?''

''जर आवश्यक असेल तर...''

त्यांनी हात हवेत वर उडवले आणि म्हणाले, ''अरे चूप गणेश. नाही, हे तसं काही नाही. विधी खूप प्रभावी असतो; पण तू माझ्याबरोबर आधीच एका संस्कारातून गेला आहेस. तू माझ्यासोबत त्यागाचा विधी केलास. नाही, विधी म्हणजे जे तुला आता हवं आहे ते नव्हे. नाही. तुला तुझी सुरुवात काय आहे हे जाणून घ्यायचं आहे? ती इथे आहे : गेले तीन दिवस तुझी सुरुवात होत होती.''

''गुरुजी?''

''तू इथे बसलास आणि मला तुझ्याबद्दल सांगितलंस. तुझं प्रत्येक अंग मला दिलंस. ज्या गोष्टी तू कधी कोणासमोर बोलला नाहीस, त्या तू मला सांगितल्यास.''

हे खरं होतं. मी त्यांना माझ्या गोळ्यांबद्दलच्या भीतीबाबत सांगितलं होतं, माझी स्त्रीलालसा, जे सोनं घेऊन मी माझं करियर सुरू केलं ते आणि ते मी कसं मिळवलं तेदेखील. मी त्यांना सर्वकाही सांगितलं होतं, फक्त एक गोष्ट सोडून की, मी मिस्टर कुमार यांच्यासाठी काम करत होतो. तो मी वेगळा होतो आणि मी तो गुरुजींना देऊ शकत नव्हतो.

दुसऱ्या दिवशी मी सिंगापूर सोडलं. एअरपोर्टला जाताना मी गुरुजींना एकदा शेवटचं भेटलो, फक्त पाच मिनिटांसाठी. तेदेखील प्रवासाची तयारी करत होते. या वेळी ते दक्षिण आफ्रिकेला निघाले होते. आम्ही कन्व्हेन्शन सेंटरच्या किचनमध्ये भेटलो, जिथे ते हिंदू ऐतिहासिक अभ्यासगटाला लेक्चर देत होते. मी त्यांच्या पाया पडलो. ''मला खूप हलकं वाटतं आहे गुरुजी,'' मी म्हणालो. ''एखादा पडदा उचलला गेला असल्यासारखं वाटत आहे. जणू खिडकी उघडली गेली आहे.''

त्यांना माझा अभिमान होता. त्यांची हीच खूप छान गोष्ट होती. ते नेहमी खूप आनंदी असत, केवळ माझ्याकडे पाहूनही. ते म्हणाले, ''मला माहीत आहे. तू खरंच एक वीर आहेस. आपल्या आतला प्रवास करायलाच खूप धाडस लागतं आणि तुझ्याकडे तो निर्भीडपणा आहे. आता तू पुढे जाण्यासाठी तयार आहेस.''

त्यांच्याकडे एक योजना होती. मी सांगू शकत होतो. मीदेखील आता त्यांना अधिक चांगला ओळखू लागलो होतो. दर्शन करण्यातून तेच तर प्राप्त होतं. आम्ही एकमेकांकडे पाहिलं. ''पुढे कुठे जायचं, गुरुजी? मी आता कुठे चाललो आहे?''

''ती मुलगी.''

''कोणती मुलगी?''

''विसरूनही गेलास? तू ज्या मुलीबद्दल माझ्याजवळ बोलला होता, तू मला तिचे तपशील पाठवले होतेस, ती.''

''ओह, ती मोठी मुलगी?''

''ती मुसलमान कुमारिका. हो. तिच्याबाबतीत पुढे जा, गणेश.''

''आमचे ग्रह जुळतात का गुरुजी?''

''तू ग्रहांना वळवलं आहेस, गणेश. तू खूप धाडसी माणूस आहेस. त्या मुलीला घे. आता आपण हे जग हलवून टाकायला निघालो आहोत. घे त्या मुलीला आणि आतापासून पुढे तू फक्त कुमारिकाच भोगायच्यास.''

''कुमारिका?''

''तू एक वीर आहेस आणि कुमारिका तुला खूप ताकद देतील. तुला कळेल की, त्या खूप पवित्र आहेत आणि त्यामुळे तुला ताकद मिळेल. तुला येत्या काळात ताकदीची खूप गरज असणार आहे.''

नंतर ते पुन्हा त्या इतिहास अभ्यासगटाकडे गेले. आम्ही एकमेकांचा निरोप घेतला. जेवण बनत असल्याच्या आणि फुलांच्या वासामध्ये एकमेकांना आलिंगन दिलं. मी माझ्या तरंगत्या राजवाड्यावर, पाण्यातल्या घरी गेलो. मी त्या मोठ्या कुमारिकेसाठी निरोप पाठवला.''

प्रेमाचा तपास

शनिवारी रात्री उशिरा पाकीटमार के. आर. जयनाथने सरताजला फोन केला. ''माझ्याकडे लाल टी-शर्टवाला छोकरा आहे,'' तो म्हणाला. त्याच्याकडे आहे म्हणजे तो छोकरा त्याच्यासोबत नव्हता; पण त्याच्याकडे त्याचं पूर्ण नाव, कोणत्या मुलांच्या बरोबर तो काम करायचा, तो जिथे झोपायचा ते ठिकाण ही सगळी माहिती होती. जयनाथने अगदी रंगवून वर्णन करून सांगितलं की, त्याने कशी लाल टी-शर्टवाल्यावर नजर ठेवली, कसं सतत सावध राहिला, कसा त्याच्या नेहमीच्या वेळेपेक्षा सिनेमाच्या इथे जास्त वेळ थांबला, वगैरे. नंतर या शनिवारी रात्री, उशिराच्या शोची गर्दी सरत असताना, त्याला लाल टी-शर्टवाला उशिरा जाणाऱ्या लोकांकडे भीक मागताना दिसला. जयनाथने सुरक्षित अंतर ठेवलं होतं. त्याला तो खाली पार्किंग लॉटमध्ये जाताना दिसला आणि त्याने त्याच्यावर नजर ठेवली होती. तो मुलगा संशयास्पदच होता; पण तो आला होता. त्याच्याबरोबर त्याचे दोन दोस्तही आले होते. जयनाथने शक्कल लावली आणि जसा तो लाल टी-शर्टवाला मुलगा बोलला, त्याने त्याचा काळा दात पाहिला. ती जरा बेरड मुलं होती, अनवाणी फिरणारी आणि सावध असणारी; पण त्याने त्यांना पैसे देऊन छान घोळात घेतलं. त्याने त्या मुलांना सांगितलं की, त्याचा एक मित्र आहे. त्याला त्याच्यासाठी काम करणारी अशी मुलं हवी आहेत. ''कसल्या प्रकारचं काम?'' त्या लाल टी-शर्टवाल्याने उजव्या हाताचं मधलं बोट दुसऱ्या हाताने केलेल्या गोलात घुसवून दाखवताना विचारलं होतं. जयनाथने त्यांना खात्री दिली की, चोदोगिरीचं काम नव्हतं आणि उलट त्याचा मित्र खूप इंटरेस्टिंग सामानाचा डीलर होता आणि त्याला काही हुशार मुलं सामानाची ने-आण करण्यासाठी आणि मेसेंजर म्हणून हवी होती. त्याने त्यांना शंभर रुपये दिले होते आणि अजून पैसे, चांगल्या गड्ड्या येणार आहेत असं सांगितलं होतं.

''तू काय त्यांना मी भाई आहे असं सांगितलंस?'' सरताजने विचारलं.

''नाही, नाही. फक्त इम्पोर्ट एक्स्पोर्ट करणारा माणूस... तुम्हाला माहीतच आहे. नाहीतर मी त्यांच्याकडून काहीच माहिती काढून घेऊ शकलो नसतो; पण तुम्हीच पाहा, ही शक्कल लागू पडली. आमच्याकडे ते छोटे हरामखोर आहेत. मी त्यांना उद्या तुमच्याकडे घेऊन येईन.''

खबऱ्यांना नेहमी एखाद्या साक्षीदारापेक्षा जास्त कौतुक केलेलं आवडतं, त्यामुळे सरताजने जयनाथचं कौतुक केलं. त्यांच्यातले काही खबरे तर खबर पुरवणे म्हणजे आपण गुन्हे अन्वेषण विभागातलेच आहोत, असं समजायचे. जणू काही ते आणि सरताज इतर गुन्हेगार हरामखोरांच्या विरुद्ध लढत आहेत. सरताजने हे एक हजार एक वेळा तरी ऐकलं होतं

आणि त्याला हे ऐकून काहीही आनंद वगैरे होत नसे की, कसे लहानसहान चोर स्वतःला डिटेक्टिव्ह समजायला लागतात... यामुळे त्यांना स्वतःची पापं धुतली गेल्यासारखी वाटतात. आपण सगळे तसेच आहोत; पण आपल्याला स्वतःला स्वतःच्या आत डोकावून आपली घाण बघायला आवडत नाही. तो म्हणाला, ''हो, आपल्याकडे ते छोटे हरामखोर आहेत, वेल डन!''

सरताजने त्या छोकऱ्यांची नावं लिहून घेतली आणि दुसऱ्या दिवशी दुपारी जयनाथला भेटायची वेळ दिली. त्याने फोन ठेवला. त्याला उत्साहाची एक लहर गेल्यासारखी वाटली. कारण, केस आता जरा हलली होती. जे माहीत नाही ते माहीत करून घेण्याच्या काठावर उभी होती; पण मग लगेचच त्याला बॉम्ब, गुरू आणि जगाचा अंत या गोष्टींची आठवण होऊन, त्या त्याच्यावर आपसूक आदळल्या. जयनाथच्या फोनमुळे खूश होण्यावर त्याला मूर्खासारखं वाटलं. त्याला वाटलं, ब्लॅकमेल, चोऱ्यामाऱ्या, खून असल्या रोजच्याच केसेसवर जास्त डोकं लावण्यात काय अर्थ जेव्हा इतक्या मोठ्या धोक्याची तलवार डोक्यावर टांगते आहे? निर्दय अग्नीच्या ज्वाळांची कल्पना म्हणजे एक प्रत्यक्ष अस्तित्वात नसलेला धोका आहे, तो खरा नाही; पण त्याच्या डोळ्यांसमोर येणाऱ्या चित्रांमुळे तो सर्व गोष्टींत ठळक होत होता. सरताजने डोळे मिचकावले. तो त्याच्या छोट्याशा धूळीने माखलेल्या आणि अस्ताव्यस्त शेल्फ आणि जुनाट बेंच असलेल्या ऑफिसमध्ये त्याच्या टेबलापाशी बसला होता. कांबळे एका रिपोर्टमध्ये डोकं खुपसून बसला होता. दोन कॉन्स्टेबल बाहेरच्या कॉरिडोरमध्ये हसत होते. एका खिडकीतून थोडा सूर्यप्रकाश आत डोकावत होता आणि खिडकीत नाचऱ्या चिमण्यांची जोडी उड्या मारत होती. हे सगळं स्वप्नवत वाटत होतं, अगदी त्या सकाळच्या मंद सुवासाइतकंच. जर तुम्ही स्वतःला इतर राक्षसी गोष्टींवर विश्वास ठेवू दिलात, अगदी थोडाही, तर या साधारण असलेल्या जगातील लाचखोरी, घटस्फोट आणि विजेची बिलं वगैरे गोष्टी थोड्या काळासाठी नाहीशा होतात. त्या त्या मोठ्या गोष्टींकडून गिळंकृत होतात.

'तपशिलांकडे बघ,' सरताजने डोळे चोळले, मान हलवून डोक्याला झटका दिला. 'तपशील सोडू नकोस. या विशेष गोष्टी खऱ्या आहेत.' काही झालं तरी, कमला पांडेची आणि तिची अनैतिक संबंधांची स्टोरी आणि तो लाल टी-शर्टमधला छोकरा हे महत्त्वाचं होतं. सरताजला या साधारण गोष्टींबाबत निष्ठा वाटू लागली. कमला पांडेबद्दल, तिची चमकूगिरी व बनावट चेहरा, तिची ग्लॅमरबद्दलची हाव या सगळ्यांसाठी प्रेम दाटून आलं; पण तरीही एक प्रश्न काही केल्या डोक्यातून जातच नव्हता आणि तो म्हणजे 'गायतोंडेचा गुरू कोण?' सरताजला काही कल्पना नव्हती. आजकाल सगळीकडे हरेक कोपऱ्यावर गुरू होते आणि ज्या गुरूंनी जपानी आई-वडिलांच्या पोटी हवाई बेटावर जन्म घेतला होता, ते आजकाल हर्बल पावडर विकत होते आणि कॅन्सर नाहीसा करणारे जादूचे गोल्ड फिश गिळायला लावत होते. गायतोंडेने यांच्यापैकी कोणाचंही शिष्यत्व घेतलेलं असू शकत होतं. कदाचित, त्याचा एखादा गुरू असेल, जो इतरांचा गुरू नसेल. कदाचित, तो एखाद्या खासगी गुरूचा चेला असेल. सरताजला चेंबूरमधला एक फार्मास्युटीकल एक्झिक्युटिव्ह माहीत होता, जो फक्त फळावर जगत होता आणि जो त्याची मुलं- मुली आणि जवळच्या मित्रांच्याशिवाय कोणाला शिष्यत्व देत नव्हता. तो कोणतीही भेटवस्तू घ्यायचा नाही. गुरूपौर्णिमेच्या दिवशी सोनेरी रंगात न्हाऊन निघालेला असायचा. गायतोंडेचा गुप्त गुरू म्हणजे कोणलाही माहीत नसलेला गुरू असू शकत होता. लोक अतिशय विचित्र आणि अनपेक्षित ठिकाणी आध्यात्मिक कनेक्शन शोधून काढत.

त्यांना शेतकऱ्यांमध्ये किंवा पोस्टाच्या कारकुनांमध्ये अडचणीत केलेली मदत आणि सांत्वना सापडायची. असेही काही पोलीस कॉन्स्टेबल होते, जे भविष्य सांगायचे आणि तंत्र मंत्र करायचे. गायतोंडेचा गुरू कुठे शोधायचा? सरताजला काही कल्पना नव्हती.

रविवारी दुपारी सरताज व कांबळे अप्सरापाशी भेटले. सरताजने कांबळेला विचारलं, ''तुला गुरू आहे?'' ते एका रेस्टॉरंटमध्ये कोक्स पीत त्या मुलांची वाट बघत होते. कांबळेने त्याच्या रविवारचा चांगला सदुपयोग केलेला दिसत होता. त्याने काळा बंद गळ्याचा कोट घातला होता, ज्याला चंदेरी किनार होती. कांबळे इथून एका लग्नाला जाणार होता.

''अर्थातच मला गुरू आहे,'' कांबळे जाकीट काढता काढता म्हणाला. जाकीटच्या आत नेहरू कॉलरचा चंदेरी शर्ट होता. ''ते अमरावतीला राहतात. मी वर्षातून एकदा त्यांच्या दर्शनाला जातो. हे बघ.'' तो पुढे झुकला आणि त्याने गळ्यातून दोन सोन्याच्या चेनपैकी एक बाहेर काढली. षटकोनी पेंडंटमध्ये त्याच्या गुरूंचा फोटो होता. एक गोल चेहऱ्याचा आणि दाढीवाला माणूस. ''त्यांचं नाव सांडिल्य बाबा, ते अंबादेवीचे भक्त आहेत. तिने त्यांना अनेकदा दर्शन दिलं आहे.''

सरताजने महत्प्रयासाने त्याच्या आवाजातला उपरोध लपवण्याचा प्रयत्न करत म्हटलं, ''ती चक्क येऊन त्यांच्याशी बोलते?''

''हो, ती त्यांच्याशी बोलते. आजवर पाहिलेला सर्वांत समाधानी मनुष्य आहेत ते. नेहमी आनंदी.'' कांबळेने चेन आणि पेंडंट पुन्हा शर्टाच्या आत घालत म्हटलं. ''तुम्हा सरदारांचे गुरू असतात का, का नाही? म्हणजे मूळ गुरूंच्या व्यतिरिक्त?''

''हो, आमच्याकडे विविध प्रकारचे बाबा असतात. काही लोक त्यांच्या मागे जातात.''

''तू नाही का?''

''नाही. मी नाही.''

''तुला गुरू नाही आहे का? का नाही?''

हा एक योग्य आणि रास्त प्रश्न होता. सरताजकडे याचं उत्तर नव्हतं. त्याने घड्याळावर बोट वाजवत म्हटलं, ''वेळ झाली आहे, आपण तयार असायला हवं.''

कांबळे टेबलामागून बाहेर येत, त्याने त्याची कोकची बाटली उचलली. ''तू गुरू शोधला पाहिजेस,'' तो म्हणाला, ''कोणीही मनुष्य आयुष्यात मार्गदर्शकाशिवाय पुढे जाऊ शकत नाही.''

तो सरताजपासून लांब जात दरवाजाजवळच्या टेबलापाशी जाऊन बसला आणि पेपर वाचू लागला. तो आता सरताजसाठी अनोळखी व्यक्ती असणार होता. कारण, जर ती मुलं पळून जाऊ लागली, तर त्याचा उपयोग होणार होता. त्याचा सूट आणि शर्ट जर असे झळकत नसते, तर त्याचा फिल्डर म्हणून जास्त उपयोग होता; पण ती कांबळेची स्टाइल नव्हती. सरताजने एक टिश्यू पेपर घेऊन टेबलावरचं पाणी पुसलं आणि विचार करू लागला की, अशा चकाकणाऱ्या सुटाबद्दल, लाच म्हणून घेतलेल्या पैशांबद्दल आणि एन्काउंटरबद्दल सांडिल्य बाबांचं मत काय असावं? कदाचित, ते फक्त आकाशातल्या मोठ्या मोठ्या संकटांचं निवारण करण्याचं काम करत असावेत. कदाचित, त्यांना असे इकडेतिकडे नियम मोडलेले चालत असावेत. कलियुगाचे मार्गदर्शक होते हे सांडिल्य बाबा म्हणजे.

त्या रेस्टॉरंटचा मालक खुर्चीत उभा राहून कपाटावर असलेल्या रेडिओच्या बटणांशी काहीतरी खुडबुड करत होता. अखेर त्याला आता सिग्नल बरोबर मिळाला आणि पंख्यांच्या आवाजातही एक गाणं कानावर आलं, 'गाता रहे मेरा दिल, तुही मेरी मंझील.' सरताजने त्याचं कोक संपवलं आणि अजून एक मागवलं. कांबळेचा अंबादेवीवर विश्वास होता; पण तो सांडिल्य बाबाच्या मार्फत. सरताजच्या मनात आलं, असा विश्वास ठेवणं चांगलं असत असावं. त्याचा कधी नव्हता. अगदी लहान असताना जेव्हा तो पापाजींच्या शेजारी गुरुद्वारामध्ये उभा राहत असे आणि डोळे बंद करून सांगितल्याप्रमाणे प्रार्थना करत असे, तेव्हाही त्याला मनात ती समर्पणाची भावना आणण्यासाठी खूप प्रयत्न करायला लागत. पापाजींच्या मते वाहेगुरू म्हणजे एक जिवंत शक्ती होते, जे रोजच्या जीवनात अस्तित्वात होते आणि ते रोज सकाळी वाहेगुरूंची प्रार्थना करत. जेव्हा त्यांची बोटं गाऊटमुळे सुजली, तेव्हा तर ते सतत वाहेगुरूंचे नाव पुटपुटत; पण सरताजसाठी वाहेगुरू नेहमीच एक दूरस्थ आणि अस्पष्ट संकल्पना होती. एक अशी कल्पना ज्यात त्याला विश्वास ठेवायला आवडलं असतं. जेव्हा तो माँबरोबर गुरुद्वारामध्ये जात असे, तेव्हा त्याला काहीतरी हरवल्यासारखं वाटत असे, तरीही तो तिच्याबरोबर गुरुद्वारामध्ये जात राहिला. त्याने केसही लांब ठेवले. हातात कडे घातले आणि त्याने खिशात एक छोटं कृपाणही बाळगलं. ज्या परंपरेने हे त्याला दिलं त्यासाठी; त्याच्या आई-वडिलांच्या प्रेमापोटी आणि शीख असल्याच्या अभिमानापोटी तो हे सगळं करत होता; पण त्याच्या आत वाहेगुरू अस्तित्वात नसल्याचं दुःख तो गुप्तपणे बाळगून होता. हो, गुरू असणं किती चांगलं असेल, एक मध्यस्थ जो वाहेगुरूंशी त्याचे खासगी संभाषण करून देईल; पण पापाजींना नवीन कोणते बाबा मान्य नव्हते; हे सगळे ढोंगी बाबा असतात. ते म्हणत की, खालसा पंथाकडे गुरू ग्रंथ साहिब आहेत आणि तो ग्रंथच आपला गुरू, ज्याची एका शिखाला गरज आहे. ते या बाबतीत खूप कडक होते.

त्या धाब्यामध्ये आता जयनाथच्या मागोमाग तीन मुलं आली. ती कांबळेला ओलांडून पुढे आली. सरताजने जयनाथकडे पाहून मानेने इशारा केला. ''बसा'' तो म्हणाला.

ते छोकरे टेबलाच्या एका बाजूला खेटून बसले. सगळ्यात लहान जो होता तो सर्वांत शेवटी उजवीकडे बसला आणि त्याने हात लांब करून चमचा घेतला आणि फिरवून पाहू लागला. जयनाथ सरताजच्या बाजूला बसला आणि त्याने ओळख करून दिली. डावीकडून उजवीकडे बोट करत तो म्हणाला, ''हा रामू, तेज आणि जतीन. हे सिंगसाहेब, ज्यांच्याबद्दल मी तुम्हाला सांगितलं.''

''काम काय आहे?'' हे विचारणारा रामू होता. जो सगळ्यात मोठा होता आणि स्पष्ट होतं की, त्यांचा म्होरक्या होता. त्याने काळा टी-शर्ट घातला होता, ज्यावर चंदेरी चांदण्या होत्या आणि जयनाथने पाहिलेला लाल टी-शर्ट नव्हे. इतर दोघांसारखाच तो हाडकुळा होता आणि तसाच मळाचे थर आणि केसांवर धुळीची पुटं चढलेला; पण त्याची एक वेगळी स्टाइल होती. पापणीही न लवणारे असे त्याचे डोळे होते. तो कोणाला घाबरत नव्हता. तो फक्त सावध होता. सरताजने त्याला चांगल्या पगारावर घेतलंही असतं.

''कोकाकोला हवा आहे? काही खायला?'' सरताजने विचारलं. रामूने मान हलवली. मोठे दोघे गप्प होते, त्याचं ऐकत असावेत; पण सरताजला त्यांची भूक टेबलापलीकडून येणाऱ्या गरम झोतांसारखी जाणवली. त्याने हात वर केला, ''ए, चार केक, तीन चिकन बिर्याणी. लवकर.''

रामूला कामाची बोलणी करण्यात उशीर होत होता, ते आवडलं नव्हतं; पण तो अजून बोलायला तयार नव्हता. तो गप्प बसला आणि इतर दोघांनी त्याचं अनुकरण केलं. ते सगळे बारा-तेरा वर्षांचे असावेत, उग्र आणि अकाली शहाणपण आलेले. तेजच्या गळ्यावर एक व्रण होता, जो मानेवरून केसात गेलेला होता. जशा बिर्याणीच्या प्लेट टेबलावर आल्या, ते तिघंही भाताच्या ढिगावर आणि चिकन पीसवर तुटून पडले. जतीन जो लहान होता, त्याला आता पाण्याच्या ग्लासचं कौतुक वाटत होतं. तो मध्ये मध्ये पाणी पीत होता; पण वर अजिबात बघत नव्हता. त्यांच्या वरखाली होणाऱ्या डोक्यांच्या पलीकडून कांबळे त्याच्या घड्याळावर बोट ठेवत होता. त्याला पुढे लग्न गाठायचं होतं.

''कोण आहेत ते?'' रामूने वळून बघत विचारलं. त्याने सरताजची नजर बरोबर पकडली होती. जसा तो वळला, सरताजला त्याचा काळा दात दिसला. कमला पांडेने रामू तिच्याजवळ आलेल्या काही सेकंदांतच त्याचा हा दिसण्यातला दोष बरोबर हेरला होता. हो, तिच्या नवऱ्याच्या नाकाखाली सुरू असलेल्या तिच्या अफेयरवर सुरी फिरत होती; पण इथे रामू चिकनची तंगडी हातात घेऊन बसला होता आणि खूप नर्व्हस दिसत होता.

''तो माझा मित्र आहे,'' सरताज म्हणाला.

''तो इथे का बसला नाहीये?''

''त्याला तिथे बसायला आवडतं. माझं ऐक रामू. तुला माहीत आहे का मी कोण आहे?''

रामूने हातातलं चिकन खाली ठेवलं.

''साहेबांनी तुला प्रश्न विचारला आहे,'' जयनाथ म्हणाला. त्याने त्याचं कोक संपवलं होतं आणि आता पांढऱ्या स्वच्छ रुमालाने त्याचा चेहरा टिपत होता. ''तुला माहीत आहे का साहेब कोण आहेत ते?''

आता रामू आणि तेज, दोघंही डोळे फाडून सरताजकडे बघत होते. त्यांना खाण्याचा विसर पडला होता. नंतर रामूने किंचित वळून पाहिलं. कांबळे आता त्याच्या शेजारच्या टेबलावर येऊन बसला होता. त्याचा हात त्या काळ्या दाताच्या बाजूला होता.

''भेन्चोद,'' रामू अत्यंत कडवटपणे जयनाथला म्हणाला. ''गांडू म्हाताऱ्या, तू आम्हाला पोलिसांकडे घेऊन आलास. भेन्चोद, मी तुला पाहून घेईन कधीतरी. तुला बघून घेईन.''

''तुझी बिर्याणी खा. तुला काहीही होणार नाही आहे,'' सरताज त्याला म्हणाला.

रामूला पळून जावंसं वाटत होतं; पण कांबळेने त्याचा हात रामूच्या खांद्यावर ठेवला होता आणि हलकेच चोळत होता. ''साहेबांचं ऐक, खा,'' कांबळे म्हणाला.

तेज आणि जतीन त्याच्या म्होरक्याकडून सूचना मिळायची वाट बघत होते. रामूने त्याचं कोपर टेबला बाहेर काढलं आणि जबडा घट्ट आवळून मागे टेकून बसला. तो खूपच हट्टी होता. सरताजला तो आवडला.

''ठीक आहे,'' सरताज म्हणाला. ''एक डील करू,'' त्याने एक पन्नास रुपयांची नोट टेबलवर ठेवली आणि त्यावरून हात फिरवला. ''माझं ऐकलंस तर ही तुझी आहे. मला तुला त्रास देण्यात काही रस नाही. मी तुला रिमांड होमलासुद्धा नेणार नाही. मला तुझ्याकडून फक्त काही माहिती हवी आहे. मी तुला फोर्स करणार नाही. मी तुला आता ही नोट देतो, तू माझं ऐकशील फक्त. बरोबर?''

सरताजने ती नोट टेबलवर पुढे सरकवली आणि टोकाशी नेऊन सोडली. रामूने अजून एक अर्धा मिनिट अविश्वासाने त्याच्याकडे पाहिलं आणि मग ती नोट उचलली. त्याने ती नोट नीट तपासून पाहिली, उजेडात धरली, पलटून पाहिली. कांबळे आता पलीकडून हसत होता. रामूने ते पैसे त्याच्या खिशात ठेवले आणि म्हणाला ''बोला.''

सरताजने रामूच्या प्लेटचं टोक किंचित त्याच्याकडे सरकवलं. ''रिलॅक्स, टेन्शन घेऊ नकोस. मला तुला उचलायचं कारण नाही आहे. तुझं चिकन गार होईल.'' रामूने मान हलवली आणि इतर दोघे खाऊ लागले; पण रामूचं लक्ष सरताजवर होतं. त्याला आता चिकनमध्ये रस नव्हता. सरताज म्हणाला, ''मला काय हवं आहे तर... एक महिना किंवा पाच आठवड्यांपूर्वी अप्सराच्या बाहेर तू एक छोटंसं काम केलंस. तू एका कारजवळ गेलास आणि कारमध्ये बसलेल्या बाईकडून एक पाकीट उचललंस. ते पाकीट तू कोणाला तरी नेऊन दिलंस. तुला आठवतंय हे?''

रामूने अत्यंत झटक्यात त्याची मान नकारार्थी हलवली. ''मला असलं काही आठवत नाही.''

''तुला खात्री आहे?''

''अर्थातच मला खात्री आहे. जरी मी तसं काही केलं असलं, तरी मी दिवसाला अशी दहा कामं करतो. इतक्या आधीचं मला कसं काय आठवणार?''

तेज आणि जतीनचे हात प्लेटवरच होते; पण सरताजला तेजच्या खांद्यांमध्ये एक प्रकारचा ताठरपणा जाणवला, त्याच्या संथ घास चावून खाण्याच्या तालात एक लक्षात येईल न येईल, असा खंड जाणवला.

''नीट आठव,'' सरताज म्हणाला. ''तू लाल टी-शर्ट घातला होतास त्या संध्याकाळी.'' रामू नजरेत नजर न भिडू देण्याच्या बाबतीत खूपच चांगला होता; पण सरताजला खात्री होती की, त्या संध्याकाळी तेज त्याच्याबरोबरच होता. तो आता चुळबुळत होता, मोठ्या कष्टाने खाण्याचा प्रयत्न करत होता.

''नाही,'' रामू उत्तरला.

''आपण त्यांना धाब्याच्या मागच्या बाजूला का घेऊन जात नाही?'' कांबळे म्हणाला. ''आणि मग गांडीत एक लाठी मारू या. मग त्यांना आठवेल सगळं.''

सरताजने खिशातून एक फोटो बाहेर काढला आणि टेबलवर ठेवला. रामूच्या आणि तेजच्या मधोमध. ''हीच ती बाई होती, जिच्याकडून तुम्ही पाकीट घेतलं. आता आठवलं?'' त्याने विचारलं.

''मी तुम्हाला सांगितलं. मी असं काही केलं नाही,'' रामू आता खूप जास्त संयम ठेवत म्हणाला. तो आता मोडत होता. त्याने हात वर उचलले आणि खाली सोडले.

पण तेजने आता खायचं थांबवलं होतं आणि तो मिसेस कमला पांडेच्या स्टुडिओ सौंदर्याकडे एकटक पाहत होता.

''कदाचित, तुला नसेल आठवत; पण तेज तिला ओळखतो, बरोबर?'

आता तेजने खूप प्रयत्न केला. त्याची हनुवटी भात आणि तेलामुळे चिकट झाली होती. ''नाही नाही, मी तिला ओळखत नाही,'' तो म्हणाला.

सरताजने एक पन्नासची नोट काढून त्याच्या प्लेटजवळ ठेवली. ''हो, तू ओळखतोस. मला तुझ्या नजरेत दिसलं ते. ती एखाद्या फिल्मस्टारसारखी दिसते नाही?''

''गप्प राहा,'' रामू तेजला म्हणाला. तेजचे डोळे त्या नोटेवर खिळलेले होते आणि हातात अजून एक भलामोठा भाताचा घास होता.

''रामू,'' सरताज म्हणाला, ''तुला माझ्याशी भांडण का काढायचं आहे? ज्यांनी ते पाकीट घ्यायला सांगितलं, ते तुझे मित्र आहेत का? त्यांना तू वाचवलं पाहिजेस, असं वाटतंय का तुला? का तुला त्यांची भीती वाटते आहे? तुला असं वाटतंय का की, तू मला सांगितलंस तर तुला त्रास होईल?''

''मी कोणाला भीत नाही.''

रामूची मान खाली होती. त्याने पालथ्या हाताने नाक चोळलं. तो खूप विचारी होता. सरताजला वाटलं की, त्याच्या मनात या कामाची किंमत आधीच ठरलेली असणार; पण तो आता त्याच्या दोन शिष्यांच्यासाठी थोडा धंदेवाईक विचार करत असावा. शेवटी त्याने किंमत सांगितलीच. ''पाचशे रुपये.''

''खूप जास्त आहेत. मी तुला दोनशे देईन.''

रामू थोडा पुढे झुकला, त्याचे डोळे तेज होते. त्याने टेबलावर हाताची कोपरं टेकवत म्हटलं, ''साडेतीनशे.''

''तीनशेवर सेटल करू. ना तुझं ना माझं,'' सरताज म्हणाला.

''ठीक आहे. कॅश बघू.''

सरताजने आता त्याचं हसू दाबत पैसे काढून टेबलावर ठेवले. ''आता माहिती बघू. कुठे आहेत ते?'' त्याने विचारलं.

रामूने नोटा उचलल्या, अगदी व्यावसायिकपणे त्यांची तपासणी केली आणि बाजूला सारले. ''ते कोण होते मला माहीत नाही. त्यांनी आम्हाला अप्सरापाशी गाठलं.''

''किती जण होते?''

''दोन.''

''तरुण का म्हातारे?''

''म्हातारे.''

''किती मोठे? या अंकलइतके? का माझ्यासारखे?''

रामूने कांबळेकडे बोट करत म्हटलं. ''नाही, यांच्याइतके.''

कांबळेने रामूच्या डोक्यावर टपली मारली. त्याने डोळे मिचकावले. तेज आणि जतीन हसले. ''चुतिया,'' कांबळे म्हणाला. ''मी साहेबांच्या इतका चांगला नाहीये. मग त्या दोन माणसांची नावं?''

''नाही. त्यांनी नाव नाही सांगितलं.''

''मग कसं काय झालं काम?''

''संध्याकाळच्या शोच्या अगोदर ते आमच्याकडे आले. ते म्हणाले की, एक पाकीट आणलं, तर ते आम्हाला पैसे देतील.''

''मग?''

''आम्ही त्यांच्या बरोबर गेलो.''

''रस्त्याच्या टोकाला?''

''हो, थोडंसं. त्यांनी आम्हाला कार दाखवली. ते रस्त्याच्या एका बाजूला थांबले. मी पलीकडे गेलो. मी खिडकीवर टकटक केली. बाईने खिडकी खाली केली. तिने मला पाकीट दिलं.''

''तू काही बोललास का?''

''हो, बोललो ना. 'मला पाकीट द्या.' ते तिच्याशी मोबाईलवर बोलत होते. ती माझी वाट बघत होती.''

''तू त्या दोघांना परत कधीच पाहिलं नाहीस?''

''नाही.''

''ते कसे दिसत होते?''

''विशेष नाही. साधारण.''

''रामू, तुझी माहिती पैसे देण्याच्या योग्यतेची नाही. बघ, परत प्रयत्न कर.''

''तुम्हाला सांगण्यासारखं काही नाही. त्यांनी शर्ट-पँट घातली होती. बस. अजून काय सांगायचं तुम्हाला?''

''काहीतरी उपयोगाचं, रामू. काहीतरी उपयोगाचं. किती उंच?''

''तुमच्यासारखे नाही. यांच्यासारखे,'' जयनाथकडे बोट करत रामू म्हणाला.

रामूने तेवढंच सांगितलं. ''तेज, तू काही बघितलंस का?'' सरताजने विचारलं.

तेजने खांदे उडवले. ''नाही, याने सांगितलं तसेच होते ते.''

''तरीही मला सांग. तू काय बघितलंस ते.''

पण तेजला विचारूनही काही उपयोग झाला नाही, त्याने तेच अस्पष्ट सांगितलं की, दोन साधारण माणसं साधारण कपडे घालून होती.

जतीन, जो लहान होता, त्याने अजून एकही शब्द उच्चारला नव्हता. त्याने आता वर मान करून पाहिलं नाही. तो पाण्याचा ग्लास गोल गोल फिरवत होता.

''जतीन, तू सांग. ती माणसं कशी होती?''

''त्या दोघांनीही काळी जीन्स घातली होती,'' जतीन म्हणाला. कांबळेने डोळे मिचकावले आणि तो जरा खुर्चीत मागे वाकून जतीनकडे पाहण्याचा प्रयत्न करू लागला. जतीन शांतपणे पुढे सांगत गेला, ''त्यांच्यातला एक जण अर्धा टकलू होता, इथे केस नव्हते. ज्याच्याकडे फोन होता, तो टकलू होता. इतका इतका टकलू होता.'' जतीनने डोक्यावर पुढे हात लावत सांगितलं. तो वर न बघता, शांतपणे हळू आवाजात बोलत होता आणि त्याने 'जीन्स' करता 'जिन्स' असा उच्चार केला; पण त्याला त्या दोन माणसांबद्दल खात्री होती.

''खूपच छान. आता हा जो टकलू होता, त्याने कोणत्या प्रकारचा शर्ट घातला होता?''

''पांढरा टी-शर्ट आणि दुसऱ्याने लांब हातांचा निळा टी-शर्ट.''

जतीन इतर दोघांच्यापेक्षा लहान होता. त्याचा उंदरासारखा कुपोषित चेहरा होता. बोलताना तो मान तिरकी करायचा, सरताजच्या छातीवरच्या खिशाच्या दिशेने आणि सरताजच्या लक्षात आलं, की, त्याचा एक डोळा किंचित चकणा होता. तुम्ही त्याच्याकडे

बघत असाल, तर तुम्हाला तो दिसणार नाही आणि त्याचे हाडकुळे खांदे आणि त्याचं खाली वाकलेलं डोकं यामुळे त्याचा तिरळेपणा लक्षात आलाच नसता. सरताजने आता एक टिश्यू पेपर घेतला आणि त्याच्या घड्या घालायला लागला, एकावर एक. त्याची नजर टिश्यूवरच होती. ''तर जतीन,'' तो म्हणाला. ''तू अजून काय बघितलंस?''

आता जतीन लाजला. त्याने त्याचं डोकं टेबलापासून दुसरीकडे वळवलं आणि हात जवळ घेऊन मुडपले; पण रामू, पैसे खिशात ठेवून, त्याला खूप दिलदार असल्यासारखं वाटत होतं. ''ए जतीन, तुला काही माहीत असलं, तर सांग यांना. ठीक आहे सांगितलं तर.'' असं म्हणून रामू सरताजकडे बघत कपाळावर बोट फिरवत म्हणाला, ''तो नेहमी असाच असतो; पण त्याला सगळं आठवतं.''

सरताजने घडी घातलेला टिश्यू उलगडला आणि नंतर पुन्हा त्याची घडी घालू लागला. ''जतीन, ते कोणती कार वगैरे चालवत होते का? ते कसे आले होते तिथे?''

''आम्ही त्यांना काही चालवताना पाहिलं नाही,'' रामू आत्मविश्वासाने म्हणाला. ''कार वगैरे असेल असे ते वाटत नव्हते. कदाचित, बसने आले असतील.''

कांबळेने सरताजकडे पाहून मानेने इशारा केला. जयनाथला आता किंचित संशय आलेला दिसत होता की, काही यशस्वी शोध लागण्याची शक्यता दिसत नव्हती. सरताजला स्वतःलाही वाईट वाटलं. कदाचित, मुलांच्याकडे इतकीच माहिती असेल देण्याजोगी. कदाचित, हाच डेडएंड होता. ''त्यांच्या हातात काही होतं का, जतीन?'' त्याने विचारलं. ''पुस्तक किंवा पेपर?''

रामूने मान नकारार्थी हलवली. ''मी तुम्हाला सांगितलं, त्याचा भेजा फ्राय झाला आहे.'' त्याने डोकं एका बाजूला झुकवलं आणि जतीनसारखा चेहरा केला. तेज हसला. जतीन शांत बसला होता, अजिबात विचलित न होता.

''ठीक आहे, जतीन फालुदा हवा आहे?'' सरताजने विचारलं.

कांबळेने हात वर करत म्हटलं, ''मी निघतो आता. ओके बॉस?''

''हो, मी तुला उद्या स्टेशनवर भेटेन,'' सरताज म्हणाला. त्याने जवळून जाणाऱ्या वेटरला हात करून म्हटलं, ''तीन रॉयल फालुदा द्या इकडे. लवकर.''

जतीनने आता टेबलावरचा टिश्यू घेतला. कांबळे उठला आणि दरवाजाकडे चालू लागला. तो त्याच्या मोबाईलवर बटणं दाबत होता. जतीन टिश्यूची घडी घालत होता.

''बिप-बीप-बीप-बिप,'' जतीन म्हणाला आणि त्याने टिश्यूचा एक त्रिकोण बनवला.

''काय?'' सरताजने विचारलं.

'बिप-बीप-बीप-बिप-बिप' जतीनने तो त्रिकोण आता एका बाजूला संतुलित करत ठेवला. त्रिकोण ठीकठाक उभा राहिला.

रामूने तेजच्या मागून जतीनच्या डोक्यावर टपली मारली. ''हा माझा भाऊ आहे; पण तो येडा आहे.''

जतीनने आता दुसऱ्या टिश्यूची घडी घालायला सुरुवात केली. ''बिप-बीप-बीप-बिप-बिप-बाप''

सरताज जतीनची बोटं टिश्यूवर फिरताना पाहत होता. दुसरा त्रिकोण आश्चर्यकारकपणे उभा राहिला होता. ''कांबळे!'' सरताज ओरडला. हॉटिलचा मालक आणि तीन गिऱ्हाइकं दचकली. ''कांबळे!''

जोवर कांबळे टेबलापाशी परत आला, तोवर जतीनचा आता त्रिकोण करून पूर्ण झाला होता. काहीसं वैतागून कांबळेने विचारलं, ''काय?''

''तुझा फोन दे,'' त्याने फोन घेतला आणि डिस्प्ले क्लियर करून, त्याने टेबलावर जतीनच्या समोर त्याच्या त्या त्रिकोणांच्या बाजूला ठेवला.

जतीनने हात पुढे करून त्याच्या अत्यंत काटकुळ्या आणि अतिशय घाणेरड्या बोटाने फोनची बटणं दाबली. जेव्हा तो की, पॅडच्या वरच्या बाजूला आला, फोन कनेक्ट होऊ लागला. सरताजने पटकन 'एंड' बटण दाबलं. कांबळे जतीनच्या खांद्यावरून वाकून बघत होता, तो म्हणाला, ''हा मोबाईल नंबर आहे.'' त्याच्या आवाजात अतिशय आश्चर्य होतं, जे साधारणपणे तो डिलाइट बारमधल्या एखाद्या नवीन सोळा वर्षांच्या डान्सरसाठी राखून ठेवलेलं असे. ''अरे... मी आता हाच नंबर डायल करत होतो.''

सरताजने मान डोलावली आणि पुन्हा एंड बटण दाबून सगळे आकडे क्लियर केले. ''जतीन, तुला त्या टकलूने त्या दिवशी जो नंबर डायल केला, तो आठवतो आहे का? काय होता तो?'' सरताजने जतीनला विचारलं.

''बिप-बीप-बीप-बिप-बिप-बाप,'' जतीन म्हणाला. त्याचं बिप बीप सुरूच होतं, वेगवेगळ्या आवाजात आणि टोनमध्ये. नंतर त्याने मान डोलावली आणि फोनवर बटणं दाबली. कोणतीही घाई न करता, अत्यंत आत्मविश्वासाने तो एकामागोमाग एक बटण दाबत होता. शेवटच बटण दाबून तो पुन्हा दुसऱ्या टिश्यूच्या घड्या घालण्याकडे वळला.

''हा नंबर त्या टकलूने डायल केला होता का जतीन? तुम्ही त्याला पाकीट दिल्यावर?'' सरताजने विचारलं. त्याने मोबाईल आपल्याकडे वळवला.

''हो,'' जतीन म्हणाला आणि त्याने अजून एक त्रिकोण टेबलावर उभा केला. इतर दोन त्रिकोणांच्या बरोबर तिसरा उभा केल्यावर आता एक मोठा त्रिकोण दिसू लागला.

''मादरचोद, मस्तच,'' कांबळे हात कमरेवर मागे ठेवत म्हणाला. ''याला फालुदा दे रे.''

''खूप वेळा, तपास म्हणजे दुसरं तिसरं काही नाही, तर लक असतं. बहुतेक वेळा ते तसंच असतं. तुम्ही बसता आणि काहीतरी तुमच्या झोळीत पडतं. नंतर तुम्ही असं दाखवता की, तुम्ही काय करत होतात ते तुम्हाला माहीत होतं.''

''या केसमध्ये ते खरं नाही आहे,'' मेरी म्हणाली. ''तुम्ही नुसते बसलेले नव्हतात. तुम्ही तो पाकीटमार शोधला. त्याला ती मुलं शोधायला लावलीत. तुम्ही त्या मुलांना जेवू घातलंत. त्या मूर्खाला हवं होतं, तसं त्यांना मारण्याऐवजी, तुम्ही त्यांच्याशी चांगलं वागलात.''

''कांबळे,'' सरताज म्हणाला. ते दोघं कार्टर रोडच्या समुद्र किनारी एका बेंचवर बसले होते. सूर्यास्त होत होता आणि लालसर छटांच्या ढगांची वर्तुळ फार सुंदर दिसत होती. फिरायला जाणारे घाईघाईने जात होते. गळ्यात दोरी बांधलेलं एक कुत्र्याचं पिल्लू काही क्षण त्यांच्या पायापाशी घुटमळलं. ''तो फक्त त्याचं काम करत होता आणि तसंही, अपराधी पकडणं इतकं सोपं नाही. मला खात्री आहे. आम्ही दोन वेगवेगळ्या पीसीओवरून त्या नंबरला फोन करायचा प्रयत्न केला; पण त्याने उचलला नाही. तो हरामखोर खूप सावध आहे. मला ते जाणवतंय.''

''तुम्ही पकडाल त्याला आणि हा कांबळे, त्याने जर त्या मुलांच्यावर सक्ती केली असती, जर तुम्ही त्याला तसं करू दिलं असत, तर त्या लहान मुलाने तुम्हाला तो नंबर कधी दिला नसता. तुमच्या तपासात तुम्हाला यश मिळालं. कारण, तुम्ही त्यासाठी तयारी केली होती. तुम्ही त्यासाठी कान देऊन ऐकत होतात. तुम्हाला माहीत आहे ते.''

सरताजला हे माहीत होतं. त्याचा यावर खूप वर्षांपासून विश्वास होता, तो हे त्याच्या वडिलांकडून शिकला होता. त्याने फोर्स जॉइन करण्यापूर्वीपासून आणि त्याने ते अनेक ट्रेनींनाही सांगितलं होतं; पण तरीही मेरीने ते त्याला सांगितलेलं ऐकण्यात वेगळाच आनंद होता, तो विश्वास पुन्हा दिल्यासारखा... तिचा हात त्याच्या मनगटावर होता. ते कुत्र्याचं पिल्लू परत आलं आणि तिने वाकून त्याचे कान खाजवले. सरताजला तिचा हात त्याच्या त्वचेवर जाणवला, ते पिल्लू गेलं त्यानंतरही, अगदी जवळून. ''हो,'' तो म्हणाला. ''हो.''

''हो? काय हो?'' ते पिल्लू त्याच्या मोठ्या पायावर उड्या मारत होतं आणि मेरी सरताजकडे काहीशा गमतीने बघत होती.

''तेच,'' सरताज घाईघाईत म्हणाला. ''तुम्ही ऐकत असलं पाहिजे; पण कधी कधी प्रॉब्लेम हा असतो की, तुम्हाला कशासाठी ऐकायचं आहे ते तुम्हाला समजत नसतं. जसं की एखादं गाणं आहे; पण तुम्हाला त्याची धून काय आहे ते समजत नाही म्हणून तुम्हाला विचार करावा लागतो, शोधावं आणि ऐकावं लागतं, त्यामुळे तुम्ही मूर्ख असल्यासारखं वाटतं.''

ती आता अगदी थेट बोलली, तिची नजर त्याच्या नजरेला भिडलेली होती. ''तुम्ही मूर्ख नाही आहात,'' ती म्हणाली.

ही घोषणा होती आणि सरताजला आता कोणताही संकोच वाटत नव्हता. त्याने पुढे होऊन तिचा हात हातात घेतला आणि ते दोघं एकत्र बसून होते, एकमेकांचे हात हातात घेऊन. त्याला तिला किस करण्याची खूप इच्छा होती; पण आजूबाजूने आज्या, लहान मुलं, उड्या मारत जाणारी भावंडं जात-येत होती म्हणून ते बसले. सरताज विचार करत होता की, मेरी आता काय म्हणाली, 'तुम्ही मूर्ख नाही आहात.' जर त्याने हे कांबळेला सांगितलं असतं, तर त्याने त्याच्या प्रेमातल्या या क्षुद्रत्वाची मस्करी केली असती. एक छोटीशी, सहज दिलेली कॉम्प्लिमेंट जिच्यामुळे अखेरीस ते दोघं एकत्र आले होते; पण कांबळे खूप लहान होता. हो, कोणा गाझीने कधी सारखी घोषणा केली नाही की, तिची प्रिय व्यक्ती मूर्ख नव्हती, ना मजरूह सुलतानपुरीच्या प्रेमगीतात कधी असं सांगायची गरज पडली होती. कांबळेला प्रेमाच्या, दुःखाच्या भव्यतेत विश्वास होता; पण सरताज मात्र एखाद्याच्या मूर्खपणातून सुटका होण्यातच खूश होता, त्याच्यासाठी तोच खूप मोठा नाजूकपणा होता. जी व्यक्ती तुम्हाला यासाठी माफ करू शकेल, तेच मोठं आहे, तेच महान आहे.

ते दोघं संध्याकाळ मावळेपर्यंत तिथेच बसून होते. आता समुद्रही अंधारात बुडाला आणि लाटा पांढऱ्या रिबिनीसारख्या दिसू लागल्या. मेरीने अचानक त्याचा हात दाबला आणि म्हणाली, ''त्या मुलांचं काय होईल?''

''कोणती मुलं, तो छोटा लाल टी-शर्ट आणि त्याची गँग?''

''हो.''

''ते पुरून उरतील.''

''हो; पण कसे?''

सरताजने खांदे उंच केले. ''जसे बाकीचे सगळे उरतात.''

तिने मान डोलावली; पण सरताजला दिसत होतं की, ती अजूनही त्या मुलांचा विचार करत होती. त्याने तिच्या खांद्याभोवती हात टाकला. त्या मुलांना आणि पाकीटमार जयनाथला तिथे रेस्टॉरंटमध्येच सोडून निघताना कांबळे काय म्हणाला ते त्याला तिला सांगायचा नव्हतं. ते त्या आश्चर्यकारक लहान मुलाबद्दल बोलत होते आणि नंतर कांबळे म्हणाला होता, ''तो रामू बऱ्यापैकी लीडर आहे, हरामखोर. आजपासून दहा वर्षांनी तो आपल्याला त्रास द्यायला लागेल, तुम्ही बघाल.'' सरताज याच्याशी सहमत झाला होता. रामू खूप हुशार, धाडसी आणि भुकेला होता. तो एक चांगला अपराधी होईल, कदाचित एक शूटर. नंतर कांबळे म्हणाला होता, ''आपण त्याला आताच गल्लीत घेऊन एन्काउंटर करायला हवं. नंतर त्याचा पाठलाग करण्याचे कष्ट वाचतील आणि त्याचे मोठे होण्याचे कष्ट वाचतील,'' असं म्हणून कांबळेने त्याच्या पाठीवर थाप मारली होती; पण त्याला हे माहीत होतं की, बहुतेक कांबळेचं बरोबर होतं. काही मुलांच्या बाबतीत, त्यांचं भवितव्य त्यांच्या कपाळावर लिहिलेलं दिसतं. तुम्हाला दिसतं की, त्यांना चांगल्या आयुष्याची किती भूक आहे आणि कसं ते चांगलं आयुष्य त्यांच्यापासून दूर जाणार आहे; पण त्याला रामू आणि त्याचे प्रॉब्लेम, त्याचं येऊ घातलेलं दुर्दैव याबाबत आत्ता विचार करायचा नव्हता म्हणून त्याने मेरीला जवळ घेत, तिला आपल्या लहानपणाबद्दल आणि कसं त्याला कधीच त्याच्या वडिलांसारखं पोलीस इन्स्पेक्टर व्हायचं नव्हतं; पण तरीही तो झाला होता हे सांगितलं.

आता ते दोघं गप्प होते. सरताजला रस्त्याच्या पलीकडून बसस्टॉपजवळ बसलेल्या तरुण मुलामुलींच्या गटातून येणारा आरडाओरडा, हसण्याचा, खिदळण्याचा आवाज ऐकू येऊ शकत होता. ते कारच्या बॉनेटवर बसले होते. फूटपाथवर आणि बाइक्सच्या सीटवर बसले होते. ते तरुण होते, आत्मविश्वासाने भरलेले होते, आनंदी आणि श्रीमंत होते. ते फ्लर्ट करत होते आणि नंतर त्यांच्यातील काही जण रात्री एकमेकांचे स्पर्श अनुभवण्यासाठी कुठेतरी अंधारा आडोसा शोधण्याचा प्रयत्न करणार होते; पण सरताज मेरीचा हात हातात धरूनच आनंदात होता. नंतर जेव्हा तो मोटारसायकलवरून तिला घरी सोडायला निघाला, तेव्हा पाठीवर रेललेलं तिचं वजन यामुळे तो खूश होता. ते एका चौकात थांबले असताना त्याच्या डाव्या बाजूला आलेल्या रिक्षात जुनं खूप लोकप्रिय गाणं लागलं होतं, 'तू कहा ये बता, इस नशिली रात में.' मेरी त्याच्या खांद्याजवळ गुणगुणली. ''तुला हे गाणं माहीत आहे?'' सरताजने विचारलं.

''अर्थातच,'' ती म्हणाली. ''देव आनंद आहे हा, बरोबर?''

तो हमखास देव आनंदच होता. देवसाब जुन्या ब्लॅक अँड व्हाइट सिनेमात धुक्याने भरलेल्या रात्री... सरताजला सिनेमाचं नाव आठवेना; पण त्याला हे आठवत होतं की, त्या रात्री थंडी असते, कदाचित मसुरी किंवा नैनिताल... नाही, सिमला... हो सिमलाच होतं ते... आणि देवसाब त्या सुमधुर स्वरांच्या इतकेच हलके, त्याच्या बरोबर तरंगत... आणि नूतन त्यांची वाट बघत असते. सिग्नल सुटला आणि सरताज मुद्दाम त्या रिक्षाच्या बरोबरीने हळूहळू बाईक चालवत निघाला. तसं करताना तो मेरीच्या घरापासून थोडा दूर गेला, जेणेकरून ते दोघं ते गाणं ऐकू शकतील. 'हे चांद तारोने सुना, इन बहारोने सुना, दर्द का राग मेरा, रहगुजारोने सुना.' वाऱ्याच्या झुळका सरताजच्या गालांना स्पर्श करून जात होत्या आणि मेरी त्याच्या कानात गुणगुणत होती. तो हसत होता आणि विचार करत होता की, हाच तर आहे

आनंद, फक्त इतकाच : या बेलगाम ओळखीच्या रस्त्यांवर ड्राइव्ह करणे, एखादं जुनं गाणं, तुमच्या कमरेवर एक हात आणि नवी प्रेमिका. फक्त इतकंच, भूत आणि भविष्याच्या मध्ये लटकत, ही स्त्री, हे गाणं, हे घाणेरडं आणि सुंदर शहर.

गाणं संपलं आणि अचानक वेग वाढवून सरताजने त्या रिक्षाला मागे टाकलं. मेरीच्या घरापाशी त्याने तिला दोन वेळा किस केलं आणि नंतर पुन्हा एकदा. हे खूपच सोपं सहज होतं, ती बाईकवरून उतरली आणि तिने एक हात त्याच्या खांद्यावर ठेवला. ती त्याच्या खूप जवळ होती आणि त्याने पुढे वाकून तिच्या ओठांवर ओठ ठेवले. तिने डोळे मिटले आणि त्याने पुन्हा एकदा तिला किस केलं. ती तिच्या दाट लांब पापण्यांच्या खालून त्याच्याकडे पाहत होती आणि ती हसली, ओठ रुंद करून हसली... आणि त्याने पुन्हा तिला किस केलं. ''जा,'' तिने हलकेच त्याच्या छातीवर धक्का देत म्हटलं. तो गेला आणि तो गात होता... अगदी वाईट... आणि ते त्याला माहीत होतं... घरी जाईपर्यंत.

ते किस दुसऱ्या दिवशी सकाळपर्यंत त्याच्या ओठांवर घुटमळत होते. तो काटेकरच्या घरी गेला. त्याने मोटारसायकल पार्क केली आणि गटर ओलांडून पलीकडे गेला. सकाळी लवकरची वेळ होती, सातच्याही आधीची आणि ती अरुंद गल्ली अजून शांत होती; पण शालिनी तिच्या दरवाजात तांदूळ निवडत बसली होती. जेव्हा तिने त्याला पाहिलं, मानेने नमस्कार केला आणि उठून आत गेली. रोहितने सरताजसाठी खुर्ची आणली. त्याला आता मिसरूड फुटलं होतं. केसांचे काही हलके पुंजके, ज्यामुळे तो अजूनच तरुण वाटायला लागला होता; पण तो त्याच्या परीने चांगला प्रयत्न करत होता. ''हाय,'' तो म्हणाला.

सरताजने त्याच्या इंग्लिश बोलण्याकडे पाहून मंदस्मित केलं आणि तोदेखील हाय म्हणाला. ''क्लासेस कसे चालले आहेत?'' तो बसला आणि त्याने त्याच्या मागच्या खिशातून एक पाकीट काढलं. रोहितने संध्याकाळी कॉम्प्युटर क्लासला जायला सुरुवात केली होती आणि सरताजला फोन वर ई-मेल, लिंक्स आणि इतर अनेक गोष्टींबद्दल सांगितलं होतं, जे सरताजला समजलं नाही.

रोहितने पाकीट घेतलं आणि आतल्या शंभराच्या नोटा चाळल्या. ''थँक यू. क्लासेस खूप छान चालले आहेत,'' तो म्हणाला. ''ते सगळं खूप इंटरेस्टिंग आहे.''

पण तो काहीसा उदास होता. त्याने नवीन निळी जीन्स घातली होती आणि बनियन. त्याच्या केसांच्या बाबतीतही काहीतरी नवीन होतं. सरताजला दिसत होतं की, तो नवीन कोणीतरी बनण्याचा प्रयत्न करत होता, एखादा माणूस जो "hi' आणि "thank you' म्हणेल आणि ज्याला कॉम्प्युटर क्लास इंटरेस्टिंग वाटतील; पण ते तितकंसं लागू पडत नव्हतं. जीन्स एकदम लेचीपेची होती आणि त्याची सैल केशरी रंगाची शिवण आंतरराष्ट्रीय सभ्यतेला थोडी कमी पडत होती. दरवाजाच्या आत एक निळ्या शूजचा जोड दिसत होता आणि तेही असेच बिचारे अव्यवस्थित दिसत होते. त्या कॉम्प्युटर क्लासमध्ये मुलंमुली असतील, जे छान इंग्लिश बोलत असतील, ज्यांना टी- शर्ट्स आणि डार्क ग्लासेसचा सूक्ष्म फरक कळत असावा. ते रोहितशी कदाचित कठोर वागत असतील. जेव्हा रोहित भिंतीला टेकून तो क्लासमुळे कसा बिझी असतो आणि कसे त्या क्लासमधून शिकलेल्यांना बहारीनला नोकऱ्या मिळाल्या वगैरे बोलत होता, तेव्हा सरताजला अचानक त्याच्याबद्दल सहानुभूती दाटून आली.

शालिनीने ग्लासमधून चहा आणला. सरताज सरसावून नीट बसला. तीही बदललेली दिसत होती. तो चहाचे घुटके घेत तिचं बोलणं ऐकत होता आणि विचार करत होता की, तिच्यात नवीन नक्की बदल झाला आहे जे नवीन वाटत आहे. ती तिच्या कामाबद्दल बोलत होती; झाडू-पोछाच्या कामाबद्दल नाही, तर तिच्या संस्थेत स्वयंसेवकाच्या कामाबद्दल. त्या ग्रुपचं नाव एसएमएम होतं म्हणजे शक्ती महिला मंच आणि ते वस्त्यांमध्ये जाऊन महिलांना शिक्षण देत. ''आम्ही त्यांच्याशी स्वच्छता आणि कुटुंब नियोजनाबद्दल बोलतो,'' ती म्हणाली. ''पण नवरे चिडतात जेव्हा आम्ही बायकांना बँकेत खाती उघडायला सांगतो.''

सरताज हसला आणि म्हणाला, ''नवऱ्यांना वाटतं की, तुम्ही त्यांची बिडी आणि दारू काढून घेताय. तुम्ही काळजी घ्यायला हवी.''

शालिनी हसली. ''ते खूप आरडाओरडा करतात; पण ते आम्हाला काही करत नाहीत. ते त्यांच्या बायकांना मारतात. शूर पुरुष.''

''बंगलोरमध्ये एक घटना घडली होती,'' रोहित म्हणाला.

''हो, आमच्या टीम लीडरने सांगितलं,'' शालिनी म्हणाली. ''गेल्याच महिन्यात. बंगलोर शाखेचा एक गट वस्तीत गेला होता. त्याना काही माणसांनी धमक्या दिल्या. कोणत्या तरी धार्मिक संस्थेचे लोक होते, कसलीशी परिषद का काय. त्या शाखेने पोलिसांत तक्रार केली; पण स्थानिक लोकांनी काही केलं नाही. त्यांना शेवटी तिथल्या आमदारांना मध्ये घालावं लागलं; पण अजूनही त्रास होऊ शकतो.''

सरताज मेरीचा विचार करत होता की, तिचा वरचा ओठ त्याच्या ओठाखाली कसा वाटत होता. त्याला ते अचानक लक्षात आलं. त्याने पाहिलं की, शालिनीने भुवया कोरल्या होत्या. जिथे पूर्वी सरळ, राठ केस होते, तिथे आता नाजूक कमानी दिसत होत्या, त्यामुळे तिच्या गालांमध्ये आणि डोळ्यामध्ये फरक जाणवत होता. सरताजने शालिनीकडे इतकं लक्ष देऊन कधी बघितलं नव्हतं, ती नेहमीच 'भाभी' होती, काटेकरची बायको. आता त्याने तिच्याकडे नीट पाहिलं. तिने गडद निळ्या रंगाची साडी नेसली होती आणि त्याच कापडाचा ब्लाउज घातला होता, फक्त कॉलर आणि हातांना निळ्या शिवणीचा. ती कधी लाल, पिवळे किंवा हिरवे कपडे घालणार नव्हती, किमान पुन्हा लग्न करेपर्यंत. तिने काही दागिने घातले नव्हते आणि तिने केसांचा नीट अंबाडा बांधला होता. ती सुंदर वगैरे नव्हती... सुंदर या शब्दापासून खूप दूर होती; पण आता तिच्याबाबत एक खास चारुता होती, जी सरताजने यापूर्वी कधीही लक्ष देऊन पाहिली नव्हती. ''त्रास नेहमीच असतो,'' तो म्हणाला, त्याचं मन अचानक त्याच्या मृत मित्रासाठी, काटेकरसाठी भरून आलं. शालिनीचा बॉयफ्रेंड असेल का किंवा प्रेमी? ती शांत दिसत होती. अगदी जेव्हा ती पुरुषांचा राग, शक्य हिंसाचार यांबद्दल बोलत होती, तेव्हाही.

''आम्हाला काम करतच राहिलं पाहिजे. त्यांना जे करायचं ते करू देत,'' ती निर्वाणीच्या सुरात म्हणाली.

आता मोहित दारात आला, तो अजून डोळे चोळत होता. त्याने फक्त खाकी शॉर्ट्स घातल्या होत्या. त्याची छाती अरुंद होती आणि त्याच्या डाव्या स्तनाग्राखाली जन्मखूण होती. त्याच्या गळ्यात काळा दोरा होता आणि त्यात चांदीचा ताईत होता. सरताजला आठवलं की, कसं त्या वेळी काटेकरने त्या ताईताला विरोध केला होता आणि अज्ञान व अंधश्रद्धेला

शिव्या घातल्या होत्या; पण शालिनीने आग्रह धरला होता. तो ताईत मोहितला दुःख आणि संकटापासून वाचवण्यासाठी घातला होता. ''ए मोहित,'' सरताजने त्याला हाक मारली.

मोहित दचकला, तो झोपेतून जागा झाला आणि त्या अर्धवट झोपेच्या क्षणात सरताजला त्याच्या चेहऱ्यावर राग दिसला. सरताजकडे त्याने रागाने पाहिलं, त्या नजरेत एका लहान मुलाचा तिरस्कार होता, अगदी सूर्याइतका प्रखर. सरताजला एकट्याला ते जाणवलं आणि त्याने काहीशी माघार घेतली. नंतर रोहित, जो भिंतीला टेकून उभा होता, त्याने मोहितच्या डोक्यात टपली मारली आणि म्हणाला, ''जागा हो कुंभकर्ण. सरताज अंकल आले आहेत.''

मोहितने मान झटकली आणि नंतर जेव्हा त्याने पाहिलं, तेव्हा तो नेहमीसारखाच गोड आणि निरुपद्रवी दिसला. ''आई, मला भूक लागली आहे,'' तो म्हणाला.

''जा, शाळेसाठी आवर. तुला उशीर झाला आहे. मी देते काहीतरी खायला,'' तिच्या आवाजात एक धार होती, काहीशी करुण.

''मलाही उशीर होतो आहे, मीही निघायला हवं,'' सरताज म्हणाला.

रोहित सरताजबरोबर गल्लीच्या टोकाला कोपऱ्यापर्यंत चालत गेला. ''तो सारखा भांडणं करतो आणि या महिन्यात दोनदा शाळाही बुडवली आहे त्याने,'' रोहित म्हणाला.

''मोहित?''

''हो. मला शक्य आहे तितकं लक्ष ठेवायचा प्रयत्न करतो आहे मी; पण आईला आणि मला इतकं काय काय करायचं असतं... तो आधी असा नव्हता.''

आधी... त्या घटनेच्या आधी... मृत्यूच्या आधी... एक अपराधी कुंपणाशी पकडला जाण्याआधी... सगळ्याच्या आधी! मोहित त्याचं आयुष्य आधी आणि नंतर यामध्ये मोजणार आणि त्याला माहीत होतं कोणाला दोष द्यायचा ते. ''तो येईल या सगळ्यातून बाहेर. याला वेळ लागतो. नंतर सगळं ठीक होईल; पण त्याला वेळ लागेल,'' सरताज समजुतीच्या स्वरात म्हणाला.

रोहितने मान डोलावली. ''आईसुद्धा तेच म्हणते. ती रोज सकाळी प्रार्थना करते, विशेषकरून त्याच्यासाठी.''

''ती कशी आहे?''

''कोण आई? ती ठीक आहे.''

ती ठीक नक्कीच नसणार, सरताजच्या मनात आलं. तिने आणि काटेकरने अनेक वर्षं सोबत घालवली होती आणि दोन मुलांना लहानाचं मोठं केलं होतं, तरीही आज सकाळी, ती नेहमीपेक्षा कणखर वाटली. त्या भुवया आणि तिचं एसएमएमबरोबरचं काम. ही नवीन शालिनी होती का? का त्यानेच तिला आधी कधी नीट पाहिलं नव्हतं?

बायका संवेदनशील असतात, हे त्याला ठाऊक होतं. माँने पापाजींचं जाणं पचवलं होतं. दोन दिवस अखंड रडल्यानंतर तिला लक्षात आलं की, घर धुळीने माखलं होतं. मग तिने उठून घर साफ केलं. फक्त आतूनच नाही, तर बाहेरची बागेशेजारची जागा आणि मागचं अंगणसुद्धा. तिने मागच्या बाजूची भिंत साफ करायला गडी बोलावले होते आणि तिला रंगही मारून घेतला. ती जगली, आधीपेक्षा थोडी अधिक साधी; पण आधीपेक्षा अधिक सक्षम, अधिक बळकट. एकदा दोनदा सरताजने विचार केला होता, निरीक्षणातून आलेल्या अस्वस्थतेपोटी, की ती पापाजी गेल्यावर अधिक शांत, अधिक स्थिर आणि स्वतःमध्ये मग्न वाटते.

सरताजने मोटारसायकलला किक मारून जिवंत केलं आणि वळवली. नंतर त्याला थांबावं लागलं. पायाला मोठं पांढरं प्लास्टर घातलेला एक माणूस त्या उतारावरून डावीकडे जात होता. त्याला गटार ओलांडण्यासाठी त्याच्या कुबड्या नीट ॲडजेस्ट कराव्या लागल्या. त्या माणसाने कुबडीला शिवी घातली आणि त्याची कुबडी गटारात अडकून घसरली.

''अरेरे,'' रोहित म्हणाला.

सरताज पाहत होता की, रोहितने त्या माणसाला त्याच्या मोडलेल्या पायासह गटार ओलांडून पलीकडे नेल आणि नंतर खाली गल्लीत नेऊन सोडलं. रोहित चांगला मुलगा होता. तो जबाबदार होता, स्थिर होता आणि त्याचं त्याच्या आईवर प्रेम होतं. तो आता सरताजकडे परत आला.

''ते आमचे शेजारी आहेत, अमृतराव,'' रोहित म्हणाला. ''एका रात्री ते प्यायलेले होते, तेव्हा ट्रेन अंधेरी स्टेशनला आल्यावर फास्ट ट्रेनमधून ते पडले. त्याचं नशीब की पाय तुटला नाही; पण ते प्लाटफॉर्मवर पडले आणि सिमेंटमध्ये आपटले, त्यामुळे आता ते लंगडत चालतात.''

''आणि बायकोला शिव्या घालतात.''

रोहित हसला. ''ते खरंतर दोघ एकमेकांना शिव्या देतात. ते त्यांच्या भांडणांमुळे फेमस आहेत. आमची अपर्णा, ती त्यांच्यापेक्षा जास्त शिव्या देते. तिने त्याना एकदा म्हटलं होतं की, ते त्यांच्या वडिलांच्या गांडीत डबल डेकर बस घालू शकतात, जेणेकरून त्यांनी सगळीकडून उधार घेतलेले पैसे बांबू घालून बाहेर काढता येतील. आता ती त्यांच्याशी चांगली वागतेय. कारण, त्यांचा पाय मोडला आहे. एक दोन दिवस जाऊ दे, त्यांना जरा बरं वाटू देत, मग ती पुन्हा शिव्या देईल.''

पण आता अपर्णा अगदी कर्तव्यनिष्ठ बायको होती. तिने नवऱ्याच्या कोपराला धरलं होतं. ते गल्लीच्या उतारावर थोडे लडबडत होते. काटेकरच्या घराकडे जाणाऱ्या चढाच्या थोडं अलीकडे. ''ते आता पडून दुसराही पाय मोडून घेणार आहेत,'' सरताज म्हणाला. ''तिने त्यांच्यासाठी व्हीलचेअर आणली पाहिजे.''

रोहितला हे जरा अवघड वाटलं. ''व्हीलचेअर आणि या गल्लीत? ती या गल्लीच्या शेवटच्या भागातून जाणार नाही आणि शेवटच्या चढावर व्हीलचेअर ढकलत न्यायची कल्पना करा... सगळ्या खडबडीत रस्त्यावर. व्हीलचेअरचा उपयोग नाही होणार इकडे,'' रोहित खाली जमिनीकडे बघत होता. रस्त्याचा उतार आणि अवस्था नजरेने मोजत असावा. तो खरंच एक गंभीर मुलगा होता.

सरताजने इंजिन सुरू केलं. ''कॉम्प्युटराइज्ड व्हीलचेअर काम करेल,'' तो बाईकच्या धडधड आवाजात म्हणाला. ''मी एकदा पाहिली होती, अशी व्हीलचेअर जी हा चढसुद्धा रेसिंग कारसारखा चढून जाईल.''

''कॉम्प्युटराइज्ड व्हीलचेअर?'' रोहितला त्या शक्यतेनेच खूप आश्चर्य वाटलं. ''म्हणजे ती एकदम स्ट्राँग इलेक्ट्रिक मोटार बसवायला लागेल. प्रत्येक चाकासाठी प्रोसेसिंग होतं का?''

''मला माहीत नाही; पण ती ठीक चालत होती. ज्याची होती, तो म्हणाला की, ती पायऱ्या चढू-उतरू शकते,'' सरताज म्हणाला. त्याच्या समोर उभ्या असलेल्या चमकणाऱ्या तरुण चेहऱ्यावर काटेकरचा विज्ञानावर असलेला दृढ विश्वास आणि तंत्रज्ञानाच्या महानतेबद्दलची कृतज्ञता जाणवत होती. त्याला त्याच्या छातीत एक कळ आल्यासारखी वाटली.

''ती कॉम्प्युटराइज्ड व्हीलचेअर फॉरेनची होती का? मी तसली इथे कधी बघितली नाही. किती छान ना?''

''हो, ती इम्पोर्टेड होती; पण मला नाही वाटत की, ती भारतीय परिस्थितीला अनुकूल आहे... धूळ, पाऊस; पण त्या गरीब हरामखोराला स्पेअर पार्ट्स मिळेनात, त्यामुळे मेंटेन करणं फार अवघड होतं.''

रोहितने मान डोलावली. ''आपला देश अजूनही पुरातन आहे.'' आणि जसं तो हे म्हणाला, तसं तो अगदी त्याच्या वडिलांसारखा वाटला. सरताज मोठ्याने हसला.

''खूप अभ्यास कर गुरू,'' सरताज त्याला म्हणाला आणि त्याच्या छातीवर थोपटून बाईक गल्लीतून बाहेर मेन रोडच्या दिशेने काढली. आता रस्त्यावर बरेच लोक चालत होते. रोजच्या कामावर निघाले होते, त्यामुळे त्याला हळूहळू जावं लागलं. भिंतींवर अजूनही सकाळच्या उत्साहाचे कवडसे दिसत होते. छोट्या छोट्या घरांमधून युनिफॉर्म घातलेली लहान मुलं रस्त्यावर बाहेर पडत होती. सरताजला पुन्हा पुन्हा थांबावं लागलं आणि रस्त्यावर बाईक पायाने ढकलून वाट काढताना त्याचे पाय दुखायला लागले. या मुलांचं पुढे काय होईल? मोहितच काय होईल? सरताज आता मोहितची भांडणं, त्याचा राग, तिरस्कार यांचा विचार करत होता. आजपासून दहा वर्षांनी तो कुठे असेल? काय करत असेल?

अखेर सरताज मेन रोडच्या चौकात आला. त्याने एक्सलेटर वाढवून गाडी डावीकडे वळवली आणि वेग घेतला. त्या वस्तीतून बाहेर पडणं किती चांगलं वाटलं, त्या वळणावळणांच्या गर्दीतून. तो आता वेगात निघाला; पण तरी मोहीतचा चेहरा त्याच्या डोक्यातून जाईना. मोठा झालेला मोहित, घाणेरड्या गल्लीत पडला आहे, त्याची पाठ गटारावर वाकली आहे. सरताजला आता त्याचा चेहरा फारसा दिसत नव्हता, काहीसा पुसट झाला होता; पण त्याला माहीत होतं की, तो मोहितच होता आणि त्याला गोळ्या लागून जखमी झाला होता. तो मेला होता. सरताजने डोक्याला झटका दिला आणि हातातल्या तपासावर लक्ष द्यायचा प्रयत्न केला. नाही नाही, मोहित या धक्क्यातून बाहेर येईल. तो सगळं विसरेल, तो चांगला बनेल. तो टपोरी, ठग किंवा भाई नाही होणार. नाही. कांबळेला त्याचं एन्काउंटर करावं लागणार नाही... नाही... दहा वर्षांनी नाही, तर कधीच नाही. सरताज त्याची काळजी घेईल. त्याला खात्री होती.

सरताज हाय-वेला दक्षिणेच्या बाजूला गेला. सकाळच्या ट्रॅफिकमध्ये त्याने आता वेग पकडला. त्याचा वेग आणि बसेसच्या मधून रस्ता काढत जाण्याने त्याची मोहितच्या भविष्याबाबतच्या विचारांतून सुटका झाली नाही. चेक्सचा शर्ट घातलेला मोहित, छातीत जवळून मारलेल्या तीन गोळ्यांमुळे रक्तबंबाळ मोहित... सरताजला त्या गोळ्यांच्या पावडरच्या जळक्या खुणा शर्टावर दिसत होत्या. हे सगळं अगदी खरं होतं. तू फार अंधश्रद्धाळू आहेस, त्याने स्वतःला बजावलं... हे सगळ मूर्खासारखं आहे... खूपच मूर्खासारखं. मोहित ठीक असेल. अगदी ठीक असेल. तो पुढे जात राहिला.

परूळकर त्याच्या भाचीच्या सांताक्रूझमधल्या अपार्टमेंटमध्ये सरताजची वाट बघत होते. त्यांचे कन्सल्टंट होमी मेहता यांच्याकडे पैसे पोहोचवायचं काम इतक्यात थोडं संथ झालं होतं; पण आता पुन्हा परिस्थिती थोडा वेग घेत होती. राजकीय मेहेरनजर मिळवण्यासाठी खर्ची घातलेला प्रचंड पैसा त्यांच्याकडे पुन्हा येणार होता, यात त्याना शंकाच नव्हती. ते

आता त्या नुकसानातून बाहेर येत होते. सरताजने एक महिन्यापूर्वीच डिलिव्हरी केली होती आणि आता तो पुन्हा एकदा त्या भाचीच्या अपार्टमेंटच्या बिल्डिंगच्या संगमरवरी लॉबीमध्ये आला होता. जितक्या वेळा सरताज आला, प्रत्येक वेळी त्या हिरव्या दगडाची चकाकी वाढतच चालली होती. कदाचित, इटालियन मार्बलची तीच गंमत असावी. लिफ्टचं स्टील अजूनही साफ आणि चकचकीत होतं. सरताज त्याचा चेहरा त्यात पाहू शकत होता आणि मिशांना पीळ देऊ शकत होता. त्याने पाहिलं की, तो आधीपेक्षा आता खूप चांगला दिसत होता आणि त्याला आश्चर्य वाटलं की, इतका ताणतणाव असूनही हे कसं शक्य होतं. कदाचित, तो तशीही याची कल्पना करत होता.

पण परूळकरांनी ते ताडलं. ''तू स्मार्ट दिसतो आहेस सरताज. गुड गुड.'' त्यांनी सरताजच्या पाठीवर थोपटत त्याला आत घेतलं. काचेच्या डायनिंग टेबलावर लेसची किनार असलेल्या मॅट्सवर डिशेस ठेवलेल्या दिसत होत्या. ''थोडे चहा पोहे घे. स्पेशली, पोहे फार छान आहेत.''

''मी खाऊनच आलो आहे सर.''

''थोडे घे बेटा, आयुष्यात कधीतरी चांगल्या गोष्टींचा आनंद घेणं चांगलं असतं. मी तुझ्याबरोबर एक कप चहा घेतो.''

पोहे खरंच खूप छान होते. सरताजने थोडेसे खाल्ले आणि नंतर पुन्हा प्लेट भरून घेतले. परूळकर चहा घेऊन त्याच्याकडे प्रेमाने बघत होते. ते सध्याच्या केसेस आणि परूळकरांच्या कुटुंबीयांच्याबद्दल बोलले. परूळकरांच्या घराचं रिनोव्हेशन एकदाचं संपलं होतं आणि आता त्यांची मुलगी ममता, जिचा फॅमिली कोर्टात डिव्होर्स चालू होता, ती आणि तिची दोन मुलं आरामात राहू शकत होती. आयुष्य पुढे सरकत होतं. परूळकर खूश दिसत होते आणि त्यांचा जुना उत्साह परत आलेला दिसत होता. दुप्पट झालेला दिसत होता. ''आम्ही काही नवीन कम्युनिटी इंटरॲक्शन प्रोजेक्ट पुढच्या महिन्यात सुरू करू, दिवाळीनंतर,'' ते म्हणाले. ''नवीन वर्षासाठी नवीन काम.'' मग ते सरताजच्या गायतोंडे आणि त्याच्या अफेयरच्या गप्पा ऐकत बसले. त्यांना खात्री होती की, त्यातून काही साध्य होणार नाही. मान हलवून ते म्हणाले, ''ही सगळी अनावश्यक भीती आहे, त्यातली खऱ्या पुराव्यावर आधारित माहिती फार कमी आहे. ती बाई इकडून तिकडून गोष्टी कनेक्ट करते आहे आणि तिच्यासाठी पुढे न्यायला एक केस तयार करते आहे. करियर फतकल मारून बसलं असलं की, लोक अशा गोष्टी करतात. गुरू आणि बॉम्ब! नॉनसेन्स.''

सरताजला पूर्णपणे खात्री वाटली नाही. परूळकरांचा आत्मविश्वास खूपच दिलासा देणारा होता. शेवटी परूळकर म्हणजे अंतःप्रेरणा न चुकणारे व्यक्ती होते, ज्यांचा अटक आणि यशस्वी तपासांचं रेकॉर्ड अद्वितीय होतं. ''येस सर,'' सरताज म्हणाला. ''ही सगळी स्टोरी अफवांवर आधारित आहे, बाकी काही नाही.'' त्याने प्लेट मागे सारली. ''पोहे खूप छान होते.''

''कम ऑन, मी तुझ्यासाठी काहीतरी आणलं आहे,'' परूळकर म्हणाले.

सरताजला नेहमीप्रमाणे रोकडीचा बोजा अपेक्षित होता; पण परूळकर त्याला बेडरूममध्ये घेऊन गेले आणि त्यांनी एक राखाडी रंगाचा बॉक्स पुढे केला.

''उघड, उघड,'' ते म्हणाले.

सरताजने बॉक्सचं झाकण उघडलं, त्यावर त्याने कधीही न पाहिलेला लोगो होता आणि आत अत्यंत सॉफ्ट टिश्यू पेपरमध्ये गुंडाळलेले खूप चकचकीत आणि रुबाबदार शूज होते. त्याने आजवर असे शूज पाहिलेदेखील नव्हते. ते खूप साधे, सुंदर होते. सोलच्या भोवती असलेला प्रत्येक टाका त्यांचा दर्जा आणि उच्चता दाखवत होता. रंगही योग्य होता. लालसर तपकिरी, जास्त चकचकीत नाही; पण प्रभावी. हे अगदी आदर्श शूज होते.

''ते इटालियन आहेत सरताज. थेट इटलीहून आलेत. तुझा नऊ नंबर आहे, बरोबर?'' परूळकर म्हणाले.

त्या शूजच्या प्रभावातून बाहेर पडायला त्याला प्रयत्न करावा लागला. सरताज म्हणाला, ''येस सर.''

''कम ऑन, घालून बघ. माझ्या एका मित्राने ते मिलानहून आणले आहेत. मी त्याला साईझ वगैरे सांगितला होता. पाहू तुला बसतात का?''

सरताज बेडवर बसला, लेसेस सोडल्या. ज्या क्षणी त्याने नवीन शू उजव्या पायात सरकवला आणि उभा राहिला, त्याला ते परफेक्ट बसले हे लक्षात आलं. ''परफेक्ट फिट, सर.'' तो खोलीच्या या टोकापासून त्या टोकापर्यंत चालत गेला आणि आश्चर्याने मान डोलावली. शूजचं केवळ फिटिंग नव्हे जे अगदी तंतोतंत होतं; पण त्याचं वजन आणि मेकॅनिझमही उत्तम होतं. सरताज चालला. हा एक इटालियन शू होता, जो त्याच्या किमतीच्या अपेक्षेप्रमाणे उत्तमच होता.

''बरोबर,'' परूळकर म्हणाले. ''तर आता जुने फेकून दे. मला आश्चर्य वाटतं आहे की, ते शूज तू इतकी वर्षं वापरलेस.''

''हे शूज मी रोज रस्त्यावर वापरू सर?''

''अर्थातच सरताज. चांगल्या वस्तू कपाटात ठेवण्यासाठी नसतात. आयुष्य खूप अनिश्चित आहे, आपण ते उपभोगलं पाहिजे. घाल ते.''

सरताजने खाली वाकून पाहिलं. हो, हे शूज ऑफिसला ड्युटीवर घालणं शक्य आहे. ते अगदी उठून दिसण्यासारखे आहेत. कोणीही बघेल तर किती चांगल्या क्वालिटीचे आहेत, हे सहज लक्षात येईल. ''थँक यू सर.''

''मेन्शन नॉट,'' परूळकर हात हवेत फिरवत म्हणाले. त्यांनी खुशीत मान डोलवली. ''आता तू पुन्हा एकदा सरताज सिंगसारखा दिसतो आहेस.''

होमी मेहता त्यांच्या नेहमीच्या गतीने शांतपणे परूळकरांच्या पैशांच्या गड्ड्या मोजत होते. सरताज त्यांच्या ऑफिसमधल्या खुर्चीत मागे टेकून बसला, त्याचे हात डोक्यामागे आणि पाय सैल पुढे सोडलेले होते. त्याला बऱ्यापैकी आरामशीर वाटत होतं. हे खूपच मजेशीर होतं की, तुम्हाला एक जोडी शूजमुळे इतका आनंद आणि प्रसन्नतेचं इतकं मोठं भांडार हाती लागू शकतं; पण आयुष्यात अशाच लहान लहान गोष्टी खूप महत्त्वाच्या असतात. वैश्विक घटनांना काय नुकसान करायचं ते करू दे, अजूनही चांगलं वागणं शक्य होतं आणि हो आवश्यकही होतं. सरताजने बोटं मोडली आणि त्याच्या आवाजाने केवळ होमी मेहता नाहीत, तर तो स्वतःही दचकला.

''वीस. सगळे पूर्ण आणि बरोबर,'' होमी मेहता म्हणाले आणि त्यांनी रोकडीच्या बंडलांवर थोपटलं. ''तू आज खूश दिसतो आहेस.''

सरताजने किंचित खांदे उचलले; पण त्याला त्याच्या चेहऱ्यावरचं हसू लपवता आलं नाही. ''खूपच कम्फर्टेबल.''

''तू तुझे स्वतःचे काही पैसे आणलेस का?''

''नाही. आज नाही, अंकल.''

''अरे, किती वेळा सांगू तुला? तरुण आहेस, तेव्हाच बचत कर बाबा.''

''हो, माहीत आहे. मी भविष्याचा विचार केला पाहिजे. कदाचित, पुढच्या वेळी.''

''पुढच्या वेळी, पुढच्या वेळी, असं करता करता तुझं आयुष्य निघून जाईल. मी तुला सांगतो, ज्या दिवशी तू जागा होशील, तेव्हा म्हातारा झालेला असशील... आणि तुझी सुरक्षितता कुठे आहे? तू तुझ्या बायकोला कसं सपोर्ट करणार?''

''माझं लग्न झालेलं नाही अंकल.''

''हो, हो; पण होईल. तुला तुझ्या मुलांवर विसंबावं नाही लागणार. मी सांगतो, विशेष करून आजच्या जगात.'' होमी मेहता आता उठून उभे राहिले आणि पैशांच्या गड्ड्या काळ्या प्लॅस्टिकच्या पिशवीत भरू लागले. त्यांच्या लिननच्या शर्टाचा पांढरा रंग अगदी त्यांच्या नीटनेटक्या विंचरलेल्या केसाना अगदी मॅचिंग होत होता. ''तुझी मुलं चांगली निघतील यात शंका नाही; पण त्यांच्याकडे पैसे मागणं हे किती लाजिरवाणं असेल, नाही का?''

''अंकल, तुम्ही माझं लग्न लावून माझी मुलंही जन्माला घालून दिली अगोदरच. तसंही माझी रिटायरमेंट अजून तितकी जवळ आलेली नाही. अजून खूप वेळ आहे.''

''हो, हो, तेच तर मी म्हणतो आहे. वेळाचा सदुपयोग कर सरताज. तुझी स्ट्रॅटेजी ठरव. टार्गेट ठेव आणि स्कीम तयार कर. मी तुला मदत करू शकतो.''

सरताजच्या अतिशय सुस्तपणामुळे होमी मेहता पूर्णपणे गोंधळून गेले होते की, हा माणूस भविष्याच्या काही योजना न करता आणि काही क्लिष्ट रूपरेखा न ठरवता जगतो आहे. ''ओके अंकल. तुमचं अगदी बरोबर आहे. पुढच्या वेळी मी नक्की इथे बसून सगळं तुमच्याबरोबर डिस्कस करेन. आपण उद्दिष्ट लिहून काढू आणि...'' सरताज बोलताना या पायऱ्यांचे हातवारे करत होता.

''चार्ट्स.''

''हो, चार्ट्स. काळजी करू नको. आपण सगळं करू. सगळ्याची काळजी घेतली जाईल. आपण तयार करू या.'

लिफ्टमध्ये एक भाजीवाला त्याची कांदे-टोमॅटोची टोपली घेऊन असल्याने सरताज अगदी कोपऱ्यात उभा राहिला होता. लिफ्ट बऱ्याच मजल्यांवर थांबली आणि लिफ्टमनने मध्ये मध्ये अनेक साहेब, नोकर, आया, धोबी यांना घेत घेत खाली आणलं. सरताज विचार करत होता की, आयुष्य म्हणजे किती विलक्षण असतं ना, तुम्हाला एकाच वेळी ते धरूनही ठेवावं लागतं आणि सोडूनही द्यावं लागतं. तुम्हाला आनंद उपाभोगायचाही असतो आणि त्याच वेळी तुम्हाला प्लॅनिंगसुद्धा करावं लागतं, तुमची एकाच वेळी जगूही इच्छिता आणि प्रत्येक क्षणाला मरतही असता आणि संकटांचं काय? समजा, केबल तुटली आणि लिफ्ट खाली पडली तर... आतल्या बायका-पुरुषांचं वजन घेऊन लिफ्ट खाली अंधारात कोसळेल आणि ते सगळे मग त्यांच्या वाया गेलेल्या दिवसांबद्दल, तासांबद्दल दुःख करतील किंवा कोणी

मागे उरले असतील, त्यांची चिंता करतील. लिफ्टच्या दरवाजामधून येणारा उजेडाचा पट्टा सरताजच्या डोळ्यांवर येत होता. त्याला अतिशय हलकं आणि मिथ्या वाटू लागलं, तरीही रक्तामांसाने आणि गतिशील असल्यासारखं वाटलं.

लिफ्ट तळमजल्यावर आली आणि थांबली. सरताजने सगळे प्रश्न, गृहीतं आणि कल्पना झटकून टाकून बाहेरच्या भगभगीत उजेडात पाऊल टाकलं. खूप काम करायचं होतं. तो बिल्डिंगच्या गेटपाशी पोहोचलाच होता, तेव्हा त्याचा फोन वाजला.

''सरताज साहेब, सलाम.''

''सलाम इफ्फात बीबी, सगळं ठीक?''

''हो; पण तू माझा दिवस अजून चांगला करू शकतोस.''

''बोला.''

''मी ऐकलं की, तू शहरात आमच्या जवळच आला आहेस. आम्हाला तुझा पाहुणचार करण्याची संधी का देत नाहीस?''

सरताजने तिचं बोलणं तोडत म्हटलं, ''तुम्हाला कसं माहीत मी कुठे आहे?''

''आरे साहब, आम्ही तुमचा पाठलाग नाही करत आहोत. नाही नाही, ते असं झालं की, परूळकर साहेब तुम्हाला ज्या माणसाकडे त्यांचा पैसा घेऊन पाठवतात, त्यांच्याशी आम्हीही व्यवहार करतो. आमच्या एका मुलाने तुम्हाला पाहिलं, त्याने मला सांगितलं. बास इतकंच.''

सरताज आता रस्त्यावर आला होता. तो झटकन वळला; पण त्याच्या मागे केवळ साधारण पादचारी लोक जात-येत होते. त्यांच्यातला कोणी फिल्डर असेल, असं वाटत नव्हतं. ''तुमची मुलं सगळीकडे आहेत.''

''आमचे खूप नोकरचाकर आहेत, हे खरं आहे. साहेब, आम्ही फोर्टमध्ये कुठे आहोत ते तुम्हाला माहीत आहे. या आमच्याबरोबर जेवायला या.''

''का?''

''का? मी तुमची शुभचिंतक आहे म्हणून आणि मला वाटतं की, तुम्हीही माझे शुभचिंतक आहात.''

''तुम्हाला अचानक मला का भेटायचं आहे?''

इफ्फात बीबीने एक मोठा सुस्कारा सोडला. जेव्हा ती पुन्हा बोलली, ती अजिबात कोणी दयाळू म्हातारी बाई नव्हती. तिचा आवाज आता जरा हळुवार झाला होता; पण कडक झाला होता. ''एक प्रपोजल आहे जे मला तुम्हाला समोरासमोर द्यायचं आहे.''

''मला इंटरेस्ट नाही आहे.''

''मला काय म्हणायचं आहे ते किमान ऐकून तरी घ्या.''

''नको.''

''का? आपण यापूर्वीही एकमेकांच्या बरोबर व्यवहार केला आहे.''

''ते छोट्या गोष्टींवर आणि मी एक खूप छोटा माणूस आहे. माझ्यात मोठ्या प्रपोजल्सची क्षमता नाही आहे.''

''तुला छोटं असण्यातच धन्यता आहे का?''

''मी आनंदी आहे.''

यावर तिचं हसणं अगदी उपहासात्मक होतं. ''हा एका भ्याड माणसाचा आनंद आहे. तू परूळकरची छोटी छोटी कामं कधीपर्यंत करत राहशील? तो माणूस करोडो कमावतो आणि तू, किती? तुझं प्रमोशन अजून झालेलं नाही आणि ते तुझी मदत करतात? सरताज साहेब, परूळकर तुमचे हितचिंतक नाहीत.''

''त्यांच्याबद्दल काही बोलू नका,'' सरताजचा हात थरथरत होता आणि त्याला त्याचा आवाज चढू नये म्हणून प्रयत्न करावा लागला. ''एक अक्षरही बोलू नका, समजलं?''

''तुझी त्यांच्यावर खूपच निष्ठा आहे.''

सरताज थांबला. त्याला आता विश्वास बसला की, ही म्हातारी कुतीया एखादी कंपनी चालवायला मदत करत असणार आणि खुनाच्या आणि अपहरणाच्या ऑर्डर सोडत असणार.

''पण ते तुझ्याशी निष्ठावान नाहीत,'' इफ्फात बीबी म्हणाली. ''ते तुझ्या वडिलांशीही प्रामाणिक नव्हते...''

''भेन्चोद, शट अप.'' सरताजने फोन ठेवला. तो रस्त्यावर चालत गेला आणि नंतर त्याच्या लक्षात आलं की, त्याची जिप्सी मागेच राहिली आहे. तो परत आला, ड्रायव्हर सीटमध्ये घुसला आणि हात स्टियरिंगवर ठेवून शांत बसला. रागावण्याची खरंतर काही गरज नव्हती. ती रंडी फक्त त्याला हाताळायला बघत होती. हो, आणि ती यशस्वी झाली होती. शांती... शांती...

सरताजने अखेर गाडी स्टार्ट केली आणि तो ट्रॅफिकमध्ये शिरला. आता तो विचार करू शकत होता. प्रश्न हा होता की, इफ्फात बीबी आजच त्याला परूळकरांच्याबद्दल या गोष्टी का सांगत होती? का आणि कधी परूळकर तिच्याशी किंवा तिच्या कंपनीशी त्यांच्यात रुची नसल्यासारखे वागले? हे बहुतेक खरं होतं की, ते आजकालच्या सरकारच्या जवळीक ठेवून होते; पण ते फक्त टिकून राहण्यासाठी होतं म्हणून काय इफ्फात बीबी परूळकरची शत्रू झाली का?

सरताजकडे यातल्या कोणत्याही प्रश्नांची उत्तरं नव्हती आणि त्याला परूळकरांना काही विचारायचंही नव्हतं. त्याने परूळकरांच्या मोठ्या कामांमधून स्वतःला दूर ठेवलं होतं, त्यांच्या निष्ठेतल्या गुंतागुंतीच्या नेटवर्कपासून आणि पैशापासूनही स्वतःला दूर ठेवलं होतं. त्याला माहीत करून घ्यायचं नव्हतं. कारण, त्याला त्यात जायचंच नव्हतं. अतिमहत्त्वाकांक्षा, सत्ता आणि संपत्ती यांच्या ग्रहांच्या ताकदीची त्याला भीती वाटत होती आणि त्याला त्यात तो असाहाय्यपणे ओढला जाईल, याचीही भीती वाटत होती. हो, कदाचित इफ्फात बीबीचं बरोबर होतं की तो भ्याड होता. त्या चक्रात अडकण्याचं त्याच्यामध्ये पुरेसं धाडस नव्हतं. तो घाबरलेला होता. एखाद्या लहान मुलांसारखा घाबरलेला होता की त्याच्या वेगामुळे तो छिन्नभिन्न होईल.

जोवर त्याने माहीम ओलांडलं, अजूनही एक प्रश्न त्याला छळत होता आणि तो म्हणजे पापाजीसुद्धा असेच घाबरलेले होते का? कदाचित, पापाजींची एकनिष्ठता आणि जे काही थोडं सरताजने स्वतः पाहिलं होतं, ते त्यांच्या भीतीतून निर्माण झालं होतं? कदाचित, ते दोघं फार जास्त काही मागण्याइतके मोठे नव्हते. छोट्या मनांसाठी छोटी बक्षिसं पुरेशी होती; पण या काटेरी अडथळ्यापासून परत यायला मार्ग नव्हता. सरताजला इफ्फात बीबीबरोबर

काहीही व्यवहार करायचा नव्हता. त्याला परूळकरबद्दल काही माहीत करून घेण्यात रस नव्हता आणि तेच खरं होतं. त्याने गाडीचा वेग वाढवला आणि मनातलं सगळं मागे सोडून देण्याचा प्रयत्न केला.

सरताज कमला पांडेला एस. व्ही. रोडच्या एका कॉफी शॉपमध्ये भेटला. ती त्या दिवशी दुपारी बांद्र्याला शॉपिंगला जाणार होती, असं म्हणाली होती आणि कॉफी शॉप भेटायला तशी सोयीची जागा होती. ती कॉफी शॉपमध्ये मागच्या बाजूला बसलेली होती आणि शेजारी दोन गच्च भरलेल्या शॉपिंग बॅग्स होत्या आणि त्यापलीकडे उमेश बसला होता. सरताजला उमेश येईल हे अपेक्षित नव्हतं; पण तो आला होता. तो काळी जीन्स आणि पांढरा टी-शर्टमध्ये तेजस्वी आणि सुंदर दिसत होता. तो कमलाच्या जवळ बसला होता. त्याचा हात तिच्या खांद्यावर होता आणि सरताजला खात्री नव्हती की, ते दोघं पुन्हा सिक्रेट गर्लफ्रेंड बॉयफ्रेंड नाही आहेत ना; पण त्याला ही खात्री होती की, इतक्यात काहीतरी हरामखोरी निश्चित केलेली होती... काहीतरी ओढाओढी आणि कांबळेने काय ते नक्की ओळखलं असतं.

''हॅलो,'' तो म्हणाला.

सरताजने खुर्ची ओढली आणि तो बसला. त्याने फक्त मान हलवली आणि काही बोलला नाही. कमला थोडी वळून बसली आणि अगदी लहान मुलीच्या आवाजात म्हणाली, ''मी उमेशला यायला सांगितलं. मला वाटलं की, तो काही मदत करू शकेल.''

सरताजने त्याचा आवाज अगदी हळुवार ठेवला आणि अगदी न्यूट्रल. ''जर तुम्हाला ही केस प्रायव्हेट ठेवायची असेल, तर खरंच प्रायव्हेट ठेवा.''

उमेश टेबलावर पुढे झुकून बसत म्हणाला, ''इन्स्पेक्टर साहेब, तुम्ही म्हणताय ते अगदी बरोबर आहे; पण कमला या सगळ्यात एकटी आहे, तुम्ही बघताच आहे. तिला थोड्या आधाराची गरज आहे. मी असा एकटाच आहे की, ज्याच्याशी ती या सगळ्याबद्दल बोलू शकते. एका स्त्रीला आधाराची गरज असते.''

तो खरंच खूप गोड होता, तरुण... आत्मविश्वासाने भरलेला. त्याचे केस कपाळावर आले होते आणि त्याचं हसू खूप गोड होतं, अगदी लहान मुलासारखं. सरताज यातलं काहीच नाकारू शकला नाही. ''हो,'' सरताज म्हणाला. ''पण...''

''इन्स्पेक्टर साहेब तुम्ही कॉफी घ्याल का?'' उमेशने विचारलं. ''घ्या. इथली कॉफी खूप छान असते.''

''नाही, मी घाईत आहे,'' सरताज म्हणाला.

''कॅपेचीनो घेऊन बघा.'' उमेशने आग्रह केला. त्याने काउंटर मागच्या मुलाला बोलावण्यासाठी हात वर केला. ''हरीश, इकडे एक कॅपेचीनो.''

सरताजने सोडून दिलं. त्याला कॅपेचीनो काय असते याची साधारण अस्पष्ट कल्पना होती आणि त्याला माहीत होतं की, त्याला ती नको होती; पण चार्मिंग उमेशशी वाद घालण्यात अर्थ नव्हता. ''आम्ही केसमध्ये प्रगती करतो आहोत,'' तो कमलाला म्हणाला. ''काही ब्रेक थ्रू मिळाले आहेत. पाहू या आता त्यातून काय हाती लागतं.''

''काय ब्रेक थ्रू?'' कमलाने विचारलं. ती खूप उत्सुक आणि उत्साहित होती.

''मी तपशिलात बोलू शकत नाही मॅडम. केसचा तपास अजून सुरू आहे.''

''प्लीज, काय आहे ते?'' कमला म्हणाली.

सरताजने मान नकारार्थी हलवत म्हटलं, ''जेव्हा काहीतरी ठोस हाती लागेल, तेव्हा मी तुम्हाला सांगेन. ते फक्त एक कनेक्शन आहे.''

''त्याचा रसेलशी काही संबंध आहे?''

''कदाचित.''

''तुम्ही नक्कीच कमलाला सांगू शकता. जी काही अट असेल...''

''काय अट?'' सरताजने विचारलं.

उमेशने खांदे उडवले. त्याने मान कमलाच्या एका शॉपिंग बॅगकडे झुकवत इशारा केला. त्यातून उंची बुटिक टिश्यू पेपर्सच्या चौकोनांतून एक ब्राऊन पाकीट डोकावत होतं.

''ओह... त्या अटी,'' सरताज म्हणाला. त्याने टेबलावरून हात पुढे करून ते पाकीट अंगठा आणि तर्जनीच्या चिमटीत पकडून उचललं. त्यात नोटांची एक गड्डी होती. सरताजने ते पाकीट कमलाच्या शॉपिंगच्या वस्तूंमध्ये तसंच टाकलं आणि तो उठला.

''तुम्ही कुठे जाताय?'' कमलाने विचारलं.

''प्लीज, एक गोष्ट समजून घ्या,'' तो हे उमेशकडे बघत म्हणाला. ''मी तुमचा नोकर नाही आहे. तुम्ही माझे बॉस नाही. तुमचे पैसे ठेवून घ्या.'' आणि नंतर इंग्लिशमध्ये म्हणाला, ''गुड लक.''

''अरे बॉस, तुम्ही रागावलात असं दिसतंय,'' उमेश म्हणाला, ''मला तसं काहीही म्हणायचं नव्हत.'' आता उमेश उठून उभा राहिला होता. ''सॉरी, सॉरी,'' म्हणत त्याने एक हात सरताजच्या खांद्यावर ठेवला आणि नंतर पटकन काढून घेतला.

सरताजला कल्पना होती की, त्याच्या चेहऱ्यावर भीतिदायक भाव होते आणि हेही की कमला बऱ्यापैकी घाबरली होती. तिने कधीही पोलीसवाल्यांचे असे भावहीन डोळे पाहिले नव्हते, ज्यात हिंसेचं आश्वासन असतं. तिला असं घाबरवल्याबद्दल सरताजला एक क्षण प्रश्चात्ताप वाटला; पण उमेश मात्र त्याच्या अविश्वासाखाली मोडून गेला होता. सरताजला त्याच्या त्या गोंधळलेल्या अवस्थेची मजा वाटत होती. तितक्यात सरताजच्या कोपरापाशी कोणीतरी उभं आहे, असं त्याला दिसलं. ''कॅपेचीनो,'' कॉफी घेऊन आलेला मुलगा खूप तरतरीतपणे म्हणाला. त्याला टेबलापाशी जो तणाव होता, त्याची काही कल्पना नव्हती. सरताजने त्या फेसाळलेल्या कपाकडे पाहिलं आणि जेव्हा त्याने पुन्हा उमेशकडे पाहिलं, त्या माणसाचा प्रभाव परत आला होता.

''इन्स्पेक्टर साहेब,'' उमेश म्हणाला, ''खरंच. आय एम सॉरी. मी मूर्ख आहे. मी मूर्ख आहे. इडियट आहे. माझ्यामुळे कमलाला त्रास होता कामा नये.''

हरीश, तो कॉफी घेऊन आलेला मुलगा आता हे नाटक डोळे मोठे करून पाहत होता. सरताजला त्याच्या मूर्खपणाचा राग आला. सकाळी मोहितच्या रागामुळे आणि त्याच्या मोहितच्या भविष्याच्या विचाराने तो घाबरला होता. नंतर पुन्हा इफ्फात बीबीमुळे तो चिडला होता आणि आता तो सगळा राग कमलावर काढत होता. उमेश खरंच पश्चात्तापाने आणि वाईट वाटल्यामुळे झुकला होता. त्याच्यामध्ये एक प्रकारची असुरक्षितता होती, जी सरताजने आजवर कधी पाहिली नव्हती. सरताजने मान हलवली, हरीशकडून कॉफीचा कप घेतला आणि म्हणाला, ''ओके.'' तो बसला आणि हरीश सुरक्षित अंतरावर गेला तोवर थांबला. ''ठीक आहे,'' तो आता कमलाला म्हणाला. ''जेव्हा तुम्हाला सांगण्यासारखं काहीतरी कॉँक्रीट असले, तेव्हा मी तुम्हाला सांगेन.''

कमलाने घाईने मानेने हो म्हटलं. ''हो हो, चालेल,'' ती म्हणाली.

उमेश आता त्याच्या खुर्चीत सरताजपासून मागे सरकून बसला होता. ''आधी कॅपेचीनो ट्राय करून बघा सर,'' तो म्हणाला. ''ती खरंच खूप छान असते.''

सरताजने एक घोट घेतला. कॉफी, तिच्या विदेशी नावासारखीच उच्च आणि दाट होती. त्याने शॉपमध्ये एक नजर फिरवली, हलक्या रंगाच्या भिंतीवरून आणि युरोपमधल्या रस्त्यांवरच्या फोटोंवरूनही. हरीश आता साधारण अठरा वर्षांच्या मुलांच्या एका घोळक्याला सेवा देत होता. पुढच्या बाजूच्या टेबलांवर विद्यार्थी त्यांचे चमकते, चंकी शूज आणि काळजीपूर्वक स्टाइल केलेल्या केसांसह बसले होते. आम्ही कॉलेजमध्ये असताना अशा जागाच नव्हत्या, सरताजच्या मनात आलं. मेघा आणि तो एकमेकांना इराणी रेस्टॉरंटमध्ये थंड चहा पीत आणि टकलू बिझनेसमन लोकांच्या नजरा झेलत खेटून बसत.

''साखर?'' उमेशने विचारलं.

''ती पुरेशी गोड आहे,'' सरताज उत्तरला. उमेशच्या कपाशेजारी एक छोटीशी हिरवी कार होती, त्याच्या किचेनला जोडलेली दिसत होती. ''ही काय आहे?''

''फरारी,'' उमेशने सांगितलं.

सरताजने बोटाच्या टोकाने ती कार फिरवली आणि टेबलावर पुढे मागे केली. ते एक एकदम परफेक्ट मॉडेल होतं. ''मागच्या वेळी वेगळी होती ना? लाल?''

''हो, ती पोर्शे होती.''

सरताजने मानेने हो म्हटलं आणि म्हणाला, ''मग तुला ही फरारी जास्त आवडते का?''

उमेशने दोन्ही हात वर उचलले आणि गोंधळून गेल्यासारखं, आश्चर्य व्यक्त केलं. ''अरे, इन्स्पेक्टर साहेब,'' तो म्हणाला. ''काय एखाद्या माणसाकडे काय एकच गाडी असेल का? माणसाला एकापेक्षा जास्त गाड्यांची आवश्यकता असते.'' यातला उपहास त्यातल्या वक्रोक्तीपेक्षाही भारी होता; पण त्याला हे माहीत होतं की, उमेश एक खोडकर मुलगा होता आणि तो खूप सुंदरही होता, त्यामुळे त्याच्यावर रागावणं अशक्य होतं. अगदी कमलालासुद्धा. तिने डोळे गोल फिरवले; पण तिच्या डोळ्यांतला आनंद ती लपवू शकली नाही.

''मग तुझ्याकडे प्रत्यक्षात या गाड्या आहेत का?'' सरताजने विचारलं. हा तसा नीच प्रश्न होता; पण सरताजला तो विचारावा लागला. उमेशने त्याला त्याचं वय झाल्याची जाणीव करून दिली होती. एक काळ होता, जेव्हाच्या सरताजला दिखाऊ स्त्रिया, गाड्या लागायच्या, तेही खूप साऱ्या आणि त्याला वाटायचं की, तो त्यासाठी पात्र आहे.

''तुम्ही बघा, खरंतर...'' उमेश म्हणाला.

कमलाने उमेशच्या खांद्यावर चापट मारली. ''शट अप,'' ती उमेशला म्हणाली आणि नंतर सरताजला म्हणाली, ''त्याच्या स्वप्नात त्या गाड्या त्याच्या मालकीच्या आहेत. तो दर महिन्याला सहा कारची मासिकं विकत घेतो. त्याच्या घरी भिंतीवर पोस्टर्स आहेत.''

''तो माझा छंद आहे. ती खूपच छान मशिन्स आहेत,'' उमेश म्हणाला. त्याच्या आवाजात एक गोड औत्सुक्य होतं आणि अति उत्साहाची ऊर्जा होती. ''आणि तसंही, तू बऱ्यापैकी चुकते आहेस. माझ्या भिंतीवर कोणतीही पोस्टर्स नाहीत, तर स्क्रीन आहे.''

''ओह, हं... नवीन फिल्म थिएटर,'' कमला हसत म्हणाली.

''तुझ्या घरी फिल्म थिएटर आहे?'' सरताजने आश्चर्याने विचारलं. ''प्रोजेक्टर आणि सगळं?''

''नाही, फिल्म प्रोजेक्टर नाही.'' त्याच्या चेहऱ्यावर सरताजला नवीन काही माहीत नसल्याबद्दल सहनशील हसू होतं. ''हो, सोनीचा उच्च दर्जाचा डीव्हीडी प्लेयर आहे, ज्याला एलसीडी प्रोजेक्टर जोडला आहे. चाळीस फुटांवरचं चित्रसुद्धा दिसतं.'' उमेशने हात फाकवले होते. ''आणि कोणत्याही सिनेमामध्ये दिसणाऱ्या चित्रापेक्षा उत्तम चित्र दिसतं त्यावर. मी नवीन सान्यो एम्पलीफायरदेखील जोडला आहे आणि बोसचे स्पीकर्स. तुम्ही तिकडे आवाज सुरू केला की, इकडे जाणवतो,'' त्याचा हात छातीवर हलकेच आपटत तो म्हणाला. त्याचे डोळे त्याच्या आवडीमुळे ओलसर झाले होते. ''तुम्ही कधीतरी यायला हवं, सिनेमा बघायला.''

यावर कमला म्हणाली, ''तो तुम्हाला कोणता तरी अमेरिकन रेसिंग मूव्ही दाखवून बोअर करेल. दोन तास कार गोल गोल फिरत राहतील.''

''नाही, नाही,'' उमेशने लगेच तिचं बोलणं खोडून काढलं, त्याने हाताने काहीतरी कापल्याची खूण करत म्हटलं, ''आपण पोलीस मूव्हीही बघू शकतो. मी तुम्हाला सांगितलं ना, मला डिटेक्टिव्ह स्टोरीज खूप आवडतात.''

सरताज अजूनही चौदा फूट स्क्रीन आणि प्रोजेक्टर एका मुंबईच्या अपार्टमेंटमध्ये... याची कल्पनाच करत होता. ''तुमच्याकडे या स्क्रीनसाठी खास खोली आहे?''

''नाही यार, माझ्या बेडरूममध्येच आहे. तुम्हाला त्यासाठी फार जागा लागत नाही, प्रोजेक्टर हा इतका असतो... इतकाच. तुम्ही एकदा या बघायला.''

''कदाचित कधीतरी,'' सरताज म्हणाला आणि तो उभा राहिला. ''मला आता खूप काम आहे. त्याची किंमत काय असते...प्रोजेक्टरची आणि साउंड वगैरे सगळं?''

''ओह... फार नाही,'' उमेश म्हणाला. ''अर्थातच तो खासकरून इम्पोर्ट केलेला आहे, त्यामुळे थोडी किंमत मोजायला तयार हवं आपण; पण जेवढी तुम्हाला वाटते आहे, तेवढी तरी नक्कीच नाही.'' त्याने चेहऱ्यावर बोटांच्या टोकाने खूण करत म्हटलं.

''काय?'' सरताज म्हणाला.

उमेश प्रेमाने म्हणाला, ''मित्रा, तुझ्या मिशीवर फेस लागला आहे,'' आणि त्याने एक टिश्यू पेपर पुढे केला आणि दुसऱ्या हाताने ते ब्राऊन पाकीट पुढे धरलं, ''घ्या.''

सरताजने दोन्ही घेतलं. ''डोन्ट वरी,'' तो चेहरा पुसत कमलाला म्हणाला. ''आम्ही केसच्या मागावरच आहोत.'' कमलाने तिला खात्री वाटल्यासारखे भाव चेहऱ्यावर आणले; पण तिच्या सुंदर गालांच्या चकाकीवर तिच्या मनातल्या शंका दिसून आल्या. सरताजला थोडा संकोच वाटला म्हणून तो पुढे म्हणाला, ''आणि हो, रसेलच्या बाबतीत थोडी प्रगती आहे. मी म्हटलं तसं, डोन्ट वरी.''

आता कमला ताठ बसली आणि तिने हसून होकारार्थी मान हलवली. उमेशही आनंदी दिसत होता, त्याच्या चेहऱ्यावर काहीसा उपकृत भाव होता. कदाचित, त्याचं कमलावर प्रेम होतं. छान मुलगा आणि आवडण्यासारखा. ''ओके,'' कमला हसून म्हणाली, ''थँक्स.''

तिला आणि उमेशला एकमेकांशी कुजबुजत सोडून सरताज निघाला... ममता, कदाचित किंवा त्यांच्या एकत्रित घालवलेल्या भूतकाळाच्या आठवणी. नाही, सरताजला खात्री होती की, उमेश नक्कीच तिने शोधलेल्या तपास करणाऱ्याच्या अनिश्चित क्षमतेविषयी बोलत होता. सरताजला कॉफीशॉपच्या काचेमध्ये त्याची स्वतःची एक झलक दिसली, जेव्हा त्याने

मोटारसायकलवर टांग टाकली. ते खूपच स्टायलिश होतं; पण ते करणारा माणूस अजिबात शेपमध्ये नव्हता; त्याने जुन्या स्टाइलचा चेक्सचा शर्ट आणि निळी जीन्स घातली होती. पगडी अजून तरी ठीक होती आणि फक्त तिच्याखाली असलेला चेहरा काळाच्या आघाताने मोडून गेलेला होता. उमेशच्या फॉरेन मूव्हीमधले डिटेक्टिव्ह नक्कीच दिसायला याहून चांगले असणार, चांगले कपडे घालत असणार आणि एकूणच चांगली व्यक्ती असणार. तेवढं तरी खरं होतं, यात शंका नव्हती.

सांताक्रूझ एअरपोर्टच्या पुढे, नॉर्थ रोडला, सरताज इतर सत्यांबद्दल विचार करत होता. तो खरंतर कमलाचा नोकर होता. त्याला महान भारतीय सरकारकडून पगार मिळत होता, सरकारी रेट्स इतका कमी; पण हेही खरं होतं की, पगाराचे चेक नियमितपणे कमला पांडेसारख्या चांगल्या वागणुकीच्या नागरिकांच्या मुळेच येत होते. तिच्या ब्राऊन पाकिटातील कॅशमुळे तो तिचा डबल नोकर होता आणि तरीही तो उठून उभा राहिला होता आणि तिचा नोकर, शिपाई, हमाल नसल्याचं ठामपणे म्हणाला होता. एक हलकं विमान डावीकडून वर उडालं आणि सरताजने ते त्याला ओलांडून निळ्या आकाशात झेपावताना पाहिलं. आता ट्रॅफिकची गती वाढली होती आणि काही सेकंद सरताजला असा भास झाला की, तो त्या विमानाच्या वेगानेच जातो आहे. नंतर ते दूर गेलं. त्याच्या मनात आलं की, उमेश आणि कमलासारख्या लोकांशी स्पर्धा करण्याच्या तो कित्येक पट मागे आहे. हे सगळं यशाच्या आणि विजयाच्या मोहात पडल्यामुळे झालं होतं; पण त्याचा स्वाभिमान अजूनही जिवंत होता. तो नक्की काय होता याची आठवण करून दिली, तर त्याला अजूनही राग येत होता... तो एक सिव्हील सर्व्हंट होता... ना कमी ना जास्त. ब्लडी सरदार, ब्लडी पोलीसमन... त्याच्या मनात आलं.

आज दुपारी कांबळे पोलीसवाला असण्याची मजा घेत होता. त्याने एक चोरीची केस सोडवली होती. एका बिल्डिंगचा वॉचमन आणि त्याचे दोन मित्र... कांबळेने या केसमधून आरोपीकडून बऱ्यापैकी पैसेही मिळवले होते. तो डिटेक्शन रूममध्ये बसून रिपोर्ट लिहिताना सरताजला दिसला. ''या या साहेब,'' तो म्हणाला. ''या बसा.'' नंतर तो एका हाताने रिपोर्ट लिहीत, दुसऱ्या हाताने कपातील चहाचे घोट घेत होता. सरताजला त्याच्या केसबद्दल सांगत होता. जेव्हा त्याचं लिहून झालं आणि त्याने रिपोर्ट फाइल केला, तेव्हा ते स्टेशनच्या मागच्या बाजूला गेले. कम्पाउंड वॉलच्या बाजूने, मंदिराच्या भोवताली त्यानी एक चक्कर मारली. ते एका बाजूला झुकलेल्या झाडाखाली थांबून बोलत उभे राहिले.

''त्या टकलूने ज्या नंबरला फोन केला, तो ज्या नावावर रजिस्टर केलेला आहे...'' कांबळे म्हणाला; ''पण एक मिनिट...तुझा विश्वास बसणार नाही. तुला कोण असेल असं वाटतं, सांग.''

मोबाईल फोन कंपनीत कांबळेच्या चांगल्या ओळखी होत्या. तिथून अशी मदत आणि माहिती मिळवण्यासाठी किती कष्ट करायला लागतात, तेसुद्धा अशा अनऑफिशियल केसमध्ये... आणि त्याला गोष्टी पुढे नेण्यासाठी अजून कॅश कशी लागत होती, वगैरेंबद्दल त्याने बरीच बडबड केली होती. आता तो स्वतःवर खूपच समाधानी दिसत होता. कारण, त्याच्या ओळखींमुळे आणि त्यांच्या विश्वासार्हतेमुळे त्याचं काम झालं होतं. ''कम ऑन कांबळे,'' सरताज म्हणाला, ''इथे खूप उकडतंय.''

ही झाडं परूळकरांनी लावली होती आणि आता ती मोठी झाली होती. ती उंचही झाली होती; पण दुर्दैवाने सुकल्यासारखी दिसत होती. त्यांची पानं, फांद्या गळाल्या होत्या. त्यांची सावली मिळत नव्हतीच. कांबळेच्या खांद्यावर उन्हाची तिरीप येत होती, त्यामुळे तो घामाने निथळत होता. ''बॉस, तू खरंच सांगू शकणार नाहीस,'' तो म्हणाला. त्याने खिशातून एक कागदांची भेंडोळी अगदी ऐटीत बाहेर काढली. ते कॉम्प्युटरचे कागद होते, ज्याला बाजूने अजूनही भोकाच्या पट्ट्या चिकटलेल्या होत्या. ''एकदा बघ,'' ते कागद समोर नाचवत कांबळे म्हणाला.

सरताज खांदे उडवत म्हणाला, ''मिनिस्टर बिपीन भोसले?''

कांबळे पुढे झुकला आणि हसला. ''हो, त्याला भारतातल्या सगळ्या अशा चरित्रहीन बायकांना लॉक अपमध्ये टाकायचं आहे; पण नाही. हा तो नाही. ऐक. पत्ता कोणता तरी कोलाबामधील बनावट आहे, तो अस्तित्वात नाही; पण नाव... कमला पांडे.''

''नाही.''

''हो. इथे तेच लिहिलं आहे. कमला स्लूट पांडे.''

''मला बघू जरा,'' म्हणत सरताजने त्याच्या हातातून सगळ्यात वरची प्रिंट आउट घेतली. ''ते स्लूट नाहीये,'' तो म्हणाला, ''ते स्लट आहे.''

''म्हणजे?''

''इंग्लिश शब्द आहे तो म्हणजे रंडी.''

''रांड?'' कांबळे डोक्यावर हात फिरवत म्हणाला. ''टकलू त्याच्या बॉसला फोन करतो, त्या कुतीया रसेलला आणि ती साली आपल्यावर हसते आहे.''

''मला वाटतं, कमलावर,'' सरताज म्हणाला. ''मला नाही वाटत की, रसेलला तो नंबर कोणाला सापडेल असं वाटलं असेल. खरंच. तिला वाटतं की, ती खूप स्मार्ट आहे. तिच्यासाठी हा सगळा जोक आहे.''

''भेन्चोद. आता मला तिला पकडायलाच पाहिजे,'' कांबळे म्हणाला, ''या पैशासाठी नव्हे.''

सरताजने ते ब्राऊन पाकीट कांबळेच्या हातावर ठेवलं, जे आता मागच्यावेळेपेक्षा अर्ध्याहून अधिक हलकं होतं. ''आपण पकडू तिला. तुला अजून काय मिळालं?''

''या फोनवर एक महिना होत असलेले कॉल्स, इनकमिंग आणि आउटगोइंग. ते सगळे त्याच मोबाईल नंबर वरून आहेत. तो बहुदा त्या टकलूचा मोबाईल असावा, जो त्याने सिनेमापाशी वापरला.''

म्हणजे टकलू आणि त्याचा साथीदार यांच्याकडे एक मोबाईल नंबर होता. ते तो फक्त या नंबरवर फोन करण्यासाठी वापरत होते, त्यांच्या बॉसपर्यंत पोहोचायला आणि त्यांची बॉस कोण, तर या अजून बिचाऱ्या 'स्लट'ला जज करणारी – रसेल मथिअस – ती तिचा मोबाईल त्यांना फोन करण्यासाठी वापरत होती. खूप हुशार, खूपच काळजीपूर्वक. ''तो दुसरा, टकलूचा फोन नंबर काय नावाने आहे?''

''सेम... अगदी तेच नाव... अगदी सेम टू सेम... स्लुट वगैरे सगळं.''

म्हणजे कमला दोन वेळा स्लट ठरली होती तर. आता सरताजलासुद्धा रसेलला पकडायचं होतं आणि तेही पैशासाठी नाही; पण ते दोन्ही मोबाईल फोन ज्याच्यावरून

एकमेकांना फोन केले जात होते, त्यांनी प्रॉब्लेम उभा केलेला होता. ते ज्या पत्त्यावर रजिस्टर केले होते, ते नक्कीच बनावट असणार होते आणि सिमकार्डचा रिचार्ज करण्याची पेमेंट रोखीने केलेली असणार होती. ही एक बंद सिस्टिम होती.

पण कांबळेच्या जबड्यात एक रानटी ताण दिसत होता, जणू एखाद्या लांडग्याने नुकतंच ताजं मांस खाल्लं असावं. ''इतकी काळजी करू नको मित्रा. कोणीतरी एक चूक केली आहे. त्या टकलूच्या फोनवरून एक कॉल लँडलाइनवर केलेला आहे, दीड मिनिटाचा. तो एक घरचा नंबर आहे. माझ्याकडे त्याचं नाव आणि पत्ता आहे. तो खरा आहे.''

संध्याकाळी ते दोघं त्या खऱ्या पत्त्यावर गेले. अगदी पार गर्दीच्या वेळी भांडुपला ती एक लाँग ड्राइव्ह झाली. कांबळे सरताजच्या मागे बसला होता. सरताजला त्याचं वजन आणि उतावीळपणा दोन्ही जाणवत होतं. तो मागे बसून एकसारखा दोन गाड्यांच्या मधून मोकळी जागा दाखवत होता आणि अजून वेगाने जाण्यासाठी विनवत होता. सरताजने त्याचा नेहमीचा वेग ठेवला आणि उगाच शोर्टकट्स मारायला नकार दिला. कारण, त्याला माहीत होतं की, शेवटी वेग कमी करावाच लागतो. ते एका चौकात सुंदररीत्या रंगवलेल्या ट्रकांच्या रांगेच्या मागे थांबले. सरताजने ट्रकच्या धुरापासून चेहरा दुसरीकडे फिरवला. रस्त्यावरच्या दिव्यांचा केशरी उजेड आणि त्यावर आकाशाचा काळा रंग पसरला होता. उजवीकडे, सरकत्या गाड्यांच्या पलीकडे सरताजला हळूहळू पसरत जाणारा दिव्यांचा पसारा दिसत होता आणि त्यापलीकडे दूर डोंगर दिसत होते. तिकडे, तुम्हाला एक शहर दिसतं, ते जमिनीतून वर येत आपलं जग तयार करत होतं. कदाचित, त्या डोंगरांवर अजूनही काही आदिवासी असतील, जे त्यांच्या जमिनीच्या छोट्या छोट्या तुकड्यांना आणि जुन्या परंपरांना अजूनही धरून ठेवलेले होते. हे ट्रक सिमेंट, मशिन्स, पैसा आणतील आणि मोठी मोठी कायदेशीर कागदपत्रं... ज्यावर ते आदिवासी सह्या करतील आणि जमीन विकून तिथून बाहेर पडतील. हे सगळ असं चालतं.

कांबळे हसत होता. सरताजने मान वळवून पाहिलं, तेव्हा कांबळे त्या ट्रकवरची ओळ वाचून हसत होता... अगर एक बार प्यार किया, तो बार बार करना. नेहमीच्या हॉर्न-ओके-प्लीजच्या खाली ते मजेशीरपणे लिहिलेलं मराठी हिंदी 'अगर मुझे देर हो जाये, तो मेरा इंतजार करना.' ट्रकचं मडगार्ड लाल आणि केशरी रंगाने रंगवलेलं होतं आणि त्यावर हिरव्या वेलींचं डिझाईन होतं. कांबळे म्हणाला, ''त्यात चार स्पेलिंग मिस्टेक आहेत. दोन ओळींमध्ये!''

त्या होत्याच. ''बिचारा कवी,'' सरताज म्हणाला.

''पण ओळी काय वाईट नाहीत,'' कांबळे म्हणाला.

सिग्नल सुटल्यावर ट्रकच्या हॉर्न्सची आणि ट्रक सुरू केल्याची घरघर एकदम होऊ लागली. सरताज मागच्या त्या कविता असलेल्या ट्रकमागे होता. त्याला वाटलं की, कवी आणि कायदे मोडणारे मास्टर माइंड यांना किती त्रास असतो. तुम्ही एखादा मोठा गुन्हा सहजपणे करून, मोबाईल नंबर्सच्या थरांमागे लपून बसता; पण प्रॉब्लेम हा असतो की, तुम्हाला मूर्ख लोकांच्या बरोबर काम करावं लागतं. चांगले लोक मिळणं अवघड आहे. कोणीतरी सांगितलेली साधीशी सूचनाही पाळत नाही, चूक होते, खरंतर खूपच चुका. तपासामुळे तपास करणारा हुशार वाटतो; पण खरंतर समस्यांचं सोल्युशन हे अशा चुकांमधून त्या मूर्खांकडूनच

मिळतात. सरताजला आता पापाजींची आठवण झाली. ते म्हणायचे की, नवीन गुन्हेगारांना फक्त ताकद असते, त्यांना डोकं नसतं. त्यांना वाटतं, एके ४७ चालवण्यापेक्षा रामपुरी चाकू चालवणं कमीपणाच असतं. पापाजींकडे खूप उदाहरणं असत. अगदी एकोणिसाव्या शतकापासूनची, ज्यात महान डाकू आणि ठग हे अत्यंत हुशारीने आणि चलाखीने गुन्हे करत. त्यांच्या म्हणण्यानुसार त्या त्या पिढीला लायक असे गुन्हेगार मिळतात.

ते अपराधींच्या दोन खोल्यांच्या घरी पोहोचेपर्यंत संध्याकाळ उलटून गेली होती. सतुगुरू नगर वस्तीच्या मागच्या बाजूला गल्लीच्या टोकाला त्यांची खोली होती. ते काझीमी नावाच्या इन्स्पेक्टरच्या मागे मागे निघाले होते. त्याने केसांना मेंदी लावली होती. त्याची चाल अगदी ताठ होती. कांबळेने काझीमी बोट करून दाखवत असलेल्या बाजूला पाहून डोळे फिरवले. काझीमी मोठ्या मोठ्या ढांगा टाकत एका पाण्याच्या पाइप्सच्या कोंडाळ्यावरून पुढे गेला. तो एका मित्राचा मित्र होता आणि सतुगुरू नगर त्याच्या बीटमध्ये येत होतं. त्याने त्यांच्या तपासाविषयी एकही प्रश्न विचारला नव्हता. एक हजार रुपयांमुळे त्याने त्याचं काम ॲडजेस्ट करून त्यांच्याबरोबर यायचं कबूल केलं होतं. त्याची पोस्टिंग फायदेशीर ठिकाणी नव्हती आणि सरताजला खात्री होती की, त्याला मुलंबाळं असणार, ज्यांच्यासाठी त्याला पैशांची आवश्यकता असणार. ते त्याच्या उतरलेल्या आणि जबाबदारीने वाकलेल्या खांद्यांवरून लक्षात येत होतं, तरी काझीमी खूप कार्यक्षम होता. त्याने श्रीमती वीणा माने हे नाव ताबडतोब ओळखलं होतं. आता तो त्यांना त्या निनावी गल्ल्यांमध्ये विनासंकोच घेऊन जात होता.

''अजून किती जायचं आहे?'' कांबळेने विचारलं. तो आता एका खांबाला हात टेकून उभा राहिला होता आणि भिंतीला शूजची खालची बाजू घासत होता. ''भेन्चोद, मला असल्या ठिकाणी यायला अजिबात आवडत नाही.''

''इतकंही लांब नाहीये आता, बस दोन मिनिटं.'' तो त्याच्या कमरेवर मागे हात चोळत होता.

''काय झालं?'' सरताजने त्याच्या कमरेकडे पाहत विचारलं.

''मला गोळी लागली होती. दंगली झाल्या तेव्हा. दिवसभर चाललं की दुखतं. इतकी वर्षं झाली तरी.''

कोणत्या दंगली हे विचारायची सरताजला गरजच नाही पडली आणि त्याला ते का, कसं झालं हे काझीमीला विचारायचंदेखील नव्हतं. काझीमी जखमी झाला होता. आता कांबळे निघायला तयार होता आणि ते निघाले.

''ही वस्ती मागच्या दोन वर्षांत इतकी वाढली आहे,'' काझीमी म्हणाला. दोन दरवाजांमधून येणाऱ्या उजेडात त्याचा चेहरा उजळून निघाला. ''आता इथे साधारण पाचशे खोल्या आहेत.''

पाचशे लहान लहान खोल्या, विटा, लाकूड, प्लॅस्टिक आणि पत्र्यांनी तयार झालेली खोपटीच ती. अशा घरातून कांबळे एक दोन पिढ्याआधीच बाहेर पडला असावा. निर्वासित. तो अन्य कुठेतरी निघाला असावा आणि त्याला परत यावंसं वाटत नव्हतं. सरताज त्याच्या इटालियन मास्टरपीस शूजच्या चिंतेत होता; पण तुमच्या शूजना जर चिखल लागला, तर तुम्हाला ते मान्य करायला लागतं आणि तो साफही करावा लागतो. लोक इथे राहत होते आणि हेच त्यांचं आयुष्य होतं. खरंतर, सरताजने पाहिलेल्या अनेक वस्त्यांपेक्षा ही वस्ती खूप

चांगली होती. इथे राहणारे लोक पुढारलेले होते आणि प्रगती केलेले होते. त्यांनी निर्वासितांनी कार्डबोर्ड वापरून बांधलेल्या तात्पुरत्या छोट्या खोल्यांची पायरी कधीच ओलांडली होती. इथे पाण्याचे पंप होते, बांधलेली गटारं होती आणि बहुतेक सर्व खोल्यांमध्ये विजेचं कनेक्शन होतं. श्रीमती वीणा माने यांच्याकडे फोनसुद्धा होता. सरताजला गल्लीच्या सुरुवातीला पाच संडासांची एक लाइनही दिसली होती, ज्यावर एक एनजीओची निळी पाटी होती. हे लोक हळूहळू का होईना; पण वर चढत होते.

पण या सत्गुरू नगरच्या लोकांना पोलीसवाले आवडत नव्हते. दोन खोल्यांच्या मध्ये एका फळीवर दोन मुलं हातात हात घालून बसली होती. जेव्हा त्यांनी काझीमीकडे बघितलं, तेव्हा त्यांना ओलांडून पुढे जाताना सरताजला त्यांच्या डोळ्यांत खूप अविश्वास दिसला. एक केस गळून टक्कल पडायला लागलेली म्हातारी, दरवाजात मांडीवर ताट घेऊन तांदूळ निवडत बसली होती, तिने हाक मारून म्हटलं, ''आज काय पापं करणार आहात तुम्ही इन्स्पेक्टर?'' तिच्या इन्स्पेक्टरमधल्या 'टर'मध्ये एक वेगळीच बोच होती आणि जणू तो उच्चार तिने दुधात विरजण घालण्यासाठीच केला होता.

''मी आज तुमचा मुलगा नाही आहे अम्मा,'' काझीमी मागे वळूनही न बघता म्हणाला. ''पण त्याला नमस्कार सांगा.''

तिला अजून काहीतरी बोलायचं होतं; पण सरताजला 'ये शाम मस्तानी, मदहोश किये जाय' या ओळींमुळे ते ऐकू आलं नाही. ते आता गल्लीच्या शेवटापाशीच आले होते. गल्ली अचानक एका कॉंक्रीटच्या भिंतीपाशी येऊन थांबली. त्या भिंतीवर काचेचे तुकडे लावलेले होते आणि वायरच्या भेंडोळ्या होत्या. पलीकडे रिकामी जागा, झाडं वगैरे दिसत होतं.

''तिकडे,'' काझीमी म्हणाला. ''शेवटून दुसरं, डावीकडे.''

''ठीक आहे. चला,'' कांबळे काझीमीला ओलांडून पुढे जात म्हणाला.

''हळू,'' कांबळे पुढे जात म्हणाला, ''हळू.''

कांबळेला थांबवण्यासाठी सरताजने एक हात त्याच्या पाठीवर ठेवला आणि नंतर त्याचा घाम पाहून हात मागे घेतला. ''आपल्याला अपराधी कोण आहे, ते माहीत नाही किंवा कॉर्नरवर दिसलेल्या टपोरींपैकी एक आहे का तेही माहीत नाही. जरा हळू.''

कांबळेला ते पटलेलं दिसलं नाही; पण त्याने काझीमीला पुढे जाऊ दिलं. डावीकडच्या दुसऱ्या दरवाजाला नुकताच भगवा रंग लावला असावा. त्यावर चौकटीवर पांढरा गणपती काढला होता. दरवाजा किंचित उघडा होता आणि त्यातून काहीतरी पुसट आवाज येत होता. काझीमी गल्लीच्या टोकाला निघाला असल्याप्रमाणे अगदी रमतगमत निघाला. नंतर तो अचानक वळला आणि त्याने त्या दरवाजावर हात ठेवून ढकलला.

एक मोठा आवाज झाला. दार कोणाला तरी लागलं असावं आणि आतून कळवळल्याचा आवाज आला. काझीमीच्या मागून सरताजला दिसलं की, कुणीतरी एका हाताने गुडघा पकडला होता. त्याची उघडी पाठ आणि पोटऱ्या दिसल्या. जमिनीवर एक माणूस होता. तो भिंतीला आणि दरवाजाला टेकून टीव्ही बघत बसला होता. तो उठून लंगडी घालत म्हणाला, ''कोण? कोण आहात तुम्ही?''

सरताज, जो दरवाजात पोहोचलाच होता, त्याला त्याच्या पाठीवर कांबळेचा गरम श्वास जाणवला. ''हरामखोर,'' कांबळे म्हणाला, ''हा तो टकलू आहे.''

हे निश्चितच शक्य होतं की, हा बारीक, पोकळ छातीचा नमुना म्हणजे त्या लहानग्या जतीनने वर्णन केलेला टकलू असावा. तो त्याच वयाचा दिसत होता आणि उंचीही बरोबर होती. त्याचे केस डोक्याच्या मध्यभागापर्यंत गेलेले होते. काझीमीने त्याला भिंतीवरच्या कपाटाला दाबून धरलं होतं.

''तू इथे नवीन आहेस, नाहीतर तू मला ओळखलं असतंस. तुझं नाव काय आहे?'' काझीमीने त्याला दमात घेतलं.

तरीही टकलू म्हणाला, ''कोण आहात तुम्ही?''

''तुझे बाप आहोत आम्ही,'' कांबळे दरवाजातून म्हणाला. ''तू ओळखलं नाहीस का आम्हाला?''

सरताज काझीमीच्या पुढे गेला, खोलीच्या मागच्या भागात. तिथे अजून एक खोली होती, ज्यात दोन लाकडी कपाटं होती आणि पत्र्याच्या तीन पेट्या एकमेकांवर रचून ठेवलेल्या होत्या. विटांच्या भिंतीवर उंचावर असलेल्या व्हेंटिलेटरमधून करड्या उजेडाचा एक झोत येत होता. एकूणच ते घर बऱ्यापैकी मोठं होतं, नीटनेटकं आणि स्वच्छ ठेवलेलं होतं. किचन एरियामध्ये एक टांगलेलं सेल्फ होतं ज्यात भांडी एका ओळीत लावलेली होती आणि एक दोन बर्नरची शेगडी होती. डावीकडे, दरवाजाच्या बाजूला, एका छोट्या लाकडी स्टूलावर हिरव्या रंगाचा चकचकीत फोन लेसच्या पांढऱ्या कापडावर ठेवलेला होता.

टकलू आता गप्प बसला होता. त्याने त्याचा गुडघा आता सोडला होता आणि त्याचे हात छातीजवळ घेतलेले होते. त्याच्या निळ्या अंडरवेयर खाली त्याचे पाय थरथरत होते. टीव्हीवर सुनील शेट्टीचा सिनेमा सुरू होता. ''माझं नाव आनंद आगवणे,'' तो म्हणाला. त्याला एव्हाना लक्षात आलं होतं की, त्याच्या घरात शिरलेले ते तिघंही पोलीस होते. त्याचा आवाज कापत होता.

काझीमीने त्याच्या दिशेने एक पाऊल उचललं. ''कोण आहेस तू आनंद आगवणे? तू इथे काय करतो आहेस? तेही वीणा मानेच्या घरात?''

''ती माझी आत्या आहे. हे माझ्या आत्याचं घर आहे. मी कधी कधी इथे येऊन राहतो. मी एका शेठसाठी रिक्षा चालवतो ज्याचं इथे जवळच गॅरेज आहे. कधी कधी मला रात्री उशीर होतो रिक्षा द्यायला म्हणून इथे येऊन झोपतो मग.''

''तुझी आत्या श्रीमंत आहे का, हा?'' सरताज म्हणाला. ''तिच्याकडे फोनवगैरे सगळं आहे,'' सरताज आता स्टूलाच्या बाजूला उकिडवा बसला होता. त्या फोनला डायलच्या बाजूला कुलूप होतं. त्याच्या बाजूला एका बॉक्समध्ये भरून नाणी आणि लहान नोटा होत्या. वीणा माने तिच्या शेजाऱ्यापाजाऱ्यांकडून फोन करण्यासाठी आणि घेण्यासाठी पैसे घेत असावी. ''या फोनचा नंबर काय आहे?''

''नंबर?''

''हो. नंबर. तुला तुझ्या आत्याचा नंबर आठवत नाही? कांबळे तो फोन नंबर काय आहे?''

कांबळे आता मागच्या खोलीत होता आणि सरताजला ऐकू येत होतं की, तो त्या पत्र्याच्या ट्रंका आणि कपाटं उघडून बघत होता. त्याने तो नंबर मोठ्याने सांगितला. तो आकडे गात असल्यासारखे म्हणत.

''तोच आहे का रे नंबर चुतीया?'' काझीमीने विचारलं. तो आनंद आगवणेच्या खूप जवळ उभा होता, अगदी नाकाजवळ. आनंद आगवणे आता तोंड झाकून टीव्हीच्या दिशेने सरकला.

''मी काही केलं नाहीये.''

काझीमीने त्याच्या एक कानाखाली लावली. आता दरवाजाबाहेर जमलेल्या बघ्यांच्या तोंडून एक हुंकार ऐकू आला. आनंद आगवणे पुन्हा तोंड झाकून टीव्हीकडे सरकला.

सरताजने दरवाजातून बाहेर डोकावत म्हटलं, ''ए चला इथून, नाहीतर तुम्हा हरामखोरांनासुद्धा एकेकाला घेईन...'' तो ओरडला. ''गांडीत लाठी हवी आहे का? इथे काय सिनेमा सुरू आहे का आत्ता?'' वीणा मानेचे शेजारीपाजारी मागे सरकले; पण सरताजला माहीत होतं की, ते ऐकत असतील आणि एका खोलीत मोठ्याने बोललं तर दुसऱ्या खोलीत ऐकू जाईल अशीच परिस्थिती होती. तो आता खोलीत परत आला, त्याने टीव्ही लावला. आता टीव्हीवर एक हिरव्या साडीतली मॉडेल उत्तम कॉफीबद्दल काहीतरी गात होती.

''हे बघा,'' कांबळे मागच्या खोलीच्या चिंचोळ्या पॅसेजमधून बाहेर येत म्हणाला. त्याच्या हातात एक चौकोनी काळा प्लग आणि गुंतलेली वायर होती. ''असं दिसतंय की, हा प्लग मोबाईल फोनमध्ये लागतो. तुझ्या आत्याकडे किती फोन आहेत एकूण? ती काय करते रे? दर दहा मिनिटांनी अंबानीला फोन करते का?''

सरताजने कांबळेच्या हातातून तो प्लग घेतला. त्याने आनंद आगवणेच्या खांद्यावर गळ्याजवळ भक्कम पकड ठेवत म्हटलं, ''ऐक माझं. आम्ही इथे तुझ्या मागावर आलो नाहीये. आम्हाला त्या बाईला केलेले फोन माहीत आहेत. आम्हाला हेही माहीत आहे की, तू त्या दोन छोकऱ्यांना अप्सरापाशी पैसे घ्यायला पाठवलंस.'' सरताजला आता त्याच्या हाताखाली आनंद आगवणेची वाढलेली धडधड जाणवत होती. त्याच्या छातीचे ठोके खूप जलद पडत असावेत. ''आम्हाला फक्त इतकंच माहिती करून घ्यायचं आहे की, तुझ्या बॉसचं नाव काय आहे? तू कोणाला फोन करतोस? तुला काही होणार नाही, सगळं ठीक असेल.''

पण आनंद आगवणे काहीशा गुंगीत होता. त्याचे डोळे मोठे झाले होते आणि जबडा कडक आवळला होता. सरताजने हे पूर्वीही पाहिलं होतं, असं इतक्या संकटात सापडल्यावरही काहीतरी नाटक करण्याचं धाडस. आनंद आगवणे मोठेपणा घेऊन त्याच्या मित्रांना वाचवण्याचा प्रयत्न करत होता. तो मोडेल; पण त्यासाठी थोडी मेहनत घ्यायला लागेल, थोडी चौकशी आणि दोन चार झापड लावायला लागतील. त्यांना त्याला इथून कुठेतरी घेऊन जायला लागेल आणि मग त्याच्यावर हात साफ करायला लागेल.

काझीमीने सरताजकडे पाहून मानेने खूण केली आणि आनंद आगवणेला पुन्हा एक थप्पड मारली, एक सरळ कानाखाली ठेवली. ती अगदी सहज मारलेली थप्पड होती, त्यात फारसा काही जोर नव्हता. ''त्यांनी तुला काहीतरी विचारलं. उत्तर दे,'' काझीमी म्हणाला.

''मला कोणत्याही पैशांबद्दल काही माहीत नाही,'' आनंद आगवणे म्हणाला.

''मग मोबाईलचं काय? कुठे आहे तो मोबाईल?'' सरताजने विचारलं.

कांबळेने खुंटीवरून एक पांढरा शर्ट काढला आणि जमिनीवर फेकला. नंतर त्याने पांढऱ्या पँटमध्ये शोधलं असता, एक पाकीट मिळालं. ''एका रिक्षा ड्रायव्हरच्या पाकिटात

इतके पैसे? आणि ती रिक्षा तुझ्या मालकीचीसुद्धा नाही आहे, हरामखोर.'' कांबळेने पँट आनंद आगवणेच्या तोंडावर फेकली आणि मग जमिनीवर.

सरताजने किचन सेल्फमधून बॉक्स खाली पाडले. गॅसच्या त्या टोकाला एका काळ्या शेल्फमध्ये तुळजापूरच्या देवीचा, खंडोबाचा फोटो होता आणि एक काळी पांढरी फ्रेम होती लग्नाच्या फोटोची. त्यात एक बाई आणि एक माणूस ज्यांचा चेहरा आनंद आगवणेशी मिळता जुळता होता. ती वीणा आत्या असावी, दागिने घातलेली लग्नातली, लाजत असलेली. सरताजने हात मारून शेल्फमधले ग्लास जमिनीवर पडले. काझीमीने आगवणेच्या पँटवर एक पाय ठेवला आणि खाली वाकून बेल्ट सैल केला. त्याने बेल्ट ओढून काढला आणि आगवणेच्या खांद्यावर, ढुंगणावर रापकन ओढला.

''तू जर मला राग आणलास, तर तुला माझ्याबरोबर रात्र काढावी लागेल. तुझ्या आत्याबरोबर नाही आणि मी तुला सांगतो, मला खूप मज्जा येईल; पण तुला नाही येणार. मादरचोद तो मोबाईल कुठे आहे?'' काझीमी ओरडला.

सरताज आता शेल्फपासून दूर होत खोलीत परत आला. खोलीत अचानक वादळ येऊन गेल्यासारखं वाटत होतं. भिंतीवरचं कॅलेंडर खाली पडलं होतं आणि अर्धं फाटलं होतं. जमिनीवर जिकडेतिकडे तांदूळ सांडले होते. सरताजने बाहेरून ऐकू येणारे चामड्याच्या पट्ट्याचे आवाज आणि कांबळेच्या शिव्या याच्या पलीकडे जाऊन काहीतरी विचार करायचा प्रयत्न केला. आनंद आगवणे जमिनीवर इथे खाली बसून टीव्ही बघत होता. तो त्याच्या मालकिणीच्या आवाजापासून फार काही लांब नसणार म्हणजे तो फोन इथेच कुठेतरी दरवाजाजवळ असणार. तिथे एक फुटकी खिडकी होती; पण त्याच्यावर खूप चरे पडले होते आणि त्याच्या फळकुटाला एखादं विल्सचं पाकीट आणि माचिस आत येण्याइतपतच होल होतं. सरताजने आगवणे बसला होता ती चटई उचलून झटकली. त्याचा काही उपयोग झाला नाही; पण धुळीचा वास मात्र आला. सरताज ते स्टूल आणि त्यावर ठेवलेला फोन यांपलीकडे गेला; पण नंतर तिकडे अन्य कुठे जायला जागा नव्हती. ती खोली तितकीच होती.

कोपऱ्यात, सरताजच्या डोक्याच्या उंचीवर एक वायरची बास्केट एका पांढऱ्या दोरीला लटकत होती. बास्केट रिकामी होती. आत्या कदाचित कणिक, बटाटे आणि मटण आणायला गेली असावी, जे आणून ती कदाचित उंदरांपासून लांब ठेवायला म्हणून या बास्केटमध्ये ठेवत असावी. तिचा भाचा जरी अपराधी असला तरी तिने घर नीटनेटकं ठेवलं होतं. आनंद आगवणेला आता उकिडवा बसवला होता, त्याचं डोकं गुडघ्यात आणि हात त्याभोवती घट्ट आवळले होते. त्याचे खांदे लालेलाल झाले होते आणि डोक्याच्या टकलावर घाम आलेला होता. हट्टी हरामखोर. सरताजने बास्केटला धक्का दिला आणि ते जमिनीवर पडलं. ती दोरी छतापर्यंत गेलेली होती. भिंतीवर एक फोटो होता. नुकताच स्टुडिओमध्ये काढला असावा. सगळे भडक रंग आणि एका तरुण जोडप्यासाठी अगदी नाट्यमय लायटिंग. आत्याची मुलगी असावी कदाचित, लाल साडी नेसलेली आणि कपाळावर गॉगल मागे सरकवलेली. तिचा नवरा तिच्या बाजूला लेदरचं जाकीट घालून उभा होता, हात मागे कमरेवर अगदी एखाद्या मॉडेलसारखे. जाकीट कदाचित फोटोग्राफरकडून भाड्याने घेतलेलं असावं. त्याने दोघांना एकदम मॉडेलसारखं रात्रीच्या नटलेल्या शहराच्या पार्श्वभूमीवर उभं करून फोटो काढला होता. लाइट्स वर-खाली होत होते आणि पाण्यावर प्रतिबिंब चमकत होती. हे मरीन ड्राइव्ह असेल किंवा न्यू यॉर्क. काळ्या फ्रेममधला फोटोग्राफ एका बाहेर आलेल्या विटेला लटकत होता. या

भिंतीवर, सरताजच्या डोक्याच्या वरच्या लेव्हलवर बऱ्याच विटांच्या जोड्या बाहेर आलेल्या होत्या. आत्याने मुद्दाम तशा बांधून घेतल्या असाव्यात, प्रत्येक दोन फुटांवर. आत्या म्हणजे अतिशय व्यवहारचतुर बाई होती. सरताज पहिल्या विटेपाशी पोहोचला आणि त्याने त्यावरून हात फिरवला. त्याच्या हाताला फक्त खडबडीतपणा जाणवला आणि ते टोक ज्यावर तो फोटो लटकला होता. त्याने दुसऱ्या विटेवर हात फिरवला आणि नंतर चटईला लाथ मारून एक पाऊल पुढे गेला. त्याने हात उंच केला आणि त्याला थोडीशी आत्मविश्वासाची लहर आली. हो. त्याला हाताला गुळगुळीत प्लॅस्टिक लागलं. तो फोनच होता.

''मला सापडला,'' तो म्हणाला.

कांबळे बिस्कीटचा डबा उघडून बघत होता, तो त्याने आता फेकून दिला आणि त्यातून बटण, सुया, दोरे बाहेर पडले. ''दाखव, दाखव,'' त्याने हात पुढे करत म्हटलं.

पण सरताज तो फोन हातात धरून उभा होता आणि तो त्याचा होता, किमान एक क्षण तरी. हाच तो क्षण होता, त्या वेळी त्याला एक मोठा काळा पडदा सरकवल्याचा भास झाला आणि विजयाची लहर सळसळली. त्याने ती लहर सळसळू दिली आणि त्याला त्याचा आनंद चेहऱ्यावर पसरलेला जाणवला. त्याने फोनची बटणं दाबली, नंतर तो कांबळेकडे दिला. ''डायल केलेले शेवटचे दहा नंबर,'' तो म्हणाला. सगळे तेच त्या दुसऱ्या मोबाईलचे नंबर होते.

''सापडलास,'' कांबळे ओरडला. ''घेतला तुला हरामखोर,'' त्याने तो फोन घेऊन बोटाने स्क्रीनवर टकटक केलं. एखाद्या लहान मुलाला आइस्क्रीमचा कोन मिळावा तसा त्याला आनंद झाला होता.

पण काझीमीला अपमान झाल्यासारखं वाटलं. त्याने आगवणेला जोरात लाथ मारली आणि नंतर बाजूला जाऊन एका उलट्या पडलेल्या क्रेटवर बसला. ''मादरचोद,'' त्याने आगवणेला शिवी हासडली. ''यासाठी तू मला इतकं काम करायला लावलंस? गांडू, तुला वाटलं की, आम्हाला तो फोन सापडणार नाही? तू उंदराच्या बिळाइतक्या खोलीत बसला आहेस, भेन्चोद. मूर्ख. आता सापडलास आमच्या हातात.'' त्याने एक निळा रुमाल काढून झटकला आणि चेहरा आणि मान पुसली. ''झालं का तुझं हिरो? आता बोलायला तयार आहेस का?''

आगवणेच्या चेहऱ्यावर उजेड पडला. तो रडत होता. ''साहेब, साहेब...''

सरताज मेरीकडे पोहोचला तेव्हा अकरा वाजले होते. त्याने गाडी थांबवली, तेव्हा त्याला अचानक जाणीव झाली की, मोटारसायकलचा किती मोठा आवाज येतो. गल्लीच्या टोकाला पकपकणाऱ्या एकमेव बल्बपासून तिच्या घराचं दार खूप लांब होतं. तिथे खूप अंधार होता. सरताज तिकडे जाऊ लागला आणि प्रथमच त्याचं लक्ष डावीकडील भिंतीवरच्या जाड, लुसलुशीत पानांनी आच्छादलेल्या छोट्या वेलीकडे गेलं. त्याने दरवाजावर दोनदा टकटक केलं. आता पायऱ्या उतरून खाली जायचा तो विचार करतच होता, तितक्यात दार उघडल्याचा आवाज आला. मेरीच्या हालचाली एकदम मंद होत्या आणि डोळे अगदी अस्पष्ट दिसत होते. ती काहीतरी पुटपुटली आणि त्याला आत येऊ देण्यासाठी मागे सरकली.

''मला झोप लागून गेली,'' अखेर ती एक मोठी जांभई देऊन मग म्हणाली. तिने घातलेल्या पिवळ्या टी शर्टवर एक बदक आणि तिचं पिल्लू होतं.

''सॉरी, मला इतका वेळ बाहेरच पडता आलं नाही, मी जातो हवं तर.''

''नाही, नाही.'' तिने दार बंद केलं. ''मी टीव्ही बघत होते आणि डोळा लागला.''

टीव्हीवर झेब्रे, अगदी सुंदर काळे पांढरे झेब्रे एका नदीवरून उड्या मारत होते. सरताज पुढे झाला आणि त्याने तिच्या गालाला हात लावला.

''सरताज सिंग,'' ती म्हणाली, ''तुला वास येतो आहे.''

सरताज मागे सरकला. ''सॉरी,'' तो म्हणाला. ''अख्खा दिवस काम करतो आहे. हे तुला माहीत आहे.'' त्याला अचानक त्याच्या कपाळावर, घोट्यावर रुळणाऱ्या घामाच्या आणि पेट्रोल, धूर या वासांच्या मिश्रणाची जाणीव झाली. ''मी गेलं पाहिजे. माझा प्लॅन आधी घरी जायचाच होता; पण खूप उशीर झाला होता.''

''तू लाजतो आहेस,'' मेरी हसली आणि म्हणाली. ''मला माहीत नव्हतं की, पोलीसवालेसुद्धा लाजू शकतात. ऐक, तुला जायची गरज नाही. तू अंघोळ का करत नाहीस?'' तिने त्याच्या मागे असलेल्या बाथरूमच्या दाराकडे इशारा करत म्हटलं.

''अंघोळ?'' तिचं बरोबर होतं. तो लाजला होता. सरताजलाही त्याच्या गालावर, छातीवर आणि मानेवर ते जाणवत होतं. तो आजवर लाजाळू असा कधी नव्हता; पण आता त्या गुलाबी दरवाजाच्या मागे कपडे काढायचे या विचारानेच त्याला अचानक खूप उघडं झाल्यासारखं वाटलं.

पण मेरीने चुटपुटीतपणे त्याला म्हटलं, ''जा. मी तुला टॉवेल देते. तुझी अंघोळ होईपर्यंत मी जेवण गरम करून ते रेडी ठेवते.''

सरताज पुढच्या दरवाजाजवळ शूज काढण्यासाठी खाली वाकला आणि नंतर त्याचा विचार बदलला. त्याने शूज बाहेरच लँडिंगवर काढले आणि मेरीकडे पाहत मंद हसला.

''तू नेहमी काढतोस का तुझी... तुझी...?'' तिने विचारलं. ती हातात हिरवा टॉवेल घेऊन उभी होती.

''पगडी. साधारणपणे.''

''मग?''

तो तिच्या बेडच्या पायाशी असलेल्या खुर्चीत बसला आणि त्याने त्याची पगडी काढली. ती त्याच्याकडे अगदी मन लावून बघत होती. एखाद्या स्त्रीसमोर असं करून जमाना लोटला होता. त्याच्या हृदयातून कळ उठत होती आणि चेहरा गरम झाला होता.

''ती लांब आहे,'' मेरी म्हणाली. ''तुझ्या डोक्यावर किती वजन वागवावं लागतं.''

''तुम्हाला सवय होते.'' सरताज हाताने तो निळा कापडाचा लांब पट्टा गुंडाळत म्हणाला. ''जशी बायकांना साडीची सवय होते, नाही का?''

मेरीने मान डोलावली. ''मग तुम्ही तिला पकडलं का?''

''कोण?''

''ती बाई जी त्या मुलीला ब्लॅकमेल करत होती ती?''

सरताजला एकदम गोठल्यासारखं झालं. राग आणि खूप शरम यांमुळे पोटात आग लागल्यासारखी झाली. पुरुष हरामखोर आणि राक्षस असतात, त्याच्या मनात आलं. त्याला तिला अपराधी कोण होते, ते सांगायचं नव्हतं; पण त्याला माहीत होतं की, त्याला सांगावं

लागलंच असतं. त्याने हाताला पगडीच्या कापडाचा अजून एक वेढा दिला आणि मोठा खोल श्वास घेतला. ''नाही, आम्ही त्याच्या खालचे लोक पकडले; पण तुला माहीत आहे का की ब्लॅकमेलर कोण आहे? ज्या हरामखोराला आम्ही पकडलं आहे, त्याने सगळं सांगितलं.''

मेरीने टाळ्या वाजवल्या, एकदा दोनदा... ''कम ऑन... सांग. कोण आहे तो?''

सरताजने डोकं हलवलं आणि म्हणाला, ''बॉयफ्रेंड.''

''कोणता बॉयफ्रेंड? कोणाचा?''

''कमलाचा जुना बॉयफ्रेंड. तो पायलट. उमेश.''

''थांब, थांब... तो देखणा आहे तो? ज्याला तू भेटलास तो?''

''हो तोच.'' सरताज उभा राहिला, त्याने त्याची सोडवलेली पगडी अगदी व्यवस्थितपणे खुर्चीवर ठेवली. ''ज्याला आम्ही आज पकडलं, त्याची आई मरण्याआधी या पायलटकडे काम करत होती म्हणून पायलटने त्याला या कामासाठी घेतलं. ते फोन कॉल करण्यासाठी, पैसे उचलण्यासाठी.''

मेरीचा चेहरा आता अगदी ब्लँक झाला. ''ब्लॅकमेलिंग तेही या बाईला, जी...'' ती म्हणाली, ''जी...?'' तिने भिंतीकडे तोंड केलं आणि तिची मान ताठ होती.

''उमेशच्या रुची एकदम उंची महागड्या आहेत,'' सरताज म्हणाला, ''मला वाटतं की, त्याने कमलाच्या पर्समध्ये खूप जास्त कॅश पाहिली आणि मग ठरवलं की, त्यातली त्याला हवी आहे.''

''तुम्ही काय करणार आहात?''

''मला माहीत नाही. आम्ही त्याला अटक करू शकत नाही. ऑफिशियल केस नाही आहे. आम्ही अजून ठरवलं नाही.''

मेरीने तिच्या टी-शर्टचा निघालेला एक दोरा काढून टाकला. ''मारा त्याला चांगला,'' ती म्हणाली.

''हो,'' सरताज म्हणाला आणि मग त्याला काय बोलावं ते कळल नाही. मेरीचे खांदे तिच्या त्या पिवळ्या टी-शर्ट खाली आक्रसलेले होते.

''तू माझी शॉवर कॅप वापरू शकतोस, जर हवी असेल तर,'' मेरी म्हणाली.

''हो,'' सरताजला आता बाथरूममध्ये जाणं जरा सोयीचं वाटलं. त्याला मेरीच्या घरात गुन्ह्याचा सडका वास येऊ लागला होता, त्यामुळे ती दुःखी झाली होती. तिच्या रागामध्ये तिच्या स्वतःच्या भूतकाळातलं दुःख होतं. तो यशस्वी मागणी घालणारा नव्हता, त्याने दरवाजा बंद करताना त्याच्या मनात आलं. व्हेंटिलेटरखाली खिडकीत रांगेने शाम्पू, लोशन्स, साबण ठेवलेले होते. दरवाजामागे दोन हूक्स होते. दोन्हीवर टॉवेल आणि कपडे होते. त्याला त्याचा घामट शर्ट तिच्या नाइटीवर अडकवायचा नव्हता. त्याने तिचा गाऊन हलवला. मऊ, खूप मऊ होता तो... आणि दुसऱ्या हूकला टॉवेल होता. त्याने शर्टाची बटण काढली. जेव्हा त्या आगवणेने ब्लॅकमेलर कोण आहे, हे सांगितलं तेव्हा कांबळेलासुद्धा त्या पायलटला मारायचं होतं. कांबळे भयानक चिडला होता. त्याला त्या हरामखोर पायलटला त्या क्षणी कॉकपिटमधून बाहेर खेचून काढायचं होतं किंवा त्याच्या घरी जाऊन त्याच्या त्या भेन्चोद मूव्ही रूमच्या मधोमध घेऊन तुडवायचं होतं. काझीमी आणि सरताज

दोघंही कांबळेच्या या संतापामुळे आश्चर्यचकित झाले आणि काझीमी शेवटी म्हणालाच, ''तुला मारायचं का आहे भाई? त्या हरामखोराकडे प्रचंड पैसा आहे.'' आणि सरताजनेही मान डोलावली होती.

सरताजने पटक्यावर मेरीची शॉवर कॅप घातली आणि नळ सुरू केला. तिच्याकडे शॉवर नव्हता, त्यामुळे सरताज लाल प्लॅस्टिकची बादली भरण्याची वाट पाहत, त्या पाण्याकडे बघत होता. कांबळे खूपच तरुण होता. त्याच्या उपरोधाखाली, जो तो एखाद्या चिलखतासारखा वागवायचा, त्याखाली प्रेम होतं. ''अरे, मी खूप मुली करतो,'' तो काझीमी आणि सरताजला म्हणाला होता. ''पण मी त्यांच्याकडून पैसा काढत नाही. उलट मी मादरचोद त्यांच्यावर पैसा खर्चतो. हा पायलट भडवा आहे.'' त्याला शांत करायला त्यांना थोडा वेळ लागला. त्यांनी त्याला समजावलं की, मारणं हा तात्पुरता आनंद होता आणि ती त्या पायलटसारख्या माणसाला खरी शिक्षा नव्हतीच. ते निघाले तरी कांबळे अजूनही पुटपुटत होता, ''तिचं त्याच्यावर लव होतं.'' त्याने इंग्लिश शब्द 'लव' वापरला आणि हाताने खूण करत म्हणाला, ''आणि त्याने तिला फसवलं आहे, हरामखोर.''

सरताजने बादलीत मग बुडवला आणि खांद्यावर व पोटावर ओतला. तो ॲल्युमिनियमच्या स्टूलावर नळाकडे तोंड करून मांडी घालून बसला होता. कांबळे, सरताज त्यांना इतकी खात्री होती की, गुन्हेगार रसेल मथिअसच असणार... जी तिरस्कारीत, अपमानित आणि सुडाने पेटलेली असणार; पण तो तर देखणा प्रेमीच निघाला ज्याने त्याच्याच प्रेमाचा, प्रेमिकेचाच अपमान केला होता. कांबळे, जो एक खूपच मस्त माणूस होता, त्याचा अतिशय स्वच्छ आणि निर्भेळ प्रेमावर विश्वास होता, जसं स्वप्न गीतात असतं तशा प्रेमात. 'गाता रहे, मेरा दिल, तू ही मेरी मंझील.' सरताजने बादलीच्या कडेला मग अडकवला आणि हात मांडीवर ठेवून डोळे मिटून स्वस्थ बसला. पुन्हा विश्वास बसणं शक्य आहे का? खूप जास्त ज्ञान आणि अनपेक्षित अंतरांपासून हद्दपार होता येईल का? दरवाजाच्या पलीकडे असलेल्या स्त्रीबद्दल सरताज विचार करत होता... जी त्याला खूप जवळची वाटत होती आणि तो तिच्या घरात, तिच्या बाथरूममध्ये होता... किती विचित्र आणि अनपेक्षित होतं हे. त्याने अंगाला लक्स साबण लावला. तो आता दुसऱ्या स्त्रीबद्दल विचार करू लागला, जिने पायलटवर प्रेम केलं होतं. उमेश चांगला माणूस नव्हता; पण कमला तरी कुठे चांगली होती? पण सरताजला मेरीला आठवण करून द्यायची नव्हती की, कमलाला नवरा होता. ती विवाहित होती. ती खूपच स्वार्थी, अविश्वासार्ह आणि विश्वासघातकी होती. त्याला त्या गोष्टीवर वाद घालायचा नव्हता. इथे नाही, आत्ता या वेळी तर नाहीच. त्याला आता फक्त शांत राहायचं होतं मेरीजवळ. कदाचित, भविष्यात फसवणूक, दुःख आणि नुकसान यावरून वाद होतील याची शक्यता होती; पण आजच्या संध्याकाळी त्याला फक्त एक छोटं वर्तुळ हवं होतं... विश्वासाचं. भविष्यकाळ अजून समोर आलेला नव्हता; पण भूतकाळ मागे पडला होता. त्याने नळ पूर्ण सोडला आणि डोक्यावर, छातीवर, मांड्यांवर मग भरभरून पाणी घेतलं. तो हसत होता आणि गाणं गुणगुणत होता... 'कही बीते ना ये राते, कही बीते ना ये दिन.'

जेव्हा मेरीने दरवाजावर टकटक केलं, तेव्हा तो अंग पुसत होता. ''हे घे,'' ती म्हणाली. ती तिचा हात आत पुढे करू शकेल, इतकं पुरेसं दार त्याने किलकिलं केलं. ''तू हे घालू शकतोस.''

'हे' म्हणजे एक बऱ्यापैकी वापरलेला पांढरा कुडता होता. त्याने दार लावलं आणि कुडता हातात धरून पाहिला. तो जरा हाताला लांडा होता; पण त्याला खांद्याला आणि छातीला ठीकठाक बसला. तो कुडता तिच्या पहिल्या नवऱ्याचा असेल का, असं त्याच्या मनात आलं किंवा एखाद्या बॉयफ्रेंडचा; पण तो घातला. काय फरक पडतो? कुडता स्वच्छ होता. त्याला स्टार्च आणि कडक इस्त्रीचा छान वास येत होता. त्याने बाह्या वर गुंडाळून दुमडलेली टोकं नीट ओढून सारखी केली. त्याचा पटका पुन्हा बांधला; पण त्याच्या डोळ्याखाली आलेले खड्डे आणि ओघळलेले गाल यांचं तो काही करू शकला नाही. त्याने दाढीवरून हात फिरवून सारखी करत आरशात बघून मान हलवली आणि तो बाहेर गेला.

मेरीने तिच्या बेडजवळच्या छोट्या टेबलावर जेवण तयारच ठेवलं होतं. त्यांनी हेच आधी फोनवर ठरवलं होतं की, तो कामावरून आला की, ते मच्छी कढी आणि भात जेवतील. ''तू जेवली असशील ना,'' तो म्हणाला. ''मला खूप उशीर झाला.''

तिने छोटा स्टोव्ह पेटवला होता आणि एका भांड्यातून वाफ येत होती. ''मी फार दमले होते जेवायलासुद्धा,'' ती म्हणाली. ''बस.''

टेबल मध्ये ठेवून ते दोघं जमिनीवर मांडी घालून बसून जेवले. मेरीची मच्छी कढी खूप तिखट होती; पण मुद्दाम तशी ती केली नव्हती. सरताजला जेवताना उचक्या लागल्या आणि तो खूप पाणी प्यायला. जेवताना त्याने तिला लहानपणाबद्दलच्या खूप गोष्टी सांगितल्या. त्याने तिला सांगितलं की, तो कसं सिमल्याला एका रोड साईड दुकानातले खूप छोले भटुरे खायचा आणि मग पापाजींना त्याला उचलून आणावं लागायचं; जेव्हा टीनेजर होता तेव्हा एका दादरच्या विशिष्ट इराणी दुकानातला फालुदा आवडायचा. सांताक्रूझच्या गोकूळमध्ये मिळणारं मँगो आइस्क्रीम इतकं क्रीमी असायचं की, त्यामुळे लहानपणी पाण्यात बुडवून थंड करून खाल्लेले दशहरी आंब्यांची खूप आठवण व्हायची. त्याने तिला शाळेत वर्गातल्या भिंतीतून जून महिन्यात कशा गरम वाफा यायच्या तेही सांगितलं; वर्गातली सत्तर मुलं पांढरा युनिफॉर्म घालून अस्वस्थ आणि चिडचिडी व्हायचीत. त्यांच्यात सरताज आणि त्याचे मित्र एकदम लोकप्रिय होते. ते खिडकीतून बाहेर उडी मारून रस्त्यावर कुल्फी खायला जायचे. ती त्याच्या या गोष्टी ऐकून खूप हसली. मग तिने त्याला अजून भात वाढला.

''मला माहीत नव्हतं की, तुला गोड इतकं आवडतं,'' ती म्हणाली. ''माझ्याकडे कुल्फी नाही आहे. कदाचित, जुन्या टॉफी असतील. माझ्याकडे चॉकलेट होतं; पण ते संपलं.''

''ठीक आहे,'' सरताज म्हणाला, ''नाही नाही, अजून नको.''

पण त्याने अजून भात खाल्ला. जेवून झाल्यावर, त्याने हात धुतल्यावर त्याने मेरीच्या नीम टूथपेस्टने हळूच दात घासले आणि तिच्या बेडकडे पाठ करून ऑरेंज फ्लेवरचं स्वीट खात बसला. तिला शेल्फमध्ये मागे तीन पीस सापडले होते, त्यातला तो एक होता. ती भांडी विसळत होती आणि त्याचा आवाज खूप छान वाटत होता. सरताजने सुस्कारा सोडला, खांदे सैल सोडले आणि मिठाईचा शेवटचा घास खाऊन डोळे मिटले. एक किंवा दोन मिनिटं, त्याला आराम करावासा वाटला.

तो उठला, तेव्हा खोलीत अंधार होता आणि मेरीचा हात त्याच्या चेहऱ्यावर होता. ''सरताज ऊठ, अंथरुणात झोप,'' ती कुजबुजली.

तो गणेश गायतोंडेचं स्वप्न बघत होता. स्वप्नात दिसलेलं इतकं त्याच्या डोक्यात होतं की, तो कोपर टेकून उठला, तर शेवटचं चित्र डोळ्यांसमोर तसंच राहिलं : गणेश गायतोंडे त्याच्याशी भिंतीतून बोलत होता, 'ऐक सरताज.'

तो बेडच्या जवळ जमिनीवरच आडवा झाला होता. त्याच्या हाताखाली एक उशी होती. ''मला झोप लागली,'' तो म्हणाला, त्याला खूप वेड्यासारखं वाटत होतं.

''तू दमलाही होतास.''

त्याला तिचा चेहरा किंवा डोळे दिसत नव्हते; पण त्याला कळत होतं की, ती त्याच्याकडे एकटक बघत आहे. तो उठला आणि तिच्याशेजारी बेडच्या कडेवर बसला. ती हलली, बेडच्या दुसऱ्या बाजूला भिंतीकडे आडवी झाली. ''मी जर इथे थांबलो, आणि राहिलो, तर तुझे शेजारीपाजारी काही बोलणार तर नाहीत ना? तुझे घरमालक?''

तिने हात त्याच्या मनगटावर ठेवला आणि म्हणाली, ''काळजी करू नकोस. तू एक मोठा पंजाबी पोलीसवाला आहेस. ते तुला घाबरतात, तोंडही उघडणार नाहीत.''

तो आता तिच्या शेजारी सरकून झोपला आणि ते दोघं स्तब्ध होते. त्यांचे खांदे एकमेकांना स्पर्श करत होते. सरताजने खोल श्वास घेतला आणि त्याच्या उजव्या कुशीवर वळला; ती त्याच्याकडे तोंड करूनच झोपली होती. त्यांनी एकमेकांचा किस घेतला. अंधारात त्याला तिचे ओठ मोठे आणि मऊ वाटले, आधीपेक्षा खूप वेगळे. ती त्याच्या खांद्याच्या आणि कॉलरबोनच्या कुशीत झोपली. तिने आपले ओठ त्याच्या ओठांवर टेकवले. तिच्या जिभेच्या टोकाने तिने त्याला टोचलं. तिचा श्वास त्याच्यातून वाहायला लागला.

सरताजकडून एक आवाज आला, एक हळुवार काहीतरी घासल्यासारखा आवाज आणि तो आता ताठ झाला होता. त्याने तिच्या छोट्या पाठीवर आपले हात पसरले आणि तिला मिठीत घेतलं. तिचे नितंब आणि पोट जवळ ओढून घेतलं. तो आता अर्धा तिच्यावर होता. जेव्हा त्याला कळलं की, ती आक्रसली होती, कुठेतरी दूर गेली होती. तिचा हात त्याच्या पाठीवर अगदी ताठ होता. तो मागे सरकला.

''सॉरी मी...'' ती म्हणाली, ''मी...''

सरताजला तिचं दुःख आणि तिची अस्वस्थता समजली. त्याने हळुवारपणे तिच्या केसातून बोटं फिरवली जेणेकरून तिला बरं वाटावं. तो खूप ताठ झाला होता आणि त्याच्यात तिला घेण्यासाठी खूप भूक उसळली होती; पण तो नुसता तिच्याशेजारी पडून राहण्यातही आनंदी होता. त्यांचे श्वास एकत्र आले आणि थोड्या वेळाने त्याला तिचं हसू दिसलं. तोही हसला आणि त्यांनी पुन्हा एकमेकांना किस केलं. त्याला वाटलं की, त्याने आजवर जवळीक केलेल्या इतर स्त्रियांपेक्षा ती वेगळी होती म्हणजे अननुभवी नव्हे; पण लाजाळू. तिने त्याच्या हनुवटीशी चाळा केला. जणू तिला नुकतंच काहीतरी कळलं होतं, ते ती जाणून घेऊ इच्छित होती. त्याने तिचा खालचा ओठ त्याच्या दातात धरून ठेवला आणि तिच्या जिवणीच्या टोकांशी खेळला. ती हसली आणि तिच्याबरोबर तोही. ते एकत्र पडून राहिले. तिच्या केसांचा बेबी शाम्पूचा वास तेवढा शेवटचा त्याला आठवत होता आणि तो त्यात गुरफटून गेला.

पहिल्या सकाळच्या गोड गारव्यामध्ये सरताजला कळत होतं की, तो स्वप्नं पाहत होता की, तो एका वस्तीमध्ये वळणावळणाच्या अंतहीन गल्लीत चालत होता. काळ्या पावसात

पत्र्याची छतं चमकत होती आणि एक माणूस त्याच्या झोपडीवर पॉलिथीनचा तुकडा पसरत होता. सरताज चालत होता. काटेकर त्याच्या बाजूने चालत होता. ते दंगलीबद्दल बोलत होते. काटेकर म्हणाला, ''खूप वाईट दिवस होते ते.'' ते दोघं काझीमीच्या मागेमागे चालत होते. ते चालत होते. काझीमी त्यांच्या पुढे चालत होता. नंतर ते बॉम्बस्फोटांबद्दल बोलले. सरताजने काटेकरला सांगितलं की, कसा त्याने एक तुटलेला पाय रस्त्यावर पडलेला पाहिला होता, सगळी पानं गळून गेलेलं झाड. ''तो लकी होता,'' काटेकर म्हणाला, त्याने हनुवटीनेच काझीमीकडे खूण केली. काटेकर दुःखी दिसत होता. सरताजने विचार केला की, मी स्वप्न बघत आहे.

मग सरताजला जाग आली. मेरी त्याच्या शेजारी झोपली होती. तिने झोपेतही त्याचा दंड धरून ठेवला होता. तिचा श्वास मंद होता, शांत होता. सरताजची कंबर जड झाली होती; पण त्याला वळायचं नव्हतं. बेड अरुंद होता. त्याला तिला जागं करायचं नव्हतं. काझीमी खरंच लकी होता, त्याने विचार केला. ती खरंच खूप वाईट दंगल होती. जळणाऱ्या वस्त्या, हातात तलवारी घेतलेले पुरुष आणि न संपणाऱ्या रात्री. किंकाळ्या. बिल्डिंग्समधून पुढून मागून घुमणारे गोळीबाराचे आवाज. काझीमीला कोणी गोळी मारली असेल. हिंदूने का मुसलमानाने किंवा कोणा पोलीसवाल्याने, अंदाधुंद गोळीबार? जाऊ दे तो तसाही लकी होता. तो लकी होता आणि तो लकी होता की, तो फक्त लंगडत होता... तो लकी होता कारण, तो व्हीलचेअरमध्ये बसलेला नव्हता. जर तो अपंग झाला असता, तर त्याला त्या खडबडीत गल्ल्यांमध्ये चालता आलं नसतं. किमान जोवर त्याच्याकडे बंटीसारखी व्हीलचेअर नाही तोवर नाहीच.

सरताज उठून बसला. तो आता बऱ्यापैकी जागा झाला होता, त्याच्या डोक्यात रक्त उसळत होतं. मेरी त्याच्या शेजारी वळली, त्याने तिला धक्का दिला होता.

''काय?'' ती म्हणाली.

सरताज बंटीची व्हीलचेअर आठवत होता, ती छान फॉरेन स्टाइलची व्हीलचेअर. त्याच्या कानात एक माणूस प्रवचन देत असलेला आवाज ऐकू येत होता. एक सोनेरी आवाज, सांगत असलेल्या सत्याबद्दल आत्मविश्वास असलेला आवाज. त्याला तो माणूस प्रत्यक्ष दिसत नव्हता; पण तो तिथे होता. एका टीव्ही मॉनिटरवर. तो एक महान, प्रसिद्ध गुरू आणि त्याने एक यज्ञ केला होता. त्यात सरताजला स्वतःचा चेहरा दिसत होता. दुसऱ्या टीव्ही स्क्रीनवर त्याला एक चाक दिसत होतं, एक चाक जे त्या गुरूच्या डोक्यामागे दिसत होतं. एक चमकणारं चाक... खूप आधी पाहिलेलं. गुरू व्हीलचेअरवर बसला होता. एक जलद गतीने जाणारी व्हीलचेअर. एक व्हीलचेअर, असाधारण व्हीलचेअर. सरताजला त्या व्हीलचेअरचा हळुवार हमिंग आवाज ऐकू येत होता.

''मला जावं लागेल,'' तो म्हणाला.

''काय झालं?''

''काही नाही, काही नाही. मला कामावर जायचं आहे. मी फोन करेन.''

त्याने तिला किस केलं, तिचं पांघरूण नीट केलं आणि आपलं सामान गोळा केलं. लँडिंगवर अंधार होता आणि क्षितिजावर सूर्योदय होऊ लागला होता. त्याला बिल्डिंग्सच्या मधून चंदेरी प्रकाश दिसत होता. त्याने दरवाजा ओढून घेतला आणि वरच्या पायरीवर बसून

शूज घातले. घाईघाईने शूज घालताना त्याची बोटं थरथरत होती. त्याने मोठ्या उड्या मारत पायऱ्या उतरल्या आणि जसं त्याने जमिनीवर पाऊल टाकलं, त्याने मोबाईल फोन बाहेर काढला. मोबाईलचा स्क्रीन गडद राखाडी होता. मादरचोद, त्याने रात्री मोबाईल चार्जच केला नव्हता. आता त्याने मोटारसायकलवर मांड टाकली आणि रिकाम्या रस्त्यावरून जोरात दामटली. त्याला सांताक्रूझ स्टेशनजवळ रात्रभर चालू असणारा एक पीसीओ माहीत होता. तो दहा मिनिटांच्या आतच तिथे पोहोचला. त्याने खिडकीवर टकटक केली. काउंटरमागे पेंगत असलेला मुलगा उठून बसला. 'कम ऑन, कम ऑन.' नंतर लाइनवर रिंग जात होती. काउंटर आणि बूथ यांच्या मध्ये असलेल्या हिरव्या पार्टीशनवर एक मोठं हार्ट काढलेलं होतं. त्याच्यातून जाणाऱ्या बाणाच्या एका बाजूला संजय लिहिलं होतं, तर दुसऱ्या बाजूला रेश्मा लिहिलं होतं. त्या हृदयातून रक्त ठिबकत होतं आणि त्याची धार जमिनीपर्यंत गळत होती. सरताजने त्या बाणावरून बोट फिरवलं.

''हॅलो?'' अंजली माथुरचा आवाज हळू आणि जाडाभरडा आला; पण सावध होता.

''मॅडम,'' सरताज म्हणाला. ''सरताज सिंग मुंबईहून. तुम्ही झोपला आहात... सॉरी.''

''काय झालं? सांग.''

''मॅडम,'' सरताज म्हणाला, ''मला वाटतं, मी गायतोंडेच्या गुरूला ओळखतो.''

सिने-निर्माता गणेश गायतोंडे

''''तुम्ही जराशी आय-शॅडो लावता, पापण्यांच्या कॉर्नरला थोडी डार्क लावता.''

मी सिल्वर फ्रेम असलेल्या आणि सॅटीन शीट्स घातलेल्या बेडवर पहुडलो होतो आणि जमिलाला मेकअप करताना पाहत होतो. झगमगीत लाइट्स गोलाकार लावलेल्या आरशासमोर ती अगदी जवळ बसली होती. ती तिचा चेहरा एखाद्या डॉक्टर इतक्या चिकित्सेने न्याहाळून पाहत होती. तिची छाती उघडी होती; पण जेव्हा ती तिच्या चेहऱ्यावर काम करत असे, तेव्हा मीसुद्धा तिचे डोळे, गाल यांकडे लक्ष देत असे. ''नंतर तुम्ही आय लायनर लावता, लॅक्मे चारकोल ब्लॅक. मग, डोळ्यांच्या बाहेर अशी किंचित त्याची शेपटी काढता, दिसलं? छोट्या माशासारखी. ती शेवटी अशी फुगीर होते, त्यामुळे डोळ्याला खोटा फुगीरपणा मिळतो. ओके. जर तुमची वरची पापणी जास्त हायलाइट केलेली असेल, तर खालच्या पापणीला हायलाइट करून ती हेवी दिसेल असं करायचं नाही. तुम्ही वरच्या पापणीवर थोडं डेफिनेशन सोडायला हवं. जर तुम्हाला तुमचे डोळे मोठे दिसायला हवे असतील, तर खालच्या पापणीच्या बाहेरच्या कडा किंचित वर घ्या. त्यासाठी पेन्सिल वापरा जी स्मज करता येईल आणि ती किंचित वर दाबा.''

ती मोठ्याने बोलत होती. खोलीतल्या डिस्को म्युझिकच्या तालाच्याही वर ऐकू येईल असं; पण अगदी स्पष्ट. तिने स्पष्ट बोलण्याचा सराव केला होता. मी ऐकतो आहे का नाही, हे तिने मध्येच तपासून पाहिलं आणि मला हसू आलं. मी खूपच दमलो होतो. त्या संध्याकाळी तिला मी दोन वेळा घेतलं होतं... त्यामध्ये एकदा जमिनीवर घेतलल. ती पूर्ण सहा फूट होती. सगळी अगदी मऊ, तरुण, लवचीक आणि सहज नमणारी. मी संपूर्णपणे तिचा शोध घेतला होता, अगदी एकेका इंचाचा. ''तुझे डोळे मोठे दिसत आहेत.''

''ठीक आहे मग. आता गाल. तुम्ही गालफडांवर ब्लश वापरता ज्यामुळे चमक येते. मला ब्राँझ ब्लिट्झ आवडतं. दिसलं? नंतर तुम्हाला ठरवायला हवं की, तुम्हाला सॉफ्ट लुक हवा आहे का हार्ड? तुम्ही कुठे जाता आहात, तुम्हाला काय इम्प्रेशन बनवायचं आहे तिकडे? जर तुम्ही खूप उजेडात जाणार असाल, तिथे कॅमेरे क्लिक करत असतील, तर तुम्हाला हार्ड लुक हवा असेल, ज्यामुळे तुम्ही फोटोमध्ये उठून दिसाल; पण आपण कुठेही जाणार नाही आहे म्हणून सॉफ्ट. सॉफ्ट लुकसाठी, मला MACचा लिपलायनर आवडतो. तो जर्मन आहे. तुम्ही ओठांना बाहेरून लाइन करून घेता. मी प्लम प्रीझर्वड कलर वापरते आहे आज. आता तुम्हाला फक्त ओठ आउट लाइन करायचे आहेत. जर तुम्ही संपूर्ण ओठावर लायनर वापरलं, तर ते खूप शार्प दिसेल म्हणून मी ब्लश-ऑन लिपस्टिक वापरते.

''खूप हुशार,'' मी म्हणालो. ''तू खूप हुशार आहेस जमिला.'' ती माझ्याकडे पाहून तसूभरही हसली नाही. तिने मस्कारा लावण्यासाठी तिचं तोंड उघडलं. तिच्या कामाच्या बाबतीत ती एखाद्या पंडिताइतकीच गंभीर होती किंवा तिच्या बाबतीत एखाद्या मुल्लाइतकी.

''तुम्ही ब्लश हलकेच लावता, नंतर बोटाने पसरता. असा. मग लिप्स झाले. आता मस्कारा.'' तिने पुढे अजून मस्कारा लावण्यासाठी तोंड उघडलं. मी ज्या कोणा स्त्रियांच्या बरोबर होतो, तर त्यांच्याबाबतीत पाहिलं होतं की, त्या डोळ्यांना मस्कारा लावायला जाताना त्यांची जिवणी अगदी रुंद उघडतात. विचित्र जमातीच्या बायका होत्या त्या. ''तुम्ही जसं जसं वर जाता, तसा मस्कारा पापण्यांच्या मुळाशी असा रेंगाळतो. जसं तुम्ही वर जाल, एप्लीकेटर किंचित हलवा, किंचित वळवा. दिसलं? रेंगाळा, हलवा आणि मग तुम्हाला काय मिळतं? जाड सुंदर पापण्या. तेच तर. ओके, तर आपलं आता होत आलंय; पण संपलं नाहीये. सिक्रेट आहे : ब्लेंड, ब्लेंड, ब्लेंड! सगळं कसं ब्लेंड झालं पाहिजे. शार्प एज कुठेही नको.''

तिने सगळं ब्लेंड केलं. मी बघत होतो.

''बघू. अजून काय? ओके, आजच्या रागीट लुकसाठी मी थोडं लिप-स्टेन वापरणार आहे, त्यामुळे स्टेन्ड इफेक्ट येतो, काहीसा स्मोकी. मी जांभळ्या रंगाचा स्टेन वापरणार आहे. तुम्ही तो स्टेन एकसारखा केला पाहिजे. जर तुमच्याकडे ब्रश नसेल, तर तुम्ही पेन्सिलचं टोक वापरू शकता. असं,'' ती माझ्याकडे वळली, दोन्ही हात पसरून म्हणाली, ''संपलं. बघा? माझं झालं.''

आणि हो... हो. तिचं झालं होतं. तिच्यात खूप बदल झाला होता. इंटरेस्टिंग लांबुळक्या लखनौच्या अनपॉलिश्ड लोखंडाच्या तुकड्यातून आता अर्धपारदर्शक, हलका बहरलेला उजेड येत होता. ती उठून उभी राहिली. पूर्ण दीर्घ रात्रीसाठी तिने तिच्या नाजूक खांद्यांवर निळा ड्रेसिंग गाऊन चढवला. खाली तिने काळ्या रंगाच्या चामड्याच्या पँटी घातल्या होत्या आणि पातळ पंप्स. मी जोजोला या उंच कुमारिकेसाठी अभूतपूर्व पैसा दिला होता. नंतर जमिलाला काही लाख पुढे दिले होते आणि प्रत्येक वेळी ती अशी उंच, ताठ उभी राहिली की, मला पैसे वसूल झाल्यासारखे वाटायचे. ती माझ्यापासून थोडी दूर सूटच्या दुसऱ्या सिंगापूर स्कायलाइनच्या बाजूला गेली. कार्पेटच्या शेवटी तिने पळून जात असल्यासारखी पोझ घेतली आणि खांद्यांवरून किंचित मागे वळून माझ्याकडे पाहिलं. एक क्षण तिच्या ताठ झालेल्या निपलची झलक दिसली, ताठ आणि मागून उजेड आल्यामुळे काळसर. त्या क्षणी मागे गडद निळ्या रंगाच्या पार्श्वभूमीवर ती संपूर्ण सोनेरी आणि पुढे अंधार... आम्ही एखाद्या टीव्ही शोमध्ये... फॅशन टीव्हीवर किंवा स्टार किंवा झी टीव्हीवर दिसलो असतो. ती माझ्याकडे परत आली, ते तसं चालत आणि मला श्रीमंत, सुंदर स्त्रिया दिसल्या की, छाती फाडून त्यांच्यासमोर ठेवावी, असं वाटायचं तसं वाटलं. काहीतरी हवी असल्याची उत्कट इच्छा आणि मूर्खपणा असं एकत्रित झालं होतं, जसं ते वर स्वर्गात तरंगत असलेलं पाहून होतं. फरक इतकाच होता की, हे स्वर्गीय सुख माझ्यासमोर दुसऱ्या क्षणाला गुडघे टेकायचं म्हणून मी तिला चालू दिलं. तिला माहीत होतं की, मला तिला चालताना बघायला आवडायचं म्हणून तिने माझ्यासाठी शो केला. जेव्हा मी आता तो पाहू शकेनासो झालो, तेव्हा त्या ब्राँझ रंगाच्या लाइट्समध्ये मी तिला चारही खिडक्यांच्या जवळ पोझ घ्यायला लावली आणि मी तिच्या तोंडा समोर गेलो. आजच्या दिवसातली ही तिसरी वेळ होती. मी दुखावलं, थरथरलो आणि मग मला आराम मिळाला.

नंतर आम्ही जेवलो. मला खूप भूक लागली होती मान्य; पण तिला खाताना बघणं घाबरवून टाकणारं होतं. ती खूप नम्रपणे खायची. सुरी काटे वापरून, हलकेच तिच्या ओठांच्या कडा नॅपकीनने पुसत; पण ती तीन माणसांना पुरेल इतकं खायची. जर तुम्ही तिच्याशी बोलायचा प्रयत्न केला, तर ती खूप छान बोलायची, त्या दिवशीच्या विषयांवर; पण जर तिला पर्याय दिला, तर जेवताना तिला बोलायला आवडायचं नाही. ती प्लेट्स भरून चिकन खात असे, नंतर मटण आणि मग भरपूर आइस्क्रीम खाऊन शेवट करत असे. चहा किंवा कॉफीपेक्षा तिला उपलब्ध असेल, तर लस्सी किंवा दूध प्यायला आवडायचं. पहिल्यांदा जेव्हा आम्ही एकत्र जेवलो तेव्हा तिने मला सांगितलं होतं की, तिला कॅफीन नको आहे जे शरीरातील प्रत्येक पेशीतून धावतं आणि त्याच्या स्वभावानुसार काम करतं. तिला छान आराम करायला आणि गुलाबी सुंदर दिसायला फक्त पाच तास झोप पुरायची. ती चार तासांतही उत्तम दिसायची.

तर दुसरीकडे मी दिवसभराच्या त्या फ्लॅटमधल्या दमणुकीने थकलेला होतो, त्यामुळे मी शांतपणे जेवलो आणि नंतर अंघोळ केली. जेव्हा मी बाथरूममधून बाहेर आलो, तेव्हा जमिलाने कव्हर काढलेले होते आणि गरम दुधाचा ग्लास ठेवलेला होता. मी तिला चांगलं ट्रेन केलेलं होतं. ती अंघोळ करेपर्यंत मी दूध पिता पिता इंटरकॉमवर अरविंदशी बोलायचो. तो या डबल ड्युप्लेक्समध्ये सुहासिनीबरोबर खालीच असायचा, जी आता अजिबात सोनाली बेंद्रेसारखी दिसायची नाही. गुरुजींनी त्यांच्या लग्नाबाबत बरोबर सांगितलं होतं : ते दोघंही त्यात कणखर झाले होते. अरविंद अजूनही जरा विचार करायचा; पण त्याला निर्णय घेता यायचे नाहीत. सुहासिनीने आता तिचा झगमगाट सोडून दिला होता. ती आता अगदी शांत आणि आनंदी असायची. तिची ऊर्जाच तिच्या नवऱ्याला ऊर्जा द्यायची. मी अरविंदला आमच्या पूर्वेच्या ऑपरेशन्सचा कंट्रोलर केलं होतं आणि त्याला हॅवलॉक रोडवरच्या या सुंदर अपार्टमेंटमध्ये आयुष्य उभं करून दिलं होतं. ही खरंतर दोन अपार्टमेंट होती. मी जमिलाला फक्त इथे भेटायचो, या वरच्या पेंट हाउसमध्ये... फक्त एकाच जागी. आमच्या भेटीगाठी अगदी गुप्त होत्या. ते फक्त मला धोका होता म्हणून नाही, तर हे आम्हा सगळ्यांसाठी म्हणजेच माझ्यासाठी, जोजोसाठी आणि जमिलासाठी होतं. खूपच साहजिक होतं की, ज्या मुलीला मिस युनिव्हर्स व्हायचं होतं, तिची एखाद्या आंतरराष्ट्रीय डॉनशी जवळीक उघड होणं योग्य नव्हतंच. जमिला जितकी उंच होती, तितकीच शांत होती. अगदी ती शॉवर घेतानाही गुणगुणत नसे. जेव्हा ती सिनेमा बघत असे, तेव्हाही ती हसत किंवा रडत नसे. आता मला बेडरूममध्ये पाणी उडवल्याचा आवाज येत होता आणि बास तितकंच. मी अरविंद बरोबर बिझनेसचं बोललो आणि गरोदर असलेल्या सुहासिनीची चौकशी केली. नंतर मी फोन ठेवला आणि मुंबईला बंटीला फोन केला. अजून खूप बिझनेसचं बोलायचं होतं. आमचं बोलून होईपर्यंत जमिलाचं संध्याकाळचं साग्रसंगीत स्नान झालं होतं. बाथरूममधलं तिचं बेसिन एखाद्या केमिस्टच्या दुकानासारखं दिसायचं, ज्यावर ओइंटमेंट, लोशन्स, शाम्पू सगळे नीट ठेवलेले असायचे, तरीही जेव्हा ती केस वर बांधून झोपायला यायची, ती खूप सारं क्रीम वगैरे लावलेली दिसायची नाही, जे साधारणपणे इतर स्त्रिया दिसायच्या. ती फक्त घासून पुसून, स्वच्छ आणि निरोगी दिसायची.

मी लाइट घालवले आणि आम्ही एकमेकांशेजारी झोपलो. मला माहीत होतं की, ती थोडा वेळ झोपेल... एक दोन तास किमान; ती माझ्या कामाच्या शेड्यूलचा आदर करायची

आणि अतिशय लवचीक होती. ती जेवून झोपायची आणि जेव्हा मी उठवेन तेव्हा उठायची. आता मला ती झोपायला हवी होती; पण तिच्या शरीराने मला जागं ठेवलं.

केवळ शरीराच्या भुकेने मी चाळवला जाऊन उठलो नाही, तर त्या क्षणी मी तृप्त नव्हतो. मी तिचं शरीर, त्याचे आकार, उकार, प्रमाण यांबद्दल विचार करत होतो. आम्ही तो पुनःनिर्मित केला होता. जमिलाचे नितंब सरळ केले होते म्हणजे त्यांची गोलाई जी साधारण मानवी शरीरामध्ये प्रमाणबद्ध नसते, ती नीट केली गेली होती. तिच्या नितंबांवरची चरबी काढून तिच्या गांडीत पुन्हा भरली होती, जेणेकरून ती छान गोल गुबगुबीत दिसेल. तिच्या मांड्यांच्या खालचा भाग, बाजूचा आणि मागचा भाग लिपोसक्शन करून घेतलेला होता. तिच्या कंबरेचंही लिपोसक्शन केलेलं होतं, त्याचप्रमाणे तिचे दंड आणि हनुवटीचा मागचा भागही. तिच्या स्तनांमध्ये सलाइन इम्प्लांट केलं होतं, जे आता नैसर्गिक आकारात दिसत होतं. आम्ही पूर्वी त्याबद्दल खूप तपशिलात बोललो, हाताळलं, चर्चा केली होती. आम्ही हे सगळं ओर्चर्ड बोलेवार्डला डॉ. लंगस्टन ली यांच्या हाउस ऑफ वंडर्समध्ये केलं होतं. त्यांचा नावलौकिक अद्वितीय होता, त्यांचं क्लिनिक एकदम स्वच्छ, अत्याधुनिक होतं आणि दरही तसेच होते; पण ते यातले तज्ज्ञ होते. डॉ. ली यांचे डोळे लहान होते आणि ते खूप गमतीशीर बोलणारे होते. मांसाच्या बाबतीत अगदी जादूगार होते. ते तुमचं मांस इकडचं तिकडे करू शकत, गायब करू शकत आणि पुन्हा प्रकट करू शकत. जमिलाने त्यांना खूप संशोधनाअंती शोधून काढलं होतं आणि त्यांनी आम्हाला अजिबात नाराज केलं नव्हतं. अगदी मीदेखील, जो तर एक शरीराचा अविचारी भोक्ता होता, एक अत्यंत भेदभाव न करणारा चोदू होता, ज्याला स्वतःला काय आवडतं हे माहीत होतं; पण का ते माहीत नव्हतं आणि ते मी त्यांच्या चर्चा ऐकून शिकलो. मला आता सौंदर्याची व्याख्या कळली, त्याचं व्याकरण आणि उदात्त वाक्यरचना कळली. या दोन कवींचं बोलणं ऐकून मला समजलं की, गोलाई, पोत आणि जागांच्या वापराने इतकी सुंदर गाणी कशी लिहिली जातात जी कठोरात कठोर हृदयही ती गुणगुणायला भाग पडतात. ही एक जादू होती, जी त्या दोघांनीही मिळून केली होती; हा डॉक्टर आणि त्यांचा पेशंट यांनी मिळून. तिच्यातून त्यांनी जे निर्माण केलं, त्याला काही तोडच नव्हती.

या प्रक्रियेला अगोदरच खूप पैसा खर्च झाला होता आणि अकल्पनीय वेदनाही झेलाव्या लागल्या होत्या. मी जमिलाला क्लिनिकमध्ये कधीही भेटायला गेलो नव्हतो; पण मी तिची सर्जरी झाल्यानंतर आमच्या फ्लॅटमध्ये तिच्यासोबत वेळ घालवला होता. तिने कधीही हूं का चू केलं नव्हतं किंवा तक्रार केली नव्हती; पण तिची सर्जरी झाल्यानंतर बेडवरून बाथरूममध्ये जाताना तिच्या मांडीचे टिश्यू ओरबाडून निघून आले होते. तिच्या कपाळावर घामाची एक धार मला दिसली. मला ते तिच्या जखमांमध्ये दिसून आलं, तिच्या स्तनांवर असलेल्या हिरव्या निळ्या चट्ट्यांमध्ये दिसलं... ती वेदनेने कळवळून बेडशीट आवळून धरत असे, त्यात दिसून आलं. इतक्या वेदना आणि इतके दिवस... पण ते अजून संपलं नव्हतं. तिच्या ओठांमध्ये फॅट घालण्याचं काम सुरू होतं. ती तिच्या नाकावरही थोडं काम करणार होती आणि इम्प्लांट करून ते सरळ करणार होती. तिची हेअरलाइन वर करून घेणार होती. तिच्या हनुवटीचंसुद्धा इम्प्लांट करायचं होतं, हनुवटी थोडी निमुळती, प्रमाणात आणि मजबूत करायची होती अगदी तिच्या भुवयांच्या मधोमध येईल अशी. डॉ. ली तिला अगदी सुसंगत आणि संतुलित आणि परिपूर्ण करणार होते. नंतर ती तिच्या हिशेबाने अगदी परफेक्ट असणार होती.

''तू सुरुवात कशी केलीस?'' मी विचारलं.

''साहेब?'' ती म्हणाली. तिचं उत्तर अगदी तत्पर होतं आणि ती झोपेत नव्हती, पेंगुळलेली नव्हती; पण माझा प्रश्न तिला समजला नसावा.

''तू तुला स्टार व्हायचं आहे हे पहिल्यांदा कधी ठरवलंस? मुंबईला यायचा प्लॅन कधी केलास? तू हे सगळं कसं जमवून आणलंस?'' तिच्या श्वासोच्छ्वासावर काही फरक पडला नाही किंवा शरीराची काही हालचाल झाली नाही; पण ती आता पूर्णपणे सावध झाली. मला ते माझ्या हातांवर जाणवत होतं, माझ्या मानेच्या मागच्या बाजूला.

''ती एक लहान गावातली बोअरिंग स्टोरी आहे साहेब.''

''मला सांग.''

''हो साहेब,'' ती म्हणाली. ती चांगली मुलगी होती. ती मला नेहमी 'साहेब' म्हणायची. ती खूप शांत, आज्ञाधारक होती. आता ती म्हणाली की, मी जेव्हा सहा वर्षांची होते, तेव्हा मी पहिल्यांदा मॉडेल पाहिल्या.

''हो.'' मी म्हणालो. ती बोलत होती, तेव्हा प्रत्येक मिनिटाला मी प्रतिसाद देत होतो, 'हो', 'हम्म' म्हणत होतो जेणेकरून तिला कळावं की, मी ऐकतो आहे आणि ती बोलत राहिली.

''म्हणजे मी त्यांना त्यापूर्वी न्यूजपेपरमध्ये किंवा मासिकात पाहिलं होतं; पण त्या वेळी मी खऱ्या आयुष्यात मॉडेल पाहिल्या, आमच्या लखनौमध्ये. माझ्या आईने मला चाचांच्या घरी नेलं होतं आणि घरी परत येताना आम्ही हजरतगंजमधून चालत आलो. एका डिपार्टमेंटल स्टोअरमधून मॉडेल बाहेर येत होत्या. त्या एका मोठ्या उद्‌घाटनासाठी तिथे आल्या होत्या. त्या स्टोअरमधून बाहेर आल्या, फूटपाथवरून चालत आल्या. पोलिसांनी त्यांना पाहायला आलेली गर्दी आवरून धरली होती, त्या गर्दीतून त्या चालत एअर कंडिशन बसमध्ये चढल्या. ते तेवढंच पाहिलं मी त्यांना... तीस सेकंद किंवा एक मिनिट. माझी आई आणि अजून कोणी माणूस यांच्यामध्ये चेंगरून मी त्यांच्याकडे पाहत उभी होते. त्या इतक्या जवळून गेल्या की, मी हात लांब केला असता, तर त्यांचा स्कर्ट किंवा त्यांच्या हाताला स्पर्श करू शकले असते; पण मी तसं केलं नाही. मी माझ्या आईचा बुरखा धरून उभी होते आई त्यांच्याकडे बघत होती. त्या तिथे होत्या... अगदी तिथे. हजरतगंजमध्ये! पण त्या कोणत्यातरी वेगळ्या जगातून आल्या असल्यासारख्या वाटत होत्या. त्या खूप उंच होत्या. माझ्याहूनही उंच, माझ्या आईहूनही उंच. जशा काही त्या पऱ्याच होत्या. शेजारून जाताना दोघी जणी इंग्लिशमध्ये बोलत होत्या, त्यातलं मला काही कळलं नाही; पण त्यांच्या आवाजात जरी ते भाव होते, तरी त्यांच्या लाल गालावर आणि काळ्याभोर डोळ्यांतही ते होते. त्या माझ्यासाठी पऱ्याच होत्या. त्यानंतर मला कोणीही राजकुमारी, जादू यांच्या गोष्टी सांगितल्या, तर माझ्या डोळ्यांसमोर नेहमी त्या मॉडेल्सच यायच्या. मी त्यांना कधीही विसरले नाही. त्या संध्याकाळी मी आईला विचारलं की, त्या कोण होत्या. तिला माहीत नव्हतं. ती एक पवित्र स्त्री होती, जी नेहमी बुरखा घालायची, तिला मॉडेल्सबद्दल माहीत नव्हतं? जेव्हा आम्ही घरी आलो, तेव्हा मी माझ्या वडिलांना सांगायचा प्रयत्न केला; ते हसले आणि त्यांनी माझ्या आईला विचारलं की, मी कशाबद्दल बोलते आहे आणि खांदे उडवून ती म्हणाली की, कोणीतरी केस कापलेल्या फॉरेनच्या निर्लज्ज मुली.

त्या फॉरेनच्या नव्हत्या, भारतीयच होत्या. मुंबईच्या मॉडेल्सचा तो ग्रुप होता; पण ते माझ्या आईसाठी पुरेसे फॉरेन होते. आम्ही दुसऱ्या दिवशी त्या कोण होत्या ते शोधून काढलं. माझे वडील एक लहान माणूस होते, त्यांचं चौक बाजारात एक छोटंसं रेस्टॉरंट होतं आणि ते खूप धार्मिक होते. ते दररोज रेस्टॉरंटच्या यशासाठी अल्लाहकडे प्रार्थना करत, जे लखनौमध्ये काकोरी कबाबांसाठी खूप प्रसिद्ध होतं; पण ते खूप पुढारलेलेही होते. रेस्टॉरंटमध्ये ते दोन उर्दू पेपर घेऊन जात; पण ते टाइम्स ऑफ इंडियासुद्धा नेत. त्यांना स्वतःला इंग्लिश वाचता येत नसे, त्यांना आशा होती की, त्यांची मुलं तरी वाचतील आणि जगात पुढे जातील. खरंतर त्यांची ही आशा त्यांच्या मुलांसाठी होती म्हणजे माझ्या मोठ्या भावांसाठी; पण मी जी सगळ्यात लहान होते, त्यांची खूप लाडकी होते, त्यामुळे मीही तो पेपर, मासिकं चाळायचे आणि त्यांच्या चर्चा ऐकायचे. त्या सकाळी माझा मोठा भाऊ अझीम, जो आमच्या कुटुंबात सगळ्यात छान इंग्लिश बोलायचा, तो उत्तर प्रदेशच्या राज्य सेवा परीक्षांची तयारी करत होता. तो हसला आणि म्हणाला की, या बघा जमिलाच्या फॉरेनच्या बायका आणि खरंच तिथे त्या होत्या, तिसऱ्या पानावर एका फोटोमध्ये, एका लांब वॉकमध्ये तरंगत होत्या. त्यांच्यातल्या एकीला मी ओळखलं, ती माझ्यासमोर त्यांचं जे बोलणं झालं होतं, त्यापैकी एक होती. अझीमने वडिलांना समजावून सांगितलं की, त्या मॉडेल्स होत्या ज्या मुंबईहून एका फाइव्ह स्टार हॉटेलमध्ये फॅशन शोसाठी आलेल्या होत्या. त्या शोला लखनौमधील सगळे श्रीमंत लोक आलेले होते; अगदी डीआयजी आणि कलेक्टरसुद्धा. त्या वेळी मी पहिल्यांदा 'फॅशन शो' हा शब्द ऐकला. मला त्याचा अर्थही माहीत नव्हता. मी कल्पना केली की, खूप माणसं असतील, जशी की त्या दिवशी हजरतगंजला फूटपाथवर जमली होती आणि त्या सुंदर मॉडेल त्यांच्यासमोर चालत असतील. बाकी काही नाही, इतकंच आणि सगळे लोक त्यांच्याकडे पाहत असतील.

मला त्या वेळी हे इतकंच माहीत होतं. मी पुढे बराच काळ हीच समजूत घेऊन बसले होते, जो माझा रस्ता होता, माझं घर होतं, शाळा होती. माझे आई-वडील, भाऊ आणि कझिन्स, मावश्या हेच माझं जग होतं. रोज रात्री मी तो वॉक करायचे, मुंबईच्या त्या सुंदर मॉडेल्सना बघून झोपायचे. मी त्या फूटपाथवर चालायचे जिथे ती गर्दी आता नव्हती, जी आता लखनौमधूनच गायब झाली होती. मला अजून जाणून घ्यायचं होतं; पण मला आतूनच विचारावंसं वाटलं नाही. मी ते कोणाला कळू दिलं नाही. मला माहीत होतं की, बायकांनी अशा गोष्टींच्या मागे लागू नये. चांगल्या मुली सुराह आणि हदीस लक्षात ठेवतात, खूप सभ्य आणि शांत असतात, फक्त जाग्या असताना नाही तर झोपेतही. माझ्या आईशेजारी बसून जेव्हा मुलांची जेवणं झाल्यावर मी जेवत असे, तेव्हाही मला हे माहीत होतं म्हणून मी शांत बसले, ऐकून ऐकून शिकले, जे काही मला थोडं फार कानावर पडलं ते. मी अझीमसोबत टाइम्स ऑफ इंडिया वाचायचा प्रयत्न केला; पण हा आमच्या कुटुंबात एक विनोदच होऊन गेला. रोज सकाळी, अझीमने पेपर उघडला की, तो मला बोलावत असे, त्यामुळे मला थोडं जास्त कळत होतं. मला माहीत होतं की, मॉडेल्स मुंबईला राहतात, त्यांच्यातल्या बहुतेक जणी ज्या तिथेच लहानाच्या मोठ्या झालेल्या असतात. त्या इंग्लिश बोलतात आणि त्या खूप पैसा कमावतात, मोठ्या मोठ्या लोकांच्या बरोबर ऊठबस करतात; पण आमच्याकडे रंगीत टीव्ही आणल्यानंतरच मला खरं काय ते कळलं.

हे सगळं जेव्हा मी अकरा वर्षांची होते, तेव्हाची गोष्ट आहे. त्या वर्षी आम्ही केबल घेतल्यावर मी रोज दुपारी टीव्ही बघायला लागले. त्या उन्हाळ्याच्या सुट्टीत, सगळ्यांना मी अगदी साधी, शांत, चांगली वाटले; पण मी मोठी होत होते. मोठी अजून मोठी. माझी आई तिच्या काळातल्या बायकांच्या मानाने थोडी उंच होती, कदाचित पाच-पाच असेल. माझे वडील तिच्याहून एखाद इंच उंच असतील. अझीम घरात सगळ्यात उंच होता. पाच आठ; पण मी अजून मोठी होत होते. मी एम टीव्ही आणि व्ही टीव्हीवर फॅशनशी संबंधित शो बघत असे. झीवर फॅशन डिझायनर, कोरिओग्राफर, फोटोग्राफर्सच्या मुलाखती होत, तेव्हा मी पाहायचे. मी फॅशन गुरू पाहायचे आणि इंग्लिशचा सराव करायचे. मी चौदा वर्षांची होईपर्यंत मी अझीम सोडून इतर सर्वांना उंचीत मागे टाकलं होतं आणि पुढच्याच वर्षी मी त्याच्याहून उंच झाले. मी खूप बारीक होते. मोहल्ल्यातल्या मुली माझ्याबद्दल काहीतरी कॉमेंट्स करत आणि माझी आई ते एकून पुटपुटत असे. माझ्या वडिलांच्यानुसार माझे एक पणजोबा असे उंच होते जे पाच फूट साडेनऊ इंच उंच होते आणि मी त्यांच्यावर गेले होते; पण सोळावं वर्ष संपताना, मी या त्यांच्यापेक्षाही उंच झाले होते आणि तरीही माझी उंची वाढतच होती.

माझ्या घरच्यांना काळजी वाटत होती. मला माझ्यापेक्षा उंच नवरा कसा मिळणार होता? जरी त्यांनी शोधला असता, तरी त्याला अशी ओढून ताणून लांब केलेली बायको आवडली असती का? पण मला चिंता नव्हती. मला उंच मुलींना कुठे मागणी असते ते माहीत होतं. मी कोण आहे हे मला माहीत होतं. मी फक्त फॅशनचा अभ्यास केला नव्हता, तर स्वतःचाही केला होता. जरी माझ्या आजूबाजूच्या कोणाला दिसत नसलं, तरी मला माझ्यात पोटेन्शियल होतं हे माहीत होतं. ऐश्वर्या आणि सुस्मिता जिंकल्यानंतर दोन वर्षांनी एक ब्युटी पार्लर आमच्या मोहल्ल्यातच उघडलं. तरुण मुली आणि बायका तिथे जात असत - आयब्रो, फेशियल आणि लग्नाचा मेकअप करून घ्यायला; पण सुंदर मुली ज्या आहेत, ज्यांच्यामागे माझे भाऊ लागायचे त्या जराशा सुदृढ आणि गोऱ्या असत. मला माझा रंग, रूपरेषा माहीत होत्या आणि मी तर त्यांच्यासारखी अजिबात नव्हते. मी कुरूप समजली जायचे. मी काळी होते; पण मला तरीही माहीत होतं. माझ्या आरशात काय होतं आणि काय करायला हवं होतं, ते मला दिसायचं. मी डीपोर्टमेंट, ट्रेनिंग, कॅट वॉक आणि मॉडेलचे लुक, प्लॅस्टिक सर्जरी या सगळ्यांबद्दल वाचलं होतं. मला कुठे जायचं आहे, हे मला ठाऊक होतं. माझ्यासाठी एकच जागा होती : मुंबई! म्हणून मी मुंबईला आले.''

मी आजवर तिला इतकं बोलताना ऐकलं नव्हतं. इतका वेळ तेही सलग तर नाहीच नाही. मला वाटतं की, खोलीत अंधार होता, माझा प्रश्न अनपेक्षित होता आणि मी मध्ये मध्ये होकारार्थी बोलत होतो. या सगळ्याचा परिणाम म्हणून ती बोलली असावी. असं वाटलं की, ती ही गोष्ट मला नव्हे, तर तिला स्वतःला सांगत असावी. बाकीचा तिचा प्रवास मला माहीत होता. जोजोने मला सांगितला होता. जमिला तिचा अठरावा वाढदिवस होईपर्यंत थांबली होती. त्या दिवशी दुपारी उशिरा, तिने बुरखा घालून घर सोडलं, फक्त तिची पर्स आणि सात हजार चारशे रुपये, जे तिने इतक्या वर्षांत खूप कष्टाने साठवले होते, ते घेऊन निघाली. ते पैसे तिने बहुत करून आईच्या कपाटातून चोरूनच जमवले होते. तिच्याकडे तीन सोन्याच्या बांगड्या होत्या आणि काही चांदीचे दागिने होते.तिने नखखसला जायला रिक्षा पकडली. ती काश्मिरी मोहल्ल्यातून गेली. कारण, तिला एक स्वस्तातली सुटकेस विकत घ्यायची

होती. तिने चेहरा झाकूनच ठेवला होता आणि पोक काढून चालत होती, एखाद्या धार्मिक बाईसारखी. जिथे मागच्या काही आठवड्यांत तिने हळूहळू काही वस्तू मैत्रिणीच्या घरी नेऊन ठेवल्या होत्या. जेणेकरून त्यांचा ढीग होईल. तिचा अभिनय खूपच छान होता आणि तिने ती सुटकेस अगोदरच मैत्रिणीच्या घरी नेऊन ठेवली होती. नंतर ती रेल्वे स्टेशनला गेली आणि पुष्पक एक्स्प्रेसची वाट पाहत होती. तिने दोन आठवडे खोट्या नावाने आधीच तिकीट आणि स्लीपर बर्थचे रिझर्वेशन काढून ठेवलं होतं. ती शांतपणे ट्रेनमध्ये बसली आणि लखनौ मागे पडताना पाहत होती. तिने लखनौमध्ये मागे काय सोडलं असेल तर फक्त एक चिठ्ठी जी त्या रात्री उशिरा आईला किचनमध्ये सापडली. त्यात लिहिलं होतं, 'मी माझ्या इच्छेने जात आहे. ही माझी मर्जी आहे. मला शोधायचा प्रयत्न करू नका.' तिने त्या चिठ्ठीत कुठे जाते आहे, का, कशासाठी वगैरे काही लिहिलं नव्हतं. तिने तिच्या महत्त्वाकांक्षांबद्दल, तिच्या ठरवलेल्या दिशेबद्दल कधी कोणाशी एक शब्दही बोलला नसल्याने, कोणालाच काही माहीत नव्हतं. अगदी तिच्या ज्या मैत्रिणीने तिला मदत केली होती, तिलाही वाटत होतं की, ती जमिलाला तिच्या विवाहित बॉयफ्रेंडकडे जाण्यासाठी मदत करते आहे; पण कोणी बॉयफ्रेंड नव्हता, कोणी माणूस नव्हता, होतं ते फक्त तिचं स्वप्न होतं. मुंबईला पोहोचल्यावर तिने बुरखा फेकून दिला. तिचं नाव पुन्हा एकदा बदललं आणि हाजी अलीला एका छोट्याशा मुलींच्या गेस्ट हाउसमध्ये ती राहिली. ते गेस्ट हाउस म्हणजे एक डोर्मीटरी होती, ज्यात प्रत्येक मुलीला एक बेड, छोटं टेबल आणि दोन फुटांचं एक शेल्फ मिळालं होतं. मला माहीत होतं की, तिने सुरुवातीला कसा त्रास काढला होता. छोटे छोटे सेल्सचे जॉब, लोभी बॉस, फोटोग्राफरना भेटायला जाण्यासाठी तीन तीन तासांचा बसचा प्रवास, त्यांचे असभ्य वर्तन, कॉमेंट्स आणि पाणउतारे... मी हे सगळं ऐकलेलं होतं आणि तरीही त्या रात्री तिने हे मला सांगेपर्यंत समजलं नव्हतं की, तिच्यामध्ये इतकी ताकद आली कुठून? तिने सांगितलं की, तिला ती काय बनू शकते हे माहीत होतं, तेव्हा मला ते समजलं. जोजोचं म्हणणं बरोबर होतं. ही जमिला माझ्यासारखी होती. काही लोक जग बदलू शकतात. मी हे गुरुजींकडून शिकले होतो की, आपण पृथ्वीवर येतो, ज्या आकाशाखाली आपण वावरतो, हे सगळं स्वप्न असतं. ज्यांनी तप केलेलं असतं आणि पुरेशी इच्छाशक्ती असते ते लोक विश्व इकडचं तिकडे करतात, ते म्हणाले होते. मी माझं आयुष्य स्वतः लिहिलं होतं. आता मला माहीत होतं की, जमिलामध्ये ही क्षमता होती, ही इच्छा होती. आम्ही, ज्यांच्याकडे ही महान दृष्टी होती... असे आम्ही आमचे आयुष्य पुन्हा लिहू शकतो. कधी त्या रात्री झोपण्यापूर्वी आणि दुसऱ्या दिवशी सकाळी उठण्यापूर्वी, कदाचित झोपेत किंवा जागेपणी मी तिच्यासाठी एक सिनेमा काढायचा ठरवलं.

''तर तू त्या इगोइस्टिक जिराफीच्या प्रेमात पडला आहेस तर,'' जेव्हा मी जोजोला माझ्या सिनेमा काढायच्या योजनेबद्दल सांगितलं, तेव्हा ती निर्णायकपणे म्हणाली. मी तिला नेहमीप्रमाणे दुपारी मुंबईला फोन केला होता.

''तू कसं गृहीत धरतेस की मी कशाच्या प्रेमात पडलो आहे म्हणून?'' मी म्हणालो. ''मला खूप दिवसांपासून सिनेमा काढायचाच होता.''

''कदाचित; पण आता जेव्हा तू काढायचं ठरवलं आहेस तर. तू तिच्यावर फिदा आहेस. मान्य कर. त्या इगोइस्टिक जिराफीने तुला तिच्या जाळ्यात अडकवलं आहे.''

कोणत्याही परिस्थितीत तिने हा समज, शक्यता आणि जमिलाला उठता बसता इगोइस्टिक जिराफी म्हणण्यापासून माघार घेतली नसती. खरंतर जोजोनेच तिला माझ्याकडे आणलं होतं. जमिला तिच्यावर विसंबून होती आणि जोजोच तिची सगळ्यात मोठी स्पॉन्सर होती. ''जोजो, तू तुझ्या त्या गरीब मुलीवर जळते आहेस,'' मी म्हणालो.

मी असं म्हटल्यावर जोजो मोठ्याने हसली. ''हो जळते आहे का तर तिला तुझ्याशी दर दोन मिनिटांनी जुळवून घ्यायला लागतंय म्हणून का गायतोंडे?'' मला जमिलाकडून खूप समाधान आणि आराम मिळत होता. मी जोजोला सांगितलं की, मी कसं तिला वेगवेगळ्या पोझिशन्समध्ये, वेगवेगळ्या सुंदर पोझेसमध्ये खास ठिकाणी घ्यायचो. एखाद्या स्त्रीला माहिती देणं हा मूर्खपणाच असतो, असं मी माझ्या मुलांचं काउंसलिंग करायचो; पण जोजो बरोबर कधी कधी मी स्वतः बनवलेले नियमच मोडले होते. आम्ही एकमेकांना खूप वर्षांपासून ओळखत होतो, त्यामुळे आम्ही एकमेकांना खूप चांगलं ओळखत होतो. कधी कधी मी जमिलाला रेस्टॉरंटमध्ये नेताना लिमोझिनमध्येच चोदत असेन, तर मला जाणीव असायची की, माझ्या डोक्यात ते नंतर जोजोला सांगायचा विचार येई. असं सांगणं खूप महत्त्वाचं होतं की ते मी सांगण्यासाठी करत होतो. मला जोजोला सांगायचंच होतं आणि तिला खूप जास्त माहिती होती. त्यात मी इगोइस्टिक जिराफीबरोबर किती उपभोगत होतो, याचाही समावेश होता. ''माझी गांड तुला देण्यापेक्षा माझा वेळ अन्य चांगल्या कामासाठी वापरावा इतकी महत्त्वाची कामं आहेत मला गायतोंडे,'' ती म्हणाली.

''पण जमिलाची गांड मोठ्या स्क्रीनवर येणार आहे,'' मी म्हणालो. ''आणि त्यामुळे तुझी जळते आहे.''

''दहा वर्षांपूर्वी कदाचित जळाली असती. कदाचित पाच; पण मी आनंदात आहे बाबा. तुला समजतंय का? आनंदी! मला माझं काम आवडतं, मला जे हवं ते करायला मला आवडतं. मी जे करते त्यात मला यश मिळतं. मला जाणवतं की, मला फिल्म जरी मिळाली असती, तरी त्या बिझनेसमध्ये मी फार काळ टिकून राहू शकले नसते. मी एक लहान मुलगी होते, जी मोठे मोठे डाव खेळत होती. मला काहीच माहीत नव्हतं.''

''ही जमिला जेव्हा लहान होती, तेव्हापासून ती या बिझनेसचा अभ्यास करत होती.''

''हो, तिने खूप काळ खूप कष्ट केले आहेत. कारण, ती एक इगोइस्टिक जिराफी आहे.''

ते पुन्हा आलं, प्रत्येक वेळा चांगलं म्हणण्याच्या शेवटी ती डंख मारल्यासारखं 'इगोइस्टिक जिराफी' म्हणायचीच. ''कुत्रीसारखं करू नकोस,'' मी तिला म्हटलं, ''तूही तिच्यासारख्या बच्चांना त्यांच्या अभ्यासाला आणि मेहनतीला सोडून दे.''

जोजोने हे खूप डौलदारपणे मान्य केलं. ती एखाद्या जपानी सुरीसारखी धारदारही होती; पण ती प्रामाणिक होती. ''खरंय ते,'' ती म्हणाली, ''आणि त्यातल्या काही जणींना तुझ्याकडे तुला मजा मारण्यासाठी पाठवते गायतोंडे.''

''हो,'' मी म्हणालो. ''मला एक पत्र वाचून दाखव,'' हेसुद्धा माझ्या एका आनंदापैकी एक होतं. गेले दोन-तीन वर्षं जोजोला पत्रं येत असत. ती ब्राऊन पाकिटात येत जे पोस्ट ऑफिसजवळ आणि बाजारात सरकारी नोकऱ्या आणि अर्जाच्या गठ्ठ्याजवळ मिळत.

''हो, हो,'' जोजो म्हणाली, ''होल्ड कर. मला शुक्रवारी एक खरंच खूप सुंदर पत्र मिळालं आहे. मी तुझ्यासाठी ठेवलं होतं.''

मला ती तिच्या शेल्फमध्ये पत्र शोधत होती, ते ऐकू येत होतं. तिला ती पत्रं सगळ्या देशभरातून येत. विशेष करून उत्तरेतून, 'आझाद नगर, मैन्थो फर्म, धनबाद,' 'असबल्पुरा, मोरादाबाद,' आणि 'माणगाव, जि. रायगड', 'मलिक टोला, बंका, बिहार,' अशा ठिकाणांहून येत. काही दिल्ली बाहेरच्या हिंदी पेपर्सनी एक टाइम्स ऑफ इंडियामधला मॉडेलिंगबद्दलचा लेख छापला होता, ज्यात एक दोन मुली जशा छोट्या गावातून मुंबईला आल्या होत्या त्यांचे फोटोही होते. या लेखात पेपरने जोजोचं नाव मॉडेलको-ऑर्डिनेटरपैकी एक म्हणून छापलं होतं, जी नवीन मुलींबरोबर काम करायची आणि मग पत्रं यायला सुरुवात झाली. सुरुवातीला थोडी थोडी येणारी पत्रं मग गठ्ठ्याने येऊ लागली. कारण, तो लेख इतरही पेपर्सनी कॉपी करून ढापून छापला होता. पत्रं बहुत करून पुरुषांकडून होती. जोजोला आणि मला आश्चर्य वाटू लागलं होतं की, मुली का पत्रं लिहीत नाहीत. जोजोला वाटलं की, कदाचित मुली त्या पत्राचं उत्तर घरी जाईल, या भीतीने लिहीत नसाव्यात. जोजो म्हणाली की, मुली सरळ पळून जातात किंवा कधी कधी त्या स्थानिक सौंदर्य स्पर्धा जिंकतात आणि मग आई किंवा वडील यांना त्यांच्याबरोबर मुंबईला नेतात. आजकाल पालकही त्यांच्या स्वप्नांसाठी लाखो रुपये खर्चतात म्हणून त्या येतात.

''ओके गायतोंडे,'' जोजो म्हणाली, ''हे बघ. हे छाबिलापूर गाव, पोस्ट ऑफिस गोबिंदपूर, जिल्हा बेगुसराय.''

''कुठे?''

''बिहार, बाबा.''

''या बिहारी लोकांचं काय आहे?''

''ते दिसायला चांगले असतात, ते हुशार असतात, महत्त्वाकांक्षी असतात आणि ते पुरून उरतात. आता गप्प बस आणि ऐक.''

''हो हो, वाच.''

तिचं हिंदी वाचन जरा हळू आणि त्रासदायक होतं. मुंबईला पोहोचल्यावरच हिंदी बोलायला शिकली होती ती आणि त्याहीनंतर ती हिंदी वाचायलाही शिकली होती. ती पत्रं वाचत वाचत तिचं हिंदी सुधारलं होतं. त्या आधी ती मला या पत्रांच्याबद्दल सांगायची आणि न वाचता पत्रं साठवून नंतर फेकून द्यायची; पण त्यानंतर तिने मला याबद्दल सांगितलं आणि मी ती एकेक करून मला वाचून दाखवायला लावली. ''हे जे आहे, ते नेहमीसारखं सुरू होतं,'' ती म्हणाली. ''त्याने एका पेपरमध्ये मिस्टर इंटरनॅशनलबद्दल वाचलं होतं आणि माझ्या कंपनीचं नाव त्या लेखात लिहिलेलं होतं. त्याला विचारायचं आहे की, तो मॉडेलिंगच्या जगात पाऊल टाकू शकेल का?''

''अरे, वाच ना जोजो.''

''गायतोंडे, ही हिंदी खरंच अवघड आहे, उत्तरी आहे, हम आणि हमारा पता, कष्ट करे वगैरे लिहिलं आहे.''

''तू फक्त वाच.''

''ओके, मला हे पत्र आवडलं. कारण, याने लिस्ट केल्या आहेत. येणाऱ्या भाषा : हिंदी, इंग्लिश, मराठी, मैथिली. त्याचं नाव, बाय द वे, संजय कुमार आहे,'' तिच्या आवाजात त्यातली गंमत आधीच जाणवत होती. ''संजय कुमारला साधारण बायोडाटा

पाठवायचा नाही आहे म्हणून त्याने एक आवडत्या गोष्टींची लिस्ट दिली आहे. आवडते फूल : गुलाब. आवडता हिरो : अनिल कपूर, सलमान खान, आमीर खान. आवडत्या हिरोईन्स : राणी मुखर्जी, काजोल, ऐश्वर्या राय.''

''त्याला असं का वाटतं की, तुला हे सगळं माहीत हवं.''

''कोण जाणे? ऐक, गायतोंडे - आवडते सिनेमे : करण अर्जुन, शोले, दिलवाले दुल्हनिया ले जायेंगे, परदेस. आवडती परदेशी ठिकाणं : लंडन, स्वित्झर्लंड, न्यूझीलंड.''

''तो हरामखोर कधी चाबिलापूर सोडून बाहेर गेला नाहीये.''

''त्याने न्यूझीलंड सिनेमात बघितलं आहे गायतोंडे. त्याच्या वडिलांनी घरासाठी VCD प्लेयर घेतला आहे आणि ते रोज सिनेमे बघतात. आवडती क्रीम्स : फेअर एव्हर, पाँड्स कोल्ड क्रीम. आवडता परफ्यूम : रेक्सोना. आवडता साबण : लक्स, पेअर्स अँड पेअर्स फेस वॉश. आवडते शाम्पू : क्लिनिक ऑल क्लियर आणि नाइल हर्बल शाम्पू. आवडते हेअर ऑइल : डाबर महाभृंगराज हेअर ऑइल.'' ती आता इतकं हसत होती की, तिला वाचणे शक्य होईना. ''आवडती पावडर : डेनिम आणि नायसील. आवडती शेव्हिंग क्रीम : डेनिम आणि ओल्ड स्पाइस. आवडती टूथपेस्ट : कोलगेट जेल ब्ल्यू आणि अ‍ॅक्वाफ्रेश. आवडती जीन्स : लेविस, आवडत्या कार : सिएलो, टाटा सफारी, मारुती झेन, मारुती ८००, फेरारी ३६० स्पायडर.''

''या छोट्या मादरचोदने कधी फेरारीचा वास तरी घेतलाय का भेन्चोद जिल्हा बेगुसराय? त्यांच्याकडे चुतीया रस्तेही नाहीत साधे, ज्याला रस्ते म्हणता येईल.''

''त्याने त्याचा रिसर्च केला आहे गायतोंडे. ऐक ऐक.''

संजय कुमारची लिस्ट ऐकता ऐकता माझ्या पोटात विचित्र काहीतरी वाटू लागलं. एखादी मुलायम, सरपटणारी वेदना माझ्या नसांमध्ये जाणवू लागली. अर्थातच तो फार विनोदी होता. जोजोने त्याच्या सगळ्या लिस्ट वाचून दाखवल्या. मी तिचं हसणं ऐकत होतो आणि त्यामुळे मी अजूनच हसत होतो; पण तरीही मला छातीत एक अनामिक जडत्व जाणवत होतं. मला जोजोला ते सांगायचं नव्हतं; पण जरी मी सांगायचं म्हटलं असतं, प्रयत्न केला असता, तरी त्या जाणिवेला नक्की काय म्हणायचं हे मला कळत नव्हतं. मी कधी बिहारला गेलो नव्हतो; पण मला बिहारचा बेगुसराय हा जिल्हा नक्की काय प्रकार आहे हे माहीत होतं. गाव छाबिलापूर कसं होतं त्याची कल्पना होती. तिथे एक मोडका तोडका रस्ता शेतातून जातो आणि कच्च्या मातीच्या गल्ल्या झोपड्या आणि घरांच्या दिशेने जातात. तिथे एक प्राथमिक शाळा फक्त नावाची होती, जिथे मुलांचा घोळका स्थानिक शिवमंदिरात पारावर बसलेला असतो आणि एक शिक्षक असतात. जेव्हा तिथे शिक्षक असत, तेव्हा ते मुळाक्षरं घोटून घेतात. सरपंचांच्या फळबागेच्या भोवती मोठी भिंत आहे आणि त्यावर इंजिनच्या लुब्रीकंट आणि बियाण्यांच्या जाहिराती लागलेल्या आहेत. तलावाच्या बाजूला कामगाराचं एक कुटुंब दिवसभराच्या मजुरीची वाट बघत बसलेलं असतं. तिथे एक तीन मजली कॉलेज होतं, जिथे लफंगी मुलं डागाळलेल्या कॉरिडोरमध्ये उभी होती. बाहेर श्रीमंत मुलांच्या, व्यापाऱ्यांच्या आणि जमीनदाराच्या मुलांच्या मोटारसायकल उभ्या होत्या. वर रिकामं आभाळ. कसंतरीच हे खेडेगाव, हा जिल्हा त्यातले घटक संजय कुमारच्या लिस्ट्समध्ये सामावून आलेले दिसत होते. त्याने ते सगळं लिहून काढलं होतं. कसं? मागून आणलेल्या न्यूज पेपर्समधून, सेकंड हँड मासिकांमधून? टीव्हीवरून, जो मित्राच्या घरी वीज कपात सुरू असताना मध्ये मध्ये

पाहिलेल्या प्रोग्रॅममधून? त्याने त्याचं पत्र लिहिलं असेल, ते पुन्हा नीट लिहून काढलं असेल आणि नंतर मुंबईला पाठवलं असेल. संजय कुमार वाकून पत्र लिहीत असल्याची कल्पना केली आणि त्यामुळे पोटात ढवळलं.

''प्रत्येक पत्राच्या शेवटी सही केल्यानंतर तो एक विनंती लिहितो,'' जोजो म्हणाली. ती हसली. ''तो इंग्लिशही त्याच्या भाषांपैकी एक असं वर लिहितो; पण शेवटी तो लिहितो, I await your speedy and kind response. Please answer my letter in Hindi only. संजय कुमार काही जास्त स्मार्ट नाही किंवा त्याला वाटतं की, मुंबईतले मॉडेल को-ऑर्डिनेटर तरी चुतीया असतात.''

''जोजो, तू चुतीया आहेस असा विचार करायची कोणाची हिंमत? नाही नाही. तो गरीब मुलगा बिचारा जगात पुढे जायचा प्रयत्न करतो आहे. लक्षात ठेव, तूदेखील त्याच्या जागी होतीस कधी काळी.''

''मी कधी याच्या इतकी गांडू नव्हते पण. मुंबईला पत्र नाही पाठवायचे, ज्याचं उत्तर हिंदीत हवं असायचं. ऐक, मी या बिझनेसमध्ये बराच काळ आहे आता. मला लोकांचा अंदाज आहे आता, कोण पुढे जाईल, कोण नाही आणि मी तुला सांगते, याला चान्स नाही आहे. जरी अगदी तो हृतिक रोशनसारखा दिसत असला तरी त्याला चान्स नाहीये. जर तो मुंबईला आला, तर मार खाईल.''

मी यावर वाद घालू शकलो नाही. ''हो,'' मी म्हटलं. संजय कुमारला चान्स नव्हता. तो कदाचित त्या सडक्या खेडेगावात जरी राहिला असता, तरी त्याला चान्स नव्हता; पण तो कुठेही राहो नाहीतर जावो, तो सिनेमे बघतच राहणार होता, लिस्ट बनवत राहणार होता, पत्रं लिहीत राहणार होता. मूर्ख हरामखोर; पण त्याच्यासारखे करोडो होते वर-खाली देशभर. ते होते आणि ते आमचे प्रेक्षक होते. मी माझी फिल्म त्यांच्यासाठी बनवणार होतो.

अर्थातच, मी माझे पैसे यात लावण्याआधी गुरुजींचा सल्ला घेतला होता. मला जमिलाला स्क्रीनवर बघायचं होतं आणि मला खात्री होती की, ती एक स्टार म्हणून यशस्वी होईल; पण मला एक दिशा हवी होती. मला ज्यातलं काही समजत नाही, काय होईल, याची कल्पना नाही, अशा गोष्टीत मी उडी घेणार नव्हतो; पण गुरुजींना काही तसं विशेष काही दिसलं नाही, माझ्या सिनेमाचं त्यांना भविष्यात काही वाईट दिसलं नाही. ''मला तुझ्या या प्रोजेक्टबद्दल चांगली जाणीव आहे बेटा,'' ते म्हणाले; ''पण इतकंच. जर काही झालंच, तर ते दुर्बिणीतून पाहिल्यासारखं असेल. काही गोष्टी अस्पष्ट होतात, काही बारकाईने दिसतात. मला काही वाईट दिसत नाही.''

''पण तुम्हाला काही चांगलंही दिसत नाही,'' मी म्हणालो.

''नाही, तसंही नाही; पण तू आजवर केलेल्या आणि करत असलेल्या गोष्टींच्या तुलनेत थोडी जोखीम आहे.''

नेहमीप्रमाणेच त्यांचं पूर्णपणे बरोबर होतं. मी अनेकदा माझं आयुष्य धोक्यात घातलं होतं आणि हे तर फक्त पैसे होते. मला आठवलं, जेव्हा परितोष शाह म्हणायचा की, जर तू लक्ष्मीला जाऊ दिलंस, तर ती अनेक मार्गांनी परत येते; पण जर तू तिला कैद करायचा प्रयत्न केलास, तर ती तुला सोडून जाईल आणि कधीच परत येणार नाही. जमिलासाठी मला माझी लक्ष्मी बाहेर जाऊ देणं आवश्यक होतं, तिला जसं हवं तसं तिने फिरण्यासाठी. तेच योग्य झालं असतं.

मी जमिलासाठी एक सिनेमा काढला. प्रोडक्शन टीम जमवणं खूप सोपं होतं. माझ्याकडे पैसा होता, त्यामुळे जे उत्तम होते, त्यांना मी गोळा केलं. खरंतर, निर्माता शोधण्यासाठी माझ्याबरोबर जोजो होती. तिने धीरज कपूर नावाचा माणूस शोधला आणि धीरजने बाकीचे लोक घेतले. धीरजने एका पाठोपाठ तीन हिट सिनेमे दिले होते. सगळे चार ते सहा कोटींच्या बजेटचे, चांगले ॲक्टर्स असलेले आणि खूप दमदार स्क्रिप्ट्स असलेले. आता त्याला जरा मोठ्या लीगमध्ये जाण्याची इच्छा होती, ज्यात वीसेक कोटींचे बजेट असेल आणि खरे स्टार असतील. मला माझ्यासाठी चांगल्याची भूक असलेले लोक हवे होते. तुम्हाला त्यांना खूप जवळून बघावं लागतं; पण ते चांगली कामगिरी करतात. हा धीरज एक चांगला माणूस होता. मला ते जाणवत होतं. तो नक्की यशस्वी होईल.

दरम्यान, नवीन जमिला यशाकडून यशाकडे गेली होती. आम्ही तिला एक नवीन नाव दिलं होतं, एक असं नाव जे एखाद्या होऊ घातलेल्या स्टारला शोभेल. ती आता 'झोया मिर्झा' होती. ते एक मॉडर्न वाटणारं नाव होतं, अगदी छोटं, सहज लिहिता येणारं आणि उच्चारता येणारं. त्यातला 'झेड'चा उच्चार सुरुवातीलाही होता आणि शेवटीही. ते एक नवीन नाव होतं, जे या नवीन जगात राहणार होतं. एकदा तिच्या चेहऱ्यावरचं काम पूर्ण झालं की, ती नव्याहून अधिक सुंदर झाली असती. ती भविष्य होती. डॉ. लंगस्टन ली यांनी तिच्या गालांवर, हेअर लाइनवर, हनुवटीवर, नाकावर जे काम केलं होतं, ते पायाभूत होतं. हे काम म्हणजे थोडाशी चरबी इकडून काढून तिकडे घातलेली होती, केसांची रुंदी वाढवली होती. ती तीच होती आणि तरीही ती संपूर्णपणे वेगळी होती. आधी, ती लक्षात येण्याजोगी होती. आता ती डोळे दिपवून टाकणारी होती. कधी कधी तिच्याकडे बघणं जड जायचं. कारण, कधी कधी ती जवळ शेजारी बसली असली, तरी ती खूप दूर आहे कुठेतरी असं वाटायचं. तिचं सौंदर्य मला हवंहवंसं वाटायचं आणि ते सहन करणं अवघड होतं. ती आता संपूर्ण होती, परिपूर्ण होती आणि तिच्यामुळे मला माझ्या आत कुठेतरी एक पोकळी आहे, असं जाणवायचं, एक अशी जखम जी ती दूर असताना कमी त्रास द्यायची; पण ती जवळ असेल तर जास्त भळभळायची.

...आणि ती यशस्वी झाली. तिला अन्य कोणाहीपेक्षा अधिक रॅम्प वर्क मिळालं आणि एका महिन्यात दोन ग्लॉसी कव्हर्स मिळाली. तिने मिस इंडिया जिंकण्याआधीपासूनच तिच्याबद्दल बोललं जात होतं आणि नंतर तर अधिकच. तिने ती कॉन्टेस्ट सहज जिंकली आणि कोणत्याही नेहमीच्या प्रकारे तडजोडी न करता. ती फोटोग्राफर्सच्या, मुख्य जजेस, पब्लिशर्स यांच्या निराश करणाऱ्या वागणुकीपासून दहा हात दूर राहू शकली. तिने प्रायोजक असलेल्या न्यूजपेपरच्या चीफ एडिटरला पटवून दिलं की, जर ती कॉन्टेस्ट जिंकली, तर ती त्याला हवं ते सुख देईल आणि तरी ती त्यातून सटकली. हे सगळं ती माझ्या पाठिंब्यामुळे करू शकली. आम्ही काही दबाव टाकला किंवा आमची तंत्र वापरलं असं नाही. मी फक्त तिला स्वर्गीय झोया बनण्यासाठी तिला हवी असलेली सर्व साधनं पुरवली, ज्यामुळे तिला 'नाही' म्हणणं शक्य झालं. कॅश सौंदर्य निर्माण करते, कॅश तुम्हाला स्वातंत्र्य देते, कॅश नैतिकता शक्य करते, कॅशमुळे फिल्म बनतात म्हणून मी मनू तिवारीबरोबर माझ्या फिल्मच काम सुरू केलं.

या मनूने अगोदरच तीन छोट्या छोट्या फिल्मचे स्क्रिप्ट्स लिहिलेले होते, ज्यातल्या शेवटच्या स्क्रिप्टला सर्वोत्कृष्ट सिनेमाचा राष्ट्रीय पुरस्कार मिळाला होता. मी पाहिला होता आणि वाटलं एखादा हिजाड्यांवरचा सिनेमा इतकाही बोअरिंग नव्हता. त्याच्या लिखाणात खूप

ताकद होती म्हणून आम्ही मनूला थायलंडला बोलावून घेतलं. मी धीरज आणि त्याच्या टीमला अनेक गोष्टी त्यांच्या त्यांना निवडू देणार होतो; पण मला स्टोरीवर कंट्रोल हवा होता. माझ्या स्वतःकडे एक दोन कल्पना होत्या आणि मी इतक्यात खूप फिल्म्स पाहिल्या होत्या. मला भारतातील, बाहेरच्या देशांतील अनेक फिल्म्सची माहिती होती. मला माझ्या सिनेमात काय हवं आहे हे मला माहीत होतं; पण हा मनू समाजवादी निघाला आणि त्याचे नियमही खूप होते. पहिले तीन दिवस तो आमच्याबरोबर होता. तो एखाद्या सशासारखा शांत आणि गप्प होता, जो वाघाच्या गुहेत अडकला असेल. धीरज कपूरने त्याला सांगितलं की, तो फिल्मच्या फायनान्सरला भेटायला बँकॉकला जात आहे बाकी काही नाही. बँकॉकमध्ये मनूला तिथून घेऊन फ्लाइटने फुकेतला नेण्यात आलं. नंतर त्याला अचानक गणेश गायतोंडेच्या बोटीवर नेलं जातं, जिथे कपटी दिसणारे लोक बंदुका घेऊन असतात. अर्थातच, त्याचे हातपाय गळाले होते. त्याला उभं राहायला परवानगी मिळाली, तेव्हा कुठे बसावं हेदेखील त्याला कळत नव्हतं आणि परवानगीशिवाय तो मुतू शकतो का नाही हेदेखील त्याला समजत नव्हतं. पहिले दोन दिवस मुलांनी अगदी त्याच्यासमोर बंदुका बाळगून गंमत करून घेतली. त्याच्यासमोर तर एक रक्तपिपासू बसला होता, जो त्याच्या लिखाणाबद्दल मुलांना सांगत होता आणि गरीब लेखकाला घाबरवत होता.

अखेरीस, मी त्यांना घालवून दिलं आणि मनू तिवारीला स्कॉचचा ग्लास देऊन बसवलं आणि त्याला शांत केलं. मी त्याच्या सगळ्या सिनेमांचं कौतुक केलं. त्याला सांगितलं की, त्याच्या शेवटच्या हिजड्यांवरच्या सिनेमाने मला रडवलं. मी केलेलं कौतुक म्हणजे त्याच्यासाठी त्या भेन्चोद राष्ट्रीय पुरस्काराहून मोठं कौतुक होतं. त्यानंतर तो थोडा सेटल झाला आणि स्कॉचचा एक घोट घेत किंचित हसला. लेखकांचं कौतुक करणं हे फार अवघड काम असतं. मी राजकारणी लोकांच्या बरोबर काम केलं आहे, गँगस्टर्स बरोबर काम केलं आहे आणि साधू लोकांबरोबरही आणि मी तुम्हाला सांगतो, यांच्यातले कोणीही लेखक लोकांच्या डोंगराएवढ्या इगोशी आणि मनाच्या उंदरा एवढ्या असुरक्षिततांशी स्पर्धा करू शकत नाहीत. मी मनूला त्याच्याच स्वतःच्या रुबाबाच्या गोष्टी ऐकवून त्याला रिलॅस्क केलं. अर्थातच, गणेश गायतोंडेकडून येणारं कौतुक दहापट अधिक रुचकर. मनू हळूहळू सोफ्यात आरामशीर बसला आणि त्याने अजून स्कॉच घेतली आणि मला त्याच्या त्या हिजड्याचा सिनेमा बनवताना आलेल्या गमतीजमती सांगितल्या की, हिजड्याच्या रोलसाठी त्यांना लवडा नसलेला हिरो शोधावा लागला, मनू तिवारी स्वतःदेखील एक मीडियम साईझ माणूस होता. कधी कधी कोणताही रिपोर्ट ओळखू न येणाऱ्या शरीराच्या आत कुठेतरी खोल असणाऱ्या वेडेपणाला मांडू शकला नसता.

''नाजायज' छान होती, भाई,'' तो म्हणाला. ''नसीर आणि अजय देवगणमधले सीन्स खूपच छान होते. दुसऱ्या भागात त्यांना महेश भट्टच नाव नेहमीसारखं दिसलं नाही. हा महेश भट्ट त्याच्या शेवटच्या काही सिनेमांत स्टोरी फार पुढे पळवतही नाही आणि खूप संथही खेचत नाही, त्यामुळे गरीब पब्लिक एकतर गोंधळून तरी जातं नाहीतर बोअर तरी होतं.'' मला 'नाजायज' बऱ्यापैकी आवडला होता; पण मी हे जाऊ दिलं आणि त्याचं ऐकत राहिलो. मनू तिवारी नक्कीच त्याचे सिनेमे बघत असणार, त्याला तर त्याच्या कोणत्यातरी अंडरवर्ल्ड सिनेमाच्या प्रोडक्शनबद्दलही तपशील माहीत होते, जो १९८७ ते १९९०च्या उन्हाळ्यापर्यंत बनत होता आणि १९९०ला येऊन १९९१ला कोणाच्या लक्षातही न येता गायबही झाला.

फक्त मनू तिवारीला सोडून. त्याला त्याचे म्युझिक डायरेक्टर कोण होते ते माहीत होतं, त्या सिनेमानंतर सिनेमॅटोग्राफरने कोणत्या फिल्म आणि जाहिराती केल्या, ऑस्ट्रेलियाच्या शेड्यूलदरम्यान डायरेक्टर कोणाला चोदत होता, त्या सिनेमाने मुंबईमध्ये, हैदराबादमध्ये कसा साधारण धंदा केला; पण पंजाब सर्किटमध्ये कसं लोकांनी नाकारलं हे माहीत होतं. तो पुढे म्हणाला, ''पण १९९०च्या शतकात गँगस्टरवरच्या सिनेमात म्हणाल, तर 'परिंदा'सारखा सिनेमा नाही, त्यामुळे सिनेमांना पोत आणि वास्तववादी वातावरण याबाबत एक नवीन दिशा मिळाली. पुढे तो जॅकी वेगळाच होता. नाना पाटेकरला त्या सिनेमामुळे राष्ट्रीय प्रेक्षक मिळाला आणि बिनोद प्रधानच्या सिनेमॅटोग्राफीने नवीन परिमाण निर्माण केले.''

एखादा माणूस देवाबद्दल किंवा जगाच्या इतिहासाबद्दल जितक्या गंभीरपणे बोलेल, तितक्याच गंभीरपणे तो 'नाजायज' आणि 'परिंदा' यांबद्दल बोलत होता. खरंतर सिनेमा हेच त्याचं जग होतं. तो त्याच्या लहानशा घरात त्याची बहीण आणि एका भावाबरोबर लहानाचा मोठा झाला होता. त्याने अतिशय रंगहीन आणि निर्दोष आयुष्य घालवलं होतं; पण त्यातूनही त्याच्यामध्ये इतक्या गोष्टी आत होत्या, हा किडा, हा अजगर ज्याने टिकून राहण्यासाठी अख्ख्याच्या अख्ख्या फिल्म्स खाऊन टाकल्या आणि कायमच्या मनात ठेवल्या. तुम्ही त्याला 'मुगल-ए-आझम'बद्दल बोलायची फक्त संधी द्यायची आणि तो तासन्‌तास बोलत राहायचा; पण त्याला त्याच्या स्वतःच्या आईबद्दल बोलायला लावायला मला फार कष्ट पडले. त्यानंतरही तो फक्त इतकंच म्हणाला, ''तिच्याबद्दल काय बोलायचं भाई? ती गृहिणी आहे. तिने आमची काळजी घेतली.''

इतर लोकांच्या धाडसाबद्दल आणि दुःखाबद्दल इतकं औत्सुक्य असणाऱ्या या माणसाला स्वतःच्या आईबद्दल बोलायला फक्त इतकेच शब्द सापडले; पण मी केवळ कौटुंबिक गप्पा मारायचा प्रयत्न करत होतो. ते एक मॅनेजमेंट टेक्निक आहे, जे मी गुरुजींकडून शिकलो. हा मनू तिवारी आता पुरेसा सैलावला होता. आता बिझनेसचं बोलण्याची योग्य वेळ होती. ''ठीक आहे, आता आपण स्टोरीबद्दल बोलू या,'' मी त्याला म्हणालो.

तो आता ताठ बसला. जेव्हा कामाची गोष्ट येते, तो लगेच फोकस करतो, आधी आणि नंतरही. ''हो भाई, प्लीज सांगा मला,'' तो म्हणाला.

आम्ही काटा बीचकडून पतोंगकडे जात होतो. त्या दिवशी दुपारी उशिरा आमची बोट राखाडी आणि काचेसारख्या चकचकीत समुद्रावरून जात होती. पूर्वेला काळे ढग डोक्यावर दिसत होते, अगदी स्थिर, परफेक्ट आणि खोटे वाटावेत असे. मी एक दीर्घ श्वास घेतला. ''मी एका थ्रिलरबद्दल विचार करत होतो.''

''हो, हो भाई,'' मनू म्हणाला, ''मस्तच. थ्रिलर.''

''मला अशा फिल्म्स आवडतात, ज्यात काहीतरी धोका असतो आणि हिरोला तो धोका नाहीसा करायचा असतो.''

''सस्पेन्स स्टोरी. मला आवडतात भाई सस्पेन्स स्टोरी.''

''ही मुलगी हिरोला मदत करते आणि मग दोघं प्रेमात पडतात.''

''अर्थातच आणि आपण एक इंटरनॅशनल थ्रिलर करू, जेणेकरून गाणी फॉरेनला शूट करता येतील.''

''इंटरनॅशनल थ्रिलर, हं.'' मला हा मुलगा आवडायला लागला होता.

''तुमचा हिरो कोण असेल याबद्दल काही आयडिया आहे का भाई? कोण आहे? साधारण माणूस? पोलीसवाला? गुप्तहेर?''

''नाही. तो आमच्यातला असतो.''

''म्हणजे...''

''हा क्राइम थ्रिलर आहे.''

''ओके ओके. मी स्टोरी बघतो. हिरो कायद्याच्या चुकीच्या बाजूला आहे; पण तो अंडरवर्ल्डमध्ये परिस्थितीने ओढला जातो.''

''हो, तो मुंबईला येतो तिथून सुरुवात व्हायला हवी आहे मला.''

''बरोबर, बरोबर,'' मनू म्हणाला.

पण त्याला काहीतरी शंका दिसत होती. ''काय?'' मी विचारलं.

''हे थ्रिलर आहे भाई, ही इतकी स्टोरी डेव्हलप करायला तितका वेळ असणार नाही.''

''का? तुझ्याकडे मादरचोद तीन तास आहेत.''

''खरंय भाई; पण तुम्हाला आश्चर्य वाटेल की, ते तीन तास किती पटकन निघून जातात. तुमच्याकडे पाच, सहा गाणी असतात त्यातच चाळीस मिनिटं जातात. मग, तुम्हाला मध्यंतरापर्यंत चाळीस सीन्ससाठी जागा ठेवायला लागते आणि नंतर एक तीस-पस्तीस. थ्रिलर नेहमी जो धोका आहे त्यापासून सुरू व्हायला लागतो. कारण, त्यामुळे प्रेक्षक घाबरला पाहिजे ना... नक्की काय धोका आहे तो... मग शेवटाकडे जातो...आणि...''

''काय?''

''तो मुलगा मुंबईला येतो, गुन्हेगार होतो. हे 'सत्या', 'वास्तव', अशा फिल्म्समध्ये केलं आहे, तेही अंडरवर्ल्डशी ओळख वगैरे अशी थीम.''

''आधी केलं असेल, तर मला काही घेणं नाही. ते अजूनही तसंच खरं आहे. माझ्याबरोबर जे मुलगे आहेत त्यांच्याकडे बघ.''

''अर्थातच भाई. ते मला त्यांच्या स्टोरी सांगत आहेत; पण तुम्ही असं बघा, प्रेक्षकांना अशा गोष्टींची सवय होते. ते पहिल्यांदा पाहतात, तेव्हा त्यांना खूप आवडते स्टोरी, दुसऱ्यांदा कमी आवडते. तिसऱ्या वेळी ते म्हणतात हे खूपच फिल्मी आहे आणि ते वास्तव नाकारतात, तुम्ही पाहिलंय का?''

मी पाहिलंय. मी स्वतःही तेच केलं होतं. ''प्रेक्षक हरामखोर असतात,'' मी म्हणालो.

यावर तो उठला आणि त्याने माझे हात धरले. ''हो, भाई, प्रेक्षक गांडू असतात, येडे असतात, ते बकासुर असतात... त्यांना सतत नवीन काहीतरी खायला घालायला लागतं.'' त्याला जाणवलं की, तो कदाचित खूप जवळीक करत होता, त्यामुळे त्याने माझा हात सोडला आणि मागे झाला; पण त्याच्या डोळ्यांत बुद्धी चमकत होती आणि सहानुभूतीसुद्धा, तरीही तो पुढे बोलण्यापासून स्वतःला रोखू शकला नाही. ''मादरचोद प्रेक्षकांना नक्की काय हवंय ते कोणी ओळखू शकलं नाहीये, भाई. प्रत्येक जण माहीत आहे असं दाखवतो; पण कोणालाच खरं माहीत नाही. तुम्ही एखादी मोठी फिल्म बनवू शकता, त्याच्या पब्लिसिटीवर खर्चच खर्च करू शकता आणि सिमेमा थिएटरला लोक येतसुद्धा नाहीत. दरम्यान, एखादी बी-ग्रेड कशीतरी बनवलेली फिल्म येते, ज्याला काही स्टोरीही नाही आणि शंभर करोड कमावून जाते.''

"पण तरी तुम्ही लोक त्यांना काय पाहिजे, याचा अंदाज लावायचा प्रयत्न करता ना आणि तुमचे हे इतके नियम आहेत. मध्यंतराआधी फक्त चाळीस सीन्स का? साठ का नाहीत?"

"तसं नाही करू शकत भाई, प्रेक्षक तसा अनपेक्षित असतो; पण खूप निगरगट्टही असतो. त्यांना जे पाहिजे असतं, तेच पाहिजे असतं. कारण, तशी सवय पडलेली असते. जरी तुम्ही खूपच ढासू स्टोरी लिहिली असेल, जर तुम्ही त्याचा आकार पडद्यावर बदलला, तर लोक स्क्रीनवर अंडी, टोमॅटो मारतात आणि खुर्च्या फाडतात, दंगा करतात. तेच तर आहे ना भाई. तुम्हाला जुन्या पद्धतीनेच चालावं लागतं. नाही तर जुन्या गोष्टी नवीन कपड्यात सादर कराव्या लागतात. तुमची फिल्म हटके असावी लागते; पण खूप जास्त हटके नाही. आर्ट फिल्मवाले म्हणतात की, त्यांनी नवीन नवीन गोष्टी केल्यात; पण तेसुद्धा नियम पाळतात. फक्त नियमांमध्ये फरक असतो. तुम्ही नियम सोडू शकत नाही."

"आम्ही मादरचोद आर्ट फिल्म नाही बनवणार आहे," मी गुरगुरलो. मी या फिल्मवर तीस करोड रुपये खर्च करणार होतो. आम्ही आधीच दोन मोठे हिरो साईन करून ठेवलेले होते आणि धीरजची येत्या मंगळवारी अमिताभ बच्चन बरोबर अपॉइंटमेंट होती. मी धीरजला सांगितलं होतं की, मला फुल टू स्पेशल इफेक्ट्स हवे होते आणि एकदम फर्स्ट क्लास कॉस्च्युम आणि लोकेशन्स. मला ही फिल्म एकदम झकास दिसायला हवी होती आणि मोठीही, ती भव्य होणार होती. प्रचंड पैसा खर्च होणार होता. मी हे सगळं झोयासाठी करत होतो; पण मला माझा पैसा परत हवा होता, किमान तेवढं तरी. मी मनूला सांगितलं, "आर्ट फिल्म विसर. तू फास्ट थ्रिलर लिही. प्रत्येक सीनमध्ये काहीतरी असं घाल, ज्यामुळे पब्लिकला वाटेल की, त्यांच्या गोट्यांना इलेक्ट्रिक वायर लावून ठेवल्या आहेत. त्याना जागं ठेव आणि एक्सायटेड ठेव. त्यांना दे, एकदम हार्ड अँड फास्ट."

त्याने जोरात मान डोलावली. "हो, हो भाई. मला समजलं. ॲक्शन आणि मोठं मोठं ग्लॅमर," त्याने हात पसरले होते. "'मदर इंडिया'चे इमोशन्स, 'शोले'च्या स्केलवर आणि 'अमर अकबर अँथोनी'चा स्पीड. आपल्याला ते हवं आहे."

आम्हाला खरं तेच पाहिजे होतं म्हणून आम्ही कामाला लागलो.

मी मिस्टर कुमारच्या लोकांसाठी काम करणं सुरू ठेवलं. मी विरोध केला, तरी मिस्टर कुमार गेल्या वर्षी रिटायर झाले होते. "साहेब, तुम्ही जायची काय गरज काय आहे?" मी म्हणालो, "आपल्या बिझनेसमध्ये वर जाण्याशिवाय कोणती रिटायरमेंट नसते."

"गणेश, माझा बिझनेस हा तुझा बिझनेस नाही."

ते नेहमी असेच असत, थोडक्यात आणि तुटक; पण ते निर्दय नव्हते, ते या खेळातले एक मुरलेले खेळाडू होते. आम्ही मित्र नव्हतो; पण इतक्या वर्षांत आम्ही एकमेकांना आणि आमच्या सामायिक गरजा समजून घेण्याइतके जवळ आलो होतो. त्यांना मी काठमांडू, कराची, दुबईमधून काही माहितीचे धागेदोरे काढायला हवे होते आणि कधी कधी काही विशिष्ट लोकांना गायब करायला हवं असायचं. मला त्यांच्याकडून त्यांनी दिल्ली आणि मुंबईमध्ये पोलिसांवर दबाव आणून त्याबदल्यात माहिती द्यायला हवी असायची आणि कधी कधी आमच्या लॉजिस्टिकमध्ये मदत करायला हवी असायची. आम्हाला एकमेकांबद्दल कोणतेही भ्रम नव्हते; पण आम्ही शेजारी शेजारी लहानाचे मोठे झालेल्या शेजाऱ्यांप्रमाणे होतो. मी त्यांना हेही सांगून पाहिलं की, ते संन्यास घेण्याइतके म्हातारे झाले नव्हते. "साहेब,

जर तुम्ही तुमच्या मर्जीने रिटायर होऊ शकत असाल, तर जेव्हा तुम्ही तुमच्या टॉप फॉर्ममध्ये असाल, तेव्हा रिटायर व्हा. तुमच्यासारख्या उत्तम खेळाडूला जर सरकार रिटायर करत असेल, ते सरकारला वेड लागलं आहे.''

''हे फक्त सरकार नव्हे, तर गणेश, मलासुद्धा बसून आराम करावासा वाटतो.''

''ठीक आहे साहेब, मग एका जागी बसा आणि माझ्याशी फोनवर बोला. एखाद्या सल्लागारासारखं.''

ते म्हणाले, ''तुझ्यासाठी काम करू?'' आणि त्यांना आश्चर्य वाटलं होतं, मी सांगू शकत होतो.

''माझ्याबरोबर काम करा.''

''नाही गणेश. मी खूप केलं आहे. मी थकलो आहे.''

ते किंचित तुटक बोलत होते; पण तो मला अजिबात अपमान वाटला नाही. ''पण मग तुम्ही काय करणार?''

''वाचन, चिंतन. मी म्हटलं तसं, एका जागी बसणार.''

मला माझ्या इतक्या वर्षांच्या अनुभवांती माहीत होतं की, त्यांच्याशी वादविवाद घालून किंवा प्रलोभन दाखवून त्याच मन वळवता येत नाही आणि म्हणूनच मी तो विषय बंद केला. ''ठीक आहे,'' मी म्हणालो. ''तुमच्याबरोबर काम करताना छान वाटलं, मिस्टर के. डी. यादव.'' मी त्यांना सांगू इच्छित होतो की, मला त्यांचं खरं नाव माहीत होतं; पण इतकी वर्षं आम्ही एकमेकांना सहकार्य करताना, त्यांना जसं अपेक्षित होतं, तसं मिस्टर कुमार म्हणून त्यांचा आदर मी राखला होता.

''खूपच छान, गणेश. मला काही शंका नाही की, तूदेखील माझा तपास केला असशील आणि मला शोधून काढलं असशील.''

''मी तुमच्याचकडून शिकलो आहे साहेब.''

आणि अशा प्रकारे ते माझ्या आयुष्यातून निघून गेले, आजपर्यंत त्यांनी माझ्या शिक्षकाची भूमिका पार पाडली होती. त्यांनी मला त्यांचे पुढील अधिकारी मिस्टर जोशी यांच्याकडे सोपवलं आणि नंतर साधारण एकाद महिना हा बदल सुरळीत होईपर्यंत ते संपर्कात राहिले. या मिस्टर जोशींचं खरं नाव दिनेश कुलकर्णी होतं आणि मी मिस्टर कुमारांना मला त्यांच्याबद्दल नक्की काय वाटत होतं, तेही सांगितलं. ''हा माणूस मूर्ख आहे साहेब. तो दिल्लीला बसतो आणि मला सांगतो की, मी कुठे आणि किती पैसे पाठवायचे ते. किती लोकांना ऑपरेशनवर पाठवायचं तेदेखील सांगतो. त्याचा माझ्यावर आणि माझ्या सोर्सेसवर विश्वास नाही आणि माझ्याशी असा बोलतो की, जणू मी त्याचा नोकर आहे.''

''संयम ठेव गणेश,'' मिस्टर कुमार म्हणाले. ''तुम्हाला एकमेकांशी जमवून घेण्यासाठी वेळ लागेल.''

मी संयम ठेवून होतो; पण त्या हरामखोर कुलकर्णीने माझ्याशी बिलकूल जमवून घेतलं नाही. मला याचं आश्चर्य वाटत होतं की, या देशाची सुरक्षा अशा गांडू लोकांच्या हातात होती; पण मग प्रत्येकच प्रोफेशनमध्ये मी गांडू लोकांना वर जाताना पाहिलं होतं. मला अशा विशिष्ट गांडूशी जमवून घ्यायला लागत होतं. दरम्यान, मिस्टर कुमार रिटायर झाले. मी काम करत राहिलो.

आमच्या सिनेमाची पटकथा को समुई आणि पतोंगच्या मध्ये लिहून झाली. मला समुई जास्त बरं वाटलं. कारण, ते शांत होतं; पण मुलांना पतोंगची गजबज हवी होती. मी त्यांना तीन आठवड्यांतला एक आठवडा जवळच्या बीचवरच्या बारमध्ये जाऊ द्यायचो आणि नंतर पुन्हा त्यांना शांततेकडे वळवायचो. मनू तिवारी बोटीवर असताना, त्यांच्या सततच्या पत्ते खेळण्याव्यतिरिक्त त्यांना काहीतरी अजून टाइमपास होता त्यांचा वेळ घालवण्यासाठी. एक पटकथा आकार घेताना बघणं हे त्यांच्यासाठी उत्साहवर्धक होतं. ते आवडीने त्या सिनेमाच्या हिरोमध्ये पूर्णपणे गुंतलेले होते आणि इतर पात्रं आणि कंगोऱ्यांमध्ये रस घेत होते. ते त्यातले प्रसंगांची खूपदा चर्चा करत होते आणि नवीन सीन्ससाठी मनूच्या मागे लागत होते. काही वेळा जेव्हा मनूने त्या गोष्टी सामावून घ्यायला नाही म्हटलं, तेव्हा त्याला मार बसू नये आणि बोटीतून बाहेर फेकला जाऊ नये म्हणून मला मध्ये पडावं लागलं. मी एखाद्या सूचनेसाठी बहुमत घेऊन त्यावर माझा निर्णय द्यायचो. अर्थातच माझं नेहमीचं काम सुरूच होतं. मी दर आठवड्याला कुलकर्णीशी बोलत होतो आणि त्यांच्या गुप्तहेर कारवाया पार पाडत होतो, माहिती काढून इकडे तिकडे देशासाठी एखाद्या हरामखोराला उडवत होतो, गुरुजींचा सल्ला घेत होतो आणि त्यांचे शिपमेंट आणत होतो. मी जोजोशी बोललो, तिच्याबरोबर हसलो. मी झोयाला भेटलो, तिला घेतलं; पण त्या सहा महिन्यांत आम्ही काहीही केलं, तरी ती स्टोरी आमच्या डोक्यात विणली जात होती आणि प्रत्येकाच्या मेंदूवर शरीरावर त्या स्टोरीने गारुड घातलं होतं. आम्ही सकाळ, दुपार, संध्याकाळ त्याबद्दल आणि सिनेमाच्या कास्टिंगबद्दल बोलत होतो. जसजशी रेकॉर्डिंग स्टुडिओमधून गाणी तयार होऊन येत तशी ऐकत होतो आणि आम्ही मनू तिवारीच्या डोक्यावर बसत होतो.

मनू सर्वांचा केंद्रबिंदू होत होता, तसा तो कठोर अजिबात नव्हता; पण मनू हट्टी मात्र होता. तो तुम्ही त्याच्या प्लेटमध्ये जे द्याल ते खायचा, त्याने टीव्ही बघताना तुम्ही चॅनेल बदलला तरी काही रागावायचा नाही; पण जर तुम्ही त्याच्या सीन्समध्ये ढवळाढवळ केली, तर मात्र त्याचे डोळे लाल व्हायचे आणि दात ओठ खाऊन अंगावर यायचा. मी त्याचा फायनान्सर होतो, त्याला पैसे देणार होतो आणि मी गणेश गायतोंडे होतो; पण तरीही तो माझ्याशी उलट वाद घालायचा आणि त्याच्या निर्णयांचं समर्थन करत वादविवाद करायचा. कधी कधी जेव्हा आमची स्टोरी सेशन्स वादग्रस्त होत, आमचे आवाज वाढत, तेव्हा मुलं एकमेकांना डोळा मारत आणि मनू तिवारीच्या उर्मटपणाची जोखीम पत्करत; पण मी त्याला सहन केलं. कारण, तो एक चांगला लेखक होता. तो माझ्यासाठी एक जबरदस्त स्टोरी लिहीत होता आणि त्या व्यतिरिक्त मी त्याच्याकडून शिकत होतो. जसजसे आठवडे सरले, तसा मी मनू तिवारीशी वाद घालत होतो. मला दिसू लागलं की, तो कशाबद्दल बोलतो आहे. त्याने मला सिनेमाबद्दल शिकवलं की, कसं एक साधा कट जो पेटवलेल्या माचीसच्या काडीतून निघतो तो तुमची छाती जाळून तुम्हाला पुन्हा तुमच्या खुर्चीत ढकलून देऊ शकतो. आम्ही त्याच्याबरोबर डीव्हीडी पाहिल्या आणि टोकाचे क्लोज अप आणि लाँग शॉट, जागा सोडणे, वेळ कोंबणे याची भाषा शिकलो. कशी कॅमेराची एखादी साधी हालचाल शंभर पुस्तकांपेक्षा जास्त सांगू शकते, हे शिकलो. मी या साधनांच्या बाबतीत शिकलो आणि 'मुगल-ए-आझम' आणि 'कागज के फूल' पाहिले. मी हे सिनेमे डझनभर वेळा तरी पाहिले आणि मला हे जाणवलं की, कसे एक मूठभर कलाकार, सिनेमावेडे लोक, उजेड, आवाज आणि जागेच्या वापरातून कापडाच्या पडद्यावर, गावातील घाणेरड्या भिंतीवर, दक्षिण समुद्रात असलेल्या

एका बोटीवर संस्मरणीय कलाकृती उभ्या करू शकतात. मला हे समजू लागलं की, कशी एका चांगल्या स्टोरीला विशिष्ट भूमिती, गोलाई असते, उंच सखलता असते जी भावनांच्या आणि समाधानाच्या अंतिम उद्रेकाकडे नेऊ शकते. जर तुम्ही अशी स्टोरी बनवली की, असमतोल आहे, कलंकित आहे आणि ही कुरूपता केवळ कंटाळवाणेपणा आणि रिक्तता आणते. सौंदर्यात सुख असतं.

''अगदी बरोबर,'' गुरुजी एका दुपारी मला म्हणाले; ''पण केवळ सुख नव्हे. भीतीही.'' आमच्या अत्यंत संथपणे जन्म घेणाऱ्या स्टोरीमध्ये त्यांना आनंद दिसत होता. मला वाटलं होतं की, त्यांना हा संपूर्ण प्रोजेक्ट अत्यंत हलक्या दर्जाचा आणि बालिश वाटेल; पण तरीही त्यांनी पुन्हा मला आश्चर्याचा धक्का दिला. त्यांनी आमच्या सर्व कल्पना आणि नावीन्य अतिशय लक्ष देऊन ऐकून घेत, अजिबात ताठा न दाखवता सल्ला दिला. आता ते म्हणत होते की, आमच्या अर्धवट झालेल्या पटकथेमध्ये फक्त सौंदर्य नव्हतं, तर भीतीही होती.

''भीती गुरुजी? कशी काय?'' मी म्हणालो.

''जी गोष्ट अत्यंत सुंदर असते, ती भीतिदायकही असते.''

मी त्याबद्दल विचार केला. झोया भीतिदायक होती? नाही. मला तिच्याबद्दल ओढ वाटली आणि कधी कधी ही ओढ इतकी खळबळ माजवायची; पण तरी मी तिला घाबरत नव्हतो. अर्थातच नव्हतो; पण मी गुरुजींशी वाद घालणार नव्हतो. उलट, मी म्हणालो, ''गुरुजी; पण तुम्ही म्हणालात की, जग सुंदर आहे. कारण, ते सुसंगत आणि प्रमाणबद्ध असते म्हणजे ते भयावह असते का?''

''हो, असते. जो साधारण माणूस त्यातली फक्त सहजता बघतो, त्याच्यासाठी जग नैराश्यपूर्ण आहे. जेव्हा तुम्ही त्याहून थोडं पुढे जाता, तुम्हाला खरं सौंदर्य दिसू लागतं. मग तुम्हाला जाणवतं की, नितांत परिपूर्णता ही भयंकर असते, भीतिदायक असते. जेव्हा तुम्ही या भयावर विजय मिळवता, तेव्हा तुम्हाला समजतं की, भय आणि सौंदर्य या दोन्ही गोष्टी एकच आहेत आणि त्या तशाच असायला हव्यात. घाबरण्याची गरज नसते. जग सुंदर असण्यासाठी ते संपणं आवश्यक आहे. प्रत्येक सुरुवातीसाठी एक शेवट असतो आणि प्रत्येक शेवटासाठी एक सुरुवात असते.''

''प्रमाणबद्धता?''

''हो गणेश. अगदी तेच.''

आता मला त्याचा अर्थ लागू लागला म्हणूनच ती पटकथा अनेक क्रमांच्या चक्रांमधून जाणं आवश्यक होतं; पण अपरिहार्यपणे परमोच्च बिंदूकडे, ज्यानंतर तिथे काहीही नसेल किंवा जसं गुरुजी म्हणत होते, कदाचित काहीतरी; पण ते जग आणि पटकथा यांचा अंत झाल्यानंतर; पण मी अजूनही हाव धरत होतो, जसं मी नेहमीच करायचो... अगदी तंतोतंत त्यांच्या बोलण्याप्रमाणेच. ''गुरुजी, मला हे पूर्णपणे समजलं नाही, सॉरी गुरुजी. मला सुसंगती असण्याची आवश्यकता वाटते; पण मला सौंदर्य आवडतं, मला त्याची भीती वाटत नाही.''

ते हसले; पण मायेने. ''काळजी करू नकोस गणेश. तू एक वीर आहेस. तू शिखराच्या कळसावर चढशील आणि तेथून ते विवर पाहशील. तुला सौंदर्य आणि भीती दोन्ही दिसेल; पण आत्ता, जे तू करतो आहेस, ते चांगलं आहे. तू प्रेक्षकांना खिळवून ठेवशील, खूप पैसा मिळवशील.''

हो, पैसा होता आणि मनूने मुलांशी याच मुद्द्यावर वाद घातला होता. तो जगातल्या सर्व पैशाशी निगडित व्यवसायांशी संबंधित राहिला होता; पण त्याच्या मते श्रीमंतांनी गरिबांना पैसा द्यायला हवा होता. आवश्यक उद्योगांवर राज्याची मालकी, मध्यम वर्गाला अधिक कर आणि त्याहून जास्त कर उच्च वर्गावर लादणे, भारतीय उद्योगांना परकीय उद्योगांपासून आणि आयातीपासून संरक्षण या गोष्टींवर त्याचा विश्वास होता. माझी सगळी मुलं कमी उत्पन्न गटातून आलेली होती; पण त्यांच्यातील प्रत्येक जण कट्टर भांडवलदार होता. ''माझा पैसा गरिबांना द्यायला मी काय तुम्हाला चुतीया वाटलो?'' अमित म्हणाला. ''तो पैसा मिळवण्यासाठी किती लोकांना मारावं लागलं काय कल्पना आहे का?'' आणि नितीन म्हणाला, ''पन्नास वर्षं राज्याचं नियंत्रण आहे, तुम्हाला काय मिळालं? कॉटेज इंडस्ट्री पन्नास वर्षं सरळ तोट्यात आहेत, जनता त्यांचा सगळा वेळ मूर्ख नियमांचं पालन करण्यात आणि भ्रष्टाचाराला तोंड देण्यात घालवते.'' सुरेश म्हणाला, ''साला, तुमची ती सोव्हिएत युनियन कुठे आहे आता? कुठे आहे?'' मनू तिवारी त्यांना तोंड देत होता. तो म्हणाला की, भांडवलशाही कोसळेल. कारण, अंतर्गत मतभेद आहेत. पृष्ठभागाखाली काय सुरू आहे, त्याची कल्पना आली नव्हती आणि इतिहास अपरिहार्य होता. ते खूपच अनभिज्ञ होते की, वरवर घडणाऱ्या गोष्टींच्या खाली काय उलथापालथ होत आहे याबद्दल. ''आपल्या स्टोरीचा केवळ एक शेवट होऊ शकतो. समाजातील सर्वांत खालचा वर्ग अखेरीस विजयी होणार,'' मनू म्हणाला. त्यावर अमित म्हणाला, ''अगदी बरोबर बॉस, मी आहे समाजातला खालचा वर्ग आणि मला काय हवं आहे, तर तीन मर्सिडीज कार, दिवसाला तीन वेळा सेक्स आणि खूप सारं बटर चिकन. जेव्हा मला हे सगळं मिळतं, मी कोण असेल? कोणत्यातरी गरीब हरामखोर खालच्या वर्गाचा राजा?''

मनू तिवारीची अगदी तावातावाने दिलेली भाषणं लागू पडली नाहीत, त्याला काही कोणी भक्त मिळाले नाहीत; पण आम्ही त्याची एक चांगली स्टोरी बनवायची असल्यास काय काय नियम असतात, त्याबद्दलची चर्चा मात्र नीट लक्ष देऊन ऐकायचो आणि त्याचे खरंच खूप नियम होते. मुलांनी त्याला टोपण नाव ठेवलं – मनू –नियमांचा बाप. त्याच्याकडे प्रत्येक प्रसंगासाठी नियम होते. प्रत्येक सीनसाठी आणि परिस्थितीसाठी नियम होता. त्यांच्या समर्थनार्थ उदाहरणं होती. त्याने आम्हाला सांगितलं की, व्हिलन नेहमी हिरोपेक्षा ताकदवान असला पाहिजे आणि काही प्रमाणात आकर्षकसुद्धा. दोन गाणी कधीही पाठोपाठ ठेवायची नाहीत. फक्त सूरज बडजात्या तसं करतो आणि हिरोईन खूप सेक्सी असायला हवी; पण ती सेक्स करू शकत नाही. मध्यंतरानंतरचे पहिले एक दोन सीन्स फारसे महत्त्वाचे नसावेत. कारण, प्रेक्षक त्याकडे फारसं लक्ष देत नाहीत; त्यांना लॉबीतून सामोसे आणि कोल्ड ड्रिंक घेऊन परत यायला वेळ लागतो. जेव्हा तुम्ही सिनेमाचा शेवट करत असता, तो खूप जलद करा. कारण, आता प्रेक्षक उठून घाईने बाहेर पडणार असतात. त्यांना बाहेरचं ट्रॅफिक ओलांडून घरी जायचं असतं. हिरोच्या आईची ओळख सुरुवातीलाच झाली पाहिजे आणि तिच्याप्रती आपलं प्रेम दिसलं पाहिजे. या शेवटच्या नियामापाशी मी थोडा वाद घातला. मी म्हणालो, ''तुम्हाला एक आई कशाला लागते त्या फिल्ममध्ये? उगाच काहीतरी लुडबुड करायला? पटकथा तशीही खूप मोठी झाली आहे आणि आपल्याला सीन्स कट करायचे आहेत. ती स्क्रीनचा वेळ खाईल तिच्या सीन्समुळे.''

''भाई, आपल्याला एक आई असायलाच लागते. ती अगदी सामान्य मागणी आहे. नाहीतरी हिरो कोण आहे? तो कुठून येतो? त्याला काही अर्थ उरणार नाही मग.''

''मला तुमच्या आईबद्दल एकही गोष्ट माहीत नाही; पण मला तुझ्यात अर्थ वाटतो हरामखोरा. तुला आई कशाला दाखवायला पाहिजे? आई असते हे गृहीत आहे ना.''

''सहानुभूतीसाठी भाई, सहानुभूतीसाठी. आईविना हिरो, त्यांच्यामधलं प्रेम या विना हिरो अगदी अपूर्ण वाटतो. एक चांगली आई चांगला हिरो घडवते, जरी तो मुळात वाईट असेल तरी.''

''आणि जर त्याची आई वाईट असेल तर? त्यामुळे तो चांगला होतो का?''

मनू हसला. ''भाई, फिल्म्समध्ये वाईट आया नसतात. फक्त सावत्र आया वाईट असतात.''

जगात वाईट आया होत्या; पण मी त्याच्याशी फिल्म्समध्ये वाईट आया नसतात, यावर वाद घालू शकलो नाही म्हणून ही गोष्ट फिल्म्समध्ये राहिली. सुरुवातीला तिचे दोन सीन होते, एक मध्यंतरानंतर लगेच आणि ती सगळ्यात शेवटच्या शॉटमध्ये आली. जेव्हा मुलगा-मुलगी हसत हसत त्यांच्या भविष्याकडे हात पसरून जात होते, तेव्हा ती पार्श्वभूमीवर हसत उभी होती. मी इतकं झेपवू शकलो.

एकदा पटकथा संपल्यावर, त्यातले संवाद वगैरे झाल्यावर, आम्ही संपूर्ण वाचन केलं. आम्ही ते पतोंगहून दूर सकाळी लवकर केलं. सकाळच्या शांततेत मनूने आम्हाला स्टोरी सांगितली, हिरोची ओळख अशी की, त्याने एक हिऱ्यांचं दुकान लुटलं होतं आणि त्याच्या अंडरवर्ल्डमधल्या पार्टनरना फसवलं होतं, जेव्हा त्याला त्याची दहशतवादी योजना समजली. तो ज्या मुलीच्या प्रेमात पडत होता, तिचे दहशतवादी लोकांशी संबंध होते आणि त्या मुलीच्या प्रेमातून त्याला स्वतःच्या देशप्रेमाची ओळख झाली. मग हिरोचा त्या दहशतवादी लोकांबरोबरचा संघर्ष, विश्वासघातकी भाई लोक, नंतर शेवट. ते संपायला तीन तास लागले आणि तोपर्यंत सूर्य आमच्या डोक्यावर आला; पण ते आमच्या कोणाच्या लक्षात आलं नव्हतं. आम्ही मनूच्या स्टोरी ऐकवण्यात आणि त्यातले तपशील सांगण्यात, सीन्समधली ॲक्टिंग करून दाखवण्यात खूप गुंग झालो होतो. त्याने त्याच्या वर्णनातून तो मुलगा आणि मुलगी इतके जिवंत केले, त्यांचा भारतातून बाहेर युरोपमध्ये पळून जाण्याचा प्रवास खूपच रंगवला की, ते आमच्या डोळ्यासमोर उभं राहिलं. जेव्हा आमचं सेशन संपलं, आम्ही सगळे अगदी थकून गेलो होतो; पण आनंदी होतो जणू काही आम्ही आताच ही फिल्म पाहिली होती.

''फारच छान,'' अरविंद म्हणाला. तो सिंगापूरहून दोन दिवस खास स्टोरी ऐकण्यासाठी आला होता, तेही त्याच्या अनमोल सुहासिनीला तिथे एकटीला सोडून. ''मला वाटतं ही क्लिक होते आहे. खूपच छान होईल फिल्म. खूप एक्सायटिंग आहे आणि तितक्याच संवेदनशीलपणे लिहिली आहे.''

''आणि तू कोण आहेस? बासू भट्टाचार्य?'' मी त्यांच्या हसण्याच्या मध्ये बोललो; पण मीही हसत होतो. स्टोरी चांगली होती आणि मी ज्या ज्या गोष्टींना विरोध केला होता, त्या गोष्टींवर लक्ष देण्यात आलेलं होतं. मला त्या स्टोरीमध्ये काय घडणार आहे हे नीट माहीत होतं; पण तरीही जिथे तो नायक मुलीला आणि त्याच्या आईचा निरोप घेतो, तेव्हा माझ्या पोटात गोळा आला होता. त्याच्या त्या संघर्षामुळे माझ्या घशात आवंढा आला होता. मी मनूकडे वळलो. ''ठीक आहे, मला असं वाटलं की, आपण शूट करायला तयार आहोत.''

त्याने मुठी आवळून हवेत तीन वेळा उडी मारली आणि नंतर माझे हात धरले. ''हो,'' तो म्हणाला, ''बरोबर आहे भाई. आपण तयार आहोत. सुरू करू. चला, सुरू करू या.''

मी शूटिंग सुरू करण्यासाठी उतावळा झालो होतो आणि झोयाही अगदी तयार होती. ती अर्जेन्टिनामध्ये मिस युनिव्हर्स स्पर्धेला गेली होती आणि ती पाचव्या क्रमांकावर होती. आम्हाला खात्री होती की, ती मिस युनिव्हर्स जिंकेल आणि त्याच्या जबाबदारीमध्ये वर्षभर व्यस्त राहील; पण स्पर्धेच्या परीक्षकांनी त्यांचा धक्कादायक निर्णय दिला, त्यामुळे ती आता मोकळी होती. ''आपण ताबडतोब सुरुवात करू शकतो,'' मी मनूला म्हटलं. ''पण आज मला वाटतं की, तू सेलिब्रेट करावंस. मी तुला दोन रात्री देतो आणि सर्वांना बोनसही. लंच घ्या आणि जा. तू बंगल्यावर राहू शकतोस.''

मी त्या प्रत्येकाला वीस हजार बाहत दिले आणि पाठवणी केली. मी तीन जणांचा क्रू, अरविंद आणि ती पटकथा इतकंच माझ्यासोबत ठेवलं. मी ती पटकथा संपूर्णपणे परत वाचली, मनू तिवारीच्या सुंदर नीटनेटक्या हस्ताक्षरावर मी फिदा झालो. त्याच्या त्या नीटनेटक्या लिखाणात मला खूप काही घडताना दिसत होतं, चुंबन दृश्य, कारचे अपघात, अश्रू आणि पिळवटलेली हृदय. मी ते सगळं दोन वेळा वाचलं आणि नंतर जोजोला फोन करून ते सगळ पुन्हा वाचून दाखवलं. मी म्हणालो, ''फेड टू ब्लॅक'' आणि नंतर मग तिला विचारलं, ''कसं वाटलं?''

''हो,'' ती म्हणाली.

''हो आणि काय?''

''अरे, तुला काय म्हणायचं आहे, काय म्हणजे? मी म्हणाले हे चालणार एकदम मस्त.''

''मी तुला ओळखतो साली. तू 'हो' म्हणू शकतेस आणि त्याचा अर्थ अगदी बरोबर नाही असाही होऊ शकतो म्हणून... सांग.''

''मी सांगितलं तुला. हे ज्यासाठी आहे, त्यासाठी बरोबर चालणारं आहे.''

''म्हणजे नक्की काय?''

तिने एक दीर्घ श्वास घेतला आणि म्हणाली, ''गायतोंडे. मला तसं काहीच म्हणायचं नव्हतं. खूप छान आहे पटकथा. हिट होणार.''

मी स्वतः मोठा श्वास घेतला आणि माझा राग थोडा गिळण्यासाठी एक क्षण जाऊ दिला. जितक्या शांत आवाजात शक्य होतं तितक्या शांत आवाजात म्हणालो, ''नाही नाही नाही जोजो. काही शंका असेल तर आम्हाला कळलं पाहिजे. आम्हाला आता कळलं पाहिजे की, आम्ही ते कसं दुरुस्त करू शकतो.''

मी तिला असं सोडणार नव्हतो, हे तिला माहीत होतं म्हणून तिने धीर गोळा केला आणि ती म्हणाली, ''ठीक आहे. मी हे म्हणत होते की, पुरेसं ठीक आहे आणि काय आहे... हा अशा फिल्मपैकी एक आहे ज्यात पुरुष सगळं उधळून देतात, खूप मारामारी करतात आणि एकमेकांसाठी रडत बसतात.''

''माझी मुलं आणि मी खूप भांडतो आणि रडतोही या बोटीवर. त्यात चूक काय आहे?'

''काही नाही. मी तुला सांगितलं की, तुझी फिल्म हिट होणार आहे.''

''पण?''

''पण... काही नाही. इतकंच की, मी अशा प्रकारच्या फिल्म एन्जॉय करत नाही. मला आवडत नाहीत.''

''तू असं म्हणते आहेस की, बायका ही फिल्म बघायला येणार नाहीत? तू जरा थांब, आमच्याकडे जे स्टार आहेत आणि ज्या तऱ्हेने आम्ही गाणी शूट करणार आहोत, ते पाहायला प्रत्येक बाई तिच्या मुलाला आणि आजीलाही घेऊन येईल. त्या सगळ्यांना झोयाला बघायचं असेल.''

''अरे बाबा, मी म्हटलं ना की, ही फिल्म हिट होईल म्हणून. मी फक्त इतकंच म्हणते आहे की, ही एका विशिष्ट प्रकारची फिल्म आहे.''

''हो, ही अशी फिल्म नाही की, जिथे तीन बायका एकमेकींना दीड तास किती दुःखद आणि अन्याय झालेल्या आहेत, हे सांगत असतात. उरलेला वेळ दोन बायका पुरुष किती वाईट असतात हे सांगत बसतात. गांडू, तुम्हाला असले डझनभर टीव्ही शोज करायचे तर करा; पण माझी फिल्म त्या पातळीवर नेऊन ठेवू नका.''

जोजोच्या मंद हसण्याच्या लहरी माझ्यावर येऊन आदळत होत्या. ''गायतोंडे,'' ती म्हणाली, ''मी तुझी मादरचोद फिल्म कोणत्याही पातळीवर नेऊन ठेवत नाहीये. तू असंही अख्ख्या भारताच्या घशात आवंढा आणणार आहेस, अगदी बायकांच्यासुद्धा. आम्हाला त्यातून सुटका नाही, त्यामुळे काळजी करू नकोस. फक्त एक सांग मला, तू या हरामखोर फिल्मला नाव काय देतो आहेस?''

''माझ्या फिल्मला शिव्या देऊ नकोस. मला कितीही शिव्या दिल्यास तरी चालेल; पण तू माझ्या फिल्मला नावं ठेवायची हिंमतही करू नकोस,'' मी हसत होतो. ''मी 'बारूद' नाव ठेवायचा विचार करत होतो.''

''अशी नावं सत्तरच्या दशकात असायची.''

''मला माहीत आहे; पण तरी मला आवडलं. तुला आवडलं नाही का?''

''खूप जास्त नाही. यात काही इंटरनॅशनल अँगल जाणवत नाही.''

''तर मग काय तू 'इंटरनॅशनल बारूद' नाव देणार का?'

मी बेडमध्ये आडवा झालो आणि तिचं हसणं थांबायची वाट पाहू लागलो. मी स्वतःशीही हसत होतो. ''बी सिरीयस. हे खूप महत्त्वाचं आहे, टायटलमुळे फिल्मच्या विक्रीसाठी खूप मदत होते.''

''हो, हो, 'इंटरनॅशनल खिलाडी' वापरून झालं आहे. ते अगदी योग्य झालं असतं.''

हे खरंच खूप योग्य झालं असतं; पण ते वापरून झालं होतं आणि फार अगोदर नाही इतक्यातच म्हणून आम्ही इतर नावांवर विचार केला. अगदी 'लव्ह इन लंडन'पासून 'हमारी धरती, उनकी धरती'पर्यंत. हा खरंच खूप आनंद होता की, जुन्या नावांचा विचार करणे, अर्धवट आठवणारी नावं पूर्ण आठवायचा प्रयत्न करणे आणि शब्द शोधून काढून एखाद कोडं जुळवल्यासारखं जुळवणे, त्यातून असा नवीन शब्द शोधायचा प्रयत्न करणे, जो पटकथेला साजेसा असेल आणि त्यातील भावनांना उत्तम प्रकारे प्रदर्शित करेल; पण मग माझ्या आनंदावर माझ्याच इंटरनॅशनल खिलाडींनी पाणी ओतलं. लोकल फोनवर एक फोन आला की, मनू तिवारी आणि तीन मुलांना अटक झाली आहे.

''काय? कुठे? कशी?'' मी अरविंदवर ओरडलो. मुलांना अगदी स्पष्ट ताकीद दिलेली होती की, अगदी शांत रहा आणि कोणाच्या नजरेत येऊ नका, कोणत्या भानगडीत अडकू नका, कोणाला दिसू नका. आम्ही सगळे जण समुद्रमार्गे थायलंडला आलो होतो आणि

कोणत्याही प्रकारच्या इमिग्रेशन प्रक्रियेतून गेलेलो नव्हतो; थायलंडच्या अधिकाऱ्यांच्या दृष्टीने पाहिलं, तर आम्ही त्यांच्यालेखी अस्तित्वात नव्हतो.

''हा तो हरामखोर लेखक आहे ना भाई,'' अरविंद म्हणाला. ''त्याने टायफून बारमध्ये एका अमेरिकन सेलरच्या बरोबर भांडण केलं.''

''तो छोटा चोदू?'' मला आश्चर्य वाटलं. मनू हिंसा चांगल्या प्रकारे लिहायचा; पण तो स्वतः काही फायटर नव्हता. तो बघायचा, समजून घ्यायचा आणि नंतर सीन्स लिहायचा. ''कशावरून भांडण केलं त्याने?''

''टायफून बारमध्ये एक मुलगी आहे जी त्याला आवडते.''

''मग?''

''ती एका अमेरिकन सेलरबरोबर होती.'' तिथे एक अमेरिकन एअरक्राफ्ट कॅरियर आलेलं होतं आणि त्याच्या बरोबर दोन लहान जहाजं होती. ते कॅरियर राखाडी रंगाचं होतं आणि एखाद्या पहाडासारखं होतं. दोन दिवसांपूर्वीच त्यातून तीन हजार सेलर पतोंग बीचवर उतरले होते. ''या सेलरने तिला दोन दिवस बारच्या बाहेर आणलं होतं. ती त्याच्या मांडीवर बसली होती. सेलर तिच्याबद्दल इंग्लिशमध्ये काहीतरी उर्मटपणे त्याच्या मित्रांना सांगत होता की, तिने कसं त्याचा लवडा चोखळा वगैरे. त्या मुलीला हे अजिबात समजत नव्हतं; पण मनूला समजलं. तो त्या सेलरला काहीतरी बोलला. सेलर याला काहीतरी बोलला, त्यांची बाचाबाची झाली. मनूने हेन्केनची बाटली फोडली त्याच्या डोक्यात.''

''भेन्चोद.''

''म्हणून मग सेलरने त्याला टेबलावर आडवा घातला आणि त्याचे मित्र मध्ये पडले, मग आपली मुलंही मध्ये पडली म्हणून ते सगळे आता जेलमध्ये आहेत.''

मला असं वाटलं की, त्या सगळ्यांना जेलमध्येच सोडून द्यावं; पण मला मनू पाहिजे होता म्हणून मी त्यांना बाहेर काढलं. अर्थातच, मी यात थेट हात घातला नाही. मी अरविंदला आवश्यक तेवढे पैसे घेऊन पाठवलं आणि फोन हातात घेऊन कॉल्स केले. तीन दिवस आणि एकशेवीस हजार बाहतची लाच दिल्यानंतर मी त्यांना बोटीवर परत आणलं. मनू तिवारीच्या चेहऱ्यावर डावीकडे एक हिरवा निळा डाग होता आणि त्याची अवस्था एखाद्या मोडकळीला आलेल्या समाजवादी राज्यासारखी दिसत होती. मुलांनी मला सांगितलं की, तो तीन दिवस झोपला नव्हता. वंचितांसाठी त्याला जितकी म्हणून सहानुभूती होती, त्यावरून असं लक्षात आलं की, तो आजवर जेलमध्ये कधीही गेला नव्हता. थायलंडच्या तुरुंगाने त्याला चांगलाच मनस्ताप दिलेला होता. मी त्याला झोपायला पाठवलं आणि मुलांना चांगलं झापलं.

''भाई, मग आम्ही काय करायला हवं होतं? आम्ही फक्त बसून पीत होतो. अचानक हा हरामखोर मनू उठला आणि त्या अमेरिकन सेलरच्या डोक्यात बाटली फोडली. त्याने डोकं हलवलं आणि मनूला खोलीत ढकलून दिलं. त्याचे मित्र त्याच्यावर तुटून पडले म्हणून आम्हीही मध्ये पडलो.'' त्याने डोकं हलवलं. ''कोण वेश्या... तिच्यासाठी हे सगळं... आणि याने कधी तिची गांड घेतलीसुद्धा नाहीये.''

म्हणून मग त्यांने मला सगळी हकिकत सांगितली. टायफून बारमध्ये एक डेबी नावाची थाई वेश्या होती. सहा महिन्यांपूर्वी मनू मुलांच्या बरोबर त्या बारमध्ये गेलेला होता आणि तेव्हा डेबीला ती कुठून आली आहे, किती भाऊ-बहिणी आहेत, कशा प्रकारच्या घरात ती

राहते वगैरे चौकश्या करत होता. डेबी म्हणजे एक छोटी सुरीच होती, तिने यात संधी पाहिली आणि तिने तिच्या मोडक्या तोडक्या इंग्लिशमध्ये त्याला खूप माहिती दिली, ज्यातून याने चार स्टोरी लिहिल्या असत्या. तिने त्याला तिच्या अपंग वडिलांच्याबद्दल, तिच्या अगदी शांत आणि कष्टाळू आईबद्दल, त्यांच्या नोंग खाई जवळच्या डोंगरातल्या मोडकळीला आलेल्या घराबद्दल आणि तिच्या अनवाणी भाऊ-बहिणींबद्दल सांगितलं, त्यामुळे, पुढचे सहा महिने जेव्हाही मनू पतोंगला आला, त्याने डेबीला बाहेर जेवायला नेलं होतं आणि तिला ड्रेस, बेल्ट, परफ्यूम वगैरे भेट दिलं होतं. कदाचित, जरी तो हे मान्य करत नसला, तरी त्याने नोंग खाईमधल्या तिच्या भावंडांच्या शाळेच्या खर्चासाठी तिला रोख पैसेही दिले असावेत. हे सगळं त्याने तिच्या शरीराला स्पर्शही न करता केलं होतं; पण शेवटी ती एक बारमध्ये काम करणारी मुलगी होती. त्या अमेरिकन सेलरने तिला अमेरिकन डॉलरमध्ये पैसे दिले तिच्या शरीरासाठी आणि म्हणून त्याला तिच्या शरीराबद्दल बोलण्याचा हक्क होता. त्या मादरचोदने मनू तिवारीच्या समाजवादी अभिमानाला धक्का लावला, त्यामुळे मला चांगलाच बांबू लागला.

''हरामखोर लेखक,'' मी म्हटलं. एखादा या मनू तिवारीसारखा लेखकच सहा महिने थायलंडमध्ये राहूनही त्याचा लवडा कोरडा ठेवू शकतो. मी माझ्या सूचना दिल्या. पुढच्या आठवड्यात मुलं मनू तिवारीला घेऊन पतोंगला गेली आणि त्या रात्री, जेव्हा मनू तिवारी झोपला होता, त्यांनी त्याच्या खोलीत दोन मुली पाठवल्या. दोघीही सतरा वर्षांच्या होत्या. दोघींचेही केस अगदी सिल्की आणि लांब होते आणि छाती अगदी छोटी मुलायम होती. दोघी जेव्हा त्याच्या बेडमध्ये शिरल्या, तेव्हा नागड्या होत्या. तो धडपडतच उठला; पण त्यांनी त्याला काही प्रश्न विचारायची संधीच दिली नाही. एकीने त्याच्या तोंडात काहीतरी घातलं आणि दुसरीने त्याचं काहीतरी तोंडात घेतलं. त्याचा समाजवाद अगदी पार अपयशी झाला; पण त्याचा लवडा उभा राहिला. त्याने दोघींवर सकाळपर्यंत निर्दयपणे दडपशाही केली. नंतर तो झोपला आणि जेव्हा त्याला जाग आली, तेव्हा पुन्हा त्याला खूप अपराधी वाटू लागलं. तो त्यांना सॉरी म्हणू लागला म्हणून त्या मुलींनी एकमेकींच्या चूतशी खेळणं सुरू केलं आणि त्यांचे निपल्स त्याच्या तोंडात कोंबले. तो काहीसा गुरगुरला; पण आता तो बोलायचा थांबला. त्याने त्या दोघींवर पुन्हा दडपशाही केली. त्यानंतर त्याने कधीही टायफून बारमधल्या डेबीचा उल्लेख केला नाही.

तुम्हाला लेखकांच्या बरोबर कधी कधी तेच करावं लागतं : त्यांचं थोबाड बंद करावं लागतं. ते भाषा, स्टोरी आणि नियम यांत इतके अडकलेले असतात की, त्यांना साध्या साध्या गोष्टी दिसत नाहीत किंवा सगळी उबदार गोलाई आणि पैशाने खरेदी करणाऱ्या गोष्टी दिसत असतात, लवड्याला जाणवत असतात, माहीत असतात. तुम्ही त्या लवड्याला एक संधी दिली पाहिजे.

आम्ही ती फिल्म केली. तिचं शूटिंग मुंबई, लंडन, लोसान, म्युनिच, टॅलीन आणि सेवील इथे झालं. मी बँकॉकमध्ये दर आठवड्याचे रशेस बघितले आणि माझी प्रतिक्रिया आणि सल्ला दिला; पण नेहमी मनू तिवारी आणि धीरज कपूरच्या माध्यमातूनच. इतर सर्व क्रू आणि विशेषकरून ॲक्टर्सना ते कोणासाठी काम करत आहेत, याची कल्पना नव्हती. मला माहीत होतं की, मी झोया आणि तिचं भवितव्य यांची काळजी केली पाहिजे म्हणून मी सुरक्षा अगदी कडक ठेवली होती. मी तिला पाहत होतो, दर आठवड्याला... मला माहीत होतं

की, तिचं भवितव्य खूप उज्ज्वल असणार होतं, खूप मोठं असणार होतं. मला ती सुंदर आहे हे माहीत होतं; पण ती मोठ्या पडद्यावर एखादी सोनेरी किरणांच्या झोतासारखी दिसायची. ती तीस फूट उंच होती, स्वप्नवत हलकी होती आणि जेव्हा ती हसायची, तुमच्या हृदयात सुरी खुपसल्यासारखं किंवा गोळी घुसल्यासारखं वाटायचं. तिची गालाची हाडं तलवारीच्या पात्यासारखी धारदार होती आणि जेव्हा ती कॅमेरापासून दुसरीकडे बघत असे, तेव्हा ती एखादी सळसळणाऱ्या नागिणीसारखी दिसत असे. फक्त मी आणि अरविंद रशेस बघत असू. तो अगदी भारावून गेला होता; पण तो शांत बसायचा. त्या मुलीबद्दल सहा एक महिने आम्हाला चर्चा केलेलं ऐकल्यावर सुहासिनी आली आणि तिने ॲस्टोनियाला शूट केलेलं गाणं पाहिलं. तिचा सगळा उपहास आणि स्पर्धा पार निघून गेली. ती आमच्याकडे वळली, तिने लाइट्स लावले आणि म्हणाली, ''ओके, मी मान्य करते की, ही मुलगी खूप छान दिसते.''

''फक्त छान?'' अरविंद म्हणाला. ''कम ऑन, खरं सांग. जर मला नाही, तर किमान भाईंना सांग.''

सुहासिनीने त्याच्या हाताखाली हात घातला आणि त्याच्यावर रेलली. ''ठीक आहे, ठीक आहे भाई, ती मुलगी म्हणजे अगदी योग्य निवड होती. ती प्रचंड यशस्वी होणार आहे. विस्मयकारकपणे.''

अगदी बायकांनासुद्धा वाटलं की, झोया विस्मयकारक होती. जसं जसं प्रोडक्शन पुढे पुढे जात होतं, जशी योग्य वेळी घेतलेली प्रेस रिलीज झाली, तिचे फोटो फिल्म मासिकांच्या कव्हरवर दिसू लागले आणि गाणी टीव्हीवर दिसू लागली, तशी तशी तिची लोकप्रियता आणि प्रसिद्धी वाढत गेली. ती आता खूप व्यस्त होती. तिला सिंगापूरला येणं जास्त शक्य होत नव्हतं, अगदी कधी कधीच येऊ शकायची. मला ही गोष्ट मान्य करणं जड जात होतं की, मला याचा आनंद वाटत होता. माझ्या पोटात कालवाकालव होत होती; पण झोयाला मोठं होताना बघताना माझ्या घशात आवंढा यायचा. झोया मोठी झाली, मी लहान झालो. ओह, मी खूप ताकदवान होतो, माझा दरारा होता, मी श्रीमंत होतो, मी जीवन देऊ किंवा घेऊ शकत होतो. मी कुटुंबाना मदत केली आणि मुलांच्या अनेक पिढ्या मी बांधलेल्या घरांमध्ये जन्मल्या आणि माझ्या संरक्षणाखाली मोठ्या झाल्या. मला तिच्या यशाची भीती वाटत नव्हती, शेवटी मीच तर तिला उभं केलं होतं, निर्माण केलं होतं, तरीही जशी जशी झोया देशाची देवता बनत गेली, तसं तसं माझा लवडा लहान लहान होत गेला... हे मान्य करणं, समजणं आणि सांगणं... सगळं अवघड होतं.

मी खोटं बोलत नव्हतो, संभ्रमात नव्हतो किंवा वेडाही नव्हतो. बस्स, तो लहान झाला. त्याची लांबी तितकीशी कमी नाही झाली; पण रुंदी आणि जाडी... दणकटपणा... सगळं... कमी झालं. मला तो खूप कडक, मजबूत आणि सशक्त असल्याचं आठवत होता. आता तो खूपच बिचारा आणि निस्तेज झाला होता. एकेकाळी, त्याला काही गयावया चालायची नाही; पण आजकाल तो सतत संदेहात असायचा. झोया कधी काही बोलली नाही. तिच्या चोखण्यात पहिल्या इतकाच जोर होता आणि ती तिचा आनंद व्यक्त करायची. जेव्हा मी तिला घ्यायचो, तेव्हा ती कण्हायची, डोळे बंद करून घ्यायची. जेव्हा तिच्या चूतमध्ये आतंक व्हायचा, तेव्हा ती नेहमीप्रमाणे तिचे हात डोक्याच्या मागे घ्यायची. एकदा तिच्या दाण्यावर हात फिरवताना आणि त्या चरमसीमेवर तिला नेताना मला खूप विजयी झाल्यासारखं, पुण्यवान असल्यासारखं वाटलं. मी तिच्या या श्रीमंतीच्या विस्ताराचा राजा

होतो; पण आता मला ती किती मोठी कलाकार होती, ते दिसलं. स्क्रीनवर ती कोणीतरी वेगळीच होती, याचा विश्वास तिने दिला होता; पण आता मी ओळखत असलेली झोया, जिला मी ओळखत होतो, असं मला वाटत होतं, ती झोया कोणीतरी खरी वेगळी नव्हती, ते मला कसं समजणार होतं? माझी झोया म्हणजे फक्त एक परफॉर्मन्स होती? तिचं कण्हण हा फक्त अभिनय होता?

हेच दुःख होतं. कारण, जर तुम्ही पैसे दिलेल्या बाईला काय वाटतं आहे, ती काय विचार करते आहे, याची काळजी करण्याइतके तुम्ही दुर्दैवी असाल, तर ते दुःखदच असणार होतं. हाच त्या विरोधाभासाचा जीवघेणा विळखा होता. तुमच्या सुखाने ती जितकी आनंदी होत होती, तितके तिचे उसासे म्हणजे अतिशयोक्ती आहे आणि तुम्ही तिला सुख देत नाहीये, असं वाटत होतं. तुम्हाला खरं काय ते कधीच कळणार नव्हतं. जर तुम्ही विचारलं, तर ती तुम्ही तिला पैसे देता म्हणून हो म्हणणार होती. जर तुम्ही विचारलं नाही, तर तुम्हालाच राग येईल. इतका पुरेसा राग येईल की, तिची प्रतिक्रिया तुम्ही स्वीकार कराल आणि ती तिच्या वेदनेचा पुरावा समजाल. मी झोयाला थोडा क्षुब्धपणे हाताळू लागलो. मी तिचे केस ओढले, तिच्या स्तनांचे चावे घेतले, तिचे निपल्स ओढले आणि ती डोळा मिचकावून, पिरगाळून घेत राहिली आणि तिने मला थांबवायचा कधीही प्रयत्न केला नाही. या मागचं कारण मला माहीत आहे... कारण, मी तिला पैसे देत होतो. मी तिच्या या परिपूर्ण शरीरासाठी पैसे खर्चले होते आणि तरीही मला कधीही खात्री वाटली नाही की, हे शरीर जेव्हा मी खूप आसक्तीने घेतलं, तेव्हा ते तितकं अभेद्य होतं का? मी चिडलो. एका सकाळी मी तिला असं काही घेतलं, ज्या प्रकारे आजवर कधीही घेतलं नव्हतं. तिला मी असं घेतलं, जसं मी मुलांची गांड घ्यायचो. मी झोयामध्ये मागच्या बाजूने घुसलो, तिचे केस ओढून धरले आणि खूप जोरात केलं. ती किंचाळली आणि तिने मला तसं करू दिलं. माझ्या बोटांनी तिच्या दोन्ही बाजूंना लाल ओरखडे उठले. ''साली,'' मी तिच्या पाठीवर थुंकलो, ''रंडी, घे, हे घे, घे घे.''

तिने मान वळवून पाहिलं आणि तिचा घाम माझ्या मुठीवर गळला. ती हसली आणि म्हणाली, ''द्या, द्या साहेब.'' ती हसली. ''हे छान आहे साहेब, द्या. हो द्या.''

तिच्या त्या हसण्यातील आनंदाने माझ्या गोट्या थंड पाणी ओतल्यासारख्या कापू लागल्या. त्याच वेळी, ताबडतोब, मी देऊ शकत नव्हतो. मी अक्षम झालो होतो. मी तिच्यातून बाहेर आलो आणि घाईने दुसऱ्या खोलीत गेलो. मी सोफ्यावर बसलो. झोया मागोमाग आली आणि माझ्याशेजारी बसली. ''काय झालं?'' तिने विचारलं. ''काय बिनसलं?''

मी तिला पाठवून दिलं. तिला बोलण्यासारखं काहीच नव्हतं. काय बिनसलं होतं, ते तिला कोणत्याच पद्धतीने मी समजावून सांगू शकणार नव्हतो. तिला मी हे सांगू शकत नव्हतो की, मला तिच्याकडून काय हवं होतं. मी ज्या सापळ्यात अडकलो होतो, तो अगदी स्पष्ट होता. माझा तिच्या आनंदावर विश्वास नव्हता आणि असं वाटत होतं की, मी तिला इजाही करू शकत नव्हतो. मी खूप लहान होतो. मी अंधारात बसून राहिलो. झोयाचा राहकलाकार नीरज सेनबद्दल विचार करत होतो. तो हरामखोर सहा फूट दोन इंच उंच होता, त्याचे डोळे घारे होते आणि दंड अगदी ग्रेनेड्ससारखे कडक. हो, त्याचा लवडासुद्धा त्याच्या बाकी शरीराला साजेसा असा होता. मी डोळे मिटून घेतल्यावर झोया आणि नीरजला दरवाजात उभं असेलेलं पाहिलं. दोघेही प्रमाणबद्ध आणि एकमेकाला साजेसे. तिचा हात त्याच्या मानेभोवती

होता आणि एक पाय त्याच्या खांद्यापर्यंत उचललेला होता... ती त्याचं मोठं मशीन आत घेत होती. ते आत घेताना ती खूप आनंदी दिसत होती. तिचा आनंद खरा होता, हे मला माहीत होतं. मी ते सांगू शकत होतो. ते दोघं उगवत्या सूर्याच्या लालीत न्हाऊन निघाले होते आणि आनंदी दिसत होते.

मी उठलो, माझ्या हाताने डोक्याला एक झटका दिला, 'ऊठ हरामखोर, शुद्धीवर ये. झोया हे कधीही करणार नाही. झोया तुझं काय देणं लागते, हे तिला चांगलंच माहीत आहे. तू तिला उभं केलंस, हे ती चांगलंच समजून आहे. ती तुझी ताकद, तुझी पोहोच या गोष्टींना मानते. ती तुला कधीही नाराज करणार नाही. झोया चांगली मुलगी आहे. समजून घे.'

मला याची कल्पना होती की, मी ते मुठीत घट्ट धरून ठेवलेलं होतं. पुरुष मला किती घाबरायचे आणि बायकांवर मी किती भारी पडायचो, हे मला चांगलंच माहीत होतं. जगात जर असा कोणी मूर्ख असेल, ज्याने मला चुकून अपमानित केलं असेल, तर दुसऱ्या दिवशी त्याला या जगातून नाहीसा करण्याची ताकद माझ्यात होती. तो असा नाहीसा झाला असता, जसा कधी अस्तित्वातच नव्हता. मी नीरज सेनलादेखील उचलून नाहीसा केला असता. तो नाहीसा होईल, संपेल, जाईल. तो अस्तित्वात उरणार नाही.

नाही, नाही... मला त्याची गरज होती. मी या फिल्मवर अगोदरच सोळा करोड खर्च केलेले होते. हेलिकॉप्टरचे पाठलागाचे सीन्स, गाण्यांच्या शूटिंगच्या लोकेशनमधले बदल या सगळ्यांमुळे बजेट वाढतच होतं. मी नीरज सेनमध्ये गुंतवणूक केली होती? तो हरामखोर बंगाली इतका मोठा का होता? सहा फूट दोन इंच आणि फुगलेला? आजवर कोणी सहा फूट दोन इंच उंच बंगाल्याबद्दल ऐकलं होतं? ओह, हो... त्याची आजी सिनेमात काम करायची... शकिरा बानो. ब्लॅक अँड व्हाइटच्या जमान्यात एक वेश्या-डान्सर जी नंतर अभिनेत्री झाली होती ती. तिला फारसं यश मिळालं नव्हतं; नैना देवी या नावाने तिने एक दोन सिनेमांत मधुबालाच्या बहिणीचं काम केलं होतं. तसंच देव आनंदबरोबर खूप प्रसिद्ध असा एक बार डान्स केला होता. तिने एका बंगाली सिनेमेटोग्राफर बरोबर लग्न करून मग सिनेमातून निवृत्ती घेतली होती; पण तिचे मुलगे सिनेवितरणात उतरले होते. हा तिचा नातू नीरज आता हिरो झाला होता. त्याने तीन सिनेमे केले होते आणि तो वर चढतच होता. वर चढता चढता, या सहा फूट दोन इंच असलेल्या नीरजने त्याच्या आजीकडून हे पठाणी मसल्स घेतलेले होते. हरामखोर, मी त्या दोघांना, झोया आणि नीरजला मारून टाकलं पाहिजे. माझ्या टेबलाच्या बाजूला एक ग्लॉक होतं, त्यात गोळ्याही होत्या. मी सरळ जाऊन तिच्या डोक्यात गोळी झाडू शकत होतो. तिच्या प्रत्येक अवयवात दोन गोळ्या झाडू शकत होतो, एक तिच्या पोटात, एक तिच्या चूतमध्ये आणि एक तिच्या न पोहोचू शकणाऱ्या हृदयामध्ये!

मी त्यापेक्षा तिला घरी पाठवून दिलं. मला थायलंडहून अचानक फोन आल्याचं कारण मी तिला दिलं... असं काहीतरी अचानक आलेलं काम जिथे माझं असणं आवश्यक होतं. तिला समजलं होतं की, काहीतरी बिनसलं होतं; पण तीही मला त्याबद्दल न विचारण्याइतकी हुशार होती. तिने मला किस केलं (तिला ते करण्यासाठी खाली वाकावं लागलं), नंतर ती मुंबईला परत गेली आणि मी माझ्या कामाला. मी थायलंडला परत गेलो आणि बोट को समुईला नेली. नंतर मी अनेक मुलींवर स्वतःला तपासत होतो. मी फक्त कुमारिका घेण्याचा गुरुजींचा सल्ला पाळत होतो. त्यासाठी अमाप पैसा खर्चत होतो. जोजोने मला आंध्रमधून एक मुलगी पाठवली होती आणि दुसरी केरळ तर अजून एक बंगालमधून. ही बंगाली मुलगी

मुसलमान होती, जिचे केस गुडघ्यापर्यंत लांब होते आणि निमुळते तपकिरी डोळे होते. ती झोया इतकी उंच नव्हती, उलट ती उभी राहिली, तर माझ्या इतकीच उंच होती, डोळ्याला डोळा भिडवू शकत होती. जेव्हा मी तिला झोपवलं, तिने तिचा चेहरा हातांनी झाकून घेतला, त्यामुळे मी ताबडतोब ताठ झालो. जेव्हा मी शेवटच्या धक्क्याने मोकळा झालो, तेव्हा ती किंचाळली. त्याच क्षणी मला आमच्या फिल्मसाठी नाव सुचलं : इंटरनॅशनल धमाका. मी तिच्यावर होतो, तरी हसत होतो. मी धीरज कपूरला आणि नंतर मनू तिवारीला फोन केला. ते या ढासू नावावर लगेच सहमत झाले, जे सर्वांना आकर्षित करणारे होते. ''भाई, आपण आता फुल स्पीडमध्ये जातोय,'' मनू म्हणाला. ''तुमचं टायटल म्हणतंय, त्याप्रमाणे आपण इंटरनॅशनली धमाका करणार आहे.'' त्याला त्या वेळी हे माहीत नव्हतं, की त्याचं किती बरोबर होतं. या मुलींच्या बरोबर मी फुल स्पीडमध्ये होतो. त्या सर्वांच्या बरोबर मी सक्षम होतो, माझ्यात आत्मविश्वास होता आणि बरंच काही होतं. त्या खूपच लहान असल्याने खोट्या प्रतिक्रिया देण्यासाठी अननुभवी होत्या. त्यांचा आनंद त्यांच्या वेदनेइतकाच खरा होता, याबद्दल मला शंका नव्हती, तर खात्रीच होती.

मला याचीही खात्री होती की, माझा आनंद वाढला होता. माझ्या पाठीच्या कण्यातून जाणाऱ्या संवेदना नेहमीप्रमाणेच हाय व्होल्टेज विजेसारख्या होत्या. ती सुंदर बंगाली मुलगी माझा लवडा चोखताना पाहून डोक्यात जे काही व्हायचं, जे काही घण पडायचे ते अजूनही तितकेच गरम होते, उच्च होते; पण माझ्या या उंच आणि खाली म्हणजेच माझं डोकं आणि माझा लवडा यामधल्या चक्रात काहीतरी कनेक्शन मिसिंग होतं आणि ते तुटलं. मला उत्साह वाटत होता; पण खूप दुरून असल्यासारखा. अर्थातच, हे असं का आहे हे मला समजलं. मी गणेश गायतोंडे होतो आणि मी खूप जगलो होतो. मला थोडीफार समजूत यावी, स्वतःला याहून जास्त समजून घ्यावं इतकं पुरेसं जग मी नक्कीच पाहिलं होतं. मी या मुलींच्या बरोबर इतका ताकदवान का होतो आणि मला इतका आत्मविश्वास का होता, हे मी जाणत होतो... कारण, त्या खूप नगण्य होत्या. मला त्यांची किंवा त्यांना काय वाटतं याची काळजी नव्हती. मी जेव्हा त्या बंगालीला रात्री घेतलं, मी तिला बोटीच्या रेलिंगवर धनुष्यासारखं वाकवलं. पाणी इतकं उसळत होतं की, आमच्या डोक्यांवर तुषार उडत होते; पण मी तिच्यावर खूप जोर लावला तरी माझं हृदय स्थिर होतं. मी अजिबात हललो नाही.

झोयाने मला हलवून टाकलं होतं. तिने मला थेट माझ्या परमानंदाला हलवून टाकलं. मी जेव्हा तिच्यासोबत होतो, तेव्हा माझ्या मनात सतत एक चीड होती, जी माझ्या मनात एक थरथर, एक घर्षण निर्माण करत होती. ज्यामुळे मला आनंद आणि दुःख दोन्ही होत होतं. जेव्हा मी तिच्यापासून दूर होतो, आतल्या आत काहीतरी ढवळत होतं; पण ते जातही नव्हतं. झोयाने मला डिस्टर्ब केलं होतं आणि मला त्यामुळे तिचा खूप राग आला होता. मी तिच्यावर प्रेम केलं. ते मी मान्यही केलं. मला ते स्वतःशी मान्य करावं लागलं की, मी तिच्या प्रेमात पडलो होतो. मला लाज वाटत होती की, मी मुलांना ज्या जाळ्यात सापडू नका म्हणून सावध करत होतो, त्यात मीच अडकलो होतो; पण मी ते नाकारूही शकत नव्हतो. 'प्रेम' या शब्दाचा अर्थ मला समजला होता. मला अचानक फिल्ममधली ती सर्व प्रेमगीतं पुढे जावीत, असं वाटत नव्हतं. नाही... मला साडेचार मिनिटं ते के कितनी मोहब्बत है तुमसे, तो पास आके तो देखो हे गाणं अनुभवायचं होतं. मी माझ्या केबिनमध्ये बसल्या बसल्या गायचो :

अभी ना जाओ छोडकर, के दिल अभी भरा नहीं
अभी अभी तो आये हो, बहार बन के छायी हो।
हवा जरा महक तो ले, नजर जरा बहक तो ले
ये शाम ढल तो ले जरा, ये दिल संभल तो ले जरा....
मीन थोडी देर जी तो लू, नशे के घूंट पी तो लू
अभी तो कुछ कहा नहीं, अभी तो कुछ सुना नहीं
अभी ना जाओ...

मुलांनी माझं हे भावनिक गाण्यांबद्दलचं नवीन प्रेम हेरलं आणि त्यावर लहान-मोठे विनोदही केले. मीही त्यांच्या हसण्यात सामील झालो; पण मी त्यांना काही सांगितलं नाही. मी कोणालाच सांगू शकत नव्हतो. माझ्या प्रेमाबद्दल कोणाला सांगायचं या भावनेनेच किंवा विचारानेच मी लाजलो. माझ्या अंगात गरम प्रवाह सळसळला, जणू एखाद्या मुलाला अचानक दार उघडून डोळ्यांवर उजेडाचा झोत आला तर कसे होईल. मी माझं प्रेम बंकरमध्ये झाकून ठेवलं, एकदम लपवून आणि सुरक्षित. मी ना गुरुजींना सांगितलं, ना जोजोला. मी झोयालासुद्धा सांगितलं नाही. मी फक्त तिला हिरे भेट दिले, एक नवीन कार दिली आणि तिला नियमितपणे रोख रक्कम पाठवत राहिलो.

मला खात्री आहे की, झोयाला समजलं. जरी तिला फिल्म रिलीज होण्याआधीचे डबिंग, फोटो शूट, इंटरव्ह्यू या सगळ्यांमुळे मुंबईच्या या टोकापासून त्या टोकापर्यंत हिंडावं लागत होतं, तरी आम्ही रोज बोलायचो. मी तिला नोकियाचा खास गुलाबी रंगाचा फोन दिला होता, त्यावर आम्ही बोलायचो. जो अर्थातच तिने माझ्याशी बोलण्यासाठी राखून ठेवलेला होता. ती त्या फोनवर मला 'बिल' म्हणायची आणि मला तिच्या दिवसभराच्या गप्पागोष्टी सांगायची... तिच्या मासिकांच्या मुलाखती, एडिटर, प्रोड्युसर्सच्या भेटी, भविष्याबद्दलचा उत्साह. मी ऐकायचो, नंतर तिला सल्ला द्यायचो आणि तिची स्वप्नं बघायचो. या दिवसांमध्ये, जेव्हा अजून फिल्म रिलीज व्हायची होती, त्याच्या आधी सगळं शक्य वाटत होतं. अगदी मोठा लवडादेखील.

मी झोयावर इतकं प्रेम करत होतो की, मी तिच्यासाठी मोठं व्हायचं ठरवलं. बँकॉकमध्ये मी वाघाचं शिश्न खरेदी करून त्याच्या गोळ्या करून खाऊ शकत होतो, ज्यामुळे मला ताकद आणि कुवत मिळणार होती; पण माझा असल्या अंधश्रद्धांवर विश्वास नव्हता. मला ताकद आणि कुवत यांची काळजी कशी घ्यायची, हे चांगलं माहीत होतं. मी कमी तेलाचे पदार्थ खात होतो. रोज व्यायाम करत होतो. इंजिन रूमच्या शेजारी मी एक नवीन स्टेप क्लाइम्बर लावून घेतला होता. जेणेकरून मला खूप कठोर एरोबिक एक्झरसाईझ मिळेल. नाही; पण मला जे हवं होतं ते म्हणजे फक्त आकार! संशोधनाच्या आणि विकासाच्या या युगात मी शास्त्रीयदृष्ट्या आकार वाढवू शकत होतो. एव्हाना, मी कॉम्प्युटर सराईतपणे चालवू शकत होतो आणि सर्च इंजिन वापरू शकत होतो. मी मुलांना सांगितलं की, मला अजिबात डिस्टर्ब करू नका, मी दार लावून घेतलं आणि कॉम्प्युटरवर सर्च केलं. मला भाषेचीच थोडी समस्या होती. 'लवडा' असं टाइप केल्यावर त्याच नावाची एक एअरलाइनची वेबसाईट उघडली, एक कार रेसिंग ड्रायव्हर बाबतची वेबसाईट उघडली आणि अजून एक 'लवड्यानम' नावाच्या

औषधाची साईट उघडली. हरामखोर, मी स्क्रीनवर आलेल्या चेहऱ्याला शिवी हासडली, अर्थातच, मी इंग्लिशमध्ये शिवी दिली. मला इंग्लिश येत होतं. मुलं बोटीवर जे ब्ल्यू फिल्म्स आणायचे, त्यातल्या क्लोज-अप्सवरून, त्यातल्या चित्रांवरून मला त्या चेहऱ्याची कल्पना आली. मी आता 'बिग कॉक' असं टाइप केलं आणि डझनभर वेबसाईट प्रत्येक रंगातले फोटो घेऊन उघडल्या. मला ते नको होतं. मला काही मिनिटं धडपड करायला लागली, जोवर मला इंग्लिशमधला 'पेनिस' हा शब्द आठवला नाही, जो मी टाइम्स ऑफ इंडियामध्ये एका लेखात वाचला होता. तो लेख हत्ती आणि त्यांच्या पुनरुत्पादनासाठी एकत्र येण्याबाबतच्या सवयींबद्दल होता. आता मी 'पेनिस साईझ' असं टाइप केलं आणि साधारण साईझ किती असतो वगैरे बाबतचे अनेक सर्व्हे पुढे आले... पण त्याचबरोबर खाली स्क्रोल केल्यानंतर, http://www.100percentpenisenlargement.com, http://www.big-penis-enlargement-size.com आणि http://www.betterpenis.info या वेबसाईट सापडल्या. बरंच बरं झालं.

मी वाचलं, समजून घेतलं आणि त्यावर विचार केला. मला माझा निर्णय घ्यायला खूप वेळ लागला. हा काही लहानसहान निर्णय नव्हता. मी माझा स्वतःचा आकार, रचना हे सगळं बदलून घेत होतो. मी माझ्या प्रेमासाठी हे करत होतो, माझ्या आवडत्या व्यक्तीला आनंदी, अधिकाधिक आनंदी करण्यासाठी करत होतो. मी त्याचा अभ्यास केला, खूप विचार केला. मी पेनिसच्या शरीरशास्त्राचा विचार केला. एका छेद दिलेल्या चित्रातून मला त्याचं कार्य कसं चालतं हे समजलं, ज्या रक्तवाहिन्यांमुळे त्यात ताकद येते, त्या पाहिल्या. सुरुवातीला मला पेनिस पम्प ही गोष्ट त्यातील रक्तवाहिन्यांसाठी खूपच घातक आहे, असं वाटलं. ज्यात पेनिसमधल्या लहान लहान टिश्यूचा वापर केला जातो. मी विचार केला, वेट्सचा उपयोग होऊ शकेल. टिश्यूला पुरेसं वजन लटकवलं, तर पेनिस लांब होऊ शकेल, जे पुरेसं सरळ स्पष्ट वाटलं मला. मी माझ्या गावी पाहिलं होतं की, आदिवासी बायका ज्या कानात जड कानातले घालायच्या त्यांचे कान लांब झालेले असायचे. असे लांब कान असलेल्या बायका मला कुरूप वाटायच्या. एक अशा प्रकारे ओढून लांब केलेलं पेनिस कदाचित चांगलं असेल; पण ते ओढून ताणून लांब केलेल्या पातळ रबरासारखं असेल. नाही नाही, हे काही जमणार नाही. मला लांबी हवी होती; पण मला जाडीही हवी होती. ते लोखंडासारखं कडक हवं होतं, झोयाला हवं असेल असं न थकणारं मशीन.

आणि मग त्यानंतर मला डॉ. रेनीस सापडले. एक आठवड्यानंतर मी अशा वेबसाईटच्या मागे लागलो होतो. मी www.scientificpenis.com वरच्या नंबरला फोन केला. त्या नावातच एक आकर्षण होतं. मी लगेच त्यावर क्लिक केलं. जेव्हा मी ते पेज उघडलं, मला त्यावरील साधेपणा खूप भावला. इतर साईट्सप्रमाणे यावर कोणतेही भडक रंग, फ्लॅशी चित्र किंवा उगीच मोठे दावे केलेले नव्हते. फक्त साफसुथऱ्या पांढऱ्या पार्श्वभूमीवर काळ्या अक्षरात लिहिलेलं होतं. त्या पेजबाबत एक सभ्यता वाटत होती. ही वेबसाईट पूर्णपणे रास्त वाटत होती आणि अगदी साफ, स्वच्छसुद्धा. डॉक्टरांच्या एकूणच पवित्र्यातही सभ्यता होती. ते वैद्यकीय डॉक्टर असल्याने ती वाटत असावी. जसं त्यांनी साईटवर सांगितलं होतं, त्याप्रमाणे ते कॅलिफोर्नियामध्ये वैद्यकीय प्रक्टिस करत होते. त्यांची जी काही तंत्रं होती ती वैद्यकीयदृष्ट्या विकसित केलेली होती. वर्षानुवर्षांच्या संशोधनावर आणि अनुभवावर आधारित होती. मानवी शरीराच्या रचनेचा आणि कार्यपद्धतीचा शास्त्रीय अभ्यास करून तयार

केलेली होती. हे सगळं थेट इंटरनेटवर फक्त ४९.९९ डॉलर्समध्ये गुप्तपणे उपलब्ध होतं. तेही अगदी साध्या क्रेडिट कार्ड व्यवहारावर तुम्हाला डॉक्टरांची रेने'ज औषधपद्धती माहिती करून घेता येत होती आणि आपल्यात सुधारणा करणे शक्य होते.

माझ्याकडे वेगवेगळ्या नावाने सहा क्रेडिट कार्डं होती. अमेरिकेतल्या अशा चांगल्या माहितीसाठी ४९.९९ डॉलर्स म्हणजे काहीच नव्हते. मी माझं 'जेरी गॅलंट' नावाने असलेलं प्लॅटिनम विझा कार्ड वापरलं. जे एका बेल्जियम पत्त्यावर रजिस्टर होतं. दोनच मिनिटांनी मला डॉक्टरांच्या पेजवरील गुप्त माहिती वाचता आली. मी अनेक विविध रंगी आकृत्या पाहिल्या. हार्मोनचं बिघडलेलं कार्य आणि आहार यांची माहिती वाचली. मी काही आजारी नव्हतो आणि माझ्या आहारात मी प्रोटिन्सही घेत होतो. मला काय हवं होतं, तर तो म्हणजे फक्त आकार! त्यासाठीचं गुपित म्हणजे : तुमच्या पेनियल रक्तवाहिन्यांमध्ये अधिक रक्त कसे येईल, त्यासाठी प्रयत्न करा. हे रोज व्यायाम केल्याने शक्य होणार होते आणि गरम पाण्यात बुडवलेला टॉवेल गुंडाळून शेक घ्यायला हवा होता. या सगळ्यावर रामबाण उपाय म्हणजे हाताच्या अंगठ्याने पेनिसच्या बाजूनी धरून तेल लावून खालून वरच्या दिशेला मसाज करणे हा होता. मी हे कॉम्प्युटरसमोर बसल्या बसल्या करून पाहिलं म्हणजे तो मसाज, गरम टॉवेल गुंडाळणे नव्हे. हो, हे खरं होतं की, तुम्हाला अर्धवट ताठ झालेल्या पेनिसमध्ये रक्त वरच्या दिशेने जाताना दिसत होतं. त्यांनी काही अजूनही व्यायाम सुचवले होते, ज्यामुळे लांबी वाढण्यास मदत होणार होती आणि काही पोटाचे व्यायाम ज्याने ताकद वाढणार होती. माझ्या लक्षात आलं की, लांबी वाढण्यासाठी जे करायचं होतं, त्याचा एकामागोमाग होणाऱ्या गोष्टींशी संबंध होता. तुम्ही जर शरीरातल्या इतर कोणत्याही स्नायूला व्यायाम दिल्याप्रमाणे जर पेनिसलाही व्यायाम दिला, तर ते तुम्हाला अधिक ताकदवान आणि मोठं बनवता येणार होतं. डॉ. रेनेस यांनी तुम्हाला एक सिस्टिम दिली होती. मी ते दिलेले चार्ट्स प्रिंट करून घेतले ज्यायोगे दररोज काय प्रगती झाली ते बघता येणार होतं. त्यापुढे सहा महिन्यांचे 'ॲडव्हान्स' सेक्शन हे अनेक इंच वाढवण्याचे होते. मी त्याच दिवशी संध्याकाळी उपाय करायला सुरुवात केली.

सत्तेचाळीस दिवसांच्या नियमित आणि सातत्याने केलेल्या व्यायामानंतर मला अर्धा इंच लांबी वाढलेली लक्षात आली. झोया इंटरनॅशनल धमाका फिल्म प्रदर्शित होण्याआधी चार दिवस मला सिंगापूरला भेटायला आली. ही अगदी आवश्यक भेट होती आणि ती गुरुवारच्या विमानाने निघून त्याच दिवशी संध्याकाळी पोहोचली. तिची भेट आता गुप्त ठेवणं अवघड होतं. कारण, आता विमानातील क्रूलादेखील माहीत होतं की, झोया कोण होती ते. आता फर्स्ट क्लास केबिनमध्ये छोट्या छोट्या मुली तिची सही घेण्यासाठी येत होत्या. तिच्या या भेटीची औपचारिक बातमी अशी आली की, ती सिनेमाच्या प्रिमियरअगोदर खरेदी करण्यासाठी सिंगापूरला आली होती. आम्ही तिला रिट्झ कार्लटनमध्ये एका खाजगी लिफ्टमधून लिमोझिनपर्यंत आणलं. तिने मला कारमधून फोन केला, ''साहेब, मी येतेच आहे.''

ती नेहमीप्रमाणेच माझ्याशी आदराने आणि माझा वेळ व भावना यांचा विचार करून वागत होती. मी मात्र नर्व्हस होतो. मी नवीन काळ्या रंगाचा अरमानीचा सूट आणि छान शिवून घेतलेला सोनेरी शर्ट घातला होता. मी दरवाजाकडे तोंड करून आरामखुर्चीत बसलो होतो, तरीही अजिबात आरामात नव्हतो. मी इव्हीयनचे घोट घेत होतो आणि मला खूपच हास्यास्पद वाटत होतं. मला ते कळत होतं. मी तिला जिना चढून वर येताना ऐकलं. मी उठून उभा राहिलो. दरवाजा सताड उघडला आणि ती माझ्याकडे धावत आली. तिच्या मिठीत

मी गुदमरलो असताना, तिच्या स्तनांच्या सुखकारक स्पर्शात न्हाऊन निघत असतानाच ती म्हणाली, ''साहेब, मला तुमची खूप आठवण आली... खूप आठवण आली.''

हीच ती मुलगी होती, जिला जोजो इगोइस्टीक जिराफ म्हणत होती. ती माझ्या मानेवर किस करत होती, माझ्या ओठांवर ओठ टेकवत होती, तर कधी माझ्या छातीवर ओठ टेकवत होती. तिला जिना चढून आल्याने धाप लागली होती, तरी ती गुडघ्यांवर बसली आणि तिने माझ्या चेनला हात घातला. तिचे हात माझ्या खांद्यांपर्यंत पोहोचत होते. मी तिच्या डोक्यावर हात ठेवला आणि म्हटलं, ''नाही, थांब.'' तिला काळजी वाटली. एखाद्या शिक्षा दिलेल्या लहान मुलासारखा चेहरा करून तिने वर पाहिलं. आम्ही जेव्हाही भेटत असू, तेव्हा तिने मला अगदी आवेगाने चोखणे हा आमचा ठरलेला कार्यक्रम असे; पण आज मी तिची हनुवटी अगदी नाजूकपणे धरली होती. ''आपण करू... करू या आपण नक्की,'' मी तिला म्हणालो. ''पण दोन मिनिटांनी. आधी आपण तुझं काय सुरू आहे त्याबद्दल बोलू या.''

ती टुणकन उडी मारून हसत, आनंदाने उठली. आम्ही आरामखुर्चीत बसलो. ती माझ्या मांडीवर बसली आणि तिचे पाय खुर्चीच्या हातावरून खाली सोडले होते. ती मला मिठी मारून बसली आणि तिने सगळं सांगितलं. दोन मिनिटांऐवजी दोन तास आम्ही गप्पा मारत बसलो. तिने गला शूटिंगमधले प्रॉब्लेम सांगितले, स्वित्झर्लंड म्हणून जो एक खोटा तलाव बनवला होता, त्याला काही दिवसांनी वास मारू लागला. कारण, त्यात लाइट बॉईज मुतू लागले होते. नंतर एक सुंदर पांढरा घोडा होता, ज्याने आठ शॉट अतिशय शांततेत दिले, तो फिल्मी घोडाच होता. नंतर जेव्हा नवव्या शॉटला इलेक्ट्रिशियन जेव्हा गवतातून पॉवर केबल खेचत होता, तेव्हा घोडा घाबरून मागे मागे गेला आणि ३० फूट दरीत कोसळला. त्यांना शेवटी त्याला खऱ्या रिव्हॉल्वरने गोळ्या घालाव्या लागल्या.

''शूटिंग म्हणजे सगळं डेंजरस काम असतं,'' मी म्हणालो.

''आणि दमवणारं पण! आणि ते इतकं संथ आणि लांबलचक असतं साहेब...'' झोया म्हणाली. ''मला असं वाटलं की, मी ही फिल्म करतच राहणार आहे का काय; पण खूप मज्जासुद्धा येते. सेटवर असे एकेक नमुने असतात ना...''

नंतर ती उठली. तिने धीरज कपूर सिनेमेटोग्राफरला आणि त्याच्या लायटिंग टीमला लवकर काम करा हे कसं सांगतो त्याची नक्कल करून दाखवली. 'प्लीज सर, आधीच आपलं बजेट चौतीस टक्के जास्त झालं आहे आणि आता तीस दिवस झालेत.' तिने त्याची अगदी हुबेहुब नक्कल केली... त्याचं पोट पुढे काढून चालणं आणि पंजाबी मोकळे हसू, मधल्या बोटात आणि अंगठ्यात अगदी नाजूकपणे सिगारेट धरण्याची स्टाइल, अगदी त्याचा वरचा ओठ थोडासा तोकडा होता, तेदेखील. माझी झोया जेव्हा अभिनय करत होती, तेव्हा ती अगदी जिवंत झाली होती. जेव्हा तिने धीरज कपूरची नक्कल केली, तेव्हा झोयाच्या आणि बाहेरच्या जगात एक विशिष्ट अंतर होतं, ज्या अंतरात आम्ही सगळे जगत होतो. तिच्या काळ्याभोर डोळ्यांच्या चमकेच्या मागे कुठेतरी ती होती... जिच्यापर्यंत पोहोचता येत नव्हतं. ती होती, तिच्या तुकतुकीत हातांच्या पृष्ठभागावर, तिच्या प्रोड्युसरच्या आतुर चालीमध्ये. कोणाचा तरी अभिनय करताना, तिच्यातली चमक दिसत होती, ती चमकत होती. मी हसलो आणि तिला जवळ ओढलं. तोवर ती उठली आणि तिने पुन्हा अन्य कोणाचा अभिनय करायला सुरुवात केली. तिने मनू तिवारीची नक्कल अगदी परफेक्ट केली. तिने त्याचा चौकोन, त्याची ती समाजवादी दाढी आणि तो जसं विचार करताना दाढी बोटाने कुरवाळायचा ते...

तिने सगळं अगदी परफेक्ट उभं केलं... त्याचा जो गंभीरपणा होता, तोही मला तिच्या अभिनयातून जाणवला, त्याचा मेंदू भेदून जाणारं मन, भविष्यातील परीकथांमधील त्याचा विश्वास हे सगळं मला जाणवलं. तिने मला तिच्या अभिनयातून ते जाणवून दिलं आणि मी त्यावर विश्वास ठेवला.

जेव्हा अखेर मी तिला बेडवर जवळ घेतलं, तेव्हा मला विश्वास वाटत होता की, मी पूर्ण होतो. आमच्या बोलण्यात, हसण्यात ते जाणवलं... मला माझी ताकद पुन्हा सापडली, असं म्हणता येईल. त्या दिवशी मी चार वेळा तिला घेतलं आणि ती माझ्याजवळ आली. मी तिच्या समाधानावर किंवा माझ्याही समाधानावर अविश्वास ठेवला नाही. आमचं समाधान एकरूप झालं होतं आणि आज माझं पेनिस अगदी शूरवीर झालं होतं. मी माझ्या पेनिसची लांबी वाढवली होती त्याकडे तिचं लक्ष वेधलं नाही, त्याची गरजच नव्हती. तिच्या समाधानाची पावती तिच्या आनंदी चीत्कारातून मला मिळत होती.

इंटरनॅशनल धमाका फ्लॉप झाला. इतकी सगळी प्रसिद्धी केल्यानंतर, एम टीव्हीवर गाणी लावण्यासाठी जो काही पैसा ओतल्यावर, मोठी मोठी होर्डिंग लावल्यावर, लाल रंगाचे धमाका टिफिन बॉक्सेस केल्यावरही, कोणीही धमाका बघायला आले नाहीत. पहिल्या दिवशीच मुंबईतले कलेक्शन साठ टक्के झालं आणि बाहेर त्याहूनही कमी. समीक्षकांनी फिल्मवर सणकून टीका केली. आम्हाला हे थोडं अपेक्षितच होतं. जर लोक सिनेमा बघायला आले, तर फिल्म इंडस्ट्रीमधल्या कोणाला तसेही समीक्षक काय म्हणतात याचं विशेष सोयरसुतक नसतं. जर लोकांनी तिकिटासाठी पैसे खर्चले, तर प्रश्नच उरत नाहीत; पण दुसऱ्या आठवड्याच्या मध्यावर तिकीटविक्री मंदावली आणि देशभरात तीस टक्क्यांहून कमी आली. आम्हाला परदेशात फिल्म हिट होईल, चांगला धंदा करेल अशी अपेक्षा होती, तिथे परिस्थिती थोडी बरी होती. मादरचोद एनआरआय लोकही फिल्म बघायला आले नाहीत. मी दिवस-रात्र धीरज कुमारबरोबर फोनवर बोलत होतो. आम्ही मेट्रो शहरांमध्ये मोठे होर्डिंग्ज लावलेले होते. टीव्हीवरील जाहिरातींची संख्या वाढवली होती, ज्यात सुपरहिट 'इंटरनॅशनल धमाका' पाहायला या, अशी पुस्ती जोडलेली होती. या जादूचा अनुभव घ्यायचं आवाहन केलं होतं. आम्ही जगाला ही फिल्म बघण्यासाठी आमिष दाखवलं होतं.

पण ते गांडू आले नाहीत. आम्ही सात सीन कट केले. चौदा सीन एडिट केले आणि एक नवीन गाणं शूट केलं, ज्यात एक नाही तीन मॉडेल्स भडक रंगाच्या अगदी कमीत कमी आकाराच्या बिकिनी घालून दिसत होत्या. आम्ही हे नवीन आयटम साँग मुंबई आणि दिल्लीच्या थिएटरमध्ये रेकॉर्ड वेळात म्हणजे अगदी तीन आठवड्यांत लावलं; पण मोठ्या मोठ्या वर्तमानपत्रांनी अगदी निर्भीडपणे धमाका खूपच मोठी फ्लॉप फिल्म आहे हे एकसुरात छापलं. मीदेखील हे नाकारू शकत नव्हतो. ती फ्लॉप फिल्मच होती.

आजवर धीरज कपूरने धैर्य, संयम आणि ताकदीने हे सर्व झेललं होतं. त्याने मला जी. पी. सिप्पींनी 'शोले' कसा आठवडे आठवडे सिनेमा हॉल्समध्ये चालू ठेवला होता, याचे किस्से सांगितले होते. कसं इंडस्ट्रीने नाद सोडून दिला होता, जेव्हा त्याचा पैसा बुडला होता. अखेर प्रसिद्धीने गब्बर सिंगने कमाल केली आणि 'शोले' पुढे पाच वर्षं अतिशय फायद्यात तुफानपणे सुरू होता; पण आता धीरज कपूरनेही मान्य केलं की, इंटरनॅशनल धमाका फ्लॉप आहे. ही फिल्म जेवढी त्याची होती तितकीच माझीही होती; पण त्या चौथ्या आठवड्यात त्याने आशा सोडून दिली. ''अजून नाही भाई,'' तो मला एका रात्री फोनवर म्हणाला. ''तुम्ही

आधीच खूप पैसा ओतला आहे भाई. आपल्याला मान्य करायला हवं. आपल्याला चालवून घ्यायला हवं.''

मग मी फिल्म थिएटरमधून उतरू दिली. मला या सत्याचा सामना करावाच लागला की, इंटरनॅशनल धमाका एक फ्लॉप होती; पण ती एक चांगली फिल्म होती. मी ती इतक्या वेळा पाहिली होती की, आता मला पुन्हा ती फिल्म स्क्रीनवर पाहणं अशक्य होतं. मी त्या फिल्मच्या फ्रेम्स, साउंड, गती याच्या तपशिलांमध्ये खूपच बुडालो होतो. आता मी तरी पुन्हा एकदा फिल्म पाहिली. हो, ती एक चांगली फिल्म होती. त्याबद्दल संशयच नव्हता. ॲक्शन, प्रेम, देशभक्ती आणि अविस्मरणीय गाणी! अगदी सुंदर आणि परफेक्ट फिल्म होती. मग लोकांनी ती का नाकारली? पब्लिक 'तेरा मेरा प्यार' बघण्यासाठी का गर्दी करत होतं? जी एक अत्यंत नॉनसेन्स फिल्म होती, ज्यात तीन करोडमध्ये मुलगा मुलीला गमावतो, रडारड करतो असला तुकड्या तुकड्यातला रोमान्स भरलेला होता आणि त्यातले कलाकारही अगदी अनोळखी होते! ''आपण सांगू शकत नाही भाई,'' धीरज कपूर म्हणाला, ''तुम्हाला हे कळू शकत नाही भाई. प्रेक्षक हरामखोर असतात. तुमची फिल्म का चालली नाही, याची इंडस्ट्रीमधला प्रत्येक चुतीया छत्तीस कारणं देईल; पण जेव्हा सगळे प्रिमियर बघतात, तेव्हा सगळ्यांना ती आवडलेली असते. सगळी जी काही चिरफाड होते, ती फिल्म प्रदर्शित झाल्यावरच आणि ती निरुपयोगी असते. तुम्ही भविष्यात काय होईल, हे सांगू शकत नाही, भूतकाळ तुम्हाला समजत नाही. आपल्याला समजूच शकत नाहीत, या फिल्मच्या गोष्टी.''

मला जाणून घ्यायचं होतं, मी घ्यायलाच हवं होतं. मी गुरुजींना विचारलं. ते त्या वेळी दक्षिण आफ्रिकेत प्रवचने देत होते; पण त्यांनी माझ्याशी बोलायला वेळ काढला. त्याना कल्पना होती की, मी अडचणीत होतो, किती दुःखी आणि असाहाय्य होतो. त्याना समजलं की, इतका असाहाय्य मी कधीच नव्हतो म्हणून त्यांनी माझी खूप काळजी घेतली. अगदी आई-बापाच्या मायेने त्यांनी काळजी घेतली. मला माहीत होतं की, मी भविष्य जाणून घेण्यात अपयशी ठरलो होतो; पण मी त्यांना त्याचा भूतकाळ विचारला. ''त्यात सर्वकाही होतं गुरुजी,'' मी त्यांना म्हटलं, ''प्रेक्षकांना जे काही हवं असतं, ते सगळं या फिल्ममध्ये होतं. मग ती का चालली नाही?''

''तुला कारण हवं आहे?''

''हो. मला कारण हवंय गुरुजी.''

''तोच तर प्रॉब्लेम आहे की, तुला एक कारण हवंय.''

''पण गुरुजी तुम्हीच मला सांगता की, जग म्हणजे गुंतागुंत नाही. कालच तुम्ही काळाच्या चक्राबाबत आणि आपण कसे त्यातून संथपणे पुढे पुढे एका नवीन युगाकडे जात आहोत, याबद्दल सात हजार लोकांसमोर प्रवचन दिलंत.''

''मी असं म्हणालो?''

मी नक्की सांगू शकत होतो की, आता ते मंद स्मित करत असावेत. त्यांच्या डोळ्यांतील चमक अशा वेळी तुमचा गोंधळ दूर करते. ''हो, तुम्ही म्हणालात असं. मी तुमचे प्रवचन वेबसाईटवर वाचलं. तुम्हीच म्हणालात की, आपल्याला एक कारण असतं.''

''बेटा, मी म्हणालो तसं. जेव्हा तू कारण विचारतोस, तेव्हा चूक तुझ्या प्रश्नात आहे.''

मी थांबलो, विचार केला. मला अजूनही समजत नव्हतं की, ते माझ्याकडेच येत होते. ''मला समजत नाही गुरुजी. कृपा करून तुम्ही समजावून सांगा.''

''तू एक कारण विचारलंस. एक कारण; पण शेकडो हजारो कारणं आहेत. असं एकच तात्पुरतं कारण नाही, खूप आहेत. ही सर्व कारणं समोरासमोर येतात आणि एकमेकांना छेदून जातात. मग एका मोठ्या कारणाच्या दिशेने प्रवाहित होतात. तुम्ही या कारणांच्या छेदून जाण्याच्या मधोमध उभं राहून फक्त एक कारण विचारता.''

''मग कदाचित ते कारण त्या फिल्ममध्ये अजिबात नसेल.''

''हो, कदाचित काळाला दुसरं काहीतरी हवं असेल. कदाचित, जेव्हा तुझी फिल्म प्रदर्शित झाली, तेव्हा तो प्रवाह एका विशिष्ट दिशेने वाहत असेल.''

''असं होतं? असं झालं?'' माझं मन या सगळ्या गती समजून घेण्यासाठी खूपच छोटं होतं; पण ते गुरुजी होते आणि मला ते त्यांच्याकडून समजून घ्यायचं होतं. ते सगळं पाहू शकत होते आणि त्यांनी मला ज्या प्रवाहाने उडवून लावलं होतं, तो काय आहे हे सांगायला हवं होतं. ''प्लीज, गुरुजी, मला सांगा.''

''हो गणेश,'' ते म्हणाले. ''तुझ्या फिल्मशी काही घेणं-देणं नाहीत, अशी अनेक कारणं आहेत. तू जे सत्य आहे ते दाखवलंस; पण आता पब्लिकला तरुण प्रेम पाहून सुख वाटतं आहे. त्यांना तू सांगितलेलं सत्य समजेल; पण आता नाही. गणेश, तू फक्त कारणांची चिंता का करतो आहेस? खूप उद्दिष्टं आहेत. प्रेक्षकांना सिनेमा थिएटरमध्ये आकर्षित करून घेणं आणि त्यातून पैसा कमावणं, यात जे उद्दिष्ट आहे ते अगदी तात्पुरतं आहे. तुझ्या फिल्मला त्याच्या प्रदर्शनानंतर जे परिणाम होतील, त्यात दीर्घकाळात आपला धर्म सापडेल. तू यशस्वी झाला आहेस, तुला ते अजून माहीत नाही.''

मला आता ते ज्याबद्दल बोलत होते, त्या कृती, प्रतिक्रिया आणि परिणामांचं एक जाळं दिसत होतं किंवा किमान त्याची पुसट कल्पना येत होती. ते गुरुजी होते आणि त्यांना माझ्या छोट्याशा स्टोरीमध्ये एक खूप महान स्टोरी दिसू शकत होती. माझ्या मर्यादांच्या, मनू तिवारीने लिहिलेल्या स्टोरीच्या मर्यादांच्या पलीकडे जाऊन ते पाहू शकत होते. नायकाचं पहिलं उद्दिष्ट त्याच्या कृतीमध्ये असतं, त्याच्या शत्रूमध्ये असतं म्हणून त्याची अभिनयाची कास अतिशय सुंदर शेवटाकडे घेऊन जाते, त्याच्या विजयाकडे घेऊन जाते. आम्ही यावर विश्वास ठेवला. कारण, हा नायक निर्भीड होता आणि ताकदवान होता. तो अठराव्या रिळात त्याचं जे बक्षीस होतं, ते मिळवू शकत होता; पण आता मला दिसलं की, आम्हाला आमची कारणं किंवा परिणाम जाणून घ्यायचे नव्हते. जे हुशार होते, त्यांनाच फक्त आमची स्टोरी समजली होती. फक्त गुरुजी काळाचा पिंजरा तोडून त्याच्या आत डोकावून बघू शकत होते, त्यातील गोंधळाच्या पलीकडे आरपार पाहू शकत होते. ''गुरुजी, मला हे सांगितलंत किती छान झालं,'' मी म्हणालो. ''मला वाटलं होतं की, माझा पराभव झाला.''

''तू पराभूत नाहीस. विश्वास ठेव आणि तुझं कर्म कर.''

मी प्रयत्न केला. मी माझी ध्यानधारणा सुरू ठेवली आणि मला कामात बुडवून घेतलं. माझ्यासाठी प्रचंड काम होतं. मी कुलकर्णीसाठी तीन ऑपरेशन्स चालवली. अर्थातच, त्यातून माझेही काही शत्रू पुसून टाकायचा प्रयत्न केला. ते आनंददायक होतं; पण मी विचलित झालो होतो. माझ्या दैनंदिन आयुष्यात शिस्त होती; पण मला त्यात आता आनंद वाटत

नव्हता. दुसरीकडे झोया मला रोज फोन करत होती. तिच्या विविध सेट्सवरच्या अभिनयाच्या अनेक गमतीजमती सांगत होती. तिने मोठ्या बॅनरच्या सहा फिल्म्स साइन केल्या होत्या. ज्यातल्या तीन इंटरनॅशनल धमाकानंतर प्रदर्शित होऊन फ्लॉप घोषित झाल्या होत्या. आम्हा सर्वांच्या मध्ये ती एकटीच होती, जी या सर्व आघातांतून घट्ट उभी होती. मुळात, ती खूपच कणखर होती. आता ती आधीपेक्षाही सुंदर दिसत होती आणि दररोज अर्धा तास टीव्हीवर दिसत होती. इंडस्ट्री आणि पब्लिक दोघांनीही तिच्या फिल्म्स फ्लॉप झाल्या, त्यासाठी तिला जबाबदार धरलं नाही म्हणून ती वाचली. दरम्यान, माझी अर्धा इंचाने वाढलेली लांबी आता पाव इंचावर आली होती. मी मोजपट्टी माझ्या लवड्याला कशी लावून धरतो, यावर थोडंफार काय ते अवलंबून होतं. डॉ. रेनेस यांच्या शास्त्रीय पद्धतीने मला फायदा झालाय, माझी लांबी वाढली आहे, असं सांगून किंवा समजून मी खरंतर स्वतःला फसवत होतो; पण नाही, तरीही मी प्रयत्न करत होतो. मी गुरुजींची आठवण काढत होतो आणि पुढे जात होतो, तरीही निराश होतो. कधी कधी मी पहाटे लवकर उठायचो आणि एखादी काळी फाइल उघडून आमच्या फिल्मचे रिव्ह्यूज वाचायचो. हिंदी आणि गुजराती पेपर्सनी इंटरनॅशनल धमाकाबाबत खूप उत्साह दाखवला होता आणि पंजाबी मासिकांनी थोडा कमी. दैनिक समाचारला आमच्या फिल्मचं संगीत आवडलं होतं. त्यांच्यामते गेल्या अनेक वर्षांतील पदार्पणामध्ये झोयाचं पदार्पण हे खूपच आशादायक होतं; पण एखाद्या पेपरचा अपवाद वगळता, सर्व इंग्लिश पेपर आणि मासिकांनी आमच्याबाबतीत कोणतीही दया दाखवली नव्हती. टाइम्स ऑफ इंडिया, आउटलुक वगैरे सगळे हरामखोर होते. त्यांनी आमच्या फिल्मचे रिव्ह्यू खूपच वाईट लिहिले आणि ते वाचणं आम्हाला जबरदस्तीच होतं. अगदी इतरांना तुच्छ लेखणाऱ्या पेपर्सचेही. 'इंटरनॅशनल धमाका खूप भडक फिल्म आहे, खूप लांबलचक आणि व्यवहारशून्य धमाका आहे,' असं इंडिया टुडेच्या समीक्षकांनी लिहिलं. कुतीया, रंडी. 'सगळे इंटरनॅशनल स्टंट आणि फुकाची देशभक्ती यामुळे फिल्म अधिक बोअर झाली आहे,' असं हरामखोर आउटलुकने लिहिलं होतं.

एका व्यक्तीने मात्र माझ्या डोक्याला भुंगा लागल्यागत किंवा डोळ्यात कुसळ गेल्यागत मला चिंतीत केलं होतं. त्याचं नाव होतं रंजन चटर्जी. तो नॅशनल ओबझर्व्हरसाठी लिहायचा. गेली बत्तीस वर्षं त्याने दर आठवड्याला फिल्म रिव्ह्यूज लिहिलेले होते. त्याचा उल्लेख मासिकात नेहमी 'अनुभवी सिने-समीक्षक' असा केला जायचा आणि त्याने त्याचं साचलेलं सगळं वैफल्य, राग हे आमच्यावर काढलं. 'अशा उद्धट निष्काळजीपणासाठी एक कानाखाली मारली पाहिजे,' असं त्याने लिहिलं होतं. 'एक छोटी पाणकोंबडी.' मला या 'एक' या शब्दाचा संदर्भ जाणून घेण्यासाठी मनू तिवारीच्या मागे लागावं लागलं आणि रंजन चटर्जीने असं का लिहिलं तेही. ''भाई, त्या मादरचोदला विसरा. तो म्हातारा कडवटपणाने भरलेला आहे, तो काय लिहितो ते आजकाल कोणी वाचत नाही.'' मनू तिवारी मला म्हणाला.

तरी मी ते केलं, त्याचं लिखाण वाचलं. अगदी सुरुवातीपासून शेवटपर्यंत वाचलं आणि काही महिन्यांनी त्याने लिहिलेलं पुन्हा वाचलं. मग परत. 'इंटरनॅशनल धमाका' एखाद्याच्या साधारण बॉलिवूड सिनेमाबाबतच्या भोळेपणाची सहनशक्ती ताणून धरतो,' असं त्याने लिहिलं होतं. 'अनेक कंटाळवाण्या गोष्टी एकत्र करून त्यांची माळ गुंफली आहे. हे भाई लोक काल्पनिक सोन्याच्या मुलामा दिलेल्या ऐश्वर्यात राहतात आणि जगभर असे हिंडतात जसे की, ते सकाळी सकाळी नाशिकमधून ट्रेन पकडत आहेत. ते जेम्स बाँडपेक्षाही

अधिक सहज असतात आणि कॅसानोव्हापेक्षाही गतिमान. लोकांना एक आशा आहे की, कमर्शियल सिनेमामध्ये वास्तववादाबद्दल थोडी काळजी असेल; पण वरवर चकचकीत दिसणारा इंटरनॅशनल धमाकाचे निर्माते एखाद्या खऱ्या गुंडाला भेटले आहेत का काय, असं नक्कीच वाटायला लावतात.'

मी माझ्या मीटिंग्सदरम्यान आणि सकाळी सकाळी या रंजन चटर्जीबद्दल विचार करत होतो. त्याच्या त्या 'एक' शब्दाने सकाळच्या तरल झोपेतून खडबडून जागा झालो, तो शब्द माझ्या डोक्यात घोळत होता. मला त्याचं काहीतरी करायलाच हवं होतं म्हणून मी माझ्या सूचना दिल्या. पत्रकार आणि लेखकांसाठी सरकारने बांधलेल्या एका वसाहतीमध्ये बांद्रा इस्टमध्ये हा म्हातारा राहत होता. त्याच संध्याकाळी म्हणजे शुक्रवारी संध्याकाळी – रंजन चटर्जी फर्स्ट डे फर्स्ट शो पाहून प्रोड्युसरने दिलेलं जेवण जेवून येत होता... आम्ही त्याला शांत करायचं ठरवलं होतं. तो गॅरेजकडून लिफ्टच्या दिशेने झपाझप चालत होता. त्या हरामखोराला घाई होती की, घरी जाऊन मनातली सगळी कटुता, अपमान नुकत्याच पाहून आलेल्या सिनेमाच्या गळी उतरायची आणि रविवारी सकाळी सकाळी त्या सिनेमाच्या सर्व क्रूला थप्पड मारायची. त्याच्या चालण्यात ते जाणवत होतं; पण तो त्याच्या टाइपरायटरपर्यंत कधी पोहोचलाच नाही. बंटी आणि त्याची चार मुलं बिल्डिंगच्या कोपऱ्यावर वाट पाहत होती. त्यांनी रंजन चटर्जीला बकोटीला धरून उचललं आणि त्याला कम्पाउंडच्या मागच्या बाजूला घेऊन गेले. तो अगदी लहान लहान किंचाळल्यासारखे आवाज काढत होता. त्यांनी त्याला एका भिंतीला टेकून उभं केलं आणि त्याचे दोन्ही पाय मोडले. रस्त्यावरचे कामगार जे लोखंडी पाइप वापरतात, ते पाइप त्यांनी घेतले होते. जेव्हा त्याच्या उजव्या मांडीवर पहिला घाव बसला, रंजन चटर्जी जमिनीवर कोसळला आणि मोठ्याने ओरडू लागला. बिल्डिंगच्या त्या बाजूच्या घरांमधील खिडक्यांमध्ये दिवे लागले आणि चौकीदार धावत आला; पण जसं त्याने पिस्तुल रोखलेलं पाहिलं, तसं तो तिथेच थबकला. दुसऱ्या पायावर घाव बसल्यावर रंजन चटर्जी अजून जास्त किंचाळू लागला आणि अख्खी सोसायटी जागी झाली. बंटीने तो किंचाळायचा थांबेपर्यंत वाट पहिली.

अखेर तो आता रडू लागला आणि मग बंटीने त्याच्या एक कानाखाली लावली आणि म्हणाला, ''हॅलो, अरे ऐक. ऐक.''

रंजनने मान वर केली आणि त्याला उलटी झाली. बंटी वैतागून बाजूला झाला. नंतर त्याचे केस धरले आणि त्याला म्हणाला, ''दुखतं का? सांग मला, दुखतंय?''

रंजन चटर्जीने त्याचे पाण्याने डबडबलेले डोळे फाडफाडून बघायचा प्रयत्न केला, तेव्हा त्याला बंटी दिसला. तो एखाद्या मांजराच्या पिल्लासारखा क्षीण आवाजात ओरडू लागला, ''हो, आह आह... हो हो दुखतंय.''

''छान,'' बंटी म्हणाला. ''मग तुला ते खरं आहे हे कळेल आणि हेसुद्धा की तू एका खऱ्या भाईला भेटला आहेस.''

त्याने रंजन चटर्जीचं डोकं खाली आदळलं आणि तो गेला. तो आणि मुलं त्यांच्यासाठी वाटच बघत असलेल्या कारमध्ये बसून निघून गेली. काही त्रास नाही, काही गडबड नाही. कारमध्ये ते सगळे इंटरनॅशनल धमाकाचं थीम साँग म्हणत होते, 'रहने दो यारो, मै दूर जा रहा हुं।' मला हे सगळं माहीत होतं. कारण, माझा एक मुलगा हे सगळं शूट करत होता. एका लहान कॅनोनच्या कॅमेरात स्पॉटलाइट जोडून शूट करत होता. कॅनोनमध्ये ज्या पद्धतीने

सगळे तपशील चित्रित झाले होते, ते फारच छान होतं. अगदी इतक्या प्रखर उजेडातही रंजनच्या नाकातून गळणारा शेंबूड दिसत होता आणि त्याची मिचमिची बुब्बुळंही. आजवर मी अशा रिझोल्युशनचा व्हिडिओ पाहिला नव्हता. हे घडल्याच्या दुसऱ्या दिवशी मला ही टेप हाँगकाँगला आणि फुकेतला हाती पोहोचवण्यात आली. मी ती चौदा वेळा पाहिली. नंतर संध्याकाळी मी एका चायनीज मुलीला घेतलं. त्या रात्री मला खूप गाढ झोप लागली. मी निवांत झालो होतो. मी रंजन चटर्जीला माझ्या डोक्यातून काढून टाकलं. हो, कदाचित आयुष्य ज्ञानी माणसाला दिसतं, त्यापेक्षा खूप कठोर असतं. कदाचित, आम्ही अमरत्वाच्या ज्या साधारण गोष्टी ऐकत होतो, त्या फारशा खऱ्या नव्हत्या. जे आम्हाला समजू शकत नव्हतं, त्याचं ते सोयीस्कर स्पष्टीकरण होतं; पण तरीही रंजन चटर्जींचे पाय मोडण्याने मला मनू तिवारी ज्याला 'बंद' करणं म्हणायचा, ते केल्याचं समाधान मिळालं. मी ते केलं होतं, त्यामुळे मला बरं वाटत होतं. आता गोष्ट संपली होती. मी इंटरनॅशनल धमाकामधून मुक्त झालो होतो. आता मी माझं आयुष्य पुढे नेऊ शकत होतो.

एखाद्या पट्टीच्या पोहणाऱ्याने खोल समुद्रात बुडी लावावी तसा गाढ आणि खोल झोपलो. दररोज रात्री मी खूप वेळ झोपत होतो आणि मध्येच उठून परत झोपत होतो. तीन महिने झाले आणि मी माझ्या रोजच्या व्यायाम आणि काम या दैनंदिन कार्यात मग्न झालो. मी पैसा कमावला, कुलकर्णी बरोबर गुप्त बातम्या आणि तंत्र यांबद्दल चर्चा केली, गुरुजी आणि जोजो यांच्याशी बोलत होतो आणि दोन वेळा मी सिंगापूरला झोयाला भेटायला गेलो. त्याच बरोबर मी खूप झोपलोसुद्धा. मला लक्षात आलं की, मला रात्री नऊ तास झोप लागत होती, जे मी एरवी सहा तास झोपायचो. इतकंच काय मी दिवसाही डुलक्या घेत होतो. मी सोफ्यावर आडवा व्हायचो आणि जेवल्यावर माझ्या बेडरूममध्ये जाऊन झोपायचो. एकदा आम्ही बोटीने जात असताना, मी डेस्क खालीही आडवा झालो आणि एक लहानशी डुलकी काढली. मला फक्त झोप हवी होती.

जोजो म्हणाली की, मी निराश झालो होतो आणि गुरुजी म्हणाले की, खूप ताणतणावामुळे आणि वर्ष दीड वर्षाच्या फिल्म निर्मितीच्या दगदगीमुळे मी थकलो होतो. मला दुःख होतं की नैराश्य किंवा चिंता होती ते माहीत नाही; पण मला झोप मात्र येत होती. सप्टेंबर महिन्याच्या त्या संध्याकाळी मी डेकवरच माझ्या आरामखुर्चीत झोपलो होतो. आम्ही को समुईमध्ये नांगर टाकला होता. मी काहीतरी स्प्रेडशीट्स वाचत होतो आणि नंतर मला झोप लागून गेली होती. मी झोपेत होतो तरी मला मी झोपलोय हे माहीत होतं. मला माहीत होतं की, मी लकी चान्सवर होतो आणि शांत पाण्यावर तरंगत होतो, आकाशात अंधार पसरू लागला होता. मी झोपलो होतो; पण मला शांत झोप लागलेली नव्हती. मला विश्रांती हवी होती; पण मला ती मिळत नव्हती.

नंतर अरविंद मला जागं करण्याचा प्रयत्न करत होता, मला हलवत होता. ''भाई, उठा, या ना. तुम्ही हे पाहिलंच पाहिजे.''

''काय?''

''टीव्हीवर. खूप छान आहे भाई.''

''गांडू, तू मला टीव्हीवरचा शो बघण्यासाठी झोपेतून उठवतो आहेस? किती लेट झालाय?''

तो एव्हाना मागच्या बाजूला निघालाही होता आणि अरविंद नेहमीच खूप आदर करणारा होता. माझ्या मनात आलं की, तो असा घाईने गेला म्हणजे टीव्हीवर नक्कीच काहीतरी खूप चांगला प्रोग्रॅम असणार. ''आठ वाजायला काही मिनिटंच उरली आहेत भाई,'' तो म्हणाला आणि घाईने मुख्य केबिनच्या दरवाजाकडे गेला. मी उठलो आणि डोळे चोळत त्याच्या मागे गेलो. मला किती वाजले हेही समजत नव्हतं. दिवस-रात्र यांचं चक्र कधी कसं फिरलं हे समजत नव्हतं. ती संध्याकाळ माझ्यासाठी काल्पनिकच होती, अगदी मला जाताना माझ्या हाताखाली लाकडाचा स्पर्श जाणवत होता, तरीही मी कल्पनेतच आहे, असं वाटत होतं.

टीव्हीवर एक बिल्डिंग जळत होती. एका शहराचं क्षितिज दिसत होतं आणि बिल्डिंग जळत होती. मी खाली बसलो. ''हे काय आहे?'' मी विचारलं.

''न्यू यॉर्क भाई,'' अरविंद म्हणाला. तो खुर्चीच्या अगदी कडेला बसला होता आणि पुढे झुकला होता. इतर सगळ्यांनी केबिनमध्ये गर्दी केलेली होती. टीव्हीवर दिसणाऱ्या चित्रांच्या बरोबरीने एक उत्साही थाई आवाज बोलत होता.

''सिनेमा आहे का?''

''नाही भाई, खरं आहे हे. या बिल्डिंगमध्ये एक विमान जाऊन धडकलं.''

ते सगळं एखाद्या सिनेमासारखं दिसत होतं. एखाद्या मोठ्या भव्य अमेरिकन - संकटांनी भरलेल्या - साहसपूर्ण आणि - दहशतवादाने भरलेल्या सिनेमासारखं. ''काही अपघात?'' मी विचारलं. अरविंदला माहीत नव्हतं, त्याने हात वर केले. ''इंग्लिश चॅनेल लाव ना,'' मी म्हणालो. माझं रक्त उसळत होतं.

आम्ही जितके चॅनेल्स लावले, त्या सर्वांवर तीच चित्रं दिसत होती, अमेरिकेतल्या ट्विन टॉवरचे फोटो. मग आम्ही एक हाँगकाँगचा चॅनेल लावला, जिथे फॉक्स सॅटेलाइट वरून बातम्या येत होत्या. 'नॉर्थ टॉवर अजूनही जळत आहे,' रिपोर्टर म्हणाला. बिल्डिंगसच्या बाहेर धुराचे लोट येत होते. नंतर एक चंदेरी लांबुळका आकार कॅमेरात उजवीकडून आला. मी उभाच होतो, अगदी श्वास रोखून. ते विमान आता जळत असलेल्या त्या बिल्डिंगच्या मागे अदृश्य झालं आणि नंतर ते दुसऱ्या टॉवरमधून बाहेर आलं. सगळं अगदी शांततेत.

आम्हीही शांत होतो. मला आता हे काय आहे हे कळत होतं. मला माहीत होतं. ''हा अपघात नाही आहे, दहशतवादी हल्ला आहे,'' मी म्हणालो.

मी पहाटे तीनपर्यंत टीव्हीसमोर होतो. मी माझ्यासाठी आणलेलं जेवण तिथेच घेतलं आणि जेव्हा उठून बाथरूमला गेलो, तेव्हा मुलांना टीव्हीचा आवाज वाढवायला सांगितला आणि मी दार उघडं ठेवून ऐकत होतो. मी जोवर डोळे उघडे ठेवू शकलो, तोवर ते पाहत होतो. नंतर मी मुलांना आळीपाळीने जागं राहून टीव्ही पाहायला सांगितला. जर नवीन काही हल्ले झाले किंवा काही कळलं, तर मला उठवायला सांगितलं.

माझ्या केबिनमधला एकांत मला सहन होईना. बोटीवर पाणी आदळत होतं आणि मी कपडे काढून फेकले आणि श्वास घेण्याचा प्रयत्न केला. मी इतका वैतागलेला का होतो? हो, कदाचित खूप लोक मेले असणार; पण लोक तर दररोज मरतात! मग मी कशामुळे इतका अस्वस्थ होतो? मुलं या निष्कर्षाला आली की, हा हल्ला बहुदा मुसलमान लोकांनी योजून केलेला असावा. अरबांनी म्हणून काय? हो, हे भयानक मोठं होतं. आता अमेरिका याच्या

कितीतरी पट ताकदीने हल्ला करणार आणि अधिक शत्रू निर्माण करणार; पण ते सुरूच होतं. माझ्याकडे उत्तरं नव्हती आणि मला झोप आवश्यक होती. मी जबरदस्तीने अंघोळ केली आणि एक गोळी घेऊन अंथरुणावर पडलो.

मला असं वाटत होतं की, मी धुराच्या आणि धुळीच्या लोटांमध्ये खाली खाली पडत होतो आणि त्यातून बाहेर पडायचा प्रयत्न करत होतो. मी ते पुन्हा पुन्हा पाहिलं, एका सरळ रेषेत गेलेलं विमान इतक्या भव्य उंच बिल्डिंगला भिडतं. मी कुशीवर वळत काम, बायका यांबद्दल विचार करण्याचा प्रयत्न केला; पण तो आकार पुन्हा पुन्हा माझ्या डोळ्यांसमोर येत राहिला. हो, हा दहशतवादच होता.

मी उठून बसलो. आता गुरुजी कुठे होते? युरोपमध्ये कुठेतरी. प्रागला. हो, मी त्याना फोन करू शकतो. मी फोन उचलला.

त्यांनी पहिल्या रिंगलाच फोन उचलला. ''गणेश? तू ठीक आहेस का?''

''गुरुजी, तुम्ही आज टीव्ही बघितलात का?''

''हो.''

''ते खूप भयंकर होतं.''

''हो.''

''म्हणजे ते हरामखोर अमेरिकन सगळं जग त्यांच्या मालकीचं असल्याप्रमाणे वागतात, कोणी ना कोणीतरी त्यांना आज ना उद्या ठोकणारच होतं; पण तरीही हे...''

''हो गणेश?''

काय विचारावं हे शेकडो तुकड्यांमध्ये माझ्या डोक्यात घोळत होतं. मी हनुवटी चोळली, डोळे चोळले आणि ते एकत्रित करण्याचा प्रयत्न केला. ''तुम्ही म्हणालात की, जग सुंदर आहे.''

''हो.''

''त्याला सुरुवात झाली आहे.''

''हो.''

''आणि त्याचा अर्थ... त्याचा शेवटही असणार आहे.''

''व्हायलाच हवा. ते पुन्हा नव्याने जन्म घेण्याआधी अंत व्हायला हवा.''

तर म्हणजे जगातील ताणतणाव, संघर्ष वाढत जाणार आणि नंतर एक महाधमाका होणार. मग कळस होईल आणि नंतर काही उरणार नाही. मी यापूर्वीही लोकांना जगाच्या अंताबद्दल बोलताना ऐकलं होतं आणि अनेक विनाशाच्या फिल्म्स पाहिलेल्या होत्या; पण त्यातील कोणतीच मला कधीही खरी वाटली नव्हती; पण तो अंत इथे दिसत होता, माझ्या पोटात गोळा आला होता आणि तो हिऱ्या इतका कडक होता. तो खरा होता. ''हे होईल,'' मी म्हणालो.

''ते अपरिहार्य आहे म्हणूनच सर्व धार्मिक परंपरा म्हणतात की, विनाश आलाच पाहिजे. प्रलय, कयामत, जगबुडी; पण गणेश, घाबरू नकोस. ही भीती तुला जो लहानसा इगो कैद करून ठेवतो त्यातूनच येते. तू त्याहून कैक पट मोठा आहेस. तुला भीती वाटण्याची गरज नाही.''

मला त्यांना काय म्हणायचं होत, ते चांगलं समजत होतं; पण त्यामुळे मला काही दिलासा मिळाला नाही. हो, कदाचित मी सर्वांच्या वर तरंगत आहे, खाली वाकून अतिशय लांबून किंवा उंचावरून आनंदात चालत निरिच्छपणे खाली काय सुरू आहे ते पाहत आहे, वाचत आहे याची कल्पना करू शकत होतो; पण मला हे जाणवू शकलं नाही. नाही. मी गुरुजींचा निरोप घेऊन आडवा झालो आणि सतत पुढे पुढे जाणाऱ्या या उसळी घेणाऱ्या घटनांच्या जाळ्याचा विचार करत होतो, जे अग्नी, पाणी, मृत्यू यांच्या दिशेने जात होतं. माझ्या तोंडाला कोरड पडली होती. मी कोपरावर टेकून उठलो आणि पाणी घेतलं. पाणी पिऊन जेव्हा मी ग्लास परत जागेवर ठेवला, सोन्याच्या छोट्या तातलीवर त्याचा अगदी हलका किणकिणल्यासारखा आवाज झाला आणि तो माझ्या डोक्यात घुमला. मला हात थरथरत आहेत, असं वाटलं. सगळ्या हालचाली एकत्रित होऊन आल्या, प्रत्येक हालचाल पुढच्या दिशेने जात होती आणि त्यांची एक लाट सारखी तयार झाली आणि मग एक मोठी लाट न चुकवता येणाऱ्या भगदाडावर आदळली. कदाचित, त्या ग्लासची इतक्या नाजूक किणकिणही खूप मोठ्या प्रलयाच्या नांदीची जाणीव करून देत असेल. माझ्या आत एक आवाज थडथडत होता, बहुतेक माझ्या नाडीचा असावा किंवा इतर कोणत्या तरी कंपनाचा आवाज असावा, ज्यात सुरुवात आणि शेवट दोन्हीही होतं... जन्म, आयुष्य आणि त्या सर्वांना गिळून टाकणारा मृत्यू!!''

चौकटीत : *काळात विखुरलेले, पाच अंश*

I

सूर्यकांत त्रिवेदी ब्रिटिश म्युझियम जवळच्या कॅफेमध्ये कॅपेचीनो पीत होता. त्याला इंग्लंडमध्ये जाऊन आता दोन वर्षं झाली होती. त्याने ही एकच विलायती सवय उचलली होती. तो इतर कोणत्याही मोहाला किंवा दबावाला बळी पडला नव्हता. तो अजूनही मेरठमध्ये जसे कपडे घालायचा तसेच घालत होता, स्टार्च केलेला लाब झब्बा आणि पायजमा. हिवाळ्यात कधी कधी तो थर्मलवेअर घालायचा आणि ते त्याचा अमेरिकेत सेंट लुईसमध्ये असलेला मुलगा तिकडून पाठवायचा. त्याचा मोठा मुलगा, जो इथे होऊन्स्लोमध्ये राहतो; ट्यूबमधून सेंट लावलेल्या फॉरेनच्या कपड्यांमध्ये वावरतो, त्याला मात्र वडिलांची काळजी वाटते; पण त्रिवेदीला माहीत होतं की, एखादे फॅन्सी जाकीट घातल्याने तो काही भारतीय दिसायचा राहणार नव्हता आणि जर कोणा हुगलीयन्सनी त्याच्यावर हल्ला केला असता, तर त्याला काय इजा किंवा मृत्यूची भीती नव्हती. गुरुजींनी त्याला काही दिवस लंडनमध्ये राहायला आणि जे करायची आवश्यकता आहे ते करायला सांगितलं होतं. त्रिवेदी त्यांचं सगळं ऐकतो. अगदी इथेही मे महिन्याच्या दुपारच्या चकचकीत उन्हात तो येणाऱ्या जाणाऱ्या पर्यटकांना बघत बसलेला असताना, त्याला गुरुजींचं अस्तित्व जाणवतं. त्यांचा सतत आधार असणं हे केवळ सुखावह नव्हतं, तर त्यावरच त्याचं संपूर्ण आयुष्य आधारित होतं. ज्याला असे गुरू लाभले, तोच समजू शकतो की, तेच तुमचे माता-पिता आणि मित्र असतात. केवळ त्यांच्या चिंतनानेदेखील संकटं, अडचणी कशा नाहीशा होतात; पण आता या क्षणी त्याला काही भय नाही. पुढ्यात असलेली कॅपेचीनो खूप गरम आहे, अगदी जशी त्रिवेदीला आवडते तशीच आणि त्यावरील फेस खूप चविष्ट आहे, त्यावर थोडीशी मोका भुरभुरलेली आहे. तो ती त्याच्या जिभेच्या टोकाने अलगद टिपतो आणि त्याची चव तोंडात पसरते. त्याला थोडासा आळस वाटतो आणि समाधानही. तो आपल्या १९८७मध्ये हृदयक्रिया बंद पडून स्वर्गवासी झालेल्या पत्नीबद्दल विचार करतो. तिने अनेक मुलं त्याच्या पदरी टाकली आणि ती अचानक निघून गेली. गुरुजींच्या बरोबर त्याला त्या मृत्यूच्या दुःस्वप्नापलीकडे जाऊन पाहता आलं आणि दुःखाची धार कमी व्हायला मदत झाली. आता तो तिच्या फक्त प्रेमाच्या आणि आनंदाच्या आठवणी काढू शकतो.

जेव्हा मिलिंद कुलकर्णी आत आला, तेव्हा त्याला सूर्यकांत त्रिवेदी काहीसा हरवलेला आणि अस्पष्ट वाटत होता. मिलिंद बावीस वर्षांचा आहे, देखणा आहे आणि त्याच्या

चेहऱ्यावर मोकळे भाव आहेत. तो उंच आहे. तो त्रिवेदीला अत्यंत मोकळेपणाने नमस्कार करतो. त्याची जड जिम बॅग त्या दोघांच्या मध्ये खाली ठेवतो.

''सगळं शांततापूर्ण?'' त्रिवेदी विचारतो.

''हो, सर. काही प्रॉब्लेम्स नाहीत.'' मिलिंद लंडनमध्येच जन्मला होता आणि यापूर्वी फक्त पाच वेळा भारतात येऊन गेलेला होता, तेदेखील दोन महिन्यांहून जास्त काळ कधीही नाही; पण त्याचं हिंदी अगदी सनातनी आणि निर्दोष होतं. तो एका जुन्या जनसंघी कुटुंबातला आहे, त्याचे आजोबा बनारस हिंदू विश्वविद्यालयात संस्कृतचे प्राध्यापक होते. तो शैक्षणिक आणि धर्मनिष्ठ वातावरणात वाढला आहे. तो कट्टर देशभक्त आहे. तो त्रिवेदीला अखंड भारत नावाच्या एका छोट्या राजकीय पक्षाचा नेता म्हणून ओळखतो. त्याला वाटतं की, त्रिवेदी लंडनमध्ये पक्ष विस्तार करण्यासाठी आणि त्यांचा संदेश पसरवण्यासाठी म्हणून आलेला आहे. त्रिवेदी त्याला जे काही छोटे मोठे काम सांगेल ते करण्यासाठी तो अगदी तयार आहे. तो किंग्स क्रॉस स्टेशनमधल्या लेफ्ट लगेज ऑफिसमधून एक जड बॅग अगदी काळजीपूर्वक आणि सावधानतेने त्रिवेदीजींकडे उत्साहात घेऊन आला आहे.

त्रिवेदीला हे सर्व समजतं म्हणूनच तो मिलिंदला किती धोके असू शकतात ते सांगतो. काही पूर्व युरोपियन देशांतील गोष्टी रचून सांगतो. तो मिलिंदला सांगतो की, या बॅगमध्ये एका पूर्व युरोपियन देशातील मिलिटरीची कागदपत्रं आहेत जी भारतात त्याच्या सरकारी कॉन्टक्ट्सना द्यायची आहेत. त्रिवेदी याबद्दल मिलिंदला इंग्लिश पाउंड्समध्ये काही भरघोस रक्कमही देतो आणि त्याच्यासाठी असेच काही प्रासंगिक भेटवस्तूही विकत घेतो, एखादे घड्याळ, किंवा महागडे पेन. ''थोडी कॉफी घे, ही कॉफी छान आहे,'' आज तो मिलिंदला म्हणतो.

पण मिलिंद कॉफीऐवजी कोक पितो आणि मग अजून एक. त्याला काम करताना त्यांच्या कामाबद्दल न बोलण्याची ताकीद मिळालेली आहे, त्यामुळे तो स्थानिक राजकारणाबद्दल बोलतो. त्रिवेदीला इंग्लिश निवडणुकांच्याबद्दल काही कळत नाही, त्यामुळे हा मुलगा काय बोलत आहे, याची त्याला काही कल्पना नाही; पण तो मान हलवतो मध्ये मध्ये काहीतरी प्रतिक्रिया देतो. तो गुरुजींच्यासाठी काय काय करत आहे, यावर आनंद मानतो. त्या जिम बॅगमध्ये पैसे आहेत, दहा लाख रुपये... पाचशे रुपयांच्या नोटा. या नवीन चलनाचा स्रोत, जिथून या करकरीत नोटा आल्या, त्यामुळेच हा विजय असा खास वाटला. त्रिवेदी आणि तो स्रोत यामध्येही तीन कटआउट होते. हा मिलिंद, दुसरा एक आमीर नावाचा डिलिव्हरी बॉय आणि एक अतिशय कट्टर मुस्लीम गट हिजाबुद्दिन. हिजाबुद्दिनची स्थापना ही गुरुजींचीच कल्पना होती; पण ते नाव त्रिवेदीने दिलेलं होतं. त्याचं उर्दू तसं बरं होतं आणि त्यामुळेच त्याला ते सहजपणे सुचलंही होतं. हिजाबुद्दिन... अखेरच्या दिवसाची आर्मी! गुरुजींना ते नाव लगेचच आवडलं आणि त्यांनी इतक्या पटकन इतकं संयुक्तिक नाव सुचवल्याबद्दल त्रिवेदीचं कौतुकही केलं. अशा संस्थेला किंवा गटाला असंच नाव साजेसं होतं. गुरुजींच्या भविष्यातील योजनांसाठी असा खोटा इस्लामिक कट्टरवादी गट आवश्यकही होता; पण त्या हिजाबुद्दिनच्या मार्फत पैसे स्वीकारणे ही मात्र पूर्णपणे त्रिवेदीची कल्पना होती. अशा बुरख्याचा किंवा मुखवट्याचा मूळ हेतू पैसा उभा करणे हाच असतो म्हणून अर्थातच हिजाबुद्दिन त्यांच्या कारवायांसाठी पैसा उभा करत होती आणि जेव्हा पाकिस्तान यासाठी सहयोग देण्यास तयार झाला, तेव्हा तर त्रिवेदीच्या इतक्या वर्षांच्या मेहनतीचं फळ

मिळाल्यासारखंच झालं. लंडनमधल्या पाकिस्तानी वकिलातीत एक शाहिद खान नावाचा माणूस आहे जो प्रथम सचिव आहे आणि जो गुप्तहेर अधिकारीच होता. आठ महिन्यांपूर्वी या शाहिद खाननेच हिजाबुद्दिनशी संपर्क केला, जोपासला, प्रशिक्षण, पैसा, साधनं देण्याची तयारी दाखवली म्हणून या आठवड्याच्या सुरुवातीला पाकिस्तान्यांनी हिजाबुद्दिनला पैसा दिला, ज्यांनी तो आमीरला दिला ज्याने तो मिलिंदला दिला आणि आता तो त्रिवेदीपाशी पोहोचला होता. त्रिवेदी आता हा पैसा गुरुजींच्या कामांसाठी वापरणार होता. त्यातील थोडा पैसा ते कल्की सेनेला पाठवणार होते, ज्यांना शस्त्र, मनुष्यबळ आणि साधनसामग्री यासाठी पैसा लागणार होता. ते त्या अखरेच्या दिवसासाठी तयार असतील. त्रिवेदीच्या दृष्टीने कल्की सेना म्हणजे अखंड भारत पक्षाची लढाऊ बाजू आहे, त्यामुळे ती जरी लहान असली, तरी ती सुसज्ज आहे, याचा त्याला आनंद आहे. कधी कधी त्याचं वय झालं असलं तरी तो स्वतःला राणा प्रताप किंवा छत्रपती शिवाजी महाराज यांच्या अवतारात पाहायची कल्पना करण्यापासून स्वतःला रोखू शकत नाही. त्रिवेदी कॉफीचा अजून एक घोट घेतो. कॅपेचीनो खूपच स्वादिष्ट आहे.

''त्रिवेदीजी, आपण पुन्हा कधी भेटतो आहोत?'' मिलिंद म्हणतो.

हातातल्या कामाचा ताण जरा कमी झाला रे झाला की, मिलिंदचा हा नेहमीच पहिला प्रश्न असतो. त्रिवेदीही नेहमी तेच उत्तर देतो : ''मला अजून तरी माहीत नाही. संपर्कात राहू.'' हा मुलगा कामाचा होता; पण थोडा वैताग आणणारा होता. जर पर्याय असता, तर त्रिवेदीला जरा अजून हुशार मुलगा आवडला असता; पण तुम्हाला जो हाताशी असतो, त्याच्याकडून कामं करवून घ्यायला लागतात. तो मिलिंदला पाठवून देतो. वेटरला कॉफीचे पैसे देऊन ती बॅग खांद्याला लावून निघतो. ती चांगलीच जड आहे. पाकिस्तानी त्यांच्या लोकांसाठी सढळ हाताने पैसे देतात. दर महिन्याला त्यांचा माणूस हिझाबुद्दिनच्या प्रतिनिधीला भेटून पैसे पोहोच करतो. दर महिन्याला त्रिवेदी तो पैसा गोळा करून गुरुजींच्या लोकांकडे पाठवतो. दर महिन्याला ते हरामखोर त्यांच्याच पराभवासाठी पैसा देतात, जो खात्रीशीर होणार आहे आणि अखेरचा असणार आहे.

त्रिवेदी म्युझियम ओलांडून पुढे जातो. तो तिथे आत फक्त एकदाच गेला आहे. ब्रिटिश राजवटीने जगभरातून लुटून आणलेलं सामान त्या म्युझियममध्ये भरलेलं होतं. त्याच वैभवाने सजवलेले सुंदर भव्य कॉरिडोर बघून त्याला खूप आश्चर्य वाटलं होतं. दिल्लीवर फडकत असलेला ब्रिटिशांचा झेंडा आठवून त्याला कसंतरी झालं. त्याने शपथ घेतली की, पुन्हा असं होऊ देणार नाही, कधीच नाही. त्रिवेदीने हा महान खेळ शिकून घेतला आहे. त्याला त्यातले छक्के पंजे, खोटे डावपेच माहीत आहेत. त्याने त्याच्या नावडीवर मात केली आहे, वाईट माणसांशी, अगदी तिरस्कार वाटेल अशा माणसांशी संबंध ठेवलेला आहे. त्याने दारुड्या लोकांबरोबर अन्न घेतलं आहे, गुन्हेगारांशी हातमिळवणी केली आहे. स्वतःला शर्मा म्हणवत असूनही गणेश गायतोंडे आणि त्याच्या गुंडांच्यासारख्या गलिच्छ भाषा असलेल्या लोकांच्या सोबत त्यांच्या घाणेरड्या विनोदांवर हसण्याचं तासन्‌तास नाटक केलं आहे. त्यासाठी त्रिवेदीने स्वतःला खालच्या पातळीवर नेलं, त्या गलिच्छतेमध्ये लोळवलं... पण हे सर्व त्याने गुरुजींच्यासाठी केलं. त्याने जे करणं आवश्यक आहे, ते तो करतो आहे. तो आता दमलाय. थकलाय. त्याचे पाय दुखतात आणि त्याला वयाची जाणीवही होतं आहे. जोपर्यंत तो घरी पोहोचतो, त्याचे खांदे वजनामुळे दुखून आलेले असणार. स्टेशनवरून घरी

जाताना जेव्हा आकाश निळसर राखाडी रंगाचं होईल, तेव्हा शेवटचं थोडं अंतर तो काहीसा घाबरलेला असणार आहे. त्याला त्याच्या खांद्यावरचं ओझं नेहमीपेक्षा थोडं जास्त वजनदार आहे असं वाटेल; पण तो गुरुजींचं नामस्मरण करेल आणि पुढे चालत राहील. त्याला आत्मविश्वास वाटतो आहे. तो आता आपलं मन वर्तमानकाळाकडे वळवतो, चालण्याची गती वाढवतो, जे तो गुरुजींना जवळजवळ तीन दशके आधी भेटल्यापासून त्यांच्याकडून शिकला आहे. त्याच्या समोरून एक इंग्लिश कुटुंब त्यांच्या लहान मुलाचा हात धरून जातात. लहान मुलांचा निकोप निरागसपणा बघायला किती छान वाटतो, त्याला नेहमी तीच आशा वाटत आली आहे. त्रिवेदी पैशांचा विचार करतो आणि पुढे काय वाढून ठेवलं असेल याचाही; तो आनंदी आहे.

II

रामपरी भांडी घासत आहे. ती बिबीजींच्या अंगणात हात पंपाच्या समोर उकिडवी बसून काळं पडलेलं भांडं राखेने घासत आहे. भांड्याच्या गोलाईवर तिचा हात फिरताना तिला छान वाटत आहे; पण तिच्या खांद्यामध्ये कळ येते आहे, जी ती झोपेपर्यंत अशीच येत राहणार आहे. अशी कामं करण्यासाठी तिचं वय झालं आहे; पण मग तिला करता येण्यासारखं दुसरं काम तरी काय आहे? तिच्या नाकाला खाज येते आणि ती ते पालथ्या हाताने खाजवते, फारसं नीट खाजवता येत नाही तिला. ती बिबीजींची मुलगी नवनीतकडे बघते आहे. नवनीत बैठकीत मान खाली घालून बसली आहे आणि पत्र लिहीत आहे. ती नेहमीप्रमाणेच सुंदर दिसत आहे. त्या कागदाच्या तुकड्यावर गेल्या एक तासापासून ती काहीतरी खरडत आहे. रामपरीला हे माहीत आहे की, नवनीत तिच्या होणाऱ्या नवऱ्याला पत्र लिहीत आहे. रामपरीला तिचं हे असं पत्र लिहिणं बेशरमपणाचं वाटतं आणि तिच्या मते त्या मुलीचे आई-वडील मूर्ख आहेत. अशा गोष्टींचा अंत केवळ विनाशात होतो, असं तिचं मत आहे. रामपरीला गरीब-श्रीमंतांच्या घरातील अशी अनेक लफडी माहीत आहेत, ज्यामुळे ती तिचं हे मत ठामपणे सिद्ध करू शकते; पण बिबीजींना काही सांगणे निरर्थक आहे. त्या अतिशय हट्टी आणि अभिमानी बाई आहेत. त्या ज्यांना स्वतःपेक्षा कमी समजतात, त्यांच्याकडून कोणत्याही प्रकारची टीका अजिबात सहन करणार नाहीत. तसंही रामपरीने याबाबत काळजी करण्याचं काहीच कारण नव्हतं. कारण, तिला हे लोक काय करतात याच्याशी काही देणंघेणं नव्हतं. तिला लक्षात आलं की, हा विचार करता करता तिचे हात भांडी घासायचे थांबले आहेत आणि ज्या क्षणी बिबीजींना भांडी घासायचा आवाज थांबलेला लक्षात येईल, त्या क्षणी त्या बाहेर येऊन तिच्याकडे रागाने बघतील आणि ती परत मुकाट्याने भांडी घासू लागेल.

नवनीत उठून बसते, जांभई देते आणि नंतर उठून अंगणातून चालत पलीकडे जाते. ती तिच्या खोलीत जाऊन तिच्या दोन बहिणींबरोबर काहीतरी बोलते. नंतर ती बाहेर येऊन चप्पल घालते. ती बहुदा पुन्हा कॉलेजला जात असावी. रामपरीला कळत नाही की, मुलीना इतकं शिकवण्यात काय अर्थ आहे; पण तिला मात्र लिहिण्या-वाचणाऱ्या लोकांबद्दल आदर वाटतो. तिला हे माहीत आहे की, ती आता शिकू शकत नाही, तिचं वय झालं आहे; पण तिला हे समजतं की, जे लोक लिहू-वाचू शकतात, त्यांना त्याचा फायदा होत असतो. हे तर ती तिच्या कटू उदाहरणावरूनच सिद्ध करू शकते; पण तिला आता त्या दुखःद गोष्टींबद्दल

विचार करायची इच्छा नाही आणि तिच्या अडाणी नवऱ्याच्या अपयशाबद्दलही. ती पुटपुटते, 'रब मेहर करे,' आणि पंपातून पाणी काढते आणि त्याचा आवाज तिच्या कानात घुमतो.

नवनीत तिच्या शेजारी उभी आहे. ''रामपरी,'' ती भावहीनपणे म्हणते, 'तुझी सर्वांत मोठी मुलगी सुंदर आहे दिसायला. जेव्हा ती पुरेशी मोठी होईल, तेव्हा तिच्यासाठी तू देखणा मुलगा शोधला पाहिजेस.''

रामपरीला तिच्या घशात चिडचिड आणि आवंढा जाणवतो. या पांढऱ्या म्हशीला वाटतं की, तिच्यासारखा प्रत्येकाला दिवसभर आरशात बघत बसायला वेळ आहे आणि देखण्या लफंग्यांचा विचार करायलाही. ''तिचं आधीच लग्न झालेलं आहे,'' ती तुटकपणे म्हणते.

''काय? त्या इतक्या छोट्या मुलीचं?''

''ती इतकीही लहान नाहीये. ती लवकरच सासरी जाईल तिच्या.''

''जेव्हा लग्न झालं तेव्हा किती वर्षांची होती ती?''

रामपरी हवेत हात उडवत म्हणाली, तिचा हात हातपंपा इतकाही उंच गेला नसेल, ''आमच्यात असंच असतं.''

नवनीत तिच्या तोंडावर हात ठेवून खांबाजवळच्या स्टुलावर बसली. तिचे वडील रोज सकाळी इथे बसून शूज घालतात. नवनीत म्हणते, ''आणि तिने त्यानंतर तिच्या नवऱ्याला अद्याप पाहिलं नाहीये?''

''नाही. ती कशाला बघेल?'' रामपरी म्हणाली आणि तिला मग अचानक आपण खूप तुटक बोललो असं वाटलं; पण तिला आदर दाखवून, मऊपणे कसं सांगावं हेही माहीत नव्हतं म्हणून ती एक कढई उचलून नळाखाली धरते. एक मूठभर राख उचलून ती कढई घासू लागते आणि तिला नवनीतला काय हवं आहे हे समजतं. ती वळते आणि गोड हसून म्हणते, ''पण तू 'त्यांच्या'शी नेहमीच बोलतेस ना?''

''नाही, नाही. मी 'त्यांच्याशी' बोलत नाही. मी फक्त कधीतरी पत्र लिहिते.'' तिच्या चेहऱ्यावर आता गुलाबी लाली पसरली आणि तिला लाजावं कसं हेही माहीत आहे.

रामपरीला आता थोडा धीर आलाय. ती हसते आणि म्हणते, ''कदाचित, पण ते मात्र तुला रोज पत्र लिहीत असतील.''

नवनीत लाजत खांदे उंचावते आणि रामपरीला, तरीही तिच्याशी काहीतरी नातं असल्यासारखं वाटतं. हो, तरुण असणं, नवीन आयुष्याची ओढ असणं, काहीसं भीत भीत उद्याची आस आणि ओढ असणं किती छान असेल. ती आता मोकळेपणा दाखवायचं ठरवते. ''ते दिसायला खूप देखणे आहेत का?''

''तुला फोटो बघायचा आहे का?'' नवनीत उठून उभी राहिली आणि रामपरी तिला 'हो' म्हणण्याआधी ती पळत गेलीही. रामपरीला तिच्या या तारुण्यपूर्ण हालचालींचा हेवा वाटतो; पण त्या मुलीला आनंदात असू देत. तिने आनंदी असण्याचाच काळ आहे.

नवनीत परत येते आणि रामपरी शेजारी टेकते. ती काहीतरी अगम्य भाषेतल्या लिखाणाने भरलेली एक वही उघडते, पानं उलटते आणि तिच्या नवऱ्याचा फोटो सापडतो. त्याने अगदी उंच टोकाची पगडी घातली आहे आणि तो रामपरीकडे अगदी बेपर्वा आणि उद्दाम नजरेने बघत आहे, त्याच्या ओठांवर किंचित हसूही आहे. त्याचे दात सुंदर आहेतच; पण त्याहून जास्त त्याचे गाल उठून दिसत आहेत. रामपरी म्हणते, ''वाह, एखादा हिरोच जणू.''

"हो, मी त्यांना नेहमी सांगते, आपण जर बॉम्बेला गेलो तर ते हिरो सहज बनू शकतात; पण अर्थातच त्याना त्यांची दाढी काढायची नाही आणि मला ही त्यांनी तसं करावं असं वाटत नाही. ते कॉलेजमध्ये असताना ॲक्टिंग करायचे आणि त्यांचे अनेक मित्र म्हणतात की, ते करण दिवाणसारखे दिसतात; पण मला वाटतं की, ते अशोक कुमारसारखे दिसतात."

रामपरी आता मान डोलावते.

पण नवनीतला अजून बोलायचं आहे. "तुला नाही वाटत तसं?"

"मला अशोक कुमार माहीत नाही."

"काय? तू 'किस्मत' पाहिला नाहीस का?"

आता रामपरीला खूप हसू येतं. तिच्या मनातला सगळा मळ धुतला जातो. "नाही, मी 'किस्मत' बघितला नाहीये." सगळ्यांकडे 'किस्मत' बघायला पैसे असतात, अशी निर्मळ समजूत असणाऱ्या आणि पडद्यावर उलगडणाऱ्या रुपेरी, प्रेमाच्या, वचनांच्या भविष्याची स्वप्नं बघणाऱ्या या मुलीबद्दल तिला आता माया वाटू लागते. रामपरीला तिच्या पोटात, तिच्या आत खोलवर कुठेतरी जाणवतं की, प्रेमभंग नवनीतची वाट बघतो आहे; तो येणारच कारण ती खूपच आशा करते आहे. रामपरीला ती आपत्ती कधी येईल ते माहीत नाही; पण तिला हे माहीत आहे की ती येणार. तिला शक्य तितक्या प्रेमळपणे ती म्हणते, "कदाचित, मी कधीतरी 'किस्मत' बघेन."

नवनीतला आता जाणवतं की, तिने काहीतरी वेडेपणाचं बोललं आहे आणि ती गोंधळून गेली. ती चमकते, पुन्हा लाजते. रामपरीला हात पुढे करून तिला स्पर्श करावा असं वाटतं; पण ती करत नाही. तिला माहीत आहे की, बिबीजी कोणत्याही क्षणी येतील आणि वेळ वाया घालवल्याबद्दल तिला ओरडतील; पण ती सतत बिबीजींची भीती बाळगू शकत नाही, तिला आता या क्षणी नवनीत खूप आवडते. ती म्हणते, "मला 'किस्मत' कशाबद्दल आहे ते सांग पाहू," आणि ती ऐकायला कान देते.

III

रहमत सनी आकाशात हळूहळू रात्र दाटून येताना बघतो. तो आरामात आहे, स्वप्न पाहत आहे. तीन महिने हा रस्ता वापरल्यावर त्याला इथे असलेला हा खड्डा माहीत झाला असल्याने, त्या खड्ड्यात तो झोपला आहे. तो पाकिस्तानच्या बाजूने कुंपणाच्या साठ फूट दूर आहे आणि त्याला कसलीही घाई नाही. दिवस उजाडायला अजून पाच तास आहेत. त्याच्यात बराच संयम शिल्लक आहे. त्याने जेव्हा प्रथम बॉर्डर पार केली, तेव्हा तो लहान होता. त्या वेळी तुम्ही फक्त चालत बॉर्डर पार करू शकत होतात, अगदी काळजीपूर्वकपणे गस्त आणि जमिनीतले सुरुंग टाळत जावं लागायचं. नंतर रेंजर आणि बीएसएफच्या लोकांना जी चिरीमिरी द्यावी लागायची तीही लहानसहान असायची, सुरुंग अधिक जास्त पसरून पेरलेले असायचे आणि अजून कुंपण घातलेलं नव्हतं; पण हरकत नव्हती. रहमत सनीला शंभर मैल उत्तर-दक्षिणेला सर्व भाग ओळखीचा होता आणि बॉर्डर तर शेकडो हजारो मैल पसरलेली होती. जरी आता सर्व बॉर्डरला कुंपण घातलेलं असलं, तरी तो पलीकडे जाऊ शकत होता. त्याचा धंदा दोन्ही बाजूंना होता आणि अर्थातच त्याचं कुटुंबही.

त्याने ही खेप आतापर्यंत चांगली पार केली होती. नेहमीच्या रमच्या क्वार्टरऐवजी या वेळी त्याने पाकिस्तानच्या बाजूला असलेल्या त्याच्या चुलत भावासाठी दोन मोठ्या विलायती व्हिस्कीच्या बाटल्या घेतल्या होत्या. मुश्ताकचा एक कॅप्टन होता आणि कॅप्टन खूप उपयोगी पडणार होता म्हणून रहमत सनीने व्हिस्की ऐय्यरकडून घेऊन पलीकडे नेली होती. ऐय्यर बुटका आणि काळा होता आणि जाड चष्मा वापरायचा. तो एखाद्या गुप्तहेरासारखा वाटायचा नाही; पण तो मूर्खही नव्हता. त्याला कुठे सैल सोडायचं, कुठे नाही हे चांगलं माहीत होतं म्हणूनच रहमतला कॅप्टनचा खूप उपयोग झाला होता. त्याने जे पैसे त्याच्या हवालदार असलेल्या भावासाठी वाहून आणलेले होते आणि स्वतःचा फायदा व्हावा म्हणून खासगीतून व्हिस्कीची बाटलीही नेली होती. त्याच्याकडे ऐय्यरसाठी चांगली माहिती होती; पण ऐय्यर कॅप्टन जरा तयार होईपर्यंत थांबेल. ऐय्यर तरुण आहे; पण तो चांगल्याप्रकारे शिकतो आहे. रहमत सनीला त्याच्याकडून खूप आशा आहेत.

रहमत सनी हातपाय ताणतो आणि स्नायू मोकळे करतो. कदाचित तो या कामासाठी आता जरा वयस्क झाला आहे. ज्या नाल्यातून तो कुंपणाकडे जाणार आहे, त्याचा ओलसर वास त्याला खोलवरून येतो आहे. त्या वळणं घेत जाणाऱ्या ओल्या नाल्यातून रांगत रांगत जाताना तो पूर्ण भिजणार आहे आणि थंडीही वाजणार आहे, तरीही त्याच्या जायच्या यायच्या मार्गातला हा शेवटचा टप्पा पार करताना त्याला नेहमी असं वाटतं की, त्याला जर आता कमावते मुलगे असते तर? पण त्याच्या पहिल्या बायकोने त्याला चारही मुलीच दिल्या होत्या आणि धाकट्या बायकोला तीन वर्षांनी दिवस गेले होते. तेही तो अजमेर शरीफला गेला आणि धागा बांधून ख्वाजा साहेबकडे रडून नवस मागितला तेव्हा! तेव्हाच खालिदचा जन्म झाला होता. तो आता शाळेत पाचव्या इयत्तेत आहे. रहमतला त्याला खूप शिकवायचं आहे. रहमत सनीला काळाची गरज समजते, त्याला हे समजतं की, एक अशिक्षित माणूस, त्याच्यासारखा फार पुढे जाऊ शकणार नाही किंवा चांगलं जगू शकणार नाही; पण दोन मुलींच्या लग्नाचं ओझं फार कठीण होतं आणि दोन अजून घरी बसल्या होत्या. जेव्हा रहमत सनी खालिदच्या वयाचा होता, तेव्हा तो वडिलांच्या बरोबर लाहोरपर्यंत गेला होता. त्याला त्याचा पहिला प्रवास आठवतही नव्हता; पण त्याला लाहोरमधली सकाळच्या उन्हात चमकणारी घरांची छपरं आठवतात.

रहमत सनी जुन्या आठवणी झटकून टाकतो आणि नाल्यातून खाली उतरायची तयारी करतो. आता पुन्हा अंधार आहे आणि त्याच्या डोळ्यातून करपलेल्या भावना पुसल्या गेल्या होत्या. काही धोका तर नाही ना हे बघण्यासाठी त्याला आता डोकं वर करून बघण्याची आवश्यकता नाही आहे. त्याला रात्रीच्या गडद शांततेतून, रातकिड्यांच्या ओरडण्यातून आणि त्याच्या शरीराच्या सहजतेतून ते समजत होतं. त्याला त्याच्या छातीशी, बनियनखाली त्याने दडपलेलं प्लॅस्टिकचं पाकीट जाणवतं आहे. पाकिस्तानी कॅप्टनने करकरीत भारतीय चलनी नोटा देऊन त्याच्या व्हिस्कीचे पैसे दिले, ते रहमतसाठी सोयीचे होते. घरी गेल्यावर तो ते पैसे प्लॅस्टिकमधून बाहेर काढून त्याच्या मोठ्या बायकोच्या हातात देईल, जी ते त्याच्या बँक खात्यात जमा करेल आणि त्याचं पासबुक भरून आणेल. त्याला पासबुकात काय लिहिलं आहे हे वाचता येत नाही; पण जेव्हा ती अर्धा दिवस सरता सरता बँकेतून पासबुक भरून आणते, तेव्हा त्याला त्या लिखावटीकडे पाहून छान वाटतं. त्या खरडलेल्या लिखाणामुळे त्याला सुरक्षित वाटतं. आता त्याला आश्चर्य वाटतं की, पाकिस्तानी लोकांकडे इतके कोरे

करकरीत भारतीय चलन कुठून येतं? इतक्या ताज्या ताज्या छापलेल्या करकरीत नोटा बॉर्डरपार त्याच्याकडून एकाबाजूने दुसरीकडे नेल्या जातात, हेच मुळात विचित्र होतं; पण हे त्याचं आयुष्यभर सुरू होतं, एकीकडून दुसरीकडे, नाल्यातून बॉर्डर पलीकडे जाणं आणि परत येणं. त्याचा हा रस्ता शेतांच्या मधून का जातो हे समजत नाही आणि तो त्याचा आता जास्त विचारही करत नाही; पण तो तसा रस्ता आहे, त्यामुळे त्याने त्यातून आपला उदरनिर्वाह चालवला. तो जांभई देतो आणि कुशीवर वळतो. जायची वेळ झाली. त्याला कुंपणापर्यंत जायला अजून दोन तास लागतील, दुसऱ्या बाजूला सुरक्षितपणे बाहेर पडण्यासाठी अजून दोन तास. नंतर तो उठून उभा राहील, चिखल झटकेल आणि घरी जाईल.

IV

डॉ. अनाइता खाली मांडी घालून बसली आहे, ती वर्मीकल्चर एका कुंडीत घालते आहे. तिने आधीच त्यात माती, वाळू, पीट मॉस मोजून मापून घातलं आहे. आता ती तिच्या बोटांनी ते मिक्स्चर सारखं करते आहे. तिच्या हाताला तो खडबडीत स्पर्श छान वाटतो आहे. ती थापी वापरू शकेल, तिचे मुलगे तिला सांगतात की, तिचे हात एखाद्या डॉक्टरसारखे नाही, तर मजुरासारखे दिसतात; पण रोज कामाला बाहेर पडण्यापूर्वी तिला हातातला हा मातीचा स्पर्श, तिचं वजन छान वाटतं. ती रोज सकाळी इथे येते, तिच्या वसंत विहारमधल्या घराच्या गच्चीवर आणि तिच्या बागेत काम करते. ती फिकस, बोगनवेल, बॉटल ब्रशची झाडं आणि काही वनस्पती वाढवते आहे. अगदी पिवळी शेवंती, जुईसुद्धा. डिसेंबरची थंडी तिच्या बोटांना टोचते आहे, तरीही तिला ते छान वाटतंय. तिला शोध लागला आहे की, हा वेळ तिला एकटीला राहायला आवडतं आणि कुंडीत सुवाच्या बिया पेरता पेरता पुढच्या दिवसभरात बघायच्या पेशंट्स आणि आजारांच्यासाठी ती तयार होते. बिया पेरून होता होता ती तीन दिवसांपूर्वी मृत्यू पावलेल्या के. डी. यादव यांच्याबद्दल विचार करते. त्यांनी त्यांच्या हरवत गेलेल्या क्षमतेचा आणि समजुतीचा अतिशय गौरवाने स्वीकार केला. तिला फक्त एकदा खिडकीशेजारी उभे राहून ते रडताना दिसले, त्यानंतर त्यांनी तिचं डॉक्टरी आग्रहाचं बोलणं एका हसूने स्वीकारलं. ते तिच्यापेक्षा खरंतर वयाने खूप मोठे होते आणि खूप जुन्या पिढीचेही, तिला नमस्कार करणं, ती खोलीत आल्यावर उठून उभं राहणं किंवा किमान तसा प्रयत्न करणं, तिचं बोलणं मन लावून ऐकणं वगैरे. एक दोन वेळा तिला लक्षात आलं की, ती त्यांना औषधंपाणी सोडून काही गोष्टी सांगते आहे किंवा किमान अजाणतेपणाने माहिती नसताना त्यांना काही सांगत आहे. त्यांची प्रश्न विचारायची, एखादा तर्क करण्याची आपली एक पद्धत होती, त्यामुळे तुम्ही त्यांना जी माहिती दिली, ती अजाणतेपणीच दिली असं म्हणता येईल. काही दिवसांनी ते म्हणत, ''हो, जेव्हा तुमच्या वडिलांची तिथे पोस्टिंग होती, तेव्हा मी कोलकात्याला असेन,'' आणि नंतर तुम्हाला आठवेल की, तुम्ही त्यांना कधीतरी अकरा वर्षांची असताना एक वर्ष कोलकात्याला असल्याचं सांगितलं होतं. के. डी. यादव एकदम हुशार माणूस होता. त्यांनी मानव विकास मंत्रालयात अनेक दशकं असाधारण काम केलं होतं.

अनाइता उभी राहते, तिचे गुडघे सरळ करते. ती झाडांचं बारीक निरीक्षण करत छताच्या भोवती गोल फिरते. दोन महिन्यांपूर्वी तिला पांढऱ्या पावडरीसारख्या किड्याची लागण झालेलं लक्षात आलं होतं. तिचे दोन गुलमोहर त्यामुळे मेले होते आणि तिने आता भविष्यात खूप

जास्त काळजी घ्यायचं ठरवलं होतं. रोग लवकर पसरतो आणि सगळं संपवून टाकतो; पण आज तिची झाडं ठीकठाक दिसत होती. गच्चीभर वाऱ्यावर सर्व रंग एक होऊन डुलत होते आणि वेली पाण्याच्या टाकीवर एक मजला वर चढल्या होत्या. हे एक खूप मोठं घर आहे, जे आज ती आणि आदी मिळून विकत घेऊ शकत नाहीत. आदीच्या वडिलांनी साठच्या दशकात दोन मोठे प्लॉट विकत घेतले होते, जेव्हा वसंत विहार म्हणजे नदीकाठचं जंगलच होतं. वीस वर्षांनी त्यांनी एक प्लॉट विकला आणि उरलेल्यावर घर बांधलं. आता आदी, अनाइता आणि त्यांची मुलं या गच्च भरलेल्या कॉलनीमध्ये राहत आहेत. ते खूपच नशीबवान आहेत; पण या भागात किमती अजूनही वेड्यासारख्या वर आहेत. मुलांना अजूनही कल्पना नाही की, त्यांच्यासाठी आवडीचं जे जेवण रोज टेबलावर येतं, ते मटण, चांगली रोटी, फळं हे सर्व किती महागडे आहे. ते अजूनही अशा वयात आहेत, जेव्हा त्यांना त्यांच्या मित्रमैत्रिणींशी बरोबरी करायची आहे. त्यांचे मित्र-मैत्रिणी, मॉडर्न स्कूलमध्ये वर्गात असलेले मित्र-मैत्रिणी म्हणजे कारखानदार आणि उद्योजकांची मुलं आहेत. अनाइता तिच्या लहानपणाचा विचार करते, जेव्हा तिला दहा रुपये पॉकेट मनी मिळायचा आणि तिला पुन्हा तिच्या मुलांची काळजी वाटू लागते. आजकाल, लोकांकडे खूप पैसा आहे आणि ते तो त्याला काही किंमत नसल्याप्रमाणे उधळतात. त्यांची मुलं हजारो रुपयांचे गॉगल घालतात आणि वाढदिवसाच्या पार्टीवर लाख लाख रुपये खर्च करतात. तिच्या ई-ब्लॉकमधल्या अनेक शेजाऱ्यांच्या घरी तीन किंवा चार कार पार्किंगमध्ये उभ्या असतात आणि कदाचित एखाद दुसरी बाहेरही उभी असते म्हणून कधी कधी मुलांना अनाइता आणि आदी कंजूष आई-वडील वाटतात.

अनाइताने तिची तपासणी पूर्ण केली आहे आणि ती जिन्यापाशी गच्चीच्या मध्यभागी चालत जाते. ती खाली अंगणात वाकून बघते. आदीच्या वडिलांनी आग्रह केला होता की, घराच्या मध्यभागी थोडी मोकळी जागा ठेवायची आणि त्यांनी त्याबाबत त्यांची पत्नी किंवा अन्य कोणाचं काही ऐकलं नव्हतं. 'मला उजेड दिसायला हवा,' तो म्हातारा माणूस म्हणाला होता आणि जेव्हा घर बांधून पूर्ण झालं, तेव्हा ते त्या ऐसपैस अंगणात आरामखुर्ची टाकून रोज सकाळी तिथे पेपर वाचत बसत, मग तो जून असो किंवा अगदी कडक थंडीचा जानेवारी. अनाइताला ते या गोष्टीसाठी आवडायचे. आता तिला आदी किचनमधून एक ट्रे घेऊन बाहेर येताना दिसला. कोणत्याही क्षणी तो आता तिला हाक मारेल आणि मग जाऊन मुलांना झोपेतून उठवेल. ती खाली जाईल आणि त्याने केलेला चहा पिईल, मुलांच्या बरोबर चेष्टा-मस्करी करेल आणि मग अंडी उकडेल. आदी चांगला माणूस आहे. त्यांची भांडणंही झाली आहेत. कधी कधी खूप टोकाचीही, त्यामुळे दोघांनाही काही आठवडे अस्वस्थ वाटलं; पण त्यांनी त्यातूनही वर येऊन टिकाव धरला. आदी कधी कधी म्हणतो की, त्यांनी दोघांनीही एकमेकांना खूप धारेवर धरलं आहे. तो तिला नेहमी हसवतो, कुटुंब सांभाळायच्या, थकवणाऱ्या दैनंदिन गोष्टींमध्ये भाग घेतो आणि ते एकत्र समाधानी आहेत. तिला आता खाली गेलं पाहिजे, तिला घरातून बाहेर पडायला उशीर झाला तर आवडत नाही. वाटेत खूप ट्रॅफिक लागतं; पण ती अजूनही के. डी. यादव यांच्याबद्दल विचार करत आहे.

का? तिला खात्रीने सांगता येणार नाही. तिला ते आवडतात; पण तिला इतर पेशंट्सदेखील आवडले होते आणि तिने त्यांना गमावलं होतं. मृत्यू तिच्यासाठी नवीन नाही, ती दररोज मृत्यूचा सामना करते आहे, तिला त्याची घाई, आवाज, गती आणि नंतरचा त्याचा वास हे सर्व माहीत आहे. तिला तो तिच्यासाठी, आदीसाठी येतो आहे हे जाणवतं आणि

अगदी काही त्रास न होता... तिच्या मुलांच्या मृत्यूचीही ती कल्पनादेखील करू शकते. मग के. डी. यादव तिच्यापाशी का राहतात? ती तुळशीच्या रोपावरून हात फिरवते आणि खोल श्वास घेते, थंडगार हवा तिच्या नाकपुड्यांना बोचते. गरम-गार, आत-बाहेर यांच्यातल्या फरकाची समज नाहीशी होणं हे किती भयंकर आहे. के. डी. यादव अगदी स्थिर झाले होते, ते आनंदी किंवा दुःखी दोन्हीही दिसत नव्हते. ते दिवस आहे का रात्र हे सांगू शकले असते का किंवा ते जिवंत आहेत का मृत? अनाइताने अंजली माथुरला म्हणजे त्यांच्यापेक्षा लहान असलेल्या त्यांच्या कलीगला सांगितलं होतं की, 'काळजी करू नका. हे बऱ्यापैकी वेदनारहित आहे, त्यांना त्याचा त्रास होत नाही आहे;' पण आता तिला वाटतं की, याचा त्रास असतो. एखाद्या पोकळीत राहण्याचा त्रास असतो आणि तिच्या अंगावर काटा येतो. तिला वाटतं की, तो माणूस किती बिचारा होता. त्यांना वाचलेलं आवडायचं आणि शेवटी शेवटी पत्र, पानं एकत्र विरघळून जात आणि सगळं एक होऊन जाई ज्याला काही अर्थ नव्हता. बिचारा... अगदी बिचारा माणूस.

''अनाइता.''

आदी हातात फ्राइंग पॅन धरून अंगणात उभा आहे. त्याच्याकडे पाहून तिला खुदुखुदु हसू येतं. त्या चायनीज ड्रॅगनचा गाऊन घातलेला अवतारात तो अगदी विचित्र दिसतो, ज्यावर त्या ड्रॅगनने त्याचे पंजे आवळले आहेत. तो अजिबात हार मानत नाही.

''तू काय करते आहेस यार?'' तो म्हणतो, ''लवकर जाऊन अंघोळ कर. नाहीतर तुझ्यामुळे मला उशीर होईल.''

''येते बाबा, येते,'' अनाइता म्हणते. ती तिच्या बागेकडे एक शेवटची नजर फिरवते आणि खाली तिच्या आयुष्याकडे वळते.

V

त्याला त्याच्या विजयाचा आनंद असला, तरी मेजर शाहिद खान पराभवाची चिंता करतो. तो दाढी कुरवाळत आहे आणि आरशात त्याला दिसतंय की, त्याच्या या मनाच्या घालमेलीचं कोणतंही चिन्ह त्याच्या चेहऱ्यावर किंवा डोळ्यांत दिसत नाही आहे. त्याने स्वतःला असं निर्विकार राहायला शिकवलं आहे. त्याची त्वचा त्याच्या अम्मीसारखी पंजाबी गोरी आहे; पण तिच्यासारखं त्याला सहज व्यक्त होता येत नाही. त्याच्या बायकोला कधी कधी आश्चर्य वाटतं की, दोन अगदी जवळील व्यक्ती इतक्या भिन्न कशा असू शकतात; पण शाहिद खानला माहीत आहे की, त्याने आईची सर्व खिन्नता, तिचा प्रचंड राग, तिचा अचानक येणारा टीकेचा सूर हे सर्व काही घेतलं आहे. त्याला स्वतःवर संयम ठेवावा लागतो. तो काहीच कायमचं सोडू शकत नाही. तिच्या सर्व खिन्नतेवर अम्मी कधी कधी तिचा चेहरा लाल होईपर्यंत हसते. तुम्हाला तिच्याबद्दल काळजी वाटते; पण तुम्ही तिला आगाऊ सूचना देऊ शकत नाही. कारण, तुम्हाला स्वतःला सांभाळायचं असतं. तिचं शाहिद आणि त्याच्या भावा-बहिणींबद्दलचं प्रेम हे इतकं स्वाभाविक आणि उघड आहे की, इतर आया त्यावर हसतात. या मुलांसाठीचा तिचा त्याग खूप महान आहे; पण शाहिद खानने त्याच्या मनात येणाऱ्या सर्व भावनांना दाबून टाकलं आहे. तो खूप लहानपणीच हा निर्विकारपणाचा मुखवटा धारण करायला शिकला आहे. त्याच्या या क्षमतेचा त्याला त्याच्या व्यवसायात खूप उपयोग

झाला आहे. त्याच्यात ती क्षमता आहे. त्याला विश्वास आहे की, ही क्षमताच त्याच्यामागे ठाम उभी असून त्याला कशातूनही तरुन जाण्याचं बळ देते.

पण आज तो चिंतीत आहे. तो लंडनमध्ये आहे आणि काल रात्री उशिरा, पाकिस्तानी राजदूतावासातले त्याचे ऑफिस सोडताना, त्याला जगाच्या दुसऱ्या टोकाला झालेल्या एका मृत्यूबद्दल कळलं. गुरदासपूर जिल्ह्यात वेरोके गावी पोलिसांनी एका गुरचरण सिंग भोलाला ठार मारलं. गुरचरण सिंग भोला हा खलिस्तान टायगर फोर्सचा कमांडंट होता, ज्या फोर्सला गेल्या वर्षी भारतीय फोर्सेसनी अत्यंत निर्दयपणे तासून काढलं होतं. आता गुरचरण सिंग भोला मेला होता. शाहिद खान त्याला एकदा भेटला होता. तेही फार पूर्वी म्हणजे जेव्हा तो लेफ्टनंट होता आणि पंजाबच्या शेतांमध्ये, गावांमध्ये उमेदवारी करत होता. गुरचरण सिंग भोला एक उंच माणूस होता, त्याच्या पैलवानासारख्या तब्येतीमुळे आणि त्याच्या खलिस्तानबद्दलच्या समर्पणामुळे त्याची छाप पडत असे. शाहिद खानने भोलाला एकदाच पाहिलं होतं, जेव्हा तो त्याच्या भागातून एका रात्री जात होता आणि आज तो गेल्याचं दुःख नव्हतं. तो आता पंजाबपासून खूप लांब आला आहे; पण हेही उघड आहे की, भारतीय खलिस्तानी चळवळ मोडून काढत आहेत. ते खूपच निर्दय आणि कठोर आहेत. केंद्र आणि राज्य सरकारच्या मदतीने, त्यांची आर्मी आणि पॅरामिलिटरी फोर्सेस एकेका बंडखोराला शोधून शोधून मारत आहेत. शाहिद खानला हे माहीत आहे की, याची खरी किंमत काय आहे - पैशात, कष्टात आणि मनुष्य जीवातही. अशी चळवळ उभी करण्यासाठी आणि त्याला पाठबळ देण्यासाठी काय लागतं याची त्याला पूर्ण कल्पना आहे. आता ती संपली आहे. शाहिद खानच्या धमन्यांमध्ये हेच धुमसत आहे. त्याला नुकसान सोसायचं प्रशिक्षण दिलेलं आहे. त्याचा अंतिम विजयात तितकाच विश्वास आहे, जितका आता त्याच्या समोर असलेल्या या आरशावर त्याचा विश्वास आहे, जे आता या क्षणी अस्तिवात आहे; पण पराभवाची नामुष्की कधी कधी वेड लावते. त्याला त्याचा राग म्हणजे त्याची दुर्बलता आहे हे चांगलं ठाऊक आहे, त्यामुळे त्याच्या मतांवर जाळी धरते. त्याला वाटलं होतं की, वयानुसार तो समतोल साधायला शिकेल; पण त्याची आवड अजून रेंगाळते आहे. तो त्याच्या यशाबद्दल विचार करण्याचा प्रयत्न करतो, विशेष करून आता नुकत्याच रशियाला नामोहरम करण्यासाठी केलेल्या कारवाईतील यशाचा विचार करतो. या कारवाईला भारतीयांनी बहुतांश मोडीत काढलं होतं, तेव्हा त्याने त्याचं पुनरुत्थान केलं आणि सुटका केली. अनेक दशकं, भारत आणि रशियाच्या चांगल्या संबंधांच्या दरम्यान, भारतीयांनी त्यांचं खूप मौल्यवान चलन युक्रेनमध्ये छापून घेतलं होतं. सोव्हिएत राज्यवटीच्या पाडावानंतर, शाहिद खानच्या एजन्सीने युक्रेनला जिथे हे चलन छापलं जात होतं, तिथे शिरकाव करण्यासाठी त्याची माणसं पाठवली. या लोकांना एका व्यवहारात यश आलं. ज्यात चांगली भरभक्कम रोख रक्कम दिल्यानंतर युक्रेनियन त्यांना भारतीय चलन छपाईच्या मूळ प्लेट्स देतील. भारतीय चलन छपाईच्या मूळ प्लेट्स मिळवणे हाच विजय खूप आवश्यक असा होता; पण भारतीयांना त्या व्यवहाराचा वास लागला. युक्रेनमध्ये सगळं फसलं आणि भारतीयांनी त्या मूळ प्लेट मिळवल्या आणि त्यांचा ताबाही घेतला. या पूर्ण नुकसानात, शाहिद खानने थोडातरी विजय आणि थोडा मान मिळवला होता. त्याला याबाबत समजल्यावर त्याने खूप वेगाने कृती केली होती. प्लेट्स तर गेल्या होत्या... हो; पण पेपर अजूनही तिथे होता. खूप मोठ्या मोठ्या गोदामांमध्ये, तेही विशेष सुरक्षेविना पडून होता. शाहिद खानने जलद हालचाल केली, व्यवहार केले

आणि वाहतूक व्यवस्था करून, भारतीय राजदूतावासातल्या एका लहानसहान अधिकाऱ्याला दोन दिवस ओलीस ठेवलं. भारतीयांचे यामुळे लक्ष विचलित झाल्याच्या दरम्यान, त्याने तो चलनाचा कागद चोरला. जो मूळ कागद शाहिद खानने स्वतः थोडी जोखीम पत्करून मिळवला होता, त्यावर आता भारतीय चलनाच्या नोटा छापल्या जातात आणि त्या आता भारतभर वापरात आणल्या गेल्या आहेत. शाहिद खानला चांगलेच माहीत आहे की, तो आता यामुळे लेफ्टनंट कर्नल होण्याच्या मार्गावर आहे. हो, जरी त्याच्या वैयक्तिक विजयावर राष्ट्रीय पराभव पूर्ण मात करू शकत नसला, तरी ही गोष्ट खरी आहे.

तो स्वतःला भानावर आणतो. कात्री खाली ठेवून नळ सुरू करतो. छान अंघोळ करून अंग कोरडे करताना त्याच्या मनात विचार येतो की, हे इतकं कापड म्हणजे चैनच आहे. त्याला अशा गोष्टी आताशा परवडू लागल्या होत्या आणि अशा सुखसोयी त्याच्या कुटुंबाला देताना त्याला नाखुशी वाटत नाही; पण तो याहून कठोर शिस्तीत वाढला आहे. प्रार्थना करून आणि नाश्ता करून झाल्यावर, तो त्याचे काही कागदपत्र आणि बिलं भरून टाकतो. आज रविवार आहे आणि घरातील स्त्रिया म्हणजे त्याची आई, बायको आणि मुलगी त्यांच्या पूर्व हॅम भागातील नातेवाइकांना भेटायला गेल्या आहेत. तो एकटा आहे आणि अखेरीस सर्व जबाबदाऱ्या तात्पुरत्या तरी पार पाडल्यानंतर त्याला एखाद तास मोकळा घालवावा, असं वाटतं. तो झोपण्याच्या खोलीत जाऊन दार लावतो. घराच्या पुढील दाराला कुलूप आहे आणि त्याला माहीत आहे की, आता कोणी व्यत्यय आणणार नाही; पण तरीही त्याला त्याचे खासगीपण सुरक्षित आहे ना याची खात्री करावी लागतेच. आतापर्यंत, फक्त त्याच्या बायकोला माहीत आहे की, तो काय करतो आणि काय करणार आहे.

तो खिडकीकडे तोंड करून ठेवलेल्या त्याच्या आवडत्या आरामखुर्चीत बसतो. चांगला उजेड येणं खूप आवश्यक आहे. तो मांडीवर एक उशी ठेवतो, उजवीकडे लोकरीचे गुंडे आहेत. नंतर तो विणू लागतो. तो अजून एक स्कार्फ करतो आहे. त्याची बायको ते एखाद्या मदरस्यामध्ये किंवा अनाथाश्रमात दान करते. सुयांची टिकटिक होते आणि त्याचे खांदे सैलावतात आणि पडतात. जेव्हा कराचीतल्या एका डॉक्टरने त्याला त्याने आराम करायला शिकणे कसे आवश्यक आहे, नाहीतर त्याचे अल्सर त्याचा जीव घेतील हे सांगितलं, तेव्हापासून गेली दोन वर्षं तो हे करत आहे. ''सुट्टी कशी घ्यायची हे खऱ्या अर्थाने शिक,'' तो डॉक्टर म्हणाला. ''एखादा छंद जोपास.'' सुरुवातीला शाहिद खान स्क्वॅश खेळला. त्याला नेहमीच खेळायला शिकायचं होतं आणि त्यामुळे चांगला व्यायामही होत होता; पण त्याला लक्षात आलं की, त्याला जिंकणं आवश्यक होतं म्हणून त्याने अधिक प्रशिक्षण वर्ग लावले आणि स्क्वॅशच्या तंत्रावरील पुस्तकं वाचायला सुरुवात केली. जेव्हा त्याला लक्षात आलं की, तो पुन्हा पुन्हा सामने खेळायची स्वप्नं बघतो आहे, त्याने ते सोडून दिलं. नंतर त्याला युक्रेनला पाठवण्यात आलं आणि तिथे त्याने बुद्धिबळ खेळायला सुरुवात केली. दुसऱ्या व्यक्तीबरोबर खेळण्यापेक्षा त्याने बुद्धिबळ खेळणाऱ्या यंत्रामध्ये गुंतवणूक केली. त्या छोट्या यंत्राची हुशारी खूपच छान आणि आनंद देणारी होती. ते इतक्या सहजपणे उलगडून बोर्ड तयार व्हायचा, त्यावर लाल दिवे लागत सोंगट्या मांडल्या जायच्या आणि ते यंत्र त्याला कोणती सोंगटी कुठे हलवायची आहे ते सांगायचं... सगळंच सुरेख. जेव्हा तो हे यंत्र वापरायला शिकत होता, त्याला आतून खूप बरं वाटत होतं; पण जेव्हा तो अधिक कठीण पातळीवर खेळायला लागला, त्याला त्यातले कष्ट जाणवू लागले, तरीही त्यातला लढाऊपणा खूप

स्वाभाविक होता, त्यातले प्यादे, काळी पांढरी घरं या सगळ्यांमुळे त्याला खऱ्या जगाचे विचार अधिक येत होते. त्याने ते यंत्र एका मित्राला देऊन टाकलं आणि काही काळ शांततेत काढला. नंतर त्याने घोडेस्वारी करायचा प्रयत्न केला; पण तेही जोवर त्याला एक वेडसर घोडा भेटला नव्हता, तोवरच टिकलं.

त्याने मॉस्कोतून त्या कराचीतल्या डॉक्टरला फोन केला आणि त्याने जे सुचवलं ते ऐकून त्याने फोन ठेवलाच. त्याला लोकर विकत आणायला दोन महिने लागले आणि सुरुवात करायला पुढे अजून तीन आठवडे; पण ताल्लीनमधल्या हॉटेलच्या खोलीत त्याला प्रथम जाणवलं की, त्याचे हात नैसर्गिकपणे त्या तालावर चालत आहेत. त्याला उलटसुलट विणीचे तंत्र समजले आणि त्याला आता विचार करायला लागत नव्हता. त्याला घाईने, चांगले किंवा आकारात किंवा मोठे विणण्याची आवश्यकता नव्हती आणि त्याने नंतर ठरवलं की, तो स्कार्फ होता.

शाहिद खान दुपारच्या उन्हाकडे तोंड करून बसला आहे. त्याचे डोळे टक्क उघडे आहेत आणि त्याच्या पोटात किंचित आग होते आहे; पण त्याला त्याचे काहीही वाटत नाही. थोड्या वेळात तेही नाहीसे होईल. तो श्वासोश्वास करत आहे. पांढरी लोकर त्याच्या अंगावरून ताणली जात आहे आणि आता तो निवांत झाला आहे. सुया एकमेकांवर आपटून टकटकत आहेत. विणलेली लोकर आकार घेत आहे. त्याचं मन, हृदय अल्लाहच्या दयेने भरून गेलं आहे. लोकरीचे कापड वाढत आहे आणि त्याला खूप शांतता मिळाली आहे.

गणेश गायतोंडेचा मेक ओव्हर

''मी त्या वर्षीच्या हिवाळ्यात स्वतःला एक नवीन चेहरा दिला. मी काही काळ माझे काही फोटो भारतातील वर्तमानपत्रात आणि मासिकांमध्ये छापले गेले होते, त्याबद्दल चिंता करत होतो. टीव्हीवरच्या कार्यक्रमांमध्ये मी मुंबईच्या कोर्टातून बाहेर पडतानाच्या काही व्हिडिओ क्लिप्स परत परत दाखवल्या जात होत्या. मी खूपच ओळखता येण्याजोगा झालो होतो, खूपच प्रसिद्ध. एकदा, को समुईच्या बीचवर एक भारतीय पर्यटकांचा गट माझ्याकडे टक लावून बघत होता आणि ते घाबरून एकमेकांकडे बघून काहीतरी कुजबुजलेही होते. मी जेलमध्ये जायचं टाळण्यासाठी भारत सोडला नव्हता; पण माझ्या अनेक शत्रूंपासून निसटण्यासाठीही मी भारत सोडून गेलो होतो. मला बदल हवा होता. मी झोयाला स्वतःमध्ये बदल करताना पाहिलं होत, त्यामुळे मला समजलं होतं की, काय केलं जाऊ शकतं, त्याची किंमत किती असते, त्यासाठी किती वेदना होतात आणि त्याच्या शक्यता काय होत्या. मी नवीन बनणं किंवा माझ्यात बदल आणणं खूप आवश्यक होतं.

मला स्वतःमध्ये जो बदल करायचा होता, तो फक्त सुरक्षिततेच्या कारणास्तव नव्हता, तर मला माझ्या आत एक प्रकारचं असमाधान जाणवत होतं, असंतोष जाणवत होता. रोज सकाळी मी उठून आरशात पाहायचो आणि जो चेहरा मला दिसायचा, तो माझ्या ओळखीचा नव्हताच. मी माझा चेहरा ओळखत होतो, तो वेगळाच होता, जणू दहशतीने आणि विजयांनी त्या चेहऱ्याला एक नवीन आकार दिला असावा; पण इतक्या वर्षांत माझे गाल ओघळून आले होते, माझं नाक जाडसर झालं होतं. माझ्या हनुवटीवर जरा मांस चढलं होतं आणि डोळे खोबणीत खोल गेल्यासारखे वाटत होते. माझ्या चेहऱ्याची वैशिष्ट्यं अशी पुसट होत जाताना बघणं मला सहन होत नव्हतं. मला माझ्या बाह्यरूपाला आतल्या रूपाप्रमाणे बदलून टाकायचं होतं.

मी गेलो, अर्थातच, झोयाच्या त्या डॉ. लँगस्टन लीकडे. मी त्याला दोन महिने दिले, खूप पैसा दिला आणि माझ्या आयुष्यात आजवर जेवढ्या वेदना अनुभवल्या होत्या, त्याहून खूप अधिक वेदना अनुभवल्या. त्याने मला ब्रिज घालून एक लांब नाक दिलं, नवीन गालफडं दिली, निमुळती हनुवटी दिली ज्यामुळे माझ्या नाकाशी समतोल साधला गेला आणि माझा खालचा जबडा तर नाहीसाच केला त्याने. त्याने माझ्या भुवयांमध्ये काहीतरी सूक्ष्म बदल केले आणि माझ्या नवीन घट्ट गालांवर एकेक खळी आणली. ऑपरेशन झाल्यानंतर जेव्हा सगळी बँडेज काढल्यावर मी पहिल्यांदा जेव्हा आरशात बघितलं. त्या वेळी मला त्या छोट्या हरामखोर चायनीज डॉक्टरला मिठी मारावीशी वाटली. आता थोडी सूज उरली होती आणि

टाकेही पुसटसे दिसत होते, ज्यामुळे मला मी कसा दिसणार होतो, ते समजून येत होतं. त्याचं कौशल्य फक्त त्याच्या बोटांमध्ये नव्हतं, तर ते त्याच्या डोळ्यांमध्ये आणि कल्पकतेतही होतं. तो तुमचं स्वप्न समजून घेऊ शकत होता आणि ते सत्यात उतरवण्यासाठी कातडीला आणि मांसाला छेद देऊ शकत होता. मी जो गणेश गायतोंडे होतो, तसा आता अजिबात दिसत नव्हतो. मी मला जो गणेश गायतोंडे व्हायचं होतं, त्या गणेश गायतोंडेसारखा दिसत होतो. मी मला हवा तसा झालो होतो.

सुहासिनी आणि अरविंद मला एके दिवशी दुपारी भेटायला आले होते, तेव्हा सुहासिनी म्हणाली, ''तुम्ही कोण आहात हे झोयाला समजणार नाही, भाई. मला स्वतःला तुम्ही कोण ते नीटसं ओळखू येत नाहीये. हे लँगस्टन ली एकदम जीनियस आहेत.''

मला यावर हसतानाही थोडा त्रास झाला; पण मी हसलो. झोयाने मला न ओळखण्याची आणि हा कोण माणूस आहे म्हणून गोंधळून जाण्याची कल्पना आवडली. मला तिने असंच गोंधळायला, भयभीत व्हायला हवं होतं, तिला स्वतःची खात्री वाटू नये. ती अमेरिकेत दोन सिनेमांचं शूटिंग करत होती, डेट्रोइट आणि ह्युस्टन इथे. मी तिला माझ्या नवीन लूक घेण्याच्या योजनेबाबत काही सांगितलं नव्हतं. माझं ऑपरेशन एकदम गुप्त ठेवण्यात आलं होतं, तिच्यापासून आणि इतरही त्या सर्वांपासून ज्यांना हे माहीत असणं आवश्यक नव्हतं. ''झोयाला आश्चर्यचकित करू या,'' मी म्हणालो.

''एखाद्या गायीला लाठी मारली की, ती गाय कशी उधळते तशी झोया उधळेल. भाई, जर तुमचा आवाज तोच नसता ना, तर आज मीही ओळखलं नसतं,'' अरविद म्हणाला. तो माझ्या पलंगाच्या पायाशी बसला होता आणि माझ्याकडे बघत म्हणाला, ''असं नाही की खूप काही बदललं आहे; पण त्या बदलांचा एकत्रित परिणाम म्हणून खूप फरक वाटतो आहे.''

मी लवकर बरा झालो. डॉ. लँगस्टन लीनी मला जसा हिरवा कंदील दिला, तसा मी अमेरिकेला गेलो. झोयाला तिच्या शूटिंगमधून जास्त वेळ मिळू शकणार नव्हता; पण मला तिला खरंच भेटायचं होतं किंवा तिने मला बघावं असं वाटत होतं म्हणून मी बाहेर गेलो. आमची अमेरिकेतली कामं अगदी मर्यादित होती म्हणून तिथे माझ्यासाठी जाण्या-येण्याची व्यवस्था करण्यासाठी मुलांच्या टीम नव्हत्या आणि बॉडीगार्ड्सही नव्हते. मी एकट्याने प्रवास केला आणि तोदेखील अजिबात लक्षात येणार नाही, अशा इंडोनेशियन पासपोर्टवर. मला खात्री होती की, मी माझ्या नवीन लुकमुळे सुरक्षित असेन. माझे कपडेही नवीन होते, एक सुटकेस भरून हलक्या रंगाचे लिननचे सूट्स आणि तशाच हलक्या रंगाचे कॉटनचे शर्ट्स. अरविंद मला एकट्याला पाठवायला घाबरत होता; पण मी त्याला सांगितलं होतं की, मी सुरक्षित होतो आणि लोकांची उत्सुकता वाढू नये म्हणून जास्त लक्ष वेधून घेणार नाही. अजून एक झालं आणि ते म्हणजे माझ्या शत्रूंना जे अपेक्षित होतं आणि ते ज्याची वाट बघत होते, तो पॅटर्न आम्ही मोडला. त्यांना वर्षानुवर्षं असं पाहून सवय होती की, मी सतत माझ्या मुलांनी वेढला गेलेलो असे. माझा मी एकटा गेलो, तर ते माझ्याकडे बघणारही नव्हते.

मी हे सर्व बोललो आणि त्यावर विश्वास ठेवला, तरीही जसं विमानाने बँकॉकहून या नवीन जगात उड्डाण केलं, तसं मी नखशिखांत दहशतीत बुडालो. मी एकटा होतो. लकी चान्सवर मला मुलं डेकवर चालत असलेलीही ऐकू येत, सकाळी सकाळी तर आधी त्यांचं हसणं ऐकू येई. आता या हवेत तरंगणाऱ्या बुडबुड्यात, फर्स्ट क्लास केबिनमध्ये मी त्यांच्यापर्यंत पोहोचू शकत नव्हतो. ती गेली होती. मी माझ्या हनुवटीला, नाकाला हात

लावला. माझ्या नवीन ताज्या दमाच्या कातडीखाली फक्त मी होतो. मला वाटलं की, मी खूप दूर आलो आहे सगळ्यांच्यापासून आणि जे सगळं मी ओळखत होतो त्यापासूनही दूर. मला हे माहीत होतं. मी स्वतःला जरा शांत केलं. स्वतःला समजावलं, मला सवय नसलेल्या परिस्थितीची ही अनपेक्षित; पण नैसर्गिक प्रतिक्रिया होती की, माझं शरीर नवीन आकारामध्ये खूप चिंता करत होतं. मी पाणी मागितलं आणि डोळे मिटून बसलो. माझ्या मानेवरून घामाचा ओघळ आला. असं झालं तर माझ्याकडे लोकांचं लक्ष जाईल, हे मला समजत होतं; पण मी माझ्यातल्या भीतीचा सामना करू शकत नव्हतो आणि अखेरीस मी एअरलाइन फोन वापरून अरविंदला फोन केला. जेव्हा त्याने फोन उचलला आणि माझा आवाज ऐकला, तेव्हा तो थोडासा वैतागला. कारण, आम्ही या ट्रीपमध्ये फक्त आवश्यकता असेल, तरच फोन करायचा, असं ठरवलं होतं. तो म्हणाला, ''भाई, काय झालं आहे?''

खरंखुरं काय झालं होतं, ते अर्थातच मी त्याला सांगू शकत नव्हतो. माझ्या घशात एकटेपणामुळे आवंढा आला होता, तो त्याला मी सांगू शकत नव्हतो. मी त्याला म्हणू शकलो नाही की, हरामखोरा मला तुझा आवाज ऐकायचा होता म्हणून मी त्याच्याशी आम्ही एक आठवड्याअगोदर केलेल्या गुंतवणुकीबद्दल आणि हाँगकाँगमधल्या माझ्या अकाउंटमधून भारतातल्या अकाउंटमध्ये पैसे जाण्याबद्दल बोललो. ही खरंतर खूप मामुली गोष्ट होती आणि त्यासाठी इमर्जन्सी फोनकॉल करण्याची काहीही गरज नव्हती. तो कोड्यात पडला होता; पण तो त्याची आदब राखून होता म्हणून त्याने मला काहीही प्रश्न विचारले नाहीत. त्याने फक्त माझ्या सूचना ऐकून घेतल्या. मी फोन ठेवला आणि नंतर मुंबईत बंटीला फोन केला. त्याच्याशी तातडीचं बोलण्यासारखं तर माझ्याजवळ काहीच नव्हतं म्हणून मी सुलेमान इसा आणि आम्हाला एस कंपनीबाबत नव्याने मिळालेल्या गुप्त माहितीबद्दल बोललो. बंटीलासुद्धा मी अरविंद इतकंच कोड्यात टाकलं आणि मग मी जोजोला फोन केला. ''मी एका मीटिंगमध्ये आहे,'' ती म्हणाली. ''मी तुला नंतर फोन करेन.''

''तू करू शकत नाहीस.''

''का नाही? मी अर्ध्या तासात मोकळी होईन.''

मी तिला माझ्या अमेरिकेच्या ट्रीपबद्दल सांगितलं नव्हतं किंवा माझ्या ऑपरेशनबद्दलही. मला खात्री होती की, आता मी तिला त्याबद्दल सांगूही शकणार नव्हतो. मी एका थाई आजीबाईंच्या शेजारी बसलो होतो, अगदी करारी, स्टीलच्या फ्रेमचा चष्मा लावलेल्या आणि तीक्ष्ण कान असलेल्या आजींच्या शेजारी. ''मी स्वतः एका मीटिंगमध्ये असेन. मी उद्या फोन करेन.''

''काहीतरी बिनसलं आहे का गायतोंडे?''

जोजो मला चांगलंच ओळखत होती. ''नाही नाही, तू तुझं काम कर. उद्या. आपण उद्या बोलू,'' मी म्हणालो.

''ठीक आहे. उद्या.''

मी सीटवर टेकून बसलो, तसा माझ्या मनात जोजोचा विचार आला. जोजो माझी मैत्रीण होती आणि इतर कोणी सांगू शकेल त्यापेक्षा ती माझ्या मूडबद्दल जास्त चांगलं सांगू शकायची की, मी चांगल्या मूडमध्ये होतो का चिडलेला, कठोर, तापलेला का उदास. माझा तिच्यावर विश्वास होता; पण काही गोष्टी मला माझ्या सुरक्षिततेच्या दृष्टीने तिच्यापासून झाकून ठेवाव्या लागत. मी एक सतत व तीव्र धोक्याच्या छायेत जगत होतो. मला काही गोष्टी गुप्त

ठेवाव्या लागत होत्या. मला काळजी घेणं भाग होतं. मला असं गृहीत धरून चालावं लागत होतं की, आता शेजारी बसून तुकतुकीत बोटांच्या टोकांनी शेंगदाणे खात बसलेली थाई म्हातारी निरुपद्रवी होती आणि त्याच वेळी ती मला इजा करू शकण्याची क्षमता असलेली एक गुप्तहेरही असू शकत होती. कदाचित, मी जोजोशी हिंदीत बोललो ते तिला समजलं असेल. कदाचित, ती सुलेमान इसा आणि त्याच्या लोकांसाठी काम करत असेल. हे अशक्य होतं; पण मला ती शक्यता लक्षात घेणं भाग होतं.

मी कितीही विचार केला, तरी मला एकटं वाटत होतं. मी आजवर माझं आयुष्य गुप्तता आणि संशय यांच्या छायेतच जगलो होतो. मी स्वतःला जाणीवपूर्वक माझ्या मित्रांच्यापासून लांब ठेवलं होतं. माझी ताकद मिळवण्यासाठी हीच किंमत मी मोजली होती. माझी सत्ता होती, मी राजा होतो आणि त्यामुळे मला आराम करणं कधीच शक्य नव्हतं. अगदी माझा हा नवीन चेहराही मला त्या भयातून मुक्त करू शकत नव्हता. मला एकटं चालणं भाग होतं; पण या बँकॉक ते अमेरिकेच्या फ्लाइटमधला हा एकांत माझ्यासाठी नवीन होता. मला आज जसं एकट वाटत होतं, तसं आजवर कधीही वाटलं नव्हतं. मला एक प्रकारची पोकळी जाणवत होती. हो, हे स्वातंत्र्य होतं, मी स्वतंत्र, एकटा होतो; पण मी घाबरलेलाही होतो.

मी माझा अनेक वर्षांचा नियम आज मोडला आणि एक स्कॉच मागवली. मी श्वास रोखून धरत ते तपकिरी रंगाचं कडू औषध प्यायलो. मग मी अजून दोन प्यायलो आणि शेवटी मला झोप लागली.

मी उठलो तेव्हा माझ्या उजव्या बाजूला लॉस एंजेलिस पसरलं होतं. ते खूप मोठं होतं आणि मला आपण खूप छोटे असल्यासारखं वाटलं. माझ्या स्वतःच्या छोटेपणाची जाणीव मी झटकून टाकू शकलो नाही, लहान मुलासारखं त्या मोठेपणाचं, अफाटपणाचं अप्रूप वाटत होतं. ते भव्यदिव्य दृश्य माझ्या मनात लिमोझिनमध्ये बसल्यावरही रेंगाळत होतं. रस्ते रुंद आणि स्वच्छ होते. कार शिस्तशीर रांगांमधून जात होत्या आणि हे सगळं मला परकीय वाटत होतं. मला थायलंडमध्ये कधी इतकं असं वेगळं वाटलं नव्हतं किंवा अगदी सिंगापूरमध्येही, इथे ड्रायव्हर मला ओलांडून जात होते. मी एका मार्केटजवळ एक भारतीय माणूस कार पार्क करत असताना आणि तो फोनच्या दिशेने जात असताना पाहिलं. त्या टकलूला पोट सुटलं होतं आणि मुंबईमध्ये एखाद्या गल्लीत असा चालत जाताना त्याच्याकडे कोणी वळूनही पाहिलं नसतं. त्याचं नाव कदाचित रमेश वगैरे असावं किंवा नितीन किंवा धरम; पण तरीही मला मी त्याच्यापासून खूप दूर असल्यासारखं वाटलं. कदाचित, हा डोक्यावरच्या खूप भव्य आकाशाचा आणि स्वच्छ, रंगहीन प्रकाशाचा परिणाम असावा. इथलं आभाळ वेगळं होतं आणि गुरुत्वाकर्षणही. मला खूप हलकं वाटत होतं.

मोन्ड्रीयनमधला माझा स्वीट सनसेट बॉलेवार्डच्या बारा मजले वर तरंगत होता. खाली रस्त्यावर ट्रॅफिकमध्ये कारच्या लांबच लांब रांगा शांतपणे जात-येत होत्या, लोखंडाचे धागेच जणू. ही शांतता अस्वस्थ करणारी होती. मी टीव्ही सुरू केला, पटकन अंघोळ केली आणि नंतर झोयाला फोन केला. ती सातव्या मजल्यावरच्या खोलीत होती. तिने त्या सकाळी ह्युस्टनहून पहाटे लवकरची फ्लाइट पकडली होती आणि मधुबाला नावाने हॉटेलमध्ये चेक-इन केलं होतं. मला ते नाव टेलिफोन ऑपरेटरला दोन वेळा सांगावं लागलं, तेव्हा कुठे तिला कॉल लावता आला आणि मग झोयाशी बोलू शकलो. ''हॅलो?'' झोया म्हणाली. तिने अमेरिकन एक्सेंट आत्मसात केला होता.

''मी आहे,'' मी म्हणालो. ''मी रूम नंबर १२०२मध्ये आहे. वर ये. दरवाजा उघडा आहे. आत ये.''

''हो, मी येते आहे,'' ती म्हणाली.

झोया एक खूप गुणी मुलगी होती, तिला याहून जास्त सूचना देण्याची आवश्यकता नव्हती. मी पडदे लावले, त्यामुळे आता खोलीत उजेडाची फक्त तिरीप होती आणि नंतर मी आरामखुर्चीत बसलो. मागून उजेड येत होता. तिच्यासाठी हे थोडं नाट्यमय असणार होतं. मला तिच्यावर संपूर्णपणे प्रभाव पाडायचा होता, असा प्रभावी क्षण ज्यामुळे तिला अगदी लहान असल्यासारखं वाटेल आणि मग मी माझा चेहरा दाखवणार होतो.

मी जसं योजलं होतं, तसंच घडलं. ती आत आली, थांबली, मग तिने दरवाजा बंद केला. ''साहेब?'' ती म्हणाली. तिने अत्यंत आखूड पांढरा स्कर्ट आणि खूप वर बांधलेला पांढरा ब्लाउज घातला होता. तिच्या कमरेची कमान आणि नितंबांचा उभार अगदी असह्य करणारा होता. मला काय आवडतं ते तिला बरोबर माहीत होतं, साली, एकदम हुशार होती; पण आज मी तिच्या एक पाऊल पुढे होतो. मी माझ्या शेजारी असलेला दिवा लावला आणि ती झटकन म्हणाली, ''कोण आहात तुम्ही? कोण आहात?'' ती घाबरली होती.

मला हसू येत होतं; पण मी ते दाबलं. तिचा गोंधळ आणि तिच्या चेहऱ्यावरची भीती बघायला खूप मजा आली. तिने तिची बेंबी झाकेल अशा पद्धतीने आता पोटावर हातांची घडी घातली आणि ती म्हणाली ''ते कुठे आहेत? कुठे आहेत...?'' नाव घेता घेता तिने स्वतःला रोखलं. आता ती गंभीर होत इंग्लिशमध्ये म्हणाली, ''सॉरी, मी चुकीच्या खोलीत आले आहे.'' मला तिचा अभिमान वाटला. तिने सुरक्षितता राखली होती. मी तिला ते चांगल्या प्रकारे शिकवलं होतं. ती वळली आणि दरवाजाच्या दिशेने पाऊल टाकलंच होतं, तेव्हा मी म्हणालो, ''झोया.''

ती थांबली आणि माझ्याकडे आली. ''अल्लाह.'' मी इतक्या वर्षांत पहिल्यांदाच तिच्या तोंडून तिच्या देवाचं नाव ऐकलं. ''हे तुम्ही आहात?''

''हो मी आहे.''

''पण हे कसं शक्य आहे?''

''का? फक्त तू बदलू शकतेस का?''

ती माझ्याजवळ आली, माझ्या पायाशी बसली. तिने पुढे वाकून बोटांनी माझ्या हनुवटीला स्पर्श केला. हळूहळू जशी तिची बोटं फिरली आणि तिने डोळे बारीक करून काही अंदाज बांधून समजून घेतलं, तसं तिच्या चेहऱ्यावरचं आश्चर्य कमी झालं. तिने हलकेच माझा चेहरा उजेडाच्या दिशेने वळवला आणि ती पुटपुटली, ''डॉ. लँगस्टन ली?''

''हो.''

''ओह... ते मास्टर आहेत. खूपच सुरेख काम केलं आहे त्यांनी. खूपच सूक्ष्म आणि खूपच प्रभावी.''

''तुला खरंच आवडलं?''

''डॉ. लँगस्टन ली खूपच चांगले आहेत.''

''आता डॉ. लँगस्टन लीचं कौतुक पुरे झालं.'' मी डाव्या हाताने झोयाचं मनगट धरलं आणि दुसऱ्या हाताने तिची हनुवटी. ''तुला काय वाटतं की, हे मला चांगलं दिसतंय? हा मीच आहे असं तुला वाटतंय?''

अचानक तिची ती मॉडेलची मोजमाप करणारी नजर नाहीशी झाली आणि ती माझ्याकडे पाहून हसली. तिच्या डोळ्यांत माझ्याबद्दल कौतुक दाटून आलं होतं. ''तुम्ही खूपच हँडसम दिसताय साहेब. आधीपेक्षा खूपच छान. तुम्हाला माहीत आहे, तुम्ही सिनेमात स्टार होऊ शकता.''

''काय, मी?''

''हो, हो... तुम्ही केला पाहिजे एक सिनेमा. ज्यात हिरॉईन मी असेन. इंटरनॅशनल धमाका पार्ट टू!''

''भारतात सिक्केल्स चालत नाहीत,'' मी म्हटलं, ''आणि असंही पहिला सिनेमा तर फ्लॉप झाला होता.''

''नवीन गणेश गायतोंडे जर हिरो म्हणून असेल, तर ही फिल्म सुपरहिट होईल,'' ती म्हणाली.

ती माझ्यावर रेलली आणि तिने मला किस केलं, त्या क्षणी मी खरा हिरो होतो. मी तिला बेडरूममध्ये घेऊन गेलो आणि आम्ही एकत्र येऊन खरा इंटरनॅशनल धमाका केला. कोणत्याही परिस्थितीत हा मात्र सुपरहिट होता. आम्हाला अगदी आमचे कपडे काढायलासुद्धा वेळ नव्हता. तिने तिचा स्कर्ट वर केला आणि मी त्याखालचा कापडाचा तुकडा खेचून काढला आणि तिच्यावर चढलो, तिच्यात शिरलो. आम्ही बेडवर तिरके झोपलो होतो आणि तिच्या डोक्यामागे असलेल्या खिडक्यांचे पडदे उघडेच होते, त्यातून मला लॉस एंजेलिस शहराचा पसारा दिसत होता. मी माझ्या नव्या चेहऱ्याने एखाद्या वेड्यासारखा हसत होतो. अशा प्रकारे मी अमेरिकेला आलो होतो!

आम्ही दुसऱ्या दिवशी सकाळी युनिव्हर्सल स्टुडिओजला गेलो. मला थोडा संकोच वाटत होता; पण झोयाने आग्रह केला की, माझ्या नव्या चेहऱ्यामुळे मला कोणी ओळखणार नाहीत आणि त्यामुळे काही धोका नव्हता. ''आणि तुझं काय?'' मी तिला विचारलं. तिथल्या राइड्स नक्कीच जगभर कॅमेरे आणि मुलं घेऊन फिरणाऱ्या नवश्रीमंत भारतीय पर्यटकांनी खचाखच भरलेल्या असणार. झोयाचे चाहते तर सगळीकडे होते. तिने मला खात्री दिली की, तीही तिचा लुक बदलेल जेणेकरून तिला कोणी ओळखणार नाही. तिला बऱ्यापैकी खात्री होती आणि तिला मनापासून युनिव्हर्सल स्टुडिओजला जायचं होतं म्हणून आम्ही गेलो. आम्ही खरंच खूप मजा केली. माझ्यासाठी तिचा आनंद बघण्यातच आनंद होता, ती एखादी लहान मुलगी पहिल्यांदा जत्रेला गेल्यासारखी खूश होती. ती एका राइडकडून दुसऱ्या राइडकडे धावत होती आणि जेव्हा मोठ्या शार्क माशाने आमच्याकडे आ वासून पाहिलं, तेव्हा खूप मोठ्याने किंचाळली होती. त्यातल्या बऱ्याच राइड्स असलेल्या फिल्म्स मी पाहिलेल्या नव्हत्या; पण झोयाला सर्व राइड्स माहिती होत्या आणि तिने मला त्यांच्या गोष्टीही सांगितल्या. तिने मोठ्या आकाराचा प्लेन चष्मा घातला होता, अगदी नाकाच्या शेंड्यावर येईल असा, निळी टोपी, मोठा लांब बाह्यांचा पांढरा टी शर्ट आणि काळी जीन्स. तिने केसांचे दोन लांब पोनीटेल बांधले होते आणि अजिबात मेकअप केला नव्हता. लोक तिच्याकडे रोखून बघत होते. कारण, ती तिची उंची लपवू शकली नव्हती; पण कोणीही तिला ओळखलं नाही. अगदी दिल्लीची जी तरुण मुलं ज्युरासिक पार्क राइडमध्ये आमच्या शेजारी बसली होती आणि जी मला 'अंकल' म्हणाली, तीही तिला ओळखू शकली नाहीत म्हणजे झोया साधारण लोकांसारखीही दिसू शकते. तिचे डोळे, चेहरा आणि शरीर काहीही करण्यास सक्षम होतं. ती अभिनेत्री होती.

तिने मला दोन वेळा टर्मिनेटर राइडमध्ये नेलं. ''एकदा बसणं पुरेसं नाही,'' ती म्हणाली. ''मला आर्नोल्ड खूप आवडतो.'' मला आर्नोल्ड कोण आहे हे चांगलं माहीत होतं. मागच्या वर्षी त्याच्या एका सिनेमाची पायरेटेड डीव्हीडी आम्ही बोटीवर पाहिली होती. मला अर्थातच त्यातले स्पेशल इफेक्ट्स आवडले होते; पण सगळा सिनेमा पाहणं मात्र मला बोअर झालं. इतर अनेक अमेरिकन सिनेमांच्यासारखा हा सिनेमाही एकाच गोष्टीला धरून बसलेला होता आणि त्यात भावनांची कमतरता होती. त्यातले सीन्स खूपच साधारण वाटले. कारण, अमेरिकन सिनेमातल्या नटनट्या भावनिक दृश्यांतही एकमेकांशी अतिशय संथपणे बोलतात, जणू काही ते कांदा-बटाट्याच्या दरांची चर्चा करत आहेत आणि त्यात गाणीही नसतात. शेवटी, मला असं वाटतं की, बहुतांशी अमेरिकन सिनेमा विखुरलेले, अवास्तविक असतात, त्यामुळे मला त्यात फारसा रस वाटला नाही; पण इथे झोया टर्मिनेटरच्या चमकत्या उंच स्टीलच्या सापळ्याकडे बघत होती, त्याच्या लाल डोळ्यांकडे तशीच पाहत होती जशी काल माझ्याकडे. अगदी तिच्या चष्म्यातून मला तिच्या डोळ्यात त्याच्या डोळ्यांसारखा अंगार दिसत होता. तिने मला मी तिच्याकडे निरखून बघत आहे हे पाहिलं आणि झटकन पुढे होऊन माझ्या गालाचं चुंबन घेतलं. ''तुम्हाला माहीत आहे, मला कधी कधी मी ऑस्कर जिंकले आहे असं स्वप्न पडतं. तिथे उभी आहे असं दिसतं; पण सगळ्यात बेस्ट म्हणजे मी आर्नोल्डला भेटेन.''

आर्नोल्ड. ती त्या हरामखोराचं नाव असं घेत होती, जसं काय ती त्याला ओळखतच होती आणि त्याच्या बरोबर चौपाटीवर पाणीपुरी खायचीय. आम्ही उरलेल्या राइड्स घेतल्या, प्रदर्शन पाहिली आणि तिने तिचा दिवस मजेत हसत खिदळत घालवला. मी थकून गेलो होतो. आम्ही पाच वाजता युनिव्हर्सलमधून बाहेर पडलो आणि लिमोझिनमध्ये ती मला अमेरिकन सिनेमांच्या आणि त्यातल्या स्टार्सच्या अजून गोष्टी सांगत होती. मी ऐकलं आणि शेवटी तिला म्हणालो, ''साली, तू किती सिनेमे बघतेस गं?''

''साधारणपणे दिवसाला एक. माझ्याकडे एक छोटा पोर्टेबल डीव्हीडी प्लेयर आहे. मी तो शूटिंगलासुद्धा नेऊ शकते. कधी कधी मी एकापेक्षा जास्त सिनेमेपण बघते शूटिंगच्या दिवसांत. माझं इंग्लिश सुधारायचा चांगला मार्ग आहे तो. तुम्हीसुद्धा करायला हवं. तुम्हाला माहीत आहे, सुलेमान इसा दररोज एक इंग्लिश सिनेमा बघतो.''

मी तिच्या खालच्या ओठाला चिमटा घेतला, ''तुला कसं माहीत ते?''

''अरे, सगळ्यांना माहिती आहे.''

हे खरं होतं. ज्यांना कोणाला अंडरवर्ल्डबद्दल काहीतरी माहिती होती, त्यांना सुलेमान इसाच्या सिनेमाप्रेमाबद्दल माहीत होतंच. ''आणि सगळे चुकीचे आहेत,'' मी म्हटलं. ''तो अजिबात सिनेमे बघत नाही. तो फक्त तीन सिनेमे पुन्हा पुन्हा बघतो. रोज संध्याकाळी एक बघतो. नंतर दुसरा आणि मग तिसरा. मग, पुन्हा सुरुवात करतो.''

''काय?''

''खरं आहे. आमचं यावर खूप बारीक लक्ष आहे, अगदी आतली गुप्त खबर आहे. तो फक्त गॉडफादर सिरीज परत परत बघतो.''

''काय?''

''त्या हरामखोरालाच विचार. वेडा आहे तो.''

तिने मान डोलावली. ''तुम्ही तो सिनेमा पाहिला आहे का साहेब?''

''मी पहिला भाग पाहिलाय त्यातला.''

''आवडला नाही?''

''ठीक होता. मला वाटलं 'धर्मात्मा' बरा होता त्यापेक्षा, अगदी 'दयावान'ही.''

ती हसत सुटली आणि तिने मला गच्च मिठी मारली. ''तुम्ही जगभर हिंडता, भाई; पण तुमच्या आवडीनिवडी इतक्या देसी आहेत. तुम्ही किती गोऽऽड आहात.'' मग तिने मला किस केलं आणि हात माझ्या जीन्सच्या पुढे घातला आणि मला दाखवून दिलं की, मी किती गोड होतो ते. मी आता सुलेमान इसा आणि त्याच्या चुतीया गॉडफादरला विसरून गेलो; पण रात्री उशिरा, ती झोपली त्यानंतर मी अमेरिकन सिनेमांच्या बाबत विचार करत पडून होतो. माझी मुलं सतत अमेरिकन मारामारीचे सिनेमे बघत असत. मुलांच्या म्हणण्यानुसार त्यांना त्यातले स्टंट आणि स्पेशल इफेक्ट्स आवडायचे. मग सुलेमान इसा कशासाठी सारखा गॉडफादर बघायचा? मी आजपर्यंत याबद्दल विचार केला नव्हता; पण आता या परदेशी आभाळाखाली पहुडलो असताना, या शहराच्या दिव्यांच्या उजेडाबरोबरच जागा असताना माझ्या मनात आलं की, मी ज्या कारणास्तव इंतरनॅशनल धमाका तयार केला होता, कदाचित त्याच कारणासाठी तो गॉडफादर बघत असावा. त्याला काय झालं, तो कोण बनला, हे समजून घ्यायचं असेल आणि आयुष्यात पहिल्यांदा मला त्याच्याशी काहीतरी नातं असल्यासारखं वाटलं.

मी कोण बनलो होतो? मी कोणीतरी वेगळा झालो होतो, काहीतरी वेगळा झालो होतो. मी नक्की कसा बदलत गेलो, मला काय झालं होतं, हे समजून घ्यायचा प्रयत्न केला. माझ्या पोटात संशयाचा किडा वळवळल्यासारखा वाटू लागला, पोटातून माझ्या हृदयाकडे जाऊ लागला. झोया म्हणाली की, मी आता देखणा दिसत होतो आणि मला पाहिजे तर मी सिनेमात काम करू शकत होतो. मलाही माहीत होतं की, मी आधीपेक्षा तरुण आणि चांगला देखणा दिसू लागलो होतो; पण ती तर आर्नोल्डला भेटायची स्वप्नं बघत होती. मी टर्मिनेटरमध्ये त्याचं होतं, तसं पिळदार शरीर कमवू शकलो असतो? जर माझ्या शेजारी झोपूनही तिच्या स्वप्नात टर्मिनेटर येतो, तर तिचं माझ्यावर खरंखुरं प्रेम होतं? मी स्वतःला समजावलं की, टर्मिनेटर ही एक कल्पना होती आणि मी कोणत्याही ऐऱ्यागैऱ्या अमेरिकन अभिनेत्यापेक्षा ताकदवान होतो. मी स्वतःला सांगितलं की, तू अशा दिखाऊ टर्मिनेटरपेक्षा जास्त लोकांना मारलं आहेस. तुझ्या एका शब्दावर पैसा येतो जातो, शस्त्रास्त्र देशात येतात जातात. जर कोणाला टर्मिनेटर म्हणायचंच असेल, तर तो तू आहेस!

आणि तरीही जेव्हा पहाटे झोया माझ्याशेजारी झोपलेली असताना चुळबुळली, तेव्हा माझ्यातला तो वळवळणारा अविश्वासाचा किडा तिला जाणवला. तिला कुशीत घेतलेल्या माझ्या दंडाकडे माझं लक्ष गेलं आणि माझ्या मनात इतकंच आलं की, माझा हात आर्नोल्डच्या हातापेक्षा खूपच बारीक होता. प्रत्यक्षात, ती टेक्सासमध्ये ज्या सिनेमाच्या हिरोबरोबर शूटिंग करत होती, तोदेखील माझ्यापुढे आर्नोल्ड वाटला असता. तो बुटका होता; पण त्याची छाती स्टीरॉइड घालून भरदार केलेली होती आणि दंड कमावलेले होते. मला माहिती होतं की, मलाही स्टीरॉइड घेणं शक्य होतं, माझ्या स्वतःसाठी जिम उभं करणं शक्य होतं आणि ट्रेनर ठेवणंही; पण इतकं सगळं करूनही झोयाच्या डोक्यात जी प्रतिमा आहे, त्याच्या जवळपास मी जाऊ शकलो असतो का, ज्या पुरुषावर ती खरं प्रेम करू शकली असती? तिचं माझ्यावर प्रेम होतं का? या झोयाचं, या इगोइस्टीकल जिराफीचं?

हा प्रश्नच मुळात अपमानास्पद होता आणि मला माहीत होतं, तरी तो माझ्या मनात रेंगाळत राहिला. आम्ही सकाळी मुख्य खोलीत टेबलापाशी बसून नाश्ता केला आणि नेहमीप्रमाणे तिला खाताना बघणं खूप आनंददायक होतं. तिने एक जग भरून संत्र्याचा रस प्यायला आणि तीन ऑम्लेट्स खाल्ली. मी तिला पाहत होतो आणि ती पुन्हा सुंदर, अभिनेत्री झोया मिर्झा झाली होती. 'आनंदी राहा' मी मलाच बजावलं, 'ती तुझ्याबरोबर आहे.' तितक्यात फोन वाजला. हॉटेलचा फोन नाही, माझाही मोबाईल नाही; पण बेडशेजारच्या टेबलावर असलेला सुरक्षित सॅटेलाईट फोन. मी घाईने उठून फोन घ्यायला गेलो. अरविंद आणि बंटीकडे तो नंबर होता आणि ते दोघं अगदी काहीतरी अतिविशिष्ट परिस्थितीतच तो नंबर डायल करत.

फोनवर अरविंद होता. ''भाई?'' तो म्हणाला, ''तुम्ही परत यायला हवं.''

''का?''

''आपला बटाट्याचा धंदा,'' तो म्हणाला. 'बटाट्याचा धंदा' म्हणजे आमच्या शस्त्रास्त्रांच्या आयातीच्या धंद्याचा तो कोडवर्ड होता, जे आम्ही गुरुजींच्यासाठी करत होतो. आम्ही तो धंदा आता अनेक वर्षं करत होतो. शस्त्र आणि त्यांचा दारूगोळा कोकण किनारपट्टीवरून आत आणायचं आणि त्यांच्या लोकांच्या हवाली करायचं. ''त्यांना त्याबद्दल माहिती झालं आहे. त्यांच्याकडे आपलं एक शिपमेंट आहे.''

''कोणाला कळलं आहे?''

''दिल्लीच्या लोकांना'' म्हणजे दिनेश कुलकर्णीला, नाहीतर ज्याला आम्ही मिस्टर जोशी म्हणायचो त्याला आणि त्याच्या संस्थेला कळलं होतं म्हणूनच मादरचोद भारतीय सरकारला कळलं होतं.

''पुढच्या विमानाने येतो,'' मी म्हटलं.

''लवकर या भाई, ते खूप भडकलेले आहेत,'' अरविंद म्हणाला.

याचा अर्थ असा होता की, त्याला माझ्या सुरक्षिततेची काळजी वाटत होती. कारण, मी परदेशात धोक्याला सामोरा होतो, इथे या मोठ्या हॉटेलच्या खोलीत कोणत्याही बॉडीगार्डविना राहत होतो म्हणूनच तो इतका काळजीपूर्वक आणि गुप्त भाषेत बोलत होता, तेही सुरक्षित फोन लाइन वर. ''मी समजलो. काळजी करू नकोस. मी निघतोच आहे.''

मी झोयाचा निरोप घेतला आणि गेलो.

''तू का केलंस हे गणेश?'' हे कुलकर्णी होते, जे आता खूपच शाळा मास्तरसारखं बोलत होते. ''का?''

''आम्हाला आमच्या लोकांच्यासाठी सामान हवं होतं.''

''माझ्याशी खोटं बोलू नकोस. पोलिसांनी जे शिपमेंट पकडलं आहे, त्यात एकशे बासष्ठ एके ५६ रायफल, चाळीस ऑटोमेटिक पिस्तुलं आणि अठरा हजार काडतुसांचे राउंडस होते. हे खासगी वापरासाठी नाहीये गणेश. हे युद्धाचं सामान आहे.''

''आम्ही काही विकले असते. हा चांगला धंदा आहे आणि इतर सोर्सेसमधून सध्या पैसा येत नाहीये. सगळी इकोनॉमी डाऊन आहे सध्या. तुम्हाला माहीतच आहे की साहेब.''

कुलकर्णींचा पुढचा प्रश्न अगदी लगेच आणि अगदी मुद्द्यावर आला, ''तू कोणाबरोबर काम करतो आहेस का? ती शस्त्र विशेष कोणासाठी आणवली आहेस का? कोणत्या गटासाठी किंवा कोणत्या पार्टीसाठी?''

''नाही नाही, साहेब. आम्हाला फक्त रोकड पाहिजे आणि हे मार्केट चांगलं होतं. तुम्हाला आजकाल देशात काय परिस्थिती आहे माहीतच आहे. सगळ्यांना सगळ्यांच्या विरुद्ध इन्श्युरन्स हवा आहे. आम्ही फक्त वितरक होतो सगळ्यांच्यासाठी.'' मला घाम फुटला होता. मी फुकेतमध्ये असणाऱ्या बोटीवर परत आलो होतो आणि सर्व बाजूंनी मला संरक्षण देण्यात आलं होतं; पण मला कल्पना होती की, आमची परिस्थिती खूप गंभीर होती. आम्हाला एक समस्या होती आणि कुलकर्णी मला जाणीव करून देत होता की, आमची समस्या किती मोठी आणि गंभीर होती. मला वाटत होतं, के. डी. यादव रिटायर झाले नसते, तर किती बरं झालं असतं आणि जर ते या संस्थेबरोबरचे माझे संबंध हाताळत असते, तर अजून बरं झालं असतं. ते खूप व्यवहारी होते, त्यांना आमच्या गरजा समजायच्या. हा हरामखोर कुलकर्णी माझ्याशी असं बोलत होता, जसा कोणी लहान मुलगा चोरीच्या मालासह सापडावा.

''आम्ही तुमच्या इतर धंद्यांकडे आणि प्रोजेक्ट्सकडे दुर्लक्ष केलं,'' तो म्हणाला. ''पण हे... मला माहीत नाही की, याकडे आम्ही दुर्लक्ष करू शकू का नाही. अगदी संस्थेबरोबरही तुझे संबंध असण्याला आता हरकत आहे ते योग्यच आहे.'' तो अचानक आता चिडला. ''किती शिपमेंट होती?''

मी त्याला हे एकच शिपमेंट होतं असं सांगितलं असतं, तर त्याचा विश्वास बसणार नाही हे मला ठाऊक होतं म्हणून मी त्याला अजून एक शिपमेंट होतं; पण ते खूप लहान होतं, असं सांगितलं. मी त्याला सांगितलं की, आता यापुढे सामान येणार नाही. मी त्याच्याशी बोलून त्याचा राग कमी करायचा प्रयत्न केला आणि त्याला मी कसा त्यांच्याशी प्रामाणिक होतो हे सांगितलं. मी त्याच्या संस्थेसाठी याआधी केलेल्या ऑपरेशन्सची आठवण करून दिली, खूप महत्प्रयासाने मिळवून दिलेल्या खूप महत्त्वाच्या गुप्त माहितीचीही आठवण करून दिली. आमच्या आजवरच्या संभाषणांची अप्रत्यक्षरीत्या आठवण करून दिली आणि मी मिस्टर कुमारबरोबर इतकी वर्षं केलेल्या कामाचीही. तो दगडासारखा ढिम्म राहिला आणि त्याने काही थांग लागू दिला नाही. उलट, तो आमच्या शस्त्रांच्या धंद्याबद्दल अजून खोदून खोदून माहिती काढत होता. मी त्याला धुडकावून लावलं, जितकं काही न सांगता येईल, तितकं टाळलं. शेवटी वैतागून आणि घाबरून फोन ठेवून दिला.

अरविंद सिंगापूरहून आला होता आणि तो बाहेर डॉकवर येरझाऱ्या घालत होता. तो मुंबईला डिपार्टमेंटमधल्या आमच्या सोर्सेसना फोन करून पोलीस केस कुठंवर आली याचा माग काढायचा प्रयत्न करत होता. मी वाट बघितली. त्या रात्री चंद्र उगवला नव्हता आणि माझ्या डोळ्यांच्या कोपऱ्यातून पाण्याच्या लहरी दिसत होत्या. कोणीतरी माझ्यावर नजर ठेवून होतं. मला खात्री होती. ते बाहेर होते. कदाचित, ते अरविंदचं फोनवरचं बोलणं ऐकत असावेत. तो फोन सुरक्षित असणं अपेक्षित होतं; पण जे काही सुरक्षित असतं, ते क्रॅक करता येतं. मिस्टर कुमारनीच मला ते शिकवलं होतं.

अरविंदने फोन ठेवला आणि म्हणाला, ''नवीन काही नाही भाई. ते उद्या सकाळी दहा वाजता एक पत्रकार परिषद घेणार आहेत. कदाचित, त्यातून काहीतरी नवीन बाहेर येईल.''

आम्हाला अजूनही समजलं नव्हतं की, पोलिसांनी आमची शिपमेंट कशी काय पकडली आणि त्या शिपमेंटचा संबंध आमच्याशी कसा काय जोडला? त्यांच्याकडे चांगल्यापैकी गुप्त माहिती होती. ती त्यांना कोणी दिली होती? सुलेमान इसा आणि त्याचे लोक का मग पोलिसांचे खबरे होते आमच्या कंपनीत? शक्य आहे. आम्हाला शोधावं लागेल; पण माझी

काळजी आता या क्षणाची होती. आमच्या बटाटा ऑपरेशनला खो बसला होता. मला आमच्या क्लायंटला सावध करायला हवं. मला गुरुजींच्याकडे जावं लागलं.

गुरुजींनी पुन्हा एकदा माझं भाकीत वर्तवलं आणि या वेळी त्यांनी माझं आयुष्य वाचवलं. ते म्युनिचमध्ये एक पाच दिवसांची कार्यशाळा आणि यज्ञ करत होते, तिथे मी त्यांना भेटलो. मी एकटाच गेलो होतो. अरविंद आणि बंटी मला एकट्याला जाऊ देत नव्हते. नंतरही त्यांनी अर्धा डझन शूटर्सची बटालियन माझ्यामागे पाठवायचा प्रयत्न केला. मी त्यांना सांगितलं की, मी एकटाच जास्त सुरक्षित होतो आणि माझ्या नवीन चेहऱ्याने मला आपोआप सुरक्षा मिळत होती. मी त्यांना हे या वेळी करून दाखवलं : मी अनेक वर्षं माझ्यासाठी काम करणाऱ्या मुलांच्या समोरून गेलो आणि त्यांच्यातल्या कोणीही मला ओळखलं नाही. जोपर्यंत मी कोणाच्या नजरेत येईन, असं काही करत नाही, तोपर्यंत मी सुरक्षित असेन.

गुरुजींच्या सुरक्षेला माझ्या दृष्टीने परमोच्च महत्त्व होतं आणि त्यांच्या प्रतिष्ठेला कोणतंही गालबोट लावायची माझी इच्छा नव्हती. आमच्या नेहमीच्या संपर्काच्या कोणत्याही माध्यमावर आता माझा विश्वास नव्हता. आम्ही वापरत असलेलं तंत्रज्ञान सुरक्षित असूनही ते खरंच सुरक्षित आहे का नाही हे मला माहीत नव्हतं. आमचे विशेषज्ञ नवीन तंत्रज्ञान, नवीन मशिन्स आणि नवीन सॉफ्टवेअर आणत होते; पण मला गुरुजींशी बोलणं आवश्यक होतं म्हणून मी परक्या देशात एकट्याने येण्याची जोखीम पत्करली. मुंबईत जी पद्धत मी अवलंबली होती, तीच आताही. मी म्युनिचच्या यज्ञाला उपस्थित राहिलो आणि नंतर श्रोत्यांमध्ये बसलो. फक्त या वेळी गुरुजींना मी येतो आहे, हे माहीत होतं.

मी संध्याकाळी पाच वाजता म्युनिचला पोहोचलो. गुरुजी जिथे कार्यशाळा घेत होते, तो हॉल शोधून काढला. मुंबईच्या मानाने या वेळी ते करत असलेला यज्ञ लहान होता आणि हॉलमध्ये यज्ञकुंडात ज्वाळा पेट घेत असताना, गुरुजी इतिहासाच्या चक्राबाबत बोलत होते. मी हॉलमध्ये मागच्या बाजूस बसलो आणि फिरंगी डोक्यांच्या रांगांच्या मागून गुरुजींना पाहत होतो. हॉलमध्ये छतावरून टीव्ही स्क्रीन टांगलेले होते; पण मी गुरुजींकडे स्क्रीनमधून नाही तर थेट समोरासमोर बघत होतो. मी डोळे ताणून त्यांच्यावर लक्ष केंद्रित केलं. इतके दिवस त्यांचा आवाज फोनवरून ऐकल्यानंतर आणि न्यूजपेपरमधल्या फोटोंमध्ये त्यांचे अस्पष्ट डोळे पाहिल्यानंतर मला आज त्यांचं थेट दर्शन हवं होतं. आता मला त्यांचं अस्तित्व जाणवलं, त्यांचा महान आत्मा आणि त्यांनी मला जी मनःशांती मिळवून दिली, ती जाणवली. मला शांत वाटत होतं, बरं वाटत होतं आणि चैतन्य जाणवत होतं. जे त्यांना प्रत्यक्षात भेटले असतील, त्यांनाच समजेल की, त्यांच्यातून एक दिव्यप्रकाश येतो, त्यांच्या दर्शनामुळे स्पष्टतेची झळाळी येते. मी एखाद्या उत्सुक लहान मुलासारखा बसलो होतो आणि त्यांच्या सूचना ऐकत होतो. ते आमच्या काळाबद्दल बोलत होते, जेव्हा जग ढवळून निघत होतं. ''घाबरू नका,'' ते त्यांच्या अस्खलित हिंदीत म्हणाले, त्या पाठोपाठ जर्मन भाषांतर ऐकू येत होतं. ''मागील काही शतकांमध्ये, तुम्ही लोकांना प्रगतीबद्दल बोलताना ऐकलं असेल; पण तुम्हाला फक्त दुःख आणि विध्वंस दिसला असेल. तुम्हाला विज्ञानाची भीती वाटत आहे, त्याच्या अधाशी आणि अनैतिक ताकदीची भीती. तुम्हाला तुमच्या राजकीय नेत्यांनी सांगितलं असेल की, परिस्थिती आता सुधारत आहे; पण तुम्हाला माहिती आहे की, परिस्थिती सुधारत नाही तर बिघडत चालली आहे. तुम्हाला भयाने ग्रासून टाकले आहे. मी तुम्हाला सांगतो, घाबरू

नका. खूप मोठा बदल होण्याच्या काळाच्या दिशेने आपण जात आहोत. हे अपरिहार्य आहे, आवश्यक आहे. हे होईल आणि झालंच पाहिजे. त्या बदलाची चिन्हं आपल्या आजूबाजूला दिसायला लागली आहेत. काळ आणि इतिहास लाटांच्यासारखे असतात, एखाद्या निर्माण होत असलेल्या वादळासारखे. आपण शिखराच्या दिशेने निघालो आहोत, उद्रेकाच्या दिशेने. तुम्हाला ते जाणवू शकतं, मला माहीत आहे तुम्हाला ते जाणवत आहे, तुमच्या शरीरातही या भावना दाटून आलेल्या आहेत. घटनांची तीव्रता वाढते आहे. त्या एकामागोमाग एक घडत आहेत; पण या प्रचंड भोवऱ्यातच शांततेचं आश्वासन दडलेलं आहे. या धमाक्यानंतरच आपल्याला शांतता आणि एक नवीन जग गवसेल, याची खात्री आहे. भविष्याबाबत शंका घेऊ नका. मी तुम्हाला खात्री देतो की, मानव पुन्हा प्रेमाच्या, विपुलतेच्या, शांततेच्या युगात पाऊल टाकेल, त्यामुळे घाबरून जाऊ नका.''

मी त्यांचं प्रवचन ऐकत होतो आणि घाबरण्याचं कारण असूनही मी घाबरलेलो नव्हतो. मी त्यांच्याकडे आलो, तेव्हा माझ्या पोटात भीतीचा गोळा होता, समस्यांचा गुंता होता, मी थकलेलो होतो आणि माझं धैर्य पणाला लागलं होतं; पण काही मिनिटांतच मी शांत झालो. मी लहानपणापासूनच साधुसंतांच्या बाबतीत संशयवादी होतो. मला नेहमीच वाटत आलं होतं की, ते ढोंगी, चलाख आणि खूप आत्मविश्वास असलेले लोक असतात; पण हा एक माणूस होता, ज्याने त्याच्या शब्दातीत ताकदीने माझ्या संशयाच्या कवचाची शकलं केली. तुम्हाला संशयाच्या कटू समाधानात रममाण व्हायला आवडेल, तुम्हाला मी कमकुवत बुद्धीचा वाटेनही, एक लकवा मारलेला वेडा माणूस वाटेन जो सुखाचा शोध घेतो आहे, एक असा लटपटत जाणारा माणूस जो कुबड्यांच्या शोधात आहे. माझ्या मनात येणारे इतके सगळे विचार म्हणजे सत्याच्या विरुद्धच होते, वास्तवतेच्याही. मला जी शांतता हवी होती, ती इथे त्याच खोलीत गुरुजींच्या समोर जमिनीवर बसून मिळाली होती. अर्थात मी काही एकटाच नव्हतो ज्याला ही शांतता मिळाली होती; पण खोलीत बसलेल्या सगळ्या जर्मन लोकांनाही ही अनुभूती आली होती. जगभरातील इतर हजारो लोक, जे गुरुजींशी संपर्कात होते, त्यांच्याशी फोनवर बोलत होते, त्यांची प्रवचनं ऐकत होते, त्या सगळ्यांनाही ही अनुभूती आली होती. याला 'आध्यात्मिक सामर्थ्य' म्हणा; पण जर ते तुमच्या मनाला शांत करत असेल, तर तर्क जाणून घेण्याची इच्छा मर्यादित असते. त्या रात्री गुरुजी याच कारणाच्या सापळ्याबद्दल त्यांच्या प्रवचनात बोलले.

ते म्हणाले, ''मनापासून ऐका, ज्ञानाच्या मार्गावर तर्क एखाद्या वॉचमनसारखा लाठी घेऊन उभा असतो. तर्क चांगला असतो, खूप प्रभावी असतो. आपण त्याचा रोज वापर करतो. आपण ज्या जगात राहतो, त्या जगाचं नियंत्रण तो आपल्याला देतो आणि दैनंदिन जीवन जगण्यास मदत करतो; पण विज्ञानही आपल्याला सांगतं की, दैनंदिन तर्क आपण ज्या जगात राहतो, त्याचं वास्तव समजावून सांगू शकत नाही. काळ विस्तारत असतो, संकुचन पावत असतो, हे आपल्याला आइन्स्टाईनने सांगितलं आहे. स्पेस कर्व्हज्. अणूच्या त्या पातळीखाली, सूक्ष्म कण एकमेकातून जातात, एकाच वेळी एकच कण दोन ठिकाणी अस्तित्वात असतो. वास्तव स्वतः, जे खरं वास्तव आहे ते, एका वेड्याची दूरदृष्टी आहे, एक भास जो वैयक्तिक छोट्या मानवी मनाला होणार नाही. तुम्हाला तुमच्या इगोचा त्याग करायला हवा. दररोज या छोट्या आणि मर्यादित जेलरची ओळख पटवायला हवी. त्याला ओलांडून पुढे जायला हवं, त्यापलीकडे असलेल्या अमर्याद जगामध्ये. तिथे वास्तव तुमची वाट पाहत असतं.''

प्रवचन संपल्यावर मी त्यांच्यासाठी खूप संयमाने वाट बघत होतो. नेहमीप्रमाणेच त्यांच्याकडे त्यांच्याशी बोलू इच्छिणाऱ्या भक्तांची रांग होती. रिकामा होत असलेल्या हॉलमधल्या एका खुर्चीवर मी बसलो आणि साधू एकेक करून त्या जर्मन लोकांना शेजारच्या खासगी खोलीमध्ये पाठवत होते. या वेळी गुरुजींना माहीत होतं की, मी आलो आहे, त्यामुळे माझा नंबर येईपर्यंत ते दर्शनाची रांग थांबवतील, अशी भीती मला वाटत नव्हती म्हणून मी समाधानाने बसून दर्शनाच्या खोलीतून समाधानी चेहऱ्याने हसत आणि अंतर्बाह्य बदलून जाऊन बाहेर येणाऱ्या फिरंगी लोकांना बघत बसलो होतो.

''तुम्ही भारतीय आहात का?''

त्यांच्यापैकी एका जर्मन स्त्रीने विचारलं. तिने गडद लाल रंगाची साडी नेसली होती आणि तिच्या पिंगट केसांचा अंबाडा बांधला होता. तिच्या गळ्यात मंगळसूत्र होतं आणि भांगात सिंदूर. ती तरुण होती, बहुदा पंचविशी उलटलेली असावी; पण तीस वर्षांपूर्वीच्या खेड्यातल्या एखाद्या पारंपरिक भारतीय आईसारखी दिसत होती. ''हो,'' मी उत्तरलो.

''कुठून आला आहात?'' तिने पुढे विचारलं. तिचं इंग्लिश शुद्ध आणि स्पष्ट होतं. मी हा एक्सेंट फुकेतच्या समुद्र किनाऱ्यांवर ऐकला होता.

''नाशिक... नाशिकहून,'' मी म्हणालो.

''मी तिथे गेले नाही आहे; पण नागपूर... तुम्हाला नागपूर माहीत आहे?'' ती म्हणाली.

मी होकारार्थी मान डोलावली.

''गुरुजींनी तिथे माझं लग्न लावलं आणि मला एक नवीन नाव दिलं.''

''गुरुजींनी तुझ्याशी लग्न लावलं? तुझ्याशी?''

''नाही नाही... माझं माझ्या नवऱ्याशी लग्न लावून दिलं. सुकुमारशी.''

''सुकुमार, तो भारतीय आहे का?''

''नाही. तोही जर्मन आहे. मी त्याला भेटल्यानंतर मीसुद्धा गुरुजींची शिष्या झाले. नंतर गुरुजींनी आमचं लग्न लावून दिलं.''

''आणि तुला नवीन नाव दिलं?''

''मी सीता.''

''खूप छान नाव आहे.''

''गुरुजी म्हणतात की, हे खूप उच्च आहे.''

''काय?''

तिने आकाशाकडे हात केला. ''सीता खूप चांगली स्त्री आहे.''

ही सीता निळ्या डोळ्यांची आणि आनंदी होती, हसरी. मी तिच्याकडे पाहून स्मितहास्य केलं. ''सीता सर्वोत्तम स्त्री होती.'' तेवढ्यात तिथे असलेल्या साधूंपैकी एकाने मला हात केला. आता माझी दर्शनाची पाळी आली होती, मी तिला 'बाय' केलं.

''नमस्ते,'' ती खूप मोहकपणे दोन्ही हात जोडून आणि कमरेत वाकत म्हणाली. ''घरच्या कोणालाही भेटलं की, नेहमीच खूप छान वाटतं.''

अचानक आलेली मरगळ झटकून मी उठून उभा राहिलो. मी दमलो होतो. हो, खूप कमी वेळात खूप जास्त प्रवास केला होता. मी त्या खासगी खोलीच्या हिरव्या रंगाच्या दरवाज्यापाशी

उभा राहिलो, झुडपासारखे तपकिरी केस असलेले दोन फिरंगी साधू माझ्या बाजूने गेले. ते दोघंही अत्यंत शांत, खूप स्थिर दिसत होते. नंतर दरवाजा उघडला आणि मी आत गेलो.

फायरप्लेसच्या बाजूला गादीवर गुरुजी बसले होते आणि त्यांचे केस रुपेरी तेजोवलयासारखे दिसत होते. तिथे दिसणाऱ्या खुर्च्या, कोचांवरून ही बैठकीची खोली असावी, असं वाटत होतं. खुर्च्या कोच बाजूला सरकवले होते आणि गुरुजींना आवडते तशी मोकळी जागा केली होती. मी त्यांच्याकडे जात असताना ते माझ्याकडे बघत होते. मी त्यांच्यापुढे झुकलो आणि माझं कपाळ जमिनीवर त्यांच्या पायाशी टेकवलं. त्यांनी त्यांचा उजवा हात माझ्या डोक्यावर ठेवला आणि म्हणाले, ''जीते रहो, बेटा.'' त्यांनी माझ्या खांद्यांना धरून मला उठवलं.

मी गप्प होतो. मी त्यांनी आशीर्वाद दिला त्याबद्दल काहीतरी बोलायला हवं होतं; पण मी स्वतःला आवर घातला.

''तुझं नाव काय आहे बेटा?''

त्यांची परीक्षा घेण्यासाठी मी असं गप्प राहायचं, असं ठरवलं नव्हतं; पण अचानक, मला त्यांनी ओळखावं असं मला वाटलं. माझ्या नवीन चेहऱ्याच्या बुरख्याआड कोणी पुरुषाने किंवा स्त्रीने झाकून बघितलं नव्हतं; पण गुरुजी माझ्या आत्म्याला ओळखत होते. ते माझ्या गाभ्यातल्या लहानसहान, नरम-कठीण तुकड्यांना ओळखत होते, जे मी कोणालाही दाखवले नव्हते. त्यांना माझ्या काळ्या बुरख्याखाली जो काही मृदूपणा आणि आतुरता दडली होती, ती ते जाणत होते. ते आता अपेक्षेने वाट पाहत होते.

''तू मुका आहेस का?'' त्यांनी विचारलं. ''तू बोलू शकत नाहीस?''

माझ्या चेहऱ्यावर हसू उमटलं. मी खूपच मूर्ख होतो; पण त्यांना मी मुका वाटावं याचं मला कुतूहल वाटलं. मी हसत हसत पुढे वाकलो.

''गणेश?'' ते म्हणाले.

मला आश्चर्य वाटलं. मला वाटत होतं की, त्यांनी मला ओळखावं; पण ते ओळखतील, असं वाटलं नव्हतं. मी जो कोणी होतो, त्याच्या आतून आलेली ती इच्छा होती. अशा अनेक इच्छा आतून येऊन आपल्या कातडीखाली तरंगत असतात आणि त्यातल्या अनेक मी प्राप्तही केल्या होत्या... ताकद, पैसा, बायका; पण आत खोलवर अशाही काही इच्छा असतात, ज्यांना काही नाव नसतं, त्या आपल्यालाही माहीत नसतात. त्या उपखंडाखालून वाहणाऱ्या प्रवाहांसारख्या असतात. कधी कधी अचानक भूगर्भातील ज्वालामुखीच्या भडक्यामुळे त्यांचा स्फोट होतो आणि मग त्या नाहीशा होतात, पुन्हा भूगर्भात जातात. हे खरं अंडरवर्ल्ड आहे, जिथे इच्छा सतत उकळ्या घेत असतात. लहान असताना माझं नाव व्हावं, मला सगळ्यांनी ओळखावं, असं मला खूप वाटायचं आणि गुरुजींनी ते केलं होतं.

''कसं? तुम्हाला कसं कळलं?''

''तुला खरंच असं वाटतं की, तू माझ्यापासून काही लपवून ठेवू शकतोस?'' त्यानी माझ्या गालावर थोपटलं आणि मला जवळ घेऊन आलिंगन दिलं.

''गुरुजी,'' मी हसत होतो. केवळ एका स्पर्शाने मी माझ्या थकव्यातून, रागातून, भयातून मुक्त झालो होतो म्हणूनच मी त्यांच्याकडे आलो होतो, जगाच्या त्या टोकापासून या टोकापर्यंत आणि तोही एकटा. मी त्यांचे हात हातात घेतले. ''गुरुजी, मला माहीत आहे की मला भेटणं...''

''इथे नको,'' त्यांनी मान हलवत म्हटलं.

त्यांनी त्यांच्या साधूंपैकी एकाला बोलावलं आणि त्याला सांगितलं की, मी एक अर्जुन केरकर नावाचा भक्त होतो आणि माझी खूपच वैयक्तिक समस्या होती, ज्यासाठी सल्ला घ्यायला खूप वेळ लागणार होता. त्यांच्या स्टाफला बहुतेक या गोष्टीची सवय होती. एक जोराची हालचाल करून गुरुजी त्यांच्या व्हीलचेअरमध्ये बसले आणि मी त्यांच्या मागे खाली गॅरेजमध्ये गेलो. व्हीलचेअरची जाड काळी चाकं हलकी कुरकुर करत होती आणि जिन्यावरून खाली उतरताना हलक्या उड्या मारत होती, अगदी पूर्ण तोल सांभाळून.

''उत्तम, गुरुजी,'' मी म्हणालो.

''लेटेस्ट मॉडेल, अर्जुन,'' ते मला म्हणाले, खांद्यावरून मागे वळून हसताना मला त्यांचे शुभ्र दात दिसले. ''सगळं कॉम्प्युटराईज्ड. मी दोन चाकांवर बॅलेन्स करू शकतो. बघ.''

आणि त्यांनी केलं, ते दोन चाकांवर हळूहळू जिना उतरले. मी टाळ्या वाजवल्या. गॅरेजमध्ये एक स्पेशल गाडी वाट बघत तयारच होती, ज्याला व्हीलचेअर आत चढवण्यासाठी स्पेशल रॅम्प होता आणि आम्ही जिथे गुरुजी राहत होते, त्या घरातून बाहेर पडलो. तो एका भक्ताचा शहराबाहेर असलेला बंगला होता. सगळं किती कार्यक्षमपणे आयोजन केलेलं होतं. साधू एकमेकांशी छोट्या वॉकीटॉकीवर बोलत होते. कुठेही वेळ किंवा कोणती हालचाल वाया जात नव्हती. पंधरा मिनिटांतच आम्ही गुरुजींच्या स्वीटमध्ये होतो, जो अगदी त्यांना जसा हवा तसा, त्यांच्या आवडीप्रमाणे ठेवलेला होता. प्रत्येक खोलीत ताजी फुलं, टेबलावर ताजी फळफळावळ आणि त्यांच्या सितार वादनाच्या सीडी आणि पलंगाच्या बाजूला देवाचे मंत्र. मी माझे शूज काढले आणि दिवाणखान्याजवळच्या छोट्या खोलीत एक आरामशीर खुर्ची शोधली. मी वाट पाहत होतो. गुरुजींनी अंघोळ केली, काही महत्त्वाची पत्रं त्यांच्या साहाय्यकांना डीक्टेट केली आणि नंतर त्यांना पाठवून दिलं. त्यांनी मला आत बोलावलं आणि ते खोलीच्या मध्यावर त्यांच्या पलंगावर बसले होते. त्यांनी पांढरा सिल्कचा कुडता आणि धोती घातली होती.

हाताने पलंगाशेजारी असलेल्या खुर्चीकडे बोट दाखवत ते म्हणाले, ''ये, बस. सांग मला. तू स्वतःचं हे कधी करून घेतलं आहेस आणि का? का?''

मग मी त्यांना सांगितलं. अर्थातच, मी सांगितलेलं सुरक्षेचं कारण त्यांना पटलं; पण ते हेही म्हणाले की, येणाऱ्या आव्हानामुळे मला स्वतःला असं बदलून टाकावं असं वाटलं होतं. ''एका नवीन जगाला एका नवीन माणसाची आवश्यकता आहे. तू स्वतःला बदलून नवीन केलं आहेस. तुला असं करायची गरज वाटली, तू येणाऱ्या काळाची हाक ऐकलीस अर्जुन. मला वाटतं हेच नाव तुझ्या बदललेल्या रूपाला योग्य आहे. मी तुला आतापासून अर्जुन म्हणेन. मला फसवलेला अर्जुन तूच आहेस.''

''फक्त दहा सेकंदांसाठी फसवलं गुरुजी. तुम्ही एकटेच आहात ज्यांनी मला ओळखलं.''

''हा चेहरा चांगला आहे अर्जुन. कोणालाही समजणार नाही. आता मला सांग, तुला मला का भेटायचं होतं.''

मी त्यांना नुकत्याच आलेल्या संकटाबद्दल सांगितलं, तेव्हा ते अगदी माझ्याजवळ झुकून लक्ष देऊन ऐकत होते. मी त्यांना सांगितलं की, अर्थातच कोणतेच ऑपरेशन कधीच संपूर्णपणे धोकारहित नसतं आणि मी स्वतःला या शस्त्रांच्या स्मगलिंगपासून दूर ठेवलं होतं.

ते मी कंपनीच्या विविध सात पातळ्यांवर आणि अर्ध-स्वतंत्र गटांमार्फत करवून घेत होतो. आम्ही यूपी पोलिसांना काही अगदी खालच्या पातळीवरच्या लोकांच्या अटक करू दिली, ज्यांना पकडून त्यांना समाधान वाटलं असतं आणि ते शांत झाले असते; पण आम्हाला वाटलं त्यापेक्षा त्यांच्याकडे जास्त माहिती होती आणि त्यांनी त्यांचं तपाससत्र पुढेही सुरू ठेवलं. अखेरीस गोष्टी माझ्यापर्यंत येऊन पोहोचल्या आणि माझं नाव गोवलं गेलं. माझ्या मते पोलिसांच्या या सगळ्या निष्ठुर उत्साहाला सुलेमान इसा व त्याच्या लोकांनी दुबई, कराचीमधून आर्थिक मदत केली होती आणि माहितीही पुरवली होती. ते त्यांचे पोलिसांमधले लोक वापरून आमच्याविरुद्ध एक नवीन युद्ध प्रत्यक्षात आणत होते म्हणूनच यूपी आणि महाराष्ट्र, दोन्हीकडचे पोलीस हात धुऊन आमच्या मागे लागले होते.

''हो, अर्जुन,'' गुरुजी म्हणाले. या सगळ्या इतक्या संकटांमध्ये ते देवळातल्या एखाद्या मूर्तीप्रमाणे स्थिर होते. ''त्यांना माझ्याबद्दल माहीत आहे?''

''तुमच्याबद्दल? नाही नाही गुरुजी. कधीच नाही. तुम्हाला त्या ऑपरेशनमधून संपूर्णपणे बाहेर ठेवलेलं आहे, तुमचं नाव कधीही उच्चारलं गेलं नाही. मी तुमच्याबद्दल माझ्या कंपनीमध्ये पूर्ण गुप्तता सुरक्षितता पाळली आहे. कोणालाही तुमच्याबद्दल माहीत नाही. मी या ट्रीपवरसुद्धा एकटा आलो आहे, कोणी मुलं नाहीत, कव्हर नाही. माझ्या बाजूने तुम्हाला कोणताही धोका नाही. मी त्याची खात्री करून घेतली आहे; पण मला वाटतं की, आपण जरा शस्त्रांची ने-आण थांबवावी. आता परिस्थिती खूपच गरम आहे.''

''हो अर्जुन. मी याच्याशी सहमत आहे; पण मला त्यावर ध्यान करू दे.'' त्यांनी पुढे होऊन माझ्या खांद्यावर हात ठेवला आणि म्हणाले, ''तू खूप थकलेला दिसतोस, झोप आता. आपण सकाळी बोलू. तुझ्यासाठी त्या छोट्या खोलीत एक पलंग आहे.''

त्यांचं बरोबर होतं. मी जगाच्या त्या कोपऱ्यातून आलो होतो; अनेक दिवसांचा झगडा होता आणि त्याही पूर्वी वाईट बातमी मिळाली होती. मला पिळवटून गेल्यासारखं झालं, अगदी हातपाय गळून गेले होते, जणू काही मी कसाबसा जागा होतो. त्यांनी माझ्या डोक्यावर हात ठेवून आशीर्वाद दिला आणि मला झोपेची गुंगी आल्यासारखी वाटू लागली. त्यांचे डोळे काळेभोर, पारदर्शी आणि मोठे होते. त्यांनी मला उठवलं आणि हृदयाशी धरलं. ते म्हणाले, ''जा जा, झोप तू. मी त्यावर विचार करेन. आपण काय करायचं त्यावर सकाळी बोलू या.''

मी त्यांच्या शेजारच्या खोलीत धडपडत गेलो आणि पलंगावर कोसळलो. माझ्यामध्ये कुशीवर वळण्याचेही त्राण नव्हते. मग मी झोपी गेलो.

सकाळी मंत्रांच्या आवाजाने मला जाग आली. मी उठून बसलो आणि मग टक्क जागा झालो. मी त्या स्वीटमधून फिरलो. मला अचानक जाणीव झाली की, मला खूप भूक लागली होती, माझ्यात जिवंतपणा होता. माझे खांदे मजबूत आणि रिलॅक्स वाटत होते, मला माझ्या छातीत रक्तप्रवाह सुरू असल्याचं जाणवत होतं आणि माझ्या घशात चंदन असल्यासारखं वाटत होतं. मी हसलो. मला वाटलं की, माझा पुनर्जन्म झाला होता. गुरुजींच्या आसपास एक रात्र झोपलो आणि मी पुन्हा तरुण झालो होतो.

स्वीटच्या पूर्वेच्या बाजूच्या मोठ्या खिडक्या एका बागेत उघडत होत्या आणि मला तिथून गुरुजी आणि इतर साधू पूजा करताना दिसत होते. ते सगळे एका मोकळ्या चौकोनात बसले होते आणि गुरुजी त्यांच्या मधोमध छोट्या अग्निकडे तोंड करून बसले होते. मी

त्यांच्यापासून खूप दूर, खिडकीजवळ मांडी घालून बसलो आणि बघू लागलो. पहाटेची वेळ होती. या परदेशी राखाडी आभाळाखाली त्यांचे चेहरे किंचित उजळलेले दिसत होते. मला ते मंत्र कळत नव्हते. मला वाटलं, तो काहीतरी साधूंचाच समारंभ असावा आणि मला फक्त बसून ऐकण्यातही समाधान वाटत होतं.

नंतर गुरुजींनी तो विधी मला समजावून सांगितला. ते म्हणाले की, पहाटेच्या वेळी त्यांनी येणाऱ्या बदलाबाबत ध्यान केलं. ते म्हणाले, ''या छोट्या यज्ञाच्या माध्यमातून ते जगात बदल घडवून आणण्यासाठी प्रयत्न करत होते. हे विश्व म्हणजे जागृत जाणीव होती, त्याच्याशी हितगुज करणे म्हणजेही ऊर्जाच होती. साधू आणि गुरुजी यांच्या एकत्रित जागृतता आणि गुरुजींच्या प्रचंड आध्यात्मिक ताकदीने ते वैश्विक जाणीव बदलाच्या दिशेने घेऊन जात होते.'' ते पुढे म्हणाले, ''इतिहासाला एक आकार असतो. विश्व म्हणजे रचनेचा चमत्कार आहे. आपण याबद्दल पूर्वीही बोललो आहे. या बागेकडे बघ. प्रत्येक कीटकासाठी एक भक्षक आहे. प्रत्येक फुलासाठी एक कार्य आहे. काही शास्त्रज्ञ या सर्व सौंदर्याकडे एक कार्य म्हणून बघतील; पण त्याला निव्वळ निवड, संधीचा परिणाम आहे दुसरे काही नाही असेही म्हणतील. ते आंधळे आहेत. ते घाबरलेले आहेत. संधीपासून मागे येऊन, त्याकडे योग्य दृष्टीने बघा आणि मग तुम्हाला त्यात अनेक प्रकार दिसतील. प्रश्न हा आहे की, तुम्हाला त्याची लक्षणं वाचता येतात का, त्याची भाषा समजते का? प्रश्न हा आहे की, तुम्हाला त्या पृष्ठभागाखाली बघता येतं का? तू आणि मी इथे बसलो आहोत अर्जुन, एकमेकांशी बोलत आहोत या बागेमध्ये बसून. सूर्य उगवतो आहे. हे सगळं काही अर्थ नसलेलं ज्ञान आहे? कशालाही दिशा नाही आहे?'' त्यांनी पृथ्वी, आम्ही आणि आकाश कवेत घेतल्यासारखी मोठी हाताची हालचाल केली. ''स्वतःच्या आत वाकून बघ, अर्जुन. तुझ्या आतील सत्याचा अनुभव घे आणि मग मला सांग, या दिशेचा निर्माता कोण आहे?''

मला याचं उत्तर माहीत होतं, ''जाणीव.''

''निःसंशयपणे! आणि तुला ही जाणीव कुठे असते माहीत आहे? ती कुठे राहते?''

''सगळीकडे?''

''हो आणि आपल्या आत. तू तो आहेस, अर्जुन. तुझी जाणीव हीच वैश्विक जाणीव आहे. त्यात काही फरक नाही. जर तुला हे समजू शकेल, खरोखर समजू शकेल, तर तू करू शकत नाहीस, असं काहीच नसेल. तू इतिहासालाही आकार देऊ शकशील. मनाला मागे टाकून, वीर घटनांना दिशा देऊ शकतोस. तू काळाला बदलाच्या दिशेने घेऊन जाऊ शकतोस.''

मी मान डोलवली. ''मला कळलं गुरुजी. तुम्हाला मी काय करायला हवं आहे?''

''आपल्याला अजून अधिक काम केलं पाहिजे, अर्जुन. फक्त एक शेवटचं.''

त्यांना मी अजून एक शेवटची कन्साईनमेंट करायला हवी होती. कार्गो फार मोठा किंवा जड नव्हता. थोडी रोकड होती, जास्त करून रुपये; पण काही डॉलर्सही, जे बाहेरून गोळा केलेले होते आणि आता देशात आणायचे होते. काहीतरी प्रयोगशाळेचं उपकरण होतं, जे गुरुजींच्या लोकांना काही शेतीच्या प्रयोगांसाठी हवं होतं. हे सर्व साधारण मार्गातूनही आणता आलं असतं; पण कस्टममधून सोडवून घ्यायला दोन आठवडे लागले असते. कदाचित, महिने आणि महत्त्वाचं काम खोळंबून राहिलं असतं. याशिवाय काही कॉम्प्युटरची उपकरणं

होती, जीदेखील तातडीने हवी होती. शस्त्र नाहीत का दारूगोळा नाही. खूपच साधं आणि सरळ काम, जे कुलकर्णी ज्यामुळे चिडला होता, त्या विशिष्ट कामांच्या तुलनेत अगदी स्पष्ट साधं असं. ''जर हे इतकं महत्त्वाचं नसतं, तर मी हे काम तुला सांगणार नव्हतो अर्जुन,'' गुरुजी म्हणाले. ''या कार्गोशिवाय आपलं अनेक वर्षांचं काम पुसलं जाईल, अर्धवट राहून जाईल. अर्थातच, मी हे इतर मार्गाने सहज आणू शकतो; पण तुझा आणि माझा एक इतिहास आहे. आपल्यामध्ये विश्वास आहे. माझा या कामाच्या बाबतीत फक्त तुझ्यावर विश्वास आहे. या शिपमेंटमध्ये काहीही चुका होता कामा नयेत. अर्जुन, मला कल्पना आहे की, तुला खूप मोठा धोका आहे म्हणून मी तुला हे काम तू माझ्यासाठी करच, असं सांगणार नाही; पण मी तुला विचारतो आहे आणि निर्णय तुझ्यावर सोडला आहे.''

अर्थातच, मी मान्य केलं. मी त्यांचा शिष्य म्हणून बांधील होतो. मी त्यांना खूप काही देणं लागत होतो, त्यांनी मला वेळोवेळी अनेक प्रकारे वाचवलं होतं. मी त्यांना सांगितलं की, मी हे काम करेन आणि मी थाई समुद्रात परत गेलो की, लगेचच याची योजना तयार करायला सुरुवात करेन. नंतर मी त्यांना त्यांच्याबरोबर अजून एक दिवस घालवू शकतो का, असं विचारलं. आमच्या दोघांसाठीही ती मोठी जोखीम होती; पण मी त्यांना तसं करण्यासाठी खूप विनंती करायला भाग पडलो होतो. मला का कोण जाणे मी त्यांना परत भेटणार नाही, असं वाटत होतं. मी त्यांना हे सांगितलं आणि त्यांनी मग शांतपणे मान्य केलं. ''हो, हे खरं आहे,'' ते म्हणाले. ''मलाही ते माहीत आहे.''

''तुम्हाला हे दिसतंय?''

''हो.''

''का? काय होतं?''

''मला माहीत नाही. मी ते बघू शकत नाहीये; पण मला हे दिसत आहे की, ही आपली शेवटची भेट आहे.''

''आपल्याला दोघांनाही हे कसं माहीत आहे? हे आधी घडलं आहे का, जे होणार आहे ते? पण असं कसं असू शकेल?''

''आपलं मन फार लहान आहे, अर्जुन; ते काळ हा भविष्यात नेहमी पुढेच जाणाऱ्या सिंगल रेल्वे ट्रॅकसारखा आहे, असा विचार करतं; पण काळ त्यापेक्षा खूप सूक्ष्म आहे.''

''आपली भविष्यात आधीच ताटातूट झाली आहे का?''

गुरुजींनी डोकं हलवलं. ''प्रत्येक क्षणामध्ये काही शक्यतांची संख्या असते. प्रत्येक मिनिटाला आपण अनेक निवडी करू शकतो. आपण एका ट्रॅकवर चालणारी मशीन आहोत का, नाही; पण संपूर्ण स्वातंत्र्य अशी काही गोष्टच नाही आहे. आपण आपल्या भूतकाळाला, आपल्या कृतींच्या परिणामांना बांधील असतो. आपण घटना जिथे छेदून जातात, तिथे पर्यायाच्या दिशेने झुकू शकतो. काही वळणांवर शक्यता एकवटून येतात जे निश्चिततेकडे वाटचाल करत असतं आणि नंतर जर तुम्ही ऐकण्या-बघण्यासाठी सक्षम असाल, तर तुम्हाला समजतं.''

आम्हाला दोघांनाही म्हणून समजलं होतं. गुरुजींच्यासारखी आध्यात्मिक ताकद किंवा त्यांची दूरदृष्टी माझ्याकडे आहे, असा माझा बिलकूल समज नव्हता; पण मला माहीत होतं. ''ठीक आहे गुरुजी. तुम्ही तुमच्या एका प्रवचनात म्हणाला होतात, ते मला आठवत आहे की, प्रत्येक भेट म्हणजे त्या व्यक्तीला गमावण्याची सुरुवात असते.''

''हो. आपण एकमेकांना पुन्हा गमावण्यासाठीच शोधून काढतो. गमावणं हे अपरिहार्य आहे.''

''म्हणून दुःख करण्याची आवश्यकता नाही. कदाचित आपण पुन्हा एकमेकांना भेटू.''

''कदाचित; पण अर्जुन जरी आपण एकमेकांना समोरासमोर भेटणार नसलो, तरी मला या जन्मात तुला इतक्या लवकर गमवायचं नाही आहे.''

''गुरुजी?''

''मला पूर्वेला तुझ्यासाठी धोका दिसतो आहे. खूप मोठा धोका दिसतो आहे मला.''

''कुठून गुरुजी? कोणाकडून?''

''मी सांगू शकत नाही; पण तुझ्या जीवाला धोका आहे. खूप सावध राहा.''

''मी सावध राहीन. नेहमीप्रमाणेच. मी जास्त काळजी घेईन.''

''मी तुझ्यावर लक्ष ठेवेन.''

मग आम्ही एक फेरफटका मारला. करण्यासारखं किंवा बोलण्यासारखं दुसरं काहीच नव्हतं. मी धोक्याच्या सावलीतच जगत होतो, मी हे आता अनेक वर्षं केलं होतं आणि आता गुरुजींनी मला धोक्याची सूचनाच दिली होती. मला आता शक्य असेल तितकं अधिक जागरूक राहावं लागणार होतं. गुरुजींना हिरवळ आवडायची. त्यांना फुलं, झाडं यांची आवड होती आणि त्यांनी ते त्यांच्या अनेक प्रवचनात सांगितलं होतं की, पर्यावरण वाचवण्याची खूप गरज आहे. म्युनिचच्या मध्यावर एक बाग होती आणि आम्ही तिथे गेलो, फक्त गुरुजी, मी आणि त्यांचे दोन साधू. साधू आमच्या मागून थोडं अंतर ठेवून चालत होते आणि आमचं बोलणं ऐकू जाण्याच्या कक्षेबाहेर होते. गुरुजी आणि मी साधारण गोष्टी बोलत होतो, सोन्याच्या भावाबद्दल, भारतातल्या मध्यमवर्गातल्या मुलांमध्ये जास्त वजन असलेल्या मुलांची वाढती संख्या, पुढच्या जमान्यातले कॉम्प्युटर, जगभरातल्या तापमानातील बदल आणि पावसाचे परिणाम. अशा नुकत्याच केलेल्या वैश्विक संभाषणानंतर, उन्हाळ्यातल्या या दिवशी बागेत फिरणाऱ्या इतर कुटुंबांच्या बरोबर जमिनीवर परत येणं ही एक प्रकारे सुटकाच होती. मुलं आणि इतर लोक गुरुजींच्याकडे आणि उड्या मारणाऱ्या कुत्र्यांच्याकडे निरखून बघत होते. त्यातली जी काही धीट मुलं होती, ती पुढे आली. गुरुजी त्यांच्याशी बोलले आणि त्यांच्याबरोबर हास्यात सामील झाले. त्यांच्याकडे बघताना माझ्या मनात विचार आला की, किती सुंदर दृश्य होतं हे : पायाखाली मऊशार गवत, वाऱ्यावर डोलणारी उंच झाडं, उदार सूर्य, गुरुजींचं झुकलेलं महान मस्तक आणि त्यांच्याभोवती जमा झालेल्या मुलांच्या निस्तेज माना. 'लक्षात ठेव,' मी स्वतःला सांगितलं, 'तू या सर्वांचा साक्षीदार हो आणि कायम हे लक्षात ठेव.'

मी गुरुजींना स्पष्टपणे पाहण्याचा प्रयत्न केला. ते इतके ज्ञानी, पुढारलेले होते की, पुरुष आणि स्त्रिया यांना त्यांनी त्यांच्या जगातून काढून टाकलं होतं. मला हे माहीत होतं की, त्यांना स्वच्छतेची आवड होती. त्यांना बागा आणि हिरवळीही आवडत. त्यांना रहस्यमय विषयांचंही इतकं ज्ञान होतं की, त्यांना सतत तंत्रज्ञानामध्ये होणाऱ्या सुधारणांबद्दल माहिती करून घ्यायला आवडायचं; पण तरीही त्यांना जमिनीबाबत उत्सुकता होती. मी जसा बंटीला, अरविंदला किंवा सुहासिनीला ओळखायचो, तसं तितकं जवळून त्यांना ओळखत नव्हतो. मी या लोकांना स्वतः इतकाच ओळखत होतो. त्यांच्या इच्छांची व्याप्ती, आकार, त्यांना

कशाची भीती वाटते, ते काय विचार करतात हे मला माहीत होतं. मी ते काय करतील हेसुद्धा ओळखू शकायचो आणि त्यांना काही गोष्टी हव्याशा वाटाव्यात, असंही करू शकायचो. त्याना मार्गदर्शन करू शकायचो आणि नियंत्रितही. ते माझे लोक होते.

पण जेव्हा मी गुरुजींच्याबद्दल विचार करायचा प्रयत्न केला, त्यांच्याबद्दल कल्पना करायचा प्रयत्न केला, तेव्हा माझ्या डोळ्यांसमोर त्यांच्या प्रतिमा कॅलेंडरमधल्या विवेकानंद किंवा परमहंसांसारखी भासली, स्पष्ट आणि अविस्मरणीय; पण मानवी नाही, त्यापलीकडे कोणीतरी. माझ्या गुरुजींना मी काहीसा ओळखू शकलो नाही. ते त्यांच्या व्हीलचेअरमधून माझ्या पुढे दोन पावलंच चालत होते, व्हीलचेअर मागच्या दोन चाकांवर घेतली होती आणि त्यांच्या मागून खिदळणाऱ्या मुलांचा घोळका येत होता. मी त्यांना एकदा त्यांच्या कुटुंबाबद्दल विचारलं होतं. त्यांनी मला त्यांच्या एअरफोर्समध्ये असलेल्या वडिलांच्याबद्दल थोडंसं सांगितलं होतं. त्यांचे वडील देशाची लढाऊ विमानं चालवायचे आणि ते दारू प्यायचे. त्यांच्या आईबद्दलही सांगितलं की, तिला अस्थम्याचा त्रास होता आणि जेव्हा गुरुजींच्या मोटारसायकलला अपघात झाला, तेव्हापासून ती सतत रडत असायची. त्यांनी मला त्यांचा या आध्यात्मिक आवडीचा मुख्य आधार कोण होता आणि त्यांचा पहिला भक्त यांच्याबद्दलही सांगितलं होतं. मला त्यांच्या जेवणाच्या आवडीनिवडी माहीत होत्या. ते शाकाहारी होते; पण जेवणाबाबत त्यांचे फार नखरे नव्हते. पंतप्रधानांच्या बरोबर चहा घेतल्याइतकंच आनंदाने ते एखाद्या शेतकऱ्याच्या झोपडीत भाजी-भाकरी खात असत. मला हे सर्व माहीत होतं, तरी मला असं वाटायचं की, मी त्यांना जास्त ओळखत नाही. त्यांच्या स्थिर नजरेआड ते दडलेले असत आणि समोरच्याला त्यांच्या नजरेतून प्रेम, शांतता आणि निश्चिती मिळायची. त्यांच्या मागून चालत असताना माझ्या मनात येत होतं की, जसं मी इतर लोकांना ओळखत होतो, तसं गुरुजींनाही ओळखावं. कदाचित, हा माझा थोडा फाजील धीटपणा असावा. त्यांनी इगोला मागे टाकलं होतं आणि ते कोणीतरी दैवी झाले होते. त्यांचं हे दैवत्व समजावं इतकाही मी अजून दैवत्वाच्या जवळ गेलेलो नव्हतो. असं करण्याचा प्रयत्न करणे म्हणजेच अभिमानाची कृती होती, अभिमानाचा क्षण होता. मला फक्त या दर्शनाच्या क्षणांची आशा होती, त्यामुळे त्यांच्याशी क्षणभंगुर का होईना दुवा जोडला जायचा; पण तरीही मला प्रयत्न करण्याची इच्छा होती. मी दोन पावलं पुढे जाऊन मुलांना ओलांडून त्यांच्यापाशी गेलो आणि म्हणालो, ''गुरुजी?''

''बोल अर्जुन.''

''मला एक प्रश्न पडला आहे. कदाचित, तो थोडा उद्धट वाटू शकतो.''

''असू दे. विचार.''

''तुम्ही कधी प्रेमात पडला आहात का गुरुजी?''

''कायमच, अर्जुन.''

''तसं नव्हे गुरुजी. मला माहीत आहे की, तुम्ही माझ्यावर प्रेम करता आणि त्यांच्यावरही,'' मी मुलांकडे हात करत म्हणालो. ''पण एखाद्या व्यक्तीच्या प्रेमात. इश्क, प्यार, मोहोब्बतवालं प्रेम गुरुजी. तुम्ही कधी दिवाणे झाला आहात गुरुजी?''

''जेव्हा असं झालं, तेव्हा मी खूप तरुण होतो,'' त्यांच्या पायांकडे बोट करत ते म्हणाले.

''मग कधीच नाही?'' मला वाटलं मला याचं उत्तर आधीच माहीत होतं. ज्याला जगाच्या निर्मात्याने निर्माण केलेल्या सर्व गोष्टींवर एकसारखं प्रेम करण्याची सत्यता कळून आली होती, त्याच्याकडून विशिष्ट एका व्यक्तीवर प्रेम करण्याचा आंधळेपणा होणार नाही. जर तुम्ही स्वतः ब्राह्मण असाल, तर तुम्हाला मजनू होण्याची आवश्यकता काय? पण त्यांनी मला आश्चर्याचा धक्का दिला.

''दिवाणा? हो. बहुतेक एकदा. अपघाताच्या आधी. जेव्हा मी खूपच लहान होतो.''

''खरंच?''

''हो खरंच. आम्ही दररोज एकमेकांना भेटायचो. कारण, आम्ही शेजारीच राहायचो आणि तरीही ते अंतर म्हणजे त्रासदायक वाटायचं.'' ते मंद हसले. ''तू याचबद्दल बोलतो आहेस का गणेश?''

''हो, गुरुजी,'' मी उत्सुकतेने म्हणालो. ''आणि जेव्हा तुम्ही त्यांना पाहिलं, तुम्हाला एकेक मिनिट पुढे सरकत आहे म्हणून वाईट वाटत होतं.''

एक हसरा निळ्या डोळ्यांचा जर्मन मुलगा गुरुजींशी जर्मनमध्ये बोलला आणि गुरुजींनी त्याला खूप गंभीरपणे उत्तर दिलं. माझ्याकडे बघत मान हलवत ते म्हणाले, ''हो, जसा तुझ्यातला अर्धा भाग तुझ्याजवळ आहे; पण तो काढून घेतला जाईल.''

मी घशातला आवंढा टाळायचा प्रयत्न केला म्हणजे तेसुद्धा एक साधारण व्यक्ती होते, ज्यांनीही या वेदना सहन केल्या होत्या आणि काही गमावल्याचं दुःख सोसलं होतं. ''तिचं नाव काय होतं गुरुजी?''

त्यांनी त्या छोट्या मुलाला खांद्यावर थोपटून पाठवून दिलं. ते आता माझ्याकडे बघत होते; पण त्यांची नजर कुठेतरी दुसरीकडे होती, खूप दूर कुठेतरी. ''त्याने काय फरक पडतो अर्जुन? नावं काळाच्या ओघात नाहीशी होतात. आकर्षण नेहमी नुकसानच करतं.''

''मग काय झालं गुरुजी? तिला दूर पाठवून दिलं का?''

''हे झालं आणि मीच लांब गेलो. माझ्या जखमांमध्ये, वेदनांमध्ये आणि नंतर स्वतःच्या कोषात.''

नंतर ते आमचे गुरू झाले होते आणि ती जी कोणी होती, तिच्याऐवजी ते आता आमच्यावर प्रेम करत होते. तिलाही त्यांच्या प्रेमाची आठवण येत असेल यात शंका नाही; पण कदाचित ते अजूनही तिच्यावर प्रेम करतात या विचाराने ती स्वतःचं सांत्वन करत असावी. ते त्यांच्या आमच्यावरील प्रेमाच्या मानाने खूप लहान असं एका व्यक्तीने दुसऱ्या व्यक्तीवर केलेलं प्रेम होतं. ते कधीतरी माझ्यासारखे सामान्य होते, या विचाराने मला खूप बरं वाटलं. ''धन्यवाद,'' मी म्हणालो. ''गुरुजी, मला सांगितल्याबद्दल धन्यवाद.''

''हे काही इतकं काही नाही,'' ते म्हणाले आणि ते आता वळून मघाशी आलेल्या मुलाच्या मागून शेतात पळत जाणाऱ्या मुलांच्या घोळक्याकडे बघत होते.

आता साधू पुढे आले, मी मागे पडलो. एक तरुण माणूस ज्याने प्रेमात पडल्याची माहिती खजिन्यासारखी मनातच ठेवली होती. आम्ही पुढे चालतच होतो.

त्यांच्यापैकी एक साधू गुरुजींशी फ्रेंचमध्ये बोलत होता. हा साधू स्विस होता, त्याचे केस लाल होते आणि त्याला टक्कल पडायला लागलं होतं. गुरुजींनी त्याला 'प्रेम शांतम' असं नाव दिलं होतं. गुरुजींच्या शिष्यांमध्ये सर्व प्रकारचे लोक होते आणि त्यांना अनेक

भाषा तोडक्या मोडक्या का होईना बोलता यायच्या. त्यांनी मागे वळून मला हाक मारली, ''अर्जुन.''

मी पटकन पुढे झालो, ''गुरुजी?''

''प्रेम मला सांगतो आहे, या बागेतल्या एका भागात या जर्मन लोकांनी सर्व सभ्यता सोडून दिली आहे. ते काही कपडे न घालता लोळत असतात. तो सुचवतो आहे की, आपण त्या बाजूला नको जाऊ या.''

''मग आपण कदाचित तिथे जाणं टाळलं पाहिजे, गुरुजी.''

''का? तुला त्यांची नग्न शरीरं बघण्याची भीती वाटते?''

''मला? नाही नाही, अजिबात नाही. मला थायलंड वगैरेमुळे त्याची सवय आहे गुरुजी.''

मग आम्ही पुढे एका स्वच्छ चकाकत्या प्रवाहाच्या नदीच्या बाजूने गेलो. तिथे नागडे जर्मन लोक होते, बहुतांश पुरुष होते. ते गवतावर पहुडले होते आणि नैसर्गिकरीत्या इकडेतिकडे फिरत होते, कोणत्याही लाज-शरमेविना. मी त्यांना समुद्रकिनारी असं पहुडलेलं पाहिलं होतं दूरवर. मला त्यांच्या गोऱ्या कातडीची आणि सुरकुतलेल्या पाठींची सवय होती; पण इथे माझी थोडी चलबिचल झाली. हे चर्च आणि उंच प्रार्थनाघरांचं शहर होतं, इथे असं प्रदर्शन करण्याला काही अर्थ नव्हता.

प्रेम काही तरी म्हणाला आणि गुरुजींनी ते मला भाषांतरित करून सांगितलं, ते अजूनही नदी किनाऱ्याकडे टक लावून बघत होते. ''तो म्हणतो आहे की, ते याला मुक्त शरीर संस्कृती असं म्हणतात. मला यात मुक्त काही आहे, असं वाटत नाही किंवा काही संस्कृती आहे असंही वाटत नाही. ते भटकलेले आहेत. प्रत्येक गोष्टीची एक वेळ, वय आणि जागा असते. आयुष्यात काही टप्पे असतात, जेव्हा अशा गोष्टी केल्या तर ठीक वाटतात. एक साधू जेव्हा जंगलात साधना करतो, तेव्हा तो पूर्णपणे नग्न असतो. त्याने त्याची संस्कृती पूर्ण मागे सोडलेली असते. हे लोक अजूनही भाषेच्या जाळ्यात अडकले होते. त्यांना वाटतंय की, ते मुक्त आहेत; पण ते लाजेविरुद्धच्या त्यांच्या बंडखोरपणाला बांधील आहेत. आपण खरोखर कलियुगात राहत आहोत जेव्हा सगळं उलटपुलट असतं.''

तिथे काही स्त्रियाही नागड्या होत्या आणि त्यातल्या दोघी आता आमच्याकडे बघत होत्या. एकीचे केस पिंगट होते, अगदी जर्मन लोकांच्यासारखे; पण दुसरीचे केस मात्र दाट, कुरळे आणि काळे होते. ती खूप उंच होती. ती जर्मन होती ठीक; पण तिची त्वचा उन्हाने काळवंडली होती.

''ये,'' गुरुजी म्हणाले. त्यानी हात जोडून त्या मुलींना नमस्कार केला. ''त्यांना वाटेल की, आपण काहीतरी घाणेरड्या उत्सुकतेने पाहत आहोत.''

त्यांनी त्यांची व्हीलचेअर वळवली. जसं आम्ही नदीपासून थोडं दूर गेलो, तसं मी मागे वळून पाहिलं. त्यातली ती सावळी स्त्री अजूनही आमच्याकडे बघत होती. गुरुजींचं बरोबर होतं, ती निर्लज्ज होती आणि धीटही. कुतिया; पण आम्ही बागेच्या प्रवेशद्वारापाशी येईपर्यंत मी तिच्याबद्दल विसरूनही गेलो होतो. मी गुरुजींच्या बरोबर होतो आणि माझा राग नेहमीपेक्षा अधिक नियंत्रणात होता. राग आला आणि गेलाही. आम्ही त्या मोठ्या बंगल्यात परत गेलो. आम्ही, ते साधू, गुरुजी आणि मी, आम्ही मिळून मोठ्या हॉलमध्ये बसून दुपारचं

जेवण घेतलं. नंतर पुन्हा आम्ही बेडरूम शेजारच्या बागेत उन्हाला बसलो. मी खूप निवांत, समाधानी होतो आणि मला पेंग आली होती. मला दुःखी वगैरे अजिबात वाटत नव्हतं. जर काळाने इथे विश्राम घेतला असेल, तर सर्व शक्यता जुळून येत शांततेत मिसळल्या होत्या. माझं चित्त शांत झालं होतं.

''अर्जुन, असं काहीतरी आहे ज्याविषयी तू अद्याप माझ्याशी बोलला नाही आहेस,'' गुरुजी अचानक म्हणाले. ''अजून काहीतरी आहे का?''

अर्थातच होतं. त्यांच्यापासून लपवून ठेवणं शक्य नाही, हे मला समजायला हवं होतं. त्यांना नेहमीच माहीत व्हायचं आणि फक्त माझ्याच नाही, तर त्यांच्या वेबसाईटवरच्या अनेक जणांच्या जाहीर मतांवरून असं दिसत होतं की, जगभरातील डझनावारी किंवा शेकडो भक्तांनी असं म्हटलं होतं की, गुरुजींमध्ये त्यांचे त्रास ओळखण्याची क्षमता होती, त्यांच्या संकोचातून जाणून घेण्याची क्षमता होती. काही करून त्यांना समजत असे. ''हे खूपच किरकोळ आहे गुरुजी. इतक्या मोठ्या गोष्टींबद्दल आपण बोललो आहोत, ही इतकी छोटीशी गोष्ट विचारायलाही संकोच वाटत आहे म्हणूनच मी गप्प बसलो.''

''अर्जुन, जर एखादी गोष्ट त्रास देत असेल, तर ती लहान नसते. वाळूचा एक सूक्ष्म कणही एखाद्या मशीनचं काम थांबवू शकतो. तुझ्या जाणिवा तुझं जग नियंत्रित करत असतात आणि जर तुझं मन अस्वस्थ असेल, तर तुझं जगही कोलमडून जाईल म्हणून सांग मला.''

''त्या मुलीबद्दल आहे.''

''त्या मुसलमान मुलीबद्दल?''

''हो.''

''काय बिनसलंय?''

''बिनसलंय असं नाही म्हणजे मला म्हणायचं आहे की, आजकाल आमची फारशी भेट होत नाही. ती तिच्या फिल्म्स आणि कामात खूप बिझी आहे. मलाही खूप काम आहे. जेव्हा आम्ही भेटतो, तेव्हा सगळं छान असतं. ती खूप सुंदर आहे. आज्ञाधारक आहे.''

''मग?''

''पण कधी कधी मला भीती वाटते. मला माहीत नाही. मला माहीत नाही की, खरंच ती माझ्यावर प्रेम करते का? मी तिच्याकडे बघतो, तिच्या डोळ्यांत पाहतो; पण मला सांगता येत नाही. ती म्हणते, 'ती प्रेम करते;' पण खरंच ती माझ्यावर प्रेम करते?''

गुरुजींनी मान हलवली. ''हा लहान प्रश्न नाहीये अर्जुन. मोठा प्रश्न आहे. अगदी साधूही स्त्रीचं मन जाणू शकत नाहीत. खुद्द वात्स्यायनाने लिहून ठेवलं आहे, एखादी स्त्री प्रेमात किती बुडाली आहे, हे कोणीच सांगू शकत नाही, अगदी तिचा स्वतःचा प्रियकरही. इथे अगदी तेच घडत आहे तुझ्याबरोबर.''

''पण तुम्ही... गुरुजी, तुम्हाला माहीत आहे?''

''नाही. मला माहीत नाही आणि अगदी मी जरी तुला सांगितलं की, हो, ती तुझ्यावर प्रेम करते, तरी काय? तुला उद्याही ते सत्य असेल, याची खात्री आहे? स्त्रिया चंचल असतात, अर्जुन. त्यांना त्यांच्या भावनांवर नियंत्रण नसतं, सतत बदलत राहणं ही त्यांची प्रकृतीच आहे. हवामानातलं सातत्य किंवा नदी कायमस्वरूपी एकाच ठिकाणी राहील, तर तुला आवडेल का? शारीर प्रेम हे खरं प्रेम नाही. हे फक्त क्षणिक आकर्षण आहे. ते जातं.''

''मग ती माझ्याकडे परत का येते? आणि तसं दाखवते?''

''ती निर्दय आहे, अर्जुन. जोवर तिला तुझ्याकडून फायदा आहे, तोवर तुला ती कदाचित तुझ्यावर प्रेम करत असेल असं वाटेल. वेश्यांचं तेच कौशल्य असतं. हे कौशल्य स्त्रियांना उपजतच येतं. त्यात त्यांची चूक नाहीये, त्या जशा बनल्या आहेत, तसंच त्यांना वागावं लागेल. त्या दुर्बल असतात आणि दुर्बलांची शस्त्र अशीच असतात- खोटेपणा, टाळाटाळ, अभिनय.'' मी कदाचित दुःखी दिसलो असेन किंवा थकलेला. कारण, ते माझ्या जवळ आले आणि त्यांनी माझ्या मनगटावर हात ठेवला. ते म्हणाले, ''हे सत्य फक्त तू अनुभवूनच जाणू शकतोस, अर्जुन. जर मी तुला तिच्याबरोबर जाऊ नकोस, असं सांगितलं असतं, तर तू माझी आज्ञा मान्य केली असतीस; पण तुला असं वाटलं असतं की, मी एक असंतुष्ट म्हातारा आहे, ज्याला सुखाबद्दल संशय आहे; पण आता तुला कळलं आहे. तू माया पाहिली आहेस. आपल्याला या सर्वांच्या पलीकडे जायचं आहे.'' त्यांनी माझ्या मनगटावर हलकासा चिमटा काढला. ''हे उपयुक्त आहे; पण हे आपल्याला आंधळंही करतं. तुला आता ज्या वेदना होत आहेत, त्या वेदना म्हणजे ज्ञानाचा मार्ग आहे. त्यातून शिक.''

मला माहीत होतं की, गुरुजी माझ्यासाठी योग्य तेच सांगत होते, तरीही माझ्या आत कुठेतरी याच्या विरुद्ध झगडा होता. मी जो निर्णय घ्यायला हवा होता, तो मला समजत होता; पण त्याच्या विरोधात झगडा सुरू होता. निराशेने माझ्या पोटात कसंतरी होत होतं. प्रेमाचा आभास नाहीसा होताना हा उदासपणा उरणार होता का? मी एखाद्या मोकळ्या उजाड कोरड्या अनंत पठारावर उभा आहे आणि तिथे एकसंध विचित्र उजेड पसरला आहे, असं मला भासलं. मी ते पाहिलं आणि त्याच्या रिक्तपणापासून कचरून मागे सरलो.

''हो अर्जुन,'' गुरुजी म्हणाले. ''सगळं जळून खाक झालं आहे आणि तुझ्यासाठी आता फक्त राख उरली आहे; पण या राखाडी उद्ध्वस्ततेमध्येही एक आभास आहे, तुझ्या मार्गाच्या दिशेने एक पाऊल. माझ्यावर विश्वास ठेव. माझ्याबरोबर चालत राहा. या प्रेमाच्या टुमदार घराच्या पलीकडे शांतता आहे आणि याहून महान प्रेम आहे.''

त्यांनी दिवसभर मला त्यांच्या जवळच ठेवलं. मी निघेपर्यंत आम्ही सोबतच होतो. त्यांनी मला घट्ट मिठी मारली आणि ते जे शेवटचे शब्द माझ्याशी बोलले, ते शब्द होते की, 'विश्वास ठेव अर्जुन. तुझा विश्वास डळमळीत होऊ देऊ नकोस. मी तुझ्यावर लक्ष ठेवेन. घाबरू नकोस बेटा.'

मी घाबरलो नव्हतो. मी त्या रात्री ड्यूसेलडोर्फवरून कारने जाऊन हाँगकाँगमध्ये विमान पकडलं. मी सर्व प्रक्रिया आणि प्रोटोकॉल पाळले, आयुष्यभरात आत्मसात केलेल्या माझ्या युक्त्या वापरल्या आणि के. डी. यादवांची गुप्तहेरांची तंत्रही वापरली. जेणेकरून माझा पाठलाग होऊ नये. मी हे सारं सवयीने केलं आणि मला माहीत होतं की, मी सुरक्षित होतो. माझ्या डोक्यावर गुरुजींचा आशीर्वाद होता, त्यांचं सुरक्षाकवच होतं. पूर्ण प्रवासात मी गुरुजींच्या हातांची कल्पना करत होतो. त्यांचा तो भाग मी माझ्यासोबत घेऊन जात होतो, अगदी जवळून पाहिलेला असा. ते स्वतः कदाचित दैवी असतील; पण त्यांचे हात मात्र या मानवी जगातले होते. ते लहान होते आणि खूप गोरे होते. त्यांची नखं अगदी स्वच्छ होती. जेव्हा मला जाग आली, मला आश्चर्य वाटलं की, मला झोपेत त्यांचे हात का दिसत होते, का ते इतके खरेखुरे वाटत होते, इतके वास्तवातले, मानवी असे. त्यांनी मला नवीन नाव दिलं होतं, नवीन दृष्टिकोन दिला होता आणि आम्ही मिळून कालचक्राला नवीन गती देणार होतो.

सिंगापूर एअरपोर्टवर माझ्यासाठी काहीतरी दबा धरून बसलं होतं. मी आधी फुकेतला बोटीवर गेलो आणि गुरुजींच्या शिपमेंटची व्यवस्था केली. दोन आठवड्यांत आमचे संपर्काचे नवीन मार्ग तयार झाले आणि काम करू लागले... अगदी अभेद्य झाले. हरामखोर कुलकर्णी आता माझ्यावर खूप बारीक नजर ठेवून होता, यात काही शंका नव्हती; पण तो आता काही ऐकायला तयार नव्हता. मी पास्कल आणि गॅस्टनला, माझ्या जुन्या सरदारांना फोन केला. आम्ही त्यांची जहाजं आणि विस्तारलेली साधनं वापरत होतो (हो, ते दोघेही माझ्याबरोबर मोठे झाले होते); पण आता मी त्यांना सांगितलं की, त्यांना माझ्यासाठी हा एक प्रवास स्वतः करावा लागेल. त्यांनाच क्रू आणि कॅप्टन बनावं लागेल, अगदी जुन्या दिवसांसारखं. गॅस्टनने कुरकुर केली आणि लहरी मुलासारखा भांडखोरपणा करू लागला. तो म्हणाला की, त्याला डायबेटीस होता आणि एक हलकासा धक्का जरी बसला तरी त्याचा जुना स्लीप डिस्क डोकं वर काढेल. मी त्याला सांगितलं की, म्हाताऱ्या बाईसारखी चिडचिड करणं सोड, कमरेला पट्टा बांध आणि बोट तयार कर. तो गुरगुरला; पण त्याने मी त्याला जसं सांगितलं होतं, तसं केलं. त्याच्यावर माझे उपकार होते. त्याने सर्व व्यवस्था करण्यासाठी तीन आठवडे घेतले आणि मग ते दोघं त्यांची अजून दोन उत्तम माणसं बरोबर घेऊन निघाले. मादागास्कर किनाऱ्याच्या दिशेने ते अगदी बरोबर सहजपणे गेले आणि येतानाचा प्रवास खूपच शांततेत आणि शांत समुद्रातून झाला. त्यांनी तो कार्गो वेंगुर्ल्यात उतरवला आणि घरी गेले. गुरुजींच्या लोकांनी सामान ताब्यात घेतलं, पुढे त्याची वाहतूक त्यांनीच केली आणि ते सामान त्यांना जिकडे न्यायचं होतं, तिकडे नेलं. मी गॅस्टन आणि पास्कलला त्यांच्या नेहमीच्या दराच्या तिप्पट दर दिला आणि आमचं काम झालं. काही समस्या नाही, काही गोंधळ नाही.

मी विचार केला की, आता मी सिंगापूरला जायची वेळ झाली होती. मला झोयाला एकदा शेवटचं भेटायचं होतं. मला तिच्याबरोबरचे संबंध तोडायचे होते. मला आता तिची गरज उरली नव्हती, मी प्रेम या गोष्टीच्या पलीकडे गेलो होतो. मला तिच्याशी हिशेब चुकता करून तिचा निरोप घ्यायचा होता. माझ्या मनात कोणताही राग किंवा कडवटपणा उरला नव्हता आणि मला हे सगळं मानाने संपवायचं होतं, कोणताही गोंधळ किंवा संताप याशिवाय. मी अरविंदलाही अनेक दिवसांत समोरासमोर भेटलो नव्हतो आणि माझ्या मुख्य मॅनेजर लोकांच्या बरोबर भेटीगाठी न होता बराच काळ जाऊ देणं मला आवडायचं नाही. हे अनावश्यक वाटलं तरी अशा गोष्टींतूनच मी शकलो होतो म्हणून मी झोया येण्याच्या दोन दिवस आधीच सिंगापूरला गेलो. मी रात्रीचं फ्लाइट पकडलं होतं. अरविंद नेहमीप्रमाणे मला घ्यायला आला होता आणि येण्याच्या मार्गावर आम्ही नेहमीच्या सुरक्षेच्या पद्धती पाळल्या. आम्ही कोणी आमचा पाठलाग करत नाही ना हे बघितलं आणि मध्यावर कार बदलल्या. आतापर्यंत हे असं करणं हे आमच्या अंगात मुरलं होतं आणि आम्ही अगदी सहजपणे विचार न करता या गोष्टी करायचो. आकाशात खूप मोठा चंद्र उगवला होता. आम्ही बिझनेसबद्दल बोलत होतो आणि वैयक्तिक समस्यांबद्दलही. आम्ही सुलेमान इसाच्या एका हमीद नावाच्या शिलेदाराबद्दल थोडं गॉसिपही केलं. हा हमीद कराचीमध्ये राहत होता. त्याचं इसाच्या मुंबईच्या टॉप कंट्रोलरच्या बायकोशी ई-मेल आणि फोनवरून लफडं होतं, तेव्हा तो कंट्रोलर जेलमध्ये सडत होता. पोलिसांनी तिच्या फोनवरच्या काही टेप्स जप्त केल्या होत्या, त्यातली एक अरविंदने इतक्यातच ऐकली होती. त्याने अगदी तिची हुबेहूब नक्कल करत सांगितलं की, ती कशी त्याला त्याचा खांब चाटेल हे सांगत होती. ''भाई, आपण कसल्या काळात

राहतोय ना की, हीचा नवरा जेलमध्ये सडतो आहे आणि ही रंडी स्वतःचे बिकिनीतले फोटो हमीदला ई-मेल करते आहे.''

''त्यांचं हे मॅनेजमेंटचं टेक्निक आपल्यासाठी चांगलंच आहे. मुलांना सांगण्यासाठी चांगला नवीन अर्थ मिळाला. 'जर तुम्ही आमच्यासाठी जेलमध्ये गेलात, तर आम्ही तुमच्या बायका आणि मुलांची काळजी घेऊ.'''

''हा भाई. शेवटी नवरा पाच वर्षं जेलमध्ये आहे आजच्या घडीला. बाईच्या गरजांचीही काळजी घेतली गेली पाहिजे.'' अरविंद कारच्या बाहेर वाकून त्याच्या अपार्टमेंटच्या सुरक्षा गेटमध्ये कार्ड घालत होता, जेणेकरून आम्हाला त्या दुहेरी सुरक्षा गेटातून आत जाता येईल. ''तुम्हाला माहीत आहे भाई, फोनकॉलच्या शेवटी हमीद तिला म्हणाला की, मी आजवर कोणाला हे म्हणालो नव्हतो. मग तो तिला दोनदा इंग्लिशमध्ये 'आय लव्ह यू' म्हणाला.''

''मला वाटतं, तो हरामखोर त्याच्या तीन बायकांना हे कधी म्हणाला नसेल.''

अरविंद हसला. ''कदाचित, इंग्लिशमध्ये म्हणाला नसेल.''

त्याची स्वतःची बायको गुटगुटीत आणि आनंदी दिसत होती म्हणून मी तिला सांगत होतो की, अरविंद तिच्यावर अनेक भाषांमध्ये प्रेम करायचा. मुलं झोपली होती. मी त्यांच्या वेगळ्या खोलीपाशी थांबून मुलांकडे एक नजर टाकली. मी त्यांना दोन महिन्यांपूर्वी भेटलो होतो. मी उगीच कौतुक करत नव्हतो. ते झोपले होते, तरी त्यांच्या पायांची ताडमाड उंची जाणवत होती. ते फक्त सात आणि पाच वर्षांचे होते. अरविंदच्या बागेतल्या या फुलांची वाढ थांबेपर्यंत ते दोघं सहा फूट तरी उंच होतील. मी थोडा दाल-राईस खाल्ला आणि या खोडकर मुलांचा अभिमान वाटणाऱ्या आई-बाबांशी थोडा वेळ गप्पा मारल्या.

''हे सगळं प्रोटीन आहे भाई,'' पदराच्या टोकाने आपली जाड हनुवटी पुसत पुसत सुहासिनी म्हणाली. ''आपल्या काळात भारतात असताना आम्हाला पुरेसं मिळालं नाही. आम्ही कुपोषितच होतो. आता आपल्याला कळतं की, आपल्या मुलांना आपण त्यांना हवं आहे ते देऊ शकतो. त्यांची वाढ आपल्याला असामान्य वाटते. खरंच हे अगदी सामान्य आहे.''

तिच्या सिंगापूरच्या प्रोटीनमुळे तिचीही वाढ अगदी हवी तशी गोल फूटबॉलसारखी होत होती; पण मी तिला ते सांगितलं नाही. मी मुलांचं कौतुक केलं आणि मग झोपायला गेलो. मी झोपणार, इतक्यात मुंबईहून झोयाचा फोन आला. ''मला माफ करा भाई, मला उशीर झाला आहे,'' ती म्हणाली. तिचं त्या दिवशीचं शूटिंग संपवून ती येणार होती. ती त्यासाठी शूटिंग लोकेशनवरही वेळेवर पोहोचली होती; पण जेव्हा सगळं संपवून ती परतीच्या वाटेवर हायवेला लागली, तेव्हा तिला सात मैल लांब ट्रॅफिक लागलं. कारण, त्या रस्त्यावर तीन भरधाव जाणाऱ्या ट्रक्सचा आपापसात अपघात झाला होता. ते ट्रॅफिक सुरळीत व्हायला सहा वाजले. तिने खूपदा माफी मागितली आणि ती घाबरलेली होती. तिने आजवर कधीही माझ्याबरोबरची अपॉइंटमेंट चुकवली नव्हती.

पण मी खरंच माझ्या आवडीनिवडी आणि राग यांच्या पलीकडे गेलो होतो. मी तिला शांतपणे सांगितलं की, तिने रात्रभर विश्रांती घेणं गरजेच असून, दुसऱ्या दिवशी सकाळचे विमान पकडून निघाली तरी चालेल. मग मी डोळे मिटले आणि मला झोप लागली.

मला दुसऱ्या दिवशी सकाळी बोअर झालं. अरविंद आणि मी आमची सकाळची कॉन्फरन्स केली, बंटीलाही फोन केला. मी बिझनेसकडे लक्ष देत होतो; पण मी आजचा

दिवस झोयासाठी राखून ठेवला होता. आमची एकांतात चर्चा होईल, काही अश्रू सांडतील, अशी मला अपेक्षा होती. मी थोडा वेळ टीव्ही पाहिला. मुलांच्या बरोबर खेळलो. नंतर जेवायची वेळ झाली आणि आमच्या चर्चेतला मोठा प्रश्न हा होता की, जेवण कुठून मागवायचं. अरविंदला भारतीय जेवण हवं होतं; पण बहुमत त्याच्या बाजूने नव्हतंच.

''भाई, सिंगापूर शॉपिंग सेंटरमध्ये कॅन्टोनीज रेस्टॉरंट उघडलं आहे,'' सुहासिनी अधाशीपणे म्हणाली. ''त्यांचं जेवण सुरेख असतं; पण ते घरी आणून देत नाहीत. त्यांना जायला सांगा.''

''पण ते इतकं जवळ आहे आणि रस्त्याच्या या बाजूला तीन चायनीज रेस्टॉरंट्सही आहेत.''

''मी जाईन,'' मी म्हणालो.

''काय?'' ते दोघंही गोंधळून एकदम म्हणाले.

''मला बाहेर जायला हवं,'' मी म्हणालो.

''का भाई?'' अरविंदने विचारलं.

त्याला अजून काही बोलायचं नव्हतं. मी सिंगापूरमध्ये एकदाही कधीही बाहेर गेलेलो नव्हतो. थायलंडमध्ये मी बोटीवरून कधी बाहेर पडलो नव्हतो. मी जर्मनीला जायचं ठरवलं, ही खूपच वैशिष्ट्यपूर्ण गोष्ट होती; पण ती खूप वेगळी आणि अतिआवश्यक होती हे समजू शकत होतो. इथे मी बाहेर जाऊन चायनीज जेवण आणायचं म्हणतो होतो. ''मला गरज आहे बाहेर जाण्याची,'' मी म्हटलं.

त्याला माझ्याशी वाद घालायचा नाही, हे पुरेसं माहिती होतं. ''मी एक दोन मुलं तुमच्याबरोबर पाठवतो भाई.''

''अरे नाही बाबा,'' मी माझ्या चेहऱ्याकडे बोट दाखवत म्हटलं. ''मी अशा प्रकारे संपूर्ण सुरक्षित आहे. आता मला कोणीही ओळखत नाही.''

मी गेलो. एकदा मी मुख्य रस्त्याला लागलो आणि मग कार पुढे रेटली. मी वेग वाढवला, मला मी एकदम मुक्त असल्यासारखं वाटलं. चायनीज जेवण आणायला बाहेर जाण्यासाठी सामान्य आणि अनोळखी चेहरा असणं चांगलंच होतं. या नोकरांनी करायच्या कामात मला आनंद मिळत होता. रेस्टॉरंटमध्ये जा, जेवणाची ऑर्डर द्या आणि त्याचे पैसे द्या, छोट्याशा चायनीज रिसेप्शनिस्टला धन्यवाद द्या. मी तिने जे पाहिलं, ते मॅनेज करायचा प्रयत्न केला की, चकमकीत स्वच्छ पांढरा टी-शर्ट आणि राखाडी रंगाची हाफचड्डी घातलेला एक भारतीय माणूस आला होता. त्याने पांढरे नाइकेचे शूज घातले होते आणि बऱ्यापैकी देखणा होता; पण सामान्य माणूस नव्हता. तिने मी खरा कोण होतो हे माझ्या डोळ्यात पाहिलं का? पण मी राखाडी रंगाच्या काचांचे सनग्लासेस लावले होते. मी सुरक्षित होतो.

मी कारमध्ये बसलो आणि एसी लावला. एसीचा झोत खूप वेगाने माझ्या अंगावर आला. ती खूप महागडी कार होती. माझ्या मांडीखाली असलेलं लेदरही एखाद्या लहान मुलीच्या गालांसारखं मऊ होतं. हे मर्सिडीजचं नवीन मॉडेल होतं, ज्यात सगळी अत्याधुनिक यंत्रं बसवली होती, ज्यात जीपीएस सिस्टिमचाही समावेश होता. हरामखोर अरविंद, इतक्या छोट्याशा शहरातही त्याला जीपीएस सिस्टिम कशाला हवी होती? त्याला कसं काय हे सगळं

परवडतं आहे? तो पैसा दाबतोय का, का त्याची टक्केवारी खूप जास्त आहे? का त्याचे अजून पण पैसे मिळवायचे काही मार्ग आहेत? परत येताना हे सगळे प्रश्न माझ्या डोक्यात घोळत होते. मी इंटरनॅशनल धमाकाची सीडी ऐकत चिंता करत होतो.

मी गाडी पार्क करून लिफ्टमध्ये गेलो, तरीही माझ्या डोक्यात पैशांची काळजी घोळत होती. माझी कंपनी चांगला धंदा करत होती; पण आमचं एक्स्पान्शन मात्र मंदावलं होतं. कदाचित, मला मुलांना काटकसर शिकवावी लागेल, जेणेकरून पैसे आणि साधनं यांचं व्यवस्थापन नीट होईल. मला तेव्हा अचानक जाणवलं की, मला खूप भूक लागली आहे. दोन्ही हातांत जेवणाच्या पिशव्या होत्या. लिफ्ट आमच्या मजल्यावर थांबली आणि मी बोटानेच दारावर टकटक केली. उघड गांडू.

मी बाहेर पाऊल टाकलं. कॉरिडोरमध्ये लिफ्टच्या तोंडाशीच दोन माणसं उभी होती.

मी त्यांना ओळखत नव्हतो. एक चायनीज होता, एक भारतीय. दोघांचेही केस बारीक होते आणि मिलिटरी स्टाइलने कापलेले होते.

''तुम्ही कुठे जाताय?'' तो चायनीजवाला म्हणाला.

'तुला काय करायचं आहे मादरचोद?' असं माझ्या तोंडात आलं होतं. ते अगदी माझ्या मनातून आलं; पण मी विचार करत होतो. गुरुजींना धन्यवाद. मी त्याऐवजी म्हणालो, ''जेवण,'' मी हातातल्या पिशव्या वर उचलून धरल्या. ''डिलिव्हरी,'' मी म्हटलं. ''पेंटहाउस.''

''त्यांना याची गरज नाहीये,'' तो भारतीय हिंदीमध्ये म्हणाला. ''ते बाहेर गेलेत.''

माझ्या शरीराला आता वळून पळत सुटावं, असं वाटलं. लिफ्टमध्ये घुसून किंवा जिन्यावरून खाली, दूर; पण मी विचार करत होतो. त्यांना संशय येऊ देऊ नकोस.

''पैसे,'' मी म्हटलं, ''त्यांनी पैसे द्यायला हवेत.''

''गेट आउट,'' तो चायनीज म्हणाला.

''जा,'' तो भारतीय म्हणाला.

मी काहीतरी शिव्या दिल्या आणि लिफ्टमध्ये शिरलो. बटण दाबून अजून काही शिव्या दिल्या.

तो भारतीय पुढे आला आणि त्याने हाताने लिफ्टचा दरवाजा धरला. ''तू पेंटहाउसमधल्या लोकांच्यासाठी काम करतोस?''

''नाही, वाँग्स गार्डनसाठी.''

''तुझं नाव?''

''निसार अहमद.''

''तुझा गॉगल काढ.''

मी गुक्कीचा गॉगल घातला होता. मी हातातली एक पिशवी खाली ठेवली आणि गॉगल काढला. त्याने माझा चेहरा नीट पाहिला आणि हजार अपराध्यांचे चेहरे निरखून बघत पोलिसवाले कशी ओळख पटवतात, तशा नजरेने माझ्याकडे पाहिलं. मी नजर दुसरीकडे वळवली नाही आणि त्याच्याकडे तिरस्कारानेही पाहिलं नाही. मी स्वतःला बजावत होतो की, तू एका डिलिव्हरी बॉयसारखा राहा.

''ठीक आहे,'' तो म्हणाला आणि त्याने दरवाजा सोडला.

रबर आणि धातूचा एक थड असा आवाज झाला, ज्याने मला त्यांच्यापासून वाचवलं. दरवाजा बंद झाला आणि मी मागे लिफ्टच्या मागे असलेल्या आरशावर कोसळलो. माझे पाय अजूनही लटपटत होते. मी जेवणाच्या दोन्ही पिशव्या खाली बेसमेंटमध्ये घेऊन गेलो. त्या पिशव्या मी माझ्या छातीवर ढालीसारख्या धरल्या होत्या. मी अरविंदच्या त्या फॅन्सी कारमध्ये बसलो आणि निघून गेलो.

मला सिंगापूरमधून बाहेर पडायला तीन दिवस लागले. ते फार मुश्कील होतं. आमचं पेंटहाउस कोणी शोधून काढलं, ते लोक कोण होते मला माहीत नाही; पण त्यांनी अपार्टमेंटमध्ये शोध घेतल्यावर त्यांना माझे नवीन पासपोर्ट सापडले, त्यामुळे त्यांना माझा नवीन चेहरा माहीत झाला. माझ्याकडे फक्त दोन मोबाईल आणि तीनशे त्र्याहत्तर सिंगापूर डॉलर्स होते; पण मी माझ्या मुलांशी बोलू शकत होतो आणि माझी गुप्तहेर यंत्रणा होती. अखेरीस मी एका खूप छोट्या वल्हवायच्या बोटीतून निघालो, जी बोट मला दुसऱ्या मोठ्या बोटीकडे घेऊन गेली. त्या मोठ्या बोटीत मी लाकडी फळ्यांच्या खाली अंधारात माशांच्या वासात पडून होतो. ही बोट मला जोहोरच्या आखातात घेऊन गेली. तिथे अजून एक लहान बोट पकडली जिने मला मलेशियाच्या समुद्र किनाऱ्यावर सोडलं. दुसऱ्या दिवशी मी थायलंडमध्ये पोहोचलो होतो.

मी सुरक्षित होतो; पण अरविंद मेला होता. चायनीज जेवण आणायला गेलेल्याच्या दुसऱ्या दिवशी सिंगापूर पोलिसांनी घोषित केलं की, त्यांना अरविंद पेंटहाउसमध्ये मृत सापडला होता. त्याला तीन गोळ्या झाडण्यात आल्या होत्या. सुहासिनीला एकदा, डोक्यात. मुलंही मेली होती. सिंगापूर पोलिसांच्यानुसार स्टोरी अशी होती की, पेंटहाउसमध्ये गोळीबार झाले होते. सुहासिनीने कोणा अनोळखी मारेकऱ्यांना दार उघडलं आणि नंतर लगेचच ती मारली गेली. अरविंदने त्यांच्यावर गोळ्या झाडल्या, त्यांनी प्रतिकार केला आणि त्या गोळीबारात मुलं मारली गेली. नंतर अरविंद त्यांच्या गोळ्यांना बळी पडला.

इतकंच घडलं होतं. सिंगापूर पोलिसांनी गार्डन सिटीमध्ये अनपेक्षितपणे गँगवारला तोंड फुटल्याच्या घटनेवर राग व्यक्त केला होता आणि त्यांनी इमिग्रेशनवर कडक नियंत्रण जाहीर केलं होतं. त्यांना अरविंदच्या खोट्या नावाचा शोध घेऊन तो नक्की कोण होता, हे शोधायला चार दिवस लागले आणि नंतर मग भारतातल्या न्यूजपेपरनी पहिल्या पानावर यावर लेख लिहून मारेकरी कोण असतील याबाबत थियरी मांडली. त्यांनी याचं श्रेय सुलेमान इसा आणि त्याच्या लोकांना दिलं. अतिशय कडक सुरक्षा असलेल्या सिंगापूरमध्ये हे घडवून आणण्याच्या त्यांच्या योजनेबद्दल आणि बिनधास्तपणाबद्दल कौतुकही केलं. त्यांनी अपार्टमेंटच्या सर्व खोल्यांचा नकाशा आणि एकमेकांवर गोळ्या झाडणाऱ्या छोट्या आकृत्याही छापल्या; पण त्यांनी विचारलं, ''गणेश गायतोंडे कसा निसटला?''

हो, मी निसटलो होतो. पण कोणापासून? ही पुन्हा एकदा दुबईची मुलं असणार यावर विश्वास ठेवणं खूप सोपं होतं. ते खूपच सोपं होतं, खूप कौतुकास्पद. मी त्यांचे हेअरकट आठवत होतो. ते दोघं जण जे मला लिफ्टच्या बाहेर भेटले होते, ते पोलिसांसारखे समोर आले नव्हते? का सैनिकांसारखे? कदाचित ज्याने हे सगळं घडवून आणलं होतं, तो सुलेमान इसा नव्हता. कदाचित, हे सरकारने केलं असावं. कुलकर्णी आणि त्याची संस्था माझ्यावर खूप चिडली होती. कदाचित, त्यांना वाटलं असावं की, या सगळ्या ऑपरेशनला पूर्णविराम देण्याची वेळ आली होती, हे अकाउंट बंद करण्याची वेळ आली होती. कदाचित, त्यांनी

गणेश गायतोंडेला संपवायचा विचार केला होता. जेव्हा त्यांच्याशी तडजोड केलेली माणसं त्यांना नकोशी झाली होती, तेव्हा मीही अशा कारवाया आजवर केलेल्या होत्या. ते म्हणाले होते की, या माणसाला रिटायर करा, एकेकाळी तो आपल्याबरोबर होता. आता विरुद्ध आहे किंवा किमान तो आपल्याबरोबर नाही. मी ते केलं होतं, मी कोणा गरीब चुतीयाला काठमांडू, ब्रसेल्स, कम्पालामध्ये शोधून काढलं होता आणि त्याला ठार केलं होतं. त्यांनी ज्या कोणाचं नाव जिथे कुठे घेतलं, मी केलं होतं आणि आता ते माझ्याच मागे लागले होते.

नाही, नाही... मी यावर विश्वास ठेवण्यापासून स्वतःला रोखलं. काहीतरी निष्कर्ष काढू नकोस मी स्वतःला सांगितलं. स्वतःला असा त्रास देऊ नको, तुझाच देश तुला संपवायच्या मागे आहे, तुला नामशेष करण्याच्या मागे आहे, यावर विश्वास ठेवू नकोस. मी त्या आठवड्यात कुलकर्णीशी तीन वेळा बोललो आणि तो नेहमीसारखाच नम्र होता आणि जे घडलं त्याबाबत त्याला काळजी वाटत होती. तो म्हणाला की, तो इकडे मुळापर्यंत जाऊन तपास करेल आणि त्याने आश्वासन दिलं की, सिंगापूरहून येणारी कोणतीही माहिती तो माझ्यापर्यंत लगेचच पोहोचवेल. त्याच्याशी बोलून फोन ठेवताना मला नेहमीच थोडा दिलासा वाटायचा आणि पुन्हा चैतन्य वाटायचं; पण त्याच्या त्या मधाळ बोलण्यातलं विष लक्षात यायला मला फक्त पाच मिनिटं लागायची. हो, तो मला खात्री देत होता; पण कदाचित मला दुसऱ्या हल्ल्यासाठी अडकवायला बघत होता. कदाचित, त्यांचे लोक माझ्यावर आधीच नजर ठेवून असतील. त्यांची फिल्डिंग सुरूही झाली असेल आणि ते माझी विकेट उडवतीलही. हो. मला सिंगापूरला कोणी पाठवलं, पेंटहाउसचा पत्ता कोणाकडे होता आणि बिल्डिंगच्या गेटचे आणि लिफ्टचे सिक्युरिटी कोड कोणाकडे होते आणि कॉरिडोरमध्ये लागलेले व्हिडिओ कॅमेरे बंद करण्याचं डोकं कोणाचं होतं? गुप्त माहिती कुठून मिळाली होती? झोयाने मला फसवलं होतं का? तिचं विमान कसं काय चुकलं होतं? हो, त्या दिवशी हाय-वेला ट्रॅफिक जाम होतं, मी तपासून पाहिलं होतं; पण ती सेटवरून इतक्या उशिरा का निघाली होती का अरविंदनेच कोणाशी तरी डील केलं होतं आणि नंतर स्वतःच त्यात फसवला गेला होता? का मारेकऱ्यांना त्यांच्या सोर्सलाही ठोकण्याच्या सूचना मिळाल्या होत्या जेणेकरून सगळं सफाचट होईल? हे शक्य होतं. हे सर्व शक्य होतं!

थाई आकाशातल्या पौर्णिमेच्या चांदण्यात मी या शक्याशक्यतांचा विचार करत पडलो होतो. जेव्हा सकाळी उठलो, तेव्हा घाबरलो होतो. गुरुजींनी सांगितलं होतं की, माझ्या जीवाला धोका आहे आणि मला माहीत आहे की, तो अजून संपलेला नाही. पुन्हा एकदा अनेक वर्षांनंतर मी पुन्हा बंदूक बाळगायला लागलो होतो. दोन दिवसांनंतर, मी अजून एक पिस्तूल माझ्या पायाच्या घोट्यात ठेवायला लागलो. अमेरिकेतून शरीरावर बाळगायची उत्तम बुलेटप्रूफ जाकीट मी मागवलं होतं आणि ते दिवसा शर्टाखाली घातलेलं असायचं. त्याच्या IIIA सुरक्षेमुळे. ४४ मॅग्नम बुलेट माझ्या छातीवर किंवा पाठीवर येण्यापासून रोखली गेली असती. मी बोटीवरही सशस्त्र पहारेकऱ्यांची संख्या वाढवली आणि त्यांच्या टीम्स दिवसातून तीन वेळा बदलत होतो. मी कधी कधी बोटीवर झोपायचो, कधी जमिनीवरील घरांमध्ये आणि माझे जायचे-यायचे मार्गही वेगळे असायचे. मी सर्व शक्य काळजी घेत होतो.

दरम्यान, संकटं येतंच होती. बंटीने एके दिवशी दुपारी फोन केला, काहीसा नरम होता, तो नेहमीसारखा आनंदी वाटत नव्हता. ''भाई, मी क्लिनिकमध्ये आहे,'' तो म्हणाला.

''काय झालं?'' माझ्या मनात एकाच वेळी डझनभर गोष्टी आल्या : सिफिलीस, गोळ्या, त्याच्या मुलांना मलेरिया झाला वगैरे.

''पास्कल आणि गॅस्टन. ते दोघेही इथे आहेत भाई. दोघंही ॲडमिट आहेत.''

''काय, डायबेटीस फक्त गॅस्टनला होता, बरोबर? दुसऱ्यालाही याचा डायबेटीस लागला का?''

यावर तो किंचित हसला; पण अगदी पुसट. ''नाही भाई, हे दुसरंच काहीतरी आहे. दोघंही आजारी आहेत. शेवटच्या ट्रीपला त्यांच्याबरोबर जी मुलं गेली होती, तीही आजारी आहेत. ते सगळे उलट्या करत आहेत पुन्हा पुन्हा.''

त्याला म्हणायचं होतं की, गुरुजींच्या शिपमेंटची जी ट्रीप केली होती खास त्याबाबत होतं हे. मी म्हणालो, ''त्यांनी काहीतरी चुकीचे मासे वगैरे खाल्ले असतील. मूर्ख लेकाचे.''

''गॅस्टनचे केसही गळतायत भाई.''

''ते अनेक वर्षं गळत आहेत.''

बंटी काहीच बोलला नाही. तो खूपच गंभीर वाटत होता. त्याने क्लिनिकला जाण्यासाठी स्वतः वेळ काढला यातच सर्व आलं होतं. हा बंटी, जो सतत गोट्यांमध्ये गोळी लागून मरणाऱ्या लोकांवर रोज विनोद करायचा, तो आता अजिबात हसत नव्हता. गॅस्टनची परिस्थिती नक्कीच खूप गंभीर असली पाहिजे, खूपच जास्त गंभीर. ''ठीक आहे,'' मी म्हणालो. ''ऐक, त्याना चांगल्या डॉक्टरकडे घेऊन जा. पैसा लागत असेल तर दे. त्यांची काळजी घे.''

''मीही तोच विचार केला भाई, ते दोघं आपल्याबरोबर खूप वर्षं आहेत.''

पुढचे दोन दिवस, तो सतत त्यांच्यावर लक्ष ठेवून होता आणि डॉक्टरना आमच्या या मित्रांना बरं करण्यासाठी मागे लागला होता. दरम्यान, मी मुंबईत इन्स्पेक्टर सामंतला फोन केला आणि त्याच्यासाठी दोन एन्काउंटरची व्यवस्था केली. त्याला मुंबईतले सुलेमान इसाचे दोन कंट्रोलर दिले. त्याने त्या दोघांना त्याच रात्री उडवलं. दुबईच्या हरामखोरांनी अरविंदच्या मृत्यूचं क्रेडिट घेतलं नव्हतं; पण मला त्यांना सांगायचं होतं की, आम्ही काही झोपलेलो नव्हतो आणि त्यांना समजेल अशा भाषेत उत्तर द्यायला समर्थ होतो. त्या एन्काउंटर्समुळे समाधान मिळालं, विशेषकरून सामंतने मला मेलेल्या हरामखोरांचे शवागारातले गोळ्यांनी डोक्याची चाळण झालेले फोटो ई-मेल केले म्हणून जास्तच; पण हे समाधान जास्त काळ टिकलं नाही आणि भीतीचे ठोके संथ लयीत पडतच होते.

''मी तुझ्यासाठी एक मुलगी पाठवू का?'' त्या संध्याकाळी जोजोने मला विचारलं. ''माझ्याकडे एक दोन नवीन मुली आहेत, ज्या तुझं छान मनोरंजन करतील.''

''अरे, मी त्या सगळ्यातून आता बाहेर पडलो आहे.''

''माझा विश्वास बसत नाही तुझ्यावर, गायतोंडे. तुझाही बसणार नाही. तू पुन्हा एकही मुलगी घेणार नाही आहेस? तुझ्या अख्ख्या आयुष्यात?''

''कदाचित मी घेईन, कदाचित नाही घेणार; पण माझ्यासाठी ते आता जास्त महत्त्वाचं नाहीये. मी त्या सगळ्याच्या पलीकडे गेलो आहे.''

तिने काहीतरी एखादं कुत्र्याचं पिल्लू कळवळून करेल तसा गुरगुरल्याचा आवाज केला. मला वाटलं, कदाचित तिलाही अचानक बरं नाही असं वाटू लागलं का काय. नंतर ती खूप गडगडून हसू लागली. मी माझ्या कानापासून फोन जरा लांब धरला आणि म्हणालो, ''जोजो, मादरचोद, मी काय म्हणतो ते ऐक.'' ती आता ऐकण्याच्या पलीकडे गेली होती आणि मी फोन खाली ठेवून तिचं हसणं संपायची वाट पाहायला लागलो. एक दोन मिनिटं जाऊ दिली

आणि मग परत फोन उचलला. ती आता खुदुखुदु हसत होती; पण पुन्हा जसं मी तिचं नाव घेतलं, तशी ती पुन्हा हसायला लागली. ''वेडी चुतीया,'' मी म्हटलं आणि फोन ठेवून दिला. त्या क्षणी मला ती समोर असायला हवी होती जेणेकरून मी तिचा गळा दाबला असता आणि हसण्याचा तो घाणेरडा आवाज बंदच केला असता. मी गळा दाबताना तिचा श्वास अडकून तिला लाल निळी पडताना मला पाहायचं होतं. मी माझ्या केबिनमध्ये येरझाऱ्या घालत होतो, मी डेकवर जाऊन परत आत आलो. मी तिला पहिल्यापासूनच माझ्याशी खूप जवळीक होऊ दिली, खूप अनौपचारिक वागू दिलं. कदाचित, तिला आता धडा शिकवावा लागेल. सुरुवातीपासूनच मी तिला फार मोकळीक दिली होती.

मी याचबद्दल विचार करत होतो, तेव्हा तिचा फोन आला. मी सुरू झालो, ''साली.''

''सॉरी, सॉरी, खरंच गायतोंडे, तुला मला माफ करावंच लागेल. माझ्यासाठी तो आश्चर्याचा धक्काच होता. तुम्ही सगळे लोक ना, तुम्ही लोक बायकांची खूपच मजा लुटता. मग तुम्ही असं काही म्हटलं, तर विश्वास ठेवणं अवघड जातं.''

''गांडू, तुला फक्त माझ्याकडून धंदा मिळणार नाही, हीच भीती आहे. तुला मी अजून एखाद्या झोयावर पैसा खर्चायला हवा आहे, तिला आयुष्यात उभं करायचं आहे, जेणेकरून तुला तुझा कट मिळेल.''

''मी फक्त तुला शांत करायचा प्रयत्न करत आहे गायतोंडे. तू आधी कधीही असा नव्हतास आणि तू मला एकदा सांगितलं होतंस की, एखादी कंपनी चालवायची असेल तर तुम्हाला शांत आणि थंड राहावं लागतं. तू आता शांत नाही आहेस.''

तिचं बरोबर होतं. मी शांत नव्हतो. मी चिडलेला, घाबरलेला होतो, मला राग आलेला होता. ''आता एक मुलगी मला शांत करू शकणार नाही. दुसरं काहीतरी बघ.''

''काही पत्रं ऐकायची आहेत?''

बरेच दिवस झाले, आम्ही तिच्याकडे येणारे अर्ज वाचून आमची करमणूक केलेली नव्हती म्हणून मी म्हटलं, ''हो, हो. ते झकास होईल. वाच एखादं.''

तिने तिच्या टेबलावर काही पत्रं तयारच ठेवली होती. ती पत्रं तिच्याकडे फेस ऑफ द इयर आणि इंटरनॅशनल मॅन कॉन्टेस्ट अशा स्पर्धा झाल्या की, रिमझिम पावसासारखी, ओहोटी लागल्यासारखी येतच असत. ''ठीक आहे, ऐक. तुला गोलगर, पोस्ट ऑफिस फोफुराल, जिल्हा धार, मध्य प्रदेशमधलं पत्र ऐकायचं आहे का? का तुला कुचमन शहर, जिल्हा नागौर, राजस्थानमधलं ऐकायचं आहे?''

''फोफुराल? नाही, माझा यावर विश्वास नाही.''

''कदाचित, ते फोफुनाल असेल. त्यांचं इंग्लिश लिखाण इतकं स्पष्ट नाहीये. पत्ता इंग्लिशमध्ये आहे. मी हे पोस्टकार्ड वाचू?''

गोलगर गावात, पोस्ट ऑफिस फोफु-मादरचोद काहीतरी गावात ते इंग्लिशमध्ये लिहीत होते तर. त्या विचारानेच माझं डोकं गरगरलं. ''नाही, गोलगरमधलं भाद्याया सोडून दे. आपल्याला राजस्थानमधून जास्त पत्रं येत नाहीत, तर राजस्थानला बोलू दे.''

''हो. त्याचं नाव शैलेंद्र कुमार आहे. तो लिहितो....'' ती आता हिंदीमध्ये सावकाश वाचू लागली. ''त्याने पोस्टकार्डच्या वर 'ओम एवं सरस्वत्यै नमः' लिहिलं आहे. त्याच्याखाली नागमोडी रेघ मारून.''

''म्हणजे तुझा हा शैलेन्द्र धार्मिक मुलगा दिसतो. उत्तम.''

''तो लिहितो, प्रिय सर/मॅडम. हे इंग्लिशमध्ये लिहिलं आहे. नंतर तो आता हिंदीत लिहितो. माझं नाव शैलेंद्र आहे. मी सध्या बारावीत शिकतो. मी मॉडेलिंग माझं करियर म्हणून निवडत आहे. मी अठरा वर्षांचा आहे. माझी उंची पाच फूट अकरा इंच आहे. माझं व्यक्तिमत्त्व खूप प्रभावी आहे. मी शाळेत खूप नाटकांमध्ये भाग घेतला आहे.''

जोजो थांबली. मला माहीत होतं की, ती कशाची वाट बघत असणार. आता मी यावर त्या गावातल्या नटाबद्दल जो आता शहरातला मॉडेल व्हायचं स्वप्न बघत होता, त्या शैलेंद्रबद्दल, काहीतरी विनोदी बोलावं, असं तिला वाटत असणार. नंतर आम्ही दोघं बरोबर हसू आणि मग आम्ही अजून पुढे वाचू. खरंतर, आम्ही दोघांनीही आपापली गावं सोडली होती; पण आज मला त्या गावातल्या हिरो शैलेंद्रचा विचार करून फक्त उदास वाटलं. तो त्याच्या गावाचा हिरो होता आणि त्याच्या व्यक्तिमत्त्वाकडे पाहून गावातल्या शेतातून जाणाऱ्या-येणाऱ्या मुली त्याच्याविषयी बोलत असतील, तो मोटारसायकलवरून जाताना, कदाचित त्याच्या काकांच्या मोटारसायकलवरून जाताना. तो उंच होता आणि म्हणून त्याला मुंबईला यावं असं वाटतं. अजून मोठा होण्यासाठी. ''जोजो, मला खूप थकल्यासारखं वाटतंय. मला वाटतं मी झोपायचा प्रयत्न करावा.''

''इतक्या लवकर?''

''बघतो. कदाचित, सकाळी बरं वाटेल,'' मी संकोचत म्हणालो. ''तू कशी आहेस जोजो?''

माझ्या प्रश्नामुळे ती एक क्षण गप्प झाली. मी यापूर्वी तिला असं कधी विचारलं नव्हतं. ''अरे गायतोंडे, मी एकदम टिपटॉप. धंदा थोडा डाऊन आहे; पण इकॉनॉमीच डाऊन आहे. कोणाकडेच पैसा नाही. मी कशीतरी तग धरून आहे.''

''तुझ्याकडे ठोकू आहे का?''

''अर्थात. दोन आहेत. तुला बायका पुरे झाल्या असतील; पण मला अजून पुरुषांचे एक दोन उपयोग आहेत.'' ती नेहमीप्रमाणे हसली आणि या वेळी तिने मलाही थोडं हसवलं. ''ते खूप त्रास देतात, गायतोंडे. नेहमी त्यांना काहीना काही हवं असतं. कधी कधी मला आश्चर्य वाटतं की, मी का विचार करते, तसंही मला व्हायब्रेटर इतकं सुख कोणताच पुरुष देऊ शकत नाही.''

आता मला हसू आलं. ''तू निर्लज्ज आहेस.''

ती होतीच. नंतर त्या रात्री मी जोजोचा, माझी मैत्रीण असलेल्या जोजोचा विचार करत होतो. इतर आले, गेले. मेलेही. सोडून गेले; पण जोजो, जिला मी कधीही आमोरासमोर भेटलो नव्हतो, जिच्याबरोबर मी कधी जेवलो नव्हतो, जिला मी कधी स्पर्शही केला नव्हता, कधी जवळ घेतलं नव्हतं, ती अजूनही माझ्याबरोबर होती. कधी कधी तिच्याशी न बोलताच अनेक दिवस निघून जायचे; पण ती माझ्या आत होती. ती धीट होती. तिने माझ्या कृत्यांबद्दल तिला काय वाटतं हे सांगितलं होतं. तिने मला सल्ला दिला, माझं ऐकून घेतलं. ती मला ओळखत होती आणि माझ्या आताच्या या भीतीच्या दिवसांमध्ये तिचं एक अशी होती, जी मला फसवेल, असा संशय माझ्या मनात आला नाही. अगदी जरी हे खरं होतं की, इतरांच्या मानाने तिला माझ्या आयुष्यात काय सुरू आहे, याची जास्त माहिती असायची, तरीही माझ्या

मनात कधी असा विचारही आला नाही की, तिने शूटर्सना माहिती दिली असेल. मी स्वतःला आता जोजोबाबत वस्तुनिष्ठपणे विचार करायला भाग पाडलं. तिला माझ्यातून दूर करून मग तिच्याकडे एक अपरिचित म्हणून पाहिलं. ती एक बिझनेसवूमन होती, एक प्रोड्युसर, एक मॅडम, एक बाई जी तिच्या विचारात आणि तिच्या मार्गाबाबत ढिल्ली होती. तर्कसंगतीने पाहिलं, तर अविश्वासार्ह होती; पण मी तिच्यावर विश्वास ठेवला. मी असा विचारही करू शकत नव्हतो की, तिने पैशासाठी हे केलं असेल. मला माझ्या शत्रूंच्या तोंडी दिलं असेल, असंच लहर आली म्हणून किंवा चुकूनही. माझ्या विश्वासाला या कोणत्याही विचाराने तडा गेला नाही. मी तो प्रयत्नच सोडून दिला. ती जोजो होती आणि ती माझं आयुष्य होती, माझ्या आयुष्याच्या विणीमध्ये घट्ट विणली गेली होती. मला माहीत नाही, हे कसं झालं किंवा नक्की कधी झालं; पण मला हे वाटत होतं की, ती माझ्या सोबत असायला हवी होती.

मी त्या रात्री झोपू शकलो नाही आणि तिला दोन वेळा फोन केला. तिने मला तिच्या ठोकूंच्याबद्दल अजून काहीबाही सांगितलं आणि मला खूप गालातल्या गालात हसवलं. पहाटेचे चार वाजले होते आणि तरीही मी जागा होतो. आता तिला परत फोन करायला उशीर झाला होता. गुरुजी प्रवास करत होते आणि उपलब्ध नव्हते. मला डेकवर जावं असं वाटलं; पण मी थकलो होतो, दमलो होतो आणि माझ्या पोटऱ्या मांडीपर्यंत ठणकत होत्या ते मला जाणवत होतं. बेडच्या बाजूचं घड्याळ मंद लुकलुकत होतं, त्याची टिकटिक आरामात होत होती. नंतर ते बंद झालं. काळ चांदण्यात हरवून गेला होता आणि मी त्यावर तरंगत होतो, पारदर्शक, त्याच्या लाटांनी हेलकावे खात. मी सलीम काकाच्यामागे दलदलीतून घाईने चालत आहे. मथू माझ्या उजव्या बाजूला आहे. आमच्याकडे सोनं आहे आणि आम्ही दूर आहोत. आम्ही आनंदात आहोत. आमच्यापुढे पाणी आहे, एक छोटासा झरा त्या चिखलातून जातो आहे. सलीमकाका त्याच्या टोकाला आहेत. मी मथूकडे बघतो आहे, त्याच्या डोळ्यात बघायचा प्रयत्न करतो आहे. सलीमकाकाने पाय पाण्यात टाकला आहे. माझ्या हातात पिस्तूल आहे.

'ऊठ,' मी स्वतःला बेडवरून उठवलं. मी दरवाजा उघडून मुलांच्या खोल्यांच्या दरवाजांवर थाप मारत कॉरिडोरमध्ये गेलो. मी मुलांना उठवलं आणि त्यांना वर नेलं. त्यांनी काही प्रश्न विचारले नाहीत. ती झोपेत आणि गोंधळलेली होती. मी त्यांना म्हटलं, ''चला सिनेमा बघू या.'' पुढल्या काही दहा मिनिटांत आम्ही टीव्हीच्या समोर बसलो होतो आणि मुलं आता काय बघायचं यावर वाद घालत होती. त्यांनी मला 'कंपनी' बघा म्हटलं. कारण, मी तो अजूनही पाहिला नव्हता; पण मला त्याची स्टोरी आधीच माहीत होती, त्यातले विश्वासघात आणि त्यातले खरे खेळाडू कोण आहेत, हे मला माहीत होतं. छोटा माधव आणि त्याचा कराचीतला जुना मित्र. आज सकाळी मला त्यातल्या गोळ्या, रक्त काही डोळ्यांसमोर नको होतं म्हणून त्यांनी टेप्स आणि डीव्हीडीच्या बॉक्समध्ये शोधाशोध केली आणि आम्ही शेवटी 'हमजोली' बघायचं ठरलं.

आम्ही जितेंद्र आणि मेहमूदला स्क्रीनवर उड्या मारताना पाहिलं, त्यांच्या शत्रूंना वन, टू, चल हो जा शुरू म्हणत मारताना आणि हश्याने भरून गेलेली खोली बघून माझं लक्ष थोडं दुसरीकडे वळलं. सत्तरच्या दशकातले सिनेमे बघणं खूप सुखावह होतं, अगदी जितेंद्रच्या पांढऱ्या पँटचा घट्टपणासुद्धा सुखकारक होता. हा भूतकाळ म्हणजे परदेशासारखा होता, ज्यात मी निसटून जाऊ शकत होतो; एक स्वर्ग जो तयार झाला होता आणि तिथे कोणी मला विचलित करणार नव्हतं. पुढचे दोन दिवस आम्ही 'दिल दिया दर्द लिया', 'आनंद', 'हाथी मेरे साथी'

हे सिनेमे बघितले. जेव्हा मुंबईहून फोन आला, तेव्हा स्क्रीनवर 'गाईड'चा शेवट बघत होतो, जिथे रोझी गाईड आमरण उपोषणाला बसलेला असतो, त्याला भेटायला येते. ''भाई, निखिल, मुंबईहून. बंटीचा असिस्टंट.'' मी माझ्या डोळ्यांतून वाहणारे अश्रू पुसले आणि फोन घेतला. मी या निखिलशी फार क्वचित बोललो होतो. तो बंटी बरोबर काम करायला लागून चार वर्षं झाली होती. निखिल बंटीला रिपोर्ट करायचा आणि बंटी मला रिपोर्ट करायचा, अशी चेन होती ती.

''काय?'' मी म्हणालो.

''त्यांनी बंटीला गोळ्या घातल्या भाई.''

''कोणी?''

''मला माहीत नाही.''

तो पुन्हा पुन्हा आवंढे गिळत होता, त्याचे उसासे माझ्या कानात ऐकू येत होते आणि मला माहीत होतं की, तो आता उलटी करायच्या बेतात होता. ''निखिल,'' मी म्हणालो, ''खाली बस. तू खाली बसलास का? बस खाली. काळजी करू नकोस. माझी मुलं पोहोचतच आहेत. मला फक्त काय झालं ते नीट सांग.''

मला वीस मिनिटं लागली आणि त्या वेळात त्याने दोन वेळा लाळ गाळली असेल; पण मी त्याच्याकडून नक्की काय झालं ते काढून घेतलं. बंटी त्या सकाळी जुहू मौर्यला गेला होता, जिथे त्याने थाई टेम्पल टेक्निकचा मसाज एका विशेषज्ञाकडून घेतला. त्याने नंतर कॉफी शॉपमध्ये ब्रेकफास्ट मीटिंग केली आणि मग मुलांच्यासाठी चॉकलेट केक पार्सल करून घेतले. कार येण्यासाठी तो लॉबीमध्ये वाट पाहत होता आणि नंतर पायऱ्या उतरून खाली गेला, त्याच्या आजूबाजूला तीन बॉडीगार्ड होते. तिथून जाण्याच्या रस्त्यात तीन उंच, पगड्या बांधलेले खास ड्रेस घातलेले दरबान होते, जे गेट उघडायचे बंद करायचे काम करत होते आणि शिवाय हॉटेलचे चार सफारी सूट घातलेले सिक्युरिटी गार्ड्सही होते. त्या चार सिक्युरिटी गार्ड्सनी याला पाहून शर्ट खाली लपवलेल्या ग्लॉकना हात घातला आणि त्यांनी बंटी व त्याच्या मुलांवर प्रत्येकी दोन गोळ्या झाडल्या. हे प्रचंड सक्षमपणे आणि झटपट केलं गेलं. बॉडीगार्ड्सना उडवण्यात आलं, ते मरून जमिनीवर पडले. बंटी त्याच्या कारमध्ये शिरण्यासाठी वाकला होता आणि त्याच्यावर उघड्या दारातून गोळ्या झाडण्यात आल्या. तो वाकला होता म्हणूनच वाचला आणि त्याचा ड्रायव्हरही. गोळ्या त्याच्या डोक्यात लागण्याऐवजी पाठीत आणि मानेला लागल्या. जेव्हा तो सीटवर पुढे तोंडावर पडला, त्याच्या ड्रायव्हरने एक्सिलेटर जोरात मारला आणि तो निघून गेला. बंटी एकटाच लंगडत, घसपटत गेला आणि त्यात त्याच्या उजव्या पायाची चार बोटं गेली; पण तो वाचला. काही गोळ्या मागच्या काचेवर आदळल्या आणि तर काही गोळ्या डाव्या बाजूच्या खिडकीतून आल्या तरी त्याच्या ड्रायव्हरने कार हॉटेलच्या गेटच्या बाहेर काढली. त्यातल्या एका शीख दरबानाने त्या शूटर्सना अडवत आपल्या पोटावर एक गोळी झेलली; पण तोवर हॉटेलचे मागच्या बाजूला असलेले गार्ड्स धावत इमारतीच्या पुढच्या बाजूला आले आणि चौकातल्या पोलीस चौकीतले पोलीस कॉन्स्टेबलही येताना दिसले, त्यामुळे शूटर्सना काढता पाय घ्यावा लागला. ते गेले.

ते निसटले आणि बंटी जिवंत होता. त्यांनी त्याला लीलावती हॉस्पिटलला नेलं, नाकातोंडात नळ्या घातल्या. तो कसाबसा तग धरून होता. झगडत होता; पण माझी मुलं घाबरली होती, चिडली होती, गोंधळून गेली होती आणि दिशाहीन झाली होती. मला त्यांच्या भीतीची कल्पना आली, त्या भयाचा दर्प अगदी सडका होता. अशा वेळी मी जे करायला

हवं होतं, तेच केलं. त्यांना सांभाळलं. मी माणसं, पैसे आणि दबाव यांची हालचाल केली. मुलांना असा आभास निर्माण केला की, आम्ही याला प्रत्युत्तर म्हणून लढत आहोत. मी पुढच्या दोन दिवसांत दोन एन्काउंटर योजले. सुलेमान इसाची खालच्या पातळीवर काम करणारी दोन मुलं उडवली; पण, कधी कधी लहान माणसांच्या मृत्यूवरही आपलं मनोधैर्य मजबूत राहणं अवलंबून असतं आणि ते साध्य झालं.

मला सत्य माहीत होतं. ते हे होतं की, आम्ही कोणाच्या विरोधात लढत होतो हेच आम्हाला माहीत नव्हतं. जरी सुलेमान इसाच्या हरामखोरांनी याचं श्रेय घेतलं, जे त्यांनी घेतलंच; तरी हे खरोखरी त्यांचंच ऑपरेशन होतं, यावर विश्वास ठेवायला काही कारण नव्हतं. नाही, ते मादरचोद खोटारडे होते आणि जरी ते म्हणाले की, आम्ही बंटीला गोळ्या घातल्या, तरी हेही नक्की होतं की, त्यांनी त्या घातल्या नव्हत्या. दुसऱ्याच कोणीतरी त्याच्यावर नजर ठेवली होती. त्याचा आणि त्याच्या सवयींचा अभ्यास केला होता आणि त्याला ठार मारायचा प्रयत्न केला होता; पण कोण? कोण??

मला माहीत होतं कोण ते. मी दुसऱ्या दिवशी निखिलशी बोललो आणि नंतर त्या केसचा तपास करणाऱ्या अधिकाऱ्यांशी बोललो, ज्यांनी प्रत्यक्ष साक्षीदारांनी जे सांगितलं होतं ते मला वाचून दाखवलं. त्यातल्या प्रत्येक जणाने शूटर्सचे केस लहान होते, असं सांगितलं होतं. त्यातल्या एका शीख दरबानाने त्या हरामखोरांचं वर्णन करताना 'फौजी' असा शब्द वापरला होता. मला सिंगापूरच्या कॉरिडोरमधले ते दोघं जण आठवले, त्यातल्या एकाने मला थांबवून प्रश्न विचारले होते, जेव्हा त्यांच्या मित्रांनी अरविंदच्या घरात रक्तपात केला होता. ते सगळे सारखेच होते. मला माहीत होतं, मी हे सांगू शकत होतो. कदाचित, तेच लोक असतील, ज्यांना सिंगापूरहून मुंबईला त्यांच्या बॉसनी बोलावून घेतलं असेल... त्याच संस्थेने... ज्यांनी माझ्यावर नजर ठेवली होती आणि ज्यांना माझ्याबद्दल सगळं माहीत होतं. त्यांना माहीत होतं की, मी वाचलो होतो आणि मी परत थायलंडला जाऊन काय केलं, ते माझ्या मागावर होते. त्यांना मला नाहीसं करायचं होतं. त्यांनी माझा वापर करून घेतला होता. मी काम केलं होतं आणि आता जेव्हा मी माझं काम करताना त्यांना आवडणार नाही, अशी काही गोष्ट केली होती, तेव्हा आता त्यांना माझं नावही पुसून टाकायचं होतं. इतकं की, त्यांच्या फाइलवर एक छोटा डागही उरू नये. मी कायमचा नाहीसा होईन आणि ते असं दाखवतील की, मी अस्तित्वातच नव्हतो.

मला खात्री होती... अगदी पक्की खात्री होती की, मी माझ्या मारेकऱ्यांना ओळखत होतो. त्याची संपूर्ण खातरजमा करण्यासाठी मला गुरुजींचा सल्ला घेणं आवश्यक होतं. त्यांनी सत्य काय आहे ते पाहावं आणि मला सांगावं, असं मला वाटत होतं; पण ते प्रवासात होते, मला तसं सांगण्यात आलं होतं. ते उपलब्ध नव्हते, अगदी माझ्यासाठीसुद्धा. मी तातडीचे निरोप ठेवले, विनंत्या केल्या की, माझ्याशी संपर्क करा; पण त्यांनी फोन केला नाही. मी एकटा पडलो. मला आश्चर्य वाटलं. मला नेहमी त्यांच्यापर्यंत पोहोचण्यात यश यायचं, अगदी नुसतं हे विचारायलाही की, नवीन डाएट सुरू करायला पुढचा मंगळवार चांगला आहे का? आता माझ्या अगदी अडचणींच्या काळात, जेव्हा माझे शत्रू माझ्या लोकांना आणि मला शोधून टिपायला बघत होते, तेव्हा गुरुजी गेलेले होते. मी मला शक्य तितका संयम बाळगला. नंतर मी ज्या साधूंशी फोनवर बोललो, त्यांना शिव्या दिल्या. ''तुम्हाला माहीत आहे मी कोण आहे?'' मी विचारलं. ''मी त्यांच्या किती जवळचा आहे हे तुम्हाला माहीत आहे

का? मी तुम्हाला काढून टाकवू शकतो, आफ्रिकेतल्या आश्रमात पाठवू शकतो, हरामखोर;'' पण त्यांनी तरीही मला तेच सांगितलं की, त्यांना गुरुजी कुठे होते ते माहीत नव्हतं. गुरुजी अनुपलब्ध झाल्याच्या नंतर दहा दिवसांनी गुरुजींच्या वेबसाईटवर एक मेसेज आला की, ते एका गुप्त ठिकाणी आराम करत आहेत. ते खूप गाढ ध्यानधारणा करत असल्याने त्यांना अडथळा आणता येणार नाही; पण ते लवकरच परत येतील. त्यांच्या मुलांसमान असणाऱ्या शिष्यांसाठी नवीन आणि अधिक गहन ज्ञान घेऊन येतील.

मी तुझा सर्वांत मोठा मुलगा आहे गांडू आणि तू कुठे आहेस? हो, मी त्यांना थेट शिवी दिली. मला त्यांची गरज होती आणि ते मला एका शब्दानेही न सांगता नाहीसे झाले होते. त्यांना सर्व माहीत होतं, त्यांनी मला म्युनिचमध्ये गुड बाय केलं तेव्हा त्यांना ते असे जाणार आहेत हेदेखील माहीत असणार होतं. एखादं चिन्हंही पुरेसं होतं मला समजायला – खांद्यावर हात किंवा गालाला स्पर्शही...पण ते गेले होते.

बंटीला गोळ्या घातल्यानंतर चार दिवसांनी मी अधिकच एकटा झालो. गॅस्टन आणि पास्कल गेले. एक जण दिवसा, एक रात्री.

''डॉक्टर्स म्हणतात की, त्यांना काय झालं माहीत नाही, भाई,'' निखिलने मला सांगितलं. ''त्यांना ते कशामुळे गेले ते माहीत आहे. डॉक्टर्स म्हणतात की, हे आजारपण रेडिएशनमुळे आलेलं होतं.''

मला हे 'रेडिएशनमुळे येणारं आजारपण' काय असतं, ते विचारावं लागलं.

निखिलने मला ते समजावून सांगितलं, जे त्याला डॉक्टरकडून समजल होतं. ''त्यांना जाणून घ्यायचं होतं की, गॅस्टन आणि पास्कलनी इतक्यात कोणत्या अणुभट्टीला भेट दिली होती का, भाई. जसं कदाचित ट्रोम्बे किंवा जर त्यांनी ट्रोम्बे जवळच्या कोणत्या विहिरीतलं पाणी प्यायलं होतं का किंवा ठाणे खाडीमधले मासे खाल्ले होते का किंवा तारापूर प्लांटजवळ गेले होते का? मी त्यांना सांगितलं की, अर्थातच नव्हते गेले. गॅस्टन आणि पास्कल कशाला तारापूरला जातील?''

''तू त्यांना काही सांगितलंस निखिल?''

''नाही नाही, काही नाही. अजिबात काहीही नाही भाई. मी त्यांना खरं ते सांगितलं की, गॅस्टन आणि पास्कल दोघं चांगले बिझनेसमन होते आणि घरंदाज लोक होते. ते असल्या कोणत्या घाणेरड्या ठिकाणी गेले नव्हते.''

पण त्यांनी इतक्यातच ती ट्रीप केली होती, खुल्या समुद्रात. समुद्र घाणेरडा नव्हता; पण कदाचित तुम्ही जे घेऊन आलात त्यामुळे तुम्हाला रेडिएशन होऊ शकतं. मी गुरुजींना परत फोन केला आणि या वेळी जेव्हा मला उत्तर मिळालं नाही, तेव्हा मी मुलांना दिल्ली, नॉयडा आणि मथुरेच्या घरी पाठवलं. त्यांच्या नोकरांनाही माहीत नव्हतं की, ते कुठे गेले होते. त्यांची आई म्हणाली की, तिलाही माहीत नाही. ते गेले होते, गायब झाले होते जणू त्यांनी आपल्या शरीराचा त्याग केला आणि ते विश्वात मिसळून गेले; पण त्यांच्या सर्वांत जवळचे साधूही गेले होते. प्रेम शांतम आणि त्यांच्या अगदी आतल्या गोटातले सगळे, जे नेहमी गुरुजींच्या बरोबर प्रवास करायचे, त्यांची सेवा करायचे आणि काळजी घ्यायचे, तेही गेले होते. ते प्रवास करत होते. गुरुजींनी ही पृथ्वी सोडली नव्हती, ते जाणार तरी कुठे होते मग? पण कुठे? हा त्यांचा प्रवास कुठे संपत होता आणि कधी?

मी याचं कारण शोधण्याचा प्रयत्न केला, माझं त्यांच्याबरोबरचं संभाषण आठवलं. त्यांचा नक्की हेतू काय होता हे समजून घ्यायचा प्रयत्न केला; पण मी कितीही प्रयत्न केला तरी माझे प्रयत्न निरुपयोगी होते. माझ्या साधारण मनाला गुरुजींच्या असाधारण समजुती समजण्याच्या पलीकडे होत्या. माझे विचार भीतीने आणि माझ्या मोडकळीला आलेल्या कंपनीच्या हजार चिंतांनी अगदी जीर्ण शीर्ण झाले. माझं चित्त भंग झालं होतं. खूप साऱ्या समस्या उभ्या होत्या, खूप गोष्टी नव्याने उभ्या करायच्या होत्या आणि प्रत्यक्षात आणायच्या होत्या. खूप साऱ्या जखमी लोकांची काळजी घ्यायची होती. मी कोणत्या एका विषयावर लक्ष केंद्रित करू शकत नव्हतो आणि रात्री झोपू शकत नव्हतो. मला समजत होतं की, मी सध्या खूप वाईट अवस्थेत आहे. मला चांगलं वाटावं म्हणून मी काहीही करू शकत नव्हतो. गुरुजी गेले होते. मी घाबरलो होतो. मी बाथरूमलाही जायला घाबरत होतो. कारण, मी दचकून शरीराची काही हालचाल केली, तरी त्या पोर्सेलीनवर रक्ताचे डाग उमटत होते. पास्कलच्या तोंडातल्या अल्सरमधून रक्त येत होतं. मी त्याच्या चेहऱ्याचे फोटो पाहिले होते, त्याच्या झिलई डोळ्यांचे. मी कॉम्प्युटर रूममध्ये अधिकाधिक वेळ घालवू लागलो, मुलांना मला रेडिएशन, भाजणे आणि मृत्यू यांबद्दल जास्तीत जास्त माहिती शोधायला मदत करायला लावत होतो. अर्थातच मी आमच्या देशाच्या न्यूजपेपरमध्ये अशी नवीन आश्चर्यकारक शस्त्रास्त्र आहेत, मिसाईल्स आहेत, त्यांबद्दल लिहून आलेलं वाचत होतो; पण मला ट्रोम्बे, युरेनियम किंवा नागासाकीबद्दल फारसं माहिती नव्हतं. आता मला समजलं. अगदी लगेच समजलं. मी जोजोशी या सगळ्यांबद्दल बोललो, जगातल्या धोक्यांबद्दल, बॉर्डर्सबद्दल.

''अरे गायतोंडे, कोणीही त्या गोष्टींना काडी लावणार नाहीये. कोणीही तितकं वेडं नाहीये,'' ती म्हणाली.

''आपल्याला माहीत नसतं. कोणीतरी वेडा असेल आणि ते एखादं उडवतील. त्यांना त्यांची काही कारणं असतील.''

''काय कारणं असू शकतील गायतोंडे?''

ती माझं बोलणं ऐकताना खूप संयम दाखवायची. माझ्याशी हे बोलताना शिव्या देणं किंवा फोन आदळणे याबाबतीत संयम दाखवायची. मला वाटतं, तिला मी किती थकलेला आणि झिजलेला होतो, याची कल्पना होती म्हणूनच ती प्रेमळपणे वागत होती. नाहीतर एरवी, तिच्या भय, काल्पनिक गोष्टी असल्याबाबतीत अजिबात संयम नव्हता. त्याला ती पुरुषी भीती असं म्हणायची. मला तिला माझ्या आत असलेल्या गुरुजींनी आम्हाला काय स्मगल करून आणायला लावलं होतं आणि मग ते कसे गायब झालेत त्याबद्दलच्या भीतीबाबत काही सांगायचं नव्हतं. कारण, मला स्वतःलाच मुळात ते फारसं समजलं नव्हतं. माझा आपला एक कयास होता आणि डोळ्यांभोवती दिसणारे आगीच्या तुकड्या तुकड्यातल्या प्रतिमा. मला तिने मुंबई सोडावं असं नेहमी वाटत होतं. ''माहीत नाही, पाकिस्तान कधी काय करेल आणि मग आपणही काही करू. मुंबई ही अशी जागा आहे जिथे पहिल्यांदा हल्ला होईल.''

''आपले सध्या पाकिस्तानशी मैत्रीपूर्ण संबंध आहेत गायतोंडे. अगदी जेव्हा आपण एकमेकांवर ओरडत असतो, तेव्हा समजेल. ते नेहमीच आवाज करतात आणि मग आपण आवाज करतो. बास. जास्त चिंता करू नकोस गायतोंडे.''

मी तिला न्यूझीलंडला सुट्टीवर पाठवायचा प्रयत्न केला किंवा दुबईला शॉपिंगसाठी जा म्हणालो; पण नाही, तिला त्या शहरातच काम होतं आणि ती काहीतरी प्रोड्यूस आणि

मॅनेज करत होती. तिला खूप पैसा कमवायचा होता, खूप लोकांना भेटायचं होतं, ती खूप बिझी होती. ''आणि जर काही झालच गायतोंडे, तर काय?'' तिने अखेर मला विचारलं. ''आपल्याला सर्वांना एक ना एक दिवस मरायचं आहेच. जर मुंबई गेली, तर मी तरी कुठे उरणार आहे? मी माझ्या गावाला नाही परत जाऊ शकत.'' ती हसली. ''किंवा तुला मी जाऊन तिकडे काय ते नाव... हा कुचमन सिटीमध्ये राहावं असं वाटतं का? ऐक बाबा, जर हे शहर नाहीसं झालं, माझं ऑफिसही गेलं, माझं घर गेलं, माझं सगळं काम गेलं, तर मला माहीत असलेलं सगळं गेलेलं असेल. मग जगायचं तरी कशासाठी?''

तिने माझे तिला ऑस्ट्रेलियाला पाठवायचे प्रयत्नही हाणून पाडले. जेव्हा मी तिला तिचा बिझनेस लंडन वगैरेसारख्या ठिकाणी विस्तारावा असं सुचवलं, तेव्हा ती वेड्यासारखी हसत सुटली. ती म्हणाली ''इतकी काळजी करू नकोस गायतोंडे, मी हे मागच्या महिन्यातच अमेरिकन सिनेमात बघितलं आहे. नंतर मी ठीक होते. हे सगळं फक्त सिनेमात घडतं. कोणीही धमाका करणार नाहीये. तू आधीच तो सिनेमा केला आहेस. कशाचं तरी इतकं टेन्शन घेऊ नकोस. निवांत राहा. आराम कर. झोप.''

मग मी ते सोडून दिलं. तिला तिच्या मार्गे जाऊ दिलं आणि आम्ही इतर विषयांवर बोललो; पण मला कल्पना नव्हती. मी ते माझ्यापाशीच ठेवलं. तिला सांगितलं नाही आणि माझ्या मुलांना कामाला लावलं. आमच्यासाठी हे पहिलं प्राधान्य होतं, मी त्यांना तसं सांगितलं. मी प्रोजेक्टमध्ये पैसा टाकला, थायलंड आणि बेल्जियमवरून मटेरियल आणवलं. अगदी मुंबईच्या मधोमध. मी बांधकामावर जातीने लक्ष दिलं. दर तासाने मला फोटोग्राफ ई-मेल करायला लावले. कैलासपाड्यातील रिकाम्या प्लॉटवर खूप जाड भिंती उभ्या राहताना मी पाहत होतो. तो अंधारा चौकोन उभा राहत होता. तो अंधार जमिनीच्या पोटात खूप खोलवर केलेल्या खोदकामामुळे आला होता. मी एक सुरक्षित घर बांधलं, एक शेल्टर, निवारा. मी अशा भिंती बांधल्या ज्या आग रोखून धरतील. इतक्या खोल की, त्यामुळे जोजोच्या त्वचेपासून विष दूर राहील. मी हे घर तिच्यासाठी बनवलं, जर काही इमर्जन्सी झालीच, तर ती तिथे खाली जाऊ शकेल. मला लक्षात आलं की, मी या छोट्या पांढऱ्या घराचा विचार केला, तर मला रात्री झोप लागत होती. हो, मला झोप लागत होती. माझ्या बोटीवर, मी दररोज रात्री हेच केलं. ज्या पहाऱ्याच्या टीम मी तयार केल्या होत्या आणि मोशन डिटेक्टर आणि कमी पल्ल्याचे सुरक्षा रडार तपासून, नीट ॲडजेस्ट करून लावले होते, ते सर्व नीट पाहून नंतर मी स्वतःला माझ्या बेडरूममध्ये बंद करत होतो. मी जमिनीवर सुखासनात बसून ध्यान करत होतो. मी माझं मन स्थिर ठेवण्याचा प्रयत्न करत होतो, एका बिंदूवर ध्यान केंद्रित करण्याचा प्रयत्न करत होतो आणि वैश्विक जाणीव अनुभवायचा प्रयत्न करत होतो, जी मी स्वतः होतो. मी देवीदेवतांच्या पलीकडे गेलो होतो, निळ्या त्वचेचा श्रीकृष्ण आणि आणि त्याचं सर्वनाश करण्याच्या धमक्या देणारं रक्ताळलेलं उघडं तोंड यांच्या पलीकडे. मी सर्व आकारांच्या पलीकडे प्रवास केला होता, जो सर्व भाषांच्याही पलीकडे होता. नंतर मी अंथरुणात आडवा झालो. मी अंगाचं अगदी मुटकुळं केलं आणि मग मी मुंबईमध्ये, कैलासपाड्यात होतो... माझ्या त्या पांढऱ्या क्यूबमध्ये. मी पृष्ठभागाच्या खूप खाली होतो, तिथे आश्रय घेतला होता आणि चांगल्या जाड स्टील आणि जगातल्या उत्तम कडक सिमेंटच्या भिंतींमध्ये होतो. या काल्पनिक आलिंगनात मला शांतता मिळाली. मी सुरक्षित होतो.''

जगाचा अंत

कमला पांडेच्या केसच्या तपासातून जे निष्पन्न झालं होतं, त्यामुळे कांबळेला अजूनही वाईट वाटत होतं. तो पुन्हा म्हणाला, ''तो मादरचोद, भेन्चोद पायलट तर भडव्यांच्यापेक्षा नीच निघाला. ते बायकांकडून पैसे घेतात, हे तरी ठीक आहे, मी ते समजू शकतो. तुम्ही एखाद्या रंडीला कामाला लावता, तिला गिऱ्हाईक मिळवायला मदत करता, तुमचा वेळ, कष्ट त्यात असतात, त्याच्याबदल्यात तुम्हाला काहीतरी मिळतं; पण हा हरामखोर उमेश, त्याच्याकडे कमलासमोर उभं राहून सरळ पैसे मागायचीही हिंमत नाहीये की, मला पैसे दे. त्याने लपून या बाईचे फोटो घेतले, इतर माणसांना तिच्याकडून पैसे उकळायला लावले आणि हिने त्याच्यावर प्रेम केलं!''

''शॉकिंग आहे हे,'' सरताज म्हणाला, ''एखादा पुरुष एका बाईबरोबर असं काही करू शकतो, हा विचारही धक्कादायक आहे.''

कांबळेने सरताजच्या अशा चिडून टीका करण्यावर रागाने फक्त खांदे उडवले. ''अरे बॉस, ओके; हो, मी खूप बायका करतो. कदाचित, मीही त्यांना दुखावलं असेल; पण मी त्यांना सगळं देतो. त्याही मला दुखावतात. मी फक्त पैशाबाबत बोलत नाहीये. मी हे देतो...'' असं म्हणत त्याने छातीवर हात आपटला. ''आणि अजूनही काही त्या मागतील ते देतो. पैसा? मी पैशांचा पाऊस पाडतो. फेकतो पैसा. मी त्यांना पैसा देण्यासाठी माझ्या काही योजना लांबणीवर टाकतो. कारण, त्यांनी मला दुखवलं तर माझी ते झेलायची तयारी आहे. समजलं?''

कांबळेला खूपच चीड आली होती आणि तो खूप गंभीर झाला होता. सरताजने टेबलाला वळसा घालून जाऊन त्याच्या हातावर थोपटलं. ''हो, हा पायलट अगदी हरामखोर आहे,'' तो अगदी हळुवारपणे म्हणाला. ''आपण त्याला बघून घेऊ. काळजी करू नकोस.''

सरताजने मग कांबळेला सांगितलं की, त्याला त्या दिवशी पहाटे एक गुरू प्रवचन देत होते, असं स्वप्न पडून जाग आली आणि त्याला आठवण झाली की, मागे तो एकदा अंधेरी वेस्टला अशा कार्यक्रमाच्या ठिकाणी बंदोबस्ताला होता. काहीतरी धार्मिक विधी अनेक दिवस सुरू होता आणि एका धीरगंभीर आवाजाच्या गुरूने तो आयोजित केला होता. तो गुरू अगदी सभ्य होता आणि फॉरेनच्या व्हीलचेअरवर बसला होता. ''या गोष्टीला खूप वर्षं झाली,'' तो कांबळेला म्हणाला. ''पण इतक्यात मी एका बंटी नावाच्या अपराध्याची बॉडी बघायला गेलो होतो, ज्याला त्याची कंपनी मोडकळीला आल्यावर काही चिल्लर शूटर्सनी ठोकलं होतं.''

''बंटी म्हणजे गायतोंडेचा माणूस?''

''तोच. त्याला मारायच्या काही दिवस अगोदरच मी एकदा या बंटीशी फोनवर बोललो होतो. तो त्याच्या फॅन्सी व्हीलचेअरबद्दल सांगत होता. ती जिन्यावरून वर-खाली जाऊ शकते आणि सगळ्या प्रकारच्या ट्रिक्स करू शकते. तो म्हणाला होता की, भाईंनी त्याला ती व्हीलचेअर दिली होती...''

''म्हणजे... तुला वाटतं की...?''

''मी तुला सांगतो कांबळे, त्या गुरूकडेही अगदी अशीच व्हीलचेअर होती जशी बंटीकडे होती. मला अगदी स्पष्ट आठवतं आहे. कदाचित, तेच मॉडेल नसेल; पण अगदी तशीच.''

कांबळेला जरा संशय आल्यासारखा दिसत होता आणि दुपारच्या भगभगीत उजेडात सरताजला हे मान्य करावं लागलं की, ही दोन व्हीलचेअरमध्ये असा संबंध जोडणं खूप तात्पुरतं आणि तकलादू होतं; पण त्याने तरीही आनंदी असल्यासारखं दाखवायचा प्रयत्न केला. मग त्याने तो कसा उडी मारून बाईकवर बसला आणि सकाळी लवकर सांताक्रूझ जवळच्या पीसीओवर जाऊन अंजली माथुरला दिल्लीला फोन करून झोपेतून उठवलं ते कांबळेला सांगितलं. सरताजने फोन केल्यावर तिने नंतर सकाळी परत फोन केला होता आणि तिची संस्था त्या गुरूंचा शोध घेत असल्याचं सरताजला सांगितलं होतं.

''आता ते यात लक्ष घालत आहेत,'' सरताज म्हणाला, ''आणि ते सगळी माहिती काढतील. त्यांच्याकडे खूप सोर्सेस आहेत. जर शहराला खरंच काही धोका असेल, तर ते त्याबद्दल शोधून काढतीलच आणि त्याचा बंदोबस्तही करतील.''

पण अगदी इतकी शक्तिमान राष्ट्रीय संस्था शहराचा आणि त्याचाही शक्य अण्वस्त्र स्फोटापासून रक्षण करते आहे, या विचारानेही कांबळेला आनंद झाला नाही. कमला पांडेच्या ब्लॅकमेलिंग केसचा तपास पूर्ण झाल्याचे सेलिब्रेशन म्हणून सरताजने त्याला गोरेगावातल्या मुगल-ए-आझम रेस्टॉरंटमध्ये जेवायला बोलावलं होतं; पण कांबळे अजूनही कपाळाला आठ्या घालून बसला होता. त्याने डोकं हलवत खिडकीतून बाहेर अथांग पसरलेल्या शहराच्या दिशेने हात करत म्हटलं, ''बॉस, तुला याचं रक्षण करायचं आहे?'' तो खूपच कडवटपणे म्हणाला, ''कशासाठी? का??''

ते पहिल्या मजल्यावर एसी केबीनमध्ये बसले होते, तिथे मुगल वैभव उभारण्याचा अर्धवट प्रयत्न केलेला दिसत होता. प्रत्येक बूथ शेजारच्या खिडकीमध्ये एक पितळी सुरई ठेवली होती आणि लांब नाकाच्या दोन राजकुमाऱ्यांची विटत आलेली पेंटिंग भिंतीवर लावली होती; पण तिथून तुम्हाला बाथरूम शेजारील बेसिनमध्ये पडलेला खरकट्या भांड्यांचा ढिगाराही दिसू शकत होता आणि खिडकीच्या काचांना तेलकट डागही पडलेले होते. कांबळेने ज्या दिशेने खूण केली होती, तिथे सरताजला जे शहर दिसत होतं, ते आज ऑक्टोबर महिन्यातल्या कडक उन्हातही तितकंच मळकं, गबाळं दिसत होतं. मुगल-ए-आझमच्या एअरकंडिशनरच्या घरघराटात त्यांना बाहेरची गजबज, रस्त्यावरचा गोंगाट काही ऐकू येत नव्हतं; पण हे सगळं तात्पुरतं होतं. लवकरच त्यांना या गलिच्छ स्वर्गातून घाणेरड्या रस्त्यांवर, पीडब्ल्यूडीच्या लोकांनी सतत खोदून ठेवलेल्या रस्त्यांवर, हिसके देत नियम मोडत जाणाऱ्या ट्रॅफिकमध्ये आणि घामाने निथळत घाईने चालणाऱ्या लोकांमध्ये पाऊल टाकावंच लागणार होतं. यातलं काहीच सुंदर नव्हतं; पण म्हणून हे सगळं इतकं वाईट होतं की मरायच्या लायकीचं होतं? ''अरे, तू या सगळ्याबाबत खूपच भावनिक होतो आहेस,'' सरताज कांबळेला म्हणाला.

सरताजला कांबळेच्या रोमँटीसिझमच्या कल्पना, त्याचा पायलटवरचा राग यांचं आश्चर्य वाटलं; पण अशी शहर कोसळून त्याची अखेर व्हावी, ही इच्छा जरा टोकाचीच होती.

''नाही, मी खूप गंभीर आहे. जर सगळं बेचिराख झालं तर उत्तमच होईल.'' त्याने टेबलावर आडवा हात फिरवत सगळं साफ केल्यासारखी खूण केली. ''नंतर सगळं पुन्हा नव्याने सुरू होईल. नाहीतर, काहीच बदलणार नाही. असं ना तसं, आपण पुढे जातच राहू.''

सरताजला कांबळे अशा प्रकारच्या बदलावर विश्वास ठेवतो, या गोष्टीचंच खूप आश्चर्य वाटलं. या भ्रष्टाचारी, अधाशी, हिंसक माणसाच्या मनातून ही कपटी, अविनाशी आशा नाहीशी झाली नाही तर? ''पण जर काही झालंच, तो बॉम्ब फुटलाच, तर आपण सगळे मरू. फक्त तू आणि मी नाही. तुझे आईबाप, तुझ्या बहिणी, तुझा भाऊ, सगळे. सगळंच. तुला ते व्हायला हवं आहे का?''

कांबळेने खांदे उडवले. ''बॉस, जर गेलो तर गेलो. प्रत्येकाला आज ना उद्या मरावंच लागतं. मग सगळे एकत्र मेलो तर उत्तमच नाही का?''

सरताजला कांबळेच्या या भंपक भ्रमनिरासावर हसू आलं. शेवटी काय, तर कांबळे वयाने त्याच्याहून बराच लहान होता. त्याच्या भ्रमनिरासाची एकच मागणी होती, ती म्हणजे सगळ्याचा अंत, पूर्ण सफाई, एक नवीन सुरुवात, इतकंच. ''मूर्खासारखं बोलू नकोस. तू आपला तुझं चिकन खा,' सरताज म्हणाला.

वेटरने समोर मस्त लाल तंदुरी चिकनची प्लेट ठेवली आणि एक प्लेटभरून रुमाली रोट्या ठेवल्या. ''रायता,'' कांबळे म्हणाला, ''रायता आण यार.'' त्याने चिकन ब्रेस्टचा एक मोठा लचका तोडला. तो मन लावून खाऊ लागला. ''हरामखोर, हे मस्त आहे.''

या कळकट मुगल-ए-आझम रेस्टॉरंटची हीच तर खासियत होती. ते स्वतःची साफसफाई करायला असमर्थ होतं आणि इथले वेटर अगदी संथ निवांत होते; पण ते तंदुरी चिकन मात्र मस्त बनवायचे. सरताजने एक तंगडी हातात घेतली आणि त्या मऊ ओलसर तंगडीची लज्जत घेऊ लागला, त्याला तंदूरची किंचित राख लागली होती. कांबळेने बचकाभर रुमाली रोटी उचलली आणि चिकनचा अजून एक मोठा घास घेतला... खाताना आनंदाने त्याने डोळे मिटले.

''आपल्याला या देशात एक हुकूमशहा हवा आहे. सगळं व्यवस्थित करायला,'' कांबळे म्हणाला. तो जेवताना तोंडाचा मचमच आवाज करत होता. ''तुला या गोष्टीशी तरी सहमत व्हावं लागेल.''

''जर सगळं व्यवस्थितच करायचं असेल, तर तो तुलाच पकडेल, बरोबर? आणि तुझे सगळे एकेक धंदे?''

''ना ना, नाही साहेब, नाही. जर सगळं चांगलं असतं, तर मला माझ्या असल्या कोणत्या धंद्याची गरजच पडली नसती माहिती आहे? मी या कलियुगात टिकून राहण्यासाठी फक्त मला जे आवश्यक आहे, तेच करतो.''

हा विषय तावातावाने वाद घालण्यासारखा नव्हता. कांबळेचं म्हणणं बरोबरच होतं. कांबळेला सगळं जागच्या जागी परफेक्ट असलं की, आनंद व्हायचा. जर परफेक्ट जग नसेल, तरी त्याला परफेक्ट विनाश मात्र हवा होता किंवा किमान परफेक्ट हुकूमशहा तरी. सरताजला पोटात ढवळत असल्यासारखं वाटलं आणि तो रायत्याची वाट बघू लागला. त्याने

आठवायचा प्रयत्न केला की, त्याने लहान असतानाही अशा शुद्ध आदर्शांवर कधी विश्वास ठेवला होता का? हा, एकदा नक्कीच त्याने या गोष्टीवर विश्वास ठेवला होता की, मेघा संपूर्णपणे सुंदर स्त्री होती आणि तो देशाच्या दक्षिण भागातला नसला, तरी मुंबईतला सर्वांत देखणा सरदार होता; पण ही खूप वर्षांपूर्वीची गोष्ट होती.

''जर आपण कलियुगात राहतो आहोत मित्रा, तर आपण त्या पायलटचं काय करायचं तेदेखील ठरवून टाकू या.''

''तुला माहीत आहे मला काय करायचं आहे?''

''तू त्याला मारू शकत नाहीस. कदाचित, एक दोन थप्पड; पण अजून काही नाही. विचार कर कांबळे. साधी एफआयआरसुद्धा नाहीये आणि हा कोणी रस्त्यावर काम करणारा आंध्राचा मजूरही नाहीये. तू जर याचे हातपाय मोडलास किंवा असं काही केलंस तर हा चुतीया आपल्याला खूप अडचणीत आणू शकतो.''

''मला दुसरा एक जण माहीत आहे, जो ही तोडमोड करू शकतो.''

''नाही,'' सरताज म्हणाला.

''ठीक आहे, ठीक आहे,'' कांबळेने वैतागून म्हटलं. ''मग त्याचा पैसा घेऊ.''

''आणि त्याची खेळणी.''

''ते फिल्म थिएटर?''

''हो.''

कांबळे खूश झाला. त्या दिवशी पहिल्यांदा त्याच्या डोळ्यात तो आवेश आणि खूप क्रूरपणा दिसला. ''डीव्हीडी,'' तो म्हणाला. ''मला त्याच्या सगळ्या डीव्हीडी हव्या आहेत,'' त्याने चिकन ब्रेस्टचे दोन तुकडे करत एक मोठा तुकडा चावत म्हटलं. ''तिला तू हे सांगितलंस का?''

सरताजने नकारार्थी मान हलवली. त्याने कमलाला अजून सांगितलं नव्हतं आणि त्याचा इतक्यात तिला सांगायचा विचारही नव्हता. त्याला खात्री होती की, ती रडेल. कदाचित, आक्रमकही होईल. कदाचित, ती पायलटला शिव्या देईल आणि नंतर स्वतःलाही. ''तुला तिला सांगायचं आहे का?''

''तू वेडा आहेस का? मी? माझं अख्खं आयुष्य चिडखोर बायकांबरोबर गेलं आहे. मी जाऊन त्या पायलटशी बोलतो, त्याला त्याची शिक्षा सांगतो. मी त्याला सांगतो की, त्याने काय काय दंड भरला पाहिजे; पण तिला? नको, नको.'' कांबळे जरा सावरल्यासारखा वाटला, त्याचे ओठ चिकनमुळे ओले झाले होते. ''तिला तू आवडतोस,'' तो हसत म्हणाला आणि त्याने वेटरला आणखी रोटी आणण्यासाठी हात केला. ''तूच बघ तिचं.'' त्याने अचानक सरताजकडे तोंड केलं आणि त्याचा हात अजूनही हवेत होता. त्याने विचारलं, ''बॉस, सांताक्रूझ स्टेशन का?''

''काय?''

''तू म्हणालास ना की, तू फोन करण्यासाठी सांताक्रूझ स्टेशनला गेलास. का?''

''मी तिकडूनच जात होतो.''

''सकाळी सहा वाजता तू सांताक्रूझ जवळून जात होतास?''

''मी सहा नाही म्हटलं.''

''तू म्हणालास की, तू तिला झोपेतून उठवलंस.'' कांबळेने दोन्ही कोपरं टेबलावर टेकवली आणि पुढे झुकला, ''मित्रा, तू त्याच्या आदल्या रात्री कुठे झोपला होतास?''

''कुठे नाही.''

''कुठे नाही?''

''घरी.''

''घरी. घरी, घरी...'' कांबळेने गाल फुगवत म्हटलं. आता तो एखाद्या बुलडॉगसारखा दिसत होता.

''घरी घरी काय?''

''सरताज साहेब, घर मिळणं छान असतं. खासकरून सांताक्रूझजवळ,'' कांबळे त्याच्या खुर्चीत वळत म्हणाला आणि मोठ्याने हसू लागला. ''अरे, तू रोट्या आणायला काय औरंगाबादला गेला होतास का?'' त्याने वेटरला म्हटलं आणि पुन्हा सरताजकडे वळून हसला. ''काय बघतोस, मी काही म्हणालो का? खा, खा.''

जेव्हा सरताजने तिला ब्लॅकमेलर कोण आहे ते सांगितलं, तेव्हा कमला पांडे इतकंच म्हणाली, ''मला निघायला हवं.'' ते दोघं सिंदूर रेस्टॉरंटमध्ये त्यांच्या नेहमीच्या टेबलापाशी, मागच्या बाजूला डावीकडे बसले होते. दुपारी उशिराची वेळ होती आणि कलत्या उन्हाचे कवडसे दुधाळ रंगाच्या काचेतून आत येताना शुभ्र पांढऱ्या ड्रेसमधल्या कमला पांडेवर पडल्यामुळे ती सोनेरी चकाकीत न्हाऊन निघाली होती. ती खूप सुंदर दिसत होती. आता पायलटबद्दल आणि त्याच्या विश्वासघातकीपणाबद्दल ऐकल्यावर तिचा संताप झाला. दात ओठ खाल्ले आणि तिच्या कपाळावरची शीर ताडताड उडायला लागली. ती फक्त इतकंच म्हणाली की, 'मला निघायला हवं.'

तिने टेबलावरून किल्ल्या उचलल्या आणि उठलीसुद्धा. सरताज म्हणाला, ''थांबा थांबा.'' तो तिच्या मागून दरवाजापर्यंत गेला, मग तिची पर्स घेण्यासाठी परत आला. जेव्हा तो बाहेर पोहोचला, ती तिच्या कारमध्ये बसली होती. पानवाला आणि येणारे-जाणारे लोक तिच्याकडे बघत होते. ''मॅडम,'' तो म्हणाला.

त्याला दिसलं, ती किल्ली लावायचा प्रयत्न करत होती; पण तिचा हात खूप थरथरत होता. तिने नजर खाली वळवली, स्वतःला सावरलं आणि पुन्हा किल्ली लावण्याचा प्रयत्न केला. या वेळी तिने किल्ली बरोबर आत सरकवली.

''मॅडम,'' सरताज अगदी हळुवारपणे म्हणाला. ''आत्ता ड्राइव्ह करू नका प्लीज.''

त्याने कारचा दरवाजा उघडला आणि तिच्या कोपराला धरून तिला कारमधून उतरवलं. तिने प्रतिकार केला नाही. हात अंगाशी अगदी ताठ ठेवून ती उभी राहिली. त्याने वाकून कारमधून किल्ली काढली, तिला वळवलं आणि पुन्हा रेस्टॉरंटमध्ये आत घेऊन गेला. त्याने आधी तिला खुर्चीत बसवलं आणि मग तिच्यासमोर बसला. तिचे डोळे लालसर झाले होते आणि ती त्याच्या आरपार बघत होती. ''मॅडम,'' तो म्हणाला, ''मॅडम, तुम्हाला पाणी देऊ का?'' त्याने ग्लास तिच्याकडे सरकवला आणि नंतर तिचा हात धरून तिला ग्लास धरायला लावला.

ती रडायला लागली. तिने हात काढून घेतला, मांडीवर ठेवला आणि तिच्या चेहऱ्याच्या धारदार रेषा पुसट दिसू लागल्या आणि तिच्यातून हुंदके येऊ लागले. सरताजच्या पाठीतून

शहारा आला. त्याने असे तीव्र हुंदक्यांचे आवाज अनेकदा ऐकले होते, लहान मुलासारखे. ज्या पालकांच्या मुलांचे खून झाले होते, भावांच्या बहिणी अपघातात गेल्या होत्या, म्हाताऱ्या स्त्रिया ज्यांना नातेवाइकांनी लुबाडलं होतं आणि हो, ज्या प्रेमिकांची फसवणूक झाली होती, त्या सगळ्यांचे हुंदके सरताजने ऐकले होते. अशा वेळी त्याना तोंड देणं त्याला नेहमीच जड जायचं. कारण, तुम्ही काहीच करू शकत नाही हे माहीत असायचं. ते हुंदके जाईपर्यंत वाट पाहायला तो शिकला होता. कमलाचं त्याच्याकडे लक्ष नव्हतं आणि ती न लाजता किंवा न संकोचता रडत होती. किचनच्या दरवाजातून एका वेटरने वाकून पाहिलं आणि नंतर शंभू शेट्टीनेही. सरताजने किंचित हात वर करून त्याला मानेनेच इशारा केला आणि तो तिचं रडणं थांबण्याची वाट पाहू लागला.

कमलाने भरपूर रडून घेतलं आणि नंतर तिने दोन्ही हात चेहऱ्यावर गच्च दाबून धरले. सरताजने टेबलावरच्या ग्लासात ठेवलेले टिश्यू पेपर घेऊन तिच्यासमोर धरले. तिने चेहरा टिपला आणि एक खोल श्वास घेतला. ''आय लव्ह हिम,'' ती इंग्लिशमध्ये म्हणाली.

''मॅडम, तो खूप वाईट माणूस आहे. त्याने तुम्हाला लुटलं आहे. त्याने तुमचा वापर केलाय.''

''नाही, तो नाही. माझा नवरा. मी माझ्या नवऱ्याबद्दल बोलत होते.''

सरताज हे ऐकून थबकला. त्याने त्याचं आश्चर्य लपवण्यासाठी ग्लासमधून अजून थोडे टिश्यू पेपर काढले आणि घसा खाकरला. ''हो मॅडम, अर्थातच.''

ती पुढे झुकली आणि आता ती घुश्श्यात होती. ''नाही, तुम्हाला समजलं नाहीये. मला माहिती आहे की, तुम्हाला मी एक वाईट बाई वाटते.'' रडून रडून आता तिचा मेकअप पुसला गेला होता. सरताजने तिचा मेकअप नसतानाचा चेहरा कधी पाहिला नव्हता, अगदी पहिल्यांदा सकाळी ती नाइट ड्रेसमध्ये तिच्या नवऱ्याशी भांडत होती, तेव्हाही नाही. ''पण तुम्हाला नाही समजत आहे. मला माझ्या नवऱ्याबरोबरचं लग्न टिकवायचं आहे. मला त्याला सोडायचं नाही आहे. मला डिव्होर्स नको आहे. जर त्याला सोडायचंच असतं, तर मी खूप आधीच गेले असते. मला जायचं नाही आहे. मला राहायचं आहे. तुम्हाला समजतंय का?''

आपल्याला शिक्षा होणार नाही आहे, हे माहीत असूनही आपली बाजू मांडायची जशी अपराध्याला गरज वाटते, तशी तिला वाटत होती. ''मॅडम?'' सरताज म्हणाला.

''तुमचं लग्न झालं आहे का?''

''नाही.''

''नाही?''

''नाही.'' सरताजला आधीच आपल्या लग्नात अपयशी असलेली कमला पांडे जी आपल्या अपयशाचं स्पष्टीकरण देत होती, तिला आपल्या अपयशाबद्दल सांगायची इच्छा नव्हती.

''मग तुम्हाला कळणार नाही.''

''काय कळायचं मॅडम?''

''लग्न खूप कठीण असतं हो. प्रेमात पडणं, लग्न होणं हे खूप सोपं आहे; पण मग तुम्हाला संपूर्ण आयुष्य काढायचं असतं. तुमच्या पुढे आयुष्य पडलेलं असतं आणि तुम्हाला राहायचं असतं, तुमची राहायची इच्छा असते. त्या राहण्यासाठी, तुम्हाला कधी कधी कशाची तरी गरज असते. तो तिथे असण्याची, तो... तुम्हाला समजतंय का?''

तिला त्याचं नाव तिच्या जिभेवरही आणायचं नव्हतं, खूपच कटू होतं ते. ''कोण, तो पायलट?'' सरताज म्हणाला.

''हो, तो पायलट,'' हे म्हणताना तिला स्वतःचं आश्चर्य वाटलं आणि तिने मान या बाजूने त्या बाजूला हलवली. ''त्याच्यामुळे मला माझ्या नवऱ्याबरोबर राहणं शक्य झालं. शप्पथ. नाहीतर मी गेलेच असते. मला माझी नोकरी आहे, जायला आई-वडिलांचं घर आहे; पण माझं माझ्या नवऱ्यावर प्रेम आहे.'' ती गदगदून रडत होती, तिच्या हुंदक्यांसरशी तिचे खांदे हलत होते. मग तिने टिश्यू पेपरला नाक पुसलं. तिचे केस गालावर आले होते आणि ती आता खूप लहान दिसत होती. ''माझ्या आणि माझ्या नवऱ्याबद्दल तुमचं मत खूप वाईट आहे. कारण, तुम्ही आम्हाला एकत्र पाहिलं ते भांडतानाच पाहिलं आहे; पण प्रत्यक्षात आम्ही त्यापेक्षा चांगले राहतो. आम्ही एकत्र छान असतो. तुम्हाला ते बघायची संधी मिळाली नाही.''

सरताजला खात्री होती की, हे बरोबर होतं. कमला पांडे आणि मिस्टर पांडे एकमेकांना मारत नसतात, तेव्हा ते दोघं आनंदी नवरा-बायको असणार. कदाचित, कमलाला पायलटची गरज होती, जशी तिच्या नवऱ्याला तिची होती आणि तिला तिच्या नवऱ्याची होती. कुठेतरी या गरजेच्या, गमावण्याच्या आणि खोटं बोलण्याच्या गुंत्यामध्ये, एक खरं प्रेम होतं. ''मॅडम, मला समजतंय,'' सरताज कमला पांडेच्या डोळ्यात बघत म्हणाला.

''मी असं पुन्हा करणार नाही. अजिबात कधी करणार नाही, कोणत्याच पुरुषासोबत नाही. हे योग्य नाही आहे,'' तिला अजूनही त्रास होत होता. अर्थातच, अपराधी वाटत होतं. स्वतःची, भविष्याची कसलीच खात्री वाटत नव्हती. तिने केसावरून हात फिरवला आणि केस कानामागे सारले. ''मी कशी दिसत असेन? इथल्या बाथरूम स्वच्छ आहेत का?''

''ठीकठाक स्वच्छ आहेत आणि कधी कधी तिथे नळाला पाणी नसतं,'' सरताज म्हणाला.

''मग मी घरी जाईपर्यंत थांबेन. मी घरी जाते,'' तिने तिची पर्स आणि गाडीची किल्ली उचलत म्हटलं.

''मॅडम, आम्ही त्या पायलटला पकडू, त्याच्याशी बोलू; पण प्लीज, तुम्ही काही करू नका. त्याच्याशी बोलू नका, त्याला थेट काही विचारू नका. जर त्याने तुमच्याशी संपर्क साधायचा प्रयत्न केलाच, तर तुम्ही टाळा किंवा फोन घेऊ नका आणि आम्हाला कळवा.''

''मला त्याच्याशी बोलायचंच नाहीये. मी पुन्हा कधी त्याचं तोंडही पाहणार नाही.''

''चांगलं आहे. जर रीतसर तक्रार असती, तर एव्हाना आम्ही त्याला आत टाकलं असतं; पण आम्ही त्याला धडा शिकवू. आम्ही त्याच्याकडे जी काय टेप्स, माहिती असेल, ती काढून घेऊ. तुम्ही काळजी करू नका. आम्ही प्रयत्न करू आणि त्याच्याकडून तुमचे पैसेही परत मिळवून देऊ.''

ती शहारली. ''मला त्याच्याकडून काहीही नको. फक्त त्याला माझ्यापासून लांब ठेवा.''

''आम्ही ठेवू मॅडम.''

नंतर बोलण्यासारखं काहीच नव्हतं. ती टेबलापासून उठली आणि तिच्या उंच टाचांवर किंचित अडखळली. ती अजूनही थरथरत होती; पण थोड्या वेळाने तिला बरं वाटणार होतं.

ती घरी जाईल. बायका खूप कणखर असतात, जितक्या दिसतात त्याहून कैकपट अधिक. अगदी कमला पांडेसारख्या फॅशनेबल बायकाही.

''ओह, तुमचे पैसे,'' तिने पर्समध्ये धुंडाळलं आणि एक ब्राऊन पाकीट काढून त्याच्या हातात दिलं.

''धन्यवाद मॅडम.''

''धन्यवाद,'' ती म्हणाली. ती समरसावून उभी राहिली. त्याने पाहिलं की, तिने स्वतःला सावरलं आणि स्वतःवर पुन्हा नियंत्रण मिळलवत तिने तिचे विखुरलेले तुकडे एकेक करत गोळा केले आणि ती गेली. अगदी ठाम आणि जलद.

ती जात असताना सरताज तिच्याकडे बघत होता. तिचा व्यायामाने कमावलेला पृष्ठभाग आणि चालण्यातला आत्मविश्वास पाहून त्याच्या मनात आलं की, जर ती लकी असेल, तर ती पायलटच्या कधीच परत नजरेला पडणार नाही किंवा तिच्याकडून काही फोन येणार नाही. जर तिने गेल्या काही आठवड्यांत तिला झालेला पश्चात्ताप, भीती लक्षात ठेवली आणि पायलटबद्दलचा राग एक-दोन दिवस जरा सांभाळला तर बरं होईल; पण तिचा हा जो आत्मविश्वास होता आणि स्वतःवर नियंत्रण होतं, त्यामुळे आज ना उद्या तिच्या महत्त्वाकांक्षेला पुन्हा पंख फुटतील. इतक्यातच घडलेली अद्दल ती लवकरच विसरून जाईल. असं पुन्हा तिच्याबरोबर घडणार नाही, यावर तिचा विश्वासही बसणार नाही. तिला तिच्या नवऱ्याबरोबर राहावं लागेल आणि त्याच्यापासून दूरही. आयुष्य मोठं असतं आणि लग्न अवघड. तिचं तिच्या नवऱ्यावर प्रेम होतं, त्यामुळेच ती कदाचित पुन्हा चुका करेल. सरताज विचार करत होता की, हा एक सापळा होता. त्याच्या कचाट्यात एकदा सापडलो की, आपण एकमेकांवर वार करतो, एकमेकांचा बचावही करतो आणि आपण एकमेकांना संपवतोही.

तसंही, आता कमला पांडेची केस बंद झाली होती. आता जोवर ती पुन्हा फोन करत नाही, तोवर त्याला याच्याशी काही घेणं नव्हतं. त्याने त्याचे पैसे खिशात टाकले आणि तो स्टेशनला परत गेला.

सरताजने केबिनच्या दारावर टकटक केली, तेव्हा परूळकर नवीन लॅपटॉपचं प्रात्यक्षिक बघून नुकतेच मोकळे झाले होते. ''ये ये,'' त्यांनी बोलावलं. त्यांनी सरताजचं सॅल्यूट स्वीकारलं आणि त्याला हातानेच खूण करून टेबलाजवळच्या खुर्चीत बसायला सांगितलं. नंतर पोटावर हातांची घडी घालून ते आपलं सगळं साहित्य आवरत असलेल्या त्या तरुण सेल्समनकडे बघत होते.

''मी तुमच्या फोनची वाट पाहतो सर,'' तो सेल्समन म्हणाला.

''मी फोन करणार नाही, टेक्निकल कमिटीचे कोणीतरी फोन करेल,'' परूळकर म्हणाले. ''पण सकारात्मक राहा. तुमच्याकडे खूप चांगले तंत्रज्ञान आहे.'' तो सेल्समन आपली बॅग घेऊन खोलीतून बाहेर जाईपर्यंत ते थांबले आणि मग सरताजकडे पाहून हसले. ''त्यांच्याकडे मशिन्स खूप चांगली आहेत; पण खूप महाग आहेत. जरा पोलीस डिपार्टमेंटच्या मजबुतीकरणाला काही हातभार लागावा म्हणून ते किमतीबाबत तडजोड करण्यासाठी तयार नाहीत म्हणून मग डिपार्टमेंट आता त्रास सहन करेल.''

त्यांना बहुतेक असं म्हणायचं होतं की, ती कंपनी परूळकरांच्या आर्थिक विकसनाची परिस्थिती मजबूत करून द्यायला तयार नव्हती; पण सरताजला यातलं काहीही माहीत करून

घ्यायचं नव्हतं म्हणून त्याने परूळकरांना कमला पांडेला झालेल्या त्रासाबद्दल सांगितलं आणि त्यावर काढलेला मार्गही आणि आता त्या पायलटला द्यायची शिक्षाही.

''इंटरेस्टिंग केस,'' परूळकर म्हणाले. ''चांगलं केलंस. पायलटकडून किती पैसे मिळतील?''

''आम्हाला अजून तसं माहीत नाही सर. कांबळे आणि मी आज रात्री त्याच्याशी बोलणार आहोत; पण रोख आणि वस्तू मिळून किमान काही लाख. त्या हरामखोराकडे खूप पैसा आहे.''

''खूपच छान.'' परूळकरांना आनंद झाला. सरताज माजिद खानला पैसे देईल, जो त्यातील काही रक्कम वर एसीपीला, जो त्यातले थोडे परूळकरांना देईल. जोवर परूळकरांना पैसे पोहोचते होतील, तोवर ती रक्कम खूप छोटी झालेली असेल; पण अशा अनेक छोट्या रकमा त्यांनी जमवल्या होत्या, ज्या मिळून मोठ्या झाल्या होत्या.

''तुम्ही खूप तंदुरुस्त दिसत आहात सर,'' सरताज त्यांना म्हणाला. हे मात्र खरं होतं. परूळकरांनी केस ब्रीलक्रीम लावून कपाळावरून मागे फिरवलेले होते. त्यांनी थोडं वजनही कमी केलेलं होतं आणि ते तरुण दिसत होते.

''सरताज, याचं गुपित म्हणजे काटेकोरपणे डाएट पाळणे आणि योग्य व्यायाम करणे. तुम्ही स्वतःकडे लक्ष दिलंच पाहिजे. आरोग्य नसेल तर कशालाही अर्थ नाही. मी नॉनव्हेज खायचं पूर्ण सोडलं आहे. माझं कोलेस्टेरॉल एकदम कमी झालं आहे. आयुष्यात ही आमिषं खूप असतात; पण आपण खूप पुढचा विचार केला पाहिजे.''

''येस, सर.'' सरताजला माहीत होतं की, परूळकरांना खूप तिखट आणि सुंठ घातलेला चिकन पांढरा रस्सा आणि बिर्याणी खूप आवडायची. ते जर हे सोडायला तयार झाले असतील, तर ते नक्कीच खूप दीर्घ आयुष्य जगायची आणि करियरमध्ये खूप वर जायची तयारी करत होते. त्यांना असं तंदुरुस्त, धूर्त होऊन मैदानात पुन्हा उतरलेलं पाहून सरताजला आनंद झाला. तो हसला आणि त्याने अगदी स्वाभाविकपणे त्यांना पुढचा प्रश्न विचारला. ''मग तुम्ही सध्या काय खातापिता आहात सर?''

परूळकर आता सरसावून बसले आणि त्यांनी चहा बोलावला. मग सरताजला त्यांनी बाजरीची भाकरी, हाय फायबरवाली फळं, साखर खाण्याचे तोटे, इ.बद्दल सविस्तर सांगितलं. ''सरताज, आपण आपल्या आत्म्याची भरभराट व्हावी म्हणून आपल्या शरीराचं संतुलन राखलं पाहिजे.'' मग त्यांना पोलीस मुख्यालयात एका मीटिंगसाठी जायचं होतं. सरताज त्यांच्यासोबत कारपर्यंत चालत गेला आणि त्यांचा छोटासा ताफा जाताना पाहिला. परूळकरांच्या पांढऱ्या ॲम्बेसिडरला भरपूर हत्यारधारी असलेल्या पोलिसांच्या दोन जिप्सी एस्कॉर्ट करत होत्या. एक अजून कार अजून काही पोलिसांना घेऊन सोबत होती. त्याना सुरक्षा व्यवस्था चांगली होती.

सरताज झोनल ऑफिसला एक चक्कर लावून पुन्हा स्टेशनमध्ये आला. त्याला खूप कागदपत्रांची पूर्तता करायची होती, अनके केसेसवर काम करायचं होतं. आजही रात्री उशीर होणार होता, पुन्हा एकदा रेस्टॉरंटच्या जेवणाचा डोस घ्यावा लागणार होता. चांगलं खाणं, दीर्घायुष्यासाठी जेवणं हे इतकं सोपं नव्हतं. तुम्हाला वेळ हवा, पैसा हवा आणि विशिष्ट पद हवं, कदाचित तुम्हाला बॉडीगार्ड्ससुद्धा हवेत. सरताजच्या मनात आलं, काहीही असो, माझं

इतकं वय झालं नाहीये, माझं शरीर अजूनही चांगलं काम करत आहे. मी पुढच्या वर्षी याची काळजी करेन. त्याने टेबल आवरलं आणि तो कामाला बसला.

सरताज आणि कांबळेनी उमेशला त्या रात्री उशिरा भेटायचं ठरवलं होतं; पण साडेसहा वाजता सरताजला अंजली माथुरचा फोन आला. ''मी डोमेस्टिक एअरपोर्टवर रात्री ठीक आठ वाजता उतरते आहे. मला तिथे भेट.''

ती माणसांच्या घोळक्यात एअरपोर्टच्या इमारतीतून बाहेर आली. त्यांच्यासाठी बाहेर येण्याच्या मार्गाच्या दुसऱ्या टोकाला अजून माणसांचा जथ्था वाट पाहत होता. त्या सफारी सूट घातलेल्या लोकांमधून ती दिसली आणि तिने सरताजला पाहून हात केला. तिने नेहमीप्रमाणेच दणकट शूज घातले होते आणि गडद हिरवा सलवार कमीज घातला होता. ती खूप दमलेली दिसत होती.

''हे माझे बॉस, मिस्टर कुलकर्णी. आमच्याबरोबर कारमध्ये ये प्लीज.''

सरताज त्यांच्यामागे पांढऱ्या ॲम्बेसिडरपाशी गेला. तिचे बॉस, जे एक अभ्यासू सरकारी अधिकारी दिसत होते, त्यांनी जाड चष्मा लावला होता. त्यांनी सरताजला पुढच्या सीटवर बसण्याची खूण केली. ते आणि अंजली मागच्या सीटवर बसले. कारमधील एअरकंडिशनर सुरू होता आणि ड्रायव्हर बाहेर उभा होता; पण असं दिसत होतं की, ते कुठे जाणार नव्हते. कुलकर्णींनी आता हाताची घडी घातली आणि म्हणाले, ''गो अहेड अंजली.''

तिने सांगितलेली माहिती अगदी थोडक्यात आणि मुद्देसूद होती. सरताजने गायतोंडे आणि त्याच्या गुरूबद्दल दिलेल्या टीपचा अंजलीने पाठपुरावा केला होता. हा गुरू म्हणजे कोणी श्रीधर शुक्ला होता आणि तो गेल्या वर्षीपासून गायब होता किंवा त्याच्या माणसांच्या म्हणण्यानुसार 'माघारी गेला होता.' त्याच्या लोकांना सध्या तो कुठे आहे, याबद्दल काहीही माहिती सांगता येत नव्हती. गुरू गायब झाल्यापासून त्याची संस्थाही वादाच्या भोवऱ्यात सापडली होती. त्यांच्यात आपापसात भांडणं, संघर्ष आणि खूनसुद्धा झाले होते. हे सगळं नॅशनल प्रेसमध्ये छापूनही आलेलं होतं. यातल्या पहिल्याच दुर्दैवी भागात, चंडीगडच्या बाहेर असलेल्या त्यांच्या आश्रमात एकाच वेळी दोन खून झालेले होते आणि पोलिसांना बोलावण्यात आलं होतं. त्यातल्या एका आयपीएस अधिकाऱ्याने त्याच्या या पहिल्याच कारवाईबाबत सांगितलं की, त्यांना जिथे खून झाला, तिथे खूप मोठ्या प्रमाणावर एकूण नव्वद लाखांची रोकड सापडली होती. त्याने ती रोकड स्टेशनला आणली. स्टेशनच्या सिनियर इन्स्पेक्टरला त्या नोटा नकली असल्याचं आढळून आलं. आश्रमाच्या अधिकाऱ्यांना तपासात विचारलं असता, त्यांनी ती रोकड बहुदा निनावी देणगीमधून आली असल्याचं सांगितलं. त्यांना या पुढील काही माहिती देणं शक्य नव्हतं आणि मग ती केस तिथेच थांबली. एक-दोन विस्मरणात गेलेल्या फाइल्समध्ये एक दोन गोष्टी लिहिल्या गेल्या आणि त्या नकली नोटांची बंडलं एव्हिडन्स रूममध्ये ठेवली गेली.

सहा आठवड्यांनी जालंदर पोलिसांना एका धोब्याने टीप दिली. त्याच्या आधारे जालंधर पोलिसांच्या सशस्त्र दलाने एका रहिवासी इमारतीतील एका फ्लॅटवर छापा टाकला. तो धोबी तिथे राहणाऱ्या तीन पुरुषांना शर्ट धुऊन इस्त्री करून देत होता. त्यांच्यातल्या एकाबरोबर त्याची शर्ट खराब झाल्यावरून वादावादी झाली आणि त्या माणसाने त्याला त्याच्या बिलापेक्षा कमी पैसे दिले. धोब्याने मग स्थानिक बीट ऑफिसरला माहिती दिली

की, तिथे तीन लोक राहत होते, ज्यातील एक परदेशी व्यक्ती होती आणि ते त्या फ्लॅटमधून ड्रगचा धंदा करत होते. हे संशयास्पद लोक सारखे ये-जा करत होते. विशेष पथकाने छापा टाकला. ड्रग्स तर सापडले नाहीत. कोणाला अटकही केली नाही. पोलिसांनी छापा टाकला त्या वेळी, किचनमध्ये एका भांड्यात भात तेवढा शिजत होता. तिघांनी ते घर भाड्याने घेतलेलं होतं आणि ते तिघं बहुतेक मागच्या जिन्याने पळून गेले होते. मागचा जिना छापा टाकणाऱ्या पथकाच्या नजरेतून सुटला होता, त्यामुळे तिथे कोणतीही सुरक्षा ठेवली गेली नव्हती. त्या फ्लॅटमध्ये पोलिसांना तीन सुटकेस, कपडे, काही पुस्तकं, लॅपटॉप आणि दहा हजारांची रोकड सापडली. नीट तपास करता असं आढळून आलं की, सापडलेली रोकड म्हणजे नकली चलन होतं. थिंकपॅड लॅपटॉपचा तपास करण्यात आला; पण तो पासवर्ड सुरक्षित होता. त्याचा हार्ड ड्राइव्ह काढून घेतला आणि तो दुसऱ्या कॉम्प्युटरला जोडून तपासला. त्यातल्या सगळ्या फाइल्स २५६ बीट सायफरने लॉजिकल ड्राइव्ह एनक्रिप्टेड होत्या, ज्यासाठी डीपक्रिप्ट नावाचा व्यावसायिक प्रोग्रॅम वापरण्यात आला होता. पोलिसांनी स्थानिक कॉम्प्युटर सल्लागाराची मदत घेतली. त्याने खूप प्रयत्न केला तरी त्यांना ते एनक्रीप्शन काढता आलं नाही. या केसमधले संशयित लोक फरार होते, तरी जालंधर पोलिसांना या केसचा पुढे तपास करण्यात काही रस नव्हता आणि काही कारणही नव्हतं म्हणून ती केस दाखल झाली आणि विस्मरणात गेली. तोवर विसरली गेली, जोवर त्यात सापडलेल्या नकली चलनाची माहिती, माहितीचे अनेक थर ओलांडून वर नकली चलनाबाबतच्या डेटाबेसमधून अंजली माथुरपर्यंत दिल्लीला पोहोचली नाही. ती नकली चलनाच्या अनेक केसेसच्या याद्या काळजीपूर्वक आणि लक्षपूर्वकपणे चाळत असताना तिचं लक्ष गेलं. या जालंधर फाइलमध्ये गुरू श्रीधर शुक्लाचा उल्लेख होता. जप्त केलेल्या लॅपटॉपच्या ब्राउझरमध्ये एनक्रिप्ट केलेल्या हार्ड डिस्कमधील काही भागांत हिस्ट्रीमध्ये तीन आठवडे आधी पाहिलेल्या वेबसाईटची माहिती दिसत होती. त्यातील एक वेबसाईट होती हॉटमेल, दुसरी www.desibabes.com ही अश्लील बेबसाईट होती आणि तिसरी या गुरूची वेबसाईट होती.

अंजली माथुरने या दोन्ही केसमधील हा अस्पष्ट दुवा मिस्टर कुलकर्णी यांच्यासमोर ठेवला. त्यांना सांगितलं की, दोन्ही केसमध्ये सापडलेलं नकली चलन एकाच प्रकारचं होतं, एकच पेपर वापरून छापलेलं आणि एकाच प्रकारच्या प्लेट्स वापरून छापलेलं होतं. दोन्ही वेळा या गुरूचा काहीतरी संबंध होता. मिस्टर कुलकर्णींनी तिला परवानगी दिली की, आपल्या संस्थेच्या कॉम्प्युटर डिपार्टमेंटची मदत घेऊन जालंधर केसमध्ये जप्त केलेल्या लॅपटॉपच्या हार्ड डिस्कचा पुढे तपास कर; पण तो लॅपटॉप आता संबंधित पोलीस स्टेशनमधून गायब झालेला होता. स्टेशन ऑफिसरने पुन्हा पुन्हा माफी मागितली आणि वचन दिलं की, पुढे भविष्यात तो एव्हिडन्स रूमच्या सुरक्षेच्या बाबतीत अजून जास्त काळजी घेईल, तो चौकशी बसवेल आणि या गोष्टीसाठी जबाबदार पोलिसांना योग्य शिक्षाही होईल. यामुळे सर्व चौकशीला खीळ बसली. तोवर अंजलीला हे आठवलं की, ती हार्ड डिस्क स्थानिक कॉम्प्युटर सल्लागाराने काढून घेतली होती. आता त्यासाठी तिने एसएचओला पुन्हा संपर्क केला. मंगळवारी रात्री दोन वाजता अखेरीस ती हार्ड डिस्क एका ब्राऊन पाकिटात रबर बँड लावून सल्लागाराच्या ऑफिसमध्ये पुस्तकांच्या कपाटात वरच्या कप्प्यात ठेवलेली सापडली. त्या क्षणी ती दिल्लीला कुरियर करण्यात आली आणि दोन दिवस, सात तासांच्या अथक

प्रयत्नांनंतर ती एनक्रिप्ट केलेली लॉजिकल ड्राइव्ह उघडता आली. तिचा पासवर्ड काढता आला आणि माहिती बघण्यासाठी ती उपलब्ध झाली.

''आपल्याकडे एनक्रीप्शनबाबत क्षमता आहे,'' अंजली माथुर विशेष अभिमानाने म्हणाली. ''ते याबाबतीत पाश्चात्त्य देशांच्याही पुढे आहेत. त्यांनी वापरलेला डीपक्रिप्ट प्रोग्रॅम फारसा चांगला नव्हता.''

''आपल्यासाठी ते चांगलंच झालं,'' सरताज म्हणाला.

''खूपच. असं दिसतंयही,'' मिस्टर कुलकर्णी म्हणाले.

अंजलीने मान डोलावली. ''त्या एनक्रिप्टेड ड्राइव्हवर आम्हाला ब्ल्यू प्रिंट्स, काही टेक्निकल कागदपत्रं आणि प्रोग्रेस रिपोर्ट सापडले. या सगळ्यांचं विश्लेषण करता, आम्हाला खात्री झाली आहे की, त्यांनी एक डिव्हाइस तयार केलं आहे. हे डिव्हाइस त्यांनी देशाबाहेरून आणलेल्या सामग्रीमधून बनवलं आहे आणि ते तांत्रिकदृष्ट्या उत्तम आहे. त्यांनी आंतरराष्ट्रीय काळ्याबाजारातून वापरून झालेलं आण्विक इंधन विकत घेतलं आणि ते देशात आणलं. नंतर त्यांनी मोठ्या प्रमाणावर मास स्पेक्ट्रोमीटर वापरून ते इंधन वेगळं करून त्यातून शस्त्र बनवण्याच्या दर्जाचं मटेरियल काढलं. मास स्पेक्ट्रोमीटर म्हणजे शैक्षणिक संस्थांमध्ये आणि प्रयोगशाळांमध्ये वापरले जाणारे उपकरण आहे. ते खुल्या बाजारात सहजपणे कायदेशीररीत्या विकत घेता येतं. मास स्पेक्ट्रोमीटरचा वापर कॅल्युट्रोनसारखा केला तर शस्त्राच्या दर्जाचं आण्विक इंधन कण कण मिळवता येतं आणि जर तुमच्यात खूप संयम असेल, तर अशा प्रकारे एका डिव्हाइसला पुरेल इतकं त्या दर्जाचं इंधन मिळवता येतं. आमच्या माहितीप्रमाणे त्यांनी अनेक कॅल्युट्रोनचा वापर केला आहे. कदाचित, एखाद डझन किंवा पंधरा तरी म्हणजे त्यांच्याकडे मटेरियल, माहिती आणि विशेष ज्ञान व नैपुण्यही होतं! आम्हाला माहीत आहे की, त्यांनी एक डिव्हाइस तयार केला आहे आणि तो त्यांनी अगोदरच या शहरात आणला आहे. हे सगळं त्यांच्या ई-मेल्स आणि डॉक्युमेंटवरून स्पष्ट आहे, जी आम्हाला त्या हार्ड डिस्कवर सापडली आहेत.''

''डिव्हाइस,'' सरताज म्हणाला, ''म्हणजे तुम्हाला बॉम्ब म्हणायचं आहे का?''

''हो.''

''कुठे? कुठे आहे तो?''

''तोच प्रॉब्लेम आहे. आम्हाला माहीत नाही,'' अंजली माथुर म्हणाली.

''अजून काही? काही क्लू नाही?'' सरताजला आता स्वतःपासून अलिप्त झाल्यासारखं वाटलं. जणू काही कोणी अन्य माणूस टर्मिनल दोनसमोर उभ्या असलेल्या कारमध्ये सुरू असलेल्या या विचित्र चर्चेमध्ये सहभागी झाला होता; ती रात्र एरवीसारखीच होती, आजूबाजूने प्रवाशांची ये-जा अखंड सुरू होती, त्यांचे नातेवाईक सामान डिक्कीत घालत काढत होते आणि त्या कारमध्ये बसून सरताज अंजली माथुर आणि तिचे बॉस मिस्टर कुलकर्णी यांच्याबरोबर शहरात अणुबॉम्ब असल्याची चर्चा करत होता. हे विचित्रच होतं, असं त्याला वाटलं. त्याने बोलण्याकडे लक्ष द्यायचा प्रयत्न केला. नेहमीप्रमाणे त्याला हातातल्या समस्येवर लक्ष केंद्रित करण्यासाठी तपशिलांबद्दल असलेली भूक जागृत करायला हवी होती. या अशा वाईट कल्पनेतही, जी वास्तवात अजूनच भयंकर होती, त्यातही व्यावसायिकपणे काम करत राहणं आवश्यक होतं. ''अजून काही तरी असेल.''

''नाही, याहून जास्त काही माहिती नाही. मुंबईमधल्या एका घराचा संदर्भ आहे. ते वाक्य असं आहे, 'मला आशा वाटते की, गुरुजी त्या घराच्या गच्चीत आनंद उपभोगत असतील,' बास इतकच.''

''ते असं का करत आहेत?''

कुलकर्णींनी त्यांचा चष्मा काढून पुसला. ''आम्हाला खात्री नाही. हार्डडिस्कवर खूप फाइल्स आहेत. त्यात लिखाण, चित्र आणि पॅम्प्लेट्ससाठी तीन फाँट आहेत. ही पॅम्प्लेट्स एका हिजाबुद्दिन नावाच्या कट्टर इस्लामिक संस्थेसाठी आहेत.'' त्यांनी पुन्हा चष्मा डोळ्यांवर चढवला. सरताजला आता या क्षणी ते अगदी एखाद्या विसरभोळ्या प्रोफेसरसारखे वाटले. ''आम्ही अनेक बंदी असलेल्या संस्थांवर छापे टाकले, त्या वेळी अशी अनेक पॅम्प्लेट जप्त केलेली आहेत. आमचा समज असा होता की, हिजाबुद्दिन या मूलभूत संस्थेचा पाकिस्तानशी संबंध होता. आम्हाला हे माहीत होतं की, हिजाबुद्दिन अशा इतर अनेक संस्थांना पैसा पुरवते आणि एखाद्या दहशतवादी कारवाईची योजनाही करत असू शकेल. आता या नवीन माहितीतून असं दिसतंय की, हिजाबुद्दिन हा एक नकली मुखवटा आहे, नकली संस्था आहे जी या गुरू श्रीधर शुक्ला आणि त्याच्या लोकांनी निर्माण केली आहे. आता आमची थियरी अशी आहे की, ते हे डिव्हाइस उडवतील आणि मग इस्लामिक मूलभूतवाद्यांवर त्याचा दोष टाकतील म्हणून आम्ही हिजाबुद्दिनबाबत जो काही पुरावा आतापर्यंत गोळा केला आहे, तो सगळा नकली आहे, जो या शुक्ला नावाच्या माणसाने आणि त्याच्या संस्थेने उभा केला. याच्यामागची त्यांची कल्पना अशी आहे की, अणुस्फोट झाला की, हिजाबुद्दिन त्याची जबाबदारी घेईल आणि मग आपोआप ती खरी संस्था आहे, यावर लोकांचा विश्वास बसेल.''

''पण का? त्यातून त्यांना काय मिळण्याची आशा आहे?''

कुलकर्णींच्या चष्म्यावर आता उजेडाची तिरीप पडून त्यात दोन अर्धगोल चंद्र तयार झाले. ते म्हणाले, ''आम्हाला त्यांचे हेतू किंवा उद्दिष्ट नक्की काय आहेत, याची खात्री नाही. कदाचित, त्यांना तणाव वाढवायचा असेल, वृद्धी किंवा कदाचित सूड घ्यायचा असेल.''

सरताजला अशा प्रकारे सूड घेण्याच्या पद्धतीचा विचार करायचा नव्हता; पण तो या अशा प्रकारे होऊ घातलेल्या पहिल्या विनाशाबद्दल अजून प्रश्न विचारण्यापासून स्वतःला रोखू शकला नाही. ''जर त्यांनी हे उडवलं म्हणजे हे डिव्हाइस उडवलं, तर काय होईल? ते किती मोठं आहे?''

कुलकर्णींनी चष्मा किंचित तिरका करत अंजलीला इशारा केला. सदृशपणे, ती त्यांच्या टीममधली सगळे तपशील माहीत असलेली सदस्य होती. ती म्हणाली, ''आम्हाला जेवढं समजतंय, त्यावरून हे डिव्हाइस लहान नाही आहे. ते तयार करायला खूप वेळ लागलेला असणार. कारण, त्यांना खूप जास्त पैसा द्यायचा होता आणि त्यांना लहान गोष्टीत रस नव्हता. ते डिव्हाइस कदाचित एका ट्रकमधून या शहरात आणलं गेलं असेल. जर ते उडालं, तर...'' तिने आवंढा गिळला. ''तर बहुतेक सगळं शहर खाक होईल.''

''सगळं?''

''बहुतेक सगळं. जर त्यांनी ते काळजीपूर्वक योजलं असेल आणि योग्य ठिकाणी ठेवलं तर.''

सरताजला आता काही शंका नव्हती की, ते डिव्हाइस योग्य जागी ठेवलं जाईल. त्यांनी ते उपकरण आणि त्यांचा उद्देश याचा काहीतरी हिशेब केलाच असेल. त्यांना विनाश होईल, याची खात्री असेल. आता फक्त एक प्रश्न उरला होता, ''आपण काय करायचं?''

कुलकर्णींकडे एक योजना तयार होती. ते म्हणाले, ''आपण आता ताबडतोब कुलाबा पोलीस मुख्यालयात एक वर्किंग कमिटी बनवत आहोत. आम्ही पुढच्या दोन तासांत अलर्ट घोषित करू; पण या उपकरणाबद्दल त्यात काहीही उल्लेख नसेल. आम्ही फक्त म्हणू की, आम्हाला एका मोठ्या दहशतवादी कारवाईबद्दल माहिती मिळालेली आहे. डिव्हाइसचा थोडा जरी उल्लेख केला, तर खूप मोठी भीतीची लाट पसरेल, लोक शहर सोडून जाण्यासाठी प्रयत्न करतील, असं काहीतरी होईल. आपल्याला ते तसं नको आहे. तसं झालं तर मग नियंत्रण ठेवणं अवघड होईल.''

सरताज कल्पना करू शकत होता की, अशी गर्दी म्हणजे काय होईल. सगळे हाय-वे वाहतुकीने तुंबून जातील, उतावीळ लोक ट्रेनमध्ये घुसतील, लहान मुलांच्या किंकाळ्या वगैरे. त्याला मनाच्या कुठल्या तरी कोपऱ्यात अशी गरजही जाणवली की, त्याने मेरीला, माजिद खानच्या मुलांना शहरातून बाहेर काढण्याची सूचना द्यायला हवी; पण त्याने होकारार्थी मान हलवत ''हो, हो'' म्हटलं.

''जर डिव्हाइसची माहिती सामान्य जनतेमध्ये फुटली, तर ज्यांच्याकडे ते डिव्हाइस आहे त्यांनाही कळेल. ते डिव्हाइस सापडू नये म्हणून उडवतील. संपूर्ण तपासात आपण हे लक्षात ठेवलं पाहिजे. तपास खूपच गुप्त राहिला पाहिजे.''

''पूर्णतः गुप्त,'' सरताज म्हणाला, ''पण ते कशाची वाट बघत आहेत?''

''आम्हाला त्यांच्या वेळापत्रकाबद्दल काहीच माहीत नाही. तू आमच्यासाठी जे करतो आहेस, ते पुढेही करावंस, अशी आमची इच्छा आहे. तू खूप छान काम केलं आहेस आतापर्यंत. तुझे सोर्स वापरून तपास कर,'' अंजली म्हणाली.

इतकं बोलून त्यांनी सरताजला गाडीतून उतरू दिलं आणि त्यांच्या गाड्यांच्या ताफ्यातून ते निघून गेले. तो पूर्ण सावध होता; पण काहीसा स्तंभितही. टर्मिनलच्या इमारतीच्या डोक्यावर केशरी रंगाचे दिवे जळत होते. बाहेरच्या गर्मीने त्याच्या मानेवरून एक घामाचा ओघळ खाली आला. त्याने स्वतःला सांगितलं, मिळालेल्या माहितीवर पुन्हा विचार कर; पण खूपच कमी माहिती होती : त्या अपराध्यांमध्ये कदाचित त्या प्रसिद्ध, व्हीलचेअरमध्ये बसणाऱ्या गुरूंचा समावेश होता आणि पिवळ्या केसांच्या एका परदेशी माणसाचा. ते कदाचित गच्ची असलेल्या एका घरात होते, ते घर एक मोठं मशीन ठेवण्याइतकं मोठं होतं आणि कदाचित आजूबाजूला एखादा ट्रक येत असावा. बास इतकीच माहिती हातात होती. यावरच सगळं काही अवलंबून होतं. 'काळजी करू नकोस सरताज,' तो स्वतःशीच पुटपुटला. 'चल, फक्त कामाला लाग. फक्त काम.'

मग त्याने घाईत मोटारसायकल काढली आणि त्यावर ढांग टाकली. नंतर त्याला हलताच येईना. गेल्या काही मिनिटांत काय झालं? त्याच्या डोक्यात असलेल्या स्मृतीप्रमाणे, मघाशी त्या कारमध्ये जे संभाषण झालं, ते एखाद्या वेगवान फिल्मसारखं वाटलं. सरताजने जरा हळूहळू श्वास घ्यायचा प्रयत्न केला आणि ते संभाषण आठवलं, तुकड्या तुकड्यात आठवलं; पण त्याला फक्त वाक्यांची सरमिसळ आणि काही शब्द आठवले : 'ते लहान

डिव्हाइस नाहीये,' 'अपेक्षित परिणाम,' 'खूप पैसा'. अंजली आणि तिचा बॉस इतके जड जड शब्द इतक्या शांतपणे सहजपणे कसे काय बोलतात? कदाचित, अशा लोकांना अशा न बोलता येणाऱ्या गोष्टी सहज बोलण्याची सवय असते. कदाचित, आंतरराष्ट्रीय गुप्तहेर नेहमी अशीच भाषा वापरत असावेत. सरताजने या गोष्टीचा पूर्वीही विचार केला होता; पण आता ती गोष्ट त्याच्या शहरात येऊन ठेपली होती. एका ट्रकच्या मागच्या भागात ठेवून आणलेलं काहीतरी प्रकारचं एक मशीन; पण त्याला फक्त आता जगात एक अनुपस्थितीचं एक विवर दिसत होतं. या विवरातून काय बाहेर पडलं तर पश्चात्तापाचे एक वादळ, एक वेदनेची बोच, जी आजवर जे करायचं राहून गेलं त्यासाठी आणि भूतकाळाच्या सगळ्या आठवणींसाठी उरली होती. तो वाकला. त्याच्या बुलेटच्या चंदेरी हँडलबारवर दिव्याचं प्रतिबिंब पडलं होतं आणि हजारेक चेहरे दिसत होते. तिसरीत भांडलेला आणि सगळ्या शाळेसमोर अपमानित झालेला एक मुलगा, मेनरोडच्या कोपऱ्यावरचा चमनलाल पानवाला, काटेकरने एकदा त्याला जिच्याबद्दल सांगितलं होतं, ती गल्फ एअरवेजसाठी काम करणारी इंटरनॅशनल टर्मिनलवरची सुंदर मुलगी, माहीमच्या कॉजवेपाशी काम करणारा अपंग भिकारी. सगळं नाहीसं होईल, फक्त आपले जवळचे लोकच नाही तर शत्रूही. सगळं. हे सगळं त्या डिव्हाइसने दिलेलं असह्य आश्वासन होतं, जे आता प्रत्यक्षात आलं होतं. खूप घृणास्पद होतं; पण सत्य होतं. सरताज कार पार्कमध्ये बसला आणि डोकं जागेवर ठेवून त्याबद्दल विचार करू लागला; जेणेकरून त्याला पुढे काय करायचं ते ठरवता येईल. अखेर, त्याला किती वेळ गेला तेही समजेना. तो फक्त बसून होता. त्याने विचार सोडून दिला. आता असंच ब्लँक सोडून देणं आणि बाकीचा विचार करणंच ठीक असेल. त्याने मोटारसायकल सुरू केली आणि तो निघाला.

तीन दिवस काम केल्यानंतरही काही हाती लागलं नाही, काही नवीन माहिती समोर आली नाही, कोणालाही अटक झाली नाही. अलर्ट एव्हाना लोकांपर्यंत पोहोचलेला होता; पण त्यात खूपच कमी तथ्य होतं. खबऱ्यांना विचारण्याजोगंही खूप काही नव्हतं, फक्त इतकंच की, तुम्ही तीन लोकांना एकत्र पाहिलं आहे का? कदाचित चार? एक पिंग्या केसांचा परदेशी माणूस आहे, एक व्हीलचेअरमध्ये बसलेला गुरू आहे, कदाचित, कदाचित? खूप लीड्स आले, शेकडो; पण त्यातले अनेक बरेचसे कुरकुरणाऱ्या व्हीलचेअरमधले निरपराध म्हातारे होते, वैतागलेले परदेशी अधिकारी, ज्यांचे केस पिंग्याहून जास्त गडद तपकिरी होते. पुढे काही प्रगती नव्हती. आयुष्य पुढे जातच होतं. मंगळवारी संध्याकाळी सरताज रोहित, मोहित आणि शालिनीला भेटायला गेला. त्याने शालिनीला एक लिफाफा दिला. दहा हजार रुपये आणि तो त्यांच्याबरोबर बाहेर दारात चहा पीत गप्पा मारत बसला.

''तुम्ही खूप दमलेले दिसताय,'' शालिनी म्हणाली. ती घरात आत बसली होती, स्टोव्हजवळ आणि संध्याकाळच्या जेवणाची तयारी करत होती.

''हो, तुम्ही दमलेले वाटताय,'' रोहितही म्हणाला. तो सरताजच्या बाजूलाच भिंतीला टेकून बसला होता.

''मला आजकाल झोप नीट लागत नाहीये, काम खूप आहे.'' सरताज म्हणाला.

रोहितने त्याच्या पांढऱ्या शुभ्र टी-शर्टची कॉलर झटकली. ''तुम्ही बारीकही झाला आहात.''

''मला अजूनही चांगला खानसामा मिळाला नाहीये.''

शालिनी हसली. तिने चकचकीत हिरवी साडी नेसली होती आणि ती छान दिसत होती. सरताजकडे पाहून ती लाजल्यासारखं ओळखीचं हसली. ''ती ख्रिश्चन मुलगी तुमच्यासाठी स्वयंपाक करत नाही का किंवा तुम्हाला तिच्या हातचं जेवण आवडत नाही का?''

सरताज दचकला, त्याचा कप हिंदकळून चहा अंगावर सांडला. ''कोणती मुलगी?'' त्याने शर्टवर सांडलेला चहा झटकत म्हटलं.

रोहितने टाळी वाजवली आणि तो हसू लागला. ''काळजी करू नका, नाकारायचा प्रयत्नही करू नका,'' तो हसत म्हणाला. ''तिचे गुप्तहेर चहूकडे असतात. खरंच. तिला सगळं माहिती असतं.''

शालिनी हसताना तिचे खांदे हलत होते. सरताजला आठवेना की, त्याने तिला असं हसताना शेवटचं कधी पाहिलं होतं, अगदी जेव्हा तिचा नवरा जिवंत असतानाही.

''हो, मला कसं माहीत आहे ते तुम्हाला कळणारही नाही.'' तिने हातातलं लाटणं त्याच्या दिशेने करत म्हटलं. ती खूप समाधानी दिसत होती. ''आणि हे माहिती करणं खूप सोपं होतं, असंही समजू नका. मला हे कोणा पोलीसवाल्याने सांगितलं नाहीये.''

शालिनी कोणा ख्रिश्चन मुलीच्या बाबतीत आता नाही वगैरे म्हटलं, तर ऐकून घेणार नव्हती. सरताजने हार पत्करली आणि त्याला तसं करणंच सभ्य असेल असं वाटलं. त्याने मान खाली घातली आणि विचारलं, ''तुम्हाला कोणी सांगितलं मग?''

''मी माझे खबरी कोण आहेत ते नाही सांगू शकत, छे छे.''

सरताजने कोणी सांगितलं असेल, याचा विचार करण्याचा प्रयत्न केला, कोणाला मेरीबद्दल माहीत असेल, कोण तिच्याबद्दल बोललं असेल. कांबळेला तिच्याबद्दल माहीत होतं आणि कदाचित त्याने स्टेशनमध्ये कोणाला तरी सांगितलं असेल, ज्याने बाहेर अन्य कोणाला सांगितलं असेल किंवा कदाचित शालिनीची कोणी मैत्रीण मेरीच्या घराजवळ काम करत असेल, जिने सरताजला तिथे येता-जाताना पाहिलं असेल किंवा कदाचित मेरीच्या सलोनमधलं कोणी असेल. शालिनीने सरताज आणि मेरीची स्टोरी कुठून ऐकली असेल याला एक हजार एक मार्ग होते. शहरातून अगणित कनेक्शन मिळू शकतात, ज्यामुळे एका माणसाचा दुसऱ्या माणसाशी संबंध जोडता येऊ शकतो. सरताजने असं नेटवर्क स्वतः अनेकदा वापरलं होतं आणि आता त्याच्याचबद्दल समजलं होतं. ''तुमची आई पक्की प्रोफेशनल आहे, तिला डिपार्टमेंटमध्ये घ्यायला पाहिजे,'' सरताज रोहितला म्हणाला.

शालिनी हसली आणि तिने भांड्यात मसाला टाकला ज्याचा खूप फसकन आवाज आला. ''मग सांगा ना आम्हाला त्या मुलीबद्दल.''

''पण तुम्हाला तिच्याबद्दल आधीच माहीत आहे,'' सरताज म्हणाला. तो अजून काही बोलणार होता की, कसं पुरुष बायकांच्या नजरेतून सुटू शकत नाहीत वगैरे; पण जेव्हा त्याने मोहितला गल्लीच्या टोकापासून धडपडत अडखळत येताना पाहिलं, तो गप्प झाला. मोहितच्या शर्टावर रक्त दिसत होतं.

''काय झालं? कोणी केलं हे?'' रोहितने विचारलं. त्याने पुढे होऊन भावाला खांद्याला धरून आणलं.

मोहितच्या नाकाभोवतीही लाल डाग दिसत होते आणि हनुवटीवर काळा डाग दिसत होता. साडीचा पदर खोचून शालिनी सरताजला ओलांडून पुढे आली. ''बेटा, काय झालं?'' तिने विचारलं.

पण मोहित हसत होता. ''काळजी करू नका, आम्ही याहून जास्त त्यांना केलंय. ते नेहरू नगरचे हरामखोर होते;'' तो म्हणाला. मोहितच्या चेहऱ्यावर लढाई जिंकल्याचं समाधान दिसत होतं. ''आम्ही त्यांना पळवून लावलं, पळाले ते.''

शालिनीने मोहितचा शर्ट खांद्यावर फाटला होता, तिथे धरलं. ''तू त्या मुलांशी परत भांडलास?'' ती त्याचा चेहरा धरून तिच्याकडे वळवत म्हणाली. ''मी तुला सांगितलं होतं की, त्यांच्या आसपासही फिरकू नकोस. मी तुला त्या बाजूलाच जायचं नाही म्हणून सांगितलं होतं.'' रागाने ती दात-ओठ खात होती आणि सरताजला मोहितच्या गालावर रुतलेली तिची बोटं दिसत होती; पण मोहित घाबरलेला नव्हता. ''मी साहेबांना सागेन तुला रिमांड होममध्ये घेऊन जायला,'' ती त्याला सरताजच्या दिशेने वळवत म्हणाली. ''ते मारतील तुला.''

सरताज उठून उभा राहिला. ''मोहित तू असं नाही करायला...''

''मादरचोद सरदार,'' मोहित म्हणाला आणि त्याचा तिरस्कार त्याच्या आईच्या बोटांना ओलांडून त्याच्यापर्यंत पोहोचला. ''मी तुला ठार मारेन, तुझे तुकडे तुकडे करेन.''

हे ऐकून शालिनीचा श्वास अडकला. तिने मोहितच्या डोक्यात मागे जोरात टपली मारली. तिने त्याला ओढत घरात नेलं आणि दरवाजा धाडकन लावून घेतला; पण सरताजला मोहितची गुरगुर ऐकू येत होती. निर्दय, निष्ठूर गुरगुर.

''मला गेलं पाहिजे,'' सरताज रोहितला म्हणाला. रोहितच्या कोपराला धरून त्याला बाजूला घेत म्हणाला, ''मला एक अपॉइंटमेंट आहे.''

''सॉरी,'' रोहित म्हणाला. तो बेचैनीने त्याच्या गळ्यातल्या चावीशी खेळत होता. ''मोहित बिघडतो आहे, आम्ही किती काही केलं तरी तो वाईट संगत सोडत नाहीये. त्याची चार-पाच मुलांची गँग आहे. ते या नेहरूनगरच्या मोठ्या टपोरी मुलांशी भांडत राहतात. मी स्वतः त्याला मारलं आहे; पण तो वायाच जातो आहे. त्याचे शाळेतले मार्क तर भयानक आहेत.''

''तो लहान आहे रे,'' सरताज म्हणाला. ''आणि हे वयच वाईट आहे. तो जेव्हा जरा मोठा होईल, तेव्हा यातून बाहेर येईल.''

रोहितने मान डोलवली. ''हो, मलाही असं वाटतं; पण खूप खूप सॉरी.''

सरताजने त्याच्या छातीवर थोपटत म्हटलं, ''काळजी करू नकोस. खूप वेळ आहे, त्याला आज ना उद्या जाणीव होईल.'' एवढं बोलून सरताजने मोटारसायकलला किक मारली आणि ती सुरू झाली. तो जसा त्या चढावरून वरच्या दिशेला जाऊ लागला, त्याला वाटलं की, जरी अजून खूप काळ होता, तरी कदाचित मोहित कधीच या रक्ताच्या डागाच्या वर्तुळातून बाहेर येणार नाही. कदाचित, तो आधीच हाताबाहेर गेला होता, त्याच्या आईपासून, भावापासून आणि स्वतःपासूनही. सरताजने मोहितला या मार्गी लावण्यामध्ये त्याची जी भूमिका होती, ती पार पाडली होती, आता या खड्ड्यातून वर येण्याचा मार्ग नव्हता. प्रत्येक कृती एका गुंत्यामध्येच खोल जात असते, त्याचा प्रतिध्वनी उमटतो आणि ती मजबूत होत जाते. ती नाहीशी होते, ती पुन्हा वर येण्यासाठीच. तुम्ही अपराधींना पकडण्याचा

प्रयत्न करता आणि एक पोलिसाचाच मुलगा वाईट मार्गाला लागतो. तुमच्या कृतीना जो प्रतिसाद येईल त्यापासून तुम्ही वाचू शकत नाही आणि जबाबदारीपासून पळून जाऊ शकत नाही. असंच झालं हे. हेच आयुष्य होतं.

रशेल मथिया स्टेशनला सरताजची वाट बघत होती. ती त्याच्या ऑफिसच्या बाहेर कॉरिडोरमध्ये बसली होती, बेंचवर बसलेल्या कोळी बायकांपासून दूर एका टोकाला काहीशी आकसून बसली होती. ती हॉट दिसत होती आणि नाराजही दिसत होती. ती उभी राहिली, तेव्हा तिची निळी साडी खूप सुरेख दिसत होती आणि तिच्या उजव्या हातात चांदीचे ब्रेसलेट होतं, ते पाहून सरताजवर छाप पडली. स्टेशनमधल्या गजबजाटाने तिला काही फरक पडलेला नव्हता. ती खूप ताठ उभी होती आणि तिने त्याच्या नजरेला नजर दिली.

''तुम्ही किती वेळ वाट बघत आहात?'' त्याने विचारलं.

''फार वेळ नाही झाला. हा माझा मुलगा थॉमस,'' तिने मुलाकडे पाहत म्हटलं.

थॉमस उदास दिसत होता, त्यावरून त्याने ओळखलं की, ते तिथे किमान दोन तास तरी वाट बघत होते, असं सरताजला वाटलं. ''या,'' सरताज म्हणाला आणि त्यांना त्याच्या ऑफिसमध्ये घेऊन गेला आणि बसायला सांगितलं. थॉमस खुर्चीत पाय पसरून बसला आणि मग त्याच्या आईने त्याच्याकडे डोळे मोठे करून पाहिल्यावर नीट सावरून बसला. तो पंधरा वगैरे वर्षांचा असेल, देखणा आणि धीट वाटला. तब्येतीने ताकदवान दिसत होता. आजकाल सगळी मुलं वेटलिफ्टिंग करतात आणि सरताजला खात्री होती की, थॉमसने याची लवकरच सुरुवात केलेली होती.

''आपण त्या दिवशी जे बोललो,'' रशेल म्हणाली.

''काय?'' सरताज म्हणाला. त्याला आता माहीत होतं की, ती कमलाला ब्लॅकमेल करण्यात दोषी नव्हती; पण प्रत्येक जण कशामध्ये तरी दोषी असतोच. त्याच्या करियरच्या सुरुवातीलाच त्याला प्रत्यय आला होता की, पोलिसांच्या दबावामुळे लोक अशा अशा काही गोष्टी कबूल करतात, ज्यांचा पोलीस शोधच घेत नसतात.

''थॉमसला तुम्हाला काहीतरी सांगायचं होतं.''

थॉमसला काही सांगायचं नव्हतं. त्याची नजर खाली होती आणि मुठी घट्ट आवळलेल्या होत्या; पण त्याची आई ऐकणार नव्हती. ती म्हणाली, ''थॉमस?''

त्याने जबडा सरळ केल्यासारखा केला आणि घसा खाकरला. ''काय झालं होतं...'' त्याने सुरुवात केली होती; पण तरी पुढे तो बोलू शकत नव्हता. त्याने जीन्सला हात पुसले आणि त्याला पुन्हा घाम आला. सरताजला त्याच्याबद्दल सहानुभूती वाटली. थॉमसने आपले बायसेप्स बनवले होते आणि केसाना जेल लावलं होतं; पण तरीही तो लहानच दिसत होता.

''कदाचित, थॉमसला माझ्याशी एकट्याशी बोलायचं असेल.'' सरताज म्हणाला.

रशेलने मानेनेच 'हो' म्हटलं, ''मी बाहेर वाट बघते.''

तिने बाहेर जाऊन दरवाजा बंद केला आणि सरताजने टेबलावर बोटांनी टकटक केलं. थॉमसने कसंबसं वर पाहिलं. ''सांग मला,'' सरताज म्हणाला.

''सर, आमच्या व्हिडिओ कॅमेराबद्दल... आय एम सॉरी.''

''सॉरी कशासाठी?''

''व्हिडिओ केला म्हणून.''

सरताजला गोंधळाचं ओझं हलकं झाल्यासारखं वाटलं. ''ओह, व्हिडिओ... हो हो.''

''ती माझी आयडिया नव्हती,'' थॉमसने आता कसंबसं सांगून टाकलं. ती त्याची आयडिया नव्हती. ती ललिताची आयडिया होती. ललिता त्याची गर्लफ्रेंड, त्याच्याहून एक वर्ष मोठी होती. ते एक वर्षापासून रिलेशनशिपमध्ये होते. जेव्हा थॉमसने नवीन व्हिडिओ कॅमेरा घेतला, तेव्हा ते त्यांच्या मित्राचं, शहराचं आणि रस्त्यावरच्या लोकांचं फुटेज शूट करण्यासाठी कॅमेरा बाहेर घेऊन गेले होते. काही दिवस त्यांनी थॉमसने लिहिलेल्या शॉर्ट फिल्मचं शूटिंग केलं; पण त्यांनी ते मध्येच सोडून दिलं. कारण, त्यांना कंटाळा आला होता. नंतर ललिताला त्यांचं दोघांचं एकत्र काहीतरी शूट करावं, असं वाटत होतं, असंच थॉमसच्या खोलीत टाइमपास करत असतानाचं. मग एकदा जेव्हा कॅमेरा सुरू असताना ते विसरले की, कॅमेरा सुरू होता.

''विसरलात?'' सरताज म्हणाला.

''हो.'' एक क्षण ते विसरले. जेव्हा त्यांना आठवलं, तेव्हा ललिताला तो स्वीच ऑफ करायचा नव्हता म्हणून त्यावर ते दोघं किस करतानाचा शॉट होता.

सरताजने डोळे चोळले आणि त्याच्या डोळ्यांरामोर काजवे चगकल्यासारखे होऊन नाहीसे झाले. त्याने हात खाली केले. थॉमस अजूनही तिथेच होता – तरुण, त्याच्या पांढऱ्या टाइट टी-शर्टमध्ये देखणा दिसत होता, गळ्यात छोट्या मण्यांची माळ घातली होती. तो तिथेच होता, गूढ आणि तरीही खरा, वर्तमानात. ''फक्त किसिंग?'' सरताजने विचारलं.

''हो हो. आमचे कपडे अंगावर होते.'' त्यांचे कपडे अंगावर होते तर; पण तरीही त्याची आई चिडली होती जेव्हा तिने सहज म्हणून चुकून कॅमेरा हातात घेऊन सुरू करून एलसीडीला जोडला आणि त्या दोघांना एलसीडीवर पाहिलं. हो, थॉमसच्या एक-दोन मित्रांनी व्हिडिओ पाहिला होता; पण बस तेवढंच. नंतर रशेल मथियाने ते फुटेज नष्ट केलं होतं. गोष्ट खरंतर इथे संपली होती; पण नंतर सरताज त्यांच्याकडे घरी आला आणि त्याने व्हिडिओ कॅमेराबद्दल प्रश्न विचारले.

सरताजला कळत होतं की, आता त्याने काहीतरी बोललं पाहिजे. कदाचित, त्या मुलावर ओरडलं पाहिजे, त्याला दम दिला पाहिजे. त्याला खात्री होती की, त्या कॅमेरामधलं शूटिंग ही थॉमसची आयडिया होती, ललिताची नाही किंवा कदाचित नसेल. कदाचित, थॉमस ज्या ललिताबद्दल सांगत होता, ती अस्तित्वातही नव्हती. हो, सरताजला खात्री होती की, ती होती. सरताजला ही मुलं-मुली कोणत्या विश्वात जगतात हे कुठे माहिती होतं, त्यांचे व्हिडिओ कॅमेरे, त्यांचं इंटरनेट आणि पंधराव्या वर्षीच्या त्यांच्या रिलेशनशिपबद्दल? कोण होते हे लोक? तो त्यांच्या शेजारीच राहत होता, जसे शहरातले इतर हजारो लोक राहत होते. तो त्यांना ओळखत होता आणि नव्हताही. हे सगळं एकत्रच अस्तित्वात होतं. सरताजने प्रयत्न केला आणि अखेर थॉमसशी थोडं कठोर होऊन बोलला. ''जर तू अशा गोष्टी या वयात करशील, तर तू तुझं अख्खं आयुष्य वाया घालवशील,'' तो बोलतच होता; पण त्याला समजत नव्हतं की, तो स्वतःतरी त्या बोलण्यावर विश्वास ठेवतो का नाही. सरताज थॉमसला त्याच्या खांद्यावर हात ठेवून दारापाशी घेऊन गेला. तो म्हणाला, ''ऐक, तुझ्या आईची काळजी घे. ती एकटी आहे आणि ती तुझ्यासाठी आणि तुझ्या भावासाठी खूप कष्ट करते. चांगला वाग. तिला त्रास देऊ नकोस,'' त्याला स्वतःचंच आश्चर्य वाटलं.

त्याने रशेल मथियासाठी म्हणून हे करायला सांगितलं नव्हतं; पण थॉमसला यामुळे फरक पडलेला दिसला. कदाचित, वॉर्निंग दिल्यामुळे असेल किंवा त्याने नुकत्याच दिलेल्या सल्ल्यामुळे असेल.

''हो सर, सॉरी सर. मी तिची काळजी घेईन,'' थॉमस म्हणाला.

सरताज खूप गाढ, स्वप्नं नसलेल्या झोपेतून जागा झाला. डोक्यावर हिरव्या रंगाच्या छतावर पांढरा पंखा गोल फिरत होता. खूप मुश्किलीने त्याने डोकं वळवलं. मेरी जमिनीवर बसली होती आणि मासिकाची पानं उलटत होती. टीव्हीचा आवाज बंद केला होता, टीव्हीवर एक हरणांचा कळप शांततेत उडी मारून पलीकडे पिवळ्या गवतात नाहीसा झाला. ''किती वाजले?'' सरताजने विचारलं. बाहेर अंधार पडला होता.

''साडेनऊ झालेत. तू खूप दमला होतास.''

''हो दमलो होतो. तू काय वाचते आहेस?''

''हे पर्यटनावरचं मासिक आहे. अंदमान बेटांवरच्या डायव्हिंगबद्दल यात एक लेख आहे. किती सुंदर असतं पाण्याखाली. बघ.'' ती उठली आणि बेडवर त्याच्या शेजारी बसली. केशरी आणि लाल मासा पाण्यात पोहत होता आणि पाणी इतकं निळशार होतं की, ते पानातून बाहेरच आलं.

सरताज कोपरावर टेकला. ''तू का जात नाहीस? तू सुट्टी घ्यायला हवीस,'' तो म्हणाला.

''तू येशील?''

''मी? नाही, मला तर पोहायलाही येत नाही.''

''मी असंही आफ्रिकेला जाण्यासाठी पैसे साठवते आहे.''

''हो; पण दरम्यान एक सुट्टी घे. कोडाईकॅनाल कसं आहे?''

''मी तिथे गेले आहे.''

''मग तुझ्या गावाला जा.''

''तिथे जाण्यासारखं काहीच उरलं नाहीये. तू मला दूर पाठवण्याचा का प्रयत्न करतो आहेस?''

सरताज उठून बसला. त्याने तिच्या हातातून ते मासिक घेतलं आणि तिचे दोन्ही हात हातात घेतले. ''आता या शहरात राहणं खूप धोकादायक आहे. आम्हाला काहीतरी मोठी दहशतवादी कारवाई होईल, अशी अपेक्षा आहे. ते काहीतरी करणार आहेत, आम्हाला ते माहीत आहे म्हणून कदाचित तू इथून दूर गेलं पाहिजेस.''

मेरी म्हणाली, ''तू येशील?''

''मला इथेच राहावं लागेल.''

''का?''

''ते माझं काम आहे.''

''त्यांना शोधणं?''

''हो.''

''ते काय करणार आहेत?''

''काहीतरी, काहीतरी खूप भयंकर, खूप मोठं.''

ती खूप मोठ्याने हसू लागली. नंतर तिने स्वतःला आवरलं आणि मग खूप गंभीरपणे म्हणाली, ''सॉरी. माझा तुझ्यावर पूर्ण विश्वास आहे म्हणून मी हसते आहे. आम्ही हसण्याशिवाय दुसरं काय करू शकतो ना?''

''तू खूप धीट आहेस.''

''नाही. धीट वगैरे काही नाही. मला भीती वाटते आहे; पण याबद्दल विचार करणं म्हणजे वेडेपणा आहे.''

''म्हणून मग तू जाशील?''

''नाही. एकटी नाही. काय पॉइंट आहे? जेव्हा माझं सगळं तर इथेच आहे.''

तिचे डोळे पाणावले होते. त्याने तिचं चुंबन घेतलं आणि मग ती त्याच्या कुशीत शिरली. तिने तिचे ओठ त्याच्या ओठांवर टेकवले... तिची जीभ गरम आणि ओलसर मऊ होती. ती त्याच्यावर चढली. त्याने डोळा मारला आणि ते दोघंही हसू लागले. त्याने तिच्या गुडघ्याखालून मांडी सरकवली. तिने त्याच्या जिवणीच्या कोपऱ्यावर चुंबन घेतलं आणि नंतर तिने त्याचा हात हातात घेतला. तिने त्याचा हात वर आणत स्वतःच्या छातीवर ठेवला. एक क्षण दोघंही स्थिर होते. सरताज तिच्या पापण्या दिव्याच्या उजेडात कशा वर-खाली होत होत्या, ते पाहत होता, त्यांच्या मागे एक मऊशार न कळणारा अंधार होता. ते दोघं एकमेकांकडे पाहून हसले. सरताजने एकेक करत तिच्या निळ्या शर्टाची बटणं काढायला सुरुवात केली. बटणं खूप लहान होती आणि त्याला प्रत्येक बटण काढताना त्रास झाला. त्याला आपण खूप बावळट असल्यासारखं वाटलं. मेरीने त्याच्याकडे पाहिलं आणि पाठीला बाक देत ती त्याच्यावर झुकली, जेणेकरून त्याला बटणं काढणं सोपं होईल. त्याने तिच्या खुदुखुदु हसण्याची नक्कल केली आणि ती पुन्हा त्याच्यावर झुकली. तिचा गाल त्याच्या दाढीवर टेकला होता आणि ते दोघं पुन्हा हसू लागले. तिने तिचा शर्ट खांद्यावरून खाली उतरवला. तिची सावळी कांतिदार त्वचा उघडी झाली आणि ती त्याच्याशेजारी सरकली. सरताज तिच्यावर झुकला. तिने त्याच्या मानेमागे हात घातला आणि त्याला जवळ ओढलं.

मेरीबरोबर एकाच पांघरुणात तिच्या त्वचेला त्वचा घासून झोपलेलं असताना सरताजने तिला त्याच्या बालपणाबद्दल सांगितलं. तिला त्याच्या आयुष्याबद्दल सुरुवातीपासून जाणून घ्यायचं होतं. ''मला सांग ना,'' ती म्हणाली होती. ते बोलता बोलता आता त्याच्या कुमारावस्थेपर्यंत आले होते. खूप उशीर झाला होता, मध्यरात्र उलटून गेली होती; पण सरताज सावध होता. त्याला एक विचित्र समाधान वाटत होतं. त्याचं शरीर सैलावलं होतं, त्याच्या स्नायूंमध्ये त्यांच्या सेक्सच्या आठवणीने एक गोड वेदना होत होती. तो गबाळा होता, असुरक्षित आणि नंतर खूप जपणारा; पण खरंतर या कशानेच फरक पडत नव्हता. तिने मिठी मारणं, तिच्यातला जिवंतपणा जाणवणं हे त्याला आवडत होतं... तिच्याबरोबर असं आडवं होणं, तिचे केस कानामागे सारणं आणि तिच्या प्रश्नांना उत्तरं देणंही. आता तिला पुढे जाणून घ्यायचं होतं, ''तिचं नाव काय होतं?''

सरताज तिला त्याच्या पहिल्या गर्लफ्रेंडबद्दल सांगत होता. ''सुधा शर्मा. ती दोन बिल्डिंग पलीकडे राहायची आणि तिचा भाऊ त्या वेळी माझा अगदी खास मित्र होता.''

''नंतर त्याला तुझ्याबद्दल आणि त्याच्या बहिणीबद्दल कळलं आणि त्याने तुला मार दिला?''

''नाही नाही. त्याला कधीच कळलं नाही. नाहीतर त्याने मला ठारच मारलं असतं. आम्ही खूप काळजी घ्यायचो.''

''तू किती वर्षांचा होतास?''

''पंधरा.''

''पंधरा! पंधराव्या वर्षी मला सेक्सबद्दल अगदी काहीही माहीत नव्हतं. तू पंधराव्या वर्षी इतका बिघडलेला होतास?'' मेरीने त्याला खांद्यावर जोरात चिमटा काढत म्हटलं.

''अरे, मी असं नाही म्हटलं की, आम्ही सेक्स केला. सेक्स कुठे करणार होतो? तिच्या वडिलांच्या बेडरूममध्ये? त्या घरात इतके काका, मामा, मावश्या, आज्या होत्या की, तुम्ही नुसतं वळलात तरी कोणी बाई विचारेल की, काय करतो आहेस.''

''पण तू त्या गरीब मुलीला असंही बिघडवलंस.''

''मी? बिघडवलं? हा, माझ्यात तिच्याकडे बघण्याचीही हिंमत नव्हती. ती तीन वर्षांनी मोठी होती. मी जेव्हाही त्यांच्याकडे जायचो, तीच मला एक जास्त आमपापड खायला द्यायची. तिने एकदा टेबलाखाली माझं डोकं धरलं होतं, मी इतका घाबरलो होतो की, मी पाणीही पिऊ शकलो नाही.''

''या मुंबईच्या मुली खूप फास्ट असतात. मग काय झालं?''

''आम्ही दुपारी तिची ट्युशन झाल्यावर भेटत असू.''

''आणि नंतर तू तिला किस केलंस?''

''तिने मला किस केलं.''

'हो, हो. कुठे?''

''का? अर्थातच, इथे,'' सरताज ओठांकडे बोट करत म्हणाला.

''तसं नाही, वेड्या,'' मेरीने रागीट चेहरा केला; पण आता तिने त्याला किस केलं... पटकन... त्याने जिथे बोट दाखवलं तिथे. ''मला म्हणायचं होतं, कुठे? तिच्या वडिलांच्या बेडरूममध्ये?''

''पहिल्यांदा कुलाब्याच्या एका रेस्टॉरंटच्या फॅमिली रूममध्ये. तिच्या बरोबर दोन मुली होत्या; पण त्या आम्हाला एकटं सोडून गेल्या. नंतर म्हणजे त्यानंतर, तुला माहिती आहे, बांद्र्याच्या दगडांवर.''

''समुद्रकिनारी? खरंच, ती निर्लज्ज होती.''

''सुधा? ती फक्त सुधा होती.''

त्याचं हसणं खूप गोड असावं. कारण, मेरीने आता त्याला पुन्हा चिमटा काढला. ''मग काय झालं? तू तिच्याशी लग्न केलंस का?''

''मी खूप लहान होतो. तिने नंतर दोन वर्षांनी लग्न केलं. सगळं तिच्या आई-वडिलांनी ठरवलं होतं. मी लग्नाला गेलो होतो.''

''ओऽहऽह... बिचारा मुलगा.''

''नाही. असं काही नव्हतं. आम्ही कधी लग्न करू असा विचारही केला नव्हता. मी खूप लहान होतो आणि तिच्या जातीचाही नव्हतो.''

''आणि तरीही तिने तुला आकर्षित करून घेतलं. माय गॉड;'' पण मेरी आता चिडवत होती आणि त्याच्या छातीवरून हात फिरवत होती. ''पण मला असं वाटतं, सरताज सिंगला पाहून तिला राहावलं नसेल.''

''हो, मी आधीच खूप उंच झालो होतो, माहिती आहे?''

''आणि आता जसा आहेस तसा देखणाही. फुल हिरो, अगदी.''

ती आता त्याची चेष्टा करत होती, अगदी हळुवार. त्याने तिला उचललं आणि त्याच्यावर घेतलं. ''तू माझी मस्करी करते आहेस का?'' त्याला आधीच शोध लागला होता की, तिला गुदगुल्या व्हायच्या. आता तिने अंग आकसून घेतलं. त्याच्या बोटांखाली वळवळू लागली.

''फक्त थोडीशी गंमत,'' ती अखेर त्याच्या हातातून सुटत म्हणाली.

तिचे स्तन त्याच्या छातीवर दाबून सपाट दिसत होते, लपले गेले होते. नंतर त्याला तिच्या निपल्सची गडद काळी वर्तुळं दिसली. तो तिच्याकडे पाहतो आहे, हे लक्षात आल्यावर तिने चादर ओढली. ती तिच्या वयाच्या स्त्रीच्या मानाने, जिचं कधी लग्न आणि घटस्फोटही झाला होता, खूप लाजाळू होती. कदाचित, खेडेगावातल्या मुली अशाच असत असाव्यात. सरताजला आजवर कधी खेडेगावातल्या मुलीचा अनुभव नव्हता; पण आता ही विशिष्ट मुलगी, जी त्याच्या बाजूला झोपली होती, तिने चादर हनुवटीपर्यंत ओढून घेतली होती आणि त्याच्याकडे टक लावून बघत होती. ''काय?'' सरताजने विचारलं.

''कुठे काय? तू माझं लक्ष विचलित करशील, असं समजू नकोस. ठीक आहे, तर ही जी फास्ट मुलगी होती, तिचं लग्न झालं कोणत्यातरी दुर्दैवी माणसाशी. नंतर काय झालं? तू कोणाशी लग्न केलंस?''

त्याने तिला जवळ ओढलं आणि तिला मेघाबद्दल सांगितलं. त्यांच्या अशक्य कॉलेज रोमान्सबद्दल, जो वर्गातही चालायचा आणि उच्चार, कपडे आणि संगीत यांच्या कक्षा ओलांडून जायचा नाही. त्याने तिला सांगितलं की, मेघाला त्याची शम्मी कपूरच्या गाण्याची आवड समजली होती आणि त्यावर ती तडजोड करू शकत नव्हती. तिने कसं त्याला पायघोळ पँट घालायच्या नाहीत, असं शिकवलं होतं. कसं शेवटी त्यांनी लग्न केलं आणि ते अपयशी झाले होते किंवा कदाचित ते एकमेकांना जास्त न दुखावण्यात थोडे यशस्वी झाले होते.

तो त्याच्या आणि मेघाबद्दल सांगत असताना मेरी सहानुभूतीने काहीतरी पुटपुटली. मग तिने एक सुस्कारा सोडला आणि तिचे श्वास एका लयीत पडू लागले. ती शरीराच्या लहान लहान हालचाली करत होती, हात-पाय हलवत होती. त्याला खूप जुने दिवस आठवले... जेव्हा तो सुधाबरोबर मरीन ड्राइव्हला फिरायला गेला होता आणि इराणी रेस्टॉरंटमध्ये मागच्या बूथमध्ये जेव्हा त्याने तिच्या मांडीला मांडी घासली होती. त्याला त्या दिवसांमध्ये सेक्स आणि प्रेम यांबद्दल खूप आकर्षण वाटत असे. कधी कधी मेंदूत सेक्सची काहीतरी प्रतिमा तरळली नाही, असं एक मिनिटही जात नसे. कल्पनेतल्या कोणा तरी अस्पष्ट, तरी तेजस्वी

असलेल्या बाईसाठी एक ओढ लागायची, जी सुंदर, चांगली, समजून घेणारी, मादक, आधार देणारी आणि बाकी सगळं काही होती. त्याला एकदा वाटलं होतं की, मेघा हे सर्व काही होती आणि फक्त वाहेगुरूनाच माहीत होतं की, तिने त्याच्याबद्दल काय कल्पना केली होती. त्यांनी एकमेकांचा अपेक्षाभंग केला होता. त्याला वाटलं होतं की, या भ्रमनिरासातून तो कधीच बाहेर येणार नाही. एक क्षण त्याला तो खूप निराशावादी वाटला होता; पण मग त्याला शोध लागला की, तो अजूनही भावनावादी होता, तो दिलीप कुमारच्या 'दिल दिया दर्द लिया'नंतर रात्री उशिरापर्यंत रडायचा. जेव्हा रस्त्यावरच्या दिव्यांच्या उजेडात अभ्यास करून आयएएस केलेल्या मुलांबद्दल न्यूजपेपरमध्ये वाचायचा तेव्हा त्याच्या घशात आवंढा यायचा. आता जेव्हा तो या स्त्रीबरोबर होता, ही मेरी, जी त्याच्या शेजारी पहुडली होती, हे काहीतरी वेगळंच होतं. त्याने पंधराव्या वर्षी कल्पना केलेल्या प्रेमाचं रूपांतर कशात तरी झालं होतं.

सरताजने मेरीच्या डोक्याखालून अलगद आपला खांदा काढला आणि तिचं डोकं उशीवर ठेवलं. तो तिच्याकडे वळला आणि तिच्या मांडीवर हात ठेवून त्याने झोपायचा प्रयत्न केला; पण आता त्याला बॉम्बबद्दल विचार न करणं अशक्य होतं. त्याला आता सुरक्षित वाटत होतं म्हणून त्याने पुन्हा तो बॉम्ब कसा दिसेल, याची कल्पना करण्याचा प्रयत्न केला. त्याच्या डोळ्यांसमोर आता फक्त स्टीलला जोडलेले वायरींचे गुंते आणि आतल्या पट्टीवर धावणारे निओनचे आकडे इतकंच येत होतं. कदाचित, या डिव्हाइसमुळे मेरी त्याच्यापासून दूर जाईल, जसं अखेर त्याने तिला शोधलं होतं तसं. त्याला माहीत होतं की, हे सत्य होतं, तरीही त्याला जे अपेक्षित होतं, खूप राग, खिन्नता किंवा हताशपणा, असं काहीच वाटलं नाही. त्याने मेरीच्या गालाला स्पर्श केला. त्याच्या मनात आलं की, आपण सगळेच एकमेकांना गमावण्यासाठी तयार आहोत. आपल्या गवसण्याच्या क्षणातच आपण ज्यांच्यावर प्रेम करतो, त्यांना मृत्यूकडे, इतिहासामध्ये आणि त्यांच्यामध्येही गमावतो. आपल्याकडे काय आहे, तर हे औदार्याचे तुकडे, विश्वास आणि मैत्रीची भेट... आपण एकमेकांना देऊ शकतो अशा इच्छा. जे यानंतर येईल, त्यातलं काहीही... या असं अंधारात एकमेकांशेजारी झोपण्याला, एकत्र श्वास घेण्याला फसवू शकत नाही. ते पुरेसं आहे. आपण इथे आहोत आणि इथेच राहू. कदाचित, कुलकर्णींचं मुंबईच्या लोकांच्या बाबतीतलं मत चुकीचं होतं. कदाचित, त्यांना मोठा वणवा येतोय, असं कळलं तरी ते इथेच राहतील. कदाचित, ते पृथ्वीवर पुढचा मागचा काही विचार न करता अवतरलेल्या या गल्ल्यांच्या गुंत्यामध्येच वाट पाहतील. लोक इथे गावातून, परदेशातून आले आणि त्यांना इथे बसायला जागा मिळाली, ते जमिनीच्या घाणेरड्या तुकड्यावर आडवे झाले, त्या तुकड्याने सरकून त्यांना आत सामावून घेतलं आणि नंतर ते इथेच राहू लागले म्हणून ते इथेच थांबतील.

तरीही अर्थातच गुरू आणि त्याच्या माणसांचा शोध सुरूच होता. सरताज त्याला मिळालेल्या धाग्यादोऱ्यांचा पाठपुरावा करत कैलासपाड्यामधल्या अपार्टमेंटच्या इमारतींमध्ये आणि नारायण नगरमध्ये गेला... जिथे लोकांनी त्यांच्या शेजाऱ्यांच्याबद्दल संशय व्यक्त केला होता. इतकंच नव्हे, तर विरारच्या वस्त्यांमध्येही तो गेला. शुक्रवारी दुपारी सरताज डिलाइट डान्स बारमध्ये गेला. शंभू शेट्टीने त्याला पेप्सी पाजली आणि विचारलं, ''बॉस, काय चाललं काय आहे? माझ्याकडे रोज किमान दोन कॉन्स्टेबल चक्कर टाकत आहेत. ते रोज दणादणा येऊन माझ्या स्टाफला व्हीलचेअरमधल्या माणसाबद्दल आणि एका परदेशी माणसाबद्दल विचारतात.

तसंही साधू लोक बारमध्ये का येतील? पण तुमचे लोक रोज घुसतात. हे आमच्या धंद्यासाठी चांगलं नाही, तुम्हाला माहीत आहे.''

''शंभू, हे फक्त ते दिल्लीतून एलर्ट आलं आहे ना त्यामुळे,'' सरताज म्हणाला, ''काहीतरी माहिती आली आहे. आम्हाला फक्त त्याचा पाठपुरावा करायला सांगितला आहे. बास. खूप तातडीचं आहे म्हणून आम्ही सगळीकडे शोधतो आहोत. काय माहीत कधी कुठे काय ऐकायला मिळेल. कॉन्स्टेबलना तसे ऑर्डर्स आहेत.''

शंभू अजूनही वैतागलेला होता. ''पण ते कामात असा अडथळा का आणतात? ते गर्दीच्या वेळेलाही येतात, आमच्या कलेक्शनवर परिणाम होतो. असाही आमचा सगळा धंदा धोक्यातच आहे. पुढच्या इलेक्शनला सरकार बदलणार आहे, अशा अफवा आहेत, ते काँग्रेसचे हरामखोर कदाचित डान्सबारवर पूर्णच बंदी आणतील. हा नाही तर तो गांडू आपली संस्कृती जपायचा प्रयत्न करतच असतो. हरामखोर राजकारणी लोक. तुम्हाला माहीत आहे का, किती वेळा मला आमदार आणि मंत्र्यांचे खासगी पार्ट्यांना मुली पाठवण्यासाठी म्हणून फोन येतात?'' शंभू तक्रार करत होता; पण तो आता सुखवस्तू आणि खात्या-पित्या घरचा वाटत होता. बहुदा त्याला लग्न मानवलं होतं.

''हो, शंभू. मला माहीत आहे; पण आत्ता त्या कॉन्स्टेबलना त्यांचं काम करू दे. ही इमर्जन्सी आहे. गंभीर असू शकते. खरंच, जर तुला काहीही कळलं, तर मला कळव. ठीक आहे?''

शंभूने आळस देत पोट खाजवलं. ''काय, हे ते हरामी मुसलमान आहेत का पुन्हा?''

''नाही. हे मुसलमान नाहीत. अजिबात नाहीत. फक्त व्हीलचेअर आणि परदेशी माणूस यांवर लक्ष ठेव शंभू. खूप महत्त्वाचं आहे हे.''

पण शंभूला पटलेलं दिसलं नाही. काहीतरी पुटपुटत तो उठला. त्याने इतक्यातच एमटीएनएलला संपर्क केला होता, ज्यांनी त्याच्या ऑफिसमधल्या लाल फोनवर दूरचे फोनकॉल मोफत करण्याची सोय दिली होती. त्याने सरताजला मोफत फोनकॉल्सबद्दल सांगायला बोलावलं आणि कॉन्स्टेबलच्या तक्रारी ऐकवल्या. सरताजने फोन उचलला आणि नंबर डायल केला. जर शंभूला प्रश्न विचारण्यामुळे तो हैराण होत असेल आणि त्याच्या गिऱ्हाइकांच्या ते नजरेत येत असेल, तर अपराध्यांनाही त्यांचा माग काढला जातोय हे एव्हाना समजलं असेल. एका मोठ्या तपासाचा एक मोठा ठसा उमटला आणि शिफ्ट संपताना कॉन्स्टेबलना अजूनच थकवून गूढ काहीच हाती लागणार नव्हतं.

''हॅलो?''

''पेरी पौना, माँ.''

''जिते रहो. कुठे आहेस तू सरताज?''

''काम करतोय माँ. एक खूप मोठी केस सुरू आहे. सगळ्यात मोठी.''

ती हसली. ''तुझे पापाजी अगदी असंच म्हणायचे. प्रत्येक केस मुंबई पोलिसांच्या इतिहासात सगळ्यात मोठीच असते.''

सरताजला तिच्या आवाजातला आनंद जाणवत होता आणि उतारवयात तिच्या गेलेल्या नवऱ्याबद्दल वाटणारं प्रेमही. ''हो, माँ. ते मलाही तसं सांगायचे; पण ही केस खरंच खूप महत्त्वाची आहे. खरंच खूप खूप महत्त्वाची.''

पण माँला पापाजींच्याबद्दल बोलायचं होतं. ''त्यांनी एकदा एक कुत्रा चोरीला गेल्याचं शोधून काढलं होतं... अल्सेशियन कुत्र्याचं पिल्लू. त्यांनी मला तीही खूप खूप महत्त्वाची केस असल्याचं सांगितलं होतं. ते किती रात्री बाहेरच होते, किती धागेदोरे तपासले आणि हे त्या कुत्र्याच्या मालकासाठीही नव्हतं म्हणजे ते खूप श्रीमंत होते, त्यांनी एक दोन आठवड्यांनी नवीन कुत्राही आणला असता; पण तुझे पापाजी मला सांगत राहिले की, कल्पना कर. त्या लहान कुत्र्याच्या पिल्लाला काय वाटत असेल, त्याच्या घरातून त्याला असं उचलून नेलं आहे. त्यांनी एक आठवड्याने ते शोधून काढलं.''

''मला माहीत आहे माँ.'' सरताजने ही स्टोरी माँ आणि पापाजी दोघांकडूनही आधी अनेकदा ऐकली होती. जेव्हा पापाजींनी सांगितली होती, तेव्हा ती केस म्हणजे काळजीपूर्वक तपास कसा करायचा आणि खबरी कसे जोपासायचे यांचा प्रत्यक्ष धडा होता; पण माँ आजवर नेहमी त्या कुत्र्याची चिंता करत पापाजी रस्त्यावर भटकायचे आणि ते पिल्लू त्या किडनॅपरच्या घरी कसं रडत असायचं हे सांगायची. पापाजींनी शेजारीपाजारी चौकश्या करून आणि कोपऱ्यावरच्या दुकानदारांवर काळजीपूर्वक दबाव टाकून चार दिवसांत तो कुत्रा शोधून काढला होता. नंतर समजलं होतं की, एक गल्ली सोडून पलीकडच्या गल्लीतल्या दुकानदाराचा भाचा हाच अपराधी होता. या भाच्याला व्हिडिओ गेम्सचा नवीन नाद लागला होता आणि त्याने कुत्रा नेपियन सी रोडवरच्या त्याच्या शेजाऱ्यांना विकला होता. त्या पैशातून तिथल्याच एका त्या भागात प्रथमच सुरू झालेल्या नव्याकोऱ्या गेम पार्लरमध्ये मिसाईल कमांड खूप वेळ खेळला होता. पापाजींनी नंतर त्या कुत्र्याला परत आणलं आणि त्या भाच्याला जेलमध्ये पाठवून शिस्त लावली होती.

''आणि तुला माहिती आहे, पिंकीला तिच्या खऱ्या घरी गेल्यावर इतका आनंद झाला होता,'' माँ म्हणाली. ती आता घरात नेहमी पारायण झालेल्या या स्टोरीच्या शेवटाला पोहोचली होती.

''पिंकी कोण आहे?''

''सरताज, खरंच तू ऐकतच नाहीस अजिबात. पिंकी तीच होती, कुत्र्याचं पिल्लू.''

''पिंकी म्हणजे ते कुत्र्याचं पिल्लू होतं?''

''हो, हो. त्यात इतकं अवघड काय आहे?''

''नाही नाही माँ. आठवलं आता.''

सरताजने माँचा निरोप घेऊन फोन ठेवला आणि शंभूला धन्यवाद दिले. तो डिलाइट डान्स बारच्या दरवाजाबाहेरच उभा राहून पिंकीबद्दल विचार करत होता. इतक्या वेळा या केसबद्दल सांगूनही पापजींनी कधीही त्या हरवलेल्या प्राण्याचं नाव पिंकी होतं, हे सांगितलं नव्हतं. त्यांना कदाचित त्याने काही फरक पडेल, असं वाटलं नसावं; पण पडला. तिचं नाव पिंकी होतं, हे कळल्यावर तो हरवलेला कुत्रा अधिक बिचारा वाटू लागला. पिंकी अजूनही जिवंत असणं अशक्य होतं; पण कदाचित तिची मुलं, नातवंडं या शहरात कुठेतरी जिवंत असतील. त्याच्या किमान तीन... नाही नाही... चार देखणी अल्सेशियन कुत्री ओळखीची होती. त्यातली दोन नर्व्हस न्यूरोटिक होती; पण सरताजच्या मते तो त्यांना इतक्या लहान फ्लॅटमध्ये राहायला लागल्याचा परिणाम होता. कोणाही लहान जीवाला वेड लावायला हे कारण पुरेसं होतं.

त्याने मोटारसायकलवर ढांग टाकली आणि एक क्षण बसून राहिला. संध्याकाळच्या उन्हात रस्त्यावरच्या ऑफिसच्या खिडक्या चकाकत होत्या. रस्त्यावरच्या रहदारीवरही उन्हाचे कवडसे पडले होते. रस्त्याच्या कडेला असलेले विक्रेते फुटपाथवरून जाणाऱ्या-येणाऱ्यांना कपडे, चपला आणि काहीबाही विकून चांगला धंदा करत होते. डावीकडे तीन इमारती सोडून इरॉस शॉपिंग सेंटरच्या गजबजलेल्या लँडिंगवर चाटवाल्यांचा एक घोळका होता. गरमागरम पावभाजीचा घमघमाट येत होता. अचानक सरताजला पापडीचाट खायची भूक लागली. तो लहान असताना त्याला पापडीचाटची चटक लागली होती. शेवटी पापाजींनी त्याला आठवड्याला एकच प्लेट असा नियम केला होता, तेदेखील फक्त शुक्रवारी. त्याने विचार केला की, आज शुक्रवारच तर होता. तो गाडीवरून उतरला आणि चाट खायला गेला.

तव्यांवर होणाऱ्या चुरचुराटामध्ये सरताज एक खिदळणाऱ्या कॉलेजच्या ग्रूपमागे रांगेत उभा राहिला. मुलींनी लांडे टॉप्स आणि तंग जीन्स घातल्या होत्या. त्या सगळ्यांनी त्यांच्या मनगटात गडद लाल निळी ब्रेसलेट्स घातली होती, रबरपासून बांगड्या बनवल्यासारखा काहीतरी प्रकार होता तो. त्यांच्यातल्या एकीचं लक्ष गेलं की, तो त्यांच्या हाताकडे बघत होता. त्या घमेंडीने तोंड फिरवलं. त्या आपापसात काहीतरी कुजबुजल्या. सरताजने त्याचं हसू लपवण्यासाठी मान दुसरीकडे वळवली. त्या एकमेकींकडे या लीच्चड अंकलबाबत, रोडसाईड रोमिओबद्दल तक्रार करत होत्या, यात शंकाच नव्हती; पण त्याला त्या मुलींची दया आली. त्याला आश्चर्य वाटत होतं की, त्याला कॉलेज सोडून इतकी वर्षं झाल्यानंतर पायघोळ पँट आता पुन्हा फॅशनमध्ये आल्या होत्या.

त्याने पापडीचाट घेतला आणि पांढऱ्या प्लॅस्टिक खुर्च्यांना वळसा घालत त्याने एक रिकामी खुर्ची शोधली. मग त्याने स्वतःला पापडी चाटचा कुरकुरीतपणा आणि चिंचेचा आंबटपणा यांचा आस्वाद घेऊ दिला. त्याने खाताना नक्कीच हळू आवाजात समाधान व्यक्त केलं असणार. कारण, त्याच्याकडे पाहून आईच्या गुडघ्याला धरून उभ्या असलेल्या आणि वाकून बघत असलेल्या एका तीन वर्षांच्या मुलाने त्याच्याकडे बोट दाखवलं आणि हसून तो म्हणाला, ''मम''.

सरताजच्या मोबाईलची रिंग वाजली. त्याने गडबडीत पेपर प्लेट ठेवली आणि रुमालाला हात पुसून फोन घेतला. फोनवर इफ्फात बीबी होती.

''काय तुम्ही तुमच्या जुन्या मैत्रिणीला विसरलात का?'' ती म्हणाली. तिचा आवाज नेहमीसारखाच घोगरा होता.

''अरे नाही बीबी,'' सरताज म्हणाला.

''मग तुम्ही नक्कीच माझ्यावर अजूनही रागावलेले असणार.''

''तुम्ही असं का म्हणताय?''

''कारण, जर तुम्हाला काहीतरी हवं आहे आणि तुम्ही तुमच्या जवळच्या लोकांकडे ते मागत नाही म्हणजे तुम्ही त्यांच्यावर रागावले असणार.''

''मला काही हवं आहे?''

''कदाचित तुम्हाला नसेल; पण तुमचं डिपार्टमेंट अख्ख्या मुंबईभर हात पसरत आहे.''

''कशाबद्दल?''

''जर तुम्ही असे लहान मुलांसारखे खेळ खेळणार असाल, तर कदाचित तुम्हाला ती माणसं नको असतील.''

''कोणती माणसं?''

''तो व्हीलचेअरमधला माणूस. तो फॉरेनर आणि इतर.''

''तुम्हाला ते कुठे आहेत माहीत आहे का?''

''मला माहीत असू शकेल.''

''इफ्फात बीबी तुम्हाला मला सांगावं लागेल. हे खूप महत्त्वाचं आहे.''

''आम्हाला माहीत आहे की, हे महत्त्वाचं आहे.''

''तुम्हाला समजत नाही आहे. तुम्हाला त्यांचं ठिकाण माहीत आहे का? बीबी, खूप तातडीचं आहे हे.''

''हा गुरू खूप पैसा घेऊन पळाला आहे का? किती वाईट आहे हे.''

''ठीक आहे. तुम्हाला काय हवं आहे?''

इफ्फात बीबीने सुस्कारा सोडला. ''आता तुम्ही एखाद्या शहाण्या माणसासारखं बोलताय; पण असं नाही, फोनवर नाही.''

''तुम्ही आता कुठे आहात?''

''फोर्ट भागात आहे.''

''मला फोर्टला पोहोचायला खूप वेळ लागेल आणि इथे प्रत्येक मिनिट महत्त्वाचा आहे. तुम्हाला माहीत नाही इफ्फात बीबी काय होऊ शकतं ते.''

''मग तर तुम्ही ट्रेन पकडलीच पाहिजे, नाही का?''

''मला सांगा फक्त तुम्हाला काय पाहिजे. मी वचन देतो की, मी करेन ते.''

''मला काय पाहिजे, मी ते असं मागू शकत नाही. ये. माझी मुलं तुला स्टेशनवर भेटतील.''

सरताज गेला. त्याने व्हीटीला जाण्यासाठी फास्ट ट्रेन पकडली, जिथे दोन तरुण मुलं टर्मिनलच्या बाहेर त्याची वाट बघत होती. ती गर्दीतून त्याच्याजवळ आली आणि त्यांच्यातला एक म्हणाला, ''सरताज साब. आम्हाला बीबीने पाठवलं आहे.'' सरताज त्यांच्या मागून गेटपर्यंत गेला आणि नंतर टाइम्स ऑफ इंडियाच्या इमारतीपर्यंत, जिथे एक काही विशेष वर्णन करता येणार नाही, अशी काळी फियाट उभी होती. सगळे जण गाडीत बसले. सरताज मागे डाव्या बाजूला बसला आणि ते निघाले. कोणीही काही बोललं नाही. ड्रायव्हरने गोल वळवून, मेट्रोला ओलांडून गाडी मागे डी. एन. रोडच्या दिशेने घेतली. सरताज ओळखीचे रस्ते मागे पडताना पाहत होता. पापाजींनी त्यांच्या करियरचा बऱ्यापैकी काळ या भागात काढला होता. त्यांनी लहान असताना सरताजला त्यांच्या बीट्सवर फिरायला नेलं होतं आणि जिथे गुन्हे घडले होते आणि अपराधी सापडले होते, अशी ठिकाणं दाखवली होती. कार आता एका यू-टर्नला डावीकडे वळली आणि मग उजवीकडे. सरताजला लहानपणी आवडायचं ते छोटं टेक्निकलर मंदिर दिसलं. त्याच्या भिंतीवर देव-देवतांची गडद रंगांतली चित्रं रंगवलेली होती. पापाजी आणि तो नेहमी इथे भेटायचे, 'देवळाच्या बाजूला,' कोणतं ते सांगायची गरजच भासायची नाही.

पण जुनी दुकानं गेली होती. सरताजला ते कोणत्या गल्लीत वळले ती ओळखीची वाटली नाही, जरी स्कूटर्स आणि सायकलींचे पुंजके तसेच होते आणि गर्दी अजूनच वाढली होती, अगदी संध्याकाळी सहा वाजताही. ड्रायव्हर म्हणाला, ''इथेच,'' आणि ते थांबले.

बीबीच्या मुलांनी सरताजला एका सीफूड रेस्टॉरंटमागे एका अरुंद गल्लीतून इमारतीच्या मागे नेलं. सडक्या माशांचा वास येत होता. ते एक जिन्याने वर गेले आणि एक दरवाजा उघडला. आता ते एका लहान ऑफिसमध्ये होते, जे एखाद्या अकाउंटंटचं ऑफिस असल्यासारखं वाटत होतं. सेल्फमध्ये लेजर्स होती, जी अगदी छतापर्यंत रचलेली होती. टेबलं एकमेकांना खेटून लावलेली होती. तिथे सहा एक कर्मचारी कॉम्प्युटर स्क्रीन्समध्ये डोकी खुपसून बसलेले होते. उजवीकडे पोटमाळा घालून जागा वाढवलेली होती, जिथे तीन वर्क स्टेशन्स हवेतच तरंगत होती. त्यांच्यातल्या एका माणसाने ऑफिसच्या टोकाला बोट दाखवलं, जिथे खोलीच्या कोपऱ्यातल्या त्रिकोणी भागात एक केबिन तयार करण्यात आलेली होती. सरताजने दरवाजा उघडला आणि आत जाण्यासाठी वाकला.

त्या त्रिकोणाच्या टोकाला एका लाल एक्झिक्युटिव्ह खुर्चीमध्ये इफ्फात बीबी पायावर पाय घेऊन बसली होती. तिने बुरखा कपाळावरून मागे टाकला होता, तिचे दाट मेहेंदी लावलेले केस दिसत होते. ''या, या,'' ती म्हणाली.

''अरे मुन्ना, साहेबांना चहा आण.' तिने ऑर्डर दिली. ती बसली होती, तितक्याच भव्य खुर्चीकडे बोट दाखवत सरताजला बसायला सांगितलं. ती चाळत असलेलं लेजर तिने बंद केलं. ''तुम्हाला एसी वाढवू का साहेब? ते इतकं थंड ठेवतात की, माझी हाडं गोठतात; पण तुम्ही तरुण आहात, तुम्हा लोकांना तसंच आवडतं.''

''नाही, गरज नाही. पुरेसं थंड आहे.''

ती खोली लहान असल्यामुळे ते एकमेकांच्या खूप जवळजवळ बसले होते. सरताजला वाटलं की, त्याने तिची जशी कल्पना केली होती, तशीच ती होती. ती धिप्पाड आणि सुळक्यासारखी उंच होती. तिचे जबडे चौकोनी होते आणि त्वचा अगदी तरुण होती. तोंडात दात नव्हते. डोळे सावध आणि नाक धारदार होते. ती तरुण असताना कशी दिसत असेल, याची तो कल्पना करू शकला नाही. कदाचित, ती गेली शंभर वर्षं याच वयाची असेल. ती अशी दिसत होती की, पुढची शंभर वर्षंही ती अशीच दिसेल.

''साहेब, तुम्हाला काही खायचंय का?'

''काही नाही बीबी. प्लीज आपल्याला तुमच्या माहितीबाबत बोलायचं आहे. खूप मोठा धोका आहे. ते खूप धोकादायक आहेत.''

''धोका नेहमीच असतो साहेब. जर तुम्ही खायची संधी सोडलीत, तर धोका तरीही येणारच आहे.'' अपारदर्शक काचेच्या दरवाजावर टकटक झाली आणि नंतर एका मुलाने वाफाळत्या चहाचा कप सरताजसमोर ठेवला. ''साहेबांसाठी तंदुरी मच्छी घेऊन ये आणि तो स्पेशल झिंगा.'

सरताज त्या खुर्चीत मागे टेकून बसला आणि स्वतःला तिच्या आदरातिथ्याच्या हवाली केलं. जगाचा अंत वाट बघेल, तो तसाही महिनोंमहिने येतच होता आणि कायमच येत असेल. इफ्फात बीबी तिच्या शिष्टाचाराच्या बाबतीत काटेकोर होती. तिच्याशी वाद घालून काही मिळणार नव्हतं, त्यापेक्षा तिला सहकार्य करून आनंद घेणं योग्य होतं. ''मग बीबी, काय खबर आहे?''

इफ्फात बीबीने खुर्चीतच तिचं धूड एका बाजूने दुसऱ्या बाजूला वळवलं. ''साहेब, मी म्हातारी बाई पडले, मी फारशी बाहेर जात नाही. मी फक्त इथे काही हिशेब तपासायला येते;'' पण नंतर तिने छोट्या मोठ्या टपोरी लोकांच्या गोष्टी सांगितल्या, स्पर्धक गँगचे शूटर्स,

बारमधल्या मुली यांच्याबद्दल बोलत राहिली. तंदुरी मच्छी आली आणि सरताजने प्रत्येक डिशची चव चाखली. थंड हवेचे झोत त्याच्या गालावर, मानेवर येत होते आणि काहीतरी आपत्ती येणार आहे ही कुणकुण त्याला जाणवत होती, त्यामुळे त्याच्या मांड्यांमध्ये गोळे आले होते. तो खुर्चीत सरसावून आरामात बसला आणि संभाषण सुरू ठेवलं.

अखेर, इफ्फात बीबी मुद्द्यावर यायला तयार झाली. तिने बशीत ओतलेल्या चहाचा घोट घेतला आणि बशी खाली ठेवत म्हणाली, ''तुम्हाला ती माणसं हवी आहेत.''

''हो.''

''आम्हाला ती माणसं कुठे आहेत हे माहीत आहे.''

''कसं?''

''त्यांनी आमच्याच एका माणसाकडून घर भाड्याने घेतलं आहे. अर्थातच त्यांना माहीत नव्हतं की, तो घरमालक आमचा मित्र आहे. त्यांनी रोख पैसे दिले, दोन महिन्यांच्या मानाने खूपच जास्त भाडं आणि डिपॉझीट.''

''ही कधीची गोष्ट आहे?''

''बहुतेक दोन महिने झाले. करार संपतच आला आहे.''

सरताजला पोटात कसंतरी झालं. ''काय प्रकारचं घर? फ्लॅट? बंगला?''

''माझ्याशी हुशारी करू नकोस बेटा. आम्ही फक्त घर इतकंच सांगू आणि हो, तू त्यांना शोधू शकणार नाहीस. त्यांच्यातला एकच जण रोज येतो किंवा जातो. उरलेले तिथेच असतात. व्हीलचेअरमधला माणूस, फॉरेनर; पण ते कधीही बाहेर दिसत नाहीत, कोणालाच. फक्त घरमालकाने त्यांना आत जाताना पाहिलं. कोणी आजवर त्याबद्दल विचारही केला नाही, जेव्हा तुम्ही सगळे पोलिसवाले त्यांच्यासाठी सगळीकडे शोधाशोध करताय.'' इफ्फात बीबीने तिच्या पसाऱ्यातून एक चांदीचा डबा काढला आणि तिच्यासाठी पान लावू लागली. ''या लोकांनी काय केलं आहे?''

''अजून तरी काही नाही.'' सरताज अगदी स्तब्ध होता, त्याचे हाताचे तळवे टेबलावर ठेवलेले होते.

इफ्फात बीबीने पानावर एक चंदेरी मिश्रण लावलं आणि मग ते दुमडून छोटी घडी घातली. तिने ते तोंडात टाकलं आणि म्हणाली, ''मला माहिती आहे. तुम्ही विचार करत असाल की, तुम्ही त्यांना शोधू शकाल. तुम्हाला वाटतं की, काही माहिती मिळाली आहे, एक घर आहे, बाग आणि जिना असलेलं घर; पण विश्वास ठेवा, तुम्हाला सापडणार नाही. मूर्ख लहान मुलासारखं करू नका, तसा प्रयत्नसुद्धा करू नका.''

''हो,'' सरताज चहाचा घोट घेत म्हणाला. त्या छोट्या ऑफिस केबिनच्या भिंती अंगावर येत होत्या. त्याने इफ्फात बीबीकडे पाहिलं, तिचं तोंड पानाने लाल झालं होतं. ''हो. तुम्हाला काय हवं आहे?''

त्याच्या बोलण्याने आणि आवश्यक तेव्हा दाखवलेल्या त्याच्या परिपक्व समजुतीमुळे तिला आनंद झालेला दिसला. तिने त्याच्याकडे बघत मंदस्मित केलं आणि म्हणाली, ''आम्हाला परूळकर हवे आहेत.''

''साली, त्यांच्या जवळ जायचीही हिंमत करू नकोस. जर तुम्ही त्यांना हात लावलात, तर मी...''

''खाली बसा,'' इफ्फात बीबी त्याच्या रागामुळे जराही विचलित झाली नाही. ती एखाद्या ढिम्म डोंगरासारखी बसली होती, ''सर.''

सरताजने टेबलावरची त्याची पकड सैल केली. तो खुर्चीत परत बसला. ''त्यांच्या जवळही जाऊ नका.''

''अरे बाबा, त्यांना हात लावण्याबद्दल कोण काय बोललं आहे? आम्ही काय वेडे नाही आहोत, आम्ही त्यांना ठोकणार नाही, तसलं काही नाही. आम्हाला मुंबई पोलिसांची सगळी फौज आमच्यामागे लावून घ्यायची नाही आहे.''

सरताजच्या मनात आलं की, यात तथ्य आहे. त्या पदावरचा कोणीही पोलीसवाला कधी आजवर इथे मारला गेला नव्हता. ''पण तुम्हाला त्यांना का काही करायचं आहे?'' तो म्हणाला. ''ते इतके तुमच्या जवळचे आहेत, तुमच्या वरच्या लोकांशी त्यांची जवळीक आहे. मग का?''

इफ्फात बीबी टेबलाच्या बाजूला असलेल्या कचऱ्याच्या डब्यात थुंकली. ''हो, आम्हालाही वाटलं होतं की, ते आमच्या जवळचे आहेत आणि बरेच वर्षं आमची मैत्री आहे. आम्ही त्यांच्या अडचणीच्या काळात त्यांना मदत केली आहे; पण आता ते सुरक्षित आहेत, त्यांनी नवीन मित्र जोडले आहेत.''

''म्हणजे तुम्हाला नवीन सरकार बरोबर मैत्री केली आहे, असं म्हणायचंय का? पण माणसाला जगायचं असतं. त्यांना त्यांच्या हाताखाली काम करायचं आहे म्हणून त्यांना थोडं ऐकावं लागतंय.''

''हो, हो, अर्थातच. आम्हाला समजतंय ते. आम्ही कधीच कोणाच्या कामावरून किंवा जगण्यावरून त्यांचा द्वेष केलेला नाही. अरे, परूळकर साहेबांनी आमचा खूप पैसा आमच्यापासून दूर ठेवलाय, जो आगचा होता, खोकेच्या खोके. आम्ही म्हटलं, जाऊ दे. पैशांपेक्षा संबंध जास्त महत्त्वाचे असतात.''

''मग आता काय झालं आहे? काय झालं?''

''मागचे चार महिने आमची सात मुलं मारली गेली. ही कोणी अशी चिल्लर मुलं नव्हती, समजतंय का? सगळे टॉपचे शूटर्स आणि कंट्रोलर होते. सगळे खूप हुशार होते, लपण्यात एकदम तरबेज, इकडून तिकडे जाण्यातही; पण पोलिसांच्या त्या फ्लाइंग स्क्वाडला ते बरोबर कुठे सापडतील हे अचूक माहीत होतं म्हणून त्यांनी त्यांचं एन्काउंटर केलं. सरकारने हे सगळं पेपरवर आणलं आणि ते म्हणतात की, त्यांनी गुन्हे केले आहेत. आम्ही म्हणतो, पोलिसांना अचानक कसं काय आमच्या उत्तम मुलांना शोधून काढणं शक्य झालं?'' इफ्फात बीबी दिव्याच्या उजेडात थोडी पुढे झुकत म्हणाली. ''आम्ही आमचा तपास केला. आता आम्हाला माहीत आहे. परूळकरांनी आमची मुलं सरकारला दिली.''

''इफ्फात बीबी, एन्काउंटर करण्यासाठी आवश्यक माहिती हजार ठिकाणांहून आली असू शकते. तुमची मुलं मारली गेली, हे वाईटच झालं; पण त्याचा अर्थ असा नाही ना....''

''आगच्याकडे आगचे गुप्तहेर आहेत. आम्हाला खात्री आहे. त्यांनी बाजू बदलली आहे आणि ते आमच्या मुलांना उडवत आहेत.''

एसीमुळे इतकं थंड असूनही, सरताजच्या हातांना घाम फुटला होता. त्याने हात पँटला पुसले आणि स्वतःला स्थिर ठेवण्याचा प्रयत्न केला. ''ते तुमच्याकडे परत येतील. जर तुम्हाला हवं असेल, तर मी स्वतः त्यांच्याशी बोलतो.''

''नाही, ते आता आमच्याशी बोलणारही नाहीत. ते माझे फोन कॉल घेत नाहीत. ते भाईंचा फोनदेखील घेणार नाहीत, कल्पना तरी करू शकता का याची?''

सरताज खरंच कल्पना करू शकला नाही. सुलेमान इसाचा फोन घ्यायला नाही म्हणणं म्हणजे परूळकरांनी नक्कीच बाजू पलटली होती. ते इतकी वर्षं यांची बाजू धरून राहिले होते आणि आज अचानक सगळं गुंडाळून ते धोकादायक सीमा ओलांडून पलीकडे गेले होते. सरताजला यावर विश्वास ठेवायचा नव्हता; पण या सगळ्यात तथ्य होतं. परूळकरांचं नवीन रक्षक सरकार बरोबरचं बस्तान जमवणं, या सरकारला अचानक एस कंपनीची महत्त्वाची माणसं शोधून उडवण्यात मिळालेलं यश. हो, परूळकरांनी हे केलं होतं, त्यांनी बाजू बदलली होती. ''जाऊ दे, त्यांना माफ करा. तुम्ही जसं त्या पैशांबाबत त्यांना माफ केलं तसं आताही...''

''खूप उशीर झालाय. त्यांनी खूप जास्त नुकसान केलं आहे.'' तिने सरळ छताकडे आणि आरपार निर्देश करत म्हटलं आणि मान हलवली. ''भाई तसं म्हणाले आहेत. परूळकरांना त्यांच्या पोलिसातल्या नोकरीवरून काढलं पाहिजे. बास्स.''

अच्छा, असं होतं तर. परूळकरांनी जायला हवं होतं. ते पुन्हा त्यांच्या अखेरच्या लढाईमध्ये विजयी बनून पुढे आले होते आणि त्यांनी हे त्यांच्या जुन्या मित्रांकडे पाठ फिरवून साध्य केलं होतं. आता ते त्यांना संपवतील. ''तुम्ही हे सगळं मला का सांगताय?''

''तू त्यांच्या खूप जवळचा आहेस म्हणून.''

''हो, मग?'' सरताजला उत्तर माहीत होतं, तरीही हे बोलणं म्हणजे त्याच्यासाठी एक नाटक होतं; त्याच्या विरुद्ध सुरू असलेल्या हालचालींच्या विरुद्ध, ज्या हालचाली त्याला खूप लहान अंधाऱ्या कोपऱ्यात ढकलत होत्या, अशा हालचालींच्या विरोधात, आपण किंचित बावळट असल्याचं दाखवणं हाच मार्ग होता.

''तू आम्हाला मदत करू शकतोस.''

सरताजने डोळे मिटले. त्याचं रक्त घुसळलं जात होतं, त्याला लहान मूल अंधारात राक्षसांच्या हातातून सुटका होण्यासाठी कोणी यावं आणि त्याला या दुःखातून वाचवावं, या अंधाराच्या दहशतीतून वाचण्यासाठी झोप यावी याची वाट बघत असतं, तसं वाटत होतं. त्याने स्वतःला शांत करण्याचा प्रयत्न केला; पण स्मृती त्याच्या भोवती कोंडाळं करून घोंगावत होत्या, पापाजी ढगाळ आकाशात पतंग उडवताना दिसत होते, सरताजच्या पहिल्या मर्डर केसच्या वेळी परूळकर मृतदेहावर डोकावून बघताना दिसत होते, मेघाबरोबर पावसाळ्यात मोटारसायकलवरून केलेली भटकंती आणि माँ दिल्लीच्या बाजारात पुढे जाताना दिसत होती. सरताजने चेहरा चोळला आणि डोळे उघडले. ''मी काय करायला हवं, काय करायला हवं मी आत्ता? तुम्हाला समजत नाही आहे बीबी,'' तो म्हणाला, ''तुम्हाला समजत नाही आहे की, उद्या आपण सगळे मेलेले असू. सगळं संपलेलं असेल. माझ्यावर विश्वास ठेवा.''

''मी कदाचित तुझ्यावर विश्वास ठेवेन,'' इफ्फात बीबी खांदे उडवत म्हणाली, ''पण ते ठेवणार नाहीत. भाई आणि ते. त्यांना असं वाटेल की, ही एक युक्ती आहे. त्यांना परूळकर हवे आहेत.''

''मग त्यांना विसरा, तुमच्या भाईंना विसरा. त्या सगळ्यांना विसरा. तुम्ही मला ते घर कुठे आहे ते सांगा.''

''मी नाही सांगू शकत.''

सरताजने धडपडत पिस्तुलाला हात घातला. ''सांगा मला,'' तो ओरडला, ''सांगा.''

इफ्फात बीबी टाळ्या वाजवत गालातल्या गालात हसली. ''वेड्या, तू त्याचं काय करणार आहेस मला सांग. गोळी घालणार मला?''

सरताजने आता पिस्तूल हातात घेतलं होतं. त्याचा अंगठा सेफ्टी कॅचवरून सुटला आणि नंतर त्याने स्वतःला सावरलं. तिच्या चेहऱ्यावर नेम धरला. ''सांगा मला.''

''तुला काय वाटतं, मला मरायची भीती वाटते?''

''मी गोळी घालेन. सांगा मला.''

''मी तुला सांगू शकत नाही. कारण, मला माहीत नाही. त्यांनी मला इतकंच सांगितलं आहे. घाल गोळी. माझी मुलं बाहेरून येतील आणि एका सेकंदात तूही मेलेला असशील आणि खेळ खल्लास.''

सरताजच्या मनात आलं की, मी गोळी घालू शकतो. ही एक क्रिया असेल. समोर तरंगत असलेल्या आ वासलेल्या गोऱ्या चेहऱ्यावर एक भोक पाडू शकतो आणि नंतर तो स्वतःही मेलेला असेल. नंतर जे काही होईल, ते त्याला कळणारही नाही. ती अन्य कोणाची डोकेदुखी असेल. जे काही झालं, जे काही परूळकरांबरोबर झालं आणि अंजली माथुर, माँ, कांबळे बाकीचे सगळे, मेरी यांच्याबरोबर जे व्हायचं ते होईलच.

त्याने पिस्तूल टेबलावर ठेवलं आणि त्यातून बोट सोडवून घेतलं.

''तुझा चेहरा पूस,'' इफ्फात बीबी तुसडेपणाने म्हणाली. तिने टिश्यू पेपरचा बॉक्स टेबलावर त्याच्या दिशेने सरकवला.

सरताजने नाक शिंकरलं. तो म्हणाला, ''ठीक आहे, तुम्हाला मी काय करणं अपेक्षित आहे?''

ट्रेनने दादर स्टेशन सोडलंच होतं, जेव्हा कमला पांडेने फोन केला. ''गेल्या दोन दिवसांत उमेशने तीन वेळा फोन केला होता आणि मोबाईलवर निरोप ठेवले आहेत,'' ती म्हणाली. ''त्याला केसमध्ये काय प्रगती आहे का जाणून घ्यायचं होतं. तुम्ही अजून त्याच्याशी बोलला नाही आहात का?''

''खरंतर मॅडम, मी नाही बोललो. मी अचानक खूप बिझी झालो. एक खूप मोठं मॅटर आहे, ज्यात तातडीने लक्ष घालण्याची आवश्यकता आहे.''

''ओह, आय सी.''

तिचा समज झाला असावा की, सरताजने पैसे घेतले आणि त्याची जबाबदारी झटकली म्हणून ती नाराज वाटली. ''काळजी करू नका मॅडम, आम्ही आज रात्रीच त्याकडे बघतो,'' सरताज म्हणाला.

''ठीक आहे.''

''नाही, खरंच, आय एम रियली सॉरी; पण आम्ही आज रात्रीच त्याला बघून घेतो.'' त्याला म्हणायचं होतं की, उमेशकडे बघणं म्हणजे जरा चांगला बदल असेल. ट्रेनच्या डब्यात लावलेली प्रत्येक जाहिरात त्याने वाचली आणि नंतर त्याने त्याची वही बाहेर काढली आणि दोन महिन्यांपूर्वी त्यात खरडलेलं काहीतरी वाचू लागला. त्याला इफ्फात बीबीसाठी जे करायचं होतं, त्यावरून जरा लक्ष दुसरीकडे वळवायचं होतं. हो, तो आज पायलटकडे लक्ष

देईल आणि त्याला पाहून घेईल. ''खूपच न टाळता येण्यासारखा उशीर झाला मॅडम; पण आम्ही बघतो त्याच्याकडे,'' तो म्हणाला आणि त्याने इमारती मागे मागे जाताना पहिल्या आणि मधल्या फटींतून दिसणारं पिवळसर आकाशही.

रात्री साडेनऊला सरताज आणि कांबळेनी पायलटच्या दरवाजावर थाप मारली. तो घरी त्याचे आई-वडील आणि तीन बहिणींबरोबर जेवत होता. घरात लहान मुलं पळापळ करत होती आणि घरभर वरण भाताचा वास सुटला होता. पायलटच्या वडिलांनी जुन्या काळातल्या प्रमाणे बनियन आणि निळ्या पट्ट्यांचा पायजमा घातला होता. ते दार उघडायला आलेल्या नोकराच्या मागे आले आणि वैतागून म्हणाले, ''कोण आहात तुम्ही? आणि कशाला गोंधळ करताय?''

''पोलीस,'' कांबळे गुरगुरला. त्याच्या वडिलांना आणि नोकराला ओलांडून आत शिरला.

सरताज त्याच्या मागून अगदी निवांतपणे सगळीकडे बघत बघत गेला. दोन बहिणी उमेशपेक्षा मोठ्या होत्या आणि त्यांनी छान सलवार कमीज घातले होते. त्या लग्न झालेल्या आणि आदर वाटावा, अशा दिसत होत्या. एक बहीण लहान होती, बहुदा कॉलेजला जाण्याच्या वयाची. घरातल्या सगळ्यांचं देखणेपण उमेशच्या आईकडून आलं असावं; पण ते तिच्या पुढच्या पिढीते काहींसं बिघडलं होतं. एक बहीण जी सगळ्यात मोठी होती, खूपच सुंदर होती. तिचे दंड आणि पार्श्वभाग चांगलाच जाड होता, तरीही ती सुंदर दिसत होती. इतर दोघी जणी साधारण होत्या. नक्कीच, या सगळ्यांमध्ये पायलट हाच स्टार होता. आईच्या कौतुकाने चमकत असलेला हिरो आणि ती स्वतः बऱ्यापैकी सुंदर होती. आईचा चेहरा निमुळता होता आणि तिचे केस मऊशार आणि पांढरे होते, जे तिने मुद्दाम रंगवलेले नव्हते. आता ती घाबरली होती, ''पोलीस? काय?''

''काळजी करू नको माँ,'' पायलट म्हणाला. त्याने तिच्या मनगटाला हात लावत म्हटलं. ''ते माझे मित्र आहेत.''

कांबळेचं हसणं इतकं नाट्यमय आणि वाईट होतं की, पायलटची धाकटी बहीण दचकली आणि तिने हातांची घडी घातली. कांबळे म्हणाला, ''हो, हो... आम्ही उमेशचे खूप खूप चांगले मित्र आहोत. आम्ही त्याचे लंगोटीया यार आहोत. आम्हाला त्याच्याबद्दल सगळं माहीत आहे.''

आता उमेश उठला, त्याने त्यांना डायनिंग टेबलापासून आणि त्याच्या कुटुंबापासून दूर नेण्याचा प्रयत्न केला. त्याने सरताजच्या खांद्यावर हलकेच थोपटलं आणि हसला. ''तुम्हाला बघून आनंद झाला, सरताज साहेब. इकडे या,'' असं म्हणत त्याने आपली बेचैनी लपवत तो एकदम आरामात आणि धीट असल्याचं दाखवलं.

त्याच्या फिल्म थिएटरमध्ये आल्यावर त्याने खोलीचा पांढरा दरवाजा बंद करून लॅच लावलं. एक पांढरा बेड आणि अर्धा डझन काळ्या लेदरच्या आरामखुर्च्या अर्धवर्तुळात मांडून ठेवण्याइतकी ती खोली मोठी होती आणि अर्थातच, पूर्ण भिंत भरून पसरलेला एक स्क्रीन होता. ''तुम्हाला काय हवं आहे?'' उमेश म्हणाला. तो उर्मट असण्याइतका हुशार होताच; पण आता तो अगदी तुसडेपणाने बोलला.

कांबळेचे हात मागे कमरेवर होते आणि मान पुढे झुकलेली. कांबळेने अगदी सौम्यपणे विचारलं, ''तो दरवाजा साउंडप्रूफ आहे का?'' टेबलापाशी वैतागून झालेलं संभाषण अचानक पुसलं गेलं होतं आणि आता सगळं एकदम शांत होतं. अगदी खिडकीखाली वळून जाणाऱ्या कारचे उजेडाचे झोत दिसत होते; पण आवाज बिलकूल येत नव्हता.

''हो, हो.'' पायलट थोडा गोंधळला होता आणि खूप उत्सुक होता. ''मला फिल्म्स खूप मोठा आवाज ठेवून बघायला आवडतात. माझ्याकडे एकदम टॉपची साउंड सिस्टिम आहे. जर स्क्रीनवर एखादं विमान कोसळत असेल, तर तुम्हाला ते जाणवू शकतं.'' त्याने आता एक स्मितहास्य दिलं.

कांबळेने त्याच्या एक थप्पड लगावली. ''तुला ऐकू आली का? हा? तुला ऐकू आली?'' कांबळे म्हणाला.

पायलटचा एक हात गालावर होता आणि दुसऱ्याची मूठ वळून छातीजवळ धरली होती. त्याला राग आला होता. त्याला बहुदा आजवर कधी कोणी थप्पड लगावली नव्हती, अगदी त्याच्या आईनेही नाही. कांबळे वाट बघत होता, तयारीने आणि उत्सुकतेने. एखादी हालचाल, शिवी किंवा काहीतरी येण्याची वाट बघत होता; पण उमेश खूपच हुशार होता, त्याचं स्वत:वर चांगलं नियंत्रण होतं. ''याचा काय अर्थ आहे?'' तो म्हणाला. त्याने आता हात खाली घेतला आणि छाती फुगवून एखाद्या नीच कृत्यामुळे राग आल्यासारखा प्रामाणिक भाव चेहऱ्यावर आणत सरताजला म्हणाला, ''यांना काय झालं आहे?''

सरताज वर छताजवळ लावलेल्या पांढऱ्या छोट्या छोट्या स्पीकरकडे बघत होता. त्यातले बरेच स्पीकर नक्कीच आवाज सर्व बाजूंनी यावा म्हणून लावलेले असावेत. तो हसत म्हणाला, ''मला वाटतं, ते तुझ्यावर रागावले आहेत. कारण, तू त्यांना उल्लू बनवायचा प्रयत्न करतो आहेस.''

''उल्लू बनवायचा? मी त्यांच्याबरोबर असं कधी काही केलं नाही आहे,''

कांबळेने आता पायलटचा पांढरा टी-शर्ट धरला आणि त्याला जवळ खेचलं. ''पण कमलाबरोबर सगळं काही केलंस, हरामखोर.''

उमेशने कांबळेच्या हाताला हिसडा द्यायचा प्रयत्न केला. सरताजला आता भयाची सुरुवात दिसत होती, त्याच्या सुंदर डोळ्यांभोवती तारे चमकत होते.

''आम्हाला सगळं माहीत आहे,'' सरताज म्हणाला. ''तुझा आनंद आगवणे आमच्या ताब्यात आहे. आमच्याकडे त्याचा मोबाईल फोन आहे. त्याने आम्हाला सगळं सांगितलं आहे. त्याने आम्हाला सांगितलं की, तू कसं त्याला कमलाला फोन करायला लावलास, त्याने तिच्याकडून कसे पैसे उकळले. आम्हाला माहीत आहे की, तू तुझ्या गर्लफ्रेंडला ब्लॅकमेल करत होतास.''

''नाही, नाही, मला माहीत नाही...'' उमेश म्हणाला. त्याची गोरी कातडी आता घामेजली होती, त्याचा आवाज कुजबुजल्यासारखा आला.

''प्रयत्नही करू नकोस उमेश,'' सरताज त्याला म्हणाला. ''तुला आम्ही इथून बेड्या घालून बाहेर तुझ्या घरातल्यांच्या समोर न्यायला हवं आहे का?'' आम्ही सगळं घर धुंडाळू, सगळं सामान वरखाली करून टाकू आणि तू आनंद आगवणेला फोन करण्यासाठी जो मोबाईल फोन वापरत होतास तो शोधून काढू. नंतर आम्ही तुला लॉक-अपमध्ये टाकू म्हणून प्रयत्नसुद्धा करू नकोस. नाहीतर आम्हाला तुझ्या आईला सगळं काही सांगावं लागेल.''

पायलटची हवाच गेली. त्याचं तोंड पिळवटून निघालं आणि त्यातून एक हुंदका बाहेर पडला. त्याला धाप लागली, तो सारखं तोंड मिटत उघडत होता, त्याची थुंकी कांबळेच्या मनगटावर उडत होती. ''हरामखोर,'' कांबळेने त्याला शिवी हासडली आणि सोडलं.

''मी खाली बसू शकतो का?'' उमेशने विचारलं. कांबळे बाजूला झाला आणि पायलट कसाबसा चालत जाऊन त्या मोठ्या काळ्या लेदरच्या आरामखुर्चीपाशी गेला आणि त्याच्या कडेवर बसला, त्याची मान खाली होती आणि हात मांडीवर.

कांबळेने अजून एक खुर्ची ओढून त्याच्याजवळ घेतली आणि तो टेकून बसला. त्याने उमेशच्या पायावर बुटाच्या टोकाने टोचत म्हटलं, ''तुला काय वाटतं की, चार इंग्लिश सिनेमे बघितले की, तू सगळं शिकशील का? तू काय स्वतःला कोणी महारथी समजतोस का? अरे, तुझ्यासारखे हलकट हरामखोर आम्ही दररोज पकडतो आणि त्यांच्या गांडीत बांबू घालतो; पण तू इतर कोणा मादरचोदपेक्षाही बत्तर आहेस, स्वतःच्याच गर्लफ्रेंडला ब्लॅकमेल करतोस. तिच्याकडून पैसे घेतोस.'' कांबळे आता एका बाजूला झुकला आणि जमिनीवर थुंकला. ''भेन्चोद, मी इतक्या चुतीयांना स्वतःच्या बहिणींनाही विकताना पाहिलं आहे; पण ते तुझ्यापेक्षा बरे म्हणायचे.'' तो पुन्हा थुंकला.

''सॉरी,'' पायलट म्हणाला. तो आता रडत होता आणि हातांनी आणि त्याच्या पिळदार दंडानी त्याचे डोळे पुसत होता.

सरताजने पाहिलं की, कांबळे थुंकताना खालचा पांढरा गालिचा बघून बाजूला थुंकला होता. याचाच अर्थ, त्याने तो त्याच्यासाठी ठेवला होता. जे सरताजला चालणार होतं. पांढरा गालिचा म्हणजे या शहरात दिखावा करण्याचा मूर्खपणा होता. असा गालिचा स्वच्छ ठेवण्यासाठी तुम्हाला खिडक्या बंद ठेवाव्या लागतील, धूळ बसू नये म्हणून दिवस-रात्र एअरकंडिशनर चालू ठेवावा लागेल. ''उमेश, इकडे माझ्याकडे बघ. माझ्याकडे बघ. आता मला सांग. तू असं का केलंस?'' सरताजने त्याला विचारलं.

पायलटने मान हलवली आणि त्याचे लाल झालेले डोळे पुन्हा एकदा पुसले. ''डॅडींची एन्जिओप्लास्टी होती. खूप पैसा लागला आणि छोटी, तिचं लग्न करायचं आहे.'

कांबळेने आता बोटं मोडली. त्याच्या नजरेत संताप होता. ''तू फार गरीब आहेस, नाही का? आणि तुझी गर्लफ्रेंड, तिच्याकडे खूपच पैसा आहे, नाही?''

उमेशला कांबळेच्या बोलण्यातला उपहास समजायला तो फारच भावनिक झाला होता. तो म्हणाला, ''अरे, तिला काय खर्च आहेत? ती तिच्या नवऱ्याबरोबर राहते आणि तो तर तिच्या पेट्रोलचा खर्चही देतो. दर महिन्याला तिचा'' - आणि आता त्याने हात लांब करत म्हटलं, ''इतका मोठ्ठा पगार बाजूला टाकते आणि तिचे आई-वडील तिला पैसे देतात, तरीही तिने मला तिच्यावर पैसा खर्च करायला लावला. मी खात्रीने सांगतो, तिने तुम्हाला सांगितलं नसेल की, तिला भेटवस्तू हव्या असतात, उत्तम हॉटेल्समध्ये जायचं असतं. मी तुम्हाला सांगतो, ही बाई खूप खर्चिक आहे.''

सरताजने दीर्घ श्वास घेतला आणि हळुवारपणे म्हणाला, ''हो, आणि त्याशिवाय तुला ही इतकी महागडी उपकरणं घ्यायची होती. त्यासाठी तुला पैसा हवा होता. चांगल्या कारपेटला खूप पैसे लागतात. सात फॉरेनच्या स्पीकर्सच्या सेटला किती रुपये पडतात, मला तर माहीतही नाही.''

उमेश आता खुर्चीतून उठला आणि जेव्हा तो उठला, तेव्हा त्याने पुन्हा गोंडस दिसायचं ठरवलं. त्याने बेपर्वाईने खांदे झटकले आणि सरताजकडे अत्यंत खोडकरपणे पाहिलं, जणू एका विश्वातला माणूस दुसऱ्या विश्वातल्या माणसाशी बोलत होता. ''प्रत्येकाच्या गरजा असतात बॉस, प्रत्येकाच्या. मला खात्री आहे की, आपण काहीतरी समजुतीवर येऊ शकतो.''

''काय?''

आता पायलट खुर्चीतून उठला. त्याच्या दाताची नाजूक गोलाई त्याच्या जिवणीच्या बाकाला तंतोतंत जुळत होती. ''कमलाकडे खरंच खूप पैसा आहे, यार. आपण सगळे शेअर...''

सरताजच्या घशातून काहीतरी हुंदक्यासारखा आवाज आला आणि त्याने थाडकन मूठ उमेशच्या तोंडावर मारली. सरताजच्या खांद्यात त्या धक्क्याने कळ उठली आणि हाड कडकडलं, त्यामुळे त्याला समाधान वाटलं. सरताजने पुन्हा हात उगारला आणि उमेश खुर्चीतून खाली पडला, खुर्ची त्याच्यावर उलटली. ती ओलांडून सरताज उमेशच्या मागे गेला. त्याच्या लाथांचा नेम काळजीपूर्वक धरलेला होता आणि तिसऱ्या लाथेला उमेश उताणा पडला. या आनंदाने सरताजच्या डोक्यात थरथरलं. त्याच्या कानात किंकाळी ऐकू आली. एक पांढऱ्या केसांची बाई उमेशवर झुकली होती आणि कारपेटवर रक्ताचे लाल शिंतोडे उडाले होते. कांबळेने सरताजच्या हाताभोवती आणि छातीभोवती हाताने गच्च पकडलं होतं, तो त्याला ओढून मागे घेत होता. सरताजने स्वतःला सैल सोडलं, वळला आणि किंचाळणाऱ्या बायकांच्या गर्दीतून वाट काढत बाहेर गेला. नंतर तो घराबाहेर होता. रस्त्यावर. त्यांच्या इमारतीसमोर. त्याच्या छातीत कळ उठत होती आणि त्याने हात उजेडात वर करून पाहिला, तर जखम झाली होती. त्यातून काळा द्रव बाहेर येत होता. त्याला अजून कोणाला तरी, कशावर तरी मारण्याची इच्छा होत होती; पण कार जात-येत होत्या, त्या त्याच्यापासून दूर होत्या. तो फक्त मोडकळीस आलेली कंपाउंडची भिंत धरू शकला आणि शिव्या देऊ शकला.

गणेश गायतोंडे घरी जातो

''''हे जर एखाद्या सिनेमात घडलं, तर ते खऱ्या आयुष्यात घडणार नाही,'' जोजो मला म्हणाली होती. जेव्हा मी तिला रेडिएशनमुळे होणारी आग आणि बॉम्ब्स, घोंघावणाऱ्या सोसाट्याच्या वाऱ्यामुळे कोसळणाऱ्या इमारती यांच्याबद्दल वाटणारी भीती बोलून दाखवली, तेव्हा ती म्हणाली होती, ''हे खूप फिल्मी आहे;'' पण मला चांगलं माहीत होतं, तिच्याहून अधिकच. मी माझ्याच आयुष्यातले काही सीन्स दोन डझनहून अधिक सिनेमांत पाहिले होते, कधी कधी थोडी अतिशयोक्ती होती, तर कधी थोडं कमी; पण तरी खरं होतं. मी फिल्मी होतो आणि मी खरा होतो.

मी जोजोला अनेक वर्षं ओळखत होतो आणि मी तिच्याशीही खोटं वागत होतो. मी तिचा मित्र होतो; पण मी गणेश गायतोंडेही होतो, गुन्ह्यांचा राजा, निर्दयी आंतरराष्ट्रीय डॉन, करोडपती आणि अरबपती जो महालांमध्ये राहायचा... तो गणेश गायतोंडे! बहुतांश लोकांसाठी डॉन, गँगस्टर लोक हे प्रकाशाच्या झोतात असलेले, चमकत्या दुनियेतले लोक असतात, जे त्यांना इलेक्ट्रॉनिक मीडिया आणि न्यूजपेपरमध्ये भेटतात; पण मी खरा गँगस्टर आणि गुप्तहेर होतो म्हणून मला माहीत होतं की, हे सर्व शक्य होतं. माझ्या स्वतःच्याच आयुष्याने मला हे शिकवलं की, हे सर्व खरं असू शकतं आणि मी जाणत होतो की, लोक ज्याची कल्पना करू शकतात, ते ते प्रत्यक्षात आणू शकतात आणि म्हणूनच मी घाबरलेला होतो.

मी रोज सकाळी स्वतःला सांगायचो की, घाबरण्याची काही आवश्यकता नाही आहे. शेवटी, कदाचित गँस्टन, पास्कल आणि बोटीवरचे इतर लोकही अपघाताने डॉकवर किंवा अन्यत्र रेडिओॲक्टिव्ह मटेरियलच्या धोक्यामुळे मरू शकतात. सर्व तऱ्हेचा माल तिथून जात असे, काही सरकारी एजन्सीच्या मालकीचा असे. कदाचित, काहीतरी मोठ्या ॲटोमिक प्लांटवर जाताना गळती झाली असेल. अगदी आम्ही जरी काही धोकादायक माल बोटीवरून आणला असेल, तर तो गुरुजी करत असलेल्या शेतीच्या कामाच्या यंत्रांच्या आतमध्ये असेल. हो, तेच असेल यात शंकाच नाही. हा एक अपघातच होता. मग मला कशाची भीती वाटत होती? असं घाबरून राहायची आवश्यकता नव्हती. कदाचित, मी माझ्याच मृत्यूच्या भयाबरोबर खूप दिवस राहिल्याने ही भीती वाढत गेली असावी आणि जोवर मला या महाकाय जगाचा अंत होण्याच्या भयाचा राक्षस माझ्यामध्ये शिरला तोवर ती अधिक मजबूत होत गेली असावी.

सगळं काही ठीक होईल. गुरुजी त्यांच्या गुप्त ध्यानधारणा, किंवा यज्ञ किंवा प्रवासाहून, जे काही आहे तिथून परत येतील आणि ते मला गॅस्टन व पास्कलला नक्की काय झालं ते सांगतील. ते मला शांत करतील आणि मग आयुष्य पुन्हा मार्गी लागेल. मला सर्व संभाषणं आठवत होती, मी माझ्या कल्पकतेला ताण देऊन आमचा एकत्र असण्याचा इतिहास आठवायचा प्रयत्न केला. मी त्यांची प्रवचनं ज्या फाइलमध्ये सेव्ह केलेली होती, त्या फाइल्स काढल्या, परत वाचल्या आणि पुन्हा एकदा त्यांच्या बुद्धिमत्तेने प्रभावित झालो, त्यांच्या दयाळूपणाने मला बरं वाटलं. मी त्यांच्या भाषणांची रेकॉर्डिंग पाहिली आणि रडलो. गुरुजींची वेबसाईट चाळत मी तासन्तास घालवले. त्यावर त्यांच्या शिष्यांनी लिहिलेले शेकडो हजारो अभिप्राय वाचले आणि जे दुःख, नैराश्य आणि वेडेपणातून बाहेर आले होते, त्यांचे अनेक आनंदी चेहरे असलेले फोटो पाहिले. दररोज सकाळी मी स्वतःला सांगायचो की, सर्व काही ठीक होईल. जो माणूस इतक्या इतक्या लोकांची काळजी करतो – अनाथ मुलांची, परित्यक्ता स्त्रियांची, वृद्धांची आणि निराधार असलेल्यांची– तो नक्कीच धार्मिक माणूस असणार. जर गुरुजींनी देशात बंदुका आणल्या असतील, तर त्या नक्कीच नैतिकता जपण्यासाठी, योग्य ते ठाम करण्यासाठी आणि वाईट किंवा अयोग्य गोष्टी उखडून टाकण्यासाठी असणार. मी त्यांचा शिष्य होतो आणि मी त्यांच्या मायेच्या छत्राखाली सुरक्षित होतो. मी सुरक्षित होतो. मी स्वतःवरच हसलो आणि असा अविश्वास दाखवल्याबद्दल स्वतःला रागावलो. मी कामाला लागलो; पण लवकरच पुन्हा मी भयाने गुरफटला गेलो, कातडी सोलवटून निघालेल्या सडलेल्या प्रेतांनी घेरला गेलो होतो, एक भणाण वारा डोक्यात घोंगावत होता आणि एक प्रकारचं रितेपण आलं होतं.

एखाद्या किड्यासारखं भय भरभरा वाढत गेलं आणि माझ्या डोक्यात घर करून बसलं. मला मारण्यासाठी मारेकरी पाण्याखालून किंवा वरून येतील, अशी मला भीती वाटत होती. अरविंद आणि सुहासिनीचा सिंगापूरमध्ये खून झाला होता, बंटीला मुल्म्बीत गोळ्या घातल्या होत्या आणि मला संशय होता की, कुलकर्णी आणि त्याची संस्था मलाही ठार करू इच्छित होती. कधी कधी मला वाटायचं की, ते त्याचं ऑपरेशन एकमेकांच्या सहकार्याने चालवत होते; पण या सगळ्या भयाच्या बरोबरीने अजून एक गोष्ट सकाळच्या चकाकत्या निळ्याशार पाण्याइतकीच सत्य होती. ती म्हणजे सातत्याने असलेली दहशत. दुपारी तिचं दहशत मी माझ्या पांढऱ्या शुभ्र चादरीत तोंड खुपसून डुलकी घ्यायचो, तेव्हा केबिनच्या काचांवर कवडश्याप्रमाणे पडलेली असे. जेवण करणं म्हणजे मला वेळ वाया घालवणं वाटू लागलं, मुलांच्या बरोबर जेवणं म्हणजे तर शिक्षाच जणू आणि बायका मला सुख देऊ शकेनाशा झाल्या. हो, मी कुमारिकांना माझ्या बेडमधून बाजूला सारू लागलो. कारण, शेवटच्या क्षणाच्या त्या आवेगासाठी आधी इतकं तिरस्करणीय नाट्य करण्याला तितका अर्थच नव्हता. मला मी म्हातारा झालो आहे, असं वाटू लागलं आणि रितेपणा आला. झोपेची कूस सापडायला मला तासन्तास लागू लागले आणि जेव्हा ती सापडली, तेव्हा मला खूप हलकी झोप लागायची ज्यात रिकाम्या ओसाड जागा आणि जळणाऱ्या शहरांची स्वप्नं पडायची.

पहाटे कधी कधी मला मुंबई स्वप्नात दिसायची. त्या अर्धवट हलक्या झोपेमध्ये, मी स्वतःला त्या गल्ल्यांमध्ये बघायचो आणि मी पुन्हा एकदा लहान आणि आनंदी होतो. मी माझे विजय पुन्हा जगलो, माझं थोडक्यात निसटणं, माझ्या क्लृप्त्या, डावपेचांचा विजय हे सगळं अनुभवलं. फक्त हेच महान क्षण नाही तर संपूर्ण शहराच्या महान ऐतिहासिक

खुणाही दिसल्या. मी लहानसहान तपशील आठवले, जाता-येता केलेलं संभाषण आठवलं. परितोष शाहबरोबर पुण्याजवळ एका रस्त्यावरच्या गाडीवर खाल्लेला नीर डोसा आठवला आणि कांताबाई खोका पालथा घालून त्यावर पत्ते खेळत होती तेही आठवलं. मुलांच्या बरोबर गोपाळमठमधल्या माझ्या घराच्या गच्चीवर खेळलेला कॅरमचा डाव आठवला आणि पावसामुळे बस्तीवरच्या तारा हेलकावे खायच्या तेही. त्या दिवसांमध्ये सकाळी मी उठताना आनंदी असायचो. मला आत्मविश्वास होता की, सर्व काही ठीक होतं, काळजीचं कारण नव्हतं आणि संध्याकाळपर्यंत मी पुन्हा थरथरू लागलेला असे.

मी फक्त गुरुजींशी बोलू शकत होतो. मी त्यांना शोधू शकत नव्हतो. महिने सरले आणि गुरुजी अद्यापही परतले नव्हते. माझी मुलं त्यांना शोधत होती; पण मला माहीत होतं की, ती या आगंतुकतेमुळे चिडले होते. कारण, त्यांचा वेळ जात होता, जो ती पैसा कमवण्यावर खर्च करू इच्छित होती; पण मला कल्पना होती की, त्यांचे प्रयत्न कमी पडत होते आणि सतत जे ती मला सांगत की 'काही मिळालं नाही भाई,' हे एकाच गोष्टीचं निदर्शक होतं की, त्यांनी काही शोधलेलंच नव्हतं. बंटी जेमतेम हॉस्पिटलमधून बाहेर पडला होता, अजून जिवंत होता; पण आता अपंग झाला होता. त्याच्या कमरेखालचा भाग थंड पडला होता. अर्थातच, आम्ही त्याच्यासाठी लागेल ती सर्व अद्ययावत वैद्यकीय मदत पुरवत होतो, अगदी उत्तम तंत्रज्ञानही. मी त्याच्याशी रोज बोलत होतो आणि तो काम करत होता, जबाबदारी पेलत होता; पण त्याच्यामध्ये आता मुलांना पुढे घालून काम करवून घेण्याची क्षमता उरली नव्हती की, तो त्यांना भरीला घालून गुरुजींचा शोध घेईल. मी त्यांना सांगूही शकत नव्हतो की, मी गुरुजींना नक्की का शोधत होतो. माझ्याजवळ फक्त माझ्या वेडगळ कल्पना होत्या. मला त्या इतरांना सांगून वेडसर दिसायचं नव्हतं आणि मला भीतीची लाटही येऊ द्यायची नव्हती. आयुष्य पुढे सरकायला हवं होतं, काम चालू राहायला हवं होतं, पैसा कमवायला हवा होता आणि मी इतकी वर्षं गुरुजींच्या बरोबर असलेलं नातं न सांगता, जे आजवर मी लपवून ठेवलं होतं, ते न कळू देता माझी काही कारणंही देऊ शकत नव्हतो म्हणून मी फक्त आपल्याला गुरुजींना शोधायला हवं इतकंच म्हणत होतो; पण त्या कामाला काही गती नव्हती, अगदी कोणी लीडरही नव्हता.

म्हणून मी मुंबईला गेलो!

मी फ्रांकफर्टवरून उत्तम दर्जाच्या जर्मन पासपोर्टने पार्थ शिरूरच्या नावाने विमानाने आलो. सहजपणे इमिग्रेशन आणि कस्टम्समधून चालत गेलो. एक तासानंतर मी लोखंडवालामधल्या एका बंगल्यात होतो. मी म्युनिचमध्ये स्थायिक असलेला एक एनआरआय व्यापारी होतो हे माझं कव्हर होतं. अनेक वर्षं परदेशात राहिल्यावर मी भारतात येत होतो आणि इथे व्यापाराच्या संधी शोधत होतो. मी इथे आलो होतो आणि घराच्या गच्चीत एका वेताच्या खुर्चीवर बसलो होतो. त्या घराचं नाव 'आशियाना' असं होतं. माझा शर्ट घामाने निथळत होता; पण मला मजा वाटत होती. मी माझ्यासाठी नारळाचं पाणी मागवून ते घोट घोट पीत होतो. मुंबईच्या कोंदट दाट हवेचा वास, पेट्रोलचा धूर, प्रदूषण आणि दलदल हे सगळं नाकातून आत भरून घेत होतो. माझ्या मागे पसरट इमारतींची भिंत होती, समोर रस्त्याकडेचे दिवे असलेला मातीचा रस्ता, काळाकुट्ट काळोख. मला या सगळ्यामुळे पुन्हा बळ मिळालं. विमानातून आलेल्याचा थकवा निघून गेला. मी रातकिड्यांची किरकिर ऐकत होतो. कोपऱ्यावर कुत्र्यांचा एक घोळका एकमेकांवर भुंकत होता. मला समाधान वाटत होतं.

जिन्यामध्ये काहीतरी हालचाल वाटली. मग मला व्हीलचेअरची किंचित कुरकुर ऐकू आली; पण ते गुरुजी नव्हते, तो बंटी होता...छतावरची छोटी पायरी ओलांडून यायची खटपट करत होता. आम्ही कितीही महागडी असली तरी त्याच्यासाठी अगदी गुरुजींच्या सारखीच व्हीलचेअर आणवली होती. तो किमान त्यासाठी पात्र नक्कीच होता.

''बंटी,'' मी म्हणालो, ''हरामखोर, तू त्या व्हीलचेअरवरसुद्धा रेसिंग ड्रायव्हरसारखा वागतो आहेस.''

''भाई, हे मशीन मस्त आहे,'' तो म्हणाला.

तो स्वतःमध्येच हरवलेला वाटला, जणू काही तो आकसला गेला होता. मी त्याला मिठी मारण्यासाठी खाली वाकलो. ''ही सगळ्यात उत्तम आहे मित्रा. तू ती जिन्यावरून वर चढवून आणलीस?''

''नाही नाही भाई,'' तो हसला. ''आपल्या दुसऱ्या मित्रा इतका अजून मी ही व्हीलचेअर चालवण्यात पटाईत झालेलो नाही. त्यांनी मला उचलून आणलं,'' त्याने त्याच्या मागे गच्चीच्या दुसऱ्या टोकाला उभ्या असलेल्या तीन मुलांकडे अंगठ्याने खुण करत म्हटलं. मला जिन्यातून येणाऱ्या उजेडात त्यांचे चेहरे दिसत होते आणि ते सगळे नवे चेहरे होते. मी त्यांच्यापैकी कोणालाही ओळखत नव्हतो.

''त्यांना जायला सांग,'' मी त्याला सांगितलं.

त्याने त्यांना हाताने खूण केली आणि ती मुलं गेली. ''ते तुम्हाला ओळखत नाहीत भाई,'' तो म्हणाला. ''मी जर तुम्हाला रस्त्यावर पाहिलं असतं, तर मीही तुम्हाला ओळखलं नसतं.''

''उत्तम सर्जन, उत्तम परिणाम!'' मी म्हटलं.

''हो; पण आपल्याला काळजी घेतली पाहिजे भाई. एक मीटिंग आहे.''

''एक मीटिंग.'' आमचा तोच प्लॅन होता. मी आता शहरात राहणार होतो; पण मला थोडं रूप बदलून राहावं लागणार होतं. सरकार MCOCA लावून आमच्या मुलांना जेलमध्ये टाकत होतं, एन्काउंटर स्पेशालिस्ट त्यांना वेगाने उडवत होते. सध्याचा काळ खूपच धोकादायक किंवा भयंकर होता. माझ्या कंपनीबाबत मला जे माहीत होतं, त्यानुसार मी अजूनही थायलंडमध्ये होतो किंवा लक्सेमबर्गमध्ये किंवा ब्राझीलमध्ये. मी बंटीशी आमच्या नेहमीच्या सुरक्षित संपर्काच्या माध्यमातून आणि ई-मेल वरूनच बोलणार होतो. आम्ही जवळपासच असणार होतो; पण जणू खूप दूर असल्याप्रमाणे वागणार होतो; पण आम्हाला एकदा भेटायचं होतं, किमान एकदा. मी त्याला सांगितलं होतं की, जरी भेटणं ही माझ्यासाठी जोखीम असली तरी ती माझी ऑर्डर आहे, असं समज. आमच्यावर पोलिसांनी नजर ठेवली आहे किंवा सुलेमान इसाच्या लोकांनी नजर ठेवली आहे, याची मला पर्वा नव्हती. इतकंच नव्हे तर CIAच्या लोकांची माझ्यावर त्यांच्या सॅटेलाइटमधून नजर होती. त्याने माझ्यासाठी गोळ्या झेलल्या होत्या म्हणूनच मला त्याला एकदा समोरासमोर भेटायचंच होतं. आम्ही दोघांनीही एकत्र सुरुवात करून खूप काळ झालेला होता. मी माझी खुर्ची त्याच्या व्हीलचेअरजवळ ओढली, अगदी त्याच्या खांद्याला खांदा लावून बसलो. ''हं घे, तुझ्यासाठी आणलंय मी चुतीया. इतक्या लांबून. बेल्जियमहून. अगदी ओरिजनल रोलेक्स, डायलला डायमंड लावलेत आणि बेल्टलासुद्धा. माझ्या तिकडच्या एका मित्राकडून मागवला, तरी बावीस हजार डॉलर्सचं आहे.''

''भाई,'' त्याने ते दोन्ही हातांत पकडून म्हटलं. जणू काही एखाद्या तीर्थयात्रेहून प्रसाद आणला होता. ''बावीस हजार... खूपच भारी आहे. कसलं मस्त आहे. खरंतर मस्तच्याही पलीकडे... मला समजत नाहीये मी काय बोलू.''

''नको बोलूस हरामखोर. घाल ते.''

त्याने ते हातात घातलं आणि हात जरा दूर धरून त्याकडे पाहिलं. जेणेकरून त्याला त्याच्या रोलेक्सचं नीट पाहून कौतुक करता येईल. त्याच्या चेहऱ्यावरच्या हसण्यात एखाद्या तक्षसण मुलीसारखा आनंद दिसत होता, जेव्हा अनपेक्षितपणे तिला एखादा दागिना मिळतो. त्याला अर्थात ते घड्याळ कुठे घासले जाईल, आदळेल आणि त्यातला एखादा हिरा पडेल, याची काळजी होती. आम्ही बोलत असताना त्याने त्याचा हात अगदी काळजीपूर्वकपणे त्याच्या प्राण नसलेल्या मांडीवर ठेवला होता. आम्ही मग खूप बोललो; आमच्या धंद्याबद्दल, त्याचं कुटुंब, एक्स्पोर्ट, इम्पोर्ट, गुंतवणुकी, स्टॉक्स आणि कोण कोण गेलं, कोण जिवंत आहे याबद्दल. हे त्याच्याशी बोलणं आवश्यक होतं आणि छानही वाटत होतं; पण जेव्हा आम्ही जरा गॉसिप केलं, चेष्टा मस्करी विनोद केले, तेव्हा मला जाणवलं की, मला जो आनंद वाटत होता, तो आमच्या बोलण्यामुळे नव्हे तर त्या छोट्या गांडूचे जे पानाचे डाग पडलेले दात दिसत होते, मी त्याच्या खांद्यावर चापट मारून बोलू शकत होतो त्यामुळे होता. तुम्हाला फोनवर नेहमी आवाज ऐकू येतो; पण तो माणसाचा खरा आवाज नसतो. त्याच्या शेजारी बसून बोलायला खूप छान वाटत होतं. मग पक्ष्यांनी पहाटेचा किलबिलाट सुरू केला. मला अगदी जुने दिवस आठवले.

माझ्याबरोबर नाश्ता केल्यावर बंटी निघून गेला. मी त्याच्याबरोबर बागेतून गेटापर्यंत गेलो आणि त्याच्या गाडीच्या मागच्या रॅम्पवर धडपडत चढताना त्याला पाहत होतो. त्याने आता व्हीलचेअरचं तोंड समोरच्या बाजूला येईल, अशा प्रकारे वळवलं आणि माझ्याकडे वळून मला हात केला. मी हात वर केला. मला त्याची व्हीलचेअर आणि त्याच्या हिमतीचं कौतुक वाटत राहिलं. तो किती झटकन या सगळ्याला तोंड द्यायला शिकला होता. धुळीचा एक लोट उडवत गाडी गेली. या शहरात ही धूळ अशीच असते नेहमीच... घामही प्रदूषित येतो आणि मी घरात परत गेलो. मी थकलो होतो; पण मला आता आत्मविश्वास वाटत होता. कारण, मी गणेश गायतोंडे होतो. माझ्यासाठी माणसं आपला जीव द्यायला तयार होती, माझ्यासाठी वेदना सहन करायला तयार होती, पक्षाघात सहन करायला तयार होती आणि तरीही या अशा शारीरिक अवस्थेमुळे प्लॅस्टिकच्या पिशवीत मुतायला लागत असली तरी परत माझ्यासाठी काम करायला तत्पर हजर होती. माझ्यासाठी काम करण्यात त्यांना आनंद वाटत होता. माझ्याकडून भेट मिळालेलं घड्याळ त्यांना राष्ट्रपती पदका इतकंच मोलाचं वाटत होतं. हो, मी गुरुजींना शोधून काढेन. मला त्याची खात्री होती. ते माझ्यापासून लपून राहू शकत नाहीत. हे शहर माझं होतं, हा देश माझा होता. माझ्याकडे बंदुका, पैसा होता आणि मी त्यांना शोधून काढणार होतो. मी आत गेलो, उजेड तोंडावर येऊ नये म्हणून पडदे ओढले, एसी चालू केला आणि झोपलो.

बंटीच्या मुलांनी खरोखरच मला ओळखलं नव्हतं. मला कंपनीतल्या इतरही लोकांना हे पटवून देण्यात काहीच प्रयास पडले नाहीत की, मी अजूनही विदेशातच होतो; पण जोजो, ती हुशार कुत्री, ती मात्र सुरुवातीपासूनच संशय घेत होती. मी तिला आलेल्या दिवशीच दुपारी फोन केला आणि मी तिला 'हॅलो' म्हणायच्या आतच ती माझ्यावर तुटून पडली.

''गायतोंडे, काय झालंय?''

''काही झालं नाही आहे. का काहीतरी होईल?''

''तू कधीही मला असं दुपारी फोन करत नाहीस.''

''मी आज लवकर मोकळा झालो म्हणून म्हटलं तुला फोन करावा. तू काय मला आता त्यासाठी कोर्टात उभं करणार आहेस का?''

ती गप्प बसली; पण एक क्षणच. नंतर पुन्हा अगदी खूपच धोकादायक मऊ आवाज काढत म्हणाली, ''मग कुठे आहेस तू गायतोंडे?''

''कुठे असणार मी? मी माझ्या खोलीत आहे. घरी आहे.''

''पण कुठे?''

''ते तुला कशाला पाहिजे?''

''मी फक्त विचारते आहे. असंच सहज.''

''तुझ्या अख्ख्या आयुष्यात तू कोणतीच गोष्ट अशीच सहज केलेली नाहीस.''

''तर मग कुठे आहेस तू?''

''क्वाला लाम्पूर.''

कोपऱ्यावर एक कार येऊन उभी राहिल्याचा आवाज आला.

''तो आवाज एखाद्या ॲम्बेसीडर कारसारखा वाटतो आहे. क्वाला लाम्पूरमध्ये ते अजूनही ॲम्बेसीडर चालवतात?''

कोणीतरी तिला गुप्तहेरच बनवायला हवं होतं, ही जोजो म्हणजे ना... तिचं अगदी बरोबर होतं, गेटजवळ कोपऱ्यावर एक ॲम्बेसीडर येऊन थांबली होती. आता ती रस्त्यावर पुढे जाण्यासाठी धडपडत होती. ''ती जपानी जीप आहे इडियट,'' मी तिला म्हटलं.

''ओह तर मग जपानी जीप आता खटारासारखा आवाज करतात तर. ओके; पण मलेशियन पक्षीही असा आवाज करतात? आणि मुलं क्रिकेट खेळतात तिथे?''

मी एका अगदी महागड्या आणि खास बंगल्यात होतो; पण अर्थातच आवाजापासून तिथेही सुटका नव्हती. आजूबाजूला कावळे होते, रस्त्यावर मुलं क्रिकेट खेळत होती, दोन गल्ल्या सोडून पलीकडे बांधकाम सुरू होतं, तिथे मजूरही एकमेकांवर तेलुगुमध्ये ओरडत होते. कुठेतरी रेडिओवर सिनेमाची गाणी लागली होती; पण अगदी हळू आणि लांबून आवाज येत होता. मी फोनच्या रिसिव्हरवर हात ठेवला आणि वळून कोपऱ्यावर नजर टाकली. ''या बिल्डिंगमध्ये खूप भारतीय लोक राहतात. माझ्याशी वाद घालू नकोस. मी वाद घालायच्या मूडमध्ये नाहीये,'' मी तिला म्हटलं.

''ठीक आहे, ठीक आहे गायतोंडे. मग कसं काय सुरू आहे लाइफ?''

माझं कसं सुरू आहे? मला वय झाल्यासारखं वाटलं, मी एकटा होतो आणि घाबरलेलाही होतो. ''माझं लाइफ एकदम फिट. अगदी टॉप क्लास. तू तुझ्याबद्दल सांग.''

मग मला तिने तिच्या लाइफबद्दल सांगितलं : मुलींच्या बरोबरचे प्रॉब्लेम्स ज्यांना वाटायचं की, त्यांना मिळतात त्याहून जास्त पैसे मिळायची त्यांची पात्रता आहे, तिच्या अपार्टमेंटच्या एका भिंतीचं वॉटर प्रूफिंग करूनही कसे पाण्याचे थेंब गळतात, तसंच तिच्या हातातून निसटलेलं एक टीव्ही शोचं डील. मी ऐकत होतो आणि मला वाटलं की, मी तिला

ओळखतो आणि ती मला किती चांगलं ओळखते. जोजोबरोबर अंतर हा प्रॉब्लेम कधीच नव्हता, मग ती जवळ असो किंवा दूर. मला तिचं अस्तित्व जाणवायचं, जणू ती माझ्या शेजारीच बसली आहे. आम्हाला एकमेकांच्या श्वासोच्छ्वासाचीही इतकी ओळख झाली होती की, जेव्हा आम्ही बोलायचो, चेष्टा मस्करी करायचो, तेव्हा त्यातही एक ताल असायचा; जणू एखादा मुलगा मुलगी सी-सॉवर बसून एकमेकांना जोर देऊन हवेत वर ढकलत आहेत, कसे सर्कसमधले कलाकार हवेत झोके घेताना मध्यावर एकमेकांना पकडतात.

जोजो माझ्याशी अगदी खरं वागायची, त्यामुळे अंतराने मला कधीच फरक पडला नाही. मी तिच्या घरापासून एक दीड मैलावर होतो, जर मी मधली दलदल आणि समुद्र ओलांडून गेलो असतो तर तितकंच अंतर होतं. मी तिथे दहा मिनिटांत पोहोचू शकत होतो. मी सरळ तिच्या घराच्या पायऱ्या चढून गेलो असतो, दरवाज्यावर टकटक केलं असतं आणि तिला एक कप चहा करायला सांगितला असता; पण मला जायची इच्छा नव्हती, तिला भेटायची गरज नव्हती. ती माझ्याबरोबरच होती, अगदी दूर असली तरी. मला तिचं अस्तित्व माझ्या आत जाणवायचं. मी तिच्याशी जेवढ खरं वागायचो, त्याहून ती माझ्याशी अधिक खरं वागत होती. मी विटलो होतो, माझे तुकडे तुकडे होऊन विखुरले होते. हे खरं होतं. मी स्वतःशीही ही गोष्ट मुश्किलीने कबूल करू शकत होतो; पण ते सत्य होतं. मी ज्या गोष्टीला 'मी' म्हणत होतो, ती मला एखाद्या विटकरी रंगाच्या जुन्या ब्लँकेटसारखं वाटत होतं, जे झिजलं होतं, ज्याला ठिगळं लावली होती आणि जे कसंबसं तग धरून होतं. मी, जो एकेकाळी गणेश गायतोंडे होता, जो सगळ्या जगासाठी खूप महान होता, तो मी माझ्यातून हरवला होता. मला अंतहीन चितेभोवती चालणाऱ्या एखाद्या लहान मुलासारखं वाटलं, जो घाबरला होता, हरवून गेला होता. या विचारांच्या गोंधळामध्ये मला काय मोलाचं आहे, काय चांगलं हे कळेनासं झालं होतं. मी जोजोला बिलगलो. ती माझी ताकद होती आणि माझा एकमेव आनंद होती, माझा सुकाणू होती आणि माझी एकमेव मैत्रीण होती. मी तिचं बोलणं ऐकत होतो, हसत होतो आणि स्वतःला शोधण्याचा प्रयत्न करत होतो.

''गायतोंडे,'' ती म्हणाली, ''मला असं वाटतंय की, तू ताडदेवमधल्या कोणत्या तरी कोपऱ्यावर बसला आहेस; पण तू इतका हिंडत असतोस की, मलाही गोंधळात टाकतोस. तू आता काही दिवस एका जागी राहिलं पाहिजेस. मग ते काळा लंगुर का असेना.''

मी तिला सांगितलं की, ती तिच्या काळ्या लंगुर बरोबर काय करू शकते, जो तिला हसवतो आणि मग तिने मला एका बाईची गोष्ट सांगितली, जी नेपाळला सुट्टीसाठी गेली होती आणि तिच्या प्रेमात पडलेल्या एका अस्वलाने तिला पळवून नेलं होतं. ''खरंच, गायतोंडे, असं खरंच झालंय. अस्वलं बायकांना नेहमी पळवून नेतात.'' जे मला वाटतं, तिने मला मी घरी बसावं म्हणून फिरवून फिरवून सांगितलं असावं. मी तिला हे सांगितलं नाही की, मी एका जागी राहू शकत नाही. कारण, माझ्याकडे पर्याय नव्हता, मला प्रवास करणं भाग होतं. मी फक्त तिचं ऐकलं आणि दुसऱ्या दिवशी दिल्लीला गेलो. माझ्या मुलांच्या पैकी पाच मुलं मला तिथे भेटली आणि बोटीवरचा सगळा महत्त्वाचा क्रूसुद्धा. ते जगभरातील वेगवेगळ्या देशांतून वेगवेगळ्या एअरपोर्ट्सवरून आले होते, जसं की सिडनी, सिंगापूर, मोंबासा आणि ग्रेटर कैलाशमध्ये दोन हॉटेलांमध्ये भेटले होते. ते माझं स्पेशल स्क्वाड होतं, माझे गुप्त कमांडोज. बंटीचा असिस्टंट निखिल मुंबईहून त्याच्या खंडाचा प्रतिनिधी म्हणून आला होता. त्याला मुंबईमधला त्याचा चांगला पैसे मिळवून देणारा धंदा आणि घरच्या लोकांना सोडून येणं

अजिबात आवडल नव्हतं; पण मीच त्याला आग्रह केला आणि तो आपलं बोचकं घेऊन आलाही. वाद घालू नये, इतपत पुरेसं तो मला ओळखत होता. त्याला तिशीतच पूर्ण टक्कल पडलं होतं. त्याच्यात एखाद्या वयस्क माणसासारखा संयम होता. त्याने तपशील जमा केले होते : मुलांनी आपापल्या कव्हर स्टोरी चांगल्या प्रकारे तयार केल्या होत्या, नवीन कागदपत्र पैसा ओतून बनवून घेतली होती, सभ्य दिसतील, असे कपडे, नवीन हेअरकट केलेले होते. मी पैसा आणि शस्त्र आणली आणि आम्ही जायला तयार होतो.

आम्ही चंडीगडपासून सुरुवात केली. गुरुजींना ज्यामुळे अपंगत्व आलं तो मोटारसायकल अपघात पठाणकोटला झाला होता आणि त्यांना चंडीगडला एका हॉस्पिटलमध्ये आणलं होतं. ते इथेच होतं, या मोठ्या इमारती, सर्कल असलेल्या भागात, जिथे शेवटी त्यांनी त्यांच्या आई-वडिलांना स्थिरस्थावर करून दिलं होतं. इथेच त्यांनी त्यांचा पहिला आश्रम आणि मुख्य कार्यालय बांधलं होतं. सुरुवातीला तो आश्रमाचा कॉम्प्लेक्स खूप मोठा होताच; पण आता तो सेक्टर ४३च्या बाहेरील भागात शेकडो एकरांवर पसरला होता. आम्ही दुपारी उशिरा आदर्शनगरला पोहोचलो. ऊन उतरून खांद्यावर आलं होतं. आश्रमाचं निळ्या रंगाचं गेट पांढऱ्या कपड्यातील साधूंनी गजबजलेलं होतं. नेहमीप्रमाणेच त्यात भारतीय आणि परदेशी साधूंचं मिश्रण होतं. निखिलने अगोदर फोन करून साधू आनंद प्रसाद यांच्याबरोबर मीटिंग ठरवली होती. साधू आनंद प्रसाद हे आदर्श नगरचे मुख्य होते. राष्ट्रीय संस्थेतील उच्च पदावरचे साधू होते. छोट्या-मोठ्या साधूंनी अनेक फोन कॉल केले, निखिल त्यांच्याशी बोलत होता. आम्ही थांबलेले असताना मी गाडीतून खाली उतरलो आणि फिरत फिरत बॅरियरपाशी गेलो. ते गेटसुद्धा एक स्मारक असल्यासारखं होतं, जसं एखाद्या मोठ्या राजवाड्याचे किंवा किल्ल्याचे भव्यदिव्य प्रवेशद्वार असावं तसं होतं ते, ज्यामध्ये खोल्या, शस्त्रास्त्रही होती. गुरुजींचे गेट हाउस चकाकते निळ्या रंगाचे होते. त्याला नाजूक, टोकदार निमुळते मनोरे होते आणि लहान लहान छज्जेदेखील होते. इतका भक्कम आकार असला तरी ते गेट अलगद जमिनीवर बसलं होतं, जणू काही ते अन्य कोणत्या तरी काळातून उचलून आणलं असावं. हस्तिनापूरची राखण करू शकेल, असं होतं किंवा रावणाच्या सोन्याच्या लंकेचीही. कंपाउंडच्या आतल्या बाजूला हिरवं दाट गवत होतं, अगदी सरळ कापलेलं आणि एकसारखं. लांबच लांब दुतर्फा झाडं असलेले रस्ते आणि दूरवर पसरलेल्या इमारती... सगळ्या निळ्या आणि पांढऱ्या रंगातल्या. सुंदर आकारात छाटलेली झाडं होती आणि पूर्ण रस्ताभर केशरी आणि लाल रंगाचे ध्वज लावलेले होते. गेटाच्या कमानीची सावली लोखंडी कुंपणालगत दाटीने असलेल्या पिवळ्या फुलांच्या सुगंधाने घमघमत होती.

''ओके भाई, आपण आत जाऊ शकतो,'' निखिल मला म्हणाला.

छोट्या छोट्या गटाने साधू चालत जात होते. त्यांना ओलांडून आम्ही गाडीने आत गेलो. या बगिच्यांमध्ये एक अनंत शांतता होती, जी काळातून बाहेर काढलेली असावी, जेणेकरून संध्याकाळी येणारे पक्ष्यांच्या थव्यांनी मंद आवाजात कुजबुजाट करावा. मैदानात लहान मुलं फिरत होती; पण ती ओळीने शिस्तीत जात येत होती आणि कोणी मोठे लोक दिसले, तर मान खाली झुकवून 'नमस्ते' करत होती. मी हा आश्रम व्हिडिओमध्ये पाहिलेला होता; पण आता मी कल्पना केली होती, त्यापेक्षा प्रत्यक्षात तो थोडा लहान वाटत होता; पण त्याचा आकार अगदी परफेक्ट होता, काहीसा समतोल आणि चौकोनी. कॅम्पसच्या पलीकडच्या भागात अजून एक निळ्या रंगाचं गेट होतं, पूर्वेला आणि पश्चिमेला मिळून अजून

दोन गेट होती आणि त्या सगळ्यांच्या अगदी बरोबर मधोमध जमिनीच्या भौमितीय मध्यावर पांढऱ्या रंगाचा, पायऱ्या पायऱ्यांचा एक भव्य पिरॅमिड उभा होता. तो पांढऱ्या संगमरवराचा होता आणि त्यातून एक पिलर स्वर्गाकडे निर्देश करत होता. ही मुख्य प्रशासकीय इमारत होती. आम्ही त्या इमारतीसमोर गाडी पार्क केली आणि साधूंची अजून एक सुरक्षा चाचणी पार केली. नंतर आम्हाला कमी उंचीचे कोच असलेल्या एका लाउंजमध्ये नेण्यात आलं. आम्ही तिथे वाट पाहत बसलो.

आमच्या सगळ्यांच्या मनातला विचार शेवटी निखिलने बोलून दाखवला. ''भाई, इथे खूप जास्त कॅश दिसते आहे. आपण कदाचित चुकीच्या गेममध्ये आलोय.''

''कधीही उशीर होत नसतो. तुला धर्म सुरू करायचा आहे?'' मी त्याला म्हटलं.

''चला करू या तर. तुम्ही मुख्य गुरू बना. मी पैसा सांभाळतो.''

''म्हणजे मी सगळं काम करू आणि तुला सगळ्यात मोठा कट मिळणार, हावरट मादरचोद. किमान या नवीन विश्वासाला काही नियम वगैरे तरी बनव. तुझी फिलोसॉफी काय आहे?''

त्या चुतीयाला एखादा धर्म बनवायला काहीच प्रॉब्लेम नव्हता. तो सोफ्यावर मागे सरकून बसला आणि छोट्याच्या ढेरीवर हाताची घडी घालत टेबलावर पाय ठेवले आणि म्हणाला, ''इथे एकच नियम आहे. भाईना पैसे दिले की, तुम्हाला आशीर्वाद मिळतो. तुम्ही जितकं अधिक द्याल, तितकी तुमची कर्मातून सुटका होईल. तुमच्याकडे असलेलं सगळं द्या आणि तुम्हाला मोक्ष मिळेल.''

सगळी मुलं यावर मोठ्याने हसायला लागली आणि मीही हसलो; पण मला हे मनात कुठेतरी खुपलं, यातली सौम्य टीका बोचली. गुरुजी खूप पैसा कमवायचे, यात शंकाच नव्हती; पण त्यांचं तेच एकमेव उद्दिष्ट होतं, यावर माझा विश्वास नव्हता. मला ते माहीत होतं. त्यांचं मन कसं काम करतं हे मला समजतं, असं उगाचंच मी दाखवायचो नाही; पण मला हे माहीत होतं की, इतकी रक्कम जमवण्यामागे काहीतरी योजना नक्कीच होती. आश्रमाच्या इतक्या शिस्तबद्ध असण्यामागे आणखी काहीतरी नक्कीच होतं. या मंत्राचा अर्थ कसा लावावा, हे फक्त मला समजत नव्हतं. मीही बोली बोलू शकत नव्हतो, या चौकोनातली वर्तुळं नक्की काय सांगू पाहत आहेत, हे मला समजत नव्हतं.

धर्माच्या आणि सौंदर्यशास्त्राच्या या कोड्यात मी घट्ट पकडला गेलो असतानाच आनंद प्रसाद यांच्या सचिवांनी आम्हाला त्यांच्या ऑफिसमध्ये बोलावलं. मी निखिलला पुढे जाऊ दिलं आणि मी सगळ्यांच्या मागून शेवटी गेलो. निखिलने एनआरआय संस्थेचा प्रमुख असल्याप्रमाणे त्यांच्याशी बोलणं केलं, जी संस्था गुरुजींच्या धर्मादाय कामाला पैसे दान करू इच्छित होती. मी त्यांचं बोलणं ऐकत असताना माझं लक्ष गेलं की, हा साधू आनंद प्रसाद किती देखणा होता. त्याची त्वचा त्याच्या पांढऱ्या कपड्यांच्या पार्श्वभूमीवर अगदी तुकतुकीत चॉकलेटसारखी दिसत होती आणि जरी त्याचं वय किमान पन्नास असलं, तरी त्याचे लांब काळेभोर केस त्याच्या सुरकुतीविरहित कपाळावरून मागे वळवलेले होते. त्याच्या उच्चाराला किंचित दाक्षिणात्य हेल होता आणि माझ्या उभ्या आयुष्यात इतका देखणा तमिळ माणूस मी पाहिलेला नव्हता. त्याचा सचिव एक उंच डच माणूस होता, ज्याचे केस पिंगळे आणि त्याची चेहरेपट्टी एखाद्या अभिनेत्यासारखी होती. तो सचिव आनंद प्रसाद यांच्या खुर्चीमागे उभा होता

आणि एकूणच त्या सिल्कची कव्हर्स असलेल्या फर्निचरवाल्या ऑफिसमध्ये बसलेले ते दोघं म्हणजे गुरुजींच्या पद्धतींची जाहिरातच वाटत होते. ते सुंदर होते.

निखिल गुरुजींची भेट घालून देण्यासाठी आग्रह धरत होता. त्याने आनंद प्रसादना सांगितलं की, त्याच्या संस्थेकडे देण्यासाठी लाखो रुपये आहेत आणि आमचे सदस्य भारतीय उद्योजक, कॉम्प्युटर प्रोग्रामर आणि डॉक्टर्स आहेत जे जगभर पसरलेले आहेत; ते सगळे आपला सहयोग देण्यासाठी उत्सुक आहेत. जर प्रत्यक्षात भेट नाही झाली, तर व्हिडिओ कॉन्फरन्सिंग वापरून का नको किंवा सुरुवातीला एखादा फोन कॉल?

''मला खूप खेद वाटतो; पण गुरुजी आराम करत आहेत,'' आनंद प्रसाद म्हणाले. ''ते जाण्याआधी त्यांनी आम्हाला कडक सूचना दिलेल्या आहेत. त्यांना व्यत्यय आणायचा नाही, अगदी आणीबाणीच्या परिस्थितीतही. खरंतर, मी स्वतःही त्यांच्याशी संपर्क करू शकत नाही आहे. मला ते कुठे आहेत हे माहीत नाही किंवा त्यांच्याशी कसा संपर्क करावा, हेही समजत नाही.''

''मग ते तुम्हाला फोन कॉल करतात का?'' निखिलने विचारलं.

आनंद प्रसादनी नृत्याच्या कौशल्याने खांदे उडवले. ''नाही, नाही,'' ते म्हणाले. ''ते खरंच गेले आहेत,'' त्यांनी दोन्ही हातांनी एखाद्या जादूगाराप्रमाणे हात उडवले आणि म्हणाले, ''तुम्ही असं म्हणू शकता की, ते गायब झाले आहेत. जेव्हा त्यांना परत यायचं असेल, तेव्हा ते परत येतील.''

''एक दहा लाख डॉलर्ससाठीही परत येणार नाहीत?'' निखिलने विचारलं. ''अगदी गरीब मुलांच्यासाठीही नाही? आणि भुकेल्या स्त्रियांच्यासाठीही?'' निखिलने विचारलं.

निखिल खूप प्रयत्न करत होता; पण मला दिसत होतं की, ते किती व्यर्थ होतं ते. आनंद प्रसादना माहीत नव्हतं आणि त्यांना जे माहीत होतं ते सांगणार नव्हते. ''जाऊ दे,'' मी निखिलला म्हणालो. ''हा मादरचोद खूपच हलका सलका वाटतोय. त्याला काही माहित नाहीये.'

आनंद प्रसादला हे ऐकून धक्का बसला. तो त्याचं देखणेपण, त्याची पवित्रता यांनी अगदी ओतप्रोत होता आणि त्याच्यासमोर आजवर कोणी अशी भाषा वापरली नव्हती. ''काय?'' तो म्हणाला, ''कोण आहात तुम्ही?'' त्याने विचारलं.

मी त्याच्या टेबलाच्या दिशेने दोन पावलं चालत गेलो. मोठं पेन होल्डर आणि तीन फोनच्या शेजारी, एक गरुडाच्या आकाराचं एक सोन्याचं यज्ञकुंडाचं मॉडेल होतं, चांगलं दोन हात लांबीचं. मी ते उचललं. ते खूपच सुरेख तपशीलवर बनवलं होतं, अगदी त्याखाली असलेल्या विटा, त्याच्या आतली जळत असलेली सामग्री वगैरे. माझ्या हाताला ते चांगलं जड जाणवलं, मी माझ्या तळव्यावर ते महत्प्रयासाने उचललं होतं. माझ्या नाकात समर्पणाच्या धुराचा वास अजूनही तरळत होता. त्या वासात जन्म आणि मृत्यू दोन्ही संकेत आहेत. मी त्यात ओढला जात होतो. गुरुजी कुठे होते? ते माझ्याशी का बोलत नव्हते? मी असं काय चुकीचं वागलो होतो?

''हे काय आहे? सोनं?'' मी विचारलं.

''तू ऐक,'' आनंद प्रसाद म्हणाला.

तो आता त्याच्या खुर्चीत बसून दात-ओठ खात होता, खूपच सदाचरणी माणसाच्या तळपायाची आग मस्तकात गेल्यासारखा. मी अजून एक पाऊल पुढे गेलो आणि त्याच वेळी

तो गरुड उचलून त्याच्या डोक्यात घातला. ''नाही, तू ऐक,'' मी म्हटलं. त्या धातूचा आवाज झाला आणि त्याच्या डोक्यातून उडालेला रक्ताचा शिंतोडा खिडकीच्या काचेवर उडाला. 'हे खूपच मजबूत आहे,' मी समाधानाने म्हणालो. ''ते सोनं नाही आहे,'' जमिनीवर पडता पडता वाचलेला आणि कसाबसा धडपडत उठत असलेला प्रसाद म्हणाला. त्याची कफनी पार कमरेपर्यंत वर गेली होती. मी त्याला पकडलं, त्याचा खांदा धरून त्याला उठवलं आणि पुन्हा तो यज्ञकुंड हातात घेतला. मला त्याला हाणण्यात सुख वाटत होतं. एखाद्या स्वच्छ पाण्याच्या प्रवाहाप्रमाणे एकदम माझ्यात एकाग्रता आली. माझ्याकडून होणारे आघात अगदी तालात होत होते, माझ्या श्वासातही तो ताल होता जणू मी ध्यानच करत होतो. मला त्यातून मिळणाऱ्या आनंदात मी हरवलो होतो. आजवरची अनेक रात्रींची अस्वस्थता, भीती सगळं नाहीसं झालं होतं. त्या यज्ञकुंडाच्या प्रतिमेला आता रक्ताचा अभिषेक झाला होता आणि आनंद प्रसाद मेला होता.

मी त्याला मरू दिलं, त्याचा मेंदू चेंदामेंदा होऊन संगमरवरी फरशीवर पडला होता. मुलं माझ्याकडे डोळे ताणताणून बघत होती. निखिलने त्याचा घोडा त्या डच सचिवावर रोखला होता, जो एका कोपऱ्यात घाबरलेल्या सशासारखा उभा होता. ''नाही,'' मी म्हटलं, ''गोळ्या नाही झाडायच्या. हा एक संदेश आहे. आता केलं तसं करा.'' मी हातातून ते यज्ञकुंड खाली फेकलं.

ते सगळे त्या डच सचिवावर तुटून पडण्याआधी त्याला फक्त एकदाच ओरडण्याची संधी मिळाली. मी दरवाजा उघडला. तिथे आत एक चकचकीत टॉयलेट होतं, एक मोठी एक्झिक्युटिव्ह बाथरूम होती. मोठ्या पदावरचे साधू स्वतःला कोणत्याही फायद्यांपासून किंवा सोयी सुविधांपासून वंचित ठेवत नव्हते. नक्कीच नाही. मी दिवा लावला आणि स्वतःला आरशात पाहिलं. तेजस्वी डोळे आणि चेहऱ्यावर रक्ताचे शिंतोडे. मी चेहरा धुतला. शेजारच्या खोलीत तो डच सचिव लाथा बुक्क्या खात मेला. जेव्हा मी बाहेर आलो, मुलं हातपाय झटकून सरळ होत होती.

''ते पुसून टाकलेलं बरं भाई,'' धपापत निखिल म्हणाला, ''बोटांचे ठसे.''

त्या यज्ञकुंडाच्या प्रतिमेला केस चिकटलेले होते आणि मांसाचे बारीक तुकडेही. ''आण तो इकडे, त्याची विल्हेवाट लावू या,'' मी त्याला म्हटलं.

जेव्हा मुलांनी सगळं साफसूफ केलं, आम्ही तिथून निघालो. आम्ही बाहेर पडलो. अगदी थंडपणे, सहज आणि सावकाशपणे आमच्या कारकडे गेलो, बसलो आणि नेहमीच्याच स्पीडमध्ये कार निघाली. आम्ही गेटवरच्या साधूंच्याकडे पाहून हात हलवले आणि बाहेर पडलो.

आम्ही आमचा बाहेर पडायचा रस्ता आधीच ठरवला होता. आमच्या सुरक्षित घरामध्ये आम्ही कपडे बदलले. एक काळी सुमो आमच्यासाठी वाटच पाहत होती. मी मुलांना खूप चांगलं तयार केलं होतं. पंधरा मिनिटांच्या आत आम्ही खोल्या स्वच्छ करून सगळं सामान सुमोमध्ये भरलेलं होतं. आश्रमात घेऊन गेलेली मारुती झेन आम्ही पुसून साफ केली आणि मगच आम्ही निघालो. आम्ही दक्षिणेला दिल्लीच्या दिशेने गेलो. बसच्या, भरलेल्या ट्रकांच्या रांगा पार करत जाता जाता आमच्या पुढे एक लग्नाची वरात लागली. मला संध्याकाळच्या संधिप्रकाशात आता खूप शांत वाटत होतं. आता गुरुजींना माझ्याशी बोलावंच लागेल. मी खूप काहीतरी चुकीचं वागलो किंवा केलं होतं. मी अर्थातच माफी मागेन; पण मी असं का केलं हे त्यांना सांगेन म्हणजे ते समजून घेतील. ते मला माफ करतील.

आम्ही आतापर्यंत इंडस्ट्रीयल इस्टेट्स, दुकानं, धाबे सगळं मागे टाकलं होतं. आता मोहरीची आणि गव्हाची शेतं दूर काळ्या क्षितिजापर्यंत पसरली होती. इलेक्ट्रिकचे खांब मागे धावत होते, त्यांच्या तारा आमच्या डोक्यावरून वरखाली होत होत्या. जेव्हा मी लहान होतो, तेव्हा दिगढ ते नाशिक असंच बसमधून प्रवास केला होता. त्या वेळी हे इलेक्ट्रिकचे खांब मागे पळता पळता मला हाका मारत असल्याची कल्पना करायचो. आता ते खांब मला भूतकाळात घेऊन गेले; पण त्या दिवसांमध्ये मी कधी इतकी संपन्न शेतं, अशी पक्की घरं, टीव्हीच्या केबल आणि अँटेना असे आभाळाकडे धावताना पाहिलेलं नव्हतं. आता सगळंच बदललं होतं.

पण काहीच बदललं नव्हतं. मी हेच सत्य सगळ्या देशभर पाहिलं. पुढचे काही आठवडे मी निखिल आणि इतर मुलांच्याबरोबर प्रवास करत होतो. आम्ही काहीसे वाकडेतिकडे भारतदर्शन केले. जेव्हा आम्ही गुरुजींच्या आश्रमांमध्ये गेलो, त्यांची ऑफिसं आणि कामाच्या किंवा उद्योगाच्या ठिकाणी गेलो. आम्ही काही अफवा, धागेदोरे, अंतःप्रेरणा, लहरींचा आधार घेत घेत गेलो. आम्ही चंडीगडहून दिल्ली, मग अजमेर, नागपूरहून भिलाई ते सिलीगुडी असे गेलो. मग जैसलमेर आणि नंतर जम्मू, भोपाळ आणि दिग्बोई. मग आम्ही कोचीनला एक आठवडा थांबलो. निखिलला पाण्यामुळे डिसेंट्री लागली होती, त्यामुळे त्याला दर अर्ध्या तासाला संडासला धावावं लागत होतं. त्याला अँटिबायोटिकचा डोस घेऊ दिला. आम्ही एक टूरिस्ट बंगला भाड्याने घेतला. त्यासमोर पाणी होतं आणि त्यामध्ये चायनीज फिशिंग नेट्स वरखाली होताना आम्ही बघत बसलो. दरम्यान, निखिलची धडपड सुरूच होती. डॉक्टर टेस्ट वर टेस्ट सांगत होते. अकरा टेस्ट झाल्यावर मी त्या हरामखोराला म्हणालो की, मी त्याच्या कट प्रॅक्टिसकडे बघतोच आता. त्यावर मल्याळी हेल काढत तो म्हणाला की, कट प्रॅक्टिस काय असते सार?

''कदाचित, तू इकडे त्याला तुझ्या भाषेत काहीतरी वेगळं म्हणत असशील,'' मी त्याला म्हणालो, ''पण तुला इथेही लॅबोरेटरीमधून चांगला तीस पर्सेंट कट मिळत असेल. तुला तीस टक्के हवेत? मी तुला तीस टक्के देतो.'' आणि मी त्याला माझ्या हाताची मागची बाजू दाखवली. नंतर तो अगदी सुतासारखा सरळ आला, एखाद्या भोगलेल्या रंडीसारखा आणि त्याने मान झुकवून गोळ्या दिल्या आणि निघून गेला. मला त्याला त्याची जागा दाखवून द्यायची फार खुमखुमी आली होती; पण तो सगळा धंद्याचा बाजार होता. आम्हाला अगदी साधेपणाने राहणं भाग होतं आणि मला ते चांगलं माहीत होतं; पण या गांडूने माझं टाळकंच सरकवलं. त्याने जीन्स घातली होती आणि कॅप्री चालवायचा; पण बोलायचा तर असा की, सगळी कशी अगदी लेटेस्ट-लेटेस्ट औषधं देतो आहे; पण त्याचा धंदा तर एखाद्या खेडेगावातल्या डॉक्टरप्रमाणे गावठी अडाणी लोकांना इंजेक्शन लावत चालवत होता. सगळ्या भारतभर हेच होतं. आम्हाला असे शेतकरी भेटले जे एकीकडे हातात मोबाईल तर मिरवत होते आणि दुसरीकडे त्यांच्याच मुलामुलींचे जातीबाहेर लग्न केलं म्हणून खून करत होते. हाताला खरूज, नायटे झालेल्या गबाळ्या, अनवाणी मुलांच्याकडून आम्ही मिनरल पाण्याच्या बाटल्या विकत घेतल्या. निखिल मात्र रोज रात्री लॅपटॉपवरून फोन कनेक्ट करायला, ई-मेल करायला येणाऱ्या अडचणींना शिव्या घालत होता आणि शेवटी कोईम्बतूरला तर नीट अर्थिंग नसलेल्या पॉवर प्लगमुळे त्याचा सोनी वायो जळालाच. आता तो दिवसाला बारा वेळा संडासला धावत होता. त्याला आता भीती वाटत होती की, या पांढऱ्या भेन्चोद मल्याळी शहरात तो मरेपर्यंत हगत राहील.

अगदी गुरुजींच्या आश्रमातही गोंधळ होता. मी हे पाहिलं होतं. त्या लोखंडाच्या कुंपणांच्या आत, निळ्या गेटांच्या पलीकडे त्यांचे संरक्षक मंत्र होते. सर्व देशभर, सगळे आश्रम एकसारख्या योजनेनुसार उभारलेले होते. मग तो आश्रम लहान असो वा मोठा, एखाद्या शहरात असतो वा खेडेगावात, प्रत्येक आश्रमाच्या उत्तर -दक्षिण ले-आउट एकसारखा होता आणि चारही निळे गेट सारखे होते. इमारती आणि त्यातली अंतरं कमी-जास्त होत होती; पण ले-आउट सगळीकडे एक सारखाच होता. एकदा आम्ही दोनेक आश्रमात गेलो, तेव्हा आम्हाला आत कुठे कसं जायचं हे पक्कं माहीत होतं; मेन गेट नंतर पहिली इमारत डावीकडे, नंतर आर्ट्स आणि क्राफ्ट्सचे दुकान, लाँड्री नेहमी उत्तरपूर्व कोपऱ्यात झाकल्यासारखी असे. आम्ही गुरुजी कुठे आहेत, याची माहिती काढण्यासाठी जसे जसे एकसारख्या असलेल्या आश्रमांमध्ये जात गेलो, मला भूगोलाचा थोडा थोडा अंदाज येत गेला. मी त्या रचनेचा अर्थ समजून घेऊ लागलो. या सगळ्या एकसारख्या असलेल्या, त्यांच्या मनातल्याप्रमाणे असणाऱ्या रचना बघणे म्हणजे गुरुजींशी संवाद साधण्यासारखेच होते. त्या पूर्णपणे त्यांच्या मनातल्या रचनेप्रमाणे, त्यांच्या अंतःप्रेरणेप्रमाणे आणि कल्पनेतून जन्माला आलेल्या होत्या. संपूर्ण भूप्रदेशात एका गोष्टीवर लक्ष केंद्रित केलेलं होतं आणि ते म्हणजे पांढऱ्या संगमरवराचे पिरॅमिड, जे आपल्या जुन्या धार्मिक मंदिरांचं प्रतिनिधित्व तर करत होते; पण त्यांच्यासारखे नव्हते. या इमारतींमध्ये कुठेही फोटो नव्हते, ते मनाचं आणि मनाच्या पलीकडचं काम होतं. प्रशासन, ध्यानधारणा, धर्म आणि मोक्ष सगळं इथेच होतं. या मध्यवर्ती बिंदूपासून दूर, अगदी बाहेरील बाजूला नोकरचाकरांच्या इमारती, लाँड्री, जनरेटिंग प्लांट, सार्वजनिक संडास वगैरे आणि आर्ट्स पॅव्हेलीयन होते. मध्यावर मुलांच्या शाळा, विवाहित लोकांसाठी डोर्मीटरी, दवाखाने आणि संपर्काच्या सोयीसुविधा होत्या. मध्यभागाच्या जवळ, त्या इमारतींपासून दूर गोलाकार राहण्याच्या जागा होत्या जिथे भक्त मुक्तपणे येऊ जाऊ शकत, तिथे ज्यांनी सन्यास घेतला होता, अशा साधूंचे हॉलही होते. या सर्वांच्यामुळे त्या पिरॅमिडभोवती आपोआपच एक वर्तुळ तयार होत असे, ज्या पलीकडे फक्त मुक्ती होती.

मी यातलं तथ्य, प्रगती आणि बाहेरून आतल्या बाजूला होणारी हालचाल बघू शकत होतो. या बिंदूंच्या मध्ये असलेला संबंध आणि कोन, या सर्व बांधकामाचे वास्तुविद्याशास्त्र, ही काळाची भूमिती होती आणि खुद्द जीवन किंवा आयुष्य होतं. मी गुरुजींना अनेकदा बोलताना ऐकलं होतं की, मानवकाळात जाती आणि गटांचं व्यवस्थित संलग्नीकरण होतं, स्त्रियांची समाजातील जागा, मुलांचे शिक्षण आणि इथे या आश्रमांमध्ये हे सर्व अगदी नजरेला स्पष्ट दिसेल, असं मांडलं होतं. इथे जी एक शिस्त किंवा सुसूत्रता होती, ती गुरुजींच्या बुद्धिमत्तेचीच होती. या भूप्रदेशाचं वाचन करणे म्हणजे एखादे प्रवचन ऐकण्यासारखेच होते आणि मला आता त्यांची दूरदृष्टी, आपला देश कसा असावा, याची कल्पना आणि मग सगळं जग कसं असावं, याची कल्पना हे दिसू शकत होतं. त्यांना अख्खा भारत बदलून टाकायचा होता; सुंदर, शांत, समृद्ध बनवायचा होता आणि देशाला परिपूर्णतेकडे न्यायचं होतं. त्यांना हवी असलेली स्वच्छता सिंगापूरच्या काही भागांत होती; पण अशी प्रमाणबद्धता जगातल्या कोणत्याही शहरात नव्हती, असं आंतरिक सातत्य ज्यामुळे दुकाने, ध्यानधारणा केंद्र यातला समतोल साधला गेला होता. तुम्हाला मध्यावर असलेले मंदिर ग्रंथालयाच्या आणि लाँड्रीच्या सुंदर कमानींच्यामधून दिसेल. या इमारती आणि ती निळी गेट्स भूतकाळातली असल्यासारखी दिसतात, पुराणकाळातील टीव्ही सिरीयलमधल्या मोठ्या सोन्याच्या प्रवेशद्वारांसारखी; पण तो

गुरुजींचा भविष्यकाळ होता. हाच तो 'उद्या' होता जे ते आपल्यासाठी आणू इच्छित होते, हेच ते सत्युग होतं, जे त्यांना निर्माण करायचं होतं.

पण वर्तमानकाळ प्रतिरोध करत होता. कोईम्बतूरमध्ये एका सकाळी आश्रमाच्या पूर्व प्रवेशद्वारापाशी एक खूप जुनं वडाचं झाड उन्मळून पडलं होतं, त्यामुळे अकरा मीटर कुंपण दबलं गेलं होतं, त्यामुळे बकऱ्यांचे झुंड आत आले आणि त्यांना बाहेर काढायच्या अगोदर त्यांनी सुंदर गुलाबांची बाग फस्त केली होती. चंडीगडमध्ये, मुख्य साधूचा, तीन पौगंडावस्थेतील मुली आणि एक स्थानिक पोलीस कमिशनर यांचा सेक्स स्कॅन्डलमध्ये समावेश होता. मी स्वतः अलेप्पीमधल्या प्रशासकीय इमारतीची अवस्था पाहिली होती, जिथे सतत वाळवी आणि लाल मुंग्यांचं साम्राज्य झालं होतं. मग आनंद प्रसाद आणि त्याचा डच सचिव यांना आम्ही मारहाण केल्याचा प्रकार घडला होता, ज्यामुळे गुरुजींच्या साम्राज्यात अचानक सत्तेसाठीचा संघर्ष उफाळून आला होता. एशियन एजने ठळक बातमी दिली होती की, 'गुरूंच्या गूढ अनुपस्थितीत डबल मर्डर' आणि असा अंदाज बांधला होता की, बंडखोर साधूंनी आनंद प्रसाद यांना बाजूला केलं होतं. आम्ही पाहिलं होतं की, आश्रमात सुरक्षारक्षक घेतले जात होते आणि अगदी कडक सुरक्षा पद्धतीचा अवलंब होत होता. आम्ही आनंद प्रसाद यांच्या विरोधातल्या मुख्य उमेदवाराचे आणि त्यांचे मतभेद असल्याच्या अफवाही ऐकल्या. एशियन एजचं अर्धं बरोबर होतं : साधू आनंद प्रसाद यांच्या मृत्यूबद्दल अनभिज्ञ होते. संस्थेत खटके उडत होते आणि अंतर्गत वादविवाद होते. यातल्या कोणत्याच साधूला आम्ही कोण होतो हे माहीत नव्हतं, त्यामुळे प्रत्येक गटाला आमचं तिथे प्रकट होणं आणि गायब होणं म्हणजे दुसऱ्या गटाने भाड्याने घेतलेले गुंड असावेत, त्यामुळे ते एकमेकांना त्या खुनांच्याबद्दल दोष देत होते म्हणून आम्ही पैसा आणि धाकदपटशा वापरून आमचं शोधकार्य सुरूच ठेवलं. आम्ही अजून कोणाला ठार मारलं नाही; पण बंगलोरमध्ये आम्हाला एका कॉम्प्युटर ऑपरेटरचा हात मोडावा लागला जेणेकरून दुसरी ऑपरेटर जी त्याची गर्लफ्रेंड होती, ती आम्हाला ई-मेल सिस्टिमचा पासवर्ड देईल. मग हे असंच सुरू राहिलं.

आम्हाला काहीच सापडलं नाही. गुरुजींना काय झालं असेल, याच्या अनंत अफवा पसरलेल्या होत्या. काहींचा खरंच विश्वास होता की, त्यांनी तात्पुरती समाधी घेतली होती, तर इतरांचं म्हणणं होतं की, ते कॅन्सरमुळे मृत्युशय्येवर होते. सगळ्यांना काही ना काही म्हणायचं होतं; पण कोणीच आम्हाला खरी माहिती देऊ शकला नाही. माझी मुलं आता उतावीळ झाली. इतका प्रवास करणं म्हणजे कष्टाचं काम होतं आणि ते त्यांच्या धंद्याच्या नेहमीच्या रुटीनपासून दूर होते. त्यांनी अनेक आठवडे त्यांच्या बायका किंवा छाव्यांना पाहिलं नव्हतं. मुंबईत असलेली मुलं प्रत्येक वेळी आम्ही फोन केला की, पोलिसांच्या दबावाबद्दल कुरकुर करत होती. आमचे शूटर्स आणि काम करणारे लोक एन्काउंटरमध्ये अगदी नियमितपणे मारले जात होते. नंतर निखिल आजारी पडला म्हणून मी कोचीनला मुक्काम करायचं ठरवलं. मी मुलांना थोडी विश्रांती घ्यायला सांगितली आणि त्यांना आपण लवकरच निघू असं सांगितलं; पण मला आता असं वाटायला लागलं होतं की, आम्ही गुरुजींना कधीही शोधू शकणार नाही, ते माझ्यापासून कायमचे निसटले होते.

कोचीनमध्ये दहा दिवस राहिल्यानंतर निखिल अखेरीस त्याच्या आजारातून बरा झाला. त्याचं वजन चांगलं दहा पाउंड कमी झालं होतं आणि तो खूप थकलेला दिसत होता. त्या

रात्री स्थानिक लोकांची काहीतरी मिरवणूक होती. आम्ही आमच्या बंगल्याच्या दुसऱ्या मजल्यावरच्या बाल्कनीत उभे राहून ती खूप आवाज करत जाणारी मिरवणूक बघत होतो. त्यात एक हत्ती होता खराखुरा, ज्याने सोन्याची झूल घातली होती. त्याच्यामागे पुरुषांचा एक गट होता, त्यांनी गुलाबी रंगाचे सॅटीन कपडे घातले होते. त्यांनी खोटी वक्षस्थळं लावली होती आणि भडक मेकअप केला होता. त्यानंतर मागून एक ट्रक होता, ज्यात केरळची उत्पादने आणि लोक होते, ज्यात एक हिंदू, एक मुसलमान, एक ज्यू आणि एक ख्रिश्चन होता आणि शिवाय बीच चेअरवर बसलेला एक सोनेरी केसांचा पर्यटकही होता. थोड्या वेळाने, अजून एक ट्रक आला ज्यावर महाभारतातील एक प्रसंग उभारला होता, ज्यात वीरांनी चकचकीत चिलखतं घातली होती आणि ते डिस्कोच्या तालावर नाचत होते. माझी मुलं कुठेतरी ती मिरवणूक बघणाऱ्या हजारो लोकांत मिसळली होती. निखिल बिअर पीत होता, तर मी पायनापल ज्यूस पीत होतो आणि आम्ही दोघेही मिरवणूक बघत होतो.

''भाई, तुम्हाला काही जाब विचारत आहे, असं काही नाही; पण मी मुलांचा विचार करतो आहे. ती जरा अस्वस्थ होत आहेत. आपण त्या गुरुजींना इतकं का शोधतो आहोत?''

''तू विचारतो आहेस,'' मी उत्तरलो.

''कोणताही अनादर नाही भाई; पण तुम्हाला माहीत आहे; बंटी म्हणाला की, तुम्ही नेहमी म्हणता, 'आपलं मानसिक धैर्य महत्त्वाचं असतं' आणि मुलांचं...''

''तुझंही मानसिक धैर्य खचलं आहे का? तुला तुझ्या बायकोची तितकी आठवण येतेय का?''

''मला मुलांची आठवण येतेय भाई आणि धंदा... आम्ही इथे असल्यामुळे धंद्यावर लक्ष देऊ शकत नाहीये.''

मी त्यांना काही सांगितलं नव्हतं; पण आता मला वाटत होतं की, काहीतरी स्पष्टीकरण देणं कदाचित आवश्यक होतं. जर निखिल, जो मला त्याचं सर्वस्व देऊ लागत होता, तो अशा गोष्टी माझ्या तोंडावर सांगायला तयार होता, तर नक्कीच मानसिक धैर्य वाढवण्याची गरज होती. ''ठीक आहे,'' मी म्हटलं. ''मी काय सांगतो ते नीट ऐक. मी फक्त इतकंच सांगेन.'' आता खालून मिरवणुकीत जाणाऱ्या ट्रकवर आदिवासी लोकांचं कसलं तरी एक वर्तुळ होतं, जे शेकोटीच्या भोवताली नाचत होतं, ज्या शेकोटीची आग लाल स्पॉट लाइटने तयार केलेली होती आणि त्यावर लाल रिबन फडफडत होत्या. त्या सगळ्यांनी काळे चष्मे घातले होते. मी त्याला म्हटलं, ''मी तुला जास्त काही सांगू शकत नाही; पण इतकंच सांगू शकतो. आपण या गुरुजींना धंद्यामुळेच शोधत आहोत. त्यांनी आपल्याला फसवलं आहे. त्यांनी डबल गेम खेळला आहे.''

''त्यांनी आपल्याला पैसे देणं आहे का?''

''हो. त्यांनी आपल्याला खूप पैसा देणं आहे. त्यांनी आपला विश्वासघात केला आहे.''

''हरामखोर,'' निखिल म्हणाला. त्याला आता समाधान वाटलेलं दिसत होतं. आता माझ्या बोलण्यात त्याला काहीतरी तथ्य दिसत होतं आणि जगाचाही काही अर्थ असल्यासारखं वाटत होतं. ''मग आपण त्यांना शोधलंच पाहिजे,'' तो म्हणाला.

''मुलांना सांग, जोवर आपण या कामावर आहोत, तोवर त्यांचं पेमेंट डबल केलंय आणि शेवटी बोनसही मिळेल.''

यामुळे त्याला बऱ्यापैकी आनंद झालेला दिसला. मी त्याला बाल्कनीमध्येच सोडून माझ्या खोलीत गेलो. मी एअर कंडिशनर फुल स्पीडवर लावला आणि दिवे घालवून बेड वर पडलो. निखिल थोड्या वेळात त्याच्या बायकोला फोन करेल, त्याच्या मुलांशी बोलेल. मला जोजोला फोन करण्याची इच्छा झाली; पण मी खूप डळमळीत झालो होतो. मला भारतात परत आल्यापासून रात्री झोप न येण्याची समस्या सुरू झाली होती. सुरुवातीला मला वाटलं की, जेट-लॅग असेल, जागा बदलली म्हणून असेल, कुत्रे भुंकतात म्हणून आणि रातकिडे ओरडतात म्हणून असेल; पण नंतर एक आठवडा गेला आणि मी अगदी डुलक्या घेतच झोपलो. तीन रात्री मी झोपेच्या गोळ्या घेऊन स्वतःला दामटवलं आणि पुढच्या प्रत्येक सकाळी जास्तच थकून जागा झालो. आता अनेक आठवडे झाले होते आणि प्रत्येक रात्र खूप लांबलचक आणि कठीण प्रवास असल्याप्रमाणे वाटू लागली होती. मी दिवसभर एखाद्या हलक्या भुतासारखा तरंगत असे. निखिलने हे बोलून दाखवलं नव्हतं; पण मला माहीत होतं की, त्याला माझी काळजी वाटत होती. मी कधी कधी दिवसा बसल्या बसल्या झोपून जायचो, मुंबईला आमची धंद्याची बोलणी सुरू असायची, मी खुर्चीत ताठ बसलेलो असायचो किंवा जेवल्यानंतर स्वीट डिश यायची वाट बघता बघता मला झोप लागून जायची. मी त्याच स्वप्नाने दचकून उठायचो, त्यात तेच क्षितिज आणि अंधार दिसायचा. मला पैशांच्या रकमेवर, डावपेच आणि एकूण व्यवस्थापनावर लक्ष केंद्रित करण्यासाठी खूप मेहनत घ्यायला लागत होती.

मला झोपेची गरज होती; पण आज नक्कीच झोप येणार नव्हती. अगदी एअर कंडिशनरचा घरघराट असला तरी त्या मिरवणुकीचं म्युझिक माझ्या डोक्यात आदळत होतं. त्यात तीन गाणी होती, कदाचित चार, जी वेगवेगळ्या भाषांमध्ये होती; ती सगळी एकमेकांवर आदळत होती आणि कधी कधी एकमेकांत मिसळून अगदी असह्य वाटत होती. त्यांचा मोठा आवाज असह्य वाटत होता. यातच भर म्हणून जमलेल्या लोकांची कुजबुज, जी आता मोठी होऊन आरडाओरडा वाटत होती. मी त्यांना शिव्या दिल्या, भारतातले लोकसंख्या वाढवणारे हरामखोर, जे लाखो करोडोत वाढत होते. माझ्या मनात आलं की, जर सगळ्यांचं मिळून एक डोकं असतं, तर मी त्यांना गोळी घालून एकदाच ठार केलं असतं; पण नाही मला जराही शांतता मिळत नव्हती. मी किती लोकांना ठार मारलं असतं? इतक्या नक्कीच नाही. माझ्या उरलेल्या आयुष्यात मी दर सेकंदाला एक मारत बसलो असतो, तरीही पुष्कळ लोक उरले असते आणि माझ्या डोस्क्यावर लहान लहान आवाजात कुजबुजत असले असते. इतके लोक होते जितके माझ्या डोक्यावर खिडकीतून पडणाऱ्या पिवळ्या उजेडाच्या एका झोतात मातीचे कण असतात. त्यांच्यापासून सुटका नव्हती.

खोलीला मोगऱ्याचा वास का येत होता? हे तर सलीम काका वापरायचा, ते अत्तर होतं. मी त्याला सोन्यासाठी ठार मारलं, त्या रात्रीही त्याने ते लावलं होतं. तो त्याच्या एखाद्या बाईकडे जायचा, तेव्हा हिरव्या बाटलीतून हे अत्तर त्याच्या दाढीवर, छातीवर उडवायचा. मला आठवलं की, तो कशी मान मागे झुकवून ती बाटली हलवून मानेवर उडवायचा आणि नंतर त्या अत्तराचा तेलकट गडद वास येत राहायचा... आणि त्याच्या काखा अगदी स्वच्छ भादरलेल्या असत, त्याच्या गुलाबी हिरड्या आणि पांढरे मोठे मोठे दात... मला आठवलं.

ती खोली खरंतर अगदी घट्ट बंद होती. जवळपास कुठे फुलंही नव्हती, मला ते चांगलं माहीत होतं, तरीही तिथे हा वास येत होता, अगदी गडद आणि ज्यापासून सुटका नाही

असा. मी कोपरावर उठलो, एक घोट पाणी प्यायलो आणि पुन्हा झोपलो, तरीही तो वास येत होता. कुठेतरी माझ्या घशात आत किंवा डोक्यात खोलवर रुजल्यासारखा. हा मोगरा. मी डोळे उघडले.

पण त्या कोपऱ्यात काय होतं, खिडकीच्या कडेला चमकत होतं ते? एक लाल सिल्कची बाही, एक खांदा. हो. दाढी. कपाळावरून मागे फिरवलेले आणि मानेच्या खाली रुळणारे केस. तो सलीम काका होता. मी त्या हरामखोराला गोळ्या घातल्या होत्या, तरी तो परत आला होता. माझे हात थरथरत होते आणि माझ्या डोक्यात बाहेरच्या आवाजाच्या वरताण घण पडत होते. तो सलीम काकाच होता... हो, तोच होता तो. गांडू पठाण. ''तुला काय वाटतं मी घाबरलो आहे का भेन्चोद?'' मी म्हणालो. तो काहीच बोलला नाही; पण त्याने डोळ्यांची पापणीही हलवली नाही, तो एकटक बघत होता. त्याचा माझ्यावरचा राग अगदी तेज, कठोर आणि अविचल होता.

नंतर तो गेला. तिथे आता फक्त खिडकी होती आणि एक लाल पडदा दिसत होता. मी उठलो आणि धडपडत गेलो. हात लांब करून बोटांनी भिंत चाचपली. मला दिसलं की, कसा बेडवरून अर्धवट उजेडात तो लाल पडदा एखाद्या बाहीसारखा भासला असावा; पण मी तर त्याचा चेहराही पाहिला होता, ते त्याचे पानाने रंगलेले ओठ आणि त्याचे कॉलरबोन... ते मोठे मोठे हात.

नाही, नाही, नाही... गणेश गायतोंडे तुला वेड लागतंय. तुझी झोप न झाल्यामुळे आणि दमणुकीमुळे तुला थकवा आलेला आहे, ज्यामुळे तुला वेडसरपणा वाटतो आहे. मी खांदे मागे ओढून ताठ केले आणि घाईने खोलीत या बाजूने त्या बाजूला चकरा मारू लागलो. 'श्वास घे,' मी स्वतःलाच सांगितलं. मी बेडच्या जवळ खाली जमिनीवर मांडी घालून बसलो आणि गुरुजींनी शिकवल्याप्रमाणे श्वासोच्छ्वास करू लागलो. माझी बेचैनी मी उच्छ्वासाबरोबर बाहेर सोडत होतो आणि ऊर्जा आत घेत होतो. अगदी हळूहळू. हे सर्व फक्त भास होते; हो; पण तरीही मला मोगऱ्याचा वास येत होता.

तो इथे... माझ्या खोलीत आला होता, यावर विश्वास ठेवणं म्हणजे वेडेपणा होता; पण मला हे खरं आहे, याची खात्री होती. सलीम काकाचा जादूटोणा या गोष्टीवर खूप विश्वास होता. तो दर दोन-तीन महिन्यांतून एकदा औरंगाबादला एका मलंगबाबाला भेटायला जात असे. त्याने सलीम काकाला गळ्यात घालायला एक लाल रंगाचा ताबीज आणि उजव्या दंडावर बांधायला एक निळ्या रंगाचा ताबीज दिला होता. हे त्याचं सुरा आणि बंदुकीपासून रक्षण व्हावं म्हणून होतं; पण सलीम काका माझ्या गोळ्यांना बळी पडला होता. मी त्याचं सोनं चोरलं होतं. आता मी मथूहून जास्त वेडा झालो होतो. मला भ्रमिष्ट झाल्यासारखं वाटत होतं, तरीही मला हे ठाऊक होतं की, सलीम काका माझ्याकडे येऊन गेला होता. कदाचित, त्या मलंगबाबाने त्याला परत पाठवला असेल जेणेकरून तो माझ्यावर नजर ठेवेल.

आम्ही दुसऱ्या दिवशी चेन्नईला निघालो. जशी बुटक्या हिरव्यागार टेकड्यांवरून विमानाने हवेत झेप घेतली, तसा सलीम काकाचा दर्प बिझनेस क्लासच्या केबिनमध्ये पसरला. मी जिथे कुठे जात होतो, तो माझ्या बरोबर येत होता. आता तर गुरुजींनीही मला सोडून दिलं होतं, त्यामुळे मलंगबाबा त्याचा जादूटोणा माझ्यावर करू शकत होता. तो सलीम काकाला हवेत इतक्या हजारो फूट उंचावर पाठवू शकत होता आणि समुद्रापारही. मी त्या वासाकडे दुर्लक्ष करायचा प्रयत्न केला. माझ्या डोक्यातल्या योजनेवर लक्ष केंद्रित करू लागलो. एक

क्षण मला वाटलं होतं की, आम्ही गुरुजींच्या आश्रमात धुडगूस घातल्याने आणि त्यांच्या कामात व्यत्यय आणण्याने ते त्यांच्या लपलेल्या ठिकाणाहून बाहेर येतील. मला बाहेर येऊन शिक्षा करतील आणि त्यांच्या लोकांचं रक्षण करतील; पण आता इथे वर हवेत आल्यावर खाली दिसणाऱ्या शेतांकडे पाहून मला लक्षात आलं की, जो माणूस भूत आणि भविष्याच्या पलीकडे गेला होता, ज्याने युगं पचवली होती, ज्याने शतकं कशी सरतात, हे एका गुप्त योजनेने पाहिलं होतं आणि ज्याने स्वतःला त्याच्या इच्छा व अभिमान यांपासून अलिप्त केलं होतं, तो माणूस एखादी संस्था उन्मळून पडली किंवा एक दोन माणसं मेली, तर कशाला पर्वा करेल. मी काय केलं याची त्यांना बिलकूल पर्वा नव्हती. त्यांनी आजवर माझ्या प्रती थोडीफार काही माया दाखवली असली, तरी त्यांना माझी काळजी नव्हती. मी त्यांच्यासाठी कोणीही नव्हतो. ते सर्वांत उंच उडणाऱ्या जेट विमानाच्याही वरच्या उंचीवरून उडत होते आणि खाली आमच्याकडे मुंग्या असल्याप्रमाणे बघत होते. आम्ही चेन्नईला उतरलो, तोवर मला खात्री झाली होती की, आमची योजना, हे डावपेच फसले होते; पण माझ्याकडे दुसरी काही पर्यायी योजना नसल्याने मी गप्प बसलो. आम्ही आमच्या सुरक्षित घरी गेलो आणि रात्र व्हायची वाट पाहिली. आम्ही रात्री प्रशासकीय कार्यालयात घुसण्याचा डाव पार पाडला; पण आम्हाला काही सापडलं नाही, जे मला अपेक्षितच होतं. सलीम काका माझ्या सोबतच होता; घरी आणि पहाटेपर्यंत. मी सकाळी दूध घेतलं, ज्यातल्या बदामाच्या खाली मला फुलांचा वास येत होता.

मुलं उदास दिसत होती. ती सोफ्यावर आणि बेडवर पसरली होती आणि अंधुक दिसत होती. बोनस किंवा नो बोनस... त्यांच्यासाठी वारंवार अपयश येणं हे फार जड जात होतं. मी अगदी उत्साही आनंदी नेत्यासारखा वागत होतो; पण माझे स्वतःचे आशा सोडून दिलेले विचार कुठेतरी त्यांच्यावर परिणाम करणारच होते. मला माहीत होतं की, पुढच्या कारवाईच्या आधी मी त्यांच्याशी बोलायला हवं होतं; पण माझे डोळे लालभडक झालेले आणि चुरचुरत होते. माझ्या डोक्यात डावीकडे ठणका पडत होता. माझ्यात ताकदच नव्हती. निखिल त्याच्या खुर्चीत मागे रेलून आणि बाल्कनीच्या रेलिंगवर पाय सोडून बसला होता. बाथरूममध्ये कोणीतरी सोडून दिलेलं एक जुनं तामिळ मासिक चाळत बसला होता. गोल चेहऱ्याच्या तामिळ नट्यांचा त्याच्यावर काही फारसा परिणाम झालेला दिसत नव्हता किंवा बायसेप्स दाखवणाऱ्या पुरुषांच्या जाहिरातींचाही. त्याने ते मासिक टेबलवर ठेवलं आणि मी ते उचलून असंच उघडलं.

पूर्ण पानभर असलेल्या फोटोतून झोया माझ्याकडे बघत होती. तिने पांढरा ड्रेस घातला होता आणि चंदेरी चमकीमुळे तिचा चेहरा अगदी गोरापान आणि पूर्णपणे निरागस दिसत होता. ती इतक्यात एखादा साउथचा सिनेमा करत असावी. ती सगळीकडचे सिनेमे करत होती खरंतर आणि मला का ते कळत होतं. ती सुंदर होती; पण तरीही मला ती आता नको होती. एकेकाळी ती माझ्यासमोर अगदी मख्खपणे बसायची तरी माझ्या पोटात तिच्यासाठी तुटत असे, तसं आजकाल अजिबात वाटत नव्हतं. मी तिच्याकडे पाहिलं, ती अगदी परिपूर्ण दिसत होती; तिने ज्या प्रमाणबद्धतेसाठी इतकी मेहनत घेतली, ती प्रमाणबद्धता आज तिने मिळवली होती. वरचा आणि खालचा समतोल साधला होता, अंधार आणि उजेडाचा सुंदर खेळ. अगदी त्या मासिकाच्या हलक्या प्रतीच्या कागदावरही, त्या पुसट छपाईमध्येही मला ते जाणवत होतं आणि तरीही... मला काही वाटलं नाही. मला ती नको होती, मी तिच्यावर प्रेमही करत नव्हतो आणि तिचा तिरस्कारही नाही. मला काहीच फरक पडत नव्हता.

जोजोशी बोलण्याची इच्छा मला माझ्या आत खोलवर जाणवत होती. मला माझ्या भावना दाटून आल्यासारखं वाटलं आणि मी उठलो. ''मला एक फोन कॉल करायचा आहे.'' मी त्यांना तिथेच सोडून माझ्या बेडरूममध्ये जाऊन दार बंद केलं आणि जोजोचा नंबर डायल केला. ती झोपेतून उठली होती, तिचा आवाज घोगरा येत होता आणि चिडकाही.

''तुला काय हवं आहे गायतोंडे?'' ती म्हणाली. ''इतक्या मध्यरात्री?''

''सकाळचे आठ वाजले आहेत आणि मला तुझ्याशी बोलायचं आहे.''

''कशाबद्दल गा-य-तोंडे?'' तिने काहीशा कापऱ्या आवाजात विचारलं.

माझ्याकडे तिच्याशी काय बोलावं, यासाठी असा काही विषय ठरला नव्हता, मला फक्त तिचा आवाज, तिचा श्वास ऐकायचा होता; पण जोजो जोवर तीन कप चहा घेत नाही, तोवर तिची सकाळ सुरू होत नाही. जर मी तिला असं झोपेतून उठवण्यासाठी काही चांगलं कारण देऊ शकलो नाही, तर ती नक्कीच मला शिव्या देऊन फोन आदळेल, हे मला पक्कं माहीत होतं. मला काहीतरी कारण द्यायला लागणार होतं. ''मला एक बाई हवी आहे,'' मी म्हणालो.

''हरामखोर,'' ती गुरगुरली. ''तर मग मला संध्याकाळी फोन कर ना.''

''थांब, थांब. मला तशी बाई नको आहे म्हणजे आम्ही एका हरवलेल्या बाईला शोधत आहोत. तिने आमचे काही पैसे चोरले आणि ती पळून गेली. आम्हाला ती सापडत नाहीये. आम्ही कित्येक महिने शोधतोय.''

''मी तिला ओळखते? तिचं नाव?''

मला आता काहीतरी नाव सांगणं भाग होतं. त्या टेबलावर पडलेल्या तामिळ मासिकाची पानं पंख्यामुळे फडफडत होती. ''श्री,'' मी म्हटलं, ''श्रीदेवी.''

''काय? श्रीदेवी तुझे पैसे घेऊन पळून गेली?''

''नाही नाही. ती फिल्मस्टार श्रीदेवी नाही. ही दुसरी बाई आहे. त्याच नावाची.''

''मग तू तिला शोधू शकत नाहीस? तू तिच्या घरातल्यांना शोधलं का?'' जोजोने जांभई दिली.

''तिच्या घरचे कोणी नाहीत. तिचं लग्न झालं नाहीये, काहीच नाही. आम्ही ती जिथे जिथे काम करते, तिथे सगळीकडे जाऊन आलो; पण काही पत्ता नाही.''

''तर म्हणजे तू अडकला आहेस गायतोंडे.''

''हो.''

''म्हणून मग तू माझ्याकडे आलास,'' ती खूपच आत्मसंतुष्ट वाटली. ती म्हणाली, ''तू तिच्या बॉयफ्रेंडला उचललं नाहीस?''

''तिला बॉयफ्रेंड नाहीये किंवा गर्लफ्रेंडही नाही.''

''कोणत्या प्रकारची राक्षसी आहे ती? फ्रेंड नाही... बॉय किंवा गर्ल.''

''तिने ज्यांच्याबरोबर काम केलं त्या सगळ्यांची आम्ही चौकशी केली. काही उपयोग नाही.''

जोजो आता धडपडत उठत असावी, उठून चालल्यासारखी वाटत होती. मला तिचं रुटीन माहीत होतं. ती आता किचनमध्ये जाईल, जिथे तिच्या कामवाल्या बाईने आदल्या रात्रीच पाण्याचं भांडं गॅसवर ठेवलेलं असेल. जोजो कसेतरी डोळे उघडून गॅस पेटवेल आणि

फ्रीजवरच्या सेल्फमध्ये आधीच रेडी करून ठेवलेला दुधाचा मग घेईल. हो... आलाच... गॅस पेटवल्याचा लायटरचा आवाज आला. ''ठीक आहे, तर तुझ्याकडे या श्रीदेवीची बाकी कोणतीच माहिती नाहीये. इतकं शोधल्यावर, तुझ्या कंपनीला काहीच सापडलं नाही.''

''नाही.''

''मी तुला सांगितलं होतं की, तुझ्याकडे काम करणारे लोक मूर्ख आहेत.''

''हो, हो... खूप वेळा.''

''एखाद्या मुलाला घोडा दिला म्हणजे तो स्मार्ट होत नाही. त्याला बंदूक दिली म्हणजे तो चुतीया होतो.''

''साली, तू अशी मदत करतेस? श्रीदेवीकडे वळ.''

''ओके.'' ती आता किचन कट्ट्यावर रेलली होती, मला माहीत होतं, ती पाणी उकळायची वाट बघत होती. ती आता इलायची कुटत होती. त्या तीन इलायची असणार. ''तिचं मूळ गाव कोणतं?''

''तिला मूळ गाव असं नाहीये.''

''प्रत्येकाला मूळ गाव असतंच.''

''हिचं गेलं आहे. पाकिस्तानात; पण का?''

''तुझ्या मेंदूचा फालुदा होतो आहे गायतोंडे. लोक मूर्ख असतात, तुला माहिती आहे ते. त्या सगळ्यांना घरी जायचं असतं. ते नेहमीच असं करतात, जेव्हा त्यांनी तसं करायला नको असतं तेव्हाही.''

हे खरं होतं. एखाद्या माणसाच्या गावावर नजर ठेवा, आज ना उद्या तो तुम्हाला सापडतोच. त्याच्या आसपास कोणीतरी खबऱ्या ठेवा. एक दिवस तुम्हाला त्याच्या कानामागे पिस्तूल लावता येतं. पोलीस हे नेहमी करतात आणि मीही केलं होतं. जोजोचं बरोबर होतं. माणसं मूर्ख असतात, ती गोल गोल फिरतात आणि शेवटी त्यांनी जिथून सुरुवात केली आहे, तिथेच ती ओढली जातात. कारण, तिथे त्यांची नाळ जोडलेली असते. तिच्यापासून त्यांना सुटका करून घेता येत नाही; पण जर तुमचं घरच गेलं असेल, जर कुठे जायलाच ठिकाणच नसेल तर? तुम्ही कुठे जाणार मग? ''मी यावर विचार करेन,'' मी म्हटलं. ''वाईट कल्पना नाही. ही शक्यता आहे.''

''ठीक आहे, तू याच्यावर विचार कर. आता मला निवांतपणे माझा चहा पिऊ देत,'' ती म्हणाली.

पण मी तिला जाऊ दिलं नाही, इतक्यात नाहीच. मी तिला फोनवर बोलतं ठेवलं, तिच्या प्रोडक्शनमधले त्रास, तिच्या बाईचा दारुडा नवरा, शहरातलं वाढतं प्रदूषण. ''मी फोन ठेवतो आहे,'' अखेर अर्ध्या तासाने मी म्हटलं, तोवर तिचा चहा पिऊन झाला होता. ती अंघोळीला आणि कामाला जायला तयार झाली होती. मला आता थोडं स्थिरस्थावर झाल्यासारखं वाटत होतं. मला एक दिशा मिळाली होती. मी निखिलला आत बोलावलं आणि आम्ही कामाला लागलो. आम्ही ज्या धाडी टाकल्या होत्या, त्यातून काही कागदपत्रं मिळवले होते आणि दोन लॅपटॉपही मिळवले होते. आमच्याकडे माहिती होती. खरंतर खूप माहिती होती, दोन सुटकेस भरून कागद आणि दोन लॅपटॉपमध्ये अजून किती होती देव जाणे. मी निखिलला समजावून सांगितलं आणि त्याला सूचना दिल्या. तो ते सगळं चाळून बघू लागला. समस्या अर्थात ही

होती की, आम्हालाच माहीत नव्हतं की, आम्ही काय शोधत होतो. ''घर,'' मी निखिलला म्हणालो. ''कोणतीही जागा जिथे ते घर म्हणून जातील.'' तो कोड्यात पडल्यासारखा वाटला; पण मीही तितकाच कोड्यात पडलो होतो. गुरुजींसारखा माणूस कुठे जाईल?...चंडीगड? पण आम्ही तर तिथे आधीच जाऊन आलो होतो आणि आम्हाला काही सापडलं नव्हतं. मग ते कुठे जातील? आणि असं असेल तर मी कुठे जाईन किंवा जोजो कुठे जाईल? जर घरी जाणं अशक्य झालं असेल, तर तुम्ही कुठे जाल? माझ्याकडे याची उत्तरं नव्हती; पण आम्ही शोधत राहिलो. पाच दिवस सतत शोधल्यानंतर निखिलला ते सापडलं.

गुरुजींच्या पर्सनल अकाउंटच्या या वर्षीच्या आणि मागच्या वर्षीच्या वह्या पाहिल्या, तर त्यात 'बेकानुर फार्म' अशा एंट्री होत्या. चौऱ्याऐंशी हजार आणि एक लाख तीस हजार तिथून आलेले दिसत होते. आमच्याकडे पाच वर्षांपूर्वीचे रेकॉर्ड नव्हते; पण मागच्याच्या मागच्या वर्षीची अजून एक एंट्री आम्हाला सापडली, त्यात एक चेक गुरुजींच्या पर्सनल अकाउंटवरून 'बेकानूर फार्मच्या ट्रॅक्टरसाठी' असा दिलेला दिसत होता. कॉम्प्युटरवर बेकानूर फार्मच्या थकबाकीबाबत एक पत्र होतं, जे या वर्षी पंजाब स्टेट इलेक्ट्रिसिटी बोर्डाला लिहिलेलं होतं. या पत्रावर दुसरं तिसरं कोणी नाही, तर आनंद प्रसादची सही होती, जो आम्हाला नुकताच भेटलेला साधू मित्र होता. इतक्या वरच्या पदावरचा साधू निव्वळ दोन लाख काही हजारांच्या थकबाकीबद्दल पीएसईबीला पत्र का लिहीत होता? हे फार्म म्हणजे नक्की काय प्रकार होता? आम्ही गुरुजींच्या सर्वत्र उपलब्ध असलेल्या सार्वजनिक माहितीमध्ये शोध घेतला आणि आम्हाला काही हाती लागलं नाही. अमृतसरच्या पन्नास मैल दक्षिणेला असलेल्या या फार्मबद्दल कुठेही काही उल्लेख नव्हता, अगदी त्यांच्या मालकीचं असं काही फार्म आहे, असा एक शब्दाचाही उल्लेख नव्हता. त्यांनीही मला कधी त्यांचं असं काही फार्म आहे, असं सांगितलं नव्हतं. त्यांचा ग्रामीण विकासाकडे, शेतीच्या विकासाकडे कल होता, त्यांना त्यात रस होता; पण ते दुसऱ्या पूर्ण स्वतंत्र सब-डिव्हिजनमार्फत केलं जात होतं. त्यांच्या शेतकी विभागाची आपली स्वतंत्र रचना होती, वेगळी स्वामित्वाची रचनासाखळी होती आणि वेगळी बँक खाती होती. हे बेकानूर म्हणजे काहीतरी पूर्णपणे वेगळं होतं आणि ते शक्य तितकं वेगळं, गुप्त ठेवलं गेलं होतं.

आम्ही या फार्मवर एक नजर टाकण्यासाठी गेलो. मी मुलांना सांगितलं की, आपल्या प्रवासातला हा शेवटचा टप्पा होता आणि आता आपल्याला काही शोधण्यात यश मिळो किंवा ना मिळो, यानंतर आपण ही मोहीम थांबवणार होतो. त्यांना खूप आनंद झाला, हायसं वाटलं. आम्ही खूप उत्साहाने अमृतसरला पोहोचलो आणि बेकानूरला जायला तयार झालो. आम्ही आमची नेहमीची पद्धत वापरली. आधीपासून ठरवून ठेवलेल्या सुरक्षित घरात दोन गटांत पोहोचलो. आम्ही उशिरा नाश्ता केला आणि आमची कार घेऊन जायला तयार झालो. त्या दिवशी सकाळी चांगलं ऊन पडलं होतं, त्यामुळे उकडत होतं. मला कारच्या पुढच्या सीटवर बसून पेंग येत होती. निखिल कार चालवत होता. आमच्या मागे मुलं अमृतसरच्या सुवर्ण मंदिरातल्या सोन्यावरून वाद घालत होती की तिथे नक्की किती सोनं होतं आणि ते किती किमतीचं होतं. जट्टी, जो पंजाबीच होता; पण यापूर्वी फक्त एकदाच पंजाबला गेला होता, तो त्यांना अधिकाराने सांगत होता की, ते सोनं करोडो नाही तर अरबो रुपयांचं होतं. इतर त्यावर उपहासाने काहीतरी बोलत होते. चंदरला जालियानवाला बागमध्ये जायचं होतं. ''कारण, असेही आपण इथे आलेलो आहोत,'' तो म्हणाला.

आपण टूरिस्ट म्हणून आलो नाहीये, असं मला त्याला सांगावंसं वाटलं; पण मला अर्धवट झोपेतून जागं होऊन काही शब्द बोलायलाही खूप शक्ती खर्च करावी लागली असती. खरंतर मीही काही प्रमाणात टूरिस्टच होतो. या पंजाब्यांच्या देखणेपणामुळे माझी चांगली करमणूक होत होती, त्यांच्या उग्र नजरा आणि मोठे आवाज. गॅरेजच्या बाहेर एक सरदार उभा होता जो आता आमच्या डाव्या बाजूला होता. एका न झाकलेल्या अम्बाड्यातून त्याचे लांब केस खाली आले होते, तो सकाळी सकाळी मोबाईलवर बोलत होता. आम्ही त्याला ओलांडून पुढे जातच होतो, इतक्यात त्याने बेंबी खाजवायला त्याचा कुडता वर केला आणि त्याचं मोठं केसाळ पोट दिसलं. तो हसत होता. कदाचित, ते त्याचंच गॅरेज असावं आणि त्यामागे असलेलं गुलाबी हिरवं मोठं घरही, जिथे टीव्हीच्या डिशपासून दारातल्या टोयोटापर्यंत सगळं काही होतं. बाहेर रायफल घेतलेला एक वॉचमनही होता. अमृतसर म्हणजे इंग्रजांच्या काळातलं एक निस्तेज छोटं शहर होतं; पण इथे पैसा होता आणि खूप बंदुकाही. एक पोलीस जीप आम्हाला ओव्हरटेक करून गेली. मागे बसलेल्या तीन कॉन्स्टेबलनी मांडीवर झाडू ठेवले होते, ज्यांचे डबल मॅगेझीन एकमेकाला जोडलेले होते. मी इतक्या ऑटोमॅटिक गन अशा उघडपणे रस्त्यावर पाहिल्या नव्हत्या, कोणत्याच रस्त्यावर, कधीच नाही. माझ्या कारमध्ये मोगऱ्याचा वास येत होता. मी डोळे मिटले आणि जेव्हा उघडले, तेव्हा आम्ही मोहरीच्या शेतामधून जात होतो. आमच्या पुढे एक ट्रक लोखंडी सळया घेऊन जात होता. त्याच्या मागच्या पॅनेल्सवर वाघ रंगवलेले होते आणि मध्ये एक देवी.

''आपण बहुतेक पोहोचलोच आहोत भाई,'' निखिल म्हणाला.

तो डावीकडे एका बांधावरून वळला आणि रस्ता आता अरुंद झाला. आम्ही वाहत्या कालव्यावरून आता खडबडीत रस्त्यावरून धक्के खात जात होतो. ''आता आपण अगदी खेड्यात आलो आहे,'' चंदर पुटपटला. ''त्या खेडवळ लोकांकडे बघा.'' रस्त्याच्या मध्यावरून दोन पुरुष बैल पुढे हाकत चालत होते. निखिलने हॉर्न वाजवल्यावर ते अगदी हळू बाजूला झाले आणि आम्हाला पुढे जाऊ दिलं. आम्ही पुढे गेलो तसे ते कोण आहे म्हणून बघायला कारमध्ये किंचित डोकावले. खेड्यातले लोक चांगले असतात आणि समृद्ध असतात. इथली जमीन हिरवीगार आणि कस असलेली होती. मला पंपांनी पाणी उपसल्याचा आवाज जवळपासच कुठूनतरी येत होता. आम्ही पुढे गेलो. आम्हाला एके ठिकाणी दोन रस्ते होते तिथे मोटारसायकल वरून जाणाऱ्या एका जोडप्याला रस्ता विचारावा लागला. त्यातल्या बायकोने लाल ओढणीचे टोक तोंडावरून घट्ट ओढून दातात धरून ठेवले होते; पण तरी मला दिसलं की, ती उंच आणि धिप्पाड बाई होती. मुलांनाही तसंच वाटलं, ते मला त्यांच्या मागच्या चिडीचूप शांततेवरून लक्षात आलं. तिचा नवरा अगदीच गबाळा, कसातरी आणि अजिबात छाप पडणार नाही, असा होता; पण त्याने सांगितलेला रस्ता मात्र बरोबर होता. आम्ही दोन मिनिटांतच गुरुजींच्या फार्मवर पोहोचलो.

या शेतांना कोणतंही लोखंडाचं कुंपण नव्हतं आणि कोणतंही गेट नव्हतं. फक्त हिरवीगार गव्हाची शेतं आणि नीटनेटके बांधलेले बांध ज्यावर ओळीने झाडं लावलेली होती. झाडांच्या कमानीतून एक पांढरा बंगला चकाकला. ''आंबे,'' जट्टी आम्ही त्या ओळीने लावलेल्या झाडांमधून जात होतो, तेव्हा म्हणाला. रस्ता अगदी गुळगुळीत होता आणि बारीक खडी टायर खाली चुरचुरत होती. एक मोर ओरडला आणि मला झाडात त्याची अचानक झालेली

हालचाल जाणवली. नंतर आम्ही एका दाट आणि जुन्या कडुनिंबाच्या झाडाशी वळलो. आम्ही आता त्या घरी पोहोचलो.

ती एक रुंद पसरलेली एक मजलीच इमारत होती. पुढच्या बाजूच्या भिंतीला खिडक्या नव्हत्या, ज्याला एक उंच कमान होती ज्यातून आत छोट्या मोकळ्या उघड्या व्हरांड्यात जाता येत होतं. त्या कमानीचे दरवाजे भव्य, जाडजूड आणि हिरव्या रंगाचे होते, ज्यातून एक छोटा दरवाजा डावीकडून होता, ज्यातून एक माणूस सहजपणे आत जाईल इतका रुंद होता. हा दरवाजा उघडा होता आणि निखिलने त्यावर लटकणारी साखळी वाजवली. ''अरे, कोई है?'' त्याने विचारलं.

पण कमानीतल्या छज्ज्यावरून घुमणाऱ्या कबुतरांखेरीज कोणताही प्रतिसाद आला नाही. मला ते दरवाजातून ऐकू आलं. डावीकडे गोठ्यामध्ये एक गाय आणि तिचं वासरू मस्त चरत होतं. तिथून सरळ पुढे चार पायऱ्या घराच्या ओट्याकडे जात होत्या, जिथे एक खोली होती. मला तिथे जुन्या पद्धतीची बाज आणि दोन खुर्च्या दिसल्या. तिथं एक मोठं गोल घड्याळ होतं. हवा अगदी ताजीतवानी होती, ज्यात जुन्या पद्धतीचा शेणाचा आणि भुशाचा वास मिसळलेला होता. या बाजूला तोंड करून असलेल्या भिंतीच्या बाजूच्या गिलाव्याला तडे गेलेले होते. व्हरांड्यातल्या विटा घासून गुळगुळीत झालेल्या होत्या. हे जुनं घर होतं, अगदी जुनं आणि जुन्या पद्धतीचं. गायीच्या गोठ्याशेजारी, हातपंपातून पाणी ठिबकत होतं. खालच्या पाणी वाहून जायच्या कव्हरवर तालात पडत होतं.

''तुला खात्री आहे का आपण बरोबर जागी आलो आहे म्हणून?'' मी निखिलला विचारलं.

त्याने त्या लँडिंगच्या पार टोकाच्या दिशेने बोट दाखवलं. एका खांबामागे एक रॅम्प जिन्याच्या बाजूने वर गेला होता, तो एखादी व्हीलचेअर जाण्याइतका रुंद होता. हो, हेच गुरुजींचं ठिकाण असेल; पण हे त्यांनी आजवर बांधलेल्या गोष्टींसारखं नव्हतं, जे आम्ही बघितलं होतं. हे नक्की काय होतं? निखिलने पुन्हा एकदा ती साखळी वाजवली.

कारच्या हॉर्नमुळे सगळे एकदम दचकले. जट्टी कारच्या बाजूला हसत उभा होता. त्याने पुन्हा पुन्हा हॉर्न वाजवला आणि मी त्याच्यावर ओरडलो, ''पुरे रे मादरचोद'' आणि तो दुखावल्यासारखा चेहरा करून हॉर्न वाजवायचा थांबला. तिथली शांतता खूप आश्चर्यकारक होती. त्या आवाजानंतर कबुतरंही व्हरांड्यात चुपचाप फिरत होती. नंतर आम्ही काहीतरी खुसफूस ऐकली आणि त्या इमारतीच्या कोपऱ्यातून एक म्हातारा माणूस पुढे आला.

तो खूप म्हातारा होता, किमान सत्तर वर्षांचा हे तर त्याच्या गुडघे आखडलेल्या चालीवरून मी सांगू शकत होतो. जेव्हा तो अजून जवळ आला, तेव्हा मला जाणवलं की, तो किमान ऐंशी वर्षांचा असेल. त्याने एक ढगळ पांढरा पायजमा आणि एक विटलेला केशरी स्वेटर घातला होता, त्यावर कानावरून राखाडी रंगाचा स्कार्फ गुंडाळला होता. त्याने त्याच्या काळ्या काड्यांच्या जाड काचांच्या चष्म्यातून आमच्याकडे वाकून पाहिलं. चष्म्याच्या डाव्या काचेला तडा गेलेला होता.

''है?'' तो म्हणाला.

''नमस्कार,'' निखिल म्हणाला. ''नमस्ते. तुम्ही या घराचे मालक आहात का?''

त्या म्हाताऱ्याकडे बघता त्याला असा प्रश्न विचारणं म्हणजे खूपच कौतुक केल्यासारखं होतं; पण त्याने हा प्रश्न अगदी हसत हसत घेतला आणि म्हणाला, ''नाही, नाही. मी मॅनेजर आहे.''

''मॅनेजर,'' निखिल म्हणाला, त्या माणसाच्या पंजाबी बोलीची नक्कल करत म्हणाला, ''मन्नेजर;'' पण अगदी हळुवारपणे म्हणाला. ''हो. तुम्ही थोडं पाणी देऊ शकाल का? आम्ही पार अमृतसरहून आलो आहे.''

त्याने आम्हाला वाफाळता चहा दिला. तो आम्हाला आत घेऊन गेला, व्हरांड्या शेजारच्या खोलीत बसवलं आणि पंधरा मिनिटांनी पितळेचं मोठं भांडं घेऊन उगवला. त्याने प्रत्येकाला अर्धा ग्लास चहा दिला. नंतर 'आम्हाला आम्ही कोण?' हे विचारलं. निखिलने त्याला काहीतरी गोष्ट रचून सांगितली की, आम्ही दिल्लीचे बिझनेसमन आहोत. आम्ही कसे चांगली शेतजमीन विकत घेण्यासाठी शोधत होतो. आम्हाला मेन रोडवर आंब्याच्या बागेबद्दल आणि या फार्मबद्दल सांगितल्यामुळे आम्ही इकडे बघण्यासाठी आलो होतो. या जागेचा मालक कोण होता?

''साहेब दिल्लीहून येतात,'' तो म्हणाला.

''आणि त्यांचं नाव?''

''माझं नाव जगत नारायण.''

''हो, जगत नारायण. तुम्ही चांगला चहा करता.'' निखिलने एक मोठा घोट घेतला आणि खूप कौतुकाने त्याच्याकडे पाहिलं. ''आणि साहेबांचं नाव?''

''कोणते साहेब?''

याला खूप वेळ लागणार होता. मी उठलो आणि दरवाजातून बाहेर गेलो. लँडिंगच्या बाजूला एका अंधाऱ्या पॅसेजमध्ये जाणारा एक दरवाजा होता. मी हॉलमधून गेलो आणि दुसऱ्या बाजूला एका मोठ्या विटा लावलेल्या अंगणात बाहेर पडलो. तिथे अगदी मध्यावर तुळशीचं झाड होतं आणि चारी बाजूंनी खोल्या होत्या. मी तिथे गोल फिरून सगळे दरवाजे उघडून पाहिलं. दरवाजे उघडले तर आत मोकळ्या फरशा, जुनी लाकडी कपाटं, साध्या चुना लावलेल्या भिंतींमध्ये असलेली शेल्फ, वाकलेल्या चारपाया होत्या आणि त्यावर जुन्या गोधड्या अंथरल्या होत्या. एका खोलीत एक काळा टेबल फॅन आणि एक लाकडी टेबल होतं, त्यावर हिरवं फौंटन पेन आणि लाल निळ्या शाईच्या बाटल्या होत्या. मी पुढे चालत गेलो. या आतल्या चौकोनाच्या एका बाजूने एक मोठा हॉल होता. त्याच्या फरशीवर चटया अंथरलेल्या होत्या आणि गोल तकिये भिंतीपाशी लावलेले दिसत होते. छोट्या कोनाड्यात राम, सीता आणि हनुमानाच्या तसबिरी ठेवलेल्या होत्या आणि एक पगडी घातलेल्या आजोबांसारख्या दिसणाऱ्या चष्मा लावलेल्या माणसाचा कृष्णधवल फोटो होता. मी त्या फोटोजवळ जाऊन पाहिलं, तर त्याच्या चेहऱ्यात गुरुजींचा भास होत होता. तो कोण होता? गुरुजींचे वडील का आजोबा? काका?

मी उजवीकडे वळलो, तिथे स्वयंपाकघर आणि अजून तीन खोल्या होत्या. जिथे तुळस उगवली होती, तिथे कट्ट्यावरून एक चिमणी चालत होती आणि माझ्या डोळ्यावर सूर्याचे किरण आले. स्वयंपाकघरात अंधार होता, पितळेची भांडी टांगली होती आणि जमिनीवर काळ्या पडलेल्या दोन चुली होत्या. स्टोव्ह किंवा गॅस नव्हते. तिथे अजून दोन खोल्या होत्या आणि त्यात पलंग होते आणि एक कोठीची खोली होती ज्यात फक्त तीन रिकाम्या लोखंडी ट्रंका होत्या. मी पुन्हा सूर्यप्रकाशात बाहेर आलो. मी थोडा कापत होतो आणि माझ्या तोंडाला कोरड पडली होती. ही कोणती जागा होती? स्वयंपाकघराच्या मागे एका कोपऱ्यात अजून एक

हातपंप होता आणि त्याच्या खालच्या विटा ओल्या दिसत होत्या. मी त्या पंपाच्या दांड्यावर माझं वजन दिलं आणि दोनेकदा कुरकुर होऊन पाण्याची एक चकचकीत धार पडली आणि पाणी उडालं. मी त्या धारेपाशी तोंड वाकवून पाणी प्यायलो. पाणी शुद्ध आणि थंडगार होतं.

आता निखिल त्या पॅसेजमधून भिंतीला धरून धरून बाहेर आला.

''इकडे मागे काही नाही आहे,'' मी त्याला म्हणालो. ''रिकाम्या खोल्या, सगळं जुनं आहे. या जागी वीज तरी आहे का नाही माहीत नाही.''

''पण भाई, हे घर फक्त बारा वर्षांपूर्वीच बांधलं आहे,'' तो काहीसा अस्वस्थ आणि थोडा उत्साहीही होता. ''त्याचे साहेब दिल्लीला राहतात आणि त्यांचं नाव मृत्युंजय सिंग आहे. त्यांनी पंजाबमध्ये प्रॉब्लेम सुरू होते, तेव्हा जमीन घेतली, त्यामुळे स्वस्त मिळाली. मग त्यांनी इथे आधीपासून असलेलं चांगलं घर पाडलं आणि अगदी पायाही खोदला. नंतर काही वर्षांनी त्यांनी हे घर बांधलं. हे साहेब कदाचित वर्षातून एकदा येतात. मी त्या आतल्या रॅम्पविषयी विचारलं. तो म्हणाला की, ते साहेबांचा एक मित्र व्हीलचेअरवरून येतो त्याच्यासाठी आहे, जो आजवर कदाचित दोन-तीन वेळाच आला आहे. त्याला त्या व्हीलचेअरवाल्याचं नाव माहीत नाही, सगळे त्यांना बाबाजी म्हणतात.''

तर गुरुजींनी हे घर बांधलं आणि नंतर इथे दहा वर्षांत फक्त दोन-तीन वेळाच आले. हे घर का? इथे का? नवीन मॉडर्न घर बांधण्यापेक्षा असं जुनं दिसणारं घर बांधण्यासाठी जास्त खर्च आला असेल.

निखिलनेही थोडं पाणी पंप करून काढलं आणि पिऊन तोंड पुसलं. ''मस्त आहे याची चव,'' तो म्हणाला. ''तो मॅनेजर म्हणाला की, बाबाजींना छतावर वेळ घालवायला आवडायचा. तो चाव्या आणायला गेलाय, तो आपल्याला छत दाखवेल.''

जगत नारायण अंगणात आला आणि त्याच्या मागे मुलंही आली. त्याच्या हातात एक मोठ्या चाव्या असलेली लोखंडी रिंग होती. तो हळूहळू जिन्यावरून आम्हाला वर घेऊन गेला. तो जिना अंगणाच्या एका कोपऱ्यातून वळून गेलेला होता, एक असा जिना ज्याला रॅम्पची सोयही होती. त्याला नेमकी कोणती ती चावी काढायला पाच मिनिटं गेली आणि नंतर त्याने ती दरवाजाला लावली. मी उभा होतो, माझी बोटं जिन्याच्या टोकाला होती. अचानक मला लहानपणात गेल्यासारखं वाटलं. सुट्टीतल्या सकाळी गच्चीवर पतंग घेऊन धावत सुटायचो त्याची आठवण झाली. ''मादरचोद, निखिल ती किल्ली घे,'' मी म्हटलं.

पण नंतर त्या हरामखोर म्हाताऱ्या मॅनेजरने दरवाजाचं कुलूप काढलं. आम्ही उन्हात विखुरलो. छतावर एक खोली होती, जिथे काही विशेष वस्तू नव्हत्या आणि फक्त मोकळी शेल्फ्स होती. ती पसरट गच्ची सगळ्या अंगणभर गेली होती, त्याला आतल्या बाजूने कोणतेही रेलिंग नव्हते. मी दुसऱ्या बाजूनेही चालत गेलो. माझ्या मनातले विचार जे काहीतरी या पलीकडे होतं, ते पकडायचा प्रयत्न करत होतं. मला जे माहीत होतं, ते विसरल्यासारखं वाटत होतं. निखिल त्या मॅनेजरशी बोलत होता, ते मला अंगणाच्या या बाजूलाही ऐकू येत होतं.

''आमच्याकडे एक हजार एकशे अकरा एकर जागा आहे,'' जगत नारायण म्हणाला. ''अगदी मेन रोडपर्यंत आणि त्या पलीकडेही. आम्ही अगदी त्या कुंपणापर्यंत जातो.''

''कोणतं कुंपण?''

''बॉर्डरचं कुंपण बॉस,'' जट्टी म्हणाला.

''खूप लांब कुंपण आहे,'' जगत नारायण अगदी पंजाबी अभिमानाने म्हणाला. ते हजारो किलोमीटर लांब होतं, राजस्थानपासून पंजाबपर्यंत गेलं होतं आणि मग वर जम्मूपर्यंत. जट्टीने त्याच्या एकुलत्या एका मागच्या पंजाब ट्रीपमध्ये ते पाहिलं होतं वाघा बॉर्डरला. ते पुरुषभर उंचीहून जास्त उंच कुंपण होतं आणि इलेक्ट्रिफाइड होतं. त्यावर घंटा टांगल्या होत्या, ज्या त्यातून कोणी घुसायचा प्रयत्न केला, तर सावध करायच्या. जट्टीच्या काकांनी पाहिलं होतं की, एका पाकिस्तानी घुसखोराने एकदा रात्री घुसायचा प्रयत्न केला होता, तर त्याला जागेवरच गोळ्या घालून ठार केलं होतं. मशीनगनच्या गोळ्यांनी त्याचा चेहराच नाहीसा केला होता. जट्टीने काहीतरी पंजात पकडल्यासारखं केलं. ''समजलं का? त्या हरामखोराचा चेहराच शिल्लक राहिला नाही,'' तो म्हणाला. मी ते भयानक कुंपण पाहायचा प्रयत्न करत आता त्या कट्ट्यावरून थोडा वाकलो; पण तिथे झाडांच्या पलीकडच्या बाजूला जमिनीच्या एका कमानीसारख्या आकारापलीकडे फक्त पांढुरकी छटा होती. जगत नारायण माझ्या बाजूला उभा राहण्यासाठी वाकला. ''बाबाजीही बघतात,'' तो म्हणाला.

''काय बघतात?''

''तिकडे. त्यांना संध्याकाळी इकडे बसायला आवडतं. सूर्य मावळताना बघायला आवडतं.''

गुरुजींना इथून पाहिल्यावर काय दिसलं? जरी हे सुंदर असलं, अगदी आताही तरी. सूर्यास्ताच्या वेळी अजूनच सुंदर दिसत असेल; पण सगळीकडे सुंदर सूर्यास्त दिसत असणार. मग इथेच काय यायचं...इतर कुठे न जाता, इथे जमिनीवर इतके पैसे खर्चायचे आणि एक नवीन असलेलं घर पाडून ते पुन्हा जुन्यासारखं बांधायचं? मी जगत नारायण बघत होता, तसे डोळे बारीक करून बघायचा प्रयत्न केला. अगदी अमर्याद हिरवाई, मातीचा गंध आणि खळाळत्या पाण्याचा आवाज होता, जो मी माझ्या लहानपणीही ऐकला होता. एक क्षण मला खूप आनंद झाला. माझे डोळे उघडले आणि मला लक्षात आलं की, मी हसत होतो.

का?

पण या गूढावर जास्त विचार करायला आमच्याकडे तेवढा वेळ नव्हता. एक माणूस समोरच्या रस्त्यावरून जोरात सायकल हाणत रागाने आमच्या दिशेने येत होता. तो जसा जवळ आला, तसं मला दिसलं की, तो तरुण होता आणि उंच होता, तीस वर्षांचा असावा कदाचित. ''हा कोण आहे?'' मी जगत नारायणला विचारलं. तो सायकलवाला माणूस माझ्याकडे वर बघत होता आणि तो काही फारसा आनंदी दिसत नव्हता.

''तो तर किरपाल सिंग आहे. तो आज तुपा नहार शेतात होता. आम्ही तिकडे करनाल बंटसाठी फवारणी करतो आहे.''

किरपाल सिंग आता घरासमोर येऊन पोहोचला होता. तो सायकलवरून उतरला आणि काही क्षणांतच आम्हाला तो जिन्यातून धापा टाकत येत असल्याचं ऐकू आलं. तो छतावर आला तोच ओरडत आला, ''जगते! हे लोक कोण आहेत?'' निखिलने त्याची आम्ही शेतजमीन विकत घेण्यासाठी शोध घेतो आहेवाली गोष्ट सुरू केली; पण किरपाल सिंगला काही ऐकून घ्यायचं नव्हतं. ''साब, तुम्ही गेलं पाहिजे,'' तो म्हणाला. त्याची छाती अजूनही धपापत होती. ''या फार्मवर आमच्या साहेबांच्या परवानगीशिवाय कोणीही येऊ शकत नाही.'' त्याने जगत नारायणकडे एक जळजळीत कटाक्ष टाकला.

''तेही दिल्लीचे आहेत,'' जगत नारायण म्हणाला, जणू त्यात सगळं काही स्पष्टीकरण आलं.

जवळून पाहिलं, तर हा किरपाल सिंग खूप धिप्पाड होता, अगदी राउडी, त्याचे केस एखाद्या झुडपाच्या काट्यांसारखे उभे राहिलेले होते. मळलेल्या मोठ्या हातांनी तो हातवारे करत होता, ते हातही माझ्या हातांच्या दुप्पट आकाराचे होते. त्याने जुनाट राखाडी रंगाचा पठाणी सूट घातला होता आणि त्याच्यावर इतकी मातीची पुटं बसली असली तरी तो एखाद्या पोलीसवाल्यासारखा किंवा जवानासारखा दिसत होता.

''ऐक, मित्रा,'' निखिल म्हणाला. ''शांत हो. तुझ्या साहेबांना फोन कर आणि आम्ही त्यांच्याशी बोलतो.''

''इथे फोन नाहीत साब,'' तो अगदी थेट, ठामपणे आणि आक्रमकपणे; पण किंचित नम्रतेने म्हणाला. ''आता तुम्ही जा.''

''माझ्याकडे फोन आहे. मला सिग्नलही चांगला आहे.'' निखिलने त्याचा मोबाईल उचलून जरा वर धरला. ''बघितलंस? आम्ही त्यांच्याशी बोलतो. त्यांचा नंबर काय आहे?''

''हे शेत विकण्यासाठी नाही आहे. तुम्ही आता जा.''

किरपाल सिंग आता थोडासा वैतागला होता, त्यांचे खांदे फुरफुरत होते. तो भांडायला तयार होता. मी निखिलला मानेने इशारा केला. ''ठीक आहे यार, ठीक आहे,'' तो म्हणाला. ''आम्ही जातो. काही प्रॉब्लेम नाही. चहासाठी धन्यवाद. हा माझा नंबर, तुमच्या साहेबांना इंटरेस्ट असेल, तर त्यांना दे.''

निखिलने कार्ड देऊ केलं आणि जोवर किरपाल सिंगने घेऊ का नको या संकोचात ते घेतलं, तोवर तो ते समोर धरून उभा होता. नंतर आम्ही जिना उतरलो. मला त्याचं मोठं धूड माझ्यामागे जिन्यातून येत असल्याचं जाणवत होतं. तो चिडलेला होता; पण का? तो इतका नर्व्हस का झाला होता? तो अगदी बाहेरपर्यंत आमच्या मागेमागे आला, पॅसेजमधून, मग व्हरांड्यातून अगदी बाहेर गेटाच्या बाहेरपर्यंत. निखिलने कार सुरू केली आणि वळवून घेतली. मी भिंतीच्या जवळ थांबलो होतो. माझ्या उजवीकडे किरपाल सिंगची सायकल जमिनीवर पडली होती, जिथे तो ती टाकून आला होता. त्या सायकलच्या कॅरियरला कीटकनाशकाचा एक मोठा चौकोनी कॅन दोरीने बांधला होता. त्याच्यावर लाल रंगात एक कवटी आणि फुलीचं चिन्ह होतं, तसंच त्यावर लाल रंगात उंदीरही छापला होता, खाली डोकं वर पाय आणि शेपूट स्वतःवरून वळून आलेली होती. ''ते पीक खातात का?'' मी किरपाल सिंगला विचारलं. ''उंदीर?''

त्याला थोडं हायसं वाटलं आणि आता मुलं कारमध्ये बसत होती. ''हो साब.'' तो त्याच्या उद्धटपणाबद्दल थोडी सारवासारव करत होता. ''फक्त गहू नाही. ते सगळं खातात. झाडं, रबर. इलेक्ट्रिसिटीच्या वायरीसुद्धा. ते त्यातलं प्लॅस्टिक खातात. त्यांना थोपवणं मोठं कठीण काम आहे.''

''त्या सगळ्यांना मारून टाका,'' मी म्हणालो आणि अखेर त्याच्या चेहऱ्यावर हसू तरळलं. मी कारमध्ये बसलो आणि आम्ही तिथून निघालो.

निखिल मागच्या आरशात बघत होता. ''तुम्हाला काय वाटतं भाई?'' त्याने विचारलं.

''तिथे काहीतरी आहे.''

''हो. हे जर फक्त फार्म हाउस असतं, तर तो हरामखोर इतका चावायला अंगावर धावून आला नसता.''

आम्ही त्या फार्म हाउसला जाऊन काहीच हाती न लागल्याबद्दल शिव्या दिल्या. परत जाणं खरंच कामाचं होतं का? आणि तिथे व्यवस्थित शोध घेण्यासाठी किरपाल सिंगचा समाचार घेणं? मला काहीतरी विचित्र भावना आल्या. रस्ता मागे जात होता. कदाचित, आता सरळ अमृतसरला जाणंच ठीक होतं. नंतर विमानाने दिल्लीला, मग बँकॉक आणि मग माझ्या आयुष्यात; पण ते असह्य होतं. मला परत जायला हवं होतं. परत जाण्यासाठी माझ्याकडे माझं आयुष्य असं नव्हतं, जोवर गुरुजी मला सापडत नाहीत. अगदी आताही, मला त्यांचा इतका राग आलेला असूनही, मला त्यांच्या पायाशी बसावंसं वाटत होतं. माहीत होतं मला ते. मी त्यांच्यावर चिडेन, त्यांना फ्रॉड म्हणेन आणि म्हणेन की, मी आता पुन्हा त्यांचं तोंड बघणार नाही; पण मला खरं तर त्यांचा हात माझ्या डोक्यावर हवा होता आणि त्यांच्या आवाजात आशीर्वाद हवा होता. माझ्या मनात प्रश्न होते. मला ते त्यांना विचारायचे होते की, ते का निघून गेले. गॅस्टन आणि पास्कलचं काय झालं, ते का मेले, त्यांनी आमच्याकडून काय ट्रान्सपोर्ट करून घेतलं, ते नक्की काय करत होते, त्यांची योजना काय होती? माझ्या आयुष्याचा अर्थ अजूनही या प्रश्नांमध्ये दडला होता; पण त्यांनी एकाही प्रश्नाचं उत्तर द्यायला नकार दिला. मी तेही मान्य करेन जोवर ते माझ्याकडे परत येत नाहीत. जोपर्यंत ते मला असे सोडून जात नाहीत, त्यांच्या शिवाय, त्यांच्या मार्गदर्शनाशिवाय, काळजीशिवाय. मला त्यांना शोधायलाच हवं होतं; पण गुरुजी माझ्या मानाने खूपच पोहोचलेले होते, खूप समज असलेले होते. मी आयुष्यात आजवर शिकलेले धडे, माझं कपट हे सगळं असूनही, मी त्यांना शोधू शकणार नव्हतो. मी सोडून देऊ शकत होतो आणि पुढे जाऊ शकत होतो. दूरही; पण मग मी इतका का घाबरलो होतो? जर मी माझ्या आयुष्यातून काहीतरी शिकलो असेल, तर ते होतं माझ्या भयांवर विश्वास ठेवणं आणि तरीही मी दमलो होतो. शेतातून आता रस्ता वर निघाला होता आणि हिरव्यागार लाटा आमच्या दिशेने हेलकावत होत्या. मला झोप लागली असती. विजेच्या तारा आमच्या डोक्यावरून मागे वर-खाली होत होत्या. त्या माझ्या दिशेने येत होत्या, त्यावर उन्हाचे किरण पडून त्या चमचमत होत्या. उंदीर त्या तारा कुरतडत होते. उंदीर तारा किंवा या केबल कुरडतात.

''थांब,'' मी म्हणालो.

''भाई?''

आता कार कॅनॉलजवळ थांबली. पाण्याच्या खळखळाटाच्या वर वाऱ्याच्या हळुवार लहरी गव्हाच्या पिकांना डोलवत होत्या. मी सीटवर वळून मागे रस्त्याकडे पाहिलं, विजेचे खांब काही अंतरावर दिसेनासे झाले होते. विजेच्या तारांचा एक पुंजका असा वळून जाऊन गुरुजींच्या फार्म हाउसच्या दिशेने गायब झाला होता आणि त्या शेतांमधून जाऊन त्या आमराईत नाहीसा झालेला होता. छतावर, हो हो... त्या घराच्या छतावर त्या एकच एक खोलीच्या वर एक खांब होता... त्या खांबातून तीन लाइन वेगवेगळ्या ठिकाणी गेल्या होत्या. जर ते घर इतकं जुनं होतं, कुरकुरणारे टेबल फॅन होते, तर त्यांना इतकी वीज कशाला लागत होती? घराच्या आतमधल्या बाजूला तर मला कुठेही इतक्या विजेच्या तारा दिसल्या नव्हत्या, मग उंदीर कुठल्या तारा कुरतडत होते?

मी निखिलकडे वळलो आणि त्याला हे सगळं सांगितलं. ''हो, भाई; पण कदाचित त्यांना शेतीच्या सिंचनासाठी लागत असेल. पाण्याचे पंप वगैरेसाठी,'' तो म्हणाला.

कदाचित, बहुतेक; पण मग हे नवीन घर तर जुनाट दिसत होतं. ''चल वळ, परत जाऊ या,'' मी त्याला सांगितलं.

मग आम्ही त्या आमराईला ओलांडून मागे गेलो, तोपर्यंत संध्याकाळ झाली. या वेळी आम्हाला भेटायला किरपाल सिंग बाहेर आला. तो पाय फाकवून रस्त्याच्या मध्यावर उभा राहिला. निखिलने कार थांबवली आणि मी उतरलो. माझ्यामागे मला बाकीचे दरवाजे उघडताना ऐकू आले. ''अरे,'' मी म्हणालो, ''तुला माझा चष्मा सापडला का? काळ्या फ्रेमचा?''

''नाही. काही चष्मा वगैरे नाही,'' तो म्हणाला.

''चल बघू या,'' मी म्हटलं. ''कदाचित, छतावर राहिला असेल.''

किरपाल सिंग गोंधळला होता. त्याला आम्ही इथे परत यायला नको होतं; पण त्याला तो रक्षण करत असलेल्या घरात माझी कोणतीही गोष्ट राहिलेली नको होती. तो चांगला पशू होता. मी त्याच्या दंडाला धरलं आणि म्हणालो, ''मला चष्म्याशिवाय दिसत नाही यार. मी अर्धा आंधळा होतो.'' मी त्याला गेटातून आत तोंड करून वळवलं आणि म्हटलं, ''चल आत बघू या.''

तो मूर्ख होता; पण फार तत्पर होता. चंदर एव्हाना त्याच्या उजव्या बाजूला आला होता आणि आमचं टायमिंग बरोबर होतं. आम्ही मागील काही आठवड्यांमध्ये हे आजवर इतके वेळा केलेलं होतं की, आम्हाला ते बरोबर करण्याचा सराव झाला होता. मी सावजाशी बोलायचं, त्याचं पुरेसं लक्ष वेधून घ्यायचं, जेणेकरून चंदर सहजपणे त्याचा लेदरची मूठ असलेला लोखंडी रॉड त्याच्या डोक्यात घालेल; पण किरपाल सिंगने याची अपेक्षा केली होती. तो माझ्यापासून मागे सरला आणि वळला, त्यामुळे चंदरच्या रॉडचा फटका त्याच्या डोक्याच्या मागे न बसता, कानपट्टीला बसला आणि त्याचा कान फाटला. तो एखाद्या राक्षसासारखा आमच्याशी लढू लागला. आता आम्ही पाच जण त्याच्यावर तुटून पडलो होतो आणि त्याने आम्हाला लोळवून चांगलाच मार दिला. त्याने चंदरच्या हाताची तीन बोटे मोडली, निखिलला फक्त नाकावर एक सणसणीत बुक्का मारून मागे ढकललं. त्याचं नाक मोडलं. जट्टी जमीनवरच पडून राहिला, त्याची मान धरून खोकत होता. आम्ही त्याच्याशी लढलो. मी रस्त्यावर बसलो होतो, मला श्वास लागला होता आणि पोटात कळ मारत होती, इतरांच्या धुडांपासून मागे पडलो होतो. मी माझं पिस्तूल काढलं; पण स्पष्ट शॉट मारू शकलो नाही. नंतर किरपाल सिंग माझ्यावर चाल करून येत होता. माझ्याकडे ट्रिगर दाबण्याइतका वेळ होता, त्यामुळे त्याच्या कॉलर बोनवर फटका बसला. त्याची झेप चुकली, तरीही त्याने माझा उजवा हात धरला आणि त्याचं वजन माझ्या अंगावर पडलं. त्याचा चेहरा उग्र आणि रागाने लाल भयानक दिसत होता. मला त्याच्या शरीरात शॉट घुसत असल्याचं जाणवलं, त्याचा धक्का त्याच्या स्नायूमध्ये जाणवला आणि तो माझ्यावर कोसळला.

त्यांनी त्याला माझ्यावरून उचललं आणि मी उठलो. ''किती शॉट?'' मी विचारलं.

जट्टी घरघर करत होता, त्याचा चेहरा अश्रूंनी डबडबला होता. ''हा गांडू बहुतेक कमांडो वगैरे होता.''

''चार शॉट, भाई,'' निखिल म्हणाला. त्याचा पांढरा शर्ट समोरून पार रक्ताने माखला होता, त्याच्या नाकातून रक्त गळत होतं.

चार गोळ्या झाडल्या होत्या; पण हे फार्म खूप मोठं होतं. बहुतेक कोणी ऐकलं नसावं. कदाचित, कोणी लक्षही दिलं नसेल. ''जट्टी,'' मी ओरडलो, ''घरात जा आणि म्हाताऱ्या बाबाचं तोंड बंद ठेव.''

''भेन्चोद,'' तो म्हणाला. त्याचे डोळे विस्फारत होते. तो पळत घरात गेला.

आम्ही बाकीच्यांनी किरपाल सिंगला उचललं आणि ओढत गेटातून आत नेलं. त्याचा भार चांगलाच जाणवत होता. आम्हाला इतक्यात ज्या जखमा झाल्या होत्या आणि लागलं होतं, त्यामुळे लगेच थकवा जाणवायला लागला. एकेका पावलानुसार होणाऱ्या वेदनेमुळे होणारी चंदरच्या श्वासातली धाप मला जाणवत होती.

''थांब बेटा,'' मी त्याला म्हटलं. ''आपण इथून लवकरच बाहेर पडू.'' आम्ही किरपाल सिंगचं धूड गोठ्याच्या दिशेला भिरकावलं. मी चंदरला रस्त्यात जे रक्त सांडलं होतं, त्यावर जरा फावडं फिरवायला सांगितलं आणि गेटाकडे एक नजर टाकली. तोवर उरलेले लोक घरात शोध घेऊ लागले होते. जट्टीला जगत नारायण मागच्या अंगणात सापडला होता, पंपाजवळ भांडी घासत होता. त्याने गोळीबाराचा आवाज ऐकला असावा; पण त्याच्यावर त्याचा फारसा परिणाम झाला नसावा. आम्ही त्याला एका रिकाम्या खोलीत कोंडलं आणि गपचूप झोपून जायला सांगितलं. मग आम्ही शोधाशोध करायला लागलो.

मी मुलांना सांगितलं की, आपल्याला त्या विजेच्या केबल्सचा माग काढायचा आहे. छतावरून, खांबावरून आम्ही भिंतीतली कनेक्शन शोधली, जी खाली तळमजल्यावर एका जंक्शन बॉक्सच्या दिशेने जात होती. घराच्या मागच्या बाजूला एक वेगळी खोली होती, ज्यात हा जंक्शन बॉक्स होता. खोलीच्या दरवाजाला दोन लोखंडी कुलपं होती. आम्हाला जगत नारायणला खोलीतून बाहेर काढून त्याच्याकडून या कुलपांच्या चाव्या काढून घ्यायला हव्या होत्या. आता आम्हाला लक्षात आलं की, तो घाबरून गेला असणार; पण तो सहकार्य करत होता आणि त्याने काही कुरकुर केली नाही. त्याचे हात थरथरत होते आणि तो कुजबुजला, ''बर्जिंदर कुठे आहे? त्याला मागे सोडू नका.''

''बर्जिंदर कोण आहे काका?'' निखिलने जगत नारायणच्या खांद्यावर थोपटत विचारलं. ''तुम्ही कशाबद्दल बोलताय?''

जगत नारायणने मान हलवली. ''आपल्याला अमृतसरला जायला हवं,'' तो म्हणाला. ''आपलं घर जळालं आहे. आपल्याला अमृतसरला जायला हवं.'' निखिलने त्याला आत टाकून दार लावलं, तरी तो अजूनही तेच बरळत होता.

आम्ही घराच्या बाहेर आलो, तेव्हा संधिप्रकाश पडला होता. पक्ष्यांचा खूप किलबिलाट ऐकू येत होता आणि मला मी थरथरत असल्याचं जाणवत होतं. मला वाटलं की, या पाठलागाच्या उत्साहाचा आता शेवट आला आहे. मला माहीत होतं की, मी कशाचा तरी शोध घेत होतो आणि मला त्याहूनही जास्त खात्री झाली, जेव्हा आम्ही मागची खोली उघडली. ते जंक्शन बॉक्स आणि सर्किट ब्रेकर्स, मीटर्स वगैरे तिथे पाहिलं. सगळं तंत्रज्ञान अगदी अद्ययावत किंवा त्यापलीकडचं होतं. स्वच्छ, चमकतं आणि अगदी सुरळीत सुरू होतं. मीटरवरचे आकडे हलत होते, अगदी संथपणे पण स्थिरतेने, यात शंकाच नव्हती. काहीतरी होतं, जे वीज ओढून घेत होतं.

आम्ही त्या केबल्सचा माग काढला. प्लास्टरमधून नेताना त्या केबल्स विटांमध्ये लपवण्याचा प्रयत्न केलेला होता म्हणून आम्हाला हातात कुदळ, फावडं घ्यायला लागलं. आम्ही खोदलं. तिथे एक सर्किट होतं, ज्यातून घराला विजेचा पुरवठा होत होता; पण घराबाहेर अजून दोन इतर सर्किट्स होती, जी जमिनीखाली दोन फूट खाली होती. दाबून चोपलेली माती उकरणं हे काम खूप कठीण होतं आणि वेळ खाऊ होतं. आम्ही हळूहळू आमराईच्या सावल्यांमध्ये शिरलो. निखिल घराकडे परत गेला. तो दोन पेट्रोमॅक्सचे कंदील घेऊन आला. आम्ही त्या कंदिलांच्या उजेडात हलणाऱ्या सावल्यांमधून आमराईत पुढे पुढे निघालो. आम्हाला एक भूमिगत कॉम्प्लेक्स सापडला, तेव्हा पूर्ण रात्र झालेली होती. आमराईच्या मध्यावर एक पूर्ण रिकामा चौकोन होता, झाडं नसली तर कसा आकार दिसेल तसा. तो खूपच अगदी निरागस वाटत होता, जोवर तुम्हाला त्यावरची टी जंक्शनला असलेली पीव्हीसी केबल सापडली नाही तोवर. जी खाली जमिनीत गेलेली होती. आम्ही गोल गोल खड्डे करत होतो. जट्टीला आधी एक व्हेंटिलेटर सापडला, ज्यातून हवेच्या झोताचा आवाज येत होता. नंतर त्याच्या बाजूलाच एक लहान लोखंडी पॅनेल मातकट आणि हिरव्या रंगातच रंगवलं होतं. निखिलने त्याला कान लावून ऐकलं.

''इथे खाली एअर कंडिशनिंग युनिट आहे,'' तो म्हणाला.

मी खाली हात लावून पाहिलं आणि मला खांद्यात थरथर जाणवली. आता आम्हाला समजलं की, आमचं बरोबर होतं. मुलांनी आता कंदिलाच्या उजेडात जमीन खणून काढली, गवत उपटलं. मी त्या उजेडाच्या कक्षेच्या बाहेर गेलो. माझ्या पायाखाली येणाऱ्या दगड, मुळामुळे गुडघ्यात कळा मारत होत्या. जे गुपित होतं, ते इथे जमिनीखाली होतं. मला त्याच्या अगदी जवळ आल्याची जाणीव होत होती म्हणून मी ते शोधून काढलं.

एअर कंडिशनरच्या पॅनेल इतक्याच लांबीचं लोखंड होतं. ते दोन जुन्या झाडांच्या मध्ये होतं, ज्यामुळे जमिनीवर थोडा उंचवटा आला होता. त्यावर पानं आणि गवताचा एक पातळ थर पसरला होता, ज्याखाली ते झाकलं होतं. ''इथे,'' मी ओरडलो, ''इथे आहे.''

आम्ही त्याच्यावरचा भाग साफसूफ केला. आता कंदिलाच्या उजेडात मला दिसलं की, तो एका सापळ्याचा दरवाजा होता. पाच फूट बाय पाच फूट आकाराचा होता आणि एका बाजूने तो उचलण्यासाठी खाचा होत्या. जट्टीने त्या खाचेत हात घालून उचलायचा प्रयत्न केला. तो म्हणाला, ''लॉक आहे,'' आणि त्याने एका हँडलच्या मध्ये असलेल्या किल्लीच्या होलाकडे बोट दाखवलं.

''त्या मेलेल्या चुतीयाच्या अंगावर बघ,'' मी म्हणालो.

मी त्या रात्री अगदी थेट गोळ्या झाडल्या होत्या, अगदी जराही निशाणा न चुकता. त्यांना किरपाल सिंगच्या अंगावर गळ्यापाशी एका मळलेल्या नाडीला बांधलेली चावी सापडली. ती खूपच मोठी आणि जड चावी होती. ती तीन इंचाची स्टीलची कॉम्प्युटराइज्ड चावी होती. आता त्यावर रक्ताचे डाग पडले होते; पण ती खूप सहजपणे कुलपात गेली आणि आम्ही आत गेलो. एक शिडी खालच्या दिशेने गेलेली होती. दरवाजाजवळच एक लाइटचा स्वीच होता, त्यामुळे स्वच्छ, एकसंध निळसर पांढरा उजेड पडला. तिथे तीन मोठ्या मोठ्या खोल्या होत्या, ज्या आकाराने लहान लहान होत गेलेल्या होत्या. पहिल्या दोन खोल्यांमध्ये पुस्तकांची कपाटं, फाइल्स ठेवायचे कॅबिनेट्स आणि कॉम्प्युटर टेबल्स व्यवस्थित मांडलेली होती; पण ती सेल्फ, कपाटं रिकामी होती आणि तिथे कॉम्प्युटर नव्हते. जरी एक्स्टेन्शन

कॉर्ड्स अजूनही जागच्या जागी होत्या, तरी टेबलांच्या मागे इतर कॉम्प्युटर केबल्सचा गुंता होता. टेबलांच्या पांढऱ्या पृष्ठभागावर कॉम्प्युटर ठेवल्याच्या पुसट खुणा दिसत होत्या. निखिलने की-बोर्ड ठेवायच्या तपकिरी ट्रेवरून हलकेच बोट फिरवलं, जिथे कोणी कधी चहाचा कप ठेवल्यामुळे गोल डाग पडला होता. दुसऱ्या खोलीच्या कोपऱ्यात एक मोठा प्रिंटर होता आणि तो प्रिंटर ही एकमेव साधन सामग्री होती जी मागे सोडलेली होती.

तिसऱ्या खोलीत खूप मोठी साठवणीची जागा होती आणि आता ती पूर्ण रिकामी होती. एक तारेचा कचऱ्याचा डबा तेवढा होता, ज्यात फक्त कॉम्प्युटरच्या कागदांचे रिकामे कव्हर होते. जट्टीने खोलीत जाऊन रिकामी कपाटं उघडून बघायला सुरुवात केली. तो शेवटच्या कपाटापाशी थांबला आणि म्हणाला, ''भाई.''

त्यात सगळ्यात खालच्या खणात एक स्टीलची पेटी किंवा ट्रंक होती. इतकीही लहान नाही, जशी तुम्ही एखाद्या बाजारात विकत घ्याल; पण अगदी परदेशी बनावटीची सुंदर चौकोनी पेटी होती ती. त्याच्या कुलपांवरूनच तुम्ही हे सांगू शकत होतात, जी ट्रंकच्या आकारातच कोरलेली होतीत. ''काढ ती बाहेर,'' मी त्याला म्हटलं.

ती खूप जड होती. ती पेटी बाहेर काढून मधल्या खोलीत आणायला दोन जण लागले. ''त्या कमांडोच्या अंगावर सापडली, ती एकमेक किल्ली होती भाई,'' निखिल म्हणाला.

जट्टीने आपला घोडा काढला आणि त्या पेटीच्या पहिल्या कुलपावर वाकून गोळी झाडली. ती गोळी त्यावर आपटून जोरात वळली आणि खोलीभर फिरून माझ्या डोक्यावरून गेली. आम्ही शिव्या देत सगळे खाली झुकलो. ''मादरचोद,'' मी म्हणालो, ''सगळे ठीक आहात का?''

त्यांनी माना हलवल्या; पण त्या प्रिंटरला मात्र एक भोक पडलं होतं, तर पेटीला कुलपाच्या जागी फक्त एक छोटा पोचा आला होता.

आता आमचं रक्त उसळलं. आम्ही एकमेकांकडे पाहिलं आणि मग त्या ट्रंकेच्या चकचकीत जाड गोलाईकडे. ''मला एक रॉड दे,'' मी म्हटलं, ''किंवा दुसरं काहीतरी.''

कुदळ, फावडी घेऊन त्या ट्रंकची कुलपं तोडून उघडायला आम्हाला चाळीस मिनिटं लागली. पुढच्या बाजूला जरा तोडून फट पाडली आणि मग त्यातून त्याच्या घेराभोवती फिरलेला सांधा आम्हाला दिसला. मग आम्ही दोन पहारी घेऊन त्या फटीत घातल्या आणि विरुद्ध दिशेने फाकवलं. पत्रा फाटल्याचा आवाज होऊन ती ट्रंक उघडली आणि आम्ही सगळे जमिनीवर पडलो. नंतर आम्ही एकदम गप्प होऊन गेलो.

ट्रंक पाऊण करी भरलेली होती... त्यात डॉलर्स होते. मी उठून हात पुढे केला. मला लक्षात आलं की, माझ्या हाताला जखम झाली होती आणि रक्त गळत होतं. मी एक गड्डी उचलली, जी पेपर बँडने बांधलेली होती. त्या शंभराच्या नोटा होत्या.

''किती असतील भाई?'' निखिल म्हणाला.

''खूप.''

मी मुलांना मग जलद हालचाली करायला लावल्या. आम्ही ती ट्रंक घेतली, तो दरवाजा लावला आणि त्या घरी परत गेलो. मी प्रत्येकाला कारमध्ये बसण्याआधी बाहेर जाऊन हातपंपाखाली हात-पाय धुवायला लावले. अगदी पहाटे पहाटे आम्ही आता रस्त्यावर पोहोचणार होतो बॉर्डरजवळ... आम्हाला थांबायचं नव्हतं. कारण, आमचे रक्ताने माखलेले

शर्ट पाहून आम्हाला कोणत्या शूट आउटमध्ये अडकायचं नव्हतं. आमच्याकडे चंदरच्या हाताबाबत करण्यासारखं फारसं काही नव्हतं. त्याचा हात आता फुटबॉलसारखा सुजला होता. शिवाय त्याला आता तापही चढला होता म्हणून आम्ही त्याला ब्लँकेटमध्ये गुंडाळून मागच्या सीटवर बसवलं. मग आम्ही जायला तयार झालो; पण नाही अजून नाही. अजून एक काम राहिलं होतं आणि ते काय हे आम्हाला माहीत होतं. अखेर जट्टीने ते बोलून दाखवलं.

''त्या म्हाताऱ्याचं काय भाई?''

हो. तो म्हातारा. तो हसला. तो जरा हाफ मॅड होता; पण त्याने आमच्या तोंडावरचे भाव पाहिले होते. घरात एक मृतदेह पडला होता. तो म्हातारा माणूस कदाचित त्याच्याशी आमचा संबंध जोडेल. मुलांनी अशा परिस्थितीत काय करायला हवं याचा मी विचार केलेला होता. मी म्हटलं, ''मी करतो.'' मी परत आत गेलो... ती गाय, तो कॉरिडोर सगळं ओलांडून, मागे अंगणात पाणी गळत होतं तिथे. मी दरवाजा उघडला. जगत नारायण बाजेवर बसला होता, त्याने हात मांडीवर ठेवलेले होते, तो बघत होता... माझी वाट बघत होता.

''ये,'' मी म्हटलं. ''आम्ही आता निघतो आहे. तू बाहेर येऊ शकतोस.''

तो जागचा हलला नाही. मी आत गेलो, त्याला दंडाला धरून उठवलं आणि तो सहज उभा राहिला. मी त्याला बाहेर घेऊन आलो आणि जसे बाहेर आलो, तसे त्याने विचारले, ''किती वाजलेत?''

''आता पाच वाजतील.''

''सकाळचे का संध्याकाळचे?''

आता चांदण्यात मला त्याची पांढरी झुलपं, मोठं कपाळ लखख दिसत होतं. त्याच्या चष्म्याच्या फुटक्या काचेत माझा चेहराही दुभंगलेला दिसत होता. अचानक त्याच्या वयाबद्दल दाटून आलेल्या कणवेवर मात करत म्हटलं, ''सकाळचे.'' त्याला दिवस आहे का रात्र आहे, हेही माहीत नव्हतं. तो कुठे होता, कुठे निघाला होता, याचीही जाणीव नव्हती. त्याच्यासाठी सगळं सारखंच होतं.

''बघ, चंद्र दिसतोय.''

त्याने चेहरा वर केला आणि माझ्यापासून जरा दूर सरकत त्याने हात वर केले आणि म्हणाला, ''हो.''

आकाशात चंद्राची चंदेरी कोर दिसत होती. ती उगवत होती की मावळत ते मला माहीत नव्हतं. मी एक पाऊल मागे सरलो, माझा घोडा वर उचलला, सरळ रेषेत घेतला आणि गोळी झाडली. त्याच्यातून निघालेल्या ठिणग्यांनी माझे डोळे चकाकले. आता तो खाली विटांच्या जमिनीवर पडला होता, त्याचे हात पसरले होते. मी त्याच्यावर झुकलो आणि त्याच्या डोक्यात अजून एक गोळी झाडली.

मग मी पळालो. का ते मला माहीत नाही; पण मी कारच्या दिशेने पळत सुटलो आणि कारमध्ये घुसलो. निखिलला सूचना द्यायला लागली नाही, त्याने लगेच कार वळवली आणि आम्ही निघालो. खूप धूळ-माती उडाली होती, घामाचा वास येत होता, तरी मोगऱ्याचा वास कॅनॉलपर्यंत माझा पाठलाग करत होता. आम्ही पहाट होईपर्यंत गाडी पळवत होतो. शेवटी आम्ही अमृतसरला सुरक्षितपणे पोहोचलो होतो. थोड्या वेळासाठी डॉक्टरकडे थांबलो. त्यानंतर आम्ही सगळे विभागून आपल्या आपल्या मार्गाने गेलो. आमच्या मोहिमेचा शेवट

झाला आहे, हे मला चांगलंच उमजलं होतं. आम्हाला गुरुजी सापडले नव्हते; पण आम्हाला असं काहीतरी सापडलं होतं, ज्यामुळे आम्ही खूप लक्ष वेधून घेऊ शकत होतो. ट्रंकमध्ये बरोबर नऊशे चौऱ्याऐंशी हजार तीनशे बावीस डॉलर होते. मुलं त्याला दशलक्ष म्हणत होती; पण खरी किंमत थोडी कमी होती. मग निखिल आणि जट्टीने दिल्लीची ट्रेन पकडली, तर चंदर विमानाने भोपाळला गेला आणि त्याच संध्याकाळी मी पैशांसह मुंबईचं विमान पकडलं. माझ्यासाठी एअरपोर्टवर कार वाटच बघत होती आणि जुहूमध्ये माझ्यासाठी एक सुरक्षित घरही तयार होतं; पण माझा सॅटेलाइट फोन जोपर्यंत वाजू लागला नाही, तोपर्यंत मी सुरक्षित होतो. फोन दुरून वाजल्यासारखा ऐकू येत होता. फोनवर माझे गुरुजी होते, माझ्या लेटेस्ट सॅटेलाइट फोनवर. मी ड्रायव्हरला ट्रॅफिकमधून गाडी बाजूला घ्यायला सांगून त्याला डिकी उघडायला लावली. फोन नक्की कुठे होता ते ऐकू येत होता, माझ्या शोल्डर बॅगच्या खिशात वाजत होता. मी तो उचलून कानाला लावला.

''हॅलो?''

''तू माझा पैसा घेतलास.''

''हो,'' हो हे गुरुजीच होते. त्यांचा आवाज अगदी ओळखीचा वाटणारा, खोलवरून येणारा आवाज ज्यामुळे खूप आश्वासित वाटत असे, खूप आराम वाटत असे. हो, त्यांच्या प्रत्येक शब्दात एक मोजूनमापून ठामपणा येत असे, विशेष करून शेवटचा शब्द. अखेर, इतकी शोधाशोध केल्यानंतर मला गुरुजी सापडले होते. मी त्यांना माझ्याकडे परत आणलं होतं. ''तुम्ही कुठे आहात?''

''तू पैसे का घेतलेस गणेश?''

''तुम्ही निघून का गेलात?''

''मी तुला सांगितलं होतं की, आपण एकमेकांना परत कधी भेटणार नाही.''

''पण तुम्ही गायबच व्हाल, हे नव्हतं सांगितलंत.''

''गणेश,'' त्यांनी एक सुस्कारा सोडला. ''गणेश, मी तुला जे मुळात शिकवायचा प्रयत्न करत होतो, ते इतकी वर्षं झाली तरी तुला समजलंच नाही आहे. आपण एकमेकांच्यापासून कधीचेच हरवलेले आहोत. प्रेमाला घट्ट पकडून ठेवणं म्हणजे त्या प्रेमालाच फसवणं आहे.''

''मोठे शब्द,'' मी म्हणालो, ''मोठे मोठे शब्द'' हा मी होतो, गणेश गायतोंडे... हाय-वेच्या एका कडेला उभा राहून, शेकडो बायापुरुषांच्या नजरेसमोर उभा राहून बोलत होतो. ते माझ्या पायावर पाय देत आपापल्या घरी निघाले होते. शेजारून निळा स्कर्ट घातलेल्या शाळकरी मुलींचा घोळका निघाला होता; पण मला पर्वा नव्हती. ''मी तुम्हाला फोन करत होतो आणि तुम्ही काही उत्तर दिलं नाहीत,'' मी त्यांना म्हणालो. ''पण जेव्हा तुम्ही काही डॉलर गमावलेत, तेव्हा तुम्हाला मला फोन करायची आठवण झाली.''

''हे डॉलर्स नाहीत, गणेश,'' गुरुजी म्हणाले. ''ही गैरसोय आहे. मी कोणत्या तरी मोठ्या प्रोजेक्टच्या मध्यावर आहे. मला काही देणी देण्यासाठी ती रोकड हवी आहे. मी पैशाची चिंता करत नाही; पण उर्वरित जगाला रोकड हवी असते.''

''कोणता प्रॉजेक्ट आहे?''

''गणेश, मी तुला इतकंच सांगेन की, हा खूप मोठा प्रोजेक्ट आहे.''

''तुम्ही मला यात घेतलं आहे का?''

''सगळ्यांना यात घेतलं आहे.''

''माझ्याशी गेम खेळू नका गुरुजी. माझ्या प्रश्नाचं उत्तर द्या. उत्तर द्या.'' मला वाटलं की, माझा माझ्यावरचा ताबा सुटेल म्हणून मी आवाज खाली घेतला. ''तुम्ही आम्हाला काहीतरी न्यूक्लियर मटेरियल आणायला लावलंत. मला नका सांगू 'नाही' म्हणून. माझे लोक मेले.''

त्यांनी उसासा सोडला. ''हो गणेश, ते खरं आहे.''

''तुम्ही त्याचं काय करणार आहात?'' मी विचारलं. ते गप्प होते. ''सांगा मला, मी तुम्हाला तुमचे पैसे परत देईन.''

''तू देशील गणेश? जर मी तुला उद्देश सांगितला तर खरंच तू पैसे परत देशील?''

''हो. मी देईन.''

''मला आश्चर्य वाटतं की, तुझ्यात तेवढं धाडस आहे का; पण तू मला का विचारतो आहेस गणेश? मला वाटतं की, कदाचित तुला ते आधीच माहीत आहे.''

माझ्यात राग उसळला, हा म्हातारा माणूस माझ्या धाडसावर शंका घेतो? मी, ज्याने त्याच्यासाठी इतकी जोखीम घेतली होती, त्याच्या धाडसावर शंका? पण मी स्वतःला रोखलं. मी काही बोललो नाही. माझ्यामध्ये कशासाठी धाडस हवं? मी वळलो आणि रस्त्याने चढ घेण्यापूर्वी आजूबाजूला असणाऱ्या अजागळ वस्तीच्या छतांकडे आणि त्यापलीकडे असणाऱ्या इमारतींच्या घोळक्याकडे बघू लागलो. हा माणूस सर्वांत प्रथम माझ्याकडे शस्त्रास्त्र पाहिजेत म्हणून आला होता. आता तो युद्धाची तयारी करत होता. मला लढायांचं भय नव्हतं. मी आयुष्यभर स्वतःला लढायांमध्ये झोकून दिलं होतं; पण जर हे युद्ध असेल, तर ते फार मोठं असणार होतं. ते भारताचा कानाकोपरा जाळून काढणारं होतं. ते फार वेदनादायक असणारं होतं, ते मला म्हणाले होते; पण नंतर आम्ही सगळे चांगले व्यवस्थित असणार होतो. आम्हाला शांतता लाभणार होती. मग मला आठवलं की, बॉर्डर जवळच्या त्या घराच्या छतावर उभा राहून तो हिरवागार समुद्र पाहताना एका क्षणासाठी मला अगदी परिपूर्ण आनंद जाणवला होता. सर्व काही ताजतवानं, नवीन आणि स्वच्छ वाटलं होतं आणि मी पुन्हा लहान झालो होतो. आशा जागृत झाली होती आणि जग पुन्हा नव्याने जन्मल्यासारखं, अवाढव्य भासत होतं आणि मी स्मितहास्य करत होतो.

आणि त्या क्षणी मला समजलं होतं.

शहराच्या त्या गोंगाटात मी बोललेलं मला ऐकू आलं, ''तुम्हाला मोठं युद्ध हवं आहे.''

''खूप छान गणेश. आपण ज्यासाठी तयारी करत होतो, त्यापेक्षा मोठं युद्ध.''

''तुम्ही... बॉम्ब बनवलात?''

''मला जास्त प्रश्न विचारू नकोस गणेश. मी त्यांची उत्तरं देऊ शकत नाही. मी तुला सांगितलं ना... तुला अगोदरपासून माहीत आहे. मी अशी गोष्ट का करेन?''

''तो सोडून द्याल, कुठेतरी शहरात. मुंबईमध्ये.''

''आणि कोणाला जबाबदार धरलं जाईल?''

''तुम्ही ती जबाबदारी मुस्लीम संस्थांवर जाईल, याची बरोबर काळजी घ्याल.''

''खूपच छान आणि मग काय?''

नंतर? रक्तपात. सगळीकडे खून खराबा. जर त्या वेळी बॉर्डरवर ताणतणाव असेल, तर थोडा प्रतिकार होईल. कदाचित, अगदी जर ताणतणाव नसेलही, तरी युद्ध होईल. खरं युद्ध, जे लाखोंना खाऊन टाकेल. असं युद्ध जे आपण आजवर ऐकलंदेखील नाहीये; पण हे फक्त शब्द होते. मी कल्पना करण्याचा प्रयत्न केला; पण करू शकलो नाही. मला फक्त माझ्या आत मोठा खड्डा पडल्यासारखा जाणवला... एक रितेपणा... इतका खोलवर की, जो मुंबई गिळंकृत करेल, देश गिळंकृत करेल... सर्व काही गिळून टाकेल.

''ऐका,'' मी म्हणालो, ''तुम्ही असं नाही केलं पाहिजे.''

''का नाही?'' ते म्हणाले. ''तुला मृत्यूची भीती वाटते का? तू इतक्या वेळा मृत्यूच्या समीप जाऊन आलेला आहेस, तुला त्याची भीती वाटू शकत नाही. तुला हेही माहीत आहे की, एक ना एक दिवस मरणार आहेस, आज नाहीतर उद्या. तू इतक्या जणांसाठी खड्डा खोदला आहेस, तुझ्यासाठीही कोणीतरी खोदेल. अजून काही मेले तर काय बिघडतं?''

माझ्याकडे यावर उत्तर नव्हतं. मला माहीत नव्हतं की, काय बिघडत होतं; पण होतं. मी शहरातल्या या वारूळातून आग लागल्याने भसाभसा मुंग्या बाहेर पडत आहेत, अशी कल्पना केली. त्यात लाखो करोडो जीव होते, छोटे छोटे जीव आणि तडफडणारे जीव... अखेर ते गेले. ते मेल्यानंतर, मोठ्या वादळाने सगळं स्वच्छ केल्यानंतर ते फक्त हे एक शहर गिळणार नाही, तर इतर अनेक शहरं गिळेल... तेही एकामागून एक. मग नवीन सुरुवात करण्यासाठी जागा तयार होईल. आजवर जितकी प्रवचनं ऐकली होती, जे काही थोडंफार शिकलो होतो आणि जे काही थोडंफार संस्कृत श्लोक ऐकले होते, त्यातून हे निश्चित ज्ञान मिळालं होतं की, हेच गुरुजींना हवं होतं. मला माहीत असलेल्या सर्व गोष्टी पुसून टाकणं, नाहीशा करणं. मी घाबरून गेलो. मी बोलू शकलो नाही.

त्याना ते समजलं. ''तू खूप दुबळा आहेस, गणेश,'' ते म्हणाले. ''मी इतके प्रयत्न केले, तरी तुझ्यात ताकद आणू शकलो नाही. तू हेकेखोर आणि हिंसक आहेस; पण ते म्हणजे तुझ्या दुबळेपणावर घातलेली एक पातळ झालर आहे. त्याखाली तू एखाद्या स्त्रीसारखा संवेदनशील आहेस; पण तो तुझा दोष नाही. या कलियुगातल्या सगळ्याच मानव जातीची ही गत आहे गणेश. ही सगळी युनायटेड नेशन्स, स्वप्नाळू राष्ट्रं जे कलह होऊ नयेत म्हणून धावतात, त्यांना हे समजत नाही की काही युद्धं लढावी लागतात, काही मृत्यू यावे लागतात. त्यांना वाटतं की, त्यांनी युद्ध थांबवली आहेत; पण ते सतत युद्ध कसे होईल, याचे प्रयत्न करत असतात. भारत आणि पाकिस्तान यांच्याकडे बघ... गेली पन्नासहून अधिक वर्षे एकमेकांचं रक्त सांडत आहेत... एक अखेरचं युद्ध लढण्याऐवजी. आपल्याकडे एक प्रदीर्घ आणि गलिच्छ गोंधळ आहे. हे मूर्ख लोक नेहमी मानवजातीच्या प्रगतीच्या गोष्टी करतात; पण त्यांना हे समजत नाही की, प्रगती विनाशाशिवाय घडत नाही. अगदी सुवर्णकाळाच्या मागोमागही सर्वनाश यावा लागतो. नेहमी असंच होत आलेलं आहे आणि हे पुन्हा पुन्हा असंच होत राहणार आहे. आपण त्याची चक्रं थांबवतो, आपल्या भयांनी ते रोखून ठेवतो. याचा विचार कर गणेश. पन्नास वर्षांहून जास्त काळ आपण बॉर्डरवर लढत आहोत आणि लहानसहान अपमान सहन केला आहे. दररोज रक्तपात सहन करतो आहे. आपला नेहमीच अपमान झाला आहे आणि त्या शरमेसकट राहण्याची आपल्याला सवय झालेली आहे. आपण त्या रडणाऱ्या दुर्बल अर्जुनासारखी एक प्रजाती झालेलो आहे, जे आपल्या कर्तव्यापासून दूर पळत आहेत; पण पुरे झालं. आपण लढू. लढाई आवश्यक आहे.''

''पण सगळं संपून जाईल,'' मी म्हटलं. माझ्या आवाजात लहान मुलासारखा कंप होता. ''सगळं काही.''

''अगदी तसंच. प्रत्येक धर्माची शिकवण या राखरांगोळीची शक्यता वर्तवतो, गणेश. आपल्या सर्वांना माहीत आहे की, ती येते आहे.''

''का? पण का?''

''तू स्वतःच मला सांगितलं होतंस... जेव्हा तू ती फिल्म बनवत होतास. त्याचं काय नाव होतं?''

''इंटरनॅशनल धमाका.''

ते बहुतेक गालातल्या गालात हसले असावेत. ''हो, धमाका. तू मला सांगितलं होतंस की, प्रत्येक स्टोरीला एक क्लायमॅक्स असावा लागतो आणि मोठ्या स्टोरीला मोठ्या क्लायमॅक्सची गरज असते. जगातील याची लक्षणं बघ, आपण जगतोय त्या आयुष्यातील याची चिन्हं सर्वत्र आहेत, ती बघ आणि मग विचार कर की, कशाची गरज आहे. त्याला अंत हवा आहे, गणेश. ते सर्व बंद होण्याची गरज आहे, जेणेकरून हे सर्व पुन्हा चालू होईल. तू हे आतून बघतो आहेस म्हणून तू घाबरलेला आहेस. त्यातून बाहेर पड आणि मग त्याकडे बघ. तुला दिसेल की, याशिवाय दुसरा मार्ग असू शकत नाही.''

''मी तुम्हाला थांबवेन.''

''कसं गणेश? सुरक्षा कशी राखायची हे मी तुझ्याकडून शिकलो आहे आणि तू ते मला चांगलंच शिकवलं आहेस. तू मागे एकदा मला शोधून काढलंस. कारण, माझ्या लोकांनी हलगर्जीपणा केला; पण तू मला पुन्हा शोधू शकणार नाहीस. या वेळी इतके महिने शोध घेतलास तरी मी तुला सापडलो नाही आहे. तू काही करू शकत नाहीस. कोणीच काही करू शकणार नाही. काळ असाच पुढे जात राहील. अपरिहार्य आहे ते येईलच. तू माझा पैसा घेतलास आणि जे घडलंच पाहिजे ते तू त्यामुळे लांबणीवर टाकलंस. बास इतकंच; पण ते घडायला हवं.''

''मग तुम्हाला माझ्याकडून काय हवं आहे?''

''माझ्याशी लढू नकोस. इतिहासाच्या तंत्राविरोधात जाऊ नकोस. मला माझा पैसा परत दे.''

''नाही, मी यामध्ये सहभागी होणार नाही.''

''तू आधीच याचा एक भाग झालेला आहेस गणेश. तूच हे शक्य केलंस. तू हे चालवलंस आणि आता तू ते कर नाहीतर नको करूस, तूच हे होण्यासाठी, प्रत्यक्ष घडण्यासाठी मदत करशील. तू काही कर किंवा नको करूस, युद्ध होणार, रक्ताचे पाट वाहणार. तू ते थांबवू शकत नाहीस. तू स्वतःलासुद्धा थांबवू शकत नाहीस, गणेश.''

''मी सांगेन... मी अधिकाऱ्यांना सांगेन.''

''आणि ते तुझ्यावर विश्वास ठेवतील गणेश? एका गँगस्टरवर? जो त्यांच्याशी शेकडो वेळा खोटं बोलला आहे, ज्याने हजारो लोकांना ठार मारलं आहे, त्याच्यावर?''

''मी तुमच्या अजून काही साधूंना मारेन.''

''त्या सगळ्यांना कधी न कधी मरायचंच आहे. काही दिवसांनी काय फरक पडतो?''

माझ्याजवळ आता त्यांना धमकावावं, असं काहीच नव्हतं.

''या सगळ्याला काही दिवसांनी काय फरक पडतो गणेश?'' गुरुजी म्हणाले. ''जितक्या लवकर आपण ज्या घाणीत राहतो आहे, तिचा अंत झाला, तर उत्तम होईल. भविष्याचा विचार कर गणेश. भविष्याचा! जे यानंतर येणार आहे त्याचा.''

नंतर एक क्लिकचा आवाज आला आणि ते गेले होते.

रस्त्यावरून माझ्या बाजूने कार धावत होत्या, त्यांच्या लाल दिव्यांचे प्रवाह वाहत होते. मला मी खाली कोसळतो आहे की काय असं वाटलं. नंतर त्याच क्षणी मी माझ्या कोणत्याही मुलांचा, देशातल्या किंवा जगातल्या कोणत्याही माणसाचा विचार केला नाही. मी फक्त माझ्याबद्दल विचार केला. माझ्या कानात घुमणाऱ्या त्या ठोक्यांनी हळूहळू माझा गळा चिरत माझ्या पोटात प्रवेश केला आणि मी एकटा पडलो. मला पक्कं माहीत होतं की, ते परत येणार नाहीत. मी त्यांना शोधूही शकणार नाही आणि ते मला पुन्हा फोनही करणार नाहीत. मी एकटा होतो. पुन्हा एकदा गणेश गायतोंडे एका अनोळखी जगात प्रवेश करत होतो, माझ्या शर्टात एक सुरा लपवलेला होता. माझ्या तोंडात आंबट पित्त येत होतं. मी मान वळवली आणि थुंकलो. फूटपाथला लागून असलेल्या पांढऱ्या भिंतीवर तपकिरी पिचकारी पडली. मी तो ओघळ खाली येताना बघत होतं आणि माझ्या आत पुन्हा ढवळून आलं. काहीतरी अंतहीन, खरबरीत असं आणि मी त्यात वाहत होतो. मी एकटा होतो. रस्त्यावर कचऱ्याच्या ढिगातून धूर येत होता. मी एका जागी जखडला गेल्याप्रमाणे उभा होतो. माझे हातपाय थरथरत होते आणि अंगभर भयानक कंप जाणवत होता. मी धडपडत कारपाशी गेलो आणि आत बसलो. ड्रायव्हरने जाणीवपूर्वक माझ्याकडे बघायचं टाळलं आणि आम्ही निघालो. मी मागच्या सीटवर मला घट्ट धरून ठेवून पडून होतो.

जुहूमधलं नवीन सुरक्षित घर म्हणजे समुद्राकिनारी असलेल्या एका दोन मजली बंगल्यातलं वरच्या मजल्यावरचं अपार्टमेंट होतं. बंटीने इथे सुरक्षा ठेवण्यासाठी एक टीम तैनात केली होती आणि हे ठिकाण पूर्णपणे तपासून सुरक्षित करण्यात आलं होतं. मुलं मला ती जागा दाखवायला घेऊन गेली आणि मला मागच्या बाजूने असलेले दोन बाहेर जायचे दरवाजे दाखवले, खाली जायचा वेगळा जिना दाखवला, ज्यावर त्यांनी नजर ठेवलेली होती. मी सर्वांत वरच्या मजल्यावर गेलो. खोलीत जाऊन दरवाजा धाडकन बंद करून बेडवर अंग टाकून दिलं. 'तू दमला आहेस,' मी स्वतःलाच म्हणालो. 'इतक्या आठवड्यांचा प्रवास, शोधाशोधीची उत्सुकता, पाण्यातले आणि जेवणातले बदल या सगळ्यांमुळे तू दमला आहेस. तुला आराम करण्याची गरज आहे;' पण मी अजूनही कापत होतो. माझ्या आतमध्ये अजूनही प्रचंड रानटी ऊर्जा वाहत होती, त्यामुळे मी अस्वस्थ होतो. त्यात तो वास... या वेळी फक्त मोगऱ्याचा नाही, तर काहीतरी आतमध्ये खोलवर धुमसत असल्यासारखा... जळणाऱ्या प्रेतांचा वास. कोणातरी हरामखोराने एखादा मेलेला उंदीर किंवा काहीतर बीचवर जाळलं असणार. मी मुलांना बाहेर पाठवून त्याला चांगली अद्दल घडवायला सांगितलं. मी कसातरी उठून खिडकीपाशी गेलो. नाही... बीचवर तर कुठे काही जळत असल्यासारखं दिसत नव्हतं, फक्त एकसंधपणे लाटा येऊन किनाऱ्याला धडकत होत्या; पण या खिडक्या... इथे संपूर्ण किनारा दिसेल अशा खिडक्या होत्या, अगदी छतापासून जमिनीपर्यंत! आणि इतरही भिंतींना अशाच मोठ्या खिडक्या होत्या, ज्या रस्त्याच्या समोरच्या बाजूला असणाऱ्या इमारतींकडे तोंड करून होत्या. हे कसलं सुरक्षित घर होतं? सुलेमान इसा आणि त्याची अख्खी कंपनी समोरच्या गच्चीत बसून माझ्यावर नजर ठेवू शकत होती. पोलीससुद्धा बीचवर स्निपर्सची

अख्खी बटालियन ठेवू शकले असते आणि माझ्या डोक्यावर नेम धरला असता. मी मुलांना बोलावलं, ''हरामखोर, या खिडक्या बंद करा.''

मी त्यांना त्या खिडक्या बंद करून बोल्ट लावायला लावले आणि पडदे बंद करायला लावले, तरीही तो सडक्या फुलांचा आणि जळक्या मांसाचा वास येतच होता. मी मुलांवर परत खेकसलो. मी त्यांना इलेक्ट्रिशियनवाली टेप आणायला लावली. खिडक्यांच्या सगळ्या कडा घट्ट बंद करायला लावल्या. मुलं गोंधळून गेली होती. माझी भीती वाटत असूनही, इतक्या वर्षांचा आदर असूनही, ते त्यांना वाटणारं आश्चर्य आणि उपहास लपवू शकली नाहीत. मला पर्वा नव्हती. मी त्यांना खाली जाऊन कंपाउंडच्या आजूबाजूला आणि बीचवर कोणी शेकोटी पेटवली आहे का ते बघायला सांगितलं. मी त्यांना शक्य झालं तर ती आग विझवून यायला सांगितलं. त्यांनी होकारार्थी माना डोलावल्या आणि 'हो भाई, हो भाई' म्हणत गेले एकेक जण. मी दरवाजा लावला आणि सगळ्या फटींवर, कुलपाच्या भोकावर काळी टेप लावली. नंतर आरामखुर्ची ओढत आणून खोलीच्या मध्यावर ठेवली आणि त्यात पाय वर घेऊन माझे घोटे धरून बसलो. खोलीत अजूनही वास भरलेला होता, यात काही शंकाच नव्हती. मी विचार केला की, थोडा वेळ जाऊ दे, मग हा वास कमी होईल आणि मग तुला थोडं बरं वाटेल म्हणून मी काही मिनिटं जाऊ दिली आणि संथ श्वास घेत राहिलो. मी डोळे बंद केले आणि प्राणायाम केला. मला शांत वाटायला हवं होतं आणि थोडी थोडी शांतता हवी होती; पण माझ्या डोळ्यांवर उजेड येत होता, भगव्या पार्श्वभूमीवर गाजरी रंगाचा उजेड भरून राहिला होता. खोलीत अंधार होता, सगळे पडदे सोनेरी रंगाचे आणि जाड होते. कोणत्या तरी प्रकारचं ब्रोकेड होतं. मग हा उजेड कुठून येत होता? आणि मला लक्षात आलं की, ही इमारत किती नाजूक होती, खिडक्यांच्या काचा किती पातळ होत्या ते. मी जणू माझ्या चितेवर मांडी घालून बसलो होतो की, कधी माझे शत्रू येऊन मला मृत्यूच्या काळोखात ढकलून टाकतील, क्षितिजावर जे काही संकट घिरट्या घालत होतं. मला स्वतःचं रक्षण करणं आवश्यक होतं.

बंटीचा फोन स्वीच ऑफ येत होता. मी त्याला पुढच्या दोन तासात तीसेक वेळा तरी फोन केला असेल; पण फक्त कोणता तरी भेन्चोद आवाज परदेशी एक्सेंटमध्ये बोलत होता. त्याने शेवटी मला उलटून फोन केला, घाबरत घाबरत म्हणाला, ''सॉरी भाई, सॉरी. मी जरा फोन व्हायब्रेटरवर ठेवला होता. त्याच्यावर शर्ट आणि काही सामान होतं. सॉरी, खरंच सॉरी.''

त्या हरामखोराचे पाय काम करत नव्हते; पण त्याचा इतर अवयव अजूनही अर्धवट काम करत होता. नंतर समजलं की, तो सोळा वर्षांच्या मुलीबरोबर होता आणि त्याला त्याची गरज पूर्ण करून घ्यायची होती. त्या नादात तो त्याचं काम आणि त्याच्या जबाबदाऱ्या यांच्याकडे लक्ष द्यायचं पार विसरून गेला होता. मी त्याची त्याच्या पदाच्या गरजा याबद्दल जरा शिकवणी घेतली आणि तो कसा निष्काळजी चुतीया झाला होता, हे समजावून सांगितलं.

मी त्याला मला काय हवं होतं, ते सांगितलं. मग तो तर अजूनच रडका कुत्रा झाला. त्याने कबूल केलं की, माझ्या जमिनीखाली असलेल्या घराच्या, जे सुरक्षित घर मी जोजोसाठी कैलासपाड्यात बांधलं होतं, त्याच्या चाव्या त्याच्याजवळ नाहीयेत. बिल्डरला त्या चाव्या का हव्या होत्या... कारण, त्याला इलेक्ट्रिक कनेक्शनवर शेवटचा हात फिरवायचा होता आणि मग त्याने त्या चाव्या कशा कोणा अमूकतमूकला दिल्या, याची अशी एक लांबलचक स्टोरी त्याच्याजवळ तयारच होती. मी त्याला मध्येच तोडलं आणि सांगितलं की, मला माझ्या

त्या घरात उद्या सकाळी जायचं आहे आणि जर मी जाणार नसेल, तर त्याच्या पायांच्या व्यतिरिक्त तो अजून काहीतरी गमावून बसेल.

''पण भाई...'' तो म्हणाला, ''तुम्हाला घरी जायचं नाही का?''

''घरी? कोणत्या घरी?''

''थायलंड भाई. बोटीवर. आता ती मोहीम संपली आहे.''

मी त्याला त्याचं काम करायला सांगितलं आणि फोन आदळला. मी त्या समुद्रात परत जाऊ? सुरक्षिततेसाठी परत जाऊ? पण सुरक्षितता कुठे आहे? मी न्यूझीलंडला जाऊ शकतो किंवा अजून कोणत्यातरी खडकाळ बेटावर जाऊ शकतो, हो नक्कीच जाऊ शकतो; पण जेव्हा ती आग येईल, जेव्हा गुरुजींचा महाविध्वंस सगळ्या समुद्रांनाही कवेत घेईल, तेव्हा काय शिल्लक राहील?

मी हात आवळत- सैल सोडत माझ्या खोलीमध्ये चकरा घातल्या. माझ्या खांद्याच्या मधला ताण कमी करायचा मी प्रयत्न करत होतो. जेव्हा घर नाहीसं झालेलं असेल, तेव्हा घर कुठे असेल? जेव्हा तुमचं घर नसतं, तेव्हा घरापासून दूर तुमचं एखादं घर असतं का? तुम्ही झोपेच्या अधीन व्हाल तेव्हा तेव्हा स्वप्नात तुम्ही कशाची कामना कराल? जेव्हा कोणी विचारेल की, तुम्ही कुठले आहात, तेव्हा तुम्ही काय सांगाल? नाही, मी कुठेही जाऊ शकत नाही. मी इथून सोडून जाऊ शकत नाही. मला इथेच राहायचं आहे, युद्धभूमीच्या जवळ, त्यातच आणि मी गुरुजींना थांबवेन. त्यांना आत्मविश्वास होता की, मी त्यांना थांबवू शकणार नाही. 'तू थांबवू शकत नाहीस' पण मी गणेश गायतोंडे होतो. ते काळाच्या मागे आणि पुढे पाहू शकतात; पण मी नशिबापासून अनेक वेळा बचावलो होतो. आता मी पुन्हा यातून तग धरून जाईन. मी माझं घर वाचवेन आणि ते करण्यासाठी मला पूर्णपणे सुरक्षित असलं पाहिजे.

बंटीची डेडलाइन तीन तासांनी संपत होती. त्याने सहा वाजता फोन केला आणि मला साडेसहाला तिथून घेतलं. मी अजिबात झोपलो नव्हतो. आम्ही वाहणाऱ्या ओढून ताणून लांब झालेल्या शहरातून जात होतो, तरी मला खंबीर आणि सावध वाटत होतं. मी एका रिक्षाचा ड्रायव्हर आळोखेपिळोखे देत रिक्षाच्या मागच्या सीटवरून बाहेर आलेला पाहिला आणि एक आई घाईघाईने तिच्या लहान मुलाला सार्वजनिक शौचालयाकडे नेताना दिसली. वयस्क लोक बागेत हात वर-खाली करत फेऱ्या मारत होते. झाडांच्या शेंड्यांवर सूर्याची किरणं पसरली होती. कोणत्या तरी रेडिओ चॅनेलवर भजन मोठमोठ्याने सुरू होतं आणि आम्हाला त्याचे तुकडे तुकडे आम्ही एका लांबलचक चाळीसमोरून जाताना वेगवेगळ्या खोल्यांमधून ऐकू आले.

नंतर आम्ही एक डावं वळण घेतलं आणि बाजारपेठेतल्या चौकाच्या दिशेला गेलो. दुकानं अजून बंदच होती. एक जांभया देणारा शेठ आणि त्याचा पोऱ्या शटरशी खडबडत होते आणि आम्ही एका रिकाम्या प्लॉटच्या मध्यावर बांधलेल्या पांढऱ्या क्यूबसारख्या बिल्डिंगपाशी थांबलो, तरी त्यांनी लक्ष दिलं नाही. मी दरवाजाकडे जाता जाता त्या पांढऱ्या परफेक्ट भिंतीवरून हात फिरवला आणि मला आत शिरण्याअगोदरच बरं वाटलं. मला ती स्पेसिफिकेशन्स आठवली, भिंतींची कठोरता आणि जाडी, त्यासाठी आम्ही वापरलेल्या सिमेंटचा खर्च आठवला. बंटीच्या एका मुलाने किल्ली दरवाजात सरकवली आणि त्याच्याशी खुडबुड करत राहिला. माझी चिडचिड झाली आणि मी त्याच्याकडून ती हिसकावून घेतली.

ती कॉम्प्युटरने कट केलेली चावी होती आणि त्यावर दोन्ही बाजूंनी छोटे छोटे खळगे होते आणि तुम्ही ती अर्धी आत सरकवून डावीकडे अर्धी फिरवायची होती. नंतर आतल्या बाजूला हलकेच दाबलं की, ती लोण्यासारखी फिरायची. ''बरोबर,'' मी म्हटलं, ''बंटीला सांग, मी त्याला फोन करेन.''

''भाई, जर तुम्हाला अजून काही लागणार असेल...''

मी दरवाजा लावला. मला त्याच्यावर माझं पूर्ण वजन देऊन तो माझ्या खांद्याने बंद करावा लागला. मी गुडूप अंधारात उभा राहिलो, त्याचं स्वागत करत. माझ्या पायाखाली सुरू असलेल्या मशीनची हलकी घरघर जाणवत होती; पण बाहेरच्या कावळ्यांची कावकाव आता पार बंद झाली होती. ब्ल्यूप्रिंट्सवरून मला लाइटचा स्वीच नक्की कुठे आहे हे चांगलं माहीत होतं. स्वीच उजव्या बाजूच्या भिंतीवर होता; पण मला तिथवर पोहोचायचं नव्हतं. एका क्षणासाठी मला या सुरक्षिततेमध्ये तरंगताना खूप छान वाटलं. कारण, आता माझ्यापर्यंत इथे काहीही पोहोचू शकणार नव्हतं. माझं मन स्थिर झालं आणि मी उभा राहिलो.

मी अचानक माझ्या तंद्रीतून बाहेर आलो. मला माहीत नाही किती वेळ तंद्रीत होतो... एखादं मिनिट किंवा अर्धा तास. मी खूप काळ झोपलो नव्हतो; पण मी थोडा आराम केला होता, कसा ते माहीत नाही. मी आता हालचाल करण्यासाठी स्वतःला राजी केलं. लाइट लावला आणि खोलीच्या मध्यावर असलेला तळघराचा गुप्त दरवाजा उघडला. एक छोटी शिडी खाली कंट्रोलरूमकडे गेली होती. सगळं काही मी नियोजन केल्याप्रमाणे होतं, ते मल्टिपल व्हिडिओ स्क्रीन, कॉम्प्युटर्स, रेडिओ आणि गॅस मास्क. बिल्डर आणि टेक्निशियन यांनी दिलेल्या सूचना तंतोतंत पाळल्या होत्या, अगदी खाली असलेल्या सुक्यामेव्याचा साठा आणि सीलबंद पाण्याच्या बाटल्यांपर्यंत. तिथे एक छोटं जिम होतं आणि डीव्हीडीचं एक कपाट, ज्यात देव आनंद आणि दिलीप कुमारच्या सिनेमांच्या डीव्हीडी भरलेल्या होत्या. एक स्टीलची कॅबिनेट होती, ज्यात सगळी शस्त्रास्त्र ठेवली होती, जसं की एके ५६, ग्लॉक्स. एक माणूस इथे राहू शकत होता.

तर आता दोन आठवडे झाले मी माझ्या घरात राहत होतो. हे घर जमिनीच्या खाली होतं. मी बंटी आणि मुलांशी संपर्क ठेवून होतो. रोज सकाळ, संध्याकाळ निखिल थायलंडहून फोन करायचा त्याच्याशीही बोलत होतो. ब्रसेल्स आणि न्यू यॉर्कमधलाही बिझनेस बघत होतो. मुलं मला फाइल्स आणून द्यायचीत. ती आली की, सगळी महत्त्वाची कागदपत्रं माझ्या हातात दिली जायची. सगळं पहिल्यासारखंच होतं. फक्त आता मी परदेशी समुद्रात तरंगत नव्हतो किंवा कोणत्या तरी अनोळखी शहरांतून येत-जात नव्हतो. मी माझं काम करत होतो आणि मुंबईच्या उदरामध्ये सुरक्षित होतो. आता मी घरी परत येण्याबाबत आत्मसंतुष्ट होतो. मी माझ्या सुरक्षिततेच्या सर्व प्रक्रिया पाळत होतो. मी सतत एक नायलॉनचे खांद्याला घालायचे होल्स्टर घालत होतो, ज्यात एक ग्लॉक ३४ सज्ज असे. मी रणांगणाच्या कक्षेत होतो आणि मी मला सुरक्षित ठेवलं होतं.

पण मी झोपू काही शकत नव्हतो. मी अंथरुणात पडून राहायचो किंवा जमिनीवर किंवा बंटीच्या मुलांनी आणून दिलेल्या खास शरीराला आराम मिळेल, अशा गादीवर पडून राहायचो; पण यांपैकी कशामुळेही मला आराम मिळत नव्हता. मी मूठभर कॉम्पोज, मँड्रेक्स खाल्ल्या आणि खास न्यू यॉर्कहून मागवलेली एम्बीयनची बाटली रिकामी केली; पण त्या अमेरिकन गोळ्याही मला झोपेच्या अमलात नेऊ शकल्या नाहीत. मला फक्त जागेपणा आणि

झोप यांच्यामधला संधिप्रकाश दिसत होता. माझं शरीर जड झालं होतं, हलू शकत नव्हतं आणि लकवा मारल्यासारखी अवस्था होती; पण माझं मन जागं होतं आणि सावध होतं. अर्धवट उघड्या डोळ्यांनी भिंतीवर नाचणाऱ्या ज्वाळा बघत होतो. मला माहीत होतं की, तिथे कोणतीही आग लागलेली नव्हती, ज्या ठिणग्या किंवा ज्वाळासारख्या दिसत होत्या, त्या कॉम्प्युटर मॉनिटर आणि डिस्क ड्राइव्हच्या छोट्या दिव्यांच्या प्रतिमा होत्या; पण तरीही जेव्हा पोटात गेलेल्या रसायनाचा अंमल कमी होई, तेव्हा मला तो वास येई... हो, मोगऱ्याचा आणि जळक्या प्रेतांचा. मी स्वतःची अशी समजूत घालत होतो की, एक्झोस्ट सिस्टिम पूर्णपणे शहराचे वास थांबवू शकत नसेल. शेवटी कार्बन फिल्टर हे काय हवा निर्माण करत नव्हते, जी खोलवर आत आली होती, ती होतीच. मी माझ्या डोक्यावर राहणाऱ्या लाखोंच्या जगण्यामुळे होणारे प्रदूषण हुंगत होतो. यापासून सुटका नव्हती, असूही शकत नाही आणि मी स्वतःला याची सवय करून घ्यायला शिकवलं. माझ्या घशात मात्र आत कुठेतरी टोचत होतं आणि डोळे चुरचुरत होते. मी गणेश गायतोंडे होतो आणि मी याहून मोठ्या वेदना सहन केल्या होत्या.

तरीही मी 'चिंता' या गोष्टीची सवय करून घेऊ शकलो नाही. दिवस-रात्र जागा असल्याने मला बसून विचार करायला वेळ होता. धंद्याची काळजी घेतली जात होती. त्यानंतर मी बसून मला काय काय करायचं आहे, त्याची लिस्ट केली. माझे हिशेब आणि नियोजन करत होतो. मी कॉम्प्युटरसमोर माझ्या गोल फिरणाऱ्या खुर्चीत बसायचो आणि स्क्रीनकडे बघत विचार करायचो. अजूनही माझ्या मनाला मी जो स्वतःला गुरू म्हणवत होता, त्या हरामखोराच्याबद्दल मी जे संशोधन केलं होतं, ते समजावून सांगायचा प्रयत्न करत होतो. त्याच्या ऑफिसमधून आम्ही जी कागदपत्रं आणि फाइल्स उचलून आणल्या होत्या, त्या वाचण्याचे कष्ट घेत होतो. मी आमच्या शेवटच्या संभाषणातलं प्रत्येक वाक्य आठवायचा प्रयत्न केला. कदाचित, अजूनही काही असेल, जे माझ्याकडून सुटलं असेल. कदाचित, अजून काही तरी मी त्यातून घेऊ शकलो असतो. मी पुन्हा आमचा इतिहास, सगळ्या गोष्टी तपासून पाहिल्या आणि मागे पुढे जे झालं ते आठवलं. अखेरीस हार मानली. मी पराभूत झालो होतो म्हणून मग चिंता वाटत होती, मी टीव्हीवरचे चॅनेल बदलून बातम्या, सिनेमे, गाणी सगळं एकामागोमाग पाहून स्वतःचं लक्ष विचलित करण्याचा प्रयत्न करत होतो, तरीही बातम्या वाचणाऱ्यांच्या आणि नाचणाऱ्या हिरो-हिरोईनच्या मागून, लताबाईंच्या शांत आवाजाच्या मागून ती चिंता उफाळून वर येत होती.

''गायतोंडे, तू आता कसली चिंता करतो आहेस?'' जोजोने विचारलं. अखेरीस तिने विश्वास ठेवला की, मी कोणत्या तरी परदेशात होतो. कारण, आता मी तिला फोन करताना आजूबाजूला शांतता असे आणि नेहमीप्रमाणेच मी बोलायला लागलो की, माझ्या आवाजावरूनच किंवा त्याही आधीच्या माझ्या मौनावरूनच ती माझा मूड कसा आहे, ते मला सांगत असे.

''तुझी चिंता,'' मी तिला सांगितलं. हे खरं होतं. जर युद्ध झालं, तर मी माझ्या या जमिनीखालच्या घरात सुरक्षित राहीन, वाचेन; पण जोजो बाहेर असेल, तिला मी गमावून बसेन; पण तिच्या माझ्या कानात घुमणाऱ्या या आवाजाविना मी कसा जगू? ती मला ओळखते हे समजल्याविना कसा जगू मी? मला आता आजवर कधी वाटलं नाही इतकं एकटं वाटू लागलं. मी माझ्या तरुणपणात खूप एकटा होतो, तेव्हा मी खूपच गरीब, अनभिज्ञ आणि

बराच एकटा होतो; पण एकटेपणा अजूनही माझ्या मानेवर बसतो, जसं एखाद्या सुपरहिरोच्या पाठीवर झूल झुलते तसा. माझ्या आयुष्याची पटकथा एकसुरी होती आणि मी प्रेमिका, यारदोस्त आणि दुश्मन या सगळ्यांना मागे टाकलं होतं, मला त्याचा खेदही वाटत नव्हता. ते आवश्यक होतं. माझ्या पात्राचा तो आवश्यक भाग होता आणि त्याशिवाय मी गणेश गायतोंडे कधी बनू शकलो नसतो; पण आता जोजो माझ्यात बसली होती, तिच्याशिवाय माझी शकलं झाली असती. मला ते माहीत होतं. ''मी फक्त तुझ्याबद्दलच काळजी करणार जोजो,'' मी तिला सांगितलं. ''कुतीया आहेस तू. मला माहीत नाही का ते.''

''तुला वेड लागलं आहे,'' ती म्हणाली. ''तुला जर का ते माहीत नाही, तर तू कशाला चिंता काळजी करतोस?''

''नाही नाही. मी का चिंता करतो आहे ते मला माहीत आहे. फक्त मला हे माहीत नाही की, मी तुझी काळजी का करतोय. तू इतकी उद्धट, निर्लज्ज, गरम डोक्याची कुतीया आहेस.''

ती मोठ्याने हसली, जशी ती राक्षसीण होती. ''अरे, गायतोंडे, या तीन वर्षांनंतरही तुला माहीत नाही? तुला खरंच माहीत नाही? ठीक आहे, ठीक आहे. जाऊ दे. असू दे; पण मला सांग ती चिंता आहे तरी काय?''

''तू सुरक्षित ठिकाणी राहायला हवं आहेस.''

यावर मात्र ती अगदी नेहमी जशी चेकाळून उठायची, तशीच उठली. तिने मला शिव्या दिल्या आणि माझं डोकं नाहीतर माझ्या गोट्या किंवा कदाचित दोन्हीही तपासून घ्यायला सांगितलं. नंतर तिने सांगितलं की, तिचं आयुष्य एकदम छान होतं, तिचा धंदा उत्तम सुरू होता आणि तिला कशाचीही भीती वाटत नव्हती. नंतर तिच्या मते मला या फालतू ट्रॅकवरून मन वळवून माझ्या गांडीकडे आणायला हवं होतं.

त्याउलट, मी पूर्णपणे रास्त वागत होतो. मी तिच्याशी बोलताना शहरातल्या वाढत्या गुन्हेगारीपासून सुरुवात केली... दरोडे, बलात्कार, सरकारचे आणि दहशतवादी गटांच्या आक्रमक भूमिका, ज्यामुळे रेस्टॉरंट्समध्ये बॉम्बस्फोट होत होते आणि बॉर्डरवर परिस्थिती काय असेल, याचा अर्थ वगैरे. यावर ती चिडून पुटपुटली, ''त्यातला एक बॉम्ब तुझ्या डोक्यात घालावा, अशी इच्छा आहे माझी,'' आणि तिने फोन ठेवून दिला.

आजकाल मी बंकरमध्ये आल्यापासून आधीच्या मानाने आमची संभाषणं अशीच संपत असत. जोजो ज्या मुलींचे प्रतिनिधित्व करत असे त्या मुलींबद्दल किंवा ती प्रोड्यूस करत असलेल्या टीव्ही शोजबद्दल आणि तिच्या बिझनेसच्या वातावरणाबद्दल आमची नेहमीप्रमाणे चर्चा होत होती; पण अखेरीला मी आपण राहत असलेल्या जगाचे स्वरूप, त्यामुळे आपल्याला असलेला मृत्यूचा धोका यांबद्दल बोलत असे. नंतर जराशी गुरगुर करून किंवा एखादी शिवी हासडून नाहीतर ओरडून ती फोन आपटत असे आणि मग मी पुन्हा चिंतेच्या गर्तेत ओढला जाई.

आज मी जोजोसाठी पर्यायांचा विचार करू लागलो. मी तिला असा एक निवारा देऊ शकतो, जो घरासारखा दिसतो आणि तिला मूर्ख बनवून किंवा फसवून का होईना सुरक्षित ठेवू शकतो; पण मी ती दरवाजे बंद ठेवेल, याची खात्री कशी देणार आणि या घराला खिडक्या कुठे आहेत, या तिच्या प्रश्नाला काय उत्तर देणार? नाही, नाही... मी टीव्हीवर चॅनेल बदलत राहिलो आणि मला एका उत्तम परदेशी सुट्ट्यांची जाहिरात दिसली. एक आनंदी जोडपं बीचवर फिरत होतं. मी तिला अशा दुर्गम ठिकाणी पाठवू शकतो, तिला दक्षिणेच्या

समुद्रातील कोणत्या तरी बेटावर जाण्यासाठी विमानाची मोफत तिकीट देऊ शकतो. हो. भरपूर तगडी मुलं असणाऱ्या आणि शॉपिंगची सोय असणाऱ्या कोणत्यातरी बीचवर तिला पाठवू शकतो. हो, मला ती दिसली, उंच टाचांचे बूट घेताना. मी तिला पाहू शकत होतो. तिने लाल रंगाचा छोटा स्कर्ट घातला होता आणि तिचे पाय अगदी कोवळे आणि घोटीव दिसत होते. तिच्या मागे शॉपिंगच्या थैल्यांची रांग लागली होती आणि ती खूप खूश होती. तिच्या हँडबॅगमध्ये दोन फोन होते, एक साधा मोबाईल जो ती रोज वापरत होती आणि एक लाल एनक्रीप्टेड फोन जो तिला माझ्याशी जोडून ठेवत होता. ती सुरक्षित आणि आनंदी होती... या विचारानेच मला समाधान वाटलं. जरी काही झालंच, जर क्षितिजापल्याड आग उसळलीच तरी ती सुरक्षित असेल.

पण समजा काही झालं, जर ती गोष्ट झाली, तर फोन काम करणार नाहीत. विमानं चालू नसतील, नसतीलच कदाचित. ज्या सिस्टिममुळे विमानं, फोन चालतात, त्या सिस्टिम पूर्णपणे कोसळल्या असतील. मी आजवर पाहिलेल्या फिल्म्स आणि टीव्ही शोजमधून मला आता पुरेसं माहीत होतं. मला माहीत होतं की, असं पूर्ण ब्रेकडाउन होईल, हेच अपेक्षित होतं. जरी ती मशिन्स सुरू असतील, तरी वीज नसल्याने ती बंद पडतील म्हणूनच आम्ही बंकरमध्ये जनरेटरचे तीन संच लावले होते. त्याशिवाय बाहेरून मुख्य लाइनवरून कनेक्शन घेतलं होतं आणि सौरऊर्जेची सोयही केलेली होती म्हणून जोजो तिच्या बेटावर असेल आणि मी माझ्या तळघरातील खोल्यांमध्ये. आमच्यामध्ये खूप मोठे महासागर असतील, निष्ठुर सूर्य असेल. इतके वर्षं आम्ही सोबत आहोत, मला कधी अंतराचं काही वाटलं नाही. कारण, मला माहीत होतं की, जरी मी बेल्जियममधल्या कोणत्या तरी रस्त्यावर फिरत असलो किंवा अरेबियन वाळवंटातून उडत असलो, तरी जोजो माझ्याबरोबर होती. ती माझ्या आवतीभोवती हाकेच्या अंतरात होती... फोनवर दोन बटणं दाबली की झालं. मी तिला आता दूर पाठवू शकत होतो; पण मी तिला परत कसा आणू? मी कंट्रोलरूममध्ये या टोकापासून त्या टोकापर्यंत येरझाऱ्या घालत होतो. एक मैल चालण्यासाठी किती प्रयास पडतात, त्याचा विचार करत होतो. इतक्या वर्षांत मला अंतराचं काही वाटलं नाही, मी फक्त वेळेची चिंता करत होतो. जेटने एका शहरातून दुसऱ्या शहरात जायला किती वेळ लागतो, या निकषावर मी काही शहरांची निवड केलेली होती आणि त्या तारखेतून दिवस वजा करायला शिकलो होतो किंवा रात्रीत अर्धी रात्र पहाटेमध्ये जमा करायची. आता, जमिनीवर माझ्या पायांच्या खाली मला अक्षांश, रेखांश दिसतात आणि मी भिंतींबाहेर स्वतःला ताणून पृथ्वीचे गोलाकार वळण बघतो आहे आणि जोजो व माझ्यामध्ये असलेली दगडी भिंतही. जग इतकं अफाट होतं आणि आम्ही इतके छोटे छोटे. तिचा आवाज माझ्या कानात घुमला नाही, तर मी अजूनच लहान होतो.

मला तिला इथे आणायलाच हवं होतं. ती विरोध करेल, ती सुरुवातील चिडेल; पण अखेर, ती समजून घेईल. मी तिला समस्येचं गांभीर्य समजावून सांगेन आणि तिला धोका असल्याचं पटवून देईन. तिला पुराव्यानिशी दाखवून देईन, मग तिला समजेल. अगदी सुरुवातीपासून आम्ही दोघंही एकमेकांशी बोलू शकत होतो. ती हट्टी, चिडचिडी आजीबाई आहे; पण ती समंजसही आहे. तिला स्वतःमध्ये रस आहे आणि मी तिला दाखवेन की, बाहेर राहणं किती अशक्य आहे. मग ती मान्य करेल.

मी फोन उचलला आणि बंटीला फोन करून सूचना दिल्या. ''तिला इथे घेऊन ये,'' मी त्याला सांगितलं.

त्यांनी जेव्हा तिला आणलं, तेव्हा ती खूप घाबरलेली आणि चिडलेली होती; पण माझ्याकडे पर्याय नव्हता. जर मी तिला मला भेटायला यायचं आमंत्रण दिलं असतं, तर तिने मी कितीही विनंती केली तरी यायला नकार दिला असता म्हणून मुलांनी त्यांना जे हवं ते केलं. ते सकाळपर्यंत जोजोच्या अपार्टमेंटच्या बाहेर थांबून राहिले. साडेदहाला ती तिच्या निळ्या टोयोटामधून एकटीच निघाली. त्यांनी यारी रोडवर उत्तर गोरेगाव रोडच्या दिशेने तिचा पाठलाग केला. मुलं दोन कार आणि एका व्हॅनमध्ये होती. त्यांना तिला मध्ये अडवून नंतर व्हॅन मागे ठेवून चालवायला फक्त दहा मिनिटं लागली. नंतर, जोजोच्या पुढे असणाऱ्या कारने करकचून ब्रेक दाबले आणि व्हॅनने तिच्या गाडीच्या मागच्या बंपरला धडक दिली आणि तिला हलकेच धक्का दिला जेणेकरून तीन गाड्यांचा अपघात झालाय, असं वाटावं. ते हळूहळू चालवत होते, कोणाला इजा व्हायचा धोका नव्हता; पण जोजो तिच्या कारमधून मादरचोद आणि भेन्चोद म्हणत बाहेर पडली. ती व्हॅन चालवणाऱ्या मुलीवर खूप चिडलेली होती; पण मग पुढच्या कारमधून बाहेर पडणाऱ्या तीन जणांकडे आणि शेजारच्या कारमधून बाहेर पडणाऱ्या दोघांकडे तिचं लक्ष गेलं. मी त्यांना सांगितलं होतं की, तिला मारायचं नाही आणि मला खात्री होती, की घोडा दाखवला किंवा अगदी नुसता तिच्या डोक्याला लावला तरी ती झगडणार किंवा आरडाओरडा करणार नाही म्हणून त्यांनी ओमेगा स्टन गन वापरली. जशी जोजो त्या मुलीवर ओरडली, तसं त्यांच्यातल्या एकाने ती गन तिच्या ढुंगणाला लावली; पण तिच्या बेल्टच्या वर आणि तिला एक तीस सेकंदांचा शॉट घेऊ दिला. काहीतरी कडकडल्याचा आवाज झाला आणि जोजो शेवटची किंकाळी मारत जमिनीवर कोसळली. स्टन गन वापरणं थोडं धोकादायक असतं... तुम्ही काही लोकांना झटका देऊ शकता आणि त्यांना जोरात सर्पदंश झाल्यासारखं वाटू शकतं. ते अधिकच चिडून तुमचं डोकं फोडू शकतात. मला भीती होती की, जोजो मुलांच्या गोट्यांना लाथा मारायला सुरू करेल का काय; पण ती खाली कोसळली, हात-पाय वाकडे केले आणि तिने डोळेच फिरवले. चांगली दहा मिनिटांसाठी तिची शुद्ध हरपली होती. तोवर मुलांनी तिला व्हॅनच्या मागच्या बाजूला ठेवून तिचे हातपाय हलकेच बांधले होते. तिला इतकं गुंडाळलं होतं की, इजा होणार नाही; पण सीटवर चुपचाप बसावं लागेल. जोजोच्या कारसह इतर कार मागोमाग निघाल्या आणि ही छोटीशी वरात तिला माझ्याकडे घेऊन आली.

मी दरवाज्यातच डिलिव्हरी घेतली. व्हॅनमधली गर्दी कोणा आसपासच्या दुकानदारांच्या लक्षात येऊ नये, याची काळजी घेत तिला आत घेतलं आणि दरवाजा लावून घेतला. मी तिला खाली घेऊन गेलो आणि तिला पलंगावर झोपवलं. तिचं डोकं मऊ उशीवर ठेवलं. तिच्यासाठी थंड पाणी आणलं. मी ग्लास तिच्या ओठांपाशी नेला. तिच्या मानेवर आणि हनुवटीवर लागलेली लाळ पुसली. ती काहीतरी पुटपुटली, सगळं काहीतरी जड आवाजात होतं. तिचं तोंड रबराचं होतं आणि त्यावर नियंत्रण ठेवणं अवघड होतं, हे मी सांगू शकत होतो; पण आता तिचे डोळे माझ्यावर रोखलेले होते आणि जागे होते. तिने माझ्याकडे पाहिलं, खोलीत डावी-उजवीकडे नजर टाकली.

''रिलॅक्स, जोजो,'' मी म्हटलं. ''काही मिनिटांनंतर सगळं ठीक होईल. हे धर, थोडं पाणी पी.''

पण तिने हनुवटी घट्ट आवळली आणि माझ्याकडे रागाने एक कटाक्ष टाकला, त्याची धार इतकी तीव्र होती की, माझं डोकं धडापासून अलग झालं असतं. तिने बोलायचा प्रयत्न

केला आणि पुन्हा तिच्या तोंडातून लाळ गळली. मी ते पुसून घेतलं आणि मग मागे सरकून बसलो. मी तिच्याकडे पाहत राहिलो. मला तिचे फोटो पाहिलेले आठवत होते, त्यापेक्षा ती बारीक होती, ओठांभोवती किंचित चिमटल्यासारखं वाटत होतं. फोटोंमध्ये नेहमी तिचे ओठ लालभडक असत आणि गेली अनेक वर्षं दररोज मी ते तसेच लालभडक असतील, अशी कल्पना करत होतो; पण ते ठीक होतं. तिच्यासाठी आताची वेळ म्हणजे अगदी पहाट होती. ती नुकतीच उठून जिमला निघाली होती आणि तिला लिपस्टिक लावायला वेळही मिळालेला नव्हता. मला बायका आणि त्यांचा मेकअप याची चांगली समज होती. जोजो माझ्या अपेक्षेपेक्षा वयाने थोडी मोठी दिसत होती आणि तिच्या मानेवर असलेल्या रेघांच्या बाबत किंवा तिच्या हातावरच्या सुरकुतलेल्या कातडीबद्दल मला कल्पना नव्हती; पण ती तशीच आकर्षक होती; घोटीव सुंदर निगा राखलेलं शरीर, हायलाइट केलेले ब्राऊन रंगाचे केस आणि सडपातळ शरीर. लो वेस्ट जीन्सवर घातलेला तिचा टॉप जिथे थोडासा वर गेला होता, तिथे तिचं पातळ पोट मला दिसत होतं.

मी तिच्याकडे टक लावून बघत होतो, ते तिने पाहिलं आणि तिने डोकं उशीवरून वर उचललं. या वेळी तिने प्रत्येक शब्द उच्चारायच्या आधी जरा दम घेतला आणि खूप नेमकेपणाने मोजके शब्द उच्चारले, ''कोण आहेस तू?''

मी गालावर हात मारला आणि हसलो. ''अरे जोजो, सॉरी यार. मी तुला कधी सांगितलंच नाही. मी माझा चेहरा बदलला आहे. सुरक्षेच्या कारणास्तव. मी गणेश... गणेश गायतोंडे... गायतोंडे...!!''

तिने डोकं हलवलं. ''झोया म्हणाली.''

म्हणजे झोयाने तिला माझ्या ऑपरेशनबद्दल सांगितलं होतं तर. एखाद्या बाईवर सुरक्षेच्या बाबतीत विश्वासच नाही ठेवला पाहिजे. कदाचित, मी त्या कुतीया झोयाला सोडल्यानंतर तिला गोळी घालून ठार मारायला हवं होतं; पण त्या रंडीचं इतकं मनावर घेत नाही मी. आता जोजो इथे होती माझ्या समोर... काहीशी गोंधळलेली, संशयास्पद नजरेने आणि अविश्वासाने बघत. मला तिला पटवून द्यायला लागलं की, तो मीच होतो, तोच गणेश गायतोंडे ज्याच्याशी ती रोज बोलत होती. माझा आवाज इतका वेगळा होता का, का अंतरामुळे किंवा विजेमुळे त्यात फरक पडला असावा? पण काही फरक पडत नशही. मला या समोरासमोर भेटीमध्ये जोजोसाठी गणेश गायतोंडे व्हावं लागलं, अगदी आमच्या इतक्या दीर्घ मैत्रीमध्ये आमच्या दोघांच्याही चेहऱ्यात कल्पना केलेल्यापेक्षा बराच फरक पडला होता तरीही. मी तिला आम्ही पहिल्यांदा कसे फोनवर बोललो होतो ते सांगितलं, खूप पूर्वी आणि मग कसे आम्ही यार झालो तेही. तिने मला पाठवलेल्या मुलींच्या बाबतीत मी तिला सांगितलं आणि आम्ही त्यानंतर केलेलं विनोदही. मी तिला, मी कशा कुमारिका घेत होतो ते आणि तिला त्यांच्या ताजेतवानेपणासाठी जे पैसे देत असे तेदेखील सांगितलं. तिच्या ज्या प्रोजेक्ट्सना मी पैसे दिले होते ते आणि तिच्याशी ज्या प्रॉब्लेम्सबद्दल बोलायचो तेही सांगितलं. मी तिला ती मला कशा शिव्या द्यायची ते आणि मला 'गायतोंडे' म्हणून कशी हाक मारायची तेही सांगितलं.

माझा हा थोडाफार इतिहास सांगून होईपर्यंत ती बेडवर उठून बसली होती. तिने पायाभोवती हाताची घट्ट मिठी आवळून ते छातीजवळ घेतले होते. तिला आता समजलं होतं मी कोण होतो ते; पण मला कल्पना नव्हती की, तिला उत्सुकता वाटत होती का ती रागावली होती किंवा घाबरली होती किंवा कोड्यात पडली होती. मला तिचं मन वाचता

येईना. मी तिचा आवाज ओळखत होतो; पण तिच्या शरीराची अजिबात ओळख नव्हती. तिला माझ्याबद्दल नक्की काय वाटतंय हे समजण्यासाठी तरी तिने ते मला सांगणं आवश्यक होतं. मी वाट बघत होतो.

तिने अखेर तोंड उघडलं आणि मिटलं. ती तिची क्षमता आजमावून बघत होती. तिची जीभ, ओठ आणि मग शेवटी तिला वाटलं की, आता ती बऱ्यापैकी सावरली आहे, पूर्ववत झाली आहे. ''तुला काय झालं आहे गायतोंडे?'' तिने विचारलं.

मी एक-दोन शिव्या ऐकायला मिळतील, अशी अपेक्षा करत होतो आणि हीदेखील की तिला माहीत करून घ्यायचं असेल की, मी तिला असा धक्का का दिला, असं तिच्या परवानगीशिवाय उचलून माझ्या या बंकरमध्ये का आणलं? माझ्याकडे स्पष्टीकरण तयार होतं आणि आता ते वेगाने बाहेर आलं. मी तिला घडाघडा यज्ञ, बॉम्ब, डॉलर्स, साधू, आग आणि या युगाचा अंत यांबद्दल सगळं सांगून टाकलं. मी जसजसा बोलत होतो, ती उठून आता बेडवरून खाली उतरून खोलीच्या कडेने फिरत होती. तिला अजूनही आपल्या पायावर उभं राहणं जड वाटत होतं म्हणूनच तिने भिंतीला हात धरून आपला तोल सांभाळला होता; पण ती बऱ्यापैकी सावध होती आणि ती खोलीचं निरीक्षण करत होती, त्यात काय काय आहे, दरवाजे कुठे आहेत वगैरे. मी जरी गडबडलो, तरी तिच्यात अभिमान दिसत होता. मी जे स्वतः केलं असतं, तेच ती आता करत होती. तिने त्या छोट्या जिमवर एक नजर फिरवली, टॉयलेटचे दरवाजे उघडून पाहिले. नंतर ती कंट्रोलरूमकडे जाणाऱ्या दरवाजाच्या दिशेने गेली. मी बोलत बोलत तिच्या मागेमागे गेलो.

''आपण कुठे आहोत?'' तिने विचारलं. ''तुझ्याकडे गन कशाला आहेत?''

ती का गोंधळून गेली आहे, हे मला दिसत होतं. चार मॉनिटर सुरू होते; त्यातल्या तीनवर अमेरिकन, चायनीज आणि भारतीय बातम्या सुरू होत्या आणि चौथ्यावर इंटरनेट सुरू होतं. ती काहीशी विचलित झाली, अचानक काही आठवत नाही अशी आणि किती वेळ काळ निघून गेला आहे, असं वाटत असावं तिला. तिला वाटलं की, ती कदाचित मलेशियामध्ये असेल किंवा स्पेनमध्ये. कुठेही असू शकली असती.

''काळजी करू नको जोजो,'' मी तिला म्हणालो, ''आपण अजूनही मुंबईतच आहोत; पण आपण सुरक्षित आहोत. डोंट वरी.''

आता ती माझ्याकडे वळली. ती माझ्यापेक्षा बुटकी होती; पण ती ताठ उभी होती, मान ताठ आणि खांदे मागे ओढून धरलेले. तिने एक मानेला झटका देऊन खांद्यावरून पुढे आलेले केस मागे झटकले. तिला ते करताना बघून मला लागलीच एक साक्षात्कार झाला की, लोक तिला ठोकण्यासाठी लाइन का लावत असावेत. मी हे अगदी नीट निरखून घेतलं. त्या क्षणी मी अशा परिस्थितीत होतो की, माझ्यामध्ये शारीरिक इच्छा नव्हती, किमान जोजोसाठी तरी नाही. मला फक्त तिने माझ्याशी बोलायला हवं होतं.

''गायतोंडे,'' ती म्हणाली, ''तू वेडा आहेस.'' ती नेहमी तिच्या नोकरांवर ओरडायला ज्या आवाजात बोलत असे, त्याच आवाजात ती आता माझ्याशी बोलत होती. तिचा आवाज खालच्या पट्टीतला, निर्णायक आणि निर्दयी होता. ''तुला डॉक्टरकडून तुझा भेजा तपासून घेतला पाहिजे. ते ही राहू दे, त्यासाठीही उशीर झाला आहे. तू सरळ वेड्यांच्या इस्पितळात जाऊन ॲडमिट व्हायला हवंस. नर्सेसना तुझ्या हाता-पायांत बेड्या घालायला सांग जेणेकरून तू इतरांना त्रास देणार नाहीस...''

''जोजो, ऐक माझं.''

''नाही, तू माझं ऐक. तुला काय वाटतं तू कोण लागून गेलास? तू स्वतःला कोणी राजा वगैरे समजतोस का की, लोकांना उचलून आणशील? असं तुझ्याकडे ओढत आणून तू लोकांना ते जनावरं असल्याप्रमाणे शॉक देऊ शकतोस? हरामखोर, तुला जगातले सगळे घाबरतात म्हणून तू काहीही करू शकतोस, असं तुला वाटतं का? मी तुला घाबरत नाही, मादरचोद.''

ती तिचा चेहरा माझ्या चेहऱ्याच्या अगदी जवळ आणून बोलत होती, तिची बोटं माझ्या डोळ्यांजवळ नाचत होती आणि तिची थुंकी माझ्या तोंडावर उडत होती.

मला तिला मारावं, असं वाटलं.

पण ही जोजो होती. मला तिची काळजी घ्यायची होती. मी स्वतःला तिच्यापासून दूर ओढलं, माझे हात वर केले आणि एक खोल श्वास घेतला. ''तू आता खूप डिस्टर्ब झाली आहेस. मी समजू शकतो; पण जोजो, तुला सांगू दे मला... आपण खूप वर्षं मित्र आहोत. विचार कर किती वर्षं झाली. मी हे कधीही करू शकत होतो; पण कधीही केलं नाही म्हणून फक्त शांतपणे मी काय सांगतोय ते ऐक. नंतर जर तुला पटत नसेल, तर तुला जे करायचं आहे ते तू करू शकतोस.''

तिने किंचित मान झुकवली आणि ती माझ्याकडे पाहू लागली. मला दिसत होतं की, ती काहीतरी हिशेब करत होती. काहीतरी मोजमाप करत होती. मला आणि खोलीला तिच्या टप्प्यात घेऊ पाहत होती; पण मी हे सांगू शकत नव्हतो की, ती मला कानाखाली देणार होती की मी तिला कानाखाली देणार होतो. मी तिच्याशी व्हिडिओ कॉन्फरन्सिंग कॅमेरावरच बोलायला हवं होतं म्हणजे मला तिची मान, तिचे रागाने फुरफुरणारे खांदे हे सगळं इतक्या वर्षांत दिसलं असतं. मला वाटलं होतं की, मी तिला ओळखतो; पण मी तिला अजून जास्त ओळखायला हवं होतं.

''ओके; पण लवकर बोल. मला आज खूप काम करायचं आहे,'' ती म्हणाली.

मी तिला कंट्रोलरूममधल्या आरामखुर्चीत बसवलं आणि तिला एक ग्लास पाणी दिलं. तिला थंडी वाजते आहे का विचारलं आणि एअरकंडिशनर कमी केला. नंतर तिला काय घडत होतं, याची कल्पना दिली. मी तिला सगळं अगदी मुद्देसूदपणे सांगितलं. मी तिला इंडिया टुडेच्या जुन्या आवृत्तीमधला एक चार्ट दाखवला, ज्यामध्ये त्यांनी जर मुंबईमध्ये अणुस्फोट झाला, तर किती लोक मरतील आणि किती जखमी होतील, याचा अंदाज दिला होता. मी तिला एक वेबसाईट शोधून दाखवली, ज्यामध्ये प्रत्यक्ष स्फोट होतानाची आणि त्यातून वाचलेल्या थरथर कापणाऱ्या लोकांची फुटेज होती. सुरक्षिततेसाठीच्या काय प्रक्रिया करायला हव्यात, याबाबतच्या शिफारसी दाखवल्या आणि त्यातून वाचण्यासाठी काय साहित्य आवश्यक आहे, त्याची यादीही दाखवली.

''थांब,'' ती म्हणाली, ''थांब.''

''काय?''

''मी इथे खाली राहावं अशी तुझी इच्छा आहे का? म्हणजे यामध्ये राहू?''

ती आश्चर्यचकित झाली होती, तिचा विश्वास बसत नव्हता आणि तिला तिचा अपमान झाल्यासारखं वाटत होतं. आता मला तिच्या कपाळावरच्या आठ्यांचा आणि तिच्या

ओरडण्याचा अर्थ समजणं अवघड नव्हतं. अचानक, हा माझा प्रचंड पैसा ओतून तयार केलेला सुरक्षित स्वर्ग मला लहान आणि असुरक्षित वाटू लागला. ''इतकंही वाईट नाहीये हे,'' मी म्हणालो, ''खूप आरामदायक आहे खरंतर. सगळ्यात उत्तम बेड आहेत, सगळं एअरकंडिशन्ड आहे. इथे जिम आहे, तू व्यायाम करू शकतेस. फिल्टर पाणी आहे. इथून संपर्क उत्तम साधता येतो. इथे खाली राहूनही उत्तम प्रकारे काम करू शकतेस.''

''कधीपर्यंत?''

''काय?''

''तू इथे कधीपर्यंत राहणार आहेस?''

मला आश्चर्य वाटलं. उत्तर स्वाभाविक होतं. फोनवर बोलणारी जोजो याहून स्मार्ट होती, तिला कधी इतकी स्पष्टीकरणं द्यावी लागत नसत. ''हे संपेपर्यंत,'' मी म्हणालो, ''किंवा संपत नाही तोपर्यंत.''

आता जोजो नाहीशी झाली. तिच्या अनाकलनीय चेहऱ्याच्या मागे ती अदृश्य झाली आणि ती काय विचार करत होती, हे मी सांगू शकत नव्हतो; पण जेव्हा ती बोलली, तेव्हा मी तिला पुन्हा ओळखलं. आता ती पुन्हा मृदू झाली, ती अगदी मऊ, उदार अंतःकरणाची स्त्री झाली जी माझ्याशी माझ्या प्रॉब्लेम्सबद्दल, माझ्या ताणतणावाबद्दल आणि मी काय खाल्लं प्यायलं पाहिजे यांबद्दल बोलायची. ''गायतोंडे, तू जरा खाली का बसत नाहीस? तू थोडा आराम करण्याची गरज आहे, नाहीतर तुला पुन्हा गोळ्या घ्यायला लागतील.''

तिच्या चेहऱ्यावर आता हसू होतं आणि माझ्या मनात आलं, ती जेव्हा खुदखुदून हसते तेव्हा अशी दिसते तर! मी उभा आहे हे माझ्या लक्षातच आलं नव्हतं. ''हो, हो,'' म्हणत मी बसलो.

तिने तिची खुर्ची माझ्याजवळ ओढली आणि पाय वर घेऊन ती मांडी घालून बसली. मी हसलो. कारण, मला तिची ही सवय माहीत होती. तिनेच सांगितलं होतं की, कधी कधी ऑफिशियल आणि महत्त्वाच्या मीटिंग्सच्या दरम्यानही ती आपण कुठे आहोत, हे विसरून जाऊन अशी बसत असे, एखाद्या थेट खेड्यातून आलेल्या कोकणी बाईसारखी. तिने मान हलवून माझ्याकडे हसून पाहिलं. मला लगेच बरं वाटलं. हीच ती जोजो होती जिला मी ओळखत होतो. ''ठीक आहे गायतोंडे,'' ती म्हणाली. ''मला सांग, काय संपेपर्यंत?''

''तू ऐकत नव्हतीस का? हे सगळं,'' मी तिला म्हणालो. ''जर मी त्याला शोधू शकलो, तर मी ते थांबवू शकतो. मग ते संपेल. जर मी त्याला शोधू नाही शकलो, तर ते संपणार नाही. मग तोपर्यंत ते संपणार नाही.''

''ठीक आहे. एक गुरुजी आहेत. तुला त्यांना शोधायचं आहे. बरोबर, बरोबर आणि त्याला किती वेळ लागेल?''

''मला माहीत नाही. ते कधीही होऊ शकतं.''

''तुला आज असं म्हणायचं आहे का?''

''किंवा उद्या?''

''किंवा काही दिवस?''

''महिने कदाचित; पण जर मी त्याला नाही शोधू शकलो, तर ते कधीतरी थांबलंच पाहिजे. ते अपरिहार्य आहे. तू ते बघते आहेस.''

''पण गायतोंडे, मी इतके दिवस नाही राहू शकत. मला माझा बिझनेस आहे. मी तो इथून नाही चालवू शकत. मला लोकांना भेटावं लागतं, मुलींना बघावं लागतं. मला सगळीकडे पळापळ करावी लागते.''

''तू इथून फोनकॉल करू शकतेस. आपण वर एखाद्या रिसेप्शन रूमसारखी खोली उभी करू शकतो. एक सोफा, टेबल. खूप सोपं आहे.''

''पण,'' ती म्हणाली, ''पण... गायतोंडे.''

ती माझ्याशी आता अजिबात भांडत नव्हती; पण अर्थातच तिला वाटलं होतं की, यापुढचं काम अशक्य होतं. जो कोणी माझं आयुष्य जगला नव्हता, ज्याने माझ्या इतकी समजुतीची पातळी गाठली नव्हती आणि ज्याने कोणी माझ्या इतकं शक्यतांना मागे टाकलं नव्हतं, त्याला हे भासच वाटले असते. मला सत्य माहीत होतं आणि ते म्हणजे बोटीवरची खोली म्हणजे सुरक्षितता होती किंवा जमिनीखालची ही गुहा. मला तिला हळूहळू या सत्यतेकडे आणायचं होतं. मी म्हणालो, ''जोजो, एखादा दिवस प्रयत्न करून बघ.''

''फक्त एक दिवस?''

''एक दिवस आणि एक रात्र. उद्या जर तुला जायचं असेल, तर तू घरी जा.''

''प्रॉमिस?''

''मी तुला प्रॉमिस द्यायला हवं? जेव्हा गणेश गायतोंडे म्हणतो की, तो काहीतरी करेल, तेव्हा तो करेलच; पण जोजो तुझ्यासाठी...'' असं म्हणत मी गळ्याला हात लावला, ''शप्पथ.''

मी तिला तिचं ट्रेडमिल दाखवलं आणि वजनंही. जरी तिला व्यायाम करायचा नव्हता. कारण, ती म्हणाली की, आता त्यासाठी खूप वेळ झाला होता आणि तिचे काही फोनकॉल आणि अपॉइन्टमेंटस् बुडणार होते म्हणून मी तिच्यासाठी एक टेबल रिकामं केलं, त्यावरचे न्यूजपेपर, नकाशे, मासिकं आणि फायनान्शियल चार्टस वगैरे बाजूला केले आणि तिला तिच्यासाठी एक फोन दिला. ती तिचे फोनकॉल करत होती आणि मी माझं काम करत होतो. दोन वाजता, बहुदा तिच्या नेहमीच्या वेळेस, मी तिच्यासाठी जेवण घेऊन आलो. ते कोकणी जेवण होतं जे तिला आवडायचं, सगळं कोकम घातलेलं आणि तिखट मासे. तिने तिची प्लेट उचलली. मी तिच्याकडे बघत होतो. तिच्यासाठी बोलणं अवघड होतं. आम्ही यापूर्वीही दोघं एकत्र जेवलो होतो, माझ्या बोटीवर आणि तिच्या घरीही. नंतर आम्ही एकमेकांशी गुजगोष्टी करत बोलत बसलो होतो खूप. जोजो याला आमचे गजाली सेशन म्हणायची, ज्यादरम्यान ती मला तिच्या मित्रमैत्रिणींच्याबद्दल ताजं गॉसिप सांगायची आणि मी तिला माझ्या मुलांचे ताजे वेडेपणाचे किस्से सांगून हसवायचो. तशा गप्पा न मारायला आणि तसे विनोद न करायला आणि तसं न हसण्याला आता काही कारणही नव्हतं. मी नवीन किस्से शोधले होते, ते मला तिला सांगायचे होते. माझ्याकडे टीव्ही सिरियल्ससाठी नवीन कल्पना होत्या, त्या तिला सांगायच्या होत्या, तरीही शांतता आमच्यामध्ये ठाण मांडून बसली होती, जणू काही टेबलावर अजस्त्र काळा कुत्राच बसला होता; पण मी गणेश गायतोंडे होतो, मी कशालाही घाबरत नव्हतो. मी ती असहजता बाजूला सारली आणि म्हणालो, ''जोजो, तुला आज रात्री सिनेमा बघायचा आहे? आपल्याला प्री-रिलीज प्रिंट्स मिळू शकतात, अगदी लेटेस्ट सिनेमांच्या.''

तिने तिची प्लेट टेबलाच्या मध्यावर सरकवली. ''तुला जे हवं असेल ते.''

''मला ते माहीत आहे,'' मी म्हटलं; ''पण मी तुला काय आवडेल ते विचारतो आहे.''

''मला पर्वा नाही. तुला जे पाहायचं असेल, ते आपण पाहू शकतो.''

''पण तुझं मतसुद्धा असायला हवं.''

''मी तुला सांगितलं, मला पर्वा नाही.''

तिने आता तिचे पाय परत खुर्चीत वर घेतले होते. तिचे केस चेहऱ्यावर पडद्यासारखे पुढे आले होते, मला तिचा चेहरा दिसत नव्हता. मी पुढे झुकून, तिची खुर्ची माझ्या बाजूला वळवली. मला फक्त तिची जीन्स दिसत होती आणि तिच्या हातांची एकमेकांवर घातलेली घट्ट मिठी. ''अरे बाबा,'' मी खूप हळुवारपणे म्हणालो, ''अर्थात तुला पर्वा आहे. असं कधीच झालं नाही की, येऊ घातलेला कोणताच सिनेमा तुला आधीच खूप आवडला किंवा नाही आवडला.''

ती माझ्यावर खेकसली, ''मादरचोद, गायतोंडे, मी तुला सांगितलं की, मला पर्वा नाहीये.'' तिचे गाल आता लालेलाल झाले होते. ''तुला हवा तो चुतीया सिनेमा मागव.''

कोणी माझ्याशी असं बोलत नाही. कोणी माझ्यावर ओरडलं नव्हतं. मला तिला मारावंसं वाटत होतं.

पण मी उठलो आणि बाजूला गेलो. तिच्याकडे न बघताच म्हणालो, ''मी थोडा वेळ आराम करणार आहे.''

मी बेडवर आडवा झालो आणि हात डोळ्यांवर घेतला. मला ती दुसऱ्या खोलीत इकडेतिकडे करत असलेलं ऐकू येत होतं. एक क्लिक ऐकू आला, प्लॅस्टिकवर प्लॅस्टिक वाजल्यासारखा. ती फोनकॉल करणार होती का? कोणाला फोन करत होती? ती माझ्या शत्रूंना फोन करेल का किंवा पोलिसांना? त्यांना मी कुठे आहे ते सांगेल जेणेकरून तिला इथून बाहेर पडता येईल? नाही, ती तसं करणार नाही. ती करू शकणार नाही. ती कितीही नाराज असली तरी किंवा भीती तिच्या नसानसातून वाहत असली तरी. ती थरथर कापत असली तरी ती माझ्याशी असं कधी वागणार नाही. ती जोजो होती आणि मी गणेश गायतोंडे. आम्ही एकमेकांच्या सोबत होतो आणि ती एकमेकांची गरज होती. ती खोलीत येरझाऱ्या घालत होती. ती काय करत होती? कॉंक्रीटवर लाकडाचा आवाज येत होता. ती एखादं टेबल वगैरे हलवत होती का? का? आता ती शांत होती. कुठे होती ती? एक हलका लोखंडाचा चरा उठल्यासारखा आवाज आला. ओह, ती पायऱ्या चढत होती. तिला बाहेर जायचं होतं. ती प्रयत्न करणार होती. काही हरकत नाही. मी लोखंडी गुप्तदरवाजा बंद केला होता. त्यात नऊ चाव्यांचे कॉम्बिनेशन घातल्याशिवाय तुम्ही ते उघडू शकत नाही किंवा जर वीज गेली, तर तुम्हाला एक दरवाजा मोडून दोन चाकं एकाच वेळी फिरवावी लागतील. ती बहुदा दरवाज्याच्या खालचे हँडल ओढत असावी. ओढू दे.

''गायतोंडे,'' ती म्हणाली. ती दरवाजात उभी होती. ''गायतोंडे, तुला बायका हव्या आहेत का?''

''काय?''

ती सावलीतून पुढे आली. ''माझ्याकडे दोन मस्त नवीन आयटेम आहेत. दिल्लीच्या... अगदी फ्रेश.'' तिचा चेहरा आणि खांदे घामाने चमकत होते. ''शप्पथ, तू आजवर

पाहिलेल्यांपेक्षा त्या बेस्ट आहेत. एकदा तू यांना घेतलंस की, ती झोया तुला एकदम अंधेरी स्टेशनच्या बाहेरच्या थर्डक्लास रंडीसारखी वाटेल.''

''मला कोणीही आयटेम नको आहे.''

''पण गायतोंडे, त्या इथे येऊन तुझ्याबरोबर खाली राहतील. दोघीही. त्याचा विचार कर. एक सोळा वर्षांची आहे आणि एक सतराची आणि तू दोघींनाही घेऊ शकतोस. त्यांनाही इथे राहायला आवडेल. खरंच. तुला हवे तितके दिवस त्या तुझ्याबरोबर राहतील.''

''नाही. मला नको आहेत त्या.''

''गायतोंडे, ती जी सोळा वर्षांची आहे ना, तिचे केस मी सोनेरी करून घेणार आहे. ती अगदी एखाद्या फॉरेनच्या मॉडेलसारखी दिसते, तिची कातडी अगदी मलईसारखी आहे.''

''नको.''

जेव्हा ती तुम्हाला कशाचा तरी आग्रह करते, ती किंचित मान खाली घालून तिच्या पापण्यांमधून तुमच्याकडे बघते आणि तिच्या केसांच्या मऊशार बटा तिच्या जबड्याभोवती तरळतात, हेल्मेटसारख्या. ''मला इथे राहायचं नाही आहे.''

''फक्त सकाळपर्यंत प्रयत्न कर...''

''गायतोंडे, मी तुला आताच सांगते आहे, मला इथे राहायचं नाही आहे.''

''किमान काही तास तरी प्रयत्न कर.''

''मला माहीत आहे तुला काय हवं आहे आणि मी तुला सांगते, मला इथून बाहेर पडलं पाहिजे.''

''का?''

''कारण तू मला वेड लावशील. परिस्थिती सुधारणार नाही आहे, बिघडत जाणार आहे.''

''आपण सर्व काही बदलू शकतो, तुला ज्यामुळे बरं वाटेल ते घेऊन ये.''

ती किंचाळली. तिचं शरीर तिने आवळून धरलं होतं आणि वर उसळून ती खूप जोरात किंचाळली. तिच्या त्या किंचाळीने मला वरपासून खालपर्यंत हादरवून टाकलं. मी म्हणालो, ''गप्प बस;'' पण तिचे डोळे पाणावलेले आणि शून्यात गेलेले होते. तिने एक मोठा श्वास घेतला आणि पुन्हा एकदा मोठ्याने किंचाळली. मला थप्पड मारल्यासारखं वाटलं.

मी तिचे खांदे धरून तिला गदागदा हलवलं. तिने माझ्याशी झटापट केली, माझे हात आतल्या बाजूला पिरगाळून कोपरांनी माझ्या बरगड्यांमध्ये ढुशी दिली. माझ्या हनुवटीवर काहीतरी झोंबल्यासारखं वाटलं. मी तिला सोडून दिलं आणि माझा चेहरा बोटांनी चाचपून पाहिला. बोटांना किंचित लालसर रंग लागला होता. त्या भेन्चोद कुत्रीला नखं होती.

ती हवेत हात फिरवत होती तिच्या छातीसमोर. ''तुला समजत नाही का? मी अशी राहू शकत नाही. मला बाहेर जायचं आहे. तू मला असं कैदेत नाही ठेवू शकत.''

''तुला समजत नाही का? तिकडे वर तू मरशील.''

''मग काय झालं? इथे या बिळात राहण्यापेक्षा मरण पत्करलं.''

मी तिरस्काराने तोंड फिरवलं. ''हा शुद्ध मूर्खपणा आहे. तुला वेड लागलं आहे. तुला माहीत आहे ते खरं नाही. तुला मरायचं नाहीये.''

ती माझ्या मागेमागे आली. ''तुला खरं काय आहे ते सांगू का गायतोंडे? तू एक भित्रट आहेस. तू कोणीतरी होतास, तू एक पुरुष होतास; पण आता तू एक थरथर कापणारा वेडसर माणूस आहेस जो या बिळात लपून बसला आहेस.'' ती माझ्या अगदी मागेच उभी होती. मला तिचा श्वास माझ्या खांद्यावर जाणवत होता, भीतीने तिच्या तोंडाला आंबट वास येत होता.

मी झरकन वळलो आणि त्याच वेगात तिच्या कानाखाली लावून दिली. थप्पड फार जोरात लागली आणि मला तिचे दात वाजलेले ऐकू आले. ती मागे सरली. ''आह,'' ती कळवळली, ''आह.'' तिच्या नाकातून रक्ताची धार लागली होती.

ती लटपटत खोलीभर जात होती, मी तिच्या मागे मागे जात म्हणालो, ''रंडी. तुला मी काय प्रकारचा पुरुष आहे ते बघायचं आहे का? मी दाखवतो तुला. नको? ये ये, अजून देऊ एक कानाखाली? आता थरथर कोण कापतंय हं? कोण लटपटत आहे?''

रक्ताच्या लालसर काळ्या रंगातून तिचे पांढरे शुभ्र दात दिसले. ''तू, तू पुरुष नाहीस,'' ती म्हणाली. ती माझ्या तोंडावर हसली आणि पाय रोवून उभी राहिली. ''तू बायका विकत घेतल्यास म्हणून तू महान आहेस, असं वाटतं तुला. त्यांच्यापैकी कोणालाही तू आवडला नाहीस हरामखोर. पैशाविना त्यांच्यापैकी कोणाच्याही जवळ तू फिरकूदेखील शकला नसतास.''

''बास,'' मी म्हणालो, ''पुरे. गप्प बस. समजून घे की, मी तुला मदत करतो आहे. मी तुझा जीव वाचवायचा प्रयत्न करतो आहे.''

''गांडू, त्या सगळ्या हसल्या तुझ्यावर. त्यांनी मिळून विनोद केले तुझ्यावर की, तू कसा घाणेरडा लहान, कमजोर उंदीर आहेस. झोयासमोर तू काय आहेस, असं तुला वाटतं? तिने आम्हाला सांगितलं की, तिला तुझ्याबरोबर एका रात्रीही सुख मिळालं नाही.''

''हे खोटं आहे. झोयाला मी आवडलो होतो.''

आता डोकं मागे झोकून देत ती मोठ्याने हसली. ''झोयाला मी आवडलो होतो,'' तिने माझी नक्कल केली. ''झोयाला मी आवडलो होतो.'' हसता हसता वाकून तिने हात गुडघ्यावर ठेवले. ''झोयाला मी आवडलो होतो.'' तिच्या नाकातून गळणारं रक्त आता जमिनीवर ठिबकत होतं; पण तिला अजूनही आश्चर्य वाटत होतं, ''झोयाला मी आवडलो होतो.''

''हो, तिला आवडलो होतो मी.'' माझ्याच कंठातून आलेला आवाज मला अनोळखी वाटला, बारीक आणि दुःखी. ''आम्ही पहिल्या रात्री एकत्र असताना तिने मला सांगितलं होतं. ती म्हणाली की, मी खूप मस्त होतो. ती म्हणाली होती असं. आम्ही रात्रभर केलं. हे खरं होतं.''

''गायतोंडे, तू मूर्ख आहेस.'' ती आता जिंकल्याचा आनंद साजरा करत होती. ''मूर्ख. तिने तुला चुतीया बनवलं. तो तू नव्हतास, मूर्ख भोळ्या माणसा. तिने तुला दुधाचा ग्लास आणि बदाम दिले, त्यात तिने वायग्राची पूड घातली होती, एक अख्खी निळी गोळी कुटून घातली होती. ती तुला दोन गोळ्याच देणार होती; पण मला भीती वाटली की, आम्ही तुला मारणार तर नाही ना. मी तिला म्हटलं की, तुला पुढे जायचं आहे ना, तू जा. तुला चंद्रावर जायचं आहे ना, तर जा; पण जे रॉकेट तुला तिथवर घेऊन जाणार आहे, त्याचा स्फोट नको होऊ दे आणि आमची युक्ती कामी आली. तो तू नव्हतास साला. ते वायग्रा होतं.''

माझ्या डोळ्यांत संतापाची लाट उसळली. मी त्याच संतापाच्या ज्वाळेत तिच्याकडे पाहिलं... सरळ ताठ उभी राहून हसत होती ती. तिला माझी अजिबात भीती वाटत नव्हती.

''झोयाला आवडलो होतो मी,'' ती हसून परत म्हणाली. ''गायतोंडे, मूर्ख माणसा, तुला काय वाटलं की, ती तुझ्या मोठ्या आकाराने प्रभावित झालेली कोणी कुमारिका होती का? चुतीया. तिने तुझ्या अगोदर डझनभर पुरुषांना भोगलं होतं आणि नंतरही अनेकांना. त्या सगळ्यांत तू सर्वांत घाणेरडा होतास. तू होतासच. तू आकाराने सगळ्यात लहान होतास.''

''खोटारडी. ती कुमारिका होती. तू मला सांगितलं होतंस. तिने मला सांगितलं होतं.''

''कुमारिका आहे म्हणून?''

''हो.''

''बावळट आहेस. तुला काय वाटतं, तुझ्याकडे येण्याआधी ती या शहरात कशी राहिली असेल? तुम्ही भेन्चोद लोक कुमारिकांच्यासाठी जास्त पैसे मोजता म्हणून ती तुझ्यासाठी पुन्हा कुमारिका झाली.''

''नाही. मी रक्त पाहिलं होतं.''

ती आता इतकी गदगदून हसत होती की, तिला टेबलाचा आधार घ्यायला लागला. ''गायतोंडे, जगातल्या सगळ्यात महान गांडू लोकांतला आंधळा तू आहेस. अरे, इथे दर दहा मैलांवर एक डॉक्टर आहे, जो तिला पुन्हा कुमारिका बनवू शकतो. त्या ऑपरेशनला अर्धा तास लागतो आणि पंचवीस-तीस हजार रुपये खर्च होतो. तीन आठवड्यांत नव्याने बनवलेली कुमारिका पुन्हा पांढऱ्या चादरीवर पाय पसरायला तय्यार, जेणेकरून छोटू गायतोंडे रक्त पाहू शकेल आणि त्याला तो किती मोठा आहे असं वाटेल.''

मी तिला गोळी घातली.

माझ्या हातात ग्लॉक होतं. हवेत कोणत्या तरी फुलाचा वास तरळत होता, कडवट पानांचा वासही. मला आवाज आठवत नाही; पण माझे कान बधीर झाले होते.

ती बेड्सच्या दिशेने जाणाऱ्या दरवाजात पडली होती. मी माझ्या मुठीतल्या काळ्या लोखंडाकडे पाहिलं, मग तिच्याकडे. हो, ती मेली होती. रक्त अजूनही वाहत होतं. तिच्या पापण्या एअरकंडिशनरच्या मंद वाऱ्याने हलल्यासारख्या वाटत होत्या. तिची बुब्बुळं बऱ्यापैकी स्थिरावली होती आणि तिच्या छातीत एक भोक पडलं होतं. माझा नेम चुकला नव्हता.

मी बसलो. मी स्वतःला खाली झोकून दिलं, तिच्या बाजूला. जोजो, जोजो... माझ्यासमोर एक काळा कॉम्प्युटर होता, एक पांढरी केबल लोंबत होती. त्याच्यामागे पांढरी भिंत होती. मी डोळे मिटले.

जेव्हा मला जाग आली... तेव्हा मी जमिनीवर होतो, तिचे पाय अजूनही माझ्या चेहऱ्यासमोर होते. माझ्यासमोर आता काही पर्याय नव्हता, मी जे केलं ते मी टाळू शकत नव्हतो. मी अचानक स्पष्टपणे भानावर आलो आणि मला एक क्षण समजेना. मला माहीत होतं की, मी जोजोच्या बाजूला जमिनीवर आडवा झालेलो होतो आणि मी तिला ठार मारलं होतं; पण माझ्या पहिल्यांदाच एक गोष्ट खूप बारीकपणे लक्षात आली की, एखाद्या माणसाचा पाय किती गुंतागुंतीचा असतो. त्याला छोटेछोटे उंचवटे असतात आणि कमानी आणि एक गुंतागुंतीचं स्नायूचं, रक्तवाहिन्यांचं जाळं असतं. त्यात हाडं असतात... खूप सारी हाडं असतात. तो लवचीक असतो, हलतो, चालतो आणि सहन करतो. जसजसं वय वाढतं, तसतशी त्याची कातडी रंग बदलते, जोवर त्याच्यावरच्या सुरकुत्या आयुष्याइतक्याच गुंतागुंतीच्या होत नाहीत.

मी जोजोचं पाऊल धरलं. मी तिचा घोटा हातात धरला आणि त्याचा थंडगारपणा जाणवला. माझ्या मनगटावरच्या घड्याळात वेळ दिसली. साडेसहा. आम्ही दोन वाजता दुपारचं जेवलो होतो. मी फक्त काही तास झोपलो होतो? पण मला तर चांगली विश्रांती घेतल्यासारखं वाटत होतं आणि माझं डोकं अगदी शांत होतं. मग मी पाहिलं... मी पाहिलं की, दिवस उलटला होता. मी चोवीस तासांहून अधिक काळ झोपलो होतो.

ठीक आहे; पण काय? अधिक पैसा, अधिक बायका आणि अधिक खून! मी आधीच हे असं जगलो होतो, मला आता अधिकचा हव्यास नव्हता. 'मग काय ठीक आहे?' जमिनीवर जोजोच्या बाजूला आडवा झालेला असताना मी स्वतःला हे विचारलं. मला पुन्हा पहिल्यासारखं छान वाटलं. इतक्या अस्पष्टतेमधून, विचलितपणातून आणि थकव्यातून बाहेर पडल्यासारखं वाटलं, इथे जमिनीवर या रक्ताच्या ओहोळानजीक झोपूनही. या स्पष्टतेमध्ये, मला आता श्रीधर शुक्ला दिसला... गुरुजी बरोबर म्हणाले होते. मी हे थांबवू शकणार नव्हतो. मी काहीच थांबवू शकणार नव्हतो. मी हरलो होतो. त्यांनी माझ्यावर मात केली होती. कारण, ते मला मी स्वतःला ओळखत होतो त्याहूनही जास्त चांगलं ओळखत होते. त्यांना माझा भूतकाळ माहीत होता आणि भविष्यकाळही. मी काय केलं, काय नाही केलं, किंवा काय करतो याला महत्त्व नव्हतं किंवा अजून वाईट म्हणजे खूपच महत्त्व होतं. मी त्यांच्या योजनेला सहकार्य करण्यासाठी जे काही करायचं ठरवलं, ते सर्व आगीला मदत केल्यासारखं होतं. जगाला मरायचं होतं आणि मी त्यासाठी मदत केली होती. त्यांनी तो त्यागाचा देखावा उभा केला होता आणि माझी प्रत्येक कृती त्याला खतपाणी घालणारी होती. मी ते थांबवू शकत नव्हतो.

मी माझ्या बोटांनी जोजोच्या टाचेवर असलेल्या फोडांवर हळुवारपणे कुरवाळलं. तिचा मृत्यू इतका भाकीत वर्तवल्याप्रमाणे स्पष्ट होता का? माझ्या मनात आलं की, तिचं आयुष्यही साधंसोपं नव्हतं. तिने तिच्या पायांची काळजी घेण्यासाठी भरपूर मलमं लावली असणार, तरीही तिच्या त्वचेला भेगा पडल्या होत्या इतक्या पायपिटीमुळे. इतके प्रयत्न, इतके कष्ट... इथवर पोहोचण्यासाठी. तिच्या मित्राने या सगळ्याला अचानक पूर्णविराम देण्यासाठी; पण हो... आपण हीच तर निवड करू शकतो. तुम्ही हे थांबवू शकत नाही... गुरुजी म्हणाले होते की, तुम्ही स्वतःला थांबवू शकत नाही.

पण मी थांबवू शकतो. मी स्वतःला थांबवू शकतो. सर्वांत अखेरची आणि एकमेव गोष्ट म्हणून मी ही गोष्ट करू शकतो. मी तुम्हालाही हरवू शकतो गुरुजी. मी स्वतःला थांबवू शकतो.

ठीक आहे जोजो. ठीक आहे. मी उठून बसलो. बंदूक कुठे गेली? इथे आहे. भरलेली आणि अगदी तयार. हे सगळं करण्यासाठी एक गोळी पुरेशी असेल. मला तिच्या चेहऱ्याकडे बघायचं नव्हतं. मी तिच्या पायावरच नजर ठेवली आणि वळलो. मी भिंतीला पाठ टेकवून बसलो. ठीक आहे; पण मी ते करू शकलो नाही. अजून नाही. अजून नाही; पण काय नाही? मला करायचं होतं. मी घाबरलो नव्हतो, मी उत्सुक होतो. कदाचित, जोजो त्या तिथे माझी वाट बघत असेल. कदाचित, ती मला शिव्या देईल, मारेल; पण अखेरीस ती समजून घेईल. मी तिच्याशी बोलेन आणि ती समजून घेईल, जसं तिने आजवर घेतलं होतं. फक्त वेळ आणि तिच्याशी बोलण्याचा प्रश्न होता. मी तिला मला फसवल्याबद्दल, माझ्याशी खोटं बोलल्याबद्दल शिव्या देईन; पण शेवटी मी तिला माफ करेन. आम्ही एकमेकांना माफ

करू; पण मी ते अजून करू शकलो नव्हतो... बंदूक माझ्या तोंडात घालू शकलो नव्हतो. का? कारण, फक्त यामुळेच : ते मी गेल्यानंतर माझ्याबद्दल काय बोलतील? ते असं म्हणतील का की, गणेश गायतोंडेला मुंबईतल्या एका गुप्त खोलीत वेड लागलं होतं, त्याने एका मुलीचा खून केला आणि नंतर स्वतःला मारलं, असं म्हणतील? ते असं बोलतील का की, तो एक भित्रा आणि कमकुवत माणूस होता? जर मी त्यांना सांगितलं नाही, तर त्यांना समजणार नाही. ते अफवा, खोटंनाटं पसरवतील आणि काय झालं असेल, याबाबत काहीतरी तर्कवितर्क करतील.

पण माझं कोण ऐकेल? जोजो तर गेली होती आणि गुरुजी नव्हते. मी कोणाही रिपोर्टरला फोन करू शकत होतो आणि तो धावत आला असता; पण रिपोर्टर्स अप्रामाणिक हरामखोर असतात, त्यांना फक्त ठळक बातम्या हव्यात आणि काहीतरी कारवाई, स्कॅन्डल आणि गोष्टी. मुंबई मिररमध्ये एक माणूस होता, जो खूप चांगला होता; पण त्यालाही मी गणेश गायतोंडे, गुन्ह्यांचा बादशहा आणि आंतरराष्ट्रीय लफंगा वाटायचो. नाही... ज्याला सांगायचं तो कोणीतरी चांगला असायला हवा, कोणीतरी साधासुधा. कोणीतरी असा, जो माझं बोलणं रेल्वे प्लाटफॉर्मवरच्या एका माणसाने दुसऱ्या माणसाचं बोलणं ऐकून घेतल्यासारखं ऐकून घेईल, सहानुभूतीने आणि दयाळूपणाने, ट्रेन येईपर्यंत एक दोन तास असतात तेवढ्या वेळात. असा कोणीतरी ज्याने मला फक्त गणेश गायतोंडे म्हणून नाही पाहिलं आहे, तर एक माणूस म्हणूनही पाहिलं आहे.

त्या वेळी मी तुझा विचार केला सरताज सिंग. मला गुरुजींच्या इथे झालेली आपली पहिली भेट आठवली... जेव्हा मी पहिल्यांदा त्यांच्या बरोबर समोरासमोर बसलो होतो. मला आठवतं, तू कशी मला त्या भेटीसाठी मदत केली होतीस, कसं माझ्याशी बोलला होतास आणि त्या पहिल्याच दिवशी मला माझ्या भाग्याकडे नेलं होतंस. मला तुझा उदारपणा आठवला, खरंतर सहजासहजी न दिसणारा, एखाद्या पोलिसात आश्चर्यानेच आढळणारा आणि मला तुझी आठवण झाली. तुझ्या डोळ्यांत एखाद्या पोलिसात असावं, असं क्रौर्य आहे सरताज, तुझ्या तोऱ्यामध्ये आहे ते; पण त्या बेपर्वाईच्या खाली एक संवेदनशील माणूस आहे. तुझ्या सरदार असण्याच्या इतक्या नीटनेटकेपणाशिवायही तुला माझी दया आली. आपली आयुष्य एकमेकांना छेदून गेली आणि माझं कायमचं बदलून गेलं होतं.

तर आता मला माहीत होतं की, मला काय करायचं होतं. मी हुशारीने उठलो, डेस्कपाशी गेलो आणि काही फोनकॉल केले. पंधरा मिनिटांतच मला तुझ्या घरचा नंबर मिळाला. मी फोन केला आणि तुझं झोपेतलं बरळणं ऐकलं. मी म्हणालो, ''तुला गणेश गायतोंडे हवा आहे का?''

तू आलास. मी तुझ्याकडे पाहिलं, तू कॅमेरात डोकावून बघत होतास. तुझं वय वाढलं होतं, तू अधिक कठोर झाला होतास; पण तरीही तोच माणूस होतास. मग मी तुला सांगितलं की, गणेश गायतोंडेसोबत काय झालं ते.

पण सरताज तू गणेश गायतोंडेचं सगळं बोलणं अजून ऐकून घेतलं नाहीस. तुझ्यातही महत्त्वाकांक्षा आहे. तुला मला आत घ्यायचं आहे, तुझ्या आजवरच्या विजयात माझी अटक करून भर घालायची आहे. तू त्या बंकरच्या लोखंडी दरवाजासमोर बसलास आणि ऐकलंस; पण तू बुलडोझर बोलावलास. तू तो दरवाजा तोडून आत आलास, माझ्या उजवीकडच्या मॉनिटरवर तू पुढे पुढे येताना दिसत होतास, हातात रेडी असलेलं पिस्तूल घेऊन. तू आत येतो

आहेस. मी अजूनही बोलतो आहे; पण तू आता माझं ऐकत नाही आहेस. तुझ्या डोळ्यांत अंगार आहे. तुला, तुझ्या रायफलधारी लोकांना फक्त मी हवा आहे; पण माझं ऐक. माझ्या डोक्यात आठवणींचं वादळ उठलं आहे, त्यात तुकडे तुकडे झालेले चेहरे, शरीरं फिरत आहेत. मला ते एकमेकांवर कसे किंचाळतात, त्यांचे संबंध आणि त्यांच्यातला अलगाव हे सर्व माहिती आहे. मी त्यांचा वेग किती आहे ते सांगू शकतो. माझं ऐक. जर तुला गणेश गायतोंडे हवा असेल, तर तुला मला बोलू द्यावं लागेल. नाहीतर गणेश गायतोंडे तुझ्या हातून निसटून जाईल, जसा तो आजवर निसटत आला आहे...जसा तो प्रत्येक हल्लेखोराच्या हातून निसटला आहे. गणेश गायतोंडे अगदी माझ्याही हातून निसटला आहे बहुतेक. आता, या शेवटच्या घटकेला माझ्याकडे गणेश गायतोंडे आहे. तो काय होता आणि काय झाला हे मला माहीत आहे. माझं ऐक, तू माझं ऐकायला हवंस; पण तू आता बंकरमध्ये घुसला आहेस. मी तुझ्यासाठी खाली येण्याचा गुप्त दरवाजा उघडा ठेवला आहे. तुझ्या प्रत्येक पावलागणिक, मला माझी डझनावारी वर्षं डोळ्यांसमोरून जाताना दिसत आहेत. मला ते सगळं एकत्रितपणे दिसू शकत आहे. अगदी सुरुवातीला मी माझ्यासाठी पहिलं घर बांधलं तेव्हापासून, माझं गोपाळमठमधलं पहिलं घर. मला सर्वकाही आठवतंय, खेड्यातल्या देवळापासून ते अगदी बँकॉकपर्यंत. सगळं; पण तू अगोदरच आत आला आहेस, तळघरातल्या शेल्टरमध्ये.

पिस्तूल इथे आहे. बॅरेल माझ्या तोंडात फिट बसतंय. मी जोजो काय म्हणाली असती याचा विचार केला... 'हरामखोर, तू घाबरला आहेस का काय? तुला मी हे करायला हवं आहे का?'

नाही जोजो. मी घाबरलो नाही आहे.

सरताज, तुला माहीत आहे मी हे का करतो आहे? मी हे प्रेमासाठी करतो आहे. मी हे करतो आहे. कारण, मला मी कोण आहे हे माहीत आहे.

बास, पुरे.

बचाव

दुसऱ्या दिवशी सकाळी परूळकरना उशीर झाला. सरताज त्यांच्या ऑफिसच्या बाहेर असलेल्या बाकावर बसून होता. बसल्या बसल्या छपराचे वासे आणि खांब यांच्या आजूबाजूला गिरक्या घेणाऱ्या चार चिमण्यांकडे पाहत होता. चिमण्या कॉरिडोरच्या एका बाजूपासून दुसऱ्या बाजूपर्यंत जात होत्या आणि नंतर मधल्या मोकळ्या जागेतून मागच्या भिंतीपर्यंत उडत होत्या. मग त्या परत आल्या. त्यांच्यातल्या एका चिमणीने काहीशी आळसावलेली गिरकी घेतली आणि ती बाकाच्या अगदी टोकाला मान वरखाली करत बसली. ही तो असेल का ती? चिमणीने पंख झटकले, डावीकडे उड्या मारत गेली आणि सरताजकडे आपल्या तपकिरी डोळ्यांनी पाहिलं. मग ती उडाली. सरताजच्या मनात आलं, त्या एकतर आपल्यापासून सावध असतात नाहीतर त्यांना अजिबात फिकीर नसते. त्यांना आपल्या दुःखांशीही काही घेणंदेणं नसतं. या विचाराने त्याला बरं वाटणं हे जरा विचित्र होतं. ज्याअर्थी, त्या हरामखोर गणेश गायतोंडेने त्याच्या त्या पांढऱ्या बंकरमध्ये स्वतःच्या भेज्यात गोळी घालून घेतली होती, त्याअर्थी मुंबईमध्ये बॉम्ब असू शकतो. मग असला तर काय झालं? जीवन सुरूच राहणार आहे. सरताजने त्याच्या या विचाराकडे वळण्याचा प्रयत्न करत जमिनीवर येऊन परत वर उडणाऱ्या चिमण्यांकडे बघत बसला.

परूळकरांचा पीए डावीकडच्या दरवाज्यातून आला. त्याच्या हातात कागदांचा मोठा गठ्ठा होता. ''साहेबांच्या एस्कॉर्टने सांगितलं आहे, ते इथे वीस मिनिटांत पोहोचतील.''

''ओके सरदेसाई साहेब. मी इथेच थांबलोय,'' सरताज म्हणाला.

सरदेसाईने मान हलवली आणि तो जिना उतरून खाली गेला. परूळकरांकडे अपॉइन्टमेंटची गर्दी होती आणि ते सगळे जिन्याच्या दुसऱ्या बाजूला लांबच लांब रांगेत उभे होते, सरताज ती रांग ओलांडून आनंदाने पलीकडे गेला. सरताजने अगदी सकाळी सकाळीच परूळकरांना घरी फोन केला होता. त्याला माहीत होतं की, तेव्हा परूळकर त्यांच्या आरामखुर्चीत बसून पेपर वाचत चहा घेत असतील. त्यांची जुनी ओळख असल्याने लवकर भेटण्याची विनंती करतानाच, आपल्याला आज ते वेळ देतील, असं त्याने गृहीत धरलं होतं. 'खूप अर्जंट आहे साहेब,' तो म्हणाला होता म्हणून तो आता इथे इतकी मोठी रांग असली तरी सगळ्यांच्या पुढे उभा होता. येणाऱ्या गोष्टीला तोंड द्यायला सदैव तयार राहायचं, याचा तो सराव करत होता आणि त्यातलं मुख्य तंत्र होतं की काय समोर येईल त्याचा जास्त विचार करायचा नाही. शेवटी, असं काय असणार आहे? तो आजवर संशयित, अपराधी,

त्याचे आई-वडील, मेघा, इतर स्त्रिया यांच्याशीच काय तर स्वतःशीही खोटं बोलला होता. इतकंच नव्हे तर वरिष्ठ, पत्रकार आणि इतर सहकारी पोलिसांशीही. तो खोटं बोलण्यात पटाईत होता, अगदी निपुण; पण तो आजवर परूळकरांशी कधी खोटं बोलला नव्हता, त्यामुळेच त्याला थोडं टेन्शन आलं होतं. त्याच्याकडे पाहून परूळकर ते लगेच ओळखू शकले असते. परूळकरच त्याचे याबाबतीतले गुरू होते, त्यांनीच त्याला शिकवलं होतं, खोटं कधी आणि कसं बोलायचं ते. त्यांनी त्याला घडवलं होतं. त्यांना सरताजचा संकोच किंवा त्याची अति-उत्सुकता लक्षात येईल? अशा तऱ्हेनेच तर तुम्हाला कोण खोटं बोलतंय हे पकडता येतं. त्यांनी एकदा सरताजला सांगितलं होतं की, तुम्ही फक्त कोणी सांगत असलेल्या गोष्टीतला विरोधाभास नसतो शोधायचा. जर दरवेळी ती गोष्ट सांगताना त्यात प्रचंड साम्य असेल, भाषाही अगदी एकसारखी असेल, त्याची उजळणी केल्यासारखी असेल, तर तेही बघायचं असतं. सरताज साक्षी होता, परूळकर मुर्दाड माणसांनासुद्धा अर्ध्या तासात रडवत.

त्या चार चिमण्या आता विजेच्या लोंबकळत असलेल्या तारेवर सरताजकडे पाठ करून झुलत बसल्या होत्या. 'शांत हो,' सरताजने स्वतःलाच सांगितलं, 'त्याचा जास्त विचार करू नकोस.' त्याने हात झटकले आणि खांदे सैल केले. हे एक काम आहे. फक्त एक काम.

सरताज, दुसऱ्या कशाचा तरी विचार कर. मग त्याच्या मनात मेरीचा विचार आला. तिचे छोटे छोटे हात, तिच्या बोटांच्या सांध्यावर दिसणारं उतारवय आणि त्यावरील मऊ फुगीरपणा त्याला त्यांच्या प्रणयाच्या आठवणीत घेऊन गेला... जेव्हा त्याने प्रथम तिच्या आत प्रवेश केला, तेव्हाच्या तिच्या उसाशांच्या आठवणीत. मग त्याला पुन्हा भीती वाटली, ती शहर का सोडून जाणार नाही? ती तिच्या मृत्यूबाबत इतकी ठाम होती. पुन्हा त्याच्या मनातल्या भीतीने डोकं वर काढलं. इतर वरिष्ठ अधिकाऱ्यांप्रमाणेच परूळकरांनाही समजेल दिल्लीहून आलेल्या हाय-अलर्टच्या तपशिलांच्याबाबत. ते स्वतःही खूप सावध होतील आणि संशयीसुद्धा. त्यांना फसवणं इतकं सोपं नव्हतं. सरताजच्या नसानसांतून बेचैनी वाहत होती आणि त्याच्या डोक्यात घुमत होती. अचानक त्याला खूप थकल्यासारखं आणि असमर्थ वाटलं.

पण जेव्हा परूळकर जिन्यावरून घाईने भराभरा त्यांच्या तीन बॉडीगार्डससोबत वर आले, तेव्हा ते अगदी चैतन्याने सळसळत होते. ''सरताज सिंग, ये ये, आत ये,'' ते म्हणाले. त्यांनी केबिनमधून आत गेल्या गेल्या दोन कप चहा ऑर्डर केला, कडक आणि आलं घातलेला. मग त्यांनी छतापासून जमिनीपर्यंत असलेले पडदे उघडायला लावले जेणेकरून त्यांनी इतक्या वर्षांच्या मेहनतीने तयार केलेल्या बगिच्यावर नजर टाकता येईल. एअरकंडिशनरचं तापमान ॲडजेस्ट केलं गेलं आणि खोलीच्या कोपऱ्या कोपऱ्यात थंड हवेचे झोत पोहोचले. ताज्या फुलांनी भरलेले दोन फ्लॉवरपॉट आणले गेल. मग परूळकर आणि सरताज एकमेकांसमोर बसले.

''ओके, सांग. इतकं काय अर्जंट आहे?'' परूळकर म्हणाले.

''साहेब. काल इफ्फात बीबीने मला भेटायला बोलावलं होतं. खरंतर तिने आग्रहच केला. ती म्हणाली की, एकदम टॉप प्रायोरिटी आहे. ती मला फोनवर काही सांगायला तयार नव्हती.''

परूळकर त्यांच्या चहाकडे बघत होते. आता त्यांच्या कपाळावर आठी आली. त्यांनी चमच्याने चहावर धरलेली साय हळूच काढली. ''मग तू तिला कुठे भेटलास?''

परूळकर जेव्हा अगदी सहजपणे आणि काही विशेष रस नसल्याचं दाखवतात, तेव्हा ते सगळ्यात जास्त धोकादायक वाटतात. ''फोर्टमध्ये सर,'' सरताज म्हणाला, '''किशती'

नावाच्या सी-फूड रेस्टॉरंटच्या मागे.'' तो हेदेखील परूळकरांकडूनच शिकला होता की, जेव्हा काहीतरी मोठं खोटं बोलायचं असतं, तेव्हा त्यातल्या लहानात लहान तपशिलाबाबत प्रामाणिक राहायचं. तपास करणाऱ्याला इतके बारीक बारीक तपशील द्यायचे तपासायला की, तो ते शोधून बरोबर आहेत का पडताळून बघण्यात गुंगून गेला पाहिजे. ''एका अकाउंटंटच्या ऑफिसमध्ये.''

''हो, हो. ते वालियाचं ऑफिस. तो त्यांचा बऱ्यापैकी कायदेशीर असलेला धंदा सांभाळतो. तिला काय हवं होतं?''

सरताज थोडा पुढे झुकला. अर्थातच ऑफिसमध्ये दुसरं कोणी नव्हतं; पण कुजबुजल्या स्वरात बोलणं आवश्यक होतं. ''सर, सुलेमान इसाला तुमच्याशी बोलायचं आहे.''

परूळकरांनी चहाचा कप खाली ठेवला. तो टेबलाच्या कडेपासून थोडा पुढे सरकवला. ''शक्य नाही. माझं पद सध्या नाजूक आहे आणि आजकाल लाचलुचपत विभागाचे लोक केव्हा आणि कुठून काय ऐकत असतील माहीत नाही.''

''तिला मी तेच सांगितलं सर; पण ती अडून बसली आहे म्हणजे ती म्हणतेय की, त्याने आग्रह धरला आहे. कधी कसं ते तुम्ही ठरवा म्हणाले. फोनवर, सॅटेलाइट फोनवर किंवा कसं ते. सगळं तुम्ही ठरवा.''

''मी अगदी माझ्या बाजूने सगळं सुरक्षित आहे असं म्हटलं, तरी त्याची बाजू सुरक्षित नाही ना. त्याचं बोलणं कोण ऐकतंय काय माहीत?''

''त्यांनी याचा विचार केलाय सर. जर तुम्हाला सुलेमान इसाला कराचीत फोन करायचा नसेल, तर तुम्ही दुबईमध्ये सलीमशी बोलू शकता.'' सलीम हा सुलेमान इसाचा टॉप कंट्रोलर होता आणि खूप जुना मित्रही. तो कंपनीचा दैनंदिन बिझनेस दुबईमधून चालवायचा. ''ते म्हणाले की, तुम्हाला दोघांना पटेल अशा जागेवर कोणाच्या तरी मार्फत तुम्ही सलीमला नवीन फोन देऊ शकाल आणि तो त्या नंबरवरून किंवा भारतातल्या तुम्ही म्हणाल त्या नंबरवरून तुम्हाला फोन करेल. जेणेकरून दोन्ही बाजूंना सुरक्षितता राहील.''

''म्हणजे मी सुलेमान इसाच्या नोकराशी बोलू? हे हरामखोर खूप माजलेत.''

''सर, जर तुमचा कराचीत कोणी कॉन्टॅक्ट असेल, जो सुलेमान इसाला फोन आणून देईल, तर तुम्ही त्याच्याशी थेट बोलू शकता. इफ्फात बीबी म्हणाली की, जसं तुम्हाला हवं तसं.''

''दुबई किंवा कराची हा प्रॉब्लेम नाही आहे. प्रॉब्लेम हा आहे की, हे गांडू काय स्वतःला जगाचे राजे समजतात का?''

''मी समजू शकतो सर. मग मी इफ्फात बीबीला नाही म्हणून सांगू का?''

परूळकरांनी पोटावर हात फिरवला, त्यांचा चहाचा कप परत उचलला. ''ती अजून काय म्हणाली. मला सगळं सांग.''

मग सरताजने त्यांना सगळं सांगितलं. त्याच्या फोनवर बोलावणं आलं तेव्हापासून अकाउंटंटच्या ऑफिसपर्यंतचा प्रवास, इफ्फात बीबीला त्याच्या छोट्या केबिनमध्ये बसलेलं पाहणं, तिने कसं परूळकर साहेबांबरोबर बोलणं करून देण्याबाबत सांगितलं, कसं सुलेमान इसा परूळकर साहेबांशी बोलायला उत्सुक होता, कसं त्यांना परूळकर साहेबांची सध्याच्या सरकारमुळे स्थिती नाजूक होती हे माहीत होतं, तरीही त्यांच्याशी बोलण्याची गरज अगदी न

टाळता येण्यासारखी होती, ते सगळं. ''ती म्हणाली की, सुलेमान इसाला फक्त काही पैशांचा प्रश्न होता सर, तो बोलायचा आहे.''

''तो हरामखोर, मी नेहमी त्याला सगळा हिशेब नीट दिलेला आहे,'' परूळकर म्हणाले.

''अर्थातच सर.''

काही मजूर स्टेशनच्या मागच्या बाजूला असलेल्या मारुतीच्या देवळाच्या पुनर्बांधणीचं काम करत होते. बनियन आणि निळ्या पट्ट्याच्या चड्ड्यांवर ते काम करत होते आणि बिचारे देवळाच्या पांढऱ्या कळसावर कष्टाने चढले होते. परूळकर नाक खाजवत त्यांच्याकडे बघत होते. ''तुझ्याकडे काही आयडिया आहे?'' त्यांनी विचारलं.

''तुम्हाला सुलेमान इसाशी बोलायचं आहे का सर?''

''तो किरकिरा माणूस आहे. इतकी वर्षं परदेशात राहून तर आता त्याला पार वेड लागलं आहे. त्याच्याशी एकदा बोलून त्याचा काय असेल, तो गैरसमज दूर केलेला बरा. बास, संपव आता. त्याला आहे त्यापेक्षा जास्त संशय यायला नको म्हणून ठीक आहे. मी बोलेन त्याच्याशी. एका नवीन फोनवर, जो त्याला वैयक्तिकपणे कराचीत फोन करण्याआधी काही मिनिटं दिला जाईल. माझा माणूस तो त्या फोनवर नंबर डायल करताना प्रत्यक्ष लक्ष ठेवेल आणि मला खात्री देईल की, सुरक्षितता पाळली जाते आहे. प्रश्न हा उरतो की, मी फोन घ्यायचा कुठे?''

''येस सर. सर, मी विचार करत होतो. तुम्ही अजूनही गुरुवारी पुण्याला जाणार आहात का?'' गुरुवारी सकाळी परूळकरांना पुण्यातल्या वरिष्ठ पोलीस अधिकाऱ्यांच्या बरोबर एक मीटिंग होती.

''हो हो.''

''मग सर, तुमचं लंच झालं की, तुम्ही आमच्या तिथल्या घरी का येत नाही? शेवटच्या मिनिटापर्यंत कोणाला सांगू नका, फक्त म्हणा की, तुम्ही माँला भेटायला जाताय. मी तिथेच असेन. सकाळी माझा मी पोहोचेन पुण्याला. दोन वाजून पंचेचाळीस मिनिटांनी मी माझ्या मोबाईलवरून इफ्फात बीबीला फोन करेन आणि सुलेमान इसाला माझ्या तिथल्या लँडलाइनवर तीन वाजता फोन करायला सांगेन. ते मी आहे का विचारू शकतात, मी तुम्हाला फोन देईन. काही प्रॉब्लेम नाही, गोंधळ नाही, दोन्ही बाजू एकदम सुरक्षित. तुम्ही बोलू शकता.''

परूळकरांनी त्यांचा चहाचा कप खाली ठेवला आणि नॅपकीनला हात पुसले. कानावर आलेल्या केसांवरून हलकेच हात फिरवला. ही लकब बहुदा त्यांनी तरुणपणात उचलली असावी. सरताजला त्यामुळे पन्नासच्या दशकातील कोणत्या तरी नटाची आठवण झाली; पण नक्की कोण ते आठवेना. परूळकरांनी मान डोलवली. ''तिथे फक्त एकच फोन आहे का?''

''हो सर.''

''तो फक्त तुझी आई वापरते?''

''हो सर. मीही माझा मोबाईल आल्यापासून तो वापरायचं थांबवलं आहे सर. लँडलाइनपेक्षा मोबाईलवरून फोन करणं स्वस्त पडतं. ती म्हणते मोबाईल फोन खूप लहान असतात आणि त्याला खूप बटणं असतात.'' सरताजला अचानक जाणीव झाली की, तो सर सर खूप जास्त वेळा म्हणत आहे. त्याने स्वतःला सांगितलं, 'शांत हो. त्या माणसाकडे बघ; पण त्याच्याकडे टक लावून बघू नकोस. तुझा चहा पी. कप थरथरू देऊ नकोस.'

''ठीक आहे,'' परूळकर म्हणाले. ते नेहमीच असे अचानक निर्णय घ्यायचे. ते पर्यायांचा विचार करत, शक्य तितक्या चाली खेळून बघत आणि मग उडी मारत. एका चांगल्या जुगारी माणसात असतं, तसं धैर्य, विश्वास त्यांच्यात होता आणि आपण जिंकू हा आत्मविश्वासही. ''ठीक आहे; पण इफ्फात बीबीला सांग की, फोन तिथे बरोबर तीन वाजता यायला हवा. जर त्यांनी दोन मिनिटंही उशीर केला, तर मी निघून जाईन आणि हो, बोलणं एकदम संक्षिप्त ठेवायचं. जास्तीत जास्त दहा मिनिटं.''

''येस सर.''

''आणि सुलेमान इसाने बोलताना फोनवर माझं नाव घ्यायचं नाही किंवा त्याचं स्वतःचंही.''

''मी त्यांना तसं कळवतो सर.''

''राइट, शाब्बास, सरताज. हे संपवून टाकू या आणि तुझ्या आईला सांगू नकोस मी येणार आहे हे. आपण तिलाही सरप्राईज देऊ या.''

''अर्थात सर,'' सरताज म्हणाला. तो उठून उभा राहिला आणि त्याने सॅल्यूट केलं. त्याला जाणवलं की, घामाने त्याचा शर्ट पाठीच्या खालच्या बाजूला चिकटला होता. इतका एसी सुरू असूनही घामाचा डाग खूप मोठा असणार. त्याने काहीशा अवघडलेपणाने खुर्ची बाजूला केली आणि मागे सरकला. जेव्हा परूळकरांनी परत हाक मारली, तेव्हा तो अगदी दरवाजापर्यंत पोहोचला होता.

''सरताज?''

''येस सर?''

''तू खूप दमलेला दिसतोस. काय झालं आहे?''

''सर, दिल्लीहून तो सावधानतेचा इशारा आला आहे ना. नेहमीसारखंच आम्हाला पळवत आहेत ते.''

''सगळा मूर्खपणा आहे. त्यांची गुप्तचर यंत्रणा इतकी संदिग्ध आहे, काही विशिष्ट असं नाहीये. सगळं खूप वैताग आणणारं आहे. काही बॉम्बवगैरे नाहीये. तू थोडी विश्रांती घे.''

''येस सर.''

बाहेर सरताजने परूळकरांच्या गार्ड्सना बघून मानेनेच नमस्कार केला आणि जिन्यावरून खाली गेला. त्याला आता बाकावर बसण्याची गरज होती, त्याचे पाय लटपटत होते; पण तो खाली गेला आणि चालत स्टेशनच्या बाहेर गेला. वाटेतली गर्दी, गार्ड्स, कमानदार गेट ओलांडून बाहेर रस्त्यावर आपल्याच नादात चालणारे पादचारी, वेगाने जाणाऱ्या कार आणि लूत भरलेल्या भटक्या कुत्र्यांच्या मध्ये पोहोचला. तो एका कोपऱ्यावर डोळे मिचकावत उभा राहिला. तो कुठे आहे त्याला माहीतही नव्हतं. दुकानांच्या काचेतून वाकून पाहिलं, रस्त्यावरचे साईनबोर्ड पाहिले, तेव्हा त्याला लक्षात आलं की, तो गजबजलेला रस्ता ओलांडून पलीकडे आला होता. ती एक काळी रुंद नदी होती आणि त्यात भुकेल्या वाहनांचे भोवरे अखंड वाहत होते. त्याचा जीव धोक्यात घालून तो कसा काय रस्ता ओलांडून आला हे त्यालाही कळलं नाही; पण तो आला होता. त्याच्या तोंडाला भयानक कोरड पडली होती; पण त्याला ड्रिंक घ्यायचं नव्हतं. त्याला फक्त आपल्या कामाकडे परत जायचं होतं. सिग्नलचे गोल दिवे केशरी हिरवे, हिरवे केशरी लुकलुकत होते. सरताज पुन्हा स्टेशनला आला.

गुरुवारी पहाटे सरताज लवकरच निघाला. त्याने झोपतानाच स्वतःला बजावलं होतं की, त्याला माँकडे जायचं होतं म्हणून आवरावं लागेल. त्याला पहाटेच्या गारव्यात प्रवास करायचा होता; पण आदल्या रात्री तो झोपू शकला नाही. शेवटी मग अंथरुणात या कुशीवरून त्या कुशीवर करण्यापेक्षा उठून सरळ कार स्टार्ट करून निघणं जास्त सोपं होतं. जुन्या रस्त्याने डोंगरातून वळणं घेत जायला छान वाटत होतं. जर तो वेगाने आणि जोशात गेला असता, तर त्याच्या डोक्यातले सर्व विचार निघून गेले असते म्हणूनच त्याने गाडीचा स्पीड वाढवला आणि तो माथेरान, खंडाळ्यावरून सुसाट निघाला. आठवणींची धूसर रेषा त्याच्यामागून जात होती. मेघा, कॉलेज पिकनिक्स आणि टेकडीवर फिरायला जाणं. तो पुण्याला पोहोचला आणि आता मात्र फक्त घरी, माँकडे त्याला जायचं होतं.

ती बाहेरच्या खोलीत उघडलेल्या पेट्यांच्या पसाऱ्यात मांडी घालून बसली होती. ''जुने स्वेटर बघ सरताज, मी तर विसरूनही गेले होते की, माझ्याकडे हे आहेत,'' ती म्हणाली.

सरताज तिच्यापाशी वाकला, ''पेरी पौना, माँ.'' त्याने मोठ्या काळ्या पेटीचं झाकण लावलं आणि तो त्यावर बसला. त्यांच्या पोटऱ्यांपाशी पापाजींचं पेटीवर कोरलेलं नाव पुसट होत गेलेलं होतं. ''तू काय करत आहेस?''

''बेटा, यात खूप सामान आहे. जर तुला नको असेल, तर ते इथं ठेवून काय उपयोग?''

पापाजी गेल्यापासून, ती दर सहा महिन्यांनी पसारा आवरायला काढायची. तिने अनेक गोष्टी भावंडांना, मावश्या, मामा, नोकरचाकर, शेजारीपाजारी आणि भिकाऱ्यांना देऊन टाकल्या होत्या. जुन्या खुर्च्या, वॉकिंग स्टिक्स, निळे ब्लेझर यांच्याबद्दलची तिची अलिप्तता, तिचा निर्दयपणा त्याला अस्वस्थ करून जायचा. फक्त जुने फोटो आणि पत्रं हीच काय ती सुरक्षित होती, असं वाटायचं; पण माँ तिच्या या आवरण्याच्या वादळात एखाद दिवस तीसुद्धा काढून टाकेल. माँने तिचा आवडता फोटो तिच्याजवळ खाली जमिनीवर ठेवलेला दिसत होता. सरताजला ती काळपट पडलेली चांदीची फ्रेम चांगली आठवत होती. त्याला आठवत होतं, त्याप्रमाणे तिने ती तिच्या कपाटात दुपट्ट्यांजवळ ठेवली होती, जिथे ती रोज सकाळी तो फोटो बघत असे. त्याने ती फ्रेम उचलली आणि तो तिचा फोटो होता... माँच्या तारुण्याने मुसमुसलेल्या बहिणीचा... हरवलेल्या बहिणीचा फोटो होता. ती खूप सुंदर होती, कॅमेराकडे वळून बघून हसताना तिचे सुंदर काळेभोर लांब केस खांद्यावरून पुढे रुळत होते आणि दूर दिसणाऱ्या क्षितिजाच्या पार्श्वभूमीवर तिचं कमानदार शरीर उठून दिसत होतं. सरताजला त्या फोटोचे बारीकसारीक तपशील माहीत होते; पण त्याला तिचं नाव नवनीत होतं इतकंच माहीत होतं. माँला तिच्याबद्दल बोलायला आवडत नसे. आता, कदाचित, सुंदर नवनीतही नाहीशी होईल. सरताजला आवडणाऱ्या घरातील गोष्टीचं असं हळूहळू नाहीसं होणं आवडलं नाही. तो ते घर सदैव त्याच्या मनात घेऊन जगायचा. यामुळेच कधी कधी पुण्याला येणंही भयावह होतं. अजून काही गोष्टी नाहीशा झालेल्या दिसत. त्याच्या मनात आलं, एक दिवस सर्व काही जाऊन फक्त पांढऱ्या भिंती उरतील आणि मग... त्याही उरणार नाहीत.

पण तो माँला थांबवू शकला नाही. उदारपणाबाबत तुम्ही वाद कसा काय घालू शकता? तिच्या उतारवयात ती थोडी हट्टी आणि स्वतंत्र झाली होती. ती तिला जे हवं तेच करायची. ''हो, माँ. हे खरं आहे; पण तुला तो स्वेटर देऊन टाकण्याची गरज आहे का? तुला तो खरंच आवडायचा.''

तिने एक हिरवा स्वेटर खांद्यात उचलून धरला आणि नंतर त्यावरच्या लाल रंगाच्या फुलांच्या बॉर्डरवरून हलकेच हात फिरवला. ''मला आता कुठे लागणार आहे हा? महाराष्ट्रीयन लोक डिसेंबरमध्ये इतके जाड जाड कोट घालून बाहेर पडतात, मला तर ती थंडी थंडी वाटतच नाही.''

तिला उत्तरेतल्या कमी तापमानाच्या थंडीचा अभिमान होता आणि तिच्या पंजाबी धडधाकटपणाचाही. ''आपण जर अमृतसरला गेलो, तर तुला लागेल हा,'' सरताज म्हणाला.

''कधी? चार महिने झाले तू मला हेच सांगतो आहेस, बेटा.''

''लवकरच... लवकरच माँ... प्रॉमिस.''

तिला फारशी खात्री वाटलेली दिसली नाही; पण तिने तो हिरवा स्वेटर उजवीकडे राखून ठेवायच्या वस्तूंच्या छोट्या गठ्ठ्यात ठेवला. सरताजला आता हे घरातला खजिना उचकटून त्याचं विच्छेदन करणं बघवेना. तो म्हणाला, ''मी फिरायला जातो आहे.''

तिने मानेनेच 'हो' म्हटलं आणि दुसऱ्या पेटीचं घट्ट बसलेलं कुलूप उघडू लागली.

''हे सगळं तू दिवसभर पसरून बसणार आहेस?'' त्याने विचारलं.

''मला काम करायचं आहे. का?''

तिला परूळकर येतील, असं सूचित करणं शक्य नव्हतं म्हणून सरताजने नुसते खांदे उडवले. ''तुला मार्केटमधून काही हवं आहे का?''

तिला नको होतं. त्याला लहानपणीची माँ आठवत होती, त्यापेक्षा ही खूपच स्वयंपूर्ण होती, तेव्हा पापाजींना, नोकरांना किंवा कधी कधी अगदी शेजाऱ्यापाजाऱ्यांना काहीतरी आणून द्यायची विनंती केली जायची. तिला इथून इथे नेऊन सोडावं लागायचं. सरताजला कळेना की, ती नक्की बदलली होती की तिने तिच्या गरजा आणि इच्छा कमी केल्या होत्या? इतक्या की तिला काही आणायचं असेल तर फक्त तिनेच आणून पुरत होतं. तिचं त्याच्यावर प्रेम होतं आणि वाहेगुरूंवर विश्वास होता, यात त्याला शंकाच नव्हती; पण या काही गोष्टींचीही फारशी आसक्ती उरली नव्हती. तिला फक्त अमृतसरला जायचं होतं. कदाचित, ती स्वतःला दुसऱ्या प्रवासासाठी तयार करत होती. सरताजच्या अंगावर काटा आला. त्याची पावलं भराभर पडू लागली.

मार्केटकडे जाणारी गल्ली पांढऱ्या केसांच्या स्त्रिया आणि पुरुषांनी गजबजून गेली होती, त्यांच्या पिशव्यांमधून भाजीपाला, फळं दिसत होती. सरताजची त्यातल्या काहींशी ओळख झाली होती, गुरूद्वारामध्ये जाण्यामुळे किंवा माँ बरोबर फिरायला जाण्यामुळे. त्याने त्यांना नमस्कार केला. या भागात बहुतेक सगळे रिटायर लोक राहत होते, ज्यांना सकाळी भाजी आणायला आणि थांबून गप्पा मारायला वेळ होता. सरताजला ते त्यांच्या मुलामुलींच्या प्रगतीबद्दल सांगत, त्याला ऐकून छान वाटे आणि त्यांचे गुन्हेगारीबद्दलचे विचार, राजकारणी लोकांबद्दल तक्रारीही तो ऐकत असे; पण अखेर घरी जाण्यावाचून पर्याय नव्हता. जे व्हायचं ते होणारच. तो परत जायला वळला. आता त्याच्या हातातही खूप पुडकी होती. आता गरम व्हायला लागलं होतं, अगदी रेन ट्री आणि गुलमोहराच्या खालीही, त्याच्या पायांना घाम येऊन शूजच्या आत पाय दुखायला लागले होते.

''काय आणलंस तू?'' माँ म्हणाली. तिच्या पुढ्यात अजूनही कपड्यांचा तेवढाच ढीग होता, जेवढा सरताज जाताना होता. इतर गठ्ठे दिसत नव्हते.

''थोडी केळी आणली आहेत, माँ.'' वाटेतल्या लाल बेड्शीटच्या घड्या ओलांडून सरताज किचनमध्ये गेला. त्याने छोटी चीनी केळी पेपरबॅगमधून बाहेर काढली आणि ओट्यावर ठेवली.

''तू बिअर आणली आहेस?'' माँने विचारलं. ती आता किचनच्या दरवाज्यात उभी होती. ''का?''

''असंच.''

''मला वाटलं, तुला बिअर आवडत नाही.''

''आता आवडते. जेवू या का? मला खूप भूक लागली आहे.''

सरताजने एक मिशेलोबची बाटली उघडली आणि घुटके घेत घेत त्याने आपलं ताट उचललं. नंतर, तो खोलीत त्याच्या पलंगावर आडवा झाला आणि पडद्यातून येणाऱ्या दुपारच्या उन्हाच्या तिरिपीकडे पाहत डोळे घट्ट मिटले. दोन वाजता तो उठला आणि किचनमध्ये गेला. बेसिनजवळ उभं राहत त्याने अजून एक बिअरची बाटली उघडली आणि त्याची कडवट चव घशाखाली ढकलली. मग तो माँपाशी गेला. ती अजूनही तिच्या पेट्या आवरत बसली होती. तो बाथरूममध्ये गेला आणि त्याने आपली वज्रदंतीची ट्यूब शोधली. त्याने दोन वेळा दात घासले आणि मग बेडवर वाट बघत बसला. तो घड्याळाकडे बघत होता.

अडीच वाजता दरवाजावर टकटक झालेली ऐकू आली. त्याने माँला उठून दार उघडू दिलं. परूळकर माँला मोकळेपणाने 'भाभीजी' म्हणून हाक मारताना ऐकू आले. ''वाह, तुम्ही एकदम फिट दिसताय. रिटायरमेंटनंतर मीही पुण्याला येईन. इथली हवा खूपच छान आहे,'' परूळकर म्हणाले.

''अरे, सरताजने मला सांगितलं नाही तुम्ही येताय. सरताज? सरताज?''

सरताजने ऐकलं; पण त्याला अजूनही पलंगावरून उठावं, असं वाटत नव्हतं.

तिने पुन्हा हाक मारली. ''अरे सरताज, परूळकरजी आले आहेत. बेटा, कुठे आहेस तू? मला माहीत नाही तो काय करतो आहे.''

सरताजला माहीत होतं, तो काय करत होता. हो, माहीत होतं. त्याने आता स्वतःला बळच उठवलं आणि परूळकर आल्याबद्दल आश्चर्य व्यक्त केलं, त्यांचं स्वागत केलं. त्याने सोफ्यावर त्यांना बसायला जागा केली, त्यांना बिअर देऊ केली आणि छोटी चीनी केळीही. परूळकरांनी नेहमीसारखेच आनंदात बिअरचे घुटके घेतले आणि बिअरसोबत माँचे स्पेशल पकोडे खायची फर्माईश केली. तिने पकोडे तळण्यासाठी कढई काढली, तेव्हा ते किचनच्या दरवाजात उभं राहून तिच्याशी गप्पा मारत होते. ''मग सरदार साहब म्हणाले की, मला घरी जायला हवं. मी तीन दिवस झाले बायकोला भेटलो नाहीये, तेव्हा मला लक्षात आलं की, ते चार दिवस झोपले नव्हते.''

परूळकरांची ही स्टोरी पापाजींच्याबद्दल होती, जे त्यांच्या डिपार्टमेंटमध्ये अनेक दिवस-रात्र न झोपता काम करण्याबद्दल प्रसिद्ध होते आणि त्यांच्या आश्चर्यकारक डुलक्यांबद्दलही. माँला परूळकर खूप महत्त्वाकांक्षी आहेत, असं वाटत असलं, तरी तिला तिच्या सोडून गेलेल्या जिवलगाबद्दलचं त्यांचं बोलणं आवडायचं. पापाजींची हुशारी, कामाप्रतीची निष्ठा यांबद्दल बोललेलं. तिने आता नव्या उत्साहाने भाज्या चिरायला घेतल्या आणि परूळकरना म्हणाली की, तिला ज्या आठवड्यात ते अपहरणाच्या केसवर काम करत होते, ते दिवस अगदी लख्ख आठवतात.

''ओह ती केस... त्या केसमध्ये ते बाळ त्याच्या काकांनीच चोरलं होतं,'' ती म्हणाली आणि मग ते दोघं जुन्या दिवसांबद्दल बोलू लागले.

परूळकरांनी त्यांच्या घड्याळावर एक नजर टाकली आणि सरताजने मानेनेच 'हो' म्हटलं. पावणेतीन वाजले होते. तो बेडरूममध्ये गेला आणि त्याने आपला मोबाईल उचलून इफ्फात बीबीला फोन केला. अर्थातच तिला नंबर आधीच माहीत होता; पण नाटक वठवणं भाग होतं. ''बोला,'' इफ्फात बीबी म्हणाली आणि सरताजने मनात ठरवल्याप्रमाणे आपली वाक्यं म्हटली.

किचनमध्ये परूळकर सरताजबद्दल, त्याच्या खेळातील यशाबद्दल त्याचं कौतुक करणाऱ्या गोष्टी बोलत होते आणि माँ मंद हसत होती. परूळकरांच्या या दोन गोष्टी खास होत्या. एक तर त्यांची तीव्र स्मृती आणि कोणालाही सहज मोहवून टाकायची क्षमता. त्यांच्या तुमच्या क्षेमकुशलाची काळजी असायची, तुमच्या भूतकाळाबद्दल आणि तुमच्या आशांबद्दल माहीत असायचं, त्यामुळे त्यांच्या बोलण्याला प्रतिसाद न देणं अशक्य असायचं म्हणून आता ते तिघेही किचनच्या दरवाज्यात उभे होते, एका कुटुंबातले असल्यासारखे. परूळकरांनी माँच्या तब्येतीची विचारपूस केली, घराबद्दल आणि पापाजींच्या पेन्शनबद्दलही. ते म्हणाले, ''तुम्हाला काही प्रॉब्लेम असेल भाभीजी, तर मला ताबडतोब फोन करा. सरताजकडे तर माझा डायरेक्ट मोबाईल नंबर असतोच.''

माँ आज छान गप्पा मारत होती. तिने परूळकरांना त्यांच्या मुलींबद्दल आणि नातवंडांबद्दल विचारलं. परूळकरांनी अभिमानाने त्यांचं कौतुक, बक्षिसं वगैरेंबद्दल सांगितलं. अगदी जिचा घटस्फोट झाला होता (म्हणजे तिची त्या उधळ्या, दारुड्या नवऱ्यापासून सुटका झाली होती) तिचंही आता छान सुरू होतं, तिने आपला कपड्यांचा बिझनेस सुरू केला होता ते सांगितलं. सुरुवातीला, कॉलनीतल्या बायकांना मॉडर्न सलवार कमीज आणि घागरे विकण्यापुरतंच मर्यादित होतं; पण आता तिला शिवाजी पार्कपर्यंतचे ग्राहक मिळत होते. ''हे सगळं, तिने फक्त माझ्या थोड्याशा सपोर्टवर केलं. तिने सगळं एकटीने केलं. ती आधी इतकी घर सांभाळणारी वगैरे होती, मुलांमध्ये असायची नेहमी. तिला अगदी चेक कसा लिहायचा हेदेखील माहीत नव्हतं. आता ती हजारो रुपये सांभाळते आणि तिचे चार टेलर मास्टर दिवसभर आमच्या घरी बसलेले असतात. ती आता जवळपासच एखादं दुकान घ्यायचं म्हणते आहे,'' परूळकर सांगत होते.

''जग किती बदललं आहे,'' माँ म्हणाली, ''या सगळ्या छोट्या मुली किती धीट झाल्या आहेत.''

''हो, हो भाभीजी, आपल्या आयुष्यात खूप मोठा बदल आहे हा.''

माँने चिरलेल्या कांद्याकडे आणि गोबीकडे बोट दाखवत म्हटलं, ''फार वेळ लागणार नाही.''

''कितीही वेळ लागू दे भाभीजी,'' परूळकर म्हणाले. ''मी खाल्लीच पाहिजे भजी. मी खरंतर तेलकट खाणं टाळतो आहे; पण तुमच्या उत्तम पकोड्यांसाठी आज मी थोडी सूट दिली पाहिजे स्वतःला; पण फक्त आज आणि तेही मी इथे पुण्यात आहे म्हणून.''

माँने त्यांच्या कौतुकाने खूश होत मान डोलावली. ''कधीतरी तळलेलं खायला हरकत नाही; पण हा सरताज, नेहमी इतकं तळकं खातो. सगळं ते तेलकट हॉटेलचं जेवण म्हणूनच तो इतका थकलेला दिसतो.''

''हो हो भाभीजी,'' परूळकर म्हणाले. ''मी त्याला सारखं सांगतो, ही जगायची रीत नव्हे. जे झालं ते झालं, तरुण माणूस एकटा राहू शकत नाही. माणसाला कुटुंब हवं.''

ते दोघं आता सरताजकडे परीक्षा घेतल्यासारखे पाहू लागले, जसे कनवाळू डॉक्टर खासकरून अडेलतट्टू असलेल्या पेशंटकडे बघतात. सरताजला लक्षात आलं की, आता यावर त्याने काहीतरी बोलणं अपेक्षित होतं; पण तो अलिप्त राहिला, त्या दोघांपासून काहीसा दूर, त्यांच्यामध्ये मोठी दरी असल्यासारखा. ते दोघं जुन्या फोटोग्राफप्रमाणे दिसत होते, त्यांच्या जुन्या आठवणींमुळे त्यांच्यावर आधीच केशरी पिवळटपणा आला होता. ''हो,'' सरताज एवढंच म्हणाला.

''काय हो?'' परूळकर म्हणाले.

फोनची जुन्या काळातली घंटी वाजली.

''फोन,'' सरताज म्हणाला, त्याच्या आवाजात सुटका झाल्याचा भावही होता आणि भीतीही. तो उठला आणि त्याने मधल्या पेट्या ओलांडून जात फोन उचलला. ''हॅलो?''

''साहेबांना दे.'' फोनवरच्या पुरुषाच्या आवाजात आत्मविश्वास आणि जरब होती.

''सर, तुमच्यासाठी फोन आहे,'' सरताज म्हणाला.

''ओह, ओके,'' परूळकर म्हणाले. त्यांना कोणतीही घाई नव्हती. त्यांनी बिअरचा एक मोठा घोट घेतला आणि रुमालाला हात पुसले.

''सर, तुम्ही फोन तिकडे घेऊ शकता सर. बेडरूममध्ये.''

परूळकर मानेनेच 'हो' म्हणाले आणि आत गेले. माँला परूळकरांनी तिच्या बेडरूममध्ये जाणं आवडलं नाही; पण ती आता त्यांना थांबवू शकत नव्हती. बेडरूमचा दरवाजा बंद झाला आणि तिने सरताजकडे पाहून मान हलवली. तो फोनमध्ये क्लिक ऐकू येईपर्यंत थांबला आणि परूळकरांचा ''हॅलो.'' मग त्याने फोन खाली ठेवला. ''महत्त्वाचा कॉल आहे माँ,'' सरताज म्हणाला. ''खूप महत्त्वाचा. केंद्र सरकारमधून.''

तरीही तिला ते आवडलं नाही; पण ती अद्यापही एका पोलिसाची बायको होती जिला हे चांगलं माहिती होतं की, केंद्र सरकारकडून आलेले फोन टाळता येत नाहीत आणि कधी कधी असे फोन खासगीमध्ये घ्यावे लागतात. तिने टेबल आवरलं आणि स्वच्छ पुसलं. सरताज अजून एक बिअर पीत घड्याळाकडे बघत होता. पंधरा मिनिटं झाली आणि मग वीस. परूळकर त्यांचं लिमिट ओलांडत होते; पण कदाचित ते दोघं पैशाबद्दल वाद करत असतील. कदाचित, सुलेमान इसाच्या शूटर्सच्या आणि कंट्रोलर्सच्या मृत्यूबद्दल वाद सुरू असेल. कदाचित, ते एकमेकांना धमकावत असतील.

''तो माणूस आत काय करतोय?'' माँ म्हणाली. ''मी दमले आता. त्यांचे पकोडे तयार आहेत, थंड होतील ते.''

आज तिची दुपारची विश्रांती चुकली होती आणि तिच्या कामातही व्यत्यय आला होता. ''माँ, फोन आला ही त्यांची चूक नाही आहे.''

तिने खांदे उडवले आणि पुन्हा तिच्या पेट्यांच्या समोर फरशीवर खाली बसली. ''त्यांनी स्वतः विचार करायला हवा, दुपारी लोकांच्या घरी जाताना; पण ते आधीपासूनच तसे आहेत.''

वय झालेल्या बाईला मोठ्याने बोलू नकोस म्हणून सांगावं लागतं, तसंच सरताजने तिला जरा हळू बोल म्हणून खूण करायचा प्रयत्न केला. ''त्यांना ऐकू जाईल माँ. काळजी करू नकोस. लवकरच संपेल त्यांचा फोन.''

पण असं म्हटल्यावरही पूर्ण दहा मिनिटांनी परूळकर खोलीतून बाहेर आले. विजयी मुद्रेने. त्यांनी सरताजकडे पाहून डोळा मारला आणि टेबलावरून आपला ग्लास उचलून बिअरचा मोठा घोट घेतला. ते खुर्चीत बसले, जी कधीकाळी पापाजींची खुर्ची होती. परूळकरानी शांतपणे पकोडे खाल्ले अगदी मनापासून अजिबात घाई न करता, पकोड्यांचा आस्वाद घेत. ते खूप शांत, ठाम आणि सरळ सरळ जिंकलेले दिसत होते. त्यांना माहीत होतं की, त्यांनी सुलेमान इसा आणि त्याच्या सगळ्या सहकाऱ्यांना संपवलं होतं. त्यांनी माँबरोबर जुन्या काळातल्या गप्पा मारल्या, जेव्हा ते तरुण होते तेव्हाच्या, जेव्हा पापाजींनी त्यांच्या शूजना मिरर पॉलिश करून ते नवेकोरे चकचकीत केले होते. शेवटी, परूळकर म्हणाले, ''अच्छा भाभीजी, आता मला गेलं पाहिजे; पण मी तुमच्या हातचे पकोडे खायला परत येईन. नाही नाही, उठू नका तुम्ही, बसा बसा.''

माँ उठली नाही; पण तिने पुरेशा विनम्रतेने म्हटलं, ''हो यायचं नक्की तुम्ही,'' आणि परूळकरांच्या मुलांना शुभेच्छा दिल्या. सरताज चांदीचे काळे पडलेले ग्लास घासून पॉलिश करत होता, तो उठून बाहेर व्हरांड्यामध्ये त्यांच्याबरोबर गेला.

''ठीक झालं सर?''

''हो, हो. त्या माणसाला थोडंफार काहीतरी निस्तरून हवं होतं. जर त्याला कसा हाताळायचा, हे माहीत असेल, तर तो तसा रास्त आहे.'' परूळकरनी त्यांचा गॉगल चढवला. ''ठीक आहे, आता ते सेटल झालं. संपलं. चांगलं केलंस सरताज. थँक यू.''

''सर, आवश्यकता नाही...''

परूळकरनी त्याच्या दंडावर थोपटलं. ''तुझ्या आईची तब्येत चांगली दिसते आहे. तुझ्यातही चांगले जीन्स आलेत. तुलाही खूप दीर्घ आयुष्य लाभेल सरताज, फक्त जर तू स्वतःची काळजी घेशील तर. ठीक आहे. चल, मुंबईत भेटू परत. छान आराम कर. जा, सिनेमा वगैरे बघ जरा.''

ते दिमाखात वळले आणि झपाझप त्यांच्या कारच्या दिशेने गेले. बॉडीगार्ड्सही तत्परतेने त्यांच्या बंदुकांसह जीपमध्ये शिरले, दारं धडाधड बंद झाली आणि धुळीचा लोट उडवत गाड्यांचा ताफा गेला. त्यांच्या मागे गल्लीतली दोन कुत्रीही पळत गेली.

माँ दरवाज्यात उभी होती. ''केळी आणि बिअर,'' ती म्हणाली. ''तुला माहीत होतं, ते येणार आहेत.''

''हो.'' तिने आजवर पोलीसवाल्यांच्या गप्पागोष्टी उगाच ऐकल्या नव्हत्या. तिला हेतू, कृती, परिणाम आणि कारणं यांचं समीकरण कसं सोडवायचं, हे चांगलंच माहीत होतं.

''तू ठीक आहेस?''

''हो.''

''काही प्रॉब्लेम आहे का? तू काही केलं आहेस का?''

''नाही.''

''जा. आराम कर.''

तो जसं दरवाज्यातून आत जाऊ लागला, तिने त्याच्या मनगटावर हात ठेवला, अगदी लहानपणापासून ती करायची तसंच. ती त्याच्या अंगात ताप तर नाही ना पाहत होती, जर काही औषध द्यायला हवं असेल तर म्हणून; पण आज दुपारच्या वेळी त्याला बरं नसल्यासारखं वाटत होतं, त्याच्या थकव्यासाठी, लालबुंद डोळ्यांसाठी शारीरिक कारण नव्हतं. माँच्या खोलीसमोरून जाताना, उघड्या दरवाजातून आतल्या टेबलवर त्याला काहीतरी चकाकताना दिसलं. अच्छा, तर माँने ती तिच्या लाडक्या नवनीतची फोटोफ्रेम इथे ठेवायची ठरवलं आहे तर. माँची तिच्या वस्तूंविषयी असलेली तिची ओढ कमी होते आहे; पण माणसांबद्दल तिला अजूनही माया आणि काळजी वाटत होती. त्याला अजूनही तिचा हात त्याच्या मनगटावर असल्यासारखा वाटत होता. तिचे हात आणि पावलं किती लहान लहान होती. ती एकूणच लहानखुरी होती, लहानपणी तर इतकी छोटुकली होती, की नवनीत आणि घरातले बाकीचे सगळे तिला 'निक्की' म्हणत. माँ लहानपणी कशी खुदुखुदु हसणारी मुलगी असेल, याची कल्पना करणंही अवघड होतं; पण लहानपणीची निक्की आता माँ झाली होती, जी जगाच्या विणीतून हळूहळू सैलावत असली, तरीही त्याची अजूनही तितकीच काळजी घेत होती. आपल्या खोलीत गेल्यावर, सरताजने पंखा फुल स्पीडवर केला आणि कपडे काढून फक्त अंडरवेयरवर झोपला. त्याला पटकन झोप लागली आणि जेव्हा डोळे उघडले, तेव्हा चांगलाच अंधार झाला होता. तो अंधाराचा आवाज ऐकत तसाच पडून राहिला. माँ किचनमध्ये काहीतरी खुडबुड करत होती, त्याला ऐकू येत होतं. त्याबरोबरच शेजारीपाजारी, वाऱ्याचा हलका आवाज, जाणाऱ्या येणाऱ्या कार आणि थोडा लहान मुलांचा गलबलाट ऐकू येत होता. त्याच्या मनात आलं, आपण अजून इथेच आहोत, अजूनही जिवंत आहोत. आपण अजून एक दिवस जगलो; पण या विचाराने त्याला फारसं बरं वाटलं नाही.

सरताजने इफ्फात बीबीला त्या रात्री चार वेळा फोन केला. तो जेव्हा दुसऱ्या दिवशी सकाळी मुंबईला परत आला, तेव्हा दर तासानेही केला. प्रत्येक वेळी, तिने तेच सांगितलं की, 'जेव्हा ते तयार असतील, तेव्हा ते मला सांगतील. नंतर मी तुम्हाला साधूचा पत्ता सांगेन. तुम्हाला हवी असलेली माहिती तुम्हाला मिळेल साहेब. काळजी करू नका. थोडा धीर धरा, अजून थोडा धीर धरा.''

पण सरताज, ज्याने त्याच्या अख्ख्या करियरमध्ये धीर कसा धरायचा याचा सराव केलेला होता, त्याला आता मात्र ते अवघड जात होतं. झोन १३मध्ये परत आल्यावर, स्टेशनच्या अंगणातून त्याला परूळकर ऑफिसला आलेले दिसले. ते नेहमीसारखेच खुशीत आणि उत्साहात दिसत होते म्हणजे त्यांना अजूनही ते ज्या सापळ्यात अडकले आहेत, त्याची कल्पना नव्हती तर आणि त्यांना हेही माहीत नव्हतं की, त्यांना यात कोणी अडकवलं आहे ते. कळेल, लवकरच कळेल त्यांना.

सरताज स्टेशनमधून बाहेर पडला आणि दुपारपर्यंत काहीशा जड मनानेच त्याने एका चोरीच्या केसचा अर्धवट राहिलेला तपास केला. नंतर त्याने ठरवलं की, आज दुपारी लवकर जेवायचं म्हणून तो सिंदूरला गेला. त्याने पापड, चिकन टिक्का मागवला आणि वेटरला प्लॅस्टिकच्या पिशवीतून रॉयल चॅलेंज व्हिस्कीची बाटली दिली. एक तासाने कांबळे आला, तोवर सरताजला सिंदूरमधला उजेड आता मंद वाटायला लागला होता. कांबळे बसला आणि त्याने वेटरला टेबलवर अजून एक भरलेला ग्लास ठेवताना पाहिलं.

''बॉस,'' कांबळे म्हणाला, ''तुला काय जेवायचं; पण आहे का नाही?''

''मला खरंतर भूक नाही. हेच पुरेसं आहे.''

''नान आण. भरपूर नान आण. थोडा व्हेजिटेबल रायता आणि दाल.'' कांबळेने वेटरला ऑर्डर दिली. तो आता बूथमध्ये नीट टेकून बसला आणि खांदे सैलावत अगदी मऊपणे त्याने विचारलं, ''काय झालं? त्या मुलीबरोबर काही प्रॉब्लेम आहे का? मला सांग.''

सरताज हसायला लागला, एक क्षण त्याने आपलं हसू आवरलं आणि पुन्हा हसायला लागला. कांबळेला सहानुभूती वाटत होती, त्याला बायकांच्या बाबतीत सल्ला द्यायचा होता. कांबळेला गावभरच्या उचापती हव्या असत. तो चांगला होता. हरामखोर होता. प्रत्येक घाणेरड्या व्यवहारात त्याचा हात असेच; पण तो उदार होता. प्रेमळ होता. चांगला माणूस होता. सरताज म्हणाला, ''कांबळे, तू खूप चांगला आहेस.''

''यार, मी जेवढा चांगला असायला हवा तेवढा आहे. घे, थोडं पाणी पी. तुझं काय चाललंय?''

''माझं काय चाललंय?''

''हो.''

''मी जेवतोय. मी सिंदूरमध्ये बसून माझ्या चांगल्या मित्राबरोबर जेवतोय.''

''इतकंच?''

''मी काहीतरी महत्त्वाच्या माहितीची वाटही बघतोय.''

''कोणाकडून? कशाबद्दल?''

सरताज बोटाने नाही, अशी खूण करत म्हणाला, ''ते मी तुला सांगू शकत नाही. सोर्स असा उघड नाही केला पाहिजे. अगदी मित्राजवळसुद्धा. किमान हा सोर्स तरी नाहीच; पण माहिती चांगली असेल. मी तुला सांगतो, चांगलीच असणार आहे. आपल्याला त्या माहितीची गरज आहे एका मोठ्या केससाठी. तुला माहिती आहे, सगळ्यात मोठी केस.'' सरताजने वर डिझाईन केलेल्या छताकडे बोट केलं आणि तोंडाने ढम्म असा आवाज केला.

''हो हो, माहिती आहे मला. तू हे खा.''

कांबळेने चिकनचा एक पीस सरताजच्या प्लेटमध्ये ठेवला. सरताजने मान डोलावली आणि तो पीस उचलून खाऊ लागला. कांबळे जेवताना त्याची जरा जास्तच काळजी घेत होता. त्याने नाही नाही म्हणत सरताजला खूप जास्त जेवू घातलं आणि वर एक ग्लास ताकही प्यायला लावलं. जरी कांबळे सारखा अर्धे रिकामे ग्लास वेटरला उचलून न्यायला सांगत होता, तरीही सरताजने जेवणाच्या बरोबरीने अल्कोहोल सुरू ठेवलं. जेव्हा शंभू शेट्टी रेस्टॉरंटमध्ये आला, तेव्हा कांबळेची बडबड सुरूच होती. शंभूने शेजारची एक खुर्ची ओढली आणि तो या दोघांजवळ बसला.

''माझी पोरं म्हणाली तुम्ही इथे आहात,'' तो म्हणाला. शंभू सुखीसमाधानी माणसासारखा थोडा लठ्ठ झाल्यासारखा वाटत होता.

''शंभू, तू व्यायाम करायला हवास अजून थोडा, तुला असं बघायला चांगलं नाही वाटत,'' सरताज त्याला म्हणाला.

कांबळे शंभूच्या कानात काहीतरी खुसफुसला आणि शंभूही. नंतर, त्याने एक पेपरची घडी टेबलावर सरकवली. ''साहेब, मला बारमध्ये समाचार जरा लवकर मिळतो. मला वाटलं तुम्हाला बघायचा असेल.''

पेपरमध्ये तीनपट मोठ्या अक्षरातली ठळक बातमी होती... 'वरिष्ठ पोलीस ऑफिसर देशद्रोही डॉन बरोबर संभाषण करताना पकडले गेले' आणि बातमीखाली परूळकरांचा युनिफॉर्ममधला फोटो होता. बातमी होती : 'विरोधी पक्षाने निलंबन आणि चौकशीची मागणी केली आहे.' सरताजने मान दुसरीकडे वळवली. त्याला पुढे वाचायचं नव्हतं.

''ते म्हणतात की, एसीबीकडे परूळकर सुलेमान इसाशी बोलत असतानाचे अर्ध्या तासाचे रेकॉर्डिंग आहे, त्यांनी ते रेकॉर्डिंग सगळ्या पेपरना लीक केलं आहे,'' शंभू म्हणाला. ''हे अगोदरच कैक वेबसाईटवर आलं आहे. तुम्ही सगळं रेकॉर्डिंग ऐकू शकता. परूळकर सुलेमान इसा बरोबर पैशांची देवघेव, विशेष कामं असल्या गोष्टींबाबत बोलले आणि कुठे गेलं ते? हा, इथे आहे. स्वतंत्र आवाज विशेषज्ञांनी हे रेकॉर्डिंग डीसीपी परूळकर आणि सुलेमान इसाचं आहे, असं अगोदरच सूचित केलं आहे,'' तो पेपरमधली ओळ वाचत म्हणाला.

''भेन्चोद, बघू देत मला,'' कांबळे म्हणाला. त्याने तो न्यूजपेपर घेतला आणि घाईने ते पान वाचून काढलं. पानाच्या शेवटी बघत म्हणाला, ''मादरचोद. संपला हा माणूस. कामातून गेला साला.''

''माझा विश्वास बसत नाहीये,'' शंभू म्हणाला. ''त्यांच्याकडून इतकी मोठी चूक.''

''प्रत्येक जण चुका करतो, आता नाहीतर नंतर. आज नाहीतर उद्या,'' सरताज म्हणाला.

ते दोघं गप्प बसले. नंतर कांबळेने न्यूजपेपरकडे बोट करत विचारलं, ''तुला वाचायचा आहे?''

''नाही.''

''ठीक आहे. मला कामावर परत गेलं पाहिजे. तू काय करणार आहेस?''

''मी इथेच बसेन आणि माझ्या माहितीची वाट बघेन.''

पण कांबळेला ही कल्पना फारशी चांगली वाटली नाही. त्याने विरोध केला आणि सरताज चिडेपर्यंत त्याच्याशी वाद घातला. मग कांबळेने अजून थोडा वेळ वाद केला. रेस्टॉरंटमधल्या इतर टेबलांवर जेवणारे लोक, एक्झिक्युटिव्ह आणि गृहिणींनी वळून त्यांच्याकडे पाहिलं आणि कुजबुज सुरू झाली म्हणून शेवटी सरताजने नाद सोडून दिला. तो कांबळे बरोबर मटक्याच्या अड्ड्यांवर, चपलांच्या कारखान्यात आणि अंधेरीला नेहरूनगर वस्तीमध्ये एका तडीपार गुंडाला शोधायला गेला, जो परत कैलासपाड्यात दिसला होता आणि गायब झाला होता. सरताज कांबळेच्या मागून त्या गल्ल्यांमधून धडपडत जात होता. विविध वासांच्या मिश्रणाने त्याचं डोकं उठलं होतं. आता त्याला अजिबात चढलेली नव्हती; पण चालणं आणि जाणाऱ्या-येणाऱ्या लोकांचे तोंडाजवळ येणारे चेहरे बघूनच त्याला गुंगी आणि एक प्रकारचा बधिरपणा वाटत होता.

सहा वाजता त्याच्या फोनची रिंग वाजली. ''भाई खूश झाले,'' इफ्फात बीबी म्हणाली.

''हो.''

''त्यांनी तुला भेट द्यायला सांगितली आहे. फक्त टोकन म्हणून पाच पेटी.''

''मला तो मादरचोद पैसा नको आहे. मला फक्त पत्ता द्या.''

''नक्की? भाईनी दिलेलं गिफ्ट नाकारणं म्हणजे उद्धटपणा असतो.''

''तुम्ही त्यांना मी जे म्हणालो ते सांगा. मला फक्त पत्ता हवा आहे, ओके? पत्ता!''

इफ्फात बीबीने एक सुस्कारा सोडला. ती म्हणाली, ''ठीक आहे. तुम्ही तरुण लोक न खरंच कधी कधी वेड्यासारखं वागता. तुझ्याकडे पेन आहे?''

तो पत्ता पश्चिम चेंबूरमधल्या एका दुमजली बंगल्याचा होता, जो एका मध्यमवर्गीय शेजारापासून दहा फुटी भिंतीने वेगळा केलेला होता. सरताजने तो पत्ता त्याच्या वहीत ठळक अक्षरात लिहून घेतला. त्याने इफ्फात बीबीला तो पत्ता तीन वेळा सांगायला लावला. पुढील घटना भरभर घडल्या. त्याने अंजली माथुरला फोन केला आणि तो कांबळेबरोबर तिला सायनमधल्या वृंदावन चौकाजवळच्या रस्त्यावर भेटला. नंतर ते चेंबूरच्या उत्तरेला गेले. त्यांच्याबरोबर एक आयजी, खूप वरिष्ठ पोलिसांचा थवा होता आणि मिलिटरीचे काही रफटफ दिसणारे ऑफिसर होते, ज्यांचं नक्की काय काम होतं कल्पना नव्हती. चेंबूरचे काही स्थानिक पोलीसही होते, ज्यातल्या कोणालाही सरताज यापूर्वी कधी भेटला नव्हता. त्यांनी स्थानिक माहिती दिली आणि ते सगळ्यांना त्या बंगल्याच्या जवळ घेऊन गेले. एक न दिसेल अशी परिमिती तयार केली आणि साठ मीटरवर एका डेअरीच्या वर झाडात लपेल, अशा तऱ्हेने एक चेकपोस्ट उभं केलं. सरताजने तो बंगला आजवर कधीही पाहिला नव्हता. तो आणि कांबळे एका खूप गजबलेल्या खोलीत बसले होते आणि खोलीत अजून अजून रेडिओ आणि न पाहिलेली मशिन्स, कार्यक्षम आणि धीट लोक आत येतच होते. अंजली माथुर तिच्या बॉस बरोबर आणि इतरांबरोबर कॉन्फरन्समध्ये बिझी होती. जेव्हा चहा आला, तेव्हा तिला आठवण झाली. तिने सरताज आणि कांबळेसाठी चहा पाठवला.

कांबळेने सरताजला कोपराने ढोसलं, ''बॉस जाऊन त्यांच्याजवळ उभे राहा. त्यांना कदाचित तुमच्या सल्ल्याची गरज भासेल किंवा तुम्हाला काहीतरी विचारायचं असेल. हे मादरचोद घर तुम्ही त्यांच्यासाठी शोधून काढलं. तुम्ही आजच्या दिवसाचे हिरो आहात. जा आणि आजचं श्रेय तुमचं आहे, असं वागा नाहीतर त्यांच्यातला एखादा गांडू आयपीएस तुमचं श्रेय लाटून मोकळा होईल.''

पण सरताजला जाऊन विशेष कोणाला काही सल्ला द्यायचा नव्हता. त्याला इथे लॅपटॉप स्क्रीन्ससमोर बसून मागे असलेल्या खिडकीतून प्रदूषणामुळे आभाळात बदलत जाणारे रंग बघण्यात जास्त आनंद वाटत होता. कोणीतरी एकदा द्याला विचारलं होतं; पण त्याला आठवेना कोणी विचारलेलं ते. त्याला विचारलेलं की, मुंबईच्या आकाशात येणारे सुंदर रंग इथे राहणाऱ्या इतक्या सगळ्या लोकांनी केलेल्या प्रदूषणामुळे येतात? सरताजला हे खरं आहे यात शंकाच नव्हती; पण जांभळे, लाल, केशरी रंग तरीही इतके सुंदर आणि भव्य होते. तुम्ही त्यांच्या छटा बदलताना आणि गडद होत जाऊन काळ्या रंगात नाहीशा होताना बघू शकायचात.

अंजली माथुर त्या रात्री दहा वाजता आली आणि त्याच्याशेजारी बसली. ''खात्री झाली आहे,'' ती म्हणाली. ''त्या घरात सात माणसं आहेत. आमच्याकडे दोन खास रेडिओॲक्टिव्ह सिग्नेचर्स आहेत. बंगल्याच्या मागच्या बाजूला दोन-तीन ट्रक आहेत. आम्हाला वाटतंय की, आतले लोक ते बॉम्ब त्या ट्रक्समधून त्यांच्या ग्राउंड झिरोला नेणार आहेत.''

''दोन बॉम्ब? आता काय होईल?'' कांबळे म्हणाला. तो खळबळ आणि काहीतरी मोठं घडणारच्या अपेक्षेने भारावून गेला होता.

''तिथे जागेवर एक टीम अगोदरच आहे. ते रात्री काही वेळात जातील. तो निर्णय ऑपरेशनचा कमांडर घेईल.'' तिने खोलीच्या पुढच्या बाजूला मान झुकवली, जिथे एक

मिलिटरीवाला एका रेडिओवर झुकलेला होता. ती बहुदा सरताजकडून काही प्रतिक्रिया येईल, याची वाट बघत होती.

त्याने घसा खाकरला. ''मला खात्री आहे तुमच्या टीमला यश मिळेल.'' सरताजला याबरोबर काहीतरी स्पष्टीकरण द्यावंसं वाटलं, जसं की हसून; पण अर्थातच त्याने स्वतःला आवर घातला; पण तिने त्याच्याकडे पाहून एक कौतुकाचा कटाक्ष टाकला आणि ती उठली.

कांबळे टेबल ओलांडून तिच्या मागे गेला आणि काही मिनिटांनी अजूनच निराश आणि बेचैन होऊन परत आला. त्याचे डोळे विस्फारले होते. त्याने झुकून सरताजच्या पाठीवर थाप मारत म्हटलं, ''ब्लॅक कॅट्स आर हियर बॉस! काळे कमांडो हूड्स वगैरे सगळं घालून.''

सरताजने स्वतःमध्ये ब्लॅक कॅट्सबद्दल काही उत्साह जाणवतो का याचा कानोसा घेतला; पण त्याला फक्त झोप येत होती. त्याने आपण बचावले गेलो आहोत, याबद्दल जी उत्सुकता वाटत होती, तीही आता वाटत नाहीये, याची नोंद घेतली. त्याला वाटलं हा बहुतेक केवळ थकवा आहे. त्याच्या मनात आलं, 'या निद्रानाशामुळे आणि इतक्यात झालेल्या घटनांमुळे, सगळा ताण एकत्र बाहेर पडतो आहे. कदाचित, उद्या मला काहीतरी जाणवेल; पण आता या क्षणी मला वाटतं, मी फक्त इथे बसून राहावं, काही करू नये. कदाचित, या बिअर, व्हिस्कीमुळे मला जड वाटतंय, मांड्यांवर खूप जड वजनं ठेवल्यासारखं. कदाचित, मी फक्त खूप दमलेलोच आहे.'

सरताजला जाग आली, ती कोणीतरी धसमुसळेपणाने त्याला हलवलं तेव्हा. त्याला त्यांच्या खांद्यावर आणि गालावर जाडजूड हातांचा स्पर्श जाणवला. ''सरताज, ऊठ.'' हा कांबळे होता. ''गांडू, तू जगातला एकमेव माणूस असशील जो स्वतःच्या महत्त्वाच्या क्षणांच्या वेळी घोरत पडला असेल. अजून क्लायमॅक्स बाकी आहे बॉस. ते आता आत जाणार आहेत. ऊठ ऊठ.''

सरताज उठून बसला, त्याच्या डोळ्यांवर अजूनही झोप होती. ''किती वाजलेत?''

''साडेचार.''

पहाटेची शांतता भंग करत एक पक्षी ओरडला. त्या कमांड पोस्टच्या आत अपेक्षित शांतता होती, अगदी टाचणी पडली असती तरी ऐकू आली असती. त्या शांततेत एक प्रकारची प्रतीक्षा होती. सरताजला कांबळेला विचारायचं होतं की, त्यांना टीम आत गेलेली, कमांड दिलेली सगळं कसं कळेल; पण कांबळेने त्याच्या तोंडावर हात धरला होता, त्याचे अंगठे सरताजच्या गालाला रुतत होते. कांबळे परीक्षेचा निकाल समजायच्या क्षणी एखादा लहान मुलगा कसा दिसेल, तसा दिसत होता.

खोलीतल्या वातावरणात काही बदल झाला नाही; पण तिकडे लांब एकामागोमाग एक गोळीबाराचे आवाज आले. नंतर एक छोटा धमाकाही. एक क्षण गेला आणि खोलीच्या पुढच्या भागात आनंदाचे चीत्कार उसळले. अंजली माथुर टाळ्या वाजवणाऱ्या गर्दीतून धावत आली. ''आपण सुरक्षित आहोत,'' ती म्हणाली, ''आपण बचावले आहोत.''

सरताजने होकारार्थी मान हलवली आणि स्वतःच्या चेहऱ्यावर हसू आणलं. त्याच्याभोवती अचानक पोलीस ऑफिसर्स, रॉ आणि ब्लॅक कॅट्सच्या लोकांची गर्दी झाली. सगळे एकमेकांना टाळ्या देत होते, मिठ्या मारत होते आणि सरताजशी हस्तांदोलन करत होते. असं दिसत होतं की, कांबळेने खरं श्रेय कोणाला जातं हे सर्वांना समजेल याची

खातरजमा केलेली होती. सरताज त्या गर्दीतून वळला आणि त्यातून हळू बाहेर पडून त्याने जिना उतरला. तो डेअरीच्या मागे कंपाउंडच्या बाहेर गेला, जिथे पोलिसांच्या गाड्यांची आणि इतर कारची गर्दी होती; पण तिथे जास्त करून दुधाचा वास येत होता. सरताजला वाटलं की, त्याला किंचित शेणाचाही वास येतो आहे; पण शंकाच होती. कारण, शहरातल्या किती डेअऱ्यांमध्ये आता गायी-म्हशी होत्या? पण तो वास नाकात भरून घेताना त्याला एक प्रकारचं चैतन्य वाटलं. त्याचं डोकं हलकं होत होतं.

दुरून येणाऱ्या त्या ठोठो आवाजांनी जगाला वाचवलं होतं तर! सरताजला मात्र अजिबात सुरक्षित वाटलं नाही. त्याच्या आत अजूनही एक जळता फ्यूज होता, त्याला थोडीफार भीतीवाटत होती. तो एका तारेच्या कुंपणाला टेकून उभा राहिला आणि त्याने थोडं समाधान वाटून घ्यायचा प्रयत्न केला. आपली टीम विजयी झाली. नक्कीच, कांबळे आतमध्ये नाचत असेल, तो खूश होता; पण सरताज एक प्रश्न मात्र टाळू शकला नाही : तुला हे सगळं वाचवायचं आहे? कशासाठी? का?

सरताजचं प्रमोशन यायला तीन आठवडे लागले. कोणाला त्याचं गायतोंडेला शोधल्याचं, बॉम्बबद्दलचं काम माहीत नव्हतं, त्यामुळे कोणी तातडीने त्याच्या प्रमोशनची ऑर्डर काढण्याचं आणि त्यासाठीचे कागदपत्र तयार करण्याचं काही कारणच नव्हतं. त्याच सकाळी तिथे डेअरीमध्येच अंजली माथुरने त्याला सांगितलं होतं की, बॉम्ब अस्तित्वातच नव्हते आणि येणारही नव्हते. तसा निर्णय अगदी वरच्या पातळीवर झालेला होता. तिने त्याला सांगितलं की, असं करणं राष्ट्रीय सुरक्षेसाठी आवश्यक होतं. तिनेही खूप धडपड केली होती, त्याला समजलं होतं. कारण, तो एक पोलीसवाला होता आणि त्याला माहीत होतं की, अशी यशस्वी ऑपरेशन ऑफिशियली अस्तित्वात नसतात; जेणेकरून धोका किती जवळ येऊन ठेपला होता, हे काही राजकारण्यांना मान्य करायला लागू नये.

सरताजला खरंतर आज सकाळी जे त्यांनी केलं ते अदृश्यच राहिलं असतं, तरी चालणार होतं. फक्त वास्तव समोर न आल्याने अफवा पसरल्या ते व्हायला नको होतं. डिपार्टमेंटमध्ये लोकांची अशी साधारण समजूत झाली की, सरताजने परूळकरांवर गदा आणली. त्याने परूळकरांच्या करियरची आश्चर्यकारकरीत्या पडझड होईल, यासाठी हे सगळं योजलं होतं. एसीबीने रेकॉर्ड केलेल्या परूळकर आणि सुलेमान इसाच्या फोनकॉल मधले काही सेकंद जाणीवपूर्वक पुसण्यात आले होते. सरताजचा 'हॅलो?' कट करण्यात आला होता. संभाषण परूळकर फोन उचलून 'मी आहे' असं म्हणतात इथूनच सुरू होत होतं. कोणालाही हे माहीत नव्हतं की, फोन सरताजच्या आईच्या घरी घेतला गेलेला होता आणि तरीही सगळ्या पोलीसफोर्समध्ये एक पुसट समजूत होती की, या त्या फोनकॉलच्या परिस्थितीशी सरताजचा काहीतरी संबंध होता. प्रमोशन मिळणं हे त्याचं बक्षीस होतं, हे सर्वांना माहीत होतं आणि सुलेमान इसाकडून एक खोका मिळाला होता. अशा अफवा पसरल्या होत्या की, सरताजने एका निरपराधी माणसाला मार मार मारलं होतं, त्याला वाईटरीत्या जखमी केलं होतं आणि परूळकरांना संपवण्याच्या बदल्यात हे प्रकरण दाबून टाकण्यात आलं होतं. डिपार्टमेंटमध्ये सरताजबद्दल यामुळे चांगल्या भावना नव्हत्या. उलट इतर अनेक जणांमध्ये त्याच्याबद्दलचा आदर कैकपटीने वाढला होता. परूळकर जुने खिलाडी होते आणि त्यांनी आजवरच्या प्रवासात अनेक शत्रू निर्माण केले होते. अनेकांना त्यांची अशी अधोगती बघताना त्रास झाला नाही. अगदी जे त्यांच्याबद्दल तटस्थ होते, त्यांनाही

असं वाटल्याशिवाय राहिलं नाही की, त्यांनी खूप जास्त माया गोळा करण्याचा प्रयत्न केला. परूळकरांच्या मित्रांना आणि शत्रूंना सरताज म्हणजे एक शक्तिशाली व्यूहरचनाकार वाटू लागला, ज्याला उत्तमरीत्या जोपासण्याची आवश्यकता होती.

दरम्यान, परूळकर फरार होते. ज्या दिवशी तो फोनकॉल सार्वजनिक झाला, त्याच्या दुसऱ्या दिवशीच लोकसभेत आणि संसदेतही प्रश्न विचारले गेले. त्याच संध्याकाळी परूळकरांच्या अटकेसाठी एक वॉरंट जारी करण्यात आलं; पण त्यांचा अटकपूर्व जामिनाचा अर्ज आधीच आलेला होता आणि ते फरार होते. त्यांच्या वकिलाने दुसऱ्या दिवशी न्यूजपेपरना सांगितलं की, ही कारवाई खूप घाईघाईत आणि खूपच अव्यावसायिक पद्धतीने केली गेली होती. त्या टेप्समधला आवाज परूळकरांचा नव्हता. परूळकरांनी इतके वर्षं निःस्वार्थीपणे देशाची सेवा केलेली होती. पुढे त्यांचे वकील असंही म्हणाले की, टेप वरचा दुसरा आवाज सुलेमान इसाचा होता याचाही काही पुरावा नव्हता आणि जे संभाषण त्या टेप्सवर होतं, ते कोणत्याही प्रकारे एका अधिकाऱ्याने केलेलं बेकायदेशीर कृत्य नव्हतं किंवा राष्ट्रद्रोहाचं कृत्यदेखील नव्हतं.

पण त्याच दिवशी मुख्यमंत्र्यांनी वरिष्ठ पोलीस अधिकाऱ्यांच्या मोठ्या प्रमाणावर बदल्या केल्या. त्याबद्दल पत्रकारांनी विचारताच कायदेशीर बाबींमध्ये मुख्यमंत्री किंवा त्यांच्या कॅबिनेटने कोणताही हस्तक्षेप केला नसल्याचं सांगण्यात आलं. ''चौकशी अजूनही सुरू आहे. आम्ही त्याचे निकाल लवकरच प्राप्त करू. तुम्हाला दिसेलच. डीसीपी परूळकरांनी आत्मसमर्पण केलं पाहिजे. आम्ही कठोर; पण न्याय्य पावलं उचलू,'' असं मुख्यमंत्री म्हणाले.

सरताजला स्वतःला कल्पना नव्हती की, परूळकर कुठे होते. त्यांच्याशी कसं बोलता येईल, याची त्याला थोडी कल्पना होती म्हणून त्याने एक दोन खबरींकडे गुप्त निरोप ठेवले. होमी मेहतांकडेही, जे त्यांचा पैसा सांभाळत असत; पण त्याला काही प्रतिसाद मिळाला नाही. त्या पंधरवड्यात दोन वेळा रात्री उशिरा त्याच्या मोबाईलची रिंग वाजली. दोन्ही वेळा, फोन करणारी व्यक्ती काही बोलली नाही. सरताजला संथ श्वास सोडल्याचा आवाज येत होता, वयस्क माणसाचा प्रयत्नपूर्वक श्वासोच्छ्वास असल्यासारखा. दुसऱ्यांदा जेव्हा फोन आला, तेव्हा तो म्हणाला होता, ''सर? तुम्ही आहात का सर?'' पण त्यालाही काही प्रतिसाद मिळाला नाही आणि डिस्प्लेवर फोन करणाऱ्याचा नंबर आला नाही. अखेरीस ज्या दिवशी सकाळी सरताजच्या प्रमोशनची घोषणा झाली, त्याचा मोबाईल वाजला; पण तो त्या वेळी बाथरूममध्ये होता. तोंडावरचा फेस पुसून बाहेर आला तेव्हा बेडवर फोन व्हायब्रेट होत होता. ''हॅलो.''

पुन्हा तोच श्वासोच्छ्वासाचा आवाज. या वेळी सरताजला वाटलं की, हा शांत बसणारा माणूस स्वतःवर खूप चिडलेला होता. ''सर,'' सरताज म्हणाला, ''सर, तुम्हाला ऐकावं लागेल. हे खूप महत्त्वाचं होतं. मी तुम्हाला त्याबद्दल सर्वकाही सांगेन.''

पण फोन करणाऱ्याने फोन ठेवला. एक क्लिक आवाज झाला आणि मग काही नाही. त्या संध्याकाळी, जेव्हा सरताज त्याची शिफ्ट संपवून निघतच होता, तेव्हा कांबळे डिटेक्शनरूममध्ये आला. ''बॉस?''

''काय?'' सरताज म्हणाला. एका सशस्त्र दरोडेखोराचा तपास करत असताना तो त्यावर लक्ष ठेवत होता. त्याचं प्रमोशन झाल्यापासून त्याला कैद्यांना स्वतः थर्ड डिग्री देणं आवश्यक नव्हतं. तो फक्त सूचना द्यायचा आणि लक्ष ठेवायचा. खोलीत घामाचा आणि मुताचा वास भरला होता.

''तुम्ही बाहेर आलात तर बरं होईल,'' कांबळे म्हणाला आणि मग इंग्लिशमध्ये म्हणाला, ''प्लीज.''

सरताज कांबळेमागून बाहेर आला आणि दरवाजा उघडून कंपाउंडमध्ये गेला. कांबळेने त्याला कोपराला धरून अगदी डबक्याच्या कडेला नेलं. आसपास पक्षी किलबिलत होते. ''त्यांनी आज दुपारी परूळकरांना शोधून काढलं.''

''छान. त्यांनी स्वतःला पोलिसांच्या हवाली केलं?'' कारण, परूळकरांना पकडलं जायचं नव्हतं, ते जाणारही नव्हते.

''नाही, तसं काही नाही. त्यांनी शोधून काढलं.''

कांबळे म्हणाला, ''हे आताच पंचेचाळीस मिनिटांपूर्वी झालं आणि त्यांच्या घरावर नजर ठेवलेल्यांनी सांगितलं की, त्यांच्या घरातून किंचाळ्या ऐकू आल्या. ते लोक आत गेले होते आणि परूळकरांच्या दोन नाती खूप घाबरलेल्या होत्या. असं आढळून आलं की, परूळकर घरातच होते. त्या वडिलोपार्जित घरात, एका जिन्याखाली, एक लाकडी फळी होती, जी उघडली तर आत दहा फूट खोली होती, जी किचनच्या मागच्या बाजूला होती. परूळकर त्या खोलीत अगदी सुरक्षितपणे गुप्तपणे बसले होते आणि ते तिथे कितीही काळ राहू शकले असते. कारण, जेवण आणि इतर गोष्टी त्यांना तिथे सहजपणे पुरवता येत होत्या. तपासाचा मुख्य केंद्रबिंदू दुसरीकडेच होता. अगदी लांब, जसं पुणे आणि कोचीनवर; पण त्या संध्याकाळी परूळकर त्यांच्या लपायच्या जागेतून बाहेर आले होते आणि त्यांच्या बेडरूममध्ये गेले होते. ते खरंतर दिवसा उजेडी जायचं टाळत होते; पण आता त्यांनी फिकीर केली नव्हती. त्यांनी दाढी, अंघोळ उरकून नवीन कुडता घातला. त्यांनी त्यांचं घड्याळ काढून बेड जवळच्या टेबलावर ठेवलं होतं. नंतर त्यांनी गोदरेजच्या कपाटाच्या किल्ल्या घेऊन ते उघडलं आणि आतला लॉकर उघडला. त्यातलं सर्व्हिस रिव्हॉल्वर बाहेर काढलं. ते बाथरूममध्ये गेले, चप्पल काढल्या आणि बाथटबमध्ये उतरले. मुलींना पिस्तुलाचा आवाज आल्यावर त्या धावत आत गेल्या आणि ते सापडले.

बास. मला इतकच माहीत आहे,'' कांबळे म्हणाला.

सरताज एक पाउल मागे सरकला. पाण्यात सावल्या हलत होत्या आणि डबक्याच्या दुसऱ्या बाजूने पाण्यात लहरी येत, त्या एकमेकांत मिसळत होत्या. सरताजच्या मनात आलं की, आपल्या सगळ्यांना हे इतकंच माहीत आहे आणि आपल्या सर्वांना हे इतकंच माहीत असणार आहे. आपल्याला समजत नाहीत, अशा गोष्टींसाठी आपण मरतो, आपण ज्यांच्यावर प्रेम करतो त्यांचा बळी देतो. ''मी तिथे जायला हवं,'' सरताज म्हणाला.

''त्यांच्या घरी? बॉस, आता? नाही. तिथे जाऊ नकोस.''

''हं, तुझं बरोबर आहे. अर्थातच मी तिथे नाही गेलं पाहिजे. ठीक आहे. मला वाटतं, मी थोडा वेळ इथेच थांबतो.''

कांबळे स्टेशनमध्ये परत गेला. सरताज बाहेरच थांबला. देवळावर फडफडत असलेल्या झेंड्याची फडफड ऐकत आणि पाण्याकडे बघत उभा राहिला. त्याला वाटत होतं की, काहीतरी बदल होणार आहे. तो वाट पाहत होता; पण त्याला कल्पना नव्हती की, तो कधी होईल.

चौकटीत : घरापासून दूर असलेल्या शहरात दोन मृत्यू

I

राजपूरमधील अन्सारी टोला शहराच्या पूर्व भागात होता, चौकापलीकडील नाल्याच्या दुसऱ्या बाजूला आणि खजुराच्या झाडांच्यामागे. तिथे फक्त अकरा झोपड्या वेड्यावाकड्या वर्तुळात एकत्र उभारलेल्या होत्या. जमिनीखालून जाणाऱ्या पाइपलाइनच्या बाजूने एक मातीचा रस्ता त्या टोलापर्यंत जात होता. त्या टोल्यावर सगळ्यात वर असलेली झोपडी नूर मोहम्मदची होती. फारशी कसदार नसलेली सात गुंठे जमीन त्याच्या मालकीची होती. त्यात तो बटाटे आणि मक्याचं पीक घेत होता. त्याचा एक मुडदूस झालेला लहान घोडाही होता, ज्याचा एक्का चालवूनही थोडं उत्पन्न मिळायचं. त्याच्या बायकोचं नाव मुमताज खातून होतं आणि त्यांना तीन मुलं होती, एक मुलगा आणि दोन मुली. अन्सारी टोलामध्ये नूर मोहम्मदची परिस्थिती बऱ्यापैकी होती म्हणजे त्याच्या कुटुंबाची फरपट होत होती, असं अजिबात नव्हतं किंवा त्याच्या मुलांना तिखटजाळ घास पाण्यासोबत खायला लागत होते, असंही नव्हतं. नूर मोहम्मद आणि मुमताज त्यांच्या मुलांना शाळेत पाठवत होते; पण कधी कधी हवामानावर किंवा हाताला काम असेल–नसेल त्यावर अवलंबून पैसा किंवा दोन वेळचं जेवण यांचे फाके होत. त्यांच्याकडे काही ऊतूही जात नव्हतं, ना पैसा, ना वेळ, ना अन्न, तरीही जेव्हा अजून एक मुलगा जन्माला आला, तेव्हा त्यांनी अल्लाचे आभारच मानले. त्यांनी त्याचं नाव आदिल ठेवलं.

आदिल सुरुवातीपासूनच खूप जिज्ञासू आणि उद्योगी होता. जेव्हा तो दोन वर्षांचा होता, तेव्हा तो एका पावसाळ्यातल्या दुपारी दोन बहिणींच्या समोर नाहीसा झाला. त्याची आई जेव्हा टोल्यावर घरी आली, तेव्हा सगळी जमात आरडाओरडा गोंधळ करताना दिसली आणि आदिलच्या बहिणी रडत होत्या. सगळ्यांनी आजूबाजूच्या शेतात शोधलं, त्याच्या एका चुलतभावाने तर विहिरीतही वाकून पाहिलं. नूर मोहम्मदने मुठी आवळल्या आणि तो नाल्याच्या कडेनेही जाऊन आला. अखेर नूर मोहम्मदच्या भावाला सलीमला आदिल जिथे कोणाचंही लक्ष गेलं नव्हतं, तिथे सापडला, नाल्याच्या पलीकडच्या रस्त्यावर! ‘‘तो तिकडे सहजपणे चालत होता, नागडा होता; पण कोणाची भीती नाही की काही नाही,’’ सलीम त्याच्या पुतण्याला म्हणाला. आदिलने जग बघायचं ठरवलं होतं, असं वाटलं म्हणून त्याचा तो आपला आपण निघून गेला. त्याच्या आईने त्याला घट्ट मिठीत आवळलं आणि म्हणाली, ‘‘कुठे निघाला होतास तू? काय शोधत होतास?’’ आदिल काहीच बोलला नाही. त्याने

मुकाट सगळा तमाशा सहन केला. डोळे मोठमोठे करून तो इकडेतिकडे पाहत होता. तो खूपच गंभीर मुलगा होता. ''जर मी त्या वेळी कुरकू कोठीकडून परत येत नसतो, तर आपला हा धाडसी वीर पार पटन्याला गेला असता,'' त्याचे काका म्हणाले.

तिथून पटना फार तर एकशे अठ्ठावीस किलोमीटर होतं; पण आदिलला तिथवर पोहोचायला अठरा वर्षं लागली. तोवर तो राजपूरमधल्या मर्यादा आणि घुसमट यांविरुद्ध झगडत राहिला. राजपूर साधारण दीडेक लाख वस्तीचं गाव होतं, जे मीलनी नदीच्या दक्षिण तीरावर इतस्तः गबाळेपणाने पसरलं होतं. मीलनी एक छोटी नदी होती जी गंगेला मिळण्याआधी बुर्ही गंडकपासून साठ किलोमीटर अलीकडे फुटली होती. मीलनीजवळ एका मोठ्या खडकावर मध्यकालीन कालिमातेचं देऊळ उभं होतं. त्याच्या समोरच एका टेकडीवर पांढरी मशीद उभी होती. उन्हाळ्याच्या दिवसांत आणि हिवाळ्यात रात्री उशिरा, नदीचं पाणी जेव्हा आटायचं, तेव्हा नदीतले सुंदर घोटीव अवयव असलेल्या देवदेवतांच्या मूर्ती बाहेर येत. कोणत्यातरी पुरातन काळातल्या होत्या त्या मूर्ती. दक्षिणेला आणि पूर्वेला, त्या भागातल्या सर्वांत उंच टेकडीवर राजा जदुनाथ सिंग चौधरी त्यांच्या पडझड झालेल्या हवेलीत शांतपणे राहत असत. राजपूरच्या सर्व लोकांच्या मते, ती हवेली वेडी भुतं आणि हडळींनी झपाटलेली होती. राजा जदुनाथ यांनी बहुतेक जमीन हातची घालवली होती आणि ते स्थानिक आमदाराच्या वैभवाशी आणि दानशूरतेशी स्पर्धा करू शकले नाहीत. आमदार नंदन प्रसाद यादवने आदिलच्या जन्माच्या वेळी कुरकू कोठी बांधली होती. ही कोठी एक भव्य निळी आणि गुलाबी कोठी होती, जिच्याभोवती बारा फूट उंच भिंत आणि सशस्त्र पहारेकरी असायचे. नूर मोहम्मद नेहमी म्हणायचा की, राजाला आधुनिक राजकारण कळत नाही. नंदन प्रसाद असल्या गलिच्छ खेळात पारंगत होता म्हणून एक जण मोठा झाला आणि एक जण लहान राहिला. कधी कधी राजासाहेब त्यांच्या प्राचीन बग्गीतून मुलांना रेल्वे स्टेशनला सोडण्यासाठी नूर मोहम्मदला बोलवायचे आणि त्या अन्सारी टोलावरचे उरलेले बहुतेक लोक कुरकू कोठीवर मजुरी करायचे.

अन्सारी टोल्याच्या काही मुलांना थोडं लिहिता वाचता येत होतं आणि एक जण आठवीपर्यंत शिकलेला होता. त्यांच्यातल्या कोणाच्याच वडिलांना लिहिता वाचता येत नव्हतं. त्यांच्या इतिहासात कोणी हायस्कूलला गेलेलं नव्हतं; पण आदिलला सुरुवातीपासूनच लिहिलेल्या शब्दांची भुरळ होती. त्याला वाचता येण्याआधीपासूनच, तो जुन्या वर्तमानपत्रातील अक्षरांचे आकार ओळखायचा. प्रेम शंकर झांच्या आमराईच्या बाजूच्या दोन खोल्यांच्या शाळेत आदिल शिकवण्याकडे खूप मन लावून लक्ष द्यायचा. इतर मुलांच्याही ते लक्षात आलं. यादवांच्या मुलांपैकी एक जण म्हणाला, ''ए, जेव्हा गुरुजी बोलत असतात तेव्हा हा आदिल एखाद्या डब्ब्यासारखा दिसतो.'' आणि त्याने डोळे मोठे करून अगदी खूप गंभीर चेहरा करून दाखवला. ''आदिल-डिब्बा'' तो म्हणाला आणि त्याने गाल फुगवले. आता शाळेतल्या तीनही वर्गांतली मुलं चबुतऱ्यावर जमा झाली आणि हसायला लागली. त्या दिवसापासून आदिलला 'डिब्बा' म्हणायला लागले. तो शाळेतला अभ्यासू मुलगा म्हणून ओळखला जायला लागला. अगदी ते शिक्षकसुद्धा जेव्हा फावल्या वेळात कांदे विकत नसत आणि शाळेत शिकवत असत, तेव्हा आदिलच्या समर्पणाकडे आणि शांतपणाकडे लक्ष देत. त्याची कोणी चेष्टामस्करी करणार नाही, याकडे लक्ष देत. यामुळे अर्थातच लफंग्यांचं त्याच्या जायच्या यायच्या वाटेवर जास्त लक्ष असे; पण तरीही तो चिकाटीने पाचवी पास

झाला आणि नंतर जिल्हा हायस्कूलमध्ये गेला. सहावीत जाणं त्याला खूप जड गेलं. कारण, आदिलच्या आई-वडिलांकडे त्याच्या पुस्तकांसाठी, पाटी-पेन्सिलीसाठी पैसे नव्हते. आता ते अजूनच कठीण झालं. कारण, आता फक्त जास्त पुस्तकंच लागत नव्हती तर भूमितीचा सेट आणि पेनही लागत होतं. अनेकदा आदिलला शेतात काम करायला लागायचं, विशेषकरून लावणी-कापणीच्या दिवसांमध्ये; इतर दिवशी तो त्याच्या काकांच्या बरोबर वीटभट्टीवर काम करत असे. आता पैसे कमवायला लागण्याएवढा तो मोठा होता म्हणून कमवत होता. घरी खाणारी तोंडं होती आणि घर चालवायचं होतं, लग्न करून द्यायची होतीत; पण तो त्याच्या शिक्षणाबाबत परिश्रम घेत होता. इतकं सगळं असूनही, त्याने त्यातून मार्ग काढला. मागून आणलेली पुस्तकं वाचायचा आणि संध्याकाळी शिवनाथ झा सार्वजनिक वाचनालयाच्या पकपकत्या दिव्यांखाली वाचत बसायचा. ते वाचनालय एका स्थानिक श्रीमंत ब्राह्मण जमीनदाराच्या देणगीतून सुरू केलेलं होतं आणि त्यांच्या उच्चशिक्षित वडिलांच्या नावाने होतं. सुरुवातीला तिथे काम करणाऱ्या लोकांना एक मुसलमान मुलगा येऊन, ज्या माणसाने आपलं आयुष्य सतत अंघोळ करण्यात, शुद्धी आणि पवित्रता राखण्यात घालवलं, त्या म्हाताऱ्या माणसाच्या फोटो खाली अगदी धीटपणे बसतो, हे सहन व्हायचं नाही; पण लवकरच त्यांना आदिल येऊन एका लाकडी बाकावर बसून एखाद्या पुस्तकात किंवा वर्तमानपत्रात मान खुपसून बसायचा या दृश्याची सवय झाली. काळ बदलत होता, त्या छोट्या दोन खोल्या आणि त्या वाचनालयातील डझनभर पुस्तकांची कपाटं सार्वजनिक असणं अपेक्षित होतं. आदिल नक्कीच त्या लोकांपैकी होता, जो धुळीने माखलेला असला, तरी आवडेल असा होता. वाचनालयात येण्यामुळे आदिलला राजपूरबद्दल आणि त्याच्या पलीकडे काय जग होतं, त्याची जाणीव झाली. त्याने स्वतःला फक्त त्या ठिकाणी नाही, तर काळातही शोधून काढलं. एक दिवस त्याच्या मनात आलं की, मी या विसाव्या शतकाचा एक भाग आहे!

राजपूर जरी जाणीवपूर्वक वेगळ्याच काळात जगत होतं, अशा काळात जो ना धड वर्तमानकाळ होता ना भविष्यकाळ. गावभरातील खड्डे पडलेले मुख्य रस्ते आदिलला तो कृष्णधवल मासिकांमध्ये बघत असलेल्या सोव्हिएत हायवेसारखे अजिबात दिसत नव्हते आणि अमेरिकेतील खेड्यातही वीज आणि फोन असलेलं पाहून त्याला खूप आश्चर्य वाटत होतं. आता राजपूरमध्ये एक फोन होता. तो नंदन प्रसाद यादव यांच्या घरी; पण आदिलने तो कधी बघितला नव्हता. त्याने तीन सिनेमे पाहिले होते, दोन फिरत्या सिनेमा थिएटरमध्ये, जे जीपमध्ये सगळं लादून गावोगावी हिंडायचे आणि अंधार पडला की, पांढरा मळका पडदा लावून तात्पुरतं थिएटर उभं करायचे, त्यावर मग टेक्नोकलर सिनेमा झळकायचा. नंतर प्रेम शंकर झा यांनी गावात पार्वती नावाचं एक थिएटर बांधलं. त्या थिएटरला आदिलने 'बॉबी' पाहिला. तो अगदी पुढे स्क्रीनजवळ जमिनीवर बसला होता. नंतर त्याला ऋषी कपूर जवळ असलेल्या लांबुळक्या मोटारसायकलची किंवा डिम्पल कपाडियाच्या तुकतुकीत बहुतांश नग्न असलेल्या शरीराची स्वप्नं पडत नव्हती; तर त्याला स्वप्नात स्वच्छ दोन मजली पक्की घरं, फोन, रस्ते आणि नळातून जादूने पडणारं पाणी दिसत होतं. आदिलला आता राजपूर किती घाणेरडं होतं, इथली उघडी गटारं, कशातरी बांधलेल्या गल्ल्या, भटक्या कुत्र्यांची टोळकी हे सगळं जाणवायला लागलं. शेतं अगदी क्षितिजापर्यंत टेकली होती, विजेच्या तारा लांबचलांब गेलेल्या होत्या. त्यातून तांब्याच्या तारा मध्येच बाहेर डोकावत होत्या आणि कधी कधी त्यातून चरचर आवाज यायचा. संध्याकाळ झाली की, कावळे अन्सारी टोल्याच्या डोक्यावर

घिरट्या घालायला लागायचे. मुलं जन्मत होती, लग्नं लागत होती, म्हातारे बापे, बाया मरत होत्या; पण सगळं जसंच्या तसं होतं. प्रेम शंकर झांच्या आमराई जवळ ब्राह्मण आणि भूमिहार मुलांच्या बरोबर आदिल फूटबॉल आणि विटीदांडू खेळायचा; पण त्याने कधी त्यांची घरं बघितली नव्हती. त्यांनीही कधी अन्सारी टोलामध्ये पाय टाकलेला नव्हता. कोणी पासवान कोणा ब्राह्मणाच्या किंवा भूमिहाराच्या घराच्या अंगणातही पाय ठेवला नाही किंवा अगदी बाहेरही. तो गरीब खाली उकिडवा बसून त्याच्या वरच्या जातीतल्या आश्रयदात्याशी बोले, तर तो आश्रयदाता मात्र आरामात खाटेवर बसलेला असे. खालच्या जातीतल्या लोकाना खुर्च्या, स्वाभिमान आणि मानमरातब यांची परवानगीच नव्हती.

आदिल नववीत होता. त्या वर्षी त्याचे चाचू म्हणजे सलीम, ज्याने त्याला खूप लहानपणी पटनाला जाणाऱ्या रस्त्यावर भटकताना शोधलं होतं, तो पोटात मुरडा पडून गेला. त्याला डायरिया झाला होता. त्याच्या रडणाऱ्या नातेवाइकांनी त्याचं हाडकुळं शरीर बाहेर ठेवलं, धुतलं आणि पांढऱ्या कपड्यात गुंडाळून राजपूरच्या पश्चिमेला असलेल्या मुसलमानांच्या दफनभूमीत नेलं; पण जो मौलवी मशिदीत राहत होता, त्याने त्यांना आत येऊ दिलं नाही. तो म्हणाला, ''तुम्ही इथे कोणालाही दफन करू शकत नाही. तुम्ही तुमची दफनभूमी करा. अन्सारी टोल्याच्या लोकांनी अल्लाच्या नावावर याचा विरोध केला आणि नंतर त्यांनी मकबूल खान नावाच्या राजपूर मधल्या अति श्रीमंत माणसाला मध्यस्थ केलं. तो जमीनदार होता आणि आमीर, नवाब घराण्यातला होता असं म्हणत. मृताच्या नातेवाइकांनी त्याच्याकडे दयेची भीक मागितली आणि रेहम करायची विनंती केली. त्यांनी मकबूल खानला, पठाणांना, सय्यदना सांगितलं की, त्यांची स्वतःची दफनभूमी गेली होती म्हणजे ती पावसाळ्यात नदीने पात्र बदलल्याने पाण्याखाली गेली होती; पण त्या दिवशी राजपूरमध्ये कोणाला दया आली नाही, अगदी मेलेल्या माणसासाठीही नाही, जो खरं तर पाच वेळचा नमाजी होता आणि खूप दिलदार माणूस होता. मकबूल खानने रडणाऱ्या नातेवाइकांना पाचशे रुपये दिले आणि त्यांना सांगितलं की, तुम्ही नवीन दफनभूमी बांधा. सलीमला दफन करायला दोन दिवस लागले. कारण, राजपूरमध्ये अगदी काही फूट घट्ट जमीन ज्यात मृताला दफन करता आलं असता, अशी मोकळी जागाच नव्हती. आदिलच्या वडिलांनी नाला आणि रस्त्याच्या मध्ये असलेला एक खडबडीत, उतारावरचा त्रिकोनी पडीक जमिनीचा तुकडा शोधला. लोकांनी तो साफसूफ केला, एकसारखा केला आणि तिथे दफनभूमी तयार करून सलीमला पुरलं.

आदिलच्या डोक्यात राग उफाळू लागला. तो आधीही होताच. कधी कधी तो त्याच्याशी एकसुरी संवाद साधत असे. त्याने डोळे उघडायच्याही आधी आणि त्याने भिंतीचं मातीचं लिंपण पाहण्याआधी आणि त्याने आईच्या कळा ऐकण्याआधी तिच्या पाठीत सतत येणाऱ्या वेदनांमधून तो राग त्याच्याशी बोलत होता. तो राग त्याच्या आत धुमसतच होता आणि त्याचं रक्त जाळत होता. आदिल बारीक झाला. आता उंचही झाला होता आणि डिब्बा अजिबात वाटत नव्हता, तरी ते टोपणनाव त्याला आजही चिकटून बसलं होतं. त्याच्या आईने चेष्टामस्करीमध्ये त्याच्यासाठी 'मुली बघू या' असं म्हटलं. आदिलला इतक्या लवकर लग्नाचा विषय म्हणजे छळ वाटायचा. त्याच्या वयाची अन्सारी टोल्यातली मुलं, मुलींच्या मागेमागे करायची आणि अन्वरूल - त्याची छाती अगदी रुंद होती आणि चाल एकदम भयानक होती. त्याचं तर चमार टोळीमधल्या लग्न झालेल्या बाईशी लफडं सुरू होतं; पण आदिलला मात्र त्याची पुस्तकं आवडत होती आणि शिक्षणातल्या आनंदाशिवाय दुसरा

कुठलाही आनंद त्याला नको होता. यासाठी त्याला टोल्यामध्ये अशा बायका-पुरुषांकडून पाठिंबा शोधावा लागला, ज्यांनी टोला सोडून राजपूरच्या बाहेरची दुनिया पाहिली होती. नूर मोहम्मद आणि मुमताज खातून राजपूरपासून चाळीस किलोमीटर असलेल्या अलाघाच्या पलीकडे गेले नव्हते. त्यांच्यासाठी पटना म्हणजे मोठ्या लोकांचं शहर होतं आणि त्याना दिल्ली पुसटशी ऐकून माहीत होती, पेकिंग त्यांनी कधी ऐकलंही नव्हतं. राजपूरमध्ये मजुरांच्या पोटी जन्म घेणं आणि कसबसं जगणं इतकंच त्यांना माहीत होतं. आयुष्याकडून तेवढीच अपेक्षा होती. हायस्कूलचं शिक्षण पूर्ण करण्यासाठी त्यांच्या मागे लागतानाच आदिलला किती संघर्ष करावा लागला, ते किती महत्त्वाचं आहे हे त्यांना समजावून सांगावं लागलं. इतका संघर्ष करावा लागला, जो कधी संपलाच नाही. टोल्यामध्ये अनेक जण होते जे त्यांना सांगायचे की, या मुलाला जास्त शिकवू नका, तो मग जमिनीत काम करणार नाही, लक्ष ठेवा, तरीही इतकं असूनही, आदिलने दहावीपर्यंत प्रवास केला. अखेरची मुख्य परीक्षाही पास झाला. त्याचा फर्स्ट क्लास दोन मार्कांनी गेला; पण इतर कोणत्याही विद्यार्थ्याने पुस्तकं उधार आणून अभ्यास केला नव्हता. आदिलने ना वह्या, ना पेन आणि दिव्याचा उजेड नसताना अभ्यास केला होता. अन्सारी टोलामध्ये कोणत्याही प्रकारचा काही आनंद साजरा झाला नाही; पण आदिलच्या आई-वडिलांना त्याचा अभिमान वाटत होता. राजपूरच्या लोकांनाही समजत होतं की, त्याने काहीतरी लक्षणीय केलं आहे, जसं राजाच्या गोठ्यात एका गायीला पाच पायाचं वासरू झालं होतं. जेव्हा ब्राह्मण, यादव आणि पठाण त्याला रस्त्यात हाक मारू लागले, त्याला कौतुकाने 'प्रोफेसर साब' म्हणू लागले, तेव्हा आदिलला समजलं की, लोक त्याचा आदर करत आहेत. त्याने तो झटकून टाकला. त्यांच्या हसण्याने त्याचा राग वाढत गेला आणि त्या रागामुळेच तो चालत राहिला.

पण आता त्याला इंटरमिजिएट आणि कॉलेजला जायचं होतं. तिथे पोहोचण्यासाठी त्याला अजून जास्त रागाची आवश्यकता होती. फीचे पैसे उभे केले जाऊ शकत होते; पण इतरही अनेक गोष्टी होत्या ज्यासाठी पैसे लागणार होते. त्याला आता शिक्षणाबद्दल काहीतरी कळत होतं आणि त्याला हेही समजलं होतं की, त्यासाठी खिशात खूप पैसा खुळखुळत असावा लागतो. तुम्हाला पुस्तकं विकत घ्यावी लागत होती, पेन, अर्ज, परीक्षेची फी, पदवी आणि टोल्यापासून खूप दूर आणि राजपूरच्या अगदी दुसऱ्या टोकाला असलेल्या जवाहरलाल नेहरू रोडवरच्या लाला चंदन लाल मेमोरियल कॉलेजमध्ये जाण्यासाठी तुमच्याकडे सायकल असावी लागत होती. तुम्हाला कपड्यांसाठी पैसे लागत; दोन जोडी शर्ट-पँट लागत जेणेकरून तुम्ही किमान जाकीट आणि चकचकीत बूट घालणाऱ्या मुलांच्या शेजारी बेंचवर बसू तरी शकाल. अशा अजून अनेक गोष्टी होत्या, ज्यासाठी तुमच्याकडे पैसे नसत, जसं की, मखानियाच्या कचोऱ्या. कॉलेज गेटशेजारी रस्त्याच्या बाजूला मखानिया त्याची चाटची टपरी लावायचा. पार्वतीला सिनेमा बघायला, गप्पा टप्पा आणि खळखळून हसण्यालासुद्धा पैसे लागत. न दिसणाऱ्या गोष्टी ज्या कधी बोलल्याही जात नसत, त्या म्हणजेसुद्धा एक प्रकारचं शिक्षणच होतं; पण ते तुम्हाला परवडणारं नव्हतं. आदिलला या सगळ्याची कल्पना होती आणि तरीही त्याला कॉलेजला जायचं होतं. त्याने लग्न करायला नाही म्हटलं आणि हट्ट धरला की, तो आधी इंटरमिजिएट करणार आणि नंतर कॉलेज. टोल्यातल्या मोठ्या माणसांनी किती समजूत घातली, वाद घातला तरी तो ठाम होता. आदिलने त्यांना सांगितलं होतं की, फी, पुस्तकं आणि परीक्षेसाठी दर सहामाहीला सातशे रुपये खर्च येणार होता,

कदाचित जास्तही. त्यांनी विचारलं की, मग हे पैसे कुठून येणार? पण आदिल अडून बसला. तो कोणाला उलट उत्तर न करता, मान खाली घालून एकच वाक्य बोलत होता की, 'मला कॉलेजला जायचं आहे.' शेवटी नूर मोहम्मद त्याला राजाकडे घेऊन गेला.

आदिल आजपर्यंत या हवेलीत कधी आला नव्हता. त्याने टेकडीवरची विटांची भिंत पाहिली होती आणि त्याने राजाच्या मुलांनाही अगदी चकचकीत स्वच्छ कपड्यात पाहिलं होतं. आता त्याला हवेलीच्या दारात मुंडकं नसलेला पुतळा, मोडकळीला आलेल्या खिडक्या, बाल्कन्यांची धातूची रेलिंग बघून खूप आश्चर्य वाटलं, तरीही हवेलीचा भव्य आकार, विस्तार, ज्यांची देखभाल करायला किमान पन्नास माळी लागत असतील, असे हिरवेगार मोठे बगिचे आणि हत्ती उभे राहतील, इतक्या उंचीचे रिकामे तबेले पाहून एक क्षण त्याच्या हृदयाचा ठोका चुकलाच. राजा त्यांना घरामागच्या अंगणात भेटला. त्याने हुक्क्याचा एक मोठा कश घेतला आणि दूर नदीकडे बघितलं. राजाने पांढरा शर्ट घातला होता आणि निळी लुंगी नेसली होती. आदिलने आजवर इतिहासाच्या पुस्तकात पाहिलेल्या कोणत्याच राजाच्या चित्राच्या जवळपासही जाण्यासारखा हा राजा दिसत नव्हता. अगदी तो हुक्कासुद्धा जुनाट होता आणि त्याच्या हुक्केदाणीला तडे गेले होते. नूर मोहम्मद राजाच्या आरामखुर्चीजवळ खाली उकिडवा बसला आणि त्याने आदिलच्या शर्टाची बाही खेचून त्यालाही बसायला लावलं. राजाने नूर मोहम्मदचं बोलणं ऐकून घेतलं आणि म्हणाला, ''नूरा, मुलाचं बरोबर आहे. तो शिकला पाहिजे. आजकाल शिकायचे दिवस आहेत; पण माझी स्थिती फार वाईट आहे. आता त्या हरामखोरांनी माझी आमराईपर्यंतची जमीन घेतली आहे.'' त्याने खांद्यावरून वळत मानेनेच दाखवलं.

राजा गंगोटीयांचा उल्लेख हरामखोर म्हणून करत होता, जे गेल्या वर्षीपर्यंत मीलनीच्या तीराजवळ आणि बुर्ही गंडकजवळ राहत होते आणि पावसाळ्यात पाण्याचा प्रवाह बदलल्यावर बेघर झाले होते. अचानक साडेसहाशेच्या आसपास फाटक्या कपड्यातले बाया बाप्ये आणि मुलं राजपूरमध्ये आले होते आणि त्यांनी राजाच्या जमिनीवर ठाण मांडलं होतं. त्यांनी दोन तलावांच्या आसपास मिळून तीस बिघा जमिनीवर कब्जा केला होता आणि आता ती जमीन आपलीच असल्याचा दावा करत होते. ते म्हणाले की, ती जमीन त्यांना राजाच्या वडिलांनी दिली होती, जी त्यांच्या म्हणण्याप्रमाणे राजाच्या वडिलांनी आचार्य विनोबा भावेंच्या भूदान चळवळीदरम्यान दान दिली होती. याचा पुरावा म्हणून त्यांच्याकडे एक जुनापुराणा कागदाचा तुकडा होता, ज्याच्यावर राजाच्या वडिलांची सही होती, असं त्यांचं म्हणणं होतं. त्यावर राजाच्या वडिलांच्या मृत्यूपूर्वी दोन आठवड्यातली तारीख होती. गंगोटीयांना विरोधी पक्षाच्या लोकांचा पाठिंबा होता आणि त्यांना तिथून हाकलून लावण्यासाठी आताच्या राजाच्या उतरती कळा लागलेल्या प्रभावाचा आणि ओळखींचा काही उपयोग झाला नाही. अर्थातच, राजा कोर्टात गेला होता; पण निकाल लागायला दहा एक वर्षं लागतील किंवा वीसही. दरम्यान, गंगोटीयांनी तिथे पेरण्या केल्या होत्या, अनेक झोपड्या बांधल्या होत्या आणि सात पक्की घरं, एक शाळा आणि एक देऊळसुद्धा बांधलं होतं.

''राजाजी, काळ खरंच वाईट आहे,'' नूर मोहम्मद म्हणाला. ''पण आमचं कुटुंब पिढ्यान्‌पिढ्या तुमच्या सेवेत आहे. तुम्ही आमची काळजी घेतली आहे आजवर.''

हे मात्र खरं होतं. परंपरेने अन्सारी टोलामधले पुरुष हवेलीच्या गोठ्यात, तबेल्यात काम करत होते; पण स्वातंत्र्यानंतर हत्ती, घोडे नाहीसे झाले होते. एकेकाळी, हवेलीपासून

नदीपर्यंतची सगळी जागा, ज्यात नदीचं पात्र बदलायचं ती जागाही होती, ती सगळी राजाच्या मालकीची होती; पण आता हवेलीचं रक्षण करायला शंभर लाठ्याकाठ्या नव्हत्या म्हणूनच यादवांनी सुपीक जमिनीवर कब्जा केला आणि गंगोटीयांनी तलावांजवळची जागा हडपली. राजा दोन्ही बाजूंनी अडचणीत आला. त्याने हुक्क्याचा एक मोठा कश घेतला आणि दूर बघू लागला. आरामखुर्चीखाली ठेवलेल्या त्यांच्या रबरी चपलांकडे आदिलचं लक्ष गेलं, दोन्ही चपला अंगठ्याजवळ झिजल्या होत्या. आदिलचे वडील पुन्हा तेच म्हणाले, ''राजाजी, आमचं कुटुंब पिढ्यान्‌पिढ्या तुमच्या सेवेत आहे.'' ते दुपारभर राजाला हुक्का ओढताना आणि दूर शेतांकडे बघत बसून राहिले. जेव्हा अंधार पडला, तेव्हा राजाने नूर मोहम्मदला पन्नास रुपये दिले आणि आदिलला खूप मेहनत कर, असं सांगितलं. नंतर ते टोल्याकडे परत आले.

दुसऱ्या दिवशी सकाळी, ते मकबूल खानच्या घरी गेले. ''मीर साहब,'' नूर मोहम्मद म्हणाला, ''आमचं कुटुंब तुमच्याकडे पिढ्यान्‌पिढ्या आहे.'' मकबूल खान एका टेबलापाशी बसला होता, तीन-तीन फोनवर एकाच वेळी बोलत होता. त्याच्याही जमिनी आता कमी झाल्या होत्या; पण तरी आता त्याच्याकडे सात ट्रक, तीन टेम्पो, दगडाच्या खाणी आणि वीटभट्ट्या होत्या. त्याने पांढराशुभ्र कुर्ता घातला होता आणि त्याच्या खानदानाला साजेश्या शानदार पिळदार मिशा मिरवत होता. नूर मोहम्मद त्याच्या टेबलाजवळच खाली बसला आणि आदिलही त्याच्या शेजारी बसून मकबूल खानला फोनवर व्यवहाराची बोलणी करताना ऐकत होता. इतर लोक येऊन खुर्च्यांवर बसत होते, मकबूल खानशी बोलून निघून जात होते.

एक तासानंतर मकबूल खान खुर्चीत मागे टेकून बसला आणि त्याने केसांवरून हात फिरवला. मान खाली वळवत आदिलकडे बघून म्हणाला, ''मुला, तुला शिकायचं आहे? काय शिकणार आहेस तू?''

''बायोलॉजी.''

काही कारणास्तव मकबूल खानला हे विनोदी वाटलं. तो त्याचे पानाचे लाल डाग पडलेले दात दाखवत मोठ्याने हसायला लागला. ''घोडे आणि गाई?'' तो म्हणाला. ''नूरा, तुझा मुलगा कॉलेजमध्ये जाऊन कोंबड्या वगैरे शिकणार आहे. तू त्याला ते घरीच का शिकवत नाहीस?''

नूर मोहम्मद गप्प बसला. काही मिनिटांनी, जेव्हा मकबूल खान त्यांना विसरला आहे असं वाटलं, तेव्हा त्याने पुन्हा आपला जुनाच डायलॉग म्हटला, ''मीर साहेब, आमचं कुटुंब नेहमी तुमच्याकडे राहिलं आहे.'' मकबूल खान उठून जेवायला जाईपर्यंत ते दोघं तिथेच बसून राहिले. तो जसा त्यांना न बघताच ओलांडून निघाला, त्याने नूर मोहम्मदच्या हाताच्या ओंजळीमध्ये काही नोटा टाकल्या. अनेकदा ''मीर साब, मीर साब'' असं म्हणत नूर मोहम्मदने त्याचे आभार मानले आणि पैसे शर्टाच्या खिशात कोंबले. जोवर ते बाहेर पडून रस्त्यावर गेले नाहीत, तोवर त्याने पैसे मोजले नाहीत. रस्त्यावर जाणाऱ्या-येणाऱ्या ट्रक्सच्या वेगाने ते थरथरत होते. मकबूल खानने एक्याऐंशी रुपये दिले होते.

दुसऱ्या दिवशी ते कुरकू कोठीमध्ये गेले. नंदन प्रसाद यादव खूप व्यस्त होता, त्याला त्यांच्याकडे लक्ष द्यायलाही वेळ नव्हता. मुळात, नूर मोहम्मद आणि आदिल घरात आत गेलेच नाही. ते नव्यानेच रंगवलेल्या मागच्या गेटापाशी याचकांच्या घोळक्यापाशी उभे राहिले. भिंतींच्या वरच्या बाजूंची डागडुजी करण्यासाठी मजुरांनी पराती उभ्या केल्या होत्या आणि विटांवर निळ्या पांढऱ्या रंगाचे नवीन हात मारले गेले होते. गेटपाशी चार सशस्त्र आणि

भीती वाटतील, असे दिसणारे राखणदार रायफली घेऊन उभे होते आणि अधूनमधून जवळच्या गवतात थुंकत होते. नूर मोहम्मद आणि आदिलने तीन तास वाट पाहिल्यावर, घरातून एक सेक्रेटरी बाहेर आला आणि सावलीत खुर्ची टाकून बसला. आता तो एकामागून एक लोकांच्या विनंत्या ऐकू लागला. जेव्हा नूर मोहम्मद आणि आदिल त्याच्याजवळ गेले, त्याने नूर मोहम्मदचं बोलणं ऐकून घेतलं आणि त्याला मध्येच तोडत म्हणाला, ''अर्ज लिही.'' बास इतकंच. बापलेक त्या रांगेतून बाहेर येऊन आता मागच्या बाजूला गेले. आदिलकडे पेन आणि एक छोटीशी वहीसुद्धा होती; पण नूर मोहम्मदला वाटलं, इतकी छोटी किरकोळ विनंती याहून चांगल्या कागदावर लिहिली पाहिजे. दुसऱ्या दिवशी तो शेतावर उशिरा गेला आणि आदिल स्वच्छ कोऱ्या फूलस्केपच्या कागदावर अर्ज लिहीत होता, त्याच्याकडे बघत बसला. अर्थातच, नूर मोहम्मदला काय लिहिलं आहे हे वाचता येत नव्हतं; पण त्याने आदिलला तीन वेळा तो अर्ज वाचून दाखवायला लावला. नंतर त्याने तो अर्ज लगेच कुरकू कोठीला जाऊन सेक्रेटरी साहेबांना द्यायला सांगितला. आदिल बाहेर पडला, नाला ओलांडून पलीकडे रस्त्याला लागला. कडक उन्हाने त्याच्या खांद्याला आणि मांड्यांना चटके बसत होते. त्याने डोळे किलकिले करून पाहिलं आणि संकोचावर मात करत पाय रेटत पुढे चालत राहिला. हवेलीकडे जाणाऱ्या डावीकडच्या वळणावरून पुढे गेला आणि मग त्याच्या डोक्यात एक लय तयार झाली आणि त्याची पावलं त्या लयीत पडायला लागली, एक संथ असा स्वतःचाच तिटकारा त्याच्या डोक्यात घुमत होता. आदिल बाजरातून उजवीकडे खालच्या बाजूला रेल्वेस्टेशनकडे वळला. त्याला मकबूल खानचं ऑफिस दिसत होतं. त्याच्या पोटात ढवळलं, उलटी येईल, असं वाटलं; पण तरी तो गेला. पुन्हा आपली इच्छाशक्ती पणाला लावली, जे त्याचं लहानपणापासूनचं अस्त्र होतं, ते वापरून त्याने त्याच्या शरीरावर विजय मिळवला. तो कुरकू कोठीपाशी गेला आणि संध्याकाळ होईपर्यंत तिथे असलेल्या जमावातच बसून राहिला, नंतर त्याने अर्ज सेक्रेटरीकडे दिला आणि तो परत आला.

नूर मोहम्मद त्यानंतर आठवड्यातून एकदा कुरकू कोठीवर जाऊन त्याच्या अर्जाबद्दल विचारायचा. आदिलने नवीन कपडे आणि सायकलच्या शिवायच कॉलेजला जायला सुरुवात केली होती. त्याला आता आपल्याला पैशांची गरज आहे आणि वडिलांना ते दुसऱ्याकडे मागावे लागतात, या दोन्ही गोष्टींचा तिरस्कार वाटायला लागला होता. दिवाळीला नंदन प्रसाद यादव स्वतःच बाहेर गेटजवळ आला आणि नूर मोहम्मद एकशे एक रुपये घेऊन घरी आला. असेच पैसे मागत, गोळा करत करत आदिल इंटरमिजिएटच्या पहिल्या वर्षातून दुसऱ्या वर्षात गेला आणि नंतर बीएस्सी झूलॉजीच्या तिसऱ्या वर्षात. या प्रवासात कर्ज त्याच्या मागे लागलं होतं. झूलॉजी हाच त्याच्या दुःखावर उतारा होता. डीएनएच्या दोन पातळ पट्ट्या एकमेकांत अडकून एका पेशीत कशा काय मावत या विचारानेच त्याला आश्चर्य वाटे. आदिलने प्रार्थना केली, विश्वास ठेवला; पण जेव्हा त्याने फायला आणि क्लासेसचं सौंदर्य निरखून पाहिलं, फॅगोसायटोसीस आणि पिनोसायटोसीसच्या फोटोंचा अभ्यास केला, तेव्हा त्याला अल्लाच्या प्रेमाची अनुभूती आली आणि त्याच्या कष्टांचं चीज झालं असं वाटलं. पाच वर्षं भराभर सरली... पाच वर्षं कठोर मेहनतीची होती, तरीही पटकन सरली. आदिलला माहीत होतं की, त्याला झूलॉजीच करायचं होतं. तो त्याचं बीएस्सी पूर्ण करणार आणि त्याला एमएस्सी करायचं होतं, यात काही शंकाच नव्हती. राजपूरमध्ये झूलॉजीमध्ये एमएससी करता येणार नव्हतं किंवा अन्य कशातही. साठ किलोमीटरवर नवनिकेतन युनिव्हर्सिटीमध्ये झूलॉजी डिपार्टमेंट होतं;

पण आदिलला पटन्याला जायचं होतं. ते शहर खूप लांब होतं; पण आदिलला ते अंतरच तर हवं होतं. त्याला राजपूरपासून खूप दूर जायची गरज होती. तो कल्पना करत होता की, पटना म्हणजे झगमगणाऱ्या भव्य इमारतींचं जाळं असेल, अनोळखी स्वर्ग, जिथे त्याला किंवा त्याच्या कुटुंबाला कोणीही ओळखत नसेल. आपल्याला पटन्याला ॲडमिशन मिळेल, यात त्याला शंकाच नव्हती. त्याने खूप मेहनत केली होती आणि त्याचे प्रोफेसर त्याच्यावर खूश होते. त्याचे मार्क इतके विशेष चांगले नव्हते; पण त्याने कमी मार्क असले तरी फर्स्ट क्लास टिकवला होता. प्रश्न नेहमीप्रमाणेच पैशांचाच होता. दरमहा दोनशे रुपये येणार कुठून, कदाचित अडीचशे... जे त्याला पटनामध्ये राहण्यासाठी आणि शिकण्यासाठी लागणार होते. त्याला कोणती स्कॉलरशिप मिळणार नव्हती. पटना सायन्स कॉलेजमधून त्याला आर्थिक मदत मिळावी, यासाठी कोणी उच्च पातळीवरचे ओळखीचे लोक आपला प्रभाव वापरणार नव्हते का कोणी राजकारणी त्याला शिक्षणाची भेट देणार नव्हते. आदिलला हे सर्व स्वतःच करावं लागणार होतं.

आदिल मकबूल खानकडे गेला आणि म्हणाला, ''मला ड्रायव्हरची नोकरी द्या.''

आता मकबूल खानला अचानक आदिलच्या शिक्षणाची सभ्यता वगैरेची आठवण झाली. तो म्हणाला, ''तुझ्यासारखा एखादा शिकलेला मुलगा कशी काय ड्रायव्हरची नोकरी करणार? तू कोणाच्या शिकवण्या वगैरे का घेत नाहीस?''

''हिंदू लोक मला त्यांच्या मुलांना शिकवायचं काम देणार नाहीत,'' आदिल म्हणाला. ''आणि राजपूरमध्ये तितके मला पैसे देऊ शकतील, असे पुरेसे मुसलमान लोक नाहीयेत.''

मकबूल खानने विचार करता करता छाती खाजवली. ''मला एका साहाय्यकाची गरज आहे. मी हे सगळे आकडे डोक्यात ठेवू शकत नाही. तू प्रामाणिक आहेस, मला हिशेब आणि बिलांमध्ये मदत कर;'' पण आदिलने विचारलं, ''पगार कोणाला जास्त मिळतो? ट्रक ड्रायव्हरला का हिशेब ठेवणाऱ्याला?'' ''इतकं सोपं नसतं ते,'' मकबूल खान म्हणाला. ''तुला आधी क्लीनर म्हणून उमेदवारी करायला लागेल. त्यानंतरच ड्रायव्हर म्हणून पैसा मिळवता येईल.''

''मी क्लीनरचं काम करेन, कधीपासून सुरू करू?'' आदिल अगदी सहजपणे म्हणाला.

आणि म्हणून राजपूरला हे नवीन आश्चर्य बघायला मिळालं, हुशार डिब्बा ट्रकचा क्लीनर झाला होता. तो बीएस्सी झालेल्या दिवसापासून, तो मकबूल खानसाठी काम करू लागला. बाजारपेठेतला एक जाणता म्हणाला, ''अरे, मग तुम्हाला काय अपेक्षा होती? नूराचा मुलगा काय पंतप्रधान होणार होता का?''

आदिलने त्याचा नवीन युनिफॉर्म अगदी शांतपणे मनावर दगड ठेवून घातला. त्याच्या आई-वडिलांना वाईट वाटत होतं; पण त्याला त्यांची समजूत घालावी लागली की, तो हे काम तात्पुरतं करत होता. हाताने काम करण्यासाठी शिक्षण तुम्हाला कमजोर बनवतं बहुदा. आदिलला त्याला या कामाची आवड नाही, हे लवकरच लक्षात आलं; पण त्याने स्वतःची समजूत घातली की, हेसुद्धा एक प्रकारचं शिक्षण आहे. मकबूल खानचे ट्रक राजपूरच्या आसपास खडबडीत रस्त्यावरून जा-ये करायचे आणि आदिल रोज हे शेकडो किलोमीटरचं निरीक्षण करायचा. तो वाळू घेऊन जायचा आणि सिमेंट, लाकूड घेऊन यायचा. आठवड्यातून एकदा तो मकबूल खानला त्याच्या आकडेमोडीत मदत करायचा आणि त्याच्या पासबुकांचा हिशेब लावायचा. एक वर्ष संपताना त्याला ट्रक चालवायची परवानगी मिळाली आणि त्याला आठवडा आठवडा चालतील, अशा फेऱ्या करायला पाठवलं जायला लागलं.

आदिलचे डाव्या बाजूचे केस पांढरे व्हायला लागले. त्याच्या आईने यासाठी त्याच्या शिक्षणाला दोष दिला. तिच्या मते हा आठवडे आठवडे ड्रायव्हिंग केल्यामुळे येणारा ताण होता. त्याच्या वडिलांनी त्याला पांढऱ्या झालेल्या झुलपाना मेहेंदी लावायचा सल्ला दिला किंवा अगदी बाजारात नव्याने येऊ लागलेले महागडे हेअर डाय लावून बघायला सांगितलं. आदिलला हा पांढरा रंग आवडला. त्याला वाटलं की, त्यामुळे तो एखाद्या महान शास्त्रज्ञासारखा परिपक्व दिसतो, तरीही कधी कधी तडे गेलेल्या ट्रकच्या रियरव्ह्यू मिररमध्ये अचानक त्याचा चेहरा बघून त्यालाच दचकल्यासारखं व्हायचं की, हा चेहरा कोणाचा होता? दोन वर्षांच्या अखेरीस, जोवर त्याने पटन्याला जाण्याइतके पैसे जमवून झाले होते, तोवर त्याचे मागचे पुढचे, डाव्या उजव्या बाजूचे सगळे केस म्हणजेच सगळं डोकं पांढरं झालं होतं. अकाली पांढरे झालेले केस आणि पुन्हा नवीन उत्साह घेऊन तो पटना युनिव्हर्सिटीमध्ये आला.

त्याला अपेक्षित होतं, तसं पटना नव्हतं. ते खूप मोठं होतं. त्याने पाहिलेल्या कोणत्याही गावापेक्षा किंवा शहरापेक्षा ते मोठं होतं. तिथे सगळीकडे मोठे रुंद रस्ते होते, काही बागा होत्या; पण तिथले काही भाग असे खेडेगाव एकत्र केल्यासारखे किंवा राजपूरला जरा लहान करून इथे आणून ठेवल्यासारखं वाटायचं. तिथे तशाच घाणेरड्या झोपड्या होत्या, गल्लीबोळ होते, कचऱ्याचे ढीग होते. युनिव्हर्सिटीच्या आजूबाजूच्या भागात जुन्या छान इमारती होत्या, काही ब्रिटिश काळात बांधलेल्या होत्या आणि इतर नंतरच्या काळातल्या असाव्यात. तिथे जुनी झाडं होती आणि आदिलला संध्याकाळच्या वेळी घाटांवर बसून नदीकाठ बघत बसायला खूप आवडायचं. युनिव्हर्सिटी आणि आसपासच्या कॉलेजमधल्या मुलांची संख्या खूप जास्त होती. कोणत्या तरी मोठ्या समारंभात, भाषणाला, स्मरणोत्सवाला जाण्यात किंवा रॅलीमध्ये जाऊन लांबचलांब रांगांमध्ये अनेक चेहरे बघण्यात एक प्रकारचा दिलासा वाटायचा. कारण, त्या शेकडो, हजारो चेहऱ्यांनीही आपल्यासारखाच मार्ग निवडला आहे आणि किमान असे काही जण होते की, ज्यांना आपल्यासारखीच भूक होती हे बघून दिलासा वाटे. त्याच्या कुटुंबापासून आणि अन्सारी टोलापासून खूप दूर असलेल्या आदिलला कधी न जाणवलेलं एकटेपण आलं; पण त्याने त्या एकटेपणाचं एक नवीन वेदना म्हणून स्वागतच केलं. तो विचार करायचा की, मी आता शहरात आहे आणि मी आधुनिक पद्धतीने जगायला शिकलं पाहिजे. हे आवश्यक होतं.

पटन्याच्या प्रयोगशाळा आणि स्वस्त रेस्टॉरंट्सच्या गर्दीत आदिलने स्वतःमध्ये बदल आणण्याचा प्रयत्न केला; पण त्याच्या इतर सवयी अध्येमध्ये बाहेर डोकावत होत्या. कसं कोण जाणे; पण त्याच्या वर्गातल्या मुलांना त्याच्या जुन्या टोपणनावाबद्दल, 'डिब्बा'बद्दल कळलं होतं. कदाचित, राजपूरचे त्याचे एक जुने प्रोफेसर त्यांच्या पटनामधल्या झूलॉजी डिपार्टमेंटमध्ये असलेल्या त्यांच्या मित्राजवळ बोलले असावेत किंवा कदाचित, राजपूरचा कोणी मुलगा दुसऱ्या कॉलेजमध्ये आला असावा किंवा त्याला रस्त्यावर पाहिलं असावं. काही होवो; पण हे घडलं होतं. आता पटन्याला माहीत होतं की, आदिल कोण आहे आणि त्याचे वडील कोण आहेत. त्यांना हे कळलं होतं की, तो ट्रक चालवत होता आणि ट्रक पुसतही होता. त्याच्या या वेगळ्या इतिहासाबद्दल काहींना कौतुकही वाटलं आणि आदिलच्या प्रोफेसर्सपैकी एक जण त्याला खासगीत – प्रोफेसर्स रूममध्ये – म्हणाले की, तो सगळीकडच्या शास्त्रज्ञांसाठी प्रेरणा होता. ते असंही म्हणाले की, असा गरीब मुलगा खूप पुढे गेला पाहिजे; पण आदिलला त्यांच्या या टिप्पणीमध्ये एक अस्पष्ट तुच्छता जाणवली. त्यांची मोठ्या मनाची स्तुती करून

झाल्यानंतर त्या प्रोफेसरनी त्यांच्याकडे कोणत्याही प्रकारे लक्ष दिलं नाही, कोणती मदत नाही, ना सल्ला ना पैशांचे अनुदान ना फेलोशिप. आदिल एकटाच लढत होता. त्याचा स्वतःचा नमाज झाल्यावर, तीन वेळा तो मुसलमान विद्यार्थ्यांच्या संस्थेच्या मीटिंगला जायचा; पण त्यांची चर्चा फक्त विश्वास आणि त्यांचा इतिहास याबाबतच मर्यादित असायची, त्यामुळे त्याला तिथे गुदमरल्यासारखं वाटायचं म्हणून तो त्याचं काम करायचा आणि संध्याकाळी उशिरापर्यंत प्रयोगशाळेत थांबायचा. जेव्हा हॉस्टेलमध्ये हसण्याखिदळण्याचा आवाज घुमत असायचा, तेव्हा तो आपली पुस्तकं वाचत असायचा आणि मग झोपून जायचा.

दुसऱ्या वर्षाच्या पहिल्या महिन्यात आदिलची भेट जगरनाथ चौधरीशी झाली. जगरनाथ, ज्याला जग्गू म्हणून ओळखायचे, तो गोपाळगंजचा भूमिहार ब्राह्मण होता. गोपाळगंज खूप उत्तर पश्चिम दिशेला होतं. तो मोटारसायकल चालवायचा आणि भडक लाल-पिवळी जाकिटं घालायचा. जेव्हा तो हॉलमधून ऐटीत चालत जायचा तेव्हा दबक्या खर्जात सिनेमाची गाणी म्हणायचा. त्या दिवशी दुपारी जग्गू त्याच्या मोटारसायकलच्या मागच्या सीटवर बसला होता. एक पाय हॉस्टेलभोवतीच्या भिंतीवर ठेवून, खूप आरडाओरडा करत, हाका मारत, त्या संध्याकाळी काला-मंचवर एक नाटक बघायचं ठरवत होता. आदिल त्यांच्या बाजूने गेला. त्याने छातीशी पुस्तकांचा गठ्ठा धरला होता. तो जिन्यापाशी पोहोचलाच होता, तितक्यात जग्गूने हाक मारली, "अरे, काय तुझं नाव, तूही ये." आदिलने नाही म्हणायचा प्रयत्न केला; पण जग्गूने त्याचे अभ्यास करायचा आहे, तयारी पूर्ण करायची आहे, वगैरे बहाणे मोडून काढले. "इतका सडीयल बनू नको रे," जग्गू म्हणाला. "तिकिटं आधीच काढून झाली आहेत. तू येतो आहेस हरामी." जग्गूने प्रेमाने शिवी देणं म्हणजे आग्रह केल्यासारखं होतं म्हणून आदिल मुकाट्याने गेला. नाटक अतिशय वाईट होतं, अगदी आदिल, ज्याने आजवर कधी नाटक पाहिलं नव्हतं, त्यालाही दिसत होतं की, त्यातल्या कलाकारांना अभिनय जमत नव्हता आणि एका खूप छळ केलेल्या सुनेच्या गोष्टीला बळेच सुखकारक शेवट करून संपवलं होतं आणि तरीही त्याला अंधाऱ्या खोलीत लाकडी बाकांवर बसून मजेशीर शेरे मारण्यात आणि तेलकट सामोसे खाण्यात खूप मजा वाटली. नंतर ते रेस्टॉरंटमध्ये गेले आणि त्यांनी चिकन आणि तंदुरी रोट्या खाल्ल्या. आदिलने बिअर प्यायला नकार दिला; पण तो कोकाकोला प्यायला. त्या झिणझिण्या आणणाऱ्या चवीने त्याला खूप सैलावल्यासारखं वाटलं आणि तो जग्गूच्या विनोदांवर हसला. त्याने स्वतःही राजपूरच्या रामदास नावाच्या शेतकऱ्याचा एक किस्सा सांगितला. रामदासने कोणी चंद्रावर पाय ठेवला ही गोष्ट मान्य करायलाच नकार दिला होता. ते रात्री उशिरापर्यंत बाहेर होते आणि रिकाम्या रस्त्यांवरून घरी परत आले, तरीही दुसऱ्या दिवशी सकाळी उठल्यावर आदिलला अगदी ताजंतवानं वाटलं. दिवसभर त्याच्या मनात एक गूढ हलकेपणा होता आणि त्याचं काम खूप सहजपणे झालं. जेव्हा तो हॉस्टेलवर परत आला, तेव्हा तो गेटजवळ जग्गू आणि इतर मुलांच्या बरोबर तासभर गप्पा मारत बसला.

हे आता आदिलचं रुटीन झालं. रोज लवकर उठून कॉलेजच्या तासांना जायचं याबाबतीत तो अगदी शिस्तशीर होता; पण संध्याकाळी तो मुलांच्या बरोबर बसून राजकारण, सिनेमा, भ्रष्टाचार, आंतरराष्ट्रीय घटना, बदलतं हवामान, बायका, क्रिकेट या सगळ्या विषयांवर गप्पा मारायचा. त्यांची संभाषणं जलद असत, हिंदी, भोजपुरी आणि मगधीमध्ये; त्यात इंग्रजीची पेरणी असे. कधी कधी जेव्हा त्यातले अप्रत्यक्ष उल्लेख किंवा असभ्य शब्द त्याच्या डोक्यावरून

जायचे तेव्हा तो गप्प बसायचा. या गप्पांच्या दरम्यान आणि रात्री रेस्टॉरंटमध्ये जाण्यामुळे त्याला जाणीव होत होती की, त्याच्या या नवीन मित्रांच्या आयुष्याच्या बाबतीत, जे लोक अन्सारी टोलामध्ये राहत नव्हते, त्यांच्याबाबतीत खूप काही होतं, जे त्याला माहीत नव्हतं. त्याने इतकं शिक्षण घेऊनही, त्याचं जग मर्यादित होतं आणि ते केवळ राजपूर लहान ठिकाण असल्यामुळे नव्हतं. आता त्याची मैत्री अशा मुलांशी होती की, ज्यांच्या घरी लहानपणापासून टीव्ही होते, जे मोटारसायकल असणं आणि कोलकात्याला जाणं गृहीत धरायचे, ज्यांच्या घरी आई-वडील वर्तमानपत्र आणि मासिकं घ्यायचे; यावरून आदिलला समजलं की, गरिबी हा एक वेगळा देशच असतो आणि तो एक परदेशी माणूस होता, ज्याने या अनोळखी जगात पाऊल टाकलं होतं; पण तो खूप चांगला विद्यार्थी होता म्हणूनच त्याने स्वतःला या गोष्टी लागू केल्या. त्याला स्वतःची फजिती होईल, याची खूप भीती वाटायची म्हणून तो जरा लाजाळू होता. कायम कोणाशी जास्त ओळख करायला तयार नसायचा; पण जग्गू नेहमी त्याच्या दारावर थाप मारायचा आणि त्यांच्या ग्रुपच्या सगळ्या योजनांमध्ये त्याला सामील करून घ्यायचा. तो म्हणायचा, ''उठा दिलीप साब, चला, निघायची वेळ झाली.'' जग्गू नेहमी म्हणायचा की, तो तरुण दिलीप कुमारसारखा दिसतो. त्याचा आवाजही त्यांच्यासारखा मऊ आणि दर्दभरा होता. ''तुझ्या हातात रायफल दिली ना, तर तू थेट गंगा जमुनासारखा दिसशील,'' जग्गू एकदा म्हणाला होता. आदिलला समजलं की, जग्गूची ही उपमा म्हणजे त्याच्यासाठी मोठं कौतुक होतं; पण जग्गूला स्वतःला तो दुसरा जॅकी श्रॉफच आहे, असं वाटत होतं आणि तो त्याची सर्व स्टाइल तंतोतंत मारत असल्याने आदिलने त्याची ही स्तुती फारशी गंभीरपणे घेतली नाही. जग्गू असं समजून स्वतःला जेवढं फसवत होता, तेवढंच त्याचं औदार्य मोठं होतं. त्याची अशी प्रामाणिक समजूत होती की, त्याने इतिहासाचं शिक्षण घेऊन आणि पटन्यात नाटक, कविता अशा वर्तुळांत वावरून त्याच्या मध्यम आकाराच्या भूमिहार जमीनदारीचा त्याग केला होता; पण तो घरून येणाऱ्या मोठ्या मनिऑर्डर्सवर जगत होता. तो म्हणाला की, त्याचा जातपात या गोष्टीवर विश्वास नव्हता; पण एकदा रात्री उशिरा बिअरच्या अनेक बाटल्या रिचवल्यावर त्याने आदिल जवळ कबूल केलं होतं की, त्याला खालच्या जातीतले लोक खूप अस्वच्छ असतात, असं वाटायचं. 'ते अंघोळ करत नाहीत,' तो हळूच खासगीत कुजबुजला होता. 'त्यांच्यावर ते संस्कारच नसतात. ते तुला मान्य करावं लागेल.' मुसलमानांच्या अंघोळ करण्याबद्दल त्याला काय वाटतं, हे त्याने कधी आदिलला सांगितलं नाही; पण त्याला पाकिस्तान बरोबरच्या युद्धाचे देशभक्तीपर सिनेमे मात्र आवडत. तो खूप आवडीने तंदुरी चिकन खायचा आणि त्याला वाटायचं की, खोट्यानाट्या गोष्टी आणि पुरातत्त्वशास्त्रातले पुरावे यातून इतिहासाच्या गोष्टी वगळल्या गेल्या पाहिजेत; पण जेव्हा त्याने वर्तमानपत्रात एका प्रोफेसरने वेदिक भारतीय लोक गोमांस खात असत, असं लिहिलेलं पुस्तक प्रकाशित केलेल्याबद्दल वाचलं, तेव्हा त्याला प्रचंड राग आला. ''हे सगळं ठरवून केलेलं आहे,'' तो पुटपुटला होता. त्याचा चेहरा रागाने लालबुंद झाला होता. ''मादरचोद प्लॅन आहे हा,'' तो म्हणाला. त्याने हा कोणाचा प्लॅन आहे हे बोलून दाखवलं नाही आणि आदिलनेही विचारलं नाही. ते समजून चुकलं होतं.

...आणि तरी जग्गू खूपच प्रेमळ आणि विश्वासू मित्र होता. त्याने नेहमीच वाकडी वाट करून जाऊन आदिलला आणि हॉस्टेलमधल्या इतर मित्रांना मदत केली, फिरायला जायची व्यवस्था केली, जेव्हा कोणी आजारी पडलं, तेव्हा स्वतः मोटारसायकलवर जाऊन औषधं

आणली. जरी तो आदिलच्या डिपार्टमेंटला नव्हता, तरी त्याने आदिलच्या प्रोफेसर्सच्या कानगोष्टी ऐकून त्याला शैक्षणिक जगातल्या राजकारणाबद्दल सल्ला दिला. आदिलला त्याचा कायम पाठिंबा होता. आदिलला आनंद होता की, त्याला असा कोणी जिवलग मित्र मिळाला होता. अगदी जग्गूलाही हे मान्य करणं जड जात होतं; पण युनिव्हर्सिटी आदिलच्या बाबतीत खूपच कठोर होती आणि हे अवघड होत चाललं होतं. फक्त अभ्यास आणि संशोधन एवढ्यापुरतं ते मर्यादित नव्हतं. या गोष्टींना अनेक तास आणि कष्ट आवश्यक होते आणि आदिलच्या शरीरातली शक्तीही. हे तो करू शकत होता. आता तो केवळ राजपूरच्या फाटक्या कपड्यातल्या मुलांच्या बरोबर नव्हे, तर खरोखरीच्या हुशार मुलांच्याबरोबर स्पर्धा करत होता. सततच्या पैशांच्या चणचणीमुळे तो झिजत होता. जेव्हा पोटात भुकेचे डोंब उसळत असतील, तेव्हा तुम्ही कसा अभ्यास कराल आणि शिक्षणावर लक्ष कसं केंद्रित कराल? जसेजसे आठवडे उलटले, तसे आदिलच्या बँकेतल्या खात्यातली थोडीशी शिल्लक संपत आली. नेहमीच अचानक खर्च उद्भवत, फी, हॉस्टेलचा खर्च आणि अचानक ताप आला तर औषधपाणी. अभ्यासक्रमात नसलेली; पण प्रोफेसरनी 'परीक्षेच्या तयारीसाठी आवश्यक' अशी घोषित केलेली पुस्तकं घ्यायची असत आणि आता एक नवीन भूकही होती... नाटकाची, रेस्टॉरंटमधल्या जेवणाची आणि केव्हातरी कोकाकोलाची; पण आदिल संघर्ष करत होता आणि खर्च कमी करण्याचा प्रयत्न करत होता, तरीही पैसे भराभर संपले; पण कमी करावा, असा जास्त खर्च नव्हताच. त्याला वाटलं की, त्याची शिस्त आता त्याचाच जीव घेत होती. तो त्रास सहन करत होता आणि तो आपला त्रास लपवतही होता.

''बेटा, तुझ्या केसांना काय झालं?'' जग्गूने एके संध्याकाळी आदिलच्या खांद्यावर हात ठेवत, त्याचं डोकं जवळून निरखत विचारलं. ते दोघं हॉस्टेलच्या बाहेर मित्रांची वाट बघत कंपाउंड वॉलवर बसले होते. मित्र आले की, अशोक सिनेमाला जायचा विचार होता.

''माझ्या केसाना? काही नाही,'' आदिल म्हणाला. त्याने आपल्या भांगावरून हात फिरवला आणि केसांची वाढ ठीकठाक आहे ना हे चाचपून पाहिलं.

''यार, हे पूर्ण पांढरे झाले आहेत.''

''नाही.''

''मी सांगतोय ना तुला.''

''तसेच आहेत ते, माझे केस असे खूप काळापासून आहेत.''

''नाही, नाही. संपूर्ण पांढरे. मी सांगतोय तुला. ये आणि बघ.''

ते हॉस्टेलला परत गेले. जग्गूच्या खोलीत गेले, तिथे खूप आरसे होते. जग्गूने आदिलला एका भिंतीसमोरच्या आरशासमोर उभं केलं आणि एक आरसा मागे धरला. ''बघ.''

आदिलने पाहिलं आणि त्याला त्याच्या डोक्याची मागची बाजू बऱ्यापैकी पांढरी झालेली दिसली. मागून तो एखाद्या म्हाताऱ्या माणसासारखा दिसत होता.

''मला असं वाटतंय, केस मागच्या बाजूने पांढरे होत पुढे पसरले; पण ऐक. हे काळजी करण्यासारखं नाही आहे,'' जग्गू म्हणाला आणि त्याने पुढे हेअर डायची लिस्ट आणि वेगवेगळ्या ब्रँडची नावं कशी म्हणायची तेही सांगितलं. त्याने आदिलला डाय कसा लावायचा तेही सांगितलं. जेव्हा आदिलने नुसती मान हलवली आणि केस रंगवायला नाही म्हटलं, तेव्हा मात्र तो चिडला.

''का भाई, का?? मी म्हणतो का पण?'' जग्गू म्हणाला. ''खूप सोपं आहे. हे काही रोज करावं लागणार नाहीये. तू स्वतःची काळजी घ्यायला हवीस आणि तू ही इतकी किरकोळ गोष्टही करायला नाही म्हणतोस?''

आदिलने जग्गूचा हात धरला आणि हसला. त्याने मान हलवली आणि त्याला खाली गेटाच्या दिशेने बाकीच्या मित्रांकडे घेऊन गेला. जग्गूला हे समजावून सांगणंही अवघड होतं की, महिन्यातून एकदा केसाला डाय लावणं हासुद्धा न परवडणारा खर्च होता. ती आदिलसारख्या लोकांना परवडणारी गोष्ट नव्हती. जग्गू, जो दर दोन आठवड्यांनी टूथब्रश फेकून द्यायचा. कारण, त्याला तो झिजलेला वाटायचा. त्याला कसं समजणार की, पैशांची मोठी गड्डी खिशात सतत नसताना जगणं काय असतं? त्याच्यात बुद्धी, सहानुभूती किंवा दूरदृष्टीची कमी नव्हती; पण तो वेगळाच होता. त्याला समजणार नव्हतं. आदिल त्याला वैयक्तिकदृष्ट्या दोष देऊ शकत नव्हता. आदिल त्याला सांगूही शकत नव्हता की, आता असेही अनेक दिवस होते, जेव्हा त्याला म्हाताऱ्या माणसासारखं वाटायचं. कदाचित, आदिल लवकर मोठा झाला असावा, ज्यामुळे थकवा त्याच्या नसानसातून वाहत होता. रोज सकाळी अंथरुणातून उठण्यासाठी त्याला प्रयत्न करावे लागत, कॉलेजमध्ये लेक्चर, अभ्यास, परीक्षा या सगळ्यांसाठी त्याला थकव्याशी दोन हात करावे लागत. थकवा फक्त त्याच्या स्नायू आणि पेशींमध्ये नव्हता, तर कदाचित तो त्याला एकटेपणा, सतत संयम राखणे आणि पराभव होणे, यांमुळेही वाटत असावा. त्याच्या इच्छाशक्तीला आजवर इतक्या वेळा झुकावं लागलं होतं की, ती आता जीर्णशीर्ण होऊन गेली होती. तो कधीही मोडून कोलमडून पडला असता; पण तरीही त्याने आयुष्य ओढलं होतं. तो तग धरून राहिला होता. तो असंच ओढत राहिला आणि वर्षाच्या शेवटी जेव्हा परीक्षा झाल्या आणि भविष्याच्या योजना आखल्या जाऊ लागल्या, तेव्हा आदिलला सगळं पुरे झालं असं वाटू लागलं. त्याला आता घरी जायचं होतं.

''का?'' जग्गूने विचारलं. ''परत कुठे जाणार? तुला पीएच. डी. करायची आहे. तू आता फक्त तेच करू शकतोस.''

आदिलला कॉलेजमध्ये शिकवायचं होतं आणि जर शिकवायचं असेल, तर पीएच. डी. करणं हाच एकमेव शक्य पर्याय समोर होता; पण अजून एका पदवीसाठी पैसे भरण्याची, तेही तीन किंवा चार वर्षांसाठी, त्याची कुवत नव्हती. आता अजून नाही. त्याला वाटलं की, कदाचित एखादा माणूस इतके कष्टही घेणार नाही आणि तो तर पहिल्या इयत्तेपासून इतके कष्ट घेत आला होता. त्याच्यात आता अजून पुढे जाण्यासाठी ताकद उरली नव्हती. त्याला माहीत होतं की, तो आता ट्रक चालवू शकणार नाही किंवा एखाद वेळ उपाशीही राहू शकणार नाही किंवा पुस्तकं उधार आणू शकणार नाही आणि उद्या सकाळपर्यंत वाचून परत देतो असं वचनही देऊ शकणार नाही. त्याने हे जग्गूला समजावून सांगायचा प्रयत्न केला. ''मी खूप थकलो आहे,'' तो म्हणाला.

जग्गूला राग आला. ''हे काय, इतका आळस? मला वाटलं की, तुझ्यात याहून जास्त धमक आहे. तू इतक्या वर्षांचं शिक्षण असंच वाया घालवतो आहेस. अरे किमान प्रयत्न तरी कर.''

इतक्या वर्षांत पहिल्यांदा आदिलला जग्गूचा खूप राग आला. जग्गू, त्याचा मित्र, जो इतक्या सहजपणे पहिली पदवी संपवून दुसऱ्या पदवीकडे वळला होता, जो ही पदवीदेखील सहजपणे पदरी पाडून नंतर पीएच. डी. करेल आणि मग शिक्षकाची नोकरी त्याच्याकडे

तितक्याच सहजपणे चालत येईल, याबद्दल शंकाच नव्हती. त्याला असंही वाटेल की, त्याने हे सर्व कमवण्यासाठी खूप कष्ट घेतले आहेत, घाम गाळला आहे आणि खूप त्यागही केला आहे. यात शंका नाही की, तो एक दिवस त्याच्या सहकारी प्रोफेसर्स बरोबर कॉमन रूममध्ये बसून त्याचा मित्र आदिलच्या गोष्टी सांगेल की, कसा एक खेड्यातला गरीब मुलगा होता आणि त्याच्या नशिबात त्याचं शिक्षण पूर्ण करणं नव्हतं. तो फक्त म्हणेल की, बिचारे लोक आणि एक सुस्कारा सोडून चहाचे घोट घेईल. जग्गूच्या याच प्रामाणिकपणामुळे आदिलच्या मस्तकात आग गेली होती. आदिलला त्याला एक थोबाडीत द्यावीशी वाटली.

त्याउलट आदिल त्याच्यापासून दूर राहिला. पुढचे तीन आठवडे जग्गूच्या भावनेला हात घालणाऱ्या विनंत्या आणि उपहास त्याने ऐकून घेतला आणि तो राजपूरला घरी गेला. इथे, बाजारात डिब्ब्याचं पटनामध्ये काय झालं, याची खूप चर्चा होती. काहीना वाटलं की, तो नापास झाला होता, काहीना तर असं वाटत होतं, की, तो पटनाला गेलाच नव्हता. नाहीतर इतकं सगळं शिकून तो परत कशाला आला असता आणि येऊन मातीत कशाला काम केलं असतं? राजपूरच्या लोकांना याच गोष्टीचं कोडं पडलं होतं. काही जण तर आदिलला लुंगी गुंडाळून वडिलांच्या बरोबरीने घाम गाळत शेतात काम करताना बघण्यासाठी अन्सारी टोल्यालाही गेले. आदिलने सगळे प्रश्न, चौकश्या आणि टोमणे झटकून टाकले आणि तो आपलं काम करत राहिला. तो गावात क्वचित जात होता. बियाणं, खतं वगैरे आणायला जायचा आणि लगेच परत यायचा. महिने सरले आणि बाजाराला डिब्ब्याचा कंटाळा आला आणि ते आता चर्चेसाठी इतर विषयांकडे वळले. जेव्हा सर्वांना कळलं की, डिब्बा अन्सारी टोलामधल्या शेतातून लक्षणीय पीक घेणार आहे, त्या वेळी पुन्हा सगळ्यांच्या नजरा त्याच्याकडे वळल्या. सुगी झाल्यावर राजपूरमध्ये खूप जुन्याजाणत्या लोकांनी कौतुक केलं की, 'हा डिब्बा त्याच्या सगळ्या पटन्याच्या खर्चाची बापाला परतफेड करतो आहे. त्याच्या एक फसली जमिनीतून डिब्बा दुप्पट पीक घेणार आहे. म्हातारा नूरा खूश असेल.'

नूर मोहम्मद खूश नव्हता. त्याला भीती वाटत होती. कापणीच्या वेळी आदिलच्या लक्षात आलं होतं की, त्यांची जमीन आकसली होती. त्यांच्या शेजारचं नंदन प्रसाद यादवच्या मालकीचं शेत, लांबीत सहा इंच वाढलं होतं आणि नूर मोहम्मदच्या शेताला भिडलं होतं. नंदन प्रसाद यादवच्या माणसांनी कापणी केली आणि जेव्हा त्यांचं काम झालं, तेव्हा दोन शेतांच्या मधला बांध त्यांनी सहा इंच पश्चिमेला सरकवला. एक शेत मोठं झालं, एक लहान. जेव्हा आदिलने हे लक्षात आणून दिलं, तेव्हा आधी तर नूर मोहम्मदने ते मान्यच केलं नाही. मग मात्र आदिल चिडला. त्याने त्याला सर्व सरहद्दीला फेरी मारवून आणली आणि दाखवलं की, जिथे जमीन बाभळीच्या झाडाला लागून होती, तिथे आता ती नंदन प्रसादच्या जमिनीतल्या पंपापासून दूर दिसत होती. नूर मोहम्मद आता मात्र हे नाकारू शकला नाही. त्याने मान्य केलं की, त्यांच्या जमिनीवर आक्रमण झालं होतं; पण त्याने आदिलला विनंती केली की, काही करू नकोस, काहीही बोलू नकोस. ''आपण खूप छोटे लोक आहोत. ते अवाढव्य हत्ती आहेत,'' तो म्हणाला.

आदिल गप्प होता. दूर नदीच्या टोकाला बाभळीची पिवळी फुलं उन्हात चमकत होती. त्याने विचारलं, ''किती घेतली आहे त्यांनी?''

''तूच म्हणालास इतकी घेतली म्हणून, नाही का?'' नूर मोहम्मद हाताच्या वितीने दाखवत म्हणाला.

''नाही, तसं नाही,'' त्याने वडिलांचा हात हातात घेतला. ''मला म्हणायचं आहे, आजवर इतक्या वर्षांत एकूण किती घेतली आहे?''

नूर मोहम्मदने नंदन प्रसाद यादवच्या जमिनीकडे एक नजर टाकली, जी टेकडीवर आणि रस्त्यापर्यंत पसरली होती. तो नजरेने जमीन मापत नव्हता, त्याला माहीत होतं. ''आपल्या मालकीची एकूण दीड बिघा जमीन होती. एक बिघा जमीन मी जेव्हा लहान होतो, तेव्हाच त्यांनी घेतली. माझ्या अब्बांनी काही कर्ज घेतलं होतं आणि त्यांनी कागद लिहून घेतला होता.''

''कसला कागद?''

''कोणास ठाऊक? ते कर्ज फेडू शकले नाहीत म्हणून त्यांनी जमीन घेतली.''

नूर मोहम्मदला तो कागद आता कोणाकडे आहे हे माहीत नव्हतं किंवा तो कुठे मिळेल हेदेखील. तो म्हणाला, ''बेटा, आता जमीन त्यांच्या मालकीची आहे. त्यांची आहे.''

आदिलने नवीन बांधाकडे बोट दाखवून विचारलं, ''आणि ही?''

नूर मोहम्मदला कसलीच खंत नव्हती, राग नव्हता. त्याच्या भुवया आणि गाल एखाद्या दगडात कोरल्याप्रमाणे निश्चल दिसत होते. ''हीसुद्धा, त्यांचीच आहे,'' तो म्हणाला. तो वळून टोल्याच्या दिशेने चालायला लागला, अगदी नेहमीच्या गतीने, ना हळू ना जलद.

दुसऱ्या दिवशी जेव्हा आदिल गप्प बसणार नाही, अशी चिन्ह दिसू लागली, तेव्हा नूर मोहम्मदला भीती वाटू लागली. आदिल सकाळीच कुरकू कोठीला गेला आणि त्याने नंदन प्रसाद यादवला भेटायची मागणी केली. चार तास वाट पाहिल्यावर तो राजपूर पोलीस ठाण्यात गेला आणि त्याने तक्रार नोंदवण्याचा प्रयत्न केला. जेव्हा ड्युटीवरचा पोलीस कॉन्स्टेबल त्याला हसला, तेव्हा तो अन्सारी टोल्याला परत आला. त्याने एक फावडं घेतलं आणि तो शेताकडे गेला. एक तासाने नंदन प्रसाद यादवच्या शेतातल्या मजुरांनी बघितलं की, आदिल तावातावाने काहीतरी खणत होता. त्याने शेताचा बांध पंधरा फूट मागे सरकवला होता. अजून एक तासाने दोन माणसं लाठ्या आणि बंदुका घेऊन अन्सारी टोल्यावर आली आणि नूर मोहम्मदशी बोलली. तो आणि त्याचे दोन भाऊ शेताकडे पळत गेले आणि आदिलशी बोलले. त्यांना झटापट करून ते फावडं त्याच्या हातातून काढून फेकावं लागलं. त्याने त्या सगळ्यांना शिव्या दिल्या आणि नंदन प्रसाद यादवचे लोक हसायला लागले. आदिल तिथून निघून गेला. नूर मोहम्मद आणि त्याच्या भावांनी तो बांध सकाळी जिथे होता, तिथे सरकवला.

आदिल दुसऱ्या दिवशी जमिनीच्या नोंदी बघणाऱ्या कारकुनाकडे गेला आणि तिथून सर्कल इन्स्पेक्टरकडे. आदिलच्या सभ्य बोलण्याने दोघंही प्रभावित झाले आणि त्यांनी त्याला कोर्टात दावा दाखल करण्याचा सल्ला दिला, जो ते पुढे सर्कल ऑफिसरसमोर चालवतील. सर्कल ऑफिसर म्हणजे डेप्युटी कलेक्टर होता, जो तो दावा पुढे कलेक्टरसमोर नेईल. त्या कर्मचाऱ्याला किंवा सर्कल इन्स्पेक्टरला आदिलच्या आजोबांनी सही करून दिलेल्या प्रॉमिसरी नोटची अजिबात कल्पना नव्हती; पण त्या कर्मचाऱ्याने नोंदीमध्ये प्लॉटचा नंबर बघण्याचं आणि अजून काही मिळतं का बघण्याचं आश्वासन दिलं.

आदिलला समजलं होतं की, काही मिळणार नाही आणि काही करता येणार नाही. त्या कर्मचाऱ्याला लाच द्यायला त्याच्याकडे पैसे नव्हते. सर्कल इन्स्पेक्टरवर दबाव तरी कुठून टाकणार? नंदन प्रसाद यादवला तोंड द्यायला अन्सारी टोल्यात ना तितके लोक होते

ना कोणाची इच्छा होती. जमीन तर गेलीच होती आणि ती कधी परत मिळणारही नव्हती. हे त्याला पक्कं ठाऊक होतं की, मीलनी नदी पश्चिमेकडून पूर्वेला वाहत होती आणि तरीही स्वतःला ते पटवून देणं जड जात होतं. त्याला माहीत होतं की, राजपूरमध्ये कायद्याचं राज्य आहे हा एक आभासच होता आणि हे सगळ्या शेंबड्या मुलांनाही माहीत होतं; पण त्याच्या आई-वडिलांनी जी सहनशक्ती दाखवली ती त्याच्यात नव्हती. तो आता गप्प बसणार नव्हता. जेव्हा तो बाजारात गेला, तेव्हा नंदन प्रसाद यादवच्या विरोधातल्या काही लोकांशी बोलला. त्याने त्याला चोर, हरामखोर म्हटलं. त्याने कधी पटनामध्ये बिअर प्यायली नव्हती; पण इथे आता तो ताडी प्यायला लागला. त्याच्या नातेवाइकांना तो नेहमी अन्सारी टोल्याकडे जाणाऱ्या रस्त्यावर झोकांड्या खाताना दिसायचा. जमिनीतून जाणाऱ्या पाइपलाइनवर स्वतःशीच बोलत, तांबारल्या डोळ्यांनी येणाऱ्या-जाणाऱ्याकडे बघत बसलेला असायचा. त्याच्या आई-वडिलांनी त्याला विनवण्या केल्या, धमकावलं, मौलवींना त्याच्याशी बोलायला लावलं; पण आदिलची निराशा कोणी कमी करू शकले नाहीत. त्याच्या आईने आता आग्रह धरला की, त्याने लग्न करावं. बायको आणि जबाबदारी यामुळे तो थोडा शांत होईल; पण इतका शिकला-सवरलेला असूनही कोणी आईबाप त्यांची मुलगी अशा वेडपट माणसाला द्यायला तयार नव्हते.

आदिल अजूनही दररोज कष्टाने शेतात राबत होता. रोज तो बांधाच्या बाजूने चक्कर लावत होता आणि पुन्हा हलवला जात नाही, ना हे बघत होता. त्या ऑगस्ट महिन्यात, एके संध्याकाळी, शेताच्या एका टोकाला दोन माणसं त्याची वाट बघत होती. एक जण उंच, धिप्पाड होता आणि आक्रमक वाटत होता; पण दुसरा जो होता, तो बुटका, काळा, गोल चेहऱ्याचा होता आणि तोच नेता वाटत होता. ''आदिल अन्सारी तूच आहेस का?'' गमछ्याची दोन्ही टोकं हातात धरून टाचांवर झुलत तो म्हणाला.

''हो मीच.''

''लाल सलाम. मी किशोर पासवान.''

आदिलला किशोर पासवानने वर केलेली मूठ पाहून काय प्रतिक्रिया द्यावी, हे कळलंच नाही. यापूर्वी त्याला कधी कोणी लाल सलाम केला नव्हता म्हणून त्याने गडबडतच आपली मूठ छातीला लावली. किशोर पासवानला त्यात काही गैर वाटलं नाही, असं दिसलं. तो आदिलकडे पाहून हसत होता.

''मी ऐकलं की तुला खूप समस्या आहेत.''

''तुम्ही कोण आहात?'' राजपूरमध्ये आजवर नक्षलवादी कधी इतके सक्रिय झालेले नव्हते आणि आदिलने किशोर पासवानचं नाव याआधी कधी ऐकलं नव्हतं.

''मी तुला सांगितलं की, मी कोण आहे ते. मी किशोर पासवान जनसेवक. ये, मला सांग काय घडतंय ते.''

किशोर पासवानने आदिलला कोपराला धरून शेताच्या कडेला नेलं, जिथे ते सगळे झाडाखाली मांडी घालून बसले. पासवानचा आवाज अगदी मऊ होता आणि त्याचं बोलणं ऐकताना खूप बरं वाटत होतं. आदिलने त्याला सगळी हकिकत सांगितली, फक्त चोरलेली जमीनच नाही; पण त्याच्या प्राथमिक शाळेतल्या संघर्षापासून ते पटन्यामधल्या दिवसांपर्यंत. पासवानने ऐकून घेतलं आणि नंतर आदिलला स्वतःबद्दल सांगितलं. तो गया जवळचा होता

आणि एका रोजंदारीवर काम करणाऱ्या मजुराचा मुलगा होता. त्याचं कुटुंब जमीनदारी विरुद्धच्या चळवळीत सक्रिय होतं आणि त्याच्या नक्षलवादी वडिलांनी महान क्रांतिकारी चंदर घोष यांच्यासोबत काम केलं होतं. जेव्हा किशोर पासवान तीन वर्षांचा होता, त्याचे वडील आणि चंदर घोष यांना गोळ्या घालण्यात आल्या होत्या. व्यापाऱ्याच्या वेशात आलेल्या पोलिसांनी त्यांना ठार केलं होतं. किशोर पासवान वयात आल्यापासून राजकारणात सक्रिय होता, तो वरच्या जातीतल्या लोकांच्या आणि सरकारच्या विरोधात काम करत होता. इतिहासाने त्याला किशोर पासवान जनसेवक बनवलं होतं. तो आता जनक्रांतिकारी दलामध्ये कार्यरत होता, जी एक कायदेशीर संस्था होती आणि गरिबांच्या कल्याणाला वाहून घेतलेली होती. ''मित्रा, आम्ही न्यायाला वाहून घेतलं आहे,'' किशोर पासवान म्हणाला, ''जर तुला राजकारणातील घडामोडींची कल्पना असेल, तर तू आमच्याबरोबर आहेस. जर तू बुद्धिमान असशील, तर तुला आमच्यासोबत असण्याशिवाय पर्याय नाही. आम्हाला समाजातल्या तळागाळातल्या लोकांना संघटित करायचं आहे. आमच्या सभासदांमध्ये प्रत्येक जातीतल्या, धर्मातल्या लोकांचा समावेश आहे. आमचे काही नेते ब्राह्मणही आहेत. त्याने काही फरक पडत नाही. जर तुला दडपशाहीची रचना समजत असेल, तर तुला आमच्यासोबत यायलाच हवं.''

किशोर पासवानने जशी जशी त्यांची रचना समजावून सांगितली, आदिलला त्याचे तर्क अगदी योग्य असल्याचं लक्षात आलं. राजपूरमध्ये जमीनदारी अजूनही अस्तित्वात होती हे तर उघड होतं. प्रतिगामी वर्गातले दडपशहा तळागाळातल्या लोकांना अजूनच दडपत होते; पण आता जसं पासवानने आदिलला मार्क्सवाद – लेनिनवाद – माओवाद यांबद्दल सांगितलं, तसं आदिलला लक्षात आलं की, या थियरी प्रत्यक्षात किती चपखल बसत होत्या. अर्थातच, आदिलने यापूर्वी मार्क्सबद्दल ऐकलं होतं, त्याने त्याच्या हॉस्टेलच्या मित्रांच्या बरोबर लेनिनबद्दल चर्चाही केली होती; पण माओच्या कार्याबद्दल जाणून घेण्यासाठी किंवा महान हेल्समनच्या लाँग मार्चबद्दल आणि त्याच्या पक्षाने एकेकाळी भारतात पुकारलेल्या मेघगर्जनेबद्दल वाचण्यासाठी, संशोधन करण्यासाठी त्याला त्याच्या झूलॉजीच्या अभ्यासातून वेळच मिळाला नव्हता. आदिलला आता असं वाटत होतं की, पासवान त्याला त्याच्या शास्त्रीय सभ्यतेबद्दल सांगत होता. अर्थातच. अर्थातच! राज्यसंस्था नैसर्गिकच दडपशहा होती, ज्यात त्यांवर नियंत्रण ठेवणाऱ्यांच्या जातीच्या सामाजिक दर्जावरून ठरवली गेली होती. राज्यातले अंमलबजावणी करणारे आणि पोलीस, दोघेही मिळून विकासासाठी धडपड करत असलेल्या भूमिहीन शेतकऱ्यांचा संघर्ष मोडून काढत होते. नेहमी दडपशहांच्या वर्तमानपत्रात ज्याला 'कायदा आणि सुव्यवस्थेची समस्या' असं म्हटलं जायचं, ती खरंतर सामाजिक-राजकीय व्यवस्थेची नैसर्गिक व्युत्पत्ती होती. ज्यामुळे गरिबी, बेरोजगारी, अशिक्षितपणा आणि बहुतेक खेड्यात राहणाऱ्या नव्वद टक्के ग्रामीण जनतेच्या एकूण अविकासाला जबाबदार होती. त्याच वेळी खेड्यातल्या आणि शहरातल्या काही मूठभर लोकांसाठी मात्र भरमसाठ संपत्ती आणि ऐशआराम निर्माण होत होता. जातीय संघर्षाचा उद्देश दडपशाहीच्या आणि नोकरशाहीच्या भांडवलवादाचं निर्मूलन हाच होता. आजच्या जातीमध्ये विभागलेल्या समाजातील विरोधाभासाचा परिणाम म्हणून विध्वंस होणार आणि पृथ्वीवर एक खरोखरीचा जातिविरहित समाज तयार होणार. या तर्कशुद्धरीतीने शोध घेण्याच्या कलेमुळेच आवश्यक अशी पुढची पातळी निर्माण होईल, जो कामगारांचा स्वर्ग असेल. हे आपण नाकारू शकत नाही. ते अपरिहार्य होतं.

पासवान खूप घाईघाईत, कुठेही विश्राम न घेता बोलत होता. त्याचे शब्द आदिलवर औषधाचं काम करत होते. त्याच्या मनातले आणि हृदयातले सगळे मध्यमवर्गीय अंश जाळून टाकत होते. आता त्याला कळलं होतं की, त्याच्यासाठी त्या सडलेल्या व्यवस्थेवर विश्वास ठेवणं किती अवघड होतं. दडपशाही करणाऱ्या वर्गावर विश्वास ठेवणं म्हणजेच कमकुवत असण्याचं आणि अज्ञानाचं लक्षण होतं. आदिलला काहीही करून या चळवळीत भाग घ्यायचा होता.

''हे म्हणणं सोपं आहे; पण करणं अवघड,'' पासवान म्हणाला.

''मी काहीही करेन.''

''छान,'' पासवान ठामपणे म्हणाला, ''एका क्रांतिकारी माणसासाठी पहिली आवश्यक गोष्ट म्हणजे त्याच्या अज्ञानाच्या आणि वाईट सवयींच्या विरुद्ध विजय मिळवणे. आपण आदर्श सामाजिक वागणुकीची अपेक्षा करतो, जी क्रांती घडवून आणू शकेल. तुम्ही स्वतःवर नियंत्रण मिळवलं पाहिजे. स्वतःला, स्वतःच्या कृतींना सतत तपासून बघितलं पाहिजे आणि स्वतःला संघर्षाला पूर्णपणे वाहून घेतलं पाहिजे. हे अपेक्षित आहे.''

आदिलने त्याच दिवशी ताडी सोडून दिली. त्याने पुन्हा कधीही ताडीला हातही लावला नाही. त्याने स्वतःला संघर्षाला वाहून घेतलं. कॉम्रेड जनसेवकांनी त्याला राजपूर आणि आसपासच्या गरिबांना शिकवायचं काम दिलं, जेणेकरून क्रांतिबद्दल जागरूकता वाढीस लागेल आणि शेती करत राहायला सांगितलं, धीर धरायला सांगितलं. आदिल सहनशीलतेने करत होता. पीआरसीच्या आणि कॉम्रेड जनसेवकांच्या पाठिंब्याने आदिलने त्या कर्मचाऱ्याची पुन्हा भेट घेतली जो आता खूपच जास्त सहकार्य करत होता आणि काम करत होता. तातडीने नंदन प्रसाद यादवच्या विरुद्ध जमिनीचा दावा दाखल झाला होता.

एक आठवड्याने आता आदिलकडे पाणी नव्हतं. त्याच्या शेताला नदीतून मिळणारं पाणी पूर्वेकडून, प्रेम शंकर झाच्या शेतांतून यायचं. हे असं अनेक दशकांपासून, अनेक पिढ्यांपासून सुरू होतं. आता प्रेम शंकर झा ने पाण्याचा पाट बंद केला आणि त्याने जाहीर केलं की, त्याला ती जमीन आता कसण्यासाठी हवी आहे. शेतातून जाणारं पाणी म्हणजे त्याला आता ओझं वाटत होतं आणि तो आता यापुढे ते ओझं उचलायला तयार नव्हता. त्याने काहीही ऐकून घ्यायला नकार दिला. आदिलही आता अजिबात विनवण्या करायला तयार नव्हता. प्रेम शंकर झा आणि नंदन प्रसाद यादव यांचं खरंतर अजिबात पटत नव्हतं. त्यांचं अनेक वर्षांपासून पैसा, जमीन आणि मोठेपणा यावरून वैर होतं. त्यांनी पाठिंबा दिलेल्या उमेदवारांमध्येही बिनसलं होतं, तरीही आज त्या दोघांनी हातमिळवणी केली होती. कॉम्रेड जनसेवकाचं निरीक्षण होतं की, भांडवलशाही जगाची हीच रीत असते; आपल्या समाजाचं हित जपण्यासाठी कडवे शत्रूही एक होतात. कॉम्रेड जनसेवकाने आदिलला सांगितलं, ''काळजी करू नकोस, आपण संघर्ष करू.''

पण त्या सोमवारी आदिलला अटक झाली. पहाटे पाच वाजता, त्याला गाढ झोपेतून खेचून पोलीस ठाण्यावर नेण्यात आलं. तक्रार आधीच तयार करून ठेवलेली होती : आदिल अन्सारीने अकरा अनोळखी लोकांच्या समूहाबरोबर गढी चौकीमध्ये दोन कॉन्स्टेबलना घेरलं होतं आणि दमदाटी केली होती. या घुसखोरांनी चौकीतल्या शस्त्रांची मोडतोड करून ९.३०३ ली एन्फिल्ड रायफली आणि चारशे साठ काडतुसं चोरली होती. त्या दोन कॉन्स्टेबलच्या डोळ्यांना पट्टी बांधून त्यांना बांधून ठेवलं होतं; पण त्यांनी या सगळ्यांच्या म्होरक्याला, नक्षलवादी नेत्याला म्हणजेच आदिल अन्सारीला स्पष्ट पाहिलं होतं.

या खोट्या तक्रारीच्या बळावर आदिलला दहा दिवस रिमांडमध्ये ठेवलं. पोलिसांनी रोज पट्ट्याने, काठ्यांनी त्याच्या पायाचे तळवे सोलून काढले. नूर मोहम्मदने नंदन प्रसाद यादवच्या दरवाजात जाऊन खूप भीक मागितली आणि दररोज पोलीस ठाण्यात जाऊन बसून रडला. दहा दिवसांनंतर, विशेषकरून त्याच्या गुन्ह्याचे दोन साक्षीदार आणि तो समाजात हिंसा पसरवू शकतो या कारणाच्या बळावर आदिलची जामिनाची विनंती फेटाळण्यात आली. नंतर, शंभर किलोमीटरवर असलेल्या हसला आदर्श कारागृहात सुनावणीची वाट पाहण्यासाठी त्याची रवानगी केली गेली. केसच्या तारखा पडत होत्या, केस पुढे ढकलली जात होती आणि त्यादरम्यान, आदिल पुढील दोन वर्षं तीन महिने तुरुंगात राहिला. हे सर्व केवळ ते दोन कॉन्स्टेबल सुनावणीसाठी येऊन जबाब द्यायला असमर्थ होते म्हणून झालं. आधी दोघेही आजारी होते, नंतर त्यांना नेपाळ बॉर्डरला पाठवलं गेलं होतं आणि मग ते पुन्हा आजारी पडले. ते उपलब्ध नव्हतेच; पण सुनावणी होणं आवश्यक होतं, व्हायलाच हवी होती म्हणून आदिलला तुरुंगातच ठेवलं गेलं. अशा कुबट, चुरगळून टाकणाऱ्या परिस्थितीत, जिथे अनेक जण चिरडले गेले होते, त्या परिस्थितीतही टिकून राहिल्याबद्दल आदिलला स्वतःच्या संयमाचं आणि मनोधैर्याचं आश्चर्य वाटलं. हे कारागृह पन्नास वर्षांपूर्वी बांधलं गेलं होतं आणि सहाशे कैद्यांची सोय होती. आता त्यात दोन हजार कैदी होते. अन्नाला सडका वास यायचा आणि ताप, हगवण जीव नकोसा करायचे; पण आदिल कधीही निराश झाला नाही की घाबरला नाही. तो आता अजिबात नमाज पढत नव्हता, अगदी दिवसातून एकदाही नाही. त्याने आता स्वतःला मार्क्सवाद – लेनिनवाद – माओवादाच्या अभ्यासाला वाहून घेतलं आणि तो जगभरातील शेतकऱ्यांच्या आणि कामगारांच्या चळवळींचा अभ्यास करायला लागला. कॉम्रेड जनसेवक त्याला जी पुस्तकं, पॅम्प्लेट पाठवत, तो ती वाचून काढत होता आणि त्यादरम्यान संपर्कात येणाऱ्या प्रत्येक व्यक्तीला शिकवत होता. हलसा कारागृहात आदिल लवकरच प्रोफेसर नावाने ओळखला जाऊ लागला आणि त्याची हीच ओळख तो नंतर बाहेरच्या जगातही घेऊन गेला.

डिसेंबर महिन्यात एके दिवशी जेव्हा मुख्यमंत्री जिल्ह्याच्या दौऱ्यावर होते, त्या दिवशी पहाटे आदिल आणि अजून चार जण निसटले. कारागृहामधल्या बऱ्याच कर्मचाऱ्यांची बाहेर रस्त्यावर आणि बंदोबस्ताला ड्युटी लावलेली होती आणि कारागृहामध्ये अगदी मोजकेच कर्मचारी होते. आदिल आणि त्याच्या बरोबरच्या कैद्यांनी कारागृहातील लाँड्रीच्या मागे असलेल्या दोन गार्ड्सवर ताबा मिळवला आणि लाँड्रीमधले लाकडी खोके, रॅक आणि दोऱ्या वापरून बनवलेल्या तात्पुरत्या शिडीवरून ते भिंतीवर चढले. दोन दिवसांनी आदिलने राजपूरमध्ये कॉम्रेड जनसेवक बरोबर भेट घेतली आणि म्हणाला, ''मला ते हरामखोर हवे आहेत.''

''नक्की का?'' कॉम्रेड जनसेवक म्हणाला. ''जर तू त्या दोन पोलिसांना ठार मारलंस, तर तू आयुष्यभर पळतच राहशील.''

''मी आधीच पळतो आहे. काळजी करू नका. मी ठरवलं आहे. मी सगळं मागे सोडून देऊन आलो आहे.''

चार दिवसांनी त्या तक्रारीत नावं लिहिलेल्या दोन कॉन्स्टेबलना आदिलने ठार केलं. प्रत्यक्षात, बॉम्बस्फोटात पाच पोलीस मारले गेले होते; पण आदिलला उरलेल्या तिघांशी घेणं नव्हतं. इतर तीन मरणे हा फक्त अपघाताने झालेला फायदा होता. कॉम्रेड जनसेवकने आदिलला पीपल्स ॲक्शन कमिटी (पीएसी)च्या लोकांशी संपर्क करवून दिला होता, जी

पीआरसीची मिलिटरी शाखा होती. पीएसीकडे आवश्यक गुप्तचर यंत्रणा आणि कामासाठी लागणारे सामान होते. एक इन्स्पेक्टर आणि चार कॉन्स्टेबल एक जीपमधून गंटी गावात एका जमिनीच्या वादाचा तपास करण्यासाठी जाणार असल्याची त्यांना माहिती मिळाली होती. तीन दिवस पीएसीने तिथल्या ज्या कच्च्या रस्त्यावरून पोलिसांची जीप जाणार होती, त्या रस्त्यावर लक्ष ठेवण्यासाठी माणसं नेमली. चवथ्या दिवशी सकाळी अकरा वाजता पोलिसांची जीप येताना दिसली. आदिलला हवे असलेले दोन कॉन्स्टेबल जीपमध्ये असल्याची खात्री केली गेली. जशी जीप तिथून गेली आणि दिसेनाशी झाली, तसे आदिल आणि त्याची तुकडी कामाला लागली. आदिलने पीएसीचे लोक जमिनीत सुरंग पेरत असताना त्यांच्यावर निगराणी ठेवली. त्यांनी आरडीएक्सच्या कांड्या वापरल्या होत्या, ज्याला ते जिलेटिन म्हणत. त्यांनी खणलेल्या खड्ड्यात डालड्याच्या डब्यातून स्फोटक पदार्थ ओतताना तुकडीचा म्होरक्या हसत होता. ऑपरेशनच्या सुरक्षिततेच्या कारणास्तव आदिलला त्यांची नावं सांगण्यात आली नव्हती.

तुकडीचा म्होरक्या म्हणाला, ''प्रोफेसर, तुम्हाला हे काय आहे माहीत आहे का?''

''हो.''

''आणि तरीही तुम्ही त्याच्या इतके जवळ उभे राहाताय?''

''कॉम्रेड जनसेवकनी मला सांगितलं आहे की, तू त्यातला तज्ज्ञ आहेस.''

तुकडीचा म्होरक्या हसला. नंतर आदिलने त्याला रस्त्यावरून बांधापर्यंत आणि नंतर त्यामागे एक काळी वायर जमिनीतून घालण्यासाठी मदत केली. तुकडीतली दोन माणसं त्या वायरलगत गेली आणि त्यांनी त्यावर धूळ पसरली. नंतर ते सगळे टेकडीमागे लपले. पीएसीच्या लोकांनी त्यांच्या रायफल सरसावून धरल्या होत्या. सूर्य डोक्यावर आला आणि ते आता वाट बघत होते. आदिलच्या डोक्यात घण पडत होते. त्या तुकडीच्या म्होरक्याने त्याला सिंगभूममधल्या खाणीवर छापा टाकून कशा बाराशे जिलेटिन कांड्या पळवल्या ते सांगितलं. ते वाट बघत होते. अडीच वाजता पूर्वेकडून त्यांच्या माणसाने त्यांना इशारा केला.

तुकडीचा म्होरक्या म्हणाला, ''जीप येते आहे. तुम्हाला करायचं आहे?'' त्याने काळ्या वायरचं टोक पुढे केलं, त्या वायरचं तोंड सोलून दोन फाके केले होते. त्याच्या समोर एक लाल रंगाची कारची बॅटरी ठेवली होती. ''तुम्हाला हे अगदी नेमकी वेळ साधून करायला हवं. लवकर किंवा उशिरा केलं, तर वार बसणार नाही.''

आदिलने मान डोलावली. त्याला हे करायचं होतं; पण त्याला खात्रीशीरपणे करायचं होतं. त्याचे हात थरथरत होते. आपल्याला हलणाऱ्या गाडीची हालचाल, अंतर आणि विजेचा वेग याचे गणित साधायला जमेल का नाही, याची त्याला खात्री नव्हती. जीप रस्त्याला लागली आणि जवळ येऊ लागली. आदिल आता जीपचा आवाज ऐकू शकत होता. त्याला दिसलं की, त्याने सुरंगाची जी जागा निश्चित केली होती, तिथून जीप पुढे गेली आणि मग ती पांढऱ्या मातकट धुळीच्या लोटात नाहीशी झाली. आदिलने डोळे मिटले. जेव्हा त्याने डोळे किलकिले करून पाहिले, तेव्हा एक काळा धुळीचा लोट आणि धूर उसळला होता. मग रस्त्यावर दूर, पीएसीच्या तुकडीच्या बाजूला एक लोखंडाचा सांगाडा पडला होता. त्यांनी आनंदाने आरोळ्या ठोकल्या.

''चाळीस फूट.'' तो म्होरक्या म्हणाला. ''किमान चाळीस फूट उंच उडाली.''

आदिल त्यांच्यामागून पळत गेला, ते पुढे पुढे जात असतानाही त्याच्या कानठळ्या बसल्या होत्या. कागदांचा हलकासा पाउस पडला आणि हवेत पेट्रोलचा वास येत होता. नंतर आदिलने एका पोलिसाचा मृतदेह पाहिला; पण अर्धाच होता. बूट आणि पाय धड होते, लेदरच्या पट्ट्याचं पॉलिश अजून चकाकत होतं; पण कमरेच्या वरचा भाग म्हणजे फक्त एक घाणेरडा त्रिकोण उरला होता, बाकी काही शिल्लक नव्हतं. आदिलच्या घशात आवंढा आला. त्याला तिथून परत यावं लागलं. 'स्वतःवर ताबा ठेव,' त्याने स्वतःला बजावलं, 'तुला अनेक डिसेक्शन करायची आहेत. हे काही नवीन नाहीये तुझ्यासाठी.'

''पहिल्यांदा नेहमीच जड जातं,'' तो तुकडीचा म्होरक्या म्हणाला. त्याने जळणारा एक लोखंडाचा तुकडा पायाने लाथाडला आणि दुसऱ्या मृतदेहाकडे बघण्यासाठी खाली वाकला. त्यांच्या मागे जीपची चासिस निळ्या ज्योतीत जळत होती. ''काळजी करू नका. लवकरच तुम्हाला सवय होईल. एक दिवस तुम्ही हे स्वतः कराल.''

''मला काळजी नाही वाटत,'' आदिल म्हणाला. त्याला आलेली शिसारी म्हणजे फक्त शरीराची प्रतिक्रिया होती. त्याच्या मनाला चांगली कल्पना होती. पोलिसवाले हे जातीचे दुश्मन होते, त्यांना संपवायलाच हवं होतं. त्याला काही पर्याय असा नव्हताच.

त्याला अपेक्षित असण्याप्रमाणे आदिलला लवकरच मारण्याची सवय झाली. तो मुख्यत्वे भागलपूर आणि मुंगेरमध्ये कार्यरत होता. कॉम्रेड जनसेवकला वाटलं की, राजपूरच्या आसपास त्याला खूप चांगलं ओळखत होते आणि त्याला इजा करण्यासाठी खूप मोठ्या संख्येने खबरे आणि शत्रू वैयक्तिक रस घेणार होते म्हणून आदिल त्याचं युद्ध घरापासून लांब राहून लढत होता. तो एक रायफल आणि एक रामपुरी चाकू बाळगायचा; पण त्याचं मुख्य काम शिकवणे आणि मनावर बिंबवणे हेच होतं. तो गावागावातून जायचा. मुख्यत्वे रात्री प्रवास करायचा आणि दिवसा कधीही रिकाम्या शेतातून जायचा नाही. त्याने शेतकऱ्यांच्यासाठी वर्ग घेतले. त्यांना रात्री कंदिलाच्या उजेडात शिकवलं. त्याने त्यांना त्यांचा स्वतःचा इतिहास शिकवला, भविष्याची दृष्टी दिली – समानता, समृद्धी आणि कर्ज, जमीनदार यांच्यापासून मुक्ती! प्रत्येक मनुष्य त्याच्या नशिबाचा मालक असणार होता.

एकेका आठवड्यागणिक आदिलवर पीएसीचा कमांडर अधिकाधिक विसंबून राहू लागला. तो प्रोफेसर असल्यामुळे त्याने कधी तुकडीचं नेतृत्व केलं नाही; पण त्याने भरभर पदोन्नती केली आणि तो एक विश्वासू रणनीतीकार झाला. जमीनदारांकडे त्यांच्या सशस्त्र तुकड्या होत्या आणि पोलिसांकडे सत्ता आणि क्रूरपणा म्हणूनच डोंगर आणि नदीच्या आसपासच्या क्षेत्रात त्यांचा खेळ चालायचा. आदिल ऑपरेशनची रूपरेषा आखायचा, काही झालंच तर कसा प्रतिकार करायचा, पोलिसांच्या तुकड्यांवर हल्ले आणि इंजिनियर, डॉक्टर यांचं अपहरण. त्याने सबबी देणं, उडवाउडवी करणं यांच्यासाठी सहजपणे काही क्लृप्त्या शोधून काढल्या. त्याच्या योजना यशस्वी झाल्या की, त्याला आनंद व्हायचा आणि त्याच्या कॉम्रेड्सच्या कौतुकाला पात्र ठरायचा म्हणून त्याने स्वतःला एक चांगला सैनिक होण्याचं प्रशिक्षण दिलं. त्याला आता माणसाच्या रक्ताच्या वासाने मळमळायचं नाही. त्याने काही ऑपरेशन्समध्ये भाग घेतला आणि एका सरपंचाच्या खुनाचा तपास करून परतणाऱ्या आठ पोलिसांच्या तुकडीवर लक्षणीयरीत्या यशस्वी हल्ला केला. खाकी ड्रेसमधल्या आकृत्यांवर एक एसएलआर फेकताना त्याला अत्यानंद झाला. त्यांच्या पुढे जाणाऱ्या तीन ट्रक्सना सुरुंगाने उडवल्यामुळे गोंधळून, घाबरून ते खालच्या रस्त्यावर सैरावैरा पळत होते. ही योजना

संपूर्णपणे आदिलची होती. सरपंच एक खबऱ्या होता आणि प्रतिगामी उजव्या विचारसरणीचा होता, त्याला विशेषकरून लोकांच्या मध्ये ठार केलं होतं. एका गजबजलेल्या मंगळवारी भर बाजारात त्याचं मुंडकं छाटलं होतं. सरपंच स्थानिक आमदाराचा खास असल्याने आदिलला कल्पना होती की, पोलीस तपासासाठी जादा कुमक पाठवणार म्हणून आदिलने त्या रस्त्यावर दोन तुकड्या तैनात केल्या होत्या आणि त्यांना शोधून काढलं होतं. अखेरच्या टप्प्यात छत्तीस पोलीसवाले मेले होते, खूप जण जखमी झाले होते आणि पीएसीमधील एकही जण त्यात दगावला नाही. प्रोफेसरचं पुन्हा खूप कौतुक झालं; पण आदिलला त्यानंतरच्या आनंदोत्सवात त्याच्या गालांशी उंचावल्या जाणाऱ्या रायफली आणि पावडरचा वास यांचं जास्त कौतुक होतं, त्यामुळे त्याला आपण निरुपयोगी नाही, टाकाऊ नाही असं वाटायचं. त्याने कलणाऱ्या जगाला आपल्या खांद्याने आधार दिला होता आणि आता ते सरळ रेषेत येणार होतं.

वर्ष लोटली. युद्ध एकामागून एक आली आणि गेली. आदिलचे आई-वडील गेले. एका हिवाळ्यात दोघं एकामागोमाग एक गेले, एक महिन्याच्या अंतरात. त्याची आई या समाधानाने गेली की, तिच्या मुलाने शेवटी लग्न केलं होतं. आदिलची बायको त्याच्यापेक्षा वयाने खूप लहान होती. तिचं नाव झन्नू होतं. ती एक मुशाहार होती, दहावीपर्यंत शिकलेली होती आणि पार्टीच्या कट्टर विचारसरणीची होती. एक धूर्त आणि अनुभवी लढाऊ मुलगी होती ती. आदिलने जेव्हा तिच्या तुकडीसाठी एका ऑपरेशनची योजना आखली होती, तेव्हा ते भेटले. तिने त्याच्या योजनेतील त्रुटी दाखवून दिल्या; पण ती त्याच्या पांढऱ्या केसांनी आणि त्याच्या समर्पणाबद्दलच्या ख्यातीने भारावून गेली. त्यांनी लग्न केलं. तो झन्नूच्या सडपातळ सावळ्या शरीरातील गर्मीने प्रभावित झाला आणि त्याला तिच्या गळ्याच्या खाली, छातीच्या हाडाच्या वरच्या खळग्यातल्या मऊ जागेने भुरळ पाडली; पण दोन वर्षांतच ते दोघं वेगळे झाले. तिला हजारीबागमधल्या तुकडीचं नेतृत्व देण्यात आलं. तिला भेटायचं असेल, तर खूप निरोप पाठवावे लागत आणि धोक्यांनी भरलेला प्रवास करावा लागे. आदिलला आश्चर्य वाटत होतं की, ती त्याच्या या संघर्षाप्रतीच्या एकनिष्ठतेविषयी तर शंका घेत नसेल ना. तो आधी इतक्याच मेहनतीने काम करत होता; पण त्याला जाणवलं होतं, जास्त शिकल्यामुळे त्याची साधेपणाने राहण्याची क्षमता कमी झाली होती. तो टीकाकार नव्हता; पण कधीतरी अंथरुणात तिच्या मऊ केसांशी खेळताना त्याने पार्टीच्या नेत्यांविषयी एक दोन शेरे मारले असावेत. उदाहरणार्थ, त्याने जेव्हा झन्नूला त्याच्यापासून लांब पाठवलं जात होतं, तेव्हा कॉम्रेड जनसेवककडे तक्रार केली होती आणि कॉम्रेड जनसेवक म्हणाला होता की, 'पार्टीसाठी काम करणाऱ्याने नेहमीच अशा गोष्टी अभिमानाने मिरवल्या पाहिजेत. आदिल, मित्रा, कदाचित सैनिकांसाठी लग्न ही कल्पना तितकीशी चांगली नाही. आपण आपल्या सगळ्याचा त्याग केला पाहिजे;' पण आदिलला माहीत होतं की, कॉम्रेड जनसेवकच्या एक नव्हे तर दोन बायका होत्या. एकीशी त्याने खूप पूर्वी लग्न केलं होतं, लहानपणी, आणि ही दुसरी, स्वतः अजून तिच्या लहानपणातून बाहेर आली नव्हती आणि तिच्या मुसमुसलेल्या तारुण्यासाठी खूप प्रसिद्ध होती. कॉम्रेड जनसेवकने तिला गयामध्ये एका घरात ठेवलं होतं, एका तीन मजली गुलाबी रंगाच्या बंगल्यात ज्यात प्रत्येक खोलीत टीव्ही आणि सॅटेलाइट डिश आणि दोन किर्लोस्करचे जनरेटर्सदेखील होते. आदिलला हे माहीत होतं आणि कदाचित तो ते त्याच्या स्वतःच्या बायकोजवळ बोलला असावा आणि एकदा, फक्त एकदा, रात्री उशिरा तो झन्नूजवळ या सगळ्या खूनखराबा आणि सुडाबद्दल बोलला होता. तिने चेअरमन माओचं

वाक्य सांगितलं. ''देश उद्‌ध्वस्त करून त्याचं पुनर्निमाण केलं पाहिजे,'' ती म्हणाली आणि त्याच्याजवळ असूनही तिचं शरीर ताठरलं.

आदिलला हेदेखील माहीत होतं की, कॉम्रेड जनसेवकच्या बंगल्यासाठीचा पैसा कुठून आला होता; तो त्यांनी शेतकरी आणि बिझनेसमन यांच्याकडून पीएसीमार्फत लेव्ही, कर वगैरे लावून उकळला होता. आदिलने क्रांतीच्या धंद्याचाही अभ्यास केला होता. त्यातला बराचसा पैसा खालून वर जाताना त्याच्या हातातून जात असे. त्याला हे पटत होतं की, युद्धासाठी जी रसद लागते त्यासाठी पैसा आवश्यक होता, त्याला एके ४७ आणि हजार काडतुसांची किंमतदेखील माहीत होती. इतरही खर्च होते, जसं की पगार, पत्रकं, प्रवास, औषधं. हे सर्व त्याला माहीत होतं; पण अनेकदा त्याला आपण नक्की काय करतो आहोत, कशाला दिशा देत आहोत, हा प्रश्न पडे. कारण, ते जे फक्त शोषण करत होते. त्याने पैसे घेतले. मुलामुलींना बंदुका दिल्या आणि त्यांना पैसा आणायला सांगितलं. त्याने त्याच्या सैनिकांना त्यांचा इतिहास सांगितला; पण त्यातले अनेक जण त्याने सांगितलेले इतिहासाचे धडे धार्मिक स्तोत्र म्हणावं तसे तोंडपाठ म्हणत असत. त्यांना काही कुतूहल नव्हतं आणि समजतही नव्हतं. झन्नू प्रत्येक संभाषणात चेअरमन माओ यांची वाक्य बोलत असे आणि रोज तर्कशुद्ध भांडवलवादाचा सराव करत असे; पण तिच्यासारख्या इतर दहा मुलांच्या दृष्टीने मात्र माओ त्यांच्या हातात शस्त्र दिलेला नुसता एक देव नव्हता. काही हरामखोरांनी त्यांच्या जमिनी लाठ्यांच्या जोरावर हडपल्या होत्या म्हणून आता त्यांच्या हातात रायफल आणि काडतुसं होती. त्यांना इतकंच माहिती होतं आणि इतकंच माहीत करून घ्यायचं होतं.

तर आदिलला हे सगळं माहीत होतं आणि तो त्याच्या स्वतःच्या बायकोजवळ ते थोडक्यात बोलला होता आणि त्याने तिला गमावलं होतं, तरीही तो क्रांती विरुद्ध बंड करणारा नव्हता किंवा पुन्हा गुन्हे करणाराही. त्याची विचारसरणी हिमालयातल्या पाण्याइतकी निर्मळ होती. त्याचा पूर्णपणे, प्रामाणिकपणे विश्वास होता आणि त्याने भविष्याच्या आश्वासनावरही विश्वास ठेवला होता. जोवर एक खऱ्या अर्थाने जातीविरहित समाज निर्माण होत नाही आणि राज्यविरहित समाजवाद साध्य होत नाही, तोवर क्रांती शोषणाचे सर्व प्रकार हळूहळू निष्प्रभ करणार होती. क्रांती सुरूच राहणार. क्रांतीशिवाय स्वातंत्र्य मिळत नाही आणि कोणतीही क्रांती लोकांच्या लढ्याशिवाय होत नाही. मार्क्सवाद – लेनिनवाद – माओवाद अपरिपूर्णपणे प्रत्यक्षात आणणे ही निव्वळ व्यवहार्यता होती. अयोग्य मार्गानीच योग्ययोग्यता साधली जाणार होती. पार्टीच्या आदेशांचे पालन करणे हेच नेमलेल्या तुकड्यांचं काम होतं. हे सगळं आदिलने स्वीकार केलं होतं आणि त्यावर त्याचा विश्वास होता. त्याला पार्टीच्या हेतूबद्दल शंका अजिबात नव्हती. कॉम्रेड जनसेवक त्याच्या बायकोसाठी किती का हिरवे सोफे आणेना, तो त्याच उत्साहाने आणि जोमाने काम करत राहणार होता. तो पुढेही पार्टीसाठी आणि पार्टीसाठी काम करणाऱ्या लोकांसाठी त्याचं आयुष्य वेचणार होता. त्याला फक्त संघर्ष माहीत होता; पण इतरांना आनंदाने कसं जगायचं हे कळेल. त्यांच्यासाठी, त्यांच्या भविष्यासाठी तो कॉम्रेड जनसेवकाची शेतकरी आणि उद्योजक यांच्याबर लादलेल्या ओझ्यातून होणाऱ्या अनंतर कमाई मान्य करून राहायला तयार होता. पतीतांच्या हत्या आणि रक्तपात सहन करणार होता.

आता आदिलसाठी कोणाला ठार मारणे, ही खूप सामान्य बाब झाली होती. इतक्या गोंधळात आणि हल्ल्यांच्या आवाजात किती जण मेले याचा हिशेब ठेवणं जरा कठीणच होतं; पण आदिलने तरीही हिशेब केला होता की, त्याने स्वतः आजवर एक डझनभर माणसं मारली

होती. कदाचित, वीसही किंवा अजूनही जास्त. त्याहून जास्त नाहीत. त्याने त्याहून अधिक माणसं मारली जाताना पाहिली होती, गोळ्यांनी, स्फोटांनी, कुऱ्हाडीने आणि लाठ्यांनी. जे मांसाचे ढीग त्याने ओलांडले होते, त्यातले त्याने पाहिलेले सगळे मृतदेह त्याला आठवत नव्हते. तो त्याही पुढे गेला होता, चेहरा नेहमी पुढे असतो आणि मृताला मागे सोडतो. सुरुवातीला, आदिलने पाहिलेला प्रत्येक मृत्यू एक अविस्मरणीय क्षण होता; त्याने जगात घडवलेला एक असा बदल जो साक्षात्काराच्या वेगाने घडायचा. त्याने त्याच्या लक्षणांकडे बारीक नजरेने पाहिलं होतं. एक तडफडणारा हात, निष्प्राण उघडा डोळा ज्यातून काळपट पिवळसर द्राव बाहेर येत होता. रेटिना करडी झाली होती. नंतर त्याला यातली प्रत्येक गोष्ट उद्या एक महान बदल घडवून आणणार आहे, असं वाटायचं. प्रत्येक मृत्यू उद्याच्या कामगारासाठी एक नवीन पहाट आणणार आहे, असं त्याला वाटायचं. आता मृतदेह कोसळत आणि आदिल ते मोजतही नव्हता; त्याच्या अस्तित्वाच्या देशात तो मृत्यूवर पाय देऊन चालत होता. आदिल मृत्यूच्या आत जगत होता म्हणून तो आता त्याकडे लक्षही देत नव्हता.

शेवटी हे जीवन होतं, जे त्याला अखेरीस त्याला क्रांतीपासून वेगळं करून, क्रांतीपासून, कॉम्रेड जनसेवक, पीएसी, बिहार या सगळ्यांपासून दूर घेऊन गेलं. पहिल्या हल्ल्यासाठी आदिलने ज्या तुकडीच्या म्होरक्याला बरोबर घेतलं होतं, तो आता एरिया कमांडर होता आणि आदिलला आता त्याचं नाव जाणून घेण्याची मुभा होती. त्याचं नाव नटवर कहार होतं. नटवर कहार बहुतकरून जमुई आणि नावाडामध्ये काम करायचा. त्याला जास्त करून दुसरा कमांडर भवानी कहार हा मदत करायचा. हा भवानी कहार फक्त चोवीस वर्षांचा होता आणि नटवर कहारचा दूरचा नातेवाईक होता. नटवर कहारनेच त्याला तो लहान असताना पार्टीमध्ये घेतलं होतं आणि त्याला एक चांगला सैनिक होण्यासाठी आणि भावी नेता होण्यासाठी प्रशिक्षण दिलं होतं. त्या मुलात काहीतरी खास आकर्षण होतं आणि तो खूप धीट होता. दिवाळीच्या रात्री भवानीला रेखान गावाच्या पोलिसांनी पकडलं. जेव्हा तो पोलिसांना सापडला, तेव्हा तो दारू पिऊन एका बाईबरोबर तिच्या घरात गाढ झोपला होता. इतका देखणा भवानी कायद्याच्या कचाट्यात सापडला. नटवर कहार संतापला होता. पोलिसांना अर्थातच टीप मिळाली होती, अगदी विशिष्ट अशी. नटवर कहारने त्याचे सर्व संशयित तपासले, सगळ्या गावकऱ्यांची चौकशी केली आणि तो अखेर भवानीच्या त्या बाईवर स्थिरावला. भवानी दिवाळीला तिच्याकडे झोपायला येणार आहे आणि त्याला चांगली रम लागते, याची फक्त तिला एकटीलाच माहिती होती म्हणून नटवर कहारने तिला पकडून त्यांच्या कॅम्पवर आणलं. त्याने तिचं नाव विचारलं, जे होतं रामदुलारी. नंतर तिला कबुलीजबाब मागितला. रामदुलारीने विरोध केला, ती निरपराध होती, ती असं काही करणार नाही आणि खासकरून ती भवानीला फसवणार नाही. ती एक उंच बाई होती. सुंदर नव्हती; पण तिचं शरीर उंच, भरदार होतं आणि तिची चाल वेगवान होती. तिचा नवरा आठ वर्षांपूर्वी महापुराच्या दरम्यान कालाझार होऊन मेला होता. तिने तिच्या दोन मुलांना वाढवलं होतं. तीच घर चालवत होती. जेव्हा ती नटवर कहारशी बोलली, तिने घुंगट घेतला होता; पण तरीही तिने थेट त्याच्याकडे पाहिलं. तिने विनवणी नाही केली किंवा थरथरली नाही किंवा घाबरलेलीही वाटली नाही. नटवर कहारने तिला चूक कबूल करण्याचा आग्रह केला. तिने नकारार्थी मान हलवली आणि अगदी उतावळेपणाने त्याला उलट उत्तर केलं की, भवानी तिलाही तितकाच प्रिय होता, जेवढा नटवर कहारसाठी होता.

नटवर कहारने त्याच दिवशी संध्याकाळी लोकांचा दरबार बोलावला. रामदुलारीवर खटला चालला, पुरावे तपासले गेले आणि तिला दोषी ठरवण्यात आलं. तिने पुन्हा कबुलीजबाब द्यायचा, स्वतःला दोष देण्याची संधी नाकारली. याची शिक्षा अर्थातच मृत्यू. नेहमीच विश्वासघाताची तीच शिक्षा होती; पण नटवर कहारला रामदुलारीचं उदाहरण द्यायचं होतं; पण नेहमीप्रमाणे डोकं उडवण्याऐवजी त्याने तिला या वेळी छोट्या तुकड्यात कापायचं ठरवलं. दुसऱ्या दिवशी सकाळी त्याने तुकडी बोलावली आणि सर्वांच्या समोर तिची सगळी बोटं तोडली. कॅम्प समोरची झाडं छाटायच्या कुऱ्हाडीने त्याने हे काम केलं. ती किंचाळली, रक्त वाहिलं आणि नटवर कहार हसत होता. त्याने कॅम्पच्या डॉक्टरला तिच्याकडे लक्ष द्यायला सांगितलं. ''तिला जिवंत ठेव,'' नटवर कहार त्याला म्हणाला. तो डॉक्टर खराखुरा डॉक्टर नव्हता. तो एकेकाळी कम्पाउंडर होता आणि त्याला अशी एका वेळी इतकी बोटं तुटलेली बघून माहीत नव्हती; पण त्याला गोळ्या लागून झालेल्या जखमा, कापणे यांची सवय होती. रामदुलारी वाचली. ती खूपच खंबीर होती. त्यांनी तिला नटवर कहारच्या झोपडी जवळच्या एका खड्ड्यात ठेवलं होतं. तिला नियमितपणे जेवायला दिलं जात होतं. कॅम्पमधल्या लोकांना ती हाताला बँडेज बांधून कशी जेवते आणि खाली पडलेली शितं खाण्यासाठी वाकून कशी जमीन चाटते, हे बघायला गंमत वाटत होती.

रामदुलारीच्या खटल्यानंतर तीन आठवड्यांनी आदिलने तिला पाहिलं. जेव्हा त्याने नटवर कहारने खबर देणाऱ्या वेश्येला काय शिक्षा केली, याबद्दल प्रथम ऐकलं होतं, तेव्हा त्याचा विश्वास बसला नव्हता. त्याला वाटलं तो एक दिखावा होता, जेणेकरून भवानी कहारने यासारखी परिस्थिती परत उद्भवू नये म्हणून केला असावा. अगदी जेव्हा आदिल नटवर कहारच्या कॅम्पमध्ये पैसे घेण्यासाठी आला, तेव्हाही त्याला तिचं नाव उच्चारावं असं वाटलं नाही. त्याला वाटलं, ती एव्हाना मेली असेल, त्यामुळे आता त्यावर पडदा पडला असेल. प्लॅस्टिकमध्ये गुंडाळलेली नोटांची बंडलं त्याने त्याच्या झोल्यात घातली आणि नटवर कहारने हसत विचारलं, ''तुला रामदुलारीला बघायचं आहे का?''

आदिलला ते कोणाचं नाव होतं, हेही माहीत नव्हतं आणि नटवर कहारने त्याला ते खूप अभिमानाने समजावून सांगितलं. त्यांच्या खांद्यावरची जड पिशवी सांभाळत आदिल त्याच्या मागे गेला. खड्ड्यातून येणारा दुर्गंधाचा भपकारा त्याच्या तोंडावर आला; पण नटवर कहार बेफिकीरपणे पुढे जात होता. ते दोघं खड्ड्यापाशी वाकून बघत उभे होते. खड्ड्याच्या तळाशी, पिवळसर मातकट चिखलात एक मोठी आकृती हलताना दिसत होती. आदिलला ते काय आहे ते कळलं नाही. प्राणी आहे का मनुष्य आहे, त्याने असं काही यापूर्वी पाहिलेलं नव्हतं. ते जे काही होतं, ते नदीकिनारी जमिनीतूनवर आलेल्या खेकड्याप्रमाणे आडव्या बाजूने सरकत होतं. नंतर, सूर्याचे किरण आले आणि आदिलने मान हलवून वर पाहिलं. त्याला दिसलं की, तिथे खाली एक बाई होती; पण ती खूप विचित्रपणे खंगून बारीक झाली होती. ती पूर्ण वाटत नव्हती.

''आम्ही चार दिवसांपूर्वी, तिचे गुडघे आणि कोपरं कापली,'' हाताने कोपरापाशी छाटल्याची खूण करत नटवर कहार म्हणाला. ''मला वाटलं ती नक्की मेली असेल. इतकं रक्तही आलं नाही; पण ती कुत्री मरत नाहीये.''

रामदुलारी आदिलकडे पाहत होती. त्याला स्वतःला झोलकांडत असल्यासारखं वाटलं, दुसरीकडे नजर वळवता आली नाही. तिचे डोळे खूप अंधारे आणि दूर गेल्यासारखे होते

आणि त्याला त्यात काही वाचता आलं नाही. तिच्या चेहऱ्याभोवती केस पसरले होते आणि ओठ आत ओढल्यासारखे झाले होते. त्याच्या आतून, हातापायातून, पोटातून हजारो पंख फडफडल्यासारखा कोलाहल होत होता आणि त्यात त्याला ती काय बोलत होती ते ऐकू आलं नाही. नटवर कहार काहीतरी म्हणत होता का? काय?

''जर आपण दुसऱ्या कडेला तिकडे जेवण-पाणी ठेवलं, तर ती सरपटत जाते. तिला अनेक तास लागतात; पण ती तिथे जाते. ती अशीच मरणार नाही.''

नटवर कहारचा आवाज अगदी घोगरा आणि हळू येत होता. त्याचा आवाज ऐकून आदिलची तंद्री भंग झाली. तो आता दुसरीकडे बघायला लागला. नटवर कहार रामदुलारीकडे पाहत होता आणि त्याच्या नजरेत कौतुक होतं, आदर होता. तो थिजला होता. नटवर कहार म्हणाला, ''ती घोड्यासारखी मजबूत आहे.''

आदिल तिथून मागे सरकला. त्याने एका झाडाचा आधार घेतला आणि खाली बुंध्यात वाकून ओकला. त्याचं झालं, नटवर कहार एक हात कमरेवर ठेवून एका हाताने मिशी पिळत त्याची वाटच पाहत होता.

''त्या वासामुळे,'' आदिल म्हणाला, ''खूपच घाण वास आहे.''

''अरे प्रोफेसर, इतकी वर्षं झाली तरी तू अजून तसाच आहेस,'' नटवर कहार हसत म्हणाला.

आदिलने उगाच आपला कणखरपणा दाखवला नाही. त्याच्या अनेक हल्ल्यांबाबत, ऑपरेशनबाबत सांगून त्याने वाद घातला नाही. त्याला नटवरच्या क्रूर वातावरणातून बाहेर पडायचं होतं. जरी अजून अंधार पडायला खूप वेळ होता, तरी तो तासाभरातच निघाला. त्याने त्याचे बॉडीगार्ड्स घेतले आणि तो निघाला. रात्री रस्ते, नाले तुडवत पायपीट केली. ते त्यांच्या जमुई गावातल्या सुरक्षित निवासस्थानी लवकरच पोहोचले. मुलं झोपून गेली; पण आदिल खिडकीत बसून रस्त्याकडे बघत होता. त्याला डोळे मिटायलाही भीती वाटत होती. कारण, त्याला ते सरपटणं, धक्के देत सरकणं हे सगळं आत खोलवर जाणवत होतं. त्याने तो घाबरून गेला. तो तसाच आहे का बदलला आहे, याचं त्याला आश्चर्य वाटत होतं. दुपारी दोन वाजता, जेव्हा जमिनीतून गरम वाफा यायला लागल्या, तेव्हा त्याने दरवाजाबाहेर पाऊल टाकलं. त्याने नटवर कहारकडून आणलेली पैशांची पिशवी बाहेरच्या खोलीत जमिनीवर तशीच सोडली आणि आपल्यासोबत काहीही घेतलं नाही, अगदी पिस्तूलही नाही. त्याच्या पाकिटात आठ हजार रुपये होते, रामपुरी चाकू आणि मकबूल खान नावाने ड्रायव्हिंग लायसन्स होता. तो स्टेशनवर गेला, त्याने एक्स्प्रेस ट्रेनचं सेकंड क्लासचं तिकीट काढलं आणि साडेसहाच्या आसपास पटन्याला पोहोचला. तो सरळ तिकीट काउंटरपाशी गेला आणि त्याने चारशे एकोणपन्नास रुपये दिले आणि अकरा वीसला त्याची ट्रेन फलाटावर लागेपर्यंत तिथे बसून राहिला. त्याच्याकडे रिझर्वेशन नव्हतं म्हणून तो बिना रिझर्वेशनवाल्या डब्यात कॉरिडोरमध्ये मांडी घालून बसला. त्याच्या आजूबाजूला लग्नाचं वऱ्हाड होतं, त्यात तो अगदी अंग आकसून बसला होता. झांसीला, तो डब्यातून उतरला आणि टीसीला थोडे पैसे देऊन त्याने स्लीपर कोचमध्ये एक बर्थ मिळवला. नंतर मात्र तो झोपला. ट्रेनच्या हलण्याने त्याच्या शरीरातील चिडचिड कमी झाली आणि तो दुपारभर पेंगत होता. फक्त बाथरूमला आणि पाणी प्यायला उठला. साधारण पंधरा तासांत तो मुंबईला पोहोचला.

जमुई, भागलपूर आणि राजपूरपासून मुंबई खूपच दूर होतं. ते खूप अफाट, अनोळखी होतं आणि आदिलला तिथे लपायचं होतं; पण त्याला मुंबईची भीतीही वाटली. या शहराचा अनोळखीपणा एखाद्या घनदाट जंगलापेक्षा भयानक होता. पहिल्याच दिवशी तो ट्रेनमधून उतरून जेव्हा रेल्वे रुळांच्या बाजूने चालू लागला, तेव्हा एक उग्र दर्प त्याच्या नाकातोंडात शिरला. तो कसला हे त्याला कळलं नाही. रेल्वे ट्रॅकच्या बाजूला तात्पुरती घरं उभारली होती, रुळांपासून काही फुटांवर लहान मुलं खेळत होती. जाणाऱ्या येणाऱ्या ट्रेनमुळे घाबरून जेव्हा तो सरकला, तेव्हा ती मुलं त्याला हसली. झोपड्यांच्या पलीकडे असलेल्या उंच इमारतींना राखाडी काळे डाग पडले होते आणि सगळीकडे वायरींचं जाळं पसरलं होतं. आदिलला वाटेत खूप मोठे कचऱ्याचे ढीग लागले, ज्यात प्लॅस्टिक पिशव्या भरलेल्या होत्या. एक म्हातारा माणूस ट्रॅकच्या कुंपणावर बसला होता, त्यालाही ओलांडून आदिल पुढे गेला. त्या म्हाताऱ्या माणसाची दाढी पूर्ण पांढरी होती, खंगून गेलेल्या छातीवर फाटका कुडता लोंबत होता आणि त्याच्या पायाजवळ जमिनीवर एक छोटी पांढरी पिशवी होती. तो दूर कुठेतरी काहीतरी बघत होता, कुंपणाच्या, इमारतींच्याही पलीकडे कुठेतरी, दूर दिसणाऱ्या टेकड्यांच्याही पलीकडे. ते पाहून आदिलला कंप सुटला. त्याने चालण्याचा वेग वाढवला. त्याला खूप भूक लागली होती. त्याने थांबून आपल्याजवळ किती पैसे आहेत, हे पाहिलं आणि मग कुंपणाला भोक होतं, त्यातून पलीकडे गेला. तारेचं कुंपण ओलांडून इतकी वाहतूक असलेल्या रस्त्यावर जाताना त्याला भीती वाटली; पण अखेरीस त्याने शहरात पाऊल टाकण्याचा मार्ग शोधला होता.

आदिल आधी ठाण्याला राहत होता, मग मालाड, नंतर बोरिवली आणि नंतर कैलासपाड्याजवळ. त्याने बिहारी लोकांची वस्ती असलेल्या वस्त्या टाळल्या आणि तो एके ठिकाणी जास्त दिवस राहिला नाही. लोक ओळखतील या धास्तीने त्याला बेचैन व्हायचं आणि रात्री त्याला नटवर कहार आणि त्याची रायफलधारी तुकडी त्याला मुंबईच्या रस्त्यांवर शोधत आहे, अशी स्वप्नं पडायची. तो मुंबईला आल्यावर दोन महिन्यांनी अंधेरीच्या रस्त्याच्या कोपऱ्यावर त्याला कोणीतरी दिसलं, ज्याला तो ओळखत होता असं वाटलं. राजपूरचा संतोष नाथ झा नावाचा मुलगा होता, ज्याला बबलू म्हणत. तर तो बबलू चिल्लर मोजून पानवाल्याला देत होता आणि त्याला आदिल मागच्या गल्लीतल्या भिंतीआडून त्याच्याकडे बघत आहे हे समजलं नाही. आदिलने पुन्हा एकवार त्याच्याकडे पाहून तो बबलूच आहे, याची खात्री केली. त्याला असा इतका दूरचा योगायोग घडू शकतो, याचं आश्चर्य वाटलं आणि मग तो घाईने रस्त्याच्या कडेने मान खाली घालून निघाला. दुसऱ्या दिवशी त्याने खोली बदलली आणि बोरिवलीत एका अजूनच लहान खोलीत राहायला गेला. त्याची खोली एका चिंचोळ्या गल्लीच्या टोकाला होती आणि एका भिंतीला लागून बांधलेली होती. भिंतीपलीकडे असलेल्या कचऱ्याच्या ढिगाचा दर्प आला; पण त्याला इथे काही क्षण तरी सुरक्षित वाटलं. त्याने आजूबाजूच्या भयानक ओंगळपणाकडे पाहिलं, त्याला कुठे जायला जागाच नव्हती. एका महिन्यातच त्याने जागा बदलली. त्याचे तमिळ शेजारी जरा जास्त चौकस होते आणि त्यांच्याकडे सगळीकडचे लोक येत-जात असत, अगदी बिहारचेही. या वेळी त्याने नवनगरमध्ये एक खोली घेतली बंगाली बुरामध्ये. इथे, सगळे रहिवासी बांगलादेशी होते. अखेर इथे आदिलला सुरक्षित वाटलं. हे बंगाली लोक अशिक्षित होते जे इथे राहण्यासाठी जन्म दाखले वगैरे कागदपत्रं खरेदी करून राहत होते. ते सावध होते आणि आपल्या आपल्यातच राहत होते. आदिलवर त्यांनी सहजासहजी विश्वास ठेवला नाही.

तो आजूबाजूने जात असेल, तर ते एकदम गप्प होत आणि त्याला त्यांच्या त्या सावधपणातच बरं वाटे. त्यांच्या परग्रही बंगालमध्ये तो सुरक्षित होता.

त्याला वस्ती सोडून कुठे जायला आवडत नव्हतं म्हणून कधी कधी तो गल्लीत राहणाऱ्या मुलांना पैसे देऊन खाणंपिणं, रेझर ब्लेड, औषधं आणायला सांगत होता. त्याला आता डोकेदुखीचा त्रास सुरू झाला होता. इतका की, दोन दोन-तीन तीन दिवस त्याचं डोकं दुखायचं. तो खोलीतच पडून राहायचा. बाहेरच्या किरकोळ आवाजानीही त्याला त्रास व्हायचा. खोलीच्या प्रत्येक फटीला, झरोक्याला त्याने वर्तमानपत्राचा कागद चिकटवला होता. तो उघडा, घामाने डबडबलेला झोपून राहायचा. मुलं त्याला हाय-वेजवळच्या केमिस्टकडून एडविलची पाकिटं आणि चहा आणून द्यायची. तीन मुलं होती, शमसुल, बाझील आणि फराज. ते तिघेही अठरा वर्षांचे होते आणि तिघेही दहावी पास होते. तिघांचीही पैसा कमावण्याची स्वप्नं होती. शमसुल आणि बाझील एका कुरियर कंपनीत कामाला होते. फराज वस्तीमध्ये हिंडत राहायचा आणि मार्केटमधल्या दुकानदारांची किरकोळ कामं करायचा. ते तिघेही सिनेमांचे फॅन होते आणि आपापल्या आवडत्या हिरोची बोलण्यात आणि वागण्यात नक्कल करायचा प्रयत्न करायचे. ते तिघंही साधारण एकाच वेळी मुंबईला आले होते आणि आता पंधरा वर्षांनी या शहरात मुरले होते. त्यांच्या आई-वडिलांचं शहरी सभ्यतेचं वेड त्यांना खेडवळ वाटायचं. आदिल मुलांच्या गप्पा ऐकायचा. त्यांना त्याच्या दरवाज्यातल्या अरुंद फळीवर हातात हात घालून बसायला आवडायचं, भविष्याकडे बघत, जाणाऱ्या-येणाऱ्या लोकांकडे बघत, विशेषकरून मुलींकडे. ते आदिलला 'रेयाझ भाई' म्हणून ओळखत आणि त्याची खोली म्हणजे त्यांच्यासाठी एक छान छोटी दुनिया होती. फराज त्याच्या सिगारेटी तिथे लपवायचा आणि सुरुवातीला काही न काही आणून देण्याच्या बदल्यात त्यांना आदिल जे पैसे द्यायचा, ते त्यांना आवडायचे. त्यांनी एकदा त्याला फसवायचा प्रयत्न केला होता; पण त्याने बाझीलचा गळा पडकला होता आणि त्याने जे थोडे रुपये तांदूळ आणि तेलासाठी ठेवले होते, ते परत दिले होते. त्यानंतर काही दिवस ते इकडे फिरकले नव्हते; पण त्याने त्यांना परत बोलवून अजून एक काम सांगितलं. त्याने कांदे आणि वर्तमानपत्र आणायला सांगितलं आणि त्यानंतर मात्र मुलं त्याला खूप आदराने वागवू लागली. तो त्यांना येऊन त्याच्या त्या लहान खोलीत बसू द्यायचा.

हे तिघं जण कार, मोबाईल फोन आणि कॉन्व्हेंटमध्ये शिकलेल्या मुलींसाठी कसे आतुर होते आणि जेव्हा पैसा कमावतील, तेव्हा कशी मोठी मोठी अपार्टमेंटमधली घरं घेतील, याविषयी अखंड बोलत राहायचे, याचं त्याला आश्चर्य वाटायचं. त्यांच्यात इच्छा ठासून भरलेल्या होत्या; पण त्या पूर्ण करण्यासाठी काहीही योजना नव्हत्या. कधी कधी ते आपापसात कुजबुजत असत. आदिलला समजायचं की, ते काहीतरी छोटा मोठा गुन्हा करण्याविषयी बोलत असत, त्यामुळे त्यांना सिनेमाची तिकिटं, हेअर क्रीम यांसाठी पैसे पुरतील. त्यांचे आई-वडील खूप शांत, कष्टाळू लोक होते, ज्यांना पोलिसांची भीती वाटते; पण मुलं मात्र खूप महत्त्वाकांक्षी होती. ते एकमेकांना उत्साहाने शहरातल्या सुलेमान इसा, गणेश गायतोंडे आणि छोटा माधव यांसारख्या मोठ्या गँगस्टरच्या गोष्टी सांगत असत. त्यांनी आदिलला कंपनी सिनेमाची स्टोरी सांगितली आणि अगदी आफ्रिका ते हाँगकाँगपर्यंत सगळं त्याच्या दरवाज्यासमोरच्या चार फूट चिखलाच्या रस्त्यावर करून दाखवलं; पण आदिलला माहीत होतं की, त्यांनी कधी आजवर कैलासपाड्यातल्या भंगारवाल्याकडच्या किरकोळ

भंगाराव्यतिरिक्त काही चोरलं नव्हतं आणि ते कधीही सिंगापूरला जाणार नव्हते. किमान त्याने त्यांना मार्गदर्शन केल्याशिवाय तर नाहीच नाही.

''बडबड बंद करा आणि ऐका. जर तुम्हाला पैसा कमवायचा असेल, तर तुम्हाला थोडी शिस्त पाळली पाहिजे आणि चार चॉपर पाहिजेत.''

एप्रिल महिन्याच्या एका रात्री आदिलने त्यांना बोलावलं होतं, जेव्हा सूर्य मावळून गेला तरी अजूनही खूप उकडत होतं. ते तिघंही त्याच्या खोलीत जमिनीवर डोळे विस्फारलेल्या भिजलेल्या कुत्र्याच्या पिल्लासारखे एका रांगेत बसले होते. जेव्हा त्यांना समजलं की, तो दरोडा टाकण्याबद्दल बोलत होता, ते एकदम आकसून बसले आणि गप्प झाले. आदिलने अर्थातच हे पाहिलेलं होतं. नवीन भरती झालेल्या मुलांना जेव्हा लढाई खरी आहे हे कळतं, तेव्हा ती अशीच गप्प होतात. त्याने त्याची योजना ठरवली आणि अखेर फराज म्हणाला, ''तुम्ही आधी हे केलं आहे?''

आदिलने त्यांना सांगितलं की, त्याने आधी हे अनेक वेळा केलं होतं; पण त्याने कोणतेही तपशील दिले नाहीत; पण त्यांना समाधान वाटलं. तो म्हणजे त्यांच्यासाठी एक गूढ होता आणि आता त्यांना त्याच्याबद्दल गप्पा मारण्यासाठी अजून थोडी माहिती मिळाली होती. जसं की तरुण मुलांना नेतृत्व हवं असतं, तसं ते बरोबर याच्या आदेशामध्ये आले. त्याने त्यांना काम दिलं, त्यांचं कौतुक केलं आणि ते त्याच्या शब्दांत आले. त्यांना कोणतीही विचारसरणी नको होती. कारण, त्यांना पैसा हवा आहे हे त्यांना पूर्णतः पटलेलं होतं आणि तो कसा घ्यायचा हे आता त्यांनी ठरवायचं होतं. त्यांना भविष्यातल्या कोणत्या स्वर्गाच्या स्वप्नावर विश्वास ठेवण्याचं काही कारण नव्हतं. कारण, वर्तमानात दिसत असलेल्या पैशांच्या स्वर्गावर त्यांचा गाढ विश्वास होता. तसाही आता आदिलकडे देण्यासाठी कोणती विचारसरणी उरलीच नव्हती. त्याच्यातील सर्व उच्च विचार जाळून खाक झाले आहेत आणि मागे फक्त विचारांचं पावित्र्य उरलंय, असं त्याला वाटलं. त्याच्याकडचे पैसे संपत आले होते आणि आता त्याला फक्त राहायला छोटी खोली आणि दोन वेळा जेवायला हवं होतं. तो काम करू शकला असता, कदाचित ड्रायव्हर म्हणून किंवा मजूर म्हणूनही; पण तो करणार नव्हता. तो आता ते काम करायला लायक उरला नव्हता. त्याला शहरातला प्रचंड पैसा पाहून आणि लाखो लोकांवर गरिबीमुळे जी हिंसा होत होती, त्यामुळे येणारा राग येऊन जो त्रास होईल तो त्रास करून घ्यायचा नव्हता. सगळं होतं तसं होतं. आदिलला फक्त इतकंच हवं होतं – जेवण, झोपायला खोली आणि एकांत. त्याला इतकंच पुरेसं होतं.

दोन आठवड्यांनी आदिल आणि त्याच्या मुलांनी त्यांची पहिली कामगिरी केली. त्यांचं टारगेट होतं, बांद्र्यामधील हिल रोड जवळच्या एका इमारतीतील तिसऱ्या मजल्यावर राहणारी व्यक्ती. शमसुल तिथे त्या घरातल्या मुलीच्या नावे आलेलं पार्सल द्यायला गेलेला होता. ती मुलगी म्हणजे एका जाहिरात कंपनीतली तीस वर्षांची एक एक्झिक्युटिव्ह बाई होती. दिवसा तिचे आई-वडील घरी होते. वडील अगदी कृश होते आणि त्यांना दम्याचा खूप त्रास होता. त्या मुलीच्या आईने, खास टेलरकडून शिवून घेतलेला कुरियर कंपनीचा युनिफॉर्म घातलेल्या बाझीलला बघून अपार्टमेंटचं दार उघडलं होतं. बाझीलने एक मोठं ब्राऊन पार्सल पुढे केलं. फराज आणि आदिल जिन्यात वाट बघत होते. आदिलने इमारतीच्या वॉचमनला सांगितलं की, तो इलेक्ट्रिशियन होता आणि फराज त्याचा मदतनीस होता. त्या म्हाताऱ्या बाईने दरवाजा उघडला आणि शमसुलने तिला ते पार्सल देऊन सही करण्यासाठी कागद पुढे

केला. नंतर आदिल तिच्या बाजूला आला आणि त्याने चॉपर काढला. त्यांनी तिला आत ढकललं आणि तिच्या नवऱ्याला झोपेतून उठवलं. फराजने इलेक्ट्रिशियनच्या पिशवीतून एक जाड दोर काढून आदिलकडे दिला. आदिलने त्या दोघा म्हाताऱ्यांना खुर्चीला बांधलं आणि मग तो त्यांच्याशी बोलला, ''माताजी, काळजी करू नका. काही होणार नाही. मी तुमची काळजी घेतो. आवाज नको, त्रास नको. मी तुमची काळजी घेईन.'' त्याने मुलांना सांगितलं होतं की, हिंसेची धमकी प्रत्यक्षात हिंसा करण्यापेक्षा जास्त प्रभावी असते. 'दहशत तुम्हाला ताकद देते,' तो म्हणाला होता. त्यांचे चॉपर त्यांना फक्त प्रत्येकी एकोणीस रुपयांना पडले होते; पण ते खूप प्रभावी होते. आदिलने त्यातला एक चॉपर माताजी आणि पापाजींच्या समोर टेबलावर ठेवला आणि म्हणाला, ''बघा, जर तुम्ही चांगले वागाल, तर मला माझा पत्रा वापरावा लागणार नाही. आम्हाला फक्त वीस मिनिटं द्या आणि आम्ही गेलेले असू.''

आदिलने आधी शमसुलला खाली पाठवलं. त्याच्या कुरियरच्या बॅगमध्ये सगळे दागिने भरलेले होते. मोजून वीस मिनिटांत तो आणि फराज रोकड घेऊन गेले. त्यात भारतीय रुपये आणि अनपेक्षितपणे गोदरेजच्या कपाटात मागच्या बाजूला सापडलेले डॉलर्सही होते. फराजला जाण्यापूर्वी त्या म्हाताऱ्या जोडप्याला ठार करायचं होतं. ''त्यांनी आपले चेहरे पाहिले आहेत, त्यांना मारलं तर आपण सुरक्षित असू,'' तो म्हणाला. आदिलने त्याला डोक्याला धरून ओढलं आणि दरवाजाकडे ढकललं. तो पुन्हा माताजींशी हळुवारपणे बोलला आणि नंतर तिच्या आणि पापाजींच्या तोंडात बोळे कोंबले.

''विसरू नका, तुमची मुलगी कुठे काम करते, हे आम्हाला चांगलंच ठाऊक आहे. गप्प बसा,'' त्याला ती कुठे काम करते याची कल्पनाही नव्हती; पण त्याला खात्री होती की, असं बोलल्याने ते तो आणि फराज खाली उतरून वॉचमन आणि रस्ता हे दोन्ही ओलांडून जाईपर्यंत गप्प बसतील आणि तसंच झालं. ते सगळे सुरक्षितपणे बाहेर पडले आणि कोणताही आवाज झाला नाही... कोणाला ठार मारावं लागलं नाही.

मुलांना जो ऐवज सापडला त्याचा खूप आनंद झाला. सगळं मिळून साठ-सत्तर हजार रुपये रोख आणि दोनशे डॉलर्स आणि दागिने असं होतं. शमसुलला अशा वस्तू घेणारा एक जण माहीत होता. त्याने सगळा व्यवहार ठरवला. त्यांनी दागिने त्याच दिवशी एक लाख चाळीस हजार रुपयांना विकले. डॉलर्स लहान रकमेच्या नोटा होत्या, एक, पाच, दहा अशा, त्यामुळे त्यांना त्याचे कमी पैसे मिळाले, तरीही मुलांनी आजवर इतकी रोख रक्कम कधीच पाहिलेली नव्हती, तीदेखील एकत्र एका ठिकाणी आणि त्यांच्या हातात. ते अचानक राजे झाले होते. आदिलने त्यांना काळजी घेण्यास, सावध राहण्यास बजावलं. अचानक खूप रोकड, नवीन कपडे, गॉगल आणि नवीन शूजमुळे लोकांचं त्यांच्याकडे लक्ष जाईल आणि एखादा स्थानिक बीटवाला कॉन्स्टेबल चक्कर टाकेल. त्यांनी मान्य केलं की, ते सावध राहतील; पण आदिलला दिसलं की, नवीन खेळणी मिळाली की मुलं वचन देतात; पण पाळू शकत नाहीत. दुसऱ्या दिवशी पुन्हा त्याने आपला ठिकाणा बदलला आणि तो नवनगरच्या दुसऱ्या टोकाला एका खोलीत राहायला गेला. त्याच्या खोलीला मऊ फरशी होती, जी त्याच्या आधीच्या भाडेकरूने घालून घेतली होती आणि पाण्याचा नळदेखील होता. त्याने मुलांना त्याला भेटायला यायला मनाई केली होती आणि तो कटाक्षाने त्यांना वस्तीच्या बाहेरच भेटला. त्यांनी सुरुवातील थोडी कुरकुर केली आणि खास करून बाझीलने; पण आदिलने त्यांना समजावून सांगितलं की, 'जर तुम्हाला काम करत राहायचं असेल, तर

तुम्ही अदृश्य राहायला शिकलं पाहिजे, अगदी समुद्रातल्या माशांसारखं आणि जर तुम्हाला माझ्याबरोबर काम करायचं असेल, तर मी जे सांगतो तेवढंच करा.' मुलांना काम करायचं होतं. त्यांचे खिसे आता भरलेले असले, तरी त्यांना अजून पैसे हवेच होते.

आदिलला फार नको होतं. त्याला त्याची खोली होती. तो स्वतःचं जेवण स्वतः करायचा आणि रोज दिवसभरात तो दोन कप अगदी गोड चहा प्यायचा. पुस्तकांच्या शिवाय त्याच्या आयुष्यातलं सुख इतकंच मर्यादित होतं. तो दिवसभर झूलॉजी वाचत असायचा. त्याची पुस्तकं म्हणजे युनिव्हर्सिटीच्या अभ्यासक्रमातली सेकंड हँड पुस्तकं असायची. बहुतेक करून ती फूटपाथवर विकत घेतलेली असायची. त्याला अजूनही किती सगळं वाचलेलं आठवत होतं, हे पाहूनच त्याला स्वतःचं आश्चर्य वाटलं. त्याच्या वाचनात कोणतीही दिशा किंवा उद्देश असा नव्हता, फक्त त्यामुळे जे सुख लाभत होतं, तीच एकमेव गोष्ट होती. फायलमच्या जाती बघणे, एका दिशेने त्यांची रचना बघणे आणि मागे वळणे यामुळे अर्थ लागत होता. राजकारणाची आवश्यकता नव्हती, तर आदिल असा जगत होता, शांतपणे जगत होता आणि दर महिन्याला तो आणि त्याची मुलं मिळून एकेक कामगिरी करत होती. शमसुलला अजून काहीतरी करायचं होतं; पण आदिलने त्याला थोडा संयम राखायला सांगितला आणि थोडी लपवाछपवी करायला सांगितली. मुलांना फक्त आता त्यांच्या खोल्या पुन्हा नव्याने बांधायच्या नव्हत्या, तर आयांसाठी नवीन शेगड्या घ्यायच्या होत्या, त्यांना कारची स्वप्नं पडत होती; पण किमान त्या क्षणी तरी त्यांनी आदिलचं म्हणणं ऐकलं. महिन्याला एकच चांगली कामगिरी, चांगल्या माहितीवर आधारित अत्यंत काळजीपूर्वक निवडलेलं टार्गेट यामुळे त्यांना पुरेसं समाधान मिळत होतं. सात महिने त्यांनी काम केलं. आदिल आता कधी कधी झूलॉजीशी संबंधित केमिस्ट्रीही वाचत होता. त्याने प्राणी आणि पेशींवरची अनेक पुस्तकं वाचून काढली होती आणि आता त्याला गोष्टी नवीन काही बनवण्यासाठी एकमेकांच्यासोबत क्रिया कशा करतात हे जाणून घ्यायचं होतं. विविध घटक एकत्र येताना पाहण्यातही मजा असते, ज्यातून ते उष्णता, आग आणि जीवन तयार करतात. त्याला लक्षात आलं की, या क्रियांमध्ये खूप मोठा उद्देश असा काहीच नव्हता. त्या घडल्या, इतकंच. याचं त्याच्या आताच्या आयुष्याशी खूपच साधर्म्य होतं. त्याने अनेकदा आत्महत्या करण्याचा विचार केला, अगदी पद्धतशीर विचार केला होता; पण त्याला असं जाणवलं होतं की, त्याला जगायचं होतं. का, ते त्याला नीटसं माहीत नव्हतं. चहाचा गोडवा आणि गोष्टींचा दुःखशामक उपाय याव्यतिरिक्त काहीच नव्हतं. कदाचित, असंच जगण्याची इच्छा होण्याचं कारणही तितकं साधंसोपं असेल असं त्याला वाटलं. एका विषाणूला पुनरुत्पादन करावसं वाटतं आणि एक कीटक धोक्यापासून दूर पळतो म्हणून आदिलला जगायचं होतं.

तर असा आदिल जगत होता, अगदी शांत आणि कोणाच्या दृष्टिआड. तो त्याची एक डोकेदुखी सोडली, तर बाकी समाधानी होता. त्याला आश्चर्य वाटत होतं की, त्याला कॅम्पसची गजबज नसली तरी आता एकटं वाटत नव्हतं. पुस्तकांचा बऱ्यापैकी आधार होता. त्याला स्वतःबाबत एक प्रकारचा नाजूकपणा जाणवत होता, त्याच्या लवकर परिपक्व झालेल्या शरीराबद्दल म्हणून कधी कधी तो स्वतःला थोडा ऐशआराम द्यायचा. नवीन गादी, दोन चादरी, शाम्पूची बाटली असा. त्याने भविष्याची फारशी चिंता केली नाही, जरी त्याला मुंबईमध्ये मिळालेल्या या सहजतेच्या आत कुठेतरी एक संकट घोंगावत आहे, याची जाणीव होत होती. त्याला त्याची खात्री होती; पण जेव्हा अखेरीस ते संकट आलं, तेव्हा ते अगदीच त्याला

कल्पना नव्हती इतक्या जवळून आलं. त्याला वाटलं, मुलं आता स्थिरस्थावर झाली होती. कामगिरी करताना ती आता पूर्वीसारखी भयभीत होत नसत. ती अगदी व्यावसायिकपणे आणि सावधानतेने वागत. सुरुवातीलाच कपडे, टीव्ही, बायका अशा गोष्टींवर भरपूर पैसा खर्चून झाल्यावर, शमसुल, बाझील आणि फराज आता सावध धंदेवाईक झाले होते. आता त्यांनी आपला पैसा त्यांच्या भावंडांनी, मावश्या-काकूंनी चालवलेल्या छोट्या छोट्या उद्योगात गुंतवला होता आणि त्याबदल्यात मोठा परतावा घेत होते. त्या सगळ्यांचं वजन वाढलं होतं आणि आता ते सुखवस्तू दिसत होते. आदिलला आता विश्वास वाटू लागला होता की, त्याने नशिबानेच चांगली, विश्वासार्ह टीम जमवली होती. मुलं आपापसात मित्र होती, एकमेकांशी त्यांच्या हेतू, अनुभव आणि धोका यांमुळे बांधील होती.

यानंतर फराज आणि बाझीलने शमसुलचा खून केला.

बाझीलने दार वाजवलं, तेव्हा आदिल त्याच्या खोलीत दुपारी झोपला होता. बाझीलच्या घाईघाईने दार बडवण्यामुळे आदिल त्याच्या लहानपणीच्या स्वप्नातून खडबडून जागा झाला. स्वप्नात त्याला तो टेकडीवर चालत असल्याचं आणि संध्याकाळच्या धूसर प्रकाशात छोट्या झोपड्यांची छतं तरंगत असताना दिसत होती. जेव्हा तो जागा झाला, त्याचा हात त्याच्या चॉपरवर गेला.

''भाई,'' बाझील म्हणाला, ''भाई?''

आदिलने दार उघडलं, तर बाझील भिंतीला टेकून कापत उभा होता. त्याच्या अंगावर रक्ताचे शिंतोडे उडालेले होते. आदिलने त्याला आत ओढलं आणि म्हणाला, ''काय?''

बाझीलने त्याला घडलेली हकिकत सांगितली. अनेक आठवडे, खरंतर महिनेच, त्याला आणि फराजला शमसुलवर, शमसुल आणि त्याचे त्या चोरीचा माल खरेदी करणाऱ्या माणसाचे व्यवहार यावरून संशय होता. शमसुल नेहमीच खरेदी-विक्री स्वतः करायचा आणि कोणत्या वस्तूसाठी किती पैसे दिले वगैरे सांगायचा नाही. खरेदीदरम्यान विकत घेणारा काय म्हणाला तेही सांगायचा नाही किंवा अगदी कोणती वस्तू सहज खपवणे शक्य आहे, याबाबत खरेदी करणारा काही म्हणाला का तेही सांगत नसे. हे सगळं खूप विचित्र होतं. बाझील आणि फराजने अनेक महिने त्याच्यावर लक्ष ठेवलं आणि त्यांच्या लक्षात आलं की, शमसुल त्यांच्यापेक्षा जास्त पैसे कमावत होता. हो, जास्त कमावत होता, त्या दोघांचे मिळून एकत्र केले तरी त्याहून जास्त. फराजने एकदा गमतीत शमसुलला विचारलं होतं की, त्याने बाकीच्यांपेक्षा जास्त बचत केली होती का? पण शमसुलने नेहमीच याचे उत्तर टाळले. त्याने कधी स्वतःची बाजू मांडायचाही प्रयत्न केला नाही, ज्यामुळे फराजचा संशय अजूनच बळावला. मागच्या आठवड्यात शमसुलने दुसरं घर विकत घेतलं होतं. अगदी चार खोल्या आणि दुप्पट आकाराची पाण्याची टाकी असलेलं. त्या हरामखोराने या खरेदीबाबत त्यांना सांगितलंही नव्हतं; पण बाझीलला ती गोष्ट कळलीच. कारण, त्याची आई कधी कधी त्या बिल्डरच्या बायकोकडे एम्ब्रॉयडरीचं काम करायची. बाझीलने फराजला सांगितलं आणि फराजला खूप राग आला. फराजने एक प्लान केला. शमसुलला त्यांनी दारू पाजायची आणि नंतर त्याला नाल्याजवळ न्यायचं. पाण्याच्या पाइप्सच्या मागे नेऊन त्याला सरळ सरळ विचारायचं. जर गरज पडली तर धमकी द्यायची; पण नक्की काय चाललं आहे ते शोधून काढायचंच. बास झालं आता. बाझील तयारीनेच यायचं होतं म्हणून त्याने शमसुलला बोलावलं, अगदी सहजपणे त्याला विलायती रम प्यायला बोलावलं.

तो अर्थातच उत्सुक होता. शमसुलला दारू प्यायची आवड होती आणि थोडी रम पोटात गेल्यावर तो भावनिक होऊन गाणी म्हणायचा; पण या वेळी सुरुवातीपासूनच त्यांचं दारू प्यायला बसणं अवघडल्यासारखं वाटत होतं. त्याने त्या दोघांना नवीन खोलीत आत बोलावल्यापासूनच फराज ताणामुळे थरथरत होता. त्याने अंडी उकडून त्याला मीठ, मिरेपूड लावून ठेवली होतीत आणि प्लेट भरून तंगडी ठेवल्या होत्या. त्याने ते दोघं आल्या आल्या मोठे मोठे ग्लास भरले. सगळं झाल्यावर त्यांचं मोठमोठ्याने बोलणं, अश्लील विनोद सुरू झाले आणि संतापही. शमसुल गाणी म्हणायला लागला; पण त्याला अजून तंगडी हवी होती. फराजने त्याला सांगितलं की, तुझ्या खाण्याचे पैसे तू दे, तुझ्याकडे खूप पैसा आहे. शमसुलने ही गोष्ट हसण्यावारी नेली आणि थोडा वेळ तो आणि बाझील मुलींच्या बद्दल बोलत होते. ते राणी मुखर्जी, झोया, झीनत अमान यांच्याबद्दल बोलले आणि मग शमसुलने फराजच्या धाकट्या बहिणीचा उल्लेख केला, जिचं नाव झीनत होतं आणि ती सत्तरच्या दशकातल्या झीनतसारखी दिसते, असं वस्तीमध्ये म्हणायचे. त्याने हे अगदी निरागसपणे म्हटलं होतं. फराज इतका वेळ कोपऱ्यात ग्लासवर ग्लास रिचवत बसला होता. तो म्हणाला, ''हरामखोर, तू आमचे पैसे घेतले आहेस.'' बाझीलला आता जाणीव झाली की, त्याला आता दारू चढली होती, कदाचित शमसूलपेक्षाही थोडी जास्तच. त्याने उभं राहायचा प्रयत्न केला, फराजसमोर येऊन त्याला त्यांच्या प्लॅनची आठवण करून द्यायचा प्रयत्न केला आणि नाल्याकडे जायची आठवण करून दिली; पण आता खूपच उशीर झाला होता. फराज आणि शमसुल दोघं एकमेकांना भिडले होते. नंतर फराज त्याच्यावर ओरडू लागला ते पाहून बाझीलच्या अंगावर काटा आला, ज्याने काहीच केलं नव्हतं आणि काही फारसं बोललाही नव्हता. शमसुलने कबूल करायला नकार दिला आणि फराजने बेडमागून चॉपर बाहेर काढला आणि बाझीलने आपल्या चॉपरला हात घातला. शमसुल त्यांचा प्रतिकार करत होता, दोघांशी हातांनी लढत होता, खोलीतून बाहेर जायचा प्रयत्न करत होता. आता त्याच्या छातीवर रक्त दिसत होतं. नंतर तो गल्लीतून पळत होता आणि त्यांनी पुन्हा त्याला पाडलं, पुन्हा वार केले. त्याने कोणाच्या तरी घरात घुसण्याचा प्रयत्न केला. कदाचित त्याला ते आपलंच घर आहे, असं वाटलं असावं. त्यांनी त्याला पुन्हा मारलं आणि आता मात्र तो पडला. त्याचा खेळ संपला होता.

आदिलने बाझीलच्या चेहऱ्यावरून ओघळणारे अश्रू पुसले, त्याला स्वच्छ शर्ट दिला आणि त्याला बाहेर घालवलं. तो म्हणाला, ''जा, पळ;'' पण बाझील एखाद्या आंधळ्या हताश बैलासारखा गल्लीतच उभा राहिला आणि आदिलला त्याला सूचना द्याव्या लागल्या की, घरी जा, पैसे घे, बाहेर पड, दूर एखादे लॉज शोध आणि तिकडेच राहा. आपण सोमवारी एक वाजता अंधेरी इस्टला महाराजा हॉटेलमध्ये भेटू या. काय करायचं हे सांगितल्यावर बाझील हलला आणि गेला. आदिलने स्वतःची खोली आवरली. त्याने रोकड घेतली, दोन शर्ट घेतले, दोन पायजमे आणि शूज घेतले. दहा मिनिटांतच तो बाहेर पडला आणि अगदी काही न झाल्याप्रमाणे चालू लागला, मागे न पाहता.

आदिल त्या रात्री दादर स्टेशनजवळ एका लॉजमध्ये राहिला आणि नंतर दुसरे दिवशी माहिमला राहिला. रविवारी महाराजा हॉटेलमध्ये जाण्याची त्याची अजिबात इच्छा नव्हती आणि त्याला माहीत होतं की, त्याने आता मुंबई सोडून गेलं पाहिजे; पण कुठे जायचं? इतरही शहरं होती, जिथे माणसांची प्रचंड गर्दी होती, ज्यात तो हरवून गेला असता; पण तो मुंबईमध्ये

होता आणि तिने त्याला सामावून घेतलं होतं. पुन्हा एकदा स्वतःला या चक्रात ढकलायला नको वाटत होतं. पुन्हा नवीन ठिकाणी प्रवास, नवीन भाषा आणि नवीन लोक. हे त्याचं घर होतं, तो इथे होता. हे ठरलेलं होतं. दोन दिवसांत त्याने फिल्मसिटीजवळ खोली घेतली आणि नंतर रविवारी तो महाराजा हॉटेललासुद्धा गेला. कदाचित, हीच चूक झाली असावी; पण ही मुलंच आता त्याची टीम होती. त्यांनी त्याचा उदरनिर्वाह सुरू केला होता. नवीन मुलं शोधणं म्हणजे मोठं काम होतं आणि त्याला वेळ लागला असता. महिनाअखेरही जवळ आला होता, दुसरी कामगिरी करण्याची वेळ आली होती म्हणून त्याने महाराजा हॉटेलजवळ एक कोपरा शोधला. तो नजर ठेवून उभा होता. फराज आणि बाझील एका रिक्षातून आले. ते आत गेले, आदिल वाट बघत होता. त्याला त्याच्या प्रशिक्षकांनी संयम राखायला शिकवलं होतं आणि नंतर त्याने केलेल्या इतक्या सगळ्या हल्ल्यानीही. एक तास झाला, मग अजून एक. पोलीसवाले घुटमळताना दिसले नाहीत; पण तरीही आदिल थांबून राहिला.

तीन वाजून गेल्यावर फराज आणि बाझील हॉटेलच्या पायऱ्या उतरताना दिसले. त्यांच्या चेहऱ्यावर नाराजी दिसत होती. ते रस्त्यावरून जाऊ लागले आणि आदिलने त्यांचा पाठलाग केला. त्याने त्यांना खूप पुढे जाऊ दिलं आणि मग तो रस्त्याच्या दुसऱ्या बाजूला जाऊन पुन्हा थांबला. त्याला अजून तरी कोणी पोलिसवाले दिसत नव्हते; पण फराजचा हात बाझीलच्या खांद्यावर होता आणि बाझील रडतोय, असं वाटत होतं. आदिल त्यांच्याकडे आला आणि त्याने बाझीलला कोपराला धरून ओढलं आणि म्हणाला, ''गप्प बस आणि चालत राहा.''

आदिल त्यांना रस्त्याच्या मधोमध असलेल्या ट्रॅफिक सर्कल जवळच्या छोट्या बागेत घेऊन गेला. तिथे त्या सर्कलमध्ये एकच झाड होतं आणि ते तिघं त्या झाडाखाली मांडी घालून बसले. मुलं अवघडल्यासारखी बसली होती, पाय एकावर एक घेऊन आणि सारखी मांडी बदलत होती. आदिलने त्यांना उन्हात घाम येऊ दिला आणि त्यांना सांगितलं की, ती दोघं मूर्ख होती. त्याने त्यांना बोलूच दिलं नाही आणि त्यांनी जे केलं होतं, त्यासाठी काही कारणंही देऊ नयेत, असं सांगितलं. त्यांनी त्याला आणि त्यांच्या सगळ्या टीमला संकटात टाकलं होतं. त्यांचं वागणं इतकं बेजबाबदारपणाचं होतं आणि दारू पिणं तर धर्माविरुद्ध. त्यांना त्याने आजवर ताकद वापरण्याबद्दल जे काही शिकवलं होतं, ते त्यांच्या डोक्यातच घुसलं नव्हतं.

बाझील पुन्हा रडायला लागला. फराजने आवंढा गिळला आणि म्हणाला, ''मला माहीत आहे की, ते चूक होतं.'' आदिलने आता त्यांना बोलू दिलं आणि त्यांच्याकडून ते पुन्हा दारूला स्पर्श करणार नाहीत, असं वचन घेतलं. नंतर त्याने त्यांना गाड्यांच्या रांगांमधून सर्कलपासून बाहेर काढलं आणि दोघांनाही कलिंगडाचा रस पाजला. त्यांनी पुढच्या कामगिरीबद्दल चर्चा केली. आजवर शमसुल त्यांच्यासाठी गुप्त माहिती आणत होता, ज्याच्यावर लोक त्याच्या मऊ बोलण्यामुळे आणि कृश शरीरामुळे विश्वास ठेवत. घरी असणारे लोक, चौकीदार वगैरेना तो निरुपद्रवी वाटत असे आणि ते त्याच्याशी बोलत. आता त्यांची टीम थोडी लंगडी झाली होती; पण आता काही पर्याय नव्हता आणि हे स्वीकारलं पाहिजे होतं. एक आठवड्यातच त्यांनी पुढचं टार्गेट शोधलं आणि योजनाही आखली. या वेळी कामगिरीचा पत्ता बाझीलकडून आला, तो पत्ता सहार एअरपोर्टजवळ राहणाऱ्या एका कुटुंबाचा होता. त्यांचा एक मुलगा दुबईमध्ये काम करत होता, जो त्यांना सारखी पार्सल पाठवायचा. आदिलने कामगिरी चार दिवस उशिरा करायची ठरवली, जेणेकरून त्यांच्याकडे

योग्य माहिती असेल. ते त्या भागात हिंडले, इमारतीच्या परिसरात आत शिरले आणि बाहेर आले. कामगिरी अगदी सुरळीत पार पडली. मुलंही शांत होती. त्यांनी साठ हजारांची रोकड आणि सोन्याचे दागिने, ज्यात बिस्किटंही होती... लांबवले. दुबईचा मुलगा त्याच्या बहिणीच्या लग्नाची तयारी करत होता. आदिल खूश झाला.

फराजला एक विश्वासू माल घेणारा शोधायला सांगितलं होतं आणि त्याने तुलसी पाइप रोडजवळ एक जण शोधला होता. त्याने फोनवर त्याच्याशी संपर्क साधला होता आणि व्यवस्था केली होती. आता ते माल द्यायला निघाले होते. आदिलने ठरवलं होतं की, पुढे भविष्यात काही गैरसमज होऊ नयेत म्हणून त्यांनी सगळ्यांनीच जायचं. ते रेल्वे ट्रॅकच्या बाजूने चालत होते, बाजूने बांधलेल्या झोपड्यांना ओलांडून पुढे जात होते. मीटिंग संध्याकाळी उशिराची ठरली होती; पण आदिलला डोकेदुखीने घेरलं होतं आणि त्याला पाठीतून कळा येत होत्या. त्याच्या डोळ्यावर येणाऱ्या आगीच्या ज्वाळांच्या पलीकडचे तो पाहू शकत नव्हता. अगदी आताही, जेव्हा मध्यरात्र झाली होती, तेव्हा त्याला बरं वाटलं होतं. रस्त्यावरचे दिवे केशरी प्रकाशात जळत होते. बाजूने एक ट्रेन सुसाट गेली आणि तिघेही त्यामुळे हलले आणि अंधारात एकमेकांना धरून उभे राहिले. ट्रेनच्या आवाजाने आदिलच्या कानात कळा आल्या. मुलं गप्प होती, चिंताग्रस्त होती आणि त्याच्या दोन्ही बाजूंनी चालत होती.

आदिलला पुन्हा वेदनांमुळे जिवंत वाटू लागलं. जमिनीतून येणाऱ्या करकर आवाजामुळे त्याला जुनं काहीतरी आठवलं, काहीतरी त्याच्या मनात आलं आणि झरकन निघून गेलं. जमीन श्वास घेत होती, त्याला ते जाणवत होतं.

मागून आणि पुढून कोणीतरी ओरडलं आणि ते खूपच मोठ्याने होतं. आदिलच्या तोंडावर उजेडाचा झोत आला आणि त्याबरोबरच कोणीतरी म्हणालं, 'पोलीस.' आदिल डावीकडे वळला आणि खाली झुकत पळाला. त्याच्या पुढेही काही जण होते. त्याच्या उजव्या खांद्याच्या बाजूला एक पत्र्याची झोपडी होती आणि त्याचं दार बंद होतं. त्याच्या पुढच्या झोपडीच्या आधी मोकळी जागा होती. आदिल त्या बोळीत घुसला आणि कुंपणाच्या तारांपाशी गेला. ट्रॅक दुसऱ्या बाजूला होते; पण ते कुंपण बऱ्यापैकी उंच होतं. आदिल तिथे पोहोचला आणि त्याचा हात लोखंडावरून निसटला. तो वळला. त्याचा चॉपर त्याच्या हातात होता.

''फेक भेन्चोद, फेक तो.''

पोलीसवाल्याकडे पिस्तुल होतं. आदिलला पिस्तुलाची नळी दिसत होती, त्याच्यावर असलेली रेघही आणि त्यामागे असणाऱ्या माणसाचे रुंद खांदेही. त्याने चॉपर रस्त्यावर खाली टाकला. एक लहान टण आवाज झाला. पोलीसवाला वाट बघत होता आणि त्याच्या पिस्तुलाची नळी किंचित खाली झुकली. आदिलने एक खोल श्वास घेतला आणि त्याच्या मनात एक विचित्र विचार आला की, ते जर असेच राहू शकले तर तो तिथे आणि हा इथे, शांततेत; पण त्याच्या हाताला सुरा लागलाच होता, त्याने तो उघडला आणि मग त्याच्या शरीराची हालचाल झाली. आदिल त्याच्यापाशी गेला आणि त्याने त्याला शिकवल्याप्रमाणे केलं, जसं तो शिकला होता, त्याने जसा सराव केला होता, तसं.

आदिल पळत गेला. पोलिसवाले त्याच्या मागे गेले आणि तो पळत होता. त्याच्याकडे अजूनही हातात सुरा होता आणि त्याला जाऊ द्यायचं होतं; पण तो देऊ शकत नव्हता. तो पळाला. नंतर त्याची काही हालचाल होत नव्हती. त्याने डोळे मिटले, उघडले. त्याला लक्षात आलं की, तो जमिनीवर पडला होता, चेहरा खाली वळला होता. रस्त्याचा पृष्ठभाग त्याच्यापासून

वळला होता, पाण्याचा एक ओघळ चमकला. कोणतीही वेदना नाही; पण त्याला खूप हळुवार वाटलं आणि स्वप्नाळूही. मग त्याला लक्षात आलं की, तो मरत होता. त्याला मरणाची भीती नव्हती, अजिबातच नाही; पण त्याला खूप दुःख झालं, का ते माहीत नाही किंवा कशासाठी तेही माहीत नाही. त्याला आश्चर्य वाटलं आणि तो थांबला. तो मेला होता.

II

शर्मीनने खूप प्रामाणिकपणे तिच्या हिरोची बाजू घेतली. ''आयेशा अकबानी, तुझा प्रॉब्लेम काय आहे माहीत आहे का?'' ती तिच्या मैत्रिणीला म्हणाली, ''की तू तुझं मत दर पाच मिनिटांनी बदलतेस. एक दिवस चंद्रचूड सिंग तुझ्यासाठी सर्वस्व असतो आणि एक आठवड्याने तो तुझ्या खिडकीखाली अगदी गुलाब घेऊन उभा राहिला तरी तू त्याच्याकडे ढुंकून बघणार नाहीस. तुला तू कोण आहेस माहीत आहे? तू एक चंचल मुलगी आहेस.'' शर्मीनने इतक्यातच 'चंचल' हा शब्द तिच्या आठवीच्या पुस्तकात कुठेतरी वाचला होता आणि तिने तो खूप समाधानाने वापरला.

आयेशाने तिचं सुंदर नाक काहीसं वाकडं करत हाताने चंद्रचूड सिंगबद्दलचं बोलणं मोडीत काढलं. ''शर्मीन खान, जर ही गोष्ट एक आठवडा, एक महिन्याची असती, तर ठीक होतं. तुझं बोलणं ठीक होतं; पण हा माणूस संपला आहे. माचीस नंतर एकही चांगला सिनेमा नाही. ओके, कदाचित एखाद दुसरा असेल आणि हे फक्त फिल्म्सबद्दल नाहीयेच. मी तुला सांगते ना, मला तो अजिबात आवडत नाही.''

शर्मीन आणि आयेशा शर्मीनच्या बेथेस्डामधल्या तिच्या घरातल्या दुसऱ्या मजल्यावरच्या बेडरूममध्ये तिच्या पलंगावर आडव्या पडल्या होत्या. शर्मीनला तिच्या खिडकीतून दिसणारा मेरिलँड कंट्रीसाईडचा उतार खूप आवडायचा, ज्यामुळे एक मध्यम आकाराचा ओक वृक्ष तिला दरीवर झुकलेला आहे, असं वाटायचं. ज्या दरीला आयेशा फक्त 'थोडा उतार' असं म्हणायची. आयेशा कधी कधी मुद्दाम रागावल्यासारखं करत वाद घालायचा म्हणून घालायची; पण शर्मीनला ती तशीही आवडायची. दोन वर्षांपूर्वी शर्मीन अमेरिकेत आल्यापासून ती तिची मैत्रीण होती, तेव्हा अजून ती तिच्या अर्ध्या पंजाबी अर्ध्या लंडनच्या एक्सेंटमध्ये ती 'अम्रिका' म्हणायची. आयेशा, जी तेव्हा अजून इतकी सुंदर नव्हती, तिला हिच्याबद्दल खूप सहानुभूती होती. ती खूप मायाळू होती आणि आता जेव्हा ती तारुण्याने मुसमुसली होती, अगदी आठवीत असूनही, ती अजूनही शर्मीनला चिकटून होती. त्या दोघी जीवश्चकंठश्च मैत्रिणी होत्या आणि त्यांना वेगळं करणं अशक्य होतं. आयेशाला आपल्याला रोमान्स वगैरे आवडत नाही, असं दाखवायला खूप आवडायचं म्हणून ती शर्मीनच्या खिडकीतून दिसणारा नजारा खूप नाट्यमय असला, खास करून आता जानेवारीच्या बर्फाने आच्छादलेला असताना, तरी मान्य करायची नाही. तिथे तो ओक वृक्ष होता, एक दरी होती आणि एक लांब मैदान होतं, ज्याच्या टोकाला खूप झुडपं होती. पौर्णिमेच्या रात्री ते सगळं चांदण्यात चमचम करायचं आणि जंगल असल्यासारखं वाटायचं. शर्मीन झोपेत, अर्ध्या मिटल्या डोळ्यांनी चंद्रचूड सिंग एका पांढऱ्या घोड्यावर बसून काटेरी झुडपांवरून आणि दरीतून वर येतो आहे, असं स्वप्न बघायची.

''तू पुन्हा स्वप्न बघत आहेस,'' आयेशा म्हणाली आणि तिने शर्मीनच्या दंडाला चिमटा काढला.

शर्मीनने तिला उलट चिमटा काढला आणि म्हणाली, ''पान उलट.'' त्या दोघी फुलाफुलांच्या बेड्शीटवर, तोंड उशीपासून दूर करून हनुवटी पलंगाच्या टोकावर टेकवून पालथ्या पडल्या होत्या. त्यांच्यासमोर खाली जमिनीवर 'स्टारडस्ट'चा नवीन अंक उघडलेला होता; जिन्यावर काही हालचाल जाणवली, तर तो अंक लगेच पलंगाखाली सरकवता आला असता. शर्मीनच्या आई-वडिलांची ती काय वाचते, याबाबत थोडी शिस्त होती आणि या घरात 'स्टारडस्ट' वाचायला परवानगी नव्हती; पण त्याचं नावसुद्धा कधी घेतलं गेलं नव्हतं. खासकरून शर्मीनचे वडील, तिने काय वाचावं याबाबत लहानपणापासून आग्रही होते आणि तिचे विचार आणि कुटुंबाची लाजलज्जा सांभाळली जावी, याबाबत त्यांची शिस्त होती. त्यांचं नाव शाहीद खान होतं, ते कर्नल होते. त्यांची पोस्टिंग लंडनमध्ये होतं आणि ते जगभर हिंडत; पण ते त्यांच्या नमाजाबाबत आणि इतर गोष्टी पाळण्याबाबत कधी ढिलाई करत नसत. त्यांच्या मित्रमंडळीमध्ये आणि सहकाऱ्यांमध्ये ते धार्मिकता आणि साध्या राहणीमानासाठी ओळखले जायचे म्हणून शर्मीन पाकिस्तानी सिनेमे, नट यांच्याबद्दल बोलत नसे; पण शर्मीन आणि आयेशा तसंही 'स्टारडस्ट' वाचत. त्यांना पाकिस्तानी टॅलेंट नूर आणि झारा शेखबद्दल थोडाच रस होता; पण त्यांना भारतीय सिनेमांची खूप आवड होती. चंद्रचूड सिंगवरील तीन पानी लेख, त्यात रंगीत फोटोही होते, यामुळे त्यांच्यात नुकताच किरकोळ वाद झाला होता. मागच्या वेळीही तो असाच झाला होता आणि त्याच्या मागच्या वेळीही तसाच. शर्मीन नेहमीच चंद्रचूड सिंगवरच्या तिच्या निष्ठेबाबत ठाम होती, तिने आयेशाने त्याला कितीही नावं ठेवली तरी त्याची बाजू घेत असे आणि अखेर त्याच्या स्वप्नराज्यात हरवून जात असे. जोवर आयेशा तिला चिमटा काढून तिची तंद्री मोडत नसे, तोवर ती स्वप्नातच रमत असे. आयेशाने पान उलटलं आणि आता दोघी झोया मिर्झाच्या दोन पानांवर पसरलेला फोटोकडे पाहत होत्या.

''वॉव, किती सुंदर आहे ती,'' आयेशा म्हणाली.

ती होतीच, यात वादच नव्हता. ती एका लाल दिवाणावर पहुडली होती, तिने लाल रंगाचा सॅटीनचा मिनीड्रेस घातला होता आणि तिचे लांबसडक सोनेरी उघडे पाय दिसत होते. तिची छाती खोल गळ्याला घट्ट रुतली होती. शर्मीन म्हणाली, ''अं...'' तिला झोया मिर्झाचं खूप कौतुक होतं. तिला झोयाची उंची आवडायची आणि तिच्या काही भूमिकाही, ज्या तिने खूप उत्तम केल्या होत्या. जसं की, तिने तिच्या दुसऱ्या सिनेमात, आज का कानूनमध्ये तिने केलेली वकिलाची भूमिका आवडली होती; पण तिला वाटायचं की, मुसलमान असून ती असं अंगप्रदर्शन करते हे चांगलं नव्हतं, त्यामुळे तिला थोडं अवघडल्यासारखं वाटायचं. एक काळ होता, जेव्हा तिला हे असं करणं म्हणजे खूपच वाईट गोष्ट आहे, असं वाटलं असतं आणि ती अम्मी-अब्बा यांच्याशी पूर्ण सहमत झाली असती; पण तिने आयेशासोबत बराच काळ घालवला होता आणि आयेशाला झोया 'कूल' आहे असं वाटायचं म्हणून शर्मीन म्हणाली, ''ठीक आहे ती.'' तिने विषय तिथेच सोडला आणि पान उलटण्याचा प्रयत्न केला.

पण आयेशाने तिच्या हातावर हात ठेवला, झोयाच्या पातळ पोटावरच. ''का?'' आयेशा म्हणाली. ''ती चंद्रचूड सिंगसारखी दिसायला देखणी आहे. उलट जास्तच. तू म्हणूच नाही शकत ती नाहीये म्हणून.''

शर्मीनला याबाबत बोलायचं नव्हतं. कारण, तिला माहीत होतं की, या बोलण्याची अखेर कशात होणार ते. आयेशाच्या आई-वडिलांना ते मॉडर्न असल्याचा अभिमान होता.

तिची आई रियल इस्टेट एजंट म्हणून काम कारायची आणि वडील एक सॉफ्टवेअर कंपनी चालवायचे. आयेशाच्या मोठ्या भावाचं लग्न एका अमेरिकन मुलीशी झालं होतं, जिने लग्नानंतर धर्मही बदलला नव्हता. आयेशाची बहीण आणि ती दोघी डोकं न झाकता बाहेर जात असत. आयेशाला तिच्या लांबसडक ब्राऊन केसांचा अभिमान होता आणि शर्मीनला माहीत होतं की, शर्मीनला घराबाहेर पडताना असे पुराणमतवादी कपडे घालावे लागतात म्हणून आयेशाला तिची दया येते. शर्मीन म्हणायची की, केस झाकले की तिला जास्त सुरक्षित वाटतं आणि अल्लाच्या जास्त जवळ असल्यासारखं वाटतं, अशी कारणं आयेशाला पटायचीच नाहीत. तिच्या मते हे सगळं तुम्ही ज्या समाजात राहता त्याचा परिणाम असतो. अल्लाने कधी स्वतःला डोक्यापासून पायापर्यंत झाका, असं सांगितलं नाहीये म्हणून तिच्या सोबत वाद घालणं मूर्खपणाचं होतं; पण वाद तसाही होणार होताच. शर्मीनला ते दिसत होतं म्हणून तिने एक सुस्कारा सोडला आणि म्हणाली, ''मला ती नेहमीच खूप चीप वाटते.''

आयेशा वळली आणि तिच्या डोळ्यासमोर टाळी वाजवत हसू लागली. ''चीप? चीप?? शर्मीन खान, अमेरिकेत इतकी वर्षं राहिल्यानंतरही तू अजूनही इतकी फंडू आहेस.''

''मी काही फंडू वगैरे नाहीये.''

''हो, तू फंडू आहेस.''

या वेळी ते त्यांच्या नेहमीच्या असाधारण गतीने निघाले होते. पाकिस्तान सोडण्यापूर्वी, रावळपिंडी आणि कराचीमध्ये शर्मीनला कधीही कोणी फंडू म्हटलं नव्हतं, ना कोणी मैत्रीण न शत्रू. ती नेहमीच आर्मी पब्लिक स्कूलमध्ये गेली होती, जिथे तिच्या अनेक मैत्रिणी तिच्यासारखेच कपडे घालून येत आणि मोठ्या मुली हिजाब घालत आणि बहुतेक सगळ्या जणी काय योग्य काय अयोग्य यावर सहमत होत; पण हे सगळं जेव्हा ती आठ किंवा नऊ वर्षांची होती तेव्हाची गोष्ट होती. आता त्याला खूप काळ लोटला होता. आता ती चौदा वर्षांची होती आणि जगाच्या दुसऱ्या बाजूला होती. आयेशा तिची खासंखास मैत्रीण होती आणि सगळं वेगळं होतं. आता तिला स्वतःची बाजू मांडावी लागत होती आणि ती पुराणमतवादी नाही हे पटवून द्यायला लागत होतं. ''मॉडेस्ट किंवा सभ्य असणं म्हणजे पुराणमतवादी असणं नव्हे,'' ती म्हणाली.

आयेशाने तिला तत्परतेने उत्तर दिलं, ''आणि तुमच्या शरीराचा तुम्हाला अभिमान वाटत असणं म्हणजे चीप असणं नव्हे.''

शर्मीनला तिचं स्वतःचंच शरीर आकसत असल्यासारखं वाटलं. तिला या नेहमीच्या वादाचा कंटाळा आला होता, त्यामुळे तिच्या पोटात गोळा येत असे. ''ठीक आहे,'' ती म्हणाली आणि तिने पुन्हा पान उलटण्याचा प्रयत्न केला.

''काय ठीक आहे?''

''ठीक आहे, ती चीप नाहीये. उफ... आपण आता झोया मिर्झाला ओलांडून पुढे जाऊ या का?''

आयेशाने पान उलटलं आणि झोया मिर्झाचा अजून एक फोटो होता. हे तिचं 'स्टारडस्ट' होतं आणि तिने ते तिच्या काळ्या बॅगमधून आणलं होतं म्हणून तिचा त्यावर मालकी हक्क होता. तिला घरी तिच्या आई-वडिलांच्या समोरही 'स्टारडस्ट' वाचायची परवानगी होती. त्यांनाही शर्मीनचे आई-वडील फंडू वाटत, यात शंकाच नव्हती. आयेशाचा तो

झोया मिर्झावरचा लेख पूर्ण वाचून होईपर्यंत शर्मीन थांबून राहिली. तिच्या आई-बाबांच्या धार्मिकतेविषयी तिच्या मनात विचार आले. तिला वाटलं की, तिचे वडील खूप जास्त सगळं पाळत आणि खूप कडकपणेही. त्यांच्या कपाळावर नमाजामुळे गट्टा आला होता, जो त्यांच्या रोज पाच वेळा नमाज पढण्याचा साक्षीदार होता आणि प्रत्येक वेळी जेव्हा शर्मीन त्यांच्याबरोबर विमानतून गेली, तेव्हा ते विमान उडताना आणि उतरताना हळू आवाजात कुराण म्हणत त्याचा आधार वाटत असे. त्यांनी शर्मीनला सांगितलं होतं की, कसं पाच वेळा नमाज पढल्यामुळे त्यांचा विश्वास अटल राहिला होता आणि त्यामुळे ते टिकून होते; कसं त्यामुळे त्यांना इतक्या अडचणी आल्या तरी त्यातून पुन्हा उठून उभं राहता आलं होतं. त्यांनी गरिबी आणि नागवणूक झेलली होती, कुटुंबाच्या अडचणींना आणि भेदभावाला तोंड दिलं होतं, तरीही खूप मेहनतीने अभ्यास करून, नमाज पढून ते त्यातून वर आले आणि आर्मीमध्ये मोठ्या पदावर पोहोचले होते. आता ते वॉशिंग्टनमध्ये राजदूतावासात खूप महत्त्वाच्या पदावर काम करत होते. शर्मीनला याचं कौतुक होतं आणि तिचं तिच्या वडिलांवर खूप प्रेम होतं. आयेशा किंवा तिच्या आई-वडिलांना शर्मीनच्या मायग्रेट झालेल्या वडिलांबद्दल काही का वाटो, शर्मीनला त्याची फिकीर नव्हती.

''ठीक आहे,'' आयेशा म्हणाली. तिचा तो लेख वाचून झाला होता आणि ती आता पुढच्या पानावर जायला तयार होती; पण तिला झोयाचं पुन्हा एकदा कौतुक केल्याशिवाय चैन पडणार नव्हतं. ''तुला सांगू, ती किती स्मार्ट आहे.''

शर्मीनने तिच्या जिभेला आवर घातला आणि त्या दोघी अनिल कपूरच्या करियरबद्दल असलेल्या लेखावर स्थिरावल्या. नंतर मग त्यांनी मोठ्या हिरो लोकांबद्दल चर्चा केली. शर्मीन फक्त आयेशाकडे डीव्हीडीवर सिनेमे बघायची म्हणून तिचं हिरो, हिरोईन यांच्याबाबतचं ज्ञान आयेशा इतकं सखोल नव्हतं. तिला एकदाच ऐकलेली गाणी पूर्ण लक्षातही राहत नसत. ब्लॅक अँड व्हाइटच्या जमान्यातले हिरो, अगदी ती आणि आयेशा जन्मायच्या आधीचे, त्यात शर्मीनला देव आनंद आवडायचा. त्यानंतर तिला अमिताभ बच्चन आवडू लागला. आयेशा या दोन्ही पर्यायांशी सहमत होती. फक्त चंद्रचूड सिंगबाबत त्यांची पार्टी विभागायची. शर्मीनला नेहमीच आश्चर्य वाटायचं की, जुन्या काळापेक्षा आताच्या काळाबाबत त्यांचं एकमत का होत नाही. आता त्या दोघी फिरोज खानबाबत सहमत होत्या, दोन्ही अंगठे खाली दाखवत; पण फरदीन खानच्या बाबतीत मात्र त्याचं एकमत नव्हतं. फरदीनचा पहिला सिनेमा अजून रिलीजही व्हायचा होता आणि अचानक त्याचे फोटो सर्वत्र झळकत होते, जो आयेशाला कूल वाटायचा; पण शर्मीन फक्त 'डॉर्क' म्हणाली. 'डॉर्क' हा शर्मीनचा नवीन शब्द होता.

''शर्मीन,'' आईची हाक आली. ''बेटा?''

त्यांना पुरेशी ताकीद मिळाली होती. जेव्हा अम्मीने दरवाजा उघडला, 'स्टारडस्ट' सुरक्षितपणे पलंगाच्या खाली गेलेलं होतं आणि शर्मीन आणि आयेशा पलंगाच्या मधोमध एकमेकींकडे तोंड करून बसल्या होत्या. कोणी पाहिलं असतं, तर वाटलं असतं की, दोन्ही मुली कशाबाबत तरी चांगली चर्चा करत असाव्यात.

''सलाम आलेकुम, खालाजान,'' आयेशा म्हणाली. तिला असं अचानक वागणं बदलता यायचं. तिने पटकन केस कानामागे सारले आणि गुडघ्याभोवती हाताची घडी घातली. चाळीसच्या दशकातील एखाद्या हिरोईनप्रमाणे ती एकदम खूप गोड आणि निरागस वाटली, जी वयाने मोठ्या लोकांचा खूप आदर करते.

आणि अम्मीला ते पटलेलं दिसलं. ''वालेकुम अस्सलाम आयेशा,'' ओढणीने हनुवटी पुसत ती म्हणाली. ''तू ठीक आहेस का?''

''हो खालाजान, मजेत आहे,'' आयेशाने मान किंचित डावी-उजवीकडे करत म्हटलं. ती जेव्हा मोठ्या माणसांशी बोले, तेव्हा ती असंच करत असे. ''तुम्ही खूपच गुलाबी दिसताय. थंड हवेने तुमचे गाल गुलाबी झालेत.''

खरंतर असा मस्का लावणं काही आवश्यक नव्हतं. अम्मीला आधी आश्चर्य वाटलं, मग तिला आयेशाचं उर्दू आणि सभ्य शिष्टाचार यांचं कौतुक वाटलं. तिला आयेशाचं कुटुंब आवडत नव्हतं; पण ही गोड मुलगी तिच्या मुलीची मैत्रीण असल्याने तिने घरी आलं तर तिला चालत होतं. आयेशा तरी सुरक्षित होती; पण ती मस्का लावण्याची एक संधीही सोडत नसे. अम्मी हसली आणि पुन्हा एकदा आयेशाच्या नाटकीपणाला बळी पडली. ''अगं, किचनमध्ये गर्मी असते ना. शर्मीन जा आणि थोडा वेळ दादीकडे लक्ष दे. मी सारखं नाही धावू शकत तिकडे.''

''आता अम्मी?''

''नाही, पुढच्या वर्षी.''

''अम्मी, आम्ही फक्त परीक्षेचं बोलत होतो.''

''म्हणूनच जा आणि तिकडे बोलत बसा. ती म्हातारी बाई काय तुम्हाला बोलायला अडवणार नाही आहे.''

शर्मीन अम्मीला सांगू शकत नव्हती की, त्या खोलीत किती कुबट वास यायचा आणि सुस्त सुरकुतलेल्या शरीराची तिला भीती वाटायची, जी एकेकाळी तिची आजी होती. तिने जरा तोंड वेंगाडलं आणि मग आयेशाला डोळा मारत तिच्या बोटाला चिमटा घेतला.

''आम्ही जातोच खाली, दोनच मिनिटं हं,'' आयेशा म्हणाली.

अम्मी गेली; पण जाता जाता शर्मीनकडे तिने एक धारदार कटाक्ष टाकला. आयेशाने तिचं सामान गोळा केलं आणि शर्मीनच्या मागून किचनमधून जिना चढून मागच्या खोलीत गेली. अम्मीच्या स्वयंपाकाच्या इतक्या उग्र वासातही तो म्हातारपणाचा वास, कडवट औषधांचा वास आणि बंद खोलीचा, कापराचा वास फिका पडला नाही. शर्मीनला तरीही थोडा मुताचा वास आलाच. हीटिंग डक्टमुळे आणि खालीच किचन असल्यामुळे खोली तशी उबदार होती. दादी खूप जाड ब्लँकेट आणि रजई पांघरूण झोपली होती. शर्मीन दरवाजाजवळच्या खुर्चीत बसली आणि तिने हलका हलका श्वास घ्यायचा प्रयत्न केला. आयेशा दादीच्या पलंगाजवळ गेली आणि त्याच्या बाजूच्या कोचावर तिने स्वतःला झोकून दिलं. दादी पांघरुणाखाली थोडी जाड दिसत होती, आयेशाने तिच्यात थोडा रस दाखवला. ती म्हणाली की, ती जितके वेळा घरी आली, तेव्हा दादीमध्ये बदल दिसत होता. ती बारीक होत चालली होती आणि तिच्या सुरकुत्या वाढत चालल्या होत्या. शर्मीनला हे खरं वाटलं आणि या खोलीत आता जी उरली होती, ती फक्त उंच, आरडाओरडा करणारी, चिडकी बाई होती, जिचे डोळे मोठे मोठे दिसत होते. तिला असे डोळे लहानपणी पाहिल्याचे आठवत नव्हते; पण आता ती दादीच्या डोळ्यांकडे पाहायचेच टाळत होती. तिला हे वास येणारं शरीर घराच्या मागच्या बाजूला सोडून जाणंच बरं वाटत होतं.

''तिच्या हनुवटीवर अजून दोन मोठे केस उगवलेत,'' आयेशा म्हणाली. ती पुढे झुकली आणि जवळ वाकून पाहत होती. नंतर ती तिच्या अमेरिकन हिप हॉप स्टाइलमध्ये कुजबुजली, ''हे दादी, कशी आहेस?''

ती एकदम उडी मारत मागे सरली.

''काय झालं?'' शर्मीनने विचारलं.

''ती बोलली.''

''मग काय झालं? ती बोलते कधी कधी. तिला वाटतं, ती रावळपिंडीमध्ये आहे. खाटिकाशी बोलते आहे.''

''नाही, मूर्ख. ती इंग्लिशमध्ये म्हणाली, 'मी खूप छान आहे, थँक यू.'''

''तिने ते कुठेतरी ऐकलं असेल. तू इकडे ये.''

पण आयेशाने कोच पलंगाजवळ ओढला आणि रजईमध्ये बाजूने फट होती, तिकडे तोंड वळवलं. शर्मीनने तिला पूर्वीही असं करताना पाहिलं होतं. आयेशाला जर एखाद्या गोष्टीने पछाडलं, तर ती त्यात इतकी गुंग व्हायची की, तिला तिच्याशी कोणी दोन फुटांवर उभं राहून बोलत असेल तरी ऐकू यायचं नाही. तिला याचा जरा वैताग आला आणि जर आयेशा दादीच्या मागे लागली, तर त्यांना पुढचा आठवडाभर रोज इथे यावं लागलं असतं. शर्मीन उठली, पलंगाच्या त्या बाजूला गेली आणि तिने आयेशाच्या पाठीवर हात ठेवत म्हटलं, ''आ ये शा.''

''चूप ना. ती बोलते आहे.''

''ती सतत पुटपुटत असते.'' दादी सकाळ, दुपार, संध्याकाळ काहीतरी पुटपुटत असायची, ती तिच्या खोलीतल्या भिंतींशी बोलायची. कधी गप्पा मारायची, कधीतरी शिव्याही द्यायची. यामुळे अम्मीला हसायला यायचं आणि अब्बांच्या कपाळावर आठ्या पडत. या सगळ्याची शर्मीनला भीती वाटायची, ती हरवलेली नजर, कुबट वास, येणारे पांढरे केस आणि तिच्या सुरकुतल्या कातडीखाली असलेल्या मांसाच्या ढलप्या. तिला कधीतरी त्या पांघरुणातून चिडका खरबरीत आवाज येत असे. तिला वाटायचं की, ती अन्यत्र कुठेतरी असती तर बरं झालं असतं, बाहेर अमेरिकेच्या थंड हवेत.

''इंग्लिशच आहे हे,'' आयेशा म्हणाली.

''काहीही वेड्यासारखं बोलू नकोस. दादीला इंग्लिश येतच नाही आणि दादांना तर इंग्लिश वाचताही यायचं नाही. ते इंग्लिश बोलायचे नाहीत, हे पक्कं खरं आहे.'' दादीचा नवरा अडाणी होता आणि दादीला उर्दू वाचता यायचं, हे घरात सगळ्यांना माहिती होतं; पण दादीने तिच्या अब्बांना शिकवण्यासाठी खूप खस्ता खाल्ल्या होत्या, खूप त्याग केला होता. ती म्हणाली होती की, तिचा सर्वांत धाकटा मुलगा तरी व्यावसायिक माणूस होणार होता, त्याच्या अब्बांसारखा टेम्पो ड्रायव्हर होणार नव्हता. दादांची पहिली बायको आणि मुलं तिला हसली होती. दादांचा मृत्यू झाल्या झाल्या त्यांनी तिला घरातून बाहेर काढलं होतं. दादा लवकर गेले होते. दादी आता तीन मुलांसह रस्त्यावर आली होती. तिच्याजवळ ना पैसा होता ना काही, तरीही तिने वेळ भागवली होती. तिने अब्बांना टेम्पो ड्रायव्हरपेक्षा वेगळं काहीतरी बनवायचा प्रयत्न केला होता. हा त्यांच्या कुटुंबाचा इतिहास होता, जो शर्मीनला आठवतंय तेव्हापासून तिला माहीत होता; पण तिला आठवत असल्यापासून तरी कधी कोणी दादी इंग्लिश बोलल्याचं म्हटलेलं आठवत नव्हतं. हे खूपच विचित्र होतं.

''इकडे ये,'' आयेशा म्हणाली आणि तिने मागे वळून शर्मीनला खाली ओढलं. ''ऐक!''

शर्मीन आता दादीच्या अगदी समोरासमोर उभी होती. दादीच्या निस्तेज त्वचेवर डाग पडले होते, विद्रूप दिसत होती; पण शर्मीनला माहीत होतं की, एकेकाळी ती खूपच सुंदर आणि तेजस्वी असणार. दादांनी दादीशी लग्न केलं होतं. कारण, ते तिच्या पंजाबी सौंदर्याच्या प्रेमात पडले होते आणि त्यांच्या पाहिल्या बायकोने तिचा तिरस्कार केला होता. तिने दादीला वेश्या म्हटलं होतं. तिला त्याच घरात ठेवल्याने तिचा खूप राग राग केला होता आणि त्याचा विरोध करण्यासाठी खूप भांडली होती. दादा दादीला गुलाब, जन्नत की हूर वगैरे म्हणत. दादीकडे पाहून यावर विश्वास ठेवणं अवघड होतं; पण सगळेजण असंच सांगायचे. दादीचा श्वासोच्छ्वास चिकटून बसला होता, ती श्वास मोजत होती. शर्मीनला खात्री होती की, ती स्वतःला इतकं किळसवाणं कधी होऊ देणार नाही. ती त्या आधीच मरून जाईल. शर्मीनने तोंड वाकडं केलं, ''ते इंग्लिश नाहीये.''

''आता नव्हे गं. आता ती पंजाबीमध्ये काहीतरी बोलते आहे. काय आहे ते?''

दादी जे म्हणत होती, ती काहीतरी प्रार्थना होती, एखादा मंत्र वगैरे असावा; पण तो ओळखीचा वाटत नव्हता. ''मला माहीत नाही,'' शर्मीन म्हणाली. ''चल जाऊ या.''

''मी हे कुठेतरी ऐकलं आहे. हे गाणं आहे.''

''हो, हो आता ती दलेर मेहेंदीचं कोणतं तरी गाणं म्हणते आहे तुझ्यासाठी.''

आयेशाला शर्मीनचं कुजकट बोलणं ऐकूनही राग आला नाही. कारण, तिला आता हे नवीन गूढ उकलायचं होतं. तिने आपलं डोकं दादीच्या अगदी जवळ नेलं. ''ती थांबली.''

''चांगलं झालं. आता इकडे ये. नंतर पाच मिनिटांनी जाऊ या आपण.''

पण आयेशाने दादी जवळच बसायचा हट्ट केला आणि ती पुन्हा कधी बोलेल याची वाट पाहत बसली. ती तिथून अजिबात हलली नाही. ती दादीकडे टक लावून बघत होती. शर्मीन मात्र त्या सुरकुतलेल्या ओल्या तोंडाजवळून बाजूला सरकली आणि आयेशाशी बोलायचा प्रयत्न केला, कोणत्यातरी विषयावर. तिने चंद्रचूड सिंग, ब्रॅड पिट, शाळा, कडक शिक्षक असं काय काय बोलून पाहिलं. आयेशाचं चित्त अजिबात विचलित झालं नाही, तिने फक्त हां, ना अशी उत्तरं दिली. शर्मीनने खूप प्रयत्न केला; पण दादी थोड्या थोड्या सेकंदांनी ओठांनी जो चिप चिप आवाज करायची, तो काही थांवबू शकली नाही. अखेर, ती गप्प बसली आणि दोघी जणी दादीने काहीतरी बोलावं म्हणून वाट बघत बसल्या.

जेव्हा ती बोलली, शर्मीनने तर उडीच मारली, अगदी जेव्हा आता ती बोलणार असं वाटलं तेव्हाच. या वेळी, दादीचा आवाज मोठा होता, थोडा खंबीर होता; पण तरीही तो अजूनच कुठून दुरून आल्यासारखा वाटत होता. पुन्हा एकदा, ती काहीतरी मंत्र म्हणत होती. 'नानक दुखिया सब संसार,' आणि या वेळी हे शर्मीनलासुद्धा ओळखीचं वाटलं.

''मला माहीत नाही आहे हे,'' आयेशा म्हणाली.

दादीचं बोलणं मध्येच थांबलं. त्या इतक्या तणावपूर्ण शांततेत ते पंजाबी शब्द शर्मीनच्या डोक्यात जुळले आणि तिला ते काय आहेत हे माहीत होतं. तिला प्रतिक्रिया द्यायची नव्हती; पण आयेशाच्या बाजूलाच ती ताठरली आणि आयेशाच्या लक्षात आलं की, तिला हे काय आहे हे माहीत आहे.

''काय आहे हे?'' आयेशाने विचारलं.

शर्मीनला सांगायचं नव्हतं. त्याला काहीच अर्थ नव्हता. तिने खांदे उडवत म्हटलं, ''हे पंजाबी आहे.''

''ते मलाही ऐकू येतंय; पण तुझं पंजाबी खूप चांगलं आहे. ती काय म्हणते आहे?''

आयेशा असंच जाऊ देणार नव्हती. शर्मीन पुटपुटली, ''हे काहीतरी गाणं आहे. सरदार लोक त्यांच्या देवळात म्हणतात तसलं काहीतरी.''

आयेशाने मान हलवत विचारलं, ''तुझी दादी शीख लोकांची प्रार्थना म्हणतेय?''

शर्मीनने होकारार्थी मान डोलवली. ''नानक, ते सरदारांचंच असतं ना?''

''हो,'' आयेशा म्हणाली. तिने आता शर्मीनचे हात घट्ट धरले होते आणि आता तिने खूपच महत्त्वाचा प्रश्न विचारला. ''पण का?''

''मला माहीत नाही.'' शर्मीनला खरंच काही कल्पना नव्हती. दादा पंजाबी होते आणि दादी दुसऱ्या बाजूने आलेली पंजाबी शरणार्थी होती. तिच्या परिवारातल्या सर्वांना हिंदूंनी मारलं होतं. दादांनी तिला वाचवलं होतं आणि घरी आणलं होतं. त्यांनी तिच्याशी लग्न केलं होतं आणि त्यांची पहिली बायको संतापली होती. दादा मेले आणि त्या हडळ बाईने दादी आणि अब्बांना घराबाहेर काढलं होतं. दादांचं दादीवर प्रेम होतं आणि जर ते जगले असते, तर सगळं चित्रच वेगळं असतं; पण दादी आणि अब्बा, जे त्या वेळी अगदी लहान होते, त्यांचे हाल झाले आणि अखेर अब्बांनी त्यावर मात केली. या सगळ्या इतिहासात दादीने शीख प्रार्थना का म्हणावी, याला काही कारणच नव्हतं.

''शोधून काढ,'' आयेशा एक क्षण, काहीतरी गूढ सापडेल या शक्यतेचा विचार करत, नाटकात काम करत असल्याप्रमाणे म्हणाली.

''कसं?''

''प्रश्न विचार.''

प्रश्न विचार. आयेशाला हे सांगणं सोपं होतं. शर्मीनला तिच्या आई-वडिलांना शीख प्रार्थनांच्याबद्दल प्रश्न विचारायचे नव्हते. आयेशाला ते समजणार नाही; पण शर्मीनला ते चांगलंच माहीत होतं. तिच्या रक्तात भिनलं होतं की, असे प्रश्न विचारले तर काय संकट ओढवेल. अब्बा शिखांचा हिंदूंपेक्षा जास्त तिरस्कार करायचे. ते म्हणत की, सरदार अतिशय क्रूर आणि असभ्य लोक असतात, खूप हिंसक आणि तिरस्काराने भरलेले. अर्थातच, हिंदू लोक अजूनच वाईट, ते खूप खोटारडे, भित्रे आणि मूर्तिपूजा करणारे असतात; पण शीख लोक अर्धे हिंदूच असतात. अब्बांनी त्यांचं अर्धं आयुष्य या दोघांच्या विरोधात लढण्यात घालवलं होतं आणि त्यांच्या याच एकनिष्ठतेसाठी त्यांचा मानसन्मान झाला, प्रमोशन मिळालं, यश मिळालं. शर्मीन त्यांच्या घरात तरी त्यांच्याशी शीख प्रार्थनेबद्दल काहीही बोलणार नव्हती. तिचं अब्बांवर प्रेम होतं; पण ते खूप धार्मिक होते, शिस्तप्रिय होते आणि तापट होते. ते राजदूतावासात कामाला जात आणि खूप वेळ काम करत. जेव्हा घरी येत, तेव्हा त्यांना घर साफ स्वच्छ टापटीप लागत असे आणि घरात अल्लाहचं अस्तित्व आहे, असं वाटावं असं वाटे. शर्मीनला माहीत होतं, म्हाताऱ्या दादीच्या काहीतरी वेडसर बडबडीबाबत प्रश्न विचारून त्यांना राग येईल, असं नाराज करणं हे बरोबर होणार नव्हतं म्हणून तिने अखेर आयेशाला तिच्या घरी पाठवलं आणि तिच्या खोलीत बसून स्वतःला

शांत करायचा प्रयत्न करू लागली; पण ती अस्वस्थ होती आणि दुपारी जेवल्यावर ती परत दादीच्या खोलीत गेली.

दादी अजूनही अंथरुणात तशीच पडून होती, तिची मान डावीकडे वळलेली होती. शर्मीनला माहित होतं की, अम्मी दादीला सकाळ-संध्याकाळ उठवून जेवायला भरवायची, औषधं द्यायची. कधी कधी अब्बा दादीला उचलून बाहेरच्या खोलीतही न्यायचे, तिला सर्वांसोबत बसता यावं म्हणून. बहुतेक वेळ, ती तिच्याच खोलीत होती आणि स्वतःशीच बोलत असायची. शर्मीनच्या अंगावर काटा आला आणि तिने शपथ घेतली की, ती इतकी म्हातारी कधीच होणार नाही आणि दादीने पुन्हा काहीतरी शिखांचं म्हणावं म्हणून ती वाट बघत बसली; पण दादीने काही म्हटलं नाही.

शर्मीनला हळूहळू जाग आली. तिचा गाल खुर्चीच्या लाकडी दांड्यावर होता. खिडकीबाहेर बर्फ भुरभुरत होता आणि बाहेर पिवळसर उजेड पडला होता. त्या उजेडावरून तिला आठवलं की, तिला असंच एकदा खूप मोठ्या पठारावरून, उंच डोंगरांच्या दिशेने चालत जात असल्याचं स्वप्न पडलं होतं. तिला ते स्वप्न कधी पडलं होतं? तिला आठवेना. तिने स्वतःला खुर्चीतून बळच उठवलं आणि चेहऱ्यावरून हात फिरवला. तिथे लाकडाचा काहीतरी विचित्र वळ उठला असणार. कधी कधी जेव्हा ती आणि आयेशा दुपारी डुलकी काढत, त्यांच्या चेहऱ्यावर आणि हातावर जे वळ उठत ते पाहून हसत बसत आणि असं दाखवत की, ते कायमचे वळ उठले आहेत, व्रण उठले आहेत. आयेशाला दुपारी खूप जास्त वेळ झोपायला आवडायचं नाही. ती म्हणायची की, दुपारी खूप वेळ झोपून उठलं की, तिला ती कोण आहे, कुठे आहे हे समजायचं नाही. शर्मीनला मात्र कधीही झोपायला आवडायचं, दिवसा, रात्री कधीही आणि तिला जेव्हा झोपावंसं वाटेल तेव्हा ती झोपायची. तिने तसं कधी आयेशाला म्हटलं नव्हतं. तिला वाटायचं की, तिने इतकं निर्लज्जपणे आणि जोखीम घेत वागू नये. आयेशा काही बाबतीत खूपच नाजूक होती. तिला परीक्षा म्हटलं की, लगेच टेन्शन यायचं आणि तिला पालींची भीती वाटायची. कधी कधी शर्मीनला वाटायचं की, ती आयेशाचं संरक्षण करत होती, ती हिचं करत नव्हती.

शर्मीन निघाली. दादी अंथरुणात उठून बसली. पांघरूण तिच्या कमरेपर्यंत निघालं होतं आणि तिच्या पांढऱ्या स्वेटरमधून दिसणारं मानेचं हाड खूपच नाजूक दिसत होतं. ती शर्मीनकडे बघत होती. ''निक्की,'' ती म्हणाली, ''मला घरी घेऊन जा.''

''काय दादी? काय म्हणालात?'' शर्मीनने स्वतःला सावरलं आणि दादीच्या पलंगाजवळ बसत तिचे हात हातात घेत म्हटलं. काहीच न बोलल्यासारखं वाटलं. ''दादी, काय म्हणालात तुम्ही? कोण निक्की? कोणती निक्की?''

दादी म्हणाली, ''निक्की, माताजी कुठे आहेत? मला घरी ने निक्की.''

''कोणत्या माताजी? तुम्हाला अम्मी म्हणायचं आहे का?''

पण दादी नेहमीप्रमाणेच तिच्या विश्वात हरवली होती. ती शर्मीनच्या आरपार बघत होती, खिडकीतून बाहेर आणि त्याही पलीकडे. शर्मीनला कळेना की, ती नक्की बर्फ बघत आहे, का झाडं किंवा काही बघते तरी आहे का? ती दादी बरोबर थोडा वेळ बसली आणि नंतर तिला पुन्हा पलंगावर झोपवलं आणि पांघरूण घातलं. त्या रात्री जेवताना शर्मीनने अम्मीला विचारलं, ''दादी नक्की कुठली आहे?''

अम्मी म्हणाली, ''अब्बांना विचार.''

त्या वेळी शर्मीनला इतकंच समजू शकलं. तिने आयेशाला फोनवर खूप रंगवून सांगितलं होतं की, दादीने कसं 'निक्की'चं नाव घेतलं आणि तिला कशी सूचना दिली, जी कोणी ती 'निक्की' होती तिला; पण अब्बा त्या रात्री घरी नव्हते, ते पुन्हा उशिरापर्यंत काम करत होते आणि शर्मीनच्या सगळ्या प्रश्नांना उद्यापर्यंत वाट पाहावी लागणार होती. ''किती विचित्र आहे हे की, तू फक्त त्यांनाच विचारू शकतेस,'' आयेशा म्हणाली. ''माझी आई पापांच्या सगळ्या कुटुंबाबद्दल तुला काहीही सांगू शकेल.''

शर्मीनने यावर फारसा विरोध केला नाही. तिला तिच्या आई-वडिलांबद्दल ते विचित्र आहेत वगैरे विचार करायला आवडलं नाही; पण आता जेव्हा अम्मा तिच्या कुटुंबाबद्दल इतकं बोलते, त्यांच्या खानदानाबद्दल, तर दादीबद्दल कधीच बोलत नाही. तिच्या या गप्प बसण्याला काही अर्थ नव्हता, तरीही शर्मीनने दुसऱ्या दिवशी सकाळपर्यंत वाट पाहिली. ती अब्बांनी त्यांची अंघोळ, नमाज आणि नाश्ता संपवायची वाट पाहिली. ती शाळेला जाण्याआधी दररोज ते थोड्या गप्पा मारत. त्यांना जास्त करून तिच्या अभ्यासाबद्दल बोलायला आवडायचं. शाळेत येणाऱ्या अनेक विषयांबाबतच्या धार्मिक दृष्टिकोनाविषयी ते चर्चा करायचे आणि तिला जगातल्या घडामोडींविषयी आपलं मत सांगायचे. ते आंतरराष्ट्रीय घडामोडींमधले तज्ज्ञ होते आणि बहुतेक सर्व जगभर किंवा तिला जे जे माहीत होतं, तिथे हिंडलेले होते. तिला जेव्हा अब्बा म्यानमारची जंगलं आणि युक्रेनच्या गवताळ प्रदेशाबद्दल सांगत, तेव्हा ऐकायला खूप आवडायचं. ते त्यांच्या रुपेरी मिशीवर हात फिरवत आणि त्यांच्या खोल गंभीर आवाजात तिला नेपाळमध्ये पाहिलेल्या वाघांबद्दल आणि स्वीडनमधल्या घोड्यांबद्दल सांगत.

आज त्यांनी अफगाणिस्तान आणि इराकबद्दल गप्पा मारल्या. नंतर तिची पुस्तकं आवरली आणि शर्मीनने विचारलं, ''अब्बा, दादी नक्की कुठली आहे?''

अब्बांनी टेबलावरचा टेबलक्लॉथ सरळ केला आणि म्हणाले, ''पंजाबची. आता ते बॉर्डरच्या दुसऱ्या बाजूला आहे.''

''हो; पण म्हणजे नक्की कुठली?''

''अमृतसर जवळची.''

अब्बा खूप आरामात दिसत होते; पण शर्मीनला माहीत होतं की, आता दुसरं काही विचारलं तर त्यांना तिला खूपच उत्सुकता आहे असं वाटेल. ती शाळेत गेली आणि उतावीळ झालेल्या आयेशाला थोपवून धरलं. पुढचे तीन दिवस, तिने अब्बांना तिला जे निरागस वाटले ते प्रश्न विचारले, अगदी साधे प्रश्न, त्यांच्या कुटुंबाबद्दल, एखादी लहान मुलगी जे विचारेल ते ते प्रश्न. तिला कळलं की, लग्नाआधी दादीचं नाव नौशीन शरीफ होतं. दादीचे जे भाऊ-बहीण गेले, त्यांनी पाकिस्तानच्या दिशेने पळून जायचा प्रयत्न केला होता आणि तिच्या बाजूचे कोणी नातेवाईक जिवंत नव्हते, अगदी कुठेही कोणीही नव्हते. दादी शाळेत गेली होती; पण तिच्याजवळ कॉलेजची डिग्री नव्हती आणि शर्मीनला हेदेखील कळलं की, तिला जिलब्या आणि खारी लस्सी आवडायची. ''आणि,'' शर्मीनने अखेर विचारलं, ''निक्की कोण आहे?''

''निक्की?'' अब्बा आश्चर्याने म्हणाले.

''दादी कधीतरी निक्कीबद्दल काहीतरी बोलते, जेव्हा मी तिच्यासोबत बसलेली असते ना तेव्हा.''

''तू आजकाल तिच्याबरोबर खूपच वेळ घालवते आहेस.''

शर्मीन आणि आयेशा आजकाल रोज दुपारी दादीच्या खोलीत जात आणि शीख प्रार्थना किंवा इंग्लिश किंवा या निक्कीचा काही उल्लेख होईल, का त्यावर लक्ष ठेवत. शर्मीन आजकाल घरातल्या कामात लक्ष देतेय म्हणून अम्मीला उलट आनंदच झाला होता; पण अब्बा तटस्थ होते. ते काय विचार करत आहेत किंवा त्यांना आता नक्की काय वाटत आहे, हे सांगणं खूप अवघड होतं. ते काहीतरी बोलतील, अशा आवाजात काहीतरी विधान करतील की नंतर एकदम शांतता पसरेल. ते तुम्हाला गप्प करून टाकतील किंवा कोणालाही आणि जेव्हा तुम्ही बोलाल तेव्हा तुम्हाला जाणवेल की, ते तुमच्या आरपार बघत आहेत. शर्मीनला इतकं बेचैन वाटू लागलं की, तिच्या पाठीच्या कण्यातून लावारस वाहतो आहे, असं तिला वाटत होतं. तिने जितकं शांत राहता येईल, तितकं राहत म्हटलं, ''ती किती म्हातारी आहे. तिला एकटं वाटत असेल.''

हे ऐकून ते थोडे नरमले आणि त्यांनी शर्मीनला आपल्या जवळ बसवून घेतलं, अगदी तिला उशीर होत होता तरीही. तिला हिमालयातल्या शिखरांवर पडणाऱ्या चांदण्याबद्दल सांगितलं.

''पण त्यांनी तुला निक्कीबद्दल काहीच नाही सांगितलं?'' आयेशाने नंतर दुपारी तिला म्हटलं. ''नाही, काहीच नाही?''

''त्यांनी काही सांगितलं नाही.''

''मला वाटतं, हे माताजी प्रकरण; पण सरदारांच्यात असतं. तुला या निक्कीबद्दल शोधून काढलं पाहिजे.''

''मी त्यांना पुन्हा काहीही विचारणार नाहीये.''

''हो, हो. ते कदाचित खूप भीतिदायक वाटतील, तुझे कर्नल शाहीद खान, त्यांच्या त्या मोठ्या मिशा आणि तो आवाज यांमुळे. अगदी जेव्हा ते म्हणतात, 'गुड नाईट बेटा,' तेव्हाही मलाही कापरं भरतं.''

शर्मीनच्या डोक्यात काहीतरी एक जलद हालचाल झाली, झोकांडी खाल्ल्यासारखं वाटलं. तिने नेहमीच अब्बांकडे अब्बा म्हणून पाहिलं होतं. जे उंच होते, कडक होते, खर्जात बोलायचे आणि त्यांना लेदरचा वास यायचा आणि अर्नोलीव्ह हेअर ऑइलचा आणि जे समुद्राइतकेच शाश्वत होते. आता तिने अचानक जसं आयेशा किंवा अन्य लोक त्यांच्याकडे बघत असतील त्या नजरेने त्यांच्याकडे बघितलं. चौफेर, भीतिदायक आणि त्यांची गुपितं असणारे. तिला अचानक मोठं झाल्यासारखं वाटलं, जणू तिच्यातच काहीतरी मोठा बदल झाला होता आणि तिला ते आवडलं नाही. ''ते भीतिदायक नाही आहेत,'' ती शांतपणे म्हणाली.

आयेशाचं लक्ष अचानक कुठेतरी वेधलं गेलं होतं आणि तिचा आता शर्मीन काय बोलते आहे, याकडे बिलकूल लक्ष नव्हतं. ती दादीकडे वाकून बघत होती. त्या दोघी दादीच्या खोलीत तिच्या जवळच बसल्या होत्या, जेणेकरून जर ती काही गूढ किंवा धक्कादायक, काही गुपित उघड करणारं काही पुटपुटलीच तर ऐकू यावं; पण दादी आता अस्खलित उर्दू आणि पंजाबीमध्ये बोलत होती, जे ती खूप दिवस प्रयत्न करून शिकली होती. विशेष काही नाही; पण खाटिक आणि घोडे आणि फार पूर्वीचे कोणते तरी प्रवास असंच काही. ''ती आता बोअर करते आहे,'' आयेशा म्हणाली. ''नवीन काहीच नाही, नाही का?''

''हो,'' शर्मीन म्हणाली. ''काहीच नवीन नाही.'' निक्की नाही, प्रार्थना नाहीत, काहीच नाही. जर कधी गूढ असतं, तर त्यांना ते उकलायच्यापासून खूप दूर होत्या त्या. कदाचित, सापडण्यासारखं काही नव्हतंच. शर्मीनला हेही खात्रीशीर माहीत नव्हतं की, तिला काही शोधून काढायचं होतं का नाही? अब्बांच्या उडवाउडवीची भिंत मध्ये होतीच आणि हो, असं काहीतरी होतं, खूप भव्य, चिरडून टाकेल, असं ज्याची त्यांनाही भीती वाटत होती. शर्मीन आयेशाला हे समजावून सांगू शकत नव्हती. कारण, तिला हे कसं कळलं हे ती सांगू शकली नसती; पण तिला याची भीती वाटत होती आणि तिला ते तिथेच सोडून द्यायचं होतं. आता दादीकडे बघताना, तिच्या नाकाचा धारदार बाक, जो तिने आणि अब्बांनी, दोघांनीही वारश्यात घेतला होता, त्याकडे बघताना शर्मीनला वाटलं की, दादीने गप्प बसलं तर बरं होईल आणि काही आश्चर्यकारक, नाट्यमय किंवा स्फोटक काही न बोललं तर बरं. तिला आयेशाने तिच्याबरोबर खोलीतून बाहेर यायला हवं होतं आणि दादीच्या ज्या काही मोडक्या तोडक्या आठवणी होत्या, त्यातून बाहेर यायला हवं होतं; पण तिला बोलून उपयोग नाही हे माहीत होतं. आयेशाला काहीतरी करू नको म्हणणं म्हणजे नेहमीच ती ते करणार, अगदी जरी तिला सुरुवातीला ते नको असलं तरी ती करणार म्हणून शर्मीनने स्वतःला थांबवलं, तिच्यात संयम होता आणि लवचीकताही. फक्त काळाचा प्रश्न होता.

आयेशाचा दादीमधला रस शर्मीनला वाटलं होतं, त्यापेक्षा जास्त काळ टिकला. जरी हिवाळ्याच्या सुट्ट्या होत्या, तरी ती दररोज शर्मीनला ओढून त्या अंधाऱ्या खोलीत नेत होती आणि तिला दादीशेजारी बसवून ठेवायची. त्या दोघी नटनट्या, संगीत, मुलं आणि शाळा यांबद्दल गप्पा मारायच्या. दादी आता सतत गप्प असायची, कधीतरी खोकायची आणि घशात काहीतरी घरघर आवाज करायची. तीन आठवड्यांनंतर, ती फक्त एकदा बोलली आणि तेही कोणाला तरी ट्रेन कधी सुटणार आहे हे विचारलं. शर्मीन आणि आयेशा दोघींनाही हा मोठा विनोदच वाटला म्हणजे अचानक पंजाबी एक्सेंटमध्ये म्हणणं, 'अरे, ऐक, ती ट्रेन कुठे जाते?' हे कोणाला तरी म्हणणं त्यांना विनोदीच वाटलं. शाळा सुरू झाल्या आणि त्यांची दप्तरं पुन्हा जड झाली. आयेशा निर्लज्जपणे मुलांच्याबद्दल वगैरे बोलत होती, हे शर्मीनसाठी खूपच धक्कादायक होतं. दादीचं ते वाक्य आता विसरलं गेलं. आता शर्मीनला जेव्हा अम्मी आठवण करेल तेव्हाच दादीच्या खोलीत जावं लागत होतं. आयेशाला दुपारी येण्यात काही विशेष रस उरला नव्हता आणि शर्मीनला त्याचा आनंदच झाला.

वसंत ऋतूच्या सुरुवातीला ज्या दिवशी न्यूजपेपर चेरी ब्लॉसमच्या बातम्यांनी भरलेलं होतं, त्या दिवशी दादी मेली. शर्मीन शाळेतून घरी आली, तेव्हा अब्बा किचनमध्ये टेबलापाशी बसलेले होते, हातात वाफाळता चहाचा कप होता. अम्मी किचन ओट्यापाशी उभी होती, तिने हात पोटावर धरले होते. शर्मीनला तत्काळ कळलं की, काहीतरी घडलं होतं. अब्बा इतक्या लवकर कधीही घरी येत नसत.

अम्मी म्हणाली, ''बेटा, तुझी दादी आज दुपारी गेली.''

आता शर्मीनला दिसलं की, अब्बांच्या चेहऱ्यावरून अश्रू ओघळत होते आणि तिचे पाय कापू लागले. ती थरथरू लागली. अम्मी झटकन पुढे झाली आणि तिने तिला धरून खुर्चीत बसवलं. अब्बा आणि अम्मी दोघंही तिच्याजवळ आले आणि तिला चहा प्यायला लावला आणि तिला कवटाळलं. दफनाच्या दरम्यान आणि नंतरही ही गोष्ट वाऱ्यासारखी पसरली की, जेव्हा शर्मीनने दादी गेल्याचं ऐकलं, तेव्हा तिला चक्कर आली. यामुळे ती

ओळखत नव्हती, असेही लोक येऊन तिच्याशी बोलले आणि अल्लाची इच्छा स्वीकारणे, शाश्वत प्रेम, दीर्घायुष्य वगैरे खूप बोलले. शर्मीनने कधी कोणाला सांगितलं नाही की, तिला त्या दिवशी कशाची भीती वाटली होती, तिच्या छातीत कोणत्या दहशतीचा बाण घुसला होता, ती दादीच्या मृत्यूची बातमी नव्हती; तर अब्बांच्या चेहऱ्यावर लहान मुलाचं दुःख होतं, काहीतरी हरवल्याचं, अनिश्चिततेचं, जे तिने कधीही पाहिलं नव्हतं आणि तिला ते पुन्हा कधी पाहायचंही नव्हतं. शर्मीन मान खाली घालूनच उभी राहिली आणि सगळं संपायची वाट बघत राहिली.

अजून एक गोष्ट होती, जी शर्मीनने कोणाला सांगितली नाही... अगदी आयेशालाही नाही.

दादी गेल्यानंतर अनेक महिने, रोज रात्री शर्मीनची झोप मोडायची. तिला अचानक घाम यायचा, गरम व्हायचं आणि जाग यायची. तिचं डोकं दादीच्या विचारांच्या ओघाने गरगरायचं. एक गाणं जे तिने म्हटलं होतं आणि ती तीन वेळा क्रिस्टल सिटी मॉलमध्ये सँडल बदलायला गेली होती आणि जसं तिला कॉरिडोरमधून उड्या मारत येताना पाहिल्यावर त्या सेल्समननी माना हलवायला सुरुवात केली होती. शर्मीन अंथरुणात उठून बसायची, पाणी प्यायची, पुन्हा आडवी व्हायची आणि झोपायचा प्रयत्न करायची; पण तिला असं वाटत होतं की, तिच्या हृदयात काळे हूक आहेत, जे अपराधीपणाची टोचणी लावून तिला झोपेतून जागं करत आहेत. ही दुखरी बोच तिला फक्त या विचाराने आली नव्हती की, तिने तेरा वर्षांची झाल्यापासून दादी बरोबर पुरेसा वेळ व्यतीत केला नव्हता किंवा ती तिच्या अभ्यासात आणि आयेशा आणि चंद्रचूड सिंगमध्ये खूप गुरफटली होती. नाही, फक्त असं नव्हतं. शर्मीनसाठी ही कटू जाणीव होती की, दादी खरंच गेली होती आणि आता तिला जे दादीबद्दल समजू शकलं असतं, ते समजलं नसतं. शर्मीनला दादीच्या बोलण्याने, तिच्या पावसाळी वादळात कंदील पेटवण्याच्या आठवणीने कंटाळवाणे वाटून खूप काळ लोटला नव्हता. आता अमेरिकतील वसंतातल्या त्या मंगळवारी दुपारी अख्ख जग दिसेनासं झालं होतं, असं वाटत होतं, अख्खं विश्व असंच नाहीसं झालं, इतक्या सहजपणे आणि शर्मीनला ते परत मिळण्याची काही शक्यता नव्हती.

आज पुन्हा मंगळवारची रात्र होती. दादीच्या मृत्यूला बरोबर एक महिना झाला होता आणि शर्मीन जागी झाली. तिने डोळे न उघडण्याचा प्रयत्न केला, अगदी आपल्याला जाग आली आहे हा विचारही न करण्याचा प्रयत्न केला. इतक्यातच तिने ठरवलं होतं की, झोप न लागण्याच्या शक्यतेमुळेच तिला जाग येत होती म्हणून तिने हालचाल न करता पडून राहायचा प्रयत्न केला आणि खोल श्वास घेत राहिली. तिने चांगल्या, सुखद आठवणींचा विचार करायचा प्रयत्न केला आणि जुन्या आठवणींच्या ओघातही तिने एका काल्पनिक भूप्रदेशाची तटबंदी उभी केली होती, एका जंगल असलेल्या डोंगर उताराची तटबंदी. नाही, एक समुद्रकिनारा आणि हिरवा निळा बाहू पसरलेला समुद्र. नंतर, शर्मीनने एक उसासा सोडला आणि तिने सोडून दिलं. ती जागी होती. तिने डोळे उघडले आणि दादी पलंगावर अगदी टोकालाच बसली होती. तिने तिची आवडती निळी पश्मीना शाल घेतली होती, जी तिने तीन वर्षांपूर्वीच घेतली होती; पण ती खूपच तरुण आणि सुंदर होती. तिचं कपाळ खूप उंच होतं आणि तिचे काळे केस जुन्या काळातल्या सुरेख बटांसारखे दिसत होते. मी स्वप्न बघते आहे, तिच्या मनात आलं. मी जागी होऊ शकते. जागी हो; पण ती जागी होऊ शकली नाही आणि अजूनही दादी तिथेच बसून होती, तिच्या मागे खिडकी आणि त्यातून येणारं चांदणंही होतं.

शर्मीनने विचार केला की, जर मी उठून बसले आणि थोडं पाणी प्यायले, तर हे थांबेल; पण तिचे हात-पाय तिच्या बाजूला थंडगार पडले होते, एखाद्या पांढऱ्या दगडासारखे आणि खूप प्रयत्न करूनही ती हलू शकली नाही. आता तिच्या ध्यानात आलं की, तिने प्रार्थना केली पाहिजे; पण मग दादीची भीती वाटल्याबद्दल तिच्या मनात एक अपराधीपणाची कळ आली. तिने दादीकडे थेट पाहिलं आणि तिला खूप वाईट वाटलं, दादीसाठी आणि स्वतःसाठीही. नंतर दादी अगदी हळुवार आवाजात म्हणाली, ''निक्की मला घरी ने.'' दादीच्या आवाजात दुःख नव्हतं, तर खूप माया होती.

नंतर शर्मीन जागीच होती. ती आता हलू शकत होती, ती उठून बसली, तिने चेहरा हातांनी झाकून घेतला. तिला हायसं वाटलं आणि त्याच वेळी हास्यास्पदही. तिने विचार केला, मी उद्या या विनोदी प्रसंगाबद्दल आयेशाला सांगेन. अगदी सिनेमातल्यासारखं स्वप्न पडलं आणि किती खरंखुरं वाटलं. कदाचित, मी अब्बांना आणि अम्मीलाही सांगेन. ती ते त्यांना सांगतानाची कल्पना करू शकत होती आणि त्यांच्या चेहऱ्यावर जे आश्चर्याचे भाव दिसतील त्याचीही. तिला ती त्यांना, आयेशाला सांगताना दिसत होती आणि भविष्यात इतर लोकांनाही.

पण तिने कधीच कोणाला सांगितलं नाही. कधीच नाही. काही महिन्यांतच तिच्या स्वतःच्या स्वप्नाची आठवणही पुसट होऊ लागली. नंतर दादीचे सुंदर काळेभोर केस, तिची नवीन निळी शाल धुळकट आणि अंधुक झाली. शर्मीनच्या पुढच्या वाढदिवसाला, आयेशाने तिला एक सोनेरी कुलूप असलेली गुलाबी रंगाची डायरी भेट दिली. त्या रात्री उशिरा, शर्मीनाला दादीच्या त्या स्वप्नाची आठवण झाली आणि तिने ते लिहून काढायचा विचार केला; पण स्वप्नात दादी नक्की काय म्हणाली होती, ते आठवेना आणि काही मिनिटांनी तिने नाद सोडून दिला आणि तिने त्याऐवजी आमीर खानबद्दल लिहिलं. तिने त्याच्या सिनेमांबद्दल, त्याच्या अभिनयाबद्दल लिहिलं. जेव्हा तिचं लिहून झालं, तिने डायरीला कुलूप लावलं आणि गादीखाली ठेवून दिली. नंतर ती झोपली आणि तिला दादीचं स्वप्न पुन्हा कधीच पडलं नाही.

मेरे साहिबा

स्पीकरमधून येणाऱ्या गाण्याच्या लकेरीने एक प्रश्न विचारला, 'मेरे साहिबा, कौन जाने गुन तेरे?' सरताजकडे या प्रश्नाचं उत्तर नव्हतं. तो सुवर्ण मंदिराच्या व्हरांड्यामध्ये परिक्रमेच्या अगदी टोकाला मांडी घालून बसला होता. त्याच्या उजवीकडे बाबा दीप सिंग यांची समाधी होती आणि सरळ समोर हरमंदिर साहिब सकाळच्या कोवळ्या उन्हात नाजूक लालसर सोनेरी रंगात न्हाऊन निघत होते. सरताज आणि माँ पहाटे तीन वाजता अगदी वेळेवर देवळाच्या गेटापाशी आले होते आणि आत येऊन गुरू ग्रंथ साहेब पाण्यातून पलीकडे नेऊन त्यांच्या आसनावर ठेवण्याची मिरवणूक पाहिली होती. सरताजने गर्दीतून वाट काढत पुढे जाऊन काही सेकंद तरी पालखीला खांदा दिला होता आणि तो पवित्र ग्रंथ आपल्या स्थानी नेण्यात मदत केली होती. नंतर तो माँ जवळ परत आला आणि त्याला एकेकाळी या पवित्र ठिकाणी आल्यावर वाटली होती, तशी उत्सुकता आणि शाश्वतीची लहर पुन्हा जाणवली. आता ते दोघं शेजारी शेजारी बसले होते. सूर्य डोक्यावर आला होता आणि परिक्रमा लोकांनी गजबजून गेलं होतं आणि गायक भजनातून त्याचे प्रश्न विचारत होता.

सरताज आणि माँ आदल्या दिवशीच अमृतसरला आले होते. ती तिच्या मौसाजींच्या मुलाच्या घरी पोहोचेपर्यंत खूप दमून गेली होती. नंतर त्यांना जागरणही झालं होतं. खूप भावंडं, मावश्या आणि बहुतेक विस्मरणात गेलेले नातेवाईक यांच्याबरोबर गप्पा मारत जेवण झालं होतं; पण तरीही तिने सरताजला अडीच वाजताचा गजर लावायला सांगितला होता. ते अंधारातच हरमंदिर साहेबला जायला निघाले होते. आता ती हात जोडून बसली होती, तिचे ओठ हलत होते आणि ती हलकेच पुढे-मागे डुलत होती.

''माँ तुला भूक लागली आहे का?''

''नाही बेटा. तू जा आणि काहीतरी खायला आण.''

''नाही, मी ठीक आहे,'' सरताज ठीक होता, थोडा बहुत; पण त्याला माँची काळजी होती. ती तिच्या आठवणींच्या, दुःखाच्या आणि प्रार्थनेच्या विश्वात कुठेतरी हरवली होती, त्याच्यापासून कुठेतरी दूर. तिचे डोळे ओलसर होते आणि चुन्नीने अध्येमध्ये तिच्या चेहऱ्याच्या कडा पुसत होती. ती अगदी हळुवार प्रार्थना करत होती, ती शबद म्हणत होती हे त्याला कळत होतं. त्याला माहीत नव्हतं की, ती कोणासाठी दुःख करत होती आणि तिला बरं वाटावं, यासाठी काय करायला हवं होतं. ''तुला पापाजींची आठवण येतेय का?'' त्याने विचारलं.

तिने हळूच मान वर केली आणि तिने त्याच्याकडे वळून पाहिलं. तिचे डोळे तपकिरी आणि मोठे होते. त्यात खूप आश्चर्य दाटलं होतं. त्याला अचानक असं वाटलं की, तो कोणा अनोळखी व्यक्तीकडे पाहतो आहे.

"हो, पापाजींची," ती म्हणाली.

पण ती त्याला सगळं सांगत नव्हती, अशाही खूप गोष्टी होत्या ज्या ती बोलायची नाही. सरताजला हे माहीत होतं आणि त्याला ओशाळल्यासारखं वाटलं, जणू काही त्याने जायला नको, अशा कोणत्या तरी अंधाऱ्या खोलीत त्याने पाय टाकला असावा.

"मला भूक लागली आहे. तू इथेच बसशील का?" तो म्हणाला.

"हो. जा तू."

तो माँला तिथे सोडून गेला. तलावात लाटा येत होत्या. परिक्रमेला वळसा घालून तो गेला. व्हरांड्यात खूप भाविक बसले होते आणि दोन लहान मुलं सरताजच्या पुढे पळत गेली, त्यांची आई त्यांच्या मागे मागे पळत होती. तिने त्यांना खांद्याला पकडून त्यांचे वडील बसलेले होते, तिथे आणलं आणि त्यातला जो मोठा मुलगा होता, तो सरताजकडे पाहून हसला. त्याचा पुढचा दात पडला होता. सरताजही त्याच्याकडे बघून हसला आणि पुढे गेला. त्याच्या अनवाणी पायांना आता फरशी गरम लागत होती. त्याची या आधीची हरमंदिर साहेबला येण्याची आठवण थंडीच्या दिवसातली होती. त्याची बोटं थंडीने गार पडली होती आणि पापाजींनी त्याला इमारतीबाहेर पाय धुण्याच्या जागी हलकेच धरून त्याचे पाय धुतले होते. त्याने पाण्यात पडलेल्या सोनेरी प्रतिबिंबाने मोहून जाऊन त्या बर्फासारख्या गार पडलेल्या पायऱ्या भरभर उतरल्या होत्या. इथे तो लहान असताना त्याला आणलं होतं, हे त्याला माहीत होतं; पण त्या हिवाळ्याच्या सकाळचं त्याला आज इतकंच आठवलं की, पापाजी आणि माँ दोघांनी त्याचे हात धरले होते आणि तो त्यांच्या मधून चालत होता. भिंती आणि खांबांवर संगमरवरी फरश्यांवर कोरलेली शहीद जवानांची नावं त्याला वाचता आली नव्हती; पण आता गेलेल्यांना तो टाळू शकत नव्हता, दुःखात असलेल्या त्यांच्या कुटुंबीयांनी लावलेल्या भारतीय सेना दलाच्या तुकड्यांमधील शहीद जवानांच्या नावांच्या याद्या होत्या. इथे, हरमंदिर साहेबला जाण्याच्या पुलाच्या बाजूलाच एक फलक होता. ८ जम्मू-काश्मीर इन्फंट्रीचा कॅप्टन सियाचीनमध्ये शहीद झाला होता. त्याच्या मृत्यूनंतर दोन वर्षांनी त्याच्या मुलाने, जोदेखील आता कॅप्टन होता, त्याने आणि त्याच्या आईने ७०१ रुपये दान दिले होते आणि हा फलक लावला होता. आता या गोष्टीला एक दशकाहून जास्त काळ लोटला होता आणि सरताजच्या मनात विचार आला की, त्याची पत्नी अजूनही दुःख करत असेल का? त्याला खात्री होती की, नक्कीच ती दुःख करत असेल. सरताजने तिच्या नवऱ्याची कल्पना केली, खूप उंच शिखरावर बर्फाची भिंत चढत असल्याची. पती खूप तरुण व धाडसी होता. तो कोणत्याही मानवी राहण्याच्या ठिकाणापासून खूपच दूर होता. तो मृत्यूच्या दिशेने वाटचाल करत होता. सरताज त्याच्या पत्नीला पाहू शकत होता, तिच्या मिलिटरी युनिफॉर्ममध्ये, चेहरा सूर्याच्या दिशेने वर करून. सरताज पुढे जात होता, त्याच्या डोळ्यांतून अश्रू ओघळले.

तो कशासाठी रडत होता? तो मेलेल्यांच्यासाठी दुःख करत होता; त्या कॅप्टनसाठी आणि त्याच्या शत्रूंसाठीही, जे त्याची बर्फाळ युद्धभूमीवर वाट बघत होते आणि त्यांच्या फुप्फुसांची ताकद वाया घालवत होते. तो त्या फलकांवरच्या नावांसाठी आणि म्युझियममधल्या

शीख शहिदांच्या पेंटिंग्ससाठी रडत होता, जे त्यांच्या विश्वासासाठी लढले आणि ज्यांचा खूप छळ करून त्यांना मारण्यात आलं होतं. तो म्युझियममध्ये असलेल्या त्या यादीतल्या सहाशे चव्वेचाळीस लोकांसाठी रडला, जे शीख लोक १९८४मध्ये लष्कराने मंदिरावर हल्ला केला, तेव्हा मारले गेले आणि तो त्या जवानांसाठी रडला जे इथे गोळ्या लागून ते धारातीर्थी पडले. सरताज चालत होता. त्याने चेहरा पुसला आणि तो सरोवराभोवतालच्या वर्तुळात आला. माँ अजूनही तिथेच होती, खांबाला टेकून बसली होती आणि डोळे मिटलेले होते. तो तिच्या पलीकडे गेला आणि त्याने पुन्हा परिक्रमा करायला सुरुवात केली. एका म्हाताऱ्या माणसाने त्याच्याकडे खूप उत्सुकतेने, मायेने पाहिलं आणि सरताजला जाणवलं की, तो अजूनही रडत होता. त्याला काही हिशेबच नव्हता की, त्याने आजवर काय व किती गमावलं होतं आणि काय कमावलं होतं. त्याला फक्त काहीतरी गमावल्याची जाणीव होती... वेदना सहन केलेल्याची आणि सोसल्याची जाणीव होती. आता सरताजच्या पायाला चटके बसू लागले आणि त्याने ते चटके स्वागतार्ह समजून परिक्रमा सुरूच ठेवली. त्याच्या या अमृत सरोवराला गोल फेऱ्या मारण्यात एक प्रकारची शांतता होती. त्याला वाहेगुरूंनी आपल्याला माफ करावं ही अपेक्षा नव्हती किंवा त्याची वाहेगुरूंवरची तोडकी मोडकी श्रद्धा त्याला माफी मागावी म्हणून सांगत नव्हती. त्याला माहीतच नव्हतं की, तो चांगला माणूस आहे की वाईट किंवा त्याच्या कृती त्याच्या विश्वासामुळे होतात की भीतीमुळे; पण त्याने कृती केल्या होत्या आणि आता या चालण्याने त्याला वेदना होत होत्या म्हणूनच त्याला बरं वाटत होतं. तो वर्तुळामध्ये चालत राहिला, दुख भंजनी बेर ओलांडून, जे सर्व दुःखांचं हरण करायचं आणि अथ-सथ तिरथच्या प्लाटफॉर्मच्या पलीकडे. तो वळून परत आला. मग पुन्हा गेला. त्याने किती प्रदक्षिणा केल्या हे त्याला कळलं नाही. तो चालतच होता आणि आता फक्त शरीराची हालचाल होत होती... पाणी चमचमत होतं आणि भजन सुरू होतं.

''सरताज?''

माँचा हात त्याच्या कोपरावर होता. त्याने शर्टाच्या बाहीने चेहरा पुसला आणि तिला कॉरिडोरच्या सावलीत घेऊन गेला.

''काय झालं?'' तिने विचारलं. तिने त्याची कॉलर सारखी केली. ती आता पुन्हा त्याची माँ झाली होती, काळजीने कपाळावर लहानशी आठी आणि त्याला नीटनेटकं, स्मार्ट बघण्याची इच्छा. थोड्या वेळापूर्वीचं अनोळखीपण आता दिसत नव्हतं. लपलं होतं, कदाचित.

''काही नाही माँ. तुझं आवरलं का?''

ती तयार होती आणि ते दोघं परिक्रमेतून चालत बाहेरच्या दिशेने गेले; पण मग सरताज थांबला. अनेक वर्षांपूर्वी, त्या हिवाळ्यातल्या सकाळी, जेव्हा तो इथे पापाजी आणि माँ यांच्याबरोबर आला होता, पापाजींची इच्छा होती की, त्याने सरोवरात एक डुबकी मारावी. पापाजींनी आपले कपडे उतरवून निळ्या पट्टीच्या कच्छावर पाण्यात डुबकी लावली होती. 'ये सरताज,' ते म्हणाले होते; पण सरताज माँच्या मागे लपला होता आणि जायला कबूल नव्हता. 'माझा मुलगा शेर आहे, तो थंड पाण्याला घाबरत नाही,' पापाजी म्हणाले होते, 'ये, ये;' पण सरताजला थंडीची भीती नव्हती. तो अचानक लाजला होता. त्याला पापाजींचे भरदार खांदे बघून माहीत होते आणि त्याला आपण खूपच बारीक आणि लहानखुरे आहोत,

शेर वगैरे नाही आहोत, असं वाटलं. त्याला इतक्या सगळ्या लोकांनी त्याच्याकडे बघायला नको होतं म्हणून त्याने मानेनेच नाही म्हटलं आणि तो माँला चिकटून उभा राहिला. तिनेही त्याची बाजू घेतली, 'त्याला आग्रह नका करू जी, त्याला सर्दी होईल,' आणि पापाजी हसत हसत पाण्यातून बाहेर आले. पायऱ्यांवर पाणी निथळत होतं आणि मनगटावर त्यांचं कडं चमकत होतं.

आता तर उन्हाळा होता आणि सरताजमध्ये आता लाज वगैरे उरली नव्हती. "मला वाटतं, मी एक डुबकी मारेन," तो माँला म्हणाला.

तिला आनंद झाला; पण नेहमीप्रमाणेच ती व्यवहारी झाली. "तू टॉवेल वगैरे काही आणलेला दिसत नाही."

त्याने मानेने 'नाही' म्हटलं आणि खांदे वर केले. ती त्याचे घडी केलेले कपडे हातात धरून दुख भंजन बेर पाशी त्याची वाट पाहत थांबली. तो ओल्या दगडांवर पाय बाजूला ठेवत सावकाश उतरला. पाणी आश्चर्यकारकरीत्या थंड होतं आणि त्याला चारी बाजूंनी थंड पाण्याचा स्पर्श झाला. पाण्यात खूप लोक होते आणि सर्व जण प्रार्थना पुटपटत होते. त्याने हात जोडले, पाण्यात चेहरा बुडवला आणि प्रार्थनांचा आवाज पुसट झाला. या सरोवरात खूप खोलवर एक पुरातन झरा होता, जो जगाच्या चैतन्य केंद्राशी जोडलेला होता. पाण्यात एक मोठी लाट सारखी आली आणि त्याच्या छातीवर आदळली. तो काहीसा त्यात उचलला गेला. पाणी त्याच्या छातीपर्यंत आलं, कानात बुडबुडे आले, समुद्राच्या लाटांची गाज ऐकू येते, तसा काहीसा आवाज. तो आवाज त्याच्या आत होता. एक क्षण, त्याचं सगळं वजन नाहीसं झालं आणि तो तरंगत होता, त्याला त्याचे वयाने सैल झालेले हात आणि ओघळणारं पोट उचलल्यासारखं वाटलं, तो तरंगत होता. तो बाहेर आला, पापण्यांवरून चमकते थेंब गळत होते आणि तो माँकडे पाहून हसला.

तिने हात उंचावला आणि तीही त्याच्याकडे पाहून हसली.

मुंबईला परत येताना त्यांच्याबरोबर ट्रेन कम्पार्टमेंटमध्ये दोन बहिणी होत्या, एक अठरा वर्षांची आणि दुसरी वीस, त्यांचे आई-वडीलही होते. दोन्ही मुलींनी छान सलवार-कमीज घातली होती, लाल आणि हिरव्या रंगांची. त्यांनी पोर्टेबेल कॅसेट प्लेयरवर किशोर कुमारची गाणी लावली होती. त्या दोघीही खूप विनम्र होत्या, त्यांनी आधी माँला गाणी लावली, तर चालेल का असं विचारलं होतं. तिला चालेल म्हटल्यावर पंजाबच्या ग्रामीण भागातून जाता जाता गाडीच्या खडखडाटात 'गीत गाता हुं मैं' आणि 'आने वाला पल'मधला किशोर कुमारचा आवाज मिसळला. माँ लवकरच त्या मुलींच्या आईशी गप्पा मारण्यात रमली, अगदी अमृतसर किती बदललं होतं. इथपासून दोघींनाही माहीत असलेला अंधेरीतला एक सोनार इथपर्यंत. सरताज त्यांच्या वडिलांशी बोलत होता.

"मी तेवीस वर्षांपूर्वी मुंबईला आलो," तो माणूस म्हणाला. त्याचं नाव सतनाम सिंग बिर्दी होतं आणि तो एक सुतार होता. तो इथे त्याचं सुतारकामातलं कौशल्य आणि वडिलांच्या ओळखीच्या माणसाच्या नावाचा एक चिटोरा घेऊन आला होता. गावातल्या ओळखीचा उपयोग झाला नव्हता, त्यांच्या वडिलांच्या मित्राला काही घेणंदेणं नव्हतं म्हणून सुरुवातीच्या दिवसांत सतनाम सिंगला फुटपाथवर झोपावं लागलं आणि उपाशी राहावं लागलं; पण तो एक

चांगला कामगार होता, त्याने लवकरच इतर सुतारांकडे आणि इंटिरियर डेकोरेटर कंपन्यांमध्ये काम शोधलं. फॅन्सी कपाटं, कोरीव टेबलं आणि एक्झिक्युटिव्ह रूम्स ही त्याची खासियत होती. सात वर्षांनंतर त्याने दोन भावांच्या बरोबर स्वतःचं दुकान सुरू केलं आणि त्यांची भरभराट झाली. लहान भावाने त्याचं निम्मं आयुष्य शहरातच घालवलं होतं आणि तो नेहमी नीटनेटक्या कपड्यात असायचा, मोबाईल फोन वापरायचा आणि इंग्लिश बोलायचा. तो त्यांचा मोहरा होता. तो धंदा आणायचा आणि कंत्राटं ठरवायचा. त्यांनी धंदा वाढवला होता, अनेक सुतार हाताशी घेतले होते. वाहेगुरूंनी त्यांच्या कुटुंबावर कृपाछत्र धरलं होतं आणि आता सतनाम सिंग आणि त्याच्या बायकोचं ओशिवारामध्ये एक छानसं अपार्टमेंट होतं. मुली मोठ्या झाल्या होत्या आणि त्या हुशार मुली होत्या, फर्स्ट क्लास विद्यार्थिनी.

''हिला डॉक्टर व्हायचं आहे आणि धाकटी म्हणते मी विमान उडवणार आहे,'' सतनाम सिंग म्हणाला.

वडिलांच्या बोलण्यातला सुस्कारा ओळखून धाकटी लगेच म्हणाली, ''पापा, आजकाल खूप मुली पायलट आहेत. इतकं असाधारण नाहीये आता हे.''

आणि मग ते त्यांच्या आवडत्या कौटुंबिक वादविवादात रमले. माँ, सरताजची आई तिने धाकटीची बाजू घेतली. तिच्या नव्याने झालेल्या मैत्रिणीला म्हणजे त्या मुलीच्या आईला या गोष्टीचं आश्चर्य वाटलं. ''हे खूप छान आहे, मुलींनी मागे का राहायचं?'' माँ म्हणाली.

सरताज त्या सर्वांचं म्हणजे सरताज सिंग बिर्दी, त्याची बायको कुलविंदर सिंग, मुली सब्रिना आणि सोनिया यांचं बोलणं ऐकत होता. त्याच्या हृदयात एक उबदार प्रवाह वाहिल्यासारखा वाटला, त्याचं त्याला आश्चर्य वाटलं. त्याने स्वतःला आवरलं. या त्याच्या आशेला काही आधार नव्हता. हे फक्त एक कुटुंब होतं, एक कहाणी होती, तरीही इथे एक पुरुष आणि एका स्त्रीने इतक्या लांबवरचा पल्ला गाठला होता, मेहनत केली होती आणि आयुष्य उभं केलं होतं. आता त्यांच्या मुली अजून पुढे जाऊ पाहत होत्या. हे खूप नव्हतं. आधी काही शोकांतिका, क्लेश होते, यात शंकाच नाही. सब्रिना आणि सोनिया यांनाही त्यांच्या आयुष्यात व्हायचे, तेव्हा अपेक्षाभंग होतील, अपयश येईल; पण सरताजच्या चेहऱ्यावर हसू होतं आणि सब्रिना तिच्या आईशी वाद घालत असलेली बघून सरताजला खूप मोठ्याने हसू आलं.

त्यांनी सर्वांनी दुपारचं जेवण एकत्र घेतलं आणि पराठे, भेंडीची भाजी, पुऱ्या यांची देवघेव झाली. वाटेत स्टेशनवर फळंही घेऊन एकमेकांना देऊन खाल्ली. जेवल्यानंतर मोठी माणसं झोपली; पण मुलींना प्रसिद्ध व्यक्तींबाबत पोलिसांच्या कहाण्या ऐकायच्या होत्या. सरताजने त्यांच्या वयाला साजेशा काही कहाण्या सांगितल्या, फिल्मस्टार्स, मोठे उद्योगपती यांच्याबद्दल. त्याला आता पेंग येऊ लागली. शेवटी त्याला मान्य करावं लागलं की, तोही त्या मोठ्या वयस्क लोकांपैकी एक होता आणि तो वर त्याच्या बर्थवर चढून गाढ झोपला. ट्रेनच्या हलण्याने त्याला छान झोप लागली.

चहा आणि पकोड्यांच्या वासाने तो उठला. काही मिनिटं तो पडून राहिला, त्या क्षणाचा आस्वाद घेत, त्याचं शरीर आराम करत होतं, शिट्टी आणि वेग यांच्यासोबत घरी जात होतं आणि तिकडे मेरी त्याची वाट बघत होती. मग तो खाली उतरला आणि त्याने पकोडे खाल्ले. मुलींनी पत्त्यांचे दोन कॅट आणले होते आणि सगळे एक डाव रमी खेळले. माँ म्हणाली

की, ती अनेक वर्षांत रमी खेळली नव्हती आणि चांगलं खेळायला आता तिचं वय झालं होतं; पण तिने लवकरच ती खूप चांगली रमीपटू असल्याचं सिद्ध केलं. तिने जिंकलेले हात घेताना तिच्या डोळ्यात एक चमक होती आणि आत्मविश्वासाने पानं टाकत होती.

''वाह जी,'' कुलविंदर कौर म्हणाल्या. ''तुम्ही तर एकदम एक्स्पर्ट आहात. प्रत्येक वेळी काय पानं टाकताय.''

नंतर, जेव्हा रात्रीचं जेवण झालं आणि जेव्हा बिर्दी कुटुंब झोपलं, सरताज माँच्या खालच्या बर्थच्या पायाशी बसला. त्याला माहीत होतं की, ती उशिरापर्यंत झोपणार नाही. ती नुसतीच आडवी झाली होती गुडघे वर घेऊन. तिच्या डोक्यामागे शेतं पळत होती, चांदण्यात अगदी विलक्षण सुंदर दिसत होती.

''माँ?'' सरताज अगदी हळुवारपणे म्हणाला.

''हा बेटा?''

''माँ, एक मुलगी आहे...''

''मला माहीत आहे.''

''तुला माहीत आहे?''

ती खुदुखुदु हसली. सरताजला तिचा चेहरा दिसू शकला नाही; पण त्याला त्या क्षणी तिच्या चेहऱ्यावरचे भाव कसे असतील, हे पक्कं माहीत होतं. ती असं हसताना हनुवटी किंचित खाली झुकवून तिची मान डावीकडून उजवीकडे हलवायची.

''मीसुद्धा एक पोलीसवाली आहे. माझी मित्रमंडळी आहेत, ते मला सांगतात काय काय. मला खूप गोष्टी माहीत आहेत.''

''हे खरं आहे. तू पोलीसवाली आहेस.''

तिने आता कूस बदलली आणि हात दुमडून गालाखाली ठेवला. ''हे चांगलंच आहे बेटा.'' आता ती अजिबात विनोद करत नव्हती. माँ गंभीरपणे म्हणाली, ''पुरुषाने स्त्रीसोबतच असलं पाहिजे. हे असंच असतं. तू एकट्याने आयुष्य काढू शकत नाहीस.''

''पण तुला तर एकटं राहायला आवडतं,'' सरताज म्हणाला. कदाचित, अंधारामुळे त्याला इतकं स्पष्ट मुद्द्याला धरून बोलायला जमलं असावं की तिने स्वतःचं स्वातंत्र्य किती काळजीपूर्वक जपलं होतं.

''ते वेगळं आहे. माझं आयुष्य जगून झालं आहे सरताज. मी माझी ड्युटी केली आहे.''

तिने इथे ड्युटी हा इंग्लिश शब्द वापरला आणि सरताजला आठवलं, पापाजी तिला हाक मारायचे, 'अरे चेट्टी कर, डूटी पे जाना है।' प्रेम म्हणजे एक कर्तव्य आहे, असा विचार करणं, माँचा सलवार कमीज आणि लाल दुपट्टा म्हणजे तिचा युनिफॉर्म होता, अशी कल्पना करणं, त्याला थोडं विचित्र आणि गमतीशीर वाटलं. पापाजींचं आरोग्य आणि स्वच्छतेची इतकी आवड, आहार हे नैसर्गिक नव्हतं; पण तिने त्याची सवय करून घेतली होती आणि जाणीवपूर्वक त्याग केलेला होता म्हणून ती त्याच्या समोर आडवी झालेली ही आकृती, आता त्यांनी एकत्र राहिलेल्या घरात तिचं असं खासगी आयुष्य जगत होती. तिच्या प्रत्येक वाढदिवसाला, प्रत्येक प्रवासाला एक इतिहास होता. पुन्हा एकदा, सरताजला या स्त्रीबद्दल, त्याच्या आईबद्दल, प्रभजोत कौरबद्दल एक वेगळीच भावना आली की, तो जिला ओळखत

होता, ती ही नव्हती. त्याच्या हृदयात हलकीशी कळ आली, अगदी हलकीशी; पण ते दुःख या अनोळखी स्त्री बरोबर तो अनेक वर्षं राहिला होता, त्यातून दाटलेल्या प्रेमातून आलं होतं. तिने खूप कष्ट केले होते, कोणत्याही कौतुकाशिवाय, कोणत्याही परतफेडीविना म्हणून कदाचित ती एखाद्या कमी पगार दिलेल्या पोलीसवालीसारखी वाटत होती. तो हसला आणि म्हणाला, ''तुझे पाय दुखतायत का?''

''थोडेसे.''

सरताजने तिच्या घोट्यांना थोडं मालीश केलं, पाय चेपले. ट्रेनने आता वेग पकडला आणि एका लांबलचक पुलावरून गेली. तिच्या त्या खडखड आवाजाने वैपुल्य आणि जुन्या आठवणी यांची सरमिसळ झाली. ती जी कोणी स्त्री होती, जिच्या पायाशी बसून त्याला एकटं वाटत नव्हतं. ती त्याच्यासाठी खूप काही होती. ते आई मुलगा होते; पण ते प्रभजोत कौर आणि सरताज सिंगही होते. ते अनेक वर्षं एकमेकांचा आधार होते आणि मित्रही होते. खिडकीच्या बाहेर, रुपेरी उजेडामध्ये आता एक नदी दिसू लागली. सरताजने माँचं पाऊल हातात धरलं होतं आणि तिच्या हाडांचा नाजूक स्पर्श त्याच्या हाताला झाल्यावर त्याच्या मनात आलं की, माँ म्हातारी झाली आहे. त्याने तिच्या मृत्यूचा विचार मनात येऊ दिला आणि अचानक तो शहारला; पण त्याला दुःख झालं नाही. प्रत्येक नातेसंबंध तो कधी ना कधी संपणार आहे, या सत्याबरोबरच येतो. प्रत्येक बांधिलकीसोबत विश्वासघाताची शक्यता येतेच. हे कोडं तो टाळू शकत नव्हता, यापासून सुटकाही नव्हती आणि याची तक्रार करत बसण्यात काही फायदाही नव्हता. प्रेम एक कर्तव्य होतं आणि कर्तव्य प्रेम होतं.

सरताजला लक्षात आलं की, तो अशा फिलोसॉफिकल विचारात अडकला होता आणि त्याला स्वतःच्याच मूर्खपणाचं हसू आलं. त्याला वाटलं आपण थकलो असू. त्याने माँच्या पायांवर थोपटलं, मग शांतपणे आपल्या बर्थवर गेला. त्याने स्वच्छ पांढरं बेडशीट अंगावर ओढून घेतलं आणि त्या खडखडाटात त्याला दुपारचं एक किशोर कुमारचं गाणं आठवलं. ते किशोर कुमारचच गाणं होतं का? त्याला ती धून ऐकू येत होती; पण शब्द काय होते? त्याने पांघरूण हनुवटीपर्यंत ओढून घेतलं आणि शब्द आठवावेत म्हणून अगदी हळुवार ती धून गुणगुणली.

मेरीला सरताजच्या चेहऱ्यावर चिखल थापायचा होता. ''हा चिखल नाहीये,'' ती म्हणाली; पण तो तसाच दिसत होता, लहान गुलाबी भांड्यातला चिखल.

''हो, चिखलच आहे तो,'' सरताज म्हणाला. ''तू खाली गेलीस आणि कोणत्या तरी झाडाखालून घेऊन आलीस.'' ते दोघं त्याच्या पलंगावर एकमेकांकडे तोंड करून बसले होते. तिने त्याच्या अपार्टमेंटमध्ये यायची ही आज पहिलीच वेळ होती आणि त्याने अख्खी दुपार आवराआवर करण्यात आणि तो अमृतसरला जाऊन येईपर्यंत बसलेली धूळ साफ करण्यात घालवली होती. ती साडेसहा वाजता आली होती. तिच्या खांद्यावर एक काळी बॅगपॅक होती. त्याने ती एखाद्या कॉलेजमधल्या मुलीसारखी किती लहान दिसते म्हणून तिला चिडवलं होतं आणि मग ते प्रणयात हरवून गेले होते. नंतर त्याने तिला प्रवासाबद्दल सांगितलं होतं आणि त्याला एसी कम्पार्टमेंटमध्ये बसूनही किती उदास वाटलं हेही सांगितलं. त्याच वेळी, तिने बेडवरून टुणकन उडी मारली आणि तिच्या काळ्या बॅगपॅकमध्ये खुडबुड केली आणि ती चिखलाची बरणी बाहेर काढली.

''ही खूप महागडी फेशियल ट्रीटमेंट आहे सरताज,'' मेरी म्हणाली. ''तुला माहिती नाही सलोनमध्ये यासाठी लोक किती पैसे मोजतात. बघ, यात फ्रुट्स आणि इसेन्स आहेत, यामुळे तुझी स्कीन ताजीतवानी होईल, ट्रेनमधून येताना बसलेली सगळी धूळ, घाण, थकवा काढून टाकेल. हे मुलतानी मातीसारखं आहे, फक्त त्याहून खूप चांगलं आहे.'' ती पुढे सरकली, जेणेकरून तिच्या मांड्या त्याच्या मांड्यांना घासतील. तिने कमरेभोवती बेडशीट गुंडाळलं होतं आणि तिच्या केसांच्या बटा तिच्या उघड्या खांद्यांवर रुळत होत्या. ''अरे हलू नकोस बाबा,'' तिने त्या बरणीत दोन बोटं बुडवत म्हटलं आणि ते मिश्रण त्याच्या कपाळावर लावलं. त्याला थंड वाटलं, थंड आणि मऊ. ती म्हणाली, ''तुझे केस मागे कर.''

तिने खूप काळजीपूर्वक आणि अगदी हळुवार काम केलं, तिची जीभ तिने दातात धरली होती. त्याने अंग सरळ केलं आणि ती हसली. तिने त्याला तिला किस करू दिलं; पण फक्त एक क्षणच आणि मग तिने त्याला हाताच्या तळव्याच्या टोकाने मागे ढकललं आणि तो उशीला टेकून बसला. तो तिचे डोळे, तिच्या त्वचेच्या सावळ्या छटा बघत होता. तिच्या ओठांना उथळ सुरकुत्या होत्या. तो तिच्या पापण्यांची कमान पाहत होता. जेव्हा तिचं ते मिश्रण लावून झालं आणि तिने समाधानाने मान हलवली, त्याने ती बरणी तिच्या हातातून घेतली आणि त्यातून थोडं मिश्रण घेऊन तिच्या गालांच्या कडेने लावलं. ते जे काही होतं, ते नेहमीच्या चिखलापेक्षा मऊ आणि लाल होतं, अगदी एकसंध आणि गुळगुळीत वाटलेलं होतं, ते खूप सहज लावता आलं. त्याने तिच्या चेहऱ्यावर रंगकाम केलं, वरपासून खालपर्यंत. जेव्हा तो तिच्या मानेपाशी पोहोचला, त्याने मान किंचित मागे केली आणि त्याला त्याच्या चेहऱ्यावर वाळलेल्या मिश्रणाची ओढ जाणवली. जेव्हा त्याने तिच्याकडे नीट पाहिलं, तेव्हा त्याला एक क्षण आश्चर्य वाटलं. कारण ती मेरी होती; पण बहुतेक मेरी नव्हती. तिच्या चेहऱ्यावर लाल मिश्रणाचा मास्क तयार झाला होता, जेणेकरून त्या चेहऱ्याची वैशिष्ट्ये ओळखीची होती; पण तो चेहरा स्थिर, अपारदर्शक आणि अनोळखी होता. ''तू मेरी वाटतच नाहीयेस,'' सरताज म्हणाला.

तिने मानेने 'हो' म्हटलं, ''आपण हे आता वाळू द्यायला हवं. पंधरा-वीस मिनिटं.''

म्हणून ते बसले. तिचे हात त्याच्या छातीवर होते आणि त्याने तिला कमरेत मिठी मारली होती. तो लाल रंग बदलत असताना तो पाहत होता, आता रंग हलका फिका होत होता आणि तो आता सांधल्यासारखा वाटत होता. तिचा चेहरा एखाद्या पुरातन काळातल्या पुतळ्यासारखा दिसत होता, फक्त तिचे डोळे तेजस्वी आणि चमकदार दिसत होते. मेरी आणि कोणासारखी तरी दिसते आहे, यामुळे त्याला काहीसं अस्वस्थ वाटलं म्हणून त्याने नजर वळवली, तो तिच्या खांद्याकडे पाहू लागला. त्याच्या कपाटाचं दार उघडं होतं आणि त्याच्या बाहेरच्या बाजूला त्याने फार पूर्वी लावून घेतलेला आरसा होता. दररोज तो घरातून निघण्यापूर्वी त्या आरशात स्वतःला निरखत असे. आता त्याला त्या आरशात तो आणि मेरी दिसत होते, त्यांच्या दोन प्रमाणबद्ध आकृत्या. त्याच्या चेहऱ्याचा काही भाग दिसत होता, लाल गाल आणि आजूबाजूने त्याचे मोकळे केस. तिथे एक अनोळखी माणूस होता, त्याला तितकाच ओळखीचा नसलेला. त्याने श्वास घेतला आणि तो पुन्हा मेरीकडे बघू लागला, खूप शांत आणि त्याने तिला घट्ट जवळ घेतलं.

त्यांचे श्वास शांततेत गोल घुमत होते आणि श्वासांचा आवाज खिडकीबाहेर रस्त्यावरच्या आवाजांपेक्षाही मोठा होता. पक्ष्यांचं ओरडणं त्यांच्या श्वासात पुसट ऐकू येत होतं. मेरीने

त्याला सांगितलं होतं की, या ट्रीटमेंटमुळे त्याला त्वचा ताजीतवानी वाटेल; पण त्वचा किंचित ओढली जाण्याव्यतिरिक्त त्या लाल मिश्रणाचा परिणाम आत खोलवर दिसू लागला होता. तो मेरीसोबत इथे होता आणि त्याला आनंदाची किंवा पुढे येणाऱ्या प्रेमभंगाची काही भीती वाटत नव्हती. तो नव्यानेच जिवंत झाला होता, जणू त्याची कशातून तरी मुक्तता झाली असावी. त्याला हे असं का असावं हे समजलं नव्हतं; पण ते पूर्ण न समजल्याचं समाधानही होतं.

''हे वाळलं आहे. चल काढू या,'' मेरी म्हणाली.

त्याने तिला हाताला धरून बाथरूममध्ये नेलं आणि तिच्या कमरेचं बेडशीट काढून मागे टॉवेलपाशी टांगलं. त्याने भिंतीतले नॉब फिरवले आणि त्या छोट्याशा खोलीत एक पाण्याचा फवारा उडाला. ती हसली आणि त्याच्याकडे वळली. तिचं हसू त्या वाळलेल्या मिश्रणातून तुटून बाहेर आलं. तोही हसला, काही कारण नसताना. त्यांनी एकमेकांचे चेहरे धुतले आणि तो चिखल त्यांच्या अंगावरून खाली ओघळू लागला. त्यांच्या अंगावर त्याची तकाकी आली. सरताजने मेरीकडे पाहिलं – तीच मेरी जी त्याला थोडीफार माहीत होती – त्या लाल रंगाच्या पुटातून बाहेर आली आणि त्याला तिच्या अंगाअंगाला स्पर्श करावासा वाटत होता, त्याने केला.

म्युनिसिपालिटीच्या माणसांचं एक दल रस्त्यावरच्या एका खड्ड्यात काम करत होतं. ते प्रत्यक्षात काम करत नव्हते, ते त्या खड्ड्याभोवती उभे राहून आत बघत होते आणि काहीतरी होण्याची वाट बघत होते, असं वाटत होतं. दरम्यान, त्या शेजारच्या चिंचोळ्या जागेतून मोठा ट्रॅफिकचा लोंढा आला. त्यात सरताज कुठेतरी पुढच्या बाजूला त्याच्या मोटारसायकलवर होता. त्याच्या बाजूला एक बेस्टची बस होती आणि दोन ऑटोरिक्षा होत्या. कोणालाही कुठेही हलायला जागा नव्हती म्हणून ते सगळे शांतपणे वाट बघत होते. बसमध्ये ऑफिसला जाणाऱ्या लोकांची गर्दी ठासून भरली होती आणि रिक्षात कॉलेजला जाणारे विद्यार्थी होते. त्या थांबलेल्या ट्रॅफिकमध्ये घुसून लहान मुलं मासिकं, पाणी, हात वर केलेल्या चायनीज लाफिंग बुद्धाचे कीचेन, असलं काहीबाही विकत होती. एक हातपाय नसलेलं भिकारी जोडपं सगळ्या कारपाशी जात होतं, त्यांचे तुटके पंजे काचेवर आपटत होतं. जवळपास कुठेतरी दोन रेडिओ सुरू होते, दोन चॅनेल्सची सरमिसळ झाली होती. सरताजने ते सगळं पिऊन घेतलं, तो इथून दूर असताना त्याने हे सगळं मिस केलं होतं आणि आता परत आल्यामुळे तो खूश होता. अगदी हा विशिष्ट दुर्गंधीने येणारा थकवा, तापलेलं गरम डांबर हेही आनंददायक वाटत होतं. मला वेड लागलं असलं पाहिजे, त्याच्या मनात आलं. त्याला काटेकरची आठवण झाली; तो असाच वेडा होता आणि सतत तक्रार करत राहायचा; पण जेव्हा त्याच्या सासुरवाडीला खेडेगावात जायचा, तेव्हा याच सगळ्या गोष्टींची आठवण येते हे कबूल करायचा. 'एकदा या जागेच्या हवेने तुम्हाला स्पर्श केला की, तुम्ही अन्यत्र कुठे राहायला नालायक असता,' काटेकर म्हणाला होता आणि कपाळाला बोट लावत मोठ्याने हसला होता, त्याचे खांदे गदगदत होते.

बस हलली आणि सरताज त्या अनेक टनी धुडावर आपटायची जोखीम घेत पुढे सरकला आणि मग तो त्या म्युनिसिपालिटीच्या लोकांना ओलांडून तिथल्या फटीतून पुढे गेला. त्याने वेग वाढवला. वळणावरून पुढे नवीन सिनेमांच्या भडक पोस्टरना वळसा घालून तो समुद्रकिनाऱ्यावर आला. समुद्र नीरस आणि तपकिरी आडवा पसरला होता. कैलासपाडा

नाक्याजवळ एक नवीन बांधकाम सुरू होतं, एक प्रचंड मोठा लोखंडी सांगाडा जमिनीतून वर डोकावत होता. त्याच्या सावलीत कामगारांनी त्यांच्या लाल-निळ्या झोपड्या बांधल्या होत्या आणि नागडी मुलंबाळं वाळूच्या ढिगात खेळत होती. रस्ता ओलांडणाऱ्या दोन पांढऱ्या कुत्र्यांमुळे सरताजने त्याचा वेग कमी केला. ती कुत्री अशी काही घाईत निघाली होती, जणू काही पाच मिनिटांत त्यांची महत्त्वाची मीटिंगच होती. तितक्यात वाऱ्याची एक झुळूक सरताजच्या अंगावर पसरली आणि तो आनंदून गेला.

तो पोलीस स्टेशनच्या गेटमधून सहज आत गेला आणि त्याने झोनल हेडक्वार्टरच्या समोर गाडी पार्क केली. जिथे तो बसला होता, तिथून त्याला रिसेप्शनचा भाग आणि सिनियर इन्स्पेक्टरचे ऑफिस आणि डिटेक्शन रूमच्या दिशेने जाणारी गॅलरी दिसत होती. कांबळे मुख्य दरवाजासमोरच्याच टेबलाला बसला होता, वाकून काहीतरी रजिस्टरमध्ये लिहीत होता. त्याच्यासमोर एक माणूस आणि एक बाई बसली होती. एकमेकांकडे झुकून खांद्याला खांदा लावून ते बसले होते. एक कॉन्स्टेबल एका बेड्या घातलेल्या कैद्याला मागे घेऊन गेला. वरच्या बाल्कनीतून झाडू लावत असल्याचा आवाज संथ लयीत येत होता. माजिद खानने एका इन्स्पेक्टरला बोलावलं आणि त्याच्या त्या मैत्रीपूर्ण प्रेमाने दिलेल्या शिवीमुळे सरताजला हसू आलं.

सरताज बाईकवरून उतरला. त्याने एक एक करून शूज पेडलवर ठेवले आणि जास्तीच्या रुमालाने ते चमकत नाहीत तोवर घासले. नंतर त्याने कमरेभोवती बेल्टच्या बाजूने बोट फिरवलं. त्याने गालांवर थपथपवलं आणि मिशीवरून अंगठा फिरवला. तो आता रुबाबदार दिसतोय, याची त्याला खात्री झाली. तो तयार होता. आत जाऊन त्याने अजून एका दिवसाची सुरुवात केली.

अनुवादक परिचय

एल.एल.एम., एम.पी.एम. अशी शैक्षणिक पार्श्वभूमी असलेल्या मृणाल काशीकर-खडक्कर यांनी पुण्यातील नामवंत शैक्षणिक संस्थांमध्ये दहा वर्षे एमबीए कोर्ससाठी पूर्णवेळ अध्यापन केले आहे. एमबीए अभ्यासक्रमातील उद्योग जगताशी निगडित कायदे अत्यंत सोप्या पद्धतीने शिकवण्यात त्यांची हातोटी होती.

सध्या त्या लेखक आणि अनुवादक म्हणून काम करतात. त्यांना करिअर कौन्सलिंगचा अनुभव आहे. पर्सनॅलिटी डेव्हलपमेंट, करिअर, मॉरल स्टोरीज (नीतिकथा) अशा विषयांवर त्या वर्तमानपत्रात लेख लिहितात. तसेच, त्यांचे स्फुट लेख, ललित लेख आणि काही लघुकथा मासिकांमधून आणि वर्तमानपत्रांमधून सदराच्या रूपात प्रसिद्ध झाल्या आहेत.